ഇന്ത്യൻ കമ്യൂണിസ്റ്റ് പ്രസ്ഥാനം
ആദ്യ പഥികർ

indian communist prasthanam
aadya padhikar

•

c bhaskaran

•

first edition
april 2013

•

typesetting & published
chintha publishers, thiruvananthapuram

•

•

cover
vinod

•

വിതരണം

ദേശാഭിമാനി ബുക്ക് ഹൗസ്

H O തിരുവനന്തപുരം–695 035
www.chinthapublishers.com
chinthapublishers@gmail.com

ബ്രാഞ്ചുകൾ

ഹെഡ്ഡാഫീസ് ബ്രാഞ്ച് കുന്നുകുഴി • ഓവർബ്രിഡ്ജ് തിരുവനന്തപുരം • കെ എസ് ആർ ടി സി ബസ് സ്റ്റേഷൻ ആലപ്പുഴ • കെ എസ് ആർ ടി സി ബസ് സ്റ്റേഷൻ എറണാകുളം • മച്ചിങ്ങൽ ലെയ്ൻ തൃശൂർ • ഐ ജി റോഡ് കോഴിക്കോട് • കെ എസ് ആർ ടി സി ബസ് സ്റ്റേഷൻ കോഴിക്കോട് • എൻ ജി ഒ യൂണിയൻ ബിൽഡിങ് കണ്ണൂർ • സെൻട്രൽ ബസ് ടെർമിനൽ കോംപ്ലക്സ് താവക്കര കണ്ണൂർ

CO - 1891 / 3187

ഇന്ത്യൻ കമ്യൂണിസ്റ്റ് പ്രസ്ഥാനം
ആദ്യ പഥികർ

സി ഭാസ്കരൻ

ചിന്ത പബ്ലിഷേഴ്സ്
തിരുവനന്തപുരം-695 035

സി ഭാസ്കരൻ

1945 ഡിസംബർ 15 ന് കണ്ണൂർ ജില്ലയിലെ വേങ്ങാട് കിഴക്കേത്തെരുവ് ചേമ്പൻ വീട്ടിൽ, നെയ്ത്തുതൊഴിലാളിയായ ശങ്കരന്റെയും അലോക്കൽ കുഞ്ഞിയുടെയും മൂത്തമകനായി ജനനം. വേങ്ങാട് എൽ പി സ്കൂൾ, വട്ടിപ്രം യു പി സ്കൂൾ, പാതിരിയാട് ഹൈസ്കൂൾ, കണ്ണൂർ എസ് എൻ കോളേജ്, എറണാകുളം-തിരുവനന്തപുരം ലോകോളേജുകൾ എന്നിവിടങ്ങളിൽ വിദ്യാഭ്യാസം.

ബാല്യകാലം മുതൽക്കേ കമ്യൂണിസ്റ്റുപ്രസ്ഥാനവുമായി ബന്ധപ്പെട്ടു. 1966 ൽ പാർട്ടി അംഗമായി. കെ എസ് എഫിന്റെ സംസ്ഥാന സെക്രട്ടറിയായി പ്രവർത്തിച്ചു. 1970 ഡിസംബറിൽ എസ് എഫ് ഐ രൂപീകരിച്ചപ്പോൾ ആദ്യത്തെ അഖിലേന്ത്യാ പ്രസിഡന്റായി. 1974 വരെ പ്രസിഡന്റ് സ്ഥാനത്തു തുടർന്നു. ഇന്ത്യയിലങ്ങോളമിങ്ങോളം നിരവധി വിദ്യാർഥി സമരങ്ങൾക്ക് നേതൃത്വം നൽകി. പൊലീസ് മർദനത്തിന് ഇരയായിട്ടുണ്ട്. എസ് എഫ് ഐ മുഖമാസികയായ *സ്റ്റുഡന്റി*ന്റെ ആദ്യ എഡിറ്ററായിരുന്നു.

15 വർഷക്കാലം *ചിന്തവാരിക*യുടെ പത്രാധിപസമിതിയംഗം. പിന്നീട് മരണംവരെ ചിന്ത പബ്ലിഷേഴ്സിന്റെ പത്രാധിപരായിരുന്നു. കേരള യൂണിവേഴ്സിറ്റി സിൻഡിക്കേറ്റ് അംഗമായും പ്രവർത്തിച്ചു,

മികച്ച സംഘാടകനും പ്രഭാഷകനുമായിരുന്നു. പരിഭാഷകൾ ഉൾപ്പെടെ നിരവധി കൃതികൾ രചിച്ചു. കൂടാതെ രണ്ടു ഡസനിലേറെ ലഘുലേഖകളുടെയും കർത്താവാണ്. 2003-ലെ അബുദാബി ശക്തി അവാർഡ് ലഭിച്ചിട്ടുണ്ട്. ദീർഘകാലം ചികിത്സയിലായിരുന്ന സഖാവ് 2011 ഏപ്രിൽ 9 ന് ചെന്നൈയിലെ സ്വകാര്യ ആശുപത്രിയിൽ വച്ച് അന്തരിച്ചു. *ദേശാഭിമാനി ന്യൂസ്* എഡിറ്ററായി വിരമിച്ച തുളസിഭാസ്കരനാണ് ഭാര്യ. മക്കൾ : ദിനേഷ്, മനേഷ്. മരുമക്കൾ : ലേഖ, പൊന്നി.

ഇന്ത്യൻ കമ്മ്യൂണിസ്റ്റ് പ്രസ്ഥാനം
ആദ്യ പഥികർ

സി ഭാസ്കരൻ

ചിന്ത പബ്ലിഷേഴ്സ്
തിരുവനന്തപുരം-695 035

സി ഭാസ്കരൻ

1945 ഡിസംബർ 15 ന് കണ്ണൂർ ജില്ലയിലെ വേങ്ങാട് കിഴക്കേത്തെരുവ് ചേമ്പൻ വീട്ടിൽ, നെയ്ത്തുതൊഴിലാളിയായ ശങ്കരന്റെയും അലോക്കൽ കുഞ്ഞിയുടെയും മൂത്തമകനായി ജനനം. വേങ്ങാട് എൽ പി സ്കൂൾ, വട്ടിപ്രം യു പി സ്കൂൾ, പാതിരിയാട് ഹൈസ്കൂൾ, കണ്ണൂർ എസ് എൻ കോളേജ്, എറണാകുളം–തിരുവനന്തപുരം ലോകോളേജുകൾ എന്നിവിടങ്ങളിൽ വിദ്യാഭ്യാസം.

ബാല്യകാലം മുതൽക്കേ കമ്യൂണിസ്റ്റുപ്രസ്ഥാനവുമായി ബന്ധപ്പെട്ടു. 1966 ൽ പാർട്ടി അംഗമായി. കെ എസ് എഫിന്റെ സംസ്ഥാന സെക്രട്ടറിയായി പ്രവർത്തിച്ചു. 1970 ഡിസംബറിൽ എസ് എഫ് ഐ രൂപീകരിച്ചപ്പോൾ ആദ്യത്തെ അഖിലേന്ത്യാ പ്രസിഡന്റായി. 1974 വരെ പ്രസിഡന്റ് സ്ഥാനത്തു തുടർന്നു. ഇന്ത്യയിലങ്ങോളമിങ്ങോളം നിരവധി വിദ്യാർഥി സമരങ്ങൾക്ക് നേതൃത്വം നൽകി. പൊലീസ് മർദനത്തിന് ഇരയായിട്ടുണ്ട്. എസ് എഫ് ഐ മുഖമാസികയായ *സ്റ്റുഡന്റി*ന്റെ ആദ്യ എഡിറ്ററായിരുന്നു.

15 വർഷക്കാലം *ചിന്തവാരിക*യുടെ പത്രാധിപസമിതിയംഗം. പിന്നീട് മരണംവരെ ചിന്ത പബ്ലിഷേഴ്സിന്റെ പത്രാധിപരായിരുന്നു. കേരള യൂണിവേഴ്സിറ്റി സിൻഡിക്കേറ്റ് അംഗമായും പ്രവർത്തിച്ചു,

മികച്ച സംഘാടകനും പ്രഭാഷകനുമായിരുന്നു. പരിഭാഷകൾ ഉൾപ്പെടെ നിരവധി കൃതികൾ രചിച്ചു. കൂടാതെ രണ്ടു ഡസനിലേറെ ലഘുലേഖകളുടെയും കർത്താവാണ്. 2003–ലെ അബുദാബി ശക്തി അവാർഡ് ലഭിച്ചിട്ടുണ്ട്. ദീർഘകാലം ചികിത്സയിലായിരുന്ന സഖാവ് 2011 ഏപ്രിൽ 9 ന് ചെന്നൈയിലെ സ്വകാര്യ ആശുപത്രിയിൽ വച്ച് അന്തരിച്ചു. *ദേശാഭിമാനി ന്യൂസ്* എഡിറ്ററായി വിരമിച്ച തുളസിഭാസ്കരനാണ് ഭാര്യ. മക്കൾ : ദിനേഷ്, മനേഷ്. മരുമക്കൾ : ലേഖ, പൊന്നി.

ഉള്ളടക്കം

പ്രസാധകക്കുറിപ്പ്

ഇന്ത്യയിൽ കമ്യൂണിസ്റ്റുപ്രസ്ഥാനം കെട്ടിപ്പടുക്കുന്നതിന് ത്യാഗോജ്വലമായ സംഭാവന നൽകിയ 141 വിപ്ലവകാരികളുടെ രേഖാചിത്രം വരയ്ക്കുകയാണ് സ. സി ഭാസ്കരൻ. ഇത് രണ്ടു പുസ്തകങ്ങളായി നേരത്തെ പ്രസിദ്ധീകരിച്ചിട്ടുള്ളതാണ്.

2002 ൽ 72 പേരെ ഉൾക്കൊള്ളിച്ചുകൊണ്ട് *ഇന്ത്യൻ കമ്യൂണിസ്റ്റു പ്രസ്ഥാനം ആദ്യപഥികർ* എന്ന പുസ്തകം ചിന്ത പ്രസിദ്ധീകരിക്കുകയുണ്ടായി. തുടർന്ന് 2009 ൽ 69 പേർ അടങ്ങുന്ന രണ്ടാം സഞ്ചിക *മുമ്പേനടന്നവർ* എന്ന ശീർഷകത്തിൽ പ്രസാധനം ചെയ്യപ്പെട്ടു.

ഇതു രണ്ടിന്റെയും സമാഹാരമാണ് ഇപ്പോൾ ചില കൂട്ടിച്ചേർക്കലുകളോടെ പുറത്തിറങ്ങുന്നത്. *ഇന്ത്യൻ കമ്യൂണിസ്റ്റുപ്രസ്ഥാനം ആദ്യപഥികർ* എന്ന പേരുതന്നെ സമാഹൃതകൃതിക്കും സ്വീകരിച്ചു. രണ്ടിലെയും ശീർഷകങ്ങൾ ഈ പതിപ്പിൽ അകാരാദിക്രമത്തിൽ പുനഃക്രമീകരിച്ചിട്ടുണ്ട്. വിട്ടുപോയിരുന്ന ചിത്രങ്ങളും ജീവിതകാലവും പരമാവധി ചേർത്തിട്ടുണ്ട്.

ഇതിന് അവതാരിക എഴുതിത്തന്നത് കമ്യൂണിസ്റ്റ് പാർട്ടി ഓഫ് ഇന്ത്യ (മാർക്സിസ്റ്റ്) ജനറൽ സെക്രട്ടറി സ. പ്രകാശ് കാരാട്ടാണ്. സ. പി ജി, കെ ഇ എൻ എന്നിവർ ആദ്യ ഗ്രന്ഥത്തിനു നൽകിയ കുറിപ്പുകൾ അതേപടി നിലനിറുത്തിയിട്ടുണ്ട്.

രണ്ടു പുസ്തകങ്ങളുംകൂടി ഒരു സമാഹാരമായി പ്രസിദ്ധീകരിക്കണമെന്നുള്ളത് സ. സി ഭാസ്കരന്റെ ആഗ്രഹമായിരുന്നു. അതാണിപ്പോൾ സാക്ഷാൽക്കരിച്ചിരിക്കുന്നത്.

വായനക്കാരുടെ സ്നേഹപൂർവമായ സഹകരണം പ്രതീക്ഷിക്കുന്നു.

ചിന്ത പബ്ലിഷേഴ്സ്

ഗ്രന്ഥകർത്താവിന്റെ കുറിപ്പ്

(ആദ്യപതിപ്പ്)

ചോരച്ചാലുകളിലൂടെ നീന്തിക്കയറിയ ഇന്ത്യൻ കമ്യൂണിസ്റ്റ് പ്രസ്ഥാനത്തിന്റെ നേതാക്കൾ നമുക്കെന്നും വീരനായകരാണ്. ജനമനസുകൾ കീഴടക്കിയ അവരിൽ ചിലരുടെയൊക്കെ പേരുകൾ കേൾക്കുമ്പോഴുള്ള ആവേശം ഒന്നു വേറെ. അക്ഷരങ്ങൾ കൂട്ടി വായിക്കാനും പത്രങ്ങൾ വായിക്കാനും പഠിച്ച കുട്ടിക്കാലത്തുതന്നെ കമ്യൂണിസ്റ്റ് നേതാക്കളുടെ പേരുകൾ മനസിൽ പതിഞ്ഞു. കാരണം ഓർമ വച്ച നാൾ മുതൽ കർമംകൊണ്ട് ഞാനൊരു കമ്യൂണിസ്റ്റാണെന്നതുതന്നെ.

പാർട്ടി മെമ്പറായത് 1966 ൽ. പക്ഷേ, അതിനെത്രയോ മുമ്പ്, ചെറിയ ക്ലാസിൽ പഠിക്കുമ്പോൾത്തന്നെ, 'അണ്ണാറക്കണ്ണനും തന്നാലായത്' എന്ന മട്ടിൽ നാട്ടിലെ പാർട്ടി സഖാക്കൾക്കൊപ്പം കഴിയുന്നതൊക്കെ ചെയ്തു നടന്ന കാലത്തുതന്നെ പല നേതാക്കളുടെയും ചിത്രങ്ങൾ മനസിൽ വരച്ചിട്ടു. മൈക്ക് വ്യാപകമാകാതിരുന്ന അക്കാലത്ത് പാർട്ടി യോഗങ്ങളുടെയും മറ്റും വിവരങ്ങൾ മെഗഫോണിലൂടെ അനൗൺസ് ചെയ്യുക, കൊടിതോരണങ്ങൾ കെട്ടുക, സ്റ്റേജുകൾ കെട്ടുന്നിടത്ത് ആവുന്നതൊക്കെ ചെയ്യുക — ഇതൊക്കെ ഞാൻ കുട്ടിക്കാലത്തുതന്നെ ചെയ്തിരുന്നു, അഥവാ അതൊക്കെ എന്റെ കടമയും അവകാശവുമായി ഞാൻ കണ്ടു. നാട്ടിലും പരിസരങ്ങളിലും നടക്കുന്ന എല്ലാ യോഗങ്ങളിലും പങ്കെടുക്കുകയെന്നത് കുട്ടിയായ ഞാൻ മുടങ്ങാതെ ചെയ്ത ഒരു പാർട്ടി പ്രവർത്തനം എന്നുതന്നെ പറയാം.

അക്കാലം മുതൽ മനസിൽ കുടിയേറിയ ചില നേതാക്കൾ 1964 ൽ പാർട്ടി പിളർന്നപ്പോൾ വ്യത്യസ്ത പാർട്ടികളിലായി. അവരിൽ ചിലർ വിപ്ലവം എന്ന പദം തന്നെ അലർജിയായി കരുതിയെങ്കിൽ മറ്റുചിലർ അതിവിപ്ലവവായാടികളായി. ഇനിയും ചിലർ ജനകീയ ജനാധിപത്യ വിപ്ലവ മുദ്രാവാക്യമുയർത്തി സി പി ഐ (എം) ന്റെ കൂടെ നിൽക്കുന്നു.

ഇവരെല്ലാവരും ഇന്ത്യയിൽ കമ്യൂണിസ്റ്റ് പ്രസ്ഥാനം കെട്ടിപ്പടുക്കുന്നതിന് ഗണ്യമായ സംഭാവന നൽകി. അത് ചരിത്രത്തിന്റെ ഭാഗം. ഇന്ത്യയിൽ കമ്യൂണിസ്റ്റ് പ്രസ്ഥാനം എങ്ങനെ വളർന്നു പന്തലിച്ചെന്ന് മനസിലാക്കണമെങ്കിൽ ഇവരുടെ ജീവിതം കൂടെ മനസിലാക്കിയേ മതിയാകൂ. മാർക്സിസം–ലെനിനിസം എന്ന ആശയ സമുച്ചയം മാത്രമല്ല, അത് പ്രചരിപ്പിച്ച വിപ്ലവകാരികളുടെ നിസ്വാർഥവും ത്യാഗപൂർണവും ലളിതവുമായ ജീവിതവും കമ്യൂണിസ്റ്റ് പ്രസ്ഥാനത്തിന്റെ വളർച്ചയെ നിർണായകമായി സ്വാധീനിച്ചിട്ടുണ്ട്. ചരിത്രത്തിൽ വ്യക്തികൾക്കുള്ള സ്ഥാനം മാർക്സിസം അംഗീകരിക്കുന്നുണ്ടല്ലോ.

ഇപ്രകാരം കമ്യൂണിസ്റ്റ് പ്രസ്ഥാനത്തിന്റെ വളർച്ചയിൽ ഗണ്യമായ സംഭാവന നൽകിയ ആദ്യകാല നേതാക്കളെ പുതിയ തലമുറയ്ക്ക് പരിചയപ്പെടുത്തണമെന്ന മോഹം മനസിൽ കൊണ്ടുനടക്കാൻ തുടങ്ങിയിട്ട് നാളുകൾ ഏറെയായി. രണ്ടു വർഷം മുമ്പാണ് അത് പൂവണിഞ്ഞത്.

ഓരോരുത്തരെക്കുറിച്ചും എഴുതുന്നമുറയ്ക്ക് അത് *ദേശാഭിമാനി* വാരികയ്ക്ക് അയച്ചുകൊടുക്കും. വാരിക അത് ഖണ്ഡശ്ശ: പ്രസിദ്ധീകരിക്കും. അപ്രകാരം 69 പേരെക്കുറിച്ചെഴുതിയത് *ദേശാഭിമാനി* വാരിക പ്രസിദ്ധീകരിച്ചു. വാസ്തവത്തിൽ 20 പേരെക്കുറിച്ചെഴുതാനാണ് ആദ്യം പ്ലാൻ ചെയ്തത്. എഴുതി തുടങ്ങിയപ്പോൾ കൂടുതൽ ആളുകളെപ്പറ്റി എഴുതണമെന്ന് പല സുഹൃത്തുക്കളും സഖാക്കളും നിർദേശിച്ചു. അങ്ങനെയാണ് 20 അറുപത്തൊമ്പതായി മാറിയത്.

കൂടുതൽ പേരെക്കുറിച്ചെഴുതാൻ തീരുമാനിച്ച് മെറ്റീരിയൽ ശേഖരിക്കാൻ തുടങ്ങിയപ്പോൾ ഉദ്ദേശിച്ചതിനേക്കാൾ വളരെയധികം മെറ്റീരിയൽ കൈയിൽ വന്നുചേർന്നു. അതുകൊണ്ട് തൽക്കാലം 69 ൽ നിർത്തി. ബാക്കി പിന്നെ എഴുതാം എന്ന് തീരുമാനിക്കുകയായിരുന്നു. അങ്ങനെ മാറ്റിവച്ചത് എഴുതാൻ തുടങ്ങിയിരിക്കുന്നു. *ആദ്യപഥികർ* വാരികയിൽ പ്രസിദ്ധീകരിക്കുന്ന കാലത്തുതന്നെ അത് പുസ്തകമായി പ്രസിദ്ധീകരിക്കണമെന്ന് പലരും നിർദേശിച്ചു. ആ നിർദേശം പരിഗണിച്ചതിന്റെ ഫലമാണ് ഈ പുസ്തകം. ഇപ്പോൾ എഴുതി വരുന്നത് മറ്റൊരു വാല്യമായി പ്രസിദ്ധീകരിക്കണമെന്നാണ് ഉദ്ദേശിക്കുന്നത്.

കേരളത്തിലെ അരഡസനിൽ താഴെ നേതാക്കളെക്കുറിച്ച് മാത്രമേ ഇതുവരെ എഴുതിയിട്ടുള്ളൂ. പിന്നീട് കേരളത്തിൽനിന്നുള്ള നേതാക്കളെക്കുറിച്ച് മാത്രമായി മറ്റൊരു പുസ്തകം പ്രസിദ്ധീകരിക്കണം എന്ന് ഉദ്ദേശ്യമുള്ളതുകൊണ്ടാണ് അങ്ങനെ ചെയ്തത്. അതിനുള്ള തയാറെടുപ്പും നടത്തി വരികയാണ്.

ഇപ്രകാരം മൂന്ന് വാല്യങ്ങളും പുറത്തിറങ്ങിക്കഴിയുമ്പോൾ ഇന്ത്യയിലെ ഒന്നും രണ്ടും തലമുറയിൽപ്പെട്ട മിക്കവാറും എല്ലാ നേതാക്കളെയും കുറിച്ചുള്ള ഒരു സമഗ്ര ചിത്രം ലഭിക്കും. ഒപ്പം കേരളം ഉൾപ്പെടെയുള്ള ഇന്ത്യൻ കമ്യൂണിസ്റ്റ് പ്രസ്ഥാനത്തിന്റെ സംക്ഷിപ്ത ചരിത്രവും.

ഇത് എഴുതുന്നതിന് സഹായിച്ചവരും പ്രോത്സാഹിപ്പിച്ചവരും അനവധി. സി പി ഐ ആപ്പീസിലെ ലൈബ്രേറിയൻ സുരേന്ദ്രന്റെ പേർ പ്രത്യേകം എടുത്തു പറയേണ്ടതാണ്. മറ്റു സംസ്ഥാനങ്ങളിൽനിന്ന് ചില നേതാക്കളെപ്പറ്റിയുള്ള വിവരങ്ങൾ ശേഖരിച്ച് അയച്ചുതന്ന സഖാക്കൾ പോലുമുണ്ട്. അവർക്ക് നന്ദി. പ്രൗഢമായ അവതാരിക എഴുതിത്തന്ന പി ജിയോടും ആഴത്തിലുള്ള പഠനം നടത്തിയ കെ ഇ എന്നിനോടുമുള്ള നന്ദി വാക്കുകളിൽ ഒതുക്കുവാൻ കഴിയില്ല. ഇതിലെ വിവരങ്ങൾ പലയിടങ്ങളിൽനിന്ന് ശേഖരിച്ച് അടുക്കും ചിട്ടയുമായി അവതരിപ്പിക്കുക മാത്രമാണ് ഞാൻ ചെയ്തത്. അതിൽ കവിഞ്ഞ അവകാശവാദങ്ങളൊന്നുമില്ല. ഇത് പുതിയ തലമുറയിൽപ്പെട്ട കമ്യൂണിസ്റ്റുകാർക്ക് പ്രയോജനപ്പെടുമെങ്കിൽ ഞാൻ കൃതാർഥനായി.

എന്റെ രാഷ്ട്രീയ ജീവിതം കരുപ്പിടിപ്പിക്കുന്നതിൽ നിർണായക പങ്കു വഹിച്ച കണ്ണൂർ ജില്ലയിലെ ബീഡിത്തൊഴിലാളികൾക്ക് ഞാനീ പുസ്തകം സമർപ്പിക്കുന്നു.

2002 മാർച്ച് **സി ഭാസ്കരൻ**

(ആദ്യപഥികർ)

ആമുഖം

(മുമ്പേ നടന്നവർ)

ഇന്ത്യയിൽ കമ്യൂണിസ്റ്റ് പ്രസ്ഥാനം കെട്ടിപ്പടുക്കുന്നതിന് ഗണ്യമായ സംഭാവനനൽകിയ ആദ്യപഥികരെ പരിചയപ്പെടുത്തണമെന്നത് വർഷങ്ങളായുള്ള എന്റെ ആഗ്രഹം. അത് നിറവേറ്റുന്നതിന്റെ ഭാഗമായാണ് ഏഴുവർഷം മുമ്പ് *ഇന്ത്യൻ കമ്യൂണിസ്റ്റ് പ്രസ്ഥാനം: ആദ്യപഥികർ* എന്ന ഗ്രന്ഥം രചിച്ചത്. ആ ഗ്രന്ഥത്തിൽ ഒന്നും രണ്ടും തലമുറകളിൽപ്പെട്ട 72 നേതാക്കളെ പരിചയപ്പെടുത്തി.

അതിനെഴുതിയ 'കുറിപ്പിൽ' അത് മൂന്ന് സഞ്ചികകളടങ്ങിയ ഒരു പുസ്തക പരമ്പരയുടെ ആദ്യ സഞ്ചികയാണെന്നും അതിന്റെ തുടർച്ചയായി രണ്ടെണ്ണംകൂടി പ്രസിദ്ധീകരിക്കുന്നതാണെന്നും വാഗ്ദാനം നൽകി. രണ്ടാം സഞ്ചിക ഇപ്പോൾ പ്രസിദ്ധീകരിക്കുന്നു. ആദ്യ സഞ്ചികയിൽ കേരളത്തിൽനിന്നുള്ള മൂന്നു നേതാക്കളെയാണ് പരിചയപ്പെടുത്തിയത്. ഇതിലും മൂന്നുനേതാക്കളെ പരിചയപ്പെടുത്തുന്നു. കേരളത്തിലെ അവശേഷിച്ച ആദ്യപഥികരെക്കുറിച്ചുമാത്രമുള്ളതായിരിക്കും അടുത്ത സഞ്ചിക. അതും വൈകാതെ പുറത്തിറക്കണമെന്നാണ് ആഗ്രഹം.

ആദ്യ സഞ്ചികയിലെന്നപോലെ ഈ സഞ്ചികയിലും പരിചയപ്പെടുത്തുന്ന വിപ്ലവകാരികളെക്കുറിച്ചുള്ള വിവരങ്ങൾ നാല് പതിറ്റാണ്ട് മുമ്പുമുതലെങ്കിലും ഞാൻ ശേഖരിക്കാൻ തുടങ്ങിയതാണ്. പല ഭാഷകളിൽ പ്രസിദ്ധീകരിക്കപ്പെട്ട പുസ്തകങ്ങളിലും ലേഖനങ്ങളിലും നിന്നുള്ള വിവരങ്ങൾ അതതു ഭാഷകൾ അറിയാവുന്നവരുടെ സഹായത്തോടെ ശേഖരിക്കുകയായിരുന്നു. ഈ കൂട്ടത്തിൽ എന്നെ ഏറ്റവുമധികം സഹായിച്ചത് എന്റെ ഭാര്യ തുളസി. ഒന്നാം സഞ്ചിക പ്രസിദ്ധീകരിച്ചപ്പോൾ വായനക്കാർ വളരെ സന്തോഷത്തോടെയാണ് അത് സ്വാഗതം ചെയ്തത്. അച്ചടിച്ച മുഴുവൻ കോപ്പികളും രണ്ടുമൂന്നു മാസത്തിനകം വിറ്റഴിഞ്ഞു. മലയാളത്തിലെ പ്രമുഖ പ്രസിദ്ധീകരണങ്ങളിൽ മാത്രമല്ല, *ഫ്രണ്ട്ലൈനി*ലും അതിനെക്കുറിച്ചുള്ള റിവ്യു വന്നു. ഈ ഗ്രന്ഥത്തിന് ഏറ്റവും നല്ല വിജ്ഞാന ഗ്രന്ഥത്തിനുള്ള 2003 ലെ ശക്തി അവാർഡ് ലഭിക്കുകയുണ്ടായി. ഈ സഞ്ചികയും വായനക്കാർ സ്വീകരിക്കുമെന്ന് പ്രതീക്ഷിക്കുന്നു. ഈ ഗ്രന്ഥരചനയിൽ സഹായിച്ച എല്ലാവർക്കും നന്ദി.

21 ഒക്ടോബർ 2009

സി ഭാസ്കരൻ

അവതാരിക

പ്രകാശ് കാരാട്ട്

ഇന്ത്യൻ കമ്യൂണിസ്റ്റ് പ്രസ്ഥാനത്തിന്റെ ആദ്യകാല നേതാക്കളെക്കുറിച്ചുള്ള സ. സി ഭാസ്കരന്റെ ഗ്രന്ഥം മഹത്തായ ഒരു സംഭാവനയാണ്. രാജ്യത്താകമാനവും ദേശീയതലത്തിലും ആദ്യ തലമുറ കമ്യൂണിസ്റ്റ് നേതാക്കൾ വഹിച്ച പങ്ക് വിവരിക്കുന്ന പുസ്തകങ്ങൾ അപൂർവമാണ്. ഇന്ത്യയിലെ വിവിധ ഭാഗങ്ങളിലായുള്ള അത്തരം 141 നേതാക്കളുടെ വിപ്ലവപ്രവർത്തനങ്ങൾ സ. ഭാസ്കരൻ വരച്ചുകാട്ടിയിരിക്കുകയാണ്. ഇതിൽ 1920 കളിൽ ആദ്യ കമ്യൂണിസ്റ്റു ഗ്രൂപ്പുകൾ സംഘടിപ്പിച്ച എം എൻ റോയി, മുസഫർ അഹമ്മദ്, ശിങ്കാര വേലു, എസ് എ ഡാങ്കെ മുതലായ ആദ്യ ബാച്ചു കമ്യൂണിസ്റ്റുകാർ ഉൾപ്പെടുന്നു. തുടർന്നുവരുന്നത് സ്വാതന്ത്ര്യത്തിനുമുൻപുള്ള കമ്യൂണിസ്റ്റുപാർട്ടി നേതൃത്വത്തിൽ ഭൂരിപക്ഷം വരുന്ന 1930 കളിലെ അടുത്ത തലമുറ കമ്യൂണിസ്റ്റുകാരാണ്. പി സുന്ദരയ്യ, പി കൃഷ്ണപിള്ള, ഇ എം എസ് നമ്പൂതിരിപ്പാട്, സി രാജേശ്വരറാവു, പ്രമോദ് ദാസ് ഗുപ്ത, ഹർകിഷൻസിങ് സുർജീത്ത് തുടങ്ങിയ വിഖ്യാതരായ നേതാക്കൾ ഇതിലുൾപ്പെടുന്നു. 1940 കളുടെ ആരംഭത്തിൽ കമ്യൂണിസ്റ്റു പാർട്ടിയിൽ ചേർന്ന നേതാക്കൾ ഉൾപ്പെടുന്നതാണ് മൂന്നാമത്തെ നിര. ആദ്യകാല കമ്യൂണിസ്റ്റു നേതാക്കളെക്കുറിച്ച് സ. സി ഭാസ്കരൻ എഴുതിയ രണ്ടു പുസ്തകങ്ങൾ ഒരുമിച്ചു ചേർത്താണ് ഈ പുസ്തകം പുറത്തിറക്കുന്നത്. ഏതാനും ചില പേരുകൾ കൂട്ടിച്ചേർത്തിട്ടുമുണ്ട്.

ഒൻപതു ദശകം പഴക്കമുള്ള ഇന്ത്യയിലെ കമ്യൂണിസ്റ്റ് പ്രസ്ഥാനത്തിന്റെയും ആദ്യകാല കമ്യൂണിസ്റ്റുകാർ അതിൽ വഹിച്ച പങ്കിന്റെയും സമഗ്രമായ ഒരു ചരിത്രരേഖ ഉണ്ടായിരിക്കേണ്ടതാണ്. സ. ഭാസ്കരന്റെ പുസ്തകം ഈ ചരിത്രരേഖയ്ക്കുള്ള ഒരു പ്രധാന കൂട്ടിച്ചേർക്കലാണ്.

പ്രസ്ഥാനത്തിന്റെ ചരിത്രസന്ദർഭത്തിൽ ഓരോ നേതാവിന്റെയും രാഷ്ട്രീയ ജീവിതത്തിന്റെയും സംഭാവനകളുടെയും ഒരു നല്ല വിവരണം ഈ പുസ്തകത്തിലുണ്ട്. തന്റെ മികച്ച രാഷ്ട്രീയ വിലയിരുത്തലും വിശദാംശങ്ങൾ ഗ്രഹിക്കുന്നതിനുള്ള കഴിവും ഓരോ നേതാവും പ്രസ്ഥാനത്തിനു നൽകിയ സംഭാവനയുടെ മുഖ്യസവിശേഷത വേർതിരിച്ചെടുക്കുന്നതിനുള്ള കഴിവും സ. ഭാസ്കരൻ ഈ ഗ്രന്ഥത്തിൽ തെളിയിച്ചിരിക്കുന്നു.

വിദ്യാർഥി പ്രസ്ഥാനത്തിന്റെ ചരിത്രംപോലെ തന്റെ മുൻകാല രചനകളിൽ കാണിച്ചിട്ടുള്ള വൈദഗ്ധ്യവും അറിവിന്റെ ആഴവും ഈ പുസ്തകത്തിലും സ. ഭാസ്കരന്റെ വ്യക്തിമുദ്രയാണ്.

പുസ്തകരചനയിൽ കൂടുതൽ വ്യാപരിക്കുവാൻ സ. ഭാസ്കരൻ തയാറാവുകയായിരുന്നു. നിർഭാഗ്യവശാൽ അതിന് അവസരമുണ്ടായില്ല. അദ്ദേഹത്തിന്റെ അകാലത്തിലുള്ള ദേഹവിയോഗം മാർക്സിസ്റ്റ് വിജ്ഞാനത്തിനും ബൗദ്ധികപ്രവർത്തനത്തിനും കനത്ത നഷ്ടമാണ്. കമ്യൂണിസ്റ്റ് പ്രസ്ഥാനത്തോടുള്ള സഖാവിന്റെ അഗാധമായ പ്രതിബദ്ധതയ്ക്കുള്ള സാക്ഷ്യവും അദ്ദേഹത്തിന്റെ പാണ്ഡിത്യത്തിനുള്ള ഒരു ഉപഹാരവുമാണ് ഈ മഹത്ഗ്രന്ഥം.

ന്യൂഡൽഹി
28.11.2012

വിപ്ലവപ്രസ്ഥാനം വ്യക്തിപ്രതിഭകളിലൂടെ

പി ഗോവിന്ദപ്പിള്ള

ആർദ്രമാം നെഞ്ചിൻ ചുടു-
വീർപ്പുകൾ പോലെ കടൽ-
ക്കാറ്റുകൾ!- നിന്നെപ്പോലെ
യാത്രയായിന്നും സൂര്യൻ.
"രാത്രിയായിതെ" ന്നാർത്തു
ചിരിക്കുന്നാരോ!- പക്ഷേ,
യാത്രികർ ഞങ്ങൾ വീണ്ടും
നിർന്നിദ്രം നടക്കുന്നു.
വഴികാട്ടുവാൻ നിന്റെ
ധീര സുന്ദരസ്നിഗ്ധ-
സ്മൃതികൾ കൊളുത്തിയ
കെടാത്ത തീപ്പന്തങ്ങൾ!

ഒ എൻ വി

ഒരുകാലത്ത് ചരിത്രമെന്ന് പറയുന്നത് വ്യക്തികളുടെ ചരിത്രമായിരുന്നു. രാജാക്കന്മാർ, ചക്രവർത്തികൾ, ആക്രമണകാരികൾ, ലോകോപകാരികളായ മഹതീമഹാൻമാർ, മതസ്ഥാപകർ എന്നിങ്ങനെ പോകുന്നു ചരിത്രത്തിലെ നായികാനായകരുടെ ഗണങ്ങൾ. പതിനെട്ടാം നൂറ്റാണ്ടിൽ ആധുനിക മുതലാളിത്ത വികസനത്തിന്റെ ഭാഗമായി യൂറോപ്പിലും ദേശീയ സ്വാതന്ത്ര്യസമരങ്ങളുടെ ഭാഗമായി മൂന്നാം ലോകരാഷ്ട്രങ്ങൾ എന്ന് ഇന്ന് നാം വിശേഷിപ്പിക്കുന്ന രാഷ്ട്രങ്ങളിലും 'ദേശീയരാഷ്ട്രം'

(നേഷൻ സ്റ്റേറ്റ്) എന്ന സങ്കൽപ്പനവും ആദർശവും രൂപമെടുക്കാൻ തുടങ്ങിയപ്പോൾ ചരിത്രം രാഷ്ട്രങ്ങളുടെ ഉത്ഭവവികാസ കഥകളായി മാറി. ഈ പ്രക്രിയയിൽ പങ്കുള്ള വ്യക്തിപ്രതിഭകളെ അത്തരത്തിൽ മാത്രം ചരിത്രകാരന്മാർ പരിഗണിച്ചു. മുതലാളിത്ത വികസനം മുന്നോട്ടു പോയി. വർഗസമരങ്ങളും സോഷ്യലിസ്റ്റ് ആശയങ്ങളും വ്യാപിച്ചതോടെ ചരിത്രം വർഗസമരങ്ങളുടെ ചരിത്രമായാലേ ശാസ്ത്രയുക്തം ആകൂ എന്ന ധാരണ പ്രബലപ്പെട്ടു. അതുകൊണ്ടാണ് മാർക്സും എംഗൽസും ചേർന്നെഴുതിയ *കമ്യൂണിസ്റ്റ് മാനിഫെസ്റ്റോ*യുടെ (1848) ഒന്നാം അധ്യായം ഇപ്രകാരം ആരംഭിച്ചത്: "നാളിതുവരെ നിലനിന്നിട്ടുള്ള എല്ലാ സമൂഹങ്ങളുടെയും ചരിത്രം വർഗസമരങ്ങളടെ ചരിത്രമാണ്."

ചരിത്രരചനാശൈലിയിൽ വന്ന ഈ മാറ്റത്തോടുകൂടിയാണ് വെറും ഐതിഹ്യങ്ങളും കഥാകഥനങ്ങളും എന്ന നിലവിട്ട് ചരിത്രം ഒരു മഹാശാസ്ത്രമായി വളരുന്നത്. പ്രകൃതിയിലെ മറ്റേത് പ്രതിഭാസവുംപോലെ മനുഷ്യസമൂഹവും കണ്ടെത്താവുന്ന ചില നിയമങ്ങൾക്ക് വിധേയമായി ഉദയംകൊള്ളുകയും നിരന്തരം വികസിക്കുകയും ചെയ്യുന്ന ഒന്നാണ് എന്നും ഈ വികാസഗതിയുടെ നിയമങ്ങൾ കണ്ടെത്തുകയാണ് .ഒരു ചരിത്രകാരന്റെ പ്രാഥമിക കർത്തവ്യം എന്നും ഉള്ള ധാരണ നിലവിൽ വന്നു. ഈ ചരിത്രവീക്ഷണത്തെ 'ചരിത്രപരമായ ഭൗതികവാദം' (ഹിസ്റ്റോറിക്കൽ മെറ്റീരിയലിസം) എന്നു വിളിക്കുന്നു. ചരിത്രപരമായ ഭൗതികവാദപ്രകാരം ചരിത്രത്തിന്റെ സ്രഷ്ടാക്കൾ ഏതെങ്കിലും വ്യക്തികളോ മേൽത്തട്ടിലുള്ള പ്രമാണിവർഗമോ അല്ല, ഏതു സമൂഹത്തിലും ബഹുഭൂരിപക്ഷം വരുന്ന അധ്വാനിക്കുന്ന ജനവിഭാഗമാണ്. വംശത്തിന്റെ തുടർച്ചയ്ക്ക് ഉപകരിക്കുന്ന വംശോൽപ്പാദനവും സമൂഹത്തിന്റെയും ജീവന്റെയും നിലനിൽപ്പിന് ആവശ്യമായ ഉപജീവനോപാധികളുടെ ഉൽപ്പാദനവുമാണ് മനുഷ്യന്റെ മൗലികമായ കർമങ്ങൾ. ഇവയിൽ ഉപജീവനോപാധികളാണ് നിരന്തരമായി മാറിക്കൊണ്ടിരിക്കുന്നത്. അതുകൊണ്ട് വംശോൽപ്പാദനത്തിന്റെ സംവിധാനവും ബന്ധങ്ങളും, സമൂഹത്തിന്റെ പരിണാമഗതിയിൽ പങ്ക് വഹിക്കുകയും അതു സംബന്ധിച്ച ആചാരാനുഷ്ഠാനങ്ങളിൽ മാറ്റങ്ങൾ വരുത്തുകയും ചെയ്യുന്നുണ്ടെന്നതിൽ തർക്കമില്ല. എന്നാൽ സമൂഹപരിണാമത്തെ രൂപപ്പെടുത്തുകയും ത്വരിതപ്പെടുത്തുകയും ചെയ്യുന്നതിൽ ഉപജീവനത്തിന് ആവശ്യമായ ഉൽപ്പാദന സമ്പ്രദായത്തിൽ വരുന്ന മാറ്റമാണ് നിർണായകം എന്ന് ചരിത്രപരമായ ഭൗതികവാദം അനുശാസിക്കുന്നു. *അർഥശാസ്ത്രനിരൂപണത്തിന് ഒരു സംഭാവന* (1859) എന്ന മാർക്സിന്റെ ഗ്രന്ഥത്തിലെ പ്രസിദ്ധമായ ഒരു വിവരണം എങ്ങനെ ചരിത്രം ശാസ്ത്രമായി വളർന്നു എന്ന് വിവരിക്കുന്നു:

> തങ്ങളുടെ നിലനിൽപ്പിനുവേണ്ടിയുള്ള സാമൂഹ്യോൽപ്പാദനത്തിനിടയിൽ ആളുകൾ അനുപേക്ഷണീയമായും നിശ്ചിതബന്ധങ്ങളിൽ ഏർപ്പെടുന്നു. ഈ ബന്ധങ്ങൾ അവരുടെ ഇച്ഛയിൽനിന്ന്

സ്വതന്ത്രമായിട്ടുള്ളതാണ്. അതായത്, അവരുടെ ഭൗതികമായ ഉൽപ്പാദനശക്തികളുടെ വികാസത്തിലെ ഒരു നിർദിഷ്ട ഘട്ടത്തിന് ചേർന്ന ഉൽപ്പാദനബന്ധങ്ങളാണിവ. ഈ ഉൽപ്പാദനബന്ധങ്ങളുടെ സാകല്യമാണ് സമൂഹത്തിന്റെ സാമ്പത്തിക ഘടനയുടെ അടിസ്ഥാനം; നിയമപരവും രാഷ്ട്രീയവുമായ ഒരു മേൽക്കൂരയ്ക്കുള്ള യഥാർഥ അടിത്തറ ഇതാണ്. സാമൂഹ്യബോധത്തിന്റെ നിശ്ചിത രൂപങ്ങൾ ഇതുമായി പൊരുത്തപ്പെടുന്നതുമായിരിക്കും. ഭൗതിക ജീവിതത്തിന്റെ ഉൽപ്പാദനസമ്പ്രദായമാണ് സാമൂഹ്യവും രാഷ്ട്രീയവും ബുദ്ധിപരവുമായ ജീവിതത്തിന്റെ സാമാന്യ പ്രക്രിയയ്ക്ക് കളമൊരുക്കുന്നത്. മനുഷ്യരുടെ ബോധം അവരുടെ അസ്തിത്വം നിർണയിക്കുകയല്ല ചെയ്യുന്നത്. അവരുടെ സാമൂഹ്യമായ അസ്തിത്വം അവരുടെ ബോധത്തെ നിർണയിക്കുകയാണ് ചെയ്യുന്നത്. വികാസത്തിന്റെ ഒരു പ്രത്യേകഘട്ടത്തിൽ സമൂഹത്തിന്റെ ഉൽപ്പാദനശക്തികളും നിലവിലുള്ള ഉൽപ്പാദനബന്ധങ്ങളും തമ്മിൽ — നിയമഭാഷയിൽ പറഞ്ഞാൽ, ഏതൊരു സ്വത്തുടമബന്ധങ്ങളുടെ ചട്ടക്കൂടിനുള്ളിലാണോ അവ ഇതുവരെ പ്രവർത്തിച്ചു വന്നത് ആ സ്വത്തുടമബന്ധങ്ങളും തമ്മിൽ — ഒരു സംഘട്ടനമുണ്ടാകുന്നു. ഉൽപ്പാദനശക്തികളുടെ വികാസരൂപങ്ങളെന്ന നില വിട്ട് ഈ ബന്ധങ്ങൾ അവയെ കെട്ടിയിരുന്ന കാൽച്ചങ്ങലകളായി മാറുന്നു. അതോടെ സാമൂഹ്യവിപ്ലവത്തിന്റെ ഒരു യുഗം ആരംഭിക്കുന്നു. സാമ്പത്തികമായ അടിത്തറയിലുണ്ടാകുന്ന മാറ്റങ്ങൾ, ഇന്നല്ലെങ്കിൽ നാളെ, ഭീമമായ മേൽക്കൂരയുടെയാകെയുള്ള പരിവർത്തനത്തിന് വഴിതെളിക്കും. അപ്രകാരമുള്ള പരിവർത്തനങ്ങളെപ്പറ്റി പഠിക്കുമ്പോൾ ഉൽപ്പാദനത്തിന്റെ സാമ്പത്തികസാഹചര്യങ്ങളുടെ ഭൗതികമായ പരിവർത്തനവും — പ്രകൃതിശാസ്ത്രത്തിന് ഉള്ളത്ര കൃത്യതയോടെ നിർണയിക്കാൻ കഴിയുന്ന ഒന്നാണത് — നിയമപരമോ രാഷ്ട്രീയമോ മതപരമോ കലാപരമോ തത്വശാസ്ത്രപരമോ ആയ പരിവർത്തനവും തമ്മിൽ — ചുരുക്കത്തിൽ, ഏതെല്ലാം പ്രത്യയശാസ്ത്രപരമായ രൂപങ്ങളിലാണോ ആളുകൾ ഈ സംഘട്ടനത്തെപ്പറ്റി ബോധവാന്മാരാവുകയും സമരം ചെയ്ത് അതിനു പരിഹാരം കാണുകയും ചെയ്യുന്നത് ആ രൂപങ്ങളും തമ്മിൽ — എല്ലായ്പ്പോഴും വേർതിരിച്ചുകാണേണ്ടത് ആവശ്യമാണ്.

II

മാർക്സിന്റെയും എംഗൽസിന്റെയും തികച്ചും ശരിയും ശാസ്ത്രീയവുമായ ഈ കാഴ്ചപ്പാട് പിൽക്കാലത്ത് ചില തെറ്റിദ്ധാരണകൾക്ക് വഴിവച്ചു. ഒരു മഹായന്ത്രംപോലെ ചില നിയമങ്ങൾ അനുസരിച്ച് അപ്ര

തിഹതമായി മുന്നോട്ട് ഉരുണ്ടു നീങ്ങുന്ന സമൂഹത്തിന്റെ നിർജീവമായ ആണികളോ ചക്രങ്ങളോ മാത്രമാണ് മനുഷ്യർ എന്നും അവർക്ക് സമൂഹ ചലനത്തിൽ ഒരു പങ്കുമില്ലെന്നും ഉള്ള ധാരണയാണ് പരന്നത്. അതു പോലെ എല്ലാ സമൂഹചലനങ്ങളുടെയും പ്രേരകശക്തി സാമ്പത്തിക ഘടകങ്ങൾ മാത്രമാണെന്നും സാമ്പത്തിക ഘടകങ്ങളാൽ വിധിക്കപ്പെട്ട വിധത്തിലുള്ള സമൂഹചലനത്തിൽ ആശയങ്ങൾക്കോ ആദർശങ്ങൾക്കോ അവയുടെ ഉൽപ്പാദകരായ മനുഷ്യർക്കോ ഒരു പങ്കും ഇല്ലെന്നുംവരെ ചിലർ—അവരിൽ അനുകൂലികൾ എന്നപോലെ പ്രതികൂലികളുംപെടും—എഴുതിപ്പിടിപ്പിച്ചു. അതിരുകടന്ന ഇത്തരം 'യാന്ത്രിക' ഭൗതികവാദത്തെ എംഗൽസ് തന്നെ പിൽക്കാലത്ത് തിരുത്താൻ ശ്രമിക്കുകയുണ്ടായി. റഷ്യൻ മാർക്സിസത്തിന്റെ പിതാവായി പരിഗണിക്കപ്പെടുന്ന ഗ്യോർഗി പ്ലഹനോവ് *വ്യക്തികൾക്ക് ചരിത്രത്തിലുള്ള പങ്ക്* എന്ന ശീർഷകത്തിൽ ഒരു പ്രബന്ധംതന്നെ (ഒരു ലഘു ഗ്രന്ഥം) രചിക്കുകയുണ്ടായി. ഈ പ്രശ്നത്തിന്റെ നാനാവശങ്ങളെയും പ്ലഹനോവ് അതിൽ പരിശോധിക്കുന്നുണ്ട്.

മനുഷ്യർക്ക് പൊതുവെയും മഹതിമഹാന്മാരായ വ്യക്തികൾക്ക് പ്രത്യേകിച്ചും ചരിത്രത്തിലുള്ള പങ്ക് മാർക്സോ എംഗൽസോ നിഷേധിക്കുന്നില്ലെന്ന് പ്ലഹനോവ് ഈ കൃതിയിൽ സമർഥിക്കുന്നു. എന്താണ് ഒരാളുടെ ചരിത്രത്തിലുള്ള സ്ഥാനത്തെയും ആ വീക്ഷണത്തോടുകൂടിയ മഹത്വത്തെയും നിർണയിക്കുന്നത്? സമൂഹത്തിന്റെ അനിവാര്യവും നിരന്തരവുമായ പരിവർത്തനത്തിന്റെ നിയമങ്ങളും ദിശയും മനസിലാക്കി ആ പരിവർത്തനത്തെ ത്വരിതപ്പെടുത്താനും സുഗമമാക്കാനും ശ്രമിക്കുന്ന വ്യക്തിയാണ് ഈ ചരിത്രവീക്ഷണപ്രകാരം മഹതിയെന്നോ മഹാനെന്നോ ഉള്ള വിശേഷണത്തിന് അർഹത നേടുന്നത്. മാർക്സ്, എംഗൽസ്, ലെനിൻ, മൗ, ഹോ ചി മിൻ തുടങ്ങിയവർ ഈ സാമൂഹ്യപരിവർത്തന നിയമങ്ങൾ പഠിച്ച് അതുപ്രകാരം പ്രവർത്തിച്ചവരാണ്. ഇറ്റലിയിലെ മസ്സീനി, അമേരിക്കയിലെ ലിങ്കൺ, ചൈനയിലെ സൺയാത്സൺ, ഇന്ത്യയിലെ മഹാത്മാഗാന്ധി മുതലായ യുഗപ്രഭാവന്മാർ — അവരെല്ലാം മാർക്സിസ്റ്റ് ചരിത്രശാസ്ത്രം പഠിച്ചുകൊണ്ടല്ലെങ്കിലും — സഹജാവബോധം കൊണ്ടും ദേശസ്നേഹംകൊണ്ടും മാനവികതകൊണ്ടും തങ്ങളുടെ രാഷ്ട്രത്തിന്റെയും ജനതയുടെയും പുരോഗതി ഏതു വഴിക്കാകണം എന്നതിനെക്കുറിച്ച് ചില സങ്കൽപ്പനങ്ങൾക്ക് രൂപം നൽകി മുന്നോട്ട് പോയവരാണ്. ഈ സങ്കൽപ്പനങ്ങൾ സമൂഹത്തിന്റെയും രാഷ്ട്രത്തിന്റെയും പുരോഗതിയുമായി പൊരുത്തപ്പെട്ടതിനാൽ അവർ വലിയൊരു അതിർത്തിവരെ വിജയിക്കുകയും മഹത്വം നേടുകയും ചെയ്തു. ബുദ്ധിസാമർഥ്യം, പാണ്ഡിത്യം, കർമകുശലത തുടങ്ങിയ കാര്യങ്ങളിൽ ഈ മഹാവ്യക്തികളുടെ കാലത്ത് അവരേക്കാൾ ഉയർന്ന പലരും ഉണ്ടായിരുന്നു എങ്കിലും അവരുടെ ജീവിതവും ചിന്തയും കർമവും സമൂഹത്തിന്റെ പുരോഗതിക്ക് അനുരോധം അല്ലാതിരുന്നതിനാൽ അവർ ചരിത്രത്തിൽ വിസ്മരിക്കപ്പെടുകയോ താഴ്ന്ന പദവികൾകൊണ്ട് തൃപ്തിപ്പെടുകയോ ചെയ്യേണ്ടിവന്നു.

ഉദാഹരണത്തിന് ഗാന്ധിയുടെ സമകാലികരും പൊതുരംഗത്ത് പ്രശസ്തരുമായിരുന്ന തേജ് ബഹാദൂർ സപ്രു, എം ആർ ജേക്കർ, സർ സി പി രാമസ്വാമി അയ്യർ, ശ്രീനിവാസശാസ്ത്രി തുടങ്ങിയ എത്രയോ പേർ അദ്ദേഹത്തേക്കാൾ ബുദ്ധിസാമർത്ഥ്യത്തിലും പാണ്ഡിത്യത്തിലും മുൻപന്തിയിലായിരുന്നു. കേരളത്തിൽ തന്നെ പട്ടം താണുപിള്ള, ടി എം വർഗീസ്, സി കേശവൻ തുടങ്ങിയവർ തൊഴിലും പരിശീലനവും കൊണ്ട് അഭിഭാഷകർ ആയിരുന്നു. എങ്കിലും അവരേക്കാൾ ഒക്കെ നിയമപരിജ്ഞാനത്തിലും വാദസാമർത്ഥ്യത്തിലും എത്രയോ മുൻപന്തിയിലായിരുന്നു തൈക്കാട് സുബ്രഹ്മണ്യഅയ്യരും പുതുപ്പള്ളി കുഞ്ഞുകൃഷ്ണപിള്ളയും മള്ളൂർ ഗോവിന്ദപ്പിള്ളയും മറ്റും. പക്ഷേ, അഖിലേന്ത്യാതലത്തിലും കേരള നിലവാരത്തിലും ഈ വിവരണങ്ങളിലെ അതി പ്രഗത്ഭരായ രണ്ടാം നിരക്കാർ ഒന്നാം നിരക്കാരുടെ പിന്നിലേക്ക് ചരിത്രത്തിൽ തള്ളപ്പെട്ടത് ഓർത്തുനോക്കുക.

ചരിത്രത്തിന്റെ ഗതിക്രമത്തെയും ഭാവിസ്വരൂപത്തെയും കുറിച്ച് ചില മഹതീമഹാന്മാർ ബോധപൂർവം അല്ലെങ്കിലും വൈകാരികമായ ഉൾക്കാഴ്ചകൊണ്ട് ശരിയായ ചില നിഗമനങ്ങളിൽ എത്തിച്ചേർന്ന് ചരിത്രപുരോഗതിയിൽ ക്രിയാത്മക പങ്ക് വഹിച്ചു എന്നു വരാം. വേറെ ചിലർ അത്ര അഭികാമ്യമല്ലെന്ന് നമുക്ക് തോന്നുന്ന അധികാരദുരയും മറ്റ് സ്വാർഥ മോഹങ്ങളും മൂലം ചരിത്രപ്രവാഹത്തിന് യോജിച്ച രീതിയിൽ പ്രവർത്തിച്ച് പേരെടുത്തു എന്നും വരാം. ഗ്രീക്കുകാരനായ അലക്സാണ്ടറും റോമാക്കാരനായ ജൂലിയസ് സീസറും ഫ്രഞ്ചുകാരനായ നെപ്പോളിയനും റഷ്യക്കാരനായ ഐവാൻ ദി ടെറിബിളും മലയാളിയായ തിരുവിതാംകൂർ രാജാവ് മാർത്താണ്ഡവർമയും മറ്റും ഈ വകുപ്പിൽപ്പെട്ടവരാണെന്ന് കരുതാം. ഇവരൊക്കെ വെറും പാമരൻ ആണെന്നോ സ്വാർഥമതികൾ മാത്രമായിരുന്നു എന്നോ അല്ല വിവക്ഷ. പക്ഷേ, ജീവിതത്തിൽ അവർ നേടിയ ഐതിഹാസിക വിജയങ്ങൾക്ക് അനുസൃതമായ വിധത്തിൽ ചരിത്രഗതിയെക്കുറിച്ചുള്ള ധാരണയോ ദിശാബോധമോ അവർക്ക് ഉണ്ടായിരുന്നു എന്നതിന് വേണ്ടത്ര തെളിവുകൾ ഇല്ല.

ഇതുപോലുള്ള നിരവധി അനിഷേധ്യമായ തെളിവുകളും യുക്തിയും ഉപയോഗിച്ച് ചരിത്രപരമായ ഭൗതികവാദം ചരിത്രത്തിൽ വ്യക്തിപ്രതിഭകൾക്കുള്ള സ്ഥാനത്തെ നിഷേധിക്കുന്നില്ല എന്ന് പ്ലഹനോവ് സമർഥിക്കുന്നു.

III

ഈ കാഴ്ചപ്പാട് പ്രകാരമാണ് ഇന്ത്യൻ തൊഴിലാളിവർഗ വിപ്ലവപ്രസ്ഥാനത്തിലെ മികവുറ്റ പോരാളികളും സംഘാടകരും ത്യാഗികളും ആയ എഴുപത്തിയൊന്ന് പേരുടെ ലഘുനഖചിത്രങ്ങൾ സി ഭാസ്കരൻ വരച്ചുതരുന്നത്. ഇ എം എസ്, എൻ ഇ ബാലറാം, എം എസ് ദേവദാസ്,

കെ ദാമോദരൻ തുടങ്ങിയ കമ്യൂണിസ്റ്റ് പ്രസ്ഥാനത്തിന്റെ പ്രഗത്ഭമതികളായ ആദ്യകാല നേതാക്കൾക്കുശേഷം ലോകത്തിലെയും ഇന്ത്യയിലെയും കമ്യൂണിസ്റ്റ് പ്രസ്ഥാനത്തിന്റെ ചരിത്രത്തിൽ സി ഭാസ്കരനോളം അവഗാഹം നേടിയവർ ചുരുങ്ങും. ദീർഘകാലത്തെ വിവരശേഖരണത്തിന്റെയും പഠനത്തിന്റെയും ഉൽപ്പന്നമാണ് ഇപ്പോൾ അദ്ദേഹം എഴുതി പ്രസിദ്ധീകരിക്കുന്ന ഈ കൃതി. കമ്യൂണിസ്റ്റ് പ്രസ്ഥാനത്തിന്റെ വീരചരിത്രം പണിമുടക്കുകളുടെയും സമരങ്ങളുടെയും വരണ്ട ഒരാഖ്യാനം മാത്രമല്ല. ചരിത്രത്തിന്റെ അസ്ഥിപഞ്ജരത്തിന് മജ്ജയും മാംസവും ജീവനും നൽകുന്നത് മനുഷ്യകഥാനുഗാനങ്ങളാണ്. അതാണ് ഭാസ്കരൻ ഇവിടെ നിർവഹിക്കുന്നത്. ഹൃദയംഗമമായ ഒരാഖ്യായികയിലെ കഥാപാത്രങ്ങളെപ്പോലെ പ്രേമവും പ്രേമഭംഗവും വീര്യവും തളർച്ചയും ആശയും നിരാശയും എല്ലാം അനുഭവപ്പെട്ട മനുഷ്യരുടെ കഥയാണ് മാനവികതയുടെ മൂർത്തിമദ്ഭാവമായ കമ്യൂണിസ്റ്റ് പ്രസ്ഥാനത്തിന്റെ ചരിത്രം. നീണ്ടകാലത്തെ തടവറകളും പീഡനങ്ങളും ദാരിദ്ര്യാനുഭവങ്ങളും രോഗവും വേദനയും എല്ലാം ഉള്ള സാധാരണ മനുഷ്യരുടെ ചരിത്രമാണത്. പക്ഷേ, ആദർശസുന്ദരമായ ഒരു ലക്ഷ്യവും മനുഷ്യസ്നേഹപ്രചോദിതമായ ദിശാബോധവും വിജയങ്ങൾ എന്നപോലെ പരാജയങ്ങളും ഏറ്റുവാങ്ങാനുള്ള സ്ഥിതപ്രജ്ഞയും അവരെ നമ്മുടെ സമൂഹത്തിലെ സവിശേഷ പ്രതീകങ്ങളായി ഉയർത്തുന്നു. സാധാരണ രീതിയിലുള്ള ദേവാലയ സന്ദർശനങ്ങളിലോ ഈശ്വര ആരാധനയിലോ വിശ്വസിക്കാതെ തന്നെ ധർമനിരതമായ ആദർശജീവിതം നയിക്കാൻ കഴിയുമെന്ന് തെളിയിച്ചവരാണ് അവരിൽ ഭൂരിപക്ഷവും. ആദിമ ക്രിസ്തുമതത്തിന്റെ ചരിത്രം വിവരിക്കുന്ന ഘട്ടത്തിൽ, ആധുനിക സോഷ്യലിസ്റ്റുകാരെ സ്വഭാവശുദ്ധി, ത്യാഗസന്നദ്ധത, ലക്ഷ്യബോധം, സ്വപ്രത്യയസ്ഥൈര്യം എന്നിവയിൽ ആദിമക്രിസ്ത്യാനികളോട് എംഗൽസ് ഉപമിക്കുകയുണ്ടായി.

കമ്യൂണിസ്റ്റ് പ്രസ്ഥാനം ഇന്ത്യയിലായാലും വിദേശങ്ങളിലായാലും വളരുന്നത് അവരുടെ ആദർശത്തിന്റെ നൈർമല്യവും സിദ്ധാന്തത്തിന്റെ സാധുതയുംകൊണ്ട് മാത്രമല്ല. സി ഭാസ്കരൻ ഈ പുസ്തകത്തിൽ വിവരിക്കുന്നതും ഇനിയും അദ്ദേഹം മറ്റു പുസ്തകങ്ങളിൽ വിവരിച്ചേക്കാവുന്നതുമായ കമ്യൂണിസ്റ്റ് പ്രവർത്തകരുടെ മാതൃകാ ജീവിതവും ജനങ്ങളിൽ അനേകായിരങ്ങളെ ആകർഷിക്കുന്നു. ഭാസ്കരൻ ഈ പുസ്തകത്തിൽ ഹൃദയസ്പൃക്കായി വിവരിക്കുന്ന വീരപുരുഷന്മാരുടെയും വീരവനിതകളുടെയും ചരിത്രം അനേകരെ അവരുടെ മാർഗത്തിലേക്ക് ആനയിക്കും എന്നതിൽ സംശയമില്ല. കൃഷ്ണപിള്ളയെയും ഇ എം എസിനെയും എ കെ ജിയെയും മറ്റും ജനലക്ഷങ്ങൾ ആരാധിക്കുന്നത് അവർ സ്വായത്തമാക്കിയ മാർക്സിസ്റ്റ് സിദ്ധാന്തങ്ങൾ ഗ്രഹിച്ചിട്ടല്ലല്ലോ. ആ സിദ്ധാന്തങ്ങൾ ഗ്രഹിച്ചിട്ടും അവയുമായി യോജിക്കാൻ കഴിയാത്തവർ പോലും അവരെ ആദരിക്കുന്നുണ്ടെങ്കിൽ അതിനുകാരണം അവരുടെ വ്യക്തിപ്രഭാവവും മനുഷ്യസ്നേഹവും ത്യാഗവുമാണ്. സി ഭാസ്കരൻ

ഈ കൃതിയുടെ രചനയിലൂടെ കമ്യൂണിസ്റ്റുകാരുടെ മാത്രമല്ല മലയാള വായനക്കാരുടെ മുഴുവൻ കൃതജ്ഞതയ്ക്ക് അർഹനായിരിക്കുന്നു. ഈ നിരയിൽ വരേണ്ട അനേകം പേർ ഇനിയും അവശേഷിക്കുന്നു. അവരും ഭാസ്കരന്റെ ഭാവികൃതികളിലൂടെ നമ്മുടെ വായനയ്ക്കും ആരാധനയ്ക്കുമായി സമർപ്പിക്കപ്പെടും എന്ന് പ്രതീക്ഷിക്കട്ടെ.

എ കെ ജിയെപ്പറ്റി ഒ എൻ വി എഴുതിയ വരികളോടെ ആരംഭിച്ച ഈ അവതാരിക വയലാർ രാമവർമയുടെ ഏതാനും ഈരടികൾകൊണ്ട് ഉപസംഹരിക്കാം.

വിപ്ലവത്തിൻ സനാതനസത്യം
വിശ്വമാകെ വിളംബരം ചെയ്യാൻ
സൗഹൃദത്തിന്റെ നന്ദനോദ്യാന
സൗരവീഥിയിൽപ്പോലും വിടർത്താൻ,
ജീവിതപ്രേമഗാനസന്ദേശം
ഭാവിതൻ ചുണ്ടിൽ മായാതെ നിർത്താൻ,
നൂറുനൂറുയുഗങ്ങളിൽക്കൂടി
കേറിവന്ന മനുഷ്യന്റെ രൂപം!
പച്ചമണ്ണിൽ,– പുരുഷാന്തരങ്ങൾ
പിച്ചവച്ചു വളർന്നൊരീ മണ്ണിൽ,–
ഞാനിതാ വാർത്തുയർത്തുകയാണീ
ഗാനസാന്ദ്രമാം ജീവിതശില്പം!

എ കെ ജി പഠനഗവേഷണകേന്ദ്രം
റിപ്പബ്ലിക്ക് ദിനം 2002

ചരിത്രമായി മാറുന്ന ജീവചരിത്രം

കെ ഇ എൻ

"പണ്ടു പണ്ട്, ഓന്തുകൾക്ക് മുമ്പ്, ദിനോസറുകൾക്കും മുമ്പ്, ഒരു സായാഹ്നത്തിൽ രണ്ട് ജീവബിന്ദുക്കൾ നടക്കാനിറങ്ങി, അസ്തമയത്തിലാറാടി നിന്ന ഒരു താഴ്‌വരയിലെത്തി. "ഇതിന്റെ അപ്പുറം കാണണ്ടേ?" ചെറിയ ബിന്ദു വലിയതിനോടു ചോദിച്ചു.

"പച്ചപിടിച്ച താഴ്‌വര", ഏട്ടത്തി പറഞ്ഞു, "ഞാനിവിടെത്തന്നെ നിൽക്കട്ടെ."

"എനിക്കു പോകണം" അനുജത്തി പറഞ്ഞു.

അവളുടെ മുമ്പിൽ കിടന്ന അനന്തപഥങ്ങളിലേക്ക് അനുജത്തി നോക്കി.

"നീ ചേച്ചിയെ മറക്കുമോ?" ഏട്ടത്തി ചോദിച്ചു. "മറക്കില്ല" അനുജത്തി പറഞ്ഞു.

"മറക്കും" ഏട്ടത്തി തേങ്ങി. ഇതു കർമപരമ്പരയുടെ സ്നേഹരഹിതമായ കഥയാണ്. ഇതിൽ അകൽച്ചയും ദുഃഖവും മാത്രമേയുള്ളൂ.

അനുജത്തി നടന്നകന്നു. അസ്തമയത്തിന്റെ താഴ്‌വരയിൽ ഏട്ടത്തി തനിച്ചുനിന്നു. പായൽക്കുരുന്നിൽ നിന്ന് വീണ്ടുമവൾ വളർന്നു. വലുതായി. വേരുകൾ പിതൃക്കളുടെ കിടപ്പറയിലേക്കിറങ്ങി. മൃതിയുടെ മുലപ്പാലുകുടിച്ച് ചില്ലകൾ പടർന്ന് തിടംവെച്ചു. കണ്ണിൽ സുറുമയും കാലിൽ തണ്ടയുമിട്ട ഒരു പെൺകുട്ടി ചെതലിയുടെ താഴ്‌വരയിൽ പൂവിറുക്കാനെത്തി. അവിടെ തനിച്ചു നിന്ന ചെമ്പകത്തിന്റെ ചില്ലയൊടിച്ചു പൂ നുള്ളിയെടുത്തപ്പോൾ ചെമ്പകം പറഞ്ഞു: "അനുജത്തി, നീയെന്നെ മറന്നുവല്ലേ...."

(*ഖസാക്കിന്റെ ഇതിഹാസം*)

വിസ്മൃതിയിലേക്ക് വീഴുന്ന ബന്ധങ്ങളെക്കുറിച്ചോർത്ത് ഒ വി വിജയന്റെ ചെമ്പകം ദുഃഖാർദ്രയാവുന്നു. അവൾ പറയുകയല്ല വിതുമ്പുകയാണ്. "അനുജത്തീ, നീയെന്നെ മറന്നുവല്ലേ" എന്ന അവളുടെ ചോദ്യം കണ്ണീരിലാഴ്ന്ന് കിടക്കുന്നൊരാത്മഗതമാണ്. തന്നെ മറന്നിട്ടും അനുജത്തിയെക്കുറിച്ചോർക്കുകയും അവളോട് പൊറുക്കുകയും ചെയ്യുന്ന ഒരു ചേച്ചിയുടെ ഹൃദയ വിശാലത, കനിവിന്റെ കണ്ണുനീർ വറ്റാത്ത, മനസുകളിലൊക്കെയും സ്വന്തം സ്നേഹമുദ്ര പതിപ്പിക്കുക തന്നെ ചെയ്യും! ഇത്തരമൊരു തരളസന്ദർഭത്തിനിടയിൽ ഓർമകൾകൊണ്ട് ജടപിടിച്ച ഭൂമിയിലെ മനുഷ്യജീവിതത്തിന് തീ പിടിക്കുന്ന കാര്യം പക്ഷേ, ശ്രദ്ധിക്കപ്പെടാതെ പോകുന്നു! ഓർമകൾ പൂത്തു നിൽക്കുന്ന സ്വന്തം ചേച്ചിയുടെ കണ്ണ് പറിച്ചെടുക്കുന്ന അനിയത്തി *ഖസാക്കിന്റെ ഇതിഹാസ*ത്തിലെ ആഖ്യാനത്തെ സംബന്ധിച്ചിടത്തോളം വെറുമൊരു ഉപകരണമാണ്.

ജീവിതം കർമപരമ്പരകളുടെ സ്നേഹരഹിതമായ കഥയാണ് എന്ന ആഖ്യാതാവിന്റെ വീക്ഷണം ഉറപ്പിക്കാനുള്ള ഒരു ഉപാധിമാത്രമാണിത്. ഒ വി വിജയന്റെ ചെമ്പകം സംസാരിക്കുന്നത് മനോഹരമായ ഒരതീത ഭാഷയിലാണ്. പക്ഷേ, അതിന് പിന്നിൽ പ്രവർത്തിക്കുന്ന പ്രത്യയശാസ്ത്രം ഒട്ടും മനോഹരമല്ല, വളരെ മാരകമാണ്. എല്ലാം ഓർക്കുന്ന ഏട്ടത്തിയെയും ഒന്നും ഓർക്കാത്ത അനിയത്തിയെയും മുൻനിർത്തി ആഖ്യാതാവ് മറവിക്ക് ഒരാധ്യാത്മിക മാനം നിർമിക്കുകയാണ്. പ്രകൃതിയോടുള്ള നാഗരികതയുടെ നിന്ദപോലും പ്രസ്തുത അനുഭവത്തെ പ്രതിഷ്ഠിക്കുന്ന പ്രത്യയശാസ്ത്രത്തിന്റെ പരിമിതി നിമിത്തം അലസിപ്പോകുന്നു. കണ്ണിൽ സുറുമയും കാലിൽ തണ്ടയുമിട്ട, ചെമ്പകത്തിന്റെ ചില്ലയൊടിച്ച് പൂ നുള്ളിയെടുക്കുന്ന പെൺകുട്ടി അതുകൊണ്ടാണ് ആഖ്യാനത്തിൽ പ്രസക്തയാകുന്നത്. മറവിയുടെ മാറാപ്പ് ജീവിതാന്ത്യം വരെ ചുമക്കുന്ന ഒരു മാംസപിണ്ഡമായി അവൾ മാറിപ്പോകുന്നതിനു പിന്നിൽ പതിയിരിക്കുന്നത് പരിണാമത്തെക്കുറിച്ചുള്ള പിന്നിപ്പോയ ഒരു ജീവിതവീക്ഷണമാണ്. മറവി പരിണാമചരിത്രങ്ങളിലൊക്കെയും ചുരുണ്ടുകിടക്കുന്ന വിവരണാതീതമായ ഏതോ ആധ്യാത്മിക വിഹ്വലതയാണെന്ന സമീപനങ്ങൾക്കെല്ലാമടിയിൽ മനുഷ്യരാശിയെക്കുറിച്ചുള്ള സങ്കുചിതവീക്ഷണമാണ് മറഞ്ഞുകിടക്കുന്നത്. സംഭവബഹുലമായ മനുഷ്യജീവിതം കർമപരമ്പരകളുടെ സ്നേഹരഹിതമായ കഥയല്ല. "സ്നേഹം താൻ ജീവിതം/സ്നേഹവ്യാഹിതിതന്നെ മരണം" എന്ന ഗംഭീരമായ തിരിച്ചറിവാണത്. ഒന്നിനുപിറകെ മറ്റൊന്നായും ക്രമരഹിതമായ കൂട്ടമായും കടന്നെത്തുന്ന എത്രയെത്ര ഓർമകളുടെ ഘോഷയാത്രയാണത്. മറവിയുടെ മടിയിൽ തലചായ്ച്ച് മയങ്ങുമ്പോഴല്ല, ഇരമ്പുന്ന ഓർമകൾക്കിടയിൽ വച്ച് ഉണരുമ്പോഴാണ്, മനുഷ്യജന്മം മഹത്താവുന്നത്. മരണത്തെ മുന്നിൽ കണ്ടപ്പോഴും ജീവിതത്തിന്റെ പുസ്തകത്തിൽ കക്കാട് അമർത്തിക്കുറിച്ചത് ഒരു വാക്കുമാത്രം. "ഓർമകളുണ്ടായിരിക്കണം......" ശത്രുവിനും മിത്രത്തിനുമിടയിൽ വിട്ടുവീഴ്ചയില്ലാത്ത വേർതിരിവായി, തിളച്ചുമറിയുന്ന

തിരിച്ചറിവുകളുടെ ആളിക്കത്തുന്ന തീപ്പന്തമായി, ഭാവിയിലേക്ക് കുതിക്കാൻ വെമ്പിനിൽക്കുന്ന വർത്തമാനത്തിന്റെ വീര്യവിസ്മയങ്ങളായി എന്നുമെന്നും ഓർമകളുണ്ടായിരിക്കണം. സർവതും മറക്കുന്നവരെ എല്ലാം ഓർമിപ്പിക്കുവാനുള്ള ഏകവഴി തിളച്ചുമറിയുന്ന ജീവിതത്തിലേക്ക് അവരെ തിരിച്ചുവിളിക്കുക മാത്രമാണ്. ഇത്തരമൊരു തിരിച്ചുവിളിയുടെ ഗംഭീരമായ പ്രഖ്യാപനമാണ് പ്രമുഖ മാർക്സിസ്റ്റ് ചരിത്രകാരനായ സി ഭാസ്കരന്റെ 'ആദ്യകാല കമ്യൂണിസ്റ്റ് പഥികരെ'ക്കുറിച്ചുള്ള അന്വേഷണം. മിത്തിക്കൽ ഓർമകളുടെ ചെലവിൽ യഥാർഥ ഓർമകളെ അട്ടിമറിക്കാനുള്ള നവ ഫാസിസ്റ്റ് നീക്കങ്ങൾക്കെതിരെ നിതാന്ത ജാഗ്രത അത്യന്തം അനിവാര്യമായ ഒരു സന്ദർഭത്തിലാണ് ഇതുപോലൊരു കൃതി പുറത്തിറങ്ങുന്നത് എന്നത് അത്യന്തം പ്രസക്തമായിരിക്കുന്നു.

ഏതാനും പേർക്കായി മാത്രം
സമ്പത്തും അധികാരവും അറിവും
നൽകുന്നതിനെതിരായി
നിങ്ങൾ പോരാട്ടം തുടങ്ങി.
സമ്പത്തും അധികാരവും അറിവും
സാർവത്രികമാവാൻവേണ്ടി
നിങ്ങൾ ജീവനർപ്പിച്ചു.

ജീവത്യാഗം ചെയ്ത വിപ്ലവകാരികളുടെ ഓർമയ്ക്കായി മുമ്പ് ലെനിൻഗ്രാദിലെ മാഴ്സ് ഫീൽഡിൽ സ്ഥാപിച്ചിട്ടുള്ള സ്മാരകത്തിന്റെ കരിങ്കൽഭിത്തിയിൽ കൊത്തിവച്ചിട്ടുള്ള ഈ സമർപ്പണം ഈ കൃതിയെ സംബന്ധിച്ചിടത്തോളവും അത്യന്തം അന്വർഥമാകുന്നു.

രണ്ട്

ഇന്ത്യയിലെ നവ ഫാസിസ്റ്റുകളും മുസ്ലീം ഭീകരസംഘടനകളും ഒരേ സമയം താലിബാനിസത്തിന്റെ പ്രചാരകരായി പരിണമിക്കുന്ന സംഭ്രമജനകമായ കാഴ്ചയാണ് കേരളത്തിൽ കുറച്ചു കാലമായി കണ്ടുകൊണ്ടിരിക്കുന്നത്. അന്ധവിശ്വാസങ്ങൾക്കും അനാചാരങ്ങൾക്കുമെതിരെ ആഞ്ഞടിച്ച കേരളം പേടിപ്പിക്കുന്ന വേഗത്തിൽ പുനരുത്ഥാന സമീപനങ്ങളുടെ ഒരു കാഴ്ചബംഗ്ലാവായി മാറിക്കൊണ്ടിരിക്കുന്നു. ഒരു ഭാഗത്ത് മലയാളത്തിൽ പ്രസംഗിച്ചതിന് പള്ളി ഖത്തീബിന് ഭീഷണി, മറുഭാഗത്ത് സമസ്ത ജീവിത പ്രയാസങ്ങളും പരിഹരിക്കാൻ 650 രൂപ മാത്രം വിലയുള്ള മഹാലക്ഷ്മി യന്ത്രം എന്ന ഭാവി വാഗ്ദാനം. മക്തി തങ്ങൾ മുതൽ വക്കം മൗലവി വരെയുള്ളവർക്കുപകരം ഒരു വിഭാഗം ഇപ്പോൾ ബിൻലാദനിലും ആർ ഡി എക്സിലും ആവേശഭരിതരാവുന്നു. മറുവിഭാഗം വിവേകാനന്ദനെ വിട്ട് ഭഗവാൻ ബുഷിൽ വിലയം പ്രാപിച്ചുകൊണ്ടിരിക്കുന്നു. സാമ്രാജ്യത്വ വിരുദ്ധതയുടെ സ്ഥാനം മതസംഘർഷങ്ങൾ കയ്യേറാനാരംഭിക്കുന്ന ഏതൊരു കാലത്തും അനിവാര്യമായും സംഭവിക്കുന്ന അതേ

കാര്യങ്ങളാണ് കേരളത്തിലും ഇപ്പോൾ ആവർത്തിക്കുന്നത്. സാമ്രാജ്യത്വ ശത്രുക്കൾക്കെതിരെ ഐക്യപ്പെടേണ്ടവരെ വ്യാജശത്രു നിർമാണത്തിലേക്ക് വഴി തിരിച്ചു വിടുന്നതിൽ സാമ്രാജ്യത്വ ശക്തികൾ നേടിയ വൻ വിജയത്തിന്റെ പിറകിൽ എത്ര അച്ചടക്കത്തോടെയാണ് വൻകിട മാധ്യമങ്ങളും അതിന്റെ പുരോഹിതന്മാരായ കോളമിസ്റ്റുകളും മനുഷ്യരെ മുഴുവൻ അണിനിരത്തിക്കൊണ്ടിരിക്കുന്നത്. ഒരു ബുഷിനും മറ്റൊരു ലാദനുമിടയിൽ ലോകം ആരംഭിക്കുകയും അവസാനിക്കുകയും ചെയ്യുന്നു എന്ന മിത്തിന് ലഭിച്ച രാഷ്ട്രീയ അംഗീകാരത്തിന്റെ അനന്തര ഫലം കൂടിയായാണ് സമീപകാലത്ത് മതധ്രുവീകരണം ശക്തിപ്പെട്ടുകൊണ്ടിരിക്കുന്നത്. ആഗോള തമ്പുരാന്റെ തലയ്ക്ക് ആഞ്ഞടിച്ചവർ എന്ന മാധ്യമ പരസ്യം ലഭിച്ച അൽക്വയിദ–താലിബാൻ സഖ്യത്തിൽ ഒരു വിഭാഗം ആവേശഭരിതമായത് അത്രത്തോളം മറുവിഭാഗത്തെ ആശങ്കാകുലരാക്കുകയാണുണ്ടായത്. ലാദൻഭക്തിയും ലാദൻഭീതിയും കേരളത്തിൽ പ്രകടമായത് രണ്ട് മതവിഭാഗങ്ങൾക്കിടയിലെ ന്യൂനപക്ഷങ്ങൾ തമ്മിലുള്ള ഭാഗികമായ മസിൽപിടുത്ത രൂപത്തിലാണ്. സാർവദേശീയ – ഇന്ത്യൻ സാമ്പത്തികാവസ്ഥകളെക്കുറിച്ചുള്ള അവരുടെ വിശകലനങ്ങൾ അഥവാ വിശകലനമില്ലായ്മ ശ്രദ്ധിച്ചാൽ ഇക്കാര്യം വ്യക്തമാകും. സാമ്പത്തികശാസ്ത്രവും പ്രത്യയശാസ്ത്രവുമല്ല സംസ്കാരമാണ് ഇനി മുതൽ ലോകചരിത്രത്തിൽ നിർണായകമെന്ന സാമുവൽ ഹെണ്ടിംഗ്ടന്റെ നാഗരികതകളുടെ സംഘർഷമെന്ന സിദ്ധാന്തത്തിനകത്ത് കറങ്ങാനല്ലാതെ, അതിന് വെളിയിൽ കടക്കാനുള്ള കാര്യമായൊരു ശ്രമവും ഇവരിലൊരു വിഭാഗവും നടത്തുന്നതായി കാണുന്നില്ല. മുമ്പ് മുഴങ്ങിക്കേട്ട 'ഇന്ത്യയുടെ മോചനം ഇസ്ലാമിലൂടെ', 'ഇസ്ലാമിന്റെ അന്ത്യം ഇന്ത്യയിൽ തന്നെ' തുടങ്ങിയ ജനവിരുദ്ധ മുദ്രാവാക്യങ്ങളുടെ ഒരാവർത്തനം തന്നെയാണ് മാറിക്കൊണ്ടിരിക്കുന്ന സാർവദേശീയ സാഹചര്യങ്ങളുടെ പശ്ചാത്തലത്തിൽ ലാദൻ തരംഗ പ്രതിതരംഗത്തെ അടിസ്ഥാനമാക്കി ഇപ്പോഴും ഇവിടെ ഉയർന്നുകൊണ്ടിരിക്കുന്നത്. സെപ്തംബർ പതിനൊന്നിന്റെ യഥാർഥ പ്രതികൾ ആരെന്ന് ഇപ്പോഴും വ്യക്തമായി തെളിയിക്കപ്പെട്ടില്ലെന്നിരിക്കെ സങ്കുചിത സാമുദായിക ശക്തികൾക്ക് ഇതിലൊരു സംശയവുമില്ല. മനുഷ്യന്റെ പ്രാഥമികമായ യുക്തിബോധത്തെ ശിഥിലമാക്കുന്ന സാമ്രാജ്യത്വത്തെ നമ്മുടെ സാമാന്യബോധം സ്വീകരിക്കുന്നത് ഒരു മഹാനായകനായിട്ടാണ്. ആഭാസകരമായ ഒരു രാഷ്ട്രീയനാടകമാണ് സാമ്രാജ്യത്വ നേതൃത്വം ഇപ്പോൾ കേരളത്തിൽ അരങ്ങേറിക്കൊണ്ടിരിക്കുന്നത്. മതഭീകരതകളെക്കുറിച്ചുള്ള ഒച്ചവെക്കലുകൾ കൂടിക്കൊണ്ടിരിക്കെ മനുഷ്യരാശിയുടെ മുഖ്യശത്രുവായ സാമ്രാജ്യത്വം സ്വാതന്ത്ര്യത്തിന്റെയും നാഗരികതയുടെയും സംരക്ഷകനായി അഭിനയിക്കുന്നതിനെതിരെ വേണ്ടത്ര ഒച്ചവെയ്പ്പുകൾപോലും ഇപ്പോൾ ഉയരുന്നില്ല. 'കൂട്ടക്കൊലയിൽ ജനിച്ച് കൂട്ടക്കൊലയിൽ വളർന്ന് കൂട്ടക്കൊലകളിലൂടെ മാത്രം' നിലനിൽക്കുന്ന സാമ്രാജ്യത്വം ഭീകരവാദത്തിന്റെയും ഫാസിസത്തിന്റെയും ചുമലിൽ

കൈവച്ചുകൊണ്ടാണ് നിലനിൽക്കുന്നതെന്ന ചരിത്രവസ്തുത നമ്മുടെ ഭീകരവിരുദ്ധ ചിന്തകർ തിരിച്ചറിയുന്നില്ല. സ്വാതന്ത്ര്യത്തെക്കുറിച്ചും ജീവിതമൂല്യങ്ങളെക്കുറിച്ചുമുള്ള അമേരിക്കൻ വ്യാഖ്യാനം അവർ വെള്ളം കൂട്ടാതെ വിഴുങ്ങുന്നു. സാമ്രാജ്യത്വ വിരുദ്ധ ചിന്തകനെന്ന് ഒരു വിധേനയും വിമർശിക്കപ്പെട്ടിട്ടില്ലാത്ത രജനീഷിനുപോലും വാഴ്ത്തപ്പെടുന്ന സാമ്രാജ്യത്വ ബ്രാന്റ് സ്വാതന്ത്ര്യത്തെക്കുറിച്ച് ഇങ്ങനെ എഴുതേണ്ടിവന്നു എന്നതവർ വിസ്മരിക്കുന്നു. 'അമേരിക്കൻ മോഡൽ ജനാധിപത്യം' അർഥരാഹിത്യത്തിന്റെ അങ്ങേയറ്റമാണത്. അവരുടെ രാജ്യം സ്വാതന്ത്ര്യത്തെക്കുറിച്ചു പ്രസംഗിച്ചുനടക്കുന്ന കൊള്ളക്കാരുടെ ഒരു രാജ്യമാണ്. അമേരിക്കയിലെ ആളുകളെല്ലാം യഥാർഥത്തിൽ വിദേശികളത്രേ. ഇന്നു കാണുന്നതെല്ലാം അവർ കൊന്നൊടുക്കിയ 'റെഡ് ഇന്ത്യാ'ക്കാരുടെ വകയാണ്. മരിക്കാത്തവരെ റിസർവേഷൻ എന്നു പേരിട്ട കൊടുംകാട്ടിലേക്ക് ഓടിച്ചുവിടുകയായിരുന്നു. യഥാർഥത്തിൽ അവിടം ഹിറ്റ്ലറുടെ കോൺസൻട്രേഷൻ ക്യാമ്പുകൾക്ക് തുല്യമായിരുന്നു. മറ്റുള്ളവരുടെ സ്വത്തെല്ലാം ബലമായി കൈയടക്കിവയ്ക്കുക എന്നിട്ട് സ്വാതന്ത്ര്യത്തെക്കുറിച്ച് പ്രസംഗിക്കുക. നന്നായിട്ടുണ്ട് അവരുടെ പരിപാടി. വർത്തമാനകാല സമൂഹ വിമർശനങ്ങളുടെ വേരുകൾ ആത്യന്തികമായി അന്വേഷിക്കേണ്ടത്, സാമ്രാജ്യത്വത്തിൽ തന്നെയാണെന്ന അസന്ദിഗ്ധമായ രാഷ്ട്രീയബോധവും ബോധ്യവുമാണ് ആദ്യകാല കമ്യൂണിസ്റ്റ് പഥികരുടെ ജീവിതാനുഭവങ്ങൾ അർഥശങ്കയ്ക്കിടയില്ലാത്തവിധം വ്യക്തമായി ഉൽബോധിപ്പിക്കുന്നത്.

മൂന്ന്

ഇതൊരു സാമ്പ്രദായിക പ്രബന്ധസമാഹാരമല്ല മറിച്ച്, സമരശക്തികളുടെ സത്യവാങ്മൂലമാണ്. ഇത് വെറും ജീവചരിത്രക്കുറിപ്പുകളല്ല, ഒരു കാലഘട്ടത്തിന്റെ ജ്വലിക്കുന്ന ജീവിത തത്വശാസ്ത്രത്തിന്റെ തിളച്ചുമറിയുന്നൊരാമുഖമാണ്. ജീവചരിത്രത്തിന് ചരിത്ര ചൈതന്യങ്ങളുടെ ചുരുക്കെഴുത്തായി മാറാൻ കഴിയുമെന്ന് മാർക്സിസ്റ്റ് ചരിത്രകാരന്മാരിൽ ശ്രദ്ധേയനായ സി ഭാസ്കരൻ നമ്മെ ബോധ്യപ്പെടുത്തുന്നു. ഇന്നലെകൾ നാളെകളായി മാറുന്ന ഒരു വിസ്മയത്തിനുമുമ്പിലേക്ക് അയാൾ നമ്മെ ദയാരഹിതമായി വലിച്ചെറിയുന്നു. ഉപേക്ഷിക്കപ്പെട്ടവർക്കുവേണ്ടി സർവവും ഉപേക്ഷിക്കാൻ, ധീരമായി ഇറങ്ങിത്തിരിച്ച പ്രക്ഷോഭകാരികളായ കമ്യൂണിസ്റ്റുകാരുടെ ചരിത്രത്തിലൂടെയുള്ള അശാന്തമായ യാത്ര അവിസ്മരണീയമായ ഒരനുഭവമാണ്. രാഷ്ട്രീയബോധത്തിൽ ചിതൽ കയറ്റിക്കൊണ്ടിരിക്കുന്ന ഒരു കാലത്ത്, ഇത്തരമൊരു അനുഭവത്തിലൂടെ കടന്നു പോകുക എന്നുള്ളത് അസാധാരണമായ ഒരു അനുഭവമാണ്. ആത്മവിമർശനത്തിന്റെ പീഡനവും പുളകവും ഒരേ സമയം അത് നമുക്ക് പകർന്നു നൽകും. പ്രതിഷ്ഠകളുടെ തന്നെ പ്രഹസനാത്മകതയെ ഒരു ആൾക്കണ്ണാടി പ്രതിഷ്ഠിച്ച് ഒരു വലിയ ദാർശനിക പ്രക്ഷോഭം സൃഷ്ടിച്ച

ശ്രീനാരായണഗുരു കാഴ്ചയുടെ അശാന്തി അനുഭവിക്കുകയും അനുഭവിപ്പിക്കുകയും ചെയ്തപോലെ ഈ പുസ്തകവും മറ്റു പുസ്തകങ്ങളിൽ നിന്ന് ചരിത്രപരമായ ഒട്ടേറെ കാരണങ്ങളാൽ ഇപ്പോൾ വേറിട്ട് നിൽക്കുന്നു. സ്വന്തം കാലത്തോട് മൽപ്പിടുത്തം നടത്തിയ മഹാന്മാരായ കമ്യൂണിസ്റ്റുകാർ സ്വന്തം ജീവിതംകൊണ്ട് വരും കാലങ്ങളിലും പ്രകാശം പരത്തുന്ന മഹാമാതൃകകളായി മാറിയതിന് പിന്നിലുള്ള പണിപ്പുരകളിലേക്കാണ് ഈ ഗ്രന്ഥം പാരായണം ചെയ്യുന്നവർ ആരുടെയും അനുവാദത്തിന് കാത്തുനിൽക്കാതെ പ്രവേശിക്കുന്നത്. വ്യക്തിപരതയുടെ സങ്കുചിത തലങ്ങളിൽ നിന്ന് സാമൂഹ്യപരതയുടെ വിസ്തൃത തലങ്ങളിലേക്ക് എങ്ങനെയാണ് മനുഷ്യജീവിതം അത്യത്ഭുതകരമാംവിധം വികസിച്ചുകൊണ്ടിരിക്കുന്നതെന്ന് ആദ്യകാല കമ്യൂണിസ്റ്റ് പഥികരെ മുൻനിർത്തി വസ്തുതകളും വിവരങ്ങളും നിരത്തി വിശകലനവിധേയമാക്കുകയാണ് സി ഭാസ്കരൻ ചെയ്തിരിക്കുന്നത്. എളുപ്പങ്ങളിൽ പുളകം കൊള്ളുന്ന ഒരു കാലത്തിനു മുമ്പിൽ, പ്രയാസങ്ങളിൽ നിന്ന് കരുത്തും കാന്തിയും ഉൽപ്പാദിപ്പിക്കുന്ന മറ്റൊരു കാലത്തെ പ്രതിഷ്ഠിക്കുകയാണ് അദ്ദേഹം ചെയ്യുന്നത്. ചരിത്രത്തിന് ഭാവിയുടെ ചരിത്രം കൂടിയായി തീരാൻ കഴിയുമെന്ന്, സംഘടനാ സ്വാതന്ത്ര്യത്തിന്റെ ആകാശത്തിലെ അസ്തമനമറിയാത്തൊരു സൂര്യനാണെന്ന്, സമരങ്ങളാണ് ശരികളെന്ന്, സമർപ്പണമാണ് സത്യമെന്ന് പാടുന്ന നാളെകളെക്കുറിച്ചുള്ള സ്വപ്നം ജനാധിപത്യത്തിന്റ കാര്യപരിപാടികളിൽനിന്ന് നീക്കം ചെയ്യപ്പെടുക വയ്യെന്ന്, കീഴ്മേൽ മറിയുന്ന ഒരു കാലത്തിന്റെ നടുവിൽനിന്നും കമ്യൂണിസ്റ്റുകാർ ഇപ്പോഴും എപ്പോഴും ശഠിച്ചുകൊണ്ടേയിരിക്കും. വസ്തുതകളിലും വിവരങ്ങളിലും വിശ്രമിക്കാൻ ഒരവസരംകൂടി ഒരുക്കുകയില്ല. അസാധ്യതകളെ ആശ്ലേഷിക്കാനുള്ള അത്യന്തം അനിവാര്യമായ ഒരാവേശം ഉൽപ്പാദിപ്പിക്കുകയാണ് പരോക്ഷമായി ഈ കൃതിയുടെ രചനയിലൂടെ സി ഭാസ്കരൻ നിർവഹിക്കുന്നത്.

ജീവചരിത്രക്കുറിപ്പുകളുടെ ഒരു സമാഹാരം എന്ന നിലയിലല്ല, ചരിത്രത്തെ ചൈതന്യവൽക്കരിച്ചുകൊണ്ട് അതിനൊരു ജ്വലിക്കുന്ന ജീവിതം നൽകിയ സമരധീരതയുടെ ഇതിഹാസം എന്ന നിലയിൽ ഈ കൃതി എന്നുമെന്നും ഉയർന്നു നിൽക്കും. തിരിച്ചറിവുകളുടെ ഉത്സവമായിരിക്കെ ഇത് തിരിച്ചടികളുടെ കാരണങ്ങളിലേക്ക് തുറന്നുവെച്ച സ്വയം വിമർശനത്തിന്റെ ഒരു കണ്ണുകൂടിയാണ്. സ്വയമുയർത്തിപ്പിടിക്കുന്ന തത്വങ്ങൾക്കനുസരിച്ച് ജീവിക്കാനാവാതെ വരുന്ന നേരങ്ങളിൽ ഉതിർക്കാൻ ഒരു തുള്ളി കണ്ണീരെങ്കിലും നമ്മൾ കരുതി വെക്കണമെന്ന്, കുറ്റബോധത്തിന്റെ ഒരമ്മിവേണ്ട, ഒരമ്മിക്കുട്ടിയെങ്കിലും സ്വന്തം കഴുത്തിൽ കെട്ടിത്തൂക്കാൻ പാകത്തിൽ ഒരുക്കിവെക്കണമെന്ന് ഈ കൃതി പറയാതെ പറഞ്ഞുകൊണ്ടിരിക്കുന്നു.

ശരാശരിയാണ് ഏറ്റവും വലിയ ശരിയെന്ന് കരുതുന്ന ചരിത്രത്തിലെ ശരികേടുകളോട് സ്വന്തം ജീവിതംകൊണ്ട് ധീരമായി വിയോജിച്ച പ്രക്ഷോഭ

കാരികളുടെ ജീവിതമാണ് സി ഭാസ്കരൻ അനാർഭാടമായി അവതരിപ്പിക്കുന്നത്. വസ്തുതകളുടെയും വിവരങ്ങളുടെയും ലോകത്തിൽ വിശ്രമിക്കുന്നതിലല്ല അക്കാദമിക് ബുദ്ധിജീവികളിൽ നിന്ന് വ്യത്യസ്തമായി, ജൈവധൈഷണികർക്ക് സഹജമായ വിധത്തിൽ വെളിച്ചത്തിലേക്ക് കുതിക്കുന്നതിലാണ് സി ഭാസ്കരൻ വ്യാപൃതനായിരിക്കുന്നത്. "കുരിശിന്മേലും ക്രൂരനീതിയോടിളവന്യേ പൊരുതുന്നതിലത്രേ പരമോൽകൃഷ്ടൻ മർത്യൻ" എന്ന കാഴ്ചപ്പാടിനെ സ്വന്തം ജീവിതസമീപനമാക്കി മാറ്റിയ മഹാന്മാരായ കമ്യൂണിസ്റ്റുകാരുടെ സങ്കീർണമായ ജീവിതാവസ്ഥകളുടെ സംഗ്രഹം കേരളീയ വായനാസമൂഹത്തിനു മുമ്പിൽ സമർപ്പിക്കുകയെന്ന ഭാരിച്ച രാഷ്ട്രീയ ദൗത്യമാണ് അദ്ദേഹം അഭിമാനപൂർവം ഏറ്റെടുത്തിരിക്കുന്നത്. അതിലദ്ദേഹം വിജയിച്ചിരിക്കുന്നു. ആദ്യകാല കമ്യൂണിസ്റ്റുകാർ സ്വന്തം കാലത്തോട് കണക്കുതീർക്കുന്നതിനിടയിൽ നിർവഹിച്ച സൈദ്ധാന്തിക സംവാദങ്ങളുടെ ഒരു സംഗ്രഹംകൂടി അവതരിപ്പിച്ചിരുന്നുവെങ്കിൽ, സി ഭാസ്കരന്റെ മഹത്തായ ഈ രാഷ്ട്രീയ ഉദ്യമം സമീപകാല രാഷ്ട്രീയരചനകളുടെ ചരിത്രത്തിലെ അതിഗംഭീരമായ ഒരു സംഭവമായിമാറുമായിരുന്നു. അടുത്ത പതിപ്പിൽ പരിഹരിക്കാവുന്ന, അനിവാര്യമായും പരിഹരിക്കേണ്ട ഒരു പരിമിതിയാണിത്. അതോടൊപ്പം ഒരു ചരിത്രഘട്ടത്തിൽ സമരോത്സുകമായി നിറഞ്ഞുനിൽക്കുകയും പിന്നീട് പിന്മാറുകയും ചെയ്തവരെ വിലയിരുത്തേണ്ടത് അവരുടെ പിന്മാറ്റത്തിന്റെ കാലത്തിലെ യുക്തികൾ ഉപയോഗിച്ചുകൊണ്ടാവരുത്. വർത്തമാനകാലത്തെ വെളിച്ചങ്ങളെല്ലാം ഭൂതകാല വിശകലനങ്ങളിൽ അനിവാര്യമാണ്. അതേ സമയം വർത്തമാനം ഭൂതത്തെ വിഴുങ്ങുന്ന ഒരവസ്ഥയോളം അതൊരിക്കലും വളർന്നുകൂടാ. അങ്ങനെ വളരുമ്പോഴത് വർത്തമാന കാല ജീർണതയ്ക്ക്, ഭൂതകാലത്തിൽ അഭയം കണ്ടെത്തുന്നവരുടെ തന്നെ ജീവിതത്തിന്റെ വിമർശനമാവുകയല്ല മറിച്ച്, അതിന്റെ അനുബന്ധമാവുകയെന്ന അപകടമാണ് സംഭവിക്കുന്നത്. വേരിലേക്ക് തുളഞ്ഞു കടക്കുന്ന വിമർശനങ്ങളിൽ നിന്നാണ് കമ്യൂണിസം ശക്തി സംഭരിക്കുന്നത്. ജീവിതം സ്വയം കണ്ടെത്തുന്നൊരു കാലത്തിന്റെ കൊടുക്കൽ വാങ്ങൽ പ്രക്രിയകളുടെ വികാസത്തിന്റെ ഒരു സവിശേഷഘട്ടത്തിൽ വെച്ചാണ് വിമർശനം ഒരു രാഷ്ട്രീയ ശാസ്ത്രമായി വികസിക്കുന്നത്. കലയുടെയും സാഹിത്യത്തിന്റെയും ഭാവനാസമ്പന്നമായ ലോകങ്ങളിൽ നിന്നല്ല, ഇരമ്പുന്ന ജീവിതത്തിന്റെ നടുവിൽ നിന്നാണത് വികസിച്ചു വരുന്നത്. ജനാധിപത്യ യുഗത്തിന്റെ കുഞ്ഞാണത്. രാജാവ് നഗ്നനാണെന്ന് വിളിച്ചുപറയുന്ന കഥയിലെ കരുത്തും, വൈരുധ്യങ്ങളോളം വികസിക്കുന്ന കാഴ്ചയുടെ മൂർച്ചയും, സന്ധിക്കുന്ന ഒരു ചരിത്രസന്ദർഭത്തിന്റെ സമസ്ത ചൈതന്യങ്ങളും അതിന് സ്വന്തമാണ്. അനുസരണത്തിന്റെ അപരിമിത ലോകങ്ങളിൽ നിന്നും അഭിപ്രായപ്രകടനത്തിന്റെ അപരിമിതമായ ലോകത്തിലേക്ക്, കൽപ്പിക്കലിന്റെ കൽത്തുറുങ്കുകളിൽനിന്ന് കണ്ടെത്തലിന്റെ പച്ചപ്പുകളിലേക്ക് പാരതന്ത്ര്യത്തിന്റെ പാറക്കെട്ടുകൾക്കിടയിൽനിന്ന്

സ്വാതന്ത്ര്യത്തിന്റെ അതിർത്തിരഹിതമായ ലോകങ്ങളിലേക്ക് ഒരു ജന സമൂഹമൊന്നാകെ പ്രവേശിച്ചുകൊണ്ടിരിക്കുന്നു എന്നതിന്റെ പ്രകടന പത്രികയാണ് വിമർശനം. ജനാധിപത്യയുഗത്തിന്റെ പുളകങ്ങളാണ് അതിന്റെ ശിഖരങ്ങളിലെന്നും പൂവുകളായി വിരിഞ്ഞുകൊണ്ടിരിക്കുന്നത്. ആചാര്യന്മാർക്കും ശിഷ്യന്മാർക്കും, പകരം കൽപ്പിക്കുന്നവർക്കും അനു സരിക്കുന്നവർക്കും പകരം, ഭൂമിയിലെ പ്രത്യക്ഷ ദൈവമായി സ്വയം സ്ഥാപിക്കുന്ന രാജവംശങ്ങൾക്കും, വിനീത വിധേയരായി കഴിയുന്ന നിസ്സ ഹായരായ പ്രജകൾക്കും പകരം, അവകാശബോധത്തിന്റെ അടിത്തറ യിൽ കാലമർത്തി, തുല്യതയുടെ ഒരു പുതിയ ആകാശത്തിലേക്ക് തല യുയർത്തി നിൽക്കുന്ന ആധുനികതയുടെ ഇനി പിന്മടങ്ങുക അസാധ്യ മായ ഒരു വലിയ ശരിയുടെ നേർ സന്തതിയാണ് വിമർശനം.

കമ്യൂണിസം നാളയെക്കുറിച്ചുള്ള ദീപ്തമായ സ്വപ്നം മാത്രമല്ല, അത് ഇന്നിനെക്കുറിച്ചുള്ള ഒരുവിധ പ്രത്യാഘാതങ്ങളെയും ഭയപ്പെടാത്ത നിശിത വിമർശനം കൂടിയാണ്. സാമൂഹികതയുടെ ഏറ്റവും വികസിച്ച ശരിയിലും സത്യത്തിലുമുള്ള സമർപ്പണത്തിലാണത് സന്തോഷം കൊള്ളുന്നത്. സ്വന്തം അസ്തിത്വത്തെ അതിന്റെ സമസ്തതലങ്ങളിലും അഭിമുഖീകരിക്കാനുള്ള സന്നദ്ധത സാമൂഹ്യബോധത്തിന്റെ സമഗ്രമായ വികാസത്തിന് അനിവാര്യമാണ്. സ്വകാര്യബോധമെന്നത് സാമൂഹ്യബോ ധത്തിന്റെ സവിശേഷമായ പ്രകാശനമല്ലാതെ മറ്റൊന്നുമല്ല. രക്തബന്ധം, ജാതി, മതം എന്നിവയ്ക്കപ്പുറം സാമൂഹ്യനീതിയെ മുൻനിർത്തി ജീവിതം നയിക്കുമ്പോഴാണ് ആധുനിക ജീവിതം ആരംഭിക്കുന്നത്. സാമൂഹ്യജീ വിയാകുക എന്നതിനർഥം ഇപ്പോഴുള്ള സാമൂഹികാന്തരീക്ഷത്തിൽ നിഷ്ക്രിയരായി കഴിഞ്ഞുകൂടുക എന്നല്ല, മറിച്ച് നിലവിൽ വരേണ്ട ഒരു വികസിത സാമൂഹ്യാന്തരീക്ഷത്തിനുവേണ്ടി സ്വന്തം പങ്ക് നിരന്തരം നിർവ ഹിക്കുക എന്നാണ്. സാമൂഹ്യബോധത്തിന്റെ കൊടുമുടികളിൽ കാലു കുത്തുമ്പോഴാണ് ഒരു കമ്യൂണിസ്റ്റ് ജനിക്കുന്നത്. അപ്പോഴാണ് അഭി പ്രായങ്ങൾ നിശിതമാകുകയും നിലപാടുകൾ ദൃഢമാകുകയും നിഷ്പ ക്ഷത അസാധ്യമാകുകയും എന്തും ഏതും ചോദ്യവിധേയമാകുകയും ചെയ്യുന്നത്. കമ്യൂണിസ്റ്റുകാർ എന്നും ചരിത്രത്തിന്റെ വീര്യവും വിസ്മ യവുമാണ്. ജീവിതത്തിന്റെ ഇരുണ്ട വഴികളിൽ വെളിച്ചം, അവ്യക്തതക ളുടെ ചുഴികളിൽ തെളിച്ചം, സന്ദേഹങ്ങൾക്കും സംഭ്രമങ്ങൾക്കുമിടയിൽ സാധ്യമാകുന്നിടത്തോളം തീർപ്പ്. ഒരർഥത്തിൽ 'ആദ്യകാല കമ്യൂണിസ്റ്റ് പഥികർ' അസ്തിത്വത്തെത്തന്നെ അശാന്തമാക്കുന്ന ഒരായിരം ചോദ്യ ങ്ങളുടെ ഒരാമുഖമാണ്.

അചിന്ത്യാ ഭട്ടാചാര്യ

1914-1993

അസമിലെ കമ്യൂണിസ്റ്റ് പ്രസ്ഥാനത്തിന്റെ ആദ്യകാല നേതാക്കളിൽ ഒരാളായിരുന്നു അചിന്ത്യാ ഭട്ടാചാര്യ. സംസ്ഥാനത്തൊട്ടാകെ അറിയപ്പെടുകയും അംഗീകരിക്കപ്പെടുകയും ചെയ്ത ബുദ്ധിജീവിയും വാഗ്മിയും പത്രപ്രവർത്തകനുമായിരുന്നു അദ്ദേഹം.

അവിഭക്ത ബംഗാളിലെ സിൽഹട്ട് ജില്ലയിൽപ്പെട്ട ഡാക്കാ ദക്ഷിൺ എന്ന സ്ഥലത്ത് 1914 ൽ ജനിച്ചു. വിദ്യാർഥി ആയിരിക്കെ തന്നെ ദേശീയ പ്രസ്ഥാനത്തിൽ ആകൃഷ്ടനായി. ആ പ്രസ്ഥാനത്തിലൂടെ പൊതുരംഗത്തെത്തി കോൺഗ്രസിൽ അംഗമായി. പടിപടിയായി ഉയർന്ന് 26–ാം വയസിൽ കോൺഗ്രസിന്റെ കച്ചാർ ജില്ലാകമ്മിറ്റി സെക്രട്ടറിവരെയായി. കോൺഗ്രസിനകത്തുതന്നെ ഇടതുപക്ഷ ചിന്താഗതിയെ ആണ് പ്രതിനിധാനം ചെയ്തത്.

കോൺഗ്രസിന്റെ പ്രവർത്തനങ്ങളിൽ നിരാശനായിത്തീർന്ന ഭട്ടാചാര്യ ദേശീയ വിപ്ലവ പ്രസ്ഥാനത്തിലേക്ക് തിരിഞ്ഞു. അക്കാലത്ത് വിവാദം സൃഷ്ടിച്ച രണ്ട് കേസുകളിൽ പ്രതിയായി. കൽക്കത്തയിലെ ഗ്രിൻലെ ബാങ്കിൽനിന്ന് വിപ്ലവകാരികൾ 22,000 രൂപ തട്ടിയെടുത്തു. ഒരു ദേശീയ വിപ്ലവപാർട്ടിയായ ജുഗാന്തർ ആയിരുന്നു ഇതിന് പിന്നിൽ. ബാങ്കിലെ ഒരു ഗുമസ്തനിൽനിന്നും കിട്ടിയ വിവരപ്രകാരം ആ പാർട്ടിയിലെ പ്രവർത്തകനായിരുന്ന ഭട്ടാചാര്യയെ പൊലീസ് അറസ്റ്റ് ചെയ്തു. പൊലീസിന് കേസ് തെളിയിക്കാൻ കഴിഞ്ഞില്ല. എങ്കിലും വിചാരണത്തടവുകാരനായി മാസങ്ങളോളം ജയിലിൽ പാർപ്പിച്ചു.

മറ്റൊരിക്കൽ സിൽഹട്ടിൽ ഒരു ഗവൺമെന്റ്മെയിൽ വിപ്ലവകാരികൾ കൊള്ള ചെയ്തു. കോളേജിൽ പഠിക്കുകയായിരുന്ന ഭട്ടാചാര്യയെയും അതിൽ പ്രതിയാക്കി. ആ കേസ് തെളിയിക്കുന്നതിലും ഗവൺമെന്റ് പരാജയപ്പെട്ടു. വിചാരണത്തടവുകാരനായി ഏറെ നാൾ ജയിലിൽ കഴിയേണ്ടിവന്നു.

1930 നും 1933 നുമിടയിൽ ദേശീയ വിപ്ലവകാരികളുടെ പ്രവർത്തന പരമ്പരകൾ.

1931 ജനുവരി 6 ന് ഹറാസ്പൂരിനും ഗോവിന്ദപൂരിനും ഇടയിൽ മെയിൽ കവർച്ച. അതിനേക്കാളും പ്രസിദ്ധം ഇടാഖോല-ടിൻസുഖിയ മെയിൽ കവർച്ചകൾ. ടിൻസുഖിയ കവർച്ച 1934 ജൂലായ് 11 ന്. സുർമാവാലി (ബംഗാളി ഭാഷ സംസാരിക്കുന്ന കച്ചാർ, സിൽഹട്ട് എന്നീ ജില്ലകളുൾപ്പെട്ട പ്രദേശം) യിലെയും കിഴക്കൻ ബംഗാളിലെയും ഒരു സംഘം വിപ്ലവകാരികൾ ഡൗൺ അസം മെയിൽ ടിൻസുഖിയയ്ക്കടുത്ത് തടഞ്ഞുനിർത്തി കൊള്ള ചെയ്തു. ഇതോടെ സുർമാവാലിയിൽ ദേശീയ വിപ്ലവപ്രസ്ഥാനം അത്യന്തം സജീവമാണെന്ന് ഗവൺമെന്റിന് ബോധ്യമായി. 1933 മാർച്ച് 13 നും 1934 ജൂൺ 12 നു മിടയിൽ ഒട്ടേറെ യുവാക്കളെ അറസ്റ്റ് ചെയ്ത് മൂന്നു കേസ് ചാർജ് ചെയ്തു. മൂന്നു കേസിലും ഉൾപ്പെട്ട വിപ്ലവകാരികളുടെ വിചാരണ സിൽഹട്ടിൽ ആരംഭിച്ചു. ഒരു പ്രത്യേക ട്രിബ്യൂണലിന് മുമ്പാകെയായിരുന്നു വിചാരണ. 1934 ജൂലായിൽ പ്രതികളെ പല കാലയളവുകളിലേക്ക് ശിക്ഷിച്ചു. ദേശീയ വിപ്ലവപ്രസ്ഥാനം അടിച്ചമർത്താനുള്ള അടിയന്തര നടപടിയെന്ന നിലയിൽ 1934 മെയ് 14 മുതൽ അസം ക്രിമിനൽ നിയമഭേദഗതി നിയമം സിൽഹട്ടിലും കച്ചാറിലും നടപ്പാക്കി. അത് 1935 ലും 1936 ലും കുറെക്കൂടി ഭേദഗതി ചെയ്തു. ഈ നിയമപ്രകാരം ദേശീയ വിപ്ലവകാരികളാണെന്ന സംശയത്തിന്മേൽ ഏഴുപേരെ അറസ്റ്റ് ചെയ്തു. അറസ്റ്റിലായവരിൽ ഒരാൾ അചിന്ത്യാ ഭട്ടാചാര്യ. 1936 അവസാനം മോചിപ്പിച്ചു.

അപ്പോഴേക്ക് സിൽഹട്ടിലെ കമ്യൂണിസ്റ്റുകാരുടെ ഒരു സംഘം രൂപം കൊണ്ടു. കമ്യൂണിസ്റ്റാശയങ്ങൾ സിൽഹട്ടിൽ പ്രചരിപ്പിക്കുകയായിരുന്നു സംഘത്തിന്റെ ഉദ്ദേശ്യം. ആ വർഷം തന്നെ അഖിലേന്ത്യാ കിസാൻസഭയുടെ സുർമാവാലി പ്രൊവിൻഷ്യൽ കമ്മിറ്റിയും നിലവിൽ വന്നു. രണ്ടു വർഷം കഴിഞ്ഞപ്പോഴേക്ക് അചിന്ത്യാ ഭട്ടാചാര്യ കിസാൻസഭയുടെ സജീവപ്രവർത്തകനായി. റയത്വാരി പ്രദേശങ്ങളിൽ നിലനിന്ന മിരാസ്ദാരി സമ്പ്രദായത്തിനെതിരെ കുടിയാന്മാരും പങ്കുപാട്ടക്കാരും ഉണർന്നെണീറ്റ കാലമായിരുന്നു അത്. അവരുടെ ഒട്ടേറെ പ്രക്ഷോഭങ്ങൾക്ക് ബിരേഷ് മിശ്രയോടും പ്രാണേശ്വർ ബിശ്വാസിനോടും ഒപ്പം ചേർന്ന് നേതൃത്വം നൽകി. 1940 ൽ സിൽച്ചാറിൽ കിസാൻ സഭയുടെ ആദ്യത്തെ കച്ചാർ ജില്ലാസമ്മേളനം. അതിൽ പങ്കെടുത്തു. ജീവിതാന്ത്യം വരെ കർഷകരംഗത്ത് പ്രത്യേകം ശ്രദ്ധപതിപ്പിച്ചു. അസം സംസ്ഥാന കിസാൻസഭയുടെ സെക്രട്ടറിയായും പ്രസിഡന്റായും പ്രവർത്തിച്ചു. മരിക്കുമ്പോൾ പ്രസിഡന്റായിരുന്നു.

അസം ക്രിമിനൽ നിയമഭേദഗതി നിയമപ്രകാരം അറസ്റ്റിലായി. തടവിൽനിന്ന് മോചിതനായപ്പോഴേക്കും ദേശീയ വിപ്ലവ പ്രസ്ഥാനത്തിലുള്ള വിശ്വാസം നഷ്ടപ്പെട്ടിരുന്നു. വീണ്ടും കോൺഗ്രസിൽ പ്രവർത്തിക്കാൻ തുടങ്ങി. കർഷക–ട്രേഡ് യൂണിയൻ രംഗങ്ങളിലേക്ക് പ്രവർത്തനം വ്യാപിപ്പിച്ചു. അങ്ങേയറ്റത്തെ ചൂഷണത്തിനിരയായ തോട്ടം തൊഴിലാളികളുടെ അനവധി സമരങ്ങൾക്ക് നേതൃത്വം നൽകി. 1939 ൽ കമ്യൂണിസ്റ്റുപാർട്ടി അംഗമായി.

അക്കൊല്ലം രണ്ടാം ലോകമഹായുദ്ധം ആരംഭിച്ചു. യുദ്ധത്തിനെതിരെ ക്യാംപെയിൻ നടത്തുന്നതിന്റെയും ജനങ്ങളെ അണിനിരത്തുന്നതിന്റെയും മുൻപന്തിയിൽനിന്നു അചിന്ത്യ ഭട്ടാചാര്യ. 1941 ജൂണോടെ യുദ്ധത്തിന്റെ സ്വഭാവത്തിൽ മാറ്റം വന്നു. യുദ്ധം ജനകീയ യുദ്ധമായി മാറിയിരിക്കുകയാണെന്ന് കമ്യൂണിസ്റ്റുപാർട്ടി പ്രഖ്യാപിച്ചു. അതിനെ തുടർന്ന് കോൺഗ്രസിന്റെ സിൽഹട്ട് ജില്ലാകമ്മിറ്റി യോഗവും പ്രധാന പ്രവർത്തകരുടെ സമ്മേളനവും. ജില്ലാകമ്മിറ്റി യോഗം കമ്യൂണിസ്റ്റുപാർട്ടിയുടെ നിലപാടിന് പിന്തുണ നൽകി. സമ്മേളനം സ്വീകരിച്ചത് വ്യത്യസ്ത നിലപാടായിരുന്നു. അതിൽ അധ്യക്ഷ ഡി സി സി പ്രസിഡന്റ് സരളാദേവി എ ഐ സി സിയിൽ നിന്ന് അയച്ചുകിട്ടിയതെന്ന് പറഞ്ഞ് ഒരു സർക്കുലർ വായിച്ചു. അതിൽ അന്തിമസമരത്തിനുള്ള ആഹ്വാനമായിരുന്നു. 12 ഇന പരിപാടിയും അടങ്ങി അതിൽ പണിമുടക്ക്, നികുതി നിഷേധം എന്നിവ അതിലുൾപ്പെട്ടു. സർക്കുലറിന്റെ ആധികാരികതയെ കമ്യൂണിസ്റ്റുകാർ ചോദ്യം ചെയ്തു. അധ്യക്ഷ അത് റൂൾഔട്ട് ചെയ്തു. കമ്യൂണിസ്റ്റുകാരെ ഒരു പ്രമേയം അവതരിപ്പിക്കാൻ പോലും അനുവദിച്ചില്ല. 10 ദിവസത്തിനുശേഷം 21 കമ്യൂണിസ്റ്റുകാർക്കെതിരെ അച്ചടക്ക നടപടിയെടുത്തു.

1942 ആഗസ്തിൽ ക്വിറ്റ് ഇന്ത്യാ സമരം ആരംഭിച്ചു. അതിനെ തുടർന്ന് രാജ്യവ്യാപകമായ അറസ്റ്റും അടിച്ചമർത്തലും. ആഗസ്ത് 18 ന് ജില്ലാ കോൺഗ്രസ് കമ്മിറ്റിയുടെ നിർവാഹക സമിതിയോഗം. അടിച്ചമർത്തലിനും അറസ്റ്റിനും എതിരെ കമ്യൂണിസ്റ്റുകാർ പ്രമേയം കൊണ്ടുവന്നു. ദേശീയ നേതാക്കളെ വിട്ടയക്കണമെന്ന് പ്രമേയത്തിൽ ആവശ്യപ്പെട്ടു. ദേശീയൈക്യത്തിന് ദേശീയ ഗവൺമെന്റ് എന്ന ആവശ്യം അതിലുന്നയിച്ചു.

1943 ൽ സി പി ഐയുടെ ഒന്നാം കോൺഗ്രസ് ബോംബെയിൽ. അസമിൽനിന്ന് 20 പ്രതിനിധികൾ പങ്കെടുത്തു. ജയിലിലായതുമൂലം ഭട്ടാചാര്യക്ക് അതിൽ പങ്കെടുക്കാനായില്ല. അതിനുശേഷം നടന്ന എല്ലാ പാർട്ടി കോൺഗ്രസുകളിലും സംബന്ധിച്ചു.

1943 മുതൽ സുർമാവാലിയിൽ ഭക്ഷ്യക്കുഴപ്പം വിലക്കയറ്റവും ഉപ്പ്, പാചക എണ്ണ, പരിപ്പ്, മണ്ണെണ്ണ, തുണി തുടങ്ങിയവയുടെ വില രണ്ടും മൂന്നും ഇരട്ടിയായി. ഇതോടൊപ്പം കരിഞ്ചന്തയും പൂഴ്ത്തിവെയ്പ്പും. ഇതിനെതിരെ കോൺഗ്രസ് ചെറുവിരലനക്കിയില്ല. സുർമാവാലിയുടെ ചില ഭാഗങ്ങളിൽ ക്ഷാമവും കോളറയും പടർന്നു പിടിച്ചപ്പോഴും കോൺഗ്രസ്

അനങ്ങിയില്ല. കമ്യൂണിസ്റ്റ് പാർട്ടി കരിഞ്ചന്തക്കും പൂഴ്ത്തിവെപ്പിനും എതിരെ പ്രക്ഷോഭം നടത്തി. ക്ഷാമബാധിത പ്രദേശങ്ങളിൽ ദുരിതാ ശ്വാസപ്രവർത്തനങ്ങൾ സംഘടിപ്പിക്കുന്നതിൽ അതിപ്രധാന പങ്കാണ് ഭട്ടാചാര്യ വഹിച്ചത്.

രണ്ടാം പാർട്ടി കോൺഗ്രസിന് ശേഷം കോൺഗ്രസ് ഗവൺമെന്റ് കമ്യൂണിസ്റ്റ് പാർട്ടിക്കെതിരെ ആഞ്ഞടി ആരംഭിച്ചപ്പോൾ ഭട്ടാചാര്യ ഒളി വിൽ പോയി. സുർമാവാലിയിൽ മാത്രമല്ല, അസമിലാകെ പാർട്ടി കെട്ടി പ്പടുക്കുന്നതിലേർപ്പെട്ടു. രഹസ്യമായി കൽക്കത്തയിലെത്തി. അവിടെവച്ച് അറസ്റ്റിലായി. സിൽച്ചാർ ജയിലിലേക്ക് കൊണ്ടുപോയി.

സ്വാതന്ത്ര്യലബ്ധിക്കുശേഷം പാർട്ടിയുടെ കച്ചാർ ജില്ലാകമ്മിറ്റി സെക്രട്ടറിയായി തെരഞ്ഞെടുക്കപ്പെട്ടു. 1958 ലെ അമൃതസർ കോൺഗ്രസ് പാർട്ടിയുടെ ദേശീയ കൗൺസിലിലേക്ക് തെരഞ്ഞെടുക്കപ്പെട്ടു. അമ്പ തുകളുടെ രണ്ടാം പകുതിയിൽ കമ്യൂണിസ്റ്റ് പാർട്ടിക്കകത്ത് അഭിപ്രായ വ്യത്യാസം ആരംഭിച്ചപ്പോൾ തിരുത്തൽവാദത്തിനെതിരെ പോരാടി. ഇന്ത്യാ–ചൈന അതിർത്തി സംഘട്ടനത്തോട് തികച്ചും സങ്കുചിത ദേശീ യവാദപരമായ നിലപാടാണ് സി പി ഐ യിൽ ആധിപത്യം ചെലുത്തിയ നേതൃത്വം സ്വീകരിച്ചത്. അതിനെതിരെ സമാധാനപരമായ മാർഗത്തി ലൂടെ അതിർത്തിതർക്കം പരിഹരിക്കണമെന്ന അഭിപ്രായക്കാരോടൊപ്പം ഭട്ടാചാര്യയും ചേർന്നു. ഫലമോ? 1962 ൽ രാജ്യരക്ഷാ നിയമപ്രകാരം അറസ്റ്റിലായി. ഒറീസയിലെ സെറാമ്പൂർ ജയിലിലാണ് പാർപ്പിച്ചത്.

1964 ഏപ്രിലിൽ സി പി ഐ നാഷണൽ കൗൺസിലിൽനിന്ന് 32 സഖാക്കൾ ഇറങ്ങിപ്പോക്ക് നടത്തി. അവരിൽ ഒരാളായിരുന്നു ഭട്ടാചാര്യ. അവർ തെനാലിയിൽ കൺവെൻഷൻ വിളിച്ചുകൂട്ടി. ആ കൺവെൻഷൻ കൽക്കത്തിയിൽ 7–ാം പാർട്ടി കോൺഗ്രസ് നടത്താൻ തീരുമാനിച്ചു. 7–ാം കോൺഗ്രസ് അദ്ദേഹത്തെ കേന്ദ്രകമ്മിറ്റിയിലേക്ക് തെരഞ്ഞെടുത്തു. മരണം വരെ തൽസ്ഥാനത്ത് തുടർന്നു. 7–ാം കോൺഗ്രസിനു മുന്നോടി യായി നടന്ന സംസ്ഥാനസമ്മേളനം സംസ്ഥാന സെക്രട്ടറിയായി തെര ഞ്ഞെടുത്തു. 1980 വരെ ആസ്ഥാനം വഹിച്ചു. അടിയന്തരാവസ്ഥക്കാലത്ത് ഒളിവിൽ പോകാൻ നിർബദ്ധനായി.

1936 ഓടുകൂടി ട്രേഡ് യൂണിയൻ പ്രവർത്തനം ആരംഭിച്ച കാര്യം സൂചിപ്പിച്ചുവല്ലോ. ആ രംഗം അദ്ദേഹം ഉപേക്ഷിച്ചില്ല. സി ഐ ടി യു രൂപം കൊണ്ടതു മുതൽ 1992– വരെ അതിന്റെ സംസ്ഥാന വൈസ് പ്രസി ഡന്റ് സ്ഥാനം വഹിച്ചു. 1993 ആഗസ്ത് 28– ന് അന്തരിച്ചു.

കൃഷിക്കാരുടെ പ്രശ്നങ്ങളെക്കുറിച്ച് അഗാധമായ പരിജ്ഞാനമുണ്ടാ യിരുന്നു ഭട്ടാചാര്യക്ക്. ബരക് ഗ്രാമത്തിൽ തേഭാഗാ സമരത്തിന് നേതൃത്വം നൽകിയ അദ്ദേഹം കോൺഗ്രസ് ഗവൺമെന്റിന്റെ ഭൂപരിഷ്കരണം മൂലം അസമിലെ കാർഷിക വ്യവസ്ഥയിൽ വന്ന മാറ്റങ്ങൾ സൂക്ഷ്മമായി പഠി ച്ചു. ഈ മാറ്റത്തിന്റെ ഫലമായി ഉയർന്നുവന്ന പുതിയ പരിതഃസ്ഥിതിയെ

നേരിടത്തക്കവിധം കർഷകപ്രസ്ഥാനത്തിന്റെ ദിശയിൽ മാറ്റം വരുത്താൻ നേതൃത്വം നൽകി.

പാർട്ടി വിദ്യാഭ്യാസത്തിന്റെയും പാർട്ടി അണികളുടെ ആശയപരമായ നിലവാരം ഉയർത്തുന്നതിന്റെയും കാര്യത്തിൽ പ്രത്യേകം ശ്രദ്ധിച്ചു. പാർട്ടി മുഖപത്രമായ ഗണശക്തി ദ്വൈവാരികയുടെ പത്രാധിപരെന്ന നിലയിൽ പാർട്ടി അണികളെ ആശയപരമായി ആയുധമണിയിക്കാൻ തീവ്രശ്രമം നടത്തി. ദേശീയ പ്രശ്നത്തെക്കുറിച്ച് അദ്ദേഹത്തെപ്പോലെ അവബോധമുള്ള ആളുകൾ വളരെക്കുറവ്. അസം പ്രക്ഷോഭകാലത്ത് അതിൽനിന്ന് മുതലെടുക്കാൻ ആർ എസ് എസ് ശ്രമം നടത്തി. അപ്പോൾ ആർ എസ് എസിന്റെ തനിനിറം തുറന്നുകാട്ടിക്കൊണ്ട് ആർ എസ് എസും അതിന്റെ രാഷ്ട്രീയവും എന്ന ലഘുലേഖ എഴുതി. യുവജനങ്ങളെ ആശയപരമായി കരുപ്പിടിപ്പിക്കുന്ന കാര്യത്തിൽ പ്രത്യേകം ശ്രദ്ധിച്ചു. സ്വതന്ത്ര അസം എന്ന മുദ്രാവാക്യം വിദ്യാർത്ഥികളുടെ തലക്ക് പിടിച്ച ഘട്ടത്തിൽ *അസമിന്റെ വികസന പ്രശ്നങ്ങളും സ്വയംഭരണവും* എന്ന ലഘുലേഖ എഴുതി. അസം പ്രശ്നം ജനാധിപത്യപരമായി എങ്ങനെ പരിഹരിക്കാമെന്ന് അതിൽ നിർദേശിച്ചു.

വിവിധ പ്രശ്നങ്ങളോട് പാർട്ടി സ്വീകരിക്കുന്ന നിലപാട് വിശദീകരിച്ചുകൊണ്ട് എഴുതിയ ലേഖനങ്ങൾക്ക് കണക്കില്ല. അസമിലെയും വടക്കുകിഴക്കൻ പ്രദേശത്തേയും വംശീയ പ്രശ്നത്തെക്കുറിച്ചുള്ള ഒരു വിജ്ഞാനകോശം തന്നെയായിരുന്നു അദ്ദേഹം.

അജയ് ഘോഷ്

1909 -1962

വിവിധ ധാരകൾ ചേർന്നാണ് ഇന്ത്യൻ കമ്യൂണിസ്റ്റുപ്രസ്ഥാനം രൂപംകൊണ്ടത്. അതിലൊരു ധാരയായിരുന്നു മുമ്പ് ഭീകരപ്രസ്ഥാനം എന്ന പേരിലറിയപ്പെട്ട ദേശീയ വിപ്ലവപ്രസ്ഥാനം. തോക്കും ബോംബും വ്യക്തിപരമായ വീരസാഹസിക പ്രവർത്തനങ്ങളുംകൊണ്ട് ബ്രിട്ടീഷുകാരെ ഇന്ത്യയിൽനിന്ന് കെട്ടുകെട്ടിക്കാൻ കഴിയുമെന്ന അടിസ്ഥാനപ്രമാണത്തിൽ വിശ്വസിക്കുകയും എന്നാൽ അതല്ല സ്വാതന്ത്ര്യത്തിന്റെയും ജനങ്ങളുടെയും മോചനത്തിന്റെ മാർഗമെന്ന് ബോധ്യമായതിനെത്തുടർന്ന് ആ പ്രസ്ഥാനത്തിൽനിന്ന് കമ്യൂണിസ്റ്റുപ്രസ്ഥാനത്തിലേക്ക് കടന്നുവരികയും പ്രസ്ഥാനം കെട്ടിപ്പടുക്കാൻ ഗണ്യമായ സംഭാവന നൽകുകയും ചെയ്ത വിപ്ലവകാരികൾ അനവധി. ആ വിപ്ലവകാരികളിൽ പ്രമുഖനായിരുന്നു അജയ് ഘോഷ്. ഭഗത്സിങ്ങിന്റെ സഹപ്രവർത്തകനായിരുന്ന അജയ് ഘോഷ് ഹിന്ദുസ്ഥാൻ സോഷ്യലിസ്റ്റ് റിപ്പബ്ലിക്കൻ അസോസിയേഷനിലൂടെ കമ്യൂണിസ്റ്റുപാർട്ടിയിലെത്തി. പാർട്ടിയുടെ ജനറൽ സെക്രട്ടറിവരെ ആയി ഉയർന്നു. ഒരു പതിറ്റാണ്ടിലധികം അദ്ദേഹം ഇന്ത്യൻ കമ്യൂണിസ്റ്റുപാർട്ടിയെ നയിച്ചു.

1909 ഫെബ്രുവരി 21 ന് മിഹിജം എന്ന ചെറുപട്ടണത്തിൽ അജയ് ഘോഷ് ജനിച്ചു. അജയ് നദിക്കരയിലാണ് ആ പട്ടണം. നദിയുടെ പേരാണ് അജയ്ന് കിട്ടിയത്. പിതാവ് സചീന്ദ്രനാഥ് ഘോഷ്. അദ്ദേഹം കോൺപൂരിൽ ഡോക്ടറായിരുന്നു. അവിടെയാണ് ഭാവിയിലെ കമ്യൂണിസ്റ്റ് നേതാവ് വളർന്നതും പക്വത ആർജിച്ചതും.

കോൺപൂരിൽ സ്കൂൾ വിദ്യാർഥിയായിരിക്കെ, കഷ്ടിച്ച് 14 വയസുള്ളപ്പോൾ, ഭഗത്സിങ്ങിനെ കണ്ടുമുട്ടി. അദ്ദേഹം ഉറ്റസുഹൃത്തായി. ഭഗത്സിങ്ങിന്റെ ആശയങ്ങളിലും പ്രവർത്തനങ്ങളിലും ആകൃഷ്ടനാവുകയും അദ്ദേഹത്തെ സഹായിക്കാൻ തുടങ്ങുകയും ചെയ്തു. അജയൻ ഏറ്റെടുത്ത ആദ്യകൃത്യം കായിക പരിശീലനത്തിന് ഒരു ജിംനേഷ്യം സംഘടിപ്പിക്കുകയായിരുന്നു. കുട്ടികളിലും യുവാക്കളിലും വിപ്ലവബോധം ജനിപ്പിക്കുന്നതിനും ജ്വലിപ്പിക്കുന്നതിനുമുള്ള കളരികൂടിയായിത്തീർന്നു ക്രമേണ ആ ജിംനേഷ്യം.

1926 ജനുവരിയിൽ അലഹാബാദ് യൂണിവേഴ്സിറ്റിയിൽ ചേർന്നു. അവിടെനിന്ന് രസതന്ത്രത്തിൽ ബിരുദംനേടി. താമസം ഹിന്ദു ഹോസ്റ്റലിൽ. ഭഗത്സിങ്, ചന്ദ്രശേഖർ ആസാദ് തുടങ്ങിയവരുടെ സങ്കേതമായിത്തീർന്നു ഹോസ്റ്റൽ. 1927 ൽ ശിവവർമ ഹോസ്റ്റലിലെത്തി അജയനെ കണ്ടു. അന്ന് ഹിന്ദുസ്ഥാൻ സോഷ്യലിസ്റ്റ് റിപ്പബ്ലിക്കൻ അസോസിയേഷന്റെ (എച്ച് എസ് ആർ എ) യു പിയിലെ സംഘാടകനായിരുന്നു ശിവവർമ. അലഹാബാദിലെ സംഘാടകനായി അദ്ദേഹം അജയനെ നിയോഗിച്ചു. കക്കോരി ഗൂഢാലോചനക്കേസുമായി ബന്ധപ്പെട്ട് വിപ്ലവകാരികളിൽ പലരും അറസ്റ്റിലായി. അപ്പോൾ സംഘടനയാകെ ശിഥിലമായി. അത് പുനഃസംഘടിപ്പിക്കുകയെന്ന ജോലി അജയൻ ഏറ്റെടുത്തു. ആ ജോലി ഭംഗിയായി നിറവേറ്റുകയും ചെയ്തു.

തൊഴിലാളിവർഗ വിരുദ്ധമായ തൊഴിൽതർക്ക ബിൽ പാസാക്കപ്പെട്ട ഉടൻ ഭഗത്സിങ്ങും ബി കെ ദത്തും സെൻട്രൽ അസംബ്ലിയിൽ ബോംബെറിഞ്ഞു. അതിനെത്തുടർന്ന് 1929 ഏപ്രിൽ ആദ്യവാരം വ്യാപകമായ അറസ്റ്റ് നടന്നു. നേരത്തെതന്നെ പൊലീസിന്റെ നോട്ടപ്പുള്ളിയായി മാറിയ അജയ്ഘോഷും അറസ്റ്റിലായി. ലാഹോർ സെൻട്രൽ ജയിലിലാണ് പാർപ്പിച്ചത്. ജയിലിൽ സഹതടവുകാരോടൊപ്പം 63 ദിവസം നീണ്ടുനിന്ന നിരാഹാരസമരം നടത്തി. നിരാഹാരസമരത്തിനിടയിൽ ജതീൻദാസിനും ശിവവർമക്കും ന്യൂമോണിയ പിടിപെട്ടു. ഇരുവരെയും ആശുപത്രിയിലാക്കി. നിരാഹാരസമരത്തിലായിരുന്ന അജയ് ആയിരുന്നു അവരെ ശുശ്രൂഷിച്ചത്. ജതീൻദാസിന്റെ ജീവൻ രക്ഷിക്കാനായില്ല. തടവുകാർക്ക് മനുഷ്യോചിതമായ പെരുമാറ്റം ലഭിച്ചത് ഈ നിരാഹാരസമരത്തിന് ശേഷമാണ്.

കുട്ടിക്കാലം മുതൽ വായനാശീലം വളർത്തിയെടുത്തു. അതിനാൽ ജയിലിൽ വായനയിലൂടെ സമയം തള്ളിനീക്കാൻ കഴിഞ്ഞു. ഈ വായന അജയനും സഖാക്കൾക്കും സോവിയറ്റ് യൂണിയനോടുള്ള സ്നേഹം വർധിക്കാൻ കാരണമായി. 1930 ലെ ഒക്ടോബർ വിപ്ലവദിനത്തിൽ സോവിയറ്റ് യൂണിയനെ അഭിവാദ്യംചെയ്ത് ഒരു സന്ദേശം അയക്കുന്നേടത്തോളം അത് വളർന്നു. വാസ്തവത്തിൽ അതിന് മുമ്പുതന്നെ അവർ സോഷ്യലിസ്റ്റ് ചിന്താഗതിക്കാരായി മാറിയിരുന്നു. അതുകൊണ്ടാണല്ലോ തങ്ങളുടെ പേര് എച്ച് എസ് ആർ എ എന്നായി സ്വീകരിച്ചത്.

അജയ് ഘോഷ്

ലാഹോർ ഗൂഢാലോചനക്കേസ് വിചാരണയിൽ അജയനെതിരെ ആരോപിച്ച കുറ്റം തെളിയിക്കാൻ ആവശ്യമായ രേഖകൾ ഹാജരാക്കുന്നതിൽ പൊലീസ് പരാജയപ്പെട്ടു. അതുകൊണ്ട് 1930 ൽ ജയിലിൽനിന്ന് മോചിപ്പിച്ചു.

ജയിൽമോചിതനായി പുറത്തുവന്നപ്പോഴേക്കും എച്ച് എസ് ആർ എ വലിയ പ്രതിസന്ധിയെ നേരിടുകയായിരുന്നു. ഗവൺമെന്റിന്റെ അടിച്ചമർത്തലല്ല, മറിച്ച്, ആസാദിന്റെ മരണം ഏൽപ്പിച്ച പ്രഹരമാണ് സംഘടനയെ പ്രതിസന്ധിയിലേക്ക് നയിച്ചത്. സഹപ്രവർത്തകരിൽ ആത്മവിശ്വാസവും ആവേശവും ജനിപ്പിക്കാനുള്ള കഴിവും രാജ്യത്ത് തനിക്കുള്ള പ്രതിഛായയുംകൊണ്ട്, ആവർത്തിച്ച പരാജയങ്ങൾക്കും വളർന്നുവന്ന അഭിപ്രായവ്യത്യാസങ്ങൾക്കും ഇടയിലും സംഘടനയെ ഒന്നിപ്പിച്ചു നിർത്താൻ ഭഗത്സിങ്ങിനു കഴിഞ്ഞു. അദ്ദേഹത്തിന്റെ മരണശേഷം സംഘത്തിന്റെ ആത്മവീര്യം തകർന്നു. അജയ് അത് വിശദീകരിക്കുന്നത് നോക്കുക:

> വ്യക്തികളുടെ ആക്ഷൻ (സാഹസിക പ്രവർത്തനം) സമരത്തിന്റെ പരമമായ രൂപമായി കണക്കാക്കുകയും ജനങ്ങളിൽനിന്ന് ഒറ്റപ്പെട്ട് പ്രവർത്തിക്കുകയും ചെയ്യുന്ന ഇടത്തരം വർഗത്തിൽപ്പെട്ട വിപ്ലവകാരികളുടെ പാർട്ടിക്ക് രാഷ്ട്രത്തെ തട്ടിയുണർത്താൻ കഴിയുകയില്ലെന്നു മാത്രമല്ല, ആഭ്യന്തര ഐക്യത്തിനും ആത്മവിശ്വാസത്തിനുംപോലും തങ്ങളുടെ നേതാക്കളുടെ വ്യക്തിത്വങ്ങളെ ആശ്രയിക്കേണ്ടി വരുമെന്ന സത്യം ഇതിനു മുമ്പൊരിക്കലും ഇത്രമാത്രം പ്രകടമായിട്ടില്ല. തങ്ങൾ അതേവരെ മുറുകെപ്പിടിച്ച, ഓമനയായി കരുതിയ, എല്ലാ വ്യാമോഹങ്ങളും ജീവിതം തന്നെയും തകർത്തു. ഭീകരവാദത്തിൽ എനിക്കുണ്ടായിരുന്ന വിശ്വാസം അതിവേഗം അപ്രത്യക്ഷമായി. എന്താണ് അതിനൊരു ബദൽ?

അങ്ങനെ ബദൽ മാർഗത്തെക്കുറിച്ച് ആലോചിച്ചുകൊണ്ടിരുന്നപ്പോൾ 1930 കളുടെ ആദ്യം മനസ്സിൽ വേരൂന്നിയ മറ്റൊരു വിശ്വാസവും പിഴുതെറിയപ്പെട്ടു. ഗാന്ധിജി നിയമലംഘനപ്രസ്ഥാനത്തിന് ആഹ്വാനം നൽകിയപ്പോൾ രാജ്യമാകെ ആവേശത്തിന്റെ വേലിയേറ്റം. വമ്പിച്ച ജനകീയ മുന്നേറ്റം. ആ മുന്നേറ്റത്തിന്റെ ഉച്ചകോടിയിൽ ഗാന്ധിജി ഇർവിൻ പ്രഭുവുമായി ഒരു കരാറുണ്ടാക്കി നിയമലംഘനപ്രസ്ഥാനം പിൻവലിച്ചു. രാജ്യത്തെ ജനങ്ങൾ, വിശേഷിച്ച് യുവാക്കൾ, നിരാശരായി. ഈ വികാരം കണക്കിലെടുത്ത് ഗാന്ധിജിയുടെ ഏകപക്ഷീയമായ തീരുമാനം കോൺഗ്രസ് അംഗീകരിക്കില്ലെന്നാണ് അജയ് പ്രതീക്ഷിച്ചത്. അങ്ങനെയാണ് ആയിടെ നടന്ന കോൺഗ്രസ് സമ്മേളനത്തിൽ പങ്കെടുക്കാൻ കറാച്ചിയിൽ പോയത്. കോൺഗ്രസ് സമ്മേളനത്തിൽ, പക്ഷേ, പ്രതീക്ഷിച്ചതുപോലെ നടന്നില്ല. കരാറിനെ പല്ലും നഖവും ഉപയോഗിച്ച് എതിർക്കുമെന്നു പറഞ്ഞ സുഭാഷ്ചന്ദ്രബോസ് പോലും സബ്ജക്ട് കമ്മിറ്റി യോഗ

ത്തിൽ അതിനെ വിമർശിച്ചതല്ലാതെ, അതിന് അംഗീകാരം നൽകുന്നതിനെതിരെ സമ്മേളനത്തിൽ വോട്ടുചെയ്തില്ല. കോൺഗ്രസിന്റെ ഈ നടപടിയും അജയനെ നിരാശനാക്കി. ഭീകരപ്രവർത്തനം സ്വാതന്ത്ര്യത്തിലേക്കുള്ള വഴിയല്ലെങ്കിൽ കോൺഗ്രസിന്റെ പ്രവർത്തനങ്ങൾ അതിനുള്ള ബദൽമാർഗമല്ലെന്ന നിഗമനത്തിൽ അജയനെത്തി. ഈ ഘട്ടത്തിലാണ് കറാച്ചിയിൽ സർ ദേസായിയെ കണ്ടുമുട്ടിയത്. ദേസായി കോൺഗ്രസ് സമ്മേളനത്തിൽ പങ്കെടുക്കാൻ വന്നതായിരുന്നു. സമ്മേളനത്തിൽ ഗാന്ധി–ഇർവിൻ സന്ധിയെ വിമർശിച്ചുകൊണ്ട് അദ്ദേഹം നടത്തിയ പ്രസംഗം അജയന് നന്നേ ഇഷ്ടപ്പെട്ടു. അപ്പോൾ അറിയപ്പെടുന്ന ഒരു കമ്യൂണിസ്റ്റുകാരനായിരുന്ന അദ്ദേഹവുമായുള്ള കൂടിക്കാഴ്ചയും ചർച്ചയും അതിനുമുമ്പുതന്നെ സോഷ്യലിസത്തിൽ വിശ്വസിക്കാൻ തുടങ്ങുകയും കുറച്ചുകാലം കോൺപൂരിൽ ട്രേഡ് യൂണിയൻ പ്രവർത്തനങ്ങൾ നടത്തുകയും ചെയ്ത അജയ്നെ കമ്യൂണിസ്റ്റ് ആശയഗതിയിലേക്ക് ആകർഷിച്ചു. എങ്കിലും പിന്നെയും രണ്ടുവർഷം വേണ്ടിവന്നു കമ്യൂണിസ്റ്റാകാൻ.

കറാച്ചിയിൽനിന്നും മടങ്ങിവന്നതിനുശേഷം കോൺപൂരിലെ മസ്ദൂർ സഭയിൽ പ്രവർത്തിക്കാൻ തുടങ്ങി. ഈ ഘട്ടത്തിൽ ധാരാളം വായിച്ചുകൂട്ടി. ഏതാനും മാസം എം എൻ റോയിയുമായി ബന്ധപ്പെട്ടു. റോയിസവും കമ്യൂണിസവും തമ്മിലുള്ള വ്യത്യാസം മനസിലാക്കിയില്ല. റോയി കമ്യൂണിസ്റ്റാണെന്നു തന്നെയായിരുന്നു വിശ്വാസം. റോയിസത്തിന്റെ തനിനിറം വ്യക്തമായതോടെ അദ്ദേഹവുമായുള്ള ബന്ധം വിച്ഛേദിച്ചു.

1931 ൽ കെട്ടിച്ചമച്ച ചില കുറ്റങ്ങളുടെ പേരിൽ വീണ്ടും അറസ്റ്റുചെയ്യപ്പെട്ടു. ഒന്നരവർഷം ജയിലിൽ കിടക്കേണ്ടിവന്നു. ആ ഒന്നരവർഷവും വായിച്ച് സമയം തള്ളിനീക്കി. ആകസ്മികമെന്നു പറയട്ടെ, ആ സമയത്ത് കോൺപൂരിലെത്തിയ സർ ദേസായിയും അറസ്റ്റിലായി. അദ്ദേഹത്തെ പാർപ്പിച്ചത് അജയ്നെ പാർപ്പിച്ച അതേ ബാരക്കിൽ. അദ്ദേഹവുമായുള്ള ചർച്ച അജയ്ന് ആശയവ്യക്തതയുണ്ടാക്കിക്കൊടുത്തു. അങ്ങനെ അജയ് കമ്യൂണിസ്റ്റായി. 1933 ൽ അടിയുറച്ച കമ്യൂണിസ്റ്റുകാരൻ എന്ന നിലയിലാണ് ജയിലിൽനിന്നു പുറത്തുവന്നത്.

അംഗത്വം കിട്ടിയ ഉടൻ സി പി ഐയുടെ കോൺപൂരിലെ ആദ്യത്തെ ഓർഗനൈസിങ് കമ്മിറ്റിയിലേക്ക് എടുത്തു. തുടർന്ന് ഉത്തർപ്രദേശ് (അന്നത്തെ ഐക്യപ്രവിശ്യ) ഓർഗനൈസിങ് കമ്മിറ്റിയിലേക്കും. രണ്ടു കമ്മിറ്റികളിലേക്കും അദ്ദേഹത്തിന്റെ പേര് നിർദേശിച്ചത് പി സി ജോഷി. മീറത്ത് ഗൂഢാലോചനക്കേസിലെ പ്രതികൾ ജയിൽ മോചിതരായതിനുശേഷം ചേർന്ന കമ്യൂണിസ്റ്റുപാർട്ടിയുടെ രഹസ്യയോഗം പാർട്ടിയുടെ പുതിയ കേന്ദ്രകമ്മിറ്റി രൂപവൽക്കരിച്ചപ്പോൾ അജയ് ഘോഷ് അതിലെ അംഗമായി. 1936 ൽ പൊളിറ്റ് ബ്യൂറോയിലേക്കും തിരഞ്ഞെടുക്കപ്പെട്ടു. കേന്ദ്രകമ്മിറ്റി അംഗം എന്ന നിലയിൽ അദ്ദേഹത്തെ ഏൽപ്പിച്ച ആദ്യ ദൗത്യം ബോംബെയിൽ പാർട്ടിക്കകത്തുണ്ടായിരുന്ന ചില ആഭ്യന്തര പ്രശ്നങ്ങൾ പരിഹരിക്കുകയായിരുന്നു. ആ ദൗത്യം നിറവേറ്റുന്നതിൽ വിജയിച്ചു.

അജയ്ഘോഷ് പ്രസംഗിക്കുന്നു. വേദിയിൽ എസ് വി ഘാട്ടെ

അതിനുശേഷം മറ്റൊരു ദൗത്യം അദ്ദേഹത്തെ ഏൽപ്പിച്ചു. 1935 ൽ അഹമ്മദാബാദ് ടെക്സ്റ്റൈൽ മില്ലുടമകൾ തൊഴിലാളി സംഘടനയായ മജൂർമഹാജനുമായി ഒരു കരാറുണ്ടാക്കി. ആ കരാർ തികച്ചും തൊഴിലാളി വിരുദ്ധമായിരുന്നു. അതുകൊണ്ട് അത് പിച്ചിച്ചീന്തണമെന്നായിരുന്നു കമ്മ്യൂണിസ്റ്റുപാർട്ടിയുടെ അഭിപ്രായം. അങ്ങനെ ചെയ്യണമെങ്കിൽ തൊഴിലാളികൾതന്നെ മുമ്പോട്ടുവരണം. അവർ കരാറിനെതിരെ രംഗത്തിറങ്ങണം. അങ്ങനെ അവരെ രംഗത്തിറക്കുന്നതിനുള്ള ദൗത്യവുമായിട്ടാണ് പാർട്ടി അജയ്നെ അഹമ്മദാബാദിലേക്കയച്ചത്. എല്ലാവരെയും

അത്ഭുതപ്പെടുത്തിക്കൊണ്ട് 15 ദിവസത്തിനകം അഹമ്മദാബാദിൽ പണിമുടക്കം തുടങ്ങി. അതിലും അത്ഭുതം 40 മില്ലുകളിലെ തൊഴിലാളികൾ പണിമുടക്കി എന്നതായിരുന്നു. അജയ്യുടെ കിടയറ്റ സംഘടനാശേഷിയാണ് അതിലൂടെ തെളിഞ്ഞത്.

1937 ൽ വിവിധ പ്രവിശ്യകളിൽ കോൺഗ്രസിന്റെ നേതൃത്വത്തിലുള്ള മന്ത്രിസഭകൾ അധികാരത്തിൽവന്നു. അതോടെ 1934 ൽ നിരോധിക്കപ്പെട്ട ഇന്ത്യൻ കമ്യൂണിസ്റ്റുപാർട്ടിക്ക് പരിമിതമായ പ്രവർത്തനസ്വാതന്ത്ര്യം കിട്ടി. ഈ പശ്ചാത്തലത്തിൽ പാർട്ടി അതിന്റെ മുഖപത്രമെന്ന നിലയിൽ നാഷണൽഫ്രണ്ട് തുടങ്ങി. അജയ്നെ അതിന്റെ എഡിറ്റോറിയൽ ബോർഡിലേക്കെടുത്തു. അദ്ദേഹത്തിന്റെ ആഴമേറിയ, പരന്ന, വായനയുടെ ഗുണം പ്രകടമായി. അതിലെഴുതിയ ലേഖനങ്ങളും റിപ്പോർട്ടുകളും വായനക്കാരെ ആകർഷിച്ചു. ഒന്നാംതരമൊരു ആശയപ്രചാരകനാണ് താനെന്ന് *നാഷണൽ ഫ്രണ്ടി*ന്റെ എഡിറ്റോറിയൽ ബോർഡിലിരുന്നുകൊണ്ട് അജയ് തെളിയിച്ചു. പിന്നീട് അന്തരിക്കുന്നതുവരെ അദ്ദേഹമെഴുതിയ ലേഖനങ്ങൾക്കും ലഘുലേഖകൾക്കും കണക്കില്ല.

1939 ൽ രണ്ടാംലോക മഹായുദ്ധം പൊട്ടിപ്പുറപ്പെട്ടപ്പോൾ ഒളിവിൽ പോയി. ഒളിവിൽ കഴിയവെ എൻ കെ കൃഷ്ണനുമായി ചേർന്ന് നിയമവിരുദ്ധമായി *കമ്യൂണിസ്റ്റ്* പുറത്തിറക്കുന്നതിൽ സഹായിച്ചു. ഇക്കാലത്ത് എം എൻ റോയിയെ തുറന്നു കാട്ടിക്കൊണ്ടെഴുതിയ ലേഖനങ്ങൾ മാർക്സിസത്തിൽ താൻ ആർജിച്ച അറിവിന്റെ ആഴം വ്യക്തമാക്കുന്നതായിരുന്നു. ഇക്കാലത്ത് തന്നെ ബീജാപ്പൂരിലെ ഡീറ്റൻഷൻ ക്യാമ്പിൽനിന്ന് ജി അധികാരിയെ പുറത്തുകൊണ്ടു വരുന്നതിനുള്ള പരിപാടികൾ ആവിഷ്കരിച്ചതും അജയ്ൻ!

യു പിയിലാകെ ഒളിവിൽ സഞ്ചരിച്ചുകൊണ്ടിരിക്കെ 1940 ൽ ലക്നോവിൽ അറസ്റ്റിലായി. രാഷ്ട്രീയത്തടവുകാർക്കു വേണ്ടിയുള്ള ദേവലി ക്യാമ്പിലെത്തി. ക്യാമ്പിൽ രാഷ്ട്രീയത്തടവുകാരുടെ ആവശ്യങ്ങൾക്കു വേണ്ടി ഇക്കാലത്ത് നടന്ന നിരാഹാരസമരം പ്രസിദ്ധം. അതിൽ അജയനും പങ്കെടുത്തു. സമരത്തോടനുഭാവം പ്രകടിപ്പിച്ച് രാജ്യത്തിന്റെ പല ഭാഗങ്ങളിലും പ്രക്ഷോഭം നടന്നു. അരോഗദൃഢഗാത്രനായിരുന്ന അജയന്റെ ആരോഗ്യം മോശമാവാൻ തുടങ്ങി. അവസാനം അദ്ദേഹത്തെ ക്ഷയരോഗം പിടികൂടി. ചികിത്സാർഥം പല സാനിറ്റോറിയങ്ങളിലും കിടന്നു. സാനിറ്റോറിയത്തിൽനിന്ന് പുറത്തുവന്നപ്പോഴേക്ക് പാർട്ടി ആസ്ഥാനം ബോംബെയിൽ പരസ്യമായി പ്രവർത്തിക്കാൻ തുടങ്ങി. അവിടെ പ്രവർത്തിക്കണം എന്നായിരുന്നു അദ്ദേഹത്തിന്റെ ആഗ്രഹം. പക്ഷേ, ബോംബെയിലെ കാലാവസ്ഥ അദ്ദേഹത്തിന്റെ ആരോഗ്യത്തിനു തീരെ പറ്റിയതായിരുന്നില്ല. ഡോക്ടർമാരും അതുതന്നെ പറഞ്ഞു. അതുകൊണ്ട് നിർബന്ധിച്ച് പാർട്ടി അദ്ദേഹത്തെ കാശ്മീരിലേക്കയച്ചു. പ്രതിഷേധത്തോടെ അദ്ദേഹം അവിടേക്ക് പോയി. കാശ്മീരിൽ നാഷണൽ കോൺഫറൻസ് നേതാക്കളുമായി നല്ല ബന്ധം സ്ഥാപിച്ചു. കാശ്മീരിലെ

പ്രശ്നങ്ങളെക്കുറിച്ച് ആഴത്തിൽ പഠിച്ച് വിദഗ്ധനായി. കാശ്മീരിലെ ജനകീയപ്രസ്ഥാനത്തെ വിപ്ലവവൽക്കരിക്കുന്നതിന് പ്രധാന സംഭാവന നൽകി. യുവസ്വാതന്ത്ര്യസമര സേനാനികളുടെ ഒരു തലമുറയെത്തന്നെ വളർത്തിയെടുത്തു. അക്കൂട്ടത്തിലൊരാളായിരുന്നു പിൽക്കാലത്ത് സോവിയറ്റ് യൂണിയനിലെ ഇന്ത്യൻ അംബാസഡറായിരുന്ന ഡി പി ധർ.

കുറച്ചുകഴിഞ്ഞപ്പോൾ തന്നെ പാർട്ടി ആസ്ഥാനത്തോ അല്ലെങ്കിൽ മറ്റേതെങ്കിലും പ്രദേശത്തോ അയക്കണമെന്നായി അജയ്. അവസാനം പഞ്ചാബിലേക്കയച്ചു. അവിടെ സംഘടനയ്ക്കകത്ത് ചില പ്രശ്നങ്ങളുണ്ടായിരുന്നു. അവ പരിഹരിക്കുന്നതിൽ സ്തുത്യർഹമായ പങ്കുവഹിച്ചു. ഇക്കാലത്ത് ഒട്ടേറെ കേഡർമാരെ, പ്രത്യേകിച്ചും വിദ്യാർഥികളുടെ ഇടയിൽനിന്ന്, അദ്ദേഹം പാർട്ടിയിലേക്ക് കൊണ്ടുവന്നു. രമേശ് ചന്ദ്ര, പെരിൻ ബറൂച്ച തുടങ്ങിയവർ അവരിലുൾപ്പെടുന്നു.

പഞ്ചാബിൽ താമസിക്കുമ്പോൾ ലിറ്റോറായിയുമായി പ്രണയത്തിലായി. 1947 ൽ വിവാഹം കഴിച്ചു. 1958 ൽ അവർക്കൊരു മകൻ പിറന്നു – അമിത്.

രോഗാതുരനെങ്കിലും 1948 ൽ കൽക്കത്തയിൽ ചേർന്ന സി പി ഐയുടെ രണ്ടാം കോൺഗ്രസ് അജയനെ കേന്ദ്രകമ്മിറ്റിയിലേക്കും പൊളിറ്റ് ബ്യൂറോയിലേക്കും തിരഞ്ഞെടുത്തു. കോൺഗ്രസിനെത്തുടർന്ന് പല പ്രവിശ്യകളിലും പാർട്ടി നിയമവിരുദ്ധമായി. താമസിയാതെ അജയ് അറസ്റ്റിലും. അടുത്ത രണ്ടുവർഷം ജയിലിലായിരുന്നു. ജയിലിൽ കഴിയുമ്പോൾ രണ്ടാം കോൺഗ്രസ് അംഗീകരിച്ച രാഷ്ട്രീയ നിലപാടിനെ ഇടതുപക്ഷ സാഹസികമെന്നും സെക്ടേറിയനെന്നും ചിത്രീകരിക്കുകയും നിശിതമായി വിമർശിക്കുകയും ചെയ്തു. 1950 ജനുവരിയിൽ ഫോർ എ ലാസ്റ്റിങ് പീസ് ഫോർ എ പീപ്പിൾസ് ഡമോക്രസി എന്ന പ്രസിദ്ധീകരണം 1948 ലെ ലൈനിനെ വിമർശിച്ചുകൊണ്ട് ഒരു മുഖപ്രസംഗം പ്രസിദ്ധീകരിച്ചപ്പോൾ ഉൾപ്പാർട്ടി സമരം തീക്ഷ്ണമായി. ഈ ഘട്ടത്തിൽ ഡാങ്കെ, ഘാട്ടെ എന്നിവരോടൊപ്പം പാർട്ടി നയത്തെ വിമർശിച്ചുകൊണ്ട് ഒരു രേഖ തയാറാക്കി. 'മൂന്ന് പികളുടെ രേഖ' എന്ന പേരിലാണ് അത് അറിയുന്നത്. കാരണം, അതെഴുതിയ തയാറാക്കിയ മൂന്നുപേരുടെയും ഒളിവിലെ പേരുകളുടെ ആദ്യ അക്ഷരങ്ങൾ തുടങ്ങിയത് പിയിലായിരുന്നു!

ഈ രേഖകൊണ്ടും പാർട്ടിയിലെ അഭിപ്രായ വ്യത്യാസങ്ങൾ മൂർഛിക്കുകയല്ലാതെ മറ്റൊന്നും സംഭവിച്ചില്ല. അവസാനം അഭിപ്രായവ്യത്യാസം പരിഹരിക്കാൻ സോവിയറ്റ് കമ്യൂണിസ്റ്റുപാർട്ടിയുടെ സഹായം തേടാൻ നിശ്ചയിച്ചു. ആ ലക്ഷ്യത്തോടെ ഇന്ത്യയിൽനിന്ന് സോവിയറ്റ് യൂണിയനിലേക്കുപോയ സി പി ഐ പ്രതിനിധിസംഘത്തിലെ ഒരു അംഗം അജയ് ഘോഷ്. സ്റ്റാലിന്റെ നേതൃത്വത്തിലുള്ള സി പി എസ് യു പ്രതിനിധിസംഘവുമായി ചർച്ച നടത്തി തിരിച്ചുവന്നതിനുശേഷം കൽക്കത്തയിൽ ഒരു വിശേഷാൽ സമ്മേളനം ചേർന്നു. ആ സമ്മേളനം പാർട്ടി പരിപാടിയും നയപ്രഖ്യാപനരേഖയും അംഗീകരിച്ചു. അതോടെ അഭിപ്രായവ്യത്യാസ

ങ്ങൾ പരിഹരിക്കപ്പെട്ടു. ആ സമ്മേളനം അജയനെ പാർട്ടിയുടെ ജനറൽ സെക്രട്ടറിയായി തിരഞ്ഞെടുത്തു. മരിക്കുന്നതുവരെ തൽസ്ഥാനത്ത് തുടർന്നു.

1951 ലെ വിശേഷാൽ സമ്മേളനം ആസന്നമായ ഒന്നാം പൊതുതെരഞ്ഞെടുപ്പിൽ പങ്കെടുക്കാൻ തീരുമാനിച്ചു. തിരഞ്ഞെടുപ്പിനെ നേരിടാൻ കഴിയത്തക്കവിധം പാർട്ടിയെ സജ്ജമാക്കിയതിൽ അജയൻ പ്രധാന പങ്കു വഹിച്ചു. തിരഞ്ഞെടുപ്പിൽ ഇന്ത്യയിലെ ഏറ്റവും വലിയ രണ്ടാമത്തെ കക്ഷിയായി സി പി ഐ വളർന്നു. കമ്യൂണിസ്റ്റുപാർട്ടിക്കെതിരെ ഏറ്റവും വലിയ അടിച്ചമർത്തൽ നടന്ന തെലുങ്കാനയിലും വടക്കെ മലബാറിലും പാർട്ടി ശ്രദ്ധേയമായ വിജയംനേടി.

1953 ൽ മധുരയിൽ നടന്ന മൂന്നാം കോൺഗ്രസിൽ അഭിപ്രായവ്യത്യാസം ഉയർന്നു. നെഹ്റുവിന്റെ നേതൃത്വത്തിലുള്ള ഗവൺമെന്റിന്റെ വിദേശനയമാറ്റമാണ് അഭിപ്രായ വ്യത്യാസത്തിന് വഴിവെച്ചത്. സാമ്രാജ്യത്വത്തിനെതിരായും സോവിയറ്റ് ചേരിക്കനുകൂലമായും വന്ന വിദേശനയമാറ്റം ചൂണ്ടിക്കാട്ടി അതിന്റെ പ്രതിഫലനം ആഭ്യന്തര രംഗത്തുമുണ്ടാകുമെന്നും അതിനാൽ പാർട്ടി നെഹ്റു ഗവൺമെന്റിന് പിന്തുണ നൽകുകയാണ് വേണ്ടതെന്നുമുള്ള അഭിപ്രായം കോൺഗ്രസിൽ ചിലർ പ്രകടിപ്പിച്ചു. എന്തിനധികം സമ്മേളനത്തിൽ സൗഹാർദ പ്രതിനിധിയായി ബ്രിട്ടനിൽ നിന്നെത്തിയ ഹാരി പോളിറ്റുപോലും പുരോഗമനപരമായ വിദേശനയത്തിന്റെ പേരിൽ നെഹ്റു ഗവൺമെന്റിന് കമ്യൂണിസ്റ്റുകാർ പിന്തുണ നൽകണമെന്ന് അഭിപ്രായപ്പെട്ടു. എങ്കിലും നെഹ്റു ഗവൺമെന്റിന് പിന്തുണ നൽകണമെന്ന അഭിപ്രായം പാർട്ടി കോൺഗ്രസ് തള്ളിക്കളഞ്ഞു.

നാലാംപാർട്ടി കോൺഗ്രസിനുമുമ്പ് വീണ്ടും അഭിപ്രായവ്യത്യാസം തുടങ്ങി. പാർട്ടി കോൺഗ്രസിൽ അത് രൂക്ഷമായി. കോൺഗ്രസിന്റെ മുമ്പാകെ രണ്ടുപ്രമേയങ്ങൾ വന്നു. ഇങ്ങനെയുണ്ടായ അഭിപ്രായ വ്യത്യാസം മൂർഛിച്ചാണ് 1964 ൽ പാർട്ടി പിളരുന്നതിൽച്ചെന്നു കലാശിച്ചത്. പിളർപ്പിനു മുമ്പ്, 1961 ൽ വിജയവാഡയിൽ ചേർന്ന ആറാം കോൺഗ്രസിൽ പിളർപ്പ് കഷ്ടിച്ച് ഒഴിവാക്കപ്പെട്ടു. ആ കോൺഗ്രസിന് ഒരു പ്രമേയം അംഗീകരിക്കാൻപോലും കഴിയാതെ പോയി. അവസാനം അജയ് ഘോഷിന്റെ പ്രസംഗം കോൺഗ്രസിന്റെ രേഖയായി അംഗീകരിച്ചുകൊണ്ട് പിരിയുകയായിരുന്നു. പാർട്ടിയുടെ പക്ഷത്താണ് അജയൻ നിലയുറപ്പിച്ചത്. ലോകകമ്യൂണിസ്റ്റ് പ്രസ്ഥാനത്തിനകത്ത് വളർന്നുവന്ന അഭിപ്രായ വ്യത്യാസങ്ങളിൽ സോവിയറ്റ് യൂണിയന്റെ നിലപാടിനെ പൂർണമായും അംഗീകരിച്ച അദ്ദേഹം 1957 ലും 1960 ലും മോസ്കോവിൽ നടന്ന ലോക കമ്യൂണിസ്റ്റ് തൊഴിലാളി പാർട്ടികളുടെ സമ്മേളനത്തിൽ സംബന്ധിക്കുകയുണ്ടായി. സോവിയറ്റ് കമ്യൂണിസ്റ്റുപാർട്ടിയുടെ 20 ഉം 21 ഉം 22 ഉം പാർട്ടി കോൺഗ്രസുകളിൽ ഇന്ത്യൻ സൗഹാർദ പ്രതിനിധിസംഘത്തെ അദ്ദേഹം നയിച്ചു.

വാസ്തവത്തിൽ വിശ്രമരഹിതമായ ജീവിതമാണ് അദ്ദേഹത്തിന്റെ ജീവൻ അപഹരിച്ചത്. ഡോക്ടർമാരുടെ നിർദേശം അവഗണിച്ചുകൊണ്ട് 1962 ലെ പൊതുതിരഞ്ഞെടുപ്പിൽ സജീവമായി. ഒട്ടേറെ യോഗങ്ങളിൽ പ്രസംഗിച്ചു. അത്തരം യോഗങ്ങളിൽ ഒന്നിൽ പ്രസംഗിക്കെ അദ്ദേഹത്തിന്റെ നില വഷളായി. തുടർന്ന് ദില്ലിയിലെ ആശുപത്രിയിൽ പ്രവേശിപ്പിക്കപ്പെട്ടു. എങ്കിലും ഡോക്ടർമാർക്ക് അദ്ദേഹത്തിന്റെ ജീവൻ രക്ഷിക്കാനായില്ല. 1962 ജനുവരി 13 ന് അന്തരിച്ചു.

അബ്ദുള്ള റസൂൽ

1903 - 1992

ബംഗാളിലെ ആദ്യകാല കമ്യൂണിസ്റ്റ്-കർഷക നേതാക്കളിൽ ഒരാളായിരുന്നു അബ്ദുള്ള റസൂൽ. സ്വാതന്ത്ര്യ സമരസേനാനി. പത്ര പ്രവർത്തകൻ. പ്രഗൽഭനായ മന്ത്രി എന്നീ നിലകളിലും അദ്ദേഹം പ്രസിദ്ധി നേടി.

1903 ജൂൺ 10 ന് ബർദ്വാനിൽ ജനിച്ചു. പിതാവ്: അബ്ദുൾ ഖാദർ. മാതാവ്: സൂഫിയാ ഖാതൂൽ. സ്കൂൾ വിദ്യാഭ്യാസത്തിനപ്പുറം കടക്കാൻ കഴിഞ്ഞില്ല. ചെറിയ ഒരു ഉദ്യോഗം സ്വീകരിച്ച് ജീവിതം ആരംഭിച്ചു. അപ്പോൾ ദേശീയ സമരത്തിന്റെ കാറ്റ് ആഞ്ഞുവീശുകയായിരുന്നു. നിസഹകരണ-ഖിലാഫത്ത് പ്രസ്ഥാനങ്ങൾ ഒന്നിച്ചു മുന്നേറി. ആ പ്രസ്ഥാനങ്ങളിൽ താൽപ്പര്യം ജനിച്ച റസൂൽ ഉദ്യോഗം വലിച്ചെറിഞ്ഞ് ദേശീയസമരത്തിന്റെ തീച്ചൂളയിലേക്ക് എടുത്തുചാടി. അതിന്റെ പശ്ചാത്തലം റസൂൽ തന്നെ വിശദീകരിക്കുന്നത് ശ്രദ്ധിക്കുക:

> പ്രചാരണാർഥം ജനുവരിയിൽ ഗാന്ധിജിയും രണ്ട് ആലി സഹോദരന്മാരും (മുഹമ്മദ് ആലിയും ഷൗക്കത്ത് ആലിയും) ബംഗാളിനു പുറത്തുള്ള മറ്റു പല നേതാക്കളും കൽക്കത്തയിലെത്തി. ദേശബന്ധു സി ആർ ദാസ്, ബിപിൻ ചന്ദ്രപാൽ, ജിതേന്ദ്രപാൽ ബാനർജി, ശ്യാംസുന്ദർ ചക്രവർത്തി, റവറന്റ് സി എഫ് ആൻഡ്രൂസ് തുടങ്ങിയവർ കൽക്കത്തയിലുണ്ടായിരുന്നു. മിർസാപൂർ പാർക്കിൽ (ഇപ്പോൾ ശ്രദ്ധാനന്ദപാർക്ക്) ഒരു യോഗം വിളിച്ചുകൂട്ടപ്പെട്ടു.

അദ്ദേഹം തുടരുന്നു.

എന്റെ ഗ്രാമത്തിൽനിന്ന് യോഗത്തിൽ പങ്കെടുക്കാൻ ഞാനെത്തി. എന്റെ പരീക്ഷ അടുത്തുവരികയായിരുന്നു. പരീക്ഷ എഴുതണോ വേണ്ടയോ എന്ന് അപ്പോഴും ഞാൻ തീരുമാനിച്ചുകഴിഞ്ഞിരുന്നില്ല. അപ്പോൾ എനിക്ക് രണ്ടു മനസായിരുന്നു. പ്രസിഡൻസി കോളേജിൽ പഠിക്കുന്ന എന്റെ മൂത്ത ജ്യേഷ്ഠൻ ഏതാനും മാസംമുമ്പ് തന്റെ കുറെ സുഹൃത്തുക്കളോടൊപ്പം പഠിത്തം ഉപേക്ഷിച്ചു. ചില സുഹൃത്തുക്കളോടൊപ്പം ഞങ്ങൾ, രണ്ട് സഹോദരന്മാർ ഉച്ചയ്ക്ക് രണ്ട് മണിക്കുതന്നെ പാർക്കിലെത്തി. യോഗം അഞ്ചുമണിക്ക് മാത്രമേ തുടങ്ങുകയുള്ളുവെന്ന് ഞങ്ങൾക്ക് അറിയാമായിരുന്നു. അക്കാലത്ത് മൈക്കുണ്ടായിരുന്നില്ല. പ്രസംഗം ശരിക്കും കേൾക്കണമെങ്കിൽ വേദിയുടെ അടുത്തിരിക്കണം. അതുകൊണ്ടാണ് ഞങ്ങൾ പാർക്കിൽ നേരത്തെ സ്ഥലംപിടിച്ചത്. പ്രസംഗങ്ങൾ ഇംഗ്ലീഷിലാണ്. ചിലതൊക്കെ മനസിലായി. ബാക്കി മനസിലായില്ല. ബംഗാളിലെ പ്രസംഗങ്ങൾ ശരിക്കും ബോധ്യപ്പെട്ടു. ഇതിനുപുറമെ യോഗത്തിന്റെ അന്തരീക്ഷം എനിക്ക് ശരിക്കും പിടിച്ചു. യോഗത്തിലെ ജനപങ്കാളിത്തം തികച്ചും തൃപ്തികരമായിരുന്നു. യോഗാവസാനം ഏറെക്കുറെ പുതിയൊരു പരിപാടി ആരംഭിച്ചു. വിദേശവസ്ത്രങ്ങൾ കത്തിച്ചുകളയൽ. വിദേശവസ്ത്രങ്ങൾ കത്തിക്കാനുള്ള ഗാന്ധിജിയുടെ ആഹ്വാനത്തിന് കാര്യമായ പ്രതികരണമുണ്ടായില്ല. എന്നാൽ ദേശബന്ധുവിന്റെ വാചാലവും വികാരതീവ്രവുമായ പ്രസംഗത്തിന് ശേഷം ധാരാളം വിദേശവസ്ത്രങ്ങൾ അവിടെ കുന്നുകൂട്ടപ്പെട്ടു. ഞാൻ അതിനുമുമ്പു തന്നെ നാടൻമില്ലുകളിൽ ഉൽപ്പാദിപ്പിച്ച തുണിയാണ് ഉപയോഗിക്കാറുണ്ടായിരുന്നത്. പോക്കറ്റിൽ ഒരു വിദേശ തൂവാലയുണ്ടായിരുന്നു. ഞാനത് വസ്ത്രക്കൂമ്പാരത്തിലേക്ക് വലിച്ചെറിഞ്ഞു. ഗാന്ധിജി ഒരു വിദേശവസ്ത്രമെടുത്ത് കത്തിച്ചതിനുശേഷം സ്ഥലംവിട്ടു. ബാക്കി വസ്ത്രങ്ങളൊക്കെ കത്തിച്ചത് അവിടെ സന്നിഹിതരായ കുട്ടികൾ. വളരെ ആവേശത്തോടെ തന്നെ അവർ ആ ജോലി നിർവഹിച്ചു.

റസൂൽ തുടർന്നു:

1921 ാമാണ്ട് മുഴുവൻ നടന്ന ബ്രിട്ടീഷ് വിരുദ്ധ പ്രചാരണം ജനങ്ങളുടെ ദേശാഭിമാനവും വികാരവും തട്ടിയുണർത്താൻ സഹായിച്ചു. പ്രസ്ഥാനത്തിന്റെ സന്ദേശം രാജ്യത്തിന്റെ ഓരോ മുക്കിലും മൂലയിലും വ്യാപിച്ചു. പലതരം ജോലികളിൽ ഏർപ്പെട്ട ജനങ്ങൾ അവയിൽനിന്ന് വിട്ടുനിന്ന് പ്രസ്ഥാനത്തിൽ പങ്കെടുത്തു. വെയിൽസ് രാജകുമാരൻ ബോംബെയിൽ കാൽകുത്തിയ 1921 നവമ്പർ 17ന് ബന്ദ് ആചരിക്കാൻ നിസഹകരണ പ്രസ്ഥാനത്തിന്റെ

> നേതാക്കളും ഖിലാഫത്ത് കമ്മിറ്റിയും ആഹ്വാനം നൽകി. രാവിലെ ആറുമണി മുതൽ വൈകുന്നേരം മൂന്ന് മണിവരെയാണ് ബന്ദ്. ഞാൻ എന്റെ ആപ്പീസിൽ പോയില്ല.
>
> സർവീസിൽനിന്ന് രാജിവച്ചതിനുശേഷം ഞാനും ജ്യേഷ്ഠൻ വഹാജൂർ റസൂലും ജില്ലാ ആപ്പീസിൽ സത്യഗ്രഹികളായി പേര് രജിസ്റ്റർ ചെയ്തു. മൂന്ന് വളണ്ടിയർമാരോടൊപ്പം പ്രതീകാത്മകമായി ഒരു ഖാദി ഷീറ്റുമായി ഞങ്ങൾ തെരുവീഥികളിലേക്കിറങ്ങി. നിയമലംഘനത്തിന് പൊലീസ് ഞങ്ങളെ അറസ്റ്റ് ചെയ്തില്ല. അവസാനം വൈകുന്നേരം ഖാദി ഷീറ്റ് ആപ്പീസിൽ മടക്കിക്കൊടുത്തു.

എന്നാൽ 1921 ഡിസംബർ 16 ന് അബ്ദുള്ള റസൂലും വഹാജൂർ റസൂലും അറസ്റ്റിലായി. അതിനെക്കുറിച്ച് റസൂൽ എഴുതി:

> ആദ്യം അവർ ഞങ്ങളെ മൂച്ചിപ്പാറ റെയിൽവേ സ്റ്റേഷനിലും തുടർന്ന് ലാൽബസാർ റെയിൽവേ സ്റ്റേഷനിലും കൊണ്ടുപോയി. ആ രാത്രി പിന്നിട്ടതിനുശേഷം ബേങ്ക്ഷാൽ കോടതിയിൽ ഞങ്ങൾക്ക് ഹാജരാകേണ്ടിവന്നു. അഡീഷണൽ ചീഫ് പ്രസിഡൻസി മജിസ്ട്രേട്ട് തന്റെ വിധി പ്രഖ്യാപിച്ചു – അറസ്റ്റിലായ എല്ലാ സത്യഗ്രഹികൾക്കും ഒരു മാസത്തെ കഠിനതടവ്. രാത്രി ഞങ്ങൾ പ്രസിഡൻസി ജയിലിലെത്തി.

ജയിൽ മോചിതനായതിനുശഷം റസൂൽ ബർദ്വാനിൽ പോയി. ബർദ്വാൻ ജില്ലാ ഖിലാഫത്ത് നേതാക്കളെയും കോൺഗ്രസ് നേതാക്കളെയും കണ്ടു. തന്റെ കൂടെ പ്രവർത്തിക്കാൻ ഖിലാഫത്ത് കമ്മിറ്റി സെക്രട്ടറി അദ്ദേഹത്തെ ക്ഷണിച്ചു. റസൂൽ സമ്മതിച്ചു. മറ്റുള്ളവരോടൊപ്പം മേമാരി മാർക്കറ്റ് പിക്കറ്റ് ചെയ്യാൻ തുടങ്ങി. തങ്ങളുടെ പ്രവർത്തനങ്ങളിൽ സഹകരിക്കാൻ അദ്ദേഹം വിദ്യാർഥികളോട് അഭ്യർഥിച്ചു. അങ്ങനെ ധാരാളം വിദ്യാർഥികളും പിക്കറ്റിങ്ങിൽ പങ്കെടുത്തു തുടങ്ങി. മേമാരി പ്രദേശത്തെ പ്രധാന സംഭവമായിമാറി പിക്കറ്റിങ്.

ഫെബ്രുവരി മധ്യത്തിൽ പിക്കറ്റിങ്ങിനായി മറ്റൊരു സംഘം വിദ്യാർഥികളെ സംഘടിപ്പിക്കാൻ സ്കൂളിലേക്കു പോയി. അവിടത്തെ ഹെഡ്മാസ്റ്ററിൽ നിന്നാണ് നിയമലംഘനപ്രസ്ഥാനം ഗാന്ധിജി നിർത്തിവച്ചതായി മനസിലാക്കിയത്. ആ വാർത്ത തന്നെ 'ഞെട്ടിച്ചു കളഞ്ഞു'വെന്ന് റസൂൽ എഴുതി.

1922 ആയപ്പഴേക്ക് ബർദ്വാനിൽ ഖിലാഫത്ത് പ്രസ്ഥാനത്തിന്റെ നേതാവായി അദ്ദേഹം അറിയപ്പെട്ടു. ആ വർഷം ബർദ്വാൻ ജില്ലാ ഖിലാഫത്ത് കമ്മിറ്റി സെക്രട്ടറിയായി. അതേവർഷം തന്നെ ബംഗാൾ പ്രവിശ്യ കോൺഗ്രസ് കമ്മിറ്റി അംഗമായും തിരഞ്ഞെടുക്കപ്പെട്ടു. 1922 ൽ വടക്കൻ ബംഗാളിലെ ആത്രേയ നദിയിൽ വമ്പിച്ച വെള്ളപ്പൊക്കം. അതുമൂലം

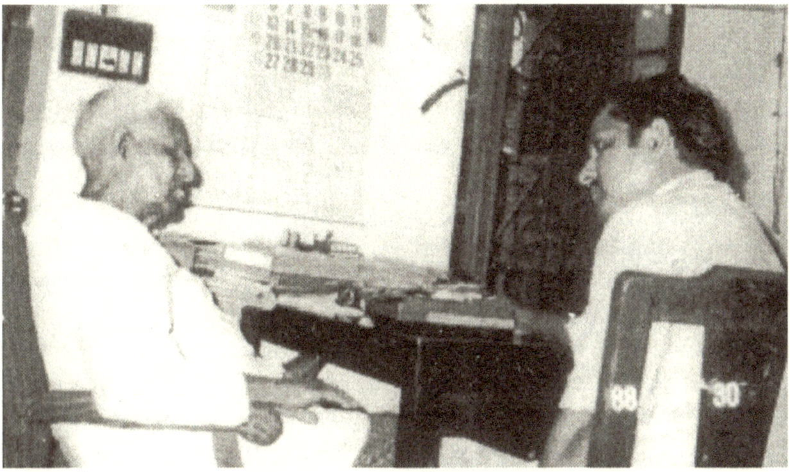

അബ്ദുള്ള റസൂലുമായി ഗ്രന്ഥകർത്താവ് അഭിമുഖസംഭാഷണം നടത്തുന്നു

കെടുതി അനുഭവിക്കുന്നവരെ സഹായിക്കുന്നതിൽ പ്രധാന പങ്കുവഹിച്ചു.

ഇസ്ലാമിക ചരിത്രം പഠിക്കണമെന്ന് മോഹം. അതിനായി ലാഹോറിൽ പോയി. 1926 മുതൽ 29 വരെ അവിടെ താമസിച്ചു. വിവിധ മതങ്ങളെ താരതമ്യം ചെയ്തുകൊണ്ടുള്ള പഠനവും അവിടെവച്ച് നടത്തി. ലാഹോറിൽ താമസിക്കുമ്പോൾ അവിടെ നിന്ന് പുറത്തിറങ്ങിയ *ലൈറ്റിൽ* ലേഖനങ്ങളെഴുതിത്തുടങ്ങി. കൽക്കത്തയിൽ മടങ്ങിയെത്തിയതിനുശേഷം *ഖാദിം* എന്ന വാരികയിലും തുടർന്ന് ഒരു ഇംഗ്ലീഷ് ദൈവവാരികയായ *ദ മുസൽമാനി*ലും *ബോംബെ ക്രോണിക്കിളി*ലും ലേഖകനെന്ന നിലയിൽ പ്രവർത്തിച്ചു. 1932 ലെ നിയമലംഘന പ്രസ്ഥാനത്തിൽ പങ്കെടുത്ത് അറസ്റ്റുവരിച്ചു. ജയിലിൽ കിടക്കുമ്പോൾ സോഷ്യലിസ്റ്റ് സാഹിത്യവുമായി പരിചയപ്പെട്ടു. അതും സോഷ്യലിസ്റ്റ് ചിന്താഗതിക്കാരുമായുള്ള ചർച്ചയും സോഷ്യലിസ്റ്റ് ആശയഗതിയിൽ ആകൃഷ്ടനാക്കി. അതാണ് 1937 – 39 കാലത്ത് *ദി കോമ്രേഡ്* എന്ന ഇംഗ്ലീഷ് വാരിക പ്രസിദ്ധീകരിക്കാൻ പ്രചോദനം നൽകിയത്. 1938 ൽ കമ്യൂണിസ്റ്റുപാർട്ടിയിൽ അംഗമായി. അടുത്തവർഷം പാർട്ടിയുടെ സംസ്ഥാന കമ്മിറ്റിയിലേക്ക് തിരഞ്ഞെടുക്കപ്പെട്ടു.

പാർട്ടിയിൽ അംഗമായപ്പോൾ കർഷകരംഗത്ത് പ്രവർത്തിക്കാനാണ് പാർട്ടി നിർദേശിച്ചത്. മരണംവരെ ആ രംഗത്തു പ്രവർത്തിച്ച് രാജ്യത്തെ കർഷക പ്രസ്ഥാനത്തിന് അമൂല്യമായ സംഭാവനകൾ നൽകി. 1936 ലാണല്ലോ കിസാൻസഭയുടെ സ്ഥാപക സമ്മേളനം ലക്നോവിൽ നടന്നത്. റസൂൽ അതിൽ പങ്കെടുത്തു. അങ്ങനെ അഖിലേന്ത്യാ കിസാൻസഭയുടെ സ്ഥാപക നേതാക്കളിലൊരാളായി. അവിഭക്ത ബംഗാളിലും രാജ്യത്തിന്റെ ഇതരഭാഗങ്ങളിലും കർഷക പ്രസ്ഥാനം കെട്ടിപ്പടുക്കുന്നതിൽ

പ്രധാന പങ്കുവഹിച്ചു. 1938 ൽ കിസാൻസഭയുടെ ബംഗാൾ പ്രവിശ്യാ സെക്രട്ടറിയായി തിരഞ്ഞെടുക്കപ്പെട്ടു. 1940–41 ൽ അഖിലേന്ത്യാ കിസാൻസഭ ജനറൽ സെക്രട്ടറിയായി. സംസ്ഥാനതലത്തിലും അഖിലേന്ത്യാതലത്തിലും ഒരേസമയം പ്രവർത്തിക്കാൻ ബുദ്ധിമുട്ടാണെന്നു പറഞ്ഞ് 1941 ൽ അഖിലേന്ത്യാ കിസാൻസഭ ജനറൽ സെക്രട്ടറി സ്ഥാനത്തുനിന്നൊഴിഞ്ഞു.

1939 ൽ രണ്ടാം ലോകമഹായുദ്ധം ആരംഭിച്ചു. യുദ്ധത്തിനെതിരെ ജനങ്ങളെ അണിനിരത്താൻ ശ്രമിച്ചതിനാൽ ഗവൺമെന്റ് കമ്യൂണിസ്റ്റുപാർട്ടിക്കെതിരെ ആഞ്ഞടിച്ചു. പാർട്ടി നേതാക്കളെ അറസ്റ്റുചെയ്യാൻ തുടങ്ങി. അപ്പോൾ അബ്ദുള്ള റസൂൽ ഒളിവിൽ പോയി. 1941 ൽ യുദ്ധത്തോടുള്ള സമീപനത്തിൽ മാറ്റം വരുത്തിയതോടെ പാർട്ടിയുടെ മേലുള്ള നിരോധനം ബ്രിട്ടീഷ് ഗവൺമെന്റ് പിൻവലിച്ചു. യുദ്ധത്തോടുള്ള നിലപാടിൽ മാറ്റംവരുത്താനിടയായ സാഹചര്യവും കോൺഗ്രസിന്റെ നേതൃത്വത്തിൽ ആരംഭിച്ച ക്വിറ്റ് ഇന്ത്യാ സമരത്തോടുള്ള പാർട്ടിയുടെ നിലപാടും വിശദീകരിക്കാൻ മൈമൻസിങ്ങിലേക്കു പോയി. അപ്പോൾ അവിടെവച്ച് അറസ്റ്റിലായി. ബോംബെ ഗവൺമെന്റ് നേരത്തെ പുറപ്പെടുവിച്ച വാറണ്ട് പ്രകാരം റസൂലിനെ അറസ്റ്റ് ചെയ്യുകയായിരുന്നു.

അവിഭക്ത ബംഗാൾ കണ്ട ഏറ്റവും വലിയ കർഷക സമരമായിരുന്നു തേഭാഗാ സമരം. ഭൂമിയിൽ പണിയെടുക്കുന്നവർക്ക് വിളവിന്റെ മൂന്നിൽ രണ്ട് ലഭിക്കണമെന്നാവശ്യപ്പെട്ട് 1946 ലാണ് സമരം തുടങ്ങിയത്. ഹിന്ദുക്കളും മുസ്ലിങ്ങളും ഗിരിവർഗക്കാരുമായ കൃഷിക്കാർ ഇടതിങ്ങിപ്പാർക്കുന്ന പ്രദേശങ്ങളായിരുന്നു സമരകേന്ദ്രങ്ങൾ. ദിനാജ്പൂർ, രംഗ്പൂർ, ജൽപായ്ഗുരി, 24 പർഗാനകളുടെ തീരപ്രദേശങ്ങൾ, ഖുൽന, മൈമൻസിങ്ങിന്റെ കിഴക്കൻ ജില്ലകൾ എന്നിവിടങ്ങളിലാണ് പ്രധാനമായും സമരം നടന്നത്. അധികാരക്കൈമാറ്റത്തിനു ശേഷവും തുടർന്ന ആ സമരത്തിന്റെ പ്രധാന നേതാവായിരുന്നു അദ്ബുള്ള റസൂൽ. സമരം നടക്കുമ്പോൾ സമരകേന്ദ്രങ്ങളിലാകെ അദ്ദേഹം സഞ്ചരിച്ചു.

അതിനുമുമ്പ്, 1942 ഒക്ടോബറിൽ, ബംഗാളിന്റെ ചില ഭാഗങ്ങളിൽ വെള്ളപ്പൊക്കം വമ്പിച്ച കെടുതികൾ വാരിവിതച്ചു. ദുരിതാശ്വാസ പ്രവർത്തനങ്ങൾ സംഘടിപ്പിക്കുന്നതിനായി ഒരു ദുരിതാശ്വാസ കമ്മിറ്റി സംഘടിപ്പിച്ചു. കമ്മിറ്റിയിലെ പ്രധാനി എന്ന നിലയിൽ ചിറ്റഗോങ്, കൊണ്ടായി, 24 പർഗാനകൾ എന്നിവിടങ്ങളിൽ സന്ദർശനം നടത്തി. 1943 ലെ ബംഗാൾ ക്ഷാമകാലത്തും ദുരിതാശ്വാസ പ്രവർത്തനങ്ങളിലേർപ്പെട്ടു.

1948 ൽ പാർട്ടിയുടെ രണ്ടാം കോൺഗ്രസ് കൽക്കത്തയിൽ നടന്നതിനുശേഷം കർഷകസമരത്തിന് നേതൃത്വം നൽകാൻ റസൂൽ റംഗൂണിലേക്ക് പോയി. 1948 മാർച്ച് 26 ന് ഗവൺമെന്റ് ബംഗാളിൽ കമ്യൂണിസ്റ്റുപാർട്ടിയെ നിരോധിച്ചു. കമ്യൂണിസ്റ്റ്–കർഷക പ്രസ്ഥാനത്തിനെതിരായ കടന്നാക്രമണം ബർമയിലും ആരംഭിച്ചു. അപ്പോൾ റസൂൽ ചിറ്റഗോങ് വഴി കൽക്കത്തക്കു മടങ്ങി. ഒളിവിൽ പോയി.

1948 ൽ 24 പർഗാന ജില്ലയിലെ സുന്ദർവനത്തിൽ ഗവൺമെന്റും സെമിന്ദാർമാരും ചേർന്ന് കൃഷിക്കാരുടെമേൽ അതിനീചമായ ആക്രമണം കെട്ടഴിച്ചുവിട്ടു. ഇതറിഞ്ഞ അബ്ദുള്ള റസൂൽ അവിടെയെത്തി. ഒരുവർഷം മുഴുവൻ അദ്ദേഹം അവിടെ കഴിച്ചുകൂട്ടി. കൃഷിക്കാരെ സംഘടിപ്പിച്ചു. ഒട്ടേറെ യാതനകൾ ഇക്കാലത്ത് അനുഭവിക്കേണ്ടി വന്നു.

1950 ൽ ഡാക്കയിലും കിഴക്കൻ ബംഗാളിന്റെ വിവിധ ഭാഗങ്ങളിലും വർഗീയ ലഹളകൾ ആളിപ്പടർന്നു. ആ പ്രദേശത്തെ കമ്യൂണിസ്റ്റുപാർട്ടിയുടെ ആവശ്യപ്രകാരം റസൂൽ അങ്ങോട്ടുപോയി. ആറുമാസം കിഴക്കൻ ബംഗാളിലെ ലഹള ബാധിത പ്രദേശങ്ങളിൽ ചെലവഴിച്ചു. സ്ഥിതിഗതികൾ സാധാരണ നിലയിലെത്തിയതിനുശേഷം കൽക്കത്തക്കു മടങ്ങി.

1951 ൽ കരുതൽ തടങ്കൽ നിയമപ്രകാരം കൽക്കത്തയിൽ അറസ്റ്റിലായി. 1952 ഫെബ്രുവരിയിൽ ജയിൽ മോചിതനായി. അറസ്റ്റിലാവുന്നതിനു മുമ്പ് സന്താൾ കലാപത്തിന്റെ 125 ാം വാർഷികം ആഘോഷിക്കാൻ പാർട്ടി തീരുമാനിച്ചു. ജയിലിലെത്തിയപ്പോൾ കലാപത്തെക്കുറിച്ച് ഒരു പുസ്തകമെഴുതി. കലാപത്തിന്റെ പ്രാധാന്യം അതിൽ എടുത്തുകാട്ടി. 1959 ലെ ഭക്ഷ്യസമരകാലത്ത് ബി സി റോയ് ഗവൺമെന്റ് അദ്ദേഹത്തെ അറസ്റ്റുചെയ്തു. ഇന്ത്യാ-ചൈനാ അതിർത്തി സംഘട്ടത്തിനുശേഷം 1962 ലും റസൂൽ അറസ്റ്റിലായി. മൊത്തം അഞ്ചുവർഷം ജയിലിൽ കിടന്നു. ആറുവർഷം ഒളിവിലും.

അവിഭക്ത കമ്യൂണിസ്റ്റുപാർട്ടിക്കകത്ത് തിരുത്തൽവാദത്തിനും പരിഷ്കരണവാദത്തിനുമെതിരായി നടന്ന പോരാട്ടത്തിൽ മുൻപന്തിയിൽനിന്നു. ആ പോരാട്ടത്തിന്റെ ഉച്ചകോടിയിൽ സി പി ഐ(എം) രൂപം കൊണ്ടപ്പോൾ അദ്ദേഹം അതിൽ ചേർന്നു. സി പി ഐ (എം) രൂപവൽക്കരണം മുതൽ അതിന്റെ സംസ്ഥാന കമ്മിറ്റിയിലും സംസ്ഥാന സെക്രട്ടേറിയറ്റിലും അംഗമായി. 1964 ൽ പാർട്ടി സംസ്ഥാന സെക്രട്ടറി പ്രമോദ് ദാസ് ഗുപ്ത അറസ്റ്റിലായപ്പോൾ ആക്ടിങ് സെക്രട്ടറിയായി പ്രവർത്തിച്ചു. മാർക്സിസം-ലെനിനിസം ഉയർത്തിപ്പിടിച്ചുകൊണ്ട് നക്സലൈറ്റ് വ്യതിയാനത്തിനെതിരെ പോരാടി. 1982 ൽ സംസ്ഥാന കമ്മിറ്റിയിൽ നിന്നൊഴിഞ്ഞു. കേന്ദ്ര കൺട്രോൾ കമ്മീഷൻ ചെയർമാനായും പ്രവർത്തിച്ചിട്ടുണ്ട്.

1960 ൽ ബംഗാൾ വിധാൻ പരിഷത്തിൽ അംഗമായി. 1969 ൽ രണ്ടാം ഐക്യമുന്നണി ഗവൺമെന്റിലെ ട്രാൻസ്പോർട്ട് മന്ത്രിയായി പ്രവർത്തിച്ചു.

കൃതഹസ്തനായ എഴുത്തുകാരനായിരുന്നു റസൂൽ. *അഖിലേന്ത്യാ കിസാൻസഭാ ചരിത്രം, മാർക്സിസ്റ്റ് അർഥശാസ്ത്രം, എന്താണ് കമ്യൂണിസം, സന്താൾ കലാപത്തിന്റെ അനശ്വര കഥ. സംസ്കാരത്തെപ്പറ്റി* എന്നിങ്ങനെയുള്ള കൃതികൾ രചിച്ചു. ഇവയ്ക്കു പുറമെ രണ്ടു നോവലുകളും എഴുതി - *ആബാദും, പട്ടണത്തിൽ നിന്ന് ഗ്രാമത്തിലേക്കും*. മരിക്കുന്നതിന് ഏതാനും ദിവസം മുമ്പാണ് രണ്ടാമത്തെ നോവൽ എഴുതി

ത്തീർത്തത്. അദ്ദേഹത്തിന്റെ മാതൃകാായോഗ്യമായ പ്രവർത്തനങ്ങളെക്കുറിച്ച് ബിനോയ് ചൗധരി എഴുതിയത് ഇവിടെ ഉദ്ധരിക്കട്ടെ.

> പാർട്ടി അധ്യാപകൻ എന്ന നിലയിൽ ഉജ്വലമായ പങ്കുവഹിച്ചു. അദ്ദേഹം ജില്ലകളിൽ അവിശ്രമം യാത്രചെയ്യും. കർഷകസമരം സംഘടിപ്പിക്കും, ഓണംകേറാമൂലകളിൽപ്പോലും മാസങ്ങളോളം താമസിക്കും. കൃഷിക്കാരുമായും കുടിയാന്മാരുമായും ഇടകലർന്ന് പ്രവർത്തിക്കും. തങ്ങളുടെ അവകാശ സംരക്ഷണത്തിന് അടിയുറച്ചു നിൽക്കേണ്ടതിന്റെ പ്രാധാന്യം അവരെ ബോധ്യപ്പെടുത്തും. ഇതിനൊക്കെ പുറമെ കൃഷിക്കാരെ രാഷ്ട്രീയവൽക്കരിക്കുന്ന പ്രവർത്തനങ്ങൾ സംഘടിപ്പിക്കും. നിലവിലുള്ള സാമൂഹിക ഘടന പൊളിച്ചുമാറ്റുന്നതിനുള്ള വിപുലമായ സമരത്തെക്കുറിച്ച് അവരെ ബോധ്യപ്പെടുത്തും. നിലവിലുള്ള മർദകവാഴ്ച അവസാനിപ്പിച്ചെങ്കിൽ മാത്രമേ കൃഷിക്കാർക്ക് അവരുടെ അലംഘനീയമായ അവകാശങ്ങൾ നേടിയെടുക്കാൻ കഴിയൂ എന്ന് അവരെ പഠിപ്പിക്കും. പാർട്ടി അധ്യാപകനും സംഘാടകനുമെന്ന നിലയിൽ അദ്ദേഹം നടത്തിയ പ്രവർത്തനമുണ്ടല്ലോ, അത് നമ്മുടെ യുവതലമുറ മാതൃകയായി സ്വീകരിക്കണം.

സ്വന്തം താൽപ്പര്യങ്ങൾക്ക് ഉപരി എന്നും പാർട്ടി താൽപ്പര്യങ്ങൾക്ക് മുൻഗണന നൽകിയ റസൂൽ തിരക്കുപിടിച്ച രാഷ്ട്രീയ പ്രവർത്തനത്തിനിടയിൽ വിവാഹം കഴിക്കാൻപോലും മറന്നുപോയി. കൽക്കത്തയിലെ ജഗരിയാ സ്ട്രീറ്റിൽ ഒരു ഇടുങ്ങിയ മുറിയിൽ പുസ്തകങ്ങൾക്ക് ഇടയിലായിരുന്നു താമസം.

1992 നവംബർ 21 ന് അന്തരിച്ചു.

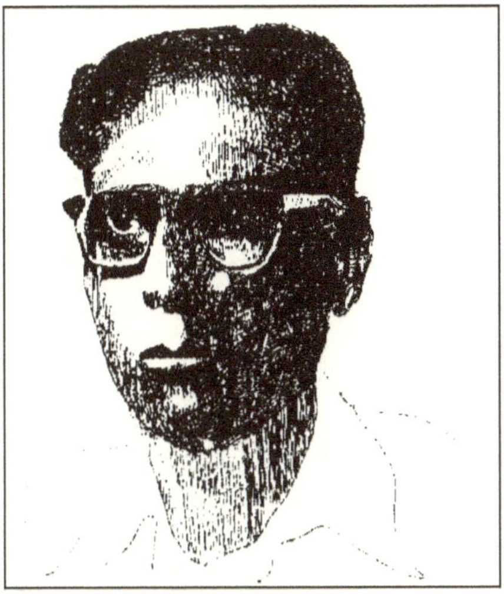

അബ്ദുൾ ഹലീം

1905 - 1966

ഇന്ത്യയിലെ കമ്യൂണിസ്റ്റുപ്രസ്ഥാനത്തിന്റെ സ്ഥാപകനേതാക്കളിൽ ഒരാൾ എന്ന് മുസഫർ അഹമ്മദ് വിശേഷിപ്പിച്ച വിപ്ലവകാരിയായിരുന്നു അബ്ദുൾ ഹലീം. മുസഫർ അഹമ്മദ് കഴിഞ്ഞാൽ ബംഗാളിൽ ഏറ്റവുമധികം ആദരിക്കപ്പെട്ട കമ്യൂണിസ്റ്റ് നേതാവായിരുന്നു അദ്ദേഹം. വംഗനാട്ടിൽ കമ്യൂണിസ്റ്റുപ്രസ്ഥാനം കെട്ടിപ്പടുക്കുന്നതിൽ ഇത്രയധികം ത്യാഗപൂർവം പ്രവർത്തിച്ച ഒരാൾ അപൂർവമായിരിക്കും.

ബിർഭൂം ജില്ലയിലെ കിർനഹാറിനടുത്ത് ബർദംഗ ഗ്രാമത്തിൽ 1905 ൽ ജനിച്ചു. അത്യന്തം പാവപ്പെട്ട കുടുംബമായിരുന്നു അദ്ദേഹത്തിന്റേത്. അതിനാൽ ഹൈസ്കൂൾ വിദ്യാഭ്യാസംപോലും പൂർത്തിയാക്കാൻ കഴിഞ്ഞില്ല. എങ്കിലും ബംഗാളിയും ഇംഗ്ലീഷും സ്വയം പഠിച്ചു. ജോലി തേടി കൽക്കത്തയിലെത്തി. ഒരു കുടുംബസുഹൃത്തിന്റെ സഹായത്തോടെ മെസേർസ് ഗ്ലാഡ്സ്റ്റൺ വീലി ആന്റ് കമ്പനിയിലെ ഷിപ്പിങ്ങ് വിഭാഗത്തിൽ ടാലി ക്ലാർക്കായി ജോലികിട്ടി. അങ്ങനെ ഉപജീവനത്തിന് വിഷമിക്കാതെ കൽക്കത്തയിൽ കഴിയാമെന്നായി.

ജോലി കഴിഞ്ഞാൽ താമസസ്ഥലത്തുചെന്ന് വെറുതെ സമയം കളയുന്ന സ്വഭാവമായിരുന്നില്ല ഹലീമിന്റേത്. കുട്ടിക്കാലം മുതലേ വളർത്തിയെടുത്ത വായനാശീലം കൽക്കത്തയിലും തുടർന്നു. എന്നല്ല, വായനയുടെ ചക്രവാളം കുറേക്കൂടി വികസിച്ചു. ദിവസവും ബംഗീയ മുസൽമാൻ സാഹിത്യസമിതി ആപ്പീസിൽ ഹാജരാകും. അവിടെയുള്ള പത്രങ്ങളും മാഗസിനുകളും വായിക്കും. താമസസ്ഥലത്തിരുന്ന് വായിക്കാൻ പുസ്ത

കമെടുത്തുകൊണ്ടുപോകും. സാഹിത്യസമിതി ആപ്പീസിൽ വരുന്നവരുമായി ബന്ധപ്പെടും. ക്രമേണ രാഷ്ട്രീയത്തിൽ താൽപ്പര്യം ജനിച്ചു. ദേശീയ പ്രസ്ഥാനത്തിൽ ആകൃഷ്ടനായി. അക്കാലത്ത് ദേശീയ വിപ്ലവ പ്രസ്ഥാനം യുവാക്കളെ വളരെയധികം സ്വാധീനിച്ചിരുന്നുവെങ്കിലും ഹലീം അതിന്റെ സ്വാധീനവലയത്തിൽപ്പെട്ടില്ല. ഗാന്ധിസമാണ് ഹലീമിനെ ആകർഷിച്ചത്. 1921 ൽ ജോലി രാജിവെച്ച് നിസഹകരണ പ്രസ്ഥാനത്തിലേക്ക് എടുത്തുചാടി. 6 മാസത്തെ തടവുശിക്ഷ കിട്ടി. ജയിൽമോചിതനായി ഏറെകഴിയുന്നതിന് മുമ്പ് വീണ്ടും അറസ്റ്റിൽ. 1921–22 കാലത്ത് മൂന്നുതവണ ജയിലിൽ കിടക്കേണ്ടിവന്നു.

ചൗരിചൗരാ സംഭവത്തെ തുടർന്ന് ഗാന്ധിജി നിസഹകരണപ്രസ്ഥാനം പിൻവലിച്ചു. അപ്പോൾ മറ്റു പല ചെറുപ്പക്കാരെയുംപോലെ അദ്ദേഹവും നിരാശനായി. ഗാന്ധിസത്തിലുള്ള വിശ്വാസം നശിച്ചു. ഈ ഘട്ടത്തിലാണ് മുസഫർ അഹമ്മദുമായുള്ള പരിചയത്തിലൂടെ കമ്യൂണിസത്തെക്കുറിച്ച് പഠിക്കാൻ തുടങ്ങിയതും അതിൽ ആകൃഷ്ടനായതും. മുസഫറും കുത്ബുദ്ദീൻ അഹമ്മദും കൽക്കത്തയിൽ കമ്യൂണിസ്റ്റുപാർട്ടിയുടെ ഒരു ന്യൂക്ലിയസ് ഉണ്ടാക്കാൻ ശ്രമിച്ചു വരികയായിരുന്നു അപ്പോൾ. അവരുടെ ശ്രമത്തിൽ ഹലീമും പങ്കാളിയായി. മാർക്സിസം പ്രചരിപ്പിക്കാനും കമ്യൂണിസ്റ്റുപ്രസ്ഥാനം കെട്ടിപ്പടുക്കാനുമുള്ള പ്രവർത്തനത്തിൽ വ്യാപൃതനായി.

ഇന്ത്യൻ നാഷണൽ കോൺഗ്രസിനകത്തെ ഇടതുപക്ഷക്കാർ ചേർന്ന് രൂപംനൽകിയ ലേബർ സ്വരാജ് പാർട്ടിയിലും സജീവമായി. ആ പാർട്ടിയിൽ മുസഫർ അഹമ്മദും അംഗമായി ചേർന്നു. അദ്ദേഹം അംഗമായതോടെ ആ പാർട്ടിക്ക് കുറേക്കൂടി വിപ്ലവാത്മകസ്വഭാവം കൈവന്നു. പാർട്ടിയുടെ പേര് ബംഗാൾ കർഷക തൊഴിലാളി പാർട്ടി. പിന്നീട് ബംഗാൾ തൊഴിലാളി–കർഷക പാർട്ടി എന്നാക്കി അതിനെ പുനർനാമകരണം ചെയ്തു. ആ പാർട്ടിയിൽ ചേർന്ന് അതിൽ സജീവമായ ഹലീം 1926 ൽ അതിന്റെ ആക്ടിങ് ജനറൽ സെക്രട്ടറിയായി തിരഞ്ഞെടുക്കപ്പെട്ടു. തന്റെ മുഖ്യപ്രവർത്തനരംഗം ട്രേഡ് യൂണിയനാക്കി മാറ്റി. ഒട്ടേറെ യൂണിയനുകൾക്ക് നേതൃത്വം നൽകി. അദ്ദേഹം നേതൃത്വം നൽകിയ യൂണിയനുകളിൽ ഇന്ത്യൻ സീമെൻസ് യൂണിയൻ, പോർട്ട് ട്രസ്റ്റ് മറൈൻ വർക്കേഴ്സ് യൂണിയൻ, ഈസ്റ്റ് ബംഗാൾ റെയിൽവേ വർക്കേഴ്സ് യൂണിയൻ, മാച്ച് ഫാക്ടറി വർക്കേഴ്സ് യൂണിയൻ. ബംഗാൾ ചണമിൽ വർക്കേഴ്സ് യൂണിയൻ. സിറ്റി ആന്റ് മോട്ടോർ ട്രാൻസ്പോർട്ട് വർക്കേഴ്സ് യൂണിയൻ എന്നിവ ഉൾപ്പെടുന്നു. ഒട്ടേറെ തൊഴിലാളി സമരങ്ങൾക്ക് നേതൃത്വം നൽകി. അവയിൽ ഏറ്റവും പ്രധാനപ്പെട്ട ഒന്ന് 1929 ൽ കാളവണ്ടിത്തൊഴിലാളികൾ നടത്തിയ പണിമുടക്കാണ്. ബാരിക്കേഡുകൾ ഉയർത്തിക്കൊണ്ടായിരുന്നു പണിമുടക്ക്. അതിനോട് അനുബന്ധിച്ച് തൊഴിലാളികളും പൊലീസും ഏറ്റുമുട്ടി. ഒരു പൊലീസ് സാർജന്റ് കൊല്ലപ്പെട്ടു. പണിമുടക്കിന് നേതൃത്വം നൽകിയതിന്റെ പേരിൽ ഹലീം

അറസ്റ്റിലായി. തടവറയിൽനിന്ന് മോചിപ്പിക്കപ്പെട്ട ഉടൻ രാജ്യദ്രോഹപരമായ ലഘുലേഖ വിതരണം ചെയ്തുവെന്നതിന്റെ പേരിൽ വീണ്ടും തടവുശിക്ഷ കിട്ടി.

1925 ൽ ഇന്ത്യൻ മണ്ണിൽ ഇന്ത്യൻ കമ്യൂണിസ്റ്റുപാർട്ടി രൂപവൽക്കരിച്ച കോൺപൂർ സമ്മേളനത്തിൽ പങ്കെടുക്കാൻ ഹലീമിന് കഴിഞ്ഞില്ല. എങ്കിലും ആ സമ്മേളനം തിരഞ്ഞെടുത്ത സെൻട്രൽ എക്സിക്യൂട്ടീവ് കമ്മിറ്റി ബോംബെ യോഗത്തിൽ പുനഃസംഘടിപ്പിച്ചപ്പോൾ ഹലീം അതിൽ അംഗമായി.

1929 ൽ കമ്യൂണിസ്റ്റ് ട്രേഡ് യൂണിയൻ നേതാക്കളെ പ്രതി ചേർത്ത് മീറത് ഗൂഢാലോചനക്കേസ് ചമച്ചു. പ്രധാനപ്പെട്ട നേതാക്കളെല്ലാം അറസ്റ്റിലായി. അറസ്റ്റിൽപ്പെടാതെ രക്ഷപ്പെട്ടവരിൽ ഒരാൾ അബ്ദുൾ ഹലീം. ബംഗാളിൽ മുസഫറിനെപ്പോലുള്ള നേതാവിന്റെ അഭാവത്തിൽ പാർട്ടി കെട്ടിപ്പടുക്കുന്ന പ്രവർത്തനങ്ങളിൽ അദ്ദേഹം വ്യാപൃതനായി. 'മീറത് തടവുകാരെ വിട്ടയക്കണം' എന്ന് ആവശ്യപ്പെട്ടുകൊണ്ടുള്ള പ്രക്ഷോഭത്തിന് നേതൃത്വം നൽകി.

1930. നമ്മുടെ സ്വാതന്ത്ര്യസമര ചരിത്രത്തിലെ ഒരു നാഴികക്കല്ല് അക്കൊല്ലം ലാഹോറിൽ നടന്ന എ ഐ സി സി സമ്മേളനം പൂർണ സ്വാതന്ത്ര്യദിനം ആഘോഷിക്കാൻ ആഹ്വാനം നൽകി. ഗാന്ധിജിയുടെ നേതൃത്വത്തിൽ ഉപ്പുസത്യഗ്രഹമാരംഭിച്ചതും ആ വർഷം തന്നെ. ബഹുജനപ്രക്ഷോഭംകൊണ്ട് രാജ്യമാകെ ഇളകിമറിഞ്ഞു.

ഈ പശ്ചാത്തലത്തിൽ ബംഗാളിൽ കമ്യൂണിസ്റ്റുകാർ തങ്ങളുടെ സംഘടിത പ്രവർത്തനം ശക്തിപ്പെടുത്തി. 1931 ൽ കമ്യൂണിസ്റ്റുപാർട്ടിയുടെ കൽക്കത്ത കമ്മിറ്റി ഹലീമിന്റെ നേതൃത്വത്തിൽ രൂപംകൊണ്ടു. കമ്മിറ്റിയിൽ 7 പേരാണ് ഉണ്ടായിരുന്നത്. ഹലീമിനു പുറമേ രണേൻ സെൻ, സോമനാഥ ലാഹിരി, അവനി ചൗധരി എന്നിവർ അതിലുൾപ്പെട്ടു. 1933 ഡിസംബറിൽ കൽക്കത്ത കമ്മിറ്റി സി പി ഐയുടെ ബംഗാൾ പ്രവിശ്യാ കമ്മിറ്റിയായി പുനഃസംഘടിപ്പിച്ചു. ഹലീം സെക്രട്ടറിയായി തിരഞ്ഞെടുക്കപ്പെട്ടു. അവിഭക്ത ബംഗാളിൽ പ്രവിശ്യാകമ്മിറ്റികൾ രൂപവൽക്കരിക്കാൻ തുടങ്ങിയത് അതിനുശേഷമാണ്.

കൽക്കത്താ കമ്മിറ്റി ചെയ്ത ശ്ലാഘനീയമായ ഒരു പ്രവർത്തനമുണ്ട് – ഇന്ത്യയിലെ വിവിധ പ്രദേശങ്ങളിലെ കമ്യൂണിസ്റ്റു ഗ്രൂപ്പുകളെ ഏകോപിപ്പിക്കാൻ നടത്തിയ ശ്രമം. അതിനായി ഒരു അഭ്യർഥന തയാറാക്കി. *ഇംപ്രിക്കോർ* അത് പ്രസിദ്ധീകരിച്ചു. ആ അഭ്യർഥന തയാറാക്കുന്നതിൽ പ്രധാന പങ്കു വഹിച്ചത് ഹലീം.

ഇതിനിടയിൽ എ ഐ ടി യു സി വീണ്ടും പിളർന്നു. 1929 ൽ നാഗ്പൂരിൽ ചേർന്ന സമ്മേളനത്തിലായിരുന്നു ആദ്യത്തെ പിളർപ്പ് പ്രത്യക്ഷപ്പെട്ടത്. 'റോയൽ കമ്മീഷ'നോട് സ്വീകരിക്കേണ്ട സമീപനത്തെച്ചൊല്ലിയായിരുന്നു പിളർപ്പ്. വി വി ഗിരിയും മറ്റും സമ്മേളനത്തിൽനിന്ന് ഇറങ്ങിപ്പോയി എ ഐ ടി യു സിക്ക് ബദലായി ഒരു സംഘടന രൂപവൽക്ക

രിച്ചു. 1932 ൽ റെഡ് ഇന്റർനാഷണൽ ഓഫ് ട്രേഡ് യൂണിയൻസിൽ എ ഐ ടി യു സിയെ അഫിലിയേറ്റ് ചെയ്യുന്ന പ്രശ്നം സംബന്ധിച്ചായിരുന്നു പിളർപ്പ്. അഫിലിയേറ്റു ചെയ്യണമെന്നു വാദിച്ച കമ്യൂണിസ്റ്റുകാർ അക്കൊല്ലം നടന്ന എ ഐ ടി യു സി യുടെ കൽക്കത്ത സമ്മേളനത്തിൽ തങ്ങളുടെ അഭിപ്രായത്തിന് ഭൂരിപക്ഷം കിട്ടുകയില്ലെന്നു കണ്ടപ്പോൾ ഇറങ്ങിപ്പോയി റെഡ് ട്രേഡ് യൂണിയൻ കോൺഗ്രസ് രൂപവൽക്കരിച്ചു. ആ സംഘടനയുടെ വൈസ് പ്രസിഡണ്ടായി ഹലീം തിരഞ്ഞെടുക്കപ്പെട്ടു.

1929 ൽ മീറത് കേസിൽ പ്രധാനപ്പെട്ട കമ്യൂണിസ്റ്റുനേതാക്കൾ ജയിലിലായപ്പോൾ പാർട്ടിക്കകത്ത് ആശയപരവും സംഘടനാപരവുമായ അഭിപ്രായ വ്യത്യാസം ഉടലെടുത്തു. അത് പരിഹരിക്കാൻ കമ്യൂണിസ്റ്റ് ഇന്റർനാഷണലും ചൈന, ബ്രിട്ടൻ, ജർമനി തുടങ്ങിയ രാജ്യങ്ങളിലെ കമ്യൂണിസ്റ്റുപാർട്ടികളും ശ്രമിച്ചെങ്കിലും വിജയിച്ചില്ല. അവസാനം മീറത് തടവുകാർ ജയിൽമോചിതരായതിനുശേഷം 1933 ഡിസംബറിൽ, സി പി ഐ യുടെ ഒരു പ്രത്യേക സമ്മേളനം അതീവ രഹസ്യമായി കൽക്കത്തയിൽ ചേർന്നു. വിവിധ പ്രവിശ്യകളിൽനിന്നുള്ള പ്രതിനിധികൾ സമ്മേളനത്തിനെത്തി. ബംഗാളിൽനിന്ന് പങ്കെടുത്തവരിൽ ഒരാൾ ഹലീം. സമ്മേളനം രാഷ്ട്രീയ പ്രമേയവും പാർട്ടി ഭരണഘടനയും അംഗീകരിച്ചു. പുതിയൊരു കേന്ദ്രകമ്മിറ്റിയെയും തിരഞ്ഞെടുത്തു. അതിൽ ഹലീമും ഒരംഗം. ഈ കേന്ദ്രകമ്മിറ്റിയുടെ പ്രാധാന്യം ഇത്തരുണത്തിൽ ചൂണ്ടിക്കാണിക്കേണ്ടതുണ്ട്. ആളുകൾ മാറിക്കൊണ്ടാണെങ്കിലും അത് 1964 വരെ തുടർന്നു.

ഈ സമ്മേളനത്തിനുശേഷം ട്രേഡ് യൂണിയൻ രംഗത്ത് കുറേക്കൂടി സജീവമായി. അദ്ദേഹത്തിന്റെ ശ്രമഫലമായി ബെൽഘാട്ട, ലിലുവ, മെറ്റിയ, ബ്രൂസ്, ഘുസറി, രാജ്ഗഞ്ച്, ബരക്പൂർ തുടങ്ങി കൽക്കത്തയിലും പരിസരപ്രദേശങ്ങളിലും ശക്തമായ ട്രേഡ് യൂണിയനുകൾ ഉയർന്നുവന്നു. റെയിൽവേ, ട്രാം, ഗാർഡന്റീച്ച് വർക്ക് ഷോപ്പ്, ഒട്ടേറെ ചണമില്ലുകൾ എന്നിവയിൽ സുശക്തമായ ട്രേഡ് യൂണിയനുകൾക്ക് അടിത്തറ പാകുന്നതിൽ ഗണ്യമായ സംഭാവന നൽകി. യുവതൊഴിലാളികൾക്ക് മാർക്സിസത്തിന്റെ അടിസ്ഥാന പ്രമാണങ്ങൾ പഠിപ്പിക്കാൻ മെറ്റിയാബ്രൂസിൽ യങ് വർക്കേഴ്സ് ലീഗ് സ്ഥാപിച്ചു. ഇതിനുമുമ്പ് യങ് കോമ്രേഡ്സ് ലീഗിന്റെ പ്രവർത്തകസമിതി അംഗമായി പ്രവർത്തിച്ചിട്ടുണ്ട്.

1934–43 കാലത്ത് മാർക്സിസ്റ്റ് പ്രത്യയശാസ്ത്രം പ്രചരിപ്പിക്കുകയും പാർട്ടി കെട്ടിപ്പടുക്കാനും *ഛാസി മസ്ദൂർ, മാർക്സ് പന്ഥി, ആഗേ ചലോ* ആദിയായ പ്രസിദ്ധീകരണങ്ങൾ പുറത്തിറക്കുന്നതിൽ സഹായിച്ചു. *ഗണശക്തി പബ്ലിഷിങ്ങ് ഹൗസ്* സ്ഥാപിക്കാനും മുൻകൈ എടുത്തു. തിരക്കുപിടിച്ച ദൈനംദിന രാഷ്ട്രീയ പ്രവർത്തനത്തിനിടയിൽ *റഷ്യാർഗണ ആന്ദോളൻ, കമ്യൂണിസം* ആദിയായ പുസ്തകങ്ങളെഴുതി.

1930 കളിൽ ദേശീയ വിപ്ലവകാരികളെ ബ്രിട്ടീഷ് ഗവൺമെന്റ് തച്ച

മർത്താൻ നോക്കി. 10,000 ത്തോളം വരുന്ന അത്തരം വിപ്ലവകാരികളെ അറസ്റ്റു ചെയ്തു. അവരിൽ 1400 ഓളം പേർ വിവിധ കാലയളവുകളിലേക്ക് ശിക്ഷിച്ച് തടവിലാക്കി. 4000 പേരെ വിചാരണകൂടാതെ തടവിൽവച്ചു. അവരൊക്കെ തടവറകളിൽ പീഡിപ്പിക്കപ്പെട്ടു. അവരിൽ മിക്കവരും തടവറകളിൽ വെച്ച് മാർക്സിസം പഠിക്കാൻ തുടങ്ങി. വ്യക്തിപരമായ സാഹസിക പ്രവർത്തനത്തിന്റെ ഇടുങ്ങിയ പാത വിട്ട് ബഹുജനസമരങ്ങളുടെ വിശാലമായ പാതയിലേക്ക് അവരെത്തി. ആ പരിവർത്തനത്തിൽ അബ്ദുൾ ഹലീമിന്റെ നേതൃത്വത്തിലുള്ള കമ്യൂണിസ്റ്റ് കൺസോളിഡേഷൻ ഗ്രൂപ്പ് നല്ലൊരു പങ്കുവഹിച്ചു.

രണ്ടാം ലോകമഹായുദ്ധകാലത്ത് വിചാരണകൂടാതെ തടവിലായി. മൂന്നുവർഷം ജയിലിൽ കിടന്നു. 1942 ൽ പാർട്ടിയുടെ മേലുള്ള നിരോധനം നീക്കിയപ്പോഴാണ് പുറത്തുവന്നത്. 1943 ൽ ബോംബെയിൽ ചേർന്ന സി പി ഐയുടെ ഒന്നാം കോൺഗ്രസിൽ പങ്കെടുത്തു. ബംഗാൾ ക്ഷാമകാലത്ത് ദുരിതാശ്വാസ പ്രവർത്തനങ്ങൾക്ക് നേതൃത്വം നൽകി.

1948 ൽ കൽക്കത്തയിൽ ചേർന്ന രണ്ടാം കോൺഗ്രസിനെത്തുടർന്ന് ഇന്ത്യൻ കമ്യൂണിസ്റ്റുപാർട്ടിയെ വിവിധ പ്രവിശ്യകളിൽ കോൺഗ്രസ് ഗവൺമെന്റ് നിരോധിച്ചു. അതേത്തുടർന്ന് ഹലീം ഒളിവിൽ പോയി. രണ്ടു വർഷത്തിനുശേഷം അറസ്റ്റിലായി. 1952 ൽ നടന്ന ഒന്നാം പൊതുതിരഞ്ഞെടുപ്പിൽ നിയമസഭയിലേക്ക് മത്സരിച്ച് ജയിച്ചു. മരണംവരെ നിയമസഭാംഗമായി തുടർന്നു. നല്ലൊരു പാർലമെന്ററിയൻ എന്ന നിലയിൽ കഴിവു തെളിയിച്ചു. നിയമസഭക്കകത്ത് ബഹുജന താൽപ്പര്യങ്ങൾക്കുവേണ്ടി വീറോടെ പൊരുതിയപ്പോൾ പുറത്ത് ബഹുജനസമരങ്ങൾക്കും നേതൃത്വം നൽകി. അമ്പതുകളുടെ ആദ്യം നേതൃത്വം നൽകിയ സമരങ്ങളിൽ ട്രാംവേ ചാർജ് വർധനക്കെതിരെ നടന്ന സമരം, ഭക്ഷ്യസമരം എന്നിവ എടുത്തുപറയേണ്ടതുണ്ട്. 1962 ൽ ഇന്ത്യാ–ചൈനാ അതിർത്തി സംഘട്ടനത്തെത്തുടർന്ന്, അതിർത്തിത്തർക്കം സമാധാനപരമായി പരിഹരിക്കുകയാണ് വേണ്ടതെന്ന് പാർട്ടിക്കകത്ത് അഭിപ്രായപ്പെട്ടവരെ കോൺഗ്രസ് ഗവൺമെന്റ് അറസ്റ്റുചെയ്ത് ജയിലിലാക്കി. അപ്രകാരം ജയിലിലാക്കപ്പെട്ടവരിൽ ഹലീമും ഉൾപ്പെട്ടു. 1963 അവസാനംവരെ ജയിലിൽ കിടന്നു. അനാരോഗ്യംമൂലം വിട്ടയക്കുകയായിരുന്നു.

ഇന്ത്യൻ കമ്യൂണിസ്റ്റുപാർട്ടിക്കകത്ത് അഭിപ്രായവ്യത്യാസം ഉയർന്നുവന്നതുമുതൽ തിരുത്തൽവാദത്തിനെതിരെ ഹലീം ശക്തമായ നിലപാടെടുത്തു. 1964 ഏപ്രിലിൽ നാഷണൽ കൗൺസിലിൽനിന്ന് ഇറങ്ങിവന്ന 32 പേരിൽ ഒരാൾ ഹലീമായിരുന്നു. 1964 ഒക്ടോബർ–നവംബറിൽ കൽക്കത്തയിൽ ചേർന്ന കമ്യൂണിസ്റ്റുപാർട്ടി ഓഫ് ഇന്ത്യ (മാർക്സിസ്റ്റ്) യുടെ ഏഴാം കോൺഗ്രസ് അദ്ദേഹത്തെ പാർട്ടിയുടെ കൺട്രോൾ കമ്മീഷനിലേക്കു തിരഞ്ഞെടുത്തു.

1964 അവസാനം സി പി ഐ (എം) നെതിരെ ഗവൺമെന്റ് ആഞ്ഞടിച്ചു. പാർട്ടിയുടെ പ്രധാന നേതാക്കളെയും, പ്രമുഖ പ്രവർത്തകരെയും

അറസ്റ്റുചെയ്തു. അക്കൂട്ടത്തിൽ ഹലീമും പെട്ടു. ജയിലിൽ കമ്യൂണിസ്റ്റ് ഇന്റർനാഷണലിനെക്കുറിച്ച് ബംഗാളിയിൽ പുസ്തകമെഴുതുന്ന തിരക്കിലായിരുന്നു. അതിനിടയിൽ രോഗം മൂർച്ഛിച്ചു. ജയിലിൽനിന്ന് പുറത്തു വന്ന് ഒരാഴ്ച കഴിഞ്ഞപ്പോൾ, 1966 ഏപ്രിൽ 29 ന് അന്തരിച്ചു. അങ്ങനെ ഇന്ത്യൻ കമ്യൂണിസ്റ്റ് പ്രസ്ഥാനത്തിന്റെ ആദ്യപഥികരിൽ പ്രമുഖനായ ഹലീമിന്റെ ജീവിതത്തിന് തിരശീല വീണു.

അമീർ ഹൈദർഖാൻ

1900 - 1989

ജീവിച്ചിരിക്കേ ഇതിഹാസപുരുഷന്മാരായിത്തീരുന്ന ചില ആളുകളുണ്ട്. മരിച്ചുകഴിഞ്ഞാൽ ആ സ്ഥാനത്ത് അവരോധിക്കപ്പെടുന്ന ആളുകളുമുണ്ട്. ഇതിൽ ആദ്യം പറഞ്ഞ വിഭാഗത്തിൽപ്പെട്ട ആളായിരുന്നു അമീർ ഹൈദർഖാൻ. സ്വാതന്ത്ര്യസമരസേനാനി, ഇന്ത്യൻ കമ്യൂണിസ്റ്റ് പ്രസ്ഥാനത്തിന്റെ സ്ഥാപക നേതാക്കളിലൊരാൾ, അസാമാന്യ സംഘടനാ പാടവത്തിന്റെ ഉടമ — ഇങ്ങനെ പല നിലകളിലും അദ്ദേഹം അറിയപ്പെട്ടു. ഇന്ത്യാ വിഭജനത്തിനുശേഷം പാക് കമ്യൂണിസ്റ്റ് പാർട്ടിയുടെ നേതാവായി.

റാവൽപ്പിണ്ടിക്കടുത്ത സിയാലിയാൻ ഗ്രാമത്തിൽ 1900–മാണ്ടിൽ അമീർ ഹൈദർ ഖാൻ ജനിച്ചു. നന്നേ ചെറുപ്പത്തിൽ പിതാവ് അന്തരിച്ചു. അതുകൊണ്ട് കുടുംബം അമ്മാവനെ ആശ്രയിക്കാൻ നിർബദ്ധമായി. എന്തോ വികൃതി കാട്ടിയതിന് അമ്മാവൻ വഴക്കുപറഞ്ഞതിനാൽ 6–ാം വയസിൽ വീട്ടിൽനിന്ന് ഒളിച്ചോടി. 36 മണിക്കൂറിലധികം ഒരു ഗുഹയിൽ ഒളിച്ചിരുന്നു. കന്നുകാലികളെ മേയ്ച്ചുനടക്കുന്ന കുട്ടികളാണ് കണ്ടെത്തി നിർബന്ധപൂർവം വീട്ടിലേക്ക് വിളിച്ചുകൊണ്ടുപോയത്. പിന്നീട് ഒരിക്കൽക്കൂടി ഒളിച്ചോടി. ഇത്തവണ പോയത് പെഷാവാറിലേക്ക്. പട്ടാളത്തിലുള്ള ജ്യേഷ്ഠസഹോദരൻ അപ്പോൾ അവിടെയുണ്ടായിരുന്നു. ഏതാനും മാസം അദ്ദേഹത്തിന്റെ കൂടെ താമസിച്ചു. അവസാനം നാട്ടിൽ തിരിച്ചെത്തി. നാട്ടിൽ കഴിയാൻ ഇഷ്ടപ്പെട്ടില്ല. പെഷാവാറിൽ പോകാമെന്നുവെച്ചാൽ അതിനും കഴിയാത്ത സ്ഥിതി. കാരണം ചേട്ടൻ പട്ടാള

ത്തിൽനിന്നു പിരിഞ്ഞ് കൽക്കത്തയിൽ താമസം ഉറപ്പിച്ചുകഴിഞ്ഞിരുന്നു. എങ്കിൽ കൽക്കത്തയിലേക്ക് പോകാൻ തീരുമാനിച്ചു. എങ്ങനെയൊക്കെയോ ജ്യേഷ്ഠന്റെ മേൽവിലാസം കണ്ടുപിടിച്ച് ടിക്കറ്റൊന്നും വാങ്ങാതെ വണ്ടിയിൽ കൽക്കത്തയ്ക്ക് തിരിച്ചു. കൽക്കത്തയിലെത്തിയപ്പോൾ കണ്ടു: ജ്യേഷ്ഠൻ മയക്കുമരുന്ന് കള്ളക്കടത്തുകാരുടെ വലയിൽ വീണിരിക്കുന്നു. ഹൈദർ അവിടെയെത്തി ഏതാനും ദിവസം കഴിഞ്ഞപ്പോൾ ജ്യേഷ്ഠൻ അറസ്റ്റിലായി. അപ്പോൾ ഹൈദർ തനിച്ചായി. ജ്യേഷ്ഠൻ മോചിതനായ ഉടൻ രണ്ടുപേരും നാട്ടിലേക്ക് മടങ്ങി. നാട്ടിലെത്തിയപ്പോൾ പുതിയൊരു തോന്നൽ — പഠിക്കണം. ഏതാനും വർഷം ഒരു പ്രൈമറി സ്കൂളിൽ പോയി ഉറുദു എഴുതാനും വായിക്കാനും പഠിച്ചു. ഒന്നാം ലോകമഹായുദ്ധം പൊട്ടിപ്പുറപ്പെട്ടതോടെ ഒരിക്കൽക്കൂടി വീട്ടിൽനിന്ന് ഒളിച്ചോടി. ഇത്തവണ അങ്ങനെ ചെയ്യുമ്പോൾ വ്യക്തമായ ലക്ഷ്യമുണ്ടായിരുന്നു — പട്ടാളത്തിൽ ചേരണം. പ്രായം തികയാത്തതിനാൽ അതിന് കഴിഞ്ഞില്ല. വീട്ടിലേക്ക് മടങ്ങാൻ ഒരു ഓർഡലി നാലണ കൊടുത്തു. ഹൈദരാവട്ടെ വീട്ടിലേക്ക് മടങ്ങുന്നതിനു പകരം തീവണ്ടിയിൽ ബോംബെക്ക് തിരിച്ചു. അതേക്കുറിച്ച് അദ്ദേഹമെഴുതി:

> അങ്ങനെ ലോകത്ത് എനിക്ക് ആകെയുള്ള സമ്പാദ്യമായ ഒരു പൊതിക്കെട്ടുമായി ജീവിതാനുഭവങ്ങളുടെ മഹാനദിയിൽ ഞാനിറങ്ങി. ഭൂതകാലവുമായുള്ള എല്ലാ ബന്ധങ്ങളും വിച്ഛേദിച്ചു. അസാധാരണവും ആകർഷകവുമായ ഒരു പുതിയ ലോകത്തിലേക്ക് ഞാൻ എടുത്തുചാടി (*നഷ്ടപ്പെടാൻ ചങ്ങല: ഒരു വിപ്ലവകാരിയുടെ ജീവിതവും സമരങ്ങളും*).

ബോംബെയിലെത്തിയപ്പോൾ പ്രായം 14 വയസ്. അദ്ദേഹത്തിന്റെ ഒരു സഹോദരനും അമ്മാവനും കപ്പലിൽ ജോലിചെയ്യുന്നുണ്ടായിരുന്നു. അവർ വഴി കപ്പലിൽ വല്ല ജോലിയും കിട്ടുമോ എന്ന് ശ്രമിച്ചുനോക്കി. പ്രായമായില്ല എന്ന പേരിൽ ഇവിടെയും ജോലി നിഷേധിക്കപ്പെട്ടു. ഏതാനും ദിവസങ്ങൾ കഴിഞ്ഞപ്പോൾ സഹോദരനും അമ്മാവനും ജോലി ചെയ്യുന്ന കപ്പൽ തുറമുഖം വിട്ടു. ഹൈദർ ബോംബെ എന്ന മഹാനഗരത്തിൽ തനിച്ചായി. അവസാനം പല ശ്രമങ്ങളും നടത്തി. കപ്പലിൽ ഒരു ജോലി തരപ്പെടുത്തി — ഡ്യൂട്ടിയിലുള്ള എഞ്ചിനീയർമാർക്ക് ചായ കൊണ്ടുകൊടുക്കുക തുടങ്ങിയ ജോലി. ഒരു നാവികൻ എന്ന നിലയിലുള്ള ഹൈദറിന്റെ തുടക്കം ഇവിടെനിന്നായിരുന്നു. ഇത് പലതവണ ലോകത്തിലെ വിവിധ രാജ്യങ്ങളിലേക്ക് അദ്ദേഹത്തെ കൊണ്ടുചെന്നെത്തിച്ചു.

യുദ്ധം നടന്നുകൊണ്ടിരിക്കെ അദ്ദേഹം ജോലിചെയ്ത കപ്പൽ ബോംബെയിൽനിന്ന് യാത്ര തിരിച്ചു. എല്ലാം അറിയാനുള്ള ഔത്സുക്യവും വറ്റാത്ത ഊർജവും സൗഹൃദഭാവവും അതിവേഗം കപ്പലിലെ ജോലികൾ പലതും പഠിക്കാൻ സഹായിച്ചു. ഒരു സാധാരണ നാവികന്റെ

ജീവിതം നയിച്ചു. ആ അനുഭവങ്ങൾ തന്റെ ഓർമക്കുറിപ്പുകളിൽ അദ്ദേഹം സവിസ്തരം പ്രതിപാദിച്ചിട്ടുണ്ട്. കപ്പൽ തുറമുഖങ്ങളിൽ അടുക്കുമ്പോൾ നാവികൻ കരയിലേക്ക് കുതിക്കും. വിനോദശാലകളിലേക്ക് പോകും. നാവികരുടെ ജീവിതം ഹൈദർ ശരിക്കും മനസിലാക്കി. എന്താണ് സാമ്രാജ്യത്വ വാഴ്ചയെന്ന്, ഇന്ത്യക്കാരെയും മറ്റ് ഏഷ്യക്കാരെയും കറുത്തവരെയും സംബന്ധിച്ചിടത്തോളം എന്താണ് വർണവിവേചനമെന്ന് അദ്ദേഹം അടുത്തറിഞ്ഞു. ബോയിലറിൽനിന്നുള്ള അസഹനീയമായ ചൂടിൽ ജോലി ചെയ്ത് അദ്ദേഹം സാങ്കേതിക പരിശീലനം നേടി. പശ്ചിമേഷ്യയിൽ, വിദൂരപൂർവദേശത്ത്, യൂറോപ്പിൽ, അമേരിക്കയിൽ ഇങ്ങനെ താൻ ജോലി ചെയ്ത കപ്പൽ അദ്ദേഹത്തെ പലേടത്തും കൊണ്ടുചെന്നെത്തിച്ചു. ഈ ചെറുപ്പക്കാരൻ പ്രായത്തിൽ മാത്രമല്ല അനുഭവത്തിലും വളരുകയായിരുന്നു. തനിക്ക് ചുറ്റുമുള്ള ജീവിതത്തെ നിരീക്ഷിച്ചുകൊണ്ടും തന്റെ ചുറ്റുപാടുകളോട് പ്രതികരിച്ചുകൊണ്ടും അദ്ദേഹം അതിവേഗം സുഹൃത്തുക്കളെയുണ്ടാക്കി. കപ്പൽ ജോലിക്കാർക്കൊക്കെ പ്രിയപ്പെട്ടവനായി. ലോകത്തിന്റെ പല ഭാഗങ്ങളിലെയും ജനങ്ങളുടെ ജീവിതം എങ്ങനെയെന്ന് അദ്ദേഹം കണ്ടു മനസിലാക്കി. അവരിൽ ചിലരുമായി സുഹൃദ്ബന്ധം സ്ഥാപിച്ചു. അമേരിക്കയിൽ ഗദർ പാർട്ടിയിലെ ചിലരുമായി പരിചയപ്പെട്ടു. വിവിധ തുറമുഖങ്ങളിലെ ഇന്ത്യക്കാർക്കിടയിൽ ഗദർപാട്ടിയുടെ ചില ലഘുലേഖകൾ വിതരണം ചെയ്തു. ഹോങ്കോങ്ങിൽ ബ്രിട്ടീഷ് അധികൃതർ അദ്ദേഹത്തെ അറസ്റ്റ് ചെയ്തു. അമേരിക്കൻ കപ്പലിലെ ഒരു ജോലിക്കാരനെ അറസ്റ്റ് ചെയ്യാൻ ബ്രിട്ടീഷ് പൊലീസിന് അധികാരമില്ലെന്ന ഉറച്ച നിലപാട് സ്വീകരിച്ചതിനാലും അമേരിക്കൻ കൗൺസിൽ ഇടപെട്ടതുകൊണ്ടും മോചിതനായി. നാലുവർഷത്തെ കപ്പൽ സഞ്ചാരത്തിനിടയിൽ ബസ്റ, ജിബ്രാൾട്ടർ, വ്ളാഡി വോസ്റ്റോക്ക്, ഷാങ്ഹായ്, മനില, ലണ്ടൻ, ബ്യൂണസ് അയേഴ്സ്, ജനീവ, ബാൾട്ടിമോർ, നേപ്പിൾസ് തുടങ്ങി എത്രയെത്ര സ്ഥലങ്ങൾ അദ്ദേഹം സന്ദർശിച്ചില്ല! ഈ നാവികത്തൊഴിലാളി ജീവിതത്തിന്റെ അടിസ്ഥാനത്തിൽ അമേരിക്കൻ പൗരത്വത്തിന് അപേക്ഷിച്ചു. കിട്ടുകയും ചെയ്തു.

യുദ്ധാവസാനമായപ്പോഴേക്കും തികച്ചും അനുഭസമ്പന്നനായ ചെറുപ്പക്കാരനായി അമീർ ഹൈദർഖാൻ – തന്റെ പ്രായത്തിലുള്ള മറ്റു ചെറുപ്പക്കാരെക്കാൾ അനുഭവസമ്പന്നൻ. ഇതിനിടയിൽ മറൈൻ എഞ്ചിനീയറിംഗ് പഠിച്ച് അതിൽ യോഗ്യതനേടി. നിർഭാഗ്യവശാൽ അപ്പോഴേക്കും യുദ്ധാനന്തര സാമ്പത്തിക പ്രതിസന്ധിയായി. അതുകൊണ്ട് നാവികത്തൊഴിലാളി ജീവിതത്തോട് വിടപറയാൻ നിർബദ്ധനായി. റെയിൽവേയിൽ ബോയിലർ നിർമാതാവ് എന്ന ജോലി സ്വീകരിച്ചു. ഇതിനിടയിൽ മറ്റെന്തെങ്കിലും ജോലി പഠിക്കണമെന്നായി ആഗ്രഹം. അപ്പോൾ വ്യോമയാനവിദ്യയിൽ താൽപ്പര്യം ജനിച്ചു. അതേക്കുറിച്ചുള്ള പുസ്തകങ്ങൾ – പല ഭാഷകളിലുള്ളത് – തേടിപ്പിടിച്ചു വായിച്ചു തുടങ്ങി. പോപ്പുലർ മെക്കാനിക്സ്, സയന്റിഫിക് അമേരിക്കൻ എന്നീ പ്രസിദ്ധീകരണങ്ങ

ളുടെ സ്ഥിരം വായനക്കാരനായി. വ്യോമയാനവിദ്യ പഠിപ്പിക്കുന്ന ഒരു സ്കൂളിനെപ്പറ്റിയുള്ള പരസ്യം കണ്ടപ്പോൾ ആ കോഴ്സിന് അപേക്ഷിക്കാൻ തീരുമാനിച്ചു. അതിന് ധാരാളം പണം വേണം. അതുണ്ടാക്കാൻ കഠിനമായ ജോലിചെയ്തു. അവസാനം ജോലിയോടും സുഹൃത്തുക്കളോടും വിടപറഞ്ഞ് പിറ്റ്സ്ബർഗിലേക്കു പോയി. അവിടെനിന്ന് ബെന്റണിലേക്കും. അവിടെവെച്ച് ആർദിമില്ലറെന്ന വൈമാനികനെ കണ്ടുമുട്ടി. അതിവേഗം വ്യോമയാനവിദ്യ പഠിച്ചു. ഒറ്റയ്ക്ക് വിമാനം പറത്താം എന്ന സ്ഥിതിയായി. അതിനുശേഷം സാഹസികമായ നിലയിൽ വിമാനം പറത്തലും. ഇടയ്ക്ക് അപകടങ്ങളുണ്ടായി. ആശുപത്രികളിലും കിടക്കേണ്ടിവന്നു. ഒരിക്കൽ ഗുരുതരമായ ഒരു അപകടത്തിൽ പരിക്കേറ്റ് ചികിത്സ കഴിഞ്ഞ് ആശുപത്രി വിട്ടപ്പോൾ നേരത്തെ റെയിൽവേ തൊഴിലാളിയായി പണിയെടുത്ത ഒലീനിലേക്ക് മടങ്ങി. വീണ്ടും ജോലി ചെയ്യാൻ തുടങ്ങി. ഇത്തവണ ലക്ഷ്യം കുറേ പണം സമ്പാദിച്ച് ഒരു വിമാനം വാങ്ങണമെന്നായിരുന്നു. ആഗ്രഹം താമസിയാതെ നിറവേറി. 1000 ഡോളർ കൊടുത്ത് ഒരു പഴയ വിമാനം അദ്ദേഹം വാങ്ങി. ഒലിൻ എവിയേഷൻ ക്ലബ്ബിന്റെ സ്ഥാപകന്മാരിലൊരാളായി തീർന്നു ഹൈദർ. അതേക്കുറിച്ച് തന്റെ ഓർമക്കുറിപ്പിൽ അദ്ദേഹം എഴുതി:

> പറക്കലിന്റെ വീക്ഷണത്തിൽ നോക്കുമ്പോൾ എന്നെ സംബന്ധിച്ചിടത്തോളം ഏറ്റവും തിരക്കുപിടിച്ച വർഷമായിരുന്നു 1924. വ്യത്യസ്ത കാലാവസ്ഥകളിൽ എത്രയോ മണിക്കൂറുകൾ ഞാൻ വിമാനം പറപ്പിച്ചിട്ടുണ്ട്. കൂടാതെ, വിമാനം പെട്ടെന്ന് താഴത്തിറക്കാൻ നിർബദ്ധനായിട്ടുണ്ട്. അപകടങ്ങളിൽപ്പെട്ടിട്ടുണ്ട്. കടുത്ത യാതനകളിലൂടെ പ്രയാസങ്ങളിലൂടെ ഞാൻ കടന്നുപോയി. അക്കാലത്ത് വിമാനം പറത്തൽ ജോലിയിൽ അതൊക്കെ സാധാരണ. വിമാനം പറത്തുന്നതിലുള്ള വൈദഗ്ധ്യത്തിൽ ഇപ്പോൾ എനിക്ക് ആത്മവിശ്വാസമുണ്ട്. അമേരിക്കയിലെ നാഷണൽ ഏറോനോട്ടിക്ക് അസോസിയേഷനിൽ ഞാനൊരു അംഗമായിരുന്നു. ഇന്റർ നാഷണൽ ഏറോനോട്ടിക് ഏവിയേറ്റർമാരുടെ ഒരു സർട്ടിഫിക്കറ്റുണ്ടെനിക്ക്. അക്കാലത്ത് സിവിലിയൻ പൈലറ്റുമാർക്ക് ലഭിക്കാനിടയുള്ള അമ്മാതിരി ഒരേയൊരു സർട്ടിഫിക്കറ്റ്.

ഒരു അപകടത്തിൽ ഗുരുതരമായി കേടുപാട് സംഭവിച്ച ഒരു വിമാനത്തിന്റെ ഏതാനും ഭാഗങ്ങളുടെ പാർട്സിനുവേണ്ടിയുള്ള അന്വേഷണത്തിനിടയിൽ ഓട്ടോമൊബൈൽ വ്യവസായ കേന്ദ്രമായ ദെത്രോയിറ്റിൽ എത്തി. വിമാനത്തിനാവശ്യമായ ഭാഗങ്ങൾ കണ്ടെത്താനായില്ല. എന്നാൽ പക്കാർഡ് പ്ലാന്റിൽ ഒരു ജോലി കിട്ടി. ഇവിടെ വെച്ച് 1925 ലെ ഷാങ്ഹായ് കൂട്ടക്കൊലയെക്കുറിച്ചുള്ള വാർത്ത കേട്ടു. പ്രാദേശിക വൈ എം സി എ ആപ്പീസിൽ നടന്ന പ്രതിഷേധയോഗത്തിൽ പങ്കെടുത്തു. ചൈനീസ് വിദ്യാർഥികളായിരുന്നു അതു സംഘടിപ്പിച്ചത്. യോഗത്തിൽ

ഒരു ഇന്ത്യക്കാരനും ഏതാനും ചൈനക്കാരും മറ്റു ചിലരും സംസാരിച്ചു. യോഗത്തിലെ പ്രധാന പ്രഭാഷകൻ, ഒരു അമേരിക്കൻ കമ്യൂണിസ്റ്റുകാരനായിരുന്നു. വിവിധ സാമ്രാജ്യത്വശക്തികൾ കൊളോണിയൽ ജനങ്ങളുടെ മേൽ പൊതുവിലും അധ്വാനിക്കുന്ന ജനങ്ങളുടെ മേൽ വിശേഷിച്ചും നടത്തുന്ന അതിക്രമങ്ങളുടെ ഒരു ഉദാഹരണമായി ഷാങ്ഹായ് കൂട്ടക്കൊലയെ അദ്ദേഹം ചിത്രീകരിച്ചു. കൊളോണിയൽ രാജ്യങ്ങളിലെ ദേശീയ വിമോചന പ്രസ്ഥാനത്തിന് സഹായകമായ നിലപാടാണ് സോവിയറ്റ് യൂണിയനും കമ്യൂണിസ്റ്റ് ഇന്റർനാഷണലും സ്വീകരിക്കുന്നതെന്ന് അദ്ദേഹം ചൂണ്ടിക്കാട്ടി.

ലോകത്തിലെ ഓട്ടോമൊബൈൽ വ്യവസായത്തിന്റെ ഏറ്റവും വലിയ കേന്ദ്രമായ ദെത്രോയിറ്റിൽനിന്ന് തൊഴിലാളികളുടെ പ്രശ്നം മാത്രമല്ല, അമേരിക്കയിൽ ജീവിക്കുകയും തൊഴിലെടുക്കുകയും ചെയ്യുന്ന ഏഷ്യക്കാരുടെയും കറുത്തവരുടെയും പ്രശ്നങ്ങളും അമീർ ഹൈദർഖാൻ പഠിച്ചു. ഇവിടെവച്ച് അമേരിക്കൻ കമ്യൂണിസ്റ്റ് പാർട്ടിയുമായി ബന്ധപ്പെട്ടു. വിപ്ലവ പ്രവർത്തനത്തിൽ പരിശീലനത്തിനായി രണ്ട് ഇന്ത്യക്കാരെ മോസ്കോയിലേക്ക് അയയ്ക്കണമെന്ന് കൊമിന്റേൺ ആ പാർട്ടിയോട് ആവശ്യപ്പെട്ട സമയമായിരുന്നു അത്. നല്ല വരുമാനമുള്ള അവിടത്തെ ജോലി ഉപേക്ഷിച്ച് അദ്ദേഹം മോസ്കോവിലേക്കുപോയി. 1928 വരെ അവിടെ കഴിഞ്ഞു.

മോസ്കോവിൽനിന്ന് ഇന്ത്യയിലേക്കു മടങ്ങി. നോർവീജിയൻ കപ്പലിൽ പാസ്പോർട്ടില്ലാതെ ഒളിച്ചുകടക്കുകയായിരുന്നു. ബോംബെയിൽ കപ്പലിറങ്ങി. അപ്പോൾ ഐതിഹാസികമായ ടെക്സ്റ്റൈൽ തൊഴിലാളി പണിമുടക്ക് നടക്കുകയാണ്. തൊഴിലാളി നേതാക്കളെ പണിമുടക്കിൽ സഹായിച്ചു. താൻ വിദേശത്തുനിന്ന് കൊണ്ടുവന്ന കമ്യൂണിസ്റ്റ് സാഹിത്യം അവിടത്തെ കമ്യൂണിസ്റ്റുകാരെ ഏൽപ്പിച്ചു. അവരുമായി ബന്ധപ്പെട്ട് ബോംബെയിൽ പാർട്ടിപ്രവർത്തനം തുടങ്ങി.

അപ്പോഴേക്കും രാജ്യത്തിന്റെ വിവിധ ഭാഗങ്ങളിൽ എ ഐ ടി യു സിക്കകത്ത് കമ്യൂണിസ്റ്റുകാരുടെ പ്രവർത്തനം സജീവമായതുമൂലവും ആഗോള സാമ്പത്തികക്കുഴപ്പത്തിന്റെ പ്രത്യാഘാതം ഇന്ത്യയിൽ അനുഭവപ്പെടാൻ തുടങ്ങിയതിനാലും തൊഴിലാളി സമരങ്ങൾ ഇരമ്പിക്കയറി. പരിഭ്രാന്തരായിത്തീർന്ന ബ്രിട്ടീഷ് ഗവൺമെന്റ് കമ്യൂണിസ്റ്റുകാർക്കെതിരെ ആഞ്ഞടിച്ചു. അവർ മീറത് ഗൂഢാലോചനക്കേസ് കെട്ടിച്ചമച്ചു. ആ കേസുമായി ബന്ധപ്പെട്ട് പൊലീസ് അമീർ ഹൈദർഖാന്റെ മുറി പരിശോധിച്ചു. ഒട്ടേറെ കമ്യൂണിസ്റ്റ് സാഹിത്യവും എഴുത്തുകുത്തുകളും കണ്ടെടുത്തു. അറസ്റ്റ് വാറണ്ട് പുറപ്പെടുവിച്ചു. അദ്ദേഹം ഒളിവിൽ പോയി. അതുകൊണ്ട് മീറത് ഗൂഢാലോചനക്കേസിലെ മറ്റു പ്രതികളോടൊപ്പം അദ്ദേഹത്തെ കോടതിയിൽ ഹാജരാക്കാൻ കഴിഞ്ഞില്ല.

ബോംബെയിൽ മുങ്ങിയ അമീർ ഹൈദർഖാൻ പൊങ്ങിയത് മദിരാശിയിൽ. 1931 മാർച്ചിലാണ് മദിരാശിയിലെത്തിയത്. അതിനിടയിൽ, പല

യിടങ്ങളിലായി ഒളിവിൽ കഴിഞ്ഞു. മദിരാശിയിൽ യങ് വർക്കേഴ്സ് ലീഗ് പ്രവർത്തകരുമായി ബന്ധപ്പെട്ടു. കമ്യൂണിസ്റ്റുകാരുടെ ന്യൂക്ലിയസ് ആയി പ്രവർത്തിക്കുകയായിരുന്നു ലീഗ്. മൂന്ന് പ്രധാന മില്ലുകളിൽ ലീഗിന്റെ ഘടകങ്ങൾ രൂപവൽക്കരിച്ചു. സ്റ്റഡി സർക്കിളുകൾ തുടങ്ങി. ഇതിനിടയിൽ ബോംബെയിലെ കമ്യൂണിസ്റ്റുകാരുമായി നിരന്തരം ബന്ധംവെച്ചു. ബോംബെയ്ക്കു പകരം കമ്യൂണിസ്റ്റ് പാർട്ടിയുടെ ആസ്ഥാനം മദിരാശിക്കു മാറ്റാൻ ഒരു ശ്രമം നടത്തുകപോലും ചെയ്തു.

അമീർ ഹൈദർഖാനെ അറസ്റ്റ് ചെയ്യാൻ ബ്രിട്ടീഷ് പൊലീസ് മദിരാശിയിൽ വലവീശി. ഒരുവർഷത്തെ കാത്തിരിപ്പിനുശേഷം മാത്രമേ പിടികൂടാൻ കഴിഞ്ഞുള്ളൂ. രാജ്യദ്രോഹകരമായ ലഘുലേഖകൾ പ്രചരിപ്പിച്ചു, മോസ്കോവിലെ കോമിന്റേണുമായി ബന്ധപ്പെടാൻ ശ്രമിച്ചു തുടങ്ങിയവയായിരുന്നു ചാർജുകൾ. 1932 നവംബർ 14ന് കോടതി രണ്ടു വർഷത്തെ കഠിനതടവിനു ശിക്ഷിച്ചു. 1934 ജൂലായ് 20ന് സേലം ജയിലിൽനിന്ന് മോചിപ്പിച്ചു. പിറ്റേന്ന് മദിരാശിയിലെത്തി. രണ്ടുദിവസം കഴിഞ്ഞ് ബോംബെക്കുപോയി. അവിടെയും തങ്ങിയില്ല. വിദേശത്തേക്ക് യാത്രയായി. ഇത്തവണ നേരെ പോയത് മോസ്കോവിലേക്ക്. അവിടെ കിഴക്കൻ രാജ്യങ്ങളിലെ അധ്വാനിക്കുന്നവർക്കുവേണ്ടിയുള്ള യൂണിവേഴ്സിറ്റിയിൽ ചേർന്നു. മോസ്കോവിലും അധികം നിന്നില്ല. ബോംബെക്കു മടങ്ങി. ബോംബെയിലെ ടെക്സ്റ്റൈൽ തൊഴിലാളികൾക്കിടയിൽ ഏതാനും നാൾ പ്രവർത്തിച്ചതിനുശേഷം തന്റെ പ്രിയപ്പെട്ട മദിരാശി നഗരത്തിലേക്കു തിരിച്ചു. 1934 ആഗസ്ത് 11നാണ് മദിരാശിയിൽ പ്രത്യക്ഷപ്പെട്ടത്. അവിടെ ഒളിവിൽ കഴിയവെ, ബാംഗ്ലൂരിൽ പോയി സുന്ദരയ്യയെ കണ്ട് അദ്ദേഹത്തെ പാർട്ടിയിലേക്ക് റിക്രൂട്ട് ചെയ്തു. ഇതുപോലെ പലരെയും കമ്യൂണിസ്റ്റ് പാർട്ടിയിലേക്ക് കൊണ്ടുവന്നത് അമീർ ഹൈദർഖാനാണ്.

ഇതിനിടയിൽ ഒരിക്കൽക്കൂടി ബ്രിട്ടീഷ് പൊലീസുകാരുടെ പിടിയിലായി. രാജ്യദ്രോഹക്കുറ്റത്തിന് വിചാരണചെയ്തു. ഭഗത്സിങ്ങിന്റെ രക്തസാക്ഷിത്വത്തെക്കുറിച്ചും മേയ്ദിന ചരിത്രത്തെക്കുറിച്ചും എഴുതിയ ലഘുലേഖകൾപോലും രാജ്യദ്രോഹപരമായിട്ടാണ് ചിത്രീകരിക്കപ്പെട്ടത്. മൂന്നു വർഷത്തെ കഠിനതടവിന് ശിക്ഷിച്ചു. ഒന്നാംതരം സംഘാടകനും അതുകൊണ്ടുതന്നെ രാജ്യത്തിനാകെ അപകടകാരിയും എന്ന സർട്ടിഫിക്കറ്റ് ആഭ്യന്തര സെക്രട്ടറി അമീർ ഹൈദർഖാന് നൽകിയത് ഈ ഘട്ടത്തിലാണ്.

അമീർ ഹൈദർഖാൻ മദിരാശി ജയിലിൽ കഴിയുമ്പോൾ സുഭാഷ് ചന്ദ്രബോസുമായും ബന്ധപ്പെട്ടു. 1818ലെ റഗുലേഷൻ 111 പ്രകാരം അറസ്റ്റിലായി. അതേ ജയിലിൽ കഴിയുകയായിരുന്നു ബോസ്. മദിരാശി പ്രവിശ്യയിൽ കോൺഗ്രസ് മന്ത്രിസഭ അധികാരത്തിൽ വന്നതിനുശേഷം മറ്റു രാഷ്ട്രീയ തടവുകാരെ മോചിപ്പിച്ചപ്പോൾ അമീർ ഹൈദർഖാനെ ഗവൺമെന്റ് വിട്ടയച്ചില്ല. അദ്ദേഹത്തെ മോചിപ്പിക്കാൻ പ്രധാനമന്ത്രി രാജഗോപാലാചാരിയുമായി വലിയ സമരം തന്നെ നടത്തി. സുഭാഷ് ചന്ദ്ര

ബോസ് ജയിലിൽനിന്ന് പുറത്തുവന്നതിനുശേഷം അമീർ ഹൈദർഖാൻ ബോംബെയിലേക്കു പോയി. ട്രേഡ് യൂണിയൻ രംഗത്തു പ്രവർത്തനമാരംഭിച്ചു.

1939 ൽ രണ്ടാംലോകമഹായുദ്ധം ആരംഭിച്ചപ്പോൾ ബ്രിട്ടീഷ് ഗവൺമെന്റ് ഒരിക്കൽക്കൂടി കമ്യൂണിസ്റ്റുകാരെ വ്യാപകമായി വേട്ടയാടി. അക്കൂട്ടത്തിൽപ്പെട്ടു അമീർ ഹൈദർഖാനും. ഈ ജയിൽവാസകാലത്താണ് അദ്ദേഹം ആത്മകഥ എഴുതിയത്. അതിന്റെ ഒന്നാംഭാഗം ഡൽഹിയിലെ പേട്രിയട്ട് പബ്ലിഷേഴ്സ് പ്രസിദ്ധീകരിച്ചിട്ടുണ്ട്.

1942 ൽ ജയിൽ മോചിതനായതിനുശേഷമുള്ള മൂന്നുവർഷം ബോംബെയിൽ ട്രേഡ് യൂണിയൻ രംഗത്ത് കേന്ദ്രീകരിച്ചു. 1945 ൽ കിഴക്കൻ പഞ്ചാബിലെ തന്റെ ജന്മനാട്ടിലേക്കു പോയി. അഖിലേന്ത്യാ കിസാൻസഭയുടെ ഭക്നാ സമ്മേളനത്തിൽ പങ്കെടുത്തു. കിസാൻസഭയുടെ പ്രവർത്തനങ്ങളിൽ ആവേശഭരിതനായി, അതുപോലൊരു കർഷകപ്രസ്ഥാനം റാവൽപ്പിണ്ടി, കേമ്പ്ബെൽപ്പൂർ, ഝലം എന്നീ ജില്ലകളിൽ കെട്ടിപ്പടുക്കണമെന്ന് തീരുമാനിച്ചു. അതിനകം ട്രേഡ് യൂണിയൻ പ്രസ്ഥാനത്തിന് ഈ ജില്ലകളിൽ അടിത്തറ പാകിക്കഴിഞ്ഞിരുന്നു.

ഭക്നാ സമ്മേളനത്തിനുശേഷം സ്റ്റേറ്റ് കൗൺസിൽ തിരഞ്ഞെടുപ്പിൽ പ്രമുഖ ട്രേഡ് യൂണിയൻ നേതാവ് ഫസൽ ഇലാഹി കുർബനും രാഷ്ട്രീയനേതാവ് ബി പി എൽ ബേദിക്കുംവേണ്ടി പ്രവർത്തിക്കാൻ റാവൽപ്പിണ്ടിയിലേക്കു പോയി. തിരഞ്ഞെടുപ്പിൽ രണ്ടുപേരും പരാജയപ്പെട്ടെങ്കിലും തിരഞ്ഞെടുപ്പു പ്രചാരണത്തിനിടയിൽ റാവൽപ്പിണ്ടിയിലെയും മറ്റു പ്രദേശങ്ങളിലെയും തൊഴിലാളി വർഗത്തിനിടയിൽ ട്രേഡ് യൂണിയന്റെയും കമ്യൂണിസ്റ്റ് പാർട്ടിയുടെയും അടിത്തറ വിപുലമായി. മുസ്ലിം തൊഴിലാളികൾ വ്യാപകമായ നിലയിൽ ട്രേഡ് യൂണിയനുകളിൽ അണിനിരന്നു. ഹിന്ദു-സിഖ് ബുദ്ധിജീവികളെ തങ്ങളുടെ നേതാക്കളായി അംഗീകരിക്കാൻ ഈ തൊഴിലാളികൾക്ക് യാതൊരു പ്രയാസവുമുണ്ടായില്ലെന്ന് അമീർ ഹൈദർഖാൻ രേഖപ്പെടുത്തി.

1945-46 കാലത്ത് ഇന്ത്യയിലാകെ വമ്പിച്ച ജനകീയമുന്നേറ്റം. ആ മുന്നേറ്റത്തിൽനിന്ന് റാവൽപ്പിണ്ടിയോ അതുപോലുള്ള പ്രദേശങ്ങളോ ഒഴിവായില്ല. ഈ മുന്നേറ്റത്തിനിടയിൽ അമീർ ഹൈദർഖാൻ വീണ്ടും ബോംബെക്കു തിരിച്ചു. അവിടെ പ്രസിദ്ധമായ ആർ ഐ എൻ കലാപത്തിന് പിന്തുണ സമാഹരിക്കുന്ന പ്രവർത്തനങ്ങളിൽ വ്യാപൃതനായി.

ഇന്ത്യാ വിഭജനത്തിനുശേഷം അമീർ ഹൈദർഖാൻ പാകിസ്താനിലേക്കു മടങ്ങി. അവിടെ അടങ്ങിയിരുന്നില്ല. അവിടത്തെ ഏകാധിപത്യവാഴ്ചയ്ക്കെതിരെ, പട്ടാളഭരണത്തിനെതിരെ സുധീരം പോരാടി. ഫലമോ? നാലുതവണയെങ്കിലും അറസ്റ്റിലായി. ദീർഘകാലം കാരാഗൃഹത്തിൽ കഴിയേണ്ടിവന്നു. അയൂബ്ഖാൻ ഭരണം അമീർ ദാദയെ അറസ്റ്റുചെയ്ത് കുപ്രസിദ്ധമായ ലാഹോർ ഫോർട്ടിൽ ഏകാന്തതടവിൽ

പാർപ്പിക്കുകയായിരുന്നു. സെഡ് എ ഭൂട്ടോയുടെ 'ജനാധിപത്യ' ഭരണം പോലും ദാദയെ വെറുതെ വിട്ടില്ല.

രണ്ട് ആഗ്രഹങ്ങളാണ് അവസാനകാലത്ത് അദ്ദേഹം പ്രകടിപ്പിച്ചത്. ഒന്ന്, ലോകത്താകെ തൊഴിലാളിവർഗം വിജയിക്കണം. ആ വർഗത്തിന്റെ പതാക പാറിപ്പറക്കണം. രണ്ട്, ഇന്ത്യ സന്ദർശിക്കണം. രണ്ടാമത് പറഞ്ഞ ആഗ്രഹം നിറവേറ്റാൻ അദ്ദേഹം പലതവണ ശ്രമിച്ചു. പാകിസ്താനിൽ മാറിമാറി അധികാരത്തിൽവന്ന ഭരണാധികാരികൾ പാസ്പോർട്ട് നൽകിയില്ല. അവസാനം സുപ്രീംകോടതിവരെ പോയി പാസ്പോർട്ട് സമ്പാദിച്ചു. അങ്ങനെ 1988 ൽ തന്റെ ആഗ്രഹം നിറവേറി. അദ്ദേഹം ഇന്ത്യയിൽ ഏഴ് മാസം ഡൽഹിയിൽ താമസിക്കുകയും ചെയ്തു. ഈ താമസത്തിനിടയിൽ സി പി ഐ (എം) ആപ്പീസും സന്ദർശിച്ചു. 1989 ഡിസംബർ 26ന് അന്തരിച്ചു. ഇസ്ലാമാബാദിലെ പാകിസ്താൻ മെഡിക്കൽ ഇൻസ്റ്റിറ്റ്യൂട്ടിൽ അദ്ദേഹം അന്തരിച്ചപ്പോൾ പാകിസ്താനിലെ അന്നത്തെ പ്രധാനമന്ത്രി ബേനസീർ ഭൂട്ടോപോലും പറഞ്ഞു: "കഷ്ടപ്പെടുന്ന ജനങ്ങൾക്കുവേണ്ടി ദുരിതമനുഭവിച്ച ഒരു ദേശാഭിമാനിയാണ് അമീർ ഹൈദർഖാൻ."

ഡോ. കെ എം അഷ്റഫ്

1903 - 1962

ഇന്ത്യൻ സ്വാതന്ത്ര്യസമരത്തിലെ ഉജ്വല പോരാളിയും പേരുകേട്ട ചരിത്രകാരനും അക്കാദമിക് ലോകം അംഗീകരിക്കുകയും ആദരിക്കുകയും ചെയ്യുന്ന പണ്ഡിതനും ഇന്ത്യൻ കമ്യൂണിസ്റ്റുപ്രസ്ഥാനത്തന്റെ ആദ്യകാല നേതാക്കളിൽ ഒരാളും ആയിരുന്നു കെ എം അഷ്റഫ്. ഉപരിപഠനാർഥം വിദേശത്തുപോവുകയും അവിടെവച്ച് കമ്യൂണിസ്റ്റായി തിരിച്ച് നാട്ടിൽ വന്ന് ഇവിടെ കമ്യൂണിസ്റ്റുപ്രസ്ഥാനം കെട്ടിപ്പടുക്കുന്നതിന് ഗണ്യമായ സംഭാവന നൽകുകയും ചെയ്ത ഒരു തലമുറയുണ്ട്. ആ തലമുറയിലെ പ്രമുഖനായിരുന്നു കെ എം അഷ്റഫ്. അക്ഷരാർഥത്തിൽ സംഭവബഹുലമായ ജീവിതത്തിന്റെ ഉടമ.

യു പി യിലെ അലിഗഢിലെ ദരിയാപൂർ ഗ്രാമത്തിൽ 1903 നവംബർ 25 ന് കെ എം അഷ്റഫ് ജനിച്ചു. മുഴുവൻ പേര് കുൻവർ മൊഹമ്മദ് അഷ്റഫ്. പിതാവ്: താക്കൂർ മുറാദ് അലിഖാൻ, മാതാവ്: അഞ്ചി. അഷ്റഫിന് കഷ്ടിച്ച് നാലുവയസുള്ളപ്പോൾ മാതാവ് മരിച്ചു. അമ്മയുടെ നഷ്ടം അനുഭവപ്പെടാത്തവിധം മകന്റെ മേൽ പിതാവ് വാത്സല്യം കോരിച്ചൊരിഞ്ഞു.

ദരിയാപൂർ അപ്പർപ്രൈമറി സ്കൂളിലാണ് വിദ്യാഭ്യാസം ആരംഭിച്ചത്. *ഖുർ–ആനും* ഇസ്ലാമിക ദൈവശാസ്ത്രവും പഠിപ്പിക്കുന്നതിന് പിതാവ് ഒരു മൗലവിയെ ഏർപ്പാട് ചെയ്തു. സ്കൂളിൽ പണ്ഡിറ്റ് ചതേർപാലിന്റെയും രാംലാലിന്റെയും കീഴിൽ വിദ്യ അഭ്യസിച്ചു. അഷ്റഫിന്റെ വ്യക്തിപരമായ വളർച്ചയെ രാംലാൽ വളരെയധികം സ്വാധീനിച്ചു. ഒന്ന

രവർഷം കഴിഞ്ഞപ്പോൾ അലിഗഢ് താലൂക്കിൽപ്പെട്ട മറ്റൊരു സ്കൂളിലേക്കും അവിടെനിന്ന് സനാതൻധരംസഭാ ഹൈസ്കൂളിലേക്കും മാറി. അവസാനം പറഞ്ഞ സ്കൂളിൽ മൂന്നാംതരംവരെ പഠിച്ചു. അന്ന് ഒരു റെയിൽവേ ഉദ്യോഗസ്ഥനായിരുന്ന താക്കൂർ മുറാദ് അലിയെ 1909 ൽ മൊറാദാബാദിലേക്ക് മാറ്റിയപ്പോൾ അഷ്റഫ് ഹെവെറ്റ് മുസ്ലിം സ്കൂളിൽ ചേർന്നു. ആ സ്കൂളിൽ ആറാം ക്ലാസുവരെ ഹിന്ദിയും സംസ്കൃതവും പഠിച്ചു; അതിനുശേഷം ഉറുദുവും പേർഷ്യനും. 1918 ൽ മെട്രിക്കുലേഷൻ പരീക്ഷ പാസായി. യൗവനത്തിലെ സാഹസികതകളിൽനിന്ന് അദ്ദേഹം മുക്തനായില്ല. സ്കൂളിലെ തന്നെ ശങ്കർലാൽ എന്ന വിദ്യാർഥിയോടൊപ്പം 1912 ൽ ഒളിച്ചോടി. ഹിമാലയത്തിൽപ്പോയി സുഖസമ്പൂർണമായ ജീവിതം നയിക്കണമെന്നായിരുന്നുവത്രെ ആഗ്രഹം. കൈയിൽ കമ്പിളി വസ്ത്രംപോലും കരുതിയതുമില്ല. അവസാനം വീട്ടിലേക്ക് മടങ്ങി.

ഹെവെറ്റ് സ്കൂളിൽ ഒട്ടേറെ അധ്യാപകർ അഷ്റഫിനെ സ്വാധീനിച്ചു. ഖുദ അലിഖാൻ, ക്വമർസാഹിബ്, മൗലവി റഹ്മത്തുള്ളഖാൻ, മൗലവി ഇസ്തഫ കരീംഖാൻ എന്നിവർ അവരിൽ പ്രധാനികളാണ്. റെയിൽവേ ഉദ്യോഗസ്ഥനായ പിതാവ് പട്ടാളത്തിൽ ചേർന്ന് കിഴക്കൻ ആഫ്രിക്കയിൽ സേവനമനുഷ്ഠിക്കാൻ പോയപ്പോൾ തന്റെ അധ്യാപകരിൽ ഒരാളായ ഖുദഅലിഖാന്റെകൂടെ കസ്റൗളിയിൽ താമസമാക്കി. മൗലവി റഹ്മത്തുള്ളഖാൻ അദ്ദേഹത്തെ അറബിഭാഷ പഠിപ്പിച്ചു. മൗലവി ഒരു ദേശീയവാദിയും സാമ്രാജ്യത്വ വിരുദ്ധനുമായിരുന്നു. ഇന്ത്യയിലെ ബ്രിട്ടീഷ് ഭരണമായിരുന്നു അദ്ദേഹത്തിന്റെ മുഖ്യശത്രു. ബ്രിട്ടീഷ് ഭരണത്തിന് എതിരായ സമരത്തിൽ യുവാക്കൾ നിർഭയം അണിനിരക്കണമെന്ന് അദ്ദേഹം ആഗ്രഹിച്ചു. അഷ്റഫിന്റെ ജീവിതവീക്ഷണം കരുപ്പിടിപ്പിക്കുന്നതിലും ബ്രിട്ടീഷ് വിരുദ്ധ–സാമ്രാജ്യത്വവിരുദ്ധ–ദേശാഭിമാന വികാരം അഷ്റഫിൽ ജനിപ്പിക്കുന്നതിലും മൗലവി ഇസ്തഫ കരീം സാഹിബ് വലിയ പങ്കുവഹിച്ചു. ഇസ്തഫ കരിം അലിഗഢിന്റെ സന്തതിയായിരുന്നു. അഷ്റഫിന്റെ കാലത്ത് മൊറാദാബാദിലെത്തിയ അദ്ദേഹം ഹസ്ബ് അള്ള (ദൈവത്തിന്റെ പാർട്ടി) രൂപവൽക്കരിച്ചു. അഷ്റഫ് അതിൽ അംഗമാവുകയും അതിന്റെ പ്രവർത്തനങ്ങളിൽ പങ്കെടുക്കുകയും ചെയ്തു. മൗലവി താമസിച്ച ദിവാൻ ബസാറിൽ എല്ലാ ഞായറാഴ്ചകളിലും ചർച്ചകളും കവിതാപാരായണവും നടക്കും. മൗലാനാ ഹസ്രത്മൊഹാനിയുടെയും ഇക്ബാലിന്റെയും കവിതകൾ ആവർത്തിച്ച് പാരായണം ചെയ്യും. ഇതൊക്കെ അഷ്റഫിനെ ആകർഷിച്ചു.

അക്കാലത്ത് ഇന്ത്യൻ രാഷ്ട്രീയജീവിതത്തിൽ വലിയ മാറ്റങ്ങൾ നടക്കുന്നുണ്ടായിരുന്നു. ഒന്നാംലോക മഹായുദ്ധകാലത്ത് അലയടിച്ചുയർന്ന ബ്രിട്ടീഷ് വിരുദ്ധ വികാരം അഷ്റഫിനെയും ആവേശംകൊള്ളിച്ചു. അന്ന് ആ ബാലന് 11 വയസേ പ്രായമുണ്ടായിരുന്നുള്ളുവെന്ന് ഓർക്കണം. അധികൃതർ അദ്ദേഹത്തിന്റെ സുഹൃത്ത് ശങ്കർലാലിനെ ഒരു രാഷ്ട്രീയ കൊലപാതകക്കേസിൽ പ്രതിയാക്കി. ഇത് അഷ്റഫിനെ കൂ

ടുതൽ ബ്രിട്ടീഷ് വിരോധിയാക്കി. ദിവസവും കുട്ടികൾ യൂണിയൻ ജാക്കിനെ വന്ദിക്കണമെന്നു പറഞ്ഞ് ഗവൺമെന്റ് ഒരു ഉത്തരവിറക്കി. അങ്ങനെ ചെയ്യാൻ അഷ്റഫ് വിസമ്മതിക്കുക മാത്രമല്ല മറ്റ് കുട്ടികളെ തന്റെ വഴി പിന്തുടരാൻ പ്രേരിപ്പിക്കുകകൂടി ചെയ്തു.

മെട്രിക്കുലേഷൻ പരീക്ഷ പാസായതിനുശേഷം 1918 ൽ അഷ്റഫ് അലിഗഢിലെ എം എ ഒ കോളേജിൽ ചേർന്നു. അന്ന് ഇന്ത്യക്ക് അകത്തും പുറത്തും പ്രസിദ്ധമായ കോളേജായിരുന്നു അത്. അവിടെ ധാരാളം നല്ല യൂറോപ്യൻ അധ്യാപകരുണ്ടായിരുന്നു. യൂറോപ്യൻമാരുടെ പ്രത്യേകിച്ച് ബ്രിട്ടീഷുകാരുടെ, മേൽക്കോയ്മ വിദ്യാർഥികളെ ബോധ്യപ്പെടുത്താൻ ഇന്ത്യക്കാർക്കെതിരെ പലതരം വിവേചനങ്ങളും നിലനിന്നു. ഇന്ത്യൻ അധ്യാപകർക്ക് യൂറോപ്യൻ അധ്യാപകരെ അപേക്ഷിച്ച് കുറഞ്ഞ ശമ്പളമേ നൽകിയിരുന്നുള്ളു. ഉയർന്ന സ്ഥാനങ്ങൾ ബ്രിട്ടീഷുകാർക്കു മാത്രമായി പരിമിതപ്പെടുത്തി. ഒരുദിവസം ക്ലാസെടുക്കാനെത്തിയ യൂറോപ്യൻ അധ്യാപകൻ വിദ്യാർഥികളോടു ചോദിച്ചു:

"നിങ്ങൾ യാത്രചെയ്യുന്ന ട്രെയിനിൽ ഒരു വെള്ളക്കാരൻ പ്രവേശിച്ചുവെന്നിരിക്കട്ടെ. അപ്പോൾ നിങ്ങൾ എന്താണ് ചെയ്യുക?"

എഴുന്നേറ്റു നിന്ന് സല്യൂട്ട് ചെയ്ത് അയാൾക്ക് സീറ്റ് ഒഴിഞ്ഞുകൊടുക്കും എന്ന ശരി ഉത്തരം, എല്ലാ വിദ്യാർഥികളും നൽകി. ഒരാൾ മാത്രം പക്ഷേ, അതിന് ഒരു അപവാദമായി. ആ വിദ്യാർഥി അഷ്റഫായിരുന്നു. താൻ അവിടെത്തന്നെയിരിക്കുമെന്നും മറ്റു പല യാത്രക്കാരെയുംപോലെ ഒരു യാത്രക്കാരനായി അയാളെയും കണക്കാക്കുമെന്നുമായിരുന്നു അഷ്റഫിന്റെ മുഖത്തടിച്ചുള്ള മറുപടി.

"എന്തുകൊണ്ട്? നിങ്ങൾ അയാളെ സല്യൂട്ട് ചെയ്ത് അയാൾക്ക് സീറ്റ് ഒഴിഞ്ഞുകൊടുക്കുകയല്ലേ വേണ്ടത്?"

രോഷാകുലായ അധ്യാപകൻ അഷ്റഫിനോടു ചോദിച്ചു.

"അതിന് എന്നെ കിട്ടില്ല."

അഷ്റഫ് തിരിച്ചടിച്ചു. അതിന്റെ പേരിൽ അദ്ദേഹത്തെ ക്ലാസിൽനിന്ന് പുറത്താക്കി. പിഴയും വിധിച്ചു.

എഫ് എ പരീക്ഷ പാസായതിനുശേഷം അതേ കോളേജിൽ ബി എക്ക് ചേർന്നു. അപ്പോഴേക്കും യുദ്ധം അവസാനിച്ചു. അലി സഹോദരന്മാരെ ജയിലിൽനിന്ന് മോചിപ്പിച്ചു. രാജ്യത്താകെ പുതിയ മുന്നേറ്റം. ഖിലാഫത്ത് പ്രസ്ഥാനത്തിന്റെ കൊടികയറി. ഹിജ്റത് പ്രസ്ഥാനത്തിന് തുടക്കമായി. ബ്രിട്ടീഷ് ഭരണത്തിൽ കഴിയാനാഗ്രഹിക്കുന്നില്ലെന്നു പറഞ്ഞ് ആയിരക്കണക്കിന് യുവ മുസ്ലിങ്ങൾ അഫ്ഗാനിസ്ഥാനിലേക്ക് കുടിയേറി. 1919 ൽ രാഷ്ട്രീയരംഗം കുറേക്കൂടി ചൂടുപിടിച്ചു. റൗലത് ആക്ടിനെതിരായ പ്രക്ഷോഭം, ജാലിയൻവാലാബാഗ് കൂട്ടക്കൊല, ഹിന്ദു–മുസ്ലിം ഐക്യം, ഖിലാഫത്ത്–നിസഹകരണ പ്രസ്ഥാനം–ഇങ്ങനെ എന്തൊക്കെ സംഭവങ്ങൾ! സാമ്രാജ്യത്വവിരുദ്ധ വികാരം രാജ്യത്താകെ പതഞ്ഞുപൊങ്ങി. അഷ്റഫിന് ആരിൽനിന്നും ഉത്തരവ് വേണ്ടിയിരുന്നില്ല. അദ്ദേഹവും

സത്യഗ്രഹപരിപാടികളിൽ പങ്കെടുക്കാൻ തുടങ്ങി. അലിഗഢിലെ എം എ ഒ കോളേജ് ബ്രിട്ടീഷ് വിരുദ്ധ പ്രവർത്തനങ്ങളുടെ കേന്ദ്രമായി. അഷ്റഫിന്റെ 'രാജ്യദ്രോഹപരമായ പ്രവർത്തനങ്ങൾ'ക്കെതിരെ ബ്രിട്ടീഷ് അധ്യാപകർ മുന്നറിയിപ്പ് നൽകി. എങ്കിലും വിദ്യാഭ്യാസ സ്ഥാപനങ്ങൾ ബഹിഷ്കരിക്കാനുള്ള ആഹ്വാനം പുറത്തുവന്നപ്പോൾ ആദ്യമായി ക്ലാസിൽനിന്ന് പുറത്തിറങ്ങിയ ഒരാൾ അഷ്റഫ്. അദ്ദേഹം എം എ ഒ കോളേജിനോട് സലാം പറഞ്ഞ് പുതുതായി സ്ഥാപിച്ച ജാമിയാമില്ലിയാ ദേശീയ കോളേജിൽ ചേർന്നു. ആദ്യം കോളേജ് അലിഗഢിലായിരുന്നുവെങ്കിലും പിന്നീടത് ദില്ലിയിലേക്ക് മാറ്റി. നല്ല കെട്ടിടമില്ലാത്ത, ആവശ്യത്തിന് ഉപകരണങ്ങളില്ലാത്ത സ്ഥാപനമായിരുന്നു അത്. വിദ്യാർഥികളുടെ ദേശാഭിമാനം അതൊന്നും കാര്യമാക്കിയില്ല. ജാമിയാമില്ലിയയിൽനിന്ന് പുറത്തിറങ്ങിയ ആദ്യ ബാച്ചിൽപ്പെട്ട വിദ്യാർഥികളിൽ ഒരാളായിരുന്നു അഷ്റഫ്.

മഹാത്മാഗാന്ധി നിസഹകരണപ്രസ്ഥാനം പിൻവലിച്ചതോടെ അഷ്റഫിന്റെ ജീവിതത്തിൽ മറ്റൊരു ഘട്ടത്തിന്റെ തുടക്കമായി. മറ്റു യുവാക്കളെ എന്നപോലെ ഗാന്ധിയുടെ നടപടി അഷ്റഫിനെയും നിരാശനാക്കി. സ്വാതന്ത്ര്യത്തിനുവേണ്ടി പുതിയ പാതയെക്കുറിച്ചുള്ള അന്വേഷണമായി. അതിനകം ഹസ്റത്ത് മൊഹാനിയുമായി കൂടുതൽ അടുത്തു. 1921 ൽ നടന്ന ഇന്ത്യൻ നാഷണൽ കോൺഗ്രസ് സമ്മേളനത്തിൽ പൂർണ സ്വാതന്ത്ര്യ പ്രമേയം അവതരിപ്പിച്ച ആളാണ് മൊഹാനി. 1925 ൽ ഇന്ത്യൻ മണ്ണിൽ കമ്യൂണിസ്റ്റുപാർട്ടി രൂപവൽക്കരിക്കാൻ സത്യഭക്തൻ വിളിച്ചുചേർത്ത യോഗത്തിന്റെ സ്വാഗതസംഘം അധ്യക്ഷനും അദ്ദേഹമായിരുന്നു. കോൺപൂർ ഗൂഢാലോചനക്കേസിലെ പ്രതിയായിത്തീർന്ന ഷൗക്കത്ത് ഉസ്മാനിയുമായും അദ്ദേഹം ബന്ധപ്പെട്ടു. എം എൻ റോയിയുടെ ലേഖനങ്ങളും ഇക്കാലത്ത് വായിക്കാൻ കഴിഞ്ഞു. അപ്പോഴും സോഷ്യലിസ്റ്റ് ആശയഗതി അദ്ദേഹത്തെ സ്വാധീനിച്ചില്ല. അദ്ദേഹത്തെ ഉൽക്കണ്ഠപ്പെടുത്തിയത് ഹിന്ദു–മുസ്ലിം ലഹളയായിരുന്നു. നിസഹകരണപ്രസ്ഥാനം പിൻവലിച്ചതിനുശേഷം ഹിന്ദുക്കളെയും മുസ്ലിങ്ങളെയും പരസ്പരം അകറ്റാൻ ബ്രിട്ടീഷുകാർ സംഘടിപ്പിച്ചതായിരുന്നു ഹിന്ദു–മുസ്ലിം ലഹള. ഹിന്ദു–മുസ്ലിം ഐക്യം പുനഃസ്ഥാപിക്കാൻ തന്നാൽ ആവുന്നതൊക്കെ അദ്ദേഹം ചെയ്തു.

നിസഹകരണപ്രസ്ഥാനം പിൻവലിക്കപ്പെട്ട സാഹചര്യത്തിൽ, നേരത്തെ ജാമിയാമില്ലിയയിലേക്കുപോയ വിദ്യാർഥികൾ അലിഗഢ് മുസ്ലിം യൂണിവേഴ്സിറ്റി (നേരത്തേ എം എ ഒ കോളേജ്) യിലേക്ക് മടങ്ങാൻ തുടങ്ങി. അഷ്റഫ് നേരത്തെ ജാമിയായിൽനിന്ന് ബി എ പാസായെങ്കിലും 1923 ൽ അലിഗഢ് യൂണിവേഴ്സിറ്റിയിൽ ബി എ ഓണേഴ്സിന് ചേർന്നു. മുസ്ലിം ദൈവശാസ്ത്രം, ഇസ്ലാമിക് ദർശനം, ചരിത്രം എന്നീ വിഷയങ്ങളാണ് ഇത്തവണ എടുത്തത്. എല്ലായ്പ്പോഴും താൻ ഗുരുവായി കണക്കാക്കിയ ഡോ. മുഹമ്മദ് ഹബീബീന് കീഴിലാണ് പഠിച്ചത്. 1925 ൽ

എം എ പാസായി. 1927 ൽ എൽ എൽ ബിയുമെടുത്തു. ബി എ ഓണേഴ്സിന് പഠിക്കുമ്പോൾ വിദ്യാർഥികൾക്കിടയിൽ ഏറ്റവുമധികം പ്രസിദ്ധനായി. വിദ്യാർഥി യൂണിയൻ വൈസ് പ്രസിഡന്റായി തിരഞ്ഞെടുക്കപ്പെട്ടു. വിദ്യാർഥി യൂണിയൻ നേതാവായിരിക്കെ കുൽസുമിനെ വിവാഹംകഴിച്ചു.

1927 ൽ എൽ എൽ ബി പാസായ ഉടൻ അഷ്റഫ് മുസഫർ നഗറിൽ വക്കീലായി പ്രാക്ടീസ് തുടങ്ങി. അതിവേഗം ആ പ്രദേശത്തെ കൃഷിക്കാർക്കിടയിൽ പ്രസിദ്ധനായി. മാത്രമല്ല, അദ്ദേഹത്തിന്റെ വീട് സാമൂഹിക പ്രവർത്തകരുടെയും ബുദ്ധിജീവികളുടെയും കേന്ദ്രമായി, രാഷ്ട്രീയ പ്രവർത്തകരും അവിടെ നിത്യസന്ദർശകരായി. വക്കീൽ ജീവിതം നാല് മാസത്തിൽ ഒതുങ്ങി.

1927 സെപ്തംബറിൽ ആൾവാർ രാജാവ് അനുവദിച്ച സ്കോളർഷിപ്പോടെ ഉപരിപഠനത്തിനായി ഇംഗ്ലണ്ടിലേക്ക് തിരിച്ചു. ഈ സ്കോളർഷിപ്പ് ലഭിച്ചതിനു പിന്നിൽ ഒരു കഥയുണ്ട്. യൂണിവേഴ്സിറ്റിയുടെ ജൂബിലി ആഘോഷത്തിൽ പങ്കെടുക്കാൻ ആൾവാർ മഹാരാജാവിനെ ക്ഷണിച്ചു. ജൂബിലി പരിപാടികൾ ഉൽഘാടനം ചെയ്തത് രാജാവ്. ഉൽഘാടനച്ചടങ്ങിന് സ്വാഗതം പറഞ്ഞത് വിദ്യാർഥി യൂണിയൻ വൈസ് പ്രസിഡന്റെന്ന നിലയിൽ അഷ്റഫ്. സ്വാഗതപ്രസംഗം രാജാവിന് നന്നേ ഇഷ്ടപ്പെട്ടു. സ്വാഗതപ്രഭാഷകനെപ്പറ്റി ആരാഞ്ഞപ്പോൾ അദ്ദേഹത്തിന്റെ പൂർവികർ ആൾവാർക്കാരായിരുന്നുവെന്ന് മാത്രമല്ല രാജാവിന്റെ സേവകർ കൂടിയായിരുന്നുവെന്ന് മനസിലായി. അദ്ദേഹത്തിന് ബഹുസന്തോഷം. അവിടത്തെ പഠനം പൂർത്തിയായാൽ ഉപരിപഠനത്തിനുള്ള ചെലവ് താൻ വഹിച്ചുകൊള്ളാമെന്ന് രാജാവ് സമ്മതിച്ചു. അങ്ങനെയാണ് അഷ്റഫ് 1927 ൽ ലണ്ടനിലേക്ക് യാത്ര തിരിച്ചത്. ലണ്ടനിൽ രണ്ട് കോഴ്സിന് ചേർന്നു-ലിങ്കൺസ് ഇന്നിൽ ബാർ അറ്റ് ലോയ്ക്കും പിന്നീട് സ്കൂൾ ഓഫ് ഓറിയന്റ് സ്റ്റഡീസിൽ പി എച്ച് ഡിക്കും. മധ്യകാല ഇന്ത്യാചരിത്രമായിരുന്നു തീസിസിന്റെ വിഷയം. ഈ വിഷയത്തിലെ ആധികാരിക രേഖയായി ആ തീസിസ് പരിഗണിക്കപ്പെട്ടുവരുന്നു.

ഖിലാഫത്ത് നേതാവ് മൗലാനാ മുഹമ്മദ് അലി അക്കാലത്ത് ഇംഗ്ലണ്ടിൽ ചികിത്സക്കായെത്തി. അഷ്റഫും ദേശീയവാദികളായ അദ്ദേഹത്തിന്റെ സുഹൃത്തുക്കളും അദ്ദേഹത്തെ കാണാൻ പോവുക പതിവായി. അവിടെ വച്ച് അദ്ദേഹം കമ്യൂണിസ്റ്റ് നേതാവ് സക്ലത്‌വാലയെ കണ്ടുമുട്ടി. അദ്ദേഹത്തിന് പുറമെ സജ്ജാദ് സാഹീർ, മഹമൂദു സഫർ തുടങ്ങി പല ഇന്ത്യക്കാരെയും കണ്ടുമുട്ടാനിടയായി. ഇതിനിടയിൽ രാജാവിന്റെ നിർദേശപ്രകാരം ഇന്ത്യയിൽ തിരിച്ചുവന്ന് ഉപദേശകനായി ചുമതലയേറ്റു. ആ ജോലി അദ്ദേഹത്തിന് ഇഷ്ടപ്പെട്ടില്ല. അത് രാജിവെച്ച് അൽപ്പകാലം ജാമിയായിൽ അധ്യാപകനായി ജോലിനോക്കി. അവിടെനിന്ന് അലിഗഢിലേക്ക് പോയി. തുടർന്ന് ഒരു ചെറിയ സ്കോളർഷിപ്പോടെ തന്റെ തീസീസ് പൂർത്തിയാക്കാൻ 1929 ൽ ഇംഗ്ലണ്ടിലേക്ക് തിരിച്ചു. ഇത്തവണ

അദ്ദേഹം കമ്യൂണിസ്റ്റുപാർട്ടിയിൽ അംഗമായി. 1929 ലെ ഒരു ഞായറാഴ്ച സക്ലത്വാലയുടെ വീട്ടിൽ നടന്ന ഒരു യോഗത്തിനുശേഷം ഹൈഗേറ്റ് സെമിത്തേരിയിൽ പോയി കാൾ മാർക്സിന്റെ ശവകുടീരത്തിനു മുമ്പിൽനിന്ന് പ്രതിജ്ഞയെടുത്തുകൊണ്ടാണ് പാർട്ടിയിൽ അംഗമായത്. അങ്ങനെ ലണ്ടനിലെ ഇന്ത്യൻ വിദ്യാർഥികളിൽ കമ്യൂണിസ്റ്റുപാർട്ടിയിൽ അംഗത്വമെടുത്തവരുടെ ആദ്യസംഘത്തിൽ അഷ്റഫും ഉൾപ്പെട്ടു. അദ്ദേഹത്തിന്റെ വാക്കുകളിൽ, "അതോടെ ഞാനെന്റെ ജീവിതത്തിലെ ഒരു പുതിയ ഘട്ടത്തിലേക്ക് പ്രവേശിച്ചു. അത് എല്ലാംകൊണ്ടും കഴിഞ്ഞകാലങ്ങളിൽനിന്ന് വ്യത്യസ്തമായിരുന്നു. മരിക്കുന്നതുവരെ പാർട്ടിയോടുള്ള കൂറ് നിലനിർത്തി."

ഇന്ത്യയിൽ മടങ്ങിവന്നശേഷം 1934 ൽ അലിഗഢ് മുസ്ലിം യൂണിവേഴ്സിറ്റിയിൽ ലക്ചററായി ചേർന്നു. ഒരു വർഷത്തിലധികം അവിടെ പഠിപ്പിച്ചു. അവസാനം സജീവരാഷ്ട്രീയത്തിലേക്ക് എടുത്തുചാടാൻ തീരുമാനിച്ചു. ഒരു ദേശീയ നേതാവെന്ന നിലയിൽ, പ്രത്യേകിച്ചും കോൺഗ്രസിനകത്തെ ഇടതുപക്ഷ നേതാവെന്ന നിലയിൽ, അറിയപ്പെടാൻ തുടങ്ങി. കോൺഗ്രസ് സോഷ്യലിസ്റ്റുപാർട്ടിയുടെ എക്സിക്യൂട്ടീവ് കമ്മിറ്റിയിലേക്ക് തിരഞ്ഞെടുക്കപ്പെട്ടു. 1936 ൽ ഇന്ത്യൻ നാഷണൽ കോൺഗ്രസിന്റെ ലക്നോ സമ്മേളനത്തിനുശേഷം ഐക്യ പ്രവിശ്യയിൽ കോൺഗ്രസിന്റെ സെക്രട്ടറിമാരിൽ ഒരാളായി; പിന്നീട് പ്രസിഡന്റും. മുസ്ലിങ്ങളുമായി ബന്ധപ്പെടാനുള്ള ഉത്തരവാദിത്തം നെഹ്റു അദ്ദേഹത്തെ ഏൽപ്പിച്ചു. അപ്പോഴേക്കും കമ്യൂണിസ്റ്റുകാർ കോൺഗ്രസിനകത്തു ചേർന്ന് പ്രവർത്തിക്കാൻ തുടങ്ങി.

തന്നെ ഏൽപ്പിച്ച ജോലി ആവുന്നത്ര നന്നായി അദ്ദേഹം നിറവേറ്റി. പേർഷ്യൻ–അറബി ഭാഷകളിലുള്ള അഗാധമായ അറിവ്, ഇസ്ലാമികദർശനം, മധ്യകാല ഇന്ത്യാ ചരിത്രം എന്നിവയിലുള്ള പാണ്ഡിത്യം, മുസ്ലീം നേതാക്കളുമായും ഉലമമാരുമായുമുള്ള ബന്ധം–ഇതെല്ലാം മുസ്ലിം ജനസാമാന്യത്തെ ദേശീയ സമരത്തിലേക്ക് ആകർഷിച്ച് അണിനിരത്താൻ അദ്ദേഹത്തെ സഹായിച്ചു. മുസ്ലിംലീഗിന്റെ വിഘടനരാഷ്ട്രീയത്തിൽനിന്ന് മുസ്ലിം ജനസാമാന്യത്തെ അകറ്റുന്നതിനും കുറച്ചൊക്കെ ഇത് സഹായകമായി. കമ്യൂണിസ്റ്റും, ഹിന്ദു–മുസ്ലിം ഐക്യത്തിനുവേണ്ടി ശക്തിയായി നിലകൊണ്ട ആളും എന്ന നിലയിൽ മുസ്ലിം ജനതയെ ദേശീയ പ്രസ്ഥാനവുമായി അടുപ്പിക്കാൻ എല്ലാ ശ്രമങ്ങളും അദ്ദേഹം നടത്തി. എങ്കിലും ഹിന്ദു–മുസ്ലിം പ്രശ്നം പരിഹരിക്കുന്നതിൽ കോൺഗ്രസ് പരാജയപ്പെട്ടു. അപ്പോഴേക്കും ഈ പ്രശ്നം മുമ്പെന്നത്തെക്കാൾ സങ്കീർണമായി, മുസ്ലിംലീഗ് ശക്തിപ്പെട്ടു. ഈ നിഷേധാത്മക വളർച്ച തടയാനുള്ള ശക്തി കമ്യൂണിസ്റ്റുപാർട്ടിക്കുണ്ടായിരുന്നില്ല. 1940 ഡിസംബർ ആയപ്പോഴേക്ക് മുസ്ലിംലീഗ് പാകിസ്താൻ വിഭജനപ്രമേയം അംഗീകരിച്ചു.

ഇതിനിടയിൽ എ ഐ സി സിയിൽ കമ്യൂണിസ്റ്റ് ഗ്രൂപ്പിന്റെ വക്താവായി. അഖിലേന്ത്യാവിദ്യാർഥി ഫെഡറേഷന്റെ പ്രവർത്തനങ്ങളിലും

താൽപ്പര്യമെടുത്തു. 1939 ൽ കൽക്കത്തയിൽ നടന്ന എ ഐ എസ് എഫ് സമ്മേളനത്തിൽ അദ്ദേഹം അധ്യക്ഷനായിരുന്നു. അടുത്തവർഷം നാഗ്പൂരിൽ നടന്ന സമ്മേളനം അദ്ദേഹം ഉൽഘാടനം ചെയ്തു. രാജ്യത്തിന്റെ വിവിധ ഭാഗങ്ങളിൽ നടക്കുന്ന എ ഐ എസ് എഫ് സമ്മേളനങ്ങളിൽ വിദ്യാർഥികളെയും വിദ്യാർഥി ഇതരരെയും ആകർഷിക്കുന്ന ഒരു പ്രഭാഷകനായി അദ്ദേഹം. രണ്ടാം ലോകമഹായുദ്ധം പൊട്ടിപ്പുറപ്പെടുന്നതിനുമുമ്പ് മൗലാനാ ആസാദിന്റെ അഭ്യർഥനപ്രകാരം ഡോ അഷ്റഫ് അദ്ദേഹത്തിന്റെ സെക്രട്ടറിയായി.

രണ്ടാം ലോകമഹായുദ്ധം പൊട്ടിപ്പുറപ്പെട്ടപ്പോൾ അറസ്റ്റിലായി. കുപ്രസിദ്ധമായ ദേവലി കോൺസൻട്രേഷൻ ക്യാമ്പിലാണ് കൊണ്ടുപോയി തള്ളിയത്. ആയിരക്കണക്കിന് കമ്യൂണിസ്റ്റുകാരും സോഷ്യലിസ്റ്റുകാരും മറ്റ് ഇടതുപക്ഷക്കാരുമുണ്ടായിരുന്നു ഒപ്പം ക്യാമ്പിൽ. ഇവിടെ 30 ദിവസം നീണ്ടുനിന്ന നിരാഹാരസമരം നടത്തി. അതിനെത്തുടർന്ന് ആരോഗ്യം വളരെയധികം മോശമായി. 1943 ൽ ജയിൽ വിമുക്തനായപ്പോൾ പാർട്ടി കേന്ദ്രത്തിൽ പ്രവർത്തിക്കാൻ നിർദേശം കിട്ടി. ആയിടെയാണ് പാർട്ടി ആസ്ഥാനം ബോംബെയിൽ തുടങ്ങിയത്. ആസ്ഥാനം കേന്ദ്രീകരിച്ച് പാർട്ടി ജേർണലുകളിൽ എഴുതാനും രാജ്യത്തിന്റെ പല ഭാഗങ്ങളിലും പാർട്ടിയുടെ ക്യാമ്പയിനുകളിൽ പങ്കെടുക്കാനും തുടങ്ങി. ഫാസിസ്റ്റ് വിരുദ്ധ യുദ്ധവുമായി ബന്ധപ്പെട്ട് പാർട്ടിയുടെ കേന്ദ്രകമ്മിറ്റി യോഗങ്ങളിൽ അദ്ദേഹം ഒരു ക്ഷണിതാവായി. 1948 വരെ സി സി യോഗങ്ങളിൽ പങ്കെടുക്കാറുണ്ടായിരുന്നു.

1946 – 47 കാലത്ത് രാജ്യത്താകെ വർഗീയ ലഹളകളുടെ അലമാലകൾ അടിച്ചുകയറി. ഗുർഗോൺ ജില്ലയിലെ ഹോഡാലിൽ ഒരു വർഗീയ ലഹള പൊട്ടിപ്പുറപ്പെട്ടു. ഡോ. അഷ്റഫിന്റെയും സഹപ്രവർത്തകരുടെയും ഫലപ്രദമായ ഇടപെടൽമൂലം അത് തൊട്ടടുത്തുള്ള മിയോ പ്രദേശത്തേക്ക് വ്യാപിക്കുന്നതു തടയാൻ സാധിച്ചു. എല്ലായ്പ്പോഴും ഹിന്ദു–മുസ്ലിം ഐക്യം നിലനിർത്തിയ പാരമ്പര്യമുണ്ട് മിയോകൾക്ക്. അങ്ങനെയുള്ള അവരുടെ പ്രദേശത്ത് ഭരത്പൂർ മഹാരാജാവ് മുസ്ലിംലീഗിന്റെ ഒരു ഘടകം സ്ഥാപിച്ചു. ലിയാകത്ത് അലിഖാൻ ദില്ലിയിൽനിന്ന് ഭരത്പൂർ വഴി ബോംബെയിലേക്ക് പോകുമ്പോൾ മുസ്ലിം യുവാക്കൾ അദ്ദേഹത്തിന് ഗാർഡ് ഓഫ് ഓണർ നൽകി. മഹാരാജാവ് മിയോകളെ മുസ്ലിംലീഗിന്റെ അനുകൂലികളും പ്രതികൂലികളും എന്ന നിലയിൽ ഭിന്നിപ്പിക്കാൻ നോക്കി. അതിന്റെ ആപത്ത് അഷ്റഫ് മനസിലാക്കി. പ്രജാമണ്ഡലിന്റെയും കിസാൻസഭയുടെയും കീഴിൽ അണിനിരക്കാൻ അദ്ദേഹം മിയോകളെ ഉപദേശിച്ചു. ഇന്ത്യയുടെ സ്വാതന്ത്ര്യത്തിനുവേണ്ടിയും ഭരത്പൂരിൽ ജനാധിപത്യ പരിഷ്കാരങ്ങൾക്കുവേണ്ടിയും പോരാടാൻ അദ്ദേഹം അവരെ ഉപദേശിച്ചു. തന്മൂലം ജനകീയ ഗവൺമെന്റ് എന്ന ആവശ്യം അവർ മുമ്പോട്ടുവെച്ചു. അതിനുവേണ്ടി പോരാടാൻ വിവിധ പാർട്ടികൾ

ചേർന്നുള്ള ഒരു സമരസമിതിയും രൂപവൽക്കരിച്ചു. അതോടെ മഹാരാജാവിന്റെ കള്ളക്കളി പൊളിഞ്ഞുപോയി.

പാർട്ടിയുടെ നിർദേശപ്രകാരം 1946 ൽ പ്രവർത്തനകേന്ദ്രം ദില്ലിയിലേക്ക് മാറ്റി. മറ്റു മുഴുവൻ സമയ പ്രവർത്തകരെപ്പോലെ ദരിയാഗഞ്ചിലെ പാർട്ടി കമ്യൂണിലായി താമസം. ഭക്ഷണവും കിട്ടും; പ്രതിമാസം എട്ടണയും. ഈ ഘട്ടത്തിലാണ് ഇന്ത്യൻ മുസ്ലിങ്ങളുടെ രാഷ്ട്രീയം എന്ന വിഖ്യാതഗ്രന്ഥം ഉറുദുവിലെഴുതിയത്. കഴിഞ്ഞ ഒരു നൂറ്റാണ്ടിനിടയിൽ ഇന്ത്യൻ മുസ്ലിങ്ങൾക്കിടയിൽ കാണാൻ കഴിഞ്ഞ വിവിധ പ്രവണതകളിലേക്ക് വെളിച്ചംവീശുന്നതാണ് ഈ ഗ്രന്ഥം.

ഇന്ത്യാ വിഭജനത്തിനുശേഷവും ദില്ലിയിൽ തന്നെയായി താമസം. കമ്യൂണിൽനിന്ന് ദില്ലി പ്രവിശ്യാ ആപ്പീസിലേക്ക് താമസം മാറ്റി എന്നു മാത്രം. വർഗീയലഹളകളുടെ പശ്ചാത്തലത്തിൽ അദ്ദേഹത്തിന്റെ സുരക്ഷിതത്വത്തിന് പാർട്ടി നിർദേശിച്ചതനുസരിച്ചായിരുന്നു പ്രവിശ്യാ ആപ്പീസിലേക്കുള്ള മാറ്റം. മുസ്ലിം പേരുള്ളതിനാൽ ഇപ്രകാരം മാറേണ്ടിവന്നതിൽ അദ്ദേഹം അതിയായി ദുഃഖിച്ചു. ''ഇതാണെന്റെ ജീവിതത്തിലെ ദുരന്തപൂർണമായ നിമിഷം"- അദ്ദേഹം പറഞ്ഞു.

പാർട്ടി ദില്ലിയിൽനിന്ന് *നയാദൾ* എന്ന പേരിൽ ഒരു ഉറുദുപത്രം പ്രസിദ്ധീകരിക്കണമെന്ന് തീരുമാനിച്ചു. പത്രാധിപരായി അഷ്റഫിനെയും നിശ്ചയിച്ചു. കൊണാട്ട് പ്ലേസിൽനിന്ന് പുറത്തിങ്ങിയ പത്രം പ്രക്ഷുബ്ധമായ ആ നാളുകളിൽ വർഗീയ ശക്തികളെ നേരിടുന്നതിലും ദില്ലിയിലും പരിസരപ്രദേശങ്ങളിലും കമ്യൂണിസ്റ്റുപാർട്ടിയെ പുനഃസംഘടിപ്പിക്കുന്നതിലും പ്രധാന പങ്കുവഹിച്ചു. നമ്മുടെ സ്വാതന്ത്ര്യത്തിനെതിരെ നാട്ടുരാജാക്കന്മാരും വർഗീയവാദികളും നടത്തുന്ന ഗൂഢാലോചനകളെ പത്രം തുറന്നുകാട്ടി. സാമ്പത്തിക പ്രയാസങ്ങൾമൂലം പത്രം തുടർന്നു നടത്താനായില്ല.

വിഭജനംമൂലം തകർന്നുപോയ പാകിസ്താനിലെ കമ്യൂണിസ്റ്റുപാർട്ടി സംഘടിപ്പിക്കാൻ സഹായിക്കുന്നതിന് അവിടേക്ക് പോകാൻ പാർട്ടി അദ്ദേഹത്തോട് നിർദേശിച്ചു. അച്ചടക്കമുള്ള കമ്യൂണിസ്റ്റുകാരനെന്ന നിലയിൽ പാർട്ടിയുടെ നിർദേശം അംഗീകരിച്ചു. പാകിസ്താനിൽ പാർട്ടി ഏറെക്കുറെ നിരോധിതാവസ്ഥയിലായിരുന്നു. അതിനാൽ അദ്ദേഹം ഒളിവിൽപോയി. കുറച്ചുകഴിഞ്ഞപ്പോൾ ഇന്ത്യക്കാരനും കമ്യൂണിസ്റ്റുമെന്ന പേരിൽ അറസ്റ്റിലായി. കറാച്ചി ജയിലിൽ കഴിയുമ്പോൾ ഗുരുതരമായ രോഗം ബാധിച്ചു. രോഗത്തെ അതിജീവിക്കാൻ കഴിയുമോ എന്നുപോലും സംശയമായി. ഈ സാഹചര്യത്തിൽ പാകിസ്താൻ വിടാമെന്ന ഉപാധിയിൽ ഡോ. അഷ്റഫിനെ മോചിപ്പിച്ചു. നേരത്തെ ഇന്ത്യൻ പൗരത്വം ഉപേക്ഷിച്ചതിന്റെ പേരിൽ ഇന്ത്യയിൽ കടക്കാൻ അനുവദിക്കാത്തതിനാൽ അദ്ദേഹം നേരെ ഇംഗ്ലണ്ടിലേക്കു പോയി – ഏതെങ്കിലും ഒരു പ്രത്യേക രാജ്യത്തിൽ പൗരത്വമില്ലാത്ത വ്യക്തിയെന്ന നിലയിൽ.

ഇംഗ്ലണ്ടിലെ ചികിത്സമൂലം രോഗം ഭേദമായി. അതിനുശേഷം

ബ്രിട്ടീഷ് മ്യൂസിയത്തിലിരുന്ന് ഗവേഷണ പ്രവർത്തനങ്ങളിലേർപ്പെട്ടു. മാർക്സിസ്റ്റ് വീക്ഷണത്തോടെ തന്റെ പ്രിയപ്പെട്ട വിഷയമായ മധ്യകാല ഇന്ത്യാ ചരിത്രം എഴുതുകയായിരുന്നു ഉദ്ദേശ്യം. പട്ടിണികിടന്നും, ഗവേഷണപ്രവർത്തനങ്ങളിൽ വ്യാപൃതനായി. മ്യൂസിയത്തിൽ ആദ്യം കടക്കുന്ന ആളും അവിടെനിന്ന് അവസാനം പോകുന്ന ആളും അദ്ദേഹമായിരുന്നു; മാർക്സിനെപ്പോലെ. ഈ മ്യൂസിയത്തിലിരുന്നാണല്ലോ കാൾ മാർക്സ് വിഖ്യാതമായ *മൂലധനം* എഴുതിയത്.

അദ്ദേഹം ഇന്ത്യയിൽ വരാനാഗ്രഹിച്ചു. നെഹ്റു, ആസാദ് തുടങ്ങിയവരുമായി അടുപ്പമുണ്ടായിട്ടുപോലും അതിനുള്ള അനുവാദം ഗവൺമെന്റ് നിരസിച്ചു. അവസാനം ചില സുഹൃത്തുക്കൾ ഇടപെട്ടതു മൂലം ആറുമാസത്തേക്ക് താൽക്കാലിക വിസ കിട്ടി. 1955 ൽ ഇന്ത്യയിലേക്ക് മടങ്ങി. വിസയുടെ കാലാവധി കഴിഞ്ഞതിനുശേഷവും ഇവിടെത്തന്നെ തങ്ങി. രണ്ടുവർഷം കഴിഞ്ഞപ്പോൾ ഇന്ത്യൻ പൗരത്വംകിട്ടി. ഇതിന് അദ്ദേഹത്തെ സഹായിച്ചത് അന്നത്തെ കാശ്മീർ മുഖ്യമന്ത്രി ഭക്ഷിഗുലാം മുഹമ്മദ്. കാശ്മീർ ജനതയുടെ ചരിത്രം തയാറാക്കാനുള്ള ഒരു പ്രോജക്ടിന്റെ ഉത്തരവാദിത്തം ഏൽപ്പിച്ച് അദ്ദേഹം ഡോ. അഷ്റഫിനെ കാശ്മീരിലേക്ക് കൊണ്ടുപോയി. രണ്ടുവർഷം കഴിഞ്ഞപ്പോൾ ഡോ. സരൂപ്സിങ്ങ് ചരിത്ര ഡിപ്പാർട്ടുമെന്റിന്റെ തലവൻ എന്ന നിലയിൽ അദ്ദേഹത്തെ ദില്ലിയിലുള്ള കിരോരിമാൽ കോളേജിലേക്ക് കൊണ്ടുപോയി. ആ കോളേജ് അഷ്റഫിന്റെ കോളേജ് എന്ന പേരിൽ അറിയപ്പെടാൻ തുടങ്ങി.

അക്കാദമിക് ജീവിതത്തിൽ അദ്ദേഹം സംതൃപ്തനായില്ല. വീണ്ടും രാഷ്ട്രീയത്തിൽ പ്രവേശിക്കണമെന്ന് ആഗ്രഹിച്ചു. ജീവിതത്തിന്റെ നല്ലൊരു ഭാഗം സജീവരാഷ്ട്രീയത്തിൽ ചെലവഴിച്ച ഒരു കമ്യൂണിസ്റ്റുകാരന് എങ്ങനെ അത് തോന്നാതിരിക്കും? ആരോഗ്യം അതിന് അനുവദിച്ചില്ല. എങ്കിലും പാർട്ടി വിദ്യാഭ്യാസകാര്യവും മറ്റും നിരന്തരം ചർച്ച ചെയ്യുമായിരുന്നു.

1960 ൽ ബർലിനിലെ ലോക പ്രശസ്തമായ ഹംബോൾക്കത് യൂണിവേഴ്സിറ്റിയിൽ വിസിറ്റിങ് പ്രഫസറായി പോയി. രണ്ടുവർഷം അവിടെ ആഴമേറിയ പഠനവും ഗവേഷണവുമായി കഴിഞ്ഞു. 1962 ജൂൺ ഏഴിന് അന്തരിച്ചു.

ഡോ. സെഡ് എ അഹമ്മദ്

1908 - 1998

വിദേശത്ത് പഠിക്കാൻപോയി അവിടെവച്ച് കമ്യൂണിസ്റ്റായി നാട്ടിൽ മടങ്ങിയെത്തിയശേഷം ഇന്ത്യൻ കമ്യൂണിസ്റ്റ് പ്രസ്ഥാനം കെട്ടിപ്പടുക്കുന്നതിൽ ഗണ്യമായ സംഭാവന നൽകിയ മറ്റൊരു ബഹുമുഖ പ്രതിഭയായിരുന്നു സെഡ് എ അഹമ്മദ്. ഡോക്ടർ സാഹിബ് എന്ന പേരിൽ ജനങ്ങൾക്കിടയിൽ പ്രസിദ്ധനായ അദ്ദേഹം ഇന്ത്യ കണ്ട ഏറ്റവും ഉന്നത ശീർഷനായ കർഷക നേതാവായിരുന്നു.

സിന്ധിലെ ഉമർകോട്ടിലുള്ള ഒരു പഞ്ചാബി രജപുത്ര കുടുംബത്തിൽ 1908 ഒക്ടോബർ 9 ന് സെഡ് എ അഹമ്മദ് ജനിച്ചു. അച്ഛൻ ഉയർന്ന പൊലീസ് ഉദ്യോഗസ്ഥനായതിനാൽ വിദ്യാഭ്യാസം പല സ്ഥലങ്ങളിലായാണ് നടന്നത്. അച്ഛന് സ്ഥലംമാറ്റമാകുമ്പോൾ മകന് വിദ്യാലയ മാറ്റമാകും. സ്കൂൾ വിദ്യാഭ്യാസം പൂർത്തിയായതിനുശേഷം അലിഗഢ് മുസ്ലിം യൂണിവേഴ്സിറ്റിയിൽ ചേർന്നു. 1928 ൽ അവിടെനിന്ന് ബിരുദം നേടി.

അലിഗഢിലെ വിദ്യാർഥി ആയിരിക്കെ, സ്വാതന്ത്ര്യ സമരത്തിൽ സജീവമായിരുന്ന ദേശീയവാദികളുമായി ബന്ധപ്പെട്ടു. ബ്രിട്ടീഷ് പാർലമെന്റിലെ ആദ്യത്തെ ഇന്ത്യൻ അംഗം ഷാപ്പുർജി സക്ലത്‌വാല 1927 ൽ ഇന്ത്യയിൽ വന്നപ്പോൾ അഹമ്മദ് അദ്ദേഹത്തെ ചെന്നുകാണുകയും എ എം യുവിൽ പ്രസംഗിക്കാൻ ക്ഷണിക്കുകയും ചെയ്തു. സക്ലത്‌വാലയുമായുള്ള കൂടിക്കാഴ്ചയും അലിഗഢിലെ അദ്ദേഹത്തിന്റെ പ്രസംഗവും അഹമ്മദിന്റെ ജീവിതത്തിൽ വഴിത്തിരിവ് കുറിച്ചു. സോഷ്യലിസ്റ്റാശ

യങ്ങൾ അദ്ദേഹത്തെ ആകർഷിച്ചു. അതോടെ മാർക്സിസ്റ്റ് സാഹിത്യം പഠിക്കാൻ തുടങ്ങി.

അലിഗഢിൽനിന്ന് ബിരുദമെടുത്തശേഷം ഉപരിപഠനത്തിനായി ഇംഗ്ലണ്ടിലേക്കുപോയി. അവിടെ എത്തിയപ്പോൾ സക്ലത്‌വാലയുമായി ബന്ധപ്പെട്ടു. തുടർന്ന് അദ്ദേഹത്തെ പതിവായി കാണാൻ തുടങ്ങി. മറ്റ് ഇന്ത്യൻ വിദ്യാർഥികളോടൊപ്പം മാർക്സിസം പഠിക്കാൻ തുടങ്ങുകയും ചെയ്തു. ഈ ഗ്രൂപ്പ് കുറച്ചുകാലം ഒരു മാസിക പുറത്തിറക്കി – ഭാരത്. ഇന്ത്യാലീഗ്, സ്റ്റുഡൻസ് യൂണിയൻ, ഇന്ത്യൻ സ്റ്റുഡൻസ് അസോസിയേഷൻ, ലീഗ് എഗൻസ്റ്റ് ഇംപീരിയലിസം, ഇന്ത്യൻ നാഷണൽ കോൺഗ്രസ് എന്നീ സംഘടനകളുടെ പ്രവർത്തനങ്ങളിലും അവർ ഭാഗഭാക്കായി.

ഈ യുവ ഇന്ത്യൻ കമ്യൂണിസ്റ്റുകാർ കമ്യൂണിസ്റ്റ് ഇന്റർനാഷണലുമായും ബ്രിട്ടീഷ് കമ്യൂണിസ്റ്റ് പാർട്ടിയുമായും ബന്ധപ്പെട്ടു. 1932 ൽ അദ്ദേഹം ബ്രിട്ടീഷ് കമ്യൂണിസ്റ്റുപാർട്ടിയിൽ അംഗമായി. 1931 ൽ സ്റ്റുഡന്റ്സ് അസോസിയേഷനിൽ അംഗമായ ഹജ്റ ബീഗത്തിനും സി പി ജി ബിയിൽ അംഗത്വംകിട്ടി. അവർ പിൽക്കാലത്ത് ഡോ. അഹമ്മദിനെ വിവാഹംകഴിച്ചു. ആ പഠനകാലത്തുതന്നെ ഡോ. അഹമ്മദ് ഐ സി എസ് ഇന്റർവ്യൂവിനും ഹാജരായി.

1932 ൽ ഡോ. അഹമ്മദ് ഇന്ത്യയിൽ മടങ്ങിവന്നു. ഡോക്ടറേറ്റിനുവേണ്ടി ഗവേഷണപ്രബന്ധം തയ്യാറാക്കുന്നതിൽ മുഴുകി. ഇന്ത്യയിലെ തൊഴിലെടുക്കുന്ന സ്ത്രീകളുടെയും കുട്ടികളുടെയും അവസ്ഥയെക്കുറിച്ചായിരുന്നു പ്രബന്ധം. തീസിസ് സമർപ്പിക്കാൻ 1933 ൽ ഇംഗ്ലണ്ടിലേക്കുപോയി. ഇംഗ്ലണ്ടിൽ പ്രബന്ധത്തിന് പൂർണരൂപം നൽകാൻ രണ്ടു വർഷംകൂടി ചെലവഴിക്കേണ്ടിവന്നു. ആ ഘട്ടത്തിൽ അവിടെ നടന്ന പല സാമ്രാജ്യത്വവിരുദ്ധ സമരങ്ങളിലും പങ്കുചേർന്നു. അവസാനം 1935 ൽ ഇന്ത്യയിൽ മടങ്ങിയെത്തി. 1935 ൽ ഭൂഗർഭ (Under ground) സി പി ഐയിൽ അംഗമായി. ബോംബെയിൽ ഒളിവിൽ കഴിയുകയായിരുന്ന സി പി ഐ നേതൃത്വവുമായി ബന്ധപ്പെട്ടതിനുശേഷം സിന്ധിലേക്കു തിരിച്ചു. അവിടെ പുതുതായി സ്ഥാപിച്ച ഒരു കോളേജിൽ അൽപ്പകാലം പ്രിൻസിപ്പലായി ജോലിനോക്കി.

1938 ൽ വമ്പിച്ച ദേശീയ മുന്നേറ്റം. സ്വാതന്ത്ര്യസമരത്തിന്റെ കാറ്റ് ആഞ്ഞുവീശുകയായിരുന്നു. ഡോ അഹമ്മദിന് കോളേജിന്റെ നാല് ചുമരുകൾക്കകത്ത് ഒതുങ്ങിനിൽക്കാൻ കഴിയാതായി. അദ്ദേഹം ജോലി രാജിവെച്ച് സ്വാതന്ത്ര്യസമരത്തിന്റെ തീച്ചൂളയിലേക്ക് എടുത്തുചാടി. നെഹ്റുവിനുചിറ്റും അണിനിരന്ന പുരോഗമനവാദികളായ ചെറുപ്പക്കാരുടെ കൂട്ടത്തിൽ ഡോ. അഹമ്മദുംകൂടി. കോൺഗ്രസിൽ സജീവമായ പ്രവർത്തനമാരംഭിച്ചു. അധികം കഴിയുന്നതിനുമുമ്പ് പുരോഗമനവാദിയായ കോൺഗ്രസ് നേതാവെന്ന നിലയിൽ ഖ്യാതിനേടി. 1936 ൽ കോൺഗ്രസിന്റെ പ്രൊവിൻഷ്യൽ കമ്മിറ്റിയിലേക്കും അടുത്തവർഷം എ ഐ സി സിയിലേക്കും തിരഞ്ഞെടുക്കപ്പെട്ടു. കോൺഗ്രസിന്റെ ഹരിപുര

–ത്രിപുരി സമ്മേളനങ്ങളിൽ പങ്കെടുത്തു. പിന്നീട് കോൺഗ്രസിന്റെ യു പി സംസ്ഥാന എക്സിക്യൂട്ടീവിലേക്കും രണ്ടുതവണ സെക്രട്ടറി സ്ഥാനത്തേക്കും തിരഞ്ഞെടുക്കപ്പെട്ടു.

കോൺഗ്രസിൽ ഉറച്ച ഇടതുപക്ഷ–പുരോഗമന നിലപാടാണ് അദ്ദേഹം കൈക്കൊണ്ടത്. എ ഐ സി സി സെക്രട്ടേറിയറ്റിലേക്ക് തിരഞ്ഞെടുക്കപ്പെട്ടപ്പോൾ സാമ്പത്തിക വിഭാഗത്തിന്റെ ചുമതല അദ്ദേഹത്തെ ഏൽപ്പിച്ചു. ദേശീയപ്രസ്ഥാനം നേരിടുന്ന നീറുന്ന സാമ്പത്തിക പ്രശ്നങ്ങൾ പ്രതിപാദിച്ചുകൊണ്ട് ഒട്ടേറെ ലേഖനങ്ങളും ലഘുലേഖകളും അദ്ദേഹം പ്രസിദ്ധീകരിച്ചു. കിസാൻ പ്രശ്നങ്ങൾ വിശകലനം ചെയ്യാനും പരിഹരിക്കാനും കോൺഗ്രസ് നടത്തിയ ആദ്യത്തെ ഗൗരവതരമായ ശ്രമത്തിൽ അദ്ദേഹത്തിന്റെ പങ്ക് വലുതായിരുന്നു. 1936 ൽ പ്രസിദ്ധീകരിച്ച കോൺഗ്രസിന്റെ കാർഷിക കമ്മിറ്റി റിപ്പോർട്ട് എഴുതുന്നതിന് ഡോ. അഹമ്മദ് സഹായിച്ചു.

കോൺഗ്രസ് മന്ത്രിസഭയുടെ കാലത്ത് ഋണബാധ്യത, കുടിയായ്മാവകാശം, കൃഷിക്കാരുടെ സംഘടിക്കാനുള്ള അവകാശം എന്നീ പ്രശ്നങ്ങളിൽ വ്യക്തമായ നിലപാടെടുക്കണമെന്ന് അദ്ദേഹം ആവശ്യപ്പെട്ടു. തൊഴിലുടമകൾക്ക് എതിരായ തൊഴിലാളികളുടെ സമരത്തിൽ തൊഴിലാളികൾക്ക് അനുകൂലമായ നിലപാടെടുപ്പിക്കുന്നതിന് അദ്ദേഹം ഗവൺമെന്റിൽ സമർദം ചെലുത്തി. യൂണിയനുകൾ രൂപവൽക്കരിക്കാനും പണിമുടക്കാനും ഉള്ള അവകാശം തൊഴിലാളികൾക്ക് അനുവദിച്ചുകൊടുക്കണമെന്ന് ആവശ്യപ്പെട്ടു. 1938 ൽ കോൺപൂരിലെ ടെക്സ്റ്റൈൽ തൊഴിലാളികൾ 51 ദിവസം നീണ്ടുനിന്ന പണിമുടക്ക് നടത്തിയപ്പോൾ അതേക്കുറിച്ചന്വേഷിച്ച് റിപ്പോർട്ട് സമർപ്പിക്കാൻ ജവഹർലാൽ നെഹ്റു നിയോഗിച്ചത് ഡോ. അഹമ്മദിനെ.

ന്യൂനപക്ഷങ്ങളുടെ ന്യായമായ അവകാശങ്ങൾക്കുവേണ്ടി വിട്ടുവീഴ്ച കൂടാതെ വാദിച്ചു. വിവിധ ജില്ലകളിൽ മുസ്ലിം ജനസാമാന്യത്തെ സംഘടിപ്പിക്കാൻ കൂടുതൽ സംഘാടകരെ നിയമിക്കണമെന്നും ഉറദുവിൽ ധാരാളം ലഘുലേഖകൾ പ്രസിദ്ധീകരിക്കണമെന്നും കോൺഗ്രസ് കമ്മിറ്റികളിൽ മുസ്ലിങ്ങൾക്ക് ന്യായമായ പ്രാതിനിധ്യം നൽകണമെന്നും ആവശ്യപ്പെട്ടു. പ്രവിശ്യാ കോൺഗ്രസ് കമ്മിറ്റിയിലെ ന്യൂനപക്ഷസെല്ലിന്റെ തലവനെന്ന നിലയിൽ മുസ്ലിം ജനസാമാന്യത്തിനിടയിൽ സ്വാതന്ത്ര്യബോധം വളർത്തുന്നതിൽ അദ്ദേഹം സഹായിച്ചു. അതിനായി ബുള്ളറ്റിനുകളും ലഘുലേഖകളും ലേഖനങ്ങളും തയാറാക്കി. മുസ്ലിം കേന്ദ്രങ്ങളിൽ പരക്കെ സഞ്ചരിച്ച് അവരെ അഭിസംബോധന ചെയ്തു.

കോൺഗ്രസിന്റെ ജനകീയ സ്വഭാവത്തിൽ വെള്ളം ചേർക്കാൻ അദ്ദേഹം അനുവദിച്ചില്ല. ഒരിക്കൽ ഗോവിന്ദവല്ലഭ പാന്തിന്റെ നേതൃത്വത്തിലുള്ള കോൺഗ്രസ് മന്ത്രിസഭ ഒരു സർക്കുലർ ഇറക്കി. വർഗീയവാദികളെയും കമ്യൂണിസ്റ്റുകാരെയും സൂക്ഷിക്കണം എന്ന് ജില്ലാ അധികാരികളോട് സർക്കുലർ നിർദേശിച്ചു. കമ്യൂണിസ്റ്റുകാരെ സൂക്ഷിക്കണമെന്ന

മൈക്കിനു മുമ്പിൽ സെഡ് എ അഹമ്മദ്

ഭാഗം അദ്ദേഹത്തിന് തീരെ ഇഷ്ടപ്പെട്ടില്ല. പ്രശ്നം നെഹ്റുവിന്റെ സാന്നിധ്യത്തിൽ കോൺഗ്രസിന്റെ പ്രവർത്തന സമിതിയിൽ അവതരിപ്പിച്ചു. നെഹ്റു അദ്ദേഹത്തെ പിന്താങ്ങി. അവസാനം പാന്തിന് പരസ്യമായി ഒരു വിശദീകരണം നൽകേണ്ടിവന്നു.

കർഷക മുന്നണിയിൽ ഡോ. അഹമ്മദ് നടത്തിയ പ്രവർത്തനം അദ്ദേഹത്തെ ശ്രദ്ധേയനായ ഒരു കർഷക നേതാവായി ഉയർത്തി. സ്വാമി സഹജാനന്ദ സരസ്വതി, മഹാപണ്ഡിറ്റ് രാഹുൽ സാംകൃത്യായൻ, ഇന്ദുലാൽ യാജ്ഞിക്ക് തുടങ്ങിയവരോടൊപ്പം ഡോ. അഹമ്മദ് അഖിലേന്ത്യാ കിസാൻസഭയുടെ സ്ഥാപകനേതാവായി. പലവർഷം അതിന്റെ പ്രസിഡന്റും ജനറൽ സെക്രട്ടറിയുമായി പ്രവർത്തിച്ചു. യു പിയിൽ കർഷക സംഘം പടുത്തുയർത്തുന്നതിൽ അളവറ്റ സംഭാവന നൽകി. അതിനായി സംസ്ഥാനത്തിന്റെ എല്ലാഭാഗങ്ങളിലും സഞ്ചരിച്ചു.

രണ്ടാംലോകമഹായുദ്ധം ആരംഭിച്ചതിനെത്തുടർന്ന് ഗവൺമെന്റ് മർദനത്തിന്റെ കെട്ടഴിച്ചുവിട്ടു. മർദനത്തിന്റെ, അടിച്ചമർത്തലിന്റെ ഫലമായി കർഷകപ്രസ്ഥാനം ഫലത്തിൽ തകർന്നു. 1940 മുതൽ 42 വരെ ഡോ. അഹമ്മദും ജയിലിലായി. ജയിലിൽനിന്ന് പുറത്തുവരുമ്പോഴേക്കും ആഗസ്ത് 9 ആയി. വീണ്ടും അടിച്ചമർത്തൽ പരമ്പരകൾ. ഇതൊക്കെയായിട്ടും കിസാൻസഭ ക്രമത്തിൽ പുനരുദ്ധരിക്കപ്പെടുകയായിരുന്നു. നാശത്തിന്റെ ചാരത്തിൽനിന്ന് ഫീനിക്സ് പക്ഷിയെപ്പോലെ കിസാൻസഭ ഉയിർത്തെഴുന്നേറ്റു. ഈ പ്രക്രിയക്ക് ഏറ്റവും വലിയ സംഭാവന നൽകിയത് ഡോ. അഹമ്മദ്.

തൊഴിലാളിവർഗ പ്രസ്ഥാനത്തപ്പറ്റിയുള്ള ആദ്യാനുഭവം ഡോ. അഹമ്മദിനുണ്ടായത് അലഹാബാദിൽനിന്നാണ്. അപ്പോൾ തൊഴിലാളികൾക്ക്

കാര്യമായ സംഘടനയൊന്നുമുണ്ടായിരുന്നില്ല. തൊഴിലാളികളുടെ, പ്രത്യേകിച്ചും റെയിൽവേ കൂലികൾ, പ്രസ് തൊഴിലാളികൾ, വൈദ്യുതി വിതരണക്കമ്പനി തൊഴിലാളികൾ, യൂണിവേഴ്സിറ്റി ജീവനക്കാർ എന്നിവരുടെ അവസ്ഥ പരമദയനീയമായിരുന്നു. ഈ അവസ്ഥ അവസാനിപ്പിക്കുന്നതിനും അവരെ സംഘടിപ്പിക്കുന്നതിനും അദ്ദേഹം മുന്നിട്ടിറങ്ങി. പ്രസ് തൊഴിലാളികൾ നീണ്ടുനിന്ന പണിമുടക്കം നടത്തി. ഒട്ടേറെ ആനുകൂല്യങ്ങൾ നേടിയെടുത്തു. പ്രസ് തൊഴിലാളി സംഘടനയും രൂപവൽക്കരിച്ചു. റെയിൽവേ കൂലികൾ മൂന്നു ദിവസം നീണ്ടുനിന്ന പണിമുടക്കാണ് നടത്തിയത്. പണിമുടക്കിനിടയിൽ 150 തൊഴിലാളികൾ അറസ്റ്റുവരിച്ചു. മാനേജരെ നീക്കംചെയ്യുക എന്നതുൾപ്പെടെ എല്ലാ ആവശ്യങ്ങളും അവർ നേടിയെടുത്തു.

യുദ്ധവും അടിച്ചമർത്തലും അലഹബാദിലെ തൊഴിലാളികളുടെ സ്ഥിതി കൂടുതൽ വഷളാക്കി. 1942 ൽ ജയിലിൽ നിന്ന് മടങ്ങിവന്നപ്പോൾ 1936 ലേതിനേക്കാൾ മോശമാണ് അലഹാബാദിലെ തൊഴിലാളികളുടെ അവസ്ഥയെന്ന് കണ്ടു. ട്രേഡ് യൂണിയനുകളെല്ലാം ഫലത്തിൽ തകർന്നു പോയിരിക്കുന്നു. ഈ സാഹചര്യത്തിൽ അവയെയെല്ലാം പുനരുജ്ജീവിപ്പിക്കുകയെന്ന ഉത്തരവാദിത്തം അദ്ദേഹം ഏറ്റു. വിദ്യുച്ഛക്തി വിതരണ-റെയിൽവേ തൊഴിലാളികളും യൂണിവേഴ്സിറ്റി ജീവനക്കാരും ഒരിക്കൽക്കൂടി യൂണിയനുകളിൽ സംഘടിച്ചു. ഇവർ തങ്ങളുടെ പ്രസിഡന്റായി അഹമ്മദിനെ തിരഞ്ഞെടുത്തു. അദ്ദേഹം എല്ലായ്പ്പോഴും അവരുടെ കൂടെക്കഴിഞ്ഞു. 1942 നുശേഷം പണിമുടക്കു പരമ്പരകൾക്ക് നേതൃത്വം നൽകി. നീണ്ടുനിന്ന പണിമുടക്കിന്റെ ഫലമായി പ്രസ് തൊഴിലാളികളും വിദ്യുച്ഛക്തി വിതരണക്കമ്പനി തൊഴിലാളികളും മറ്റും ക്ഷാമബത്ത നേടിയെടുത്തു. ദൈനംദിന പീഡനങ്ങളിൽനിന്ന് ഒഴിവായി.

ഒരു പതിറ്റാണ്ടോളം തൊഴിലാളികൾക്കിടയിൽ നടത്തിയ പ്രവർത്തനം അലഹാബാദിലെയും കോൺപൂരിലെയും ആഗ്രയിലെയും മറ്റും തൊഴിലാളികളുടെ സ്നേഹവും ബഹുമാനവും ആർജിക്കുന്നതിനിടയാക്കി. അദ്ദേഹത്തിന്റെ സേവനം കൃഷിക്കാർക്കും തൊഴിലാളികൾക്കും ഇടയിൽ മാത്രമായി ഒതുങ്ങിയില്ല. ദേശാഭിമാനിയും കോൺഗ്രസുകാരനും കമ്യൂണിസ്റ്റുമെന്ന നിലയിൽ ജനങ്ങളെ ഒന്നടങ്കം അദ്ദേഹം സേവിച്ചു.

അലഹാബാദിൽ വർഗീയ ലഹള പൊട്ടിപ്പുറപ്പെട്ടപ്പോൾ സമുദായ സൗഹാർദത്തിനായി ഡോ. അഹമ്മദും ഭാര്യ ഹജ്റാബീഗവും രംഗത്തിറങ്ങി. അദ്ദേഹത്തിന്റെ നേതൃത്വത്തിൽ ഒരു സംഘം ഉശിരൻ കോൺഗ്രസുകാർ നഗരത്തിൽ കുഴപ്പമുണ്ടാക്കാതെ നോക്കാൻ കാവൽനിന്നു.

ക്വിറ്റ് ഇന്ത്യാസമരം തുടങ്ങിയപ്പോൾ കോൺഗ്രസ് നേതാക്കളെ ബ്രിട്ടീഷ് ഗവൺമെന്റ് വേട്ടയാടി. സമരം തച്ചമർത്തുന്നതിന് ശ്രമിച്ചു. അതിനെതിരെ കമ്യൂണിസ്റ്റുപാർട്ടി ശബ്ദമുയർത്തി. അറസ്റ്റിലായവരെ

മോചിപ്പിക്കണമെന്നാവശ്യപ്പെട്ടു. അടിച്ചമർത്തൽ അവസാനിപ്പിച്ചില്ലെങ്കിൽ ഭവിഷ്യത്ത് ഗുരുതരമായിരിക്കുമെന്ന് മുന്നറിയിപ്പു നൽകി.

1943–44 കാലത്ത് ഭക്ഷ്യക്ഷാമവും പട്ടിണിയനും പടർന്നു. യുവകമ്യൂണിസ്റ്റുകാരുടെ നേതൃത്വത്തിൽ ദുരിതാശ്വാസ പ്രവർത്തനങ്ങൾ സംഘടിപ്പിച്ചു. ഭക്ഷ്യകമ്മിറ്റികൾ രൂപവൽക്കരിച്ചു. ഊഹക്കച്ചവടക്കാർക്കും പൂഴ്ത്തിവെപ്പുകാർക്കുമെതിരെ ജനങ്ങളെ അനിനിരത്തി. അലഹബാദിലും മറ്റും കമ്യൂണിസ്റ്റുപാർട്ടിയുടെ മുൻകൈയോടെ വിപുലമായ തോതിൽ ഭക്ഷ്യസമ്മേളനങ്ങൾ നടത്തി. എച്ച് എൻ കുൻസ്രുവും സെഡ് എച്ച് ലാറിയും പി എൻ സപ്രുവും മറ്റും ഈ സമ്മേളനങ്ങളിൽ പങ്കെടുത്ത് ഭക്ഷ്യദൗർലഭ്യത്തിനും പൂഴ്ത്തിവെപ്പിനും എതിരെ ശബ്ദമുയർത്തി.

സ്വാതന്ത്ര്യലബ്ധിക്കുശേഷം കൃഷിക്കാർക്കിടയിലെ പ്രവർത്തനം തുടർന്നു. അഖിലേന്ത്യാ കിസാൻസഭയയുടെ കൊടിക്കീഴിൽ ഒട്ടേറെ സമരങ്ങൾക്ക് നേതൃത്വം നൽകി. പാർലമെന്റിലേക്കും യു പി നിയമനിർമാണസഭയുടെ ഇരുസഭകളിലേക്കും പലതവണ തിരഞ്ഞെടുക്കപ്പെട്ടു.

1935 ൽ ഇന്ത്യൻ കമ്യൂണിസ്റ്റുപാർട്ടിയിൽ അംഗമായ ഡോ. സെഡ് അഹമ്മദ് പാർട്ടിയിൽ പല സ്ഥാനങ്ങളും വഹിച്ചു. പാർട്ടി എക്സിക്യൂട്ടീവിലേക്കും സെക്രട്ടേറിയറ്റിലേക്കും തിരഞ്ഞെടുക്കപ്പെട്ടു. 1964 ൽ പാർട്ടി പിളർന്നപ്പോൾ സി പി ഐയിൽ ഉറച്ചുനിന്നു. എങ്കിലും ജീവിതത്തിന്റെ അവസാനകാലത്ത് തികച്ചും നിരാശനായിരുന്നു. ഈ നൈരാശ്യബോധമായിരിക്കണം അദ്ദേഹത്തെ ആശയക്കുഴപ്പത്തിലുമെത്തിച്ചത്. അദ്ദേഹം സി പി ഐയിൽ നിന്ന് അകന്ന് മുലായംസിങ്ങിന്റെകൂടെ കൂടിയത് സി പി ഐയും മുലായംസിങ്ങും തമ്മിലുള്ള ബന്ധം വഷളാകുന്നതിനു വഴിവെച്ചു.

ജീവിതത്തിന്റെ അവസാനം ഓർമക്കുറിപ്പുകൾ എഴുതുന്ന തിരക്കിലായിരുന്നു. അതിന്റെ ആദ്യസഞ്ചിക 1998 ൽ പുറത്തിറങ്ങി. 1999 ജനുവരി 17 ന് അദ്ദേഹം അന്തരിച്ചു.

അഹല്യ രംഗനേക്കർ

1922 - 1985

കമ്യൂണിസ്റ്റ് മഹിളാനേതാക്കളിൽ പ്രമുഖയായിരുന്നു അഹല്യ രംഗനേക്കർ. അക്ഷരാർഥത്തിൽ സമരങ്ങളുടെ തീച്ചൂളയിലൂടെയാണ് വളർന്നുവന്നത്. സ്ത്രീകളുടെ അധഃസ്ഥിതാവസ്ഥ പരിഹരിക്കാൻ ഇത്രമാത്രം പോരാടിയ മഹിളാനേതാക്കൾ ചുരുക്കമായിരിക്കും.

1922 ജൂലായ് 8–ന് പൂണെയിൽ ജനിച്ചു. അവിടെത്തന്നെ അഞ്ചാം ക്ലാസ്വരെ പഠിച്ചു. അതിനുശേഷം കുടുംബം താനെയിലേക്കു മാറി. അവിടെ മെട്രിക്കുലേഷൻ പൂർത്തിയാക്കിയതിനുശേഷം സി എക്ക് ബോംബെയിലെ റുയിയ കോളേജിൽചേർന്നു. സ്കൂളിലും കോളേജിലും വിദ്യാർഥിയായിരിക്കെ പഠനത്തിൽ മികവ് തെളിയിച്ചു. അതേസമയം തന്നെ സ്പോർട്സിലും ഡിബേറ്റുകളിലും നാടകാഭിനയത്തിലും ഒന്നാം തരം പ്രകടനം കാഴ്ചവെച്ചു.

സ്വാതന്ത്ര്യസമരം കൊടുമ്പിരിക്കൊണ്ടസമയത്താണ് വളർന്നത്. ജീവിതത്തിന്റെ ആദ്യനാളുകളിൽത്തന്നെ സാമൂഹ്യബോധം വേരൂന്നി. കുടുംബപശ്ചാത്തലവും അതിനു സഹായകമായി. ഒരു പുരോഗമന കുടുംബം. ആൺകുട്ടികൾക്കും പെൺകുട്ടികൾക്കും ഒരേ പരിഗണന. സാമൂഹ്യ–രാഷ്ട്രീയപ്രവർത്തനത്തിന് പ്രതിബന്ധംസൃഷ്ടിച്ചില്ല എന്നു മാത്രമല്ല, അതിനെ പ്രോത്സാഹിപ്പിക്കുകകൂടി ചെയ്തു. മാതാപിതാക്കളുടെ എട്ടു കുട്ടികളിൽ ഏറ്റവും ഇളയതായിരുന്നു. രണ്ടാമത്തെ മൂത്ത സഹോദരൻ ബി ടി രണദിവെ.

അഹല്യയുടെ ജീവിതത്തിൽ ഏറ്റവുമധികം സ്വാധീനം ചെലുത്തി

യത് പിതാവ് ടി എം രണദിവെ. അദ്ദേഹം ഒരു ആദായനികുതി കമീഷണർ. സ്വന്തംനിലയിൽ പുരോഗമനവാദിയും സാമൂഹ്യപരിഷ്കർത്താവും. സാമൂഹ്യപരിഷ്കർത്താവ് എൻ എം ജോഷി ആരംഭിച്ച ഒരു സാമൂഹ്യക്ഷേമ സംഘടനയായ പ്രാർഥനാസമാജത്തിൽ സജീവമായിരുന്നു അദ്ദേഹം. ആ സംഘടന സ്ത്രീവിമോചനത്തിനും വിധവാപുനർവിവാഹത്തിനുവേണ്ടിയും ജാതിക്കെതിരായും പ്രവർത്തിച്ചു. 1930–ൽ ജ്യേഷ്ഠത്തി മെട്രിക്കുലേഷൻ പാസായി. അതേവർഷം മൂത്തജ്യേഷ്ഠൻ മെട്രിക്കുലേഷൻ പാസായ ലീലാഗുപ്തയെ വിവാഹം കഴിച്ചു. പിതാവ് രണ്ടു പെൺകുട്ടികളെയും കോളേജിലേക്കയച്ചു. മരുമകളെ കോളേജിലയയ്ക്കുന്നതിനെതിരെ പലരും പറഞ്ഞപ്പോൾ മകൾക്ക് കോളേജിൽ പോകാമെങ്കിൽ മരുമകൾക്കും ആവാം എന്നുപറഞ്ഞ് അവരുടെയെല്ലാം വായടപ്പിച്ചു. അത് വലിയ ഒച്ചപ്പാടുണ്ടാക്കി. എന്തിനധികം, ചുറ്റുമുള്ള ആളുകൾ രണദിവെ കുടുംബത്തെ ബഹിഷ്കരിക്കാൻതുടങ്ങി. പിതാവിന്റെ നടപടിയെ ചോദ്യംചെയ്തുകൊണ്ടുള്ള ബോർഡുകൾ പ്രത്യക്ഷപ്പെട്ടു. പക്ഷേ അതൊക്കെ നിസ്സാരമായി തള്ളി.

പിതാവിന്റെ പുരോഗമനസ്വഭാവത്തിന്റെ മറ്റൊരുദാഹരണം അവർ അനുസ്മരിക്കുന്നു:

> അച്ഛന് ഒരു പ്യൂണുണ്ടായിരുന്നു, ദളിതൻ. അയാൾ ഞങ്ങളുടെ അടുക്കളയിൽത്തന്നെ ഭക്ഷണം കഴിക്കണമെന്ന് അച്ഛന് നിർബന്ധം. അതുകൊണ്ട് സന്ദർശകർ ഞങ്ങളുടെ വീട്ടിൽനിന്ന് ഭക്ഷണം കഴിക്കാൻപോലും തയ്യാറായില്ല. അതുകൊണ്ടൊന്നും അച്ഛന്റെ നിലപാടിൽ മാറ്റമൊന്നും വന്നില്ല. ദളിതകുട്ടികളോടൊപ്പം കളിക്കാൻ അച്ഛൻ പ്രോത്സാഹിപ്പിക്കുമായിരുന്നു. 'പാവകളുമായി മാത്രം കളിച്ചാൽ പോരാ' അച്ഛൻ പറയും. അമ്മ യശോദ സമർഥയും പുരോഗമന കുടുംബത്തിൽനിന്നാണ് വന്നത്. അതുകൊണ്ട് കുട്ടിക്കാലംമുതൽ പുരോഗമനചിന്തയുടേതായ അന്തരീക്ഷത്തിലാണ് ഞങ്ങൾ വളർന്നത്.

അതിനാൽ 1939–ൽ കോളേജിൽ ചേർന്നപ്പോൾ അഹല്യ വിദ്യാർഥി പ്രസ്ഥാനവുമായി ബന്ധപ്പെട്ടത് സ്വാഭാവികം. മാർക്സിസത്തിന്റെ ആകർഷണവലയത്തിലുംപെട്ടു. കാരണം ബോംബെയിലെ പ്രമുഖ കമ്യൂണിസ്റ്റുകാരിൽ ഒരാളായിരുന്നു ബി ടി ആർ. എങ്കിലും വിദ്യാർഥിപ്രവർത്തകയായി സ്വന്തം നിലയിൽ അറിയപ്പെട്ടു. വിദ്യാർഥിപ്രവർത്തനങ്ങളിലും സമരങ്ങളിലും മുൻപന്തിയിൽ നിന്നു.

അഹല്യയുടെ പ്രവർത്തനങ്ങൾ വീക്ഷിച്ച ഒരു സുഹൃത്ത് മൂത്തജ്യേഷ്ഠനോട് പറഞ്ഞു: "അഹല്യയെ ഇവിടെ നിർത്തരുത്. അവൾക്ക് പഠിത്തത്തിലല്ല മറ്റു കാര്യങ്ങളിലാണ് താൽപ്പര്യം. അതുകൊണ്ട് അവൾക്കൊരു ഡിഗ്രി സമ്പാദിക്കാൻ കഴിയില്ല. അവളെ ദൂരെ എവിടെയെ

ങ്കിലും അയയ്ക്കണം." അതുകൊണ്ട് അഹല്യയെ പൂണെയിലേക്കയച്ചു. അവിടെ ഫർഗുസൻ കോളേജിൽചേർത്തു.

ബോംബെയിൽനിന്ന് പൂണെയിലേക്കയച്ചാൽ അവരുടെ ജ്വലിക്കുന്ന വിപ്ലവബോധം കുറയ്ക്കാൻ കഴിഞ്ഞേക്കും എന്ന് കരുതിയവർക്കു തെറ്റി. കാരണം, വിപ്ലവബോധത്തെ ആളിക്കത്തിക്കാൻ മാത്രമേ അത് സഹായിച്ചുള്ളൂ. 1942 ആഗസ്ത് 9–ന് ഗാന്ധിജി ക്വിറ്റ് ഇന്ത്യാസമരത്തിന് ആഹ്വാനം നൽകി. നേതാക്കൾ അറസ്റ്റിലായി. ആഗസ്ത് 14–ന് ഗാന്ധിജിയുടെ സെക്രട്ടറി മഹാദേവ ദേസായി ജയിലിൽ അന്തരിച്ചു. രാജ്യത്താകെ ജനവികാരം പതഞ്ഞുപൊങ്ങി. പ്രതിഷേധപ്രകടനങ്ങൾ സംഘടിപ്പിക്കാൻ കോൺഗ്രസ് ആഹ്വാനംനൽകി. അഹല്യ ഫർഗുസൻ കോളേജിലെ വിദ്യാർഥികളെ സംഘടിപ്പിച്ച് പ്രതിഷേധമാർച്ച് നടത്തി. മാർച്ചിൽ പങ്കെടുത്തവരെയെല്ലാം അറസ്റ്റുചെയ്ത് വിട്ടയച്ചു. വിവരമറിഞ്ഞ കോളേജ് അധികൃതർ പറഞ്ഞു: "മാപ്പു പറയുക, അല്ലെങ്കിൽ കോളേജിൽനിന്ന് പുറത്താക്കും." മാപ്പു പറയുന്ന പ്രശ്നമില്ലെന്നും തങ്ങൾ കുറ്റമൊന്നും ചെയ്തിട്ടില്ലെന്നും അഹല്യയും സഖികളും പറഞ്ഞു. തങ്ങൾ എന്തെങ്കിലും ചെയ്തിട്ടുണ്ടെങ്കിൽ അത് രാജ്യത്തിനുവേണ്ടിയാണെന്നും അവർ തുറന്നടിച്ചു. അഹല്യയെ കോളേജിൽനിന്ന് പുറത്താക്കി. ഉടൻതന്നെ പൊലീസ് അവരെ അറസ്റ്റുചെയ്ത് ജയിലിലേക്കയച്ചു.

യർവാദാജയിലിലെ സ്ത്രീവാർഡിലാണ് പാർപ്പിച്ചത്. മണിബെൻ പട്ടേൽ, മൃദുല സാരാഭായി, സോഫിയാഖാൻ തുടങ്ങി അറിയപ്പെട്ട കോൺഗ്രസ് വനിതാനേതാക്കൾ അപ്പോൾ ജയിലിലുണ്ടായിരുന്നു. രാഷ്ട്രീയത്തടവുകാർക്കുപുറമെ പലതരം കുറ്റങ്ങൾക്ക് ശിക്ഷിക്കപ്പെട്ട സ്ത്രീകളുമുണ്ടായിരുന്നു വനിതാവാർഡിൽ. ജയിലിലും സമരം തുടരാൻ സ്ത്രീകൾ തീരുമാനിച്ചു. ഒരുദിവസം ജയിലിലെ മതിലിൽ ഒരു ത്രിവർണപതാകയുയർത്തി. അതിന്റെപേരിൽ അഹല്യയെയും ഇന്ദുവിനെയും ഒരാഴ്ച ഒരു ചെറിയ സെല്ലിൽ അടച്ചു. കുളിക്കാനോ പുറത്തുപോകാനോ അനുവദിച്ചില്ല. കുറ്റവാളികളായ സ്ത്രീകൾ സഹായത്തിനെത്തി. സെൽ വൃത്തിയാക്കാൻ വരുമ്പോൾ അവർ വെള്ളം കൊണ്ടുവരും. "വേഗം കുളിക്കൂ, മേട്രൻ വരുന്നുണ്ടോയെന്ന് ഞങ്ങൾ നോക്കാം"– അവർ പറയും. ക്രിമിനലുകൾ എന്ന നിലയിലാണ് ജയിലിൽ അടച്ചതെങ്കിലും അവരിൽ പലരും നിരപരാധികളായ ഗ്രാമീണസ്ത്രീകളായിരുന്നു.

നാലുമാസം ജയിലിൽ കഴിഞ്ഞതിനുശേഷം 1942 ഡിസംബറിൽ മോചിതയായി. ജ്യേഷ്ഠന്റെ ഒരു സുഹൃത്ത് അഹല്യ ബിരുദധാരിണിയാകാൻ പോകുന്നില്ലെന്ന് അദ്ദേഹത്തോടു പറഞ്ഞു. വിവരമറിഞ്ഞ അഹല്യ അത് തെറ്റാണെന്നു തെളിയിക്കാൻ തീരുമാനിച്ചു. ജയിൽമോചിതയായ ഉടൻ റുയിയ കോളേജ് പ്രിൻസിപ്പൽ വി പി ഭഗവതിനെ കാണാൻപോയി. കോളേജിൽ തിരിച്ചെടുക്കാമെന്ന് പ്രിൻസിപ്പൽ സമ്മതിച്ചു. അങ്ങനെ 1943–ൽ ബി എസ് സി പാസായി.

കോളേജിൽനിന്ന് പുറത്തുവന്ന ഉടൻ ബോംബെയിൽ കമ്യൂണി

സ്റ്റുപാർട്ടിയിൽ അംഗമായി. തുടർന്ന് പാർട്ടിയുടെ മുഴുവൻസമയ പ്രവർത്തകയും. ഗിർണി കാംഗാർ യൂണിയനിൽ ടെക്സ്റ്റൈൽതൊഴിലാളികൾക്കിടയിൽ പ്രവർത്തിച്ചു. സ്ത്രീത്തൊഴിലാളികളെ സംഘടിപ്പിക്കുക പ്രധാന ചുമതലയായി ഏറ്റെടുത്തു. അടുത്ത ഏതാനുംവർഷം തികച്ചും പ്രക്ഷുബ്ധം. യുദ്ധം സാമ്പത്തികനില വഷളാക്കി. വിലക്കയറ്റത്തിനെതിരെയും കുട്ടികൾക്ക് പകുതിവിലയ്ക്ക് പാൽ ലഭിക്കുന്നതിനുവണ്ടിയും കമ്യൂണിസ്റ്റുകാർ വമ്പിച്ച സമരങ്ങൾ സംഘടിപ്പിച്ചു. പാലിനുവേണ്ടിയുള്ള സമരം നീണ്ടുനിന്നു. പല വിഭാഗങ്ങളും അതിൽ പങ്കുചേർന്നു. തൊഴിലാളികളെ പ്രത്യേകിച്ചും സ്ത്രീത്തൊഴിലാളികളെ സംഘടിപ്പിക്കാൻ തൊഴിലാളിവർഗ കേന്ദ്രങ്ങളിൽ സഞ്ചരിച്ച സ്ക്വാഡിൽ അഹല്യയുമുണ്ടായിരുന്നു. അവർ ഗിർണി കാംഗാർ യൂണിയന്റെ ജോയിന്റ് സെക്രട്ടറിയായി.

രണ്ടാം ലോകമഹായുദ്ധത്തിനുശേഷം ബ്രിട്ടീഷുകാർക്കെതിരെ നടന്ന ഏറ്റവും വലിയ സമരം നാവികർ നടത്തിയതായിരുന്നു. ബ്രിട്ടീഷ് വാഴ്ചയുടെ അന്ത്യത്തിന് വേഗതകൂട്ടിയത് ഈ സമരമായിരുന്നു. നാവികകലാപത്തിന് പിന്തുണനൽകി രംഗത്തിറങ്ങാൻ ബോംബെയിലെ തൊഴിലാളിവർഗം മുന്നോട്ടുവന്നു.

നാവികകലാപത്തിന് പിന്തുണ നൽകുന്നതിൽ അഹല്യയും പ്രധാന പങ്കുവഹിച്ചു. 1946ഫെബ്രുവരി 22മുതൽ രണ്ടുദിവസം പൊലീസ് കണ്ണിൽച്ചോരയില്ലാതെ തൊഴിലാളികേന്ദ്രങ്ങൾക്കുനേരെ വെടിവെപ്പ് നടത്തി. അതിന്റെ ഫലമായി 200പേർ കൊല്ലപ്പെട്ടുവെന്നാണ് കണക്ക്. വെടിവെപ്പിൽ അഹല്യ കഷ്ടിച്ചാണ് രക്ഷപ്പെട്ടത്. കൂടെയുണ്ടായിരുന്ന കമൽ ധോണ്ടെ രക്തസാക്ഷിയായി. അനുജത്തി കുസും പരിക്കുകളോടെ രക്ഷപ്പെട്ടു. ഭയാനകമായ അനുഭവം. മാസങ്ങളോളം രാത്രിയിൽ ഉറങ്ങാൻകഴിഞ്ഞില്ല. വെടിവെപ്പ് വലിയ ഒച്ചപ്പാടുണ്ടാക്കി. അതിൽ പ്രതിഷേധിച്ച് വമ്പിച്ച പണിമുടക്ക്. പണിമുടക്കിന് പിന്തുണനൽകി ആയിരക്കണക്കിന് ജനങ്ങൾ മുമ്പോട്ടുവന്നു. കമ്യൂണിസ്റ്റുപാർട്ടിക്കുള്ള പിന്തുണയും വർധിക്കാൻ തുടങ്ങി.

നാവികകലാപം, രണ്ടാംലോകമഹായുദ്ധം അവസാനിച്ചപ്പോൾ രാജ്യമാകെ കമ്യൂണിസ്റ്റുപാർട്ടിയുടെ കൊടിക്കീഴിൽ തൊഴിലാളികൾക്കും കൃഷിക്കാർക്കുമിടയിലുണ്ടായ മുന്നേറ്റം—ഇവയുടെ ഫലമായി 1947–ൽ അധികാരം കൈമാറാൻ ബ്രിട്ടീഷുകാർ നിർബന്ധിതമായി. കോൺഗ്രസുകാരെ സംബന്ധിച്ചിടത്തോളം സമരം അവസാനിച്ചു. അവർ അധികാരത്തിന്റെ ഫലം അനുഭവിക്കാൻതുടങ്ങി. കമ്യൂണിസ്റ്റുകാരെ സംബന്ധിച്ചിടത്തോളം അതായിരുന്നില്ല സ്ഥിതി, സമരത്തിന്റെ രണ്ടാംഘട്ടം ആരംഭിക്കാനിരുന്നതേയുള്ളൂ. ആ സമരത്തിലെ വിട്ടുവീഴ്ചയില്ലാത്ത പോരാളിയായിരുന്നു അഹല്യ. 1945–ൽ പി ബി രംഗനേക്കറെ വിവാഹംകഴിച്ചു.

1948–ൽ രണ്ടാം കോൺഗ്രസിനെത്തുടർന്ന് കമ്യൂണിസ്റ്റുപാർട്ടി നിരോധിക്കപ്പെട്ടപ്പോൾ റെയിൽവേ പണിമുടക്കിന് പിന്തുണ നൽകിയതിന്റെ

പേരിൽ അഹല്യ ഒരിക്കൽക്കൂടി അറസ്റ്റിലായി—കോൺഗ്രസ് ഭരണത്തിൽ ആദ്യത്തെ അറസ്റ്റ്. അപ്പോൾ മകന്റെ പ്രായം കഷ്ടിച്ച് ഒരുവയസ്.

1948-ലെ ജയിൽവാസം വരാനിരിക്കുന്ന ജയിൽവാസ പരമ്പരകളിൽ ഒന്നുമാത്രം. സംയുക്ത മഹാരാഷ്ട്രാസമരത്തിൽ പങ്കെടുത്തതിന്റെ പേരിൽ 1955-56 കാലത്ത് തടവിൽക്കിടന്നു. 1962-64 കാലത്ത് ഇന്ത്യാ-ചൈനാ അതിർത്തിസംഘട്ടനത്തിന്റെ കാലത്ത് അറസ്റ്റിലായി രണ്ടര വർഷം തടവിൽ. അടിയന്തരാവസ്ഥക്കാലത്തും തടവിൽക്കിടന്നു. 1962-64 കാലത്ത് ജയിലിൽ കിടക്കുമ്പോഴാണ് അമ്മ മരിച്ചത്. അപ്പോൾ അഹല്യയെയും സഹോദരൻ ബി ടി ആറിനെയും രണ്ടുമണിക്കൂർ സമയത്തേക്ക് മോചിപ്പിച്ചു.

അവരുടെ പ്രവർത്തനം തടയാനുള്ള ഇന്ത്യാഗവൺമെന്റിന്റെ ശ്രമം വിജയിച്ചില്ല. അത് ബോംബെയിലെ ജനങ്ങൾക്കിടയിൽ അവരുടെ പ്രശസ്തി വർധിപ്പിച്ചതേയുള്ളൂ. 1961 മുതൽ ബോംബെ കോർപ്പറേഷനിലേക്ക് പലതവണ തിരഞ്ഞെടുക്കപ്പെട്ടു. 1977-ൽ ബോംബെ നോർത്ത്-സെൻട്രൽ മണ്ഡലത്തിൽനിന്ന് ലോക്സഭയിലേക്ക് തിരഞ്ഞെടുക്കപ്പെട്ടു.

1943-ൽ പരേൽ മഹിളാസംഘ് എന്ന മഹിളാസംഘടന രൂപീകരിക്കാൻ അഹല്യ മുൻകൈയെടുത്തു. അത് അവഗണിക്കാനാവാത്ത മഹിളാ സംഘടനയായി. പരേൽ മഹിളാ സംഘം പിന്നീട് ശ്രമിക് മഹിളാ സംഘ് എന്ന പേരിൽ വിപുലീകരിച്ചു. 1980ൽ ജനാധിപത്യ മഹിളാ ഫെഡറേഷൻ രൂപീകരിച്ചപ്പോൾ ശ്രമിക് മഹിളാ സംഘ് അതിന്റെ ഭാഗമായി. അതിന്റെ പ്രസിഡന്റ്, വൈസ് പ്രസിഡന്റ് സ്ഥാനങ്ങൾ വഹിച്ചു. 1990-കളിൽ 35 വനിതാസംഘടനകൾ ചേർന്ന് സ്ത്രീകൾക്കെതിരായ കുറ്റകൃത്യങ്ങൾ തടയുന്നതിനുള്ള കർമസമിതി രൂപീകരിച്ചപ്പോൾ അതിന് നേതൃത്വം നൽകാൻ അഹല്യയുണ്ടായിരുന്നു. വിലക്കയറ്റത്തിനെതിരെ അവരുടെയും മൃണാൾ ഗോറെയുടെയും നേതൃത്വത്തിൽ മുംബൈയിൽ നടന്ന പ്രക്ഷോഭം പ്രസിദ്ധം. 1988-ൽ സാമ്പ്രദായികതാ വിരോധീ മഹിളാ സമിതിയുണ്ടാക്കി. ഒരു വർഗീയവിരുദ്ധ സംഘടനയായിരുന്നു അത്. ആറു പതിറ്റാണ്ടുകാലത്തെ പൊതുപ്രവർത്തനത്തിനിടയിൽ ഏഴുവർഷം ജയിലിലും രണ്ടുവർഷം ഒളിവിലും കഴിഞ്ഞു.

നല്ല വായനക്കാരി ആയിരുന്നു. നന്നായി പാടും, ക്രിക്കറ്റ് കളിക്കും, നാടകത്തിൽ അഭിനയിക്കും. 2009 ഏപ്രിൽ 19-ന് അന്തരിച്ചു.

അറുത്‌ല രാമചന്ദ്ര റെഡ്ഡി

1906 - 1985

ഐതിഹാസികമായ തെലങ്കാനസമരത്തിന്റെ സമുന്നത നേതാക്കളിലൊരാൾ. തെലങ്കാന മേഖലയിലെ ആദ്യതലമുറയിൽപ്പെട്ട കമ്യൂണിസ്റ്റുകാരിൽ പ്രധാനി.

നൽഗോണ്ട ജില്ലയിലെ ദൊങ്കീർ താലൂക്കിൽപെട്ട കോലാനുപാക്ക ഗ്രാമത്തിൽ 1906ൽ ജനിച്ചു. സഖാക്കൾക്കും സുഹൃത്തുക്കൾക്കുമിടയിൽ എ ആർ എന്ന രണ്ടക്ഷരത്തിൽ അറിയപ്പെട്ട അറുത്‌ല രാമചന്ദ്ര റെഡ്ഡിയുടെ ആദ്യകാല വിദ്യാഭ്യാസം ഏകാധ്യാപക ജാഗീർ സ്കൂളിൽ. 17 വയസ്സുള്ളപ്പോൾ ഉയർന്ന ബിരുദമുള്ള ഒരു സ്വകാര്യ അധ്യാപകൻ ഗ്രാമത്തിൽ വന്ന് കുട്ടികളെ ഇംഗ്ലീഷ് അക്ഷരമാല മുതൽ പഠിപ്പിച്ചു. അറുത്‌ല ലക്ഷ്മി നരസിംഹത്തോടൊപ്പം ഈ അധ്യാപകനു കീഴിൽ ഒരു വർഷം പഠിച്ചു. അതിനുശേഷം ദൊങ്കീർ മിഡിൽ സ്കൂളിൽ ഫസ്റ്റ് ഫോമിൽ ചേർന്നു. അവിടെ പഠിക്കുന്നതിൽ രക്ഷാകർത്താക്കൾ തീരെ താൽപ്പര്യം പ്രകടിപ്പിച്ചില്ല. അതിനാൽ അവരെ അറിയിക്കാതെ അവിടെപ്പോയി ചേരുകയായിരുന്നു. പിന്നീട് പഠിക്കാൻ എല്ലാ സൗകര്യങ്ങളും ചെയ്തുകൊടുത്തു.

രണ്ടാം ഫോറം പൂർത്തിയാക്കിയതിനുശേഷം ഹൈദരാബാദിൽ പോയി ഗോഷാമഹൽ ഹൈസ്കൂളിൽ മൂന്നാം ഫോറത്തിൽ ചേർന്നു. 1928–ൽ മൂന്നാം ഫോറം പാസായി. തുടർന്ന് നാംപള്ളി സ്കൂളിൽ ചേർന്ന് 1930–ൽ ഒന്നാം ക്ലാസോടെ മെട്രിക്കുലേഷൻ പരീക്ഷ പാസായി. സെലക്ഷൻപരീക്ഷ പാസായില്ലെന്നുപറഞ്ഞ് പരീക്ഷയ്ക്കിരിക്കുന്നതിൽ

നിന്ന് ഹെഡ്മാസ്റ്റർ തടയാൻനോക്കി. തന്നെക്കാൾ മാർക്ക് കുറഞ്ഞ വിദ്യാർഥികളെയും പരീക്ഷയ്ക്കിരിക്കാൻ ഹെഡ്മാസ്റ്റർ അനുവദിച്ചിട്ടുണ്ടെന്നു കണ്ടപ്പോൾ ഹെഡ്മാസ്റ്ററുടെ കാറിനു മുമ്പിൽ സത്യഗ്രഹം നടത്തി. പരീക്ഷ എഴുതാൻ അനുവദിക്കാം എന്ന് ഹെഡ്മാസ്റ്റർ ഉറപ്പു നൽകിയതിനുശേഷം മാത്രമേ സത്യഗ്രഹം പിൻവലിച്ചുള്ളൂ. പരാജയം അപമാനമാണെന്നു കരുതി നന്നായി പഠിച്ചു. ഫസ്റ്റ് ക്ലാസും കിട്ടി.

1930 ഏപ്രിലിൽ ഗാന്ധിജിയുടെ ദണ്ഡിയാത്ര. നിയമലംഘനപ്രസ്ഥാനത്തിന് തുടക്കം. ദേശീയപ്രസ്ഥാനത്തിന്റെ അലകൾ രാജ്യത്താകെ അടിച്ചുകയറി. ഭഗത് സിങ്ങിനെയും മറ്റും തൂക്കിക്കൊന്നതിനെതിരെ ജനങ്ങളുടെ വികാരം പതഞ്ഞുപൊങ്ങി. അക്കാലത്ത് ദേശീയ ലീഗിന്റെ ആഭിമുഖ്യത്തിൽ ഹൈദരാബാദിൽ ധാരാളം ബ്രിട്ടീഷ് വിരുദ്ധ യോഗങ്ങൾ. ഉപ്പുസത്യഗ്രഹത്തിൽ പങ്കെടുക്കാൻ രവി നാരായണ റെഡ്ഡിയും ബദ്ദാം യെല്ല റെഡ്ഡിയും കാക്കിനടയിലേക്ക് പോയി. അതിനകം ദേശീയപ്രസ്ഥാനം അറുത്ല രാമചന്ദ്ര റെഡ്ഡിയെയും സ്വാധീനിച്ചു. ഖദർ ധരിക്കും, ചർക്കയിൽ നൂൽനൂൽക്കും, ജാഥകളിൽ പങ്കെടുക്കും. ഗാന്ധിജിയെ ആദർശപുരുഷനായി കണ്ടു. അദ്ദേഹത്തിന്റെ ഗുണങ്ങൾ സ്വായത്തമാക്കാൻ നോക്കി. ദിവസേന നിശ്ചിതസമയം *ഭഗവദ്ഗീത* വായിക്കും. യോഗ പരിശീലിച്ചു. നേരത്തെ ചില ചീത്ത കൂട്ടുകെട്ടിൽ പെട്ടുപോയിരുന്നു. അതൊക്കെ ഉപേക്ഷിച്ചു. എ ആർ തികഞ്ഞ അച്ചടക്കവും ഇന്റഗ്രിറ്റി (സൽസ്വഭാവം) യുമുള്ള ചെറുപ്പക്കാരനായി മാറി.

അക്കാലത്ത് നേരത്തെ വിവാഹം കഴിക്കുന്നത് ഒരു പതിവ്. വിവാഹം കഴിക്കണോ വേണ്ടയോ? വീട്ടുകാരിൽ നിന്ന് സമ്മർദവും വരുന്നു. ആദ്യം വേണ്ടെന്നുവച്ചെങ്കിലും പിന്നീട് പുനർവിചിന്തനം നടത്തി വിവാഹം കഴിക്കാൻ തീരുമാനിച്ചു. വീട്ടുകാരുടെ നിശ്ചയപ്രകാരം അമ്മാവന്റെ മകൾ 11 വയസ്സുകാരി രുഗ്മിണിയെ വിവാഹം കഴിച്ചു. വധു ഖദർ ധരിക്കണമെന്നും വധുവിനെ വിവാഹം കഴിഞ്ഞാൽ പഠിക്കുന്നതിന് ഹൈദരാബാദിലേക്ക് അയക്കണമെന്നും വിവാഹസദ്യക്ക് മംസവും മദ്യവും വിളമ്പരുതെന്നുമുള്ള ഉപാധികൾ അംഗീകരിച്ചതിനുശേഷമായിരുന്നു വിവാഹം. ഒരു പൈസപോലും സ്ത്രീധനം വാങ്ങരുതെന്നത് മറ്റൊരു വ്യവസ്ഥ. വിവാഹം കഴിഞ്ഞതിനുശേഷം രുഗ്മിണിയുടെ പേര് കമല എന്നാക്കി മാറ്റി. അക്കാലത്തെ പേരുകേട്ട മഹിളാനേതാവായിരുന്ന കമലാദേവി ചതോപാധ്യായയിൽ നിന്നാണ് ആ പേര് സ്വീകരിച്ചത്. പിൽക്കാലത്ത് കമലയും പാർട്ടിയുടെയും മഹിളകളുടെയും നേതാവായി.

ഭാര്യയുമായി ഹൈദരാബാദിലേക്ക് മടങ്ങി. അവരെ താൻ മുൻകൈയെടുത്ത് ആരംഭിച്ച മഹിളാഹോസ്റ്റലിൽ താമസിപ്പിച്ച് എ ആർ, ഉസ്മാനിയാ യൂണിവേഴ്സിറ്റി കോളേജിൽ ചേർന്നു. താമസം റെഡ്ഡി ഹോസ്റ്റലിൽ. പഠനം സ്കോളർഷിപ്പോടെയെങ്കിലും പഠിത്തത്തിൽ ശ്രദ്ധിക്കാൻ കഴിഞ്ഞില്ല. ആന്ധ്ര മഹാസഭയുടെയും ആര്യസമാജത്തിന്റെയും സ്റ്റേറ്റ് കോൺഗ്രസിന്റെയും പ്രവർത്തനങ്ങളിൽ ആണ്ടിറങ്ങിയ ഒരാളിന്

എങ്ങനെ പഠിക്കാൻ സമയം കിട്ടും? ഇന്റർമീഡിയറ്റ് പരീക്ഷ മൂന്നുതവണ എഴുതിയതിനുശേഷമാണ് പാസായത്. ബിരുദപഠനം പൂർത്തിയാക്കിയില്ല. കമല മെട്രിക്കുലേഷൻവരെ പഠിച്ചു.

1933 ആയപ്പോഴേക്ക് ഭാര്യയും ഭർത്താവും പഠനമുപേക്ഷിച്ച് രാഷ്ട്രീയ പ്രവർത്തനത്തിനിറങ്ങി. ആദ്യം ആന്ധ്രമഹാസഭയിലാണ് സജീവമായത്. 1928–ലാണ് ആ സംഘടന രൂപംകൊണ്ടത്. മാടപ്പാടി ഹനുമന്തറാവു രൂപീകരണത്തിന് മുൻകൈ എടുത്തു. അതിന് ആദ്യഘട്ടത്തിൽ സാമൂഹ്യ–സാംസ്കാരിക സ്വഭാവമാണ് ഉണ്ടായിരുന്നത്. പ്രഥമ സമ്മേളനം 1930–ൽ മേദക് ജില്ലയിലെ ജോഗിപേട്ടിൽ. സുരവാരം പ്രതാപ റെഡ്ഡി അധ്യക്ഷൻ. റെഡ്ഡി ഹോസ്റ്റലിലെ 25 വിദ്യാർഥികൾ രവിനാരായണ റെഡ്ഡിയുടെ നേതൃത്വത്തിൽ 60 നാഴിക സൈക്കിൾ ചവിട്ടി ഈ സമ്മേളനത്തിൽ സംബന്ധിച്ചു. ആ 25 പേരിൽ ഒരാൾ എ ആർ. അതിനുശേഷം ഒന്നൊഴികെ സഭയുടെ എല്ലാ സമ്മേളനങ്ങളിലും എ ആർ സംബന്ധിച്ചു. 1944–ൽ ദൊംഗീറിൽ നടന്ന സഭയുടെ 11–ാം സമ്മേളനത്തിന്റെ സ്വാഗതസംഘം സെക്രട്ടറി. സഭയിലെ വലതുപക്ഷ നേതാക്കൾ ആ സമ്മേളനം ബഹിഷ്കരിക്കുകയായിരുന്നു.

ആദ്യകാലത്ത് സഭ സാമൂഹ്യാചാരങ്ങൾക്കെതിരെ പ്രമേയം പാസാക്കും. വിധവാ പുനർവിവാഹത്തിന് വാദിക്കും. ബാല്യവിവാഹത്തെയും നിർബന്ധിതവേലയെയും എതിർക്കും. സമ്മേളനങ്ങൾ പാസാക്കുന്ന പ്രമേയം ഗവൺമെന്റിന് അയച്ചുകൊടുക്കും. അതിനെ സംബന്ധിച്ച് ക്യാമ്പെയ്ൻ ചെയ്യും. സഭയുടെ ആഭിമുഖ്യത്തിൽ ലൈബ്രറികൾ സ്ഥാപിക്കപ്പെട്ടു. സഭാ സമ്മേളനങ്ങളിൽ എല്ലാ ജാതി–മതങ്ങളിലും പെട്ടവർ ഒന്നിച്ചിരുന്ന് ഭക്ഷണം കഴിക്കണം എന്നായിരുന്നു വിഭാവനം ചെയ്യപ്പെട്ടത്. മൂന്നാം സമ്മേളനത്തിൽ സവർണർ പ്രത്യേകം ഭക്ഷണമൊരുക്കി. അങ്ങനെ പൊതുധാരണയ്ക്കെതിരെ അവർ പ്രവർത്തിച്ചു.

അക്കാലത്ത് ഹരിജനങ്ങൾ ക്ഷേത്രങ്ങളിൽ പ്രവേശിക്കാൻ പാടില്ല. ആ നിരോധനം ലംഘിക്കണം എന്ന് എ ആർ തീരുമാനിച്ചു. 30–35 ഗ്രാമങ്ങളിൽ അദ്ദേഹം സഞ്ചരിച്ചു. 400 ഹരിജനങ്ങളെ സംഘടിപ്പിച്ചു. അവരുമായി യാദഗിരിക്കുന്നിലെ പ്രസിദ്ധമായ ലക്ഷ്മി നരസിംഹ സ്വാമിക്ഷേത്രത്തിൽ പ്രവേശിച്ചു. അവരെ തടയാൻ ആർക്കും ധൈര്യമുണ്ടായില്ല. ഹരിജനങ്ങളുടെ എണ്ണവും നിശ്ചയദാർഢ്യവും കണ്ട് സവർണർ ഭയന്നുപോയി. പൂജാരിമാർ അവർക്ക് തീർഥജലവും പ്രസാദവും നൽകി. അതിനുശേഷം ആ ക്ഷേത്രത്തിൽ ഹരിജനങ്ങൾക്ക് യഥേഷ്ടം കടന്നുചെല്ലാമെന്നായി. ഇതുപോലെ പല ക്ഷേത്രങ്ങളിലും എ ആർ ഹരിജനങ്ങളുമായി കടന്നുചെന്നു.

നൈസാം തന്റെ നാട്ടുരാജ്യത്ത് ഒരു സ്വാതന്ത്ര്യവും അനുവദിച്ചിരുന്നില്ല. തികഞ്ഞ ഏകാധിപത്യവാഴ്ച. എങ്കിലും ആര്യസമാജക്കാർ വന്ന് നൈസാമിനെതിരെ പ്രസംഗിക്കും. ഹിന്ദു മതാചാരങ്ങളെയും അനുഷ്ഠാനങ്ങളെയും ഹിന്ദുമതത്തെത്തന്നെയും നൈസാം നശിപ്പിക്കുകയാണെന്ന്

ആരോപിക്കും. നൈസാം മുസ്ലിങ്ങളോട് കാണിക്കുന്ന പക്ഷപാതിത്വവും മറ്റുള്ളവരോട് കാണിക്കുന്ന വിവേചനവും തുറന്നുകാട്ടും. ആര്യസമാജ ക്കാരുടെ ഈ നിലപാട് എ ആറിൽ മതിപ്പുളവാക്കി. അത് ആര്യസമാ ജാക്കാരനാക്കി. അതിന്റെ പ്രവർത്തനങ്ങളും കുറെ നടത്തി.

അപ്പോഴേക്കും സ്റ്റേറ്റ് കോൺഗ്രസ് രൂപംകൊണ്ടു. രാജ്യത്താകെ ദേശീയസമരം ശക്തിപ്പെട്ടു. നാട്ടുരാജ്യങ്ങളിൽ ഉത്തരവാദഭരണത്തിനു വേണ്ടിയുള്ള സമരങ്ങളും തുടങ്ങി. ഈ സാഹചര്യത്തിലാണ് ഗോവിന്ദ റാവു, രവിനാരായണറെഡ്ഡി, ബദ്ദാംയെല്ലറെഡ്ഡി തുടങ്ങിയവർ ചേർന്ന് സ്റ്റേറ്റ് കോൺഗ്രസ് രൂപീകരിച്ചത്. എ ആർ അതിന്റെ പ്രവർത്തകനായി. സ്റ്റേറ്റ് കോൺഗ്രസ് രൂപംകൊണ്ട് അധികം കഴിയുന്നതിനുമുമ്പ് നൈ സാം അതിനെ നിരോധിച്ചു. അതിൽ പ്രതിഷേധിച്ച് രവിനാരായണ റെ ഡ്ഡിയും മറ്റും ഹൈദരാബാദിലെ പുട്ലിബൗളിൽ സത്യഗ്രഹം നടത്തി. സത്യഗ്രഹികളെ അറസ്റ്റ് ചെയ്തു. അതിനുശേഷം സംഘം സംഘമാ യി അറസ്റ്റ് വരിച്ചു. ആദ്യം സ്വാമി രാമാനന്ദ തീർഥന്റെ നേതൃത്വത്തിൽ, പിന്നീട് ബദ്ദാം യെല്ല റെഡ്ഡിയുടെ നേതൃത്വത്തിൽ. ക്രമേണ അത് തെല ങ്കാന ജില്ലകളിലേക്ക് പടർന്നു.

സ്റ്റേറ്റ് കോൺഗ്രസ് സത്യഗ്രഹം നിർത്തിവച്ചപ്പോൾ എ ആർ, ബി എ പരീക്ഷയെഴുതാൻ നാഗ്പൂരിലേക്ക് പോയി. അവിടെനിന്ന് വളണ്ടി യറായി കോൺഗ്രസിന്റെ ഹരിപുര സമ്മേളനത്തിൽ പങ്കെടുത്തു. സത്യ ഗ്രഹ പരിപാടിയിൽ പങ്കെടുത്ത രവിനാരായണറെഡ്ഡി, ബദ്ദാംയെല്ലറെഡ്ഡി, അറുത്ല ലക്ഷ്മി നരസിംഹറെഡ്ഡി എന്നിവർ കമ്യൂണിസ്റ്റുപാർട്ടിയിൽ ചേർന്നു. ആന്ധ്രയിലെ കമ്യൂണിസ്റ്റ് നേതാക്കൾ ആന്ധ്രാ മഹാസഭയി ലെ ഇടതുപക്ഷക്കാരുമായി നേരത്തെ ബന്ധം വയ്ക്കുന്നുണ്ടായിരുന്നു; അവരെ കമ്യൂണിസ്റ്റുകാരാക്കി മാറ്റാൻ ശ്രമിക്കുന്നുണ്ടായിരുന്നു.

1943–ൽതന്നെ എ ആർ ജനഗമ താലൂക്കിൽ ജാഗിർദാർമാരുടെ നിർ ബന്ധിതവേലയ്ക്കെതിരെ, ഒട്ടേറെ കർഷകസമരങ്ങൾ നയിച്ചു. അതി ന്റെ ഫലമായി പലേടങ്ങളിലും നിർബന്ധിതവേല അവസാനിപ്പിക്കാൻ കഴിഞ്ഞു. എന്നാൽ സത്യഗ്രഹപരിപാടിയിൽ പങ്കെടുത്ത് നേതാക്കൾ ജയിലിലായ തക്കംനോക്കി ചില ഭൂപ്രഭുക്കൾ നിർബന്ധിത വേല പുന രാരംഭിച്ചു. നാഗ്പൂരിൽ പോയി മടങ്ങി നാട്ടിലെത്തിയ എ ആർ ഇതാണ് കണ്ടത്. വീണ്ടും നിർബന്ധിത വേലയ്ക്കെതിരായ സമരം നയിക്കാൻ തീരുമാനിച്ചു.

ഈ ഘട്ടത്തിലാണ് ഒരു വില്ലേജ് ആപ്പീസിലെ തൂപ്പുകാരിയോട് കളക്ടർ മോശമായി പെരുമാറിയെന്ന വിവരം കിട്ടിയത്. ആ കളക്ടർ ക്കെതിരെ എ ആർ പ്രകടനം നയിച്ചു. ഒരാഴ്ച കഴിഞ്ഞപ്പോൾ സർക്കിൾ ഇൻസ്പെക്ടർ അറസ്റ്റ് ചെയ്ത് സ്വന്തംവീട്ടിൽ കൊണ്ടുപോയി മൃഗീയ മായി മർദിച്ചു. അടുത്ത ദിവസം മോചിപ്പിച്ചു. മൊംഗീറിലെ കോടതി യിൽ എ ആറിനെതിരെ അനവധി കള്ളക്കേസുകൾ ചാർജ് ചെയ്യപ്പെട്ടു.

1944 ഏപ്രിലിൽ പാലാക്കുർത്തി ഗ്രാമത്തിൽ ഒരു വായനശാല ആരം

ഭിക്കാൻ പരിപാടിയിട്ടു. വലിയ പ്രചാരണവും നടത്തി. അന്നേദിവസം എ ആറിനെ ആക്രമിച്ച് കൊല്ലാൻ പരിപാടിയുണ്ടെന്ന വാർത്ത പരന്നു. എസ് ഐയുടെ നിർദേശപ്രകാരം ഉൽഘാടനയോഗം മാറ്റി.

അതേ ഗ്രാമത്തിലെ സോമനാഥക്ഷേത്രത്തിൽ ഉത്സവം. ആയിരക്കണക്കിനാളുകൾ ഉത്സവത്തിൽ സംബന്ധിക്കാറുണ്ട്. അലങ്കരിച്ച കാളവണ്ടികൾ ക്ഷേത്രം വലംവയ്ക്കുന്നതാണ് ഉത്സവത്തിലെ പ്രധാന ചടങ്ങ്. ഭൂപ്രഭുവിന്റെ കാളവണ്ടിയായിരിക്കും മുന്നിൽ. ഇത്തവണ അതനുവദിക്കില്ലെന്ന് ജനങ്ങൾ ദൃഢനിശ്ചയം ചെയ്തു. നിശ്ചയം നടപ്പാക്കുകയും ചെയ്തു. ആ അപമാനം സഹിക്കേണ്ടിവന്നു എന്നുമാത്രമല്ല ഉത്സവസ്ഥലത്തുവച്ച് എ ആറിനെ വധിക്കാമെന്ന പരിപാടിയും നടന്നില്ല. കാരണം എ ആർ വളരെ അകലെയല്ലാത്ത ഒരു സ്ഥലത്ത് ആപ്പീസിൽ ഇരിക്കുകയുമായിരുന്നു. ആപ്പീസിനു മുമ്പിൽ വലിയൊരു ഗ്രൗണ്ട്. അവിടെ വിവിധ കലാപരിപാടികൾ. അത് കാണാൻ ആയിരക്കണക്കിനാളുകൾ തടിച്ചുകൂടിയിട്ടുമുണ്ടായിരുന്നു. പെട്ടെന്ന് ഗുണ്ടകൾ അവിടെ ആക്രമണം നടത്തി. അവിടെ അതുപോലെ എന്തെങ്കിലും നടന്നേക്കുമെന്ന് കരുതിയ ജനങ്ങൾ നല്ല തയ്യാറെടുപ്പിലായിരുന്നു. അക്രമം ആരംഭിച്ചപ്പോൾ ജനങ്ങൾ തിരിച്ചടിച്ചു. ഗുണ്ടകൾ ജീവനുംകൊണ്ട് ഓടി. ഭൂപ്രഭുക്കളുടെ ബംഗ്ലാവിൽ അവർ അഭയംപ്രാപിച്ചു.

ഈ സംഭവത്തിന്റെ പേരിൽ പൊലീസ് ഒരു ഗൂഢാലോചനക്കേസ് ചാർജ് ചെയ്തു—പാലാക്കുർത്തി ഗൂഢാലോചനക്കേസ്. കേസിലെ 12 പ്രതികളെ അറസ്റ്റ് ചെയ്തു. അതിലൊരാൾ എ ആർ. ഗുണ്ടാ നേതാവ് ഓണമല വെങ്കയ്യയെ കൊല്ലാൻ ശ്രമിച്ചു എന്നായിരുന്നു ചാർജ്. ജൻഗോൺ കോടതിയിൽ നിന്ന് കേസ് സെഷൻസ് കോടതിയിലേക്ക് മാറ്റി. ഒരുവർഷം അത് നീണ്ടുനിന്നു. ജാമ്യം അനുവദിച്ചില്ല. ഹൈദരാബാദ് സെൻട്രൽ ജയിലിൽ പാർപ്പിച്ചു. അവസാനം വിധി വന്നു. പ്രതികൾ കുറ്റക്കാരല്ലെന്ന് കണ്ട് വിട്ടയച്ചു. മാത്രമല്ല, എ ആറിനെ കൊല്ലാനുള്ള ശ്രമത്തിന്റെ ഭാഗമായാണ് ഇതൊക്കെ നടന്നതെന്ന് വിധിന്യായത്തിൽ പറയുകയും ചെയ്തു.

ഹൈദരാബാദിൽ പോയി വിവരങ്ങളൊക്കെ പാർട്ടിക്ക് റിപ്പോർട്ട് ചെയ്തു. അപ്പോൾ എ ആറിനെ വീട്ടുതടങ്കലിൽ വെക്കാനുള്ള ഒരു ഉത്തരവ് നിലനിൽക്കുന്നുണ്ടായിരുന്നു ഹൈദരാബാദിൽ. അതുകൊണ്ട് പൊലീസിന് പിടികൊടുക്കാതിരിക്കാൻ കോലാനപക്കത്തേക്ക് പോകാൻ തീരുമാനിച്ചു. അങ്ങോട്ടുള്ള വഴിയിൽ അലൈരുവിൽ അറസ്റ്റിലായി. വിസുനുരു പൊലീസ്സ്റ്റേഷനിൽ കൊണ്ടുപോയി. അവിടെനിന്ന് അടുത്ത ഒരു റൈസ് മില്ലിലേക്ക് മാറ്റി. മില്ലിൽ ഭൂപ്രഭുക്കളും ഗുണ്ടകളും അനവധി പൊലീസുകാരും. അവരുടെ സാന്നിധ്യത്തിൽ മർദിച്ചു. പാർട്ടിയെ നിരോധിച്ചപ്പോൾ ഒളിവിൽ പോയി. ഒളിവിലിരിക്കെ ഭുവനഗരി പ്രദേശത്ത് സായുധസമരത്തിൽ പങ്കെടുത്തു. ഗറില്ലാ ആക്ഷനുകളിൽ പങ്കാളിയായി. 1949 ജനുവരിയിൽ അറസ്റ്റിലായി; കൂടെ ഭാര്യ കമലയും. 1952 വരെ

വിവിധ ജയിലുകളിൽ. ഈ ജയിൽവാസക്കാലത്ത് പലതരം പീഡനങ്ങൾക്കിരയായി.

ജയിലിൽ നിന്ന് പുറത്തിറങ്ങിയത് തിരഞ്ഞെടുപ്പ് ഗോദയിലേക്ക്. ഒന്നാം പൊതുതിരഞ്ഞെടുപ്പിൽ സംസ്ഥാന നിയമസഭയിലേക്ക് തിരഞ്ഞെടുക്കപ്പെട്ടു. 1957–ലും 1962–ലും സംസ്ഥാന നിയമസഭാംഗമായി. അദ്ദേഹത്തോടൊപ്പം ഭാര്യ കമലയും തെലങ്കാനാ സായുധസമരത്തിൽ പങ്കെടുത്തു. എ ആർ നിയമസഭാംഗമായിരുന്നപ്പോൾ അവർ നിയമസഭയിലെ പ്രതിപക്ഷ നേതാവായിരുന്നു.

തെലങ്കാനാസമരകാലം മുതൽ വലതുപക്ഷ പ്രവണതകൾ കാണിച്ചുതുടങ്ങിയ എ ആർ 1964–ൽ പാർടി പിളർന്നപ്പോൾ സി പി ഐയിൽ ഉറച്ചുനിന്നത് സ്വാഭാവികം. ദീർഘകാലം പാർട്ടിയുടെ നൽഗോണ്ട ജില്ലാ സെക്രട്ടറിയായിരുന്നു; സംസ്ഥാന കിസാൻസഭാ ജനറൽ സെക്രട്ടറിയായിരുന്നു. സി പി ഐയുടെ സ്റ്റേറ്റ് എക്സിക്യൂട്ടീവ് കമ്മിറ്റി അംഗമായും നാഷണൽ കൗൺസിൽ അംഗമായും പ്രവർത്തിച്ചിട്ടുണ്ട്. 1985 ആഗസ്ത് 26–ന് അന്തരിച്ചു.

ഇ എം എസ്

1909 - 1998

ഒരു വിശേഷണത്തിന്റെയും ചട്ടക്കൂട്ടിൽ ഒതുക്കി നിർത്താനാവാത്ത വ്യക്തിത്വത്തിന്റെ ഉടമയാണ് ഇ എം എസ്. അദ്ദേഹം ലോക കമ്യൂണിസ്റ്റ് നേതാക്കളിൽ ഒരാളായിരുന്നു. ലോകം കണ്ട മാർക്സിസ്റ്റ് സൈദ്ധാന്തികരിൽ പ്രമുഖനായിരുന്നു. ഇന്ത്യൻ സവിശേഷതകൾക്ക് അനുയോജ്യമാംവിധം ഇവിടെ മാർക്സിസം പ്രയോഗത്തിൽ വരുത്താൻ ശ്രമിച്ച വിപ്ലവകാരിയും സാമൂഹികപരിഷ്കർത്താവും സ്വാതന്ത്ര്യസമരസേനാനിയുമായിരുന്നു. കേരളത്തിലെ സർവതലസ്പർശിയായ മാറ്റങ്ങൾക്ക് ചുക്കാൻ പിടിച്ച അമരക്കാരനായിരുന്നു. സമസ്ത വിജ്ഞാനശാഖകളിലും കൈവെച്ച ബുദ്ധിജീവിയായിരുന്നു. പ്രസംഗങ്ങളിലൂടെയും എഴുത്തിലൂടെയും ജനലക്ഷങ്ങളെ ആകർഷിച്ച മാസ്മരശക്തിയുള്ള നേതാവ്. ഈ വിശേഷണങ്ങൾക്ക് എല്ലാം അപ്പുറത്തായിരുന്നു ഇ എം എസ് എന്ന് പറയുന്നതാവും ശരി. അദ്ദേഹം കേരളത്തിന്റെ അഭിമാനമാണ്. കേരളത്തിന്റെ വികാരവും.

1909 ജൂൺ 13 ന് പഴയ വള്ളുവനാട് താലൂക്കിലെ ഏലംകുളം ഗ്രാമത്തിൽ ജനിച്ചു. പിതാവ് സംസ്കൃത പണ്ഡിതനായിരുന്ന പരമേശ്വരൻ നമ്പൂതിരിപ്പാട്. മാതാവ് വിഷ്ണുദത്ത. നാല് സഹോദരിമാരും മൂന്ന് സഹോദരന്മാരുമുണ്ടായിരുന്നു. രണ്ട് സഹോദരന്മാർ ജനിച്ചയുടൻ മരിച്ചു. മറ്റൊരു സഹോദരന് ജന്മനാ വേണ്ടത്ര മാനസികവളർച്ച ഇല്ലായിരുന്നു. നാലാമത്തെ മകനായിട്ടാണ് ഇ എം എസ് ജനിച്ചത്. അതിനാൽ ആ ദേശക്കാർക്ക് അദ്ദേഹം 'നാലമ്പ്രാ'നായി.

ഇ എം എസ് ജനിക്കുമ്പോൾ സമ്പത്തിന്റെയും പ്രതാപത്തിന്റെയും ഉച്ചകോടിയിൽ നിൽക്കുകയായിരുന്നു ഏലംകുളം മന. അമ്പതിനായിരം പറ നെല്ല് ഇല്ലത്തേക്ക് പാട്ടമായി ലഭിക്കുമായിരുന്നു. ഇങ്ങനെ സമ്പന്നതയുടെ മടിത്തട്ടിൽ ജനിച്ചുവളർന്ന ഇ എസ് എസിനെ കുഞ്ചു എന്ന ഓമനപ്പേരിലാണ് എല്ലാവരും വിളിച്ചത്. അന്നത്തെ പതിവനുസരിച്ച് കുഞ്ചുവിന്റെ ആദ്യകാല വിദ്യാഭ്യാസം വീട്ടിൽ തന്നെയായിരുന്നു. എങ്കിലും നമ്പൂതിരി സമുദായത്തിലെ ഒറ്റപ്പെട്ട വ്യക്തികൾ ആധുനിക വിദ്യാഭ്യാസത്തിലേക്ക് ആകർഷിക്കപ്പെടുകയും നമ്പൂതിരിമാർക്ക് മാത്രമായി നടത്തുന്ന പ്രത്യേക സ്കൂളുകളിൽ പോയിത്തുടങ്ങുകയും ചെയ്തപ്പോൾ തന്നെ സ്കൂളിലേക്ക് അയയ്ക്കണമെന്നായി കുഞ്ചു. എന്നാൽ സ്കൂളിലെ വിദ്യാഭ്യാസം രണ്ടാംതരമായി കണക്കാക്കിയതിനാൽ മിടുക്കനായ കുഞ്ചുവിന് നല്ല വിദ്യാഭ്യാസം നൽകണമെന്ന് വീട്ടുകാർ തീരുമാനിച്ചു. അങ്ങനെ സംസ്കൃതകാവ്യങ്ങളും വേദങ്ങളും പഠിക്കാൻ കുഞ്ചു നിയോഗിക്കപ്പെട്ടു. വീട്ടിൽ നിന്നുതന്നെ ഇംഗ്ലീഷ് പഠിക്കാനുള്ള സംവിധാനവുമുണ്ടായി. പത്ത് വയസ് ആയപ്പോഴേക്ക് മലയാളവും ഇംഗ്ലീഷും ഹിന്ദിയും സംസ്കൃതവും വായിക്കാൻ പഠിച്ചു.

നമ്പൂതിരി സമുദായത്തിൽ പലതരത്തിലുള്ള അന്ധവിശ്വാസങ്ങളും അനാചാരങ്ങളും നിലനിന്നിരുന്നു. അതിനെതിരായ വികാരം കുഞ്ചുവിൽ വളർന്നു. അതിനാൽ യോഗക്ഷേമ സഭയുമായി ബന്ധപ്പെട്ടത് സ്വാഭാവികം. ആ ബന്ധം വളർന്നു. 1923 ൽ തന്റെ പതിനാലാമത്തെ വയസിൽ, കുഞ്ചു യോഗക്ഷേമസഭയുടെ വള്ളുവനാട് ഉപസഭാ സെക്രട്ടറിയായി തിരഞ്ഞെടുക്കപ്പെട്ടു. പിൽക്കാല്ത്ത് ഇ എം എസ് എഴുതി:

> കുടുംബം, വിവാഹം, സ്വത്ത് എന്നിവയെ സംബന്ധിച്ച ഈ പരിഷ്കാരനിർദേശങ്ങൾ ഒരു കൗമാരക്കാരൻ എന്ന നിലയ്ക്ക് എന്നെ ആകർഷിച്ചു. എന്തിനധികം, പതിനാലാം വയസിൽതന്നെ ഞാൻ ഞങ്ങളുടെ പ്രദേശത്തെ യോഗക്ഷേമസഭയുടെ സെക്രട്ടറിയായി ത്തീർന്നു. അതായിരുന്നു സാമൂഹ്യപ്രവർത്തനത്തിലെ എന്റെ ആദ്യപരിശീലനം. (*ഒരു ഇന്ത്യൻ കമ്യൂണിസ്റ്റിന്റെ ഓർമക്കുറിപ്പുകൾ*)

ഇതിനുമുമ്പ് ഇംഗ്ലീഷും മലയാളവും സംസ്കൃതവും വായിക്കുകയല്ലാതെ എഴുതിയിരുന്നില്ല. യോഗക്ഷേമസഭയുടെ ഉപസഭാ സെക്രട്ടറിയായതോടെ നോട്ടീസുകളെഴുതുക, മിനുട്സ് രേഖപ്പെടുത്തുക തുടങ്ങിയ ജോലികൾ ചെയ്യേണ്ടിവന്നു. അതിനാണ് താൻ ആദ്യമായി "കടലാസും പേനയും മഷിയും എടുത്ത"തെന്ന് ഇ എം എസ് തന്നെയെഴുതി. സഭാപ്രവർത്തനങ്ങൾ തനിക്ക് അത്യന്തം പ്രയോജനകരമായിത്തീർന്നുവെന്ന് ഇ എം എസ് രേഖപ്പെടുത്തി. നോക്കുക:

> സഭയുടെ സമ്മേളനങ്ങളിൽ നടക്കുന്ന ചൂടുപിടിച്ച വാദപ്രതിവാദ

> ങ്ങൾ ശ്രദ്ധിക്കൽ ഭാവി രാഷ്ട്രീയ പ്രവർത്തകൻ എന്ന നിലയ്ക്കുള്ള എന്റെ കഴിവുകൾ വളർത്തുന്നതിന് സഹായകമായി. (*മേൽ പുസ്തകം*)

ഒരു പൊതുസ്കൂളിൽ ചേർന്നു പഠിക്കണമെന്ന ആഗ്രഹം ശക്തിപ്പെട്ടു. അവസാനം, 1925 ൽ അന്നത്തെ അങ്ങാടിപ്പുറം ബോർഡ് ഹൈസ്കൂളിൽ (ഇന്നത്തെ പെരിന്തൽമണ്ണ ഗവൺമെന്റ് ഹൈസ്കൂൾ) ജ്യേഷ്ഠനോടൊപ്പം വിദ്യാർഥിയായി ചേർന്നു. മൂന്നാം ഫോറത്തിൽ. അതായത് പതിനാറാമത്തെ വയസിലാണ് ഇ എം എസിന്റെ ഔപചാരിക വിദ്യാഭ്യാസം തുടങ്ങിയതെന്നർഥം. അതിനുമുമ്പു നടന്ന അനൗപചാരിക വിദ്യാഭ്യാസം മൂലം അദ്ദേഹത്തിന്റെ ധൈഷണിക നിലവാരം വളരെയധികം ഉയർന്നിരുന്നു. ഔപചാരിക വിദ്യാഭ്യാസംകൊണ്ട് എന്തുനേട്ടമാണ് ഉണ്ടായത്? ഇ എം എസ് തന്നെ പറയുന്നു:

> മറ്റൊരർഥത്തിലും ഞങ്ങൾക്ക് ഈ അന്തരീക്ഷം പുതിയതായിരുന്നു. ജീവിതത്തിലാദ്യമായി ഉന്നതകുലജാതരുടെയും ഭൂപ്രഭുക്കളുടെയും സുഹൃത്തുക്കളുടെയും ഇടയിൽനിന്നു വിട്ടുമാറി കീഴ്ജാതിക്കാർ എന്നു വിളിക്കപ്പെട്ട ഇതര സമുദായാംഗങ്ങളുമായി ഇടപഴകാൻ ഞങ്ങൾ നിർബന്ധിതരായി... സഹപാഠികളുമായി ഞങ്ങൾ കാണിച്ച തുറന്നതും ഹൃദയംഗമവുമായ സൗഹൃദം ഞങ്ങളെ തമ്മിൽ വേർതിരിച്ചിരുന്ന മതിലുകളെയെല്ലാം തകർത്തു. പഠിത്തത്തിലുള്ള എന്റെ പ്രകടനവും അതിന് ഒരളവുവരെ സഹായിച്ചു. അങ്ങനെ പെരിന്തൽമണ്ണ ഡിസ്ട്രിക്ട് ബോർഡ് സ്കൂളിലെ ആദ്യത്തെ മൂന്നു വർഷക്കാലത്തിനിടയ്ക്ക് ജാതിമതാദി അതിർവരമ്പുകൾക്കെല്ലാം അതീതമായ, സഹകരണാടിസ്ഥാനത്തിലുള്ള സാമൂഹ്യപരിവർത്തനത്തിന്റെ ബാലപാഠങ്ങൾ ഞാൻ പഠിച്ചു (അതേ പുസ്തകം).

അനൗപചാരിക വിദ്യാഭ്യാസം നടത്തിക്കൊണ്ടിരിക്കെ തന്നെ വായനയിൽ അതീവതാൽപ്പര്യം ജനിച്ചു. കിട്ടുന്നതെന്തും വായിക്കുക ശീലമാക്കി. സ്കൂളിൽ ചേർന്നതോടെ വായനയുടെ ചക്രവാളം വികസിച്ചു. സ്കൂളിൽ നല്ലൊരു ലൈബ്രറി. അതിൽനിന്ന് പുസ്തകങ്ങളെടുത്ത് ആർത്തിയോടെ വായിക്കും. പുസ്തകങ്ങൾ തെരഞ്ഞെടുക്കാൻ സഹായിച്ച ഒരു അധ്യാപകനുണ്ടായിരുന്നു – എം നാരായണമേനോൻ – കുഞ്ചുവിൽ വലിയ സ്വാധീനം ചെലുത്തിയ അധ്യാപകൻ. ഒരിക്കൽ കുഞ്ചു സ്കൂൾ ലൈബ്രറിയിൽനിന്ന് ഒരു പുസ്തകമെടുത്തു. പുറത്തിറങ്ങുമ്പോൾ ചെന്നുപെട്ടത് നാരായണമേനോൻ മാഷുടെ മുന്നിൽ. അദ്ദേഹം പുസ്തകം വാങ്ങി പേജുകൾ മറിച്ചുനോക്കി. പുസ്തകത്തിന്റെ പേര് *ഇന്ത്യയിലെ ചില മഹാന്മാർ.* അത് തിരിച്ചുകൊടുക്കുമ്പോൾ അദ്ദേഹം പറഞ്ഞു: "ഇതിലെ മഹാന്മാരെപ്പോലെ ഒരു മഹാനായിത്തീരണം

1957 ഏപ്രിൽ 5 ന് ഇ എം എസ് കേരളത്തിലെ ആദ്യത്തെ മുഖ്യമന്ത്രിയായി ഗവർണർ ബി രാമകൃഷ്ണറാവുവിന്റെ മുന്നിൽ സത്യപ്രതിജ്ഞ ചെയ്യുന്നു

നീയും." — സ്കൂളിനടുത്ത് ഒരു വായനശാലയുണ്ടായിരുന്നു - യുവജന വായനശാല. കുഞ്ചു ആ വായനശാലയിലെ സ്ഥിരം സന്ദർശകനായി. അവിടെ *ഹിന്ദു* ദിനപത്രം വരുത്തുന്നുണ്ടായിരുന്നു. അത് പതിവായി വായിക്കും.

തേർഡ് ഫോറത്തിൽനിന്ന് വിജയിച്ചപ്പോൾ ഒരു പ്രശ്നം: ഏതെങ്കിലും വിഷയം ഐച്ഛികവിഷയമായി സ്വീകരിക്കണം — ഒന്നുകിൽ ചരിത്രം അല്ലെങ്കിൽ ഒരു ശാസ്ത്രവിഷയം. അക്കാലത്ത് ചരിത്രം ആഢ്യത്വം കുറഞ്ഞ വിഷയം. പ്രതിഭാശാലികളായ വിദ്യാർഥികളെടുക്കുക ഗണിതശാസ്ത്രം. അതുകൊണ്ട് ആ വിഷയമെടുത്ത് പഠിക്കാൻ അധ്യാപകരും രക്ഷാകർത്താക്കളും സുഹൃത്തുക്കളും ഉപദേശിച്ചു. പക്ഷേ, കുഞ്ചു തെരഞ്ഞെടുത്തത് ചരിത്രം. ഭാവിയിൽ ഒരു രാഷ്ട്രീയക്കാരനാവണമെന്ന ചിന്ത അതിനുമുമ്പുതന്നെ തന്നിൽ വേരുന്നിയിരുന്നെന്നും അതിന് ചരിത്രപഠനം സഹായിക്കുമെന്നും കരുതിയതുകൊണ്ടാണ് താൻ ആ വിഷയം തെരഞ്ഞെടുത്തതെന്ന് പിൽക്കാലത്ത് ഇ എം എസ് രേഖപ്പെടുത്തി.

ഈ പരന്ന വായനക്കാരൻ സ്കൂളിൽ പഠിച്ചുകൊണ്ടിരിക്കെ തന്നെ എഴുത്തുകാരനായി. ആദ്യമായി എഴുതിയത് ഒരു ചെറുകഥ. അക്കാലത്ത് കണ്ണൂരിൽനിന്ന് പുറത്തിറങ്ങിയ *സ്വാഭിമാനി*യിലാണ് അത് പ്രസിദ്ധീകരിച്ചത്. അധികം കഴിയുന്നതിനുമുമ്പ് *ഉണ്ണിനമ്പൂതിരി* മാസികയിൽ ഒരു ലേഖനമെഴുതി. *ഫ്രഞ്ചുവിപ്ലവവും നമ്പൂതിരി സമുദായവും*. നാലാം ഫോറത്തിലെ പാഠപുസ്തകത്തിലുണ്ടായിരുന്ന, ഫ്രഞ്ചുവിപ്ലവത്തെക്കു

റിച്ചുള്ള പാഠമായിരുന്നു അതിന് പ്രചോദനം. സ്കൂൾ വിദ്യാഭ്യാസത്തിന്റെ അന്ത്യവർഷം പാലക്കാട് വിക്ടോറിയ കോളേജ് ഹൈസ്കൂളിലായിരുന്നു. അവിടെ ചേർന്നതുകൊണ്ട് ഒരു ഗുണമുണ്ടായി. അവിടെ ഒരു ലോഡ്ജിലായിരുന്നു താമസം. ഉയർന്ന ക്ലാസുകളിൽ പഠിക്കുന്നവരും രാഷ്ട്രീയകാര്യങ്ങളിൽ കൂടുതൽ അനുഭവമുള്ളവരുമായ മൂന്നു വിദ്യാർഥികൾ ഒപ്പം താമസിക്കുന്നുണ്ടായിരുന്നു. അതുകൊണ്ട് രാഷ്ട്രീയകാര്യങ്ങളിൽ കൂടുതൽ വിജ്ഞാനം പകർന്നു കിട്ടാൻ അതു സഹായകമായി. ക്രമമായ പത്രവായനയും സമകാല സംഭവങ്ങളെക്കുറിച്ചുള്ള ചർച്ചയും ലോഡ്ജിലെ പതിവ്. പെരിന്തൽമണ്ണയിൽ ഫിഫ്ത് ഫോറത്തിൽ പഠിക്കുമ്പോൾ ആരംഭിച്ച എഴുത്ത് പാലക്കാട്ടും തുടർന്നു. *യോഗക്ഷേമ*ത്തിൽ ഒട്ടേറെ ലേഖനങ്ങളെഴുതി. കൂട്ടത്തിൽ ഒരു ഇംഗ്ലീഷ് ലേഖനവും — *മോറൽ കറേജ്.* ദില്ലിയിൽനിന്ന് പ്രസിദ്ധീകരിക്കുന്ന കുട്ടികളുടെ ഒരു മാസികയിലാണ് അത് വെളിച്ചം കണ്ടത്.

കോളേജ് ഡേക്ക് സ്കൂൾ ഫൈനൽ ക്ലാസിലെ മിടുക്കന്മാരായ രണ്ട് കുട്ടികൾക്ക് സമ്മാനമുണ്ടായിരുന്നു — ഏറ്റവും കൂടുതൽ മാർക്ക് നേടിയതിന്. ആ രണ്ട് പേരിലൊരാൾ ഇ എം എസ്. സമ്മാനമായി കിട്ടിയത് അർഥവത്തായ ഒരു പുസ്തകം — *ലളിത ജീവിതവും ഉയർന്ന ചിന്തയും.*

പാലക്കാട് നിന്ന് പാസായപ്പോൾ കോളേജ് വിദ്യാഭ്യാസത്തിന് തെരഞ്ഞെടുത്തത് തൃശൂർ. 1929 ജൂണിൽ തൃശൂർ സെന്റ് തോമസ് കോളേജിൽ ഇന്റർമീഡിയറ്റിന് ചേർന്നു. പ്രാചീനചരിത്രം, ഇന്ത്യാചരിത്രം, തർക്കശാസ്ത്രം എന്നിവയാണ് ഐച്ഛിക വിഷയങ്ങളായി എടുത്തത്. ഇവിടെ പഠിച്ചുകൊണ്ടിരിക്കെ സാമൂഹ്യപരിഷ്കരണ പ്രസ്ഥാനത്തിൽ സജീവമായി. ദേശീയ പ്രസ്ഥാനത്തിലും പങ്കെടുക്കാൻ തുടങ്ങി. എങ്കിലും പഠനത്തിന്റെ കാര്യത്തിൽ ഒരു വീഴ്ചയും വരുത്തിയില്ല. ഇ എം എസ് അതേക്കുറിച്ച് ഇങ്ങനെ രേഖപ്പെടുത്തി.

> ഈ രണ്ടരക്കൊല്ലക്കാലത്ത് സെന്റ് തോമസ് കോളേജിൽ പഠിച്ച രണ്ടരവർഷം — സി ബി) കോളേജിലെ വിദ്യാർഥിയെന്ന നിലയ്ക്ക് അവിടെ നടക്കുന്ന പഠിപ്പിനു യാതൊരു കോട്ടവും തട്ടാത്ത നിലയ്ക്കേ ഞാനെന്റെ പൊതുപ്രവർത്തനങ്ങൾ നടത്തിയിരുന്നുള്ളൂ. ക്ലാസിൽ മുടങ്ങാതെ ഹാജരാവുക, അവിടെയെത്താനുള്ള സമയം ഒരിക്കലും വൈകാതിരിക്കുക, പാഠങ്ങൾ ശ്രദ്ധിച്ചു നോട്ടെഴുതുക, ദിവസേന തലേദിവസം കഴിഞ്ഞതും അന്നു വരാൻ പോകുന്നതുമായ പാഠങ്ങൾ വായിക്കുക, ആഴ്ചതോറും അതാത് ആഴ്ചയിലെടുത്ത പാഠങ്ങൾ രണ്ടാമതു വായിക്കുക — ഇതെല്ലാം ചെയ്തിരുന്നു. ഇതിനെല്ലാമായി ദിവസേന ഒരു മണിക്കൂർ വീതം (ക്ലാസ് സമയത്തിനു പുറമെ) ചെലവഴിച്ച് ബാക്കി സമയത്താണ് മറ്റു കാര്യങ്ങൾക്കായി ഉപയോഗിച്ചിരുന്നത്. "ഇതിന്റെ ഫലമായി അധ്യാപകരുടെ ദൃഷ്ടിയിൽ ഒരു നല്ല വിദ്യാർഥിയെന്ന പേര്

ഞാൻ സമ്പാദിച്ചു. ഹൈസ്കൂൾ ക്ലാസുകളിലെന്നപോലെ ഇവിടെയും പരീക്ഷകൾ വരുമ്പോഴെല്ലാം ഓരോ വിഷയത്തിലും ഏറ്റവുമധികം മാർക്കു കിട്ടുന്ന മൂന്ന് പേരിലൊരാൾ ഞാനായിരിക്കും." (*ആത്മകഥ*).

സെന്റ് തോമസ് കോളേജിൽ ചേർന്ന മാസം തന്നെ അതേവരെ മാസികയായിരുന്നു *ഉണ്ണിനമ്പൂതിരി* വാരികയായി പുറത്തുവന്നു. അതിന്റെ പത്രാധിപർ കെ എൻ കുട്ടൻ നമ്പൂതിരിപ്പാട്. എങ്കിലും യഥാർഥ നടത്തിപ്പുകാരൻ വി ടി ഭട്ടതിരിപ്പാടും. ക്രമേണ ഇ എം എസ് അതിന്റെ ഉപപത്രാധിപരായി. ഇവിടെനിന്ന് ഇ എം എസിന്റെ പത്രപ്രവർത്തനജീവിതം ആരംഭിക്കുന്നു. *ഉണ്ണിനമ്പൂതിരി*യിൽ പത്രപ്രവർത്തകനെന്ന നിലയിലുള്ള സകല ജോലികളും ചെയ്തു. ചിലപ്പോൾ ലേഖനങ്ങളെഴുതി, മറ്റു ചിലപ്പോൾ നിരൂപണം. ദേശീയമോ സാർവദേശീയമോ ആയ വാർത്തകളുടെ വിശകലനം. പത്രാധിപർ കുട്ടൻനമ്പൂതിരിപ്പാടിന്റെ എഡിറ്റോറിയൽ കൃത്യസമയത്ത് കിട്ടാതെ വരുമ്പോൾ എഡിറ്റോറിയൽ എന്നിങ്ങനെ. *ഉണ്ണിനമ്പൂതിരി*ക്കുവേണ്ടി ഇ എം എസ് റിപ്പോർട്ടുകളും തയാറാക്കി. ഇടക്കുന്നി സമ്മേളനം ഇ എം എസാണ് *ഉണ്ണിനമ്പൂതിരി*ക്ക് റിപ്പോർട്ട് ചെയ്തത്. ഗുരുവായൂർ സത്യഗ്രഹം റിപ്പോർട്ടു ചെയ്തതും ഇ എം എസ് തന്നെ.

ഇ എം എസിന്റെ പൊതുപ്രവർത്തനം അദ്ദേഹത്തിന്റെ പഠിത്തത്തെ പ്രതികൂലമായി ബാധിക്കുമെന്ന് അദ്ദേഹത്തിന്റെ സുഹൃത്തുക്കൾ ആശങ്കപ്പെട്ടു. 1931 ലെ ഇന്റർമീഡിയറ്റ് പരീക്ഷക്കാലത്ത് എല്ലാ വൈകുന്നേരങ്ങളിലും പ്രകടനങ്ങളിൽ പങ്കെടുക്കുക, *ഉണ്ണിനമ്പൂതിരി*യെ സഹായിക്കുക തുടങ്ങിയ പ്രവർത്തനങ്ങൾ നടത്തിയതിനാൽ അദ്ദേഹം പരീക്ഷയിൽ തോറ്റതുതന്നെയെന്ന് സുഹൃത്തുക്കൾ കരുതി. പരീക്ഷാഫലം പുറത്തുവന്നപ്പോൾ ഇ എം എസിന് ഫസ്റ്റ് ക്ലാസ്. അന്ന് ചരിത്രത്തിൽ ഫസ്റ്റ് ക്ലാസ് കിട്ടുക അപൂർവമായിരുന്നു.

സെന്റ് തോമസിൽ പഠിക്കുന്ന കാലത്ത് വായനയും എഴുത്തും കൂടി. ഇ എം എസ് ഗ്രന്ഥകർത്താവായതും ഇവിടെ പഠിക്കുന്ന കാലത്തുതന്നെ. ആദ്യമെഴുതിയ പുസ്തകം *ജവാഹർലാൽ നെഹ്റു*. 1931 ൽ *ഉണ്ണിനമ്പൂതിരി ഗ്രന്ഥാവലി*യിലെ ആറാം പുസ്തകമായി *ജവാഹർലാൽ നെഹ്റു* പുറത്തുവന്നു. അക്കാലത്ത് രാജ്യമെമ്പാടുമുള്ള യുവാക്കളുടെ ഹരമായിരുന്നു, ലാഹോർ സമ്മേളനത്തിൽ കോൺഗ്രസിന്റെ അധ്യക്ഷനായി തിരഞ്ഞെടുക്കപ്പെട്ട നെഹ്റു. നെഹ്റുവിന്റെ ആരാധകനായിരുന്നു അന്ന് ഇ എം എസ്. പിൽക്കാലത്ത് നെഹ്റു അദ്ദേഹത്തിന്റെ രാഷ്ട്രീയ എതിരാളിയായി. അങ്ങനെ രാഷ്ട്രീയ എതിരാളിയായി മാറിയ നെഹ്റുവിനെ വിലയിരുത്തിക്കൊണ്ട് 58 വർഷത്തിനുശേഷം ഇ എം എസ് ഒരു പുസ്തമെഴുതി – *നെഹ്റു: ഐഡിയോളജി ആന്റ് പ്രാക്ടീസ്.*

രണ്ടരവർഷം കോളേജിൽ ചെലവഴിച്ചപ്പോഴേക്കും ദേശീയ സമര

ത്തിൽ പങ്കെടുക്കണമെന്ന ആഗ്രഹം അടക്കിനിർത്താനാവാതായി. കോളേജിനോട് വിടപറയാൻ തന്നെ തീരുമാനിച്ചു.

ഔപചാരിക വിദ്യാഭ്യാസം തുടങ്ങുന്നതിനുമുമ്പുതന്നെ ഇ എം എസിന് രാഷ്ട്രീയത്തിൽ താൽപ്പര്യം ജനിച്ചു. ആ താൽപ്പര്യം പടിപടിയായി വർധിച്ചു. ദേശീയ രാഷ്ട്രീയത്തിന്റെ ചൂടും ചൂരും നേരിട്ട് മനസിലാക്കിയത് 1927 ൽ. അക്കൊല്ലം ക്രിസ്മസ് അവധിക്കാലത്ത് ഇന്ത്യൻ നാഷണൽ കോൺഗ്രസിന്റെ സമ്മേളനം മദിരാശിയിൽ നടക്കുന്നുണ്ടായിരുന്നു. ആ സമ്മേളനം കാണുകയെന്ന ലക്ഷ്യത്തോടെ മദിരാശിക്കു തിരിച്ചു. അവിടെവെച്ച് കെ പി സി സി നേതാവ് കെ മാധവനാരെ പരിചയപ്പെടാനിടയായി. അതുകൊണ്ട് എ ഐ സി സി സമ്മേളനത്തിൽ പ്രതിനിധിയായിത്തന്നെ പങ്കെടുക്കാൻ അവസരം കിട്ടി. *പൂർണസ്വാതന്ത്ര്യമോ ഡൊമിനിയൻ പദവിയോ* എന്നതിനെച്ചൊല്ലി ചൂടുപിടിച്ച ചർച്ച നടന്ന സമ്മേളനമായിരുന്നു അത്. സമ്മേളനാനുഭവങ്ങളെപ്പറ്റി ഇ എം എസ് എഴുതി:

> ജീവിതത്തിലാദ്യമായി കോൺഗ്രസ് നഗറിലൂടെ ഞാൻ നടന്നു. വിവിധ ഉൽപ്പന്നങ്ങൾ വിൽക്കുന്ന കടകൾ. വൈവിധ്യമാർന്ന വേഷക്കാർ. അതിലേറെ വിചിത്രമായ ഭാഷകൾ. ഇന്ത്യൻ ജനതയുടെ ഒരു പരിഛേദം ആയിരുന്നു അത്. സമ്മേളനത്തിൽ ഉടനീളം ഞാൻ ശ്രോതാവായി പങ്കെടുത്തു. മുഖ്യപ്രഭാഷണത്തിന് അനുകൂലമായും പ്രതികൂലമായും നടന്ന പ്രസംഗങ്ങൾ മുഴുവൻ മനസിലായെന്ന് ഞാൻ അവകാശപ്പെടുന്നില്ല. എന്റെ ഇംഗ്ലീഷ് ഭാഷാപരിജ്ഞാനം ശുഷ്കമായിരുന്നു. വാദങ്ങളുടെ രാഷ്ട്രീയപ്രാധാന്യം ഉൾക്കൊള്ളുവാനുള്ള ബോധനിലവാരം ഞാനൊട്ട് ആർജിച്ചിരുന്നുമില്ല. എന്നാൽ ചർച്ചയുടെ പൊതുധാര എനിക്ക് ഉൾക്കൊള്ളാൻ കഴിഞ്ഞു. മാത്രവുമല്ല, പത്രവായനയിലൂടെ ചിരപരിചിതരായ നേതാക്കളിൽ പലരെയും നേരിൽ കാണാനും എനിക്ക് കഴിഞ്ഞു. ഒരു പൂർണ സ്വാതന്ത്ര്യവാദിയായാണ് ഞാൻ മദിരാശിയിൽനിന്നു തിരിച്ചെത്തിയത്.

ഈ ബോധം 1928 ൽ ജവാഹർലാൽ നെഹ്റുവിന്റെ അധ്യക്ഷതയിൽ പയ്യന്നൂരിൽ നടന്ന രാഷ്ട്രീയ സമ്മേളനത്തിൽ ശക്തിപ്പെട്ടു. നെഹ്റുവിന്റെ പ്രസംഗം വേണ്ടത്ര മനസിലായില്ലെങ്കിലും പ്രതിനിധി സമ്മേളനത്തിൽ നടന്ന പ്രസംഗങ്ങൾ താൽപ്പര്യപൂർവം കേട്ടു.

ഇ എം എസിന്റെ കോളേജ് ജീവിതകാലം തികച്ചും പ്രക്ഷുബ്ധമായിരുന്നു. രാഷ്ട്രീയരംഗത്തും സാമൂഹ്യപരിഷ്കരണ രംഗത്തും സാംസ്കാരികരംഗത്തും വലിയ ഇളകിമറിയലുകൾ, സൈമൺ കമ്മീഷൻ ബഹിഷ്കരണം, ഉപ്പുസത്യഗ്രഹം — ഇങ്ങനെ എന്തെല്ലാം സംഭവങ്ങൾ! ഇതൊക്കെ ഇ എം എസിനെയും സ്വാധീനിച്ചു. അവസാനം ദൃഢമായ ഒരു തീരുമാനമെടുത്തു - വിദ്യാഭ്യാസം മതിയാക്കി ദേശീയ

പ്രസ്ഥാനത്തിൽ മുഴുവൻ സമയ പ്രവർത്തകനായി പങ്കെടുക്കുക. അങ്ങനെ 1932 ജനുവരി 4 ന് സെന്റ് തോമസ് കോളേജിനോട് എന്നന്നേക്കുമായി വിടപറഞ്ഞു. സത്യഗ്രഹസമരത്തിൽ പങ്കെടുക്കാൻ നേരെ കോഴിക്കോട്ടേക്കു പോയി. 1932 ജനുവരി 17 ന് നിയമലംഘനം നടത്തി അറസ്റ്റ് വരിച്ചു. മൂന്നു ദിവസം പൊലീസ് ലോക്കപ്പിൽ. അവിടെനിന്ന് കോഴിക്കോട് സബ്ജയിലിലേക്ക്. സബ്ജയിലിൽ എത്തിയപ്പോൾ അദ്ദേഹത്തെ സ്വീകരിക്കാൻ പുഞ്ചിരിയോടെ ഒരാൾ കാത്തുനിൽക്കുന്നുണ്ടായിരുന്നു – പി കൃഷ്ണപിള്ള. ഇ എം എസിന്റെയും കൃഷ്ണപിള്ളയുടെയും ആദ്യ സമാഗമം. ആ കൂടിക്കാഴ്ച അധികസമയം നീണ്ടുനിന്നില്ലെങ്കിലും കൃഷ്ണപിള്ളയുടെ മരണം വരെ നീണ്ടുനിന്ന അസാധാരണമായ ഒരു ബന്ധത്തിന്റെ തുടക്കമായിരുന്നു അത്. കോടതിയിൽനിന്ന് മൂന്നുവർഷത്തെ തടവുശിക്ഷ കിട്ടിയ ഇ എം എസിനെ കോഴിക്കോട് സബ്ജയിലിൽനിന്ന് കണ്ണൂർ സെൻട്രൽ ജയിലിലേക്കും അവിടെനിന്ന് വെല്ലൂർ ജയിലിലേക്കും മാറ്റി. ഈ ജയിലുകളിൽവെച്ച് ഇ എം എസിന്റെ രാഷ്ട്രീയബന്ധം വിപുലമായി. ബംഗാളിലെയും പഞ്ചാബിലെയും ദേശീയ വിപ്ലവകാരികളുമായും കോൺഗ്രസ് നേതാക്കളുമായും പരിചയപ്പെട്ടു. കണ്ണൂർ സെൻട്രൽ ജയിലിൽ എ കെ ജിയെ കണ്ടുമുട്ടി. ആ ജയിൽ അനുഭവത്തെക്കുറിച്ച് ഇ എം എസ് എഴുതി.

> ലാഹോർ ഗൂഢാലോചനക്കേസിലെ പ്രതികളായിരുന്ന ഭഗത്സിങ്ങിന്റെയും സഖാക്കളുടെയും എന്നപോലെ മീറത് കേസിൽ പ്രതികളായിരുന്ന കമ്യൂണിസ്റ്റുകാരുടെയും ആശയങ്ങൾ വ്യക്തമായി മനസിലാക്കാൻ കഴിഞ്ഞിരുന്നില്ലെങ്കിലും അവയിലേക്ക് ഞാൻ ആകർഷിക്കപ്പെട്ടു. എന്റെ വ്യക്തിപരമായ വളർച്ചയിൽ അതിപ്രധാനമായ ഒരു ഘട്ടമായിരുന്നു അത്. (*തിരിഞ്ഞുനോക്കുമ്പോൾ*).

ഗാന്ധിജി നിയമലംഘന പ്രസ്ഥാനം നിർത്തിവെച്ചപ്പോൾ രാജ്യത്തെ യുവാക്കൾ ആകെ നിരാശരായി. ഗാന്ധിയൻ ആശയങ്ങളിലും സമരരൂപങ്ങളിലും അവർക്കുള്ള വിശ്വാസം നഷ്ടപ്പെട്ടു തുടങ്ങി. ആ സമയത്താണ് ഒന്നാം പഞ്ചവത്സരപദ്ധതിയിലൂടെ സോവിയറ്റ് യൂണിയൻ ഒരു മുന്നേറ്റം നടത്തിയത്. ഇത് ഇ എം എസിനെപ്പോലുള്ള യുവാക്കളെ ആകർഷിച്ചു. ജയിലിലെ ബന്ധങ്ങളും പരന്ന വായനയും അതിനകം കോൺഗ്രസിലെ ഇടതുപക്ഷത്തേക്കു നീങ്ങിയ ഇ എം എസിന് കോൺഗ്രസ് സോഷ്യലിസ്റ്റ് പാർട്ടി രൂപവൽക്കരണത്തിന് പിന്തുണ നൽകാൻ പ്രയാസമുണ്ടായില്ല. 1934 ൽ രൂപംകൊണ്ട കോൺഗ്രസ് സോഷ്യലിസ്റ്റ് പാർട്ടിയുടെ അഖിലേന്ത്യാ ജോയിന്റ് സെക്രട്ടറിമാരിൽ ഒരാളായി ഇ എം എസ് തിരഞ്ഞെടുക്കപ്പെട്ടു. തുടർന്ന് സോഷ്യലിസ്റ്റാശയം വ്യാപകമായി പ്രചരിപ്പിക്കുന്നതിലേർപ്പെട്ടു. ഈ ലക്ഷ്യത്തോടെ 1935 ൽ *പ്രഭാതം* തുടങ്ങി. അതിന്റെ പത്രാധിപർ ഇ എം എസ്.

കോൺഗ്രസ് സോഷ്യലിസ്റ്റ് പാർട്ടിയുടെ നേതൃത്വം ഏറ്റെടുത്തെ

1957 ലെ കേരള മന്ത്രിസഭ

ങ്കിലും കോൺഗ്രസുമായുള്ള ബന്ധം തുടർന്നു. 1934 സപ്തംബർ 9 ന് കെ പി സി സി സെക്രട്ടറിമാരിൽ ഒരാളായി തിരഞ്ഞെടുക്കപ്പെട്ടു. മറ്റൊരു സെക്രട്ടറി സി കെ ഗോവിന്ദൻ നായർ. പുതുതായി തിരഞ്ഞെടുക്കപ്പെട്ട പി സി സി അംഗങ്ങളിൽ ഭൂരിപക്ഷവും ഇടതുപക്ഷ-സോഷ്യലിസ്റ്റ് വീക്ഷണക്കാരായിരുന്നു.

കോൺഗ്രസ് സോഷ്യലിസ്റ്റ് പാർട്ടി യോഗങ്ങളിൽ പങ്കെടുക്കാൻ ഇ എം എസ് ഇടയ്ക്കിടെ കേരളത്തിന് പുറത്തേക്കു പോകും. അപ്പോൾ സി എസ് പിക്കകത്തെ കമ്യൂണിസ്റ്റുകാരുമായി പരിചയപ്പെടാനും സംസാരിക്കാനും ഇടയായി. 1935 ഒക്ടോബറിൽ മദിരാശിയിൽവെച്ച് ഇ എം എസും കൃഷ്ണപിള്ളയും സുന്ദരയ്യ എന്ന കമ്യൂണിസ്റ്റ് നേതാവുമായി ദീർഘനേരം ആശയവിനിമയം നടത്തി. തുടർന്ന് സുന്ദരയ്യ കേരള സന്ദർശനം നടത്തി. നിരവധി കോൺഗ്രസ് സോഷ്യലിസ്റ്റുകാരുമായി സംസാരിച്ചു. അധികം കഴിയുന്നതിനുമുമ്പ് അദ്ദേഹം ഇന്ത്യൻ കമ്യൂണിസ്റ്റ് പാർട്ടിയുടെ മറ്റൊരു കേന്ദ്രകമ്മിറ്റി അംഗമായ എസ് വി ഘാട്ടെയോടൊപ്പം പുളിങ്കാവിലുള്ള ഇ എം എസിന്റെ വീട്ടിൽ ചെന്ന് അദ്ദേഹവുമായി സംസാരിച്ചു. ഇ എം എസിന് സി പി ഐയിൽ അംഗത്വം കൊടുത്തുകൊണ്ടാണ് അവർ മടങ്ങിയത്. അങ്ങനെ 1936 ൽ ഇ എം എസ് ഇന്ത്യൻ കമ്യൂണിസ്റ്റ് പാർട്ടിയിൽ അംഗമായി. ഒരുവർഷം കൂടി കഴിഞ്ഞതിനുശേഷമാണ് കേരളത്തിൽ ആദ്യത്തെ കമ്യൂണിസ്റ്റ് ഗ്രൂപ്പ് രൂപംകൊണ്ടത്. ഇതു സംബന്ധിച്ച യോഗത്തിൽ നാലുപേർ പങ്കെടുത്തു — പി കൃഷ്ണപിള്ള, ഇ എം എസ്, കെ ദാമോദരൻ, എൻ സി ശേഖർ. അവർ കോൺഗ്രസ് സോഷ്യലിസ്റ്റുകാർക്കിടയിൽ കമ്യൂണിസ്റ്റ് ആശയഗതി പ്രചരിപ്പിച്ചു.

രണ്ടാം ലോകമഹായുദ്ധം ആരംഭിച്ച് അധികം കഴിയുന്നതിനുമുമ്പ്, 1939 ഡിസംബറിൽ, കേരളത്തിലെ കോൺഗ്രസ് സോഷ്യലിസ്റ്റ് പാർട്ടിയുടെ ഒരു സമ്മേളനം പിണറായിയിൽ. അധ്യക്ഷൻ: കെ പി ഗോപാലൻ. എൺപതോളം പേർ പങ്കെടുത്ത ആ സമ്മേളനം കേരളത്തിലെ

കോൺഗ്രസ് സോഷ്യലിസ്റ്റ് പാർട്ടിയെ ഒന്നടങ്കം ഇന്ത്യൻ കമ്യൂണിസ്റ്റ് പാർട്ടിയിൽ ലയിപ്പിക്കാൻ തീരുമാനിച്ചു. കോൺഗ്രസ് സോഷ്യലിസ്റ്റ് പാർട്ടിയിൽ പ്രവർത്തിക്കുമ്പോഴും കമ്യൂണിസ്റ്റായി മാറിയതിനുശേഷവും ഇ എം എസ് കെ പി സി സി നേതാവായി തുടർന്നു. 1937–38 ൽ കെ പി സി സിയുടെ ഓർഗനൈസിങ് സെക്രട്ടറിയായും 1938–40 കാലത്ത് രണ്ടു തവണ കെ പി സി സി സെക്രട്ടറിയായും പ്രവർത്തിച്ചു.

കെ പി സി സി സെക്രട്ടറിയായിരിക്കെ പൊന്നാനിയിൽ നടന്ന ഒരു ഉപതിരഞ്ഞെടുപ്പിൽ മദിരാശി നിയമസഭയിലേക്ക് എതിരില്ലാതെ തിരഞ്ഞെടുക്കപ്പെട്ടു. വളരെ ചുരുങ്ങിയ കാലം മാത്രമേ എം എൽ എ ആയിരിക്കാൻ കഴിഞ്ഞുള്ളൂ. 1939 ഫെബ്രുവരിയിൽ തിരഞ്ഞെടുക്കപ്പെട്ട ശേഷം ബജറ്റ് സമ്മേളനത്തിലും വർഷകാല സമ്മേളനത്തിലും പങ്കെടുത്തു. ഒക്ടോബറിൽ നിയമസഭ ഒരുദിവസത്തേക്കു മാത്രമേ സമ്മേളിച്ചുള്ളൂ. യുദ്ധത്തിൽ ഇന്ത്യയെ വലിച്ചിഴച്ചതിൽ പ്രതിഷേധിച്ച് മുഖ്യമന്ത്രി രാജഗോപാലാചാരി ഒരു പ്രമേയമവതരിപ്പിച്ച് പാസാക്കുകയും തന്റെ ഗവൺമെന്റിന്റെ രാജി സമർപ്പിക്കുകയും ചെയ്തു.

എം എൽ എ എന്ന നിലയിൽ നിയമസഭയിൽ ഇ എം എസ് ഒറ്റ പ്രസംഗം പോലും നടത്തിയില്ല. എങ്കിലും എം എൽ എ ആയിരുന്ന ഹ്രസ്വകാലയളവിനുള്ളിൽ അദ്ദേഹം ശ്രദ്ധേയമായ ഒരു സംഭാവന നൽകി. മലബാറിലെ കുടിയായ്മ നിയമത്തെപ്പറ്റി അന്വേഷിക്കാൻ നിയമസഭ നിയോഗിച്ച കുടിയായ്മ അന്വേഷണകമ്മിറ്റിയിൽ ഒരംഗമായി. അന്വേഷണ കമ്മിറ്റി 1940 ൽ അതിന്റെ റിപ്പോർട്ട് സമർപ്പിച്ചു. അപ്പോൾ ഇ എം എസ് ഒളിവിലായിരുന്നു. ജന്മിമാർക്ക് അനുകൂലമായി കമ്മിറ്റിയിലെ ഭൂരിപക്ഷം അംഗങ്ങൾ സമവായമുണ്ടാക്കിയപ്പോൾ ഇ എം എസ് ഒരു ഭിന്നാഭിപ്രായക്കുറിപ്പ് അയച്ചുകൊടുത്തു. കർഷകപ്രസ്ഥാനത്തിന്റെ കേന്ദ്ര മുദ്രാവാക്യത്തിന് സൈദ്ധാന്തിക അടിത്തറ പാകിയ ആ ഭിന്നാഭിപ്രായക്കുറിപ്പ് പിൽക്കാലത്ത് കേരള നിയമസഭ പാസാക്കിയ കാർഷിക ബന്ധനിയമത്തിനു വഴി കാട്ടിയായി. മാത്രമല്ല, ആ ഭിന്നാഭിപ്രായത്തെക്കുറിപ്പ് കേരളത്തിന്റെ സാമൂഹിക–സാമ്പത്തിക പരിതഃസ്ഥിതിയെക്കുറിച്ച് താൻ ആരംഭിച്ച പഠനത്തിന്റെ തുടക്ക ബിന്ദുവായിത്തീർന്നെന്ന് വർഷങ്ങൾക്കുശേഷം ഇ എം എസ് എഴുതുകയുണ്ടായി.

1940 ൽ ഇ എം എസ് ഒളിവിൽ പോയി. ഏതാനും ദിവസം വയനാട്ടിലും പിന്നീട് പലയിടങ്ങളിലും ഒളിച്ചു താമസിച്ചു. അവസാനം 1940 ഒക്ടോബർ 29 ന് പുതിയ താവളത്തിലെത്തി — കണ്ണൂരിലെ ചെറുമാവിലായിയിൽ നള്ളക്കണ്ടി പൊക്കൻ എന്ന ചെത്തുതൊഴിലാളിയുടെ വീട്. അവിടന്നങ്ങോട്ട് ഒന്നരവർഷം അതുതന്നെയായി താവളം. ഒളിവിൽ കഴിഞ്ഞ കാലത്തെ അനുഭവങ്ങളെപ്പറ്റി ഇ എം എസ് എഴുതി:

> മഹാത്മാഗാന്ധി ദരിദ്ര നാരായണനെന്ന് വിശേഷിപ്പിച്ചവരുടെ ജീവിതവുമായി ഞാൻ ആദ്യമായി പരിചയപ്പെടുകയായിരുന്നു. ഇന്നു നാം സർവസാധാരണമായി പ്രയോഗിക്കാറുള്ള വർഗ വിശകലന

മാനദണ്ഡം ഉപയോഗിച്ചാൽ എന്റെ ആതിഥേയർ അർധ തൊഴിലാളികളായ ഗ്രാമീണ ദരിദ്രരായിരുന്നു. കള്ളുചെത്ത് തൊഴിലാളിയായ ഒരു കുടുംബം. അവിടന്നങ്ങോട്ട് ആറുമാസത്തോളം കാലം എന്റെ താവളം മാറിക്കൊണ്ടേയിരുന്നു. അവരുടെ ഭക്ഷണത്തിൽ പങ്കുപറ്റി. അവരാൽ പരിരക്ഷിക്കപ്പെട്ട്, വിശ്വസ്തരായ സഖാക്കളാൽ ഒരിടത്തുനിന്ന് മറ്റൊരിടത്തേക്ക് കൊണ്ടുപോകപ്പെട്ട് ഞാൻ ജീവിച്ചു. മലബാറിലെ ആ പ്രദേശത്തെ ദരിദ്ര–ഇടത്തരം ജനങ്ങളുടെ ജീവിതവുമായി ഞാൻ അടുത്തിടപഴകി. സവർണ പ്രഭുകുടുംബാംഗമായ എന്നെ കേരളത്തിലെ തൊഴിലാളിവർഗം വളർത്തുമകനായി അംഗീകരിക്കുന്നതിനുമുമ്പുള്ള പരിശീലനകാലമായിരുന്നു അത്.

1940 ൽ കേരളത്തിലെ പാർട്ടിയുടെ പ്രധാന സംഘാടകൻ പി കൃഷ്ണപിള്ള ആകസ്മികമായി അറസ്റ്റിലായി. അതോടെ പാർട്ടി സെക്രട്ടറിയുടെ ഉത്തരവാദിത്തം ഇ എം എസിന്റെ ചുമതലയായി. 1940 ഡിസംബർ മുതൽ 1942 മെയ് വരെ ഇ എം എസ് ആ ചുമതല നിറവേറ്റി. ഇതിനിടയിൽ ഇ എം എസിനെതിരെ ഒരു അറസ്റ്റുവാറണ്ട്. രക്തസാക്ഷി ജതീൻദാസിന്റെ ജീവചരിത്രത്തിന് ആമുഖമെഴുതി എന്നതായിരുന്നു കുറ്റം. ഇ എം എസ് ഒളിവിലാകയാൽ പിടിച്ചുകൊടുക്കുന്നവർക്ക് ഗവൺമെന്റ് 10,000 രൂപ ഇനാം പ്രഖ്യാപിച്ചു. ആതിഥേയർ തങ്ങളുടെ

തിരുവനന്തപുരത്ത് കർഷകസംഘത്തിന്റെ സമ്മേളനത്തോടനുബന്ധിച്ച് നടന്ന പ്രകടനത്തിന് എ കെ ജിയും ഇ എം എസും നേതൃത്വം നൽകുന്നു

അതിഥി ആരാണെന്ന് തിരിച്ചറിഞ്ഞെങ്കിലും അദ്ദേഹത്തെ വഞ്ചിച്ചില്ല എന്നല്ല, കണ്ണിലെ കൃഷ്ണമണി പോലെ കാത്തുസൂക്ഷിച്ചു.

ചെറുമാവിലായിയിൽ ഒളിവിൽ കഴിയവെയാണ് മാർക്സിസ്റ്റ് സാഹിത്യം ഗൗരവപൂർവം പഠിക്കാൻ തുടങ്ങിയത്. അതോടെ ധാരാളം എഴുതാനും തുടങ്ങി. കൃത്യമായി പാർട്ടി കത്ത് പുറത്തിറക്കി. *സി പി എസ് യു (ബി) ചരിത്ര*ത്തിന്റെ ആദ്യത്തെ കുറെ അധ്യായങ്ങൾ ഒരു ഹാൻഡ് പ്രസിൽ അച്ചടിച്ച് പ്രസിദ്ധീകരിച്ചു. ഗവൺമെന്റ് 1942 ൽ ഇന്ത്യൻ കമ്യൂണിസ്റ്റ് പാർട്ടിയുടെമേലുള്ള നിരോധനം നീക്കിയപ്പോൾ പുറത്തുവന്നു. അധികം കഴിയുന്നതിനുമുമ്പ് പാർട്ടിയുടെ ഒന്നാം കോൺഗ്രസ് ബോംബെയിൽ. അതിൽ പങ്കെടുത്തു. കോൺഗ്രസ് കേന്ദ്രകമ്മിറ്റിയിലേക്ക് തിരഞ്ഞെടുത്തു. താമസിയാതെ പാർട്ടിയുടെ കേന്ദ്ര ആസ്ഥാനത്ത് പ്രവർത്തിക്കാൻ നിയോഗിക്കപ്പെട്ടു.

ബോംബെയിൽ കേന്ദ്ര ആസ്ഥാനത്ത് പ്രവർത്തിക്കുമ്പോൾ കേരളത്തിലെ കർഷക പ്രസ്ഥാനത്തെക്കുറിച്ച് ഗൗരവതരമായ പഠനം നടത്തി. അതിന്റെ ഫലമാണ് *A short history of the peasant Movement in Kerala* എന്ന പുസ്തകം. 1943 ൽ ഇംഗ്ലീഷിലാണ് അതെഴുതിയത്. 1946 ൽ ഇ എം എസ് വളരെ പ്രസിദ്ധമായ ഒരു ലഘുഗ്രന്ഥമെഴുതി – *ഒന്നേകാൽ കോടി മലയാളികൾ.* 1946 ൽ മദിരാശി നിയമസഭയിലേക്ക് നടന്ന തിരഞ്ഞെടുപ്പ് കാലത്ത് അതിനു വ്യാപകമായ പ്രചാരം നൽകി. ഐക്യകേരളം എന്ന മുദ്രാവാക്യം അതിൽ മുമ്പോട്ടുവെച്ചിരുന്നു.

1947 ൽ ഇന്ത്യക്കു രാഷ്ട്രീയ സ്വാതന്ത്ര്യം കിട്ടി. ദേശീയ പ്രസ്ഥാനത്തിനു നേതൃത്വം നൽകിയ കോൺഗ്രസ് അധികാരത്തിൽ വന്നു. പുതിയ ഗവൺമെന്റിനെ വിലയിരുത്തുന്നതിൽ കമ്യൂണിസ്റ്റ് പാർട്ടിക്കകത്ത് അഭിപ്രായവ്യത്യാസം. അതിന്റെ പശ്ചാത്തലത്തിൽ 1948 ൽ പാർട്ടിയുടെ രണ്ടാം കോൺഗ്രസ് കൽക്കത്തയിൽ. അതിനെത്തുടർന്ന് രാജ്യത്തെ വിവിധ പ്രവിശ്യകളിൽ കമ്യൂണിസ്റ്റ് പാർട്ടിയെയും അതിന്റെ കീഴിലുള്ള ബഹുജനസംഘടനകളെയും ഗവൺമെന്റ് നിരോധിച്ചു. പാർട്ടിയെ വേട്ടയാടാൻ തുടങ്ങി. പാർട്ടിക്കെതിരെ കടുത്ത അടിച്ചമർത്തലുകൾ. ഇ എം എസ് ഒളിവിൽ പോയി. പാർട്ടി അതിന്റെ നയത്തിൽ മാറ്റം വരുത്തുകയും ഒന്നാം പൊതുതിരഞ്ഞെടുപ്പിൽ പങ്കെടുക്കാൻ തീരുമാനിക്കുകയും ചെയ്തതിനെത്തുടർന്ന് ഗവൺമെന്റ് പാർട്ടിയുടെ മേലുള്ള നിരോധനം പിൻവലിച്ചു. എങ്കിലും 1952 ൽ കോഴിക്കോട് നിയോജകമണ്ഡലത്തിൽനിന്ന് മദിരാശി നിയമസഭയിലേക്ക് മത്സരിക്കുമ്പോൾ ഇ എം എസ് ഒളിവിലായിരുന്നു. അദ്ദേഹത്തിനെതിരെയുള്ള അറസ്റ്റ് വാറണ്ട് അപ്പോഴും പിൻവലിച്ചിരുന്നില്ല. തിരഞ്ഞെടുപ്പിൽ പരാജയപ്പെട്ടു. അതിനുശേഷം പാർട്ടി സെന്ററിൽ പ്രവർത്തിക്കാൻ നിർദേശം കിട്ടി. അപ്പോഴേക്കും പാർട്ടി കേന്ദ്രം ദില്ലിയിലേക്കു മാറ്റിയിരുന്നു. 1953 അവസാനം മുതൽ 1956 അവസാനംവരെ ദില്ലിയിൽ പ്രവർത്തിച്ചു. അക്കാലത്തെക്കുറിച്ച് ഇ എം എസ് എഴുതി.

> ദൽഹിവാസവും പ്രവർത്തനവും എന്റെ രാഷ്ട്രീയ-ബൗദ്ധിക ചക്രവാളത്തെ മുമ്പൊന്നുമില്ലാത്തത്ര വിപുലമായി വികസിപ്പിച്ചു. വിദേശ സഖാക്കളുമായി ആശയവിനിമയം നടത്താൻ കിട്ടിയ ഈ അവസരം സാർവദേശീയ പ്രസ്ഥാനത്തിലെ പ്രശ്നങ്ങൾ പഠിക്കാനും മാറിമാറിവരുന്ന ലോക പരിതഃസ്ഥിതിയിൽ ഓരോ രാജ്യത്തിന്റെയും വ്യത്യസ്തമായ ചരിത്രപശ്ചാത്തലത്തിൽ മാർക്സിസം-ലെനിനിസം എങ്ങനെ പ്രയോഗിക്കണമെന്ന് പഠിക്കാനും എനിക്ക് കഴിഞ്ഞു. അതുപോലെതന്നെ ഇന്ത്യയുടെ ആസൂത്രണ പ്രക്രിയയിൽ ഭാഗഭാക്കായവർ ഉൾപ്പെടെയുള്ള പല പണ്ഡിത ഭരണകർത്താക്കളുമായുള്ള ആശയവിനിമയവും എന്നെ അളവറ്റതോതിൽ സഹായിച്ചു. അവരിൽ പലരുടെയും നിഗമനങ്ങളെയും ചിന്താരീതിയെയും ഞാൻ തള്ളിക്കളഞ്ഞുവെന്നത് മറ്റൊരു കാര്യം. ചില ബഹുജന-കലാസാംസ്കാരിക മേഖലകളിലെ (വിശേഷിച്ച് കിസാൻസഭ, മഹിള, സാഹിത്യം) പ്രവർത്തകർക്ക് മാർഗനിർദേശം നൽകുന്ന പ്രവർത്തനമാകട്ടെ അവർക്കൊപ്പം എനിക്കും ഗുണകരമായി. ഈ പ്രവർത്തനങ്ങളിൽ നിന്നെല്ലാം ആർജിച്ച അനുഭവങ്ങളെ ആസ്പദമാക്കിയാണ് *ന്യൂ ഏജ്* വാരികയ്ക്കും മാസികയ്ക്കും വേണ്ട ലേഖനങ്ങളും ലഘുലേഖകളും ഞാൻ തയാറാക്കിയത്. (*ഒരു ഇന്ത്യൻ കമ്യൂണിസ്റ്റിന്റെ ഓർമക്കുറിപ്പുകൾ*)

1956 അവസാനം ഇ എം എസ് കേരളത്തിലേക്കു മടങ്ങി. അപ്പോഴേക്ക് സംസ്ഥാന പുനഃസംഘടനയെത്തുടർന്ന് തന്റെകൂടി ചിരകാല ആഗ്രഹമായ ഐക്യകേരളം നിലവിൽ വന്നു. കേരള നിയമസഭയിലേക്കു നടന്ന ആദ്യതിരഞ്ഞെടുപ്പിൽ പ്രചാരണം നടത്താനും മത്സരിക്കാനുമാണ് ഇ എം എസ് കേരളത്തിലെത്തിയത്. തിരഞ്ഞെടുപ്പിനെത്തുടർന്ന് കമ്യൂണിസ്റ്റ് മന്ത്രിസഭ അധികാരത്തിലെത്തി. ഇ എം എസ് മുഖ്യമന്ത്രിയായി. കേരളത്തിന്റെ മുഖച്ഛായ മാറ്റിത്തീർക്കാൻ സഹായിക്കുന്ന ഒട്ടേറെ നടപടികൾക്ക് ആ ഗവൺമെന്റ് തുടക്കം കുറിച്ചു. കാർഷിക പരിഷ്കരണ നിയമം പാസാക്കി. അധ്യാപകരെയും അധ്യാപകേതര ജീവനക്കാരെയും ചൂഷണവിമുക്തമാക്കിയ വിദ്യാഭ്യാസബില്ല് കൊണ്ടുവന്നു. ഈ രണ്ടു നിയമനിർമാണങ്ങളും കേരളത്തിന്റെ സാമൂഹ്യപുരോഗതിക്ക് അടിത്തറയായി. തൊഴിൽ പ്രശ്നങ്ങളിൽ പൊലീസ് ഇടപെടുകയില്ലെന്ന പുതിയൊരു പൊലീസ് നയം പ്രഖ്യാപിച്ചു. ഇവയൊന്നും പ്രതിലോമശക്തികൾക്ക് ഇഷ്ടപ്പെടുന്ന നടപടികളായിരുന്നില്ല. അവർ ഗവൺമെന്റിനെതിരെ പടയ്ക്കൊരുങ്ങി. 'വിമോചനസമരം' ആരംഭിച്ചു. അതിന്റെ മറപിടിച്ച് കേന്ദ്രം ഭരണഘടനയെ പിച്ചിച്ചീന്തിക്കൊണ്ട്, 356-ാം വകുപ്പ് ഉപയോഗിച്ച് കേരളഗവൺമെന്റിനെ പിരിച്ചുവിട്ടു. തുടർന്ന് രാജ്യത്തിന്റെ പ്രമുഖ കേന്ദ്രങ്ങളിൽ പര്യടനം നടത്തിയ ഇ എം എസിന് വീരോചിതമായ സ്വീകരണമാണ് കിട്ടിയത്. ജനാധിപത്യവിരുദ്ധമായ കേന്ദ്രനടപടിക്കെതിരായ പ്രതിഷേധമാണ് അതിലൂടെ പ്രകടിപ്പിക്കപ്പെട്ടത്.

അതിനുമുമ്പ് ഇന്ത്യൻ കമ്യൂണിസ്റ്റ് പ്രസ്ഥാനത്തിനകത്ത് അഭിപ്രായ വ്യത്യാസം തലപൊക്കിയിരുന്നു. ഈ അഭിപ്രായവ്യത്യാസം 1956 ൽ നടന്ന പാലക്കാട് കോൺഗ്രസിൽ പ്രകടമായി. വർഗ സഹകരണത്തിനുവേണ്ടി വാദിക്കുന്ന പ്രമേയം തള്ളപ്പെട്ടു പോയെങ്കിലും കോൺഗ്രസിൽ പങ്കെടുത്ത പ്രതിനിധികളിൽ മൂന്നിലൊന്നിന്റെ പിന്തുണ അതിനുകിട്ടി. കേരളത്തിൽ കമ്യൂണിസ്റ്റ് മന്ത്രിസഭയുടെ അധികാരാരോഹണം വർഗസഹകരണവാദികൾ ഒരു ആയുധമാക്കി. തിരഞ്ഞെടുപ്പിൽ കമ്യൂണിസ്റ്റ് പാർട്ടിക്കുണ്ടായ വിജയം സമാധാനപരമായ മാർഗത്തിലൂടെ അധികാരത്തിൽ വരാൻ കഴിയുന്ന ഒരു കേരളമാർഗം തുറന്നിട്ടിരിക്കുകയാണെന്ന് അവർ അഭിപ്രായപ്പെട്ടു. ആ വാദഗതിയെ ഇ എം എസ് തന്നെ നിരാകരിച്ചു. പരിമിതമായ പരിഷ്കാരങ്ങളെപ്പോലും ഭരണവർഗങ്ങളും അവരുടെ പ്രതിനിധികളും ചെറുക്കുകയാണെന്ന് ഇ എം എസ് ചൂണ്ടിക്കാട്ടി. 1957–59 ലെ അനുഭവത്തിന്റെ അർഥം 'പാർലമെന്ററി സമരത്തിലൂടെ സംസ്ഥാനങ്ങൾ ഒന്നൊന്നായും അവസാനം കേന്ദ്രഭരണം തന്നെയും തൊഴിലാളിവർഗത്തിന്റെ കൈപ്പിടിയിലൊതുക്കുക'യെന്ന് അല്ലെന്ന് ഇ എം എസ് വ്യക്തമാക്കി. മറിച്ച് കേരളത്തിന്റെ പരീക്ഷണത്തിൽനിന്ന് എന്തെങ്കിലും പാഠം നൽകാനുണ്ടെങ്കിൽ അത് ഇതാണ്. ഭൂരിപക്ഷം കിട്ടി ഗവൺമെന്റ് രൂപവൽക്കരിക്കുന്നത് അടക്കമുള്ള, പാർലമെന്ററി വേദിയിലെ സമരമെല്ലാം വർഗസമരത്തിന്റെ ഒരു പ്രത്യേകരൂപം മാത്രമാണ്. പാർലമെന്റേതര സമരമാർഗങ്ങളുമായി പാർലമെന്ററി സമരത്തെ കൂട്ടിയിണക്കവേതന്നെ രണ്ടാമത്തേത് എപ്പോഴും ആദ്യത്തേതിന് കീഴ്പ്പെട്ടിരിക്കണം.

കമ്യൂണിസ്റ്റ് ഗവൺമെന്റിനെ പിരിച്ചുവിട്ടതിനുശേഷം 1960 ൽ കേരള നിയമസഭയിലേക്ക് തിരഞ്ഞെടുപ്പ് നടന്നു. അതിൽ കമ്യൂണിസ്റ്റ് പാർട്ടിയുടെ വോട്ട് ഗണ്യമായി ഉയർന്നെങ്കിലും ഭരിക്കാനുള്ള ഭൂരിപക്ഷം കിട്ടിയില്ല. കോൺഗ്രസ്–ലീഗ്–പി എസ് പി കൂട്ടുകെട്ട് അധികാരത്തിൽ വന്നു. ഇ എം എസ് പ്രതിപക്ഷനേതാവായി.

തുടർന്നുള്ള ഏതാനും വർഷങ്ങൾ അദ്ദേഹം കടുത്ത ഉൾപ്പാർട്ടി സമരത്തിലേർപ്പെട്ടു. 1962 ൽ അജയ്ഘോഷ് അന്തരിച്ചതിനെത്തുടർന്ന് ഇ എം എസ് പാർട്ടി ജനറൽ സെക്രട്ടറിയായി തിരഞ്ഞെടുക്കപ്പെട്ടു. ദേശീയ–സാർവദേശീയ പ്രശ്നങ്ങളെച്ചൊല്ലി പാർട്ടി നേതൃത്വത്തിലുണ്ടായ അഭിപ്രായവ്യത്യാസം അതിന്റെ മൂർധന്യത്തിലേക്ക് നീങ്ങി. ഇന്ത്യ–ചൈന അതിർത്തി സംഘട്ടനം അഭിപ്രായവ്യത്യാസം ത്വരിതപ്പെടുത്തി. സി പി ഐക്കകത്തെ ഇടതുപക്ഷക്കാർ ചൈനചാരന്മാരായി മുദ്രകുത്തപ്പെട്ടു. 1962 ൽ അവരെല്ലാം അറസ്റ്റിലായി. ഇ എം എസ് അറസ്റ്റിലായെങ്കിലും ഒരാഴ്ചയ്ക്കകം മോചിപ്പിക്കപ്പെട്ടു. തന്റെ ഓർമക്കുറിപ്പുകളിൽ ഇ എം എസ് എഴുതി:

> അധികാരികൾ വിശദമായ അന്വേഷണം നടത്തിയപ്പോൾ എന്നെ അറസ്റ്റു ചെയ്തത് തെറ്റായെന്ന് മനസിലായതുകൊണ്ടല്ല ഞാൻ

> വിട്ടയയ്ക്കപ്പെട്ടത്. ലളിതമായ മറ്റൊരു കാരണത്താലായിരുന്നു അത്. പാർട്ടിയുടെ ചൈനവിരുദ്ധ-ഗവൺമെന്റ് അനുകൂല നിലപാട് വിദേശസഖാക്കൾക്ക് വിശദീകരിച്ചുകൊടുക്കാനായി ഡാങ്കെക്ക് പുറത്തുപോകേണ്ടിയിരുന്നു. ഗവൺമെന്റിനും അതിൽ താൽപ്പര്യമുണ്ടായിരുന്നു. അദ്ദേഹത്തിനുവേണ്ട സഹായസഹകരണങ്ങളെല്ലാം നൽകാൻ അവർ തീരുമാനിച്ചു. എന്നാൽ അദ്ദേഹം ചോദിച്ചു: "എന്റെ ജനറൽ സെക്രട്ടറി തടവിലാകുമ്പോൾ ഞാൻ എങ്ങനെ പോകും?" അങ്ങനെ അദ്ദേഹത്തിന്റെ ഡമ്മി ജനറൽ സെക്രട്ടറിയായി പ്രവർത്തിക്കാൻ - ഒരു പി ബി യോഗത്തിൽ എന്നെ അദ്ദേഹം വിശേഷിപ്പിച്ചത് അങ്ങനെയാണ് - വേണ്ടി എന്നെ വിട്ടയച്ചു.

ആശയരംഗത്തെ അഭിപ്രായവ്യത്യാസം സംഘടനാരംഗത്തും തികച്ചും പ്രതിഫലിച്ചു. പാർട്ടി നേതൃത്വം കൈപ്പിടിയിലൊതുക്കാൻ എന്തു മാർഗം അവലംബിക്കുന്നതിനും ഡാങ്കെയുടെ നേതൃത്വത്തിലുള്ള വലതുപക്ഷക്കാർ മടിച്ചില്ല. ഇടതുപക്ഷത്തെ സംബന്ധിച്ചിടത്തോളം ഒരു തരത്തിലും വലതുപക്ഷവുമായി പൊരുത്തപ്പെടാനാവാത്ത സ്ഥിതിയായി. ഈ സാഹചര്യത്തിലാണ് പാർട്ടിയുടെ നാഷണൽ കൗൺസിലിൽനിന്ന് 32 പേർ ഇറങ്ങിപ്പോക്ക് നടത്തിയത്. അതിൽ ഒരാൾ ഇ എം എസ്. ഇറങ്ങിപ്പോന്നവർ തെനാലിയിൽ കൺവൻഷൻ വിളിച്ചുകൂട്ടി പാർട്ടിയുടെ ഏഴാം കോൺഗ്രസ് കൽക്കത്തയിൽ നടത്താൻ തീരുമാനിച്ചു. അങ്ങനെ സി പി ഐ (എം) നിലവിൽ വരികയും ഇ എം എസ് അതിന്റെ സ്ഥാപകനേതാക്കളിൽ ഒരാളായിത്തീരുകയും ചെയ്തു. ഏഴാം കോൺഗ്രസ് ഇ എം എസിനെ ഒമ്പതംഗ പൊളിറ്റ് ബ്യൂറോയിലേക്ക് തിരഞ്ഞെടുത്തു.

1964 ഏപ്രിലിൽ നാഷണൽ കൗൺസിൽ യോഗത്തിൽനിന്ന് ഇറങ്ങിവന്നതിനുശേഷം ഇ എം എസും എ കെ ജിയും സംസ്ഥാനത്തൊട്ടാകെ സഞ്ചരിച്ചു. പാർട്ടി മെമ്പർമാരുടെയും അനുഭാവികളുടെയും യോഗങ്ങളിൽ സംബന്ധിച്ചു. അങ്ങനെ സംസ്ഥാനത്തെ മഹാഭൂരിപക്ഷം പാർട്ടി അംഗങ്ങളെയും സി പി ഐ (എം)ന്റെ കൊടിക്കീഴിലെത്തിച്ചു. അതുകൊണ്ടാണ് 1965 ൽ സംസ്ഥാന നിയമസഭയിലേക്ക് നടന്ന ഇടക്കാല തിരഞ്ഞെടുപ്പിൽ പാർട്ടിയെ വിജയപൂർവം നയിക്കാനും ജനങ്ങൾ സി പി ഐ (എം)ന് പിന്നിലാണെന്നു തെളിയിച്ചുകാട്ടാനും കഴിഞ്ഞത്. ആ തിരഞ്ഞെടുപ്പ് നടക്കുമ്പോൾ ഇ എം എസ് ഒഴികെ പാർട്ടിയുടെ മറ്റു നേതാക്കളും പ്രധാന കേഡർമാരും ജയിലിൽ ആയിരുന്നുവെന്ന് ഓർക്കണം. പാർട്ടി അണികൾക്കിടയിൽ ആശയക്കുഴപ്പമുണ്ടാക്കാൻ ഇ എം എസിനെ അറസ്റ്റു ചെയ്യാതിരുന്നതാണ്. എന്നാൽ അത് അപകടമാണെന്ന് മനസിലായപ്പോൾ മറ്റു നേതാക്കളെല്ലാം ജയിൽമോചിതരാകുന്നതിന് തൊട്ടുമുമ്പ് കൽക്കത്തയിൽ ഇ എം എസിനെ അറസ്റ്റു ചെയ്തു.

1967 ൽ നാലാം പൊതുതിരഞ്ഞെടുപ്പ്. കേരളത്തിൽ കോൺഗ്രസി നെതിരെ വിപുലമായ ഐക്യമുന്നണി രൂപവൽക്കരിക്കാൻ ഇ എം എസ് നേതൃത്വം നൽകി. ആ മുന്നണി തിരഞ്ഞെടുപ്പിൽ തകർപ്പൻ വിജയം നേടി. ഇ എം എസ് ഒരിക്കൽക്കൂടി കേരള മുഖ്യമന്ത്രിയായി. 1957 ൽ തുടങ്ങിവച്ച പരിപാടികൾ പൂർത്തിയാക്കാനും പുതിയ പരിപാടികൾ നട പ്പാക്കാനും തുടങ്ങി. ഐക്യമുന്നണി ഗവൺമെന്റ് താമസിയാതെ സി പി ഐ സപ്തകക്ഷി മുന്നണിവിട്ട് കോൺഗ്രസിന്റെ കൂടെ കൂടി. അതോടെ ആ ഗവൺമെന്റ് രാജിവയ്ക്കാൻ നിർബന്ധിതമായി.

1970 ലെ തിരഞ്ഞെടുപ്പിൽ ഇ എം എസ് മത്സരിച്ചു ജയിച്ചു. എന്നാൽ പിന്നീട് മത്സരിക്കുകയുണ്ടായില്ല. തന്റെ സമയത്തിന്റെ സിംഹഭാഗവും പാർട്ടി കേന്ദ്രത്തിൽ പ്രവർത്തിക്കാൻ മാറ്റിവച്ചു. അവിടെനിന്ന് ഇടയ്ക്കിടെ കേരളത്തിൽ വരും. അപ്പോഴാണ് കേരളരാഷ്ട്രീയം ചലനാത്മകമായി ത്തീരുക. കേരളത്തിലായാലും കേന്ദ്രത്തിലായാലും 'ഐഡിയലോഗ്' എന്ന നിലയിലുള്ള പ്രവർത്തനത്തിന് ഒരു കുറവും വരുത്തിയില്ല. 1974 ൽ *പീപ്പിൾസ് ഡമോക്രസി*യുടെ പത്രാധിപത്യമേറ്റു. 1978 ജൂലായ് വരെ തൽസ്ഥാനത്ത് തുടർന്നു. ബി ടി രണദിവെയുടെ മരണശേഷം പാർട്ടി യുടെ സൈദ്ധാന്തിക ത്രൈമാസികയായ *മാർക്സിസ്റ്റി*ന്റെ പത്രാധിപ രായി നിയോഗിക്കപ്പെട്ടു.

അടിയന്തരാവസ്ഥ കഴിഞ്ഞ ഉടൻ, 1977 ൽ സി പി ഐ (എം) ജന റൽ സെക്രട്ടറിയായി തിരഞ്ഞെടുക്കപ്പെട്ടു. 1992 വരെ തൽസ്ഥാനത്ത് തുടർന്നു. ഈ ഘട്ടത്തിൽ ഇടതുപക്ഷ–ജനാധിപത്യ–മതനിരപേക്ഷ ശക്തികളുടെ ഐക്യം ഊട്ടിയുറപ്പിക്കുന്നതിൽ സുപ്രധാന പങ്കുവഹി ച്ചു. ബി ജെ പിയുടെയും സംഘപരിവാറിന്റെയും ആസന്നമായ ആപ ത്തിനെക്കുറിച്ച് ആദ്യമായി മുന്നറിയിപ്പ് നൽകിയ ദേശീയനേതാവ് ഇ എം എസ് ആയിരുന്നു. 1980 കളുടെ അവസാനം കിഴക്കൻ യൂറോപ്യൻ രാജ്യങ്ങളിലും 1990 കളുടെ ആദ്യം സോവിയറ്റ് യൂണിയനിലും സോഷ്യ ലിസ്റ്റ് ഭരണകൂടങ്ങൾ തകർന്നുവീണപ്പോൾ ലോകമെങ്ങുമുള്ള കമ്യൂ ണിസ്റ്റുകാരിൽ വലിയ വിഭാഗം നിരാശരായി എന്നത് വസ്തുത. പല രാജ്യങ്ങളിലെയും കമ്യൂണിസ്റ്റ് പാർട്ടിക്കകത്ത് ആശയക്കുഴപ്പം. ആ ഘട്ട ത്തിൽ യാതൊരു പോറലുമേൽക്കാതെ ഇന്ത്യയിൽ സി പി ഐ (എം)നെ ഉറപ്പിച്ചു നിർത്തുന്നതിൽ ഇ എം എസ് വഹിച്ച പങ്കിന് അടിവരയിടേണ്ട തുണ്ട്. 1992 ൽ അനാരോഗ്യം മൂലം സി പി ഐ (എം) ജനറൽ സെക്ര ട്ടറി സ്ഥാനമൊഴിഞ്ഞ് അദ്ദേഹം കേരളത്തിലേക്ക് മടങ്ങി.

ഇവിടെ എത്തിയതിനുശേഷവും അടങ്ങിയിരുന്നില്ല. എ കെ ജി പഠന ഗവേഷണകേന്ദ്രത്തിന്റെ ചുമതലയേറ്റ് ആശയപ്രചാരണത്തി ലേർപ്പെട്ടു. പാർട്ടി സ്കൂളിന്റെ ചുമതല ഏറ്റു. കേരളത്തിലെ വികസനം സംബന്ധിച്ച് ഒട്ടേറെ സെമിനാറുകൾ നടത്തി. *മാർക്സിസ്റ്റ് സംവാദ* ത്തിന്റെ പത്രാധിപത്യമേറ്റു. *ദേശാഭിമാനി* പത്രത്തിന്റെ മുഖ്യപത്രാധിപ രായി.

ആശയതലത്തിലും പ്രായോഗിക രംഗത്തും നവകേരളശിൽപ്പിയായി ഇ എം എസ് വിലയിരുത്തപ്പെടുന്നു. വികസനത്തിനും ജനാധിപത്യവൽക്കരണത്തിനും പുതിയ അർഥതലം തേടുന്ന ജനകീയാസൂത്രണ പ്രസ്ഥാനത്തിന് ബീജാവാപം നടത്തിയതും മറ്റാരുമല്ല. ഈ നിലകളിൽ കേരളത്തിലെ മാത്രമല്ല, ഇന്ത്യയിലെ തൊഴിലാളി വർഗ പ്രസ്ഥാനത്തിനാകെ ആവേശം പകർന്ന ഇ എം എസ് *ദേശാഭിമാനി*ക്ക് ലേഖനം തയാറാക്കവെ തികച്ചും ആകസ്മികമായി 1998 മാർച്ച് 19 ന് അന്തരിച്ചു.

ഇന്ദ്രജിത് ഗുപ്ത

1919 - 2001

ഇന്ത്യൻ കമ്യൂണിസ്റ്റുപ്രസ്ഥാനത്തിന്റെയും ട്രേഡ് യൂണിയൻ പ്രസ്ഥാനത്തിന്റെയും സമുന്നതനായ നേതാവായിരുന്നു ഇന്ദ്രജിത് ഗുപ്ത. നമ്മുടെ ലോകസഭ കണ്ട ഏറ്റവും നല്ല പാർലമെന്റേറിയന്മാരിൽ ഒരാളുമായിരുന്നു അദ്ദേഹം.

കൽക്കത്തയിലെ ഉദ്യോഗസ്ഥമേധാവികളുടെ ഒരു കുടുംബത്തിൽ 1919 മാർച്ച് 18–ന് ജനിച്ചു. പിതാവ് സതീഷ്ചന്ദ്ര ഗുപ്ത. പിതാവും മുത്തച്ഛനും അമ്മാവനും സഹോദരനും രാഷ്ട്രീയ താൽപ്പര്യങ്ങളൊന്നുമില്ലാത്ത ഗവൺമെന്റ് ഉദ്യോഗസ്ഥർ. ജനിച്ചത് കൽക്കത്തയിലാണെങ്കിലും പഠിച്ചുവളർന്നത് ഡൽഹിയിൽ. 1937–ൽ ഡൽഹി യൂണിവേഴ്സിറ്റിയിൽനിന്ന് ബിരുദംനേടി. തുടർന്ന് ഉന്നതവിദ്യാഭ്യാസത്തിന് ഇംഗ്ലണ്ടിലേക്കു തിരിച്ചു.

കേംബ്രിഡ്ജിൽ ഫാസിസ്റ്റുവിരുദ്ധ പ്രവർത്തനങ്ങളിൽ സജീവമായി ഏർപ്പെട്ട വിദ്യാർഥികളുമായി ബന്ധപ്പെടാനിടയായി. ഫാസിസ്റ്റുവിരുദ്ധ വികാരം കൊടുമ്പിരിക്കൊള്ളുന്ന കാലമായിരുന്നു അത്. ഹിറ്റ്ലറിൽനിന്നും മുസോളിനിയിൽനിന്നും സ്പാനിഷ് റിപ്പബ്ലിക്കിനെ രക്ഷിക്കാൻ ഇന്റർനാഷണൽ ബ്രിഗേഡിൽ ചേരുന്നതിനുപോലും ഇടതുപക്ഷ ചിന്താഗതിക്കാരായ ധാരാളം വിദ്യാർഥികൾ മുന്നോട്ടുവന്നു. ഫാസിസ്റ്റുവിരുദ്ധ പ്രവർത്തനങ്ങളിൽ ഇന്ദ്രജിത്തിന് താൽപ്പര്യം ജനിച്ചു. ഇപ്രകാരം താൽപ്പര്യം ജനിച്ച ഘട്ടത്തിൽത്തന്നെ മച്ചുനത്തി രേണു ചക്രവർത്തി (അവരും അവിടെ പഠിക്കുന്നുണ്ടായിരുന്നു) അദ്ദേഹത്തിന് ഒരു ഇന്ത്യൻ വിദ്യാർഥിസംഘത്തെ പരിചയപ്പെടുത്തി. ആ സംഘം മാർക്സിസം–ലെനി

നിസത്തെപ്പറ്റി ഗൗരവപൂർവം പഠിക്കുന്നുണ്ടായിരുന്നു. അത്തരം സംഘങ്ങൾ ലണ്ടനിലും ഓക്സ്ഫോർഡിലും സജീവം. ജ്യോതിബസു, ഭൂപേശ് ഗുപ്ത, മോഹൻ കുമാരമംഗലം തുടങ്ങി പിൽക്കാലത്ത് ഇന്ത്യൻ കമ്യൂണിസ്റ്റു പാർട്ടിയുടെ നേതാക്കളായിത്തീർന്ന പലരും ആ സംഘത്തിലുണ്ടായിരുന്നു.

ഇന്ത്യൻ വിദ്യാർഥികളുടെ സംഘം നടത്തുന്ന പ്രവർത്തനങ്ങളിൽ ഇന്ദ്രജിത്തും പങ്കാളിയായിത്തുടങ്ങി. മാർക്സിസ്റ്റ് പഠനത്തിനു പുറമെ ഇന്ത്യൻ മജ്‌ലിസ്, യൂറോപ്പിലെ ഇന്ത്യൻ വിദ്യാർഥി സൊസൈറ്റികളുടെ ഫെഡറേഷൻ തുടങ്ങിയ ബഹുജനസംഘടനകളിലും പ്രവർത്തിച്ചു. ഇന്ത്യൻ സ്വാതന്ത്ര്യത്തിനുവേണ്ടി വീറോടെ വാദിച്ച വി കെ കൃഷ്ണമേനോന്റെ ഇന്ത്യാ ലീഗിനെ സഹായിച്ചു. ഇത്തരം പ്രവർത്തനങ്ങൾ ഇന്ത്യയിൽ തിരിച്ചെത്തിയാൽ ഇന്ത്യൻ കമ്യൂണിസ്റ്റുപാർട്ടിയിൽ പ്രവർത്തിക്കണമെന്ന തീരുമാനത്തിൽ ഇന്ദ്രജിത്തിനെ കൊണ്ടുചെന്നെത്തിച്ചു. തന്റെ ആശയങ്ങൾ പാടേ മാറിപ്പോയെന്നും ഗവൺമെന്റ് ജോലി സ്വീകരിക്കുന്നതിന്റെയോ സിവിൽ സർവീസ് പരീക്ഷയ്ക്ക് ഹാജരാവുന്നതിന്റെയോ പ്രശ്നമുദിക്കുന്നില്ലെന്നും അദ്ദേഹം വീട്ടിൽ അറിയിക്കുകപോലും ചെയ്തു.

എക്കണോമിക്സിൽ ബിരുദം നേടിയതിനുശേഷം 1940 ഒക്ടോബറിൽ ഇന്ത്യയിലേക്കു മടങ്ങി. എന്തു ചെയ്യണം? ഒളിവിൽ കഴിയുകയായിരുന്ന പാർട്ടി നേതൃത്വവുമായി ബന്ധപ്പെട്ടു. പാർട്ടിക്കുവേണ്ടി പ്രവർത്തിക്കുവാനുള്ള സന്നദ്ധത അറിയിച്ചു. ഒളിവിൽ കഴിയുന്ന നേതാക്കളുമായി ബന്ധപ്പെടുക, നിയമവിരുദ്ധ കമ്യൂണിസ്റ്റ് സാഹിത്യം ഒരു സ്ഥലത്തുനിന്ന് മറ്റൊരു സ്ഥലത്തെത്തിക്കുക - ഇങ്ങനെയൊരു ചുമതല ആദ്യം അദ്ദേഹത്തെ ഏൽപ്പിച്ചു. ആ ചുമതല നിർവഹിച്ചുകൊണ്ടിരിക്കെ ബോംബെയിലെ അഖിലേന്ത്യാ കേന്ദ്രത്തിലേക്കു മാറ്റി. പാർട്ടി ജനറൽ സെക്രട്ടറിയുടെ നിർദേശപ്രകാരം പ്രവർത്തിക്കുക - അദ്ദേഹത്തിന് അറിയിപ്പു കിട്ടി. അതിനുശേഷം ഒരു കേന്ദ്ര കൊറിയർ ആയിട്ടാണ് പ്രവർത്തിച്ചത്. വിവിധ സംസ്ഥാനങ്ങളുമായി ബന്ധപ്പെടുക, സംസ്ഥാനങ്ങളിലേക്ക് സന്ദേശങ്ങളെത്തിക്കുക - ഇത്തരം ദൗത്യമാണ് ഇപ്പോൾ അദ്ദേഹത്തിന് നിറവേറ്റേണ്ടിയിരുന്നത്. ഒരിക്കൽ ഒരു രഹസ്യയോഗത്തിന് ഭവാനി സെൻ, സോമനാഥ് ലാഹിരി എന്നിവരെ ബോംബെയിലേക്ക് അനുഗമിച്ചു. മറ്റൊരിക്കൽ ഡൽഹിയിലേക്ക് പി സി ജോഷിയുടെ കൂടെപ്പോയി.

1942-ൽ പാർട്ടി നയം മാറ്റിയപ്പോൾ അതിന്റെ മേലുള്ള നിരോധനം ബ്രിട്ടീഷ് ഗവൺമെന്റ് പിൻവലിച്ചു. അതിന് ഏതാനും മാസംമുമ്പ് അദ്ദേഹത്തെ കൽക്കത്തയിലേക്ക് അയച്ചിരുന്നു. പാർട്ടിയുടെ മേലുള്ള നിരോധനം നീക്കിയപ്പോൾ കൊറിയറുടെ ആവശ്യമില്ലാതായി. അപ്പോൾപ്പിന്നെ എന്തു ജോലി ചെയ്യണം എന്ന പ്രശ്നം വന്നു. രണ്ട് നിർദേശങ്ങളാണ് ഉയർന്നുവന്നത്: (1) പൊലീസ് റിക്കാർഡുകളോ ഇന്റലിജൻസ് റിക്കാർഡുകളോ ഇല്ലാത്തതിനാലും പരമ്പരാഗതമായ ഒരു ബ്യൂറോക്രാറ്റിക് കുടുംബത്തിൽ ജനിച്ചതിനാലും പട്ടാളത്തിലോ മറ്റേതെങ്കിലും മിലിട്ടറി സർവ്വീസിലോ ചേർന്ന് (നുഴഞ്ഞുകയറി) പാർട്ടിക്കുവേണ്ടി രഹസ്യപ്രവർ

ത്തനം നടത്തുക; (2) ട്രേഡ്‌യൂണിയൻ മുന്നണിയിൽ പ്രവർത്തിക്കുക. വലിയ ആലോചനകൾക്കുശേഷം രണ്ടാമത്തെ നിർദേശമാണ് അംഗീക രിക്കപ്പെട്ടത്. അങ്ങനെ ഇന്ദ്രജിത് ഗുപ്ത കൽക്കത്തയിൽ ട്രേഡ്‌യൂണി യൻ പ്രവർത്തനം ആരംഭിച്ചു. ഈ നിർദേശം അംഗീകരിച്ചതിന് ഒരു കാരണമുണ്ട്. അദ്ദേഹത്തിന് നന്നായി ഹിന്ദി അറിയാം. അങ്ങനെ ഒരാൾ കൽക്കത്തയിൽ ട്രേഡ്‌യൂണിയൻ പ്രവർത്തനം നടത്താൻ ആവശ്യമാണ്. എന്തുകൊണ്ടെന്നാൽ ബംഗാളിലെ ഫാക്ടറികളിൽ ജോലി ചെയ്യുന്നവ രിൽ അധികവും ഉത്തരേന്ത്യയിൽനിന്നുള്ള കുടിയേറ്റക്കാരാണ്. ബംഗാ ളിലെ ചണം തൊഴിലാളികൾക്കിടയിലെ ട്രേഡ്‌യൂണിയനിസ്റ്റ് എന്ന നി ലയിലാണ് പ്രവർത്തനം തുടങ്ങിയതെങ്കിലും ക്രമേണ തന്റെ പ്രവർ ത്തനം വ്യാപിപ്പിച്ചു. തുറമുഖ തൊഴിലാളികളെയും റെയിൽവേ തൊഴി ലാളികളെയും സംഘടിപ്പിക്കുന്നതിൽ സുപ്രധാന പങ്കുവഹിച്ചു. ദീർഘ കാലം ഓൾ ഇന്ത്യാ പോർട്ട് ആന്റ് ഡോക്ക് വർക്കേഴ്സ് ഫെഡറേഷന്റെ ജനറൽ സെക്രട്ടറിയോ പ്രസിഡന്റോ ആയിരുന്നു. പിൽക്കാലത്ത് പല തവണ എ ഐ ടി യു സി ജനറൽ സെക്രട്ടറിയായി. ആദ്യം തൽസ്ഥാ നത്ത് തിരഞ്ഞെടുക്കപ്പെട്ടത് 1980ൽ. വേൾഡ് ഫെഡറേഷൻ ഓഫ് ട്രേഡ് യൂണിയൻസിന്റെ പ്രവർത്തനങ്ങളുമായും അദ്ദേഹം ഉറ്റബന്ധം പുലർത്തി. 1998–ൽ ഡബ്ല്യൂ എഫ് ടി യുവിന്റെ പ്രസിഡന്റായി തിരഞ്ഞെടുക്കപ്പെടു കപോലുമുണ്ടായി. 2000–ൽ ചേർന്ന സംഘടനയുടെ ഡൽഹി സമ്മേ ളനം ഡബ്ല്യൂ എഫ് ടി യുവിന്റെ 'പ്രസിഡന്റ് ഓഫ് ഓണർ' ആയി അദ്ദേ ഹത്തെ തെരഞ്ഞെടുത്തു.

ട്രേഡ്‌യൂണിയൻരംഗത്ത് പ്രവർത്തനംതുടങ്ങി അധികം കഴിയുന്ന തിനുമുമ്പ് സി പി ഐയുടെ ബംഗാൾ സംസ്ഥാന കമ്മിറ്റിയിലേക്ക് തെര ഞ്ഞെടുക്കപ്പെട്ടു. കൽക്കത്തയിൽചേർന്ന രണ്ടാംകോൺഗ്രസ് നടക്കുന്ന തിനു തൊട്ടുമുമ്പ് നടന്ന ബംഗാൾ സംസ്ഥാനസമ്മേളനം സംസ്ഥാന കമ്മിറ്റിയിലേക്ക് വീണ്ടും തെരഞ്ഞെടുത്തു. ഇത്തവണത്തെ സംസ്ഥാന കമ്മിറ്റി വളരെ ചെറിയതായിരുന്നു. ഇന്ദ്രജിത്തിനു പുറമെ നൃപൻചക്ര വർത്തി, ഗോപേൻ ചക്രവർത്തി, മുഹമ്മദ് ഇസ്മായേൽ തുടങ്ങിയവ രാണ് അതിലുണ്ടായിരുന്നത്. ജനറൽ സെക്രട്ടറി മുഹമ്മദ് ഇസ്മായേൽ. രണ്ടാം കോൺഗ്രസിനെത്തുടർന്ന് പാർട്ടി നിയമവിരുദ്ധമാക്കപ്പെട്ടപ്പോൾ അറസ്റ്റിലായി. ഏതാണ്ട് രണ്ടുവർഷം തടവിൽക്കിടന്നു.

സ്വാതന്ത്ര്യലബ്ധിക്കു തൊട്ടുമുമ്പും സ്വാതന്ത്ര്യം കിട്ടിയതിനുശേ ഷവും അതിശക്തമായ പണിമുടക്കുകൾക്ക് അദ്ദേഹം നേതൃത്വം നൽ കിയിട്ടുണ്ട്. 1947 ജനുവരി–ഏപ്രിൽ മാസങ്ങളിൽ തുറമുഖത്തൊഴിലാളി കൾ നടത്തിയ പണിമുടക്ക് ഗോവയിൽ ശ്രദ്ധേയം. പൊതുതിരഞ്ഞെടു പ്പിൽ മത്സരിച്ചില്ലെങ്കിലും പാർട്ടിക്കുവേണ്ടി സജീവമായ ക്യാമ്പയിൻ നടത്തി. ആ തിരഞ്ഞെടുപ്പിൽ പാർട്ടിക്ക് 10 ശതമാനത്തിൽ താഴെ വോട്ടു കിട്ടി. 1957–ലെ തിരഞ്ഞെടുപ്പിലും മത്സരിച്ചില്ല. ആ തിരഞ്ഞെടുപ്പിലും പാർട്ടിസ്ഥാനാർഥികൾക്കുവേണ്ടി പ്രവർത്തിച്ചു. എന്നാൽ 1959–ൽ നടന്ന

ഒരു ഉപതിരഞ്ഞെടുപ്പിൽ മത്സരിച്ചു. ആ തിരഞ്ഞെടുപ്പിനു തൊട്ടുമുമ്പ് വമ്പിച്ചൊരു ഭക്ഷ്യപ്രക്ഷോഭം. പാർട്ടിയുടെ നേതൃത്വത്തിൽ ഭക്ഷണത്തിനുവേണ്ടി അനേകം മാർച്ചുകൾ. ആ പശ്ചാത്തലത്തിൽ നടന്നതിനാൽ തെരഞ്ഞെടുപ്പിൽ അനായാസം ജയിച്ചുകയറി. അതിനുശേഷം പലതവണ പാർലമെന്റിലേക്ക് മത്സരിച്ചു ജയിച്ചു. ഒരിക്കൽ മാത്രം തോറ്റു– 1977–ൽ. 1994–ലെ ദേവഗൗഡ മന്ത്രിസഭയിൽ ആഭ്യന്തരമന്ത്രിയുമായി.

പാർലമെന്റ് മെമ്പറെന്ന നിലയിൽ പല ഉത്തരവാദിത്തങ്ങളും വഹിച്ചിട്ടുണ്ട്. പതിനൊന്നാം ലോകസഭയുടെ പ്രോട്ടെം സ്പീക്കറായി പ്രസിഡന്റ് നിയമിച്ചത് ഇന്ദ്രജിത്തിനെ. പന്ത്രണ്ടും പതിമൂന്നും ലോകസഭകളുടെ പ്രോട്ടെം സ്പീക്കറും അദ്ദേഹം തന്നെയായിരുന്നു. ലോകസഭയിൽ അദ്ദേഹം അംഗമാകാത്ത കമ്മിറ്റികൾ ഉണ്ടോ എന്നു സംശയം. പെറ്റീഷൻ കമ്മിറ്റി, ബിസിനസ് അഡ്വൈസറി കമ്മിറ്റി, ലൈബ്രറി കമ്മിറ്റി, ആഭ്യന്തരമന്ത്രാലയത്തിന്റെ കൺസൾട്ടേറ്റീവ് കമ്മിറ്റി—അങ്ങനെ പോകുന്നു കമ്മിറ്റികൾ.

അദ്ദേഹം കിടയറ്റ പാർലമെന്റേറിയനായിരുന്നു. 1992–ൽ ഏറ്റവും നല്ല പാർലമെന്റേറിയനുള്ള പ്രഥമ ജി ബി പാന്ത് മെമ്മോറിയൽ അവാർഡ് ലഭിച്ചിട്ടുണ്ട്. പാർലമെന്റ് മന്ദിരത്തിലെ ഒരു പ്രത്യേക ചടങ്ങിൽ അദ്ദേഹത്തിന് ആ അവാർഡ് നൽകിയത് അന്നത്തെ പ്രധാനമന്ത്രി പി വി നരസിംഹറാവു. രാജ്യത്തെ ജനാധിപത്യവ്യവസ്ഥയുടെ വളർച്ചയ്ക്ക് ഇന്ദ്രജിത് നൽകിയ സംഭാവനയെ നരസിംഹറാവു പ്രശംസിക്കുകയുണ്ടായി. സാമ്പത്തിക–പ്രതിരോധ കാര്യങ്ങളിലായിരുന്നു അദ്ദേഹത്തിന് പ്രത്യേക താൽപ്പര്യം. ഈ വിഷയങ്ങളിലെ പാർലമെന്ററി കമ്മിറ്റികൾക്ക് അദ്ദേഹം നേതൃത്വം നൽകി. പുരുളിയയിൽ ആയുധം ഡ്രോപ് ചെയ്ത സംഭവത്തെത്തുടർന്ന് പ്രതിരോധകാര്യങ്ങൾക്കായുള്ള പാർലമെന്ററി കമ്മിറ്റിയുടെ ചെയർമാൻസ്ഥാനം രാജിവെച്ചു.

കേന്ദ്ര ആഭ്യന്തരമന്ത്രിയെന്ന നിലയിൽ അദ്ദേഹത്തിന്റെ സംഭാവന നിസ്സാരമല്ല. പൊലീസ് പരിഷ്കാരങ്ങൾക്ക് അദ്ദേഹം പ്രത്യേകിച്ചും മുൻകൈയെടുത്തു. തിരഞ്ഞെടുപ്പുകളിൽ ഗവൺമെന്റ് പണം നൽകുന്നതിനുള്ള പാനലിന് അദ്ദേഹം നേതൃത്വം നൽകി. അദ്ദേഹം ഒരു സ്ഥിരം എഴുത്തുകാരനായിരുന്നില്ല. എങ്കിലും പ്രധാനപ്പെട്ട രണ്ട് പുസ്തകങ്ങളെഴുതി. അതിലൊന്ന് *മൂലധനവും അധ്വാനവും ചണം വ്യവസായത്തിൽ*. ആ വ്യവസായത്തെക്കുറിച്ചുള്ള ഒരു റഫറൻസ് ഗ്രന്ഥമായി അത് പരിഗണിക്കപ്പെട്ടുവരുന്നു. രണ്ടാമത്തെ പുസ്തകം *ദേശീയ പ്രതിരോധത്തിൽ സ്വാശ്രയത്വം*.

ഒന്നാം പാർട്ടി കോൺഗ്രസ് സമയത്തുതന്നെ അദ്ദേഹം സംസ്ഥാന കമ്മിറ്റി അംഗമായെന്ന് പറഞ്ഞല്ലോ. പാർട്ടി പിളർന്നപ്പോൾ സി പി ഐയിൽ ഉറച്ചുനിന്ന അദ്ദേഹം 1971–ൽ നാഷണൽ കൗൺസിൽ സെക്രട്ടറിയായി. 1988–ൽ ഡപ്യൂട്ടി ജനറൽ സെക്രട്ടറിയായി തിരഞ്ഞെടുക്കപ്പെട്ടു. പിന്നീട് ജനറൽ സെക്രട്ടറിയായി. ആഭ്യന്തരമന്ത്രിപദമേൽക്കുന്നതുവരെ തൽസ്ഥാനത്ത് തുടർന്നു. 2001 ഫെബ്രുവരി 20–ന് അന്തരിച്ചു.

എൻ എൽ ഉപാധ്യായ

1914 - 1989

കർണാടകത്തിലെ കമ്യൂണിസ്റ്റ് പ്രസ്ഥാനത്തിന്റെ ആദ്യപഥികൻ. സംഘാടകൻ, പ്രക്ഷോഭകൻ, ബുദ്ധിജീവി എന്നിങ്ങനെ പല നിലകളിൽ അറിയപ്പെട്ടു. ആദ്യകാലത്ത് സാമൂഹ്യപരിഷ്കരണ പ്രവർത്തനങ്ങളി ലുമേർപ്പെട്ടു.

മംഗലാപുരം ജില്ലയിലെ നന്ദികൂർ ഗ്രാമത്തിൽ ഒരു ഇടത്തരം കർഷ കകുടുംബത്തിൽ 1914 ഏപ്രിലിൽ ജനിച്ചു. സെന്റ് അലോഷ്യസ് കോളേ ജിൽ നിന്ന് ബിരുദം നേടി. സ്കൂൾ വിദ്യാർഥി ആയിരിക്കുമ്പോൾതന്നെ സാമൂഹ്യപരിഷ്കരണപ്രസ്ഥാനത്തിലും ദേശീയപ്രസ്ഥാനത്തിലും താൽപ്പര്യം. അയിത്തത്തിനെതിരായ പ്രസ്ഥാനത്തിൽ സജീവം. മിശ്ര ഭോജനത്തിലും മറ്റും പങ്കെടുക്കും. ക്ഷേത്രപ്രവേശനത്തിനുവേണ്ടിയുള്ള സമരങ്ങളിൽ ഭാഗഭാക്കായി.

മംഗലാപുരത്തെ സെന്റ് അലോഷ്യസ് കോളേജിൽ നിന്ന് ബിരു ദവും നേടി ഭാവിപരിപാടികളെക്കുറിച്ച് ആലോചിച്ചുകൊണ്ടിരുന്ന കാലം. ഒരു ദിവസം മിശ്രഭോജനവും കഴിഞ്ഞ് വീട്ടിലെത്താൻ വളരെയധികം വൈകി. മതകാര്യങ്ങളിൽ വളരെയധികം നിഷ്ഠയുള്ള ജ്യേഷ്ഠൻ. അദ്ദേ ഹത്തിന്റെയും അനുജൻ എൻ കെ ഉപാധ്യായയുടെയും വിദ്യാഭ്യാസ കാര്യങ്ങളൊക്കെ നോക്കുന്നത് ജ്യേഷ്ഠൻ. മിശ്രഭോജനത്തിൽ പങ്കെടു ത്തതിനും വൈകിയെത്തിയതിനും രോഷംപൂണ്ട് വല്ലാതെ വഴക്ക് പറ ഞ്ഞു. മേലിൽ മിശ്രഭോജനത്തിൽ പങ്കെടുത്തുവെന്നറിഞ്ഞാൽ വീട്ടിൽ കയറ്റുകയില്ലെന്ന് അദ്ദേഹം മുന്നറിയിപ്പു നൽകി. പുറത്തുനിന്ന് കുളിച്ച

തിനുശേഷം മാത്രമേ അകത്ത് കടത്തിയുള്ളൂ. ജ്യേഷ്ഠന്റെ വഴക്ക് എൻ എല്ലിനെ വല്ലാതെ വേദനിപ്പിച്ചു. ഇനി ഏതായാലും വീട്ടിൽ താമസിക്കുന്നില്ലെന്ന് തീരുമാനിച്ചു. ജോലിയും തേടി ജാംഷഡ്പൂരിലേക്ക് തിരിച്ചു – 1936 – ൽ.

താൻ എത്തിപ്പെട്ട ഉരുക്കുനഗരത്തിൽ എൻ എല്ലിന് ജോലിയൊന്നും കിട്ടിയില്ല. എങ്കിലും ആ യാത്രകൊണ്ട് പ്രയോജനമുണ്ടായി. അവിടെ അപ്പോൾ എ ഐ സി സി യോഗം നടക്കുന്നുണ്ടായിരുന്നു. അതിൽ ആകൃഷ്ടനായി. അവിടെ ഒരു വാളണ്ടിയറായി കൂടി. അവിടെ നിന്ന് ബോംബെയിലേക്ക് തിരിച്ചു. പ്രതിമാസം 60 രൂപ ശമ്പളത്തിൽ ഒരു കമ്പനിയിൽ അക്കൗണ്ടന്റായി ജോലിയിൽ പ്രവേശിച്ചു. കോൺഗ്രസ് നേതാക്കളുമായി, പ്രത്യേകിച്ചും എസ് കെ പാട്ടീലിനെ എതിർക്കുന്ന നരസിംഹൻ ആദിയായ കോൺഗ്രസ് നേതാക്കളുമായി ബന്ധപ്പെട്ടു. അശോക് മേത്ത, ബാട്‌ലിവാല, ജയപ്രകാശ് നാരായൺ, മിനുമസാനി ആദിയായ സി എസ് പി നേതാക്കളുമായി പരിചയത്തിലായി.

സ്കൂൾ വിദ്യാർഥി ആയിരിക്കുമ്പോൾ തന്നെ നന്നായി വായിക്കും. ആ വായനാശീലം സമാനശീലമുള്ള ചില സഖാക്കളുമായി ഉറ്റ സുഹൃദ്ബന്ധം വളർന്നുവരുന്നതിനിടയാക്കി. അവരെല്ലാം ചേർന്ന് ഒരു സ്റ്റഡീ സർക്കിൾ രൂപീകരിച്ചു. വായനയും പഠനവും സി എസ് പി – കമ്യൂണിസ്റ്റ് നേതാക്കളുമായുള്ള പരിചയവും കോൺഗ്രസ് സോഷ്യലിസ്റ്റ് പാർട്ടിയുമായി ബന്ധപ്പെടുന്നതിലേക്കു നയിച്ചു. ആ ബന്ധം സി എസ് പി യുടെ ആഭിമുഖ്യത്തിൽ സംഘടിപ്പിക്കപ്പെട്ട ചില ക്ലാസുകളിൽ പങ്കെടുക്കുന്നതിനിടയാക്കി. ബി ടി ആറിന്റെ ചില ക്ലാസുകളിലും പങ്കെടുത്തു.

ഇന്ത്യയിലെ തൊഴിലാളി പ്രസ്ഥാനത്തിന്റെ ഈറ്റില്ലം ബോംബെ. ഇവിടെയാണ് ഇന്ത്യയിലെ ആദ്യത്തെ കമ്യൂണിസ്റ്റ് ഗ്രൂപ്പുകളിലൊന്ന് രൂപം കൊണ്ടത്. എൻ എൽ ബോംബെയിൽ എത്തിയപ്പോൾ ഇന്ത്യൻ കമ്യൂണിസ്റ്റ് പാർട്ടിയുടെ ആസ്ഥാനം ഇവിടെ പ്രവർത്തിക്കുന്നുണ്ടായിരുന്നു. പി സി ജോഷിയാണ് അപ്പോൾ ജനറൽ സെക്രട്ടറി. എൽ എൽ ഇടയ്ക്കിടെ ആ ആപ്പീസിലും പോകും. ബി ടി രണദിവെ, എസ് ജി സർദേസായി, മിറാജ്കർ തുടങ്ങിയവരെ കണ്ട് ദീർഘസമയം സംസാരിക്കും. മുകളിൽ പറഞ്ഞതുപോലെ ബി ടി ആറിന്റെ ക്ലാസിൽ പങ്കെടുക്കും. ക്രമേണ എൻ എൽ മാർക്സിസ്റ്റ് ആശയഗതിയിൽ ആകൃഷ്ടനായി. 1939 അവസാനം കമ്യൂണിസ്റ്റ് പാർട്ടി അംഗമായി.

കമ്യൂണിസ്റ്റുകാരൻ എന്ന നിലയിൽ ട്രേഡ് യൂണിയൻ രംഗത്താണ് പ്രവർത്തനം ആരംഭിച്ചത്. പ്രസ്തൊഴിലാളികൾക്കും ടെക്സ്റ്റൈൽ തൊഴിലാളികൾക്കും ഇടയിൽ കേന്ദ്രീകരിച്ച് പ്രവർത്തിച്ചു.

അക്കാലത്ത് കമ്യൂണിസ്റ്റുകാർ കോൺഗ്രസിനകത്തും പ്രവർത്തിക്കുന്നുണ്ടായിരുന്നു. കോൺഗ്രസിനെ ഒരു സാമ്രാജ്യത്വവിരുദ്ധ ഐക്യമുന്നണിയായി രൂപാന്തപ്പെടുത്തുകയായിരുന്നു ലക്ഷ്യം. കോൺഗ്രസിന്റെ പലതലത്തിലുള്ള കമ്മിറ്റികളിലും കമ്യൂണിസ്റ്റുകാർ അംഗങ്ങളായി.

പാർട്ടി നിർദേശപ്രകാരം കോൺഗ്രസിന്റെ ജില്ലാകമ്മിറ്റിയിലേക്ക് മത്സരിച്ചു ജയിച്ച് ഡി ഡി സി സെക്രട്ടറിയായി. ബോംബെ പ്രൊവിൻഷ്യൽ കമ്മിറ്റിയിലേക്കും മത്സരിച്ചു. എതിർസ്ഥാനാർഥി സി എസ് പിയിലെ അശോക് മേത്ത. അദ്ദേഹത്തെ പരാജയപ്പെടുത്തി ബി പി സി സി അംഗമായി. ഈ ഉത്തരവാദിത്വങ്ങൾ നിറവേറ്റുന്നതോടൊപ്പം കമ്യൂണിസ്റ്റ് പാർട്ടി ഏൽപ്പിച്ച ദൗത്യങ്ങളും നിറവേറ്റി.

രണ്ടാംലോക മഹായുദ്ധം തുടങ്ങി അധികം കഴിയുന്നതിനുമുമ്പ് വളരെ കൃത്യമായി പറഞ്ഞാൽ 1940 മേയിൽ അറസ്റ്റിലായി. യുദ്ധത്തിന്റെ ഒരു ഘട്ടത്തിൽ സോവിയറ്റ് യൂണിയൻ ആക്രമിക്കപ്പെട്ടതോടെ യുദ്ധത്തിന്റെ സ്വഭാവം മാറി. യുദ്ധം ജനകീയയുദ്ധമായി മാറി. ഇത് സംബന്ധിച്ച പ്രഖ്യാപനം നടത്തിയപ്പോൾ പാർട്ടിയുടെ മേലുള്ള നിരോധനം ഗവൺമെന്റ് പിൻവലിച്ചു. അതിനെത്തുടർന്ന് 1942 ഒക്ടോബറിൽ നാസിക് ജയിലിൽ നിന്ന് മോചിപ്പിച്ചു. ജയിലിൽ നിന്ന് പുറത്തുവന്നപ്പോൾ കർണാടകത്തിൽ പാർട്ടി സംഘടിപ്പിക്കാൻ അങ്ങോട്ടേക്കയച്ചു.

എൻ എൽ കർണാടകത്തിൽ എത്തുമ്പോൾ എന്തായിരുന്നു അവിടത്തെ സ്ഥിതി? 1937–38 കാലത്ത് ജനജാഗ്രതിസംഘം എന്ന പേരിൽ അഞ്ചംഗങ്ങളടങ്ങിയ ഒരു ട്രൂപ്പ് ബാംഗ്ലൂരിലും മൈസൂറിലുമായി പ്രവർത്തിച്ചു. അവർ ബോംബെയിൽ കമ്യൂണിസ്റ്റ് പാർട്ടി സെന്ററുമായി സമ്പർക്കം പുലർത്തി. സി ബി മൊണ്ണയ്യ, എൻ ഡി ശങ്കർ എന്നിവർ ആ അഞ്ചുപേരിലുൾപ്പെട്ടു. ഈ അഞ്ചുപേരിൽ ഒരാൾ അറസ്റ്റിലായി. രണ്ടുപേർ വിട്ടുപോയി. കർണാടകത്തിൽ പ്രവർത്തിക്കാൻ കേഡർമാരെ അയച്ചുതരണമെന്ന് ഈ ട്രൂപ്പ് പാർട്ടി സെന്ററിനോട് നിരന്തരം ആവശ്യപ്പെട്ടു. അതുകൂടി കണക്കിലെടുത്താണ് പാർട്ടി സെന്റർ എൻ എല്ലിനെ അങ്ങോട്ടേക്കയച്ചത്.

എൻ എൽ കർണാടകത്തിലെത്തിയ ഉടൻ ചെയ്തത് വിദ്യാർഥികളെ സംഘടിപ്പിക്കുകയാണ്. ഇപ്രകാരം 1942–43 കാലത്ത് വിദ്യാർഥി പ്രസ്ഥാനത്തിലൂടെ പാർട്ടിയിലേക്കുവന്നവരാണ് പിൽക്കാലത്ത് പാർട്ടി നേതൃനിലയിലേക്കുയർന്ന നരസിംഹൻ, എം എസ് കൃഷ്ണൻ, സൂര്യനാരായണറാവു തുടങ്ങിയവർ. കോലാർ ഗോൾഡ് ഫീൽഡ്, മൈസൂർ, ഭദ്രാവതി എന്നിവിടങ്ങളിലെ ലേബർ യൂണിയനുകളെ സജീവമാക്കാനും അവരുടെ പ്രവർത്തനം സംയോജിപ്പിക്കാനും എൻ എൽ മുൻകൈയെടുത്തു. കർണാടകത്തിൽ പാർട്ടിയുടെ നേതൃത്വത്തിലുള്ള ആദ്യത്തെ ട്രേഡ് യൂണിയൻ കെ ജി എഫിൽ ആയിരുന്നു. ട്രേഡ് യൂണിയൻ രംഗത്തെ ഈ പ്രവർത്തനങ്ങളോടൊപ്പം *പീപ്പിൾസ് വാർ*, മറ്റു സാഹിത്യങ്ങൾ എന്നിവ പ്രചരിപ്പിക്കുന്നതിനു വേണ്ടിയും പ്രവർത്തിച്ചു. പഴയ മൈസൂർ സ്റ്റേറ്റിൽ പാർട്ടി ഘടകം രൂപീകരിച്ചു.

1945–ൽ പാർട്ടി കേന്ദ്രം ഹുബ്ലിയിലേക്ക് മാറ്റി. അവിടെ റെയിൽവേ തൊഴിലാളികളെ സംഘടിപ്പിക്കാൻ മുൻകൈ എടുത്തു. മൈസൂർ കിർലോസ്കർ കമ്പനി മാനേജർ ജാംബേക്കറുടെ മകൻ എൻ എല്ലു

മായി ആലോചിച്ച് കമ്പനിയിൽ ഒരു യൂണിയൻ സ്ഥാപിച്ചു. പാർട്ടിയുടെ ആദ്യത്തെ പത്രമായ ജനശക്തി ഹുബ്ലിയിൽ നിന്ന് പുറത്തിറക്കാൻ മുൻകൈ എടുത്തത് എൻ എൽ. പത്രാധിപർ നിരഞ്ജന. പത്രം ഒരു കൊല്ലമേ നിലനിന്നുള്ളൂ. അപ്പോഴേക്കും പാർട്ടി നിരോധിക്കപ്പെട്ടു. ആ അവസ്ഥയിൽ രഹസ്യമായി പത്രമിറക്കി. അങ്ങനെ ഒരു കൊല്ലം തുടർന്നു. നിരഞ്ജന അറസ്റ്റിലായി. അതോടെ പത്രം നിന്നു. 1952–ൽ പത്രം പുനരാരംഭിച്ചപ്പോൾ പത്രാധിപർ എം സി നരസിംഹൻ.

മൈസൂർ ഇന്ത്യൻ യൂണിയനിൽ ലയിപ്പിക്കുന്നതിനുവേണ്ടിയുള്ള പ്രക്ഷോഭത്തിൽ പങ്കെടുത്തു. അതിന്റെ പേരിൽ എൻ എല്ലിനെ മൈസൂറിൽ നിന്ന് നാടുകടത്തി. ഇപ്പോഴത്തെ കർണാടക സംസ്ഥാനം രൂപം കൊള്ളുന്നതിനുമുമ്പ് ചെറുതും വലുതുമായ 15 നാട്ടുരാജ്യങ്ങൾ അടങ്ങിയതായിരുന്നു കർണാടകം. അവയൊക്കെ ഏകീകരിച്ചുകൊണ്ട് ഒരു സംസ്ഥാനം രൂപീകരിക്കണമെന്നാവശ്യപ്പെട്ടുകൊണ്ടുള്ള പ്രക്ഷോഭത്തിലും ഗോവ വിമോചനസമരത്തിലും പങ്കാളിയായി. കർണാടകം സംസ്ഥാന കമ്മിറ്റി അതിനുമുമ്പ് തന്നെ രൂപീകരിക്കപ്പെട്ടു.

ഒട്ടേറെ കർഷകസമരങ്ങൾക്കും എൻ എൽ നേതൃത്വം നൽകി. 1953–ൽ നടന്ന മൂന്നാം കോൺഗ്രസ് കേന്ദ്രകമ്മിറ്റിയിലേക്ക് തിരഞ്ഞെടുത്തു. പാർട്ടി ഭിന്നിക്കുന്നതുവരെ കേന്ദ്രകമ്മിറ്റിയിലോ നാഷണൽ കൗൺസിലിലോ തുടർന്നു. റിവിഷനിസത്തിനെതിരായ സമരത്തിൽ സുപ്രധാന പങ്കുവഹിച്ചു. പാർട്ടി രണ്ടായപ്പോൾ സി പി ഐ (എം) നോടൊപ്പം നിന്നു. സി പി ഐ (എം) ഏഴാം കോൺഗ്രസ് കേന്ദ്രകമ്മിറ്റിയിലേക്ക് തിരഞ്ഞെടുത്തു. 1939 മുതൽ 1964 വരെ പല ജയിലുകളിൽ നിരവധി വർഷം കിടന്ന എൻ എൽ 1989 മെയ് 26–ന് നമ്മെ വിട്ടുപിരിഞ്ഞു.

എൻ കെ ഉപാധ്യായ

1916 - 2001

കർണാടകത്തിലെ കമ്യൂണിസ്റ്റ് പ്രസ്ഥാനത്തിന്റെ ആദ്യപഥികരിലൊരാൾ. അറിയപ്പെടുന്ന സ്വാതന്ത്ര്യസമര പോരാളി. കൃതഹസ്തനായ എഴുത്തുകാരൻ. ഏറെ ആദരിക്കപ്പെട്ട ട്രേഡ് യൂണിയനിസ്റ്റ്.

എൻ കെ എന്ന രണ്ടക്ഷരത്തിൽ കർണാടകത്തിലൊട്ടാകെ അറിയപ്പെട്ട എൻ കെ ഉപാധ്യായ ഒരു ഇടത്തരം കർഷകകുടുംബത്തിൽ 1916 ഫെബ്രുവരി 16 ന് ജനിച്ചു. എൻ കെ അടക്കം അഞ്ചു സഹോദരന്മാരും രണ്ടു സഹോദരികളും. മംഗലാപുരത്ത് ഹൈസ്കൂൾ വിദ്യാഭ്യാസം പൂർത്തിയാക്കി. സ്കൂൾ വിദ്യാർഥി ആയിരിക്കേ തന്നെ ദേശീയ പ്രസ്ഥാനത്തിൽ ആകൃഷ്ടനായി. സ്കൂൾ പരിസരത്ത് സ്വാതന്ത്ര്യസമരത്തിന്റെ ഭാഗമായി ജാഥയോ മറ്റോ നടക്കുന്നുണ്ടെങ്കിൽ സ്കൂളിലെ മറ്റു വിദ്യാർഥികളോടൊപ്പം എൻ കെയെയും കാണാം അതിൽ. യോഗങ്ങൾ നടക്കുമ്പോൾ അതിന്റെ മുൻ നിരയിൽതന്നെ സ്ഥാനം പിടിച്ചിട്ടുണ്ടായിരിക്കും അദ്ദേഹം. കോൺഗ്രസ് നേതാവ് കമലാദേവി ചതോപാധ്യായ പ്രസംഗിക്കുന്ന ഒരു യോഗവും വിടില്ല.

മെട്രിക്കുലേഷൻ പരീക്ഷ പാസായതിനുശേഷം ജോലിയും തേടി ബോംബെക്കു തിരിച്ചു. നേരത്തെതന്നെ ജ്യേഷ്ഠൻ അവിടെ എത്തിച്ചേർന്നിട്ടുണ്ടായിരുന്നു. സ്കൂളിൽ വെച്ചുതന്നെ ദേശീയ പ്രസ്ഥാനത്തിൽ പങ്കെടുക്കാൻ തുടങ്ങിയ എൻ കെ ജ്യേഷ്ഠനോടൊപ്പം ബോംബെയിലെ കോൺഗ്രസ് യോഗങ്ങളിലും ട്രേഡ് യൂണിയൻ യോഗങ്ങളിലും പങ്കെടുക്കും. നേതാക്കളെ അടുത്ത് പരിചയപ്പെടും. അവരുമായി രാഷ്ട്രീയ കാര്യ

ങ്ങൾ സംസാരിക്കും. കോൺഗ്രസ് സോഷ്യലിസ്റ്റ് പാർട്ടിയുടെ നേതാക്കളിൽ പലരുമായും അടുത്തു. നെഹ്റുവിന്റെ സഹോദരീ ഭർത്താവ് ഹരിസിങ് നാഷണൽ പ്ലാനിംഗ് കമ്മീഷനിൽ ഒരു ജോലി തരപ്പെടുത്തിക്കൊടുത്തു.

ജോലി ചെയ്തുകൊണ്ടിരിക്കുമ്പോൾതന്നെ രാഷ്ട്രീയപ്രവർത്തനങ്ങളിലും ഏർപ്പെട്ടു. അതിന്റെ ഭാഗമായി ഹോട്ടൽ തൊഴിലാളികളുമായും പ്രസ് തൊഴിലാളികളുമായും ടെക്സറ്റൈൽ തൊഴിലാളികളുമായും ബന്ധപ്പെട്ടു. അവരുടെ യൂണിയനുകളിലും സജീവമായി. ബ്രിട്ടീഷുകാർക്കെതിരെ പോരാടൻ ദൃഢപ്രതിജ്ഞയെടുത്ത 'നാഷണൽ ഗാർഡ്സ്' എന്ന യുവജന സംഘടനയുടെ ഡപ്യൂട്ടി കമാണ്ടറായി.

1939-ൽ രണ്ടാം ലോകമഹായുദ്ധം ആരംഭിച്ചു. യുദ്ധത്തോടടുത്ത സമീപനം മൂലം ഗവൺമെന്റ് കമ്മ്യൂണിസ്റ്റ് പാർട്ടിയെ മർദിച്ചൊതുക്കാൻ നോക്കി. കമ്മ്യൂണിസ്റ്റ് നേതാക്കളെ വേട്ടയാടാൻ തുടങ്ങി. 1940 മേയിൽ ബോംബെയിൽ ആദ്യസംഘം കമ്മ്യൂണിസ്റ്റുകാരെ അറസ്റ്റു ചെയ്തു. രണ്ടാം സംഘത്തെ 1940 നവംബർ 6-നും. നവംബർ 7-ന് ഒക്ടോബർ വിപ്ലവത്തിന്റെ വാർഷികം ആഘോഷിക്കാൻ തയ്യാറെടുപ്പുകൾ നടത്തുകയായിരുന്നു എൻ കെ യും സഖാക്കളും. അപ്പോഴാണ് അവർ അറസ്റ്റിലായത്. നാസിക് ജയിലിൽ പാർപ്പിച്ചു. ജയിലിൽ കമ്മ്യൂണിസ്റ്റ് നേതാക്കളുമായി വളരെയധികം അടുത്തു. മാർക്സിസ്റ്റ് സാഹിത്യം ചിട്ടയായും തീവ്രമായും പഠിക്കാനാരംഭിച്ചു. അവസാനം കമ്മ്യൂണിസ്റ്റ് പാർട്ടിയിൽ ചേരാൻ തീരുമാനിച്ചു. 1941-ലെ മെയ്ദിനത്തിൽ പാർട്ടി അംഗമായി. ജയിലിൽ അജയ്ഘോഷ് സഹതടവുകാരനായിരുന്നു. മിക്ക ദിവസങ്ങളിലും തടവുകാർക്ക് അദ്ദേഹത്തിന്റെ വക ക്ലാസുണ്ടാകും. ആ ക്ലാസുകൾ മാർക്സിസം പഠിക്കാൻ എൻ കെ യെ ഏറെ സഹായിച്ചു.

1941-ൽ സോവിയറ്റ് യൂണിയൻ ആക്രമിക്കപ്പെട്ടതോടെ യുദ്ധം ജനകീയയുദ്ധമായി മാറി എന്ന് കമ്മ്യൂണിസ്റ്റ് പാർട്ടി പ്രഖ്യാപിച്ചു. അതോടെ പാർട്ടിയുടെ മേലുള്ള നിരോധനം ബ്രിട്ടീഷ് ഗവൺമെന്റ് പിൻവലിച്ചു. പാർട്ടി നേതാക്കന്മാരെ ജയിലിൽ നിന്ന് മോചിപ്പിക്കാൻ തുടങ്ങി. ആദ്യസംഘത്തെ 1942 മേയിലാണ് മോചിപ്പിച്ചത്. ആ സംഘത്തിലെ ഒരാളായിരുന്നു എൻ കെ.

ജയിൽ വിമോചിതനായപ്പോൾ ജോലിയിൽ തിരികെ പ്രവേശിക്കാനാഗ്രഹിക്കുന്നുണ്ടോ അതോ പാർട്ടി സംഘടിപ്പിക്കാൻ സ്വന്തം സംസ്ഥാനത്തേക്ക് മടങ്ങാൻ സന്നദ്ധമാണോ എന്ന് കേന്ദ്രകമ്മിറ്റി ആരാഞ്ഞു. കർണാടകത്തിലേക്ക് മടങ്ങാനുള്ള സന്നദ്ധത എൻ കെ അറിയിച്ചു. അങ്ങനെ 1942-ൽ പാർട്ടി കെട്ടിപ്പടുക്കുകയെന്ന ലക്ഷ്യത്തോടെ അന്ന് ഒരു തൊഴിലാളിവർഗ കേന്ദ്രമായിരുന്ന ഹൂബ്ലിയിലെത്തി. ആദ്യം തന്നെ ചെയ്തത് റെയിൽവെ തൊഴിലാളികളെ സംഘടിപ്പിക്കുകയാണ്. അപ്പോൾ ആന്ധ്ര, തമിഴ്നാട്, കർണാടകം എന്നീ മൂന്നു സംസ്ഥാനങ്ങളിലായി വ്യാപിച്ചു കിടക്കുന്ന ഒരു റെയിൽവെ വർക്കേഴ്സ് യൂണിയൻ

ഉണ്ടായിരുന്നു. അനന്തൻ നമ്പ്യാർ, കല്യാണസുന്ദരം, നരസിംഹൻ തുടങ്ങിയവരായിരുന്നു അതിന്റെ നേതാക്കൾ. ഹൂബ്ലിയിലും അടുത്ത പ്രദേശങ്ങളിലുമുള്ള ആ യൂണിയനെ കൂടുതൽ തൊഴിലാളികളെ സംഘടിപ്പിച്ച് ശക്തിപ്പെടുത്തുകയാണ് എൻ കെ ചെയ്തത്.

ഹുബ്ലിയിൽ ഒരുമാസം പ്രവർത്തിച്ചുകാണും. അദ്ദേഹം അവിടെ തുടരുന്നത് അപകടകരമാണ് എന്ന് അധികാരികൾക്ക് ബോധ്യമായി. അതുകൊണ്ട് ഹൂബ്ലി ഉൾപ്പെട്ട ജില്ലയിൽ നിന്നുതന്നെ അദ്ദേഹത്തെ നാടുകടത്തി. അദ്ദേഹത്തെ ബീജാപ്പൂരിലേക്കയക്കാൻ പാർട്ടി കേന്ദ്രം തീരുമാനിച്ചു. അപ്പോൾ അവിടെ നാടുകടത്തപ്പെട്ട് കഴിയുകയായിരുന്നു. ഡോജി അധികാരി അദ്ദേഹത്തെ കണ്ടു; കൂടിയാലോചിച്ചു. അതിനുശേഷം കർവാർ, ബൽഗാം, ബീജാപ്പൂർ, ധർവാർ എന്നീ നാല് ജില്ലകളിൽ പാർട്ടിയും ബഹുജനസംഘടനകളും കെട്ടിപ്പടുക്കുന്നതിലേർപ്പെട്ടു. ഇക്കാലത്ത് ബീജാപ്പൂരിൽ അനവധി കർഷകസമരങ്ങൾ വിജയപൂർവം നയിച്ചു. അസംഘടിതമായ ബീഡിത്തൊഴിലാളികളെയും മുനിസിപ്പൽ തൊഴിലാളികളെയും സംഘടിപ്പിച്ചു.

രണ്ടാം പാർട്ടി കോൺഗ്രസിനെത്തുടർന്ന് പാർട്ടിയെ നിരോധിച്ചപ്പോൾ അറസ്റ്റിലായി. 1949–51 കാലത്ത് ബീജാപ്പൂർ, ധാർവാർ എന്നിങ്ങനെ വിവിധ ജയിലുകളിൽ മാറിമാറികഴിഞ്ഞു. 1950 കളിൽ കർണാടകത്തിന്റെ ഏകീകരണത്തിനുവേണ്ടിയുള്ള പ്രസ്ഥാനത്തിൽ സുപ്രധാന പങ്ക് വഹിച്ചു. ആ പ്രസ്ഥാനത്തിന്റെ ഭാഗമായി അറസ്റ്റിലായി. ബൽഗാം, ബീജാപ്പൂർ ജയിലുകളിൽ കഴിഞ്ഞു. ഗോവ വിമോചന സമരത്തിലും സുപ്രധാന പങ്ക് വഹിച്ചു. 1956 ആഗസ്ത് 9–ന് ബീജാപ്പൂരിൽ നിന്ന് ഒരു സംഘം വളണ്ടിയർമാരെയും നയിച്ച് ഗോവ വിമോചനസമരത്തിൽ പങ്കെടുക്കാൻ പോയി. തെലങ്കാന സമരകാലത്ത് ഹൈദരാബാദിന്റെ മോചനത്തിനുവേണ്ടി ഗുൽബർഗ ജില്ലയിൽ നടന്ന വമ്പിച്ച പ്രക്ഷോഭത്തിന് അദ്ദേഹം നേതൃത്വം നൽകി. മുൻസിപ്പൽ ജീവനക്കാരുടെയും പഞ്ചായത്ത് ജീവനക്കാരുടെയും സമരങ്ങളും അദ്ദേഹം വിജയപൂർവം നയിച്ചിട്ടുണ്ട്.

ദീർഘകാലം പാർട്ടിയുടെ കർണാടക സംസ്ഥാന സെക്രട്ടേറിയേറ്റ് അംഗമായിരുന്നു, സി ഐ ടി യു രൂപീകരണം മുതൽ അതിന്റെ ഔദ്യോഗിക ഭാരവാഹിയും. കർണാടക സംസ്ഥാന ഗ്രാമപഞ്ചായത്ത് എംപ്ലോയീസ് അസോസിയേഷന്റെ ഓണററി പ്രസിഡണ്ട് എന്ന സ്ഥാനവും വഹിച്ചു.

എൻ കെ കന്നഡയിൽ അനേകം പുസ്തകങ്ങൾ രചിച്ചു. തന്റെ ജീവിതകഥ *(നാനുനഡു ബന്തഭാരി)* അതിലൊന്ന്. സ്വാതന്ത്ര്യസമരം മുതൽ കർണാടകത്തിൽ നടന്ന അനവധി സമരങ്ങളുടെയും അവയിൽ തന്റെ പങ്കാളിത്തത്തിന്റെയും കഥ അനാവരണം ചെയ്യുന്നു ആ പുസ്തകത്തിൽ. എൻ കെ പഞ്ചാബിലെ വിഘടന പ്രസ്ഥാനത്തെക്കുറിച്ച് ഒരു

പുസ്തകവും കൃഷ്ണാനദീജല തർക്കത്തെക്കുറിച്ച് രണ്ട് പുസ്തകങ്ങളും രചിച്ചു. പാർട്ടി മുഖപത്രമായ *ജനശക്തി*യുടെ പ്രസിദ്ധീകരണത്തിൽ പ്രധാന പങ്കുവഹിച്ച എൻ കെ പാർട്ടിയുടെതന്നെ മറ്റൊരു മുഖപത്രമായ *ഐക്യരംഗ*യുടെ പത്രാധിപരായിരുന്നു. 2001 ഡിസംബർ 9 ന് അന്തരിച്ചു.

എ കെ ജി

1902 - 1977

ഇന്ത്യയിലെ കമ്യൂണിസ്റ്റ് പ്രസ്ഥാനത്തിൽനിന്ന് വളർന്നുവന്ന ഏറ്റവും വലിയ ബഹുജന നേതാവായിരുന്നു എ കെ ജി എന്ന മൂന്നക്ഷരത്താൽ അറിയപ്പെട്ട എ കെ ഗോപാലൻ. സത്യഗ്രഹിയിൽനിന്ന് തുടങ്ങി വിപ്ലവകാരിയിലേക്കുള്ള എ കെ ജിയുടെ പരിവർത്തനത്തിന്റെ കഥ ആകർഷകവും ആവേശകരവുമാണ്. ഒരു വിപ്ലവകാരി എങ്ങനെ ബൂർഷ്വാ പാർലമെന്റിൽ പ്രവർത്തിക്കണം എന്നതിന്റെ ഉത്തമ മാതൃക കൂടിയാണ് അദ്ദേഹം.

പഴയ ചിറക്കൽ താലൂക്കിൽപ്പെട്ട മാവിലായിയിലെ മക്രേരി ഗ്രാമത്തിൽ ആയില്യത്ത് കുറ്റ്യേരി എന്ന പേരുകേട്ട തറവാട്ടിൽ വള്ളുവക്കണ്ടോത്ത് രൈരുനമ്പ്യാരുടെയും മാധവി അമ്മയുടെയും മകനായി 1902 ജൂലായ് മാസത്തിൽ എ കെ ജി ജനിച്ചു. പിതാവ് ഉൽപ്പതിഷ്ണുവും സാമൂഹ്യപരിഷ്കർത്താവും കലാ-വിദ്യാഭ്യാസാദി കാര്യങ്ങളിൽ അത്യന്തം തൽപ്പരനുമായിരുന്നു.

കാടാച്ചിറ എന്ന സ്ഥലത്ത് എ കെ ജിയുടെ പിതാവ് ഒരു ഇംഗ്ലീഷ് മിഡിൽ സ്കൂൾ നടത്തിയിരുന്നു. എ കെ ജി അവിടെ പഠിച്ചു. പഠിക്കുന്ന കാലത്തുതന്നെ ഒരു ബഹുജന നേതാവിന്റെ ചൈതന്യം അദ്ദേഹത്തിൽ പ്രസരിച്ചിരുന്നു. ചെല്ലുന്നേടങ്ങളിലൊക്കെ സാഹിത്യ സമാജങ്ങളും വാർഷികങ്ങളും സംഘടിപ്പിക്കുകയും കൈയെഴുത്തു മാസികകൾ നടത്തുകയും വിദ്യാർഥികൾ തമ്മിലുള്ള വഴക്കുകൾ തീർക്കുകയും ചെയ്യുക അദ്ദേഹത്തിന്റെ പ്രത്യേകതയായിരുന്നു. ദേശീയബോധം അക്കാലത്തു

തന്നെ അദ്ദേഹത്തിൽ നാമ്പെടുത്തു. ജയിൽ മോചിതനായ യാക്കൂബ് ഹസ്സനും ഗോപാലമേനോനും തലശേരിയിൽ സ്വീകരണം നൽകിയപ്പോൾ ചില കൂട്ടുകാരോടൊപ്പം എ കെ ജി ക്ലാസ് ബഹിഷ്കരിച്ച് അതിൽ പങ്കെടുക്കുകയും അതിന്റെ പേരിൽ അധ്യാപകരിൽനിന്ന് ശിക്ഷ ഏറ്റുവാങ്ങുകയും ചെയ്തു.

എ കെ ജി പൊതുപ്രവർത്തനത്തിന്റെ ആദ്യപാഠങ്ങൾ പഠിച്ചത് പിതാവിൽനിന്നു തന്നെ. വടക്കെ മലബാർ നായർ സൊസൈറ്റിയുടെ ആരംഭം മുതൽ എ കെ ജിയുടെ പിതാവ് അതിന്റെ സെക്രട്ടറിയായിരുന്നു. നായന്മാർക്കിടയിലെ ഉപജാതികൾ ഇല്ലാതാക്കലും തളി–വിചാരണ തുടങ്ങിയ ദുരാചാരങ്ങൾ അവസാനിപ്പിക്കലുമായിരുന്നു ഈ സംഘടനയുടെ പ്രധാന ലക്ഷ്യം. സൊസൈറ്റി യോഗങ്ങളിൽ അച്ഛനോടൊപ്പം എ കെ ജിയും പങ്കെടുക്കും. ചിലപ്പോൾ എ കെ ജിയും പ്രസംഗിക്കും. ഇപ്രകാരം അച്ഛനിൽനിന്നാണ് പൊതുപ്രവർത്തനത്തിന് പ്രചോദനം കിട്ടിയതെങ്കിൽ വാത്സല്യനിധിയായ അമ്മയാണ് അദ്ദേഹത്തിൽ വലിയ സ്വാധീനം ചെലുത്തിയത്. "ആറുമാസം ജയിലിൽ കിടന്നാൽ പിന്നെ രണ്ട് ദിവസം എന്റെ ഒപ്പം വന്ന് താമസിച്ചിട്ട് വീണ്ടും വേണമെങ്കിൽ ജയിലിൽ പോകട്ടെ" എന്ന് പറയുമായിരുന്ന അമ്മ എ കെ ജിയുടെ സാമൂഹിക രാഷ്ട്രീയ പ്രവർത്തനങ്ങളിൽ എപ്പോഴും അദ്ദേഹത്തിന് താങ്ങും തണലുമായിരുന്നു.

വിദ്യാഭ്യാസാനന്തരം അധ്യാപകനായി ജീവിതം ആരംഭിച്ചു. ഏഴുവർഷം അധ്യാപകവൃത്തിയിലേർപ്പെട്ടു. പെരളശേരി ബോർഡ് ഹൈസ്കൂൾ, ചൊവ്വ ഹൈസ്കൂൾ, കോഴിക്കോട് മദ്രസത്തുൽ മുഹമ്മദീയ സ്കൂൾ (എം എം ഹൈസ്കൂൾ) എന്നിവിടങ്ങളിൽ അധ്യാപകനായി ജോലി നോക്കി. ഒരു മാതൃകാ അധ്യാപകനായിരുന്നു എ കെ ജി. അദ്ദേഹത്തിന്റെ വിദ്യാർഥി ആയിരുന്ന കെ എ കേരളീയൻ പിൽക്കാലത്ത് ഇങ്ങനെ എഴുതി. നോക്കുക:

> എ കെ ഗോപാലൻമാസ്റ്റർ (അങ്ങനെയാണ് ഞങ്ങൾ അദ്ദേഹത്തെ അന്നു വിളിച്ചുവന്നത്) ഞങ്ങളുടെ ഇംഗ്ലീഷ് പഠിപ്പിക്കുന്ന അധ്യാപകനായിരുന്നു. അക്കാലത്ത് പെരളശേരി ഹയർ എലിമെന്ററി സ്കൂളിലെ വിദ്യാഭ്യാസം ഇംഗ്ലീഷ് മാധ്യമത്തിലായിരുന്നു..... ഇംഗ്ലീഷ് ക്ലാസിലിരിക്കുക എന്നത് വിദ്യാർഥികൾക്കെല്ലാം പ്രത്യേകം സന്തോഷപ്രദമായിരുന്നു. രസം പറഞ്ഞ് ചിരിപ്പിച്ചുകൊണ്ടുള്ള പഠിപ്പിക്കലായിരുന്നു... പഠിക്കാനുള്ള കാര്യങ്ങളെല്ലാം കൊച്ചുകൊച്ചു ഇംഗ്ലീഷ് വാചകങ്ങളിൽ പഠനസാമഗ്രികളുടെ സഹായത്തോടുകൂടി പഠിപ്പിച്ചുവന്ന ആ മാതൃക ഒന്നുമറിയാത്ത കുട്ടികൾക്കുപോലും പഠിക്കാൻ എളുപ്പം കൂട്ടി... വീട്ടഭ്യാസങ്ങൾ ഗോപാലൻമാസ്റ്ററുടെ വിദ്യാർഥികൾക്ക് ഒരു പതിവായിരുന്നു. ഹോംവർക്ക് ഭംഗിയായി ചെയ്തുകൊണ്ടുവരാത്ത ആരോടും ഗോപാലൻമാസ്റ്റർക്ക് യാതൊരു വിട്ടുവീഴ്ചയുമുണ്ടായിരുന്നില്ല.

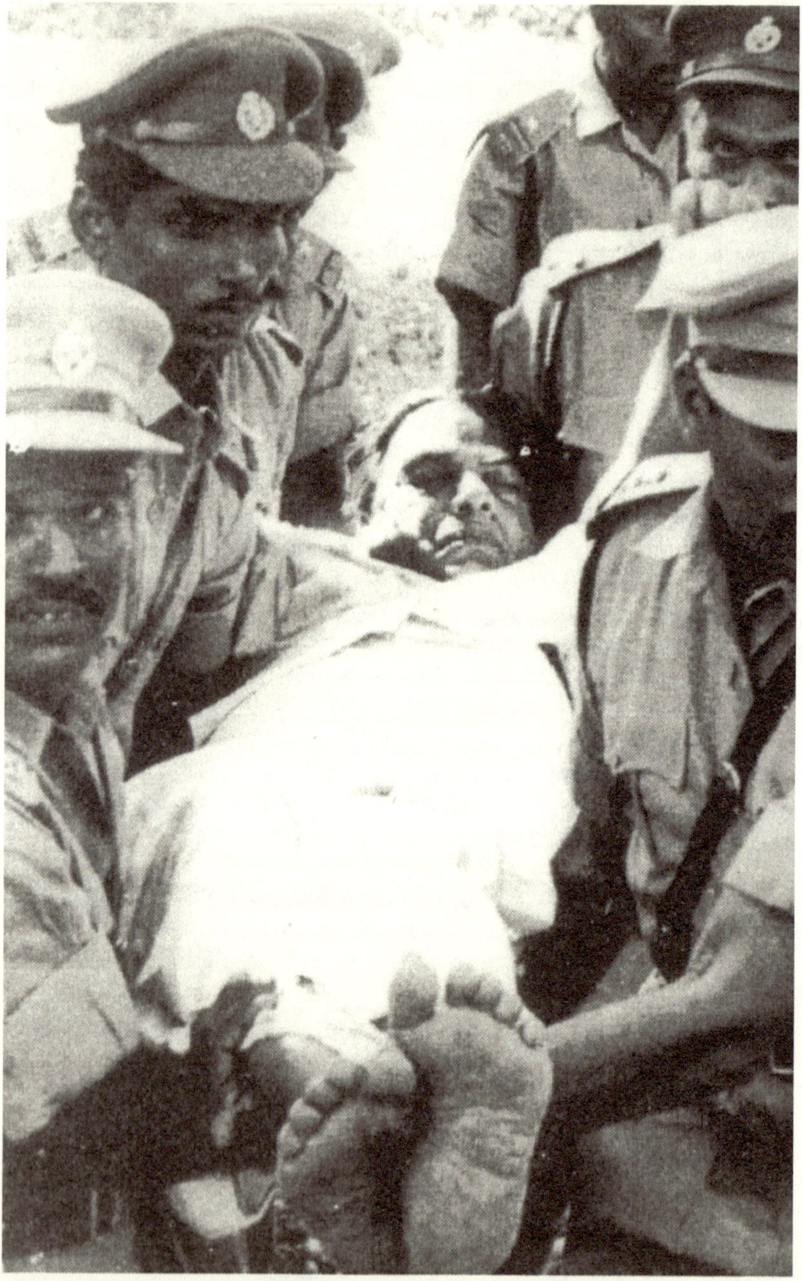

എ കെ ജി യെ അറസ്റ്റു ചെയ്തു നീക്കുന്നു

അധ്യാപകനായിരിക്കുമ്പോൾ നിശാപാഠശാലകൾ നടത്തുക, വായനശാലകൾ സംഘടിപ്പിക്കുക തുടങ്ങിയ പ്രവർത്തനങ്ങളിൽ ആണ്ടിറങ്ങി.

രാജ്യത്താകെ ദേശീയ പ്രസ്ഥാനം ശക്തിപ്രാപിക്കുകയായിരുന്നു. അതിന്റെ ആവേശം അദ്ദേഹത്തെയും അഗാധമായി സ്വാധീനിച്ചു. 1928 മുതൽ വിദേശവസ്ത്ര ബഹിഷ്കരണം, ഖാദിപ്രചാരണം എന്നിവയിൽ താൽപ്പര്യം ജനിച്ചു. 1930 ആയപ്പോഴേക്ക് അടങ്ങിയിരിക്കാൻ കഴിയാതായി. ആ വർഷം എങ്ങും ദേശീയമുന്നേറ്റം. അതിന് ഒരു വർഷം മുമ്പ് ഇന്ത്യൻ നാഷണൽ കോൺഗ്രസ് പൂർണസ്വാതന്ത്ര്യപ്രമേയം അംഗീകരിച്ചു. ലോകമുതലാളിത്ത സമ്പദ്വ്യവസ്ഥ അഗാധമായ പ്രതിസന്ധിയിൽ കിടന്ന് വട്ടം കറങ്ങി. ഇന്ത്യയിലെ ഇടത്തരക്കാർ ബഹുജനസമരങ്ങളിലേക്ക് ആകർഷിക്കപ്പെട്ടു. ഗാന്ധിജി തന്റെ പ്രസിദ്ധമായ ദണ്ഡിയാത്ര തുടങ്ങി. രാജ്യത്തെ കോൺഗ്രസ് പ്രവർത്തകരാകെ ആവേശപൂർവം രംഗത്തിറങ്ങി. കേളപ്പന്റെ നേതൃത്വത്തിൽ കോഴിക്കോട്ടുനിന്ന് ഒരു ജാഥ പയ്യന്നൂരിലേക്ക് തിരിച്ചു. വഴിനീളെ ജാഥയ്ക്ക് ഗംഭീര സ്വീകരണം. ജാഥയ്ക്ക് ചൊവ്വയിൽ സ്വീകരണം നൽകിയത് എ കെ ജിയുടെ നേതൃത്വത്തിൽ. കേളപ്പന്റെ പ്രസംഗം ഉള്ളിൽ തട്ടി. ഇത് അദ്ദേഹത്തിന്റെ ജീവിതത്തിൽ വഴിത്തിരിവായി. ആത്മകഥ (*എന്റെ ജീവിതകഥ*)യിൽ എ കെ ജി എഴുതി:

> രണ്ടു ചിന്താധാരകൾ തമ്മിൽ ഒരു സംഘട്ടനം മനസിൽ ആരംഭിച്ചതിനാൽ അന്നു രാത്രി എനിക്കുറങ്ങാൻ കഴിഞ്ഞില്ല. എല്ലാം ഉപേക്ഷിച്ച് സമരത്തിൽ ചേരാൻ എന്റെ മനഃസാക്ഷി എന്നെ ഉപദേശിച്ചു. ഇതിന്റെ അർഥം എന്റെ ആളുകളോട് യാത്ര പറയുകയും എന്റെ പ്രിയപ്പെട്ട അച്ഛന്റെയും കുടുംബാംഗങ്ങളുടെയും കഠിന വിരോധം നേടുകയും ആയിരിക്കും. എന്റെ അമ്മയും കുടുംബവും വളരെയധികം കഷ്ടപ്പെടും. സുഖഭോഗങ്ങളും സൗകര്യങ്ങളും കൂടാതെ കഴിയേണ്ടിവരും. മിക്കവാറും മറ്റുള്ളവരെ ആശ്രയിച്ച് കഴിയേണ്ടിവരികയും അവരുടെ നിന്ദ സഹിക്കേണ്ടിവരികയും ചെയ്യും. എന്റെ ജോലി നഷ്ടപ്പെടും. വളരെ കഷ്ടപ്പാടുകൾ സഹിക്കേണ്ടിവരും. മർദനത്തിൽപ്പെട്ട് വിറയ്ക്കുകയും സ്വന്തം ജീവിതമാർഗമില്ലാത്തതിനാൽ ആത്മഹത്യക്ക് മുതിരുകയും കൊള്ള, കളവ്, കൊലപാതകം മുതലായവയിൽ ഏർപ്പെടുകയും ചെയ്ത എന്റെ ജനതയുടെ സ്വാതന്ത്ര്യത്തിനുവേണ്ടി ഞാൻ പോരാടി എന്ന സംതൃപ്തിയും സന്തോഷവും എനിക്കുണ്ടാകും. ഭാരതമാതാവിന്റെ സ്വാതന്ത്ര്യത്തിനുവേണ്ടി പടവെട്ടാൻ ദണ്ഡുയർത്തിയ അമ്മയുടെ അഭിമാനഭാജനമായ പുത്രനായിരിക്കും ഞാൻ. ഇത്തരം ചിന്തകൾ എന്റെ മനസിലൂടെ കടന്നുപോയി.

അദ്ദേഹത്തിലെ സ്വാതന്ത്ര്യസമരപോരാളി വിജയിച്ചു. അദ്ദേഹം ജോലി രാജിവച്ചു. കണ്ണൂരിൽനിന്ന് കോഴിക്കോട്ടുപോയി ഉപ്പുസത്യഗ്ര

മിച്ചഭൂമി സമരത്തോടനുബന്ധിച്ച് എ കെ ജി മുടവൻമുകൾ കൊട്ടാരവളപ്പിൽ

ഹത്തിൽ പങ്കെടുത്തു. അറസ്റ്റിലായി. ജയിലിൽ അടയ്ക്കപ്പെട്ടു. ആദ്യത്തെ ജയിൽവാസം. ആദ്യം കണ്ണൂർ ജയിലിലും പിന്നീട് വിയ്യൂർ ജയിലിലും കഴിച്ചുകൂട്ടി.

1931 ൽ ഗാന്ധി–ഇർവിൻ സന്ധിയെത്തുടർന്ന് മോചിതനായി. അതിനുശേഷം മലബാറിലാകെ കോൺഗ്രസും സ്വാതന്ത്ര്യസമരവും സംഘടിപ്പിക്കുന്ന പ്രവർത്തനത്തിൽ മുഴുകി. ആറുമാസം വയനാട്ടിൽ പ്രവർത്തിച്ചു. അവിടെ കോൺഗ്രസിന് അസ്ഥിവാരമിട്ടു. ഈ സമയമായപ്പോഴേക്ക് എ കെ ജി ജനങ്ങളെ ആകർഷിക്കുന്ന പ്രഭാഷകനായി. ലളിതമായ കണക്കുകളും കഥകളും പറഞ്ഞ് ശ്രോതാക്കളെ പിടിച്ചിരുത്താൻ അദ്ദേഹത്തിനുള്ള പാടവം ഒന്നുവേറെതന്നെ. 'ഗോപാലേട്ട'ന്റെ പ്രസംഗം എല്ലാവർക്കും ഇഷ്ടപ്പെട്ടു. കഷ്ടപ്പാടുകൾ നിറഞ്ഞതായിരുന്നു അപ്പോഴത്തെ ജീവിതം. കോൺഗ്രസിന് കാര്യമായ സംഘടനയോ ഫണ്ടോ ഇല്ല. ബസ്ചാർജ് കൊടുക്കാൻപോലും പണമുണ്ടായിരുന്നില്ല. ദിവസവും ഭക്ഷണമൊന്നുമില്ലാതെ ഇരുപത്തഞ്ചും മുപ്പതും നാഴിക നടക്കണം, സ്വാതന്ത്ര്യത്തിന്റെ സന്ദേശം പ്രചരിപ്പിക്കണം.

അയിത്തത്തിനും അനാചാരങ്ങൾക്കും എതിരെ പോരാടാൻ കോൺഗ്രസ് തീരുമാനിച്ചതിനെത്തുടർന്ന് കേളപ്പൻ, മൊയാരം എന്നിവരോടൊപ്പം ആ പ്രവർത്തനത്തിലേർപ്പെട്ടു. പയ്യന്നൂരിനടുത്തുള്ള കണ്ടോത്ത് എന്ന സ്ഥലത്ത് പൊതുനിരത്തിൽക്കൂടി പോകാൻ ഹരിജ

നങ്ങൾക്ക് അനുവാദമുണ്ടായിരുന്നില്ല. പോയാൽ അതിനടുത്ത തീയകുടുംബങ്ങൾക്കും അവരുടെ ക്ഷേത്രത്തിനും അശുദ്ധിവരുമത്രേ. ഇതിൽ പ്രതിഷേധിച്ച് ഹരിജനങ്ങൾക്ക് വഴി നടക്കാനുള്ള സ്വാതന്ത്ര്യത്തിനുവേണ്ടി അതുവഴി ജാഥ നയിക്കാൻ എ കെ ജിയും കേരളീയനും തീരുമാനിച്ചു. ജാഥ റോഡിന് സമീപമെത്തിയപ്പോൾ ജാതിക്കോമരങ്ങൾ അവരുടെമേൽ ചാടിവീണു. കുപ്രസിദ്ധമായ 'കണ്ടോത്തെ കുറുവടിപ്പട'യുടെ അടിയേറ്റ് എ കെ ജിയും കേരളീയനും താഴെവീണു. എ കെ ജിയുടെ രാഷ്ട്രീയ ജീവിതത്തിലെ ആദ്യത്തെ ശാരീരികാക്രമണം. അതിനുശേഷം എത്രയെത്ര തവണ ശാരീരികാക്രമണത്തിന് എ കെ ജി ഇരയായി.

ഗുരുവായൂർ സത്യഗ്രഹത്തിൽ എ കെ ജി വഹിച്ച പങ്ക് പ്രസിദ്ധം. 1931 നവംബർ ഒന്നിന് കണ്ണൂരിൽനിന്ന് എ കെ ജിയുടെ നേതൃത്വത്തിൽ സത്യഗ്രഹജാഥ ഗുരുവായൂരിലേക്ക് പുറപ്പെട്ടു. വെയിലും മഴയും സഹിച്ച്, ക്രൂരമായ മർദനങ്ങൾ സഹിച്ച്, ക്ഷേത്രക്കാർ വിരട്ടിവിട്ട മദയാനയുടെ ചിന്നംവിളി പുല്ലാക്കി എ കെ ജി സത്യഗ്രഹം നടത്തി. 1932 ജനുവരി 4 ന് അദ്ദേഹത്തെ അറസ്റ്റു ചെയ്തു. ആറുമാസത്തെ കഠിനതടവിന് ശിക്ഷിച്ച് കണ്ണൂർ സെൻട്രൽ ജയിലിലേക്കയച്ചു. ഇത് അദ്ദേഹത്തിന്റെ രണ്ടാമത്തെ ജയിൽവാസം. ആദ്യത്തെയും രണ്ടാമത്തെയും ജയിൽവാസത്തെ താരതമ്യപ്പെടുത്തി എ കെ ജി എഴുതി:

> പ്രത്യേകതരം ആളുകളും പ്രത്യേക ചുറ്റുപാടും. ഈ സംഘത്തിൽ ഡോക്ടർമാരോ വക്കീലന്മാരോ ഉണ്ടായിരുന്നില്ല. ഈ പ്രാവശ്യത്തെ എന്റെ സുഹൃത്തുക്കൾ സാധാരണ ജനങ്ങൾക്കിടയിൽ പ്രവർത്തിച്ചിരുന്നവരും സ്വന്തം ജീവൻപോലും പണയം വയ്ക്കാൻ തയാറുള്ളവരുമായ ഒരു സംഘം വിപ്ലവകാരികളായിരുന്നു. ജയിലിനകത്തായാലും പുറത്തായാലും അക്രമത്തെ ചെറുക്കാൻ അവരാഗ്രഹിച്ചു. അവർ പ്രത്യാഘാതത്തെപ്പറ്റി ഒരിക്കലും ചിന്തിച്ചില്ല. അവർക്ക് ഊർജസ്വലതയും രാജ്യസ്നേഹവും എന്തും സഹിക്കാനുള്ള കരുത്തും ഉണ്ടായിരുന്നു.

കണ്ണൂർ സെൻട്രൽ ജയിലിൽ തടവുകാർ പലതരത്തിലും പീഡിപ്പിക്കപ്പെട്ടു. ജയിലിലെ ആദ്യദിവസം മുതൽ തന്നെ പണിയെടുപ്പിച്ചു. ലങ്കോട്ടി മാത്രമുടുത്ത് 50 തേങ്ങയുടെ ചകിരി തല്ലിയെടുക്കലായിരുന്നു ജോലി. തടവുകാരുടെ എണ്ണം വർധിച്ചതോടെ ജോലി ചെയ്യാൻ വിസമ്മതിച്ചു. അതിന്റെ പേരിൽ മൃഗീയമായ മർദനം. ഒരു ഘട്ടത്തിൽ എ കെ ജിയെ അവിടെനിന്ന് കടലൂർ ജയിലിലേക്കു മാറ്റി. അവിടെ ഭ്രാന്തന്മാരുടെ കൂടെയാണ് പാർപ്പിച്ചത്. അതിൽ പ്രതിഷേധിച്ച് നിരാഹാര സമരം തുടങ്ങി. പ്രത്യേക വാർഡിൽ പാർപ്പിക്കാമെന്ന് ജയിലധികാരികൾ ഉറപ്പുനൽകിയതിനെത്തുടർന്നാണ് ആറു ദിവസം നീണ്ടുനിന്ന ആ നിരാഹാര സമരം അവസാനപ്പിച്ചത്. ഈ ജയിൽവാസം അഞ്ചുമാസം നീണ്ടുനിന്നു.

ജയിലിൽനിന്ന് രോഗഗ്രസ്തനായിട്ടാണ് എ കെ ജി പുറത്തുവന്നത്.

എന്നിട്ടും അൽപ്പംപോലും വിശ്രമിക്കാതെ ഗുരുവായൂരിലേക്ക് കുതിച്ചു. കുറേക്കാലത്തേക്ക് വിശ്രമിക്കാനുള്ള ഡോക്ടർമാരുടെയും സുഹൃത്തുക്കളുടെ അഭ്യർഥന അദ്ദേഹം തള്ളിക്കളഞ്ഞു. അദ്ദേഹം എഴുതി:

> വിശ്രമം! അതേക്കുറിച്ച് എനിക്ക് ചിന്തിക്കാൻ പോലും കഴിഞ്ഞില്ല. നാടുമുഴുവൻ ലാത്തിച്ചാർജുകളുടെ ശബ്ദം പ്രതിധ്വനിക്കുമ്പോൾ, ആയിരക്കണക്കിനാളുകൾ സമരരംഗത്തേക്കു കടന്നുവരികയും ഘോരഘോരം സമരം നടത്തുകയും ചെയ്യുമ്പോൾ ഒരു യോദ്ധാവിന് വിശ്രമത്തെപ്പറ്റി ചിന്തിക്കാനാവില്ല.

ഗുരുവായൂരിലെത്തിയ ഉടൻ സത്യഗ്രഹ ക്യാപ്ടൻ എന്ന നിലയിലുള്ള പ്രവർത്തനങ്ങൾ വീണ്ടും ഏറ്റെടുത്തു. ഇതിനിടയിൽ സത്യഗ്രഹ പ്രസ്ഥാനത്തിന് പതുക്കെ സ്തംഭനം അനുഭവപ്പെട്ടു തുടങ്ങി. സത്യഗ്രഹത്തിനും ഗാനങ്ങൾക്കും പ്രസംഗങ്ങൾക്കും പുതുമ നഷ്ടപ്പെട്ടു. ഈ ഘട്ടത്തിലാണ് കേളപ്പൻ അമ്പലം തുറക്കുന്നതുവരെ സത്യഗ്രഹം തുടങ്ങിയത്. സത്യഗ്രഹം കേരളത്തെ മുഴുവൻ ഇളക്കിമറിച്ചു. സംസ്ഥാനത്തിന്റെ എല്ലാ ഭാഗങ്ങളിൽനിന്നും ജാഥകൾ ഗുരുവായൂരിലേക്ക് പുറപ്പെട്ടു. കേരളത്തിനകത്തും പുറത്തും വമ്പിച്ച പൊതുയോഗങ്ങൾ നടന്നു. ഗുരുവായൂർ ദേശീയ നേതാക്കളുടെയും മനുഷ്യസ്നേഹികളുടെയും സങ്കേതമായി. അവസാനം ഗാന്ധിജിയുടെ അഭ്യർഥനപ്രകാരം കേളപ്പൻ നിരാഹാരസമരം നിർത്തി. ഈ പശ്ചാത്തലത്തിൽ ക്ഷേത്രപ്രവേശന പ്രചാരണത്തിനായി ഒരു ജാഥ കേരളം മുഴുവൻ ചുറ്റിസഞ്ചരിച്ചു. എ കെ ജി ഉൾപ്പെടെ 20 സത്യഗ്രഹ വളണ്ടിയർമാരായിരുന്നു ജാഥയിൽ.

എ കെ ജിയുടെ വിവാഹവേള. സംസാരിക്കുന്നത് കെ സി ജോർജ്

കൊച്ചിയിലും തിരുവിതാംകൂറിലും മലബാറിലുമായി ജാഥ പതിനായിരം നാഴികയോളം കാൽനടയായി സഞ്ചരിച്ചു. 500 പൊതുയോഗങ്ങളിൽ സംബന്ധിച്ചു.

അപ്പോഴേക്കും നിയമലംഘന പ്രസ്ഥാനം 'എണ്ണവറ്റിയ വിളക്കിലെ തിരിപോലെ' ആയിരുന്നു. അപൂർവമായി മാത്രം ഘോഷയാത്രകളും അറസ്റ്റും നടന്നു. ഈ സാഹചര്യത്തിൽ അതൊന്ന് ശക്തിപ്പെടുത്തണം എന്ന് എ കെ ജി ഉറച്ചു. അധികം കഴിയുന്നതിനുമുമ്പ് അറസ്റ്റിലായി. ഒന്നരവർഷത്തെ തടവിനു വിധിച്ചു. 15 ദിവസത്തോളം കണ്ണൂർ ജയിലിൽ കിടന്നു. 'അപകടകാരിയായ തടവുകാരൻ' എന്നായിരുന്നു എ കെ ജിയെ ജയിൽ റിക്കാർഡുകളിൽ വിശേഷിപ്പിച്ചിരുന്നത്. ഒരു മാസത്തിനകം അദ്ദേഹത്തെ ബെല്ലാരിയിലേക്കു കൊണ്ടുപോയി. സി ക്ലാസ് തടവുകാരുടെ നരകമായിരുന്നു അന്ന് ബെല്ലാരി ജയിൽ. ജയിലിലെത്തിയ നിമിഷം മുതൽ ജയിലധികാരികൾ മനുഷ്യത്വരഹിതമായി പെരുമാറാൻ തുടങ്ങി. ചക്കുവലിക്കുന്ന പണിക്ക് നിയോഗിച്ചു. അതുചെയ്യാൻ കഴിയാത്തതിനാൽ ശിക്ഷയായി കാൽ ചങ്ങലയ്ക്കിട്ടു. ഇതിനുപുറമേ തീരെ മോശമായ ഭക്ഷണവും ഏകാന്തതടവും. തൂക്കം നന്നെ കുറഞ്ഞു. അവസാനം നിരാഹാരവ്രതം തുടങ്ങി. ഏഴാം ദിവസം മൂക്കിൽക്കൂടി ആഹാരം കൊടുക്കാൻ ശ്രമിച്ചു. എ കെ ജി അതിനെ എതിർത്തു. ഇരുപതോളം പേർ ചേർന്ന് നിലത്ത് അമർത്തിപ്പിടിച്ചുകൊണ്ടാണ് മൂക്കിൽക്കൂടി ഒരുവിധം പാൽ കുടിപ്പിച്ചത്. അവസാനം ബി ക്ലാസ് തടവുകാരനാക്കി വെല്ലൂരേക്കയച്ചു. 1933 അവസാനം ജയിൽ മോചിതനായി.

വെല്ലൂർ ജയിലിൽവെച്ച് ഗാന്ധിയൻ സത്യഗ്രഹ പരിപാടികളിലും മോചനമാർഗമെന്ന നിലയിൽ അഹിംസയിലും അദ്ദേഹത്തിന് വിശ്വാസം നഷ്ടപ്പെടാൻ തുടങ്ങി. ജയിലിൽനിന്ന് പുറത്തു വരികയും സിവിൽ നിയമലംഘനപ്രസ്ഥാനം അത്യന്തം ക്ഷീണിച്ചുവരുന്നത് കാണുകയും ചെയ്തതോടെ വിശ്വാസനഷ്ടം പൂർണമായി. അതേക്കുറിച്ച് എ കെ ജിയുടെ സ്വന്തം വാക്കുകൾ:

> അത്ഭുതകരമായ ധീരതയോടും സാമർഥ്യത്തോടും മഹനീയമായ ആത്മസമർപ്പണത്തോടുംകൂടി രണ്ടേകാൽ വർഷം നടത്തിയ സമരം എന്തുകൊണ്ടാണ് പരാജയമായത്? ബാബു രാജേന്ദ്രപ്രസാദിനെപ്പോലുള്ള നേതാക്കളുടെ അഭിപ്രായത്തിൽ ജനങ്ങൾ ത്യാഗസന്നദ്ധരായിരുന്നു. ജയിലിൽപോകാനും മർദനം സഹിക്കാനും തയാറായിരുന്നു. പക്ഷേ, സാമ്പത്തിക നഷ്ടം സഹിക്കാൻ തയാറായിരുന്നില്ല. അതുകൊണ്ടായിരുന്നു സമരം വിജയിക്കാത്തത്. ഗവൺമെന്റ് ഇത് മനസിലാക്കുകയും സ്വത്ത് കണ്ടുകെട്ടുകയും കനത്ത പിഴ ഈടാക്കുകയും ചെയ്തതുകൊണ്ടാണ് സമരം പരാജയപ്പെട്ടതെന്ന് അവർ അഭിപ്രായപ്പെട്ടു. ഇത് ചിലരെ ഭയപ്പെടുത്തി ഓടിച്ചു. എങ്കിലും ഇന്ത്യൻ ജനതയിൽ ഭൂരിപക്ഷത്തിനും പൂഴ്ത്തിവെക്കാനോ നഷ്ടപ്പെടാനോ സ്വത്തില്ല. അവരാ

> യിരിക്കും സ്വാതന്ത്ര്യ സമരത്തിന്റെ മുൻപന്തിയിലുണ്ടായിരിക്കുക. അവരുടെ ഏകസ്വത്ത് അവരുടെ ശരീരമായിരുന്നു. അവർക്ക് നഷ്ടപ്പെടാൻ ഒന്നുമുണ്ടായിരുന്നില്ല. അവർ ത്യാഗത്തിന് തയാറായിരുന്നു. നിത്യജീവിതത്തിലെ യാതനകളുടെ ഒരു ശതമാനം യാതനപോലും അവർക്ക് സ്വാതന്ത്ര്യസമരത്തിൽ സഹിക്കേണ്ടിവരില്ല. പിന്നെ എന്തുകൊണ്ടാണവർ പൂർണമായി സമരത്തിൽ പങ്കെടുക്കാത്തത്?

ഈ രീതിയിൽ ചിന്തിക്കുന്നവർ വേറെയും ധാരാളമുണ്ടായിരുന്നു. അവരാണ് 1934 നുശേഷം കോൺഗ്രസ് സോഷ്യലിസ്റ്റ് പാർട്ടി (സി എസ് പി) രൂപവൽക്കരിച്ചത്. അവരെ അലട്ടിയ പ്രശ്നം ദേശീയ പ്രസ്ഥാനത്തിൽ തൊഴിലാളികളുടെയും കൃഷിക്കാരുടെയും അഭാവമായിരുന്നു. എന്തുകൊണ്ട് എന്ന ചോദ്യത്തിന് ഉത്തരം കണ്ടെത്താൻ പുസ്തകങ്ങൾ പരതുന്നതിന് പകരം രണ്ട് കർഷക കുടുംബങ്ങളുടെ ജീവിത പരിതഃസ്ഥിതി പഠിക്കാൻ അദ്ദേഹം തീരുമാനിച്ചു. വർഷങ്ങളായി ഭൂപ്രഭുക്കൾ പാവപ്പെട്ട കൃഷിക്കാരുടെ ഭൂമി ഒരുതരത്തിലല്ലെങ്കിൽ മറ്റൊരു തരത്തിൽ തട്ടിപ്പറിച്ചെടുക്കുകയായിരുന്നുവെന്ന് അദ്ദേഹം കണ്ടു. 'കൃഷിഭൂമി കൃഷിക്കാരന്' എന്നത് അമൂർത്തമായ മുദ്രാവാക്യമല്ലെന്നും നീതിയുടെ സത്തയാണെന്നും മനസിലാക്കി. നഷ്ടപ്പെടാനൊന്നുമില്ലാത്ത തൊഴിലാളികൾക്കും കൃഷിക്കാർക്കും മാത്രമാണ് "സ്വാതന്ത്ര്യസമരത്തിന്റെ നേതൃത്വത്തിനും കഷ്ടപ്പാടുകൾ സഹിക്കാനുള്ള ശക്തിയും സാഹചര്യവുമുള്ളതെ"ന്ന് കർഷകകുടുംബങ്ങളെക്കുറിച്ചുള്ള പഠനം അദ്ദേഹത്തെ ബോധ്യപ്പെടുത്തി. "ഇപ്പോൾത്തന്നെ മുതലാളിവർഗത്തിന്റെ കടുത്ത മർദനങ്ങൾ അവർ സഹിക്കുന്നുണ്ടെ"ന്നും സമരത്തിന്റെ മുന്നണിയിൽ ജനങ്ങളെ അണിനിരത്താതെ സ്വാതന്ത്ര്യം നേടാൻ സാധ്യമാവുകയില്ലെന്നും അദ്ദേഹത്തിന് ഉറപ്പായി.

അദ്ദേഹം തൊഴിലാളികൾക്കും കൃഷിക്കാർക്കുമിടയിൽ പ്രവർത്തനം തുടങ്ങി. വ്യവസായ തൊഴിലാളികളുടെ കാര്യത്തിലാണ് ആദ്യം പ്രത്യേക ശ്രദ്ധ പതിപ്പിച്ചത്. യൂണിയനുകൾ രൂപവൽക്കരിക്കാൻ ശ്രമിച്ചു. പണിമുടക്കുകൾ സംഘടിപ്പിച്ചു. തൊഴിലാളികളെ പഠിപ്പിച്ചു. ആദ്യകാല സോഷ്യലിസ്റ്റുകാർ വരുത്തിയ തെറ്റുകൾ അനുഭവത്തിലൂടെ തിരുത്തി. തൊഴിലാളി ജീവിതത്തിൽ എ കെ ജി ആണ്ടിറങ്ങി. അവരുടെ ഭക്ഷണം കഴിച്ചു. അവരുടെ ഭാഷയിൽ സംസാരിച്ചു. അവരുടെ കഷ്ടപ്പാടുകളിൽ പങ്കുചേർന്നു. അവരുടെ കുട്ടികളോടൊപ്പം കളിച്ചു. അടുത്ത ഏതാനും വർഷങ്ങളിൽ കേരളത്തിൽ നടന്ന മിക്കവാറും എല്ലാ പണിമുടക്കുകളിലും എ കെ ജി പങ്കെടുക്കുകയും അവയെ നയിക്കുകയും ചെയ്തു. കോട്ടൺ, കയർ, ബീഡി, ഓട്, സോപ്പ് — എന്നുവേണ്ട സോഷ്യലിസ്റ്റുകാർ തൊഴിലാളികളെ സംഘടിപ്പിക്കാത്ത മേഖലകൾ വിരളമായിരുന്നു. എ കെ ജി എല്ലായിടത്തും ഉണ്ടായിരുന്നു. അദ്ദേഹം തന്നെ അത് വിവരിക്കുന്നത് നോക്കൂ:

ഒരു പണിമുടക്ക് ആരംഭിച്ചിട്ടുണ്ടെന്ന് അറിയുന്ന നിമിഷം ഞാൻ അങ്ങോട്ടേക്ക് കുതിക്കും. അതവസാനിപ്പിച്ചാൽ മറ്റൊരു സ്ഥലത്തേക്കു നീങ്ങും. പണിമുടക്ക് ഫണ്ട് ശേഖരിക്കുക, വളണ്ടിയർമാരെ ചേർക്കുക, പ്രവർത്തനങ്ങൾ അവർക്ക് വിശദീകരിച്ചു കൊടുക്കുക, അതവർ ചെയ്യുന്നുണ്ടോ എന്ന് പരിശോധിക്കുക, പൊതുയോഗങ്ങളിൽ പ്രസംഗിക്കുക, ജോലിക്കു പോകുന്ന കരിങ്കാലികളെ തടയുക, അവരുമായി വാദപ്രതിവാദത്തിലേർപ്പെടുക, അതത് പ്രദേശത്തെ ജനങ്ങളുമായി ബന്ധപ്പെടുക, പണിമുടക്കിന് അവരുടെ പിന്തുണ നേടിയെടുക്കുക — ഇതാണ് ഞാൻ ചെയ്തുകൊണ്ടിരുന്നത്.

കൃഷിക്കാർക്കും തൊഴിലാളികൾക്കും ഇടയിലെ പ്രവർത്തനം ബ്രിട്ടീഷ് ഭരണത്തിനെതിരായ സമരത്തിന്റെ ഭാഗമാണെന്ന് എ കെ ജിയും സി എസ് പിയിലെ മറ്റുള്ളവരും കണ്ടു. യഥാർഥ സ്വാതന്ത്ര്യം നേടിയെടുക്കുന്നതിനുള്ള ഒരേയൊരു മാർഗം സ്വാതന്ത്ര്യസമരത്തിൽ ഇന്ത്യൻ ജനതയിലെ ഈ വിപുലവിഭാഗത്തെ അണിനിരത്തുകയാണ്. അതിനുള്ള ഒരേയൊരു വഴി അവരുടെ ആവശ്യങ്ങൾ ഉന്നയിക്കുകയും മുതലാളിമാർക്കും ഫ്യൂഡൽ പ്രഭുക്കൾക്കും അതുപോലെതന്നെ വിദേശഭരണത്തിനും എതിരെ പോരാടുകയുമാണ്. അവർ മറ്റ് പ്രശ്നങ്ങളും ഏറ്റെടുത്തു. അവയിൽ ഏറ്റവും ശ്രദ്ധേയമായതാണ് പട്ടിണിക്കും തൊഴിലില്ലായ്മയ്ക്കുമെതിരെ, പ്രത്യേകിച്ചും യുവാക്കളെ നേരിടുന്ന തൊഴിലില്ലായ്മയ്ക്കെതിരെ, സംഘടിപ്പിച്ച ബഹുജനപ്രസ്ഥാനം. അതിന്റെ ഭാഗമായി കണ്ണൂരിൽനിന്ന് മദിരാശിയിലേക്ക് എ കെ ജിയുടെ നേതൃത്വത്തിൽ തിരിച്ച പട്ടിണിജാഥ ചരിത്രം സൃഷ്ടിച്ചു. അത് എ കെ ജിയുടെ ജീവിതത്തിലെ തന്നെ അവിസ്മരണീയമായ ഒരു സംഭവമായി. ഉത്തരവാദഭരണം ആവശ്യപ്പെട്ട് തിരുവിതാംകൂറിൽ ആരംഭിച്ച പ്രക്ഷോഭത്തിന് ഉശിരുപകരാനും അവിടെ കെട്ടഴിച്ചുവിട്ട മർദനത്തിൽ പ്രതിഷേധിക്കാനും 1936 ൽ എ കെ ജിയുടെ നേതൃത്വത്തിൽ തിരിച്ച പട്ടിണിജാഥ ചരിത്രം സൃഷ്ടിച്ചു. അത് എ കെ ജിയുടെ ജീവിതത്തിലെതന്നെ അവിസ്മരണീയമായ ഒരു സംഭവമായി. ഉത്തരവാദഭരണം ആവശ്യപ്പെട്ട് തിരുവിതാംകൂറിൽ ആരംഭിച്ച പ്രക്ഷോഭത്തിന് ഉശിരുപകരാനും അവിടെ കെട്ടഴിച്ചുവിട്ട മർദനത്തിൽ പ്രതിഷേധിക്കാനും 1936 ൽ എ കെ ജിയുടെ നേതൃത്വത്തിൽ തിരുവിതാംകൂറിലേക്കു തിരിച്ച ജാഥയും പ്രസിദ്ധമാണ്. ആലുവയിൽ എ കെ ജിയെ അറസ്റ്റ് ചെയ്ത് കേസെടുത്തു. എ കെ ജി തന്നെയാണ് കേസ് വാദിച്ചത്.

1937 ൽ മദിരാശി പ്രവിശ്യയിൽ കോൺഗ്രസ് ഗവൺമെന്റ് അധികാരത്തിൽവന്നു. ഇക്കാലത്ത് കോൺഗ്രസ് പ്രവർത്തനം ഊർജിതമായി. കോൺഗ്രസ് കമ്മിറ്റികളിലെ ഭൂരിപക്ഷവും സോഷ്യലിസ്റ്റുകാരോ സോഷ്യലിസ്റ്റ് അനുഭാവികളോ ആയിരുന്നു. ഇ എം എസ് കോൺഗ്രസ്

സെക്രട്ടറിയായി. തിരഞ്ഞെടുക്കപ്പെട്ടു. കോൺഗ്രസ് സംഘടനാപരമായി മുന്നേറാൻ തുടങ്ങി. എ കെ ജി എഴുതി:

> രാഷ്ട്രീയ ക്ലാസുകൾ നടത്തൽ, വളണ്ടിയർമാർക്ക് പരിശീലനം നൽകൽ, ജനങ്ങളുടെ ആവശ്യം നേരിട്ടറിയൽ, ആവുന്നത്ര ജനങ്ങൾക്കായി പ്രവർത്തിക്കൽ, പൊതുയോഗം വഴി പ്രവർത്തന പദ്ധതികൾ വിശദീകരിക്കൽ — ഇതുവഴി കോൺഗ്രസ് ഒരു പൊതുജന പ്രസ്ഥാനമായി വളർന്നു. കോൺഗ്രസിനെ ശക്തിപ്പെടുത്താനും അതിനെ ഒരു പൊതുജന സംഘടനയായി ഉയർത്താനും കോൺഗ്രസ് സോഷ്യലിസ്റ്റു പാർട്ടിക്കു കഴിഞ്ഞു എന്ന് അഭിമാനം കൊള്ളാൻ അതിന് അവകാശമുണ്ട്.

എ ഐ സി സി അംഗം എന്ന നിലയിൽ ഇന്ത്യൻ നാഷണൽ കോൺഗ്രസിന്റെ ഹരിപുര, ത്രിപുരി സമ്മേളനങ്ങളിൽ പങ്കെടുത്തു. ത്രിപുരി സമ്മേളനത്തനുശേഷം മൂന്നുമാസം ബോംബെയിൽ തങ്ങി. അപ്പോൾ ഇന്ത്യൻ കമ്യൂണിസ്റ്റ് പാർട്ടിയുടെ ആസ്ഥാനം ബോംബെയായിരുന്നു. അവിടെവെച്ച് കമ്യൂണിസ്റ്റ് പാർട്ടി നേതാക്കളോടൊത്ത് ധാരാളം സമയം ചെലവഴിച്ചു. തൊഴിലാളി റാലികളിൽ പങ്കെടുത്തു. അദ്ദേഹം അനുസ്മരിക്കുന്നു:

> ഇത് എന്നിൽ അന്നത്തെ കോൺഗ്രസ് സോഷ്യലിസ്റ്റ് പാർട്ടി നേതാക്കളുടെ നയങ്ങളോടും പരിപാടികളോടും വെറുപ്പ് ജനിപ്പിച്ചു. അതെന്നെ കമ്യൂണിസ്റ്റ് പാർട്ടിയോട് കൂടുതൽ അടുപ്പിക്കുകയും കമ്യൂണിസ്റ്റ് പാർട്ടി നേതാക്കളുമായുള്ള എന്റെ ബന്ധങ്ങൾക്ക് ശക്തി കൂട്ടുകയും ചെയ്തു.

ത്രിപുരി സമ്മേളനത്തിനുശേഷം എ കെ ജി ബോംബെയിൽ തങ്ങിയത് വെറുതെയല്ല. അതിനുമുമ്പ് *പ്രഭാതം* പുനരാരംഭിച്ച എ കെ ജി അതിന്റെ മാനേജരായി. അതിനുവേണ്ടി ഫണ്ട് പിരിക്കുകയായിരുന്നു ലക്ഷ്യം. ഫണ്ട് പിരിക്കാൻ സിംഗപ്പൂരിലും സിലോണിലും പോകണമെന്ന് ആലോചനയുണ്ടായിരുന്നു. ബോംബെയിലെ അനുഭവം ആ രാജ്യങ്ങളിലേക്കു പോകാൻ ഉത്തേജനം നൽകി. ആ സന്ദർശനം കഴിഞ്ഞ് കൽക്കത്തയിൽ മടങ്ങിയെത്തി. പത്തുദിവസം അവിടെ താമസിച്ച് വിദേശ പര്യടനത്തിന് ശേഷമുള്ള ഇന്ത്യയിലെ സ്ഥിതിഗതികളൊക്കെ മനസിലാക്കി. വാർധ എ ഐ സി സി സമ്മേളനത്തിൽ പങ്കെടുത്തു. സമ്മേളനം നിരാശാജനകമായിരുന്നു.

അതിനുമുമ്പുതന്നെ രണ്ടാം ലോകമഹായുദ്ധം തുടങ്ങി. അതിനോട് എടുക്കേണ്ട സമീപനത്തെച്ചൊല്ലി കോൺഗ്രസ് സോഷ്യലിസ്റ്റ് പാർട്ടിക്കകത്ത് അഭിപ്രായവ്യത്യാസമായി. സി എസ് പി നേതാക്കളിൽ പലരും സോവിയറ്റ് യൂണിയനെതിരെ പ്രചാരണം തുടങ്ങി. മാത്രമല്ല, കമ്യൂണിസ്റ്റ് പാർട്ടിക്കാരായി അറിയപ്പെടുന്ന എല്ലാവരെയും സോഷ്യലിസ്റ്റ് പാർട്ടി

യിൽനിന്ന് പുറത്താക്കി. അതുകൊണ്ടെന്ത് സംഭവിച്ചു? എ കെ ജി പറയട്ടെ:

> ഇതിന്റെ ഫലമായി ദേശീയ സമരത്തിൽനിന്ന് ഉയർന്നുവന്ന എന്നെപ്പോലുള്ളവർ കമ്യൂണിസത്തോട് കൂടുതൽ അടുക്കുകയും നേതാക്കന്മാർ ഗാന്ധിസത്തിൽ തുടരുകയും ചെയ്തു. മലബാർ, തമിഴ്നാട്, ഒറീസ തുടങ്ങിയ സ്ഥലങ്ങളിലെ സോഷ്യലിസ്റ്റ് പാർട്ടികൾ കമ്യൂണിസ്റ്റ് പാർട്ടിയുടെ ഘടകങ്ങളായി പ്രവർത്തിക്കാൻ തുടങ്ങി.

വാർധ എ ഐ സി സിക്കുശേഷം പൊലീസറിയാതെ മലബാറിൽ തിരിച്ചെത്തി. 1939 ഡിസംബറിൽ പിണറായിയിൽ ചേർന്ന സി എസ് പിയുടെ ചരിത്രപ്രധാനമായ യോഗത്തിൽ പങ്കെടുത്തു. ഈ യോഗമാണ് കേരളത്തിലെ സി എസ് പി ഘടകത്തെ ഒന്നടങ്കം ഇന്ത്യൻ കമ്യൂണിസ്റ്റ് പാർട്ടിയിൽ ലയിപ്പിക്കാൻ തീരുമാനിച്ചത്.

എ കെ ജിയുടെ പേരിൽ രണ്ടുവർഷമായി ഒരു കേസ് നിലവിലുണ്ടായിരുന്നതിനാൽ തമിഴ്നാട്ടിൽ പോയി പ്രവർത്തിക്കാൻ പാർട്ടി അദ്ദേഹത്തോട് നിർദേശിച്ചു. തൃശ്ശിനാപ്പള്ളിയിൽ തെന്നിന്ത്യൻ റെയിൽവേ തൊഴിലാളികൾക്കിടയിൽ പ്രവർത്തിച്ചു. അവിടെ പാർട്ടിയുടെ ഏതാനും സെല്ലുകൾ രൂപവൽക്കരിച്ചു. രഹസ്യയോഗങ്ങൾ നടത്തി. സ്റ്റഡി ക്ലാസുകൾ സംഘടിപ്പിച്ചു. ഇത് അദ്ദേഹത്തിന് പുതിയൊരു അനുഭവമായിരുന്നു. ആത്മകഥയിൽ അദ്ദേഹം എഴുതി:

> ഒരു സത്യഗ്രഹിയും സോഷ്യലിസ്റ്റും എപ്പോഴും അറസ്റ്റു വരിക്കാൻ തയാറുള്ള ഒരു യോദ്ധാവും എന്ന നിലയിൽനിന്ന് — ചുരുക്കത്തിൽ പരസ്യപ്രവർത്തനത്തിൽനിന്ന് — രഹസ്യവും ശാന്തവുമായ പ്രവർത്തനത്തിലേക്ക് മാറേണ്ടതായി വന്നു. എനിക്ക് രഹസ്യപ്രവർത്തനങ്ങളുമായി യാതൊരു പരിചയവും ഉണ്ടായിരുന്നില്ല. അന്നുവരെ ഞാൻ പ്രവർത്തിച്ചിരുന്നത് പരസ്യമായിട്ടാണ്.

കമ്യൂണിസ്റ്റ് പാർട്ടിയിലെത്തിയപ്പോൾ രഹസ്യപ്രവർത്തനത്തിന്റെ ആവശ്യം മനസിലായി. അദ്ദേഹം പറയുന്നത് നോക്കുക:

> സാമ്രാജ്യത്വത്തിന് ആവശ്യം ഞങ്ങളെ ജയിലിൽ അടയ്ക്കുക എന്നതും ഞങ്ങളുടെ ആവശ്യം അറസ്റ്റ് ഒഴിവാക്കി പ്രവർത്തിക്കുക എന്നതും ആയിരുന്നു... ഒളിവിൽ പ്രവർത്തിക്കുന്നത് സാമ്രാജ്യത്വത്തിന് എതിരായുള്ള സമരമാണെന്ന് എനിക്ക് ബോധ്യപ്പെട്ടു.

ഒരു വർഷത്തിലധികം ഒളിവിൽ കഴിഞ്ഞു. 1941 മാർച്ച് 24 ന് അറസ്റ്റിലായി. വെല്ലൂർ ജയിലിലാണ് പാർപ്പിച്ചത്. 1941 സെപ്തംബർ 25 ന് അദ്ദേഹം ജയിൽ ചാടി. പിന്നെ കുറച്ചുകാലം കേരളത്തിന് പുറത്ത് കഴി

ജനനേതാക്കൾ ജനങ്ങൾക്കിടയിൽ
എ കെ ജി, ബസവ പുന്നയ്യ, പൂത്തലത്ത് നാരായണൻ

ച്ചുകൂട്ടി. അങ്ങനെ കഴിച്ചുകൂട്ടിയ പ്രദേശങ്ങളിൽ കോൺപൂരും ബംഗാളും ഉൾപ്പെടുന്നു. കോൺപൂരിൽ ഒരു ഇഷ്ടിക ഫാക്ടറിയുടെ മാനേജരായി ജോലിനോക്കി. ഏറെത്താമസിയാതെ കേരളത്തിലേക്ക് മടങ്ങി. ഇവിടെ ഒളിവിലിരുന്നുകൊണ്ട് പാർട്ടി പ്രവർത്തനത്തിൽ വ്യാപൃതനായി. അതിനിടയിൽ പെരിന്തൽമണ്ണയിലെ ഒരു സമ്മേളനത്തിൽ പരസ്യമായി പ്രസംഗിച്ചു. അവിടെവെച്ച് അറസ്റ്റിലായി. രണ്ടു ദിവസത്തിനകം വിട്ടയച്ചു.

കോൺഗ്രസ് അധികാര കൈമാറ്റത്തെക്കുറിച്ച് തിരക്കുപിടിച്ച കൂടിയാലോചനകളിൽ മുഴുകിയിരിക്കെ രാജ്യത്തിന്റെ എല്ലാ ഭാഗങ്ങളിലും ഒന്നല്ലെങ്കിൽ മറ്റൊരു വിഭാഗത്തിന്റെ പ്രക്ഷോഭങ്ങളും സമരങ്ങളും. പുന്നപ്ര–വയലാർ സമരം. ബീഡിത്തൊഴിലാളി സമരം. ഭക്ഷ്യക്ഷാമത്തിനെതിരായ സമരം. വടക്കെ മലബാറിലെ കർഷകസമരങ്ങൾ — ഇവയിൽ പലതിലും എ കെ ജി സുപ്രധാന പങ്ക് വഹിച്ചു. മലബാറിലെ ജനകീയ പ്രക്ഷോഭത്തെ തച്ചമർത്താൻ പ്രകാശം മന്ത്രിസഭ കമ്യൂണിസ്റ്റ് – കർഷക നേതാക്കളെ അറസ്റ്റ് ചെയ്തു. എ കെ ജിയും അക്കൂട്ടത്തിൽപ്പെട്ടു.

സ്വാതന്ത്ര്യദിനത്തോടനുബന്ധിച്ച് മദിരാശി ഗവൺമെന്റ് തടവുകാരെയെല്ലാം മോചിപ്പിച്ചു. പക്ഷേ, എ കെ ജിയെ മാത്രം വിട്ടയച്ചില്ല. എന്ത് ലക്ഷ്യത്തിനുവേണ്ടിയാണോ തന്റെ യൗവനം മുഴുവൻ എ കെ ജി ഹോമിച്ചത്, ആ ലക്ഷ്യം നേടിയെടുത്ത ദിവസം ആഘോഷിക്കാനാവാതെ അദ്ദേ

ഹത്തിന് ജയിലിൽ കിടക്കേണ്ടിവന്നു. സമരത്തിന്റെ ഫലമായി 1947 ഒക്ടോബർ 24 ന് അദ്ദേഹത്തെ മോചിപ്പിക്കാൻ ഗവൺമെന്റ് നിർബദ്ധമായി. അതേ വർഷം ഡിസംബറിൽ വീണ്ടും അറസ്റ്റിലായി. ഇൻസ്പെക്ടറെ കൊല്ലുമെന്ന് ഭീഷണിപ്പെടുത്തി എന്നതാണ് ഇത്തവണ അറസ്റ്റ് ചെയ്യുന്നതിന് പറഞ്ഞ കാരണം. വെല്ലൂർ ജയിലിലടച്ചു. അവിടെ നിന്ന് രാജമുന്ദ്രി ജയിലിലേക്കു മാറ്റി. അവിടെ ജയിലിലെ അസൗകര്യങ്ങളിലും പീഡനങ്ങളിലും പ്രതിഷേധിച്ച് എ കെ ജിയും വെങ്കിട്ടരാമനും 26 ദിവസത്തോളം നിരാഹാരസമരം നടത്തി. ഏതാനും സൗജന്യങ്ങൾ അനുവദിക്കാമെന്ന ജയിലധികൃതരുടെ വാക്ക് വിശ്വസിച്ച് നിരാഹാരം നിർത്തിയെങ്കിലും അവർ വാക്ക് പാലിക്കാത്തതുകൊണ്ട് വീണ്ടും പത്തു ദിവസം നിരാഹാരസമരത്തിലേർപ്പെട്ടു. തുടർന്ന് കടലൂർ ജയിലിലേക്കു മാറ്റി. മൂന്നുവർഷം അവിടെ കഴിയേണ്ടിവന്നു. ഇതിനിടയിൽ പല തവണ ജയിൽ സമരങ്ങൾ നടന്നു. രണ്ടുതവണ ജയിലിൽ വെടിവെപ്പുണ്ടായി.

കരുതൽ തടങ്കൽക്കാരന് കോടതിയെ സമീപിക്കാനുള്ള അവകാശം നിഷേധിച്ചുകൊണ്ടുള്ള നിയമത്തെ ചോദ്യംചെയ്ത് എ കെ ജി സുപ്രീം കോടതിയിൽ റിട്ട് ഫയൽ ചെയ്ത് തനിക്കനുകൂലമായ വിധി സമ്പാദിച്ചു. തുടർന്ന് തന്നെ തടങ്കലിൽവെച്ചതിനെ ചോദ്യം ചെയ്ത് മദിരാശി ഹൈക്കോടതിയിൽ റിട്ട് ഫയൽ ചെയ്തു. കോടതി അദ്ദേഹത്തെ വിട്ടയയ്ക്കാൻ ഉത്തരവിട്ടു.

ജയിലിൽനിന്ന് പുറത്തുവന്ന അദ്ദേഹം, രാജ്യത്തിന്റെ വിവിധ ഭാഗങ്ങളിൽ ജനാധിപത്യ പ്രസ്ഥാനത്തിനും തൊഴിലാളികൾക്കും കൃഷിക്കാർക്കുമെതിരെ അഴിച്ചുവിട്ട ഭീകരമായ ആക്രമണങ്ങൾക്കെതിരെ, ശക്തമായ പ്രചാരണപ്രവർത്തനങ്ങളിൽ മുഴുകി. ഈ ഘട്ടത്തിൽ കുറച്ചുകാലം ആന്ധ്രയിൽ ചെലവഴിച്ചു.

1951 ൽ കൽക്കത്തയിൽ ചേർന്ന അഖിലേന്ത്യാ കിസാൻസഭാ സമ്മേളനം എ കെ ജിയെ സംഘടനയുടെ പ്രസിഡന്റായി തിരഞ്ഞെടുത്തു. തുടർന്ന് മരണംവരെ നടന്ന എല്ലാ സമ്മേളനങ്ങളിലും അദ്ദേഹത്തെ തൽസ്ഥാനത്തേക്ക് തിരഞ്ഞെടുത്തു.

1952 ൽ കണ്ണൂർ നിയോജക മണ്ഡലത്തിൽനിന്ന് ലോകസഭയിലേക്ക് തിരഞ്ഞെടുക്കപ്പെട്ടു. സി കെ ഗോവിന്ദൻനായരെയാണ് ഒരു ലക്ഷത്തോളം വോട്ടിന് പരാജയപ്പെടുത്തിയത്. പാർലമെന്റിലെ കമ്യൂണിസ്റ്റ് ഗ്രൂപ്പ് അദ്ദേഹത്തെ നേതാവായി തിരഞ്ഞെടുത്തു. 1957 ലും 1962 ലും 1967 ലും 1971 ലും പാർലമെന്റിലേക്ക് തിരഞ്ഞെടുക്കപ്പെട്ടു. എല്ലാ തവണയും അദ്ദേഹമായിരുന്നു കമ്യൂണിസ്റ്റ് ഗ്രൂപ്പ് നേതാവ്. പാർലമെന്റിൽ പ്രവേശിച്ചപ്പോൾ രണ്ടു കാര്യങ്ങളാണ് തന്നെ അലട്ടിയതെന്ന് എ കെ ജി എഴുതി:

> ഒന്നാമതായി ഈ ചട്ടക്കൂട്ടിൽ എനിക്ക് എന്തെങ്കിലും ചെയ്യാൻ കഴിയുമോ എന്ന ആശങ്ക. രണ്ടാമത് അഞ്ചുകൊല്ലത്തിനുശേഷം ഈ ഘടനയുടെ ദുഷിച്ച ഫലങ്ങൾ ബാധിക്കാതെ എനിക്ക് പുറത്തുവരാൻ കഴിയുമോ എന്ന ചിന്ത.

അഞ്ചുകൊല്ലമല്ല മരിക്കുന്നതുവരെ പാർലമെന്റ് അംഗമായിട്ടും ഒരു കമ്യൂണിസ്റ്റുകാരൻ എങ്ങനെ പാർലമെന്ററി പ്രവർത്തനം നടത്തണം എന്നതിന് എ കെ ജി മാതൃകകാട്ടി. ഇ എം എസ് എഴുതി:

> വർഗബോധമുള്ള ഒരു വിപ്ലവകാരിക്ക് കോടതി, പാർലമെന്റ് മുതലായ വേദികൾ പോലും വിപ്ലവകരമായി ഉപയോഗിക്കുവാൻ കഴിയുമെന്നതിന്റെ തെളിവാണ് എ കെ ജിയുടെ ജീവിതം. ഗലാക്കറുടെ ഭാഷയിൽ തൊഴിലാളിവർഗത്തെ വലയിട്ട് പിടിക്കാൻ ബൂർഷ്വാസി സൃഷ്ടിച്ച സ്ഥാപനങ്ങളെപ്പോലും ബൂർഷ്വാസിക്കെതിരെ ഉപയോഗിക്കാൻ കഴിയുമെന്ന് സ്വന്തം ജീവിതത്തിലൂടെ എ കെ ജി തെളിയിച്ചു.

1952 ൽ എ കെ ജി വയലാർ സമരസാരഥി സി കെ കുമാരപ്പണിക്കരുടെ അനന്തരവളായ സി കെ സുശീലയെ വിവാഹം ചെയ്തു. എ കെ ജിയുടെ ഒളിവുജീവിതകാലം മുതൽ അവർക്ക് പരസ്പരം അറിയാമായിരുന്നു.

ഇന്ത്യയിലാകെ ഭാഷാസംസ്ഥാനങ്ങൾക്കു വേണ്ടിയുള്ള പ്രക്ഷോഭത്തിൽ എ കെ ജി നേതൃത്വപരമായ പങ്ക് വഹിച്ചു. മഹാഗുജറാത്ത് പ്രക്ഷോഭത്തെ അധികാരികൾ അടിച്ചമർത്തുകയാണെന്ന വാർത്ത കേട്ടപ്പോൾ എ കെ ജി അവിടെ ഓടിയെത്തി. പൊലിസ് അദ്ദേഹത്തെ അറസ്റ്റ് ചെയ്ത് ജയിലിലാക്കി. ജയിലിൽ നിരാഹാരസമരം നടത്തി. 1957 ലെ തിരഞ്ഞെടുപ്പ് പ്രചാരണത്തിന്റെ ഭാഗമായി സംസ്ഥാനത്തിന്റെ എല്ലാ ഭാഗങ്ങളിലും അദ്ദേഹം സഞ്ചരിച്ചു. ആ തിരഞ്ഞെടുപ്പിനെത്തുടർന്നാണല്ലോ കേരളത്തിൽ കമ്യൂണിസ്റ്റ് ഗവൺമെന്റ് അധികാരത്തിൽ വന്നത്. അക്കൊല്ലം ഡിസംബറിൽ കെയ്റോവിൽ നടന്ന ആഫ്രോ–ഏഷ്യൻ സമ്മേളനത്തിൽ പങ്കെടുത്ത അദ്ദേഹം ഇറ്റലി, ഫ്രാൻസ്, ഇംഗ്ലണ്ട്, ചെക്കോസ്ളോവാക്യ, ഹംഗറി, പോളണ്ട്, ബൾഗേറിയ തുടങ്ങിയ രാജ്യങ്ങൾ സന്ദർശിച്ചു.

1958 ൽ അഭിവൃദ്ധി നികുതിക്കെതിരായ സമരത്തിൽ പങ്കെടുക്കാൻ എ കെ ജി പഞ്ചാബിലേക്കു പോയി. അവിടെനിന്ന് പുറത്താക്കപ്പെടുന്നതുവരെ കൃഷിക്കാരിൽ പുതിയ ആത്മവിശ്വാസം ജനിപ്പിച്ചുകൊണ്ടും അവരുടെ സമരത്തിന് നേതൃത്വം നൽകിയും അദ്ദേഹം ഗ്രാമത്തിൽനിന്ന് ഗ്രാമത്തിലേക്ക് നീങ്ങി.

കമ്യൂണിസ്റ്റ് മന്ത്രിസഭ കൊണ്ടുവന്ന കാർഷികബന്ധ ബില്ലിന് പ്രസിഡന്റ് അനുമതി നൽകാത്തതിൽ ഉൽക്കണ്ഠ പ്രകടിപ്പിച്ചും അതിൽ കർഷകദ്രോഹപരമായ മാറ്റങ്ങൾ വരുത്താനുള്ള നീക്കത്തിൽ പ്രതിഷേധിച്ചും 1960 ജൂണിൽ കാസർകോട്ടുനിന്ന് തിരുവനന്തപുരത്തേക്ക് എ കെ ജി ഒരു കാൽനടജാഥ നയിച്ചു. 1961 ജൂണിൽ അയ്യപ്പൻകോവിലിൽ നടന്ന നിഷ്ഠുരമായ കുടിയൊഴിപ്പിക്കലിൽ പ്രതിഷേധിച്ച് അദ്ദേഹം അമ

രാവതിയിൽ നടത്തിയ ഐതിഹാസികമായ നിരാഹാരസമരം കേരളത്തിലെ കർഷകപ്രസ്ഥാനത്തിന്റെ ചരിത്രത്തിലെ ഉജ്ജ്വലമായ ഏടാണ്. 1963 ഡിസംബറിൽ ചുരുളി-കീരിത്തോട് പ്രദേശത്ത് കുടിയൊഴിപ്പിക്കലിൽ പ്രതിഷേധിച്ചും അദ്ദേഹം നിരാഹാരസമരം നടത്തി. 1972 ലെ മിച്ചഭൂമി സമരത്തിന് നേതൃത്വം നൽകിയതും അദ്ദേഹം തന്നെ.

തിരുത്തൽവാദത്തിനും വലതുപക്ഷ അവസരവാദത്തിനും വർഗസഹകരണനയത്തിനും എതിരായ പോരാട്ടത്തിന്റെ മുൻപന്തിയിലായിരുന്നു എ കെ ജി. 1964 ൽ അവിഭക്ത കമ്യൂണിസ്റ്റ് പാർട്ടിയുടെ നാഷണൽ കൗൺസിലിൽനിന്ന് ഇറങ്ങിപ്പോന്ന 32 നേതാക്കളിൽ ഒരാളായിരുന്നു അദ്ദേഹം. 1964 ൽ കൽക്കത്തയിൽ ചേർന്ന പാർട്ടിയുടെ ഏഴാം കോൺഗ്രസ് അദ്ദേഹത്തെ പൊളിറ്റ് ബ്യൂറോയിലേക്ക് തിരഞ്ഞെടുത്തു. മരണംവരെ തൽസ്ഥാനത്ത് തുടർന്നു. കൽക്കത്താകോൺഗ്രസ് നടന്ന് അധികം കഴിയുന്നതിനുമുമ്പ് പാർട്ടിയുടെ പ്രധാന നേതാക്കളെയും പ്രവർത്തകരെയും കോൺഗ്രസ് ഗവൺമെന്റ് വേട്ടയാടി. എ കെ ജിയെയും അറസ്റ്റ് ചെയ്ത് ജയിലിലടച്ചു. പതിമൂന്നാമത്തെ ജയിൽവാസം.

ജയിലിൽനിന്ന് പുറത്തുവരുമ്പോഴേക്കും രാജ്യത്തൊട്ടാകെ സമരത്തിന്റെ കാറ്റ്. വിലക്കയറ്റവും തൊഴിലില്ലായ്മയും മൂലം പൊറുതിമുട്ടിയ ജനങ്ങൾ സമരത്തിന്റെ കൊടിഉയർത്തിയതാണ്. എ കെ ജി സമരത്തിലേക്ക് എടുത്തുചാടി. സമരത്തിലൂടെ ഉരുത്തിരിഞ്ഞുവന്ന ഐക്യമുന്നണി, കോൺഗ്രസിനെതിരെ നാലാം പൊതുതിരഞ്ഞെടുപ്പിൽ മത്സരിച്ചപ്പോൾ മുന്നണിയുടെ വിജയത്തിന് എ കെ ജി അഹോരാത്രം പ്രവർത്തിച്ചു. തിരഞ്ഞെടുപ്പിനെത്തുടർന്ന് കേരളത്തിൽ ഐക്യമുന്നണി മന്ത്രിസഭ അധികാരമേറ്റു. ആ മന്ത്രിസഭയെ പിന്നിൽനിന്ന് കുത്തിമലർത്തി അധികാരത്തിൽ വന്ന മാർക്സിസ്റ്റ് വിരുദ്ധ മന്ത്രിസഭ സംസ്ഥാനത്തിലെ ജനാധിപത്യപ്രസ്ഥാനത്തെ തച്ചമർത്താൻ നോക്കിയപ്പോൾ അതിനെതിരെ എ കെ ജി രംഗത്തിറങ്ങി. മോശമായിക്കൊണ്ടിരുന്ന ആരോഗ്യസ്ഥിതി വകവെക്കാതെ റെയിൽവേ സമരത്തിൽ എ കെ ജി വഹിച്ച പങ്ക് സുപ്രസിദ്ധം.

പാർട്ടിയുടെയും കിസാൻസഭയുടെയും നേതാവെന്ന നിലയിൽ തൊഴിലാളിവർഗവും കൃഷിക്കാരും തമ്മിൽ ശക്തമായ ഐക്യം ഊട്ടിയുണ്ടാക്കുന്നതിന് അദ്ദേഹം പ്രത്യേകമായ ഊന്നൽ നൽകി. ലോകസഭയിലെ അദ്ദേഹത്തിന്റെ പ്രവർത്തനം എല്ലാ വിഭാഗങ്ങളിലുംപെട്ട അംഗങ്ങളുടെ ആദരവ് പിടിച്ചുപറ്റി. അദ്ദേഹത്തിന്റെ പ്രസംഗം എല്ലാവരും ശ്രദ്ധയോടെ കേൾക്കുമായിരുന്നു. അദ്ദേഹം പാർലമെന്റിൽ നടത്തിയ ഏറ്റവും ഒടുവിലത്തെ പ്രസംഗം അടിയന്തരാവസ്ഥയ്ക്കെതിരായിട്ടായിരുന്നു. അവിസ്മരണീയമായിരുന്നു ആ പ്രസംഗം. പാർലമെന്റിനകത്തെന്നതുപോലെ പാർലമെന്റിനു പുറത്തും അടിയന്തരാവസ്ഥയ്ക്കെതിരെ അദ്ദേഹം ആഞ്ഞടിച്ചു.

എ കെ ജി പ്രായോഗിക പ്രവർത്തനത്തിന് ഊന്നലും മുൻഗണനയും നൽകിയപ്പോഴും സിദ്ധാന്തത്തെ അവഗണിച്ചു തള്ളിയില്ല. റിവിഷനിസത്തിനെതിരെ ആശയപരമായി അദ്ദേഹം പോരാട്ടം നടത്തി. 1968–69 കാലത്ത് പാർട്ടിക്കകത്ത് നക്സലിസം തലപൊക്കിയപ്പോൾ അതിനെയും ആശയപരമായിത്തന്നെ നേരിട്ടു. മാർക്സിന്റെയും എംഗൽസിന്റെയും മൗവിന്റെയും കൃതികൾ ഉദ്ധരിച്ചുകൊണ്ട് നക്സലൈറ്റുകളുടെ വാദഗതികളെ അദ്ദേഹം അരിഞ്ഞുതള്ളി. *കമ്യൂണിസ്റ്റുകാരും പാർലമെന്ററി പ്രവർത്തനവും* എന്ന ഒരു ലഘുലേഖയും ഇക്കാലത്തെഴുതി. ഇക്കാലത്തുതന്നെയാണ് സംസ്ഥാന സെക്രട്ടറി സ്ഥാനമേറ്റെടുത്ത് പാർട്ടിയെ നയിച്ചത്. സ്വാതന്ത്ര്യപൂർവ കാലത്തും സംസ്ഥാന സെക്രട്ടറി സ്ഥാനം വഹിച്ചിട്ടുണ്ട്.

ആശയപ്രചാരണത്തിന് എ കെ ജി വലിയ പ്രാധാന്യം നൽകി. യോഗങ്ങൾക്കും സമ്മേളനങ്ങൾക്കും പോകുമ്പോഴൊക്കെ വിൽപ്പനയ്ക്കായി പുസ്തകങ്ങളും ലഘുലേഖകളും കൊണ്ടുപോകുമായിരുന്നു. അവ വാങ്ങി വായിക്കേണ്ടതിന്റെ പ്രാധാന്യം പലപ്പോഴും അദ്ദേഹം തന്നെ വിശദീകരിക്കും.

അദ്ദേഹത്തിന്റെ ജീവിതത്തിലെ ഒരേയൊരു ലക്ഷ്യം അധഃസ്ഥിതരുടെ അടിച്ചമർത്തപ്പെട്ടവരുടെ, മോചനമായിരുന്നു. അതിനുവേണ്ടിയാണ് ജീവിതകാലം മുഴുവൻ പടവെട്ടിയത്. അതിനിടയിൽ 1977 മാർച്ച് 22 ന് അന്തരിച്ചു.

കനക് മുഖർജി

1921 - 2005

ഇന്ത്യയിലെ ജനാധിപത്യ മഹിളാപ്രസ്ഥാനത്തിന്റെ ആദ്യപഥിക രിൽ ഒരാളും ആദ്യകാല മഹിളാ കമ്യൂണിസ്റ്റ്നേതാവും കൃതഹസ്ത യായ എഴുത്തുകാരിയുമായിരുന്നു കനക് മുഖർജി. വിദ്യാർഥിയായിരി ക്കുമ്പോൾത്തന്നെ പൊതുപ്രവർത്തനം ആരംഭിച്ച അവർ പടിപടിയായി ഉയർന്ന് സി പി ഐ (എം) കേന്ദ്രകമ്മിറ്റി അംഗം വരെയായി. പാർലമെ ന്റേറിയൻ എന്ന നിലയിലും പേരെടുത്തു.

ജസ്സോർ അവിഭക്ത ബംഗാളിലെ വിപ്ലവപ്രസ്ഥാനത്തിന്റെ ശക്തി കേന്ദ്രം. ധാരാളം കമ്യൂണിസ്റ്റ് നേതാക്കൾക്ക് ജന്മം നൽകിയ പ്രദേശം. അതിനടുത്ത ബെന്ദ ഗ്രാമത്തിൽ 1921 ഡിസംബർ 30–ന് കനക് ദാസ് ഗുപ്ത ജനിച്ചു. പിതാവ് സതീഷ് ചന്ദ്രദാസ് ഗുപ്ത. മാതാവ് നളിനിദേവി. ആ ദമ്പതികളുടെ മൂന്നാമത്തെ മകളായിരുന്നു 'പുതു' എന്ന ഓമനപ്പേ രിൽ എല്ലാവരും വിളിച്ച കനക് ദാസ് ഗുപ്ത. രണ്ടു വയസ്സുള്ളപ്പോൾ മാതാവ് മരിച്ചു. അതുകൊണ്ട് അമ്മൂമ്മ സൗദാമിനിദേവിയുടെ സംരക്ഷ ണത്തിലാണ് വളർന്നത്. അതൊരു കൂട്ടുകുടുംബമായിരുന്നു. അമ്മയി ല്ലാത്ത കനകിൽ എല്ലാവരും സ്നേഹവും വാത്സല്യവും ചൊരിഞ്ഞു.

പ്രശസ്തമായ, നല്ല ബന്ധുബലമുള്ള, കുടുംബമായിരുന്നു അവ രുടേതെങ്കിലും കടുത്ത യാഥാസ്ഥിതികത്വത്തിന്റെ തടവറയിൽ അത് തളച്ചിടപ്പെട്ടു. പെൺകുട്ടികളെ വിദ്യാലയങ്ങളിലേക്ക് അയയ്ക്കുന്നത് നിഷിദ്ധമായിട്ടാണ് കുടുംബം കരുതിയത്. അതുകൊണ്ട് സ്കൂളിൽ ചേ രാൻ വലിയ സമരം തന്നെ നടത്തേണ്ടിവന്നു. സ്കൂളിൽ ചേർന്നപ്പോഴാ

കട്ടെ നല്ല വിദ്യാർഥിനി എന്ന പേര് സമ്പാദിച്ചു. ആദ്യകാല വിദ്യാഭ്യാസത്തിന്റെ ഓരോ ഘട്ടത്തിലും സ്കോളർഷിപ്പോടെയാണ് പഠിച്ചത്. പ്രാഥമിക വിദ്യാഭ്യാസം പൂർത്തിയായതിനുശേഷം ജസോറിലുള്ള പിതാവിന്റെ വീട്ടിൽ താമസിച്ച് മധുസൂദൻ ഗേൾസ് ഹൈസ്കൂളിൽ ചേർന്ന് പഠിച്ചു. 1937–ൽ മെട്രിക്കുലേഷൻ പാസായി.

മിഡിൽ സ്കൂളിൽ പഠിക്കുന്ന കാലത്ത് ദേശീയപ്രസ്ഥാനവുമായി ബന്ധപ്പെട്ടു. കനകും അവരുടെ സുഹൃത്തുക്കളും ഇന്ത്യൻ നാഷണൽ കോൺഗ്രസിൽ അംഗങ്ങളായി. മാത്രമല്ല, കോൺഗ്രസിൽ അംഗങ്ങളെ ചേർക്കുന്ന പ്രവർത്തനങ്ങളിലുമേർപ്പെട്ടു. കനകിന്റെ മൂത്ത ജ്യേഷ്ഠനും മച്ചുനിയനും ബംഗാളിലെ ചില ദേശീയ വിപ്ലവഗ്രൂപ്പുകളുമായി ബന്ധമുണ്ടായിരുന്നു. യോഗങ്ങൾക്ക് കാവൽ നിന്നും ആയുധങ്ങൾ ഒളിപ്പിച്ചും അവർ അവരെ സഹായിച്ചു. അങ്ങനെ വിപ്ലവ ഗ്രൂപ്പുകളുമായി അവർ ബന്ധം പുലർത്തി.

1937–ൽ കൽക്കത്തയിലെ ബെത്തൂൺ കോളേജിൽ വിദ്യാർഥിനിയായി. ഈ ഘട്ടത്തിലാണ് ഇടതുപക്ഷ രാഷ്ട്രീയത്തിൽ അവർ സജീവമായത്. വിദ്യാർഥി ഫെഡറേഷനിൽ അംഗമായ അവർ ബി പി എസ് എഫിന്റെ പ്രവിശ്യാ എക്സിക്യൂട്ടീവ് കമ്മിറ്റിയിലേക്ക് തെരഞ്ഞെടുക്കപ്പെട്ടു. 1937, ബംഗാളിലെ വിദ്യാർഥികളാകെ ഇളകിമറിഞ്ഞ കാലം. ആന്തമാനിലെ രാഷ്ട്രീയത്തടവുകാരെ തിരികെ കൊണ്ടുവരണം എന്നാവശ്യപ്പെട്ടുകൊണ്ട് ബംഗാളിലെ വിദ്യാർഥികൾ ഉജ്വലമായ ഒരു പ്രക്ഷോഭത്തിന് തിരികൊളുത്തി. കനക്ദാസ് ഗുപ്ത അതിന്റെ മുൻപന്തിയിൽ നിന്നു. മറ്റനേകം വിദ്യാർഥിസമരങ്ങളിലും അവർ സജീവമായി.

അക്കാലത്ത് ആൺകുട്ടികളോടൊപ്പം പ്രവർത്തിക്കാൻ പെൺകുട്ടികൾ മുന്നോട്ടുവരുമായിരുന്നില്ല. അതുകൊണ്ട് 1939–ൽ പ്രത്യേകമായ ഒരു 'ഗേൾ സ്റ്റുഡന്റ്സ് അസോസിയേഷൻ' രൂപീകരിച്ച് ബി പി എസ് എഫിൽ അഫിലിയേറ്റുചെയ്തു. ആ അസോസിയേഷന് കനക് നേതൃത്വം നൽകി. 1939–ൽ തന്നെ ലക്നോവിൽ ചേർന്ന 'ഓൾ ഇന്ത്യ ഗേൾ സ്റ്റുഡന്റ്സ് കോൺഫറൻസ്' അവരെ അതിന്റെ പ്രഥമ ജനറൽ സെക്രട്ടറിയായി തെരഞ്ഞെടുത്തു. അപ്പോഴേക്കും നല്ല വാഗ്മി എന്ന നിലയിൽ അവർ പേരെടുത്തു.വദ്യാർഥിനി കൺവെൻഷൻ വിദ്യാർഥിനികളുടേത് മാത്രമായ ചില പ്രശ്നങ്ങൾ – ഉദാഹരണത്തിന് വിവാഹമോചനാവകാശം, ബഹുഭാര്യാത്വനിരോധനം, സഹവിദ്യാഭ്യാസവും സൗജന്യവിദ്യാഭ്യാസവും – മുന്നോട്ടുവച്ചു.

നേരത്തെത്തന്നെ കമ്യൂണിസ്റ്റുകാരുമായി ബന്ധപ്പെടുകയും കമ്യൂണിസ്റ്റ് സാഹിത്യവുമായി പരിചയപ്പെടുകയും ചെയ്ത അവർ 1938–ൽ കമ്യൂണിസ്റ്റുപാർട്ടിയിൽ അംഗമായി. അപ്പോൾ അവർക്ക് 17 വയസ്സ്. ആയിടയ്ക്ക് ഒരു ദിവസം പൊലീസ് വീട്ടിലെത്തി അവരെയും ചെറിയ കുട്ടി

യോടൊപ്പം സഹോദരിയെയും അറസ്റ്റുചെയ്തു. പിന്നീട് തെളിവില്ലാത്തതുകൊണ്ട് ഇരുവരെയും വിട്ടയച്ചെങ്കിലും അവരെ കൽക്കത്തയിൽ നിന്നും അയൽജില്ലകളിൽനിന്നും നാടുകടത്തി. തുടർന്ന് പല സ്ഥലങ്ങളിലായി താമസിച്ചെങ്കിലും അവിടങ്ങളിൽനിന്നൊക്കെ നാടുകടത്തൽ ശിക്ഷ ലഭിച്ചു. 1940-നും 1942-നും ഇടയിൽ പല പാർട്ടി കേന്ദ്രങ്ങളിലായി പ്രവർത്തിച്ചു. 1942 ഒക്ടോബർ 15-ന് സരോജ് മുഖർജിയെ വിവാഹം കഴിച്ചു. 1939-ലെ ഒളിവുജീവിതകാലത്ത് പരിചയപ്പെട്ട അവർ താമസിയാതെ വിവാഹബന്ധത്തിലേർപ്പെടാൻ തീരുമാനിക്കുകയായിരുന്നു.

ബംഗാളിലെ ഇടതുപക്ഷപ്രസ്ഥാനത്തിന്റെ ചരിത്രത്തിലെ ഒരു നാഴികക്കല്ലാണ് മഹിളാ ആത്മരക്ഷാസമിതിയുടെ രൂപീകരണം. അതിർത്തി പ്രദേശങ്ങളിൽ ഉണ്ടായേക്കാനിടയുള്ള ജാപ്പ് ആക്രമണം ചെറുക്കുക- അതായിരുന്നു സമിതി രൂപീകരിച്ചതിന്റെ ഉദ്ദേശ്യം. സോവിയറ്റ് യൂണിയനിലെ ഫാസിസ്റ്റ് വിരുദ്ധ ചെറുത്തുനിൽപ്പിൽനിന്നാണ് സമിതി ആവേശമുൾക്കൊണ്ടത്. 1943-ൽ രൂപംകൊണ്ടപ്പോൾത്തന്നെ കനക് മുഖർജി അതിൽ അംഗമായി. ബംഗാളിൽ ക്ഷാമം പൊട്ടിപ്പുറപ്പെട്ടപ്പോൾ സമിതി ദുരിതാശ്വാസ പ്രവർത്തനങ്ങളിൽ മുഴുകി. അവരും അതിന്റെ മുൻപന്തിയിൽ നിന്നു.

1948-ൽ കമ്യൂണിസ്റ്റുപാർട്ടി നിരോധിക്കപ്പെട്ടപ്പോൾ കനക് ഗർഭിണി ആയിരുന്നു. അക്കാലത്ത് അവർ ഒരു വാടകമുറിയിൽ ഒറ്റയ്ക്ക് കഴിഞ്ഞു. പാർട്ടി അവർക്ക് സംരക്ഷണം നൽകി. 1949 ജൂണിൽ അവർ പ്രസവിച്ചു. താമസിയാതെ അധ്യാപികയായി അവർ ജോലിയിൽ പ്രവേശിച്ചു. എങ്കിലും 1949 ഡിസംബറിൽ അറസ്റ്റുചെയ്ത് മറ്റ് 60 വനിതാ നേതാക്കളോടൊപ്പം പ്രസിഡൻസി ജയിലിൽ പാർപ്പിച്ചു. ഭർത്താവ് സരോജ് മുഖർജി അപ്പോൾ ഒളിവിലായിരുന്നു. താമസിയാതെ അദ്ദേഹത്തെയും അറസ്റ്റ് ചെയ്ത് ഡംഡം ജയിലിലാക്കി.

1954-ൽ നാഷണൽ ഫെഡറേഷൻ ഓഫ് ഇന്ത്യൻ വിമൻ രൂപീകരിക്കാൻ മുൻകൈയെടുത്തവരിൽ ഒരാളായ കനക് അതിന്റെ ബംഗാൾ ഘടകത്തെ വളർത്തി ശക്തിപ്പെടുത്തുന്നതിൽ സുപ്രധാന പങ്കുവഹിച്ചു. ആ സംഘടന പരിഷ്കരണവാദത്തിന്റേതായ പാതയിലേക്ക് നീങ്ങിത്തുടങ്ങിയപ്പോൾ അതുമായി ബന്ധം വിടർത്തി. 1964-ൽ പശ്ചിമ ബംഗാൾ ഗണതാന്ത്രിക് മഹിളാസമിതി രൂപീകരിക്കുന്നതിന് അവർ നേതൃത്വം നൽകി.

1967-ലും 1969-ലും കൽക്കത്ത കോർപ്പറേഷൻ 'എൽഡർമാൻ' ആയി തെരഞ്ഞെടുക്കപ്പെട്ടു. ഇതിനിടയിൽ ബിരുദാനന്തരബിരുദം നേടി. സീനിയർ കേംബ്രിഡ്ജ് സ്കൂളിലെ 14 വർഷത്തെ അധ്യാപനജീവിതം മതിയാക്കി കൽക്കത്ത വിമൻസ് കോളേജിൽ ഇംഗ്ലീഷ് ലക്ചററായി ചേർന്നു. 1981-ൽ ജനാധിപത്യ മഹിളാ അസോസിയേഷൻ രൂപംകൊണ്ടപ്പോൾ അതിന്റെ വൈസ് പ്രസിഡന്റായി തെരഞ്ഞെടുക്കപ്പെട്ടു. 1999 വരെ തൽ

സ്ഥാനത്ത് തുടർന്നു. വിശാഖപട്ടണത്ത് ചേർന്ന അടുത്ത സമ്മേളനം അവരെ സംഘടനയുടെ രക്ഷാധികാരിയായി തെരഞ്ഞെടുത്തു.

1978 മുതൽ സി പി ഐ (എം) സംസ്ഥാന കമ്മിറ്റി അംഗമായിരുന്ന കനക് മുഖർജി 1985 മുതൽ 1998 വരെ കേന്ദ്രകമ്മിറ്റി അംഗവും 1978 മുതൽ 1990 വരെ രാജ്യസഭാംഗവുമായിരുന്നു.

കവി, നോവലിസ്റ്റ്, വിവർത്തക തുടങ്ങിയ നിലകളിൽ അവർ പ്രശസ്തയായിരുന്നു. നാൽപ്പതിലധികം ഗ്രന്ഥങ്ങൾ രചിച്ചിട്ടുണ്ട്. 1998–ൽ കൽത്ത യൂണിവേഴ്സിറ്റിയിൽ നിന്ന് ഭുവനമോഹിനിദാസി സ്വർണ മെഡൽ ലഭിച്ചു. പേരുകേട്ട *ഏക്സാത്തേ* എന്ന വനിതാ മാസികയുടെ പത്രാധിപയായിരുന്നു. ഇങ്ങനെ ബഹുമുഖപ്രതിഭയായിരുന്ന കനക് മുഖർജി 2005 മാർച്ച് 9–ന് അന്തരിച്ചു.

കമ്പപതി സത്യനാരായണ (സീനിയർ)

1909 - 1983

ആന്ധ്രയിലെ കമ്യൂണിസ്റ്റ് പ്രസ്ഥാനത്തിന്റെ സ്ഥാപകനേതാക്കളിലൊരാളായിരുന്നു കമ്പപതി സത്യനാരായണ (സീനിയർ). ഇദ്ദേഹത്തെപ്പോലെതന്നെ പ്രസിദ്ധനായ മറ്റൊരു സത്യനാരായണയുമുണ്ടായിരുന്നതിനാൽ ഇദ്ദേഹം സത്യനാരായണ (സീനിയർ) ആയി അറിയപ്പെട്ടു. ആ പേര് ലോപിച്ച് അദ്ദേഹം പാർട്ടി സഖാക്കൾക്കിടയിൽ വെറും സീനിയർ ആയി.

ഈസ്റ്റ് ഗോദാവരി ജില്ലയിലെ ദൊദ്ദാവാരത്ത് ഒരു ഇടത്തരം ബ്രാഹ്മണ കുടുംബത്തിൽ 1909 ജൂലായ് 17–ന് സത്യനാരായണ ജനിച്ചു. തുനി സെമിന്ദാറുടെ ദിവാൻ ആയിരുന്നു പിതാവ്.

നാട്ടിലെ സ്കൂളിൽ പഠിക്കുമ്പോൾത്തന്നെ ദേശീയബോധം മനസിൽ വളർന്നു. അതിന് രണ്ട് കാരണമുണ്ട്. ഒന്ന്:ജാലിയൻവാലാ ബാഗ് കൂട്ടക്കൊലയിലുള്ള പ്രതിഷേധം. രണ്ട്: ബുലുസു സാംബമൂർത്തി, മണ്ടപകറജയ്യ നായിഡു, ദുവ്വുരു സുബ്ബമ്മ തുടങ്ങിയ ദേശീയ നേതാക്കളുടെ ആവേശം കൊള്ളിക്കുന്ന പ്രസംഗങ്ങൾ. ദേശീയ നേതാക്കൾ പ്രസംഗിക്കുന്നുണ്ടെന്നറിഞ്ഞാൽ കേൾക്കാൻ പോകും. അവർ വിദേശവസ്ത്രങ്ങൾ കത്തിക്കുന്നുണ്ടെന്നറിഞ്ഞാൽ അതു കാണാൻ പോകും. വിദേശവസ്ത്ര ഷോപ്പ് പിക്കറ്റിങ്ങ് നടക്കുമ്പോൾ അത് കാണുന്നവരുടെ മുൻനിരയിലുണ്ടാകും.

ഒരു ദിവസം ആന്ധ്രാ ദേശീയകവി ഗരിമെല്ല സത്യനാരായണ 'ഈ വെള്ളഭരണം തങ്ങൾക്കു വേണ്ട' എന്ന ഗാനവുമാലപിച്ച് ഖാദി വിറ്റും

അതിന്റെ മഹത്വം വിളിച്ചുപറഞ്ഞും റോഡിലൂടെ നടന്നുനീങ്ങുകയായിരുന്നു. അദ്ദേഹത്തിൽനിന്ന് ബാലനായ സീനിയർ ഖാദി വാങ്ങുക മാത്രമല്ല, അദ്ദേഹത്തോടൊപ്പം കുറെദൂരം സഞ്ചരിക്കുകകൂടി ചെയ്തു. നിയമലംഘനപ്രസ്ഥാനം ശക്തമായി. സാംബമൂർത്തിയെയും മറ്റും ഗവൺമെന്റ് അറസ്റ്റ് ചെയ്തു. അറസ്റ്റ് സീനിയറെ വല്ലാതെ പിടിച്ചുലച്ചു. അദ്ദേഹത്തിൽ ബ്രിട്ടീഷ് ഗവൺമെന്റിനെതിരായ പ്രതിഷേധം ആളിക്കത്തി. അദ്ദേഹത്തെ ദേശീയപ്രസ്ഥാനവുമായി കൂടുതൽ അടുപ്പിച്ചു ഈ സംഭവം. അതിനുശേഷം അദ്ദേഹം ഖാദി ധരിക്കാനും ചർക്കയിൽ നൂൽനൂൽക്കാനും തുടങ്ങി. നന്നായി നൂൽനൂൽക്കാൻ ശീലിച്ചു. രണ്ടുവർഷം കൊണ്ട് നാലു ദോത്തിക്കാവശ്യമായ നൂൽ സ്വയം നൂറ്റു. അതുകൊണ്ടുണ്ടാക്കിയ രണ്ട് ദോത്തി പിതാവിന് നൽകുകപോലും ചെയ്തു. പടിപടിയായി അദ്ദേഹത്തിന്റെ ദേശീയബോധം വർധിച്ചുകൊണ്ടിരുന്നു.

അത് വർധിക്കുന്നതിനിടയാക്കിയ സംഭവമായിരുന്നു ഗാന്ധിജിയുടെ രുനി സന്ദർശനം. 1929–ലാണ് അത്. ആന്ധ്രാ സന്ദർശനത്തിന്റെ ഭാഗമായി ഗാന്ധിജി രുനിയിലുമെത്തി. അന്ന് വൈകുന്നേരം സ്ത്രീകളുടെ മാത്രമായ ഒരു യോഗം സംഘടിപ്പിക്കപ്പെട്ടു. നല്ല സൗകര്യമുള്ള വീടായതിനാൽ ആ യോഗം സീനിയറിന്റെ വീട്ടിലായിരുന്നു. അച്ഛൻ രുനി ദിവാൻ ആയിരുന്നെങ്കിലും ദേശീയപ്രസ്ഥാനത്തോട് അനുഭാവമായിരുന്നു. അതുകൊണ്ടാണ് യോഗം വീട്ടിൽ നടത്താൻ സാധിച്ചത്. യോഗത്തിൽ ഗാന്ധിജി പങ്കെടുത്തു. ധാരാളം സ്ത്രീകൾ അതിൽ സംബന്ധിച്ചു. സ്വാതന്ത്ര്യസമരത്തിന് സംഭാവനനൽകാൻ ഗാന്ധിജി അഭ്യർത്ഥിച്ചപ്പോൾ സ്ത്രീകളിൽ അധികംപേരും തങ്ങൾ അണിഞ്ഞ ആഭരണങ്ങളിൽ ചിലത് ഊരി അദ്ദേഹത്തിനു നൽകി. ഈ സംഭവം സീനിയറെ ആവേശഭരിതനാക്കി. ഇതേപോലെ വൈകുന്നേരം നടന്ന പൊതുയോഗത്തിൽ നിന്നും നല്ലൊരു സംഭാവന കിട്ടി.

സീനിയറിൽ ബ്രിട്ടീഷ് വിരുദ്ധ വികാരം വളർത്തിയതിൽ വി ഡി സവർക്കറുടെ *ഒന്നാം ഇന്ത്യൻ സ്വാതന്ത്ര്യസമരം* എന്ന പുസ്തകം സുപ്രധാന പങ്കു വഹിച്ചു. സ്കൂളിൽ നന്ന് കാക്കിനാഡ കോളേജിലെത്തിയപ്പോഴാണ് ബ്രിട്ടീഷ് ഗവൺമെന്റ് നിരോധിച്ച ഈ പുസ്തകം കൈയിൽ കിട്ടിയത്. രണ്ടുദിവസം കൊണ്ട് പുസ്തകം വായിച്ചുതീർത്തു. പറഞ്ഞറിയിക്കാനാവാത്ത ആവേശമാണ് ഈ പുസ്തകം പകർന്നു നൽകിയത്.

ബി എയ്ക്ക് പഠിക്കുമ്പോഴാണ് സൈമൺ കമീഷന്റെ ഇന്ത്യാസന്ദർശനം. കമീഷനെ ബഹിഷ്കരിക്കാൻ കോൺഗ്രസും എ ഐ ടി യു സിയും മറ്റും ആഹ്വാനം നൽകി. രാജ്യമൊട്ടാകെ പ്രതിഷേധം ആർത്തിരമ്പി. 'സൈമൺ കമീഷൻ മടങ്ങിപ്പോ' എന്ന മുദ്രാവാക്യം രാജ്യമെങ്ങും മാറ്റൊലികൊണ്ടു. സീനിയറിന്റെ കോളേജിലെ വിദ്യാർഥികൾ പഠിപ്പുമുടക്കി. അദ്ദേഹവും അതിൽ ഭാഗഭാക്കായി. വൈകുന്നേരം ഒരു പൊതുയോഗമുണ്ടായി. അതിൽ വിപ്ലവകാരി സ്വാമി കുമാരാനന്ദ് പ്രസംഗിച്ചു.

തികച്ചും വ്യത്യസ്തമായ സ്വരം. അക്ഷരാർഥത്തിൽ കോരിത്തരിപ്പിക്കുന്നതായിരുന്നു പ്രസംഗം.

അടുത്ത ദിവസം സാംബമൂർത്തിയുടെ വീട്ടിൽ സ്വാമിജിയെ കണ്ടു. സ്വാമിജിയുമായി ദീർഘനേരം സംസാരിക്കാൻ അവസരം കിട്ടി. അദ്ദേഹം *ദി മൈറ്റ് ആന്റ് മിത്ത് ഓഫ് ബോൾഷെവിസം* എന്ന പുസ്തകം സീനിയർക്ക് വായിക്കാൻ കൊടുത്തു. സ്വാമിജിയുമായുള്ള സംസാരവും അദ്ദേഹം നൽകിയ പുസ്തകത്തിന്റെ പാരായണവും സീനിയറിന്റെ ചിന്താഗതിയെത്തന്നെ മാറ്റിമറിച്ചു. സോഷ്യലിസ്റ്റ് ആശയഗതിയുടെ സ്വാധീനത്തിലായി സീനിയർ. സ്വാമിജി നൽകിയ പുസ്തകത്തിൽ ലെനിന്റെ ഒരു ചിത്രമുണ്ടായിരുന്നു. അത് ഒരു ആർട്ടിസ്റ്റിനെക്കൊണ്ട് വരപ്പിച്ച് ഭദ്രമായി സൂക്ഷിച്ചു.

കഴിഞ്ഞ നൂറ്റാണ്ടിന്റെ മൂന്നാം ദശകമായപ്പോഴേക്ക് ബിരുദാനന്തര ബിരുദപഠനത്തിന് സീനിയർ മദിരാശിയിലെത്തി. ആ ഘട്ടത്തിലാണ് കോൺഗ്രസിന്റെ ചരിത്രപ്രധാനമായ ആഹ്വാനം—ഹർത്താലുകളും പണിമുടക്കുകളും നടത്തിക്കൊണ്ട് 1930 ജനുവരി 26-ന് പൂർണ സ്വാതന്ത്ര്യ പ്രതിജ്ഞയെടുക്കാനുള്ള ആഹ്വാനം. ആ ദിവസം മദിരാശി നഗരത്തിൽ പഠിപ്പുമുടക്ക് സംഘടിപ്പിക്കുന്നതിൽ സീനിയറും പങ്കാളിയായി. ധാരാളം വിദ്യാർഥികൾ പങ്കെടുത്ത ഒരു ജാഥ ട്രിപ്ലിക്കേൻ ബീച്ച് വരെ പോയി. അവിടെ പൊതുയോഗംചേർന്ന് സ്വാതന്ത്ര്യദിന പ്രതിജ്ഞയെടുത്തു. സീനിയർ ദേശീയപ്രസ്ഥാനത്തിൽ സജീവമാവുകയായിരുന്നു.

എം എ ഒന്നാംവർഷം പൂർത്തിയാക്കിയതിനുശേഷം പഠനം പൂർത്തിയാക്കി സീനിയർ ദേശീയ പ്രസ്ഥാനത്തിൽ ആണ്ടിറങ്ങാൻ തീരുമാനിച്ചു. നേരെ വേമൂർ സത്യഗ്രഹക്യാമ്പിലേക്കു പോയി. പിന്നീട് ഉറ്റ സഹപ്രവർത്തകനായിത്തീർന്ന പി സുന്ദരയ്യയുമുണ്ടായിരുന്നു ക്യാമ്പിൽ. ഇരുവരും ഉപ്പുസത്യഗ്രഹത്തിൽ പങ്കെടുത്തു. ഏതാനും ദിവസം വേമൂർ ക്യാമ്പിൽ കഴിഞ്ഞതിനുശേഷം കാക്കിനാഡയിലേക്ക് താമസം മാറ്റി. അവിടെ കോൺഗ്രസുകാരൻ എന്ന നിലയിൽ പ്രവർത്തിക്കാൻ തുടങ്ങി. കോൺഗ്രസിന്റെ ജില്ലാ കമ്മിറ്റിയിലേക്ക് തിരഞ്ഞെടുക്കപ്പെട്ടു. സത്യഗ്രഹത്തിൽ വളണ്ടിയർമാരെ റിക്രൂട്ട് ചെയ്യുകയെന്ന ജോലിയാണ് നിർവഹിച്ചത്. ഡോ. ചെലികാനി രാമറാവുവും മറ്റും ഇക്കാര്യത്തിൽ അദ്ദേഹത്തെ സഹായിച്ചു.

ഈ ഘട്ടത്തിൽ മറ്റൊരു ജോലി കൂടി അദ്ദേഹം നിർവഹിച്ചു—അതീവ രഹസ്യമായി സൈക്ലോസ്റ്റൈൽ ചെയ്ത ഒരു പത്രം—*രണ ദുന്ദുഭി*—പുറത്തിറക്കി. അതിന്റെ പ്രിന്ററും പബ്ലിഷറും എഡിറ്ററും എല്ലാം അദ്ദേഹം തന്നെ. പകൽസമയം പത്രമാപ്പീസിൽ ചെലവഴിക്കും. രാത്രി സുരക്ഷിതമായ സ്ഥലങ്ങളിലേക്ക് മാറും. ഏതാനും മാസം പത്രം നടത്തി.

ഇതിനിടയിൽ സിവിൽ നിയമലംഘനപ്രസ്ഥാനം ശക്തിപ്പെട്ടു. ആയിരക്കണക്കിനാളുകൾ അറസ്റ്റിലായി. പലേടങ്ങളിലും ലാത്തിച്ചാർജ് നടന്നു. ചിലേടങ്ങളിൽ വെടിവെപ്പുമുണ്ടായി. 1931 ജനുവരി 26 ന് സീനിയർ

നിയമം ലംഘിച്ച് അറസ്റ്റ് വരിച്ചു. ആറുമാസത്തെ കഠിനതടവാണ് ശിക്ഷയായി ലഭിച്ചത്. രാജമുന്ദ്രി ജയിലിൽ കൊണ്ടുപോയി തള്ളി. ഗാന്ധി–ഇർവിൻ സന്ധിക്കു മുമ്പുതന്നെ ജയിൽ വിമുക്തനായി. ഗാന്ധി–ഇർവിൻ സന്ധി രാജ്യത്തെ മറ്റു പല ചെറുപ്പക്കാരെയുമെന്നപോലെ സീനിയറെയും നിരാശനാക്കി. നിയമലംഘനപ്രസ്ഥാനം ആരംഭിച്ചത് പതിനൊന്നാവശ്യങ്ങൾ മുമ്പോട്ടുവെച്ചുകൊണ്ടാണ്. അവയിൽ ഒന്നുപോലും അംഗീകരിക്കാതെ പ്രസ്ഥാനം നിർത്തിവെച്ചതിൽ ചെറുപ്പക്കാർ എങ്ങനെ നിരാശരാകാതിരിക്കും?

ജയിൽ മോചനത്തിനുശേഷം സീനിയർ കോൺഗ്രസ് സമ്മേളനത്തിൽ പങ്കെടുക്കാൻ ബോംബെയിൽ നിന്ന് കപ്പൽ മാർഗം കറാച്ചിയിലേക്ക് തിരിച്ചു. കരയ്ക്കിറങ്ങുന്നതിനുമുമ്പ് ഭഗത്സിങിനെയും സഖാക്കളെയും തൂക്കിക്കൊന്ന വേദനാജനകമായ വിവരം കിട്ടി. അതോടെ ഗാന്ധിയൻ നയങ്ങളിലുള്ള എല്ലാ വിശ്വാസവും നഷ്ടപ്പെട്ടു. കറാച്ചി സമ്മേളനത്തിൽ അധ്യക്ഷ പ്രസംഗത്തിനുശേഷം ഗാന്ധിജി, ഭഗത്സിങിനെയും സഖാക്കളെയും തൂക്കിക്കൊന്നതിനെ അപലപിക്കുന്ന പ്രമേയം അവതരിപ്പിച്ചു. പ്രമേയം അവരുടെ ദേശസ്നേഹത്തെയും ആത്മത്യാഗത്തെയും പുകഴ്ത്തിയെങ്കിലും അവരുടെ നയത്തെയും രീതിയെയും നിശിതമായി വിമർശിച്ചു. ഇത് പ്രതിനിധികളിൽ പലർക്കും ഇഷ്ടപ്പെട്ടില്ല. അവർ അതിൽ പ്രതിഷേധിച്ചു. ഒരു പ്രതിനിധി പ്രമേയത്തിന് ഭേദഗതി കൊണ്ടുവരികപോലും ചെയ്തു. ഭഗത് സിങിന്റെയും സഖാക്കളുടെയും പ്രവർത്തനരീതിയെ വിമർശിക്കുന്ന ഭാഗം പ്രമേയത്തിൽ നിന്ന് എടുത്തുകളയണമെന്നതായിരുന്നു ഭേദഗതി. ഒട്ടേറെപേർ അതിന് പിന്തുണ നൽകി സംസാരിച്ചു. പ്രമേയം വോട്ടനിട്ടെങ്കിലും ഏതാനും വോട്ടുകളുടെ കുറവുകൊണ്ട് പരാജയപ്പെട്ടുപോയി.

കറാച്ചിയിൽനിന്ന് മടങ്ങുമ്പോൾ സവർക്കറുടെ *ഒന്നാം ഇന്ത്യൻ സ്വാതന്ത്ര്യസമരം* എന്ന പുസ്തകം വാങ്ങി രണ്ടാംതവണ വായിക്കുക മാത്രമല്ല, മറ്റു പലരെയുംകൊണ്ട് വായിപ്പിക്കുക കൂടി ചെയ്തു. നാട്ടിൽ മടങ്ങിയെത്തിയപ്പോൾ ഒരു ദേശീയ വിപ്ലവ സംഘടനയിൽ അംഗമായി. തന്നെയുമല്ല, അതിൽ അതീവ രഹസ്യമായി പ്രവർത്തിക്കാൻ തുടങ്ങുകകൂടി ചെയ്തു. ഈ ഘട്ടത്തിലാണ് കാക്കിനാഡയിലെ ഒരു കോൺഗ്രസ് നേതാവ് അദ്ദേഹത്തെ കാണാൻ താൽപ്പര്യം പ്രകടിപ്പിച്ചത്. താമസിയാതെ ഡൽഹിയിൽ ഒരു കോൺഗ്രസ് സമ്മേളനം നടക്കുന്നുണ്ടെന്നും അതിൽ പങ്കെടുക്കാൻ താൽപ്പര്യമുണ്ടോ എന്നും ആ കോൺഗ്രസ് നേതാവ് ആരാഞ്ഞു. താൽപ്പര്യമുണ്ടെങ്കിൽ പോകാൻവേണ്ട എല്ലാ ഏർപ്പാടുകളും ഉണ്ടാക്കാമെന്ന് അദ്ദേഹം ഏറ്റു. സീനിയർ കൈയോടെ പോകാമെന്ന് ഏറ്റു. കോൺഗ്രസ് സമ്മേളനത്തിൽ പങ്കെടുക്കാൻ കഴിയുമെന്ന ആഗ്രഹം കൊണ്ടല്ല ഏറ്റത്. മറിച്ച്, ഡൽഹിയിൽ പോയാൽ ദേശീയ വിപ്ലവകാരികളെ കാണാൻ കഴിയുമല്ലോ എന്ന ചിന്ത കൊണ്ടാണ്.

കാക്കിനാഡയിലെ കോൺഗ്രസ് നേതാവ് നൽകിയ വഴിച്ചെലവു

മായി സീനിയർ ഡൽഹിക്ക് തിരിച്ചു. ഡൽഹി അപ്പോൾ അപരിചതമായ നഗരം. ആദ്യമായി പോവുകയാണ്. എങ്കിലും ഒരു വിധം ഒരു വിപ്ലവകാരിയെ കണ്ടുപിടിച്ചു. അത് വൈപ്പമ്പായൻ ആയിരുന്നു. അദ്ദേഹം വഴി ഡൽഹിയിലെ മറ്റു ചില വിപ്ലവകാരികളുമായി ബന്ധപ്പെട്ടു. ഡൽഹി ഗൂഢാലോചനക്കേസിന്റെ വിചാരണ നടക്കുന്ന കാലമായിരുന്നു അത്. അപ്പോൾ ഹിന്ദുസ്ഥാൻ സോഷ്യലിസ്റ്റ് റിപ്പബ്ലിക്കൻ അസോസിയേഷന്റെ ഉത്തരേന്ത്യൻ ചാർജുകാരനായിരുന്നു വൈപ്പമ്പായൻ. ആന്ധ്രയിൽ എച്ച് എസ് ആർ എയുടെ ഒരു ഘടകം രൂപീകരിക്കാൻ സീനിയർ അനുമതി വാങ്ങി. വൈപ്പമ്പായന്റെ സഹായത്തോടെ ഒരു കൈത്തോക്കും കുറെ തിരകളും സമ്പാദിക്കുകപോലും ചെയ്തു. എന്നാൽ മടങ്ങിവന്ന് ദേശീയ വിപ്ലവ പ്രസ്ഥാനത്തിലേർപ്പെടുന്നതിനുമുമ്പ് മദിരാശിയിലെത്താൻ അറിയിപ്പ് കിട്ടി. അവിടെ എത്തിയപ്പോൾ സീനിയറുടെ ജീവിതം മറ്റൊരുവഴിക്ക് തിരിഞ്ഞു.

ദക്ഷിണേന്ത്യയിൽ കമ്യൂണിസ്റ്റുപാർട്ടി സംഘടിപ്പിക്കുകയെന്ന ദൗത്യവുമായി അമീർഹൈദർ ഖാൻ മദിരാശിയിൽ പ്രവർത്തിക്കാൻ തുടങ്ങിയ സമയമായിരുന്നു അത്. അദ്ദേഹം അവിടെ ഒരു യങ് വർക്കേഴ്സ് ലീഗ് സ്ഥാപിച്ചു. എട്ടൊമ്പത് പേരുണ്ടായിരുന്നു അതിൽ. പ്രിന്റിങ് പ്രസുകളിലെയും ചില വ്യവസായങ്ങളിലെയും തൊഴിലാളികൾ. വലതുപക്ഷ തൊഴിലാളിനേതാക്കളുടെ അവസരവാദം തുറന്നുകാണിക്കുക; തൊഴിലാളികളിൽ വർഗബോധം ജനിപ്പിക്കുക—ഇതൊക്കെയാണ് യങ് വർക്കേഴ്സ് ലീഗ് ചെയ്തത്. മദിരാശിയിലെത്തിച്ചേർന്ന സീനിയർ ഈ സംഘടനയുമായി ബന്ധപ്പെടുകയും അതിന്റെ പ്രവർത്തകനാവുകയും ചെയ്തു. കുറച്ചുകഴിഞ്ഞപ്പോൾ ആ സംഘടനയിൽനിന്ന് പ്രതിമാസം 25 രൂപ അലവൻസ് പറ്റിക്കൊണ്ടായിരുന്നു പ്രവർത്തനം. ഒരു ട്രാംവേ തൊഴിലാളിയുടെ വീട്ടിലായിരുന്നു താമസം.

ഏതാനുംനാൾ മദിരാശിയിൽ താമസിച്ച് പ്രവർത്തനം നടത്തിയതിനുശേഷം സീനിയർ വെസ്റ്റ് ഗോദാവരി ജില്ലയിലേക്കു പോയി. അവിടെ പ്രവർത്തിക്കുന്നതിനിടയിൽ അറസ്റ്റിലായി. ഗവൺമെന്റ് കണ്ടുകെട്ടിയ *വീരഭാരതി* പ്രചരിപ്പിച്ചുവെന്നതായിരുന്നു കുറ്റം. 1933 ജനുവരി മുതൽ ഏപ്രിൽ വരെ ആ കേസിന്റെ വിചാരണ നടന്നു. ആറുമാസത്തെ കഠിന തടവായിരുന്നു ശിക്ഷ. ആദ്യം കുറച്ചുദിവസം രാജമുന്ദ്രി ജയിലിൽ പാർപ്പിച്ചതിനുശേഷം ബെല്ലാരി ജയിലിലേക്കു മാറ്റി. കാലാവധി മുഴുവൻ ജയിലിൽ കഴിയേണ്ടിവന്നു.

ജയിൽ മോചിതനായപ്പോൾ വീണ്ടും മദിരാശിയിലേക്കു പോയി. അവിടെ പ്രകാശം നടത്തിയ *സ്വരാജ്യ*യിൽ അൽപ്പകാലം പ്രവർത്തിച്ചു. തുടർന്ന് സിദ്ധിരാജയുടെ *ന്യൂ ഏജി*ന്റെ എഡിറ്ററായി. അഭ്യസ്തവിദ്യർക്കിടയിൽ സോഷ്യലിസ്റ്റ് ആശയഗതി പ്രചരിപ്പിച്ച പത്രമായിരുന്നു അത്. ഒരുവർഷം കഴിഞ്ഞപ്പോഴേക്കും സാമ്പത്തികപ്രയാസം മൂലം അത് അടച്ചുപൂട്ടി. അതാണ് പിന്നീട് എസ് വി ഘാട്ടെ പത്രാധിപരായി പുനഃ

പ്രസിദ്ധീകരിച്ചത്. പത്രപ്രവർത്തനത്തോടൊപ്പം ലേബർ പ്രൊട്ടക്ഷൻ ലീഗിന്റെ പ്രവർത്തനത്തിലും പങ്കാളിയായി. ലീഗിന്റെ ഘടകങ്ങൾ നെല്ലൂരിലും ഗുണ്ടൂരിലും രൂപംകൊണ്ടു. കോൺഗ്രസിന്റെ ആഭിമുഖ്യത്തിലുള്ള സമരങ്ങളിൽ പങ്കെടുത്ത് ജയിലിൽ പോയവരും എന്നാൽ കോൺഗ്രസിന്റെ പ്രവർത്തനങ്ങളിൽ നിരാശരായവരും ചേർന്നാണ് ഇവിടങ്ങളിൽ ലീഗിന് രൂപം നൽകിയത്.

എട്ടൊമ്പത് അംഗങ്ങളോടെ തുടങ്ങിയ ലീഗിലെ അംഗസംഖ്യ വർധിച്ചു. ലീഗിലെ അംഗം എന്ന നിലയിൽ മുനിസിപ്പൽ തൊഴിലാളികൾക്കിടയിലാണ് സീനിയർ മുഖ്യമായും പ്രവർത്തിച്ചത്. മുനിസിപ്പൽ തൊഴിലാളികളിൽ നല്ല ഭാഗം തെലുങ്ക് സംസാരിക്കുന്നവരായിരുന്നു. അതുകൊണ്ട് അവർക്കിടയിൽ പ്രവർത്തിക്കുക എളുപ്പമായിരുന്നു. പ്രസ് തൊഴിലാളികൾക്കും ട്രാംവേ തൊഴിലാളികൾക്കും ടെക്സ്റ്റൈൽ തൊഴിലാളികൾക്കും ഇടയിലും അദ്ദേഹം പ്രവർത്തിച്ചു. ലീഗിന്റെ ആഭിമുഖ്യത്തിൽ അഖിലേന്ത്യാടിസ്ഥാനത്തിൽ പ്രസ് തൊഴിലാളികളുടെ ഒരു സമ്മേളനം നടക്കുന്നതിന് സീനിയർ മുൻകൈയെടുത്തു. ഏഴെട്ട് പ്രവിശ്യകളിൽ നിന്ന് സമ്മേളനത്തിന് പ്രതിനിധികളെത്തി.

ഇതിനിടയിൽ *മാനപ്രഭ* എന്നൊരു ലഘുലേഖ വിതരണം ചെയ്തതിന് സീനിയർ അറസ്റ്റിലായി. ലഘുലേഖ അക്രമത്തിനും വർഗസമരത്തിനും പ്രേരിപ്പിക്കുന്നു എന്നു പറഞ്ഞുകൊണ്ടായിരുന്നു അറസ്റ്റ്. രണ്ട് കോൺഗ്രസുകാരുടെ ജാമ്യത്തിൽ പുറത്തിറങ്ങിയെങ്കിലും കേസിൽ ആറുമാസത്തെ ശിക്ഷ കിട്ടി. ഇത്തവണ ഗൂഡല്ലൂർ-തൃശിനാപ്പള്ളി ജയിലുകളിലാണ് കിടക്കേണ്ടിവന്നത്. 1936 മാർച്ചിൽ മോചിതനായി.

ഇക്കാലത്ത് മദിരാശി വിട്ട് വീണ്ടും കാക്കിനാഡയിലെത്തി. അതിനകം കോൺഗ്രസ് സോഷ്യലിസ്റ്റ് പാർട്ടി രൂപം കൊണ്ടിരുന്നു. അതിന്റെ പ്രവിശ്യാ സമ്മേളനം രാജമുന്ദ്രിയിൽ. ഈസ്റ്റ് ഗോദാവരി ജില്ലയിൽ പാർട്ടി സംഘടിപ്പിക്കുന്ന ചുമതല സീനിയർ ഏറ്റു. ആ ചുമതല നിറവേറ്റുന്നതിനിടയിൽ തൊഴിലാളികളെയും കൃഷിക്കാരെയും സംഘടിപ്പിച്ചു. ഈ വിഭാഗങ്ങളുടെ സമരങ്ങൾക്ക് നേതൃത്വം നൽകി. കാക്കിനാഡയിൽ നിരോധനാജ്ഞ ഏർപ്പെടുത്തിക്കൊണ്ടാണ് ഗവൺമെന്റ് നേരിട്ടത്. അതിന് നേതൃത്വം നൽകിയവരിലൊരാൾ സീനിയർ. കോട്ടിപ്പള്ളിയിൽ വലിയൊരു കർഷകസമ്മേളനം. ആയിരക്കണക്കിന് കൃഷിക്കാർ അണിനിരന്ന ആ സമ്മേളനത്തിന്റെ സംഘാടകരിലൊരാൾ സീനിയർ. 1937-ൽ നടന്ന തിരഞ്ഞെടുപ്പിൽ കോൺഗ്രസ് സ്ഥാനാർഥികൾക്കുവേണ്ടി സീനിയർ അശ്രാന്തം പരിശ്രമിച്ചു. ആന്ധ്രാപ്രദേശ് കോൺഗ്രസ് കമ്മിറ്റിയിലേക്ക് നടന്ന തിരഞ്ഞെടുപ്പിൽ വലതുപക്ഷ സ്ഥാനാർഥിക്കെതിരെ സീനിയർ മത്സരിച്ച് ജയിച്ചു.

1937-ലെ തിരഞ്ഞെടുപ്പ് കഴിഞ്ഞ ഉടനെ കൊത്തപട്ടണത്ത് രാഷ്ട്രീയ ക്ലാസ്. സീനിയർ ആ ക്ലാസിലെ അധ്യാപകൻ. പൊലീസ് ക്ലാസിൽ കടന്ന് ചില അക്രമങ്ങൾ നടത്തി. അതിൽ പങ്കെടുത്ത വിദ്യാർഥികളോട് സ്ഥ

ലംവിട്ടു പോകാൻ നിർദേശിച്ചു. അതിന് വിസമ്മതിച്ചപ്പോൾ ലാത്തിച്ചാർജ് നടത്തി. കുറെ പ്രതിനിധികളുടെ പേരിൽ കള്ളക്കേസ് ചാർജ് ചെയ്തു. പൊലീസ് മർദനത്തിനും കള്ളക്കേസിനും എതിരെ വമ്പിച്ച പ്രക്ഷോഭം നടന്നു. ഒടുവിൽ കേസുകൾ പിൻവലിക്കേണ്ടിവന്നു. ഈ ക്ലാസിനുശേഷം 1938–ൽ മാതെനവാരിപാലം എന്ന സ്ഥലത്ത് മറ്റൊരു പഠന ക്ലാസ് നടത്തി. പി സി ജോഷി, ആർ ഡി ഭരദ്വാജ് തുടങ്ങിയവർ പങ്കെടുത്ത ഈ ക്ലാസിൽ സീനിയറും ക്ലാസെടുക്കുകയുണ്ടായി. ഈ രണ്ട് ക്ലാസുകളിലും പങ്കെടുത്ത പലരും പിന്നീട് കമ്യൂണിസ്റ്റുപാർട്ടിയുടെ പ്രധാന പ്രവർത്തകരായി. മാർക്സിസത്തിന്റെ അടിസ്ഥാന തത്വങ്ങളെക്കുറിച്ച് ഒരടിത്തറയുണ്ടാക്കാൻ ഈ ക്ലാസുകൾക്ക് കഴിഞ്ഞതായി പി സുന്ദരയ്യ രേഖപ്പെടുത്തിയിട്ടുണ്ട്. അതിനുമുമ്പുതന്നെ സീനിയർ കമ്യൂണിസ്റ്റായിക്കഴിഞ്ഞിരുന്നു.

1939–ൽ രണ്ടാം ലോകമഹായുദ്ധം പൊട്ടിപ്പുറപ്പെട്ടു. ഗവൺമെന്റ് കമ്യൂണിസ്റ്റുകാർക്കെതിരെ തിരിഞ്ഞു. ചിലർ ഒളിവിൽ പോയി. മറ്റു ചിലർ പകുതി പരസ്യമായും പകുതി രഹസ്യമായും പ്രവർത്തനം തുടങ്ങി. രണ്ടാമത് പറഞ്ഞതരം പ്രവർത്തനമാണ് സീനിയർ നടത്തിയത്. എല്ലാ ദിവസവും രഹസ്യയോഗങ്ങൾ സംഘടിപ്പിച്ച് യുദ്ധവിരുദ്ധ പ്രസംഗം നടത്തും. പകൽസമയം പരസ്യ പ്രവർത്തനത്തിലേർപ്പെടും. ഇത് അധികം തുടരാനായില്ല. ആദ്യം ഗവൺമെന്റ് നാടുകടത്തൽ ഉത്തരവിറക്കി. അതിനുശേഷം കള്ളക്കേസിൽ കുടുക്കി ആറുമാസത്തേക്ക് ശിക്ഷിച്ചു. വെല്ലൂർ സെൻട്രൽ ജയിലിലാണ് പാർപ്പിച്ചത്. കാലാവധി പൂർത്തിയാക്കി പുറത്തിറങ്ങുന്നതിനു മുമ്പുതന്നെ വീണ്ടും തടവിലാക്കി. 1942–ൽ പാർട്ടിയുടെ മേലുള്ള നിരോധനം പിൻവലിച്ചപ്പോൾ മാത്രമാണ് മോചിപ്പിച്ചത്. ജയിൽ മോചിതനായ ഉടൻ *പ്രജാശക്തി*യുടെ എഡിറ്റോറിയൽ ബോർഡിൽ ചേർന്നു. 1943–ലെ ബംഗാൾ ക്ഷാമകാലത്ത് ദുരിതാശ്വാസ പ്രവർത്തനങ്ങൾ നടത്തി. റായലസീമ ക്ഷാമകാലത്തും നടത്തി ദുരിതാശ്വാസപ്രവർത്തനം.

രണ്ടാം ലോകമഹായുദ്ധത്തിനുശേഷം തെലങ്കാന സമരമായി. ആ സമരം നടക്കുന്നതിനിടയിൽ ആന്ധ്രാ പ്രവിശ്യയിൽ (മദിരാശി പ്രവിശ്യയുടെ ഭാഗം) തിരഞ്ഞെടുപ്പ്. ഏറ്റവും വലിയ രണ്ടാമത്തെ പാർട്ടിയായി കമ്യൂണിസ്റ്റുപാർട്ടി. മദിരാശിയിൽ പ്രകാശം മന്ത്രിസഭ അധികാരത്തിൽ വന്നു. ചല്ലപ്പിള്ളി രാജാവിനും മറ്റു സെമിന്ദാർമാർക്കുമെതിരെ കമ്യൂണിസ്റ്റ് പാർട്ടി ശക്തമായ സമരമാരംഭിച്ചു. സമരം തകർക്കാൻ ഗവൺമെന്റ് ഒരു ഓർഡിനൻസിറക്കി. ആ ഓർഡിനൻസാണ് പ്രകാശം ഓർഡിനൻസ് എന്ന പേരിൽ അറിയുന്നത്. അതുപ്രകാരം ധാരാളം കമ്യൂണിസ്റ്റുകാരെ തടവിലാക്കി. സീനിയറും ആ കൂട്ടത്തിൽപ്പെട്ടു. സ്വാതന്ത്ര്യത്തിനു തൊട്ടുമുമ്പാണ് മോചിതനായത്. സ്വാതന്ത്ര്യദിനാഘോഷത്തിൽ പങ്കുകൊണ്ടു.

കമ്യൂണിസ്റ്റുപാർട്ടിയുടെ രണ്ടാംകോൺഗ്രസിനു തൊട്ടുമുമ്പ് ഒളിവിൽ പോയി. 1949–ൽ മാത്രമേ അറസ്റ്റ് ചെയ്യാൻ കഴിഞ്ഞുള്ളൂ. അദ്ദേഹത്തെ ഗൂഡല്ലൂർ ജയിലിലാണ് പാർപ്പിച്ചത്. 1950–ൽ അമ്മ മരിച്ചപ്പോൾ പരോളിൽ വിട്ടു. പരോളിൽ കഴിയുമ്പോൾ വീണ്ടും ഒളിവിൽപ്പോയി. 1952–ലെ പൊതുതിരഞ്ഞെടുപ്പിനുശേഷം മാത്രമാണ് പുറത്തുവന്നത്. മാറിയ പരിതഃസ്ഥിതിയിലും പ്രവർത്തനം തുടർന്നു. ബൗദ്ധിക പ്രവർത്തനങ്ങൾക്കാണ് മുൻതൂക്കംനൽകിയത് എന്നുമാത്രം. നല്ലൊരു അധ്യാപകനായിരുന്ന അദ്ദേഹം ധാരാളം എഴുതിയിട്ടുണ്ട്. ആന്ധ്രാ ജനതയുടെ ആധികാരികമായ ഒരു ചരിത്രം അദ്ദേഹത്തിന്റേതായുണ്ട്. ആന്ധ്രയിലെ കമ്യൂണിസ്റ്റ് പ്രസ്ഥാനത്തിന്റെ തുടക്കത്തെക്കുറിച്ചും എഴുതിയിട്ടുണ്ട് ഒരു പുസ്തകം.

1926–ൽ, അതായത് 17–ാമത്തെ വയസിൽ, അദ്ദേഹം വിവാഹിതനായതാണ്. ഭാര്യ മാണിക്യാമ്മയ്ക്ക് പ്രായം 10 വയസ്സ്. എല്ലാ രംഗങ്ങളിലും അവർ അദ്ദേഹത്തിന് സഹായമായി. സ്വാതന്ത്ര്യസമരത്തിലും കമ്യൂണിസ്റ്റുപ്രവർത്തനത്തിലും അവർ പങ്കെടുത്തിട്ടുണ്ട്. സീനിയറിന് അനുയോജ്യയായ ജീവിതപങ്കാളി. സീനിയർ 1983 ജനുവരി 16–ന് അന്തരിച്ചു.

കമൽ സർക്കാർ

1923 - 1992

ബംഗാളിലെ കമ്യൂണിസ്റ്റ്-ട്രേഡ് യൂണിയൻ പ്രസ്ഥാനത്തിന്റെ ആദ്യകാല നേതാക്കളിലൊരാളായിരുന്നു കമൽ സർക്കാർ. ദേശീയ വിപ്ലവപ്രസ്ഥാനത്തിൽനിന്ന് കമ്യൂണിസ്റ്റുപ്രസ്ഥാനത്തിലേക്കുവന്ന വിപ്ലവകാരിയായിരുന്നു അദ്ദേഹം.

കൊൽക്കത്തെയിലെ തൗസന്റ് റോഡിൽ 1923 നവംബർ 11-ന് ജനിച്ചു. പദ്ദോപുക്കൂർ സ്കൂളിൽനിന്ന് മെട്രിക് പരീക്ഷ പാസായി. ഭവാനിപ്പൂരിലെ ജിംനേഷ്യത്തിൽനിന്ന് ദേവാംശുദാസ്ഗുപ്തയെ കണ്ടുമുട്ടി. 1933-ൽ ഗുപ്ത *ഛാത്രദൽ* എന്ന വാരിക പുറത്തിറക്കിയപ്പോൾ അതുമായി ബന്ധപ്പെട്ടു. പ്രപേദ് സെൻ, ബാദൽ ഗാംഗുലി, സുശീൽ ചാറ്റർജി, നന്ദ ബസു എന്നിവർ അതിന്റെ പ്രവർത്തനത്തിൽ സഹകരിച്ച മറ്റു ചിലർ. വിദ്യാർഥിയായിരിക്കുമ്പോൾത്തന്നെ നന്നായി വായിക്കുമായിരുന്നു. *ഛാത്രദലി*ൽ എഴുതിത്തുടങ്ങി.

കോൺഗ്രസ് പ്രവർത്തകനായി. 1936-ൽ അതിന്റെ ബംഗാൾ പ്രോവിൻഷ്യൽ കമ്മിറ്റി അംഗം. അക്കൊല്ലം കോൺഗ്രസിന്റെ ലഖ്നൗസമ്മേളനത്തിൽ പങ്കെടുത്തു. കോൺഗ്രസിൽ അംഗമായിരിക്കേതന്നെ ലേബർ പാർട്ടിയിലും അംഗമായി. 1936-ൽ ലേബർ പാർട്ടി അംഗങ്ങൾ കമ്യൂണിസ്റ്റുപാർട്ടിയിൽ ചേർന്നപ്പോൾ പാർട്ടിയിലെത്തി. പാർട്ടിയുടെ നിർദേശാനുസരണം തൊഴിലാളിരംഗത്ത് ശ്രദ്ധകേന്ദ്രീകരിച്ചു. കൃഷ്ണപദഘോഷിനോടൊപ്പം എന്റാലിപ്രദേശത്ത് വിവിധവിഭാഗം തൊഴിലാളികളെ സംഘടിപ്പിച്ചു. ബാരക്പൂരിലും തൊഴിലാളിയൂണിയനുകൾ രൂപീകരിക്കാനും

ശക്തിപ്പെടുത്താനും മുൻനിന്നു. ചണം, എഞ്ചിനീയറിങ്, ടെക്സ്റ്റൈൽ മേഖലകളിൽ സുശക്തമായ യൂണിയനുകളുണ്ടാക്കി.

1938–ൽ ചന്ദൻനഗറിൽ നിയമവിരുദ്ധ കമ്യൂണിസ്റ്റുപാർട്ടിയുടെ സംസ്ഥാനസമ്മേളനം. സമ്മേളനം ഏഴംഗ സംസ്ഥാനകമ്മിറ്റിയിലേക്ക് തിരഞ്ഞെടുത്തു. അതേവർഷം മെയ്ദിനപോസ്റ്റർ ഒട്ടിക്കുന്നതിനിടയിൽ അറസ്റ്റിലായി.

1939–ൽ സുഭാഷ്ചന്ദ്രബോസ് കോൺഗ്രസിനോടു വിടപറയുകയുണ്ടായല്ലോ. അക്കൊല്ലം കമൽസർക്കാർ പഴയ ലേബർപാർട്ടിക്കാരോടൊപ്പം കമ്യൂണിസ്റ്റുപാർട്ടി വിട്ടു. എങ്കിലും രണ്ടാം ലോകമഹായുദ്ധകാലത്ത് സോവിയറ്റ് യൂണിയൻ ആക്രമിക്കപ്പെട്ടപ്പോൾ മനംമാറ്റം. ജനകീയയുദ്ധം എന്ന കമ്യൂണിസ്റ്റുപാർട്ടി നയത്തോട് ആഭിമുഖ്യം. 1944–ൽ കമ്യൂണിസ്റ്റുപാർട്ടിയിൽ തിരിച്ചെത്തി. 1944മുതൽ 1950വരെ വളരെയധികം കഷ്ടപ്പാടുകൾ സഹിച്ചു. 1949 മാർച്ച് 9ന് റെയിൽവേ തൊഴിലാളി പണിമുടക്ക്. സിയാൽദ പൊലീസ് അറസ്റ്റുചെയ്തു. 1951വരെ ജയിലിൽ പാർപ്പിച്ചു.

1952–ലെ തിരഞ്ഞെടുപ്പിനുമുമ്പ് *സ്വാധീനത* വാരികയിൽചേർന്നു. 1952 മുതൽ 1962 വരെ അതിൽ തൊഴിലാളിരംഗം കൈകാര്യംചെയ്തു. ബംഗാളിയിലും ഒരുപോലെ നന്നായി എഴുതും. ഇന്ത്യാ–ചൈനാ അതിർത്തിസംഘട്ടനത്തിന്റെ പശ്ചാത്തലത്തിൽ 1962–ൽ അറസ്റ്റിലായി. സി പി ഐ പിളർന്നപ്പോൾ സി പി ഐ (എം)ൽ. സി പി ഐ (എം) രൂപംകൊണ്ടതുമുതൽ അതിന്റെ സംസ്ഥാനകമ്മിറ്റി അംഗം. 1988ൽ അനാരോഗ്യം മൂലം ഒഴിയുന്നതുവരെ തൽസ്ഥാനത്ത് തുടർന്നു.

ഏറ്റവും വലിയ സംഭാവന ചണമിൽത്തൊഴിലാളികളെ സംഘടിപ്പിക്കുന്നതിൽ, ദീർഘകാലം അതിന്റെ ഭാരവാഹിത്വം വഹിച്ചു. സി ഐ ടി യു രൂപംകൊണ്ടതുമുതൽ അതിന്റെ വൈസ്പ്രസിഡന്റ്. 1977–ലും 1980–ലും സംസ്ഥാന നിയമസഭയിലേക്ക് തിരഞ്ഞെടുക്കപ്പെട്ടു. 1992 ജൂൺ 9–ന് അന്തരിച്ചു.

എം കല്യാണസുന്ദരം

1909 - 1988

ഒരുകാലത്ത് ഇന്ത്യയിലെ ഏറ്റവും സംഘടിതമായ വിഭാഗമായിരുന്നു റെയിൽവേ തൊഴിലാളികൾ. അവർ നടത്തിയ സമരങ്ങൾക്കു കണക്കില്ല. അവരെ സംഘടിപ്പിക്കുന്നതിൽ ഏറ്റവും വലിയ സംഭാവന നൽകിയ തൊഴിലാളി നേതാവായിരുന്നു മീനാക്ഷി സുന്ദരം കല്യാണസുന്ദരം.

തൃശ്ശിനാപ്പള്ളി ജില്ലയിലെ കുടിതലൈ താലൂക്കിൽപ്പെട്ട കട്വർകോവിലിൽ 1909 ഒക്ടോബർ 20-ന് ജനിച്ചു. കട്വർ കോവിൽ കാവേരി നദീതീരത്തെ ഒരു കൊച്ചുപട്ടണം. അവിടെ കട്വർ എന്ന പേരിൽ ഒരു ശിവക്ഷേത്രമുണ്ട്. കട്വർ ശിവനെക്കുറിച്ച് പ്രാചീന തമിഴ് കവി സഷന്തർ കവിത രചിച്ചിട്ടുണ്ട്. അങ്ങനെ ഐതിഹാസികമായ ഒരു സ്ഥലമാണത്. കല്യാണസുന്ദരത്തിന്റെ പിതാവ് മീനാക്ഷി സുന്ദരം മുതലിയാർ തൃശിനാപ്പള്ളിക്കടുത്ത വൊരയൂർക്കാരൻ. അദ്ദേഹം ഒരു ചുരുട്ടുഫാക്ടറിയിൽ ഗുമസ്തൻ; പൗരാണികമായ ശൈവ സാഹിത്യത്തിൽ തൽപ്പരൻ. മാതാവ് രാജാംബാൾ തമിഴ് എഴുതാനും വായിക്കാനും അറിയാമായിരുന്ന ഒരു സ്ത്രീ. അവരുടെ മൂന്നു മക്കളിൽ ഏറ്റവും മൂത്ത ആളായിരുന്നു കല്യാണസുന്ദരം. അച്ഛനും അമ്മയും മക്കൾക്ക് കഥകൾ പറഞ്ഞുകൊടുക്കും. അധികവും പൗരാണിക കഥകൾ. കഥകളിലൂടെ മക്കളെ ശിവഭക്തരാക്കാൻ അവർ ആഗ്രഹിച്ചു.

ആറാം വയസിൽ വിദ്യാഭ്യാസം ആരംഭിച്ചു. കൃഷ്ണ അയ്യരുടെ ഇംദാദി സ്കൂളിൽനിന്ന് ആദ്യം തമിഴും പിന്നെ ഇംഗ്ലീഷും പഠിച്ചു. അപ്പോൾ ഒന്നാം ലോകമഹായുദ്ധം നടക്കുകയായിരുന്നു. മണ്ണെണ്ണയു

ടെയും അരിയുടെയും വില കുതിച്ചുകയറി. ജനങ്ങൾ വല്ലാതെ നട്ടംതിരിഞ്ഞു. വിലക്കയറ്റത്തെക്കുറിച്ചല്ലാതെ യുദ്ധത്തെക്കുറിച്ച് ബാലനായ കല്യാണസുന്ദരത്തിന് ഒന്നും മനസിലായില്ല. 1921–ൽ തൃശ്ശിനാപ്പള്ളിയിലെ നാഷണൽ കോളേജ് ഹൈസ്കൂളിൽ ചേർന്നു. തമിഴ് സാഹിത്യവും ഇതിഹാസവും പ്രിയപ്പെട്ട വിഷയം. തൃശ്ശിനാപ്പള്ളിയിലെ അന്തരീക്ഷം കല്യാണസുന്ദരത്തെ രാഷ്ട്രീയത്തിലേക്കും ദേശീയ പ്രസ്ഥാനത്തിലേക്കും ആകർഷിക്കാൻ പര്യാപ്തമായിരുന്നു. ഹോംറൂൾ പ്രക്ഷോഭത്തിന്റെ കാറ്റ് തൃശ്ശിനാപ്പള്ളിയിൽ വീശിയടിച്ചു. ഗാന്ധിജിയും രാജഗോപാലാചാരിയും തൃശ്ശിനാപ്പള്ളിക്കാരിൽ വലിയ സ്വാധീനം ചെലുത്തി. കല്യാണസുന്ദരം രാഷ്ട്രീയ യോഗങ്ങളിൽ പങ്കെടുക്കാൻതുടങ്ങി. പതിനേഴാം വയസിൽ യുവജനസംഘത്തിൽ അംഗമായി. കൃത്യമായി പത്രപാരായണം തുടങ്ങി. വിദ്യാർഥികളുടെ നേതാവായി ഉയർന്നു.

1928–ൽ മെട്രിക് പരീക്ഷ പാസായി. അപ്പോൾ വയസ്സ് 20. രാഷ്ട്രീയത്തിൽ താൽപ്പര്യമുണ്ടായിരുന്നുവെങ്കിലും അതിൽ മുഴുകിയില്ല. പിതാവ് രണ്ടറ്റവും കൂട്ടിമുട്ടിക്കാൻ പ്രയാസപ്പെടുന്നത് കല്യാൺ കണ്ടു. അദ്ദേഹത്തിന്റെ ഭാരം കുറയ്ക്കാൻ സഹായിക്കണം–കല്യാൺ തീർച്ചപ്പെടുത്തി. അങ്ങനെ ഡിസ്ട്രിക്ട് ബോർഡിൽ ഒരു ഗുമസ്തന്റെ ജോലി സ്വീകരിച്ചു. തുടർന്ന് എസ് ഐ എം റെയിൽവേയിൽ ഓഫീസ് വിഭാഗത്തിൽ ഗുമസ്തനായി. പിന്നെ സ്റ്റോർ കീപ്പറായി. പത്തുവർഷം അദ്ദേഹം ഈ ജോലി ചെയ്തു.

1931–ൽ കല്യാൺ ഈറോഡ് സ്റ്റേഷനിലെ സ്റ്റോർകീപ്പർ. തൊഴിലാളികളോടെല്ലാം അത്യന്തം സ്നേഹത്തോടെ പെരുമാറി. അവരെ സഹായിക്കാൻ സദാ തയാറായി. അവർക്ക് ഹർജികൾ എഴുതിക്കൊടുക്കും; അവരുടെ പരാതികൾ അധികൃതരുടെ ശ്രദ്ധയിൽപ്പെടുത്തും. തൊഴിലാളികളുടെ പരിതാപകരമായ അവസ്ഥകണ്ട അദ്ദേഹത്തിന് ഒരു ചിന്ത– എന്തുകൊണ്ട് ഈ തൊഴിലാളികളെ സംഘടിപ്പിച്ചുകൂടാ. അവസാനം 'ഐക്യ ബാലിബർ സംഘം' എന്ന പേരിൽ ഒരു സംഘടന ഉണ്ടാക്കുക തന്നെ ചെയ്തു. സംഘത്തിലെ യുവാക്കളെല്ലാം തൊഴിലാളികൾ. കല്യാൺ അവരുടെ യോഗങ്ങളിൽ പങ്കെടുക്കും. അവിടെ നടക്കുന്ന ചർച്ചകൾ ശ്രദ്ധയോടെ കേൾക്കും.

1939–ൽ രണ്ടാം ലോകമഹായുദ്ധം ആരംഭിച്ചു. യുദ്ധം മൂലം സാധനവില കുതിച്ചുകയറി. നിത്യോപയോഗസാധനങ്ങളുടെ ദൗർലഭ്യവും. തൊഴിലാളികൾ നട്ടംതിരിഞ്ഞു. അവർ അടങ്ങിയിരിക്കാൻ തയാറല്ലായിരുന്നു–തൊഴിലാളികൾ സംഘടിക്കാനും സമരരംഗത്തേക്ക് വരാനും തുടങ്ങി. അവരെ സഹായിക്കേണ്ടത് തന്റെ കടമയാണെന്ന് കല്യാണിന് തോന്നിത്തുടങ്ങി. അക്കാലത്തെ ട്രേഡ് യൂണിയൻ നേതാവായിരുന്ന ഡോക്ടർ കൃഷ്ണസ്വാമിയെ പരിചയപ്പെട്ടു. ബാലിബർ സംഘത്തിന്റെ യോഗങ്ങളിൽ അദ്ദേഹത്തെ ക്ഷണിക്കാൻ തുടങ്ങി. അദ്ദേഹം മാർക്സിസ്റ്റ് ചിന്താഗതിക്കാരനായിരുന്നു. മാർക്സിസത്തെക്കുറിച്ചുള്ള പുസ്തകങ്ങൾ

കല്യാണിന് വായിക്കാൻ കൊടുത്തു. *മാർക്സിസത്തിന്റെ കൈപുസ്തകം* അദ്ദേഹത്തെ വല്ലാതെ ആകർഷിച്ചു. ഡോക്ടർ കൃഷ്ണസ്വാമി, പി രാമമൂർത്തി, ജീവാനന്ദം തുടങ്ങിയ ട്രേഡ് യൂണിയൻ നേതാക്കളെ പരിചയപ്പെടുത്തി. അദ്ദേഹം ജീവാനന്ദത്തിന്റെ ആരാധകനായി. ബാലിബർ സംഘത്തിന്റെ രൂപപരിണാമം വരുത്തേണ്ട ആവശ്യകത ബോധ്യമായി. 1939 ഏപ്രിലിൽ അത് ലേബർ യൂണിയനാക്കി മാറ്റി. പ്രസിഡന്റ് കല്യാണസുന്ദരം.

തൊഴിലാളികളുടെ ഒരു യൂണിയൻ നിലവിൽവന്നത് അധികൃതർക്ക് ഇഷ്ടമായില്ല. യൂണിയൻ രൂപീകരണത്തിന് മുൻകൈയെടുത്ത കല്യാണിനെ പ്രതികാര നടപടിയെന്ന നിലയിൽ ഗോൾഡൻറോക്കിലേക്ക് സ്ഥലംമാറ്റി. അപ്പോൾ അവിടെ മൂന്ന് യൂണിയനുകൾ. അതേവർഷം അവയെല്ലാം സംഘടിപ്പിച്ച് സുശക്തമായ സൗത്ത് ഇന്ത്യൻ റെയിൽവേ ലേബർ യൂണിയൻ രൂപീകരിക്കുന്നതിന് മുൻകൈയെടുത്തു. അതിവേഗം എസ് ഐ ആർ എൽ യൂണിയനിലെ അംഗസംഖ്യ 30,00–ത്തിലധികമായി. മാത്രമല്ല അത് സ്വന്തമായി ഒരു പ്രസ് സ്ഥാപിക്കുകയും അതിൽ നിന്ന് *തൊഴിലരശ്* എന്നൊരു ദ്വൈവാരിക പുറത്തിറക്കുകയും ചെയ്തു. 1937–ൽ മദിരാശി പ്രവിശ്യയിൽ കോൺഗ്രസ് ഗവൺമെന്റ് ഭരണത്തിൽ വന്നു. ആ ഗവൺമെന്റ് തൊഴിലാളികൾക്കെതിരെ ബ്രിട്ടീഷ് ഗവൺമെന്റ് സ്വീകരിച്ചതുപോലുള്ള സമീപനം കൈക്കൊണ്ടു. തൊഴിലാളിസമരങ്ങളെ തച്ചമർത്താൻ നോക്കി. ആ നടപടികൾക്ക് എസ് ഐ ആർ എൽ യൂണിയൻ വലിയ ഭീഷണിയായി.

കല്യാണസുന്ദരം തന്റെ പ്രവർത്തനം റെയിൽവേ തൊഴിലാളികൾക്കിടയിൽ മാത്രമായി ഒതുക്കിയില്ല. കോൺഗ്രസിൽ ചേർന്ന് അതിന്റെ പ്രവർത്തനങ്ങളിൽ വ്യാപൃതനായി. താമസിയാതെ താലൂക്ക് കോൺഗ്രസ് പ്രസിഡന്റായി തിരഞ്ഞെടുക്കപ്പെട്ടു. തൃശ്ശിനാപ്പള്ളി പട്ടണത്തിലെ ചുരുട്ട് തൊഴിലാളികളെ സംഘടിപ്പിച്ചു. പിരട്ടിയൂർ വില്ലേജിലെ ടെക്സ്റ്റൈൽ തൊഴിലാളികളുടെ പണിമുടക്കിന് നേതൃത്വം നൽകി. ക്രമേണ കോൺഗ്രസ് സോഷ്യലിസ്റ്റുപാർട്ടിയിലും അവിടെനിന്ന് കമ്യൂണിസ്റ്റുപാർട്ടിയിലുമെത്തി. 1938–ൽ പാർട്ടി അംഗമായി.

നിയമവിരുദ്ധ സാഹിത്യം കൈവശംവെച്ചു എന്നതിന്റെ പേരിൽ 1940 മേയിൽ അറസ്റ്റിലായി. രണ്ടുവർഷത്തെ തടവുശിക്ഷ. അപ്പീലിൽ ഒരുവർഷമായി ഇളവുകിട്ടി. വെല്ലൂർ ജയിലിലെത്തി. ജയിലിൽ കിടക്കുമ്പോൾ കലശലായ രോഗം. വിട്ടയച്ചു. ഏതാനും ദിവസം കഴിഞ്ഞപ്പോൾ ഒളിവിൽപ്പോയി. ഏതാനും മാസം ഒളിവിലിരുന്നുകൊണ്ട് തമിഴ്നാട്ടിലാകെ പാർട്ടി പ്രവർത്തനം നടത്തി. ഒരുദിവസം പാർട്ടി പ്രവർത്തനവുമായി ബന്ധപ്പെട്ട് തൃശ്ശിനാപ്പള്ളിയിലെത്തി. വളരെ നാളുകൾക്കുശേഷം രഹസ്യമായി വീട്ടിലെത്തി. ഈ വിവരം എങ്ങനെയോ പൊലീസ് മണത്തറിഞ്ഞു. അവർ വീടു വളഞ്ഞ് അദ്ദേഹത്തെ അറസ്റ്റുചെയ്തു. 1942–ൽ

മാത്രമേ മോചിപ്പിച്ചുള്ളൂ. ആലിപ്പൂർ, വെല്ലൂർ ജയിലുകളിലാണ് അധികൃതർ അദ്ദേഹത്തെ പാർപ്പിച്ചത്.

ജയിലിൽ വായനയിലൂടെയും സഖാക്കളുമായുള്ള ചർച്ചയിലൂടെയും രാഷ്ട്രീയമായ അറിവ് വർധിപ്പിക്കാൻ ശ്രമിച്ചു. മാർക്സിസ്റ്റ് അടിസ്ഥാന ഗ്രന്ഥങ്ങൾ ആഴത്തിൽ പഠിച്ചു. ജയിലിലെ നിരാഹാര സമരങ്ങളിൽ പങ്കാളിയായി. ജയിലിലെ മർദനങ്ങൾക്കും ഇരയായി. ആ കാലത്താണ് ആന്ധ്രയിലെ ശിവയ്യയും മൂന്ന് സഖാക്കളും ജയിൽ ചാടിയത്. അസുഖംമൂലം കല്യാണസുന്ദരത്തിന് അവരോടൊപ്പം ജയിൽ ചാടാൻ കഴിഞ്ഞില്ല.

1942 ജൂണിൽ ജയിൽ മോചിതനായതിനുശേഷം പാർട്ടിയുടെയും സൗത്ത് ഇന്ത്യൻ മസ്ദൂർ സംഘിന്റെയും പ്രവർത്തനങ്ങളിൽ മുഴുകി. റെയിൽവേ തൊഴിലാളി സംഘടന അതിവേഗം വളർന്നു. ഏതാനും മാസങ്ങൾക്കകം അംഗസംഖ്യ മൂന്നിരട്ടിയായി. 1942 ആഗസ്ത് 19–ന് നടന്ന എസ് ഐ റെയിൽവേ തൊഴിലാളി സമ്മേളനം പ്രതീക്ഷയിൽക്കവിഞ്ഞ വിജയം. ഗവൺമെന്റിന് പരിഭ്രാന്തിയായി. ഡിസംബറിൽ അധികാരികൾ കല്യാണസുന്ദരത്തെ പിടിച്ച് തടവിലിട്ടു. മൂന്നുമാസത്തിനുശേഷമാണ് മോചിതനായത്. വീണ്ടും ട്രേഡ് യൂണിയൻ രംഗത്തേക്ക്.

ഗോൾഡൻ റോക്ക് വർക്ക്ഷോപ്പിൽ ധാരാളം തൊഴിലാളികളെ നിയമിച്ചത് താൽക്കാലികാടിസ്ഥാനത്തിൽ. തങ്ങളെ സ്ഥിരപ്പെടുത്തണമെന്നാവശ്യപ്പെട്ട് അവർ പ്രക്ഷോഭം കൂട്ടി. അതിനിടയിലാണ് പിരിച്ചുവിടൽ പദ്ധതി നടപ്പാക്കാൻ, പ്രത്യേകിച്ചും വർക്ഷോപ്പിൽ, മാനേജ്മെന്റ് തീരുമാനിച്ചത്. യൂണിയൻ അതിനെ എതിർത്തു. അപ്പോഴേക്കും ഇന്ത്യൻ റെയിൽവേയിൽ ആകെ പിരിച്ചുവിടൽ പദ്ധതി ഗവൺമെന്റ് നടപ്പാക്കി. ഓൾ ഇന്ത്യാ റെയിൽവേ മെൻസ് ഫെഡറേഷൻ പ്രശ്നം ഏറ്റെടുത്തു. തൊഴിലാളികളെ സമരപാതയിലേക്ക് നയിക്കരുതെന്ന് മുന്നറിയിപ്പു നൽകി. അത് അവഗണിച്ചപ്പോൾ 1948 ജൂൺ 27–ന് എ ഐ ആർ എഫ് പണിമുടക്കു തുടങ്ങി. കല്യാണസുന്ദരം പണിമുടക്ക് കമ്മിറ്റി അംഗം.

സൗത്ത് ഇന്ത്യൻ റെയിൽവേയിൽ പണിമുടക്ക് പൂർണ്ണം. എസ് ഐ ആർ ലേബർ യൂണിയനെ തകർക്കാനും പണിമുടക്കിനെ ചോരയിൽ മുക്കിക്കൊല്ലാനും അധികൃതർ സകല ആയുധങ്ങളും എടുത്ത് പ്രയോഗിച്ചു. ടിയർ ഗ്യാസ് പ്രയോഗവും ലാത്തിച്ചാർജും. ആയിരങ്ങൾ അറസ്റ്റിൽ. കുറെപ്പേർ ഒളിവിൽ. പൊലീസ്, യൂണിയൻ ആസ്ഥാനം തകർത്തു. തൊഴിലാളികളുടെ പ്രസ് തവിടുപൊടിയാക്കി. തൊഴിലാളികളെ വെടിവെച്ചുവീഴ്ത്തി. കോൺഗ്രസ് ഗവൺമെന്റ് ഒരു ബദൽ യൂണിയനുണ്ടാക്കി. തൊഴിലാളികളുടെ പല ആവശ്യങ്ങളും അംഗീകരിക്കപ്പെട്ടതിനെത്തുടർന്നാണ് പണിമുടക്ക് അവസാനിച്ചത്. ഈ പണിമുടക്കിന്റെ മുൻപന്തിയിലായിരുന്നു കല്യാണസുന്ദരം.

1948–ൽ കമ്യൂണിസ്റ്റുപാർട്ടിയെ ഗവൺമെന്റ് നിരോധിച്ചപ്പോൾ ഒളിവിൽപ്പോയി. അദ്ദേഹത്തെ പിടിക്കാൻ പൊലീസ് വലയും വീശി കാത്തി

രുന്നുവെങ്കിലും നടന്നില്ല. ഒട്ടേറെ ഗൂഢാലോചനക്കേസുകളിൽ ഉൾപ്പെടുത്തി. കണ്ടാൽ വെടിവയ്ക്കാനുള്ള ഉത്തരവുപോലും നൽകി. 1950–ൽ അറസ്റ്റിലായി. മാസങ്ങൾ നീണ്ടുനിന്ന തടവുജീവിതം ആരോഗ്യം തകർത്തു. ഈ സാഹചര്യത്തിൽ അദ്ദേഹത്തെ മോചിപ്പിക്കാൻ ഗവൺമെന്റ് ഉത്തരവിറക്കി.

1938–ൽ കമ്യൂണിസ്റ്റുപാർട്ടിയിൽ അംഗത്വമെടുത്ത് അധികം കഴിയുന്നതിനുമുമ്പ് തമിഴ്നാട് പ്രവിശ്യാ കമ്മിറ്റി അംഗമായി. പിന്നീട് കേന്ദ്ര കമ്മിറ്റിയിലേക്കും തിരഞ്ഞെടുക്കപ്പെട്ടു. പാർട്ടി പിളർന്നപ്പോൾ സി പി ഐയിൽ ഉറച്ചുനിന്നു. 1945–46 കാലത്ത് എ ഐ ആർ എഫ് വൈസ് പ്രസിഡന്റായിരുന്നു. എ ഐ ടി യു സിയുടെ ദേശീയ വൈസ് പ്രസിഡന്റായും തമിഴ്നാട് കമ്മിറ്റിയുടെ പ്രസിഡന്റായും പ്രവർത്തിച്ചിട്ടുണ്ട്. എഞ്ചിനീയറിങ്, ഷുഗർ, ടെക്സ്റ്റൈൽ വ്യവസായങ്ങളിലെ അനവധി യൂണിയനുകളുമായി ബന്ധപ്പെട്ട് പ്രവർത്തിച്ചു. 1960 ജൂലൈ 12 മുതൽ 16 വരെ നടന്ന കേന്ദ്രഗവൺമെന്റ് ജീവനക്കാരുടെ പണിമുടക്കിനോടനുബന്ധിച്ച് അറസ്റ്റിലായി. ജീവനക്കാരെ പണിമുടക്കിന് പ്രേരിപ്പിച്ചു എന്നതായിരുന്നു കുറ്റം. 1968–ൽ കേന്ദ്രഗവൺമെന്റ് ജീവനക്കാർ നടത്തിയ ഏകദിന പണിമുടക്കിന്റെയും മുൻപന്തിയിൽ നിന്നു. 1973–ൽ ലോക്കോ റണ്ണിങ് സ്റ്റാഫ് നടത്തിയ പണിമുടക്ക് പ്രസിദ്ധം. അവരുടെ പ്രധാന വക്താവായി പ്രവർത്തിച്ചു. 1974–ൽ നടന്ന റെയിൽവേ തൊഴിലാളി പണിമുടക്കിൽ റെയിൽവേ ലേബർ യൂണിയൻ പ്രസിഡന്റ് എന്ന നിലയിൽ സുപ്രധാന പങ്കുവഹിച്ചു. ആ പണിമുടക്കിനെത്തുടർന്ന് ജോലിയിൽനിന്നും പിരിച്ചുവിട്ടവരെ തിരിച്ചെടുക്കണമെന്ന് നിരന്തരം ആവശ്യപ്പെട്ടു.

1952–ൽ തൃശ്ശിനാപ്പള്ളി നിയോജകമണ്ഡലത്തിൽനിന്ന് മദിരാശി നിയമസഭയിലേക്ക് തിരഞ്ഞെടുക്കപ്പെട്ടു. പിന്നീട് 1967 വരെ തുടർച്ചയായി നിയമസഭാംഗമായി. 1971 മുതൽ 1980 വരെ ലോകസഭാംഗം. 1980–88 കാലത്ത് രാജ്യസഭാംഗം. പാർലമെന്റ് അംഗമായിരുന്ന കാലത്ത് റെയിൽവേ തൊഴിലാളികളുടെയും കേന്ദ്രഗവൺമെന്റ് ജീവനക്കാരുടെയും താൽപ്പര്യങ്ങൾക്കുവേണ്ടി പാർലമെന്റിൽ ശക്തമായി വാദിച്ചു. തുറമുഖ തൊഴിലാളികളുടെ പ്രശ്നം ചർച്ചചെയ്യാൻ 1988 ജൂൺ 19–ന് കൽക്കത്തയിൽ പോയി. അവിടെവെച്ച് രോഗബാധിതനായി. ചികിത്സാർഥം ഡൽഹിയിൽ എത്തിച്ചെങ്കിലും 1988 ജൂൺ 20–ന് അന്തരിച്ചു.

കൽപ്പനാ ജോഷി

1914 - 1995

ഇന്ത്യൻ സ്വാതന്ത്ര്യസമര ചരിത്രത്തിലെ കോരിത്തരിപ്പിക്കുന്ന അധ്യായമാണ് ചിറ്റഗോങ് ആയുധശാല ആക്രമണം. സൂര്യസെന്നിന്റെ നേതൃത്വത്തിൽ നടന്ന ആ ആക്രമണത്തിൽ സുപ്രധാന പങ്ക് വഹിച്ച വിപ്ലവകാരിയായിരുന്നു കൽപ്പനാ ദത്ത്. (ഇന്ത്യൻ കമ്യൂണിസ്റ്റ് പാർട്ടി ജനറൽ സെക്രട്ടറിയായിരുന്ന പി സി ജോഷിയെ വിവാഹം കഴിച്ചതിനു ശേഷം കൽപ്പനാ ജോഷി ആയി). ഇത് സംബന്ധിച്ച കേസിൽ ശിക്ഷിക്കപ്പെട്ട് തടവറയിൽ കഴിയുമ്പോൾ കമ്യൂണിസ്റ്റായിത്തീർന്ന അവർ ബംഗാളിലെ ആദ്യകാല വനിതാ കമ്യൂണിസ്റ്റ് നേതാക്കളിൽ പ്രധാനിയായിരുന്നു.

ചിറ്റഗോങ്ങിൽ നിന്ന് 12 നാഴിക തെക്കുമാറി കർണഫുലീ നദിക്കരയിൽ ഒരു കൊച്ചു പട്ടണം. ശ്രീപൂർ എന്ന് ആ പട്ടണത്തിൽ ആകെ 300 വീടുകൾ. പട്ടണവാസികളിലധികവും ഇടത്തരം സവർണർ. അവിടത്തെ ഏറ്റവും വലിയ ഭൂവുടമ ദുർഗാദാസ് ദത്ത്. ബ്രിട്ടീഷ് ഗവൺമെന്റ് അദ്ദേഹത്തിന് റായ് ബഹാദൂർ പദവി നൽകി. നല്ല വരുമാനമുള്ള ഡോക്ടർ കൂടിയായിരുന്ന അദ്ദേഹത്തിന് ഏഴ് പുത്രന്മാർ. അതിൽ ഒരാളായിരുന്നു ബിനോദ് ബിഹാരി ദത്ത്- ഒരു സബ് രജിസ്ട്രാർ. ശ്രീപൂരിലെ തന്നെ രമേശ് ചന്ദ്രസെൻ ഗുപ്തയുടെ മകൾ ശോഭനാകുമാരിയെ അദ്ദേഹം വിവാഹം കഴിച്ചു. അവർക്ക് ബംഗാളിയും ഇംഗ്ലീഷും അറിയും. സംസ്കൃതചിത്ത, കടുത്ത ദൈവവിശ്വാസി. ബിനോദ് ബിഹാരി ദത്ത്- ശോഭനാദേവി ദമ്പതികൾക്ക് 1914 ജൂലായ് 27-ന് ആദ്യ സന്താനമായി

ഒരു പെൺകുഞ്ഞ് പിറന്നു. അച്ഛനമ്മമാർ അവൾക്ക് കൽപ്പന എന്നു പേരിട്ടു. കൽപ്പനക്ക് കഥകൾ കേൾക്കാൻ വലിയ ഇഷ്ടം. മുത്തശ്ശിയുടെ മടിയിലിരുന്ന് കേട്ട കഥകൾക്ക് കണക്കില്ല.

ദത്ത് കുടുംബത്തിന്റെ വീട് ശ്രീപൂരിലായിരുന്നുവെങ്കിലും താമസിച്ചത് അധികവും ചിറ്റഗോങ്ങിൽ. കാരണം പിതാവിന് അവിടെയായിരുന്നു പ്രാക്ടീസ്. അവിടെയും നല്ലൊരു വീടുണ്ടായിരുന്നു അവർക്ക്. ദുർഗാ പൂജയുടെ സമയത്ത് ശ്രീപൂരിലേക്കു പോകും.

വിദ്യാസമ്പന്നരുടേതായിരുന്നു കൽപ്പനയുടെ കുടുംബം. അവിടത്തെ സ്ത്രീകൾപോലും വിദ്യാഭ്യാസം നേടി. അതുകൊണ്ട് സ്വാഭാവികമായും കൽപ്പനയും നാലാം വയസിൽ വീട്ടിലിരുന്ന് വിദ്യാഭ്യാസം തുടങ്ങി. അഞ്ചാം വയസിൽ ഡോക്ടർ ഖേസ്തഗീർ ബാലികാ ഹൈസ്കൂളിൽ രണ്ടാം ക്ലാസിൽ ചേർന്നു. ഈ സ്കൂൾ അമ്മയുടെ മുത്തച്ഛൻ സ്ഥാപിച്ചതാണ്. ക്ലാസിൽ എല്ലായ്പ്പോഴും ഏറ്റവും കൂടുതൽ മാർക്ക് നേടി. സ്കൂളിൽ പഠിക്കുമ്പോൾ തന്നെ വായനയിൽ വലിയ കമ്പം. ആദ്യം കൊച്ചു കൊച്ചു കഥാപുസ്തകങ്ങളിൽ നിന്നു തുടങ്ങി. അചിരേണ ഗൗരവതരമായ വായനയിലേക്ക് പ്രവേശിച്ചു. 1925 ൽ അതായത് 11–ാമത്തെ വയസിൽ *പഥേർ ദാവി* എന്ന പുസ്തകം വായിച്ചു. കനയ്യലാൽ തുടങ്ങിയ വിപ്ലവകാരികളെക്കുറിച്ചുള്ള പുസ്തകങ്ങളും വായിച്ചത് ഇക്കാലത്തുതന്നെ. അറിവ് വർധിക്കുന്തോറും വായിക്കാനുള്ള ആർത്തിയും കൂടി. ഗണിതശാസ്ത്രത്തിൽ അതീവ താൽപ്പര്യം. സയൻസിനോട് ഒരു തരം പ്രേമം. ആചാര്യ പ്രഫുല്ല ചന്ദ്ര റായിയായിരുന്നു ആദർശപുരുഷൻ.

1929 ൽ മെട്രിക്കുലേഷൻ പാസായി. രണ്ടാം ഭാഷ സംസ്കൃതം.

പുസ്തകവായനയിൽ മാത്രമായ ഒതുങ്ങിനിന്നില്ല കൽപ്പന. കായിക പരിശീലനവും നടത്തി. ശ്രീപൂരിലെ കുളത്തിൽ നിന്നും നീന്താനും പഠിച്ചു.

രണ്ട് ചിറ്റപ്പന്മാർ നിസഹകരണ പ്രസ്ഥാനത്തിൽ പങ്കെടുത്തുവെങ്കിലും റായ്ബഹാദൂർ പാരമ്പര്യത്തിന് കുറവൊന്നും വരുത്തിയില്ല കൽപ്പനയുടെ കുടുംബം. വീട്ടിൽ ഇടയ്ക്കിടെ ഗവൺമെന്റ് ഉദ്യോഗസ്ഥന്മാർക്ക് പാർട്ടികളുണ്ടാവും. അതിനായി ധാരാളം പണം കുടുംബം ചെലവഴിച്ചു. അമ്മയുടെ കുടുംബവും പൊതുവെ രാജഭക്തരുടേതായിരുന്നു. അവർക്ക് ചിറ്റഗോങ്ങിൽ ഒരു തുണിക്കടയുണ്ടായിരുന്നു. അവിടെ വിൽപ്പനയ്ക്ക് വെച്ചത് അധികവും വിദേശവസ്ത്രങ്ങൾ. എങ്കിലും കുടുംബത്തിൽ ദേശാഭിമാനികൾ ഇല്ലാതിരുന്നില്ല. ഒരിക്കൽ ഗാന്ധിജി ചിറ്റഗോങ് സന്ദർശിച്ചു. സ്ത്രീകളുൾപ്പെടെ വീട്ടിലെ ചിലർ അദ്ദേഹത്തെ കാണാൻ പോയി. കഷ്ടിച്ച് ഏഴുവയസുകാരിയായ കൽപ്പനയും ഉണ്ടായിരുന്നു കൂട്ടത്തിൽ. ഗാന്ധിജി ഫണ്ടിന് ആഹ്വാനം നൽകി. സ്ത്രീകൾ പലരും തങ്ങളുടെ ആഭരണങ്ങൾ ഊരി ഗാന്ധിജിക്ക് നൽകാൻ തുടങ്ങി. തന്റെ കൈയിലെ വളകൾ ഊരി ഗാന്ധിജിക്ക് നൽകാൻ കൽപ്പനക്കു മോഹം. കൊച്ചുകുട്ടിയായതിനാൽ പക്ഷേ കൽപ്പനയുടെ വളകൾ ഗാന്ധിജി സ്വീകരിച്ചില്ല.

ചിറ്റപ്പന്മാർ വീട്ടിൽ ഇടയ്ക്കിടെ രാഷ്ട്രീയ ചർച്ചകൾ നടത്തും. കൽപ്പന അത് ശ്രദ്ധിക്കും. ചിലപ്പോൾ ചിറ്റപ്പന്മാർ കൽപ്പനയ്ക്കും പറഞ്ഞുകൊടുക്കും രാഷ്ട്രീയ കാര്യങ്ങൾ. ക്രമേണ ആ ബാലികയിൽ ദേശസ്നേഹം അങ്കുരിച്ചു തുടങ്ങി. മെട്രിക്കുലേഷൻ പരീക്ഷ പാസായ വർഷം ചിറ്റഗോങ്ങിൽ ഒരു വിദ്യാർഥി സമ്മേളനം. ചിറ്റപ്പൻ തയാറാക്കിക്കൊടുത്ത കുറിപ്പിന്റെ അടിസ്ഥാനത്തിൽ കൽപ്പന ആ യോഗത്തിൽ സംസാരിച്ചു. ചർച്ചയിലും പങ്കെടുത്തു. അപ്പോഴേക്ക് വിപ്ലവകാരികളുടെ ഒട്ടേറെ ഗ്രൂപ്പുകൾ ചിറ്റഗോങ്ങിൽ സജീവമായി. സൂര്യസെൻ, ഗണേഷ്ഘോഷ്, അനന്തസിങ് തുടങ്ങിയവർ യുവാക്കളെയാകെ ആവേശം കൊള്ളിച്ചു. വിപ്ലവഗ്രൂപ്പുകളിൽ ഒന്നിൽപ്പെട്ട പൂർണേന്ദു ദസ്തിദാർ ഇടയ്ക്കിടെ കൽപ്പനയുടെ വീട് സന്ദർശിച്ചു. കൽപ്പനയുമായി രാഷ്ട്രീയ കാര്യങ്ങൾ സംസാരിക്കും. പുസ്തകങ്ങൾ വായിക്കാൻ കൊടുക്കും. ക്രമേണ ദേശീയ വിപ്ലവ പ്രസ്ഥാനത്തോട് ആഭിമുഖ്യം വളർന്നു.

സയൻസ് ഐച്ഛികവിഷയമായെടുത്ത് പഠനം തുടരണം എന്ന് തീരുമാനിച്ചു. അപ്പോൾ ഒരു പ്രശ്നം. ചിറ്റഗോങ്ങിലെ കോളേജിൽ സയൻസ് വിഷയങ്ങൾ പഠിപ്പിക്കുന്നുണ്ടെങ്കിലും അവിടെ പെൺകുട്ടികൾക്ക് പ്രവേശനമില്ല. അതിനാൽ കൽക്കത്തയിൽ പോയി ബഥനി കോളേജിൽ ചേർന്നു. താമസം കോളേജ് ഹോസ്റ്റലിൽ. ഊർജതന്ത്രം ഗണിതം, ബയോളജി എന്നീ വിഷയങ്ങളാണെടുത്തത്. നേരത്തേതന്നെ വിദ്യാർഥി പ്രസ്ഥാനത്തിൽ താൽപ്പര്യം പ്രകടിപ്പിക്കുകയും ചിറ്റഗോങ്ങിലെ വിദ്യാർഥി സമ്മേളനത്തിൽ പങ്കെടുക്കുകയും ചെയ്ത കൽപ്പനയ്ക്ക് എങ്ങനെ അടങ്ങിയിരിക്കാനാവും? കൽക്കത്തയിലും വിദ്യാർഥി പ്രസ്ഥാനത്തിൽ സജീവമായി. ദേശീയ വിപ്ലവ പ്രസ്ഥാനത്തിന്റെ ആശയങ്ങളും തലക്കുപിടിച്ചു. ഈ പ്രസ്ഥാനത്തിൽ പങ്കെടുക്കണമെങ്കിൽ കായിക ശേഷി വർധിപ്പിക്കണം എന്ന നിഗമനത്തിലെത്തി. സിംലെ ജിംനേഷ്യത്തിലും നീന്തൽ ക്ലബിലും ചേർന്നത് അങ്ങനെയാണ്. ഇക്കാലത്ത് ഹിന്ദിയും ഫ്രഞ്ചു ഭാഷയും പഠിച്ചു.

ഇതിനിടയിൽ പൂർണേന്ദു ദസ്തിദാർ വഴി സൂര്യസെൻ, ഗണേഷ് ഘോഷ്, അനന്തസിങ് എന്നിവരെക്കുറിച്ച് മനസിലാക്കി. ഈ വിപ്ലവകാരികളുടെ ജീവിതകഥകൾ കിട്ടാവുന്നിടത്തോളം ശേഖരിച്ചു വായിച്ചു. വിപ്ലവ പ്രവർത്തനങ്ങളിൽ പങ്കെടുക്കാനുള്ള മോഹം വളർന്നു. വിപ്ലവ പ്രവർത്തനങ്ങളിൽ സ്ത്രീകൾ പുരുഷൻമാരുടെ പിറകിലല്ലെന്ന് തെളിയിക്കണം– അവർ ദൃഢനിശ്ചയം ചെയ്തു. കത്തി, ലാത്തി എന്നിവ ഉപയോഗിക്കാൻ പഠിച്ചു. നന്നായി സൈക്കിൾ ചവിട്ടാനും പഠിച്ചു.

1930 ൽ ജവഹർലാൽ നെഹ്റു അറസ്റ്റിലായി. ഇതിനെതിരെ രാജ്യവ്യാപകമായി പ്രതിഷേധം അലയടിച്ചു. ബഥനി കോളേജിൽ പഠിപ്പുമുടക്ക് സംഘടിപ്പിക്കാൻ കൽപ്പന ശ്രമിച്ചു. അതിന്റെ പേരിൽ പെൺകുട്ടികളെ പല തരത്തിലും അപമാനിക്കാൻ പ്രിൻസിപ്പൽ ശ്രമിച്ചു. അവസാനം അവർക്ക് മാപ്പു പറയേണ്ടിവന്നു.

1931 ഏപ്രിൽ 18 ന് ചിറ്റഗോങ്ങിലെ ആയുധപ്പുര വിപ്ലവകാരികൾ ആക്രമിച്ചു. ഇതൊരു സാധാരണ ആക്രമണമായിരുന്നില്ല. വിപ്ലവകാരികൾ തങ്ങളുടെ സൈനികതന്ത്രവും സംഘടനാശേഷിയും നിർഭയത്വവും തെളിയിച്ചു. ഇത് ബ്രിട്ടീഷുകാരെ വല്ലാതെ അമ്പരപ്പിച്ചു. ആയുധശാലാ ആക്രമണത്തെക്കുറിച്ച് അറിഞ്ഞ കൽപ്പനക്ക് ചിറ്റഗോങ്ങിലെത്താൻ അടക്കി നിർത്താനാവാത്ത ആഗ്രഹം. അവർ അതിന് തയാറെടുപ്പും തുടങ്ങി. പക്ഷേ, അവിടേക്കുള്ള എല്ലാ വഴികളും അടച്ചുകഴിഞ്ഞിരുന്നു. അനേകം വിപ്ലവകാരികൾ പൊലീസ് പിടിയിലായി. ദസ്തിദാർ കോളേജിൽ നിന്ന് പുറത്തായി. ഏപ്രിൽ അവസാനം കൽപ്പന ചിറ്റഗോങ്ങിലെത്തിയപ്പോഴേക്ക് വിപ്ലവകാരികളുമായി ബന്ധപ്പെടാൻ ഒരു വഴിയും ഉണ്ടായിരുന്നില്ല. അപ്പോഴും ചിറ്റഗോങ്ങിൽ കർഫ്യൂ. നേതാക്കൾ അറസ്റ്റിലായതോടെ ചിറ്റഗോങ്ങിൽ വിപ്ലവപ്രവർത്തനം ഏറെക്കുറെ നിലച്ചു. അത് പുനരുജ്ജീവിപ്പിക്കാൻ സഹായിക്കണമെന്ന് കൽപ്പന തീരുമാനിച്ചു. കൽക്കത്തയിലേക്ക് മടങ്ങാതെ ചിറ്റഗോങ്ങിൽ തന്നെ തങ്ങുന്നതാണ് അതിനു സഹായകമെന്ന് നിശ്ചയിച്ചു. അതിന് പിതാവിന്റെ സമ്മതം കിട്ടണം. കൽപ്പന അച്ഛനുമേൽ സമ്മർദ്ദം ചെലുത്തി. കൽപ്പന അദ്ദേഹത്തോടു പറഞ്ഞു. ചിറ്റഗോങ് ഇരമ്പിമറിയുകയാണ്. അവിടെ താമസിച്ചാൽ ഞാനും അതിൽ പങ്കാളിയായിപ്പോകും. അതോടെ പഠിത്തവും അവസാനിക്കും. അതുകൊണ്ട് ചിറ്റഗോങ്ങിൽ തന്നെ പഠിക്കാൻ ഏർപ്പാടുണ്ടാക്കിത്തരണം.

അതിനൊരു ശ്രമം നടത്തിനോക്കി. പക്ഷേ, ബഥനി കോളേജധികൃതർ ടി സി നൽകാൻ തയ്യാറായില്ല. ചിറ്റഗോങ് കോളേജധികൃതർ പ്രവേശനം നൽകാനും. ഈ സാഹചര്യത്തിൽ ഇന്റർമീഡിയറ്റ് സയൻസ് പരീക്ഷ പ്രൈവറ്റായി എഴുതാൻ തീരുമാനിച്ചു. ഇതിനിടയിൽ ഏറെ പരിശ്രമിച്ചതിനുശേഷം ചിറ്റഗോങ്ങിലെ രണ്ടുമൂന്നു വിപ്ലവകാരികളുമായി ബന്ധപ്പെട്ടു. തുടർന്ന് വിപ്ലവപ്രസ്ഥാനത്തിൽ പ്രവർത്തനവും ആരംഭിച്ചു. അവരെ ഏൽപ്പിച്ച ആദ്യത്തെ ജോലി വിപ്ലവകാരികൾക്കുവേണ്ട രാസപദാർഥങ്ങൾ സംഭരിക്കുക എന്നതായിരുന്നു. ആ ജോലി നന്നായി നിർവഹിച്ചു.

അപ്പോഴേക്കും കൽപ്പന പൊലീസ് രഹസ്യാന്വേഷണ വിഭാഗത്തിന്റെ സൂക്ഷ്മനിരീക്ഷണത്തിലായി. കൽപ്പനയ്ക്ക് വിപ്ലവകാരികളുമായി ബന്ധമുണ്ടെന്ന് അവർ മനസിലാക്കി. പക്ഷേ, വ്യക്തമായ തെളിവൊന്നുമില്ല, അതിനാൽ അവരെ കസ്റ്റഡിയിൽ വെക്കാനും അവരെക്കുറിച്ച് സമഗ്രമായ അന്വേഷണം നടത്താനും പൊലീസ് തീരുമാനിച്ചു. കസ്റ്റഡിയിലെടുത്ത് ഒരാഴ്ച കഴിഞ്ഞപ്പോൾ, 1932 സെപ്തംബർ 24 ന്, പ്രീതിലതാ വദേതാറുടെ നേതൃത്വത്തിൽ ഒരു സംഘം വിപ്ലവകാരികൾ ബ്രിട്ടീഷുകാരുടെ വക പഹർത്തലി ക്ലബ് ആക്രമിച്ചു. ഈ ഏറ്റുമുട്ടലിലാണ് പ്രീതിലത രക്തസാക്ഷിയായത്. അതോടെ പൊലീസുകാർക്ക് ഉറപ്പായി കൽപ്പന വിപ്ലവകാരിയാണെന്നും പ്രീതിലതയുടെ കൂട്ടാളിയാണെന്നും.

വേണ്ടത്ര തെളിവുകളോ സാക്ഷികളോ ഇല്ലാത്തതുമൂലം പഹർത്തലി ആക്രമണം സംബന്ധിച്ച കേസിന്റെ വിചാരണ മുമ്പോട്ട് കൊണ്ടുപോകാൻ കഴിഞ്ഞില്ല. അതുകൊണ്ട് 109 ാം വകുപ്പു പ്രകാരം ഒരു കേസിൽ പ്രതിയാക്കി ജാമ്യം അനുവദിച്ചു.

അതിനുശേഷം സൂര്യസെന്നിന്റെ കൂടെ പല സ്ഥലങ്ങളിലും മാറി മാറി സഞ്ചരിക്കാൻ തുടങ്ങി. ഇടതൂർന്ന മുടി കെട്ടിയൊതുക്കി തലപ്പാവ് ധരിച്ച് പുരുഷവേഷത്തിലായിരുന്നു യാത്ര. ഈ യാത്രയ്ക്കിടയിൽ ഭാവി പരിപാടികളും തയാറാക്കി. ഏതാനും മാസത്തെ ഒളിവുജീവിതത്തിനു ശേഷം കൽപ്പന അറസ്റ്റിലായി. പട്ടാളം വലയം ചെയ്തപ്പോൾ അവരും സഖാക്കളും പരമാവധി ചെറുത്തുനിന്നു. ചെറുത്തുനിൽപ്പിൽ മൂന്നു സഖാക്കൾ കൊല്ലപ്പെട്ടു. രക്തരൂഷിതമായ ആ പോരാട്ടം തുടരാനാവാത്ത നില വന്നപ്പോൾ ജീവനോടെ അവശേഷിച്ചവർ പുറത്തുവന്നു. അവരെ പൊലീസ് അറസ്റ്റ് ചെയ്തു. അറസ്റ്റിലായ കൽപ്പനയുടെ മുഖത്ത് ഒരു പൊലീസ് ആപ്പീസർ ആഞ്ഞടിച്ചു. അപ്പോൾ അവിടെ പാഞ്ഞെത്തി പട്ടാളകമാണ്ടർ പറഞ്ഞു: "അവരോട് അർഹിക്കുന്ന ബഹുമാനം കാണിക്കുക."

ഒരു സ്പെഷൽ ട്രിബ്യൂണൽ അവരെ വിചാരണ ചെയ്തു. സൂര്യസെന്നിനെയും താരകേശ്വരി ദസ്തിദാറിനെയും തൂക്കിക്കൊല്ലാൻ വിധിച്ചു. കൽപ്പനയ്ക്ക് ജീവപര്യന്തം തടവുശിക്ഷയാണ് നൽകിയത്. കൽപ്പന സ്ത്രീയും 18 വയസുമാത്രം പ്രായമുള്ള യുവതിയുമായതുകൊണ്ടാണ് അവർക്ക് മരണശിക്ഷ നൽകാതിരുന്നതെന്ന് സ്പെഷൽ ട്രിബ്യൂണൽ പറഞ്ഞു. രവീന്ദ്രനാഥ ടാഗോറും മറ്റും ഇടപെട്ടതിന്റെ ഫലമായി ആന്തമാനിലേക്കുള്ള നാടുകടത്തലിൽ നിന്ന് കൽപ്പന ഒഴിവായി.

കൽപ്പന ജയിലിലെത്തി. ജയിലിൽ ഒന്നിനുപിറകെ മറ്റൊന്നായി പുസ്തകങ്ങൾ വായിച്ച് സമയം തള്ളിനീക്കി. കൽപ്പന എഴുതി:

> മൂന്നോനാലോ വർഷത്തിനുശേഷം വനിതാ രാഷ്ട്രീയത്തടവുകാരെയെല്ലാം ഒന്നിച്ചു പാർപ്പിക്കാൻ തീരുമാനമായി. മറ്റ് രാഷ്ട്രീയത്തടവുകാരോടൊപ്പം ദീർഘകാലം താമസിച്ചതിനുശേഷം ഒന്നിച്ചുകൂടിയപ്പോൾ ലോകത്തിന്റെ വിവിധ ഭാഗങ്ങളിൽ നടക്കുന്ന സംഭവങ്ങളെക്കുറിച്ച് അവരിൽ പലർക്കും അറിയാൻ അവസരം കിട്ടി. *പരിചയ* പോലുള്ള പുരോഗമന സ്വഭാവമുള്ള ആനുകാലികങ്ങളും ജേണലുകളും തടവറക്കുള്ളിലേക്ക് കടന്നുവരാൻ തുടങ്ങി.

ഇവിടെവച്ച് ആദ്യമായി കമ്യൂണിസത്തെക്കുറിച്ച് കേട്ടു. സോഷ്യലിസത്തെക്കുറിച്ചും, കമ്യൂണിസത്തെകുറിച്ചും ജോഡ്, കോൾ, ഷാ എന്നിവരെഴുതിയ പുസ്തകങ്ങൾ കിട്ടിത്തുടങ്ങി.

സോഷ്യലിസത്തെക്കുറിച്ചും കമ്യൂണിസത്തെക്കുറിച്ചുമുള്ള സാഹിത്യം വായിക്കാൻ തുടങ്ങിയതോടെ ഈ ആശയവും അതേവരെ

വായിച്ച വിപ്ലവസാഹിത്യവും തമ്മിലുള്ള വ്യത്യാസത്തെക്കുറിച്ച് കൽപ്പന ഗാഢമായി ചിന്തിച്ചുതുടങ്ങി.

വിചാരണ കൂടാതെ തടവിൽ വെച്ച മുഴുവൻ രാഷ്ട്രീയത്തടവുകാരെയും വിട്ടയക്കണമെന്നും ആന്തമാനിലേക്ക് നാടുകടത്തിയ രാഷ്ട്രീയ ത്തടവുകാരെ മുഴുവൻ നാട്ടിലേക്ക് കൊണ്ടുവന്ന് മോചിപ്പിക്കണമെന്നും ആവശ്യപ്പെട്ട് 1973 ൽ വമ്പിച്ചൊരു പ്രക്ഷോഭം ആരംഭിച്ചു. അതിനെ തുടർന്ന് ആന്തമാനിലെ തടവുകാരെ ഇന്ത്യയിലേക്ക് കൊണ്ടുവരാൻ ബ്രിട്ടീഷ് ഗവൺമെന്റ് നിർബന്ധിതമായി. വിചാരണ കൂടാതെ തടവിൽ വച്ചവരെ വിട്ടയച്ചു.ടാഗോറിന്റെയും ഗാന്ധിജിയുടെയും ഇടപെടലിനെ തുടർന്ന് 1939 ൽ കൽപ്പന മോചിതയായി. അപ്പോഴേക്കും ടാഗോറിന്റെ ഹൃദയസ്പർശിയായ ഒരു കത്ത് അവർക്ക് ലഭിച്ചു. "ഒട്ടേറെ കടമകൾ ഇനിയും ചെയ്യേണ്ടതായിട്ടുണ്ട്. അവ നിറവേറ്റാൻ കീഴടങ്ങാത്ത, അച്ചടക്കമുള്ള മനസിനുമാത്രമേ കഴിയൂ. സഹനത്തിന്റേതായ അനുഭവം നിങ്ങളുടെ മനസിന് പൂർണത നൽകട്ടെ. ഇതാണ് നിങ്ങൾക്കെന്റെ സന്ദേശം." ഇതായിരുന്നു കത്തിലെ ഉള്ളടക്കം.

ചിറ്റഗോങ് സമരത്തിൽ തന്നോടൊപ്പം പങ്കെടുത്ത സഖാക്കളിൽ ഭൂരിഭാഗവും അവർ ജയിലിനകത്തായാലും പുറത്തായാലും - കമ്യൂണിസം സ്വീകരിക്കുകയും കമ്യൂണിസ്റ്റ് പാർട്ടിയിൽ അംഗമാവുകയും ചെയ്തതായി ജയിൽമോചിതയായ കൽപ്പന കണ്ടു. മാത്രമല്ല, അവർ വിവിധ രംഗങ്ങളിൽ സജീവ പ്രവർത്തനവും തുടങ്ങി. റെയിൽവേ തൊഴിലാളികൾക്കും തുറമുഖ തൊഴിലാളികൾക്കും ഇടയിൽ പ്രവർത്തിക്കാനും അവരുടെ ട്രേഡ് യൂണിയനുകൾ കെട്ടിപ്പടുക്കാനും ഇക്കൂട്ടർ മുൻകൈയെടുത്തു. വിദ്യാർഥി ഫെഡറേഷനിലൂടെ വിദ്യാർഥികളെ സംഘടിപ്പിക്കാനും തുടങ്ങി അവർ. കൽപ്പന കമ്യൂണിസ്റ്റുകാരോടൊപ്പം പ്രവർത്തിക്കാൻ തുടങ്ങി. അവരിൽ നിന്ന് കമ്യൂണിസത്തെക്കുറിച്ച് കൂടുതൽ മനസിലാക്കി. സന്താൾ തൊഴിലാളികളുടെയും തൂപ്പുകാരുടെയും അലക്കുകാരുടെയും ഇടയിലാണ് അവർ പ്രവർത്തനം കേന്ദ്രീകരിച്ചത്. ഇടയ്ക്കിടെ അവരുടെ രഹസ്യയോഗങ്ങൾ വിളിച്ചുകൂട്ടും.അവർക്ക് രാഷ്ട്രീയ കാര്യങ്ങൾ പറഞ്ഞുകൊടുക്കും.

1940 ഏപ്രിലിൽ ബി എ പരീക്ഷഎഴുതിയതിനുശേഷം കൽക്കത്തക്കുമടങ്ങി. കൽപ്പന കിസാൻസഭാ ആപ്പീസിൽ പ്രവർത്തിക്കണമെന്ന് പാർട്ടി തീരുമാനിച്ചു. കുറച്ചു കഴിഞ്ഞപ്പോൾ ട്രാംവേ വർക്കേഴ്സ് യൂണിയൻ ആപ്പീസിലെ മുഴുവൻ സമയ പ്രവർത്തകയായി. ഇടത്തരം വർഗത്തിൽ ജനിച്ച അവർക്ക് കൃഷിക്കാരുടെയോ തൊഴിലാളികളുടെയോ ജീവിതത്തെയോ അവരുടെ പ്രസ്ഥാനത്തെയോ കുറിച്ച് അറിവൊന്നും ഉണ്ടായിരുന്നില്ല.അത് മനസിലാക്കാനും മാർക്സിസം പഠിപ്പിക്കാനും പാർട്ടി ഏർപ്പാടുണ്ടാക്കി.

1940 ജൂലായ്1 ന് സയൻസ് കോളേജിലെ പോസ്റ്റ് ഗ്രാജ്വേറ്റ് ഡിപ്പാർട്ട്മെന്റിൽ ചേർന്നു. അപ്പോഴേക്കും രണ്ടാം ലോകമഹായുദ്ധം

ആരംഭിച്ചു കഴിഞ്ഞിരുന്നു. 7 മാസം കഴിഞ്ഞപ്പോൾ ഗവൺമെന്റിൽ നിന്ന് കൽപ്പനക്കൊരു നോട്ടീസ്. 24 മണിക്കൂറിനകം കൽക്കത്ത വിടാനായിരുന്നു അതിലെ ആവശ്യം. സ്വന്തം സ്ഥലമായ ചിറ്റഗോങ്ങിലേക്ക് നാടുകടത്തുന്നതായി അതിൽ അറിയിച്ചു.

പാർട്ടിക്കെതിരെ അതിനകം കടുത്ത ആക്രമണം ആരംഭിച്ചിരുന്നു. ചിറ്റഗോങ്ങിൽ പാർട്ടിയുടെ രഹസ്യ സംവിധാനം പ്രവർത്തിപ്പിക്കുന്നതിലുള്ള ചുമതലയേറ്റു. പ്രവിശ്യാ കേന്ദ്ര കമ്മിറ്റികളിൽ നിന്ന് ലഭിക്കുന്ന സർക്കുലറുകളും പുസ്തകങ്ങളും രേഖകളും ജില്ലയുടെ വിവിധ ഭാഗങ്ങളിലെത്തിക്കുക, വിവിധ പ്രദേശങ്ങളിലേക്ക് കേഡർമാരെ അയക്കുന്നതിനുള്ള സംവിധാനമുണ്ടാക്കുക, ഒളിവിൽ കഴിയുന്നവർക്ക് താവളങ്ങൾ കണ്ടെത്തുക ഇതെല്ലാം അവരുടെ ചുമതലകളിൽ പെട്ടു. സ്റ്റഡി സർക്കിളുകൾ രൂപവൽക്കരിക്കുക മറ്റൊരു ചുമതലയായിരുന്നു. അലക്കുകാരുടെയും തൂപ്പുകാരുടെയും സഹായത്തോടെ ആ ജോലി നിറവേറ്റാൻ സാധിച്ചു.

1941 അവസാനത്തോടെ ചിറ്റഗോങ്ങിൽ ജീപ്പ് ആക്രമണഭീഷണി ഗുരുതരമായി.അപ്പോഴേക്കും അവരുടെമേലുള്ള നിയന്ത്രണം എടുത്തുമാറ്റപ്പെട്ടു. ഈ ഘട്ടത്തിൽ സ്വയം പ്രതിരോധത്തിനുള്ള ഒരു സംഘടന രൂപവൽക്കരിച്ചു. ജാപ്പ് വിരുദ്ധ പ്രചാരണവും തുടങ്ങി. എല്ലാ കോണുകളിൽ നിന്നും അതിന് നല്ല പ്രതികരണമുണ്ടായി.

1943 ആയപ്പോഴേക്കും ബംഗാളിൽ ക്ഷാമം പടർന്നു പിടിച്ചു.ചിറ്റഗോങ്ങിൽ മാത്രം രണ്ടുലക്ഷംപേർ മരിച്ചു. കൽപ്പനയും സഖാക്കളും ദുരിതാശ്വാസപ്രവർത്തനങ്ങളിൽ മുഴുകി. 1945 ൽ യുദ്ധം അവസാനിച്ചപ്പോൾ ചിറ്റഗോങ്ങിലെ യുദ്ധാനന്തര മുന്നേറ്റത്തിൽ സജീവമായി.

1946 ൽ ബ്രിട്ടീഷ് പട്ടാളക്കാരുടെ അതിക്രമങ്ങൾക്കെതിരെ ചിറ്റഗോങ്ങിൽ വിജയകരമായ പണിമുടക്കവും തുടർന്ന് വമ്പിച്ച പ്രകടനവും സംഘടിപ്പിച്ചു. രാജ്യത്തെ പിടിച്ചുകുലുക്കിയ യുദ്ധാനന്തര സമരപരമ്പരകളിൽ നാഴികകല്ലായിത്തീർന്നു. ഈ പണിമുടക്കവും പ്രകടനവും. 1948 ൽ കോൺഗ്രസ് ഗവൺമെന്റ് കമ്യൂണിസ്റ്റ് പാർട്ടിയെ നിരോധിച്ചപ്പോൾ ഒളിവിൽ പോയി.

1951 ൽ പാർട്ടിയുടെമേലുള്ള നിരോധനം നീക്കിയപ്പോൾ സാമ്പത്തിക പ്രയാസം മൂലം പ്രൊ. പി സി മഹലനോബിസിനു കീഴിൽ ഇന്ത്യൻ സ്റ്റാറ്റിസ്റ്റിക്കിൽ ഇൻസ്റ്റിറ്റ്യൂട്ടിൽ ജോലി സ്വീകരിക്കാൻ നിർബന്ധിതയായി.

എങ്കിലും നാനാരംഗങ്ങളിൽ അവർ സജീവമായി. റഷ്യൻ ഭാഷാ പഠനത്തിനായുള്ള ഇൻസ്റ്റിറ്റ്യൂട്ടിന്റെ സ്ഥാപക ഡയറക്ടറായിരുന്നു.

1995 ഫെബ്രുവരി 9ന് നിര്യാതയായി.

കാര്യാനന്ദ ശർമ

1901 - 1965

പേരുകേട്ട കർഷകനേതാവും ബിഹാറിൽ കമ്യൂണിസ്റ്റുപാർട്ടിയുടെ സ്ഥാപക നേതാക്കളിൽ ഒരാളുമായിരുന്നു കാര്യാനന്ദ ശർമ. സ്വാതന്ത്ര്യ സമരസേനാനിയുമായിരുന്നു അദ്ദേഹം. അദ്ദേഹം നയിച്ച കർഷക സമരങ്ങൾക്ക് കണക്കില്ല.

ബിഹാറിന്റെ ഈ മഹാനായ പുത്രൻ മൊംഗീർ ജില്ലയിലെ ലഖിസറായിക്കടുത്ത സാഹൂർ ഗ്രാമത്തിലെ പാവപ്പെട്ട കർഷക കുടുംബത്തിൽ 1901–ൽ ജനിച്ചു. പിതാവ്: ഗജാദർ ശർമ. മാതാവ്: പാർവതി. പിതാവ് ചൗക്കിദാറായിരുന്നു. പേരിന് അൽപ്പം ഭൂമിയുണ്ടായിരുന്നത് മഹാജന്റെ കൈകളിലെത്തി. അതോടെ ഉള്ള വരുമാനം കുറഞ്ഞുതുടങ്ങി. അതുകൊണ്ട് കാര്യാനന്ദിന് പഠിക്കാൻതന്നെ വിഷമിക്കേണ്ടിവന്നു. അവസാനം, 1911–ൽ, പഠനംതന്നെ നിർത്തിവെക്കാൻ നിർബന്ധിതനായി. എങ്കിലും കാര്യാനന്ദിന് പഠിക്കണമെന്ന അദമ്യമായ മോഹം. അത് അദ്ദേഹത്തെ അടുത്ത രാംദിരി ഗ്രാമത്തിലെത്തിച്ചു. അവിടെ ബ്രഹ്മദിയോ ഹൈസ്കൂളിൽ ആറാം ക്ലാസിൽ ചേർന്നു. പഠിക്കുന്നതിനുവേണ്ടി വരുന്ന പണം ട്യൂഷനെടുത്ത് സമ്പാദിച്ചു. 1920–ൽ മെട്രിക്കുലേഷൻ പരീക്ഷ പാസായി.

പഠനം തുടരണം എന്ന് നിശ്ചയിച്ചു. മൊംഗീറിലെ ഡി ജെ കോളേജിൽ ചേർന്നു. സ്കൂൾ വിദ്യാർഥി ആയിരിക്കെത്തന്നെ കോൺപൂരിൽ നിന്നുള്ള *പ്രതാപ്* ദിനപത്രം പ്രചരിപ്പിച്ച ദേശീയ ചിന്താഗതികളും ബങ്കിംചന്ദ്രയുടെ *ആനന്ദമഠം* എന്ന വിഖ്യാത നോവലിലെ ആശയങ്ങളും അദ്ദേഹത്തെ സ്വാധീനിച്ചു. ഒന്നാം ലോകമഹായുദ്ധത്തെക്കുറിച്ചുള്ള വാർ

ത്തകൾ സശ്രദ്ധം വായിച്ചു; ഗാന്ധിജിയുടെ പ്രവർത്തനങ്ങൾ സൂക്ഷ്മ തയോടെ വീക്ഷിച്ചു. സ്കൂളിൽ കാരു എന്ന പേരിൽ അറിയപ്പെട്ട കുട്ടി കോളേജിലെത്തിയപ്പോഴേക്ക് കാര്യാനന്ദ ശർമയായി. ദേശീയ വികാര ങ്ങൾക്ക് ആക്കം കൂടി.

മഹാത്മാഗാന്ധിയും ഷൗക്കത്ത് അലിയും മൊംഗീർ സന്ദർശിച്ചു. പഠനം ഉപേക്ഷിക്കാൻ അവർ വിദ്യാർഥികളെ ആഹ്വാനം ചെയ്തു. കാര്യാ നന്ദ് കോളേജിനോട് വിടപറഞ്ഞ് ദേശീയ സമരത്തിലേക്ക് എടുത്തുചാടി. അദ്ദേഹം ഷാ സുബൈറിന്റെയും പിൽക്കാലത്ത് ബിഹാർ മുഖ്യമന്ത്രി യായിരുന്ന ഡോ. ശ്രീകൃഷ്ണയുടെയും സഹപ്രവർത്തകനായി.

ഗാന്ധിജി നിസഹകരണപ്രസ്ഥാനം ആരംഭിച്ചപ്പോൾ, 1921 നവം ബറിൽ അതിൽ പങ്കെടുത്ത് അറസ്റ്റുവരിച്ചു. 1922 ജൂലായിൽ ജയിൽ മോചിതനായപ്പോൾ കോൺഗ്രസിന്റെ ഗയ സമ്മേളനത്തിൽ പങ്കെടുത്തു. ഈ സമ്മേളനത്തിലാണ് ശിങ്കാരവേലു ചെട്ടിയാർ പൂർണ സ്വാതന്ത്ര്യ പ്രമേയം അവതരിപ്പിച്ചത് എന്ന കാര്യം ഓർക്കുക. ജയിലിൽ പലതരം ആശയഗതിക്കാരുമായി സംവാദം നടത്തി. പൊതുപ്രവർത്തനം നടത്താ നുള്ള തീരുമാനം ദൃഢീകരിച്ചു.

ജയിൽ മോചിതനായപ്പോൾ കോൺഗ്രസിന്റെ പ്രവർത്തനങ്ങളിൽ ആണ്ടിറങ്ങി. കടുത്ത അടിച്ചമർത്തലിന്റെയും നിസ്സഹകരണ പ്രസ്ഥാനം പിൻവലിച്ചതിന്റെയും രാജ്യവ്യാപകമായി പടർന്നുപിടിച്ച നൈരാശ്യബോ ധത്തിന്റെയും പശ്ചാത്തലത്തിൽ കോൺഗ്രസ് പ്രവർത്തനം മുമ്പോട്ട് കൊണ്ടുപോകുന്നതിന് നന്നേ പാടുപെടേണ്ടിവന്നു. കോൺഗ്രസ് പ്രവർ ത്തനങ്ങൾക്ക് ഉത്തേജനം നൽകാനും കേഡർമാരെ വാർത്തെടുക്കാനും 1923–ൽ ഒരു നാഷണൽ സ്കൂൾ തുടങ്ങി. 1927വരെ അത് നടത്തിക്കൊ ണ്ടുപോയി. 1927–ൽ മുഴുവൻസമയ കോൺഗ്രസ് പ്രവർത്തകർക്കുവേണ്ടി ലഖിസറായിൽ ഒരു ആശ്രമം തന്നെ ആരംഭിച്ചു—ചിത്തരഞ്ജൻ ആശ്രമം. അതിനുവേണ്ടിയുള്ള പണം സാധാരണക്കാരിൽ നിന്നുതന്നെ പിരിച്ചുണ്ടാക്കി. ആശ്രമത്തിന്റെ ഉൽഘാടനം നിർവഹിച്ചത് ഗാന്ധിജി.

1927–ൽ ശർമാജിയുടെ ജീവിതത്തിൽ ഒരു വഴിത്തിരിവ്. ചനൻ പർ ഗാനയിലെ പാവപ്പെട്ട കൃഷിക്കാർ നിർദയമായ ചൂഷണങ്ങൾക്കും ക്രൂര മായ അടിച്ചമർത്തലുകൾക്കും ഇരയായി. പൊറുതിമുട്ടിയ കൃഷിക്കാർ എന്തു ചെയ്യണം എന്നറിയാതെ ഉപദേശത്തിനായി ശർമാജിയെ സമീ പിച്ചു. സംഘടിക്കാനുള്ള ഉപദേശമാണ് ശർമാജി അവർക്ക് നൽകിയത്. എന്നല്ല, അവരെ സംഘടിപ്പിക്കാൻ അദ്ദേഹം തന്നെ മുൻകൈയെടുത്തു. ഇതുതന്നെ സെമിന്ദാർമാർക്ക് സഹിക്കാവുന്നതായിരുന്നില്ല. അവർ അദ്ദേ ഹത്തിനെതിരെ ഡോ. രാജേന്ദ്രപ്രസാദിന്റെ അടുക്കൽ പരാതി ബോധി പ്പിച്ചു. ഇക്കാര്യങ്ങളെക്കുറിച്ച് അന്വേഷിക്കാൻ കോൺഗ്രസിന്റെ പ്രവി ശ്യാകമ്മിറ്റി ബിപിൻ ബിഹാരി വർമയെ അങ്ങോട്ടയച്ചു. സൈമൺ കമീ ഷന്റെ ഇന്ത്യാ സന്ദർശനാവസരമായിരുന്നു അത്. അപ്പോൾ ശർമാജി യുടെ ശ്രദ്ധ അതിനെതിരായ പ്രക്ഷോഭത്തിന്റെ ദിശയിലേക്ക് തിരിഞ്ഞി രിക്കുകയായിരുന്നു.

1929–31–ലെ വമ്പിച്ച മാന്ദ്യം ബിഹാറിലെ കൃഷിക്കാർക്കിടയിലും പ്രത്യാഘാതം സൃഷ്ടിച്ചു. സ്വാമി സഹജാനന്ദ സരസ്വതി ബിഹാറിലെ കൃഷിക്കാരുടെ ശക്തനായ നേതാവായി ഉയർന്നുവരികയായിരുന്നു. 1929 നവംബറിൽ സോനാപ്പൂരിൽ പ്രഥമ ബിഹാർ പ്രവിശ്യാ കർഷക സമ്മേളനം. സ്വാമിജി പ്രസിഡന്റും എസ് കെ സിഹ്ന ജനറൽ സെക്രട്ടറിയുമായി തിരഞ്ഞെടുക്കപ്പെട്ടു. ഡോ. രാജേന്ദ്രപ്രസാദ് എക്സിക്യൂട്ടീവ് കമ്മിറ്റിയിലെ ഒരു അംഗം. കാര്യാനന്ദ ശർമ ഈ പ്രസ്ഥാനത്തിൽ സജീവ പങ്കാളിയായി. കിസാൻസഭയുടെ ആദ്യത്തെ മൊംഗീർ ജില്ലാസമ്മേളനം 1931–ൽ ഘോസൈത് ഗ്രാമത്തിൽ. സ്വാഗതസംഘം ചെയർമാൻ ശർമാജി.

ലാഹോർ കോൺഗ്രസ് തീരുമാനപ്രകാരം 1930 ജനുവരി 26–ന് രാജ്യം സ്വാതന്ത്ര്യദിനം ആചരിച്ചു. 1930ൽത്തന്നെ ഗാന്ധിജിയുടെ നേതൃത്വത്തിൽ നിയമലംഘന പ്രസ്ഥാനത്തിനും തുടക്കമായി. മൊംഗീർ, ഭഗൽപൂർ, സാന്താൾ പർഗാനകൾ എന്നിവിടങ്ങളിൽ നിന്നുള്ള സത്യഗ്രഹികളുടെ കേന്ദ്രമായി ചിത്തരഞ്ജൻ ആശ്രമം. കാര്യാനന്ദ ശർമ നിയമലംഘന പ്രസ്ഥാനത്തിൽ പങ്കെടുത്ത് അറസ്റ്റിലായി. എസ് കെ സിഹ്ന തുടങ്ങിയവരോടൊപ്പം അദ്ദേഹത്തെ ഹസാരി ബാഗ് ജയിലിലേക്ക് അയച്ചു.

ഗാന്ധി–ഇർവിൻ സന്ധിക്ക് തൊട്ടുമുമ്പ് ശർമാജി ജയിൽ മോചിതനായെങ്കിലും 1932 ജനുവരിയിൽ അദ്ദേഹത്തെ വീണ്ടും അറസ്റ്റ് ചെയ്തു. മഹാത്മാഗാന്ധിയുടെ അറസ്റ്റിൽ പ്രതിഷേധിച്ചതിനായിരുന്നു ഇത്തവണത്തെ അറസ്റ്റ്. അദ്ദേഹത്തെ പട്ന ക്യാമ്പ് ജയിലിലേക്ക് അയച്ചു. അപ്പോഴേക്കും ശർമാജിയുടെ ശ്രമഫലമായി ലഖിസറായ് കോൺഗ്രസിന് ശക്തമായ അടിത്തറയുള്ള പ്രദേശമായി. അതിനാൽ അദ്ദേഹത്തെ അറസ്റ്റ് ചെയ്ത് കൊണ്ടുപോകാൻ ഒരു പ്രത്യേക മിലിട്ടറി ട്രെയിൻ തന്നെ കൊണ്ടുവന്നു. അദ്ദേഹത്തിന്റെ ജനപ്രീതിയെ ബ്രിട്ടീഷുകാർ അത്രയധികം ഭയപ്പെട്ടു. നാലരവർഷത്തെ തടവുശിക്ഷയാണ് വിധിച്ചത്.

1934–ൽ ബിഹാറിൽ വലിയൊരു ഭൂകമ്പം. മൊംഗീർ ഉൾപ്പെടെ ബിഹാറിലെ വലിയൊരു ഭാഗത്ത് കനത്ത നാശനഷ്ടം. യുദ്ധകാലാടിസ്ഥാനത്തിൽ ദുരിതാശ്വാസ പ്രവർത്തനങ്ങൾ അത്യന്താപേക്ഷിതമായി. ആ പ്രവർത്തനങ്ങൾ സംഘടിപ്പിക്കാൻ രാജേന്ദ്രബാബുവിനോടൊപ്പം കാര്യാനന്ദശർമ്മയെയും മോചിപ്പിക്കണമെന്ന ആവശ്യമുയർന്നു. അപ്പോഴേക്കും രണ്ടരവർഷത്തെ ശിക്ഷ അദ്ദേഹം അനുഭവിച്ചുകഴിഞ്ഞിരുന്നു. ശർമാജി ജയിൽ മോചിതനായി.

മൊംഗീറിൽ ദുരിതാശ്വാസപ്രവർത്തനം സംഘടിപ്പിച്ച കോൺഗ്രസ് വളണ്ടിയർമാരുടെ തലവൻ ശർമാജി. ആ നാളുകളിൽ അദ്ദേഹം നടത്തിയ പ്രവർത്തനങ്ങൾ അവിസ്മരണീയം.

1934 നവംബറിൽ കിസാൻസഭയുടെ രണ്ടാമത്ത് മൊംഗീർ ജില്ലാ സമ്മേളനം. കർഷകപ്രസ്ഥാനത്തിൽ നിന്ന് ശർമാജിയെ മാറ്റിനിർത്താൻ കോൺഗ്രസിനകത്തെ ഭൂപ്രഭു അനുകൂലികൾ ആഗ്രഹിച്ചു. അവരുടെ ആഗ്രഹം, പക്ഷേ, നടന്നില്ല. ജില്ലാ കിസാൻസഭയുടെ ജനറൽ സെക്രട്ട

റിയായി അദ്ദേഹം തിരഞ്ഞെടുക്കപ്പെട്ടു. ചനൽ കൃഷിക്കാർക്ക് അനുകൂലമായ ഒരു പ്രമേയം സമ്മേളനം പാസാക്കി.

കാര്യാനന്ദ ശർമയുടെ നേതൃത്വത്തിൽ ചനൽ പർഗാനയിലെ കൃഷിക്കാർ ഗിദ്ദൗർ, ഖൈറ എന്നീ എസ്റ്റേറ്റുകളിൽ ശക്തമായ ഒരു സമരമാരംഭിച്ചു. മൃഗീയമായ അടിച്ചമർത്തലുകളെ നേരിട്ടുകൊണ്ട് സമരം മുന്നേറി. സമരം പതിനഞ്ചുമാസം നീണ്ടുനിന്നു. അവസാനം ഭൂപ്രഭുവിന് കൃഷിക്കാർക്കു മുമ്പിൽ മുട്ടുമടക്കേണ്ടിവന്നു. ഒരു കരാറിൽ ഒപ്പുവെക്കാൻ ഭൂപ്രഭു നിർബന്ധിതനായി.

ചനൽ കൃഷിക്കാരുടെ വിജയം ബരാഹിയാ താളിലെ കൃഷിക്കാർക്ക് ഉത്തേജനം പകർന്നു. അവർ ശർമാജിയുടെ നേതൃത്വത്തിൽ സ്വയം സംഘടിച്ചു. അവർ 'ദക്ഷത് ഭൂമി'യിലെ ആയിരക്കണക്കിന് ഏക്കർ ഭൂമിയിൽ നിന്ന് വിളവ് കൊയ്തെടുത്തു. 1936–38–ൽ നടന്ന ഈ സമരം 'ദക്ഷത് സത്യഗ്രഹം' എന്ന പേരിലാണ് അറിയുന്നത്. ഈ സമരം നടക്കുന്നതിനിടയിൽ 1937 മാർച്ചിൽ ഷെയ്ഖ്പുരയിൽ ജില്ലാ കിസാൻ സമ്മേളനം. അധ്യക്ഷൻ ശർമാജി. പൊതുയോഗത്തിൽ മുപ്പതിനായിരത്തിലധികം കൃഷിക്കാർ പങ്കെടുത്തു. ബക്ഷത് സത്യഗ്രഹകാലത്ത് 200 കിസാൻ പ്രവർത്തകരോടൊപ്പം കാര്യാനന്ദശർമയും അറസ്റ്റിലായി. ഡോ. എസ് കെ സിഹ്ന ആദ്യത്തെ കോൺഗ്രസ് മന്ത്രിസഭ രൂപീകരിച്ചപ്പോഴാണ് ജയിൽ മോചിതനായത്.

1921 മുതൽ ശർമാജി കോൺഗ്രസിന്റെ പ്രവിശ്യാകമ്മിറ്റി അംഗം; ജില്ലാ കോൺഗ്രസിന്റെ എക്സിക്യൂട്ടീവ് കമ്മിറ്റി അംഗം. 1936 മുതൽ 1940 വരെ മൊംഗീർ ജില്ലാ ബോർഡിൽ കോൺഗ്രസിനെ പ്രതിനിധീകരിച്ചു. അങ്ങനെയുള്ള ശർമാജിക്ക് സമരാനുഭവങ്ങളിലൂടെ കോൺഗ്രസ് നേതൃത്വം പിന്തുടരുന്ന നയങ്ങളിലും പ്രത്യയശാസ്ത്രത്തിലുമുള്ള വിശ്വാസം നഷ്ടപ്പെട്ടു. ഭൂപ്രഭുക്കൾക്ക് കോൺഗ്രസിൽ സ്വാധീനം ഏറിവരികയാണെന്ന് അദ്ദേഹത്തിന് ബോധ്യമായി. ഇത് കോൺഗ്രസ് സോഷ്യലിസ്റ്റ് പാർട്ടിയിലേക്ക് അദ്ദേഹത്തെ കൊണ്ടുചെന്നെത്തിച്ചു. 1938–ൽ ലഖിസാറിയിൽ നടന്ന കിസാൻ സമ്മേളനത്തിൽ ഡോ. രാംമനോഹർ ലോഹിയയും സ്വാമി സഹജാനന്ദ സരസ്വതിയും പങ്കെടുക്കാനിടയായത് അതുകൊണ്ടാണ്.

1938 ഡിസംബറിൽ സമസ്തിപൂർ ജില്ലയിലെ വൈനിയിൽ ആറാമത് ബിഹാർ പ്രവിശ്യാ കിസാൻ സമ്മേളനം. സമ്മേളനത്തിൽ പ്രസിഡന്റായി കാര്യാനന്ദ ശർമ തിരഞ്ഞെടുക്കപ്പെട്ടു. ലഖിസറായി മുതൽ പുസാറോഡ് വരെ 100 ചുവപ്പ് വളണ്ടിയർമാരോടൊപ്പം അദ്ദേഹം കാൽനടയായി സഞ്ചരിച്ചു. ഇത് കൃഷിക്കാരെ ആവേശം കൊള്ളിച്ചു. കിസാൻ സഭയുടെ പ്രമുഖരായ അഖിലേന്ത്യാ നേതാക്കൾ സമ്മേളനത്തിൽ സന്നിഹിതരായി. പൊതുറാലിയിൽ ഒരു ലക്ഷത്തോളമാളുകൾ പങ്കെടുത്തു.

ബിഹാറിൽ ഡോ. എസ് കെ സിഹ്ന മുഖ്യമന്ത്രിയായി. കോൺഗ്രസ് മന്ത്രിസഭ രൂപീകരിച്ചെങ്കിലും അത് ഭൂപ്രഭുക്കളുടെ സ്വാധീനത്തി

ലായിരുന്നു. കൃഷിക്കാർ സമരത്തിലിറങ്ങാൻ നിർബന്ധിതരായി. പൊലീസാകട്ടെ, ഭൂപ്രഭുക്കൾക്കനുകൂലമായി കൃഷിക്കാരെ തച്ചമർത്തുകയെന്ന സമീപനം സ്വീകരിച്ചു. ബരാഹിയാ താൾ കൃഷിക്കാരും ഭൂപ്രഭുക്കളും തമ്മിലുള്ള വമ്പിച്ച പോരാട്ടത്തിന്റെ വേദിയായി. കൃഷിക്കാർക്ക് ശർമാജി നേതൃത്വം നൽകി. മൊംഗീറിൽ കൃഷിക്കാരുടെ ഒരു ഉശിരൻ പ്രകടനത്തിന് നേതൃത്വം നൽകുമ്പോൾ 1939 ജൂണിൽ അനിലിനോടൊപ്പം അദ്ദേഹം അറസ്റ്റിലായി. ഇരുവരെയും ഭഗൽപൂർ ജയിലിലേക്കയച്ചു. അവിടെനിന്ന് അവരെ ഹസാരിബാഗ് ജയിലിലേക്ക് മാറ്റി. അപ്പോൾ കർഷകത്തടവുകാരെ രാഷ്ട്രീയത്തടവുകാരായി പരിഗണിക്കണമെന്നാവശ്യപ്പെട്ട് രാഹുൽ സാംകൃത്യായൻ ജയിലിൽ നിരാഹാരസമരം തുടങ്ങി. 1939 ജൂലായ് ഒന്നുമുതൽ ശർമാജിയും അനിലും നിരാഹാരസമരം ആരംഭിച്ചു. 39 ദിവസങ്ങൾക്കുശേഷം അവരെ നിരുപാധികം മോചിപ്പിച്ചു.

1939–ൽ രണ്ടാം ലോകമഹായുദ്ധം പൊട്ടിപ്പുറപ്പെട്ടു. രാഷ്ട്രീയ അന്തരീക്ഷമാകെ പ്രക്ഷുബ്ധമായി. ഉശിരൻ കർഷക സമരങ്ങൾ മൂലം കോൺഗ്രസ് നേതാക്കളും ശർമാജിയും തമ്മിൽ അഭിപ്രായവ്യത്യാസം ഉടലെടുത്തു. കോൺഗ്രസ് സോഷ്യലിസ്റ്റുകാരുടെ നിലപാടിലും അദ്ദേഹം സംതൃപ്തനായില്ല. അതേവർഷം ഖഗേറിയാ കിസാൻ സമ്മേളനം. സമ്മേളനത്തിൽ സുഭാഷ് ചന്ദ്രബോസിനെയും ആർ ഡി ഭരദ്വാജിനെയും കണ്ടുമുട്ടി. 1940–ൽ നടന്ന രാംഗാർ കോൺഗ്രസിൽ ഒരു പ്രതിനിധിയായി പങ്കെടുത്തു. സുഭാഷ് ബാബുവിന്റെ ക്യാമ്പിലാണ് താമസിച്ചത്. രാംഗാറിൽ നിന്ന് അഞ്ചാമത് അഖിലേന്ത്യാ കിസാൻ സമ്മേളനത്തിൽ പങ്കെടുക്കാൻ പലാസയിലേക്ക് പോയി. പലാസയിൽനിന്ന് മടങ്ങിവന്നതിനുശേഷം ഒരു കർഷകസമരത്തിന് നേതൃത്വം നൽകിയതിന്റെ പേരിൽ അറസ്റ്റിലായി. 1940 ജൂണിൽ മോചിപ്പിക്കപ്പെട്ടു. അതേവർഷംതന്നെ ഒരിക്കൽക്കൂടി അറസ്റ്റിലായി. ഇത്തവണ രാജ്യരക്ഷാ നിയമപ്രകാരമായിരുന്നു അറസ്റ്റ്.

അക്കാലത്ത് സ്വാമി സഹജാനന്ദ സരസ്വതി, ജയപ്രകാശ് നാരായണൻ, രാഹുൽ സാംകൃത്യായൻ, കിശോരി പ്രസന്നസിങ്, അനിൽ മിത്ര, മൻസർ റിസ്‌വി, സുനിൽ മുഖർജി, വിനോദ് മുഖർജി തുടങ്ങിയവർ ഹസാരിബാഗ് ജയിലിലുണ്ടായിരുന്നു. ജയിലിൽ വച്ച് ശർമാജി മാർക്സിന്റെയും എംഗൽസിന്റെയും ലെനിന്റെയും കൃതികൾ പഠിക്കാൻ തുടങ്ങി. ജയപ്രകാശ് നാരായണന് അദ്ദേഹത്തിന്റെ ചോദ്യങ്ങൾക്ക് തൃപ്തികരമായ ഉത്തരം നൽകാൻ കഴിഞ്ഞില്ല. ക്രമേണ ശർമാജി മാർക്സിസ്റ്റ് പ്രത്യയശാസ്ത്രത്തിൽ ആകൃഷ്ടനായി. 1940 നവംബറിൽ ജയിലിലെ കമ്യൂണിസ്റ്റ് ഗ്രൂപ്പിൽ അംഗമായി. 1942–ൽ ജയിൽ മോചിതനായപ്പോൾ പാർട്ടി അംഗമായി. പാർട്ടിയുടെ സംസ്ഥാന എക്സിക്യൂട്ടീവിലേക്ക് തിരഞ്ഞെടുക്കപ്പെട്ടു. *ജനശക്തി*യിലെഴുതിയ ഒരു ലേഖനത്തിൽ രാഷ്ട്രീയരംഗത്ത് താൻ സ്വീകരിച്ച നിലപാടുകളും തന്നിലുണ്ടാക്കിയ മാറ്റവും ശർമാജി ഇപ്രകാരം രേഖപ്പെടുത്തി:

നമ്മുടെ രാജ്യത്തിലെ അടിമത്തവും പട്ടിണിയും അവസാനിപ്പിക്കുകയെന്ന ഗാന്ധിജിയുടെ ആഹ്വാനം കേട്ട് 1920–ൽ ഞാൻ രാഷ്ട്രീയത്തിലേക്ക് എടുത്തുചാടി. പാവപ്പെട്ട ഒരു കർഷകകുടുംബത്തിലാണ് ഞാൻ ജനിച്ചത്. കോൺഗ്രസിലായിരിക്കെ ബ്രിട്ടീഷ് ഭരണത്തിന്റെ അടിച്ചമർത്തലിനെതിരായും കൃഷിക്കാരെ സെമിന്ദാർമാർ മൃഗീയമായി ചൂഷണം ചെയ്യുന്നതിനെതിരായും ഞാൻ പോരാടി. ഈ സമരപ്രക്രിയകൾക്കിടയിൽ ഞാൻ കോൺഗ്രസിലൂടെയും കോൺഗ്രസ് സോഷ്യലിസ്റ്റ് പാർട്ടിയിലൂടെയും 1940–ൽ കമ്യൂണിസ്റ്റ് പാർട്ടിയിലെത്തി. ഞാൻ സ്വാമി സഹജാനന്ദ സരസ്വതിയുടെ കടുത്ത ആരാധകനായി. ഭൂപ്രഭുക്കൾക്കെതിരായ സമരത്തിൽ അദ്ദേഹം നൽകിയ ആവേശകരവും സമരോത്സുകവുമായ നേതൃത്വമാണ് അതിനു കാരണം. കോൺഗ്രസ് നേതൃത്വത്തിന്റെയും 1937ലെ കോൺഗ്രസ് മന്ത്രിസഭയുടെയും ഭൂപ്രഭു അനുകൂല നയം മൂലമാണ് ഞാൻ കമ്യൂണിസ്റ്റായത്.

1942 ഫെബ്രുവരി 23–ന് കാര്യാനന്ദ് ശർമയെ ഹസാരിബാഗ് ജയിലിൽ നിന്ന് മോചിപ്പിച്ചുവെങ്കിലും 1942 ആഗസ്തിൽ അദ്ദേഹത്തെ വീണ്ടും അറസ്റ്റ് ചെയ്തു. ജയിൽ മോചനത്തിനുശേഷം കർഷകപ്രസ്ഥാനത്തിൽ ആണ്ടിറങ്ങി. 1945–ൽ കോൺഗ്രസിന്റെ അഖിലേന്ത്യാ–പ്രവിശ്യാ കമ്മിറ്റി അംഗത്വത്തിൽ നിന്നു മാത്രമല്ല, പ്രാഥമിക അംഗത്വത്തിൽ നിന്നുതന്നെയും രാജിവച്ചു. 1946–ലെ തിരഞ്ഞെടുപ്പിൽ ഡോ. ശ്രീകൃഷ്ണ സിഹനയ്ക്കെതിരെ കമ്യൂണിസ്റ്റ് സ്ഥാനാർഥിയായി മത്സരിച്ചു. തിരഞ്ഞെടുപ്പ് ക്യാമ്പെയിനിടയിൽ കോൺഗ്രസുകാർ അദ്ദേഹത്തെ നീചമായി ആക്രമിച്ചു. അദ്ദേഹത്തിന് ഒരു കൈവിരൽ എന്നെന്നേക്കുമായി നഷ്ടപ്പെട്ടു.

1947–ൽ നടന്ന അഖിലേന്ത്യാ കിസാൻസഭാ സമ്മേളനം അദ്ദേഹത്തെ സഭയുടെ പ്രസിഡന്റായി തിരഞ്ഞെടുത്തു. നാലുവർഷം തൽസ്ഥാനത്ത് തുടർന്നു. 1947 ഫെബ്രുവരിയിൽ ബിഹാർ സംസ്ഥാന കിസാൻസഭാ പ്രസിഡന്റായി തിരഞ്ഞെടുക്കപ്പെട്ടു. മരണം വരെ തൽസ്ഥാനത്ത് തുടർന്നു. 1948–ൽ കമ്യൂണിസ്റ്റുപാർട്ടിയെ കോൺഗ്രസ് ഗവൺമെന്റ് നിരോധിച്ചപ്പോൾ ശർമാജി ഒളിവിൽപ്പോയി. 1951വരെ ഒളിവുപ്രവർത്തനം നടത്തി. 1949–50കാലത്ത് പാർട്ടിയുടെ സംസ്ഥാന ആക്ടിങ് സെക്രട്ടറിയായി പ്രവർത്തിച്ചു. 1955–ൽ സി പി ഐ സംസ്ഥാന കമ്മിറ്റിയുടെ സെക്രട്ടേറിയറ്റ് മെമ്പറായി; 1958–ൽ കേന്ദ്ര കൺട്രോൾ കമീഷൻ അംഗവും.

1957–ൽ മൊംഗീർ ജില്ലയിലെ സൂരജ്ഗാർ മണ്ഡലത്തിൽ നിന്ന് ബിഹാർ വിധാൻസഭയിലേക്ക് തിരഞ്ഞെടുക്കപ്പെട്ടു. 1957 മുതൽ 1962 വരെ പാർട്ടി നിയമസഭാകക്ഷിയുടെ നേതാവായിരുന്നു. 1964–ൽ പാർട്ടി രണ്ടായപ്പോൾ ശർമാജി സി പി ഐയിൽ ഉറച്ചുനിന്നു. 1964–ൽ കർഷക

ത്തൊഴിലാളികളെ സംഘടിപ്പിക്കുകയെന്ന ചുമതല ഏറ്റു. ആ വർഷം ബിഹാർ സംസ്ഥാന ഖേത് മസ്ദൂർ സഭാ ജനറൽ സെക്രട്ടറിയായി. 1965 മെയിൽ വീണ്ടും ആ സ്ഥാനത്തേക്ക് തിരഞ്ഞെടുക്കപ്പെട്ടു. മൊംഗീർ-ഗയാ ജില്ലകളിലെ പാവപ്പെട്ട കർഷകത്തൊഴിലാളികളുടെ അവസ്ഥയെക്കുറിച്ച് ശർമാജി ഒരു സർവേ നടത്തി റിപ്പോർട്ട് തയ്യാറാക്കി. ബിഹാറിലെ കർഷകത്തൊഴിലാളികളെക്കുറിച്ച് പഠിക്കാനുള്ള അമൂല്യമായ ഒരു രേഖയാണത്.

ഏഴുവർഷത്തെ ജയിൽ ജീവിതവും മൂന്നുവർഷത്തെ ഒളിവുജീവിതവും നിന്തരവും വിശ്രമരഹിതവുമായ പ്രവർത്തനവും അദ്ദേഹത്തിന്റെ ആരോഗ്യത്തെ വല്ലാതെ ബാധിച്ചു. പലതരം അസുഖങ്ങളും അദ്ദേഹത്തെ പിടികൂടി. അവസാനം 1965 നവംബർ 19-ന് അന്തരിച്ചു. അന്തരിക്കുമ്പോൾ സി പി ഐയുടെ ബിഹാർ സംസ്ഥാന എക്സിക്യൂട്ടീവിലെയും കേന്ദ്ര കൺട്രോൾ കമീഷനിലെയും അംഗം.

പണ്ഡിറ്റ് കിശോരിലാൽ

1912 - 1990

സായുധസമരത്തിന്റെ പാതയിൽനിന്ന് ജനകീയ സമരത്തിന്റെ പാതയിലേക്ക് നടന്നെത്തിയ വിപ്ലവകാരിയായിരുന്നു പണ്ഡിറ്റ് കിശോരി ലാൽ. ഭഗത്സിങ്ങിന്റെ സഹപ്രവർത്തകനായിരുന്ന അദ്ദേഹം പഞ്ചാബിൽ കമ്യൂണിസ്റ്റ് പ്രസ്ഥാനം കെട്ടിപ്പടുക്കുന്നതിൽ ഗണ്യമായ സംഭാവന നൽകി. ഹോഷിയാർപൂർ ജില്ലയിലെ ഓണംകേറാമൂലയിൽ കിടക്കുന്ന ഒരു ഗ്രാമമാണ് ധരംപൂർ. അതുകൊണ്ട് ആ ഗ്രാമം എല്ലാ കാര്യങ്ങളിലും പിന്നോക്കമായിരുന്നുവെന്ന് ധരിക്കേണ്ടതില്ല. ബ്രിട്ടീഷുകാർ വരുന്നതിന് മുമ്പുതന്നെ വിദ്യാഭ്യാസപരമായി ആ ഗ്രാമം മുൻപന്തിയിൽനിന്നു. അവിടെ ഒരു സാധാരണ അധ്യാപക കുടുംബത്തിൽ 1912 ൽ കിശോരി ലാൽ ജനിച്ചു. മകന് ശരിയായ വിദ്യാഭ്യാസം നൽകി വളർത്തിയെടുക്ക ണമെന്ന് പിതാവ് ആഗ്രഹിച്ചു. ധരംപൂരിൽ പ്രാഥമിക വിദ്യാഭ്യാസം പൂർത്തിയാക്കിയതിനുശേഷം ഇപ്പോൾ പാകിസ്താനിലുൾപ്പെട്ട കൊയ്ത യിൽ പഠിച്ച് മെട്രിക്കുലേഷൻ പരീക്ഷ പാസായി. കൊയ്തയിലെ സ്കൂളിൽ അപ്പോൾ സംസ്കൃത അധ്യാപകനായിരുന്നു പിതാവ്. മെട്രി ക്കുലേഷൻ പരീക്ഷ പാസായതിനെ തുടർന്ന് ഉന്നതവിദ്യാഭ്യാസത്തി നായി ലാഹോറിലെ പ്രസിദ്ധമായ ഡി എ വി കോളേജിൽ ചേർന്നു.

പിതാവ് കോൺഗ്രസ് അനുഭാവി. അതിന്റെ പേരിലാണ് മുൽട്ടാ നിൽനിന്ന് അദ്ദേഹത്തെ കൊയ്തയിലേക്ക് സ്ഥലംമാറ്റിയത്. കിശോരി ലാലിന്റെ മൂന്ന് ജ്യേഷ്ഠന്മാരും സ്വാതന്ത്ര്യ സമരത്തിൽ സജീവമായിരു ന്നു. ഈയൊരു സാഹചര്യത്തിൽ അദ്ദേഹത്തിൽ ബ്രിട്ടീഷ് വിരോധം

വളർന്നുവന്നതിൽ അദ്ഭുതമില്ല; ദേശീയ പ്രസ്ഥാനത്തിൽ ആകൃഷ്ടനായതിലും.

ഡി എ വി കോളേജിൽ ചേരുന്നതിന് മുമ്പുതന്നെ നൗജവാൻ ഭാരത് സഭ രൂപംകൊണ്ടുകഴിഞ്ഞിരുന്നു. രാജ്യത്തിന്റെ സ്വാതന്ത്ര്യത്തിനുവേണ്ടി ജീവൻ ബലിയർപ്പിക്കാൻ തയാറായ യുവാക്കൾ ആ സംഘടനയിൽ അണിനിരന്നു. 1928 ൽ കിശോരിലാലും അതിൽ അംഗമായി. അങ്ങനെ സഭയുടെ സ്ഥാപകൻ ഭഗത്സിങ്ങുമായി അടുക്കാൻ അവസരം ലഭിച്ചു. അത് വിപ്ലവപ്രവർത്തനങ്ങളിൽ ആണ്ടിറങ്ങാൻ പ്രചോദനം നൽകി.

ഭഗത്സിങ്, ചന്ദ്രശേഖർ ആസാദ്, ഭഗവതി ചരൺ, ശിവവർമ്മ തുടങ്ങി ഡസൻകണക്കിന് വിപ്ലവകാരികൾ വെറുക്കപ്പെട്ട ബ്രിട്ടീഷ് ഭരണം കടപുഴക്കി എറിയാൻ വിപ്ലവപരിപാടികൾ നടപ്പാക്കുന്നതിൽ ബംഗാളിലും യുപിയും പഞ്ചാബിലും സജീവമായി ഏർപ്പെട്ടിരുന്ന കാലം. രാജ്യത്തിന്റെ വിവിധ ഭാഗങ്ങളിൽ പ്രവർത്തിക്കുന്ന വിപ്ലവസംഘടനകളെ യോജിപ്പിച്ചുകൊണ്ട് ഹിന്ദുസ്ഥാൻ സോഷ്യലിസ്റ്റ് റിപ്പബ്ലിക്കൻ ആർമി എന്നൊരു സംഘടനയ്ക്ക് അവർ ജന്മംനൽകി. പണ്ഡിറ്റ് കിശോരിലാൽ ആ സംഘടനയിൽ അത്യന്തം സജീവമായി.

അതിനിടയിലാണ്, 1928 ഒക്ടോബർ 20 ന് സൈമൺ കമ്മീഷൻ ലാഹോറിലെത്തിയത്. നേരത്തെ നിശ്ചയിച്ചതുപ്രകാരം "സൈമൺ കമ്മീഷൻ മടങ്ങിപ്പോവുക" എന്നു വിളിച്ചുപറഞ്ഞുകൊണ്ട് ആ നഗരത്തിൽ വമ്പിച്ച കരിങ്കൊടി പ്രകടനം. പ്രകടനത്തിന് നേതൃത്വം നൽകിയത് ലാലാ ലജ്പത്റായ്. പ്രകടനത്തിന് നേരെ മൃഗീയമായ ലാത്തിച്ചാർജ്. സാൻഡേഴ്സ് എന്ന പൊലീസ് ഉദ്യോഗസ്ഥൻ ലാലാജിയെ ക്രൂരമായി മർദിച്ചു. അദ്ദേഹത്തിന്റെ തലയ്ക്ക് മാരകമായ പരിക്കേറ്റു. അതുമൂലം ആ മഹാനായ ദേശാഭിമാനി 1928 നവംബർ 17 ന് അന്തരിച്ചു.

രാജ്യത്തിലെ പ്രത്യേകിച്ച് പഞ്ചാബിലെ, യുവാക്കളാകെ രോഷാകുലരായി. തങ്ങളുടെ ദേശാഭിമാനത്തിന് നേരെ നടന്ന കടന്നാക്രമണമായി അവർ അതിനെ കണക്കാക്കി. അതുകൊണ്ട് അതിന് പകരം ചോദിക്കണം എന്നുതന്നെ തീരുമാനിച്ചു. പൊലീസ് സൂപ്രണ്ട് സ്കോട്ടിനെയും പൊലീസ് ആപ്പീസർ സാൻഡേഴ്സിനെയും വധിക്കാൻ പരിപാടിയിട്ടു.

അതുപ്രകാരം ഡിസംബർ 14 ന് വൈകുന്നേരെ 4.30 ന് ഭഗത്സിങ്ങും രാജഗുരുവും ചന്ദ്രശേഖർ ആസാദും അവരുടെ മറ്റ് സഖാക്കളും ഡി എ വി കോളേജിനടുത്തുള്ള പൊലീസന്റെ സീനിയർ സൂപ്രണ്ട് ആപ്പീസിനടുത്ത് ഒത്തുകൂടി. അവർ സാൻഡേഴ്സിനെ വധിച്ചു. 1929 ഏപ്രിൽ 15 ന് കിശോരിലാലും സുഖദേവും അറസ്റ്റിലായി. മെക്ലിയോഡ് റോഡിലെ കാശ്മീരി ബിൽഡിങ്ങിലുള്ള 69 ാം നമ്പർ വീട്ടിൽ ഒരു ഭൂഗർഭബോംബ് ഫാക്ടറി സ്ഥാപിച്ചിരുന്നു. വിപ്ലവകാരികൾ, അവിടെവച്ചാണ് അറസ്റ്റിലായത്. ഈ ഫാക്ടറിയിൽനിന്ന് പിടിച്ചെടുത്ത തരത്തിലുള്ള ബോംബ് ഷെല്ലുകളാണ് ഭഗത്സിങ്ങും ബട്കേശ്വർ ദത്തും 1929 ഏപ്രിൽ 8 ന് കേന്ദ്ര നിയമനിർമാണസഭയിൽ ഉപയോഗിച്ചത്.

ഭഗത്സിങ്ങിനോടും മറ്റുള്ളവരോടുമൊപ്പം കിശോരിലാലിനെ രണ്ടാം ലാഹോർ ഗൂഢാലോചനക്കേസിൽ പ്രതിയാക്കി. പ്രതികളിൽ ഏറ്റവും പ്രായംകുറഞ്ഞ ആൾ കിശോരിലാൽ. അതുകൊണ്ടുമാത്രം കൊലക്കയറിൽനിന്ന് രക്ഷപ്പട്ടു. മഹാവീർസിങ്, ശിവവർമ്മ, വി കെ സിഹ്ന, ഡോ. ഗയാപ്രസാദ്, കമൽനാഥ് തീവാരി എന്നിവരോടൊപ്പം ജീവപര്യന്തം തടവിന് ശിക്ഷിക്കപ്പെട്ടു.

തുടക്കത്തിൽ ഭീകരപ്രവർത്തനങ്ങളുടേതായ പാത അവലംബിച്ച ഭഗത്സിങ്ങും സഖാക്കളും ഒക്ടോബർ വിപ്ലവത്തിന്റെ സ്വാധീനത്തിന് വിധേയരായിത്തീർന്നുവെന്നും വിചാരണവേളയിൽത്തന്നെ ജനങ്ങളെ ചലിപ്പിക്കാതെ രാജ്യത്തിന് സ്വാതന്ത്ര്യം നേടിയെടുക്കാൻ കഴിയുകയില്ലെന്നുള്ള നിഗമനത്തിൽ അവർ എത്തിച്ചേർന്നുവെന്നത് ഇപ്പോൾ ചരിത്രത്തിന്റെ ഭാഗം. തൊഴിലാളി–കർഷക സഖ്യം ഊട്ടിയുണ്ടാക്കുകയും ഒരു വിപ്ലവ തൊഴിലാളിവർഗ പാർട്ടി സ്ഥാപിക്കുകയും ചെയ്യാതെ രാജ്യത്തിലെ അധ്വാനിക്കുന്ന ജനവിഭാഗങ്ങൾക്ക് ശോഭനമായ ഭാവിയുണ്ടാക്കിയെടുക്കുക എന്ന ലക്ഷ്യം സാക്ഷാൽക്കരിക്കാനാവുകയില്ലെന്ന് അവർക്ക് ബോധ്യമായി. കോടതിയിൽ ഭഗത്സിങ് നടത്തിയ ഏറ്റവും ഒടുവിലത്തെ പ്രസ്താവനയും മരണപത്രികയും അതിന് തെളിവ്. അദ്ദേഹത്തിന്റെ സഖാക്കളുടെ വീക്ഷണത്തിലും ഇതുപോലുള്ള മാറ്റംവന്നു. കിശോരിലാലിലും ഉണ്ടായി ഈ മാറ്റം. അദ്ദേഹത്തെ ആദ്യം 'സി' ക്ലാസ് തടവുകാരനെന്ന നിലയിൽ ലാഹോർ ജയിലിൽ പാർപ്പിച്ചു. അവിടെനിന്ന് മുൾട്ടാൻ, ന്യൂ മുൾട്ടാൻ, മൊണ്ടോ ഗോമറി എന്നീ ജയിലുകളിലേക്ക് മാറ്റി. എങ്കിലും ഏറ്റവും കൂടുതൽ കാലം ചെലവഴിച്ചത് ലാഹോർ ജയിലിൽതന്നെ. അവിടെ അഞ്ച് വർഷത്തോളം ഏകാന്തതടവിലാണ് പാർപ്പിച്ചത്. ജയിലിൽ മാർക്സിസം – ലെനിനിസം പഠിക്കാൻ തുടങ്ങി. അതിന്റെ സ്വാധീനം നിമിത്തം ലോകവീക്ഷണത്തിലാകെ മാറ്റംവന്നു. 1936 ൽ ജയിലിലായിരിക്കുമ്പോൾ തന്നെ പാർട്ടി അംഗത്വത്തിന് അപേക്ഷിച്ചു. 1942 ലാണ് പാർട്ടി മെമ്പറായി പേര് രജിസ്റ്റർ ചെയ്തത്. അതിന് തൊട്ടുമുമ്പ് ഗുജറാത്ത് ജയിലിൽനിന്ന് ലാഹോർ ജയിലിലേക്ക് സ്ഥലംമാറി വന്ന മറ്റൊരു തടവുകാരനായ ഹർകിഷൻസിങ് സുർജിത് അദ്ദേഹത്തെ ആദ്യമായി കണ്ടപ്പോഴുള്ള അനുഭവം ഇപ്രകാരം രേഖപ്പെടുത്തി:

> ..... അപ്പോൾ മറ്റൊരു വിപ്ലവകാരിയുംകൂടി അവിടെയുണ്ടായിരുന്നു – ഹൻസ്രാജ്. നീണ്ട ജയിൽജീവിതത്തിന്റെ ലക്ഷണമൊന്നും തന്നെ അവരുടെ മുഖങ്ങളിൽ കാണാനുണ്ടായിരുന്നില്ല. ആത്മവീര്യവും നിശ്ചയദാർഢ്യവും ആ മുഖങ്ങളിൽ സ്ഫുരിച്ചു. ബബ്ബർ അകാലികളുൾപ്പെടെ മറ്റനേകം സഹതടവുകാരുടെ ചിന്താഗതിയെയും അവർ സ്വാധീനിച്ചു. സ്വാതന്ത്ര്യത്തിന്റെ യഥാർഥ നേട്ടം മാർക്സിസം – ലെനിനിസത്തിന്റെ അടിസ്ഥാനത്തിൽ രാജ്യത്ത് കമ്യൂണിസ്റ്റ് പ്രസ്ഥാനം ഊട്ടിയുണ്ടാക്കുന്നതിലൂടെ മാത്രമേ

കൈവരിക്കാൻ കഴിയുകയുള്ളൂവെന്ന ആശയം അനേകം വിപ്ലവ കാരികളിൽ അദ്ദേഹം ജനിപ്പിച്ചിരിക്കണം.....

അദ്ദേഹത്തെ കണ്ട കാലം അത്യന്തം പ്രയാസങ്ങൾ നിറഞ്ഞതായിരുന്നു. ലോകത്താകെ സോവിയറ്റ് യൂണിയന്റെ നേതൃത്വത്തിൽ ഫാസിസ്റ്റ് വിരുദ്ധ ജനകീയസമരം നടക്കുന്ന കാലം. ബ്രിട്ടീഷ് സാമ്രാജ്യത്വത്തിന് അന്തിമ പ്രഹരമേൽപ്പിക്കാൻ ഇന്ത്യയിലെ ജനങ്ങൾ തയാറെടുക്കുകയായിരുന്നു. ദീർഘകാലത്തെ അടിച്ചമർത്തലിനെ തുടർന്ന് നിയമവിധേയമാക്കപ്പെട്ട കമ്യൂണിസ്റ്റുപാർട്ടി നമ്മുടെ സ്വാതന്ത്ര്യം ഫാസിസത്തിന്റെമേലുള്ള വിജയവുമായി അഭേദ്യമായി കെട്ടുപിണഞ്ഞു കിടക്കുകയാണെന്ന വീക്ഷണം പ്രചരിപ്പിക്കുകയായിരുന്നു. അപ്പോഴേക്കും കിശോരിലാലിന് പാർട്ടിയുടെ വീക്ഷണങ്ങളിൽ പൂർണമായ വിശ്വാസം വന്നു. പാർട്ടി മെമ്പറാകാനും പാർട്ടിക്കുവേണ്ടി തന്റെ ജീവിതം ഉഴിഞ്ഞുവയ്ക്കാനും അദ്ദേഹം തീരുമാനിച്ചു.

1946 ൽ കിശോരിലാലിനെ മോചിപ്പിച്ചു. 18 വർഷത്തെ ജയിൽവാസം കഴിഞ്ഞ് പുറത്തുവന്ന ഉടൻ ആദ്യം പോയത് വീട്ടിലേക്കല്ല; ലാഹോറിലെ കമ്യൂണിസ്റ്റുപാർട്ടി ആപ്പീസിലേക്ക്. അപ്പോൾ 114 മക്ലോഡ് റോഡിലെ ലേഡിഫസൽ ഹസ്സൻ റോഡിലായിരുന്നു പാർട്ടി ആപ്പീസ്. ഭാവി പരിപാടി എന്താണെന്ന് ചോദിച്ചപ്പോൾ പാർട്ടിക്കുവേണ്ടി സേവനമനുഷ്ഠിക്കുകയാണെന്ന് പറയാൻ രണ്ടാമതൊന്നാലോചിച്ചില്ല. ഏതെങ്കിലും അനുയോജ്യമായ സ്ഥലത്തുപോയി അൽപ്പകാലം വിശ്രമിച്ചുകൂടേയെന്ന് ചില സുഹൃത്തുക്കൾ ചോദിച്ചപ്പോൾ 'ജയിലിൽ മറ്റെന്തു ചെയ്യുകയായിരുന്നു?' എന്ന് തിരിച്ചുചോദിക്കുകയത്രേ ചെയ്തത്.

അപ്പോൾ കമ്യൂണിസ്റ്റുപാർട്ടിയുടെ ജില്ലാ കമ്മിറ്റി സെക്രട്ടറി സത്വന്ത്സിങ്. കിശോരിലാൽ അദ്ദേഹവുമായി പരിചയപ്പെട്ടു. അദ്ദേഹത്തിന്റെകൂടെ അദ്ദേഹത്തിന്റെ സഹോദരനെപ്പോലെ താമസം തുടങ്ങി. കിശോരിലാൽ പാർട്ടിയുടെ ലാഹോർ ജില്ലാകമ്മിറ്റി അംഗമായി.

വർഗീയ ലഹളകളുടെ തീക്കുണ്ഡത്തിലേക്ക് രാജ്യത്തെ വലിച്ചെറിയാൻ അപ്പോൾ ബ്രിട്ടീഷ് സാമ്രാജ്യത്വവാദികൾ ശ്രമിക്കുകയായിരുന്നു. പടിഞ്ഞാറൻ പഞ്ചാബിൽ ലഹളകൾ പൊട്ടിപ്പുറപ്പെട്ടു. കിശോരിലാലിനെ ഇത് ദുഃഖിതമാക്കി. സമുദായ സൗഹാർദത്തിനുവേണ്ടി പ്രവർത്തിക്കാൻ തുടങ്ങി. കമ്യൂണിസ്റ്റുപാർട്ടിയുടെ സ്വാധീനം പടിഞ്ഞാറൻ പഞ്ചാബിൽ ദുർബലമായിരുന്നു. അതിനാൽ ലഹളകൾ എത്രയോ നിരപരാധികളുടെ ജീവൻ അപഹരിച്ചു. കിഴക്കൻ പഞ്ചാബിൽ മുസ്ലീങ്ങളുടെയെന്നപോലെ പടിഞ്ഞാറൻ പഞ്ചാബിൽ ഹിന്ദുക്കളുടെയും സിഖുകാരുടെയും ജീവിതം ദയനീയമായി. അപ്പോൾ കിശോരിലാൽ അഭയാർഥികളെ പുനരധിവസിപ്പിക്കുന്ന പ്രവർത്തനത്തിലേർപ്പെട്ടു.

1946 ൽ ജയിൽമോചിതനായതിനുശേഷം ട്രേഡ് യൂണിയൻ രംഗത്ത് പ്രവർത്തിക്കാനാണ് പാർട്ടി അദ്ദേഹത്തോട് നിർദേശിച്ചത്. ആ രംഗത്ത് കൈമെയ് മറന്ന് പ്രവർത്തിച്ചു. 1948 ൽ എ ഐ ടി യു സിയുടെ പ

ഞ്ചാബ് ഘടകം പ്രസിഡന്റായി തെരഞ്ഞെടുക്കപ്പെട്ടു. കമ്യൂണിസ്റ്റുപാർട്ടിയുടെ സംസ്ഥാന കമ്മിറ്റിയിലേക്കും തെരഞ്ഞെടുക്കപ്പെട്ടു.

1955 ൽ ഗോവയിലേക്ക് ഒരു ജാഥനയിച്ചു. ലക്ഷ്യം ഗോവ വിമോചനം. അതിന് ശേഷം മൂന്നുവർഷം കഴിഞ്ഞപ്പോൾ ജലന്തറിലെ പഞ്ചാബ് ബുക്ക് സെന്ററിന്റെ ചുമതലയേൽപ്പിച്ചു. ഏതെങ്കിലും പ്രക്ഷോഭം പൊട്ടിപ്പുറപ്പെട്ടാൽ അതിലേക്ക് എടുത്തുചാടും. അദ്ദേഹം പങ്കെടുക്കുകയോ നയിക്കുകയോ ചെയ്യാത്ത ഒരു സമരവും അദ്ദേഹത്തിന്റെ മരണംവരെ പഞ്ചാബിൽ നടന്നിട്ടുണ്ടാവില്ല. അങ്ങനെ യുവതലമുറയ്ക്ക് അദ്ദേഹം ആവേശത്തിന്റെ ഉറവിടമായി. തന്റെ ദീർഘകാല രാഷ്ട്രീയ ജീവിതത്തിനിടയിൽ 214 വർഷം തടവറകളിൽ കിടന്നു. രണ്ടരവർഷം ജയിലിൽ കിടന്നത് കോൺഗ്രസ് ഭരണകാലത്താണ്.

ആദ്യം വലതുപക്ഷ വ്യതിയാനത്തിനും പിന്നീട് ഇടതുപക്ഷ വ്യതിയാനത്തിനും എതിരെ പാർട്ടിക്കകത്ത് നടന്ന പോരാട്ടം പ്രസിദ്ധം. കിശോരിലാൽ വ്യക്തവും ദൃഢവുമായ നിലപാട് സ്വീകരിച്ചു. മാർക്സിസ്റ്റ്–ലെനിനിസ്റ്റ് സിദ്ധാന്തം രാജ്യത്തെ മൂർത്തമായ പരിതഃസ്ഥിതിയിൽ പ്രയോഗിക്കുന്നതിൽ അദ്ദേഹം സി പി ഐ (എം) ന്റെ പക്ഷത്ത് നിലയുറപ്പിച്ചു. പാർട്ടിയുടെ സംസ്ഥാന കൺട്രോൾ കമ്മീഷൻ അംഗമെന്ന നിലയിലും സുപ്രധാന പങ്കുവഹിച്ചു.

ഇന്ത്യയിലെ തൊഴിലാളിവർഗ പ്രസ്ഥാനത്തിന്റെ ചരിത്രത്തിൽ പ്രധാനപ്പെട്ട ഒരു അധ്യായമാണ് സി ഐ ടി യു രൂപവൽക്കരണം എഴുതിച്ചേർത്തത്. ആരോഗ്യനില മോശമായിട്ടും രാജ്യത്താകെ വിശേഷിച്ച് പഞ്ചാബിൽ സി ഐ ടി യു രൂപവൽക്കരണത്തിൽ പ്രധാന പങ്കുവഹിച്ചു. കൽക്കത്തയിൽ സി ഐ ടി യു രൂപവൽക്കരണ സമ്മേളനത്തിൽ പങ്കെടുത്തു. സി ഐ ടി യു വിന്റെ പഞ്ചാബ് സംസ്ഥാന കമ്മിറ്റി പ്രസിഡന്റായി തെരഞ്ഞെടുക്കപ്പെട്ടു.

ഒരു അപകടത്തിൽ പരിക്കുപറ്റി 1990 ജൂലായ് 11 ന് അന്തരിക്കുമ്പോൾ ദേശ്ഭക്ത് മെമ്മോറിയൽ ട്രസ്റ്റ് കമ്മിറ്റി പ്രസിഡന്റായിരുന്നു.

വിദ്യാർഥികൾക്കും യുവാക്കൾക്കും ആവേശത്തിന്റെ പ്രഭവകേന്ദ്രമായിരുന്നു കിശോരിലാൽ. ഡി വൈ എഫ് ഐ സ്ഥാപക സമ്മേളനം ഉദ്ഘാടനംചെയ്തത് അദ്ദേഹം. തന്റെ ദീർഘകാല സമരജീവിതത്തിനിടയിൽ അദ്ദേഹം പഠിച്ച പാഠം ചരൺസിങ് വിർദി ആറ്റിക്കുറുക്കി അവതരിപ്പിച്ചത് ഇങ്ങനെ:

ഒരാൾ അയാളുടെ മരണംവരെ പഠിക്കുന്നു.
പഠിക്കുന്നതിനുള്ള ഏറ്റവും നല്ല മാർഗം പഠിപ്പിക്കലാണ്.
പാർട്ടി പരമാധികാരിയാണ്. ഞാനതിന്റെ വിനയാന്വിതനായ ഭടൻ.
നിങ്ങൾക്ക് സ്വയംചെയ്യാൻ കഴിയാത്ത കാര്യം പറയരുത്.

പി കൃഷ്ണപിള്ള

1906 - 1948

കേരളത്തിലെ കമ്യൂണിസ്റ്റ് പ്രസ്ഥാനത്തിന്റെ സ്ഥാപക നേതാവെന്ന് ഏതെങ്കിലും ഒരു വ്യക്തിയെ വിശേഷിപ്പിക്കാമെങ്കിൽ അതിന് അർഹൻ പി കൃഷ്ണപിള്ളയാണെന്ന് ഇ എം എസ് എഴുതി. കേരളത്തിലെ കമ്യൂണിസ്റ്റ് പ്രസ്ഥാനത്തിന്റെ ചരിത്രത്തിൽ അദ്ദേഹത്തിനുള്ള സ്ഥാനം ഇതിൽനിന്ന് വ്യക്തം. അദ്ദേഹം പാർട്ടിയുടെ സ്ഥാപക നേതാവ് മാത്രമായിരുന്നില്ല. കറകളഞ്ഞ ദേശാഭിമാനിയും സ്വാതന്ത്ര്യസമരസേനാനിയും കിടയറ്റ സംഘാടകനും സംസ്ഥാനത്തെ ട്രേഡ് യൂണിയൻ പ്രസ്ഥാനത്തിന്റെ ആദ്യപഥികനും കൂടിയായിരുന്നു. കേരളത്തിലെ 'ഞായറാഴ്ച കോൺഗ്രസി'നെ ഒരു ജനകീയ സംഘടനയാക്കി മാറ്റിയതിൽ അദ്ദേഹം വഹിച്ച പങ്ക് അദ്വിതീയം.

പ്രസിദ്ധമായ വൈക്കം ക്ഷേത്രത്തിനു സമീപം പറൂർ തറവാട്ടിൽ 1906 ൽ കൃഷ്ണപിള്ള ജനിച്ചു. അച്ഛൻ മയിലേഴത്തു മണ്ണംപിള്ളി നാരായണൻനായർ. പഴയ മലബാറിലെ അധികാരിക്കു തുല്യമായ പാർവത്യകരായിരുന്നതിനാൽ സ്ഥലവാസികളൊക്കെ പാർവത്യാരു നാറാപിള്ള എന്നാണ് അദ്ദേഹത്തെ വിളിച്ചത്. അമ്മയുടെ പേര് പാർവതി. 'കൊച്ചുപാറു' എന്ന് എല്ലാവരും വിളിക്കും. ആ ദമ്പതികൾക്ക് പത്തുമക്കൾ. നാലുപേരൊഴിച്ച് മറ്റെല്ലാവരും തൊട്ടിൽപ്രായത്തിലേ മരിച്ചു. മൂത്ത രണ്ട് സഹോദരിമാരും കൃഷ്ണപിള്ളയും അനുജൻ നാണപ്പനും ബാക്കിയായി.

വൈക്കം വെസ്റ്റ് മിഡിൽ സ്കൂളിൽ വിദ്യാഭ്യാസം ചെയ്തു. അഞ്ചാം ക്ലാസുവരെയാണ് പഠിച്ചത്. പഠിപ്പിൽ അതിസമർഥനായിരുന്നില്ല.

എങ്കിലും ഒരു ക്ലാസിലും തോറ്റില്ല. അതേസമയം കളികളിൽ അതിസമർഥനായിരുന്നു. പ്രായം തികഞ്ഞ ആളുകളുടെ കൂടെ പോലും കളിക്കാൻ പോകും. വർഷകാലത്ത് വൈക്കം കായലിൽ മലവെള്ളം കയറുമ്പോൾ പറൂർ വീട്ടിന്റെ പടിഞ്ഞാറുഭാഗത്തുള്ള നെൽവയലുകൾ നിറയും. തോണികളി ഈ കാലത്ത് പതിവാണ്. കൃഷ്ണപിള്ള അതിൽനിന്ന് ഒഴിഞ്ഞുനിൽക്കില്ല. രാവിലെ തോണി വാടകയ്ക്കെടുത്ത് കൂട്ടുകാരൊന്നിച്ച് കളിക്കാനിറങ്ങും. നീന്തലും പരിശീലിച്ചു.

ഇംഗ്ലീഷ് സ്കൂളിൽ ചേർന്നു പഠിക്കാൻ സാമ്പത്തിക ശേഷിയില്ലാത്തതിനാൽ പഠിപ്പുനിർത്തി. എങ്കിലും സ്കൂളിലെ പഴയ കൂട്ടുകാരുമായുള്ള ബന്ധം തുടർന്നു. അവരുമായി ദിവസവും കമ്പനികൂടും. ഉത്സവകാലത്ത് വൈക്കം ക്ഷേത്രത്തിൽ പുലരുന്നതുവരെ കറങ്ങിത്തിരിയും. ഒരു അടിയെങ്കിലുമുണ്ടാക്കാതെ ഉറക്കം വരില്ല. വെറുതെ ഒരു രസത്തിന് അടിയുണ്ടാക്കുകയല്ല. സ്ത്രീകളെ പരിഹസിക്കുന്നവരെയും സമൂഹവിരുദ്ധ പ്രവർത്തനം നടത്തുന്നവരെയുമാണ് അടിക്കുക. ഒരിക്കൽ സ്ഥലത്തെ ഒരു കൊച്ചുപണക്കാരനെപ്പറ്റി അപഖ്യാതി പരന്നു. ഒരു ദിവസം സന്ധ്യക്ക് റോഡുവക്കിലെ പഞ്ചായത്ത് വിളക്കുകാലിന് താഴെ വെച്ച് ആ അഴകിയ രാവണന്റെ കരണക്കുറ്റിക്ക് രണ്ട് കൊടുത്തു. അയാൾ വഴിവക്കിലെ ഓവുചാലിൽ കമിഴ്ന്നടിച്ചു വീണു.

പതിമൂന്നാം വയസിൽ അമ്മ മരിച്ചു. വസൂരി രോഗം പിടിപെട്ടായിരുന്നു മരണം. അടുത്ത വർഷം അച്ഛനും ലോകത്തോട് വിടപറഞ്ഞു. അതോടെ കുടുംബം കടുത്ത സാമ്പത്തികകുഴപ്പത്തിലായി. അക്കാലത്ത് പഠിക്കാൻ ഫീസ് കൊടുക്കണം. ആരും സഹായിക്കാനില്ലാതായി. അങ്ങനെയാണ് പഠിപ്പുനിർത്തിയത്. രക്ഷിതാക്കളുടെ കാലശേഷം പതിനഞ്ചാമത്തെ വയസിൽ തറവാട്ടിൽ കാരണവരായി. അപ്പോഴേക്കും രണ്ടു സഹോദരിമാരുടെയും വിവാഹം കഴിഞ്ഞു. ഒരു സഹോദരിയെ വിവാഹം ചെയ്തത് ആലപ്പുഴയ്ക്കു സമീപമുള്ള ഒരു തറവാട്ടിൽ. കുറച്ചുകാലം കൃഷ്ണപിള്ള അദ്ദേഹത്തിന്റെ കൂടെ താമസിച്ചു. കയർതൊഴിലാളിയായി രണ്ടിടത്ത് ജോലി നോക്കി. രണ്ടിടത്തും ഉറച്ചു നിൽക്കാതെ പലേടങ്ങളിലായി അലഞ്ഞുതിരിഞ്ഞു. കുറച്ചുകാലം തെക്കൻ തിരുവിതാംകൂറിലെ നാഗർകോവിലിൽ ഉണ്ടായിരുന്നു. തമിഴ്നാട്ടിലെ ചില കുഗ്രാമങ്ങളിൽ അലഞ്ഞുതിരിഞ്ഞിട്ടുണ്ടായിരിക്കുമെന്നും കരുതുന്നു. പ്രവാസകാലത്ത് കാടുകളിൽ മലയരയന്മാരുടെകൂടെ താമസിക്കുകയുണ്ടായത്രേ. തെക്കൻ തിരുവിതാംകൂറിന്റെ കിഴക്കൻ ഭാഗങ്ങളിലുള്ള കാടുകളിൽ അക്കാലത്ത് പ്രാകൃതജീവിതം നയിച്ച ഗോത്രവർഗമാണ് മലയരയന്മാർ.

1922 ആയപ്പോഴേക്ക് അദ്ദേഹം വൈക്കത്ത് തിരിച്ചെത്തി. ഗൃഹഭാരം ഏറ്റു. ജീവിക്കാൻ ഗത്യന്തരമില്ലാതായപ്പോൾ ചായക്കട തുടങ്ങി. ചായക്കട പൊളിഞ്ഞപ്പോൾ മറ്റൊരാളുടെ ചായക്കടയിൽ ജോലിക്കാരനായി കൂടി. ഒരു സൈക്കിൾഷാപ്പിലും ജോലി നോക്കി.

ഇക്കാലത്താണ് വൈക്കം സത്യഗ്രഹം. വൈക്കം ക്ഷേത്രത്തിന്

ചുറ്റുമുള്ള റോഡുകൾ അവർണർ എന്ന് വിളിക്കപ്പെട്ടവർക്ക് സഞ്ചാര സ്വാതന്ത്ര്യം നിഷേധിച്ചതിനെ എതിർത്തുകൊണ്ടാണ് സത്യഗ്രഹം ആരംഭിച്ചത്. ദിവസവും ജാഥകളും പൊതുയോഗങ്ങളും നടന്നു. കോൺഗ്രസിന്റെ പ്രശസ്തരായ പല നേതാക്കളും വൈക്കത്തെത്തി. സത്യഗ്രഹം നയിച്ചു. കൃഷ്ണപിള്ള ആദ്യമാദ്യം തന്റെ കൂട്ടുകാരൊന്നിച്ച് സത്യഗ്രഹം കാണാനും പ്രസംഗങ്ങൾ കേൾക്കാനും പോകുമായിരുന്നു.

ഇത് പതുക്കെപ്പതുക്കെ ദേശീയ പ്രസ്ഥാനത്തിലേക്ക് അദ്ദേഹത്തെ ആകർഷിച്ചു. ഒരു ശരിയായ ദേശീയവാദിയാകുന്നതിന് ഹിന്ദി പഠനം അത്യാവശ്യമാണെന്ന വിശ്വാസംമൂലം ഹിന്ദി പഠിച്ചു. ഹിന്ദി പ്രവേശിക പരീക്ഷ പാസായി.

1927 ൽ കൃഷ്ണപിള്ള നാടുവിട്ടു. ഹിന്ദി കുറേക്കൂടി പഠിക്കുകയായിരുന്നു ലക്ഷ്യം. അദ്ദേഹം ചെന്നെത്തിയത് പുരാണപ്രസിദ്ധമായ പ്രയാഗിൽ അഥവാ ഇന്നത്തെ അലഹബാദ് നഗരത്തിൽ. അങ്ങനെ തെക്കെ ഇന്ത്യയിലെ ഒരു തീർഥാടക കേന്ദ്രമായ വൈക്കത്തുനിന്നും ഉത്തരേന്ത്യയിലെ തീർഥാടനകേന്ദ്രമായ ത്രിവേണി സംഗമത്തിലേക്ക് ഇരുപത്തിയൊന്നുകാരനായ ആ കറുത്തുമെലിഞ്ഞ യുവാവ് എത്തിച്ചേർന്നു. സ്ഥിരോത്സാഹിയായ ആ യുവാവ് അവിടത്തെ സാഹിത്യ സമ്മേളൻ വിദ്യാർഥിയായി. ഇന്ത്യയിൽ ഹിന്ദി പ്രചാരണം സംഘടിതമായി ആരംഭിക്കുന്നത് ഈ ഉന്നത വിദ്യാപീഠത്തിന്റെ ആഭിമുഖ്യത്തിലാണ്. ദക്ഷിണഭാരത ഹിന്ദി പ്രചാരസഭ പ്രവർത്തനമാരംഭിച്ചതും അലഹബാദ് സാഹിത്യ സമ്മേളൻ വഴിക്കാണ്. രണ്ടുവർഷം കൃഷ്ണപിള്ള അവിടെ പഠിച്ചു. സാഹിത്യ വിശാരദ് ബിരുദമെടുത്തു. ഇംഗ്ലീഷിലെ ബി എ ബിരുദത്തിന് തുല്യമാണ് ഹിന്ദിയിലെ സാഹിത്യ വിശാരദ്.

അക്കാലത്ത് അലഹാബാദ് ദേശീയ പ്രസ്ഥാനത്തിന്റെ കേന്ദ്രമായിരുന്നു. സ്വാതന്ത്ര്യ സമര ചരിത്രത്തിലെ സുപ്രധാനമായ ഒരു ഘട്ടവുമായിരുന്നു അത്. ആ ഘട്ടത്തിലാണ് പല പ്രവിശ്യകളിലും തൊഴിലാളി–കർഷക പാർട്ടികൾ രൂപംകൊണ്ടത്. സൈമൺ കമ്മീഷനെതിരെ രാജ്യമാകെ ഇളകിമറിഞ്ഞത്, കൽക്കത്തയിൽ കോൺഗ്രസ് സമ്മേളനം നടന്ന പന്തലിനുമുമ്പിൽ അമ്പതിനായിരം തൊഴിലാളികൾ പ്രകടനം നടത്തിയത്, മീറത്ത് ഗൂഢാലോചനക്കേസ് കെട്ടിച്ചമയ്ക്കപ്പെട്ടത്, പഞ്ചാബിലും യു പിയിലും കൃഷിക്കാരുടെ സംഘടനകൾ പ്രവർത്തിക്കാൻ തുടങ്ങിയത്.

അലഹാബാദിൽ ദേശീയ പ്രസ്ഥാനവുമായി കൃഷ്ണപിള്ള ഉറ്റ ബന്ധം പുലർത്തി. പഠനം പൂർത്തിയാക്കിയ ഉടൻ കേരളത്തിലേക്ക് മടങ്ങി. പക്ഷേ, തികച്ചും മാറിയ ഒരു മനുഷ്യനായാണ് കേരളത്തിൽ തിരിച്ചെത്തിയത്. വൈക്കം സത്യഗ്രഹ കാലത്ത് കേവലം ഒരു കാഴ്ചക്കാരനായി നിന്ന കൃഷ്ണപിള്ളയല്ല ഇപ്പോഴത്തെ കൃഷ്ണപിള്ള. ഇപ്പോൾ അദ്ദേഹത്തിന് ഒരേയൊരു ലക്ഷ്യമേയുള്ളൂ. സമൂഹത്തിലെ എല്ലാ വൃത്തികേടുകൾക്കും എതിരെ പോരാടുക. ഏറ്റവും വലിയ വൃത്തികേട് സാമ്രാ

കേരളത്തിലെ ആദ്യകാല പാർട്ടി സംഘാടകർ (1943).
രണ്ടാം വരിയിൽ ഇടത്തുനിന്ന് അഞ്ചാമത് പി കൃഷ്ണപിള്ള

ജ്യത്വമായതിനാൽ അതിനെതിരെ വിട്ടുവീഴ്ച കൂടാതെ സമരം ചെയ്യുക. അദ്ദേഹം കോഴിക്കോട്ടേക്ക് വണ്ടി കയറി — സത്യഗ്രഹത്തിൽ പങ്കെടുക്കാൻ. അവിടെയെത്തി ഉപ്പുസത്യഗ്രഹത്തിൽ വളണ്ടിയറായി പേരു കൊടുത്തു. സംഘടനാ സാമർത്ഥ്യവും സമരധീരതയും സൗമ്യമായ പെരുമാറ്റവും കൊണ്ട് എല്ലാവരുടെയും ഹൃദയം കവർന്നു. പയ്യന്നൂർ, കോഴിക്കോട് തുടങ്ങി പല സ്ഥലങ്ങളിലും നിയമം ലംഘിച്ച് അറസ്റ്റിലായി.

കോഴിക്കോട് കടപ്പുറത്തെ നിയമലംഘനത്തെക്കുറിച്ച് പ്രത്യേകം പരാമർശിക്കേണ്ടിയിരിക്കുന്നു. കെ പി ഗോപാലനെ ഉദ്ധരിക്കട്ടെ:

> കോഴിക്കോട് കടപ്പുറം യുദ്ധക്കളമായി അതാ മാറുന്നു. സ്വാതന്ത്ര്യസമരത്തിൽ ആവേശം പൂണ്ട വമ്പിച്ച ജനക്കൂട്ടം ഒരു വശത്ത്, ജനാബ് ആമു സൂപ്രണ്ടിന്റെ നേതൃത്വത്തിൽ വമ്പിച്ച പൊലീസ് സന്നാഹം മറുഭാഗത്ത്. ഉപ്പുനിയമലംഘനം ആരംഭിക്കുകയായി. അന്നത്തെ കലക്ടറുടെ പേഴ്സണൽ അസിസ്റ്റന്റായിരുന്ന സെൽഡാന നിയമലംഘന സ്ഥലത്തുവന്ന് കേളപ്പനെ കണ്ടു. തന്റെ കൈയിലുള്ള വാക്കിങ് സ്റ്റിക്കുകൊണ്ട് ഉപ്പു കുറുക്കുന്ന ചില ചട്ടികൾ തകർത്തു. ഇതോടെ ജനങ്ങൾക്കിടയിലും അമർഷം ആളിക്കത്താൻ തുടങ്ങി. ജനങ്ങൾ രോഷാകുലരായി. പൊലീസും സ്വാതന്ത്ര്യസമര സേനാനികളും ഉപ്പുനിയമലംഘന സ്ഥലത്ത് പ്രവേശിക്കുന്ന കാര്യത്തിൽ ഏറ്റുമുട്ടി. കോഴിക്കോട്

കടപ്പുറത്ത് യമകിങ്കരന്മാരായ പൊലീസ് നിഷ്ഠുരമായ ലാത്തി ച്ചാർജ് ആരംഭിച്ചു. ജനങ്ങൾ സെൽഡാനയുടെ തൊപ്പി തട്ടിത്തെ റിപ്പിച്ചു. സ്വാതന്ത്ര്യസമരത്തിൽ മരിക്കാൻ തയാറായി ആയിരക്ക ണക്കിനാളുകൾ ഇരച്ചുകയറി. ലാത്തിച്ചാർജിന്റെ 'ഠേ ഠേ' എന്ന ഒച്ചതന്നെ എവിടെയും. കേളപ്പൻ, ആർ വി ശർമ്മ, കൃഷ്ണസ്വാമി അയ്യർ, മാധവൻനായർ എന്നിവർ ഈ പ്രക്ഷുബ്ധാന്തരീക്ഷത്തിൽ അറസ്റ്റു ചെയ്യപ്പെട്ടു. മുഹമ്മദ് അബ്ദുറഹിമാൻ സാഹേബിന്റെ കഴുത്തിൽ ലാത്തികളിട്ട് ഞെരുക്കിയാണ് ആമു സൂപ്രണ്ട് അദ്ദേ ഹത്തെ അറസ്റ്റു ചെയ്ത് ലോറിയിലിട്ടത്. ഇതുകണ്ടുനിന്ന് ജന ക്കൂട്ടം എല്ലാംമറന്ന് മുമ്പോട്ട് തള്ളിക്കയറി. സ്വാതന്ത്ര്യ പതാക യ്ക്കായി അന്ന് ഒരു യുവാവും പൊലീസും തമ്മിൽ ഉഗ്രമായ പോരാട്ടം തന്നെ നടന്നു. ഈ യുവാവിനെ പൊലീസുകാർ വലി ച്ചിഴച്ച് പൊലീസ് വണ്ടിയിലിട്ട് കൊണ്ടുപോയി. ഈ യുവാവ് മറ്റാ രുമല്ല. കേരളത്തിന്റെ കണ്ണിലുണ്ണിയും സമര സേനാനിയും വീര വിപ്ലവ നേതാവുമായ കൃഷ്ണപിള്ളയായിരുന്നു.

ഈ സംഭവത്തിന് പത്രങ്ങൾ വലിയ പ്രാധാന്യം നൽകി. അതു വായിച്ച് ദേശാഭിമാനികളാകെ ആവേശം കൊണ്ടു.

കൃഷ്ണപിള്ള അറസ്റ്റിലായി. അദ്ദേഹത്തെ കണ്ണൂർ സെൻട്രൽ ജയി ലിലേക്കയച്ചു. ജയിലിലും അടങ്ങിയിരുന്നില്ല. ജയിൽ സൗകര്യങ്ങൾ മെച്ച പ്പെടുത്തണമെന്നാവശ്യപ്പെട്ട് പോരാട്ടം തുടങ്ങി. സഹതടവുകാരെ ഹിന്ദി പഠിപ്പിക്കാനും ആരംഭിച്ചു.

സ്വാതന്ത്ര്യം നേടിയെടുക്കുന്നതിന് അവലംബിക്കേണ്ട പാതയെക്കു റിച്ച് ജയിലിൽ ഗൗരവതരമായ ചർച്ച. അസ്പൃശ്യത തുടങ്ങിയ സാമൂ ഹികതിന്മകൾക്കെതിരായിട്ടാണ് പോരാട്ടം നടത്തേണ്ടത് — ഒരു വിഭാഗം അഭിപ്രായപ്പെട്ടു. ഈ തിന്മകൾക്കെതിരെ ജനങ്ങളെ അണിനിരത്തുന്ന തിലൂടെ മാത്രമേ ജനകീയ ഐക്യം ഊട്ടിയുറപ്പിക്കാൻ കഴിയൂ എന്ന് അവർ വാദിച്ചു. എന്നാൽ എല്ലാ തിന്മകളുടെയും അടിവേര് കിടക്കുന്നത് സാമ്പത്തികാസമത്വത്തിലാണെന്ന് കൃഷ്ണപിള്ളയും ഒരു സംഘം സഖാക്കളും സമർഥിച്ചു. അതിനാൽ ജനസാമാന്യത്തെ അണിനിരത്തു ന്നതിന് കൃഷിക്കാരുടെയും തൊഴിലാളികളുടെയും സംഘടനകൾ രൂപ വൽക്കരിക്കണമെന്ന് അവർ അഭിപ്രായപ്പെട്ടു. അതിനകം ദേശീയതല ത്തിൽ ഉയർന്നുവരുന്ന രണ്ടു ചിന്താധാരകൾക്ക് ഈ ചർച്ച രാജ്യത്തി ന്റെയാകെ ശ്രദ്ധ ക്ഷണിച്ചു. ഒരു ചിന്താധാരയെ ഗാന്ധിജിയും മറ്റേതിനെ വിപ്ലവകാരികളും പ്രതിനിധാനം ചെയ്തു.

ജയിലിൽ ഈ ചർച്ച നടന്നുകൊണ്ടിരുന്നപ്പോൾതന്നെ കൃഷ്ണപി ള്ളയും സഖാക്കളും വിപ്ലവകാരികളുമായി ബന്ധപ്പെട്ടു. ലാഹോർ ഗൂഢാ ലോചനക്കേസിലെ പ്രതികളായ കമൽനാഥ് തിവാരി, ജയ്ദേവ് കപൂർ എന്നിവരോടൊപ്പം മൂന്ന് ബംഗാൾ വിപ്ലവകാരികളായ ടി എൻ ചക്ര

വർത്തി, രവീന്ദ്രമോഹൻസെൻഗുപ്ത, രമേഷ്ചന്ദ്ര ആചാര്യ എന്നിവരെ കണ്ണൂർ സെൻട്രൽ ജയിലിൽ പാർപ്പിച്ചിരുന്നു. അവരുടെ ചിന്താഗതികൾ കൃഷ്ണപിള്ളയെയും മറ്റും സ്വാധീനിച്ചു. അവർ ഗാന്ധിയൻ ദർശനത്തിനും അപ്പുറത്തേക്കു കടന്നു. ഗാന്ധി–ഇർവിൻ സന്ധിയെതുടർന്ന്, 1931 ൽ ഗാന്ധിജി നിയമലംഘനപ്രസ്ഥാനം പിൻവലിച്ചു. താമസിയാതെ ജയിലിൽ അടച്ചവരെയെല്ലാം മോചിപ്പിച്ചു.

ഗാന്ധിജി നിയമലംഘന പ്രസ്ഥാനം പിൻവലിച്ചത് വ്യക്തമായ ഒരു കീഴടങ്ങലായിട്ടാണ് യുവതലമുറ കണ്ടത്. എങ്കിലും കേരളത്തിൽ പ്രസ്ഥാനത്തിന് ഉശിരു നൽകാൻ മറ്റൊരു പരിപാടി വടകരയിൽ ചേർന്ന സംസ്ഥാന കോൺഗ്രസ് സമ്മേളനം ആവിഷ്കരിച്ചു. ഹൈന്ദവക്ഷേത്രങ്ങളിൽ അവർണർക്ക് പ്രവേശനം നൽകാനുള്ള പ്രക്ഷോഭത്തിന്റെ ഭാഗമായി നവംബർ ഒന്നിന് കേളപ്പന്റെ നേതൃത്വത്തിൽ ഗുരുവായൂരിൽ സത്യഗ്രഹമാരംഭിച്ചു. ജയിൽമോചിതനായ കൃഷ്ണപിള്ള നേരെ പോയത് ഗുരുവായൂരിലെ സത്യഗ്രഹപ്പന്തലിൽ. ബ്രാഹ്മണരിൽ താഴ്ന്ന ജാതിക്കാർക്ക് ക്ഷേത്രത്തിലെ മണി അടിക്കാൻ പാടില്ലായിരുന്നു. ആ വിലക്ക് ലംഘിച്ച് മണിയടിച്ചതിന്റെ പേരിൽ യാഥാസ്ഥിതികരിൽനിന്ന് അദ്ദേഹത്തിന് കടുത്ത മർദനം ഏൽക്കേണ്ടിവന്നു. ആ സംഭവം വളരെ പ്രസിദ്ധമാണ്. ഗാന്ധിജിയുടെ നിർദേശപ്രകാരം സമരം പിൻവലിച്ചു. കൃഷ്ണപിള്ളയെപ്പോലുള്ള ഉശിരന്മാരെ ഇത് നിരാശരാക്കി. സിവിൽ നിയമലംഘന പ്രസ്ഥാനം രണ്ടാംഘട്ടം ആരംഭിച്ചപ്പോൾ കോഴിക്കോട്ടെ ചാലപ്പുറത്തുള്ള സത്യഗ്രഹ ക്യാമ്പിന്റെ ചുമതല കൃഷ്ണപിള്ളയ്ക്കായിരുന്നു. ഈ രണ്ടാംഘട്ടത്തിലും കൃഷ്ണപിള്ള അറസ്റ്റു ചെയ്യപ്പെട്ടു.

ഇത്തവണ (1932 ൽ) ജയിൽ വിമുക്തനായി വരുമ്പോൾ മനസിലുണ്ടായിരുന്ന പ്രധാന ചിന്ത തൊഴിലാളികളെയും കൃഷിക്കാരെയും യുവാക്കളെയും വിദ്യാർഥികളെയും എങ്ങനെ സംഘടിപ്പിക്കണം എന്നതായിരുന്നു. ഏറെ പ്രയാസങ്ങൾ നേരിട്ടുകൊണ്ടാണെങ്കിലും കൈത്തറിത്തൊഴിലാളി യൂണിയൻ രൂപവൽക്കരിച്ചു — കോഴിക്കോട്ടെ ആദ്യത്തെ ട്രേഡ് യൂണിയൻ സംഘടന. കൃഷ്ണപിള്ള അതിന്റെ സെക്രട്ടറിയായി. ഇതിനെത്തുടർന്ന് തിരുവണ്ണൂർ കോട്ടൺമില്ലിലും ഫറോക്കിലെ ഓട്ടുകമ്പനിയിലും പുതിയറ ഓട്ടുകമ്പനിയിലും യൂണിയനുകൾ നിലവിൽ വന്നു. ഫറോക്കിലെ ഓട്ടുകമ്പനിയിൽ കൃഷ്ണപിള്ള ഒരു പണിമുടക്കം സംഘടിപ്പിച്ചു. അത് ചെറുവണ്ണൂർ കോട്ടൺമില്ലിലേക്കു പടർന്നു. ട്രേഡ് യൂണിയൻ പ്രസ്ഥാനത്തിനാകെ പുത്തൻ ഊർജസ്വലതയും ഉശിരും കൈവന്നു.

ഇതിനിടയിൽ കോൺഗ്രസിനെ ശക്തിപ്പെടുത്തുന്ന പ്രവർത്തനങ്ങളിലും അദ്ദേഹം വ്യാപൃതനായി. അതിനൊരു പുതിയ ഉള്ളടക്കവും അർഥവും നൽകാൻ യത്നിച്ചു. ബംഗാൾ വിപ്ലവകാരികളുടെ അനുശീലൻ സമിതിയിലും അംഗമായി. കോഴിക്കോട്ട് ആ സംഘടനയുടെ ഒരു ഘടകം ആരംഭിക്കുകയും പ്രചാരണപ്രവർത്തനങ്ങൾ നടത്തുകയും ചെയ്തു. ഇന്ത്യൻ നാഷണൽ കോൺഗ്രസിന്റെ അഖിലേന്ത്യാ സമ്മേ

ളനത്തിൽ പങ്കെടുക്കാൻ 1934 ൽ ബോംബെയിൽ പോയി. പി കെ ബാലകൃഷ്ണനനും പി വി രാഘവമാരാരും മറ്റും കൂടെയുണ്ടായിരുന്നു. ആ സമ്മേളനത്തോടനുബന്ധിച്ച് സോഷ്യലിസ്റ്റ് ആശയക്കാരായ കോൺഗ്രസുകാരുടെ ഒരു അഖിലേന്ത്യാ സമ്മേളനം ഏർപ്പാടുചെയ്തിരുന്നു. കൃഷ്ണപിള്ളയും മറ്റും അതിൽ പങ്കെടുത്തു. ആ സമ്മേളനം കോൺഗ്രസ് സോഷ്യലിസ്റ്റ് പാർട്ടിക്ക് ജന്മം നൽകി. ജയപ്രകാശ് നാരായണൻ ജനറൽ സെക്രട്ടറിയായ ആ സംഘടനയുടെ ജോയിന്റ് സെക്രട്ടറിമാരിൽ ഒരാളായി ഇ എം എസ് തിരഞ്ഞെടുക്കപ്പെട്ടു. കൃഷ്ണപിള്ളയുടെ അതിലേക്കുള്ള മാറ്റം സ്വാഭാവികമായിരുന്നു. ആ വർഷം തന്നെ കോഴിക്കോട് ടൗൺഹാളിൽ സി എസ് പിയുടെ ഒന്നാം സമ്മേളനം ചേർന്നപ്പോൾ കൃഷ്ണപിള്ള അതിന്റെ ജനറൽ സെക്രട്ടറിയായി തിരഞ്ഞെടുക്കപ്പെട്ടു. അദ്ദേഹവും ഇ എം എസും ട്രേഡ് യൂണിയനുകളും കർഷക സംഘടനകളും രൂപവൽക്കരിക്കാൻ കേരളത്തിന്റെ മുക്കിലും മൂലയിലും സഞ്ചരിച്ചു. സോഷ്യലിസ്റ്റ് ആശയഗതി പ്രചരിപ്പിക്കാൻ *പ്രഭാതം* എന്നൊരു വാരികയും തുടങ്ങി. അതിൽ കൃഷ്ണപിള്ള ധാരാളം ലേഖനങ്ങളെഴുതി.

സംഘടനാപരമായ ഈ പ്രവർത്തനങ്ങളുടെ ഫലമായി ഇടതുപക്ഷ ചിന്താഗതിക്കാർക്ക് കെ പി സി സിക്കകത്ത് മുൻതൂക്കം കിട്ടി. കെ പി സി സിയുടെ രണ്ട് സെക്രട്ടറിമാരിൽ ഒരാളായി ഇ എം എസ് തിരഞ്ഞെടുക്കപ്പെട്ടു. 1938 ൽ ഇടതുപക്ഷത്തിന് കെ പി സി സിക്കകത്ത് കേവല ഭൂരിപക്ഷമായി. മൂന്നുവർഷം ആ ഭൂരിപക്ഷം തുടർന്നു.

കോൺഗ്രസ് സോഷ്യലിസ്റ്റ് പാർട്ടി നിലവിൽ വന്ന് നാലുവർഷം പൂർത്തിയാക്കുന്നതിന് മുമ്പുതന്നെ തിരുവിതാംകൂറിൽ സ്റ്റേറ്റ് കോൺഗ്രസ് സ്ഥാപിതമായി. അതിന്റെ നേതൃത്വത്തിൽ ഉത്തരവാദ ഭരണത്തിനുവേണ്ടി നടന്ന സമരത്തിൽ കൃഷ്ണപിള്ളയും സി എസ് പിയും ചെറുതല്ലാത്ത പങ്കുവഹിച്ചു. 1938 ആഗസ്തിൽ ആദ്യവട്ടസമരം തുടങ്ങിയപ്പോൾ കേരളത്തിൽ സി എസ് പിയും കെ പി സി സിയും (രണ്ടിന്റെയും നേതാക്കൾ ഒന്നുതന്നെയായിരുന്നു) അതിനു ശക്തമായ പിന്തുണ നൽകി. എറണാകുളം കേന്ദ്രമായി കെ പി സി സി തിരുവിതാംകൂർ സമരസഹായ സമിതി രൂപവൽക്കരിച്ചു. 1938 ആഗസ്ത് 26 ന് സമരം തുടങ്ങി. സ്റ്റേറ്റ് കോൺഗ്രസിനെയും യൂത്ത് ലീഗിനെയും ഗവൺമെന്റ് നിരോധിച്ചു. ആ സമരം നയിച്ച ഒന്നാമത്തെ ഡിക്ടേറ്റർ പട്ടംതാണുപിള്ളയായിരുന്നു. ആയിരക്കണക്കിനാളുകൾ അറസ്റ്റുവരിച്ച് ജയിലിൽ പോയി. കൊച്ചിയിൽനിന്നും മലബാറിൽനിന്നും തമിഴ്നാട്ടിൽനിന്നുപോലും വളണ്ടിയർമാരെത്തി. നേതാക്കൾ മോചിതരായതോടെ സമരത്തിന്റെ ആദ്യഘട്ടം സമാപിച്ചു. ദിവാൻ സർ സി പി രാമസ്വാമി അയ്യർക്കെതിരായ ആരോപണങ്ങൾ അടങ്ങിയ ഒരു 'മെമ്മോറിയൽ' മഹാരാജാവിനു സമർപ്പിച്ചതോടെ സമരം രണ്ടാംഘട്ടത്തിലേക്കു കടന്നു. ഗാന്ധിജിയുടെ ഉപദേശപ്രകാരം സ്റ്റേറ്റ് കോൺഗ്രസ് നേതൃത്വം 'മെമ്മോറിയൽ' പിൻവലിച്ചു.

യൂത്ത് ലീഗ് അതിനെ നിശിതമായി എതിർത്തു. കൃഷ്ണപിള്ളയുടെയും സി എസ് പിയുടെയും ശ്രമഫലമായി സ്റ്റേറ്റ് കോൺഗ്രസിനകത്തെ ഒരു പിളർപ്പ് ഒഴിവായി.

ഉത്തരവാദ ഭരണത്തിനുവേണ്ടിയുള്ള സമരത്തിന്റെ ഭാഗമായിട്ടാണ് ആലപ്പുഴയിലെ തൊഴിലാളിവർഗം ഐതിഹാസികമായ പണിമുടക്ക് നടത്തിയത്. ഈ പണിമുടക്കിന്റെ സൂത്രധാരൻ കൃഷ്ണപിള്ളയായിരുന്നു. പണിമുടക്കിന്റെ ഓരോ ഘട്ടത്തിലും അദ്ദേഹം നേരിട്ട് നേതൃത്വം നൽകി. നാലാഴ്ച നീണ്ടുനിന്ന ഈ പണിമുടക്കാണ് കേരളത്തിലെ തൊഴിലാളികൾ നടത്തിയ ആദ്യത്തെ രാഷ്ട്രീയ പണിമുടക്ക്. മഹാനായ തൊഴിലാളിനേതാവെന്ന നിലയിൽ കൃഷ്ണപിള്ളയെ രൂപപ്പെടുത്തിയത് ഈ പണിമുടക്കാണ്.

ഈ പണിമുടക്കിനു മുമ്പുതന്നെ കൃഷ്ണപിള്ള മാർക്സിസത്തിലും കമ്യൂണിസത്തിലും ആകൃഷ്ടനായി. കേരളത്തിലെ കോൺഗ്രസ് സോഷ്യലിസ്റ്റുകാരുമായും കോൺഗ്രസിലെ ഇടതുപക്ഷക്കാരുമായും അഖിലേന്ത്യാ കമ്യൂണിസ്റ്റ് നേതൃത്വം നിയോഗിച്ചതനുസരിച്ച് പി സുന്ദരയ്യയും എസ് വി ഘാട്ടെയുമായും ബന്ധം വച്ചു. ഒടുവിൽ 1937 ൽ കേരളത്തിലെ ആദ്യത്തെ കമ്യൂണിസ്റ്റ് ഗ്രൂപ്പ് രൂപംകൊണ്ടു. ഇ എം എസ്, എൻ സി ശേഖർ, കെ ദാമോദരൻ എന്നിവരായിരുന്നു അതിലെ മറ്റ് അംഗങ്ങൾ. ആ ഘടകത്തിന്റെ സെക്രട്ടറിയായി കൃഷ്ണപിള്ള തിരഞ്ഞെടുക്കപ്പെട്ടു.

കൃഷ്ണപിള്ളയും ഇ എം എസും സി എസ് പിയുടെ മാത്രമല്ല, കോൺഗ്രസിന്റെയും നേതാക്കളായി തുടരണം; അതേസമയം, കമ്യൂണിസ്റ്റ് പാർട്ടിയിലേക്ക് റിക്രൂട്ട് ചെയ്യേണ്ടവരെ അവർ കണ്ടെത്തണം. അനുയോജ്യമായ അവസരത്തിൽ കേഡർമാരുടെ യോഗം വിളിച്ചുകൂട്ടി സംസ്ഥാന ഘടക രൂപവൽക്കരണത്തിന് ഔപചാരികത്വം നൽകണം – ഇതായിരുന്നു പാർട്ടി തീരുമാനം.

അതിന് രണ്ടുവർഷം കാത്തിരിക്കേണ്ടി വന്നു. ആ രണ്ടുവർഷവും കോൺഗ്രസിനകത്ത് മാത്രമല്ല, സോഷ്യലിസ്റ്റുകാരിൽ തന്നെ ഗാന്ധിയൻ ചിന്താഗതിക്കാരും സോഷ്യലിസ്റ്റുകാരും തമ്മിൽ നിരന്തരം സമരം നടന്നു. 1939 സെപ്തംബറിൽ രണ്ടാം ലോകമഹായുദ്ധം പൊട്ടിപ്പുറപ്പെട്ടതോടെ സമരം പരസ്യമായി. കൊളോണിയൽ ഭരണാധികാരികളുമായി വിലപേശൽ നടത്താനാണ് കോൺഗ്രസ് ആ അവസരം ഉപയോഗിച്ചത്. യുദ്ധം കോളനികൾ വെട്ടിപ്പിടിക്കുന്നതിന് സാമ്രാജ്യത്വരാജ്യങ്ങൾ പരസ്പരം മത്സരിച്ച പശ്ചാത്തലത്തിൽ അതിനെതിരെ അണിനിരക്കാൻ തൊഴിലാളിവർഗത്തെയും ഇതര ജനവിഭാഗങ്ങളെയും കമ്യൂണിസ്റ്റ് പാർട്ടി ആഹ്വാനം ചെയ്തു. സി എസ് പിയാവട്ടെ യുദ്ധത്തിനെതിരെ ജനങ്ങളെ അണിനിരത്തുകയെന്ന നിലപാട് സ്വീകരിച്ചില്ല. തങ്ങൾ യുദ്ധത്തിനെതിരാണെന്നു പറഞ്ഞ് ഗവൺമെന്റിന് പോസ്റ്റ് കാർഡുകൾ അയയ്ക്കുന്നതിൽ അവരുടെ പ്രതിഷേധം ഒതുങ്ങി. 1939 അവസാനം തലശേരിക്ക

ടുത്ത് പിണറായിയിൽ 80 ൽപ്പരം പ്രമുഖ സി എസ് പി പ്രവർത്തകർ സമ്മേളിച്ചത്, ഈ പശ്ചാത്തലത്തിലാണ്. വിപുലമായ ചർച്ചകൾക്കു ശേഷം കേരളത്തിലെ സി എസ് പി ഘടകത്തെ ഇന്ത്യൻ കമ്യൂണിസ്റ്റ് പാർട്ടിയുടെ കേരള ഘടകമായി മാറ്റാൻ ആ സമ്മേളനം ഐതിഹാസികമായ തീരുമാനം കൈക്കൊണ്ടു.

പിണറായി സമ്മേളനം കഴിഞ്ഞ ഉടൻ കൃഷ്ണപിള്ള ഒളിവിൽ പോയി. പാർട്ടി സംഘടിപ്പിക്കുന്ന പ്രവർത്തനങ്ങളിൽ മുഴുകി. യുദ്ധത്തിനെതിരെ ജനങ്ങളെ അണിനിരത്തുകയായിരുന്നു മുഖ്യകടമ. ഇടതുപക്ഷക്കാർക്ക് മുൻതൂക്കമുള്ള കെ പി സി സി 1940 സെപ്തംബർ 15 ന് മർദനപ്രതിഷേധദിനം ആചരിക്കാൻ ആഹ്വാനം നൽകി. ആ ദിനം വിജയിപ്പിക്കുന്നതിൽ കൃഷ്ണപിള്ള ഏർപ്പെട്ടു. ആ ദിനാചരണത്തിന്റെ ഭാഗമായിട്ടാണ് മോറാഴ സംഭവം നടന്നതും കെ പി ആറിനെ തൂക്കിക്കൊല്ലാൻ വിധിച്ചതും.

മോറാഴ സംഭവം കഴിഞ്ഞ് ഏതാനും ആഴ്ച പിന്നിട്ടപ്പോൾ സഖാവ് തിരുവിതാംകൂറിലെത്തി. ഒളിവിൽ ജന്മസ്ഥലമായ വൈക്കം സന്ദർശിക്കാനിടയായി. അവിടെവെച്ച് അപ്രതീക്ഷിതമായി പൊലീസ് വലയിൽ കുടുങ്ങി. ഇത്തവണ കന്യാകുമാരി ജില്ലയിലെ ശുചീന്ദ്രം എന്ന ക്ഷേത്ര നഗരത്തിന് സമീപമുള്ള എടലക്കുടി സബ്ജില്ലയിലാണ് സർ സി പിയുടെ പൊലീസ് അദ്ദേഹത്തെ പാർപ്പിച്ചത്. ഈ ജയിൽവാസത്തിനിടയിലാണ് തന്റെ ഭാവിവധു തങ്കമ്മയുമായി കത്തിടപാടിലൂടെ അദ്ദേഹം ബന്ധപ്പെടുന്നത്. തികച്ചും രാഷ്ട്രീയമായി ആരംഭിച്ച ആ ബന്ധം 1942 ൽ ജയിൽ വിമുക്തനായതോടെ വിവാഹത്തിൽ കലാശിക്കുകയായിരുന്നു.

ഹിറ്റ്ലറുടെ ഫാസിസ്റ്റ് സേന സോവിയറ്റ് യൂണിയനു നേരെ ആക്രമണം അഴിച്ചുവിട്ടതോടെ യുദ്ധത്തിന്റെ സ്വഭാവത്തിൽ വന്ന മാറ്റത്തെ കമ്യൂണിസ്റ്റ് പാർട്ടി ശരിയായ വിധത്തിൽ വിലയിരുത്തി. താമസിയാതെ പാർട്ടിയുടെമേലുള്ള നിരോധനം ബ്രിട്ടീഷ് ഗവൺമെന്റ് പിൻവലിച്ചു. 1942 സെപ്തംബറിൽ ബോംബെയിൽ നടന്ന ഒമ്പതു ദിവസം നീണ്ടുനിന്ന കേന്ദ്രപ്ലീനത്തിൽ കൃഷ്ണപിള്ള പങ്കെടുത്തു. പാർട്ടി പ്രവർത്തകർക്ക് ഉത്തേജനം നൽകാൻ പ്ലീനതീരുമാനങ്ങൾ ഉപകരിച്ചു. അതിനുശേഷം സ്വാതന്ത്ര്യത്തിനുവേണ്ടിയും ദേശീയനേതാക്കളെ മോചിപ്പിക്കണമെന്നാവശ്യപ്പെട്ടും പാർട്ടി പ്രക്ഷോഭം തുടങ്ങി. പാർട്ടി പ്രവർത്തനം പുതിയ മേഖലകളിലേക്കു വ്യാപിച്ചു. 1943 ൽ കോഴിക്കോട്ടു ചേർന്ന പാർട്ടിയുടെ പ്രഥമ സംസ്ഥാന സമ്മേളനം കൃഷ്ണപിള്ളയെ സെക്രട്ടറിയായി തിരഞ്ഞെടുത്തു. ആ വർഷംതന്നെ ബോംബെയിൽ ചേർന്ന ഒന്നാം കോൺഗ്രസ് അദ്ദേഹത്തെ കേന്ദ്രകമ്മിറ്റിയിലേക്ക് തിരഞ്ഞെടുത്തു. ആ കോൺഗ്രസിന്റെ നടപടികൾ നിയന്ത്രിച്ച പ്രസീഡിയത്തിലെ ഒരു അംഗമായിരുന്നു അദ്ദേഹം.

യുദ്ധം അവസാനിച്ചപ്പോഴേക്കും രാജ്യത്താകെ വമ്പിച്ച ജനകീയ മുന്നേറ്റം. മുന്നേറ്റത്തിന്റെ ആഴവും പരപ്പും അഭൂതപൂർവമായിരുന്നു.

ദിവാൻ ഭരണത്തിനെതിരെ പുന്നപ്രയിലെയും വയലാറിലെയും ജനങ്ങൾ ഐതിഹാസികമായി പോരാടി. പുന്നപ്ര–വയലാർ സമരവും വടക്കെ മലബാറിലെ കർഷക സമരങ്ങളും സംഘടിപ്പിച്ചവരിൽ പ്രധാനി കൃഷ്ണപിള്ള.

1948 ഫെബ്രുവരി 2–16 തിയതികളിൽ തിരുവിതാംകൂറിൽ തിരഞ്ഞെടുപ്പ്. ഈ തിരഞ്ഞെടുപ്പിൽ പാർട്ടിയുടെ പ്രചാരണസംവിധാനച്ചുമതല കൃഷ്ണപിള്ളയ്ക്ക്.

കമ്യൂണിസ്റ്റ് പാർട്ടിയുടെ രണ്ടാം കോൺഗ്രസ് 1948 ൽ കൽക്കത്തയിൽ. ആ കോൺഗ്രസ് പാർട്ടി നയത്തിലാകെ മാറ്റം വരുത്തി. ഇടതുപക്ഷ സെക്ടേറിയൻ സാഹസികത എന്ന് പിൽക്കാലത്ത് വിശേഷിപ്പിക്കപ്പെട്ട തെറ്റോടുകൂടിയ ഒരു നയം ആ കോൺഗ്രസ് അംഗീകരിച്ചു. കോൺഗ്രസ് കഴിഞ്ഞ് പ്രതിനിധികൾ മുഴുവൻ അവരവരുടെ സംസ്ഥാനങ്ങളിൽ എത്തുന്നതിനു മുമ്പ് ഗവൺമെന്റ് പാർട്ടിയെ നിയമവിരുദ്ധമാക്കി. കോൺഗ്രസ് കൃഷ്ണപിള്ളയെ കേന്ദ്രകമ്മിറ്റിയിലേക്ക് തിരഞ്ഞെടുത്തു. കേരളത്തിൽനിന്ന് കേന്ദ്രകമ്മിറ്റിയിലേക്ക് തിരഞ്ഞെടുക്കപ്പെട്ട മറ്റ് രണ്ടുപേർ ഇ എം എസും കെ സി ജോർജും.

പാർട്ടി നിരോധിക്കപ്പെട്ടതോടെ കൃഷ്ണപിള്ള ഒളിവിൽ പോയി. ഒളിവിലിരുന്നുകൊണ്ട് രഹസ്യപ്രവർത്തനത്തിനുള്ള ശൃംഖലതന്നെയുണ്ടാക്കി.

ഒളിവുപ്രവർത്തനം നടത്തുന്നതിനിടയിലെ 1948 ആഗസ്ത് 19. അന്ന് ഒരു കയർതൊഴിലാളിയുടെ വീട്ടിൽ അദ്ദേഹം പായയിൽ കമിഴ്ന്നുകിടന്ന് എഴുതുകയായിരുന്നു. സംസ്ഥാന നേതൃയോഗത്തിൽ അവതരിപ്പിക്കേണ്ട റിപ്പോർട്ട്. അപ്പോൾ ഒരു പാമ്പ് ഇഴഞ്ഞുവന്ന് അദ്ദേഹത്തെ കടിച്ചു. അദ്ദേഹത്തിന്റെ ജീവൻ രക്ഷിക്കാൻ നടത്തിയ എല്ലാ ശ്രമങ്ങളും പരാജയപ്പെട്ടു. തന്റെ അന്ത്യം അടുത്തു എന്നു മനസിലാക്കിയ ആ വിപ്ലവകാരി റിപ്പോർട്ടിൽ വിറയ്ക്കുന്ന കൈകളോടെ എഴുതി:

കണ്ണുകളിൽ ഇരുട്ട് വ്യാപിക്കുന്നു. ശരീരം തളരുന്നു. എന്തു സംഭവിക്കുമെന്ന് എനിക്കറിയാം. സഖാക്കളേ, മുന്നോട്ട്!

അങ്ങനെ മഹാനായ ഒരു വിപ്ലവകാരിയുടെ സംഭവബഹുലമായ ജീവിതം അവസാനിച്ചു.

കോർത്താല സത്യനാരായണ

1923 - 2006

ആന്ധ്രയിലെ അനുഭവസമ്പന്നനായ കമ്യൂണിസ്റ്റ് നേതാവായിരുന്നു കോർത്താല സത്യനാരായണ. ആദ്യതലമുറയിൽപ്പെട്ട കമ്യൂണിസ്റ്റ് നേതാക്കളോടൊപ്പം പ്രവർത്തിക്കാൻ കഴിഞ്ഞ സഖാവായിരുന്നു അദ്ദേഹം. സംസ്ഥാനത്ത് കർഷകത്തൊഴിലാളി യൂണിയനും കിസാൻസഭയും കെട്ടിപ്പടുക്കുന്നതിൽ അദ്ദേഹം ഗണ്യമായ സംഭാവന നൽകി.

'സഖാവ് കോർത്താല' എന്ന പേരിൽ സഖാക്കൾക്കും സുഹൃത്തുക്കൾക്കും ഇടയിൽ അറിയപ്പെട്ട കോർത്താല സത്യനാരായണ 1923 സെപ്തംബർ 24-ന് ഗുണ്ടൂർ ജില്ലയിലെ പ്യാപ്പരു ഗ്രാമത്തിൽ ജനിച്ചു. അച്ഛൻ: ബുച്ചയ്യ. അമ്മ: കേപ്പമ്മ. അദ്ദേഹത്തിന് ഒരു സഹോദരനും മൂന്ന് സഹോദരിമാരും. 1938-39 കാലത്ത് കോർത്താല തുറിമെല്ല ഹൈസ്കൂളിലെ വിദ്യാർഥി. അക്കാലത്തുതന്നെ അദ്ദേഹത്തിന്റെ സമരവീര്യം വ്യക്തമായി. അക്കാലത്ത് രാജ്യത്താകെ നിലനിന്ന ക്രൂരവും അപരിഷ്കൃതവും ജനാധിപത്യവിരുദ്ധവുമായ ഒരു സമ്പ്രദായമായിരുന്നു ഡിറ്റൻഷൻ. അതിനെതിരെ രാജ്യത്തിന്റെ മറ്റു ഭാഗങ്ങളിലെന്നപോലെ ആന്ധ്രയിലും സമരം നടക്കുന്നുണ്ടായിരുന്നു. സ്വന്തം സ്കൂളിൽ അതിനെതിരായി സമരത്തിന് നേതൃത്വം നൽകിയത് കോർത്താല. സ്കൂളിൽ പതിനൊന്നു ദിവസം സമരം നടത്തിയിട്ടും പ്രയോജനമുണ്ടായില്ല. കാരണം ഡിറ്റൻഷൻ പിൻവലിക്കില്ലെന്ന നിലപാടിൽ ഹെഡ്മാസ്റ്റർ ഉറച്ചുനന്നു. കോർത്താല മക്കിനേനി ബസവപുന്നയ്യ (എം ബി) യെ സമീപിച്ചു. അപ്പോൾ എം ബി വി

ദ്യാർഥി നേതാവായിരുന്നു. അത് മറ്റൊരു ബന്ധത്തിന്റെ തുടക്കം – എം ബിയുടെ മരണം വരെ നീണ്ടുനിന്ന ബന്ധത്തിന്റെ തുടക്കം.

എം ബി ഹെഡ്മാസ്റ്ററെ കണ്ടു സംസാരിച്ചു. അവസാനം വിദ്യാർഥികളുടെ ആവശ്യം അംഗീകരിക്കാൻ അദ്ദേഹം നിർബന്ധിതനായി. സമരം വിജയപൂർവം പര്യവസാനിച്ചു. അങ്ങനെ കോർത്താല നേതൃത്വം നൽകിയ ആദ്യസമരം വിജയപര്യവസായിയായി. സമരങ്ങൾക്ക് നേതൃത്വം നൽകുക മാത്രമല്ല, പഠിപ്പിലും മുൻപന്തിയിൽ നിന്നു. പാഠ്യേതര പ്രവർത്തനങ്ങളിലും അദ്ദേഹം രണ്ടാം സ്ഥാനക്കാരനായിരുന്നില്ല. സ്കൂൾ മാസിക പുറത്തിറക്കുന്നതിൽ പ്രധാന പങ്കു വഹിച്ചു.

സ്കൂളിലെ ഡ്രിൽ മാസ്റ്റർ ഇടതുപക്ഷ ചിന്താഗതിക്കാരനായിരുന്നു. അദ്ദേഹം മോട്ടൂരു ഹനുമന്തറാവു (എം എച്ച്) വിന്റെ അളിയൻ. എം എച്ച് അളിയനെ കാണാൻ ഇടയ്ക്കിടെ സ്കൂളിൽ വരും. അപ്പോൾ എം എച്ചുമായി പരിചയപ്പെടാനിടയായി. ഈ പരിചയവും അദ്ദേഹത്തിന്റെ ചിന്താഗതിയെ സാരമായി സ്വാധീനിച്ചു.

സ്കൂൾ ഹെഡ്മാസ്റ്റർ പൊടുന്നനെ അന്തരിച്ചു. അദ്ദേഹത്തിന്റെ കുടുംബം അനാഥമായി. അദ്ദേഹത്തിന്റെ കുടുംബത്തെ സഹായിക്കണമെന്ന് കോർത്താലയുടെ നേതൃത്വത്തിൽ വിദ്യാർഥികൾ തീരുമാനിച്ചു. അവർ ഗ്രാമീണരിൽനിന്ന് 5000 രൂപ പിരിച്ചുണ്ടാക്കി ഹെഡ്മാസ്റ്ററുടെ കുടുംബത്തെ ഏൽപ്പിച്ചു.

അപ്പോഴേക്ക് പുതിയ ഹെഡ്മാസ്റ്റർ ചാർജെടുത്തു. അദ്ദേഹം ഡിറ്റൻഷൻ സമ്പ്രദായം പുനഃസ്ഥാപിച്ചു. അതിനെതിരെ വിദ്യാർഥികൾ ഒരിക്കൽക്കൂടി രംഗത്തിറങ്ങി. അവർക്ക് കോർത്താല നേതൃത്വം നൽകി. അതിന്റെ ഫലം അക്കൊല്ലത്തെ എസ് എസ് എൽ സി പരീക്ഷയ്ക്ക് കോർത്താല തോറ്റു എന്നതായിരുന്നു. അതോടെ അദ്ദേഹം തന്റെ പഠനം റാപ്പല്ലെയിലേക്ക് മാറ്റി. അവിടെയാകട്ടെ, വിദ്യാർഥി യൂണിയൻ പ്രവർത്തനത്തിൽ കൂടുതൽ സജീവമായി. സ്റ്റുഡന്റ്സ് യൂണിയൻ ജോയിന്റ് സെക്രട്ടറിയായി തിരഞ്ഞെടുക്കപ്പെട്ടു. ഇവിടെ പഠിക്കുമ്പോൾ കമ്യൂണിസ്റ്റുകാരുമായുള്ള ബന്ധം വളർന്നു. ഇവിടെനിന്നാണ് എൽ ബി ഗംഗാധര റാവുവിനെ കണ്ടുമുട്ടിയത്.

വിദ്യാർഥി പ്രസ്ഥാനം ഏറ്റവും സജീവമായ പ്രദേശമായിരുന്നു ഗുണ്ടൂർ. ധാരാളം നല്ല കേഡർമാരും ഉണ്ടായിരുന്നു അവിടെ. 1942–ൽ കോർത്താല അവിടത്തെ എ ബി കോളജിൽ വിദ്യാർഥിയായി ചേർന്നു. കോർത്താലയ്ക്ക് അടങ്ങിയിരിക്കാൻ കഴിഞ്ഞില്ല. വിദ്യാർഥി പ്രസ്ഥാനത്തിൽ ആണ്ടിറങ്ങി; വിദ്യാർഥി സമരസമിതിയുടെ സെക്രട്ടറിയായി. വിദ്യാർഥി സമരകാലത്ത് അദ്ദേഹം ബസവപുന്നയ്യയെ ചെന്നു കാണും. എം ബി അപ്പോഴും വിദ്യാർഥി നേതാവായിരുന്നു.

1942–ൽ ജൂലായിൽ കമ്യൂണിസ്റ്റുപാർട്ടിയുടെമേലുള്ള നിരോധനം ബ്രിട്ടീഷ് ഗവൺമെന്റ് പിൻവലിച്ചു. പാർട്ടി പരസ്യപ്രവർത്തനം തുടങ്ങി. പ്രവർത്തനം മുമ്പോട്ട് കൊണ്ടുപോകാൻ ധാരാളം മുഴുവൻസമയ കേഡർ

മാരെ ആവശ്യമുണ്ടായിരുന്നു. പഠനം ഉപേക്ഷിച്ച് മുഴുവൻ സമയ പ്രവർത്തകനാകാൻ കോർത്താല തീരുമാനിച്ചു. വിദ്യാർഥി പ്രസ്ഥാനത്തിലും ട്രേഡ്‌യൂണിയൻ പ്രസ്ഥാനത്തിലും സജീവമായി. 1942 സെപ്തംബറിൽ പാർട്ടി മെമ്പറായി. അടുത്തവർഷം വിദ്യാർഥി യൂണിയന്റെ ജില്ലാ കമ്മിറ്റിയിലേക്ക് തിരഞ്ഞെടുക്കപ്പെട്ടു. 1944 വരെ വിദ്യാർഥി യൂണിയന്റെ സിറ്റി കമ്മിറ്റി സെക്രട്ടറി ആയിരുന്നു. അദ്ദേഹം വിദ്യാർഥി യൂണിയൻ പ്രവർത്തനം നടത്തുന്നതിന് അനുകൂലമായിരുന്നില്ല രക്ഷകർത്താക്കൾ. അതുകൊണ്ട് അദ്ദേഹത്തിന് പണം അയയ്ക്കുന്നത് അവർ നിർത്തി. അപ്പോൾ കോർത്താലയ്ക്ക് അലവൻസ് നൽകാൻ എം എച്ച് ഏർപ്പാടാക്കി. 1945–ൽ വിദ്യാർഥി പ്രസ്ഥാനത്തിൽ നിന്ന് അദ്ദേഹം ഒഴിവായി. റാപ്പെല്ലെയിൽ പാർട്ടി പ്രവർത്തനത്തിന് അദ്ദേഹം നിയോഗിക്കപ്പെട്ടു. 1945–ൽ സീതാരത്നത്തെ വിവാഹം കഴിച്ചു.

1946 മുതൽ 1948 വരെ വമ്പിച്ച പ്രക്ഷോഭങ്ങളുടെ കാലം. സംസ്ഥാനമൊട്ടാകെ പ്രക്ഷോഭങ്ങൾ കൊണ്ട് ഇളകിമറിഞ്ഞു. കർഷകത്തൊഴിലാളികളുടെ വേതന വർധനവ് ആവശ്യപ്പെട്ട് റാപ്പെല്ലെയിലെ പതിനഞ്ച് ഗ്രാമങ്ങളിൽ വമ്പിച്ച പ്രക്ഷോഭം സംഘടിപ്പിക്കപ്പെട്ടു. അധ്വാനിക്കുന്ന വിവിധ വിഭാഗങ്ങളുടെ പ്രശ്നങ്ങളെ ആസ്പദമാക്കി ഒട്ടേറെ സമരങ്ങളും സംഘടിപ്പിക്കപ്പെട്ടു. ഈ സമരങ്ങളിലൊക്കെ കോർത്താലയും ഭാഗഭാക്കായി. എന്നല്ല, അവയുടെ മുൻപന്തിയിൽ തന്നെ നിന്നു. 1946–ൽ പാർട്ടിയുടെ താലൂക്ക് കമ്മിറ്റിയിലേക്കും 1947–ൽ ജില്ലാകമ്മിറ്റിയിലേക്കും തിരഞ്ഞെടുക്കപ്പെട്ടു.

1948–ൽ കോർത്താലക്കെതിരെ അറസ്റ്റ് വാറണ്ട്. എങ്കിലും എണ്ണായിരത്തിൽപ്പരം വരുന്ന കർഷകത്തൊഴിലാളികളുടെ ഒരു റാലിയെ അദ്ദേഹം അഭിസംബോധന ചെയ്തു. കോൺഗ്രസുകാർ നൽകിയ വിവരപ്രകാരം 1949 ഏപ്രിലിൽ കോർത്താലയെ അറസ്റ്റ് ചെയ്തു. ആദ്യം അദ്ദേഹത്തെ ബെല്ലാരി ജയിലിലേക്കാണ് അയച്ചത്. അവിടെനിന്ന് കടലൂർ ഡിറ്റൻഷൻ ക്യാമ്പിലേക്ക് മാറ്റി. കടലൂർ ഒരു ജയിൽ എന്നതിനേക്കാൾ ഒരു രാഷ്ട്രീയ സ്കൂൾ ആയിട്ടാണ് തനിക്ക് അനുഭവപ്പെട്ടതെന്ന് കോർത്താല പറയുമായിരുന്നത്രെ. ആ ജയിലിൽ എ കെ ജി, എം എച്ച് തുടങ്ങിയവർ പതിവായി രാഷ്ട്രീയ ക്ലാസ് എടുക്കുമായിരുന്നുവത്രെ. ജയിൽ സമരങ്ങളിലും കോർത്താല സജീവം പങ്കുകൊണ്ടു.

1952–ൽ നടന്ന ഒന്നാം പൊതുതിരഞ്ഞെടുപ്പിൽ തെനാലി മണ്ഡലത്തിൽ നിന്ന് അദ്ദേഹം ലോകസഭയിലേക്ക് മത്സരിച്ചു. 1100 വോട്ടിനാണ് അദ്ദേഹം പരാജയപ്പെട്ടത്. കോൺഗ്രസുകാർ ഭീഷണിപ്പെടുത്തിയതുമൂലം വോട്ടർമാരിൽ പലർക്കും തങ്ങളുടെ അടുത്ത് വരാൻ ഭയമായിരുന്നുവെന്ന് കോർത്താല രേഖപ്പെടുത്തി. വോട്ടർമാർക്ക് നിർഭയം തങ്ങളെ സമീപിക്കാൻ കഴിഞ്ഞിരുന്നുവെങ്കിൽ തിരഞ്ഞെടുപ്പുഫലം മറ്റൊന്നാകുമായിരുന്നുവെന്ന് അദ്ദേഹം ഉറച്ചുവിശ്വസിച്ചു.

ജലസേചനത്തിന് ഭൂമി നൽകുന്നതിന്റെ പേരിൽ പാർട്ടി നടത്തിയ സമരത്തിന്റെ ഭാഗമായി കൃഷിക്കാർ കൈവശപ്പെടുത്തിയ ഭൂമി കോൺഗ്രസ് ഗവൺമെന്റ് ബലം പ്രയോഗിച്ച് തിരിച്ചുപിടിക്കാൻ തുടങ്ങി. ഗവൺമെന്റിന്റെ ഈ നീക്കത്തിനെതിരെ പാർട്ടി വമ്പിച്ച പ്രക്ഷോഭം നടത്തി – ബഞ്ചാരു സത്യാഗ്രഹം. റാപ്പെല്ലെ മേഖലയിൽ അതിന് നേതൃത്വം നൽകിയത് കോർത്താല. 80,000ത്തോളം കൃഷിക്കാർ അവിടെ ആ പ്രക്ഷോഭത്തിൽ പങ്കെടുത്തു. സമരം മൂലം ഭൂമി തിരിച്ചുപിടിക്കൽ പരിപാടി ഉപേക്ഷിക്കാൻ ഗവൺമെന്റ് നിർബന്ധിതമായി.

റാപ്പെല്ലെ മണ്ഡലത്തിൽ നിന്ന് 1962 മുതൽ 1978 വരെ അദ്ദേഹം തുടർച്ചയായി മത്സരിച്ചു. 1962–ലും 1978–ലും വിജയിച്ചു. ഭൂപരിഷ്കരണം, റവന്യൂ, ജലസേചനം, കൈത്തറി ആദിയായ പ്രശ്നങ്ങൾ അദ്ദേഹം നിയമസഭയിൽ ഉന്നയിച്ചു. പ്രശ്നങ്ങൾ നന്നായി പഠിച്ച് അവതരിപ്പിക്കും. ഓരോ പ്രശ്നം ഉന്നയിക്കുമ്പോഴും അവയ്ക്ക് ഉപോൽബലകമായി വസ്തുതകൾ അണിനിരത്തും. നല്ലൊരു പാർലമെന്റേറിയൻ എന്ന നിലയിൽ കോർത്താല പേരെടുത്തു.

ഗ്രാമീണ സമ്പദ്വ്യവസ്ഥയെക്കുറിച്ച് കോർത്താലയ്ക്ക് നല്ല പരിജ്ഞാനമായിരുന്നു. നാട്ടിൻപുറത്തെ ഒരു സർവേക്ക് അദ്ദേഹം നേതൃത്വം നൽകി. ആ സർവേയുടെ ഫലമാണ് *ചില കാർഷിക പ്രശ്നങ്ങളെപ്പറ്റി* എന്ന പേരിൽ പാർട്ടി അംഗീകരിച്ച പ്രമേയം. ഒരു എഴുത്തുകാരനായിരുന്നില്ലെങ്കിലും അത്യാവശ്യം സന്ദർഭങ്ങളിൽ എഴുതിയിട്ടുണ്ട്.

1967–ലാണ് കോർത്താല ആദ്യമായി സംസ്ഥാന കമ്മിറ്റിയിലേക്ക് തിരഞ്ഞെടുക്കപ്പെട്ടത്. 1978–ൽ സംസ്ഥാന സെക്രട്ടേറിയറ്റ് അംഗമായി. 1985 മുതൽ മരണം വരെ കേന്ദ്രകമ്മിറ്റി അംഗമായിരുന്നു. 1991–നും 1997–നും ഇടയിൽ സംസ്ഥാന സെക്രട്ടറിയായി പ്രവർത്തിച്ചു. 2002–നും 2005–നും ഇടയിൽ പി ബി അംഗം എന്ന നിലയിൽ പ്രവർത്തനം കാഴ്ചവച്ചു.

മൂന്നുവർഷം ജയിലിലും നാലരവർഷം ഒളിവിലും കഴിഞ്ഞ കോർത്താല റിവിഷനിസത്തിനെതിരായിട്ടെന്നപോലെ തീവ്രവാദത്തിനും എതിരെ വിട്ടുവീഴ്ച കൂടാതെ പോരാടി. കാൻസർ രോഗം മൂലം 2006 ജൂലായ് 1–ന് അന്തരിച്ചു.

എസ് വൈ കോൽഹാട്കർ

1909 - 1994

മഹാരാഷ്ട്രയിലെ ആദ്യകാല കമ്യൂണിസ്റ്റ് നേതാക്കളിലൊരാളായിരുന്നു എസ് വൈ കോൽഹാട്കർ. പത്രജീവനക്കാരുടെ സംഘടനാ നേതാവുമായിരുന്നു അദ്ദേഹം.

മഹാരാഷ്ട്രയിലെ പഴയ സാംഗ്ലി സംസ്ഥാനത്ത് 1909–ൽ ജനിച്ചു. അച്ഛൻ ഒരു ഗവൺമെന്റ് ഉദ്യോഗസ്ഥൻ. ബെൽഗോണിനടുത്ത ഷഹാപ്പൂരിൽ സ്കൂൾ വിദ്യാഭ്യാസം. അത് പൂർത്തിയായപ്പോൾ പൂണെയിലെ ഫർഗുസൻ കോളേജിൽ ചേർന്നു. അവിടെനിന്ന് ആദ്യം ബി എസ് സിയും പിന്നീട് എം എസ് സിയും പാസായി.

കുട്ടിക്കാലംമുതലേ രാഷ്ട്രീയത്തിൽ ആകൃഷ്ടനായി. രാഷ്ട്രീയ നേതാക്കൾ പ്രസംഗിക്കുന്ന യോഗങ്ങളിൽ പതിവായി പോകും. ഡോ. ഹാർദിക്കാർ ആരംഭിച്ച ഹിന്ദുസ്ഥാൻ സേവാദളിൽ അംഗമായിച്ചേർന്നു. കോൺഗ്രസിന്റെ ബെൽഗോൺ സമ്മേളനത്തിൽ വളണ്ടിയറായി. പണ്ഡിറ്റ് നെഹ്റുവിന്റെ അധ്യക്ഷതയിൽ നടന്ന യൂത്ത്കോൺഗ്രസിന്റെ പ്രഥമ സമ്മേളനത്തിൽ പങ്കെടുത്തു. കോളേജിൽ പഠിക്കുമ്പോൾ എസ് എം ജോഷിയും എൻ ജി ഗോറെയും മറ്റും അവിടെ പഠിക്കാനുണ്ടായിരുന്നു. അവരുമായി സൗഹൃദത്തിലായി. കോളേജ്പഠനം പൂർത്തിയാപ്പോൾ ഒരു കോളേജിൽ അധ്യാപകനായിച്ചേർന്നു. പ്രതിമാസശമ്പളം 25 രൂപ.

ഇപ്രകാരം അധ്യാപകജോലി നോക്കുമ്പോൾ വായിക്കാൻ ധാരാളം സമയംകിട്ടി. വായനയിൽ മാർക്സിന്റെയും ലെനിന്റെയും കൃതികളും മറ്റു മാർക്സിസ്റ്റ്സാഹിത്യങ്ങളും ഉൾപ്പെട്ടു. സ്റ്റുഡന്റ്സ് സ്റ്റഡീസർ

ക്കിളിൽ കൃത്യമായി പങ്കെടുക്കും. ആ സ്റ്റഡീസർക്കിളിൽ സർ ദേസായി, ഭരദ്വാജ് മുതലായവർ സംസാരിക്കുന്നതു കേൾക്കും. ചില മാർക്സിസ്റ്റ്നേതാക്കളുടെ ക്ലാസുകളിലും പങ്കെടുത്തു. ക്രമേണ മാർക്സിസത്തിൽ ആകൃഷ്ടനായി. സുഹൃത്ത് മോട്ടെയുടെ കൂടെ മുംബൈയിലെത്തി കമ്യൂണിസ്റ്റുനേതാവ് ബി ടി രണദിവെയെ കണ്ടു. 1929–ൽ മീറത്ത് ഗൂഢാലോചനക്കേസിൽ കമ്യൂണിസ്റ്റ്–ട്രേഡ് യൂണിയൻ നേതാക്കൾ അറസ്റ്റിലായപ്പോൾ അതിൽ പ്രതിഷേധിക്കാൻ പൂണെയിൽ ഒരു യോഗം. ആ യോഗത്തിൽ പ്രസംഗിച്ചു—ആദ്യത്തെ പൊതുയോഗം. പ്രസംഗം കേൾക്കാൻ നൂറിലധികം ആളുകളുണ്ടായിരുന്നു. അതിനുശേഷം ജോലി രാജിവച്ച് മുഴുവൻസമയ പ്രവർത്തകനായി.

ഷോലാപ്പൂർ ഒരു ടെക്സ്റ്റൈൽ നഗരമായി വളർന്നുവരികയായിരുന്നു. അവിടെപ്പോയി ടെക്സ്റ്റൈൽ തൊഴിലാളികൾക്കിടയിൽ പ്രവർത്തിക്കാൻ പാർട്ടി നിർദേശിച്ചു. 1930ഫെബ്രുവരിമുതൽ ജൂൺവരെ ആ ജോലി നന്നായി നിറവേറ്റി. അവിടെ ടെക്സ്റ്റൈൽ തൊഴിലാളികളുടെ ഒരു ഉശിരൻ സംഘടന നിലവിൽവന്നു.

പൊലീസിനും അധികാരികൾക്കും പരിഭ്രാന്തിയായി. പൊലീസ് അറസ്റ്റുവാറണ്ടിറക്കി. അപ്പോൾ ഒളിവിൽപ്പോയി. ഷോലാപ്പൂരിലെ തൊഴിലാളികൾക്കിടയിൽത്തന്നെ രഹസ്യമായി പ്രവർത്തിച്ചു. രാത്രി തൊഴിലാളികളുടെ വീടുകളിൽ പോകും. അവരോട് സംസാരിക്കും. തൊഴിലുടമകൾ നടത്തുന്ന കൊടിയചൂഷണത്തിനും മർദനത്തിനും എതിരെ സംഘടിക്കുന്നതിന്റെ ആവശ്യകത അവരെ ബോധ്യപ്പെടുത്തും. കോൽഹാട്കറെ എങ്ങനെയും അറസ്റ്റുചെയ്യണമെന്ന് പൊലീസിനു വാശി. അവർ അന്വേഷണം ശക്തിപ്പെടുത്തി. ഷോലാപ്പൂരിൽ പ്രവർത്തനം തുടരാൻ പറ്റാത്ത അവസ്ഥ. അവസാനം അറസ്റ്റിൽനിന്ന് ഒഴിവാക്കാൻ നാഗ്പൂരിലേക്കു കടന്നു. എസ് വൈ കുൽക്കർണി എന്ന പേരിൽ അവിടെ പ്രവർത്തനം തുടങ്ങി. 1941വരെ ആ പേരിൽത്തന്നെ അറിയപ്പെട്ടു.

1934–ൽ ടെക്സ്റ്റൈൽ തൊഴിലാളികളുടെ പ്രഥമ ദേശീയപണിമുടക്ക് നാഗ്പൂരിൽ. അത് വിജയിപ്പിക്കാൻ റൂയിക്കാറോടൊപ്പം പ്രവർത്തിച്ചു. പണിമുടക്ക് വിജയകരമായി. എങ്കിലും കോൽഹാട്കർ അറസ്റ്റിലായി. ആറുമാസത്തെ തടവുശിക്ഷ കിട്ടി.

സെൻട്രൽ പ്രവിശ്യയിലും ബേരാറിലും കോൺഗ്രസ് സോഷ്യലിസ്റ്റുപാർട്ടിയുടെ ഘടകം രൂപീകരിക്കണം. അതിനായി ജയപ്രകാശ് നാരായണൻ നാഗ്പൂരിലെത്തി. കോൺഗ്രസ് സോഷ്യലിസ്റ്റുപാർട്ടിയിൽ ചേരാമോ എന്ന് കോൽഹാട്കറോടും സഖാക്കളോടും ആരാഞ്ഞു. തങ്ങൾ കമ്യൂണിസ്റ്റുകാരാണെന്ന് അവർ മറുപടി പറഞ്ഞു. കമ്യൂണിസ്റ്റുകാരായാലും സി എസ് പിയിൽ ചേരുന്നതിന് വിരോധമില്ലെന്നായി ജയപ്രകാശ്. അങ്ങനെയെങ്കിൽ തങ്ങൾ ആ പാർട്ടിയിൽ ചേരാമെന്നായി അവർ. കോൽഹാട്കറും സഖാക്കളും സി എസ് പിയിലും പ്രവർത്തിക്കാൻതുടങ്ങി. നാഗ്പൂരിൽ കോൺഗ്രസ് സമ്മേളനം കഴിഞ്ഞതിനുശേഷം കോൺഗ്രസ്

സോഷ്യലിസ്റ്റുകാർ അമരാവതിയിൽ ഒരു സമ്മേളനം വിളിച്ചുകൂട്ടി. കോൽഹാട്കർ പാർട്ടിയുടെ സെക്രട്ടറിയായി തെരഞ്ഞെടുക്കപ്പെട്ടു.

കോൽഹാട്കർ നാഗ്പൂരിൽ പ്രവർത്തിക്കാൻ തുടങ്ങുന്നതിനുമുമ്പ് എ ഐ ടി യു സിയിൽ രണ്ടാമത്തെ പിളർപ്പ് പ്രത്യക്ഷപ്പെടുകയും റെഡ് ട്രേഡ് യൂണിയൻ കോൺഗ്രസ് നിലവിൽവരികയും ചെയ്തു. എങ്കിലും കോൽഹാട്കർ റൂയിക്കാറോടൊപ്പമാണ് പ്രവർത്തിച്ചത്. അവർ ഒന്നിച്ചാണ് നാഗ്പൂരിൽ ടെക്സ്റ്റൈൽ തൊഴിലാളികളുടെ ദേശീയപണിമുടക്ക് വിജയിപ്പിക്കാൻ ശ്രമിച്ചത്. 1935 ആയപ്പോഴേക്ക് ട്രേഡ് യൂണിയൻ പ്രസ്ഥാനത്തിനകത്തെ ഭിന്നിപ്പിന്റെ പ്രത്യാഘാതം റെഡ് ട്രേഡ് യൂണിയൻ കോൺഗ്രസിന്റെ നേതാക്കൾക്ക് ബോധ്യമായി. ആ വർഷം എ ഐ ടി യു സി നേതൃത്വം മുന്നോട്ടുവച്ച ഐക്യനിർദേശം അവർ അംഗീകരിക്കുകയും റെഡ് ട്രേഡ്യൂണിയൻ കോൺഗ്രസിനെ എ ഐ ടി യു സിയിൽ ലയിപ്പിക്കുകയും ചെയ്തു. അതോടെ എ ഐ ടി യു സി നേതാവ് റൂയിക്കാറോടൊപ്പം തോളോടുതോൾ ചേർന്ന് പ്രവർത്തിക്കാൻതുടങ്ങി.

1939–ൽ രണ്ടാം ലോകമഹായുദ്ധം തുടങ്ങി. യുദ്ധത്തിനെതിരെ അണിനിരക്കാൻ കമ്യൂണിസ്റ്റുപാർട്ടിയുടെ ആഹ്വാനം വന്നു. യുദ്ധത്തിനെതിരെ നാഗ്പൂരിൽ ഒരു സമ്മേളനം. അധ്യക്ഷൻ സുഭാഷ്ചന്ദ്രബോസ്. സ്വാഗതസംഘം സെക്രട്ടറി കോൽഹാട്കർ. 1940–ന്റെ തുടക്കത്തിൽ അദ്ദേഹം യുദ്ധത്തിനെതിരെ ഒരു പ്രസംഗംചെയ്തു. അതിന്റെപേരിൽ അറസ്റ്റിലായി. ഇതിനിടയിൽ ഗാന്ധിജി വ്യക്തിസത്യഗ്രഹം തുടങ്ങി. ആദ്യത്തെ സത്യഗ്രഹി വിനോബാജി. കോൽഹാട്കറെ പാർപ്പിച്ച ജയിലിൽത്തന്നെ വിനോബാജിയെയും കൊണ്ടുവന്നു. രണ്ടുപേരും പരിചയപ്പെട്ടു; അടുത്തു. ചെറിയ അക്ഷരത്തിലുള്ള ചില പുസ്തകങ്ങൾ കോൽഹാട്കർ വിനോബാജിക്ക് വായിച്ചുകൊടുക്കും. ഈ ജയിലിൽകഴിയുമ്പോൾ ദേശീയതയെക്കുറിച്ച് കോൽഹാട്കർ ഒരു ലഘുപുസ്തകമെഴുതി. അതിന് അവതാരിക എഴുതിയത് എൻ വി ഗാഡ്ഗിൽ. ജയിൽമോചിതനായപ്പോൾ മുംബൈക്ക് മടങ്ങി. അവിടെ തന്റെ പഴയ പേരുതന്നെ സ്വീകരിച്ചു. *സാഥി* എന്ന മറാഠി വാരികയിൽ ചേർന്നു. വാരികയിലെ പ്രവർത്തനത്തോടൊപ്പം പാർട്ടിപ്രവർത്തനവും നടത്തി. രണ്ടുവർഷം ഇങ്ങനെ തുടർന്നു. അപ്പോഴേക്കും *സാഥി*യിലെ പ്രവർത്തനം മടുത്തു. നേവൽ ഡോക്ക്യാർഡ് തൊഴിലാളികൾക്കിടയിൽ പ്രവർത്തിക്കാൻ തുടങ്ങി. ആ യൂണിയന്റെ സെക്രട്ടറിയായി തെരഞ്ഞെടുക്കപ്പെട്ടു.

സ്വാതന്ത്ര്യം ലഭിച്ച് അധികം കഴിയുന്നതിനുമുമ്പ് ഇന്ത്യൻ കമ്യൂണിസ്റ്റുപാർട്ടിയുടെ രണ്ടാം കോൺഗ്രസ്. അതിനെത്തുടർന്ന് പാർട്ടി നിരോധിക്കപ്പെട്ടു. നേതാക്കളിൽപലരും അറസ്റ്റിലായി. ചിലർ ഒളിവിൽപ്പോയി. അപ്രകാരം ഒളിവിൽപ്പോയവരിൽ ഒരാളായിരുന്നു കോൽഹാട്കർ. 1951വരെ ഒളിവുപ്രവർത്തനം നടത്തി. ഒളിവിൽനിന്ന് പുറത്തുവന്നതിനുശേഷം ട്രേഡ്യൂണിയൻരംഗത്ത് കേന്ദ്രീകരിച്ചു. നേവൽ ഡോക്ക്യാർഡ് വർക്കേഴ്സ് യൂണിയന്റെ സെക്രട്ടറിസ്ഥാനത്ത് തുടർന്നതിനോടൊപ്പം

എ ഐ ടി യു സിയുടെ പ്രവർത്തകസമിതി അംഗവുമായി. 1955–ൽ സംയുക്ത മഹാരാഷ്ട്രാപ്രക്ഷോഭത്തിൽ സജീവം ഭാഗഭാക്കായി. ആ പ്രക്ഷോഭത്തോടനുബന്ധിച്ച് അറസ്റ്റിലായി. നാലഞ്ചുമാസം ജയിലിൽ കിടക്കേണ്ടിവന്നു.

അമ്പതുകളുടെ രണ്ടാംപകുതി ആയപ്പോഴേക്ക് ശ്രദ്ധ പത്രപ്രവർത്തനമേഖലയിലേക്കു തിരിഞ്ഞു. പത്രപ്രവർത്തകർ ഒട്ടേറെ സ്ഥാപനങ്ങളിലായി ചിതറിക്കിടക്കുകയായിരുന്നു. അവർ ഓരോരുത്തരെയും വ്യക്തിപരമായി കണ്ടു. 1956–ൽ *ടൈംസ് ഓഫ് ഇന്ത്യ* എംപ്ലോയീസ് യൂണിയൻ രൂപീകരിച്ചു. 1960–ൽ അതിന്റെ ജനറൽസെക്രട്ടറിയായി. ഈ വ്യവസായത്തിൽ പ്രവർത്തിക്കുന്ന യൂണിയനുകളെ ഏകോപിപ്പിച്ച് ഓൾ ഇന്ത്യാ ന്യൂസ്പേപ്പർ എംപ്ലോയീസ് ഫെഡറേഷൻ രൂപീകരിക്കാനും മുൻകൈയെടുത്തു. അദ്ദേഹത്തിന്റെ നിരന്തരവും തീവ്രവുമായ ശ്രമത്തിന്റെ ഫലമായാണ് ഇന്ത്യാഗവൺമെന്റ് 1956–ൽ വർക്കിങ് ജേർണലിസ്റ്റ് ആക്ട് കൊണ്ടുവന്നത്. ഗവൺമെന്റ് ആദ്യത്തെ വേജ്ബോർഡ്–ദ്വിവേദിത വേജ്ബോർഡ്–രൂപീകരിച്ചതും അദ്ദേഹത്തിന്റെ ശ്രമഫലമായിട്ടുതന്നെ. നോൺ ജേർണലിസ്റ്റുകൾക്കുവേണ്ടിയുള്ള വേജ്ബോർഡിനുവേണ്ടിയും പോരാടി. ആദ്യം അതിന് ഗവൺമെന്റ് വിസമ്മതിച്ചു. അതുകൊണ്ട് വമ്പിച്ച പ്രക്ഷോഭം. അവസാനം 1962–ൽ ഗവൺമെന്റ് ഒരു നോൺ സ്റ്റാറ്റ്യൂട്ടറി ബോർഡ് രൂപീകരിച്ചു—ഷിൻഡേ വേജ്ബോർഡ്. വേജ്ബോർഡിലെ അംഗമായിരുന്നു കോൽഹാട്കർ. അറസ്റ്റുവാറണ്ടുള്ളതിനാൽ ബോർഡ് യോഗങ്ങളിൽ പങ്കെടുക്കാൻ കഴിഞ്ഞില്ല. എങ്കിലും ബോർഡിൽനിന്ന് രാജിവയ്ക്കുന്നതിനുമുമ്പ് തന്റെ അഭിപ്രായം ബോർഡിന്റെ ശ്രദ്ധയിൽപ്പെടുത്തി—നോൺ സ്റ്റാറ്റ്യൂട്ടറി ബോർഡ് സ്റ്റാറ്റ്യൂട്ടറി ബോർഡാക്കി മാറ്റണം. ബോർഡിന്റെ ശുപാർശകൾ ജീവനക്കാർക്ക് അനുകൂലമായിരുന്നെങ്കിലും അധികൃതർ അത് നടപ്പാക്കിയില്ല. പല രൂപങ്ങളിലുള്ള സമരങ്ങളും നടത്തിനോക്കി. പക്ഷേ, ആവശ്യംമാത്രം അംഗീകരിച്ചുകിട്ടിയില്ല. അതിനാൽ 1968–ൽ അഖിലേന്ത്യാപണിമുടക്ക് സംഘടിപ്പിക്കേണ്ടിവന്നു. എന്നിട്ടും ഫലമുണ്ടായില്ല. അവസാനം പ്രശ്നം പ്രധാനമന്ത്രി ഇന്ദിരാഗാന്ധിയുടെ മുമ്പിൽ അവതരിപ്പിച്ചു. അവർ അത് ഒരു ട്രിബ്യൂണലിന് റഫർചെയ്യുകയും ട്രിബ്യൂണൽ ജീവനക്കാർക്ക് അനുകൂലമായ അവാർഡ് നൽകുകയുംചെയ്തു. ഓൾ ഇന്ത്യാ ഫെഡറേഷൻ ഓഫ് ന്യൂസ്പേപ്പർ വർക്കേഴ്സിന്റെ പ്രസിഡന്റായി തിരഞ്ഞെടുക്കപ്പെട്ടു. നോൺ ജേർണലിസ്റ്റുകൾക്കുവേണ്ടിയുള്ള നോൺ സ്റ്റാറ്റ്യൂട്ടറി വേജ്ബോർഡ് സ്റ്റാറ്റ്യൂട്ടറി വേജ്ബോർഡാക്കി മാറ്റണമെന്ന് നിരന്തരം ആവശ്യപ്പെട്ടു. അങ്ങനെയാണ് നിയമാധിഷ്ഠിത പലേക്കർ വേജ്ബോർഡ് രൂപീകരിക്കപ്പെട്ടത്. രണ്ടും മൂന്നും വേജ്ബോർഡിലെ അംഗമായിരുന്നു അദ്ദേഹം.

ഇന്ത്യൻ കമ്യൂണിസ്റ്റ്പ്രസ്ഥാനത്തിനകത്ത് ആശയസമരം ശക്തിപ്പെട്ടുവന്നപ്പോൾ കോൽഹാട്കർ റിവഷനിസത്തിനെതിരായ നിലപാട് സ്വീകരിച്ചു. പിന്നീട് സി പി ഐ (എം) രൂപീകരിച്ചവരുടെകൂടെ അദ്ദേഹം

നിലയറുപ്പിച്ചു. അതുകൊണ്ട് ഇന്ത്യാ-ചൈനാ അതിർത്തിസംഘട്ടനത്തിന്റെ പശ്ചാത്തലത്തിൽ കമ്യൂണിസ്റ്റുനേതാക്കളെ ഗവൺമെന്റ് വേട്ടയാടിയപ്പോൾ അതിൽ അദ്ദേഹവുംപെട്ടു. ഒരുവർഷത്തോളം ജയിലിൽക്കഴിഞ്ഞു. ജയിൽമോചിതനായി ഏറെക്കഴിയുന്നതിനുമുമ്പ് പാർട്ടി പിളർന്നു. സി പി ഐ (എം) നിലവിൽവന്നു. അദ്ദേഹം സി പി ഐ (എം) സംസ്ഥാന സെക്രട്ടറിയും കേന്ദ്രകമ്മിറ്റി അംഗവുമായി. പാർട്ടി വാരികയായ *ജീവൻ ധാര*യുടെ എഡിറ്ററായി നിയമിതനായി.

എ ഐ ടി യു സി പ്രവർത്തകസമിതി അംഗമായിരുന്ന കോൽഹാട്കർ സി ഐ ടി യു രൂപംകൊണ്ടപ്പോൾ അതിന്റെ വൈസ്പ്രസിഡന്റായി. 1994-ൽ അന്തരിച്ചു.

എൽ ബി ഗംഗാധര റാവു

1921 - 2003

ആന്ധ്രയിലെ കമ്യൂണിസ്റ്റുപ്രസ്ഥാനത്തിന്റെ ശിൽപ്പികളിലൊരാളായിരുന്നു എൽ ബി ജി എന്ന മൂന്നക്ഷരത്തിൽ പ്രസിദ്ധനായ ലവു ബാല ഗംഗാധര റാവു. ഐതിഹാസികമായ തെലങ്കാനാ സമരനേതാവും കർഷകത്തൊഴിലാളികളെ സംഘടിപ്പിക്കുന്നതിൽ സുപ്രധാന പങ്കു വഹിച്ച വിപ്ലവകാരിയുമായിരുന്നു അദ്ദേഹം.

ഗുണ്ടൂർ ജില്ലയിലെ തെനാലി താലൂക്കിൽപ്പെട്ട കൂപ്പൊ ഗ്രാമത്തിൽ 1921 ആഗസ്ത് 5–ന് എൽ ബി ജി ജനിച്ചു. അദ്ദേഹത്തിന്റേത് സമ്പന്നമായ ഒരു ധനിക കർഷക കുടുംബം. അച്ഛൻ ലവ് സുബ്രഹ്മണ്യം. അമ്മ ലക്ഷ്മി കാന്തമ്മ.

ആന്ധ്രയിൽ മുപ്പതുകളുടെ രണ്ടാംപകുതിയിൽ രാഷ്ട്രീയ ക്ലാസുകൾ സംഘടിപ്പിക്കുക പതിവായിരുന്നു. ആ സംസ്ഥാനത്തെ ആദ്യതലമുറയിൽപ്പെട്ട കമ്യൂണിസ്റ്റുകാർ സോഷ്യലിസത്തിലേക്ക് ആകർഷിക്കപ്പെട്ടത് ഈ ക്ലാസുകളിലൂടെയായിരുന്നു. അപ്രകാരം 1937–ൽ കൊത്തപട്ടണം എന്ന സ്ഥലത്ത് ഒരു രാഷ്ട്രീയ സ്കൂൾ. അതിൽ പങ്കെടുത്ത ഒരാളായിരുന്നു എൽ ബി ഗംഗാധര റാവു. അപ്പോൾ അദ്ദേഹം വിദ്യാർഥിയായിരുന്നു. ഈ ക്ലാസിൽ വെച്ചാണ് സോഷ്യലിസ്റ്റ് ആശയഗതിയുമായി അദ്ദേഹം പരിചയപ്പെടുന്നത്. ആ പരിചയം അടുത്തവർഷം അദ്ദേഹത്തിന് കമ്യൂണിസ്റ്റുപാർട്ടിയിൽ അംഗത്വമെടുക്കുന്നതിന് വഴിതുറന്നു. 1940–ൽ വിദ്യാർഥി ഫെഡറേഷന്റെ ഗുണ്ടൂർ ജില്ലാ സെക്രട്ടറിയായി.

രണ്ടാം ലോകമഹായുദ്ധം തുടങ്ങി അധികം കഴിയുന്നതിനുമുമ്പ്

അറസ്റ്റ് വാറണ്ട്. അതിനെത്തുടർന്ന് ഒളിവിൽപ്പോയി. 1942വരെ ഒളിവിൽ. ഒളിവിൽ നിന്ന് പുറത്തുവന്നപ്പോൾ കൃഷിക്കാർക്കിടയിൽ പ്രവർത്തിക്കാനാണ് നിർദേശം കിട്ടിയത്. അങ്ങനെ കൃഷിക്കാരെ സംഘടിപ്പിക്കുന്ന പ്രവർത്തനത്തിൽ ആണ്ടിറങ്ങി.

കൊത്തപട്ടണം രാഷ്ട്രീയ സ്കൂളിൽ വച്ച് ബസവപുന്നയ്യയെ (എം ബി) കണ്ടുമുട്ടി. എം ബിയുടെ മരണംവരെ നീണ്ടുനിന്ന ബന്ധത്തിന്റെ തുടക്കം. ആ ബന്ധം ക്രമേണ അവരുടെ കുടുംബബന്ധത്തിലേക്കും നയിച്ചു. എം ബിക്ക് ഗംഗാധരറാവുവിന്റെ സഹോദരിയെ വിവാഹം കഴിക്കാൻ മോഹം; സഹോദരിക്ക് എം ബിയെ വിവാഹം കഴിക്കാനും. പക്ഷേ, എൽ ബി ജിയുടെ പിതാവ് വിവാഹത്തിന് എതിര്. സഹോദരിയെ സഹായിക്കാൻ എൽ ബി ജി തീരുമാനിച്ചു. പിതാവിനെ അറിയിക്കാതെ ചില സുഹൃത്തുക്കളോടൊപ്പം വിവാഹത്തിന് ഏർപ്പാട് ചെയ്തു. അങ്ങനെ 1938-ൽ എം ബിയുടെ വിവാഹം നടന്നു. കുറെക്കഴിഞ്ഞപ്പോൾ പിതാവ് ആ വിവാഹവുമായി പൊരുത്തപ്പെട്ടു.

എൽ ബി ജി മുഴുവൻസമയ രാഷ്ട്രീയ പ്രവർത്തകനാകുന്നതിനോടും പിതാവിന് യോജിപ്പുണ്ടായിരുന്നില്ല. ആ എതിർപ്പ് പ്രകടമായ ഒരു സംഭവമുണ്ടായി. പാർട്ടി നേതാക്കൾ തങ്ങളുടെ സ്വത്ത് വിറ്റുകിട്ടുന്ന പണം പാർട്ടിക്ക് സംഭാവന നൽകണം—1943-ൽ പി സുന്ദരയ്യയുടെ ആഹ്വാനം. എം ബി, മണികൊണ്ട സൂര്യവതി തുടങ്ങിയവരൊക്കെ അങ്ങനെ ചെയ്തു. എൽ ബി ജി പിതാവിനെ സമീപിച്ച് സ്വത്തിൽ തന്റെ ഓഹരി തനിക്ക് തരണമെന്നാവശ്യപ്പെട്ടു. പിതാവ് വിസമ്മതിച്ചു. അവസാനം എം ബി ഇടപെട്ട് ഓഹരി വാങ്ങിക്കൊടുക്കുകയായിരുന്നു-നാല് ഏക്കർ നന ഭൂമി. അത് വിറ്റുകിട്ടിയ തുക മുഴുവൻ പാർട്ടിക്ക് സംഭാവന നൽകി.

1945-46 കാലത്ത് ആന്ധ്രയുടെ പല ഭാഗങ്ങളിലും പ്രത്യേകിച്ച് ഗുണ്ടൂർ-തെനാലി പ്രദേശങ്ങളിൽ, കമ്യൂണിസ്റ്റുകാർക്കെതിരെ കോൺഗ്രസ് ഗുണ്ടകളുടെ വിളയാട്ടം. ആ ഘട്ടത്തിലാണ് പേരുകേട്ട വിപ്ലവകാരി പൃഥ്വിസിങ്ങിന് ആന്ധ്രയുടെ വിവിധ ഭാഗങ്ങളിൽ സ്വീകരണങ്ങൾ ഏർപ്പാട് ചെയ്തത്. തെനാനിയിലും അദ്ദേഹത്തിന് സ്വീകരണമുണ്ടായിരുന്നു. സ്വീകരണത്തിൽ പങ്കെടുക്കാൻ പോകുമ്പോൾ ഗുണ്ടകൾ എൽ ബി ജിയെ അതിഭീകരമായി മർദിച്ചു.

1947-ലായിരുന്നു വിവാഹം. ആ ഘട്ടത്തിൽ ബസവപുന്നയ്യയും ഹനുമന്തറാവുവും ഒളിവിൽ കഴിയുകയായിരുന്നു. ഇരുവരും വേഷം മാറി വിവാഹത്തിൽ പങ്കുകൊണ്ടു. ഹനുമന്തറാവു പാതിരിയുടെ വേഷത്തിലായിരുന്നു. ഭാര്യ സരോജിനി. ഏക മകൻ വിശാഖപട്ടണത്ത് താമസിക്കുന്നു.

തെലങ്കാനാസമരം നടക്കുമ്പോൾ സമരകേന്ദ്രങ്ങളിലൊന്നിലേക്ക് അയച്ചു. നല്ലമല ഏരിയാസെക്രട്ടറിയുടെ ചുമതല ഏറ്റെടുത്ത് പ്രവർത്തിച്ചു. അവിടത്തെ ഏരിയാ കമാണ്ടറായി. 1949-ൽ ഹനുമന്തറാവു അറ

സ്റ്റിലായപ്പോൾ അമരാബാദ് പ്രദേശത്തേക്ക് അയച്ചു. തെലങ്കാനാ സമരത്തിന്റെ പ്രധാന കേന്ദ്രങ്ങളിലൊന്നായിരുന്നു അമരാബാദ്. തെലങ്കാനാസമരം പിൻവലിക്കുന്നതുവരെ അവിടെത്തന്നെ തുടർന്നു. അതിനുശേഷം ഗുണ്ടൂരിലേക്ക് മടങ്ങി. ഒന്നാം പൊതുതിരഞ്ഞെടുപ്പിൽ സജീവമായി പങ്കെടുത്തു. 1954–ൽ ഗുണ്ടൂർ ജില്ലയിലെ ദുശിരാല അസംബ്ലി മണ്ഡലത്തിലേക്ക് നടന്ന ഉപതിരഞ്ഞെടുപ്പിൽ മത്സരിച്ചെങ്കിലും നേരിയ വ്യത്യാസത്തിന് പരാജയപ്പെട്ടു. 1980ൽ തെനാലി മണ്ഡലത്തിൽ നിന്നും ലോകസഭയിലേക്ക് മത്സരിച്ചു എങ്കിലും വിജയിച്ചില്ല.

പാർട്ടിക്കകത്തെ റിവിഷനിസത്തിനെതിരായ സമരം ആരംഭിച്ചതു മുതൽ സുന്ദരയ്യ, എം ബി, ഹനുമന്തറാവു എന്നിവരുടെ കൂടെ ആ സമരത്തിൽ അദ്ദേഹം സജീവ പങ്കാളിയായി. പാർട്ടി പിളർന്നതു മുതൽ സി പി ഐ (എം) നേതൃനിരയിലുണ്ട്. 1964 മുതൽ സംസ്ഥാന സെക്രട്ടേറിയറ്റ് അംഗം. സുന്ദരയ്യ നിര്യാതനായപ്പോൾ സംസ്ഥാന സെക്രട്ടറി. പതിമൂന്നാം കോൺഗ്രസിനു മുന്നോടിയായി നടന്ന സംസ്ഥാന സമ്മേളനത്തിൽ വെച്ച് തൽസ്ഥാനം ഒഴിഞ്ഞു. 13–ാം കോൺഗ്രസ് പി ബിയിലേക്ക് തിരഞ്ഞെടുത്തു. അനാരോഗ്യം മൂലം 16–ാം കോൺഗ്രസിൽവെച്ച് പി ബി അംഗത്വം ഒഴിഞ്ഞു. കർഷകത്തൊഴിലാളി യൂണിയന്റെ അഖിലേന്ത്യാ പ്രസിഡന്റായി പ്രവർത്തിച്ചിട്ടുണ്ട്. അടിയന്തരാവസ്ഥക്കാലത്ത് ഒളിവിലായിരുന്നു. 65 വർഷത്തെ പൊതുജീവിതത്തിനിടയിൽ അഞ്ചുതവണയായി നീണ്ട 11 വർഷവും ഒമ്പത് മാസവും ഒളിവിലിരുന്ന് പാർട്ടി പ്രവർത്തനത്തിന് നേതൃത്വം നൽകി. മൂന്നുതവണ ജയിൽവാസവും അനുഷ്ഠിച്ചു. രണ്ടുവർഷവും മൂന്നു മാസവും ജയിലിൽ കഴിഞ്ഞു. സുന്ദരയ്യ തയ്യാറാക്കിയ ഒരു പദ്ധതി നടപ്പാക്കാൻ എൽ ബി ജിയും മേജർ ജയ്പാൽ സിങും വനത്തിൽ പോയപ്പോൾ അബദ്ധത്തിൽ ഒരു വെടി പൊട്ടി. വെടിയുണ്ടകൾ ചീറിപ്പാഞ്ഞു. അവ കാലിൽ തുളച്ചുകയറിയതിനാൽ ജീവന് അപകടമൊന്നും സംഭവിച്ചില്ല.

കമ്യൂണിസ്റ്റുപത്രങ്ങളും കമ്യൂണിസ്റ്റേതര പത്രങ്ങളും അദ്ദേഹത്തിന്റെ ലേഖനങ്ങളും അദ്ദേഹവുമായുള്ള അഭിമുഖസംഭാഷണങ്ങളും പ്രസിദ്ധീകരിച്ചു. ഒട്ടേറെ പുസ്തകങ്ങളും അദ്ദേഹം എഴുതി. 2003 മാർച്ച് 28–ന് അന്തരിച്ചു.

ഡോ. ഗംഗാധർ അധികാരി

1898 - 1981

പല ധാരകൾ ചേർന്ന് രൂപം കൊണ്ടതാണ് ഇന്ത്യയിലെ കമ്യൂണിസ്റ്റ് പ്രസ്ഥാനം. അതിൽ ഒരു ധാരയാണ് വിദേശങ്ങളിൽ പഠിക്കാൻ പോയ ഇന്ത്യൻ വിദ്യാർഥികൾ. അവർ തങ്ങൾ പഠനം നടത്തുന്ന രാജ്യങ്ങളിലെ കമ്യൂണിസ്റ്റ് പ്രസ്ഥാനങ്ങളുമായി ബന്ധപ്പെടുകയും കമ്യൂണിസ്റ്റുകാരായിത്തീരുകയും ചെയ്തു. അങ്ങനെ കമ്യൂണിസ്റ്റായിത്തീർന്നവരിൽ ഒരാളാണ് ഡോ. ഗംഗാധർ അധികാരി. ജർമനിയിൽ പഠിക്കാൻ പോയ അധികാരി ജർമൻ കമ്യൂണിസ്റ്റ് പാർട്ടിയുമായി ബന്ധപ്പെടുകയും ആ പാർട്ടിയിൽ അംഗത്വം എടുക്കുകയുമായിരുന്നു. ഇന്ത്യയിൽ തിരിച്ചെത്തിയതോടെ കമ്യൂണിസ്റ്റ് പ്രസ്ഥാനം കെട്ടിപ്പടുക്കുന്ന പ്രവർത്തനങ്ങളിൽ വ്യാപൃതനായി. അങ്ങനെ ഇന്ത്യൻ കമ്യൂണിസ്റ്റ് പ്രസ്ഥാനത്തിന്റെ സ്ഥാപകരിൽ ഒരാളായിത്തീർന്നു.

1898 ഡിസംബർ 8ന് അന്നത്തെ ബോംബെ പ്രവിശ്യയിലെ കൊളാബ ജില്ലയിൽപ്പെട്ട പനവേലിൽ അധികാരി ജനിച്ചു. അൽപ്പകാലം മുത്തച്ഛന്റെ കൂടെ ഫർണ(രത്നഗിരി)യിൽ താമസിച്ചു. മുത്തച്ഛൻ ഒരു ചെറുകിട ഭൂവുടമയായിരുന്നുവെങ്കിലും പല കാരണങ്ങളാൽ സ്വത്ത് നഷ്ടപ്പെട്ട് ഉപജീവനത്തിനായി രത്നഗിരിയിലെ കലക്ടറേറ്റിൽ ഗുമസ്ത ജോലി സ്വീകരിക്കുകയായിരുന്നു. ജോലിയിൽനിന്ന് പിരിയുന്നതിന് മുമ്പ് കിട്ടിയ ശമ്പളം 50 രൂപ. അത് അന്നത്തെ നിലയിൽ മോശമായ തുകയായിരുന്നില്ല. അദ്ദേഹത്തിന്റെ മകൻ – അധികാരിയുടെ പിതാവ് – ബോംബെയിൽനിന്ന് ബി എ പരീക്ഷ പാസായി ബോംബെ ഹൈക്കോടതിയിൽ

ഗുമസ്തനായി ജോലിയിൽ ചേർന്നു. സബ്രജിസ്ട്രാർ വരെയായി അദ്ദേഹത്തിന് ഉദ്യോഗക്കയറ്റം കിട്ടി. ദാദറിൽ സ്ഥിരതാമസമാക്കി.

ഇത്തരത്തിൽ ലക്ഷണമൊത്ത ഒരു ഇടത്തരം കുടുംബത്തിലാണ് ഭാവി കമ്യൂണിസ്റ്റ് നേതാവ് തന്റെ ആദ്യകാല ജീവിതം നയിച്ചത്. ദാദറിലെ ജനറൽ എഡ്യൂക്കേഷൻ സൊസൈറ്റി വക ഹൈസ്കൂളിൽ പഠിച്ചതിന് ശേഷം ഗിർഗോണിലെ വിൽസൺ കോളേജ് ഹൈസ്കൂളിൽനിന്ന് എട്ടാംറാങ്കോടെ 1916 ൽ മെട്രിക്കുലേഷൻ പരീക്ഷ പാസായി. തുടർന്ന് സ്കോളർഷിപ്പോടെ പഠിക്കാൻ വിൽസൺ കോളേജിൽ ചേർന്നു. കോളേജിൽ സമകാലികനായിരുന്നു ഡാങ്കെയെങ്കിലും അവർ ഇരുവരും അപ്പോൾ പരിചയപ്പെടുകയോ ബന്ധപ്പെടുകയോ ചെയ്തില്ല. അവിടെ നിന്ന് ബി എസ് സി ഡിഗ്രിയെടുത്തു. വിദ്യാർഥി എന്ന നിലയിൽ പാഠപുസ്തക പഠനത്തിൽ മാത്രം അധികാരി ഒതുങ്ങിനിന്നില്ല. ശാസ്ത്ര-സാങ്കേതികരംഗങ്ങളിലും സാമൂഹിക-രാഷ്ട്രീയരംഗങ്ങളിലും ഉണ്ടായ ചലനങ്ങൾ അതീവതാൽപ്പര്യത്തോടെ വീക്ഷിച്ചു. "ടെക്സ്റ്റ് പുസ്തകത്തിന് പുറത്തുള്ള കാര്യങ്ങളിൽ ഇത്രമാത്രം താൽപ്പര്യം പ്രകടിപ്പിച്ച മറ്റൊരു വിദ്യാർഥിയെ തന്റെ അധ്യാപകജീവിതത്തിനിടയിൽ താൻ കണ്ടുമുട്ടുകയുണ്ടായില്ലെ''ന്നാണ് അധികാരിയെപ്പറ്റി അദ്ദേഹത്തിന്റെ കെമിസ്ട്രി പ്രൊഫസർ അഭിപ്രായപ്പെട്ടത്.

ബിരുദം കരസ്ഥമാക്കിയതിനുശേഷം ബിരുദാനന്തരപഠനത്തിനായി ബാംഗ്ലൂരിലേക്കുപോയി. അവിടെ ഇൻസ്റ്റിറ്റ്യൂട്ട് ഓഫ് സയൻസിൽ പഠിച്ചു. തുടർന്ന് ജർമനിയിൽ പോയി ഉപരിപഠനം നടത്തണമെന്ന് ആഗ്രഹിച്ചു. അതിന്, പക്ഷേ, പണമില്ല. അപ്പോൾ അധികാരിയുടെ കഴിവിലും ബുദ്ധിശക്തിയിലും വിശ്വാസമുള്ള ഡോ. ഭജേക്കർ സഹായത്തിനെത്തി. ജർമനിയിൽ പോകാനുള്ള തുക വായ്പയായി നൽകാമെന്ന് അദ്ദേഹമേറ്റു. അങ്ങനെ 1922 ജൂലായിൽ ജർമനിയിലേക്ക് തിരിച്ചു. ഉപരിപഠനത്തിന് ജർമനി തെരഞ്ഞെടുക്കുന്നതിന് ഒരു കാരണമുണ്ട്. അന്ന് ബ്രിട്ടനേക്കാൾ വിദ്യാഭ്യാസച്ചെലവ് കുറവായിരുന്നു ജർമനിയിൽ.

ബർലിനിലെ ഫ്രെഡറിക് വിൽഹെ യൂണിവേഴ്സിറ്റിയിൽ ചേർന്നു. ഭൗതിക രസതന്ത്രം പഠിക്കണമെന്നായിരുന്നു ആഗ്രഹം. ആ കോഴ്സ് യൂണിവേഴ്സിറ്റിയിൽ ഇല്ലാത്തതിനാൽ ചാർലട്ടൻ ബർഗിലെ ടെക്നിക്കെ ഹോഷ്ചുലെ എന്ന പേരിലറിയപ്പെട്ട പോളിടെക്നിക്കിൽ ചേർന്നു. തന്റെ സ്വതസിദ്ധമായ വിനയവും അന്തസുള്ള പെരുമാറ്റവും നിമിത്തം സഹവിദ്യാർഥികളുടെയും അധ്യാപകരുടെയും പ്രിയങ്കരനായിത്തീർന്നു അധികാരി. പഠനത്തിൽ അതീവ ശ്രദ്ധ ചെലുത്തുകയും അസാധാരണമായ കഴിവുകൾ പ്രകടിപ്പിക്കുകയും ചെയ്ത അധികാരി അധ്യാപകരിൽ നല്ല മതിപ്പുളവാക്കി. കൊണ്ടുപോയ പണമെല്ലാം തീർന്നതുമൂലം പഠനം പൂർത്തിയാക്കാതെ ഇന്ത്യയിലേക്ക് മടങ്ങാൻ തീരുമാനിച്ചപ്പോൾ ഒരധ്യാപകൻ തന്നെ അദ്ദേഹത്തിന് പാർട്ട് ടൈം ജോലി ശരിപ്പെടുത്തിക്കൊടുത്തത് ഇതിനു തെളിവാണ്. അങ്ങനെയാണ് ഡോക്ടറേറ്റ് നേടാൻ കഴിഞ്ഞത്.

വിൽസൺ കോളേജിൽ വിദ്യാർഥിയായിരിക്കെ രാഷ്ട്രീയരംഗത്ത് നടക്കുന്ന സംഭവവികാസങ്ങളിൽ താൽപ്പര്യം ഉണ്ടായിരുന്നു. 1918 ൽ തിലകൻ പ്രസംഗിച്ച ഒരു രാഷ്ട്രീയ യോഗത്തിൽ പങ്കെടുക്കുകപോലും ചെയ്തു. ഖുദ്ദിറാംബോസിനെപ്പോലുള്ള വിപ്ലവകാരികളുടെ പ്രവർത്തനം ആവേശം കൊള്ളിച്ചു. ഡോ. ആർജി ഭണ്ഡാർക്കറുടെ വിഗ്രഹാരാധനയ്ക്കെതിരായ ക്യാമ്പെയ്ൻ അധികാരിയുടെ ബൗദ്ധിക പരിണാമത്തെ ആഴത്തിൽ സ്വാധീനിച്ചു. താമസിയാതെ ബ്രഹ്മസമാജിന്റെ മഹാരാഷ്ട്ര പതിപ്പായ പ്രാർഥനാ സമാജത്തിന്റെ അനുയായി ആയി. അവസാനം ചെന്നെത്തിയത് നിരീശ്വരവാദത്തിൽ. ഇതിലേക്ക് അദ്ദേഹത്തെ എത്തിച്ചതിൽ ശാസ്ത്രവിശ്വാസം ഗണ്യമായ സംഭാവന നൽകി.

ജർമനിയിൽ പഠിച്ചുകൊണ്ടിരിക്കേ രാഷ്ട്രീയത്തിലുള്ള താൽപ്പര്യം വർധിച്ചു. ഇടയ്ക്കിടെ വീരേന്ദ്രനാഥ് ചതോപാധ്യായയെ കാണാൻ തുടങ്ങി. ചതോപാധ്യായ ബർലിൻ കമ്മിറ്റിയുടെ പ്രമുഖ നേതാവായിരുന്നു. ഇന്ത്യൻ ദേശീയ സമരത്തെ സഹായിക്കാൻ ബർലിനിൽ രൂപവൽക്കരിച്ചതായിരുന്നു ഈ കമ്മിറ്റി. 1920കളിൽ ദി അസോസിയേഷൻ ഓഫ് ഇന്ത്യൻസ് ഇൻ സെൻട്രൽ യൂറോപ്പ് അഥവാ ഇന്ത്യൻ അസോസിയേഷൻ, ചതോപാധ്യായയുടെ പ്രവർത്തനകേന്ദ്രമായി. പ്രവാസികളായ ഒട്ടേറെ വിപ്ലവകാരികൾ അതുമായി ബന്ധപ്പെട്ടു. ഇത് ജർമനിയിലെ ഇന്ത്യക്കാരുടെ വിശാലമായ ഒരു സംഘടനയായിരുന്നു. ഉപരിപഠനാർഥം ജർമനിയിലെത്തുന്ന ഇന്ത്യൻ വിദ്യാർഥികൾക്ക് അഡ്മിഷൻ ലഭിക്കാൻ ആവശ്യമായ സഹായം നൽകുക, താമസസൗകര്യം ഏർപ്പെടുത്തിക്കൊടുക്കുക തുടങ്ങിയ അമൂല്യസേവനം നടത്തി ആ സംഘടന. ദേശീയ പ്രക്ഷോഭപ്രചാരണത്തിനുള്ള ഒരു വേദിയുമായി മാറി അസോസിയേഷൻ ആപ്പീസ്. ഇത് ഇന്ത്യാ ഹൗസ് എന്ന പേരിൽ അറിയപ്പെട്ടു. ഇവിടെ നടക്കുന്ന യോഗങ്ങളിൽ അധികാരി പങ്കെടുത്തു തുടങ്ങി. അതോടെ പരിചിതവലയം വലുതായി. അവിടെവെച്ച് പരിചയപ്പെട്ടവരിൽ ഒരാളായിരുന്നു അനാദി ഭാദുരി. ആ പരിചയം ക്രമേണ ഉറ്റ സുഹൃദ്ബന്ധമായി മാറി. അദ്ദേഹം വഴിയാണ് ആർ പി ദത്തിന്റെ *മോഡേൺ ഇന്ത്യ* കിട്ടിയത്. അത് അധികാരിയിൽ ചെലുത്തിയ സ്വാധീനം അളവറ്റതാണ്. അതിന്റെ പഠനം മാർക്സിസത്തിലേക്കുള്ള ചുവടുമാറ്റം പൂർത്തിയാക്കി. ജർമൻ കമ്യൂണിസ്റ്റ് പാർട്ടിയുടെ പുസ്തകശാലയിലും ആപ്പീസിലും പോവുക പതിവാക്കി. ക്രമേണ പാർട്ടിയിൽ അംഗമായി.

ജർമനിയിൽനിന്ന് സുഹൃത്തുക്കൾക്കൊക്കെ കത്തെഴുതുമായിരുന്നു. കൂട്ടത്തിൽ ബി ടി രണദിവേക്കും. ആ കത്തുകളിലൂടെ ഇന്ത്യയിൽ നടക്കുന്ന സംഭവങ്ങളും അധികാരി കൃത്യമായി അറിയുന്നുണ്ടായിരുന്നു. ഇന്ത്യയിൽ കമ്യൂണിസ്റ്റ് ഗ്രൂപ്പുകളുടെ ആവിർഭാവം, കോൺപൂർ ഗൂഢാലോചനക്കേസ്, തൊഴിലാളി-കർഷക പാർട്ടി രൂപവൽക്കരണം, തൊഴിലാളി സമരങ്ങൾ ഇവയെക്കുറിച്ചൊക്കെ വ്യക്തമായ ചിത്രം അദ്ദേഹത്തിനു കിട്ടി. ജർമനിയിൽ അടങ്ങിയിരിക്കാൻ കഴിഞ്ഞില്ല. ഇന്ത്യയിലേക്ക് മടങ്ങാൻ നിശ്ചയിച്ചു. 1928 ഡിസംബറിൽ ഇന്ത്യയിലെത്തി.

മൈക്കിനുമുമ്പിൽ ജി അധികാരി

ബോംബെയിലെത്തിയ ഉടൻ എം ജി ദേസായിയുമായും സി ജെ ദേസായിയുമായും ബന്ധപ്പെട്ടു. അവർ തൊഴിലാളി കർഷക പാർട്ടിയുടെ പ്രധാന പ്രവർത്തകരായിരുന്നു. അധികദിവസം കഴിയുന്നതിന് മുമ്പ് അധികാരി കൽക്കത്തയിലെത്തി. തൊഴിലാളി–കർഷക പാർട്ടിസമ്മേളനത്തിൽ പങ്കെടുക്കാൻ. ആ സമ്മേളനം നടക്കുന്ന അവസരത്തിൽ തന്നെ കമ്യൂണിസ്റ്റ് പാർട്ടിയുടെ കേന്ദ്രകമ്മിറ്റിയും അവിടെ രഹസ്യമായി സമ്മേളിച്ചു. പ്രത്യേക ക്ഷണമനുസരിച്ച് അധികാരിയും ആ യോഗത്തിൽ സംബന്ധിച്ചു. ഘാട്ടെ, മുസഫർ അഹമ്മദ്, എസ് എ ഡാങ്കെ, കെ എൻ ജോഗ്ളേക്കർ, അബ്ദുൾ മജീദ് തുടങ്ങിയവരെ ആ യോഗത്തിൽ കണ്ടുമുട്ടി. കമ്യൂണിസ്റ്റ് ഇന്റർനാഷണലിന്റെ ആറാം കോൺഗ്രസ് തീസിസിൽ ഇന്ത്യയെക്കുറിച്ച് നടത്തിയ പരാമർശങ്ങളൊക്കെ അദ്ദേഹം വിശദീകരിച്ചു. യോഗം അദ്ദേഹത്തെ പാർട്ടിയുടെ കേന്ദ്രകമ്മിറ്റിയിലേക്ക് കോ–ഓപ്റ്റ് ചെയ്ത.

തൊഴിലാളി–കർഷക പാർട്ടി സമ്മേളനത്തിനുശേഷം ബോംബെക്കു മടങ്ങി. ഒരു തൊഴിലാളി കേന്ദ്രത്തിലായിരുന്നു താമസം. അച്ഛൻ നൽകുന്ന 25 രൂപ അലവൻസ് കൊണ്ട് ഉപജീവനം നടത്തും. ഭക്ഷണം സ്വയം പാകം ചെയ്യും. തൊഴിലാളികളെ പഠിപ്പിച്ചും *സ്പാർക്കിൽ* ലേഖനങ്ങളെഴുതിയും അവിടെ കഴിച്ചുകൂട്ടാൻ തുടങ്ങി. അങ്ങനെ അധികകാലം തുടരാനായില്ല. 1920 മാർച്ചിൽ മീറത്ത് ഗൂഢാലോചനക്കേസിൽ പ്രതിയാക്കി അറസ്റ്റു ചെയ്തു. ജയിലിൽ, ജയിൽഗ്രൂപ്പ് സെക്രട്ടറിയായി തിരഞ്ഞെടുക്കപ്പെട്ടു. കമ്യൂണിസ്റ്റ് തടവുകാർ പ്രത്യേകമായി കോടതിയിൽ സമർപ്പിച്ച ഐതിഹാസി രേഖ തയാറാക്കുന്നതിൽ സുപ്രധാന

പങ്കുവഹിച്ചു. 1933 മാർച്ചിൽ ജയിൽമോചിതനായി. അപ്പോൾ പാർട്ടി ഗുരുതരമായ രാഷ്ട്രീയ അഭിപ്രായ വ്യത്യാസങ്ങളും സംഘടനാപരമായ തർക്കങ്ങളും നിമിത്തം വല്ലാതെ ഭിന്നിച്ചു കിടക്കുകയായിരുന്നു. അതിനാൽ പാർട്ടിയെ ഏകീകരിക്കുകയെന്നത് മുഖ്യകടമയായി. ആ ലക്ഷ്യത്തോടെ 1933 അവസാനം പാർട്ടിയുടെ ഒരു രഹസ്യയോഗം കൽക്കത്തയിൽ ചേർന്നു. ഒരു പുതിയ കേന്ദ്രകമ്മിറ്റിയെ തിരഞ്ഞെടുത്തു. ജനറൽ സെക്രട്ടറിയായി അധികാരി ചുമതലയേറ്റു.

സാമ്രാജ്യത്വ പൊലീസ് അടങ്ങിയിരുന്നില്ല. 1934 ൽ അധികാരി വീണ്ടും അറസ്റ്റിലായി. അൽപ്പകാലം ബൈക്കുള ജയിലിൽ താമസിപ്പിച്ചു. അവിടെനിന്ന് ബിജാപ്പൂർ ജയിലിലേക്കു മാറ്റി. ഒപ്പം അറസ്റ്റിലായവരെയെല്ലാം മോചിപ്പിച്ചപ്പോഴും അധികാരിയോട് ബിജാപ്പൂർ വിടാൻ പാടില്ലെന്ന് ഉത്തരവിട്ടു. അവിടെ നാടുകടത്തപ്പെട്ട നിലയിൽ കഴിയവേ സി പി ഐയുടെ ഭൂഗർഭ സംഘടനയുമായി ബന്ധപ്പെട്ടു. ഇക്കാലത്ത് വ്യാജനാമങ്ങളിൽ ധാരാളം ലേഖനങ്ങൾ പല പ്രസിദ്ധീകരണങ്ങൾക്കും അയച്ചുകൊടുത്തു. കോൺഗ്രസുകാരുമായി നിരന്തരം ചർച്ച നടത്തി. അവിടെ ഒരു ഫാക്ടറിയിൽ 30 രൂപ ശമ്പളത്തിൽ ഒരു പാർട് ടൈം ജോലി സ്വീകരിച്ചു. ഇക്കാലത്തും താത്വികപഠനം തുടർന്നു.

1937 ഫെബ്രുവരിയിൽ ബിജാപ്പൂരിൽനിന്ന് നാടകീയമായി രക്ഷപ്പെട്ടു. നേരെ എത്തിച്ചേർന്നത് കൽക്കത്തയിൽ. അപ്പോൾ പാർട്ടി ആസ്ഥാനം കൽക്കത്ത ആയിരുന്നു. ആക്ടിങ് ജനറൽ സെക്രട്ടറി പി സി ജോഷി. കോൺഗ്രസിന്റെ ഫെയ്സ്പൂർ സമ്മേളനത്തിലേക്കുള്ള മാനിഫെസ്റ്റോ ഒളിവിലിരുന്നുകൊണ്ട് അദ്ദേഹം തയാറാക്കി.

6 മാസം കൽക്കത്തയിൽ താമസിച്ചപ്പോൾ ബോംബെയിലേക്കു മടങ്ങാൻ പാർട്ടി നിർദേശിച്ചു. അപ്പോഴും ഒളിവിലായിരുന്നു. ഒളിവിലിരുന്നുകൊണ്ട് *ക്രാന്തി*യിൽ പതിവായി എഴുതി. കോൺപൂർ ടെക്സ്റ്റൈൽ തൊഴിലാളികളുടെ ഐതിഹാസിക പണിമുടക്കിനെക്കുറിച്ചെഴുതിയ ലേഖനം ഏറെ പ്രസിദ്ധി നേടി. ഇതിനിടയിൽ പാർട്ടി ആസ്ഥാനം കൽക്കത്തയിൽനിന്ന് ബോംബെയിലേക്ക് മാറ്റി. അപ്പോൾ ഡോ. അധികാരി പാർട്ടി സെന്ററിന്റെ ഭാഗമായി. അത് വിവിധ പ്രവിശ്യകളിൽ കോൺഗ്രസ് മന്ത്രിസഭകൾ അധികാരത്തിലിരിക്കുന്ന കാലം. ഔപചാരിക നിരോധനം നിമിത്തം പാർട്ടിക്ക് തിരഞ്ഞെടുപ്പിൽ മത്സരിക്കാൻ കഴിഞ്ഞില്ല.

കോൺഗ്രസിന്റെ ഹരിപുര സമ്മേളനത്തിൽ പരസ്യമായി പ്രത്യക്ഷപ്പെട്ടു. ആ സമ്മേളനത്തിലും കമ്യൂണിസ്റ്റ് പാർട്ടിയുടെ പേരിൽ ഒരു മാനിഫെസ്റ്റോ വിതരണം ചെയ്യപ്പെട്ടു. ഈ ഘട്ടത്തിൽ പാർട്ടി മുഖപത്രമായി *നാഷണൽ ഫ്രണ്ട്* പുറത്തിറങ്ങി. അതിന്റെ മുഖ്യശിൽപ്പികളിലൊരാൾ അധികാരി. അതിനകത്ത് സമകാലിക സംഭവങ്ങളും ആശയപ്രശ്നങ്ങളും വിലയിരുത്തി ഒട്ടേറെ ലേഖനങ്ങളെഴുതി. പാർട്ടിക്കുവേണ്ടി ഒരു പ്രസ് സ്ഥാപിക്കാനും മുൻകൈയെടുത്തു.

1939 ൽ ബോംബെ കോൺഗ്രസ് കമ്മിറ്റിയിലേക്ക് തിരഞ്ഞെടുക്ക

പ്പെട്ടു. അതേവർഷം പി സി ജോഷി (ജനറൽ സെക്രട്ടറി), അജയ് ഘോഷ്, ആർ ഡി ഭരദ്വാജ് എന്നിവരോടൊപ്പം കമ്യൂണിസ്റ്റ് പാർട്ടിയുടെ പി ബി അംഗമായും തിരഞ്ഞെടുക്കപ്പെട്ടു. 1939 ൽ രണ്ടാംലോകമഹായുദ്ധം തുടങ്ങിയപ്പോൾ ഒളിവിൽ പോയി. 1942 ൽ പാർട്ടി നിയമവിധേയമാക്കപ്പെടുന്നതുവരെ ഒളിവിൽ കഴിഞ്ഞു. തെളിവിൽ വന്നതുമുതൽ പാർട്ടി ആസ്ഥാനത്ത് പ്രവർത്തനമാരംഭിച്ചു.

നിരോധനം നീങ്ങിക്കിട്ടിയപ്പോൾ ബഹുജനസംഘടനകൾ കെട്ടിപ്പടുക്കുന്നതിലും ബഹുജനസമരങ്ങൾ കെട്ടഴിച്ചുവിടുന്നതിലും പാർട്ടി ശ്രദ്ധ കേന്ദ്രീകരിച്ചു. ആ പ്രവർത്തനങ്ങളിൽ അധികാരിയും മുഴുകി. 1943 ൽ ഇന്ത്യൻ കമ്യൂണിസ്റ്റ് പാർട്ടിയുടെ ആദ്യത്തെ കോൺഗ്രസ് ബോംബെയിൽ ചേർന്നു. ആ കോൺഗ്രസ് അധികാരിയെ പാർട്ടിയുടെ മൂന്നംഗ പൊളിറ്റ് ബ്യൂറോയിലേക്ക് തിരഞ്ഞെടുത്തു. അക്കൊല്ലം ജൂലായിൽ പാർട്ടി മുഖപത്രമായ *പീപ്പിൾസ് വാറി*ന്റെ പത്രാധിപരായി. പിന്നീട് *പീപ്പിൾസ് ഏജി*ന്റെയും. യുദ്ധകാലത്ത് *പീപ്പിൾസ് വാറി*ൽ വാർ റിവ്യൂസ് എന്ന പേരിൽ കൈകാര്യം ചെയ്ത പംക്തി ഏറെ ശ്രദ്ധിക്കപ്പെട്ടു. ഈ ഘട്ടത്തിൽത്തന്നെ ഒട്ടേറെ മാർക്സിസ്റ്റ് കൃതികൾ പ്രസിദ്ധീകരിക്കാൻ മുൻകൈയെടുത്തു.

1942–1948 കാലത്ത് ആശയ–താത്വിക രംഗങ്ങളിൽ വിലയേറിയ സംഭാവനകൾ നൽകി. സാധാരണ പത്രലേഖനങ്ങൾക്കുപുറമേ മാർക്സിസം–ലെനിനിസം ഇന്ത്യയുടെ സവിശേഷ പരിതഃസ്ഥിതിയിൽ പ്രയോഗിക്കുന്നതിനെക്കുറിച്ച് ആഴത്തിൽ പഠിച്ചെഴുതി. കർഷക പ്രശ്നങ്ങളെക്കുറിച്ച് ഹിന്ദു–മുസ്ലിം പ്രശ്നത്തെക്കുറിച്ച്, ഇന്ത്യയിൽ വിവിധ ദേശീയ ജനവിഭാഗങ്ങളുടെ ആവിർഭാവത്തെക്കുറിച്ച് എഴുതിയതിന് കണക്കില്ല.

ഇതിനിടയിൽ, 1943 ൽ, പാർട്ടി അദ്ദേഹത്തെ പഞ്ചാബിലേക്ക് നിയോഗിച്ചു. പഞ്ചാബ് പാർട്ടിക്കകത്തെ ചില സംഘടനാപ്രശ്നങ്ങൾ കൈകാര്യം ചെയ്യാനായിരുന്നു അത്. അക്കാര്യത്തിൽ അദ്ദേഹം വിജയിക്കുകയും ചെയ്തു. 1946 ഫെബ്രുവരിയിൽ ആർ ഐ എൻ കലാപം പൊട്ടിപ്പുറപ്പെട്ടു. നാവികരുടെ കലാപത്തിന് പിന്തുണ നൽകിയ ഒരേയൊരു പാർട്ടി കമ്യൂണിസ്റ്റ് പാർട്ടിയായിരുന്നു. ആ സമരത്തിന് അധികാരി ഉപദേശനിർദേശങ്ങൾ നൽകി.

ബ്രിട്ടീഷ് കോളനികളിലെ കമ്യൂണിസ്റ്റ് പാർട്ടികളുടെ ഒരു സമ്മേളനം 1947 ഫെബ്രുവരി–മാർച്ചിൽ ലണ്ടനിൽ ചേർന്നു. ആ സമ്മേളനത്തിൽ ഇന്ത്യൻ കമ്യൂണിസ്റ്റ് പാർട്ടിയെ ഡോ. അധികാരി പ്രതിനിധാനം ചെയ്തു. സമ്മേളനം കഴിഞ്ഞ് ഇന്ത്യയിൽ മടങ്ങിയെത്തിയപ്പോൾ അസുഖം മൂലം കുറച്ചുനാൾ കിടപ്പിലായി. 1948 ൽ കൽക്കത്തയിൽ നടന്ന രണ്ടാം കോൺഗ്രസിൽ പങ്കെടുത്തു. ആ കോൺഗ്രസ് അദ്ദേഹത്തെ കേന്ദ്രകമ്മിറ്റിയിലേക്കും പൊളിറ്റ് ബ്യൂറോയിലേക്കും വീണ്ടും തിരഞ്ഞെടുത്തു. പാർട്ടി നിരോധിക്കപ്പെട്ടതിനെത്തുടർന്ന് ഒളിവിൽ പോയി. കമ്യൂണിസ്റ്റ്–തൊഴിലാളി പാർട്ടികളുടെ ഇൻഫർമേഷൻ ബ്യൂറോവിന്റെ പ്രസി

ദ്ധീകരണമായ *ഫോർ എ ലാസ്റ്റിങ് പീസ്, ഫോർ എ പീപ്പിൾ ഡമോക്ര സി*യിൽ 1948ലെ രാഷ്ട്രീയ നയത്തെ അതിനിശിതമായി വിമർശിച്ചു കൊണ്ട് ഒരു ലേഖനം വന്നപ്പോൾ പാർട്ടിയുടെ കേന്ദ്രകമ്മിറ്റി അതിരഹ സ്യമായി സമ്മേളിച്ചു. ആ വിമർശനത്തിന്റെ വെളിച്ചത്തിൽ പാർട്ടി ഒരു പുതിയ നയം ആവിഷ്കരിച്ചു. മാത്രമല്ല ഒരു പുതിയ പൊളിറ്റ് ബ്യൂറോ യെയും തിരഞ്ഞെടുത്തു. ബി ടി രണദിവെയും ഭവാനി സെന്നിനെയും സോമനാഥ് ലാഹിരിയെയും പാർട്ടിയിൽനിന്ന് സസ്പെൻഡ് ചെയ്തു (അധികാരിയെയും ഭവാനി സെന്നിനെയും ഓരോ വർഷത്തേക്ക്). ആ ശിക്ഷ യാതൊരു മടിയും കൂടാതെ ഡോ. അധികാരി ഏറ്റുവാങ്ങി. അതേ ക്കുറിച്ച് ഹർകിഷൻസിങ് സുർജിത് എഴുതിയത് നോക്കുക:

> *കോമിൻഫോം* മുഖപ്രസംഗത്തിനുശേഷം പാർട്ടിയുടെ എല്ലാ സ്ഥാനങ്ങളിൽനിന്നും നീക്കം ചെയ്തപ്പോഴും ശാന്തചിത്തനായി ഒരു സാധാരണ പാർട്ടി അംഗത്തെപ്പോലെ ഏതു ജോലി ചെയ്യാനും അദ്ദേഹം തയാറായി. അദ്ദേഹം ആരോടും പരാതിപ്പെ ട്ടില്ല. രണ്ടാം കോൺഗ്രസ് അംഗീകരിച്ച നയസമീപനം ആവിഷ്ക രിക്കുന്നതിൽ നൽകിയ സംഭാവനയിലൂടെ തനിക്കു പറ്റിയ തെറ്റ് അദ്ദേഹം അംഗീകരിച്ചു. 1951ലെ വിശേഷാൽ സമ്മേളനമായപ്പോ ഴേക്കും അദ്ദേഹത്തിന് ഗുരുതരമായ രോഗം ബാധിച്ചു. രണ്ടാം കോൺഗ്രസ് അംഗീകരിച്ച നയസമീപനത്തോട് എനിക്ക് കാര്യ മായ അഭിപ്രായഭിന്നതകളുണ്ടായിരുന്നു. അധികാരിയോടും അദ്ദേ ഹത്തിന്റെ അന്നത്തെ നയസമീപനത്തോടും അഭിപ്രായഭിന്നത ഉണ്ടായിരുന്നെങ്കിലും ഞാൻ അദ്ദേഹത്തെ പഞ്ചാബിലേക്ക് കൊണ്ടുപോവുകയും ഒളിവിൽ പാർപ്പിച്ച് ചികിത്സിപ്പിക്കുകയും ചെയ്തു. രോഗം പൂർണമായും ഭേദമായതിൽ പിന്നെ ഒന്നരക്കൊ ല്ലത്തിനുശേഷമാണ് അദ്ദേഹം തിരിച്ചു പോയത്.

1953 ൽ ചേർന്ന മൂന്നാം കോൺഗ്രസും പിന്നീട് നാലാം കോൺ ഗ്രസും അദ്ദേഹത്തെ കേന്ദ്രകമ്മിറ്റിയിലേക്ക് തിരഞ്ഞെടുത്തു. അഞ്ചാം കോൺഗ്രസിൽ പുതിയ ഭരണഘടന സംബന്ധിച്ച ഒരു റിപ്പോർട്ട് അവ തരിപ്പിച്ചു. ആ കോൺഗ്രസ് നാഷണൽ കൗൺസിലിലും കേന്ദ്ര എക്സി ക്യൂട്ടീവ് കമ്മിറ്റിയിലും അദ്ദേഹത്തെ എടുത്തു. 1964 ൽ പാർട്ടി ഭിന്നിച്ച പ്പോൾ സി പി ഐയിൽ ഉറച്ചുനിൽക്കുകയും ആ പാർട്ടിയുടെ ശക്ത നായ വക്താവ് ആവുകയും ചെയ്തു.

അവസാനകാലത്ത് ഇന്ത്യൻ കമ്യൂണിസ്റ്റ് പ്രസ്ഥാനത്തിന്റെ ചരി ത്രരേഖകൾ എഡിറ്റുചെയ്ത് പ്രസിദ്ധീകരിക്കുന്നതിൽ വ്യാപൃതനായി രുന്നു അധികാരി. രണ്ട് വാല്യങ്ങൾ അദ്ദേഹം എഡിറ്റു ചെയ്തിട്ടുണ്ട്.

1942 ൽ ഡോ. അധികാരി വിമലിനെ വിവാഹം കഴിച്ചു. 1981 ൽ അവർ അന്തരിച്ചു. അവരുടെ ഏകമകൻ വിജയ് 1963 ൽ കടലിൽ മുങ്ങി മരിച്ചു. 1981 നവംബർ 21 ന് അധികാരി നിര്യാതനായി.

ഗണേശ് ഘോഷ്

1900 - 1992

ഇന്ത്യയിലെ ദേശീയ വിപ്ലവപ്രസ്ഥാനത്തിന്റെ ചരിത്രത്തിലെ ഒരു സുപ്രധാന സംഭവമായിരുന്നു ചിറ്റഗോങ് ആയുധശാലാക്രമണം. ആ ആക്രമണത്തിന് നേതൃത്വം നൽകിയവരിൽ ഒരാളായിരുന്നു ഗണേശ് ഘോഷ്. അതിന്റെ പേരിൽ ജീവപര്യന്തം ശിക്ഷിക്കപ്പെട്ട് ആന്തമാനിലെ തടവറയിൽ കഴിയുമ്പോൾ മാർക്സിസം പഠിക്കുകയും കമ്യൂണിസ്റ്റാ യിത്തീരുകയും ചെയ്തു. തടവറിയിൽ നിന്ന് മോചിപ്പിക്കപ്പെട്ടപ്പോൾ ബംഗാളിൽ കമ്യൂണിസ്റ്റ് പ്രസ്ഥാനം കെട്ടിപ്പടുക്കുന്നതിൽ മുഴുകി.

ഇപ്പോഴത്തെ ബംഗ്ലാദേശിൽപെട്ട ജസ്സോർ ജില്ലയിലെ ബിനോദ്പൂർ ഗ്രാമത്തിൽ 1900 ൽ ജനിച്ചു. പിതാവ് റെയിൽവേ ജീവനക്കാരനായി രുന്ന ബിപിൻ ബിഹാരി ഘോഷ്. ജോലിയുടെ ഭാഗമായി പല സ്ഥലങ്ങ ളിൽ മാറമാറി താമസിക്കേണ്ടിവന്നു. അങ്ങനെയാണ് ചിറ്റഗോങ്ങിലെ ത്തിയത്. അതുകൊണ്ട് ഗണേശ് ഘോഷിന്റെ ആദ്യകാലവിദ്യാഭ്യാസം നടന്നത് ചിറ്റഗോങ്ങിൽ.

ഒന്നാം ലോകമഹായുദ്ധം അവസാനിക്കാറായ ഘട്ടം. ഒരു ദിവസം സഹപാഠി അനന്തസിങ് അദ്ദേഹത്തെ ഇതിഹാസവിപ്ലവനായകൻ മാസ്റ്റർ ദായ്ക്ക് പരിചയപ്പെടുത്തിക്കൊടുത്തു. ആ വിപ്ലവനായകനുമാ യുള്ള ആദ്യകൂടിക്കാഴ്ചയെക്കുറിച്ച് പിൽക്കാലത്ത് അദ്ദേഹമെഴുതി.

> മാസ്റ്റർ ദായെ ആദ്യമായി കണ്ടപ്പോൾ അത്ര വലിയ മതിപ്പൊന്നും തോന്നിയില്ല. കഷണ്ടിത്തലയുള്ള ഒരു കുറിയ മനുഷ്യൻ. ഒരു

രോഗിയുടെ മട്ടുണ്ടായിരുന്നു അപ്പോൾ. ഏതാനും സമയം സംസാരിച്ചതിനുശേഷം ഞാൻ മടങ്ങാനെഴുന്നേറ്റു. അപ്പോൾ അതാ വരുന്നു ചില ചോദ്യങ്ങൾ. എന്തൊക്കെയാണ് വായിക്കാറുള്ളത്. അച്ഛനും അമ്മയും എന്തുചെയ്യുന്നു. വളർന്നാൽ എന്തുചെയ്യാനാണ് ഉദ്ദേശ്യം. ആ ചോദ്യങ്ങളിൽ ആത്മാർഥത മുറ്റിനിന്നു.

1929 ൽ മുസഫർ അഹമ്മദിനെ ആദ്യമായി കണ്ടപ്പോഴും ഇങ്ങനെയൊക്കെത്തന്നെയാണ് തോന്നിയത്. അക്കാലത്ത് രാജ്യത്തെ മറ്റുചില പ്രദേശങ്ങളുമായി താരതമ്യപ്പെടുത്തുമ്പോൾ ചിറ്റഗോങ്ങിലെ രാഷ്ട്രീയ അന്തരീക്ഷം തികച്ചും പ്രക്ഷുബ്ധമായിരുന്നു. ഇന്ത്യൻ നാഷണൽ കോൺഗ്രസിന്റെ നാഗ്പൂർ സമ്മേളനം അഹിംസയിലൂന്നി നിൽക്കുന്ന നിസഹകരണ പ്രസ്ഥാനത്തിന് പ്രാധാന്യം നൽകി. അദ്ദേഹത്തിന്റെ അഹിംസാ സിദ്ധാന്തം ബംഗാളിലെ യുവാക്കൾക്ക് സ്വീകാര്യമാവില്ലെന്ന് സി ആർ ദാസ് ഗാന്ധിജിയെ അറിയിച്ചു. ഗാന്ധിജി കൽക്കത്തയിൽ പോയി ദേശബന്ധുവിന്റെ കൂടെ താമസിച്ചു. അനുശീലൻ- ജുഗാന്തർ ഗ്രൂപ്പുകളുടെ നേതാക്കളെ കണ്ട് അവരുമായി സംസാരിച്ചു. ഗാന്ധിജിയുടെ അഭ്യർഥന മാനിച്ച് തങ്ങളുടെ പ്രക്ഷോഭ പരിപാടികൾ ഒരു വർഷത്തേക്ക് നിർത്തിവെക്കാൻ അവർ സമ്മതിച്ചു. കോൺഗ്രസ്സിൽ ചേരാൻ അവരോട് അഭ്യർഥിക്കുകകൂടി ചെയ്തു ഗാന്ധിജി.

നിസഹകരണ പ്രസ്ഥാനം ചിറ്റഗോങ്ങിലാകെ പടർന്നു. ഗണേശ് ഘോഷിന്റെയും സുഹൃത്ത് അനന്തസിങ്ങിന്റെയും നേതൃത്വത്തിൽ സ്കൂളുകളിലും കോളേജുകളിലും പഠിപ്പുമുടക്കങ്ങൾ സംഘടിപ്പിക്കപ്പെട്ടു. ബർമ ഓയിൽ കമ്പനിയിലും വിവിധ ഫാക്ടറികളിലും ചിറ്റഗോങ് തുറമുഖത്ത് നങ്കൂരമടിച്ച കപ്പലുകളിലും പണിമുടക്കം നടന്നു. അസമിൽ നിന്ന് ചാന്ദ്പൂരിലെത്തിയ തേയിലത്തോട്ടം തൊഴിലാളികളെ തച്ചമർത്താൻ ഗൂർഖാ പട്ടാളക്കാരെ നിയോഗിച്ചതിൽ പ്രതിഷേധിക്കുന്നതിനിടയിൽ അസം-ബംഗാൾ റോയിൽവേയിലാകെ ഉജ്വലപണിമുടക്ക്. ആ പണിമുടക്കിൽ ഗണേശ് ഘോഷിന്റെ പിതാവും പങ്കെടുത്തു.

നിസഹകരണ പ്രസ്ഥാനം പിൻവലിച്ചപ്പോൾ മണിക്തലയിലുള്ള നാഷണൽ സ്കൂൾ ഓഫ് എഞ്ചിനീയറിംഗ് എഡ്യൂക്കേഷനിൽ ചേർന്നു. അവിടെ പഠിത്തത്തിലല്ല ശ്രദ്ധിച്ചത്. മറിച്ച് ബോംബുണ്ടാക്കുന്നതിന് രാസപദാർഥങ്ങൾ ശേഖരിക്കുന്ന പ്രവർത്തനത്തിലാണ്. മാത്രമല്ല, മണിക്തലയിലെ ഒരു വീട്ടിൽ ബോംബുണ്ടാക്കുന്ന പരീക്ഷണങ്ങളിലും ഏർപ്പെട്ടു. പോലീസ് എങ്ങനെയോ ഈ വിവരം മണത്തറിഞ്ഞു. 1923 ൽ മറ്റുചിലരോടൊപ്പം അറസ്റ്റിലായി. പ്രായം മാനിച്ചും പ്രത്യക്ഷ തെളിവില്ലാത്തതിനാലും മണിക്തല ബോംബ് കേസിലുൾപ്പെടുത്താതെ അദ്ദേഹത്തെ മോചിപ്പിച്ചു. 1924 ൽ ബംഗാളിലാകെ വിപ്ലവഗ്രൂപ്പുകളുടെ നേതാക്കളെ 1818 ലെ റഗുലേഷൻ പ്രകാരം വ്യാപകമായി അറസ്റ്റു ചെയ്യാൻ പുതിയ നീക്കം. ആ വർഷം ഒക്ടോബർ 25 ന് ഗണേശ് ഘോഷ് അറ

സ്റ്റിലായി. 1928 ൽ മാത്രമേ അദ്ദേഹത്തെ മോചിപ്പിച്ചുള്ളൂ. ഈ കാലയളവിൽ ബംഗാളിന് പുറത്തുള്ള പല ജയിലുകളിലായി മാറ്റിമാറ്റി പാർപ്പിച്ചു.

ജയിൽ മോചിതനായതിനുശേഷം അദ്ദേഹം ആദ്യമായി മുസഫർ അഹമ്മദിനെ കണ്ടു. സന്തോഷ് മിത്രയാണ് മുസഫറിന്റെ അടുത്തേക്ക് കൂട്ടിക്കൊണ്ടുപോയത്. ഷാംബസാർ ട്രാംഡിപ്പോയുടെ എതിർവശത്തുള്ള ഒരു സ്ഥലത്തുവെച്ചായിരുന്നു ആദ്യസംഗമം. മുസഫർ അഹമ്മദ് ഒരു കത്തെഴുതിയാൽ സോവിയറ്റ് യൂണിയനിൽനിന്ന് ആയുധങ്ങൾ ഒഴുകിയെത്തും എന്നായിരുന്നു അദ്ദേഹത്തിന്റെ ധാരണ. അപ്പോൾ ഗണേശ് ഘോഷിനും സഖാക്കൾക്കും ആയുധം ശേഖരിക്കുന്നതിലായിരുന്നു വലിയ ശ്രദ്ധ. ബാഘജതീൻ, റാഷ്ബിഹാരി ബോസ് തുടങ്ങിയവർ വിദേശത്തുനിന്ന് ആയുധങ്ങൾ കൊണ്ടുവരുന്നതിൽ പരാജയപ്പെട്ട സാഹചര്യത്തിൽ ഈ ശ്രദ്ധ അത്യന്താപേക്ഷിതം. മുസഫറിനെ ആദ്യമായി കണ്ടപ്പോൾ വല്ലാത്ത നിരാശ. 'ആരോഗ്യമൊന്നുമില്ലാത്ത, പതിഞ്ഞ സ്വരത്തിൽ സംസാരിക്കുന്ന ഒരു മനുഷ്യൻ'- ഗണേശ് ഘോഷ് സുഹൃത്തുക്കളോട് പറഞ്ഞു. ആദ്ദേഹം എവിടെയാണ് താമസിക്കുന്നതെന്ന് മുസഫർ ആരാഞ്ഞു. അദ്ദേഹം ചില ചോദ്യങ്ങളും തൊടുത്തുവിട്ടു. "ഓ നിങ്ങൾ ഏതാനും വർഷങ്ങൾ ജയിലിൽ ചെലവഴിച്ചോ? നിങ്ങൾക്ക് ബോംബുണ്ടാക്കാൻ കഴിയുമോ? നിങ്ങൾ നല്ല ബുദ്ധിശാലിയാണെന്ന് തോന്നുന്നു. നല്ലത്. എന്താണ് നിങ്ങളുടെ ഭാവിപരിപാടി." തനിക്ക് പഠിത്തത്തിൽ വലിയ താൽപ്പര്യമില്ലെന്ന് ഘോഷ് മുസഫറിനെ അറിയിച്ചു. പഠനം തുടരണം എന്നും രക്ഷിതാക്കളുടെ വികാരത്തെ വ്രണപ്പെടുത്തുന്ന ഒന്നും ചെയ്യരുതെന്നും അദ്ദേഹം പറഞ്ഞു.

തൊഴിലാളി, ബോംബിനേക്കാൾ ശക്തിയുള്ളതാണെന്ന് മുസഫർ അഹമ്മദിൽ നിന്നാണ് ഞാനാദ്യമായി കേട്ടത്. താനുമായി അഭിമുഖ സംഭാഷണം നടത്താനെത്തിയ ഒരാളോട് ഘോഷ് പറഞ്ഞു. ഫാക്ടറികളും തുറമുഖങ്ങളുമുള്ള ചിറ്റഗോങ് തൊഴിലാളികളെ സംഘടിപ്പിക്കാൻ പറ്റിയ സ്ഥലമാണെന്ന് മുസഫർ അഭിപ്രായപ്പെട്ടു. ഗണേശ് ഘോഷ് മുസഫറിന്റെ താമസസ്ഥലത്ത് പോയപ്പോഴൊക്കെ അനുഭവപ്പെട്ട ഒരു കാര്യമുണ്ട്. എല്ലായ്പ്പോഴും അവിടെ നാൽപ്പതോ അമ്പതോ ആളുകൾ കാണും. അവർ തിരക്കുപിടിച്ച് സംസാരിക്കുകയായിരുക്കും. അവർ ആസ്ത്രേലിയയിലെയോ ഇംഗ്ലണ്ടിലെയോ തൊഴിലാളി പ്രസ്ഥാനത്തെക്കുറിച്ച് ചർച്ച ചെയ്യുന്നുണ്ടാവും. ഇന്ത്യയിലെ തൊഴിലാളികളുടെ അവസ്ഥയിൽ അവർ നിരാശ പ്രകടിപ്പിക്കും. മറ്റുള്ളിടങ്ങളിൽ എന്തൊക്കെയാണ് നടക്കുന്നതെന്നറിയാൻ പ്രാദേശിക നേതാക്കൾ താൽപ്പര്യം പ്രകടിപ്പിക്കുന്നില്ലെന്നതിൽ അവർക്ക് പരാതി. ഇതൊന്നും ഗണേശ് ഘോഷിന് ഇഷ്ടപ്പെട്ടില്ല. ഈ നേതാക്കൾക്ക് സ്വന്തം രാജ്യത്തൊഴിച്ച് മറ്റിടങ്ങളിലെല്ലാം സ്ഥിതികൾ മെച്ചമാണെന്ന അഭിപ്രായമുള്ളതായിട്ടാണ് ഗണേശ് ഘോഷിന് തോന്നിയത്. അതുകൊണ്ട് കമ്യൂണിസ്റ്റുകാരെപ്പറ്റി മോശമായ വികാരമാണ് അദ്ദേഹത്തിൽ വളർന്നത്. മാർക്സിന്റെയോ എംഗൽസി

ന്റെയോ ലെനിന്റെയോ ആശയങ്ങളെക്കുറിച്ച് അപ്പോൾ അറിയില്ലായിരുന്നു.

ഇന്ത്യൻ നാഷണൽ കോൺഗ്രസിന്റെ കൽക്കത്ത സമ്മേളന (1928) ത്തിലേക്ക് ഒരു പ്രതിനിധിയായി തിരഞ്ഞെടുക്കപ്പെട്ടു, വളണ്ടിയർ കോറിന്റെ ആപ്പീസറായി നിയമിതനായി. 1929 ൽ ബംഗാൾ പ്രവിശ്യാ കോൺഗ്രസ് കമ്മിറ്റി അംഗമായി. ജയിലിലായിരിക്കെ വായിച്ച ഐറിഷ് സ്വാതന്ത്ര്യസമരത്തെക്കുറിച്ച് ഡാനിയേൽ ബ്രയൻ എഴുതിയ പുസ്തകം അദ്ദേഹത്തെ വല്ലാതെ ആകർഷിച്ചു. ഐറിഷ് വിപ്ലവകാരികളുടെ രീതി ഇന്ത്യയിലും പ്രയോഗിച്ചു നോക്കണമെന്ന മോഹം അപ്പോൾ മനസിൽ മൊട്ടിട്ടു.

1929–30 കാലത്ത് അതിനുള്ള അവസരമുണ്ടായി. രാജ്യം പുതിയ വമ്പിച്ച ഒരു മുന്നേറ്റത്തിന് തയാറെടുക്കുകയായിരുന്നു. മാസ്റ്റർ ദായുടെ നേതൃത്വത്തിൽ ഗണേശ് ഘോഷ് അംബികാ ചക്രവർത്തി, അനുരൂപ്സെൻ, നാഗേൻ സെൻ (ജൂലുസെൻ) നിർമൽ സെൻ. അനന്തസിങ് തുടങ്ങിയവർ ഒരു ഉശിരൻ രഹസ്യസംഘടന രൂപവൽക്കരിച്ചു. ചിറ്റഗോങ് ആയുധശാല പിടിച്ചെടുക്കുന്നതിനുള്ള പരിപാടികൾ ആവിഷ്കരിച്ചു.

ചിറ്റഗോങ്ങിലെ ഒരു ആയുധപ്പുര പിടിച്ചെടുക്കുന്നതുകൊണ്ടു മാത്രം വിദേശ വാഴ്ചയിൽ നിന്ന് രാജ്യം മോചിതമാവുകയില്ലെന്ന് വിപ്ലവകാരികൾക്കറിയാമായിരുന്നു. പിന്നെ എന്തിനാണ് അവർ അങ്ങനെയൊരു പരിപാടി ആവിഷ്കരിച്ചത്? ഗണേശ് ഘോഷ് പറയട്ടെ:

> ഒരു ചെറിയ പ്രദേശത്താണെങ്കിൽപോലും പരിപാടി വിജയിക്കുകയാണെങ്കിൽ അതിന് വ്യാപകമായ പ്രത്യാഘാതമുണ്ടാകും. ഏതാനും ദിവസത്തേക്ക് ഒരു ഗവൺമെന്റ് രൂപവൽക്കരിക്കാൻ കഴിഞ്ഞെന്നിരിക്കട്ടെ. അത് ബ്രിട്ടീഷ് സാമ്രാജ്യത്തിനെതിരെ പോരാടാൻ ജനങ്ങൾക്ക് ആവേശം നൽകും. രാജ്യത്തിന്റെ മറ്റു ഭാഗങ്ങളിൽ ഇതുപോലുള്ള ശ്രമങ്ങൾ നടക്കും. ഇത് ബ്രിട്ടീഷുകാരെ പരിഭ്രാന്തരാക്കും.

അതെ. ചിറ്റഗോങ് ആയുധശാലാക്രമണത്തിന്റെ പിന്നിലുള്ള ലക്ഷ്യം ഇതായിരുന്നു. ഈ ലക്ഷ്യം നിറവേറ്റുന്നതിനുള്ള പരിപാടിയാണ് വിപ്ലവകാരികൾ തയ്യാറാക്കിയത്.

പരിപാടി മാസ്റ്റർ ദാ അംഗീകരിച്ചു. അതിനെതുടർന്ന് ഗണേശ് ഘോഷും അനന്തസിങ്ങും കർമപരിപാടി ആവിഷ്കരിച്ചു. തുടക്കത്തിൽ കേന്ദ്ര നേതൃത്വത്തിന്റെ പ്രവർത്തന കേന്ദ്രം ഗണേശ് ഘോഷിന്റെ വസതിയായിരുന്നു. 1930 ഏപ്രിൽ 18 ന് വിപ്ലവകാരികളായ യുവാക്കൾ ആയുധപ്പുര ആക്രമിച്ചു. സൂര്യസെന്നിന്റെ നേതൃത്വത്തിലും ഗണേശ് ഘോഷിന്റെയും അനന്തസിങ്ങിന്റെയും സംയുക്ത കമാണ്ടിലും പൊടുന്നനെയുള്ള നീക്കത്തിലൂടെ ചിറ്റഗോങ് റിപ്പബ്ലിക്കൻ ആർമി ഗവൺമെന്റിന്റെ ആയുധപ്പുരയും ടെലഫോൺ കേന്ദ്രങ്ങളും ടെലഗ്രാഫ് കെട്ടിടവും തന്ത്ര

പ്രധാനമായ മറ്റു കേന്ദ്രങ്ങളും പിടിച്ചെടുത്തു. തികച്ചും അപ്രതീക്ഷിതമായതിനാൽ ചെറുത്തുനിൽപ്പ് നടത്താൻ ബ്രിട്ടീഷ് ഭരണ സംവിധാനത്തിനു സാധിച്ചില്ല. ചിറ്റഗോങ്ങിൽ വിപ്ലവകാരികൾ ഒരു ഗവൺമെന്റ് രൂപവൽക്കരിച്ചു. തങ്ങൾക്ക് പിന്തുണ നൽകണമെന്നഭ്യർഥിച്ച് വിപ്ലവ ഗവൺമെന്റ് ഒരു അഭ്യർഥനയും നടത്തി.

ബ്രിട്ടീഷ് ഗവൺമെന്റ് ചിറ്റഗോങ്ങിൽ തങ്ങളുടെ ശക്തി കേന്ദ്രീകരിച്ചു. വിപ്ലവകാരികൾക്കെതിരെ തികച്ചും ആസൂത്രിതമായ നിലയിൽ ആഞ്ഞടിയും തുടങ്ങി. വിപ്ലവകാരികൾ ജലാലാബാദ് മലയിലേക്ക് പിൻവാങ്ങി. അനന്തസിങ്ങും ഗണേശ് ഘോഷും അവിടെനിന്ന് രക്ഷപ്പെട്ട് കൽക്കത്തവഴി ഫ്രഞ്ച് അധീനപ്രദേശമായ ചന്ദൻനഗറിലെത്തി. ഭൂപേന്ദ്രനാഥ്ദത്ത് അവർക്ക് അഭയം നൽകി. എന്നാൽ സെപ്തംബർ ഒന്നിന് കൽക്കത്ത പൊലീസ് കമീഷണർ ചാൾസ് ടെഗാർ ഒളികേന്ദ്രം വളഞ്ഞ് ഗണേഷ് ഘോഷിനെ പിടികൂടി. കോടതിയിൽ ഹാജരാക്കപ്പെട്ട അദ്ദേഹം തനിക്കുവേണ്ടി സ്വയം വാദിച്ചു. ജീവപര്യന്തം തടവിന് കോടതി വിധിച്ചു. 1932 ൽ ആന്തമാനിലേക്ക് കൊണ്ടുപോയി. അവിടെ നിന്ന് പല തരം പീഡനങ്ങളും വഹിച്ചു. തങ്ങളെ രാഷ്ട്രീയത്തടവുകാരായി പരിഗണിക്കണം എന്നു പറഞ്ഞ് വിപ്ലവകാരികൾ വമ്പിച്ച പ്രക്ഷോഭം നടത്തി.

ആന്തമാനിലെ സെല്ലുലാർ ജയിലിൽ കഴിയുമ്പോൾ തങ്ങളുടെ കഴിഞ്ഞകാല പ്രവർത്തനം രാഷ്ട്രീയത്തടവുകാർ വിലയിരുത്തി. തങ്ങൾ സ്വീകരിച്ച മാർഗത്തിൽ പിശകുണ്ടെന്ന നിഗമനത്തിൽ അവരെത്തി. ഈ ഘട്ടത്തിലാണ് ഡോ നാരായൺ റോയി തടവുകാരനായി അവിടെ എത്തിയത്. 1929 ൽ ടെഗാറിനെ കൊല്ലാൻ ശ്രമിച്ചുവെന്നതിന്റെ പേരിൽ കെട്ടിച്ചമച്ച ഡൽഹൗസി ഗൂഢാലോചനക്കേസിലെ പ്രതിയെന്ന നിലയിലാണ് അദ്ദേഹത്തെ അറസ്റ്റ് ചെയ്തത്. ആന്തമാനിലേക്ക് അയക്കുന്നതിനുമുമ്പ് മഹാരാഷ്ട്രയിലെ യർവാദാ ജയിലിലാണ് അദ്ദേഹത്തെ പാർപ്പിച്ചത്. ആ ജയിലിൽ വെച്ച് അദ്ദേഹം കോൺഗ്രസ് സോഷ്യലിസ്റ്റ് പാർട്ടി നേതാക്കളുമായി ബന്ധപ്പെട്ടു. അവരുമായി ആശയവിനിമയം നടത്തി. അവരിൽ നിന്ന് മാർക്സിസം– ലെനിനിസത്തിന്റെ അടിസ്ഥാനതത്വങ്ങൾ മനസിലാക്കി.

ആന്തമാനിലെത്തിയപ്പോൾ ഡോ. റോയി തടവുകാരെ മാർക്സിസം– ലെനിനിസം പഠിപ്പിക്കാനും ആ ദർശനത്തിനുള്ള തന്റെ അറിവിന്റെ ആഴം വർധിപ്പിക്കാനും തുടങ്ങി. അത് ഗണേശ് ഘോഷ് ഉൾപ്പെടെയുള്ള തടവുകാർക്ക് ഒരു പുതിയ വെളിച്ചമായി. നാരായൺറോയിയുടെ പക്കൽ നിന്ന് ലെനിന്റെ ഒരു പുസ്തകം ഘോഷ് വായിക്കാൻ വാങ്ങി. അതിലെ ലെനിന്റെ ഒരു നിരീക്ഷണം അദ്ദേഹത്തെ ആകർഷിച്ചു. കോളനികൾ മോചനം പ്രാപിക്കാതെ ഇംഗ്ലണ്ടിലെ തൊഴിലാളികൾ മോചിതരാവുകയില്ലെന്നത്രേ ആ നിരീക്ഷണം. “പുതിയൊരു ചക്രവാളത്തിലേക്ക് എന്റെ കണ്ണുകൾ തുറന്നു. മാർക്സിസത്തെക്കുറിച്ചുള്ള എന്റെ മുൻവിധിയും

ശത്രുതയും അപ്രത്യക്ഷമായി"- പിൽക്കാലത്ത് അദ്ദേഹം എഴുതി. ലോകത്തിലെ തൊഴിലാളിവർഗത്തിന്റെ ആകെ മോചനമാണ് മാർക്സിസ്റ്റുകാരുടെ ലക്ഷ്യമെന്ന് അദ്ദേഹത്തിന് ബോധ്യമായി.

1937 ൽ ആന്തമാനിലെ രാഷ്ട്രീയത്തടവുകാർ തങ്ങളെ ഇന്ത്യയിലേക്ക് തിരികെ അയയ്ക്കണമെന്നാവശ്യപ്പെട്ട് പ്രക്ഷോഭം തുടങ്ങി. 1938 ൽ അന്നത്തെ ബംഗാൾ ഗവർണർ ആൻഡേഴ്സൺ ആന്തമാൻ ജയിൽ സന്ദർശിച്ചു. തടവുകാരുടെ ആവശ്യം അദ്ദേഹം തള്ളി. പകരം ഒരു പെട്ടി നിറയെ മാർക്സിസ്റ്റ് ക്ലാസിക്കുകൾ അവർക്ക് സമ്മാനിച്ചു. ഫ്രഞ്ച്-ഐറിഷ് വിപ്ലവങ്ങളുമായി ബന്ധപ്പെട്ട എല്ലാ പുസ്തകങ്ങളും പിൻവലിച്ചു. മാർക്സിസം പഠിപ്പിച്ചാൽ അവരുടെ വിപ്ലവാവേശം തണുക്കുമെന്ന് അദ്ദേഹം ചിന്തിച്ചുകാണണം, എന്തായാലും ആൻഡേഴ്സന്റെ സമ്മാനം കൊണ്ട് വിപ്ലവകാരികൾക്ക് പ്രയോജനമുണ്ടായി. അവർക്ക് മാർക്സിസം- ലെനിനിസത്തിന്റെ അടിസ്ഥാനതത്വങ്ങൾ ശരിക്കും പഠിക്കാൻ സാധിച്ചു.

രാജ്യവ്യാപകമായ പ്രക്ഷോഭത്തെത്തുടർന്ന് തടവുകാരെ ആന്തമാനിൽ നിന്ന് ഇന്ത്യയിലേക്ക് കൊണ്ടുവന്നു. ഗണേശ് ഘോഷിനെ ആദ്യം ആലിപ്പൂർ ജയിലിലും അതിനുശേഷം ഡാക്കാ ജയിലിലും പാർപ്പിച്ചു. അവസാനം 1946 ൽ മോചിപ്പിച്ചു. ആ വർഷം അദ്ദേഹം കമ്യൂണിസ്റ്റ് പാർട്ടിയിൽ ചേർന്നു.

1948 ൽ കമ്യൂണിസ്റ്റ് പാർട്ടിയെ കോൺഗ്രസ് ഗവൺമെന്റ് നിരോധിച്ചപ്പോൾ ഒളിവിൽപോയി. എങ്കിലും ഒളികേന്ദ്രത്തിൽ നിന്ന് അറസ്റ്റു ചെയ്തു. 1952 ൽ മോചിപ്പിച്ചു. ആ വർഷം ബെൽഗാച്ചിയാ മണ്ഡലത്തിൽ നിന്ന് നിയമസഭയിലേക്ക് തിരഞ്ഞെടുക്കപ്പെട്ടു. 1957 ൽ 1962 ലും നിയമസഭാംഗമായി. ഇന്ത്യാ-ചൈനാ അതിർത്തി സംഘട്ടനവുമായി ബന്ധപ്പെട്ട് 1962 ൽ വീണ്ടും അറസ്റ്റിലായി. ഇന്ത്യൻ കമ്യൂണിസ്റ്റ് പ്രസ്ഥാനത്തിനകത്ത് പിളർപ്പുണ്ടായപ്പോൾ സിപിഐ (എം) ൽ ചേർന്നു. റിവിഷനിസത്തിനും സെക്ടേറിയൻ സമീപനത്തിനും എതിരായ സമരത്തിൽ നേതൃത്വപരമായ പങ്കുവഹിച്ചു. ദക്ഷിണ കൽക്കത്ത നിയോജകമണ്ഡലത്തിൽ നിന്ന് 1967 ൽ ലോകസഭയിലേക്കും തിരഞ്ഞെടുക്കപ്പെട്ടു. 1988 വരെ സി പി ഐ (എം) സംസ്ഥാന കമ്മിറ്റി അംഗം. ആ വർഷം അനാരോഗ്യം മൂലം തൽസ്ഥാനത്തുനിന്നൊഴിഞ്ഞു.സ്വാതന്ത്ര്യസമര സേനാനികളുടെ സംഘടനയിൽ സജീവമായിരുന്നു. നല്ല പ്രഭാഷകനും എഴുത്തുകാരനുമായിരുന്ന ഘോഷ് 1992 ഡിസംബർ 22 ന് അന്തരിച്ചു.

ഗീതാ മുഖർജി

1924 - 2000

വിദ്യാർഥി പ്രസ്ഥാനം, കമ്യൂണിസ്റ്റ് പ്രസ്ഥാനത്തിന് സംഭാവന ചെയ്ത നേതാക്കൾ അനവധി. അക്കൂട്ടത്തിൽ പ്രമുഖയായിരുന്നു ഗീതാ മുഖർജി. ആദ്യകാല കമ്യൂണിസ്റ്റ് മഹിളാ നേതാക്കളിൽ പ്രധാനി. മഹിളകളുടെ താൽപ്പര്യം സംരക്ഷിക്കാൻ ജീവിതം മുഴുവൻ പ്രതിബദ്ധതയോടെ പ്രവർത്തിച്ച കമ്യൂണിസ്റ്റ് നേതാവായിട്ടാണ് അവർ അറിയപ്പെട്ടത്. സ്ത്രീകൾക്ക് നിയമനിർമാണസഭകളിൽ 33 ശതമാനം സീറ്റ് സംവരണം ചെയ്തു കിട്ടുന്നതിന് വേണ്ടി അവർ വീറോടെ പൊരുതി. ആ നിലയിൽ ഏറെ ശ്രദ്ധിക്കപ്പെട്ടു.

1924 ജനുവരി 8 ന് ഇപ്പോൾ ബംഗ്ലാദേശിലുൾപ്പെട്ട ജസ്സോറിലെ പ്രശസ്തനായ ഒരു അഭിഭാഷകന്റെ മകളായി ഗീതാറോയ് ചൗധരി ജനിച്ചു. പിതാവ് റായ് ബഹാദൂർ ആയിരുന്നു. കൊളോണിയൽ ഭരണാധികാരികൾ നൽകിയ ഒരു ബഹുമതി ആണത്. വിവാഹാനന്തരമാണ് ഗീതാറോയ് ചൗധരി ഗീതാമുഖർജി ആയത്. ജസ്സോറിലെ സ്കൂളിൽ പഠിച്ചു. സ്കൂൾ വിദ്യാർഥിനി ആയിരിക്കെ വിദ്യാർഥി ഫെഡറേഷനിൽ ആകൃഷ്ടനായി. ജ്യേഷ്ഠൻ ശങ്കർ ജസ്സോറിലെ വിദ്യാർഥി ഫെഡറേഷൻ നേതാവും നിയമവിരുദ്ധ കമ്യൂണിസ്റ്റുപാർട്ടിയുടെ പ്രവർത്തകനുമായിരുന്നു. അദ്ദേഹത്തിന്റെ സ്വാധീനമായിരിക്കണം ഗീതയെ വിദ്യാർഥി ഫെഡറേഷനിൽ എത്തിച്ചത്. 18 വയസായപ്പോൾ, 1942 അവസാനം അവർക്ക് പാർട്ടി അംഗത്വം കിട്ടി. 1942 നവംബറിൽ കമ്യൂണിസ്റ്റ് നേതാവ് വിശ്വനാഥ് മുഖർജിയെ വിവാഹം കഴിച്ചു. 1943 ൽ ഒരു മകൻ പിറന്നു.

എങ്കിലും ഏതാനും മാസം കഴിഞ്ഞപ്പോൾ കുഞ്ഞ് മരിച്ചുപോയി. വ്യക്തിപരമായ ഈ ദുരന്തം നേരിട്ട രീതി അവരുടെ ഉരുക്കുപോലുള്ള ഉറച്ച മനക്കരുത്ത് വ്യക്തമാക്കി.

1945 ൽ കൽക്കത്തയിലെ ആശുതോഷ് കോളേജിൽ നിന്ന് ബംഗാളി സാഹിത്യത്തിൽ ഒന്നാം ക്ലാസോടെ ബി എ പരീക്ഷ പാസായി. അപ്പോഴേക്കും ബംഗാളിലും ഇന്ത്യയിലാകെയും രാഷ്ട്രീയ രംഗം പ്രക്ഷുബ്ധമായി. എങ്ങും വമ്പിച്ച ജനകീയ മുന്നേറ്റം. ഐ എൻ എ നേതാക്കളായ ഷാനവാസ്, ധില്ലൻ, സെഗാൾ എന്നീ മുന്നുപേരെ മോചിപ്പിക്കണമെന്നാവശ്യപ്പെട്ട് 1945 നവംബർ 21 ന് കൽക്കത്തയിലെ വിദ്യാർഥികൾ ഉജ്വലമായ ഒരു പ്രക്ഷോഭത്തിന് തിരികൊളുത്തി. പൊലീസ് പ്രകോപനമൊന്നുമില്ലാതെതന്നെ വിദ്യാർഥികൾക്ക് നേരെ നിറയൊഴിച്ചു. ഒരു കോളേജ് വിദ്യാർഥി രാമേശ്വർ ബാനർജിയും ഒരു ഉശിരൻ തൊഴിലാളി യുവാവ് അബ്ദുൾ സലാമും ഉൾപ്പെടെ ഒട്ടേറെപേർ രക്തസാക്ഷികളായി. കൽക്കത്ത തെരുവുകളിലൂടെ വിദ്യാർഥികളുടെ ചുടുനിണമൊഴുകി.

വെടിവെപ്പിന് ശേഷവും തെരുവുകളിൽ നിന്ന് വിദ്യാർഥികൾ പിരിഞ്ഞുപോയില്ല. അപ്പോൾ പൊലീസ് കണ്ണിൽ ചോരയില്ലാതെ ലാത്തിച്ചാർജ് തുടങ്ങി. വിദ്യാർഥികൾ അതിനെ നേരിട്ടു കൊണ്ടുതന്നെ തെരുവീഥികളിൽ കുത്തിയിരുന്നു. രാത്രിമുഴുവൻ ആ ഇരിപ്പ് തുടർന്നു.കൂട്ടത്തിൽ ഗീതാ മുഖർജിയുമുണ്ടായിരുന്നു. അടുത്ത ദിവസം പൊലീസിനെ വെല്ലുവിളിച്ച് മറ്റിടതുപക്ഷ വിദ്യാർഥികളോടൊപ്പം അവർ പ്രകടനം നടത്തി. അന്നു തന്നെ വിദ്യാർഥി മർദനത്തിൽ പ്രതിഷേധിച്ച് കമ്യൂണിസ്റ്റ് പാർട്ടിയുടെ ആഹ്വാനപ്രകാരം കൽക്കത്തയിലേയും പരിസരപ്രദേശങ്ങളിലേയും തൊഴിലാളികൾ പണിമുടക്കി. പണിമുടക്കിയ തൊഴിലാളികളും വിദ്യാർഥികളും നടത്തിയ പ്രകടനത്തെ പൊലീസ് തടഞ്ഞു. അത് വലിയ ഏറ്റുമുട്ടലിനിടയാക്കും എന്ന സ്ഥിതിയായി. അവസാനം ഗവൺമെന്റ് ആപ്പീസുകൾ സ്ഥിതി ചെയ്യുന്ന ദൽഹൗസി സ്ക്വയർവരെ പോകാൻ പൊലീസ് പ്രകടനത്തിന് അനുവാദം നൽകി.

നവംബർ അവസാനവും തുടർന്നു രാജ്യവ്യാപകമായി പണിമുടക്കു പരമ്പരകൾ. അവയുടെയും കേന്ദ്രം കൽക്കത്ത. ഇത് ബ്രിട്ടീഷുകാരെ പരിഭ്രാന്തരാക്കി. അന്നത്തെ ബ്രിട്ടീഷ് പ്രധാനമന്ത്രി ആറ്റ്ലിക്ക് ഇന്ത്യയിലെ ബ്രിട്ടീഷ് സായുധസേനയുടെ കമാണ്ടർ- ഇൻ-ചീഫ് സർ ക്ളോഡ് അചിൻലേക് ഒരു രഹസ്യ കത്തയച്ചു. ഇന്ത്യയിലാകെ ബ്രിട്ടീഷ് വിരുദ്ധ വിപ്ലവത്തിന് കൽക്കത്തയിലെ മുന്നേറ്റം ഉത്തേജനവും ആവേശവും പകർന്നതായി ആ കത്തിൽ അദ്ദേഹമെഴുതി.

ഐ എൻ എ ക്യാപ്റ്റൻ റഷീദ് അലിയെ മോചിപ്പിക്കണമെന്ന് ആവശ്യപ്പെട്ട് 1946 ഫെബ്രുവരിയിൽ കൽക്കത്ത വീണ്ടും പൊട്ടിത്തെറിച്ചു. കൽക്കത്തയിലും പരിസരങ്ങളിലും കൂടുതൽ ശക്തമായ പഠിപ്പുമുടക്കങ്ങളും. ബംഗാളിലെ അന്നത്തെ ഗവർണർ കാസി നഗരത്തിലാകെ പട്ടാള ഭരണം അടിച്ചേൽപ്പിച്ചു. എങ്ങും പട്ടാളത്തിന്റെ അഴിഞ്ഞാട്ടം. വിദ്യാർ

ഥികളും തൊഴിലാളികളും ഒരിക്കൽ കൂടി പട്ടാളവുമായി ഏറ്റുമുട്ടി. നൂറിലധികം വിദ്യാർഥികളും യുവാക്കളും കൊല്ലപ്പെട്ടു. ഐതിഹാസികമായ ഈ സമരത്തിൽ ഗീതാ മുഖർജി സുപ്രധാന പങ്ക് വഹിച്ചു.

1946 ജൂലായിൽ ഇന്ത്യയാകെ വമ്പിച്ച് സമരത്തിന് സാക്ഷ്യം വഹിച്ചു. പോസ്റ്റ് ആന്റ് ടെലിഗ്രാഫ് ജീവനക്കാരുടെ അഖിലേന്ത്യാ വ്യാപകമായ പണിമുടക്കിന് പിന്തുണ പ്രഖ്യാപിച്ച ജൂലായ് 29 ന് കൽക്കത്തയിലെ തൊഴിലാളികൾ പണിമുടക്കി. ജനറൽ പോസ്റ്റ് ആപ്പീസി (ജിപിഒ) ലും ഓൾ ഇന്ത്യാ റേഡിയോ (എ ഐ ആർ) ആപ്പീസിലും കടന്ന് കരിങ്കാലികൾ പണിമുടക്കം പൊളിക്കാൻ നോക്കി. വിദ്യാർഥി വളണ്ടിയർമാർ അവരെ തടഞ്ഞു.പണിമുടക്കം വിജയിപ്പിക്കുന്നതിൽ അവർ സുപ്രധാന പങ്ക് വഹിച്ചു. എ ഐ ആർ ആപ്പീസ് പിക്കറ്റ് ചെയ്തത് വിദ്യാർഥിനികൾ. അവർക്ക് നേതൃത്വം നൽകിയത് ഗീതാ മുഖർജി. റോയി സരോജ് ഹസ്ര, നൃപൻ ബാനർജി, കമലാപതി എന്നിവർ ജനറൽ പോസ്റ്റ് ആപ്പീസ് പിക്കറ്റിങ്ങിന് നേതൃത്വം നൽകി. അന്നേദിവസം വൈകുന്നേരം എ ഐ ടി യു സിയുടെ ബംഗാൾ ഘടകം കൽക്കത്ത മൈതാനത്ത് വമ്പിച്ച ഒരു യോഗം വിളിച്ചുകൂട്ടി. ഒരു ലക്ഷം പേർ പങ്കെടുത്ത ആ യോഗത്തിൽ വിദ്യാർഥികളെ പ്രതിനിധാനം ചെയ്ത് സംസാരിച്ചത് ഗീതാ മുഖർജി.

1946 ഡിസംബറിൽ ബംഗാൾ പ്രോവിൻഷ്യൽ സ്റ്റുഡന്റ്സ് ഫെഡറേഷൻ സമ്മേളനം മെഗ്പ്പൂരിൽ. സമ്മേളനം സംഘടനയുടെ പ്രസിഡന്റായി ഗൗതം ചതോപാധ്യായയെയും ജനറൽ സെക്രട്ടറിയായി ഗീതാ മുഖർജിയെയും തിരഞ്ഞെടുത്തു. 1951 വരെ ഗീതാ മുഖർജി തൽസ്ഥാനത്ത് തുടർന്നു. അവർ ജനറൽ സെക്രട്ടറിയായി ചാർജ്ജെടുക്കുമ്പോൾ ബ്രിട്ടീഷ് വാഴ്ച അവസാനിപ്പിക്കുന്നതിനുള്ള അന്തിമസമരം നടക്കുകയായിരുന്നു. നാവിക കലാപത്തിന് പിന്തുണ നൽകി കൽക്കത്തിയിലെ വിദ്യാർഥികൾ രംഗത്തിറങ്ങിയപ്പോൾ അവരോടൊപ്പം ഗീതാ മുഖർജിയുമുണ്ടായിരുന്നു.

1948 ഫെബ്രുവരിയിൽ സാമ്രാജ്യത്വത്തിനെതിരായ ആദ്യത്തെ തെക്കുകിഴക്കനേഷ്യൻ വിദ്യാർഥി യുവജന സമ്മേളനം കൽക്കത്തയിൽ നടന്നു. വേൾഡ് ഫെഡറേഷൻ ഓഫ് ഡമോക്രാറ്റക് യൂത്തും ഇൻർനാഷണൽ യൂണിയൻ ഓഫ് സ്റ്റുഡന്റ്സും എ ഐ എസ് എഫുമായി ചേർന്ന് വിളിച്ചുകൂട്ടിയതായിരുന്നു സമ്മേളനം. ചൈന, വിയത്നാം, ഇന്തോനേഷ്യ, ബർമ്മ, മലയ തുടങ്ങിയ രാജ്യങ്ങളിൽ നിന്ന് അഥിൽ പ്രതിനിധികൾ സംബന്ധിച്ചു. സാമ്രാജ്യത്വവും കൊളോണിയലിസവും ഇന്ത്യക്ക് പുറത്ത് എന്ന മുദ്രാവാക്യം സ്മ്മേളനത്തിൽ മുഴങ്ങി. സമ്മേളനം വമ്പിച്ച വിജയമായിരുന്നു, അതിന്റെ സംഘാടകരിലൊരാൾ ഗീതാ മുഖർജി.

1948 ൽ ഇന്ത്യൻ കമ്യൂണിസ്റ്റ് പാർട്ടിയുടെ രണ്ടാം കോൺഗ്രസ് കൽക്കത്തയിൽ. അതിനെതുടർന്ന കോൺഗ്രസ് ഗവൺമെന്റ് കമ്യൂ

ണിസ്റ്റ് പാർട്ടിയെ നിരോധിച്ചു. പാർട്ടി നേതാക്കളെ വേട്ടയാടി. വിശ്വനാഥ് മുഖർജിയും ഗീതാ മുഖർജിയും അറസ്റ്റിലായി. ദീതാ മുഖർജിയെ വിചാരണ കൂടാതെ ആറ് മാസത്തിലധികം കൽക്കത്ത പ്രസിഡൻസി ജയിലിൽ പാർപ്പിച്ചു. ജയിൽമോചിതയായ ഉടൻ ഒളിവിൽ പോയി. രണ്ട് തവണ കഷ്ടിച്ച് അറസ്റ്റിലാവാതെ രക്ഷപ്പെടുകയായിരുന്നു. 1951 അവസാനം അറസ്റ്റ് വാറണ്ട് പിൻവലിക്കപ്പെട്ടതിനെത്തുടർന്ന് ഒളിവിൽ നിന്ന് പുറത്തുവന്നു. തുടർന്ന് മിഡ്നാപ്പൂരിലേക്കാണ് പോയത്. അവിടെ കൃഷിക്കാരെ, പ്രത്യേകിച്ച് കർഷകസ്ത്രീകളെ, സംഘടിപ്പിക്കുന്ന പ്രവർത്തനത്തിലേർപ്പെട്ടു. 1952 നവംബറിൽ മിഡ്നാപ്പൂർ ജില്ലാ വനിതാ സമ്മേളനം വിളിച്ചുകൂട്ടി. സമ്മേളനം വൻവിജയമായിരുന്നു. അതിന്റെ പേരിൽ അക്കാലത്ത് ബംഗാളിലെ ഏറ്റവും പ്രമുഖയായ വനിതാ നേതാവ് മണികുന്തള സെൻ അവരെ ഏറെ പ്രശംസിച്ചു.

കൃഷിക്കാർക്കിടയിൽ പ്രവർത്തിച്ചുകൊണ്ടിരിക്കെ 1967 ൽ ഇദംപ്രദമായി പശ്ചിമബംഗാൾ നിയമസഭയിലേക്ക് തിരഞ്ഞെടുക്കപ്പെട്ടു. അത് മുതൽ ഒരു ദശകം നിയമസഭാംഗമെന്ന നിലയിൽ കഴിവ് തെളിയിച്ചു. 1980 ൽ പാൻസ്കുര മണ്ഡലത്തിൽ നിന്ന് ലോകസഭയിലേക്ക് തിരഞ്ഞെടുക്കപ്പെട്ടു. മരണം വരെ ലോകസഭയിൽ ആ മണ്ഡലത്തെ പ്രതിനിധാനം ചെയ്തു.

1964 ൽ ഇന്ത്യൻ കമ്യൂണിസ്റ്റ് പ്രസ്ഥാനം പിളർന്നപ്പോൾ ഭർത്താവിന്റെ കൂടെ സി പി ഐ യിലാണ് അവർ നിലയുറപ്പിച്ചത്. 1978 മുതൽ ആ പാർട്ടിയുടെ നാഷണൽ കൗൺസിൽ അംഗം, മൂന്ന് വർഷത്തിന് ശേഷം നാഷണൽ എക്സിക്യൂട്ടീവിലേക്ക് തിരഞ്ഞെടുക്കപ്പെട്ടു. 1998 ൽ നാഷണൽ കൗൺസിൽ സെക്രട്ടറിമാരിൽ ഒരാളായി – കമ്യൂണിസ്റ്റ് പാർട്ടിയുടെ ചരിത്രത്തിൽ ആ സ്ഥാനം വഹിക്കുന്ന ആദ്യത്തെ മഹിള.

ലോകസഭയിൽ സി പി ഐ ഗ്രൂപ്പിന്റെ ഡപ്യൂട്ടി ലീഡറായിരുന്നു. ഗീതാ മുഖർജി. പാർലമെന്റ് അംഗമെന്ന നിലയിൽ പല കമ്മിറ്റികളിലും പ്രവർത്തിച്ചു. നാഷണൽ കമിഷൻ ഓൺ റൂറൽ ലേബർ, നാഷണൽ കമീഷൻ ഓൺ വിമൻ, നാഷണൽ ചിൽഡ്രൻസ് ബോർഡ്, പ്രസ് കൗൺസിൽ എന്നിവയിൽ അംഗമായിരുന്നു. സി പി ഐ യുടെ മഹിളാ സംഘടനയായ നാഷണൽ ഫെഡറേഷൻ ഓഫ് ഇന്ത്യൻ വിമൻ വൈസ് പ്രസിഡന്റായിരുന്നു. നിയമനിർമാണസഭകളിൽ സ്ത്രീകൾക്ക് മൂന്നിലൊന്ന് സീറ്റ് സംവരണം ചെയ്യുന്നതിനുള്ള ബില്ലിന്റെ സെലക്ട് കമ്മിറ്റിയുടെ ചെയർപേഴ്സനെന്ന നിലയിൽ സ്തുത്യർഹമായ പ്രവർത്തനമാണ് അവർ നടത്തിയത്.

ബംഗാളിൽ ധാരാളം പുസ്തകങ്ങളെഴുതി, *ചെന്നായ്ക്കൾക്കിടയിൽ* എന്ന പ്രസിദ്ധമായ നോവൽ ബംഗാളിലേക്ക് അവർ വിവർത്തനം ചെയ്തു. 2000 മാർച്ച് 4 ന് സംഭവബഹുലമായ ആ ജീവിതത്തിന് തിരശ്ശീല വീണു.

ഗുരുചരൺ പട്നായിക്

1917 - 2008

ഒറീസയിലെ കമ്യൂണിസ്റ്റുപ്രസ്ഥാനത്തിന്റെ നേതാക്കളിലൊരാളും സ്വാതന്ത്ര്യസമരസേനാനിയും എഴുത്തുകാരനുമായിരുന്നു ഗുരുചരൺ പട്നായിക്. പത്രപ്രവർത്തകൻ എന്ന നിലയിലും അദ്ദേഹം പ്രശസ്തനായിരുന്നു.

1917 ഒക്ടോബർ 31-ന് ഭുവനേശ്വറിന് അടുത്ത ചനഹട്ടയിൽ ജനിച്ചു. അച്ഛൻ മരിച്ചപ്പോൾ ഗുരുചരണിന് നാലുമാസമേ പ്രായമുണ്ടായിരുന്നുള്ളൂ. അച്ഛന്റെ മരണം മൂലമുള്ള ദുഃഖം താങ്ങനാവാതെ അമ്മ ആത്മഹത്യ ചെയ്തു. അപ്പോൾ മൂത്ത ജ്യേഷ്ഠൻ ആനന്ദ് പട്നായിക്കിന് മൂന്നോ നാലോ വയസ്സ് പ്രായം. അതുകൊണ്ട് അമ്മാവന്മാരുടെ സംരക്ഷണത്തിലാണ് വളർന്നത്.

സ്കൂളിൽ പഠിക്കുമ്പോൾ ദേശീയ രാഷ്ട്രീയത്തിൽ ആകൃഷ്ടനായി. അതിന് രണ്ട് കാരണമുണ്ട്: (1) ദേശീയ പ്രസ്ഥാനത്തിന്റെ കാറ്റ് രാജ്യത്തിന്റെ വിവിധ ഭാഗങ്ങളിലെന്നപോലെ ഭുവനേശ്വറിലും വീശിയടിക്കാൻ തുടങ്ങിയിരുന്നു; (2) കുടുംബത്തിൽ രണ്ടോ മൂന്നോ സ്വാതന്ത്ര്യസമരസേനാനികൾ ഉണ്ടായിരുന്നു. അമ്മാവന്മാരിലൊരാൾക്ക് ബംഗാളിലെ ദേശീയ വിപ്ലവ പ്രസ്ഥാനവുമായിപ്പോലും ബന്ധമുണ്ടായിരുന്നു. മൂത്ത ജ്യേഷ്ഠൻ ഒന്നിലധികം തവണ ദേശീയ പ്രസ്ഥാനത്തിൽ പങ്കെടുത്ത് ജയിൽവാസം വരിച്ചിട്ടുണ്ട്. ബാലനായ ഗുരുചരണും ദേശീയ പ്രസ്ഥാനത്തിൽ പങ്കാളിയാവാൻ തുടങ്ങി. വാനരസേനയിലെ അംഗം എന്ന

നിലയിൽ വിദേശവസ്ത്ര ഷാപ്പ് പിക്കറ്റ് ചെയ്യുന്നതിൽ പങ്കാളിയായി. അപ്പോൾ ആ ബാലന്റെ പ്രായം 13 വയസ്.

ദേശീയ പ്രസ്ഥാനത്തിൽ സജീവം പങ്കെടുക്കാൻ തുടങ്ങിയെങ്കിലും പഠിത്തത്തിൽ ഒരു കുറവും വരുത്തിയില്ല. രാഷ്ട്രീയ പ്രവർത്തനത്തോടൊപ്പം പഠനവും തുടർന്ന് സ്കൂൾ വിദ്യാഭ്യാസം പൂർത്തിയാക്കിയതിനുശേഷം നിയമലംഘനപ്രസ്ഥാനത്തിൽ പങ്കെടുത്ത് അറസ്റ്റുവരിച്ചു. ജയിൽ വിമുക്തനായപ്പോൾ താൻ എന്താണ് ചെയ്തതെന്ന് അദ്ദേഹം തന്നെ പറയട്ടെ:

> ബനാറസിൽ പോയി വിദ്യാപീഠിൽ ബി എക്ക് ചേർന്നു. രണ്ടുവർഷം ബി എ (ചരിത്രം) പഠിച്ചു. പൂർത്തിയാക്കാതെ പഠനം മതിയാക്കി. അക്കാലത്ത് ആചാര്യ നരേന്ദ്രദേവ് എന്നെ വളരെയധികം സ്വാധീനിച്ചു. അതുകൊണ്ടാണ് മറ്റു ചിലരോടൊപ്പം ഞാൻ സി എസ് പിയിൽ ചേർന്നത്.

ബനാറസിൽ പഠിക്കുമ്പോൾ കമ്യൂണിസ്റ്റുനേതാവ് കെ എൻ ജോഗ്ലേക്കറുമായി ബന്ധപ്പെട്ടിരുന്നുവെങ്കിലും അപ്പോൾ കമ്യൂണിസ്റ്റുആശയങ്ങൾ അദ്ദേഹത്തെ സ്വാധീനിച്ചില്ല. എന്നല്ല 1930–34 കാലത്ത് ദേശീയ വിപ്ലവപ്രസ്ഥാനത്തിന്റെ ആശയങ്ങൾ അദ്ദേഹത്തെ സ്വാധീനിക്കുകപോലും ചെയ്തു. അക്കാലത്ത് ധാരാളം വിപ്ലവകാരികൾ പുരിയിൽ ഒളിച്ചു താമസിക്കുന്നുണ്ടായിരുന്നു. ചിലരെ അവിടേക്ക് നാടുകടത്തിയതുമായിരുന്നു. അവരിൽ ചിലരുമായി ഗുരുചരണും കോൺഗ്രസിലെ മറ്റു ചില പ്രവർത്തകരും ബന്ധപ്പെടുകയുണ്ടായി. തന്നെയുമല്ല അവരുടെ പ്രവർത്തനങ്ങൾ അവരെ ആകർഷിക്കുകപോലും ചെയ്തു. എങ്കിലും താമസിയാതെ ദേശീയ വിപ്ലവപ്രസ്ഥാനത്തിലുള്ള ആകർഷണം കുറഞ്ഞു കുറഞ്ഞുവരികയും ബഹുജനപ്രക്ഷോഭങ്ങളിലേക്കും സമരങ്ങളിലേക്കും ശ്രദ്ധ തിരിയുകയും ചെയ്തു.

വായനയിലും എഴുത്തിലും നേരത്തെതന്നെ താൽപ്പര്യമുണ്ടായിരുന്ന ഗുരുചരൺ *ലേബർ മന്ത്‌ലി* വായിക്കാറുണ്ടായിരുന്നു. അതിൽനിന്ന് ബംഗാളിലെ കമ്യൂണിസ്റ്റുപാർട്ടിയുടെ മേൽവിലാസം കിട്ടിയതിനെത്തുടർന്ന് 1935–36–ൽ ഒരു ദിവസം കൽക്കത്തയ്ക്കുപോയി. സക്കറിയത്തെരുവിലെ ഒരു വീട്ടിൽവച്ച് മുസഫർ അഹമ്മദിനെയും നൃപൻചക്രവർത്തിയെയും കണ്ടുമുട്ടി. അവർവഴി പി സി ജോഷിയെയും കണ്ടു സംസാരിച്ചു. ബനാറസിൽ വെച്ചുതന്നെ സി എസ് പിയുമായി ബന്ധപ്പെട്ട ഗുരുചരൺ കമ്യൂണിസ്റ്റുപാർട്ടിയിൽ ചേരാൻ തീരുമാനിച്ചു. 1936–ൽ അദ്ദേഹം പാർട്ടി അംഗമായി. ഒറീസയിൽനിന്നുള്ള ആദ്യത്തെ പാർട്ടി അംഗം എന്ന ബഹുമതി അങ്ങനെ അദ്ദേഹത്തിന് പോകുന്നു.

താമസിയാതെ ഒറീസ സി എസ് പിയിലെ മഹാഭൂരിപക്ഷം അംഗങ്ങളും കമ്യൂണിസ്റ്റുപാർട്ടിയിലേക്ക് കൂടുമാറി. നവകൃഷ്ണ ചൗധരി, മായാ ചൗധരി തുടങ്ങി എട്ടുപേരൊഴികെ ബാക്കി എല്ലാവരും കമ്യൂണിസ്റ്റുപാർ

ട്ടിയിലെത്തി. ഭഗവതി ചരൺ പാണിഗ്രാഹി പാർട്ടി ഘടകത്തിന്റെ ആദ്യ സെക്രട്ടറിയായി. 1937–ലെ തിരഞ്ഞെടുപ്പിൽ കോൺഗ്രസ് ടിക്കറ്റിൽ ഒരു പാർട്ടി സ്ഥാനാർഥിയെ നിർത്താൻ കമ്യൂണിസ്റ്റുപാർട്ടി തീരുമാനിച്ചു. അങ്ങനെ പ്രാണനാഥ് പട്നായിക് ഖുർദ മണ്ഡലത്തിൽ മത്സരിച്ചുജയിച്ചു.

1940–ൽ ഗവൺമെന്റ് ഒറീസ കമ്യൂണിസ്റ്റ് ഗൂഢാലോചനക്കേസ് കെട്ടിച്ചമച്ചു. ഗുരുചരണെ അതിൽ ഒരു പ്രതിയാക്കി അറസ്റ്റുചെയ്തു. 1942–ൽ കമ്യൂണിസ്റ്റുപാർട്ടി അതിന്റെ നയത്തിൽ മാറ്റം വരുത്തിയതിനെത്തുടർന്ന് ജയിലിലുള്ള കമ്യൂണിസ്റ്റുകാരെ വിട്ടയയ്ക്കാൻ തുടങ്ങിയപ്പോൾ ഗുരുചരണിനെയും വിട്ടയച്ചു. തുടർന്ന് പാർട്ടി പ്രവർത്തനത്തിൽ ആകണ്ഠം മുഴുകി. തൊഴിലാളികൾക്കിടയിൽ പാർട്ടിയുടെ സ്വാധീനം വർധിച്ചു. 1946–ൽ നടന്ന തിരഞ്ഞെടുപ്പിൽ തൊഴിലാളി നിയോജകമണ്ഡലത്തിൽ നിന്ന് കമ്യൂണിസ്റ്റ് സ്ഥാനാർഥിയായി മത്സരിച്ച വൈദ്യനാഥ് റാത് തിരഞ്ഞെടുക്കപ്പെട്ടു.

പേരുകേട്ട എഴുത്തുകാരനായിരുന്നു ഗുരുചരൺ. ഒരു സൈദ്ധാന്തിക ജേർണലായ *സാരഥി*യുമായി അതിന്റെ ആദ്യകാലത്ത് അദ്ദേഹം ബന്ധപ്പെട്ടു. അതിൽ സാമ്പത്തികകാര്യങ്ങളെക്കുറിച്ച് എഴുതുമായിരുന്നു. അദ്ദേഹം എഴുതിയ *ഭാരതരെ ബ്രിട്ടീഷ് രാജ്* എന്ന ലഘുലേഖ ബ്രിട്ടീഷ് ഗവൺമെന്റ് കണ്ടുകെട്ടുക മാത്രമല്ല, അദ്ദേഹത്തെ അറസ്റ്റുചെയ്യുകകൂടി ചെയ്തു. ഒറിയ വാരികയായ *മുക്തിയുദ്ധ*യും പാർട്ടി മുഖപത്രമായ *ന്യൂയ ദനിയ*യും അദ്ദേഹം എഡിറ്റുചെയ്തു. *ന്യൂയ ദനിയ* എന്ന സൈദ്ധാന്തികവാരികയും അദ്ദേഹം എഡിറ്റുചെയ്തു. സ്വാതന്ത്ര്യസമരത്തിനും ഒറീസയിലെ ഇടതുപക്ഷപ്രസ്ഥാനത്തിനും വേണ്ടി ഗുരുചരൺ തന്റെ തൂലിക മൂർച്ചയേറിയ ഒരു ആയുധമായി ഉപയോഗിച്ചു. പതിമൂന്നിലധികം തവണ അറസ്റ്റിലായി. 1971–ൽ സോവിയറ്റ് ലാൻഡ് നെഹ്റു അവാർഡ് ലഭിച്ചു. സംസ്ഥാന–കേന്ദ്ര സാഹിത്യ അക്കാദമി അവാർഡുകൾ ലഭിച്ചിട്ടുണ്ട്. ഉത്കൽ സാഹിത്യ സമാജ് 'ഉത്കൽ രത്ന' നൽകി അദ്ദേഹത്തെ ബഹുമാനിച്ചു. ഒട്ടേറെ മാർക്സിസ്റ്റുക്ലാസിക്കുകൾ ഒറിയ ഭാഷയിലേക്ക് പരിഭാഷപ്പെടുത്തി. 2008 നവംബർ 23–ന് അന്തരിച്ചു.

ഗുരുചരൺസിങ് രൺധാവ

1916 - 1989

പഞ്ചാബിലെ കമ്യൂണിസ്റ്റ്-കർഷക പ്രസ്ഥാനങ്ങളുടെ ആദ്യകാല നേതാക്കളിലൊരാളും സ്വാതന്ത്ര്യസമര സേനാനിയും മാർക്സിസം-ലെനിനിസത്തിൽ അവഗാഹം നേടിയ പണ്ഡിതനുമായിരുന്നു ഗുരുചരൺസിങ് രൺധാവ. സി പി ഐ (എം) കേന്ദ്രകമ്മിറ്റി അംഗവും സംസ്ഥാന സെക്രട്ടറിയുമായിരുന്നു അദ്ദേഹം.

ഒരു ചെറുകിട കർഷക കുടുംബത്തിൽ ജനിച്ചു. 1938 ൽ കോളേജ് വിദ്യാഭ്യാസം ഉപേക്ഷിച്ച് ദേശീയ പ്രസ്ഥാനത്തിലേക്കും കർഷക പ്രസ്ഥാനത്തിലേക്കും എടുത്തുചാടി. അതിനുശേഷമുള്ള അഞ്ചു പതിറ്റാണ്ടിനിടയിൽ പല തവണ ജയിലിൽ കിടന്നു. വർഷങ്ങളോളം ഒളിവിൽ പാർത്തു. എണ്ണമറ്റ സമരങ്ങൾക്ക് നേതൃത്വം നൽകി. പലതരം കഷ്ടപ്പാടുകളും സഹിച്ചു. പാർട്ടിയും ബഹുജനസമരങ്ങളും കെട്ടിപ്പടുത്തു.

1939 ൽ രണ്ടാം ലോകമഹായുദ്ധത്തിന്റെ തിരശീല ഉയർന്നു. യുദ്ധത്തിനെതിരെ ഇന്ത്യൻ കമ്യൂണിസ്റ്റുപാർട്ടി അതിശക്തമായ നിലപാടെടുത്തു. അതിനാൽ ബ്രിട്ടീഷ് ഗവൺമെന്റ് പാർട്ടിക്കെതിരെ ആഞ്ഞടിച്ചു. പാർട്ടി നേതാക്കളെ വേട്ടയാടാൻ തുടങ്ങി. പഞ്ചാബിലെ മിക്ക പാർട്ടി നേതാക്കളും അറസ്റ്റിലായി. കൂട്ടത്തിൽ രൺധാവയും. 1942 ൽ ജയിൽമോചിതനായി. അതിനുശേഷം കൃഷക്കാർക്കിടയിൽ പ്രവർത്തനം കേന്ദ്രീകരിച്ചു. അനവധി കർഷക സമരങ്ങൾ നയിച്ചു. ജയിൽമോചിതനായ

ശേഷം മറ്റൊരു പ്രവർത്തനംകൂടി നടത്തി – ഫാസിസത്തിനെതിരെ ജനങ്ങളെ അണിനിരത്തൽ.

1947 ൽ ഇന്ത്യാ വിഭജനത്തോടെ അതിർത്തിക്ക് ഇരുപുറവും വർഗീയ ലഹള. ആയിരങ്ങളുടെ രക്തപ്പുഴയൊഴുകി. ന്യൂനപക്ഷങ്ങളെ സംരക്ഷിക്കാൻ രൺധാവ തന്റെ സഹപ്രവർത്തകരോടൊപ്പം രംഗത്തിറങ്ങി. ലഹള കെട്ടടങ്ങിയപ്പോൾ അഭയാർഥികളെ പുനരധിവസിപ്പിക്കുന്ന പ്രവർത്തനത്തിൽ സജീവം പങ്കെടുത്തു.

സ്വാതന്ത്ര്യം കിട്ടി 7 മാസത്തിനകം ഇന്ത്യൻ കമ്യൂണിസ്റ്റുപാർട്ടിയുടെ രണ്ടം കോൺഗ്രസ് കൽക്കത്തയിൽ. അതിനുശേഷം കോൺഗ്രസ് ഗവൺമെന്റ് കമ്യൂണിസ്റ്റുപാർട്ടിയെ കടന്നാക്രമിച്ചു. പല സംസ്ഥാനങ്ങളിലും കമ്യൂണിസ്റ്റുപാർട്ടിയെ നിരോധിച്ചു. പാർട്ടിക്ക് നിയമവിധേയ പ്രവർത്തനം അസാധ്യമായി. നേതാക്കളിൽ മിക്കവരും കാരാഗൃഹത്തിൽ. ഗവൺമെന്റ് രൺധാവയെ ലുധിയാന ജയിലിലടച്ചു. ജയിലിൽ സഹപ്രവർത്തകർക്ക് മാർക്സിസം – ലെനിനിസത്തെക്കുറിച്ച് ക്ലാസെടുക്കും. എങ്കിലും എല്ലായപ്പോഴും ഒരേയൊരു ചിന്ത – ജയിലിൽനിന്ന് രക്ഷപ്പെടണം. അവസാനം രജീന്ദർസിങ് സരീൻ, വാധാറാം എന്നിവരോടൊപ്പം ജയിലധികൃതരുടെ കണ്ണുവെട്ടിച്ച്, വലിയൊരു തുരങ്കം നിർമിച്ച് 1949 നവംബറിൽ ജയിലിൽനിന്ന് രക്ഷപ്പെട്ടു.

ജയിൽ ചാടിയവരെ പിടികൂടാൻ പൊലീസ് സംസ്ഥാനത്തൊട്ടാകെ വലവിരിച്ചു. അവർക്ക്, പക്ഷെ, രൺധാവയെയും സഖാക്കളെയും പിടികൂടാൻ കഴിഞ്ഞില്ല. അപ്പോൾ പട്യാല എന്ന നാട്ടുരാജ്യത്ത് ഫ്യൂഡൽ പ്രഭുക്കൾക്കെതിരെ വലിയൊരു പോരാട്ടം നടക്കുകയായിരുന്നു. രൺധാവ ആ പോരാട്ടത്തിൽ പങ്കുചേർന്നു. അതേകാലത്തുതന്നെ വമ്പിച്ചൊരു കുടിയാൻ സമരം പെപ്സുവിൽ നടക്കുന്നുണ്ടായിരുന്നു. ഭൂമിയിൽ തങ്ങളുടെ അവകാശം സ്ഥാപിച്ചെടുക്കാൻ ആയുധമേന്തിയ പോരാട്ടം. ആ പോരാട്ടത്തിലും രൺധാവ ഭാഗഭാക്കായി. ഈ സമരങ്ങളിലൂടെ ഉരുകിത്തെളിഞ്ഞു വന്ന രൺധാവ കമ്യൂണിസ്റ്റ് നേതാവെന്ന നിലയിൽ അതിവേഗം അംഗീകാരം നേടി. സംസ്ഥാനത്തിന്റെ പല ഭാഗങ്ങളിലും നടക്കുന്ന സമരങ്ങൾക്ക് അദ്ദേഹം ഉപദേശങ്ങളും മാർഗദർശനവും നൽകി.

1952 ൽ ഒന്നാം പൊതുതിരഞ്ഞെടുപ്പ്. കമ്യൂണിസ്റ്റുപാർട്ടി ആ തിരഞ്ഞെടുപ്പിൽ പങ്കെടുത്തു. അതിനുശേഷം മാത്രമാണ് അദ്ദേഹത്തിന് ഒളിവിൽ നിന്ന് പുറത്തുവരാൻ കഴിഞ്ഞത്. പുറത്തുവന്ന ഉടനെ രൺധാവലാൽ പാർട്ടിയെ സി പി ഐയിൽ ലയിപ്പിക്കുന്ന പ്രവർത്തനത്തിൽ മുഴുകി – മാർക്സിസം – ലെനിനിസത്തിൽ അഗാധ പരിജ്ഞാനം നേടിയ അദ്ദേഹത്തിന് സ്വയം വിമർശനം നടത്താനും ആശയപരമായും സംഘടനാപരമായും രാഷ്ട്രീയമായും സി പി ഐയുമായി താദാത്മ്യം പ്രാപിക്കാനും പ്രയാസമുണ്ടായില്ല. താമസിയാതെ അദ്ദേഹത്തെ പാർട്ടിയുടെ സംസ്ഥാന കമ്മിറ്റിയിലേക്ക് എടുക്കുകയും ഭാട്ടിൻഡ ജില്ലാ സെക്രട്ടറിയായി ചുമതല ഏൽപ്പിക്കുകയും ചെയ്തു. തന്നെ ഏൽപ്പിച്ച ചുമ

തല നന്നായി നിറവേറ്റി. ഭാട്ടിൻഡ ജില്ലയിൽ പാർട്ടി വളർത്തിയെടുത്ത് തന്റെ സംഘടനാപാടവം അദ്ദേഹം തെളിയിച്ചു.

അഭിവൃദ്ധി നികുതിക്കെതിരെ 1956 ൽ പഞ്ചാബിൽ നടന്ന സമരം പ്രസിദ്ധം. സമരസമിതിയിലെ ഒരു അംഗമായിരുന്നു. മാത്രമല്ല, സമരത്തിന്റെ പ്രധാന നേതാക്കളിൽ ഒരാൾ തന്നെയായിരുന്നു അദ്ദേഹം.

ഇന്ത്യൻ കമ്യൂണിസ്റ്റ് പ്രസ്ഥാനത്തിനകത്ത് 1955 ൽ ആശയസമരം ആരംഭിച്ചപ്പോൾ പിൽക്കാലത്ത് സി പി ഐ (എം) രൂപവൽക്കരിച്ചവരുടെ കൂടെയായിരുന്നു അദ്ദേഹം. തിരുത്തൽവാദത്തിനെതിരായ പോരാട്ടത്തിൽ സുപ്രധാന പങ്കുതന്നെ വഹിച്ചു. 1962 ൽ ഇന്ത്യാ–ചൈന അതിർത്തി സംഘട്ടനത്തിന്റെ പശ്ചാത്തലത്തിൽ, കമ്യൂണിസ്റ്റ് പ്രസ്ഥാനത്തിലെ ഇടതുപക്ഷ ചിന്താഗതിക്കാരെ കേന്ദ്രഗവൺമെന്റ് തെരഞ്ഞു പിടിച്ച് അറസ്റ്റു ചെയ്തു. അതിൽ രൺധാവയുംപെട്ടത് സ്വാഭാവികം. പഞ്ചാബ് സംസ്ഥാന കമ്മിറ്റിയിലെ ഭൂരിപക്ഷവും തടവറയിൽ കഴിഞ്ഞപ്പോൾ, അപ്പോഴത്തെ നേതൃത്വത്തെ മാറ്റാൻ തിരുത്തൽവാദികൾ പ്രത്യേക സമ്മേളനം വിളിച്ചുകൂട്ടിയതോടെ ഒരു കാരണവശാലും അവരോടൊത്തു പോകാൻ കഴിയില്ലെന്ന നിഗമനത്തിൽ രൺധാവയും സഖാക്കളുമെത്തി. അങ്ങനെയാണ് കൽക്കത്തയിൽ നടന്ന ഏഴാം കോൺഗ്രസിൽ പങ്കെടുത്തത്.

ഏഴാം കോൺഗ്രസിന് മുന്നോടിയായി നടന്ന സംസ്ഥാന സമ്മേളനം, അദ്ദേഹത്തെ സംസ്ഥാന സെക്രട്ടേറിയറ്റിലേക്ക് തിരഞ്ഞെടുത്തു. കിസാൻസഭയുടെ സംസ്ഥാന സെക്രട്ടറിയായും തിരഞ്ഞെടുക്കപ്പെട്ടു. രണ്ട് ചുമതലകളും അങ്ങേയറ്റത്തെ അർപ്പണബോധത്തോടെ നിറവേറ്റി. 1978 ൽ ജലന്തറിൽ നടന്ന പാർട്ടി കോൺഗ്രസ് കേന്ദ്രകമ്മിറ്റിയിലേക്ക് തിരഞ്ഞെടുത്തു. മരണംവരെ തൽസ്ഥാനത്ത് തുടർന്നു. പാർട്ടി സെക്രട്ടറി ആയിരുന്ന സത്വന്ത്സിങ്ങിന് ഹൃദ്രോഗം ബാധിച്ചപ്പോൾ, രൺധാവ ആക്ടിങ് സെക്രട്ടറിയായി പ്രവർത്തിച്ചു. 13 ാം പാർട്ടി കോൺഗ്രസിന് മുന്നോടിയായി നടന്ന സംസ്ഥാന സമ്മേളനം രൺധാവയെ സംസ്ഥാന സെക്രട്ടറിയായി തിരഞ്ഞെടുത്തു. മരണംവരെ ആ ചുമതല നിറവേറ്റി. 1989 ഡിസംബർ 19 ന് അന്തരിച്ചു.

ഗോദാവരി പരുലേക്കർ

1907 - 1996

ഇന്ത്യയിലെ ആദ്യകാല മഹിളാ കമ്യൂണിസ്റ്റ് നേതാക്കളിൽ ഏറ്റവും പ്രമുഖയായിരുന്നു ഗോദാവരി പരുലേക്കർ. മഹാരാഷ്ട്രയിലെ വർളി ആദിവാസി കലാപത്തിന്റെ ഇതിഹാസനായികയെന്ന നിലയിലാണ് അവർ ഏറെ ശ്രദ്ധേയയായത്. ആറു പതിറ്റാണ്ടോളം മഹാരാഷ്ട്ര രാഷ്ട്രീയത്തിൽ നിറഞ്ഞുനിന്ന അവർ കാൽനൂറ്റാണ്ടിലധികം സി പി ഐ (എം) കേന്ദ്രകമ്മിറ്റി അംഗമായിരുന്നു. അഖിലേന്ത്യാ കിസാൻസഭയിൽ പ്രസിഡന്റ് സ്ഥാനം ഉൾപ്പെടെ പല പദവികളും വഹിച്ചിട്ടുണ്ട്.

1907 ആഗസ്ത് 14ന് പൂനെയിൽ ജനിച്ചു. പ്രസിദ്ധനും പ്രഗൽഭനുമായ അഭിഭാഷകൻ എൽ ആർ ഗോഖൽ ആയിരുന്നു പിതാവ്. മഹാനായ സ്വാതന്ത്ര്യസമരസേനാനിയും ഇന്ത്യൻ നാഷണൽ കോൺഗ്രസ് നേതാവുമായിരുന്ന ഗോപാലകൃഷ്ണ ഗോഖലെയുടെ മച്ചുനനായിരുന്നു അദ്ദേഹം. അങ്ങനെ ജനനം പേരുകേട്ട കുടുംബത്തിൽ. പൂണെയിലെ ഫെർഗുസെൻ കോളേജിൽനിന്ന് സാമ്പത്തികശാസ്ത്രത്തിലും രാഷ്ട്രമീമാംസയിലും ബിരുദം നേടി. എസ് എം ജോഷി, എൻ ജി ഗോറെ, അച്യുത് പട്വർധൻ എന്നിവർ കോളേജിലെ സമകാലീനരായിരുന്നു. ബിരുദാനന്തരം നിയമപഠനത്തിനു ചേർന്നു. ഡിസ്റ്റിങ്ഷനോടെ പാസായി. അങ്ങനെ മഹാരാഷ്ട്രയിൽ ആദ്യത്തെ വനിതാ നിയമബിരുദധാരിണിയായി. മകൾ തന്നോടൊപ്പം കോടതിയിൽ പ്രാക്ടീസ് ചെയ്യണമെന്നായിരുന്നു പിതാവിന്റെ ആഗ്രഹം. എന്നാൽ അതിനു വിരുദ്ധമായി അവർ സ്വാതന്ത്ര്യസമരത്തിലേക്ക് ആകർഷിക്കപ്പെട്ടു. നേരെ ചെന്നത്

വ്യക്തിസത്യഗ്രഹത്തിൽ പങ്കെടുക്കാൻ. 1932 ൽ. അതിന്റെ പേരിൽ കോടതി അവരെ ശിക്ഷിച്ചു. ജയിൽ മോചനത്തിനുശേഷം പിതാവ് അവരെ സ്വീകരിക്കാൻ തയാറായില്ല. അതോടെ കുടുംബവുമായുള്ള ബന്ധം വിച്ഛേദിക്കപ്പെട്ടു.

അതിനുശേഷം അവർ ബോംബെയിലെത്തി. സെർവൻസ് ഓഫ് ഇന്ത്യാ സൊസൈറ്റിയിൽ സാമൂഹികസേവന പ്രവർത്തനമാരംഭിച്ചു. അപ്പോൾ സൊസൈറ്റിക്കു നേതൃത്വം നൽകിയത് എൻ എം ജോഷി. അതേവരെ സ്ത്രീകൾക്ക് പ്രവേശനമില്ലാതിരുന്ന സൊസൈറ്റിയിലെ ആദ്യത്തെ വനിതാ അംഗമായിത്തീർന്നു അവർ. ബോംബെയിലെ തൊഴിലാളിവർഗ പ്രദേശങ്ങളിൽ വൻതോതിൽ സാക്ഷരതാ പ്രചാരണം ആരംഭിച്ച ആദ്യത്തെ വനിതയെന്ന സ്ഥാനത്തിനും അവർ അർഹയായി. ട്രേഡ് യൂണിയൻ പ്രവർത്തനവുമായി ബന്ധപ്പെടാൻ ഇത് അവരെ സഹായിച്ചു. അവിടെയും അവർ തന്റെ കഴിവ് തെളിയിച്ചു. പതിനായിരം വീട്ടുജോലിക്കാരുടെ പ്രകടനത്തിന് അവർ നേതൃത്വം നൽകി. കരിനിയമത്തിനെതിരെ ബോംബെ തൊഴിലാളികൾ രംഗത്തിറങ്ങിയ ദിവസംതന്നെയായിരുന്നു പ്രകടനം.

സെർവൻസ് ഓഫ് ഇന്ത്യാ സൊസൈറ്റിയിൽ തന്നെയാണ് തന്റെ ഭാവിവരനെ ഗോദാവരി കണ്ടെത്തിയത് – ശ്യാംറാവു പരുലേക്കർ. ഡോ. ബി ആർ അംബേദ്കർ സ്ഥാപിച്ച ഇന്റിപെന്റന്റ് ലേബർ പാർട്ടി സെക്രട്ടറിയായിരുന്നു. ശ്യാംറാവുവും ഗോദാവരിയും അൽപ്പകാലം ഐ എൽ പിയിൽ പ്രവർത്തിച്ചു. ആ പ്രവർത്തനത്തിന്റെ ഭാഗമായി താനെയിലെയും അംബർനാഥിലെയും തൊഴിലാളികളെ സംഘടിപ്പിക്കാൻ തുടങ്ങി. എങ്കിലും ക്രമേണ സെർവൻസ് ഓഫ് ഇന്ത്യാ സൊസൈറ്റിയുടെയും ഇന്റിപെന്റന്റ് പാർട്ടിയുടെയും പരിമിതകൾ തിരിച്ചറിഞ്ഞു. അതിനുശേഷം അതിൽ തുടർന്നു പ്രവർത്തിക്കേണ്ടതില്ലെന്നു തീരുമാനിച്ചു. 1938 ൽ ഇരുവരും കമ്യൂണിസ്റ്റ് പാർട്ടിയിലെത്തി. തുടർന്ന്, 1938 ൽ അവരുടെ വിവാഹം നടന്നു. ഇത് രാഷ്ട്രീയവും വ്യക്തിപരവുമായ ഒരു മികച്ച പാർട്നർഷിപ്പിന്റെ തുടക്കമായിരുന്നു.

1939 ൽ രണ്ടാം ലോകമഹായുദ്ധം പൊട്ടിപ്പുറപ്പെട്ടപ്പോൾ ഗോദാവരി യുദ്ധവിരുദ്ധ ക്യാമ്പെയിനിൽ മുഴുകി. ടെക്സ്റ്റൈൽ തൊഴിലാളികളുടെ ആദ്യത്തെ യുദ്ധവിരുദ്ധ പണിമുടക്ക് സംഘടിപ്പിക്കുന്നതിൽ അവർ സുപ്രധാന പങ്കു വഹിച്ചു. ക്ഷാമബത്ത 40 ശതമാനം വർധിപ്പിക്കണമെന്നാവശ്യപ്പെട്ട് 1940 മാർച്ച് 4ന് ടെക്സ്റ്റൈൽ തൊഴിലാളികൾ പണിമുടക്കാരംഭിച്ചു. ബി ടി രണദിവെ, ഡാങ്കെ, മിറാജ്കർ, ബാട്ലിവാല എന്നിവരുൾപ്പെടെയുള്ള നേതാക്കൾ തലേദിവസംതന്നെ അറസ്റ്റിലായി. പരുലേക്കറും ദേശ്പാണ്ഡെയും മാർച്ച് 18നും. അപ്പോൾ പണിമുടക്കിന് നേതൃത്വം നൽകേണ്ട ചുമതല ഗോദാവരിക്ക് ഏറ്റെടുക്കേണ്ടിവന്നു. അവരും ജംബേക്കറും 40 ദിവസം നീണ്ടുനിന്ന പണിമുടക്കിന് വിജയപൂർവം നേതൃത്വം നൽകി. പണിമുടക്ക് നയിച്ചുകൊണ്ടിരിക്കെ ബോംബെ

കമീഷണർ ഗോദാവരിയെ വിളിപ്പിച്ചു. "ഒരു വരേണ്യ കുടുംബത്തിലെ ഉന്നത വിദ്യാഭ്യാസം ലഭിച്ച അംഗമാണല്ലോ താങ്കൾ. താങ്കൾക്ക് ഈ പണിമുടക്കിൽനിന്ന് വിട്ടുനിന്നുകൂടേ?" അദ്ദേഹം ചോദിച്ചു. "ഞാൻ ചെയ്യുന്നത് ശരിയാണെന്ന് എനിക്ക് ഉത്തമബോധ്യമുണ്ട്. താങ്കൾ പറയുന്നത് താങ്കളുടെ നിലപാടും." ഗോദാവരി മറുപടി പറഞ്ഞു. തുടർന്ന് അവരെ ബോംബെയിൽനിന്ന് നാടുകടത്തി. പൂണെ മുനിസിപ്പൽ അതിർത്തിക്ക് പുറത്തുകടക്കരുതെന്ന് ഉത്തരവ് നൽകി. അവർ ആ ഉത്തരവ് ലംഘിച്ച് കല്യാണിലെത്തി തൊഴിലാളികളുടെയും കൃഷിക്കാരുടെയും വലിയൊരു യോഗത്തെ അഭിസംബോധനചെയ്തു. വൈകാതെ അറസ്റ്റിലായി. ശിക്ഷ ഒമ്പതുമാസത്തെ കഠിനതടവ്. 1942 ആഗസ്തിൽ മോചിപ്പിച്ചു. അടുത്തവർഷം ബംഗാൾ ക്ഷാമദുരിതാശ്വാസഫണ്ട് പിരിക്കുന്നതിൽ മുഴുകി. ഈ ഘട്ടത്തിലാണ് ഗോദാവരിയും പരുലേക്കറും തങ്ങളുടെ പ്രവർത്തനമേഖല മാറ്റിയത്. അവർ കൃഷിക്കാരെ സംഘടിപ്പിക്കുന്നതിലേക്ക് തിരിഞ്ഞു. ജീവിതത്തിൽ അവശേഷിച്ച കാലം മുഴുവൻ അതിനാണ് അവർ ചെലവഴിച്ചത്.

1942 ൽ ജയിൽമോചിതയായപ്പോൾ പാർട്ടി അവരെ ഒരു ചുമതല ഏൽപ്പിച്ചു. മഹാരാഷ്ട്രയിൽ കിസാൻസഭ സംഘടിപ്പിക്കുക. ശ്യാംറാവുവും ഗോദാവരിയും ആന്ധ്രയിൽ നടന്ന എ ഐ കെ എസ് സമ്മേളനത്തിൽ പങ്കെടുത്തു. മഹാരാഷ്ട്രയിൽ കൃഷിക്കാരെ സംഘടിപ്പിക്കാൻ തീരുമാനിച്ചു. അവർ സംസ്ഥാനത്തൊട്ടാകെ സഞ്ചരിച്ചു. അപ്പോഴാണ് അവർക്ക് താനെ ജില്ലയിലെ ദഹാനു–ഉംബർഗോൺ പ്രദേശങ്ങളിലെ ആദിവാസികളുടെ അടിമസമാനജീവിതത്തെക്കുറിച്ച് മനസിലാകുന്നത്. മഹാരാഷ്ട്ര കൃഷിക്കാരുടെ ആദ്യസമ്മേളനം 1945 ജനുവരിയിൽ താനെ ജില്ലയിലെ തിത്വാലയിൽ അവർ വിളിച്ചുചേർത്തു. സംസ്ഥാനത്തിന്റെ എല്ലാ ഭാഗങ്ങളിൽനിന്നും പ്രതിനിധികൾ പങ്കെടുത്തു. അക്കൂട്ടത്തിൽ ദഹാനു–ഉംബർഗോൺ പ്രദേശങ്ങളിലെ ആദിവാസികളും ഉണ്ടായിരുന്നു. തങ്ങളുടെ പരമദയനീയാവസ്ഥ ഹൃദയസ്പൃക്കായി അവർ സമ്മേളനത്തിൽ അവതരിപ്പിച്ചു. സമ്മേളം അവരെ ആവേശംകൊള്ളിച്ചു. തങ്ങളുടെ സമരം നയിക്കാൻ അവർ പരുലേക്കർ ദമ്പതികളെ ക്ഷണിച്ചു. അവർ ആ ക്ഷണം സ്വീകരിച്ചു.

അങ്ങനെയാണ് അടിമത്തത്തിനും ഭൂപ്രഭുത്വത്തിനും എതിരെ പ്രസിദ്ധമായ വർളി ആദിവാസി കലാപം 1945 ൽ ആരംഭിച്ചത്. വളരെയധികം കഷ്ടപ്പെട്ട് പരുലേക്കർ ദമ്പതികൾ ആ പ്രദേശത്തെ ആദിവാസികളെ ചെങ്കൊടിക്കു കീഴിൽ സംഘടിപ്പിച്ചു. പൊലീസിന്റെ കടുത്ത അടിച്ചമർത്തലുകളെ നേരിട്ടുകൊണ്ടുതന്നെ സമരം മുമ്പോട്ടു കൊണ്ടുപോയി. അത് ഉംബർഗോണിൽനിന്ന് ദഹാനുവിലേക്ക് മൂന്നുദിവസം നീണ്ടുനിന്ന ഒരു പ്രകടനത്തിലാണ് കലാശിച്ചത്. അടിമത്തത്തിൽനിന്ന് മോചനം നേടേണ്ടിയിരുന്ന ആയിരക്കണക്കിന് ഗിരിവർഗക്കാർ വഴിയിൽ പ്രകടനത്തോടൊപ്പം ചേർന്നു. ദഹാനുവിലെ താലൂക്ക് ആപ്പീസിനു മുന്നിൽ എത്തിയ

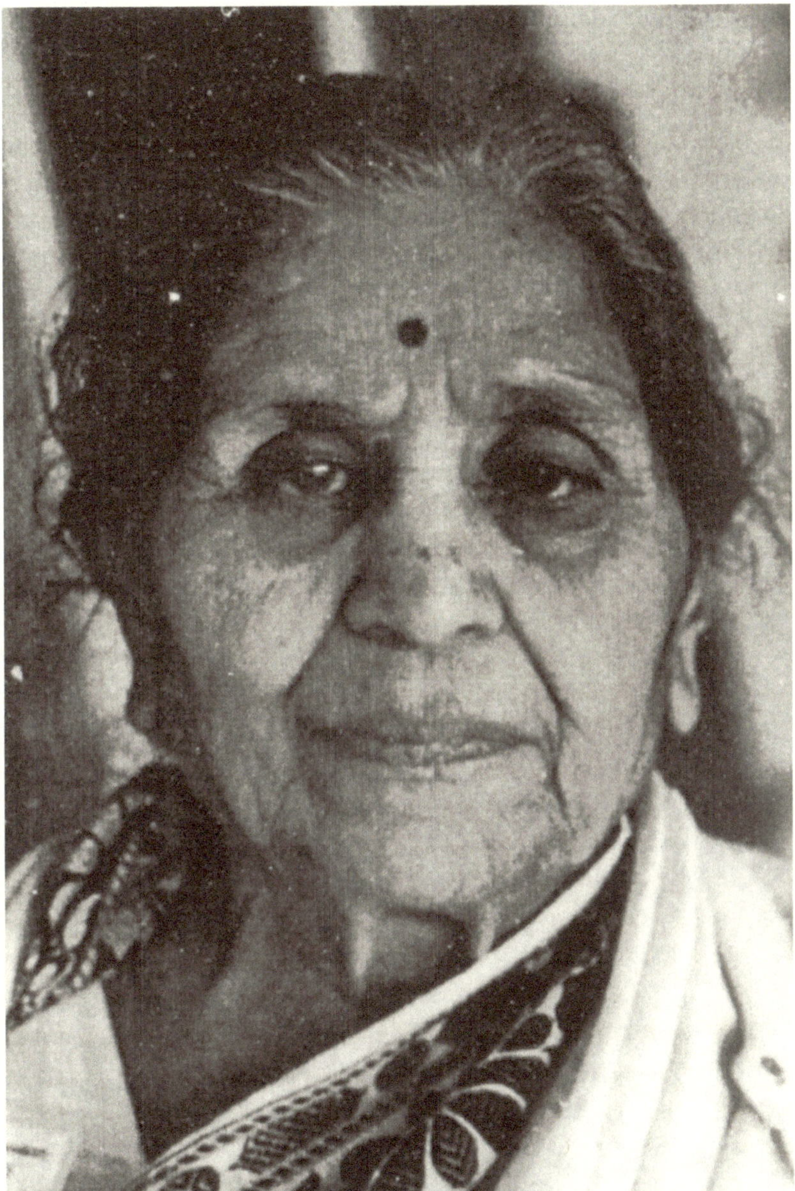

ഗോദാവരി പരുലേക്കർ

പ്പോഴേക്ക് പ്രകടനത്തിൽ മുപ്പതിനായിരം പേരെങ്കിലുമുണ്ടായിരുന്നു. അവർ താലൂക്ക് ആപ്പീസ് വളഞ്ഞു. ഭയചകിതനായ തഹസിൽദാർ ഓടിപ്പോയി. ഈ മുപ്പതിനായിരം ആളുകളെ സാക്ഷിനിർത്തി താലൂക്കാപ്പീസിന്റെ മുമ്പിൽവെച്ച് ശ്യാംറാവുവും ഗോദാവരിയും അടിമത്തം എന്നെന്നേക്കുമായി അവസാനിപ്പിച്ചതായി പ്രഖ്യാപിച്ചു. തുടർന്ന് പ്രഖ്യാപനങ്ങളുടെ പരമ്പര തന്നെ. അവ "ചെങ്കൊടിയുടെ നിയമങ്ങൾ" എന്ന പേരിൽ അറിയപ്പെട്ടു.

ആ പ്രദേശത്തെ മറ്റു മൂന്നു പ്രശ്നങ്ങളും കിസാൻസഭയും കമ്യൂണിസ്റ്റ് പാർട്ടിയും ഏറ്റെടുത്തു. അതിന്റെ അടിസ്ഥാനത്തിൽ സമരങ്ങൾ സംഘടിപ്പിച്ചു. ഭൂമി, വനഭൂമി, കൂലിവേല എന്നിവയാണ് ആ മൂന്ന് പ്രശ്നങ്ങൾ. നീണ്ടുനിന്നതും വിട്ടുവീഴ്ചയില്ലാത്തതുമായ ഭൂസമരം 1948–49 ൽ സംസ്ഥാനത്ത് ആദ്യത്തെ കുടിയായ്മ നിയമം പാസാക്കുന്നതിൽ കലാശിച്ചു. തുടക്കത്തിൽ ആ നിയമം താനെ ജില്ലയിലെ മൂന്നു താലൂക്കുകൾക്കു മാത്രമായിരുന്നു ബാധകം. ഈ മൂന്നു താലൂക്കുകളായിരുന്നു സമരകേന്ദ്രങ്ങൾ. പിന്നീട് നിയമം സംസ്ഥാനത്തൊട്ടാകെ ബാധകമാക്കി. ആദിവാസി ഭൂമി ആദിവാസി ഇതരർക്ക് കൈമാറുന്നത് നിയമം വിലക്കി. ഈ ഭൂസമരവും പിൽക്കാലത്ത് വനഭൂമിക്കുവേണ്ടി നടത്തിയ സമരവും ലക്ഷക്കണക്കിന് ഭൂമി ഇദംപ്രഥമമായി ആദിവാസി കൃഷിക്കാരുടെ പേരിൽ നിക്ഷിപ്തമാക്കി.

കൂലിക്കുവേണ്ടിയും ശക്തമായ പോരാട്ടം നടന്നു. നീണ്ടുനിന്ന പോരാട്ടത്തിനുശേഷം ഒരു ഭാഗത്ത് ഭൂപ്രഭുക്കളും മറുഭാഗത്ത്, കർഷക

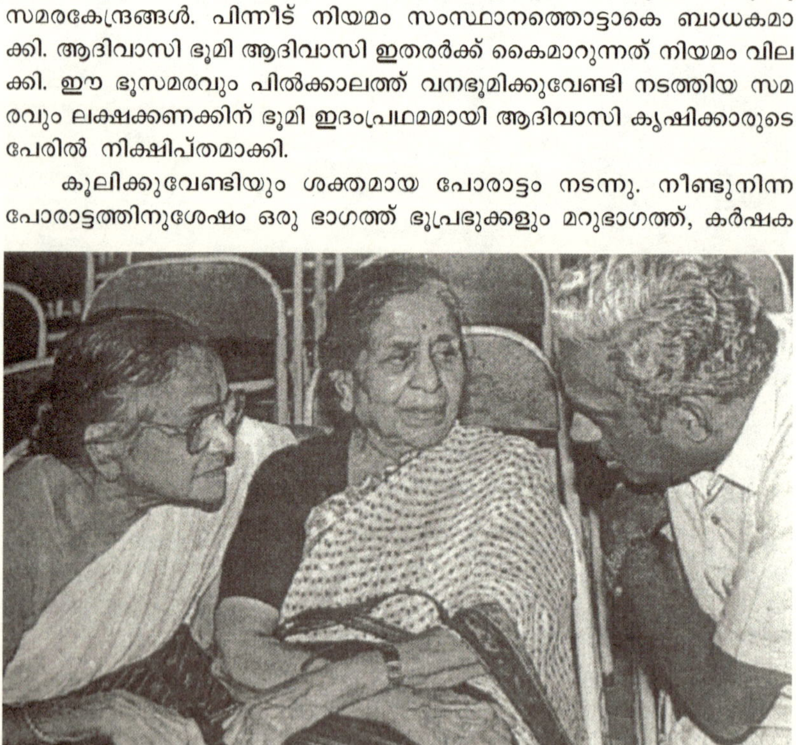

അഹല്യ രംഗനേക്കർ, കെ എൻ രവീന്ദ്രനാഥ് എന്നിവർ ഗോധാവരി പരുലേക്കറിനോടൊപ്പം

തൊഴിലാളികളും ദരിദ്രകൃഷിക്കാരും തമ്മിൽ ഗവൺമെന്റ് ഡിവിഷണൽ ആപ്പീസറുടെ സാന്നിധ്യത്തിൽ പ്രശ്നത്തിൽ ഒത്തുതീർപ്പായി. എങ്കിലും കമ്യൂണിസ്റ്റുകാരുമായുണ്ടാക്കിയ ഒത്തുതീർപ്പ് അംഗീകരിക്കാൻ അന്നത്തെ മുഖ്യമന്ത്രി മൊറാർജി ദേശായി തയാറായില്ല. അദ്ദേഹം ഡിവിഷണൽ ആപ്പീസറെ കൈയോടെ സ്ഥലം മാറ്റുകയും ഭീകരവാഴ്ച അഴിച്ചുവിടുകയും ചെയ്തു. അതിനെയും ഗിരിവർഗക്കാർ ധീരോദാത്തം ചെറുത്തു. സമരത്തിന്റെ ശക്തിയും വ്യാപ്തിയും മൂലം പൊലീസിന് അതിനെ നേരിടാൻ കഴിയാതായി. ഈ ഘട്ടത്തിൽ മൊറാർജി പട്ടാളത്തെ വിളിച്ചു. പട്ടാളം കല്യാണിൽ വന്നിറങ്ങി. ഗിരിവർഗ കലാപത്തെ അടിച്ച മർത്താൻ പട്ടാളം അവിടേക്ക് നീങ്ങാൻ തയാറെടുത്തു.

അപ്പോൾ അടിയന്തരമായും പട്ടാളത്തെ പിൻവലിച്ചില്ലെങ്കിൽ തങ്ങൾ അനിശ്ചിതകാലത്തേക്ക് പണിമുടക്കുന്നതാണെന്ന് കമ്യൂണിസ്റ്റ് പാർട്ടി നേതൃത്വത്തിൽ അണിനിരന്ന ബോംബെയിലെയും താനെ ജില്ല യിലെയും തൊഴിലാളിവർഗം മുന്നറിയിപ്പ് നൽകി. ജനാധിപത്യവാദികൾ സർക്കാർ നീക്കത്തിനെതിരെ ശബ്ദമുയർത്തി. പത്രങ്ങളും ഗവൺമെന്റി നെതിരെ കൂരമ്പുകൾ തൊടുത്തുവിട്ടു. അവസാനം ഗവൺമെന്റിന് പിൻവാങ്ങേണ്ടിവന്നു. വിജയകരമായ ഈ സമരം തൊഴിലാളി–കർഷക ഐക്യത്തിന്റെ പ്രാധാന്യത്തിന് അടിവരയിട്ടു. ഈ തത്വം ഗോദാവരിയും ശ്യാംറാവുവും ഒരിക്കൽപ്പോലും വിസ്മരിച്ചില്ല. ഈ സമരം നടന്ന പ്രദേ ശങ്ങൾ കിസാൻസഭയുടെയും കമ്യൂണിസ്റ്റ് പാർട്ടിയുടെയും ശക്തികേ ന്ദ്രങ്ങളായി മാറി. അതുകൊണ്ടാണ് 1955 ൽ അഖിലേന്ത്യാ കിസാൻസഭാ സമ്മേളനം താനെ ജില്ലയിലെ ദഹാനുവിൽ നടത്തപ്പെട്ടത്. അത് വലി യൊരു സംഭവമാക്കി മാറ്റുന്നതിൽ ശ്യാംറാവുവും ഗോദാവരിയും സുപ്ര ധാന പങ്കുവഹിച്ചു.

1955 ൽ താനെ ജില്ലയിലെ കമ്യൂണിസ്റ്റ് പാർട്ടിയും കിസാൻ സഭയും തൊട്ടടുത്തുകിടക്കുന്ന ദാദ്രാ–നാഗർഹവേലി പോർത്തുഗീസ് കോളനി വാഴ്ചയിൽനിന്ന് മോചിപ്പിക്കുന്നതിൽ ഉജ്വല പങ്കുവഹിച്ചു. ഈ സമരം ശ്യാംറാവുവും ഗോദാവരിയും നേരിട്ടുനയിച്ചു. ഗോവ വിമോചനസമര ത്തിലും അവർ പങ്കെടുത്തു. 1950 കളുടെ മധ്യത്തിൽ താനെ ജില്ലയിൽ സംയുക്ത മഹാരാഷ്ട്ര പ്രക്ഷോഭത്തിന് നേതൃത്വം നൽകി. ആദിവാസി മേഖലയിൽപ്പെട്ട ഗുർഗോണിൽ അവർ ഒരു വലിയ കൺവൻഷൻ വിളി ച്ചുകൂട്ടി. ആചാര്യ ആത്രെ, സേനാപതി ബാവത്, എസ് എം ജോഷി തുടങ്ങിയ നേതാക്കൾ അതിൽ പങ്കെടുത്തു. ഭാഷാടിസ്ഥാനത്തിൽ സംസ്ഥാനങ്ങൾ പുനഃസംഘടിപ്പിക്കുന്നതിന് രാജ്യവ്യാപകമായി നടന്ന പ്രക്ഷോഭത്തിന്റെ ഭാഗമായിരുന്നു സംയുക്ത മഹാരാഷ്ട്രാ പ്രക്ഷോഭം. ഈ പ്രക്ഷോഭത്തിന്റെ ഫലമായി 1957 ൽ ശ്യാംറാവു പരുലേക്കർ പാർല മെന്റിലേക്ക് തിരഞ്ഞെടുക്കപ്പെട്ടു.

1960കളിൽ അവിഭക്ത കമ്യൂണിസ്റ്റ് പാർട്ടിക്കകത്ത് ആശയസമരം മുൻപന്തിയിൽ വന്നു. വാസ്തവത്തിൽ അതിനുമുമ്പുതന്നെ താനെ ജില്ല

യിലെ പാർട്ടിയും പ്രസ്ഥാനവും റിവഷനിസ്റ്റ് നേതൃത്വത്തിന്റെ അപ്രീതിക്ക് ഇരയായിരുന്നു. അതിനാൽ ആദിവാസി സഖാക്കളുടെ മെമ്പർഷിപ്പ് ഉള്ളതുതന്നെയാണോ എന്നു പരിശോധിക്കാൻ അവർ കമീഷനെ നിയമിക്കുകപോലും ചെയ്തു. ഇന്ത്യാ–ചൈനാ അതിർത്തി സംഘട്ടനത്തിന്റെ പശ്ചാത്തലത്തിൽ 1962 നവംബർ ഏഴിന് പരുലേക്കർ ദമ്പതികളെ അറസ്റ്റു ചെയ്തു. ബ്രിട്ടീഷ് ഭരണകാലത്തും കോൺഗ്രസ് ഭരണകാലത്തുമായി ഗോദാവരി പരുലോക്കർ ഒരു ദശകത്തിലധികം ജയിലിലോ ഒളിവിലോ കഴിഞ്ഞു.

1964 ൽ പാർട്ടി പിളർന്നപ്പോൾ ശ്യാംറാവുവും ഗോദാവരിയും ഉൾപ്പെടെ താനെ ജില്ലയിലെ പാർട്ടി ഏറെക്കുറെ ഒന്നടക്കം സി പി ഐ (എം) പക്ഷത്തേക്കു നീങ്ങി. ഏഴാം പാർട്ടി കോൺഗ്രസ് നടക്കുമ്പോൾ അവരിരുവരും ജയിലിലായിരുന്നു. ശ്യാംറാവുവിനെ കോൺഗ്രസ് കേന്ദ്ര കമ്മിറ്റിയിലേക്ക് തിരഞ്ഞെടുത്തു. ജയിലിൽവച്ച് 1963 ആഗസ്ത് 3 ന് ശ്യാംറാവു ഹൃദയസ്തംഭനം മൂലം മരണമടഞ്ഞത് അതേ ജയിലിൽതന്നെ കഴിയുകയായിരുന്ന ഗോദാവരിക്ക് കനത്ത ആഘാതമായി. ആ ഞെട്ടലിൽനിന്ന് വിമുക്തി പ്രാപിക്കാൻ മാസങ്ങളെടുത്തു.

രണ്ടുപേരും വേണ്ടെന്നു തീരുമാനിച്ചതുകൊണ്ട് അവർക്ക് കുട്ടികളുണ്ടായില്ല.

അൽപ്പകാലം പരോളിൽ കഴിഞ്ഞതിനുശേഷം ഗോദാവരി ജയിലിലേക്കു മടങ്ങി. ഈ ഘട്ടത്തിലാണ് പ്രസിദ്ധമായ *ആദിവാസി കലാപം* എന്ന പുസ്തകം അവർ എഴുതിയത്. തന്റെ പ്രിയതമന്റെ സ്മരണയ്ക്ക് മുമ്പിൽ സമർപ്പിച്ച ആ പുസ്തകം മറാഠിയിലാണെഴുതിയത്. ഇംഗ്ലീഷ് ഉൾപ്പെടെ അനേകം ഭാഷകളിലേക്ക് അത് വിവർത്തനം ചെയ്യപ്പെട്ടു. മലയാളത്തിൽ *മനുഷ്യരുണരുമ്പോൾ* എന്ന ശീർഷകത്തിൽ *ദേശാഭിമാനി വാരിക* അത് ഖണ്ഡശഃ പ്രസിദ്ധം ചെയ്തു. പിന്നീട് *ചിന്ത പബ്ലിഷേഴ്സ്* അതു ഗ്രന്ഥമായി പ്രസിദ്ധീകരിച്ചു. ആ കൃതിക്ക് കേന്ദ്ര സാഹിത്യ അക്കാദമി അവാർഡ് ലഭിച്ചു. ജവാഹർലാൽ നെഹ്റു അവാർഡിനും ആ കൃതി തെരഞ്ഞെടുക്കപ്പെട്ടു.

1966 ഏപ്രിൽ 30 ന് ജയിൽ മോചിതനായതോടെ ഗോദാവരി സി പി ഐ (എം) കേന്ദ്രകമ്മിറ്റിയിലേക്ക് തിരഞ്ഞെടുക്കപ്പെട്ടു. 1992 ജനുവരിയിൽ മദിരാശിയിൽ ചേർന്ന പതിനാലാം കോൺഗ്രസ് വരെ തൽസ്ഥാനത്ത് തുടർന്നു. പ്രായാധിക്യവും അനാരോഗ്യവുംമൂലം ആ കോൺഗ്രസിൽവെച്ച് സ്വയമേവ അവർ സി സിയിൽനിന്ന് ഒഴിഞ്ഞു.

1964 ൽ സി പി ഐ (എം) രൂപംകൊണ്ടതുമുതൽ 1997 ജനുവരി വരെ മഹാരാഷ്ട്ര സംസ്ഥാന സെക്രട്ടേറിയറ്റ് അംഗമായിരുന്നു. 1997 ജനുവരിയിൽ നടന്ന സംഘടനാ പ്ലീനത്തിൽവെച്ച് ആരോഗ്യപരമായ കാരണങ്ങളാൽ സംസ്ഥാന സെക്രട്ടേറിയറ്റിൽനിന്ന് അവർ സ്വയം ഒഴിഞ്ഞു. എങ്കിലും മഹാരാഷ്ട്രയിലെ പ്രസ്ഥാനത്തിനു നൽകിയ സംഭാവനകൾ പരിഗണിച്ച് സംസ്ഥാനകമ്മിറ്റിയിൽ അവരെ നിലനിർത്തി.

1986 ൽ പട്നയിൽ നടന്ന അഖിലേന്ത്യാ കിസാൻസഭയുടെ സുവർണജൂബിലി സമ്മേളനം അവരെ പ്രസിഡന്റുസ്ഥാനത്തേക്ക് തിരഞ്ഞെടുത്തു. അതിനു മുമ്പും ശേഷവും എത്രയോ വർഷം എ ഐ കെ എസിന്റെ സീനിയർ വൈസ് പ്രസിഡന്റായിരുന്നു. നിരവധി വർഷം മഹാരാഷ്ട്ര കിസാൻസഭയുടെ പ്രസിഡന്റായും പ്രവർത്തിച്ചു. കിസാൻസഭാ പ്രവർത്തനത്തെ സഹായിക്കാൻ എൺപത്തിയഞ്ചാം വയസുവരെ രാജ്യത്തിന്റെ ഓരോ മുക്കിലും മൂലയിലും അവർ സഞ്ചരിച്ചു. സോഷ്യലിസ്റ്റ് രാജ്യങ്ങളിലും ധാരാളം സഞ്ചരിച്ചിട്ടുണ്ട്. അവിടത്തെ കൃഷിക്കാരുടെ ജീവിതവും പ്രശ്നങ്ങളും പഠിക്കാൻ ആ അവസരം അവർ ഉപയോഗിച്ചു. ജീവിതം മുഴുവൻ കിസാൻ നേതാവെന്ന നിലയിലുള്ള പ്രവർത്തനം തുടർന്നു. 1976 ൽ അടിയന്തരാവസ്ഥക്കാലത്തുപോലും അടിമവേലക്കാരുടെ വിജയകരമായ ഒരു സമരം അവർ നയിച്ചു. താനെ ജില്ലയിലെ വാഡ താലൂക്കിലായിരുന്നു അത്.

ഗിരിവർഗക്കാർക്കിടയിൽ വിദ്യാഭ്യാസം പ്രചരിപ്പിക്കുന്നതിനായി ആദിവാസി പ്രഗതിമണ്ഡൽ രൂപവൽക്കരിക്കാൻ അവർ മുൻകൈ എടുത്തു. താനെ ജില്ലയിൽ ഗിരിവർഗ വിദ്യാർഥികൾക്കുവേണ്ടി ധാരാളം സ്കൂളുകളും കോളേജുകളും ഹോസ്റ്റലുകളും നടത്തുന്നുണ്ട് ഈ സ്ഥാപനം. ഗിരിവർഗ വികസനത്തിനായി മഹാരാഷ്ട്രാ സ്വയംഭരണ കൗൺസിലിനുവേണ്ടി അവർ വാദിച്ചു. പലതരം പദ്ധതികൾ മുമ്പോട്ടുവെച്ച് അവ നടപ്പാക്കണമെന്ന് ആവശ്യപ്പെട്ടു.

മർദിത ജനവിഭാഗങ്ങൾക്കുവേണ്ടി നിസ്വാർഥമായി പൊതുജീവിതം നയിച്ചതിന്റെ പേരിൽ 1984 ൽ അവർക്ക് ലോകമാന്യ തിലക് അവാർഡ് നൽകപ്പെട്ടു. സാമൂഹിക സമത്വത്തിനും സ്ത്രീവിമോചനത്തിനും പ്രവർത്തിച്ചതിന് 1990ൽ സാവിത്രിബായി ഫൂലെ അവാർഡും ലഭിച്ചു. കമ്യൂണിസ്റ്റ് പാർട്ടിക്കും കിസാൻസഭയ്ക്കും രാജ്യത്തെ അധ്വാനിക്കുന്ന ഗ്രാമീണ ജനവിഭാഗങ്ങൾക്കും വേണ്ടി അരനൂറ്റാണ്ടിലധികം നിസ്വാർഥമായി പ്രവർത്തിച്ച ഗോദാവരി പരുലേക്കർ 1996 ഒക്ടോബർ 8ന് അന്തരിച്ചു.

ഗോപേന്ദ്രകൃഷ്ണ ചക്രവർത്തി

1900 - 1994

ഇന്ത്യയിലെ കമ്യൂണിസ്റ്റ് പ്രസ്ഥാനത്തിന്റെ ആദ്യതലമുറയിൽപ്പെട്ട നേതാക്കളിലൊരാളായിരുന്നു ഗോപേന്ദ്രകൃഷ്ണ ചക്രവർത്തി. ഒക്ടോബർ വിപ്ലവം ആദ്യംതന്നെ സ്വാധീനം ചെലുത്തിയ ഇന്ത്യൻ വിപ്ലവകാരികളിലൊരാൾ. 1941-ൽ മഹാപണ്ഡിറ്റ് രാഹുൽ സാംകൃത്യായൻ എഴുതിയ *നയേ ഭാരത് കേ നയേ നേതാ* എന്ന പുസ്തകത്തിൽ അക്കാലത്ത് ഏറ്റവും പ്രമുഖരും ശ്രദ്ധേയരുമായ പത്ത് ഇന്ത്യൻ കമ്യൂണിസ്റ്റ് നേതാക്കളെ പരിചയപ്പെടുത്തിയപ്പോൾ അതിൽ ഒരാൾ ഗോപേൻകൃഷ്ണ ചക്രവർത്തി.

സഖാക്കളും സുഹൃത്തുക്കളും സ്നേഹപൂർവം ഗോപേൻദാ എന്ന് വിളിക്കാറുണ്ടായിരുന്ന ഗോപേന്ദ്രകൃഷ്ണ ചക്രവർത്തി ഢാക്കാ ജില്ലയിലെ വിക്രംപൂരിനടുത്ത വിശാലമായ ലോഹജംഗ് എന്ന ഗ്രാമത്തിൽ 1900 ഫെബ്രുവരി 14-ന് ജനിച്ചു. പിതാവ് ഹരേന്ദ്രലാൽ ചക്രവർത്തി. മാതാവ് സുകേശിനിദേവി. അക്ഷരമാല പഠിച്ചുതുടങ്ങിയത് വീട്ടിൽ നിന്നുതന്നെ. 1907-ൽ, അതായത് ഏഴാംവയസിൽ ഹസൻ അലി ജൂബിലി ഹൈസ്കൂളിൽ ചേർന്നു. അവിടെ പഠിക്കുമ്പോൾ ബംഗാൾ പ്രക്ഷുബ്ധം. ദേശീയ വിപ്ലവകാരികൾ തങ്ങളുടെ ആക്ഷനുകളിലൂടെ രാജ്യത്തെ യുവാക്കളെയാകെ ആവേശം കൊള്ളിക്കുകയായിരുന്നു. ദേശീയ വിപ്ലവ പ്രസ്ഥാനത്തിൽ പങ്കെടുക്കാതിരിക്കുന്നത് ചെറുപ്പക്കാർക്ക് ഭൂഷണമല്ല എന്ന പ്രതീതി പോലും സൃഷ്ടിക്കപ്പെട്ടു. വിപ്ലവ ഗ്രൂപ്പുകൾ പലതുണ്ടായിരുന്നു. അതിലൊന്നായ അനുശീലൻ ഗ്രൂപ്പിൽ ഗോപേൻ എന്ന ബാലൻ

അംഗമായി ചേർന്നു; 1911–ൽ. ക്രമേണ അതിൽ സജീവമായി. ആ ബാലന്റെ നീക്കങ്ങൾ പൊലീസ് വീക്ഷിക്കാൻ തുടങ്ങി. 1915–ൽ അറസ്റ്റുചെയ്തു. വിചാരണകൂടാതെ മൂന്നുവർഷം രാജഷാഹി ജയിലിൽ പാർപ്പിച്ചു.

ജയിലിൽ കിടക്കുമ്പോഴായിരുന്നു ഐതിഹാസികമായ ഒക്ടോബർ വിപ്ലവം. ആ വിപ്ലവത്തെക്കുറിച്ച് കേൾക്കുകയും ചിലത് വായിക്കുകയും ചെയ്തു. മാർക്സിസത്തിലേക്ക് ആകർഷിക്കപ്പെട്ടു. അപ്പോൾ പ്രായം 18 വയസ്സ്. വിപ്ലവത്തിന്റെ മണ്ണ് കാണണമെന്ന മോഹം മനസിൽ മൊട്ടിട്ടു.

1922–ൽ എം എൻ റോയിയുടെ പ്രതിനിധിയെന്നനിലയിൽ നളിനി ഗുപ്ത ഇന്ത്യയിലെത്തി. ഏതാനുംമാസം അദ്ദേഹം ഢാക്കയിൽ തങ്ങി. അപ്പോൾ ഗോപേൻദാ, ധരണി ഗോസ്വാമി, ഗോപാൽ ബസക് എന്നിവരായിരുന്നു അദ്ദേഹത്തിന്റെ കൊറിയർമാർ. ഒരുവർഷം പിന്നിട്ടപ്പോൾ കൽക്കത്തയിലെ ഉൾതദൗഗയിൽ ധരണി, ഗോപേൻദാ തുടങ്ങിയവർ ഒത്തുകൂടി ഇന്ത്യൻ കമ്യൂണിസ്റ്റുപാർട്ടിയുടെ ഒരു ഘടകം രൂപീകരിച്ചതായി ഗോപേൻ ഒരു ലേഖനത്തിൽ അനുസ്മരിച്ചു. അന്നത്തെ ആ യോഗം ഒരു തീരുമാനമെടുത്തു: എങ്ങനെയാണ് സോഷ്യലിസം പ്രവർത്തിക്കുന്നതെന്ന് നേരിൽകാണാൻ ഒരാളെ മോസ്കോവിലേക്ക് അയയ്ക്കണം. അങ്ങനെ അയയ്ക്കേണ്ട ആളായി ഗോപേൻദായെ നിശ്ചയിച്ചു.

1923 അവസാനം ഒരു മുസ്ലിം യാത്രക്കാരനെന്നനിലയിൽ കപ്പലിൽ സോവിയറ്റ് യൂണിയനിലേക്കു തിരിച്ചു–തികച്ചും സാഹസികമായ യാത്ര. യാത്രാമധ്യേ ജർമനിയിലിറങ്ങി എം എൻ റോയിയെ കണ്ടു. അതിനുശേഷം ലെനിൻഗ്രാഡിലേക്കും മോസ്കോവിലേക്കും പോയി. മോസ്കോവിൽ ഒരുവർഷം തങ്ങി. കോമിന്റേണിന്റെ അഞ്ചാം കോൺഗ്രസ്സിൽ പങ്കെടുത്തു. ലോകകമ്യൂണിസ്റ്റു പ്രസ്ഥാനത്തിന്റെ നേതാക്കളിൽ പലരുമായി പരിചയപ്പെട്ടു. അവരിൽ ജാപ്പ് കമ്മ്യൂണിസ്റ്റ് നേതാവ് സെൻ കാത്യാമയും ഉൾപ്പെടുന്നു. റഷ്യയിൽവെച്ച് ഒരു യുവതിയിൽ അനുരക്തനായി. അവരെ വിവാഹം കഴിച്ചു. പക്ഷെ, അധികകാലം റഷ്യയിൽ തങ്ങാൻ കഴിഞ്ഞില്ല. പെട്ടെന്ന് ഇന്ത്യയിലേക്ക് മടങ്ങി.

1926–ൽ ഇന്ത്യയിൽ മടങ്ങിയെത്തിയ ഗോപേൻദാ ധരണി ഗോസ്വാമി തുടങ്ങി ഏതാനുംപേരോടൊപ്പം ദേശീയ വിപ്ലവപ്രസ്ഥാനവുമായുള്ള ബന്ധം വിച്ഛേദിക്കുകയും കമ്യൂണിസ്റ്റുപാർട്ടിയുമായി ബന്ധപ്പെടുകയും ചെയ്തു. ആയിടെ രൂപംകൊണ്ട തൊഴിലാളി–കർഷക പാർട്ടിയിൽ അവർ അംഗങ്ങളായിച്ചേർന്നു. ഗോപേൻദാ തൊഴിലാളിപ്രസ്ഥാനത്തിൽ ആണ്ടിറങ്ങി. 1927–28 കാലത്ത് ഹൗറയ്ക്കടുത്ത ലിലുവയിൽ നടന്ന ഉജ്ജ്വലമായ റെയിൽവേ പണിമുടക്കിന്റെ സംഘാടകരിലൊരാളായിരുന്നു അദ്ദേഹം.

മൂന്നുലക്ഷം ചണമിൽ തൊഴിലാളികളുണ്ടായിരുന്നു അപ്പോൾ. അവരെ സംഘടിപ്പിക്കണം. എങ്ങനെ? അതിന് നവീനമായ ഒരു മാർഗം ഗോപേൻ ദാ കണ്ടെത്തി, ആദ്യകാല കമ്യൂണിസ്റ്റുകാർ തൊഴിലാളികളെ സംഘടിപ്പിക്കാൻ എന്തെന്ത് ത്യാഗങ്ങൾ അനുഷ്ഠിച്ചു എന്നതിന് തെളിവാണത്.

1928-ൽ കൽക്കത്തയ്ക്കടുത്ത ഭട്ട്സാറയിൽ ഗോപേൻദാ ഒരു ജോലി സ്വീകരിച്ചു. വേതനം പ്രതിമാസം 14 രൂപ. ഇപ്പോൾ ചണമിൽ തൊഴിലാളികളുമായി യഥേഷ്ടം ഇടപഴകാം. അവരുമായി ആശയവിനിമയം നടത്താം. ക്രമേണ ആ മില്ലിൽ ഒരു യൂണിയൻ രൂപീകരിച്ചു. ഗോപേൻദാ പ്രസിഡന്റായി; കാളിദാസ ഭട്ടാചാര്യ സെക്രട്ടറിയും. ഇതേപോലുള്ള യൂണിയനുകൾ മറ്റു ചണമില്ലുകളിലും രൂപീകരിക്കപ്പെട്ടു. യൂണിയനുകൾ രൂപീകരിക്കാൻ സഹിക്കേണ്ടിവന്ന പ്രയാസങ്ങൾ മനസിലാക്കാൻ ഗോപേൻദാ എഴുതിയ വരികൾ തന്നെ ശ്രദ്ധിക്കുക:

> കഴുത്തിൽ കെട്ടിത്തൂക്കിയ ഡ്രം. ഒരു കൈയിൽ നിറയെ പോസ്റ്ററുള്ള ബക്കറ്റ്. മറുകൈയിൽ ഏണി അങ്ങനെ ഓരോ ദിവസവും ചണമിൽ പ്രദേശത്തേക്ക് പോകും. ഡ്രമ്മിൽ മുട്ടി ശബ്ദമുണ്ടാക്കും. തൊഴിലാളികൾ ചുറ്റും കൂടും. അപ്പോൾ ഞാൻ ഹ്രസ്വമായ ഒരു പ്രസംഗം ചെയ്യും. അപ്പോൾ തൊഴിലാളികൾ കൈകൊണ്ടെഴുതിയ പോസ്റ്ററുകൾ ഒട്ടിക്കാൻ സഹായിക്കും. അപ്പോഴേക്കും പൊലീസ് എത്തും. അവരിൽനിന്നു രക്ഷപ്പെടാൻ ഞാൻ അടുത്ത മില്ലിലേക്കു പോകും. ഒരുദിവസം ഒരു മില്ലിന്റെ കാവൽക്കാരൻ എന്നെ അടിക്കാൻ തുടങ്ങി. അപ്പോൾ തൊഴിലാളികൾ രംഗത്തെത്തി എന്നെ രക്ഷിച്ചു. തൊഴിലാളിവർഗത്തിന്റെ സ്നേഹമാണ് പ്രയാസകരമായ ആ നാളുകളിൽ ഞങ്ങളെ നിലനിർത്തിയത്.

1928-ൽ ഗോപേൻദാ നടത്തിയ പ്രവർത്തനങ്ങളെക്കുറിച്ചെഴുതാൻ പേജുകൾതന്നെ ആവശ്യമായിവരും. ധരണി ഗോസ്വാമി, രാധാരമൺ മിത്ര, ബങ്കിം മുഖർജി, ഫിലിപ്പ് സ്പ്രാറ്റ് തുടങ്ങിയവരോടൊപ്പം ഒരു പണിമുടക്ക് കേന്ദ്രത്തിൽനിന്ന് മറ്റൊന്നിലേക്ക് അദ്ദേഹം നീങ്ങി. റെയിൽവേ പണിമുടക്കും ചണമിൽതൊഴിലാളി പണിമുടക്കും സ്കാവഞ്ചർമാരുടെ പണിമുടക്കും അദ്ദേഹം നയിച്ചു. തൊഴിലാളികളുടെ പ്രിയങ്കരനായ നേതാവായി വളർന്നു.

1928-ൽ കൽക്കത്തയിൽ നടന്ന കോൺഗ്രസ് സമ്മേളനം പ്രസിദ്ധം. ആ സമ്മേളനം നടക്കുമ്പോൾ സമ്മേളനഹാളിനു മുമ്പിൽ അമ്പതിനായിരം തൊഴിലാളികളുടെ പ്രകടനം. എന്തെങ്കിലും സാമ്പത്തികാവശ്യം നേടിയെടുക്കാനായിരുന്നില്ല പ്രകടനം. മറിച്ച്, കോൺഗ്രസിന്റെ ലക്ഷ്യം പൂർണസ്വാതന്ത്ര്യമാവണം എന്ന് ആവശ്യപ്പെടാനായിരുന്നു. ഇങ്ങനെ പൂർണസ്വാതന്ത്ര്യം എന്ന ആവശ്യം ഉയർത്തിപ്പിടിച്ച പ്രകടനം നയിച്ചവരിൽ ഒരാൾ ഗോപേൻ ദാ. 1928-ൽത്തന്നെ തൊഴിലാളി-കർഷക പാർട്ടി അഖിലേന്ത്യാതലത്തിൽ സംഘടിപ്പിക്കുന്നതിനുള്ള സമ്മേളനം കൽക്കത്തയിൽ. അതിന്റെ സംഘാടകരിലൊരാളായിരുന്നു ഗോപേൻദാ.

1928-ൽ ഈ പ്രകടനത്തിനും സമ്മേളനത്തിനും പുറമെ മറ്റുചില സംഭവങ്ങൾ കൂടിയുണ്ടായി. (1) ബോംബെയിൽ ടെക്സ്റ്റൈൽ തൊഴി

ലാളികളുടെ നീണ്ടുനിന്നതും ഐതിഹാസികവുമായ പണിമുടക്ക്; (2) സൈമൺ കമീഷൻവിരുദ്ധ പ്രകടനങ്ങൾ. ഇവയെല്ലാം ബ്രിട്ടീഷുകാരെ പരിഭ്രാന്തരാക്കി. കമ്യൂണിസ്റ്റ്-തൊഴിലാളി പ്രസ്ഥാനത്തിനെതിരെ ആഞ്ഞടിക്കാൻ അവർ തീരുമാനിച്ചു. 1929 മാർച്ചിൽ പ്രമുഖരായ 31 കമ്യൂണിസ്റ്റ്-തൊഴിലാളി പ്രവർത്തകരെ ഗവൺമെന്റ് അറസ്റ്റുചെയ്തു. അവർക്കെതിരെ ഒരു ഗൂഢാലോചനക്കേസ് ചമച്ചുണ്ടാക്കി—മീറത്ത് ഗൂഢാലോചനക്കേസ്. മുസഫർ അഹമ്മദ്, എസ് വി ഘാട്ടെ, എസ് എ ഡാങ്കെ തുടങ്ങിയവരോടൊപ്പം ആ കേസിലെ ഒരു പ്രതി ഗോപേൻ ദാ. നാലുവർഷത്തോളം ആ കേസ് നീണ്ടുനിന്നു. 1933ൽ കേസിന്റെ വിധി വന്നു. അലഹബാദിലെ അപ്പീൽ കോടതി ശിക്ഷ ഇളവുചെയ്തു.

1935-ൽ ഗോപേൻ ദാ മോചിതനായി. അപ്പോഴേക്ക് സി പി ഐ നിയമവിരുദ്ധമാക്കപ്പെട്ടു. 1938-ൽ നിയമവിരുദ്ധ സി പി ഐയുടെ പ്രവിശ്യാകമ്മിറ്റി അംഗമായി. താമസിയാതെ രണ്ടാം ലോകമഹായുദ്ധം പൊട്ടിപ്പുറപ്പെട്ടു. ഗവൺമെന്റ് കമ്യൂണിസ്റ്റുപാർട്ടിക്കെതിരെ ആഞ്ഞടിച്ചു. പാർട്ടി നേതാക്കന്മാരെ വേട്ടയാടാൻ തുടങ്ങി. അപ്പോൾ ഗോപേൻദാ ഒളിവിൽപ്പോയി. 1942-ൽ പാർട്ടി നിയമവിധേയമാക്കപ്പെടുന്നതുവരെ ഒളിവിൽക്കഴിഞ്ഞു. പുറത്തുവന്നപ്പോൾ വീണ്ടും ട്രേഡ് യൂണിയൻ രംഗത്ത് സജീവം. 1943-ൽ പാർട്ടിയടെ ഒന്നാംകോൺഗ്രസ് മുംബൈയിൽ. ആ കോൺഗ്രസിൽ ബംഗാളിൽനിന്നുള്ള പ്രതിനിധിയായിരുന്നു.

1949-ൽ കൽത്തക്കയിൽ നടന്ന രണ്ടാംകോൺഗ്രസിനു മുന്നോടിയായി നടന്ന സംസ്ഥാനസമ്മേളനം അദ്ദേഹത്തെ വീണ്ടും പ്രവിശ്യാകമ്മിറ്റിയിലേക്ക് തിരഞ്ഞെടുത്തു. മുഹമ്മദ് ഇസ്മയേൽ സെക്രട്ടറിയായ പ്രവിശ്യാകമ്മിറ്റിയിൽ അദ്ദേഹത്തിനു പുറമെ ആറ് അംഗങ്ങളാണ് ഉണ്ടായിരുന്നത്. സി പി ഐക്ക് നിയമവിധേയത്വം ലഭിക്കുന്നതുവരെ പാർട്ടിയുടെ ഭൂഗർഭസംവിധാനത്തിന്റെ പ്രമുഖ സംഘാടകനായി പ്രവർത്തിച്ചു. പൊലീസിന് അദ്ദേഹത്തെ പിടികൂടാൻ കഴിഞ്ഞില്ല.

1952 മുതൽ ടോളിഗഞ്ചിലെ ചെറിയൊരു വീട്ടിലായിരുന്നു താമസം. അവിടെ വ്യവസായത്തൊഴിലാളികളെ സംഘടിപ്പിക്കാൻ യുവസഖാക്കളെ സഹായിച്ചു. അങ്ങനെ അവിടെ കഴിയുമ്പോഴാണ് റഷ്യൻ മകൾ അദ്ദേഹത്തെ തേടിയെത്തുന്നത്. ഇരുവരും അപ്പോൾ ആദ്യമായി കാണുകയായിരുന്നു. മകൾ അദ്ദേഹത്തെ മോസ്കോവിലേക്ക് കൂട്ടിക്കൊണ്ടുപോയി. അവിടെ മോസ്കോ റേഡിയോവിന്റെ ബംഗാളിവിഭാഗത്തിൽ പ്രവർത്തിച്ചു. 1991-ൽ അവിടെനിന്ന് റിട്ടയർചെയ്തു. 1994 ഫെബ്രുവരി 1-ന് കൽക്കത്തയിലെ ഒരു ആശുപത്രിയിൽ അന്തരിച്ചു.

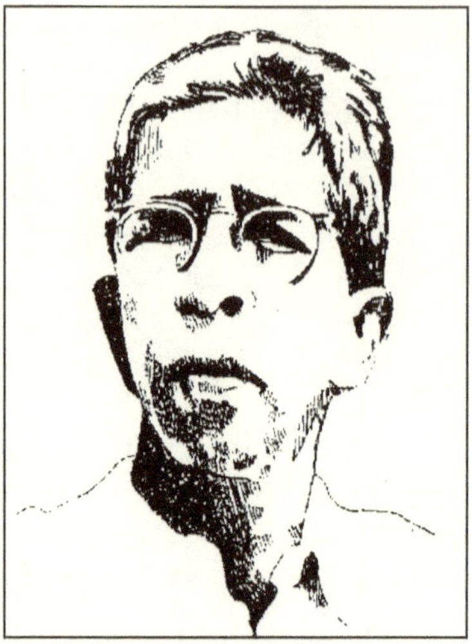

എസ് വി ഘാട്ടെ

1896 - 1970

ഇന്ത്യൻ കമ്യൂണിസ്റ്റ് പ്രസ്ഥാനത്തിന്റെ സ്ഥാപകനേതാക്കളിൽ ഒരാളായിരുന്നു സച്ചിദാനന്ദ വിഷ്ണു ഘാട്ടെ എന്ന എസ് വി ഘാട്ടെ. അദ്ദേഹമാണ് ഇന്ത്യൻ മണ്ണിൽ രൂപം കൊണ്ട കമ്യൂണിസ്റ്റ് പാർട്ടിയുടെ പ്രഥമ സെക്രട്ടറി. പി സുന്ദരയ്യയെപ്പോലെ കേരളത്തിൽ കമ്യൂണിസ്റ്റ് പ്രസ്ഥാനം സ്ഥാപിക്കുന്നതിനും വളർത്തുന്നതിനും അദ്ദേഹം വലിയ സംഭാവന നൽകി. അദ്ദേഹത്തിന്റെ സാന്നിധ്യത്തിലാണ് കേരളത്തിലെ ആദ്യത്തെ കമ്യൂണിസ്റ്റ് ഗ്രൂപ്പ് രൂപം കൊണ്ടത്. കമ്യൂണിസ്റ്റ് പ്രസ്ഥാനത്തിന്റെ ആരംഭം മുതൽ മരിക്കുന്നതുവരെ അതിന്റെ നേതൃനിരയിലെ പ്രധാനിയായി അദ്ദേഹം തുടർന്നു.

1896 സെപ്തംബർ 14ന് ഒരു മഹാരാഷ്ട്ര ബ്രാഹ്മണ കുടുംബത്തിൽ മംഗലാപുരത്തു ജനിച്ചു. പിതാവ് വിഷ്ണു ഘാട്ടെ. പിതാവും ജ്യേഷ്ഠ സഹോദരൻ ചിന്താമണിയും പുരോഹിതന്മാരായിരുന്നു. അതിനാൽ യാഥാസ്ഥിതികത്വത്തിന്റേതായ അന്തരീക്ഷത്തിലാണ് വളർന്നത്. പക്ഷേ, അതിനോട് കലാപം നടത്തിയായിരുന്നു ഘാട്ടെയുടെ മുന്നേറ്റം. അതിനു പ്രേരണ നൽകിയത് ചുറ്റും നടക്കുന്ന സംഭവവികാസങ്ങളുടെ സൂക്ഷ്മ നിരീക്ഷണം. അതിനു സഹായിച്ചതാവട്ടെ വായനയും. ഈ ശീലം സ്കൂൾ വിദ്യാർഥികളെ സംഘടിപ്പിച്ച് പണം ശേഖരിച്ച് പത്രവായനാ ക്ലബ് രൂപവൽക്കരിക്കാൻ മുൻകൈ എടുക്കുന്നേടത്തോളം ബാലനായ ഘാട്ടെയെ കൊണ്ടുചെന്നെത്തിച്ചു. അന്ത്യംവരെ തുടർന്ന ഈ വായനാശീലം വിവിധഭാഷകളിൽനിന്ന് ഇംഗ്ലീഷിലേക്ക് വിവർത്തനം ചെയ്യപ്പെ

ടുന്ന നോവലുകൾപോലും തേടിപ്പിടിച്ച് വായിക്കാൻ പ്രേരണയായി.

കെ ഇ എം (ഇപ്പോൾ ബാസൽ മിഷൻ) ഹൈസ്കൂളിൽനിന്ന് 1914 ൽ മെട്രിക്കുലേഷൻ പരീക്ഷ പാസായി. തുടർന്ന് സെന്റ് അലോഷ്യസ് കോളേജിൽ ചേർന്നു. 1917 ൽ ഇന്റർമീഡിയറ്റ് പരീക്ഷ നല്ലനിലയിൽ ജയിച്ചു. ഇന്റർമീഡിയറ്റിന് പഠിക്കുമ്പോഴാണ് ആദ്യത്തെ സമരാനുഭവം. ആക്ടിങ് പ്രിൻസിപ്പൽ രണ്ടു വിദ്യാർഥികളെ കോളേജിൽനിന്ന് പുറത്താക്കി. ആ നടപടി തെറ്റാണെന്ന് പൊതുവെ വിദ്യാർഥികൾക്കു തോന്നി. വിദ്യാർഥികൾ ക്ലാസ് ബഹിഷ്കരിച്ച് കോളേജിന്റെ സെൻട്രൽ ഹാളിൽ ഒത്തുകൂടി. പഠിപ്പുമുടക്ക് തുടർന്നു നടത്താൻ തീരുമാനിച്ചു. വിദ്യാർഥികളുടെ മനോഭാവം മനസിലാക്കിയ ആക്ടിങ് പ്രിൻസിപ്പൽ അടുത്തദിവസം തന്നെ പുറത്താക്കിയ വിദ്യാർഥികളെ തിരിച്ചെടുത്തു. അതോടെ ആ പഠിപ്പുമുടക്ക് അവസാനിച്ചു.

ഇന്റർമീഡിയറ്റ് പരീക്ഷ പാസായപ്പോൾ രണ്ടാമത്തെ ജ്യേഷ്ഠൻ നിർദേശിച്ചു: ഘാട്ടെ ബോംബെയിലെ സിഡെൻഹാം കോളേജിൽ ബി കോമിനു പഠിക്കട്ടെ. കണക്കിനോട് തീരെ പ്രതിപത്തിയുണ്ടായിരുന്നില്ല. ബി കോം പാസായി, ബാങ്കിൽ കണക്കുകളുടെ ലോകത്ത് കഴിയാൻ അദ്ദേഹം ഒട്ടും ആഗ്രഹിച്ചില്ല. ഭാഗ്യത്തിന് കടുത്ത രോഗം പിടിപെട്ടു. ഒരു വർഷം (1918) മുഴുവൻ ചികിത്സയുമായി അഹമ്മദാബാദിൽ കഴിച്ചുകൂട്ടി. അവിടെവെച്ച് ഒരു ഉറ്റ സുഹൃത്തിനെ കിട്ടി – സി ജി ഷാ. ഇവർ തമ്മിലുള്ള സുഹൃദ്ബന്ധം പോറലേൽക്കാതെ വർഷങ്ങളോളം തുടർന്നു.

രോഗം ഭേദമായതിനുശേഷം വീണ്ടും ബി കോമിന് പഠിക്കാൻ നിർദേശം. അതിനെച്ചൊല്ലി വീട്ടിൽ വലിയ വഴക്ക്. ജ്യേഷ്ഠനുമായുള്ള ബന്ധം തകർന്നു. പിന്നീടൊരിക്കലും അവർ തമ്മിലുള്ള ബന്ധം പഴയതുപോലെ ആയില്ല. അദ്ദേഹം നേരെ ബോംബെക്കു തിരിച്ചു. അതിനുശേഷം വർഷങ്ങളോളം ആ നഗരമായിത്തീർന്നു ഘാട്ടെയുടെ പ്രവർത്തനകേന്ദ്രം.

ബോംബെയിലെത്തിയ ഉടനെ ഒരു ഇൻഷുറൻസ് കമ്പനിയിൽ ജോലിയിൽ പ്രവേശിച്ചു. അധികം കഴിയുന്നതിനുമുമ്പ് ആ കമ്പനി പാപ്പരായി. എല്ലാ ബാധ്യതകളും തീർക്കാൻ 20,000 രൂപാ ഘാട്ടെയെ ഏൽപ്പിച്ച് ഉടമസ്ഥൻ ഒളിച്ചോടി. ഒരുവിധം തന്നെ ഏൽപ്പിച്ച ജോലി നിർവഹിച്ച് ഘാട്ടെ അതിൽനിന്ന് തലയൂരി. അപ്പോൾ പുതിയ പ്രശ്നം; എങ്ങനെ ബോംബെയിൽ കഴിയും? നിത്യവൃത്തി കഴിക്കുന്നതെങ്ങനെ? ഈ പ്രശ്നം അലട്ടിക്കൊണ്ടിരുന്നപ്പോഴാണ് മംഗലാപുരത്തുകാരൻ ഗോപാൽ ഭട്ടിനെ യാദൃച്ഛികമായി പരിചയപ്പെട്ടത്. ഭട്ടിന് ഘാട്ടെയെ ഇഷ്ടപ്പെട്ടു. നല്ല ചുറുചുറുക്കുള്ള യുവാവ്. സത്യസന്ധൻ. അദ്ദേഹം ഘാട്ടെയെ ഗിർഗോണിൽ താൻ നടത്തിക്കൊണ്ടിരുന്ന ശ്രീകൃഷ്ണ ലോഡ്ജിന്റെ മാനേജരാക്കി. സത്യസന്ധമായി ഘാട്ടെ ആ ജോലി നിർവഹിച്ചു. അതിനിടയിലാണ് കോളേജിൽ ചേർന്ന് പഠനം തുടർന്നുകൂടേ എന്ന ഗോപാൽ ഭട്ടിന്റെ ചോദ്യം. പിന്നെ രണ്ടാമതൊന്ന് ആലോചിക്കാതെ കോളേജിൽ ചേരാൻ തീരുമാനിച്ചു.

എസ് വി ഘാട്ടെ

1923 ൽ സെന്റ് സേവിയേഴ്സ് കോളേജിൽ ചരിത്രത്തിൽ ബി എ (ഓണേഴ്സ്)ക്ക് ചേരാൻ അപേക്ഷിച്ചു. മറ്റൊരു പ്രവിശ്യക്കാരനായതു കൊണ്ട് അഡ്മിഷന് അൽപ്പം ബുദ്ധിമുട്ട്. അതിനാൽ നേരിട്ട് പ്രിൻസിപ്പ ലിനെ കണ്ട് സംസാരിച്ചു. നേരത്തെ പഠിച്ചത് ഒരു ജസ്യൂട്ട് കോളേജി ലാണെന്നറിഞ്ഞപ്പോൾ സ്വന്തം കുട്ടികളിലൊരാളെ കോളേജിൽ ചേർത്തി ല്ലെങ്കിൽ പിന്നെയാരെ ചേർക്കും എന്നുപറഞ്ഞ് ഘാട്ടേക്ക് അദ്ദേഹം അപ്പോൾ തന്നെ അഡ്മിഷൻ നൽകി.

ഈ ഘട്ടത്തിലാണ് താൻ അഹമ്മദാബാദിൽ വെച്ച് പരിചയപ്പെട്ട സി ജി ഷാ ബോംബെയിലെത്തിയത്. ആദ്യം ഭാട്ടിയാ ഹൈസ്കൂളിൽ അധ്യാപകനായി ജോലി നോക്കിയ ഷാ പിന്നീട് ആർ ബി ലോട്ട്വാല യുടെ പ്രൈവറ്റ് സെക്രട്ടറിയായി. ലോട്ട്വാലയുടെ ലൈബ്രറിയും ഹോസ്റ്റലും നോക്കിനടത്താനുള്ള ചുമതലയും അദ്ദേഹത്തിന്റെമേൽ വന്നുവീണു. ലോട്ട്വാല വിപ്ലവകരമായ ആശയങ്ങൾ വെച്ചുപുലർത്തിയ ഒരു ലക്ഷപ്രഭുവായിരുന്നു. ഇടയ്ക്കിടെ വിദേശത്തുപോകാറുള്ള അദ്ദേഹം സോഷ്യലിസ്റ്റ് ആശയഗതിയുമായി പരിചയപ്പെട്ടു. വിദേശത്ത് പോയി വരുമ്പോൾ സോഷ്യലിസത്തെക്കുറിച്ചുള്ള പുസ്തകങ്ങൾ കൊണ്ടുവരും. അവ അദ്ദേഹത്തിന്റെ ലൈബ്രറിയിൽ ലഭ്യമായിരുന്നു. ഈ ലൈബ്രറിയും സി ജി ഷായുമായുള്ള സുഹൃദ്ബന്ധവും സോഷ്യ ലിസവുമായി ഘാട്ടെയെ അടുപ്പിച്ചു. ഘാട്ടെയും ഷായും സോഷ്യലിസ ത്തിൽ താൽപ്പര്യമുള്ളവരുടെ ഒരു സ്റ്റഡി സർക്കിൾ രൂപവൽക്കരിച്ചു.

ആയിടെയാണ് *സോഷ്യലിസ്റ്റ്* എന്നുവിളിച്ചു പറഞ്ഞ് ഒരു പത്രം വിൽക്കുന്നത് കണ്ടത്. അത് വാങ്ങി, വായിച്ചു. പിന്നീടത് കൃത്യമായി വാങ്ങി വായിക്കാൻ തുടങ്ങി. അപ്പോൾ അതിന്റെ പത്രാധിപർക്ക് ഡാങ്കെയെ കാണാൻ മോഹം. അന്വേഷിച്ചപ്പോഴാണ് ഡാങ്കെയും ഒരു കൂട്ടം സഖാക്കളും ട്രേഡ് യൂണിയൻ രംഗത്ത് സജീവമായി പ്രവർത്തി ക്കുകയാണെന്ന് മനസിലായത്. ഘാട്ടെ ഡാങ്കെയെ കാണുകയും അദ്ദേ ഹത്തോടൊപ്പം പ്രവർത്തിക്കാൻ സന്നദ്ധത പ്രകടിപ്പിക്കുകയും ചെയ്തു. 1924 മാർച്ചിൽ കോൺപൂർ ഗൂഢാലോചനക്കേസിനോടനുബന്ധിച്ച് ഡാങ്കെ അറസ്റ്റിലായപ്പോൾ ബോംബെയിൽ ഒരു ഡിഫൻസ് കമ്മിറ്റി രൂപവൽക്ക രിക്കപ്പെട്ടു. ആ കമ്മിറ്റിയിൽ ഘാട്ടെ അംഗമായി. അത് മുതലാണ് അദ്ദേഹം കമ്യൂണിസ്റ്റ് പ്രസ്ഥാനത്തിൽ പ്രവർത്തിക്കാൻ തുടങ്ങിയത്. ജോഗ്ളേക്കർ, നിംബ്കാർ, മിറാജ്കാർ, വി എച്ച് ജോഷി തുടങ്ങിയവരാ യിരുന്നു സഹപ്രവർത്തകർ. അതിനുമുമ്പ്, 1923 ൽ ബി എ (ഓണേ ഴ്സ്) പരീക്ഷ പാസായി.

1925 ൽ ഗോപാൽഭട്ട് കൃഷ്ണാലോഡ്ജ് വിറ്റു. അപ്പോൾ ഒരു മെഡി ക്കൽ വിദ്യാർഥി ആയ നാരായണറാവുവിന്റെ കൂടെ താമസമാക്കി. താമ സസൗകര്യമായെങ്കിലും നിത്യവൃത്തിക്ക് പണം വേണമല്ലോ. അതിനായി കടലാസ് ഇറക്കുമതി ചെയ്യുന്ന ഒരു സ്ഥാപനത്തിൽ ജീവനക്കാരനായി ച്ചേർന്നു. ഇത് സാർവദേശീയബന്ധം സ്ഥാപിക്കാനും നിലനിർത്താനും അദ്ദേഹത്തെ സഹായിച്ചു. മാർക്സിസ്റ്റ് പുസ്തകങ്ങളും ലഘുലേഖകളും രഹസ്യമായി കടത്തിക്കൊണ്ടുവരാൻ ഇതിനെക്കാൾ അനുയോജ്യമായ മാർഗം വേറെയില്ല. ഒരുദിവസം ഏതാനും കടലാസ് കെട്ട് പൊട്ടിക്കു മ്പോൾ ഉടമസ്ഥനെത്തിച്ചേർന്നു. റോയി എഴുതിയ ഒട്ടേറെ ലഘുലേഖ കൾ ആ കെട്ടുകളിലുണ്ടായിരുന്നു. അതോടെ ആ സ്ഥാപനവുമായുള്ള ഘാട്ടെയുടെ ബന്ധം അവസാനിച്ചു. ഘാട്ടെ, പക്ഷേ, റോയിയുമായുള്ള ബന്ധം തുടർന്നു.

ഈ ഘട്ടമായപ്പോഴേക്കും രാജ്യത്തിലെ ചില പ്രധാന നഗരങ്ങളിൽ കമ്യൂണിസ്റ്റ് ഗ്രൂപ്പുകൾ പ്രത്യക്ഷപ്പെട്ടു. ആ ഗ്രൂപ്പുകളിൽ പ്രവർത്തിക്കുന്നവരുടെ ഒരു യോഗം 1925 ഡിസംബറിൽ സത്യഭക്തൻ കോൺപൂരിൽ വിളിച്ചുകൂട്ടി. ബോംബെയിൽ നിന്നുള്ള പ്രതിനിധിയായി ഘാട്ടെ അതിൽ പങ്കെടുത്തു. ആ യോഗം ഇന്ത്യൻ മണ്ണിൽ കമ്യൂണിസ്റ്റ് പാർട്ടി രൂപവൽക്കരിക്കുകയും പാർട്ടിക്ക് നേതൃത്വം നൽകാൻ ഒരു കേന്ദ്ര എക്സിക്യൂട്ടീവ് കമ്മിറ്റിയെ തിരഞ്ഞെടുക്കുകയും ചെയ്തു. രണ്ട് ജോയിന്റ് സെക്രട്ടറിമാരെയും തിരഞ്ഞെടുത്തു. അതിൽ ഒരാളായിരുന്നു എസ് വി ഘാട്ടെ. മറ്റൊരാളായ ജെ പി ബാഗർഹട്ട പൊലീസ് ചാരനാണെന്ന് കണ്ടതിനാൽ 1927 ൽ പാർട്ടിയിൽനിന്ന് പുറത്താക്കി.

ഘാട്ടെ ബോംബെയിൽ ട്രേഡ് യൂണിയൻ രംഗത്ത് ശ്രദ്ധ കേന്ദ്രീകരിച്ചു. മുനിസിപ്പൽ തൊഴിലാളികൾ, പ്രസ് തൊഴിലാളികൾ, ജി ഐ പി റെയിൽവേ തൊഴിലാളികൾ എന്നിവരെ സംഘടിപ്പിക്കാൻ മുൻകൈ എടുത്തു. ടെക്സ്റ്റൈൽ തൊഴിലാളികൾക്കിടയിലും പ്രവർത്തനമാരംഭിച്ചു. ഏതാനും മാസം *ക്രാന്തി* എന്ന വാരിക നടത്തി. 1926 ൽ തൊഴിലാളി–കർഷക പാർട്ടി രൂപവൽക്കരിക്കാൻ മിറാജ്കറെ സഹായിക്കുകയും ആ പാർട്ടിയിൽ പ്രവർത്തിക്കുകയും ചെയ്തു.

1926 നു ശേഷം കുറച്ചുകാലം ബോംബെ 'എ' വാർഡിലെ കോൺഗ്രസ് സംഘടനയുടെ സെക്രട്ടറിയായി പ്രവർത്തിച്ചു. 1927 ൽ മിറാജ്കറോടൊപ്പം ബോംബെ പ്രവിശ്യാ കോൺഗ്രസ് കമ്മിറ്റിയിലേക്ക് തിരഞ്ഞെടുക്കപ്പെട്ടു. 1928 ൽ സൈമൺ കമ്മീഷനെതിരെ ബോംബെയിലെ തൊഴിലാളികൾ നടത്തിയ വമ്പിച്ച പ്രകടനത്തിന് നേതൃത്വം നൽകി. അതിനുമുമ്പ് 1927 ൽ ഇന്ത്യൻ കമ്യൂണിസ്റ്റ് പാർട്ടിയുടെ കേന്ദ്ര എക്സിക്യൂട്ടീവ് കമ്മിറ്റി പുനഃസംഘടിപ്പിച്ചു. ഘാട്ടെയെ ജനറൽ സെക്രട്ടറിയായി തിരഞ്ഞെടുത്തു.

വേതനം വെട്ടിക്കുറയ്ക്കുന്നതിനും അധ്വാനഭാരം വർധിപ്പിക്കുന്നതിനും മറ്റും എതിരായി 1928 ൽ ഗിർണി കാംഗാർ മഹാമണ്ഡൽ പണിമുടക്ക് തുടങ്ങി. പണിമുടക്കിയ തൊഴിലാളികളുടെ പ്രകടനത്തിനുനേരെ പൊലീസ് നിറയൊഴിച്ചു. അതോടെ സമരത്തിന്റെ സ്വഭാവമാകെ മാറി. വെടിവെപ്പിന് തൊഴിലാളികളുടെ മറുപടി ആവശ്യങ്ങൾ അംഗീകരിച്ചു കിട്ടുന്നതുവരെയുള്ള പണിമുടക്കായിരുന്നു. പണിമുടക്ക് 6 മാസം നീണ്ടുനിന്നു. അതിനു നേതൃത്വം നൽകിയവരിൽ ഒരാൾ ഘാട്ടെ.

പണിമുടക്ക് നടന്നുകൊണ്ടിരിക്കുന്നതിനിടയിൽ ഗിർണി കാംഗാർ യൂണിയൻ സ്ഥാപിതമായി. അതിന്റെ ഭാരവാഹികളിലൊരാളായി ഘാട്ടെ തിരഞ്ഞെടുക്കപ്പെട്ടു. പണിമുടക്ക് കഴിഞ്ഞ് ഒരു വർഷത്തിനകം അത് ഏഷ്യയിലെതന്നെ ഏറ്റവും വലിയ ട്രേഡ് യൂണിയനായി. *ക്രാന്തി* വീണ്ടും തുടങ്ങി. ആദ്യ ലക്കം തന്നെ 20,000 കോപ്പിയാണ് അച്ചടിച്ചത്. 1929 മാർച്ച് 19 ന് ഇന്ത്യൻ കമ്യൂണിസ്റ്റ് പാർട്ടിയുടെ കേന്ദ്രകമ്മിറ്റി യോഗം ബോംബെയിൽ ചേർന്നു. അടുത്തദിവസം ഘാട്ടെ അറസ്റ്റിലായി. മീറത്

ഗൂഢാലോചനക്കേസിലെ പ്രതിയാക്കി. ഗുരുതരമായ രോഗം ബാധിച്ചതിനാൽ 1930 ൽ ജാമ്യത്തിൽ പുറത്തിറങ്ങി. ബോംബെയിലെത്തി. ഏതാനുംനാൾ കഴിഞ്ഞപ്പോൾ ജാമ്യം റദ്ദാക്കപ്പെട്ടു. അങ്ങനെ ഘാട്ടെ വീണ്ടും ജയിലിലെത്തി. 1933 നവംബറിൽ ജയിൽ മോചിതനായി.

ബോംബെയിൽ ട്രേഡ് യൂണിയൻ പ്രവർത്തനം പുനരാരംഭിച്ചു. 1934 ഫെബ്രുവരി-മാർച്ച് മാസങ്ങളിൽ നഗരത്തിലെ ടെക്സ്റ്റൈൽ മില്ലുകളിൽ ഒരു പണിമുടക്കു പരമ്പര. ആയിരക്കണക്കിനു തൊഴിലാളികൾ തെരുവിലേക്കിറങ്ങി. ട്രേഡ് യൂണിയൻ പ്രവർത്തനം തുടർന്നു. 1955 ൽ വീണ്ടും അറസ്റ്റിലായി. സത്താറയിലേക്ക് നാടുകടത്തി. ആറുമാസത്തേക്ക് കമ്യൂണിസ്റ്റുകാരെ കാണുകയോ അവരുമായി കത്തിടപാടുകൾ നടത്തുകയോ ചെയ്യരുതെന്ന് ഉത്തരവിൽ പറഞ്ഞു. സത്താറയിലെ ഒരു പഴയ മിലിട്ടറി ബാരക്കിലാണ് താമസിക്കാൻ ഏർപ്പാട് ചെയ്തത്. പ്രതിമാസം 30 രൂപ അലവൻസും നൽകി. കുറച്ച് കഴിഞ്ഞപ്പോഴാണ് ഘാട്ടെ മംഗലാപുരത്തുകാരനാണെന്ന് അധികൃതർ മനസിലാക്കിയത്. അതുകൊണ്ട് അവർ അദ്ദേഹത്തെ ബോംബെയിൽനിന്ന് പുറത്താക്കി. അദ്ദേഹം നേരെ മദിരാശിയിലേക്കു പോയി.

മദിരാശിയിൽ പാർട്ടിയുടെ ഒരു ചെറിയ ന്യൂക്ലിയസ് ഉണ്ടായിരുന്നു. ശിങ്കാരവേലുവിന്റെ സഹപ്രവർത്തകരും അമീർ ഹൈദർഖാൻ റിക്രൂട്ട് ചെയ്തവരുമായിരുന്നു അവർ. ആന്ധ്രയിലെ സുന്ദരയ്യ, കേരളത്തിലെ പി കൃഷ്ണപിള്ള, ഇ എം എസ്, മദിരാശിയിലെ എ എസ് കെ അയ്യങ്കാർ എന്നിവരുമായി ബന്ധപ്പെട്ടു. അദ്ദേഹം പലതവണ കേരളത്തിൽവന്ന് കോൺഗ്രസ് സോഷ്യലിസ്റ്റ് പാർട്ടി നേതാക്കളുമായി സംസാരിച്ചു. 1937 ൽ കേരളത്തിലെ ആദ്യത്തെ കമ്യൂണിസ്റ്റ് ഗ്രൂപ്പ് രൂപംകൊണ്ടത് ഘാട്ടെയുടെ സാന്നിധ്യത്തിലാണ്. അന്ന് ദക്ഷിണേന്ത്യയിൽ പാർട്ടി കെട്ടിപ്പടുക്കുന്നതിനുള്ള ചുമതല പി സുന്ദരയ്യക്കായിരുന്നു. അദ്ദേഹം അക്കാലത്ത് പല തവണ കേരളത്തിൽ വന്നിട്ടുണ്ട്.

മദിരാശിയിൽ ട്രേഡ് യൂണിയനുകൾ കെട്ടിപ്പടുക്കുന്ന പ്രവർത്തനത്തിലും ഏർപ്പെട്ടു ഘാട്ടെ. പ്രസ് വർക്കേഴ്സ് യൂണിയൻ, ട്രാംവേ വർക്കേഴ്സ് യൂണിയൻ, ഇലക്ട്രിസിറ്റി വർക്കേഴ്സ് യൂണിയൻ തുടങ്ങിയവ സംഘടിപ്പിച്ചു. *ജനശക്തി*യും *ന്യൂ ഏജും* പുറത്തിറക്കുന്നതിൽ പ്രധാന പങ്കുവഹിച്ചു. 1939 ൽ രണ്ടാം ലോകമഹായുദ്ധം പൊട്ടിപ്പുറപ്പെട്ടപ്പോൾ രണ്ടിന്റെയും പ്രസിദ്ധീകരണം നിലച്ചു.

താമസിയാതെ സ്വന്തം പട്ടണമായ മംഗലാപുരത്തേക്ക് ഘാട്ടെയെ നാടുകടത്തി. അവിടെയും അദ്ദേഹത്തെ വെറുതെ വിടാൻ തയാറായിരുന്നില്ല പൊലീസ്. നിയമവിരുദ്ധ സാഹിത്യം കൈവശം വെച്ചു എന്നതിന്റെ പേരിൽ അറസ്റ്റുചെയ്യാൻ ഒരു ശ്രമം നടത്തി. അതിൽ വിജയിച്ചില്ല. എങ്കിലും 1940 മാർച്ചിൽ അഖിലേന്ത്യാ വ്യാപകമായി കമ്യൂണിസ്റ്റു നേതാക്കളെ വേട്ടയാടിയപ്പോൾ അതിൽ ഘാട്ടെയും പെട്ടു. അദ്ദേഹത്തെയും എ എസ് കെ അയ്യങ്കാരെയും ഡീറ്റൻഷൻ ക്യാമ്പിലേക്കയച്ചു. കുറച്ചു

കാലം ദേവലിയിലെ ക്യാമ്പിൽ കഴിഞ്ഞു. അവസാനം ജയിലിൽ നടത്തിയ പ്രക്ഷോഭത്തെ തുടർന്ന് വെല്ലൂരിലേക്കു മാറ്റി. അവിടെനിന്ന് പിന്നീട് രാജമുന്ദ്രിയിലേക്കയച്ചു. 1944 ൽ മാത്രമേ മോചിപ്പിച്ചുള്ളൂ.

ഘാട്ടെ ജയിലിൽ കിടക്കുമ്പോഴാണ് പാർട്ടിയുടെ ഒന്നാം കോൺഗ്രസ് ബോംബെയിൽ നടന്നത്. കോൺഗ്രസ് ഘാട്ടെയെ കേന്ദ്ര കമ്മിറ്റിയിലേക്ക് തിരഞ്ഞെടുത്തു. ജയിൽമോചിതനായി വന്ന ഉടൻ പാർട്ടി ആസ്ഥാനത്ത് പ്രവർത്തിക്കാനാണ് നിർദേശിച്ചത്. ധനകാര്യം നോക്കുന്നതിനുള്ള പ്രത്യേക ചുമതല ഏൽപ്പിച്ചു. പാർട്ടി മെമ്പർമാരുടെ പരാതികളും ആക്ഷേപങ്ങളും പരിശോധിച്ച് തീർപ്പുകൽപ്പിക്കുന്നതിന് ഇടയ്ക്കിടെ കമ്മീഷനുകളെ നിയോഗിക്കും. മിക്ക കമ്മീഷനുകളിലും ഘാട്ടെ കാണും. രണ്ടാം കോൺഗ്രസിനുശേഷം കൺട്രോൾ കമ്മീഷൻ അംഗമായി.

രണ്ടാം കോൺഗ്രസ് ആരംഭിക്കുന്നതിനു മുമ്പുതന്നെ ഘാട്ടെ കൽക്കട്ടയിലെത്തി. കോൺഗ്രസിന്റെ ഒരുക്കങ്ങൾ പരിശോധിക്കാൻ. കോൺഗ്രസ് കഴിഞ്ഞപ്പോൾ ഒളിവിലേക്കുപോയി. ഒന്നരമാസം കഴിഞ്ഞപ്പോൾ പൊലീസ് പിടിയിലായി. 1950 ൽ മോചിപ്പിക്കുന്നതുവരെ യർവാദാ ജയിലിലായിരുന്നു. അക്കാലത്ത് ജയിലിനകത്ത് നടന്ന സമരങ്ങളിലെല്ലാം പങ്കെടുത്തിട്ടുണ്ട്. ജയിൽ മോചിതനായതിനുശേഷം പാർട്ടി ആസ്ഥാനത്ത് പ്രവർത്തിച്ചു; പാർട്ടിയുടെ ഖജാൻജി എന്ന നിലയിൽ, പ്രസിദ്ധീകരണശാലയുടെ ചുമതലക്കാരനെന്ന നിലയിൽ, കൺട്രോൾ കമ്മീഷൻ ചെയർമാനെന്ന നിലയിൽ.

ഇന്ത്യൻ കമ്യൂണിസ്റ്റ് പ്രസ്ഥാനത്തിനകത്ത് അഭിപ്രായ വ്യത്യാസം പൊട്ടിപ്പുറപ്പെട്ടപ്പോൾ ഘാട്ടെ, വർഗസഹകരണവാദത്തിന്റെ അതിശക്തനായ വക്താവായി. വർഗസമരത്തിനുവേണ്ടി വാദിച്ചവർക്കെതിരെ അച്ചടക്ക നടപടി സ്വീകരിക്കുന്നതിൽ കൺട്രോൾ കമീഷൻ ചെയർമാനെന്ന നിലയിൽ വീറും വാശിയും പ്രകടിപ്പിച്ചു. ആശയരംഗത്തെ സമരം സംഘടനാരംഗത്തേക്ക് വ്യാപിപ്പിക്കുകയും സംഘടന പിടിച്ചടക്കുന്നതിന് ഹീനമായ മാർഗങ്ങൾ പോലും അവലംബിക്കുകയും ചെയ്തപ്പോഴാണ് വർഗസഹകരണത്തിനെതിരായ നിലപാടെടുത്തവർ നാഷണൽ കൗൺസിലിൽനിന്ന് ഇറങ്ങിപ്പോക്കു നടത്താൻ തീരുമാനിച്ചത്. അന്ന് സംഘടന പിടിച്ചടക്കാൻ ശ്രമിച്ചവരിൽ പ്രധാനിയായിരുന്നു എസ് വി ഘാട്ടെ.

1970 നവംബർ 28ന് അന്തരിച്ചു. മരിക്കുമ്പോൾ സി പി ഐയുടെ കൺട്രോൾ കമ്മീഷൻ അംഗമായിരുന്നു.

എം ചന്ദ്രശേഖര റാവു

ആന്ധ്രപ്രദേശിലെ കമ്യൂണിസ്റ്റുപാർട്ടിയുടെ സ്ഥാപക നേതാക്കളിലൊരാളായിരുന്നു ചന്ദ്രം എന്ന പേരിൽ അറിയപ്പെട്ട മട്ടുക്കുറി ചന്ദ്രശേഖര റാവു. കൃഷ്ണ ജില്ലയിൽപ്പെട്ട വെന്ത്രപ്രഗഡ ഗ്രാമത്തിൽ 1907–ൽ പാവപ്പെട്ട ഒരു കർഷക കുടുംബത്തിൽ ജനിച്ച അദ്ദേഹം ആദ്യം വെന്ത്രപ്രഗഡയിലും പിന്നീട് മസൂലിപട്ടണത്തെ നാഷണൽ കോളേജിലും പഠിച്ചു.

പഠിച്ചുകൊണ്ടിരിക്കുമ്പോൾ ദേശീയപ്രസ്ഥാനം ശക്തിപ്പെട്ട് വരികയായിരുന്നു. അത് ചന്ദ്രത്തെ ആകർഷിക്കുകയും പഠിത്തം മതിയാക്കി 1930–ലെ ഉപ്പുസത്യഗ്രഹത്തിൽ പങ്കെടുക്കുകയും ചെയ്തു. അദ്ദേഹം അറസ്റ്റിലായി. പാമരു മജിസ്ട്രേട്ട് കോടതി മൂന്നുമാസത്തേക്ക് ശിക്ഷിച്ച് രാജമുന്ദ്രി ജയിലിലേക്കയച്ചു. ജയിൽ മോചിതനായപ്പോൾ വിദേശവസ്ത്ര ഷാപ്പ് ബഹിഷ്കരണപ്രസ്ഥാനത്തിൽ സജീവമായി.

സൈമൺ കമീഷനെ ബഹിഷ്കരിക്കാൻ ഇന്ത്യൻ നാഷണൽ കോൺഗ്രസ് ആഹ്വാനം നൽകിയല്ലോ. കമീഷൻ സന്ദർശനം നടത്തിയ ഇടങ്ങളിലൊക്കെ അതിനെതിരെ കരിങ്കൊടി പ്രകടനം. കമീഷൻ കൃഷ്ണ ജില്ലയിൽ സന്ദർശനം നടത്തിയപ്പോൾ അതിനെതിരെ കരിങ്കൊടി പ്രകടനം സംഘടിപ്പിച്ചവരിലൊരാൾ ചന്ദ്രം. 1932–ലെ വ്യക്തി സത്യഗ്രഹത്തിലും അദ്ദേഹം സജീവം പങ്കെടുത്തു.

ചന്ദ്രം ഉശിരൻ സ്വാതന്ത്ര്യസമര പോരാളിയായിരുന്നു. ബ്രിട്ടീഷ് സാമ്രാജ്യത്വത്തിനെതിരെ നിയമവിരുദ്ധ ലഘുലേഖകളും സൈക്ലോ

സൈറ്റൽ ചെയ്ത വാർത്താബുള്ളറ്റിനുകളും അദ്ദേഹം പുറത്തിറക്കി. അദ്ദേഹത്തിന്റെ പ്രവർത്തനങ്ങളെക്കുറിച്ച് പൊലീസ് മനസിലാക്കി. എങ്ങനെയും അദ്ദേഹത്തെ പിടിക്കണം എന്ന് അവർ നിശ്ചയിച്ചു. ഒരു വൈറ്റ് സർജന്റിന്റെ നേതൃത്വത്തിൽ ഒരു പൊലീസ് സംഘത്തെത്തന്നെ അതിനായി വെന്ത്രപ്രഗഡ ഗ്രാമത്തിൽ നിയോഗിച്ചു. ഒരു ദിവസം പൊലീസ് അദ്ദേഹത്തെ പിടികൂടുകതന്നെ ചെയ്തു. തുടർന്ന് അദ്ദേഹത്തെ വല്ലാതെ പീഡിപ്പിച്ചു. രക്തം ഛർദിക്കുവോളം അദ്ദേഹം മർദനത്തിനിരയായി. മർദനത്തിന് നേതൃത്വം നൽകിയത് മുകളിൽ പറഞ്ഞ വൈറ്റ് സർജന്റ്.

വിവരമറിഞ്ഞ സർജന്റിന്റെ ഭാര്യ ഇടപെട്ടു. അവർ അദ്ദേഹത്തിന്റെ മുറിവുകൾക്ക് ചികിത്സ നൽകി. അവസാനം ചന്ദ്രത്തെ അറസ്റ്റ് ചെയ്തു. ഗുഡിവാഡ ഡപ്യൂട്ടി കളക്ടർ രണ്ടുവർഷത്തേക്ക് ശിക്ഷിച്ചു. ചന്ദ്രം വീണ്ടും രാജമുന്ദ്രി ജയിലിലെത്തി. അവിടെനിന്ന് അദ്ദേഹത്തെ ബെല്ലാരി സെൻട്രൽ ജയിലിലേക്ക് അയച്ചു.

1933-ൽ ദളിതർക്ക് പ്രത്യേക മണ്ഡലം എന്ന പ്രശ്നത്തിന്മേൽ ഗാന്ധിജി നിരാഹാരസമരം ആരംഭിച്ചതിനെത്തുടർന്ന് ചന്ദ്രം മോചിപ്പിക്കപ്പെട്ടു. ജയിൽ മോചിതനായപ്പോൾ ഹരിജൻ സേവക് സംഘത്തിലായി പ്രധാന പ്രവർത്തനം. ക്ഷേത്രപ്രവേശനസമരത്തിൽ സജീവം പങ്കെടുത്തു.

അപ്പോഴും ഇന്ത്യൻ നാഷണൽ കോൺഗ്രസിൽ പ്രവർത്തിക്കുന്നുണ്ടായിരുന്നു. കോൺഗ്രസിന്റെ സന്ദേശം നാട്ടിൻപുറങ്ങളിലെത്തിക്കുന്നതിൽ അക്ഷീണം യത്നിച്ചു. 1935-36-ൽ കോൺഗ്രസിന്റെ ജില്ലാ സെക്രട്ടറിയായി തിരഞ്ഞെടുക്കപ്പെട്ടു.

1930-32 കാലത്ത് അദ്ദേഹം രാജമുന്ദ്രി ജയിലിലായിരുന്നുവല്ലോ. അപ്പോൾ ആ ജയിലിൽ ധാരാളം ദേശീയ വിപ്ലവകാരികളുമുണ്ടായിരുന്നു. പല ആക്ഷനുകളിലും പങ്കെടുത്ത് പിടിയിലായി ശിക്ഷിക്കപ്പെട്ട് ജയിലിലടയ്ക്കപ്പെട്ടവരായിരുന്നു അവർ. അപ്പോഴേക്ക് ജയിലിൽ കിടക്കുന്ന കോൺഗ്രസുകാരിൽ പലർക്കും ഗാന്ധിജിയുടെയും കോൺഗ്രസിന്റെയും സമരരീതിയിൽ വിശ്വാസം നഷ്ടപ്പെട്ടുകഴിഞ്ഞിരുന്നു. രാജ്യത്തിന്റെ സ്വാതന്ത്ര്യം നേടിയെടുക്കുന്നതിന് പുതിയ മാർഗങ്ങൾ ആരായുകയായിരുന്നു അവർ. അപ്പോൾ ദേശീയ വിപ്ലവകാരികളുമായി ജയിലിൽ വെച്ച് അവർ ആശയവിനിമയം നടത്തി. ചന്ദ്രം ഉൾപ്പെടെയുള്ള തടവുകാർ ജയിലിൽ വച്ച് മാർക്സിസ്റ്റ് ഗ്രന്ഥങ്ങൾ വായിക്കാനും മാർക്സിസത്തെക്കുറിച്ച് പഠിക്കാനും തുടങ്ങി. അവർ മാർക്സിസത്തിൽ ആകൃഷ്ടരായി.

അങ്ങനെയാണ് ജയിലിൽനിന്ന് പുറത്തുവന്നത്. ഉൽപ്പതിഷ്ണുക്കളായ മറ്റു പല കോൺഗ്രസുകാരോടുമൊപ്പം ചന്ദ്രവും കോൺഗ്രസ് സോഷ്യലിസ്റ്റ് പാർട്ടിയിലെത്തി. അവസാനം അതിന്റെ സ്വാഭാവിക പരിണാമമെന്നനിലയിൽ കമ്യൂണിസ്റ്റുപാർട്ടിയിലുമെത്തി. ചെറുപ്പക്കാരായ ഒട്ടേറെ കോൺഗ്രസുകാരെ കമ്യൂണിസ്റ്റുപാർട്ടിയിലേക്ക് കൊണ്ടുവരുന്നതിൽ സു

പ്രധാന പങ്കുവഹിച്ചു. ചന്ദ്രം ആന്ധ്രയിലെ കമ്യൂണിസ്റ്റ് പ്രസ്ഥാനത്തിന്റെ സ്ഥാപക നേതാക്കളിലൊരാളായി.

മൂർച്ചയേറിയ ഒരു തൂലികയുടെ ഉടമയായിരുന്നു ചന്ദ്രം. അതുകൊണ്ട് 1937–ൽ പാർട്ടി *നവശക്തി* എന്ന മുഖപത്രം തുടങ്ങിയപ്പോൾ ചന്ദ്രം അതിന്റെ പത്രാധിപരായി നിയോഗിക്കപ്പെട്ടു. ഗവൺമെന്റിന്റെ അടിച്ചമർത്തൽ നയം മൂലം രണ്ടാം ലോകമഹായുദ്ധകാലത്ത് *നവശക്തി* അടച്ചുപൂട്ടുന്നതുവരെ അതിന്റെ പത്രാധിപർ ചന്ദ്രം. അതിനുശേഷം *സ്വതന്ത്ര ഭാരതം* എന്ന പാർട്ടി മുഖപത്രം രഹസ്യമായി പുറത്തിറക്കുന്നതിൽ അദ്ദേഹം വഹിച്ച പങ്ക് നിസ്സാരമല്ല. ഒട്ടേറെ ചെറുപ്പക്കാരെ അത് ആവേശം കൊള്ളിച്ചു. രഹസ്യ പൊലീസുകാർക്ക് തലവേദനയായി *സ്വതന്ത്ര ഭാരതം*. അതിന്റെ ഉറവിടം കണ്ടെത്താൻ അവർ പരക്കം പാഞ്ഞു.

രണ്ടാം ലോകമഹായുദ്ധം ആരംഭിച്ചപ്പോൾ അതിനോട് കൈക്കൊണ്ട നിലപാടിന്റെ പേരിൽ ഗവൺമെന്റ് കമ്യൂണിസ്റ്റുപാർട്ടിക്കെതിരെ തിരിഞ്ഞു. അറസ്റ്റിൽനിന്ന് രക്ഷപ്പെടാൻ പലരും ഒളിവിൽ പോകാൻ നിർബന്ധിതരായി. ചന്ദ്രവും ഒളിവിൽ പോയി. 1942 വരെ പൊലീസിന് പിടികൊടുക്കാതെ ഒളിവിൽ കഴിഞ്ഞു. 1942–ൽ പാർട്ടിയുടെ മേലുള്ള നിരോധനം ബ്രിട്ടീഷ് ഗവൺമെന്റ് പിൻവലിച്ചു. ഒളിവിൽ കഴിയുന്ന നേതാക്കൾ ഒന്നൊന്നായി പുറത്തുവന്നു. പാർട്ടി പരസ്യപ്രവർത്തനം ആരംഭിച്ചു. പാർട്ടി പുതിയ പ്രസിദ്ധീകരണങ്ങൾ പുറത്തിറക്കാനും തുടങ്ങി. ഈ ഘട്ടത്തിൽ പാർട്ടി *പ്രജാശക്തി* ഒരു വാരികയായി പ്രസിദ്ധീകരണം തുടങ്ങി. അതിന്റെ പത്രാധിപർ ആരായിരിക്കണമെന്ന കാര്യത്തിൽ സംശയമുണ്ടായില്ല–ചന്ദ്രം. 1946–ൽ *പ്രജാശക്തി* ദിനപത്രമായി. പത്രത്തിന്റെ എഡിറ്റർ ചന്ദ്രം.

1948–ൽ പാർട്ടിക്കെതിരെ അടിച്ചമർത്തലിന്റെ സ്റ്റീം റോളറുകൾ ഉരുണ്ടുനീങ്ങി. അപ്പോൾ ഗവൺമെന്റ് *പ്രജാശക്തി*ക്കെതിരെയും തിരിഞ്ഞു. പത്രം ഓഫീസ് റെയ്ഡുചെയ്യുക മാത്രമല്ല, പ്രസും ലൈബ്രറിയും തകർത്തുകളയുകകൂടി ചെയ്തു. അപ്പോഴേക്കും ചന്ദ്രം ഒളിവിൽ പോയി. എന്നാൽ ബൂത്തുമില്ലിപ്പാട് എന്ന സ്ഥലത്തുവച്ച് ചന്ദ്രത്തെ പൊലീസ് അറസ്റ്റ് ചെയ്തു. ചന്ദ്രം ആ ഗ്രാമത്തിൽ ഉണ്ടെന്ന് അറിവുകിട്ടിയതിനെത്തുടർന്നായിരുന്നു അറസ്റ്റ്. ആരോ ഒറ്റുകൊടുത്തതായിരുന്നു. ആ അറസ്റ്റ് എങ്ങനെയായിരുന്നു? സുന്ദരയ്യ തന്റെ ആത്മകഥയിൽ പറയുകയാണ്:

> ഒരു പാർട്ടി അനുഭാവിയുടെ വീട്ടിലാണ് ചന്ദ്രം താമസിച്ചിരുന്നത്. പൊലീസ് ആ ഗ്രാമം വളഞ്ഞു. ഓരോ വീട്ടിലും പൊലീസ് സർച്ച് തുടങ്ങി. തനിക്ക് അഭയം തന്ന പാർട്ടി അനുഭാവിയുടെ വീട്ടിൽ വച്ച് അറസ്റ്റ് ചെയ്യപ്പെടുകയാണെങ്കിൽ ആ വീട്ടുകാർ കടുത്ത മർദനം സഹിക്കേണ്ടിവരുമെന്ന് മനസിലാക്കിയ സഖാവ് ചന്ദ്രം ആ വീട്ടിൽ നിന്ന് പുറത്തിറങ്ങി. റോഡിലേക്ക് വന്നു. രക്ഷപ്പെടുക

സാധ്യമല്ലെന്ന് അദ്ദേഹം മനസിലാക്കിയിരുന്നു. ആ നിരത്തിൽ വെച്ച് പൊലീസ് അദ്ദേഹത്തെ അറസ്റ്റ് ചെയ്തു.

ആ സമയത്ത് കണ്ടാൽ വെടിവെച്ചുകൊല്ലൽ നിലവിൽവന്നിരുന്നില്ല. ചന്ദ്രത്തെ രാഷ്ട്രീയ തടവുകാരനായി ജയിലിൽ അടച്ചു. ആദ്യം രാജമുന്ദ്രി ജയിലിലായിരുന്നു. അവിടെനിന്ന് കടലൂർ ജയിലിലേക്ക് മാറ്റി. ജയിൽ സമരങ്ങളിൽ അദ്ദേഹം പങ്കാളിയായി. ചന്ദ്രം കടലൂർ ജയിലിൽ കിടക്കുമ്പോൾ രണ്ടുതവണ കമ്യൂണിസ്റ്റ് തടവുകാർക്കെതിരായി വെടിവെപ്പുണ്ടായി. അതിനെയൊക്കെ അദ്ദേഹം ധീരോദാത്തമായി നേരിട്ടു. 1950 വരെ ജയിലിൽ കഴിച്ചുകൂട്ടി. 1950 അവസാനം ചന്ദ്രത്തിന്റെ പിതാവ് നിര്യാതനായി. അപ്പോൾ പരോളിൽ ഇറങ്ങിയ ചന്ദ്രം തിരിച്ച് ജയിലിൽ പോകാതെ വീണ്ടും ഒളിവുജീവിതം നയിച്ചു.

1952–ലെ പൊതുതിരഞ്ഞെടുപ്പിൽ പങ്കെടുക്കാൻ കമ്യൂണിസ്റ്റുപാർട്ടി തീരുമാനിച്ചപ്പോൾ പാർട്ടിയുടെ മേലുള്ള നിരോധനം കോൺഗ്രസ് ഗവൺമെന്റ് പിൻവലിച്ചു. ഒളിവിൽ കഴിയുന്ന നേതാക്കൾ ഓരോരുത്തരായി പുറത്തുവന്നു; ചന്ദ്രവും. അദ്ദേഹത്തോട് *വിശാലാന്ധ്രാ* പത്രത്തിന്റെ പത്രാധിപത്യം ഏറ്റെടുക്കാനാണ് പാർട്ടി ആവശ്യപ്പെട്ടത്. 1957 വരെ തൽസ്ഥാനത്ത് അദ്ദേഹം തുടർന്നു. 1964 മുതൽ 1968 വരെ പത്രത്തിന്റെ എഡിറ്റോറിയൽ ബോർഡിൽ അംഗമായിരുന്നു.

1951–ൽ പ്രവിശ്യാ കമ്മിറ്റി സെക്രട്ടറിയായി തിരഞ്ഞെടുക്കപ്പെട്ടു. 1956 വരെ ആ സ്ഥാനത്ത് തുടർന്നു. 1948 മുതൽ 1951 വരെ പാർട്ടിയുടെ പൊളിറ്റ് ബ്യൂറോ അംഗമായിരുന്നു. പാർട്ടിക്കകത്ത് പിളർപ്പുണ്ടായപ്പോൾ സി പി ഐയിൽ നിലയുറപ്പിച്ച ചന്ദ്രം 1964 മുതൽ 1970 വരെ സി പി ഐ സംസ്ഥാന കൗൺസിൽ അംഗമായി പ്രവർത്തിച്ചു. കുറച്ചുകാലം പാർട്ടിയുടെ കൺട്രോൾ കമീഷനിലും അംഗമായിരുന്നു.

ചന്ദ്രത്തിന്റെ ഭാര്യ പുണ്യവതി. അവർ പാർട്ടി അംഗമായിരുന്നു. കൃഷ്ണ ജില്ലയിലെ മഹിളാപ്രസ്ഥാനത്തിൽ അവർ പങ്കെടുത്തിട്ടുണ്ട്. 1948–52 കാലത്ത് കടുത്ത മർദനങ്ങൾക്കും അവർ ഇരയായി.

ചന്ദ്രസിങ് ഗഢ്‌വാളി

1891 - 1979

ആയിരത്തി തൊള്ളായിരത്തി മുപ്പത്. ഗാന്ധിജി ദണ്ഡിയാത്ര ആരംഭിച്ചതോടെ രാജ്യമാകെ കൊളോണിയൽവിരുദ്ധവികാരം പതഞ്ഞുപൊങ്ങി. ജനങ്ങളാകെ ഇളകിമറിഞ്ഞു. ഖാൻ അബ്ദുൾ ഗാഫർഖാന്റെ നേതൃത്വത്തിൽ പത്താന്മാർ ഒറ്റമനുഷ്യനെപ്പോലെ ഉയർന്നെഴുന്നേറ്റു. ബ്രിട്ടീഷ് ഭരണാധികാരികൾക്ക്പരിഭ്രാന്തിയായി. പെഷവാറിലേക്ക് 'ഹിന്ദു' സൈന്യത്തെ വിളിച്ചുവരുത്തി. പെഷവാറിലെ ജനങ്ങളിൽ 99 ശതമാനവും മുസ്ലിങ്ങൾ. അതുകൊണ്ട് ഹിന്ദുക്കൾ മാത്രമടങ്ങിയ സേനാവിഭാഗം ഉത്തരവ് കിട്ടിയാൽ അവരെ നേരിട്ടുകൊള്ളുമെന്ന പ്രതീക്ഷയിലാണ് അവരെ വിളിച്ചുവരുത്തിയത്.

ഏപ്രിൽ 23-ന് ഒരു കമ്പനി ഗഢ്‌വാൾ സൈനികർക്ക് ഉത്തരവു കിട്ടി-ജനങ്ങൾ കലാപത്തിലാണ്. അവർക്കു നേരെ നിറയൊഴിക്കുക. സാധാരണ നിലയിൽ സൈന്യത്തിൽ മേലധികാരികളുടെ ഉത്തരവ് പാലിക്കപ്പെടും. ഈ ഉത്തരവും പാലിക്കപ്പെടുമെന്നാണ് എല്ലാവരും പ്രതീക്ഷിക്കുക. എന്നാൽ അതിനുപകരം അവിടെ ഒരു ശബ്ദം ഉയർന്നുപൊന്തി: 'വെടി വെക്കരുത്'. ആ ശബ്ദത്തിന്റെ ഉടമ ഹവിൽദാർ മേജർ ചന്ദ്രസിങ്. അദ്ദേഹം തോക്ക് തലതിരിച്ചുപിടിച്ച് എല്ലാവരോടും അങ്ങനെ ചെയ്യാൻ നിർദേശിക്കുകയും ചെയ്തു. എല്ലാവരും അദ്ദേഹത്തെ അനുസരിച്ചു.

ഓഫീസർമാരാകെ സ്തബ്ധരായിപ്പോയി. ആജ്ഞ ലംഘിക്കുകയോ? തോക്ക് തിരിച്ചുപിടിക്കാൻ നിർദേശം നൽകിയ ഉടൻ സ്തബ്ധ

നായിപ്പോയ കമ്പനി കമാണ്ടർ ചോദിച്ചു: "എന്തിന്?" ആ ചോദ്യത്തിന് ഉടൻ മറുപടി വന്നു: "ജനങ്ങൾ നിരായുധരാണ്."

അങ്ങനെ ചന്ദ്രസിങ് ഇന്ത്യൻ സ്വാതന്ത്ര്യസമരത്തിന്റെ വീരനായക ന്മാരിൽ ഒരാളായി. അദ്ദേഹത്തെയും സഹസൈനികരെയും പട്ടാള കോടതി വിചാരണ ചെയ്തു. 67 ജവാന്മാർക്ക് ദീർഘകാല തടവ്. ചന്ദ്ര സിങിനെ വധശിക്ഷയ്ക്കാണ് വിധിച്ചത്. വിധിക്കെതിരെ പ്രതിഷേധം ആളിക്കത്തി. ഗഢ്‌വാൾ തങ്ങളുടെ സന്താനങ്ങൾക്ക് നീതിയും സംര ക്ഷണവും ആവശ്യപ്പെട്ടു. ഒരു ഘട്ടത്തിൽ ജനങ്ങൾ പരസ്യമായ ഒരു കലാപത്തിന്റെ വക്കുവരെ എത്തി. ഈ സാഹചര്യത്തിൽ വധശിക്ഷ ഇളവ് ചെയ്യാനും അത് ജീവപര്യന്തം നാടുകടത്തായി ചുരുക്കാനും ഗവൺ മെന്റ് നിർബന്ധിതമായി.

ജയിലിൽ ഒരുതരം പ്രതികാരബുദ്ധിയോടെയാണ് അധികൃതർ അദ്ദേ ഹത്തോട് പെരുമാറിയത്. 1935 വരെ അതിർത്തി ജയിലുകളിൽ അദ്ദേഹം 'സി' ക്ലാസ് തടവുകാരനായി. 24 മണിക്കൂറും ചങ്ങലകൊണ്ട് ബന്ധിച്ചു. 1931-ൽ ഗാന്ധിജി ഇർവിൻ പ്രഭുവുമായി കരാറിൽ ഒപ്പുവെച്ചപ്പോൾ ചന്ദ്ര സിങിനെ വിട്ടയയ്ക്കണമെന്ന് ആവശ്യപ്പെട്ടില്ല. അതിന് അദ്ദേഹം പറഞ്ഞ കാരണമിതാണ്: "പട്ടാള ഉത്തരവ് പാലിക്കാത്ത ഒരാളെ വിട്ടയയ്ക്കണ മെന്ന് ആവശ്യപ്പെടാൻ എനിക്കു വയ്യാ."

1935-ൽ അദ്ദേഹത്തെ യു പി ജയിലുകളിലേക്ക് മാറ്റി. ആദ്യം നൈനി ജയിലിലാക്കി. പിന്നെ ലഖ്നൗവിലേക്കും അൽമോറയിലേക്കും അയച്ചു. നൈനി ജയിലിലായിരിക്കുമ്പോൾ അവിടെ പാർപ്പിച്ചിരുന്ന ചില കമ്യൂ ണിസ്റ്റ് തടവുകാരുമായി പരിചയപ്പെടാനും ആശയവിനിമയം നടത്താ നും ഇടയായി. ഇത് അദ്ദേഹത്തിന്റെ ചിന്താഗതിയിൽ മാറ്റം വരുത്തി. അതേവരെ കടുത്ത യാഥാസ്ഥിതികനും മത മനോഭാവക്കാരനുമായി രുന്ന അദ്ദേഹം പതുക്കെപ്പതുക്കെ യുക്തിവാദിയും പിന്നെ കമ്യൂണിസ്റ്റു മായി.

നേരത്തെത്തന്നെ വായിക്കുന്ന സ്വഭാവമുണ്ടായിരുന്നു ചന്ദ്രസിങിന്. കമ്യൂണിസ്റ്റായതോടെ അറിയാനും പഠിക്കാനുമുള്ള ആകാംക്ഷ കൂടി ക്കൊണ്ടിരുന്നു. അത് കൂടുന്നതിനനുസരിച്ച് വായനയുടെ ആഴവും പരപ്പും കൂടി. ഇംഗ്ലീഷ് വശമാക്കി.

1941-ൽ കാലാവധി മുഴുവൻ പൂർത്തിയായതോടെ അദ്ദേഹം ജയിൽ വിമുക്തനായി. സ്വന്തം നാട്ടിലേക്ക് മടങ്ങി. അവിടെ വീരോചിതമായ വര വേൽപ്പാണ് ലഭിച്ചത്. അദ്ദേഹം ഗഢ്‌വാളിന്റെ സന്താനമാണ്. താക്കൂർ ചന്ദ്രസിങ്, ചന്ദ്രസിങ് ഗഢ്‌വാളിയായി. ഇത്രയും വർഷം കാരാഗൃഹത്തി നകത്തായിരുന്നുവല്ലോ. അതുകൊണ്ട് ഇനി വിശ്രമിച്ചുകളയാം എന്നല്ല ചന്ദ്രസിങ് തീരുമാനിച്ചത്. അദ്ദേഹം കമ്യൂണിസ്റ്റുപാർട്ടിയിൽ അംഗത്വ മെടുക്കുകയും യു പിയിലെ ഗിരിനിരകളിലെ കൃഷിക്കാരെ സംഘടിപ്പി ക്കുന്ന പ്രവർത്തനങ്ങളിൽ ആണ്ടിറങ്ങുകയും ചെയ്തു. ഒരു സ്ഥലത്തു വച്ച് ചില ആളുകൾ അദ്ദേഹത്തോട് ചോദിച്ചു: "താങ്കൾ എന്തിനാണ്

കമ്യൂണിസ്റ്റുപാർട്ടിയിൽ ചേർന്നത്?" അതിന് അദ്ദേഹത്തിന്റെ മറുപടി ഇപ്രകാരം:

> എന്റെ ജീവിതദൗത്യം പതിനാറ് വർഷം മുമ്പ് എന്തായിരുന്നോ ഇപ്പോഴും അതുതന്നെയാണെന്ന് പറഞ്ഞുകൊള്ളട്ടെ. രാജ്യത്തിന്റെ സ്വാതന്ത്ര്യംനേടാൻ ഹിന്ദുക്കളെയും മുസ്ലിങ്ങളെയും ഒന്നിപ്പിക്കുകയെന്നതായിരുന്നു ആ ദൗത്യം. 1930-ൽ മുസ്ലിങ്ങൾക്കു നേരെ വെടിവെക്കാൻ ഞാൻ വിസമ്മതിച്ച കാര്യം നിങ്ങൾക്കറിയാം. ഇന്നും ഹിന്ദു-മുസ്ലിം സാഹോദര്യത്തിനുവേണ്ടി എന്റെ ജീവൻ ബലിയർപ്പിക്കാനും ഞാൻ തയ്യാറാണ്. അതുകൊണ്ടാണ് ഞാൻ കമ്യൂണിസ്റ്റുപാർട്ടിയിൽ ചേർന്നത്. പാർട്ടി ദേശീയ ഐക്യത്തിനുവേണ്ടി പൊരുതുന്ന പാർട്ടിയാണ്.

പാർട്ടി പ്രവർത്തനം അധികകാലം തുടരാൻ കഴിഞ്ഞില്ല. ആഗസ്ത് പ്രക്ഷോഭത്തിന്റെ കാലത്ത് അദ്ദേഹത്തെ വീണ്ടും തടവിലാക്കി. ഒന്നര വർഷം വീണ്ടും ജയിലിൽ കിടന്ന് നരകിച്ചു. ആരോഗ്യം തീർത്തും മോശമായപ്പോൾ 1944-ൽ മാത്രമേ മോചിപ്പിച്ചുള്ളൂ. മോചിപ്പിക്കുമ്പോഴും ഒരു പാധി: ഗഢ്‌വാളിൽ പ്രവേശിക്കരുത്. അതിനെതിരെ വമ്പിച്ച പ്രതിഷേധവും പ്രക്ഷോഭവും. ആ പ്രക്ഷോഭത്തിന്റെ ഫലമായി 1945 ഡിസംബറിൽ നിരോധനം നീക്കാൻ ഗവൺമെന്റ് നിർബന്ധിതമായി. 1946 ലെ പ്രവിശ്യാ നിയമനിർമാണസഭയിലേക്കുള്ള തിരഞ്ഞെടുപ്പിൽ തങ്ങളുടെ സ്ഥാനാർഥിയായി ചന്ദ്രസിങിനെ നിർത്താൻ കോൺഗ്രസ് തീരുമാനിച്ചു. അതിന്റെ നേതാക്കൾ അതിനായി അദ്ദേഹത്തെ സമീപിച്ചു. അദ്ദേഹം വൈമനസ്യം പ്രകടിപ്പിച്ചപ്പോൾ സ്വതന്ത്ര സ്ഥാനാർഥിയായിട്ടെങ്കിലും മത്സരിക്കണമെന്നായി അവർ. താൻ ഒരു കമ്യൂണിസ്റ്റാണെന്നും മത്സരിക്കുന്നുണ്ടെങ്കിൽ അത് കമ്യൂണിസ്റ്റുപാർട്ടി ടിക്കറ്റിൽ മാത്രമായിരിക്കുമെന്നും അദ്ദേഹം അവരോട് വെട്ടിത്തുറന്നു പറഞ്ഞു. കോൺഗ്രസുകാർ നിരാശരായി മടങ്ങി. ചന്ദ്രസിങ് പറഞ്ഞതുപോലെ അദ്ദേഹം കമ്യൂണിസ്റ്റ് പാർട്ടി ടിക്കറ്റിൽ മത്സരിക്കുകതന്നെ ചെയ്തു; ഒന്നാമത്തെ പൊതു തിരഞ്ഞെടുപ്പിൽ. നേരിയ വോട്ടിന്റെ കുറവിനാണ് പരാജയപ്പെട്ടത്. പാർട്ടിയെ ഗവൺമെന്റ് കടന്നാക്രമിച്ചുകൊണ്ടിരുന്നപ്പോൾ, 1948-49-ൽ, ചന്ദ്രസിങിനെ വിചാരണകൂടാതെ തടവിലാക്കി. മോചനത്തിനുശേഷം ഗഢ്‌വാളിലും പരിസരങ്ങളിലും നയിച്ച സമരങ്ങൾക്ക് കണക്കില്ല.

പാർട്ടിയിൽ റിവിഷനിസത്തിനെതിരെ സമരം നടന്നുകൊണ്ടിരുന്നപ്പോൾ ചന്ദ്രസിങ് ഈ സമരത്തിൽ പങ്കാളിയായതും സി പി ഐ (എം) രൂപംകൊണ്ടപ്പോൾ അതിന്റെ കൂടെ നിന്നതും സ്വാഭാവികം. 1979 ഒക്ടോബർ ഒന്നിന് അദ്ദേഹം അന്തരിച്ചു.

വി പി ചിണ്ടൻ

1918 - 1987

മദിരാശി ക്രിസ്ത്യൻ കോളേജ് ആ സംസ്ഥാനത്തിനകത്തും പുറത്തും പ്രസിദ്ധം. വർഷങ്ങൾക്കുമുമ്പ് ആ കോളേജിലെ വിദ്യാർഥി യൂണിയൻ ഭാരവാഹികൾ 'ദാർശനികരംഗത്തെ ആധുനിക പ്രവണതകൾ' എന്ന വിഷയത്തെക്കുറിച്ച് പ്രഭാഷണം നടത്താൻ നഗരത്തിലെ പ്രമുഖനായ ട്രേഡ് യൂണിയൻ നേതാവിനെ ക്ഷണിച്ചു. ആ ട്രേഡ് യൂണിയൻ നേതാവ് വിദ്യാർഥികൾക്കും അധ്യാപകർക്കും സുപരിചിതൻ. നഗരത്തിൽ അദ്ദേഹത്തെ അറിയാത്തവർ വിരളം. അദ്ദേഹം, പക്ഷേ, ദർശനത്തെക്കുറിച്ച് സംസാരിക്കുകയോ? ദാർശനികരംഗത്തെ ആധുനിക പ്രവണതകളെക്കുറിച്ച് പ്രഭാഷണം നടത്തുകയോ? എല്ലാവർക്കും അത്ഭുതം. പ്രഭാഷണദിവസം അദ്ദേഹം എന്താണ് സംസാരിക്കുന്നതെന്ന് കേൾക്കാനുള്ള കൗതുകത്തോടെ ഹാളിൽ അധ്യാപകരും വിദ്യാർഥികളും തടിച്ചുകൂടി. വൈരുധ്യാത്മക ഭൗതികവാദത്തിന്റെ അടിസ്ഥാനത്തിൽ ദാർശനികരംഗത്തെ വിവിധ പ്രവണതകളെ വിശകലനംചെയ്തുകൊണ്ട് ആ ട്രേഡ് യൂണിയൻ നേതാവ് നടത്തിയ ഉജ്വലവും പണ്ഡിതോചിതവുമായ പ്രഭാഷണം കേട്ടുനിന്നവരെയാകെ അമ്പരപ്പിച്ചു. ദർശനത്തെക്കുറിച്ചുള്ള അവഗാഹത്തിലൂടെ മദിരാശി ക്രിസ്ത്യൻകോളേജിലെ അധ്യാപകരുടെയും വിദ്യാർഥികളുടെയും പ്രശംസ പിടിച്ചുപറ്റിയ ട്രേഡ് യൂണിയൻ നേതാവായിരുന്നു സഖാക്കൾക്കും സുഹൃത്തുക്കൾക്കുമിടയിൽ വി പി സി എന്ന മൂന്നക്ഷരത്തിൽ അറിയപ്പെട്ട വി പി ചിണ്ടൻ.

ഇന്ത്യയിലെ ട്രേഡ് യൂണിയൻ പ്രസ്ഥാനത്തിന്റെ ഈറ്റില്ലങ്ങളിലൊന്നാണ് മദിരാശി. രാജ്യത്തെ ആദ്യത്തെ എല്ലാ ലക്ഷണങ്ങളുംതികഞ്ഞ ട്രേഡ് യൂണിയൻ പിറന്നുവീണത് ഈ നഗരത്തിൽ. നഗരം ഒട്ടേറെ പ്രമുഖരായ ട്രേഡ് യൂണിയൻ നേതാക്കളെ കണ്ടിട്ടുണ്ട്. എന്നാൽ വി പി സിയെപ്പോലെ പോപ്പുലറായ മറ്റൊരു ട്രേഡ് യൂണിയൻ നേതാവിനെ മദിരാശിനഗരം കണ്ടിട്ടുണ്ടോ എന്ന് സംശയം. തെളിവിതാ: 1973. കരുണാനിധി അപ്പോഴും മദിരാശി മുഖ്യമന്ത്രി. അപ്പോൾ വി പി സിക്കെതിരെ ഒരു വധശ്രമം. ഒരു പൊതുയോഗത്തിൽ പങ്കെടുക്കാൻപോയ അദ്ദേഹത്തെ ബസിലിട്ട് കുത്തിക്കൊല്ലാൻ ശ്രമിക്കുകയായിരുന്നു. മാരകമായ പരിക്കുകളോടെ അദ്ദേഹം അത്ഭുതകരമാംവിധം രക്ഷപ്പെട്ടു. ആശുപത്രിയിൽനിന്ന് പുറത്തുവന്നതിനുശേഷം തന്റെ സുഹൃത്തായ ജമിനി സർക്കസ് ഉടമസ്ഥന്റെകൂടെ അദ്ദേഹം വിശ്രമത്തിനായി പോയി. വിശ്രമം കഴിഞ്ഞ് മദിരാശിനഗരത്തിലേക്ക് തിരിച്ചുവന്നപ്പോൾ അദ്ദേഹത്തിന് പാർട്ടിയും സി ഐ ടി യുവും സ്വീകരണം ഏർപ്പാടുചെയ്തു. സ്വീകരണം ചരിത്രം സൃഷ്ടിച്ചു. ജീവിതത്തിന്റെ നാനാതുറകളിലുംപെട്ട ലക്ഷക്കണക്കിനാളുകൾ അദ്ദേഹത്തെ സ്വീകരിക്കാൻ സെൻട്രൽ റെയിൽവേസ്റ്റേഷനിലെത്തി. സ്റ്റേഷനും പരിസരവും നിറഞ്ഞുകവിഞ്ഞു. പ്രധാനമന്ത്രിയായതിനുശേഷം ആദ്യമായി പണ്ഡിറ്റ് ജവാഹർലാൽ നെഹ്റു മദിരാശി സന്ദർശിച്ചപ്പോൾ അദ്ദേഹത്തിനു ലഭിച്ച സ്വീകരണത്തോട് കിടപിടിക്കുന്നതായിരുന്നുവത്രേ വി പി സിക്കു ലഭിച്ച സ്വീകരണം. കണ്ണൂരിൽനിന്ന് മദിരാശിയിലെത്തിയ വി പി സിക്ക് ആ നഗരത്തിലെ തൊഴിലാളികൾക്കും ജനങ്ങൾക്കുമിടയിൽ ആർജിക്കാൻകഴിഞ്ഞ പിന്തുണയുടെയും വിശ്വാസത്തിന്റെയും തെളിവായിരുന്നു ആ സ്വീകരണം.

കണ്ണൂർജില്ലയിലെ എളയാവൂരിലെ പ്രശസ്തമായ തറവാടാണ് വടക്കേ പുത്തൻവീട്. ആ തറവാട്ടിൽ ചന്തുനായരുടെയും ചെറിയമ്മയുടെയും ആറുമക്കളിൽ ഇളയവനായി 1918 ഒക്ടോബർ 10-ന് വി പി ചിണ്ടൻ ജനിച്ചു. തികച്ചും രാഷ്ട്രീയപ്രബുദ്ധമായിരുന്നു അദ്ദേഹത്തിന്റെ കുടുംബം. സഹോദരി വി പി ദേവകിയും അവരുടെ ഭർത്താവ് കെ കെ നായരും രാഷ്ട്രീയരംഗത്ത് പയറ്റിത്തുടങ്ങിയവർ. മറ്റൊരു സഹോദരിയുടെ മകൻ പിൽക്കാലത്ത് മൊറാഴാക്കേസിലെ പ്രതിയായിരുന്ന വി പി നാരായണൻ. രാഷ്ട്രീയനേതാക്കൾ ഇടയ്ക്കിടെ വീട്ടിൽവരും. വീട്ടിൽ പലപ്പോഴും രാഷ്ട്രീയചർച്ചകൾ. ഈ അന്തരീക്ഷത്തിൽ ജനിച്ചുവളർന്ന വി പി സിക്ക് രാഷ്ട്രീയത്തിൽ താൽപ്പര്യംജനിച്ചില്ലെങ്കിൽ മാത്രമേ അത്ഭുതമുള്ളൂ.

വി പി സി ഫോർത്ത്ഫോറംവരെ മാത്രമേ പഠിച്ചുള്ളൂ; ചിറയ്ക്കൽ രാജാസ് ഹൈസ്കൂളിൽ. അതോടെ പഠനംനിർത്തി മുഴുവൻസമയ രാഷ്ട്രീയപ്രവർത്തകനായി. സ്കൂളിൽ പഠിക്കുമ്പോൾ മലബാറിലെ വിദ്യാർഥിപ്രസ്ഥാനത്തിന്റെ നേതാക്കളിലൊരാളായി. അക്കാലത്താണ് (1939-ൽ) മങ്കട പള്ളിപ്പുറത്ത് ഒരുമാസം നീണ്ടുനിന്ന രാഷ്ട്രീയ പഠനസ്കൂൾ. അതിൽ പങ്കെടുത്ത പത്ത് വിദ്യാർഥി നേതാക്കളിലൊരാൾ വി

പി സി. വിവിധ വിഷയങ്ങളെക്കുറിച്ച് ആ ക്യാമ്പിൽ ക്ലാസുകൾനടന്നു.

ക്യാമ്പ് കഴിഞ്ഞപ്പോൾ കണ്ണൂരിലെ ബീഡിത്തൊഴിലാളികളെ സംഘടിപ്പിക്കാൻ അദ്ദേഹം നിയോഗിക്കപ്പെട്ടു. ആ ജോലി നിർവഹിച്ചുകൊണ്ടിരിക്കെ സി കണ്ണൻ, കാന്തലോട്ട് കുഞ്ഞമ്പു, ഇ കെ നായനാർ എന്നിവരോടൊപ്പം ആറോൺമിൽ സമരത്തിന് നേതൃത്വംനൽകി.

ക്രമേണ അദ്ദേഹത്തിന്റെ പ്രവർത്തനം സംസ്ഥാനത്തിന്റെ മറ്റു ഭാഗങ്ങളിലേക്കും വ്യാപിച്ചു. തിരുവിതാംകൂറിൽ ഉത്തരവാദഭരണത്തിനുവേണ്ടി പ്രക്ഷോഭം. അതിനെ അടിച്ചമർത്താൻ സർ സി പി ആവനാഴിയിലെ എല്ലാ ആയുധങ്ങളും എടുത്തുപ്രയോഗിക്കുന്നു. അപ്പോൾ ആ സമരത്തിന് ഉശിരുപകരാൻ എ കെ ജിയുടെ നേതൃത്വത്തിൽ ഒരു ജാഥ തിരുവിതാംകൂറിലേക്ക്. ആ ജാഥയിലെ ഒരു അംഗമായിരുന്നു വി പി സി. ആലുവായിൽവെച്ച് ജാഥ നിരോധിക്കപ്പെട്ടപ്പോൾ എ കെ ജിയുടെയും മറ്റും നിർദേശപ്രകാരം ഒളിവിൽപ്പോയി. ആലപ്പുഴയിലും മറ്റും തൊഴിലാളിവർഗപ്രസ്ഥാനം കെട്ടിപ്പടുക്കുന്നതിലേർപ്പെട്ടു. കുറച്ചുകാലം തൃശൂരിലും പ്രവർത്തിച്ചു.

1939 അവസാനം കേരളത്തിലെ കോൺഗ്രസ് സോഷ്യലിസ്റ്റുപാർട്ടിയുടെ ഒരു സമ്മേളനം പിണറായിക്കടുത്ത പാറപ്പുറത്ത്. ആ സമ്മേളനമാണ് കേരളത്തിലെ സി എസ് പി ഘടകത്തെ ഇന്ത്യൻ കമ്യൂണിസ്റ്റു പാർട്ടിയിൽ ലയിപ്പിക്കാൻ തീരുമാനിച്ചത്. ആ സമ്മേളനത്തിൽ ചുറുചുറുക്കോടെ പ്രവർത്തിച്ച ഒരു വളണ്ടിയർ ഉണ്ടായിരുന്നു–വി പി സി. സമ്മേളനത്തിനുശേഷം വി പി സിയും കമ്യൂണിസ്റ്റായി.

1939–ൽ രണ്ടാം ലോകമഹായുദ്ധം. യുദ്ധത്തിനെതിരെ അണിനിരക്കാൻ കമ്യൂണിസ്റ്റുപാർട്ടിയുടെ ആഹ്വാനം. വി പി സി യുദ്ധവിരുദ്ധ പ്രസംഗകനായി രംഗത്തുവന്നു. അങ്ങനെ ഒരു പ്രസംഗത്തിന്റെ പേരിൽ അദ്ദേഹത്തെ അറസ്റ്റുചെയ്തു. 1942വരെ വെല്ലൂർ, കോയമ്പത്തൂർ, ആലിപ്പൂർ എന്നിങ്ങനെ വിവിധ ജയിലുകളിൽ കഴിയേണ്ടിവന്നു. ഇക്കാലത്ത് മാർക്സിസം–ലെനിനിസം ആഴത്തിൽ പഠിച്ചു. സഹതടവുകാരെ മാർക്സിസം പഠിക്കാൻ സഹായിക്കുകയുംചെയ്തു. തമിഴ്ഭാഷ പഠിച്ചതും ഇക്കാലത്താണ്.

ജയിൽമോചിതനായപ്പോൾ തമിഴ്നാട്ടിൽ പ്രവർത്തിക്കാൻ പാർട്ടിയിൽനിന്ന് നിർദേശം. നേരെ മദിരാശിക്ക് വണ്ടികയറി. പാർട്ടിസംഘടനയും ട്രേഡ് യൂണിയനും കെട്ടിപ്പടുക്കാൻ നിയോഗിക്കപ്പെട്ടു. റെയിൽവേ, ട്രാംവേ, ട്രാൻസ്പോർട്ട് തൊഴിലാളികളെ സംഘടിപ്പിക്കുന്നതിൽ പ്രധാന പങ്കുവഹിച്ചു. ഇക്കാലത്ത് സ്പെൻസർ ജീവനക്കാർ നടത്തിയ സമരം ഏറെ ശ്രദ്ധിക്കപ്പെട്ടു. അതിനു നേതൃത്വംനൽകി. അതിന്റെ പേരിൽ ജയിലിൽ കിടക്കേണ്ടിവന്നു. 1946–ൽ ചരിത്രപ്രധാനമായ നാവികകലാപം. അതിനു പിന്തുണനൽകി മദിരാശിയിൽ ലക്ഷക്കണക്കിന് തൊഴിലാളികൾ പങ്കെടുത്ത പ്രകടനം. അതിന് നേതൃത്വം നൽകിയവരിലൊരാൾ വി പി സി.

മദിരാശിനഗരത്തിൽ മാത്രമല്ല, സംസ്ഥാനത്തൊട്ടാകെ പാർട്ടിയും

ബഹുജനസംഘടനകളും കെട്ടിപ്പടുക്കുന്നതിൽ ഗണ്യമായ സംഭാവന നൽകി. രണ്ടാം കോൺഗ്രസിനെത്തുടർന്ന് കമ്യൂണിസ്റ്റുപാർട്ടി നിരോധിക്കപ്പെട്ടപ്പോൾ ഒളിവിൽപോയി. മൂന്നുമാസത്തോളം ഒളിവിൽപ്രവർത്തിച്ചു. തുടർന്ന് അറസ്റ്റിലായി. ഇതുൾപ്പെടെ മൊത്തം പത്തുവർഷം ജയിലിൽ കിടന്നു. രണ്ടുവർഷം ഒളിവിലുംകഴിഞ്ഞു. ജയിലിൽ സഹിക്കേണ്ടിവന്ന പീഡനങ്ങൾക്കു കണക്കില്ല. ജയിലിൽ മർദനങ്ങൾക്കും വെടിവെപ്പിനും മോശമായ ഭക്ഷണത്തിനും എതിരെ നടത്തിയ സമരങ്ങൾ അനവധി. അവയുടെ മുന്നിൽനിന്നു. ജയിലിൽ ക്ലാസെടുത്ത് സഹതടവുകാരുടെ വാധ്യാരായി. ജയിൽമോചിതനായതിനുശേഷം പാർട്ടിയുടെ സംസ്ഥാന സെക്രട്ടേറിയറ്റ് അംഗം എന്ന നിലയിൽ സംസ്ഥാനത്തൊട്ടാകെ ഓടിനടന്ന് പ്രവർത്തിച്ചു.

ബ്രിട്ടീഷ് സാമ്രാജ്യത്വത്തിനെതിരെ പോരാടി പൊതുജീവിതത്തിനു തുടക്കംകുറിച്ച വി പി സി 1952–ഓടെ തന്റെ പ്രവർത്തനം ഫ്രഞ്ച് സാമ്രാജ്യത്വത്തിനെതിരെ പോരാടിയിരുന്ന പോണ്ടിച്ചേരിയിലേക്കുമാറ്റി. പോണ്ടിച്ചേരി വിമോചനസമരത്തിൽ വി സുബ്ബയ്യയോടൊപ്പം പ്രവർത്തിച്ചു.

പാർട്ടിക്കകത്ത് റിവിഷനിസത്തിനെതിരായ സമരത്തിൽ സജീവ പങ്കാളിയായി. പാർട്ടി പിളർന്നപ്പോൾ സി പി ഐ (എം)ന്റെ കൂടെനിന്നു. സി പി ഐ (എം) കെട്ടിപ്പടുക്കുന്നതിൽ അവിശ്രമം പരിശ്രമിച്ചു. സി പി ഐ (എം) രൂപീകരിച്ച് അധികം കഴിയുന്നതിനുമുമ്പ് ഗവൺമെന്റ് അതിനെതിരെ തിരിഞ്ഞു. അതിന്റെ ആയിരത്തിൽപ്പരം നേതാക്കളെയും പ്രവർത്തകരെയും ചൈനാചാരത്വം ആരോപിച്ച് ജയിലിലടച്ചപ്പോൾ അതിൽ വി പി സിയും ഉൾപ്പെട്ടു. 1962–ലും അദ്ദേഹത്തെ ചൈനാചാരത്വം ആരോപിച്ച് ജയിലിൽ അടച്ചിരുന്നു. റിവിഷനിസത്തിനെതിരെ സമരംനടത്തിയ വി പി സി തീവ്രവാദത്തിനെതിരെയും സമരത്തിലേർപ്പെട്ടു.

1967മുതൽ പ്രധാന പ്രവർത്തനമേഖല മദിരാശി നഗരവും പ്രാന്തപ്രദേശങ്ങളുമായി. അവിടെ ട്രേഡ് യൂണിയനും പാർട്ടിയും കെട്ടിപ്പടുക്കുന്ന പ്രവർത്തനത്തിൽ ആണ്ടിറങ്ങി. സി ഐ ടി യു സ്ഥാപനത്തോടെ അതിന്റെ കൊടിക്കീഴിൽ തൊഴിലാളികളെ അണിനിരത്താൻ നേതൃത്വം നൽകി. വി പി സി മദിരാശിയിൽ തൊഴിലാളികളുടെ ഏറ്റവും പ്രിയങ്കരനായ നേതാവായി. കേന്ദ്ര–സംസ്ഥാന പൊതുമേഖലാസ്ഥാപനങ്ങളിലെ നിരവധി യൂണിയനുകൾ അദ്ദേഹത്തെ ഭാരവാഹിയാക്കി. മദിരാശിയിലെ മിക്കവാറും എല്ലാ വലിയ വ്യവസായസ്ഥാപനങ്ങളിലെയും യൂണിയനുകളുടെ പ്രസിഡന്റായിരുന്നു അദ്ദേഹം. താൻ പ്രസിഡന്റായ ട്രേഡ് യൂണിയനുകളിലെ മാത്രമല്ല, മറ്റു യൂണിയനുകളിലെ പ്രവർത്തകരും അദ്ദേഹത്തിന്റെ ഉപദേശനിർദേശങ്ങൾ സ്വീകരിച്ചു.

തൊഴിലുടമകളുടെ മാത്രമല്ല, ഡി എം കെ ഗവൺമെന്റിന്റെ ഉരുക്കുമുഷ്ടികളും അദ്ദേഹത്തിനെതിരെ തിരിഞ്ഞു. അദ്ദേഹത്തെ മിസ തടവുകാരനാക്കാൻപോലും ഗവൺമെന്റ് മടിച്ചില്ല. ഡി എം കെക്കാരാവട്ടെ, 1973–ൽ വകവരുത്താൻതന്നെ ശ്രമിച്ചു. അദ്ദേഹം മരണത്തെ അതിജീവിച്ചു

എന്നറിയുന്നതുവരെ മൂന്നുദിവസം മദിരാശിനഗരം സ്തംഭിച്ചുനിന്നു.

1984–ൽ വില്ലിവാക്കം മണ്ഡലത്തിൽനിന്ന് തമിഴ്നാട് നിയമസഭയിലേക്ക് തിരഞ്ഞെടുക്കപ്പെട്ടു. നിയമസഭയിൽ സി പി ഐ (എം) നിയമസഭാകക്ഷിയുടെ ഡെപ്യൂട്ടി ലീഡറായി. ജനകീയപ്രശ്നങ്ങൾ മുൻനിർത്തിയുള്ള സമരവേദിയായി നിയമസഭയെയും അദ്ദേഹം ഫലപ്രദമായി ഉപയോഗിച്ചു. കേരളത്തിൽ അഞ്ചുവർഷവും തമിഴ്നാട്ടിൽ നാൽപ്പത്തിയഞ്ചുവർഷവും കമ്യൂണിസ്റ്റ്–ട്രേഡ് യൂണിയൻ പ്രവർത്തനംനടത്തിയ ആ വിപ്ലവകാരി സോവിയറ്റ് യൂണിയനിൽ സന്ദർശനം നടത്തിക്കൊണ്ടിരിക്കെ 1987 മെയ് 8–ന് അന്തരിച്ചു. മരിക്കുമ്പോൾ അദ്ദേഹം സി പി ഐ (എം) സംസ്ഥാനകമ്മിറ്റി അംഗവും സി ഐ ടി യു സംസ്ഥാന വൈസ് പ്രസിഡന്റും സി ഐ ടി യു അഖിലേന്ത്യാ പ്രവർത്തകസമിതി അംഗവുമായിരുന്നു.

മേജർ ജയ്പാൽസിങ്

1916 - 1982

മേജർ ജയ്പാൽസിങ് ഈ ഗ്രന്ഥത്തിൽ പരിചയപ്പെടുത്തിയ മറ്റുള്ളവരെപ്പോലെ അക്ഷരാർഥത്തിൽ ഇന്ത്യൻ കമ്യൂണിസ്റ്റ് പ്രസ്ഥാനത്തിന്റെ ആദ്യപഥികരിൽപ്പെട്ട ആളല്ല. കാരണം സ്വാതന്ത്ര്യലബ്ധിക്കുശേഷമാണ് അദ്ദേഹം കമ്യൂണിസ്റ്റ് പാർട്ടിയുമായി ബന്ധപ്പെട്ടതുതന്നെ. എങ്കിലും ബ്രിട്ടീഷ് പട്ടാളത്തിൽ ഉയർന്ന സ്ഥാനം വഹിക്കവേ, ദേശീയ പ്രസ്ഥാനത്തെ ചോരയിൽ മുക്കിക്കൊല്ലാനും ദേശീയ നേതാക്കൾക്കെതിരെ ആക്രമണം നടത്താനും മറ്റും പട്ടാളത്തിൽ നടന്ന ഗൂഢാലോചനകൾ യഥാസമയം ദേശീയ നേതൃത്വത്തിന്റെ ശ്രദ്ധയിൽ പെടുത്തിയ ഒരു ദേശാഭിമാനി എങ്ങനെ കമ്യൂണിസ്റ്റ് പാർട്ടിയിലെത്തുകയും പാർട്ടി കെട്ടിപ്പടുക്കുന്നതിൽ സംഭാവന നൽകുകയും ചെയ്തു എന്നു കാണിക്കാനാണ് ഈ ഗ്രന്ഥത്തിൽ അദ്ദേഹത്തെ പരിചയപ്പെടുത്തുന്നത്.

പടിഞ്ഞാറൻ യു പി യിലെ ഒരു ജില്ലയാണ് മുസഫർ നഗർ. ആ ജില്ലയിലെ ഒരു ഗ്രാമമായ കുർമാലിയിൽ 1916 ജൂലായ് 15 ന് ജയ്പാൽസിങ് ജനിച്ചു. തന്റെ ഏക മകന് ഉന്നത വിദ്യാഭ്യാസം നേടിക്കൊടുക്കണം എന്ന ഉദ്ദേശ്യത്തോടെ പിതാവ് ബംഹാരാങ്കിലാൽ പട്ടാളത്തിൽ ചേർന്നു. പട്ടാളത്തിൽ സുബേദാർ മേജർ ആയിരുന്നു. ഓണററി ക്യാപ്റ്റൻ എന്ന റാങ്കോടെയാണ് പട്ടാളത്തിൽ നിന്ന് പിരിഞ്ഞത്. തികച്ചും കൂറുള്ള ആപ്പീസർ എന്ന നിലയിൽ ഗവൺമെന്റ് സർദാർ ബഹാദൂർ എന്ന ബഹുമതി അദ്ദേഹത്തിന് നൽകി. അങ്ങനെ പിതാവ് കൂറുള്ള ഒരു ആപ്പീസർ ആയിരുന്നുവെങ്കിൽ മകൻ വിദേശ ഭരണാധികാരികൾക്കെതിരെ കലാപത്തിന്റെ

കൊടിയുയർത്തി. ഇളയ രണ്ട് സഹോദരിമാരുണ്ടായിരുന്നു ജയ്പാൽ സിങ്ങിന്. പ്രകാശ്വതിയും ഭഗവതിയും. അമ്മാവൻ റായ് ബഹാദൂർ ബാബു ഹരിറാം അഗ്രിക്കൾച്ചറൽ ഡിപ്പാർട്ടുമെന്റിലെ ഒരു സൂപ്രണ്ട്. അദ്ദേഹം പേരുകേട്ട ഒരു സാമൂഹ്യപരിഷ്കർത്താവായിരുന്നു.

കുട്ടിക്കാലത്ത് മുതലാളിത്ത വ്യവസ്ഥയുടെ പ്രതിസന്ധി കൊളോണിയൽ ലോകത്തെയാകെ വിഴുങ്ങി. ഇരുപതുകളുടെ അവസാനത്തെ ലോക മുതലാളിത്ത പ്രതിസന്ധിയാവട്ടെ, കൊളോണിയൽ ഇന്ത്യയിലെ കാർഷിക സമ്പദ്വ്യവസ്ഥയിൽ ഗുരുതരമായ പ്രത്യാഘാതം സൃഷ്ടിച്ചു. ലക്ഷക്കണക്കിന് കർഷക കുടുംബങ്ങൾ പാപ്പരായി. അവർക്ക് തങ്ങളുടെ ഭൂമി നഷ്ടപ്പെട്ടു. കുട്ടിക്കാലം സ്വന്തം ഗ്രാമത്തിൽ ചെലവഴിച്ച ജയ്പാലിന് കൃഷിക്കാരുടെ ദാരിദ്ര്യവും പട്ടിണിയും പങ്കപ്പാടുകളും നേരിട്ട് മനസിലാക്കാൻ കഴിഞ്ഞു.

ഏതൊരു സാധാരണ കർഷക കുടുംബത്തിലെയും കുട്ടിയെപ്പോലെയാണ് ജയ്പാലും തന്റെ ബാല്യം ചെലവഴിച്ചത്. എരുമകളെ മേയ്ക്കാൻ കൊണ്ടുപോകും. കുട്ടികളുമായി കൂട്ടുകൂടി നടക്കും. അവരുടെ വീടുകളിൽ പോകും. ഇത് ബാലനായിരിക്കുമ്പോൾ തന്നെ തനിക്ക് ചുറ്റുമുള്ള ജനങ്ങളുടെ പട്ടിണിയെക്കുറിച്ച് ബോധവാനാകാൻ ജയ്പാലിനെ സഹായിച്ചു. ഇതൊക്കെ തന്റെ മനസിനെ എങ്ങനെയാണ് സ്വാധീനിച്ചതെന്ന് പിൽക്കാലത്ത് അദ്ദേഹമെഴുതി. നോക്കുക.

> ദാരിദ്ര്യത്തിൽ മുങ്ങിത്താണ നാട്ടിൻപുറങ്ങളായിരുന്നു എന്റെ വിപ്ലവപ്രവർത്തനത്തിന്റെ ആദ്യത്തെ വിദ്യാലയം. എന്റെ വീടിന്റെ ദാരിദ്ര്യവും പട്ടിണിയുമായി ബന്ധപ്പെട്ടതാണ് എന്റെ ബാല്യകാല സ്മരണകൾ.

ഗ്രാമത്തിലെ സ്കൂളുകളിൽ പ്രൈമറി വിദ്യാഭ്യാസം പൂർത്തിയാക്കിയതിനുശേഷം മുസഫർ നഗറിലെ സി എ വി സ്കൂളിൽ തുടർന്ന് പഠിക്കാൻ പോയി. സ്കൂൾ ഗ്രാമത്തിൽ നിന്ന് വളരെ അകലെ ആയതിനാൽ ജാട്ട് ഹോസ്റ്റലിലായിരുന്നു താമസം. എട്ടാം ക്ലാസിൽ പഠിക്കുമ്പോൾ ദേശാഭിമാനബോധത്താൽ പ്രചോദിതനായി. ഉപ്പു കുറുക്കുകയും ഹോസ്റ്റലിന് മുകളിൽ ത്രിവർണ പതാക ഉയർത്തുകയും ചെയ്തു. ഹോസ്റ്റൽ വാർഡൻ വിളിപ്പിച്ച് ഇത്തരം പ്രവർത്തനങ്ങൾ നടത്തുന്നതിനെതിരെ മുന്നറിയിപ്പ് നൽകി. ഈ പ്രവർത്തനം തുടർന്നാൽ പട്ടാളത്തിൽ ആപ്പീസറായ പിതാവിന് ജോലി നഷ്ടപ്പെടുമെന്ന് ഭീഷണിപ്പെടുത്തി. ഇതൊന്നും താൻ ഉദ്ദേശിച്ച പാതയിൽനിന്ന് ജയ്പാലിനെ പിന്തിരിപ്പിച്ചില്ല. മെട്രിക്കുലേഷൻ പരീക്ഷ പാസായതിനുശേഷം ബനാറസ് ഹിന്ദു യൂണിവേഴ്സ്റ്റിയിൽ ചേർന്നു. അവിടെ നിന്ന് ബിരുദം നേടിയതിനുശേഷം ആഗ്രയിലേക്ക് മാറി. അവിടെ ബിരുദാനന്തര പഠനത്തിന് സെന്റ് ജോൺസ് കോളേജിൽ ചേർന്നു. ബനാറസിലും ആഗ്രയിലും പിതാവിന്റെ

കൂടെ ബാരക്കുകളിൽ താമസിച്ചു. പട്ടാളക്കാരുടെയും ആപ്പീസർമാരുടെയും ജിവിതവുമായി പരിചയപ്പെട്ടു.

ജീവിതത്തിന്റെ തുടക്കം മുതൽ ഒടുക്കം വരെ നല്ലൊരു വായനക്കാരനായിരുന്നു. ഒരു ഘട്ടത്തിലും വായന ഉപേക്ഷിച്ചില്ല. ആദ്യകാല്ത്ത് സമൂഹികപരിഷ്കരണ പ്രസ്ഥനത്തെക്കുറിച്ചുള്ള പുസ്തകങ്ങൾ ധാരാളം വായിച്ചു. ദേശീയ വിമോചന സമരങ്ങളെക്കുറിച്ചുള്ള പുസ്തകങ്ങളും പ്രേംചന്ദായിരുന്നു ഇഷ്ടപ്പെട്ട എഴുത്തുകാരൻ. തന്റെ പരന്നതും ആഴത്തിലുള്ളതുമായ വായനമൂലം കോളേജ് വിദ്യാഭ്യാസകാലത്ത് നല്ലൊരു പ്രഭാഷകൻ എന്ന ഖ്യാതി നേടി. രാഷ്ട്രീയ ചർച്ചകളിൽ പങ്കെടുക്കുക പതിവായിരുന്നു. കവിതയോട് വല്ലാത്ത കമ്പം. ധാരാളം കവിതകളെഴുതി. ബനാറസ് ഹിന്ദു യൂണിവേഴ്സ്റ്റിയിൽ പഠിക്കുമ്പോൾ ഒരു ലഘുലേഖ എഴുതി. സമൂഹപരിഷ്കരണത്തെക്കുറിച്ചെഴുതിയ ആ ലഘുലേഖ അലഹാബാദിലാണ് പ്രസിദ്ധീകരിച്ചത്.

നല്ലൊരു സ്പോർട്സ്മാൻ ആയിരുന്നു. നന്നായി ഹോക്കി കളിക്കും. കോളേജ് ടീമിലെ അംഗമായി. 1930–32 കാലത്തെ സിവിൽ നിയമലംഘന പ്രസ്ഥാനത്തിന്റെ പരാജയത്തോടെ മഹാത്മാഗാന്ധിയിലും കോൺഗ്രസ് നേതൃത്വത്തിലും ഉള്ള വിശ്വാസം നഷ്ടപ്പെട്ടു. കുറച്ചുകാലത്തേക്ക് ഭീകരപ്രസ്ഥാനത്തിൽ ആകൃഷ്ടനായി. മരണത്തെപ്പോലും കൂസാതെ ധീരോദാത്തതയോടെ പ്രവർത്തിക്കുന്ന ജുഗാന്തർ– അനുശീലൻ ഗ്രൂപ്പുകൾ അദ്ദേഹത്തെ ആവേശംകൊള്ളിച്ചു. ഈ വിപ്ലവ ഗ്രൂപ്പുകളോട് അനുഭാവമുള്ള സെന്റ് ജോൺസ് കോളേജിലെ മറ്റു വിദ്യാർഥികളുമായി ബന്ധം സ്ഥാപിച്ചു. സച്ചീന്ദർ സന്യാൽ എഴുതിയ ബന്ധിജീവൻ എന്ന കൃതിയും അക്കാലത്തെ വിപ്ലവകാരികളുടെ പ്രവർത്തനങ്ങളെ സംബന്ധിച്ച മറ്റു പുസ്തകങ്ങളും വായിച്ചു. ഇത്തരെ പുസ്തകങ്ങൾ യുവ സുഹൃത്തുക്കളിൽ നിന്ന് കടം വാങ്ങി പട്ടാള ബാരക്കുകളിലിരുന്ന് വായിക്കും. കണ്ടുകെട്ടപ്പെട്ട സാഹിത്യങ്ങൾ പട്ടാള ബാരക്കുകളിലേക്ക് കടത്തിക്കൊണ്ടുവന്ന് രാത്രിയിൽ വളരെ വൈകുന്നതുവരെ വായിക്കുമെന്നത് ഒരു പട്ടാള ആപ്പീസറെന്ന നിലയിൽ അദ്ദേഹം നടത്തിയ വിപ്ലവപ്രവർത്തനത്തിന്റെ മുന്നോടിയായിരുന്നു എന്നു പറയാം.

1938 ൽ വിവാഹിതനായി. സ്ത്രീധനമൊന്നുമില്ലാത്ത വിവാഹം. ഡെഹ്റാഡൂണിൽ ഒരു കവി സമ്മേളനത്തിൽവെച്ചായിരുന്നു വധുവിനെ കണ്ടുമുട്ടിയത്. അന്നത്തെ പരിചയം വളർന്ന് വിവാഹത്തിൽ കലാശിക്കുകയായിരുന്നു. തന്റെ ഗ്രാമത്തിൽ പർദ സമ്പ്രദായം കൊടികുത്തിവാണു. അതിൽ നിന്ന് ഗ്രാമത്തിലാദ്യമായി തന്റെ ഭാര്യയെ അദ്ദേഹം മോചിപ്പിച്ചു.

യുദ്ധത്തിന് മുമ്പ് ഫ്യൂഡൽ രാജകുമാരന്മാർക്കും ഭൂപ്രഭുക്കൾക്കും മാത്രമേ കമ്മീഷൻഡ് ആപ്പീസർമാരായി പട്ടാളത്തിൽ ചേരാൻ കഴിയുമായിരുന്നുള്ളൂ. യുദ്ധം ധാരാളം ചെറുപ്പക്കാർക്ക് കമ്മീഷൻഡ് ആപ്പീസർമാരായി പട്ടാളത്തിൽ സേവനമനുഷ്ഠിക്കാൻ അവസരമൊരുക്കി. ആ

അവസരം ജയ്പാൽസിങ് ഉപയോഗിച്ചു. എം എ പൂർത്തിയാക്കിയ ഉടൻ 1941 ൽ പട്ടാളത്തിൽ ചേർന്നു. ബ്രിട്ടീഷുകാരുടെ കൂലിപ്പടയാളിയായി. അവർക്ക് സേവനമനുഷ്ഠിക്കാൻ തന്റെ പദവി ഉപയോഗിക്കില്ല. അവർക്കെതിരെ കലാപം സംഘടിപ്പിക്കാൻ താൻ ആ പദവി ഉപയോഗിക്കും. അങ്ങനെയൊരു തീരുമാനമെടുത്തു കൊണ്ടാണ് പട്ടാളത്തിൽ ചേർന്നത്.

കാബുളിലെ 'റിയസെ' ഓഫീസേഴ്സ് ട്രെയിനിങ് കോളേജിൽ നിന്ന് പരിശീലനം നേടി. തുടർന്ന് അംബാലയിൽ പോസ്റ്റിങ് കിട്ടി. ട്രെയിനങ് കോളേജിൽ വെച്ച് തന്നെ ദേശീയവാദികളായ കോൺഗ്രസ് നേതാക്കളുമായി ബന്ധപ്പെട്ടു. ഖാറെ എന്ന ദേശാഭിമാനിയായ ആപ്പീസറെ കേസിൽ നിന്ന് പ്രതിരോധിക്കാൻ ഒരു സംഘടനാ കമ്മിറ്റി രൂപവൽക്കരിച്ചു. പിന്നീടത് സ്ഥിരമായ ഓർഗനൈസിങ് കമ്മിറ്റിയായി നിലനിർത്തി. കൺവീനർ ജയ്പാൽ സിങ്. 1942 മാർച്ചിൽ 323 സപ്ളൈ വിഭാഗത്തിന്റെ ആപ്പീസറായി അംബാലയിൽ നിയമനം കിട്ടി. അപ്പോഴേക്കും പൂർണ ലഫ്റ്റനന്റായി. പല കേന്ദ്രങ്ങളുമായും ബന്ധം സ്ഥാപിക്കുന്നതിന് പറ്റിയ സ്ഥലമായിരുന്നു അംബാല. കൽക്കത്ത, ബോംബെ, പെഷവാർ എന്നീ നഗരങ്ങളുമായി ബന്ധപ്പെടുന്നതിനുള്ള കേന്ദ്രമായി വർത്തിച്ചു അംബാല.

അപ്പോഴേക്കും സംശയത്തിന്റെ കണ്ണുകൾ അദ്ദേഹത്തിന്റെ മേൽ പതിച്ചു. എങ്കിലും മൂർത്തമായ എന്തെങ്കിലും തെളിവുകൾ ഹാജരാക്കാൻ രഹസ്യാന്വേഷണ വിഭാഗത്തിന് കഴിഞ്ഞില്ല. അദ്ദേഹത്തെ ലാഹോറിലേക്ക് മാറ്റി. അവിടെ ദീർഘകാലം ജോലിയിലിരുന്നു. അവിടെ വച്ചാണ് 1942 ജൂലായിൽ ചില കമ്യൂണിസ്റ്റ് സാഹിത്യങ്ങളും സി പി ഐ യുടെ കേന്ദ്ര മുഖപത്രമായ *പീപ്പിൾസ് വാറും* വായിക്കാനിടയായത്. എന്തുകൊണ്ടെന്നറിഞ്ഞില്ല. ലാഹോറിലായപ്പോൾ ജയ്പാലിനെക്കുറിച്ച് മേലധികാരികൾക്ക് നല്ല റിപ്പോർട്ട് ലഭിക്കാനിടയായി. അതുകൊണ്ട് അംബാലയിലേക്ക് മാറ്റി.

അത് ബോംബെ എ ഐ സി സി ക്വിറ്റ് ഇന്ത്യാ പ്രമേയം പാസാക്കിയ കാലം. ആ പ്രമേയം പാസാക്കിയതോടെ ഒരു പുതിയ സ്ഥിതിവിശേഷം രാജ്യത്ത് നിലവിൽ വന്നു. സമാധാനപരമായ സത്യഗ്രഹത്തിന്റെ അതിരുകൾ സ്വാതന്ത്ര്യ പ്രസ്ഥാനം ഭേദിച്ചു. ജനങ്ങൾ റെയിൽവെസ്റ്റേഷനുകൾ ആക്രമിക്കാനും റെയിൽപ്പാളങ്ങൾ നീക്കം ചെയ്യാനും പോസ്റ്റാഫീസുകളും പൊലീസ് സ്റ്റേഷനുകളും കത്തിക്കാനും തുടങ്ങി. അറസ്റ്റു ചെയ്യപ്പെട്ട യുവാക്കളെയും യുവതികളെയും കയറ്റിയ വണ്ടികൾ അങ്ങോട്ടുമിങ്ങോട്ടും ഇരമ്പിപ്പാഞ്ഞു. ബ്രിട്ടീഷുകാർക്കെതിരെ കലാപം നടത്താൻ അവർ പട്ടാളക്കാരോട് വിളിച്ചു പറഞ്ഞു. കമ്യൂണിക്കേഷൻ തകരാറുമൂലം പട്ടാളവണ്ടികൾ അവിടെയുമിവിടെയും തങ്ങി. പ്രസ്ഥാനത്തെ തച്ചമർത്താൻ നാട്ടിൻപുറങ്ങളിൽ ഉടനീളം പട്ടാളക്കാരെ വിന്യസിച്ചു.

ആഗസ്ത് 9 ന് ആരംഭിച്ച ദേശീയ പ്രക്ഷോഭത്തിലുൾപ്പെട്ട ജനങ്ങളെ സഹായിക്കാൻ ജയ്പാലിന്റെ നേതൃത്വത്തിലുള്ള സൈനിക സംഘടന തീരുമാനിച്ചു. മുവായിരം ആയുധങ്ങൾ പുറത്തുനിന്നു പോരാ

ടുന്നവർക്ക് നൽകാൻ അവർ നിശ്ചയിച്ചു. ഇന്ത്യൻ പട്ടാളം ,സ്വാതന്ത്ര്യ സമരത്തിൽ നിന്ന് അകന്നുനിൽക്കുകയും ബ്രിട്ടീഷുകാരെ കൂറോടെ സേവിക്കുകയും ചെയ്തുവെന്ന തെറ്റിദ്ധാരണ നീക്കാൻ ഇത് സഹായിക്കും. ബ്രിട്ടീഷ് സൈന്യത്തിനെതിരെ ബോംബെയിലെ നാവികർ നിറയൊഴിച്ചതും പെഷവാറിൽ ചന്ദ്രശേഖർ സിങ് ഗഢ്വാളിന്റെ നേതൃത്വത്തിലുള്ള പട്ടാളക്കാർ സ്വാതന്ത്ര്യപ്പോരാളികൾക്ക് നേരെ നിറയൊഴിക്കാൻ വിസമ്മതിച്ചതും ഇത്തരുണത്തിൽ ഓർക്കുക.

ഒരിക്കൽ മേജർ പട്ടാളക്കാരോടൊത്ത് അസം വഴി ബർമയുമായുള്ള ഇന്ത്യൻ അതിർത്തി ലക്ഷ്യമാക്കി പോവുകയായിരുന്നു. അപ്പോൾ അസമിലെ തേസ്പൂരിൽ നിൽക്കാൻ നിർദേശം കിട്ടി. കച്ചിൻ- ചിൻ കുന്നുകളിൽ ശത്രുലൈനിന് പിറകിൽ ഒരു ബ്രിട്ടീഷ്- ഇന്ത്യൻ യൂണിറ്റ് നിലയുറപ്പിച്ചിട്ടുണ്ടായിരുന്നു. ആ യൂണിറ്റിന് വായുമാർഗം ആയുധങ്ങളും മറ്റും എത്തിച്ചുകൊടുക്കുകയെന്ന തികച്ചും സാങ്കേതികവും എന്നാൽ സാഹസികവുമായ ദൗത്യം നിറവേറ്റുകയെന്ന ചുമതല അദ്ദേഹത്തിന്റെ മേൽ വന്നുവീണു. അത്തരമൊരു ജോലി നിർവഹിക്കേണ്ടിവന്ന ആദ്യത്തെ ഇന്ത്യൻ യൂണിറ്റായിരുന്നു അദ്ദേഹത്തിന്റേത്. ആദ്യത്തെ എയർ സപ്ളൈ വിഭാഗത്തെ കമാണ്ട് ചെയ്യേണ്ട ആദ്യത്തെ ഇന്ത്യൻ സപ്ളൈ ആപ്പീസറായിത്തീർന്നു അങ്ങനെ ജയ്പാൽ സിങ്. ആയുധങ്ങളും വെടിയുണ്ടകളും ഗ്രേനേഡുകളും ബ്രിഗേഡിയർ വിൻഗേറ്റ്സിന്റെ യൂണിറ്റിന് ജയ്പാൽസിങ് കൃത്യമായി എത്തിച്ചുകൊടുത്തു. തന്റെ എയർ സപ്ളൈ വിഭാഗവുമായി ബർമ അതിർത്തിയിലേക്ക് പോകുന്നതിനുമുമ്പ് 1943 ആഗസ്തിൽ, അദ്ദേഹം ക്യാപ്റ്റൻ പദവിയിലേക്ക് ഉയർത്തപ്പെട്ടു. 1945 ൽ മേജർ പദവിയിലേക്കും. അദ്ദേഹം എയർ സപ്ളൈ യൂണിറ്റിന്റെ കമാണ്ടറായി ചുമതലയേറ്റു. അദ്ദേഹത്തിന്റെ കമാണ്ടിന് കീഴിൽ ഏഴ് ബ്രിട്ടീഷ് ആപ്പീസർമാർ, വൈസ്രോയിയുടെ 12 കമ്മീഷൻഡ് ആപ്പീസർമാർ, 600 സാധാരണ പട്ടാളക്കാർ എന്നിവരാണ് ഉണ്ടായിരുന്നത്.

ആപ്പീസർമാരുടെ ഭക്ഷണശാലയിലും കന്റോൺമെന്റിലും ഇന്ത്യൻ ആപ്പീസർമാരോടും സാധാരണ പട്ടാളക്കാരോടും കടുത്ത വംശീയ വിവേചനവും ധിക്കാരവും. ഇത് ജയ്പാൽസിങ്ങിനെ രോഷാകുലനാക്കി. ബ്രിട്ടീഷ് സാമ്രാജ്യത്വത്തോടുള്ള അദ്ദേഹത്തിന്റെ വെറുപ്പ് വർധിച്ചു. സാമ്രാജ്യത്വ വ്യവസ്ഥയെ അതിന്റെ പ്രധാന കോളനിയിൽ പിടിച്ചു കുലുക്കുകയെന്ന ഏക ലക്ഷ്യത്തോടെ, അതിനുള്ള നിശ്ചയദാർഢ്യത്തോടെ, തകർക്കാനാവാത്ത ഒരു സംവിധാനമുണ്ടാക്കി അദ്ദേഹം. തന്റെ സൈനിക ജീവിതത്തിലുടനീളം പട്ടാളത്തിനകത്ത് ദേശാഭിമാനികളുടേതായ ഒരു ശൃംഖല ഉണ്ടാക്കിയെടുക്കുന്നതിൽ അദ്ദേഹം പ്രധാന പങ്ക് വഹിച്ചു. സ്വാതന്ത്ര്യസമരത്തെ ശരിയായ സമയത്ത് സഹായിക്കുകയായിരുന്നു ലക്ഷ്യം. 1946 ൽ പട്ടാളത്തിലെ ആക്ഷൻ കൗൺസിലിന്റെ സെക്രട്ടറിയായി തെരഞ്ഞെടുക്കപ്പെട്ടു.

ദേശീയ പ്രസ്ഥാനത്തെ അടിച്ചമർത്താൻ കടുത്ത ചില സാമ്രാജ്യത്വ

പക്ഷപാതികൾ പൊടുന്നനെ പട്ടാളത്തെ ഉപയോഗിച്ച് കടന്നാക്രമണം നടത്താൻ പദ്ധതികൾ ആവിഷ്കരിക്കും. അതേക്കുറിച്ച് സ്വാതന്ത്ര്യ പ്രസ്ഥാനത്തെ ജാഗ്രതപ്പെടുത്തുക ആക്ഷൻ കൗൺസിലിന്റെ ചുമതല. തന്റെ ജീവിതം പണയം വെച്ചു കൊണ്ടു തന്നെ ഇത്തരം ചില പദ്ധതികൾ അദ്ദേഹം തുറന്നുകാട്ടി. ദില്ലിയിലെ ചെങ്കോട്ടയിൽ പാർപ്പിച്ച ഐ എൻ എയിലെ വിചാരണത്തടവുകാരെ മോചിപ്പിക്കണമെന്ന് ആവശ്യപ്പെട്ട് വലിയ പ്രക്ഷോഭം. തുടർന്ന് ഐതിഹാസികമായ നാവികകലാപവും. അപ്പോൾ തങ്ങൾ എന്തുചെയ്യണം എന്ന് ഓരോ പട്ടാളക്കാരനും ചിന്തിക്കാൻ തുടങ്ങി. നിർണായക ഘട്ടത്തിൽ എത്തിനിൽക്കുന്ന സ്വാതന്ത്ര്യപ്രസ്ഥാനത്തെ സഹായിക്കണം എന്ന വികാരം പട്ടാളക്കാർക്കിടയിൽ പൊതുവെ ഉണ്ടായി. അതേസമയം എല്ലാ മാർഗങ്ങളും ഉപയോഗിച്ച് സ്വാതന്ത്ര്യ സമരത്തെ ചോരയിൽ മുക്കിക്കൊല്ലാനുള്ള ഗൂഢാലോചന ബ്രിട്ടീഷ് പട്ടാള ഉദ്യോഗസ്ഥരും നടത്തുന്നുണ്ടായിരുന്നു.

1946 ഫെബ്രുവരിയിൽ അവർ ആവിഷ്കരിച്ച ഒരു പദ്ധതി ജയ്പാൽസിങ്ങിൻെറ ശ്രദ്ധയിൽപ്പെട്ടു. രാഷ്ട്രീയമായും സാംസ്കാരികമായും പിന്നണിയിൽ കിടക്കുന്ന ഗിരിവർഗക്കാരെ ഉപയോഗിച്ച് ഇന്ത്യയിലെയും ബർമയിലെയും ദേശീയ വിമോചന പ്രസ്ഥാനത്തെ തകർക്കുക എന്നതായിരുന്നു പദ്ധതിയുടെ ലക്ഷ്യം. വടക്കുപടിഞ്ഞാറൻ അതിർത്തി പ്രവിശ്യയിലെ പത്താന്മാർ, വടക്കുകിഴക്കൻ ഫ്രോണ്ടിയർ ഏജൻസിയിലെ നാഗന്മാർ, ചിൻസ്. കച്ചിൻസ് എന്നീ വിഭാഗങ്ങൾ ഒറീസയിലെയും സെൻട്രൽ പ്രവിശ്യയിലെയും ഗിരവർഗക്കാർ– ഇവരെ ഉപയോഗിക്കാനാണ് പദ്ധതി വിഭാവനം ചെയ്തത്. പത്താന്മാർക്ക് ആയുധമെത്തിച്ചു കൊടുക്കുകപോലും ചെയ്തു. ഈ ആയുധങ്ങളാണ് അവർ പിന്നീട് കാശ്മീരിൽ ഉപയോഗിച്ചത്. ഉടൻ തന്നെ ജയ്പാൽസിങ് ഈ വിവരം ഇന്ത്യയിലെ രാഷ്ട്രീയ പാർട്ടി നേതാക്കൾക്ക് എത്തിച്ചുകൊടുത്തു. പദ്ധതിരേഖ അതേപടി സ്റ്റെൻസിൽ ചെയ്തെടുത്ത് അവർക്ക് നൽകുകയായിരുന്നു. ആരും പക്ഷേ, ഗൗരവപൂർവം അത് കണക്കിലെടുത്തില്ല.

പിന്നീട് മറ്റൊരു ഗൂഢാലോചന ആസൂത്രണം ചെയ്യപ്പെട്ടു. ഓപ്പറേഷൻ എസൈലം. വൻതോതിൽ കൊലപാതകങ്ങളും അറസ്റ്റുകളും നടത്തിയും രാഷ്ട്രീയ പാർട്ടികളെയും ബഹുജനസംഘടനകളെയും നിരോധിച്ചും പട്ടാളനിയമം ഏർപ്പെടുത്തിയും സ്വാതന്ത്ര്യസമരത്തെ അടിച്ചമർത്തലായിരുന്നു അതിന്റെ ലക്ഷ്യം. അസ്വാസ്ഥ്യം അടിച്ചമർത്തുക, വാർത്താവിതരണ ശൃംഖല നിലനിർത്തുക– ഇതൊക്കെ പറഞ്ഞാണ് അടിച്ചമർത്തൽ നടപടികൾ നടന്നത്. ഈ വിവരം ജയ്പാൽസിങ്ങിന് കിട്ടി. കോൺഗ്രസ് നേതാക്കളെ വിവരമറിയിച്ചു. അന്നവർ ഇടക്കാല ഗവൺമെന്റിലായിരുന്നു. അവർ ഒന്നും ചെയ്തില്ല. കമ്യൂണിസ്റ്റ് പാർട്ടി അതിന്റെ മുഖപത്രത്തിൽ ഈ ഗൂഢാലോചന തുറന്നുകാട്ടി. അതിന്റെ പേരിൽ സർദാർ പട്ടേലിന്റെ നേതൃത്വത്തിലുള്ള ആഭ്യന്തരമന്ത്രാലയം ചെയ്തത് ഇന്ത്യയിലാകെ കമ്യൂണിസ്റ്റ് പാർട്ടി ആപ്പീസുകൾ റെയ്ഡ് ചെയ്യുകയാണ്.

ജയ്പാൽസിങ്ങിന്റെ സംഘടനാപരമായ പ്രവർത്തനം പട്ടാളത്തിൽ വ്യാപിച്ചു. 1946 അവസാനം അസമിലെ മോഹൻബാദി എയർഫീൽഡിൽ തന്റെ സപ്ളൈ യൂണിറ്റുമായി അദ്ദേഹത്തെ പോസ്റ്റുചെയ്തു. തന്മൂലം താൻ ഉണ്ടാക്കിയെടുത്ത സംഘടനാ സംവിധാനത്തിൽ നിന്ന് അദ്ദേഹം അകന്നുപോയി. എങ്കിലും ഏത് നിമിഷവും അറസ്റ്റിലാവാമെന്ന സ്ഥിതിയായി. അതിന് പെട്ടെന്നുള്ള കാരണമിതാണ്. നോർത്ത്- ഈസ്റ്റ് ഫ്രോണ്ടിയർ ഏജൻസിയിൽ നെഹ്റു സന്ദർശനം നടത്തുന്നതാണെന്ന് പ്രഖ്യാപിക്കപ്പെട്ടു. അപ്പോൾ അദ്ദേഹത്തെ ആക്രമിക്കാൻ ഒരു ഗൂഢാലോചന. അത് ജയ്പാൽസിങ്ങിന്റെ ശ്രദ്ധയിൽ പെട്ടു. നെഹ്റുവിന്റെ സന്ദർശനം റദ്ദാക്കുന്നതാണ് നല്ലതെന്ന് ഒരു യുവാവ് കനേഡിയൻ ജയ്പാൽസിങ്ങിനെ അറിയിച്ചു. ഇത് അദ്ദേഹത്തെ അസ്വസ്ഥനാക്കി. അടുത്ത ട്രെയിനിന് കത്തുമായി ഒരാളെ കൽക്കത്തയ്ക്ക് അയച്ചു. നെഹ്റുവിനുള്ള ആ കത്ത് കൽക്കത്തയിൽ പോസ്റ്റ് ചെയ്യണമെന്നായിരുന്നു അയാൾക്ക് നൽകിയ നിർദേശം. പേരുവെക്കാത്ത ആ കത്തിൽ 'നീഫാ' സന്ദർശനം റദ്ദാക്കാൻ അഭ്യർഥിച്ചു. അപ്പോഴേക്ക് കൽക്കത്തയിൽ നിന്നൊരു സന്ദേശം: "വഞ്ചന ഏത് നിമിഷവും അറസ്റ്റിലാവും."

1946 അവസാനം ഒളിവിൽ പോയി. ബ്രിട്ടീഷ് അധികാരികൾ സർവശ്രമങ്ങളും നടത്തിയിട്ടും പിടികൂടാൻ കഴിഞ്ഞില്ല. ഒളിവുജീവിതകാലത്ത് സമൂലമായ മാറ്റത്തിനു വേണ്ടി നിലകൊള്ളുന്ന കോൺഗ്രസുകാരുമായും സോഷ്യലിസ്റ്റുകാരുമായും ബന്ധപ്പെട്ടു. സ്വാതന്ത്ര്യലബ്ധിക്കു ശേഷം അറസ്റ്റുവാറണ്ട് നിലവിലുണ്ടായതിനാൽ ഒളിവിൽ കഴിഞ്ഞു. ഈ പ്രശ്നത്തോടെ പുതിയ ഗവൺമെന്റിന്റെ സമീപനമെന്തെന്ന് മനസിലാക്കാൻ കാത്തിരുന്നു. അനുകൂലമായ മറുപടി ലഭിക്കാത്തതിനാൽ 1947 നവംബറിൽ നെഹ്റുവിന് ഒരു കത്തെഴുതി. അതിൽ പട്ടാളത്തിൽ താൻ നടത്തിയ പ്രവർത്തനം, പട്ടാളത്തിൽ നിന്ന് നേരെ ഒളിവിലേക്ക് പോകാനിടയായ സാഹചര്യം എന്നിവ വിശദീകരിച്ചു. മാതൃരാജ്യത്തിനുവേണ്ടി കലാപം നടത്തുന്നത് കുറ്റമാണോ? കത്തിൽ ഹൃദയസ്പർശിയായ വിധം ഇങ്ങനെയൊരു ചോദ്യം തൊടുത്തുവിട്ടു. തുടർന്നെഴുതി. "എന്റെ നിലപാട് ലളിതം. അടിമത്തത്തിനെതിരെ കലാപം നടത്തുക എന്ന എന്റെ ജന്മാവകാശം ഞാൻ ഉപയോഗിച്ചു. മുകളിൽ പറഞ്ഞ കുറ്റം, നിലവിലുള്ള ഗവൺമെന്റും എന്റെ മേൽ ഉന്നയിക്കുകയാണെങ്കിൽ അതുമാത്രമല്ല അതുപോലെ മറ്റനവധി കുറ്റങ്ങളും ചെയ്തിട്ടുണ്ടെന്ന് ഞാൻ സമ്മതിച്ചുകൊള്ളട്ടെ. ചക്രവർത്തിക്കെതിരെ കലാപം നടത്താൻ ഗൂഢാലോചന നടത്തി. സൈനിക രഹസ്യങ്ങൾ ദേശീയ നേതാക്കൾക്ക് ചോർത്തിക്കൊടുത്തു. ബ്രിട്ടീഷുകാർക്കെതിരെ പോരാടാൻ സ്വകാര്യ സേനയുണ്ടാക്കി- ഇതുപോലുള്ള അനവധി കുറ്റങ്ങൾ. ആ കത്ത് അദ്ദേഹം ഇപ്രകാരം ഉപസംഹരിച്ചു. ചക്രവർത്തിക്കെതിരെ യുദ്ധം നടത്തുകയെന്നത് ഇപ്പോഴും ഒരു കുറ്റമാണോ?

നെഹ്റുവിന് അയച്ച ഈ കത്തിന് വലിയ പ്രാധാന്യമുണ്ട്. ഒരു ദേശാഭിമാനിയുടെ വികാരവിചാരങ്ങൾ അതിലടങ്ങിയിരിക്കുന്നു.അദ്ദേഹം അപ്പോഴും ഒരു സോഷ്യലിസ്റ്റ് ചിന്താഗതിക്കാരനായില്ല. അതായത് സോഷ്യലിസത്തിന് മാത്രമേ മനുഷ്യൻ മനുഷ്യനെ ചൂഷണം ചെയ്യുന്ന സമ്പ്രദായത്തിന് അറുതിവരുത്താനാകൂ എന്ന നിഗമനത്തിൽ അദ്ദേഹം എത്തിച്ചേർന്നു കഴിഞ്ഞില്ല എന്നർഥം. അപ്പോഴും ഒരു ഇടതുപക്ഷ ദേശീയവാദി മാത്രം. എങ്കിലും മാറ്റത്തിന്റെ പ്രക്രിയ ആരംഭിച്ചു. ശരിയായ പാതയിൽ എത്തിച്ചേരുന്നതിനുള്ള സമരത്തിലായിരുന്നു അപ്പോൾ എന്നു പറയാം. നെഹ്റുവിനയച്ച കത്തിന് മറുപടിയൊന്നും ലഭിക്കാത്തതിനാൽ അദ്ദേഹത്തിന്റെ അളിയൻ ഖസാൻസിങ് പ്രധാനമന്ത്രിയെ ചെന്നുകണ്ടു. ജയ്പാൽ സിങ്ങ് എന്താണ് ചെയ്യേണ്ടതെന്ന് അദ്ദേഹത്തോട് ആരാഞ്ഞു. ദില്ലി കന്റോൺമെന്റിൽ മേജർ രാജേന്ദർ സിങ്ജിയുടെ മുമ്പിൽ ഹാജരാവാൻ ഉപദേശിക്കണമെന്ന് നെഹ്റു നിർദേശിച്ചു. 1947 ഡിസംബറിൽ അങ്ങനെ ചെയ്തു. അദ്ദേഹത്തെ സ്റ്റാഫ്കാറിൽ രജപുത്താന റൈഫിൾസിന്റെ ആപ്പീസർമാരുടെ ക്വാർട്ടേഴ്സിലേക്ക് കൊണ്ടുപോയി. എതാനും ദിവസങ്ങൾക്കുശേഷം കൽക്കട്ടയിലെ ഫോർട്ട് വില്യമിലെത്തിച്ചു. അവിടെ വീട്ടുതടങ്കലിലാക്കി. ദില്ലിയിലും കൽക്കത്തയിലുമായി നിരന്തരം ചോദ്യം ചെയ്തു. താൻ ചെയ്ത പ്രവൃത്തികളിൽ അദ്ദേഹം പശ്ചാത്തപിച്ചില്ല. അദ്ദഹം ഒരു കമ്യൂണിസ്റ്റാണെന്നും തനിക്കെതിരായ കുറ്റങ്ങൾക്ക് തൃപ്തികരമായ വിശദീകരണം നൽകാൻ അദ്ദേഹം തയ്യാറല്ലെന്നുമുള്ള നിഗമനത്തിൽ സൈനികാധികൃതർ എത്തിച്ചേർന്നു. ഫോർട്ട് വില്യമിൽ ഒരു വർഷം വിചാരണത്തടവുകാരനായി കഴിഞ്ഞു. ഒരു വർഷം കഴിഞ്ഞപ്പോൾ അവിടെനിന്ന് മുങ്ങി 10 വർഷം നീണ്ടുനിന്ന ഒരു പുതിയ വിപ്ലവജീവിതത്തിന്റെ തുടക്കമായി.

ഫോർട്ട് വില്യമിൽനിന്ന് നാടകീയമായി രക്ഷപ്പെട്ടതിനുശേഷം കമ്യൂണിസ്റ്റ് പാർട്ടിയുമായി ബന്ധപ്പെട്ടു. കമ്യൂണിസ്റ്റ് പാർട്ടിയിൽ ചേർന്നു പ്രവർത്തിച്ചെങ്കിൽ മാത്രമേ അധ്വാനിക്കുന്ന ജനവിഭാഗങ്ങളെ സേവിക്കാൻ കഴിയൂ എന്ന നിഗമനത്തിലെത്തി. കമ്യൂണിസ്റ്റ് പാർട്ടി അപ്പോൾ അടിച്ചമർത്തലിനെ നേരിടുകയായിരുന്നു. ആയിരക്കണക്കിനാളുകൾ അറസ്റ്റിലായി. അവർ ജയിലുകളിൽ കിടന്ന് നരകിച്ചു. രാജ്യത്തിന്റെ പലഭാഗങ്ങളിലും ഫ്യൂഡൽ വിരുദ്ധ സമരങ്ങൾ ആരംഭിച്ചു. തെലങ്കാനാ സമരം സായുധസമരമായി രൂപാന്തരം പ്രാപിച്ചു. ഫ്യൂഡൽ പ്രഭുക്കളെ മാത്രമല്ല അവർക്ക് സംരക്ഷണം നൽകുന്ന ഹൈദരാബാദിലെ നൈസാമിന്റെ ഭരണത്തെയും കൃഷിക്കാർ വെല്ലുവിളിച്ചു. ഭുപ്രഭുക്കളുടെ പിടിയിൽ നിന്ന് നൂറുകണക്കിന് ഏക്കർ ഭൂമി വിപ്ലവകാരികൾ മോചിപ്പിച്ചു. ഈ സമരം നയിച്ചത് കമ്യൂണിസ്റ്റ പാർട്ടി. ഭൂപ്രഭുക്കൾക്കെതിരെ വമ്പിച്ച സമരങ്ങൾ ത്രിപുരയിലും അസമിലും കാക്കദ്വീപിലും നടന്നു. പാർട്ടി ജയ്പാൽ സിങ്ങിനെ ആദ്യം കാക്കദ്വീപിലേക്ക് അയച്ചു. തുടർന്ന് അസമിലേക്കും. ഉശിരൻ കർഷകസമരങ്ങളെ സഹായിക്കാൻ. ബ്രിട്ടീഷ് പട്ടാളത്തിലെ

ആപ്പീസർ എന്ന നിലയിൽ നൂറുകണക്കിന് കേഡർമാർക്ക് സൈനിക പരിശീലനം നൽകാൻ തന്റെ അനുഭവം അദ്ദേഹം ഉപയോഗിച്ചു.

വിപ്ലവസൈന്യത്തിന്റെ കമാണ്ടർ എന്ന നിലയിൽ പ്രവർത്തിക്കുമ്പോൾ പിൽകാലത്ത് രണ്ടാം ഭാര്യയായിത്തീർന്ന ഉമയുമായി പരിചയത്തിലായി. അപ്പോൾ അദ്ദേഹത്തിന്റെ കൊറിയറായി പ്രവർത്തിക്കുകയായിരുന്നു അവർ. വനത്തിൽ തന്നെയായിരുന്നു താമസം. അന്നത്തെ പരിതഃസ്ഥിതിയിൽ കൊറിയറായി പ്രവർത്തിക്കുകയെന്നത് അത്യന്തം സാഹസംനിറഞ്ഞ ജോലി. ധൈര്യം, അർപ്പണബോധം, സാമർഥ്യം– ഈ ഗുണങ്ങളൊക്കെയുള്ള ഒരാൾക്ക് മാത്രമേ ആ ജോലി കാര്യക്ഷമമായി നടത്താൻ കഴിയൂ. ജയ്പാൽസിങ്ങിനെ ഉമയിലേക്ക് ആകർഷിച്ചത് ഈ ഗുണങ്ങളായിരുന്നു. 1943 ലെ ബംഗാൾ ക്ഷാമകാലത്ത് കൾച്ചറൽ സ്ക്വാഡിൽ പ്രവർത്തിച്ച ഉമ പാർട്ടി അംഗമായിട്ട് വർഷം ഏറെ കഴിഞ്ഞു. 1950 ൽ അവർ വിവാഹിതരായി. അവസാനം വരെ ഉമ അദ്ദേഹത്തോടൊപ്പം നിന്നു. വിവാഹം കഴിഞ്ഞ ഉടനെ പാർട്ടി അദ്ദേഹത്തെ തെലങ്കാനയിലേക്ക് അയച്ചു. അപ്പോഴേക്കും ഇന്ത്യൻ സൈന്യം തെലങ്കാനയിൽ പ്രവേശിച്ചു. അദ്ദേഹം പാർട്ടിയുടെ ആന്ധ്ര പ്രൊവിൻഷ്യൽ കമ്മിറ്റിയുടെ ഭൂഗർഭ ക്വാർട്ടേഴ്സിൽ എത്തി. എൽ ബി ഗംഗാധരറാവുവിന്റെ കൂടെ അമരാവതി വനത്തിലേക്കയച്ചു. പി സുന്ദരയ്യയുടെ നിർദേശപ്രകാരം വനത്തിൽ ഗറില്ലകളെ പരിശീലിപ്പിച്ചു. ഇക്കാലത്ത് പാർട്ടിവൃത്തങ്ങളിൽ മേജർ എന്ന് പേരിൽ അദ്ദേഹം അറിയപ്പെട്ടു.

1951 ൽ തെലങ്കാന സമരം പിൻവലിച്ചു. 1952 ൽ ഒന്നാം പൊതുതിരഞ്ഞെടുപ്പ്. കമ്യൂണിസ്റ്റ് പാർട്ടി പ്രധാന പ്രതിപക്ഷ ഗ്രൂപ്പായി. അപ്പോഴും മേജർ ഒളിവിൽ. പ്രതിരോധ മന്ത്രാലയവും പട്ടാളാധികൃതരും അദ്ദേഹത്തിന്റെ മേലുള്ള കേസ് പിൻവലിക്കാൻ തയ്യാറായില്ല. 1953–54 കാലത്ത് പാർട്ടി നിർദേശപ്രകാരം മേജർ പോണ്ടിച്ചേരിയിൽ പ്രവർത്തിച്ചു. അന്ന് പോണ്ടിച്ചേരി ഒരു ഫ്രഞ്ച് കോളനി. കൊളോണിയൽ വാഴ്ചക്കെതിരെ അവിടെ വലിയ ബഹുജനമുന്നേറ്റം അതിനെ ചോരയിൽ മുക്കിക്കൊല്ലാൻ ഫ്രഞ്ച് ഭരണാധികാരികൾ ആവനാഴിയിലെ എല്ലാ ആയുധങ്ങളും ഉപയോഗിച്ചു. പാർട്ടിക്കെതിരെ കടുത്ത ആക്രമണം. പാർട്ടി ആപ്പീസുകൾ അഗ്നിക്കിരയാക്കി. കമ്യൂണിസ്റ്റുകാർ ഫ്രഞ്ച് ഭരണാധികാരികൾക്കെതിരെ പോരാട്ടം തുടങ്ങി. 1953 ആദ്യം അവർ പലേടങ്ങളിലും പൊലീസുമായി ഏറ്റുമുട്ടി. തൊഴിലാളികൾ ഒരു വളണ്ടിയർ സംഘടനയുണ്ടാക്കി. ആയുധമെടുത്തു പോരാടുകയല്ലാതെ അവരുടെ മുമ്പിൽ മറ്റു വഴിയില്ലാതായി. അവർക്ക് മേജർ പരിശീലനം നൽകി– രണ്ടുമാസത്തോളം തീവ്രമായ പരിശീലനം.

1956 വരെ ഒളിവിൽ കഴിഞ്ഞു. അദ്ദേഹം പുറത്തുവരണമെന്ന് പാർട്ടി തീരുമാനിച്ചു. പട്ടാളത്തിൽ നിന്ന് പുറത്തുവന്നിട്ട് അപ്പോഴേക്കും 10 വർഷമായി. കുടുംബാംഗങ്ങൾ ഉൾപ്പെടെ പലരും ജീവിച്ചിരുപ്പുണ്ടോ എന്നുപോലും അറിയില്ല. 1956 നവംബർ 24 ന് മുസഫർ നഗറിലെത്തി. തലേ

ദിവസം തന്നെ അദ്ദേഹം എത്തുന്ന വിവരം അവിടെ ലഭിച്ചു കഴിഞ്ഞിരുന്നു. മുസഫർ നഗറിലെ ടൗൺഹാളിൽ സംഘടിപ്പിച്ച സ്വീകരണയോഗത്തിൽ തൊഴിലാളികളും കൃഷിക്കാരും വിദ്യാർഥികളും മറ്റും സ്വീകരിക്കാനെത്തി. ടൗൺ ഹാൾ നിറഞ്ഞു കവിഞ്ഞു. ആ സ്വീകരണം കഴിഞ്ഞതിനുശേഷം ഷാംലിയിലെത്തി. അവിടെയാണ് ഗ്രാമച്ചന്ത. അവിടെ അദ്ദേഹം ഇതിഹാസപുരുഷനായി മാറിക്കഴിഞ്ഞിരുന്നു. 70,000 ത്തിലധികം ആളുകൾ സ്വീകരിക്കാനെത്തി. അടുത്ത ദിവസം മുതൽ സ്വന്തം ജില്ലയിൽ പാർട്ടി പ്രവർത്തനമാരംഭിച്ചു. 1957 ൽ മുസഫർ നഗർ ലോകസഭാ മണ്ഡലത്തിൽ സ്ഥാനാർഥിയായി. നേരിയ വ്യത്യാസത്തിന് തോറ്റു. മുസഫർ നഗറിലും പരിസരത്തും കർഷക പ്രസ്ഥാനം വളർന്നു വരാൻ തുടങ്ങി. 1957 മുതൽ 1964 വരെ എം ബസവപുന്നയ്യയോടൊപ്പം ദില്ലിയിൽ താമസിച്ചു. പട്ടാളക്കാരന്റെ അച്ചടക്കവും കമ്യൂണിസ്റ്റുകാരന്റെ ബോധവും പ്രവർത്തനങ്ങളിൽ പ്രകടമായി.

എം ബിയോടൊപ്പം വിന്റ്സർ പ്ലേസിൽ താമസിക്കുമ്പോൾ എല്ലാ ദിവസവും പടിഞ്ഞാറൻ യു പി യിൽ നിന്ന് ധാരാളം സന്ദർശകരുണ്ടാവും. പാർട്ടിക്കകത്ത് റിവിഷനിസത്തിനെതിരെ സമരം നടക്കുമ്പോൾ പിന്നീട് സി പി ഐ (എം) രൂപവൽക്കരിച്ചവരുടെ കൂടെ നിന്നു. സി പി ഐ (എം) രൂപംകൊണ്ടപ്പോൾ അതിനെതിരെ കടുത്ത ആക്രമണം.

പട്ടാളത്തിൽ നിന്ന് ഒളിച്ചോടി എന്ന് പറഞ്ഞുകൊണ്ടുള്ള കേസ് പിൻവലിച്ചെങ്കിലും വിശ്വാസവഞ്ചന കേസ് തുടർന്നു ഇടക്കിടെ കേസിന് ഹാജരാവണം. 1970 ൽ ആ കേസിൽ ശിക്ഷിച്ചു. ഒരു വർഷത്തെ തടവ്. ആ ഒരു വർഷം ആലിപ്പൂർ സെൻട്രൽ ജയിലിൽ കഴിച്ചുകൂട്ടി. അപ്പോൾ ബിനോയ് കോനാറുണ്ടായിരുന്നു ജയിലിൽ. മാർക്സിസം– ലെനിനിസത്തിലുള്ള അറിവ് കൂറെകൂടി സമ്പന്നമാക്കാൻ ഈ അവസരം ഉപയോഗിച്ചു.

ഇടതുപക്ഷ വ്യതിയാനം യു പി യിലും ദില്ലിയിലും പാർട്ടിയെ ക്ഷീണിപ്പിച്ച ഘട്ടം. അതിനെതിരെ മേജർ ശക്തിയായി പോരാടി. അങ്ങനെ പാർട്ടിയെ സംരക്ഷിക്കുന്നതിൽ പ്രധാന പങ്ക് വഹിച്ചു. ദില്ലി, ഹരിയാന, പടിഞ്ഞാറൻ യു പി എന്നിവ ഉൾക്കൊള്ളുന്ന പ്രദേശങ്ങൾ ചേർത്ത് 1973 ൽ ഒരു റീജിയണൽ കമ്മിറ്റി രൂപവൽക്കരിച്ചു. കമ്മിറ്റിയുടെ സെക്രട്ടറി മേജർ. അതു മുതൽ ഈ പ്രദേശങ്ങളിലാകെ തൊഴിലാളികൾക്കും കൃഷിക്കാർക്കും വിദ്യാർഥികൾക്കുമിടയിൽ പാർട്ടി കെട്ടിപ്പടുക്കുന്നതിന് നേതൃത്വം നൽകി. അടിയന്തരാവസ്ഥ പ്രഖ്യാപിച്ച ഉടൻ അറസ്റ്റ് ചെയ്യപ്പെട്ടു. റോത്തക്ക് ജയിലിൽ പാർപ്പിച്ചു. ജയിലിൽ പല രാഷ്ട്രീയക്കാരെയും കണ്ടുമുട്ടി, മാർക്സിസ്റ്റ് ചിന്തയുടെ മൂർച്ചകൂട്ടാൻ ഈ അവസരം ഉപയോഗിച്ചു. അടിയന്തരാവസ്ഥയിലെ ജയിൽവാസക്കാലത്തെ കുറിച്ചെഴുതിയ ചിലരെ മേജർ അനുസ്മരിച്ചിട്ടുണ്ട്.

അടിയന്തരാവസ്ഥയ്ക്കുശേഷം പാർട്ടിയുടെ ദില്ലി കമ്മിറ്റി സെക്രട്ടറി പദമേറ്റു. മരണം വരെ ആ സ്ഥാനത്ത് തുടർന്നു. 10–ാം കോൺഗ്രസ് കേന്ദ്രകമ്മിറ്റിയിലേക്ക് തെരഞ്ഞെടുത്തു. അഖിലേന്ത്യാ കിസാൻസഭയുടെ കേന്ദ്ര കൗൺസിൽ അംഗമായിരുന്നു. അദ്ദേഹത്തിന്റെ നേതൃത്വത്തിൽ ദില്ലിയിലും പരിസരത്തും പാർട്ടി വളർന്നുവരികയായിരുന്നു. അതിനിടയിലാണ് മരണം അദ്ദേഹത്തെ പിടികൂടിയത്. 1982 ജനുവരി 25 ന് വിജയവാഡയിൽ പാർട്ടിയുടെ 12–ാം കോൺഗ്രസ് വേളയിൽ അന്തരിച്ചു.

കെ പി ജാനകി അമ്മാൾ

1917 - 1992

കഴിഞ്ഞ നൂറ്റാണ്ടിന്റെ ആദ്യദശകങ്ങളിൽ ജാതീയതയും പുരുഷ മേധാവിത്വവും കൊടി പറപ്പിച്ചു. നാടകങ്ങളിൽ സ്ത്രീവേഷം കെട്ടുന്നതും പുരുഷന്മാർ. നാടകത്തിൽ സ്ത്രീ അഭിനയിക്കുകയെന്ന് പറഞ്ഞാൽ അസാധാരണമായ ധൈര്യവും എന്തുതരം എതിർപ്പിനെയും നേരിടാനുള്ള ചങ്കൂറ്റവും ആവശ്യം. ആ ധൈര്യവും ചങ്കൂറ്റവും പ്രകടിപ്പിച്ച വിപ്ലവകാരിയായിരുന്നു, സഖാക്കളും സുഹൃത്തുക്കളും പരിചയവലയത്തിൽപ്പെട്ടവരും 'അമ്മ'യെന്ന ഓമനപ്പേരിൽ വിളിച്ച കെ പി ജാനകി അമ്മാൾ. തമിഴ്നാട്ടിലെ - ഇന്ത്യയിലെ തന്നെയും — ആദ്യകാല മഹിളാകമ്യൂണിസ്റ്റ് നേതാക്കളിൽ പ്രമുഖ. അവരെപ്പറ്റി പരാമർശിക്കാതെ തമിഴ്നാട്ടിലെ കമ്യൂണിസ്റ്റ് പ്രസ്ഥാനത്തിന്റെയും ഇന്ത്യയിലെ ആദ്യകാല മഹിളാകമ്യൂണിസ്റ്റ് നേതാക്കളുടെയും ചരിത്രം പൂർത്തിയാവില്ല.

1917 ൽ ഒരു സാധാരണ ഗ്രാമീണ കുടുംബത്തിൽ ജനിച്ചു. എട്ടുവയസായപ്പോൾ അമ്മ മരിച്ചു. അമ്മൂമ്മയുടെ സംരക്ഷണത്തിലാണ് വളർന്നത്. വിദ്യാർഥിനി ആയിരിക്കേ ഖാദിപ്രസ്ഥാനത്തിൽ ആകൃഷ്ടയായി. പതിവായി ചർക്കയിൽ നൂൽ നൂൽക്കും. യാഥാസ്ഥിതികത്വത്തോട് കലഹംകൂടും. അങ്ങനെയാണ് ഒരു നാടകസംഘത്തിൽ ചേർന്നത്. അതൊരു വലിയ കോളിളക്കം സൃഷ്ടിച്ച സംഭവം. അക്കാലത്തെ തമിഴ്നാടകങ്ങളിൽ ഗാനങ്ങൾക്കായിരുന്നു സംഭാഷണങ്ങളേക്കാൾ പ്രാധാന്യം. ജാനകിയുടേത് മനോഹരമായ ശബ്ദം. അവരുടെ ഗാനങ്ങൾ ജനങ്ങളെ ആകർഷിച്ചു. അതിവേഗം നല്ലൊരു അഭിനേത്രി എന്ന നിലയിൽ

പ്രസിദ്ധി നേടി. അഭിനയരംഗത്ത് ഉറച്ചുനിന്നിരുന്നെങ്കിൽ ആ രംഗം കൈയടക്കാൻ കഴിഞ്ഞേനെ. പക്ഷേ, ചരിത്രനിയോഗം മറ്റൊന്നായിരുന്നു.

അക്കാലത്ത് നാടകങ്ങളിലധികവും പുരാണകഥകളെയും രാജകഥകളെയും ഇതിവൃത്തമാക്കി രചിച്ചവയായിരുന്നു. അവയിൽ പുരുഷ –സ്ത്രീ കഥാപാത്രങ്ങളെ അവർ അവതരിപ്പിച്ചു. അങ്ങനെ കെ പി ജാനകി അമ്മാൾ 'രാജാപാർട്ട് ജാനകി'യായി. ദേശീയ നേതാക്കൾ ജനങ്ങളിൽ ദേശാഭിമാനം ഇളക്കിവിടാൻ നാടകങ്ങളെ സമർഥമായി ഉപയോഗിക്കാൻ തുടങ്ങിയ കാലം. നാടകങ്ങളിൽ പെട്ടെന്ന് തിരിച്ചറിയാനാവാത്തവിധം ദേശഭക്തിഗാനങ്ങളും ബ്രിട്ടീഷ് വിരുദ്ധ സംഭാഷണങ്ങളും തിരുകിക്കയറ്റി. ജനങ്ങൾ അതുകേട്ട് വികാരഭരിതരാവുകയും ആവേശം കൊള്ളുകയും ചെയ്തു. കുറച്ചുകഴിഞ്ഞപ്പോൾ പൊലീസിന് തന്ത്രം മനസിലായി. അതുകൊണ്ട് നാടകം അരങ്ങേറുന്നതിനുമുമ്പ് അതിന്റെ കൈയെഴുത്തുപ്രതി പൊലീസിനെ കാണിച്ച് അനുമതി തേടണം എന്ന വ്യവസ്ഥ വന്നു. അങ്ങനെ പരിശോധിച്ചതിനുശേഷം ചില നാടകങ്ങൾക്ക് പ്രദർശനാനുമതി നിഷേധിക്കപ്പെടുകപോലുമുണ്ടായി.

മനോഹരമായ ശബ്ദമായിരുന്നു ജാനകിയുടേതെന്ന് പറഞ്ഞല്ലോ. നാടകസംഘത്തിൽ അവർ ചേർന്നതോടെ സംഘത്തിന്റെ നാടകങ്ങൾക്ക് നല്ല ഡിമാന്റായി. ജാനകി അഭിനയിക്കുന്നുണ്ടെന്നറിഞ്ഞാൽ നാടകം കാണാൻ ജനങ്ങൾ തടിച്ചുകൂടും. സംഘത്തിന്റെ വരുമാനവും അവരുടെ വരുമാനവും കൂടി. സുഖമായി ജീവിക്കാം എന്ന സ്ഥിതി. ഇതിനിടയിലാണ് സംഘത്തിലെ ഹാർമോണിസ്റ്റ് ഗുരുസ്വാമിയുമായി ജാനകി അടുക്കുന്നത്. ആ അടുപ്പം വിവാഹിതനും ഒരു കുട്ടിയുടെ പിതാവുമായ ഗുരുസ്വാമിയുമായുള്ള വിവാഹത്തിലാണ് കലാശിച്ചത്. ആദ്യഭാര്യയുടെ സമ്മതത്തോടെയായിരുന്നു വിവാഹം. 1934 ൽ. അപ്പോൾ ജാനകിക്ക് വയസ്സ് 17.

ഗുരുസ്വാമി നല്ലൊരു ദേശീയവാദി. കോൺഗ്രസുകാരൻ. ദേശീയ പ്രസ്ഥാനത്തിൽ ആകൃഷ്ടൻ. നേരത്തെതന്നെ ചർക്കയിൽ നൂൽനൂൽക്കാൻ തുടങ്ങിയ ദേശീയ സമരത്തെ താൽപ്പര്യപൂർവം വീക്ഷിച്ച ജാനകിഅമ്മാളിൽ ഗുരുസ്വാമിയുടെ സ്വാധീനം മൂലം ദേശീയബോധം ശക്തമായി. അവരും കോൺഗ്രസിൽ അംഗത്വമെടുത്തു. അതിനുശേഷം കോൺഗ്രസിന്റെ വേദികളിൽ അവർ പാടും. ഭാരതിയുടെ ഗാനങ്ങളും ഗാന്ധിയെയും നെഹ്റുവിനെയും കുറിച്ചുള്ള ഗാനങ്ങളും ഇമ്പമാർന്ന സ്വരത്തിൽ പാടുമ്പോൾ സദസാകെ ആവേശംകൊണ്ട് ഇളകിമറിയും. അവർ പാടുന്ന യോഗങ്ങളിൽ ജനങ്ങൾ കൂട്ടം കൂട്ടമായി പങ്കെടുക്കും. അതിനാൽ കോൺഗ്രസ് യോഗങ്ങളിൽ പ്രമുഖ നേതാക്കൾ പ്രസംഗിക്കുന്ന യോഗങ്ങളിൽപ്പോലും അവരുടെ പാട്ട് ഒരു പ്രധാന ഇനമായി. ജാനകി ദേശഭക്തി ഗാനങ്ങൾ ആലപിക്കുന്ന യോഗങ്ങളിൽ മാത്രമേ ചില കോൺഗ്രസ് നേതാക്കൾ പ്രസംഗിക്കൂ എന്നിടത്തോളം സ്ഥിതിഗതികളെത്തി. മധുരയിലും പരിസരപ്രദേശങ്ങളിൽ നിന്നും മാത്രമല്ല, സംസ്ഥാന

ത്തിന്റെ പല ഭാഗങ്ങളിൽനിന്നും കോൺഗ്രസ് യോഗങ്ങളിൽ പങ്കെടുക്കാൻ അവർക്ക് ക്ഷണം കിട്ടിത്തുടങ്ങി. സ്വന്തം കൈയിൽനിന്ന് പണമെടുത്ത് അത്തരം പരിപാടികളിൽ അവർ പങ്കെടുക്കും.

സാഹസിക പ്രവർത്തനങ്ങളോട് എന്നും വല്ലാത്ത കമ്പം. ഗുരുസ്വാമിയുമായുള്ള വിവാഹം പോലും അത്തരത്തിലുള്ള ഒന്നായിരുന്നുവല്ലോ. പേരുകേട്ട നാടകനടൻ വിശ്വനാഥദാസിനോടൊത്തുള്ള അഭിനയം മറ്റൊന്നായിരുന്നു. 'താഴ്ന്ന' ജാതിക്കാരനായതിനാൽ മറ്റു സ്ത്രീകളാരും അദ്ദേഹത്തോടൊപ്പം അഭിനയിക്കാൻ തയാറായില്ല. തികഞ്ഞ ദേശാഭിമാനി കൂടിയായിരുന്ന വിശ്വനാഥദാസിനോടൊപ്പം അഭിനയിച്ചുകൊണ്ട് കടുത്ത യാഥാസ്ഥിതിക ചിന്തയ്ക്കും പ്രവൃത്തിക്കും അവർ കനത്ത പ്രഹരമേൽപ്പിച്ചു.

ഗുരുസ്വാമി–ജാനകി ദമ്പതികളുടെ വീട് സ്വാതന്ത്ര്യ സമരസേനാനികളുടെ സംഗമകേന്ദ്രമായി മാറി. അവിടെ നടക്കാറുള്ള രാഷ്ട്രീയ ചർച്ചകൾ ജാനകിയുടെ രാഷ്ട്രീയബോധം വളർത്തി. മിതവാദവും തീവ്രവാദവും തമ്മിലുള്ള പോരാട്ടത്തിൽ അവർ തീവ്രവാദത്തിന്റെ പക്ഷം പിടിച്ചു. ക്രമേണ സോഷ്യലിസ്റ്റ് ആശയഗതി അവരെ ആകർഷിച്ചു. ഈ ഘട്ടത്തിലാണ് അവരുടെ ജീവിതത്തിലെ ഏറ്റവും വലിയ ദുരന്തം ഉണ്ടായത് — അവർ ഒരു ചാപിള്ളയെ പ്രസവിച്ചു.

1930കളുടെ ആരംഭത്തിൽ ദേശീയ പ്രസ്ഥാനം ശക്തിപ്രാപിച്ചു. ഗാന്ധിജിയുടെ നേതൃത്വത്തിൽ നിയമലംഘന പ്രസ്ഥാനം തുടങ്ങി. ആ പ്രസ്ഥാനം ഇർവിൻ പ്രഭുവുമായുണ്ടാക്കിയ സന്ധിയെ തുടർന്ന് പിൻവലിച്ചപ്പോൾ രാജ്യത്തെ ജനങ്ങൾ, പ്രത്യേകിച്ച് യുവാക്കൾ അത്യന്തം നിരാശരായി. ഈ ഘട്ടത്തിലാണ് ലോക മുതലാളിത്തം അഗാധമായ പ്രതിസന്ധിയിൽ ചെന്നുചാടിയതും പഞ്ചവൽസര പദ്ധതിയിലൂടെ സോവിയറ്റ് യൂണിയൻ വലിയ മുന്നേറ്റം നടത്തിയതും. അതോടെ സോഷ്യലിസ്റ്റാശയഗതി പ്രചരിക്കാനും ജനങ്ങളെ ആകർഷിക്കാനും തുടങ്ങി. കോൺഗ്രസിനകത്ത് കോൺഗ്രസ് സോഷ്യലിസ്റ്റ് പാർട്ടി (സി എസ് പി) രൂപംകൊണ്ടു. അതിന്റെ ഒരു ഘടകം തമിഴ്നാട്ടിലും നിലവിൽ വന്നു. എ കെ ഗോപാലനും പി ജീവാനന്ദവും പി രാമമൂർത്തിയും തമിഴ്നാട്ടിലാകെ സി എസ് പി ഘടകങ്ങൾ രൂപവൽക്കരിക്കുന്ന പ്രവർത്തനത്തിൽ മുഴുകി. ജാനകി അവരുമായി ബന്ധപ്പെട്ടു. 1936 ൽ വതലഗുണ്ടുവിൽ സി എസ് പി സമ്മേളനം. അതിൽ പങ്കെടുക്കുക മാത്രമല്ല പാടുകയും ചെയ്തു. അതിനുശേഷം സി എസ് പിയുടെ സജീവ പ്രവർത്തകയായി.

1938 ൽ നടന്ന എ ഐ സി സി സമ്മേളനത്തിൽ പ്രസിഡന്റ് സ്ഥാനത്തേക്ക് കടുത്ത മൽസരം. ഗാന്ധിജിയുടെ സ്ഥാനാർഥി പട്ടാഭി സീതാരാമയ്യ ഒരു ഭാഗത്ത്. ഇടതുപക്ഷത്തിന്റെ സ്ഥാനാർഥി സുഭാഷ് ചന്ദ്രബോസ് മറുവശത്ത്. കടുത്ത മത്സരത്തിൽ സുഭാഷ് ചന്ദ്രബോസ് ജയിച്ചു. ഇത് തമിഴ്നാട്ടിലെ വലതുപക്ഷ കോൺഗ്രസ് നേതാക്കൾക്ക് തീരെ ഇഷ്ടപ്പെട്ടില്ല. അതിനാൽ സമ്മേളനം കഴിഞ്ഞയുടൻ ബോസ് തമിഴ്നാ

ട്ടിൽ പര്യടനം നടത്തിയപ്പോൾ അദ്ദേഹത്തിന് സ്വീകരണം നൽകാൻ കോൺഗ്രസ് നേതാക്കൾ വിസമ്മതിച്ചു. ഈ സാഹചര്യത്തിൽ അദ്ദേഹത്തിന് സ്വീകരണം നൽകാനും സ്വീകരണപരിപാടികൾ ഗംഭീരവിജയമാക്കാനും സി എസ് പി തീരുമാനിച്ചു. അതിന് മുൻകൈ എടുത്തത് മുത്തുരാമലിംഗ തേവരും ജാനകിയും. പരിപാടികളിൽ ജാനകി ബോസിനെ അനുഗമിച്ചു. പല സ്ഥലങ്ങളിലും അദ്ദേഹം പതാകയുയർത്തി.

മധുരയിലെ കോൺഗ്രസ് കമ്മിറ്റി സി എസ് പിയുടെ നിയന്ത്രണത്തിൽ വന്നപ്പോൾ ഗുരുസ്വാമി പ്രസിഡന്റും ജാനകി സെക്രട്ടറിയുമായി ഒരേസമയം കോൺഗ്രസിന്റെയും സി എസ് പിയുടെയും പ്രവർത്തനം സജീവമായി നടത്തി. സി എസ് പിക്കകത്തെ കമ്യൂണിസ്റ്റുകാർ പതുക്കെ പതുക്കെ അതിൽ നിന്നകന്ന് സ്വതന്ത്ര പ്രവർത്തനമാരംഭിച്ചു. ജാനകിയും അതുതന്നെ ചെയ്തു. 1939 ൽ കമ്യൂണിസ്റ്റ് പാർട്ടിയുടെ ഒരു ബ്രാഞ്ച് മധുരയിൽ രൂപംകൊണ്ടു. എ ചെല്ലയ്യ, വി രാമനാഥൻ, എസ് ഗുരുസ്വാമി, കെ പി ജാനകി അമ്മാൾ, എൻ ശങ്കരയ്യ, ഐ വി സുബ്ബയ്യ തുടങ്ങിയവരായിരുന്നു അതിലെ അംഗങ്ങൾ.

1939 ൽ രണ്ടാം ലോകമഹായുദ്ധം ആരംഭിച്ചു. യുദ്ധം സാമ്രാജ്യത്വ യുദ്ധമായതിനാൽ അതിനെതിരെ അണിനിരക്കാൻ കമ്യൂണിസ്റ്റ് പാർട്ടി തൊഴിലാളിവർഗത്തെയും ജനങ്ങളെയും ആഹ്വാനം ചെയ്തു. അതനുസരിച്ച് ഗോൾഡൻ റോക്കിലെ ഒരു പൊതുയോഗത്തിൽ പ്രസംഗിക്കവെ, ജാനകി അറസ്റ്റിലായി. ഭർത്താവിനെയും അറസ്റ്റ് ചെയ്തു. അദ്ദേഹത്തെ കണ്ണൂർ സെൻട്രൽ ജയിലിലേക്കയച്ചപ്പോൾ ജാനകിയെ വെല്ലൂർ ജയിലിൽ കൊണ്ടുപോയി തള്ളി. യുദ്ധത്തിനെതിരെ പ്രചാരണം നടത്തിയതിന്റെ പേരിൽ ദക്ഷിണേന്ത്യയിൽ ആദ്യമായി അറസ്റ്റിലായ സ്ത്രീ ജാനകി. അവരോടൊപ്പം അറസ്റ്റിലായ മറ്റൊരു സ്ത്രീയാണ് എൻ എസ് രുക്മിണി.

ജയിലിൽ നൽകിയത് വളരെ മോശമായ ഭക്ഷണം. പലതരം പീഡനങ്ങളും അനുഭവിക്കേണ്ടിവന്നു. ഇതെല്ലാം അവരുടെ ആരോഗ്യത്തെ ബാധിച്ചു. ആസ്ത്മ രോഗം പിടികൂടി. മരണം വരെ ആ രോഗം വിട്ടുപിരിഞ്ഞില്ല. ആറ് മാസത്തിനുശേഷം ജയിൽ മോചിതയായി. ജയിൽ മോചിതയായപ്പോൾ വരുമാനമൊന്നുമില്ലാതായി. നാടകത്തിലൂടെ ഉണ്ടാക്കിയത് ഉപജീവനത്തിനും രാഷ്ട്രീയ പ്രവർത്തനത്തിനുമായി ഓരോന്നോരോന്നായി വിൽക്കാൻ തുടങ്ങി.

1940 ൽ മധുരജില്ലയിലെ മോട്ടയരമ്പുവിൽ കേഡർമാർക്ക് പരിശീലനം നൽകാൻ പാർട്ടിയുടെ ഒരു ക്യാമ്പ്. കമ്യൂണിസ്റ്റ് പാർട്ടിയുടെ മേൽ നിരോധനം നിലനിൽക്കുന്നതിനാൽ കോൺഗ്രസിന്റെ പേരിലാണ് ക്യാമ്പ് സംഘടിപ്പിച്ചത്. എ കെ ഗോപാലൻ, സുബ്രഹ്മണ്യ ശർമ തുടങ്ങിയവർ അതിൽ സംബന്ധിച്ചു. അതിനു വേണ്ടിവന്ന ചെലവിന്റെ ഏറിയ കൂറും നിറവേറ്റിയത് ജാനകി. സ്വന്തം ആഭരണങ്ങൾ വിറ്റുകിട്ടിയ തുക അതിന്

ഉപയോഗിക്കുകയായിരുന്നു. ഈ ക്യാമ്പ് മാർക്സിസത്തെക്കുറിച്ച് മന സിലാക്കാൻ ഒട്ടേറെ പേരെ സഹായിച്ചു. കൂട്ടത്തിൽ ജാനകിയെയും. ക്യാമ്പിനെക്കുറിച്ചും കമ്യൂണിസ്റ്റുകാർ അതിൽ പങ്കെടുക്കുന്നതിനെക്കു റിച്ചുമുള്ള വിവരം എങ്ങനെയോ പൊലീസ് മണത്തറിഞ്ഞു. അവർ സ്ഥല ത്തെത്തി പലരെയും അറസ്റ്റ് ചെയ്തു. അപ്പോൾ ജാനകി അറസ്റ്റിലായി ല്ലെങ്കിലും 1941 ൽ ദേശരക്ഷാ നിയമപ്രകാരം തടവിലാക്കപ്പെട്ടു. ഈ കരിനിയമപ്രകാരം ദക്ഷിണേന്ത്യയിൽ ആദ്യമായി അറസ്റ്റിലായ സ്ത്രീ ജാനകി.

1943 ൽ ബംഗാളിൽ കടുത്ത ക്ഷാമം. ലക്ഷങ്ങൾ ചത്തൊടുങ്ങി. ക്ഷാമം മൂലം കഷ്ടപ്പെടുന്ന ബംഗാളികളെ സഹായിക്കാൻ രാജ്യ ത്താകെ ഫണ്ട് പിരിവും മരുന്നും വസ്ത്രങ്ങളും ശേഖരിക്കലും. മധുര യിലും പരിസരങ്ങളിലും അത്തരം പ്രവർത്തനങ്ങൾക്ക് ജാനകി നേതൃത്വം നൽകി. പണം പിരിക്കാൻ സാംസ്കാരിക പരിപാടികൾ നട ത്തി. പ്രദർശനങ്ങൾ സംഘടിപ്പിച്ചു. ക്ഷാമം മൂലം കഷ്ടപ്പെടുന്ന ബംഗാ ളികളോട് സഹാനുഭൂതി ജനിപ്പിക്കാൻ ഇവ സഹായിച്ചു.

അതേ വർഷം ഹാർവേ മില്ലിൽ ഒരു വലിയ പണിമുടക്കം. അതിൽ പങ്കെടുത്തതിന്റെ പേരിൽ ജാനകി അറസ്റ്റിലായി. അടുത്ത വർഷം പി രാമമൂർത്തി കൈത്തറി തൊഴിലാളികളുടെ ഒരു സമ്മേളനം വിളിച്ചുകൂ ട്ടി. അത് വിജയിപ്പിക്കാൻ ജാനകി കൈമെയ് മറന്ന് പ്രവർത്തിച്ചു. തുടർന്ന് പാർട്ടിയുടെ നിർദേശപ്രകാരം കർഷകതൊഴിലാളികളെ സംഘടിപ്പിക്കു ന്നതിൽ വ്യാപൃതയായി. ഫ്യൂഡൽ പ്രഭുക്കൾക്കെതിരെ അനവധി സമര ങ്ങൾക്ക് നേതൃത്വം നൽകി. ആത്മാർഥതയും അർപ്പണ ബോധവും നിറഞ്ഞ പ്രവർത്തനം അവരെ കർഷകത്തൊഴിലാളികളുടെ പ്രിയങ്കരി യാക്കി. ഈ ഘട്ടത്തിലാണ് എല്ലാവരും 'അമ്മ' എന്ന് അവരെ സ്നേഹ ത്തോടെ, ആദരവോടെ വിളിക്കാൻ തുടങ്ങിയത്.

സ്വാതന്ത്ര്യലബ്ധിക്കുശേഷം കമ്യൂണിസ്റ്റ് പാർട്ടിയുടെ നേതൃത്വ ത്തിൽ നടന്ന എല്ലാ പ്രക്ഷോഭങ്ങളിലും അവർ പങ്കെടുത്തു. 1950 ൽ എ കെ ഗോപാലൻ, കെ ടി കെ തങ്കമണി, എം ആർ വെങ്കിട്ടരാമൻ, ഗുരു സ്വാമി തുടങ്ങിയവരോടൊപ്പം അറസ്റ്റിലായി. വെല്ലൂർ ജയിലിലാണ് ജാനകി അമ്മാളിനെ പാർപ്പിച്ചത്. മനുഷ്യത്വരഹിതമായ പെരുമാറ്റമാണ് ജയിൽ അധികൃതരിൽ നിന്നുണ്ടായത്. വെല്ലൂർ ജയിലിൽ 22 തടവുകാരെ വെടിവെച്ചു കൊന്നു. ഇതിൽ പ്രതിഷേധിച്ച് മറ്റു തടവുകാരോടൊപ്പം ജയിലിനകത്ത് നിരാഹാരസമരം നടത്തി.

അനീതി എവിടെ കണ്ടാലും അതിനെ ചോദ്യം ചെയ്യും. ജയിലിലും ഈ സ്വഭാവത്തിന് ഒരു കുറവുമുണ്ടായില്ല. ആറ് വർഷത്തെ ജയിൽ ജീവിതത്തിനിടയിൽ അത്തരത്തിലുള്ള എത്രയെത്ര സംഭവങ്ങൾ! വെല്ലൂർ ജയിലിൽ തടവുകാരെ അങ്ങേയറ്റം പീഡിപ്പിക്കുന്ന, 'പെൺഹിറ്റ്ലർ' എന്ന പേരിലറിയപ്പെട്ട ഒരു വാർഡൻ ഉണ്ടായിരുന്നു. ഒരു ദിവസം അവരെ കണ്ടപ്പോൾ ജാനകി അമ്മാൾ ബഹുമാനപൂർവം എഴുന്നേറ്റു നിന്നില്ല.

അവർ ക്രുദ്ധയായി. 'ജയിൽപട്ടി' എന്നുവിളിച്ച് ജാനകി അമ്മാളെ അധിക്ഷേപിക്കുക മാത്രമല്ല, ചെരിപ്പൂരി അടിക്കുക കൂടി ചെയ്തു. അടുത്ത ദിവസം രാവിലെ തടവുകാരെല്ലാവരും പതിവുപോലെ വരിവരിയായി നിന്നു. അപ്പോൾ ജാനകി അമ്മാൾ പതുക്കെ പെൺഹിറ്റ്ലറുടെ അടുത്തേക്ക് നടന്നുചെന്ന് ചെരിപ്പൂരി അവരുടെ മുഖത്ത് രണ്ട് വെച്ചുകൊടുത്തു. ആരും അത് പ്രതീക്ഷിച്ചതല്ല. അതായിരുന്നു ജാനകി അമ്മാൾ!

ജയിലിൽ ആത്മഹത്യം ശ്രമം നടത്തിയ ഒരു തടവുകാരി ഉണ്ടായിരുന്നു. അവരുടെ കഥകളെല്ലാം ജാനകി അമ്മാൾ കേട്ടിട്ടുണ്ട്. ഒരു ദിവസം, ആത്മഹത്യ ശ്രമം നടത്താൻ അവരെ പ്രേരിപ്പിച്ച ഭർത്താവിനെ കാണാൻ ഒരു വനിതാ വാർഡൻ അവരെ നിർബന്ധിച്ചു. നിർബന്ധത്തിന് ആ സ്ത്രീ വഴങ്ങിയില്ല. അതുകൊണ്ട് വാർഡൻ നിഷ്കരുണം അവരെ മർദിച്ചു. വാർഡന്റെ നടപടിയിൽ ജാനകി അമ്മാൾ പ്രതിഷേധിച്ചു. അവരെ സ്ഥലം മാറ്റുകയെങ്കിലും വേണമെന്ന് അധികൃതരോട് ആവശ്യപ്പെട്ടു. അതിനുവേണ്ടി ജയിലിൽനിന്ന് ആകാവുന്നതെല്ലാം ചെയ്തു. അവസാനം വാർഡനെ സ്ഥലം മാറ്റിയതിനു ശേഷമേ അവർ അടങ്ങിയുള്ളൂ.

സ്വാതന്ത്ര്യലബ്ധിക്കുശേഷം കർഷകത്തൊഴിലാളി രംഗത്തും മഹിളാരംഗത്തുമാണ് അവർ മുഖ്യമായും ശ്രദ്ധിച്ചത്. പല രൂപങ്ങളിലും രാജ്യത്തെയും ജനങ്ങളെയും സേവിക്കുകയും ചെയ്തു. മധുര മുനിസിപ്പൽ കൗൺസിൽ അംഗം, ജില്ലാ ബോർഡ് മെമ്പർ, എം എൽ എ എന്നീ നിലകളിൽ ഒരു കമ്യൂണിസ്റ്റുകാരിക്കു ചേർന്ന വിധം അവർ പ്രവർത്തിച്ചു.

ഭർത്താവിന്റെ മരണം വരെ അദ്ദേഹത്തോടും അദ്ദേഹത്തിന്റെ ഒന്നാം ഭാര്യയോടും ഒന്നിച്ചാണ് താമസിച്ചത്. ഭർത്താവിന്റെ മരണശേഷം മധുര പാർട്ടി ആപ്പീസിലേക്ക് താമസം മാറ്റി. മരണം വരെ താമസം അവിടെയാക്കി. കമ്യൂണിസ്റ്റ് പ്രസ്ഥാനത്തിൽ പിളർപ്പുണ്ടായപ്പോൾ സി പി ഐ (എം)ന്റെ കൂടെ നിന്നു. സി പി ഐ (എം) കെട്ടിപ്പടുക്കുന്നതിൽ പ്രധാന പങ്ക് വഹിച്ചു. സംസ്ഥാനത്ത് അഖിലേന്ത്യാ ജനാധിപത്യ മഹിളാ അസോസിയേഷൻ രൂപവൽക്കരിക്കാൻ മുൻകൈ എടുത്ത അവർ അതിന്റെ സ്ഥാപക പ്രസിഡന്റായി. ജീവിതം മുഴുവൻ രാജ്യത്തിനും അധ്വാനിക്കുന്ന ജനവിഭാഗങ്ങൾക്കുമായി ഉഴിഞ്ഞുവെച്ച അവർ ഇന്ത്യാ ഗവൺമെന്റിന്റെ താമ്രപത്രവും സ്വാതന്ത്ര സമര പെൻഷനും സ്വീകരിച്ചില്ല.

1992 മാർച്ച് 1 ന് അന്തരിച്ചു.

പി ജീവാനന്ദം

1907 - 1963

സ്വാതന്ത്ര്യസമരസേനാനി, വാഗ്മി, കവി, പത്രാധിപർ, ട്രേഡ് യൂണിയനിസ്റ്റ് എന്നിങ്ങനെ പല നിലകളിൽ അറിയപ്പെട്ട കമ്യൂണിസ്റ്റ് നേതാവായിരുന്നു പി ജീവാനന്ദം. തമിഴ്നാട്ടിലെ കമ്യൂണിസ്റ്റ് പ്രസ്ഥാനത്തിന്റെ ആദ്യ പഥികരിൽ ഒരാൾ. വലിയൊരു സാമൂഹികപരിഷ്കർത്താവുമായിരുന്നു അദ്ദേഹം.

കന്യാകുമാരി ജില്ലയിലെ ഭൂതപ്പാണ്ടിയിൽ പാവപ്പെട്ട കർഷനായിരുന്ന പട്ടൻ പിള്ളയുടെ മകനായി ചൊരിമുത്തുപ്പിള്ള (ചെറുപ്പത്തിൽ അതായിരുന്നുപേര്.) ജനിച്ചു. ഹൈസ്കൂൾ വിദ്യാഭ്യാസം പൂർത്തിയാക്കിയെങ്കിലും ഉപരിവിദ്യാഭ്യാസം നടത്താൻ കഴിഞ്ഞില്ല. സെക്കന്റ് ഫോറത്തിൽ പഠിക്കുമ്പോൾതന്നെ ആ ബാലൻ പ്രഭാഷകനെന്നു പേരെടുത്തു. പിൽക്കാലത്ത് തമിഴ്നാട്ടിലെ ഏറ്റവും നല്ല വാഗ്മികളിലൊരാളായി. വായിക്കുന്ന സ്വഭാവം കുട്ടിക്കാലം മുതൽ വളർത്തിയെടുത്തു. ജീവിതാന്ത്യം വരെ ആ സ്വഭാവം നിലനിർത്തി.

ഹൈസ്കൂൾ വിദ്യാർഥിയായിരിക്കുമ്പോൾ തന്നെ ദേശീയ പ്രസ്ഥാനത്തിലേക്ക് ആകൃഷ്ടനായി. അയിത്തത്തിനെതിരെ പോരാട്ടം നടത്താനുള്ള ഗാന്ധിജിയുടെ ആഹ്വാനം ചെവിക്കൊണ്ടാണ് പൊതുരംഗത്തേക്ക് പ്രവേശിച്ചത്. സാമൂഹികമായ അടിച്ചമർത്തലിനെതിരായ സമരത്തിലേക്ക് എടുത്തുചാടി. ശുചീന്ദ്രത്തെ ഹരിജൻ സത്യഗ്രഹ വളണ്ടിയർമാരുടെ ക്യാപ്റ്റനായി പ്രവർത്തിച്ചു. ഹരിജൻ–ഖാദി പ്രസ്ഥാനങ്ങളിൽ പങ്കെടുത്തു. 1924 ൽ വൈക്കം സത്യഗ്രഹത്തിലും പങ്കെടുക്കുകയുണ്ടായി.

ജീവാനന്ദത്തിന് 25 വയസായപ്പോൾ അദ്ദേഹത്തിന്റെ അമ്മ മരിച്ചു. അന്തിമോപചാരം നടത്തുമ്പോൾ തലയിൽ കെട്ടുവേണം. അതായിരുന്നു അന്നത്തെ ആചാരം. തലയിൽ കെട്ടാൻ തോർത്ത് വാങ്ങാൻ ആരോ തുനിഞ്ഞു. അമ്മയുടെ ജഡത്തിനരികിൽ കലങ്ങിയ കണ്ണുകളുമായി ഇരുന്ന ജീവാനന്ദം കടയിൽ പോകാനിറങ്ങിയവരോട് തനിക്ക് തലയിൽ കെട്ടാൻ ഖദർമുണ്ടുതന്നെ വേണമെന്ന് നിർദേശിച്ചു. പഴയതരത്തിലുള്ള നേരിയതോ മറ്റോ ഉപയോഗിക്കുകയായിരുന്നു അപ്പോഴത്തെ പതിവ്. ഖദർ പ്രചാരത്തിൽ വന്നിരുന്നില്ല. എന്നുമാത്രമല്ല, ഖദർ ഉപയോഗിക്കുന്നവരെ ബ്രിട്ടീഷ് ഗവൺമെന്റിന്റെ ആൾക്കാർ ശത്രുതയോടെയാണ് വീക്ഷിച്ചത്. അതുകൊണ്ട് സാധാരണ തുണി മതിയെന്ന് ചിലർ അഭിപ്രായപ്പെട്ടെങ്കിലും ഒരു വിട്ടുവീഴ്ചയ്ക്കും ജീവാനന്ദം തയ്യാറായില്ല. അമ്മ മരിച്ചുകിടക്കുമ്പോൾപോലും ഖദറിന്റെ കാര്യത്തിൽ മകൻ വാശിപിടിച്ചു. അന്നത് നാട്ടിൽ വലിയ കോളിളക്കം സൃഷ്ടിച്ചു.

ഏകദേശം 21 വയസുള്ളപ്പോൾ കോൺഗ്രസിൽ ചേർന്നു. പ്രസംഗപാടവവും സംഘടനാശേഷിയും അതിവേഗം കോൺഗ്രസിന്റെ നേതൃത്വത്തിലേക്കുയർത്തി. 1927 ൽ അഖിലേന്ത്യാ കോൺഗ്രസ് കമ്മിറ്റിയിലേക്ക തിരഞ്ഞെടുക്കപ്പെട്ടു. അക്കൊല്ലം മദിരാശിയിൽ നടന്ന കോൺഗ്രസ് സമ്മേളനപ്രവർത്തനങ്ങളിൽ ആണ്ടിറങ്ങി. 1930 ൽ ഗാന്ധിജിയുടെ നേതൃത്വത്തിൽ ആരംഭിച്ച നിയമലംഘനപ്രസ്ഥാനത്തിൽ സജീവമായി. രാമനാഥപുരം ജില്ലയിലെ കോൺഗ്രസ് ഡിക്കേടേറ്ററായി തിരഞ്ഞെടുക്കപ്പെട്ടത് ജീവാനന്ദം. 1932 ൽ നിയമലംഘനപ്രസ്ഥാനത്തിൽ പങ്കെടുത്ത് അറസ്റ്റ് വരിച്ചു. ആദ്യത്തെ അറസ്റ്റ്. ഒരു വർഷത്തെ തടവുശിക്ഷ. ജയിലിൽ അനുവദിച്ചത് സീ ക്ലാസ്. ജയിലിൽ കോൺഗ്രസിനകത്തെ ഇടതുപക്ഷ ചിന്താഗതിക്കാരുമായി ആശയവിനിമയം നടത്തി. സോഷ്യലിസത്തെക്കുറിച്ചുള്ള കൃതികൾ വായിച്ചു. 1933 ൽ ജയിലിൽ നിന്ന് പുറത്തുവരുമ്പോഴേക്ക് സോഷ്യലിസ്റ്റ് ആശയഗതിയിൽ ആകർഷിക്കപ്പെട്ടു. ജയിലിൽ നിന്ന് പുറത്തുവന്ന ഉടനെ *സമധർമ്മം* എന്ന സോഷ്യലിസ്റ്റ് വാരിക തുടങ്ങി.

ആയിടെയാണ് ഇ വി രാമസ്വാമി നായ്ക്കർ സോവിയറ്റ് യൂണിയൻ സന്ദർശിച്ച് തിരിച്ചുവന്നത്. അദ്ദേഹം സോഷ്യലിസ്റ്റ് കമ്യൂണിസ്റ്റ് ആശയങ്ങൾ പ്രചരിപ്പിക്കാൻ തുടങ്ങി. സെമിന്ദാരി സമ്പ്രദായം അവസാനിപ്പിക്കുക, പണവായ്പ ഇടപാട് നിർത്തലാക്കുക, മുതലാളിത്തം അവസാനിപ്പിക്കുക തുടങ്ങിയ ആവശ്യങ്ങൾ ഉയർത്തുകയും പ്രചരിപ്പിക്കുകയും ചെയ്തു. ജീവാനന്ദം അദ്ദേഹത്തെ പോയി കണ്ടു. അദ്ദേഹവുമായി അടുത്തു. ഇരുവരും ചേർന്ന് ഒരു പരിപാടി തയ്യാറാക്കി. ബ്രിട്ടീഷ് വാഴ്ചയിൽനിന്നും മുതലാളിത്ത ഭരണത്തിൽ നിന്നും രാജ്യത്തെ രക്ഷിക്കുക, ഫാകടറികളും റെയിലുകളും മറ്റും സാമൂഹികവൽക്കരിക്കുക. നാട്ടുരാജ്യവാഴ്ച അവസാനിപ്പിക്കുക– ഇവയൊക്കെ ആ പരിപാടികളിൽ ഉൾപ്പെട്ടു. ആ പരിപാടിയാണ് 'ഈറോഡ് പദ്ധതി' എന്ന പേരിൽ അറിയപ്പെട്ടത്.

ജീവാനന്ദം

പ്രസ്തുത പദ്ധതി പ്രചരിപ്പിക്കുന്നതിന് സ്വയം മര്യാദപ്രസ്ഥാനം തുടങ്ങി. പ്രസ്ഥാനത്തിന്റെ സന്ദേശം മദിരാശി പ്രസിഡൻസിയിലാകെ പ്രചരിപ്പിക്കാൻ ജീവാനന്ദം രംഗത്തിറങ്ങി. പ്രസ്ഥാനത്തിന്റെ മുഖപത്ര ത്തിന്റെ പത്രാധിപരായി പ്രവർത്തിച്ചു. അപ്പോഴേക്കും ബ്രിട്ടീഷ് ഗവൺമെന്റ് കമ്യൂണിസ്റ്റ് പാർട്ടിയെ നിരോധിച്ചു. ഇമ്മാതിരി പ്രചാരണം

തുടർന്നാൽ അറസ്റ്റ് ചെയ്യുമെന്ന് ബ്രിട്ടീഷ് ഗവൺമെന്റ് ഇ വി ആറിനെ ഭീഷണിപ്പെടുത്തി. ഉടൻതന്നെ അദ്ദേഹം സോഷ്യലിസ്റ്റ് – കമ്യൂണിസ്റ്റ് ആശയപ്രചാരണം നിർത്തി. ഇതറിഞ്ഞ് ശിങ്കാരവേലുചെട്ടിയാർ രോഷാകുലനായി. സ്വയം മര്യാദപ്രസ്ഥാനം മര്യാദയില്ലാത്ത പ്രസ്ഥാനമായി മാറി എന്നദ്ദേഹം പറഞ്ഞു. ജീവാനന്ദം സ്വയം മര്യാദപ്രസ്ഥാനം വിട്ട് സ്വയം മര്യാദ സോഷ്യലിസ്റ്റ് പാർട്ടി രൂപവൽക്കരിച്ചു. ആ പാർട്ടിക്ക് പക്ഷേ അൽപ്പായുസ്സേ ഉണ്ടായുള്ളുയ സ്ഥാപകസമ്മേളനത്തിനുശേഷം ചേർന്ന് പ്രഥമ സമ്മേളനം പാർട്ടിയെ കോൺഗ്രസ് സോഷ്യലിസ്റ്റ് പാർട്ടിയിൽ ലയിപ്പിക്കാൻ തീരുമാനിച്ചു. അതോടെ ജീവാനന്ദം തമിഴ്നാട്ടിൽ സി എസ് പിയുടെ പ്രധാനനേതാവായി. സോഷ്യലിസ്റ്റാശയം തമിഴ്നാട്ടിന്റെ എല്ലാ ഭാഗങ്ങളിലും എത്തിക്കുന്നതിനാൽ ഏറ്റവും വലിയ സംഭാവന നൽകിയത്, സംശയമില്ല. ജിവാനന്ദം.

1936 ൽ മറ്റു പ്രവിശ്യകളിലെന്നപോലെ മദിരാശി പ്രവിശ്യയിലും തിരഞ്ഞെടുപ്പ്. തിരഞ്ഞെടുപ്പിൽ കോൺഗ്രസിനുവേണ്ടി പ്രചാരണം നടത്തി. പത്തും പതിനഞ്ചും പൊതുയോഗങ്ങളിലാണ് പ്രസംഗിച്ചത്. കോൺഗ്രസ് തൂത്തുവാരി. തിരഞ്ഞെടുപ്പ് കഴിഞ്ഞതോടെ ശ്രദ്ധ ട്രേഡ് യൂണിയൻ രംഗത്തേക്ക് തിരിഞ്ഞു. 1936 ൽ മദിരാശി പ്രസിഡൻസി ട്രേഡ് യൂണിയൻ കോൺഗ്രസ് രൂപംകൊണ്ടു. അതിന്റെ പ്രസിഡന്റായി തിരഞ്ഞെടുക്കപ്പെട്ടു. ജനറൽ സെക്രട്ടറിയായി പി സുന്ദരയ്യയും മദിരാശിയിൽ പി രാമമൂർത്തിയുടെയും മറ്റും കൂടെ ഒട്ടേറെ ട്രേഡ് യൂണിയനുകൾ സംഘടിപ്പിച്ചു. നിരവധി സമരങ്ങൾക്ക് നേതൃത്വം നൽകി. നെല്ലിക്കുപ്പത്ത് ചില ട്രേഡ് യൂണിയനുകളുണ്ടാക്കി. 1937 ൽ കോയമ്പത്തൂരിലെ ടെക്സറ്റൈയിൽ തൊഴിലാളികൾ പണിമുടക്കിയപ്പോൾ അവിടെയെത്തി അതിന്റെ മുൻപന്തിയിൽ നിന്നു. മധുരയിലെ മഹാലക്ഷ്മി മില്ലിൽ വലിയൊരു പണിമുടക്ക് നയിച്ചു. അതിന്റെ പേരിൽ അറസ്റ്റിലായി.

1937 മുതൽ 39 വരെ എ ഐ സി സി അംഗമായി പ്രവർത്തിച്ചു. 1938 ൽ തമിഴ്നാട് പ്രവിശ്യാ കമ്മിറ്റിയുടെ വർക്കിങ് കമ്മിറ്റി അംഗമായി.

ഘാട്ടെയുടെയും സുന്ദരയ്യയുടേയും മുൻകൈയോടെ 1936 ൽ ആദ്യത്തെ കമ്യൂണിസ്റ്റ് പാർട്ടി ഘടകം രൂപവൽക്കരിക്കപ്പെട്ടു. പി രാമമൂർത്തി, ബി ശ്രീനിവാസ റാവു തടങ്ങിയവരോടൊപ്പം അതിലെ അംഗമായി. അങ്ങനെ ഒരേസമയം കോൺഗ്രസിലും കോൺഗ്രസ് സോഷ്യലിസ്റ്റ് പാർട്ടിയിലും കമ്യൂണിസ്റ്റ് പാർട്ടിയിലും പ്രവർത്തിച്ചു. 1937 ൽ കമ്യൂണിസ്റ്റ് പാർട്ടിയുടെ മുഖപത്രമെന്ന നിലയിൽ *ജനശക്തി* തുടങ്ങി. ഒരു വാരികയായി. അതിനുശേഷം അത് ദിനപത്രമാക്കി മാറ്റി. വാരികയുടെയും ദിനപത്രത്തിന്റെയും പത്രാധിപർ ജീവാനന്ദമായിരുന്നു.

ബ്രിട്ടീഷുകാർ മദിരാശി പ്രസിഡൻസി കൈയടക്കിയതുമുതൽ അവിടെ ഒരു നിയമം പ്രാബല്യത്തിലിരുന്നു. ദി ക്രിമിനൽ ട്രൈബ്സ് ആക്ട്. ആ നിയമം മധുരയിലെയും രാമനാഥപുരം ജില്ലയിലെയും തേവർ ആന്ധ്രയിലെ ഏനാടികൾ എന്നീ ഗിരിവർഗക്കാരെ ക്രിമിനൽ ട്രൈബ

ലുകളായി പ്രഖ്യാപിച്ചു. കുറ്റകൃത്യങ്ങൾ നടത്തുന്ന വിഭാഗക്കാർ എന്നു പറഞ്ഞാണ് അവരെ അങ്ങനെ മുദ്രകുത്തിയത്. അവർക്കിടയിൽ അങ്ങനെയുള്ളവരുണ്ടാകാം. എങ്കിലും ഒരു വർഗത്തെ മുഴുവൻ ക്രിമിനൽ മുദ്രയടിച്ചുവിടുന്നത് പരിഷ്കൃതഗവൺമെന്റിന് ചേർന്നതാണോ? ക്രിമിനലുകളായി മുദ്രകുത്തുക മാത്രമല്ല ആ വർഗങ്ങളിൽ പെടുന്ന പുരുഷന്മാരോട് മുഴുവൻ രാത്രി പൊലീസ് സ്റ്റേഷനുകളിൽ കിടന്നുറങ്ങണമെന്ന് അനുശാസിക്കുകകൂടി ചെയ്താലോ? എന്തായാലും പി രാമമൂർത്തിയും ജീവാനന്ദവും നിയമം റദ്ദാക്കണമെന്ന് ആവശ്യപ്പെട്ടു. ആ ആവശ്യമുന്നയിച്ച് സമരം നടത്തി. അതിന്റെ ഫലമായി നിയമം റദ്ദാക്കാൻ ഗവൺമെന്റ് നിർബന്ധമായി.

1939 ൽ രണ്ടാം ലോക മഹായുദ്ധത്തിന്റെ തിരശ്ശീല ഉയർന്നു. അപ്പോൾ ബ്രിട്ടീഷ് ഗവൺമെന്റ് അദ്ദേഹത്തെ മദിരാശിയിൽ നിന്ന് നാടുകടത്തി. അൽപ്പകാലം കാരക്കലിൽ താമസിച്ചു. അവിടെ തുടർന്നും താമസിക്കുന്നത് പന്തിയല്ലെന്ന് കണ്ടപ്പോൾ ബോംബെക്കു തിരിച്ചു. ബോംബെയിൽ പല വ്യവസായങ്ങളിലായി പണിയെടുക്കുന്ന തമിഴ് തൊഴിലാളികളുണ്ടായിരുന്നു. അവരെ സംഘടിപ്പിക്കുന്നതിലേർപ്പെട്ടു. താമസിയാതെ അറസ്റ്റിലായി. വെല്ലൂർ ജയിലിലടച്ചു. യുദ്ധത്തിനെതിരെ തൊഴിലാളികളെ അണിനിരത്തി എന്ന് പറഞ്ഞായിരുന്നു അറസ്റ്റ്. 1941 ൽ വെല്ലൂർ ജയിലിൽ തടവുകാർ നടത്തിയ 19 ദിവസത്തെ ഐതിഹാസിക നിരാഹാര സമരത്തിന് നേതൃത്വം നൽകിയവരിൽ ജീവാനന്ദും ഉണ്ടായിരുന്നു. 1942 ൽ ജയിൽമോചിതനായി മദിരാശിയിൽ തിരിച്ചെത്തി. ട്രേഡ് യൂണിയൻ കമ്യൂണിസ്റ്റ് പ്രവർത്തനങ്ങളിൽ സജീവമായി. അധികകാലം അങ്ങനെ തുടരാൻ കഴിഞ്ഞില്ല. തിരുവിതാംകൂറിലേക്കു നാടുകടത്തി. അവിടെയും അടങ്ങിയിരുന്നില്ല. ഗാന്ധിജയന്തിദിവസം യോഗം സംഘടിപ്പിച്ചതിന്റെ പേരിൽ അറസ്റ്റിലായി. ഒരു വർഷം തടവിൽ കഴിഞ്ഞു. യുദ്ധാവസാനം മാത്രമേ മദിരാശിക്ക് മടങ്ങാൻ കഴിഞ്ഞുള്ളൂ.

യുദ്ധം കഴിഞ്ഞപ്പോൾ രാജ്യത്തിന്റെ ഇതരഭാഗങ്ങളിലെന്നപോലെ തമിഴ്നാട്ടിലും വമ്പിച്ച ജനകീയമുന്നേറ്റം. തൊഴിലാളികളുടെയും കൃഷിക്കാരുടെയും ഒട്ടേറെ സമരങ്ങൾ. സമരങ്ങളിൽ പലതിനും നേതൃത്വം നൽകിയത് ജീവാനന്ദം.

1948 ൽ ഇന്ത്യൻ കമ്യൂണിസ്റ്റ് പാർട്ടിയുടെ രണ്ടാം കോൺഗ്രസ് കൽക്കത്തയിൽ. അതിനെത്തുടർന്ന് ഗവൺമെന്റ് പാർട്ടിയെ നിരോധിച്ചു. അപ്പോൾ ജീവാനന്ദം അറസ്റ്റിലായി. 1951 അവസാനം മാത്രമാണ് മോചിതനായത്. അപ്പോഴേക്ക് ഒന്നാം പൊതുതിരഞ്ഞെടുപ്പിന്റെ പ്രവർത്തനങ്ങൾ ആരംഭിച്ചിരുന്നു. ജീവാനന്ദം തിരഞ്ഞെടുപ്പിൽ മദിരാശി നഗരത്തിലെ വണ്ണാർപ്പേട്ടയിൽ മത്സരിച്ചു. വലിയ ഭൂരിപക്ഷത്തോടെ വിജയിച്ചു. വാഗ്വിലാസവും ക്ഷമാപൂർവം പഠിക്കാനുള്ള കഴിവും പഠിക്കുന്ന സ്വഭാവവും അദ്ദേഹത്തെ നല്ലൊരു പാർലമെന്റേറിയനാക്കി.

തമിഴ്നാട്ടിലാകെ കമ്യൂണിസ്റ്റ് നേതാവെന്ന നിലിയിൽ പേരെടുത്ത ജീവാനന്ദത്തെ 1958 ൽ അമൃത്സറിൽ ചേർന്ന ഇന്ത്യൻ കമ്യൂണിസ്റ്റ് പാർട്ടിയുടെ അഞ്ചാം കോൺഗ്രസ് നാഷണൽ കൗൺസിലിലേക്ക് തിരഞ്ഞെടുത്തു. മരിക്കുന്നതുവരെ തൽസ്ഥാനത്ത് തുടർന്നു. ട്രേഡ് യൂണിയൻ പ്രസ്ഥാനവുമായുള്ള ബന്ധം അവസാനം വരെ നിലനിർത്തി. അദ്ദേഹം നേതൃത്വം നൽകുകയോ ബന്ധപ്പെടുകയോ ചെയ്ത യൂണിയനുകൾ ഏതൊക്കെയെന്ന് നോക്കുക.

തിരുനൽവേലി ജില്ലയിലെ വിക്രസിംഗപുരം മിൽ വർക്കേഴ്സ് യൂണിയൻ.

പശുമലൈ മഹാലക്ഷ്മി മിൽ വർക്കേഴ്സ് യൂണിയൻ.

കന്യാകുമാരി ജില്ലയിലെ അഗ്രിക്കൾച്ചറലിസ്റ്റ് യൂണിയനും വർക്കേഴ്സ് യൂണിയനും.

നാഗർകോവിൽ മോട്ടോർ വർക്കേഴ്സ് യൂണിയൻ, പാരി ആന്റ് കമ്പനി വർക്കേഴ്സ് യൂണിയൻ, ഇലക്ട്രിസിറ്റി വർക്കേഴ്സ് യൂണിയൻ.

എ എസ് കെ അയ്യങ്കാരോടും മറ്റുള്ളവരോടുമൊപ്പം ചേർന്ന് 1946 ൽ മദ്രാസ് പോർട്ട് വർക്കേഴ്സ് യൂണിയൻ സ്ഥാപിച്ചു. മരണം വരെ ആ യൂണിയന്റെ നേതാവായി തുടർന്നു.

1946 ൽ സൗത്ത് ഇന്ത്യൻ റെയിൽവെ വർക്കേഴ്സ് യൂണിയന്റെ നേതൃത്വത്തിൽ 35,000 തൊഴിലാളികൾ നടത്തിയ പണിമുടക്കുമായി ബന്ധപ്പെട്ടു.

കോർപ്പറേഷന്റെ തൊഴിലാളികളുടെ പ്രക്ഷോഭം വിജയിപ്പിക്കാൻ സഹായിച്ചു. എ എസ് കെ അയ്യങ്കാരോടൊപ്പം മദിരാശി മോട്ടോർ യൂണിയൻ സ്ഥാപിച്ചു.

എ എസ് കെ അയ്യങ്കാർ, മാണിക്കം, മുരുകേശൻ എന്നിവരോടൊപ്പം മദിരാശിയിലെ പ്രിന്റിംഗ് വർക്കേഴ്സ് യൂണിയൻ സ്ഥാപിച്ചു.

മാതൃഭാഷയായ തമിഴിനെ ഇത്രയധികം സ്നേഹിച്ചവർ ചുരുക്കമാണ്.തമിഴ്ഭാഷാസാഹിത്യത്തിൽ അതിനിപുണനായിരുന്നു, തമിഴ്നാട്ടിലെ അംഗീകരിക്കപ്പെട്ട എഴുത്തുകാരനായിരുന്നു; സംഘകൃതികളെപ്പറ്റി അവഗാഹമുണ്ടായിരുന്നു. തിരുവള്ളുവരെപ്പറ്റിയും കമ്പരെപ്പറ്റിയും ഭാരതിയെപ്പറ്റിയും എഴുതുകയും പ്രസംഗിക്കുകയും ചെയ്തു. തമിഴ്നാടിനെ കോൾമയിർക്കൊള്ളിച്ച നിരവധി ഗാനങ്ങൾ അദ്ദേഹം രചിച്ചു. ലേഖനങ്ങളെഴുതി. പ്രസംഗിച്ചു. താമര എന്ന ഒരു കലാ-സാഹിത്യ മാസിക നടത്തി.

1963 ജനുവരി 18 ന് അന്തരിച്ചു.

ജെറാൾഡ് പെരേര

1930 - 1976

ഗോവയിൽ കമ്യൂണിസ്റ്റ്–തൊഴിലാളി പ്രസ്ഥാനം കെട്ടിപ്പടുക്കുന്നതിൽ നിർണായക പങ്കു വഹിച്ച വിപ്ലവകാരിയായിരുന്നു ജെറാൾഡ് പെരേര. ഗോവ വിമോചനത്തിലും അദ്ദേഹം സുപ്രധാന പങ്കു വഹിച്ചു.

1930 സെപ്തംബർ 20–ന് വാസ്കോ ഡ ഗാമയിൽ ജനിച്ചു. വാസ്കോ ഡ ഗാമയിലെ ഗവൺമെന്റ് സ്കൂളിൽ പോർച്ചുഗീസ് പഠനത്തിന്റെ പ്രാഥമിക ഘട്ടം പൂർത്തിയാക്കി. വാസ്കോ ഡ ഗാമയിൽത്തന്നെ മെട്രിക്കുലേഷന് പഠിച്ചു, സീനിയർ കേംബ്രിഡ്ജിന് മുംബൈയിലും.

യുവാവായ പെരേര ഇന്റർ ആർട്സിന് മുംബൈയിലെ സെന്റ് സേവിയേഴ്സ് കോളേജിൽ ചേർന്നു. മുംബൈയിലെതന്നെ ഗവൺമെന്റ് ലോ കോളേജിൽ നിന്ന് നിയമബിരുദം നേടി. ഇതുകൊണ്ടും പഠനം മതിയാക്കിയില്ല. മുംബൈയിലെ സിദ്ധാർഥ കോളേജിൽനിന്ന് എക്കണോമിക്സിലും പൊളിറ്റിക്സിലും ബിരുദം നേടി. മുംബൈയിലെ റൂറിയാ കോളേജിൽനിന്ന് എം എ പാസായതിനുശേഷം മുംബൈ യൂണിവേഴ്സിറ്റിയിൽ ഡോക്ടറേറ്റിന് തീസിസ് സമർപ്പിച്ചു. തീസിസിന്റെ വിഷയം 'ഗോവയുടെ പോർച്ചുഗീസ് പൂർവചരിത്രം.' യൂണിവേഴ്സിറ്റി അത് അംഗീകരിച്ചു. 1973 ഡിസംബറിൽ അത് പുസ്തകമായി പ്രസിദ്ധീകരിക്കപ്പെട്ടു.

പെരേര ജനിക്കുന്നതിന് വളരെ മുമ്പുതന്നെ ഗോവ പോർച്ചുഗീസ് കോളനി. കൊളോണിയൽ വാഴ്ചയ്ക്കെതിരെ ജനങ്ങൾ പോരാട്ടവും ആരംഭിച്ചു. സ്കൂൾ വിദ്യാർഥി ആയിരിക്കവേ തന്നെ ഈ പോരാട്ടത്തിൽ പെരേരയും പങ്കാളിയായി. മുംബൈയിൽ പഠിക്കുമ്പോൾ ഗോവൻ പീപ്പിൾസ്

പാർട്ടിയിൽ അംഗമാവുക മാത്രമല്ല, അതിന്റെ കേന്ദ്രകമ്മിറ്റിയിലേക്ക് തിരഞ്ഞെടുക്കുകപോലും ചെയ്തു. 1961 ഡിസംബറിൽ ഗോവ വിമോചനം പ്രാപിക്കുന്നതുവരെ കേന്ദ്രകമ്മിറ്റി മെമ്പറായി തുടർന്നു.

ഗോവൻ പീപ്പിൾസ് പാർട്ടിക്ക് ഒരു മുഖപത്രമുണ്ടായിരുന്നു-*ഗോവൻ ഏജ്*. അതിന്റെ ചീഫ് എഡിറ്ററായിരുന്നു അദ്ദേഹം. അതിന്റെ താളുകളിലൂടെ നല്ലൊരു എഴുത്തുകാരനാണ് താനെന്ന് അദ്ദേഹം തെളിയിച്ചു. ഗോവൻ വിമോചനസമിതിയുടെ ആഭിമുഖ്യത്തിൽ 1955-ൽ വമ്പിച്ച സത്യഗ്രഹം. അതിൽ ജനങ്ങളെ അണിനിരത്തിക്കൊണ്ട് തന്റെ അസാധാരണമായ സംഘടനാ പാടവം അദ്ദേഹം വെളിപ്പെടുത്തി.

മുംബൈയിൽ പഠിക്കുന്ന കാലത്ത് കമ്യൂണിസത്തിൽ ആകൃഷ്ടനായി. പാർട്ടിയുമായി ബന്ധപ്പെട്ട് പ്രവർത്തിക്കാൻ തുടങ്ങി. പാർട്ടിയുടെ പല ബഹുജനസംഘടനകളിലും പ്രക്ഷോഭങ്ങളിലും ഭാഗഭാക്കായി. ഇസ്കസ്, ഐ സി എഫ് എ, ബി സി വൈ എൽ, സമാധാന കമ്മിറ്റി തുടങ്ങിയവയിൽ സജീവമായി. നിയമബിരുദം നേടിയതിനുശേഷം മുംബൈയിലെ ഒട്ടേറെ ട്രേഡ്യൂണിയനുകളുടെ ഉപദേശകനായി.

വിമോചനത്തിനുശേഷം ഗോവയിൽ മടങ്ങിയെത്തി. തുടർന്ന് ഗോവയിൽ കമ്യൂണിസ്റ്റ്-തൊഴിലാളി പ്രസ്ഥാനം കെട്ടിപ്പടുക്കുന്നതിലേർപ്പെട്ടു. 1962 ജനുവരിയിൽ മർമഗോവയിൽ തുറമുഖത്തൊഴിലാളികൾക്കിടയിൽ ആദ്യത്തെ റെഡ് ഫ്ളാഗ് യൂണിയൻ രൂപീകരിച്ചു. 1960-കളുടെ ആദ്യം അദ്ദേഹത്തിന്റെ നേതൃത്വത്തിൽ നടന്ന തൊഴിലാളി സമരങ്ങൾക്ക് കണക്കില്ല; പ്രത്യേകിച്ച് തുറമുഖ തൊഴിലാളികളുടെയും എഞ്ചിനീയറിങ് യൂണിറ്റുകളിലെ തൊഴിലാളികളുടെയും സമരങ്ങൾക്ക്. 1964-ൽ അവിഭക്ത കമ്യൂണിസ്റ്റുപാർട്ടിയുടെ സംസ്ഥാന സെക്രട്ടറിയായി തിരഞ്ഞെടുക്കപ്പെട്ടു. പാർട്ടി പിളർന്നപ്പോൾ പാർട്ടിയുടെ ഗോവഘടകം സി പി ഐയിൽ തുടർന്നെങ്കിലും 1967-ൽ പെരേരയുടെ അധ്യക്ഷതയിൽ ചേർന്ന യോഗം ഒരു പ്രത്യേക സമ്മേളനം സി പി ഐ (എം) ൽ ലയിക്കാൻ തീരുമാനിച്ചു. സി പി ഐ (എം) ഗോവഘടകത്തിന്റെ സെക്രട്ടറിയായി പെരേര തിരഞ്ഞെടുക്കപ്പെട്ടു. അതിനുശേഷം സംസ്ഥാനത്ത് സി പി ഐ (എം) കെട്ടിപ്പടുക്കുന്നതിലേർപ്പെട്ടു.

1970-ൽ ഗോവയിൽ വെച്ചു ചേർന്ന കൺവെൻഷനാണ് സി ഐ ടി യു രൂപീകരിക്കാൻ തീരുമാനിച്ചത്. ആ കൺവെൻഷൻ വിജയിപ്പിക്കുന്നതിൽ സുപ്രധാന പങ്കുവഹിച്ച പെരേര സി ഐ ടി യു രൂപം കൊണ്ടപ്പോൾ അതിന്റെ സംസ്ഥാന സെക്രട്ടറിയായി തിരഞ്ഞെടുക്കപ്പെട്ടു. ഒട്ടേറെ യൂണിയനുകളുടെ ഭാരവാഹിയായിരുന്ന അദ്ദേഹം വാട്ടർ ട്രാൻസ്പോർട്ട് വർക്കേഴ്സ് ഫെഡറേഷന്റെ അഖിലേന്ത്യാ പ്രസിഡന്റുമായിരുന്നു. ഇങ്ങനെ വിവിധ നിലകളിൽ പ്രവർത്തിച്ചുകൊണ്ടിരിക്കെ 1976 മാർച്ച് 4-ന് നിര്യാതനായി.

കെ എൻ ജോഗ്ലേക്കർ

1896 - 1970

ഇന്ത്യയിലെ ആദ്യ തലമുറയിൽപെട്ട കമ്യൂണിസ്റ്റുകാരിൽ ഒരാളായിരുന്നു കെ എൻ ജോഗ്ലേക്കർ. ഇന്ത്യയിലെ ട്രേഡ് യൂണിയൻ പ്രസ്ഥാനത്തിന്റെ ആദ്യപഥികരിൽ ഒരാളുമായിരുന്നു അദ്ദേഹം.

പൂണെയിൽ 1896–ൽ ജനിച്ചു. അവിടെ നിന്ന് ബിരുദം നേടി. പൂർണമായപേര് കേശവ് നീലകണ്ഠ ജോഗ്ലേക്കർ. കുട്ടിക്കാലത്തുതന്നെ ദേശീയപ്രസ്ഥാനത്തിൽ ആകൃഷ്ടനായി. ഇന്ത്യൻ നാഷണൽകോൺഗ്രസിൽ ചേർന്ന് പ്രവർത്തിക്കുന്നതിനിടയിലാണ് മഹത്തായ ഒക്ടോബർ സോഷ്യലിസ്റ്റ് വിപ്ലവത്തെക്കുറിച്ച് കേൾക്കുന്നത്. വിപ്ലവത്താൽ പ്രചോദിതനായിത്തീർന്ന അദ്ദേഹം സോഷ്യലിസ്റ്റ് സിദ്ധാന്തത്തിൽ ആകൃഷ്ടനായി. ഇക്കാലത്താണ് ബോംബെയിൽ എത്തുന്നത്. എസ് എ ഡാങ്കെ, ലോട്ട്വാല തുടങ്ങിയവരുമായി പരിചയപ്പെട്ടു.

ജോഗ്ലേക്കറുടെ ആദ്യകാല ജീവിതത്തെക്കുറിച്ച് പറയുമ്പോൾ ലോട്ട്വാലയെക്കുറിച്ച് പറയാതിരിക്കാനാവില്ല. ഒരു സമ്പന്നനായിരുന്ന ലോട്ട്വാല മാർക്സിസത്തിൽ ആകൃഷ്ടനാവുകയും മാർക്സിസത്തെക്കുറിച്ച് കിട്ടാവുന്നത്ര പുസ്തകങ്ങൾ ശേഖരിച്ച് വായിക്കുകയും ചെയ്തു. അദ്ദേഹവുമായി ജോഗ്ലേക്കർ പരിചയത്തിലാവുകയും അദ്ദേഹത്തിൽ നിന്ന് മാർക്സിസ്റ്റ് ഗ്രന്ഥങ്ങൾ വാങ്ങി വായിക്കുകയും ചെയ്തു. ക്രമേണ ഡാങ്കെ, ലോട്ട്വാല, ജോഗ്ലേക്കർ എന്നിവർ തമ്മിലുള്ള സൗഹൃദം വളർന്നു. മൂവരുംചേർന്ന് *കമ്യൂണിസ്റ്റ് മാനിഫെസ്റ്റോ*, *സോഷ്യലിസം സാങ്കൽപ്പികവും ശാസ്ത്രീയവും* ആദിയായ പുസ്തകങ്ങൾ പുറ

ത്തിറക്കി. അതിനായി ഒരു സോഷ്യൽ ഡമോക്രാറ്റിക് ബുക്ക്ക്ലബ് പോലും രൂപീകരിച്ചു. ഡാങ്കെയുടെ പത്രാധിപത്യത്തിൽ പുറത്തിറങ്ങിയ *സോഷ്യ ലിസ്റ്റ്* മുടക്കംകൂടാതെ പുറത്തിറക്കാൻ അദ്ദേഹം ധനസഹായം നൽകി. അതിനായി ലേബർ പ്രസ് എന്ന പേരിൽ ഒരു പ്രസ് തുടങ്ങാൻപോലും അദ്ദേഹം മടിച്ചില്ല. ഡാങ്കെയെയും ജോഗ്ലേക്കറെയും അതിന്റെ സംയുക്ത ഉടമകളാക്കി ലോട്ട്വാല. ആ പ്രസിൽനിന്ന് *സോഷ്യലിസ്റ്റ്* മുടക്കം കൂടാതെ പ്രസിദ്ധീകരിക്കാൻ ജോഗ്ലേക്കർ സഹായംനൽകി. ബോംബെയിൽ രൂപംകൊണ്ട ആദ്യത്തെ കമ്യൂണിസ്റ്റ് ഗ്രൂപ്പിൽ ജോഗ്ലേക്കർ അംഗമായി.

ബോംബെയിലെ കമ്യൂണിസ്റ്റു ഗ്രൂപ്പിലെ അംഗങ്ങൾ ട്രേഡ്യൂണി യനിൽ ചേർന്ന് പ്രവർത്തിക്കാനും അങ്ങനെ ട്രേഡ് യൂണിയനുകൾ ശക്തിപ്പെടുത്താനും തീരുമാനിച്ചു. ജോഗ്ലേക്കർ തൊഴിലാളിരംഗത്തെത്തി യത് അങ്ങനെയാണ്. 1923 ൽ ഗിർണി കാംഗാർ മഹാമണ്ഡലവുമായി ബന്ധപ്പെട്ടു. അതിനുശേഷം തൊഴിലാളിരംഗത്തുതന്നെ ഉറച്ചുനിന്നു. ഡി ബി കുൽക്കർണി, ഭയ്യാജി കുൽക്കർണി, വി ബി പുരന്ദൻ തുടങ്ങിയവ രോടൊപ്പം ജി ഐ പി റെയിൽവേ വർക്കേഴ്സ് യൂണിയൻ സ്ഥാപിക്കാൻ മുൻകൈ എടുത്തു. അക്കാലത്തെ പ്രമുഖ ട്രേഡ്യൂണിയനായിരുന്നു അത്.

ഇതിനിടയിൽ കമ്യൂണിസത്തെ മുളയിൽതന്നെ നുള്ളിക്കളയാൻ കമ്യൂണിസ്റ്റുകാർക്കെതിരെ ബ്രിട്ടീഷ് ഗവൺമെന്റ് ഒരു ഗൂഢാലോചന ക്കേസ് കെട്ടിച്ചമച്ചു. ആ ഗൂഢാലോചനക്കേസാണ് കോൺപൂർ ഗൂഢാ ലോചനക്കേസ്. ആ കേസിലെ പ്രതിയെന്നനിലയിൽ ഡാങ്കെ അറസ്റ്റ് ചെയ്യപ്പെട്ടപ്പോൾ ബോംബെയിലെ കമ്യൂണിസ്റ്റുഗ്രൂപ്പിന്റെ പ്രവർത്തനം മുമ്പോട്ടു കൊണ്ടുപോകാനുള്ള പ്രധാനപ്പെട്ട ഉത്തരവാദിത്തം ജോഗ്ലേ ക്കറുടെമേൽ വന്നുവീണു. ആ ഉത്തരവാദിത്തം നിറവേറ്റിയതോടൊപ്പം അദ്ദേഹത്തിന് മറ്റൊരു ജോലി കൂടി നിർവഹിക്കേണ്ടിവന്നു—ഡാങ്കെയു ടെ *സോഷ്യലിസ്റ്റ്* എഡിറ്റുചെയ്ത് പുറത്തിറക്കുക. ഏതാനും ലക്കം പു റത്തിറക്കുകതന്നെ ചെയ്തു.

1925 ഡിസംബറിൽ ഒരു ഇന്ത്യൻ കമ്യൂണിസ്റ്റുപാർട്ടി രൂപീകരിക്കു കയെന്ന ലക്ഷ്യം മുൻനിർത്തി സത്യഭക്തൻ കോൺപൂരിൽ ഒരു യോ ഗം വിളിച്ചുകൂട്ടിയപ്പോൾ ബോംബെയിൽ നിന്ന് ആ യോഗത്തിൽ പങ്കെ ടുത്തവരിലൊരാൾ ജോഗ്ലേക്കർ. ആ യോഗമാണ് ഇന്ത്യൻ മണ്ണിൽ ഇന്ത്യൻ കമ്യൂണിസ്റ്റുപാർട്ടി രൂപീകരിച്ചത്. അതിന്റെ കേന്ദ്ര എക്സി ക്യൂട്ടീവ് കമ്മിറ്റി അംഗങ്ങളിൽ ഒരാളായി അദ്ദേഹം തിരഞ്ഞെടുക്കപ്പെ ട്ടു. 1926–ൽ മഹാരാഷ്ട്രയിൽ തൊഴിലാളി–കർഷകപാർട്ടി രൂപീകരിക്കാൻ മുൻകൈ എടുത്തവരിലും ഒരാൾ ജോഗ്ലേക്കർ. 1927–ൽ ഇന്ത്യൻ കമ്യൂ ണിസ്റ്റുപാർട്ടിയുടെ സമ്മേളനം ബോംബെയിൽ. സമ്മേളന സംഘാടക രിൽ ഒരാളായ അദ്ദേഹം കേന്ദ്ര എക്സിക്യൂട്ടീവ് കമ്മിറ്റിയിലേക്ക് വീ ണ്ടും തിരഞ്ഞെടുക്കപ്പെട്ടു.

കമ്യൂണിസ്റ്റുപാർട്ടി പ്രവർത്തനം നടത്തുന്നതോടൊപ്പം കോൺഗ്രസിലും അദ്ദേഹം സജീവമായിരുന്നു. സ്വാതന്ത്ര്യസമരത്തിൽ കോൺഗ്രസിനെക്കൊണ്ട് വിപ്ലവകരമായ നയവും പരിപാടിയും അംഗീകരിപ്പിക്കാൻ ആ പാർട്ടിക്കകത്ത് അദ്ദേഹം പോരാടി. ഇരുപതുകളുടെ അവസാനം ബി പി സി സിയിലേക്കും എ ഐ സി സിയിലേക്കു തന്നെയും അദ്ദേഹം തിരഞ്ഞെടുക്കപ്പെട്ടു. എസ് എസ് മിറാജ്കർ എഡിറ്റുചെയ്ത *ക്രാന്തി*യിലും അദ്ദേഹം പ്രവർത്തിച്ചു.

1927-ൽ മദിരാശിയിൽ നടന്ന ഇന്ത്യൻ നാഷണൽ കോണ്ഗ്രസ് സമ്മേളനം പ്രസിദ്ധം. ആ സമ്മേളനത്തിൽ ഒരു പൂർണ സ്വാതന്ത്ര്യ പ്രമേയം ജോഗ്ലേക്കർ അവതരിപ്പിച്ചു. കമ്യൂണിസ്റ്റു ഗ്രൂപ്പിനുവേണ്ടിയാണ് പ്രമേയം അവതരിപ്പിച്ചത്. നെഹ്റു അതിനെ പിന്താങ്ങി. പൊതുസമ്മേളനത്തിൽ ഈ പ്രമേയം നെഹ്റു അവതരിപ്പിക്കുകയും ജോഗ്ലേക്കർ അതിനെ പിന്തുണയ്ക്കുകയും ചെയ്തു. പൂർണ സ്വാതന്ത്ര്യത്തിനുവേണ്ടിയുള്ള ആവശ്യം കോൺഗ്രസ് ഇദംപ്രഥമമായി അംഗീകരിക്കുകയായിരുന്നു.

1928-ൽ സൈമൺ കമീഷൻ ഇന്ത്യ സന്ദർശിച്ചു. അതിനെതിരെ രാജ്യവ്യാപകമായി പ്രതിഷേധം. കമീഷനെതിരെ ബോംബെയിൽ വമ്പിച്ചൊരു തൊഴിലാളി പ്രകടനത്തിന് ജോഗ്ലേക്കർ നേതൃത്വം നൽകി. അതേവർഷംതന്നെ ബോംബെയിൽ പണിമുടക്ക് പരമ്പരകൾ. അവയിൽ പലതിനും നേതൃത്വം നൽകിയത് ജോഗ്ലേക്കർ. ഈ പണിമുടക്ക് പരമ്പരകളുടെ മൂർധന്യത്തിലാണ് 1928-ലെ ടെക്സ്റ്റൈൽ തൊഴിലാളി പണിമുടക്ക്. ആറുമാസം നീണ്ടുനിന്ന ആ പണിമുടക്കിന് നേതൃത്വം നൽകിയവരിലൊരാൾ അദ്ദേഹം. ഈ പണിമിടക്കുനിടയിലൂടെ ഒരു സംഘടന ഉയർന്നുവന്നു—ഗിർണി കാംഗാർ യൂണിയൻ. അതിന്റെ നേതാക്കളിലൊരാളായി അദ്ദേഹം.

ജോഗ്ലേക്കറുടെ പ്രവർത്തനം അധികാരികൾ ഇഷ്ടപ്പെട്ടില്ല. കമ്യൂണിസ്റ്റ്-തൊഴിലാളി പ്രവർത്തകർക്കെതിരെ ബ്രിട്ടീഷ് ഗവൺമെന്റ് ഒരു ഗൂഢാലോചനക്കേസ് കെട്ടിച്ചമച്ചപ്പോൾ അതിൽ അവർ അദ്ദേഹത്തെ പ്രതിയാക്കിയത് സ്വാഭാവികം. കേസിൽ അദ്ദേഹത്തിന് കിട്ടിയത് പന്ത്രണ്ടുവർഷത്തെ തടവുശിക്ഷ. അപ്പീലിൽ അത് മൂന്നുവർഷത്തെ ശിക്ഷയായി ഇളവു ചെയ്തുകിട്ടി. 1934-ൽ ജയിൽ മോചിതനായി. അപ്പോൾ ഇന്ത്യൻ കമ്യൂണിസ്റ്റുപാർട്ടിയുടെ ഒരു രഹസ്യസമ്മേളനം കൽക്കത്തയിൽ. പാർട്ടിക്ക് തുടർച്ചയായി പ്രവർത്തിക്കുന്ന ഒരു കേന്ദ്രകമ്മിറ്റിയെ തിരഞ്ഞെടുത്ത ആ സമ്മേളനത്തിൽ മഹാരാഷ്ട്രയെ പ്രതിനിധീകരിച്ച് പങ്കെടുത്ത ഒരു പ്രതിനിധി ജോഗ്ലേക്കർ.

1939 വരെ അദ്ദേഹം ട്രേഡ്യൂണിയൻ രംഗത്തും പാർട്ടി രംഗത്തും സജീവമായി. അതിനുശേഷം വർഷങ്ങളോളം വ്യക്തിപരമായ കാരണങ്ങളാൽ പ്രവർത്തനങ്ങളിൽനിന്നെല്ലാം വിട്ടുനിന്നു. അമ്പതുകളുടെ മധ്യത്തിൽ വീണ്ടും പാർട്ടിയിൽ ചേർന്നു. അതിനുശേഷം മരണംവരെ സജീ

വമായി പ്രവർത്തിച്ചു. 1960 ജൂലായ് 12 മുതൽ 16 വരെ കേന്ദ്ര ഗവൺമെന്റ് ജീവനക്കാർ നടത്തിയ സമരത്തിനും 1968 സെപ്തംബർ 28-ന് വീണ്ടും കേന്ദ്ര ഗവൺമെന്റ് ജീവനക്കാർ നടത്തിയ സൂചനാ പണിമുടക്കിനും അദ്ദേഹത്തിന്റെ സംഭാവന എടുത്തുപറയേണ്ടിയിരിക്കുന്നു. ഈ രണ്ട് സമരങ്ങൾക്കിടയിലും അദ്ദേഹം അറസ്റ്റിലായി.

ജോഗ്ലേക്കർ അംബികാ ദേരയെ വിവാഹം കഴിച്ചു. സ്വാതന്ത്ര്യസമരകാലത്ത് ജയിലിൽവെച്ചാണ് അവരെ ആദ്യമായി കണ്ടുമുട്ടിയത്. രാഷ്ട്രീയ-ട്രേഡ് യൂണിയൻ പ്രവർത്തനങ്ങളിൽ അവർ അദ്ദേഹത്തിന് എല്ലാ സഹായവും ചെയ്തുകൊടുത്തു. 1970 നവംബർ 19-ന് ജോഗ്ലേക്കർ അന്തരിച്ചു. മരിക്കുന്നതിന് ഒരു ദിവസം മുമ്പ് മഹാരാഷ്ട്രാ ഗവൺമെന്റ് ജീവനക്കാരുടെ വലിയൊരു റാലിയെ അദ്ദേഹം അഭിസംബോധന ചെയ്യുകയുണ്ടായി.

കെ സി ജോർജ്

1903 - 1986

പഴയ തിരുവിതാംകൂറിൽ കമ്യൂണിസ്റ്റുപാർട്ടി സ്ഥാപിക്കുകയും വളർത്തിയെടുക്കുകയുംചെയ്തതിൽ സുപ്രധാന പങ്കുവഹിച്ച ഇതിഹാസപുരുഷനാണ് കെ സി ജോർജ്. തിരുവിതാംകൂർ കമ്യൂണിസ്റ്റുപാർട്ടിയുടെ ചെയർമാനായിരുന്ന അദ്ദേഹം കേരളത്തിൽനിന്ന് കമ്യൂണിസ്റ്റുപാർട്ടിയുടെ കേന്ദ്രകമ്മിറ്റിയിലെത്തുന്ന മൂന്നാമത്തെ ആളാണ്. പി കൃഷ്ണപിള്ളയും ഇ എം എസുമത്രെ മറ്റുരണ്ടുപേർ. എൻ ബി എസ് പ്രസിദ്ധീകരിച്ച അദ്ദേഹത്തിന്റെ ആത്മകഥയുടെ ബ്ലർബിൽ പറഞ്ഞപോലെ,

> രാജഭരണത്തിന്റെ ദുഷ്ചെയ്തികൾക്കെതിരെ കൊടുങ്കാറ്റുപോലെ ആഞ്ഞടിച്ച ദേശാഭിമാനി, മർദിതരും ചൂഷിതരുമായ ഒരു ജനതതിയെ സ്വാതന്ത്ര്യസമരാവേശത്തിലേക്ക് ആകർഷിച്ച സുസമ്മതനായ ഒരു ജനനേതാവ്, സർവോപരി കറകളഞ്ഞ അതുല്യനായ ഒരു വ്യക്തിത്വത്തിനുടമ എന്നീ നിലകളിൽ ഒരു കാലഘട്ടം മുഴുവൻ കേരളത്തിന്റെ ജനജീവിതത്തിൽ നിറഞ്ഞുനിന്ന ഒരു കർമധീരനായിരുന്നു കെ സി ജോർജ്.

ചെങ്ങന്നൂരിനും ആറന്മുളയ്ക്കും ഇടയ്ക്ക് പമ്പാതീരത്ത് പുത്തൻകാവ് എന്ന ഒരു കൊച്ചുഗ്രാമം. ആ ഗ്രാമത്തിൽ 1903 ജനുവരി 13-ന് കെ സി ജോർജ് ജനിച്ചു. പിതാവ് കെ ജി ചെറിയാൻ. അദ്ദേഹം മാന്നാർ ഹൈസ്കൂൾ, എടത്വാ ഹൈസ്കൂൾ തുടങ്ങി പല ഹൈസ്കൂളുകളിലും ഹെഡ്മാസ്റ്ററായിരുന്നു. അതുകൊണ്ട് പല സ്ഥലങ്ങളിലുമായിട്ടാണ് കെ

സി വളർന്നത്. ഒന്നരവയസായപ്പോൾ പിടിപെട്ട പോളിയോരോഗം നിമിത്തം ഒരു കാൽമുട്ടിനുതാഴെ തളർന്ന് ശോഷിച്ചുപോയി.

തിരുവിതാംകൂറിൽ നായന്മാരുടെ ആദ്യത്തെ ഹൈസ്കൂളായിരുന്നു മാന്നാർ നായർസമാജം ഹൈസ്കൂൾ. പിതാവ് കോട്ടയത്തെ ഹൈസ്കൂളിൽനിന്ന് സ്ഥലംമാറിവന്ന് ആ ഹൈസ്കൂളിന്റെ ഹെഡ്മാസ്റ്ററായി ചുമതലയേറ്റു. അതുകൊണ്ട് കെ സിയുടെ ബാല്യകാലജീവിതവും വിദ്യാരംഭവും മാന്നാറിലായി. വാസ്തവത്തിൽ പുത്തൻകാവിൽ ജനിച്ചുവെങ്കിലും ചെറുപ്പകാലങ്ങളിൽ അവിടെയല്ല ജീവിച്ചത്. മൂന്നാംഫോറം മുതൽ നാലുകൊല്ലം മാത്രമാണ് അവിടെ സ്ഥിരമായി താമസിച്ചത്.

നന്നെ ചെറുപ്പത്തിൽത്തന്നെ പിള്ളവാതത്തിന്റെ പിടിയിൽ പെട്ടുപോയതുകൊണ്ട് ഏഴുവയസിനുശേഷം മാത്രമേ സ്കൂളിൽ ചേർത്തുള്ളൂ. പഠിക്കാൻ സമർഥൻ. മുടന്തി മുടന്തി മാത്രമേ നടക്കുകയുള്ളൂവെങ്കിലും നീന്തലിനും മറ്റു കളികളിലും മറ്റു കുട്ടികളുടെ പിറകിലായിരുന്നില്ല. പല സ്കൂളുകളിലായി സ്കൂൾ വിദ്യാഭ്യാസം പൂർത്തിയാക്കിയതിനുശേഷം തൃശ്ശിനാപ്പള്ളി സെന്റ് ജോസഫ്സ് കോളേജിൽനിന്ന് ബിരുദമെടുത്തു. അതിനുശേഷം 1927-ൽ തിരുവനന്തപുരം ലോകോളേജിൽ ചേർന്നു.

ലോകോളേജിൽ പഠിക്കുമ്പോൾ അതിപ്രധാനമായ ഒരു സംഭവം. കോളേജ് ദിനാഘോഷത്തിന്റെ ഭാഗമായി ഒരു ഫാൻസി ഡ്രസ് മത്സരം. അതിൽ കെ സി സ്ത്രീവേഷം കെട്ടി അഭിനയിച്ചു. അത് വലിയ ഒച്ചപ്പാട് സൃഷ്ടിച്ചു. കോളേജിൽ കുഴപ്പമുണ്ടാക്കി എന്ന കുറ്റമാരോപിച്ച് കോളേജ് അധികൃതർ കെ സിയെ പരീക്ഷയിൽനിന്ന് ഡീബാർ ചെയ്തു. അപ്പോൾ കെ സിക്ക് വാശിയായി. താൻ നിയമബിരുദമെടുത്ത് പ്രാക്ടീസ് ചെയ്യുന്നത് തന്നെ ദ്രോഹിച്ചവർക്ക് കാണിച്ചുകൊടുക്കുമെന്ന് കെ സി പ്രതിജ്ഞ ചെയ്തു. അദ്ദേഹം നേരെ ലഖ്നൗവിൽ പോയി. അവിടെനിന്ന് തിരിച്ചുവന്നത് എൽ എൽ ബി ബിരുദവും സമ്പാദിച്ചാണ്. തിരുവനന്തപുരം കോടതികളിൽ പ്രാക്ടീസ് ആരംഭിച്ച് തന്റെ പ്രതിജ്ഞ നിറവേറ്റി.

പഠിക്കുന്നകാലത്തുതന്നെ കെ സിക്ക് രാഷ്ട്രീയത്തിൽ താൽപ്പര്യമുണ്ടായിരുന്നു. ജനിച്ചുവളർന്ന അന്തരീക്ഷമാണ് ആ താൽപ്പര്യം ജനിപ്പിച്ചത്. കെ സി ജനിച്ചത് സുറിയാനി ക്രിസ്ത്യാനി കുടുംബത്തിൽ. മാതാപിതാക്കൾ തികഞ്ഞ ക്രിസ്തുമതവിശ്വാസികൾ. അവർ ജീവിതത്തിലൂടെ ക്രിസ്തുമതമെന്തെന്ന് മക്കളെ ബോധ്യപ്പെടുത്താൻ ശ്രമിച്ചു. മാതൃകാപരമായ ജീവിതം നയിക്കാൻ മക്കളെ ഉപദേശിച്ചു. അതുകൊണ്ട് ഭാവിയിൽ ഒരു പുരോഹിതനായിരിക്കണം എന്ന ചിന്ത വിദ്യാർഥിയായിരിക്കുമ്പോൾ കെ സിയുടെ മനസിൽ വളർന്നു. എന്നാൽ പുരോഹിതരുടെ ജീവിതത്തെക്കുറിച്ച് മനസിലാക്കിയപ്പോൾ ക്രിസ്തുമതവിശ്വാസത്തിനുതന്നെ ഇളക്കം സംഭവിച്ചു. സ്വാമി വിവേകാനന്ദന്റെ പ്രഭാഷണങ്ങളും

ലേഖനങ്ങളും വായിച്ചതോടെ സുസ്ഥാപിതമതങ്ങളിലുള്ള വിശ്വാസം നശിച്ചു. പിന്നെ എന്താണുണ്ടായതെന്ന് കെ സി തന്നെ പറയട്ടെ:

> ദൈവവും ഒരു സാർവലൗകികമതവും എന്റെ മനസിൽ രൂപംകൊണ്ടു. സാമൂഹ്യശാസ്ത്രം പഠിച്ചതോടെ അതും തകർന്നു. അങ്ങനെ മതത്തിലും ദൈവത്തിലുമുള്ള വിശ്വാസം എനിക്കില്ലാതായി. വ്യക്തികളുടെ ആത്മാവിന്റെ മോക്ഷത്തിനുവേണ്ടി മാത്രമേ മതങ്ങൾ പ്രവർത്തിക്കുന്നുള്ളൂവെന്നും സാമൂഹ്യ പരിവർത്തനത്തിനും സാമൂഹ്യാനീതികൾ അവസാനിപ്പിക്കുന്നതിനും വേണ്ടി അവ ഒന്നും ചെയ്യുന്നില്ലെന്നും പ്രത്യുത നിലവിലുള്ള വ്യവസ്ഥിതി കാത്തുസൂക്ഷിക്കുന്നതിനും ഉറപ്പിക്കുന്നതിനും വേണ്ടി മാത്രമാണ് അവ പ്രവർത്തിക്കുന്നതെന്നും എനിക്ക് വ്യക്തമായി മനസിലായി. അങ്ങനെ പ്രശ്നം രാഷ്ട്രീയമാണെന്നുള്ള നിഗമനത്തിൽ ഞാൻ എത്തിച്ചേർന്നു. രാഷ്ട്രീയപ്രവർത്തനത്തിൽക്കൂടി മാത്രമേ എന്റെ ലക്ഷ്യത്തിലെത്താൻ കഴിയുകയുള്ളൂ എന്ന് എനിക്ക് ബോധ്യമാവുകയും ചെയ്തു. അങ്ങനെ ഞാൻ 1921–നുശേഷം കോൺഗ്രസിൽ ചേർന്നു. (*എന്റെ ജീവിതയാത്ര*, പേജ് 15)

കോൺഗ്രസിൽ ചേർന്നെങ്കിലും അതിന്റെ പ്രവർത്തനങ്ങളിലൊന്നും ഭാഗഭാക്കായില്ല. വിദ്യാർഥിജീവിതകാലം മുഴുവൻ, പക്ഷേ, അതിലെ അംഗത്വം നിലനിർത്തി. തന്നെയുമല്ല ഖദർ ധരിക്കാനുംതുടങ്ങി. ഖദർ ധരിച്ചുകൊണ്ടാണ് ലഖ്നൗവിൽ പഠിക്കാൻപോയത്. കോളേജ് വിദ്യാഭ്യാസകാലത്ത് സോഷ്യലിസത്തെക്കുറിച്ച് പഠിക്കാൻ ശ്രമിച്ചു. അങ്ങനെ പഠിക്കുന്ന സമയത്ത് മദിരാശിയിലെ അഭിഭാഷകനും ട്രേഡ്യൂണിയൻ നേതാവും ദക്ഷിണേന്ത്യയിലെ പ്രഥമ കമ്യൂണിസ്റ്റുമായിരുന്ന ശിങ്കാരവേലു ചെട്ടിയാരുടെ പ്രവർത്തനങ്ങളെപ്പറ്റി മനസിലാക്കാനിടയായി. അതോടെ തൊഴിലാളിരംഗത്ത് പ്രവർത്തിക്കാൻ താൽപ്പര്യംജനിച്ചു. അപ്പോൾ കോൺഗ്രസ് നയങ്ങളെ വിമർശനബുദ്ധ്യാ പരിശോധിക്കാൻതുടങ്ങി. 1934–ൽ കോൺഗ്രസ് സമരം പിൻവലിച്ചതോടെ അതിന് രാജ്യത്തിന്റെ സ്വാതന്ത്ര്യം നേടിയെടുക്കാൻ കഴിയില്ലെന്ന നിഗമനത്തിലെത്തി. ഈ ഘട്ടത്തിൽ സോഷ്യലിസ്റ്റ് സാഹിത്യങ്ങൾ കൂടുതലായി വായിക്കാൻ തുടങ്ങി. കെ സിയുടെ ചിന്തയും അഭിപ്രായവും ആ വഴിക്ക് തിരിഞ്ഞു. അദ്ദേഹം അഭിഭാഷകവൃത്തിയിലേർപ്പെടുമ്പോൾ ഇതായിരുന്നു അവസ്ഥ.

കെ സി പ്രാക്ടീസ് ആരംഭിക്കുമ്പോൾ സംയുക്തരാഷ്ട്രീയം കൊടിപറപ്പിക്കുകയായിരുന്നു. അതിന്റെ ഒഴുക്കിലൊന്നും അദ്ദേഹം പെട്ടുപോയില്ല. ഒരു ദേശീയവാദിയായിത്തന്നെ നിലയുറപ്പിച്ചു. സാമുദായികവാദത്തെ എതിർത്തുതോൽപ്പിക്കുവാൻ കഴിയുമെന്ന വിശ്വാസം ഇക്കാലത്ത് രൂഢമൂലമായി. അതിനിടയാക്കിയ രണ്ട് സംഭവങ്ങൾ എടുത്തുപറയേണ്ടിയിരിക്കുന്നു. ഒന്ന്: തിരുവനന്തപുരം ബാർ അസോസിയേഷൻ സെക്രട്ടറിസ്ഥാനത്തേക്കു നടന്ന മത്സരം. കെ സി മത്സരിച്ചു. എതിരാളി കെ

പി നീലകണ്ഠപിള്ള. തിരുവിതാംകൂറിലെ അന്നത്തെ നിലയനുസരിച്ച് അതൊരു സാമുദായിക മത്സരമാകേണ്ടതായിരുന്നു. അതുണ്ടായില്ല. ദേശീയവാദിയായ കെ സി ജയിച്ചുകയറി. രണ്ട്: തിരുവനന്തപുരം മുനിസിപ്പാലിറ്റിയുടെ ഒരു വാർഡിൽ നടന്ന മത്സരം. ആ മത്സരത്തിലും ക്രിസ്ത്യാനിയായ കെ സി, നായർസ്ഥാനാർഥിയുടെമേൽ വിജയംനേടി.

1938വരെ നാട്ടുരാജ്യങ്ങളിൽ കോൺഗ്രസിന്റെ പ്രവർത്തനം ഏതാണ്ട് നിരോധിച്ചിരിക്കുകയായിരുന്നു. നാട്ടുരാജാക്കന്മാർ ഇന്ത്യാക്കാരാണ്; അതുകൊണ്ട് അവർക്ക് അലോസരമുണ്ടാക്കുന്ന ഒന്നും ചെയ്യരുത്—ഇതായിരുന്നു കോൺഗ്രസ് നിലപാട്. 1938-ൽ അതിനൊരു മാറ്റമുണ്ടായി. അക്കൊല്ലം നടന്ന ഹരിപുരകോൺഗ്രസ് നാട്ടുരാജ്യങ്ങളുടെ രാഷ്ട്രീയാവകാശം അംഗീകരിച്ചു. ഈ പശ്ചാത്തലത്തിൽ 1938 ജനുവരിയിൽ തിരുവിതാംകൂർ സ്റ്റേറ്റ് കോൺഗ്രസ് രൂപീകരിച്ചു. കെ സി അതിന്റെ സജീവ പ്രവർത്തകനായി. തിരുവനന്തപുരം ബാർ അസോസിയേഷൻ സെക്രട്ടറിയെന്നനിലയിൽ വക്കീലന്മാരെ അംഗങ്ങളായി ചേർക്കുന്നതിനുള്ള ചുമതല കെ സിയെയാണ് ഏൽപ്പിച്ചത്. സ്റ്റേറ്റ് കോൺഗ്രസിന്റെ പ്രവർത്തനങ്ങളിൽ ആണ്ടിറങ്ങിയപ്പോൾ കെ സിക്ക് കൃത്യമായി കോടതിയിൽ പോകാൻ കഴിയാതായി. അവസാനം കോടതിയിൽ പോക്കുതന്നെ വേണ്ടെന്നുവെച്ചു. അദ്ദേഹം മുഴുവൻസമയ പ്രവർത്തകനായി.

സ്റ്റേറ്റ് കോൺഗ്രസ് രൂപംകൊണ്ട ഉടൻ ഉത്തരവാദഭരണത്തിനുവേണ്ടിയുള്ള പ്രക്ഷോഭം തുടങ്ങി. ആ പ്രക്ഷോഭം അടിച്ചമർത്താൻ സി പിയുടെ ഭരണയന്ത്രം ചലിച്ചുതുടങ്ങി. സ്റ്റേറ്റ് കോൺഗ്രസിനെയും യൂത്ത് ലീഗിനെയും നിയമവിരുദ്ധസംഘടനകളായി പ്രഖ്യാപിച്ചു. നേതാക്കളെ അറസ്റ്റ്ചെയ്തു. ലാത്തിച്ചാർജും ലോക്കപ്പ് മർദനവും വ്യാപകമായി. പന്ത്രണ്ടോളം സ്ഥലങ്ങളിൽ വെടിവെപ്പ് നടന്നു. ആയിരത്തിൽപ്പരം കള്ളക്കേസുകൾ ചാർജ്ചെയ്യപ്പെട്ടു. നിയമലംഘനത്തിന് കെ സിയും ശിക്ഷിക്കപ്പെട്ടു. ജയിൽവാസവും അനുഭവിച്ചു.

സ്റ്റേറ്റ് കോൺഗ്രസ് രൂപംകൊണ്ട അതേകാലത്തുതന്നെ തിരുവിതാംകൂർ രാഷ്ട്രീയത്തിൽ സി എസ് പി രംഗപ്രവേശം നടത്തി. കെ എ എൻ ദത്ത സെക്രട്ടറിയായി പതിനൊന്നുപേരുള്ള ഒരു ഘടകംതന്നെ നിലവിൽവന്നു. ആദ്യത്തെ ജയിൽവാസം കഴിഞ്ഞതോടെ കെ സിയും കോൺഗ്രസ് സോഷ്യലിസ്റ്റുപാർട്ടിയിലേക്കു നീങ്ങി.

തിരുവിതാംകൂർ സമരം ശക്തിപ്പെടാൻ തുടങ്ങിയതോടെ സമരത്തെ സഹായിക്കാൻ കോൺഗ്രസ് സോഷ്യലിസ്റ്റുപാർട്ടി എറണാകുളം കേന്ദ്രമാക്കി ഒരു സമരസഹായസമിതി രൂപീകരിച്ചു. ഇതിനു പുറമെ സി എസ് പി തിരുവിതാംകൂറിലേക്ക് ഒരു ജാഥ നയിച്ചു. എ കെ ജിയായിരുന്നു ജാഥാക്യാപ്ടൻ. തിരുവിതാംകൂർസമരം ശക്തിപ്പെടുത്താൻ ഈ ജാഥ വളരെയധികം സഹായിച്ചു.

സ്റ്റേറ്റ് കോൺഗ്രസിന്റെ എല്ലാ പ്രവർത്തനങ്ങളുടെയും മുൻനിരയിൽ നിന്ന കെ സിയുടെ ജീവിതം ആ സംഘടനയുടെ ഗതിവിഗതികളുമായി കെട്ടുപിണഞ്ഞുകിടക്കുന്നു. അതിനകത്ത് ആശയസമരം വളർന്നുവരി

കയും നേതൃത്വത്തിന്റെ സമരവിരുദ്ധനയങ്ങളിൽ അതൃപ്തരായ യുവാക്കൾ ഇടതുപക്ഷത്തേക്ക് നീങ്ങാൻ തുടങ്ങുകയും ചെയ്തപ്പോൾ സ്റ്റേറ്റ് കോൺഗ്രസിനകത്ത് ഒരു റാഡിക്കൽ ഗ്രൂപ്പ് പ്രവർത്തിക്കാൻതുടങ്ങി. ആ ഗ്രൂപ്പിന്റെ നേതാക്കളിൽ ഒരാളായിരുന്നു കെ സി. ആ ഗ്രൂപ്പിലെ അംഗങ്ങളാണ് 1940-ൽ തിരുവിതാംകൂറിൽ കമ്യൂണിസ്റ്റുപാർട്ടി രൂപീകരിക്കാൻ മുൻകൈയെടുത്തത്. അതിനുമുമ്പുതന്നെ കെ സി കമ്യൂണിസ്റ്റായി. അതേക്കുറിച്ച് കെ സി എഴുതിയത് ശ്രദ്ധിക്കുക:

> ഈ ഘട്ടത്തിൽ ഞാനും കമ്യൂണിസ്റ്റുപാർട്ടി അംഗമായിക്കഴിഞ്ഞിരുന്നു. എങ്കിലും റാഡിക്കൽ ഗ്രൂപ്പിലുണ്ടായിരുന്ന ഞാൻ സഹപ്രവർത്തകരെപ്പോലും ആ രഹസ്യം അന്ന് അറിയിച്ചിരുന്നില്ല. പാർട്ടി കേന്ദ്രത്തിൽനിന്നും എനിക്ക് ഇടയ്ക്കിടെ ചില കമ്യൂണിസ്റ്റ് സാഹിത്യങ്ങളും സർക്കുലറുകളും ലഭിക്കുമായിരുന്നെങ്കിലും ആ കേന്ദ്രത്തെപ്പറ്റിയോ ഇന്ത്യൻ കമ്യൂണിസ്റ്റുപാർട്ടിയുടെ സംഘടനയെപ്പറ്റിയോ ഒന്നും എനിക്കറിയാമായിരുന്നില്ല. (*എന്റെ ജീവിതയാത്ര*, പേജ് 445-46)

കമ്യൂണിസ്റ്റായതിനുശേഷം കമ്യൂണിസ്റ്റുപാർട്ടി കെട്ടിപ്പടുക്കുന്നതിലേർപ്പെട്ടു. 1943കാലത്ത് പാർട്ടി കേരളാകമ്മിറ്റിയുടെ സംഘാടകനെന്ന നിലയിൽ സംസ്ഥാനത്തിന്റെ പല ഭാഗങ്ങളിലും സഞ്ചരിച്ചു.

കെ സി കമ്യൂണിസ്റ്റായതിനുശേഷം കെ പി സി സിയിലേക്ക് ഒരു തിരഞ്ഞെടുപ്പ്. തിരുവിതാംകൂറിൽനിന്ന് ഒരാളെയാണ് കെ പി സി സിയിലേക്ക് തിരഞ്ഞെടുക്കേണ്ടിയിരുന്നത്. കെ സി ആ സ്ഥാനത്തേക്ക് തിരഞ്ഞെടുക്കപ്പെട്ടു. ഒപ്പം രാംഗാർ കോൺഗ്രസിലേക്കുള്ള പ്രതിനിധിയായും തിരഞ്ഞെടുക്കപ്പെട്ടു.

1946-ൽ നടന്ന ചരിത്രംസൃഷ്ടിച്ച പുന്നപ്ര-വയലാർ സമരത്തിൽ കെ സി അതിപ്രധാന പങ്കുവഹിച്ചു. *പുന്നപ്ര-വയലാർ* എന്ന കെ സിയുടെ ഗ്രന്ഥം ഐതിഹാസികമായ ആ സമരത്തെക്കുറിച്ചുള്ള ആധികാരിക രേഖയാണ്. 1946മുതൽ 1952വരെ ഒളിവിൽപ്രവർത്തിച്ചു. 1952-ൽ മറ്റു കമ്യൂണിസ്റ്റുനേതാക്കളോടൊപ്പം പുറത്തുവന്നു.

1952-ൽ രാജ്യസഭാംഗമായി. രണ്ടുവർഷം മാത്രമേ രാജ്യസഭാംഗമായിരിക്കാൻ അവസരം ലഭിച്ചുള്ളൂ. 1954-ൽ തിരു-കൊച്ചി നിയമസഭാംഗമായി. 1957-ൽ കേരള നിയമസഭയിലേക്ക് തിരഞ്ഞെടുക്കപ്പെട്ടു. ഇ എം എസ് മന്ത്രിസഭയിലെ അംഗവുമായി. ഭക്ഷ്യ-വനംവകുപ്പുകളുടെ ചുമതലയാണ് വഹിച്ചത്. മന്ത്രിയായിരിക്കുമ്പോൾ കെ സി അമ്മുക്കുട്ടിയെ വിവാഹംചെയ്തു.

ഇന്ത്യൻ കമ്യൂണിസ്റ്റുപാർട്ടി തിരുവിതാംകൂർ കമ്മിറ്റിയുടെ ചെയർമാനായിരുന്ന അദ്ദേഹം പാർട്ടിയുടെ രണ്ടാമത്തെ കേന്ദ്രകമ്മിറ്റിയിൽ അംഗമായിരുന്നു. പാർട്ടി പിളർന്നപ്പോൾ സി പി ഐയിൽ ഉറച്ചുനിന്ന അദ്ദേഹം സി പി ഐയുടെ കേന്ദ്ര കൺട്രോൾ കമീഷൻ അംഗമായും സംസ്ഥാന കൺട്രോൾ കമീഷൻ ചെയർമാനായും പ്രവർത്തിച്ചിട്ടുണ്ട്.

പി സി ജോഷി

1907 - 1980

ഇന്ത്യയിൽ കമ്യൂണിസ്റ്റ് പ്രസ്ഥാനം കെട്ടിപ്പടുക്കുന്നതിൽ ഏറ്റവും വലിയ സംഭാവന നൽകിയവരിൽ ഒരാളായിരുന്നു പി സി ജോഷി. പാർട്ടി ചരിത്രത്തിലെ നിർണായകമായ ഒരു ഘട്ടത്തിൽ – 1936 മുതൽ 1947 വരെ – പാർട്ടി ജനറൽ സെക്രട്ടറിയെന്ന ചുമതല അദ്ദേഹം നിറവേറ്റി. ബുദ്ധിജീവികളെയും കലാകാരന്മാരെയും പാർട്ടിയിലേക്ക് ആകർഷിക്കുന്നതിൽ അദ്ദേഹം ഗണ്യമായ പങ്കാണ് വഹിച്ചത്. അതേസമയം അദ്ദേഹമെടുത്ത സൈദ്ധാന്തിക നിലപാട് വലതിന്റെയും വലതായിരുന്നു. ഇന്ത്യൻ കമ്യൂണിസ്റ്റ് പ്രസ്ഥാനത്തിലെ തിരുത്തൽവാദത്തിന്റെ ആശാനായിപ്പോലും അദ്ദേഹത്തെ ചിത്രീകരിക്കുന്നതിൽ തെറ്റില്ല.

യു പി യിലെ അൽമോറയിൽ 1907 ഫെബ്രുവരി 14 ന് പൂർണചന്ദ്ര ജോഷി ജനിച്ചു. വിദ്യാഭ്യാസം, സാംസ്കാരികം എന്നിവയിൽ പിന്നോക്കമായിരുന്നുവെങ്കിലും പ്രകൃതിമനോഹരമായ പ്രദേശമാണ് അൽമോറ. ബ്രിട്ടീഷുഭരണത്തിന് മുമ്പ് ജോഷിവംശം സമ്പൽസമൃദ്ധമായ ഒരു നാടുവാഴി കുടുംബമായിരുന്നു. ആ കുടുംബം അനേകം ഗ്രാമങ്ങൾ അടക്കിവാണു. ബ്രിട്ടീഷുകാരുടെ വരവോടെ ആ കുടുംബത്തിന്റെ തകർച്ച ആരംഭിച്ചു. ജോഷിയുടെ മുത്തച്ഛൻവരെ പഴയ മേധാവിത്വം ഒരുവിധം നിലനിർത്തി. പിതാവ് ഹരനന്ദൻ ജോഷി ബനാറസിലെ ക്വീൻസ് കോളേജിൽനിന്ന് ബി എ പരീക്ഷ പാസായതിനുശേഷം അധ്യാപകവൃത്തിയിൽ ഏർപ്പെട്ടു. അൽമോറയിലെ 'പന്ത്' വംശത്തിൽപ്പെട്ട ഒരു ഡോക്ടറുടെ പുത്രി മാലതിയായിരുന്നു ജോഷിയുടെ മാതാവ്. ഇംഗ്ലീഷ്, ഹിന്ദി,

സംസ്കൃതം എന്നീ ഭാഷകളിൽ പരിമിത പരിജ്ഞാനമുള്ള മഹതിയായിരുന്നു മാലതി. കുടുംബകാര്യങ്ങളിൽ അത്യന്തം ശ്രദ്ധപതിപ്പിച്ച അവർക്ക് യൗവനകാലത്തുതന്നെ ക്ഷയരോഗം പിടിപെട്ടു. ജോഷിക്ക് ഒമ്പത് വയസുള്ളപ്പോൾ അവർ അകാലചരമമടഞ്ഞു. അവരെ ശുശ്രൂഷിച്ച ജോഷിയുടെ ഏക സഹോദരിയെയും മരണം പിടികൂടി.

അധ്യാപകനായിരുന്ന അച്ഛൻ മകന്റെ വിദ്യാഭ്യാസകാര്യത്തിൽ പ്രത്യേകം ശ്രദ്ധചെലുത്തി. പിതാവിന് സംസ്ഥാനത്തിന്റെ പല ഭാഗങ്ങളിലായി ഇടക്കിടെ സ്ഥലംമാറ്റമുണ്ടാകും. അതുകൊണ്ട് ജോഷിക്കും പല സ്കൂളുകളിലായി മാറി മാറി പഠിക്കേണ്ടിവന്നു. വിദ്യാഭ്യാസമാരംഭിച്ചത് മുതൽക്കേ ജോഷി മിടുക്കും അച്ചടക്കവുമുള്ള വിദ്യാർഥിയെന്ന പേര് സമ്പാദിച്ചു. എഴുതാനും വായിക്കാനും തുടങ്ങിയത് മുതൽ പാഠപുസ്തകങ്ങൾ പഠിക്കുന്നതിൽ മാത്രം ഒതുങ്ങിനിന്നില്ല. കിട്ടുന്നതെന്തും വായിക്കുന്ന ശീലം വളർത്തിയെടുത്തു. ഹിന്ദിയിലേക്ക് വിവർത്തനം ചെയ്യപ്പെട്ട ടാഗോറിന്റെയും ശരത്ചന്ദ്രന്റെയും മുഴുവൻ കൃതികളും സ്കൂളിൽ പഠിക്കുമ്പോൾ തന്നെ വായിച്ചുതീർത്തു. 1922 ൽ മെട്രിക്ക് പരീക്ഷ പാസായി.

തുടർന്ന് തർക്കശാസ്ത്രവും സംസ്കൃതവുമെടുത്ത് അൽമോറയിൽ കോളേജിൽ ചേർന്നു. വീടിനടുത്തായിരുന്നു കോളേജ്. മാതാവില്ലാത്ത ജോഷിയുടെ കാര്യത്തിൽ ചിറ്റമ്മമാരെല്ലാം പ്രത്യേകം ശ്രദ്ധിച്ചു. കോളേജിൽ പഠിക്കുമ്പോഴും വായനാശീലം നിലനിർത്തി. 1924 ൽ എഫ് എ പരീക്ഷ പാസായി. അതിനുശേഷം അലഹബാദ് യൂണിവേഴ്സിറ്റിയിൽ ചേർന്നു. ആദ്യം ഹിന്ദു ഹോസ്റ്റലിൽ താമസമാക്കിയെങ്കിലും താമസിയാതെ "ഹോളണ്ട് ഹാളി"ലേക്ക് താമസംമാറ്റി. വിദ്യാഭ്യാസത്തിന്റെ ഓരോ ഘട്ടം കഴിയുമ്പോഴും ഐച്ഛികവിഷയം മാറ്റിക്കൊണ്ടിരിക്കുക അദ്ദേഹത്തിന്റെ സ്വഭാവമായിരുന്നു. എഫ് എക്ക് തർക്കശാസ്ത്രവും സംസ്കൃതവും. ബി എക്ക് യൂറോപ്യൻ ചരിത്രവും ധനശാസ്ത്രവും, എം എക്ക് ചരിത്രം – ഇപ്രകാരമാണ് വിഷയങ്ങൾ തെരഞ്ഞെടുത്തത്. 1928 ൽ എം എ പരീക്ഷ പാസായി. തുടർന്ന് എൽ എൽ ബിക്ക് ചേർന്നു. എൽ എൽ ബിക്ക് രണ്ടാംവർഷം പഠിച്ചുകൊണ്ടിരിക്കെ ഗവൺമെന്റ് മീറത് ഗൂഢാലോചനക്കേസിലെ പ്രതിയാക്കി. ജയിൽവാസക്കാലത്ത് പരീക്ഷക്കിരുന്ന് എൽ എൽ ബി ബിരുദം കരസ്ഥമാക്കി.

ഗാന്ധിജിയുടെ നേതൃത്വത്തിൽ നിസഹകരണ പ്രസ്ഥാനത്തിന്റെ കാറ്റ് രാജ്യത്താകെ വീശിയടിക്കുമ്പോൾ ജോഷി സ്കൂൾ വിദ്യാർഥി. ആ സമരം അദ്ദേഹത്തിന്റെ ജീവിതത്തെ ഒരുതരത്തിലും സ്പർശിക്കാതെ കടന്നുപോയി. അൽമോറയിലെ കോളേജിൽ പഠിക്കുമ്പോഴും ദേശീയ സമരത്തിന്റെ അലകൾ അദ്ദേഹത്തിന്റെ ജീവിതത്തിലേക്ക് കടന്നുകയറിയതേയില്ല. അലഹാബാദ് യൂണിവേഴ്സിറ്റിയിലെ അന്തരീക്ഷവും അവിടത്തെ പഠനവുമാണ് ജോഷിയിൽ രാഷ്ട്രീയബോധവും ദേശീയ പ്രസ്ഥാനത്തിൽ താൽപ്പര്യവും ജനിപ്പിച്ചത്. യൂറോപ്യൻ ചരിത്രപഠനം ജോഷിയുടെ ചിന്താശക്തിയെ ഉണർത്തി. യൂറോപ്യൻ ചരിത്രം വമ്പിച്ച പരി

പി സി ജോഷി

വർത്തനങ്ങളുടെ ചരിത്രമാണ്. അങ്ങനെയെങ്കിൽ എന്തുകൊണ്ട് നമ്മുടെ രാജ്യത്തും പരിവർത്തനങ്ങളുണ്ടായിക്കൂടാ? ഈ ചോദ്യം ജോഷിയുടെ ചിന്തയെ മഥിച്ചു. 1925 ആയപ്പോഴേക്ക് ജോഷി ഉശിരൻ ദേശീയവാദിയായി. അദ്ദേഹം ഗാന്ധിജിയുടെ കർമപദ്ധതി അംഗീകരിച്ചു. ഖദർധാരിയായ കോൺഗ്രസുകാരനായി.

യൂറോപ്യൻ ചരിത്രപഠനം ജോഷിയെ ഒരു ദേശീയവാദിയാക്കിയെങ്കിൽ ധനശാസ്ത്രപഠനം സോഷ്യലിസ്റ്റ് ആശയഗതിയുമായി അദ്ദേ

ഹത്തെ അടുപ്പിച്ചു. 1926 ആയപ്പോഴേക്ക് ഭൗതികവാദിയായ ഒരു സോഷ്യലിസ്റ്റുകാരനായിത്തീർന്നു ജോഷി. 1928 ലെ മധ്യവേനൽ അവധിക്കാലത്ത് അദ്ദേഹം അൽമോറയിലെ വീട്ടിലെത്തി. ആയിടെ കൽക്കത്തയിലെ തൊഴിലാളി നേതാവ് അഫ്താബ് ആലിയും അൽമോറയിലെത്തി. അവരിരുവരും ദീർഘസമയം സംസാരിച്ചു. ബ്രിട്ടീഷ് കമ്യൂണിസ്റ്റുപാർട്ടി നേതാവ് രജനി പാംദത്തിന്റെ *ഇന്ത്യ ഇന്ന്* എന്ന ബൃഹദ്ഗ്രന്ഥം ആലി ജോഷിക്ക് സമ്മാനിച്ചു. ആ ഗ്രന്ഥത്തിന്റെ പഠനം ജോഷിയുടെ കണ്ണുതുറപ്പിച്ചു. നമ്മുടെ രാജ്യത്തിന്റെ അടിമത്തത്തിന് കാരണം തിരിച്ചറിഞ്ഞു. ആ അടിമത്തത്തിൽനിന്ന് രാജ്യത്തെ മോചിപ്പിക്കാനുള്ള യഥാർഥ മാർഗമെന്തെന്ന് മനസിലാക്കി. അങ്ങനെ തികച്ചും പുതിയ ഒരാളായിട്ടാണ് അലഹാബാദിൽ തിരിച്ചെത്തിയത്. അവിടെ വിദ്യാർഥികൾക്കിടയിൽ പ്രവർത്തനമാരംഭിച്ചു. യുവജനങ്ങളെ സംഘടിപ്പിക്കാൻ തുടങ്ങി. ഭരദ്വാജും സർ ദേസായിയും അദ്ദേഹത്തെ സഹായിക്കാനെത്തി.

കമ്യൂണിസ്റ്റുപാർട്ടിയെക്കുറിച്ചും പാർട്ടി നേതാക്കളെക്കുറിച്ചും അഫ്താബ് ആലിയിൽനിന്നും ജോഷി കുറെയധികം മനസിലാക്കിയിരുന്നു. അപ്പോഴേക്കും ഇന്ത്യൻ മണ്ണിൽ കമ്യൂണിസ്റ്റുപാർട്ടി രൂപംകൊണ്ടു. കമ്യൂണിസ്റ്റുകാർക്ക് പരസ്യപ്രവർത്തനം നടത്താനുള്ള വേദിയെന്ന നിലയിൽ തൊഴിലാളി–കർഷക പാർട്ടിയും നിലവിൽവന്നു. വിവിധ പ്രവിശ്യകളിൽ പ്രത്യേകിച്ചും ഐക്യപ്രവിശ്യയിൽ ജോഷി ആ പാർട്ടിയുടെ സംഘാടകനായി. 1928 സെപ്തംബറിൽ മീറത്തിൽ തൊഴിലാളി–കർഷകപാർട്ടി സമ്മേളനം. അതിൽ പങ്കെടുത്ത ജോഷി പ്രമുഖ നേതാക്കളിൽ പലരുമായി പരിചയപ്പെട്ടു. ആശയവിനിമയം നടത്തി. അപ്പോഴേക്കും ദേശീയ വിപ്ലവകാരികൾക്കിടയിൽ തങ്ങൾ പിന്തുടരുന്ന പാതയെക്കുറിച്ച് പുനഃശ്ചിന്തനം ആരംഭിച്ചു. അവരിൽ പലരും കമ്യൂണിസ്റ്റുകാരുമായി അടുക്കാനും തുടങ്ങി. ആ ഘട്ടത്തിൽ നടന്ന മീറത് സമ്മേളനം വമ്പിച്ച വിജയമായി. ഇത് സ്വാഭാവികമായും ബ്രിട്ടീഷുകാരെ പരിഭ്രാന്തരാക്കി. ഈ സമ്മേളനത്തെത്തുടർന്ന് കൽക്കത്തയിൽ തൊഴിലാളി–കർഷക പാർട്ടിയുടെ അഖിലേന്ത്യാ സമ്മേളനം നടന്നതോടെ ബ്രിട്ടീഷുകാരുടെ പരിഭ്രാന്തി ഇരട്ടിച്ചു. അവർ കമ്യൂണിസ്റ്റുകാർക്കെതിരെ ആഞ്ഞടിക്കാൻ കോപ്പുകൂട്ടി.

ജോഷി എം എ പാസായശേഷം എൽ എൽ ബിക്ക് പഠിക്കുമ്പോൾ അലഹാബാദിൽ ട്യൂട്ടറുടെ ജോലിനോക്കി. താമസം ''ഹോളണ്ട് ഹാളി"ൽ തന്നെ. 1929 മാർച്ചിൽ ഒരു ദിവസം പൊലീസ് ഹോളണ്ട് ഹാൾ വളഞ്ഞു. ജോഷിയെ അറസ്റ്റുചെയ്തു. ചരിത്രപ്രധാനമായ മീറത് ഗൂഢാലോചന കേസിലെ പ്രതിയാക്കിയാണ് അദ്ദേഹത്തെ അറസ്റ്റുചെയ്തത്. കേസിലെ ഏറ്റവും പ്രായംകുറഞ്ഞ പ്രതി ജോഷി – 22 വയസ്. പ്രതികളുടെ കൂട്ടത്തിലുള്ള കമ്യൂണിസ്റ്റുകാർ ഒരു പ്രസ്താവന തയാറാക്കി. അത് തയാറാക്കുന്നതിൽ പ്രധാന പങ്കുവഹിച്ചത് പി സി ജോഷി. പ്രതികളെ എല്ലാവരെയും ശിക്ഷിച്ചു. ഹൈക്കോടതിയിൽ അപ്പീൽ ബോധി

പ്പിച്ചു. അനുഭവിച്ചേടത്തോളം കാലത്തേക്ക് മാത്രം ശിക്ഷ ചുരുക്കിക്കൊണ്ട് അപ്പീലിന്മേൽ വിധി വന്നു. 1933 അവസാനം എല്ലാവരും ജയിൽ വിമുക്തരായി.

ജയിലിൽനിന്ന് പുറത്തുവന്ന ഉടൻ കോൺപൂരിലെ തൊഴിലാളികൾക്കിടയിൽ പ്രവർത്തനം കേന്ദ്രീകരിച്ചു. അങ്ങനെ താൻ പഠിച്ച തത്വം അവർക്കിടയിലാണ് പരീക്ഷിച്ചറിഞ്ഞത്. തൊഴിലാളികളെ അവകാശബോധമുള്ളവരാക്കുക, അവരുടെയിടയിലുള്ള സമർഥരായ യുവാക്കൾക്ക് സ്റ്റഡിക്ലാസുകൾ നടത്തുക – ഇത്തരം കാര്യങ്ങളിൽ കൈമെയ് മറന്ന് പ്രവർത്തിച്ചു. സഹപ്രവർത്തകനായി അജയ്ഘോഷുമുണ്ടായിരുന്നു. ഈ പ്രവർത്തനങ്ങളൊക്കെ നടത്തിയത് ഒളിവിലിരുന്നുകൊണ്ട്. 1934 ജൂലായ് മാസത്തിൽ ഗവൺമെന്റ് കമ്യൂണിസ്റ്റുപാർട്ടിയെ നിരോധിച്ചു. ഇതിനിടയിൽ പാർട്ടിയുടെ കേന്ദ്രകമ്മിറ്റിയും പൊളിറ്റ്ബ്യൂറോയും നിലവിൽവന്നു. 1936 ൽ ജോഷി പാർട്ടിയുടെ ജനറൽ സെക്രട്ടറിയായി.

1937 ൽ ഐക്യപ്രവിശ്യ ഉൾപ്പെടെ വിവിധ പ്രവിശ്യകളിൽ കോൺഗ്രസ് മന്ത്രിസഭകൾ അധികാരത്തിൽ. ഐക്യപ്രവിശ്യയിലെ ഗവൺമെന്റ് കമ്യൂണിസ്റ്റ് നേതാക്കന്മാരുടെ അറസ്റ്റുവാറണ്ട് പിൻവലിച്ചു. ജോഷി പരസ്യപ്രവർത്തനം ആരംഭിച്ചു. ഇക്കാലത്തും പാർട്ടിയെ നിയമവിരുദ്ധമായി തന്നെ നിർത്തി. അതിനുമുമ്പ് തങ്ങളുടെ മുഖപത്രമെന്ന നിലയിൽ പാർട്ടി *നാഷണൽ ഫ്രണ്ട്* പുറത്തിറക്കി. അതിന്റെ പത്രാധിപർ ജോഷി.

1939 ൽ രണ്ടാം ലോകമഹായുദ്ധം തുടങ്ങി. ജോഷി വീണ്ടും ഒളിവിൽ പോയി. 1942 ജൂൺവരെ അത് നീണ്ടു. ജോഷിയെക്കുറിച്ച് വിവരം നൽകുന്നവർക്ക് ഇനാം നൽകുന്നതാണെന്ന് ഗവൺമെന്റ് പ്രഖ്യാപിച്ചു. പക്ഷേ, രാജ്യത്തിന്റെ വിവിധ ഭാഗങ്ങളിൽ നീങ്ങിക്കൊണ്ടിരുന്ന ജോഷിയെ അറസ്റ്റുചെയ്യാൻ ബ്രിട്ടീഷ് പൊലീസുകാർക്കായില്ല.

യുദ്ധം തുടങ്ങിയതോടെ വിവിധ പ്രവിശ്യകളിലെ കോൺഗ്രസ് മന്ത്രിസഭകൾ രാജിവച്ചു. തികച്ചും നിയമവിരുദ്ധമായി പാർട്ടി പ്രവർത്തിക്കേണ്ടിവന്നു. 1939 മുതൽ 1942 വരെ യുദ്ധത്തോട് തികച്ചും സാമ്രാജ്യത്വവിരുദ്ധം എന്ന നിലയിലുള്ള സമീപനം സ്വീകരിക്കാൻ കോൺഗ്രസുകാരും കോൺഗ്രസ് സോഷ്യലിസ്റ്റുകാരും വിസമ്മതിച്ചു. 1941 ജൂണിൽ ഹിറ്റ്ലർ പ്രഭൃതികൾ മധ്യ–പടിഞ്ഞാറൻ യൂറോപ്പിൽ അധിനിവേശം സ്ഥാപിച്ചതിനുസേഷം സോവിയറ്റ് യൂണിയനെ ആക്രമിച്ചു. അതോടെ യുദ്ധത്തിന്റെ സ്വഭാവം മാറി. അത് സാമ്രാജ്യത്വ രാജ്യങ്ങൾ തമ്മിൽ തമ്മിലുള്ള യുദ്ധമല്ലാതായി. അത് സോവിയറ്റ് യൂണിയനും അതിന്റെ സഖ്യശക്തികളും ഒരുഭാഗത്തും ജർമനി, ഇറ്റലി, ജപ്പാൻ എന്നീ ഫാസിസ്റ്റ് ശക്തികൾ മറുഭാഗത്തുമായുള്ള യുദ്ധമായിത്തീർന്നു. ഫാസിസത്തിനെതിരായ ഈ യുദ്ധത്തിന് പാർട്ടി പിന്തുണ നൽകി. 1942 ൽ ഗവൺമെന്റ് പാർട്ടിയുടെ മേലുള്ള നിരോധനം നീക്കി.

നിയമവിധേയമായി പ്രവർത്തിക്കാൻ തുടങ്ങിയതിനുശേഷം

പാർട്ടിയുടെ അടിത്തറ വിപുലമായി. എ ഐ ടി യു സി, കിസാൻസഭ, വിദ്യാർഥി ഫെഡറേഷൻ തുടങ്ങിയ വർഗ-ബഹുജന സംഘടനകൾ കരുത്താർജിച്ചു. സാഹിത്യ-സാംസ്കാരിക രംഗങ്ങളിൽ പാർട്ടി അതീവ താൽപ്പര്യം കാട്ടി. പുരോഗമന സാഹിത്യസംഘടനയിൽ ശ്രദ്ധേയമായ പങ്കുവഹിച്ചു. ഇന്ത്യൻ പീപ്പിൾസ് തിയേറ്റർ അസോസിയേഷൻ രൂപവൽക്കരിച്ചു. ഈ വക പ്രവർത്തനങ്ങളുടെയെല്ലാം പ്രചോദനകേന്ദ്രം ജോഷി ആയിരുന്നു.

ഈ ഘട്ടത്തിൽ ഏറ്റവും നല്ല പത്രപ്രവർത്തകനും പ്രചാരകനുമാണ് താനെന്ന് ജോഷി തെളിയിച്ചു. ഗാന്ധിജിയും കോൺഗ്രസ് കമ്മിറ്റിയും ഉന്നയിച്ച ആരോപണങ്ങൾക്ക് മറുപടി പറഞ്ഞുകൊണ്ട് അദ്ദേഹം പാർട്ടിയെ പ്രതിരോധിച്ചു. 1943 ൽ ബംഗാളിലാകെ ക്ഷാമം പടർന്നു പിടി

വലത്തേ അറ്റം പി സി ജോഷി

സി പി ഐ ജനറൽ സെക്രട്ടറി പി സി ജോഷി കേരളം സന്ദർശിച്ചപ്പോൾ പൊതുയോഗത്തിൽ പ്രസംഗിക്കുന്നു. അധ്യക്ഷൻ ഇ എം എസ്

ച്ചു. 35 ലക്ഷം ബംഗാളികൾ പട്ടിണികൊണ്ട് പൊരിഞ്ഞ് മരിച്ചു. അദ്ദേഹം ദുരിതാശ്വാസ പ്രവർത്തനങ്ങൾ സംഘടിപ്പിച്ചു. ആ പ്രവർത്തനങ്ങൾക്കായി പാർട്ടിയെയാകെ രംഗത്തിറക്കി. അതോടൊപ്പം അദ്ദേഹമെഴുതിയ *ബംഗാൾ മരിച്ചാൽ പിന്നെ ആരു ജീവിക്കും* എന്ന ലേഖനം രാജ്യത്തിന്റെയാകെ ശ്രദ്ധയാകർഷിച്ചു. ഈ ഘട്ടത്തിൽത്തന്നെ കണ്ണൂർ സെൻട്രൽ ജയിലിൽ കൊലക്കയറും പ്രതീക്ഷിച്ച് കഴിയുന്ന കയ്യൂർസഖാക്കളെ അദ്ദേഹം ചെന്നുകണ്ടു. ആ രംഗത്തെക്കുറിച്ച് അദ്ദേഹമെഴുതിയ ഹൃദയസ്പർശിയായ ലേഖനം രാജ്യമെമ്പാടുമുള്ള പതിനായിരങ്ങളുടെ കണ്ണ് നനയിക്കുകയും പാർട്ടിയുടെ പേരിൽ അവരെ അഭിമാനവിജൃംഭിതരാക്കുകയും ചെയ്തു.

യുദ്ധാനന്തരം രാജ്യമെങ്ങും വലിയ മുന്നേറ്റം. അതിന്റെ മുൻപന്തിയിൽ തന്നെ കമ്യൂണിസ്റ്റുപാർട്ടി സ്ഥാനംപിടിച്ചു. ഈ ഘട്ടത്തിൽ പാർട്ടിയുടെ പ്രതിഛായ തിളങ്ങിനിന്നു. ഐ എൻ എ തടവുകാരെ മോചിപ്പിക്കാൻ വേണ്ടിയുള്ള സമരം പാർട്ടിയും പാർട്ടിയുടെ നേതൃത്വത്തിലുള്ള ബഹുജനസംഘടനകളും ശക്തിയായി നടത്തി. സമരത്തിനിറങ്ങിയ നാവികപ്പടയാളികൾക്ക് പിന്തുണ പ്രഖ്യാപിച്ചുകൊണ്ട് രാജ്യമെങ്ങും തൊഴിലാളികളെയും വിദ്യാർഥികളെയും മറ്റും പാർട്ടി രംഗത്തിറക്കി. ഇത്തരം പ്രവർത്തനങ്ങളിൽ പാർട്ടിയെ നയിച്ചത് പി സി ജോഷി.

“ഇന്ത്യൻ സ്വാതന്ത്ര്യത്തിന്റെ മുഖ്യോപാധി ഇന്ത്യൻ ജനതയുടെ സാമ്രാജ്യത്വവിരുദ്ധ ഐക്യമാണ്” ജോഷി ഊന്നിപ്പറഞ്ഞു. ഇതിന് ചുരു

ങ്ങിയത് കോൺഗ്രസ്-ലീഗ് ധാരണ അത്യന്താപേക്ഷിതം. അതില്ലാതെ ഹിന്ദു-മുസ്ലിം ഐക്യം സാധ്യമല്ലെന്ന് ജോഷി മനസിലാക്കി. കോൺഗ്രസ് നേതാവായ ഗാന്ധിയും ലീഗ് നേതാവായ മുഹമ്മദലി ജിന്നയും ഇന്ത്യൻ സ്വാതന്ത്ര്യത്തെപ്പറ്റി എന്തെങ്കിലും വിധത്തിലുള്ള ധാരണയിൽ എത്തണം എന്ന ആവശ്യം, ഇന്ത്യയുമായി ബ്രിട്ടൻ കൂടിയാലോചനയക്ക് തയാറായ ഘട്ടം മുതൽ കമ്യൂണിസ്റ്റുപാർട്ടിയും ജോഷിയും ആവശ്യപ്പെട്ടുവന്നതാണ്. ആദ്യകൂടിയാലോചന പരാജയപ്പെട്ടപ്പോൾ അവർ വീണ്ടും കാണണമെന്നാവശ്യപ്പെടുന്ന ലഘുലേഖ ജോഷി പുറത്തിറക്കി. യോജിപ്പിലെത്താനുള്ള തത്വങ്ങളും പാർട്ടി മുമ്പോട്ടുവച്ചു. ദേശീയ ജനവിഭാഗങ്ങൾക്ക് സ്വയം നിർണയാവകാശം എന്നതായിരുന്നു തത്വം. ഇത് പാകിസ്താൻ വാദത്തെ അംഗീകരിക്കലാണെന്നുവരെ പ്രചരിപ്പിക്കപ്പെട്ടു.

1948 ൽ കൽക്കത്തയിൽ പാർട്ടിയുടെ രണ്ടാം കോൺഗ്രസ്. പാർട്ടി പരിഷ്കരണവാദപരമായ നിലപാടാണ് തുടർന്നുകൊണ്ടിരുന്നതെന്ന നിഗമനത്തിൽ കോൺഗ്രസ് ചെന്നെത്തി. അതിനാൽ ജോഷിയെ കേന്ദ്രക്കമ്മിറ്റിയിലേക്ക് വീണ്ടും തിരഞ്ഞെടുത്തില്ല.

പാർട്ടിക്കെതിരെ കേന്ദ്രഗവൺമെന്റ് ആഞ്ഞടിച്ചു. അതിന് നിയമവിരുദ്ധമായി പ്രവർത്തിക്കേണ്ടിവന്നു. 1951 ൽ പാർട്ടി പരസ്യമായി പ്രവർത്തിക്കാൻ തുടങ്ങിയതിനുശേഷം ജോഷി യു പിയിൽ പ്രവർത്തിച്ചു. ആദ്യം അലഹാബാദിലും പിന്നീട് കോൺപൂരിലും ട്രേഡ് യൂണിയൻ മുന്നണിയിൽ. ജോഷിയുടെ തിരുത്തൽവാദപരമായ നിലപാട് ഒന്നിനൊന്ന് ഉറച്ചതേയുള്ളു. മൂന്നാം കോൺഗ്രസിന്റെ നയരൂപവൽക്കരണത്തിൽ അദ്ദേഹത്തിന് കാര്യമായ പങ്കൊന്നും വഹിക്കാൻ കഴിഞ്ഞില്ല. എന്നാൽ മൂന്നാം കോൺഗ്രസ് കഴിഞ്ഞതിനുശേഷം പാർട്ടിനയത്തോട് ഭിന്നാഭിപ്രായം പ്രകടിപ്പിച്ചവരിൽ പ്രമുഖൻ പി സി ജോഷി. ദേശീയ ബൂർഷ്വാസി രണ്ടായി പിളർന്നു. അതിലെ കുത്തകവിഭാഗം സാമ്രാജ്യത്വവുമായും നാടൻ ഫ്യൂഡലിസവുമായും സഹകരിക്കുന്നതിനും വിട്ടുവീഴ്ചകൾ ചെയ്യുന്നതിനും നിലകൊള്ളുമ്പോൾ മറ്റേ വിഭാഗം സാമ്രാജ്യത്വത്തെയും ഫ്യൂഡലിസത്തെയും എതിർക്കുകയാണ്. ഇതാണ് ജോഷിയും യു പി സംസ്ഥാന കമ്മിറ്റിയിലെ 10 അംഗങ്ങളും പ്രകടിപ്പിച്ച ഭിന്നാഭിപ്രായത്തിന്റെ സത്ത. 1954 സെപ്തംബറിൽ ചേർന്ന കേന്ദ്രകമ്മിറ്റിയോഗം ഈ അഭിപ്രായം കൈയോടെ തള്ളി. എങ്കിലും അവർ തങ്ങളുടെ നിലപാട് മുറുകെപ്പിടിച്ചു. എന്നല്ല, ആ അഭിപ്രായം പാർട്ടിക്കകത്ത് പ്രചരിപ്പിക്കുകകൂടി ചെയ്തു. 1956 ൽ പാലക്കാട് നടന്ന പാർട്ടി കോൺഗ്രസിൽ ഒരു ബദൽപ്രമേയം അവതരിപ്പിക്കാൻപോലും അവർ തയ്യാറായി. ആ പ്രമേയത്തിൽ പറഞ്ഞു.

> മൊത്തത്തിൽ സാമ്രാജ്യത്വവും ഫ്യൂഡലിസവുമായി ഒത്തുതീർപ്പെന്ന പണ്ടത്തെ നയത്തിൽനിന്ന് ഭരണവർഗത്തിന്റെ ദിശ മാറാൻ തുടങ്ങിയ പഴയ നയങ്ങൾക്കു പകരം സാമ്രാജ്യത്വ-നാടുവാഴിത്ത ശക്തികളോട് ഉറച്ച എതിർപ്പ് എന്ന നയം അവർ മാറ്റി

പ്രതിഷ്ഠിച്ചു. ഇതിനർഥം കാലഹരണപ്പെട്ട കോൺഗ്രസ് വിരുദ്ധ –ജനാധിപത്യമുന്നണി കെട്ടിപ്പടുക്കുകയെന്ന അടവ് ഉപേക്ഷിക്കണമെന്നാണ്. എന്തുകൊണ്ടെന്നാൽ അത്തരമൊരു അടവ് ജനങ്ങൾക്കിടയിലെ ഭിന്നിപ്പ് നിലനിൽക്കുന്നതിനും ഏകീകരണത്തിന്റെതായ പങ്ക് വഹിക്കുന്നതിൽനിന്ന് പാർട്ടിയെ തടയുന്നതിനും മാത്രമേ ഇടയാക്കൂ.

ജോഷിയുടെ നേതൃത്വത്തിൽ തയാറാക്കിയ ഈ ബദൽപ്രമേയം തള്ളപ്പെട്ടു പോയെങ്കിലും അതിന് മൊത്തം പ്രതിനിധികളുടെ മൂന്നിലൊന്ന് വോട്ടുകിട്ടി. ആ പ്രമേയത്തിൽനിന് വിശദമായി ഉദ്ധരിച്ചത് ജോഷിയുടെ രാഷ്ട്രീയ നിലപാട് എന്തായിരുന്നുവെന്ന് വ്യക്തമാക്കാനാണ്.

1958 ൽ അമൃതസറിൽ ചേർന്ന പാർട്ടിയുടെ അഞ്ചാമത്തെ അസാധാരണ കോൺഗ്രസ് പാർട്ടിയുടെ നാഷണൽ കൗൺസിലിലേക്ക് ജോഷിയെ തിരഞ്ഞെടുത്തു. നാഷണൽ കൗൺസിൽ, സെൻട്രൽ എക്സിക്യൂട്ടീവ് കമ്മിറ്റിയിലേക്കും സെക്രട്ടേറിയറ്റിലേക്കും തിരഞ്ഞെ

ഒന്നാം പാർട്ടി കോൺഗ്രസ് തിരഞ്ഞെടുത്ത കേന്ദ്രകമ്മിറ്റി

ടുത്തു. പാർട്ടി മുഖപത്രമായ *ന്യൂ ഏജിന്റെ* പത്രാധിപരായി നിശ്ചയിച്ചു. 1962 വരെ ആ സ്ഥാനത്ത് തുടർന്നു. 1964 ൽ പാർട്ടി പിളർന്നതിനുശേഷം അൽപ്പകാലം സി പി ഐയുടെ നാഷണൽ കൗൺസിൽ മെമ്പറായി പ്രവർത്തിച്ചു. പിന്നീട് രോഗബാധിതനായതിനാൽ രാഷ്ട്രീയ രംഗത്ത് സജീവമായില്ല. കുറച്ചുകാലം ജവഹർലാൽ നെഹ്റു യൂണിവേഴ്സിറ്റിയിൽ "ഇന്ത്യയിലെ കമ്യൂണിസ്റ്റുപ്രസ്ഥാനത്തിന്റെ ചരിത്രം" എന്ന ഒരു പ്രോജക്ടിന്റെ ഡയറക്ടർ എന്ന നിലയിൽ പ്രവർത്തിച്ചു. കെ ദാമോദരൻ ഡെപ്യൂട്ടി ഡയറക്ടറായിരുന്നു. അവസാനത്തെ രണ്ടുമൂന്നു വർഷം തളർവാതം പിടിപെട്ട് ശയ്യാവലംബിയായിരുന്നു. 1980 നവംബർ 9 ന് അന്തരിച്ചു.

ജ്യോതി ബസു

1914 - 2010

അസാധാരണവും അപൂർവവുമായ വ്യക്തിത്വത്തിന്റെ ഉടമയായിരുന്നു 2010 ജനുവരി 17 ന് നമ്മോട് എന്നെന്നേക്കുമായി വിടപറഞ്ഞ ജ്യോതിബസു. രവീന്ദ്രനാഥടാഗോറിനുശേഷം ബംഗാളി മനസ് ഇത്ര മാത്രം കീഴടക്കിയ മറ്റൊരാൾ കാണില്ല. ജ്യോതിബസു ഒരു കമ്യൂണിസ്റ്റ് നേതാവ് മാത്രമയിരുന്നില്ല. ബംഗാളികളുടെ ഒരു വികാരമായിരുന്നു. കക്ഷി പരിഗണനകൾക്കതീതമായി എല്ലാവരുടെയും സ്നേഹബഹുമാനങ്ങളും വിശ്വാസവുമാർജിച്ച അസാമാന്യനായ നേതാവായിരുന്നു. ബംഗാളികളുടെ മനസിൽ അദ്ദേഹം ഒരു ഇതിഹാസപുരുഷൻ. ഈ സ്ഥാനം അദ്ദേഹം നേടിയെടുത്തത് പരിമിതമായ കാലയളവിനുള്ളിലൊ, എന്തെങ്കിലും പ്രത്യേക സംഭവംകൊണ്ടോ അല്ല. നേരെമറിച്ച് ഏഴ് പതിറ്റാണ്ടു കാലം നടത്തിയ നിസ്തുലവും നിഷ്കപടവും സുതാര്യവുമായ പൊതുപ്രവർത്തനത്തിലൂടെയാണ്; പൊതുപ്രവർത്തകരിൽ പരക്കെ നഷ്ടപ്പെടുന്ന എല്ലാ നല്ല മൂല്യങ്ങളും ഉയർത്തിപ്പിടിച്ചുകൊണ്ടാണ്. സൽമൂല്യങ്ങളുടെ പ്രകടിത രൂപവും പ്രതീകവുമായിരുന്നു ബംഗാളികളുടെ ജ്യോതിബസു.

പൊതുപ്രവർത്തനത്തിന് അദ്ദേഹം ഗണപതിക്കൈ കുറിച്ചത് ലണ്ടനിൽ. അങ്ങനെ ഗണപതിക്കൈ കുറിച്ചവരും ആഭിജാതകുടുംബങ്ങളിൽപ്പെട്ടവരും വേറെയുമുണ്ടായിരുന്നു. ഹിരൺമുഖർജി, ഭൂപേശ്ഗുപ്ത, ഇന്ദ്രജിത് ഗുപ്ത, എൻ കെ കൃഷ്ണൻ, പാർവതീ കൃഷ്ണൻ, മോഹൻ കുമാരമംഗലം – അങ്ങനെ പോകുന്നു ആ നിര. അവരെല്ലാം വി കെ

കൃഷ്ണമേനോൻ സ്ഥാപിച്ച ഇന്ത്യാലീഗിന്റെ പ്രവർത്തകരായി. ഇന്ത്യാലീഗിന്റെ പ്രവർത്തനം കേന്ദ്രീകരിച്ചത് ലണ്ടനിൽ. അവിടെ വരുന്ന ഇന്ത്യൻ നേതാക്കൾക്ക് സ്വീകരണം നൽകുക, ഇന്ത്യൻ സ്വാതന്ത്ര്യത്തിനായി വിട്ടുവീഴ്ച കൂടാതെ വാദിക്കുക–ഇതാണ് ചെയ്തുകൊണ്ടിരുന്നത്. അതുകൊണ്ട് ലണ്ടന് പുറത്തുള്ളവർക്ക് കാര്യമായി ചെയ്യാൻ ഒന്നും ഉണ്ടായിരുന്നില്ല. ചെയ്യാനുണ്ടായിരുന്നത് ലണ്ടനിൽ പാർക്കുന്നവർക്ക്. അവരിൽത്തന്നെ ഏറ്റവും കൂടുതൽ ചെയ്തത് ജ്യോതിബസു. അങ്ങനെ നല്ല പ്രവർത്തകൻ എന്ന നിലയിൽ അദ്ദേഹത്തിന് അംഗീകാരം കിട്ടി.

ഇന്ത്യാലീഗിന്റെ പ്രവർത്തനങ്ങളിലൂടെ വി കെ കൃഷ്ണമേനോനുമായി അടുത്തു. അവർ പിൽക്കാലത്ത് ആത്മസുഹൃത്തുക്കളായി. ഇന്ത്യാലീഗിന് എല്ലാ സഹായങ്ങളും ചെയ്തുകൊടുത്ത ഒരു സംഘടനയുണ്ട്. ബ്രിട്ടീഷ് കമ്യൂണിസ്റ്റുപാർട്ടി. ആ പാർട്ടിയും ഇന്ത്യയുടെ സ്വാതന്ത്ര്യത്തിനുവേണ്ടി വാദിച്ചുകൊണ്ടരുന്നു. എന്നല്ല, അവരുടെ ചില നേതാക്കൾ ഇന്ത്യയിൽ പോയി സ്വാതന്ത്ര്യസമരത്തിൽ പങ്കെടുക്കുകപോലും ചെയ്തു. അവരിൽ ഒരാളായ ബെൻബ്രാഡ്ലി ഇന്ത്യയിലെ കമ്യൂണിസ്റ്റുകാർക്കെതിരെ കെട്ടിച്ചമച്ച മീററ്റ് ഗൂഢാലോചനക്കേസിലെ പ്രതിയെന്ന നിലയിൽ ശിക്ഷിക്കപ്പെടുകകൂടി ചെയ്തു.

ഇന്ത്യാലീഗുവഴി ബ്രിട്ടീഷ് കമ്യൂണിസ്റ്റ് നേതാക്കളുമായി പരിചയപ്പെട്ടു. രജനി പാംദത്തും, ബ്രാഡ്ലിയും ക്ലെമന്റ് ദത്തും സുഹൃത്തുക്കളായി. അവരുടെ പ്രതിബദ്ധതയും ഇന്റഗ്രിറ്റിയും ആകർഷിച്ചു. മാർക്സിസത്തക്കുറിച്ച് പഠനം ആരംഭിച്ചു. ബ്രിട്ടീഷ് കമ്യൂണിസ്റ്റ് നേതാക്കൾ നടത്താറുള്ള ക്ലാസുകളിൽ പങ്കെടുത്തു തുടങ്ങിയതോടെ മാർക്സിസത്തെക്കുറിച്ചുള്ള അറിവിന്റെ ചക്രവാളം വികസ്വരമായി. ജ്യോതിബസുവിന്റെ വ്യക്തിത്വത്തെ രൂപപ്പെടുത്തുന്നതിൽ ഇത് സുപ്രധാന പങ്കുവഹിച്ചു.

മുപ്പതുകളുടെ ആദ്യപകുതിയിൽ യൂറോപ്പാകെ പ്രക്ഷുബ്ധം. ഫാസിസം അതിന്റെ വൃത്തികെട്ടതും ബീഭത്സവുമായ മുഖം പ്രകടിപ്പിക്കുകയായിരുന്നു. ഇറ്റലി അബ്സീനിയായെ ആക്രമിച്ചു. ജപ്പാൻ മഞ്ജുറിയയെയും. ഹിറ്റ്ലറാവട്ടെ അയൽരാജ്യങ്ങളെ ഒന്നൊന്നായി അധീനതയിൽ കൊണ്ടുവരുന്നതിനുള്ള തത്രപ്പാടിൽ ഈ ഫാസിസ്റ്റ് നീക്കങ്ങൾക്കെതിരെ യൂറോപ്പാകെ പ്രതിഷേധത്തിന്റെ കാറ്റ് വീശിയടിക്കാൻ തുടങ്ങി. ആ കാറ്റ് ജ്യോതിബസുവിനെ തഴുകി കടന്നുപോയി. ഹരോൾഡ് ലാസ്കിയുടെ പ്രസംഗം കേൾതക്കാൻ കൂടുതൽ കൂടുതൽ ആളുകൾ പങ്കെടുക്കുക പതിവായി. അദ്ദേഹം തന്റെ പ്രസംഗത്തിലൂടെ ഫാസിസത്തെ കശക്കിയെറിഞ്ഞു. ജ്യോതിബസുവിൽ ഫാസിസ്റ്റ് വിരുദ്ധ വികാരം വളർന്നു. അപ്പോഴാണ് സ്പെയിനിൽ ആഭ്യന്തരയുദ്ധം. അവിടുത്തെ തെരഞ്ഞെടുക്കപ്പെട്ട ഗവൺമെന്റിനെ അട്ടിമറിക്കാൻ ഫ്രാങ്കോയുടെ നേതൃത്വത്തിലുള്ള ഫാസിസ്റ്റുകൾ ആഭ്യന്തരയുദ്ധം അഴിച്ചുവിട്ടപ്പോൾ ആ ഗവൺമെന്റിനെ സംരക്ഷിക്കുന്നതിന് ഒരു സാർവദേശീയ ബ്രിഗേഡ് തന്നെ രൂപീകരിക്കപ്പെട്ടു. ആ ബ്രിഗേഡിൽ ചേർന്ന് ഉൽപ്പതിഷ്ണുക്ക

ളായ ധാരാളം ബുദ്ധിജീവികൾ പടവെട്ടി. ബ്രിട്ടീഷ് കമ്യൂണിസ്റ്റു പാർട്ടിയിലെ റാൾഫ് ഫക്സിനെപ്പോലുള്ള ചിലരും അതിലുൾപ്പെട്ടു. ബ്രിട്ടീഷ് കമ്യൂണിസ്റ്റുകാരുടെ ഈ നിലപാട് ജ്യോതിബസുവിന്റെ ചിന്താഗതിയിൽ മാറ്റംവരുത്തി. മാർക്സിസം കുറെക്കൂടി ഗൗരവത്തോടെ പഠിക്കാൻ ഇത് അദ്ദേഹത്തിന് പ്രേരണ നൽകി. അദ്ദേഹം ക്രമേണ കമ്യൂണിസ്റ്റായി.

താമസിയാതെ ഇന്ത്യൻ വലിദ്യാർഥികളുടെ ഒരു മജ്‌ലിസ് രൂപീകരിച്ചു. അതിന്റെ ആദ്യസെക്രട്ടറി ജ്യോതിബസു. ബസു ആദ്യം നടത്തിയ സംഘടനാപ്രവർത്തനം അതായിരുന്നു. ഇതിനുപുറമേ ഇന്ത്യൻ വിദ്യാർഥികളുടെ ഫെഡറേഷൻ പുനരുജ്ജീവിപ്പിച്ചു. ഇന്ത്യൻ വിദ്യാർഥിയും സോഷ്യലിസവും എന്ന പേരിൽ ഒരു ആനുകാലികം പ്രസിദ്ധീകരിക്കുകപോലും ചെയ്തു. ലണ്ടൻ, കേംബ്രിഡ്ജ്, ഓക്സ്ഫോർഡ് സർവകലാശാലകളിൽ വെവ്വേറെ കമ്യൂണിസ്റ്റുഗ്രൂപ്പുകളും രൂപീകരിച്ചു. അവയിൽ ആദ്യം ചേർന്നവരിൽ രജനിപട്ടേൽ, പി എൻ ഹക്സൻ, മോഹൻകുമാരമംഗലം, ഇന്ദ്രജിത്ത് ഹുപ്ത, രേണുചക്രവർത്തി, എൻ കെ കൃഷ്ണൻ, പാർവതീ കുമാരമംഗലം (പിന്നീട് പാർവതീ കൃഷ്ണനായി) എന്നിവരുൾപ്പെടുന്നു. ഈ മൂന്ന് ഗ്രൂപ്പുകളുടെയും സംയുക്തയോഗങ്ങളും സംഘടിപ്പിക്കപ്പെടുമായിരുന്നു. അങ്ങനെ ബ്രിട്ടനിൽനിന്ന് കമ്യൂണിസ്റ്റായിത്തീർന്നവർ ഒരു തീരുമാനമെടുത്തു. ഇന്ത്യയിൽ തിരിച്ചെത്തിയാൽ കമ്യൂണിസ്റ്റുപാർട്ടിക്കുവേണ്ടി പ്രവർത്തിക്കുക. ആ തീരുമാനവുമായാണ് 1940 ൽ ബോംബെയിൽ കപ്പലിറങ്ങുന്നത്. അന്ന് ഇന്ത്യൻ കമ്യൂണിസ്റ്റുപാർട്ടി നിരോധിക്കപ്പെട്ടിരിക്കുകയായിരുന്നു. നിരോധിത പാർട്ടിയുടെ ആസ്ഥാനം ബോംബെ. ജ്യോതിബസു ആ ആസ്ഥാനവുമായി ബന്ധപ്പെട്ടു. ബ്രിട്ടീഷ് കമ്യൂണിസ്റ്റുപാർട്ടിയിൽ അംഗമായ ജ്യോതിക്ക് ഇന്ത്യൻ കമ്യൂണിസ്റ്റുപാർട്ടിയിൽ അംഗത്വം ലഭിക്കാൻ പ്രയാസമുണ്ടായില്ല. 1940 ൽ അദ്ദേഹം പാർട്ടി അംഗമായി. അതിനുശേഷം അന്തരിക്കുന്നതുവരെ ഏഴ് പതിറ്റാണ്ടുകാലം ബംഗാളിലും, ബംഗാളിനുപുറത്തും, കമ്യൂണിസ്റ്റുപ്രസ്ഥാനം കെട്ടിപ്പടുക്കുന്ന പ്രവർത്തനത്തിലാണ് അദ്ദേഹം വ്യാപൃതനായത്. തദ്വാര ഇന്ത്യയിലെ കമ്യൂണിസ്റ്റുപ്രസ്ഥാനത്തിന്റെ അമരക്കാരിലൊരാളായി അദ്ദേഹം മാറി. അവിടുത്തെ കമ്യൂണിസ്റ്റുപാർട്ടിയുടെയും, പാർട്ടി പിളർന്നതിൽ പിന്നീട് സി പി ഐ (എം) ന്റെയും ഏറ്റവും ഉന്നതമായ നേതൃത്വത്തിൽ അദ്ദേഹം ഉണ്ടായിരുന്നു. സി പി ഐ (എം) രൂപംകൊണ്ടപ്പോൾ അതിനെ നയിക്കാൻ തെരഞ്ഞെടുക്കപ്പെട്ട ഒമ്പതംഗ പൊളിറ്റ്ബ്യൂറോയിൽ അദ്ദേഹം അംഗമായിരുന്നു. പി സുന്ദരയ്യ, ബി ടി രണദിവെ, എം ബസവപുന്നയ്യ, ഇ എം എസ്, എ കെ ജി, പി രാമമൂർത്തി, ഹർകിഷൻസിംഗ് സുർജിത്, പ്രമോദ് ദാസ് ഗുപ്ത, ജ്യോതിബസു എന്നിവരടങ്ങിയ ആ പൊളിറ്റ്ബ്യൂറോയെ നവരത്നങ്ങൾ എന്ന് വിശേഷിപ്പിക്കാറുണ്ട്.

ജ്യോതിബസു ലണ്ടനിൽനിന്ന് ബാരിസ്റ്ററായി തിരിച്ചെത്തിയപ്പോൾ പാർട്ടി അദ്ദേഹത്തോട് കോടതിയിൽ പേര് രജിസ്റ്റർ ചെയ്യാൻ ആവശ്യപ്പെട്ടു. ഒളിവിൽ കഴിയുന്ന നേതാക്കളുമായി ബന്ധപ്പെടാൻ അഭിഭാഷകനെന്ന മറ ഉപയോഗിക്കുന്നതിനായിരുന്നു അത്. ആ ജോലി അദ്ദേഹം സ്തുത്യർഹം നിർവഹിച്ചു. അപ്പോഴാണ് പാർട്ടിയിൽനിന്ന് മറ്റൊരു നിർദശം വരുന്നത്. ട്രേഡ് യൂണിയൻരംഗത്ത് പ്രവർത്തനം നടത്താൻ നിയമപശ്ചാത്തലമുള്ള ആളുകൾ കൂടുതൽ പ്രയോജനപ്പെടും. അതുകൊണ്ട് ജ്യോതിബസു ട്രേഡ് യൂണിയൻ രംഗത്ത് ശ്രദ്ധിക്കണം. ബസു ബഗാൾ–അസം റെയിൽവേയിലെ ചിന്നിച്ചിതറിക്കിടക്കുന്ന തൊഴിലാളികളെ സംഘടിപ്പിക്കുന്നതിലേക്ക് തിരിഞ്ഞു. അതിവേഗം ആ തൊഴിലാളികളുടെ അംഗീകാരവും വിശ്വാസവും ആർജിച്ചു എന്നുമാത്രമല്ല, മറ്റ് വിഭാഗം തൊഴിലാളികളെ സംഘടിപ്പിക്കുന്നതിലേക്ക് നീങ്ങുകകൂടി ചെയ്തു. കൃതഹസ്തനായ ട്രേഡ് യൂണിയനിസ്റ്റ് എന്ന അംഗീകാരം നേടി. ഇത് അദ്ദേഹത്തെ എ ഐ ടി യു സിയുടെയും എ ഐ ടി യു സി പിളർന്നതിൽ പിന്നീട് സി ഐ ടി യുവിന്റെയും അമരക്കാരിൽ ഒരാളാക്കി.

ഇന്ത്യൻ കമ്യൂണിസ്റ്റുപാർട്ടിയിൽ ആശയസമരം നടക്കുകയായിരുന്നപ്പോൾ സി പി ഐയുടെയോ, സി പി ഐ (എം) ന്റെയോ നിലപാട് സ്വീകരിക്കാതെ തികച്ചും സ്വതന്ത്രമായ ഒരു നിലപാടാണ് ജ്യോതിബസു സ്വീകരിച്ചതെന്ന് ചില മാധ്യമപ്രവർത്തകർ പറഞ്ഞുകാണുന്നു. ഈ ലേഖകൻ പങ്കെടുത്ത ഒരു ചാനൽ ചർച്ചയിലും ഈ അഭിപ്രായം പ്രകടിപ്പിക്കപ്പെടുകയുണ്ടായി. അതിന് സത്യവുമായി ബന്ധമില്ലെന്ന് പാർട്ടിക്കകത്തെ ആശയസമരത്തിന്റെ ചരിത്രത്തിലൂടെ കടന്നുപോകുന്ന ഒരാൾക്ക് കാണാൻ കഴിയും. പാർട്ടിക്കകത്ത ആശയസമരം അമ്പതുകളുടെ രണ്ടാം പകുതിയിൽ തുടങ്ങിയതാണ്. അത് പടിപടിയായി വളരുകയായിരുന്നു. വളർച്ചയുടെ ഓരോ ഘട്ടത്തിലും പിൽക്കാലത്ത് സി പി ഐ (എം) രൂപീകരിച്ചവരുടെകൂടെയാണ് അദ്ദേഹം നിലയുറപ്പിച്ചത്.

ബസുവിന്റെ ജനസ്വാധീനം വർദ്ധിച്ചതിൽ ഒരു പ്രധാന ഘടകം പാർലമെന്ററി പ്രവർത്തനമാണ്. ആ രംഗത്തെ അരങ്ങേറ്റം യാദൃച്ഛികം. 1941 ലെ തെരഞ്ഞെടുപ്പിൽ ബംഗാൾ–അസം റെയിൽവേ നിയോജകമണ്ഡലത്തിൽ ഒരു സ്ഥാനാർഥിവേണം. റെയിൽവേ തൊഴിലാളികൾക്കുവേണ്ടി ശക്തമായും വാചാലമായും വാദിക്കാൻ കഴിയുന്ന ഒരാൾ വേണമെന്ന അഭിപ്രായമുണ്ടായി. അങ്ങനെ ഒരാളെക്കുറിച്ചുള്ള ആലോചന ചെന്നുനിന്നത് ജ്യോതിബസുവിൽ. അങ്ങനെയാണ് അദ്ദേഹം സ്ഥാനാർഥിയായതെന്ന് ഗീതാമുഖർജി എഴുതിയിട്ടുണ്ട്.

എം എൽ എയായതിനുശേഷമുള്ള ആദ്യത്തെ അഞ്ചുവർഷത്തെ അനുഭവം അവിസ്മരണീയം. നിയമസഭയ്ക്കകത്തും പുറത്തും നടത്തിയ പോരാട്ടത്തിലൂടെ അദ്ദേഹം അതിപ്രശസ്തനായി. അക്കാലത്ത് എത്രയെത്ര സമരങ്ങളാണ് നടത്തിയത്. അതിലൊന്ന് ദീർഘകാല തടവുകാരം മോചിപ്പിക്കണമെന്നാവശ്യപ്പെട്ടുകൊണ്ടുള്ള പ്രക്ഷോഭം. ഒരു സർവകക്ഷി

കമ്മിറ്റി നിരഞ്ജൻ സെൻ കൺവീനറായി തടവുകാരുടെ മോചനത്തിനായി ശ്രമിക്കുന്നുണ്ടായിരുന്നു. ഒരുദിവസം അവർ 15000 പേരുടെ ഒരു പ്രകടനം നിയമസഭാ മന്ദിരത്തിലേക്ക് നയിച്ചു. അവരുടെ പ്രശ്നം ജ്യോതി സഭയിലുന്നയിച്ചു. ഒരു അടിയന്തിരപ്രമേയം വഴിയാണ് ഉന്നയിച്ചത്. അടിയന്തിരപ്രമേയത്തിന്, പക്ഷേ അനുമതി നൽകിയില്ല. അതിനെത്തുടർന്ന് നിയമസഭയിൽ വാക്കേറ്റമായി. ഭക്ഷ്യക്ഷാമത്തിനെതിരെ, ട്രാംചാർജ് വർദ്ധനവിനെതിരെ, അധ്യാപകസമരത്തിന് പിന്തുണ പ്രഖ്യാപിച്ച നിയമസഭയ്ക്കകത്തും പുറത്തും നടന്ന സമരങ്ങൾ ജ്യോതിബസുവിനെ ജനകീയനേതാവാക്കി മാറ്റി. ഇത്രമാത്രം ജനകീയപ്രശ്നങ്ങൾ കൈകാര്യം ചെയ്ത ഒരു ഘട്ടം കാണില്ല. അതുകൊണ്ടാണ് നിയമസഭയിൽ അംഗമായ ആദ്യത്തെ അഞ്ചുവർഷമാണ് അദ്ദേഹത്തിന്റെ ജീവിതത്തിലെ ഏറ്റവും നല്ല മുഹൂർത്തമെന്ന് നിഖിൽ ചക്രവർത്തി രേഖപ്പെടുത്തിയിട്ടുള്ളത്.

1948 ൽ നിയമസഭയിലേക്ക് തിരഞ്ഞെടുക്കപ്പെട്ടതിനുശേഷം പിന്നെ തുടർച്ചയായി അരനൂറ്റാണ്ട് അദ്ദേഹം നിയമസഭയിൽ അംഗമായി. ഇന്ത്യയിൽ ഒരു നിയമസഭാംഗത്തിനും ഇല്ലാത്ത റിക്കാർഡാണ് ഇത്. അദ്ദേഹം മറ്റൊരു റിക്കാർഡ് കൂടി ഇട്ടു. ഏറ്റവും കൂടുതൽ കാലം മുഖ്യമന്ത്രിയായതിനുള്ള റിക്കാർഡ്. 23 വർഷമാണ് അദ്ദേഹം ബംഗാളിന്റെ അമരക്കാരനായത്. മുഖ്യമന്ത്രിയായതിനുശേഷം എന്തുചെയ്തു എന്നതിലേക്ക് കടക്കുന്നതിനുമുമ്പ് എങ്ങനെ 23 വർഷം തുടർച്ചയായി മുഖ്യമന്ത്രിപദം വഹിച്ചു എന്നുനോക്കാം. അതിന് മൂന്നു കാരണങ്ങൾ ഞാൻ ചൂണ്ടിക്കാണിച്ചുകൊള്ളട്ടെ. ഒന്ന്, ഘടകകക്ഷികളെ കൂട്ടിയോജിപ്പിക്കാനുള്ള അസാധാരണമായ കഴിവ്. ഒരു ഐക്യമുന്നണിയാകുമ്പോൾ അതിൽ വ്യത്യസ്ത വീക്ഷണങ്ങളും അഭിപ്രായങ്ങളും ഉള്ളവർ കാണും. വിട്ടുവീഴ്ച ചെയ്യുന്നവരും കടുംപിടുത്തം പിടിക്കുന്നവരും കാണും. ഈ സാഹചര്യത്തിൽ മുന്നണിയെ നയിക്കുക എന്നത് അനായാസമല്ല. നയിക്കണമെങ്കിൽ ഘടകകക്ഷികളുടെ വിശ്വാസമാർജിക്കണം. അതിന് കഴിഞ്ഞു എന്നുള്ളത് ജ്യോതിബസുവിന്റെ വിജയം. രണ്ട്, ബഗാളിന്റെ വികസനം സംബന്ധിച്ച വ്യക്തമായ പരിപ്രേക്ഷ്യം. ആ പരിപ്രേക്ഷ്യത്തിനനുസൃതമായ പരിപാടികൾ നടപ്പാക്കാനുള്ള രാഷ്ട്രീയ ഇച്ഛാശക്തി. മൂന്ന്, രാഷ്ട്രീയ എതിരാളികളെ പരസ്പരം അകറ്റിനിർത്താനുള്ള രാഷ്ട്രീയതന്ത്രം.

ഇരുപത്തിമൂന്നുവർഷവും നടത്തിയ പ്രവർത്തനങ്ങളാണ് തുടർച്ചയായി ഭരണത്തിലിരിക്കാൻ ജ്യോതിബസുവിനെ സഹായിച്ച ഘടകം. ഇരുപത്തിമൂന്നു വർഷത്തെ നേട്ടങ്ങളുടെ പട്ടിക നിസാരമല്ല. അതിൽ ഏറ്റവും പ്രധാനം കാർഷികരംഗത്ത് വരുത്തിയ മാറ്റം. അദ്ദേഹവും സരോജ് ചൗധരിയും ചേർന്നു കൊണ്ടുവന്ന ഓപ്പറേഷൻ ബർഗ പങ്ക് പാട്ടക്കാരുടെ ചിരകാലാവശ്യം പരിഹരിച്ചു. ആ സ്കീം പ്രകാരം ലക്ഷക്കണക്കിന് പങ്ക് പാട്ടക്കാരുടെ പേര് രജിസ്റ്റർ ചെയ്യപ്പെട്ടു. ഇത് ഇടതുമുന്നണിയുടെ സ്വാധീനം നാട്ടിൻപുറങ്ങളിൽ വ്യാപിക്കുന്നതിനും നാട്ടിൻപു

റങ്ങളിലെ തെരഞ്ഞെടുപ്പ് വിജയത്തിനും ഇടയാക്കി. മറ്റൊരു നേട്ടം പഞ്ചായത്ത് രാജ് ബില്ല് നടപ്പാക്കിയതാണ്. മറ്റ് സംസ്ഥാനങ്ങളിൽ കൊണ്ടുവരുന്നതിന് മുമ്പുതന്നെ ബംഗാൾ ഗവൺമെന്റ് അത് കൊണ്ടുവന്നു. കൃത്യമായി പഞ്ചായത്ത് തെരഞ്ഞെടപ്പ് നടക്കുകയും ചെയ്തു. മൂന്നാമത്തെ നേട്ടം വ്യവസായവൽക്കരണം. ഹാൽഡിയയിലെ പെട്രോ കെമിക്കൽസ് ഫാക്ടറി അതിന് ഏറ്റവും നല്ല ഉദാഹരണം. വികേന്ദ്രീകരണത്തിന് ശബ്ദമുയർത്തിയതാണ് മറ്റൊരു നേട്ടം. വിദ്യാഭ്യാസരംഗത്തെ അരാജകത്വം അവസാനിപ്പിച്ചത് നിസാരകാര്യമല്ല. ഇത്തരം പ്രവർത്തനങ്ങളും തുടർച്ചയായി ഭരണത്തിലിരിക്കാൻ അദ്ദേഹത്തെ സഹായിച്ചു.

ഇപ്രകാരം 23 വർഷം മുഖ്യമന്ത്രിയായിരുന്ന ജ്യോതിബസു അധികദിവസവും അറിമുദീൻ തെരുവിലെ പാർട്ടി ഓഫീസിൽ വരും. നേതാക്കളുമായും സഖാക്കളുമായും ആശയവിനിമയം നടത്തും. അദ്ദേഹം പാർട്ടി ഓഫീസിൽ വന്നാൽ സെക്രട്ടറിയേറ്റ് റൂമിൽ സ്ഥിരമായി ഇരിക്കുന്ന ഒരു കസേരയുണ്ട്. ഒരിക്കൽ അവിടെ പോയപ്പോൾ അറിയാതെ ആ കസേരയിൽ ഇരുന്നുപോയപ്പോൾ എനിക്ക് എഴുന്നേൽക്കേണ്ടിവന്നു. അത് ജ്യോതിബസുവിന് മാത്രമുള്ള കസേര. ആ കസേര ഇനി എല്ലാകാലത്തേക്കുമായി ഒഴിഞ്ഞുകിടക്കും.

എസ് എ ഡാങ്കെ

1899 - 1991

ഇന്ത്യൻ കമ്യൂണിസ്റ്റ് പ്രസ്ഥാനത്തിന്റെ ആദ്യപഥികരിൽ പ്രമുഖൻ. ഇന്ത്യൻ തൊഴിലാളി പ്രസ്ഥാനത്തിന്റേയും ലോക തൊഴിലാളി പ്രസ്ഥാനത്തിന്റേയും സമുന്നതനായ നേതാവ്, മികച്ച ഗ്രന്ഥകാരൻ. ഉജ്ജ്വല വാഗ്മി, കിടയറ്റ പാർലമെന്റേറിയൻ - ഇങ്ങനെ വിവിധ നിലകളിൽ വിഖ്യാതനാണ് ശ്രീപദ് അമൃത് ഡാങ്കെ. ഇന്ത്യൻ കമ്യൂണിസ്റ്റ് പ്രസ്ഥാനത്തിലെ ഒരു വിവാദ നായകനുമായിരുന്നു ഡാങ്കെ.

1899 ഒക്ടോബർ 10 ന് മഹാരാഷ്ട്രയിലെ നാസിക്കിൽ ജനിച്ചു. മകന് ഏതാണ്ട ഒരുവയസായപ്പോൾ അമ്മ മരിച്ചു. ബന്ധുവായ വളർത്തമ്മയുടെ പരിചരണത്തിൽ വളർന്നു. ഒരു റെയിൽവേ കോളനിയിലായിരുന്നു താമസം. അതിനാൽ കുട്ടിക്കാലം മുതൽ തൊഴിലാളികളുടെ ജീവിതം നേരിട്ടുകാണാനും മനസിലാക്കാനും കഴിഞ്ഞു. പച്ചക്കറി വിൽപ്പനക്കാരിയായ ഇളയമ്മയുടെ കൂടെ മാർക്കറ്റിൽ പോകുമായിരുന്നു. നാസിക്ക് അന്ന് ഒരു വലിയ പട്ടാളകേന്ദ്രം. അതുകൊണ്ട് ചന്തയിൽ പട്ടാളക്കാർ വരും കൂട്ടത്തോടെ. അവരെക്കുറിച്ച് മനസിലാക്കാനും ഇതൊരു അവസരമായി. ആറാംക്ലാസുവരെ നാസിക്കിൽ പഠിച്ചു. പിന്നീട് അച്ഛൻ മകനെ ബോംബെയിൽ കൊണ്ടുപോയി. പ്രശസ്തമായ ഭാരതീയ ഹൈസ്ക്കൂളിൽ ചേർത്തു.

ഡാങ്കെയുടെ ബാല്യകാലവും വിദ്യാഭ്യാസവും ഇന്ത്യൻ രാഷ്ട്രീയം വഴിത്തിരിവിൽ എത്തിനിൽക്കുന്ന ഘട്ടത്തിലായിരുന്നു. മിതവാദികളും തീവ്രവാദികളുമായി കോൺഗ്രസ് പിളർന്നിരിക്കുന്നു. ബംഗാളിൽ

ഡാങ്കെയും വയലാറും

ബിപിൻചന്ദ്രപാലും ഉത്തരേന്ത്യയിൽ ലാലാ ലജ്പത് റായിയും മഹാരാഷ്ട്രയിൽ ബാലഗംഗാധരതിലകനും തീവ്രപക്ഷ നേതാക്കൾ. "സ്വാതന്ത്ര്യം എന്റെ ജന്മാവകാശമാണ്" എന്ന തിലകന്റെ പ്രഖ്യാപനം രാജ്യത്തെ ജനങ്ങളുടെ, പ്രത്യേകിച്ച് ചെറുപ്പക്കാരുടെ, സിരകളെ ചൂടുപിടിപ്പിച്ചു. തിലകന്റെ അറസ്റ്റും നാടുകടത്തലും മഹാരാഷ്ട്രത്തെ മുഴുവൻ ഇളക്കി മറിച്ചു. ഇതൊക്കെ കണ്ടുകൊണ്ട് കുട്ടിക്കാലം പിന്നിട്ട ഡാങ്കെ ദേശീയ പ്രസ്ഥാനത്തിൽ ആകൃഷ്ടനായി. തിലകൻ അദ്ദേഹത്തിന്റെ ആരാധനാപാത്രമായി. ഡാങ്കെ തിലകന്റെ കേസരി മാസികയുടെ സ്ഥിരം വായനക്കാരനായി.

1917 ൽ ഡാങ്കെ ബോംബെയിലെ പ്രസിദ്ധമായ വിൽസൺ കോളേജിൽ ചേർന്നു. സുഹൃത്തുക്കളുമായി ചേർന്ന് ഒരു ഇംഗ്ലീഷ് മാസിക ആരംഭിച്ചു. *ദി യങ് കോളേജിയേറ്റ്* എന്നായിരുന്നു അതിന്റെ പേര്. അസ്വസ്ഥനായ ആ യുവാവ് പാശ്ചാത്യാധിപത്യത്തിന്റെ സകല രൂപങ്ങളോടും എതിർപ്പു പ്രകടിപ്പിക്കാൻ തുടങ്ങി. വിൽസൺ കോളേജിൽ എല്ലാവരും നിർബന്ധമായി *ബൈബിൾ* പഠിക്കണമായിരുന്നു. അതിനെതിരെ ഡാങ്കെ ഒരു വലിയ പ്രക്ഷോഭം സംഘടിപ്പിച്ചു. മറാത്തി പഠനത്തിന് ഏർപ്പാടുണ്ടാക്കുക, മറാത്തി സാഹിത്യത്തിന് കോളേജിൽ അസോസിയേഷൻ അനുവദിക്കുക തുടങ്ങിയ ആവശ്യങ്ങൾ ഉന്നയിച്ചുകൊണ്ടുള്ള സമരത്തിന് നേതൃത്വം നൽകി. അങ്ങനെ വിദ്യാർഥികളുടെയും അധ്യാപകരുടെയും പ്രിയങ്കരനായി. ഗാന്ധിജിയുടെ ആഹ്വാനം കേട്ട് കോളേജ് വിദ്യാഭ്യാസം പൂർത്തിയാക്കുന്നതിനുമുമ്പുതന്നെ ദേശീയ പ്രസ്ഥാനത്തിലേക്ക് എടുത്തുചാടി.

വിദ്യാർഥിയായിരിക്കെ റഷ്യൻ വിപ്ലവത്തിലും അതിന്റെ നേതാവ് ലെനിനിലും താൽപ്പര്യം ജനിച്ചു. അക്കാലത്ത് റഷ്യൻ വിപ്ലവത്തെക്കുറിച്ചോ ലെനിനെക്കുറിച്ചോ പുസ്തകങ്ങൾ കിട്ടുക പ്രയാസം. എന്നാൽ ബോൾഷെവിക് വിപ്ലവത്തിന്റെ വിമർശകരും എതിരാളികളും എഴുതിയ പുസ്തകങ്ങൾ ധാരാളം കിട്ടുമായിരുന്നു. ആ പുസ്തകങ്ങളിലൂടെ റഷ്യൻ വിപ്ലവത്തിന്റെ സത്തയെന്തെന്നതിനെപ്പറ്റി ഏകദേശ ധാരണയുണ്ടായി. അതിന്റെ അടിസ്ഥാനത്തിൽ 1921 ഏപ്രിലിൽ ഒരു പുസ്തകം പ്രസിദ്ധീകരിച്ചു - *ഗാന്ധിയും ലെനിനും.* അത് കമ്യൂണിസ്റ്റ് ഇന്റർനാഷണലിന്റെയും എം എൻ റോയിയുടെയും ശ്രദ്ധയിൽപ്പെട്ടു. ആർ വി ലോട്ട്വാല എന്ന ലക്ഷപ്രഭുവിന്റെ സഹായത്തോടെ ഡാങ്കെ മാർക്സിസ്റ്റ് സ്റ്റഡി ഗ്രൂപ്പുകൾ സംഘടിപ്പിക്കാനും ആനുകാലികങ്ങൾ പുറത്തിറക്കാനും തുടങ്ങി. ഗാന്ധിജി നിസഹകരണപ്രസ്ഥാനം പിൻവലിച്ചതോടെ *സോഷ്യലിസ്റ്റ്* എന്നൊരു വാരിക ആരംഭിച്ചു. 1922 ആഗസ്ത് അഞ്ചിന് അതിന്റെ ഒന്നാംലക്കം പുറത്തിറങ്ങി.

*സോഷ്യലിസ്റ്റി*നെ ചുറ്റിപ്പറ്റി ഒരു ഗ്രൂപ്പ് വളർന്നുവന്നു. ഇന്ത്യയുടെ മോചനത്തിനായി അവർ ഒരു പുതിയ പാത ആരായാൻ തുടങ്ങി. തൊഴിലാളി സമരങ്ങൾക്ക് അത് പിന്തുണ പ്രഖ്യാപിച്ചു. തൊഴിലാളികളെ ഒരു വർഗം എന്ന നിലയിൽ സംഘടിപ്പിക്കുന്ന ഒരു തുറന്ന തൊഴിലാളി വർഗ പരിപാടിക്ക് അത് ആഹ്വാനം നൽകി. *സോഷ്യലിസ്റ്റി*ലൂടെ കൽക്കത്ത, മദിരാശി, ലാഹോർ എന്നിവിടങ്ങളിലെ മാർക്സിസ്റ്റ് ഗ്രൂപ്പുകളുമായും വ്യക്തികളുമായും അദ്ദേഹം ബന്ധപ്പെട്ടു. തൊഴിലാളിവർഗ സംഘടനകൾ, പ്രത്യേകിച്ചും ട്രേഡ് യൂണിയനുകൾ കെട്ടിപ്പടുക്കാനും പണിമുടക്കുകൾക്കു നേതൃത്വം നൽകാനും അവസാനം അവർ തീരുമാനിച്ചു.

1920 ഒക്ടോബർ 31 ന് എ ഐ ടി യു സിയുടെ സ്ഥാപക സമ്മേളനത്തിൽ പങ്കെടുത്ത ഡാങ്കെ ട്രേഡ് യൂണിയൻ പ്രവർത്തനങ്ങളിൽ ആണ്ടിറങ്ങുമ്പോൾ ബോംബെയിലെ ട്രേഡ് യൂണിയൻ നേതൃത്വം മിതവാദികളുടെ കൈകളിലായിരുന്നു. വർഗസമരത്തെ ആസ്പദമാക്കിയ ഉശിരൻ ട്രേഡ് യൂണിയനിസം ആരംഭിക്കാനിരിക്കുന്നതേ ഉണ്ടായിരുന്നുള്ളൂ. ഡാങ്കെയും ജോഗ്ളേക്കറും മറ്റും ആ ദിശയിലേക്ക് നീങ്ങുമ്പോഴേക്കും ഡാങ്കെയെ ഗവൺമെന്റ് കോൺപൂർ ഗൂഢാലോചനക്കേസിലെ പ്രതിയാക്കി അറസ്റ്റുചെയ്തു. കോടതി നാലുവർഷത്തെ കഠിനതടവിനു ശിക്ഷിച്ചു. ജയിലിൽനിന്ന് പുറത്തുവരാൻ ഡാങ്കെ ബ്രിട്ടീഷ് അധികൃതരുമായി കത്തിടപാടു നടത്തുകയും മോചനത്തിന് പ്രതിഫലമായി ബ്രിട്ടീഷ് ഗവൺമെന്റിനുവേണ്ടി ചാരപ്രവർത്തനം നടത്താമെന്ന് ഉറപ്പു നൽകുകയും ചെയ്ത രേഖകൾ കണ്ടുകിട്ടിയിട്ടുണ്ട്. ആ വാർത്ത പിൽക്കാലത്ത് വലിയ കോളിളക്കം സൃഷ്ടിച്ചു.

ജയിൽമോചിതനായ ഡാങ്കെ 1927 നവംബറിൽ നടന്ന എ ഐ ടി യു സി സമ്മേളനത്തിൽ പങ്കെടുക്കാൻ കോൺപൂരിലേക്കുപോയി. സമ്മേളന നടപടികളിൽ സജീവം പങ്കെടുത്തു. ഭാവി ഇന്ത്യാ ഗവൺമെന്റിനു

വേണ്ടി ഒരു ലേബർ ഭരണഘടന എഴുതിയുണ്ടാക്കുന്നതിനുള്ള സബ്കമ്മിറ്റിയിലെ അംഗമായി തിരഞ്ഞെടുക്കപ്പെട്ടു. എ ഐ ടി യു സിയുടെ അസിസ്റ്റന്റ് ജോയിന്റ് സെക്രട്ടറിമാരിൽ ഒരാളായി. 1927 ൽ ഘാട്ടെ, മിറാജ്കർ തുടങ്ങിയവരുമായി ചേർന്ന് ബോംബെയിൽ തൊഴിലാളി–കർഷക പാർട്ടി രൂപവൽക്കരിച്ചു. 1928 ൽ ടെക്സ്റ്റൈൽ തൊഴിലാളികളുടെ ആറുമാസം നീണ്ടുനിന്ന ഐതിഹാസികമായ പണിമുടക്കിന് നേതൃത്വം നൽകി. പണിമുടക്കിനുശേഷം ഗിർണി കാംഗാർ യൂണിയൻ രൂപവൽക്കരിച്ചപ്പോൾ ഡാങ്കെ അതിന്റെ ജനറൽ സെക്രട്ടറി. ആ വർഷം *ക്രാന്തി* എഡിറ്റ് ചെയ്യാൻ തുടങ്ങി.

മീറത് ഗൂഢാലോചനക്കേസിലെ പ്രതിയെന്ന നിലയിൽ 1929 മാർച്ചിൽ അറസ്റ്റിലായി. 12 വർഷത്തേക്ക് നാടുകടത്താനുള്ള ശിക്ഷ കിട്ടിയെങ്കിലും ഹൈക്കോടതി അത് മൂന്നുവർഷത്തെ കഠിനതടവായി ഇളവുചെയ്തു. ഹൈദരാബാദ് ജയിലിലാണ് ശിക്ഷ അനുഭവിച്ചത്. 1935 മേയിൽ മോചിതനായി. മോചനത്തിനുശേഷം ഗുണ്ടൂരിലെ സി എസ് പി സമ്മേളനം ഉദ്ഘാടനം ചെയ്തു. ഫെയിസ്പൂർ കോൺഗ്രസ് സമ്മേളനത്തിൽ പങ്കെടുത്തു.

1935 ലെ ഇന്ത്യാ ആക്ട് അനുസരിച്ച് 1937 ൽ വിവിധ പ്രവിശ്യകളിൽ തിരഞ്ഞെടുപ്പ്. ബോംബെയിൽ എ ഐ ടി യു സി പൊതുവെ കോൺഗ്രസിനു പിന്തുണ നൽകി. രണ്ട് നിയോജകമണ്ഡലങ്ങളിൽ അതിനെ എതിർത്തു. ഡാങ്കെ അപ്പോൾ അഖിലേന്ത്യാ കോൺഗ്രസ് കമ്മിറ്റി അംഗം. അദ്ദേഹം പരസ്യമായി എ ഐ ടി യു സി സ്ഥാനാർഥിക്ക് പിന്തുണ നൽകി. അച്ചടക്ക നടപടി സ്വീകരിക്കുമെന്ന് കോൺഗ്രസ് അദ്ദേഹത്തെ ഭീഷണിപ്പെടുത്തി. അപ്പോൾ അദ്ദേഹം തിരിച്ചടിച്ചു. "ഞാനിഷ്ടപ്പെടുന്നത് ടി യു സിയെയാണ്, തൊഴിലാളികളെയാണ്. ദേശീയ സമരത്തെയാണ്." ആവശ്യമാണെങ്കിൽ കോൺഗ്രസിൽനിന്ന് രാജിവെക്കാൻ അദ്ദേഹം സന്നദ്ധത പ്രകടിപ്പിച്ചു.

ബോംബെ പ്രവിശ്യയിൽ അധികാരത്തിൽവന്ന കോൺഗ്രസ് ഗവൺമെന്റ് ഒരു തൊഴിലാളിവിരുദ്ധ ബില്ല് കൊണ്ടുവന്നപ്പോൾ 1938 നവംബർ 7 ന് ആ കരിബില്ലിനെതിരെ പണിമുടക്ക്. അതിന് നേതൃത്വം നൽകിയവരിൽ ഒരാൾ ഡാങ്കെ.

1939 ൽ രണ്ടാം ലോകമഹായുദ്ധം ആരംഭിച്ചപ്പോൾ രാജ്യത്തിന്റെ വിവിധ ഭാഗങ്ങളിൽ ഉശിരൻ ട്രേഡ് യൂണിയൻ സമരങ്ങൾ. യുദ്ധത്തിനെതിരെ 1939 ഒക്ടോബർ 2 ന് ബോംബെയിൽ പണിമുടക്ക്. അത് സംഘടിപ്പിക്കുന്നതിന്റെ മുൻപന്തിയിൽ നിന്നു ഡാങ്കെ. അവശ്യസാധന വില കുതിച്ചുകയറിയ പശ്ചാത്തലത്തിൽ ക്ഷാമബത്തയുടെ പേരിൽ 1940 മാർച്ചിൽ ബോംബെയിലെ ടെക്സ്റ്റൈൽ തൊഴിലാളികൾ പണിമുടക്കി. അതിന് നേതൃത്വം നൽകിയത് ഗിർണി കാംഗാർ യൂണിയൻ. ഏതാനും മില്ലുകളിൽ ആരംഭിച്ച പണിമുടക്ക് എല്ലാ മില്ലുകളിലേക്കും വ്യാപിച്ചു. 1,57,000 തൊഴിലാളികളെ അത് ബാധിച്ചു. രാജ്യരക്ഷാ നിയമപ്രകാരം

ഗവൺമെന്റ് അടിച്ചമർത്തൽ നടപടി ആരംഭിച്ചു. 1940 മാർച്ച് 9ന് ഡാങ്കെ അറസ്റ്റിലായി. അദ്ദേഹത്തെ യർവാദാ ജയിലിലേക്കയച്ചു. അവിടെനിന്ന് അജ്മീർ സെൻട്രൽ ജയിലിലേക്കും.

1943 ഫെബ്രുവരിയിൽ ജയിൽ മോചിതനായി. ആ വർഷം മേയ് ഒന്നുമുതൽ മൂന്നുവരെ നാഗ്പൂരിൽ ചേർന്ന എ ഐ ടി യു സിയുടെ 20–ാം സമ്മേളനം ഡാങ്കെയെ സംഘടനയുടെ പ്രസിഡന്റായി തിരഞ്ഞെടുത്തു. 1943 മേയ് 23 മുതൽ ജൂൺ 1 വരെ ബോംബെയിൽ ചേർന്ന ഇന്ത്യൻ കമ്യൂണിസ്റ്റ് പാർട്ടിയുടെ ഒന്നാം കോൺഗ്രസ് അദ്ദേഹത്തെ പാർട്ടിയുടെ കേന്ദ്ര കമ്മിറ്റിയിലേക്ക് തിരഞ്ഞെടുത്തു.

1944 മേയിൽ പ്രചാരണപരിപാടിയുമായി ഇംഗ്ലണ്ടിലേക്ക്. സപ്തംബറിൽ ബ്രിട്ടീഷ് കമ്യൂണിസ്റ്റ് പാർട്ടിയുടെ 17–ാമത് കോൺഗ്രസിനെ അഭിസംബോധന ചെയ്തു. 1945 ഒക്ടോബറിൽ വേൾഡ് ഫെഡറേഷൻ ഓഫ് ട്രേഡ് യൂണിയൻസിന്റെ (ഡബ്ല്യു എഫ് ടി യു) സ്ഥാപകസമ്മേളനത്തിൽ സംബന്ധിച്ചു. പാരീസിൽ നടന്ന സമ്മേളനം ഡാങ്കെയെ ഡബ്ല്യു എഫ് ടി യുവിന്റെ വൈസ് പ്രസിഡന്റായി തിരഞ്ഞെടുത്തു. 1946 ൽ ബോംബെ പ്രസിഡൻസി നിയമസഭയിലേക്ക് തൊഴിലാളി സംവരണ നിയോജകമണ്ഡലത്തിൽനിന്ന് ഡാങ്കെ ബഹുഭൂരിപക്ഷത്തോടെ വിജയിച്ചു.

രണ്ടാം ലോകമഹായുദ്ധാനന്തരം രാജ്യത്താകെ വമ്പിച്ച ജനകീയ

ഡാങ്കെ പ്രസംഗിക്കുന്നു. തർജുമ ചെയ്യുന്നത് സി ഉണ്ണിരാജ. എം എൻ, റോസമ്മ പുന്നൂസ് എന്നിവരെയും ചിത്രത്തിൽ കാണാം

മുന്നേറ്റം. എങ്ങും സമരപരമ്പരകൾ. ബോംബെയിലെ നാവികർ പണിമുടക്കി. ഇന്ത്യയിലെ എല്ലാ തുറമുഖങ്ങളിലേക്കും അത് പടർന്നു. ബോംബെയിൽ നാവികരോട് ഐക്യദാർഢ്യം പ്രകടിപ്പിക്കാൻ തൊഴിലാളികൾ രംഗത്തിറങ്ങി. അതിന്റെ സംഘാടകരിൽ ഒരാൾ ഡാങ്കെ.

സ്വാതന്ത്ര്യലബ്ധിക്കുശേഷം 1948 ഫെബ്രുവരി 28 മുതൽ മാർച്ച് ആറുവരെ ഇന്ത്യൻ കമ്യൂണിസ്റ്റ് പാർട്ടിയുടെ രണ്ടാം കോൺഗ്രസ് കൽക്കത്തയിൽ. കോൺഗ്രസിന്റെ നടപടികൾ നിയന്ത്രിച്ച പ്രസീഡിയത്തിലെ ഒരു അംഗമായിരുന്ന ഡാങ്കെ കേന്ദ്രകമ്മിറ്റിയിലേക്ക് തിരഞ്ഞെടുക്കപ്പെട്ടു. രണ്ടാം കോൺഗ്രസ് കഴിഞ്ഞ് ഒരു മാസമായപ്പോഴേക്കും അറസ്റ്റിലായി. ഒരു ഹേബിയസ് കോർപ്പസ് ഹർജിയെത്തുടർന്ന് 1950 ജൂലായിലാണ് മോചിതനായത്. തടവിൽ കഴിയുമ്പോൾ 1949 ജൂലായിൽ മിലാനിൽ ചേർന്ന ഡബ്ല്യു എഫ് ടി യു കോൺഗ്രസ് അതിന്റെ വൈസ് പ്രസിഡന്റായി തിരഞ്ഞെടുത്തു.

രണ്ടാം കോൺഗ്രസിനെത്തുടർന്ന് കേന്ദ്ര കമ്മിറ്റിയുടെ രഹസ്യയോഗം. രണ്ടാം കോൺഗ്രസ് നയത്തോട് പാർട്ടിക്കകത്ത് വളർന്നുവന്ന അഭിപ്രായവ്യത്യാസം യോഗം ചർച്ചചെയ്തു. പുതിയ നേതൃത്വത്തെ തിരഞ്ഞെടുത്തു. അതിനുശേഷവും അഭിപ്രായവ്യത്യാസം തുടർന്നു. അത് പരിഹരിക്കുന്നതിന്റെ ഭാഗമായി നാലംഗ പ്രതിനിധിസംഘം മോസ്കോയിലേക്ക് പോയി. ആ സംഘത്തിലെ ഒരു അംഗമായിരുന്നു ഡാങ്കെ. ആ സംഘം തിരിച്ചുവന്നതിനുശേഷം 1951 ഒക്ടോബറിൽ പാർട്ടിയുടെ ഒരു പ്രത്യേക സമ്മേളനം കൽക്കത്തയിൽ. അജയ് ഘോഷിനെ പാർട്ടി ജനറൽ സെക്രട്ടറിയായി തിരഞ്ഞെടുത്ത ആ സമ്മേളനം ഡാങ്കെയെ കേന്ദ്ര കമ്മിറ്റിയിലേക്കും പൊളിറ്റ് ബ്യൂറോയിലേക്കും തിരഞ്ഞെടുത്തു.

1953 ൽ മധുരയിൽ ചേർന്ന മൂന്നാം കോൺഗ്രസിൽ പാർട്ടിക്കകത്ത് അഭിപ്രായവ്യത്യാസം പ്രകടമായി. കോൺഗ്രസിനുശേഷവും അത് തുടർന്നു. അടുത്ത പാർട്ടി കോൺഗ്രസിലാവട്ടെ ഔദ്യോഗിക പ്രമേയത്തിനെതിരെ ഒരു ബദൽ പ്രമേയം തന്നെ അവതരിപ്പിക്കപ്പെട്ടു. ആ പ്രമേയത്തിന് കോൺഗ്രസിൽ പങ്കെടുത്ത പ്രതിനിധികളുടെ മൂന്നിലൊന്ന് വോട്ടും കിട്ടി. കോൺഗ്രസിനോടും അതിന്റെ നേതൃത്വത്തിലുള്ള ഗവൺമെന്റിനോടും സ്വീകരിക്കേണ്ട നിലപാടിനെ സംബന്ധിച്ചായിരുന്നു അഭിപ്രായ വ്യത്യാസം. കോൺഗ്രസ് കക്ഷിയോടും അതിന്റെ നേതൃത്വത്തിലുള്ള ഗവൺമെന്റിനോടും വിട്ടുവീഴ്ചയില്ലാത്ത എതിർപ്പ് കൈക്കൊള്ളണമെന്ന് ഒരു വിഭാഗം വാദിച്ചപ്പോൾ കോൺഗ്രസുമായി അനുരഞ്ജനത്തിന് മറ്റൊരു വിഭാഗം വാദിച്ചു. അനുരഞ്ജനത്തിനുവേണ്ടി വാദിച്ചവരിൽ പ്രധാനിയായിരുന്നു ഡാങ്കെ. ആ നിലപാട് മരണംവരെ തുടരുകയും ചെയ്തു.

ഭാഷാടിസ്ഥാനത്തിൽ സംസ്ഥാനങ്ങൾ പുനർവിഭജിക്കണമെന്ന് ആവശ്യപ്പെട്ടുകൊണ്ട് നടന്ന പ്രക്ഷോഭത്തിന്റെ നേതാക്കളിലൊരാളായിരുന്നു ഡാങ്കെ. ഗോവാ വിമോചനസമരത്തിലും പങ്കെടുത്തു. 1958 ൽ

അമൃതസറിൽ നടന്ന അഞ്ചാം കോൺഗ്രസിൽ നാഷണൽ കൗൺസിലിലേക്കും സെൻട്രൽ എക്സിക്യൂട്ടീവ് കമ്മിറ്റിയിലേക്കും കേന്ദ്രസെക്രട്ടേറിയറ്റിലേക്കും തിരഞ്ഞെടുക്കപ്പെട്ടു.

1962 ൽ പാർട്ടി ജനറൽ സെക്രട്ടറി അജയ്ഘോഷ് അന്തരിച്ചു. അപ്പോൾ പാർട്ടിയിൽ താൽക്കാലികമായ യോജിപ്പുണ്ടാക്കാൻ ഡാങ്കെയെ ചെയർമാനാക്കി. ഇ എം എസ് ജനറൽ സെക്രട്ടറിയുമായി. പാർട്ടിയിലെ അഭിപ്രായ വ്യത്യാസം കുറയുന്നതിനുപകരം രൂക്ഷമായി. അത് പാർട്ടി പിളരുന്നതിൽ ചെന്നു കലാശിച്ചു. സി പി ഐ (എം) നിലവിൽവന്നു. ഡാങ്കെ സി പി ഐയുടെ ചെയർമാനായി തുടർന്നു. രാജേശ്വരറാവു ജനറൽ സെക്രട്ടറിയായി തിരഞ്ഞെടുക്കപ്പെട്ടു.

കോൺഗ്രസ് കക്ഷിയോടുള്ള പ്രേമം രാഷ്ട്രീയപ്രവർത്തനത്തിന്റെ ആദ്യകാലം മുതൽ വെച്ചുപുലർത്തിയ ആളാണ് ഡാങ്കെ. പി ഗോവിന്ദപ്പിള്ള എഴുതിയതുപോലെ "തുടക്കം മുതൽ ഒടുക്കംവരെ മിതവാദി–റിവിഷനിസ്റ്റ് നിലപാട് പൗർവാപര്യദീക്ഷയോടുകൂടി അദ്ദേഹം പുലർത്തി. "ജന്മസിദ്ധമായ ഈ കോൺഗ്രസ് പ്രേമം അടിയന്തരാവസ്ഥയെ അനുകൂലിക്കുന്നതിൽ അദ്ദേഹത്തെ കൊണ്ടുചെന്നെത്തിച്ചു. തന്നെയുമല്ല, സി പി ഐയെക്കൊണ്ട് അടിയന്തരാവസ്ഥയെ അനുകൂലിക്കുന്ന നിലപാട് എടുപ്പിക്കുന്നതിൽ പ്രധാന പങ്ക് വഹിക്കുകയും ചെയ്തു. 1978 ൽ സി പി ഐയുടെ ഭട്ടിൻഡ കോൺഗ്രസ് ഈ നയം സ്വയംവിമർശനം നടത്തി തിരസ്കരിച്ചുവെങ്കിലും ഡാങ്കെക്ക് അതു ദഹിച്ചില്ല. സി പി ഐ – സി പി ഐ (എം) ബന്ധം മെച്ചപ്പെട്ടുവന്നതിലും ഡാങ്കെ അസ്വസ്ഥനായിരുന്നു. ഒടുവിൽ സി പി ഐ ഡാങ്കെയെ പുറത്താക്കാൻ നിർബന്ധിതമായി. അതിനെത്തുടർന്ന് 1981 ൽ ഡാങ്കെയുടെ നേതൃത്വത്തിൽ അഖിലേന്ത്യാ കമ്യൂണിസ്റ്റ് പാർട്ടി രൂപംകൊണ്ടെങ്കിലും അത് കാറ്റ് പിടിച്ചില്ല. ഡാങ്കെയുടെ ജീവിതാന്ത്യത്തിനുമുമ്പുതന്നെ ആ പാർട്ടി ഏതാണ്ട് നാമാവശേഷമായി.

ഡാങ്കെ നല്ലൊരു എഴുത്തുകാരനായിരുന്നുവെന്ന് ആദ്യം പറഞ്ഞുവല്ലോ. ഇംഗ്ലീഷിലും മറാത്തിയിലും ധാരാളം എഴുതി. *ലെനിനും ഗാന്ധിയും* ആദ്യകൃതി. *ഇന്ത്യ: പ്രാകൃത കമ്യൂണിസം മുതൽ അടിമത്തം വരെ* മറ്റൊരു കൃതി. പ്രശസ്ത മാർക്സിസ്റ്റ് ചരിത്രകാരൻ ഡി ഡി കൊസാംബി ആ കൃതിയെ അതിരൂക്ഷമായി വിമർശിക്കുകയുണ്ടായി. *ഇന്ത്യൻ ട്രേഡ് യൂണിയൻ പ്രസ്ഥാനം, മധ്യകാല മറാത്തി സാഹിത്യത്തെക്കുറിച്ച് ഒരു കുറിപ്പ്, ട്രേഡ് യൂണിയൻ ഐക്യത്തിന്റെ പല പ്രശ്നങ്ങൾ, രണ്ട് കുത്തിത്തിരുപ്പുകളെയും പരാജയപ്പെടുത്തുക* – ഇങ്ങനെ പോകുന്നു മറ്റു കൃതികൾ.

1991 മെയ് 23 ന് അന്തരിച്ചു.

തേജാസിങ് സ്വതന്ത്രർ

1901 - 1973

പിൽക്കാലത്ത് പരിഷ്കരണവാദത്തിന്റെ അങ്ങേത്തലയ്ക്കൽ എത്തിയെങ്കിലും പഞ്ചാബിൽ കമ്യൂണിസ്റ്റ്-കർഷകപ്രസ്ഥാനം കെട്ടിപ്പടുക്കുന്നതിൽ വമ്പിച്ച സംഭാവന നൽകിയ വിപ്ലവകാരിയാണ് തേജാസിങ് സ്വതന്ത്രർ. പഞ്ചാബിലെ വിപ്ലവകാരികളിൽ പലരും രാജ്യത്തിനു പുറത്തും അകത്തുംനിന്ന് സ്വാതന്ത്ര്യത്തിനായി പോരാടിയിട്ടുണ്ട്. അക്കൂട്ടത്തിൽ ഇത്രമാത്രം സംഭവബഹുലവും ആവേശകരവുമായ ജീവിതം നയിച്ചവർ ചുരുക്കമായിരിക്കും.

ഗുരുദാസ്പൂർജില്ലയിൽ അലുനാമേം എന്ന ഒരു കൊച്ചുഗ്രാമം. പാവപ്പെട്ടവർ താമസിക്കുന്ന ആ ഗ്രാമത്തിൽ 1901 ജൂലായ് 19-ന് പിൽക്കാലത്ത് സ്വതന്ത്രർ എന്നപേരിൽ അറിയപ്പെട്ട സമുന്ദർസിങ് ജനിച്ചു. പിതാവ് കൃപാൽസിങ് ജോലിയും തേടി ചൈനയിലും ബർമയിലും മലയയിലുമൊക്കെ പോയി നാട്ടിൽ തിരിച്ചെത്തി കൃഷിക്കാരനായി. 12 ഏക്കർ ഭൂമിയുടെ ഉടമസ്ഥനായിരുന്നു. സ്വതന്ത്രചിന്തകനായിരുന്ന പിതാവ് മകനിലും അത്തരമൊരു ചിന്ത വളർത്താൻ ശ്രമിച്ചു. പാവപ്പെട്ട കുടുംബത്തിൽ ജനിച്ച രാം കൗർ ആയിരുന്നു മാതാവ്.

1907-ൽ, അതായത് ആറാംവയസിൽ, ഗുരുമുഖിയിൽ വിദ്യാഭ്യാസമാരംഭിച്ചു. 1908-13 കാലത്ത് ഹർദോമ്പത്തെ സ്കൂളിൽ പഠിച്ചു. 1913-19-ൽ ഘാരിവാൽ മിഷൻ സ്കൂളിലായി പഠനം. 1919-20-ൽ അമൃതസാർ ഖൽസ കോളേജ് സ്കൂളിലേക്കുമാറി. 1920-ൽ സ്കൂളിൽ നിസ്സഹകരണപ്രസ്ഥാനത്തിന്റെ ഭാഗമായി പഠിപ്പുമുടക്കിൽ ഭാഗഭാക്കായി.

1920–22–കാലത്താണ് തേജാസിങ്ങിന്റെ രാഷ്ട്രീയജീവിതം തുടങ്ങുന്നത്. യുദ്ധത്തിന്റെയും, ബ്രിട്ടീഷ് ഗവൺമെന്റും ജനങ്ങളും തമ്മിലാരംഭിച്ച യുദ്ധാനന്തര സംഘട്ടനങ്ങൾ സൃഷ്ടിച്ചുവിട്ട ഉയിർത്തെഴുന്നേൽപ്പിന്റെയും പ്രത്യാഘാതമെന്നനിലയിൽ സിഖുകാർക്കിടയിൽ ഒരു പ്രക്ഷോഭം വളർന്നുവന്നു—അഴിമതിക്കാരും ഗവൺമെന്റിനെ അനുകൂലിക്കുന്നവരുമായ മഹന്തുക്കളുടെ കരങ്ങളിൽനിന്ന് ഗുരുദ്വാരകൾ പിടിച്ചെടുക്കുന്നതിനുള്ള പ്രക്ഷോഭം; അങ്ങനെ പിടിച്ചെടുക്കുന്ന ഗുരുദ്വാരകൾ സിഖ്ജനതയുടെ ജനാധിപത്യപരമായ നിയന്ത്രണത്തിൽ കൊണ്ടുവരുന്നതിനുള്ള പ്രക്ഷോഭം. അകാലി പ്രക്ഷോഭം എന്നപേരിൽ അറിയപ്പെട്ട ആ പ്രക്ഷോഭത്തിൽ സിഖുകാർക്കിടയിലെ ജനാധിപത്യവിശ്വാസികൾ അണിനിരന്നു.

ഗുരുദ്വാരകൾ വിട്ടുകൊടുക്കാൻ മഹന്തുക്കൾ തയാറായില്ല. ബ്രിട്ടീഷ്ഗവൺമെന്റ് അവർക്ക് പിന്തുണനൽകി. ഫലമോ? നീണ്ടുനിന്നതും ഉജ്വലവുമായ സമരം. ആയിരക്കണക്കിന് സിഖുകാർ അറസ്റ്റിലായി. നൂറുകണക്കിനാളുകൾക്ക് പരിക്കുപറ്റി. ഒട്ടേറെപ്പേർക്ക് വെടിയുണ്ടകളേറ്റു. സമരം ശക്തിയോടെ, നിർവിഘ്നം, വർഷങ്ങളോളം തുടർന്നു. അതു നയിച്ച ഗുരുദ്വാരകമ്മിറ്റികൾ നിയമവിരുദ്ധമാക്കപ്പെട്ടു. എങ്കിലും അവസാനം ഗവൺമെന്റിന് കീഴടങ്ങേണ്ടിവന്നു. ഒരു ഗുരുദ്വാരനിയമം കൊണ്ടുവരാൻ ഗവൺമെന്റ് നിർബന്ധിതമായി. ആ നിയമം ഗുരുദ്വാരകളെ ജനാധിപത്യപരമായ നിയന്ത്രണത്തിലാക്കി. ധീരോദാത്തവും നിശ്ചയദാർഢ്യത്തോടുകൂടിയതുമായ ആ സമരത്തിൽ സുപ്രധാന പങ്കുവഹിച്ച ചെറുപ്പക്കാരനായിരുന്നു അപ്പോൾ ഇരുപത് വയസുമാത്രം പ്രായമുണ്ടായിരുന്ന സമുന്ദർസിങ്. അകാലിപ്രസ്ഥാനത്തിന്റെ ഏറ്റവും വലിയ സംഘടനയായ ശിരോമണി ഗുരുദ്വാര പ്രബന്ധക് കമ്മിറ്റിയിലേക്ക് തിരഞ്ഞെടുക്കപ്പെട്ട ഏറ്റവും പ്രായംകുറഞ്ഞ അംഗമായിരുന്നു അദ്ദേഹം. അദ്ദേഹം എങ്ങനെയാണ് തേജാസിങ് എന്ന് അറിയപ്പെട്ടത് എന്നത് രസകരമായ ഒരു കഥ.

തേജാ എന്ന സ്ഥലത്ത് ഒരു ഗുരുദ്വാര. ആ ഗുരുദ്വാരയിലെ മഹന്ത് മഹന്തുക്കളുടെ കൂട്ടത്തിൽ ഏറ്റവും വലിയ അഴിമതിക്കാരൻ. എല്ലാ വൃത്തികേടുകളുടെയും പ്രതീകം. തന്റെ ഗുരുദ്വാരയിൽ സത്യഗ്രഹം നടത്താൻ ആരെയും അദ്ദേഹം അനുവദിക്കാറില്ല. സത്യഗ്രഹത്തിനായി വരുന്നവരെ നേരിടാൻ ലാത്തിധാരികളായ ഗാർഡുകളെ ഒരുക്കിനിർത്തി: ഈ വെല്ലുവിളി നേരിടുകതന്നെ—സമുന്ദർസിങ്ങും സുഹൃത്തുക്കളും തീരുമാനിച്ചു. ഒരു ദിവസം അതിരാവിലെ അമ്പതോളംവരുന്ന ആളുകളെയും നയിച്ചെത്തിയ സമുന്ദർസിങ് അഞ്ഞൂറോളം വരുന്ന ഗാർഡുകളെ നേരിട്ടു. വലിയ ചെറുത്തുനിൽപ്പൊന്നും കൂടാതെ ഗുരുദ്വാര പിടിച്ചടക്കി. അകാലികൾ ഗുരുദ്വാരയിൽനിന്ന് ഒഴിഞ്ഞുപോകുന്നില്ലെങ്കിൽ അവർക്കുനേരെ വെടിയുണ്ട ഉതിർക്കുമെന്ന് സ്ഥലത്തെത്തിയ പൊലീസ് ഭീഷണിമുഴക്കി. ഭീഷണിക്കുമുമ്പിൽ അകാലികൾ കീഴടങ്ങിയില്ല. പ്രശ്നം കോടതി മുമ്പാകെ എത്തി.

ഗുരുദ്വാര പിടിച്ചടക്കിയവിവരം കാട്ടുതീപോലെ പടർന്നു. ഒപ്പം സമുന്ദർസിങ്ങിന്റെ പ്രശസ്തിയും. അതിനുശേഷം സിങ് തേജാസിങ് എന്ന പേരിൽ അറിയപ്പെട്ടു.

അകാലിപ്രക്ഷോഭം കൂടുതൽ ശക്തമായും ഊർജസ്വലതയോടെയും മുമ്പോട്ടുകൊണ്ടുപോകുന്നതിന് തേജാസിങ് ഒരു വളണ്ടിയർസേന രൂപീകരിച്ചു—അസാധാരണമായ ഒരു വളണ്ടിയർസേന. അതിലെ വളണ്ടിയർമാർക്ക് മറ്റു കെട്ടുപാടുകളൊന്നും ഉണ്ടായിരിക്കരുത്. സ്വത്ത് കൈവശം വയ്ക്കാൻ പാടില്ല. കർശനമായ അച്ചടക്കത്തിനു വിധേയമായിരിക്കണം. ഈ സേനാരൂപീകരണത്തോടെ തേജാസിങ്, തേജാസിങ് സ്വതന്ത്രർ എന്ന പേരിൽ അറിയപ്പെട്ടു. അങ്ങനെ ഈ അകാലിപ്രക്ഷോഭത്തോടെയാണ് തേജാസിങ് സ്വതന്ത്രർ രാഷ്ട്രീയജീവിതം തുടങ്ങിയത്.

1922–ൽ അഫ്ഗാനിസ്ഥാനിലേക്കുപോയി. ആ രാജ്യത്ത് സിഖ് സമുദായത്തിൽപ്പെട്ട ധാരാളം ആളുകൾ താമസിക്കുന്നുണ്ടായിരുന്നു. അവരെ സംഘടിപ്പിക്കുകയായിരുന്നു ലക്ഷ്യം. അവിടെ അദ്ദേഹവും സർദാർ ഉദ്ദം സിങ്ങും തമ്മിൽ ഒരു സംഭാഷണം നടന്നു. ഇന്ത്യ എന്ന വലിയ ഒരു ഗുരുദ്വാര അടിമത്തത്തിൽ കഴിയുമ്പോൾ മഹന്തുക്കളുടെ കൈകളിൽ നിന്ന് ഗുരുദ്വാരകൾ മോചിപ്പിച്ചാൽമാത്രം പോരെന്ന് അദ്ദേഹത്തിന് ബോധ്യമായി. അഫ്ഗാനിസ്ഥാനിൽനിന്ന് തിരിച്ചെത്തിയപ്പോൾ ഉദ്ദം സിങ്ങുമായുള്ള സംഭാഷണത്തെക്കുറിച്ച് തലങ്ങും വിലങ്ങും ആലോചിച്ചു. അവസാനം ഖണ്ഡിതമായ ഒരു നിഗമനത്തിലെത്തി—രാജ്യത്തിന്റെ സ്വാതന്ത്ര്യത്തിനുവേണ്ടി പ്രവർത്തിക്കണം. സ്വാതന്ത്ര്യം നേടുന്നതുവരെ അടങ്ങിയിരിക്കുകയില്ലെന്ന് അദ്ദേഹം ദൃഢപ്രതിജ്ഞചെയ്തു. പിന്നീട് ഒന്നിലധികംതവണ അഫ്ഗാനിസ്ഥാനിൽ പോയിവന്നു. 1923–ൽ സൈനിക പരിശീലനത്തിനായി തുർക്കിയിലെ സൈനിക അക്കാദമിയിൽ ചേർന്നു. അഞ്ചുവർഷത്തെ സൈനിക പരിശീലനംനേടി. അവിടെനിന്ന് ഏറ്റവും ഉയർന്ന പരീക്ഷ പാസായി. തുർക്കിയുടെ സിംഹം എന്ന പേരിൽ അറിയപ്പെട്ട ജനറൽ ഹബ്രി പാഷയിൽനിന്ന് അംഗീകാരമുദ്ര നേടി. സ്വതന്ത്രരെ സ്വന്തം മകനെപ്പോലെയാണ് കണക്കാക്കിയത്.

സൈനികപഠനം അവസാനിച്ചതിനുശേഷം അമേരിക്കയിലേക്കു പോയി. അവിടെ ഗദ്ദർ പാർട്ടി പുനഃസംഘടിപ്പിക്കുന്നതിൽ മുഴുകി. അമേരിക്കൻ ഗവൺമെന്റ് പുറത്താക്കിയപ്പോൾ പനാമ, ബ്രസീൽ, മറ്റു ദക്ഷിണ–മധ്യ അമേരിക്കൻ രാജ്യങ്ങൾ എന്നിവിടങ്ങളിലെ ഇന്ത്യക്കാരെ സംഘടിപ്പിച്ചു. പോയേടങ്ങളിലൊക്കെ ഇന്ത്യക്കാരിൽ പുതുരാഷ്ട്രീയബോധം ജനിപ്പിച്ചു. 1932–ൽ സോവിയറ്റ് യൂണിയനിലേക്കുപോയി.

1934–ൽ ഇന്ത്യയിൽ തിരിച്ചെത്തി. ബോംബെയിൽ കപ്പലിറങ്ങി. അധികംതാമസിയാതെ അറസ്റ്റിലായി. ആറുവർഷം പല തടവറകളിലായി കഴിഞ്ഞു. ഇപ്രകാരം ജയിലിൽ കിടക്കുമ്പോൾ അക്ബാൽ സിങ്, സോമനാഥ ലാഹിരി തുടങ്ങിയ കമ്മ്യൂണിസ്റ്റുനേതാക്കളെ പരിചയപ്പെടാനിടയായി.

ജയിലിൽ അടങ്ങിയിരിക്കുന്ന ആളായിരുന്നില്ല സ്വതന്തർ. ആദ്യം മെട്രിക്പരീക്ഷ പാസായി. പിന്നീട് എഫ് എം പരീക്ഷയും. 1936–ൽ ബി എ പരീക്ഷ പാസായി.

1937–ൽ നിയമസഭാ തിരഞ്ഞെടുപ്പ്. സഖാക്കൾ ഒരു നിയോജകമണ്ഡലത്തിൽ അദ്ദേഹത്തെ സ്ഥാനാർഥിയാക്കിനിർത്തി. അദ്ദേഹം എതിരില്ലാതെ തിരഞ്ഞെടുക്കപ്പെട്ടു. എം എൽ എ ആയപ്പോഴും അദ്ദേഹത്തെ മോചിപ്പിക്കാൻ അധികൃതർ തയാറായില്ല. 1942 മെയ്മാസത്തിൽ മാത്രമാണ് മോചിപ്പിച്ചത്. ജയിലിൽനിന്ന് പുറത്തുവരുമ്പോഴേക്കും കമ്മ്യൂണിസ്റ്റ് ആശയഗതികൾ അദ്ദേഹത്തെ ആകർഷിച്ചുകഴിഞ്ഞിരുന്നു. ജയിൽ മോചിതനായ അദ്ദേഹം കൃഷിക്കാരെ സംഘടിപ്പിക്കുന്നതിൽ വ്യാപൃതനായി. അദ്ദേഹം സംസ്ഥാന കിസാൻസഭയുടെ പ്രസിഡന്റായി തിരഞ്ഞെടുക്കപ്പെട്ടു.

1927–ൽത്തന്നെ സ്വതന്തരുടെ വിവാഹം നടന്നു. ഭാര്യ ഹർഭജൻ കൗർ. അവരും അകാലി പ്രക്ഷോഭത്തിൽ പങ്കെടുത്തിട്ടുണ്ട്.

പഞ്ചാബിൽ ഒന്നിലധികം നാട്ടുരാജ്യങ്ങൾ. ഈ നാട്ടുരാജ്യങ്ങളിൽ തിരുവിതാംകൂറിലേതുപോലെ ഉത്തരവാദ ഭരണത്തിനുവേണ്ടിയുള്ള പ്രക്ഷോഭം. പെപ്സുവിലെ പ്രക്ഷോഭത്തിന് നേതൃത്വംനൽകിയത് സ്വതന്തർ. ഈ പ്രക്ഷോഭകാലത്തും സ്വാതന്ത്ര്യലബ്ധിക്കുശേഷവും പലതവണ അറസ്റ്റിലായി. ഒന്നിലധികംതവണ ലോക്സഭയിലേക്ക് തിരഞ്ഞെടുക്കപ്പെട്ടു.

പഞ്ചാബിൽ കമ്യൂണിസ്റ്റുപാർട്ടിയുടെ നേതൃനിരയിലെത്തിയ സ്വതന്തർ പാർട്ടി പിളർന്നപ്പോൾ സി പി ഐയിൽ ഉറച്ചുനിന്നു. ആ പാർട്ടിയുടെ നാഷണൽ കൗൺസിൽ അംഗംവരെയായി. സി പി ഐ നേതൃത്വത്തിലുള്ള കിസാൻസഭയുടെ ആക്ടിങ് പ്രസിഡന്റായി പ്രവർത്തിച്ചിട്ടുണ്ട്. 1973 ഏപ്രിൽ 12–ന് അന്തരിച്ചു.

ദശരഥ് ദേബ്

1916 - 1998

ഒന്നാമത്തെ പൊതുതിരഞ്ഞെടുപ്പ് 1952–ൽ നടക്കുമ്പോൾ കമ്യൂണിസ്റ്റ് പാർട്ടിക്കുമേലുള്ള നിരോധനം പിൻവലിച്ചിട്ടേ ഉണ്ടായിരുന്നുള്ളൂ. ഒളിവിൽ കഴിയുകയായിരുന്ന കമ്യൂണിസ്റ്റ് നേതാക്കൾ മുഴുവൻ പുറത്തുവന്നു കഴിഞ്ഞിരുന്നില്ല. ചിലരുടെ പേരിൽ അപ്പോഴും അറസ്റ്റ് വാറണ്ട്. അതിനാൽ കമ്യൂണിസ്റ്റ് സ്ഥാനാർഥികളിൽ ചിലർ ഒളിവിലിരുന്നുകൊണ്ട് മത്സരിക്കുകയായിരുന്നു.

അങ്ങനെ ഒളിവിൽ കഴിഞ്ഞ ഒരു ചെറുപ്പക്കാരൻ ത്രിപുര വെസ്റ്റ് നിയോജകമണ്ഡലത്തിൽ നിന്ന് ലോകസഭ സ്ഥാനാർഥിയായി നോമിനേഷൻ കൊടുത്തു. അറസ്റ്റ് വാറണ്ട് അപ്പോഴും നിലവിലുണ്ടായിരുന്നതിനാൽ സമ്മതിദായകരെ കാണാനോ അവരോട് വോട്ടുചോദിക്കാനോ ആ സ്ഥാനാർഥിക്കു കഴിഞ്ഞില്ല. എന്നിട്ടും തിരഞ്ഞെടുപ്പ് ഫലം പുറത്തുവന്നപ്പോൾ ആ സ്ഥാനാർഥി വമ്പിച്ച ഭൂരിപക്ഷത്തോടെ വിജയിച്ചിരിക്കുന്നു. അവിടത്തെ രാജാവിനെയാണ് ചെറുപ്പക്കാരൻ തറപറ്റിച്ചത്!

തിരഞ്ഞെടുപ്പ്ഫലം പുറത്തുവന്ന് ഏതാനും ദിവസം പിന്നിട്ടപ്പോൾ പാർലമെന്റ് മന്ദിരത്തിൽ പുതുതായി തിരഞ്ഞെടുക്കപ്പെട്ട എം പി മാരുടെ സത്യപ്രതിജ്ഞാചടങ്ങ്. അകാരാദി ക്രമത്തിൽ പേര് വിളിക്കുന്നതിന് അനുസരിച്ച് ഓരോരുത്തരായി സത്യവാചകം ചൊല്ലാൻ തുടങ്ങി. ത്രിപുര വെസ്റ്റിൽ നിന്നു ജയിച്ച ആ ചെറുപ്പക്കാരന്റെ ഊഴമായി. അപ്പോഴും ‘ഭൂഗർഭ’ത്തിൽനിന്നു പുറത്തു കടക്കാത്ത ആ ചെറുപ്പക്കാരനെ ആരും പ്രതീക്ഷിച്ചില്ല. എങ്കിലും പേര് വിളിച്ചു. അപ്പോഴതാ പാർലമെണ്ട് മന്ദിര

ത്തിന്റെ ഒരു മൂലയിൽ നിന്ന് പതിഞ്ഞ മൂക്കും ചെറിയ കണ്ണുകളും പിന്നിലേക്ക് കോതിയൊതുക്കിയ തലമുടിയുമായുള്ള ഒരു കുറിയ ചെറുപ്പക്കാരൻ വേദിയിലേക്ക് നടന്നടുക്കുന്നു. എല്ലാവർക്കും അത്ഭുതം. നാലഞ്ചുവർഷത്തെ ഒളിവുജീവിതത്തിനുശേഷം ആ ചെറുപ്പക്കാരൻ ആദ്യമായി പുറംലോകത്തേക്കു വരികയായിരുന്നു. പലരും ചോദിച്ചു: "എങ്ങനെ ഇതു സാധിച്ചു?" വിനയത്തോടും ഒരു കമ്യൂണിസ്റ്റുകാരന്റെ തികഞ്ഞ അച്ചടക്കത്തോടും കൂടി അദ്ദേഹം പറഞ്ഞു: "അതൊന്നും വെളിപ്പെടുത്താനാവില്ല. ഇതുപോലെ ഞങ്ങൾക്ക് ഇനിയും കഴിയേണ്ടിവരും."

ഇങ്ങനെ സകലരെയും അതിശയിപ്പിച്ചുകൊണ്ട് പാർലമെണ്ട് മന്ദിരത്തിൽ പ്രത്യക്ഷപ്പെട്ട ചെറുപ്പക്കാരനായിരുന്നു ദശരഥ് ദേബ്. ത്രിപുരയിലെ ജനങ്ങളുടെ ഹൃദയത്തിൽ ഇതിഹാസപുരുഷന്റെ സ്ഥാനം നേടിയെടുത്ത വിപ്ലവകാരി; പിൽക്കാലത്ത് ത്രിപുരയുടെ മുഖ്യമന്ത്രിയായി ഉയർന്ന കമ്യൂണിസ്റ്റ്.

1916 ഫെബ്രുവരി രണ്ടിന് ഖൊവായ് സബ്ഡിവിഷനിൽ (താലൂക്കിൽ) പെട്ട അംബുരാ ഗ്രാമത്തിലെ തിക്തലി എന്ന സ്ഥലത്ത് ഒരു ദരിദ്ര ഗിരിവർഗ കുടുംബത്തിൽ ജനിച്ചു. അച്ഛൻ കൃഷ്ണചന്ദ്രദേബ് ബർമ. അമ്മ കന്യാത്തി ദേബ് ബർമ. പിതാവിനെ കൃഷിപ്പണിയിൽ സഹായിക്കേണ്ടിയിരുന്നതിനാൽ 14 വയസുവരെ വിദ്യാലയത്തിന്റെ പടിപോലും കാണാൻ കഴിഞ്ഞില്ല. 14-ാം വയസിൽ ഖൊവായ് പ്രൈമറി സ്കൂളിൽ ചേർന്നു. അവിടെനിന്ന് അഗർത്തല ഉമാകാന്ത അക്കാദമിയിലേക്കു പോയി. അവിടെ പഠിക്കുന്ന കാലത്ത് അക്കാദമിയിൽ നിന്ന് രണ്ട് വിദ്യാർഥികളെ ഹെഡ്മാസ്റ്റർ പുറത്താക്കി. ആ നടപടി ദശരഥിന് തീരെ ഇഷ്ടപെട്ടില്ല. അതിനാൽ അവരോടൊപ്പം അദ്ദേഹവും ഇറങ്ങിപ്പോയി. മാത്രമല്ല, വിദ്യാഭ്യാസമന്ത്രിയുടെ വീട്ടിൽ കുത്തിയിരിപ്പ് സമരവും തുടങ്ങി. വിഷണ്ണനായ മന്ത്രി, പയ്യനെ മഹാരാജാബീർബിക്രം കിഷോറിന്റെ മുമ്പിൽ ഹാജരാക്കി. പയ്യനെ ശിക്ഷിക്കുമെന്നാണ് എല്ലാവരും കരുതിയത്. പക്ഷെ, രാജാവ് അവനു മാപ്പ് നൽകി. മാത്രമല്ല അവന്റെ സ്കോളർഷിപ്പും വർധിപ്പിച്ചു. സമർഥനായ രാജാവ് മറ്റൊരു കൗശലം കൂടി പ്രയോഗിച്ചു. അഗർത്തലയിൽ ശല്യമൊഴിവാക്കാൻ പയ്യൻ ഖൊവായിയിൽ പഠിക്കട്ടെ എന്ന് തീരുമാനിച്ചു. അങ്ങനെ ഖൊവായ് ഹൈസ്കൂളിൽ ചേർന്ന ദശരഥദേബ് 1943-ൽ അവിടെനിന്ന് ഒന്നാം ക്ലാസോടെ മെട്രിക്കുലേഷൻ പരീക്ഷ പാസായി.

അതിനുശേഷം ഇപ്പോൾ ബംഗ്ലാദേശിലുൾപ്പെട്ട ഹബീഗഞ്ചിലെ വൃന്ദാവൻ കോളേജിൽ ചേർന്നു. ചരിത്രവും സിവിക്സും ഐച്ഛിക വിഷയങ്ങൾ. 1947-ൽ ബിരുദം കരസ്ഥമാക്കി. തുടർന്ന് ബിരുദാനന്തര ബിരുദപഠനത്തിന് കൽക്കത്തയിലേക്കു പോയി. അതിനിടയിൽ അൽപ്പകാലം പട്ടാളത്തിൽ ജോലി നോക്കി. റോയൽ ആർട്ടിലറി റജിമെന്റിലെ താൽക്കാലിക ലെഫ്ടനന്റ് എന്ന നിലയിൽ ബർമയിൽ യുദ്ധം ചെയ്യുകപോലുമുണ്ടായി. ആ ജോലി ഉപേക്ഷിച്ച് കൽക്കത്തയിൽ പഠി

സി ഐ ടി യുവിന്റെ ഒരു അഖിലേന്ത്യാ സമ്മേളനവേദിയിൽ നാന്ദേശ്വർ താലൂക്ദാർ, പി രാമചന്ദ്രറാവു, എം ബസവപുന്നയ്യ, ദശരഥ് ദേബ് അഹല്യ രംഗനേക്കർ, ഹന്നൻ മുള്ള തുടങ്ങിയവരെ കാണാം

ക്കുന്നതിനിടയിൽ ഗിരിവർഗക്കാരുടെ പോരാട്ടത്തിന് നേതൃത്വം നൽകാൻ ത്രിപുരയിലേക്കു മടങ്ങുകയായിരുന്നു.

ത്രിപുര ഗിരിവർഗക്കാർക്ക് ഭൂരിപക്ഷമുള്ള ഒരു പ്രദേശമായിരുന്നു. 1940 കളുടെ ആരംഭമായപ്പോഴേക്ക് അവർക്കിടയിൽ നിന്ന് വിദ്യാസമ്പന്നരായ ഒരു വിഭാഗം ഉയർന്നുവന്നു. നാടുവാഴിവിരുദ്ധ–മുതലാളിത്തവിരുദ്ധ സമരങ്ങൾ അവരെ ഒട്ടൊന്ന് സ്വാധീനിച്ചു. സ്വന്തം വിഭാഗത്തിൽപ്പെടുന്നവരുടെ പുരോഗതിക്കുള്ള മുൻഉപാധി വിദ്യാഭ്യാസമാണെന്നു മനസിലാക്കിയ അവർ വിദ്യാഭ്യാസ പ്രചാരണത്തിനായി 1945 ഡിസംബർ 27–ന് 'ജനശിക്ഷാസമിതി' രൂപവൽക്കരിച്ചു. സുധാംശു ദേബ് ബർമ, ഹേമന്ത് ദേബ് ബർമ തുടങ്ങിയവരായിരുന്നു അതിന് മുൻകൈ എടുത്തത്. അപ്പോൾ വൃന്ദാവൻ കോളേജ് വിദ്യാർഥിയായിരുന്ന ദശരഥ് ദേബ് സമിതിയുടെ വൈസ് പ്രസിഡണ്ടായി തിരഞ്ഞെടുക്കപ്പെട്ടു. രണ്ടു വർഷത്തിനകം സമിതിയുടെ പ്രവർത്തനങ്ങൾക്ക് ഫലം കണ്ടുതുടങ്ങി. ഗിരിവർഗപ്രദേശങ്ങളിൽ 488 സ്വകാര്യ പ്രൈമറി വിദ്യാലയങ്ങൾ സ്ഥാപിക്കപ്പെട്ടു.

ത്രിപുരയോട് തൊട്ടുകിടക്കുന്ന പഴയ കിഴക്കൻ ബംഗാളിലെ കുമില്ല ജില്ല ദേശീയ വിപ്ലവ പ്രസ്ഥാനത്തിന്റെ ശക്തികേന്ദ്രമായിരുന്നു. ആ ജില്ല ധാരാളം ഉശിരൻ വിപ്ലവകാരികൾക്ക് ജൻമം നൽകി. മുസഫർ അഹമ്മദ് കുറച്ചുകാലം അവിടെ താമസിക്കുകയും കമ്യൂണിസ്റ്റ് പാർട്ടിയുടെ ഏതാനും ഘടകങ്ങൾ ജില്ലയിൽ രൂപവൽക്കരിക്കുകയും ചെയ്തു. ആ

പ്രദേശത്താകെ പാർട്ടി വളർത്തുന്നതിൽ അദ്ദേഹം പ്രത്യേകം താൽപ്പര്യമെടുത്തു. ത്രിപുരക്കാരനായ ബിരൺദത്ത മുസഫർ അഹമ്മദുമായി ബന്ധപ്പെടുകയും ക്രമേണ ആ പ്രദേശത്തെ പാർട്ടിയുടെ പ്രധാന സംഘാടകനായിത്തീരുകയും ചെയ്തു. ഇതിനിടയിൽ പാർട്ടി ജനശിക്ഷാ സമിതിയുമായി ബന്ധപ്പെട്ടു. അതോടെ അതിന്റെ പ്രവർത്തനം കൂടുതൽ സജീവമായി.

ജനശിക്ഷാസമിതിയുടെ പ്രവർത്തനം ഗിരിവർഗക്കാർക്കിടയിൽ ഒരു പുതിയ ബോധം ഉരുത്തിരിയാൻ വഴിവെച്ചു. സമിതിയുടെ പ്രവർത്തനം വിദ്യാഭ്യാസം പ്രചരിപ്പിക്കുന്നതിലും സാമൂഹിക പരിഷ്കരണത്തിലും ഒതുങ്ങിനിൽക്കുകയില്ലെന്നു മനസിലാക്കിയ ബീർബിക്രം കിഷോർ ദേബ് ബർമ രാജാവ് അതിനെ നിയന്ത്രിച്ചു നിർത്തണമെന്ന് തീരുമാനിച്ചു. ആ ലക്ഷ്യത്തോടെ 1946–ൽ ഗിരിവർഗമുഖ്യന്മാരുടെയും വളണ്ടിയർമാരുടെയും ഒരു യോഗം വിളിച്ചുകൂട്ടി. അതുകൊണ്ട് ഉദ്ദേശിച്ച ഫലമില്ലെന്നു കണ്ട രാജാവ് ഗിരിവർഗനേതാക്കളെ അറസ്റ്റു ചെയ്ത് സമിതി പൊളിക്കാമോ എന്നു നോക്കി. ഹേമന്ത ദേബ് ബർമയും സുധാംശുദേബ് ബർമയും അറസ്റ്റിലായെങ്കിലും ദശരഥ് ദേബ് വളരെ സമർഥമായി അതിൽ നിന്ന് ഒഴിഞ്ഞുമാറി. നേതാക്കളെ അറസ്റ്റുചെയ്ത വിവരമറിഞ്ഞപ്പോൾ ഗിരിവർഗക്കാരാകെ ഇളകി. കമ്യൂണിസ്റ്റ് പാർട്ടിയുടെ സഹായത്തോടെ വമ്പിച്ചൊരു പ്രതിഷേധ പ്രസ്ഥാനം അലയടിച്ചു. അതിനിടയിൽ ഇന്ത്യക്ക് സ്വാതന്ത്ര്യം കിട്ടി.

1948 മേയിൽ ഗിരിവർഗക്കാരെ ചൂഷണത്തിൽ നിന്നും പിന്നോക്കാവസ്ഥയിൽ നിന്നും മോചിപിക്കുന്നതിനുള്ള പോരാട്ടങ്ങൾക്ക് നേതൃത്വം നൽകാൻ ത്രിപുര രാജ്യഗണമുക്തി പരിഷത്ത് രൂപവൽക്കരിച്ചു. അതിന്റെ പ്രഥമ പ്രസിഡണ്ട് ദശരഥ് ദേബ് ബർമ. അപ്പോഴും ജനശിക്ഷാസമിതി നേതാക്കൾക്ക് ജയിലിൽ കിടന്ന് നരകിക്കുകയായിരുന്നു. സമിതിക്കെതിരായ അടിച്ചമർത്തൽ തുടരുകയായിരുന്നു. ഈ നില തുടരണമെന്ന് കോൺഗ്രസ് നേതാക്കൾ ആഗ്രഹിച്ചു. സമിതി അതിന്റെ ഉദ്ദേശ്യങ്ങളും ലക്ഷ്യങ്ങളും പ്രഖ്യാപിച്ച് ഒരു മാനിഫെസ്റ്റോ പുറത്തിറക്കി. കമ്യൂണിസ്റ്റുകാരുടെ സഹായത്തോടെ സംഘടനയുടെ ശക്തിയും സ്വാധീനവും സംസ്ഥാനത്തൊട്ടാകെ വ്യാപിപ്പിച്ചു. വാസ്തവത്തിൽ ഗണമുക്തി പരിഷത്ത് രൂപം കൊള്ളുന്നതിന് മറ്റൊരു പശ്ചാത്തലമുണ്ട്. 1948–ൽ ഇന്ത്യൻ കമ്യൂണിസ്റ്റ് പാർട്ടിയുടെ രണ്ടാം കോൺഗ്രസ് കൽക്കത്തയിൽ. രണ്ടാം ലോകമഹായുദ്ധം അവസാനിച്ചതിനെത്തുടർന്നുണ്ടായ ജനകീയ മുന്നേറ്റം മുമ്പോട്ടു കൊണ്ടുപോകാൻ കോൺഗ്രസ് തീരുമാനിച്ചു. രാജ്യവ്യാപകമായി പ്രക്ഷോഭങ്ങളും സമരങ്ങളും സംഘടിപ്പിക്കാൻ പരിപാടി ആസൂത്രണം ചെയ്തു. സായുധസമരത്തിലൂടെ ഗവൺമെന്റിനെ അട്ടിമറിക്കണമെന്നായിരുന്നു കോൺഗ്രസിന്റെ ആഹ്വാനം. ഈ പരിപാടിയിൽ നിന്ന് ത്രിപുരയും ഒഴിവായില്ല. ഈ പ്രക്രിയയുടെ ഫലമായിരുന്നു ഗുണമുക്തി പരിഷത്തിന്റെ രൂപവൽകരണം.

കമ്യൂണിസ്റ്റുകാരുടെ സഹായത്തോടെ പരിഷത്ത് അതിന്റെ മുഖ പത്രം പുറത്തിറക്കി. പരിഷത്തിന്റെ സംഘാടകർക്കും പ്രവർത്തകർക്കും എതിരെ പൊലീസും പട്ടാളവും തിരിഞ്ഞു. ഒരു അധിനിവേശ സൈന്യ ത്തോടെന്ന പോലെയാണ് പരിഷത്തിനോട് അവർ പെരുമാറിയത്. 1948–ൽ കമ്യൂണിസ്റ്റ് പാർട്ടി നിരോധിക്കപ്പെട്ടപ്പോൾ കടന്നാക്രമണത്തിന് ശക്തി കൂടി. അങ്ങനെ സംസ്ഥാനത്തെ ഏകാധിപതിയായ രാജാവിൽനിന്നുള്ള ആക്രമണത്തെ പ്രതിരോധിക്കാൻ ഗണമുക്തി പരിഷത്തിന് സായുധ സമരം നടത്തേണ്ടി വന്നു. 1952 വരെ നടന്ന ആ സായുധസമരത്തിന് നേതൃത്വം നൽകിയവരിൽ പ്രധാനിയാണ് ദശരഥ് ദേബ്. സായുധസമ രത്തെ അടിച്ചമർത്താൻ കുമറൂൺ റെജിമെന്റിനെ മുഴുവൻ ഉപയോഗി ച്ചിട്ടും അതിൽ വിജയിച്ചില്ല. എങ്ങനെയും ദശരഥിനെ പിടികൂടണം എന്ന് അധികാരികൾ നിശ്ചയിച്ചു. അദ്ദേഹത്തിന്റെ തലയ്ക്ക് 10,000 രൂപ വില പറഞ്ഞു: "ജീവനോടെയല്ലെങ്കിൽ ജീവനില്ലാതെയും പിടിച്ചു കൊടു ത്താൽ മതി." അപ്പോഴും അദ്ദേഹം ഗിരിവർഗക്കാർക്കിടയിൽ സായുധ സമരത്തിന് നേതൃത്വം നൽകി, ഒരിടത്തുനിന്ന് മറ്റൊരിടത്തേക്ക് നീങ്ങു കയായിരുന്നു. ഇതിനിടയിൽ പട്ടാളക്കാരെ തന്നെ പല തവണ കബളി പ്പിച്ചു. ഒരുദാഹരണം: ഒരിക്കൽ ചെമ്പകനഗറിൽ ഒരു പ്ലറ്റൂൺ പട്ടാള ക്കാർ അദ്ദേഹത്തെ വളഞ്ഞു. പിടികിട്ടാപ്പുള്ളിയെ ഏതാണ്ട് കൈയിൽ കിട്ടിയതായി പട്ടാളക്കാർ ആശ്വസിച്ചു. അപ്പോൾ ദശരഥ് വിസിലടിച്ചു. പട്ടാളക്കാരുടെയാകെ ശ്രദ്ധ അദ്ദേഹത്തിന്റെ നേരെ തിരിഞ്ഞു. അപ്പോൾ അദ്ദേഹം ഉറക്കെ പട്ടാളക്കാരോട് വിളിച്ചു പറഞ്ഞു: "നിങ്ങൾ വളയപ്പെ ട്ടിരിക്കുകയാണ്. ജീവൻ വേണമെങ്കിൽ ആയുധങ്ങൾ ഇട്ടേച്ച് ഓടിപ്പോ വുക." പാവം പട്ടാളക്കാർ അങ്ങനെ തന്നെ ചെയ്തു. ദശരഥ് രക്ഷപ്പെ ട്ടു. ധാരാളം ആയുധങ്ങളും കിട്ടി.

ദശരഥിനെ പിടികൂടുന്നതിന് പൊലീസും പട്ടാളവും നിരവധി പേരെ പീഡിപ്പിച്ചു. ഒരിക്കൽ അദ്ദേഹത്തിന് ഭക്ഷണം കൊണ്ടുപോവുകയായി രുന്ന പെൺകുട്ടിയെ പട്ടാളക്കാർ പിടികൂടി. അദ്ദേഹത്തിന്റെ സങ്കേതം മനസിലാക്കാൻ ക്രൂരമായി പീഡിപ്പിച്ചു. ഒരു സൂചനയും കുട്ടിയിൽനിന്നു കിട്ടിയില്ല. മർദനമേറ്റ് ആ കുട്ടി മരിച്ചു.

ഇക്കാലത്ത് ഗിരിവർഗക്കാരുടെ ചോദ്യം ചെയ്യപ്പെടാനാവാത്ത നേതാ വായി ദശരഥ് ദേബ് മാറി. അദ്ദേഹത്തെക്കുറിച്ചുള്ള പാട്ടുകൾ പോരാളി കൾക്കിടയിൽ പ്രസിദ്ധമായി. ഗിരിവർഗക്കാരുടെ കിരീടം വയ്ക്കാത്ത രാജാവായി അദ്ദേഹം വാഴ്ത്തപ്പെട്ടു. ഗിരിവർഗക്കാർക്കിടയിൽ വെള്ള ത്തിൽ മത്സ്യം എന്നതുപോലെ അദ്ദേഹം ജീവിച്ചു. ഇക്കാലത്ത്, വളരെ കൃത്യമായി പറഞ്ഞാൽ 1950 ഏപ്രിൽ 13–ന് കൽക്കത്തയിൽ നിന്നു പുറ ത്തിറങ്ങിയ യുഗാന്തർ എഴുതി:

> ത്രിപുര രാജഭരണത്തിൽ നിന്ന് മോചനം പ്രാപിച്ചെങ്കിലും കിരീട മില്ലാത്ത ഒരു ഗിരിവർഗ രാജാവാണ് ഇപ്പോൾ അവിടെ ഭരിക്കുന്ന

ത്. അദ്ദേഹം ഇന്ത്യൻ കമ്യൂണിസ്റ്റ് പാർട്ടി അംഗമായ ദശരഥ് ദേബ് അല്ലാതെ മറ്റാരുമല്ല. ഗവൺമെന്റ് അദ്ദേഹത്തെ പിടികൂടുന്നതിൽ പരാജയപ്പെട്ടു. ഗവൺമെന്റിന് അദ്ദേഹത്തെ കാണാൻ കഴിയുന്നി ല്ലെങ്കിലും ഗിരിവർഗക്കാർ ഉള്ളിടത്തൊക്കെ അദ്ദേഹവുമുണ്ട്.

സായുധ ചെറുത്തുനിൽപ്പ് നടന്നുകൊണ്ടിരിക്കെ, 1950–ൽ ഗണ മുക്തി പരിഷത്തിന്റെ നേതാക്കളും അനുഭവ സമ്പന്നരുമായ 41 പേർ ബരാമുറ കുന്നിനു മുകളിൽ സമ്മേളിച്ചു. പരിഷത്തിനെ ഇന്ത്യൻ കമ്യൂ ണിസ്റ്റ് പാർട്ടിയിൽ ലയിപ്പിക്കാൻ തീരുമാനിച്ചു. ഇന്ത്യൻ കമ്യൂണിസ്റ്റ് പാർട്ടിക്കുവേണ്ടി ആ യോഗത്തിൽ പങ്കെടുത്തത് പ്രാണേശ് ബിശ്വാസ്. ബിശ്വാസ് അസമിലെ കമ്യൂണിസ്റ്റ് പാർട്ടിയുടെ ആദ്യപഥികരിലൊരാൾ. അങ്ങനെ 1950–ൽ ദശരഥ് ദേബ് ഇന്ത്യൻ കമ്യൂണിസ്റ്റ് പാർട്ടിയിൽ അംഗ മായി.

ഒന്നാം പൊതുതിരഞ്ഞെടുപ്പിൽ പങ്കെടുക്കാൻ കമ്യൂണിസ്റ്റ് പാർട്ടി തീരുമാനിച്ചു. ആ തിരഞ്ഞെടുപ്പിൽ മത്സരിക്കുമ്പോൾ, നടേ പറഞ്ഞതു പോലെ, അദ്ദേഹം ഒളിവിലായിരുന്നു. (മൊത്തം ആറരവർഷം ഒളിവിൽ കഴിഞ്ഞിട്ടുണ്ട്. നാലര വർഷം ജയിലിലും) തിരഞ്ഞെടുപ്പിൽ വമ്പിച്ച ഭൂരി പക്ഷത്തോടെ ജയിച്ച് ലോകസഭയിൽ ത്രിപുര വെസ്റ്റ് നിയോജകമണ്ഡ ലത്തെ പ്രതിനിധാനം ചെയ്തു. ഇതിനുപുറമേ രണ്ടുതവണ ലോകസഭ യിലേക്കു തിരഞ്ഞെടുക്കപ്പെട്ടു. ആദ്യ പാർലമെന്റിൽ കമ്യൂണിസ്റ്റ് ഗ്രൂപ്പിന്റെ ഡെപ്യൂട്ടി ലീഡറായിരുന്നു.

ഇന്ത്യാ വിഭജനം ത്രിപുരയ്ക്ക് വലിയ വിനയാണ് വരുത്തിവെച്ചത്. കിഴക്കൻ ബംഗാളിൽ നിന്ന് ത്രിപുരയിലേക്ക് അഭയാർഥികളുടെ ഒരു പ്രവാഹം തന്നെയുണ്ടായി. തന്നിമിത്തം സംസ്ഥാനത്ത് ഭൂരിപക്ഷമായി രുന്ന ഗിരിവർഗക്കാർ ന്യൂനപക്ഷമായി മാറി. ഇത് വലിയൊരു വംശീയ സംഘട്ടനത്തിലേക്കോ കലാപത്തിലേക്കോ നയിക്കാമായിരുന്നു. അതൊ ഴിവാക്കാനും ഗിരിവർഗ–ഗിരിവർഗേതര ഐക്യത്തിന് അടിത്തറ പാകാനും ദശരഥ് ദേബിന്റെ നേതൃത്വത്തിൽ കമ്യൂണിസ്റ്റു പാർട്ടിക്കു കഴിഞ്ഞു. അതിനുശേഷം പലതവണ വംശീയകലാപം സൃഷ്ടിക്കുന്ന തിന് തൽപ്പരകക്ഷികൾ ശ്രമിച്ചുനോക്കി. ആ ശ്രമങ്ങളൊക്കെ വിഫല മാക്കിയതിൽ പ്രധാന പങ്കു വഹിച്ചത് ദശരഥ് ആണ്.

ത്രിപുരയെ അസമുമായി ചേർക്കണമെന്ന ഒരു നിർദേശം വന്നു ഒരിക്കൽ. ആ നിർദേശത്തിനെതിരെ ദശരഥ് ദേബിന്റെ നേതൃത്വത്തിൽ കമ്യൂണിസ്റ്റ് പാർട്ടി ത്രിപുരയിലെ ജനങ്ങളെ അണിനിരത്തി.

മൂന്നുതവണ പാർലമെന്റംഗമായിരുന്ന അദ്ദേഹത്തോട് 1977 ഡിസം ബർ 31–നു നടന്ന നിയമസഭാ തിരഞ്ഞെടുപ്പിൽ രാമചന്ദ്രഗഢിൽ സ്ഥാനാർഥിയായി നിൽക്കാൻ പാർട്ടി നിർദേശിച്ചു. അതിനുശേഷം 1983–ലും 1988–ലും 1993–98–ലും അതേ മണ്ഡലത്തെ നിയമസഭയിൽ പ്രതിനിധാനം ചെയ്തു. 1977–ൽ പതിനായിരത്തിലധികം വോട്ടുകളുടെ ഭൂരിപക്ഷമുണ്ടായിരുന്നു. അത്രയും വലിയ ഭൂരിപക്ഷം അതിനുമുമ്പോ

പിമ്പോ മറ്റാർക്കും ലഭിച്ചിട്ടില്ല. ഇരുപതിനായിരം വോട്ടർമാരുള്ള മണ്ഡലത്തിൽ നിന്നാണ് പതിനായിരത്തിലധികം വോട്ടുകളുടെ ഭൂരിപക്ഷത്തിന് ജയിച്ചത് എന്നോർക്കണം. ആദ്യത്തെ ഇടതുപക്ഷമുന്നണി ഗവൺമെന്റിൽ വിദ്യാഭ്യാസം, ഗിരിജനക്ഷേമം എന്നീ വകുപ്പുകൾ കൈകാര്യം ചെയ്യുന്ന മന്ത്രിയായി. ആ അഞ്ചുവർഷംകൊണ്ടുതന്നെ നല്ലൊരു ഭരണാധികാരി എന്ന പേര് സമ്പാദിച്ചു. വിദ്യാഭ്യാസരംഗത്തെ അരാജകത്വം അവസാനിപ്പിച്ചതും ആ മേഖലയെ ആരോഗ്യകരമായ ദിശയിലേക്കു നയിച്ചതും സ്വയംഭരണ ജില്ലാ കൗൺസിലുകൾ രൂപവൽക്കരിച്ചതും പൂനം കൃഷിക്കാരെ പുനരധിവസിപ്പിച്ചതും വലിയ നേട്ടങ്ങൾ തന്നെയായി.

1983 മുതൽ 1988 വരെ ഉപമുഖ്യമന്ത്രിയായി, 1993–98 കാലത്ത് മുഖ്യമന്ത്രിയും.

ഗിരിവർഗഭാഷയായ കോക്ബാറക്കിലെ ഒരു പണ്ഡിതനായ ദശരഥ് താൻ മന്ത്രിയായിരിക്കെ ആ ഭാഷയ്ക്ക് അംഗീകാരം നൽകി. കോക്ബാറക് ഭാഷയ്ക്ക് വ്യാകരണനിയമം എഴുതിയുണ്ടാക്കിയ അദ്ദേഹം *കോക്ബാറക്-ബംഗാളി നിഘണ്ടുവിന്റെ* കർത്താവാണ്. ആത്മകഥാപരമായ ഒരു കൃതിയും രചിച്ചിട്ടുണ്ട്.

1950–ൽ കമ്യൂണിസ്റ്റ് പാർട്ടിയിൽ അംഗമായ ദശരഥ് ദേബ് 1953–ൽ മധുരയിൽ നടന്ന മൂന്നാം കോൺഗ്രസിൽ വച്ച് കേന്ദ്രകമ്മിറ്റിയിലേക്ക് തിരഞ്ഞെടുക്കപ്പെട്ടു. പാർട്ടി പിളരുന്നതുവരെ തൽസ്ഥാനത്ത് തുടർന്നു. പാർട്ടി പിളർന്നപ്പോൾ സി പി ഐ (എം) ൽ എത്തി. ത്രിപുരയിലെ സി പി ഐ ഘടകത്തെ ഒന്നടങ്കം സി പി ഐ (എം) ലേക്ക് കൊണ്ടുവരുന്നതിൽ പ്രധാന പങ്കു വഹിച്ചു. കൽക്കത്തയിൽ നടന്ന പാർട്ടിയുടെ ഏഴാം കോൺഗ്രസ് കേന്ദ്രകമ്മിറ്റിയിലേക്കു തിരഞ്ഞെടുത്തു. കൽക്കത്തയിൽ നടന്ന പതിനാറാം കോൺഗ്രസ് വരെ തൽസ്ഥാനത്ത് തുടർന്നു. അനാരോഗ്യംമൂലം ആ കോൺഗ്രസിൽ വെച്ച് സി സി അംഗത്വം ഒഴിയുകയായിരുന്നു.

1988 ഫെബ്രുവരി മുതൽ 1993 വരെ സംസ്ഥാനത്ത് അർധ–ഫാസിസ്റ്റ് ഭീകരവാഴ്ച നിലനിന്നു. 1988 ഫെബ്രുവരിയിൽ നടന്ന തിരഞ്ഞെടുപ്പ് പട്ടാളത്തെ ഇറക്കി പ്രഹസനമാക്കി മാറ്റി കോൺഗ്രസ് അധികാരം പിടിച്ചെടുക്കുകയായിരുന്നു. അതിനുശേഷം പാർട്ടിയുടെയും ബഹുജന സംഘടനകളുടെയും ജനാധിപത്യ പ്രസ്ഥാനങ്ങളുടെയും മുകളിലൂടെ മർദനത്തിന്റെ സ്റ്റീം റോളറുകൾ ഉരുട്ടിനീക്കി. അക്കാലത്ത് പാർട്ടിയുടെ സംസ്ഥാന സെക്രട്ടറിസ്ഥാനം അദ്ദേഹം ഏറ്റു. ഒരു പോറൽപോലുമേൽക്കാതെ അടുത്ത തിരഞ്ഞെടുപ്പിൽ സി പി ഐ (എം) വിജയത്തിലേക്കു നയിക്കാൻ അദ്ദേഹത്തിനു കഴിഞ്ഞു.

എണ്ണമറ്റ ഗിരിവർഗ സമരങ്ങൾക്ക് നേതൃത്വം കൊടുത്ത ഈ പോരാളി അഖിലേന്ത്യാ കിസാൻസഭയുടെ നേതൃപദവിയിലിരുന്നിട്ടുണ്ട്. അഖിലേന്ത്യാ കിസാൻസഭ പ്രതിനിധിയെന്ന നിലയിൽ 1955–ൽ ഒട്ടേറെ സോഷ്യലിസ്റ്റ് രാജ്യങ്ങൾ സന്ദർശിക്കുകയുണ്ടായി. അൽപ്പകാലം അഖി

ലേന്ത്യാ കർഷകത്തൊഴിലാളി യൂണിയന്റെ പ്രസിഡണ്ടായും പ്രവർത്തിച്ചു.

ആറു പതിറ്റാണ്ടുകാലം ത്രിപുരയുടെ രാഷ്ട്രീയ രംഗത്ത് നിറഞ്ഞുനിന്ന, അടിച്ചമർത്തപ്പെട്ടും അന്ധവിശ്വാസങ്ങളിലും അനാചാരങ്ങളിലും ആണ്ടുമുങ്ങിയും കഴിഞ്ഞ ഗിരിവർഗക്കാരുടെ ഉയർത്തെഴുന്നേൽപ്പിന് നേതൃത്വം നൽകിയ, ആധുനിക ത്രിപുരയുടെ ശിൽപ്പിയായ ദശരഥ് ദേബ് 1988 ഒക്ടോബർ 14-ന് അന്തരിച്ചു.

കെ ദാമോദരൻ

1912 - 1976

കേരളത്തിലെ കമ്യൂണിസ്റ്റുപ്രസ്ഥാനത്തിന്റെ സ്ഥാപകനേതാക്കളിലൊരാളും പ്രശസ്ത മാർക്സിയൻ ബുദ്ധിജീവിയുമായിരുന്നു കെ ദാമോദരൻ. കേരളത്തിൽ ആദ്യകാലത്ത് മാർക്സിസം പ്രചരിപ്പിച്ചിരുന്നവരിൽ ഏറ്റവും പ്രമുഖൻ അദ്ദേഹമായിരുന്നു. ദാമോദരൻ ആദ്യകാല തൊഴിലാളി നേതാവും സ്വാതന്ത്ര്യസമരസേനാനിയും വാഗ്മിയും എഴുത്തുകാരനുമായിരുന്നു.

പൊന്നാനി താലൂക്കിൽ തിരൂർ വില്ലേജിൽ പൊറൂർ ദേശത്ത് സമ്പന്നമായ കീഴേടത്ത് നായർ കുടുംബത്തിൽ 1912 ഫെബ്രുവരി 25–ന് ജനിച്ചു. അച്ഛൻ കിഴക്കിനിയേടത്ത് തുപ്പൻ നമ്പൂതിരി. അമ്മ കീഴേടത്ത് നാരായണി അമ്മ. തിരൂർ അങ്ങാടി മാട്ടായി പ്രൈമറി സ്കൂളിൽ അഞ്ചാം ക്ലാസ് വരെ പഠിച്ചു. തുടർന്ന് തിരൂർ ഗവൺമെന്റ് സ്കൂളിലും കോഴിക്കോട് സാമൂതിരി കോളേജിലും വിദ്യാർഥിയായിരുന്നു. സ്കൂൾവിദ്യാർഥി ആയിരിക്കേതന്നെ ദേശീയപ്രസ്ഥാനത്തിൽ ആകൃഷ്ടനായി.

കോഴിക്കോട് സാമൂതിരി കോളേജിലെ വിദ്യാർഥിയായിരിക്കുമ്പോഴാണ് ഉപ്പുസത്യഗ്രഹത്തിൽ വളണ്ടിയറാകാൻ ഒരു ഖദർ ഷർട്ടും മുണ്ടും ധരിച്ച് കോഴിക്കോട് സത്യഗ്രഹക്യാമ്പിൽ എത്തിയത്. പ്രായപൂർത്തിയാകാത്തതുകൊണ്ട് നേതാക്കൾ തിരിച്ചയച്ചു. ദാമോദരൻ നിരാശനായില്ല. വിദ്യാർഥികളെ സംഘടിപ്പിച്ച് അവരെ സ്വാതന്ത്ര്യസമരത്തിൽ അണിനിരത്തുന്നതിൽ വ്യാപൃതനായി. അവരുടെ ഒരു സംഘടന രൂപീ

കരിച്ചു—കേരള വിദ്യാർഥി സംഘം. വിദ്യാർഥി ഫെഡറേഷൻ രൂപംകൊള്ളുന്നതിനുമുമ്പാണിത്. ദാമോദരൻ അതിന്റെ ജനറൽ സെക്രട്ടറിയായി.

നിയമലംഘനപ്രസ്ഥാനം ശക്തിപ്പെടുകയായിരുന്നു. രാജ്യമെമ്പാടും ആയിരക്കണക്കിനാളുകൾ നിയമം ലംഘിച്ച് അറസ്റ്റുവരിക്കുന്ന വാർത്തകൾ ദാമോദരന്റെ ചെവിയിലുമെത്തി. അടങ്ങിയിരിക്കാൻ കഴിയാതായി. ഒരുദിവസം കോഴിക്കോട് പോയി നിയമം ലംഘിക്കുകതന്നെ ചെയ്തു. അദ്ദേഹത്തെ അറസ്റ്റുചെയ്തു.

കീഴേടത്ത് തറവാട്ടിലെ കുട്ടിയെയാണ് അറസ്റ്റുചെയ്തത്. അമ്മാവൻ സബ്ജഡ്ജി. വിവരമറിഞ്ഞ് നാട്ടുപ്രമാണിമാരും കാര്യസ്ഥരുമെത്തി. കുട്ടിയെ എങ്ങനെയും മോചിപ്പിക്കണം – അവർ ദൃഢനിശ്ചയം ചെയ്തു. പൊലീസ് മേധാവി കുട്ടിയെ മോചിപ്പിക്കാം എന്ന് സമ്മതിച്ചു. പക്ഷേ ഒരുപാധി – 'മേലിൽ ഇത്തരം പ്രവർത്തനങ്ങൾ ചെയ്യില്ലെന്ന് ഉറപ്പുകിട്ടണം.' ദാമോദരൻ, പക്ഷേ, അങ്ങനെ ഒരുറപ്പുനൽകാൻ തയ്യാറല്ലായിരുന്നു. 'എങ്കിൽ കുട്ടിക്കുവേണ്ടി കാരണവർ ഉറപ്പുകൊടുത്താൻ മതി'യെന്നായി പൊലീസ് മേധാവി. അപ്പോൾ ദാമോദരന്റെ മറുപടി: "ഉറപ്പുകൊടുത്താൽ കൊടുത്തവരും വാങ്ങിയാൽ വാങ്ങിയവരും കുടുങ്ങും. അങ്ങനെ ഒരുറപ്പ് ആർക്കും കൊടുത്തിട്ടില്ലെന്ന് ഞാൻ പരസ്യമായി പ്രഖ്യാപിക്കും." ഇതു കേട്ടപ്പോൾ ബന്ധുക്കൾക്കും നാട്ടുപ്രമാണിമാർക്കും നിരാശ. ദാമോദരനെ ജയിലിലേക്ക് കൊണ്ടുപോയി. അവർ നാട്ടിലേക്കും മടങ്ങി.

ജയിലിൽ വായനയും പഠനവും ചർച്ചയും. നിയമലംഘനപ്രസ്ഥാനത്തിൽ പങ്കെടുത്ത് അറസ്റ്റിലായ ഒട്ടേറെപ്പേർ ജയിലിലുണ്ടായിരുന്നു. അവരിൽ പലരുമായും ദാമോദരൻ അടുത്തു. അവരുമായി പല വിഷയങ്ങളും ചർച്ചചെയ്തു. അവരിൽ പലരുടെയും ചിന്താഗതി സാരമായി മാറാൻതുടങ്ങി. ഇതിനിടയിൽ ജയിൽമോചിതനായി. അപ്പോൾ തുടർന്ന് പഠിക്കണമെന്നു മോഹം. തന്റെ പഴയ കോളേജായ സാമൂതിരി കോളേജിൽ ചെന്നു. ഈ അപകടകാരിയെ കോളേജിൽ ചേർക്കാൻ അധികൃതർ ഇഷ്ടപ്പെട്ടില്ല. മറ്റു കോളേജുകളിൽ പ്രവേശനം കിട്ടുന്ന കാര്യവും സംശയമായിരുന്നു. അപ്പോഴാണ് ആചാര്യ നരേന്ദ്രദേവിന്റെ നേതൃത്വത്തിലുള്ള കാശി വിദ്യാപീഠത്തെക്കുറിച്ച് അറിയുന്നത്. അവിടെ പ്രവേശനം കിട്ടും എന്നു മനസിലാക്കിയപ്പോൾ കാശിയിലേക്ക് വണ്ടികയറി.

കാശിയിലെ പഠനം വിജ്ഞാനദാഹിയായ ദാമോദരനെ വളരെയേറെ സഹായിച്ചു. അവിടെ നല്ലൊരു ഗ്രന്ഥശാലയുണ്ടായിരുന്നു. ആ ഗ്രന്ഥശാലയിൽ പുറത്തെവിടെയും കിട്ടാനിടയില്ലാത്ത മാർക്സിസ്റ്റ് ഗ്രന്ഥങ്ങളും. ദാമോദരൻ അവ ആർത്തിയോടെ വായിച്ചു. ഈ വായനയും സഹപാഠിയായ ഓംകാർ നാഥ് എന്ന കമ്യൂണിസ്റ്റുകാരനുമായുണ്ടായ സഹവാസവും ദാമോദരന്റെ ജീവിതത്തിൽ വഴിത്തിരിവ് കുറിച്ചു. ദാമോദരൻ പുതിയ ഒരാളാവുകയായിരുന്നു. ശാസ്ത്രി പരീക്ഷ പാസായി കാശിയിൽ നിന്ന് കേരളത്തിൽ തിരിച്ചെത്തിയത് തികഞ്ഞ കമ്യൂണിസ്റ്റായിട്ടാണ്.

കാശിയിലേക്ക് പോകുമ്പോൾ ഗാന്ധിസത്തിന്റെ ആരാധകനായിരുന്ന ദാമോദരൻ അവിടെനിന്ന് മടങ്ങിവന്നത് കമ്യൂണിസ്റ്റായിട്ടാണെന്നർഥം.

ദാമോദരൻ കേരളത്തിലെത്തുമ്പോഴേക്ക് കോൺഗ്രസ് സോഷ്യലിസ്റ്റു പാർട്ടി സജീവമായിരുന്നു. അതിന്റെ ജനറൽ സെക്രട്ടറി പി കൃഷ്ണ പിള്ളയുമായി ബന്ധപ്പെട്ടു. തൊഴിലാളിരംഗത്ത് പ്രവർത്തിക്കാൻ പാർട്ടി നിർദേശിച്ചു. പി കൃഷ്ണപിള്ള, എ കെ ജി, എൻ സി ശേഖർ, കെ പി ഗോപാലൻ തുടങ്ങിയവരെല്ലാം അപ്പോൾ തൊഴിലാളിരംഗത്ത് പ്രവർത്തിക്കുന്നുണ്ടായിരുന്നു. അവർ തൊഴിലാളികളെ സംഘടിപ്പിച്ച് അവരുടെ അവകാശസമരങ്ങൾക്ക് നേതൃത്വം നൽകി. ആയിടെ ഫറോക്ക് മേഖലയിലെ ഓട്ടുകമ്പനി തൊഴിലാളികൾ നടത്തിയ പണിമുടക്ക് പ്രസിദ്ധം. ആ പണിമുടക്കിനെക്കുറിച്ച് എ കെ ജി തന്റെ ആത്മകഥയിൽ വിസ്തരിച്ചെഴുതിയിട്ടുണ്ട്. ആ പണിമുടക്ക് നടക്കുമ്പോൾ നാലും അഞ്ചും ആളുകൾ അടങ്ങിയ സംഘം വീടുതോറും കയറിയിറങ്ങി പണിമുടക്ക് പ്രചാരണം നടത്തും. അപ്രകാരം പ്രചാരണം നടത്തുന്നവരിൽ കെ ദാമോദരനും ഉണ്ടായിരുന്നതായി കെ എ കേരളീയൻ പറഞ്ഞിട്ടുണ്ട്.

കേരളത്തിലെ ട്രേഡ് യൂണിയൻ പ്രസ്ഥാനത്തിന്റെതന്നെ ചരിത്രത്തിലെ പ്രധാനപ്പെട്ട ഒരു പണിമുടക്കാണ് പൊന്നാനിയിലെ ബീഡിത്തൊഴിലാളി പണിമുടക്ക്. ആ പണിമുടക്കിന്റെ സൂത്രധാരൻ ദാമോദരൻ. പണിമുടക്കിനിടയിൽ ദാമോദരൻ അറസ്റ്റിലായി. അറസ്റ്റുചെയ്ത് മണിക്കൂറുകൾക്കകം പൊന്നാനിയിലാകെ ഒരു വാർത്ത – ദാമോദരനെ പൊലീസ് മർദിച്ചവശനാക്കി. പിന്നെ എന്താണ് സംഭവിച്ചത്? കൊളാടി ഗോവിന്ദൻകുട്ടി പറയട്ടെ:

> പൊന്നാനി താലൂക്ക് ഓഫീസ്, പൊലീസ് സ്റ്റേഷൻ, മുൻസിഫ്–മജിസ്ട്രേട്ട് കോടതികൾ, ജയിൽ എന്നിവയെല്ലാം ഒരൊറ്റ മതിൽക്കെട്ടിനുള്ളിലാണ്. അവിടമാകെ ജനനിബിഡമാകാൻ ഏറെസമയം വേണ്ടിവന്നില്ല. മനുഷ്യമഹാസമുദ്രത്തിന്റെ ഉയർന്നുപൊങ്ങുന്ന അലച്ചാർത്തുകൾ മതിൽക്കെട്ടുകളെ തകർത്ത് തരിപ്പണമാക്കുമെന്നായി....
>
> മുന്നറിയിപ്പുകളും താക്കീതുകളും മുറയ്ക്ക് നടന്നു. ജനാവലിയുടെ തള്ളിക്കയറ്റത്തെ തടയാൻ അവയ്ക്കൊന്നും കഴിഞ്ഞില്ല.

ഇങ്ങനെ തള്ളിക്കയറിയ ജനങ്ങൾ ആവശ്യപ്പെട്ടു – ദാമോദരനെ വിട്ടുകിട്ടണം. പൊലീസ് മേധാവികൾ അപകടം മണത്തറിഞ്ഞു. അവർ ദാമോദരനുമായി ചർച്ച ചെയ്തു. അവസാനം ദാമോദരൻ തന്നെ വന്ന് പിരിഞ്ഞുപോകാൻ ജനങ്ങളോട് പറഞ്ഞു. അപ്പോൾ മാത്രമേ അവർ പിരിഞ്ഞുപോയുള്ളൂ. എന്നിട്ടും ദാമോദരനെ സെൻട്രൽ ജയിലിലേക്ക് കൊണ്ടുപോകാൻ പൊലീസ് മേധാവിക്ക് ധൈര്യമുണ്ടായില്ല. അർധരാത്രിയിലാണ് അദ്ദേഹത്തെ ജയിലിലേക്ക് കൊണ്ടുപോയത്.

ഇതിനിടയിൽ, 1937-ൽ, പ്രധാനപ്പെട്ട ഒരു സംഭവം. കേരളത്തിലെ സി എസ് പി നേതാക്കൾ അഖിലേന്ത്യാ കമ്മിറ്റി യോഗങ്ങളിൽ പങ്കെടുക്കാൻ പോകും. അപ്പോൾ സി എസ് പിയിലെ കമ്യൂണിസ്റ്റ് നേതാക്കളുമായി ബന്ധപ്പെടും. സി എസ് പി യോഗങ്ങളിൽ കമ്യൂണിസ്റ്റുകാരെടുക്കാറുള്ള നിലപാടുകളാണ് ശരിയെന്ന് തോന്നിത്തുടങ്ങി. അവർ കമ്യൂണിസ്റ്റ് ചിന്താഗതിക്കാരായി മാറുകയായിരുന്നു. ഈ സാഹചര്യത്തിൽ കേരളത്തിൽ കമ്യൂണിസ്റ്റ് ഗ്രൂപ്പ് രൂപീകരിക്കുന്നതിന് ഒരു യോഗം കോഴിക്കോട് വിളിച്ചുചേർക്കപ്പെട്ടു. ആ യോഗത്തിൽ നാലാളുകൾ പങ്കെടുത്തു. ആ നാലുപേരിൽ ഒരാൾ കെ. ദാമോദരൻ. അങ്ങനെ ദാമോദരൻ കേരളത്തിലെ കമ്യൂണിസ്റ്റുപ്രസ്ഥാനത്തിന്റെ സ്ഥാപക നേതാക്കളിലൊരാളായി.

കേരളത്തിലെ ആദ്യത്തെ കമ്യൂണിസ്റ്റ് ഗ്രൂപ്പ് രൂപംകൊണ്ട അതേ വർഷം തന്നെ ഷൊർണൂരിൽ പുരോഗമനവാദികളായ എഴുത്തുകാരുടെ സമ്മേളനം. ആ സമ്മേളനം ജീവൽസാഹിത്യസംഘം രൂപീകരിച്ചു. സമ്മേളനം വിളിച്ചുകൂട്ടിയവരിലൊരാൾ കെ. ദാമോദരൻ. അദ്ദേഹം അതിന്റെ നേതാക്കളിലൊരാളായി. ആ വർഷം ദാമോദരന്റെ പ്രസിദ്ധമായ *പാട്ടബാക്കി* എന്ന നാടകം പുറത്തുവന്നു. ആ നാടകം മലയാള നാടക ചരിത്രത്തിൽ വഴിത്തിരിവ് കുറിച്ചു.

അടുത്തവർഷം തിരുവിതാംകൂറിന്റെ ചരിത്രത്തിലെ സുപ്രധാനമായ ഒരു സംഭവം നടന്നു– സ്റ്റേറ്റ് കോൺഗ്രസ് രൂപീകരണം. അതേവരെ നാട്ടുരാജ്യങ്ങളിൽ പ്രവർത്തനം നടത്തേണ്ടതില്ലെന്ന നിലപാട് കോൺഗ്രസ് മാറ്റി പ്രവർത്തിക്കാൻ തീരുമാനിച്ചപ്പോഴാണ് സ്റ്റേറ്റ് കോൺഗ്രസ് രൂപം കൊണ്ടത്. അതിന്റെ നേതൃത്വത്തിൽ ഉത്തരവാദഭരണത്തിനുവേണ്ടി പ്രക്ഷോഭം തുടങ്ങി. ആ ഘട്ടത്തിലാണ് ദാമോദരന്റെ ജീവിതത്തിലെ ഏറ്റവും പ്രധാനപ്പെട്ടതെന്ന് എല്ലാവരും ഒരുപോലെ വിശേഷിപ്പിച്ച സംഭവം നടന്നത്. യൂത്ത് ലീഗിന്റെ ഒരു സമ്മേളനം 1938 ആഗസ്ത് 20, 21 തീയതികളിൽ തമ്പാനൂരിൽ. സി എസ് പിയുടെ അഖിലേന്ത്യാ നേതാവ് കമലാദേവി ചതോപാധ്യായ അധ്യക്ഷ. അവരെ, പക്ഷേ, തിരുവിതാംകൂറിൽ കടക്കാൻ അനുവദിച്ചില്ല. തിരുവനന്തപുരത്ത് നിരോധനാജ്ഞ ഏർപ്പെടുത്തി. നിരോധനം ലംഘിച്ചതിന് അവരെ അസ്റ്റുചെയ്തു. അപ്പോൾ പിന്നെ എങ്ങനെ തമ്പാനൂർ യോഗം നടക്കും? ആര് അധ്യക്ഷനാകും? താമസിയാതെ ആ ചോദ്യങ്ങൾക്ക് ഉത്തരം കിട്ടി. യോഗം കൃത്യസമയത്ത് തുടങ്ങി. ദാമോദരൻ യോഗത്തെ അഭിസംബോധന ചെയ്തു. അദ്ദേഹത്തിന്റെ പ്രസംഗത്തെക്കുറിച്ച് സി അച്യുതമേനോൻ എഴുതിയതു നോക്കുക:

> ചടച്ചു പ്രായംകുറഞ്ഞ അജ്ഞാതനായ ഒരു യുവാവ് മൈതാനത്തിൽ കയറി മലബാർ ചുവയോടുകൂടിയ ഭാഷയിൽ പ്രസംഗമാരംഭിച്ചപ്പോൾ അതാരെന്ന് അറിയാനുള്ള ജിജ്ഞാസയോടുകൂടി ആളുകൾ അടുത്തുകൂടി. പിന്നിൽ നിന്നവർ കഴുത്തുനീട്ടിനോക്കി. ക്ഷണനേരംകൊണ്ട് അന്തരീക്ഷമാകെ ചൂടുപിടിച്ചു. ആ യുവാവിന്റെ വക്ത്രത്തിൽനിന്ന് ഒഴുകിവന്ന പ്രസംഗം ശരിക്കും തീചിത

റുന്ന ഒന്നായിരുന്നു. ഭരണാധികാരികൾ അതുകേട്ട് നടുങ്ങി. ജനങ്ങൾ ആവേശംകൊണ്ട് മതിമറന്നു.

അങ്ങനെ ആവേശഭരിതരായിത്തീർന്ന ജനങ്ങൾ പൊലീസുമായി ഏറ്റുമുട്ടി. പിറ്റേന്ന് യൂത്ത്ലീഗ് നേതാക്കളോടൊപ്പം ദാമോദരനെയും അറസ്റ്റുചെയ്തു. സർ സി പിയുടെ പൊലീസ് ആ പ്രസംഗത്തിന്റെ പ്രതികാരം ശരിക്കും തീർത്തു. അദ്ദേഹത്തെ ക്രൂരമായി മർദിച്ചു. രണ്ടോ മൂന്നോ മാസം ജയിലിൽ കഴിച്ചുകൂട്ടിയതിനുശേഷം പുറത്തുവന്നു. ആലപ്പുഴയിലേക്കാണ് പോയത്. അവിടെ തൊഴിലാളിവർഗം ചരിത്രപ്രസിദ്ധമായ പണിമുടക്കിന് തയ്യാറെടുക്കുകയായിരുന്നു. ഇതു സംബന്ധിച്ച തീരുമാനം കൈക്കൊള്ളുന്നതിനുള്ള യോഗത്തിൽ അധ്യക്ഷത വഹിച്ചത് ദാമോദരൻ. ഈ പണിമുടക്കിനുശേഷം തിരുവിതാംകൂറിലും മലബാറിലുമായി ദാമോദരന്റെ പ്രവർത്തനം.

1939-ൽ രണ്ടാം ലോകമഹായുദ്ധം ആരംഭിച്ചു. അതിന്റെ പശ്ചാത്തലത്തിലാണ് കേരളത്തിൽ കോൺഗ്രസ് സോഷ്യലിസ്റ്റ് പാർട്ടിയുടെ ഒരു സമ്മേളനം പിണറായിക്കടുത്ത പാറപ്പുറത്ത് നടന്നത്. ആ സമ്മേളനം ഇവിടത്തെ സി എസ് പി ഘടകത്തെ ഒന്നടങ്കം ഇന്ത്യൻ കമ്യൂണിസ്റ്റുപാർട്ടിയിൽ ലയിപ്പിക്കാൻ തീരുമാനിച്ചു. പാറപ്പുറം സമ്മേളനത്തിൽ പങ്കെടുത്തവരിലൊരാൾ ദാമോദരൻ. ആ സമ്മേളനത്തിനുശേഷമാണ് കേരളത്തിൽ കമ്യൂണിസ്റ്റുപാർട്ടി നിലവിൽവന്ന കാര്യം ജനങ്ങൾ അറിയുന്നത്.

ദാമോദരൻ രാഷ്ട്രീയപ്രവർത്തനം തുടങ്ങിയത് കോൺഗ്രസുകാരനായിട്ടാണല്ലോ. കോൺഗ്രസ് സോഷ്യലിസ്റ്റായപ്പോഴും കോൺഗ്രസിലെ പ്രവർത്തനം തുടർന്നു. കോൺഗ്രസിനെ സാധാരണക്കാരുടെ ഇടയിലേക്ക് ഇറക്കിക്കൊണ്ടുവരുന്നതിന് പരിശ്രമിച്ചു. 1938-ൽ കെ പി സി സി ജനറൽ സെക്രട്ടറിയായി; 1940-ൽ എ ഐ സി സി അംഗവും. 1940 സെപ്തംബർ 15-ന്റെ സംഭവത്തെത്തുടർന്ന് കോൺഗ്രസിന്റെ അഖിലേന്ത്യാ നേതൃത്വം ആ കെ പി സി സി പിരിച്ചുവിടുകയായിരുന്നു. നാൽപ്പതുകൾക്കൊടുവിൽ ഒളിവിൽപ്പോയെങ്കിലും നവംബറിൽ അറസ്റ്റുചെയ്ത് വെല്ലൂർ ജയിലിലടച്ചു.

ജയിൽമോചിതനായ ഉടൻ തിരുവിതാംകൂറിലേക്ക്. അവിടെ സ്റ്റേറ്റ് കോൺഗ്രസ് പ്രക്ഷോഭം തുടരുകയായിരുന്നു. അതിൽ പങ്കെടുത്ത് അറസ്റ്റുവരിച്ചു. പൂജപ്പുര ജയിലിലാണ് പാർപ്പിച്ചത്. 1945 ഒക്ടോബറിൽ ജയിൽമോചിതനായി. ജയിൽവിമുക്തനായപ്പോൾ കമ്യൂണിസ്റ്റുപാർട്ടിയുടെ കോഴിക്കോട് താലൂക്ക് സെക്രട്ടറി. 1946-ൽ കെ പി പത്മത്തിനെ വിവാഹംചെയ്തു.

1948-ൽ പാർട്ടിയുടെ രണ്ടാംകോൺഗ്രസ്. ആ കോൺഗ്രസ് പ്രസിദ്ധമായ പൊളിറ്റിക്കൽ തീസിസ് അംഗീകരിച്ചു. ആ തീസിസിലെ നിഗമനങ്ങളോട് തനിക്ക് യോജിപ്പില്ലായിരുന്നെങ്കിലും പാർട്ടി അച്ചടക്കം മാനിച്ച്

ആ നിഗമനങ്ങൾ പ്രായോഗികമാക്കാൻ ശ്രമിക്കുകയായിരുന്നുവെന്ന് ദാമോദരൻ. പാർട്ടികോൺഗ്രസ് കഴിഞ്ഞയുടൻ ദാമോദരൻ അറസ്റ്റിലായി. പരോളിൽ പുറത്തിറങ്ങി ഒളിവിൽപ്പോയി. പക്ഷേ, അധികകാലം ഒളിവിൽജീവിക്കാൻ കഴിഞ്ഞില്ല. ഒരിക്കൽക്കൂടി പൊലീസ് പിടിയിലായി. പരോളിലിറങ്ങി മുങ്ങിയ ആളല്ലേ, പൊലീസുണ്ടോ വെറുതെ വിടുന്നു. ദാമോദരന് ക്രൂരമായ മർദനമേറ്റു.

പാർട്ടി അതിന്റെ നയം മാറ്റുകയും നിരോധനം പിൻവലിക്കപ്പെടുകയും ചെയ്തപ്പോൾ മറ്റുള്ളവരോടൊപ്പം ദാമോദരനും മോചിതനായി. പുറത്തുവരുമ്പോഴേക്കും ഒന്നാം പൊതുതിരഞ്ഞെടുപ്പിനുള്ള സന്നാഹങ്ങൾ. 1951–ൽ കമ്യൂണിസ്റ്റുപാർട്ടിയുടെ മലബാർ കമ്മിറ്റി സെക്രട്ടറിയായി തെരഞ്ഞെടുക്കപ്പെട്ട ദാമോദരൻ തിരൂരിൽ പാർട്ടിസ്ഥാനാർഥിയായി. പക്ഷേ, വിജയിച്ചില്ല. ദാമോദരൻ സെക്രട്ടറിയായിരുന്നപ്പോഴാണ് മലബാർ ഡിസ്ട്രിക്ട് ബോർഡിൽ കമ്യൂണിസ്റ്റുകാർക്ക് ഭൂരിപക്ഷം കിട്ടുന്നതും പി ടി ഭാസ്കരപ്പണിക്കർ പ്രസിഡന്റാകുന്നതും. പാർട്ടിയെ വിജയത്തിലേക്കു നയിച്ച ദാമോദരൻ ബോർഡിനെക്കൊണ്ട് മാതൃകാപരമായ പ്രവർത്തനം കാഴ്ചവെപ്പിക്കുന്നതിൽ വിജയിച്ചു.

തെരഞ്ഞെടുപ്പു കഴിഞ്ഞതിനുശേഷം *നവയുഗം* വാരികയുടെ ചുമതല പാർട്ടി അദ്ദേഹത്തെ ഏൽപ്പിച്ചു. അതോടെ ദാമോദരന്റെ പ്രവർത്തനകേന്ദ്രം തൃശൂരായി. 1956–ൽ കേരളസംസ്ഥാനം രൂപംകൊണ്ടതിനുശേഷം അടുത്തവർഷം ലോകസഭയിലേക്കും സംസ്ഥാന നിയമസഭയിലേക്കും തെരഞ്ഞെടുപ്പ്. ദാമോദരൻ ലോകസഭയിലേക്ക് പാലക്കാട് ദ്വയാംഗമണ്ഡലത്തിൽ മത്സരിച്ചു. ജയിച്ചില്ല. അതിനുശേഷം *നവയുഗ*ത്തിന്റെ പ്രസിദ്ധീകരണം തിരുവനന്തപുരത്തേക്കു മാറ്റി. അതോടെ ദാമോദരനും തിരുവനന്തപുരത്തെത്തി.

അപ്പോഴേക്കും കമ്യൂണിസ്റ്റുപാർട്ടിയിൽ ആശയസമരം വളർന്നുവന്നു. ഗവൺമെന്റിന്റെ വർഗസ്വഭാവം വിലയിരുത്തുന്നതിലായിരുന്നു മുഖ്യമായും അഭിപ്രായവ്യത്യാസം. ദാമോദരൻ വലതുപക്ഷ നിലപാടാണ് സ്വീകരിച്ചത്. ദാമോദരന്റെ ഈ നിലപാട് 'കോൺഗ്രസ്–കമ്യൂണിസ്റ്റ് ഐക്യം കൂടിയേ കഴിയൂ' എന്ന് ശക്തിയായി വാദിക്കുന്നതിലേക്ക് അദ്ദേഹത്തെ കൊണ്ടുചെന്നെത്തിച്ചു. അദ്ദേഹം റിവിഷനിസ്റ്റുകളുടെ പ്രധാന വക്താവായി. വിജയവാഡാ കോൺഗ്രസ് ദാമോദരനെ കേന്ദ്ര എക്സിക്യൂട്ടീവിലേക്ക് എടുത്തു. 1964–ൽ പാർട്ടി പിളരുന്നതിനു തൊട്ടുമുമ്പ് രാജ്യസഭയിലേക്ക് തിരഞ്ഞെടുക്കപ്പെട്ടു. പാർട്ടി പിളർന്നപ്പോൾ സി പി ഐയിൽ അടിയുറച്ചുനിന്നു. പക്ഷേ, അവസാനഘട്ടത്തിൽ സി പി ഐയിൽ നിന്നും അകന്നു; പാർട്ടിയുടെ തൃശൂർ ജില്ലാക്കമ്മിറ്റി അംഗത്വത്തിലുണ്ടായിരുന്നെങ്കിലും.

എം പിയായി ഡൽഹിയിൽ കഴിയുമ്പോഴാണ് ഇന്ത്യൻ കൗൺസിൽ ഫോർ ഹിസ്റ്റോറിക്കൽ റിസർച്ചിന്റെ ഫെല്ലോഷിപ്പ് കിട്ടിയത്. അതോടെ സജീവ രാഷ്ട്രീയപ്രവർത്തനത്തിൽനിന്ന് വിരമിച്ച് ഗവേഷണത്തിൽ

മുഴുകി. ജവാഹർലാൽ നെഹ്റു യൂണിവേഴ്സിറ്റിയുടെ കീഴിൽ ഇന്ത്യൻ കമ്യൂണിസ്റ്റ് ചരിത്രം തയ്യാറാക്കാനുള്ള ശ്രമത്തിൽ പങ്കാളിയായിരിക്കെ 1976 ജൂലായ് ഒന്നിന് അന്തരിച്ചു.

ഇത് ദാമോദരന്റെ ജീവിതരേഖ. ഇതുകൊണ്ടും ആ വ്യക്തിത്വ പരിചയം പൂർത്തിയാകുന്നില്ല. കേരളത്തിൽ ആദ്യകാലത്ത് മാർക്സിസത്തെക്കുറിച്ച് ഏറ്റവും കൂടുതൽ എഴുതിയ ആൾ ദാമോദരൻ. മലയാളത്തിൽ മാർക്സിസ്റ്റ് ആശയങ്ങൾ പ്രചരിപ്പിക്കാൻ ഏറ്റവും കൂടുതൽ സംഭാവന ചെയ്തത് ദാമോദരൻ. ഒന്നിലധികം തലമുറകളെ ക്ലാസുകളിലൂടെയും മറ്റും മാർക്സിസം പഠിപ്പിച്ച ഗുരുനാഥൻ അദ്ദേഹം. റഷ്യൻ, ഫ്രഞ്ച്, ബംഗാളി, ഉറുദു, ഹിന്ദി, തെലുഗ്, തമിഴ് എന്നീ ഭാഷകൾ അറിയാമായിരുന്ന ദാമോദരൻ ചരിത്രകാരനും ദാർശനികനും ധനശാസ്ത്രജ്ഞനും നരവംശശാസ്ത്രജ്ഞനുമായിരുന്നു. കൗമാരത്തിൽ കവിതയും കഥയുമൊക്കെ എഴുതുമായിരുന്ന ദാമോദരൻ ഒരു സർഗാത്മക കലാകാരനായും അംഗീകരിക്കപ്പെട്ടു.

കമ്യൂണിസ്റ്റ് പത്രപ്രവർത്തനത്തിന്റെ ഉത്തമമാതൃകയായിരുന്നു ദാമോദരൻ. *പ്രഭാതം* മുതൽ *നവയുഗം* വരെ അതിനു സാക്ഷി. ചുരുക്കത്തിൽ ഒരു ബഹുമുഖപ്രതിഭയുടെ ഉടമയായിരുന്നു അദ്ദേഹം.

ദിൻകർ മേത്ത

1907 - 1989

എല്ലാ കാലത്തും കമ്യൂണിസ്റ്റ് പ്രസ്ഥാനം ദുർബലമായ സംസ്ഥാനമാണ് ഗുജറാത്ത്. അവിടത്തെ വ്യവസായകേന്ദ്രങ്ങളിൽപ്പോലും കാര്യമായ സാന്നിധ്യമറിയിക്കാൻ പ്രസ്ഥാനത്തിന് കഴിയാതെ പോയി. എങ്കിലും സംസ്ഥാനത്തിനകത്തും പുറത്തും അറിയപ്പെട്ട ഒരു കമ്യൂണിസ്റ്റ് നേതാവുണ്ട് — ദിൻകർ മേത്ത. കക്ഷിരാഷ്ട്രീയഭേദമെന്യേ എല്ലാവരും ആദരിച്ച ദിൻകർ മരിക്കുന്നതുവരെ ഗുജറാത്തിൽ കമ്യൂണിസ്റ്റ് പ്രസ്ഥാനത്തിന്റെ അമരത്തുണ്ടായിരുന്നു.

ദിൻകർ മേത്ത 1907 ൽ ഗുജറാത്തിലെ സൂറത്ത് ജില്ല (ഇന്നത്തെ വൽസാട്)യിലുള്ള ചിക്‌ലി എന്ന ഗ്രാമത്തിൽ ഒരു ബ്രാഹ്മണകുടുംബത്തിൽ ജനിച്ചു. ദിൻകർ കുട്ടിയായിരിക്കുമ്പോൾ തന്നെ പിതാവ് മരിച്ചു. അതിനാൽ അമ്മാവന്റെ സംരക്ഷണയിലാണ് വളർന്നത്. പ്രാഥമിക വിദ്യാഭ്യാസവും ഹൈസ്കൂൾ വിദ്യാഭ്യാസവും സൂറത്തിൽ നടത്തി. വളരെ മിടുക്കനായിരുന്നു, സാമാന്യം സമ്പന്നമായ കുടുംബത്തിൽ ജനിച്ച ദിൻകർ.

സ്കൂളിൽ പഠിക്കുമ്പോൾ തന്നെ സ്വാതന്ത്ര്യസമരവും ഗാന്ധിജിയും ദിൻകറിനെ ആകർഷിച്ചു. തന്റെ പന്ത്രണ്ടാം വയസിൽ നടന്ന ജാലിയൻ വാലാബാഗ് സംഭവം ദിൻകറിൽ വലിയ സ്വാധീനം ചെലുത്തി. ദിൻകറും കൂട്ടുകാരനും അടുത്ത ദിവസം വെള്ളത്തൊപ്പി ധരിച്ചാണ് സ്കൂളിൽ ഹാജരായത്. ഇത് സ്കൂൾ പ്രിൻസിപ്പലിനെ രോഷാകുലനാക്കി. ദിൻകർ മാപ്പ് പറയണമെന്ന് പ്രിൻസിപ്പൽ ആവശ്യപ്പെട്ടു. സാധ്യമല്ലെന്നായിരുന്നു

ആ പന്ത്രണ്ടുകാരന്റെ മറുപടി. കൂട്ടുകാരൻ ക്ഷമചോദിച്ച് ക്ലാസിൽ കയറി. ദിൻകറിനെ അധ്യാപകൻ കണ്ണിൽചോരയില്ലാതെ മർദിച്ചു. മാപ്പുപറയുന്നതിനെക്കാൾ അടികൊള്ളുന്നതാണ് നല്ലതും അഭിമാനകരവുമെന്ന് ആ ബാലൻ കണക്കാക്കി.

പതിനാലാമത്തെ വയസിൽ നിസഹകരണ പ്രസ്ഥാനത്തിൽ പങ്കെടുത്തു. ദേശീയ പ്രസ്ഥാനത്തോടുള്ള ആഭിമുഖ്യം ആ ബാലന് അത്ര മാത്രം വലുതായിരുന്നു. രാജ്യത്തെ വൈദേശിക ഭരണാധികാരികളുടെ പിടിയിൽനിന്ന് മോചിപ്പിക്കുന്നതിനായി നടക്കുന്ന സമരത്തിൽ പങ്കെടുക്കുന്നതോടൊപ്പം വിദ്യാഭ്യാസവും തുടരണമെന്ന് ആ ബാലൻ നിശ്ചയിച്ചു. അങ്ങനെയാണ് സൂറത്തിൽ ഹൈസ്കൂൾ വിദ്യാഭ്യാസം പൂർത്തിയായപ്പോൾ ബോംബെയിലെ പ്രസിദ്ധമായ വിൽസൺ കോളേജിൽ ഇന്റർമീഡിയറ്റിന് ചേർന്നത്. അനാരോഗ്യം മൂലം ആ കോളേജിലെ പഠനം പൂർത്തിയാക്കാനാവാതെ സൂറത്തിലേക്ക് തിരിച്ചു. അവിടെ എം ടി ബി കോളേജിൽ ചേർന്നു. ബിരുദപഠനം നടത്തിയത് അഹമ്മദാബാദിൽ — ഗാന്ധിജി സ്ഥാപിച്ച ഗുജറാത്ത് വിദ്യാപീഠിൽ.

ഗുജറാത്ത് വിദ്യാപീഠിൽ പ്രാമാണികരായ ചില ഗുരുനാഥന്മാരുണ്ടായിരുന്നു — ആചാര്യ ഗിദ്വാണി, ജെ ബി കൃപലാനി, കിഷോർലാൽ തുടങ്ങിയവർ. ആഴ്ചയിലൊരിക്കൽ ഗാന്ധിജി വിദ്യാപീഠിൽ പ്രഭാഷണം നടത്തും. ഇത് ഗാന്ധിജിയുമായി പരിചയപ്പെടാൻ അവസരം നൽകി. അനാർഭാടമായ, ഏതാണ്ട് ഗാന്ധിയൻ ശൈലിയിൽ ജീവിതം നയിച്ച ദിൻകർ ഗാന്ധിജിയുടെ പ്രിയശിഷ്യനായി. ദിൻകറിന്റെ കഴിവുകളെ ഗാന്ധിജി അനുമോദിക്കുമായിരുന്നു. മിടുക്കനായ ദിൻകർ ഡിസ്റ്റിങ്ഷനോടെ വിദ്യാപീഠിൽനിന്ന് പാസായി. വിദ്യാപീഠിന്റെ അധികൃതർ അദ്ദേഹത്തിന് അവിടെ ജോലി വാഗ്ദാനം ചെയ്തു. അദ്ദേഹം പക്ഷേ, അത് സ്വീകരിച്ചില്ല.

1928 ൽ ബർദോളിയിൽ കൃഷിക്കാരെ സംഘടിപ്പിക്കുന്നതിനായി പോയി. അവരുടെ സമരങ്ങൾക്ക് നേതൃത്വം നൽകി. ആ സമരങ്ങളുടെ നാളുകളിൽ ബർദോളിയിലെ ആദിവാസികളുടെ പ്രശ്നങ്ങളും അവരുടെ അടിമത്തൊഴിലിന്റെ പ്രശ്നങ്ങളും പഠിച്ചു. ബർദോളി സത്യഗ്രഹത്തിനിടയിൽ ആദ്യമായി അറസ്റ്റ് ചെയ്യപ്പെട്ടവരിൽ ഒരാൾ ദിൻകർ. ഒന്നല്ലെങ്കിൽ മറ്റൊരു കാരണത്തിന്റെ പേരിൽ പലതവണ അറസ്റ്റ് ചെയ്യപ്പെട്ടു.

ബർദോളിയിൽനിന്നും തിരിച്ച് അഹമ്മദാബാദിലെത്തിയ ദിൻകർ ഗുജറാത്ത് വിദ്യാപീഠിൽ പ്രൊഫസറായി ചേർന്നു. അപ്പോഴേക്കും ദേശീയ പ്രസ്ഥാനത്തിന്റെ കാറ്റ് അതിശക്തമായി വീശാൻ തുടങ്ങി. സിവിൽനിയമലംഘന പ്രസ്ഥാനത്തിന്റെ കേളികൊട്ടുയർന്നു. അധ്യാപകജോലിയുമായി അടങ്ങിയൊതുങ്ങി കഴിയാനാവില്ലെന്നായി ദിൻകറിന്. ഉപ്പുസത്യഗ്രഹത്തിൽ പങ്കെടുക്കാൻ ദണ്ഡിയിലേക്ക് പോയി. വാസ്തവത്തിൽ അവിടത്തെ സത്യഗ്രഹപരിപാടിയുടെ സംഘാടകരിൽ പ്രമുഖൻ ദിൻകറായിരുന്നു. സത്യഗ്രഹത്തിൽ പങ്കെടുത്ത് അറസ്റ്റ് വരിച്ചു.

1931 ലെ കോൺഗ്രസിന്റെ കറാച്ചി സമ്മേളനം സർദാർ പട്ടേലിനെ സംഘടനയുടെ പ്രസിഡന്റായി തിരഞ്ഞെടുത്തു. അപ്പോൾ ഗുജറാത്തിലെ കോൺഗ്രസിനെ ദിൻകർ നയിക്കണമെന്ന് ഗാന്ധിജി നിർദേശിച്ചു. എങ്കിലും കോൺഗ്രസിനകത്തു വളർന്നുവരാൻ തുടങ്ങിയ ഇടതുപക്ഷ ചിന്താഗതിയോടാണ് അദ്ദേഹത്തിന് ആഭിമുഖ്യമെന്നതിനാൽ അദ്ദേഹത്തെ സംസ്ഥാന കോൺഗ്രസ് അധ്യക്ഷനാക്കുന്നതിൽ അവിടത്തെ കോൺഗ്രസുകാർ വലിയ ഉത്സാഹം കാണിച്ചില്ല. മാത്രമല്ല, അനാരോഗ്യം മൂലം അങ്ങനെയൊരു സ്ഥാനമേറ്റെടുക്കാൻ ദിൻകറും താൽപ്പര്യം കാണിച്ചില്ല.

1931 ൽ ഭഗത്സിങ്ങിനെയും സഖാക്കളെയും തൂക്കിലേറ്റിയ സംഭവം ദിൻകറെയും ഗുജറാത്തിലെ പല ചെറുപ്പക്കാരെയും ഞെട്ടിച്ചു. ആ സംഭവം അദ്ദേഹത്തിന്റെ ജീവിതത്തിൽ വഴിത്തിരിവ് കുറിക്കുന്നതിനിടയാക്കി. ഭഗത്സിങ്ങിനെ രക്ഷിക്കാൻ ഗാന്ധിജിയോ കോൺഗ്രസോ ഒന്നും ചെയ്യാത്തതിൽ അദ്ദേഹം രോഷാകുലനായി. അതോടൊപ്പം പുരോഗമനാശയങ്ങളിൽനിന്ന് കോൺഗ്രസ് അകലുകയാണെന്ന് അദ്ദേഹം കണ്ടു. സ്വാതന്ത്ര്യസമരത്തിന്റെ അടവുകളെയും തന്ത്രങ്ങളെയും സംബന്ധിച്ച് ഗാന്ധിജിയുമായി ചർച്ച ചെയ്തു. ആ ചർച്ച അദ്ദേഹത്തെ തൃപ്തനാക്കിയില്ല. അതോടെ കോൺഗ്രസിലുള്ള വിശ്വാസം കുറയാനും ആ സംഘടനയിൽനിന്ന് അകലാനും തുടങ്ങി.

ഇതിനിടയിൽ കോൺഗ്രസ് സമ്മേളനങ്ങളിൽ പങ്കെടുക്കാൻ പോകുമ്പോഴും സംസ്ഥാനത്തെ പല പരിപാടികളിൽ പങ്കെടുക്കാനെത്തിച്ചേരുമ്പോഴും കോൺഗ്രസിനകത്തെ ഇടതുപക്ഷക്കാരെ കാണുകയും അവരുമായി ചർച്ച നടത്തുകയും പതിവായിരുന്നു. അവരിൽനിന്ന് സോഷ്യലിസത്തെക്കുറിച്ച് മനസിലാക്കി. സോവിയറ്റ് യൂണിയൻ പഞ്ചവത്സര പദ്ധതിയിലൂടെ നേടിയെടുത്ത കണ്ണഞ്ചിപ്പിക്കുന്ന നേട്ടങ്ങൾ അദ്ദേഹത്തെ ആകർഷിച്ചു. സോഷ്യലിസത്തോട് ആഭിമുഖ്യം വളർന്നുവരാൻ തുടങ്ങി.

ഈ ഘട്ടത്തിലാണ്, 1933 അവസാനം, മീറത് ഗൂഢാലോചനക്കേസിലെ പ്രതികൾ മോചിതരായതും കൽക്കത്തയിൽ സമ്മേളിച്ച് പുതിയ ഒരു കേന്ദ്രകമ്മിറ്റി രൂപവൽക്കരിച്ചതും. അവരിൽ ചിലർ, പ്രത്യേകിച്ച് മിറാജ്കറും ബ്രാഡ്‌ലിയും തൊഴിലാളികളെ സംഘടിപ്പിക്കാൻ ഇടയ്ക്കിടെ അഹമ്മദാബാദിലെത്തും. യു പിയിലെ കമ്യൂണിസ്റ്റ് നേതാവ് ഭരദ്വാജും എത്തിച്ചേരും. അവിടെ ഇടയ്ക്കിടെ ദിൻകർ അവരെ കാണും. ചർച്ച നടത്തും. ഭരദ്വാജ് അദ്ദേഹത്തെ വളരെയധികം സ്വാധീനിച്ചു.

1934 മെയ് മാസത്തിൽ പട്നയിൽ എ ഐ സി സി യോഗം. അതിൽ ചർച്ച ചെയ്യുന്ന മുഖ്യപ്രശ്നങ്ങളിൽ വ്യക്തമായ നിലപാടെടുക്കാനും അതോടൊപ്പം കോൺഗ്രസിനകത്ത് പ്രവർത്തിക്കുന്ന സോഷ്യലിസ്റ്റ് ചിന്താഗതിക്കാർക്ക് അഖിലേന്ത്യാ നിലവാരത്തിൽ പ്രവർത്തിക്കുന്ന ഒരു സംഘടനയ്ക്ക് രൂപം നൽകാൻ കഴിയുമോ എന്ന് ആലോചിക്കാനും ഇടതുപക്ഷ ചിന്താഗതിക്കാരും സോഷ്യലിസത്തിൽ വിശ്വസിക്കുന്നവരും എ

ഐ സി സി യോഗം കൂടുന്ന അവസരത്തിൽ പട്നയിൽ ഒത്തുകൂടി. വിവിധ സംസ്ഥാനങ്ങളിലുള്ള കോൺഗ്രസ് സോഷ്യലിസ്റ്റുകാരെയും അവർ രൂപവൽക്കരിച്ച സംഘടനകളെയും ഏകോപിപ്പിച്ച് അഖിലേന്ത്യാ കോൺഗ്രസ് സോഷ്യലിസ്റ്റ് പാർട്ടി രൂപവൽക്കരിക്കാനും അതിനുവേണ്ടി കുറെക്കൂടി പ്രാതിനിധ്യസ്വഭാവമുള്ള ഒരു സമ്മേളനം ബോംബെയിൽ കൂടാനും ആ യോഗം തീരുമാനിച്ചു. അതിനാവശ്യമായ പ്രാരംഭജോലികൾ നടത്താൻ ജയപ്രകാശ് കൺവീനറായി ഒരു താൽക്കാലിക കമ്മിറ്റിയെ തിരഞ്ഞെടുത്തു. അന്നത്തെ തീരുമാനപ്രകാരം ബോംബെയിൽ ചേർന്ന സമ്മേളത്തിൽ പങ്കെടുത്ത പ്രതിനിധികളിൽ ഒരാളായിരുന്നു ദിൻകർമേത്ത. ആ സമ്മേളനം കോൺഗ്രസ് സോഷ്യലിസ്റ്റ് പാർട്ടി രൂപവൽക്കരിച്ചു. അതിനെ നയിക്കാൻ 21 അംഗങ്ങളടങ്ങിയ ഒരു എക്സിക്യൂട്ടീവ് കമ്മിറ്റിയെ തിരഞ്ഞെടുത്തു. ആ കമ്മിറ്റിയിലെ ഒരു അംഗമായി ദിൻകർ മേത്ത തിരഞ്ഞെടുക്കപ്പെട്ടു. ഗുജറാത്തിൽ ആ പാർട്ടിയുടെ ഘടകം രൂപംകൊണ്ടതുമുതൽ 1939 വരെ അഖിലേന്ത്യാ കോൺഗ്രസ് സോഷ്യലിസ്റ്റ് പാർട്ടിയുടെ ജോയിന്റ് സെക്രട്ടറിയായും പ്രവർത്തിച്ചു.

ഇന്ത്യയിലെ തൊഴിലാളിവർഗപ്രസ്ഥാനത്തിന്റെ ഈറ്റില്ലമാണല്ലോ ബോംബെ. ഇന്ത്യയിലെ ആദ്യത്തെ കമ്യൂണിസ്റ്റ് ഗ്രൂപ്പുകളിലൊന്ന് രൂപംകൊണ്ടതും ബോംബെയിൽ തന്നെ. ആ നഗരവുമായി, അവിടത്തെ തൊഴിലാളിവർഗ പ്രസ്ഥാനവുമായി, നേരത്തെ തന്നെ ബന്ധമുണ്ടായിരുന്നു ദിൻകറിന്. അതുകൊണ്ടാണ് ഗാന്ധിജിയുടെ ശിഷ്യനായി രാഷ്ട്രീയം തുടങ്ങിയ അദ്ദേഹത്തിന് ഗാന്ധിസത്തോട് അതിവേഗം വിടപറയാൻ കഴിഞ്ഞതും ഗുജറാത്തിൽ സോഷ്യലിസ്റ്റ് പ്രസ്ഥാനത്തിന് അടിത്തറപോകാൻ സാധിച്ചതും. 1934 ൽ കോൺഗ്രസ് സോഷ്യലിസ്റ്റ് പാർട്ടി രൂപംകൊണ്ട വർഷം തന്നെ അദ്ദേഹം കമ്യൂണിസ്റ്റ് പാർട്ടിയിലും അംഗമായി. അങ്ങനെ ഗുജറാത്തിൽ കമ്യൂണിസ്റ്റ് പാർട്ടിയുടെ സ്ഥാപക നേതാക്കളിലൊരാളായി. മാത്രവുമല്ല പാർട്ടി രൂപംകൊണ്ടതുമുതൽ 1964 ൽ പാർട്ടി ഭിന്നിക്കുന്നതുവരെ അവിഭക്ത കമ്യൂണിസ്റ്റ് പാർട്ടിയുടെയും പാർട്ടി പിളർന്നതിൽ പിന്നീട് 1972 വരെ സി പി ഐ (എം)ന്റെയും സംസ്ഥാന സെക്രട്ടറി ദിൻകർമേത്ത ആയിരുന്നു. അവിഭക്ത കമ്യൂണിസ്റ്റ് പാർട്ടിയുടെ കേന്ദ്രകമ്മിറ്റിയിലും നാഷണൽ കൗൺസിലിലും സി പി ഐ (എം)ന്റെ കേന്ദ്രകമ്മിറ്റിയിലും അംഗമായിരുന്നിട്ടുണ്ട്.

1936 ലാണല്ലോ അഖിലേന്ത്യാ കിസാൻസഭ രൂപംകൊണ്ടത്, അതിന്റെ സ്ഥാപക സമ്മേളനത്തിൽ തന്നെ സഹജാനന്ദസരസ്വതി, ഇന്ദുലാൽ യാജ്ഞിക്ക്, ഇ എം എസ്, പ്രൊഫ. എൻ ജി രംഗ തുടങ്ങിയവരോടൊപ്പം ദിൻകറും പങ്കെടുത്തു. 1938 ൽ നടന്ന ഹരിപുര കോൺഗ്രസ് സമ്മേളനത്തിലും അതോടൊപ്പം നടന്ന അഖിലേന്ത്യാ കിസാൻ റാലിയിലും അദ്ദേഹം സംബന്ധിച്ചു. കോൺഗ്രസുമായുള്ള ബന്ധം എന്നന്നേക്കുമായി അവസാനിപ്പിച്ചത് 1939 ൽ.

1939 ൽ രണ്ടാംലോകമഹായുദ്ധം ആരംഭിച്ചപ്പോൾ ഒളിവിൽപോയി.

1942 ൽ പാർട്ടിയുടെ മേലുള്ള നിരോധനം നീക്കിയപ്പോൾ പുറത്തുവന്നു. ഒന്നാം പാർട്ടി കോൺഗ്രസിൽ പങ്കെടുത്തു. 1948 ലെ രണ്ടാം കോൺഗ്രസിനെ തുടർന്ന് പാർട്ടി നിരോധിച്ചപ്പോൾ ദിൻകർ അറസ്റ്റിലായി. സബർമതി ജയിലിലാണ് പാർപ്പിച്ചത്. 1949 ൽ ആ ജയിലിൽനിന്ന് യർവാദാ ജയിലിലേക്ക് മാറ്റാൻ അധികൃതർ തീരുമാനിച്ചു. ആ ജയിലിലേക്ക് കൊണ്ടുപോകുമ്പോൾ ബൊറീവ്‌ലിയിൽവെച്ച് പൊലീസിന്റെ കണ്ണുവെട്ടിച്ച് രക്ഷപ്പെട്ടു. വീണ്ടും ഒളിവിലേക്ക്. പക്ഷേ, തിരഞ്ഞെടുപ്പിൽ മത്സരിക്കാൻ പുറത്തുവന്നപ്പോൾ അറസ്റ്റിലായി.

1950 മുതൽ മുഖ്യമായും പ്രവർത്തിച്ചത് കിസാൻസഭയിൽ. സംസ്ഥാനത്തെ ചില കേന്ദ്രങ്ങളിലെങ്കിലും കർഷകപ്രസ്ഥാനം വളർത്തിയെടുക്കുന്നതിൽ വിജയിച്ചു.

അവിഭക്ത കമ്യൂണിസ്റ്റ് പാർട്ടിയുടെ കേന്ദ്രകമ്മിറ്റിയിലും നാഷണൽ കൗൺസിലിലും അദ്ദേഹം അംഗമായിരുന്നു എന്ന് പറഞ്ഞല്ലോ. പാർട്ടിക്കകത്ത് ആശയസമരം നടക്കുകയായിരുന്നപ്പോൾ റിവിഷനിസത്തിനെതിരെ അദ്ദേഹം വ്യക്തമായ നിലപാടെടുത്തു. 1964 ഏപ്രിലിൽ നാഷണൽ കൗൺസിലിൽനിന്ന് ഇറങ്ങിപ്പോയവരിൽ ഒരാൾ ദിൻകർ മേത്ത. അതിനുശേഷം സി പി ഐ (എം) രൂപവൽക്കരണത്തിന്റെ മുന്നോടിയായി നടന്ന തെനാലി കൺവെൻഷനിലോ കൽക്കത്തയിൽ നടന്ന ഏഴാം പാർട്ടി കോൺഗ്രസിലോ അനാരോഗ്യം മൂലം അദ്ദേഹത്തിന് പങ്കെടുക്കാൻ കഴിഞ്ഞില്ല. എങ്കിലും തന്റെ അഭാവത്തിൽ അദ്ദേഹത്തെ സി പി ഐ (എം) കേന്ദ്രകമ്മിറ്റിയിലേക്കെടുത്തു. 1969 വരെ സി സി അംഗമായി തുടർന്നു.

ദിൻകറിന്റെ ജീവിതത്തിലെ പ്രധാനപ്പെട്ട ഒരു സംഭവമായിരുന്നു മഹാഗുജറാത്ത് സമരം. ദീർഘകാലം നീണ്ടുനിന്ന ആ സമരത്തിന്റെ തലപ്പത്ത് തുടക്കം മുതൽ ഒടുക്കം വരെ അദ്ദേഹം നിലയുറപ്പിച്ചു. ഗുജറാത്തി സംസാരിക്കുന്ന പ്രദേശങ്ങൾ പഴയ ബോംബെ സംസ്ഥാനത്തിൽനിന്നും മാറ്റി ഗുജറാത്ത് എന്ന ഒരു പ്രത്യേക സംസ്ഥാനം രൂപവൽക്കരിക്കണം എന്ന് ആവശ്യപ്പെട്ടായിരുന്നു സമരം. ദിൻകറിന്റെ നേതൃത്വത്തിൽ ആരംഭിച്ച സമരം 1956 ആഗസ്ത് ആയപ്പോഴേക്ക് നാടെങ്ങും പടർന്നു. ആഗസ്ത് 7 ന് അഹമ്മദാബാദിൽ പൊലീസ് വിദ്യാർഥികൾക്ക് നേരെ നിറയൊഴിച്ചു. മൂന്നു വിദ്യാർഥികൾ മരിച്ചു. അന്ന് ബോംബെയിലെ ആഭ്യന്തരമന്ത്രി മൊറാർജി ദേസായി. മഹാഗുജറാത്ത് പ്രസ്ഥാനത്തെ ശരിക്കും തച്ചമർത്താൻ നോക്കുകയായിരുന്നു മൊറാർജി. അതിൽ മൊറാർജി വിജയിച്ചില്ല. 1960 മെയ് 1 ന് ഗുജറാത്ത്, മഹാരാഷ്ട്ര എന്നീ രണ്ടു സംസ്ഥാനങ്ങൾ നിലവിൽ വന്നു.

1952 ൽ അഹമ്മദാബാദിലെ ഷാപ്പൂർ മണ്ഡലത്തിൽനിന്ന് ബോംബെ സംസ്ഥാന നിയമസഭയിലേക്കും 1957 ൽ സൂറത്തിൽനിന്ന് മൊറാർജിക്കെതിരെ പാർലമെന്റിലേക്കും മത്സരിച്ചു. രണ്ടിലും ദിൻകർ പരാജിതനായി. പക്ഷേ, 1958 ൽ ബോംബെ വിധാൻസഭയുടെ ഉപരിസഭയിൽ

അംഗമായി. തദ്ദേശ സ്വയംഭരണ സ്ഥാപനങ്ങളുടെ മണ്ഡലത്തിൽനിന്നാണ് തിരഞ്ഞെടുക്കപ്പെട്ടത്.

1965 ൽ അഹമ്മദാബാദ് മുനിസിപ്പൽ കോർപ്പറേഷൻ മേയറായി. സ്വതന്ത്രന്മാരുടെ പിന്തുണയോടെയാണ് വിജയിച്ചത്. ആ കോർപ്പറേഷന്റെ ആദ്യമേയറായി അങ്ങനെ ദിൻകർ മേത്ത.

1943 ൽ നളിനി ബഹനെ വിവാഹം ചെയ്തു. അവരും പാർട്ടി പ്രവർത്തകയായിരുന്നു. സംസ്ഥാന കമ്മിറ്റി അംഗമായിരുന്നു. പല തവണ അറസ്റ്റിലായിട്ടുണ്ട്. തന്റെ രാഷ്ട്രീയ ജീവിതത്തിൽ അദ്ദേഹത്തിന് വളരെയധികം സഹായകമായി നളിനി ബഹൻ.

പലതരത്തിലുള്ള രോഗങ്ങളും ദിൻകറിനെ ആക്രമിച്ചു. ക്ഷയം, ഹൃദയത്തിന്റെ ബലക്ഷയം തുടങ്ങിയ രോഗങ്ങൾക്ക് സ്ഥിരം മരുന്ന് കഴിച്ചുകൊണ്ടിരുന്നു. 1983 ൽ ശയ്യാവലംബിയായി. അതേവരെ പാർട്ടിയിൽ പ്രവർത്തനനിരതനായിരുന്നു. 1989 ആഗസ്ത് 30 ന് അന്തരിച്ചു.

ദിലീപ് സിങ് തപിയാല

1908 - 1992

പഞ്ചാബിലെ രണ്ടാം തലമുറയിൽപ്പെട്ട കമ്യൂണിസ്റ്റുകാരിൽ പ്രമുഖനായിരുന്നു ദിലീപ് സിങ് തപിയാല. ആ സംസ്ഥാനത്തെ കർഷക പ്രസ്ഥാനത്തിന്റെ ആദ്യപഥികരിൽ ഒരാളുമായിരുന്നു അദ്ദേഹം. മരണം വരെ തികഞ്ഞ കമ്യൂണിസ്റ്റായി ജീവിതം നയിച്ചു.

1908–ൽ ജനിച്ചു. മീറത്ത് ഗൂഢാലോചനക്കേസിലെ പ്രതികൾ ജയിൽ മോചിതരായതിനുശേഷം തൊഴിലാളിവർഗത്തിന്റെ വിപ്ലവ പ്രത്യയശാസ്ത്രത്തിൽ ആകൃഷ്ടനായി. കേസിലെ പ്രതികളിൽ ഒരാളായ സോഹൻസിങ്ങ് ജോഷ് സ്വന്തം നാട്ടുകാരൻ. അദ്ദേഹത്തിൽ നിന്നാണ് തപിയാല പ്രചോദനമുൾക്കൊണ്ടത്. 1930–ൽ അഖിലേന്ത്യാ കിസാൻസഭ രൂപം കൊള്ളുന്നതിനുമുമ്പുതന്നെ കൃഷിക്കാരുടെ ഒരു സംഘടന പഞ്ചാബിൽ ജന്മമെടുത്തു. അതിന്റെ ഒരു ഘടകം 1930–ൽ അമൃതസറിൽ രൂപം കൊണ്ടപ്പോൾ തപിയാല അതുമായി ബന്ധപ്പെടുകയും ക്രമേണ അതിന്റെ പ്രവർത്തകനാവുകയും ചെയ്തു. അധികം കഴിയുന്നതിനുമുമ്പ് അദ്ദേഹം കമ്യൂണിസ്റ്റുപാർട്ടിയിലും അംഗമായി.

ഇക്കാലത്താണ് പണ്ഡിറ്റ് ജവാഹർലാൽ നെഹ്റു ഇന്ത്യൻ നാഷണൽ കോൺഗ്രസിന്റെ പ്രസിഡന്റായി ചാർജെടുത്തത്. അദ്ദേഹം സോഷ്യലിസ്റ്റ് ആശയങ്ങൾ പ്രചരിപ്പിക്കാൻ തുടങ്ങി. അത് തൊഴിലാളികളെയും കൃഷിക്കാരെയും സ്വാതന്ത്ര്യസമരത്തിലേക്ക് ആകർഷിച്ചു. അപ്പോൾ തപിയാല കോൺഗ്രസിൽ ചേർന്നു. സ്വാതന്ത്ര്യത്തിനുവേണ്ടി പൊരുതുന്ന

തിനായി ജീവിതം ഉഴിഞ്ഞുവയ്ക്കാൻ ദൃഢവ്രതമെടുത്തു. മുഴുവൻസമയ പ്രവർത്തകനായി. കോൺഗ്രസ് പ്രവർത്തനവും കിസാൻസഭാ പ്രവർത്തനവും കമ്യൂണിസ്റ്റുപാർട്ടി പ്രവർത്തനവും ഒന്നിച്ചുകൊണ്ടുപോയി.

1930-ൽത്തന്നെ കർഷകപ്രസ്ഥാനവുമായി ബന്ധപ്പെട്ട കാര്യം പറഞ്ഞല്ലോ. അതിനുശേഷം അദ്ദേഹം നയിക്കുകയോ പങ്കെടുക്കുകയോ ചെയ്യാത്ത ചെറുതും വലുതുമായ കർഷകസമരങ്ങൾ പഞ്ചാബിൽ നടന്നിരിക്കാനിടയില്ല. അമൃത്സറിലെ മോഘ മോർച്ചയിൽ നിന്നായിരുന്നു തുടക്കം. ആ മോർച്ച കഴിഞ്ഞ് അധികകാലം പിന്നിടുന്നതിനുമുമ്പ് (1942-ൽ) അദ്ദേഹം പഞ്ചാബ് കിസാൻസഭയുടെ വൈസ് പ്രസിഡന്റായി. സഭയുടെ ഹെഡ്ക്വാർട്ടേഴ്സ് ആസ്ഥാനമാക്കി പ്രവർത്തനം തുടങ്ങി. താമസിയാതെ കൃഷിക്കാരെ സംഘടിപ്പിക്കാൻ ഗുർഗാവ് മുതൽ പെഷവാർ വരെ സഞ്ചരിച്ചു. അദ്ദേഹം ജനങ്ങളുടെ പൊതുവെയും കൃഷിക്കാരുടെ വിശേഷിച്ചും പ്രശ്നങ്ങൾ മനസിലാക്കാൻ നോക്കി. മധ്യ പഞ്ചാബിലെ പഴയ നാട്ടുരാജ്യങ്ങൾ സന്ദർശിച്ച് അവിടത്തെ പ്രശ്നങ്ങൾ മനസിലാക്കി.

തൊഴിലാളിവർഗത്തിനും കൃഷിക്കാർക്കുംവേണ്ടി അഞ്ചരപ്പതിറ്റാണ്ട് നടത്തിയ സേവനത്തിനിടയിൽ അഞ്ചുതവണ ജയിൽവാസം വരിക്കേണ്ടിവന്നു—മൂന്നുതവണ സ്വാതന്ത്ര്യലബ്ധിക്കു മുമ്പും രണ്ടുതവണ സ്വാതന്ത്ര്യം ലഭിച്ചതിനുശേഷവും. 1948 മുതൽ 1952 വരെ ഒളിവിലും കഴിയാൻ നിർബന്ധിതനായി. എപ്പോഴും അദ്ദേഹം സമരമധ്യത്തിലായിരിക്കും.

1937-ലെ തിരഞ്ഞെടുപ്പ്. സോഹൻസിങ് ജോഷ് സ്ഥാനാർഥി. തപിയാല കാൽനടയായോ സൈക്കിളിലോ സഞ്ചരിച്ച് പ്രചാരണം നടത്തി. അന്ന് പാർട്ടി നിയമവിരുദ്ധമായിരുന്നു എന്ന് ഓർക്കണം. വോട്ടവകാശം പരിമിതമായിട്ടുപോലും ജില്ലയിലെ ഏറ്റവും വലിയ ഭൂപ്രഭുവിനെ തോൽപ്പിച്ച് സോഹൻസിങ് ജോഷ് വിജയിയായി.

പാർട്ടിക്ക് ഏറ്റവും പ്രയാസംനിറഞ്ഞ ഘട്ടമായിരുന്നു 1942-45. ഫാസിസത്തെ പരാജയപ്പെടുത്തേണ്ട ആവശ്യകത ജനങ്ങളെ ബോധ്യപ്പെടുത്തേണ്ടിയിരുന്നു. ഫാസിസ്റ്റ് വിരുദ്ധ സമരവുമായി രാജ്യത്തിന്റെ സ്വാതന്ത്ര്യത്തിനുവേണ്ടിയുള്ള സമരത്തെ കണ്ണിചേർക്കേണ്ടിയിരുന്നു. വിഷമം പിടിച്ച ആ പണി അദ്ദേഹം നല്ല നിലയിൽ നിറവേറ്റി.

അവിഭക്ത കമ്യൂണിസ്റ്റുപാർട്ടിയുടെയും പാർട്ടി പിളർന്നതിൽ പിന്നീട് സി പി ഐ (എം) ന്റെയും നേതൃനിരയിലുണ്ടായിരുന്നു. 1992 നവംബർ 15-ന് അന്തരിക്കുമ്പോൾ സി പി ഐ (എം) പഞ്ചാബ് സംസ്ഥാന സെക്രട്ടേറിയറ്റ് അംഗമായിരുന്നു. കേന്ദ്ര കിസാൻ കൗൺസിൽ അംഗവുമായിരുന്നു. 1952-ൽ പഞ്ചാബ് കിസാൻസഭയുടെ പ്രസിഡന്റായിരുന്നു അദ്ദേഹം. രണ്ടുതവണ പഞ്ചാബ് നിയമസഭയിലേക്ക് തിരഞ്ഞെടുക്കപ്പെട്ടു.

ദേശരാജ് ചദ്ദ

1912 - 1984

വലിയ ഒച്ചയും ബഹളവുമൊന്നുമില്ലാതെ പാർട്ടിക്കുവേണ്ടി വിശ്രമരഹിതം പ്രവർത്തിച്ച വിപ്ലവകാരിയായിരുന്നു ദേശരാജ് ചദ്ദ. പഞ്ചാബിൽ കമ്യൂണിസ്റ്റുപാർട്ടിയുടെ ആദ്യകാല നേതാക്കളിൽ ഒരാളായിരുന്നു അദ്ദേഹം.

1912–ൽ പഞ്ചാബിലെ ഒരു സമ്പന്നകുടുംബത്തിൽ ജനിച്ചു. നിയമവിദ്യാർഥിയായിരിക്കെ 1935–ൽ വിദ്യാർഥി ഫെഡറേഷനിൽ അംഗമായി. നേരത്തെതന്നെ ദേശീയപ്രസ്ഥാനത്തിൽ താൽപ്പര്യമുണ്ടായിരുന്നു. ദേശീയപ്രസ്ഥാനത്തിന്റെ പ്രതീകം എന്ന നിലയിൽ ഖദർ ധരിക്കാൻതുടങ്ങി. കുറച്ചുകഴിഞ്ഞപ്പോൾ സർവന്റ്സ് ഓഫ് ദി പീപ്പിൾ സൊസൈറ്റിയുടെ പ്രവർത്തകനായി. അത് ദ്വാരകാദാസ് ലൈബ്രറി എന്ന പേരിൽ ഒരു ലൈബ്രറി നടത്തുന്നുണ്ടായിരുന്നു. അതിന്റെ ഓണററി ലൈബ്രേറിയനായി. 1938–ൽ യോഗരാജ് എന്ന ഒരു വിപ്ലവകാരിവഴി ഹർകിഷൻ സിങ് സുർജീത്തുമായി ബന്ധപ്പെട്ടു. ആ വർഷംതന്നെ നിരോധിക്കപ്പെട്ട കമ്യൂണിസ്റ്റുപാർട്ടിയിൽ അംഗമായി.

കുറച്ചുകാലം ലാഹോറിലെ ജില്ലാ കിസാൻസഭാ ഓഫീസിൽ പ്രവർത്തിച്ചു. അപ്പോൾ സഭ ജില്ലയിൽ ഉജ്വലമായ ഒരു കർഷകസമരം നടത്തുകയായിരുന്നു. ഈ ചെറുപ്പക്കാരൻ വിശ്രമമില്ലാതെ മണിക്കൂറുകളോളം പ്രവർത്തിക്കും. വിപ്ലവപ്രവർത്തനങ്ങളെക്കുറിച്ചല്ലാതെ മറ്റൊന്നിനെക്കുറിച്ചും ചിന്തയില്ല. തറയിൽത്തന്നെ കിടന്നുറങ്ങും. പൊതു അടുക്കളയിൽനിന്ന് ഭക്ഷണം കഴിക്കും. കൃത്യമായ അലവൻസുപോലും ഇല്ലായിരു

ന്നു. അത് തികച്ചും വ്യത്യസ്തമായ കാലം. സംസ്ഥാനത്തൊട്ടാകെ കഷ്ടിച്ച് 200 പാർട്ടി മെമ്പർമാർ മാത്രമേ ഉണ്ടായിരുന്നുള്ളൂ.

1939–ൽ രണ്ടാം ലോകമഹായുദ്ധം. അപ്പോൾ നല്ലൊരു ഒളിവുകേന്ദ്രം സ്ഥാപിക്കേണ്ടിയിരുന്നു. അതിന് നല്ലൊരു നോക്കിനടത്തിപ്പുകാരൻ വേണം. പാർട്ടി ആ ചുമതല ദേശരാജിനെ ഏൽപ്പിച്ചു. ഒരുവർഷത്തോളം അദ്ദേഹം പാർട്ടിയുടെ സംസ്ഥാന ഒളിവുകേന്ദ്രത്തിൽ പ്രവർത്തിച്ചു. ആ കേന്ദ്രം നന്നായി സംഘടിപ്പിച്ചു. അതിന് ഒരു സ്ഥിരം കേന്ദ്രത്തിന്റെ രൂപംനൽകി. കേന്ദ്രത്തിലേക്ക് വിവരങ്ങൾ ലഭിക്കാനും കേന്ദ്രത്തിൽനിന്ന് വിവരങ്ങൾ അയയ്ക്കാനുമുള്ള സംവിധാനമുണ്ടാക്കി. നിയമവിരുദ്ധ പ്രസിദ്ധീകരണങ്ങൾ പുറത്തിറക്കാൻ ഏർപ്പാടാക്കി.

ഒരു പ്രധാന സഖാവിന്റെ പിശകുമൂലം 1940 സെപ്തംബറിലോ ഒക്ടോബറിലോ ദേശരാജ് അറസ്റ്റിലായി. ആ സഖാവിനെ രഹസ്യപൊലീസുകാർ പിന്തുടരുന്നുണ്ടായിരുന്നു. അദ്ദേഹം അണ്ടർഗ്രൗണ്ട് ഷെൽട്ടറിലെത്തിയപ്പോൾ ദേശരാജിനെ അറസ്റ്റു ചെയ്യുകയായിരുന്നു. അറസ്റ്റിലായ ദേശരാജിനെ പൊലീസ് കുപ്രസിദ്ധമായ ലാഹോർ ഫോർട്ടിൽ കൊണ്ടുപോയി പീഡിപ്പിച്ചു. ആഴ്ചകളോളം പീഡനം. ഭീകരമായ അനുഭവം. എങ്കിലും അദ്ദേഹത്തിൽനിന്ന് പൊലീസിന് ഒരു വിവരവും കിട്ടിയില്ല. ഫോട്ടോ എടുക്കാൻപോലും വിസമ്മതിച്ചു. അതിന്റെ പേരിൽ മറ്റൊരു ശിക്ഷ കിട്ടി. അവിടെനിന്ന് അദ്ദേഹത്തെ മോണ്ട് ഗോമറി ജയിലിലാക്കി. തുടർന്ന് ഗുജറാത്തിലെ ഒരു പ്രത്യേക ജയിലിലേക്കു മാറ്റി. ആ ജയിലിൽ അപ്പോൾ സുർജീത്തുമുണ്ടായിരുന്നു. ജയിലിലെ അനുഭവം അദ്ദേഹം ഇപ്രകാരം വിലയിരുത്തി:

> അവിടെ ഞാനദ്ദേഹത്തോടൊപ്പം ചേർന്നു. തൊട്ടടുത്ത സെല്ലിലാണ് എന്നെ പാർപ്പിച്ചത്. അക്കാലത്ത് മാർക്സിസത്തെക്കുറിച്ച് വളരെ കുറച്ച് പുസ്തകം മാത്രമേ ലഭിക്കുമായിരുന്നുള്ളൂ. ദേശരാജ് പതിനാറു മണിക്കൂറോളം വായിക്കുകയോ ക്ലാസിക്കുകളിൽ ചിലത് പകർത്തി എഴുതുകയോ ചെയ്യുന്നുണ്ടാകും.
>
> ദീർഘകാലം തടവിൽ കിടക്കുന്നവർക്ക് അനുഭവമുണ്ടാകും, ഒരാളുടെ എല്ലാ ദൗർബല്യങ്ങളും ജയിലിൽ തുറന്നുകാട്ടപ്പെടും. എന്നാൽ ഇതാ ഇവിടെയൊരു മനുഷ്യൻ. അദ്ദേഹം നിസ്വാർത്ഥജീവിതത്തിലൂടെയും അർപ്പണബോധത്തിലൂടെയും എല്ലാവരുടെയും ബഹുമാനം ആർജിച്ചു.

ഗവൺമെന്റ് പാർട്ടിയെ നിയമവിധേയമാക്കിയപ്പോൾ ജയിലിലുള്ളവരെ മോചിപ്പിച്ചു. ദേശരാജും പുറത്തുവന്നു പരസ്യപ്രവർത്തനം നടത്താൻ തുടങ്ങിയ പാർട്ടിക്ക് ഒരു ഹെഡ്ക്വാർട്ടേഴ്സ് വേണം. ലാഹോറിലെ മക്‌ലോഡ് റോഡിൽ ആപ്പീസ് തുറന്നു. ആരെ അതിന്റെ ചുമതല ഏൽപ്പിക്കണം? ആർക്കും സംശയമുണ്ടായില്ല—ദേശരാജ്. ഇന്ത്യാവിഭജനം വരെ ആ ഉത്തരവാദിത്വം അദ്ദേഹം നിറവേറ്റി. ഇന്ത്യാവിഭജനമാകട്ടെ, മറ്റു സഖാക്കളോടൊപ്പം ലാഹോർ വിടാൻ അദ്ദേഹത്തെ നിർബന്ധിതനാക്കി.

അവിടെനിന്ന് മടങ്ങിയെത്തി ഒരാഴ്ചയ്ക്കകം ജലന്ധറിൽ പാർട്ടിയുടെ സംസ്ഥാനകമ്മിറ്റി ഓഫീസ് സ്ഥാപിച്ചു. അതിനു നേതൃത്വം നൽകിയതും ദേശരാജ്. 1948 ജനുവരിയിൽ ജണ്ടിയാലയിൽ രണ്ടാം കോൺഗ്രസിന്റെ മുന്നോടിയായ സംസ്ഥാന സമ്മേളനം. ആ സമ്മേളനം അദ്ദേഹത്തെ സംസ്ഥാന കമ്മിറ്റിയിലേക്ക് എടുത്തു. രണ്ടാം കോൺഗ്രസിനെത്തുടർന്ന് വീണ്ടും പാർട്ടിക്കു നേരെ കടന്നാക്രമണം. ഏതാനും ദിവസങ്ങൾക്കകം ഒരു അണ്ടർഗ്രൗണ്ട് കേന്ദ്രം സ്ഥാപിക്കാൻ അദ്ദേഹത്തിനു കഴിഞ്ഞു. കഴിഞ്ഞകാലാനുഭവങ്ങളെ വർധിച്ച പ്രവർത്തനങ്ങളുമായും ഉത്തരവാദിത്വങ്ങളുമായും അദ്ദേഹം കൂട്ടിയിണക്കി.

1950–ൽ പാർട്ടി നേതൃത്വത്തിൽ മാറ്റം വന്നതോടെ അദ്ദേഹത്തെ സംസ്ഥാന സെക്രട്ടേറിയറ്റിലേക്ക് എടുത്തു; പാർട്ടി രണ്ടാവുന്നതുവരെ തൽസ്ഥാനത്ത് തുടർന്നു. 1948മുതൽ 1952വരെ ഒളിവിൽ പ്രവർത്തിച്ചു. ഒന്നാം പൊതുതിരഞ്ഞെടുപ്പോടെ പരസ്യ പ്രവർത്തനമാരംഭിച്ചു.

ഇന്ത്യൻ കമ്യൂണിസ്റ്റുപാർട്ടിക്കകത്ത് അഭിപ്രായവ്യത്യാസം ഉയർന്നുവരാൻ തുടങ്ങിയപ്പോൾ സുർജീത്തിനോടും മറ്റുമൊപ്പം അദ്ദേഹം റിവിഷനിസത്തിനെതിരായ പോരാട്ടത്തിൽ അണിനിരന്നു. അതുകൊണ്ട് ഇന്ത്യാ–ചൈനാ അതിർത്തിസംഘട്ടനത്തിന്റെ പശ്ചാത്തലത്തിൽ 1962–63 കാലത്ത് അദ്ദേഹത്തിന് ജയിലിൽ കിടക്കേണ്ടിവന്നു. അപ്പോഴേക്കും അന്നത്തെ സി പി ഐ നേതൃത്വവുമായി പൊരുത്തപ്പെട്ടുപോകാൻ കഴിയില്ലെന്ന നിഗമനത്തിൽ റിവിഷനിസത്തിനെതിരെ പോരാടുന്നവർ എത്തിക്കഴിഞ്ഞിരുന്നു. മാർക്സിസം–ലെനിനിസത്തിന്റെ അടിസ്ഥാനത്തിൽ പാർട്ടി പുനഃസംഘടിപ്പിക്കണമെന്ന തീരുമാനത്തിലുമെത്തി. രാജ്യത്തിന്റെ വിവിധ ജയിലുകളിൽ കിടക്കുന്ന സഖാക്കൾ പുറത്തുവരികയും നാഷണൽ കൗൺസിൽ യോഗത്തിൽ നിന്ന് 32 സഖാക്കൾ ഇറങ്ങിവരികയും ചെയ്തതോടെ പാർട്ടി പുനഃസംഘടിപ്പിക്കുന്നതിനുള്ള ശ്രമങ്ങളായി. ഒരു പാർട്ടി സെന്റർ സ്ഥാപിക്കാൻ തീരുമാനമായി. ആ ചുമതല ആരെ ഏൽപ്പിക്കണമെന്ന കാര്യത്തിലും സംശയമുണ്ടായിരുന്നില്ല—ദേശരാജ്. സി പി ഐ (എം) ന്റെ പാർട്ടി സെന്റർ വളർത്തിയെടുക്കുന്നതിൽ അദ്ദേഹം വഹിച്ച പങ്ക് പ്രസിദ്ധം.

ഏഴാം പാർട്ടികോൺഗ്രസ് കഴിഞ്ഞ ഉടൻ ഗവൺമെന്റ് പാർട്ടിക്കെതിരെ ആഞ്ഞടിച്ചു. പാർട്ടിയുടെ ആയിരത്തോളം വരുന്ന നേതാക്കളെയും പ്രധാന പ്രവർത്തകരെയും അറസ്റ്റുചെയ്ത് തടവിലാക്കി. അറസ്റ്റുചെയ്യപ്പെട്ടവരിൽ ദേശരാജും ഉൾപ്പെട്ടു. പതിനാറുമാസം അദ്ദേഹത്തിന് ജയിലിൽ കിടക്കേണ്ടിവന്നു. ജയിൽമോചനത്തിനുശേഷം വീണ്ടും ഓഫീസിന്റെ ചുമതലയേറ്റു.

എട്ടാം കോൺഗ്രസ് അദ്ദേഹത്തെ കേന്ദ്രകമ്മിറ്റിയിലേക്ക് തിരഞ്ഞെടുത്തു. തുടർന്നുള്ള കോൺഗ്രസുകളും അദ്ദേഹത്തെ കേന്ദ്രകമ്മിറ്റിയിലേക്ക് തിരഞ്ഞെടുത്തു. അനേകവർഷം കേന്ദ്ര കൺട്രോൾ കമീഷൻ അംഗമായിരുന്നു.

അദ്ദേഹത്തിന് കടുത്ത ആസ്ത്മരോഗമുണ്ടായിരുന്നു. ആ രോഗം അദ്ദേഹത്തെ മാനസികമായി വല്ലാതെ തളർത്തി. അവസാനം 1984 ജനുവരി 29–ന് തന്റെ ജീവിതത്തിന് സ്വയം അറുതിവരുത്തി.

എസ് വി ദേശ്പാണ്ഡെ

1905 - 1953

ഇന്ത്യയിലെ ആദ്യകാല കമ്യൂണിസ്റ്റ് നേതാക്കളിൽ ഒരാളായിരുന്നു എസ് വി ദേശ്പാണ്ഡെ. പത്രപ്രവർത്തകൻ, ഗ്രന്ഥകർത്താവ്, ട്രേഡ് യൂണിയൻ നേതാവ്, സൈദ്ധാന്തികൻ എന്നീ നിലകളിലും അദ്ദേഹം അറിയപ്പെട്ടു.

ഒരു ഇടത്തരം കുടുംബത്തിൽ ജനിച്ചു. പ്രതിഭാശാലിയായ വിദ്യാർഥി എന്ന നിലയിൽ പേരെടുത്തു. 1921 ൽ ബോംബെയിലെ പ്രസിദ്ധമായ എൽഫിൻസ്റ്റൺ കോളേജിൽനിന്ന് മെട്രിക്കുലേഷൻ പരീക്ഷയിൽ ഏറ്റവും കൂടുതൽ മാർക്ക് (ബോംബെ പ്രവിശ്യയിൽ) നേടി വിജയിച്ചു. ബിരുദം നേടിയപ്പോൾ ആകർഷകമായ ജോലി ലഭിക്കുമായിരുന്നു. പക്ഷേ, അദ്ദേഹം തെരഞ്ഞെടുത്തത് മറ്റൊരു മാർഗം. വിദ്യാർഥി ആയിരിക്കെ തന്നെ രാഷ്ട്രീയത്തിൽ ആകൃഷ്ടനായി. എസ് എ ഡാങ്കെയുടെ നേതൃത്വത്തിലുള്ള വിദ്യാർഥിഗ്രൂപ്പുമായി ബന്ധപ്പെട്ടു. ബിരുദം നേടിയ ഉടനെ കോൺഗ്രസുകാരനെന്ന നിലയിൽ ദേശീയ പ്രസ്ഥാനത്തിൽ ആണ്ടിറങ്ങി. ബോംബെയിലെ തൊഴിലാളികൾക്കിടയിലും പ്രവർത്തനമാരംഭിച്ചു.

നാട്ടിൻപുറത്തുകാർക്കും ബോംബെ തൊഴിലാളികൾക്കും ഇടയിലെ പ്രവർത്തനാനുഭവവും വിശകലനസാമർഥ്യവും ഇന്ത്യൻ ജനതയുടെ പ്രശ്നങ്ങൾക്കുള്ള പരിഹാരം കിടക്കുന്നത് മാർക്സിസത്തിലാണെന്ന് അദ്ദേഹത്തിന് ബോധ്യമായി. അതിനാൽ 1929 ൽ കമ്യൂണിസ്റ്റ് പാർട്ടിയിൽ ചേർന്നു. ഈ കാലത്ത് ബോംബെയിലും ഇതര വ്യവസായ കേന്ദ്ര

ങ്ങളിലും തൊഴിലാളി സമരങ്ങൾ ഇരമ്പിക്കയറുകയായിരുന്നു. ലോക മുതലാളിത്തക്കുഴപ്പം തങ്ങളുടെ മേൽ ഏൽപ്പിച്ച പ്രത്യാഘാതത്തെ തൊഴിലാളികൾ ചെറുക്കുകയായിരുന്നു. ഈ മുന്നേറ്റം കണ്ട് പരിഭ്രാന്ത രായിത്തീർന്ന ബ്രിട്ടീഷ് ഭരണാധികാരികൾ കമ്യൂണിസ്റ്റ് തൊഴിലാളി നേതാക്കളെ പ്രതികളാക്കി ഒരു ഗൂഢാലോചനക്കേസ് ചാർജ് ചെയ്തു. മീറത് ഗൂഢാലോചനക്കേസ്. കേസിലെ പ്രതികളെയെല്ലാം അറസ്റ്റ് ചെയ്ത് തടവറകളിലേക്ക് തള്ളി. കൂട്ടത്തിൽ എസ് എ ഡാങ്കെ, എസ് എസ് മിറാജ്കർ, എസ് വി ഘാട്ടെ, നിംബ്കാർ തുടങ്ങിയ ബോംബെ യിലെ തൊഴിലാളി നേതാക്കളും ഉൾപ്പെട്ടു.

ബോംബെയിലെ ട്രേഡ് യൂണിയൻ നേതാക്കൾ അറസ്റ്റിലായതോടെ ഗിർണി കാംഗാർ യൂണിയൻ, ജി ഐ പി റെയിൽവേ മെൻസ് യൂണി യൻ തുടങ്ങിയവരുടെ നേതൃത്വമേറ്റെടുക്കാനും തൊഴിലാളി സമരങ്ങൾ നയിക്കാനും ദേശ്പാണ്ഡെ, ബി ടി രണദിവെ തുടങ്ങിയവർ മുമ്പോട്ടുവ ന്നു. 1929 ൽ നടന്ന ടെക്സ്റ്റൈൽ തൊഴിലാളി പണിമുടക്കിന് ഇരുവരും നേതൃത്വം നൽകി. സമരത്തോടനുബന്ധിച്ച് ദേശ്പാണ്ഡെ അറസ്റ്റിലാ യി. ആ വർഷം തന്നെ അദ്ദേഹം ഗിർണി കാംഗാർ യൂണിയൻ ജനറൽ സെക്രട്ടറിയായി.

1929 ൽ എ ഐ ടി യു സിയുടെ നാഗ്പൂർ സമ്മേളനം വിജയിപ്പി ക്കുന്നതിൽ അദ്ദേഹം സുപ്രധാന പങ്കുവഹിച്ചു. മോത്തിലാൽ നെഹ്റു റിപ്പോർട്ട് പൂർണമായും തള്ളിക്കളയണമെന്നാവശ്യപ്പെട്ടു. പൂർണ സ്വാത ന്ത്ര്യമെന്ന എ ഐ ടി യു സി നിലപാട് വിശദീകരിച്ചും സമ്മേളനത്തിൽ അദ്ദേഹം ഒരു പ്രമേയം അവതരിപ്പിച്ചു. ആർ എസ് റൂയിക്കറുടെ ശക്ത മായ പിന്തുണയോടെ പ്രമേയം പാസായി. റോയൽ കമീഷൻ ബഹി ഷ്കരണമെന്ന് പറയുന്ന മറ്റൊരു പ്രമേയവും അദ്ദേഹം കൊണ്ടുവന്നു. കമീഷനിൽ പ്രവർത്തിക്കുന്ന ഇന്ത്യക്കാരെ സാമ്രാജ്യത്വസഹായികൾ എന്നുവിളിച്ച് പ്രമേയം അപലപിച്ചു. ആ പ്രമേയത്തിനും കിട്ടി ഭൂരിപ ക്ഷം. മിതവാദികളായ ട്രേഡ് യൂണിയൻ നേതാക്കൾ റോയൽ കമീഷ ന്റെയും ഗിർണി കാംഗാർ യൂണിയൻ പ്രാതിനിധ്യത്തിന്റെയും പേരിൽ എ ഐ ടി യു സി വിട്ട് അതിനു ബദലായി ഇന്ത്യൻ ട്രേഡ് യൂണിയൻ ഫെഡറേഷൻ എന്ന ഒരു കേന്ദ്ര ട്രേഡ് യൂണിയൻ രൂപവൽക്കരിച്ചു. സമ്മേളനം സുഭാഷ് ചന്ദ്രബോസിനെ പ്രസിഡന്റായും ദേശ്പാണ്ഡെയെ ജനറൽ സെക്രട്ടറിയായും തിരഞ്ഞെടുത്തു.

1929 ൽ ബംഗാളിലെ ചണമിൽ തൊഴിലാളികൾ ചരിത്രപ്രധാനമായ ഒരു പണിമുടക്ക് നടത്തി. എ ഐ ടി യു സി ജനറൽ സെക്രട്ടറിയും ഗിർണി കാംഗാർ യൂണിയൻ സംഘാടകനുമെന്ന നിലയിൽ പണിമുട ക്കിനുശേഷമുള്ള സ്ഥിതിഗതികൾ വിലയിരുത്താൻ ബംഗാൾ സന്ദർശിച്ചു. ശ്യാംനഗർ, ടിറ്റഗാർ തുടങ്ങിയ ചണമിൽ തൊഴിലാളി കേന്ദ്രങ്ങളിൽ പോയി. കൂടെ പോയത് മണിസിങ്. തന്റെ അനുഭവങ്ങളെ മുൻനിർത്തി ഒരു ലഘുലേഖ തയാറാക്കി ബോംബെക്ക് മടങ്ങി.

1931 ൽ എ ഐ ടി യു സി സമ്മേളനം കൽക്കത്തയിൽ. അധ്യക്ഷൻ സുഭാഷ് ചന്ദ്രബോസ്. ആ സമ്മേളനത്തിലുമുണ്ടായി എ ഐ ടി യു സിക്കകത്തൊരു പിളർപ്പ്. എ ഐ ടി യു സിയെ റെഡ് ഇന്റർനാഷണൽ ഓഫ് ലേബർ യൂണിയൻസിൽ അഫിലിയേറ്റ് ചെയ്യണോ വേണ്ടയോ എന്നതായിരുന്നു പിളർപ്പിനുള്ള ഒരു കാരണം. മറ്റൊരു കാരണം ഗിർണി കാംഗാർ യൂണിയന്റെ പ്രാതിനിധ്യവും. ഗിർണി കാംഗാർ യൂണിയനെ എ ഐ ടി യു സി ജനറൽ സെക്രട്ടറി എസ് വി ദേശ്പാണ്ഡെ പ്രതിനിധാനം ചെയ്യണോ അതോ വൈസ് പ്രസിഡണ്ട് കണ്ടാൽക്കർ പ്രതിനിധാനം ചെയ്യണോ എന്ന പ്രശ്നത്തിൽ കണ്ടാൽക്കർക്ക് അനുകൂലമായി ക്രഡൻഷ്യൽ കമ്മിറ്റി തീരുമാനമെടുത്തു. സുഭാഷ് ചന്ദ്രബോസ് അത് അംഗീകരിച്ചു. അദ്ദേഹത്തിന്റെ തീരുമാനം ഏകപക്ഷീയമായി ദേശ്പാണ്ഡെയും മറ്റും കണക്കാക്കി. അപ്പോൾ ബി ടി ആർ അധ്യക്ഷനെതിരെ ഒരു അവിശ്വാസപ്രമേയം കൊണ്ടുവന്നു. 24 നെതിരെ 26 വോട്ടോടെ പ്രമേയം തള്ളപ്പെട്ടു. അതിനെത്തുടർന്ന് എ ഐ ടി യു സിക്കകത്തെ കമ്യൂണിസ്റ്റുകാർ പ്രത്യേകമായി യോഗം ചേർന്ന് റെഡ് ട്രേഡ് യൂണിയൻ കോൺഗ്രസ് എന്നൊരു സംഘടന രൂപവൽക്കരിക്കാൻ തീരുമാനിച്ചു. ഡി ബി കുൽക്കർണിയെ പ്രസിഡന്റായും എസ് വി ദേശ്പാണ്ഡെ, ബങ്കിം മുഖർജി, എസ് ജി സർദേസായി എന്നിവരെ ജനറൽ സെക്രട്ടറിമാരായും തിരഞ്ഞെടുത്തു. ട്രേഡ് യൂണിയൻ പ്രസ്ഥാനത്തിനകത്തെ ഈ അനൈക്യവും ലോക മുതലാളിത്തക്കുഴപ്പത്തിന്റെ ഭാരം ഇന്ത്യയിലെ തൊഴിലാളിവർഗത്തിന്റെ മേൽ അടിച്ചേൽപ്പിക്കാനുള്ള ബ്രിട്ടീഷ് ഗവൺമെന്റിന്റെ ശ്രമങ്ങളും തൊഴിലാളിവർഗത്തെ വല്ലാതെ ബാധിച്ചു. ട്രേഡ് യൂണിയൻ നേതാക്കൾക്ക് ഐക്യത്തിന്റെ ആവശ്യകത ബോധ്യമാവാൻ തുടങ്ങി. തൊഴിലുടമകളുടെയും ഗവൺമെന്റിന്റെയും ആക്രമണങ്ങളെ നേരിടാൻ ഐക്യം ഊട്ടിയുണ്ടാക്കുന്നതിനുള്ള ശ്രമം ആരംഭിച്ചു. എ ഐ ടി യു സി നേതാക്കളുമായി ട്രേഡ് യൂണിയൻ ഐക്യപ്രശ്നം ചർച്ച ചെയ്യാൻ റെഡ് ട്രേഡ് യൂണിയൻ കോൺഗ്രസ് ഒരു കമ്മിറ്റിയെ നിയോഗിച്ചു. കമ്മിറ്റിയിലെ ഒരു അംഗം ദേശ്പാണ്ഡെ. എസ് എസ് മിറാജ്കർ, കെ ജി കുൽക്കർണി എന്നിവരായിരുന്നു മറ്റു രണ്ടുപേർ. തുടർന്ന് എ ഐ ടി യു സിയും റെഡ് ട്രേഡ് യൂണിയൻ കോൺഗ്രസും ബോംബെ കോൺഗ്രസ് സോഷ്യലിസ്റ്റ് പാർട്ടിയും ഒന്നിച്ച് യോഗം നടത്തേണ്ട അവസരം സംജാതമായി. യങ് വർക്കേഴ്സ് ലീഗ്, ലാൽ ബവ്ത ഗിർണി കാംഗാർ യൂണിയൻ, മാർക്സിസ്റ്റ് ലീഗ്, അഹമ്മദാബാദിലെ മിൽ മസ്ദൂർ യൂണിയൻ തുടങ്ങിയ സംഘടനകളെ ഗവൺമെന്റ് നിയമവിരുദ്ധമായി പ്രഖ്യാപിച്ചപ്പോഴായിരുന്നു അത്. അവസാനം 1935 ൽ റെഡ് ട്രേഡ് യൂണിയൻ കോൺഗ്രസ് എ ഐ ടി യു സിയിൽ ലയിച്ചു.

1930 ൽ അതായത് ദേശ്പാണ്ഡെ എ ഐ ടി യു സി ജനറൽ സെക്രട്ടറിയായി തിരഞ്ഞെടുക്കപ്പെട്ട് ഒരു വർഷം കഴിഞ്ഞപ്പോൾ ജി ഐ പി

റെയിൽവേയിലെ തൊഴിലാളികൾ ഒരു പൊതുപണിമുടക്ക് നടത്തി. റെയിൽവേ തൊഴിലാളികൾക്കിടയിൽ 'പുതിയ രീതിയിലുള്ള ട്രേഡ് യൂണിയൻ പ്രസ്ഥാന'ത്തിന് അടിത്തറ പാകിയത് ഈ പണിമുടക്കാണെന്ന് കണക്കാക്കുന്നു.

1934 ൽ ബോംബെയിലെ ടെക്സ്റ്റൈൽ തൊഴിലാളികൾ നടത്തിയ പണിമുടക്ക് ചരിത്രപ്രസിദ്ധം. ഈ പണിമുടക്കിലും ആറുവർഷത്തിനു ശേഷം നടന്ന ടെക്സ്റ്റൈൽ തൊഴിലാളി പണിമുടക്കിലും ദേശ്പാണ്ഡെ പ്രധാന പങ്ക് വഹിച്ചു. 1940 ലെ പണിമുടക്കുകാലത്ത് വെറുക്കപ്പെട്ട രാജ്യരക്ഷാ നിയമപ്രകാരം ബ്രിട്ടീഷ് ഗവൺമെന്റ് അദ്ദേഹത്തെ അറസ്റ്റ് ചെയ്തു. രണ്ടു വർഷം തടവിൽ പാർപ്പിച്ചു. രണ്ടാം ലോകമഹായുദ്ധത്തിനിടയിൽ സോവിയറ്റ് യൂണിയൻ ആക്രമിക്കപ്പെട്ടതിനെത്തുടർന്ന് കമ്യൂണിസ്റ്റ് പാർട്ടി അതിന്റെ നയം മാറ്റിയപ്പോൾ ജയിൽ മോചിതനായി വീണ്ടും തൊഴിലാളികൾക്കിടയിൽ സജീവമായി.

അതിനും അഞ്ചെട്ടു വർഷംമുമ്പ്, കൃത്യമായി പറഞ്ഞാൽ 1934 ൽ, ബോംബെയിൽ യങ് വർക്കേഴ്സ് ലീഗ് രൂപംകൊണ്ടു. ട്രേഡ് യൂണിയൻ പ്രസ്ഥാനത്തിലേക്ക് പുതിയ പുതിയ കേഡർമാരെ ഉണ്ടാക്കിയെടുക്കാൻ രൂപവൽക്കരിച്ചതായിരുന്നു ആ സംഘടന. അതിന്റെ രൂപവൽക്കരണത്തിൽ ദേശ്പാണ്ഡെ പ്രധാനപങ്ക് വഹിച്ചു. അതിലെ അംഗങ്ങൾക്ക് രാഷ്ട്രീയ വിദ്യാഭ്യാസം നൽകുന്നതിൽ മുൻപന്തിയിൽ നിന്നു. തൊഴിലാളികൾക്ക് മാർക്സിസം–ലെനിനിസത്തിന്റെ അടിസ്ഥാന തത്വങ്ങൾ അത്യന്തം ലളിതമായി വിശദീകരിച്ചു കൊടുക്കാൻ അദ്ദേഹത്തിന് അസാമാന്യമായ കഴിവാണത്രേ ഉണ്ടായിരുന്നത്. അതുകൊണ്ട് 'മാസ്റ്റർ' എന്നാണ് തൊഴിലാളികൾ അദ്ദേഹത്തെ അഭിസംബോധന ചെയ്തത്.

കഴിവുറ്റ ഒരു മാർക്സിസ്റ്റ് സൈദ്ധാന്തികനായിരുന്നു ദേശ്പാണ്ഡെ. 1935 ൽ ഇന്ത്യൻ കമ്യൂണിസ്റ്റ് പാർട്ടിയുടെ പരിപാടി എഴുതി തയാറാക്കിയത് അദ്ദേഹം. ഇന്ത്യൻ ജനതയുടെ ദേശീയ വിമോചന പ്രസ്ഥാനത്തിൽ തൊഴിലാളി വർഗത്തിന്റെ പങ്ക് ഉജ്വലമായി അവതരിപ്പിച്ചു ആ പരിപാടിക്കകത്ത് അദ്ദേഹം. പരിപാടി അവതരിപ്പിക്കാൻ കമ്യൂണിസ്റ്റ് ഇന്റർനാഷണലിന്റെ ഏഴാം കോൺഗ്രസിൽ പങ്കെടുക്കാനായി യാത്ര തിരിച്ചു. ബ്രിട്ടീഷ് പൊലീസ് സംവിധാനത്തെ വെട്ടിച്ച് അത്യന്തം സമർഥമായി ഇന്ത്യക്ക് പുറത്തു കടന്നെങ്കിലും സിംഗപ്പൂരിൽ അറസ്റ്റിലായി. അഹമ്മദ് നഗർ ജില്ലയിലേക്ക് നാടുകടത്തി.

ഉർവശീശാപം ഉപകാരമായി എന്നു പറഞ്ഞതുപോലെയായി ഈ നാടുകടത്തൽ. അഹമ്മദ്നഗർ ജില്ലയിൽ ശക്തമായ കർഷകപ്രസ്ഥാനം കെട്ടിപ്പടുക്കാൻ ഇത് സഹായിച്ചു. ഇക്കാലത്ത് ജില്ലയിൽ ഒട്ടേറെ കർഷകസമരങ്ങൾ നടന്നു. ശക്തമായ സമ്മർദം മൂലം 1938 ൽ നാടുകടത്തൽ ശിക്ഷ റദ്ദാക്കാൻ പ്രഥമ കോൺഗ്രസ് മന്ത്രിസഭ നിർബന്ധമായി.

മാർക്സിസം–ലെനിനിസത്തിൽ അവഗാഹം നേടിയ ദേശ്പാണ്ഡെ ജയിലിൽ കഴിയുമ്പോൾ *കമ്യൂണിസ്റ്റ് മാനിഫെസ്റ്റോ* മറാത്തിയിലേക്ക്

പരിഭാഷപ്പെടുത്തി. *ലെനിനിസത്തിന്റെ പ്രശ്നങ്ങൾ (ലെനിനിസത്തിന്റെ മൗലിക തത്വങ്ങൾ അടക്കം), സോവിയറ്റ് യൂണിയനിലെ കമ്യൂണിസ്റ്റ് പാർട്ടി (ബോൾഷെവിക്)യുടെ ചരിത്രം* എന്നീ വിഖ്യാതകൃതികൾ മറാത്തിയിലേക്ക് ഭാഷാന്തരം ചെയ്തതും അദ്ദേഹം തന്നെ.

കിടയറ്റ സൈദ്ധാന്തികൻ മാത്രമല്ല, നല്ലൊരു പത്രപ്രവർത്തകനുമായിരുന്നു ദേശ്പാണ്ഡെ. മറാത്തിയിൽ കമ്യൂണിസ്റ്റ് പാർട്ടിയുടെ ആദ്യത്തെ മുഖപത്രമായ *ക്രാന്തി*യുടെ സ്ഥാപക പത്രാധിപർ ദേശ്പാണ്ഡെ. *ലോകയുദ്ധം* (1942–45), *ലോകയുഗ്* (1945–48) എന്നീ കമ്യൂണിസ്റ്റ് മുഖപത്രങ്ങളുടെയും പുരോഗമന ദിനപത്രവും വാരികയുമായ *മാർഷലിന്റെ* (1948)യും പാർട്ടിയുടെ സൈദ്ധാന്തിക മാസികയായ *നവയുഗി*ന്റെ (1946–48)യും പത്രാധിപ സമിതികളിൽ പ്രവർത്തിച്ചു. മറാത്തി വാരികയായ *ജുഗാന്തറി*ന്റെ പത്രാധിപരായിരുന്നു മരണംവരെ.

1942 മുതൽ 1945 വരെ അദ്ദേഹം എഴുതിയ ലേഖനങ്ങൾ സമാഹരിച്ച് *ദേശഭക്തി യി കാസോ ഇ* എന്ന ശീർഷകത്തിൽ പ്രസിദ്ധീകരിച്ചിട്ടുണ്ട്. കോൺഗ്രസ് നേതാക്കളുമായും വലതുപക്ഷ സോഷ്യലിസ്റ്റ് നേതാക്കളുമായും നടത്തിയ സംവാദമാണ് ലേഖനങ്ങളുടെ ഉള്ളടക്കം. കമ്യൂണിസ്റ്റ് പാർട്ടിയുടെ കേന്ദ്രകമ്മിറ്റി അംഗമായ ദേശ്പാണ്ഡെ 1953 മെയ് 25–ന് കാൻസർ മൂലം അന്തരിച്ചു. ആ രോഗവുമായി മല്ലടിക്കുമ്പോൾ സ്റ്റാലിന്റെ ഒരു പുസ്തകത്തിന്റെ പരിഭാഷ പൂർത്തിയാക്കി – *യു എസ് എസ് ആറിലെ സോഷ്യലിസത്തിന്റെ സാമ്പത്തിക പ്രശ്നങ്ങൾ. മൂലധന*ത്തിന്റെ മൊഴിമാറ്റം പൂർത്തിയാക്കാൻ കഴിഞ്ഞില്ലല്ലോ എന്നായിരുന്നു മരിക്കുന്ന സമയത്ത് അദ്ദേഹത്തിന്റെ ഖേദം.

നന്ദൂരി പ്രസാദറാവു

1912 - 2001

ആന്ധ്രപ്രദേശിലെ കമ്യൂണിസ്റ്റ് പ്രസ്ഥാനത്തിന്റെ ആദ്യപഥിക രിലൊരാൾ. നാൽപ്പതുകളിൽ അഖിലേന്ത്യാതലത്തിൽത്തന്നെ അറിയപ്പെട്ട വിപ്ലവകാരി. കർഷകരംഗത്തും ട്രേഡ് യൂണിയൻ രംഗത്തും ഒരുപോലെ കഴിവ് തെളിയിച്ച കമ്യൂണിസ്റ്റ്. ഒന്നാംതരം സൈദ്ധാന്തികൻ.

കൃഷ്ണാനദി ബംഗാൾ ഉൾക്കടലിൽ ചെന്നു പതിക്കുന്ന സ്ഥലത്ത് വിശാലമായ ഒരു തുരുത്ത്. അവിടെ അരുഗോലനു എന്ന ഒരു കൊച്ചു ഗ്രാമം. ആ ഗ്രാമത്തിൽ 1912 സെപ്തംബർ 24-ന് പ്രസാദറാവു ജനിച്ചു. അദ്ദേഹം ജനിക്കുമ്പോൾ ഗ്രാമത്തിലെ ജനസംഖ്യ 1830. വിവിധ ജാതിമതക്കാർ സൗഹാർദത്തോടെ കഴിഞ്ഞ ആ ഗ്രാമത്തിൽ, പക്ഷേ ജനസംഖ്യയിൽ ഭൂരിപക്ഷവും ബ്രാഹ്മണർ. ആദ്യകാലത്ത് ബ്രാഹ്മണർ കീഴ്ജാതിക്കാരെ ചൂഷണംചെയ്ത് നല്ലനിലയിൽ കഴിഞ്ഞുപോന്നു. പൂജാദികർമങ്ങളിൽനിന്ന് നല്ല വരുമാനമാണ് അവർക്കുണ്ടായത്. എങ്കിലും അവരുടെ സ്ഥിതി ക്രമേണ മോശമായിവന്നു. നന്ദൂരി പ്രസാദറാവുവിന്റേത് സമ്പന്ന കുടുംബം. പിതാവ്: ജാനകീ രാമയ്യ. മാതാവ്: ശാന്തമ്മ. രണ്ട് സഹോദരന്മാരും നാല് സഹോദരിമാരും. കുട്ടിക്കാലം അരുഗോലനു ഗ്രാമത്തിൽ കഴിച്ചുകൂട്ടി. അവിടത്തെ ബ്രാഹ്മണരുടെ അന്നത്തെ രീതിയനുസരിച്ച് അഞ്ചുവർഷവും അഞ്ചുമാസവും അഞ്ചുദിവസവുമായപ്പോൾ ഗ്രാമത്തിൽ സ്കൂളിൽ ചേർന്നു. പ്രസാദും സഹോദരൻ വെങ്കിടേശ്വരനും സഹോദരി സുശീലയും ഒരേ ക്ലാസിൽ പഠിച്ചു. മൂവരും സമർഥരായ വിദ്യാർഥികൾ. പഠിത്തത്തിൽ അവർക്കിടയിൽ മത്സരം. ഗണിത

ശാസ്ത്രം പഠിച്ചുവെങ്കിലും ആ വിഷയത്തിൽ അധികം താൽപ്പര്യം കാട്ടിയില്ല. നാലാം ക്ലാസ് മുതൽ ഇംഗ്ലീഷ് പഠിച്ചുതുടങ്ങി. അതിൽ അതീവ താൽപ്പര്യം. ഒമ്പതാം വയസിൽ സ്വന്തം ഗ്രാമത്തിലെ പഠിത്തം അവസാനിച്ചു. പിന്നീട് ഗുഡിവാഡ ബോർഡ് ഹൈസ്കൂളിൽ ചേർന്നു. ഗുഡിവാഡ ആ പേരിൽത്തന്നെയുള്ള താലൂക്കിന്റെ ആസ്ഥാനം. പ്രസാദിന്റെ ഒരു സഹോദരിയെ അവിടെയാണ് വിവാഹം കഴിച്ചയച്ചത്. അളിയൻ അവിടത്തെ ഒരു സെമീന്ദാർ. ആ സെമീന്ദാർ ഭവനത്തിൽ താമസിച്ചുകൊണ്ടാണ് പഠിച്ചത്.

ഗുഡിവാഡയിലെ സ്കൂളിൽ ചേരുമ്പോൾ നിസ്സഹകരണപ്രസ്ഥാനത്തിന്റെ കാറ്റ് വീശിയടിക്കുകയായിരുന്നു. അതിന്റെ സന്ദേശം കടന്നുചെല്ലാത്ത പ്രദേശങ്ങൾ കുറവ്. ഇതൊക്കെ പ്രസാദ് കാണുന്നുണ്ടായിരുന്നെങ്കിലും അതിൽ പങ്കെടുക്കണം എന്ന തോന്നലുണ്ടായില്ല. എങ്കിലും ഗുഡിവാഡയിൽ ഗാന്ധിജി എത്തിയപ്പോൾ അദ്ദേഹത്തെ കാണാൻ പോയവരുടെ കൂട്ടത്തിൽ പ്രസാദുമുണ്ടായിരുന്നു.

ഗാന്ധിജി നിസ്സഹകരണപ്രസ്ഥാനം പിൻവലിച്ചതിനെത്തുടർന്ന് യുവാക്കളാകെ നിരാശരായി. ഈ പശ്ചാത്തലത്തിൽ സീതാരാമരാജു സ്വന്തമായി ഒരു സംഘടനയുണ്ടാക്കി ബ്രിട്ടീഷുകാർക്കെതിരെ സമരത്തിനിറങ്ങി. ആന്ധ്ര മുഴുവൻ അദ്ദേഹത്തിന്റെ പ്രശസ്തി പരന്നു. തെലുങ്കുഭാഷയിൽ അദ്ദേഹത്തെക്കുറിച്ച് ധാരാളം പാട്ടുകൾ. ജനങ്ങൾ ആവേശത്തോടെ അവ പാടും. ചില പാട്ടുകൾ പ്രസാദിന്റെ ചെവിയിലും ചെന്നലച്ചു. ചില യോഗങ്ങളിൽവെച്ച് നേതാക്കളുടെ പ്രസംഗങ്ങളും കേട്ടു. ഇതൊന്നും പ്രസാദിനെ രാഷ്ട്രീയത്തിലേക്ക് ആകർഷിക്കാൻ പര്യാപ്തമായില്ല. പഠനത്തിൽത്തന്നെ മുഴുകി. ചരിത്രത്തോട് പ്രത്യേക മമത പുലർത്തി. ക്ലാസിൽ എല്ലായ്പ്പോഴും ഒന്നാമൻ അല്ലെങ്കിൽ രണ്ടാമൻ. 1928–ൽ മെട്രിക്കുലേഷൻ പരീക്ഷ പാസായി. തുടർന്ന് അൽപ്പകാലം സംസ്കൃതം പഠിച്ചു.

1929–ൽ മച്ചിലി പട്ടണത്തെ ഹിന്ദു കോളേജിൽ ചേർന്നു. ചരിത്രം, തെലുങ്ക്, ഇംഗ്ലീഷ് എന്നിവയാണ് ഐച്ഛിക വിഷയങ്ങളായി സ്വീകരിച്ചത്. തെലുങ്കുഭാഷാ അധ്യാപകൻ വിശ്വനാഥ് സത്യനാരായണൻ പ്രസിദ്ധകവിയും എഴുത്തുകാരനും. അദ്ദേഹം തെലുങ്കുസാഹിത്യത്തിൽ പ്രസാദിന്റെ താൽപ്പര്യമുണർത്തി. 12–ാം നൂറ്റാണ്ടിന്റെ ആദ്യപകുതിയിൽ ജീവിച്ച നന്നയ്യയുടെ *ഭാരതം* പ്രസാദിന് ഏറ്റവും ഇഷ്ടപ്പെട്ട ഗ്രന്ഥം. 15–ാം നൂറ്റാണ്ടിലെ കവി ശ്രീനാഥിന്റെ ഗ്രന്ഥങ്ങളായ *നൈഷ്ദ, കാശീഖണ്ഡ്* എന്നിവയും ഏറെ ഇഷ്ടപ്പെട്ടു. ഇക്കാലത്ത് കോളേജ് മാസികയിൽ സാഹിത്യസംബന്ധമായ ലേഖനങ്ങൾ എഴുതി. പതുക്കെപതുക്കെ പുരോഗമന ആശയങ്ങളുമായി അടുത്തു.

മച്ചിലി പട്ടണം പേരുകേട്ട തുറമുഖം. ഇവിടത്തെ രാഷ്ട്രീയാന്തരീക്ഷത്തിലാണ് പ്രസാദ് കോളേജ് വിദ്യാഭ്യാസം നടത്തിയത്. കോളേജിൽ ഒന്നാംവർഷവിദ്യാർഥി ആയിരുന്നപ്പോൾ സത്യമൂർത്തിയുടെ പേരിൽ

അവിടെ ഒരു കേസ് നടക്കുകയുണ്ടായി. കുറ്റം: രാജ്യദ്രോഹ പ്രസംഗം. കേസിന്റെ വാദം കേൾക്കണമെന്ന് മോഹം. പക്ഷേ പ്രിൻസിപ്പൽ അനുവദിച്ചില്ല. എങ്കിലും ക്ലാസ് ബഹിഷ്കരിച്ച് കോടതിയിൽ പോയി. പട്ടാഭി സീതാരാമയ്യയുമായി ബന്ധപ്പെട്ടു. വിദേശവസ്ത്രങ്ങൾ ധരിക്കില്ലെന്ന് പ്രതിജ്ഞ ചെയ്തു. ഖദർ ധരിക്കാൻ തുടങ്ങി. പത്രപാരായണം ആരംഭിച്ചു. *ആന്ധ്രാ പത്രിക, ഹിന്ദു, മോഡേൺ റിവ്യൂ* എന്നിവ മുടക്കംകൂടാതെ വായിച്ചു. ഇതിനൊക്കെപ്പുറമെ വിവിധ വിഷയങ്ങളെക്കുറിച്ചുള്ള പുസ്തകങ്ങളും വായിച്ചു ധാരാളം. വിക്ടർ യൂഗോ, ദ്യൂമ, ഇബ്സൻ എന്നിവരുടെ മുഴുവൻ കൃതികളുമായി പരിചയത്തിലായി. തിലകൻ, സവർക്കർ എന്നിവരുടെ ജീവചരിത്രം പഠിച്ചു. ഭഗത്സിങിന്റെ പേര് ആവേശം കൊള്ളിച്ചു. ലാഹോർ കേസിന്റെ വിവരങ്ങൾ അറിയാൻ വലിയ താൽപ്പര്യം കാട്ടി. ചില ഗാന്ധിയൻ പരിപാടികളിൽ പങ്കെടുക്കാൻ തുടങ്ങി. 1930-ൽ ചർക്കയിൽ നൂൽനൂൽക്കാൻ ആരംഭിച്ചു.

1930 മാർച്ചിൽ ഇന്റർമീഡിയറ്റ് പരീക്ഷ എഴുതി. അവധി ദിവസങ്ങളിൽ വീട്ടിൽ പോയില്ല. പകരം മച്ചിലീപട്ടണത്തുതന്നെ തങ്ങി കോൺഗ്രസ് പ്രവർത്തനം നടത്തി. കോൺഗ്രസ് നേതാക്കളിൽ പട്ടാഭിയെക്കാൾ സാംബമൂർത്തിയെ ഇഷ്ടപ്പെട്ടു. പട്ടാഭി മച്ചിലീപട്ടണത്തായിരുന്നു താമസം. ഇത് അദ്ദേഹത്തെ അടുത്തറിയാൻ സഹായിച്ചു. അദ്ദേഹത്തിന്റെ കുറ്റങ്ങളും കുറവുകളും നേരിൽ മനസിലാക്കാൻ അവസരം കിട്ടി. ഇതായിരിക്കാം പട്ടാഭിയെക്കാൾ സാംബമൂർത്തിയെ ഇഷ്ടപ്പെടാൻ കാരണം.

മകൻ രാഷ്ട്രീയത്തിൽ ആകണ്ഠം മുഴുകിയിരിക്കുകയാണെന്ന് പിതാവ് മനസിലാക്കി. അദ്ദേഹം മച്ചിലിപട്ടണത്തുവന്ന് മകനെ കൈയോടെ പിടിച്ച് വീട്ടിലേക്ക് കൊണ്ടുപോയി. രണ്ടുമാസം വീട്ടിൽ കഴിഞ്ഞു. അപ്പോഴേക്കും ഉപ്പുസത്യഗ്രഹം. നിരവധി ചെറുപ്പക്കാർ അറസ്റ്റിലായി. പ്രസാദിന് അടങ്ങിയിരിക്കാൻ കഴിഞ്ഞില്ല. അപ്പോഴേക്കും പരീക്ഷാഫലം പുറത്തുവന്നു. അമിതമായ രാഷ്ട്രീയ പ്രവർത്തനം പഠിത്തത്തിലെ ശ്രദ്ധ പിടിച്ചകറ്റിക്കളഞ്ഞതിനാൽ പരീക്ഷയിൽ പരാജയപ്പെട്ടു. വീണ്ടും മച്ചിലിപട്ടണത്ത് പഠനമാരംഭിച്ചു. ഇത്തവണ അവിടെ പഠിക്കുമ്പോൾ വിജയനഗരം കാണാൻ പോയി. മലേറിയ പിടിപെട്ടു. രണ്ടുമാസത്തോളം കിടപ്പിലായി. ആരോഗ്യം വീണ്ടെടുക്കാൻ കിഴക്കൻ ഗോദാവരിയിൽ പോയി. ആരോഗ്യം വീണ്ടുകിട്ടിയപ്പോൾ പഠിത്തം തുടർന്നു. 1932-ൽ ഇന്റർമീഡിയറ്റ് പരീക്ഷ പാസായി.

അപ്പോഴേക്ക് വയസ്സ് 20. പ്രസാദ് രാഷ്ട്രീയത്തിന്റെ കാറ്റിലും കോളിലും പെട്ടുകഴിഞ്ഞു. ആന്ധ്രയിലെ കോളേജുകൾ പലതും തടവറകൾ പോലെയായി. വിദ്യാർഥികൾക്ക് ശ്വാസംവിടാൻ പോലും കഴിയാത്ത അവസ്ഥ. ഈ ഘട്ടത്തിലാണ് ബനാറസ് ഹിന്ദു യൂണിവേഴ്സിറ്റിയിലെ ചില വിദ്യാർഥികളെ കണ്ടുമുട്ടാനിടയായത്. ആ സർവകലാശാലയിലെ അന്തരീക്ഷം സ്വതന്ത്രവും രാഷ്ട്രീയ പ്രവർത്തനത്തിന് അനുയോജ്യവുമാണെന്ന് മനസിലായി. അങ്ങനെയെങ്കിൽ തുടർന്നുള്ള വിദ്യാഭ്യാസം

അവിടെയാകാം എന്ന് തീരുമാനിച്ചു. 1933–ൽ ബനാറസിൽ പോയി ഹിന്ദു സർവകലാശാലയിൽ ചേർന്നു. രാഷ്ട്രമീമാംസയും സാമ്പത്തികശാസ്ത്രവും ഐച്ഛിക വിഷയങ്ങൾ. മച്ചിലിപട്ടണത്തെയും ബനാറസിലെയും അധ്യാപകർ തികച്ചും വ്യത്യസ്തർ. ആദ്യസ്ഥലത്തെ അധ്യാപകർ പഠിപ്പിക്കുന്നതിൽ മാത്രം ഒതുങ്ങിനിന്നെങ്കിൽ രണ്ടാം സ്ഥലത്തെ അധ്യാപകർ രാഷ്ട്രീയകാര്യങ്ങൾ പോലും വിദ്യാർഥികളുമായി തുറന്നു ചർച്ച ചെയ്യും.

ഭഗത്സിങ്ങിന്റെയും മറ്റും ദേശീയ വിപ്ലവചിന്താഗതി തലയ്ക്ക് പിടിച്ചില്ല, അത് നല്ലതല്ല എന്ന തോന്നൽ. ആ വഴിയിലൂടെ യാത്ര ചെയ്തില്ല. ബനാറസിൽ സി രാജേശ്വരറാവുവിനെ കണ്ടുമുട്ടി; അടുത്ത് പരിചയപ്പെട്ടു; സുഹൃത്തുക്കളായി. അവിടത്തെ മറ്റൊരു വിദ്യാർഥി ശിവയ്യയും ഉറ്റസുഹൃത്തായി. മൂവരും സോഷ്യലിസത്തെക്കുറിച്ചുള്ള പുസ്തകങ്ങൾ വായിക്കാനും മൂവരിലും സമാനചിന്താഗതി വളർന്നുവരാനും തുടങ്ങി. മൂന്നുപേരും രാജ്യത്തിനും രാജ്യത്തിലെ അധ്വാനിക്കുന്ന ജനങ്ങൾക്കും വേണ്ടി ജീവിതം ഉഴിഞ്ഞുവെക്കാൻ തീരുമാനിച്ചു.

ഈ ഘട്ടമായപ്പോഴേക്ക് കുടുംബത്തിൽ ആപത്തിന്റെ അഗ്നിപർവതം പൊട്ടിയൊലിച്ചു. കുടുംബം കടത്തിലായി. ഭൂമിയാകെ വിറ്റു. പഠനം തുടരാൻ പണം കിട്ടുന്നതിന് വിഷമിച്ചു. അവസാനം പ്രസാദ് സ്വന്തം ഗ്രാമത്തിലേക്ക് തിരിച്ചുപോയി. രാഷ്ട്രീയ പ്രവർത്തനങ്ങളിൽ മുഴുകിനിന്നിരുന്നില്ലെങ്കിൽ ഒരുപക്ഷെ എങ്ങനെയെങ്കിലും പണമുണ്ടാക്കി അയച്ചുകൊടുക്കുമായിരുന്നു പിതാവ്. അങ്ങനെ കഷ്ടപ്പെട്ട് അയച്ചതുകൊണ്ട് എന്ത് പ്രയോജനം എന്ന് അദ്ദേഹം ചിന്തിച്ചിരിക്കണം.

നാലഞ്ചുമാസം വീട്ടിൽ കഴിഞ്ഞതിനുശേഷം ഒരിക്കൽക്കൂടി ബനാറസിലെത്തി. ശിവയ്യയുമായി ഭാവിപരിപാടികൾ ചർച്ച ചെയ്തു. അപ്പോഴേക്കും ദേശീയസമരത്തിൽ പങ്കെടുത്ത് രണ്ടുതവണ അറസ്റ്റുവരിച്ചിരുന്നു ശിവയ്യ. അദ്ദേഹവും പ്രസാദും സോഷ്യലിസത്തിനും തൊഴിലാളിവർഗത്തെ സംഘടിപ്പിക്കാനും ഇറങ്ങിത്തിരിക്കുന്നതിന് തീരുമാനിച്ചു. 1935–ൽ ഇരുവരും ഗുണ്ടൂരിൽ പ്രവർത്തനം തുടങ്ങി. അതിനുമുമ്പ് 1934–ൽ ബനാറസിൽ രണ്ടുപേരും പാർട്ടി അംഗത്വമെടുത്തിരുന്നു.

മുഴുവൻസമയ രാഷ്ട്രീയ പ്രവർത്തനം നടത്തുമ്പോൾ ഉപജീവനം നടത്തുന്നതെങ്ങനെ? ഇരുവരും 800 രൂപ കൊണ്ട് 'ഫ്രണ്ട്സ് ഹോം' എന്ന പേരിൽ ഒരു ഹോട്ടൽ തുടങ്ങി. ഹോട്ടലിൽ നിന്നുള്ള വരുമാനമുപയോഗിച്ച് ആറ് സഖാക്കൾക്ക് ഉപജീവനം നടത്താം എന്നായി. ഈ ഘട്ടത്തിൽ സുന്ദരയ്യയുമായി ബന്ധപ്പെട്ടു. അവർ ആദ്യത്തെ പാർട്ടി ഗ്രൂപ്പ് ഉണ്ടാക്കി.

ഗാന്ധിജി നിയമലംഘന പ്രസ്ഥാനം നിർത്തിവെച്ചപ്പോൾ ആന്ധ്രയിലെ യുവാക്കളാകെ നിരാശരായി. അവർക്ക് ഗാന്ധിസത്തിലുള്ള വിശ്വാസം നഷ്ടപ്പെട്ടു. രാജ്യത്തിന്റെ സ്വാതന്ത്ര്യം നേടിയെടുക്കാൻ കോൺഗ്രസുകാർക്ക് വലിയ ധൃതിയൊന്നുമില്ലെന്ന് അവർക്ക് ബോധ്യമായി. പ്ര

സാദും സഖാക്കളും ലേബർ പ്രൊട്ടക്ഷൻ ലീഗും (തൊഴിലാളി സംരക്ഷണ സമിതി) തരുൺ സംഘും (യൂത്ത് ലീഗ്) രൂപീകരിച്ചു. ഗുണ്ടൂരിലെ അരിമിൽ–ചണമിൽ തൊഴിലാളികളെ സംഘടിപ്പിച്ചു. തൊഴിലാളികളെ പത്രങ്ങൾ വായിച്ച് കേൾപ്പിക്കുക; രാത്രി നിശാപാഠശാലകളിലൂടെ അക്ഷരങ്ങൾ പഠിപ്പിക്കുക—ഇവയൊക്കെ തൊഴിലാളി പ്രവർത്തനങ്ങളുടെ ഭാഗം. മോട്ടോർ തൊഴിലാളികളെയും സംഘടിപ്പിച്ചു. അവരുടെ ഒരു സമരത്തിന് നേതൃത്വം നൽകുകപോലും ചെയ്തു. സമരത്തിനാസ്പദമായ ആവശ്യങ്ങൾ അംഗീകരിച്ചുകിട്ടിയപ്പോൾ തൊഴിലാളികൾക്കിടയിൽ ആത്മവിശ്വാസം വളർന്നു.

ഇക്കാലത്ത് ആന്ധ്രയിൽ ബാബു രാജേന്ദ്രപ്രസാദിന്റെ പ്രസംഗപരമ്പര. അതിന്റെ ഭാഗമായി അദ്ദേഹം തെനാലിയും സന്ദർശിക്കുന്നുണ്ടായിരുന്നു. കോൺഗ്രസിന്റെ നയങ്ങളിൽ അസംതൃപ്തി പ്രകടിപ്പിക്കാൻ അദ്ദേഹത്തിനു മുന്നിൽ കരിങ്കൊടി പ്രകടനം നടത്തണമെന്ന് പ്രസാദും സഖാക്കളും തീരുമാനിച്ചു. അതിന് കുറെ യുവാക്കളെയും സംഘടിപ്പിച്ചു. ഇങ്ങനെ ഒരു പരിപാടി നടക്കുന്ന വിവരം പൊലീസ് അറിഞ്ഞു. അതിനാൽ അദ്ദേഹത്തെ മുൻകൂട്ടി പൊലീസ് അറസ്റ്റുചെയ്തു. രാജേന്ദ്രപ്രസാദ് പോയതിനുശേഷം മാത്രമേ വിട്ടയച്ചുള്ളൂ. ഇക്കാലത്തുതന്നെയാണ് *കമ്യൂണിസ്റ്റ് മാനിഫെസ്റ്റോ, ഡ്യൂറിങ്ങിനെതിരെ* ആദിയായ കൃതികൾ വായിച്ചുപഠിച്ചത്. തൊഴിലാളി സംരക്ഷണസമിതിക്കുവേണ്ടി അനേകം ലഘുലേഖകളെഴുതി. അവയിലൊക്കെ കോൺഗ്രസ് നേതാക്കളെ നിശിതമായി വിമർശിച്ചു. അവരിൽ നിന്ന് മാറിനിൽക്കാൻ തൊഴിലാളികളെ ആഹ്വാനം ചെയ്തു.

കോൺഗ്രസ് സോഷ്യലിസ്റ്റുപാർട്ടി രൂപം കൊണ്ടപ്പോൾ അതിൽ അംഗമായി. തന്നെയുമല്ല, അതിന്റെ നേതാക്കളിൽ ഒരാൾ തന്നെയായി. 1936–ൽ കൃഷിക്കാരെ സംഘടിപ്പിക്കുന്നതിന് കിഴക്കൻ ഗോദാവരി ജില്ലയിലേക്ക് അയയ്ക്കാൻ കമ്യൂണിസ്റ്റുപാർട്ടി തീരുമാനിച്ചു. പ്രസാദിന്റെ സംഘടനാപാടവവും കാര്യശേഷിയും ഊർജസ്വലതയും അതിവേഗം ഒട്ടേറെ കർഷകയുവാക്കളെ ആകർഷിച്ചു. കിഴക്കൻ ഗോദാവരി പ്രദേശത്ത് ശക്തമായ ഒരു കർഷകപ്രസ്ഥാനം ഉയർന്നുവന്നു. ഒറ്റവർഷം കൊണ്ട് 14,000 കൃഷിക്കാരെ കർഷകസംഘടനയിൽ അംഗങ്ങളായി ചേർത്തു.

ഇപ്രകാരം കൃഷിക്കാരെ സംഘടിപ്പിക്കുന്നതിനുള്ള കഴിവ് തെളിയിക്കപ്പെട്ടപ്പോൾ കുറച്ചുകാലത്തേക്ക് കൃഷ്ണ ജില്ലയിലെ കൃഷിക്കാരെ സംഘടിപ്പിക്കാൻ നിയോഗിച്ചു. അവിടെ സംഘത്തിന്റെ സെക്രട്ടറിയായി തിരഞ്ഞെടുക്കപ്പെട്ടു. താമസിയാതെ *നവശക്തി* വാരികയുടെ പത്രാധിപത്യം അദ്ദേഹത്തിനുമേൽ വന്നുവീണു. അതിനാൽ വിജയവാഡയിലേക്ക് പോയി. ആ ജോലി നിർവഹിച്ചുകൊണ്ടിരിക്കുമ്പോൾത്തന്നെ പ്രവിശ്യാ കിസാൻ സഭയുടെ ആപ്പീസ് സെക്രട്ടറി എന്ന നിലയിലുള്ള ചുമതലയും നിറവേറ്റി. 1937മധ്യം മുതൽ 1938അവസാനം വരെ പ്രവർത്ത

നരംഗം വിജയവാഡ. *നവശക്തി*യിൽ ലേഖനങ്ങളെഴുതും, കിസാൻസഭാ ആപ്പീസിൽ ജോലികളുടെ മേൽനോട്ടംവഹിക്കും, നഗരത്തിൽ നടക്കുന്ന പാർട്ടി ക്ലാസുകളിൽ മാർക്സിസത്തെക്കുറിച്ചും ആനുകാലിക വിഷയങ്ങളെക്കുറിച്ചും ക്ലാസെടുക്കും. ലെനിന്റെ *ഇടതുപക്ഷ കമ്യൂണിസം ഒരു ബാലാരിഷ്ടത* എന്ന കൃതി തെലുങ്കുഭാഷയിൽ പരിഭാഷപ്പെടുത്തി. അച്ചടിക്കാൻ കൊടുക്കുന്നതിനുമുമ്പ് എങ്ങനെയോ അത് നഷ്ടപ്പെട്ടു.

നൽഗോണ്ട ജില്ലയിലെ മനഗാല. നൈസാമിന്റെ ഭരണത്തിൽപ്പെട്ട പ്രദേശം. അവിടത്തെ ഭൂപ്രഭു കൃഷിക്കാരെ ഭീകരമായി ചൂഷണം ചെയ്തു. അയാളെക്കൊണ്ട് കൃഷിക്കാർക്ക് പൊറുതിമുട്ടി. 1930-ൽ ടി പ്രകാശം കൃഷിക്കാരുടെ പ്രയാസങ്ങൾ കുറയ്ക്കുന്നതിന് ചില ശ്രമങ്ങൾ നടത്തിനോക്കി. അദ്ദേഹം ജയിലിൽ പോയപ്പോൾ ഭൂപ്രഭു കൃഷിക്കാർക്കെതിരെ മുമ്പെന്നത്തെയുംകാൾ മൃഗീയമായ തച്ചമർത്തലുകൾ തുടർന്നു. 1932മുതൽ 1937വരെ 18,000 രൂപയാണ് കൃഷിക്കാരിൽ നിന്ന് പിഴ ഈടാക്കിയത്. മനഗാലയിലെ ദുരവസ്ഥയെക്കുറിച്ച് കർഷകസംഘത്തിന് വിവരം കിട്ടി. 1938-ൽ പ്രസാദ് ഒന്നുരണ്ടുതവണ അവിടെ പോയിവന്നു. ചെറിയ പ്രവർത്തനങ്ങൾകൊണ്ടൊന്നും തീരുന്നതായിരുന്നില്ല അവിടത്തെ പ്രശ്നം. അതിനാൽ അവിടെ കേന്ദ്രീകരിച്ച് പ്രവർത്തിക്കാൻ 1939-ൽ പ്രസാദ് അങ്ങോട്ട് പോയി. ഇതിനുമുമ്പ് ചെറിയ ചെറിയ സമരങ്ങളല്ലാതെ വലിയ സമരങ്ങളൊന്നും നയിച്ച് പരിചയമില്ല. പക്ഷേ, മനഗാലയിൽ നയിക്കേണ്ടത് വലിയൊരു സമരം, അതിശക്തമായ സമരം. പ്രസാദ് കൃഷിക്കാരെ സംഘടിപ്പിക്കാൻ തുടങ്ങി. പിഴ വസൂലാക്കുന്നത് നിർത്തലാക്കണം എന്നാവശ്യപ്പെട്ടു. ഏതാനും ആഴ്ചകൾക്കകം കൃഷിക്കാർക്കിടയിൽ പുതിയ ഉണർവ്. ഭൂപ്രഭുവും നൈസാമും പറയുന്നത് വേദവാക്യമായി അംഗീകരിക്കുന്ന കാലം പോയ്മറഞ്ഞു. ചെറിയ ചെറിയ സമരങ്ങൾ തുടങ്ങി. പിഴ ഈടാക്കുന്ന സമ്പ്രദായം അവസാനിപ്പിക്കുക, ഈടാക്കിയ പിഴ തിരികെ നൽകുക, കൃഷിഭൂമി കൃഷിക്കാരന്, നിയമവിരുദ്ധ നികുതികൾ തരില്ല—കൃഷിക്കാർ പ്രഖ്യാപിച്ചു. സംഗതി പന്തിയല്ലെന്ന് ഭൂപ്രഭുവിന് തോന്നിത്തുടങ്ങി. അദ്ദേഹം ഒത്തുതീർപ്പിന് തയ്യാറായി. ഈടാക്കിയ പിഴ തിരികെ നൽകുക, കൃഷിഭൂമി കൃഷിക്കാരന് എന്നിവയൊഴികെ ബാക്കിയുള്ള ആവശ്യങ്ങൾ അംഗീകരിച്ചു. ഇത്ര പെട്ടെന്ന് ഭൂപ്രഭു താഴോട്ടുവരുമെന്ന് ആരും പ്രതീക്ഷിച്ചില്ല.

പക്ഷേ, ഭൂപ്രഭു ഉറപ്പ് ലംഘിച്ചു. കൃഷിക്കാർ വീണ്ടും സമരം തുടങ്ങി. 1939ജൂണിൽ സത്യഗ്രഹത്തോടെയായിരുന്നു തുടക്കം. സമരം ശക്തിപ്പെട്ടു. എങ്ങും അറസ്റ്റും മർദനവും. പ്രസാദിനെതിരെ അറസ്റ്റുവാറണ്ട്. വിവരം മുൻകൂട്ടി അറിഞ്ഞെങ്കിലും ഒളിവിൽ പോയില്ല. അറസ്റ്റ് ചെയ്ത് നഡീഗുഡം ജയിലിലടച്ചു. സമരം തുടങ്ങി പതിനേഴുദിവസം കഴിഞ്ഞപ്പോൾ പ്രകാശം ഇടപെട്ടു. പല ആവശ്യങ്ങളും കൃഷിക്കാർക്ക് അംഗീകരിച്ചുകിട്ടി. അറസ്റ്റിലായ പ്രസാദിന് അഞ്ച് സഹപ്രവർത്തകരോടൊപ്പം 11 മാസത്തെ തടവുശിക്ഷ. രാജമുന്ദ്രി ജയിലിലേക്കയച്ചു.

1940 മെയിൽ ജയിലിൽനിന്ന് പുറത്തുവന്നു. അപ്പോൾ മനഗാലയിൽ നിന്ന് പുറത്താക്കിക്കൊണ്ട് ഗവൺമെന്റിന്റെ ഉത്തരവ്. ഉടൻതന്നെ പിടി കൊടുക്കാതെ ഒളിവിൽ പോയി. മനഗാലയിൽ തന്നെയായിരുന്നു ഒളി വുജീവിതം. കർഷകപ്രവർത്തകർക്ക് രാഷ്ട്രീയ വിദ്യാഭ്യാസം നൽകു ന്നതിനുള്ള പ്രവർത്തനം ഒന്നുകൂടി ശക്തിപ്പെടുത്തി.

1941 ജനുവരിയിൽ ഒരു രാത്രി പൊലീസ് പിടിയിലായി. കീഴ്ക്കോ ടതി രണ്ടരവർഷത്തെ തടവുശിക്ഷ വിധിച്ചു. അപ്പീലിന്മേൽ അത് ഒരു വർഷമായി ചുരുങ്ങിക്കിട്ടി. ഇത്തവണ രാജമുന്ദ്രി, തൃശിനാപ്പള്ളി, ആലി പ്പൂർ ജയിലുകളിൽ മാറി മാറി കഴിയേണ്ടിവന്നു. ജയിലിലും വെറുതേ യിരുന്നില്ല. കോൺഗ്രസ് പ്രവർത്തകർക്ക് രാഷ്ട്രീയ വിദ്യാഭ്യാസം നൽ കുന്നതിൽ ഏർപ്പെട്ടു. രാജമുന്ദ്രി ജയിലിൽ കഴിയുമ്പോൾ അവിടത്തെ ജയിൽ കമ്മിറ്റി സെക്രട്ടറി പ്രസാദറാവു. നൂറ്റമ്പതോളം കമ്യൂണിസ്റ്റ് തട വുകാരായിരുന്നു അപ്പോൾ ജയിലിൽ.

1942 ഫെബ്രുവരിയിൽ ജയിൽ മോചിതനായി. എങ്കിലും ആരുഗോ ലനയിൽ വീണ്ടും അറസ്റ്റിലായി. സെപ്തംബറിൽ മോചിപ്പിച്ചു. എത്ര യോ വർഷങ്ങൾക്കുശേഷം ഏഴുമാസം സ്വന്തം ഗ്രാമത്തിൽ കഴിയാൻ അവസരം കിട്ടി. അവിടെ കിസാൻസഭയുടെ ഒരു ഘടകമുണ്ടാക്കി. സഹ കരണസംഘം സ്ഥാപിച്ചു. അതിനുശേഷം വിജയവാഡയിലേക്കു പോയി. 1943മാർച്ചിൽ കിസാൻസഭയുടെ പ്രവിശ്യാ കമ്മിറ്റി സെക്രട്ടറിയായി. 1947 വരെ തൽസ്ഥാനത്ത് പ്രവർത്തിച്ചു.

1948–ൽ കൽക്കത്തയിൽ ചേർന്ന രണ്ടാം പാർട്ടി കോൺഗ്രസിനെ ത്തുടർന്ന് അറസ്റ്റിലായി. സബ്ജയിലിൽ അടച്ചു. അവിടെനിന്ന് രക്ഷ പ്പെട്ടു. നാലുവർഷം ഒളിവിലിരുന്ന് ഐതിഹാസികമായ തെലങ്കാന സ മരത്തിൽ പങ്കാളിയായി. ഈ സമരം രാജ്യത്തെ കമ്യൂണിസ്റ്റുപ്രസ്ഥാന ത്തിന്റെ ചരിത്രത്തിലെ ഒരു നാഴികക്കല്ലാണല്ലോ. ഭൂപ്രഭുക്കൾക്കും നൈ സാമിന്റെ മർദന സംവിധാനങ്ങൾക്കും കേന്ദ്രഗവൺമെന്റിന്റെ പട്ടാളത്തി നുമെതിരെ സായുധകൃഷിക്കാർ അഞ്ചുവർഷം നീണ്ടുനിന്ന പോരാട്ടമാ ണ് നടത്തിയത്. ഈ സമരം ഭൂപ്രശ്നം മുൻപന്തിയിലേക്ക് കൊണ്ടുവ രികയും ഇന്ത്യൻ യൂണിയനിൽ ചേരാൻ ആദ്യമാദ്യം വൈമനസ്യം പ്ര കടിപ്പിച്ച നൈസാമിനെ അതിന് പ്രേരിപ്പിക്കുകയും ചെയ്തു. ഈ സമര ത്തിൽ പ്രസാദറാവു വഹിച്ച പങ്ക് എന്താണ്? *വിപ്ലവപാതയിൽ എന്റെ യാത്ര* എന്ന തന്റെ ആത്മകഥയിൽ പി സുന്ദരയ്യ എഴുതി:

> എൻ പ്രസാദറാവു ഖമ്മം പ്രദേശത്തായിരുന്നു. സമരം പിൻവലി ക്കുന്നതുവരെ അദ്ദേഹം അവിടത്തന്നെ കഴിഞ്ഞു.... പ്രസാദറാ വു അക്കാലത്തുതന്നെ അറിയപ്പെടുന്ന ഒരു നേതാവായിരുന്നു. ഖമ്മത്തേക്ക് പോകുന്നതിനുമുമ്പ് മനുക്കോട്ട തുടങ്ങിയ വനപ്ര ദേശങ്ങളിൽ പ്രസ്ഥാനത്തിന്റെ നേതൃത്വം ഏറ്റെടുത്ത് പ്രവർത്തി ച്ചുവരികയായിരുന്നു അദ്ദേഹം. സ്ക്വാഡുകൾക്ക് മരുന്നുകൾ അയ ച്ചുകൊടുക്കുക, വെടിമരുന്ന് സാധനങ്ങൾ എത്തിക്കുക എന്നീ

ജോലികൾ സ്തുത്യർഹമായി അദ്ദേഹം നിർവഹിച്ചു. ഇതെല്ലാം രഹസ്യമായി ശേഖരിക്കുകയും അതാതിടങ്ങളിൽ എത്തിക്കുകയും ചെയ്യുക അത്ര എളുപ്പമല്ലല്ലോ.

1952–ലെ ഒന്നാം പൊതുതിരഞ്ഞെടുപ്പിനു മുമ്പ് തെലങ്കാനാസമരം പിൻവലിച്ചു. കമ്യൂണിസ്റ്റുപാർട്ടി തിരഞ്ഞെടുപ്പിൽ പങ്കെടുത്തു. അപ്പോഴേക്കും സഖാക്കൾക്കു് സുഹൃത്തുക്കൾക്കുമിടയിൽ എൻ പി ആർ എന്ന മൂന്നക്ഷരത്തിൽ അറിയപ്പെട്ട പ്രസാദറാവുവിന് തിരഞ്ഞെടുപ്പിൽ പരസ്യപ്രവർത്തനം നടത്താൻ കഴിഞ്ഞില്ല. കാരണം, അപ്പോഴും അദ്ദേഹത്തിന്റെ പേരിൽ അറസ്റ്റ് വാറണ്ട് നിലവിലുണ്ടായിരുന്നു. എങ്കിലും ഒളിവിലിരുന്നുകൊണ്ട് തിരഞ്ഞെടുപ്പിൽ സജീവം പ്രവർത്തിച്ചു.

1953–ൽ അഖിലേന്ത്യാ കിസാൻസഭയുടെ ചരിത്രപ്രധാനമായ സമ്മേളനം കണ്ണൂരിൽ. ആ സമ്മേളനത്തിൽ ആന്ധ്രാപ്രദേശിൽനിന്നുള്ള പ്രതിനിധിസംഘത്തെ നയിച്ചുകൊണ്ട് എൻ പി ആർ എത്തിച്ചേർന്നു. സമ്മേളനം അഖിലേന്ത്യാ കിസാൻസഭാ ജനറൽ സെക്രട്ടറിയായി തിരഞ്ഞെടുത്തു. എട്ടുവർഷം ആ സ്ഥാനത്ത് തുടർന്നു. ഈ ഘട്ടത്തിൽ ഇന്ത്യയിലെ വിവിധ സംസ്ഥാനങ്ങളിൽ നിലനിൽക്കുന്ന കാർഷിക ബന്ധങ്ങളെക്കുറിച്ച് ആഴത്തിൽ പഠിച്ചു. ഈ വിഷയത്തെക്കുറിച്ച് ധാരാളം ലഘുലേഖകളെഴുതി. അതുകൊണ്ടാവും രണ്ടും മൂന്നും ആസൂത്രണക്കമ്മീഷന്റെ ഭൂപരിഷ്കരണ സബ്കമ്മിറ്റിയിലേക്ക് ഗവൺമെന്റ് അദ്ദേഹത്തെ നോമിനേറ്റ് ചെയ്തത്.

1940–കളിൽത്തന്നെ പാർട്ടിയുടെ സംസ്ഥാന നേതൃത്വത്തിലേക്കു വന്ന എൻ പി ആർ 1953–ൽ പാർട്ടിയുടെ മൂന്നാം കോൺഗ്രസിൽ വെച്ച് കേന്ദ്രകമ്മിറ്റിയിലേക്ക് തിരഞ്ഞെടുക്കപ്പെട്ടു. അതോടെ പ്രവർത്തനരംഗം കുറെക്കൂടി വിപുലമായി. ഡൽഹിയിലേക്ക് താമസം മാറ്റി. താമസം അപ്പോൾ രാജ്യസഭാംഗമായിരുന്ന എം ബസവപുന്നയ്യയുടെ കൂടെ. ഹർകിഷൻസിംഗ് സുർജീത്തും അവിടെത്തന്നെയായിരുന്നു താമസം. അക്കാലത്ത് അദ്ദേഹം നടത്തിയ പ്രവർത്തനത്തെയും അദ്ദേഹത്തിന്റെ പ്രവർത്തനരീതികളെയും കുറിച്ച് സുർജീത്ത് ഇപ്രകാരമെഴുതി:

> വിവിധ മേഖലകളിലെ പ്രസ്ഥാനത്തിന്റെ വളർച്ചയുടെ അപ്പോഴത്തെ ഘട്ടവും കർഷകരെ അണിനിരത്തുന്നതിനായി രൂപപ്പെടുത്തേണ്ട മുദ്രാവാക്യങ്ങളും എല്ലാം അദ്ദേഹം കാര്യമായി പഠിക്കുമായിരുന്നു. കർഷക പ്രശ്നത്തിന്റെ സങ്കീർണതകളെ സമഗ്രമായി വിലയിരുത്തുന്നതിന്, തെലങ്കാനാ സമരത്തിൽനിന്ന് ലഭിച്ച അനുഭവം അദ്ദേഹത്തിന് വളരെയധികം സഹായകമായിത്തീർന്നു. കർഷകരുടെയും കർഷകത്തൊഴിലാളികളുടെയും പ്രശ്നങ്ങളെക്കുറിച്ചുള്ള അദ്ദേഹത്തിന്റെ അഗാധമായ പഠനങ്ങളും ധാരണകളും കിസാൻസഭയുടെ അക്കാലത്തെ രേഖകളിൽ പ്രതിഫലിച്ചു കാണാം.

ഇക്കാലത്ത് കർഷകരംഗത്ത് വലിയ മുന്നേറ്റമാണ് ദൃശ്യമായത്. ആറേഴുവർഷം ഡൽഹിയിൽ പ്രവർത്തിച്ചതിനുശേഷം ആന്ധ്രയിലേക്കു തന്നെ മടങ്ങി. ഈ ഘട്ടത്തിൽ കർഷകത്തൊഴിലാളി യൂണിയൻ രംഗത്താണ് പ്രവർത്തിച്ചത്. അതിന്റെ ജനറൽ സെക്രട്ടറിയായി തിരഞ്ഞെടുക്കപ്പെട്ടു. അഞ്ചുവർഷം ഇന്റർനാഷണൽ അഗ്രിക്കൾച്ചർ വർക്കേഴ്സ് യൂണിയന്റെ വൈസ് പ്രസിഡന്റായും പ്രവർത്തിച്ചു.

സൈദ്ധാന്തികകാര്യങ്ങളിൽ ആഴത്തിൽ പരിജ്ഞാനമുള്ള എൻ പി ആർ പാർട്ടിക്കകത്ത് തിരുത്തൽവാദത്തിനെതിരെ ശക്തമായി പോരാടി. നാഷണൽ കൗൺസിൽ നിന്ന് ഇറങ്ങിവന്ന 32 സഖാക്കളിൽ ഒരാൾ എൻ പി ആർ ആയിരുന്നു. കൽക്കത്തയിൽ നടന്ന സി പി ഐ (എം) ഏഴാം കോൺഗ്രസ് അദ്ദേഹത്തെ കേന്ദ്രകമ്മിറ്റിയിലേക്ക് തിരഞ്ഞെടുത്തു. 16–ാം കോൺഗ്രസ് വരെ തൽസ്ഥാനത്ത് തുടർന്നു. പ്രായാധിക്യം മൂലം പ്രവർത്തിക്കാൻ കഴിയാത്തതിനാൽ ആ കോൺഗ്രസിൽ വെച്ച് കേന്ദ്രകമ്മിറ്റിയിൽ നിന്നും ഒഴിവായി. എങ്കിലും പാർട്ടിപരിപാടി കാലോചിതമായി പരിഷ്കരിക്കാൻ തിരുവനന്തപുരത്ത് നടന്ന സ്പെഷ്യൽ കോൺഫറൻസിൽ അദ്ദേഹം പങ്കെടുത്തു. ആ കോൺഫറൻസിന്റെ തുടക്കം കുറിച്ചുകൊണ്ട് പതാക ഉയർത്തിയത് എൻ പി ആർ. തിരുത്തൽവാദത്തിനെതിരായിട്ടെന്നപോലെ തീവ്രവാദത്തിനും എതിരായി പോരാടിയ എൻ പി ആർ ബർദ്വാൻ പ്ലീനം അംഗീകരിച്ച പ്രത്യയശാസ്ത്ര പ്രമേയത്തിന്റെ കരട് തയ്യാറാക്കുന്നതിൽ ബസവപുന്നയ്യയെ സഹായിച്ചു. ഇപ്രകാരം സഹായിച്ച മറ്റൊരാൾ സുർജീത്ത്.

അഖിലേന്ത്യാ കിസാൻസഭാ ജനറൽ സെക്രട്ടറിവരെയായി പ്രവർത്തിച്ച, ആന്ധ്രയിൽ കിസാൻസഭയ്ക്ക് മാത്രമല്ല, കർഷകത്തൊഴിലാളി യൂണിയനും ദീർഘകാലം നേതൃത്വം നൽകിയ എൻ പി ആർ കൃതഹസ്തനായ ട്രേഡ് യൂണിയൻ നേതാവെന്നനിലയിലും പ്രസിദ്ധിനേടി. സി ഐ ടി യു രൂപീകരണം മുതൽ 1996വരെ അതിന്റെ സംസ്ഥാന ഘടകം ജനറൽ സെക്രട്ടറിയും 1996മുതൽ 1999വരെ പ്രസിഡന്റുമായിരുന്നു.

പാർലമെന്ററിരംഗത്തും എൻ പി ആർ കഴിവ് തെളിയിച്ചു. ഒരു ടേം രാജ്യസഭാംഗമായിരുന്നു ഒരു ടേം ആന്ധ്രാ ലെജിസ്ലേറ്റീവ് കൗൺസിൽ അംഗവും. ആറ് പതിറ്റാണ്ടുകാലം രാഷ്ട്രീയരംഗത്ത് നിറഞ്ഞുനിന്ന എൻ പി ആർ 2001 നവംബർ 29–ന് അന്തരിച്ചു.

എം വി നരസിംഹ റെഡ്ഡി

1930 - 2004

ആന്ധ്രപ്രദേശിലെ നൽഗോണ്ട ജില്ലയിലെ കമ്യൂണിസ്റ്റ് പ്രസ്ഥാനത്തിന്റെ പ്രമുഖ നേതാവായിരുന്നു വി എൻ എന്ന രണ്ടക്ഷരത്തിൽ പ്രസിദ്ധനായ മല്ലു വെങ്കട നരസിംഹ റെഡ്ഡി. തെലങ്കാനാ സായുധ പോരാട്ടത്തിൽ നേരിട്ടുപങ്കെടുത്ത വിപ്ലവകാരിയായിരുന്നു അദ്ദേഹം. തെലങ്കാനാ സായുധസമരകാലത്ത് സുമാർ ഒമ്പതുവർഷം ഒളിവിൽ കഴിഞ്ഞു. അടിയന്തരാവസ്ഥയിലും ഒളിവിലായിരുന്നു.

മാമില്ലമധുവ ഗ്രാമത്തിൽ 1930 മെയ് 18-ന് ജനിച്ചു. ഒരു ധനിക കർഷക കുടുംബമായിരുന്നു അദ്ദേഹത്തിന്റേത്. അച്ഛൻ ഗോപാല റെഡ്ഡി വില്ലേജ് മുൻസിഫ്. എട്ട് വയസ്സുള്ളപ്പോൾ അമ്മ രാമണാർസമ്മ നിര്യാതയായി. സൂര്യാപേട്ട് മിഡിൽ സ്കൂളിൽ 7-ാം ക്ലാസ് വരെ പഠിച്ചു. ആ സ്കൂൾ ഹൈസ്കൂൾ ആയി ഉയർത്തണമെന്നാവശ്യപ്പെട്ട് നടന്ന വിജയകരമായ സമരത്തിൽ വി എൻ സജീവമായി പങ്കെടുത്തു. സൂര്യാപേട്ടിൽ കമ്യൂണിസ്റ്റുപാർട്ടിക്കുവേണ്ടി ധർമദിക്ഷം നടത്തിയ ഒരു ഹോസ്റ്റലുണ്ടായിരുന്നു. ആ ഹോസ്റ്റലിൽ ഇടയ്ക്കിടെ പാർട്ടി യോഗങ്ങൾ ചേരും. വി എൻ അതിൽ പങ്കെടുക്കും. ക്രമേണ കമ്യൂണിസ്റ്റുപാർട്ടിയുമായുള്ള ആഭിമുഖ്യം വളർന്നു.

രണ്ടാം ലോകമഹായുദ്ധം അവസാനിക്കുകയായിരുന്നു. യുദ്ധത്തിൽ ചെമ്പട നേടിയ വിജയം ദൂരവ്യാപകമായ പ്രത്യാഘാതം സൃഷ്ടിച്ചു. അത് വിദ്യാർഥിപ്രസ്ഥാനത്തിലും കർഷകപ്രസ്ഥാനത്തിലും അഗാധമായ സ്വാധീനം ചെലുത്തി. ആ ഘട്ടത്തിൽ കൃഷിക്കാരുടെയും ആന്ധ്ര മഹാ

സഭയുടെയും സമ്മേളനം വിജയവാഡയിൽ. സൂര്യാപേട്ടിൽ നിന്ന് ഖമ്മത്തേക്ക് ധർമദിക്ഷത്തിന്റെ നേതൃത്വത്തിൽ നടത്തിയ കാൽനടജാഥയിലെ ഒരു അംഗമായിരുന്നു വി എൻ.

തെലങ്കാനാസമരത്തിന്റെ ആദ്യനാളുകളിൽ നരസിംഹ റെഡ്ഡി സൂര്യാപേട്ടിലെ ഹോസ്റ്റലിൽ താമസിക്കും. അവിടെ നിന്ന് കത്തുകളും മറ്റു രേഖകളും നേതാക്കൾക്ക് രഹസ്യമായി കൈമാറും. ഒരിക്കൽ ബന്ധപ്പെട്ട സഖാക്കൾക്ക് നൽകാൻ കുറെ കത്തുകൾ അദ്ദേഹത്തിന്റെ കൈയിലെത്തി. ആ ദിവസം വൈകുന്നേരം ഏഴുമണിക്ക് ആ ദൗത്യനിർവഹണവുമായി സൂര്യപേട്ടിൽ നിന്ന് പുറപ്പെട്ടു. തിമ്മേപുറത്ത് പോകാനായിരുന്നു നിർദേശം. അവിടെ എത്തിയപ്പോൾ നാലുകിലോമീറ്റർ അകലെ പാറകൾ നിറഞ്ഞ ഒരു പ്രദേശത്ത് പോകാൻ നിർദേശം കിട്ടി. അവിടെ ഒളിച്ചുതാമസിക്കുകയായിരുന്നു കത്തുകൾ നൽകേണ്ടവർ. കത്തുകൾ കൈമാറിക്കഴിഞ്ഞപ്പോൾ രാത്രിയിൽ ഒറ്റയ്ക്ക് മടങ്ങേണ്ടിയിരുന്നു പതിനാറുകാരനായ ആ ബാലന്. പൊലീസ് മർദനം രൂക്ഷമായ കാലം. സൂര്യപേട്ടിൽ ചിലേടത്തൊക്കെ പൊലീസ് വെടിവെപ്പ് നടന്നുകഴിഞ്ഞിരുന്നു. പൊലീസിന്റെ പട്രോളിങ് ശക്തം. സൂര്യപേട്ടിൽ എത്താറായപ്പോഴതാ പട്രോളിങ് ഡ്യൂട്ടിയിലേർപ്പെട്ട പട്ടാളക്കാർ വരുന്നു. ഉടൻതന്നെ തൊട്ടടുത്ത ഒരു വീട്ടിൽ അഭയംപ്രാപിച്ചു. അത് വിദ്യാർഥികൾ താമസിക്കുന്ന വീടായിരുന്നു. രാത്രി അവിടെ തങ്ങിയതിനുശേഷം രാവിലെ ഹോസ്റ്റലിലേക്കു മടങ്ങി. കൊറിയർ എന്ന നിലയിലുള്ള ആദ്യാനുഭവം. പിന്നീട് എത്രയെത്ര തവണ അങ്ങനെ പ്രവർത്തിച്ചിരിക്കുന്നു! പകൽസമയത്ത് സ്കൂളിൽ പോകും. രാത്രിയിൽ കൊറിയർ ആയി പ്രവർത്തിക്കും.

വിദ്യാർഥി പ്രസ്ഥാനത്തിൽനിന്ന് കമ്യൂണിസ്റ്റുപാർട്ടിയുടെ നേതൃത്വത്തിലുള്ള പ്രക്ഷോഭങ്ങളിൽനിന്നും അകറ്റിനിർത്താൻ പിതാവ് വി എന്നിനെ ഖമ്മത്തെ ഹൈസ്കൂളിലേക്ക് മാറ്റി. വി എൻ അതിന് കൈയോടെ സമ്മതിച്ചു. എന്തുകൊണ്ടെന്നാൽ ഖമ്മത്ത് അനുഭവസമ്പന്നരായ അധ്യാപകരുണ്ടായിരുന്നു. പോരെങ്കിൽ കമ്യൂണിസ്റ്റ് പ്രസ്ഥാനവുമായി ബന്ധം സ്ഥാപിക്കുന്നതിനുള്ള സാധ്യതകളും ഉണ്ടായിരുന്നു അവിടെ.

സായുധസമരം നിർദയം അടിച്ചമർത്തുകയായിരുന്നുവല്ലോ. ബലേമിലും പഴയ സൂര്യപേട്ടിലും വെടിവെപ്പും നടന്നു. അവയെക്കുറിച്ച് അന്വേഷിക്കുന്നതിന് ഒരു സാർവദേശീയ പ്രതിനിധിസംഘം എത്തിച്ചേർന്നപ്പോൾ സമരകേന്ദ്രങ്ങളിൽ അവരെ കൊണ്ടുപോയത് വിദ്യാർഥികൾ. ധർമദിക്ഷം, ഡോ. എം രാജി റെഡ്ഡി, ടി ലക്ഷ്മയ്യ, ടി ദുർഗയ്യ തുടങ്ങിയ പ്രമുഖ നേതാക്കൾ അറസ്റ്റിലായപ്പോൾ സൂര്യപേട്ട് ജയിലിൽ നിന്ന് രക്ഷപ്പെടാൻ അവർക്ക് വഴിയൊരുക്കിയത് നരസിംഹ റെഡ്ഡിയും ചില വിദ്യാർഥികളും. എങ്കിലും രാജി റെഡ്ഡി ഒഴികെ ബാക്കി മൂവരും പിടിയിലായി.

സ്വതന്ത്ര ഇന്ത്യയിൽ ചേരാൻ നൈസാം വിസമ്മതിച്ചപ്പോൾ അതിൽ പ്രതിഷേധിക്കുന്നതിന് സംഘടിപ്പിച്ച 'കിറ്റ് കോളേജ്' പ്രസ്ഥാന

ത്തിൽ നരസിംഹ റെഡ്ഡി സുപ്രധാന പങ്കുവഹിച്ചു. ജൊന്ന റെഡ്ഡി ഭൂപ്രഭുക്കളുമായി കുടുംബത്തിന് വളരെ അടുപ്പമായിരുന്നുവെങ്കിലും ആ ഭൂപ്രഭുവിനെതിരെ വി എൻ വിട്ടുവീഴ്ച കൂടാതെ പോരാടി. 1947–ൽ തെലങ്കാനാ സായുധസമരം ശക്തിപ്രാപിച്ചപ്പോൾ പഠനം ഉപേക്ഷിച്ച് വി എൻ സമരരംഗത്തേക്ക് എടുത്തുചാടി. അൽപ്പകാലം സൂര്യപേട്ടിൽ പ്രവർത്തിച്ചതിനുശേഷം പാർട്ടി തീരുമാനപ്രകാരം മാൻകോട്ടയ്ക്കുപോയി. അവിടെ സമരം സംഘടിപ്പിക്കാനായിരുന്നു പാർട്ടി അദ്ദേഹത്തെ അങ്ങോട്ട് അയച്ചത്. ജയ്യാറാം പ്രദേശത്ത് സംഘാടകനായി പ്രവർത്തിച്ചു. ആ പ്രദേശത്തെ നേതൃത്വം വല്ലാതെ വിഘടിച്ചുപോയിരുന്നു. നേതൃത്വം നൽകാൻ നേതാക്കളില്ലാത്തതിനാൽ അലക്ഷ്യമായിട്ടായിരുന്നു അവിടത്തെ പ്രവർത്തനങ്ങളൊക്കെ. കടുത്ത അടിച്ചമർത്തലുകളെയും നേരിടേണ്ടിവന്നു അവർക്ക്. സ്വയംരക്ഷാർഥം സ്ക്വാഡുകൾ നീലയാഗുട്ട വനം പ്രദേശത്തെത്തി. അവിടെ അവർക്ക് രാഷ്ട്രീയ ക്ലാസ് സംഘടിപ്പിക്കപ്പെട്ടു. നന്ദൂരി പ്രസാദറാവുവാണ് ക്ലാസെടുത്തത്. അതിനുശേഷം സംഘാടകരോട് സമതലപ്രദേശങ്ങളിലേക്ക് പോകാൻ പാർട്ടി നിർദേശിച്ചു. പൊലീസ് റെയ്ഡ് നിരന്തരം നടക്കുകയും സ്ക്വാഡുകൾ തമ്മിലും സ്ക്വാഡുകളും സ്റ്റേറ്റ്സെന്ററും തമ്മിലുമുള്ള ബന്ധം വിഛേദിക്കപ്പെടുകയും ചെയ്തപ്പോൾ വി എന്നിന് തനിച്ച് ആറുമാസം കഴിച്ചുകൂട്ടേണ്ടിവന്നു. കടുത്ത അടിച്ചമർത്തലിന്റേതായ സാഹചര്യത്തിൽ ഗാർല ഏരിയാ കമ്മിറ്റിയുടെ ഉത്തരവാദിത്തം നരസിംഹ റെഡ്ഡിയും ചാന്തുപട്ല സീതാരാമ റാവുവും ഏറ്റെടുത്തു.

കുറെക്കഴിഞ്ഞപ്പോൾ പ്രക്ഷോഭം വ്യാപിപ്പിക്കുകയെന്ന ലക്ഷ്യത്തോടെ നരസിംഹറെഡ്ഡിയെ കരീംനഗർ ജില്ലയിലെ മന്താനി പ്രദേശത്തേക്ക് അയച്ചു. മല്ലുസ്വരാജ്യവും മുകുന്ദറാവുവും മന്താനി സബ് ഏരിയാ കമ്മിറ്റിയിൽ അദ്ദേഹത്തോടൊപ്പമുണ്ടായിരുന്നു. ഇദംപ്രഥമമായി സൈനിക ഉത്തരവാദിത്തങ്ങൾ നരസിംഹറെഡ്ഡിക്ക് ഏറ്റെടുക്കേണ്ടിവന്നു. മൂന്ന് സ്ക്വാഡുകളെ അദ്ദേഹം നയിച്ചു.

ഏരിയാ കമ്മിറ്റി സെക്രട്ടറിയെ പിടികൂടിയാൽ ആ സ്ക്വാഡുകളെക്കുറിച്ചുള്ള വിവരം സമ്പാദിക്കാം. ഏരിയാ കമ്മിറ്റി നേതൃത്വത്തെ സംരക്ഷിക്കാൻ ഒരു പരിപാടി വിജയപൂർവം നടപ്പാക്കാൻ നരസിംഹ റെഡ്ഡിക്ക് കഴിഞ്ഞു. പൊലീസ് സ്റ്റേഷനുകൾക്കുനേരെ ആക്രമണങ്ങൾ സംഘടിപ്പിക്കാനും അവരിൽ നിന്ന് ആയുധങ്ങളും വെടിക്കോപ്പുകളും പിടിച്ചെടുക്കാനും നരസിംഹറെഡ്ഡി നിസ്സാരമല്ലാത്ത പങ്കുവഹിച്ചു. ബെല്ലാംപള്ളി–മഞ്ചെറിയാൽ ഏരിയകളിൽ പൊലീസിന്റെ ആക്രമണങ്ങളെ തിരിച്ചടിക്കുന്നതിലും സമരം മുമ്പോട്ടു കൊണ്ടുപോകുന്നതിലും നരസിംഹ റെഡ്ഡി നിർണായക പങ്കാണ് വഹിച്ചത്.

1952–ലെ തിരഞ്ഞെടുപ്പിനുശേഷം പൊലീസ് നരസിംഹ റെഡ്ഡിയെയും മറ്റു ചിലരെയും അറസ്റ്റ് ചെയ്തു. അവർക്കെതിരെ ഒരു കേസ് ചാർജുചെയ്തു. പൊലീസിനെ ആക്രമിച്ച് അവരുടെ ആയുധങ്ങൾ കൈക്ക

ലാക്കി എന്നായിരുന്നു ചാർജ്. എങ്കിലും കോടതി അവരെ കുറ്റവിമുക്തരാക്കി വിട്ടയച്ചു. കുറെക്കഴിഞ്ഞപ്പോൾ നരസിംഹ റെഡ്ഡി സൂര്യപേട്ടിൽ മടങ്ങിയെത്തി. പാർട്ടിയുടെ സൂര്യപേട്ട് സെക്രട്ടറിയായി. ആ വർഷം അദ്ദേഹം സ്വരാജ്യത്തെ വിവാഹം കഴിച്ചു.

1964-ൽ അവിഭക്ത കമ്യൂണിസ്റ്റുപാർട്ടി പിളർന്നപ്പോൾ നരസിംഹ റെഡ്ഡി റിവിഷനിസത്തെ എതിർക്കുകയും സി പി ഐ (എം) ന്റെ കൂടെ നിലയുറപ്പിക്കുകയും ചെയ്തു. സി പി ഐ (എം) നെ പിളർന്ന് നക്സലൈറ്റുകൾ പുറത്തുപോയപ്പോൾ ഇടതുപക്ഷ സാഹസികത്വത്തിനെതിരെയും തത്തുല്യവും ശക്തവുമായ നിലപാടെടുത്തു. 1965-ൽ ബി എൻ റെഡ്ഡി അറസ്റ്റിലായപ്പോൾ പാർട്ടിയുടെ ജില്ലാ സെക്രട്ടറി എന്ന നിലയിൽ അദ്ദേഹം പ്രവർത്തിച്ചു. 1965-ൽ, അടിയന്തരാവസ്ഥക്കാലത്ത് കർഷകത്തൊഴിലാളി സമരങ്ങൾ വൻതോതിൽ സംഘടിപ്പിച്ചു. കേഡർമാരുടെ ആത്മവീര്യം വർധിപ്പിക്കാനും അവരെ സംഘടിപ്പിക്കാനും അത് സഹായിച്ചു.

പിൽക്കാലത്ത് ബി എൻ റെഡ്ഡിയും അദ്ദേഹത്തിന്റെ അനുയായികളും പാർട്ടിയിൽനിന്ന് പുറത്തുപോയപ്പോൾ നൽഗോണ്ട ജില്ലയിലെ കേഡർമാരെ സംരക്ഷിക്കുന്നതിൽ വി എൻ സുപ്രധാന പങ്കുവഹിച്ചു.

1972-ലെ തിരഞ്ഞെടുപ്പിൽ തുംഗാതുരുത്തി മണ്ഡലത്തിൽനിന്ന് നിയമസഭയിലേക്ക് മത്സരിച്ചുവെങ്കിലും 3000 വോട്ടുകളുടെ വ്യത്യാസത്തിൽ പരാജയപ്പെട്ടു. 1968-ൽ ജില്ലാ സെക്രട്ടറിയായി. 1996വരെ തൽസ്ഥാനത്ത് തുടർന്നു. 1968-ൽ സംസ്ഥാന കമ്മിറ്റിയിലേക്ക് തിരഞ്ഞെടുക്കപ്പെട്ടു; 1972-ൽ സെക്രട്ടേറിയറ്റിലേക്കും. 1985-ൽ കേന്ദ്ര കമ്മിറ്റിയിലെത്തി. ആന്ധ്രപ്രദേശ് കർഷകത്തൊഴിലാളി യൂണിയന്റെ അസിസ്റ്റന്റ് സെക്രട്ടറിയായും പ്രസിഡന്റായും പ്രവർത്തിച്ചിട്ടുണ്ട്. ആന്ധ്രപ്രദേശ് റൈത്ത് സംഘത്തിന്റെ പ്രസിഡന്റായിരുന്നു. അപൂർവമായിട്ടാണെങ്കിലും ലേഖനങ്ങൾ എഴുതിയിട്ടുണ്ട്. ഭാര്യ മല്ലുസ്വരാജ്യം. രണ്ട് ആൺകുട്ടികളും ഒരു പെൺകുട്ടിയും. 2004 ഡിസംബർ 5-ന് അന്തരിച്ചു.

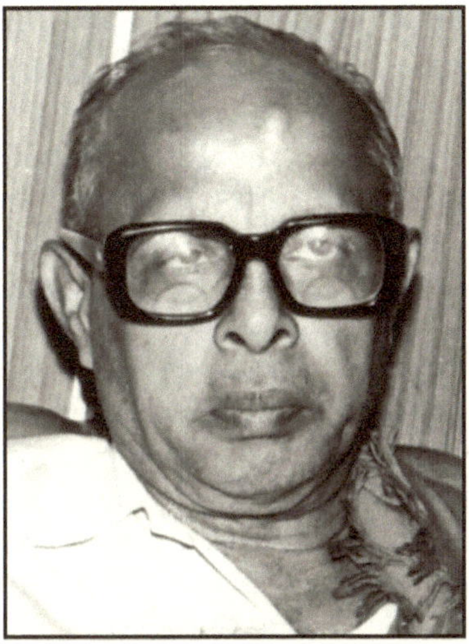

എ നല്ലശിവം

1922 - 1997

തമിഴ്നാട്ടിലെ ആദ്യകാല കമ്യൂണിസ്റ്റ് നേതാക്കളിൽ ഒരാളായിരുന്നു എ നല്ലശിവം. സംസ്ഥാനത്ത് ട്രേഡ്യൂണിയൻ പ്രസ്ഥാനം കെട്ടിപ്പടുക്കുന്നതിലും അദ്ദേഹം പ്രമുഖ പങ്കുവഹിച്ചു.

സഖാക്കളും സുഹൃത്തുക്കളും സ്നേഹപൂർവം എ എൻ എന്നു വിളിച്ച എ നല്ലശിവം 1922 ഫെബ്രുവരി 22–ന് തിരുനൽവേലി ജില്ലയിലെ അംബാസമുദ്രം താലൂക്കിലുള്ള ബ്രഹ്മദേശം ഗ്രാമത്തിലെ ഒരു ഇടത്തരം കുടുംബത്തിൽ ജനിച്ചു. ആദിമൂലം–മീനീക്ഷി ദമ്പതികളുടെ അഞ്ചുമക്കളിൽ ഏറ്റവും മൂത്തതായിരുന്നു എ എൻ. സ്വന്തം ഗ്രാമത്തിലും അംബാസമുദ്രത്തിലുമായി സ്കൂൾ വിദ്യാഭ്യാസം. അസാധാരണമാംവിധം പ്രതിഭാശാലിയായ വിദ്യാർഥിയായിരുന്നു. 1939–ൽ സ്കൂൾ ഫൈനൽ പരീക്ഷ പാസായത് മദിരാശി പ്രസിഡൻസിയിൽ തന്നെ മൂന്നാം റാങ്കോടെ. തുടർന്ന് തിരുനെൽവേലിയിലെ ഹിന്ദു കോളേജിൽ ചേർന്നെങ്കിലും ഫുട്ബോൾ കളിക്കുന്നതിനിടയിൽ അപകടം പിണഞ്ഞതിനാൽ പഠനം തുടരാൻ കഴിഞ്ഞില്ല. അനേകമാസം അനങ്ങാനാവാതെ ചികിത്സയുമായി കിടപ്പിലായി. അങ്ങനെ പതിനെട്ടാം വയസ്സോടെ അക്കാദമികലോകത്തോട് വിടപറയാൻ നിർബന്ധിതനായി.

അക്കാദമിക ജീവിതത്തിന് തിരശീല വീണതിനുശേഷം പൊതുജീവിതത്തിലേക്ക് പ്രവേശിച്ചു. 1940–ൽ ഒരു സഹവിദ്യാർഥി മസ്താനോടൊപ്പം പണ്ഡിറ്റ് ജവഹർലാൽ നെഹ്റുവിന്റെ അറസ്റ്റിൽ പ്രതിഷേധിക്കാൻ ഖരഗ്പൂരിൽ ഒരു വിദ്യാർഥി പ്രകടനം നയിച്ചു. പൊതുരംഗത്തേക്ക്

പ്രവേശിക്കുമ്പോൾ ഗാന്ധിയുടെയും കോൺഗ്രസിന്റെയും കടുത്ത അനുയായി ആയിരുന്നു എ എൻ. ഗാന്ധിജിക്കും ഗാന്ധിസത്തിനുംവേണ്ടി ആരുമായും, എത്ര വീറോടെയും വാദിക്കും. അങ്ങനെ ഒരു വാദത്തിനിടയിലാണ് കമ്യൂണിസ്റ്റ് പ്രത്യയശാസ്ത്രവുമായി ബന്ധപ്പെടുന്നത്. തിരുനെൽവേലിയിൽ വൈദ്യുതി പ്രോജക്ടിൽ ജോലി ചെയ്യാൻ കെ സെൽവരാജ് എന്നൊരാൾ എത്തി. മാർക്സിസത്തെക്കുറിച്ച് നല്ല പരിജ്ഞാനമുള്ള ആളായിരുന്നു അദ്ദേഹം. അദ്ദേഹവുമായി വാദിച്ച് കോൺഗ്രസ് നയങ്ങളുടെ മേധാവിത്വം സ്ഥാപിച്ചുറപ്പിക്കാൻ ഏതാനും സുഹൃത്തുക്കൾ നല്ലശിവനെ അദ്ദേഹത്തിന്റെ അടുത്തേക്ക് കൊണ്ടുപോയി. സംഭവിച്ചത്, പക്ഷേ, മറിച്ചാണ്. എ എൻ മാർക്സിസത്തിൽ ആകർഷിക്കപ്പെട്ടു. മാർക്സിസ്റ്റ് കൃതികൾ തേടിപ്പിടിച്ച് വായിക്കാൻ തുടങ്ങി.

എ എൻ ജീവിതം തുടങ്ങിയത് ഒരു പ്രൈമറി സ്കൂൾ അധ്യാപകനായിട്ടാണ്. പിന്നീട് തിരുനെൽവേലിയിലെ ഖാദിവസ്ത്രാലയത്തിൽ അസിസ്റ്റന്റ് മാനേജരായി. ആ ജോലിക്കിടയിൽ മാർക്സിസത്തെക്കുറിച്ചുള്ള ഒരു പുസ്തകം അദ്ദേഹം വായിക്കുന്നത് അധികൃതരുടെ ശ്രദ്ധയിൽപ്പെട്ടു. അവർ കൈയോടെ ജോലിയിൽ നിന്ന് പിരിച്ചുവിട്ടു. അതോടെ നല്ലശിവന്റെ തൊഴിൽജീവിതം അവസാനിച്ചു.

അദ്ദേഹം കമ്യൂണിസ്റ്റുപാർട്ടിയുമായി ബന്ധപ്പെട്ടു. താമസിയാതെ പാർട്ടിയുടെ മുഴുവൻസമയ പ്രവർത്തകനായി. രണ്ടാം ലോകമഹായുദ്ധം ആരംഭിച്ചപ്പോൾ കമ്യൂണിസ്റ്റ് നേതാക്കളെ ഗവൺമെന്റ് വേട്ടയാടി. അപ്പോൾ ജില്ലയിൽ സജീവമായ പാർട്ടി പ്രവർത്തനത്തിലേർപ്പെട്ടു. ട്രേഡ് യൂണിയൻ രംഗത്തേക്കാണ് പാർട്ടി അദ്ദേഹത്തെ നിയോഗിച്ചത്. വിക്രമസിംഹപുരം എന്ന ചെറുപട്ടണത്തിലെ ഹാർവേമിൽ തൊഴിലാളികൾക്കിടയിലാണ് ട്രേഡ് യൂണിയൻ പ്രവർത്തനം തുടങ്ങിയത്. 1943 മുതൽ 1947 വരെ ആ മില്ലിലെ യൂണിയന്റെ ജോയിന്റ് സെക്രട്ടറിയായി പ്രവർത്തിച്ചു. പിന്നീട് ജനറൽ സെക്രട്ടറിയായി. 1959 വരെ തൽസ്ഥാനത്ത് തുടർന്നു. കോവിൽപ്പെട്ടിയിലെയും ചെങ്കോട്ടയിലെയും ടെക്സ്റ്റൈൽ തൊഴിലാളി യൂണിയനുകളെയും അദ്ദേഹം നയിച്ചു. ലയേൺ ഓട്ടോമൊബൈൽസ് മാനേജ്മെന്റ് 13 തൊഴിലാളികളെ പിരിച്ചുവിട്ടതിനെതിരെ തിരുനെൽവേലി ജില്ലാ ട്രാൻസ്പോർട്ട് വർക്കേഴ്സ് യൂണിയൻ സെക്രട്ടറി എന്ന നിലയിൽ 1961-ൽ എ എൻ 11 ദിവസം നീണ്ടുനിന്ന നിരാഹാരസമരം നടത്തി. 1959-ൽ രൂപം കൊണ്ടതു മുതൽ 1969 വരെ ജില്ലാ ട്രേഡ് യൂണിയൻ കൗൺസിൽ സെക്രട്ടറി അദ്ദേഹമായിരുന്നു. എ ഐ ടി യു സിയുടെ ഓൾ ഇന്ത്യാ ജനറൽ കൗൺസിലിലെയും തമിഴ്നാട് സംസ്ഥാന കൗൺസിലിലെയും അംഗമായിരുന്നു അദ്ദേഹം.

1970-ൽ സി ഐ ടി യു രൂപീകരിക്കാൻ തീരുമാനിച്ച ഗോവ കൺവെൻഷനിലും സി ഐ ടി യു സ്ഥാപന സമ്മേളനത്തിലും പ്രതിനിധിയായിരുന്നു എ എൻ. 1971 മുതൽ 1980 വരെ സി ഐ ടി യു തമിഴ്നാട് സ്ഥാപക സെക്രട്ടറിയും 1980 മുതൽ 1983 വരെ വൈസ് പ്രസിഡന്റുമായിരുന്നു. അവിഭക്ത

കമ്യൂണിസ്റ്റുപാർട്ടിയുടെ ജില്ലാ സെക്രട്ടേറിയറ്റ് അംഗമായിരുന്നു 1952 മുതൽ 1964 വരെ അദ്ദേഹം. 1959 മുതൽ 1964 വരെ സംസ്ഥാന കൗൺസിൽ അംഗവുമായിരുന്നു. 1964–ൽ പാർട്ടി ഭിന്നിച്ചപ്പോൾ റിവിഷനിസത്തിനെതിരെ അദ്ദേഹം തത്വാധിഷ്ഠിതമായ നിലപാട് സ്വീകരിച്ചു. സി പി ഐ (എം) ൽ നിലയുറപ്പിച്ച അദ്ദേഹത്തെ ഏഴാം പാർട്ടി കോൺഗ്രസിനു മുന്നോടിയായി നടന്ന സംസ്ഥാന സമ്മേളനം സംസ്ഥാന കമ്മിറ്റിയിലേക്ക് തിരഞ്ഞെടുത്തു. 1968–ൽ സംസ്ഥാന സെക്രട്ടേറിയറ്റ് അംഗമായി. 1981–ൽ വി ബാലസുബ്രഹ്മണ്യം ആകസ്മികമായി നിര്യാതനായതിനെത്തുടർന്ന് എ എൻ സംസ്ഥാന സെക്രട്ടറിയായി. അനാരോഗ്യം മൂലം 1994–ൽ ഒഴിയുന്നതുവരെ അദ്ദേഹം തൽസ്ഥാനത്ത് തുടർന്നു. 1978–ൽ ജലന്ധറിൽ ചേർന്ന പത്താം കോൺഗ്രസ് അദ്ദേഹത്തെ കേന്ദ്രകമ്മിറ്റിയിലേക്ക് എടുത്തു. 1988–95 കാലത്ത് പൊളിറ്റ് ബ്യൂറോ മെമ്പറായും പ്രവർത്തിച്ചു.

സുദീർഘമായ രാഷ്ട്രീയജീവിതത്തിനിടയിൽ വിക്രമസിംഹപുരം കൊലപാതകക്കേസിൽ പത്തുമാസം ജയിലിൽക്കിടന്നു. തിരുനെൽവേലി ഗൂഢാലോചനക്കേസിലെ പ്രതിയായിരുന്ന അദ്ദേഹത്തെ 1949 മുതൽ 1952 വരെ മൂന്നുവർഷത്തോളം വിചാരണത്തടവുകാരനായി ജയിലിൽ പാർപ്പിച്ചു. ഇന്ത്യാ–ചൈനാ അതിർത്തി സംഘട്ടനത്തിന്റെ പശ്ചാത്തലത്തിൽ 1962–ൽ അറസ്റ്റിലായ അദ്ദേഹത്തിന് 1965 വരെ ജയിലിൽ കിടക്കേണ്ടി വന്നു. 1965–66 കാലത്ത് വീണ്ടും ജയിലിലായി. രണ്ടാം കോൺഗ്രസിനെത്തുടർന്ന് പാർട്ടി നിരോധിക്കപ്പെട്ടപ്പോൾ ഒളിവിൽ പോയി. എങ്കിലും 1949 നവംബറിൽ അറസ്റ്റിലായി. അടിയന്തരാവസ്ഥക്കാലത്തും ഒരു വർഷത്തോളം ഒളിവിലായിരുന്നു. ജയിൽ ജീവിതത്തിനിടയിൽ കടുത്ത മർദനങ്ങൾക്കും പീഡനങ്ങൾക്കും ഇരയായിട്ടുണ്ട്. ആ പ്രക്രിയയിൽ വലതു കൈയുടെ സ്വാധീനം നഷ്ടമായി.

പാർലമെന്റേറിയൻ എന്ന നിലയിലും എ എൻ കഴിവ് തെളിയിച്ചു. 1978 മുതൽ 1984 വരെ തമിഴ്നാട് ലെജിസ്ലേറ്റീവ് കൗൺസിൽ അംഗമായിരുന്നു. 1989–ൽ രാജ്യസഭയിലേക്ക് തിരഞ്ഞെടുക്കപ്പെട്ടു. 1995 വരെ തൽസ്ഥാനത്ത് തുടർന്നു. നിയമനിർമാണസഭകളിൽ തൊഴിലാളികളുടെയും ഇതര ജനവിഭാഗങ്ങളുടെയും താൽപ്പര്യങ്ങൾ ഉയർത്തിപ്പിടിച്ചു.

1961–ൽ മോസ്കോവിൽ നടന്ന സാർവദേശീയ ട്രേഡ് യൂണിയൻ സമ്മേളനത്തിൽ പങ്കെടുത്തു. 1986–ൽ സമർമുഖർജിയോടൊപ്പം ചൈനയിലേക്ക് പോയ സി പി ഐ (എം) പ്രതിനിധിസംഘത്തിൽ അംഗമായിരുന്നു. ക്യൂബൻ വിപ്ലവകാരികൾ മൊങ്കാടാ കോട്ട ആക്രമിച്ചതിന്റെ 30–ാം വാർഷികത്തിൽ പങ്കെടുക്കാൻ ഹവാനയിലേക്ക് പോയി. 1989–ൽ സി പി ഐ (എം) പ്രതിനിധി സംഘാംഗമെന്ന നിലയിൽ വീണ്ടും മോസ്കോ സന്ദർശിച്ചു. 1991 സെപ്തംബറിൽ കൊറിയൻ ജനകീയ ജനാധിപത്യ റിപ്പബ്ലിക് സന്ദർശിച്ചു. ഈ രാജ്യങ്ങളിൽ നടത്തിയ യാത്രകളുടെ വിവരണം തമിഴിൽ പ്രസിദ്ധീകരിച്ചിട്ടുണ്ട്. അദ്ദേഹത്തിന്റെ ഭാര്യ കാന്തിമതി. രണ്ട് ആൺമക്കളും രണ്ട് പെൺമക്കളുമുണ്ട്. 1997 ജൂലായ് 20–ന് അന്തരിച്ചു.

ടി നാഗിറെഡ്ഢി

1917 - 1976

ആന്ധ്രപ്രദേശിൽ കമ്യൂണിസ്റ്റ് പ്രസ്ഥാനം കെട്ടിപ്പടുക്കുന്നതിൽ പ്രധാന പങ്ക് വഹിച്ചവരിൽ ഒരാളായിരുന്നു ടി നാഗിറെഡ്ഢി. ഇന്ത്യൻ കമ്യൂണിസ്റ്റ് പ്രസ്ഥാനത്തിനകത്ത് പിളർപ്പുണ്ടായപ്പോൾ സി പി ഐ (എം) ന്റെ കൂടെ നിൽക്കുകയും അധികം കഴിയുന്നതിനുമുമ്പ് നക്സലൈറ്റ് ആയിത്തീരുകയും ചെയ്തു. നക്സലൈറ്റ് പ്രസ്ഥാനം പല ഗ്രൂപ്പുകളായി പൊട്ടിപ്പിളർന്നപ്പോൾ അതിലെ ഒരു ഗ്രൂപ്പിന് നേതൃത്വം നൽകി. ഉജ്വല വാഗ്മിയായിരുന്ന നാഗിറെഡ്ഢി 1969 ൽ നിയമസഭാംഗത്വം രാജി വെക്കുന്നതുവരെ 16 വർഷത്തിലധികം നിയമസഭാ സാമാജികനോ പാർലമെന്റ് അംഗമോ ആയിരുന്നു.

ടി നാഗിറെഡ്ഢി എന്ന പേരിൽ അറിയപ്പെട്ട തരിമല നാഗിറെഡ്ഢി ആനന്ദപൂർ ജില്ലയിലെ തരിമല ഗ്രാമത്തിൽ ഒരു ഫ്യൂഡൽ കുടുംബത്തിൽ 1917 ഫെബ്രുവരി 11 ന് ജനിച്ചു. നാട്ടിൽ വിദ്യാഭ്യാസം പൂർത്തിയാക്കിയതിനുശേഷം ബിരുദാനന്തര പഠനത്തിനായി ബനാറസ് ഹിന്ദു യൂണിവേഴ്സിറ്റിയിലേക്കു പോയി. അപ്പോഴേക്കും പ്രതിഭാശാലിയായ വിദ്യാർഥിയും ഉജ്വല പ്രഭാഷകനുമെന്ന നിലയിൽ അറിയപ്പെട്ട നാഗിറെഡ്ഢി വിദ്യാർഥികളുടെ പ്രിയങ്കരനും അവരുടെ നേതാവുമായി മാറി. യൂണിവേഴ്സിറ്റി വിദ്യാർഥി യൂണിയൻ പ്രസിഡന്റായി തിരഞ്ഞെടുക്കപ്പെട്ടത് തികച്ചും സ്വാഭാവികം. ബനാറസിൽ പഠിക്കുമ്പോഴാണ് രാഷ്ട്രീയത്തിൽ താൽപ്പര്യം ജനിച്ചത്. താമസിയാതെ കമ്യൂണിസ്റ്റുപാർട്ടിയുമായി

ബന്ധപ്പെട്ടു. പാർട്ടിയുടെ ആശയങ്ങൾ പ്രചരിപ്പിക്കുകയെന്ന ജോലി ബനാറസ് ജീവിതകാലത്തുതന്നെ ആരംഭിച്ചു.

ജനങ്ങളുടെ രാഷ്ട്രീയബോധമുയർത്തുന്നതിനുള്ള മാർഗങ്ങൾ ഗൗരവപൂർവം ആരാഞ്ഞു. അതിനിടയിലാണ് പുസ്തകങ്ങൾ പ്രസിദ്ധീകരിച്ച് വിൽപ്പന നടത്തുകയെന്ന ആശയം മനസിൽ ഉദിച്ചത്. 1937 ൽ *നയാ സാഹിത്യമാല* തുടങ്ങിയത് അങ്ങനെയാണ്. ആ പരമ്പരയിൽ 37 പുസ്തകങ്ങൾ പ്രസിദ്ധീകരിച്ചു. അവയെല്ലാം ചൂടപ്പംപോലെ വിറ്റഴിഞ്ഞു. നിയമപഠനം പൂർത്തിയാകാറായപ്പോൾ, 1940 ൽ ഒരു ലഘുലേഖയെഴുതി – *യുദ്ധത്തിന്റെ സാമ്പത്തിക പ്രത്യാഘാതങ്ങൾ.* അതിന്റെ പേരിൽ 1940 ൽ അറസ്റ്റിലായി. അതിനാൽ നിയമപഠനം തുടരാൻ കഴിഞ്ഞില്ല. തിരുച്ചിറപ്പള്ളി ജയിലിലാണ് പാർപ്പിച്ചത്. ഒരുവർഷത്തെ കഠിനതടവ്. ശിക്ഷ അനുഭവിച്ച് പുറത്തുവരേണ്ട താമസം, ജയിൽകവാടത്തിൽ വച്ച് വീണ്ടും അറസ്റ്റുചെയ്തു. ഇത്തവണത്തെ അറസ്റ്റ് രാജ്യരക്ഷാ നിയമപ്രകാരം. 1942 ൽ കമ്യൂണിസ്റ്റുപാർട്ടിയുടെമേലുള്ള നിരോധനം പിൻവലിക്കുന്നതുവരെ തടവറയിൽ കഴിഞ്ഞു. കർഷകരംഗത്ത് പ്രവർത്തിക്കാനാണ് പാർട്ടി നിർദേശിച്ചത്. ആനന്ദപൂർ ജില്ലയിൽ കിസാൻസഭയുടെ പ്രസിഡന്റായി തിരഞ്ഞെടുക്കപ്പെട്ടു. ജില്ലയിലെ ഒട്ടേറെ കർഷക സമരങ്ങൾക്ക് നേതൃത്വംനൽകി. 1943 ൽ ബോംബെയിൽ നടന്ന ഇന്ത്യൻ കമ്യൂണിസ്റ്റുപാർട്ടിയുടെ ഒന്നാംകോൺഗ്രസിൽ പങ്കെടുത്തു.

1946 ൽ 'പ്രകാശം ഓർഡിനൻസ്' പ്രകാരം കോൺഗ്രസ് ഗവൺമെന്റ് അറസ്റ്റ് ചെയ്തു. സ്വാതന്ത്ര്യദിനത്തിലാണ് മോചിപ്പിച്ചത്. അപ്പോൾ തെലങ്കാന സായുധസമരം ശക്തിയായി നടക്കുകയായിരുന്നു. ആ സമരത്തിൽ ആണ്ടിറങ്ങി. 1948 ൽ സി പി ഐയുടെ രണ്ടാം കോൺഗ്രസിൽ പങ്കെടുത്തു. അതിനെത്തുടർന്ന് ഒളിവിൽ പോയി. വിവരം നൽകുന്നവർക്ക് ഗവൺമെന്റ് ഇനാം പ്രഖ്യാപിച്ചു. ജനങ്ങൾ, പക്ഷെ, കണ്ണിലെ കൃഷ്ണമണിപോലെ കാത്തുരക്ഷിച്ചു.

കമ്യൂണിസ്റ്റുപാർട്ടി അതിന്റെ നയം മാറ്റി. തെലങ്കാനസമരം പിൻവലിച്ചു. ഒന്നാംപൊതുതിരഞ്ഞെടുപ്പിൽ പങ്കെടുക്കാൻ നിശ്ചയിച്ചു. നാഗിറെഡ്ഡി ആന്ധ്രാ നിയമസഭയിലേക്ക് മത്സരിക്കണമെന്ന് പാർട്ടിയുടെ ആന്ധ്രാകമ്മിറ്റി തീരുമാനിച്ചു. അപ്പോഴും അദ്ദേഹത്തിനുമേൽ അറസ്റ്റ് വാറണ്ട് നിലവിലുണ്ടായിരുന്നു. എങ്കിലും തിരഞ്ഞെടുപ്പിൽ മത്സരിക്കാൻ ഒളിവിൽനിന്ന് പുറത്തുവന്നു. അപ്പോൾ അറസ്റ്റ് ചെയ്ത് ജയിലിലാക്കി.

ജയിലിലിരുന്നുകൊണ്ട് തിരഞ്ഞെടുപ്പിൽ മത്സരിച്ചു. എതിർസ്ഥാനാർഥി അളിയൻകൂടിയായ പി സി സി പ്രസിഡന്റ് സഞ്ജീവ റെഡ്ഡി. തിരഞ്ഞെടുപ്പ് പ്രചാരണത്തിൽ പങ്കെടുക്കാനോ ജനങ്ങളെ കാണാനോ അവസരം കിട്ടിയില്ല. പരോൾ അനുവദിക്കണമെന്ന ആവശ്യംപോലും നിരസിക്കപ്പെട്ടു. എങ്കിലും പാർട്ടി പ്രവർത്തകർ വീടുതോറും കയറിയിറങ്ങി പ്രചാരണംനടത്തി. തിരഞ്ഞെടുപ്പുഫലം എല്ലാവരെയും അദ്ഭുതപ്പെടുത്തി. 12,000 വോട്ടുകളുടെ ഭൂരിപക്ഷത്തിന് നാഗിറെഡ്ഡി എതിരാളി

സഞ്ജീവറെഡ്ഡിയെ തോൽപ്പിച്ചു. തടവിലിട്ട ആൾ തോൽക്കുകയും തടവിൽ കിടന്ന ആൾ ജയിക്കുകയും ചെയ്തു! ആന്ധ്രാനിയമസഭയിലെ ആദ്യത്തെ പ്രതിപക്ഷ നേതാവായി. അതിനെത്തുടർന്ന് നല്ല പാർലമെന്റേറിയൻ എന്ന നിലയിൽ പ്രശസ്തിനേടി. അത് സ്വാഭാവികം. എന്തുകൊണ്ടെന്നാൽ അതിനെ സഹായിക്കുന്ന രണ്ട് പ്രത്യേക കഴിവുകൾ അദ്ദേഹത്തിനുണ്ടായിരുന്നു – പ്രഭാഷണ കലയിലെ പ്രാവീണ്യവും പരന്നതും ആഴത്തിലുള്ളതുമായ വായനയും. വായിച്ചതൊക്കെ ഓർമയിൽ തങ്ങിനിൽക്കുകയും ചെയ്യും.

1955 ൽ സംസ്ഥാനത്ത് ഇടക്കാല തിരഞ്ഞെടുപ്പ്. തിരഞ്ഞെടുപ്പുവേളയിൽ 144 ലംഘിച്ച് അറസ്റ്റിലായി. തിരഞ്ഞെടുപ്പ് കഴിഞ്ഞപ്പോഴേക്ക് കമ്യൂണിസ്റ്റ് പ്രസ്ഥാനത്തിനകത്ത് അതിനകം പൊട്ടിപ്പുറപ്പെട്ട അഭിപ്രായ വ്യത്യാസം വളരാൻ തുടങ്ങി. 1956 ൽ പാലക്കാട്ട് നടന്ന പാർട്ടി കോൺഗ്രസിൽ ബദൽ പ്രമേയം അവതരിപ്പിക്കുന്നിടത്തോളം അതു ചെന്നെത്തി. അതിനുശേഷവും അഭിപ്രായവ്യത്യാസം തുടർന്നു. നാഗിറെഡ്ഡി റിവിഷനിസത്തിനെതിരായ സമരത്തിൽ പ്രധാന പങ്കുവഹിച്ചു. 1958 ൽ നടന്ന അഞ്ചാം കോൺഗ്രസ് അദ്ദേഹത്തെ നാഷണൽ കൗൺസിലിലേക്ക് തിരഞ്ഞെടുത്തു. ഇന്ത്യാ–ചൈനാ അതിർത്തി സംഘട്ടനത്തെത്തുടർന്ന് 1962 ൽ ഗവൺമെന്റ് രാജ്യവ്യാപകമായി കമ്യൂണിസ്റ്റുകാരെ വേട്ടയാടി. നാഗിറെഡ്ഡിയും അതിൽപ്പെട്ടു. 1964 ൽ അവിഭക്ത കമ്യൂണിസ്റ്റുപാർട്ടിയുടെ നാഷണൽ കൗൺസിലിൽനിന്ന് ഇറങ്ങിവന്ന 32 പേരിലൊരാൾ നാഗിറെഡ്ഡി. ആ 32 പേരാണ് തെനാലിയിൽ കൺവെൻഷൻ വിളിച്ചുകൂട്ടി 7–ാം കോൺഗ്രസ് കൽക്കത്തയിൽ നടത്താൻ തീരുമാനിച്ചത്. ആ കോൺഗ്രസ് സി പി ഐ (എം) ന് ജന്മംനൽകി. കോൺഗ്രസ് കഴിഞ്ഞ് കഷ്ടിച്ച് 2 മാസമായപ്പോൾ സി പി ഐ (എം) നെതിരെ ഗവൺമെന്റ് ആഞ്ഞടിച്ചു. പാർട്ടി നേതാക്കളെ ഗവൺമെന്റ് അറസ്റ്റുചെയ്തു. നാഗിറെഡ്ഡിയും അതിൽപ്പെട്ടു. 16 മാസം ജയിലിൽ കിടന്നു.

ജയിൽവിമുക്തനായി ഒരുവർഷം കഴിഞ്ഞപ്പോഴേക്ക് സി പി ഐ (എം)നകത്ത് ഇടതുപക്ഷ സാഹസിക ചിന്താഗതി തലപൊക്കി. അതാണല്ലോ നക്സലിസം എന്ന പൊതുപേരിൽ അറിയപ്പെടുന്നത്. ആ വാദത്തിന്റെ ശക്തനായ വക്താവായിത്തീർന്നു നാഗിറെഡ്ഡി. ആന്ധ്രയിലെ നല്ലൊരു വിഭാഗം കേഡർമാരെ തനിക്കു പിന്നിൽ അണിനിരത്താൻ അദ്ദേഹത്തിന് കഴിഞ്ഞു. അത് ആന്ധ്രയിലെ വിപ്ലവപ്രസ്ഥാനത്തിന് കനത്ത പ്രഹരമായി. 1969 സെപ്തംബറിൽ കരുതൽ തടങ്കൽ നിയമപ്രകാരം അറസ്റ്റിലായി. ഹൈക്കോടതി ഇടപെട്ട് ഡിസംബർ ഒന്നിന് മോചിപ്പിച്ചെങ്കിലും ഡിസംബർ 19 ന് വീണ്ടും അറസ്റ്റുചെയ്തു. അതേവർഷം നിയമസഭാംഗത്വം രാജിവെച്ചു. അടിയന്തരാവസ്ഥ പ്രഖ്യാപിച്ചപ്പോൾ ഒളിവിൽ പോയി.

നക്സലൈറ്റുകൾ പല ഗ്രൂപ്പുകളായി പിളർന്നു. ആന്ധ്ര കമ്യൂണിസ്റ്റ് വിപ്ലവകാരികളുടെ ഏകോപനസമിതി കൺവീനറായി അദ്ദേഹം യു സി സി ആർ ഐ (എം എൽ) യുടെ കേന്ദ്രകമ്മിറ്റി അംഗവുമായി. ഇതിനിട യിൽ രോഗബാധിതനായി. വെങ്കട രമണയ്യ എന്ന പേരിൽ ആശുപത്രി യിൽ പ്രവേശിപ്പിച്ചു. 1976 ജൂലായ് 28 ന് അന്തരിച്ചു. മൃതദേഹം അജ്ഞാ തരായ ചിലർ ഹൈദരാബാദിലുള്ള സഹോദരിയുടെ വീടിന്റെ വാതി ലിനു മുൻവശത്തെ കൽപ്പടിയിൽ കൊണ്ടുവയ്ക്കുകയായിരുന്നു.

ഡോ. നാരായൺ റോയ്

ബംഗാളിലെ കമ്യൂണിസ്റ്റ് പ്രസ്ഥാനത്തിന്റെ ഏറ്റവും പ്രധാനപ്പെട്ട ധാരയാണ് ദേശീയ വിപ്ലവപ്രസ്ഥാനത്തിന്റേത്. അവിടെ കമ്യൂണിസ്റ്റ് പ്രസ്ഥാനം കെട്ടിപ്പടുക്കുന്നതിൽ നിർണായക പങ്കു വഹിച്ചത് ദേശീയ വിപ്ലവകാരികൾ. ഈ ദേശീയ വിപ്ലവകാരികളെ കമ്യൂണിസ്റ്റാക്കി മാറ്റുന്നതിൽ ഏറ്റവും വലിയ സംഭാവന നൽകിയ ഒരാളായിരുന്നു ഡോ. നാരായൺ റോയ്. ആന്തമാനിലെ സെല്ലുലാർ ജയിലിൽ 'കമ്യൂണിസ്റ്റ് കൺസോളിഡേഷൻ' സ്ഥാപിച്ചത് അദ്ദേഹമായിരുന്നു. ആ നിലയിൽ കമ്യൂണിസ്റ്റ് പ്രസ്ഥാനത്തിന്റെ ചരിത്രത്തിൽ അദ്ദേഹത്തിന് സ്ഥാനമുണ്ട്.

കഴിഞ്ഞ നൂറ്റാണ്ടിന്റെ തുടക്കത്തിൽ കൽക്കത്തയിലെ ഒരു സമ്പന്ന കുടുംബത്തിൽ ജനിച്ചു. ആ നഗരത്തിലെ വിവിധ സ്കൂളുകളിലും കോളേജുകളിലും പഠനം പൂർത്തിയാക്കി കൽക്കത്ത മെഡിക്കൽ കോളേജിലെത്തി. സ്കൂളിൽ പഠിക്കുന്ന കാലം മുതൽ രാഷ്ട്രീയത്തിൽ തൽപ്പരൻ. കോളേജിലെത്തിയപ്പോൾ ദേശീയ വിപ്ലവപ്രസ്ഥാനവുമായി ബന്ധപ്പെട്ടു. ഇരുപതുകളുടെ മധ്യത്തിൽ കൽക്കത്ത മെഡിക്കൽ കോളേജിൽ നിന്ന് നല്ല നിലയിൽ പാസായതിനുശേഷം പ്രാക്ടീസ് തുടങ്ങി. അതിവേഗം നല്ല ഭിഷഗ്വരൻ എന്ന പേരെടുത്തു. ഡോക്ടറായതിനുശേഷവും വിപ്ലവ പ്രസ്ഥാനവുമായുള്ള ബന്ധം തുടർന്നു. 1930-ൽ സ്വാതന്ത്ര്യസമരം കൊടുമ്പിരിക്കൊണ്ടപ്പോൾ അതിലേക്ക് എടുത്തുചാടി. കൽക്കത്ത മുനിസിപ്പൽ കോർപ്പറേഷനിലേക്ക് അക്കാലത്ത് നടന്ന തിരഞ്ഞെടുപ്പിൽ മത്സരിച്ച് ജയിച്ചു. കോർപ്പറേഷനിലേക്ക് തിരഞ്ഞെടുക്കപ്പെട്ട ഏറ്റവും

പ്രായംകുറഞ്ഞ അംഗമായിരുന്നു അദ്ദേഹം. തന്റെ പ്രദേശത്തെ ജനങ്ങൾക്കിടയിൽ അദ്ദേഹം ആർജിച്ച സ്വാധീനത്തിന്റെ നിദർശനമായിരുന്നു തിരഞ്ഞെടുപ്പ് വിജയം.

അക്കാലത്തെ പ്രസിദ്ധനായ ഒരു പൊലീസ് കമീഷണറായിരുന്ന ചാൾസ് ടെ ഗാർട്ട്. ഒരു ദിവസം വിപ്ലവകാരികൾ മുൻകൂട്ടി ആസൂത്രണം ചെയ്തതു പ്രകാരം അയാളുടെ കാറിന് ബോംബെറിഞ്ഞു. അതിനിടയിൽ അനുജാ സെൻ കൊല്ലപ്പെട്ടു. ദിനേഷ് മജുംദാർ പരിക്കുകളോടെ രക്ഷപ്പെട്ടെങ്കിലും പൊലീസ് പിടിയിലായി. ഈ സംഭവത്തെത്തുടർന്ന് പൊലീസ് ഒരു ഗൂഢാലോചനക്കേസ് ചാർജ് ചെയ്തു—ഡൽഹൗസി സ്ക്വയർ ബോംബ് കേസ്. ആ കേസിൽ ദിനേഷ് മജുംദാർ, ഡോ. ഭൂപാൽ ബോസ് തുടങ്ങിയവരോടൊപ്പം നാരായൺ ദായെയും പ്രതിയാക്കി. കേസിൽ നാരായൺ ദായ്ക്കും ഭൂപാൽ ബോസിനും ജീവപര്യന്തം തടവുശിക്ഷ കിട്ടി. ചിലർക്ക് 10 വർഷത്തെയും മറ്റു ചിലർക്ക് അഞ്ചുവർഷത്തെയും തടവുശിക്ഷയാണ് കിട്ടിയത്.

നാരായൺ ദായെ ആലിപ്പൂർ സെൻട്രൽ ജയിലിലേക്ക് കൊണ്ടുപോയി. ആ ജയിലിൽ മറ്റു പല രാഷ്ട്രീയത്തടവുകാരുടെയും കൂട്ടത്തിൽ കാളിസെൻ എന്ന വിപ്ലവകാരിയുമുണ്ടായിരുന്നു. അദ്ദേഹം അതിനകം ദേശീയ വിപ്ലവപ്രസ്ഥാനത്തിന്റെ ഇടുങ്ങിയ പാത വിട്ട് ബഹുജനപ്രസ്ഥാനത്തിന്റെ വിശാലമായ പാതയിലേക്ക് എത്തിക്കഴിഞ്ഞിരുന്നു. ഇതിന് അദ്ദേഹത്തെ സഹായിച്ചത് ആയിടെ പഠിക്കാനിടയായ മാർക്സിസം. അതിൽ സാമാന്യം നല്ല അറിവ് അദ്ദേഹം നേടിക്കഴിഞ്ഞിരുന്നു. അദ്ദേഹവുമായുള്ള ബന്ധം നാരായൺ ദായെയും മാർക്സിസത്തിലേക്ക് ആകർഷിച്ചു. മാർക്സിസത്തിന്റെ അടിസ്ഥാന പ്രമാണങ്ങളടങ്ങിയ പുസ്തകങ്ങൾ അദ്ദേഹം വായിക്കാൻ തുടങ്ങി. ആദ്യംതന്നെ അദ്ദേഹത്തിന്റെ കൈയിൽ വന്നുപെട്ടത് ഈഡനും സെഡാർപോളും വിവർത്തനം ചെയ്ത മാർക്സിന്റെ *മൂലധന*ത്തിന്റെ ഒന്നാം സഞ്ചിക. ലെനിന്റെ ഒന്നോ രണ്ടോ പുസ്തകങ്ങളും കിട്ടി.

അപ്പോഴേക്കും അദ്ദേഹത്തെ ബോംബെയിൽ യർവാദാ ജയിലിലേക്ക് മാറ്റി. അവിടെ ഏകാന്ത തടവിൽ പാർപ്പിച്ചു. മറ്റുള്ളവരിൽ നിന്നെല്ലാം തികച്ചും ഒറ്റപ്പെട്ടു കഴിയവേ മാർക്സിസത്തെക്കുറിച്ചുള്ള പുസ്തകങ്ങളായി അദ്ദേഹത്തിന്റെ കൂട്ടുകാർ. അവ അദ്ദേഹം ആവർത്തിച്ച് വായിച്ചു. അതിൽ അവഗാഹം നേടി. അത് ഭാവി ജീവിതത്തിന്റെ പന്ഥാവ് അദ്ദേഹത്തിന് ചൂണ്ടിക്കാണിച്ചുകൊടുത്തു.

1933 ഏപ്രിലിൽ അദ്ദേഹത്തെ ആലിപ്പൂർ ജയിലിലെത്തിച്ചു. ആന്തമാനിലെ സെല്ലുലാർ ജയിലിലേക്ക് കൊണ്ടുപോകുന്നതിന്റെ മുന്നോടിയായിരുന്നു അത്. ആ ജയിലിൽ സതീഷ് പക്രാസി, നിരഞ്ജൻ സെൻ എന്നീ രണ്ട് വിപ്ലവകാരികളെ അദ്ദേഹം കണ്ടുമുട്ടി. അവർ ഇരുവരെയും നാരായൺ ദായെപ്പോലെ ആന്തമാനിലേക്ക് അയയ്ക്കുന്നതിന്റെ ഭാഗമായി ഹസാരിബാഗ്-ബെൽഗാം ജയിലുകളിൽ നിന്ന് അവിടെ എത്തിച്ച

തായിരുന്നു. അവർ മെച്ച ബസാർ ഗൂഢാലോചനക്കേസിൽ ശിക്ഷിക്കപ്പെട്ടാണ് ജയിലിലെത്തിയത്. അവരും നാരായൺ ദായെപ്പോലെ മാർക്സിസം പഠിക്കാൻ തുടങ്ങിയിരുന്നു; നാരായൺ ദായുടെ അത്ര അവഗാഹം നേടിയിരുന്നില്ലെങ്കിലും.

ആലിപ്പൂർ ജയിലിൽവെച്ച് അവർ ഒരു തീരുമാനമെടുത്തു: ആന്തമാനിലേക്ക് പോകുമ്പോൾ കൂടെ കുറെ മാർക്സിസ്റ്റ് ഗ്രന്ഥങ്ങളും കരുതണം. അവർ അങ്ങനെ തന്നെ ചെയ്തു. ആന്തമാനിലേക്ക് കൊണ്ടുപോകാൻ ഡോ. ഭൂപാൽ ബോസിനെയും ആലിപ്പൂർ ജയിലിൽ എത്തിച്ചിട്ടുണ്ടായിരുന്നു. അദ്ദേഹവും കൈയിൽ കരുതി ചില മാർക്സിസ്റ്റ് ഗ്രന്ഥങ്ങൾ. മാർക്സിസത്തിൽ അവഗാഹം നേടുന്നതിനല്ല, മറിച്ച്, മാർക്സിസത്തെ എതിർക്കുന്നതിനുള്ള ന്യായവാദങ്ങൾ കണ്ടെത്താനാണ് അവ അദ്ദേഹം കരുതിയത്. എങ്കിലും അത് നാരായൺ ദായ്ക്കും മറ്റും സഹായകമായി.

നാരായൺ ദാ, സതീഷ് ദാ, നിരഞ്ജൻ ദാ എന്നിവർ 1933 ഏപ്രിൽ അവസാനം സെല്ലുലാർ ജയിലിലെത്തി. മാർക്സിസത്തെക്കുറിച്ചുള്ള ധാരാളം പുസ്തകങ്ങളും അവർ കൂടെക്കൊണ്ടുവന്നു. ആലിപ്പൂർ ജയിലിൽ നിന്ന് പരിശോധന കഴിപ്പിച്ചതിനുശേഷം അവർ സൂത്രത്തിൽ സെല്ലുലാർ ജയിലിലേക്ക് കൊണ്ടുവരികയായിരുന്നു. സെല്ലുലാർ ജയിലിലാകട്ടെ യാതൊരു ബുദ്ധിമുട്ടും അനുഭവപ്പെട്ടില്ല. കാരണം, ആലിപ്പൂർ ജയിലിൽ പരിശോധന നടത്തിയതാണല്ലോ.

സെല്ലുലാർ ജയിലിൽ വളരെ മോശമായ പെരുമാറ്റം. തടവുകാർക്ക് ഒരവകാശവുമുണ്ടായിരുന്നില്ല. വല്ലാത്ത വീർപ്പുമുട്ടൽ. അവസാനം തങ്ങളുടെ അവകാശങ്ങൾക്കുവേണ്ടി സമരം ചെയ്യാൻ തടവുകാർ തീരുമാനിച്ചു. 1933 മെയ് 12–ന് നിരാഹാരസമരം തുടങ്ങി. അത് പൊളിക്കാൻ അധികൃതർ ആവതും ശ്രമിച്ചുനോക്കി. ബലം പ്രയോഗിച്ച് ഭക്ഷണം കഴിപ്പിക്കാൻ പോലും ശ്രമിക്കാതിരുന്നില്ല. ആ ശ്രമത്തിനിടയിൽ മൂന്ന് രാഷ്ട്രീയത്തടവുകാർ രക്തസാക്ഷികൾ പോലുമായി. ഈ നിരാഹാരസമരത്തിൽ നാരായൺ റോയിയും ഭാഗഭാക്കായി. നിരാഹാരസമരവും രക്തസാക്ഷിത്വവും രാജ്യത്തിന്റെ പല ഭാഗങ്ങളിലും, പ്രത്യേകിച്ച് ബംഗാളിൽ, വമ്പിച്ച പ്രക്ഷോഭത്തിനിടയാക്കി. പ്രക്ഷോഭത്തിന്റെയും നിരാഹാരസമരത്തിലേർപ്പെട്ട രാഷ്ട്രീയ തടവുകാരുടെ നിശ്ചയദാർഢ്യത്തിന്റെയും ഫലമായി അവസാനം ബ്രിട്ടീഷ് ഗവൺമെന്റിന് തങ്ങളുടെ മർക്കടമുഷ്ടി ഉപേക്ഷിക്കേണ്ടിവന്നു. രാഷ്ട്രീയത്തടവുകാരുടെ ആവശ്യങ്ങൾ അംഗീകരിക്കാൻ ഗവൺമെന്റ് നിർബന്ധിതമായി. 46 ദിവസത്തിനുശേഷം ജൂൺ 26–ന് നിരാഹാരസമരം അവസാനിച്ചു.

നിരാഹാരസമരത്തിനുശേഷം പഠനത്തിന് കൂടുതൽ സമയം കിട്ടി. അവർ കൂട്ടായും ഒറ്റയ്ക്കും മാർക്സിസ്റ്റ് ഗ്രന്ഥങ്ങൾ വായിച്ചു. നാരായൺ ദാ മാർക്സിസത്തെക്കുറിച്ച് തുടർച്ചയായി ക്ലാസെടുത്തു. രാഷ്ട്രീയത്തടവുകാരിൽ മിക്കവരെയും മാർക്സിസം ആകർഷിച്ചു. ഈ ഘട്ട

ത്തിൽ ആലിപ്പൂർ ജയിലിൽ കഴിയുകയായിരുന്ന അബ്ദുൾ ഹലീം, സരോജ് മുഖർജി എന്നിവരുമായി നാരായൺ ദാ ബന്ധപ്പെട്ടു. അവരുടെ ഉപദേശപ്രകാരം നിരഞ്ജൻ സെൻ, സതീഷ് പക്രാസി എന്നിവരോടൊപ്പം അദ്ദേഹം കമ്യൂണിസ്റ്റ് കൺസോളിഡേഷൻ സംഘടിപ്പിച്ചു. ഈ കൺ സോളിഡേഷനിലെ അംഗങ്ങളിൽ മിക്കവരും പിൽക്കാലത്ത് കമ്യൂണി സ്റ്റുപാർട്ടി നേതാക്കളായി. ഇപ്രകാരം നേതാക്കളെ വാർത്തെടുത്തതി നുള്ള പ്രധാന ക്രെഡിറ്റ് നാരായൺ ദായ്ക്ക് പോകുന്നു.

1937–38–ൽ രാഷ്ട്രീയത്തടവുകാരെ മോചിപ്പിക്കണം എന്നാവശ്യ പ്പെട്ട് വമ്പിച്ച പ്രക്ഷോഭം. ആ പ്രക്ഷോഭത്തിന്റെ മുൻപന്തിയിൽ വിദ്യാർ ഥികൾ സ്ഥാനം പിടിച്ചു. ഈ പ്രക്ഷോഭത്തിന്റെ സമ്മർദംമൂലം ഗവൺ മെന്റ് തടവുകാരെ മോചിപ്പിക്കാൻ തുടങ്ങി. നാരായൺ റോയിയും പുറ ത്തുവന്നു. അദ്ദേഹം ഉടൻതന്നെ മുസഫർ അഹമ്മദുമായി ബന്ധപ്പെട്ടു. 1939–ൽ കമ്യൂണിസ്റ്റുപാർട്ടിയിൽ അംഗമായി. പാർട്ടി അപ്പോൾ നിയമവി രുദ്ധമായിരുന്നു.

അദ്ദേഹം രാഷ്ട്രീയ പ്രവർത്തനവും പ്രാക്ടീസും ബന്ധപ്പെടുത്തി ക്കൊണ്ടാണ് പിന്നീട് പ്രവർത്തിച്ചത്. രണ്ടാം ലോകമഹായുദ്ധം തുടങ്ങി. യുദ്ധത്തിന്റെ സ്വഭാവത്തിൽ മാറ്റം വരുന്നതുവരെയും 1948–52 കാലത്തും ഒളിവിൽ പാർട്ടി പ്രവർത്തനം നടത്തി. പാർട്ടിയുടെ മേലുള്ള നിരോധനം പിൻവലിക്കപ്പെട്ടതിനുശേഷം അദ്ദേഹത്തെ പാർലമെന്ററി രംഗത്തേക്കാ ണ് പാർട്ടി നിയോഗിച്ചത്. ഡോക്ടറെന്ന നിലയിൽ എല്ലാ വിഭാഗം ജന ങ്ങൾക്കിടയിലുമുള്ള സ്വാധീനമാവണം പാർട്ടിയെ അതിന് പ്രേരിപ്പിച്ചത്. ഒന്നാം പൊതുതിരഞ്ഞെടുപ്പിൽ നോർത്ത് കൽക്കത്ത നിയോജകമണ്ഡ ലത്തിൽ നിന്ന് മത്സരിച്ച് ജയിച്ച അദ്ദേഹം 1968 വരെ അതേ മണ്ഡലത്തെ നിയമസഭയിൽ പ്രതിനിധീകരിച്ചു.

ഇന്ത്യൻ റെഡ്ക്രോസ്, ബംഗാൾ ട്യൂബർക്കുലോസിസ് അസോ സിയേഷൻ, പീപ്പിൾസ് റിലീഫ് കമ്മിറ്റി എന്നിവയുമായി അദ്ദേഹത്തിന് ഉറ്റബന്ധമുണ്ടായിരുന്നു. ജനങ്ങളുടെ ആരോഗ്യകാര്യത്തിൽ അദ്ദേഹം പ്രകടിപ്പിച്ച ഉൽക്കണ്ഠയാണ് ഇത് കാണിക്കുന്നത്. അദ്ദേഹം താൻ ജീവിച്ച പ്രദേശത്തെ പാവങ്ങളുടെ ഡോക്ടറായിരുന്നു. അദ്ദേഹം 1970 നവംബർ 1–ന് അന്തരിച്ചു.

നിരഞ്ജൻ സെൻഗുപ്ത

1903 - 1969

നിരവധി ദേശീയ വിപ്ലവകാരികളെ ഇന്ത്യൻ സ്വാതന്ത്ര്യസമരത്തിന് സംഭാവന ചെയ്ത പ്രവിശ്യയായിരുന്നുവല്ലോ ബംഗാൾ. അപ്രകാരം ബംഗാൾ സംഭാവന ചെയ്ത ദേശീയ വിപ്ലവകാരികളിൽ പ്രധാനിയായിരുന്നു നിരഞ്ജൻ സെൻഗുപ്ത. അദ്ദേഹം ദേശീയ വിപ്ലവപ്രസ്ഥാനത്തിന്റെ പാത ഉപേക്ഷിച്ച് കമ്യൂണിസ്റ്റ് പ്രസ്ഥാനത്തിലെത്തിച്ചേരുകയും ബംഗാളിൽ കമ്യൂണിസ്റ്റ് പ്രസ്ഥാനം കെട്ടിപ്പടുക്കുന്നതിന് ഗണ്യമായ സംഭാവന നൽകുകയും ചെയ്തു. ഒട്ടേറെ ദേശീയ വിപ്ലവകാരികളെ കമ്യൂണിസ്റ്റ് പ്രസ്ഥാനത്തിലേക്ക് പരിവർത്തനം ചെയ്യിക്കുന്നതിലും അദ്ദേഹം വലിയ പങ്കുവഹിച്ചു.

ഇപ്പോൾ ബംഗ്ലാദേശിൽ ഉൾപ്പെട്ട ബരീശാൽ ജില്ലയിലെ നാരായൺപൂർ ഗ്രാമത്തിൽ 1903 ൽ ജനിച്ചു. നാരായൺപൂരിൽ തന്നെയുള്ള സ്കൂളിൽ പഠിച്ചു. പഠിത്തത്തിൽ എല്ലാ ക്ലാസുകളിലും ഒന്നാമൻ. സ്കൂൾ വിദ്യാർഥി ആയിരിക്കെത്തന്നെ ദേശീയ പ്രസ്ഥാനത്തിൽ ആകൃഷ്ടനായി. അതുകൊണ്ട് കോളേജിലേക്കു പോലും കടക്കുന്നതിനുമുമ്പ് ദേശീയ പ്രസ്ഥാനത്തിന്റെ തീച്ചൂളയിലേക്ക് എടുത്തുചാടി.

സ്വദേശി പ്രസ്ഥാനത്തിന്റെ കാലം. ബ്രിട്ടീഷ് വിരുദ്ധ–സാമ്രാജ്യത്വ വിരുദ്ധ വികാരം ജനങ്ങളിൽ ജ്വലിച്ചുനിന്നു. ബംഗാളിനെ വെട്ടിമുറിക്കാനുള്ള കഴ്സൺ പ്രഭുവിന്റെ നീക്കത്തിൽ പ്രതിഷേധിക്കാൻ കൊച്ചുകുട്ടികൾപോലും മുമ്പോട്ടുവന്നു. യുവത്വത്തിലേക്ക് കാലെടുത്തുവെച്ചുകഴിഞ്ഞിട്ടില്ലാത്ത നിരഞ്ജനും വിദേശ ഭരണാധികാരികളുടെ നുകത്തിനു

കീഴിൽ മാതൃരാജ്യം കഴിയേണ്ടിവരുന്നത് ദുഃഖകരവും ലജ്ജാകരവുമായി തോന്നി. അതുകൊണ്ട് മാതൃരാജ്യത്തിന്റെ മോചനത്തിനായി തന്നാലാവുന്നത് ചെയ്യുമെന്ന് ദൃഢപ്രതിജ്ഞയെടുത്തു. അതേസമയം കോൺഗ്രസ് പിന്തുടരുന്ന നയത്തോട് ഒട്ടും യോജിക്കാനായില്ല. "പെറ്റീഷൻ രാഷ്ട്രീയം" തികച്ചും നിരർഥകമായി കണക്കാക്കി. ബ്രിട്ടീഷ് ഭരണത്തെ ഇന്ത്യയിൽനിന്ന് പുറന്തള്ളണമെങ്കിൽ സായുധ സമരത്തിന്റേതായ പാത തന്നെ സ്വീകരിക്കണം എന്ന തീരുമാനത്തിലെത്തി.

അങ്ങനെയുള്ള തീരുമാനത്തിലെത്തിച്ചേർന്ന യുവാക്കൾ പല രഹസ്യസംഘടനകളിലായി സ്വയം സംഘടിച്ചു. ആയുധങ്ങൾ ശേഖരിക്കാനും അവ ഉപയോഗിക്കാനും പരിശീലനം നേടി. ബോംബ് നിർമിക്കാൻ പഠിച്ചു. അവ ഉപയോഗിച്ച് വെറുക്കപ്പെട്ട ബ്രിട്ടീഷ് ഉദ്യോഗസ്ഥന്മാരെ ഉന്മൂലം ചെയ്യാനും അവരിൽ ഭീതി ജനിപ്പിക്കാനും തുടങ്ങി. ഈ പ്രക്രിയയിൽ ഉയർന്നുവന്ന ഒരു സംഘടനയാണ് അനുശീലൻ സമിതി. അതിന്റെ നേതാക്കളിൽ ഒരാളായിരുന്നു സതീഷ് പക്രാസി. സ്കൂൾ വിദ്യാഭ്യാസം പൂർത്തിയാക്കിയ ഉടൻ നിരഞ്ജൻ അദ്ദേഹവുമായി ബന്ധപ്പെട്ടു. വിപ്ലവ രാഷ്ട്രീയത്തിലേക്ക് നിരഞ്ജനെ കൈപിടിച്ച് കയറ്റിയത് അദ്ദേഹമാണ്. നിരഞ്ജൻ അനുശീലൻ സമിതിയിൽ അംഗമായി.

സമിതിയുടെ പ്രവർത്തനങ്ങളിൽ കൂടുതൽ സജീവമാകാൻ പറ്റിയ സ്ഥലം കൽക്കത്തയാണെന്ന് കണ്ടു. അതിനാൽ കൽക്കത്തയിലെത്തി റിപ്പൻ കോളേജിൽ (ഇപ്പോഴത്തെ സുരേന്ദ്രനാഥ് കോളേജ്) ഇന്റർമീഡിയറ്റ് സയൻസ് ക്ലാസിൽ ചേർന്നു. കോളേജിൽ വിദ്യാർഥി പ്രസ്ഥാനം കെട്ടിപ്പടുക്കാൻ തുടങ്ങി. 1923 ൽ ഐ എസ് സി പൂർത്തിയാക്കിയതിനു ശേഷം താൻ അംഗമായ ഭൂഗർഭ വിപ്ലവഗ്രൂപ്പ് നേതാക്കളുടെ നിർദേശപ്രകാരം മുർഷിദാബാദ് ജില്ലയിലെ ബെരാംപൂരിലേക്ക് പോയി. അവിടെ ബി എസ് സി കോഴ്സിന് ചേർന്നു. പഠിത്തത്തോടൊപ്പം വിദ്യാർഥികളെയും ആ പ്രദേശത്തെ ജനങ്ങളെയും സംഘടിപ്പിച്ചു. വിപ്ലവപ്രസ്ഥാനത്തിന്റെ ആശയം വിദ്യാർഥികളിലും ജനങ്ങളിലുമെത്തിക്കുന്നതിന് അവർക്കിടയിൽ ലഘുലേഖകളും മറ്റും വിതരണംചെയ്തു. പ്രാദേശിക രാഷ്ട്രീയ നേതാക്കളുമായി ഉറ്റബന്ധത്തിലായി. നിർഭയത്വവും അറിവും പെരുമാറ്റവും വിദ്യാർഥികൾക്കും ആ പ്രദേശത്തെ ജനങ്ങൾക്കും ഇടയിൽ അദ്ദേഹത്തെ പ്രിയങ്കരനും പ്രശസ്തനുമാക്കി.

പ്രവർത്തന പരിപാടികൾ ആവിഷ്കരിക്കാൻ ജതിൻദാസിനെ (ലാഹോർ ജയിലിൽ നീണ്ടുനിന്ന നിരാഹാരസമരം നടത്തി രക്തസാക്ഷിയായ ജതീൻദാസിനെ) യും ബിനോയ് റോയിയെയും മറ്റു നേതാക്കളെയും കാണുന്നതിന് ഇടയ്ക്കിടെ ബരാംപൂരിൽനിന്ന് കൽക്കത്തക്ക് പോകും. ബനാറസിൽനിന്നുള്ള വിപ്ലവനേതാവ് സച്ചിൻ നസ്യാൽ പലപ്പോഴും കൽക്കത്തയിലെത്തി അവരെയെല്ലാം കാണും. അപ്പോഴേക്കും നിരഞ്ജൻ പൊലീസുകാരുടെ നോട്ടപ്പുള്ളിയായി. ഈ ചെറുപ്പക്കാരനെ സ്വതന്ത്രമായി വിടരുതെന്ന് അവർ തീരുമാനിച്ചു. 1925 മധ്യത്തിൽ

കോളേജ് ലബോറട്ടറിക്കകത്തുവെച്ച് അറസ്റ്റുചെയ്തു. മിഡ്നാപൂർ സെൻട്രൽ ജയിലിലേക്ക് കൊണ്ടുപോയി. അതിനുമുമ്പ് വിദ്യാർഥികൾ ഹൃദ്യമായ യാത്ര അയപ്പ് നൽകി. എന്നുവെച്ചാൽ അതിനുശേഷം മാത്രമേ കോളേജിൽനിന്ന് തങ്ങളുടെ സഹപാഠിയെ പുറത്തേക്ക് കൊണ്ടുപോകാൻ വിദ്യാർഥികൾ അനുവദിച്ചുള്ളു എന്നർഥം. നിരഞ്ജന് വിദ്യാർഥികൾക്കിടയിലുള്ള സ്വാധീനം അപ്പോഴാണ് അധികൃതർക്ക് ശരിക്കും ബോധ്യമായത്.

നിരഞ്ജൻ മിഡ്നാപ്പൂർ ജയിലിലെത്തുന്നതിനുമുമ്പ് സതീഷ് പക്രാസി അവിടെ എത്തിക്കഴിഞ്ഞിരുന്നു. കോളേജിൽനിന്ന് വിദ്യാർഥികൾ നൽകിയ ഹാരവുമായാണ് നിരഞ്ജൻ ജയിലിലേക്ക് പ്രവേശിച്ചത്. അപ്പോൾ പ്രവേശന കവാടത്തിൽ സ്വീകരിക്കാൻ പുഞ്ചിരിച്ചുകൊണ്ട് സതീഷ് പക്രാസി. തന്റെ കൈയിലെ മാല സതീഷിന്റെ കഴുത്തിൽ അണിയിച്ചുകൊണ്ട് അദ്ദേഹം പറഞ്ഞു:

"ഇതിന് യഥാർഥത്തിൽ അർഹൻ താങ്കളാണ്."

മിഡ്നാപ്പൂർ ജയിലിൽ ഗണേശ് ഘോഷ്, സൂര്യസെൻ, ജതിൻദാസ് തുടങ്ങിയ നേതാക്കളെ കണ്ടുമുട്ടി.

മിഡ്നാപ്പൂർ ജയിലിൽനിന്ന് സൂര്യസെന്നിന്റെ കൂടെ മഹാരാഷ്ട്രയിലെ രത്നഗിരി ജയിലിലേക്കയച്ചു. വിപ്ലവപ്രസ്ഥാനത്തെക്കുറിച്ച് പൊതുവിലും ഭാവിജീവിതത്തെക്കുറിച്ച് പ്രത്യേകിച്ചും സൂര്യസെന്നുമായി ആഴത്തിലുള്ള ചർച്ച നടത്താൻ ഇത് നിരഞ്ജനെ സഹായിച്ചു. രത്നഗിരിയിൽനിന്ന് നിരഞ്ജനെ ചിറ്റഗോങ്ങിലേക്കയച്ചു. അവിടെ ഒരു ഗ്രാമത്തിലേക്ക് നാടുകടത്തി. 1928 മധ്യത്തിൽ വിട്ടയച്ചു. അപ്പോഴേക്ക് വിദ്യാർഥി സമൂഹത്തിനിടയിൽ നിരഞ്ജൻ വളരെയധികം പ്രസിദ്ധനായി. 1928 ൽ ഓൾ ബംഗാൾ സ്റ്റുഡൻസ് അസോസിയേഷൻ രൂപംകൊണ്ടപ്പോൾ ഛാത്ര (വിദ്യാർഥി) എന്ന അതിന്റെ പ്രതിമാസ ബുള്ളറ്റിനിന്റെ കവറിൽ നിരഞ്ജന്റെ ചിത്രം കൊടുത്തത് ആ പ്രസിദ്ധിയുടെ തെളിവ്.

1928 ൽ പുറത്തുവന്നപ്പോൾ നിരഞ്ജൻ തികച്ചും അസ്വസ്ഥൻ. അടിയന്തരമായും എന്തെങ്കിലും 'ആക്ഷൻ' നടത്തണമെന്ന് ആഗ്രഹം. ദീർഘകാലത്തെ ജയിൽജീവിതത്തിനുശേഷം എന്തെങ്കിലും കർമപരിപാടി ആവിഷ്കരിച്ച് നടപ്പാക്കുന്നതിൽ നേതാക്കൾ അത്ര വലിയ തിടുക്കം കാണിച്ചില്ല. വിപ്ലവകാരികളിലെ നവാഗതർക്കിടയിൽ ഇത് ശക്തമായ അസംതൃപ്തി ജനിപ്പിച്ചു. അവർ നേതാക്കൾക്കെതിരെ കലാപംകൂട്ടി. കലാപത്തിന് നേതൃത്വം നൽകിയവരിലൊരാളായിരുന്നു നിരഞ്ജൻ സെൻ. സതീഷ് പക്രാസിയെപ്പോലുള്ളവരും അവരുടെ കൂടെക്കൂടി. അവർ 'കലാപസംഘം' എന്ന പേരിൽ അറിയപ്പെട്ടു.

63 ദിവസം നീണ്ടുനിന്ന നിരാഹാരസമരത്തിനുശേഷം 1929 സെപ്തംബറിൽ ലാഹോറിലെ സെൻട്രൽ ജയിലിൽ ജതിൻദാസ് രക്തസാക്ഷിയായി. ഇത് ബംഗാളിലെ യുവാക്കളുടെ വികാരത്തിന് തീപിടിപ്പിച്ചു. അതിൽ പ്രതിഷേധിക്കാനും അതിന് പ്രതികാരം ചെയ്യാനും അഭ്യർഥി

ച്ചുകൊണ്ട് വളരെ രഹസ്യമായി നിരഞ്ജൻ സെന്നും സഖാക്കളും ഒരു നോട്ടീസ് അച്ചടിപ്പിച്ച് വിതരണം ചെയ്തു. തുടർന്ന് ഒരു 'ആക്ഷന്' തയ്യാറെടുക്കുകയായിരുന്നു. അപ്പോഴാണ് കൽക്കത്തയിലുള്ള മെച്ചബസാറിലെ കാലാബഗാൻ ചേരിയിലെ ഒരു വീട്ടിൽനിന്ന് 1929 ഡിസംബറിൽ നിരഞ്ജൻ അറസ്റ്റിലായത്. ഒപ്പം സതീഷ് പക്രാസിയും രമേൻ ബിശ്വാസമുണ്ടായിരുന്നു. അവരുടെ പേരിൽ മെച്ചബസാർ ഗൂഢാലോചനക്കേസ് മെനഞ്ഞുണ്ടാക്കി. 1930 ൽ അതിന്റെ വിചാരണ. നിരഞ്ജൻ സെന്നിന് 10 വർഷത്തെ കഠിന തടവ്. പിന്നീട് ഹൈക്കോടതി ശിക്ഷ ഏഴുവർഷത്തെ കഠിനതടവായി കുറച്ചു. ശിക്ഷയിൽ ആന്തമാനിലേക്കുള്ള നാടുകടത്തലും ഉൾപ്പെടുന്നു.

നിരഞ്ജനെ ഒരു ജയിലിൽ നിന്ന് മറ്റൊന്നിലേക്കായി മാറ്റിക്കൊണ്ടിരുന്നു. ആദ്യം ആലിപ്പൂർ ജയിലിൽ. അവിടെനിന്ന് മിഡ്നാപ്പൂരിലേക്ക്. മിഡ്നാപ്പൂരിൽനിന്ന് മഹാരാഷ്ട്രയിലെ ബെംഗോണിലേക്ക്. അവസാനം ആന്തമാനിലെ സെല്ലുലാർ ജയിലിലേക്ക്. അവിടെവച്ച് മറ്റു പല തടവുകാരെയുംപോലെ നിരഞ്ജനും മാർക്സിസം–ലെനിനിസം പഠിക്കാൻ തുടങ്ങി.

സായുധസമരത്തിന്റെ പാത പിന്തുടർന്ന മിക്ക വിപ്ലവകാരികൾക്കും സ്വാതന്ത്ര്യലബ്ധിക്കുശേഷമുള്ള ഇന്ത്യയെക്കുറിച്ച് വ്യക്തമായ രൂപമൊന്നുമുണ്ടായിരുന്നില്ല. തൊഴിലാളിവർഗത്തെയും കൃഷിക്കാരയും സംഘടിപ്പിച്ച് സാമ്രാജ്യത്വത്തിനെതിരെ ബഹുജനസമരം നടത്തുകയെന്ന കാഴ്ചപ്പാടും അവർക്കുണ്ടായിരുന്നില്ല. ഇന്ത്യൻ ജനതയുടെ മോചനത്തിന്റെ മാർഗം അതാണെന്ന് അവർ വിഭാവനം ചെയ്തതേയില്ല. മാർക്സിസ്റ്റ് സാഹിത്യവുമായി പരിചയപ്പെട്ടതിനുശേഷമാണ് തങ്ങളുടെ പഴയ തെറ്റുകളും ശരിയല്ലാത്ത സങ്കൽപ്പങ്ങളും അവർക്ക് ബോധ്യമായത്. ഡോ. നാരായണൻ റോയ്, ഗണേശ് ഘോഷ്, സതീഷ് പക്രാസി, സുധാംശുദാസ് ഗുപ്ത തുടങ്ങിയവരോടൊപ്പം ജയിലിൽ രൂപംകൊണ്ട കമ്യൂണിസ്റ്റ് കൺസോളിഡേഷനിൽ അംഗമായി.

സെല്ലുലാർ ജയിലിലെ കാലാവധി അവസാനിച്ചതിനുശേഷം നിരഞ്ജനെ ആലിപ്പൂർ സെൻട്രൽ ജയിലിലേക്ക് കൊണ്ടുവന്നു. അവിടെനിന്ന് വിട്ടയച്ചു. വിട്ടയച്ചത്, പക്ഷെ, വീണ്ടും അറസ്റ്റ് ചെയ്യാൻ മാത്രം. ജയിൽ കവാടത്തിൽ വെച്ചുതന്നെ അറസ്റ്റചെയ്ത് ഡെറ്റിന്യൂ ക്യാമ്പിലേക്കയച്ചു. 1938 ൽ മോചിതനാകുന്നതുവരെ മാർക്സിസം–ലെനിനിസത്തെക്കുറിച്ചുള്ള പഠനം തുടർന്നു. നീണ്ടകാലത്തെ ജയിൽജീവിതം വിപ്ലവവീര്യമോ വിപ്ലവബോധമോ അൽപ്പംപോലും കുറച്ചില്ല. ജയിലിൽനിന്ന് പുറത്തുവന്ന ഉടൻ സരോജ് മുഖർജിയോടൊപ്പം റെയിൽവേ തൊഴിലാളികൾക്കിടയിൽ പ്രവർത്തനമാരംഭിച്ചു. അപ്പോൾ കമ്യൂണിസ്റ്റുപാർട്ടിയുടെ കൽക്കത്ത ജില്ലാകമ്മിറ്റി സെക്രട്ടറി കൂടിയായിരുന്നു സരോജ് മുഖർജി. 1938 അവസാനം നിരഞ്ജന് കമ്യൂണിസ്റ്റുപാർട്ടി അംഗത്വംകിട്ടി. പിൽക്കാലത്ത് അവിഭക്ത കമ്യൂണിസ്റ്റുപാർട്ടിയുടെയും. പാർട്ടി പിളർന്നതിൽ

പിന്നീട് സി പി ഐ (എം) ന്റെയും സംസ്ഥാന സെക്രട്ടേറിയറ്റ് അംഗം വരെയായി ഉയർന്നു.

അക്കാലത്ത് മുഴുവൻ സമയ പ്രവർത്തകർക്ക് വേതനം കൊടുക്കുന്ന ഏർപ്പാടോ അതിനുള്ള കഴിവോ പാർട്ടിക്കുണ്ടായിരുന്നില്ല. തങ്ങൾക്ക് അത്യാവശ്യത്തിനുള്ള പണം ഓരോരുത്തരും ഉണ്ടാക്കണം. അതുകൊണ്ട് നിരഞ്ജൻസെൻ *യുഗാന്തർ* എന്ന ബംഗാളി ദിനപത്രത്തിന്റെ ട്രെയിനി സബ് എഡിറ്ററായി പ്രവത്തിച്ചു. അതിൽനിന്ന് ലഭിക്കുന്ന വരുമാനം ഉപജീവനത്തിന് തികയുമായിരുന്നു. എന്നാൽ രാജ്യരക്ഷാ നിയമപ്രകാരം കൽക്കത്തയിലെ വ്യവസായമേഖലയിൽനിന്ന് അദ്ദേഹത്തെ നാടുകടത്തി. അതിനാൽ ട്രെയിനിങ് പൂർത്തിയാക്കാൻ കഴിഞ്ഞില്ല. ബരിശാലിലേക്ക് മടങ്ങി. അവിടെ പാർട്ടി സംഘടന കെട്ടിപ്പടുക്കുന്നതിൽ വ്യാപൃതനായി. വീണ്ടം ഡി ഐ ആർ പ്രകാരമുള്ള അറസ്റ്റ്. ഇത്തവണ ഹിജ്‌ലി ഡീറ്റൻഷൻ ക്യാമ്പിലേക്കാണ് അയച്ചത്. 1942 വരെ ആ ക്യാമ്പിൽ കഴിഞ്ഞു. പാർട്ടിയുടെ മേലുള്ള നിരോധനം പിൻവലിച്ചതിനുശേഷം പുറത്തുവന്നു.

രണ്ടാംലോകമഹായുദ്ധം നടക്കുകയായിരുന്നു. സി പി ഐ ജനകീയ യുദ്ധനയം അംഗീകരിച്ചു. ബങ്കിംമുഖർജി എഡിറ്റുചെയ്ത *ജനയുദ്ധ*യിൽ നിരഞ്ജൻ സെൻ ഗുപ്ത എഴുതാൻ തുടങ്ങി. എഴുതാനുള്ള കഴിവും തനിക്കുണ്ടെന്ന് തെളിയിച്ചു. രാഷ്ട്രീയത്തടവുകാരെ മോചിപ്പിക്കുന്നതിനായുള്ള ഒരു പ്രസ്ഥാനം വളർത്തിയെടക്കാനുള്ള ചുമതല പാർട്ടി അദ്ദേഹത്തെ ഏൽപ്പിച്ചു. രാജ്യവ്യാപകമായി ബന്ദിമുക്തി പ്രസ്ഥാനം വളർന്നു. ആ പ്രസ്ഥാനത്തിന്റെ സമ്മർദ്ദമൂലം രാഷ്ട്രീയത്തടവുകാരെ മുഴുവൻ മോചിപ്പിക്കാൻ ബ്രിട്ടീഷ് ഭരണാധികാരികൾ നിർബദ്ധരായി.

രണ്ടാംപാർട്ടി കോൺഗ്രസിനെത്തുടർന്ന് 1948 ൽ പാർട്ടി നിയമവിരുദ്ധമായി. നിരഞ്ജൻ ഒളിവിൽപ്പോയി പ്രവർത്തനം തുടർന്നു. രണ്ടുവർഷം പൊലീസിന്റെ കണ്ണിൽപ്പെടാതെ നടന്നെങ്കിലും അവസാനം പിടിയിലായി. വീണ്ടും ജയിലിൽ. ഒന്നാം പൊതുതിരഞ്ഞെടുപ്പിന് തൊട്ടുമുമ്പ് പാർട്ടിയുടെ മേലുള്ള നിരോധനം റദ്ദാക്കിയപ്പോൾ ജയിലിൽനിന്ന് പുറത്തുവന്നു. 1962 ൽ വീണ്ടും അറസ്റ്റിലായി. 1964 ൽ ഇന്ത്യൻ കമ്യൂണിസ്റ്റ് പ്രസ്ഥാനത്തിനകത്ത് പിളർപ്പുണ്ടായപ്പോൾ രണ്ടാമതൊന്ന് ആലോചിക്കേണ്ടിവന്നില്ല സി പി ഐ(എം) ന്റെ കൂടെനിന്നു. 1964 അവസാനം വീണ്ടും അറസ്റ്റിലായി. മൊത്തം 14 വർഷം ജയിലിൽ കിടന്നു.

1967 ൽ ആദ്യത്തെ ഐക്യമുന്നണി ഗവൺമെന്റ് രൂപംകൊണ്ടപ്പോൾ അഭയാർഥി പുനരുദ്ധാരണ-ജയിൽവകുപ്പ് മന്ത്രിയായി. രണ്ടാം ഐക്യമുന്നണി ഗവൺമെന്റിലും അതേവകുപ്പ് കൈകാര്യം ചെയ്തു. മന്ത്രിയെന്ന നിലയിലും തന്റെ കഴിവ് തെളിയിച്ചു.

1969 ഡിസംബറിൽ അന്തരിച്ചു.

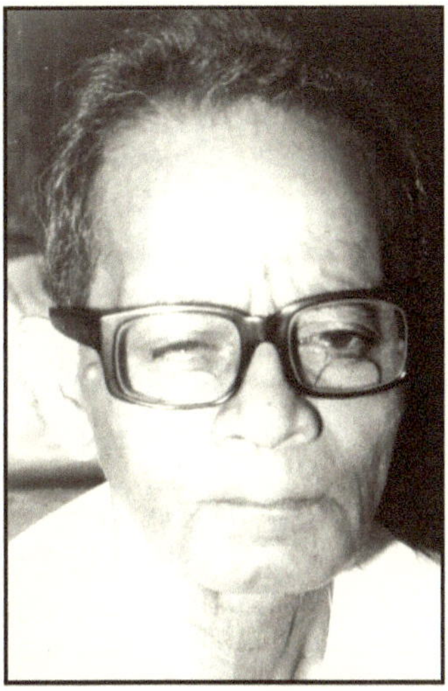

നിരൺ ഘോഷ്

1914 - 2001

പശ്ചിമബംഗാളിലെ ട്രേഡ്‌യൂണിയൻ പ്രസ്ഥാനത്തിന്റെ ആദ്യപഥികരിലൊരാളായിരുന്നു നിരൺഘോഷ്. കമ്യൂണിസ്റ്റുപ്രസ്ഥാനത്തിന്റെ ആദ്യകാല നേതാക്കളിലൊരാളും സി പി ഐ (എം) കേന്ദ്രകമ്മിറ്റി അംഗവും കൂടിയായിരുന്ന അദ്ദേഹം സ്വാതന്ത്ര്യസമരസേനാനി, പാർലമെന്റേറിയൻ, എഴുത്തുകാരൻ എന്നീ നിലകളിൽ പ്രശസ്തൻ.

ഇപ്പോൾ ബംഗ്ലാദേശിലുൾപ്പെട്ട അവിഭക്തബംഗാളിലെ ബരീശാൽ ജില്ലയിൽ 1914-ൽ ജനിച്ചു. തന്റെ ഗ്രാമത്തിലെ ബനീപീഠ് സ്കൂളിൽ പഠിച്ചു. മെട്രിക്കുലേഷൻ പരീക്ഷയിൽ 75 ശതമാനം മാർക്കു നേടി. കൽക്കത്തയിൽ സുരേന്ദ്രനാഥ് കോളേജിൽനിന്ന് ഓണേഴ്സോടെ ബിരുദം കരസ്ഥമാക്കി. സ്കൂൾ വിദ്യാർഥിയായിരിക്കുമ്പോൾത്തന്നെ ദേശീയപ്രസ്ഥാനത്തിൽ അതീവ താൽപ്പര്യം. ദേശീയ വിപ്ലവകാരികളുടെ യുഗാന്തർ ഗ്രൂപ്പിൽ അംഗമായി. ആ ഗ്രൂപ്പിന്റെ നേതൃത്വത്തിൽ നടന്ന ചില ആക്ഷനുകളിൽ പങ്കെടുത്തു. അങ്ങനെ ഒരു ആക്ഷനിൽ പങ്കെടുത്തതിന്റെ പേരിൽ 1933-34കാലത്ത് തടവിൽ കഴിയേണ്ടിവന്നു.

ഇതിനിടയിൽ ധാരാളം മാർക്സിസ്റ്റ് ഗ്രന്ഥങ്ങൾ വായിച്ചു. അതോടെ മാർക്സിസത്തിൽ വിശ്വാസം വളർന്നു. അങ്ങനെയാണ്, ജയിൽ മോചിതനായപ്പോൾ സൗമ്യേന്ദ്രനാഥ് ടാഗോറിന്റെ ഇന്ത്യൻ വിപ്ലവ കമ്യൂണിസ്റ്റുമായി ബന്ധപ്പെട്ടത്. പക്ഷേ അധികകാലം സൗമ്യേന്ദ്രനാഥ് ടാഗോറുമായി പൊരുത്തപ്പെടാൻ കഴിഞ്ഞില്ല. അവരുമായുള്ള ബന്ധം വിടർത്തിയതിനുശേഷം മാർക്സിസ്റ്റ് ലീഗ് ഉണ്ടാക്കി. ഏതാണ്ട് ഈ കാലഘട്ട

ത്തിലാണ് ഇന്ത്യൻ കമ്യൂണിസ്റ്റുപാർട്ടിയുടെ കേന്ദ്രകമ്മിറ്റി ആപ്പീസ് കൽക്കത്തയിൽ തുറന്നത്. അപ്പോൾ ജനറൽ സെക്രട്ടറിയായിരുന്ന പി സി ജോഷി കൽക്കത്തയിൽ താമസമാക്കി. ഇതിനിടയിൽ പല വിപ്ലവഗ്രൂപ്പുകളുമായും ജോഷി ബന്ധപ്പെട്ടു. ബരീശാലിൽ പോയി നിരൺഘോഷുമായി ചർച്ച നടത്തി. അതിനെത്തുടർന്ന് മാർക്സിസ്റ്റ് ലീഗിലെ എല്ലാവർക്കും പാർട്ടി മെമ്പർഷിപ്പു നൽകാമെന്നു സമ്മതിച്ചു. 1937ൽ നിരൺഘോഷിന് പാർട്ടി അംഗത്വം ലഭിച്ചു.

എങ്കിലും ബരീശാലിൽ ആദ്യത്തെ പാർട്ടി ജില്ലാഘടകം രൂപംകൊണ്ടത് 1939–ൽ. കാലുഗാംഗുലി, കാലാചന്ദ് സെൻ, അമൃതനാഗ്, നിരൺഘോഷ് തുടങ്ങിയവരായിരുന്നു ആ ഘടകത്തിലെ അംഗങ്ങൾ. സെക്രട്ടറി നിരൺഘോഷ്.

രണ്ടാം ലോകമഹായുദ്ധം തുടങ്ങിയതിനുശേഷം പാർട്ടി നേതാക്കളെയും പ്രധാന കേഡർമാരെയും ബ്രിട്ടീഷ് പൊലീസുകാർ അറസ്റ്റുചെയ്ത് തടവിലാക്കി. കുറെപ്പേർ ഒളിവിൽ പാർക്കാൻ നിർബന്ധിതരായി. ആ ഘട്ടത്തിൽ ബഡ്ജ്ബഡ്ജ്, ബരാംപൂർ തുടങ്ങിയ സ്ഥലങ്ങളിൽ ട്രേഡ്യൂണിയൻ പ്രവർത്തനം നടത്താൻ നിരൺഘോഷിനോട് പാർട്ടി നിർദേശിച്ചു. ബാരക്പൂർ പ്രദേശത്ത് ട്രേഡ് യൂണിയൻ പ്രവർത്തനം നടത്തുന്നതിനിടയിൽ 1942–ൽ അറസ്റ്റിലായി. ബാരക്പൂരിൽ പ്രവർത്തിക്കുന്നതിനിടയിൽ 1945–ൽ വീണ്ടും അറസ്റ്റിൽ.

1951–ൽ പാർട്ടിയുടെ മേലുള്ള നിരോധനം പിൻവലിക്കപ്പെട്ടപ്പോൾ 24 പർഗാന ജില്ലയിൽ പാർട്ടിയുടെ പ്രധനാ സംഘാടകനായി നിയോഗിക്കപ്പെട്ടു. ആ ജില്ലയിൽ സംസ്ഥാനത്തെ തന്നെ ഏറ്റവും ശക്തമായ പാർട്ടി ഘടകം വളർത്തിയെടുത്തതിൽ പ്രധാന പങ്കു വഹിച്ചു. 1954–ൽ പാർട്ടിയുടെ പ്രവിശ്യാ കമ്മിറ്റി അംഗമായി. 1954–നും 1964–നുമിടയിൽ റിവിഷനിസത്തിനെതിരെ അവിസ്മരണീയമായ പോരാട്ടം നടത്തി. പാർട്ടി പിളർന്നപ്പോൾ, 1964–ൽ സി പി ഐ (എം) സംസ്ഥാന കമ്മിറ്റിയിലേക്ക് തെരഞ്ഞെടുക്കപ്പെട്ടു. അതേവർഷം തന്നെ പ്രധാനപ്പെട്ട മറ്റ് സി പി ഐ (എം) നേതാക്കളോടൊപ്പം അറസ്റ്റിലായി.

1968–ൽ സി പി ഐ (എം) സംസ്ഥാന സെക്രട്ടേറിയറ്റിലേക്ക് തിരഞ്ഞെടുക്കപ്പെട്ടു. പുതുതായി രൂപീകരിച്ച ഉത്തര 24 പർഗാനാ ജില്ലാ സെക്രട്ടറിയുമായി.

ട്രേഡ്യൂണിയൻ സംഘാടകനെന്ന നിലയിൽ ചണം എഞ്ചിനീയറിങ് വ്യവസായത്തിലാണ് പ്രത്യേകം ശ്രദ്ധിച്ചത്. സി ഐ ടി യു രൂപീകരിച്ചതുമുതൽ അതിന്റെ അഖിലേന്ത്യാ സെക്രട്ടറിമാരിലൊരാൾ. സി ഐ ടി യു സ്ഥാപനം മുതൽ അതിന്റെ ബംഗാൾ ഘടകത്തിന്റെയും ബംഗാൾ ചത്കൽ മസ്ദൂർ യൂണിയന്റെയും പ്രസിഡന്റ്, ലോകസഭയിലും രാജ്യസഭയിലും അംഗം.

കൃതഹസ്തനായ എഴുത്തുകാരനുമായിരുന്നു. ബംഗാളിലെ ഇടതുപക്ഷ പ്രസ്ഥാനത്തിന്റെയും ട്രേഡ്യൂണിയൻ പ്രസ്ഥാനത്തിന്റെയും അതികായന്മാരിലൊരാളായിരുന്ന നിരൺഘോഷ് 2001 ജൂലായ് 1–ന് അന്തരിച്ചു.

നിരുബെൻ പട്ടേൽ

1926 - 1994

കമ്യൂണിസ്റ്റ് പ്രസ്ഥാനം വളരെയധികം ദുർബലമായ സംസ്ഥാന ങ്ങളിലൊന്നാണ് ഗുജറാത്ത്. പാർട്ടിക്ക് സ്വാധീനമുള്ളത് ചുരുക്കം ചില കേന്ദ്രങ്ങളിൽ മാത്രം. ജനങ്ങളുടെ അംഗീകാരം നേടിയ നേതാക്കളും നാമമാത്രം. അങ്ങനെയുള്ള അപൂർവം നേതാക്കളിൽ ഒരാളായിരുന്നു ദിൻകർ മേത്ത. അതുപോലെ സ്വാധീനമുള്ള ഒരു വനിതാ കമ്യൂണിസ്റ്റ് നേതാവുണ്ട്– നിരുബെൻ പട്ടേൽ. ദേശീയ പ്രസ്ഥാനത്തിലൂടെ കമ്യൂ ണിസ്റ്റ് പ്രസ്ഥാനത്തിലെത്തിയ "സൗരാഷ്ട്രയിലെ സിംഹിണി". വിപ്ലവ ത്തിനും കമ്യൂണിസ്റ്റ് പ്രസ്ഥാനത്തിനും വേണ്ടിയുള്ള സമർപ്പിത ജീവി തത്തിന്റെ ഉടമ.

1926 ൽ ജനിച്ചു. സ്കൂൾ വിദ്യാർഥിനി ആയിരിക്കുമ്പോൾ തന്നെ ദേശീയ പ്രസ്ഥാനത്തിൽ ആകൃഷ്ടയായി. 1942 ൽ ദേശീയ പ്രസ്ഥാന ത്തിൽ പങ്കെടുക്കാൻ പഠനം ഉപേക്ഷിച്ചു. പോലീസ് അവരെ അറസ്റ്റ് ചെയ്ത് തടവിൽ പാർപ്പിച്ചു. കുറ്റം ദീംനാഥിനടുത്ത് ബോംബ് വെച്ച് റെയിൽവേ പാലം തകർത്തു. ജയിൽ മോചിതയായശേഷം പഠനം തുടർന്നു. ബോംബെയില പ്രശസ്തമായ എൽ ഫിൻസ്റ്റൻ കോളേജിൽ നിന്ന് എം എ എൽ എൽ ബി ബിരുദാനന്തര ബിരുദം കരസ്ഥമാക്കി.

നിരുബെൻ പട്ടേൽ ഒരു ഇതിഹാസ നായികയായിത്തീർന്നത് വിൽപ്പന നികുതിയ്ക്കെതിരെ പ്രക്ഷോഭം നയിച്ചതിലൂടെയാണ്. ആ പ്രക്ഷോഭത്തിന്റെ ഫലമായി അന്നത്തെ സൗരാഷ്ട്ര ഗവൺമെന്റ് 1951 ൽ

വർധിപ്പിച്ച വിൽപ്പനനികുതി പൂർണമായി പിൻവലിച്ചു. ആ വർഷം കമ്യൂണിസ്റ്റ് പാർട്ടി അംഗമായി.

1952 ൽ അഭിവൃദ്ധി നികുതിയ്ക്കെതിരെ വമ്പിച്ചൊരു കർഷക പ്രക്ഷോഭം. പ്രധാനമായും ധൊറാജി ഉപ്‌ലേട്ട എന്ന ഗ്രാമീണ മേഖലയായിരുന്നു സമരകേന്ദ്രം. അക്കാലത്തെ ഏറ്റവും വലിയ ആ കർഷക പ്രക്ഷോഭത്തിന്റെ തീയിലേക്ക് നിരുബെൻ എടുത്തുചാടി. അവരെ അറസ്റ്റ് ചെയ്യാൻ പൊലീസ് തീവ്രശ്രമം നടത്തി. അതിൽ അവർ പരാജയപ്പെട്ടു. പെട്ടെന്ന് കൃഷിക്കാരുടെ യോഗങ്ങളിൽ പ്രത്യക്ഷപ്പെടും. അവരോട് സംസാരിക്കും. അവരിൽ ആത്മവിശ്വാസം പകരും. പൊലീസിന് അറസ്റ്റ്ചെയ്യാൻ കഴിയുന്നതിനുമുമ്പ് അപ്രത്യക്ഷയാകും. ഇങ്ങനെ അനവധി യോഗങ്ങളിൽ പ്രസംഗിച്ചിട്ടും പൊലീസിന് പിടികൂടാൻ കഴിഞ്ഞില്ല. അതുകൊണ്ട്, ആ സമരത്തിനിടയിൽ "സൗരാഷ്ട്രയിലെ സിംഹിണി" എന്ന പേരിൽ പ്രശസ്തയായി.

ഈ കർഷകസമരത്തിനുശേഷം മഹാഗുജറാത്ത് പ്രസ്ഥാനത്തിന്റെ ഒരു നായികയായി. അങ്ങനെയൊരു സംസ്ഥാനത്തിനുവേണ്ടി പൊതു പണിമുടക്കുകൾക്ക് നേതൃത്വം നൽകി. കൂട്ട സത്യഗ്രഹങ്ങൾ നയിച്ചു. യോഗങ്ങളും പ്രകടനങ്ങളും സംഘടിപ്പിച്ചു. അപ്പോഴേക്കും സംസ്ഥാനത്തൊട്ടാകെ അറിയപ്പെട്ടു.

ദിയൂ, ദാമൻ, ഗോവ എന്നിവ പോർത്തുഗീസ് കോളനികളായിരുന്നുവല്ലോ. ദിയുവും ദാമനും അവരുടെ പിടിയിൽനിന്ന് മോചിപ്പിക്കുന്ന സമരത്തിൽ കമ്യൂണിസ്റ്റ് പാർട്ടിക്ക് നല്ല പങ്കുണ്ടായിരുന്നു. ദിയുവിന്റെ മോചനത്തിനുവേണ്ടിയുള്ള ദിയു മുക്തി ആന്തോളൻ, നയിച്ചത് നിരുബെൻ. ഈ സമരത്തിന് അവർ നൽകിയ നേതൃത്വം അവരുടെ പ്രശസ്തിക്ക് കുറേക്കൂടി തിളക്കം കൂട്ടി.

അവിസ്മരണീയമായ മറ്റൊരു സമരത്തിന് അവർ നേതൃത്വം നൽകി. ഗരിധറിലെ ഗ്രാമപ്രദേശങ്ങളിൽ ബസ്ചാർജ് വർധനയ്ക്കെതിരായ സമരം. 1950 ൽ നടന്ന ഈ സമരത്തിൽ ആയിരക്കണക്കിന് ഗ്രാമീണരാണ് കൂട്ടം കൂട്ടമായി അറസ്റ്റ് വരിച്ചത്.

ഭവനഗറിൽ അവർ നയിച്ച യൂണിവേഴ്സിറ്റ് പ്രസ്ഥാനം പ്രസിദ്ധം. ആ പട്ടണത്തിൽ ഒരു റസിഡൻഷ്യൽ യൂണിവേഴ്സിറ്റി ആരംഭിക്കണമെന്നാവശ്യപ്പെട്ട് നടത്തിയ സമരം വിജയകരമായി പര്യവസാനിക്കുകയായിരുന്നു. 1956 ൽ നടന്ന ആ സമരം ഗുജറാത്ത് ഗവൺമെന്റിന്റെ അടിത്തറ തന്നെ പിടിച്ചുകുലുക്കി.

1950 ൽ ജഹാംഗീർ മില്ലിൽ ഉജ്വലമായ ഒരു പണിമുടക്ക്. തൊഴിലാളികളുടെ ആവശ്യങ്ങൾ അംഗീകരിക്കാതെ മാനേജ്മെന്റ് തൊഴിലാളികളെ കീഴടക്കാൻ ശ്രമിക്കുകയായിരന്നു. നിരുബെൻ സമരത്തിൽ ഇടപെട്ടു. ഒന്നരവയസ്സുള്ള തന്റെ മകൻ അരുൺമേത്തയുമായി അവർ മിൽഗേറ്റിന് മുമ്പില്ഡ നിരാഹാര സമരം തുടങ്ങി. സമരം സംസ്ഥാനത്തിന്റെയാകെ ശ്രദ്ധ ആകർഷിച്ചു. അപ്പോൾ സംസ്ഥാനത്ത് പര്യടനം

നടത്തുകയായിരുന്ന വിനോബഭാവെ തൊഴിലാളികൾക്ക് അനുകൂലമായി സമരത്തിലിടപെട്ടു. തന്മൂലം 10 ദിവസം നീണ്ട നിരാഹാരസമരം നിരുബെൻ പിൻവലിച്ചു. അവർ തൊഴിലാളികളുടെ പ്രിയങ്കരിയായി.

ഭവനഗർ മുനിസിപ്പാലിറ്റിയിലേക്ക് ഒന്നിലധികം തവണ തിരഞ്ഞെടുക്കപ്പെട്ട നിരുബെൻ 1968 ൽ നടന്ന മുനിസിപ്പൽ തിരഞ്ഞെടുപ്പിൽ ഐക്യമുന്നണി വിജയിച്ചപ്പോൾ ചെയർപേഴ്സണായി തിരഞ്ഞെടുക്കപ്പെട്ടു. അതേവരെ നടത്തിയ പൊതുപ്രവർത്തനങ്ങൾക്കുള്ള അംഗീകാരം. രണ്ട് ലക്ഷം ജനസംഖ്യയുണ്ടായിരുന്ന മുനിസിപ്പാലിറ്റിയുടെ ചെയർപേഴ്സനെന്ന നിലയിൽ വികസനപ്രവർത്തനങ്ങൾക്ക് നേതൃത്വം നൽകി. ചേരി നിവാസികൾക്ക് താമസിക്കാൻ സൗകര്യമുണ്ടാക്കിക്കൊടുത്തതും ചേരികളിൽ കൃത്യമായി ശുദ്ധജലവിതരണത്തിന് ഏർപ്പാടുണ്ടാക്കിയതും ചുരുങ്ങിയ നിരക്കിൽ ഭൂമി വിതരണം ചെയ്തതും പാവപ്പെട്ട ജനങ്ങൾക്ക് വലിയ ആശ്വാസമായി. മുനിസിപ്പാലിറ്റിയുടെ ചെയർപേഴ്സൺ എന്ന നിലയിൽ നല്ലൊരു ഭരണാധികാരിയാണ് താനെന്ന് നിരുബെൻ തെളിയിച്ചു.

വയോജന വിദ്യാഭ്യാസരംഗത്ത് അവർ നടത്തിയ സേവനം അളവില്ലാത്തതാണ്. ഇന്ത്യാ ഗവൺമെന്റിനുപോലും അംഗീകരിക്കേണ്ടിവന്നു ആ സേവനം. ആ രംഗത്തെ പ്രവർത്തനത്തിനുള്ള ഏറ്റവും വലിയ അവാർഡ് നൽകി കേന്ദ്രഗവൺമെന്റ് അവരെ ബഹുമാനിച്ചു. 1993 ൽ സ്ത്രീ പ്രശ്നങ്ങളെ ആസ്പദമാക്കി നടത്തിയ സമരങ്ങളുടേയും വയോജന വിദ്യാഭ്യാസരംഗത്ത് നടത്തിയ സേവനത്തിന്റെയും പേരിൽ ഡോ മാധുരി ഷാ അവാർഡ് അവർക്ക് നൽകപ്പെട്ടു. സാർവദേശീയ ശിശുവർഷം പ്രമാണിച്ച് 1989 ൽ 32 സാമൂഹിക സംഘടനകൾ ചേർന്ന് ഒരു സംസ്ഥാനതല ഫെഡറേഷൻ രൂപവൽക്കരിച്ചു. ആ ഫെഡറേഷന്റെ സെക്രട്ടറിയായി തിരഞ്ഞെടുക്കപ്പെട്ടത് നിരുബെൻ.

നല്ലൊരു എഴുത്തുകാരി കൂടിയായിരുന്നു നിരുബെൻ. ഗുജറാത്തിലെ പാർട്ടി പ്രസിദ്ധീകരണങ്ങളിൽ അവർ ധാരാളം എഴുതി. സാർവദേശീയ മഹിളാ വർഷത്തെപ്പറ്റിയും ശിശുവർഷത്തെപ്പറ്റിയും സ്ത്രീധന സമ്പ്രദായത്തെപ്പറ്റിയും ഗുജറാത്തിലെ സ്ത്രീ വിമോചന പ്രസ്ഥാനത്തെക്കുറിച്ചും മറ്റും അവർ ഗുജറാത്തിയിൽ ലഘുലേഖകളെഴുതി. ആയിരക്കണക്കിന് സ്ത്രീകൾക്ക് സാക്ഷരത കൈവരിക്കാൻ അവരുടെ പ്രവർത്തനത്തിലൂടെ കഴിഞ്ഞു. അവരുടെ പ്രവർത്തനഫലമായി ആയിരക്കണക്കിന് തയ്യൽ യൂണിറ്റുകൾ സ്ഥാപിക്കപ്പെട്ടു. സ്ത്രീകളുടെ സാംസ്കാരിക പരിപാടികളും തെരുവുനാടകങ്ങളും സ്ത്രീകൾക്കുവേണ്ടിയുള്ള കായികമത്സരങ്ങളും സംഘടിപ്പിക്കാൻ അവർ സമയം കണ്ടെത്തി.

നിരുബെനും അവരുടെ ഭർത്താവ് സുബോധ് മേത്തയും പാർട്ടി ഭിന്നിക്കുന്ന സമയത്ത് സി പി ഐയിലായിരുന്നു. മേത്ത സി പി ഐയുടെ സംസ്ഥാന കമ്മിറ്റി സെക്രട്ടറിയുമായിരുന്നു. പാർട്ടി ഭിന്നിച്ച് കുറെ വർഷങ്ങൾക്കുഷശേഷമാണ് അവരിരുവരും സി പി ഐ (എം) ൽ ചേർന്ന

ത്. 1994 മെയ് 5 ന് മരിക്കുന്ന സമയത്ത് നിരുബെൻ പട്ടേൽ സി പി ഐ (എം) സംസ്ഥാന സെക്രട്ടേറിയറ്റ് അംഗവും ജനവാദി മഹിളാ സംഘിന്റെ ഗുജറാത്ത് സംസ്ഥാന പ്രസിഡന്റും ഐഡ്വയുടെ നാഷണൽ എക്സിക്യൂട്ടീവ് കമ്മിറ്റി അംഗവുമായിരുന്നു.

സ്ത്രീകൾക്ക് നിയമപരമായി ലഭിക്കേണ്ട ആനുകൂല്യങ്ങളും സംരക്ഷണവും നേടിക്കൊടുക്കുന്നതിനുള്ള പ്രവർത്തനങ്ങളും സംഘടിപ്പിച്ചു. സ്ത്രീകൾക്കുവേണ്ടി ഡിഫൻസ് കമ്മിറ്റികൾ സംഘടിപ്പിക്കേണ്ടിടത്ത് അതും ചെയ്തു. എല്ലാവർഷങ്ങളിലും നവരാത്രി ആഘോഷവേളകളിൽ അവർ സംഘടിപ്പിച്ച സാംസ്കാരിക സംഘടനകൾ പല സാംസ്കാരിക പരിപാടികളിലും പങ്കെടുത്ത് സമ്മാനങ്ങൾ നേടിയിട്ടുണ്ട്.

നൃപൻ ചക്രവർത്തി

1905 - 2004

ഉജ്വലനായ സ്വാതന്ത്ര്യസമരസേനാനി, ബംഗാളിലെയും ത്രിപുരയിലെയും കമ്യൂണിസ്റ്റ് പ്രസ്ഥാനത്തിന്റെ ആദ്യപഥികരിലൊരാൾ, തൊഴിലാളികളെയും കൃഷിക്കാരെയും സംഘടിപ്പിച്ച് അവരുടെ എണ്ണമറ്റ സമരങ്ങൾക്ക് നേതൃത്വം നൽകിയ പോരാളി, പത്രപ്രവർത്തകനും എഴുത്തുകാരനും, ദീർഘകാലം ത്രിപുരയുടെ മുഖ്യമന്ത്രി – ഇപ്രകാരം ബഹുമുഖ വ്യക്തിത്വത്തിന്റെ ഉമടയായിരുന്നു നൃപൻചക്രവർത്തി.

ബംഗാളിൽ ജനിച്ച്, ത്രിപുരയിലെ സായുധസമരത്തെ സഹായിക്കാൻ അങ്ങോട്ട് പോയ നൃപൻദാ ഗിരിവർഗനേതാവ് ദശരഥ്ദേബിനോടൊപ്പം ആ സംസ്ഥാനത്തെ ജനങ്ങളുടെ പ്രിയങ്കരനായ നേതാവായി മാറുകയായിരുന്നു. ത്രിപുരയിൽ ബംഗാളികളെയും ഗിരിവർഗക്കാരെയും ബന്ധിപ്പിക്കുന്ന ഒരു കണ്ണിയായി പ്രവർത്തിച്ചു അദ്ദേഹം. ലളിതജീവിതത്തിലൂടെ, നിസ്വാർഥമായ പ്രവർത്തനത്തിലൂടെ അദ്ദേഹം ആ വടക്കു-കിഴക്കൻ സംസ്ഥാനത്തിലെ ജനങ്ങളുടെ വിശ്വാസമാർജിച്ചു.

ഇപ്പോൾ ബംഗ്ലാദേശിലുൾപ്പെട്ട ബിക്രംപൂർ പർഗാനയിലെ ഔട്ട്ഷാഹി ഗ്രാമത്തിൽ 1905–ൽ നൃപൻചക്രവർത്തി ജനിച്ചു. ഔട്ട്ഷാഹി അപ്പോൾ പതിനായിരത്തോളം ജനസംഖ്യയുണ്ടായിരുന്ന ഒരു കൊച്ചു ഗ്രാമം. അതിനുചുറ്റും അനേകം കൊച്ചുകൊച്ചു ഗ്രാമങ്ങൾ. ജനങ്ങളിലധികവും മുസ്ലിങ്ങൾ. നൃപൻദാ ജനിച്ചത് ഒരു ബ്രാഹ്മണകുടുംബത്തിലായിരുന്നുവെങ്കിലും പലതരം ആചാരാനുഷ്ഠാനങ്ങളിൽനിന്നും കുടുംബം വിമുക്തമായിരുന്നു. കുടുംബത്തിലെ ആരും അയിത്തം അനുഷ്ഠിച്ചില്ല. പല കാര്യങ്ങളിലും കുടുംബം പുരോഗമനസ്വഭാവം പുലർത്തി.

പിതാവ് രാജ്കുമാർ ചക്രവർത്തി. മാതാവ് ഉത്തംസുന്ദരി ദേവി. കുടുംബത്തെക്കുറിച്ച് നൃപൻദായുടെ ജ്യേഷ്ഠ സഹോദരൻ കൃഷ്ണപദ ചക്രവർത്തി പറയുന്നത് നോക്കുക:

> ഒരു യൂറോപ്യൻസ്ഥാപനത്തിനു കീഴിൽ പണം വാങ്ങുന്ന ആളായി അച്ഛൻ ജോലി നോക്കി. ഞങ്ങൾ എട്ട് സഹോദരന്മാരും രണ്ട് സഹോദരികളുമായിരുന്നു. മൂത്തസഹോദരൻ ബിസിനസിലേർപ്പെട്ടു. അടുത്ത ആൾ ദേബേന്ദ്രകുമാർ ചക്രവർത്തി കുറച്ചുകാലം പ്രസിദ്ധമായ *ജുഗാന്തറി*ന്റെ സബ്എഡിറ്ററായി ജോലി നോക്കി. എങ്കിലും അദ്ദേഹം കോൺഗ്രസുകാരനായിരുന്നു. മൂന്നാമത്തെ ആൾ നന്ദലാൽ ചക്രവർത്തി എം ബി ബി എസ് പഠിച്ച് ഡോക്ടറായി. നാലാമത്തെ ആളായ മുകുന്ദലാൽ ചക്രവർത്തി കൽക്കത്തയിലെ ബംഗബാസി കോളേജിൽ ബോട്ടണി പ്രൊഫസറായി ജോലി നോക്കി. അഞ്ചാമത്തെ സഹോദരൻ എഞ്ചിനീയറായിരുന്നു. ആറാമത്തെ ആളാണ് ഞാൻ. ഞാൻ വിപ്ലവ രാഷ്ട്രീയത്തിൽ പങ്കെടുത്തു. ഇപ്പോഴും കമ്യൂണിസ്റ്റ് പ്രസ്ഥാനത്തിൽ പ്രവർത്തിക്കുന്നു. അടുത്തത് ത്രിപുരയിലെ മുൻ മുഖ്യമന്ത്രിയും ആ സംസ്ഥാനത്ത് ഇപ്പോൾ പ്രമുഖ സി പി എം നേതാവുമായ നൃപൻ ചക്രവർത്തി. ഏറ്റവും ഇളയ സഹോദരൻ ഭൂപൻ ചക്രവർത്തി. (*ഇൻട്രോസ്പെക്ട്*, സഞ്ചിക 3, പേജ് 260)

ഔട്ട്ഷാഹി ഗ്രാമത്തിൽ അക്കാലത്തുതന്നെ ഒരു ഹൈസ്കൂളും ധാരാളം സാക്ഷരരുമുണ്ടായിരുന്നു. പഠിക്കാൻ മിടുക്കനായിരുന്ന നൃപൻദാ നല്ല മാർക്കോടെ സ്കൂൾ വിദ്യാഭ്യാസം പൂർത്തിയാക്കി. ക്ലാസിൽ പഠിക്കേണ്ട പുസ്തകങ്ങൾ മാത്രമല്ല, മറ്റു പുസ്തകങ്ങളും വായിക്കുന്ന ശീലം വളർത്തിയെടുത്തു. ഗ്രാമത്തിൽ നല്ലൊരു ലൈബ്രറിയുണ്ടായിരുന്നു. അവിടെനിന്ന് പല വിഷയങ്ങളെക്കുറിച്ചുമുള്ള പുസ്തകങ്ങൾ എടുത്ത് വായിക്കും. സ്കൂളിൽ പഠിക്കുമ്പോൾത്തന്നെ രാഷ്ട്രീയത്തിലും താൽപ്പര്യം ജനിച്ചു. വീട്ടിലെ സാഹചര്യവും അതിന് അനുകൂലമായിരുന്നു. മഹാത്മാഗാന്ധി നിസ്സഹകരണപ്രസ്ഥാനത്തിന് ആഹ്വാനം നൽകിയപ്പോൾ ഒമ്പതാംക്ലാസ് വിദ്യാർഥിയായിരുന്ന ജ്യേഷ്ഠൻ കൃഷ്ണപദ ചക്രവർത്തി മറ്റു വിദ്യാർഥികളോടൊപ്പം സ്കൂൾ ബഹിഷ്കരിച്ചു. ഏറ്റവും മൂത്ത ജ്യേഷ്ഠനും സ്കൂൾ ബഹിഷ്കരണത്തിൽ പങ്കെടുത്തു. നിസ്സഹകരണപ്രസ്ഥാനം പിൻവലിച്ചതിനുശേഷം അവർ വീണ്ടും സ്കൂളിൽ ചേരുകയായിരുന്നു. സ്കൂളിന് പുറത്തുനിന്ന കാലയളവിൽ അവർ ഗ്രാമത്തിൽ കോൺഗ്രസിന്റെ ഒരു ഘടകം രൂപീകരിച്ച് പ്രവർത്തിച്ചു.

സ്കൂൾ വിദ്യാഭ്യാസം പൂർത്തിയാക്കിയതിനുശേഷം ഢാക്ക യൂണിവേഴ്സിറ്റിയിൽ ചേർന്നു. അവിടെ നിന്ന് ഡിസ്റ്റിങ്ഷനോടെ ബി എ പാസായി. തുടർന്ന് ഉപരിപഠനത്തിനായി കൽക്കത്തയിൽ എത്തി. കൊൽക്കത്ത യൂണിവേഴ്സിറ്റിയിൽനിന്ന് സാമ്പത്തികശാസ്ത്രത്തിൽ എം എ

പാസായി. തുടർന്ന് നിയമപഠനത്തിനു ചേർന്നെങ്കിലും അത് പൂർത്തിയാക്കിയില്ല.

കോൺഗ്രസിലൂടെ രാഷ്ട്രീയപ്രവർത്തനത്തിന് തുടക്കം കുറിച്ചു. തുടക്കത്തിൽ വലിയ ഗാന്ധിഭക്തനായിരുന്നു. അതാണ് ലളിതജീവിതം നയിക്കാൻ പ്രചോദനമായത്. ജീവിതത്തിലെ ലാളിത്യം ഗാന്ധിസത്തോട് വിടപറഞ്ഞപ്പോഴും തുടർന്നു. 1930-ൽ ഗാന്ധിജി നിയമലംഘന പ്രസ്ഥാനമാരംഭിച്ചപ്പോൾ ധാക്കയിൽ നിയമം ലംഘിച്ച് അറസ്റ്റുവരിച്ചു. ആദ്യത്തെ അറസ്റ്റ്. 1931-ൽ അരോബാഗിൽ നടന്ന നിയമലംഘനപ്രക്ഷോഭത്തിലും പങ്കെടുത്ത് അറസ്റ്റിലായി.

ഗാന്ധിജി നിയമലംഘന പ്രസ്ഥാനം പിൻവലിച്ചപ്പോൾ രാജ്യത്തെ യുവാക്കളാകെ നിരാശരായി. അവരിൽ പലരും രാജ്യത്തിന്റെ മോചനത്തിനായി പുതിയ മാർഗങ്ങൾ ആരായാൻ തുടങ്ങി. അക്കൂട്ടത്തിൽ ഒരു ചെറുപ്പക്കാരനായിരുന്നു നൃപൻദാ. അദ്ദേഹത്തിന്റെ ശ്രദ്ധ തൊഴിലാളികളുടെ ഇടയിലേക്ക് തിരിഞ്ഞു. 1932-33 കാലത്ത് തൊഴിലാളികളെ സംഘടിപ്പിക്കുകയും അവരുടെ സമരങ്ങൾക്ക് നേതൃത്വം നൽകുകയും ചെയ്യുന്ന ഒട്ടേറെ ഗ്രൂപ്പുകൾ ഉയർന്നുവന്നു. അവയിൽ ഒന്ന് ഡോ. പ്രഫുല്ല ഘോഷിന്റെയും ഡോ. സുരേഷ് ബാനർജിയുടെയും നേതൃത്വത്തിലുള്ള അഭയ് ആശ്രമത്തിന്റെ നിയന്ത്രണത്തിലായിരുന്നു. ആ ഗ്രൂപ്പ് ഗാന്ധിജിയുടെ അഹമ്മദാബാദ് പൽ മസ്ദൂർ യൂണിയനുമായി ബന്ധപ്പെട്ട് ബംഗാൾ പ്രദേശ് ലേബർ അസോസിയേഷൻ രൂപവൽക്കരിച്ചു. നൃപൻദാ ലേബർ അസോസിയേഷന്റെ പ്രധാന പ്രവർത്തകനായി. അതിൽ പ്രവർത്തിച്ചുകൊണ്ടിരിക്കെ സോഷ്യലിസ്റ്റ് ആദർശങ്ങളിൽ ആകൃഷ്ടനായി. അതുകൊണ്ട് കോൺഗ്രസ് സോഷ്യലിസ്റ്റ് പാർട്ടി (സി എസ് പി)യുടെ ബംഗാൾ ഘടകം രൂപംകൊണ്ടപ്പോൾ അതിൽ അംഗമാവുക മാത്രമല്ല, ഹിരൺമുഖർജിയോടൊപ്പം അതിന്റെ ജോയിന്റ് സെക്രട്ടറിമാരിൽ ഒരാളായി തിരഞ്ഞെടുക്കപ്പെടുകപോലും ചെയ്തു. സി എസ് പി തൊഴിലാളികളെയും കൃഷിക്കാരെയും സംഘടിപ്പിക്കുന്ന പ്രവർത്തനത്തിൽ ഏർപ്പെട്ടപ്പോൾ തൊഴിലാളിരംഗത്തെ പ്രവർത്തനം നൃപൻദാ ഊർജസ്വലമായി തുടർന്നു. ചണമിൽ തൊഴിലാളികളെ സംഘടിപ്പിക്കാൻ ഒരു ചണമില്ലിൽ കുറച്ചുകാലം ജോലി നോക്കി. ചണമിൽ തൊഴിലാളികളെ സംഘടിപ്പിക്കുന്നതോടൊപ്പം കോർപ്പറേഷൻ തൊഴിലാളികളെയും കുടനിർമാണ തൊഴിലാളികളെയും സംഘടിപ്പിക്കുന്ന പ്രവർത്തനത്തിലും ഏർപ്പെട്ടു.

1936-ൽ ജയിൽവിമുക്തനായ പി സി ജോഷി ഇന്ത്യൻ കമ്യൂണിസ്റ്റുപാർട്ടി ജനറൽ സെക്രട്ടറിയായി തിരഞ്ഞെടുക്കപ്പെട്ടു. അദ്ദേഹം പാർട്ടി കേന്ദ്രം ബോംബെയിൽ നിന്ന് കൽക്കത്തയിലേക്ക് മാറ്റി. ഇതോടെ ബംഗാളിലെ വിവിധ സംഘടനകളുടെയും ഗ്രൂപ്പുകളുടെയും നേതാക്കളുമായി നിരന്തരം ബന്ധപ്പെടാൻ അദ്ദേഹത്തിന് അവസരം കിട്ടി. അങ്ങനെ ബന്ധപ്പെട്ടവരിലൊരാൾ നൃപൻ ചക്രവർത്തി. ദിവസങ്ങളോളം നീണ്ടു

നിന്ന ചർച്ചയുടെ ഫലമായി അദ്ദേഹത്തെ കമ്യൂണിസ്റ്റുപാർട്ടിയിൽ ചേർക്കുന്നതിൽ ജോഷി വിജയിച്ചു. താമസിയാതെ അദ്ദേഹത്തെയും ലേബർ അസോസിയേഷന്റെ മറ്റൊരു നേതാവ് കമൽ സർക്കാരിനെയും ബംഗാൾ പ്രവിശ്യാ കമ്മിറ്റിയിൽ അംഗങ്ങളാക്കി.

1938–ലെ ഒക്ടോബർ–നവംബർ മാസങ്ങളിൽ പാർട്ടി ജില്ലാ സമ്മേളനങ്ങളുടെ നാളുകൾ. ജില്ലാ സമ്മേളനങ്ങൾ പൂർത്തിയാക്കിയതിനു ശേഷം ഫ്രഞ്ച് അധീന പ്രദേശമായ ചന്ദൻനഗറിൽ പാർട്ടിയുടെ രണ്ടാം സംസ്ഥാനസമ്മേളനം. അന്ന് ബംഗാളിലാകെയുള്ള പാർട്ടി മെമ്പർമാർ 240. അവരെ പ്രതിനിധീകരിച്ച് 47പേർ പങ്കെടുത്ത സമ്മേളനം നൃപൻദായെ പാർട്ടിയുടെ സംസ്ഥാനസെക്രട്ടറിയായി തെരഞ്ഞെടുത്തു. മുസഫർ അഹമ്മദ്, അബ്ദുൾ ഹലിം, സോമനാഥ് ലാഹിരി, രണേൻ സെൻ തുടങ്ങിയവർ ആ കമ്മിറ്റിയിലെ അംഗങ്ങൾ.

1935–ൽ രണ്ടാം ലോകമഹായുദ്ധം പൊട്ടിപ്പുറപ്പെട്ടു. 1934മുതൽ പാർട്ടിയുടെമേൽ നിരോധനമുണ്ടായിരുന്നുവെങ്കിലും യുദ്ധം തുടങ്ങുന്നതുവരെ, പ്രത്യേകിച്ചും 1937–39കാലത്ത്, പരസ്യപ്രവർത്തനമാണ് നടത്തിയത്. യുദ്ധം തുടങ്ങിയതോടെ രഹസ്യപ്രവർത്തനത്തിന് സംവിധാനമുണ്ടാക്കി. അതിന്റെ ചുമതല അതിനകം ഒളിവിൽപ്പോയ നൃപൻ ദായ്ക്കായിരുന്നു. യുദ്ധത്തിനെതിരെ ജനങ്ങളെ അണിനിരത്തുന്നതിൽ അദ്ദേഹവും പാർട്ടിയും മുഴുകി. ഇതിനിടയിൽ 1940–ൽ ഉത്തര കൽക്കത്തയിലെ ഒരു ഒളിവുസങ്കേതത്തിൽ നിന്ന് അദ്ദേഹം അറസ്റ്റ് ചെയ്യപ്പെട്ടു. ഏതാനും ദിവസം കഴിഞ്ഞപ്പോൾ കുപ്രസിദ്ധമായ ഹിജ്‌ലി തടവ് ക്യാമ്പിലേക്ക് മാറ്റി. 1941–ൽ പാഞ്ചുഗോപാൽ ദാദുരി തുടങ്ങിയ ചില സഖാക്കളോടൊപ്പം സാഹസികമായി ആ ക്യാമ്പിൽ നിന്ന് രക്ഷപ്പെട്ടു. വീണ്ടും ഒളിവ് പ്രവർത്തനത്തിൽ മുഴുകി.

1942–ൽ പാർട്ടിയുടെമേലുള്ള നിരോധനം ബ്രിട്ടീഷ് ഗവൺമെന്റ് പിൻവലിച്ചു. എങ്കിലും തടവുചാടിയതിന്റെ പേരിൽ നൃപൻദായുടെ പേരിലുള്ള കേസ് പിൻവലിച്ചില്ല. 1943–ൽ ബോംബെയിൽ നടന്ന ഒന്നാം പാർട്ടി കോൺഗ്രസിനുശേഷം ഒളിവിൽ നിന്ന് പുറത്തുവന്നു. കൽക്കത്ത ജില്ലാ കമ്മിറ്റി സംഘടിപ്പിക്കുന്ന ചുമതല ഏറ്റു.

ബംഗാളിനുപുറത്തും പാർട്ടി കെട്ടിപ്പടുക്കുന്നതിന് ഇക്കാലത്ത് ഗണ്യമായ സംഭാവന നൽകി. ഒറീസയിൽ പാർട്ടി കെട്ടിപ്പടുക്കാൻ കേന്ദ്ര നേതൃത്വം നിയോഗിച്ചത് അദ്ദേഹത്തെ ആയിരുന്നു. ആദ്യം കൽക്കത്തയിലെ ഒറിയക്കാരെ ചേർത്ത് ഒരു സെൽ രൂപവൽക്കരിച്ചതിനുശേഷം അവരെ ഉപയോഗിച്ച് ഒറീസയിൽ പാർട്ടി സംഘടിപ്പിക്കുകയായിരുന്നു. ജയിൽ വിമുക്തരായ വിപ്ലവകാരികളുമായി ബന്ധപ്പെട്ട് അസമിൽ കമ്യൂണിസ്റ്റു പാർട്ടി ഘടകം രൂപവൽക്കരിക്കുന്നതിന് മുൻകൈ എടുത്തതും നൃപൻദാ തന്നെ.

പത്രപ്രവർത്തനത്തിൽ അത്യന്തം താൽപ്പര്യം പ്രകടിപ്പിച്ച നൃപൻദാ കമ്യൂണിസ്റ്റുപാർട്ടിയിൽ അംഗമാകുമ്പോൾ *ആനന്ദബസാർ പത്രിക*യിൽ

സബ് എഡിറ്റർ. 1945–ൽ പാർട്ടി ബംഗാൾ ഘടകത്തിന്റെ മുഖപത്രമായി *സ്വാധീനത* ആരംഭിച്ചപ്പോൾ അതിന്റെ പത്രാധിപസമിതി അംഗമായി. സോമനാഥ് ലാഹിരിയായിരുന്നു പത്രത്തിന്റെ എഡിറ്ററെങ്കിലും പ്രധാന ചുമതലകളെല്ലാം നൃപൻദാ നിർവഹിച്ചു. 1948–ൽ പാർട്ടി നിരോധിക്കപ്പെട്ടപ്പോൾ വീണ്ടും ഒളിവിൽ പോയി.

സ്വാതന്ത്ര്യം ലഭിച്ച് അധികം കഴിയുന്നതിനുമുമ്പ് കൊൽക്കത്തയിലെ പാർട്ടി ഓഫീസിനടുത്തുവച്ച് അദ്ദേഹത്തെ വധിക്കാൻ ശ്രമം നടന്നു. മരിച്ചുവെന്ന് കരുതി കോൺഗ്രസ് ഗുണ്ടകൾ അദ്ദേഹത്തെ റോഡിൽ ഉപേക്ഷിച്ച് പോവുകയായിരുന്നു. തിരിച്ചറിഞ്ഞ ചില പാർട്ടി അനുഭാവികൾ അദ്ദേഹത്തെ പെട്ടെന്ന് ആശുപത്രിയിലെത്തിച്ചതിനാൽ രക്ഷപ്പെട്ടു.

കാക്കദ്വീപിലെ സായുധ ചെറുത്തുനിൽപ്പ് പ്രസ്ഥാനത്തിന്റെ സംഘാടകരിലൊരാളായിരുന്നു നൃപൻദാ. 1950–ൽ കേന്ദ്ര നേതൃത്വം അദ്ദേഹത്തെ ത്രിപുരയിലേക്ക് നിയോഗിച്ചു. അപ്പോൾ അവിടെ ഗിരിവർഗക്കാരുടെ സായുധ പോരാട്ടം നടക്കുകയായിരുന്നു. ദശരഥ്ദേബ്, ബിരൺ ദത്ത തുടങ്ങിയ നേതാക്കളോടൊപ്പം അദ്ദേഹവും ഒളിവിലിരുന്ന് സായുധ സമരത്തിന് നേതൃത്വം നൽകി. അതിലൂടെ ഗിരിവർഗക്കാരുടെയും പ്രിയങ്കരനായ നേതാവായി അദ്ദേഹമുയർന്നു. സായുധസമരത്തിന് തിരശീല വീഴുമ്പോഴേക്കും അവിടെ സുശക്തമായ ഒരു കമ്യൂണിസ്റ്റുപാർട്ടി രൂപംകൊണ്ടുകഴിഞ്ഞിരുന്നു.

1952–ലെ ഒന്നാം പൊതുതിരഞ്ഞെടുപ്പിൽ പങ്കെടുക്കാൻ കമ്യൂണിസ്റ്റ് പാർട്ടി തീരുമാനിച്ചു. അപ്പോൾ കമ്യൂണിസ്റ്റുനേതാക്കളിൽ പലരും ഒളിവിലായിരുന്നു. പാർട്ടിക്കെതിരായ അടിച്ചമർത്തൽ നടപടികൾ അവസാനിച്ചുകഴിഞ്ഞിരുന്നില്ല. ജ്യോതിബസു, മുസഫർ അഹമ്മദ്, എസ് എ ഡാങ്കെ എന്നിവർ പ്രസംഗിക്കേണ്ടിയിരുന്ന യോഗത്തിനുപോലും അനുമതി നിഷേധിക്കപ്പെട്ടു. എങ്കിലും തിരഞ്ഞെടുപ്പിൽ പാർട്ടി ഗംഭീര വിജയം നേടി. അപ്രകാരം വിജയിക്കാൻ കഴിയത്തക്കവിധം പാർട്ടിയെ സുസജ്ജമാക്കിയതിൽ നൃപൻദാ വഹിച്ച പങ്ക് ചെറുതല്ല. തിരഞ്ഞെടുപ്പോടെ ത്രിപുരയിലാകെ അറിയപ്പെടുന്ന നേതാവായി അദ്ദേഹമുയർന്നു. 1957–ലെ തിരഞ്ഞെടുപ്പിൽ പാർട്ടിക്ക് ചെറിയ തിരിച്ചടിയുണ്ടായെങ്കിലും 1962–ൽ ശക്തി വീണ്ടെടുത്തു. ഇന്ത്യാ–ചൈനാ അതിർത്തി സംഘട്ടനത്തിന്റെ പശ്ചാത്തലത്തിൽ സംസ്ഥാനത്തെ കമ്യൂണിസ്റ്റ് നേതാക്കളെ ഒന്നടങ്കം തടവിലാക്കി. നൃപൻദായെ ബിഹാറിലെ ഭഗൽപൂർ ജയിലിലാണ് പാർപ്പിച്ചത്. പ്രക്ഷോഭകൻ എന്ന നിലയിൽ 1966–67–ലെ ഭക്ഷ്യ പ്രക്ഷോഭകാലത്തും ഗവൺമെന്റ് ജീവനക്കാരുടെ 1974–ലെ അനിശ്ചിതകാല പണിമുടക്കു കാലത്തും അടിയന്തരാവസ്ഥ പ്രഖ്യാപിക്കപ്പെട്ടുകഴിഞ്ഞപ്പോഴും ഗവൺമെന്റ് അദ്ദേഹത്തെ പിടിച്ച് തടവിലിട്ടു. അടിയന്തരാവസ്ഥയിൽ വെല്ലൂർ ജയിലിലാണ് പാർപ്പിച്ചത്.

1957–ൽ ത്രിപുര ടെറിറ്റോറിയൽ കൗൺസിലിലേക്ക് നൃപൻദാ തിരഞ്ഞെടുക്കപ്പെട്ടു. 1962–ൽ പ്രതിപക്ഷ നേതാവായി. ത്രിപുരയ്ക്ക് സമ്പൂർ

ണമായ സംസ്ഥാന പദവി ലഭിച്ചപ്പോൾ 1972-ൽ സംസ്ഥാന നിയമസഭയിലെ അംഗമായി. പിന്നെ 1998വരെ നിയമസഭാംഗമായിരുന്നു. സി പി ഐ (എം) രൂപം കൊള്ളുന്നതിനു തൊട്ടുമുമ്പ് അദ്ദേഹം ജയിലിലായിരുന്നു. അതിനാൽ കൽക്കത്തയിൽ ചേർന്ന സി പി ഐ എമ്മിന്റെ ഏഴാം കോൺഗ്രസിൽ നൃപൻദാ ഉൾപ്പെടെയുള്ള സഖാക്കൾക്ക് പങ്കെടുക്കാൻ കഴിഞ്ഞില്ല. എങ്കിലും പാർട്ടി പിളർന്നപ്പോൾ ത്രിപുരയിലെ പാർട്ടി ഘടകം ഒന്നടങ്കം എന്നുതന്നെ പറയാം, സി പി ഐ എമ്മിനു പിന്നിൽ അണിനിരന്നു. 1967-ൽ ഇന്ത്യയിലാകെ കോൺഗ്രസിന് ക്ഷീണം സംഭവിച്ചപ്പോഴും ത്രിപുരയിൽ ആ കക്ഷി മുന്നേറുകയായിരുന്നു. എന്നാൽ, 1971-ൽ അതിന് കനത്ത ക്ഷീണം സംഭവിച്ചു. സി പി ഐ (എം) ന് മുമ്പ് നഷ്ടപ്പെട്ടുപോയ രണ്ട് ലോകസഭാ സീറ്റും പാർട്ടി തിരിച്ചുപിടിച്ചു.

1975-ൽ അടിയന്തരാവസ്ഥ പ്രഖ്യാപിക്കുന്നതിനു മുമ്പുതന്നെ സി പി ഐ (എം)നെതിരായ ആക്രമണം ത്രിപുരയിൽ തുടങ്ങിയിരുന്നു. ആ ഘട്ടത്തിൽ കോൺഗ്രസിനകത്ത് ഗുരുതരമായ അഭിപ്രായവ്യത്യാസം വളർന്നുവരികയും ഒരു വിഭാഗം എം എൽ എമാർ പ്രതിപക്ഷത്തോട് ചേർന്ന് ഗവൺമെന്റിനെതിരായി അവിശ്വാസപ്രമേയം അവതരിപ്പിക്കുകയും ചെയ്യുന്ന സ്ഥിതി സംജാതമായി. അതിനെ പരാജയപ്പെടുത്തുന്നതിനായി പ്രതിപക്ഷനേതാവ് നൃപൻ ചക്രവർത്തി ഉൾപ്പെടെയുള്ള സി പി ഐ (എം) എം എൽ എമാരെ സംസ്ഥാന ഗവൺമെന്റ് അറസ്റ്റുചെയ്തു. അടിയന്തരാവസ്ഥ പിൻവലിക്കുന്നതുവരെ അവരെ വിട്ടയയ്ക്കുകയുണ്ടായില്ല. ഈ ജയിൽവാസമുൾപ്പെടെ പല തവണകളായി 18 വർഷം നൃപൻദായ്ക്ക് ജയിലിൽ കഴിയേണ്ടിവന്നു.

1977-ലെ ലോകസഭാ തിരഞ്ഞെടുപ്പിനെത്തുടർന്ന് ആദ്യം സി എഫ് ഡി-സി പി ഐ (എം) കൂട്ടുമന്ത്രിസഭയും പിന്നെ ജനത-സി പി ഐ (എം) കൂട്ടുമന്ത്രിസഭയും അധികാരത്തിൽ വന്നെങ്കിലും രണ്ടിനും അൽപ്പായുസ്സേ ഉണ്ടായുള്ളൂ. രണ്ടിലും നൃപൻദാ അംഗമായി. 1977 ഡിസംബർ 31-ന് നടന്ന നിയമസഭാ തിരഞ്ഞെടുപ്പ് ചരിത്രം സൃഷ്ടിച്ചു. 56 അംഗ നിയമസഭയിൽ നാലു സീറ്റൊഴികെ ബാക്കിയെല്ലാം സി പി ഐ (എം) നേതൃത്വത്തിലുള്ള ഇടതുമുന്നണി പിടിച്ചടക്കി. നൃപൻ ചക്രവർത്തിയുടെ നേതൃത്വത്തിലുള്ള മന്ത്രിസഭ 1978 ജനുവരി അഞ്ചിന് സത്യവാചകം ചൊല്ലി അധികാരമേറ്റു. കാലാവധി പൂർത്തിയാക്കിയതിനുശേഷം വീണ്ടും തിരഞ്ഞെടുപ്പിനെ നേരിട്ട ഇടതുപക്ഷമുന്നണി ഗവൺമെന്റിനെ ജനങ്ങൾ വീണ്ടും അധികാരത്തിലേറ്റി.

എന്നാൽ, അടുത്ത തിരഞ്ഞെടുപ്പായപ്പോഴേക്കും എന്ത് ഹീനമാർഗമുപയോഗിച്ചും ത്രിപുരയിലെ ഭരണം പിടിച്ചടക്കാൻ കോൺഗ്രസ് (ഐ) തീരുമാനിച്ചു. പട്ടാളത്തിന്റെ പിൻബലത്തോടെ തിരഞ്ഞെടുപ്പ് കൃത്രിമം കാണിച്ച് ആ തീരുമാനം അവർ നടപ്പാക്കി. അങ്ങനെ കോൺഗ്രസ് (ഐ)-ടി യു ജെ എസ് ഗവൺമെന്റ് അവിടെ അധികാരത്തിൽ വന്നു. നൃപൻദാ പ്രതിപക്ഷ നേതാവായി. കുറച്ചുകഴിഞ്ഞപ്പോൾ അദ്ദേഹം തൽസ്ഥാനം

ഒഴിഞ്ഞു. ദശരഥ്ദേബ് പ്രതിപക്ഷ നേതാവായി. രണ്ടു തവണകളിലായി പത്തുവർഷം തുടർച്ചയായി ഇടതുപക്ഷ ഗവൺമെന്റിന് നേതൃത്വം നൽകിക്കൊണ്ട് ത്രിപുര ജനതയുടെ നാനാമുഖമായ വളർച്ചയ്ക്ക് നൃപൻദാ അടിത്തറ പാകി. ത്രിപുര പല മേഖലകളിലും കൈവരിച്ച വിജയത്തിന് നൃപൻദായോട് കടപ്പെട്ടിരിക്കുന്നു.

1966മുതൽ 1976വരെ പാർട്ടിയുടെ സംസ്ഥാന സെക്രട്ടറിയായിരുന്നു നൃപൻദാ. 1977–ൽ മധുരയിൽ നടന്ന സി പി ഐ (എം) ന്റെ ഒൻപതാം കോൺഗ്രസ് നൃപൻദായെ കേന്ദ്രകമ്മിറ്റിയിലേക്ക് തിരഞ്ഞെടുത്തു. 1989–ൽ തിരുവനന്തപുരത്ത് നടന്ന പതിമൂന്നാംകോൺഗ്രസ് പൊളിറ്റ് ബ്യൂറോയിലേക്കും.

1995–ൽ നൃപൻദാ പാർട്ടി അച്ചടക്കം ലംഘിച്ചു. അതുകൊണ്ട് അദ്ദേഹത്തെ പ്രാഥമികഅംഗത്വത്തിൽനിന്ന് പുറത്താക്കാൻ സി പി ഐ (എം) നിർബന്ധിതമായി. ആരും പാർട്ടിക്ക് അതീതരല്ല എന്ന തത്വത്തിന് അനുരോധമായി ഇങ്ങനെ അസന്തുഷ്ടമായ തീരുമാനം പാർട്ടിക്ക് കൈക്കൊള്ളേണ്ടിവന്നു. എന്നാൽ പാർട്ടിയിൽനിന്ന് പുറത്താക്കിയതിനുശേഷവും ത്രിപുരയിലെ പാർട്ടി സഖാക്കൾ അദ്ദേഹത്തെ സംരക്ഷിച്ചു. രോഗം മൂർച്ഛിച്ചതിനെത്തുടർന്ന് അവർ അദ്ദേഹത്തെ കൽക്കത്തയിലെ ആശുപത്രിയിലെത്തിച്ചു. പാർട്ടിക്ക് നൽകിയ സംഭാവനകൾ പരിഗണിച്ച് അദ്ദേഹത്തിന്റെ പ്രാഥമികാംഗത്വം പുനഃസ്ഥാപിക്കാൻ 2004 ഡിസംബർ 24–ന് സി പി ഐ (എം) പൊളിറ്റ് ബ്യൂറോ തീരുമാനിച്ചു. 2004 ഡിസംബർ 25–ന് സംഭവബഹുലവും ഐതിഹാസികവുമായ ആ ജീവിതത്തിന് തിരശീല വീണു.

പാഞ്ചു ഗോപാൽ ഭാദുരി

1907 - 1973

ബംഗാളിലെ ആദ്യകാല കമ്യൂണിസ്റ്റു നേതാക്കളിൽ പ്രമുഖനായിരുന്നു പാഞ്ചു ഗോപാൽ ഭാദുരി. സംസ്ഥാനത്ത് കമ്യൂണിസ്റ്റുപ്രസ്ഥാനം കെട്ടിപ്പടുത്തതിലും ഒരു തലമുറയിൽപ്പെട്ട കേഡർമാരെ വളർത്തിയെടുത്തതിലും അദ്ദേഹം വഹിച്ച പങ്ക് സുപ്രധാനം.

1907–ൽ ജനിച്ചു. പഠിക്കുമ്പോൾ ദേശീയ വിപ്ലവപ്രസ്ഥാനത്തിൽ ആകൃഷ്ടനായി. കൽക്കത്ത യൂണിവേഴ്സിറ്റിയിൽ എം എസ് സി വിദ്യാർഥിയായിരിക്കെ ഉജ്വലമായ അക്കാദമിക കരിയർ ഉപേക്ഷിച്ച് ദേശീയസമരത്തിലേക്ക് എടുത്തുചാടി. 1930–ൽ അറസ്റ്റിലായി. ഏഴുവർഷം തടവിൽ കഴിയേണ്ടിവന്നു. ദേവലി ക്യാമ്പിലായിരിക്കെ ഭവാനിസെൻ തുടങ്ങിയവരോടൊപ്പം കമ്യൂണിസ്റ്റ് കൺസോളിഡേഷനിൽ ചേർന്നു.

രാഷ്ട്രീയത്തടവുകാരെ മോചിപ്പിക്കണം എന്നാവശ്യപ്പെട്ട് ബംഗാളിൽ വമ്പിച്ച പ്രക്ഷോഭം. വിദ്യാർഥികളായിരുന്നു ആ പ്രക്ഷോഭത്തിന്റെ മുമ്പിൽ. അതിനെത്തുടർന്ന് ജയിൽ മോചിതനായി. കമ്യൂണിസ്റ്റുപാർട്ടിയുമായി ബന്ധപ്പെട്ടു. തൊഴിലാളികൾക്കിടയിൽ പ്രവർത്തിക്കാൻ നിർദേശം കിട്ടി. അപ്രകാരം പ്രവർത്തിക്കുന്നതിനിടയിൽ 1938–ൽ പാർട്ടി അംഗത്വം ലഭിച്ചു. ആ വർഷം ഒരു ഫ്രഞ്ചധീന പ്രദേശമായ ചന്ദൻനഗറിൽ പാർട്ടിയുടെ രഹസ്യസമ്മേളനം. അദ്ദേഹത്തെ പാർട്ടിയുടെ പ്രവിശ്യാ കമ്മിറ്റി സെക്രട്ടറിയായി തെരഞ്ഞെടുത്തു.

കമ്യൂണിസ്റ്റ് പ്രവർത്തനം നടത്തുമ്പോൾത്തന്നെ ഇന്ത്യൻ നാഷണൽ കോൺഗ്രസിലും പ്രവർത്തിക്കുന്നുണ്ടായിരുന്നു. ഇക്കാലത്ത്

കോൺഗ്രസിന്റെ അസിസ്റ്റന്റ് സെക്രട്ടറിയായും തെരഞ്ഞെടുക്കപ്പെട്ടു. ബംഗാളിലെ കോൺഗ്രസുകാർ അദ്ദേഹത്തെ എ ഐ സി സിയിലേക്ക് തെരഞ്ഞെടുത്തു.

1939 അവസാനമാണല്ലോ രണ്ടാം ലോകമഹായുദ്ധം പൊട്ടിപ്പുറപ്പെട്ടത്. ഗവൺമെന്റ് പാർട്ടിക്കെതിരെ തിരിഞ്ഞു. പാഞ്ചു ഗോപാൽ ഭാദുരിയെ അറസ്റ്റുചെയ്ത് നാടുകടത്തി. എന്നാൽ അദ്ദേഹം നാടുകടത്തലിൽനിന്ന് രക്ഷപ്പെട്ട് ഒളിവിൽപ്പോയി. എങ്കിലും താമസിയാതെ പിടിയിലായി. ഹിജലി ഡിറ്റൻഷൻ ക്യാമ്പിലാണ് പാർപ്പിച്ചത്. ഹിജലി ക്യാമ്പ് മർദനങ്ങൾക്ക് പ്രസിദ്ധം. ക്യാമ്പിൽ പാഞ്ചുദായ്ക്ക് പലതരം പീഡനങ്ങളും സഹിക്കേണ്ടിവന്നു. 1941–ൽ അദ്ദേഹം ക്യാമ്പിൽനിന്ന് പുറത്തുചാടി ഒളിവിൽപ്പോയി. ഒളിവിൽ ബംഗാളിന്റെ വിവിധ ഭാഗങ്ങളിൽ പാർട്ടിപ്രവർത്തനം നടത്തി.

തനിക്കെതിരെയുള്ള വാറണ്ട് ഗവൺമെന്റ് പിൻവലിച്ചപ്പോൾ 1944–ൽ ഒളിവിൽനിന്ന് പുറത്തുവന്നു. അപ്പോൾ ബംഗാൾ കടുത്ത ക്ഷാമം നേരിടുകയായിരുന്നു. ലക്ഷക്കണക്കിനാളുകൾ അതുമൂലം ചത്തൊടുങ്ങി. കമ്യൂണിസ്റ്റുപാർട്ടി ദുരിതാശ്വാസപ്രവർത്തനങ്ങളുടെ മുൻപന്തിയിൽ നിൽക്കുകയായിരുന്നു. പാഞ്ചു ഗോപാൽ ദായും ദുരിതാശ്വാസ പ്രവർത്തന രംഗത്ത് ആണ്ടിറങ്ങി. ബി സി റോയി ചെയർമാനായി ഒരു അഖിലകക്ഷി റിലീഫ് കമ്മിറ്റി നിലവിൽവന്നു. അതിന്റെ സെക്രട്ടറി പാഞ്ചു ഗോപാൽ ഭാദുരി.

1945–ൽ ബംഗാൾ പാർട്ടിയുടെ ദിനപത്രമായ *സ്വാധീനത*യിൽ പത്രാധിപന്മാരിൽ ഒരാളായി ചേർന്ന് പത്രപ്രവർത്തനരംഗത്ത് തന്റെ കഴിവ് തെളിയിച്ചു. 1948–ൽ രണ്ടാം പാർട്ടികോൺഗ്രസിനെത്തുടർന്ന് പാർട്ടിയെ നിരോധിച്ചപ്പോൾ ഒളിവിൽപ്പോയി. ഒളിവിൽ കഴിയുമ്പോൾ പക്ഷാഘാതം പിടിപെട്ടു. രണ്ടുവർഷം സോവിയറ്റ് യൂണിയനിൽ ചികിത്സിച്ചിട്ടും പഴയ നില വീണ്ടെടുക്കാൻ കഴിഞ്ഞില്ല. സ്വന്തമായി യാത്ര ചെയ്യാൻ കഴിയാത്ത അവസ്ഥ. ആ നിലയിൽ ആരും പോരാട്ടം മതിയാക്കി പൊതുപ്രവർത്തനരംഗത്തുനിന്ന് പിൻവാങ്ങും. പക്ഷേ പാഞ്ചു ഗോപാൽ ഭാദുരി അങ്ങനെയായിരുന്നില്ല. ശാരീരികമായ അവശതകളുണ്ടായിട്ടും പാർട്ടിക്കും ജനങ്ങൾക്കും വേണ്ടിയുള്ള പ്രവർത്തനം അവസാനംവരെ തുടർന്നു.

ഈ അവശതകളാകണം പാർലമെന്ററി രംഗത്ത് കേന്ദ്രീകരിക്കാൻ അദ്ദേഹത്തെ പ്രേരിപ്പിച്ചത്. 1957–ലും 1962–ലും 1969–ലും സംസ്ഥാന നിയമസഭയിലേക്ക് അദ്ദേഹം തിരഞ്ഞെടുക്കപ്പെട്ടു. നല്ലൊരു പാർലമെന്ററിയൻ എന്ന ഖ്യാതി നേടി.

പാർട്ടി രണ്ടായപ്പോൾ സി പി ഐയിൽ നിലയുറപ്പിച്ച പാഞ്ചു ഗോപാൽ ദാ 1971വരെ ആ പാർട്ടിയുടെ സംസ്ഥാന കൗൺസിൽ അംഗമായിരുന്നു. 1973 ജനുവരി 15–ന് സെറാമ്പൂരിൽ അന്തരിച്ചു.

എസ് ജി പാത്കർ

1911 - 1972

ഇന്ത്യയിലെ തൊഴിലാളിപ്രസ്ഥാനത്തിന്റെ ഈറ്റില്ലമാണ് മുംബൈ. ആ നഗരം കണ്ട തൊഴിലാളിനേതാക്കൾക്ക് കണക്കില്ല. അവരിൽ പ്രഗത്ഭനായ ഒരാളായിരുന്നു സവ്ലാറാം ഗോപാൽ പാത്കർ അഥവാ എസ് ജി പാത്കർ. ബോംബെയിലെ ആദ്യകാല കമ്യൂണിസ്റ്റ് നേതാക്കളിൽ ഒരാളായിരുന്നു അദ്ദേഹം.

മഹാരാഷ്ട്രയിലെ തികച്ചും അവികസിതമായ ഒരു ജില്ലയായിരുന്നു രത്നഗിരി. ആ ജില്ലയിലെ വെങ്കുർളയ്ക്കടുത്ത പാത് എന്ന ഒരു ഗ്രാമത്തിൽ 1911 നവംബർ 27–ന് എസ് ജി പാത്കർ ജനിച്ചു. ബോംബെയിൽ ടെക്സ്റ്റൈൽ വ്യവസായത്തിന്റെ വളർച്ച (അക്കാലത്തെ ഏക വ്യവസായം) ധാരാളം തൊഴിൽരഹിതരെ രത്നഗിരി ജില്ലയിൽ നിന്ന് ബോംബെയിലേക്ക് ആകർഷിച്ചു. അത്യന്തം പാവപ്പെട്ട ഒരു കുടുംബത്തിൽ ജനിച്ച പാത്കറും ഉപജീവനമാർഗമന്വേഷിച്ച് ബോംബെയിലേക്ക് പോകാൻ നിർബന്ധിതനായി. അങ്ങനെ 13–ാം വയസിൽ, അതായത് 1924–ൽ, അദ്ദേഹം ബോംബെയിലെത്തി. അവിടെ ടെക്സ്റ്റൈൽ തൊഴിലാളികൾ തിങ്ങിപ്പാർക്കുന്ന ഒരു പ്രദേശത്ത് താമസം തുടങ്ങി. ആദ്യം ഒരു ടെയിലറിങ് കടയിൽ ജോലിക്ക് നിന്നു. പിന്നീട് പലതരത്തിലുള്ള ജോലികളും ചെയ്തു.

കുട്ടിക്കാലത്തുതന്നെ പഠിക്കണമെന്ന മോഹമുണ്ടായിരുന്നു. പക്ഷേ, വീട്ടിലെ പ്രാരാബ്ധങ്ങൾ മൂലം അതിന് കഴിഞ്ഞില്ല. ബോംബെയിലെ

ത്തിയപ്പോൾ ആ മോഹത്തിന് ചിറകുമുളച്ചു. അവിടെ നിശാപാഠശാല കളുണ്ടായിരുന്നു. അദ്ദേഹം അവയിലൊന്നിൽ ചേർന്നു. പകൽ ജോലി ചെയ്യും, രാത്രി നിശാപാഠശാലയിൽ നിന്ന് പഠിക്കും. അദ്ദേഹത്തിന്റെ അറിവിന്റെ ചക്രവാളം വികസ്വരമാവുകയായിരുന്നു.

മുംബൈയിലെ ടെക്സ്റ്റൈൽ തൊഴിലാളികളുടെ ചരിത്രത്തിൽ പുതിയ യുഗം ആരംഭിക്കുകയായിരുന്നു. പാത്കർ ബോംബെയിൽ എത്തുമ്പോഴേക്ക് ഡാങ്കെ, ജോഗ്ലേക്കർ, മിറാജ്കർ തുടങ്ങിയ ചെറുപ്പക്കാരുടെ ഒരു പുതിയ നേതൃത്വം തൊഴിലാളിവർഗത്തിനിടയിൽ ഉയർന്നുവന്നു. മാർക്സിസത്തിൽനിന്നും റഷ്യൻ വിപ്ലവത്തിൽനിന്നും പ്രചോദനമുൾക്കൊണ്ട ഈ ചെറുപ്പക്കാരൻ ടെക്സ്റ്റൈൽ തൊഴിലാളികൾക്കിടയിൽ വമ്പിച്ച സ്വാധീനം ചെലുത്തി. ടെക്സ്റ്റൈൽ തൊഴിലാളികൾക്കിടയിൽ ഉശിരൻ സമരങ്ങൾ വളർന്നുവരാൻ തുടങ്ങി. പാത്കർ തൊഴിലാളി പ്രസ്ഥാനത്തിലേക്ക് ആകർഷിക്കപ്പെട്ടു.

തൊഴിലാളി സമരപരമ്പരകളുടെ മൂർധന്യത്തിൽ, 1928-ൽ ടെക്സ്റ്റൈൽ തൊഴിലാളികളുടെ ഐതിഹാസികമായ പണിമുടക്കം. ആറുമാസം നീണ്ടുനിന്ന ആ പണിമുടക്കിനിടയിൽ ചെറുപ്പക്കാരായ ഒരുകൂട്ടം ട്രേഡ് യൂണിയൻ നേതാക്കൾ ഉയർന്നുവന്നു. അവർ തൊഴിലാളികൾക്കിടയിൽ അറിയപ്പെടാൻ തുടങ്ങി. അക്കൂട്ടത്തിൽ ഒരാളായിരന്നു എസ് ജി പാത്കർ. അതിവേഗം തൊഴിലാളികളുടെ അംഗീകാരം നേടിയെടുക്കാനും ടെക്സ്റ്റൈൽ തൊഴിലാളികളുടെ മുൻനിര നേതാക്കളിലൊരാളായി മാറാനും അദ്ദേഹത്തിനു കഴിഞ്ഞു.

1928-ൽ ബോംബെയിലും രാജ്യത്താകെയും ഉണ്ടായ സമരപരമ്പരകൾ തൊഴിലാളി പ്രസ്ഥാനത്തിനും കമ്യൂണിസ്റ്റ് പ്രസ്ഥാനത്തിനുമെതിരെ ആഞ്ഞടിക്കാൻ ബ്രിട്ടീഷ് ഗവൺമെന്റിനെ പ്രേരിപ്പിച്ചു. അങ്ങനെയാണ് അവർ മീറത്ത് ഗൂഢാലോചനക്കേസ് ചമച്ചുണ്ടാക്കിയത്. ഡാങ്കെയും മറ്റ് പ്രമുഖ ട്രേഡ് യൂണിയൻ നേതാക്കളും ബോംബെയിൽ അറസ്റ്റിലായി. അറസ്റ്റിൽ പ്രതിഷേധിച്ച് ബോംബെയിൽ അദ്ദേഹം ഒരു പണിമുടക്ക് സംഘടിപ്പിച്ചു. 1930-ൽ ബോംബെയിൽ എസ് വി ദേശ്പാണ്ഡെ യങ് വർക്കേഴ്സ് ലീഗ് സംഘടിപ്പിച്ചു. അതിന്റെ മുൻനിര പ്രവർത്തകരിൽ ഒരാളായി മാറി പാത്കർ. മാർക്സിസത്തെക്കുറിച്ച് ദേശ്പാണ്ഡെ തുടർച്ചയായി ക്ലാസ് സംഘടിപ്പിച്ചപ്പോൾ ക്ലാസിൽ തുടർച്ചയായി പങ്കെടുത്ത വിദ്യാർഥി അദ്ദേഹം. അതുകൊണ്ട് മറ്റൊരു പ്രയോജനമുണ്ടായി. ക്ലാസിൽ നിന്ന് ആർജിച്ച അറിവ് സമരഭൂമികളിൽ പ്രയോഗിക്കാൻ കഴിഞ്ഞു.

റാഷണലൈസേഷനെതിരെ 1932-ൽ ചെറുപ്പക്കാരായ ടെക്സ്റ്റൈൽ തൊഴിലാളികൾ നടത്തിയ പണിമുടക്കിന് അദ്ദേഹം നേതൃത്വം നൽകി. 1934-ൽ ടെക്സ്റ്റൈൽ തൊഴിലാളികൾ നടത്തിയ പൊതുപണിമുടക്കിനും അദ്ദേഹത്തിന്റെ നേതൃത്വമായിരുന്നു. ആ പണിമുടക്കിനോടനുബ

ന്ധിച്ച് 218 തൊഴിലാളികളാണ് അറസ്റ്റിലായത്. അധികാരി, മിറാജ്കർ, ഘാട്ടെ തുടങ്ങിയവരോടൊപ്പം പാത്കറും അറസ്റ്റിലായി. ഇത്തവണ ജയിലിൽ കിടക്കുമ്പോഴാണ് അദ്ദേഹം ഇംഗ്ലീഷ് പഠിച്ചത്.

മുപ്പതുകളുടെ തുടക്കത്തിൽത്തന്നെ അറിയപ്പെടുന്ന കമ്യൂണിസ്റ്റുകാരനായിരുന്നു പാത്കർ. ആദ്യ സംഘം മീറത്ത്തടവുകാർ ജയിലിൽനിന്ന് പുറത്തുവന്ന ഉടനെ, അതായത് 1933 അവസാനം ഇന്ത്യൻ കമ്യൂണിസ്റ്റുപാർട്ടിയുടെ ഒരു വിശേഷാൽ സമ്മേളനം കൽക്കത്തയിൽ ചേർന്ന് ഒരു കേന്ദ്രകമ്മിറ്റിയെ തെരഞ്ഞെടുക്കുകയുണ്ടായി. 1964വരെ ആളുകൾ മാറിക്കൊണ്ടിരുന്നെങ്കിലും ആ കേന്ദ്രകമ്മിറ്റി തുടർച്ചയായി പ്രവർത്തിച്ചു. അതിലെ ഒരു അംഗമായിരുന്നു പാത്കർ. അതിനുശേഷം മരണംവരെ ബോംബെയിൽ പാർട്ടി നേതൃത്വത്തിലുണ്ടായിരുന്നു അദ്ദേഹം.

1937–40കാലത്ത് ഒട്ടേറെ സമരങ്ങൾക്ക് പാത്കർ നേതൃത്വം നൽകി. അതിൽ പ്രധാനപ്പെട്ടതാണ് ബീട്ടിയ–അഖണ്ഡബാരി മില്ലുകളിലെ തൊഴിലാളികളുടെ പൊതു ആവശ്യങ്ങൾ ഉന്നയിച്ചുകൊണ്ട് നടത്തിയ സമരങ്ങൾ. ബീട്ടിയ സമരം എട്ടുമാസത്തോളം നീണ്ടുനിന്നു. തൊഴിലാളികളെ പണിമുടക്കിന് പ്രേരിപ്പിച്ചതിന്റെ പേരിൽ ആറുമാസത്തെ കഠിനതടവിന് ശിക്ഷിക്കപ്പെട്ടു. ഈ പണിമുടക്ക് നടക്കുന്നതിനിടയിൽ പ്രസിദ്ധമായ ഗിർണി കാംഗാർ യൂണിയൻ ജനറൽ സെക്രട്ടറിയായി തിരഞ്ഞെടുക്കപ്പെട്ടു. ദീർഘകാലം തൽസ്ഥാനത്ത് തുടർന്നു.

കമ്യൂണിസ്റ്റുപാർട്ടി കേന്ദ്ര കമ്മിറ്റി അംഗമായിരിക്കേതന്നെ കോൺഗ്രസിലും സജീവമായിരുന്നു. കോൺഗ്രസിനകത്ത് റാഡിക്കൽ വിഭാഗമായിട്ടാണ് കമ്യൂണിസ്റ്റുകാർ പ്രവർത്തിച്ചിരുന്നത്. മൂന്നുതവണ ബി പി സി സി എക്സിക്യൂട്ടീവ് കമ്മിറ്റിയിലേക്ക് തിരഞ്ഞെടുക്കപ്പെട്ടു. 1938–ൽ എ ഐ സി സി അംഗമായി. ബി പി സി സിയുടെ ശക്തനായ നേതാവ് എസ് കെ പാട്ടീലിന്റെ കടുത്ത എതിർപ്പിനെ നേരിട്ടുകൊണ്ടാണ് വലിയ ഭൂരിപക്ഷത്തോടെ എ ഐ സി സിയിലേക്ക് തിരഞ്ഞെടുക്കപ്പെട്ടത്. 1945 വരെ എ ഐ സി സി അംഗമായി തുടർന്നു. ആ വർഷം കമ്യൂണിസ്റ്റുകാർ കോൺഗ്രസ് വിടാൻ നിർബന്ധിക്കപ്പെട്ടതുകൊണ്ടാണ് അദ്ദേഹം എ ഐ സി സി അംഗമല്ലാതായത്.

നാലു പതിറ്റാണ്ടുകാലത്തെ പൊതുജീവിതത്തിനിടയിൽ പല തരത്തിലുള്ള പ്രയാസങ്ങളും അദ്ദേഹത്തിന് നേരിടേണ്ടിവന്നു. പലതവണ അറസ്റ്റിലായി. അറസ്റ്റിൽനിന്ന് ഒഴിഞ്ഞുമാറാൻ പലതവണ ഒളിവിൽ പോകേണ്ടിവന്നു. 1939ൽ രണ്ടാം ലോകമഹായുദ്ധം ആരംഭിച്ചപ്പോൾ ബോംബെയിലെ ടെക്സ്റ്റൈൽ തൊഴിലാളികൾ യുദ്ധത്തിനെതിരെ പണിമുടക്കിക്കൊണ്ട് രാഷ്ട്രീയമായ പക്വത പ്രകടിപ്പിച്ചു. യുദ്ധകാലത്ത് സാധനവില കുതിച്ചുകയറി. തൊഴിലാളികളുടെ നില പരിതാപകരമായി. ക്ഷാമബത്തയ്ക്കുവേണ്ടി 1940മാർച്ചിൽ അവർ പണിമുടക്കി. 40 ദിവസത്തെ പണിമുടക്കിന്റെ ഫലമായി ക്ഷാമബത്ത, ബോണസ് എന്നീ ആവശ്യങ്ങൾ അംഗീകരിക്കാൻ മാനേജ്മെന്റുകൾ നിർബ്ധിതരായി. ഇത് രാജ്യത്തെ

തൊഴിലാളിപ്രസ്ഥാനത്തിന്റെ ചരിത്രത്തിലെ സുപ്രധാന സംഭവം. കാരണം, ഇദംപ്രഥമമായിട്ടാണ് രാജ്യത്തെ തൊഴിലാളിവർഗത്തിന് ക്ഷാമബത്തയും ബോണസും ലഭിക്കുന്നത്. ഈ പോരാട്ടത്തിൽ പാത്കർ തടവറയിലെത്തി.

ദേവലി ക്യാമ്പിലാണ് അദ്ദേഹത്തെ പാർപ്പിച്ചത്. ക്യാമ്പിൽ നടന്ന സമരങ്ങളിൽ പങ്കാളിയായി. യുദ്ധത്തിനിടയിൽ സോവിയറ്റ് യൂണിയൻ ആക്രമിക്കപ്പെട്ടതോടെ യുദ്ധത്തോട് സ്വീകരിക്കേണ്ട സമീപനത്തെച്ചൊല്ലി ഉയർന്നുവന്ന ആശയസമരത്തിൽ സജീവം പങ്കടുത്തു. രണ്ടുവർഷത്തിനുശേഷം ജയിൽ മോചിതനായി. ജയിലിൽ നിന്ന് പുറത്തുവരുമ്പോഴേക്കും യുദ്ധാനന്തരമുന്നേറ്റം. തൊഴിലാളി–കമ്യൂണിസ്റ്റ് പ്രവർത്തനങ്ങളിൽ ആണ്ടിറങ്ങി.

സ്വാതന്ത്ര്യലബ്ധിക്കുശേഷം ഇന്ത്യൻ ബൂർഷ്വാസിയുടെ കരങ്ങളിലാണ് അധികാരം ചെന്നെത്തിയത്. അതുകൊണ്ട് സമരങ്ങളും പ്രക്ഷോഭങ്ങളുമായി തൊഴിലാളിവർഗത്തിന് മുന്നോട്ടുപോകേണ്ടിവന്നു. ബോംബെയിൽ ആ സമരങ്ങളുടെയും പ്രക്ഷോഭങ്ങളുടെയും മുൻപന്തിയിലുണ്ടായിരുന്നു പാത്കർ. 1948 ഫെബ്രുവരിയിൽ ബോംബെ മുനിസിപ്പൽ കോർപ്പറേഷനിലേക്ക് ലാൽബാഗിൽനിന്ന് തിരഞ്ഞെടുക്കപ്പെട്ടു. ഏറ്റവും വലിയ ഭൂരിപക്ഷം നേടിയാണ് തിരഞ്ഞെടുക്കപ്പെട്ടത്. കോർപ്പറേഷന്റെ ആദ്യയോഗത്തിൽ പങ്കെടുക്കുന്നതിനു മുമ്പുതന്നെ കമ്യൂണിസ്റ്റു പാർട്ടി നിരോധിക്കപ്പെട്ടു. അദ്ദേഹം ഒളിവിൽ പോയി.

പാത്കർ ഒളിവിൽ കഴിയുമ്പോൾ ടെക്സ്റ്റൈൽ തൊഴിലാളികളുടെ ഒരു പൊതുപണിമുടക്ക്. ഗണാചാര്യ, ബാപ്പു റാവു ജഗ്താപ് എന്നിവരാണ് അതിനു നേതൃത്വം നൽകിയത്. അവർ അപ്പോൾ സോഷ്യലിസ്റ്റുകാരായിരുന്നു. ഒളിവിൽ കഴിയവെ പാത്കർ ആ സമരത്തിന് പിന്തുണ നൽകി. തന്മൂലം സമരം അവസാനിച്ചപ്പോഴേക്കും ആ രണ്ട് സോഷ്യലിസ്റ്റ് നേതാക്കളും അനുയായികളോടൊപ്പം കമ്യൂണിസ്റ്റുപാർട്ടിയിലെത്തി.

ഗോവ വിമോചനസമരത്തിന്റെ സജീവ സംഘാടകനായിരുന്നു പാത്കർ. പ്രസിദ്ധമായ ബെൽഗാം–ഗോവ മാർച്ചിൽ പങ്കാളിയായി. സംയുക്ത മഹാരാഷ്ട്രാ സമരത്തിലും സുപ്രധാന പങ്ക് വഹിച്ചു. 1955 നവംബർ 21–നും 1956 ജനുവരിയിലും ബോംബെയിലെ തൊഴിലാളികൾക്ക് തെരുവീഥികളിൽ മൊറാർജിയുടെ പൊലീസുമായി ഏറ്റുമുട്ടേണ്ടിവന്നു. ആ പോരാട്ടം വിജയകരമായ അന്ത്യത്തിലേക്ക് നയിച്ചത് പാത്കർ.

ഒന്നാം പൊതുതിരഞ്ഞെടുപ്പിൽ മത്സരിച്ചെങ്കിലും വിജയിച്ചില്ല. എന്നാൽ 1957, 1962, 1967 എന്നീ വർഷങ്ങളിൽ വിജയിച്ചു. പുറത്ത് ബഹുജനസമരങ്ങളിലും ട്രേഡ് യൂണിയൻ രംഗങ്ങളിലുമെന്നപോലെ നിയമസഭയ്ക്കകത്തും തൊഴിലാളിവർഗ താൽപ്പര്യങ്ങൾക്കുവേണ്ടി പോരാടി. എല്ലാ വിഭാഗം ജനങ്ങളുടെയും സ്നേഹ ബഹുമാനങ്ങൾ ആർജിച്ചു. 1972 ഫെബ്രുവരി 5–ന് അന്തരിക്കുമ്പോൾ മഹാരാഷ്ട്ര നിയമസഭയിലെ പബ്ലിക് അക്കൗണ്ട്സ് കമ്മിറ്റി ചെയർമാനായിരുന്നു.

പൃഥ്വിസിങ്

1892 - 1989

ഇന്ത്യൻ സ്വാതന്ത്ര്യസമരത്തിലെ വീരനായകന്മാരിലൊരാളായിരുന്ന പൃഥ്വിസിങ് ആസാദ്. ഗദർ പാർട്ടിയുടെ സ്ഥാപകരിലൊരാളായിരുന്ന അദ്ദേഹം പഞ്ചാബിലെ ആദ്യകാല കമ്യൂണിസ്റ്റുമായിരുന്നു.

പഞ്ചാബിലെ ലാൽരു ഗ്രാമത്തിലെ ഒരു ദരിദ്ര കർഷകകുടുംബത്തിൽ 1892-ൽ ജനിച്ചു. മെട്രിക്കുലേഷൻ വരെ പഠിച്ചു. അക്കാലത്ത്, പ്രത്യേകിച്ച് 1902-നും 1910-നുമിടയിൽ, ജോലിയുംതേടി ധാരാളം ഇന്ത്യക്കാർ അമേരിക്കയിലേക്ക് പോകുന്നുണ്ടായിരുന്നു. സാമ്പത്തികക്കുഴപ്പത്തിന്റെ ഫലമായി ജീവിക്കാൻ പ്രയാസം നേരിട്ടതുമൂലം പാവപ്പെട്ട കുടുംബങ്ങളിൽപ്പെട്ടവർ മാത്രമല്ല, ഇടത്തരം കുടുംബങ്ങളിൽപ്പെട്ടവർ പോലും ഇങ്ങനെ ആ രാജ്യത്തേക്ക് പോയി. എങ്ങനെയെങ്കിലും ഒരു ജോലി സമ്പാദിച്ച് ജീവിതം മുമ്പോട്ടുകൊണ്ടുപോവുകയെന്നത് മാത്രമായിരുന്നു അവരുടെ ലക്ഷ്യം. അക്കൂട്ടത്തിൽ പൃഥ്വിസിങും അമേരിക്കയിലെത്തി.

അമേരിക്കയിലെത്തിച്ചേർന്ന ഇന്ത്യക്കാർക്ക് പലതരത്തിലുള്ള പീഡനങ്ങളും അപമാനങ്ങളും സഹിക്കേണ്ടിവന്നു. അതിനു കാരണം ഇന്ത്യ ബ്രിട്ടീഷുകാരുടെ ഒരു കോളനിയായി തുടരുന്നതാണെന്ന് അവർക്ക് ബോധ്യമായി. അതുകൊണ്ട് ഇന്ത്യയിലെ സ്വാതന്ത്ര്യപ്രസ്ഥാനത്തെ സഹായിക്കേണ്ടത് തങ്ങളുടെ കടമയാണെന്ന നിഗമനത്തിൽ അവരിൽ ചിലർ ചെന്നെത്തി. അവരെ അതിനായി സംഘടിപ്പിക്കുന്ന പ്രവർത്തനത്തിൽ 1912-13കാലത്ത് ലാലാ ഹർദയാൽ വ്യാപൃതനായി. പൃഥ്വിസിങ് അദ്ദേഹവുമായി ബന്ധപ്പെട്ടു. 1913-ൽ ഗദർ പാർട്ടി സ്ഥാപിക്കുന്നതിൽ അദ്ദേ

ഹത്തെ സഹായിച്ചു. അങ്ങനെ ഗദർ പാർട്ടിയുടെ സ്ഥാപകരിൽ ഒരാളായിത്തീർന്നു പൃഥ്വിസിങ്.

1914–ൽ ഒന്നാം ലോകമഹായുദ്ധം തുടങ്ങി. ബ്രിട്ടീഷുകാരുടെ പക്ഷത്ത് നിലയുറപ്പിക്കുന്നതിനുപകരം ഇന്ത്യൻ ജനതയുടെ പക്ഷത്ത് അണിനിരക്കാൻ ഇന്ത്യൻ പട്ടാളക്കാരെ പ്രേരിപ്പിച്ചുകൊണ്ട് ഇന്ത്യയിൽ വിപ്ലവം സംഘടിപ്പിക്കുന്നതിന് സഹായിക്കാൻ ഗദർ പാർട്ടി പദ്ധതികൾ തയ്യാറാക്കി. ആ ലക്ഷ്യവുമായി ഇന്ത്യയിലേക്ക് മടങ്ങാൻ ഗദർ വിപ്ലവകാരികളോടൊപ്പം പരിപാടികൾ ആസൂത്രണം ചെയ്തു.

അമേരിക്കയിൽ നിന്ന് ഇന്ത്യയിലേക്ക് തിരിച്ചെത്തിയവരിൽ മിക്കവരും കൽക്കത്ത തുറമുഖത്ത് കപ്പൽ ഇറങ്ങുന്നതിനു മുമ്പുതന്നെ അറസ്റ്റിലായി. തുടക്കത്തിൽ അറസ്റ്റിൽ നിന്ന് ഒഴിഞ്ഞുമാറാൻ പൃഥ്വിസിങിന് കഴിഞ്ഞു. എന്നാൽ പിന്നീട് പിടിയിലായി. ഗവൺമെന്റ് അദ്ദേഹത്തെ ലാഹോർ ഗൂഢാലോചനക്കേസിലെ പ്രതിയാക്കി. മറ്റ് 23 വിപ്ലവകാരികളോടൊപ്പം 1915 നവംബർ 14–ന് അദ്ദേഹത്തെ മരണശിക്ഷയ്ക്ക് വിധിച്ചു. അതേക്കുറിച്ച് പിന്നീട് അദ്ദേഹം എഴുതി:

> കൊലമരത്തിന്റെ ചുവട്ടിൽ ഞങ്ങൾ 24 പേർ ഉൽക്കണ്ഠയോടെ മരണവും കാത്ത് ഇരിക്കുകയായിരുന്നു. പകൽ മുഴുവൻ കടന്നുപോയി. മരണത്തിന്റെ വിളി, പക്ഷേ, വന്നില്ല. ഞങ്ങളുടെ 'ഹീനമായ കുറ്റ'ത്തിന് ഞങ്ങളെ ശിക്ഷിക്കാൻ അധികൃതരെ സംബന്ധിച്ചിടത്തോളം സൗകര്യപ്രദം രാത്രിയായിരിക്കുമെന്ന് ഞങ്ങൾ കരുതി. കൊലമരത്തിലേക്ക് പോകാൻ ഞങ്ങളെ മൂന്നുപേർ വീതമുള്ള സംഘങ്ങളായി തിരിച്ചു. ഞങ്ങൾ പരസ്പരം പറഞ്ഞു: ആരും ഖേദിക്കുകയോ ദുഃഖിക്കുകയോ അരുത്. അത് ധൈര്യം ചോർത്തിക്കളയും.

അവസാന നിമിഷം വധശിക്ഷ ജീവപര്യന്തമാക്കി ചുരുക്കി. പൃഥ്വിസിങിനെ ആന്തമാനിലേക്കയച്ചു. രാഷ്ട്രീയ തടവുകാരോട് മോശമായി പെരുമാറുന്നതിലും കസ്റ്റഡിയിൽ ഒരു വിപ്ലവകാരി കൊല്ലപ്പെട്ടതിലും പ്രതിഷേധിച്ച് ജയിലിൽ 13 ദിവസം നീണ്ടുനിന്ന നിരാഹാരസമരം നടത്തി. ആറുവർഷത്തിനുശേഷം അന്നത്തെ മദിരാശി സംസ്ഥാനത്തെ രാജമുന്ദ്രി ജയിലിലേക്ക് മാറ്റി. 1921–ൽ അവിടെനിന്ന് കൽക്കത്തയിലേക്ക് മാറ്റുമ്പോൾ കൈയാമം വെച്ചനിലയിൽ ട്രെയിനിൽനിന്ന് രക്ഷപ്പെടുകയും അടുത്ത 16 വർഷം ഒളിവിൽ കഴിയുകയും ചെയ്തു. ഒളിവുജീവിതകാലത്ത് വിപ്ലവകാരികളുമായി ബന്ധം വെക്കുകയും തന്നാലാവുംവിധത്തിൽ വിപ്ലവ പ്രവർത്തനങ്ങളിൽ പങ്കാളിയാവുകയും ചെയ്തു. സ്വാമി റാവു എന്ന പേര് സ്വീകരിച്ച് ഹിന്ദുസ്ഥാൻ റിപ്പബ്ലിക്കൻ ആർമിയിലെ അംഗമായി.

1917–ലെ റഷ്യൻ വിപ്ലവം ഇന്ത്യൻ ജനതയിൽ അഗാധമായ സ്വാധീനം ചെലുത്തി. ദേശീയ സ്വാതന്ത്ര്യം നേടിയെടുക്കാനും വിപ്ലവം വി

ജയിപ്പിക്കുന്നതിനുമുള്ള മാർഗം ബഹുജനങ്ങളെ സംഘടിപ്പിക്കുകയും വർഗസമരം തീക്ഷ്ണമാക്കുകയുമാണെന്ന നിഗമനത്തിൽ ഗദർ പാർട്ടി നേതാക്കളെത്തി.

സാൻഫ്രാൻസിസ്കോവിലെ തടവറയിൽ കിടക്കുന്ന അവസരത്തിൽ അമേരിക്കൻ ഐക്യനാടുകളിലെ കമ്യൂണിസ്റ്റുകാരുമായി ബന്ധപ്പെട്ടു. അവരിൽ രണ്ടുപേർക്ക്—ഭായി സന്തോഖ് സിങും രത്തൻ സിങും—റഷ്യൻ വിപ്ലവാശയങ്ങളുടെ ഗരിമ ബോധ്യപ്പെട്ടു. ജയിൽ മോചനത്തിനുശേഷം അവർ പല രാജ്യങ്ങളിലൂടെ റഷ്യയിലേക്കു പോയി. റഷ്യയിൽ ലെനിനുമായി കൂടിക്കാഴ്ച നടത്തുകപോലും ചെയ്തു. അതിനുശേഷം ഇന്ത്യയിലേക്കു മടങ്ങി. ഇവിടെ വിദേശവാഴ്ചയ്ക്കെതിരെ ജനങ്ങളെ സംഘടിപ്പിക്കുന്നതോടൊപ്പം കമ്യൂണിസ്റ്റ് പ്രസ്ഥാനം കെട്ടിപ്പടുക്കുന്നതിനും സഹായിച്ചു.

ജയിലിലായിരുന്ന ഗദർ വിപ്ലവകാരികൾ ഈ ആശയത്തിനെതിരെ മുഖം തിരിച്ചു. അപ്പോഴേക്കും സന്തോഖ് സിങ് *കീർത്തി* (1926) ആരംഭിച്ചു. അത് നേരത്തെ ഗദർ പാർട്ടിയിൽ പ്രവർത്തിച്ചവരുടെയും അപ്പോഴേക്കും ദേശീയ പ്രസ്ഥാനത്തിൽ പങ്കാളികളായ മറ്റു പലരുടെയും അണിനിരക്കൽ കേന്ദ്രമായി.

അപ്പോൾ പൃഥ്വിസിങ് ഇന്ത്യക്ക് പുറത്തായിരുന്നു. ഗദർ പാർട്ടിയുടെ ചിന്താധാരയിൽ വന്ന മാറ്റം അദ്ദേഹം അതിവേഗം തിരിച്ചറിയുകയും ആ പ്രക്രിയയെ സഹായിക്കുകയും ചെയ്തു. 1931–ൽ കറാച്ചിയിൽ നടന്ന കോൺഗ്രസ്സമ്മേളനം പ്രസിദ്ധം. അതിൽ പങ്കെടുത്തു. ഖുദായ് ഖിദ്മത്ഗാർസ് നേതൃത്വവുമായി ബന്ധം സ്ഥാപിച്ചു. അവരുടെ സഹായത്തോടെ അഫ്ഗാനിസ്ഥാനിലെത്തി. അവിടെനിന്ന് 1931–ൽ സോവിയറ്റ് യൂണിയനിലേക്ക് പ്രവേശിച്ചു. ആ ഘട്ടത്തിൽ ഗദർ പാർട്ടി കാബൂളിൽ ഒരു കേന്ദ്രം സ്ഥാപിക്കുക മാത്രമല്ല, സോവിയറ്റ് യൂണിയനിലേക്ക് പോകാൻ വിപ്ലവകാരികളെ സഹായിക്കുക കൂടി ചെയ്തിരുന്നു. ആ വിപ്ലവകാരികളാവട്ടെ ഇന്ത്യയിൽ മടങ്ങിവന്ന് ഇവിടെ വിപ്ലവപ്രസ്ഥാനം കെട്ടിപ്പടുക്കാൻ സഹായിച്ചു.

പൃഥ്വിസിങ് മോസ്കോവിൽതന്നെ തങ്ങി; കിഴക്കൻ രാജ്യങ്ങളിലെ അധ്വാനിക്കുന്നവർക്കായുള്ള യൂണിവേഴ്സിറ്റിയിൽ പഠിച്ചു. ആന്തമാൻ ജയിലിൽ നിന്ന് മാറ്റുമ്പോൾ രക്ഷപ്പെടുകയും ദീർഘകാലം ഒളിവിൽ കഴിയുകയും ചെയ്ത മറ്റൊരു ഗദർ വീരനായകൻ ബാബാ ഗുരുമുഖ് സിങും ഈ ഘട്ടത്തിൽ മോസ്കോവിലെത്തി. മോസ്കോവിലെ യൂണിവേഴ്സിറ്റിയിൽ പരിശീലനം നേടിയ ഇരുവരും ഇന്ത്യയിലേക്ക് മടങ്ങി. അവർ അമൂർ നദി മുറിച്ചുകടന്ന് മരുഭൂമിയിലൂടെ യാത്ര ചെയ്ത് കാബൂളിലെത്തി. അവിടെ അവർ അറസ്റ്റിലായി. നാദീർഷാ രാജാവിന്റെ ഉത്തരവുപ്രകാരം അവരെ തടവറയിലേക്കയച്ചു. ഈ വിവരം പുറംലോകം അറിഞ്ഞു. ഗുരുമുഖ് സിങിനെയും പൃഥ്വിസിങിനെയും മോചിപ്പിക്കണമെന്നാവശ്യപ്പെട്ട് സാർവദേശീയതലത്തിൽ തന്നെ വമ്പിച്ച ക്യാമ്പയിൻ. 1934–ൽ

സോവിയറ്റ് യൂണിയൻ ഇടപെട്ട് അവരെ മോചിപ്പിച്ചു. മാത്രമല്ല, അവർക്ക് സോവിയറ്റ് പൗരത്വവും നൽകി.

അവർ സോവിയറ്റ് യൂണിയനിൽ പോയി. അവിടെ അങ്ങനെ അടങ്ങിയിരിക്കാൻ കഴിഞ്ഞില്ല. 1935-ൽ അതീവ രഹസ്യമായി ഇന്ത്യയിൽ പ്രവേശിച്ചു. ഗുരുമുഖ് സിങ് തന്റെ പ്രവർത്തനകേന്ദ്രമായി പഞ്ചാബ് തെരഞ്ഞെടുത്തെങ്കിൽ പൃഥ്വിസിങ് ഗുജറാത്തിലെ സൗരാഷ്ട്രയിൽ ആശ്രമം സ്ഥാപിച്ചു. ആശ്രമത്തിൽ ചെറുപ്പക്കാർക്ക് പരിശീലനം നൽകി. അദ്ദേഹം സൗരാഷ്ട്രയിലാകെ പ്രസിദ്ധനായി.

1938-ൽ പൃഥ്വിസിങ് ഗാന്ധിജിയെ സമീപിച്ച് അദ്ദേഹത്തോട് തന്റെ കഥ പറഞ്ഞു. മഹാത്മാഗാന്ധിയുടെ ഉപദേശപ്രകാരം അദ്ദേഹം ബ്രിട്ടീഷ് ഗവൺമെന്റിനു കീഴടങ്ങി. ഗവൺമെന്റാകട്ടെ അദ്ദേഹത്തെ ജയിലിലേക്കയച്ചു. ഇത്തവണ വിദൂരമായ റാവൽപിണ്ടി ജയിലിലാണ് കിടക്കേണ്ടിവന്നത്. അവിടെവെച്ച് ബാബാ സോഹൻസിങ് ഭാക്ന, ബാബാ ഭാഗ് സിങ് തുടങ്ങിയവരെ കണ്ടുമുട്ടി. ലാഹോർ കിസാൻ മോർച്ചയിൽ പങ്കെടുത്തതിന്റെ പേരിൽ തടവുശിക്ഷ അനുഭവിച്ചുവരികയായിരുന്നു അവർ.

കുറച്ചുകഴിഞ്ഞപ്പോൾ ഗാന്ധിജിയുടെ ഇടപെടൽ മൂലം അദ്ദേഹം മോചിതനായി. ജയിൽമോചിതനായ ഉടൻതന്നെ ആശ്രമം നടത്തുന്നതോടൊപ്പം കമ്യൂണിസ്റ്റുപാർട്ടിയുമായി സഹകരിച്ച് പ്രവർത്തിക്കാൻ തുടങ്ങി. കർഷക പ്രസ്ഥാനവുമായി സജീവം ബന്ധപ്പെട്ടു. ഈ ഘട്ടത്തിലാണ് സൗരാഷ്ട്രയിൽ വെച്ച് അദ്ദേഹം വിവാഹിതനായത്. പാർട്ടിയും കിസാൻസഭയും നടത്തിയ പ്രവർത്തനങ്ങളിലെല്ലാം പങ്കാളിയായ പൃഥ്വിസിങ് 1947-ൽ വർഗീയലഹളകൾ പൊട്ടിപ്പുറപ്പെട്ടപ്പോൾ സമുദായ സൗഹാർദത്തിനായി പ്രവർത്തിച്ചു.

ഇന്ത്യ വിഭജിക്കപ്പെടുകയും ജനങ്ങളുടെ കുടിയേറ്റം ആരംഭിക്കുകയും ചെയ്തപ്പോൾ അഭയാർഥികളെ പുനരധിവസിപ്പിക്കുന്ന പ്രവർത്തനങ്ങളിൽ വ്യാപൃതനായി. 1956-57-ൽ പ്രതാപ്സിങ് കെയ്റോൻ പഞ്ചാബ് മുഖ്യമന്ത്രിയായപ്പോൾ ഫിസിക്കൽ എഡ്യൂക്കേഷൻ ഡയറക്ടർ എന്ന പദവി സ്വീകരിച്ചു. കെയ്റോന്റെ മരണംവരെ തൽസ്ഥാനത്ത് തുടർന്നു. 1966ൽ അദ്ദേഹം വീണ്ടും സി പി ഐയിൽ ചേർന്നു. ഓൾ ഇന്ത്യാ ഫ്രീഡം ഫൈറ്റേഴ്സ് അസോസിയേഷന്റെ പ്രസിഡന്റായി. എല്ലാ ദിവസവും യോഗാഭ്യാസം ചെയ്ത് ആരോഗ്യം നിലനിർത്തിയ അദ്ദേഹം പക്വമായ 97-ാം വയസിൽ 1989 മാർച്ച് 5-ന് നിര്യാതനായി.

പ്രമോദ് ദാസ് ഗുപ്ത

1910 - 1982

ബംഗാളിലെ ആദ്യതലമുറയിൽപ്പെട്ട കമ്യൂണിസ്റ്റുകാരിൽ ഒരാളായിരുന്നു പ്രമോദ് ദാസ് ഗുപ്ത. വംഗനാട്ടിൽ കമ്യൂണിസ്റ്റ് പ്രസ്ഥാനം കെട്ടിപ്പടുക്കുന്നതിൽ അദ്ദേഹം സുപ്രധാന പങ്കുവഹിച്ചു. സംഘാടകൻ എന്ന നിലയിൽ അദ്ദേഹത്തെപ്പോലെ പ്രശസ്തി നേടിയ കമ്യൂണിസ്റ്റ് നേതാക്കൾ വിരളം. സഖാക്കൾക്കും സുഹൃത്തുക്കൾക്കുമിടയിൽ പി ഡി ജി എന്ന ചുരുക്കപ്പേരിൽ അറിയപ്പെട്ടു.

ഇപ്പോൾ ബംഗ്ലാദേശിൽ ഉൾപ്പെട്ട ഫരീദ്പൂർ ജില്ലയിലെ കുമാർപൂർ ഗ്രാമത്തിൽ 1910 ജൂലായ് 13 ന് ജനിച്ചു. ബരീസാൽ സ്കൂളിൽനിന്ന് മെട്രിക്കുലേഷൻ പരീക്ഷ പാസായി. തുടർന്ന് ബരീസാലിലെ തന്നെ ബ്രജ്മോഹൻ കോളേജിലെ വിദ്യാർഥിയായി. അപ്പോൾ ബംഗാളിലെ ചെറുപ്പക്കാർ ബ്രിട്ടീഷുകാർക്കെതിരെ വീരസാഹസിക പ്രവർത്തനങ്ങളിലേർപ്പെട്ടു. രാജ്യത്തിന് സ്വാതന്ത്ര്യം നേടിയെടുക്കാനുള്ള ഒരേ ഒരു വഴി തോക്കും ബോംബും ഉപയോഗിച്ചുള്ള പോരാട്ടമാണെന്ന് യുവവിപ്ലവകാരികൾ ദൃഢമായി വിശ്വസിച്ചു. സ്വാഭാവികമായും പ്രമോദ് ദാസ് ഗുപ്ത അന്നത്തെ വിപ്ലവഗ്രൂപ്പുകളിലൊന്നായ അനുശീലൻ സമിതിയിൽ ചേർന്നു. നിരഞ്ജൻസെൻ ഗുപ്ത, സതീഷ് പക്രാസി തുടങ്ങിങ്ങിയ വിപ്ലവകാരികളായിരുന്നു അപ്പോൾ സമിതിയുടെ തലപ്പത്ത്.

അനുശീലൻ സമിതിയിൽ ചേർന്നതിനുശേഷം പ്രവർത്തനകേന്ദ്രം കൽക്കത്തയിലേക്ക് മാറ്റി. നിരാഹാരസത്യഗ്രഹത്തെ തുടർന്ന് 1929 സെപ്തംബർ 13 ന് ജതീൻദാസ് രക്തസാക്ഷിയായി. ബംഗാളിലെ യുവാ

ക്കൾ രോഷാകുലരായി. അവർ ഇളകിമറിഞ്ഞു. പല വിപ്ലവഗ്രൂപ്പുകളും ആക്ഷന് തയാറെടുത്തു. 1929 ഡിസംബർ 19 ന് അതിരാവിലെ മെചബസാറിലെ കലാബഗാൻ ബസ്തിയിലുള്ള ഒരു വീട്ടിൽനിന്ന് നിരഞ്ജൻസെൻ ഗുപ്ത, സതീഷ് പക്രാസി തുടങ്ങിയവരെ അറസ്റ്റുചെയ്തു. അന്നേദിവസം മൈമൻസിങ്ങിൽനിന്ന് ആ വീട്ടിലെത്തിയ സുധാംശുദാസ് ഗുപ്തയെയും ഒരു ബോംബോടുകൂടി പിടികൂടി. ഈ അറസ്റ്റോടെ, ഒരു സംഘം ചെറുപ്പക്കാർ താമസിയാതെ ആക്ഷൻ നടത്തിയേക്കുമെന്ന് ബ്രിട്ടീഷ് പൊലീസുകാർക്ക് മനസിലായി. വിപ്ലവകാരികളെ പിടികൂടാൻ പൊലീസ് പരക്കംപാഞ്ഞു. അതിനിടയിൽ1930 ജനുവരി അവസാനം ബോംബ് നിർമിക്കുന്ന രണ്ട് ഫാക്ടറികൾ കണ്ടെത്തി. കുറേപ്പേരെ അറസ്റ്റു ചെയ്തു. 1930 ഫെബ്രുവരിയിൽ അവരെയെല്ലാം പ്രതികളാക്കി ഒരു കേസ് ഫയൽചെയ്തു. ആ കേസാണ് മെചിബസാർ ഗൂഢാലോചനക്കേസ് എന്ന പേരിൽ അറിയുന്നത്. അതിലെ 23 പ്രതികളിലൊരാൾ പ്രമോദ് ദാസ് ഗുപ്ത. നിരഞ്ജൻ സെൻ, സതീഷ് പക്രാസി, സുധാംശുദാസ് ഗുപ്ത, സത്യബ്രതസെൻ തുടങ്ങിയവർ കേസിലെ മറ്റു പ്രതികൾ. 1930 ജൂൺ 14 ന് കേസിന്റെ വിധി വന്നു. പ്രതികളിൽ പലരെയും വിവിധ കാലയളവുകളിലേക്ക് ശിക്ഷിച്ചു. തെളിവില്ലാത്തതിനാൽ പ്രമോദ് ദാസ് ഗുപ്തയെ ശിക്ഷിച്ചില്ല. എങ്കിലും ബംഗാൾ ക്രിമിനൽ ഭേദഗതി നിയമപ്രകാരം അറസ്റ്റുചെയ്ത് തടവറയിലേക്ക് തള്ളി. എട്ടുവർഷം ബംഗാളിലെ വിവിധ തടവറകളിലും ദേവലി ഡീറ്റൻഷൻ ക്യാമ്പിലും കിടന്ന് നരകിച്ചു. ജയിലിൽ വെച്ച് മാർക്സിസം പഠിക്കാൻ തുടങ്ങി. തുടർന്ന് അബ്ദുൾ ഹലീമിന്റെ കമ്യൂണിസ്റ്റ് കൺസോളിഡേഷൻ ഗ്രൂപ്പിൽ ചേർന്നു.

1937 ൽ ദേവലി ഡീറ്റൻഷൻ ക്യാമ്പിൽനിന്ന് മോചിതനായതിനു ശേഷം കൽക്കത്തയിലേക്ക് മടങ്ങി. അവിടെവെച്ച് മുസഫർ അഹമ്മദുമായി ബന്ധപ്പെട്ടു. വാസ്തവത്തിൽ തടവറയിൽ കിടക്കുന്നവരെല്ലാം മോചിതരായി പുറത്തിറങ്ങിയാൽ, മുസഫർ അഹമ്മദുമായി ബന്ധപ്പെടണമെന്ന നിർദേശം കിട്ടുമായിരുന്നു. അപ്പോൾ കമ്യൂണിസ്റ്റുപാർട്ടിയുടെ മേൽ നിരോധനം നിലനിന്നു. എങ്കിലും *നാഷണൽ ഫ്രണ്ട്* പ്രസിദ്ധീകരിക്കുന്നുണ്ടായിരുന്നു. 1938 മെയ് 1 ന് കമ്യൂണിസ്റ്റുപാർട്ടിയിൽ അംഗമായി. കൽക്കത്തയിലെ തുറമുഖ തൊഴിലാളികൾക്കിടയിൽ പ്രവർത്തിക്കാനാണ് നിർദേശം കിട്ടിയത്. ആ നിർദേശം നടപ്പാക്കി. 1940 ൽ പരസ്യപ്രവർത്തനം നടത്തുന്ന പാർട്ടിയുടെ കൽക്കത്ത ജില്ലാകമ്മിറ്റി സെക്രട്ടറിയായി തിരഞ്ഞെടുക്കപ്പെട്ടു. ഒളിവിൽ പ്രവർത്തിക്കുന്ന ജില്ലാകമ്മിറ്റി സെക്രട്ടറി സരോജ് മുഖർജി. രണ്ടാംലോക മഹായുദ്ധം പൊട്ടിപ്പുറപ്പെട്ടപ്പോൾ ഒളിവിൽപോയി. എങ്കിലും 1941 ൽ അറസ്റ്റിലായി. കമ്യൂണിസ്റ്റുപാർട്ടിയുടെ മേലുള്ള നിരോധനം പിൻവലിച്ചപ്പോൾ പുറത്തുവന്നു.

ഈ ഘട്ടത്തിലാണ് പാർട്ടിയുടെ ബംഗാൾ കമ്മിറ്റിക്കുവേണ്ടി ഒരു പ്രസ് സംഘടിപ്പിച്ചത്. ആ പ്രസിൽനിന്ന് ബംഗാളി വാരിക *ജനയുദ്ധ്*

പ്രസിദ്ധീകരിക്കാൻ തുടങ്ങി. പിന്നീട് *സ്വാധീനത* എന്ന പത്രം അച്ചടിച്ചതും അതേ പ്രസിൽനിന്നുതന്നെ.

സ്വാതന്ത്ര്യലബ്ധിയെ തുടർന്ന് അധികം കഴിയുന്നതിനുമുമ്പ് കോൺഗ്രസ് ഗവൺമെന്റ് പാർട്ടിയെ നിരോധിക്കുകയും പാർട്ടിക്കെതിരെ ആഞ്ഞടിക്കുകയും ചെയ്തു. അപ്പോൾ കുറച്ചുകാലം ഒളിവിൽ കഴിഞ്ഞെങ്കിലും അവസാനം അറസ്റ്റിലായി. 1951 ജയിൽ വിമുക്തനായതിനുശേഷം പശ്ചിമബംഗാളിൽ പാർട്ടി സംഘടിപ്പിക്കുന്നതിൽ പ്രധാന പങ്കുവഹിച്ചു. *സ്വാധീനത* പുനരാരംഭിക്കുന്നതിലും വലിയ പങ്കുണ്ടായിരുന്നു.

1961 ൽ പാർട്ടിയുടെ ആറാം കോൺഗ്രസ് വിജയവാഡയിൽ. അതിന് മുന്നോടിയായി ബർദാനിൽ ചേർന്ന സംസ്ഥാന സമ്മേളനം പശ്ചിമബംഗാൾ സംസ്ഥാന സെക്രട്ടറിയായി തിരഞ്ഞെടുത്തു. മരണംവരെ ആ സ്ഥാനത്ത് തുടരുകയും ചെയ്തു. വിജയവാഡാ കോൺഗ്രസ് കേന്ദ്ര എക്സിക്യൂട്ടീവ് കമ്മിറ്റിയിലേക്കും തിരഞ്ഞെടുത്തു. അതിനുമുമ്പ് നടന്ന കോൺഗ്രസ് (അമൃതസാർ കോൺഗ്രസ്) നാഷണൽ കൗൺസിലിലേക്ക് തിരഞ്ഞെടുത്തിരുന്നു.

റിവിഷനിസത്തിനെതിരായ ഉൾപ്പാർട്ടി സമരം. 1956 ൽ നടന്ന നാലാം പാർട്ടി കോൺഗ്രസിന് തൊട്ടുമുമ്പു മുതൽ ആരംഭിച്ചു. വിജയവാഡാ കോൺഗ്രസിൽ സമരം അതിന്റെ മൂർധന്യത്തിലെത്തി. തുടക്കം മുതൽ ആ പോരാട്ടത്തിന്റെ മുൻപന്തിയിലായിരുന്നു പ്രമോദ് ദാസ് ഗുപ്ത. 1957 ൽ ലോകത്തിലെ 12 കമ്യൂണിസ്റ്റ് തൊഴിലാളി പാർട്ടികളുടെ പ്രഖ്യാപനം പുറത്തുവന്നു. ആ പ്രഖ്യാപനം സാർവദേശീയ കമ്യൂണിസ്റ്റ് പ്രസ്ഥാനത്തിനകത്തെ മുഖ്യവിപത്ത് റിവിഷനിസമായി ചിത്രീകരിച്ചു. ആ രേഖ ഇന്ത്യൻ പരിതഃസ്ഥിതിയിൽ എത്രത്തോളം പ്രസക്തമാണെന്നതിനെക്കുറിച്ച് പി ഡി ജി ഉറക്കെ ചിന്തിച്ചു. ഇതു സംബന്ധിച്ച് അദ്ദേഹം ഒരു രേഖ തയാറാക്കി മദിരാശിയിൽ ചേർന്ന സി പി ഐ നാഷണൽ കൗൺസിൽ യോഗത്തിൽ അവതരിപ്പിച്ചു. ആ രേഖ പാർട്ടിയിലുടനീളം ചർച്ച ചെയ്യണമെന്ന് ആവശ്യപ്പെട്ടു. പക്ഷെ, പാർട്ടിയിൽ ആധിപത്യമുള്ള നേതൃത്വം അതിന് തയാറായില്ല. അവൻ അന്ന് സോഷ്യലിസത്തിലേക്കുള്ള ഇന്ത്യൻ മാതൃകയ്ക്ക് തെളിവായി കേരളത്തിലെ കമ്യൂണിസ്റ്റ് ഗവൺമെന്റിനെ ഉയർത്തിക്കാണിക്കുകയായിരുന്നു. എങ്കിലും പശ്ചിമബംഗാളിലെ പാർട്ടി റിവിഷനിസത്തിന്റെ അഴുക്കുചാലിൽ വീഴാതിരിക്കാൻ അദ്ദേഹം പ്രത്യേകം ശ്രദ്ധിച്ചു.

1962 ൽ ഇന്ത്യാ-ചൈനാ അതിർത്തിത്തർക്കം പൊട്ടിപ്പുറപ്പെട്ടു. അതിന്റെ പശ്ചാത്തലത്തിൽ നാഷണൽ കൗൺസിൽ യോഗം ചേർന്നപ്പോൾ ഭൂരിപക്ഷം അംഗങ്ങളും സങ്കുചിത ദേശീയവാദപരമായ നിലപാട് സ്വീകരിച്ചു. അതേസമയം ന്യൂനപക്ഷം സഖാക്കളോടൊപ്പം പി ഡി ജി തൊഴിവാളിവർഗ സാർവദേശീയത ഉയർത്തിപ്പിടിച്ചു. അതിന്റെ പേരിൽ അറസ്റ്റിലായി. ജയിലിൽ കിടന്നുകൊണ്ട് പി ഡി ജി യും മറ്റു നേതാക്കളും മാർക്സിസം-ലെനിനിസത്തിനുവേണ്ടിയും തൊഴിവാളിവർഗ

പ്രമോദ് ദാസ് ഗുപ്ത

ഏഴാം പാർട്ടി കോൺഗ്രസ് തിരഞ്ഞെടുത്ത സി പി ഐ (എം) പൊളിറ്റ് ബ്യൂറോ മുൻനിരയിൽ (ഇടത്തുനിന്ന് പി രാമമൂർത്തി, ഇ എം എസ്, പ്രമോദ് ദാസ് ഗുപ്ത, ബസവ പുന്നയ്യ, പിൻനിരയിൽ: ജ്യോതി ബസു, ബി ടി ആർ, സുന്ദരയ്യ എ കെ ജി, ഹർകിഷൻസിംഗ് സുർജീത്

സാർവദേശീയതത്വത്തിനുവേണ്ടിയുമുള്ള സമരത്തിൽ പശ്ചിമബംഗാളിലെ പാർട്ടി അംഗങ്ങളെ നയിച്ചു. ജയിലിൽനിന്ന് ഏറ്റവും ഒടുവിൽ (1964 ൽ) മോചിപ്പിക്കപ്പെട്ടവരിൽ ഒരാൾ പ്രമോദ് ദാസ് ഗുപ്ത. 7–ാം കോൺഗ്രസ് നടത്താൻ തീരുമാനിച്ച തെനാലി കൺവൻഷൻ സംഘടിപ്പിച്ച നേതൃനിരയിൽ പി ഡി ജിയുമുണ്ടായിരുന്നു. കൽക്കത്തയിൽ നടന്ന പാർട്ടി കോൺഗ്രസിന് തൊട്ടുമുമ്പ് അദ്ദേഹവും പശ്ചിമബംഗാളിലെ കുറെ പാർട്ടി നേതാക്കളും അറസ്റ്റിലായി. കോൺഗ്രസ് പൊളിക്കുകയായിരുന്നു ഉദ്ദേശ്യം. എങ്കിലും കോൺഗ്രസ് വിജയപൂർവം നടന്നു. പാർട്ടി കോൺഗ്രസ് അദ്ദേഹത്തെ കേന്ദ്രകമ്മിറ്റിയിലേക്കും പൊളിറ്റ് ബ്യൂറോയിലേക്കും തിരഞ്ഞെടുത്തു.

പാർട്ടി കോൺഗ്രസ് കഴിഞ്ഞ ഉടനെ സി പി ഐ (എം) നെതിരെ ഗവൺമെന്റ് ശക്തമായ കടന്നാക്രമണം നടത്തി. രാജ്യത്തിന്റെ വിവിധ ഭാഗങ്ങളിൽനിന്ന് പാർട്ടി നേതാക്കളെയും പ്രധാന പ്രവർത്തകരെയും അറസ്റ്റുചെയ്ത് ജയിലിലാക്കി. അപ്പോൾ ജയിലിലിരുന്നുകൊണ്ട് സി പി ഐ (എം) ശക്തിപ്പെടുത്തുന്നതിന് പി ഡി ജിയും സഖാക്കളും മാർഗനിർദേശം നൽകി.

1966 ൽ ജയിൽ മോചിതനായതിനുശേഷം പാർട്ടി സംഘടന കെട്ടിപ്പടുക്കുന്നതിലും ഉറപ്പിക്കുന്നതിലും പ്രത്യേകം ശ്രദ്ധ പതിപ്പിച്ചു. സംസ്ഥാ

നത്തെ ഏറ്റവും വലിയ പാർട്ടിയായി സി പി ഐ (എം) നെ വളർത്തി ക്കൊണ്ടുവരുന്നതിൽ ഗണ്യമായ സംഭാവന നൽകി. ഐക്യമുന്നണി ഗവൺമെന്റിന്റെയും ഇടതുപക്ഷ മുന്നണി ഗവൺമെന്റിന്റെയും ശിൽപ്പി യായിരുന്നു അദ്ദേഹം. 1967 ൽ പല സംസ്ഥാനങ്ങളിലും കോൺഗ്രസ് കുത്തക തകർന്നു. പശ്ചിമബംഗാളിലും കേരളത്തിലും ഇടതുപക്ഷ–ജ നാധിപത്യശക്തികൾ കോൺഗ്രസിനെ പരാജയപ്പെടുത്തുന്നതിൽ വിജ യിച്ചു. ആ ഘട്ടത്തിൽ പശ്ചിമബംഗാളിൽ ഐക്യമുന്നണി ഗവൺമെന്റ് രൂപവൽക്കരിക്കുന്നതിനും മുമ്പോട്ടുപോകുന്നതിനുമുള്ള അടവുകൾ അദ്ദേഹം ആവിഷ്കരിച്ചു.

ഈ ഐക്യമുന്നണി ഗവൺമന്റിന്റെ കാലത്താണ് ഇടതുപക്ഷ സാഹസികപ്രവണതകൾ പാർട്ടിക്കകത്ത് തലപൊക്കിയത്. ആ പ്രവ ണതകൾക്കെതിരെ സമരത്തിന് അദ്ദേഹം നേതൃത്വം നൽകി. പാർട്ടി നയത്തെ ന്യായീകരിച്ചുകൊണ്ടും ഇടതുപക്ഷ സാഹസികരുടെ പ്രതി വിപ്ലവകരമായ പ്രവർത്തനങ്ങൾ തുറന്നുകാട്ടിക്കൊണ്ടും അദ്ദേഹം ലേഖ നങ്ങളും ലഘുലേഖകളുമെഴുതി. സംസ്ഥാനത്തൊട്ടാകെ സഞ്ചരിച്ച് പാർട്ടി അണികളെ തീവ്രവാദത്തിനെതിരെ ജാഗരൂകരാക്കി.

1969 ൽ ഒരിക്കൽകൂടി ഐക്യമുന്നണിക്ക് ഭൂരിപക്ഷം കിട്ടി. മുന്ന ണിയിലെ ഏറ്റവും വലിയ ഘടകകക്ഷി സി പി ഐ (എം) ആയിരുന്നെ ങ്കിൽപ്പോലും അജയ് മുഖർജിയെ മുഖ്യമന്ത്രിയാക്കാൻ മടിച്ചില്ല. 1971 ൽ സി പി ഐ കോൺഗ്രസുമായി കൈകോർക്കുകയും കോൺഗ്രസ് തിരഞ്ഞെടുപ്പിൽ പരാജയപ്പെടുകയും ചെയ്തപ്പോൾ പശ്ചിമബംഗാളിലെ ജനാധിപത്യവാദികളായ ജനങ്ങളുടെ വികാരം മാനിച്ച് മുന്നണിയിൽ ചേരാൻ അദ്ദേഹം സി പി ഐ യെ ആഹ്വാനം ചെയ്തു. എന്തിനധികം, കോൺഗ്രസിനെ അധികാരത്തിൽനിന്ന് പുറത്തുനിർത്താൻ സി പി ഐക്ക് പ്രധാനവകുപ്പുകൾ വാഗ്ദാനം ചെയ്യുകപോലുമുണ്ടായി.

1972 മുതൽ 1876 വരെ സംസ്ഥാനത്ത് അർധഫാസിസ്റ്റ് ഭീകരവാഴ്ച നടമാടി. ആ ഘട്ടത്തിൽ 1200 സഖാക്കൾക്ക് ജീവൻ നഷ്ടമായി. ആയിര ക്കണക്കിന് സഖാക്കൾ ജനിച്ചുവളർന്ന സ്ഥലങ്ങളിൽനിന്നും ആട്ടിയോ ടിക്കപ്പെട്ടു. ജനാധിപത്യാവകാശങ്ങൾ ചവിട്ടിമെതിക്കപ്പെട്ടു. പാർട്ടിയു ടെയും ബഹുജനസംഘടനകളുടെയും ആപ്പീസുകൾ കൈയേറ്റംചെ യ്തു. രാഷ്ട്രീയമായ ക്യാമ്പയിനുകൾ നടത്തിയും സംഘടനാപരമായ നടപടികൾ കൈക്കൊണ്ടും പാർട്ടിയെ ഒരു പോറൽപോലും ഏൽക്കാതെ സംരക്ഷിക്കുക മാത്രമല്ല ജനങ്ങളുമായുള്ള ഐക്യം ഊട്ടിയുണ്ടാക്കി പാർട്ടിയുടെ സ്വാധീനം വ്യാപിപ്പിക്കുന്നതിന് നേതൃത്വം നൽകുകകൂടി ചെയ്തു അദ്ദേഹം. അടിയന്തരാവസ്ഥയുടെ ഘട്ടത്തിലും പി ഡി ജി പാർട്ടിക്ക് ശക്തമായ നേതൃത്വം നൽകി.

1977 ൽ ലോകസഭയിലേക്ക് ഇന്ദിരാഗാന്ധി തിരഞ്ഞെടുപ്പ് പ്രഖ്യാ പിച്ചു. പശ്ചിമബംഗാളിലെ സി പി ഐ (എം) പി ഡി ജിയുടെ നേതൃത്വ ത്തിൽ കോൺഗ്രസിന് കനത്ത പ്രഹരമേൽപ്പിക്കാൻ ജനതാപാർട്ടിയു മായി തിരഞ്ഞെടുപ്പ് സഖ്യമുണ്ടാക്കാൻ മടിച്ചില്ല.

അതേവർഷം ജൂണിൽ നിയമസഭാ തിരഞ്ഞെടുപ്പ് പ്രഖ്യാപിക്കപ്പെട്ടു. അപ്പോൾ ഭൂരിപക്ഷം സീറ്റുകൾ മത്സരിക്കുന്നതിനായി തങ്ങൾക്ക് വിട്ടുതരണമെന്ന് മൊറാർജി ദേശായി ശഠിച്ചു. ആ ആവശ്യം അംഗീകരിച്ചുകൊടുക്കാനും പാർട്ടി മടിച്ചില്ല. അമിതാധികാരത്തിനെതിരായ പോരാട്ടം മുമ്പോട്ടുകൊണ്ടുപോകാനും ജനാധിപത്യാവകാശം പുനഃസ്ഥാപിക്കാനും അത്യാവശ്യമായതുകൊണ്ടാണ് അങ്ങനെ ചെയ്തത്. അദ്ദേഹത്തിനോ പാർട്ടിക്കോ ജനതാപാർട്ടിയിൽ യാതൊരു വ്യാമോഹവുമുണ്ടായിരുന്നില്ല. അതേസമയം അമിതാധികാര ചട്ടക്കൂട് പൊളിച്ചുമാറ്റുന്നതിനും ജനാധിപത്യപ്രസ്ഥാനത്തിന്റെ മുന്നേറ്റത്തിനും ജനതാപാർട്ടിയുടെ ആവശ്യം അംഗീകരിച്ചുകൊടുക്കേണ്ടിയിരുന്നു. അങ്ങനെയൊരു അടവ് സ്വീകരിച്ചതുകൊണ്ട് ഫലമുണ്ടായി. ജനതാപാർട്ടി അവരുടെ നിർദേശത്തിൽ നിന്നുതന്നെ പിൻവാങ്ങിയപ്പോൾ സി പി ഐ (എ) ഇടതുപക്ഷശക്തികളോടൊപ്പം തിരഞ്ഞെടുപ്പിൽ മത്സരിച്ചു. അങ്ങനെ കോൺഗ്രസിനും ജനതാപാർട്ടിക്കും ഒരുപോലെ കനത്ത പ്രഹരമേൽപ്പിക്കാൻ കഴിഞ്ഞു. അതിനെ തുടർന്ന് ജ്യോതിബസുവിന്റെ നേതൃത്വത്തിൽ ഇടതുപക്ഷ മുന്നണി ഗവൺമെന്റ് അധികാരത്തിൽവന്നു. ഇടതുപക്ഷ മുന്നണിയുടെ ചെയർമാൻ ആയി അദ്ദേഹം പ്രവർത്തിച്ചു. 1982 ലെ തിരഞ്ഞെടുപ്പ് വിജയത്തിലും മുന്നണിയെ നയിച്ചത് അദ്ദേഹമായിരുന്നു.

സംഘടനാ രംഗത്താണ് പി ഡി ജി ഏറ്റവും വലിയ സംഭാവന നൽകിയത്. ഇക്കാര്യത്തിൽ അദ്ദേഹവുമായി താരതമ്യപ്പെടുത്താവുന്നവർ അത്യപൂർവം. സംസ്ഥാനത്തിലെ പ്രധാനപ്പെട്ട കേഡർമാരെയെല്ലാം അറിയാം. അവരുടെ രാഷ്ട്രീയ നിലവാരവും പ്രശ്നങ്ങളും പ്രയാസങ്ങളും അറിയാം. അതുകൊണ്ട് ഏത് സംഘടനാപ്രശ്നത്തിന്റെയും കുരുക്കഴിക്കാൻ അദ്ദേഹം വിദഗ്ധനായിരുന്നു. അദ്ദേഹം പശ്ചിമബംഗാളിൽ കേന്ദ്രീകരിച്ചാണ് പ്രവർത്തിച്ചതെങ്കിലും വടക്കുകിഴക്കൻ മേഖലയിലെ സംസ്ഥാന കമ്മിറ്റികൾക്ക് ആവശ്യമായ നിർദേശങ്ങൾ നൽകുകയും അവയെ സഹായിക്കുകയും ചെയ്തു.

54 വർഷത്തെ വിപ്ലവജീവിതത്തിനിടയിൽ 14 വർഷത്തോളം ജയിലിൽ കിടന്നു. 5 വർഷം ഒളിവിൽ കഴിഞ്ഞു. ഇതൊക്കെ അദ്ദേഹത്തിന്റെ ആരോഗ്യത്തെ ബാധിക്കാതിരുന്നില്ല. എങ്കിലും സജീവമായ ജീവിതത്തിൽ വിശ്വസിച്ചു. തീർച്ചയായും അങ്ങനെ തന്നെ സാധിച്ചു എന്ന് അദ്ദേഹത്തിന് അവകാശപ്പെടാമായിരുന്നു. അവസാനനിമിഷം വരെയും തൊഴിലാളി വർഗത്തിനും ഇന്ത്യൻ വിപ്ലവത്തിനുംവേണ്ടി തന്റെ ജീവിതം അദ്ദേഹം ചെലവഴിച്ചു. 1982 നവംബർ 29 ന് ചൈനയിൽവെച്ച് അന്തരിച്ചു.

പ്രാണനാഥ് പട്നായിക്

1905 - 1970

കമ്യൂണിസ്റ്റ് പ്രസ്ഥാനം ദുർബലമായ സംസ്ഥാനങ്ങളിലൊന്നാണ് ഒറീസ. സി പി ഐ (എം) ഉം സി പി ഐയും ചില പോക്കറ്റുകളിൽ മാത്രമായി ഒതുങ്ങിനിൽക്കുന്നു. പക്ഷേ ഒരുകാലത്ത് ശക്തമായി വളർന്നുവന്ന ഒരു കമ്യൂണിസ്റ്റ് പ്രസ്ഥാനമുണ്ടായിരുന്നു ഒറീസയിൽ. നാടുവാഴിത്തത്തിനെതിരെ കൃഷിക്കാരെയും രാജഭരണത്തിനെതിരെ ജനങ്ങളെയും അണിനിരത്തിക്കൊണ്ടാണ് ഈ വളർച്ച കൈവരിച്ചത്. അതിന് രൂപം നൽകിയവരിൽ ഒരാളായിരുന്നു പ്രാണനാഥ് പട്നായിക്. ഒറീസയിലെ കമ്യൂണിസ്റ്റ് പ്രസ്ഥാനത്തിന്റെ ത്രിമൂർത്തികളിലൊരാൾ. ഭഗവതി പാണിഗ്രാഹി, ഗുരുചരൺ പട്നായിക് എന്നിവരത്രെ മറ്റു രണ്ടുപേർ.

പുരി ജില്ലയിലെ ദിമിൽ ഗ്രാമത്തിൽ 1905 നവംബർ 16–ന് പ്രാണനാഥ് ജനിച്ചു. കോളേജ് വിദ്യാർഥി ആയിരിക്കവേതന്നെ സ്വാതന്ത്ര്യസമരം വളരെയധികം ആകർഷിച്ചു. അതിന്റെ അലകൾ ആഞ്ഞടിക്കാൻ തുടങ്ങിയപ്പോൾ അടങ്ങിയിരിക്കാൻ കഴിഞ്ഞില്ല. 1930–ൽ ഇന്റർമീഡിയറ്റ് സയൻസ് കോഴ്സ് വിദ്യാർഥിയായിരിക്കെ മറ്റു ചില വിദ്യാർഥികളോടൊപ്പം സ്വാതന്ത്ര്യസമരത്തിൽ പങ്കെടുക്കാൻ പഠനം ഉപേക്ഷിച്ചു. ബലസോറിൽ പോയി നിസ്സഹകരണപ്രസ്ഥാനത്തിൽ പങ്കാളിയായി. കോൺഗ്രസ് പ്രവർത്തനവും ആരംഭിച്ചു. അപ്പോൾ കോൺഗ്രസ് നേതൃത്വത്തിൽ നിന്ന് ഒരു നിർദേശം – പുരി ടൗണിൽ പാർട്ടിയുടെ ചുമതലയേറ്റ് പ്രവർത്തിക്കുക. ജി സെയിൻ തുടങ്ങിയ ചിലരോടൊപ്പം അങ്ങോട്ടുപോയി. അവിടെ എത്തിയ അദ്ദേഹം വിദേശവസ്ത്രഷോപ്പ് പിക്കറ്റിങ് സംഘടി

പ്പിച്ചു. അതിന്റെ പേരിൽ അറസ്റ്റിലുമായി. ഏതാനും മാസം ജയിലിൽ കിടന്നു. ഇതിനിടയിൽ പുരിയിലെ കടക്കാർ വിദേശവസ്ത്രങ്ങൾ വിൽക്കേണ്ടതില്ലെന്ന് സ്വയം തീരുമാനിച്ചു.

അതേവർഷംതന്നെ ഖുർദ തന്റെ പ്രവർത്തനകേന്ദ്രമാക്കാൻ പ്രാണനാഥ് തീരുമാനിച്ചു. അത് പുരി റവന്യൂ ജില്ലയിൽപ്പെട്ട പ്രദേശം. അതിന് ചരിത്രപ്രാധാന്യവും കുറവല്ല. അത് സംസ്ഥാനത്തിന്റെ പഴയ ആസ്ഥാനം. ബ്രിട്ടീഷ് സാമ്രാജ്യത്വത്തിനെതിര വമ്പിച്ച ബഹുജനമുന്നേറ്റമുണ്ടായത് ഇവിടെ. 1905–ലും 1915–ലും കർഷകകലാപം തന്നെയുണ്ടായി ഖുർദിൽ. കലാപത്തിന് നേതൃത്വം നൽകിയ ബക്ഷി ജഗബന്ധു, ജയ് രാജഗുരു തുടങ്ങിയ ദേശാഭിമാനികൾ തൂക്കിക്കൊല്ലപ്പെടുകയോ നാടുകടത്തപ്പെടുകയോ ചെയ്തു. പ്രാണനാഥ് ഖുർദ കേന്ദ്രീകരിച്ച് നടത്തിയ പ്രവർത്തനത്തിന് ഫലമുണ്ടായി. പിൽക്കാലത്ത് അത് കമ്യൂണിസ്റ്റ് ശക്തികേന്ദ്രമായി.

ഖുർദയിൽ വളരെയധികം കഷ്ടപ്പാടുകൾ സഹിക്കേണ്ടിവന്നു. രാത്രി കിടന്നുറങ്ങാൻ സ്ഥലംപോലും കിട്ടാൻ വിഷമിച്ചു. അക്കാലത്തെ സഹപ്രവർത്തകരിൽ ഒരാളായിരുന്ന ജി സി റായ്ചുരാമണി എഴുതി:

> ഖുർദയിൽ രാത്രി കിടന്നുറങ്ങാൻ ഞങ്ങൾക്കിരുവർക്കും വീടോ വരാന്ത പോലുമോ കണ്ടെത്താൻ കഴിഞ്ഞില്ല. ബ്രിട്ടീഷ് പൊലീസ് ഞങ്ങളെ നിരന്തരം പിന്തുടർന്നു. ഞങ്ങളുടെ കൈവശം പണമുണ്ടായിരുന്നില്ല. വസ്ത്രമുണ്ടായിരുന്നില്ല. ആകപ്പാടെയുണ്ടായിരുന്നത് പ്രാണനാഥ് പട്നായിക്കിന്റെ മനോബലം. അദ്ദേഹമായിരുന്നു ഞങ്ങളുടെ സംഘ നേതാവ്.

അദ്ദേഹം തന്റെ സഹപ്രവർത്തകരോടൊപ്പം ഗ്രാമത്തിൽ നിന്ന് ഗ്രാമത്തിലേക്ക് നീങ്ങി. ജനങ്ങളുമായി സംസാരിച്ചു. അവരുടെ ദുരിതങ്ങളുടെ കാരണം അവർക്ക് വിശദീകരിച്ചുകൊടുത്തു. 1905–ലെ കലാപത്തിനുശേഷം ബ്രിട്ടീഷ് ഗവൺമെന്റ് ഒരു ഉത്തരവിറക്കി: ഖുർദ പ്രദേശത്തെ ജനങ്ങൾ വാൾ, കുന്തം തുടങ്ങിയ ആയുധങ്ങൾ കൊണ്ടുനടക്കാനോ സൂക്ഷിക്കാനോ പാടില്ല. അതുകൊണ്ട് അവ അവർക്ക് രഹസ്യമായി സൂക്ഷിക്കേണ്ടിയിരുന്നു. അങ്ങനെയുള്ള ഖുർദയിൽ പ്രാണനാഥ് കൃഷിക്കാരുടെ ഒരു പ്രകടനം സംഘടിപ്പിച്ചു. 1905–നുശേഷം അവർ ഇദംപ്രഥമമായി തെരുവീഥികളിലൂടെ ആയുധങ്ങളുമായി പ്രകടനം നടത്തി.

നിസ്സഹകരണപ്രസ്ഥാനം അവസാനിച്ചപ്പോൾ മുടങ്ങിപ്പോയ പഠനം തുടരാൻ നിശ്ചയിച്ചു. നേരെ ആചാര്യ നരേന്ദ്രദേവിന്റെ കാശിവിദ്യാപീഠിലേക്കു പോയി. ജി സി പട്നായിക്കിനോടും മറ്റു ചില ഒറിയക്കാരോടുമൊപ്പം അവിടെനിന്ന് ബിരുദം നേടി. അവിടെ പഠിക്കുമ്പോൾ മാർക്സിസ്റ്റ് സാഹിത്യങ്ങളുമായി പരിചയപ്പെടാനിടയായി. മനുഷ്യൻ മനുഷ്യനെ ചൂഷണം ചെയ്യുന്ന സമ്പ്രദായത്തിന് മാർക്സത്തിലൂടെ മാത്രമേ അറുതിവരുത്താൻ കഴിയൂ എന്ന് ബോധ്യമായി.

ഇതിനിടയിൽ ഒറീസാരാഷ്ട്രീയത്തിൽ വലിയ മാറ്റം വരുന്നുണ്ടായിരുന്നു. ആ മാറ്റംതന്നെ ഇന്ത്യയിലാകെ ഉണ്ടായിക്കൊണ്ടിരുന്ന മാറ്റത്തിന്റെ ഭാഗമായിരുന്നുതാനും. 1930–കളുടെ ആദ്യം തന്റെ നേതൃത്വത്തിൽ ആരംഭിച്ച നിയമലംഘനപ്രസ്ഥാനം ഗാന്ധിജി പിൻവലിച്ചുവല്ലോ. അത് രാജ്യത്തെ ജനങ്ങളെയാകെ നിരാശരാക്കി. രാജ്യത്തിന്റെ സ്വാതന്ത്ര്യത്തിന് അവർ പുതിയ ഉശിരൻ സമരമാർഗങ്ങളാരായാൻ തുടങ്ങി. ഒറീസയിൽ അങ്ങനെ പുതിയ മാർഗങ്ങളാരായാൻ തുടങ്ങിയവർ പുരി–കട്ടക് ജില്ലകളിൽ ശക്തമായ ഒരു കർഷകപ്രസ്ഥാനത്തിന് അടിത്തറയിട്ടു. കേരളത്തിലെന്നപോലെ ഒറീസയിലും അഖിലേന്ത്യാ കിസാൻ സഭ രൂപംകൊള്ളുന്നതിനുമുമ്പ് കർഷകസംഘടനകൾ ജന്മമെടുത്തു. അതിന്റെ ആഭിമുഖ്യത്തിൽ *സാരഥി* എന്ന പേരിൽ ഒരു വാരികയും പ്രസിദ്ധീകരിച്ചു. എന്നല്ല, കൃഷിക്കാരുടെ പ്രശ്നങ്ങളുന്നയിച്ച് സമരങ്ങളും തുടങ്ങി. കോൺഗ്രസിൽ ആധിപത്യമുള്ള വിഭാഗം ഇതിനെതിരായിരുന്നു. ഇത് കോൺഗ്രസിൽ പ്രത്യാഘാതമുണ്ടാക്കി. പുരിയിലെയും കട്ടക്കിലെയും ഉൽപ്പതിഷ്ണുക്കളായ കോൺഗ്രസുകാർ കോൺഗ്രസിൽനിന്ന് അകലാൻ തുടങ്ങി.

ഈ ഘട്ടത്തിലാണ് കാശിയിൽനിന്ന് ബിരുദവും നേടി പ്രാണനാഥ് ഒറീസയിൽ മടങ്ങിയെത്തുന്നത്. ഉടൻതന്നെ അദ്ദേഹം കോൺഗ്രസിനകത്തെ ഉൽപ്പതിഷ്ണുക്കളുടെ ഒരു യോഗം 1934 ഫെബ്രുവരിയിൽ നവകൃഷ്ണ ചൗധരിയുടെ വീട്ടിൽ വിളിച്ചുകൂട്ടി. ആ യോഗം ഒറീസയിൽ കോൺഗ്രസ് സോഷ്യലിസ്റ്റുപാർട്ടിയുടെ ഒരു ഘടകം രൂപീകരിക്കാൻ നിശ്ചയിച്ചു. അങ്ങനെ പ്രാണനാഥ് ഒറീസയിലെ കോൺഗ്രസ് സോഷ്യലിസ്റ്റ് പാർട്ടി നേതാക്കളിലൊരാളായി. ഭഗവതി പാണിഗ്രാഹി, ഗുരുചരൺ പട്നായിക്, സുരേന്ദ്രനാഥ് ദ്വിവേദി, മോഹൻദാസ് തുടങ്ങിയവരായിരുന്നു മറ്റു നേതാക്കൾ.

കോൺഗ്രസ് സോഷ്യലിസ്റ്റ് പാർട്ടി സോഷ്യലിസ്റ്റ് ആശയങ്ങൾ പ്രചരിപ്പിക്കാൻ തുടങ്ങി. അവരിൽ ചിലർ നേരത്തെതന്നെ മാർക്സിസവുമായി പരിചയപ്പെട്ടിരുന്നു. അവർ മാർക്സിസ്റ്റ് ആശയപ്രചാരണത്തിലും ഏർപ്പെട്ടു. ഭഗവതി പാണിഗ്രാഹി *കമ്യൂണിസ്റ്റ് മാനിഫെസ്റ്റോ* ഒറിയ ഭാഷയിലേക്ക് വിവർത്തനം ചെയ്തു. കോൺഗ്രസ് സോഷ്യലിസ്റ്റുപാർട്ടി മുഖപത്രമായ *കൃഷക്കും* രാഷ്ട്രീയവൃത്തങ്ങളിൽ മാർക്സിസം പ്രചരിപ്പിക്കുന്നതിലേർപ്പെട്ടു. ഒറീസയിലെ ജനകീയ പ്രശ്നങ്ങളും കർഷക പ്രശ്നങ്ങളും അത് പ്രതിഫലിപ്പിച്ചു.

കോൺഗ്രസ് സോഷ്യലിസ്റ്റ് പാർട്ടിയിലേക്ക് ചെറുപ്പക്കാരെ ആകർഷിക്കാനും സാഹിത്യത്തിൽ മാർക്സിസ്റ്റ് കാഴ്ചപ്പാട് വളർത്തിയെടുക്കാനും ഭഗവതി പാണിഗ്രാഹി മുൻകൈയെടുത്ത് നവയുഗ സാഹിത്യ സൻസദ് സംഘടിപ്പിച്ചു. *ആധുനിക്* എന്ന പേരിൽ ഒരു മാസിക പുറത്തിറക്കുകപോലും ചെയ്തു. *ആധുനികും കൃഷക്കും* ഒറിയ സാഹിത്യത്തിലും പത്രപ്രവർത്തനത്തിലും ഒരു പുതിയ യുഗം ഉൽഘാടനം ചെയ്തു.

ഈ പ്രവർത്തനങ്ങളിൽ പ്രാണനാഥ്, ഭഗവതിയെ സഹായിച്ചു. ക്രമേണ അവരെല്ലാം കമ്യൂണിസ്റ്റുകാരായി മാറി.

1936–ൽ മറ്റു പ്രവിശ്യകളിലെന്നപോലെ ഒറീസ–ബിഹാർ പ്രവിശ്യകളിലും തിരഞ്ഞെടുപ്പ്. തിരഞ്ഞെടുപ്പിൽ പ്രാണനാഥ് മത്സരിക്കുക മാത്രമല്ല വിജയിക്കുകയും ചെയ്തു.

അതേവർഷം തന്നെ ഒറീസയിലെ ഫ്യൂഡൽ നാട്ടുരാജ്യങ്ങളിൽ രാജവാഴ്ചയ്ക്കും അവരുടെ ഏകാധിപത്യ ഭരണത്തിനും എതിരെ പ്രക്ഷോഭം ആരംഭിക്കണമെന്ന് കോൺഗ്രസ് സോഷ്യലിസ്റ്റുപാർട്ടി തീരുമാനിച്ചു. ധങ്കനാൽ, നീലഗിരി, നൊയാഗാർ, ദാസ്പല്ല, ഖണ്ഡപ്പാറ തുടങ്ങിയ നാട്ടുരാജ്യങ്ങളിൽ പ്രക്ഷോഭം തുടങ്ങി. പ്രക്ഷോഭം ദിനംപ്രതി ശക്തിപ്പെട്ടു. റാണാപ്പൂരിലാരംഭിച്ച പ്രക്ഷോഭം അതിശക്തമായി. രാജാവ് പ്രജാമണ്ഡലം നേതാക്കളെ അറസ്റ്റുചെയ്ത് തടവിലാക്കി. ഇത് ജനങ്ങളെ പ്രകോപിപ്പിച്ചു. മുപ്പതിനായിരം വരുന്ന ജനങ്ങൾ കൊട്ടാരം വളഞ്ഞ് ജനനേതാക്കളെ മോചിപ്പിക്കാൻ ആവശ്യപ്പെട്ടു. ഈ വിവരം ബ്രിട്ടീഷ് പൊളിറ്റിക്കൽ ഏജന്റ് ബുസർഗട്ടിന്റെ ചെവിയിലെത്തി. അപ്പോൾ രാത്രി രണ്ടുമണി. അയാൾ ഉടൻതന്നെ കൊട്ടാരത്തിലേക്ക് തിരിച്ചു. ജനങ്ങൾ അയാളുടെ വഴി തടഞ്ഞു. എങ്കിലും മിലിട്ടറി പൊലീസ് എല്ലാ തടസ്സങ്ങളും തട്ടിനീക്കി അയാളെ റാണാപ്പൂരിലെത്തിച്ചു. ജനങ്ങൾ കൊട്ടാരത്തിലേക്ക് കടക്കാൻ അയാളെ അനുവദിച്ചില്ല. കടക്കാനുള്ള ശ്രമത്തിൽ അയാൾ കൊല്ലപ്പെട്ടു. ജനനേതാക്കളെ രാജാവ് മോചിപ്പിച്ചെങ്കിലും പിന്നീട് റാണാപ്പൂരിൽ പൊലീസിന്റെ താണ്ഡവമായിരുന്നു. ജനങ്ങൾ റാണാപ്പൂരിൽനിന്ന് അയൽനാടുകളിലേക്ക് ഒളിച്ചോടാൻ നിർബന്ധിതരായി. റാണാപ്പൂരിൽ പോകാൻതന്നെ ജനങ്ങൾ ഭയപ്പെട്ടു. തന്റെ പേരിൽ ഗൂഢാലോചനക്കുറ്റമുണ്ടായിട്ടും റാണാപ്പൂരിൽ പരസ്യമായി കടക്കാൻ ആദ്യമായി ധൈര്യപ്പെട്ട ആൾ പ്രാണനാഥ്.

ഗൂഢാലോചനക്കേസിൽ നിന്ന് മോചിതനായതിനുശേഷം അദ്ദേഹം വീണ്ടും ദേശീയ സമരത്തിലേക്ക് ആണ്ടിറങ്ങി. വീണ്ടും അറസ്റ്റിലായി. ഇത്തവണ ബെരാംപൂർ ജയിലിലേക്കാണ് അയച്ചത്. രണ്ടാം ലോകമഹായുദ്ധകാലത്ത് ഇന്ത്യയിൽത്തന്നെ ആദ്യമായി അറസ്റ്റിലായ ആൾ പ്രാണനാഥ്. ബ്രിട്ടീഷുകാർക്കെതിരെ യോഗം സംഘടിപ്പിച്ചതിനായിരുന്നു അറസ്റ്റ്. 1939–ൽ അദ്ദേഹം പട്ന ക്യാമ്പ് ജയിലിലായിരുന്നു. ക്യാമ്പിൽ പല രാഷ്ട്രീയ നേതാക്കൾക്കും അദ്ദേഹം അധ്യാപകനായി.

രണ്ടാം ലോകമഹായുദ്ധം പൊട്ടിപ്പുറപ്പെട്ടപ്പോൾ കോൺഗ്രസ് സോഷ്യലിസ്റ്റ് പാർട്ടിക്കിടയിൽ അഭിപ്രായവ്യത്യാസം മൂർഛിച്ചു. സോഷ്യൽ ഡമോക്രസിയുടെയും ശാസ്ത്രീയ സോഷ്യലിസത്തിന്റെയും ആശയങ്ങൾ വെച്ചുപുലർത്തിയവർ ഏറ്റുമുട്ടി. ആദ്യം പറഞ്ഞ ആശയക്കാർ കടുത്ത സോവിയറ്റ് വിരോധികളായിരുന്നുവെങ്കിൽ രണ്ടാമത് പറഞ്ഞ ആശയക്കാർ സോവിയറ്റ് അനുകൂലികളായിരുന്നു. ഈ ഏറ്റുമുട്ടൽ നടക്കുന്നതിനിടയിലാണ് എം ആർ മസാനി തന്റെ കുപ്രസിദ്ധമായ *സി*

എസ് പിക്കെതിരെ കമ്യൂണിസ്റ്റ് ഗൂഢാലോചന എന്ന പുസ്തകം പുറത്തിറക്കിയത്. ഒറീസയിൽ സി എസ് പി സെക്രട്ടറി നിയമവിരുദ്ധ സി പി ഐയുടെ സെക്രട്ടറി ആണെന്നും 40 സി എസ് പി അംഗങ്ങളിൽ 34 പേരും സി പി ഐയുടെ കൂടെയാണെന്നും അതിൽ അദ്ദേഹം പറഞ്ഞു. ഈ ഘട്ടത്തിൽ ജയപ്രകാശ് നാരായണൻ ഒറീസയിൽ വരികയും സംസ്ഥാന സി എസ് പി ഘടകം പിരിച്ചുവിടുകയും ചെയ്തു. അതോടെ ഒറീസയിലെ സി എസ് പി ഘടകം ഏറെക്കുറെ ഒന്നടങ്കം ഇന്ത്യൻ കമ്യൂണിസ്റ്റുപാർട്ടിയിൽ ലയിച്ചുചേർന്നു; കേരളത്തിലെ സി എസ് പി ഘടകം 1939 അവസാനം പാറപ്പുറം സമ്മേളനത്തിൽ വച്ച് ഇന്ത്യൻ കമ്യൂണിസ്റ്റ് പാർട്ടിയിൽ ലയിച്ചുചേർന്നതുപോലെ. ഇപ്രകാരം ഒരു പാർട്ടി ഏറെക്കുറെ പൂർണമായും മറ്റൊരു പാർട്ടിയിൽ ലയിച്ചുചേർന്ന പ്രക്രിയയ്ക്ക് വഴിയൊരുക്കിയവരിൽ പ്രധാനി പ്രാണനാഥ് പട്നായിക്ക്.

1942–ലെ പ്രക്ഷോഭകാലത്തും പ്രാണനാഥ് അറസ്റ്റിലായി. 1945 വരെ ബെറാംപൂർ ജയിലിൽ കിടക്കേണ്ടിവന്നു. സ്വാതന്ത്ര്യലബ്ധിക്കുശേഷം പങ്കുപാട്ടക്കാരുടെ അവകാശസമരങ്ങൾക്ക് നേതൃത്വം നൽകി. ഖുർദ മണ്ഡലത്തിൽ നിന്ന് രണ്ടുതവണ ഒറീസ നിയമസഭയിലേക്ക് തിരഞ്ഞെടുക്കപ്പെട്ടു. ഒരു തവണ അതേ മണ്ഡലത്തിൽ പരാജിതനായി. പാർട്ടി പിളർന്നപ്പോൾ സി പി ഐയിൽ ഉറച്ചുനിന്ന പ്രാണനാഥ് ആ പാർട്ടിയുടെ സംസ്ഥാന സെക്രട്ടേറിയറ്റ് അംഗമായിരുന്നു.

ഖുർദ തന്റെ പ്രവർത്തനകേന്ദ്രമായി തുടക്കത്തിൽത്തന്നെ തെരഞ്ഞെടുത്ത പ്രാണനാഥ് ആ പ്രക്ഷോഭത്തിന്റെ വികസനത്തിനായി തീവ്രപരിശ്രമം നടത്തി. പാവപ്പെട്ട കുട്ടികൾക്ക് പഠിക്കാൻ അവസരമൊരുക്കുകയെന്ന ലക്ഷ്യത്തോടെ ജനങ്ങളിൽനിന്ന് ചെറിയചെറിയ തുകകൾ പിരിച്ച് 1959–ൽ അദ്ദേഹം ഖുർദയിൽ ഒരു കോളേജ് തുടങ്ങി. ആ കോളേജ് പിൽക്കാലത്ത് വളർന്ന് സംസ്ഥാനത്തെ അറിയപ്പെടുന്ന ഒരു കോളേജ് ആയി. പ്രാണനാഥ് അന്തരിച്ചപ്പോൾ കോളേജിന് അദ്ദേഹത്തിന്റെ പേര് നൽകി.

നല്ല എഴുത്തുകാരനായിരുന്നു അദ്ദേഹം. കൽക്കത്തയിൽ മരണക്കിടക്കയിൽ കിടക്കുമ്പോൾ താനെഴുതിയ ലേഖനങ്ങൾ *നാളെയുടെ സാഹിത്യം* എന്ന പേരിൽ എഡിറ്റുചെയ്ത് പ്രസിദ്ധീകരിച്ചു. ഒറീസയിലെ പുരോഗമന സാഹിത്യപ്രസ്ഥാനത്തിന്റെ ചരിത്രത്തിലെ ഒരു നാഴികക്കല്ലായി അത് പരിഗണിക്കപ്പെട്ടുവരുന്നു.

1970 ഒക്ടോബർ 5–ന് സംഭവബഹുലമായ ആ ജീവിതത്തിന് തിരശീല വീണു.

ബനമാലി ദാസ്

1918 - 2007

കമ്യൂണിസ്റ്റുപ്രസ്ഥാനം താരതമ്യേന ദുർബലമായ സംസ്ഥാന മാണ് ഒറീസ. അവിടെ പ്രസ്ഥാനത്തിന്റെ സ്വാധീനം ഏതാനും കേന്ദ്ര ങ്ങളിൽ മാത്രമായി ഒതുങ്ങിനിൽക്കുന്നു. എന്നാൽ നാൽപ്പതുകളിലും അമ്പതുകളുടെ ആദ്യവും പ്രസ്ഥാനത്തിന് നല്ല സ്വാധീനമുണ്ടായിരുന്നു അവിടെ. ചില ജില്ലകളിൽ ഏറ്റവും വലിയ പ്രസ്ഥാനം പോലുമായിരുന്നു അത്. ഒട്ടേറെ സമരങ്ങളിലൂടെയാണ് അത് ആ വളർച്ച കൈവരിച്ചത്. അതിന് ഏറ്റവുംവലിയ സംഭാവന നൽകിയവരിൽ ഒരാളായിരുന്നു ബന മാലി ദാസ്. ഒറീസയിലെ ഏറ്റവും ആദരണീയരായ രാഷ്ട്രീയനേതാക്ക ളിൽ ഒരാളായിരുന്നു അദ്ദേഹം.

അദ്ദേഹം മിഡിൽ ഇംഗ്ലീഷ് സ്കൂളിൽ പഠിക്കുന്നകാലം. ദേശീയ പ്രസ്ഥാനത്തിന്റെ കാറ്റ് ആഞ്ഞുവീശുന്നു. എല്ലാ വിഭാഗം ആളുകളെയും പ്രസ്ഥാനം ആകർഷിക്കുന്നു. അപ്പോഴായിരുന്നു ഭഗത്സിങ്ങിനെയും സഖാ ക്കളെയും ബ്രിട്ടീഷ് ഗവൺമെന്റ് തൂക്കിലേറ്റിയത്. ആ വിപ്ലവകാരികൾ പുഞ്ചിരിയോടെ കൊലമരത്തെ കെട്ടിപ്പുണർന്ന വാർത്ത രാജ്യത്താക മാനമുള്ള ചെറുപ്പക്കാരെ ആവേശംകൊള്ളിച്ചു. രാജ്യത്തിന്റെ സ്വാതന്ത്ര്യ ത്തിനുവേണ്ടി ഇറങ്ങിത്തിരിക്കാൻ അത് അവർക്ക് പ്രചോദനംനൽകി. അതിൽനിന്ന് പ്രചോദനം ഉൾക്കൊണ്ട് ദേശീയപ്രസ്ഥാനത്തിലേക്ക് എടു ത്തുചാടിയ ഒരു ബാലനായിരുന്നു ബനമാലി ദാസ്.

പഠനവും ദേശീയ പ്രസ്ഥാനത്തിലെ പങ്കാളിത്തവുമായി കഴിയുന്ന സമയം. ബാലസോർ ജില്ലാസ്കൂളിലെ വിദ്യാർഥിയായി അദ്ദേഹം. അവിടെ

സെക്കന്ററി വിദ്യാഭ്യാസം നടത്തിക്കൊണ്ടിരിക്കെ ഗോപാൽ കനുംഗോ എന്ന അധ്യാപകനുമായി അടുത്തു. അദ്ദേഹം ഒരു കമ്യൂണിസ്റ്റായിരുന്നു. അദ്ദേഹത്തിന്റെ സ്വാധീനംമൂലം ബനമാലി ദാസും മാർക്സിസം–ലെനിനിസത്തിൽ ആകൃഷ്ടനായി. അക്കാലത്തുതന്നെ ഒറീസയിലെ കമ്യൂണിസ്റ്റുപ്രസ്ഥാനത്തിന്റെ സ്ഥാപകൻ ഭഗവതി പാണിഗ്രാഹിയുടെ ചില പ്രസംഗങ്ങൾ കേൾക്കാനിടയായി. അതോടെ മാർക്സിസം–ലെനിനിസത്തിലുള്ള വിശ്വാസം ദൃഢീകരിക്കപ്പെട്ടു.

സ്കൂൾവിദ്യാഭ്യാസം പൂർത്തിയാകുമ്പോഴേക്ക് നാട്ടുരാജ്യങ്ങളിൽ സ്വാതന്ത്ര്യത്തിനുവേണ്ടിയുള്ള പ്രക്ഷോഭം. നീലഗിരി എന്ന നാട്ടുരാജ്യത്തിലെ പ്രക്ഷോഭത്തിൽ യുവാവായ ബനമാലി ദാസ് ആണ്ടിറങ്ങി. ബ്രിട്ടീഷ് പൊളിറ്റിക്കൽ ഏജന്റ് ബജൽഗേറ്റുമായുള്ള തർക്കവിതർക്കങ്ങൾക്കുശേഷം അദ്ദേഹം ആ പ്രക്ഷോഭത്തിന്റെ നേതൃത്വത്തിലെത്തി. ഉജ്വലമായിരുന്നു ആ പ്രക്ഷോഭം. ഒറീസയുടെ ചരിത്രത്തിലെ ഏറ്റവും ഉജ്വലമായ പ്രക്ഷോഭങ്ങളിലൊന്ന്. 1947 നവംബർ 14–ന് ആ നാട്ടുരാജ്യം ഇന്ത്യൻ യൂണിയനിൽ ലയിച്ചുചേരാൻ തീരുമാനിച്ചപ്പോൾ അത് ബനമാലി ദാസിന്റെയും സഖാക്കളുടെയും നേതൃത്വത്തിൽനടന്ന പ്രക്ഷോഭത്തിന്റെ വിജയമായിരുന്നു. ഈ പ്രക്ഷോഭത്തിന് കമ്യൂണിസ്റ്റുകാർ നൽകിയ നേതൃത്വം നീലഗിരിയിൽ കമ്യൂണിസ്റ്റുപ്രസ്ഥാനത്തിന് ശക്തമായ അടിത്തറപാകി.

1939–40–ൽ ബനമാലി ദാസ് കമ്യൂണിസ്റ്റുപാർട്ടിയിൽ ചേർന്നു. പാർട്ടിയുടെ പ്രവർത്തനം ബ്രിട്ടീഷ് ഭരണാധികാരികളെ വിറളിപിടിപ്പിച്ചു. അവർ 1940–ൽ ഒരു ഗൂഢാലോചനക്കേസ് പടച്ചുണ്ടാക്കി—കട്ടക്ക് കമ്യൂണിസ്റ്റ് ഗൂഢാലോചനക്കേസ്. ഭഗവതി പാണിഗ്രാഹി, ഗുരുചരൺ പട്നായിക്, ശരത് പട്നായിക്, വൈദ്യനാഥ് റൗത്, വിജയ് ചന്ദ്രദാസ്, അനന്ത പട്നായിക് എന്നിവരോടൊപ്പം ബനമാലി ദാസും ആ കേസിലെ പ്രതി. ബലപ്രയോഗത്തിലൂടെ ബ്രിട്ടീഷ് ഗവൺമെന്റിനെ അട്ടിമറിക്കാൻ ഗൂഢാലോചന നടത്തി എന്നായിരുന്നു പ്രതികൾക്കെതിരെ ഉന്നയിക്കപ്പെട്ട ആരോപണം. പ്രതികൾക്ക് ദീർഘകാലത്തെ തടവുശിക്ഷ കിട്ടി.

രണ്ടാം കോൺഗ്രസിനെത്തുടർന്ന് പാർട്ടി നിയമവിരുദ്ധമാക്കപ്പെട്ടപ്പോൾ ബനമാലി ദാസ് അറസ്റ്റിലായി. 1952വരെ ഒളിവിൽപ്രവർത്തിച്ചു. പാർട്ടിയുടെമേലുള്ള നിരോധനം നീക്കിയപ്പോൾ ഒന്നാം പൊതുതിരഞ്ഞെടുപ്പ് പ്രവർത്തനങ്ങളിൽ വ്യാപൃതനായി.

പാർട്ടിക്കകത്ത് ആശയസമരം തുടങ്ങിയപ്പോൾ റിവിഷനിസത്തിനെതിരെ ശക്തമായ നിലപാട് സ്വീകരിച്ചു. പാർട്ടി ഭിന്നിക്കുന്ന സമയത്ത് സംസ്ഥാന സെക്രട്ടേറിയറ്റിൽ അംഗമായിരുന്ന ബനമാലി ദാസ് പാർട്ടി ഭിന്നിച്ചപ്പോൾ സി പി ഐ (എം) സംസ്ഥാന സെക്രട്ടറിയായി തിരഞ്ഞെടുക്കപ്പെട്ടു. കൊൽക്കത്തയിൽ നടന്ന ഏഴാം കോൺഗ്രസ് അദ്ദേഹത്തെ കേന്ദ്രകമ്മിറ്റിയിലേക്ക് തിരഞ്ഞെടുത്തു.

1967–ൽ നീലഗിരി മണ്ഡലത്തിൽനിന്ന് ഒറീസ നിയമസഭയിലേക്ക്

തിരഞ്ഞെടുക്കപ്പെട്ടു. 1974വരെ നിയമസഭാ സാമാജികനായി തുടർന്നു. നിയമസഭയിൽ നിസ്വവർഗത്തിന്റെ ശബ്ദം പ്രതിധ്വനിപ്പിച്ച ബനമാലി ദാസിന് നിയമസഭയുടെ അമ്പതാംവർഷത്തിൽ ഏറ്റവും നല്ല നിയമസഭാ സാമാജികനുള്ള പുരസ്കാരം ലഭിച്ചു.

നല്ല പ്രക്ഷോഭകൻ എന്നതുപോലെ പ്രചാരകനുമായിരുന്നു അദ്ദേഹം. മാർക്സിസം–ലെനിനിസത്തിൽ അവഗാഹംനേടിയ അദ്ദേഹം പാർട്ടിസ്കൂളിലെ കൃതഹസ്തനായ അധ്യാപകനായിരുന്നു. നല്ലൊരു എഴുത്തുകാരൻ കൂടിയായിരുന്നു അദ്ദേഹം. പാർട്ടി പ്രസിദ്ധീകരണങ്ങളിൽ പതിവായി എഴുതുമായിരുന്നു. വാഗ്മി എന്നനിലയിലും അറിയപ്പെട്ടു. ഏഴുപതിറ്റാണ്ടു നീണ്ടുനിന്ന രാഷ്ട്രീയപ്രവർത്തനത്തിനിടയിൽ പലതവണ മർദനങ്ങളും പീഡനങ്ങളും നേരിടേണ്ടിവന്നിട്ടുണ്ട്. സ്വാതന്ത്ര്യലബ്ധിക്കുമുമ്പും ശേഷവുമായി ആറുതവണ അറസ്റ്റിലായി. ആറുവർഷവും ആറുമാസവും ജയിലിൽകിടന്നു. പതിനെട്ടുമാസം ഒളിവിൽപ്രവർത്തിച്ചു. 2007 ഫെബ്രുവരി 26–ന് ബാലസോർ ജില്ലയിലെ നീലഗിരി ആശുപത്രിയിൽ നിര്യാതനായി. അന്തരിക്കുമ്പോൾ പ്രായം 89 വയസ്.

ബങ്കിം മുഖർജി

1897 - 1961

മുസഫർ അഹമ്മദും അബ്ദുൾ ഹലീമും കഴിഞ്ഞാൽ ബംഗാളിലെ കമ്യൂണിസ്റ്റ് പ്രസ്ഥാനത്തിന്റെ ആദ്യപഥികരിൽ പ്രധാനിയായിരുന്നു ബങ്കിം മുഖർജി. ഒരേ സമയം ട്രേഡ് യൂണിയനുകളുടെയും കിസാൻസഭയുടെയും നേതൃപദവികൾ അലങ്കരിച്ച അപൂർവം കമ്യൂണിസ്റ്റ് നേതാക്കളിൽ ഒരാളായിരുന്നു അദ്ദേഹം. ബംഗാളിലെ രാഷ്ട്രീയ വൃത്തങ്ങളിൽ 'ബങ്കിംദാ' എന്ന പേരിൽ അദ്ദഹം അറിയപ്പെട്ടു.

ജനനം 1897 ൽ കൽക്കത്തയിലെ പ്രസിദ്ധമായ പ്രസിഡൻസി കോളേജിൽ നിന്ന് ഗണിതശാസ്ത്രത്തിൽ ബിരുദം നേടി. അതിനുശേഷം അവിടെത്തന്നെ ബിരുദാനന്തര ബിരുദത്തിനു ചേർന്നു. അപ്പോൾ സ്വാതന്ത്ര്യസമരം കൊടുമ്പിരിക്കൊള്ളുകയായിരുന്നു. പ്രക്ഷോഭം കൊണ്ട് ബംഗാളാകെ ഇളകിമറിഞ്ഞു. ബങ്കിംദായ്ക്ക് ക്ലാസുമുറിക്കകത്ത് ഒതുങ്ങി നിൽക്കാൻ കഴിഞ്ഞില്ല. സുഹൃത്ത് രാധാരമൺമിത്രയോടൊപ്പം സ്വാതന്ത്ര്യസമരത്തിന്റെ തീച്ചൂളയിലേക്ക് എടുത്തുചാടി. നിസഹകരണ പ്രസ്ഥാനത്തിൽ പങ്കെടുത്തു അറസ്റ്റിലുമായി. കുറച്ചുകാലം ജയിലിൽ കിടന്നു. ജയിൽമോചിതനായതിനുശേഷം മോത്തിലാൽ നെഹ്റുവിന്റെ ഉപദേശപ്രകാരം സ്വരാജ് പാർട്ടിയിൽ അംഗമായി. ബംഗാളിൽ പാർട്ടി നേതാവ് ചിത്തരഞ്ജ്ജ ദാസ്. 1929 നും 1939 നുമിടയിൽ പ്രവിശ്യാ കോൺഗ്രസ് കമ്മിറ്റി അംഗമായും അഖിലേന്ത്യാ കോൺഗ്രസ് കമ്മിറ്റി അംഗമായും തിരഞ്ഞെടുക്കപ്പെട്ടു.

കോൺഗ്രസിൽ പ്രവർത്തനം നടത്തിക്കൊണ്ടിരിക്കെ തൊഴിലാളി

സമരങ്ങൾ അദ്ദേഹത്തെ ആകർഷിച്ചു. ക്രമേണ ട്രേഡ് യൂണിയൻ രംഗത്തേക്കു തിരിഞ്ഞു. 1926 ആയപ്പോഴേക്ക് തൊഴിലാളി നേതാവായി ഉയർന്നു. 1927–28 കാലത്ത് ഹൗറ ജില്ലയിലെ ചെംഗയിൽ–ബൗറിയ പ്രദേശത്ത് ചണമിൽ തൊഴിലാളികളുടെ ചരിത്രപ്രധാനമായ പണിമുടക്ക്. 6 മാസം നീണ്ടുനിന്ന ആ പണിമുടക്കിന് നേതൃത്വം നൽകി. ഏതാണ്ടിതേ കാലത്ത് അസൻസോൾ റെയിൽവേ തൊഴിലാളി പണിമുടക്ക്. അതിനും നേതൃത്വം നൽകി.

1928–ൽ ഇന്ത്യൻ നാഷണൽ കോൺഗ്രസിന്റെ സമ്മേളനം കൽക്കത്തയിൽ. സമ്മേളനം നടന്ന പന്തലിലേക്ക് കൽക്കത്തയിലും പരിസര പ്രദേശങ്ങളിലുമുള്ള 50,000 തൊഴിലാളികൾ മാർച്ച് ചെയ്തു. കോൺഗ്രസ് അതിന്റെ ലക്ഷ്യം പൂർണസ്വാതന്ത്ര്യമായി പ്രഖ്യാപിക്കണം എന്നാവശ്യപ്പെട്ടുകൊണ്ടായിരുന്നു മാർച്ച്. അതിന് നേതൃത്വം നൽകിയവരിൽ പ്രധാനി ബങ്കിംദാ. തൊഴിലാളികൾ കൂട്ടംകൂട്ടമായി സമ്മേളന പന്തലിലേക്കു കടന്നപ്പോൾ പന്തലാകെ ശബ്ദമുഖരിതം. അപ്പോൾ ബങ്കിംദായെ വിളിച്ച് ഗാന്ധിജി പറഞ്ഞു."താങ്കൾ അവരെയൊന്ന് ശാന്തരാക്കൂ." ബങ്കിംദാ തന്റെ മുഴങ്ങുന്ന ശബ്ദത്തിൽ തൊഴിലാളികളോട് ശാന്തരായിരിക്കാൻ അഭ്യർഥിച്ചു. അഭ്യർഥന നടത്തേണ്ട താമസം പന്തലിലാകെ നിശ്ശബ്ദത. അപ്പോൾ തൊഴിലാളി മാർച്ചിന്റെ കാരണം അദ്ദേഹം ഗാന്ധിജിക്ക് വിശദീകരിച്ചു കൊടുത്തു.

1930–ൽ കാളവണ്ടിത്തൊഴിലാളികളുടെ പണിമുടക്ക്. ബങ്കിംദാ അതിനും നേതൃത്വം നൽകി. റോഡിൽ ബാരിക്കേഡുകൾ ഉയർത്തിയായിരുന്നു സമരം. അതിനിടയിൽ ഒരു പൊലീസ് സാർജന്റ് കൊല്ലപ്പെട്ടു. അതിന്റെ പേരിൽ ട്രേഡ് യൂണിയൻ നേതാക്കളിൽ പലരെയും അറസ്റ്റു ചെയ്തു. ബങ്കിംദായും അറസ്റ്റിലായി. ഒരു വർഷത്തെ കഠിനതടവിന് ശിക്ഷിച്ചു. ഡംഡം സ്പെഷൽ ജയിലിലാണ് പാർപ്പിച്ചത്.

ജയിൽ മോചിതനായപ്പോഴേക്ക്, 1931–ൽ, കൽക്കത്തയിൽ എ ഐ ടി യു സി സമ്മേളനം. ആ സമ്മേളനത്തിൽ വലിയൊരു തർക്കം. എ ഐ ടി യു സി യെ റെഡ് ഇന്റർനാഷണൽ ഓഫ് ലേബർ യൂണിയൻസിൽ അഫിലിയേറ്റു ചെയ്യണോ വേണ്ടയോ എന്നതിനെച്ചൊല്ലിയായിരുന്നു തർക്കം. അഫിലിയേറ്റു ചെയ്യണം എന്നു വാദിച്ചവരിൽ അധികവും കമ്യൂണിസ്റ്റുകാർ. തങ്ങളുടെ അഭിപ്രായത്തിന് ഭൂരിപക്ഷം കിട്ടുകയില്ല എന്നു മനസിലാക്കിയ അവർ സമ്മേളനത്തിൽ നിന്ന് ഇറങ്ങിപ്പോയി ബങ്കിംദായുടെ അധ്യക്ഷതയിൽ പ്രത്യേക യോഗം ചേർന്നു. ആ യോഗം റെഡ് ട്രേഡ് യൂണിയൻ കോൺഗ്രസ് രൂപവൽക്കരിക്കാൻ തീരുമാനിച്ചു. ബങ്കിംദായെ അതിന്റെ ജനറൽ സെക്രട്ടറിയായി തിരഞ്ഞെടുത്തു.

അധികം കഴിയുന്നതിനുമുമ്പ് ഗാന്ധിജി രണ്ടാം നിയമലംഘന പ്രസ്ഥാനത്തിന് ആഹ്വാനം നൽകി. ബങ്കിംദാ അതിൽ പങ്കെടുത്ത് അറസ്റ്റ് വരിച്ചു. 1934 ൽ വീണ്ടും അറസ്റ്റിലായി. ഇത്തവണ പ്രസ് നിയമം അനുസരിച്ചാണ് അറസ്റ്റു ചെയ്തത്.

ആദ്യം മുതൽ കോൺഗ്രസിൽ ഇടതുപക്ഷത്തെയാണ് അദ്ദേഹം പ്രതിനിധാനം ചെയ്തത്. സ്വന്തം നാടായ എട്ടാവയിൽ ആയിരിക്കുമ്പോൾ തന്നെ മാർക്സിസ്റ്റ് സാഹിത്യം വായിക്കാൻ തുടങ്ങിയിരുന്നു. കൽക്കത്തയിലെത്തിയപ്പോൾ ഭൂപേന്ദ്രനാഥ് ദത്തുമായി പരിചയപ്പെട്ടു. പരിചയം ക്രമേണ അടുപ്പമായി. മാർക്സിസത്തെക്കുറിച്ച് കൂടുതൽ മനസിലാക്കിയതും പഠിച്ചതും അദ്ദേഹത്തിൽ നിന്നാണ്. ബങ്കിംദായെ ഏറ്റവുമധികം സ്വാധീനിച്ച വ്യക്തിയും അദ്ദേഹം തന്നെ. 1936 ൽ കമ്യൂണിസ്റ്റ് പാർട്ടിയിൽ അംഗമായി.

ട്രേഡ് യൂണിയൻ രംഗത്ത് പ്രവർത്തിച്ചുകൊണ്ടിരിക്കുമ്പോൾ തന്നെ കർഷകരംഗത്തേക്കും കടന്നു. കിസാൻസഭയുടെ സ്ഥാപക നേതാക്കളിലൊരാളായി. 1936 ആഗസ്ത് 26, 27 തിയതികളിൽ കൽക്കത്തയിലെ ആൽബർട്ട് ഹാളിൽ ബംഗാളിലെ വിവിധ ജില്ലകളിലുള്ള കർഷകനേതാക്കളുടെ ഒരു യോഗം. ആ യോഗം ബങ്കിംദായെ കൺവീനറാക്കി ഒരു കർഷകകമ്മിറ്റി ഉണ്ടാക്കി. ആ കമിറ്റി 1937 മാർച്ച് 27, 28 തിയതികളിൽ ബാങ്കുറാ ജില്ലയിലെ പാത്രസയേറിൽ ബംഗാൾ പ്രവിശ്യാ കിസാൻസഭയുടെ പ്രഥമ സമ്മേളനം വിളിച്ചുകൂട്ടി. സമേളനം ബങ്കിംദായെ പ്രസിഡണ്ടായി തിരഞ്ഞെടുത്തു. അതിനുശേഷം ഒട്ടേറെ കർഷക സമരങ്ങൾക്ക് അദ്ദേഹം നേതൃത്വം നൽകി. അതിൽ ഏറ്റവും പ്രധാനപ്പെട്ടതാണ് ബർദ്വാനിൽ ദാമോദർ കനാൽജല സെസിനെതിരെ നടത്തിയ സമരം. 1937 ലായിരുന്നു അത്. 24 പർഗാനയിൽ ഗവൺമെന്റ് ഏറ്റെടുത്ത ഭൂമി (ഖാസ്ഭൂമി)യുമായി ബന്ധപ്പെട്ട പ്രക്ഷോഭമാണ് മറ്റൊന്ന്. അഖിലേന്ത്യാ കിസാൻസഭയുടെ ജോയിന്റ് സെക്രട്ടറിയായും പിന്നീട് പ്രസിഡണ്ടായും തിരഞ്ഞെടുക്കപ്പെട്ടു.

1937–ൽ വിവിധ പ്രവിശ്യാ നിയമനിർമാണ സഭയിലേക്ക് തിരഞ്ഞെടുപ്പ്. അസൻസോൾ കൽക്കരിത്തൊഴിലാളി നിയോജകമണ്ഡലത്തിൽ ബങ്കിംദായെ കമ്യൂണിസ്റ്റ് പാർട്ടി സ്ഥാനാർഥിയാക്കി. അതിനിടയിൽ തൊഴിലാളികൾക്കിടയിൽ വളരെയധികം പ്രശസ്തനായിക്കഴിഞ്ഞ അദ്ദേഹം തിരഞ്ഞെടുക്കപ്പെട്ടു. വിവിധ പ്രശ്നങ്ങളെക്കുറിച്ച് ആഴത്തിലുള്ള പരിജ്ഞാനം നേടിയ വാഗ്മി അതിവേഗം നല്ലൊരു പാർലമെന്റേറിയനായി. ബ്രിട്ടീഷ് ഭരണത്തെ നിയമസഭയിൽ അദേഹം തുറന്നുകാട്ടി. വർഗചൂഷണത്തിനെതിരെ നിർഭയം പോരാടി. ജനങ്ങളുടെ പ്രശ്നങ്ങൾ നിയമസഭയിൽ അവതരിപ്പിച്ചു. നിയമസഭാ സമാജികനെന്ന നിലയിലുള്ള ബങ്കിംദായുടെ പ്രഗല്ഭ്യത്തെ പിൽക്കാലത്ത് നിയമസഭയിൽ അദ്ദേഹത്തിന്റെ സഹപ്രവർത്തകനായിരുന്ന ജ്യോതിബസു പ്രശംസിച്ചിട്ടുണ്ട്. നിയമസഭ പ്രസംഗങ്ങളും നിയമസഭാ സാമാജികനെന്ന നിലയിലുള്ള പ്രവർത്തനങ്ങളും അദ്ദേഹത്തെ കൂടുതൽ പ്രശസ്തനാക്കി. ബങ്കിംദാ സംസ്ഥാനത്തെ ഏറ്റവും തിരക്കുള്ള പ്രഭാഷകനായി.

1939 ൽ രണ്ടാം ലോകമഹായുദ്ധം പൊട്ടിപ്പുറപ്പെട്ടു. കമ്യൂണിസ്റ്റ് പാർട്ടിയുടെ ആഹ്വാനപ്രകാരം യുദ്ധത്തിനെതിരെ ജനങ്ങളെ അണിനി

രത്തുന്നതിനുള്ള പ്രവർത്തനങ്ങളിൽ വ്യാപൃതനായി. 1940 ൽ അറസ്റ്റിലായി. 1942 ൽ കമ്മ്യൂണിസ്റ്റ് പാർട്ടിയുടെമേലുള്ള നിരോധനം പിൻവലിക്കപ്പെട്ടതിനെത്തുടർന്ന് ജയിൽ വിമുക്തനായി. പരസ്യമായി പ്രവർത്തനം തുടങ്ങി. പുതിയ സാഹചര്യത്തിൽ കമ്മ്യൂണിസ്റ്റ് പാർട്ടിയുടെ പ്രവിശ്യാ സമ്മേളനവും ബോംബെയിൽ ഒന്നാം കോൺഗ്രസും നടന്നു. രണ്ടിലും പങ്കെടുത്തു.

1943 ൽ ബംഗാളിൽ ക്ഷാമം പടർന്നുപിടിച്ചു. ലക്ഷക്കണക്കിനാളുകൾ ചത്തൊടുങ്ങി. അപ്പോൾ ദുരിതാശ്വാസ പ്രവർത്തനങ്ങളിൽ മുന്നിട്ടിറങ്ങി. യുദ്ധം വാരിവിതച്ച കെടുതികൾക്കെതിരെ തൊഴിലാളികളെയും കൃഷിക്കാരെയും അണിനിരത്തി. യുദ്ധാനന്തരം ബംഗാളിലാകെ വലിയ മുന്നേറ്റം. തൊഴിലാളികളുടെയും കൃഷിക്കാരുടെയും അനവധി സമരങ്ങൾ. അവയ്ക്ക് നേതൃത്വം നൽകി. അവയുടെയൊക്കെ മുൻപന്തിയിൽ ബങ്കിംദാ സ്ഥാനം പിടിച്ചു. ബംഗാളിന്റെ വിവിധ ഭാഗങ്ങളിൽ പൊട്ടിപ്പുറപ്പെട്ട കർഷകസമരങ്ങൾ അവയുടെ ഉച്ചകോടിയിലെത്തിയത് തേഭാഗാ സമരത്തോടെയാണ്. ആ സമരത്തിന്റെ സൂത്രധാരന്മാരിൽ ഒരാൾ ബങ്കിംദാ.

1946 ൽ ഇന്ത്യയിലെ മറ്റു പ്രവിശ്യകളിലെന്നപോലെ ബംഗാൾ പ്രവിശ്യയിലും നിയമനിർമാണസഭയിലേക്ക് തിരഞ്ഞെടുപ്പ്. ഹൗറ ജില്ലയിലെ തൊഴിലാളി മണ്ഡലത്തിൽ ബങ്കിംദാ കമ്മ്യൂണിസ്റ്റ് പാർട്ടി സ്ഥാനാർഥി. അദ്ദേഹം ബംഗാൾ ചത്കൽ മസ്ദൂർ യൂണിയൻ, കൽക്കത്ത ഇലക്ട്രിക് സപ്ളൈ വർക്കേഴ്സ് യൂണിയൻ, കോർപ്പറേഷൻ മസ്ദൂർ യൂണിയൻ, ബി ആന്റ് എ റെയിൽവേ വർക്കേഴ്സ് യൂണിയൻ, ബംഗാൾ കോൾ വർക്കേഴ്സ് യൂണിയൻ എന്നിവയുടെ പ്രസിഡണ്ടായിരുന്നു. തൊഴിലാളി നിയോജക മണ്ഡലത്തിൽ മത്സരിക്കാൻ ഇതിനേക്കാൾ മറ്റെന്തു യോഗ്യതയാണ് വേണ്ടത്. അദ്ദേഹം നിയമനിർമാണ സഭയിലേക്ക് തിരഞ്ഞെടുക്കപ്പെട്ടു.

1948 ൽ ഇന്ത്യൻ കമ്മ്യൂണിസ്റ്റ് പാർട്ടിയുടെ രണ്ടാം കോൺഗ്രസ് കൽക്കത്തയിൽ. അത വിജയിപ്പിക്കാൻ ബങ്കിംദാ മുൻപന്തിയിൽ നിന്നു. കോൺഗ്രസ് അംഗീകരിച്ച പൊളിറ്റിക്കൽ തീസിസ് ബലപ്രയോഗത്തിലൂടെ ഗവൺമെന്റിനെ അട്ടിമറിക്കാൻ ആഹ്വാനം ചെയ്തു. കോൺഗ്രസ് പിരിഞ്ഞ് പ്രതിനിധികളിൽ നല്ലൊരു ഭാഗം അവരവരുടെ സംസ്ഥാനങ്ങളിലെത്തുന്നതിന് മുമ്പ് പല പ്രവിശ്യകളിലും പാർട്ടിയെ ഗവൺമെന്റ് നിരോധിച്ചു. ബംഗാളിൽ പാർട്ടി നിരോധിക്കപ്പെട്ടതിനെത്തുടർന്ന് ബങ്കിംദാ ഒളിവിൽ പോയി. രണ്ടു വർഷത്തിനുശേഷമാണ് ഒളിവിൽ നിന്നു പുറത്തുവന്നത്. അപ്പോഴേക്ക് ഒന്നാമത്തെ പൊതുതിരഞ്ഞെടുപ്പ് പ്രഖ്യാപിച്ചു കഴിഞ്ഞിരുന്നു. അദ്ദേഹം തൊഴിലാളി കേന്ദ്രമായ ബഡ്ജ് ബഡ്ജിൽ പാർട്ടി സ്ഥാനാർഥിയായി. നല്ല ഭൂരിപക്ഷത്തോടെ ജയിച്ചു. 1957 ലും അതേ മണ്ഡലത്തെ നിയമസഭയിൽ പ്രതിനിധാനം ചെയ്തു.

നിയമസഭ സമാജികൻ എന്ന നിലയിൽ നേരത്തെ തന്നെ കഴിവ്

തെളിയിച്ച ബങ്കിംദാ നിയമസഭയിൽ കോൺഗ്രസ് ഗവൺമെന്റിന്റെ ജന ദ്രോഹ നടപടികൾ തുറന്നുകാട്ടി. മർദന വാഴ്ചക്കെതിരെ വീറോടെ പൊരുതി. 1953 ലെ അധ്യാപകസമരവും തുടർന്നു നടന്ന ബാങ്ക് ജീവന ക്കാരുടെ സമരവും വിജയിപ്പിക്കാൻ തന്റെ കഴിവ് മുഴുവൻ ഉപയോഗിച്ചു.

ഇന്ത്യയിലെയും ബംഗാളിലെയും കാർഷികബന്ധങ്ങളെക്കുറിച്ചും കാർഷിക പ്രശ്നങ്ങളെക്കുറിച്ചും അദ്ദേഹത്തിന് അഗാധമായ പരിജ്ഞാ നമുണ്ടായിരുന്നു. അതുകൊണ്ടാണ് ബംഗാൾ മുഖ്യമന്ത്രി ബി സി റോയി അദ്ദേഹത്തെ ഭുപരിഷ്കരണ കമ്മിറ്റിയിൽ ഉൾപ്പെടുത്തിയത്.

ഇംഗ്ലീഷ്, ബംഗാളി, ഹിന്ദി, ഉറുദു എന്നീ നാലു ഭാഷകളിൽ അദ്ദേ ഹത്തിന് പ്രസംഗിക്കാൻ കഴിയുമായിരുന്നു. ഭംഗിയായി. അതുകൊണ്ട് ബംഗാളി ഇതര ഭാഷ സംസാരിക്കുന്നവർ അദേഹത്തെ യോഗത്തിനു കിട്ടാൻ മത്സരിക്കുമായിരുന്നു.

ട്രേഡ് യൂണിയൻ നേതാവ്, കർഷക നേതാവ്, പാർട്ടി സംഘാട കൻ, തെളിഞ്ഞ ചിന്തയുടെ ഉടമസ്ഥൻ, വാഗ്മി, സ്നേഹമയനായ സഖാ വ്-ഇവയുടെയെല്ലാം അസാധാരണമായ സമ്മിളിതരൂപം എന്ന് ജ്യോതി ബസു വിശേഷിപ്പിച്ച ബങ്കിംദാ 1961 ൽ അന്തരിച്ചു.

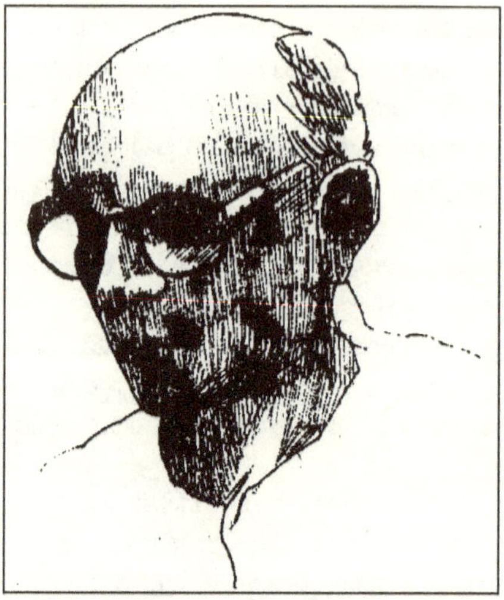

എം ബസവ പുന്നയ്യ

1914 - 1992

സഖാക്കൾക്കും സുഹൃത്തുക്കൾക്കുമിടയിൽ എം ബി എന്ന ചുരുക്കപ്പേരിൽ അറിയപ്പെട്ട മക്കിനേനി ബസവപുന്നയ്യ ഇന്ത്യ കണ്ട മാർക്സിസ്റ്റ് സൈദ്ധാന്തികരിൽ ഏറ്റവും പ്രാമാണികനായിരുന്നു. രാജ്യത്തിനകത്തും പുറത്തുമുള്ള ഏതു സംഭവവികാസത്തെയും മാർക്സിസം-ലെനിനിസത്തിന്റെ വെളിച്ചത്തിൽ വിലയിരുത്താനുള്ള അദ്ദേഹത്തിന്റെ കഴിവ് അപാരം. കിടയറ്റ ഈ സൈദ്ധാന്തികൻ തെലങ്കാന സായുധസമരത്തിന്റെ നേതാക്കളിൽ ഒരാൾകൂടിയാണ്.

1914 ഡിസംബർ 14 ന് ആന്ധ്രയിലെ ഗുണ്ടൂർ ജില്ലയിലുള്ള തുർപ്പുപ്പാളം എന്ന ഗ്രമാത്തിലെ ഒരു ധനിക കർഷകകുടുംബത്തിൽ എം ബി ജനിച്ചു. പിതാവ് വെങ്കിടപ്പയ്യ. ഗ്രാമത്തിലെ സ്കൂളിൽ പഠിക്കുമ്പോൾതന്നെ ഗൗരവക്കാരൻ. തനിക്ക് ഇഷ്ടമില്ലാത്ത എന്തിനെയും ചോദ്യംചെയ്യും. കുട്ടികളെ സംഘടിപ്പിച്ച് അനീതികളെ ചെറുക്കും. അക്കാലത്തെ അദ്ദേഹത്തിന്റെ സ്വഭാവം വ്യക്തമാക്കുന്ന ഒരു സംഭവമിതാ:

> വിദ്യാർഥികൾ എന്തെങ്കിലും തെറ്റുചെയ്താൽ അവരെ ചൂരൽകൊണ്ട് പ്രഹരിക്കുകയെന്നത് രാജ്യത്തിന്റെ എല്ലാ ഭാഗങ്ങളിലും നിലനിന്ന ഒരു സമ്പ്രദായം. നാലാം ഫോറത്തിലോ അഞ്ചാംഫോറത്തിലോ പഠിക്കുമ്പോൾ ബാലനായ ബസനപുന്നയ്യയും ചെയ്തു ഒരു തെറ്റ്. പ്രശ്നം ഹെഡ്മാസ്റ്ററുടെ മുമ്പിലെത്തി. വാസ്തവത്തിൽ ചോദ്യം ചെയ്തതിനുശേഷം വിട്ടയക്കാവുന്നത്ര നിസാര

> മായിരുന്നു തെറ്റ്. ഹെഡ്മാസ്റ്ററുണ്ടോ, പക്ഷെ അതിന് തയാറാവുന്നു? തടിച്ച് കുള്ളനായ ഒരാളായിരുന്നു അദ്ദേഹം. നീണ്ടുമെലിഞ്ഞ ബാലന്റെ കൈയിൽ പ്രഹരിക്കണമെങ്കിൽ ഒരു ചെറിയ സ്റ്റൂളിന്റെയെങ്കിലും മുകളിൽ കയറി നിൽക്കണം. അതിനാൽ അടി ദേഹത്തുതന്നെയാവട്ടെ എന്ന് നിശ്ചയിച്ച് ഹെഡ്മാസ്റ്റർ അടിതുടങ്ങി. സഹിക്കവയ്യാതായപ്പോൾ ആ ബാലൻ ദേഷ്യത്തോടെ പറഞ്ഞു. "വീണ്ടും അടിച്ചാൽ തിരിച്ചടിക്കും."

കുട്ടിക്കാലം മുതൽ എം ബി മറ്റൊരു ശീലം വളർത്തിയെടുത്തു - വായന. കിട്ടുന്നതെന്തും വായിക്കും. നോവലും കഥയും കവിതയും ഒന്നും വിടില്ല. തെലുങ്കു സാഹിത്യത്തിൽ അഗാധമായ പരിജ്ഞാനം നേടി. ക്രമേണ രാഷ്ട്രീയഗ്രന്ഥങ്ങൾ വായിക്കുന്നതിലും താൽപ്പര്യം ജനിച്ചു. ഈ സ്വഭാവം മസൂലി പട്ടണം നോബിൾ കോളേജിലും ഗുണ്ടൂരിലെ ക്രിസ്ത്യൻ കോളേജിലും പഠിക്കുമ്പോൾ വളർന്നു. കോളേജിലെത്തിയപ്പോഴേക്കും വിദ്യാർഥി നേതാവെന്ന നിലയിൽ എം ബി ഖ്യാതിനേടി. ഉജ്വല വാഗ്മി എന്ന നിലയിലും പ്രസിദ്ധനായി.

ഇന്ത്യയുടെ വിവിധ ഭാഗങ്ങളിൽ പ്രവർത്തിച്ചുവന്ന വിദ്യാർഥിസംഘടനകളെ ഏകോപിപ്പിച്ചുകൊണ്ട് അഖിലേന്ത്യാ വിദ്യാർഥി സംഘടന രൂപവൽക്കരിക്കാൻ 1938 ൽ ലക്നോവിൽ ഒരു സമ്മേളനം. ആ സമ്മേളനത്തിൽ ആന്ധ്രപ്രദേശിൽനിന്നുള്ള വിദ്യാർഥികളെ നയിച്ചുകൊണ്ട് ബസവപുന്നയ്യ പങ്കെടുത്തു. സമ്മേളനം രൂപംനൽകിയ അഖിലേന്ത്യാ വിദ്യാർഥി ഫെഡറേഷന്റെ ജോയിന്റ് സെക്രട്ടറിമാരിൽ ഒരാളായി അദ്ദേഹം തിരഞ്ഞെടുക്കപ്പെട്ടു. എ ഐ എസ് എഫിൽ അഫിലിയേറ്റ് ചെയ്ത ആന്ധ്ര പ്രോവിൻഷ്യൽ വിദ്യാർഥി ഫെഡറേഷന്റെ ജനറൽ സെക്രട്ടറിയായി 1937-39 കാലത്ത് പ്രവർത്തിച്ചു. എ പി എസ് എഫ് നേതാവെന്ന നിലയിൽ ഒട്ടേറെ വിദ്യാർഥി സമരങ്ങൾക്ക് നേതൃത്വം നൽകി. അശാസ്ത്രീയവും ജനാധിപത്യ വിരുദ്ധവുമായ ഡീറ്റൻഷൻ സമ്പ്രദായം അവസാനിപ്പിക്കുക, വിദ്യാലയങ്ങളിൽ പ്രാഥമിക സൗകര്യങ്ങൾ ഏർപ്പെടുത്തുക, അടിശിക്ഷ നിർത്തലാക്കുക-ഇങ്ങനെ പോയി സമരത്തിന് ആധാരമായ ആവശ്യങ്ങൾ. വിദ്യാഭ്യാസ സമ്പ്രദായത്തിൽ അടിമുടി മാറ്റംവരുത്തുകയെന്ന മൗലികമായ ആവശ്യവും സംഘടന ഉന്നയിച്ചിരുന്നു.

സ്വാതന്ത്ര്യ സമരത്തിൽ വിദ്യാർഥികളെ അണിനിരത്തുന്നതിൽ എ പി എസ് എഫ് മുൻപന്തിയിൽ നിന്നു. എം ബി അതിനായി സംസ്ഥാനത്തൊട്ടാകെ സഞ്ചരിച്ചു. ഇതിനിടയിൽ അദ്ദേഹം കോൺഗ്രസിന്റെ പ്രവർത്തനങ്ങളിൽ നിരാശനായിത്തീർന്നു. മുപ്പതുകളുടെ തുടക്കത്തിൽ ആരംഭിച്ച സിവിൽ നിയമലംഘന പ്രസ്ഥാനം കോൺഗ്രസ് പിൻവലിച്ചതോടെ എം ബി അതിൽനിന്ന് അകലാൻ തുടങ്ങി. ഭഗത്സിങ്ങിനെ തൂക്കിക്കൊന്നതും മീറത് ഗൂഢാലോചനക്കേസും അദ്ദേഹത്തിന്റെ ചിന്താഗതിയെ പിടിച്ചുകുലുക്കി. ഫാസിസത്തിനെതിരായ പോരാട്ടത്തിന്റെ മുൻപ

ന്തിയിൽ കമ്യൂണിസ്റ്റുകാർ അണിനിരന്നതും ഒന്നാംപഞ്ചവൽസര പദ്ധതിയിലൂടെ സോവിയറ്റ് യൂണിയൻ വിസ്മയകരമായ പുരോഗതി കൈവരിച്ചതും സോഷ്യലിസ്റ്റാശയങ്ങളിൽ ആഭിമുഖ്യം ജനിപ്പിച്ചു. 1934– 35 കാലത്ത് കമ്യൂണിസ്റ്റുപാർട്ടിയിൽ അംഗമായി. 1935 ൽ കോൺഗ്രസ് സോഷ്യലിസ്റ്റ് പാർട്ടി രൂപംകൊണ്ടപ്പോൾ അതിലും അംഗമായി. എ പി എസ് എഫിന്റെ പ്രവർത്തനവും കമ്യൂണിസ്റ്റുപാർട്ടിയിലെയും സി എസ് പിയിലെയും പ്രവർത്തനവും ഒന്നിച്ചു നടത്തി.

കോൺഗ്രസ് സോഷ്യലിസ്റ്റ് പാർട്ടിയുടെ ഒരു എക്സിക്യൂട്ടീവ് കമ്മിറ്റി യോഗം 1935 ഫെബ്രുവരിയിൽ നാഗ്പൂരിൽ ചേർന്നു. അത് കഴിഞ്ഞ് മടങ്ങുന്ന വഴി ഗുണ്ടൂരിൽ ആന്ധ്ര സി എസ് പി സമ്മേളനത്തിൽ പങ്കെടുക്കാനിടയായ ഇ എം എസ് ആദ്യമായി എം ബി യെ കണ്ട രംഗം അവതരിപ്പിക്കുന്നത് നോക്കുക:

> ഈ പ്രതിനിധിസംഘത്തിന്റെ (കോൺഗ്രസ് സോഷ്യലിസ്റ്റ് പാർട്ടിയിലെ കമ്യൂണിസ്റ്റ് പ്രതിനിധിസംഘത്തിന്റെ – സി ബി) നേതാവും മുഖ്യവക്താവുമായി രംഗത്തുവന്നത് പുന്നയ്യ എന്ന് വിളിക്കപ്പെട്ടിരുന്ന ഒരു യുവാവായിരുന്നു. എം ബസവ പുന്നയ്യ എന്ന പേരിൽ ഇന്നറിയപ്പെടുന്ന സഖാവാണത്. കോൺഗ്രസ് സോഷ്യലിസ്റ്റ് പാർട്ടിയുടെ നയസമീപനത്തെക്കുറിച്ച് ശരവർഷം തന്നെയാണ് അദ്ദേഹം മസാനിയുടെ (സമ്മേളനത്തിന്റെ ഉദ്ഘാടകനും സി എസ് പിയുടെ ജോയിന്റ് സെക്രട്ടറിമാരിലൊരാളുമായ എം ആർ മസാനി – സി ബി) നേരെ പൊഴിച്ചത്.

അക്കാലത്ത് രാഷ്ട്രീയ വിദ്യാഭ്യാസം നൽകുകയെന്ന ലക്ഷ്യത്തോടെ സി എസ് പിയുടെ ആഭിമുഖ്യത്തിൽ രാഷ്ട്രീയ പഠനക്ലാസുകൾ നടത്തുക പതിവായിരുന്നു. 1937–38 ൽ അനവധി പഠനക്ലാസുകൾ നടന്നു. അതിൽ മാതെനവാരിപാലം എന്ന സ്ഥലത്ത് നടന്ന ക്ലാസിൽ പി സി ജോഷി, ആർ ഡി ഭരദ്വാജ്, ദേശ്പാണ്ഡെ എന്നീ നേതാക്കൾ ക്ലാസെടുത്തു. അതിന് തൊട്ടുമുമ്പ് നെടുമ്പോലുവിൽ ഒരു രാഷ്ട്രീയ പഠന ക്ലാസ് എൻ ജി രങ്ക സംഘടിപ്പിച്ചു. സി എസ് പി ക്കകത്ത് സോഷ്യലിസ്റ്റുകാരും കമ്യൂണിസ്റ്റുകാരും തമ്മിൽ അഭിപ്രായവ്യത്യാസം പൊട്ടിപ്പുറപ്പെട്ടതിന്റെ പശ്ചാത്തലത്തിൽ തനിക്ക് കുറെ അനുയായികളെ സൃഷ്ടിക്കുകയെന്ന ലക്ഷ്യത്തോടെയായിരുന്നു രങ്ക ആ ക്ലാസ് ഏർപ്പാട് ചെയ്തത്. അതിൽ ഒരു അധ്യാപകനായി സി എസ് പി നേതാവ് പി സുന്ദരയ്യയെയും ക്ഷണിച്ചിരുന്നു അദ്ദേഹം. രങ്ക ഉദ്ദേശിച്ചതിന് വിപരീതമായ ഫലമാണ് ക്ലാസുകൊണ്ടുണ്ടായത്. സുന്ദരയ്യയുടെ ക്ലാസ് അതിൽ പങ്കെടുത്തവരെയെല്ലാം മാർക്സിസ്റ്റ് ആശയഗതിയോട് കൂടുതൽ അടുപ്പിച്ചു. ഈ ക്ലാസ് തന്നെ വളരെയധികം സ്വാധീനിക്കുകയുണ്ടായെന്ന് എം ബി പിൽക്കാലത്ത് രേഖപ്പെടുത്തി.

(ഇടത്തുനിന്ന് വലത്തോട്ട്) ബസവപുന്നയ്യ, എം ഹനുമന്തറാവു, എൽ ബി ഗംഗാധരറാവു

1938 ൽ സംഘടിതവിദ്യാർഥി പ്രസ്ഥാനത്തിന്റെ ചരിത്രത്തിലെ അതിപ്രധാനമായ ഒരു സംഭവം നടന്നു. ആ വർഷം മദിരാശിയിൽ എ ഐ എഫിന്റെ വാർഷിക സമ്മേളനം. ആയിടെയാണ് തൊഴിലവകാശം മൗലികാവകാശമായി പ്രഖ്യാപിക്കുന്ന ഭരണഘടന സോവിയറ്റ് യൂണിയൻ അംഗീകരിച്ചത്. അതിന്റെ പേരിൽ സോവിയറ്റ് യൂണിയനെ അനുമോദിക്കുന്ന ഒരു പ്രമേയം ബസവപുന്നയ്യയും സഖാക്കളുംകൂടി സമ്മേളനത്തിൽ അവതരിപ്പിക്കാൻ ശ്രമിച്ചു. സമ്മേളനത്തിൽ അധ്യക്ഷത വഹിച്ച മസാനി പ്രമേയാവതരണത്തിന് അനുമതി നൽകിയില്ല. പ്രതിനിധികളിൽ ഭൂരിപക്ഷം പ്രമേയത്തിന് അനുകൂലമാണെന്ന് മനസിലാക്കിയ മസാനി സമ്മേളനം ഇടയ്ക്കുവെച്ച് നിർത്തി സ്വന്തം താമസസ്ഥലത്തുപോയി. രോഷാകുലരായ പ്രതിനിധികൾ അദ്ദേഹം താമസിക്കുന്ന ഹോട്ടലിൽപ്പോയി "ഒന്നുകിൽ തിരിച്ചുവന്ന് ഭൂരിപക്ഷത്തെ അംഗീകരിക്കു, അല്ലെങ്കിൽ അടുത്ത വണ്ടിക്കു തന്നെ മടങ്ങിപ്പോവുക" എന്നാവശ്യപ്പെട്ടു. മസാനി രണ്ടാമത്തെ മാർഗം സ്വീകരിച്ചു. അതോടെ എ ഐ എസ് എഫിനകത്ത് സോഷ്യലിസ്റ്റ് പാർട്ടിക്കാരും കമ്യൂണിസ്റ്റ് ആശയഗതിക്കാരും തമ്മിൽ പിന്നീടൊരിക്കലും ചേരാൻ കഴിയാത്തവിധത്തിലുള്ള ചേരിതിരിവുണ്ടായി.

വിദ്യാർഥിരംഗത്തെ പ്രവർത്തനം കൊണ്ടുമാത്രം എം ബിക്ക് തൃപ്തിയായില്ല. വിപ്ലവപ്രവർത്തനങ്ങളിൽ ആണ്ടിറങ്ങാൻ മനസ് കൊതിച്ചു.

ബിരുദം നേടിയതിനുശേഷം പാർട്ടിയുടെ മുഴുവൻസമയ പ്രവർത്തകനായി. 1936 മുതൽ 40 വരെ പാർട്ടിയുടെ ഗുണ്ടൂർ ജില്ലാ കമ്മിറ്റി അംഗമായിരുന്നു. 1940 ൽ ജില്ലാ സെക്രട്ടറിയായി തിരഞ്ഞെടുക്കപ്പെട്ടു. 1943 വരെ തൽസ്ഥാനത്ത് തുടർന്നു.

പാർട്ടിയുടെ ഗുണ്ടൂർ ജില്ലാ സെക്രട്ടറി ആയിരിക്കെതന്നെ എ ഐ എസ് എഫിന്റെ മറ്റൊരു സമ്മേളനത്തിൽക്കൂടി അദ്ദേഹം പങ്കെടുത്തു. ചരിത്രപ്രധാനമായ പട്ന സമ്മേളനത്തിൽ. രണ്ടാം ലോകമഹായുദ്ധം ആരംഭിച്ചപ്പോൾ യുദ്ധത്തിനെതിരെ വിദ്യാർഥികളെ അണിനിരത്തുന്നതിന്റെ മുൻപന്തിയിൽനിന്ന എ ഐ എസ് എഫ് യുദ്ധത്തിന്റെ സ്വഭാവത്തിൽ മാറ്റംവന്നതോടെ അതിന്റെ നിലപാടിലും മാറ്റംവരുത്തി. അതേവരെ യുദ്ധത്തെ സാമ്രാജ്യത്വയുദ്ധം എന്നാണ് വിശേഷിപ്പിച്ചതെങ്കിൽ യുദ്ധം ജനകീയയുദ്ധമായി മാറി എന്ന് പട്ന സമ്മേളനം പ്രഖ്യാപിച്ചു. ആ പ്രഖ്യാപനം വന്നത് രൂക്ഷമായ അഭിപ്രായസംഘട്ടനങ്ങൾക്കുശേഷമാണ്. യുദ്ധത്തിന്റെ സ്വഭാവം മാറി എന്ന് പ്രഖ്യാപിക്കാൻ ശക്തിയായി വാദിച്ചവരിൽ ഒരാൾ ബസവപുന്നയ്യ. തന്റെ അഭിപ്രായം വാദിച്ചുറപ്പിക്കുവാനുള്ള അദ്ദേഹത്തിന്റെ കഴിവ് പ്രസിദ്ധമാണല്ലോ.

യുദ്ധം ജനകീയയുദ്ധമായി മാറി എന്നു പ്രഖ്യാപിച്ചതിന്റെ പേരിൽ ദേശീയ പ്രസ്ഥാനത്തിന്റെ മുഖ്യധാരയിൽനിന്ന് കമ്യൂണിസ്റ്റുകാർ ഒറ്റപ്പെട്ടുപോയി. എങ്കിലും കമ്യൂണിസ്റ്റുകാർ ജനങ്ങൾക്കിടയിൽ സജീവം പ്രവർത്തിച്ചു. അക്കാലത്ത് ആന്ധ്രയിൽ സാംസ്കാരിക രംഗത്ത് വലിയ മുന്നേറ്റം. അതിന് നേതൃത്വം നൽകിയത് എം ബി. സാഹിത്യത്തിൽ അദ്ദേഹത്തിന് പ്രത്യേകം പ്രതിപത്തിയുണ്ടായിരുന്നുവല്ലോ. ഇടയ്ക്കിടെ നടക്കാറുള്ള സാഹിത്യ ചർച്ചായോഗങ്ങളിൽ അദ്ദേഹം പങ്കെടുക്കുമായിരുന്നു.

1942 ൽ ഇന്ത്യൻ കമ്യൂണിസ്റ്റുപാർട്ടിയുടെ മേലുള്ള നിരോധനം ബ്രിട്ടീഷ് ഗവൺമെന്റ് എടുത്തുകളഞ്ഞു. അതിന്റെ പശ്ചാത്തലത്തിൽ പാർട്ടിയുടെ ഒന്നാം കോൺഗ്രസ് 1943 ഫെബ്രുവരി-മാർച്ച് മാസത്തിൽ ബോംബെയിൽ. അതിന്റെ മുന്നോടിയായി നടന്ന ആന്ധ്രപ്രദേശ് സംസ്ഥാന സമ്മേളനം അദ്ദേഹത്തെ പാർട്ടിയുടെ സംസ്ഥാന കമ്മിറ്റിയിലേക്ക് തിരഞ്ഞെടുത്തു. തുടർന്ന് സംസ്ഥാന സെക്രട്ടേറിയറ്റിലേക്കും. ഈ സമ്മേളനത്തെത്തുടർന്ന് പാർട്ടി പ്രവർത്തനം ഊർജിതമായി നടത്താൻ വേണ്ടത്ര പണം ഇല്ലെന്ന് വന്നു. ആ സമയത്ത് പാർട്ടി ഒരു തീരുമാനമെടുത്തു. മുതിർന്ന നേതാക്കൾ തങ്ങളുടെ സ്വത്ത് വിറ്റ് അതുവഴി ലഭിക്കുന്ന തുക പാർട്ടിക്ക് സംഭാവന നൽകണം. ആ തീരുമാനം എം ബി അക്ഷരംപ്രതി നടപ്പാക്കി. ഭീമമായ തുകയാണ് അദ്ദേഹം പാർട്ടിക്ക് സംഭാവന നൽകിയത്.

രണ്ടാംലോക മഹായുദ്ധം അവസാനിച്ചപ്പോൾ പാർട്ടിക്കകത്ത് ഒരു വിഭാഗത്തിനിടയിൽ വലിയൊരു വ്യാമോഹം. ഫാസിസത്തിനുമേൽ സോവിയറ്റ് യൂണിയൻ വിജയം കൈവരിച്ചതിനാൽ സ്വയമേവ ഇന്ത്യക്ക്

സ്വാതന്ത്ര്യം ലഭിക്കും. ഈയൊരു കാഴ്ചപ്പാടിന്റെ ഫലം ഇന്ത്യൻ ജനതയും ബ്രിട്ടീഷ് സാമ്രാജ്യത്വവും തമ്മിലുള്ള വൈരുധ്യം പിൻപന്തിയിലേക്ക് തള്ളിമാറ്റപ്പെടുകയെന്നതാണ്. എം ബി യും മറ്റു സഖാക്കളും ഈ വ്യതിയാനത്തിനെതിരെ ശക്തമായി പോരാടി. അതിന്റെ ഫലം "അവസാനത്തെ കടന്നാക്രമണം" എന്ന പേരിൽ 1946 ൽ അംഗീകരിച്ച പ്രമേയം. ദേശീയമുന്നേറ്റം അതിന്റെ ഉച്ചകോടിയിലെത്തിയ സമയമായിരുന്നു അത്. ഐ എൻ എ പ്രകടനങ്ങളും നാവികകലാപവും രാജ്യത്തെ പിടിച്ചുകുലുക്കുകയായിരുന്നു. ഈ ഘട്ടത്തിൽ കാർഷിക വിപ്ലവത്തിന്റെ പ്രാധാന്യം എം ബിയും സഖാക്കളും മനസിലാക്കി. തുടർന്ന് നൈസാമിനും ഭൂപ്രഭുക്കളുടെ അടിച്ചമർത്തലിനും എതിരെ സായുധസമരം നടത്താൻ തെലങ്കാനയിലെ കൃഷിക്കാരെ സംഘടിപ്പിച്ചു. രാജ്യമാകെയുള്ള കൃഷിക്കാരെയും കർഷകത്തൊഴിലാളികളെയും മറ്റ് അധ്വാനിക്കുന്ന ജനവിഭാഗങ്ങളെയും ഈ സമരം ആവേശംകൊള്ളിച്ചു.

തെലങ്കാന സായുധ സമരത്തിന് നേതൃത്വം നൽകിയത് കമ്യൂണിസ്റ്റുപാർട്ടിയുടെ വിശാലാന്ധ്രാ സംസ്ഥാന കമ്മിറ്റി. അന്നത്തെ സംസ്ഥാന സെക്രട്ടേറിയറ്റിൽ പി സുന്ദരയ്യ, സി രാജേശ്വരറാവു, എം ഹനുമന്തറാവു എന്നിവരാണ് ഉണ്ടായിരുന്നത്. 1952 വരെ എം ബി സംസ്ഥാന സെക്രട്ടേറിയറ്റിൽ ഉണ്ടായിരുന്നു. തെലങ്കാന സമരം നടക്കുന്നതിനിടയിൽ, 1948 ൽ കൽക്കത്തയിൽ ചേർന്ന സി പി ഐയുടെ രണ്ടാം കോൺഗ്രസ് എം ബിയെ കേന്ദ്രകമ്മിറ്റിയിലേക്ക് തിരഞ്ഞെടുത്തു. 1950 ജൂണിൽ സി പി ഐയുടെ പൊളിറ്റ് ബ്യൂറോയിലേക്കും.

തെലങ്കാന സമരകാലത്ത് എം ബിയുടെ മുഖ്യജോലി ആയുധശേഖരണം. ചുരുങ്ങിയ സമയത്തിനുള്ളിൽ വിജയവാഡ തുടങ്ങി അനേകം സ്ഥലങ്ങൾ എം ബി സന്ദർശിച്ച് ഫണ്ട് സ്വരൂപിച്ചു. അവ കൊടുത്ത് ആയുധങ്ങൾ വാങ്ങി. അവ രഹസ്യമായി തെലങ്കാന പ്രദേശത്തേക്കു കടത്തി. ഇക്കാര്യം എം ബി യെക്കുറിച്ചെഴുതിയ അനുസ്മരണത്തിൽ എൽ ബി ഗംഗാധരറാവു രേഖപ്പെടുത്തിയിട്ടുണ്ട്.

തെലങ്കാന സമരം നടന്നുകൊണ്ടിരിക്കെ, രണ്ടാം പാർട്ടി കോൺഗ്രസ് മുതൽ പിന്തുടർന്നുപോന്ന നയത്തിലെ പിശക് എം ബിക്കും മറ്റ് ആന്ധ്രാ സഖാക്കൾക്കും ബോധ്യമായി. അവർ ആ നയത്തിന് ബദലായ ഒരു നയം മുന്നോട്ടുവെച്ചു. ഭൂമിക്കുവേണ്ടി കൃഷിക്കാരുടെ സമരം സുപ്രധാന പങ്കുവഹിച്ച ചൈനീസ് അനുഭവത്തെ അടിസ്ഥാനമാക്കിയതായിരുന്നു ആ നയം. 1950 ലെ പ്രസിദ്ധമായ ആന്ധ്രാ രേഖ തയ്യാറാക്കിയതിൽ മറ്റാരെക്കാളും വലിയ പങ്കുവഹിച്ചത് എം ബി. അതേവരെ തുടർന്നുപോന്ന നയത്തെ ഈ രേഖ പകരംവെച്ചു. പ്രസ്തുത രേഖക്കും കാലത്തെ അതിജീവിക്കാൻ കഴിഞ്ഞില്ല. എന്തുകൊണ്ടെന്നാൽ വിപ്ലവത്തിനുമുമ്പ് ചൈനയിൽ നിലനിന്ന പരിതഃസ്ഥിതിയിൽനിന്ന് തികച്ചും വ്യത്യസ്തമായിരുന്നു അന്നത്തെ ഇന്ത്യയിലെ പരിതഃസ്ഥിതി.

ഉൾപ്പാർട്ടി സമരം രൂക്ഷമായി. പാർട്ടിക്കകത്ത് വ്യത്യസ്തമായ അഭി

പ്രായങ്ങൾ ഉയർന്നുവന്നു. ജനാധിപത്യ കേന്ദ്രീകരണം എന്ന തത്വം ഉപയോഗിച്ച് തന്റെ നയം, ആന്ധ്രാസഖാക്കളിലൂടെ മറ്റുള്ളവരുടെയും മേൽ അടിച്ചേൽപ്പിക്കാൻ എം ബി മുതിർന്നില്ല. ഇന്ത്യൻ വിപ്ലവതന്ത്രത്തെക്കുറിച്ചും ഗവൺമെന്റിന്റെ വർഗസ്വഭാവത്തെക്കുറിച്ചും ഉയർന്നുവന്ന അഭിപ്രായ വ്യത്യാസങ്ങൾ എങ്ങനെ പരിഹരിക്കണം എന്നതിനെക്കുറിച്ചായി അദ്ദേഹത്തിന്റെ ചിന്ത. അതിന്റെ ഫലമായി രാജേശ്വരറാവുവിനോടൊപ്പം എം ബി ഒരു മാർഗം മുന്നോട്ടുവെച്ചു – സോവിയറ്റ് സഹായം തേടുകയെന്ന മാർഗം. അതിന് കാരണമുണ്ട്. അവർക്കാണ് കൂടുതൽ അനുഭവമുള്ളത്. വിപ്ലവത്തിന്റെ വിവിധ ഘട്ടങ്ങളിൽ വിവിധ വർഗങ്ങൾ വഹിക്കുന്ന പങ്ക് മറ്റാരെക്കാളും നന്നായി അറിയാവുന്നത് അവർക്കാണ്. എം ബിയും രാജേശ്വരറാവുവും മുന്നോട്ടുവെച്ച മാർഗം എല്ലാവരും അംഗീകരിച്ചതോടെ സി പി ഐയുടെ ഒരു പ്രതിനിധിസംഘം അതീവ രഹസ്യമായി മോസ്കോവിലേക്ക് പോയി. പ്രതിനിധിസംഘത്തിൽ നാലു പേരാണ് ഉണ്ടായിരുന്നത് – രാജേശ്വരറാവു, എം ബി, അജയ്ഘോഷ്, എസ് എ ഡാങ്കെ. സ്റ്റാലിന്റെ നേതൃത്വത്തിൽ മോളോട്ടോവ്, മലങ്കോവ്, സുസ്ലോവ് എന്നിവരടങ്ങിയ സോവിയറ്റ് പ്രതിനിധി സംഘവുമായി അവർ ചർച്ച നടത്തി. അതിന്റെ അടിസ്ഥാനത്തിൽ പാർട്ടി പരിപാടിയും നയപ്രഖ്യാപനരേഖയും അംഗീകരിച്ചതോടെ അഭിപ്രായ വ്യത്യാസങ്ങൾ താൽക്കാലികമായി പരിഹരിക്കപ്പെട്ടു. പാർട്ടി ഏകീകരിക്കപ്പെട്ടു. 1951 ൽ കൽക്കത്തയിൽ ചേർന്ന പ്രത്യേകത സമ്മേളനം പാർട്ടി പരിപാടിയും നയപ്രഖ്യാപനരേഖയും അംഗീകരിക്കുക മാത്രമല്ല, തെലങ്കാന സമരം പിൻവലിക്കാനും 1952 ലെ ഒന്നാം പൊതുതിരഞ്ഞെടുപ്പിൽ പങ്കെടുക്കാനും തീരുമാനിക്കുകകൂടി ചെയ്തു.

തിരഞ്ഞെടുപ്പിൽ തെലങ്കാന സമരം നടന്ന പ്രദേശങ്ങളിൽ പാർട്ടി ഗംഭീര വിജയം നേടി. ലോകസഭയിൽ പാർട്ടിക്ക് 17 അംഗങ്ങളെ സംഭാവനയും ചെയ്തു. എങ്കിലും 1955 ലെ തിരഞ്ഞെടുപ്പിൽ കനത്ത പരാജയം ഏറ്റുവാങ്ങേണ്ടിവന്നു. രേവല്ലി മണ്ഡലത്തിൽ മത്സരിച്ച് എം ബി തോറ്റു. സുന്ദരയ്യ 800 വോട്ടുകളുടെ ഭൂരിപക്ഷത്തിന് കഷ്ടിച്ച് രക്ഷപ്പെടുകയായിരുന്നു.

മധുരയിൽ നടന്ന മൂന്നാം കോൺഗ്രസും 1951 ലെ പ്രത്യേക സമ്മേളനം അംഗീകരിച്ച രേഖകൾക്ക് ആവർത്തിച്ച് അംഗീകാരം നൽകി. ഒരു വർഷം കഴിഞ്ഞപ്പോൾ രാജ്യത്തെ യാഥാർഥ്യങ്ങളുമായി അവയ്ക്കും പൊരുത്തമില്ലെന്ന് വ്യക്തമായി. 1954 ൽ വീണ്ടും ഉൾപ്പാർട്ടി സമരം ആരംഭിച്ചു. പാർട്ടിയിലെ ഒരു വിഭാഗം ഭരണകക്ഷിയുമായി സഹകരിക്കണമെന്ന് വാദിച്ചു. മറ്റൊരു വിഭാഗം അതിനെ എതിർത്തു. നിർഭാഗ്യവശാൽ, ഭരണകക്ഷിയുമായി സഹകരിക്കണമെന്നു വാദിച്ചവർക്ക് സി പി എസ് യുവും സി പി സിയും പിന്തുണ നൽകി. പി ബിക്കും സി സിക്കും അകത്ത് ഗുരുതരമായ അഭിപ്രായവ്യത്യാസം. ഉൾപ്പാർട്ടി സമരത്തിന്റെ മറ്റൊരു ഘട്ടം ആരംഭിച്ചു. ആ ചർച്ചക്ക് പി സുന്ദരയ്യ, എം ബി സൂർജിത്

എന്നിവർ നൽകിയ സംഭാവനയായിരുന്നു 1955 ജൂണിലെ രേഖ. ആ സമരം ആറുവർഷം കഴിഞ്ഞപ്പോൾ കൂടുതൽ മൂർഛിച്ചു. 1961 ൽ നടന്ന വിജയവാഡ കോൺഗ്രസിന് ഏകീകരിച്ച ഒരു രാഷ്ട്രീയ പ്രമേയം അംഗീകരിക്കാൻപോലും കഴിഞ്ഞില്ല.

വിജയവാഡ കോൺഗ്രസിനുശേഷം അഭിപ്രായവ്യത്യാസം കൂടുതൽ രൂക്ഷമായി. അതിന്റെ ഒരു ഘട്ടത്തിലാണ് 1964 ഏപ്രിലിൽ നാഷണൽ കൗൺസിൽ യോഗത്തിൽനിന്ന് 32 സഖാക്കൾ ഇറങ്ങിപ്പോക്ക് നടത്തിയത്. ആ 32 പേരിലൊരാൾ എം ബി. പാർട്ടി പുനഃസംഘടിപ്പിക്കുന്നതിന്റെ ഭാഗമായി ഈ 32 സഖാക്കൾ തെനാലിയിൽ ഒരു കൺവൻഷൻ വിളിച്ചുകൂട്ടി. ആ കൺവെൻഷൻ വിജയിപ്പിക്കുന്നതിൽ പ്രധാനപ്പെട്ട പങ്കു വഹിച്ചവരിൽ ഒരാൾ എം ബി. വിജയകരമായി നടന്ന ഈ കൺവൻഷനാണ് ഏഴാം പാർട്ടി കോൺഗ്രസ് കൽക്കത്തയിൽ വിളിച്ചുകൂട്ടാൻ തീരുമാനിച്ചത്. പ്രസ്തുത കോൺഗ്രസ് അംഗീകരിച്ച പരിപാടിയുടെ മുഖ്യ ശിൽപ്പി എം ബി. അത് തയ്യാറാക്കുന്നതിൽ പി രാമമൂർത്തിയും സുർജിതും അദ്ദേഹത്തെ സഹായിച്ചു. ഏഴാം കോൺഗ്രസ് പ്രത്യയശാസ്ത്ര പ്രശ്നങ്ങൾ ചർച്ചചെയ്തില്ല. അവ ചർച്ച ചെയ്തത് ബർദ്വാൻ പ്ലീനം. എം ബി. സുർജിത് എന്നിവരാണ് ഇതു സംബന്ധിച്ച രേഖ തയാറാക്കിയത്. ഈ ജോലിയിൽ എൻ പ്രസാദറാവു അവരെ സഹായിച്ചു. വൈരുധ്യങ്ങളുടെ പ്രശ്നം പ്രതിപാദിക്കുന്ന പ്രധാനപ്പെട്ട ഭാഗം തയാറാക്കിയത് എം ബി. 1967 ൽ കേന്ദ്രകമ്മിറ്റി അംഗീകരിച്ച *പുതിയ പരിതഃസ്ഥിതിയും പുതിയ കടമകളും* എന്ന രേഖ തയാറാക്കിയതും അദ്ദേഹം തന്നെ.

ഇന്ത്യയിലെ കമ്യൂണിസ്റ്റ് പ്രസ്ഥാനത്തിന് അദ്ദേഹം നൽകിയ ചില സംഭാവനകൾ മുകളിൽ ചൂണ്ടിക്കാട്ടി. മറ്റു ചില സംഭാവനകളെക്കുറിച്ച് ഹർകിഷൻസിങ് സുർജിത് ഇങ്ങനെ രേഖപ്പെടുത്തി.

> 1969 ൽ കോൺഗ്രസ് പിളർന്നു. അത് ചർച്ചക്കുള്ള ഗൗരവതരമായ ഒരു പ്രശ്നമായി. ഈ പിളർപ്പ് കണക്കിലെടുത്ത് അതിൽ ഇടപെടാൻ മുൻകൈ എടുത്തത് എം ബി. അതൊരു വിഷമം നിറഞ്ഞ ജോലി. കാരണം, പശ്ചിമബംഗാളിലെയും കേരളത്തിലെയും ഐക്യമുന്നണി ഗവൺമെന്റുകൾക്കുനേരെ ഭരണകക്ഷി അതിന്റെ എതിർപ്പ് കേന്ദ്രീകരിക്കുകയായിരുന്നു. ആ ഐക്യമുന്നണി ഗവൺമെന്റുകളിലാവട്ടെ, സി പി ഐ (എം) പ്രധാന പങ്കു വഹിക്കുന്നുമുണ്ടായിരുന്നു.
>
> പശ്ചിമബംഗാളിലെ പാർട്ടി അർധഫാസിസ്റ്റ് ഭീകരവാഴ്ചയെ നേരിട്ടു. ശരിയായ നയത്തിന്റെയും പശ്ചിമബംഗാളിലെ സഖാക്കൾ വഹിച്ച ധീരോദാത്തമായ പങ്കിന്റെയും ഫലമായി ആ വെല്ലുവിളി നേരിടാൻ നമുക്ക് കഴിഞ്ഞു. തുടർന്ന് 1977 വന്നെത്തി. അമിതാധികാരവാഴ്ചക്ക് ജനതാപാർട്ടിയുടെ രൂപത്തിൽ ഭരണവർഗങ്ങ

> ളുടെ മറ്റൊരു വിഭാഗം വെല്ലുവിളി ഉയർത്തി. അടിയന്തരാവസ്ഥാ ചട്ടക്കൂട് പൊളിച്ചുമാറ്റുകയും ജനാധിപത്യാവകാശങ്ങൾ പുനഃസ്ഥാപിക്കുകയും ചെയ്യുകയെന്ന ലക്ഷ്യത്തോടെ ജനതാപാർട്ടിക്ക് ഞങ്ങൾ പിന്തുണ നൽകി. ആ നടപടി ഞങ്ങളുടെ പ്രസ്ഥാനത്തിന്റെ വളർച്ചയെ സഹായിക്കുമായിരുന്നു. ഇവിടെയും ബി ടി ആറിനോടൊപ്പം എം ബി സുപ്രധാന പങ്കുവഹിച്ചു. പിന്നീട് 1979 ൽ മറ്റൊരു ഗൗരവതരമായ സ്ഥിതിയുളവായി. ജനതാപാർട്ടിക്കകത്തുണ്ടായ പിളർപ്പിനെയാണ് ഇവിടെ പരാമർശിക്കുന്നത്. ആ പാർട്ടിക്കകത്തെ ഒരു വിഭാഗം അമേരിക്കൻ അനുകൂലനയത്തിനുവേണ്ടി വാദിച്ചു. ഇവിടെയും കേന്ദ്രകമ്മിറ്റിക്കകത്ത് രൂക്ഷമായ അഭിപ്രായ വ്യത്യാസമുണ്ടായെങ്കിലും ബി ടി ആറും എം ബിയും നൽകിയ സംഭാവനയുടെ ഫലമായി ശരിയായ നയം ആവിഷ്കരിക്കുന്നതിൽ ഞങ്ങൾ വിജയിച്ചു. ആ നയം പാർട്ടിയൊട്ടാകെ നടപ്പാക്കി. വീണ്ടും 1989 ൽ ജനതാദളിന്റെയും ദേശീയമുന്നണിയുടെയും രൂപത്തിൽ പുതിയൊരു കൂട്ടുകെട്ട് നിലവിൽവന്നപ്പോൾ അമിതാധികാര കോൺഗ്രസ് (ഇ) യെ പരാജയപ്പെടുത്താനും മുരത്ത വർഗീയ കക്ഷിയായ ബി ജെ പിയെ ഒറ്റപ്പെടുത്താനും അവരോടൊപ്പം പോകാൻ ഞങ്ങൾ തീരുമാനിച്ചു. ഇവിടെയും എം ബി തന്റേതായ സംഭാവന നൽകി.

ഏഴാം കോൺഗ്രസ് എം ബിയെ സി പി ഐ (എം) പൊളിറ്റ് ബ്യൂറോയിലേക്ക് തിരഞ്ഞെടുത്തു. മരണംവരെ തൽസ്ഥാനത്ത് തുടർന്നു. ഏഴാം കോൺഗ്രസ് അവസാനിച്ച് രണ്ടുമാസം പൂർത്തിയാകുന്നതിനുമുമ്പ് കോൺഗ്രസ് ഗവൺമെന്റ് സി പി ഐ (എം) നേതാക്കളെയും പ്രവർത്തകരെയും രാജ്യവ്യാപകമായി വേട്ടയാടി. എം ബിയും അറസ്റ്റിലായി. 16 മാസം ജയിലിൽ കിടന്നു. അതിനുമുമ്പ് ഇന്ത്യാ-ചൈന അതിർത്തി സംഘട്ടനത്തിന്റെ പശ്ചാത്തലത്തിൽ കമ്യൂണിസ്റ്റുകാരെ വേട്ടയാടിയപ്പോൾ അതിലും എം ബി ഉൾപ്പെട്ടിരുന്നു. ഇങ്ങനെ കോൺഗ്രസ് ഭരണകാലത്ത് രണ്ടുതവണ അറസ്റ്റിലായ എം ബി മൊത്തം മൂന്നുവർഷം ജയിലിലും എട്ടുവർഷം ഒളിവിലും കഴിഞ്ഞു. 1948 മുതൽ നാലുവർഷം തുടർച്ചയായി ഒളിവിലിരുന്നുകൊണ്ടാണ് അദ്ദേഹം തെലങ്കാന സമരത്തിന് നേതൃത്വം നൽകിയത്.

എം ബി നല്ലൊരു പാർലമെന്റേറിയനായിരുന്നു. 1952 ഏപ്രിൽ മുതൽ 1966 വരെ 14 വർഷം രാജ്യസഭാംഗമായി പ്രവർത്തിച്ചു. രാജ്യസഭയിലെ പ്രധാന ചർച്ചകളിലൊക്കെ അദ്ദേഹത്തിന്റെ സാന്നിധ്യം പ്രകടമായി.

മൂർച്ചയേറിയ ഒരു തൂലികയുടെ ഉടമയായിരുന്നു അദ്ദേഹം. എതിരാളികളുമായി ആശയപരമായ ഏറ്റുമുട്ടൽ നടത്തുമ്പോഴാണ് ആ പേനയുടെ മൂർച്ച മനസിലാവുക. ക്വിറ്റ് ഇന്ത്യാ സമരത്തോട് കമ്യൂണിസ്റ്റു

പാർട്ടി എടുത്ത നിലപാടിനെ വിമർശിച്ചുകൊണ്ട് ഇല്ലസ്ട്രേറ്റഡ് വീക്ക്ലിയിൽ അരുൺ ഷൂരി എഴുതിയ ലേഖനപരമ്പരക്ക് അദ്ദേഹമെഴുതിയ മറുപടി പരിശോധിച്ചാൽ മതി ഇക്കാര്യം ബോധ്യമാവാൻ. 1975 മുതൽ 14 വർഷത്തോളം സി പി ഐ (എം) കേന്ദ്ര മുഖപത്രമായ *പീപ്പിൾസ് ഡമോക്രസിയു*ടെ പത്രാധിപരായി എം ബി പ്രവർത്തിച്ചു. 1992 ഏപ്രിൽ 14 ന് അന്തരിക്കുമ്പോൾ സി പി ഐ (എം) പരിപാടി കാലോചിതമായി പരിഷ്കരിക്കുന്നതിനുള്ള കമ്മീഷന് എം ബി നേതൃത്വം നൽകുകയായിരുന്നു.

ബഹാൽ സിങ്

1910 - 1946

ഡൽഹിയിലെ പ്രഥമ കമ്യൂണിസ്റ്റ് ഗ്രൂപ്പിന്റെ സംഘാടകരിൽ പ്രധാനിയായിരുന്നു ബഹാൽ സിങ്. അധികാരികൾ നിരന്തരം പീഡിപ്പിച്ചതുമൂലം 36-ാമത്തെ വയസ്സിൽ അദ്ദേഹം കാലയവനികയ്ക്കുള്ളിൽ മറഞ്ഞു. അത്രയും വർഷമേ ജീവിച്ചുള്ളൂവെങ്കിലും ആ ജീവിതം സംഭവബഹുലമായിരുന്നു.

ഡൽഹിയിലെ ഒരു ഇടത്തരം ജൈന കുടുംബത്തിൽ 1910 മാർച്ച് ഒന്നിന് ജനിച്ചു. പിതാവ് ഗോഗൻ മാൾ ചാന്ദ്നി ചൗക്കിലെ ഒരു തുണിക്കച്ചവടക്കാരൻ. യാഥാസ്ഥിതിക കുടുംബം. സമ്പന്നമായ ചുറ്റുപാട്. ഇത്തരമൊരു സാഹചര്യത്തിൽ ജനിച്ചുവളരുന്ന ഒരാൾ ഒരു വിപ്ലവ രാഷ്ട്രീയ നേതാവായിത്തീരും എന്ന് ആർക്കും ഊഹിക്കാൻ പോലും കഴിയുമായിരുന്നില്ല. പക്ഷേ, ബഹാൽ ആയിത്തീർന്നത് അങ്ങനെ.

ഡൽഹിയിലുള്ള ചർഖേവാലനിലെ കമേർഷ്യൽ ഹൈസ്കൂളിൽ സ്കൂൾ വിദ്യാഭ്യാസം പൂർത്തിയാക്കി. 1926-ൽ, അതായത്, 16-ാം വയസ്സിൽ, മെട്രിക്കുലേഷൻ പരീക്ഷ പാസായി. അതിനുശേഷം, കുടുംബത്തിലെ പതിവനുസരിച്ച്, ബഹാൽ കുടുംബ ബിസിനസിലേക്ക് തിരിയേണ്ടതാണ്. അങ്ങനെയാണ് എല്ലാവരും പ്രതീക്ഷിച്ചതും. പക്ഷേ, പ്രതീക്ഷകൾക്കു വിരുദ്ധമായി അദ്ദേഹം ദേശീയ രാഷ്ട്രീയത്തിലേക്ക് തിരിയുകയായിരുന്നു.

കോൺഗ്രസിലാണ് രാഷ്ട്രീയജീവിതം തുടങ്ങിയത്. 1929ൽ ഇന്ത്യൻ നാഷണൽ കോൺഗ്രസിന്റെ ലാഹോർ സമ്മേളനത്തിൽ വളണ്ടിയർ. ചു

റുചുറുക്കുള്ള ഈ വളണ്ടിയർ കോൺഗ്രസ് നേതാക്കളുടെ ശ്രദ്ധയിൽപ്പെട്ടു. അദ്ദേഹത്തിന് നേതാക്കളെ പരിചയപ്പെടാനുള്ള അവസരവും തുറന്നുകിട്ടി. അധികം കഴിയുന്നതിനുമുമ്പ് ഈ ചെറുപ്പക്കാരൻ കോൺഗ്രസിന്റെ മുഴുവൻ സമയ പ്രവർത്തകനാവുകയും ദേശീയ പ്രസ്ഥാനത്തിൽ ആണ്ടിറങ്ങുകയും ചെയ്തു. തുടർന്നുള്ള വർഷങ്ങളിൽ പലതവണ അറസ്റ്റിലായി. ആദ്യ അറസ്റ്റ് 1930 ജൂണിൽ. നികുതി നിഷേധ ക്യാമ്പയിന്റെ ഭാഗമായി ഡൽഹിക്കടുത്ത നരേല എന്ന ടൗൺഷിപ്പിൽ ചെറുപ്പക്കാരുടെ ഒരു സംഘത്തെ നയിക്കുമ്പോഴാണ് അറസ്റ്റിലായത്. മൂന്നുമാസം കഴിഞ്ഞപ്പോൾ വീണ്ടും അറസ്റ്റിൽ. ഇത്തവണ ഒരു വിദേശവസ്ത്ര ഷാപ്പ് പിക്കറ്റ് ചെയ്തതിനായിരുന്നു അറസ്റ്റ്. നാലരമാസത്തെ തടവുശിക്ഷ കിട്ടി. സിവിൽ നിയമലംഘന പ്രസ്ഥാനകാലത്ത് (1932 ഫെബ്രുവരി) രാജ്യദ്രോഹകരമായ പ്രസംഗം നടത്തിയെന്നതിന്റെ പേരിൽ അറസ്റ്റ് ചെയ്ത് ഒരു വർഷത്തേക്ക് ശിക്ഷിച്ചു. 1933ൽ വീണ്ടും അറസ്റ്റിലായി. ടെലഗ്രാഫ് ആക്ട് കേസ് അനുസരിച്ചായിരുന്നു അറസ്റ്റ്. മൂന്നു വർഷത്തേക്ക് ശിക്ഷിച്ച് റെഡ് ഫോർട്ടിൽ പാർപ്പിച്ചു. ബഹാലിന് ജയിലിൽ പോകാനും വരാനും മാത്രമേ സമയമുണ്ടായിരുന്നുള്ളൂ. 1940–ൽ ഒരു ഗവൺമെന്റ് വിരുദ്ധ പോസ്റ്റർ കേസിൽ പ്രതിയാക്കി രാജ്യരക്ഷാ നിയമപ്രകാരം അറസ്റ്റ്ചെയ്തു. ജയിൽ മോചിതനായപ്പോൾ വീണ്ടും രാഷ്ട്രീയരംഗത്ത് സജീവം.

ഇതിനിടയിൽ അക്കാലത്തെ പല ചെറുപ്പക്കാരെയുമെന്നപോലെ ബഹാലിനെയും ദേശീയ വിപ്ലവപ്രസ്ഥാനം ആകർഷിച്ചു. അദ്ദേഹം ഭാരത് നൗജവാൻ സഭയിൽ അംഗമായി. എന്നല്ല, അതിന്റെ പ്രവർത്തനങ്ങളിൽ ഭാഗഭാക്കാവുകതന്നെ ചെയ്തു.

1931–32–ൽ വമ്പിച്ച മാന്ദ്യം. അക്കാലത്ത് ഉപജീവനത്തിനെന്നപേരിൽ വസ്ത്രങ്ങൾ ചായം മുക്കുന്നതിനുള്ള (കളർ ചെയ്യുന്നതിനുള്ള) ഒരു കട തുടങ്ങി; ചാന്ദിനി ചൗക്കിലെ കത്രനീലിൽ. വാസ്തവത്തിൽ കടയിൽ നടന്നത് ചായം മുക്കലല്ല, മറിച്ച് ബോംബ് നിർമാണമായിരുന്നു. ബോംബ് നിർമാണ കാര്യത്തിൽ തന്നെ പ്രത്യേകം ശ്രദ്ധിച്ചിരുന്നു. അതുകൊണ്ട് പൊലീസ് കട റെയ്ഡ് ചെയ്തപ്പോൾ പഴയ ഒരു ടൈപ്പ് റൈറ്ററല്ലാതെ മറ്റൊന്നും കണ്ടെത്താനായില്ല. ആ ടൈപ്പ് റൈറ്റർ കണ്ടുകെട്ടുകയും ചെയ്തു.

സ്വാതന്ത്ര്യസമരയോദ്ധാക്കളുടെ ഒരു പൊതുവേദിയായിരുന്നു അന്ന് കോൺഗ്രസ്. ഇടതുപക്ഷക്കാർ ഉൾപ്പെടെ നനാതരം അഭിപ്രായക്കാർ അതിൽ ഒന്നിച്ച് പ്രവർത്തിച്ചു. ദേശീയ വിപ്ലവ പ്രസ്ഥാനവുമായി ബന്ധമുള്ള, ശക്തിയായ ഇടതുപക്ഷ വീക്ഷണമുള്ള ബഹാലും കോൺഗ്രസിൽ സജീവമായി. 1935–ൽ അദ്ദേഹം എ ഐ സി സി അംഗമായി തിരഞ്ഞെടുക്കപ്പെടുകപോലും ചെയ്തു. പിന്നീട് മൂന്നുവർഷം തൽസ്ഥാനത്ത് തുടർന്നു. 1937–ലെ ഹരിപുര സമ്മേളനത്തിലും 1938ലെ ത്രിപുരി സമ്മേളനത്തിലും പങ്കെടുത്തു. 1938–ൽ ഡി പി സി സി ജനറൽ സെക്രട്ടറിയായി തിരഞ്ഞെടുക്കപ്പെട്ടു. വലതുപക്ഷക്കാരനായ ലാലാ ശങ്കർലാൽ ആയി

രുന്നു പ്രസിഡന്റ്. ഡൽഹി കോൺഗ്രസിൽ ഇടതുപക്ഷത്തിന്റെ സ്വാധീന മാണ് ഇതു കാണിക്കുന്നത്. കോൺഗ്രസിന്റെ ഇടതുപക്ഷത്തിലൂടെ നീങ്ങിയ ബഹാൽ ത്രിപുരി സമ്മേളനത്തിൽ കോൺഗ്രസ് പ്രസിഡന്റ് സ്ഥാനത്തേക്ക് പട്ടാഭി സീതാരാമയ്യക്കെതിരെ ഇടതുപക്ഷം നിർത്തിയ സുഭാഷ്ചന്ദ്ര ബോസിന് വോട്ട് ചെയ്തു.

അപ്പോഴേക്ക് കോണ്ഗ്രസ് സോഷ്യലിസ്റ്റ് പാർട്ടി ജന്മമെടുത്ത് കഴിഞ്ഞിരുന്നു. ബഹാൽ ഡൽഹിയിലെ അതിന്റെ മുൻനിര പ്രവർത്തകരിൽ ഒരാളായി. കോൺഗ്രസ് സോഷ്യലിസ്റ്റ് പാർട്ടിയിലെ പ്രവർത്തനങ്ങൾക്കിടയിൽ ആ പാർട്ടിയിലെ കമ്യൂണിസ്റ്റ് നേതാക്കളുമായി ആശയവിനിമയം നടത്തുമായിരുന്നു. ഈ ആശയവിനിമയം അദ്ദേഹത്തെ കമ്യൂണിസ്റ്റുപാർട്ടിയുമായി അടുപ്പിച്ചു. മാർക്സിസം-ലെനിനിസത്തെക്കുറിച്ചുള്ള പഠനം കമ്യൂണിസ്റ്റുപാർട്ടിയിലേക്കുള്ള മാറ്റം പൂർണമാക്കി. 1937-ൽ അദ്ദേഹം കമ്യൂണിസ്റ്റുപാർട്ടി അംഗമായി. തന്നെയുമല്ല, 1938-ൽ വൈ ഡി ശർമ, എം ഫറൂഖി തുടങ്ങിയവരോടൊപ്പം ഡൽഹിയിലെ ആദ്യത്തെ പാർട്ടി ഗ്രൂപ്പ് രൂപീകരിക്കാൻ മുൻകൈ എടുക്കുകകൂടി ചെയ്തു. അദ്ദേഹം ആ ഗ്രൂപ്പിന്റെ സെക്രട്ടറിയായി. അങ്ങനെ ഡൽഹിയിലെ ആദ്യത്തെ പാർട്ടി സെക്രട്ടറിയെന്ന സ്ഥാനം ബെഹാലിന് പോകുന്നു.

ഡൽഹിയിൽ പാർട്ടിയുടെ സ്വാധീനം വ്യാപിപ്പിക്കാൻ സഹായിക്കുന്ന വിഭാഗമാണ് വിദ്യാർഥികൾ എന്ന് ബഹാൽ മനസിലാക്കി. അതുകൊണ്ട് വിദ്യാർഥികളുടെ സത്തായ വിഭാഗങ്ങളെ പാർട്ടിയിലേക്ക് കൊണ്ടുവരാൻ അദ്ദേഹം ശ്രമിച്ചു. അവർക്ക് പുസ്തകങ്ങൾ നൽകി. അവരെക്കൊണ്ട് വായിപ്പിച്ചു. ക്ലാസെടുക്കാനും മറ്റും അവരെ പ്രാപ്തരാക്കി. അവരുടെ സ്നേഹബഹുമാനങ്ങളാർജിക്കാൻ അദ്ദേഹത്തിന് കഴിഞ്ഞു.

കമ്യൂണിസ്റ്റുപാർട്ടിയിൽ ചേർന്നതിനുശേഷം ട്രേഡ് യൂണിയൻ രംഗത്താണ് സവിശേഷ ശ്രദ്ധ പതിപ്പിച്ചത്. തുണി മൊത്തവ്യാപാരം നടത്തുന്ന ധാരാളം ഷോപ്പുകളുണ്ട് ഡൽഹിയിൽ. അവയിൽ അരലക്ഷത്തിൽ കുറയാത്ത തൊഴിലാളികൾ പണിയെടുത്തിരുന്നു. അവരെ ബഹാൽ സിങ് സംഘടിപ്പിച്ചു. അവരുടെ ഒരു സംഘടന രൂപീകരിച്ചു- കാപ്ര ശ്രമജീവി സംഘം. സംഘിന്റെ പ്രസിഡന്റ് ബഹാൽ. 1939-ൽ ആ സംഘടനയുടെ നേതൃത്വത്തിൽ ഒരു പണിമുടക്ക് സംഘടിപ്പിച്ചു. പ്രതിമാസം രണ്ടുദിവസത്തെ അവധി അനുവദിക്കുക, ജോലി സമയം പത്തുമണിക്കൂറാക്കി നിജപ്പെടുത്തുക തുടങ്ങിയവയായിരുന്നു ആവശ്യം. ആവശ്യങ്ങളിൽ ചിലത് നേടിയെടുക്കുന്നതിൽ വിജയിച്ചു. ഡൽഹിയുടെ ഹൃദയമായ ചാന്ദ്നിചൗക്കിൽ ആദ്യം ചെങ്കൊടി പാറിച്ചത് ഈ തൊഴിലാളികളായിരുന്നു. ഈ തൊഴിലാളികളുടെ ഒന്നിലധികം പണിമുടക്കിന് ബഹാൽ നേതൃത്വം നൽകി. അവയിൽ 1942-ലെ പണിമുടക്ക് ഏറ്റവും ശ്രദ്ധേയം. 12 ദിവസമാണ് ആ പണിമുടക്ക് നീണ്ടുനിന്നത്. അതിന് ആസ്പദമായി 12 ആവശ്യങ്ങളിൽ ആറും നേടിയെടുക്കാൻ സാധിച്ചു.

കോൺഗ്രസിലെ തന്റെ സഹപ്രവർത്തകരിൽ പലരെയും അദ്ദേഹം

സ്വാധീനിച്ചു. അവരെ കമ്യൂണിസ്റ്റുപാർട്ടിയിലേക്ക് കൊണ്ടുവന്നു. മുപ്പതുകളുടെ അവസാനമായപ്പോഴേക്കും ഡൽഹിയിലെ പാർട്ടിഘടകം ശക്തവും ഫലപ്രദവുമായി. വൈ ഡി ശർമ പാർട്ടി കമ്മിറ്റി സെക്രട്ടറിയായി.

1940–ൽ കോൺഗ്രസിന്റെ നേതൃത്വത്തിലാരംഭിച്ച വ്യക്തിസത്യഗ്രഹം ഡൽഹിയിലും നടന്നു. അസഫ് അലി, ലാലാ, ദേശബന്ധു, ഗുപ്ത, മൗലാനാ നൂറുദ്ദീൻ ബിഹാരി എന്നിവരെ അറസ്റ്റ് ചെയ്തു. അസഫ് അലിയെ ഹാരാർപ്പണം ചെയ്ത 'കുറ്റ'ത്തിന് ബഹാലും അറസ്റ്റിലായി. അദ്ദേഹത്തെ ഒരു വർഷത്തേക്ക് ശിക്ഷിച്ച് ഗുജറാത്ത് ജയിലിലേക്കയച്ചു. ജയിലിൽ അദ്ദേഹത്തിന് പ്ലൂറസി, ടി ബി എന്നീ രോഗങ്ങൾ ബാധിച്ചു. രോഗം അനിയന്ത്രിതമായപ്പോൾ ഒരു ഓപ്പറേഷനായി ഇർവിൻ ഹോസ്പിറ്റലിലേക്കു മാറ്റി. അതുകൊണ്ട് തീർത്തും മോശമായ ആരോഗ്യത്തോടുകൂടിയാണ് പുറത്തിറങ്ങിയത്.

ബഹാൽ സിങ് രാഷ്ട്രീയപ്രവർത്തനം തുടരും എന്ന് ആരും പ്രതീക്ഷിച്ചില്ല. അദ്ദേഹം, പക്ഷെ, ധീരോദാത്തതയുടെ പര്യായമായിരുന്നു. ആരോഗ്യം മോശമായെന്ന വസ്തുത വിസ്മരിച്ചുകൊണ്ട് വീണ്ടും രാഷ്ട്രീയപ്രവർത്തനങ്ങളിൽ മുഴുകി. 1942 ജൂലായ് മാസത്തിൽ നിരോധനം പിൻവലിക്കപ്പെട്ട സാഹചര്യത്തിൽ ഇന്ത്യൻ കമ്യൂണിസ്റ്റ് പാർട്ടി അതിന്റെ ഒന്നാമത്തെ കോൺഗ്രസ് 1943–ൽ ബോംബെയിൽ നടത്തി. ആ കോൺഗ്രസിൽ ഡൽഹിയിൽനിന്ന് പങ്കെടുത്ത രണ്ടുപേരിൽ ഒരാൾ ബഹാൽ. ഡൽഹി കമ്മിറ്റിയുടെ സെക്രട്ടറിസ്ഥാനം ഒഴിഞ്ഞെങ്കിലും ട്രഷറർ ആയി തുടർന്നു. ഡൽഹി പാർട്ടിക്ക് ഒരു ആപ്പീസ് സംഘടിപ്പിക്കാൻ അദ്ദേഹം മുൻനിന്ന് പ്രവർത്തിച്ചു.

അപ്പോഴേക്കും ആരോഗ്യം തീർത്തും മോശമായി. ഇടയ്ക്കിടെ ആശുപത്രിയിൽ കിടക്കണം. എങ്കിലും ആശുപത്രിയിൽ നിന്നുവന്നാൽ വീണ്ടും പ്രവർത്തനനിരതനാവുകയായി. 1946–ൽ രാജ്യരക്ഷാനിയമം അനുസരിച്ച് അറസ്റ്റ്ചെയ്തു. പൊലീസ് കോൺസ്റ്റബിൾമാരുടെ പണിമുടക്കിന് പിന്തുണനൽകി എന്നതാണ് പറഞ്ഞ കാരണം. ഈ പണിമുടക്ക് യുദ്ധാനന്തരമുന്നേറ്റത്തിന്റെ ഭാഗമായിരുന്നു. ഇത്തവണത്തെ ജയിൽവാസം ആരോഗ്യം അങ്ങേയറ്റം തകർത്തു. കുറച്ചുദിവസം കഴിഞ്ഞപ്പോൾ രോഗം മൂർഛിച്ചു. അദ്ദേഹത്തെ ജയിലിൽ പാർപ്പിക്കുന്നത് അപകടമാണെന്ന് ബോധ്യമായി. അതുകൊണ്ട് കാലാവധക്കുമുമ്പ് ജാമ്യത്തിൽ പുറത്തുപോകാൻ അനുവദിച്ചു. എന്നാൽ 1946 ഏപ്രിൽ 30–ന് ആ വിപ്ലവകാരി ലോകത്തോട് വിട പറഞ്ഞു. ഇടയ്ക്കിടെ അറസ്റ്റ്ചെയ്ത് പീഡിപ്പിച്ചിരുന്നില്ലെങ്കിൽ അദ്ദേഹം പിന്നെയും കുറെക്കാലം ജീവിക്കുമായിരുന്നു. കേവലം 36 വയസ്സ് ആയപ്പോഴേക്കും ആ ജീവിതം പൊലിഞ്ഞുപോയി.

ബാബാ കരംസിങ് ചീമ

1866 - 1969

ഇന്ത്യയിൽ സായുധസമരം സംഘടിപ്പിക്കുകയെന്ന ലക്ഷ്യം വെച്ച് അമേരിക്കയിൽ രൂപംകൊണ്ട സംഘടനയാണ് ഗദർ പാർട്ടി. ആ പാർട്ടി യിലെ വിപ്ലവകാരികളിൽ ഏറിയകൂറും പിൽക്കാലത്ത് ഇന്ത്യൻ കമ്യൂ ണിസ്റ്റുപാർട്ടിയിൽ ചേർന്നു. അവരിൽ ചിലർ പാർട്ടിയുടെ ആദ്യകാല നേതാക്കളിൽ പ്രമുഖർപോലുമായി. അവരിൽ ഒരാളായിരുന്നു ബാബാ കരംസിങ് ചീമ. അദ്ദേഹം ആരായിരുന്നു എന്നറിയാൻ അദ്ദേഹ ത്തോടൊപ്പം ദീർഘകാലം പ്രവർത്തിച്ച ഹർകിഷൻസിങ് സുർജീത്തിനെ ഉദ്ധരിക്കട്ടെ:

> പഞ്ചാബിലെ വിപ്ലവപ്രസ്ഥാനത്തിന് ബാബാ ചീമയെപ്പോലെ സംഭാവന നൽകിയ മറ്റൊരാളെ എനിക്കറിയില്ല. ഗദർ പ്രസ്ഥാനം മുതലുള്ള പഞ്ചാബിന്റെ വിപ്ലവ പൈതൃകത്തെയാകെ അദ്ദേഹം തന്നിൽ ആവാഹിച്ചു. സ്വാതന്ത്ര്യത്തിനുവേണ്ടിയുള്ള സമര ത്തിലും സ്വാതന്ത്ര്യലബ്ധിക്കുശേഷം ജനകീയ ജനാധിപത്യത്തി നും സോഷ്യലിസത്തിനും വേണ്ടിയുള്ള സമരത്തിലും സുദീർഘ മായ ആറു പതിറ്റാണ്ടുകാലമാണ് അദ്ദേഹം ചെലവഴിച്ചത്.

ബ്രിട്ടീഷ് സാമ്രാജ്യത്വത്തിനെതിരായോ സ്വാതന്ത്ര്യം ലഭിച്ചതിനു ശേഷം ബൂർഷ്വാ-ഭൂപ്രഭു വാഴ്ചക്കെതിരായോ അദ്ദേഹം പങ്കെടുക്കാത്ത പ്രക്ഷോഭമോ സമരമോ പഞ്ചാബിലുണ്ടായിട്ടില്ല.

ജലന്തർ ജില്ലയിലെ നൂർമഹലിനടുത്ത് ചീമാ കുർദിൽ 1866 ൽ

ജനിച്ചു. ധനിക കർഷക കുടുംബത്തിലാണ് ജനിച്ചതെങ്കിലും വിദ്യ അഭ്യസിക്കാൻ അവസരം ലഭിച്ചില്ല. കാരണം, അക്കാലത്ത് വിദ്യാഭ്യാസം അപൂർവം പേർക്കുമാത്രം ലഭിക്കുന്ന ഒരു പ്രത്യേകാവകാശമായിരുന്നു. സ്വപരിശ്രമത്തിന്റെ ഫലമായി പഞ്ചാബി പഠിച്ചു. ഗ്രാമത്തിലെ മറ്റു പല ബാലന്മാരെയുംപോലെ കുട്ടിക്കാലത്ത് കാലിമേച്ചുനടന്നു. ക്രമേണ കൃഷിപ്പണിയിലേർപ്പെട്ട് നല്ല കൃഷിക്കാരൻ എന്ന പേര് സമ്പാദിച്ചു.

പത്തൊമ്പതാം നൂറ്റാണ്ടിന്റെ അവസാനം ഗുരുതരമായ സാമ്പത്തിക കുഴപ്പം. അത് സ്വന്തം കുടുംബത്തെയും വല്ലാതെ ബാധിച്ചു. അതുകൊണ്ട് ഉപജീവനമാർഗം തേടി രാജ്യത്തിന് പുറത്തേക്ക് പോകാൻ നിശ്ചയിച്ചു. പല രാജ്യങ്ങളിലൂടെ യാത്രചെയ്ത് ഇരുപതാം നൂറ്റാണ്ടിന്റെ തുടക്കത്തിൽ അമേരിക്കയിലെത്തി. അവിടെ തൊഴിലാളിയെന്ന നിലയിൽ പുതുജീവിതമാരംഭിച്ചു.

ഇന്ത്യൻ തൊഴിലാളികളോട് അമേരിക്കൻ തൊഴിലുടമകൾ കടുത്ത വംശീയ വിവേചനം കാണിക്കാൻ തുടങ്ങി. അമേരിക്കൻ തൊഴിലാളികളെ അപേക്ഷിച്ച് അവർക്ക് കൂലിക്കുറവ്, അവരോട് തീർത്തും മോശമായ പെരുമാറ്റവും. ഇത് ചീമക്ക് സഹിക്കാവുന്നതിലും അപ്പുറത്തായിരുന്നു. അദ്ദേഹം ഗദർപാർട്ടി സംഘടിപ്പിക്കുന്നതിലേർപ്പെട്ടു. അങ്ങനെ അതിന്റെ സ്ഥാപക അംഗങ്ങളിലൊരാളായി ഗദർപാർട്ടിയുടെ തീരുമാനപ്രകാരം, വെറുക്കപ്പെട്ട ബ്രിട്ടീഷുഭരണത്തിനെതിരെ സമരം സംഘടിപ്പിക്കാൻ ഇന്ത്യയിലേക്കു മടങ്ങി. ഇന്ത്യൻ മണ്ണിൽ കാൽകുത്തിയപ്പോഴേക്കും അറസ്റ്റിലായി. ശിക്ഷ സ്വന്തം ഗ്രാമത്തിലേക്ക് അഞ്ചുവർഷത്തെ നാടുകടത്തൽ. സഹപ്രവർത്തകരിൽ ഒട്ടേറെപേർ കൊലമരത്തെ നേരിടേണ്ടിവന്നു. കുറേപേർക്ക് ആന്തമാനിലേക്ക് നാടുകടത്തൽ ശിക്ഷയാണ് ലഭിച്ചത്. ചീയുടെ ഗ്രാമം ഇന്ത്യയിലെ ഗദർപാർട്ടിക്കാരുടെ അണ്ടർഗ്രൗണ്ട് കേന്ദ്രമായി മാറി. 1917 വരെ അമേരിക്കയിലെ ഗദർപാർട്ടിയുടെ എക്സിക്യൂട്ടീവ് കമ്മിറ്റി മെമ്പറായി തുടർന്നു. അമേരിക്കയിൽനിന്ന് ഗദർ വിപ്ലവകാരികൾക്കുവേണ്ടി കൃത്യമായി സഹായമെത്തും. അത് ചീമ വഴി വിപ്ലവകാരികൾക്ക് കിട്ടും. അമേരിക്കയിൽനിന്ന് വരുന്ന ഗദർ വിപ്ലവകാരികൾ ആദ്യം ചെന്നുകാണുക ചീമയെ. അദ്ദേഹം വേണ്ടപ്പെട്ട സ്ഥാനങ്ങളിലെത്തിക്കും.

അദ്ദേഹത്തിന്റെ നാടുകടത്തൽ കാലാവധി അവസാനിക്കുമ്പോഴേക്ക് ബ്രിട്ടീഷ് ഗവൺമെന്റിനെതിരെ അകാലി പ്രസ്ഥാനമായി. ആ പ്രസ്ഥാനത്തിൽ മുഴുകി. ജില്ലാ അകാലി വളണ്ടിയർമാരുടെ ജതേദാർ (കമാണ്ടർ) ആയി പ്രവർത്തിച്ചു.

1918 ൽ റൗളത് നിയമത്തിനെതിരെ നടന്ന പ്രക്ഷോഭത്തിന് നൂർമഹൽ പ്രദേശത്തെ ജനങ്ങൾക്ക് നേതൃത്വം നൽകിയത് ചീമ. 1920–21 കാലത്ത് അകാലി പ്രക്ഷോഭം ശക്തിപ്രാപിച്ചു. അതിന്റെ ഭാഗമായി ഒരു വലിയ ജാഥ നയിച്ചു. അതിന്റെ പേരിൽ അറസ്റ്റിലായി. രണ്ടുവർഷത്തെ തടവുശിക്ഷ കിട്ടി. 500 രൂപ പിഴയും.

ഇതിനിടയിൽ ഗദർപാർട്ടി കമ്യൂണിസ്റ്റ് ഇന്റർനാഷണലുമായി ബന്ധംവെച്ചു. വിപ്ലവം വിജയത്തിലെത്തിക്കാനുള്ള ഒരേയൊരു മാർഗം ശാസ്ത്രീയ സോഷ്യലിസത്തിന്റെ പാത പിന്തുടരുകയാണെന്ന് അവർക്ക് ബോധ്യമായി. അവരുടെ നേതാക്കളിൽ രണ്ടുപേർ – ഭായി രത്തൻസിങ്ങും ഭായി സന്തോക്സിങ്ങും – സോവിയറ്റ് യൂണിയനിൽപോയി. അവർക്ക് ലെനിനുമായി ചർച്ച നടത്താൻ അവസരം ലഭിച്ചു. ഒക്ടോബർ വിപ്ലവത്തിന്റെ ആശയങ്ങളിൽനിന്ന് അവർ പ്രചോദനം ഉൾക്കൊണ്ടു. അവരിരുവരും ഇന്ത്യയിൽ മടങ്ങിവന്ന് പഞ്ചാബിൽ ആദ്യത്തെ കമ്യൂണിസ്റ്റ് ഗ്രൂപ്പുകൾ രൂപവൽക്കരിക്കാൻ തുടങ്ങി. അവർ ബാബ കരംസിങ് ചീമയുമായി ബന്ധപ്പെട്ടു. പുതിയ ആശയങ്ങൾ ചീമയെ ആകർഷിച്ചു. ചീമയുടെ അസാമാന്യമായ സംഘാടന സാമർഥ്യംമൂലം പഞ്ചാബി ഭാഷയിലെ ആദ്യത്തെ സോഷ്യലിസ്റ്റ് പത്രം – *കീർത്തി* – 1926 ൽ പുറത്തിറങ്ങി. അതേവർഷം തന്നെ അരിവാളും ചുറ്റികയും ആലേഖനം ചെയ്ത ചെങ്കൊടി പഞ്ചാബിൽ ഉയർത്തപ്പെട്ടു.

സ്വാതന്ത്ര്യത്തിനുവേണ്ടി ജീവത്യാഗം ചെയ്യുന്ന കുടുംബങ്ങളെ സഹായിക്കാൻ ''ദേശ്ഭക്ത് പരിവാർ സഹായക് കമ്മിറ്റി" രൂപവൽക്കരിക്കുന്നതിന് ചീമ മുൻകൈ എടുത്തു. കമ്മിറ്റി ചീമയെ പ്രസിഡന്റായി തിരഞ്ഞെടുത്തു. ഇക്കാലത്താണ് യുവജനപ്രസ്ഥാനവുമായി ബന്ധപ്പെട്ടത്. അദ്ദേഹം കീർത്തിയുടെ സബ് എഡിറ്ററായി ഭഗത്സിങ്ങിനെ കൊണ്ടുവന്നു. രാജ്യത്തെ വിവിധ കമ്യൂണിസ്റ്റ് ഗ്രൂപ്പുകളുമായി ചീമയും ബാബാ ഭാഗ്സിങ്ങും ബന്ധപ്പെട്ടു. അവരുടെ സഹായത്തോടെ പത്രത്തിന്റെ ഉറുദു പതിപ്പ് ആരംഭിച്ചു. അതിന്റെ പത്രാധിപർ പിൽക്കാലത്ത് പാകിസ്താനിലെ കമ്യൂണിസ്റ്റുപാർട്ടിയുടെ സെക്രട്ടറിയായി ഉയർന്ന ഫിറോസുദ്ദീൻ മൻസൂർ. ഭാഗ്സിങ്ങുമായി ചീമ നടത്തിയ സംവാദത്തെക്കുറിച്ച് നമുക്കറിവില്ല. എങ്കിലും പിന്നീട് ഭാഗ്സിങ്ങിന്റെ വീക്ഷണത്തിലും ചിന്താഗതിയിലുമുണ്ടായ മാറ്റത്തിൽ അത് സ്വാധീനം ചെലുത്തിയിരിക്കാം എന്ന് ഹർകിഷൻസിങ് സുർജീത് അഭിപ്രായപ്പെടുന്നു.

1927 ൽ ഹോഷിയാർപൂരിൽ സിഖ്ലീഗിന്റെ സമ്മേളനം. ചീമ, ഭാഗ്സിങ്, കനേഡിയൻ സോഹൻസിങ് ജോഷ് എന്നിവരോടൊപ്പം പഞ്ചാബിൽ തൊഴിലാളി–കർഷക പാർട്ടിയുടെ സ്ഥാപക സമ്മേളനം സംഘടിപ്പിച്ചു. ഒട്ടേറെ അകാലി ചെറുപ്പക്കാരെ സോഷ്യലിസ്റ്റ് ആശയഗതിയിലേക്ക് കൊണ്ടുവരുന്നതിൽ അവർ വിജയിച്ചു. ഗാന്ധിയൻ ചിന്താഗതിക്കാർ ഒരു ഭാഗത്തും തൊഴിലാളികളുടെയും കൃഷിക്കാരുടെയും താൽപ്പര്യങ്ങൾക്കുവേണ്ടി നിലകൊള്ളുന്നവർ മറുഭാഗത്തുമായി ഈ സമ്മേളനത്തിൽ ആശയങ്ങളുടെ വലിയ സംഘട്ടനം നടന്നു. ഗവൺമെന്റ് മീററ്റ് ഗൂഢാലോചനക്കേസ് ആരംഭിച്ചതോടെ തൊഴിലാളി–കർഷകപാർട്ടി നിരോധിക്കപ്പെട്ടു. എങ്കിലും പ്രസ്ഥാനം കെട്ടിപ്പടുക്കുന്ന പ്രവർത്തനം ചീമ തുടർന്നു. ഇക്കാലത്താണ് 1930 ൽ ഒമ്പതാം ക്ലാസിൽ പഠിക്കുകയായിരുന്ന ഹർകിഷൻസിങ് സുർജീത്തുമായി ചീമ ബന്ധപ്പെടുന്നത്. നിയമവിരുദ്ധ തൊഴി

ലാളി–കർഷക പാർട്ടിക്കുവേണ്ടി പ്രവർത്തിക്കാൻ സുർജീത്തിനെ പ്രേരിപ്പിച്ചത് ചീമ. അങ്ങനെ സുർജീത്തിനെ സജീവ രാഷ്ട്രീയത്തിലേക്കു കൊണ്ടുവന്നത് അദ്ദേഹം. ഇതുപോലെ പലരെയും അദ്ദേഹം രാഷ്ട്രീയത്തിലേക്കു കൊണ്ടുവന്നു.

1930 – 31 കാലത്ത് നിയമലംഘന പ്രസ്ഥാനത്തിൽ സജീവം പങ്കെടുത്തു. അതിന്റെ പേരിൽ ഒരുവർഷത്തെ തടവുശിക്ഷ കിട്ടി. 1933 ൽ സ്വന്തം ഗ്രാമത്തിലേക്ക് ഒരിക്കൽക്കൂടി നാടുകടത്തപ്പെട്ടു. ഈ നാടുകടത്തൽ 1937 വരെ നീണ്ടു. ഇതിനിടയിൽ, കീർത്തി കിസാൻപാർട്ടി കമ്യൂണിസ്റ്റുപാർട്ടിയിൽ ലയിച്ചു. അങ്ങനെ, അതിനകം കമ്യൂണിസ്റ്റ് ആശയങ്ങൾ പ്രചരിപ്പിക്കാൻ തുടങ്ങിയ ചീമ കമ്യൂണിസ്റ്റുപാർട്ടി അംഗമായി. അതിനുശേഷം പാർട്ടിക്കുവേണ്ടി സ്വയം അർപ്പിച്ചു.

1930 – 32 കാലത്ത് ഗുരുതരമായ സാമ്പത്തികക്കുഴപ്പം. പഞ്ചാബിലെ നാട്ടിൻപുറങ്ങളെ അത് ശരിക്കും ബാധിച്ചു. പഞ്ചാബിലെ കൃഷിക്കാർ കടഭാരംകൊണ്ട് വീർപ്പുമുട്ടി. ജയിലിൽനിന്ന് പുറത്തുവന്ന ഉടൻ ചീമ കൃഷിക്കാരുടെ ഹുണ്ടികവിരുദ്ധ കമ്മിറ്റികൾ രൂപവൽക്കരിക്കാൻ തുടങ്ങി. അത്തരം കമ്മിറ്റികളുടെ വിപുലമായ ശൃംഖലകൾതന്നെയുണ്ടായി. കൃഷിക്കാരിൽനിന്ന് ഹുണ്ടിക വ്യാപാരികൾ തട്ടിപ്പറിച്ചെടുത്ത ഭൂമിയിൽ കടന്നുകയറുന്നതിനുള്ള ഒരു പ്രസ്ഥാനത്തിന് അദ്ദേഹം നേതൃത്വം നൽകി. അഖിലേന്ത്യാ കിസാൻസഭ രൂപംകൊണ്ടപ്പോൾ അതിന്റെ സ്ഥാപകന്മാരിലൊരാളായി. സംസ്ഥാനത്തെ വിവിധ കമ്യൂണിസ്റ്റ് ഗ്രൂപ്പുകൾ തമ്മിൽ 1936 ൽ ഐക്യമുണ്ടാക്കുന്നതിൽ സുപ്രധാന പങ്കുവഹിച്ചു.

രണ്ടാം ലോകമഹായുദ്ധം പൊട്ടിപ്പുറപ്പെട്ടപ്പോൾ മറ്റ് കമ്യൂണിസ്റ്റ് നേതാക്കളോടൊപ്പം അറസ്റ്റിലായി. ദേവലി ക്യാമ്പിൽ പാർപ്പിച്ചു. അവിടെനിന്ന് ഗുജറാത്തിലേക്ക് മാറ്റി. 1943 ൽ മോചിപ്പിച്ചു. ജയിലിൽ രാഷ്ട്രീയത്തടവുകാരുടെ ആവശ്യങ്ങൾ ഉന്നയിച്ച് ഒട്ടേറെ പ്രക്ഷോഭങ്ങൾ സംഘടിപ്പിച്ചു.

ജയിൽ മോചിതനായപ്പോൾ വീണ്ടും സ്വാതന്ത്ര്യസമരത്തിന്റെ തീച്ചൂളയിലേക്ക്. കൃഷിക്കാരുടെയും തൊഴിലാളികളുടെയും സകല പ്രക്ഷോഭങ്ങളുടെയും കൂടെനിന്നു. വിഭജനകാലത്ത് വർഗീയ ലഹളകൾ സംഘടിപ്പിച്ച് രാജ്യത്തെ ജനാധിപത്യ പ്രസ്ഥാനത്തെ ശിഥിലീകരിക്കാൻ സാമ്രാജ്യത്വവാദികളും പിന്തിരിപ്പന്മാരും നടത്തിയ കുത്തിത്തിരിപ്പുകൾക്കെതിരെ ശബ്ദമുയർത്തി. സ്വന്തം ജീവൻ പണയപ്പെടുത്തിക്കൊണ്ടുതന്നെ പാർട്ടിയുടെ സന്ദേശം ജനങ്ങളുടെ ഇടയിലേക്കെത്തിക്കാൻ ഗ്രാമങ്ങൾതോറും സഞ്ചരിച്ചു. 1948 ൽ കോൺഗ്രസ് ഗവൺമെന്റ് കമ്യൂണിസ്റ്റുപാർട്ടിയെ നിരോധിച്ചു. കമ്യൂണിസ്റ്റ് നേതാക്കളെ വേട്ടയാടി. കൂട്ടത്തിൽ ചീമയുംപെട്ടു. തന്റെ സംഭവബഹുലമായ ജീവിതത്തിനിടയിൽ ചീമ 12 വർഷം ജയിലിൽ കിടന്നു.

അപ്പോഴേക്കും പ്രായമായി. ആരോഗ്യവും ക്ഷയിച്ചുതുടങ്ങി. 1950

ആയപ്പോഴേക്ക് അധികം സഞ്ചരിക്കാൻ കഴിയാതായി. എന്നിട്ടും സാമൂഹിക-രാഷ്ട്രീയ പ്രവർത്തനങ്ങൾ തുടർന്നു. ജില്ലാ-സംസ്ഥാന സമ്മേളനങ്ങളിൽ പങ്കെടുക്കുന്നതിന് ഒരു കുറവും വരുത്തിയില്ല. രാജ്യത്തിന്റെ ഏത് വിദൂരകോണിലായാലും ശരി കിസാൻസഭാ സമ്മേളനങ്ങളിൽ പങ്കെടുക്കും.

രാഷ്ട്രീയമായി വളരെയധികം ബോധമുള്ള കമ്യൂണിസ്റ്റായിരുന്നു ചീമ. സോവിയറ്റ് കമ്യൂണിസ്റ്റുപാർട്ടിയുടെ 20–ാം കോൺഗ്രസിന്റെ രേഖ പുറത്തുവന്നപ്പോൾ അദ്ദേഹം അതിനോട് പ്രതികരിച്ചു. റിവിഷനിസ്റ്റ് നിഗമനങ്ങളോട്, പ്രത്യേകിച്ചും സ്റ്റാലിനെ വിലയിരുത്തിയതിനോട് വിയോജിച്ചു. ലെനിന്റെയും സ്റ്റാലിന്റെയും പാർട്ടി എങ്ങോട്ട് – ഇതായിരുന്നു അദ്ദേഹത്തിന്റെ ചോദ്യം.

അഭിവൃദ്ധിനികുതിക്കെതിരായി പാർട്ടിയും കിസാൻസഭയും പ്രക്ഷോഭം ആരംഭിച്ചപ്പോൾ പ്രായവും അനാരോഗ്യവും വകവെക്കാതെ അത് നയിക്കാൻ നിർബന്ധം. ആർക്കും അതിൽനിന്ന് അദ്ദേഹത്തെ പിന്തിരിപ്പിക്കാൻ കഴിഞ്ഞില്ല. 1962 ൽ ചാണ്ഡിഗഢിൽ നികുതി വിരുദ്ധപ്രകടനം. കെയ്റോന്റെ പൊലീസിന്റെ ലാത്തിയെ നേരിടാൻ തയാറായി പ്രകടനത്തിനുമുന്നിൽ ചീമ.

സോവിയറ്റ് യൂണിയൻ സന്ദർശിക്കണമെന്ന് വലിയ മോഹമായിരുന്നു. 1961 ൽ ഒരു സമാധാന സംഘത്തിലെ അംഗമെന്ന നിലയിൽ അതിന് അവസരം ലഭിച്ചു.

1964 ൽ പാർട്ടി പിളർന്നപ്പോൾ സി പി ഐയിൽ ഉറപ്പിച്ചുനിർത്താൻ വലിയ ശ്രമങ്ങൾ നടന്നു. എങ്കിലും ആ വന്ദ്യവയോധികൻ സി പി ഐ (എം) ന്റെ കൂടെ നിൽക്കാനാണ് തീരുമാനിച്ചത്. നക്സലൈറ്റുകൾ തങ്ങളുടെ പക്ഷത്തേക്ക് കൊണ്ടുപോകാൻ ശ്രമിച്ചപ്പോഴും അദ്ദേഹം മാർക്സിസം-ലെനിനിസത്തിൽ ഉറച്ചുനിന്നു. പാർട്ടി പത്രങ്ങളും പാർട്ടി സാഹിത്യങ്ങളും വായിച്ച് പാർട്ടി നയങ്ങളുമായി നിരന്തരം ബന്ധപ്പെട്ടു. പാർട്ടി നേതാക്കളെ കണ്ടുമുട്ടുമ്പോൾ ചോദ്യങ്ങൾ ചോദിച്ച് സംശയങ്ങൾ തീർക്കും.

ഇതിനുമുമ്പ് പരിചയപ്പെടുത്തിയ ആരുടെയും ദിനചര്യയെപ്പറ്റി എഴുതിയിരുന്നില്ല. എന്നാൽ ചീമയുടെ ദിനചര്യയെപ്പറ്റി അറിയുന്നത് കൗതുകകരമായിരിക്കും. സുർജീത് എഴുതിയത് നോക്കുക:

> അതിരാവിലെ എഴുന്നേൽക്കും. പ്രഭാതകൃത്യങ്ങളൊക്കെ കഴിഞ്ഞാൽ ആ ദിവസം മുഴുവൻ ആവശ്യമായ ചപ്പാത്തിയും ജാഗറിയും തന്റെ ബാഗിൽ നിക്ഷേപിക്കും. പിന്നെ സൈക്കിളിൽ ഗ്രാമങ്ങൾതോറും സഞ്ചരിക്കും. നൂറാം ജന്മദിനത്തിൽപ്പോലും അദ്ദേഹം സൈക്കിൾ ഉപയോഗിക്കുകയുണ്ടായി.

പഞ്ചാബിലെ നൂറുകണക്കിനാളുകളെ കമ്യൂണിസ്റ്റ് പ്രസ്ഥാനത്തിലേക്ക് കൊണ്ടുവന്ന ഈ വിപ്ലവകാരി 1969 ഒക്ടോബർ 1 ന് അർധരാത്രി 103 മത്തെ വയസിൽ അന്തരിച്ചു.

ബാബാ ഗുരുമുഖ് സിങ്

1882 - 1977

പ്രസിദ്ധമായ ഗദർപാർട്ടി നേതാക്കളിലൊരാളായിരുന്നു ബാബാ ഗുരുമുഖ്സിങ്. പഞ്ചാബിൽ കമ്യൂണിസ്റ്റ് - കർഷകപ്രസ്ഥാനങ്ങളുടെ ആദ്യകാല നേതാക്കളിൽ പ്രമുഖൻ.

ലുധിയാന ജില്ലയിലെ ലാൽടൺ ഖുർദ് ഗ്രാമത്തിൽ 1882 ൽ ബാബാ ഗുരുമുഖ്സിങ് ജനിച്ചു. പിതാവ് ഹോഷ്നാക് സിങ് എന്ന ദരിദ്രകർഷകൻ. കേവലം അഞ്ചേക്കർ ഭൂമിയുടെ ഉടമ. അതിനാൽ അതിൽനിന്ന് കിട്ടുന്ന വരുമാനംകൊണ്ട് കുടുംബം പുലർത്താൻ പ്രയാസം. ഗത്യന്തരമില്ലാതെ പട്ടാളത്തിൽ ചേർന്നു. അങ്ങനെ കിട്ടുന്ന വരുമാനമുണ്ടായാലും മകനെ സ്കൂളിലയച്ച് പഠിപ്പിക്കാൻ തികയില്ല. അതുകൊണ്ട് സ്കൂളിൽ പഠിക്കുകയെന്ന മോഹം ഗുരുമുഖ് ഉപേക്ഷിച്ചു. ജോലിയുംതേടി വിദേശത്ത് പോകാൻ ഉറച്ചു.

പഞ്ചാബിൽ നിന്ന് ധാരാളം യുവാക്കൾ ജോലിയുംതേടി അമേരിക്കയിലും കനഡയിലും പോകാൻ തുടങ്ങിയ കാലം. നൂറുകണക്കിന് യുവാക്കൾ കനഡയിലെത്തി. അപ്പോൾ ഇന്ത്യയിൽനിന്നുള്ള കുടിയേറ്റം തടയുകയെന്ന ലക്ഷ്യത്തോടെ കനഡയിലെ ഗവൺമെന്റ് ഒരു കുടിയേറ്റ നിയമം കൊണ്ടുവന്നു. ഈ നിയമം നേരത്തെ കുടിയേറിയവർ തങ്ങളുടെ കുടുംബങ്ങളെ കനഡയിൽ കൊണ്ടുവരുന്നതുപോലും വിലക്കി. ഇന്ത്യയും കനഡയും തമ്മിൽ നേരിട്ടുള്ള കപ്പൽ സർവീസുണ്ടെങ്കിൽ കുടിയേറ്റം അനുവദിക്കാമെന്ന് അധികൃതർ സമ്മതിച്ചു. അങ്ങനെ ഒരു സർവീസ് ആരംഭിക്കാൻ പോകുന്നില്ലെന്ന് അവർക്ക് തീർച്ചയായിരുന്നു.

എങ്കിലും എങ്ങനെയും ജോലി സമ്പാദിക്കാനുള്ള വ്യഗ്രതയിൽ ബാബാ ഗുരുമുഖ്സിങ്ങിന്റെ നേതൃത്വത്തിൽ 400 ഇന്ത്യക്കാർ ഒരു ജാപ്പനീസ് കപ്പൽ വാടകയ്ക്കെടുത്തു - കോമഗതമാരു. കൽക്കത്തയിൽനിന്നും സിംഗപ്പൂരിൽനിന്നും യാത്രക്കാരെയും കയറ്റി കപ്പൽ കനഡക്കു തിരിച്ചു. ഈ കപ്പലിലെ ഒരു യാത്രക്കാരനായിരുന്നു ബാബാ ഗുരുമുഖ്സിങ്.

കപ്പൽ കരയ്ക്കടുക്കാൻ കനേഡിയൻ ഗവൺമെന്റ് അനുവദിച്ചില്ല. കപ്പൽ ഇന്ത്യയിലേക്കുതന്നെ തിരിച്ചുവിടാൻ അധികൃതർ ഉത്തരവിറക്കി. ഈ ഉത്തരവനുസരിക്കാൻ യാത്രക്കാർ തയാറായില്ല. അവർ അതിൽ പ്രതിഷേധിച്ചു. പ്രക്ഷോഭംകൂട്ടി. കനഡയിലെ ഇന്ത്യൻ തൊഴിലാളികളും ഇന്ത്യക്കാരോട് അനുഭാവമുള്ള കനേഡിയന്മാരും പണിമുടക്കി. യാത്രക്കാരുടെ എല്ലാ ചെലവുകളും വഹിക്കാമെന്ന് കനേഡിയൻ ഗവൺമെന്റ് സമ്മതിച്ചതിനുശേഷം അവസാനം കപ്പൽ ഇന്ത്യയിലേക്കുതന്നെ തിരിച്ചുവിടാൻ നിർബന്ധിതമായി.

അപ്പോഴേക്ക് അമേരിക്കയിൽ ഗദർപാർട്ടി രൂപംകൊണ്ടുകഴിഞ്ഞിരുന്നു. കോമഗതമാരുവിന്റെ മടക്കയാത്രയിൽ യാത്രക്കാരെ ബോധവൽക്കരിക്കുന്നതിനും അവരെ വിപ്ലവകാരികളായി രൂപാന്തരപ്പെടുത്തിയെടുക്കുന്നതിനും ഗദർപാർട്ടി നേതാവ് ബാബാ സോഹൻസിങ് ഭക്ന സിംഗപ്പൂർവരെ അവരോടൊപ്പം യാത്രചെയ്തു. രഹസ്യമായി കുറേ ആയുധങ്ങളും കയറ്റി കപ്പലിൽ. ബ്രിട്ടീഷുകാരാണ് കോമഗതമാരു മടക്കി അയച്ചതിന്റെ പിന്നിലെന്നും അവരെ കെട്ടുകെട്ടിക്കാതെ രാജ്യത്തിനോ ജനങ്ങൾക്കോ മോചനമില്ലെന്നും സോഹൻസിങ് അവരെ ബോധ്യപ്പെടുത്തി. നിവേദനങ്ങൾ സമർപ്പിക്കുന്നതുകൊണ്ടോ അഭ്യർഥനകൾ നടത്തുന്നതുകൊണ്ടോ ഫലമില്ലെന്നും സായുധസമരംകൊണ്ടേ അവരുടെ ഭരണം അവസാനപ്പിക്കാൻ കഴിയുകയുള്ളൂവെന്നും പഠിപ്പിച്ചു.

കപ്പൽ കൽക്കത്ത തുറമുഖത്ത് എത്തുന്നതിനുമുമ്പുതന്നെ യാത്രക്കാർ ആകെ മാറി. അവരിൽ ഏറിയകൂറും ഗദർപാർട്ടിയിൽ ചേരാൻ തീരുമാനിച്ചു. ഇന്ത്യയിൽ ബ്രിട്ടീഷ് സാമ്രാജ്യത്വ വാഴ്ച അവസാനിപ്പിക്കാനും രാജ്യത്തിന്റെ അന്തസും അഭിമാനവും കാത്തുരക്ഷിക്കുന്നതിനുവേണ്ടി പ്രവർത്തിക്കാനും അവർ ദൃഢനിശ്ചയംചെയ്തു. അങ്ങനെ ദൃഢനിശ്ചയം ചെയ്തവരിൽ ഒരാളായിരുന്നു ബാബാ ഗുരുമുഖ് സിങ്. കപ്പൽ തുറമുഖത്തെത്തിയപ്പോഴേക്കും സായുധ പൊലീസുകാരും പട്ടാളക്കാരും അത് വളഞ്ഞു. യാത്രക്കാരും അവരും തമ്മിൽ ഏറ്റുമുട്ടി. അതിനിടയിൽ പലരും രക്ഷപ്പെട്ടു. ചിലർ അവരുടെ പിടിയിലായി. ഏതാനുംനാൾ ജയിലിൽ പാർപ്പിച്ചതിനുശേഷം അവരെ മോചിപ്പിക്കുകയും അവരവരുടെ പ്രദേശങ്ങളിലേക്ക് നാടുകടത്തുകയും ചെയ്തു. അക്കൂട്ടത്തിൽ ബാബാ ഗുരുമുഖ് സിങ്ങുമുണ്ടായിരുന്നു.

ഈ ഘട്ടത്തിലാണ് ഗദർപാർട്ടി നേതാക്കളുമായി കൂടുതൽ പരിചയപ്പെടുന്നതും അടുക്കുന്നതും. ഇന്ത്യയിൽ വിപ്ലവപ്രസ്ഥാനം കെട്ടിപ്പടു

ക്കാൻ അമേരിക്കയിൽനിന്ന് അയച്ചവരായിരുന്നു ഈ നേതാക്കൾ. ക്രമേണ വിപ്ലവത്തിനുവേണ്ടി എന്തെങ്കിലും ചെയ്യണമെന്ന മോഹം വളർന്നു. ഒരുദിവസം പൊലീസിന്റെ കണ്ണുവെട്ടിച്ച് ഗ്രാമത്തിൽനിന്ന് കടന്നു. കർത്താർസിങ് സാരഭാ, നിധാൻസിങ് പുഘാ എന്നിവരുടെ ഗ്രൂപ്പ നോടൊപ്പം ചേർന്നു. ആയുധങ്ങളുണ്ടാക്കാനും ബോംബ് നിർമിക്കാനും പരിശീലനം നേടി. ആയുധങ്ങൾ വാങ്ങാൻ പണം സംഭരിക്കുകയെന്ന ലക്ഷ്യത്തോടെ 1915 ജനുവരി 27 ന് നടത്തിയ മാൻസുരാൻ കവർച്ചയിൽ പങ്കുകൊണ്ടു.

വിപ്ലവത്തിൽ ചേരാൻ പഞ്ചാബി റജിമെന്റുകളെ പ്രോത്സാഹിപ്പി ക്കുന്നതിന് റാവൽപിണ്ടിയിലും മറ്റും പോയി. റാഷ്ബിഹാരി ബോസിനെ കണ്ടുമുട്ടുകയും കർത്താർസിങ് സാരാഭായോടൊപ്പം സജീവമായി പ്രവർത്തിക്കുകയും ചെയ്തു.

ഇതിനിടയിൽ ഗദർ നേതാക്കളിൽ പലരും ഇന്ത്യയിലേക്ക് വരാൻ തുടങ്ങി. ഇന്ത്യൻ പട്ടാളത്തിനകത്ത് ഒരു കലാപം സൃഷ്ടിക്കുക അവരുടെ ലക്ഷ്യം. ചാരന്മാർ ഒറ്റുകൊടുത്തതുമൂലം ഇന്ത്യയിൽ കപ്പലി റങ്ങുന്നതിനുമുമ്പുതന്നെ പലരും അറസ്റ്റിലായി. മറ്റുള്ളവർ പഞ്ചാ ബിൽനിന്നോ അവർ പ്രവർത്തിക്കുന്ന മറ്റു പ്രദേശങ്ങളിൽനിന്നോ അറ സ്റ്റിലായി. കൂട്ടത്തിൽ ഗുരുമുഖ് സിങ്ങും. പിടിയിലായ 65 പേർക്കെതിരെ ഒന്നാം ലാഹോർ ഗൂഢാലോചനക്കേസ് ചാർജ് ചെയ്തു. ചക്രവർത്തി ക്കെതിരെ യുദ്ധംനടത്തി എന്നതായിരുന്നു കുറ്റം. വേണ്ടത്ര പരിചയമി ല്ലാത്ത അഭിഭാഷകരെയാണ് പ്രതികൾക്കുവേണ്ടി ഗവൺമെന്റ് ഏർപ്പാ ടാക്കിയത്. എങ്കിലും 65 പ്രതികളും വിചാരണയെ ധൈര്യപൂർവം നേരി ട്ടു. അവർ ജഡ്ജിമാരുടെ ആദരവും അഭിനന്ദനവും പിടിച്ചുപറ്റി. പ്രതിക ളിൽ ബാബാ സോഹൻസിങ് ഭക്ന, സർദാർ പൃഥിസിങ്, ബാബാ കേസാർസിഭ്, ബാബാ റൂർസിങ്, ബാബാ ഷേർസിങ് തുടങ്ങിയവർ ഉൾപ്പെട്ടു.

25 പേരെ വധശിക്ഷക്ക് വിധിച്ചു. അവരിൽ 18 പേരുടെ ശിക്ഷ ജീവ പര്യന്തമായി കുറച്ചു. ഏഴുപേരെ തൂക്കിക്കൊന്നു. ഈ 18 പേർക്ക് പുറമെ 25 പേർക്കുകൂടി ജീവപര്യന്തം തടവുശിക്ഷ കിട്ടി. ജീവപര്യന്തത്തടവു കാരെ ആന്തമാനിലേക്കയച്ചു. അങ്ങനെ ബാബാ ഗുരുമുഖ്സിങ് ആന്ത മാനിലെത്തി. 1922 വരെ അവിടെ കഴിഞ്ഞു. ജയിലിൽ അടങ്ങിയിരുന്നി ല്ല. അവിടത്തെ മനുഷ്യത്വരഹിതമായ അവസ്ഥക്കെതിരെ പോരാടി. ചെറു ത്തുനിൽപ്പിൽ ഒരു വിട്ടുവീഴ്ചയും കാണിച്ചില്ല. ഇത് ക്രൂരന്മാരായ ജയി ലധികൃതരെപ്പോലും പരിഭ്രാന്തരാക്കി. ഗുരുമുഖ്സിങ്ങിനെയും അദ്ദേഹ ത്തോടൊപ്പം എന്തിനും തുനിഞ്ഞിറങ്ങുന്ന സഹതടവുകാരെയും അവിടെ പാർപ്പിക്കുന്നത് ജയിൽഭരണം ശരിക്കു നടത്തിക്കൊണ്ടുപോകുന്നതിനു തന്നെ പ്രതിബന്ധമായിരിക്കും എന്നു മനസിലാക്കി. അതുകൊണ്ട് 1922 ൽ ആപൽക്കാരികളായ ഈ തടവുകാരെ ഇന്ത്യയിലേക്കുതന്നെ തിരിച്ച യച്ചു. സാധാരണ നിലയിൽ ആപൽക്കാരികളായ തടവുകാരെ ആന്തമാ

നിലേക്കാണയയ്ക്കുക. അവിടെനിന്ന് 'ആപൽക്കാരിത്വം' പറഞ്ഞ് വിപ്ല വകാരികളെ ഇങ്ങോട്ടയക്കണമെങ്കിൽ അവർ എത്രമാത്രം ആപൽക്കാ രികളാണെന്ന് ഊഹിക്കാം.

ജയിൽ ജീവിതം ആരംഭിച്ചപ്പോൾത്തന്നെ ജയിലിൽനിന്ന് എങ്ങ നെയും രക്ഷപ്പെട്ട് രാജ്യത്തിന്റെ സ്വാതന്ത്ര്യം എന്ന ലക്ഷ്യത്തിനുവേണ്ടി പ്രവർത്തിക്കണമെന്ന് ദൃഢനിശ്ചയം ചെയ്തു. രക്ഷപ്പെടാൻ ഒന്നോ രണ്ടോ തവണ ശ്രമം നടത്താതെയുമിരുന്നില്ല. അവ പക്ഷെ, പരാജയ പ്പെട്ടുപോയി. എന്നാൽ തിരുച്ചിറപ്പള്ളി ജയിലിൽനിന്ന് ബെല്ലാരിയിലേക്ക് കൊണ്ടുപോകുമ്പോൾ ട്രെയിനിൽനിന്ന് രക്ഷപ്പെട്ടു. ഒരു കോൺഗ്രസു കാരനിൽനിന്ന് യാത്രച്ചെലവ് സംഘടിപ്പിച്ച് അമൃതസറിലെത്തി.

അമൃതസറിൽ വണ്ടിയിറങ്ങുന്നതിനുമുമ്പ് തന്നെ സന്യാസിയായി വേഷംമാറി. ആർക്കും ആളെ തിരിച്ചറിയാനായില്ല. ഈ വേഷത്തിൽ പഴയ സുഹൃത്തുക്കളെയും സഖാക്കളെയും കണ്ടു. അവരെല്ലാം ഇന്ത്യ യിൽനിന്ന് പുറത്തുകടക്കാൻ ഉപദേശിച്ചു. അങ്ങനെ അദ്ദേഹം അഫ്ഗാ നിസ്ഥാനിലേക്കുപോയി. കൂടെ ഉദ്ദംസിങ് കാസലും തേജാസിങ് സ്വത ന്ത്രയും. അപ്പോൾ അഫ്ഗാനിസ്ഥാനിൽ അമീർ അമാനുള്ളഖാന്റെ ഭര ണം. ഇന്ത്യയുടെ സ്വാതന്ത്ര്യത്തിനായുള്ള പ്രവർത്തനങ്ങൾ സംഘടി പ്പിക്കുന്നതിന് അവിടെ ഒരു കേന്ദ്രം സ്ഥാപിച്ചു. കാബൂളിലെ സോവി യറ്റ് പ്രതിനിധിയുമായി ബന്ധംവെച്ചു. ഇവിടെവച്ച് സന്തോക്സിങ്ങി നെയും രത്തൻസിങ്ങിനെയും കണ്ടുമുട്ടി. ആ രണ്ട് വിപ്ലവകാരികളും, അവിടെ വെച്ചാണ് അമൃതസറിൽ *കീർത്തി* എന്ന മാസിക തുടങ്ങാൻ തീരുമാനിച്ചത്.

ഏതാനും നാൾ കഴിഞ്ഞപ്പോൾ ബ്രിട്ടീഷ് സംരക്ഷിതനായ നാദിർ ഖാൻ അമാനുള്ളാഖാനെ പുറത്താക്കി അധികാരത്തിൽ വന്നു. അദ്ദേഹം ഗുരുമുഖ്സിങ്ങിനെ അറസ്റ്റുചെയ്ത് ജയിലിലാക്കി. അതിനെതിരെ ഇന്ത്യ യിൽ വമ്പിച്ച പ്രക്ഷോഭം. അതിന്റെ ഫലമായി അദ്ദേഹത്തെ വിട്ടയക്കാൻ നിർബന്ധിക്കപ്പെട്ടു. എങ്കിലും അഫ്ഗാനിസ്ഥാൻ വിടേണ്ടിവന്നു.

ഒരു കള്ള പാസ്പോർട്ടോടെ 1928 ൽ നൈറോബി വഴി അമേരിക്ക യിലേക്കു പോയി. ഗദർപാർട്ടിയിൽ ഐക്യം സ്ഥാപിക്കാനും അങ്ങനെ അതിനെ ശക്തിപ്പെടുത്താനും ശ്രമിച്ചു. അമേരിക്കയിൽനിന്ന് മോസ്കോ വിലേക്കുപോയി. അവിടെ സോഷ്യലിസത്തിന്റെ നേട്ടങ്ങൾ സ്വന്തം കണ്ണു കൾകൊണ്ട് കണ്ടു. സോഷ്യലിസത്തിന്റെ അടിസ്ഥാനതത്വങ്ങൾ പഠി ച്ചു. അപ്പോൾ ഗദർപാർട്ടിയുടെ വിപ്ലവം എന്തുകൊണ്ടാണ് പരാജയപ്പെ ട്ടതെന്നും സോവിയറ്റ് വിപ്ലവം വിജയിക്കുന്നതിനുള്ള കാരണങ്ങൾ എന്തൊക്കെയാണെന്നും ഗ്രഹിച്ചു. തുർക്കി, ജർമനി, ഫ്രാൻസ്, ചില ദക്ഷിണാഫ്രിക്കൻ രാജ്യങ്ങൾ എന്നിവ സന്ദർശിച്ചതിനുശേഷം ഇന്ത്യ യിലേക്കു മടങ്ങി. അപ്പഴേക്കും അദ്ദേഹം കമ്യൂണിസ്റ്റായി. കമ്യൂണിസ്റ്റു പാർട്ടിക്കുവേണ്ടി പ്രവർത്തിക്കാൻ പ്രതിജ്ഞയെടുത്തുകൊണ്ടാണ് ഇന്ത്യയിൽ മടങ്ങിയെത്തിയത്.

ഇന്ത്യയിലെത്തിയ ഉടൻ ഒളിവിൽ പോയി. 1922 മുതൽ 1935 വരെ ഒളിവിൽ കഴിഞ്ഞു. 1935 ൽ ലാഹോറിൽ അറസ്റ്റിലായി. വീണ്ടും ആന്തമാനിലേക്കയച്ചു. ആന്തമാനിൽ പാർപ്പിച്ചവരെ ഇന്ത്യയിലേക്കുതന്നെ മടക്കിക്കൊണ്ടു വരണമെന്നാവശ്യപ്പെട്ട് വമ്പിച്ച പ്രക്ഷോഭം. അതിനെത്തുടർന്ന് പഞ്ചാബിലക്കു മാറ്റി. രണ്ടാംലോക മഹായുദ്ധം അവസാനിച്ച ഉടൻ ജയിൽ വിമുക്തനാക്കി.

ജയിൽവിമുക്തനായ ഉടൻ കമ്യൂണിസ്റ്റുപാർട്ടിയിൽ സജീവമായി. കർഷകരംഗത്ത് പ്രവർത്തിക്കാനാണ് പാർട്ടി ചുമതലപ്പെടുത്തിയത്. അങ്ങനെ കിസാൻസഭാ പ്രവർത്തനത്തിൽ മുഴുകി. അഖിലേന്ത്യാ കിസാൻസഭയുടെ പ്രധാന നേതാക്കളിലൊരാളായി. കണ്ണൂരിൽ നടന്ന അഖിലേന്ത്യാ കിസാൻസഭാ സമ്മേളനം പ്രസിദ്ധം. ആ സമ്മേളനത്തിൽ പതാക ഉയർത്തിയത് ബാബാ ഗുരുമുഖ് സിങ്. സമ്മേളനം അഖിലേന്ത്യാ കിസാൻസഭാ ഖജാൻജിയായി തിരഞ്ഞെടുത്തു. പിന്നീട് കിസാൻസഭയിൽ പല സ്ഥാനങ്ങളും വഹിച്ചു.

ജയിൽമോചിതനായതിനുശേഷം ഗദർ രക്തസാക്ഷി സ്മാരകഹാൾ പണിയുന്നതിന് നേതൃത്വം നൽകി. ജയിലിൽ അവശേഷിക്കുന്ന രാഷ്ട്രീയത്തടവുകാരെ മോചിപ്പിക്കണം എന്നാവശ്യപ്പെട്ട് പ്രക്ഷോഭം നയിച്ചു. 1977 മാർച്ച് 13 ന് അന്തരിച്ചു.

ബാബാ ഭാഗ്സിങ് കനേഡിയൻ

1871 - 1972

ഗദർ പാർട്ടിയിൽനിന്ന് കമ്യൂണിസ്റ്റുപാർട്ടിയിലേക്ക് കടന്നുവന്ന വിപ്ല വകാരികളിൽ പ്രമുഖനായിരുന്നു ബാബാ ഭാഗ്സിങ് കനേഡിയൻ. പഞ്ചാ ബിൽ കമ്യൂണിസ്റ്റുപാർട്ടിയുടെയും കിസാൻസഭയുടെയും സ്ഥാപകനേ താക്കളിൽ ഒരാളായിരുന്നു അദ്ദേഹം. ഉജ്ജ്വലനായ ഈ സ്വാതന്ത്ര്യ സമര സേനാനി നയിച്ച സമരങ്ങൾക്ക് കണക്കില്ല. അനുഭവിച്ച യാതനകൾക്കും.

ജലന്തർ ജില്ലയിലെ ഉപ്പാൽഭൂപ ഗ്രാമത്തിൽ 1871 ൽ ജനിച്ചു. പതി നെട്ടാം വയസിൽ പട്ടാളത്തിൽ ചേർന്നു. ഇന്ത്യയെ അടിമയാക്കിവെച്ച ബ്രിട്ടീഷുകാരുടെ പട്ടാളത്തിൽ സേവനമനുഷ്ഠിക്കുന്നതിൽ വല്ലാത്ത അസംതൃപ്തി. ഇന്ത്യൻ പട്ടാളക്കാരോട് ബ്രിട്ടീഷ് പട്ടാള ആപ്പീസർമാ രുടെ മോശമായ പെരുമാറ്റം കൂടിയായപ്പോൾ ഒരു നിമിഷംപോലും പട്ടാള ത്തിൽ തുടരാൻ മനസ്സ് അനുവദിച്ചില്ല. അതിൽനിന്ന് രാജിവെച്ച് പിരിഞ്ഞു.

പത്തൊമ്പതാം നൂറ്റാണ്ടിന്റെ അവസാനത്തിലും ഇരുപതാം നൂറ്റാ ണ്ടിന്റെ ആദ്യവും ധാരാളം പഞ്ചാബി ചെറുപ്പക്കാർ ഉപജീവനമാർഗം തേടി വിദേശരാജ്യങ്ങളിലേക്ക് കുടിയേറാൻ തുടങ്ങി. അപ്രകാരം അമേ രിക്കയിലേക്കോ കനഡയിലേക്കോ കുടിയേറണമെന്ന് ഭാഗ്സിങ് കനേ ഡിയന് മോഹം. ആ മോഹം പൂവണിയിക്കാനുള്ള ശ്രമത്തിനിടയിൽ എത്തിച്ചേർന്നത് സാൻഫ്രാൻസിസ്കോവിൽ. അവിടെവെച്ച് വംശീയ വിവേചനത്തിന്റെ അർഥമെന്തെന്ന് നേരിട്ട് മനസിലാക്കി. ഒരു ദിവസം. ഹോട്ടൽ വിടണമെന്ന് അധികൃതരുടെ ഉത്തരവ്. ഇന്ത്യക്കാരൻ എന്നതു തന്നെ കാരണം. അപ്പോഴാണ് ഇപ്രകാരം വിവേചനവും അപമാനവും

സഹിക്കേണ്ടിവന്നതിന്റെ കാരണങ്ങളെക്കുറിച്ച് ചിന്തിച്ചത്. ഈ ചിന്ത ദേശീയ സ്വാതന്ത്ര്യത്തെയും സമത്വത്തെയുംകുറിച്ചുള്ള ബോധം അദ്ദേഹത്തിൽ ജനിപ്പിച്ചു. അതിനെത്തുടർന്ന് രാജ്യത്തിന്റെ സ്വാതന്ത്ര്യത്തിനുവേണ്ടി പ്രവർത്തിക്കാൻ ദൃഢനിശ്ചയംചെയ്തു. അമേരിക്കയിൽനിന്ന് കനഡയിലേക്ക് പോയി. ഈ സമയമായപ്പോഴേക്ക് അമേരിക്കയിലെ ഇന്ത്യക്കാർ സ്വയം സംഘടിക്കുന്നതിനെക്കുറിച്ചുള്ള ചർച്ച ആരംഭിച്ചു. ചർച്ചയെക്കുറിച്ചുള്ള വാർത്തകൾ കേൾക്കാനിടയായപ്പോൾ അമേരിക്കയിലേക്ക് മടങ്ങി.

1913 ൽ ലാലാ ഹർദയാൽ ഇന്ത്യക്കാരുടെ ഒരു യോഗം വിളിച്ചുകൂട്ടി. യോഗത്തിൽ ഭാഗ്സിങ്ങും പങ്കെടുത്തു. ആ യോഗം ഇന്ത്യൻ അസോസിയേഷൻ ഓഫ് പസഫിക് കോസ്റ്റ് എന്ന പേരിൽ ഒരു സംഘടന രൂപവൽക്കരിച്ചു. ഭാഗ്സിങ് അങ്ങനെ അതിന്റെ സ്ഥാപക നേതാക്കളിലൊരാളായി. ഈ സംഘടനയെയാണ് ഗദർ പാർട്ടിയായി പരിവർത്തിപ്പിച്ചത്. അദ്ദേഹം അതിന്റെ മുഴുവൻസമയ പ്രവർത്തകനാവാൻ തീരുമാനിച്ചു. ഏതാനും വർഷം ഗദർ പാർട്ടിയുടെ ആസ്ഥാനത്ത് പ്രവർത്തിച്ചു. ഇന്ത്യയിൽ പോയി ഇന്ത്യൻ വിപ്ലവത്തിനുവേണ്ടി പ്രവർത്തിക്കാൻ പാർട്ടി നിയോഗിച്ച ഇന്ത്യക്കാരുടെകൂടെ ഭാഗ്സിങ്ങും ചേർന്നു.

കൽക്കത്തയിലെത്തിയ ഉടൻ അറസ്റ്റിലായി. രാജ്യരക്ഷാ നിയമപ്രകാരം തുറുങ്കിലടച്ചു. 1919 ൽ മോചിതനായതിനുശേഷം സ്വന്തം ഗ്രാമത്തിലേക്ക് നാടുകടത്തി. ബാബാകരംസിങ് ചീമയും നാടുകടത്തപ്പെട്ട നിലയിൽ സ്വന്തം ഗ്രാമത്തിൽ കഴിയുകയായിരുന്നു. ആ ഗ്രാമം ഭാഗ്സിങ്ങിന്റെ ഗ്രാമത്തിൽനിന്ന് അഞ്ചുമൈൽ അകലെ, ഭാഗ്സിങ് രാത്രിയിൽ പൊലീസിന്റെ കണ്ണുവെട്ടിച്ച് ചീമയുടെ വീട്ടിലെത്തും. പ്രസ്ഥാനം സംഘടിപ്പിക്കുന്നതിനെക്കുറിച്ചുള്ള പദ്ധതികൾ ചർച്ചചെയ്യും.

ജലന്തറിൽ ഒരു പ്രസ് സ്ഥാപിക്കാൻ ഇരുവരും സഹകരിച്ചു. ആ പ്രസിൽനിന്ന് ഒരു വാരിക പുറത്തിറക്കി. *ദേശസേവക്*. സ്വാതന്ത്ര്യസമരത്തിന് പിന്നിൽ ജനങ്ങളെ അണിനിരത്തുന്നതിൽ അത് സുപ്രധാന പങ്കുവഹിച്ചു. ഈ സമയമായപ്പോഴേക്കും ഒക്ടോബർ വിപ്ലവത്തിന്റെ വിജയം അവരെ സ്വാധീനിക്കാൻ തുടങ്ങി.

1923 ൽ ഗദർ പാർട്ടിയുടെ പ്രധാന നേതാക്കളിലൊരാളായ ഭായി സന്തോക് സിങ് മോസ്കോവിൽനിന്ന് മടങ്ങിയെത്തി. ഈ രണ്ട് ബാബാമാരുമായി ബന്ധപ്പെട്ടു. ആശയവിനിമയം നടത്തി. രണ്ടുപേരെയും സോഷ്യലിസ്റ്റ് ആശയഗതി സ്വാധീനിച്ചു. രണ്ടുപേരും സോഷ്യലിസ്റ്റ് ആശയഗതിയുടെ വിജയത്തിനായി പ്രവർത്തിക്കാൻ തീരുമാനിച്ചു. ഈ പശ്ചാത്തലത്തിലാണ് *കീർത്തി* മാസിക തുടങ്ങിയത്. മാസികയുടെ മാനേജുമെന്റിന്റെ ചുമതല ഭാഗ്സിങ് ഏറ്റു.

1927 ൽ പഞ്ചാബിൽ തൊഴിലാളി–കർഷക പാർട്ടി രൂപവൽക്കരിച്ചപ്പോൾ അതിൽ ഭാഗ്സിങ് സുപ്രധാന പങ്കുവഹിച്ചു. ഈ പാർട്ടിയെ നിരോധിച്ചപ്പോഴും അതിന്റെ സന്ദേശം ഗ്രാമഗ്രാമാന്തരങ്ങളിലെത്തിക്കാൻ

പരിശ്രമിച്ചു. ഈ ഘട്ടത്തിൽ സോഷ്യലിസ്റ്റ് പ്രസ്ഥാനത്തിൽ ചേരാൻ ബാബാ ഭാഗ്സിങ് ഒട്ടേറെ ചെറുപ്പക്കാരെ ആവേശംകൊള്ളിച്ചു.

1934 ൽ പഞ്ചാബിൽ കമ്യൂണിസ്റ്റുപാർട്ടി രൂപവൽക്കരിച്ചു. ബാബാ ഭാഗ്സിങ് അതിൽ ചേർന്നു. 1936 ൽ പഞ്ചാബിൽ കിസാൻസഭയുടെ ഘടകം രൂപവൽക്കരിച്ചപ്പോൾ അദ്ദഹം അതിന്റെയും സ്ഥാപക നേതാക്കളിലൊരാളായി. അതിനുശേഷം കിസാൻ സഭയുടെയോ കമ്യൂണിസ്റ്റുപാർട്ടിയുടെയോ നേതൃത്വത്തിൽ ഒറ്റ സമരവും ഏതെങ്കിലും തരത്തിൽ അദ്ദേഹത്തിന്റെ പങ്കാളിത്തമില്ലാതെ നടന്നിട്ടില്ല. 1959 ൽ പഞ്ചാബിൽ അഭിവൃദ്ധി നികുതിക്കെതിരെ നടന്ന പ്രക്ഷോഭം പ്രസിദ്ധം. അതിന്റെ ഭാഗമായി നടന്ന ഒന്നാമത്തെ ജാഥ നയിക്കാൻ അദ്ദേഹം ശാഠ്യം പിടിച്ചു. അപ്പോൾ പ്രായം 90 വയസിനോട് അടുക്കുകയായിരുന്നു എന്ന കാര്യം ഓർക്കുക. 101 വർഷത്തെ സംഭവബഹുലമായ ജീവിതത്തിനിടയിൽ പന്ത്രണ്ടിലധികം തവണ അറസ്റ്റിലായി.

കമ്യൂണിസ്റ്റ് പ്രസ്ഥാനത്തിനകത്ത് ആശയസമരം നടന്നുകൊണ്ടിരുന്നപ്പോൾ ബാബാ ഭാഗ്സിങ് റിവിഷനിസത്തിനെതിരായ നിലപാട് സ്വീകരിച്ചു. പാർട്ടി പിളർന്നപ്പോൾ പഞ്ചാബിൽ സി പി ഐ (എ) കെട്ടിപ്പടുക്കുന്നതിലേർപ്പെട്ടു. 1964 ൽ കൽക്കത്തയിൽ നടന്ന പാർട്ടി കോൺഗ്രസിൽ പങ്കെടുക്കുകയും കോൺഗ്രസിനെ അഭിവാദ്യം ചെയ്യുകയുമുണ്ടായി.

1971 സെപ്തംബർ 25 ന് അദ്ദേഹം 100 വയസ് പൂർത്തിയാക്കി. അപ്പോൾ കിസാൻ സഭയുടെ 21 ാം സമ്മേളം നടക്കുകയായിരുന്നു. ആ വേളയിൽ തനിക്ക് നൽകിയ ചെങ്കൊടി സ്വീകരിച്ചുകൊണ്ട് നടത്തിയ പ്രസംഗത്തിൽ അദ്ദേഹം പറഞ്ഞു.

> സി പി ഐ (എം) ന്റെ വിപ്ലവ താൽപ്പര്യത്തെ ഇനിയും കൂടുതൽ വർഷം സേവിക്കണമെന്ന് എനിക്കാഗ്രഹമുണ്ട്. പാർട്ടിയുടെ അച്ചടക്കമുള്ള ഭടനായിത്തീർന്നതിൽ ഞാൻ അഭിമാനിക്കുന്നു. നമ്മുടെ രാജ്യത്തെ തൊഴിലാളി വർഗത്തിന്റെയും അധ്വാനിക്കുന്ന ജനവിഭാഗത്തിന്റെയും മോചനത്തിനുള്ള ഒരേയൊരു പ്രത്യാശ ഈ പാർട്ടിയാണ്. ഒക്ടോബർ വിപ്ലവത്തിൽനിന്ന് ആവേശമുൾക്കൊണ്ട് ഞാൻ സോഷ്യലിസ്റ്റ് പ്രസ്ഥാനത്തിൽ ചേർന്നു. ഇന്ത്യൻ തൊഴിലാളിവർഗത്തിന്റെ ഒരേയൊരു വിപ്ലവപാർട്ടിയായ സി പി ഐ (എം) ന്റെ അംഗമായിത്തന്നെ അവസാനം ശ്വാസം വലിക്കാൻ ഞാനാഗ്രഹിക്കുന്നു.

താൻ ആഗ്രഹിച്ചതുപോലെ തന്നെ ആ വിപ്ലവകാരി അന്ത്യശ്വാസം വലിച്ചു. 1972 ജനുവരി 8 ന്. മരിക്കുമ്പോൾ വയസ് 101. തികഞ്ഞ വിപ്ലവകാരിയുടെ, അടിയുറച്ച കമ്യൂണിസ്റ്റിന്റെ ലളിതവും ത്യാഗപൂർണവും മാതൃകായോഗ്യവുമായ ജീവിതമാണ് ബാബാ ഭാഗ്സിങ് നയിച്ചത്.

ബാബാ സോഹൻസിങ് ഭക്ന

1870 - 1968

ഇന്ത്യയുടെ സ്വാതന്ത്ര്യസമര ചരിത്രത്തിൽ മഹത്തായ ഒരു അധ്യായം എഴുതിച്ചേർത്ത സംഘടനയാണ് ഗദർപാർട്ടി. ബ്രിട്ടീഷുകാരെ ഇന്ത്യയിൽനിന്ന് കെട്ടുകെട്ടിക്കുന്നതിന് സായുധസമരം നടത്താൻ രൂപ വൽക്കരിച്ച സംഘടന. അതിന്റെ സ്ഥാപക പ്രസിഡന്റായിരുന്നു ബാബാ സോഹൻസിങ് ഭക്ന. പഞ്ചാബിൽ കമ്യൂണിസ്റ്റ് – കർഷക പ്രസ്ഥാന ങ്ങൾ കെട്ടിപ്പടുക്കുന്നതിൽ അദ്ദേഹത്തിനുള്ള സ്ഥാനം അദ്വിതീയം.

അമൃതസർ ജില്ലയിൽനിന്ന് 10 നാഴിക അകലെയുള്ള വലിയൊരു ഗ്രാമമാണ് ഭക്ന. ഗ്രാമത്തിലെ മഹാഭൂരിപക്ഷത്തിന്റെയും ഉപജീവന മാർഗം കൃഷി. കൈവേലക്കാരും കുറച്ചുണ്ട്. ആ ഗ്രാമത്തിൽ 1870 ജനു വരി ആദ്യം സോഹൻസിങ് ജനിച്ചു. പിതാവ് കരംസിങ്. സത്യസന്ധനും ഹൃദയാലുവുമായ മനുഷ്യൻ. ദരിദ്രരോട് അങ്ങേയറ്റത്തെ അനുകമ്പ. പാരമ്പര്യമായി കിട്ടിയ ഫലഭൂയിഷ്ഠമായ 65 ഏക്കർ ഭൂമിയുടെ ഉടമ. ഭൂമിയിൽനിന്ന് നല്ല വിളവ് കിട്ടും. അതുകൊണ്ട് സുഖമായി ജീവിക്കാം. ഗ്രാമത്തിൽ പട്ടിണിയോ ദൗർലഭ്യമോ ഉണ്ടാകുമ്പോൾ ദരിദ്രർക്ക് സൗജ ന്യമായി ഭക്ഷ്യധാന്യങ്ങൾ വിതരണം ചെയ്യും. ഉത്സവവേളകളിൽ ദരി ദ്രർക്ക് അരിയും കരിമ്പ് സത്തും നൽകും. പിതാവിനെപ്പോലെ മാതാവും ദാനശീല. ജാതിമതഭേദമോ സാമ്പത്തികമായ ഉച്ചനീചത്വമോ ഒന്നും കണക്കിലെടുക്കാതെ അവർ ഗ്രാമത്തിലെ എല്ലാ കുട്ടികളെയും ഒരുപോലെ സ്നേഹിച്ചു. മാതാപിതാക്കൾ ഒരുപോലെ അടിയുറച്ച സിഖു മത വിശ്വാസികൾ. ജനങ്ങൾക്കിടയിൽ ആ കുടുംബത്തെക്കുറിച്ച് നല്ല

മതിപ്പായിരുന്നു. സോഹൻസിങ്ങിന് കഷ്ടിച്ച് ഒരുവയസുള്ളപ്പോൾ പിതാവ് മരിച്ചു. ആ ബാലനെ നോക്കി രക്ഷിക്കേണ്ട ചുമതല അമ്മയുടേതായി.

അക്കാലത്ത് ഗ്രാമങ്ങളിൽ പ്രൈമറി വിദ്യാഭ്യാസത്തിനുപോലും സൗകര്യമുണ്ടായിരുന്നില്ല. അപ്പോൾപിന്നെ അതിനപ്പുറമുള്ള വിദ്യാഭ്യാസത്തെക്കുറിച്ച് പറയേണ്ടതില്ലല്ലോ. ഉന്നത വിദ്യാഭ്യാസ സൗകര്യം നഗരങ്ങളിൽ മാത്രം. നൂറിൽ ആറുപേർക്കു മാത്രമേ പഞ്ചാബിൽ എഴുതാനും വായിക്കാനും അറിയാമായിരുന്നുള്ളൂ. ജനങ്ങളെ അജ്ഞതയുടെ അന്ധകാരത്തിൽ തളച്ചിടുകയെന്ന നയം ഗവൺമെന്റ് പിന്തുടർന്നു. മക്കൾക്ക് വിദ്യാഭ്യാസം നൽകണമെന്ന് ആഗ്രഹിക്കുന്ന രക്ഷകർത്താക്കൾക്ക് അവരെ അന്ധവിശ്വാസികളും അർധവിദ്യാഭ്യാസം മാത്രം നേടിയവരുമായ പള്ളികളിലെ മൗലവിമാരുടെയോ ഗുരുദ്വാരകളിലെ ഗ്രന്ഥികളുടെയോ അടുത്തേക്ക് അയക്കുക മാത്രമേ പോംവഴിയുണ്ടായിരുന്നുള്ളൂ.

സോഹൻസിങ്ങിന് വിദ്യാഭ്യാസം നൽകണമെന്ന് അമ്മ ആഗ്രഹിച്ചു. അങ്ങനെ മകനെ ഒരു ഗുരുദ്വാരയിലേക്കയച്ചു. പഠിപ്പിക്കേണ്ട ഗ്രന്ഥികൾക്ക് കാര്യമായ വിദ്യാഭ്യാസമൊന്നുമില്ല. ഏതാനും സിഖുമതഗ്രന്ഥങ്ങൾ പഠിപ്പിക്കാനല്ലാതെ മറ്റൊന്നുമറിയില്ല. എങ്കിലും നല്ല ബുദ്ധിശാലിയായിരുന്നതിനാൽ ഗ്രന്ഥി പഠിപ്പിച്ചതൊക്കെ നന്നായി പഠിച്ചു സോഹൻസിങ്. ശരിക്കെഴുതാൻ ഗ്രന്ഥികൾക്കുപോലുമറിയില്ല. അതുകൊണ്ട് പഞ്ചാബി ഭാഷ എഴുതാൻ പഠിച്ചതേയില്ല. അധ്യാപകർ വിദ്യാർഥികളുടെ സ്വഭാവരൂപവൽക്കരണത്തിൽ പ്രധാന പങ്കുവഹിക്കുമല്ലോ. ഗ്രന്ഥികൾ സോഹൻസിങ്ങിന്റെ സ്വഭാവരൂപവൽക്കരണത്തിൽ എന്തെങ്കിലും സ്വാധീനം ചെലുത്തിയെന്നതിന് ഒരു തെളിവുമില്ല.

സോഹൻസിങ്ങിന് പതിനൊന്നു വയസായിക്കാണും. ഭാഗ്യത്തിനെന്നു പറയട്ടെ, അപ്പോൾ അഞ്ചാംക്ലാസുവരെയുള്ള ഒരു ഉറുദു സ്കൂൾ ഗ്രാമത്തിൽ ആരംഭിച്ചു. അവിടെ ചേർന്ന് പഠിച്ചു. ഓരോ ക്ലാസിലും നല്ല മാർക്ക് നേടി. അവിടെ പഠനം പൂർത്തിയാക്കുമ്പോഴേക്കും പ്രായം 16 വയസ്സ്. ഒത്ത യുവാവ്. തുടർന്ന് പഠിക്കണമെങ്കിൽ നഗരത്തിൽ പോകണം. അപ്പോൾ വീട്ടിൽനിന്ന് താമസം മാറ്റണം. ലോഡ്ജിലോ സുഹൃത്തുക്കളുടെ വീട്ടിലോ താമസമാക്കണം. മകനെ പിരിഞ്ഞിരിക്കാൻ അമ്മക്ക് പ്രയാസം. അമ്മയെവിട്ട് പോകാൻ മകനും. അതുകൊണ്ട് വിദ്യാഭ്യാസം അവിടംകൊണ്ട് മതിയാക്കാൻ തീരുമാനിച്ചു.

അതേവരെ വീട്ടുകാര്യങ്ങളൊന്നും നോക്കി നടത്തേണ്ടിവന്നില്ല. പിതാവിന്റെ മരണശേഷം അതൊക്കെ ചെയ്തത് മുത്തശ്ശി. അവരോടും അമ്മയോടും സോഹൻസിങ്ങിന് വലിയ സ്നേഹമായിരുന്നു. കൊല്ലന്മാരുടെയും ആശാരിമാരുടെയും നെയ്ത്തുകാരുടെയും കുട്ടികളും അവരുടെ രക്ഷകർത്താക്കളും ഇടയ്ക്കിടെ വീട്ടിൽവരും. അവരോടൊപ്പം മുത്തശ്ശിയും അമ്മയും സ്നേഹപൂർവ്വം പെരുമാറും. അവർക്ക് മധുരപലഹാരങ്ങളും മറ്റും കൊടുക്കും. ഈ അന്തരീക്ഷത്തിലാണ് സോഹൻസിങ് വളർന്നത്.

വീട്ടിൽ ഇഷ്ടംപോലെ ഭക്ഷണം, പാല്, വെണ്ണ, തൈര് എന്നിവ സുലഭം. അതൊക്കെ നന്നായി കഴിക്കും. അതുകൊണ്ട് നല്ല ആരോഗ്യവാനായി വളർന്നു. അപ്പോഴേക്കും മുത്തശ്ശിക്ക് വയസായി, വീട്ടുകാര്യങ്ങൾ നോക്കി നടത്താൻ വയ്യാതായി. ആ ചുമതല അവർ ചെറുമകനെ ഏൽപ്പിച്ചു. അപ്പോഴേക്കും മദ്യപാനികളുടെയും ധൂർത്തന്മാരുടെയും ഒരു സംഘത്തിന്റെ പിടിയിലായി സോഹൻസിങ്. അദ്ദേഹവും നന്നായി കുടിക്കാൻ തുടങ്ങി. പണം ധൂർത്തടിക്കാനും. അതോടെ കടം വാങ്ങിക്കൂട്ടാനാരംഭിച്ചു. അമ്മ ഉപദേശിച്ചുനോക്കി. ഫലമില്ല. വീട്ടിൽ ദാരിദ്ര്യത്തിന്റെ ലക്ഷണം. ഭൂമി പണയംവെക്കാൻ തുടങ്ങി. ഫലഭൂയിഷ്ഠമായ 32 ഏക്കർ ഭൂമി പണയത്തിലായി. അമ്മ എല്ലാം സഹിച്ചു. അക്കാലത്തെക്കുറിച്ച് തന്റെ ആത്മകഥയായ *ജീവൻസംഗ്രാമിൽ* അദ്ദേഹം എഴുതി:

> എന്റെ ജീവിതത്തിലെ 10 വർഷം ചീത്ത കമ്പനിയിൽപ്പെട്ട് ഞാൻ പാഴാക്കി; ധാരാളം പണവും. ഞാൻ 25 വയസ് പൂർത്തിയാക്കി. 26–ാം വയസിൽ ജീവിതത്തിൽ ഒരു പുതിയ വഴിത്തിരിവ്; ഒരു പുതിയ അധ്യായത്തിന്റെ തുടക്കം.

ബാബാ കേസർസിങ്ങുമായി അപ്രതീക്ഷിതമായി ഉണ്ടായ ബന്ധമാണ് ഈ വഴിത്തിരിവിന് കാരണം. ജാതിമത ചിന്ത കൂടാതെ എല്ലാവരെയും സ്നേഹിച്ച, തൊട്ടുകൂടായ്മയെയും തീണ്ടിക്കൂടായ്മയെയും എതിർത്ത കേസർസിങ്, സോഹൻസിങ്ങിനെ അഗാധമായി സ്വാധീനിച്ചു. മദ്യപാനികളുമായുള്ള കൂട്ടുകെട്ട് പാടേ ഉപേക്ഷിച്ചു. മദ്യം തൊടില്ലെന്ന് പ്രതിജ്ഞചെയ്തു. മദ്യലഹരി ഉപേക്ഷിച്ചെങ്കിലും മറ്റൊരു ലഹരിയിൽനിന്ന് വിമുക്തനായില്ല. ഉത്സവവേളകളിൽ ഭക്ഷണവും മധുരപലഹാരങ്ങളും ഇഷ്ടംപോലെ വിതരണം ചെയ്യുക എന്ന ലഹരി. അതിനുവേണ്ടി പണം വാരിക്കോരി ചെലവഴിച്ചു. ആണ്ടിൽ 2000–2500 രൂപവരെയെങ്കിലും വേണം അതിന്. നൂറുവർഷം മുമ്പുള്ള തുകയാണിതെന്ന കാര്യം ഓർക്കണം. 10–11 വർഷം ഇത് തുടർന്നു. ഫലമോ? കടം പെരുകി. 5 ഏക്കർ സ്ഥലംഒഴികെ ബാക്കിയെല്ലാം പണയത്തിൽ. ആരും കടം കൊടുക്കാതായി. സുഖസമ്പൂർണമായ ജീവിതം നയിച്ച ആ കുടുംബം ദാരിദ്ര്യത്തിന്റെ കയത്തിൽ.

എന്തുചെയ്യും? കൃഷി നടത്തിയാൽ എന്തെന്നായി ആലോചന. കുറെ കാർഷികോപകരണങ്ങൾ വാങ്ങി. കന്നുകാലികളെ വാങ്ങി. കൃഷിപ്പണി തുടങ്ങി. പക്ഷെ, ജോലിചെയ്യാനാവുന്നില്ല. ജോലി നീങ്ങുന്നില്ല. അതിനുമുമ്പുണ്ടോ കഠിനജോലി ചെയ്ത ശീലം! ക്ഷീണിച്ചു. മടുത്തു. അവസാനം ആ ജോലി വേണ്ടെന്നുവെച്ചു.

അപ്പോഴേക്ക് പഞ്ചാബിൽനിന്ന് ചെറുപ്പക്കാർ ജോലിയുംതേടി അമേരിക്കയിലേക്കും കാനഡയിലേക്കും പോകാൻ തുടങ്ങിയിരുന്നു. കൂട്ടംകൂട്ടമായി അമേരിക്കയിലേക്ക് പോകാമെന്നായി സോഹൻസിങ്. ഒരു

സുഹൃത്ത് സഹായവാഗ്ദാനവും നൽകി. അപ്പോഴേക്ക് പഞ്ചാബിൽ വലിയൊരു പ്രക്ഷോഭം–കോളനി ബില്ലിനെതിരായ പ്രക്ഷോഭം. ബിൽ നിയമമായാൽ കൃഷിക്കാരാകെ ഭൂവുടമകളുടെ കുടിയാന്മാരാകും. പാരമ്പര്യാവകാശം നഷ്ടമാകും. ഇത് ഹിന്ദു–മുസ്ലിം–സിഖ് കൃഷിക്കാരെ രോഷാകുലരാക്കി. അവർ ഒറ്റക്കെട്ടായി രംഗത്തേക്കു വന്നു. 1906–1907 ൽ പ്രക്ഷോഭം ശക്തിപ്രാപിച്ചു. സർദാർ അജിസ് സിങ്, ലജ്പത്റായ്, സൂഫി അംബ പ്രസാദ് തുടങ്ങിയവർ അതിന് നേതൃത്വം നൽകി. പ്രക്ഷോഭത്തിന്റെ ഫലമായി ബിൽ പാസാക്കേണ്ടതില്ലെന്ന് ഗവൺമെന്റ് തീരുമാനിച്ചു. ഈ പ്രക്ഷോഭം സോഹൻസിങ്ങിനെ ആകർഷിച്ചെങ്കിലും അമേരിക്കയിൽ പോകാനുള്ള തീരുമാനത്തിന് ഇളക്കമൊന്നും തട്ടിയില്ല.

അമേരിക്കയിൽ പോകുന്നതിന് ഒരേ ഒരു ഉദ്ദേശ്യമേ ഉണ്ടായിരുന്നുള്ളൂ: പണം സമ്പാദിച്ച് കടംതീർത്ത് ഭൂമി വീണ്ടെടുക്കുക, തുടർന്ന് സുഖമായി ജീവിക്കുക. സ്വന്തം താൽപ്പര്യത്തിനപ്പുറം മറ്റൊന്നും അപ്പോൾ ഉണ്ടായിരുന്നില്ല. 1909 ഫെബ്രുവരി 3 ന് അമേരിക്കയിലേക്ക് തിരിച്ചു. ഏപ്രിൽ 4 ന് സിയാറ്റിൻ തുറമുഖത്തെത്തി. അക്കാലത്ത് അമേരിക്കയിൽ കടക്കുന്നതിന് കർശന നിയന്ത്രണമുണ്ടായിരുന്നില്ല. അമേരിക്കയിൽ കാൽകുത്തി അധികം കഴിയുന്നതിനുമുമ്പ് ജോലികിട്ടി. മൊണാർക് എന്ന ചെറിയൊരു മില്ലിൽ. 200 ഓളം പഞ്ചാബികൾ മില്ലിൽ ജോലി ചെയ്യുന്നുണ്ടായിരുന്നു. കഠിന ജോലി. 10 മണിക്കൂർ ജോലിചെയ്യണം. ആദ്യത്തെ കുറച്ചു ദിവസം പകുതി ദിവസജോലി മാത്രം ചെയ്തു. ജോലിയുമായി പൊരുത്തപ്പെട്ടപ്പോൾ 12 മണിക്കൂർ വരെ ജോലി ചെയ്യാമെന്നായി. ജോലിക്കിടയിൽ ഇന്ത്യക്കാരനെന്ന കാരണത്തിൽ പലതരം അപമാനങ്ങളും സഹിക്കേണ്ടിവന്നു. ചിലപ്പോൾ പീഡനവും.

ലോകത്തിലെ പല രാജ്യങ്ങളിൽ നിന്നുമെത്തിയ തൊഴിലാളികളുണ്ടായിരുന്നു അമേരിക്കയിലും കനഡയിലും. അതിനാൽ തൊഴിൽ കമ്പോളത്തിൽ കടുത്ത മത്സരം. കുറഞ്ഞ കൂലിക്ക് ജോലിചെയ്യാൻ തൊഴിലാളികൾ തയ്യാർ. ഇത് അമേരിക്കൻ തൊഴിലാളികൾക്ക് ഇഷ്ടപ്പെട്ടില്ല. കാരണം, അവരുടെ വിലപേശൽ കഴിവ് കുറയുകയാണ്. വിദേശങ്ങളിൽനിന്നുള്ള തൊഴിലാളികളെക്കാൾ കൂടുതൽ കൂലി കിട്ടിയിട്ടും അവരുടെ അസംതൃപ്തി വർധിച്ചതേയുള്ളൂ. ഇതിനിടയിൽ കനഡയിലെ ഗവൺമെന്റ് ഇന്ത്യക്കാർക്കെതിരെ തികച്ചും വിവേചനപരമായ ഒരു നടപടി കൈക്കൊണ്ടു. ഇന്ത്യക്കാർ കനഡയിൽ പ്രവേശിക്കുന്നതിന് 1910 ൽ കനേഡിയൻ ഗവൺമെന്റ് ചില ഉപാധികൾ മുന്നോട്ടുവെച്ചു. ചൈനക്കാർക്കോ ജപ്പാൻകാർക്കോ ഇല്ലാത്ത ഉപാധി. അതോടെ ഇന്ത്യക്കാർക്ക് കനഡയിൽ കടക്കാൻ ബുദ്ധിമുട്ടായി. ബാർബർ ഷാപ്പുകളിലും സിനിമാശാലകളിലും ഹോട്ടലുകളിലും മറ്റുമുണ്ടായിരുന്ന വിവേചനത്തിന് പുറമെയാണിത്. ഈ വിവേചനത്തിനും അപമാനത്തിനുമെതിരായ വികാരം ഇന്ത്യക്കാർക്കിടയിൽ പതഞ്ഞുപൊങ്ങി. ഇന്ത്യയിൽ ബ്രിട്ടീഷ് ഭരണം നിലനിൽക്കുന്നതാണ് ഇതിനുള്ള കാരണമെന്ന് അവർക്ക് ബോധ്യമാ

യി. സ്വന്തം രാജ്യത്ത് ദേശീയ ഗവൺമെന്റ് ഉണ്ടായിരുന്നുവെങ്കിൽ വിദേശരാജ്യങ്ങളിൽ കിടന്ന് അപമാനവും പീഡനവും സഹിക്കേണ്ടി വരില്ലായിരുന്നുവെന്ന് അവർ ചിന്തിച്ചു.

ഈ സാഹചര്യത്തിൽ, 1913 ഫെബ്രുവരിയിൽ, വാങ്കോവറിൽ ഇന്ത്യക്കാരുടെ ഒരു യോഗം. വിപുലമായ പ്രാതിനിധ്യത്തിന്റെ അടിസ്ഥാനത്തിലാണ് അത് സംഘടിപ്പിക്കപ്പെട്ടത്. ആ യോഗം കനഡ ഗവൺമെന്റിന്റെ ഇന്ത്യാവിരുദ്ധ നിലപാടിനെ ശക്തിയായി അപലപിച്ചു. നീതി ലഭിക്കാൻ ലണ്ടനിൽ നിവേദനം സമർപ്പിക്കണമെന്ന് തീരുമാനിച്ചു. അതിന്റെ അടിസ്ഥാനത്തിൽ ലണ്ടനിൽപോയ പ്രതിനിധിസംഘത്തെ കാണാൻ കൊളോണിയൽ സെക്രട്ടറി വിസമ്മതിച്ചു. മാത്രമല്ല കനഡ ഗവൺമെന്റിന്റെ നടപടിയെ ന്യായീകരിക്കുകപോലും ചെയ്തു. ഇത് ഇന്ത്യക്കാരെ അപമാനിക്കുന്നതിനു തുല്യം. ബ്രിട്ടീഷ് ഗവൺമെന്റിന്റെ ധാർഷ്ട്യം നിറഞ്ഞ നടപടി.

വാങ്കോവർ യോഗത്തിനുമുമ്പ്, 1912 ന്റെ തുടക്കത്തിൽ, ഒരു സംഘടന രൂപവൽക്കരിക്കാൻ ഇന്ത്യൻ കുടിയേറ്റക്കാരുടെ പ്രത്യേകയോഗം പോർട്ട്ലന്റിൽ സംഘടിപ്പിക്കപ്പെട്ടു. ആ പ്രദേശത്തിന് ചുറ്റുമുള്ള ഫാക്ടറികളിലെ ഇന്ത്യൻ തൊഴിലാളികൾ യോഗത്തിൽ പങ്കെടുത്തു. യോഗം ഒരു വിപ്ലവസൊസൈറ്റി രൂപവൽക്കരിക്കാൻ തീരുമാനിച്ചു. പേര് ഇന്ത്യൻ അസോസിയേഷൻ ഓഫ് പസഫിക് കോസ്റ്റ്. അതിന്റെ ആപ്പീസ് പോർട്ട്ലന്റിൽ, സംഘടന ഹിന്ദുസ്ഥാൻ എന്ന പത്രം തുടങ്ങാൻ നിശ്ചയിച്ചു. സോഹൻസിങ്ങിനെ പ്രസിഡന്റായി തിരഞ്ഞെടുത്തു. ജി ഡി കുമാർ ചീഫ് സെക്രട്ടറിയായും പണ്ഡിറ്റ് കാൻഷിറാം ഖജാൻജിയായും തിരഞ്ഞെടുക്കപ്പെട്ടു.

അപ്പോഴേക്കും സോഹൻസിങ്ങും ഉദ്ധംസിങ്ങ് കാസലും അസ്തോറിയ മില്ലിലേക്ക് മാറി. അവിടെ കുറെദിവസം ജോലിചെയ്തു. 120 ഓളം ഇന്ത്യക്കാർ മില്ലിൽ ജോലിചെയ്യുന്നുണ്ട്. സോഹൻസിങ് അവരുടെ യോഗം സംഘടിപ്പിച്ചു. ഇന്ത്യൻ അസോസിയേഷൻ ഓഫ് പസഫിക് കോസ്റ്റിന്റെ ഒരു ബ്രാഞ്ച് രൂപവൽക്കരിച്ചു. അതിനുശേഷം എല്ലാ ഞായറാഴ്ചകളിലും ബ്രാഞ്ച് യോഗം ചേരുക പതിവായി. അങ്ങനെയുള്ള യോഗങ്ങളിലൊന്നിൽ ലാലാ തക്കർ ദാസ് ദുരി നിർദേശിച്ചു: ലാലാഹർദയാൽ സാൻഫ്രാൻസിസ്കോവിൽ ഒരു യോഗത്തിൽ പ്രസംഗിക്കുന്നുണ്ട്. അദ്ദേഹത്തെ ഇവിടേക്ക് ക്ഷണിക്കണം. ഹർദയാലിന് വിപ്ലവവീക്ഷണമാണുള്ളതെന്നും ക്ഷണിച്ചാൽ അദ്ദേഹം വരികതന്നെ ചെയ്യുമെന്നും തക്കർദാസ് അഭിപ്രായപ്പെട്ടു. ആപ്പീസും പത്രവും നടത്താനുള്ള ചുമതലപോലും അദ്ദേഹത്തെ ഏൽപ്പിക്കാമെന്ന് തക്കർദാസ് പറഞ്ഞു.

ഈ പ്രശ്നം ചർച്ച ചെയ്യാൻ ഇന്ത്യൻ അസോസിയേഷന്റെ ഒരു പ്രത്യേക യോഗം 1913 മാർച്ചിൽ. അസോസിയേഷന്റെ ക്ഷണപ്രകാരം യോഗത്തിൽ പങ്കെടുക്കാൻ ലാലാഹർദയാലെത്തി. കൂടെ ഭായി പരമാനന്ദും. യോഗം സംഘടനയുടെ പേര് ഹിന്ദി അസോസിയേഷൻ ഓഫ്

പസഫിക്ക് കോസ്റ്റ് എന്നാക്കി മാറ്റി. സായുധ വിപ്ലവത്തിലൂടെ ഇന്ത്യയെ മോചിപ്പിച്ച് ജനകീയ ഗവൺമെന്റ് സ്ഥാപിക്കുകയാണ് ലക്ഷ്യം എന്ന് പ്രഖ്യാപിച്ചു. ഗദർ എന്ന പേരിൽ ഒരു വാരിക തുടങ്ങാനും സംഘടനയുടെ ആപ്പീസ് സാൻഫ്രാൻസിസ്കോവിൽ തുറക്കാനും നിശ്ചയിച്ചു. ജനാധിപത്യ കേന്ദ്രീകരണം ഏറെക്കുറെ അടിസ്ഥാനതത്വമായി സ്വീകരിച്ച് ഒരു ഭരണഘടന അംഗീകരിച്ചു. ഒരു എക്സിക്യൂട്ടീവ് കമ്മിറ്റിയെയും അതിൽനിന്ന് മൂന്നംഗങ്ങളടങ്ങിയ ''രഹസ്യ കമ്മീഷനെ"യും തിരഞ്ഞെടുത്തു. പാർട്ടിയുടെ രഹസ്യപ്രവർത്തനങ്ങളുടെ ഉത്തരവാദിത്വവും മേൽനോട്ടവും വഹിക്കുക അതിന്റെ ചുമതല. സോഹൻസിങ് ഭക്ന ഹിന്ദി അസോസിയേഷന്റെ പ്രസിഡന്റായും രഹസ്യ കമ്മീഷൻ അംഗമായും തിരഞ്ഞെടുക്കപ്പെട്ടു. കമ്മീഷനിലെ രണ്ടംഗങ്ങൾ ലാലാ ഹർദയാലും പണ്ഡിറ്റ് കൻഷിറാമും. 1913 നവംബർ 1 ന് ഗദറിന്റെ ആദ്യലക്കം പുറത്തുവന്നു. കുറച്ചു കഴിഞ്ഞപ്പോൾ അത് പഞ്ചാബി, ഹിന്ദി, ഗുജറാത്തി എന്നീ ഭാഷകളിലും പ്രസിദ്ധീകരിച്ചു. പത്രം പുറത്തിറക്കുന്നതിൽ കർത്താർ സിങ് സരാഭാ പ്രധാന പങ്കുവഹിച്ചു. അദ്ദേഹം സോഹൻസിങ്ങിന്റെ വലംകൈ. ഹർദയാലിന്റെ ഉറുദു ലേഖനങ്ങൾ പഞ്ചാബിയിലേക്ക് തർജമ ചെയ്യാറുണ്ടായിരുന്നത് സരാഭാ. 1913 ൽ രൂപവൽക്കരിച്ച ഈ ഹിന്ദി അസോസിയേഷൻ ഓഫ് പസഫിക് കോസ്റ്റ് എന്ന സംഘടനയാണ് ഗദർ പാർട്ടി എന്ന പേരിൽ അറിയപ്പെട്ടത്.

1914 മാർച്ച് 25 ന് ലാലാ ഹർദയാൽ അറസ്റ്റിലായി. വിവരമറിഞ്ഞ് നേതാക്കൾ ഒത്തുകൂടി. അവർ ഒരു തീരുമാനമെടുത്തു. സോഹൻസിങ്ങ് ജോഷ് ജോലിയുപേക്ഷിച്ച് പാർട്ടി ആസ്ഥാനത്ത് കേന്ദ്രീകരിക്കണം. സെക്രട്ടറിയുടെ ചുമതല ഭായി സന്തോക്സിങ് ഏറ്റെടുക്കണം.

ഇന്ത്യയിലേക്ക് പോകാനും ബ്രിട്ടീഷ് ഭരണത്തെ കടപുഴക്കി എറിയാനുമുള്ള തയാറെടുപ്പുകൾ താമസിയാതെ ആരംഭിച്ചു. അമേരിക്കയുടെയും കനഡയുടെയും പല ഭാഗങ്ങളിലായി യോഗങ്ങൾ. അവയിൽ സോഹൻസിങ് സജീവ പങ്കുവഹിച്ചു. കോമഗതമാരു എന്ന കപ്പൽ ബാബാ ഗുർദിത്സിങ് വാടകക്കെടുത്തു. അത് കനഡയിലെത്തിച്ചു. സിംഗപ്പൂരിലെ ഒരു കോൺട്രാക്ടറായിരുന്നു ബാബാജി. വലിയ തുക നൽകിയാണ് ഒരു ജാപ്പനീസ് സ്ഥാപനത്തിൽനിന്ന് "കോമഗതമാരു" വാടകക്കെടുത്തത്. 1914 മെയ് 22 ന് കപ്പൽ വാങ്കോവറിലെത്തി. കരയ്ക്കടുക്കാൻ അധികൃതർ സമ്മതിച്ചില്ല. ബ്രസീലിലേക്ക് പോകാനും.

1914 ജൂലായ് 23 ന് കോമഗതമാരു ഇന്ത്യയിലേക്ക് തിരിക്കാൻ നിർബദ്ധമായി. അതിൽ ധാരാളം യാത്രക്കാരുണ്ടായിരുന്നു. അവരോട് വിപ്ലവനയം വിശദീകരിച്ചു കൊടുക്കാനുള്ള ചുമതല സോഹൻസിങ്ങിന്. 2000 കൈത്തോക്കുകൾ അതിൽ കയറ്റി. 2000 ചുറ്റ് വെടിവക്കാനുള്ള തിരകളും. സോഹൻസിങ് എത്തുന്ന വിവരം യോക്കോഹാമയിൽ പ്രൊ. ബർക്കത്തുള്ളയെ അറിയിച്ചിരുന്നു. അദ്ദേഹവും പാർട്ടി അംഗങ്ങളും സോഹൻസിങ്ങിനെ സ്വീകരിക്കാൻ തുറമുഖത്തെത്തി. ഏതാനും ദിവസം

അവിടെ തങ്ങിയതിനുശേഷം ഷാങ്ഹായിലേക്കുപോയി. അവിടെനിന്ന് ഹോങ്കോങ്ങിലേക്കും. ഹോങ്കോങ്ങിൽനിന്ന് നാംസംഗ് എന്ന കപ്പലിൽ ഇന്ത്യയിലേക്ക് തിരിച്ചു. കൽക്കത്തയിലെത്തിയപ്പോൾ കപ്പലിൽ പൊലീസ് പരിശോധന. സോഹൻസിങ്ങിനെ അറസ്റ്റുചെയ്തു. ഒപ്പം കനഡയിൽനിന്നുള്ള രണ്ട് പഞ്ചാബി യാത്രക്കാരെയും. കൽക്കത്തയിലെ കോട്വാളി പൊലീസ് സ്റ്റേഷനിലേക്കാണ് ആദ്യം കൊണ്ടുപോയത്. രണ്ടുദിവസം കഴിഞ്ഞപ്പോൾ ലുധിയാനയിലേക്കും. പഞ്ചാബിന് പുറത്തുള്ളവരെ ലുധിയാന സ്റ്റേഷനിലായിരുന്നു ചോദ്യം ചെയ്യാറുണ്ടായിരുന്നത്. പ്രാഥമികമായ ചോദ്യം ചെയ്യലിനുശേഷം കൂടെ അറസ്റ്റുചെയ്ത രണ്ടുപേരെ വിട്ടയച്ചു. സോഹൻസിങ്ങിനെ മുൾട്ടാനിലേക്കയച്ചു.

കൊലപാതകികളെ പാർപ്പിക്കുന്ന സെല്ലിലാണ് അദ്ദേഹത്തെ അടച്ചത്. ആ അന്തരീക്ഷം തന്നെ ഭീതിജനകം. അതിന് തൊട്ടുമുമ്പിലായിരുന്നു കഴുമരം. തൂക്കിക്കൊല്ലുന്നത് സെല്ലിലിരുന്നാൽ കാണാം. അദ്ദേഹമെഴുതി:

> ഈ വധം കാണുന്തോറും ഞാൻ നിർഭയനും കൂടുതൽ ധൈര്യശാലിയുമായി. എനിക്കത് ഒരു സാധാരണ സംഗതിയായി തോന്നി.

അധികാരികൾ സോഹൻസിങ്ങിനെ പ്രലോഭിപ്പിക്കാൻ നോക്കി. ഗദർ പാർട്ടിയെക്കുറിച്ചും അതിന്റെ നേതാക്കളെയും പ്രധാന പ്രവർത്തകരെയും കുറിച്ചും വിവരം തന്നാൽ മോചിപ്പിക്കാമെന്നും ആവശ്യമായ പണം നൽകാമെന്നുമായി അവർ. മനംമാറ്റാൻ അമ്മയെയും സുഹൃത്തിനെയും കൊണ്ടുവന്നു. അപ്പോൾ മകൻ അമ്മയോടു പറഞ്ഞു:

> ഒരു പ്രസ്താവന നൽകിയാൽ അമ്മയുടെ മകനായ എനിക്ക് സ്വയം രക്ഷപ്പെടാം. എന്നാൽ എന്റെ പ്രസ്താവന ഡസൻകണക്കിന് അമ്മമാരുടെ എത്രയോ മക്കളുടെ വധത്തിനിടയാക്കും. ഇത് രാജ്യത്തെയും സഖാക്കളെയും എത്രയോ അമ്മമാരെയും വഞ്ചിക്കലാണ്. ഒരിക്കലും ഞാനത് ചെയ്യില്ല. രാജ്യത്തെയും സഖാക്കളെയും വഞ്ചിക്കുന്നതിനെക്കാൾ ഞാനിഷ്ടപ്പെടുക അധികാരികൾ എന്നെ തൂക്കിക്കൊല്ലുന്നതിനെയാണ്. അമ്മേ ഞാനാരെയും വഞ്ചിക്കില്ല.

"മറ്റ് അമ്മമാരുടെ മക്കൾ കൊല്ലപ്പെട്ട് നീ രക്ഷപ്പെടണമെന്ന് എനിക്കാഗ്രഹമില്ല." ആ അമ്മ ധൈര്യത്തോടെ പറഞ്ഞു.

സോഹൻസിങ്ങിനെ മുൾട്ടാൻ ജയിലിൽനിന്ന് ട്രെയിൻമാർഗം ലാഹോറിലേക്ക് കൊണ്ടുപോയി. അദ്ദേഹത്തെ ലാഹോർ ഗൂഢാലോചനക്കേസിലുൾപ്പെടുത്തി. ലാഹോർ ജയിലിൽ അമേരിക്കയിലെയും കനഡയിലെയും പഴയ സഖാക്കളെ കണ്ടുമുട്ടി. വലിയ സന്തോഷം. ലാഹോർ ഗൂഢാലോചനക്കേസ് അതീവ സൂക്ഷ്മമായി ഒരു പഴുതും അവശേഷി

പ്പിക്കാതെ, തയ്യാറാക്കിയതായിരുന്നു. പ്രതികൾക്ക് വധശിക്ഷ നൽക ണമെന്ന ലക്ഷ്യത്തോടെ തയാറാക്കിയ കേസ്. രക്തദാഹിയായ ഒ ഡയർ ആയിരുന്നു അപ്പോഴത്തെ പഞ്ചാബ് ഗവർണർ. കേസ് അതിവേഗം പൂർത്തിയാക്കാൻ അദ്ദേഹം താൽപ്പര്യമെടുത്തു.

ഒ ഡയർ ആഗ്രഹിച്ചതുപോലെ കേസിന്റെ വിധി അതിവേഗം വന്നു. സോഹൻസിങ്ങിനെ തൂക്കിക്കൊല്ലാനും അദ്ദേഹത്തിന്റെ സ്വത്തെല്ലാം കണ്ടുകെട്ടാനും കോടതി വിധിച്ചു. മറ്റ് 24 ഗദർ വിപ്ലവകാരികളെ തൂക്കി ക്കൊല്ലാനും. വിധികേട്ട ഉടൻ ഭായി നിധാംസിങ് ചോദിച്ചു:

"ഇതാണോ താങ്കൾക്ക് തരാവുന്ന പരമാവധി ശിക്ഷ?"

ശിക്ഷയെക്കുറിച്ചറിഞ്ഞപ്പോൾ പഞ്ചാബിലും പഞ്ചാബിനു പുറത്തും വമ്പിച്ച പ്രതിഷേധം. 'നീതിയുടെമേൽ നടത്തുന്ന കൂട്ടക്കൊലയായി പത്ര ങ്ങൾ അതിനെ ചിത്രീകരിച്ചു. അഭിഭാഷകരും പ്രതിഷേധശബ്ദമുയർത്തി. അവർ നിവേദനങ്ങളുമായി അധികൃതരെ സമീപിച്ചു. അവസാനം ഹാർഡിങ് പ്രഭു ശിക്ഷ ഇളവുചെയ്തു. 7 പേരെ വധിക്കാനും മറ്റുള്ള വർക്ക് ജീവപര്യന്തവും. ഇതായിരുന്നു ഇളവുചെയ്ത നിലയിലുള്ള ശിക്ഷ. അതിനുശേഷം സോഹൻസിങ്ങിനെയും മറ്റും സെല്ലുലാർ ജയി ലിലേക്കയച്ചു.

അതോടെ വിപ്ലവകാരികളുടെ സമരം അവസാനിച്ചില്ല. പുതിയ രൂപ ത്തിൽ സമരം ആരംഭിക്കാനിരിക്കുകയായിരുന്നു. ആത്മകഥയിൽ സോഹൻസിങ് എഴുതി:

> ഒരു യഥാർഥ വിപ്ലവകാരിയെ സംബന്ധിച്ചിടത്തോളം സമരം ഒരി ക്കലും അവസാനിക്കുന്നില്ല; അയാൾ ജയിലിലായാലും പുറത്താ യാലും അയാളുടെ സമരം അടിമത്തത്തിനും അനീതിക്കും എതി രാണ്.

ജയിലിലും തങ്ങളുടെ സംഘടനാരൂപം ഗദർ വിപ്ലവകാരികൾ നില നിർത്തി. അവർ എല്ലാ തീരുമാനങ്ങളും കൂട്ടായെടുത്തു. സെല്ലുലാർ ജയി ലധികൃതർ, പ്രത്യേകിച്ചും സൂപ്രണ്ട്, തടവുകാരോട് വളരെ മോശമാ യാണ് പെരുമാറിയത്. തടവുകാരുടെ മാനുഷിക വികാരങ്ങളെല്ലാം നശി പ്പിക്കുകയായിരുന്നു ലക്ഷ്യം. തടവുകാരെക്കൊണ്ട് കഠിനമായി ജോലി ചെയ്യിച്ചു. തടവുകാരുടെ റേഷൻ ഇടയ്ക്കിടെ വെട്ടിക്കുറച്ചു. അവരെ പട്ടി ണിക്കിട്ടു. അതിനെതിരെ നിരാഹാരസമരമുൾപ്പെടെ പലതരം സമരങ്ങൾ. അവയുടെയെല്ലാം മുൻപന്തിയിൽനിന്നു സോഹൻസിങ്. അതിന്റെ ഫല മായി ചില പരിഷ്കാരങ്ങളൊക്കെ വരുത്താൻ അധികൃതർ നിർബദ്ധ രായി.

1921 മധ്യത്തിൽ തടവുകാരെ ഇന്ത്യൻ ജയിലുകളിലേക്ക് മാറ്റി. സോഹൻസിങ്ങിനെയും സഖാക്കളെയും കോയമ്പത്തൂർ ജയിലിലേ ക്കാണ് കൊണ്ടുപോയത്. അദ്ദേഹം ആ ജയിലിൽ കിടക്കുമ്പോഴാണ് മാപ്പിളത്തടവുകാർ അവിടെയെത്തിയത്. കോയമ്പത്തൂരിൽനിന്ന് യർവാദാ

ജയിലിലേക്ക് മാറ്റി. അവിടെയും തടവുകാരോട് വളരെ മോശമായ പെരുമാറ്റം. തലപ്പാവ് അഴിപ്പിച്ചു. തൊപ്പി ധരിക്കാൻ നിർബന്ധിച്ചു. ഇമ്മാതിരി പെരുമാറ്റത്തിനെതിരെ സോഹൻസിങ്ങും സഹപ്രവർത്തകരും നിരാഹാരസമരം ആരംഭിച്ചു. നിരാഹാരസമരം തുടങ്ങി ഒരു മാസത്തോളം അധികൃതർ അനങ്ങിയില്ല. അവസാനം ശിരോമണി ഗുരുദ്വാര പ്രബന്ധക്ക് കമ്മിറ്റി ഇടപെട്ടു. അത് ഗവൺമെന്റ് യന്ത്രത്തെ ചലിപ്പിച്ചു. ഗവൺമെന്റിന് തടവുകാരുടെ ആവശ്യങ്ങൾ അംഗീകരിക്കേണ്ടി വന്നു.

1928 ൽ സോഹൻസിങ്ങിനെയും ഭായി കേസർ സിങ്ങിനെയും ലാഹോർ സെൻട്രൽ ജയിലിലേക്ക് മാറ്റി. ആ ജയിലിൽ കഴിയുകയായിരുന്നു അപ്പോൾ ഭഗത്സിങ്. അദ്ദേഹത്തെ കണ്ടു. ജയിലിൽനിന്ന് പുറംലോകവുമായും ബന്ധപ്പെട്ടു. സാധാരണ നിലയിൽ ജീവപര്യന്തം 14 വർഷം. 16 വർഷത്തിനുശേഷവും ഗദർ വിപ്ലവകാരികളെ മോചിപ്പിച്ചില്ല. അവർ ജയിലിൽത്തന്നെ മരിക്കണം എന്ന് തീരുമനിച്ചതുപോലെ. അതിനെതിരെ സോഹൻസിങ് നിരാഹാരസമരം തുടങ്ങി. ദിവസം കഴിയുന്തോറും ആരോഗ്യനില മോശമായി. പുറംലോകം വിവരമറിഞ്ഞു. ഗദർ വിപ്ലവകാരികളെ മോചിപ്പിക്കണമെന്നാവശ്യപ്പെട്ട് വമ്പിച്ച പ്രക്ഷോഭം. പഞ്ചാബിലെ പത്രങ്ങൾ ഗവൺമെന്റ് നിലപാട് തുറന്നുകാട്ടി. ഗവൺമെന്റ് നയത്തിനെതിരെ ബഹുജനാഭിപ്രായമുയർത്തിക്കൊണ്ടുവരുന്നതിൽ കമ്യൂണിസ്റ്റുപാർട്ടി പ്രധാന പങ്കുവഹിച്ചു. സോഹൻസിങ്ങിനെ മയോ ആശുപത്രിയിൽ പ്രവേശിപ്പിച്ചു. നിരാഹാരസമരം 90 ദിവസം നീണ്ടു. അവസാനം നിരുപാധികം മോചിപ്പിച്ചു. പുറത്തുവന്നപ്പോൾ വീരനായകനെപ്പോലെ ജനങ്ങൾ സ്വീകരിച്ചു.

ജയിൽ മോചിതനായതിനുശേഷവും അധികാരികൾ സോഹൻസിങ്ങിനെ വെറുതെ വിടാൻ തയാറല്ലായിരുന്നു. രഹസ്യപ്പൊലീസുകാർ എവിടെയും അദ്ദേഹത്തെ പിന്തുടർന്നു. ആരോഗ്യനില മെച്ചപ്പെട്ടപ്പോൾ സജീവമായി. സഹപ്രവർത്തകരെ മോചിപ്പിക്കാൻ പ്രക്ഷോഭം ആരംഭിച്ചു. അതിനായി ഒരു കമ്മിറ്റി രൂപവൽക്കരിച്ചു. കമ്മിറ്റിയുടെ ചെയർമാൻ സോഹൻസിങ്. ശിക്ഷാവധി കഴിഞ്ഞിട്ടും തടവിൽ പാർപ്പിക്കുന്ന ഗദർ വിപ്ലവകാരികളെ മോചിപ്പിക്കുന്നതിനുള്ള പ്രക്ഷോഭം ശക്തിപ്പെട്ടു. മോചനത്തിന് ഗവൺമെന്റ് ചില ഉപാധികൾ മുമ്പോട്ടുവച്ചെങ്കിലും അതൊന്നും അംഗീകരിക്കാൻ വിപ്ലവകാരികൾ തയാറായില്ല.

ജയിലിൽ കിടക്കുമ്പോൾ സോഹൻസിങ് പുസ്തകങ്ങൾ വായിക്കുമായിരുന്നു. മാർക്സിസത്തെപ്പറ്റിയും ചില പുസ്തകങ്ങൾ വായിച്ചു. മാത്രമല്ല, ജയിലുകളിൽവെച്ച് കമ്യൂണിസ്റ്റുകാരുമായി ആശയവിനിമയം നടത്തുകയും ചെയ്തു. അതിന്റെയൊക്കെ ഫലമായി മാർക്സിസത്തിൽ ആകൃഷ്ടനായി. എങ്കിലും ജയിൽമോചിതനായ ഉടൻ കോൺഗ്രസിൽ ചേർന്നു. പ്രവിശ്യാകോൺഗ്രസ് കമ്മിറ്റിയിലേക്ക് തിരഞ്ഞെടുക്കപ്പെട്ടു. കോൺഗ്രസുകാരനെന്ന നിലയിൽ രണ്ടുതവണയായി 6 മാസം ജയിലിൽ കിട

ന്നു. എങ്കിലും ആ പാർട്ടിയിൽ തുടരാനായില്ല. അതിന്റെ കർഷക വിരുദ്ധനയത്തിൽ പ്രതിഷേധിച്ച് രാജിവെച്ചു.

കൃഷിക്കാരുടെ താൽപര്യങ്ങൾക്കുവേണ്ടി നിലകൊള്ളുന്ന അഖിലേന്ത്യാ കിസാൻസഭയിൽ അംഗമായി. അതിന്റെ സംസ്ഥാന പ്രസിഡന്റ് മുതൽ അഖിലേന്ത്യാ പ്രസിഡന്റുവരെയായി തിരഞ്ഞെടുക്കപ്പെട്ടു. നിരവധി കർഷക സമരങ്ങൾക്ക് നേതൃത്വം നൽകി. രണ്ടാംലോകമഹായുദ്ധകാലത്ത് ബനാറസിൽ ചിങ്കാരി ആപ്പീസിൽ അറസ്റ്റിലായി. കിസാൻസഭാ യോഗത്തിൽ പ്രസംഗിക്കാൻ അങ്ങോട്ട് പോയതായിരുന്നു. ഇത്തവണ ദേവലി ക്യാമ്പിലാണ് പാർപ്പിച്ചത്. അവിടെ സഹതടവുകാരായി ധാരാളം കമ്യൂണിസ്റ്റുകാരുണ്ടായിരുന്നു. ബി ടി ആർ, സെഡ് എ അഹമ്മദ്, ഘാട്ടെ, രാഹുൽ സാംകൃത്യായൻ, സോഹൻ സിങ് ജോഷ് തുടങ്ങിയവർ. ഇവിടെവെച്ചാണ് ശരിക്കും കമ്യൂണിസ്റ്റായത്. ഈ ക്യാമ്പിൽ മോശമായ പെരുമാറ്റത്തിനെതിരെ നിരാഹാരം. സോഹൻ സിങ്ങും അതിൽ പങ്കെടുത്തു. ബാബാമാരുടെ അച്ചടക്കം എല്ലാവരെയും അത്ഭുതപ്പെടുത്തി. നിരാഹാരസമരം അവസാനിപ്പിക്കുന്നതിൽ എൻ എം ജോഷി സുപ്രധാന പങ്കുവഹിച്ചു.

സോഹൻസിങ് ദേവലി ക്യാമ്പിൽ കഴിയുന്ന കാലത്ത് ഭക്നയിൽ അഖിലേന്ത്യാ കിസാൻസഭാ സമ്മേളനം. 1943 ഏപ്രിൽ 2 ന് സമ്മേളനം തുടങ്ങുന്നതിനുമുമ്പായി അദ്ദേഹം ജയിൽ മോചിതനായി അവിടെ എത്തി. വീരോചിതമായ സ്വീകരണം. 1943 ൽ ബോംബെയിൽ നടന്ന കമ്യൂണിസ്റ്റുപാർട്ടിയുടെ ആദ്യത്തെ കോൺഗ്രസിലും പങ്കെടുത്തു.

സ്വാതന്ത്ര്യലബ്ധിക്കുശേഷവും ഒട്ടേറെ സമരങ്ങൾക്ക് നേതൃത്വം നൽകി ഈ വിപ്ലവകാരി. പലതവണ ജയിൽവാസവും വരിച്ചു. 1968 ഡിസംബർ 20 ന് അന്തരിച്ചു.

എ ബാലസുബ്രഹ്മണ്യം

1917 - 1981

തമിഴ്നാട്ടിൽ കമ്യൂണിസ്റ്റുപ്രസ്ഥാനത്തിന്റെ ആദ്യകാല നേതാക്കളിലൊരാളായിരുന്നു എ ബാലസുബ്രഹ്മണ്യം. തുടക്കംമുതൽ ട്രേഡ് യൂണിയൻരംഗത്ത് കേന്ദ്രീകരിച്ചു പ്രവർത്തിച്ച അദ്ദേഹം നല്ലൊരു ട്രേഡ് യൂണിയനിസ്റ്റ് എന്ന നിലയിലും അറിയപ്പെട്ടു. സ്വാതന്ത്ര്യസമരസേനാനി കൂടിയായിരുന്നു.

സഖാക്കളും സുഹൃത്തുക്കളും എ ബി എന്ന രണ്ടക്ഷരത്തിൽ വിളിച്ച എ ബാലസുബ്രഹ്മണ്യം 1917 ഒക്ടോബർ 21–ന് ജനിച്ചു. അണ്ണാമല യൂണിവേഴ്സിറ്റിയിൽ നിന്ന് ബിരുദം നേടിയതിനുശേഷം ലോകോളേജിൽനിന്ന് നിയമബിരുദം കരസ്ഥമാക്കി. ദിണ്ടിക്കലിൽ അഭിഭാഷകനായി ജീവിതവൃത്തിതുടങ്ങി.

വിദ്യാർഥിജീവിതകാലത്ത് ഇടതുപക്ഷപ്രസ്ഥാനത്തിൽ ആകൃഷ്ടനായി. വിദ്യാർഥിപ്രവർത്തനങ്ങളിൽ സജീവം ഏർപ്പെട്ടു. അഭിഭാഷകനായപ്പോൾ അദ്ദേഹത്തിന്റെ ശ്രദ്ധ ട്രേഡ് യൂണിയൻരംഗത്തേക്കു തിരിഞ്ഞു. ദിണ്ടിക്കലിൽ പലവിഭാഗങ്ങളിലുംപെട്ട തൊഴിലാളികളെ സംഘടിപ്പിച്ചു. ദിണ്ടിക്കൽ ടാനറി വർക്കേഴ്സ് യൂണിയന്റെ സ്ഥാപകനേതാക്കളിലൊരാളായി.

1943ൽ കമ്യൂണിസ്റ്റുപാർട്ടിയിൽ ചേർന്നു. 1946–ലെ പ്രസിദ്ധമായ റെയിൽവേ പണിമുടക്കിനോടനുബന്ധിച്ച് അറസ്റ്റിലായി. അടുത്തവർഷം മധുരയിലെ ടി വി എസ് തൊഴിലാളികളുടെ പണിമുടക്കിനോടനുബന്ധിച്ചും അറസ്റ്റുചെയ്യപ്പെട്ടു. ജയിൽമോചിതനായ ഉടൻ പൊതുസുരക്ഷാ

നിയമപ്രകാരം തടവിലായി. 1947 ആഗസ്ത് 15–ന് സ്വാതന്ത്ര്യം ലഭിക്കുന്നതിന്റെ രണ്ടുദിവസം മുമ്പാണ് മോചിപ്പിച്ചത്.

1948–ൽ കൽക്കത്തയിൽ നടന്ന രണ്ടാം കോൺഗ്രസിനെത്തുടർന്ന് കമ്യൂണിസ്റ്റുപാർട്ടി നിരോധിക്കപ്പെട്ടുവല്ലോ. ഗവൺമെന്റ് അദ്ദേഹത്തെ അറസ്റ്റുചെയ്തു. ഏതാനുംമാസം തടവറയിൽ കിടക്കേണ്ടിവന്നു. തന്നെ തടവിലാക്കിയതിനെ ചോദ്യം ചെയ്തുകൊണ്ട് അദ്ദേഹം മദിരാശി ഹൈക്കോടതിയിൽ ഒരു ഹേബിയസ് കോർപ്പസ് ഹർജി സമർപ്പിച്ചു. അതിനെത്തുടർന്ന് ജയിൽമോചിതനായി. തന്നെ സ്വതന്ത്രമായി പ്രവർത്തിക്കാൻ അനുവദിക്കുകയില്ലെന്ന് അദ്ദേഹത്തിന് അറിയാമായിരുന്നു. അതുകൊണ്ട് അദ്ദേഹം ഒളിവിൽപ്പോയി. 1951 അവസാനംവരെ ഒളിവിൽ കഴിയാൻ നിർബന്ധിതനായി.

പിന്നെയും പലതവണ അറസ്റ്റിലായിട്ടുണ്ട്. 1962–ൽ ഇന്ത്യാ–ചൈനാ അതിർത്തിസംഘട്ടനത്തിന്റെ പശ്ചാത്തലത്തിൽ ഗവൺമെന്റ് കമ്യൂണിസ്റ്റുപാർട്ടി നേതാക്കളെ വ്യാപകമായി വേട്ടയാടുകയുണ്ടായല്ലോ. അതിൽ എ ബിയും പെട്ടു. ഒമ്പതുമാസം ജയിലിൽ കിടന്നു. സി പി ഐ (എം) രൂപം കൊണ്ട ഉടൻ അതിന്റെ നേതാക്കളെയും പ്രവർത്തകരെയും കൂട്ടത്തോടെ തടവിലാക്കിയപ്പോൾ അതിൽനിന്ന് എ ബിയും ഒഴിവായില്ല. അപ്പോൾ (1965–66) അദ്ദേഹത്തിന് ഒന്നരവർഷം ജയിലിൽ കിടക്കേണ്ടിവന്നു. അടിയന്തരാവസ്ഥക്കാലത്ത് അദ്ദേഹത്തെ അറസ്റ്റുചെയ്യുന്നതിന് വാറണ്ടുണ്ടായിരുന്നു. അതുകൊണ്ട് അക്കാലംമുഴുവൻ ഒളിവുപ്രവർത്തനം നടത്തേണ്ടിവന്നു.

അവിഭക്ത കമ്യൂണിസ്റ്റുപാർട്ടിയുടെ ശക്തികേന്ദ്രമായിരുന്നു മധുര. തൊഴിലാളി–കർഷകസമരങ്ങളിലൂടെയാണ് അവിടെ പാർട്ടി വളർന്നുവന്നത്. ആ ജില്ലയിൽ പാർട്ടി വളർത്തിയെടുത്തതിൽ എ ബിക്ക് നല്ല പങ്കുണ്ട്. 1956–ൽ അദ്ദേഹം ആ ജില്ലയുടെ പാർട്ടി സെക്രട്ടറിയായി. പാർട്ടി സംസ്ഥാന സെക്രട്ടേറിയറ്റ് അംഗവുമായി. പാർട്ടിക്കകത്ത് നടന്ന ആശയസമരത്തിൽ റിവിഷനിസത്തിനെതിരെ ശക്തമായ നിലപാട് കൈക്കൊണ്ടു. പാർട്ടി രണ്ടായപ്പോൾ സി പി ഐ (എം) ന്റെ കൂടെനിന്നു. സി പി ഐ (എം) കേന്ദ്രകമ്മിറ്റി അംഗമായി തിരഞ്ഞെടുക്കപ്പെട്ട അദ്ദേഹം 1972–ൽ തമിഴ്നാട് സെക്രട്ടറിയായി. എട്ട്, ഒമ്പത്, പത്ത് കോൺഗ്രസുകൾ അദ്ദേഹത്തെ കേന്ദ്രകമ്മിറ്റിയിലേക്ക് തെരഞ്ഞെടുത്തു. 1978–ലെ ജലന്ധർ കോൺഗ്രസ് പൊളിറ്റ് ബ്യൂറോവിലേക്കും തെരഞ്ഞെടുത്തു. 1981 സെപ്തംബർ 5–ന് അന്തരിക്കുന്നതുവരെ തൽസ്ഥാനത്ത് തുടർന്നു.

തൊഴിലാളികളെ സംഘടിപ്പിച്ചുകൊണ്ട് രാഷ്ട്രീയപ്രവർത്തനം തുടങ്ങിയ എ ബി ജീവിതം മുഴുവൻ ട്രേഡ് യൂണിയൻരംഗത്ത് ശ്രദ്ധ പതിപ്പിച്ചു. തമിഴ്നാട്ടിൽ എ ഐ ടി യു സിയുടെ നേതൃത്വനിരയിൽ ഉണ്ടായിരുന്ന അദ്ദേഹം സി ഐ ടി യു രൂപംകൊണ്ടപ്പോൾ അതിന്റെ നേതാക്കളിലൊരാളായി. അന്തരിക്കുമ്പോൾ സി ഐ ടി യു പ്രവർത്തകസമിതി അംഗമായിരുന്നു.

മാർക്സിസം–ലെനിനിസത്തിൽ അവഗാഹം നേടിയ എ ബി പാർട്ടി കേഡർമാരെയും സഖാക്കളെയും വിദ്യാഭ്യാസം ചെയ്യിക്കുന്നതിൽ പ്രധാന പങ്കുവഹിച്ചു. നല്ലൊരു വാഗ്മിയായിരുന്ന എ ബി അറിയപ്പെടുന്ന പാർലമെന്റേറിയനുമായിരുന്നു.1967–71 കാലത്ത് മദിരാശി നിയമസഭാംഗമായി സേവനമനുഷ്ഠിച്ചു.

ബിനോയ് ചൗധരി

1911 - 2000

ബംഗാളിലെ ആദ്യകാല കമ്യൂണിസ്റ്റ് നേതാക്കളിൽ പലരും ഏതെങ്കിലും ഒരു പ്രത്യേക ബഹുജനമുന്നണിയിൽ മാത്രമായി തങ്ങളുടെ പ്രവർത്തനം ഒതുക്കിനിർത്തിയില്ല. ഒരേസമയം പല മുന്നണികളിലും അവർ പ്രവർത്തിച്ചു. 2000 മെയ് 7 ന് അന്തരിച്ച ബിനോയ് കൃഷൻചൗധരിയും അങ്ങനെതന്നെ. തന്റെ രാഷ്ട്രീയ ജീവിതത്തിന്റെ ആദ്യകാലത്ത് അദ്ദേഹം പ്രവർത്തിച്ചത് ട്രേഡ് യൂണിയൻ രംഗത്ത് തന്റേതായ വ്യക്തിമുദ്ര പതിച്ചു. പിന്നീട് കർഷകരംഗത്ത് ശ്രദ്ധ കേന്ദ്രീകരിച്ചു. അപ്പോൾ കർഷക നേതാവെന്ന നിലയിൽ പ്രസിദ്ധിനേടി. ദീർഘകാലം മന്ത്രിയായപ്പോൾ നല്ല ഭരണാധികാരിയെന്ന നിലയിലും പേരെടുത്തു.

1911 ജനുവരി 14 ന് ജനിച്ചു. ജനനം ഷുത്രയിൽ. അമ്മാവന്റെ വീട്ടിലായിരുന്നുവെങ്കിലും വളർന്നത് മാന്തശ്വർ പൊലീസ് സ്റ്റേഷൻ അതിർത്തിയിൽപ്പെട്ട സിഹിഗ്രാമിൽ. അച്ഛൻ ഗിരീന്ദ്രനാഥ് ചൗധരി. അമ്മ വിലാസിനി ചൗധരി. അച്ഛൻ ബർദ്വാൻ കോടതിയിലെ സ്റ്റാമ്പ് വെണ്ടർ. ധാരാളം ഭൂസ്വത്തുമുണ്ടായിരുന്നു. 1921 ൽ ജോലി ഉപേക്ഷിച്ച് അയൽഗ്രാമമായ ത്ധപന്തലയിൽ പലചരക്കുകട തുടങ്ങി. തികഞ്ഞ ദേശാഭിമാനിയായിരുന്ന അദ്ദേഹം നിസഹകരണപ്രസ്ഥാനത്തിന്റെ സ്വാധീനം മൂലമായിരിക്കണം ജോലി ഉപേക്ഷിച്ചതെന്ന് കരുതപ്പെടുന്നു. അമ്മാമൻ ഈസ്റ്റ് ഇന്ത്യൻ റെയിലവേയിലെ ട്രെയിൻഗാർഡ്. 1920 ലെ ഇ ഐ ആർ പണിമുടക്കിൽ പങ്കെടുത്തതിന് പിരിച്ചുവിടപ്പെട്ടു. അതിനുശേഷം കൽക്കത്തേയിലെ ബുരാബസാറിൽ ബിസിനസ് തുടങ്ങി.

ബിനോയ്ദായ്ക്ക് കേവലം 13 വയസുള്ളപ്പോൾ പിതാവ് മരിച്ചു. നിവരൺ ഘട്ടക്കുമായി പരിചയത്തിലായിരുന്നു അച്ഛന്റെ മൂത്ത സഹോദരൻ. ഷിയർഷോൾ സ്കൂളിൽ കാസി നസ്രുൽ ഇസ്ലാമിന്റെ അധ്യാപകനായിരുന്നു ഘട്ടക്ക്. അദ്ദേഹമാണ് നസ്രുലിനെ വിപ്ലവ രാഷ്ട്രീയത്തിലേക്ക് ആനയിച്ചത്. കൈത്തോക്ക് കൈവശം വെച്ചതിന് രണ്ടു വർഷം ജയിലിൽ കിടന്ന ദുക്കരി ബാലാദേവി ഘട്ടക്കിന്റെ അമ്മായി ആയിരുന്നു. 1915 ൽ ബിനോയ്ദായിടെ ഒരു ബന്ധു പഞ്ചാനൻചൗധരി വിപ്ലവപ്രസ്ഥാനവുമായി ബന്ധപ്പെട്ടതിന്റെ പേരിൽ വിചാരണകൂടാതെ തടവിലായി. ഇതൊക്കെ ആ ബാലമനസിൽ പതിഞ്ഞിരിക്കണം.

1920 ൽ ബർദ്വാൻ പട്ടണത്തിലെ മുനിസിപ്പൽ ഹൈസ്കൂളിൽ ചേർന്നു. അതേ വരെ ഗ്രാമംതന്നെയായിരുന്നു ലോകം. വളരം അപൂർവമായി മാത്രമേ ബർദ്വാൻ പട്ടണത്തിൽ പോയിരുന്നുള്ളൂ. ബർദ്വാനിൽ ചേർന്നപ്പോൾ വീട് അവിടേക്ക് മാറ്റി. പ്രധാന തെരുവിനടുത്തായിരുന്നു വീട്. ഒരൊറ്റ മിനുട്ട് നടന്നാൽ പ്രധാന തെരുവായി. അതിനാൽ പട്ടണത്തിൽ നടക്കുന്ന ഓരോ സംഭവവും അതിവേഗം അറിയും. അങ്ങനെയാണ് തിലകൻ മരിച്ച വിവരം അറിഞ്ഞത്. അനുശോചനം പ്രകടിപ്പിക്കാൻ മൗനജാഥ പോകുന്നത് വീടിന്റെ മുകളിൽ നിന്ന് കണ്ടു. അപ്പോൾ അതിൽ പങ്കെടുക്കണമെന്ന് മോഹം. ജാഥയിൽ ചേർന്ന് ടൗൺഹാൾവരെ പോയി. തിലകൻ ആരാണെന്ന് അറിയുമായിരുന്നില്ല. എങ്കിലും പോയി എന്നുമാത്രം. ഖിലാഫത്ത് പ്രസ്ഥാനത്തെക്കുറിച്ചും നിസഹകരണ പ്രസ്ഥാനത്തെക്കുറിച്ചും കേട്ടിരുന്നു. അവ എന്താണെന്നതിനെക്കുറിച്ച് വ്യക്തമായ യാതൊരു അറിവും ഉണ്ടായിരുന്നില്ല. 1921-22 കാലത്ത് കാളിതലയിലെ തുറന്ന് സ്ഥലത്ത് പതിവായി യോഗങ്ങൾ നടക്കും. യോഗങ്ങൾക്കുമുമ്പ് നോട്ടീസ് വിതരണം ചെയ്യും. ബിനോയ്ദാ അവ കരസ്ഥമാക്കും. കമ്പോടുകമ്പ് വായിക്കും. ക്രമേണ യോഗങ്ങളിൽ പങ്കെടുത്ത് തുടങ്ങി. യോഗങ്ങളിൽ നടക്കാറുള്ള പ്രസംഗങ്ങളുടെ അർഥം പൂർണമായി മനസിലായില്ലെങ്കിലും രാജ്യത്തെ സ്വതന്ത്രമാക്കുന്നതിന് എന്തെല്ലാമോ വലിയ കാര്യങ്ങൾ നടക്കുകയാണെന്ന് മനസിലായി. യാചകർ വീടുതോറും കയറിയിറങ്ങുന്ന പതിവുണ്ട്. അങ്ങനെ കയറിയിറങ്ങുമ്പോൾ ചിലർ പാട്ടുപാടും. ഒരിക്കൽ ഖുദ്ദിറാം ബോസിനെപ്പറ്റിയുള്ള ഗാനം ഒരു യാചകൻ ഈണത്തിൽ പാടുന്നത് കേട്ടു. അത് ബിനോയ്ദായെ ആവേശം കൊള്ളിച്ചു.

പന്ത്രണ്ടോ പതിമൂന്നോ വയസായിക്കാണും. വീട്ടിലെ ഒരു മൂലക്ക് ഒരു വലിയ മരപ്പെട്ടി ഇരിക്കുന്നത് നേരത്തേ കണ്ടതാണെങ്കിലും തുറന്നുനോക്കണമെന്ന് ആഗ്രഹം. തുറന്നുനോക്കിയപ്പോൾ അതുനിറയെ പുസ്തകങ്ങൾ. മിക്കതും അമ്മാവന്മാർ പഠിക്കുമ്പോൾ ഉപയോഗിച്ച ടെക്സ് പുസ്തകങ്ങൾ.കൂട്ടത്തിൽ മസീനിയുടെയും ഗാരിബാൾഡിയുടെയും ജീവചരിത്ര ഗ്രന്ഥങ്ങൾ. ഇതേ സ്വഭാവമുള്ള വേറെയും ചില പുസ്തകങ്ങളുണ്ടായിരുന്നു. ഈ പുസ്തകങ്ങൾ സ്കൂളിലേക്ക്

ബിനോയ് ചൗധരി, വി എസ് അച്യുതാനന്ദൻ, ജ്യോതിബസു തുടങ്ങിയവർ

കൊണ്ടുപോകും. ഒഴിവുവേളകളിൽ വായിക്കും. ക്രമേണ ഇത്തരം പുസ്തകങ്ങൾ വായിക്കാനുള്ള താൽപ്പര്യം വളർന്നു. ഇതിനിടയിൽ രവീന്ദ്രനാഥ ടാഗോറിന്റെ ലയനിക് കിട്ടി വായിക്കാൻ. നസ്രൂലിന്റെ സഞ്ചിതയും റാണപ്രതാപിനെക്കുറിച്ചുള്ള കഥയും രജപുത്രരുടെ വീരസാഹസിക കഥകളും വായിച്ചു.

ഈ സമയമായപ്പോഴേക്ക് രാഷ്ട്രീയത്തിൽ താൽപ്പര്യം ജനിച്ചു. രാജ്യത്തെ മോചിപ്പിക്കുന്നതിനുള്ള പ്രവർത്തനങ്ങളിൽ വ്യാപൃതനാകണമെന്ന് തീരുമാനിച്ചു. തന്റെ സഹപാഠി സരോജ് മുഖർജിയും ഇതേ തീരുമാനത്തിൽ എത്തി. ഈ ഘട്ടത്തിൽ പതിവായി കായികാഭ്യാസം നടത്തി. സ്പോർട്സിലും ഗെയിംസിലും സജീവം പങ്കെടുത്തു. സൈക്കിൾ സവാരി പഠിച്ചു. കുതിര സവാരിയും.

വീട്ടിൽ രണ്ട് പ്രസിദ്ധീകരണങ്ങൾ മുടങ്ങാതെ വരുത്തി, *ഭാരത വർഷയും പ്രവാസിയും*. രണ്ടാമത്തേത് ഉയർന്ന നിലവാരം പുലർത്തി. അതിൽ വരുന്ന എല്ലാ ലേഖനങ്ങളും വായിക്കും. അതിനുപുറമെ രാജ് പബ്ലിക് ലൈബ്രറിയിൽ പതിവായി പോകും. അവിടെനിന്ന് പുസ്തകമെടുത്ത് വായിക്കും. *രജപുത് ജീവൻസന്ധ്യ, മഹാരാഷ്ട്ര ജീവൻ പ്രഭാത്* എന്നിവ അങ്ങനെ വായിച്ച പുസ്തകങ്ങൾ. രണ്ടും എഴുതിയത് ആർ സി ദത്ത്. ശിവജിയുടെ വീരസാഹസിക കൃത്യം വല്ലാതെ ആകർഷിച്ചു. അദ്ദേഹത്തിന്റെ കഥ വായിച്ചു തീർന്നപ്പോൾ ഒരു മോഹം. സാന്താൾമാരെ ചേർത്ത് ഒരു സൈന്യം രൂപവൽക്കരിച്ച് ബ്രിട്ടീഷുകാർക്കെതിരെ പോരാടണം. ഈ ലക്ഷ്യം വെച്ച് രണ്ടു തവണ വീട്ടിൽ

നിന്ന് ഒളിച്ചോടി. 1925 ലും 1926 ലും. ആദ്യതവണ പാണാഗാർ, ഈലം ബസാർ, ബോൽപ്പൂർ എന്നിവിടങ്ങളിലൂടെ കടന്നുപോകുന്ന റോഡിന് ഇരുവശത്തുമുള്ള നിബിഢവനങ്ങളിൽ പാർക്കുന്ന സാന്താൾമാർക്കിടയിൽ പ്രവർത്തിച്ചു. രണ്ടാം തവണ മധുപ്പൂരിലെ സാന്താൾമാർക്കിടയിലാണ് പ്രവർത്തിച്ചത്. മധുപ്പൂരിലായിരിക്കെ ഗാന്ധിജിയെ ഒരു നോക്കു കാണാനിടയായി.

1924–25 കാലത്ത് ബർദ്വാനിൽ ഇടയ്ക്കിടെ യോഗങ്ങൾ. ഒരു പ്രത്യേക സ്ഥലത്തല്ല, പലസ്ഥലത്ത്. 1924 മധ്യത്തിൽ ടൗൺഹാളിനടുത്ത ഗ്രൗണ്ടിൽ പൊതുയോഗം. പ്രധാന പ്രഭാഷകൻ ചിത്തരഞ്ജൻദാസ്. രാജ്യത്തിന്റെ സ്വാതന്ത്ര്യത്തിനുവേണ്ടി പ്രവർത്തിക്കാൻ ജനങ്ങളെ പൊതുവിലും വിദ്യാർഥികളെയും യുവാക്കളെയും വിശേഷിച്ചും അദ്ദേഹം ആഹ്വാനം ചെയ്തു. യോഗത്തിൽ ബിനോയ്റായും സരോജ്ദായും പങ്കെടുത്തിരുന്നു. ചിത്തരഞ്ജൻ ദാസിന്റെ പ്രസംഗം അവരെ ആഴത്തിൽ സ്വാധീനിച്ചു. രാജ്യത്തിന്റെ മോചനത്തിനായി പ്രവർത്തിക്കണമെന്ന ബോധം അവരിൽ വളർത്താൻ പ്രസംഗം സഹായിച്ചു. നേരത്തേ ആ ബോധം ഉണ്ടായിരുന്ന ബിനേയിറായിലും സരോജ്ദായിലും ആ ബോധം കുറെക്കൂടി വളർന്നു. അവർ സാമൂഹികസേവന പ്രവർത്തനങ്ങളിൽ വ്യാപൃതരാവാൻ തുടങ്ങി. അവശരും ആലംബഹീനരുമായ രോഗികളെ ആശുപത്രികളിലെത്തിക്കുക. ആരോരുമില്ലാത്തവരുടെ ശവസംസ്കാരത്തിന് സഹായിക്കുക തുടങ്ങിയ അവരുടെ പ്രവർത്തനങ്ങൾ ജനങ്ങളിൽ മതിപ്പുളവാക്കി. വിവരമറിഞ്ഞ് ചുറ്റുപാടുമുള്ള ആളുകൾ സഹായത്തിനായി ഇരുവരേയും സമീപിക്കാൻ തുടങ്ങി. സ്വത്തുസംബന്ധമായും അതിർത്തി സംബന്ധമായും മറ്റുമുള്ള തർക്കങ്ങൾക്ക് അവരെ മധ്യസ്ഥന്മാരായി ആളുകൾ സ്വീകരിച്ചു. ഈ പ്രവർത്തനങ്ങളൊക്കെ നടത്തുമ്പോഴും വായന മുടങ്ങാതെ തുടർന്നു. ഇക്കാലത്താണ് ഐറിഷ് വിപ്ലവകാരികളുടെ കഥ വായിച്ചുതീർത്തത്. ഉപേന്ദ്രനാഥ് ബന്ദ്യോപാധ്യായയുടെ *നിർബന്ധിതർ* ആത്മകഥ വായിച്ചുതീർത്തതും ഇക്കാലത്തുതന്നെ.

1920 ൽ ബർദ്വാൻ സ്കൂളിൽ ചേർന്ന വിവരം പറഞ്ഞുവല്ലോ. അത് അക്കാലത്തെ വളരെ വലിയ സ്കൂളുകളിലൊന്നായിരുന്നു. 1855 ൽ സ്ഥാപിച്ചതാണ്. ആ സ്കൂളിൽ നിന്ന് 1928 ൽ മെട്രിക്കുലേഷൻ പരീക്ഷ പാസായി. രണ്ടു വിഷയങ്ങളിൽ 75 ശതമാനത്തിലധികം മാർക്ക്; സരോജ്ദായ്ക്ക് മൂന്നു വിഷയങ്ങളിലും. ഇന്റർമീഡിയറ്റ് കോഴ്സിനു ശാസ്ത്ര വിഷയമെടുക്കാൻ തീരുമാനിച്ചു. അങ്ങനെയാണ് സെറാമ്പൂരിലെ ബാപ്റ്റിസ്റ്റ് മിഷൻ കോളേജിൽ ചേർന്നത്. ബിനോദ്റായും അദ്ദേഹത്തിന്റെ രണ്ടാമത്തെ മൂത്തഹോദരനും കോളേജ് ഹോസ്റ്റലിൽ താമസമാക്കി. സരോജ്ദാ ആർ എൽ ബോർഡിങ്ങ് സ്കൂളിൽ ചേരാനാണ് തീരുമാനിച്ചത്.

സെറാമ്പൂർ കോളേജിൽ ചേർന്ന് രണ്ട് മാസം കഴിഞ്ഞപ്പോൾ കോളേജിലെ വിദ്യാർഥി കാളിദാസ് മുഖർജി വഴി പാഞ്ചുഗോപാൽ ഭാദു

രിയുമായി പരിചയത്തിലായി. പിന്നീട് ഒന്നോ രണ്ടോ മാസം കൂടി കഴിഞ്ഞപ്പോൾ ബിനോയ്ദാ ജുഗാന്തർ പാർട്ടിയിൽ അംഗമായി. 1928 അവസാനം ബിപിൻ ബിഹാരി ഗാംഗുലി ജയിൽവിമുക്തനായി. അദ്ദേഹത്തെ ചെന്നു കണ്ടു.താമസിയാതെ ജ്യോതിഷ്ദാ, അമർദാ തുടങ്ങിയവരുമായു പരിചയത്തിലായി. ആർ എൽ ബോർഡിങ്ങ് ഹൗസിൽ താമസമാക്കിയ പഞ്ചാനൻ ബസുവുമായി അടുത്തു. അതുല്യഘോഷുമായും പരിചയത്തിലായി.

1928 ഡിസംബറിൽ കോൺഗ്രസ് സമ്മേളനം നടക്കാനിരിക്കുകയായിരുന്നു കൽക്കത്തയിൽ. പൂർണ സ്വാതന്ത്ര്യമോ ഡൊമീനിയൻ പദവിയോ എന്നതിനെച്ചൊല്ലി കോൺഗ്രസിനകത്ത് അഭിപ്രായവ്യത്യാസം. സമ്മേളനത്തിന് രണ്ടുമാസം മുമ്പ് യുവജന–വിദ്യാർഥി സമ്മേളനങ്ങൾ. ഡൊമീനിയൻ പദവി ലക്ഷ്യമായി അംഗീകരിക്കുന്നതും മോത്തിലാൽ നെഹ്റു കമ്മിറ്റി തയ്യാറാക്കിയതുമായ കരടുരേഖ അംഗീകരിക്കണോ വേണ്ടയോ എന്നതിനെച്ചൊല്ലിയുള്ള ചർച്ച ഈ സമ്മേളനത്തിൽ നടന്നു. ഹൂഗ്ലി ജില്ലാ വിദ്യാർഥി സമ്മേളനം ചിൻസുരയിൽ. സുഭാഷ് ചന്ദ്രബോസിന്റെ അധ്യക്ഷതയിൽ ചേർന്ന സമ്മേളനത്തിൽ പൂർണ സ്വാതന്ത്ര്യത്തിന് അനുകൂലമായി ബിനോയ്ദാ സംസാരിച്ചു. സമ്മേളനം കഴിഞ്ഞപ്പോൾ ഭൂപേന്ദ്രനാഥ് ദത്ത പുറത്തുതട്ടി അഭിനന്ദിച്ചു.

അക്കാലത്ത് വിദ്യാർഥികൾക്കിടയിൽ സജീവമായി പ്രവർത്തിച്ച സംഘടനയായിരുന്നു ഓൾ ബംഗാൾ സ്റ്റുഡന്റ്സ് അസോസിയേഷൻ. അതുമായി ബന്ധപ്പെട്ടു. എന്നല്ല, അതിന്റെ പ്രവർത്തനങ്ങളിൽ സജീവമായി പങ്കുകൊണ്ടു. ഇതേകാലത്തുതന്നെ, ജർമനിയിൽ ആരംഭിച്ച വാണ്ടർ വോഗൽ പ്രസ്ഥാനത്തിൽ നിന്ന് ആവേശമുൾക്കൊണ്ടു. ഏതെങ്കിലും ഗ്രാമത്തിൽ പോയി ഏതാനും ദിവസം താമസിച്ച് പ്രവർത്തനം നടത്തണമെന്ന് മോഹം. ഹട്ഗോവിന്ദപ്പൂരിലേക്കുപോയി. തിരിച്ച് ബർദ്വാനിലെത്തിയപ്പോൾ ഫഖീർറോയ് ബർദ്വാനിൽ വിദ്യാർഥിസമ്മേളനം വിളിച്ചുകൂട്ടിയതായി അറിഞ്ഞു. അത് വിജയിപ്പിക്കുന്ന പ്രവർത്തനങ്ങളിൽ മുഴുകി. ജില്ലയിലെ വിവിധ ഭാഗങ്ങളിലുള്ള വിദ്യാർഥികളുമായി പരിചയപ്പെടാൻ അവസരം ലഭിച്ചു.

1930 ജനുവരി 26 വന്നെത്തി. അപ്പോൾ ഫൈനൽ പരീക്ഷയ്ക്ക് തയാറെടുക്കുകയായിരുന്നു. പൂർണ സ്വാതന്ത്ര്യത്തിനുവേണ്ടി പോരാടുമെന്ന് എല്ലായിടത്തും പ്രതിജ്ഞയെടുക്കൽ. മറ്റു വിദ്യാർഥികളെ വിളിച്ചുകൂട്ടി ഹോസ്റ്റലിനുമുകളിൽ പതാക ഉയർത്തി, സ്വാതന്ത്ര്യദിന പ്രതിജ്ഞയെടുത്തു.

1930 മാർച്ചിൽ ഫൈനൽ പരീക്ഷ കഴിഞ്ഞു. അതിനിടയിൽ ഉപ്പുനിയമം ലംഘിക്കുന്നതാണെന്ന ഗാന്ധിജിയുടെ പ്രഖ്യാപനവും വന്നു. ഏപ്രിലിൽ പ്രസിദ്ധമായ ദണ്ഡിയാത്ര. ജുഗാന്തറും അനുശീലനും നിയമംഘന പ്രസ്ഥാനത്തിൽ പങ്കെടുക്കാൻ തീരുമാനിച്ചു. ബിനോയ്ദായും നിയമം ലംഘിക്കണമെന്ന് തീർച്ചപ്പെടുത്തി. അദ്ദേഹം എഴുതി.

ഷെഡ്യൂൾപ്രകാരം ഉപ്പുനിയമം ലംഘിക്കുന്നതിന് അടുത്തത് എന്റെ ഊഴമായി. ഞാൻ നിയമം ലംഘിക്കാൻ പോവുകയാണെന്ന കത്ത് സരോജ് ജില്ലാ മജിസ്ട്രേട്ടിനു കൈമാറുക.തുടർന്ന് ബർദ്വാൻ വിട്ട് അസൻസോളിലേക്ക് പോവുക, ആ പട്ടണത്തിലെ പ്രവർത്തനത്തിന്റെ ചുമതല ഏറ്റെടുത്ത് അവിടെ താമസിക്കുക– ഇങ്ങനെയാണ് പരിപാടി ആസൂത്രണം ചെയ്തത്. കുറുക്കിയ. ഉപ്പുവിറ്റുകൊണ്ട് മെയിൻറോഡുവഴി ബുരാബസാറിന്റെ ഭാഗത്തേക്കു ഞാൻ നീങ്ങി. ആദ്യദിവസം പൊലീസ് അറസ്റ്റ് ചെയ്തില്ല. ഏതാനും ദിവസം കഴിഞ്ഞ് കോളേജ് ഗേറ്റ് പിക്കറ്റുചെയ്യുമ്പോൾ ഞാൻ അറസ്റ്റിലായി. ആറ് മാസത്തെ തടവുശിക്ഷ വിധിച്ച് എന്നെ ബർദ്വാന് ജയിലിലേക്കയച്ചു.

ജയിലിൽ ഹരേകൃഷ്ണ കോനാറും മറ്റും ഉണ്ടായിരുന്നു. 1931 മാർച്ചിൽ ഗാന്ധി– ഇർവിൻ കരാർ. അതിനെതുടർന്ന് ജയിൽ മോചിതനായപ്പോൾ നേരെ വീട്ടിലേക്കു മടങ്ങേണ്ടതില്ലെന്നു തീരുമാനിച്ചു. ഏതെങ്കിലും ഒരു പ്രത്യേക കേന്ദ്രത്തിൽ ഒന്നിച്ചു താമസിക്കണമെന്ന് നിശ്ചയിച്ചു. അവിടെനിന്ന് പ്രവർത്തനം നടത്താനായിരുന്നു പരിപാടി. ഉപജീവനത്തിന് വഴി കണ്ടെത്തണം. അതിനെന്താണ് വഴി? ബിനോയ്ദാ തന്നെ പറഞ്ഞത് നോക്കൂ.

സെറാമ്പൂർ കോളേജിൽ ഞങ്ങളുടെ ക്ലാസ്മേറ്റ് ആയിരുന്ന ദുർഗാപതിനന്ദി കുചുത് ഗ്രാമത്തിൽ പാർക്കുന്നുണ്ടായിരുന്നു. അവിടെ ഒരു മൈനർ (ജൂനിയർ) സ്കൂളുണ്ടായിരുന്നു. ആ സ്കൂൾ അപ്ഗ്രേഡ് ചെയ്യാനും ദേശീയ വിദ്യാഭ്യാസത്തിന്റെ തത്വങ്ങളെ ആസ്പദമാക്കി അതിന് ദേശീയ ഹൈസ്കൂൾ എന്ന പദവി നൽകാനും ഞങ്ങൾ നിശ്ചയിച്ചു. ഇക്കാര്യം ഗ്രാമത്തിലെ പ്രമുഖരുമായി സംസാരിച്ചു. ജഗന്നാഥ് സെന്നും പ്രമോദ് ബസുവും അപ്പോൾ ബി എ പരീക്ഷ പാസായതേ ഉണ്ടായിരുന്നുള്ളൂ. ബർദ്വാനിൽ നിന്ന് ബസിൽ യാത്ര ചെയ്ത് സ്കൂളിലെത്തി വിദ്യാർഥികളെ പഠിപ്പിക്കാൻ അവർ സമ്മതിച്ചു. സരോജ്, ഹേലാറാം ചാറ്റർജി, ശിബ്ശങ്കർ ചൗധരി, ഗോപി റോയ് തുടങ്ങി ചിലരോടൊപ്പം കുചുത് ഗ്രാമത്തിൽ താമസിക്കുക ഞാനും പതിവാക്കി. സ്കൂളിനടുത്തുതന്നെ മൺകട്ടകൊണ്ടുള്ള ഒരു ഇരുനിലക്കെട്ടിടത്തിനുമുകളിലായിരുന്നു താമസം. താഴത്തെ നിലയിൽ മധുരപലഹാരക്കട. ഞങ്ങൾ താമസിക്കുന്ന മുകൾഭാഗത്തിന് 'സാമ്യവാസ്' എന്നു പേരിട്ടു.

ഇപ്രകാരം സാമ്യവാസിൽ താമസിച്ച് അധ്യാപനവും രാഷ്ട്രീയ പ്രവർത്തനവും നടത്തുന്നതിനിടയിൽ കേട്ടു, ബർദ്വാൻ ജില്ലാ കോൺഗ്രസ് സമ്മേളനം നടക്കാൻ പോകുന്നുവെന്ന്. ജെ എൻ സെൻഗുപ്ത

അതിൽ പങ്കെടുക്കുന്നതായും അറിഞ്ഞു. അങ്ങനെയെങ്കിൽ ആ സമ്മേളനത്തോടനുബന്ധിച്ച് ഒരു യുവജന സമ്മേളനം വിളിച്ചുകൂട്ടാം. ബിനോയ്ദായും സരോജ്ദായും തീരുമാനിച്ചു.യുവജന സമ്മേളനം സംഘടിപ്പിക്കുന്നതിന്റെ ചുമതല ബിനോയ്ദാ ഏറ്റു. സോഷ്യലിസ്റ്റുകാരുടെ ബർദ്വാൻ ഡിവിഷണൽ സമ്മേളനം സംഘടിപ്പിക്കാനും തീരുമാനമായി. ഭൂപേൻ ദത്തുമായി ഇക്കാര്യ ചർച്ച ചെയ്തു. അബ്ദുൾ ഹലീമിനെ കണ്ടു. അഘോർസെൻ, ബാദൽ ഗാംഗുലി എന്നിവർ നേതൃത്വം നൽകിയ സാമ്യരാജ് പാർട്ടിയുമായി ബന്ധപ്പെട്ടു. നിഹാരേന്ദു ദത്ത് മജുംദാർ, പാഞ്ചുദാ, ബിജോയ്ദാ എന്നിവരെ പതിവായി കാണും. അവരെയെല്ലാം സോഷ്യലിസ്റ്റ് സമ്മേളനത്തിനു ക്ഷണിച്ചു.

മധ്യവേനൽ അവധിയായതിനാൽ, സമ്മേളന തയ്യാറെടുപ്പിന്റെ ഭാഗമായ ഗ്രാമങ്ങൾ തോറും സഞ്ചരിച്ചു. 25–30 വിദ്യാർഥികളടങ്ങിയ ഏതാനും വളണ്ടിയർ ഗ്രൂപ്പ് സംഘടിപ്പിച്ചു. കുചുത് സ്കൂളിൽ അവർക്കു പരിശീലനം നൽകി. 1932 ജൂൺ അവസാനമായിരുന്നു സമ്മേളനം. ഗാന്ധി–ഇർവിൻ സന്ധി ഒപ്പിട്ട കാലം. അതിനെതിരെ ഒരു പ്രമേയം അവതരിപ്പിക്കാൻ തീരുമാനിച്ചു. കോൺഗ്രസ് സമ്മേളനത്തിൽ അത് അവതരിപ്പിക്കുന്നതിനെതിരെ സമ്മർദമുണ്ടായെങ്കിലും അവതരിപ്പിക്കുക തന്നെ ചെയ്തു. പ്രമേയത്തെക്കുറിച്ച് സംസാരിച്ചവരിലൊരാൾ ബിനോയ്ദാ. പ്രമേയം പാസായി. കോൺഗ്രസ് നേതാക്കൾക്ക് അതിനെക്കുറിച്ച് ചിന്തിക്കാൻ പോലും കഴിയുമായിരുന്നില്ല.

അടുത്ത ദിവസം ജില്ലാ യുവജനസമ്മേളനം. സമ്മേളനഹാൾ പിക്കറ്റുചെയ്യാൻ കോൺഗ്രസ് വളണ്ടിയർമാർ ശ്രമിച്ചു. തലേദിവസം പ്രമേയം വിജയിച്ചതിലുള്ള പ്രതിഷേധ പ്രകടനം. യുവജന വാളണ്ടിയർമാരുടെ എണ്ണം കൂടുതലായതിനാൽ അവരെ അവഗണിക്കാൻ കഴിഞ്ഞു. ബങ്കിംദാ സംസാരിച്ചു. സോഷ്യലിസ്റ്റ് സമ്മേളനവും വമ്പിച്ച വിജയമായിരുന്നു. ഹലീം അതിൽ പങ്കെടുത്തു.

1932 ജനുവരിയിൽ ഗാന്ധിജി സത്യഗ്രഹമാരംഭിച്ചു. അതിനെ നേരിടാൻ നേരത്തേ തന്നെ ഗവൺമെന്റ് തയ്യാറെടുപ്പ് നടത്തി. പല സംഘടനകളെയും ഗവൺമെന്റ് നിരോധിച്ചു

വിപ്ലവ ഗ്രൂപ്പുകളെല്ലാം ചേർന്ന ഇന്ത്യൻ പ്രോലിറ്റേറിയൻ റവലൂഷണറി പാർട്ടി രൂപവൽക്കരിച്ചു. അതിന്റെ പ്രഥമസമ്മേളനം ചന്ദൻനഗറിൽ ഐ പി ആർ പിയുടെ ആറു സ്ഥാപക മെംബർമാരിലൊരാൾ ബിനോയ്ദാ. ആദ്യസെക്രട്ടറി പാഞ്ചുഗോപാൽ ഭാദുരി. 1933 മേയിൽ ബിനോയ്ദാ അറസ്റ്റിലായി. ഐ പി ആർ പി ഒരു മുഖപത്രം പുറത്തിറക്കി – *ഗണനായക്.*

ഐ പി ആർ പി പ്രവർത്തനത്തിന് പണമില്ല. അതിനായി രാഷ്ട്രീയക്കൊള്ളകൾ നടന്നു. ചിലത്. ബെഗുയിത്തി ഗ്രാമത്തിൽ നടന്ന കൊള്ളയോട് അനുബന്ധിച്ച് ഹരേകൃഷ്ണ കോനാർ അറസ്റ്റിലായി. ആറു വർഷത്തേക്കു ശിക്ഷിച്ച് ആന്തമാനിലേക്കയച്ചു. ഈ കൊള്ളയുമായി ബന്ധ

മുണ്ടെന്നു പറഞ്ഞ ബിനോയ്ദായെ അതിലെ പ്രതിയാക്കി. അദ്ദേഹത്തിനെതിരെ അറസ്റ്റ് വാറണ്ട്. 1932 ആഗസ്റ്റ് മുതൽ 1933 വരെ ഒളിവിൽ. പിടിച്ചുകൊടുക്കുന്നവർക്ക് ഇനാം പ്രഖ്യാപിച്ചു. ഒറീസയിലെ ബാലേശ്വറിനും ഭദ്രക്കിനും ഇടയിലൊരു സ്ഥലത്ത് ഏതാനും മാസം ഒളിവിൽ കഴിഞ്ഞു. തുടർന്ന് ബംഗാളിൽ മടങ്ങിവന്ന് ചെങ്ങായിലിനടുത്ത ലാസ്‌ലൊ ചണമില്ലിൽ തൊഴിലാളിയായി. മില്ലിലെ തൊഴിലാളി അംഗമായി. 1933 മേയിൽ അറസ്റ്റു ചെയ്യപ്പെട്ടു. 14 ദിവസം പൊലീസ് കസ്റ്റഡിയിൽ ചോദ്യം ചെയ്തു. അതിനുശേഷം ബർദ്വാനിലേക്ക് കൊണ്ടുപോയി. ബി സി എൽ എപ്രകാരം ജയിലിലാക്കി. മൂന്നു മാസത്തിനുശേഷം ധുമാ പൊലീസ്റ്റേഷൻ അതിർത്തിയിലേക്കു നാടുകടത്തി. അവിടെ നിന്ന് സുരി ജയിലിലായി. ഭീർബും ഗൂഢാലോചനക്കേസിൽ പ്രതിയാക്കി. നാലരവർഷത്തെ തടവുശിക്ഷ. 8 മാസത്തെ വിചാരണയ്ക്ക് ശേഷമാണ് ശിക്ഷവിധിച്ചത്.

1934 സപ്തംബറിൽ സൂരി ജയിലിൽ നിന്ന ആലിപ്പൂർ സെൻട്രൽ ജയിലിലേക്ക് മാറ്റി. അവിടെ ബോംബു വാർഡിൽ പാർപ്പിച്ചു. 1935 മധ്യത്തിൽ ആ ജയിലിലൊരു നിരാഹാരസമരം., രാഷ്ട്രീയത്തടവുകാര വിട്ടയക്കുക. രാഷ്ട്രീയ കാരണങ്ങളാൽ തടങ്കലിൽ പാർപ്പിച്ചവരെ മുഴുവൻ രാഷ്ട്രീയത്തടവുകാരായി പരിഗണിക്കുക എന്നിവയായിരുന്നു ആവശ്യങ്ങൾ. നിരാഹാരസമരം 35 ദിവസം നീണ്ടു. തൂക്കം 142 റാത്തലിൽ നിന്ന് 99 റാത്തലായി. നിരാഹാര സമരത്തിനുശേഷം രാജഷാഹി ജയിലിലേക്ക് മാറ്റി. അവിടെ നിന്ന് ഡംഡം ജയിലിലേക്കും. ആ ജയിലിൽ വച്ചാണ് ഡോ നാരായണൻ റോയിയെ പരിചയപ്പെട്ടത്. ജയിലിൽ വായനയും ചർച്ചയും. *യൂറോപ്പിനുമേൽ ഹിറ്റ്ലർ* എന്ന പുസ്തകം വായിച്ചത് അപ്പോഴാണ്. ജയിലിൽ വെച്ച് മാർക്സിസത്തെക്കുറിച്ച് പഠിച്ചു. ഈ ഘട്ടത്തിലാണ് ഗാന്ധിജിയുടെ ജയിൽ സന്ദർശനം. ജയിൽ കമ്മിറ്റിയിലെ 10 പേർ ഗാന്ധിജിയുമായി സംസാരിച്ചു. അവരിലൊരാൾ ബിനോയ് ദാ. അതിനുശേഷം മിക്ക വിചാരണത്തടവുകാരെയും വിട്ടയച്ചു. 5–6 വർഷത്തേക്ക് ശിക്ഷിക്കപ്പെട്ടവരേയും മോചിപ്പിച്ചു. പക്ഷേ ചിറ്റഗോങ് തടവുകാരെ മോചിപ്പിച്ചത് 1946 ൽ മാത്രം. 1938 ഒക്ടോബർ ആദ്യം ബിനോയ് ദാ മോചിതനായി. രണ്ടുദിവസം കഴിഞ്ഞപ്പോൾ കൽക്കത്തയിൽ പോയി മുസഫർ അഹമ്മദിന് കണ്ടു. അസൻസോൾ കേന്ദ്രീകരിച്ച് പ്രവർത്തിക്കണമെന്നും ട്രേഡ് യൂണിയനുകൾ സംഘടിപ്പിച്ച് വളർത്തിയെടുക്കണമെന്നും നിർദേശിച്ചു അദ്ദേഹം. അതു പ്രകാരം ബർദ്വാനിൽ താമസിച്ച് അസൻസോളിൽ പ്രവർത്തനം തുടങ്ങി. അതേമാസം കമ്യൂണിസ്റ്റ് പാർട്ടിയിൽ അംഗത്വം കിട്ടി.

അസൻസോളിൽ എത്തിയപ്പോൾ അറിഞ്ഞു. റാണിഗഞ്ച് പേപ്പർമില്ലിലെ തൊഴിലാളികൾ നവംബർ 13 മുതൽ നിരാഹാരസമരം നടത്താൻ പോവുകയാണെന്ന്. ഉടൻതന്നെ അവിടേക്കു പോയി. ആറുമാസത്തോളം നീണ്ടുനിന്ന ഐതിഹാസികമായ ആ പണിമുടക്കിന് നേതൃത്വം നൽകി.

പണിമുടക്കിനിടയിൽഅറസ്റ്റിലായി. ആറുമാസത്ത തടവുശിക്ഷ കിട്ടി. ആ ശിക്ഷ അനുഭവിച്ചു കൊണ്ടിരിക്കെ രണ്ടാംലോകമഹായുദ്ധം ആരംഭിച്ചു. അതിനാൽ ജയിൽ വിമുക്തനായ ഉടൻ ഒളിവിൽ പോയി.

റാണിഗഞ്ചിലെ പേപ്പർ മില്ലിൽ സമരം നടന്നുകൊണ്ടിരിക്കുമ്പോൾ തന്നെ ബർദ്വാനിലെ കൃഷിക്കാർ ഒരു വലിയ പ്രക്ഷോഭമാരംഭിച്ചു. ദാമോദർ കനാൽ വെള്ളം ഉപയോഗിക്കുന്നവർ വെള്ളക്കരം നൽകണമെന്ന ഉത്തരവിന് എതിരായിട്ടായിരുന്നു പ്രക്ഷോഭം. തൊഴിലാളി സമരത്തിനിടയിലും ആ സമരത്തിന് നേതൃത്വം നൽകാൻ ബിനോയ് ദായക്കു കഴിഞ്ഞു.

ജയിൽ വിമുക്തനായ ഉടൻ ഒളിവിൽ പോയെന്നു പറഞ്ഞല്ലോ. നിയാമത്പൂരിൽ താമസിച്ച് പഠിക്കുകയായിരുന്നു ഉദ്ദേശ്യം. ഒരു സുഹൃത്തിന്റെ സഹായത്തോടെ അവിടെ ഒരു മുറി വാടയക്കെടുത്തു. ഹരേകൃഷ്ണ കോനാറെയും കൂട്ടി രാത്രി വണ്ടി കയറി രാവിലെ നിയാമത്പൂരിലെത്തി. വണ്ടിയിറങ്ങി നിയാമത്പൂരിലേക്ക് പോവുകയായിരുന്നു. കോനാർ ചായ കുടിക്കാൻ ഒരു കടയിൽ കയറി. അത് ശരിയായില്ലെന്ന് തോന്നിയില്ലെങ്കിലും തടസം നിന്നില്ല. ചായ കുടിക്കാൻ തുടങ്ങുന്നതിന് മുമ്പുതന്നെ നാലഞ്ച് ലോക്കൽ പൊലീസുകാർ കട വളഞ്ഞു. ബിനോയ് ദായോട് പൊലീസ് ഔട്ട്പോസ്റ്റിലേക്ക് തന്നെ അനുഗമിക്കാൻ ഐ ബി ആപ്പീസർ ആവശ്യപ്പെട്ടു. അദ്ദേഹത്തിനെതിരെ നേരത്തേതന്നെ ഒരു നാടുകടത്തൽ ഉത്തരവ് നിലവിലുണ്ടെന്നും ബർദ്വാനിൽ ഇല്ലാത്തതുകൊണ്ട് നൽകാൻ കഴിയാതെ പോയതാണെന്നും ആപ്പീസർ അറിയിച്ചു. കോനാറെയും തിരിച്ചറിഞ്ഞു. രണ്ടുപേർക്കും 48 മണിക്കൂറിനകം ബർദ്വാൻ ജില്ല വിടാൻ ഉത്തരവു നൽകി.

നേരെ കൽക്കത്തയിലേക്കു പോയി. പാർട്ടി നേതാക്കളെ കണ്ട് വിവരം ധരിപ്പിച്ചു. രണ്ട് മാസത്തോളം ഖരഗ്പൂരിൽ താമസിച്ച് റെയിൽവെ വർക്കേഴ്സ് യൂണിയനെ സഹായിക്കുക, അതിനുശേഷം ധൻബാദ്–ത്സാരിയാ പ്രദേശത്തെ സഖാക്കളുമായി ആലോചിച്ച് ആ ഖനിപ്രദേശങ്ങളിൽ പ്രവർത്തിക്കുക– ഇതായിരുന്നു നേതാക്കൾ വെച്ച നിർദേശം. തുടർന്ന് കുമാർധുബിയിൽ പോയി അസൻസോൾ– റാണിഗഞ്ച് പ്രദേശത്തെ സഖാക്കളുമായി ബന്ധപ്പെട്ട് ആ പ്രദേശത്ത് സംഘടനാപ്രവർത്തനം തുടരാമെന്നു നേതാക്കൾ നിർദേശിച്ചു.

ഖരഗ്പൂരിൽ ഒരു മുസ്ലിം യുവാവിന്റെ വീട്ടിലായിരുന്നു താമസം. അവിടെ താമസിച്ച് റെയിൽവെ തൊഴിലാളികൾക്കിടയിൽ പ്രവർത്തിച്ചു. അവർക്ക് രാഷ്ട്രീയ വിദ്യാഭ്യാസം തൽകുക. ട്രേഡ് യൂണിയൻ പ്രശ്നങ്ങളെക്കുറിച്ച് ചർച്ച നടത്തുക– ഇതെല്ലാമായിരുന്നു ജോലി. തുടർന്ന് ധൻബാദിലേയും ത്സാരിയയിലെയും കൽക്കരി ഖനിത്തൊഴിലാളികൾക്കിടയിൽ പ്രവർത്തിച്ചു. താമസിയാതെ സിർസ പ്രദേശത്ത് താമസമാക്കി അവിടെയും തൊഴിലാളികളെ സംഘടിപ്പിക്കാൻ ശ്രമിച്ചു. ഇതിനിടയിൽ കൽക്കത്തയിലെ ഈസ്റ്റേൺ ലൈറ്റ് കാസ്റ്റിങ്ങ് ഫാക്ടറിയിൽ

അപ്രന്റീസായി ജോലിക്കു കയറി. താമസിയാതെ ആൾ ആരാണെന്ന കാര്യം പുറത്തായി. ഫാക്ടറി വിട്ടു. അപ്പോഴേക്കും അവിടെ യൂണിയൻ നിലവിൽ വന്നു. 1942 ആഗസ്തിൽ ഒളിവിൽ നിന്ന് പുറത്തുവന്നു.

അപ്പോഴേക്കും സാധനവില ക്രമാതീതമായി കുതിച്ചുകയറി. ഒപ്പം കരിഞ്ചന്തയും പൂഴ്ത്തിവെപ്പും വ്യാപകമായി. അതിനെതിരെ വലിയ പ്രക്ഷോഭമാരംഭിച്ചു. 1900 പാർട്ടി പ്രവർത്തകർ അറസ്റ്റിലായി. ഈ പ്രക്ഷോഭത്തിൽ ബിനോയ് ദാ ആണ്ടിറങ്ങി. 1942 നവംബർ ആദ്യവാരം മൂന്നു താലൂക്കുകളിൽ വെള്ളപ്പൊക്കം മൂലം വമ്പിച്ച കെടുതികൾ. ആയിരക്കണക്കിനാളുകൾക്ക് ജീവൻ നഷ്ടമായി. എത്രയോ ആയിരങ്ങൾ ഭവനരഹിതരായി. ഒരു ദുരിതാശ്വാസ കമ്മിറ്റി രൂപവൽക്കരിക്കപ്പെട്ടു. അതിന്റെ സെക്രട്ടറി അബ്ദുള്ള റസൂൽ. ബിനോയ് ദായും ദുരിതാശ്വാസ പ്രവർത്തനങ്ങളിൽ മുന്നിട്ടിറങ്ങി. 1943 ലെ ക്ഷാമകാലത്തും ദുരിതാശ്വാസ പ്രവർത്തനങ്ങൾ സംഘടിപ്പിച്ചു. ആ വർഷം ബോംബെയിൽ നടന്ന ഒന്നാം പാർട്ടി കോൺഗ്രസിൽ പ്രതിനിധി.

1943 ജൂലായിലെ വെള്ളപ്പൊക്കം ബർദ്വാൻ ജില്ലയുടെ വലിയ ഭാഗങ്ങളെ വെള്ളത്തിലാഴ്ത്തി. ഒരു ദുരിതാശ്വാസ കമ്മിറ്റി നിലവിൽവന്നു. കമ്മിറ്റിയുടെ ജോയിന്റ് സെക്രട്ടറി ബിനോയ് ദാ. ആറേഴുമാസം ദുരിതാശ്വാസ പ്രവർത്തനത്തിനായി ചെലവഴിച്ചു. അതിനുശേഷം ഖനിത്തൊഴിലാളികൾക്കിടയിലെ പ്രവർത്തനം തുടരാൻ അസൻസോളിലേക്കു മടങ്ങി. അസൻസോൾ പ്രദേശത്താകെ വിവിധ ഖനികളിൽ യൂണിയനുകൾ ഉയർന്നു വന്നു. ബങ്കിം മുഖർജി പ്രസിഡന്റും ബിനോയ് ദാ സെക്രട്ടറിയുമായി കോൾവർക്കേഴ്സ് യൂണിയൻ രജിസ്റ്റർ ചെയ്തു. യൂണിയന്റെ നേതൃത്വത്തിൽ പണിമുടക്കും നടന്നു. 1945 ജനുവരി 18 മുതൽ 23 വരെ മദിരാശിയിൽ നടന്ന എ ഐ ടി യു സി സമ്മേളനത്തിൽ പങ്കെടുത്തു.

ഇന്ത്യാവിഭജനത്തിന് തൊട്ടുമുമ്പും വിഭജനം കഴിഞ്ഞ ഉടനെയും വർഗീയ ലഹളകൾ. അപ്പോൾ സമാധാനം പുനഃസ്ഥാപിക്കാനുള്ള പ്രവർത്തനത്തിലേർപ്പെട്ടു. 1948 ൽ കൽക്കത്തയിൽ പാർട്ടിയുടെ രണ്ടാം കോൺഗ്രസിനെതുടർന്ന പാർട്ടി നിരോധിക്കപ്പെട്ടപ്പോൾ ഒളിവിൽ പോയി. 1950 ൽ അറസ്റ്റിലായി. 1952 വരെ തടവിൽ കഴിഞ്ഞു. തടവിലിരുന്നുകൊണ്ട് ഒന്നാം പൊതുതിരഞ്ഞെടുപ്പിൽ മത്സരിച്ചു. എതിരാളി ബർദ്വാൻ മഹാരാജാവ്. അദ്ദേഹത്തെ തോൽപ്പിച്ച് നിയമസഭയിൽ എത്തി.

1938 ലാണല്ലോ ബിനോയ്ദാ കമ്യൂണിസ്റ്റ് പാർട്ടിയിൽ അംഗമായത്. അടുത്തകൊല്ലം ബർദ്വാൻ ജില്ലാ സെക്രട്ടറിയായി തിരഞ്ഞെടുക്കപ്പെട്ടു. 1949 വരെ തൽസ്ഥാനത്ത് തുടർന്നു, 1951 ൽ പാർട്ടിയുടെ സംസ്ഥാന കമ്മിറ്റി അംഗമായി. 1962 ൽ സംസ്ഥാന സെക്രട്ടേറിയറ്റ് അംഗവും. റിവിഷനിസത്തിനെതിരായ സമരത്തിൽ നേതൃത്വപരമായ പങ്കുവഹിച്ചു. സി പി ഐ (എം) രൂപവൽക്കരണത്തിലും അദ്ദേഹത്തിന്റെ പങ്ക് പ്രധാനപ്പെട്ടതുതന്നെ. പാർട്ടിയുടെ ശക്തികേന്ദ്രമായ ബർദ്വാൻ ജില്ലയിൽ സി പി ഐ (എം) നു പിന്നിൽ പാർട്ടി അണികളെയാകെ ഒറ്റക്കെട്ടാക്കി

നിർത്തി. പത്താം കോൺഗ്രസ് സി പി ഐ (എം) കേന്ദ്രകമ്മിറ്റിയിലേക്ക് തിരഞ്ഞെടുത്തു. 1990 മേയിൽ പോളിറ്റ് ബ്യൂറോ അംഗമായും.

ബംഗാളിലെ കൃഷിക്കാരുടെ പ്രശ്നങ്ങളെക്കുറിച്ചുള്ള ആഴമേറിയ പഠനവും പരിജ്ഞാനവും ബംഗാളിലെയും രാജ്യത്തിലെയും സമുന്നത കർഷക നേതാവായി അദ്ദേഹത്തെ ഉയർത്തി. പലതവണ അഖിലേന്ത്യാ കിസാൻസഭാ വൈസ് പ്രസിഡന്റായും പിന്നീട് പ്രസിഡണ്ടായും പ്രവർത്തിച്ചു.കർഷകപ്രശ്നങ്ങളെക്കുറിച്ചുള്ള ഈ അവഗാഹമാണ് ബംഗാളിലെ ഭൂപരിഷ്കരണ മന്ത്രിയായി അദ്ദേഹത്തെ സി പി ഐ (എം) നിശ്ചയിക്കാൻ കാരണം. 1967 ലെ ഐക്യമുന്നണി ഗവൺമെന്റ് തുടങ്ങിവെച്ച ഭൂപരിഷ്കരണ നടപടികൾ മുമ്പോട്ട് കൊണ്ടുപോകുന്നതിലും നടപ്പാക്കുന്നതിലും ബിനോയ് ദാ ശ്രദ്ധേയമായ സംഭാവന നൽകി. ബംഗാളിലെ നാട്ടിൻപുറങ്ങളിൽ വിപ്ലവകരമായ മാറ്റം വരുത്തിയ ഓപ്പറേഷൻ ബർഗയുടെ ശിൽപ്പിയായിരുന്നു അദ്ദേഹം. അദ്ദേഹത്തിന്റെ നേതൃത്വത്തിലാണ് ബംഗാളിൽ അധികാരം വിപുലമായ തോതിൽ വികേന്ദ്രീകരിക്കപ്പെട്ടത്.

സാംസ്കാരിക പ്രസ്ഥാനത്തിൽ അതീവ താൽപ്പര്യം പുലർത്തി. സ്വാമി വിവേകാനന്ദന്റെ ഇളയ സഹോദരൻ ഭൂപേന്ദ്രനാഥ് ദത്തയുമായി. പരിചയപ്പെട്ട കാലം മുതൽ സാംസ്കാരിക രംഗത്തെ ഒട്ടേറെ പ്രമുഖരുമായി ഉറ്റ സൗഹൃദം പുലർത്തി. നിരവധി അക്കാദമീയന്മാരുമായും സൗഹൃദത്തിലായി. മരണത്തിലും അദ്ദേഹം മാതൃക കാട്ടി. മരിച്ചു കഴിഞ്ഞാൽ തന്റെ കണ്ണുകൾ നേത്രബാങ്കിനെ ഏൽപ്പിക്കാനും ശരീരം നീലരത്തൻ ഗവൺമെന്റ് മെഡിക്കൽ കോളേജിന് നൽകാനും നേരത്തേ അദ്ദേഹം നിർദേശിച്ചിരുന്നു.

ബിരേഷ് മിശ്ര

1914 - 1991

അസമിലെ കമ്യൂണിസ്റ്റ് പാർട്ടിയുടെ സ്ഥാപക സെക്രട്ടറി ഇപ്പോൾ ബംഗ്ലാദേശിൽ ഉൾപ്പെട്ട സിൽഹട്ട് ജില്ലയിലെ പ്രമുഖ കോൺഗ്രസ് നേതാവ്. സ്വാതന്ത്ര്യസമരഭടൻ.

1914 ൽ ധാക്കാദക്ഷിൺ എന്ന ഗ്രാമത്തിൽ ജനിച്ചു. ആ ഗ്രാമത്തിൽ തന്നെ പഠിച്ചു. സ്കൂളിൽ എല്ലാവരിലും നല്ല മതിപ്പുളവാക്കി. അസാധാരണമാംവിധം ചെറുപ്രായത്തിൽ മെട്രിക്കുലേഷൻ പരീക്ഷ പാസായി. തുടർന്ന് പഠിക്കുന്നതിനുപകരം രാജാഗിരീഷ്ചന്ദ്ര ഇംഗ്ലീഷ് സ്കൂളിൽ അധ്യാപകനായി. ഈ കുട്ടി അധ്യാപകനെ വിദ്യാർഥികൾക്ക് നന്നായി ഇഷ്ടപ്പെട്ടു.

പഠിക്കുന്ന കാലത്തുതന്നെ പൊതുപ്രവർത്തനങ്ങളിലും ദേശീയ സമരത്തിലും താൽപ്പര്യം. ധാക്കാദക്ഷിണിൽ ബ്രതിബാലക് സമിതി രൂപീകരിച്ചു. സ്വന്തം സ്കൂളിൽ മാത്രമല്ല, മറ്റു സ്കൂളുകളിലും ഛാത്രസമിതി രൂപീകരിക്കാൻ മുൻകൈ എടുത്തു. 16–ാം വയസിൽ ദേശീയ വിപ്ലവസംഘടനയായ അനുശീലൻ സമിതിയിൽ ചേർന്നു. സമിതിയുടെ നേതൃത്വത്തിൽ നടന്ന ചില ആക്ഷനുകളിൽ പങ്കെടുക്കുകപോലും ചെയ്തു.

ഇതിനൊക്കെ പുറമെ യൂത്ത് അസോസിയേഷനുകളും അത്‌ലറ്റിക് ക്ലബുകളും ലൈബ്രറികളും സ്ഥാപിക്കുക എന്നത് തന്റെ പ്രവർത്തന പരിപാടിയിലെ പ്രധാന ഇനമാക്കി മാറ്റി. ദേശാഭിമാനികളായ യുവാക്കളെ രാജ്യത്തിന്റെ സ്വാതന്ത്ര്യത്തിനായി ജീവൻപോലും ബലിയർപ്പിക്കുന്നതിന് തയ്യാറാക്കുക എന്നത് അവയുടെയെല്ലാം ലക്ഷ്യം. സ്കൂളിൽ അധ്യാ

പനത്തിൽ മുഴുകുന്നതോടൊപ്പം പുറത്ത് പൊതുപ്രവർത്തനത്തിലും സജീവമായി.

ധാക്കാദക്ഷിണിതിൽ വളരെയധികം ബഹുമാനിക്കപ്പെട്ട മിശ്ര കുടുംബത്തിലെ അംഗമായിരുന്നു ബിരേഷ്. വൈഷ്ണവ ദൈവമായ ശ്രീഗൗരംഗയുടെ പിൻമുറയിൽ പെട്ടതാണത്രെ കുടുംബം. അതിനാൽ വിദ്യാർഥികളിൽ നിന്ന് പ്രതീക്ഷിക്കേണ്ടത് സ്നേഹമല്ല. ആരാധനയാണ്. എങ്കിലും ബിരേഷ് വിദ്യാർഥികളിൽ നിന്ന് സ്നേഹവും വിശ്വാസവുമാർജിച്ചു. അവരെ ആഴത്തിൽ സ്വാധീനിച്ചു. ബിരേഷ് പറയുന്നതെന്തും വിദ്യാർഥികൾ അനുസരിക്കും. മുഴുവൻ സമയ രാഷ്ട്രീയ പ്രവർത്തകനായപ്പോൾ അതുകൊണ്ട് വലിയ പ്രയോജനമുണ്ടായി. സിൽഹട്ടിൽ സിവിൽ നിയമലംഘന പ്രസ്ഥാനം ആരംഭിച്ചത് 1932 ജനുവരി 26 ന്. അതായത് രണ്ട് വർഷത്തോളം വൈകിയാണ് അതാരംഭിച്ചതെന്നർഥം. അന്നേദിവസം സിൽഹട്ടിൽ വമ്പിച്ച പ്രകടനം. അതിനുനേരെ ലക്കും ലഗാനുമില്ലാതെ ലാത്തിച്ചാർജ്. ഏറെക്കുറെ എല്ലാ കോൺഗ്രസ് നേതാക്കളെയും അറസ്റ്റ് ചെയ്തു. സിൽഹട്ട് ജില്ലയിലെ നാല് സബ്ഡിവിഷനുകളിലും സിൽച്ചാറിലും ലാത്തിച്ചാർജും അറസ്റ്റ് നടന്നു. സിൽഹട്ടിൽ കോൺഗ്രസിന് നേതൃത്വം നൽകാൻ പരിചയസമ്പന്നരായ നേതാക്കളാരുമില്ല. ഈ ഘട്ടത്തിലാണ് അധ്യാപകജോലി ഉപേക്ഷിച്ച് ജില്ലയിലെ കോൺഗ്രസിന്റെ നേതൃത്വമേറ്റെടുക്കാൻ ബിരേഷ് മുമ്പോട്ടു വന്നത്.

ഇതേ ഘട്ടത്തിൽ തന്നെ ചുറുചുറുക്കുള്ള ചില യുവാക്കളും കോൺഗ്രസിന്റെ നേതൃനിരയിലെത്തി. നിരാദ്ഗുപ്ത, കൃപേഷ് ദത്ത, ബിരൻ ദാസ് തുടങ്ങിയവർ അതിലുൾപ്പെടുന്നു. ഇടതുപക്ഷ ചിന്താഗതിക്കാരായ ഇവർ ബിരേഷിന്റെ നേതൃത്വം അംഗീകരിച്ചു. ഇവർ സിവിൽ നിയമലംഘനപ്രസ്ഥാനം മുമ്പോട്ടുകൊണ്ടുപോയി എന്നു മാത്രമല്ല. നേതാക്കളുടെ അറസ്റ്റിനെത്തുടർന്ന് ഛിന്നഭിന്നമായ കോൺഗ്രസ് സംഘടന പുനരുദ്ധരിക്കുകയും ചെയ്തു. ഉറച്ച ഏതാനും കോൺഗ്രസ് പ്രവർത്തകരോടൊപ്പം കോൺഗ്രസിനുവേണ്ടി ഒരു നിയമവിരുദ്ധ പ്രസ് പ്രസ്ഥാപിച്ചു. കോൺഗ്രസിന്റെ പ്രചാരണം നിർവഹിച്ചും ഫണ്ട് ശേഖരിച്ചും വളണ്ടിയർമാരെ റിക്രൂട്ട് ചെയ്തും മിശ്ര ഗ്രാമങ്ങളിൽ നിന്ന് ഗ്രാമങ്ങളിലേക്ക് നീങ്ങി.

ജീവിതത്തിൽ ഇദംപ്രഥമമായി മിശ്ര ജനസാമാന്യവുമായി ഉറ്റ ബന്ധം പുലർത്തുകയായിരുന്നു. അവരുടെ ദുരിതങ്ങളും കഷ്ടപ്പാടുകളും പ്രശ്നങ്ങളും മനസിലാക്കി. അവരെ സ്നേഹിക്കാൻ പഠിച്ചു. അവരുടെ പ്രസ്ഥാനം കെട്ടിപ്പടുക്കാൻ സഹായിച്ചു. ഇതിനിടയിൽ സംഘടനാശേഷി വളർന്നു. അദ്ദേഹത്തിന്റെ നേതൃത്വത്തിൽ വിദേശച്ചരക്ക് ബഹിഷ്കരണവും മദ്യഷാപ്പ് പിക്കറ്റിംഗും ജില്ലയിൽ ശക്തമായി.

മിശ്ര കോൺഗ്രസ് നേതൃത്വം ഏറ്റെടുക്കുന്ന സമയത്ത് ഭാനുദീൻ കർഷകസമരം ശക്തമായി നടക്കുകയായിരുന്നു. കോൺഗ്രസ് അതിനു പിന്തുണ നൽകി. അതോടെ സമരം പൂർവാധികം ശക്തമായി. ഭൂപ്രഭു

ക്കളും ഗവൺമെന്റും അതിനെ തച്ചമർത്താൻ നോക്കി. കൃഷിക്കാരെ വ്യാപകമായി കുടിയൊഴിപ്പിച്ചു. അതിനെയൊക്കെ നേരിട്ടും കോൺഗ്രസിന്റെ പിന്തുണയോടെ സമരം മുമ്പോട്ടു പോയി.

അതേവരെ കോൺഗ്രസുകാർപോലും അത്യന്തം പിന്നോക്കം കിടക്കുന്നവരെന്ന് കരുതിയവരാണ് അസമിലെ നാഗാ വർഗത്തിൽപ്പെട്ടവർ. അവർ ഈ ഘട്ടത്തിൽ രാജ്യവ്യാപകമായ ദേശീയസമരത്തിന്റെ സ്വാധീനത്താൽ റാണി ഗിഡലുവിന്റെ നേതൃത്വത്തിൽ ബ്രിട്ടീഷ് വാഴ്ചയ്ക്കെതിരെ കലാപം നടത്തി. അധികാരികൾ പരിഭ്രാന്തരായി. കലാപം സംബന്ധിച്ച് വാർത്തകളെല്ലാം പൂഴ്ത്തിവെക്കാനും ജനങ്ങളിൽ നിന്ന് മറച്ചുപിടിക്കാനും തീവ്രശ്രമം നടത്തി. കലാപനേതാക്കളെ അറസ്റ്റു ചെയ്തു. റാണി ഗിഡലുവിനെ വധിക്കാൻ അവർ ആഗ്രഹിച്ചു.

നാഗാ ദേശാഭിമാനികളെ പ്രതിരോധിക്കാൻ ബിരേഷ് മുമ്പോട്ടുവന്നു. ഉത്തരച്ചാർ കുന്നുകളിലേക്ക് ഒരു കൊറിയറെ അയച്ചു. കലാപം സംബന്ധിച്ച വിവരങ്ങളും പൊലീസിന്റെ അതിക്രമങ്ങൾ സംബന്ധിച്ച വിവരവും ശേഖരിച്ചു. ആ വിവരങ്ങളെല്ലാം കോൺഗ്രസ് അണികളെ അറിയിച്ചു. മാത്രമല്ല, ഗവൺമെന്റിന്റെ ബ്ലാക്ക് ഔട്ടിനെ വെല്ലുവിളിച്ച് കലാപം സംബന്ധിച്ച വിവരങ്ങൾ ജനങ്ങൾക്കിടയിൽ പ്രചരിപ്പിച്ചു. അങ്ങനെ ബ്രിട്ടീഷുകാർക്കെതിരെയും അറസ്റ്റിലായ നാഗാ കലാപകാരികളെ മോചിപ്പിക്കുന്നതിനും ശക്തമായ പൊതുജനാഭിപ്രായം വളർത്തിയെടുത്തു.

എന്നാൽ കോൺഗ്രസുകാരിൽ മിക്കവരും നാഗാ കലാപകാരികൾക്ക് പിന്തുണ നൽകുന്നതിനും അവരെ സഹായിക്കുന്നതിനും എതിരായിരുന്നു. കാരണം, റാണി ഗിഡലുവിന്റെ പ്രവർത്തനത്തിൽ ബലപ്രയോഗം അടങ്ങിയിട്ടുണ്ട്. അവസാനം ബിരേഷ് ഒറ്റക്ക് നാഗന്മാർക്കുവേണ്ടി പോരാടി. കലാപം സംബന്ധിച്ച കഥകൾ പ്രചരിപ്പിക്കാൻ മുൻകൈ എടുത്തു.

ഇതുൾപ്പെടെ പല കുറ്റങ്ങളും അദ്ദേഹത്തിൽ കോൺഗ്രസ് നേതൃത്വം ആരോപിച്ചു. 1932 ൽ അറസ്റ്റു ചെയ്തു. ശിക്ഷ 18 മാസത്തെ കഠിനതടവ്.

ഈ ഘട്ടമായപ്പോഴേക്കും ജില്ലയിലെങ്ങും അറിയപ്പെടുന്ന നേതാവായി ബിരേഷ്. ഉജ്വലവാഗ്മി, കിടയറ്റ സംഘാടകൻ എന്നീ നിലകളിൽ പ്രശസ്തനായി.

ജയിൽമോചിതനായി പുറത്തുവരുമ്പോഴേക്കും കോൺഗ്രസ് പ്രവർത്തനം നിർജീവം. പ്രവർത്തകരിലാകെ നിരാശ. നിയമലംഘനപ്രസ്ഥാനം ഗാന്ധിജി നിർത്തിവച്ചതുതന്നെ കാരണം. കോൺഗ്രസിന് പുതുജീവൻ പകരാൻ ബിരേഷ് നിശ്ചയിച്ചു. സജീവ കോൺഗ്രസ് പ്രവർത്തകരെയൊക്കെ വിളിച്ചുകൂട്ടി. ജില്ലയിലെ കോൺഗ്രസ് സംഘടനയാകെ ഉടച്ചുവാർത്തു.

സിവിൽ നിയമലംഘനപ്രസ്ഥാനത്തിന്റെ പരാജയത്തെത്തുടർന്ന് ഗാന്ധിയൻ സമരരീതിയിൽ സിൽഹട്ടിലെ കോൺഗ്രസുകാരിൽ ഭൂരിപ

ക്ഷത്തിനും വിശ്വാസം നശിച്ചു. കടുത്ത നിരാശയും. ഈ ഘട്ടത്തിൽ കോൺഗ്രസിനകത്ത് ഇടതുപക്ഷം ശക്തിപ്പെടുകയും ഇടതുപക്ഷ കോൺഗ്രസുകാരിൽ അധികം പേരും സോഷ്യലിസത്തിൽ ആകൃഷ്ടരായിത്തീരുകയും ചെയ്തു. അഖിലേന്ത്യാതലത്തിൽ കോൺഗ്രസ് സോഷ്യലിസ്റ്റ് പാർട്ടി രൂപം കൊണ്ട് അധികം കഴിയുന്നതിനുമുമ്പ് സിൽഹട്ട്–കച്ചാർ ജില്ലകൾ ചേർന്ന സുർമാവാലിയിലും അതിന്റെ ഒരു ഘടകം നിലവിൽ വന്നു. സ്വാഭാവികമായും മിശ്ര അതിലെ അംഗമായി. 1935 അവസാനം സിൽഹട്ടിൽ ഒരു കമ്യൂണിസ്റ്റ് ഗ്രൂപ്പും പ്രവർത്തനം തുടങ്ങി. സുർമാവാലിയിലെ സി എസ് പി നേതാക്കളായ സുരേഷ് ചന്ദ്ര ദേവും ബിരേഷ്മിശ്രയും കമ്യൂണിസ്റ്റ് ഗ്രൂപ്പ് അംഗങ്ങളായ ലാലാ സരദിന്ദു ഡെ, ചിത്തരഞ്ജൻ ദാസ്, ദിഗേൻ ദാസ് ഗുപ്ത, ജിതേൻ ഭട്ടാചാര്യ എന്നിവരും സുനംഗഞ്ച് സബ്ഡിവിഷനിലെ ബഹേലി ഗ്രാമത്തിൽ കൃഷിക്കാരുടെ ഒരു യോഗം വിളിച്ചുകൂട്ടി. അഖിലേന്ത്യാ കിസാൻസഭ രൂപംകൊണ്ട് അധികം കഴിയുന്നതിനു മുമ്പായിരുന്നു അത്. ആ യോഗം സുർമാവാലി കിസാൻസഭയ്ക്ക് ജന്മം നൽകി. ബിരേഷിനെ സെക്രട്ടറിയായും തിരഞ്ഞെടുത്തു.

കോൺഗ്രസിനകത്ത് ഇടതുപക്ഷം ശക്തിപ്രാപിക്കുകയായിരുന്നു. 1937 ആയപ്പോഴേക്ക് ഇടത്– വലത് ഭിന്നിപ്പ് രൂക്ഷമായി. ബി എൻ ചൗധരി, ബി കെ ദാസ്, ഷിബേന്ദ്ര ചന്ദ്ര, ബിശ്വാസ് എന്നിവരായിരുന്നു വലതുപക്ഷ നേതാക്കൾ. സംഘടനയിൽ ആധിപത്യം ബിരേഷിന്റെ നേതൃത്വത്തിലുള്ള ഇടതുപക്ഷത്തിന്. ഈ ഭിന്നിപ്പ് ശരിക്കും പ്രകടമായ ഒരു സംഭവം 1937 ലുണ്ടായി. ആ വർഷം കോൺഗ്രസ് എം എൽ എ യുടെ മരണത്തെത്തുടർന്ന് അസം നിയമസഭയിലേക്ക് ഒരു ഉപതിരഞ്ഞെടുപ്പ്. ഉപതിരഞ്ഞെടുപ്പിൽ കോൺഗ്രസ് സ്ഥാനാർഥിയായി ബിരേഷിന്റെ പേര് എ പി സി സി വഴി നിർദേശിക്കപ്പെട്ടു. വലതുപക്ഷക്കാരനായ ആർ എൻ ആദിത്യ സി പി സി സി വഴി പാർലമെന്ററി ബോർഡിനോട് സ്ഥാനാർത്ഥിത്വത്തിന് അപേക്ഷിച്ചു. ബോർഡാകട്ടെ ബിരേഷിന്റെ പേരിന് അംഗീകാരം നൽകുകയും ചെയ്തു.

എന്നാൽ തിരഞ്ഞെടുപ്പിന് കൃത്യം 8 ദിവസം മുമ്പ് സ്ഥാനാർഥിത്വം പിൻവലിക്കാൻ ബോർഡ് ബിരേഷിനോട് ആവശ്യപ്പെട്ടു. വലതുപക്ഷക്കാരിൽനിന്ന് സർദാർ വല്ലഭായി പട്ടേൽ വഴിയുണ്ടായ സമ്മർദമാണ് ഇങ്ങനെയൊരു ആവശ്യമുന്നയിക്കാൻ പാർലമെന്ററി ബോർഡിനെ പ്രേരിപ്പിച്ചത്. അപ്പോഴേക്കും സ്ഥാനാർഥിത്വം പിൻവലിക്കാനുള്ള അവസാന തീയതി കഴിഞ്ഞിരുന്നു. അച്ചടക്കമുള്ള കോൺഗ്രസുകാരൻ എന്ന നിലയിൽ ഹൈക്കമാൻഡ് നിർദേശിച്ച സ്ഥാനാർഥിക്ക്– ആർ എൻ ആദിത്യ – വോട്ട് ചെയ്യണമെന്ന് അഭ്യർഥിച്ചും താൻ മൽസരരംഗത്ത് നിന്ന് പിൻവാങ്ങുകയാണെന്ന് അറിയിച്ചും ബിരേഷ് അദ്ദേഹത്തിനുവേണ്ടി പ്രവർത്തിച്ചു. അതിനാൽ ആദിത്യ കേവലം 240 വോട്ടിന്റെ ഭൂരിപക്ഷത്തോടെ രക്ഷപ്പെടുകയായിരുന്നു.

1937 ൽ നെഹ്റു സിൽഹട്ട് സന്ദർശിച്ചു. അദ്ദേഹത്തിനു സ്വീകരണം നൽകാൻ രണ്ട് കമ്മറ്റികൾ. തങ്ങളുടെ കീഴിൽ പ്രവർത്തിച്ച സിൽഹട്ട് കമ്മിറ്റിയെ നിലയ്ക്കു നിർത്താൻ സി പി സി സിക്ക് കഴിഞ്ഞില്ല. ഇടതു പക്ഷക്കാരനായ സെക്രട്ടറി ആബലകാന്ത ചൗധരിയെ മാറ്റി ബിരേഷിനെ സെക്രട്ടറിയാക്കിയത് അതുകൊണ്ടാണ്. ബിരേഷാണെങ്കിൽ അതിനേക്കാൾ ഇടത്ത്. 1940 വരെ ബിരേഷ് ഡി സി സി സെക്രട്ടറിയായിത്തുടർന്നു. മൂന്നു തവണ എ ഐ സി സിയിലേക്ക് തിരഞ്ഞെടുക്കപ്പെട്ടു. മൂന്നു തവണ അസം കോൺഗ്രസ് പാർലമെന്ററി ബോർഡിലേക്കും.

1937 ൽ തിരഞ്ഞെടുപ്പ്. കോൺഗ്രസ് സ്ഥാനാർഥി കരുണ സിന്ധു റോയി. ഭുപ്രഭുക്കളുടെ സ്ഥാനാർഥി നാഗേന്ദ്ര ചൗധരി. പൊരിഞ്ഞ പോരാട്ടം. റോയി ജയിച്ചു. നിയമസഭയിൽ അദ്ദേഹം ഒരു കുടിയായ്മ ബിൽ അവതരിപ്പിക്കാൻ നോക്കി. ഗവർണർ അതിന് അവതരണാനുമതി നിഷേധിച്ചു. 1937 ഡിസംബറിൽ ഒരു ദിവസം പ്രതിഷേധദിനം ആചരിച്ചു. പ്രതിഷേധദിനാചരണത്തിൽ ആയിരങ്ങൾ പങ്കെടുത്തു. കുടിയായ്മ നിയമത്തിനു വേണ്ടിയുള്ള ക്യാമ്പെയ്ൻ 1938 സപ്തംബറിൽ നടന്ന വലിയൊരു കിസാൻ മാർച്ചിലാണ് ചെന്നു കലാശിച്ചത്. 300 ൽ പരം കൃഷിക്കാർ മലമ്പ്രദേശറോഡിലൂടെ 85 നാഴിക സഞ്ചരിച്ച് ഷില്ലോങ്ങിലെ നിയമസഭാമന്ദിരത്തിനു മുമ്പിൽ വമ്പിച്ച പ്രകടനം നടത്തുകയായിരുന്നു. അതിന് നേതൃത്വം നൽകിയത് ബിരേഷ്. ഷില്ലോങ്ങിൽ നടന്ന ആദ്യത്തെ രാഷ്ട്രീയ പ്രകടനമായിരുന്നു അത്.

കിസാൻമാർച്ചോടെ കുടിയായ്മാവകാശത്തിനുവേണ്ടിയുള്ള ക്യാമ്പെയ്ൻ കൂടുതൽ ശക്തിപ്പെട്ടു. അത് സാദുള്ള മന്ത്രിസഭയുടെ തകർച്ചയ്ക്ക് വഴിവെച്ചു. മന്ത്രിസഭയുടെ തകർച്ചക്കും കോൺഗ്രസിന്റെ നേതൃത്വത്തിൽ കൂട്ടുകക്ഷി മന്ത്രിസഭ അധികാരത്തിലേറുന്നതിനും പ്രധാന പങ്ക് വഹിച്ചത് ബിരേഷ്. ഫക്രുദ്ദീൻ അലി അഹമ്മദിനെ റവന്യൂമന്ത്രിയാക്കുന്നതിൽ നിർണായക പങ്ക് തന്നെ വഹിച്ചു.

1939–40 കാലത്ത് സിൽഹട്ടിലും കച്ചാറിലും ധാരാളം കർഷകസമരങ്ങൾ. പലതിനും നേതൃത്വം നൽകി. സെമിന്ദാർക്കെതിരെ ദസ്സാർ ബസാറിൽ ഉജ്വല കർഷകസമരം. അത് നയിച്ചു. മീൻപിടുത്തക്കാരുടെ ഒരു സംഘടനയും രൂപീകരിച്ചു. സംഘടനയുടെ നേതൃത്വത്തിൽ പ്രക്ഷോഭങ്ങൾ സംഘടിപ്പിച്ചു.

1937–40 കാലത്ത് അസം നിയമസഭ ജനങ്ങൾക്ക് അനുകൂലമായി പാസാക്കിയ ഓരോ നിയമത്തിന്റേയും പിന്നിൽ നിയമസഭാംഗമല്ലാത്ത ബിരേഷിനെ കാണാം. സിൽഹട്ട് കുടിയായ്മ ബിൽ. സിൽഹട്ട് ടൗൺ ടെനൻസി ബിൽ, പണമിടപാട് സംബന്ധിച്ച ബിൽ തുടങ്ങിയ ബില്ലുകൾ തയ്യാറാക്കുന്നതിൽ അദ്ദേഹത്തിന് പങ്കുണ്ടായിരുന്നു. അസം രാഷ്ട്രീയവൃത്തങ്ങളിൽ നിയമസഭയിലെ അനൗദ്യോഗികാംഗം എന്ന നിലയിൽ അറിയപ്പെട്ടു.

ഒരു കമ്യൂണിസ്റ്റ് ഗ്രൂപ്പ് നേരത്തേ ആരംഭിച്ച കാര്യം പറഞ്ഞുവല്ലോ.

1940 ൽ കമ്യൂണിസ്റ്റ് പാർട്ടിയുടെ സുർമാവാലി ജില്ലാഘടകം രൂപം കൊണ്ടു. ആ വർഷം ഡിസംബറിൽ ധാക്കാദക്ഷിണിൽ ചേർന്ന രഹസ്യയോഗത്തിലാണ് ജില്ലാ ഘടകം രൂപീകരിച്ചത്. ആ വർഷം തന്നെ ബിരേഷ് പാർട്ടി അംഗമായി. താമസിയാതെ അറസ്റ്റിലുമായി. കമ്യൂണിസ്റ്റ് പാർട്ടി യുദ്ധത്തോടുള്ള നയത്തിൽ മാറ്റം വരുത്തിയതിനെത്തുടർന്ന് ജയിൽ മോചിതനായി. പാർട്ടിയുടെ മേലുള്ള നിരോധനവും പിൻവലിക്കപ്പെട്ടു.

പുതിയ സാഹചര്യത്തിൽ 1942 ജൂലായ് 27 ന് പാർട്ടിയുടെ ആദ്യത്തെ നിയമവിധേയസമ്മേളനം സിൽഹട്ടിൽ. സുർമാവാലിയിൽ നിന്നും ബ്രഹ്മപുത്രാവാലിയിൽ നിന്നുമുള്ള കമ്യൂണിസ്റ്റുകാർ സമ്മേളനത്തിൽ പങ്കുകൊണ്ടു. അവരെല്ലാം സി എസ് പി എന്ന പുറന്തോട് പൊട്ടിച്ച് പുറത്തു വന്നു. 1943 അവസാനം രണ്ട് വാലികളിലേയും പാർട്ടികൾ ചേർന്ന് പ്രോവിൻഷ്യൽ കമ്മിറ്റി രൂപീകരിച്ചു. സെക്രട്ടറിയായി ബിരേഷിനെ തിരഞ്ഞെടുത്തു.

1942–43 കാലത്ത് വമ്പിച്ച ക്ഷാമം. ദുരിതാശ്വാസ പ്രവർത്തനങ്ങൾ സംഘടിപ്പിച്ചു. ഭക്ഷ്യകമ്മിറ്റികൾ രൂപീകരിക്കുകയും വ്യാപകമായ നിലയിൽ ഉപഭോക്തൃസഹകരണ സംഘങ്ങൾ ആരംഭിക്കുന്നതിന് നേതൃത്വം നൽകുകയും ചെയ്തു. 1946 ലെ തിരഞ്ഞെടുപ്പിൽ ബിരേഷ് മൽസരിച്ചെങ്കിലും വിജയിച്ചില്ല. 1946 ൽ നാങ്കാർ സമ്പ്രദായത്തിനെതിരായ സമരം നയിച്ചു. കോൺഗ്രസ് ഗവൺമെന്റ് അടിച്ചമർത്താൻ നോക്കി. 1946 ൽ സിൽച്ചാർ സബ്ഡിവിഷനിലെ തേഭാഗാ സമരത്തിനും നേതൃത്വം നൽകി.

ഇന്ത്യാ വിഭജനത്തെത്തുടർന്ന് അഭയാർഥി പ്രവാഹം. അഭയാർഥികളെ പുനരധിവസിപ്പിക്കുന്ന പ്രവർത്തനങ്ങളുടെ മുൻപന്തിയിൽ നിന്നു. സാധാരണക്കാർക്കുവേണ്ടിയുള്ള സുന്ദരി മോഹൻ സേവാസദൻ എന്ന ആശുപത്രി സ്ഥാപിക്കാൻ ഭാര്യയോടൊപ്പം അവിശ്രമം പ്രവർത്തിച്ചു.

1948 ൽ സി പി ഐ യുടെ രണ്ടാം കോൺഗ്രസ്. ആ കോൺഗ്രസ് കഴിഞ്ഞതിനുശേഷം പാർട്ടിക്കകത്ത് രൂക്ഷമായ അഭിപ്രായ വ്യത്യാസം. അതിനെത്തുടർന്ന് രഹസ്യമായി സമ്മേളിച്ച കേന്ദ്രകമ്മിറ്റി സി സിയും പി ബിയും പുനഃസംഘടിപ്പിച്ചു. പി ബിയിലേക്ക് ബിരേഷ് തിരഞ്ഞെടുക്കപ്പെട്ടു. അമ്പതുകളുടെ രണ്ടാം പകുതിയിൽ ഇന്ത്യൻ കമ്യൂണിസ്റ്റ് പ്രസ്ഥാനത്തിനകത്ത് ആരംഭിച്ച ആശയസമരത്തിൽ റിവിഷനിസത്തിനെതിരെ ഉറച്ച നിലപാടെടുത്തു. പാർട്ടി പിളർന്നപ്പോൾ സി പി ഐ (എം) ന്റെ കൂടെ നിന്നു. 1991 മെയ് 30 ന് അന്തരിച്ചു.

ബെൻ ബ്രാഡ്‌ലി

1898 - 1957

ഇന്ത്യയുടെ സ്വാതന്ത്ര്യസമരചരിത്രത്തിൽ ആദരപൂർവം അനുസ്മരിക്കുന്ന ചില ഇംഗ്ലീഷുകാരുണ്ട് – ആനിബസന്റ്, സി എഫ് ആൻഡ്രൂസ്, എ ഒ ഹ്യൂം തുടങ്ങിയവർ. അതേപോലെ തൊഴിലാളിവർഗ–കമ്യൂണിസ്റ്റു പ്രസ്ഥാനത്തിന്റെ ചരിത്രത്തിലും മറക്കാനാവാത്ത ചില ഇംഗ്ലീഷുകാരുണ്ട്. അതിൽ ഒരാളാണ് ബെഞ്ചമിൻ ഫ്രാൻസിസ് ബ്രാഡ്‌ലി. ബെൻ ബ്രാഡ്‌ലി എന്ന ചുരുക്കപ്പേരിലാണ് അദ്ദേഹം അറിയപ്പെട്ടത്. ഇന്ത്യയിൽ കമ്യൂണിസ്റ്റുപ്രസ്ഥാനത്തിന് അസ്തിവാരമിട്ടവരിൽ ഒരാളായിരുന്നു ബ്രാഡ്‌ലി.

ലണ്ടനിലെ വൽത്താം സ്റ്റോവ് എന്ന പ്രദേശത്ത് 1898–ൽ ജനിച്ചു. ഒരു തൊഴിലാളികുടുംബത്തിൽ ജനിച്ച ബ്രാഡ്‌ലി പതിനാലാം വയസിൽ ഒരു ഫാക്ടറിയിൽ ജോലിക്കാരനായി. അതിവേഗം വിദഗ്ധതൊഴിലാളിയായിത്തീർന്നു. എഞ്ചിനീയറിങ് ജോലികൾ നന്നായി കൈകാര്യംചെയ്യാൻ ശീലിച്ചു. ഒന്നാം ലോകമഹായുദ്ധം ആരംഭിച്ചപ്പോൾ അദ്ദേഹത്തിന്റെ പ്രായം 16 വയസ്സ്. 1916–ൽ നേവിയിൽചേർന്നു. രണ്ടരവർഷത്തിനുശേഷം അതിലെ സേവനംമതിയാക്കി. 1921–ൽ ബ്രിട്ടീഷ്ഗവൺമെന്റിൽ നിന്ന് നിയമനം കിട്ടിയതനുസരിച്ച് ബ്രാഡ്‌ലി ഇന്ത്യയിലെത്തി. റാവൽ പിണ്ടിയിൽ ആയുധങ്ങളുടെ അറ്റകുറ്റപ്പണികൾ തീർക്കുന്നതിന് ഒരു ഫാക്ടറിയിൽ ജോലിയിൽപ്രവേശിച്ചു. ഒമ്പതുമാസത്തിനുശേഷം ആ ജോലിയുപേക്ഷിച്ച് 'ജേണിമേൻ എഞ്ചിനീയർ' ആയി. അപ്പോൾ എഞ്ചിനീ

യർമാരുടെ അമാൽഗമേറ്റഡ് യൂണിയനിൽ അംഗമായി. നേരത്തെത്തന്നെ ട്രേഡ് യൂണിയൻ പ്രവർത്തനങ്ങളിൽ താൽപ്പര്യം പ്രകടിപ്പിച്ച അദ്ദേഹം അതിവേഗം ആ യൂണിയന്റെ നേതാവായി ഉയർന്നു. പിന്നെ 37 വർഷം അദ്ദേഹം ആ യൂണിയന്റെ പല ഔദ്യോഗിക സ്ഥാനങ്ങളും വഹിച്ചു.

അൽപ്പകാലം ഇന്ത്യയിൽ ജോലിനോക്കി ബ്രിട്ടനിലേക്കു മടങ്ങിയ ബ്രാഡ്‌ലി 1927-ൽ വീണ്ടും ഇന്ത്യയിൽ തിരിച്ചെത്തി. തന്റെ ജീവിതത്തിന്റെ ഒരുഭാഗം ഇന്ത്യയുടെ സ്വാതന്ത്ര്യസമരത്തിനും ഇന്ത്യൻജനതയുടെ മോചനത്തിനും ചെലവഴിക്കുകയെന്ന ദൃഢനിശ്ചയത്തോടെയാണ് ഇത്തവണ ഇന്ത്യയിലെത്തിയത്. ഇന്ത്യയിലും മറ്റു കോളനികളിലും ബ്രിട്ടനുള്ള ആധിപത്യം അവസാനിച്ചെങ്കിൽ മാത്രമേ സോഷ്യലിസ്റ്റ് ബ്രിട്ടൻ പടുത്തുയർത്താൻ സാധിക്കുകയുള്ളൂവെന്ന് ബ്രാഡ്‌ലിയെപ്പോലുള്ള ഇംഗ്ലീഷുകാർക്ക് അറിയാമായിരുന്നു.

1927-ൽ ബ്രാഡ്‌ലി ഇന്ത്യയിൽ കാലുകുത്തുമ്പോൾ ഇന്ത്യൻ മണ്ണിൽ ഇന്ത്യൻ കമ്യൂണിസ്റ്റുപാർട്ടി രൂപംകൊണ്ടിരുന്നു. നിരോധിക്കപ്പെട്ടിരുന്നെങ്കിലും രഹസ്യമായിട്ടായിരുന്നു കമ്യൂണിസ്റ്റുപാർട്ടിയുടെ പ്രവർത്തനം. കമ്യൂണിസ്റ്റുകാർ എ ഐ ടി യു സിക്കകത്ത് സജീവമായതോടെ അതിന്റെ ആഭിമുഖ്യത്തിലുള്ള സമരങ്ങൾക്കു ശക്തിയും ഊക്കും കൂടി. ബ്രാഡ്‌ലിയും ഈ സമരങ്ങളിൽ പങ്കാളിയായി. ടെക്സ്റ്റൈൽ തൊഴിലാളികളുടെയും റെയിൽവേ തൊഴിലാളികളുടെയും സമരങ്ങളിൽ അദ്ദേഹം പങ്കെടുത്തു. മുംബൈ ആസ്ഥാനമായിട്ടാണ് പ്രവർത്തനമെങ്കിലും ഇന്ത്യയുടെ ഒരറ്റംമുതൽ മറ്റേ അറ്റംവരെ സഞ്ചരിച്ചു. പല സംസ്ഥാനങ്ങളിലും തൊഴിലാളിപ്രവർത്തനവുമായി ബന്ധപ്പെട്ട് താമസിക്കുകപോലും ചെയ്തു. അദ്ദേഹം പല യൂണിയനുകൾക്കും അടിത്തറപാകി. ബോംബെ ഗിർണി കാംഗാർ യൂണിയന്റെയും ജി ഐ പി റെയിൽവേ തൊഴിലാളി യൂണിയന്റെയും സ്ഥാപകരിൽ ഒരാളായി മാറി. ഗിർണി കാംഗാർ യൂണിയനാണ് 1928-ലെ ഐതിഹാസികമായ ടെക്സ്റ്റൈൽ തൊഴിലാളി പണിമുടക്കിനു നേതൃത്വം നൽകിയത്. അത് അക്കാലത്ത് ഏഷ്യയിലെ ഏറ്റവും വലിയ ട്രേഡ് യൂണിയനായിരുന്നു.

1928 ആയപ്പോഴേക്ക് സംഭവപരമ്പരകൾ; മുംബൈയിലെ ടെക്സ്റ്റൈൽസമരങ്ങൾ അതിന്റെ മൂർധന്യത്തിലെത്തിയെങ്കിൽ സൈമൺ കമീഷൻ ബഹിഷ്കരണപ്രസ്ഥാനത്തോടെ തൊഴിലാളിവർഗം ദേശീയ പ്രസ്ഥാനത്തിൽ അത്യന്തം സംഘടിതമായ നിലയിൽ പങ്കെടുക്കാൻതുടങ്ങി. 1928-ൽ വിവിധ പ്രവിശ്യകളിലെ തൊഴിലാളി-കർഷക പാർട്ടികൾ ഒരു അഖിലേന്ത്യാ തൊഴിലാളി-കർഷക പാർട്ടിയിൽ ഏകീകരിക്കപ്പെട്ടു. അതേവർഷംതന്നെ കൊൽക്കത്തയിൽനടന്ന കോൺഗ്രസ് സമ്മേളന പന്തലിനുമുന്നിൽ അമ്പതിനായിരം തൊഴിലാളികൾ പ്രകടനംനടത്തി. കോൺഗ്രസ് അതിന്റെ ലക്ഷ്യം പൂർണസ്വാതന്ത്ര്യമായി പ്രഖ്യാപിക്കണമെന്ന് ആവശ്യപ്പെട്ടു. ഇതെല്ലാംകണ്ട് പരിഭ്രാന്തരായിത്തീർന്ന ബ്രിട്ടീഷ് ഭരണാധികാരികൾ കമ്യൂണിസ്റ്റുകാരിൽനിന്ന് വളർന്നുവരുന്ന ആപത്ത്

തിരിച്ചറിഞ്ഞു. അവർ പാർട്ടിക്കെതിരെ ആഞ്ഞടിക്കാൻ തീരുമാനിച്ചു. അങ്ങനെയാണ് മീററ്റ് ഗൂഢാലോചനക്കേസ് കെട്ടിച്ചമച്ചതും അതിൽ 32 ആളുകളെ പ്രതികളാക്കിയതും. പ്രതികളിൽ ഒരാൾ ബ്രാഡ്‌ലി. 1929–ൽ മറ്റുള്ളവരോടൊപ്പം അറസ്റ്റുചെയ്ത ബ്രാഡ്‌ലിയെ ജാമ്യംപോലും അനുവദിക്കാതെ കേസ് കഴിയുന്നതുവരെ മൂന്നരക്കൊല്ലം തുറുങ്കിലടച്ചു. അവസാനം അദ്ദേഹത്തിന് പത്തുവർഷത്തെ ശിക്ഷനൽകി. മറ്റുപ്രതികളെ വിവിധകാലയളവുകളിലേക്കു ശിക്ഷിച്ചു. ഈ ശിക്ഷയ്ക്കെതിരെ ലോകവ്യാപകമായി നടന്ന പ്രക്ഷോഭത്തെത്തുടർന്ന് മേൽക്കോടതി അതിൽ ഇളവ് അനുവദിച്ചു. ബ്രാഡ്‌ലിയുടെ ശിക്ഷ ഒരുകൊല്ലമായി. 1933 നവംബറിൽ അദ്ദേഹം മോചിതനായി. അതിനെത്തുടർന്ന് സ്വന്തംനാട്ടിലേക്കു മടങ്ങി. യൂറോപ്പിൽ മടങ്ങിയെത്തിയ ഉടനെ ഇന്ത്യൻ കമ്യൂണിസ്റ്റുപാർട്ടിയെ സംബന്ധിച്ച് കമ്യൂണിസ്റ്റ് ഇന്റർനാഷണലിന് സമഗ്രമായ ഒരു റിപ്പോർട്ട് നൽകി. കമ്യൂണിസ്റ്റ് ഇന്റർനാഷണലിന്റെ ഏഴാംകോൺഗ്രസിൽ താമ്പെ എന്ന പേരിൽ അദ്ദേഹം ഇന്ത്യൻ കമ്യൂണിസ്റ്റുപാർട്ടിയെ പ്രതിനിധീകരിച്ചു.

ഇന്ത്യയിൽനിന്ന് ലണ്ടനിലെത്തിയശേഷവും അവിടത്തെ ഇന്ത്യൻ വിദ്യാർഥികളുമായും ഇന്ത്യൻ കമ്യൂണിസ്റ്റുപാർട്ടിയുമായും ബന്ധപ്പെട്ടു. ലണ്ടനിലിരുന്നുകൊണ്ട് ഇന്ത്യൻ സ്വാതന്ത്ര്യസമരത്തിനുവേണ്ടി ചെയ്യാവുന്നതെല്ലാം ചെയ്തു. ഇന്ത്യയിലേക്ക് മടങ്ങണമെന്ന് അദ്ദേഹത്തിന് മോഹമുണ്ടായിരുന്നു. പല കാരണങ്ങളാൽ, പക്ഷേ, അതിനു സാധിക്കാതെപോയി. എഴുത്തുകുത്തുകളിലൂടെയും ലേഖനങ്ങളിലൂടെയും അദ്ദേഹം ഇന്ത്യൻ കമ്യൂണിസ്റ്റുപാർട്ടിയെ സഹായിച്ചു.

കമ്യൂണിസ്റ്റ് ഇന്റർനാഷണലിന്റെ ചരിത്രപ്രധാനമായ ഏഴാംകോൺഗ്രസ് ഫാസിസത്തിനെതിരെ വിപുലമായ ഐക്യമുന്നണി കെട്ടിപ്പടുക്കാൻ ആഹ്വാനംനൽകി. ഇന്ത്യയിൽ എങ്ങനെയാണ് ഇപ്രകാരമൊരു മുന്നണി കെട്ടിപ്പടുക്കുക? അതിനെക്കുറിച്ച് ആലോചനകൾ നടന്നുകൊണ്ടിരിക്കെ ഇന്ത്യയിലെ കമ്യൂണിസ്റ്റുകാർക്ക് വഴികാട്ടാൻ രജനി പാംദത്തും ബ്രാഡ്‌ലിയും ചേർന്ന് ഒരു രേഖ തയാറാക്കി. ആ രേഖ ദത്ത്–ബ്രാഡ്‌ലി തീസിസ് എന്ന പേരിൽ അറിയുന്നു. അതിൽ, സ്വാതന്ത്ര്യസമരത്തിൽ ഇന്ത്യയിലെ കമ്യൂണിസ്റ്റുകാർ ഇന്ത്യൻ നാഷണൽ കോൺഗ്രസിൽ ചേർന്നും കോൺഗ്രസ് സോഷ്യലിസ്റ്റുപാർട്ടിയുമായി ഐക്യമുന്നണിയുണ്ടാക്കിയും പ്രവർത്തിക്കുന്നതിനു നിർദേശിച്ചു. ആ നിർദേശം ഇന്ത്യൻ കമ്യൂണിസ്റ്റുപാർട്ടി അംഗീകരിച്ച് നടപ്പാക്കുകയുണ്ടായി. ഇന്ത്യയുടെ സ്വാതന്ത്ര്യലബ്ധിക്കുശേഷം ഇന്ത്യയിലെയും ബ്രിട്ടനിലെയും ജനങ്ങൾ തമ്മിലുള്ള സൗഹാർദബന്ധം ശക്തിപ്പെടുത്താൻ അദ്ദേഹം പ്രവർത്തിച്ചു. 1957 ജനുവരി 1–ന് നിര്യാതനായി. ബ്രാഡ്‌ലിയുടെ ഭാര്യ 1947–ൽ നിര്യാതയായിരുന്നു.

ഭഗവതി പാണിഗ്രാഹി

1908 - 1943

മുപ്പത്തഞ്ചു വയസ് വരെ മാത്രം ജീവിക്കുക, അതിനിടയിൽ കേവലം പത്തുവർഷത്തെ രാഷ്ട്രീയജീവിതം നയിക്കുക, ആ പത്തു വർഷത്തിനിടയിൽ ഒരു പ്രവിശ്യയിലെ സാമൂഹിക-സാംസ്കാരിക-രാഷ്ട്രീയ ജീവിതത്തെ ആകെ അഗാധമായി സ്വാധീനിക്കുക-അങ്ങനെയുള്ള ഒരു രാഷ്ട്രീയ നേതാവിനെക്കുറിച്ച് ചിന്തിക്കാൻ തന്നെ പ്രയാസം. എന്നാൽ സ്വാതന്ത്ര്യ പൂർവ ഒറീസയിൽ അങ്ങനെയൊരു നേതാവുണ്ടായിരുന്നു - ഭഗവതി പാണിഗ്രാഹി. ചെറുപ്രായത്തിൽതന്നെ പ്രവിശ്യയിലാകെ അറിയപ്പെട്ട സ്വാതന്ത്ര്യ സമര യോദ്ധാവായി മാറിയ, കോൺഗ്രസ് സോഷ്യലിസ്റ്റ് പാർട്ടി സെക്രട്ടറിയായി തിരഞ്ഞെടുക്കപ്പെട്ട, സി എസ് പി സെക്രട്ടറിയായി പ്രവർത്തിക്കുമ്പോൾതന്നെ നിയമവിരുദ്ധ കമ്യൂണിസ്റ്റ് പാർട്ടിയുടെ സെക്രട്ടറിയെന്ന ചുമതല വഹിച്ച ആ വിപ്ലവകാരി രാജ്യത്തിന് സ്വാതന്ത്ര്യം കിട്ടുന്നതിന് നാലു വർഷം മുമ്പ് അന്തരിച്ചു.

ഒറീസയിലെ അന്നത്തെ പുരി ജില്ലയിലെ ഒരു ഗ്രാമം - വിശ്വനാഥ്പൂർ. കുസഭദ്ര നദിക്കരയിൽ സ്ഥിതിചെയ്യുന്ന ആ ഗ്രാമത്തിൽ 1908-ാമാണ്ടിൽ ഭഗവതി പാണിഗ്രാഹി ജനിച്ചു. സ്വാതന്ത്ര്യപ്രക്ഷോഭത്തിന്റെ പശ്ചാത്തലത്തിലാണ് സ്കൂൾ-കോളേജ് വിദ്യാഭ്യാസം നടന്നത്. അതുകൊണ്ട് അനിവാര്യമായും അതിന്റെ അന്തഃസത്ത ഉൾക്കൊണ്ടു. ആദ്യം പഠിച്ചത് പുരിയിൽ. തുടർന്ന് അക്കാലത്തെ തലമുതിർന്ന കോൺഗ്രസ് നേതാവ് പണ്ഡിറ്റ് ഗോപാലബന്ധുദാസ് നടത്തിയ വന

വിദ്യാലയ (ദേശീയ സ്കൂൾ)ത്തിൽ ഒരു വർഷം പഠിച്ചു. അത് സ്വാതന്ത്ര്യ സമരത്തിൽ ആണ്ടിറങ്ങാൻ ഉത്തേജനം നൽകി. പുരിയിലെ അഭിഭാഷ കനായിരുന്ന പിതാവ് സ്വപ്നേശ്വർ നേരത്തെതന്നെ സ്വാതന്ത്ര്യസമരത്തെ പിന്തുണച്ചു. മൂത്ത സഹോദരന്മാരായ ധ്യാസിംഗയും കാളിന്ദീചരണും ഒറിയാസാഹിത്യത്തിലെ പേരുകേട്ട എഴുത്തുകാർ.

പട്നയിൽ നിന്ന് ബിരുദാനന്തര ബിരുദം കരസ്ഥമാക്കി. അതിനുശേഷം കട്ടക്കിലെ റാവേൻഷാ കോളേജിൽ നിയമപഠനം നട ത്തിക്കൊണ്ടിരിക്കെ സ്വാതന്ത്ര്യ സമരത്തിൽ സജീവമായി. കോൺഗ്രസ് നേതാക്കളിലുള്ള പ്രതീക്ഷകളെല്ലാം അസ്തമിച്ചു. ഗാന്ധിജി നിസഹക രണ പ്രസ്ഥാനം പിൻവലിച്ചതിൽ നിരാശനായിത്തീർന്ന അദേഹം അക്കാ ലത്തെ മറ്റു പല യുവാക്കളെയും പോലെ ദേശീയ വിപ്ലവപ്രസ്ഥാനത്തി ലേക്ക് തിരിഞ്ഞു.

അതേസമയം ഇക്കാലത്ത് പ്രമുഖ കോൺഗ്രസ് നേതാവ് നവ കൃഷ്ണ ചൗധരിയുമായി വളരെയധികം അടുത്തു. അദ്ദേഹത്തോടൊപ്പം പ്രവർത്തിച്ചു. സ്കൂൾകാലം തൊട്ട് ഉറ്റസുഹൃത്തായിരുന്നു പ്രാണനാ ഥ്. കാശി വിദ്യാപീഠത്തിൽ ആചാര്യ നരേന്ദ്രദേവിന് കീഴിൽ വിദ്യാഭ്യാസം നേടിയതിന് ശേഷം അദ്ദേഹം സോഷ്യലിസത്തിലേക്ക് തിരിഞ്ഞു. 1934 വരെ ഭഗവതിക്ക് മാർക്സിസ്റ്റ് സാഹിത്യവുമായോ പുരോഗമന സാഹി ത്യവുമായോ പരിചയപ്പെടാൻ അവസരം ലഭിച്ചില്ല. അന്നത്തെ കോൺഗ്രസ് എം പി ഭുവനന്ദ്ദാസിന് നല്ലൊരു ലൈബ്രറിയുണ്ടായിരു ന്നു. ആ ലൈബ്രറിയിൽ നിന്ന് *കമ്യൂണിസ്റ്റ് മാനിഫെസ്റ്റോയും* സ്റ്റാലിന്റെ സമാഹൃതകൃതികളുടെ ഒരു സഞ്ചികയും ബുഖാറിന്റെ ചരിത്രപരമായ ഭൗതികവാദവും വായിക്കാൻ കിട്ടി. മീററ്റ് ഗൂഢാലോചനക്കേസിലെ കമ്യൂ ണിസ്റ്റ് പ്രതികളുടെ പ്രസ്താവനയും ആ ലൈബ്രറിയിൽനിന്നെടുത്തു വായിച്ചു. ഈ പുസ്തകങ്ങളും കോൺഗ്രസുകാരും സോഷ്യലിസ്റ്റുകാരും അരാജകവാദികളും ഒരേയൊരു മാർക്സിസ്റ്റായ ബ്രജൻപോളും പങ്കെ ടുക്കാറുള്ള സ്റ്റഡി സർക്കിളുകളിലെ ചർച്ചകളും അദ്ദേഹത്തിന് ആശയ വ്യക്തതയുണ്ടാക്കിക്കൊടുത്തു. അതോടെ കമ്യൂണിസ്റ്റ് പാർട്ടിയിൽ ചേരാൻ അതിയായ താൽപ്പര്യം. അതിന് ഒരു വർഷംകൂടി കാത്തു നിൽക്കേണ്ടിവന്നു.

ഇതിനിടയിൽ, 1934 മേയിൽ പട്നയിലും ഒക്ടോബറിൽ ബോംബെ യിലും സ്ഥാപകയോഗങ്ങൾ ചേരുന്നതിന് മുമ്പുതന്നെ ഒറീസയിൽ കോൺഗ്രസ് സോഷ്യലിസ്റ്റ് പാർട്ടി രൂപമെടുക്കാൻ തുടങ്ങി. 1934 ഫെബ്രു വരിയിൽ അതിന്റെ ഒറീസ ഘടകം രൂപംകൊണ്ടു. ഭഗവതി അതിന്റെ സെക്രട്ടറിയായി തിരഞ്ഞെടുക്കപ്പെട്ടു. നവകൃഷ്ണ ചൗധരി, പ്രാണനാഥ് പട്നായിക്, ആനന്ദ പട്നായിക്, മാലതി ദേവി തുടങ്ങിയവരായിരുന്നു സി എസ് പിയിലെ സഹപ്രവർത്തകർ. വാസ്തവത്തിൽ ഉപ്പു സത്യ ഗ്രഹം പിൻവലിച്ച ഉടൻ സി എസ് പി രൂപവൽക്കരിക്കുന്നതിനുള്ള പ്രവർത്തനങ്ങൾ ആരംഭിച്ചതാണ്. സ്വാതന്ത്ര്യസമരത്തിന്റെ ഗാന്ധിയൻ

നേതൃത്വത്തിൽ കൂടുതൽ കൂടുതൽ ഉശിരൻ യുവാക്കളും കോൺഗ്രസ് കേഡർമാരും വ്യാമോഹമുക്തരായി. റഷ്യൻ വിപ്ലവവിജയം, സോവിയറ്റ് യൂണിയനിൽ പഞ്ചവത്സര പദ്ധതികളിലൂടെ ഉണ്ടായ മുന്നേറ്റം, അടിമ രാഷ്ട്രങ്ങൾക്കും ഇന്ത്യയിലെ തൊഴിലാളിവർഗ പോരാട്ടങ്ങൾക്കും സോവിയറ്റ് ഗവൺമെന്റിന്റെ പിന്തുണ, മീറത് ഗൂഢാലോചനക്കേസിലെ പ്രതികൾ കോടതിയിൽ സമർപ്പിച്ച പ്രസ്താവന - ഇവയൊക്കെ അവരുടെ ഭാവനയെ ഉദ്ദീപിപ്പിച്ചു. അവർ പടിപടിയായി കോൺഗ്രസ് സോഷ്യലിസ്റ്റ് പാർട്ടിയിലേക്ക് ആകർഷിക്കപ്പെട്ടു. പിന്നീട് അവരുടെ ശ്രദ്ധ നിയമവിരുദ്ധ കമ്യൂണിസ്റ്റ് പാർട്ടിയിലേക്ക് തിരിഞ്ഞു.

ദെങ്കനാൽ, നീലഗിരി, റാൺപൂർ, തൽച്ചർ തുടങ്ങിയവ അക്കാലത്തെ നാട്ടുരാജ്യങ്ങൾ. ആ നാട്ടുരാജ്യങ്ങളിലെ പ്രക്ഷോഭങ്ങൾക്ക് പ്രധാനമായും കോൺഗ്രസ് സോഷ്യലിസ്റ്റ് പാർട്ടി മാർഗദർശനം നൽകി. 1936-ൽ അഖിലേന്ത്യാ കിസാൻസഭ രൂപംകൊള്ളുന്നതിനുമുമ്പുതന്നെ (1935-ൽ) ഒറീസയിൽ കിസാൻസഭ രൂപമെടുത്തു. ഫ്യൂഡൽ ചൂഷണത്തിനും സെമീന്ദർമാരുടെയും ജാഗീർദാർമാരുടെയും മറ്റും മർദനത്തിനും എതിരെയുള്ള സമരങ്ങൾക്ക് സഭ നേതൃത്വം നൽകി. 1934 മെയ് ഒന്നിന് *സാരഥി* എന്ന ആദ്യത്തെ സോഷ്യലിസ്റ്റ് ജേർണൽ പുറത്തുവന്നു. പത്രാധിപർ നവകൃഷ്ണചൗധരി, ഭഗവതി അതിൽ തുടർച്ചയായി എഴുതി. പിന്നീട് സി എസ് പി മുഖപത്രമെന്ന നിലയിൽ 1937-ൽ കൃഷക പുറത്തുവന്നു. പത്രാധിപർ ഭഗവതി പാണിഗ്രാഹി. നാട്ടുരാജ്യപ്രക്ഷോഭങ്ങൾക്കും സംസ്ഥാനത്തെ വളർന്നുവരുന്ന കർഷകപ്രസ്ഥാനത്തിനും അത് മാർഗദർശനം നൽകി.

1937-ൽ നവയുഗമണ്ഡൽ എന്നപേരിൽ ഭഗവതി ഒരു സ്റ്റഡിസർക്കിൾ സംഘടിപ്പിച്ചു. അഭ്യസ്തവിദ്യരായ ചെറുപ്പക്കാരെ സ്വാതന്ത്ര്യസമരത്തിലേക്കും സി എസ് പി യിലേക്കും ആകർഷിക്കാൻ സംസ്ഥാനത്തിന്റെ പല ഭാഗങ്ങളിലായി അത് ചർച്ചായോഗങ്ങൾ നടത്തി. അഭ്യസ്തവിദ്യരായ ധാരാളം യുവകോൺഗ്രസ് കേഡർമാർ സി എസ് പി യുമായി അടുക്കാൻ ഇതു വഴിവെച്ചു. നവയുഗസാഹിത്യ സംസദ് സംഘടിപ്പിക്കാൻ ഇത് പ്രചോദനം നൽകി. ഈ രണ്ട് സംഘടനകളും തൊട്ടുകൂടായ്മക്കും സ്ത്രീധന സമ്പ്രദായത്തിനും സ്ത്രീകളെ പീഡിപ്പിക്കുന്നതിനും എതിരെ ഒറീസയിലാകെ വമ്പിച്ച ക്യാമ്പയിൻ നടത്തി.

നവയുഗസാഹിത്യ സംസദിന്റെ ഒരാഴ്ച നീണ്ടുനിന്ന സമ്മേളനം കട്ടക്കിൽ. നേരത്തെ തയ്യാറാക്കിയ പ്രബന്ധങ്ങളുടെ അടിസ്ഥാനത്തിൽ കലയുടെയും സാഹിത്യത്തിന്റെയും വിവിധ വശങ്ങൾ സമ്മേളനം ചർച്ച ചെയ്തു. ഇതൊരു പുതുമയായിരുന്നു. പ്രതിഭാശാലികളായ കവികളെയും എഴുത്തുകാരെയും സാംസ്കാരിക പ്രസ്ഥാനത്തിന് പിന്നിൽ അണിനിരത്താൻ ഇത് സഹായിച്ചു. ഈ സാംസ്കാരിക പ്രസ്ഥാനത്തെ അന്നത്തെ കോൺഗ്രസ് പ്രസിഡണ്ട് പണ്ഡിറ്റ് നീലകണ്ഠദാസ് പ്രോത്സാഹിപ്പിച്ചു. താൻ പബ്ലിഷറും എഡിറ്ററുമായ സാഹിത്യമാസിക

യിൽ കട്ടക്ക് സമേളനത്തിൽ കട്ടക് സമ്മേളനത്തിൽ അവതരിക്കപ്പെട്ട പ്രബന്ധങ്ങൾ മുഴുവൻ അദ്ദേഹം പ്രസിദ്ധീകരിച്ചു. 1936-ൽ നടന്ന നവയുഗ സാഹിത്യ സംസദിന്റെ ഒരു സമ്മേളനത്തിൽ പണ്ഡിറ്റ് ജവാഹർലാൽ നെഹ്റുവും സംബന്ധിച്ചു. അപ്പോൾ അദ്ദേഹം തന്റെ തിരഞ്ഞെടുപ്പ് ക്യാമ്പയിനിൽ ഏർപ്പെട്ടിരിക്കുകയായിരുന്നു. അങ്ങനെ നവയുഗസാഹിത്യ സംസദും അതിന്റെ മുഖപത്രമായ *ആധുനിക്കും* ഒറിയാ സാഹിത്യത്തിൽ ഒരു പുതിയ യുഗം ഉദ്ഘാടനം ചെയ്തു. പുരോഗമന സാഹിത്യത്തിന് അത് അടിത്തറ പാകി. സച്ചിറൗത്ര, ആനന്ദപട്നായിക്, കാളിന്ദി പാണിഗ്രാഹി തുടങ്ങിയ പ്രതിഭാശാലികളായ കവികൾ സാഹിത്യത്തിന്റെ മുൻനിരയിൽ തന്നെ സ്ഥാനം പിടിച്ചു.

1934 മുതൽ യുവജന-വിദ്യാർഥി പ്രസ്ഥാനങ്ങൾക്ക് ഭഗവതി വ്യക്തിപരമായി മാർഗനിർദേശം നൽകി. അഖിലേന്ത്യാ വിദ്യാർഥി ഫെഡറേഷൻ രൂപം കൊള്ളുന്നതിന് മുമ്പുതന്നെ ഒരു വിദ്യാർഥി സമ്മേളനം വിളിച്ചുകൂട്ടുന്നതിന് മുൻകൈ എടുത്തു. ആനന്ദ് പട്നായിക, വൈദ്യനാഥ് റാത്ത് തുടങ്ങിയവരായിരുന്നു വിദ്യാർഥി നേതാക്കൾ. വിദ്യാർഥി സമേളനത്തിന്റെ ആഹ്വാനപ്രകാരം നടന്ന പ്രക്ഷോഭം വിദ്യാർഥികളുടെയൊകെ ശ്രദ്ധയാകർഷിച്ചു. വിദ്യാർഥികളെ ദേശീയപ്രസ്ഥാനത്തിൽ കൊണ്ടുവരുന്നതിനും സഹായിച്ചു. അഖിലേന്ത്യാ വിദ്യാർഥി ഫെഡറേഷൻ രൂപം കൊണ്ടതോടെ സംസ്ഥാനത്തെ വിദ്യാർഥി പ്രസ്ഥാനം കുറേക്കൂടി ശക്തിപ്പെട്ടു. 1940 ആയപ്പോഴേക്ക് വിദേശഭരണത്തിനും അതിന്റെ മർദകവാഴ്ചക്കും എതിരെ വ്യാപകവും സമരോത്സുകവുമായ പ്രസ്ഥാനമായി സംസ്ഥാനത്തിലെ വിദ്യാർഥി പ്രസ്ഥാനം വളർന്നു.

സാമ്രാജ്യത്വവിരുദ്ധ സമരത്തിന്റെ പശ്ചാത്തലത്തിൽ നാടുവാഴിത്ത വിരുദ്ധസമരത്തിന്റെ, വിദ്യാർഥി-യുവജന പ്രസ്ഥാനങ്ങളുടെ, പുരോഗമന സാഹിത്യപ്രസ്ഥാനത്തിന്റെ വളർച്ച ഒറീസയുടെ സാമൂഹിക-രാഷ്ട്രീയ-സാംസ്കാരിക ജീവിതത്തിൽ ഒരു പുതുയുഗം ഉദ്ഘാടനം ചെയ്തു. ഈ പ്രസ്ഥാനങ്ങളുടെ വളർച്ചയോടെ ആറ് മെമ്പർമാരോടുകൂടി തുടങ്ങിയതും കോൺഗ്രസ് സോഷ്യലിസ്റ്റ് പാർട്ടിക്കകത്ത് പ്രവർത്തിച്ചകൊണ്ടിരുന്നതുമായ ചെറിയ കമ്യൂണിസ്റ്റ് പാർട്ടി സ്വാതന്ത്ര്യസമരത്തിൽ തികഞ്ഞ അർപ്പണബോധത്തോടെ പ്രവർത്തിച്ച കേഡർമാരെ ആകർഷിക്കാൻ തുടങ്ങി. അതിന്റെ ഫലം 1937-ൽ പ്രവിശ്യാനിയമസഭയിലേക്ക് നടന്ന തിരഞ്ഞെടുപ്പിൽ പ്രകടമായി. പ്രാണനാഥ പട്നായിക്കും മോഹൻദാസ്, ഗോവിന്ദപ്രധാൻ എന്നീ രണ്ട് കിസാൻസഭ-കമ്യൂണിസ്റ്റ് നേതാക്കളും നിയമസഭയിലേക്ക് തിരഞ്ഞെടുക്കപ്പെട്ടു. 60 അംഗ നിയമസഭയിൽ, പലരുടെയും ഭയാശങ്കകൾ ദൂരീകരിച്ചുകൊണ്ട്, കോൺഗ്രസിന് ഭൂരിപക്ഷവും ലഭിച്ചു.

ചെറിയ കമ്യൂണിസ്റ്റ് പാർട്ടിയുടെ ഈ വളർച്ച ബ്രിട്ടീഷ് ഭരണാധികാരികളെയും സി എസ് പിയിലെയും കോൺഗ്രസിലെയും കമ്യൂണിസ്റ്റ് വിരുദ്ധരെയും പരിഭ്രാന്തരാക്കി. ജയപ്രകാശ് നാരായൺ തന്നെ കട്ടക്കി

ലെത്തി സി എസ് പിയുടെ ഒറീസ ഘടകം പിരിച്ചുവിട്ടു. അതിലെ മിക്ക അംഗങ്ങളും കമ്യൂണിസ്റ്റുകാരായി മാറിയതാണ് കാരണം. പ്രവിശ്യയിലെ കോൺഗ്രസ് മന്ത്രിസഭ രാജിവെച്ചതിനുശേഷം ബ്രിട്ടീഷ് ഗവൺമെന്റ് കമ്യൂണിസ്റ്റുകാർക്കെതിരെ ഒരു ഗൂഢാലോചനക്കേസ് കെട്ടിച്ചമച്ചു. ബ്രിട്ടീഷ് ഗവൺമെന്റിനെ ബലംപ്രയോഗിച്ച് അട്ടിമറിക്കാൻ ശ്രമിച്ചു എന്നതായിരുന്നു കേസിന് ആസ്പദമായ ചാർജ്. കേസിൽ ഭഗവതി പാണിഗ്രാഹി, അദ്ദേഹത്തിന്റെ സഹപ്രവർത്തകരായ വൈദ്യനാഥ് റാത്ത്, വിജയചന്ദ്രദാസ്, ബനാമലിദാസ്, സനത് പട്നായിക് എന്നിവരെ അറസ്റ്റു ചെയ്തു. അവരെ കോടതി ദീർഘകാലത്തേക്ക് ശിക്ഷിച്ചു. ഭഗവതിയെ 1942–ൽ മോചിപ്പിച്ചു. മറ്റുള്ളവരെ വിട്ടയച്ചത്, പക്ഷേ, പിന്നെയും കുറച്ചുകൂടി കഴിഞ്ഞിട്ടാണ്. വിട്ടയച്ച ഉടനെ തന്നെ അവരെ വെറുക്കപ്പെട്ട രാജ്യരക്ഷാനിയമപ്രകാരം വീണ്ടും തടവിലാക്കുകയും ചെയ്തു.

ഭഗവതി ഒരിക്കൽകൂടി രാഷ്ട്രീയ പ്രവർത്തനത്തിൽ മുഴുകി. 1942 ജൂലായ് മാസത്തിൽ പാർട്ടി നേടിയെടുത്ത നിയമവിധേയത്വത്തിന്റേതായ പശ്ചാത്തലത്തിൽ തന്റെ പ്രവർത്തനം പൂർവാധികം ശക്തിപ്പെടുത്തി. പാർട്ടിക്ക് സ്വന്തമായി ഒരു പ്രസ് വിലയ്ക്കു വാങ്ങി. അതിൽനിന്ന് മുക്തിയുദ്ധ വാരിക പുറത്തിറക്കി. പുതിയ കേഡർമാർക്ക് രാഷ്ട്രീയ വിദ്യാഭ്യാസം നൽകാനും അവരെ പരിശീലിപ്പിക്കാനും ഒട്ടേറെ പാർട്ടി സ്കൂളുകൾ സംഘടിപ്പിച്ചു. നീറുന്ന പ്രശ്നങ്ങളെ ആസ്പദമാക്കി ബഹുജനപ്രക്ഷോഭങ്ങൾ വളർത്തി. തദ്വാര, ബഹുജനസംഘടനകൾ ശക്തിപ്പെടുത്തി. ദേശീയ നേതാക്കളെ മോചിപ്പിക്കണമെന്ന് ആവശ്യപ്പെട്ടുകൊണ്ടുള്ള ക്യാമ്പയിനിന്റെയും ബംഗാൾ ക്ഷാമകാലത്ത് ദുരിതം ബാധിച്ചവർക്ക് ആശ്വാസം നൽകുന്നതിനുള്ള പ്രവർത്തനത്തിന്റെയും മുൻപന്തിയിൽ നിന്നു.

ഗഞ്ചാം ജില്ലയിൽ ദുരിതാശ്വാസപ്രവർത്തനങ്ങളിൽ മുഴുകിയിരിക്കെ അദ്ദേഹത്തിന് അണുബാധയുണ്ടായി. ചികിത്സ ആരംഭിക്കാനും വൈകിപ്പോയി. രോഗമെന്തെന്ന് ശരിക്കും കണ്ടുപിടിക്കുമ്പോഴേക്കും ആരോഗ്യനില അത്യന്തം വഷളായി. അദ്ദേഹത്തിന്റെ ജീവൻ രക്ഷിക്കാനായില്ല. 1943 ഒക്ടോബർ 23 ന് അന്തരിച്ചു.

മരിക്കുമ്പോൾ 35 വയസ്. രാഷ്ട്രീയജീവിതത്തിന്റെ കാലയളവ് 10 വർഷം. ഇത്രയും ഹ്രസ്വമായ കാലയളവിനുള്ളിൽ ഒരു ആയുഷ്കാലം മുഴുവൻ ചെയ്യുന്ന ജോലി ചെയ്തു തീർത്തു. വിശ്രമരഹിതമായ, അർപ്പണബോധത്തോടുകൂടിയ പ്രവർത്തനം അദ്ദേഹവുമായി ബന്ധപ്പെട്ടവർക്കൊക്കെ ആവേശത്തിന്റെ ഉറവിടമായി. കഴിവിനും പ്രതിഭയ്ക്കും പുറമെ അസാധാരണമായ ചില മനുഷ്യഗുണങ്ങളും ഉണ്ടായിരുന്നു. അതുകൊണ്ടാണ് സി എസ് പിയിലെയും കമ്യൂണിസ്റ്റ് പാർട്ടിയിലെയും യുവജന–സാംസ്കാരിക സംഘടനകളിലെയും സഖാക്കൾ അദ്ദേഹത്തെ തങ്ങളുടെ നേതാവായി തിരഞ്ഞെടുത്തതും അംഗീകരിച്ചതും. പേരുകേട്ട

ഒറിയ എഴുത്തുകാരനും സാഹിത്യവിമർശകനുമായ ഡോ നട്വർ സാമന്ത്റെ അദ്ദേഹത്തെപ്പറ്റി എഴുതിയത് നോക്കുക:

> കോൺഗ്രസ് സോഷ്യലിസ്റ്റ് പാർട്ടിയുടെയും കമ്യൂണിസ്റ്റ് പാർട്ടിയുടെയും സ്ഥാപകസെക്രട്ടറിയായിരുന്ന മഹാനായ ഭഗവതി പാണിഗ്രാഹി നാട്ടുരാജ്യ പ്രക്ഷോഭങ്ങളെ ഏകോപിപ്പിച്ച ആളായിരുന്നു. ആ നിലയിൽ കൊളോണിയൽ അന്ധകാരത്തിനെതിരായ സമരത്തിന്റെ പതാകാവാഹകനായിരുന്നു.

നല്ല സംഘാടകനെന്ന നിലയിലും എഴുത്തുകാരനെന്ന നിലയിലും അദ്ദേഹം കഴിവ് തെളിയിച്ചു. ഒറീസാരാഷ്ട്രത്തിൽ ഒരു ഗോപാലബന്ധു ദാസ് ഘട്ടമുണ്ട്. അതിനുശേഷം ഒറീസയിലെ മുക്കിലും മൂലയിലും സോഷ്യലിസത്തിന്റെയും വിപ്ലവത്തിന്റെയും സന്ദേശമെത്തിച്ചത് ഭഗവതി.

തിരക്കുപിടിച്ച രാഷ്ട്രീയ പ്രവർത്തനത്തിനിടയിലും എഴുതാൻ സമയം കണ്ടെത്തി. രാഷ്ട്രീയ ലേഖനങ്ങൾ മാത്രമല്ല, ധാരാളം ചെറുകഥകളുമെഴുതി. ലോകചരിത്രം സംബന്ധിച്ച് ഒരു പുസ്തകവും അപൂർണമായ ഒരു നോവലും കൂടി അദ്ദേഹമെഴുതി. അദ്ദേഹത്തിന്റെ കൃതികളുടെ ഒരു സഞ്ചിക പുറത്തിറങ്ങിയിട്ടുണ്ട്.

ആർ ഡി ഭരദ്വാജ്

1908 - 1948

ഇന്ത്യൻ കമ്യൂണിസ്റ്റ് പ്രസ്ഥാനത്തിന്റെ ആദ്യതലമുറയിൽപ്പെട്ട നേതാക്കളിലൊരാളായിരുന്നു ആർ ഡി ഭരദ്വാജ് എന്ന പേരിലറിയപ്പെട്ട രുദ്രദത്ത് ഭരദ്വാജ്. അദ്ദേഹത്തെക്കുറിച്ച് ഇ എം എസ് തന്റെ ആത്മകഥ യിൽ ഭരദ്വാജ് എന്ന ശീർഷകത്തിലുള്ള അധ്യായത്തിൽ എഴുതിയത് ആദ്യംതന്നെ ഉദ്ധരിക്കട്ടെ:

അങ്ങനെ പൊളിറ്റ് ബ്യൂറോ മെമ്പറുടെ നിലവാരത്തിൽ പാർട്ടിയു മായി ഞാനാദ്യം ബന്ധപ്പെടുന്നത് ഭരദ്വാജുമായിട്ടായിരുന്നു. അന്നത്തെ പൊളിറ്റ് ബ്യൂറോയിൽ നാല് മെമ്പർമാരാണ് ഉണ്ടായിരുന്നത്. ജനറൽ സെക്രട്ടറി കൂടിയായിരുന്ന പി സി ജോഷി, ഡോക്ടർ അധികാരി എന്നി വരാണ് അജയ്ഘോഷിനും ഭരദ്വാജിനും പുറമെ ഉണ്ടായിരുന്നത്. പക്ഷേ, ഈ ചുരുങ്ങിയ കാലത്ത് അദ്ദേഹവുമായി അടുത്ത് ഇടപഴകിയതിന്റെ യും, പിന്നീട് ഒരു വ്യാഴവട്ടത്തോളം കാലം പലപ്പോഴും ബന്ധപ്പെട്ട തിന്റെയും അനുഭവം മറ്റു പല കമ്യൂണിസ്റ്റുകാരെയും എന്നപോലെ എന്നെയും ഭരദ്വാജുമായി വൈകാരികമായി വളരെയേറെ അടുപ്പിച്ചു. സാമ്രാജ്യവിരുദ്ധ ഐക്യവും അതിനകത്തെ തൊഴിലാളി വർഗത്തിന്റെ പങ്കും വെറും വേദാന്തപ്രസംഗമല്ല, പ്രായോഗികമായി നടപ്പിലാക്കുന്ന ഒരു പരിപാടിയാണ്, എന്ന് തെളിയിക്കുന്നതിൽ മറ്റേത് കമ്യൂണിസ്റ്റുനേ താവിന്റെയും പിന്നിലല്ലായിരുന്നു അദ്ദേഹം. പിന്നീട് ക്ഷയരോഗിയായി. 1948 ൽ രോഗിയായി കിടക്കുമ്പോൾ അറസ്റ്റു ചെയ്യപ്പെട്ടു ജയിലിൽ വെച്ച് മരിച്ചു.

> കമ്യൂണിസ്റ്റുപാർട്ടിയുടെതിനേക്കാൾ വിപുലമായ ഒരു വൃത്തത്തിൽപ്പെട്ട ജനാധിപത്യവാദികളുടെ മനഃസാക്ഷിയെ ഞെട്ടിച്ച ആ സംഭവം എന്നെപ്പോലെ അദ്ദേഹത്തിന്റെ ഉപദേശ നിർദേശങ്ങളോടെ കമ്യൂണിസ്റ്റുപാർട്ടിയുടെ സംഘടനയിൽ വന്ന പലർക്കും, അതുപോലെതന്നെ മറ്റ് പലതരത്തിലും അദ്ദേഹത്തിന്റെ സഹപ്രവർത്തകരായിരുന്നവർക്കും വ്യക്തിപരമായ ഒരു ആഘാതമായിത്തന്നെ കലാശിച്ചു. (ആത്മകഥ, പുറം-332, 333)

മീറത് ജില്ലയിൽപ്പെട്ട ബാഗ്പത് താലൂക്കിലെ ബുദ്പൂർ ഗ്രാമത്തിൽ 1908 ഡിസംബറിൽ ഭരദ്വാജ് ജനിച്ചു. ബൂദാപൂർ 500 കുടുംബങ്ങളടങ്ങിയ ഒരു ചെറിയ ഗ്രാമം. ഗ്രാമീണരിൽ അധികവും ജാറ് കൃഷിക്കാർ. 60 ബ്രാഹ്മണ കുടുംബങ്ങളുണ്ടായിരുന്നു. അവരുടെ കൂട്ടത്തിലെ പുരോഹിതന്മാരിൽ കുറേപ്പേർ സംസ്കൃതത്തിൽ അവഗാഹവും നേടി. ഭരദ്വാജിന്റെ പിതാവ് രാമാനന്ദശർമ അറിയപ്പെട്ട സംസ്കൃത പണ്ഡിതൻ. എങ്കിലും പൗരോഹിത്യവും പാണ്ഡിത്യവും ഉപജീവനത്തിനായി ഉപയോഗിച്ചില്ല. പകരം ധാന്യക്കച്ചവടവും പണമിടപാടും നടത്തി. രാമാനന്ദശർമയുടെ പിതാവ് ബനാറസിൽപോയി സംസ്കൃതം പഠിച്ചു. അതിനുശേഷം അവിടെത്തന്നെ വിദ്യാർഥികളെ വ്യാകരണവും വേദങ്ങളും പഠിപ്പിച്ചു.

പടിഞ്ഞാറൻ യു പിയിൽ ആര്യസമാജത്തിന്റെ സ്വാധീനം വർധിക്കാൻ തുടങ്ങി. അപ്പോൾ ബുദ്പൂരിലും അതിന്റെ അല അടിച്ചുകയറി. രാമാനന്ദ് ശർമ ആര്യസമാജത്തിൽ ചേർന്നു. ഗ്രാമത്തിലെ അനേകം ജാറ് കുടുംബങ്ങളും ആര്യസമാജക്കാരായി മാറി.

ഭരദ്വാജിന്റെ അമ്മ ഠാക്കൂർ ദേവി. എഴുതാനും വായിക്കാനും അറിയില്ല. സാധാരണ വീട്ടമ്മ. മുഴുവൻ സമയവും പൂജാദി കർമങ്ങളിൽ വ്യാപൃതയായി. ഭരദ്വാജ് കുട്ടിക്കാലത്ത് മറ്റു കുട്ടികളുടെകൂടെ കളിക്കും. പന്തുകളി, കണ്ണുപൊത്തിക്കളി എന്നിവയായിരുന്നു പ്രധാന കളികൾ. നീന്തൽ ഇഷ്ടവിനോദം. കഥകൾ കേൾക്കാൻ വലിയ കമ്പമായിരുന്നു. രാജാവിന്റെയും രാജ്ഞിയുടെയും കഥകൾ, മാന്ത്രിക കഥകൾ, ദൈവങ്ങളുടെ കഥകൾ - ഇത്തരം കഥകൾ കേട്ട് അവയിൽ ലയിച്ചിരിക്കും. ഭൂതകഥകളോടും വലിയ പ്രിയം. അവ കേട്ടാൽ പേടിയൊന്നും തോന്നില്ല.

ബുദ്പൂരിൽ ഒരു പ്രൈമറി സ്കൂൾ. അഞ്ചു വയസായപ്പോൾ അതിൽ ചേർന്നു. ആദ്യത്തെ ഒരു വർഷം കളിതന്നെ. അക്ഷരമാല പഠിക്കാൻപോലും താൽപ്പര്യം കാട്ടിയില്ല. എന്നാൽ അടുത്ത ഒരുവർഷം ഹിന്ദി പഠിച്ചു. അപ്പോഴേക്കും ആ സ്കൂളിനോട് മടുപ്പ്. അതിനാൽ 7 ാം വയസിൽ രണ്ടുനാഴിക അകലെയുള്ള കിഷൻപൂരിലെ സ്കൂളിലാക്കി. 1916 ൽ അവിടെനിന്ന് രണ്ടാംക്ലാസ് പാസായി. മനഃപാഠം പഠിക്കുന്നത് തീരെ ഇഷ്ടപ്പെട്ടില്ല. കണക്കുമായി വളരെവേഗം പൊരുത്തപ്പെട്ടു. അവിടെ അടുത്തൊന്നും ഇംഗ്ലീഷ് സ്കൂൾ ഉണ്ടായിരുന്നില്ല. ഇംഗ്ലീഷ് പഠിക്കണമെന്ന മോഹവും. അവസാനം ജ്യേഷ്ഠൻ വീട്ടിലിരുത്തി

കോൺഗ്രസിന്റെ ത്രിപുരി സമ്മേളനത്തിൽ (1939) പ്രതിനിധികളായി പങ്കെടുത്ത കമ്യൂണിസ്റ്റുകാർ (ഇടത്തുനിന്ന് വലത്തോട്ട്) ധരണി ഗോസ്വാമി, സോമനാഥ് ലാഹിരി, സുന്ദരയ്യ, പി സി ജോഷി, സർദേസായി, ഘാട്ടെ, അജയ് ഘോഷ്, ഭരദ്വാജ്, ബങ്കിം മുഖർജി, ബുഖാരി, അധികാരി, അഷ്റഫ്, ദിൻകർ മേത്ത

ഇംഗ്ലീഷ് പഠിപ്പിച്ചു. അല്ലെങ്കിൽ ഇംഗ്ലീഷ് പഠിക്കാൻ ഏഴുമൈൽ ദൂരം നടന്നുപോകേണ്ടിവരും.

വല്യച്ഛന്റെ മകൻ പട്ടാളത്തിലായിരുന്നു. അയാൾ ഇടയ്ക്കിടെ അവധിക്കു വരും. യുദ്ധത്തിന്റെ വീരസാഹസിക കഥകളുമായിട്ടായിരിക്കും വരവ്. അതിൽനിന്നാണ് യുദ്ധം നടക്കുന്ന വിവരം മനസിലായത്. മൂത്ത ജ്യേഷ്ഠൻ ദേവദത്ത ഭരദ്വാജ് വളരെ അകലെ പഠിക്കുകയായിരുന്നു. അദ്ദേഹം വരുമ്പോഴും യുദ്ധവാർത്തകൾ കേൾക്കും. കിഷൻപൂരിലെ സ്കൂളിലും ഉറച്ചുനിന്നില്ല. 1919 ജൂലായിൽ ബടൗത്തിലെ ജൈന ഹൈസ്കൂളിൽ അഞ്ചാംക്ലാസിൽ ചേർന്നു. അവിടെ 7 ാം ക്ലാസുവരെ പഠിച്ചു. ചരിത്രം പഠിക്കുന്നതിൽ അതീവ താൽപ്പര്യം; ജ്യോമട്രിയും അങ്കഗണിതവും പഠിക്കുന്നതിലും. ബീജഗണിതത്തിൽ ഒട്ടും താൽപ്പര്യമില്ലായിരുന്നു.

ഈ ഘട്ടമായപ്പോഴേക്ക് അച്ഛനെക്കാൾ കടുത്ത ആര്യസമാജക്കാരനായി. ആര്യസമാജം ഗ്രന്ഥങ്ങൾ കിട്ടാവുന്നതൊക്കെ വായിക്കും. നോവലോ മറ്റ് സർഗാത്മക കൃതികളോ വായിക്കുന്നത് മോശമായി കരുതി. ക്രമേണ ആര്യസമാജത്തിലുള്ള താൽപ്പര്യവും കുറഞ്ഞു. രാഷ്ട്രീയത്തിൽ താൽപ്പര്യം ജനിച്ചു. ആയിടെ ഗാന്ധിജി തടവിലായി. അതിൽ പ്രതിഷേധിച്ച് സ്കൂളിൽ സമരം സംഘടിപ്പിക്കാൻ മുൻപന്തിയിൽനിന്നു. ഗാന്ധിജി ജയിൽ വിമുക്തനാകുന്നതുവരെ ഒരു നേരത്തെ ഭക്ഷണം മാത്രമേ കഴിക്കുകയുള്ളുവെന്ന് പ്രതിജ്ഞയെടുത്തു. പ്രതിജ്ഞ പാലി

ക്കുകയും ചെയ്തു. പക്ഷേ, അധികദിവസങ്ങൾ അത് വേണ്ടിവന്നില്ലെന്നു മാത്രം. കാരണം ഏതാനും ദിവസങ്ങൾക്കകം ഗവൺമെന്റ് ഗാന്ധിജിയെ മോചിപ്പിച്ചു. 1920 ൽ തിലകൻ അന്തരിച്ചു. അന്നേദിവസം വിദ്യാർഥികൾ ക്ലാസ് ബഹിഷ്കരിച്ചു. അതിൽ പങ്കാളിയായി.

ഗാന്ധിജിയുടെ നേതൃത്വത്തിൽ നിസഹകരണ പ്രസ്ഥാനം. രാജ്യമാകെ ഇളകിമറിഞ്ഞു. അപ്പോൾ വയസ് 13. ഏഴാം ക്ലാസ് വിദ്യാർഥി. ക്ലാസ് ബഹിഷ്കരിക്കാനുള്ള ഗാന്ധിജിയുടെ ആഹ്വാനം ചെവിക്കൊണ്ടു. പക്ഷേ, പിന്നീടങ്ങോട്ട് തിരിഞ്ഞുനോക്കിയില്ല. കൈയിൽ കുറച്ച് കാശുണ്ടായിരുന്നു. ആ ധൈര്യത്തിൽ കാൽനടയായി 40 നാഴിക അകലെയുള്ള ദില്ലിയിലേക്ക് പോയി. അവിടെ രണ്ടുമാസം ചർക്കയിൽ നൂൽനൂറ്റു. ദില്ലിയിലാകെ 144. അതിനാൽ യമുനയുടെ തീരത്തുള്ള ഘാസിയാബാദിലായിരുന്നു കോൺഗ്രസ് യോഗങ്ങൾ സംഘടിപ്പിക്കുക പതിവ്. എല്ലാ യോഗങ്ങളിലും സ്ഥിരമായി പോകും. പ്രസംഗങ്ങൾ കേൾക്കും. ഈ പോക്കിൽ ജ്യേഷ്ഠന് തൃപ്തി തോന്നിയില്ല. നാഷണൽ സ്കൂളിലെങ്കിലും ചേരണമെന്നു പറഞ്ഞ് ദേവദത്തൻ അനിയന്റെ മേൽ സമ്മർദംചെലുത്തി.

അവസാനം 1922 ആഗസ്തിൽ റോത്തക്കിലുള്ള നാഷണൽ സ്കൂളിൽ ചേർന്നു. കൈയിലുള്ള കാശൊക്കെ തീർന്നു. വീട്ടിൽനിന്ന് ഒന്നും അയച്ചുകിട്ടില്ലെന്നാണ് പ്രതീക്ഷിച്ചതെങ്കിലും അൽപ്പസ്വൽപ്പം കാശൊക്കെ അയച്ചുകിട്ടി. അത് ചെലവിനു തികഞ്ഞില്ല. അതുകൊണ്ട് കടംവാങ്ങിക്കൂട്ടി. പഠിക്കാൻ സർഥനായിരുന്നു. മൂന്നു വർഷവിദ്യാഭ്യാസം രണ്ടുവർഷംകൊണ്ടു പൂർത്തിയാക്കി. 1923 ൽ മെട്രിക്കുലേഷൻ പാസായി.

അപ്പോഴേക്ക് കോൺഗ്രസിൽ ഉറച്ച വിശ്വാസം. കോൺഗ്രസിനെക്കുറിച്ചുള്ള പത്രവാർത്തകളെല്ലാം താൽപ്പര്യപൂർവം വായിച്ചു. 1924 ൽ ലെനിൻ അന്തരിച്ചപ്പോൾ കോൺഗ്രസ് പ്രവർത്തക സമിതി അദ്ദേഹത്തിന്റെ ചരമത്തിൽ അനുശോചിക്കുന്ന പ്രമേയം പാസാക്കി. അതും വായിച്ചു. നിസഹകരണ പ്രസ്ഥാനത്തെക്കുറിച്ചുള്ള വാർത്തകൾ ഒന്നും വിട്ടുകളയാറില്ല. *സരസ്വതി, മാധുരി* എന്നിവ അക്കാലത്തെ അറിയപ്പെട്ട പ്രസിദ്ധീകരണങ്ങൾ. അവയുടെ സ്ഥിരം വായനക്കാരനായി. കഥയും കവിതയും നോവലും ഉൾപ്പെടെ എല്ലാം വായിക്കും. പ്രേംചന്ദിന്റെ കഥകളോട് അതിരറ്റ പ്രിയം. സാഹിത്യാഭിരുചി വളർന്നു. ജനാർദൻ ഝദ്വിജ് അറിയപ്പെട്ട എഴുത്തുകാരൻ. അദ്ദേഹം സഹപാഠിയും സുഹൃത്തും. ഭരദ്വാജിൽ സാഹിത്യാഭിരുചി വളർത്തുന്നതിൽ അദ്ദേഹം ഗണ്യമായ സംഭാവന നൽകി. ജ്യേഷ്ഠൻ ദേവദത്ത് ഭരദ്വാജ് അപ്പോൾ ലീഡറിന്റെ സബ് എഡിറ്റർ. അദ്ദേഹവും അനുജന്റെ വായനാശീലം വളർത്താൻ സംഭാവന നൽകി. അദ്ദേഹം അനുജന് വായിക്കാൻ പുസ്തകങ്ങൾ തെരഞ്ഞെടുത്തു കൊടുക്കും.

മെട്രിക്കുലേഷൻ പാസായശേഷം ബനാറസ് ഹിന്ദു യൂണിവേഴ്സിറ്റിയിൽ ചേർന്നു. ചരിത്രം, അർഥശാസ്ത്രം, തർക്കശാസ്ത്രം എന്നിവ

യാണ് തെരഞ്ഞെടുത്ത വിഷയങ്ങൾ. ഈ വിഷയങ്ങളെക്കുറിച്ചുള്ള ടെക്സ്റ്റ് പുസ്തകങ്ങൾക്കു പുറമെ ധാരാളം മറ്റു പുസ്തകങ്ങളും വായിച്ചു. ഡോ ജ്ഞാനചന്ദ്രനെപ്പോലുള്ള ഒരധ്യാപകനെ കിട്ടിയത് വലിയ അനുഗ്രഹമായി. ആധുനിക രാഷ്ട്രീയ ചിന്ത ഉണർത്തുന്നതിൽ അദ്ദേഹം കാര്യമായ പങ്കുവഹിച്ചു. 1926 ൽ കോൺപൂരിൽ നടന്ന കോൺഗ്രസ് സമ്മേളനത്തിൽ വളണ്ടിയറായി. അക്കൊല്ലം നടന്ന കൗൺസിൽ തിരഞ്ഞെടുപ്പിൽ സമ്പൂർണാനന്ദിന്റെ മണ്ഡലത്തിൽ പ്രവർത്തിക്കാൻ പോയി. മോത്തിലാലിന്റെ കടുത്ത അനുയായി ആയി. മാളവ്യയുടെ എതിരാളിയും. ഇക്കാലത്താണ് റഷ്യൻ വിപ്ലവത്തെക്കുറിച്ചു മനസിലാക്കിയത്. 1929 ൽ ബനാറസിൽനിന്ന് ബി എ പാസായി.

ഡിഗ്രിയെടുത്തതിനുശേഷം ബിരുദാനന്തര പഠനത്തിന് പ്രയാഗ് യൂണിവേഴ്സിറ്റിയിലേക്ക്. രാഷ്ട്രമീമാംസയാണ് എം എ ക്ക് തെരഞ്ഞെടുത്തത്. രണ്ടാം വർഷത്തിന്റെ തുടക്കത്തിൽ യൂണിവേഴ്സിറ്റിയിൽ ഒരു വിദ്യാർഥി യോഗം. ആ യോഗത്തിൽ മെലിഞ്ഞ് സുമുഖനായ ഒരു യുവാവ് അന്നത്തെ ദേശീയ നേതൃത്വത്തിന്റെ പോക്കിനെ നിശിതമായി വിമർശിച്ചുകൊണ്ട് പ്രസംഗിക്കുന്നു. വൈദേശിക ഭരണത്തിനെതിരെ ജനങ്ങളെ സംഘടിപ്പിച്ച് സമരങ്ങൾ കെട്ടഴിച്ചു വിടേണ്ടതിന്റെ ആവശ്യകതയ്ക്ക് അദ്ദേഹം ഊന്നൽ നൽകുന്നു. പ്രസംഗം കേൾക്കാൻ ധാരാളം വിദ്യാർഥികൾ തടിച്ചുകൂടിയിട്ടുണ്ട്. ഭരദ്വാജും എത്തിച്ചേർന്നു അവിടെ. സശ്രദ്ധം പ്രസംഗം കേട്ടു. പ്രസംഗം വല്ലാതെ ആകർഷിച്ചു. പ്രഭാഷകൻ പി സി ജോഷിയാണെന്ന് മറ്റു വിദ്യാർഥികളിൽനിന്ന് ചോദിച്ചറിഞ്ഞു. ജോഷി വേദിയിൽ നിന്നിറങ്ങിയ ഉടൻ അദ്ദേഹത്തെ കണ്ടു, സംസാരിച്ചു. മരണംവരെ നീണ്ടുനിന്ന ആത്മബന്ധത്തിന്റെ തുടക്കമായിരുന്നു അത്. അധികം കഴിയുന്നതിനുമുമ്പ് ഭരദ്വാജ് ജോഷിയുടെ വലംകൈയായി.

ജോഷിയുമായി പരിചയപ്പെട്ടതുമുതൽ മാർക്സിസ്റ്റ് ഗ്രന്ഥങ്ങൾ തേടിപ്പിടിച്ച് വായിക്കാൻ തുടങ്ങി. കമ്യൂണിസ്റ്റ് മാനിഫെസ്റ്റോ, ഭരണകൂടവും വിപ്ലവവും, സാമ്രാജ്യത്വം – അങ്ങനെ എത്രയെത്ര പുസ്തകങ്ങൾ. ഒരു പുതിയ വെളിച്ചം. വ്യക്തവും ശാസ്ത്രീയവുമായ ദിശാബോധം. അദ്ദേഹം കമ്യൂണിസ്റ്റ് ചിന്താഗതിക്കാരനായി മാറി. ആര്യസമാജത്തിൽനിന് മാർക്സിസത്തിലേക്ക്! പ്രയാഗ് തരുൺ സംഘിന്റെ സെക്രട്ടറിയായി. പ്രസിഡണ്ടോ? സാക്ഷാൽ നെഹ്റു. അപ്പോഴേക്കും നെഹ്റു യുവാക്കളുടെ ആരാധനാപാത്രമായി മാറിക്കഴിഞ്ഞിരുന്നു. 1929 ൽ ജോഷി മീററ്റ് ഗൂഢാലോചനക്കേസിലെ പ്രതിയായി അറസ്റ്റിലായി. അപ്പോൾ ജോഷിയുടെ കുറെ ചുമതലകൾകൂടി വഹിക്കേണ്ടി വന്നു. സോഷ്യലിസ്റ്റ് ആശയങ്ങൾ പ്രചരിപ്പിക്കാൻ ഐക്യപ്രവിശ്യയുടെ പല ഭാഗങ്ങളിലും പോയിത്തുടങ്ങി. ഇക്കാലത്ത് വീട്ടുകാരുടെ നിർബന്ധത്തിനു വഴങ്ങി നിയമപഠനവും നടത്തി. രണ്ടാം റാങ്കോടെ എം എ പാസായെങ്കിലും എൽ എൽ ബി പഠനം ഉപേക്ഷിച്ചു. 1931 ൽ പിതാവ് അന്തരിച്ചു.

ഇതിനിടയിൽ ഇടയ്ക്കിടെ മീററ്റിൽ പോകും. ജയിലിൽ പോയി

കമ്യൂണിസ്റ്റ് തടവുകാരെ കാണും. ബോംബെയിൽ പോയി തൊഴിലാളി കൾക്കിടയിൽ പ്രവർത്തിക്കാൻ അവർ ഉപദേശിക്കും. അവസാനം 1934 ജൂലായിൽ, പരീക്ഷാഫലം പുറത്തുവന്ന് ഒരാഴ്ച കഴിഞ്ഞ ഉടൻ ബോംബെക്കു തിരിച്ചു. അപ്പോൾ വയസ് 23. ബോംബെയിൽ ജി അധി കാരി, രണദിവെ, സർദേസായി എന്നിവരുടെ കൂടെ പ്രവർത്തിച്ചു. റെയിൽവേ–ടെക്സ്റ്റൈൽ തൊഴിലാളികൾക്കിടയിലായിരുന്നു പ്രവർത്ത നം. യംഗ് വർക്കേഴ്സ് ലീഗിലും പ്രവർത്തിച്ചു. തൊഴിലാളികൾക്ക് രാഷ്ട്രീയ വിദ്യാഭ്യാസം നൽകുകയെന്നത് പ്രധാന ചുമതലയായി. അക്കാ ര്യത്തിൽ കഴിവു തെളിയിച്ചു. എല്ലാ വിഭാഗങ്ങളിലുംപ്പെട്ട തൊഴിലാളി കൾക്ക് ക്ലാസ് എടുക്കുമായിരുന്നു. തൊഴിലാളികൾക്കുവേണ്ടി ഇംഗ്ലീഷ് –ഹിന്ദി പ്രസിദ്ധീകരണങ്ങൾ പുറത്തിറക്കുന്നതിലും സഹായിച്ചു. ടെക്സ്റ്റൈൽ തൊഴിലാളികളുടെ ഒരു പണിമുടക്കിൽ പങ്കെടുത്ത് അറ സ്റ്റിലായി. മൂന്നുമാസത്തെ തടവുശിക്ഷ കിട്ടി. 1934 ൽ ടെക്സ്റ്റൈൽ തൊഴിലാളികളുടെ അഖിലേന്ത്യാ സമ്മേളനം. തൊഴിലുടമകളുടെ കട ന്നാക്രമണങ്ങൾക്കെതിരെ പൊതുപണിമുടക്കു നടത്താൻ സമ്മേളനം ആഹ്വാനംചെയ്തു. പണിമുടക്ക് വിജയിപ്പിക്കാൻ ബോംബെയിലെ ടെക്സ്റ്റൈൽ തൊഴിലാളികൾക്കിടയിൽ മാത്രമല്ല, അഹമ്മദാബാദിലെ ടെക്സ്റ്റൈൽ തൊഴിലാളികൾക്കിടയിലും പ്രവർത്തിച്ചു. പുതിയ യന്ത്ര ങ്ങളുടെ ഇറക്കുമതിമൂലം നൂറുകണക്കിന് തൊഴിലാളികൾ ജോലിയി ൽനിന്ന് പുറന്തള്ളപ്പെട്ടു. മറുവശത്ത്, തൊഴിലുടമകൾ കൂലിയും വെട്ടി ക്കുറച്ചു. ഇത് തൊഴിലാളികൾക്കിടയിൽ അസ്വാസ്ഥ്യം വ്യാപകമാകുന്ന തിനിടയാക്കി. അതിനാൽ പണിമുടക്ക് വമ്പിച്ച വിജയമായി.

ബോംബെയിൽനിന്ന് അജ്മീറിലേക്ക് നിയോഗിക്കപ്പെട്ടു. അവിടെ റെയിൽവേ വർക്ഷോപ്പിൽ ഒരു പണിമുടക്ക് നടക്കുന്നുണ്ടായിരുന്നു. അത് നയിക്കാനാണ് അങ്ങോട്ടേക്കയച്ചത്. അവിടെപോയി പണിമുടക്കിന്റെ നേതൃത്വമേറ്റു. ഏതാനും ദിവസങ്ങൾക്കകം അറസ്റ്റിലായി. ഏഴ് ആഴ്ചത്തെ തടവുശിക്ഷക്ക് വിധിച്ച് അജ്മീർ ജയിലിലേക്കയച്ചു. ജയി ലിൽ നിന്ന് പുറത്തുവരുമ്പോഴേക്കും അഹമ്മദാബാദിൽ അദ്ദേഹത്തി നെതിരെ ഒരു അറസ്റ്റുവാറണ്ട്. താമസിയാതെ പൊലീസ് പിടിയിലായി. ഇത്തവണ രണ്ടുവർഷത്തെ തടവുശിക്ഷയാണ് കിട്ടിയത്. സബർമതി, ഹൈദരാബാദ്, സിന്ധ് ജയിലുകളിൽ ഈ ശിക്ഷ അനുഭവിച്ചു തീർത്തു.

1936 ഏപ്രിലിൽ ജയിൽ വിമുക്തനായി, തുടർന്ന് നാഗ്പൂരിൽ പാർട്ടി യുടെ കേന്ദ്രകമ്മിറ്റി യോഗം. ആ യോഗം പാർട്ടിയുടെ കേന്ദ്രകമ്മിറ്റിയും പൊളിറ്റ് ബ്യൂറോവും പുനഃസംഘടിപ്പിച്ചു. ഭരദ്വാജിനെ കേന്ദ്രകമ്മിറ്റിയി ലേക്കും പൊളിറ്റ് ബ്യൂറോയിലേക്കും എടുത്തു. അപ്പോൾ ഒളിവിൽ പ്രവർത്തിക്കുന്ന പാർട്ടിയുടെ ആസ്ഥാനം ലക്നൗവിൽ. അവിടേക്കു പോയി. പാർട്ടിയുടെ നിർദേശാനുസരണം കോൺപൂരിലെ തൊഴിലാളി കൾക്കിടയിൽ പ്രവർത്തനമാരംഭിച്ചു. ഏതാനും ദിവസങ്ങൾക്കകം ഒളി വിൽ പോകേണ്ടിവന്നു. അക്കാലത്ത് പാർട്ടി പ്രവർത്തനവുമായി ബന്ധ

പ്പെട്ട് അലഹബാദിൽ പോകാനിടയായി. ലജ്പത്റായ് ഹാളിൽ പ്രവർത്ത കയോഗം. അൽപ്പസമയത്തിനകം പൊലീസ് ഹാൾ വളഞ്ഞു. പൊലീ സിന്റെ പിടിയിൽ പെടാതെ രക്ഷപ്പെട്ടു. ഒളിവിൽ കഴിയവെ കോൺഗ്ര സിന്റെ ഫെയ്സ്പൂർ സമ്മേളനത്തിലും രാംഗഡ് സമ്മേളനത്തിലും പങ്കെ ടുത്തു. രാംഗഡിൽ വിഷയനിർണയകമ്മിറ്റി മുമ്പാകെ ഒരു ഭേദഗതി കൊടു ത്തു. എന്നല്ല, അത് അവതരിപ്പിച്ച് ഭംഗിയായി സംസാരിച്ചു. പൊലീസ് ഹാളിനുപുറത്ത് ഭരദ്വാജിനുവേണ്ടി വലവീശിയിരുന്നു. ചായ സമയത്ത് അദ്ദേഹം അപ്രത്യക്ഷനായി. ഒളിവുജീവിതകാലത്ത് ഇങ്ങനെ എത്ര യെത്ര സംഭവങ്ങൾ!

ഭരദ്വാജ് നല്ല പ്രഭാഷകനായിരുന്നു. 1930 ൽ പ്രസംഗത്തിന് പ്രയാഗാ യൂണിവേഴ്സിറ്റിയുടെ സ്വർണമെഡൽ നേടി. കോളേജ് ജീവിതകാലത്ത് ഡിബേറ്റിനും സമ്മാനങ്ങൾ വാരിക്കൂട്ടി. ഒളിവുജീവിതകാലത്ത് അസാ ധാരണമായ ആ കഴിവ് പ്രകടിപ്പിക്കാൻ കഴിഞ്ഞില്ല. എങ്കിലും യുവാ ക്കളെ പഠിപ്പിക്കുന്നതിൽ ആ കഴിവ് വിനിയോഗിച്ചു. നല്ല പാർട്ടി അധ്യാ പകൻ എന്ന നിലയിൽ പേരെടുത്തു. ദേവലി തടങ്കൽ പാളയത്തിൽ കിട ക്കുമ്പോൾ സഹതടവുകാരാണ് ആ കഴിവ് ശരിക്കും പ്രയോജനപ്പെടു ത്തിയത്.

ജന്മസ്ഥലത്ത് പോകാനുള്ള അവസരം വളരെക്കുറച്ചുമാത്രമേ ലഭിച്ചിട്ടുള്ളൂ. വിദ്യാർഥി ജീവിതത്തിനുശേഷം ഒരിക്കൽമാത്രം അവിടെ പോയി – 1936 ൽ. നാട്ടുകാർ അദ്ദേഹത്തിന്റെ രാഷ്ട്രീയ പ്രവർത്തന ത്തിന് സാക്ഷികളായില്ല. എങ്കിലും അദ്ദേഹത്തിന്റെ പ്രവർത്തനങ്ങളെ ക്കുറിച്ച് കേട്ടറിഞ്ഞു. തങ്ങൾക്കുവേണ്ടിയാണ് രുദ്രദത്ത് പ്രവർത്തിക്കു ന്നതെന്ന് മനസിലാക്കി. 1936 ൽ നാട്ടിൽ പോയപ്പോൾ എല്ലാവരും കാണ ാനെത്തി.

സൈദ്ധാന്തികൻ മാത്രമായിരുന്നില്ല ഭരദ്വാജ്. തികഞ്ഞ പ്രായോഗി കമതി കൂടിയായിരുന്നു. സിദ്ധാന്തവും പ്രയോഗവും നന്നായി കൂട്ടിയി ണക്കാൻ അഭ്യസിച്ചു. ഭരദ്വാജിന്റെ പ്രായോഗിക ബുദ്ധിയും യൂസഫിന്റെ കർമശേഷിയും – അതാണ് കോൺപൂരിലെ തൊഴിലാളിപ്രസ്ഥാനം ഉറച്ച അടിത്തറയിൽ വളർന്നുവന്നതിനു കാരണം എന്നു പറയാറുണ്ട്.

ഒന്നരവർഷം ഒളിവിൽ കഴിഞ്ഞതിനുശേഷം 1941 ജനുവരിയിൽ അറ സ്റ്റിലായി. കോൺപൂർ–ആഗ്ര ജയിലുകളിൽ കുറച്ചുകാലം പാർപ്പിച്ചതി നുശേഷം ദേവലി ക്യാമ്പിലേക്കയച്ചു. വിശ്രമരഹിതരാഷ്ട്രീയ പ്രവർത്ത നവും ഒളിവുജീവിതവും ആരോഗ്യം കാർന്നുതിന്നു. എന്നിട്ടും ജയിലു കളിലും തുടർന്നു പ്രവർത്തനം. അവിടത്തെ പ്രവർത്തം ക്ലാസെടുക്കൽ. രാഷ്ട്രീയത്തടവുകാരുടെ ശോചനീയാവസ്ഥ പരിഹരിച്ചു കിട്ടുന്നതിനുള്ള നിരാഹാര സമരത്തിനുപോലും നേതൃത്വം നൽകി.

1942 ജൂലായിൽ പാർട്ടിയുടേമേലുള്ള നിരോധനം എടുത്തുകളഞ്ഞു ബ്രിട്ടീഷ് ഗവൺമെന്റ്. അതേത്തുടർന്നു നേതാക്കളെ മോചിപ്പിക്കാൻ തുടങ്ങി. പക്ഷേ, ഭരദ്വാജിനെ വിട്ടില്ല. ബറോളി ജയിലിൽ പാർപ്പിച്ചു.

അവിടത്തെ ഡോക്ടർ അദ്ദേഹത്തിന് ക്ഷയരോഗം ബാധിച്ചതായി കണ്ടെത്തി. അതിനാൽ വിട്ടയക്കുന്നതാണ് നല്ലതെന്ന് ഉപദേശിച്ചു. അത് ചെയ്യുന്നതിനുപകരം സുൽത്താൻപൂർ ജയിലിലേക്കു മാറ്റി പാർപ്പിക്കുകയാണ് ചെയ്തത്. മരണത്തിന്റെ പിടിയിൽ അമരാൻ പോവുകയാണെന്ന് മനസിലായപ്പോൾ 1943 ജനുവരി 24 ന് മോചിപ്പിച്ചു. പിന്നെയും ഏതാനും ആഴ്ച പിന്നിട്ട ശേഷം, മാർച്ച് 6 ന്, സാനറ്റോറിയത്തിൽ പ്രവേശിപ്പിച്ചു.

1943 ൽ നിരോധനം റദ്ദാക്കപ്പെട്ട പശ്ചാത്തലത്തിൽ, പാർട്ടിയുടെ ഒന്നാം കോൺഗ്രസ് കൽക്കത്തയിൽ. ആ കോൺഗ്രസ് അദ്ദേഹത്തെ പാർട്ടിയുടെ കേന്ദ്രകമ്മിറ്റിയിലേക്കു തിരഞ്ഞെടുത്തു. എങ്കിലും സാനറ്റോറിയത്തിൽനിന്ന് പുറത്തുവന്നതിനുശേഷം പഴയതുപോലെ പ്രവർത്തിക്കാൻ കഴിഞ്ഞില്ല. 1948 ൽ കൽക്കത്തയിൽ രണ്ടാം കോൺഗ്രസ് കഴിഞ്ഞതിനുശേഷം പാർട്ടിയെ നിരോധിച്ചപ്പോൾ രോഗിയായ ഭരദ്വാജിനെ വെറുതെ വിട്ടില്ല. ജയിലിലായി ഏതാനും ആഴ്ച കഴിഞ്ഞപ്പോൾ, 1948 ഏപ്രിൽ 8 ന് ജയിലിൽവച്ചു തന്നെ അന്തരിച്ചു – നാൽപ്പതാം വയസിൽ. വാസ്തവത്തിൽ അറസ്റ്റു ചെയ്യുക്വഴി അദ്ദേഹത്തെ കൊല്ലുകയായിരുന്നു ഗവൺമെന്റ്. കമ്യൂണിസ്റ്റ് അനുകൂലമല്ലാത്ത പത്രങ്ങൾപോലും അത്തരം അഭിപ്രായങ്ങൾ പ്രകടിപ്പിക്കുകയുണ്ടായി. *നാഷണൽ ഹെറാൾഡ്* എഴുതി:

> ഒരു രാഷ്ട്രീയത്തടവുകാരനെ, അയാൾ കമ്യൂണിസ്റ്റായാൽപ്പോലും, മരണത്തിലേക്ക് അയയ്ക്കുകയെന്ന അപമാനം പൊലീസ് മന്ത്രി പറഞ്ഞ ന്യായവാദങ്ങൾക്കൊന്നും തുടച്ചുനീക്കാൻ കഴിയില്ല. വർഷങ്ങളായി രാഷ്ട്രീയ പ്രവർത്തനങ്ങളിൽ പങ്കെടുക്കാൻ കഴിയാത്തവിധം രോഗിയായിത്തീർന്ന ഒരാൾക്കെതിരെ അറസ്റ്റുവാറണ്ട് പുറപ്പെടുവിക്കാൻ കാരണം എന്തായിരുന്നുവെന്നതിന് വിശദീകരണം നൽകാൻ അധികൃതർ ബാധ്യസ്ഥരാണ്.

പട്നയിൽനിന്നുള്ള *ഹങ്കർ* മുഖപ്രസംഗത്തിൽ എഴുതി:

> ബ്രിട്ടീഷുകാരുടെ ഭരണകാലത്തുപോലും രോഗബാധിതരായ രാഷ്ട്രീയത്തടവുകാരെ ജയിലിലടയ്ക്കുകയുണ്ടായില്ല. ജയിലിൽ വെച്ച് മാരകമായ രോഗം പിടിപെട്ടാൽ അത്തരക്കാരെ മോചിപ്പിക്കുമായിരുന്നു. ഭരദ്വാജ് മരിക്കുകയല്ല, അദ്ദേഹത്തെ കൊല ചെയ്യുകയായിരുന്നുവെന്നു പറഞ്ഞാൽ അത് അതിശയോക്തിയാവില്ല. ഒരു പരിഷ്കൃത ഗവൺമെന്റിന് ഇതിനെക്കാൾ വലിയ നാണക്കേടില്ല.

ഭവാനി സെൻ

1909 - 1972

ബംഗാളിൽ കമ്യൂണിസ്റ്റ് പ്രസ്ഥാനത്തിന്റെ ആദ്യപഥികൻ, ദേശീയ വിപ്ലവപ്രസ്ഥാനത്തിലൂടെ കമ്യൂണിസ്റ്റ് നേതൃനിരയിലെത്തിയ പ്രതിഭാശാലികളിൽ ഒരാൾ.

ബംഗാളിലെ ഖുൽന ജില്ലയിലെ ഒരു കൊച്ചുഗ്രാമമാണ് പയോഗ്രാം. ഗ്രാമത്തിൽ കഴിഞ്ഞ നൂറ്റാണ്ടിന്റെ ആദ്യം 200 കുടുംബങ്ങൾ, മുഴുവനും ഹിന്ദുക്കൾ. അതിൽ പകുതിയോളം സകല ആചാരാനുഷ്ഠാനങ്ങളും മുറുകെപ്പിടിക്കുന്നവൻ. പകുതി അഭ്യസ്തവിദ്യരും വൈദ്യജാതിയിൽപെട്ടവരും. ഗ്രാമത്തിനടുത്തായി ഒരു മുസ്ലിംതെരുവ്. വൈദ്യജാതിയിൽപെട്ടവർ അഭ്യസ്തവിദ്യരായതിനാൽ രാഷ്ട്രീയപ്രബുദ്ധർ. അവരുടെ കൂട്ടത്തിൽ ചെറിയ ചെറിയ ഭൂവുടമകളുമുണ്ടായിരുന്നു. ഹർഷിത്സെൻ അത്തരമൊരു ചെറുകിട ഭൂവുടമ. മെട്രിക്കുലേഷൻ പരീക്ഷ പാസായതിനുശേഷം അദ്ദേഹം കാർഷികവൃത്തിയിൽ ഏർപ്പെടുകയായിരുന്നു. സ്വന്തം ഭൂമിയിൽ കൃഷിചെയ്യുന്നതോടൊപ്പം തിരക്കുപിടിച്ച കൂലിപ്പണിക്കാലത്ത് വരുമാനം വർധിപ്പിക്കാൻ വൻകിട ഭൂവുടമകളുടെ പാടങ്ങളിൽ കൃഷിപ്പണി ചെയ്യും. അദേഹത്തിന്റെ ഭാര്യ നളിനി ബാലാസെൻ. ഹർഷിത്-ബാലാസെൻ ദമ്പതികൾക്ക് രണ്ടാമത് ഒരാൺകുഞ്ഞ് പിറന്നു – 1909 ജനുവരിയിൽ. ആ കുഞ്ഞിന് അവർ ഭവാനി എന്ന് പേരിട്ടു. മുത്തച്ഛൻ കൃഷ്ണചന്ദ്രമജുംദാർ, ബംഗാളിലെ പോയ തലമുറയിൽപെട്ട പേരുകേട്ട കവി. അദ്ദേഹത്തിൽ നിന്നാണ് ഭവാനി സാഹിത്യാഭിരുചി നേടിയത്. ഒരു ചേട്ടനും അനിയനും അനിയത്തിയുമുണ്ടായിരുന്നു. അമ്മയെക്കാൾ

ഇഷ്ടം ചിറ്റമ്മയെ. അവരെയാണ് അമ്മ എന്ന് വിളിച്ചത്. കുട്ടിക്കാലം മുതലേ കഥ കേൾക്കാൻ കമ്പം; വീരസാഹസികകഥകളോട് വിശേഷിച്ചും.

1915 ൽ, അതായത് 6–ാം വയസിൽ, ഗ്രാമത്തിലെ ബംഗാളി പാഠശാലയിൽ ചേർന്നു. നന്നായി പഠിക്കും. ക്ലാസിൽ എല്ലായ്പോഴും ഒന്നാമൻ. കണക്ക് ഇഷ്ടവിഷയം. എല്ലായ്പ്പോഴും നൂറിൽ നൂറുമാർക്ക്. അച്ഛനും ചെറിയച്ഛനും കൂടി ഒരു സ്കൂൾ സ്ഥാപിച്ചു. ഫുൽതല സ്കൂൾ. ബംഗാളി പാഠശാലയിൽ നിന്ന് പാസായതിനുശേഷം 1919 ൽ ആ സ്കൂളിൽ ചേർന്നു. രണ്ടു വർഷം അവിടെ പഠിച്ചു. അപ്പോഴേക്ക് വീട്ടിലെ അവസ്ഥ അത്യന്തം ശോചനീയമായി. സ്വത്തൊക്കെ വൻകിട ഭൂവുടമ കൈക്കലാക്കി. അതുകൊണ്ട് ഭവാനിക്ക് അമ്മായിയുടെ വീട്ടിൽ അഭയം തേടേണ്ടി വന്നു.

സ്കൂൾ വിദ്യാർഥി ആയിരിക്കെ കോൺഗ്രസിന്റെ നേതൃത്വത്തിലുള്ള ദേശീയ പ്രസ്ഥാനത്തിൽ ആകൃഷ്ടനായി. ആദ്യം ചർക്കയിൽ നൂൽനൂൽക്കാൻ പഠിച്ചു. പിന്നീട് നെയ്യാനും, സ്വയം നൂൽനൂറ്റ് അതുകൊണ്ടുണ്ടാക്കിയ തുണികൊണ്ടുള്ള വസ്ത്രം പതിവായി ധരിക്കാൻ തുടങ്ങി. ഫൂൽതല സ്കൂളിൽ നിന്ന് മുൽഘാറിലെ ഖരേരിയ ഇംഗ്ലീഷ് ഹൈസ്കൂളിൽ ചേർന്നു. ചേട്ടൻ അന്ന് കോളേജ് വിദ്യാർഥി. അമ്മായിയുടെ മകൻ രണ്ടുപേരുടെയും പഠനത്തെ സഹായിച്ചു. അദ്ദേഹം അപ്പോൾ പട്നയിലെ ബി എൻ കോളേജ് പ്രഫസർ. പേര് ഹേമചന്ദ്ര റോയ് ചൗധരി. സ്കൂളിൽ പഠിക്കേണ്ട പുസ്തകങ്ങൾക്കു പുറമേ മറ്റു പുസ്തകങ്ങളും ഇക്കാലത്ത് ധാരാളം വായിക്കാൻ തുടങ്ങി. വിവേകാനന്ദന്റെ ഗ്രന്ഥങ്ങൾ അതീവ താൽപ്പര്യത്തോടെ വായിച്ചു. ബങ്കിം, ശരത്, ടാഗോർ എന്നിവരുടെ പുസ്തകങ്ങൾ ഒന്നുപോലും വിടാതെ ഈ സ്കൂൾ വിദ്യാർഥി വായിച്ചു. സ്കൂളിൽ പഠിക്കുമ്പോൾ ഭവാനിയുടെയും മറ്റ് വിദ്യാർഥികളുടെയും ചിന്താഗതികളെ പിടിച്ചുകുലുക്കിയ ഒരു സംഭവം നടന്നു. ദേശബന്ധു അറസ്റ്റിലായി എന്ന വാർത്ത കൽക്കത്തയിൽ നിന്ന് സ്കൂളിലെത്തി. വിദ്യാർഥികൾ രോഷാകുലരായി. അവർ സ്കൂൾ വരാന്തയിൽ ഒത്തുകൂടി.

അടുത്ത ദിവസം പഠിപ്പുമുടക്ക് നടത്താൻ തീരുമാനിച്ചു. സ്കൂളിലെ അധ്യാപകർ വിദ്യാർഥികൾക്കൊക്കെ പ്രിയങ്കരരും കോൺഗ്രസ് ചിന്താഗതിക്കാരും. അതുകൊണ്ട് അവർ പ്രതികാരചിന്താഗതിയോടെ പെരുമാറുകയില്ലെന്ന് സ്വാഭാവികമായും വിദ്യാർഥികൾ കരുതി. എന്നാൽ വിദ്യാർഥികളുടെ തീരുമാനം അവരെ അസ്വസ്ഥരാക്കി. ഹെഡ്മാസ്റ്റർ ധൃതിപിടിച്ച് വിദ്യാർഥികളുടെയും അധ്യാപകരുടെയും യോഗം വിളിച്ചുകൂട്ടി. വിദ്യാർഥികൾക്കൊക്കെ ഏറ്റവും പ്രിയപ്പെട്ട ഒരു അധ്യാപകൻ പത്രത്തിൽ നിന്ന് ഗാന്ധിജിയുടെ ഒരു അഭ്യർഥന വായിച്ചു. പ്രകടനങ്ങളും ഹർത്താലുകളും പഠിപ്പുമുടക്കുകളും നിർത്തിവെക്കാൻ ആഹ്വാനം ചെയ്തുകൊണ്ടുള്ളതായിരുന്നു ആ അഭ്യർഥന. വിദ്യാർഥി

കളിൽ വല്ലാത്ത ഞെട്ടലുണ്ടാക്കിയ ആഹ്വാനം. വിദ്യാർഥികൾ പഠിപ്പു മുടക്കിയില്ലെങ്കിലും അവരുടെ ആത്മവീര്യം ചോർന്നു; അവർ ആശയ ക്കുഴപ്പത്തിലായി. അത് ഉണ്ടാക്കിയ പ്രത്യാഘാതം ഭവാനിയുടെ വാക്കു കളിൽ തന്നെ വായിക്കുക.

> ഒരുപക്ഷെ, ഇവിടെ നിന്നായിരിക്കണം ഞങ്ങളുടെ ആത്മപരിശോ ധനയുടെ തുടക്കം ചൗരിചൗരയിൽ അക്രമം പൊട്ടിപ്പുറപ്പെട്ടതി നുശേഷം നിസഹകരണ പ്രസ്ഥാനം പിൻവലിച്ചത് ബംഗാളിലെ യുവവിദ്യാർഥികൾക്കിടയിൽ വൻതോതിൽ ആത്മപരിശോധനക്കി ടയാക്കി. അതിന്റെ ഫലം മുമ്പത്തേയുംകാൾ വിപ്ലവഗ്രൂപ്പുകളുടെ വ്യാപനമായിരുന്നു.
>
> ഈ ഗ്രൂപ്പുകൾക്കിടയിൽ പലതരം പ്രവണതകളുണ്ടായിരുന്നു. ഒന്ന് ലക്ഷണമൊത്ത ഭീകരവാദ പ്രവണത (തോക്കും ബോംബും ഉപ യോഗിച്ച് ബ്രിട്ടീഷുകാർക്കെതിരെ പൊരുതാനുള്ള പ്രവണത–സി ബി). സജീവത പുലർത്തുന്ന വീരനായകരും നിസംഗരായ സുഹൃ ത്തുക്കളും എന്നതായിരുന്നു ഈ പ്രവണതക്കാരുടെ ലക്ഷ്യം. പഴ ക്കംചെന്ന വിപ്ലവകാരികളിൽ മിക്കവരും പെട്ടത് ഈ വിഭാഗത്തിൽ. ഗാന്ധിജിയുടെയും ദേശബന്ധുവിന്റെയും സ്വാധീനം മൂലം ദേശീയ പ്രസ്ഥാനത്തിൽ ആകൃഷ്ടരായ ഞങ്ങളെപ്പോലുള്ളവർ ബഹുജ നങ്ങളുടെ ക്രിയാത്മകമായ പങ്കിൽ വിശ്വാസം വെച്ചുപുലർത്തി. യുവവിപ്ലവകാരികളിൽപെട്ട ഈ വിഭാഗത്തിന്റെ മനസ്സ് പുതിയ ആശയങ്ങളും പുതിയ പാതകളും സ്വീകരിക്കുന്നതിന് സദാ സന്ന ദ്ധമായിരുന്നു.

ഇപ്രകാരം പുതിയ ആശയങ്ങളും പുതിയ പാതകളും സ്വീകരിക്കാൻ സന്നദ്ധമായ മനസോടെ 1925 ൽ ഭവാനി മെട്രിക്കുലേഷൻ പരീക്ഷ പാസാ യി. പരീക്ഷയിൽ ഏറ്റവും കൂടുതൽ മാർക്ക് നേടി. അതിന്റെ പേരിൽ ഭവാനിക്ക് ഡിവിഷണൽ സ്കോളർഷിപ്പ് കിട്ടി. മെട്രിക്കുലേഷൻ പരീക്ഷ പാസായതിനുശേഷം ദൗളത്പൂരിലെ ഹിന്ദു അക്കാദമി കോളേജിൽ ചേർന്നു. ദർശനം, സംസ്കൃതം, ഗണിതശാസ്ത്രം എന്നിവയായിരുന്നു ഐച്ഛികവിഷയങ്ങൾ. ഈ ഘട്ടത്തിൽ തൊഴിലാളി–കർഷക പാർട്ടി യെക്കുറിച്ച് കേട്ടു. സോഷ്യലിസത്തെക്കുറിച്ചും കേൾക്കാൻ തുടങ്ങി. ദൗള ത്പൂർ കോളേജിൽ നിന്ന് ഒന്നാം ക്ലാസോടെ ഐ എ പരീക്ഷ പാസാ യി. തുടർന്ന് പഠിക്കാൻ സ്കോളർഷിപ്പും ലഭിച്ചു. അങ്ങനെയാണ് കൽക്ക ത്തയിലെ സ്കോട്ടിഷ് ചർച്ച് കോളേജിൽ ചേർന്നത്.

ദൗളത്പൂർ കോളേജിൽ പഠിക്കുമ്പോൾ തന്നെ കോൺഗ്രസിന്റെ പോക്കിൽ അത്യന്തം നിരാശനായി. ദേശീയ വിപ്ലവപ്രസ്ഥാനം ശക്തമാ വുകയായിരുന്നു. അടിച്ചമർത്തൽകൊണ്ടൊന്നും അത് ക്ഷീണിച്ചുപോ യില്ല. യുവാക്കൾക്കിടയിൽ തോക്കിന്റെയും ബോംബിന്റെയും രാഷ്ട്രീയം

സജീവ ചർച്ചാവിഷയമായി. ഈ ഘട്ടത്തിൽ ഖുൽന-ജസോർ യുവസംഘത്തിൽ അംഗമായി. ദേശീയ വിപ്ലവകാരികളുടെ ഒരു മറയായിരുന്നു ഈ സംഘടന. ദേശീയ വിപ്ലവപ്രസ്ഥാനത്തെയും വിപ്ലവകാരികളെയും കുറിച്ചുള്ള ധാരാളം പുസ്തകങ്ങൾ ഇക്കാലത്ത് വായിച്ചു. ഖുൽന-ജസോർ യുവസംഘം ഭവാനിയെ സംബന്ധിച്ചിടത്തോളം വിപ്ലവബോധത്തിന്റെ നഴ്സറിയുടെ പങ്ക് വഹിച്ചു. മാത്രമല്ല, ബഹുജനപ്രസ്ഥാനവുമായും പുരോഗമനപരമായ ആശയങ്ങളുമായും ഉള്ള ബന്ധം ശക്തിപെടുത്തുന്നതിനുള്ള കണ്ണിയായും ഈ സംഘടന പ്രവർത്തിച്ചു. "ഞങ്ങൾ അകലാൻ തുടങ്ങിയ കോൺഗ്രസ് നേതൃത്വത്തിലുള്ള പ്രസ്ഥാനത്തിനും ഞങ്ങൾ അതേവരെ ആശ്ലേഷിച്ചിട്ടില്ലാത്ത ശിശുപ്രായത്തിലുള്ള കമ്യൂണിസ്റ്റ് നേതൃത്വത്തിലുള്ള പ്രസ്ഥാനത്തിനും ഇടയിൽ നിന്നു ഈ യുവസംഘം" എന്ന് ഭവാനി തന്നെ പിൽക്കാലത്തെഴുതി.

രാഷ്ട്രീയ ആശയങ്ങൾ ശരിക്കും രൂപംകൊണ്ടുവന്ന ഈ സമയത്താണ് സ്വാമി വിവേകാനന്ദന്റെ സഹോദരൻ ഡോ ഭൂപേന്ദ്രനാഥ് ദത്തുമായി പരിചയപ്പെടുന്നതും അടുക്കുന്നതും. സോഷ്യലിസത്തിലേക്കും സോവിയറ്റ് യൂണിയന്റെ മഹത്തായ നേട്ടങ്ങളിലേക്കും ശ്രദ്ധ തിരിച്ചുവിട്ടത് അദ്ദേഹം. പൊതുയോഗങ്ങളിലെ പ്രസംഗങ്ങളിലൂടെയും കോൺഫറൻസുകളിലൂടെയും മാർക്സിസത്തിന്റെ ദർശനവും സമീപനവും അദ്ദേഹം പ്രചരിപ്പിച്ചുവന്ന കാലമായിരുന്നു അത്. കോൺഗ്രസിന്റെ വിട്ടുവീഴ്ചാ മനോഭാവത്തിനെതിരെ ആഞ്ഞടിച്ച അദ്ദേഹം ദേശീയവിപ്ലവപ്രസ്ഥാനത്തിന്റെ ആശയങ്ങളുടെയും രീതികളുടെയും വിഡ്ഢിത്തം തുറന്നുകാട്ടി. ഡോ ഭൂപേന്ദ്രനാഥദത്തിൽ നിന്നു കിട്ടിയ രാഷ്ട്രീയ-പ്രത്യയശാസ്ത്ര വിദ്യാഭ്യാസമാണ് ദേശീയ വിപ്ലവഗ്രൂപ്പുമായുള്ള ബന്ധം വിച്ഛേദിക്കാനും കമ്യൂണിസ്റ്റ് പാർട്ടിയിൽ ചേരാനും ഭവാനിയെയും സഖാക്കളെയും സഹായിച്ചത്.

സ്കോട്ടിഷ് ചർച്ച് കോളേജിൽ സാമ്പത്തികശാസ്ത്രവും ചരിത്രവുമായിരുന്നു ഐച്ഛിക വിഷയങ്ങൾ. അവിടെനിന്ന് ബിരുദം നേടി. അവിടെ പഠിക്കുമ്പോൾ മീറത് ഗൂഢാലോചനക്കേസിനെയും മറ്റും കുറിച്ച് കേട്ടു. മാർക്സിന്റെ *മൂലധന*വും ലെനിന്റെ പല പുസ്തകങ്ങളും വായിച്ചത് ഇക്കാലത്താണ്. ഇതൊക്കെയാണെങ്കിലും ദേശീയ വിപ്ലവപ്രസ്ഥാനത്തിൽ നിന്ന് വിട്ടുമാറിയില്ല. ആ പ്രസ്ഥാനത്തിലേക്ക് ചെറുപ്പക്കാരെ സംഘടിപ്പിക്കുകയും അവർക്ക് രാഷ്ട്രീയ വിദ്യാഭ്യാസം നൽകുകയും ചെയ്യുകയെന്ന ജോലി തുടർന്നു. പൊലീസ് ഭവാനിയുടെ നീക്കങ്ങൾ സശ്രദ്ധം വീക്ഷിക്കാൻ തുടങ്ങി. ഒരു ദേശീയ വിപ്ലവകാരി എന്ന നിലയിൽ ബംഗാൾ ക്രിമിനൽ ഭേദഗതി നിയമപ്രകാരം അറസ്റ്റുചെയ്യാൻ 1931 ഡിസംബറിൽ പൊലീസിന്റെ വാറണ്ട്. വിവരം കിട്ടിയ ഉടൻ ഒളിവിലേക്ക്. ഒളിവിൽ കഴിയുമ്പോൾ ഒരു ബംഗാളി വാരിക എഡിറ്റ് ചെയ്തു-കാർഖാന. മറ്റൊരു പേരിലാണ് ആ ജോലി നിർവഹിച്ചത് എന്നു മാത്രം. ഇക്കാലത്ത് ഉപജീവനത്തിനായി ട്യൂഷൻ എടുക്കുകപോലും ചെയ്തു.

കേന്ദ്ര കിസാൻ കൗൺസിൽ യോഗം – ഭവാനി സെൻ (ഇടതുവശത്ത് ആദ്യം)

ഒളിവിൽ കഴിയുന്ന കാലത്ത് വേഷംമാറി തൊഴിലാളികൾക്കിടയിൽ പ്രവർത്തിച്ചു. പ്രത്യേകിച്ചും ലിലുവയിലെ തൊഴിലാളികൾക്കിടയിൽ. തുറമുഖതൊഴിലാളികൾക്കിടയിലേക്കും പ്രവർത്തനം വ്യാപിപ്പിച്ചു. ഒരു ദിവസം ഒരു തൊഴിലാളിയുടെ വീട്ടിൽ തൊഴിലാളി വേഷത്തിൽ കഴിയുകയായിരുന്നു. ഈ വിവരം എങ്ങനെയോ പൊലീസിന് കിട്ടി. അവർ വീട് വളഞ്ഞു. അതിനിടയിൽ പിൻവാതിലിലൂടെ സമർഥമായി രക്ഷപ്പെട്ടു. തുടർന്ന് മറ്റൊരു വീട്ടിലാക്കി താമസം.

1932 മെയ് 21 ന് ഒരു വിവരം: പൊലീസ് ഏത് നിമിഷവും വീട് വളയും. രക്ഷപ്പെടുക. എന്നാൽ രക്ഷപ്പെടാൻ കഴിയുന്ന സ്ഥിതിയിലായിരുന്നില്ല അപ്പോൾ. ദേഹത്ത് വലിയൊരു കുരു. പോരാത്തതിന് പനിയും. എന്തും വരട്ടെയെന്ന് കരുതി വീട്ടിൽ തന്നെ കഴിഞ്ഞു. അന്ന് പൊലീസ് വന്നില്ല. രക്ഷപ്പെട്ടെന്നു കരുതി. പക്ഷേ, പിറ്റേ ദിവസം അതിരാവിലെ പൊലീസ് വന്ന് അറസ്റ്റു ചെയ്തു. അപ്പോൾ അറസ്റ്റിലായ ആൾ കൃത്യമായി ആരാണെന്ന് പൊലീസ് തിരിച്ചറിഞ്ഞില്ല. ഏതെങ്കിലും ഒരു വിപ്ലവകാരിയായിരിക്കുമെന്നേ കരുതിയുള്ളൂ. സ്റ്റേഷനിൽ കൊണ്ടുവന്നപ്പോൾ രഹസ്യപ്പൊലീസുകാരാണ് ആളെ തിരിച്ചറിഞ്ഞത്. ദീർഘസമയം ചോദ്യം ചെയ്തു. ബി സി എൽ എ പ്രകാരം വിചാരണ കൂടാതെ തടവിലാക്കി.

1932 മെയ് മുതൽ 1933 ഫെബ്രുവരി വരെ ആലിപ്പൂർ ജയിലിൽ പാർപ്പിച്ചു. അടുത്ത ആറുമാസം ഹിജ്‌ലി ഡീറ്റൻഷൻ ക്യാമ്പിലും. അവിടെ നിന്ന് ദേവലി ഡീറ്റൻഷൻ ക്യാമ്പിലേക്ക് മാറ്റി. അവിടെ കഴിയു

മ്പോൾ പുത്രവിയോഗം താങ്ങാനാവാതെ അമ്മക്ക് കടുത്ത അസുഖം. വളരെ പണിപ്പെട്ടതിനുശേഷം അമ്മയെ കാണാൻ അവസരം ലഭിച്ചു. തിരിച്ച് ക്യാമ്പിലെത്തി. രണ്ടു ദിവസം കഴിഞ്ഞപ്പോൾ അമ്മ മരിച്ച വിവരം കിട്ടി. ആ ക്യാമ്പിൽ വെച്ച് സ്വയം പഠിച്ച് സാമ്പത്തികശാസ്ത്രത്തിൽ ബിരുദാനന്തരബിരുദം കരസ്ഥമാക്കി. ഇവിടെവെച്ച് മാർക്സിസം–ലെനിനിസത്തിലും അവഗാഹം നേടി. പാഞ്ചുഗോപാൽ ഭാദൂരി, പ്രമഥ ഭൗമിക്, അബ്ദുൾമൊമീൻ തുടങ്ങിയവർ സഹതടവുകാരായിരുന്നു. അതിനകം ട്രേഡ് യൂണിയൻ രംഗത്ത് പ്രവർത്തിച്ച് പരിചയിച്ച കമ്യൂണിസ്റ്റുകാരുമായി ദേവ്ലി ക്യാമ്പിൽവെച്ച് പരിചയപ്പെടുകയും അടുക്കുകയും ചെയ്തു. ക്യാമ്പിൽ അവർ സ്റ്റഡി സർക്കിളുകൾ സംഘടിപ്പിച്ചു. രഹസ്യമായി എഴുത്തുകുത്തുകൾ നടത്തി. അവസാനം ഒരു കമ്യൂണിസ്റ്റ് കൺസോളിഡേഷൻ തന്നെ രൂപംകൊണ്ടു.

ഡീറ്റൻഷൻ ക്യാമ്പുകളിൽ വെച്ചാണ് ദേശീയ വിപ്ലവകാരികൾ കൂട്ടത്തോടെ കമ്യൂണിസ്റ്റ് പാർട്ടിയിലെത്തിയത്. കോമിന്റേണിന്റെ ഏഴാം കോൺഗ്രസ് രേഖകൾ, പ്രത്യേകിച്ചും ദിമിത്രോവിന്റെ റിപ്പോർട്ട്, ഈ പരിവർത്തനത്തിൽ സുപ്രധാന പങ്കു വഹിച്ചു. ഡീറ്റൻഷൻ ക്യാമ്പുകളിൽ ആദ്യം മാർക്സിസ്റ്റ് സാഹിത്യങ്ങൾ അനുവദിക്കുകയുണ്ടായി. അതുകൊണ്ട് ക്യാമ്പുകൾ മാർക്സിസ്റ്റ് ലൈബ്രറികൾ കൂടി ആയി മാറി. ചരിത്രം, സാമ്പത്തികം – അങ്ങനെ വ്യത്യസ്ത കോണുകളിലൂടെ മാർക്സിസത്തെക്കുറിച്ച് തീവ്രമായ പഠനം നടന്നു. മാർക്സിന്റെ *മൂലധന*വും ലെനിന്റെയും സ്റ്റാലിന്റെയും സുപ്രധാന കൃതികളും ഭവാനി വായിച്ചു പഠിച്ചത് ഇവിടെവെച്ചാണ്.

ലോകത്തെ പിടിച്ചുകുലുക്കിയ പല സംഭവങ്ങളും ഇക്കാലത്ത് നടക്കുന്നുണ്ടായിരുന്നു. സ്പെയിനിലെ ആഭ്യന്തരയുദ്ധം, ഫ്രാൻസിലെയും ഇറ്റലിയിലെയും മറ്റു രാജ്യങ്ങളിലെയും ഫാസിസ്റ്റ് വിരുദ്ധ ജനകീയ മുന്നണി, മൗ സെ ദോങ്ങിന്റെ നേതൃത്വത്തിൽ ചൈനീസ് ചെമ്പട നടത്തിയ സുദീർഘയാത്ര എന്നിവ അവയിൽ ചിലതു മാത്രം. ഡീറ്റൻഷൻ ക്യാമ്പിൽവെച്ച് ഭവാനിയും സഖാക്കളും ഇതൊക്കെ സസൂക്ഷ്മം വീക്ഷിച്ചു. ലോകത്ത് കമ്യൂണിസ്റ്റ് പാർട്ടിയുടെ നേതൃത്വത്തിൽ ജനാധിപത്യത്തിനും സോഷ്യലിസത്തിനും വേണ്ടി നടക്കുന്ന സമരങ്ങളെക്കുറിച്ചുള്ള സമഗ്രമായ ഒരു ചിത്രം അവർക്ക് കിട്ടി. കമ്യൂണിസ്റ്റ് കൺസോളിഡേഷൻ പുറത്ത് സി പി ഐ യുമായി ബന്ധം വെച്ചു. അതിന്റെ പ്രവർത്തനം ആന്തമാനിലേക്ക് വ്യാപിച്ചു. അവിടെയും നടന്നു കമ്യൂണിസത്തിലേക്കുള്ള പരിവർത്തനം. ഇതിനിടയിൽ ആന്തമാനിലെ തടവുകാർ തങ്ങളെ ഇന്ത്യയിലേക്ക് തന്നെ മടക്കി അയക്കണം എന്നാവശ്യപെട്ട് നിരാഹാര സമരം തുടങ്ങി. അതിനോട് അനുഭാവം പ്രകടിപ്പിച്ച് ഭവാനിയും സഖാക്കളും 22 ദിവസം നിരാഹാരസമരം നടത്തി.

1937 ൽ ദേവലി ക്യാമ്പിൽ നിന്ന് കുമില്ല ജില്ലയിലെ ഒരു ഗ്രാമത്തിലേക്ക് നാടുകടത്തി. ആ ഗ്രാമത്തിൽ യഥേഷ്ടം സഞ്ചരിക്കാം. അതിനു

പുറത്ത് കടക്കാൻ പാടില്ല. ദേവലി ക്യാമ്പിലേതിനേക്കാൾ സ്വാതന്ത്ര്യം. പക്ഷേ എപ്പോഴും പൊലീസിന്റെ നിരീക്ഷണത്തിലായിരിക്കും. അവിടെ നാടുകടത്തപ്പെട്ട നിലയിൽ കഴിയുമ്പോഴാണ് കുമില്ലയിൽ അഖിലേന്ത്യാ കിസാൻസഭാ സമ്മേളനം. സമ്മേളനത്തിൽ പങ്കെടുത്ത ചില പ്രതിനിധികളെ അതീവരഹസ്യമായി സന്ദർശിച്ചു. ചിലർ അദ്ദേഹത്തെ ഇങ്ങോട്ട് വന്നു കണ്ടു. ആ ഗ്രാമത്തിലേക്കു നാടുകടത്തപ്പെട്ടതു കൊണ്ട് മറ്റൊരു പ്രയോജനമുണ്ടായി. അവിടെ അദ്ദേഹത്തിന്റെ ശ്രമഫലമായി ഒരു കോൺഗ്രസ് കമ്മിറ്റി രൂപംകൊണ്ടു.

1938 ആഗസ്തിൽ മോചിപ്പിക്കപ്പെട്ടു. മൂന്നുമാസം കഴിഞ്ഞപ്പോൾ ഇന്ത്യൻ കമ്യൂണിസ്റ്റ് പാർട്ടിയിൽ അംഗമായി. ട്രേഡ് യൂണിയൻ പ്രവർത്തനം നടത്താനാണ് പാർട്ടി നിർദേശിച്ചത്. അതനുസരിച്ച് ഈസ്റ്റ്ബംഗാൾ റെയിൽവേ വർക്കേഴ്സ് യൂണിയനിൽ സജീവമായി. തുറമുഖതൊഴിലാളികൾക്കിടയിലും പ്രവർത്തിച്ചു. അതിവേഗം നല്ലൊരു സംഘാടകനും ട്രേഡ് യൂണിയൻ നേതാവുമെന്ന നിലയിൽ പ്രശസ്തി നേടി.

1939 സപ്തംബറിൽ രണ്ടാംലോക മഹായുദ്ധം ആരംഭിച്ചതോടെ മറ്റൊരുവട്ടം അടിച്ചമർത്തലിനു കൂടി പാർട്ടി ഇരയാക്കപ്പെട്ടു. രാജ്യവ്യാപകമായി അനേകം പാർട്ടി നേതാക്കൾ തടവറയിലായി. ഇത്തവണ ദേവലി ക്യാമ്പ് കമ്യൂണിസ്റ്റ് തടവുകാരെക്കൊണ്ട് നിറഞ്ഞു. അനവധി പാർട്ടി നേതാക്കൾ ഒളിവിലിരുന്നുകൊണ്ട് പാർട്ടി പ്രവർത്തനം നടത്തി. കൽക്കത്തയിലും തൊട്ടുകിടക്കുന്ന നാലു ജില്ലകളിലും കടക്കാൻ പാടില്ലെന്ന് ഭവാനിക്ക് വിലക്ക്. ഏതാനും മാസങ്ങൾ അതുപോലെ ചെയ്തു. 1940 ഏപ്രിലിൽ ഒളിവിൽ പോയി. 1942 വരെയാണ് ഒളിവിൽ കഴിഞ്ഞത്. ഇതിനിടയിലുള്ള 25 മാസം അന്നത്തെ അവിഭക്ത ബംഗാളിലെ, പ്രത്യേകിച്ചും കിഴക്കൻ ബംഗാൾ ജില്ലകളിലെ, കർഷക പ്രസ്ഥാനത്തിന്റെ പ്രധാന സംഘാടകനായി. പാർട്ടിയുടെ നേതൃതലത്തിലുമെത്തി. ഇതോടൊപ്പം ട്രേഡ് യൂണിയൻ രംഗത്തും പ്രവർത്തിച്ചു. പ്രത്യേകിച്ചും ലിലുവ റെയിൽവേ വർക്ഷോപ്പിലെ തൊഴിലാളികൾക്കിടയിൽ. തുറമുഖ തൊഴിലാളികൾക്കും കൽക്കത്തയിലെ നാവികത്തൊഴിലാളികൾക്കുമിടയിലും പ്രവർത്തിക്കുകയുണ്ടായി. 1942 ൽ സി പി ഐ യുടെ മേലുള്ള നിരോധനം പിൻവലിച്ചതിനെ തുടർന്ന് ഒളിവിൽ നിന്ന് പുറത്തുവന്നു. ഇതിനിടയിൽ സഹപ്രവർത്തക ഇന്ദിരാസെന്നിനെ വിവാഹം കഴിച്ചു.

നിരോധനം പിൻവലിക്കപ്പെട്ട സാഹചര്യത്തിൽ സി പി ഐയുടെ ഒന്നാം കോൺഗ്രസ് 1943–ൽ ബോംബെയിൽ. അതിനു മുന്നോടിയായി നടന്ന ബംഗാൾ സംസ്ഥാന സമ്മേളനം ഭവാനിയെ സെക്രട്ടറിയായി തിരഞ്ഞെടുത്തു. അദ്ദേഹത്തിന്റെ നേതൃത്വത്തിൽ ബംഗാളിൽ നിന്നുള്ള പ്രതിനിധിസംഘം ഒന്നാം കോൺഗ്രസിൽ പങ്കെടുക്കാനെത്തി. ആ കോൺഗ്രസ് അദ്ദേഹത്തെ കേന്ദ്രകമ്മിറ്റിയിലേക്ക് തിരഞ്ഞെടുത്തു.

ഒന്നാംകോൺഗ്രസ് മുതൽ രണ്ടാം കോൺഗ്രസ് വരെ ബംഗാളിൽ

പാർട്ടി കെട്ടിപ്പടുക്കുന്നതിൽ മുഴുകി. സൈദ്ധാന്തികനെന്ന നിലയിൽ പാർട്ടിയിൽ അറിയപ്പെടാൻ തുടങ്ങി. കേന്ദ്രകമ്മിറ്റിയോഗങ്ങളിൽ സജീവമായ പങ്ക് വഹിക്കുന്ന അംഗമായി. 1948–ൽ കൽക്കത്തെയിൽ രണ്ടാം കോൺഗ്രസിനുള്ള ഒരുക്കങ്ങൾ നടത്തുന്നതിൽ വ്യാപൃതനായി. രണ്ടാം കോൺഗ്രസ് അദ്ദേഹത്തെ കേന്ദ്രകമ്മിറ്റിയിലേക്ക് മാത്രമല്ല, പൊളിറ്റ് ബ്യൂറോയിലേക്കും തിരഞ്ഞെടുത്തു. രണ്ടാം കോൺഗ്രസിൽ രാഷ്ട്രീയ റിപ്പോർട്ട് അവതരിപ്പിച്ചത് ഭവാനി. ഒന്നാം കോൺഗ്രസിന്റെ നയം നടപ്പാക്കുന്നതിൽ സുപ്രധാന പങ്ക് വഹിച്ചു. ഇതിനിടയിൽ 1945–46 ൽ അഖിലേന്ത്യാ കിസാൻസഭയുടെ കേന്ദ്ര കൗൺസിൽ അംഗമായി തിരഞ്ഞെടുക്കപ്പെട്ടു.

രണ്ടാം പാർട്ടി കോൺഗ്രസിന് ശേഷം പാർട്ടിക്കെതിരെ കോൺഗ്രസ് ഗവൺമെന്റ് നടത്തിയ ആഞ്ഞടി കുപ്രസിദ്ധം. അതിനെ തുടർന്ന് 1948 മുതൽ 1952 വരെ ഒളിവിൽ കഴിഞ്ഞു. അക്കാലത്ത് പാർട്ടിക്ക് പറ്റിയ സെക്ടേറിയൻ പിശകുകൾ ഭവാനിക്ക് പാർട്ടി നേതൃത്വത്തിലുണ്ടായിരുന്ന സ്ഥാനം നഷ്ടപ്പെടുത്തി. 1956 വരെ പാർട്ടിയിൽ ഉത്തരവാദപ്പെട്ട സ്ഥാനങ്ങളൊന്നും ഉണ്ടായില്ല. ആ വർഷമാണ് കേന്ദ്രകമ്മിറ്റിയിലേക്ക് തിരഞ്ഞെടുക്കപ്പെട്ടത്. 1958 ൽ നാഷണൽ കൗൺസിലിലേക്കും 1961 ൽ കേന്ദ്ര എക്സിക്യൂട്ടീവ് കമ്മിറ്റിയിലേക്കും തിരഞ്ഞെടുക്കപ്പെട്ടു.

1953 മുതൽ 1956 വരെ നേതൃത്വത്തിലൊന്നും ഉണ്ടായില്ലെന്ന് പറഞ്ഞല്ലോ. അക്കാലത്ത് കർഷകരംഗത്ത് പ്രവർത്തിച്ചു. ധാരാളം ലഘുലേഖകളും പുസ്തകങ്ങളും എഴുതി. അക്കാലത്ത് കേന്ദ്രകിസാൻ കൗൺസിൽ അംഗവും പശ്ചിമബംഗാൾ പ്രവിശ്യാ കിസാൻസഭ വൈസ് പ്രസിഡണ്ടുമായിരുന്നു. ഇന്ത്യയിലെ *കാർഷിക പ്രതിസന്ധി, ഭൂവ്യവസ്ഥയും ഭൂപരിഷ്കാരവും ഇന്ത്യയിൽ* എന്നീ പുസ്തകങ്ങൾ എഴുതിയത് ഇക്കാലത്തു തന്നെ.

1946–47 കാലത്ത് പ്രസിദ്ധമായ തേഭാഗാ സമരത്തിന്റെ നേതാക്കളിൽ ഒരാളായിരുന്നു ഭവാനിസെൻ. ഈ സമരത്തിനിടയിൽ ഉശിരന്മാരായ 22,000 സഖാക്കളാണ് പാർട്ടിയിൽ അംഗങ്ങളായത്. 1954 ൽ അഖിലേന്ത്യാ കിസാൻസഭ ജനറൽ സെക്രട്ടറിയായി തിരഞ്ഞെടുക്കപ്പെട്ടു. 1970–ൽ സി പി ഐ നേതൃത്വത്തിലുള്ള കിസാൻസഭാ പ്രസിഡണ്ടും. നേരത്തെ സൂചിപ്പിച്ച പുസ്തകങ്ങൾക്ക് പുറമേ മറ്റനേകം പുസ്തകങ്ങളുടെ കർത്താവായിരുന്ന ഭവാനി *കാലാന്തറി*ന്റെ പത്രാധിപരുമായിരുന്നു.

ഇന്ത്യൻ കമ്യൂണിസ്റ്റ് പ്രസ്ഥാനത്തിനകത്ത് ആശയപരമായ അഭിപ്രായവ്യത്യാസം ഉയർന്നുവന്നതുമുതൽ തിരുത്തൽവാദത്തിന്റെ ശക്തനായ വക്താവായിരുന്നു ഭവാനിസെൻ. 1948 ൽ ഇന്ത്യാ ഗവൺമെന്റിനെ സായുധസമരത്തിലൂടെ പുറത്താക്കണമെന്ന അഭിപ്രായത്തിന് വേണ്ടി വാദിച്ച അദ്ദേഹം 1955 ആയപ്പോഴേക്ക് നെഹ്റു ഗവൺമെന്റിന് പിന്തുണ നൽകണമെന്ന് വാദിക്കുന്നിടത്തോളം പോയി. നാലാം കോൺഗ്രസിന്

മുന്നോടിയായി നടന്ന ചർച്ചയിൽ സജീവം പങ്കെടുത്ത് അദ്ദേഹം പ്രകടിപ്പിച്ച അഭിപ്രായം നോക്കുക:

> നെഹ്റുവിന്റെ പുരോഗമനാശയങ്ങൾ അവസാനം ജനങ്ങളെ ശക്തിപ്പെടുത്തുകയും തങ്ങളുടെ നേർക്ക് ആഞ്ഞടിക്കുകയും ചെയ്യുമെന്ന് അവർക്ക് (വൻകിട ബൂർഷ്വാസിയിലും ഗവൺമെന്റിലുമുള്ള സാമ്രാജ്യത്വ-നാടുവാഴിത്ത അനുകൂലികൾക്ക്-സി ബി) അറിയാം.
>
> ഇന്ത്യൻ വൻകിട ബൂർഷ്വാസിയുടെ പുരോഗമന വിഭാഗത്തെ പ്രതിനിധാനം ചെയ്യുന്ന ഇന്ത്യാഗവൺമെന്റ് മുഖ്യമായും സാമ്രാജ്യത്വവുമായുള്ള കൂട്ടുകെട്ട് ഉപേക്ഷിച്ചിരിക്കുന്നു. സമാധാനപരമായ സഹവർത്തിത്വനയത്തെ ആശ്ലേഷിക്കുകയും സോഷ്യലിസ്റ്റ് നാടുകളുമായി സഹകരണം സ്ഥാപിക്കുകയും ചെയ്തിരിക്കുന്നു.

ഇങ്ങനെ തുടക്കം മുതലേ ഭവാനി സെൻ പിന്തുടർന്ന തിരുത്തൽവാദനയം അവസാനം പശ്ചിമ ബംഗാളിൽ കോൺഗ്രസ് അഴിച്ചുവിട്ട അർധ ഫാസിസ്റ്റ് ഭീകരവാഴ്ചക്കും തിരഞ്ഞെടുപ്പിൽ കൃത്രിമം കാണിക്കുന്നതിനും പിന്തുണ നൽകുന്നിടത്തോളം പോയി. ഇന്ത്യൻ കമ്യൂണിസ്റ്റ് പ്രസ്ഥാനം പിളർന്നപ്പോൾ അദ്ദേഹം പശ്ചിമബംഗാളിൽ സി പി ഐയുടെ സംസ്ഥാന സെക്രട്ടറിയായി. 1968 ലും 1971 ലും ആ പാർട്ടിയുടെ കേന്ദ്ര സെക്രട്ടേറിയറ്റിലേക്ക് തിരഞ്ഞെടുക്കപ്പെട്ടു. 1972 ജൂലായ് 10-ന് അന്തരിച്ചു.

ഡോ. ഭാഗ് സിങ്

1898 - 1966

പഞ്ചാബിലെ ആദ്യകാല കമ്യൂണിസ്റ്റുനേതാക്കളിലൊരാൾ. ഗദർ പാർട്ടി നേതാവ്. ആദ്യകാലത്തെ പ്രധാന കർഷകനേതാവ്. പാർലമെന്റേറിയൻ.

ഹോഷിയാർപൂർ ജില്ലയിലെ മഖ്സുസ്പൂർ എന്ന ഗ്രാമത്തിലെ ഒരു ഇടത്തരം കർഷക കുടുംബത്തിൽ 1898-ൽ ജനിച്ചു. സ്വന്തം ഗ്രാമത്തിലെ സ്കൂളിൽ വിദ്യാർഥി ആയിരിക്കേതന്നെ ദേശീയ പ്രസ്ഥാനത്തിൽ ആകൃഷ്ടനായി. 1921-ൽ ഗാന്ധിജിയുടെ നേതൃത്വത്തിൽ നിസ്സഹകരണ പ്രസ്ഥാനം ആരംഭിച്ചപ്പോൾ ദ്യാൽസിങ് കോളേജിലെ വിദ്യാർഥി. ഗാന്ധിജിയുടെ ആഹ്വാനം ചെവിക്കൊണ്ട് നിസ്സഹകരണപ്രസ്ഥാനത്തിൽ ആമഗ്നനാകാൻ കോളേജ് വിട്ടിറങ്ങി. അതിനുശേഷം ദേശീയപ്രസ്ഥാനം സ്ഥാപിച്ച ലാഹോറിലെ നാഷണൽ കോളേജിൽ ചേർന്നു. അവിടെനിന്ന് ബിരുദാനന്തര ബിരുദം കരസ്ഥമാക്കി. തുടർന്ന് ഇപ്പോൾ പാകിസ്ഥാനിൽ ഉൾപ്പെടുന്ന ഝലം ജില്ലയിലെ ഒരു സ്കൂളിൽ അധ്യാപകനായി. അധ്യാപകവൃത്തിയിൽ ഏർപ്പെട്ടിരിക്കെ കോൺഗ്രസ് പ്രസ്ഥാനവുമായും അകാലിപാർട്ടിയുടെ ഗുരുദ്വാരപരിഷ്കരണ പ്രസ്ഥാനവുമായും ഉറ്റബന്ധം പുലർത്തി. അദ്ദേഹത്തിന്റെ വിദ്യാർഥികളിൽ പലരും പിൽക്കാലത്ത് കമ്യൂണിസ്റ്റുപാർട്ടിയുടെ സജീവ പ്രവർത്തകരായി.

അക്കാലത്ത് ദേശാഭിമാന പ്രചോദിതമായ ഒരു വാരിക പുറത്തുവരുന്നുണ്ടായിരുന്നു-*ദേശസേവക്*. ദേശാഭിമാനബോധം ഇളക്കിവിടുന്നതിൽ *ദേശസേവക്* വലിയപങ്ക് വഹിച്ചു. അപ്പോഴേക്കും ഭാഗ്സിങിന് അധ്യാ

പകവൃത്തി മടുത്തു. അധ്യാപനം അല്ല തന്റെ കർമമണ്ഡലം എന്ന് തോന്നിത്തുടങ്ങി. ഇങ്ങനെ ആ ജോലി ഉപേക്ഷിച്ച് ആ വാരികയിൽ ചേർന്നു. അതിന്റെ പത്രാധിപരായി. അതോടെ പത്രപ്രവർത്തക ജീവിതത്തിന് തുടക്കമായി. പത്രപ്രവർത്തനം സജീവമായി നടത്തിക്കൊണ്ടിരിക്കെ ഉന്നത പഠനം നടത്തണമെന്ന് മോഹം. അതിനാൽ 1928–ൽ പത്രാധിപസ്ഥാനം രാജിവച്ച് അമേരിക്കയിലേക്ക് തിരിച്ചു. അപ്പോൾ ധാരാളം പഞ്ചാബികൾ അമേരിക്കയിലുണ്ടായിരുന്നു.

കാലിഫോർണിയാ യൂണിവേഴ്സിറ്റിയിൽ പേര് രജിസ്റ്റർ ചെയ്തു, ഗവേഷണ വിദ്യാർഥിയായി. ഇപ്രകാരം പൊളിറ്റിക്കൽ സയൻസിൽ ഗവേഷണം നടത്തിക്കൊണ്ടിരിക്കെ ഗദർ പാർട്ടിയുമായി ബന്ധപ്പെട്ടു. ഇന്ത്യയെ തോക്കും ബോംബും ഉപയോഗിച്ച് ബ്രിട്ടീഷുകാരിൽനിന്ന് മോചിപ്പിക്കാൻ പ്രതിജ്ഞയെടുത്ത് അമേരിക്കയിൽ 1913–ൽ രൂപംകൊണ്ട സംഘടനയായിരുന്നുവല്ലോ ഗദർ പാർട്ടി. പാർട്ടി ഒരു മുഖപത്രം പ്രസിദ്ധീകരിക്കുന്നുണ്ടായിരുന്നു–*ഹിന്ദുസ്ഥാൻ ഗദർ*. പാർട്ടി അതിന്റെ പത്രാധിപത്യം ഭാഗ്സിങ്ങിനെ ഏൽപ്പിച്ചു. പത്രാധിപരെന്ന നിലയിലുണ്ടായിരുന്ന മുൻ പരിചയം *ഹിന്ദുസ്ഥാൻ ഗദർ* നല്ല നിലയിൽ എഡിറ്റ് ചെയ്ത് പ്രസിദ്ധീകരിക്കാൻ അദ്ദേഹത്തെ സഹായിച്ചു. ഈ ജോലി സ്തുത്യർഹമായ നിലയിൽ നടത്തിക്കൊണ്ടിരിക്കെ ഗവേഷണ പ്രബന്ധത്തിന് യൂണിവേഴ്സിറ്റിയിൽ നിന്ന് ഡോക്ടറേറ്റ് കിട്ടി. അങ്ങനെ അദ്ദേഹം ഡോ. ഭാഗ്സിങ്ങായി.

അമേരിക്കയിൽ ഗദർപാർട്ടിയിൽ പ്രവർത്തിച്ചുകൊണ്ടിരിക്കുമ്പോൾ മാർക്സിസ്റ്റുസാഹിത്യവുമായി പരിചയപ്പെട്ടു. കൂടുതൽ മാർക്സിസ്റ്റുഗ്രന്ഥങ്ങൾ വായിക്കുംതോറും ചരിത്രം ശരിവെച്ച ആ സിദ്ധാന്തത്തിൽ ആകൃഷ്ടനായി. സോവിയറ്റ് യൂണിയൻ പഞ്ചവത്സരപദ്ധതിയിലൂടെ കൈവരിച്ച കണ്ണഞ്ചിപ്പിക്കുന്ന പുരോഗതിയെക്കുറിച്ച് മനസിലാക്കിയപ്പോൾ പിന്നെ ആലോചിക്കേണ്ടിവന്നില്ല, ഭാഗ്സിങ് കമ്യൂണിസ്റ്റായി. അങ്ങനെയാണ് ഗദർപാർട്ടിയുടെ നിർദേശപ്രകാരം യാതൊരു വൈമനസ്യവും കൂടാതെ കൃഷിക്കാരെയും തൊഴിലാളികളെയും സംഘടിപ്പിക്കാൻ 1933–ൽ ഇന്ത്യയിലേക്ക് മടങ്ങിയത്.

ഇന്ത്യയിലെത്തിയ ഉടൻ കൃഷിക്കാർക്കിടയിൽ പ്രവർത്തനമാരംഭിച്ചു. കിസാൻസഭയുടെ സ്ഥാപകനേതാക്കളിലൊരാളായി. കർഷകസമരം നടത്തിയതിന്റെ പേരിൽ അറസ്റ്റിലായി. പഞ്ചാബ് ഗവൺമെന്റിന്റെ പതിവനുസരിച്ച് രണ്ടുമാസം ലാഹോർഫോർട്ടിൽ പാർപ്പിച്ചു. അതിനുശേഷം സ്വന്തം ഗ്രാമത്തിലേക്ക് നാടുകടത്തി. 1939–ൽ പഞ്ചാബ് കിസാൻസഭയുടെ ജനറൽ സെക്രട്ടറിയായി തിരഞ്ഞെടുക്കപ്പെട്ടു. അടുത്തവർഷം അഖിലേന്ത്യാ കിസാൻസഭാ ജോയിന്റ് സെക്രട്ടറിയായും. 1939ൽ പഞ്ചാബ് കിസാൻസഭ സംഘടിപ്പിച്ച 'ലാഹോർ കിസാൻ മോർച്ച'യുടെ മുൻപന്തിയിലുണ്ടായിരുന്നു അദ്ദേഹം.

രണ്ടാം ലോകമഹായുദ്ധം പൊട്ടിപ്പുറപ്പെട്ടപ്പോൾ യുദ്ധത്തനെതിരായ നിലപാട് സ്വീകരിച്ചതിന്റെ പേരിൽ പാർട്ടിക്കെതിരെ ഗവൺമെന്റ്

ശക്തമായ കടന്നാക്രമണം നടത്തി. അനവധി കമ്യൂണിസ്റ്റുനേതാക്കളെ അറസ്റ്റുചെയ്തു. ഡോ. ഭാഗ്സിങ്ങും അറസ്റ്റിലായി. അഖിലേന്ത്യാ കിസാൻ സഭയുടെ പ്രവർത്തനത്തിന്റെ ഭാഗമായി പ്രസിഡന്റ് സോഹൻ സിങ് ഭാക്നയോടൊപ്പം ഗയയിൽ സന്ദർശനം നടത്തിക്കൊണ്ടിരിക്കുന്നതിനിടയിലാണ് അറസ്റ്റിലായത്. ഏതാനും നാൾ ഗാജൻപൂർ ജയിലിൽ പാർപ്പിച്ചു. അവിടെ നിന്ന് ദേവലി കോൺസൻട്രേഷൻ ക്യാമ്പിലേക്കയച്ചു. പഞ്ചാബിലെ പാർട്ടിക്കകത്ത് ഗുരുതരമായ അഭിപ്രായവ്യത്യാസം നിലനിന്ന അക്കാലത്ത് അത് പരിഹരിക്കാനും ഏകീകരണത്തിനും ഈ ഘട്ടത്തിൽ ശ്രമം നടത്തി. പഞ്ചാബിലെ ധാരാളം കമ്യൂണിസ്റ്റുനേതാക്കളുണ്ടായിരുന്നു അപ്പോൾ ജയിലിൽ. കമ്യൂണിസ്റ്റുതടവുകാർ ദേവലി ക്യാമ്പിൽ നടത്തിയ നിരാഹാരസമരം പ്രസിദ്ധം. അതിൽ പങ്കെടുത്തു.

1942–ൽ കമ്യൂണിസ്റ്റുപാർട്ടിയുടെ മേലുള്ള നിരോധനം പിൻവലിച്ചപ്പോൾ ഭാഗ് സിങിനെ മോചിപ്പിച്ചില്ല. മോചിപ്പിച്ചത് 1943 ഏപ്രിൽ മാസത്തിൽ മാത്രം. മോചിപ്പിക്കുമ്പോൾ ഗുജറാത്തിലെ ഒരു ജയിലിൽ. ദേവലിയിൽ നിന്ന് അങ്ങോട്ടേക്ക് മാറ്റിയതായിരുന്നു. വീണ്ടും സജീവ രാഷ്ട്രീയപ്രവർത്തനം ആരംഭിച്ചു. ഒരു പ്രസംഗത്തിന്റെ പേരിൽ 1944–ൽ വീണ്ടും അറസ്റ്റിലായി. 1946–ലെ തിരഞ്ഞെടുപ്പിൽ സജീവമായി പ്രവർത്തിച്ചു. സ്വാതന്ത്ര്യലബ്ധിക്കുശേഷം കോൺഗ്രസ് ഗവൺമെന്റ് ഭാഗ് സിങിനെതിരെ ഒരു അറസ്റ്റുവാറണ്ട് ഇറക്കി. അറസ്റ്റിൽ നിന്ന് രക്ഷപ്പെടാൻ ഒളിവിൽപ്പോയി. കുറച്ചു കഴിഞ്ഞപ്പോൾ പൊലീസ് പിടിയിലായി. 1952 വരെ തടവിൽ കഴിഞ്ഞു. ഒന്നാം പൊതുതിരഞ്ഞെടുപ്പിൽ മത്സരിച്ചെങ്കിലും വിജയിച്ചില്ല.

പഞ്ചാബിലെ അധ്വാനിക്കുന്ന ജനവിഭാഗങ്ങളെ സംഘടിപ്പിക്കാനും കമ്യൂണിസ്റ്റുപാർട്ടി ശക്തിപ്പെടുത്താനും അവിശ്രമം പ്രവർത്തിച്ചു. 1957–ലെ രണ്ടാം പൊതുതിരഞ്ഞെടുപ്പിൽ പഞ്ചാബ് വിധാൻസഭയിലേക്ക് തിരഞ്ഞെടുക്കപ്പെട്ടു. ഹോഷിയാർപൂർ ജില്ലയിലെ മഹിൽപൂർ എന്ന സ്വന്തം മണ്ഡലത്തെയാണ് പ്രതിനിധീകരിച്ചത്. അടുത്ത അഞ്ചു വർഷം പഞ്ചാബ് നിയമസഭയിലെ കമ്യൂണിസ്റ്റുഗ്രൂപ്പിന്റെ നേതാവായി പ്രവർത്തിച്ചു.

കമ്യൂണിസ്റ്റുപാർട്ടിക്കകത്ത് പരിഷ്കരണവാദ ചിന്താഗതി തലപൊക്കിയപ്പോൾ മുതൽ ഹർകിഷൻ സിങ് സുർജീത്തിന്റെയും ല്യാൽപുരിയുടെയും മറ്റും കൂടെ അതിനെതിരെ പോരാടി. മാർക്സിസം–ലെനിനിസം ഉയർത്തിപ്പിടിച്ചു. 1961–ൽ വിജയവാഡയിൽ നടന്ന ആറാം കോൺഗ്രസ് നാഷണൽ കൗൺസിലിലേക്ക് തിരഞ്ഞെടുത്തു.

ഇന്ത്യാ–ചൈനാ അതിർത്തി സംഘട്ടനത്തെത്തുടർന്ന് പാർട്ടിയിലൊരു വിഭാഗം തികച്ചും സങ്കുചിത ദേശീയവാദപരമായ നിലപാടെടുത്തു. അപ്പോൾ തൊഴിലാളിവർഗ സാർവദേശീയത ഉയർത്തിപ്പിടിച്ചുകൊണ്ട് അതിർത്തിത്തർക്കം സമാധാനപരമായ പരിഹരിക്കണം എന്ന് ആവശ്യപ്പെട്ടു. ആ നിലപാടെടുത്ത പാർട്ടിനേതാക്കളെ മുഴുവൻ ഗവൺമെന്റ് തെരഞ്ഞുപിടിച്ച് അറസ്റ്റുചെയ്തപ്പോൾ (അങ്ങനെയില്ലാത്ത ചിലർ അറ

സ്റ്റിൽ പെട്ടുപോയെങ്കിലും അവരെ അതിവേഗം മോചിപ്പിച്ചു) ഭാഗ്സിങ്ങും അറസ്റ്റിലായി. 1962 നവംബർ മുതൽ 1963 ഒക്ടോബർ വരെ ജയിലിൽക്കിടന്നു. ഈ ജയിൽ ജീവിതം ആരോഗ്യത്തെ വല്ലാതെ ബാധിച്ചു. കിഡ്നിക്ക് ഗുരുതരമായ അസുഖം പിടിപെട്ടു.

വിജയവാഡാ കോൺഗ്രസിനുശേഷം പാർട്ടിക്കകത്തെ അഭിപ്രായ വ്യത്യാസം മൂർച്ഛിച്ചു. അതിന്റെ ഒരു ഘട്ടത്തിൽ, 1964 ഏപ്രിലിൽ, നാഷണൽ കൗൺസിലിൽ നിന്ന് 32 സഖാക്കൾ ഇറങ്ങിവന്ന് റിവിഷനിസ്റ്റു നേതൃത്വം ഉപേക്ഷിക്കാൻ ആഹ്വാനം ചെയ്തു. ഇറങ്ങിവന്നവരിൽ ഒരാൾ ഭാഗ്സിങ്. അവർ വിളിച്ചുകൂട്ടിയ തെനാലി കൺവെൻഷൻ കൽക്കത്തയിൽ ഏഴാം കോൺഗ്രസ് നടത്താൻ തീരുമാനിച്ചു. ആ കോൺഗ്രസിൽ വെച്ചാണ് സി പി ഐ (എം) നിലവിൽവന്നത്. അങ്ങനെ ഭാഗ്സിങ് സി പി ഐ (എം) സ്ഥാപക നേതാക്കളിൽ ഒരാളായി. ഏഴാം കോൺഗ്രസ് കേന്ദ്രകമ്മിറ്റിയിലേക്കും കേന്ദ്ര കൺട്രോൾ കമീഷൻ അംഗമായും തിരഞ്ഞെടുത്തു. പാർട്ടി കോൺഗ്രസ് കഴിഞ്ഞതിനുശേഷം, അനാരോഗ്യം വകവയ്ക്കാതെ, സി പി ഐ (എം) കെട്ടിപ്പടുക്കുന്ന പ്രവർത്തനത്തിലേർപ്പെട്ടു. ഇതിനിടയിൽ 1964 ഡിസംബറിൽ, ഒരു ഓപ്പറേഷന് വിധേയമായി. അങ്ങനെ ആശുപത്രിയിൽ കഴിയുമ്പോൾ ഗവൺമെന്റ് അറസ്റ്റു ചെയ്ത് തടവറയിലേക്ക് തള്ളി. സി പി ഐ (എം) നെ തകർക്കാൻ അതിന്റെ നേതാക്കളെയും പ്രധാന പ്രവർത്തകരെയും രാജ്യവ്യാപകമായി അറസ്റ്റുചെയ്തതിന്റെ ഭാഗമായിട്ടാണ് അദ്ദേഹത്തെയും അറസ്റ്റു ചെയ്തത്. 1966 ഏപ്രിൽ വരെ ജയിലിൽ കിടന്നു.

ജയിൽ മോചിതനായതിനുശേഷം പാർട്ടി പ്രവർത്തനത്തിൽ വീണ്ടും സജീവം. തെനാലിയിൽ നടന്ന സി സി യോഗത്തിൽ പങ്കെടുത്തു. ജൂലായിൽ പാർട്ടി ജനറൽ സെക്രട്ടറി സുന്ദരയ്യയുടെ പഞ്ചാബ് സന്ദർശനവേളയിൽ അദ്ദേഹത്തെ അനുഗമിച്ചു. ആഗസ്ത് 5–ന് പെട്ടെന്ന് ബോധക്ഷയമുണ്ടായി ആശുപത്രിയിൽ പ്രവേശിപ്പിച്ചെങ്കിലും ജീവൻ രക്ഷിക്കാനായില്ല. നാലര പതിറ്റാണ്ടത്തെ പൊതുജീവിതത്തിന് 1966 ആഗസ്ത് 10–ന് തിരശീല വീണു.

കൃതഹസ്തനായ എഴുത്തുകാരനും ഉജ്വല വാഗ്മിയുമായിരുന്നു ഭാഗ്സിങ്. പാർട്ടിയുടെ പഞ്ചാബി വാരിക–*ജംഹുറിയത്ത്*–യുടെ പത്രാധിപരായിരുന്നു.

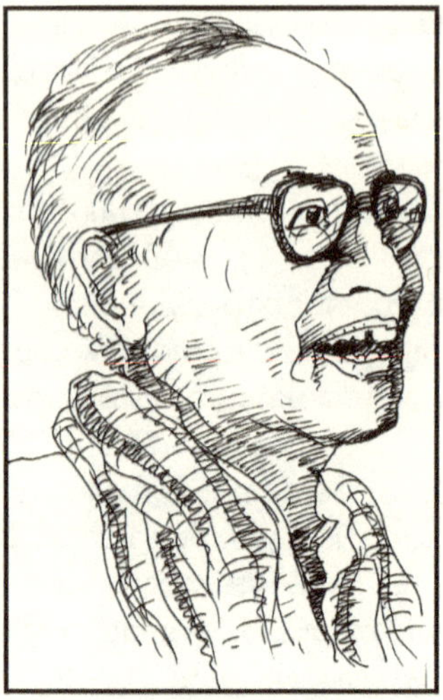

ഭാനുഘോഷ്

1918 - 2000

ത്രിപുരയിലെ കമ്യൂണിസ്റ്റ് പ്രസ്ഥാനത്തിന്റെ ത്രിമൂർത്തികളാണ് നൃപൻ ചക്രവർത്തി, ദശരഥ് ദേവ്, ബിരൺ ദത്ത എന്നിവർ. ഇവർ കഴിഞ്ഞാൽ അടുത്ത തലമുറയിലെ പ്രധാനിയായിരുന്നു ഭാനുഘോഷ്. ഒരു പതിറ്റാണ്ടിലധികം സി പി ഐ (എം) സംസ്ഥാന സെക്രട്ടറിയായിരുന്നു അദ്ദേഹം.

ഇപ്പോൾ ബംഗ്ലാദേശിലുൾപ്പെട്ട ഒരു ജില്ലയാണ് കൊമില്ല. 1920-കളുടെ അവസാനവും മുപ്പതുകളുടെ ആദ്യവും ദേശീയ വിപ്ലവപ്രസ്ഥാനം ശക്തമായിരുന്നു ഇവിടെ. ഈ ജില്ലയിലെ അത്രയൊന്നും അറിയപ്പെടാത്ത ഒരു ഗ്രാമമാണ് നാതായി. ആ ഗ്രാമത്തിൽ 1918 സെപ്തംബറിൽ ഭാനുഘോഷ് ജനിച്ചു. അച്ഛൻ യോഗേന്ദ്രഘോഷ്. അദ്ദേഹത്തിന്റെ അഞ്ചുമക്കളിൽ-നാല് ആണും ഒരു പെണ്ണും-ഒരാളായിരുന്നു ഭാനു. ബ്രാഹ്മൺ ബാരിയയിലെ അന്നദ സ്കൂളിൽ പഠിച്ചു. അവിടെ പഠിക്കുമ്പോൾ ദേശീയ പ്രസ്ഥാനവും ദേശീയ വിപ്ലവ പ്രസ്ഥാനവും ശക്തമായിരുന്നു കൊമില്ലയിൽ. അത് ഭാനുവിനെയും സ്വാധീനിച്ചു. അദ്ദേഹം ദേശീയ പ്രസ്ഥാനത്തിലേക്ക് എടുത്തുചാടി.

അപ്പോൾ കമ്യൂണിസ്റ്റുപാർട്ടിയുടെ ശക്തമായ ഒരു ഘടകം പ്രവർത്തിക്കുന്നുണ്ടായിരുന്നു കൊമില്ല ജില്ലയിൽ. ജില്ലയിലെ കമ്യൂണിസ്റ്റുപാർട്ടിയുടെ മുൻനിര നേതാക്കളിൽ ഒരാളായിരുന്നു അമ്മാവൻ ബിപിൻ ഘോഷ്. അദ്ദേഹത്തിന്റെ സ്വാധീനം മൂലം ഭാനു കമ്യൂണിസത്തിലേക്ക് ആകർഷിക്കപ്പെട്ടു. ക്രമേണ കമ്യൂണിസ്റ്റുപാർട്ടി പ്രവർത്തനത്തിലും പങ്കെടുക്കാൻ

തുടങ്ങി. മെട്രിക്കുലേഷൻ പരീക്ഷ പാസായതിനുശേഷം പാർട്ടിയുടെ മുഴുവൻസമയ പ്രവർത്തകനായി. താമസിയാതെ പാർട്ടി പ്രവർത്തകൻ എന്ന നിലയിൽ ജില്ലയിലാകെ അറിയപ്പെടാൻ തുടങ്ങി.

1942–ൽ പാർട്ടിയിൽ അംഗത്വം ലഭിച്ചു. ആ വർഷം ഒരു രാഷ്ട്രീയ ക്കേസിൽ കുടുക്കി അറസ്റ്റുചെയ്തു. ഒരു വർഷത്തെ തടവുശിക്ഷ കിട്ടി. ജയിൽ മോചനത്തിനുശേഷം കൊമില്ല ജില്ലയുടെ വിവിധ ഭാഗങ്ങളിൽ ഒളിവിലിരുന്ന് പാർട്ടി പ്രവർത്തനം നടത്തി. ബ്രാഹ്മൺബാരിയയിൽ ധാരാളം ബീഡിത്തൊഴിലാളികളുണ്ടായിരുന്നു. അവരെ സംഘടിപ്പിക്കുക മാത്രമല്ല, അവരുടെ ചില സമരങ്ങൾ നയിക്കുക കൂടി ചെയ്തു.

1947–ൽ ഇന്ത്യ വിഭജിക്കപ്പെട്ടു. മുസ്ലിം മതമൗലികവാദികൾ കമ്യൂണിസ്റ്റുകാർക്കെതിരെ ഭീകരമായ കടന്നാക്രമണം നടത്തി. കമ്യൂണിസ്റ്റു പാർട്ടിയാണെങ്കിൽ നിരോധിക്കപ്പെട്ടിരിക്കുകയായിരുന്നു. ഈ സാഹചര്യത്തിൽ കൊമില്ലജില്ലയിൽ താമസിക്കുക പ്രയാസകരമായി. അതിനാൽ 1950–ൽ രണ്ടാമത്തെ മൂത്ത സഹോദരൻ കാനുഘോഷിനോടൊപ്പം അഗർത്തലയിലേക്ക് കുടിയേറി. അപ്പോൾ രാജ്യത്തിന്റെ ഇതരഭാഗങ്ങളിലെന്നപോലെ ത്രിപുരയിലും കമ്യൂണിസ്റ്റുപാർട്ടി നിരോധിക്കപ്പെട്ടുകിടക്കുകയായിരുന്നു. എങ്കിലും ഭാനുഘോഷും ജ്യേഷ്ഠനും പാർട്ടിയുമായി ബന്ധപ്പെട്ട് പ്രവർത്തനമാരംഭിച്ചു.

ഒന്നാം പൊതുതിരഞ്ഞെടുപ്പിനു തൊട്ടുമുമ്പ് പാർട്ടിയുടെ മേലുള്ള നിരോധനം കോൺഗ്രസ് ഗവൺമെന്റ് എടുത്തുകളഞ്ഞു. പാർട്ടിക്ക് കുറെയൊക്കെ പ്രവർത്തിക്കാൻ കഴിയുന്ന സ്ഥിതിയായി. അപ്പോൾ ഭാനുഘോഷും ജ്യേഷ്ഠനും പാർട്ടിയുടെ സംസ്ഥാന ആപ്പീസ് കേന്ദ്രീകരിച്ച് പ്രവർത്തനം തുടങ്ങി.

ഒന്നാം പൊതുതിരഞ്ഞെടുപ്പിൽ പാർട്ടിയുടെ തിരഞ്ഞെടുപ്പ് പ്രവർത്തനങ്ങൾക്ക് ചുക്കാൻ പിടിച്ചത് ഡോ. ബിജോയ് ബോസ്. രണ്ടാം ലോകമഹായുദ്ധകാലത്ത് ചൈനയിലേക്കുപോയ ഡോക്ടർമാരുടെ സംഘത്തലെ അംഗമായിരുന്നു ഡോ. ബോസ്. അദ്ദേഹത്തെ സഹായിക്കാനുള്ള അവസരം കിട്ടി ഈ ഘട്ടത്തിൽ ഭാനുവിന്.

ത്രിപുരയിൽ പാർട്ടിയുടെ പ്രഥമ സമ്മേളനം നടന്നത് 1953–ൽ. ആ സമ്മേളനം സംസ്ഥാന കമ്മിറ്റി അംഗമാക്കി. ട്രേഡ് യൂണിയൻ രംഗത്ത് കേന്ദ്രീകരിക്കാൻ പാർട്ടി നിർദേശിച്ചു. അതനുസരിച്ച് ആദ്യം ബീഡിത്തൊഴിലാളികളെ സംഘടിപ്പിക്കുന്നതിലേർപ്പെട്ടു. ബീഡിത്തൊഴിലാളി യൂണിയന്റെ സ്ഥാപക സെക്രട്ടറി ആയി. അസംഘടിത മേഖലയിലെ വിവിധ വിഭാഗം തൊഴിലാളികളെയും സംഘടിപ്പിച്ചു. കിഴക്കൻ പാകിസ്ഥാനിൽ നിന്നുള്ള അഭയാർഥികളെ പുനരധിവസിപ്പിക്കണമെന്നാവശ്യപ്പെട്ട് പ്രക്ഷോഭം നയിക്കാൻ കമ്യൂണിസ്റ്റുപാർട്ടി മുൻകൈയെടുത്ത് ഒരു അഭയാർഥി സംയുക്ത കൗൺസിൽ രൂപീകരിച്ചു. ഭാനുഘോഷ് അതിന്റെ പ്രധാന പ്രവർത്തകനായി.

1950–ൽ ത്രിപുരയിൽ വന്നതിനുശേഷം ആ സംസ്ഥാനത്ത് നടന്ന

എല്ല പ്രക്ഷോഭങ്ങളുമായും ഒരു തരത്തിലല്ലെങ്കിൽ മറ്റൊരു തരത്തിൽ ബന്ധപ്പെട്ടു. പലതിന്റെയും നേതൃത്വംതന്നെ വഹിച്ചു. 1962, 1964, 1965, 1968 എന്നീ വർഷങ്ങളിൽ അറസ്റ്റിലായി. മൊത്തം ആറുവർഷം ജയിലിൽ കിടന്നു. 1975–ൽ അടിയന്തരാവസ്ഥ പ്രഖ്യാപിച്ചപ്പോൾ ഒളിവിൽപ്പോയി. അത് അവസാനിക്കാറായപ്പോൾ അറസ്റ്റിലായി. മൊത്തം നാലു വർഷം ഒളിവിൽ കഴിഞ്ഞു.

കമ്യൂണിസ്റ്റ് പ്രസ്ഥാനത്തിനകത്ത് ആശയസമരം നടന്നപ്പോൾ റിവിഷനിസത്തിനെതിരെ ശക്തമായ നിലപാട് സ്വീകരിച്ചു. പാർട്ടി പിളർന്നപ്പോൾ സി പി ഐ (എം) ൽ സ്ഥാനം പിടിച്ചു. സി പി ഐ (എം) രൂപംകൊണ്ടതു മുതൽ മരിക്കുന്നതുവരെ സി പി ഐ (എം) സംസ്ഥാന സെക്രട്ടേറിയറ്റ് അംഗം. 1977–ൽ ത്രിപുരയിൽ ഒന്നാമത്തെ ഇടതുപക്ഷ മുന്നണി ഗവൺമെന്റ് അധികാരത്തിൽ വന്നപ്പോൾ സംസ്ഥാന സെക്രട്ടറിയായും ഇടതുപക്ഷമുന്നണി കൺവീനറായും തിരഞ്ഞെടുക്കപ്പെട്ടു. അടുത്ത പത്തുവർഷം ആ രണ്ട് ജോലികളും നിറവേറ്റി. 1975–ൽ സി പി ഐ (എം) പ്രതിനിധി സംഘാംഗമെന്ന നിലയിൽ ചൈന സന്ദർശിച്ചു. 1956–ൽ പാലക്കാട്ട് നടന്ന സി പി ഐ നാലാം കോൺഗ്രസിൽ പ്രതിനിധിയായിരുന്നു. അതിനുശേഷം മരിക്കുന്നതുവരെ എല്ലാ പാർട്ടി കോൺഗ്രസുകളിലും പ്രതിനിധി.

തിരക്കുപിടിച്ച രാഷ്ട്രീയ പ്രവർത്തനത്തിനിടയിലും വായിക്കാനും പഠിക്കാനും സമയം കണ്ടെത്തി. പാർട്ടി സഖാക്കൾക്ക് രാഷ്ട്രീയ വിദ്യാഭ്യാസം നൽകാൻ അസാമാന്യമായ കഴിവായിരുന്നു. അതുകൊണ്ട് നല്ലൊരു അധ്യാപകൻ എന്ന നിലയിലും പേരെടുത്തു. രാഷ്ട്രീയ പ്രവർത്തനത്തിന്റെ തുടക്കം മുതൽ തൊഴിലാളികളെ സംഘടിപ്പിക്കുന്നതിലേർപ്പെട്ട ഭാനുഘോഷ് സംസ്ഥാനത്തെ സി ഐ ടി യുവിന്റെ ആദ്യപഥികരിൽ ഒരാളായിരുന്നു. അതിന്റെ സംസ്ഥാന കമ്മിറ്റി വൈസ് പ്രസിഡന്റായിരുന്നു. 2000 ഏപ്രിൽ 4–ന് അന്തരിച്ചു.

ഭൂപേശ് ഗുപ്ത

1914 - 1981

ഇന്ത്യകണ്ട ഏറ്റവും നല്ല പാർലമെന്റേറിയന്മാരിൽ ഒരാളായിരുന്നു ഭൂപേശ് ഗുപ്ത. പാർലമെന്റിനെ നല്ലൊരു സമരവേദിയാക്കി മാറ്റാൻ അദ്ദേഹത്തിന്റെ അസാധാരണമായ കഴിവുകൾക്കു കഴിഞ്ഞു. ഇന്ത്യൻ കമ്യൂണിസ്റ്റു പ്രസ്ഥാനത്തിന്റെ ആദ്യകാല നേതാക്കളിൽ ഒരാളായിരുന്നു അദ്ദേഹം.

ഇപ്പോൾ ബംഗ്ലാദേശിലുൾപ്പെട്ട മൈമൻസിങ് ജില്ലയിൽ ഇറ്റ്ന എന്ന സ്ഥലത്ത് 1914 ഒക്ടോബർ 14–ന് ഭൂപേശ് ഗുപ്ത ജനിച്ചു. വിദ്യാർഥിയായിരിക്കേതന്നെ ദേശീയപ്രസ്ഥാനത്തിൽ ആകൃഷ്ടനായി. കോൺഗ്രസിന്റെ ആശയങ്ങളോടായിരുന്നില്ല, നേരെമറിച്ച്, ദേശീയ വിപ്ലവപ്രസ്ഥാനത്തിന്റെ ആശയങ്ങളോടായിരുന്നു കൂടുതൽ ആഭിമുഖ്യം. അക്കാലത്തെ ബംഗാളി ചെറുപ്പക്കാരിൽ മിക്കവരും അങ്ങനെ ആയിരുന്നു. ബംഗാളിൽ ഒട്ടേറെ വിപ്ലവ ഗ്രൂപ്പുകൾ ഉണ്ടായിരുന്നുവല്ലോ. അവയിൽ ഏറ്റവും പ്രധാനപ്പെട്ടതായിരുന്നു ജുഗാന്തറും അനുശീലനും. ഭൂപേശ് ഗുപ്ത ബന്ധപ്പെട്ടത് അനുശീലൻ ഗ്രൂപ്പുമായി. അതിന്റെ പേരിൽ 1930–ൽ അറസ്റ്റിലായി. 1931–ൽ രണ്ടുതവണ അറസ്റ്റു ചെയ്യപ്പെട്ടു. 1933–ൽ മൂന്നാംതവണ അറസ്റ്റിലായപ്പോൾ 1937 വരെ ജയിലിൽ കിടക്കേണ്ടിവന്നു. ജയിലിൽ കിടക്കുമ്പോൾ എഫ് എ, ബി എ പരീക്ഷകൾ പാസായി.

ഭൂപേശിനെ വിപ്ലവപ്രസ്ഥാനത്തിൽനിന്ന് അകറ്റിനിർത്തണമെന്ന് പിതാവിനു മോഹം. അതിന് ഇംഗ്ലണ്ടിൽ ഉപരിപഠനത്തിന് അയയ്ക്കുന്നത് സഹായകരമാകുമെന്ന് കണക്കുകൂട്ടി. അങ്ങനെ അദ്ദേഹത്തെ ഇംഗ്ലണ്ടിലേക്ക് അയച്ചു. അപ്പോൾ യൂറോപ്പിലാകെ ഫാസിസ്റ്റുവിരുദ്ധ വികാരം

മൂർധന്യത്തിലെത്തിനിൽക്കുന്നു. അദ്ദേഹം ഫാസിസ്റ്റുവിരുദ്ധ പ്രവർത്തനങ്ങളുടെ ഒഴുക്കിൽപ്പെട്ടു. ഒപ്പം സ്വാതന്ത്ര്യത്തിനുവേണ്ടിയുള്ള ഇന്ത്യൻ വിദ്യാർഥികളുടെ സമരങ്ങളിലും പങ്കെടുക്കാൻ തുടങ്ങി. ബ്രിട്ടീഷ് കമ്യൂണിസ്റ്റുപാർട്ടിയുമായും ഭൂപേശ് ബന്ധപ്പെട്ടു. ഇന്ത്യൻ വിദ്യാർഥികളുടെ പാർട്ടി ഗ്രൂപ്പിൽ അംഗമായി. ഇംഗ്ലണ്ടിൽനിന്ന് നിയമബിരുദം നേടി.

1941–ൽ ഇന്ത്യയിൽ മടങ്ങിയെത്തുമ്പോൾ ഇന്ത്യൻ കമ്യൂണിസ്റ്റുപാർട്ടി നിയമവിരുദ്ധം. പാർട്ടി നേതാക്കളിൽ മിക്കവരും ഒളിവിലോ ജയിലിലോ. അദ്ദേഹം പാർട്ടിയുമായി ബന്ധപ്പെട്ടു. ഭൂഗർഭ ആസ്ഥാനത്ത് പ്രവർത്തിക്കുക– നിർദേശം കിട്ടി. അങ്ങനെ പ്രവർത്തനം തുടങ്ങി ഒരുവർഷം കഴിയുമ്പോഴേക്ക് പാർട്ടിയുടെ മേലുള്ള നിരോധനം ഗവൺമെന്റ് എടുത്തുകളഞ്ഞു. രണ്ടാം ലോകമഹായുദ്ധത്തിനിടയിൽ സോവിയറ്റ് യൂണിയൻ ആക്രമിക്കപ്പെട്ടപ്പോൾ കമ്യൂണിസ്റ്റുപാർട്ടി അതിന്റെ നയം മാറ്റിയപ്പോഴായിരുന്നു ഗവൺമെന്റ് നിരോധനം നീക്കിയത്. അതിനെത്തുടർന്ന് പരസ്യപ്രവർത്തനം ആരംഭിച്ചു. സോവിയറ്റ് യൂണിയൻ ആക്രമിക്കപ്പെട്ടപ്പോൾ അതിനെ സംരക്ഷിക്കേണ്ടത് ലോകമെങ്ങുമുള്ള കമ്യൂണിസ്റ്റുകാരുടെ കടമയായി. ആ ഘട്ടത്തിലാണ് ഫ്രണ്ട്സ് ഓഫ് ദി സോവിയറ്റ് യൂണിയൻ രൂപീകരിക്കപ്പെത്. ഭൂപേശ് അതിന്റെ സ്ഥാപകരിൽ ഒരാളായി.

ബംഗാൾക്ഷാമം ഇന്ത്യാചരിത്രത്തിലെ ഏറ്റവും വലിയ ക്ഷാമം. ക്ഷാമം മൂലം ലക്ഷക്കണക്കിനാളുകൾ ചത്തൊടുങ്ങി. അപ്പോൾ ക്ഷാമബാധിതരെ പുനരധിവസിപ്പിക്കാൻ ജനരക്ഷാസമിതി രൂപീകരിക്കപ്പെട്ടു. അതിന്റെ സെക്രട്ടറി ഭൂപേശ്. പീപ്പിൾസ് റിലീഫ് കമ്മിറ്റിയുടെ സ്ഥാപകരിൽ ഒരാളുമായിരുന്നു അദ്ദേഹം.

ഇക്കാലത്ത് ജനങ്ങൾക്കുവേണ്ടി അദ്ദേഹം കോടതികളിലും പോയിത്തുടങ്ങി. പ്രസിദ്ധമായ തേഭാഗാസമരത്തിലെ പ്രതികൾക്കുവേണ്ടി കോടതികളിൽ ഹാജരായി. ജാംഷെഡ്പൂരിലെ ടെൽക്കോ തൊഴിലാളികൾ ഉൾപ്പെടെയുള്ള തൊഴിലാളികൾക്കുവേണ്ടി കോടതികളിൽ വാദിച്ചു (1946).

1948–ൽ കൽക്കത്തെയിൽ രണ്ടാം കോൺഗ്രസ്. അതിനെത്തുടർന്ന് പാർട്ടി നിരോധിക്കപ്പെട്ടു. ഭൂപേശ് ഒളിവിൽപ്പോയി. 1951–ൽ അറസ്റ്റിലായി. 1952 ഏപ്രിൽവരെ തടവിൽവെച്ചു. 1947–ൽ പാർട്ടിയുടെ ബംഗാൾ പ്രവിശ്യാകമ്മിറ്റിയിലേക്ക് തിരഞ്ഞെടുക്കപ്പെട്ടു. 1951–ൽ പാർട്ടിയുടെ ബംഗാളി ദിനപത്രമായ *സ്വാധീനത*യുടെ എഡിറ്റോറിയൽ ബോർഡ് ചെയർമാനായി നിയമിതനായി.

1952–ൽ അദ്ദേഹം രാജ്യസഭയിലേക്ക് തിരഞ്ഞെടുക്കപ്പെട്ടു. അതിനുശേഷം മരണംവരെ തുടർച്ചയായി രാജ്യസഭാംഗമായിരുന്നു. മരിക്കുമ്പോൾ എറ്റവുമധികം കാലം രാജ്യസഭയിൽ അംഗമായിരുന്നത് അദ്ദേഹം. പ്രഗൽഭനായ പാർലമെന്റേറിയൻ എന്ന നിലയിൽ എല്ലാവരുടെയും സ്നേഹബഹുമാനങ്ങൾ ആർജിച്ചു. ജനകീയ പ്രസ്ഥാനങ്ങൾ സഭയിൽ അവതരിപ്പിക്കാൻ അദ്ദേഹത്തിന് വല്ലാത്ത കഴിവായിരുന്നു. രാഷ്ട്രീയ എതിരാളികൾ അദ്ദേഹവുമായി ഏറ്റുമുട്ടാൻ തയ്യാറാകുമായിരുന്നില്ല. ഏറ്റുമുട്ടിയാൽ കണക്കിന് കിട്ടും. രാജ്യസഭയിൽ പല തുറന്നുകാട്ടലുകളും നടത്തിയിട്ടുണ്ട് ഭൂപേശ്. അതിലൊന്നാണ് മുന്ദ്രഡ കുംഭകോണം. മറ്റൊന്നാണ് എം ഒ മത്തായി പ്രശ്നം.

പ്രസിഡന്റിന്റെ പ്രസംഗത്തിന് നന്ദിരേഖപ്പെടുത്തുന്ന പ്രമേയത്തിന് ഭേദഗതി അവതരിപ്പിച്ചുകൊണ്ടായിരുന്നു രാജ്യസഭയിലെ അരങ്ങേറ്റം. അതിലൂടെ അദ്ദേഹം സഭയുടെ ആകെ ശ്രദ്ധ പിടിച്ചുപറ്റി. അരങ്ങേറ്റത്തിലൂടെ പ്രകടിപ്പിച്ച തന്റെ കഴിവ് രാജ്യസഭയിലെ അവസാനദിവസം വരെ പ്രകടിപ്പിച്ചു. അവസാനദിവസം അവിസ്മരണീയമായ മൂന്ന് ഇടപെടലുകളാണ് അദ്ദേഹം നടത്തിയത്. ബംഗളൂരുവിലെ പൊതുമേഖലാ സ്ഥാപനങ്ങളുടെ ലോക്കൗട്ടിലേക്കും ട്രേഡ്യൂണിയൻ നേതാക്കളുടെ നിരാഹാരസമരത്തെത്തുടർന്നുളവായ സ്ഥിഗതികളിലേക്കും ഗവൺമെന്റിന്റെ ശ്രദ്ധ ക്ഷണിക്കുന്ന പ്രമേയം അവതരിപ്പിച്ചുകൊണ്ടായിരുന്നു ഒരു ഇടപെടൽ. അമേരിക്ക പാകിസ്ഥാന് ആയുധംനൽകുന്നതിനെ സംബന്ധിച്ച് പ്രധാനമന്ത്രി നടത്തിയ പ്രസ്താവനയോട് പ്രതികരിച്ചുകൊണ്ടായിരുന്നു രണ്ടാമത്തെ ഇടപെടൽ. ബ്രിട്ടീഷ് നാഷണാലിറ്റി ബില്ലിന്റെ പേരിലായിരുന്നു മൂന്നാമത്തെ ഇടപെടൽ. 'മിസിസ് താച്ചർ (ബ്രിട്ടീഷ് പ്രധാനമന്ത്രി) പ്രധാനമന്ത്രി ഇന്ദിരാഗാന്ധിയോടു പറഞ്ഞത് പച്ചക്കള്ളം' എന്നത്രെ അദ്ദേഹം രാജ്യസഭയിൽ പറഞ്ഞ അവസാനവാചകം. തന്റെ പ്രശ്നം അവതരിപ്പിക്കാൻ, തന്റെ വാദം സമർഥിക്കാൻ, തന്റെ പ്രതികരണം അറിയിക്കാൻ കിട്ടാവുന്ന അവസരങ്ങളൊക്കെ ഉപയോഗിച്ച പാർലമെന്ററി ടെക്നിക്കുകളുടെ ആശാനായിരുന്നു ഭൂപേശ്. 1977 ജൂൺ 27-ന് ചേർന്ന 25-ാം വാർഷികാഘോഷവേളയിൽ രാജ്യസഭ ഭൂപേശ് ഗുപ്തയെ പ്രത്യേകമായി അഭിനന്ദിച്ചു. അഭിനന്ദനങ്ങൾക്ക് മറുപടി പറഞ്ഞുകൊണ്ട് നടത്തിയ പ്രസംഗത്തിൽ ജനങ്ങളിലുള്ള വിശ്വാസവും അവ നൽകിയ പ്രചോദനവുമാണ് തന്റെ കഴിവിനനുസരിച്ച് രാജ്യത്തെ സേവിക്കാൻ തന്നെ പര്യാപ്തനാക്കിയതെന്ന് അദ്ദേഹം പറഞ്ഞു. ജനങ്ങളുടെ ആഗ്രഹാഭിലാഷങ്ങൾ പ്രതിഫലിപ്പിക്കുന്ന ചലനാത്മകവും സജീവവുമായ സ്ഥാപനമാകണം രാജ്യസഭയെന്നും അദ്ദേഹം അഭിപ്രായപ്പെട്ടു.

1947-ൽ പാർട്ടിയുടെ പ്രവിശ്യാ കമ്മിറ്റിയിൽ ഭൂപേശ് അംഗമായെന്ന് പറഞ്ഞല്ലോ. മധുരയിൽ ചേർന്ന മൂന്നാം കോൺഗ്രസ് അദ്ദേഹത്തെ കേന്ദ്രകമ്മിറ്റിയിലേക്ക് തിരഞ്ഞെടുത്തു. 1956-ൽ പാലക്കാട് ചേർന്ന നാലാം കോൺഗ്രസ് കേന്ദ്രകമ്മിറ്റിയിലേക്കും പൊളിറ്റ് ബ്യൂറോവിലേക്കും തിരഞ്ഞെടുത്തു. അതിനുശേഷം മരണംവരെ സി പി ഐയുടെ എല്ലാ പ്രധാന സമിതികളിലും അംഗമായിരുന്നു. മരിക്കുമ്പോൾ സി പി ഐയുടെ കേന്ദ്ര എക്സിക്യൂട്ടീവ് കമ്മിറ്റി അംഗവും നാഷണൽ കൗൺസിൽ സെക്രട്ടറിയുമായിരുന്നു.

അടിയുറച്ച കമ്യൂണിസ്റ്റും കിടയറ്റ പാർലമെന്റേറിയനും മാത്രമായിരുന്നില്ല ഭൂപേശ് ഗുപ്ത. ഒന്നാംതരം വാഗ്മിയും ശക്തമായ ഒരു തൂലികയുടെ ഉടമസ്ഥനും കൂടിയായിരുന്നു. രാഷ്ട്രീയ-സാമ്പത്തിക പ്രശ്നങ്ങളെക്കുറിച്ചും ആനുകാലിക സംഭവങ്ങളെക്കുറിച്ചും ധാരാളം ലേഖനങ്ങളും ലഘുലേഖകളും എഴുതിയിട്ടുണ്ട്. 1954മുതൽ 1957വരെയും പിന്നീട് 1966 ജനുവരി മുതൽ അവസാനംവരെയും അദ്ദേഹം *ന്യൂ ഏജ്* പത്രാധിപർ ആയിരുന്നു. 1981 ആഗസ്ത് 6-ന് മോസ്കോവിൽ അന്തരിച്ചു.

മക്ദൂം മൊഹിയുദ്ദീൻ

1908 - 1969

ഉറുദു ഭാഷയിലെ പ്രസിദ്ധനായ കവി. ഹൈദരാബാദിലെ കമ്യൂണിസ്റ്റ് പ്രസ്ഥാനത്തിന്റെ സ്ഥാപകരിലൊരാൾ. തെലങ്കാനാ സമര നേതാവ്.

തെലങ്കാനാ പ്രദേശത്തുള്ള മേഡക് ജില്ലയിലെ ഒരു കൊച്ചുഗ്രാമത്തിൽ 1908 ഫെബ്രുവരി 4-ന് ജനിച്ചു. പൂർണമായ പേര് മഹമ്മദ് മക്ദൂം മൊഹിയുദ്ദീൻ ഖുദ്രി. പിതാവ് ഘോയൂസ് മൊഹിയുദ്ദീൻ. അദ്ദേഹം ആൻഡോൽ താലൂക്ക് ആപ്പീസിലെ ഒരു സൂപ്രണ്ട്. 'എന്റെ കുട്ടിക്കാലത്ത് എനിക്ക് കുട്ടിക്കാലമേ ഉണ്ടായിരുന്നില്ല' എന്നു പറഞ്ഞത് ചെഖോവ് ആണെന്ന് തോന്നുന്നു. അത് മക്ദൂമിന് ശരിക്കും ചേരും. നാലാം വയസിൽ പിതാവ് നഷ്ടപ്പെട്ടു. അദ്ദേഹത്തെക്കുറിച്ചുള്ള നേരിയ ഓർമപോലും മനസിൽ അവശേഷിച്ചില്ല. അമ്മയാണെങ്കിൽ പിതാവ് മരിച്ച് ഏതാനും നാൾ കഴിഞ്ഞപ്പോൾ പുനർവിവാഹം നടത്തി. അതിനുശേഷം മകനെ തിരിഞ്ഞുനോക്കിയതേയില്ല. മക്ദൂമിന് അമ്മ ജീവിച്ചിരിക്കുന്നുണ്ടോ എന്നുപോലും അറിയുമായിരുന്നില്ല. ഉസ്മാനിയാ യൂണിവേഴ്സിറ്റി കോളേജിൽ ചേരാൻ ഹൈദരാബാദിലെത്തിയപ്പോഴാണ് അമ്മ ജീവിച്ചിരിപ്പുണ്ടെന്നറിഞ്ഞത്.

അമ്മാവൻ ബഷീറുദ്ദീന്റെ സംരക്ഷണത്തിലാണ് വളർന്നത്. വീട്ടിൽ തികച്ചും മതപരമായ അന്തരീക്ഷം. അതിനാൽ മക്ദൂം ആദ്യം മതവിശ്വാസി, ദൈവഭക്തൻ. പതിവായി പള്ളിയിൽ പോകും. അഞ്ചുനേരവും നിസ്കരിക്കും. മാത്രമല്ല പള്ളി വൃത്തിയാക്കുന്നതും പള്ളിയിൽ വെള്ളം

കൊണ്ടു വയ്ക്കുന്നതും ആ ബാലൻ. ഒരു ദിവസം ഭക്ഷണം കഴിച്ചു കൊണ്ടിരിക്കെ, റഷ്യയിൽ വിപ്ലവം വിജയിച്ചുവെന്നും തൊഴിലാളികൾ അധികാരം പിടിച്ചെടുത്തുവെന്നും അമ്മാവൻ വെളിപ്പെടുത്തി. സമത്വാധിഷ്ഠിത വ്യവസ്ഥയാണ് ലെനിന്റെ നേതൃത്വത്തിലുള്ള ഗവൺമെന്റ് അവിടെ നടപ്പാക്കാൻ പോകുന്നതെന്നും പറഞ്ഞു. ഈ വിവരം അറബിക്കഥ കേൾക്കുന്നതുപോലെ മക്ദൂം കേട്ടിരുന്നു.

കുറച്ചുകാലം ഹൈദരാബാദ് സിറ്റിയിലെ ധരംവന്ത് ഹൈസ്കൂളിൽ പഠിച്ചു. ഇപ്പോൾ ആന്ധ്രപ്രദേശ് ഹൈക്കോടതി സ്ഥിതി ചെയ്യുന്ന സ്ഥലത്തായിരുന്നു അപ്പോൾ താമസം. പിന്നീട് സംഗറെഡ്ഡിയിലേക്ക് മാറി. കടുത്ത ദാരിദ്ര്യത്തിലാണ് വളർന്നത്. വീട്ടിൽ നിന്ന് രണ്ട് നാഴിക അകലെയാണ് സ്കൂൾ. പണമില്ലാത്തതുമൂലം നടന്നു പോവുകയും വരികയും ചെയ്യും. ഉച്ചഭക്ഷണത്തിന് ഒന്നും കൊണ്ടുപോകാനുണ്ടാവില്ല.

നാട്ടിൻപുറത്ത് ജനിച്ചുവളർന്നതിനാൽ ഗ്രാമീണ ജനവിഭാഗങ്ങളുടെ ദുരിതങ്ങളും കഷ്ടപ്പാടുകളും നേരിട്ട് മനസിലാക്കാൻ കഴിഞ്ഞു. സംഗറെഡ്ഡിയിൽ മെട്രിക്കുലേഷൻ പൂർത്തിയാക്കി ഹൈദരാബാദിലേക്ക് മടങ്ങിയപ്പോൾ അദ്ദേഹം തന്റെ ഇരുപതുകളിലായിരുന്നു, ഇതുപതാം നൂറ്റാണ്ട് മുപ്പതുകളിലും. രാജ്യത്താകെ ദേശീയപ്രസ്ഥാനം അലയടിച്ചുയരുകയായിരുന്നു. നിയമലംഘനപ്രസ്ഥാനം ശക്തിപ്രാപിക്കുകയായിരുന്നു. ഇതൊന്നും ഒരു നാട്ടുരാജ്യമായ ഹൈദരാബാദിൽ യാതൊരു ചലനവുമുണ്ടാക്കിയില്ല. നാട്ടുരാജ്യങ്ങളുടെ കാര്യത്തിൽ കോൺഗ്രസ് ഇടപെടേണ്ടതില്ലെന്ന തീരുമാനവും അപ്പോഴുണ്ടായിരുന്നു എന്നോർക്കുക. എങ്കിലും ചില ചെറുപ്പക്കാരുടെ ദേശാഭിമാനബോധത്തെ ഇത് തട്ടിയുണർത്താതിരുന്നില്ല. അവരിൽ രവിനാരായണറെഡ്ഡി, ബദ്ദാം യെല്ലറെഡ്ഡി എന്നിവരെപ്പോലെ അപൂർവം ചിലർ ബ്രിട്ടീഷിന്ത്യയിൽ പോയി നിസ്സഹകരണ പ്രസ്ഥാനത്തിൽ പങ്കെടുക്കുകതന്നെ ചെയ്തു. ഈ വിവരം പോലും ഹൈദരാബാദിലെ വിദ്യാർഥിസമൂഹത്തിൽ അധികംപേരും അറിഞ്ഞില്ല.

മുപ്പതുകളുടെ ആദ്യം മക്ദൂം കോളേജിലെത്തി. ഈ ഘട്ടത്തിൽ നിയാസ് ഫത്തേപൂരിയുടെ *നിഗാർ* എന്ന മാസിക മതപരമായ അന്ധവിശ്വാസങ്ങൾക്കും വിജ്ഞാനവിരോധത്തിനും എതിരെ നിർഭയം പോരാടുകയായിരുന്നു. മുസ്ലിം യുവാക്കൾക്കിടയിൽ യുക്തിവാദം പ്രചരിപ്പിക്കുകയായിരുന്നു. ഈ 'കുറ്റ'ത്തിന് ഹൈദരാബാദിൽ അതിന്റെ പ്രചാരണം തടയുകപോലും ചെയ്തു.

മക്ദൂം കുട്ടിക്കാലം മുതൽ ധാരാളം വായിക്കും. മുപ്പതുകളായപ്പോഴേക്കും ഉറുദുവിലെയും പേർഷ്യനിലെയും മിക്കവാറും എല്ലാ ക്ലാസിക്കുകളും സമകാലീനകൃതികളും വായിച്ചുതീർത്തു. യുക്തിവാദവും സാമ്രാജ്യത്വവിരോധവും ആ യുവാവിനെയും സ്വാധീനിച്ചു. സോഷ്യലിസത്തെക്കുറിച്ചും കുറച്ചൊക്കെ മനസിലാക്കി. കവിതകൾ എഴുതാൻ തുടങ്ങി.

ബ്രിട്ടീഷുകാരുടെ ഭീകരവാഴ്ചയ്ക്കെതിരെ കോൺഗ്രസ് നടത്തുന്ന

സമരം പലരെയും തൃപ്തിപ്പെടുത്തിയില്ല. അവരിൽ ധീരോദാത്തരായ ചില യുവാക്കൾ സായുധസമരത്തിന്റെ പാതയിലേക്ക് തിരിഞ്ഞു. സാഹിത്യത്തിലുമുണ്ടായി അതിന്റെ പ്രതിഫലനം. സാഹിത്യത്തിലെ ഈ വിപ്ലവപ്രവണതയെ 'സാഹിത്യത്തിലെ ഭീകരത' (ഭീകരത എന്ന പദത്തിനിവിടെ വിപ്ലവാത്മകത എന്ന അർഥമാണുള്ളത്) യായി സിബ്ടെ ഹസൻ ചിത്രീകരിച്ചു. ഈ സ്വാധീനത്തിൽ നിന്ന് ഇക്ബാലിനുപോലും രക്ഷപ്പെടാനായില്ല. അതിനാൽ അത് മക്ദൂമിൻ സ്വാധീനംചെലുത്തിയത് സ്വാഭാവികം. അപ്പോഴേക്കും ലഖ്നൗവിലെ കമ്യൂണിസ്റ്റ് എഴുത്തുകാരുമായി ബന്ധം സ്ഥാപിച്ചു. അക്തർ ഹുസൈൻ രാജ്പുരി, സിബ്ടെ ഹസൻ എന്നിവരോടൊപ്പം പ്രോഗ്രസീവ് റൈറ്റേഴ്സ് അസോസിയേഷൻ ഹൈദരാബാദ് ഘടകം രൂപീകരിക്കാൻ മക്ദൂം മുൻകൈയെടുത്തു.

അതിനുമുമ്പുതന്നെ ഡോ. ജയസൂര്യയും മറ്റും സരോജിനി നായിഡുവിന്റെ വസതിയിൽ ഒത്തുകൂടുമായിരുന്നു. ആന്ധ്രപ്രദേശ് മുഖ്യമന്ത്രിയായിരുന്ന ജെ വി നരസിംഹറാവുവുമുണ്ടാകും അക്കൂട്ടത്തിൽ. സാഹിത്യത്തിലെയും രാഷ്ട്രീയത്തിലെയും സമകാലീന പ്രശ്നങ്ങളെല്ലാം അവർ ചർച്ച ചെയ്യും. ഈ ഘട്ടത്തിലാണ് മക്ദൂം പ്രധാനപ്പെട്ട ചില സാമ്രാജ്യത്വവിരുദ്ധ–ഫ്യൂഡൽവിരുദ്ധ കവിതകൾ രചിച്ചത്.1939–ൽ രണ്ടാം ലോകമഹായുദ്ധത്തിന്റെ തിരശീല ഉയർന്നപ്പോൾ യുദ്ധത്തിനെതിരെ തന്റെ മൂർച്ചയേറിയ തൂലിക ചലിപ്പിച്ചു.

യുദ്ധത്തിനു തൊട്ടുമുമ്പ് ഹൈദരാബാദിലെ അവസ്ഥയെന്തായിരുന്നു? പൗരസ്വാതന്ത്ര്യങ്ങൾക്കും ഉത്തരവാദഭരണത്തിനും വേണ്ടിയുള്ള സ്റ്റേറ്റ് കോൺഗ്രസ് സത്യഗ്രഹം അവസാനിച്ചു. നാട്ടുരാജ്യങ്ങളിൽ ഇടപെടാൻ പാടില്ലെന്ന കോൺഗ്രസിന്റെ ഔദ്യോഗികനയം സ്റ്റേറ്റ് കോൺഗ്രസിന്റെ ലിബറൽ നേതൃത്വത്തിനുമുമ്പിൽ പലതരം പ്രതിബന്ധങ്ങളും സൃഷ്ടിച്ചു. അതിനാൽ അവരാകെ അവതാളത്തിലും നിരാശയിലുമായി. പുതുതലമുറ പുതിയ പാത അന്വേഷിക്കാൻ തുടങ്ങി.

ആന്ധ്ര മേഖലയിലെ യുവ കമ്യൂണിസ്റ്റ്നേതൃത്വം ആന്ധ്രാമഹാസഭയിലെ ഇടതുപക്ഷക്കാരുമായി ബന്ധം സ്ഥാപിച്ചു. പി സുന്ദരയ്യയും രാജേശ്വരറാവുവുമായിരുന്നു അവരിൽ പ്രധാനികൾ. അതോടെ സഭ കുറെക്കൂടി 'റാഡിക്ക'ലായി. അതിൽ ഗുണപരമായ മാറ്റം വന്നു. അത് കൂടുതൽകൂടുതൽ കൃഷിക്കാരിലേക്ക് തിരിഞ്ഞു; ഫ്യൂഡലിസത്തിനെതിരായും. മഹത്തായ ഒക്ടോബർവിപ്ലവത്തിൽ നിന്ന് ആവേശമുൾക്കൊണ്ട ഒരു കൂട്ടം യുവാക്കൾ വളർന്നുവന്നു. സോഷ്യലിസം അവരെ ഉത്തേജിപ്പിച്ചു. ഈ യുവ വിഭാഗം ഒരു കോമ്രേഡ്സ് അസോസിയേഷൻ രൂപീകരിച്ചു. തുടക്കം മുതൽ മക്ദൂം അതുമായി ബന്ധപ്പെട്ടു.

1937–ൽ ഉസ്മാനിയാ യൂണിവേഴ്സിറ്റിയിൽനിന്ന് മക്ദൂം മാസ്റ്റേഴ്സ് ബിരുദം കരസ്ഥമാക്കി. അതിന് തയ്യാറാക്കിയ പ്രബന്ധം ഉറുദു നാടകത്തെക്കുറിച്ചായിരുന്നു. യൂണിവേഴ്സിറ്റിയിൽ വളരെ കഷ്ടപ്പെട്ടാണ് പഠിച്ചത്. പണത്തിനുവേണ്ടി പെയിന്റിങ്ങുകൾ വിറ്റു; ചലച്ചിത്രതാരങ്ങളുടെ

ചിത്രങ്ങൾ നടന്ന് വിൽപ്പന നടത്തി; കുട്ടികൾക്ക് ട്യൂഷനെടുത്തു; പത്ര മാപ്പീസിൽ ജോലി നോക്കി. എന്തിനധികം, ആംഗ്ലോ-ഇന്ത്യൻ ഗേൾഫ്ര ണ്ടിനയയ്ക്കാൻ ഒരു നവാബിന് പ്രേമലേഖനങ്ങൾപോലും എഴുതിക്കൊ ടുത്തു. അതിനായി ഇംഗ്ലീഷിലെ പ്രസിദ്ധമായ ധാരാളം പ്രേമലേഖനങ്ങൾ വായിച്ചു. ഈ ലേഖനമാണ് 'ഗൊയ്ഥെയുടെ പ്രേമലേഖനങ്ങൾ' എന്ന ലേഖനമെഴുതാൻ നിമിത്തമായത്. പ്രതിഭാശാലിയായ വിദ്യാർഥിയും എഴു ത്തുകാരനുമെന്നനിലയിൽ കോളേജിലാകെ പ്രശസ്തനായി.

1937-ൽ എം എ ബിരുദം കരസ്ഥമാക്കിയതിനുശേഷം ഉപജീവന ത്തിനായി പല ആപ്പീസുകളിലും പ്രവർത്തിച്ചു. അവസാനം സിറ്റി കോ ളേജിൽ അധ്യാപകനായി. കമ്യൂണിസ്റ്റുകാരുമായും പുരോഗമന പ്രസ്ഥാ നവുമായുള്ള ബന്ധം ശക്തിപ്പെട്ടു. ഔറംഗാബാദിലെ കമ്യൂണിസ്റ്റ് ഗ്രൂപ്പു മായി ബന്ധപ്പെട്ടതോടെ *നാഷണൽ ഫ്രണ്ട്* കിട്ടാൻ തുടങ്ങി. 1939-40-ൽ ഹൈദരാബാദിൽ ഒരു വിദ്യാർഥി ഗ്രൂപ്പ് രൂപീകരിക്കാൻ സഹായിച്ചു.

ഈ ഘട്ടത്തിലാണ് സി പി ഐയുടെ ആന്ധ്രാ പ്രവിശ്യാ കമ്മിറ്റി ഹൈദരാബാദ് സിറ്റിയിലേക്ക് ഒരു സംഘാടകനെ അയച്ചത്. സി രാജേ ശ്വരറാവുവും പി സുന്ദരയ്യയും ഇടയ്ക്കിടെ ഹൈദരാബാദ് സന്ദർശിക്കും. 1940-ൽ മക്ദൂം, രാജ്ബഹാദുർ ഗൗർ തുടങ്ങിയവർ പാർട്ടി അംഗങ്ങ ളായി. സിറ്റിയിൽ ഒരു പാർട്ടി ഘടകവും രൂപീകരിച്ചു. സെക്രട്ടറി മക്ദൂം. പാർട്ടി പ്രവർത്തനം രഹസ്യമായി നടത്തേണ്ടിയിരുന്നു. അത് അവർക്ക് വശമില്ല. 'ഹാജി സാഹേബ്' എന്ന് വിളിച്ചിരുന്ന സംഘാടകനിൽനിന്ന് ആ വിദ്യ വശത്താക്കി.

പ്രചാരണ പ്രവർത്തനമാണ് ആദ്യകാലത്ത് പ്രധാനമായും നടത്തേ ണ്ടിയിരുന്നത്. അതിനായി പാർട്ടി സാഹിത്യം ധാരാളം വായിച്ചുപഠിച്ചു. ചെറിയ ചെറിയ വൃത്തങ്ങളിൽ അതു സംബന്ധിച്ച് ചർച്ചയും ക്ലാസും നടത്തി. നഗരത്തിലെ കോമ്രേഡ്സ് അസോസിയേഷൻ പൊതുവേദി യായി ഉപയോഗിച്ചു.

സാമ്രാജ്യത്വയുദ്ധം നടക്കുകയായിരുന്നു. അപ്പോൾ നാഗ്പൂരിൽ എ ഐ എസ് എഫ് സമ്മേളനം. മക്ദൂമും രാജ്ബഹാദൂർ ഗൗറും അതിൽ സംബന്ധിച്ചു. ആ സമ്മേളനത്തിൽ എ ഐ എസ് എഫിനകത്ത് പിളർ പ്പുണ്ടായി.

1940-41 കാലത്ത് ഹൈദരാബാദ്-സെക്കന്തരാബാദ് പ്രദേശത്ത് പണിമുടക്ക് പരമ്പരകൾ. അതിനുപിന്നിലെ പ്രധാന ശക്തി മക്ദൂം. അപ്പോഴേക്കും അദ്ദേഹം ട്രേഡ് യൂണിയൻ രംഗത്ത് ശ്രദ്ധ പതിപ്പിക്കാൻ തുടങ്ങി.

1942-ൽ പാർട്ടിയുടെ മേലുള്ള നിരോധനം നീക്കി. പാർട്ടിക്ക് കുറ ച്ചൊക്കെ സ്വതന്ത്രമായി പ്രവർത്തിക്കാമെന്നായി. പൂർണസ്വാതന്ത്ര്യം ഒട്ട് കിട്ടിയതുമില്ല. പലതിനും പരിമിതികളുമുണ്ടായിരുന്നു. ബംഗാളിൽ ക്ഷാമം. അവിടുത്തേക്ക് ദുരിതാശ്വാസമെത്തിക്കാൻ ഹൈദരാബാദിൽ ചില പ്ര വർത്തനങ്ങൾ സംഘടിപ്പിച്ചു. അതിന്റെ ഭാഗമായി നഗരത്തിൽ ഒരു

യോഗം. ആ യോഗത്തിൽ പ്രസംഗിച്ചതിന് രവി നാരായണ റെഡ്ഡിയെയും ഗൗറിനെയും അറസ്റ്റ് ചെയ്തു.

നഗരത്തിൽത്തന്നെ വമ്പിച്ചൊരു ഫാസിസ്റ്റുവിരുദ്ധറാലി. അധ്യക്ഷൻ മക്ദൂം. ആ റാലിയിലേക്ക് മുഖ്യ പ്രസംഗകനായി ക്ഷണിച്ചത് സി പി ഐയുടെ കേന്ദ്ര കമ്മിറ്റി അംഗം ജലാലുദ്ദീൻ ബുഖാരിയെ. അദ്ദേഹത്തിന് കൃത്യസമയത്ത് യോഗത്തിനെത്താൻ കഴിഞ്ഞില്ല. എങ്കിലും അദ്ദേഹത്തിന്റെ സാന്നിധ്യത്തിൽ മക്ദൂമിന്റെ വീട്ടിൽ സിറ്റിയിലെ പാർട്ടി ഘടകത്തിന്റെ യോഗം നടത്തി സംഘടനാ പ്രശ്നങ്ങൾ ചർച്ച ചെയ്തു. പാർട്ടി പ്രവർത്തനം വിവിധ ജനവിഭാഗങ്ങൾക്കിടയിലേക്ക് വ്യാപിപ്പിക്കാൻ ഊർജസ്വലമായി പ്രവർത്തിക്കണമെന്ന് തീരുമാനിച്ചു.

അന്നത്തെ യോഗം നിശ്ചയിച്ചതനുസരിച്ച് മക്ദൂം ജോലി രാജിവെച്ച് മുഴുവൻസമയ പ്രവർത്തകനായി. ചന്ദ്രഗുപ്ത ചൗധരി സെക്രട്ടറിയായി സ്റ്റേറ്റ് കമ്മിറ്റി പുനഃസംഘടിപ്പിച്ചു. ഹൈദർ ഹുസൈൻ സിറ്റി കമ്മിറ്റി സെക്രട്ടറി. രാജബഹദൂർ ഗൗർ മെഡിക്കൽ പഠനം പൂർത്തിയാക്കി 1943–ൽ മുഴുവൻ സമയ പാർട്ടി പ്രവർത്തകനായി. ഹൈദരാബാദിൽ ഒരു യോഗത്തിൽ പ്രസംഗിച്ചതിന്റെ പേരിൽ മക്ദൂമിന് മൂന്നുമാസത്തെ തടവുശിക്ഷ കിട്ടി.

1944–46 കാലത്ത് ധാരാളം ട്രേഡ് യൂണിയനുകൾ ഉയർന്നുവരാൻ തുടങ്ങി. ആ ഘട്ടത്തിൽ നൂറിൽപ്പരം യൂണിയനുകൾ രൂപംകൊണ്ടിട്ടുണ്ടാവണം. അവയിൽ മിക്കതിന്റെയും സ്ഥാപക പ്രസിഡന്റ് മക്ദൂം. സിന്റാഗനി കോളിയറീസ് വർക്കേഴ്സ് യൂണിയൻ, അസംജാഹി മിൽ വർക്കേഴ്സ് യൂണിയൻ, ഇലക്ട്രിസിറ്റി വർക്കേഴ്സ് യൂണിയൻ എന്നിവ ഉദാഹരണം.

1945–ൽ യുദ്ധം കഴിഞ്ഞു. സ്വാതന്ത്ര്യത്തിനും ജനാധിപത്യത്തിനും വേണ്ടിയുള്ള സമരം ശക്തിപ്പെട്ടു. തെലങ്കാനയിലെ നാട്ടിൻപുറങ്ങളിൽ ആന്ധ്രാ മഹാസഭ കൃഷിക്കാരുടെ ഉശിരൻ സമരങ്ങൾക്ക് നേതൃത്വം നൽകി. 1946 ആഗസ്ത് 16–ന് രാവിലെ ഹൈദരാബാദ് ട്രേഡ് യൂണിയൻ കോൺഗ്രസ് രൂപം കൊണ്ടു. സമ്മേളനം നടക്കുമ്പോൾ മക്ദൂമിന്റെ പേരിൽ ഒരു വാറണ്ട് നിലവിലുണ്ടായിരുന്നു. എങ്കിലും ഉൽഘാടനസമ്മേളനത്തിലെത്തി. അവിടെ നിന്ന് പൊലീസ് അറസ്റ്റ് ചെയ്തു. ജാമ്യത്തിലിറങ്ങി.

1946–ൽ പണിമുടക്ക് പരമ്പരകൾ. പണിമുടക്ക് ഹീനകൃത്യമായി കണക്കാക്കിയിരുന്ന കാലം. അത് ഗുരുതരമായ പ്രത്യാഘാതങ്ങൾക്കിടയാക്കുമായിരുന്ന നാളുകൾ. അപ്പോഴാണ് ഒന്നിനുപിറകെ മറ്റൊന്നായി പണിമുടക്കുകൾ പൊട്ടിപ്പുറപ്പെട്ടത്. നൈസാമിന് പരിഭ്രാന്തിയായി. 1946 ഡിസംബറിൽ കമ്യൂണിസ്റ്റുപാർട്ടി നിരോധിച്ചു. പ്രധാനപ്പെട്ടവരെല്ലാം ഒളിവിൽ പോയി. കൂട്ടത്തിൽ മക്ദൂമും. ഷോലാപ്പൂരിലും ബോംബെയിലുമായി കഴിഞ്ഞു. 1947 അവസാനം വിജയവാഡയിലെത്തി. അവിടെ പാർട്ടി പരസ്യമായി പ്രവർത്തിക്കുന്നുണ്ടായിരുന്നു. 1948–ൽ പാർട്ടിയെ ഒരിക്കൽ

ക്കൂടി നിരോധിച്ചു. അപ്പോൾ ബോംബെയ്ക്ക് മടങ്ങി. അവിടെ ഒളിവുജീവിതം. അപ്പോൾ *തെലങ്കാന* എന്ന പ്രസിദ്ധമായ കവിത എഴുതി.

1948 ഏപ്രിലിൽ ഹൈദരാബാദിലെത്തി. അപ്പോൾ തെലങ്കാനാ സായുധസമരം നടക്കുകയായിരുന്നു. അക്കാലത്തെ നീക്കങ്ങളൊക്കെ വളരെ ശ്രദ്ധിച്ച് വേണ്ടിയിരുന്നു. 1951 മെയിൽ അറസ്റ്റിലായി. 1952 ജനുവരിയിൽ മോചിപ്പിക്കപ്പെട്ടു. ഹൈദരാബാദ് നഗരം മക്ദൂമിന് വീരോചിതമായ സ്വീകരണം നൽകി. സ്വീകരണം അഭൂതപൂർവം. ഒന്നാം പൊതു തിരഞ്ഞെടുപ്പിൽ മത്സരിച്ചെങ്കിലും വിജയിച്ചില്ല. ഏതാനും മാസം കഴിഞ്ഞപ്പോൾ ഒരു ഉപതിരഞ്ഞെടുപ്പിലൂടെ ഹൈദരാബാദ് സംസ്ഥാന നിയമസഭയിലെത്തി.

അപ്പോൾ പാർട്ടിയുടെ സിറ്റി കമ്മിറ്റി സെക്രട്ടറി. ട്രേഡ് യൂണിയൻ പ്രസ്ഥാനം പുനരുദ്ധരിക്കാൻ ശ്രമം തുടങ്ങി. 1953 ആദ്യം ഡബ്ല്യൂ എഫ് ടി യു ആസ്ഥാനത്ത് (വിയന്ന) പ്രവർത്തിക്കാൻ നിയോഗിക്കപ്പെട്ടു. 1954 വരെ വിയന്നയിൽ കഴിഞ്ഞു. അവിടെനിന്ന് കൽക്കത്തയിൽ എ ഐ ടി യു സി സമ്മേളനത്തിൽ പങ്കെടുക്കാനെത്തി. എ ഐ ടി യു സി ജോയിന്റ് സെക്രട്ടറിയായി തിരഞ്ഞെടുക്കപ്പെട്ടു. തുടർന്ന് ഡൽഹിയിലെ എ ഐ ടി യു സി ആപ്പീസ് കേന്ദ്രീകരിച്ചായി പ്രവർത്തനം. രാജ്യത്താകെ എ ഐ ടി യു സിയുടെ പ്രവർത്തനവുമായി ബന്ധപ്പെട്ട് സഞ്ചരിച്ചു. 1957-ൽ പാർലമെന്റിലേക്ക് മത്സരിച്ചെങ്കിലും ജയിച്ചില്ല. 1958-ൽ ആന്ധ്രപ്രദേശ് ലജിസ്ലേറ്റീവ് കൗൺസിലിലേക്ക് തിരഞ്ഞെടുക്കപ്പെട്ടു. മരിക്കുന്നതുവരെ തൽസ്ഥാനത്ത് തുടർന്നു. കൗൺസിലിൽ സി പി ഐ ഗ്രൂപ്പിനെ നയിച്ചത് മക്ദൂം.

1943 മുതൽ ആന്ധ്രയിൽ കമ്യൂണിസ്റ്റുപാർട്ടിയുടെ പ്രധാനപ്പെട്ട സ്ഥാനങ്ങൾ വഹിച്ചു. 1958-ൽ നാഷണൽ കൗൺസിലിലേക്ക് തിരഞ്ഞെടുക്കപ്പെട്ടു. പാർട്ടി ഭിന്നിച്ചപ്പോൾ സി പി ഐയിൽ. 1969 ആഗസ്തിൽ അന്തരിച്ചു.

ജി എസ് മണി

1911 - 1979

പഴയ തെക്കൻ തിരുവിതാംകൂറാണല്ലോ ഇപ്പോഴത്തെ കന്യാകുമാരി ജില്ല. അവിടെ കമ്യൂണിസ്റ്റുപ്രസ്ഥാനത്തിന് നല്ല വേരോട്ടമുണ്ട്. ആ പ്രദേശത്ത് പ്രസ്ഥാനം വളർത്തിയെടുത്തതിൽ സുപ്രധാന പങ്കുവഹിച്ചവരാണ് മണി സഹോദരന്മാർ. അവരിൽ മൂത്ത ആളായ ജി എസ് മണിയെ ആണ് ഇവിടെ പരിചയപ്പെടുത്തുന്നത്.

കേരളത്തിന്റെ തെക്കേ അതിർത്തിയായ കളിയിക്കാവിള കഴിഞ്ഞാൽ പിന്നെ പ്രധാനപ്പെട്ട സ്ഥലം കുഴിത്തുറ. അവിടെ ആരംപള്ളി എന്ന അത്രയൊന്നും അറിയപ്പെടാത്ത സ്ഥലമുണ്ട്. ആ സ്ഥലത്ത് 1911–ൽ ജി എസ് മണി ജനിച്ചു. കുഴിത്തുറയും പരിസരപ്രദേശങ്ങളും രാഷ്ട്രീയ പ്രബുദ്ധം. തിരുവിതാംകൂറിലെ രാഷ്ട്രീയരംഗത്തുണ്ടാകുന്ന ഏതു ചലനവും അവിടെയും അനുരണനങ്ങൾ സൃഷ്ടിച്ചു. മണി വളർന്നുകൊണ്ടിരുന്നതിനോടൊപ്പം രാഷ്ട്രീയത്തിൽ താൽപ്പര്യം ജനിക്കുക മാത്രമല്ല, അത് അടിക്കടി വർധിക്കുകകൂടി ചെയ്തു.

കോൺഗ്രസുകാരനായി രാഷ്ട്രീയപ്രവർത്തനം തുടങ്ങി. അതിവേഗം തെക്കൻ തിരുവിതാംകൂറിൽ അറിയപ്പെടുന്ന കോൺഗ്രസ് നേതാവായി. 1938–ൽ തിരുവിതാംകൂർ സ്റ്റേറ്റ് കോൺഗ്രസ് രൂപംകൊണ്ടപ്പോൾ അതിന്റെ ജോയിന്റ് സെക്രട്ടറിയായി തിരഞ്ഞെടുക്കപ്പെട്ടു. തെക്കൻ തിരുവിതാംകൂറിലാകെ സ്റ്റേറ്റ് കോൺഗ്രസ് കെട്ടിപ്പടുക്കുന്നതിൽ വ്യാപൃതനായി. സ്റ്റേറ്റ് കോൺഗ്രസിന്റെ നേതൃത്വത്തിൽ 1939–ൽത്തന്നെ ഉത്തരവാദഭരണത്തിനുവേണ്ടിയുള്ള പ്രക്ഷോഭം ആരംഭിച്ചുവല്ലോ. ആ പ്രക്ഷോഭത്തിൽ ജി എസ് പങ്കെടുത്തു. പ്രക്ഷോഭത്തിനിടയിൽ അറസ്റ്റിലായി.

അതിനുമുമ്പുതന്നെ മലബാറിൽ രൂപംകൊണ്ട കോൺഗ്രസ് സോഷ്യലിസ്റ്റുപാർട്ടിയുടെ പ്രവർത്തനം തിരുവിതാംകൂറിലേക്ക് വ്യാപിച്ചു. അത് തൊഴിലാളിവർഗത്തെ ഒരു സ്വതന്ത്ര വർഗശക്തിയായി വളർത്തിയെടുക്കുന്നതിൽ ഗണ്യമായ സംഭാവന നൽകി. തിരുവിതാംകൂർ രാഷ്ട്രീയത്തിന് സി എസ് പി നൽകിയ പ്രധാന സംഭാവന അതാണ്. കോൺഗ്രസ് സോഷ്യലിസ്റ്റുകാരിലും മാറ്റം വരുന്നുണ്ടായിരുന്നു. അവരിൽ മിക്കവരെയും മാർക്സിസം സ്വാധീനിച്ചു. 1940–ൽ കമ്യൂണിസ്റ്റുപാർട്ടിയുടെ ഒരു ഘടകം രൂപംകൊള്ളുകതന്നെ ചെയ്തു.

ഈ പശ്ചാത്തലത്തിലാണ് ഉത്തരവാദഭരണത്തിനുവേണ്ടിയുള്ള സമരത്തിൽ പങ്കെടുത്ത് ജി എസ് അറസ്റ്റിലാവുന്നത്. ജയിലിൽ ചില കമ്യൂണിസ്റ്റ് തടവുകാരുണ്ടായിരുന്നു. ജി എസ് അവരുമായി ചർച്ച നടത്തും. മാർക്സിസത്തെക്കുറിച്ചുള്ള ഗ്രന്ഥങ്ങൾ വായിക്കും. അദ്ദേഹവും മാർക്സിസത്തിലേക്ക് ആകർഷിക്കപ്പെട്ടു. അദ്ദേഹം ജയിലിൽനിന്ന് പുറത്തുവന്നത് കമ്യൂണിസ്റ്റുകാരനായിട്ടാണ്. 1942–ൽ കന്യാകുമാരി ജില്ലയിൽ മാർത്താണ്ഡം (തൊടുവെട്ടി) എന്ന സ്ഥലത്ത് പാർട്ടി സെൽ രൂപീകരിക്കാൻ ജി എസ് മുൻകൈയെടുത്തു. അതിനുശേഷം തക്കല, അരുമന, നാഗർകോവിൽ, കടുക്കറ എന്നീ സ്ഥലങ്ങളിലും പാർട്ടി സെല്ലുകൾ രൂപീകരിക്കപ്പെട്ടു. അതിന് മുൻകൈയെടുത്തതും ജി എസ് തന്നെ.

കമ്യൂണിസ്റ്റായി മാറിയ ജി എസ് തോട്ടം തൊഴിലാളികളെ സംഘടിപ്പിക്കുന്നതിന് മുന്നിട്ടിറങ്ങി. ഓരോ തൊഴിലാളിയെയും നേരിൽക്കണ്ട് യൂണിയനിൽ ചേരാൻ പ്രേരിപ്പിക്കുക എന്നത് ശ്രമകരമായ ജോലി. എങ്കിലും തിരുവിതാംകൂർ തോട്ടം തൊഴിലാളി യൂണിയന്റെ ഒരു ശാഖ കുലശേഖരം കേന്ദ്രമാക്കി രൂപീകരിക്കുന്നതിൽ അദ്ദേഹം വിജയിച്ചു. അക്കാലത്തെ അറിയപ്പെടുന്ന ട്രേഡ്യൂണിയൻ നേതാക്കളായ പി എ സോളമൻ, സി ഒ മാത്യു എന്നിവർ ഈ പ്രവർത്തനത്തിൽ അദ്ദേഹത്തെ സഹായിച്ചു.

1943–ൽ രൂപംകൊണ്ട തോട്ടം തൊഴിലാളി യൂണിയന്റെ പ്രഥമ സമ്മേളനം 1945–ൽ അരുമനയിൽ. അവിടെ സമ്മേളനം ചേർന്നതിന് ഒരു പ്രത്യേക കാരണമുണ്ട്. അപ്പോഴേക്ക് അവിടത്തെ പാർട്ടിസെൽ വളരെ ശക്തമായിരുന്നു. ആ സെല്ലിന്റെ ആഭിമുഖ്യത്തിൽ അവിടെ എ കെ ജിക്ക് ഒരു സ്വീകരണം നൽകിയപ്പോൾ ആ പ്രദേശമാകെ ചുവപ്പുമയമായത് അക്കാലത്തെ ഒരു സംഭവം. അരുമന സമ്മേളനത്തിൽ ഏറ്റവും ഉറക്കെ മുഴങ്ങിക്കേട്ട മുദ്രാവാക്യം 'ഇൻക്വിലാബ് സിന്ദാബാദ്'. ആ മുദ്രാവാക്യം വിളിച്ചതിന് ജി എസിനെയും സോളമനെയും മറ്റും പ്രതികളാക്കി പൊലീസ് ഒരു കേസ് ചാർജുചെയ്തു.

ഈ അറസ്റ്റിൽ കുലശേഖരത്തെ തോട്ടംതൊഴിലാളികൾ പ്രതിഷേധിച്ചു. അവരിൽ ഒരു വിഭാഗം സമരരംഗത്തേക്കു വന്നു. ജില്ലയിലാകെ പ്രതിഷേധം അലയടിച്ചു. അറസ്റ്റിലായ ജി എസിനെ തിരുവനന്തപുരത്ത് മജിസ്ട്രേട്ടിനു മുമ്പിൽ ഹാജരാക്കി. മജിസ്ട്രേട്ട് അദ്ദേഹത്തെ തക്കല

ലോക്കപ്പിലിടാൻ ഉത്തരവ് നൽകി. ഇതിനിടയിൽ തോട്ടം മുതലാളിമാരും പൊലീസും തമ്മിൽ ഒരു ഗൂഢാലോചന – ജി എസിനെ ലോക്കപ്പിലിടുന്നതിനുമുമ്പ് കൊന്നുകളയുക. തിരുവനന്തപുരത്തുനിന്ന് തക്കല കൊണ്ടുപോകുമ്പോൾ ഭക്ഷണം കഴിക്കാൻ വഴിയിലുള്ള കുഴിത്തുറയിലിറക്കി 'തക്കല ഹോട്ടലി'ൽ കൊണ്ടുപോയി.

പൊലീസിന്റെ ഉദ്ദേശ്യം മനസിലാക്കിയ പാർട്ടിയുടെ തിരുവിതാംകൂർ സംസ്ഥാന കമ്മിറ്റി പൊലീസിന്റെ കൈയിൽനിന്ന് എങ്ങനെയും രക്ഷപ്പെടണം എന്ന നിർദേശം ജി എസിനു നൽകിയിരുന്നു. മർദനവീരൻ എന്ന പേരിൽ കുപ്രസിദ്ധനായ ഒരു ശൂരൻ വേലുപ്പിള്ള എന്ന പൊലീസുകാരനും മറ്റു ചില പൊലീസുകാരുമാണ് കൂടെ ഉണ്ടായിരുന്നത്. ഊണ് കഴിക്കുന്നതിനിടയിൽ തന്ത്രപരമായി പുറത്തിറങ്ങിയ ജി എസ് ഓടി തൊട്ടടുത്തുള്ള താമ്രവർണി ആറിൽ (കുഴിത്തുറ ആറിൽ) ചാടി രക്ഷപ്പെട്ടു. പിന്നെ കുഴിത്തുറയിലും മാർത്താണ്ഡത്തും പൊലീസിന്റെ ഭീകരവാഴ്ചയായിരുന്നു.

ഐതിഹാസികമായ പുന്നപ്ര–വയലാർ സമരത്തിന്റെ അലകൾ തെക്കൻ തിരുവിതാംകൂറിലും അടിച്ചുകയറി. സംസ്ഥാന കമ്മിറ്റിയുടെ നിർദേശപ്രകാരം പുന്നപ്ര–വയലാർ സമരവളണ്ടിയർമാർക്ക് പരിശീലനം നൽകാൻ തെക്കൻ തിരുവിതാംകൂറിലെ ഒരു സഖാവിനെ അയച്ചുകൊടുത്തിരുന്നു. ഒരുമാസക്കാലം ആ സഖാവ് ആ പ്രദേശത്ത് താമസിച്ച് വളണ്ടിയർമാർക്ക് പരിശീലനം നൽകി. സമരം തുടങ്ങിയതിന്റെ പിറ്റേദിവസം പാർട്ടിയെ നിരോധിച്ചു. കുലശേഖരത്തുള്ള തോട്ടം തൊഴിലാളി യൂണിയനെയും നിരോധിച്ചു. യൂണിയൻ ഓഫീസ് അടച്ച് സീൽ വച്ചു. ജി എസിനും അനുജനും ഒരു പ്രസ്സുണ്ടായിരുന്നു. വാസ്തവത്തിൽ അത് ഒളിവിലുള്ള സഖാക്കളുടെയും മറ്റു ഭാഗങ്ങളിൽനിന്ന് വരുന്നവരുടെയും സംഗമസ്ഥാനമായിരുന്നു. ആ പ്രസ് അടിച്ചുതകർത്തു; അതിന്റെ ലൈസൻസ് റദ്ദാക്കി.

1946–ൽ പാർട്ടിയെ നിരോധിച്ചപ്പോൾ തിരുവിതാംകൂർ സംസ്ഥാന കമ്മിറ്റിക്കുള്ള സർക്കുലറുകളും ലഘുലേഖകളും എത്തിച്ചുകൊടുക്കാറുണ്ടായിരുന്നത് ജി എസിന്റെ നേതൃത്വത്തിൽ പാർട്ടിയുടെ മാർത്താണ്ഡം ഘടകം. സർക്കുലറും ലഘുലേഖയും മറ്റും മലബാറിൽനിന്ന് തിരുനെൽവേലിയിലെ ഒരു ബീഡിക്കമ്പനിയിലെത്തിക്കും. അവിടെനിന്ന് അവ ജി എസും അനുജനും മാർത്താണ്ഡം ഗോപിയും ശേഖരിക്കും. അവർ അത് വള്ളിയൂർ എന്ന സ്ഥലത്തെത്തിക്കും. അവിടെനിന്ന് അവ തലച്ചുമടുകളായി പശ്ചിമഘട്ട മലമ്പ്രദേശത്തുകൂടി ഉദ്ദേശം 12 കിലോമീറ്റർ അകലെയുള്ള കടുക്കറ എന്ന സ്ഥലത്തേക്ക് കൊണ്ടുവരും. അവിടെനിന്ന് തൊടുവെട്ടിയിൽ കൊണ്ടുവന്നതിനുശേഷം തിരുവനന്തപുരത്തേക്ക് കൊണ്ടുപോകും. തൊടുവെട്ടിയിൽനിന്ന് അവ തിരുവനന്തപുരത്തും പിന്നെ ആലപ്പുഴയിലും എത്തിക്കുന്ന ചുമതല മാർത്താണ്ഡം ശശിക്ക്. നിരോധനം പിൻവലിക്കപ്പെട്ടതുവരെ ഈ സംവിധാനം തുടർന്നു.

പാർട്ടിയുടെമേലുള്ള നിരോധനം പിൻവലിക്കുമ്പോഴേക്ക് പാർട്ടി പ്രവർത്തനം സജീവമായി. തോട്ടംമേഖലകളിൽ മാത്രമല്ല, കളിയിക്കാവിള മുതൽ കന്യാകുമാരി വരെയുള്ള സ്ഥലങ്ങളിലൊക്കെ ഒട്ടേറെ പാർട്ടി സെല്ലുകൾ നിലവിൽവന്നു.

1948–ൽ കമ്യൂണിസ്റ്റുപാർട്ടി വീണ്ടും നിരോധിക്കപ്പെട്ടുവല്ലോ. ജി എസും അനുജൻ ഡി മണിയും ഒളിവിൽപ്പോയി. ഒളിവിൽ പ്രവർത്തനം നടത്തിക്കൊണ്ടിരിക്കെ 1948 ഒക്ടോബർ 2–ന് ഇരുവരും അറസ്റ്റിലായി. ഒരുമാസം കഴിഞ്ഞ് ജാമ്യത്തിലിറങ്ങി. മാർത്താണ്ഡം ഗാന്ധി മൈതാനത്ത് പ്രസംഗിക്കുമ്പോൾ ഡി മണി അറസ്റ്റിലായെങ്കിലും ജി എസ് ഒളിവിൽ പോയി. 1949 ജൂണിൽ നാഗർകോവിലിൽ ഒരു പാർട്ടി ക്ലാസ് കഴിഞ്ഞ് ഒളിത്താവളത്തിലേക്ക് മടങ്ങുകയായിരുന്ന ജി എസിനെ അറസ്റ്റു ചെയ്ത് കുഴിത്തുറ ലോക്കപ്പിലടച്ചു. അതിഭീകരമായ മർദനമാണ് ലോക്കപ്പിൽ ഏൽക്കേണ്ടിവന്നത്. അതേ ലോക്കപ്പിൽത്തന്നെ ഡി മണിയെയും ഇട്ടിട്ടുണ്ടായിരുന്നു. ആ ലോക്കപ്പിൽ ജ്യേഷ്ഠാനുജന്മാർക്കുണ്ടായ അനുഭവം ഒരു ലേഖനത്തിൽ ഡി മണി ഇപ്രകാരം അനുസ്മരിച്ചിട്ടുണ്ട്:

> കുഴിത്തുറ ലോക്കപ്പിൽ ഒരു സവിശേഷതയുണ്ടായിരുന്നു. അതിനകത്ത് ഒരിക്കലും കാറ്റും വെളിച്ചവും കടക്കില്ല. രാവിലെ തടവിലുള്ളവരെ ചീക്കിന് (മലമൂത്രവിസർജനത്തിന്) കൊണ്ടുപോകും. എന്നെയും ജ്യേഷ്ഠനെയും ഒരു വിലങ്ങിട്ട് പൂട്ടിയാണ് ചീക്കിന് കൊണ്ടുപോകുക. ഇരുവരും ഒന്നിച്ചുവേണം മലമൂത്രവിസർജനം നടത്താൻ. അപ്പോഴുള്ള മാനസികാവസ്ഥ പറഞ്ഞറിയിക്കാൻ പ്രയാസം.

അതെ, അവരെ മാനസികമായി തളർത്തുകയായിരുന്നു അധികൃതരുടെ ഉദ്ദേശ്യം. ഇത്തവണ ദീർഘകാലം ജയിലിൽ കഴിയേണ്ടിവന്നു. കുഴിത്തുറയിൽനിന്ന് തിരുവനന്തപുരം ജയിലിൽ എത്തിച്ചു. ആ ജയിലിൽ പുന്നപ്ര–വയലാർ ദിനാചരണം. അതോടനുബന്ധിച്ച് ജയിൽ കെട്ടിടത്തിനു മുകളിൽ ചെങ്കൊടി പാറിച്ചു. സമരം സംബന്ധിച്ച് പലതരം കലാപരിപാടികളും അരങ്ങേറി. പൊലീസ് ഭീകരമായ മർദനം അഴിച്ചുവിട്ടു. ജി എസും മർദനത്തിന് ഇരയായി. അടികൊണ്ട് സഖാവിന്റെ കൈ ഒടിഞ്ഞു. അദ്ദേഹത്തെ ഏകാന്ത തടവിലാക്കി.

1952–ൽ കളിയൽ ഗ്രാമത്തിൽ മലയോരപ്രദേശത്ത് കർഷകസംഘം രൂപീകരിച്ചു. അതിന്റെ നേതൃത്വത്തിൽ ഉള്ള മണ്ണിൽ ഉറച്ചുനിൽക്കുക എന്ന മുദ്രാവാക്യവുമായി ഒഴിപ്പിക്കലിനെതിരെ സമരം സംഘടിപ്പിച്ചു. അതിന്റെ പേരിൽ അറസ്റ്റിലായി. അവണാകുഴി സദാശിവൻ, ഡി മണി എന്നിവരും അറസ്റ്റുചെയ്യപ്പെട്ടു.

തിരുവിതാംകൂറിൽ ഭാഷാന്യൂനപക്ഷമായിരുന്നുവല്ലോ തെക്കൻ തിരുവിതാംകൂറിലെ തമിഴ് സംസാരിക്കുന്നവർ. അവർ പല അവശതകളും അനുഭവിച്ചു. അവയ്ക്ക് പരിഹാരം കാണാനും തെക്കൻ തിരുവിതാംകൂ

റിലെ തമിഴ് ഭാഷാപ്രദേശങ്ങളെ തമിഴ് ഭൂരിപക്ഷ സംസ്ഥാനമായ തമിഴ്നാട്ടിനോട് ചേർക്കാനുമുള്ള വലിയൊരു പ്രക്ഷോഭം തെക്കൻ തിരുവിതാംകൂറിൽ വളർന്നു. അതിന് തിരുവിതാംകൂറിൽ ആകെയുള്ള കമ്യൂണിസ്റ്റുകാർ പിന്തുണ നൽകി. ആ പ്രസ്ഥാനത്തിൽ ജി എസ് പ്രധാന പങ്കു വഹിച്ചു.

ആ പ്രക്ഷോഭത്തിന്റെ ഭാഗമായി 1954 ആഗസ്ത് 11-ന് മാർത്താണ്ഡം കേന്ദ്രീകരിച്ച് കുഴിത്തുറ താലൂക്ക് ഓഫീസിലേക്ക് ഒരു ബഹുജനമാർച്ച്. അതിൽ അയ്യായിരത്തിലധികംപേർ പങ്കെടുത്തു. മാർച്ചിനെ ഓഫീസിനടുത്ത് പൊലീസ് തടഞ്ഞു. അവർ ലക്കുംലഗാനുമില്ലാതെ ലാത്തിച്ചാർജ് നടത്തി. അനവധിപേർക്ക് പരിക്കു പറ്റി. നേതാക്കളിൽ പലരും അറസ്റ്റിലായി. ജനങ്ങൾ രോഷാകുലരായി. ലാത്തിച്ചാർജ് നടത്തിയപ്പോൾ പല വഴിക്ക് ഓടിയ ജനങ്ങൾ കുഴിത്തുറയിൽ ഒത്തുചേർന്നു. അവർ മാർത്താണ്ഡം വരെ വീണ്ടും മാർച്ച് നടത്തി. ഗവൺമെന്റ് ബസുകൾ തല്ലിത്തകർത്തു. റോഡ് ഗതാഗതം തടസ്സപ്പെടുത്തി. പൊലീസ് പ്രകടനക്കാരെ വിരട്ടിയോടിക്കാൻ നോക്കി. നാഗർകോവിലിൽനിന്ന് കൂടുതൽ പൊലീസുകാരെ കൊണ്ടുവന്നിറക്കി. അവർ വെടിവെപ്പ് നടത്തി. വെടിവെപ്പിൽ ഒരാൾ മരിച്ചു. ജനങ്ങൾ പല ഭാഗത്തേക്കും ഓടാൻതുടങ്ങി. പല ഭാഗങ്ങളിലും പൊലീസ് നിറയൊഴിച്ചു. ജി എസിനെയും മാർത്താണ്ഡം ഗോപിയെയും ലക്ഷ്യമാക്കി പൊലീസ് വെടിവെച്ചെങ്കിലും അവർ കഷ്ടിച്ച് രക്ഷപ്പെടുകയായിരുന്നു. ആ വെടിവെപ്പിൽ ഒരാൾ മരിച്ചുവീണു. വിളവൻകോട് താലൂക്ക് മുഴുവനും പൊലീസ് ഭീകരത സൃഷ്ടിച്ചു. തേങ്ങാപ്പട്ടണത്തിനടുത്ത് പുതുക്കുട എന്ന സ്ഥലത്ത് നടന്ന വെടിവയ്പ്പിൽ ഒമ്പതുപേർ മരിച്ചു. കോപാകുലരായ ജനങ്ങൾ പുതുക്കുട പൊലീസ് സ്റ്റേഷൻ തല്ലിത്തകർത്തു. പടന്താലുംമൂട് മുതൽ ഇരവിപുതൂർക്കട വരെയുള്ള പൊതുനിരത്ത് വിജനമായി. കടകമ്പോളങ്ങൾ അടഞ്ഞുകിടന്നു. കണ്ടാലറിയാവുന്നവരുടെ ലിസ്റ്റുണ്ടാക്കി കിട്ടുന്നവരെയെല്ലാം പൊലീസ് അറസ്റ്റുചെയ്തു. മോഷണക്കുറ്റം ചുമത്തി ജി എസിന്റെയും കുഞ്ഞനാടാരുടെയും പേരിൽ കേസ് രജിസ്റ്റർ ചെയ്തു. സംസ്ഥാന പുനഃസംഘടന വരെ പ്രക്ഷോഭം തുടർന്നു. 1956-ൽ ഭാഷാടിസ്ഥാനത്തിൽ സംസ്ഥാന പുനഃസംഘടന നടന്നപ്പോൾ തെക്കൻ തിരുവിതാംകൂറിലെ നാല് താലൂക്കുകൾ ചേർന്ന കന്യാകുമാരി ജില്ല നിലവിൽവന്നു.

ആ ജില്ല നിലവിൽവന്നപ്പോൾ സി പി ഐയുടെ തമിഴ്നാട് സംസ്ഥാന കമ്മിറ്റി പുനഃസംഘടിപ്പിച്ചു. 1948-ൽ തിരുവിതാംകൂർ സംസ്ഥാന കമ്മിറ്റിയിലേക്ക് തിരഞ്ഞെടുക്കപ്പെട്ടു ജി എസ് ഇപ്പോൾ പുനഃസംഘടിപ്പിക്കപ്പെട്ട കമ്മിറ്റിയിലെ അംഗമായി മരണംവരെ തൽസ്ഥാനത്ത് തുടർന്നു. അതേവർഷംതന്നെ ഗ്രാറ്റ്വുവിറ്റി പ്രക്ഷോഭത്തിന് നേതൃത്വം നൽകി. ആ ഘട്ടത്തിൽ കശുവണ്ടിത്തൊഴിലാളികളെ സംഘടിപ്പിക്കുന്നതിലും ഏർപ്പെട്ടു. കുഴിത്തുറയിലും പരിസരങ്ങളിലുമുള്ള ധാരാളം കശുവണ്ടിത്തൊഴിലാളികൾ ചെങ്കൊടിക്കുകീഴിൽ വന്നു.

1962–ൽ ഇന്ത്യാ–ചൈനാ അതിർത്തിസംഘട്ടനം. അതിന്റെപേരിൽ ഗവൺമെന്റ് രാജ്യവ്യാപകമായി കമ്യൂണിസ്റ്റുകാരെ വേട്ടയാടിയപ്പോൾ അതിൽനിന്ന് ജി എസ് ഒഴിവാക്കപ്പെട്ടില്ല. അദ്ദേഹത്തെ മധുര സെൻട്രൽ ജയിലിൽ പാർപ്പിച്ചു. പത്തുമാസം കഴിഞ്ഞാണ് വിട്ടയച്ചത്. ഇന്ത്യൻ കമ്യൂണിസ്റ്റ് പ്രസ്ഥാനത്തിനകത്ത് ആശയപരമായ സംഘട്ടനം നടക്കുമ്പോൾ അദ്ദേഹം തിരുത്തൽവാദത്തിനെതിരായ നിലപാട് സ്വീകരിച്ചു. പാർട്ടി രണ്ടായപ്പോൾ എം ആർ വി, എ ബാലസുബ്രഹ്മണ്യം, ശങ്കരയ്യ, നല്ല ശിവം തുടങ്ങിയവരോടൊപ്പം സി പി ഐ (എം) ന്റെ കൂടെ നിന്നു. കന്യാകുമാരി ജില്ലയിലെ പാർട്ടിയെ ഏറെക്കുറെ ഒറ്റക്കെട്ടായി സി പി ഐ (എം) നു പിന്നിൽ അണിനിരത്തുന്നതിൽ സുപ്രധാന പങ്കു വഹിച്ചു. സി പി ഐ (എം) നിലവിൽവന്ന് അധികം കഴിയുന്നതിനുമുമ്പ് രാജ്യരക്ഷാ നിയമപ്രകാരം അറസ്റ്റിലായി. ഇത്തവണ കടലൂർ സെൻട്രൽ ജയിലിലാണ് പാർപ്പിച്ചത്. 16 മാസം ജയിലിൽ കഴിയേണ്ടിവന്നു. ജയിൽ മോചിതനായപ്പോൾ കന്യാകുമാരി ജില്ലയിൽ പാർട്ടിയും കശുവണ്ടിത്തൊഴിലാളി യൂണിയനും കെട്ടിപ്പടുക്കുന്നതിലായി കൂടുതൽ ശ്രദ്ധ.

1973–ൽ റേഷനരിക്കുവേണ്ടി വലിയൊരു പ്രക്ഷോഭം. അതിന് ജില്ലയിൽ നേതൃത്വം നൽകി. സമരമുഖത്തുനിന്ന് അറസ്റ്റുചെയ്ത് പാളയം കോട്ട ജയിലിലടച്ചു.

അടിയന്തരാവസ്ഥ പ്രഖ്യാപിച്ച ഉടൻ ഒളിവിൽപ്പോയി. ഒളിവിൽ കഴിയുമ്പോൾ തോട്ടംതൊഴിലാളികളുടെ ഐതിഹാസികമായ ഒരു പണിമുടക്ക് സംഘടിപ്പിച്ചു. അതിന്റെ പേരിൽ അറസ്റ്റ് ചെയ്തുവെങ്കിലും അടിയന്തരാവസ്ഥ പിൻവലിക്കപ്പെടുന്നതുവരെ ജയിലിൽ കഴിയേണ്ടിവന്നു.

1977–ൽ വിളവൻകോട് നിയോജകമണ്ഡലത്തിൽനിന്ന് തമിഴ്നാട് നിയമസഭയിലേക്ക് മത്സരിച്ചു ജയിച്ചു. നിയമസഭയിൽ തൊഴിലാളികളുടെയും മറ്റധ്വാനിക്കുന്ന ജനവിഭാഗങ്ങളുടെയും താൽപ്പര്യങ്ങൾക്കുവേണ്ടി പോരാടി.

1978–ൽ രാജ്യവ്യാപകമായി പൊതുപണിമുടക്ക്. അതുമായി ബന്ധപ്പെട്ട് അറസ്റ്റിലായി. അതായിരുന്നു അവസാനത്തെ അറസ്റ്റ്. മൊത്തം എട്ടരവർഷം ജയിലിൽ കഴിഞ്ഞു. അഞ്ചുവർഷം ഒളിവിലും. 1979 ഒക്ടോബർ 5–ന് അന്തരിച്ചു.

മണികുന്തള സെൻ

1910 - 1987

ബംഗാളിലെ ആദ്യകാല മഹിളാ നേതാക്കളിൽ ഒരാളായിരുന്നു മണികുന്തള സെൻ. അവർ മഹിളാരംഗത്ത് പ്രവർത്തിക്കാൻ തുടങ്ങിയ കാലത്ത് ആ രംഗത്ത് പ്രവർത്തിക്കുന്നവർക്ക് നേരിടേണ്ടിവന്ന പ്രയാസങ്ങൾ ഇന്ന് ഊഹിക്കാൻപോലും കഴിയില്ല. ആ പ്രയാസങ്ങളൊക്കെ നേരിട്ടുകൊണ്ട് അവർ ആ രംഗത്ത് ഉറച്ചുനിന്നു. ബംഗാളിന്റെ ചരിത്രത്തിൽ പ്രഗത്ഭയായ മഹിളാനേതാവ് എന്ന സ്ഥാനത്തിന് അവർ അർഹയായിത്തീരുകയും ചെയ്തു. ബംഗാളിൽ മഹിളാപ്രസ്ഥാനത്തിന്റെയെന്നപോലെ കമ്യൂണിസ്റ്റുപ്രസ്ഥാനത്തിന്റെയും ആദ്യപഥികരിൽ ഒരാളായിരുന്നു അസാധാരണമായ വ്യക്തിത്വത്തിന്റെ ഉടമയായ മണികുന്തള സെൻ.

ബംഗാളി രാഷ്ട്രീയത്തിന് അനവധി നേതാക്കളെ സംഭാവനചെയ്ത ജില്ലയാണ് ബരീശാൽ. ആ ജില്ല സംഭാവനചെയ്ത ചില രാഷ്ട്രീയനേതാക്കളെ *ആദ്യപഥികരിൽ* പരിചയപ്പെടുത്തിയിട്ടുണ്ട്. ചിലരെ ഈ ഗ്രന്ഥത്തിൽ പരിചയപ്പെടുത്തുന്നുമുണ്ട്. ഇപ്പോൾ ബംഗാളിലുൾപ്പെടുന്ന ആ ജില്ലയുടെ ആസ്ഥാനമായ ബരീശാൽ പട്ടണത്തിലാണ് മണികുന്തള സെന്നിന്റെ ജനനം. ബിലാസ്ചന്ദ്ര–വിരോദ്ബാല ദമ്പതികളുടെ എട്ടുമക്കളിൽ ആറാമത്തേതായിരുന്നു അവർ. മുത്തച്ഛൻ പട്ടണത്തിലെ നല്ല അഭിഭാഷകനായിരുന്നു. അദ്ദേഹം മുനിസിപ്പൽ ചെയർമാനായും സേവനമനുഷ്ഠിച്ചിട്ടുണ്ട്. കുടുംബം നല്ല സാമ്പത്തികശേഷിയുള്ളതായിരുന്നു. ബരീശാൽ പട്ടണത്തിൽ അവർക്ക് നല്ലൊരു ഹോട്ടലുണ്ടായിരുന്നു. അവർ

ജനിച്ച തീയതി കൃത്യമായി അറിയില്ല. അക്കാലത്ത് ജനനം രജിസ്റ്റർ ചെയ്യുകയെന്നുള്ളത് കേട്ടുകേൾവിപോലുമില്ലാത്ത കാര്യം. പിന്നെയല്ലേ ഒരു വിദൂരജില്ലയിൽ ജനനം രജിസ്റ്റർ ചെയ്യൽ! പ്രായംചെന്ന പല ബന്ധുക്കളുമായും സംസാരിച്ചതിനുശേഷം ജനനം ഏറെക്കുറെ 1910–ൽ ആയിരിക്കുമെന്ന നിഗമനത്തിൽ അവർ ചെന്നെത്തി. ബംഗീയ സാഹിത്യ പരിഷത്ത് പുറത്തിറക്കിയ ഒരു പുസ്തകത്തിൽ അവരുടെ ഒരു ജീവചരിത്രക്കുറിപ്പ് കൊടുത്തിട്ടുണ്ട്. അതിൽ ജനനം 1910 ഡിസംബർ 11 എന്നാണ് രേഖപ്പെടുത്തിയിരിക്കുന്നത്. അവർ ജീവിച്ചിരുന്നെങ്കിൽ അതുപ്രകാരം 2010 ഡിസംബറിൽ അവർക്ക് 100 വയസ്സ് തികയും.

ബരീശാൽ പട്ടണത്തിലെ ഒരു സ്കൂളിലാണ് വിദ്യാഭ്യാസം തുടങ്ങിയത്. നല്ലതുപോലെ വായിക്കും; നന്നായി പഠിക്കും; കൃത്യമായി സ്കൂളിൽ പോകും. മതഭക്തിയും ദൈവഭക്തിയുമുള്ള കുടുംബം. അങ്ങനെയുള്ള അന്തരീക്ഷത്തിലാണ് വളർന്നത്. കുടുംബത്തിലെ മിക്കവരും കടുത്ത യാഥാസ്ഥിതികത്വം പുലർത്തി. മുത്തച്ഛൻ മുനിസിപ്പൽ ചെയർമാനായിരുന്നിട്ടുപോലും കുടുംബാംഗങ്ങളിൽ മിക്കവർക്കും രാഷ്ട്രീയത്തിലൊന്നും അത്ര താൽപ്പര്യമുണ്ടായിരുന്നില്ല. എന്നല്ല, സഹോദരീഭർത്താവിനെപ്പോലെ ചിലർ അതിന് എതിരുപോലും ആയിരുന്നു. അമ്മ നല്ലൊരു ദേശഭക്തയായിരുന്നു. വിപ്ലവകാരികൾ കൊല്ലപ്പെടുന്ന വാർത്ത വായിക്കുമ്പോൾ അവർ ദുഃഖിക്കും, ചിലപ്പോൾ കരയും.

മണികുന്തള സെൻ സ്കൂളിൽ പോകാൻ തുടങ്ങിയപ്പോൾ ബംഗാൾ തികച്ചും പ്രക്ഷുബ്ധമായിരുന്നു. തോക്കും ബോംബും ഉപയോഗിച്ച് രാജ്യത്തെ ബ്രിട്ടീഷാധിപത്യത്തിൽനിന്ന് മോചിപ്പിക്കാൻ ദൃഢവ്രതമെടുത്ത് മുമ്പോട്ടുവന്ന ഒരുകൂട്ടം യുവാക്കൾ ജനങ്ങളെയാകെ പ്രത്യേകിച്ച് യുവാക്കളെ, വീരസാഹസിക പ്രവർത്തനങ്ങളിലൂടെ ആവേശംകൊള്ളിച്ചു. ബാലികയായ മണികുന്തള ഇവയൊക്കെ അറിയുന്നുണ്ടായിരുന്നു. 1921–ൽ ഗാന്ധിജി നിസ്സഹകരണപ്രസ്ഥാനം ആരംഭിക്കുമ്പോൾ അവർക്ക് പ്രായം 11 വയസ്. ആ പ്രസ്ഥാനത്തിന്റെ കാറ്റ് ബരീശാലിൽ ആഞ്ഞുവീശി. അതിൽ ആ ബാലിക ആകൃഷ്ടയായി.

1923–ൽ ആയിരിക്കണം, ഗാന്ധിജി ബരീശാൽ സന്ദർശിച്ചു. ഒരു കോൺഗ്രസ് സമ്മേളനത്തിൽ പങ്കെടുക്കാനായിരുന്നു സന്ദർശനം. സ്ഥലത്തെ കോൺഗ്രസ് നേതാക്കൾ മണികുന്തളയുടെ വീട്ടുകാരോട് ഗാന്ധിജിക്ക് താമസിക്കാൻ അവരുടെ വീട്ടിൽ ഏർപ്പാട് ചെയ്യാമോയെന്ന് ആരാഞ്ഞു. അത് ഒരു ബഹുമതിയായി കണക്കാക്കിയ വീട്ടുകാർ അതിന് ഏർപ്പാടാക്കിയെങ്കിലും ഗാന്ധിജി താമസിച്ചത് മറ്റൊരു വീട്ടിൽ. എങ്കിലും ഗാന്ധിജിയുടെ ബരീശാൽ സന്ദർശനം കുടുംബത്തെയാകെ സ്വാധീനിച്ചു. എല്ലാവരും യോഗത്തിനുപോയി ഗാന്ധിജിയുടെ പ്രസംഗം കേട്ടു. അതിനുശേഷം വീട്ടിലെ എല്ലാവരും വിദേശവസ്ത്രങ്ങൾ ധരിക്കുന്നത് ഉപേക്ഷിച്ചു; ഖദർ ധരിക്കാൻ തുടങ്ങി. മണികുന്തളയും ധരിക്കാൻ തുടങ്ങി, ഖദർ. മാത്രമല്ല, അവർ കോൺഗ്രസ് ഓഫീസിലും പോകാൻതുടങ്ങി. അവർക്ക് രാഷ്ട്രീയത്തിൽ താൽപ്പര്യം ജനിച്ചുതുടങ്ങി.

1927–ൽ മെട്രിക്കുലേഷൻ പരീക്ഷ പാസായി, ഒന്നാം ക്ലാസോടെ. 1932–ൽ ബി എം കോളേജിൽനിന്ന് ഐ എ പരീക്ഷയും പാസായി. 1938–ൽ കൽക്കത്ത യൂണിവേഴ്സിറ്റിയിൽനിന്ന് ബിരുദാനന്തരബിരുദം കരസ്ഥമാക്കി. ബംഗാളി സാഹിത്യത്തിലായിരുന്നു ബിരുദാനന്തരബിരുദം.

ഐ എ പരീക്ഷ പാസായതിനുശേഷം, എം എക്ക് പഠിക്കാൻ കൽക്കത്തയ്ക്ക് പോകുന്നതിനുമുമ്പ് അൽപ്പകാലം സ്നേഹലതാദാസിന്റെ സ്കൂളിൽ അധ്യാപികയായി ചേർന്നു. വിപ്ലവപ്രസ്ഥാനത്തെയും വിപ്ലവകാരികളെയും കുറിച്ച് ചില പുസ്തകങ്ങൾ ഒരു സഹാധ്യാപിക അവർക്ക് വായിക്കാൻ കൊടുത്തു. അവ വായിച്ച് ആവേശംകൊണ്ടു. ആയിടെയാണ് ശാന്തി സുധാഘോഷുമായി പരിചയത്തിലാവുന്നത്. അവർ വിപ്ലവകാരിയായിരുന്നു; ജുഗാന്തർ എന്ന വിപ്ലവസംഘടനയിൽ അംഗമായിരുന്നു. എല്ലാവർക്കും ശാന്തി സുധയെ അങ്ങേയറ്റത്തെ ബഹുമാനമായിരുന്നു. തന്റെ വിപ്ലവഗ്രൂപ്പിൽ അംഗമാകാമോ എന്ന് അവർ മണികുന്തളയോട് ആരാഞ്ഞു. വ്യക്തമായ ഒരു തീരുമാനമെടുത്ത് അറിയിക്കുന്നതിനുമുമ്പ് ശാന്തിസുധ അറസ്റ്റിലായി. ജുഗാന്തർ എന്ന വിപ്ലവഗ്രൂപ്പിൽ അംഗമായില്ലെങ്കിൽ അതിലെ അംഗങ്ങളുടെ പ്രവർത്തനങ്ങളെ ആരാധനയോടെയാണ് നോക്കിക്കണ്ടത്.

അമിയദാസ് ഗുപ്തയും അമൃതനാഗും അയൽക്കാർ. അവർ ഇരുവരും കമ്യൂണിസ്റ്റുകാരും. അയൽക്കാരെന്ന നിലയിൽ രണ്ടുപേരും ഇടയ്ക്കിടെ മണികുന്തള സെന്നിന്റെ വീട്ടിൽ പോകും. വീട്ടുകാർക്ക് അവരെ ഇഷ്ടമായിരുന്നു. മണികുന്തള അവരുടെ വീട്ടിലും പോകും. ഒരുദിവസം അമിയ മാർക്സിസത്തെക്കുറിച്ചുള്ള ഒരു പുസ്തകം മണികുന്തളയ്ക്ക് വായിക്കാൻ കൊടുത്തു. താൽപ്പര്യപൂർവം അത് വായിച്ചു. പിന്നീട് അത്തരത്തിലുള്ള കുറെ പുസ്തകങ്ങൾ അവർക്ക് വായിക്കാൻകിട്ടി. ഒരുതവണ കിട്ടിയത് *എ ബി സി ഓഫ് കമ്യൂണിസം* എന്ന പുസ്തകം. ആ പുസ്തകം ശരിക്കും അവരെ ആകർഷിക്കുകതന്നെ ചെയ്തു. അവർ മാർക്സിസത്തിന്റെ സ്വാധീനത്തിനു വിധേയയാവുകയായിരുന്നു.

മണികുന്തള മാർക്സിസ്റ്റ് ഗ്രന്ഥങ്ങൾ വായിക്കുന്നുണ്ടെന്ന വിവരം പൊലീസിനു ലഭിച്ചു. അമിയദാസ് ഗുപ്ത, അമൃതനാഗ് എന്നിവരുമായുള്ള അവരുടെ ബന്ധവും പൊലീസിന്റെ ശ്രദ്ധയിൽപ്പെട്ടു. പൊലീസ് അവരുടെ നീക്കങ്ങൾ വീക്ഷിക്കാൻതുടങ്ങി. ഒരുദിവസം അവർ അവരെ ചോദ്യം ചെയ്യുകതന്നെ ചെയ്തു. അവർ ശാന്തിസുധയുടെ വീട്ടിൽ പോകുന്നതെന്തിനാണെന്ന് അവർ ആരാഞ്ഞു. അമിയദാസ് ഗുപ്തയുമായും അമൃതനാഗുമായും ആരൊക്കെയാണ് സംസാരിക്കുന്നതെന്ന് അവർക്ക് അറിയണം. വിശദമായ ചോദ്യം ചെയ്യലിനുശേഷം അവരെ വിട്ടയച്ചു. എങ്കിലും പൊലീസ് ചോദ്യം ചെയ്തത് വീട്ടിൽ പ്രശ്നമായി. കുടുംബത്തിലെ യാഥാസ്ഥിതികർ അവരെ ഭർത്സിച്ചു.

ഈ സംഭവത്തിനുശേഷമാണ് എം എക്ക് പഠിക്കാൻ കൽക്കത്തയ്ക്ക് പോയത്. അതായത് കൽക്കത്തയ്ക്ക് പോകുന്നതിനുമുമ്പുതന്നെ

അവർ മാർക്സിസത്തിൽ ആകൃഷ്ടയായിക്കഴിഞ്ഞിരുന്നുവെന്നർഥം. കൽക്കത്തയിൽ ആദ്യം ഒരു ബന്ധുവീട്ടിലായിരുന്നു താമസം. അവിടെനിന്ന് നടന്ന് കോളേജിലേക്കു പോകും. കൂടെ നിയമപഠനം നടത്തുന്ന സഹോദരനുമുണ്ടാകും. അധികം കഴിയുന്നതിനുമുമ്പ് താമസം ഹോസ്റ്റലിലേക്കു മാറ്റി. അപ്പോൾ കൂടുതൽ സ്വാതന്ത്ര്യം കിട്ടി. കൽക്കത്തയിലെ കമ്യൂണിസ്റ്റുപാർട്ടി കേന്ദ്രവുമായി ബന്ധപ്പെട്ടു.

വായനയും പഠനവും മാത്രം പോരാ, എന്തെങ്കിലും ചെയ്യണം എന്ന തോന്നൽ ശക്തമായി. അവസാനം കോൺഗ്രസിൽ ചേർന്നു. ഈസ്റ്റ് ബംഗാൾ അഡ്ഹോക്ക് കമ്മിറ്റിയുടെ കീഴിൽ പ്രവർത്തിക്കാൻതുടങ്ങി. വാസ്തവത്തിൽ അതിന്റെ കീഴിൽ കാര്യമായി പ്രവർത്തിക്കാനൊന്നുമുണ്ടായിരുന്നില്ല. സുഭാഷില്ലാത്ത കോൺഗ്രസ് ഒന്നുമല്ലായിരുന്നു. പോരെങ്കിൽ കോൺഗ്രസ് ബഹുജനസമരങ്ങൾക്ക് എതിരുമായിരുന്നു. ഈ സാഹചര്യത്തിൽ എന്തുചെയ്യണം എന്നായി ആലോചന. അപ്പോഴാണ് വിദ്യാർഥിപ്രസ്ഥാനവുമായി അടുത്തത്. അപ്പോൾ ബംഗാളിലാക വിദ്യാർഥിപ്രസ്ഥാനം സജീവമായിരുന്നു. ഒട്ടേറെ വിദ്യാർഥിയോഗങ്ങളിൽ അവർ അധ്യക്ഷത വഹിച്ചു. വിദ്യാർഥികളോടൊപ്പം ഗ്രാമങ്ങളിൽ യാത്രചെയ്തു. രാഷ്ട്രീയത്തടവുകാരെ മോചിപ്പിക്കണമെന്നാവശ്യപ്പെട്ടുകൊണ്ടുള്ള പ്രക്ഷോഭത്തിൽ പങ്കാളിയായി. ഈ പ്രവർത്തനങ്ങളോടൊപ്പം പഠനത്തിൽ ശ്രദ്ധിക്കാതിരുന്നില്ല. 1938-ൽ എം എ പരീക്ഷ പാസായി; സെക്കന്റ് ക്ലാസോടെ.

പഠനം പൂർത്തിയായ സാഹചര്യത്തിൽ കൽക്കത്തയിൽ തുടർന്നും താമസിക്കാൻ വീട്ടിൽനിന്ന് പണം അയച്ചുകിട്ടില്ല. അതുകൊണ്ട് ഒരു സ്കൂളിൽ അധ്യാപികയായി ചേർന്നു. ആ വരുമാനമുപയോഗിച്ച് കൽക്കത്തയിലെ താമസം തുടർന്നു. അതോടൊപ്പം ഒഴിവുസമയങ്ങളിൽ രാഷ്ട്രീയപ്രവർത്തനവും നടത്തി. 1939-ൽ വിദ്യാർഥിനികളുടെ ഒരു പ്രത്യേക കൺവെൻഷൻ ലഖ്നൗവിൽ ചേർന്നു. വിദ്യാർഥിനികളുടെ പ്രത്യേക പ്രശ്നങ്ങൾ ചർച്ചചെയ്യുകയും അവർക്കുമാത്രമായി അഖിലേന്ത്യാതലത്തിൽ ഒരു സംഘടന രൂപീകരിക്കുകയുമായിരുന്നു ലക്ഷ്യം. അധ്യാപികയായി ജോലിനോക്കുകയായിരുന്നുവെങ്കിലും ആ കൺവെൻഷനിൽ അവർ പങ്കെടുത്തു. ക്രമേണ വിദ്യാർഥിരംഗത്തോട് വിടപറഞ്ഞു.

1937-38കാലത്തുതന്നെ കൽക്കത്തയിലെ കമ്യൂണിസ്റ്റ്കേന്ദ്രവുമായി ബന്ധപ്പെട്ട് പ്രവർത്തിക്കാൻ തുടങ്ങിയ കാര്യം പറഞ്ഞിട്ടുണ്ട്. വിദ്യാർഥിരംഗം വിട്ടതിനുശേഷം പാർട്ടിരംഗത്ത് കുറെക്കൂടി സജീവമായി. 1942-ൽ പാർട്ടി അംഗത്വം ലഭിച്ചു. പാർട്ടി പ്രവർത്തനത്തോടൊപ്പം അഖിലേന്ത്യാ വിമൻസ് കോൺഫറൻസിൽ പ്രവർത്തിക്കാൻ തുടങ്ങി. അന്നുതന്നെ എല്ലാ സംസ്ഥാനങ്ങളിലും ഘടകങ്ങളുണ്ടായിരുന്ന എ ഐ ഡബ്ല്യൂ സി സമൂഹത്തിലെ ഉയർന്നതലങ്ങളിൽപ്പെട്ട സ്ത്രീകളുടെ സംഘടനയായിരുന്നു. അതിൽ അംഗത്വം ലഭിക്കാൻ മൂന്നുരൂപ വരിസംഖ്യ അടയ്ക്കേണ്ടിയിരുന്നു. ആ സംഘടനയെ സാധാരണക്കാരായ സ്ത്രീകളുടെ ഇടയിലേക്ക്

ഇറക്കിക്കൊണ്ടുവരുന്നതിന് ശ്രമിച്ചു. സരോജിനി നായിഡുവായിരുന്നു അതിൽ ചേരുന്നതിന് പ്രേരണയും പ്രചോദനവും. കൽക്കത്തയിൽ അതിന്റെ പ്രവർത്തകസമിതി അംഗമായി തെരഞ്ഞടുക്കപ്പെട്ടു. അതിന്റെ പ്രവർത്തനവുമായി ബന്ധപ്പെട്ട് സംസ്ഥാനത്തിന്റെ പല ഭാഗങ്ങളിലായി സഞ്ചരിച്ചു. 1943 ആയപ്പോഴേക്ക് അധ്യാപികജോലി ഉപേക്ഷിച്ച് മുഴുവൻസമയപ്രവർത്തകയായി. പാർട്ടി വേതനം പ്രതിമാസം 20 രൂപ.

1939–ൽ രണ്ടാം ലോകമഹായുദ്ധം തുടങ്ങിയപ്പോൾ കമ്യൂണിസ്റ്റു പാർട്ടി യുദ്ധത്തിനെതിരായനിലപാട് സ്വീകരിക്കുകയുണ്ടായിരുന്നുവല്ലോ. അപ്പോൾ മണികുന്തള സെൻ യുദ്ധവിരുദ്ധ ക്യാമ്പയിനിൽ സജീവമായി. 1942–ൽ യുദ്ധം ജനകീയയുദ്ധമായി എന്ന് കമ്യൂണിസ്റ്റുപാർട്ടി വിലയിരുത്തിയപ്പോൾ അവർ ഫാസിസ്റ്റുവിരുദ്ധ ക്യാമ്പൈനിൽ ഏർപ്പെട്ടു. ആ ഘട്ടത്തിലാണ് അവർ വ്യാപകമായി സംസ്ഥാനത്തൊട്ടാകെ സഞ്ചരിച്ചത്. അക്കാലത്ത് കടുത്ത എതിർപ്പുകളെയാണ് പാർട്ടിക്ക് നേരിടേണ്ടിവന്നത്.

ഇപ്രകാരം ജനകീയ യുദ്ധ ക്യാമ്പയിൻ ആരംഭിക്കുമ്പോഴേക്ക് ഇന്ത്യൻ കമ്യൂണിസ്റ്റുപാർട്ടിയുടെമേലുള്ള നിരോധനം ബ്രിട്ടീഷ് ഗവൺമെന്റ് പിൻവലിച്ചു. പാർട്ടിക്ക് പരസ്യമായി പ്രവർത്തിക്കാമെന്നായി. ഈ സാഹചര്യത്തിൽ പാർട്ടിയുടെ ഒന്നാം കോൺഗ്രസ് മുംബൈയിൽ സംഘടിപ്പിച്ചു. ബംഗാളിൽനിന്ന് പാർട്ടികോൺഗ്രസിൽ പങ്കെടുത്ത വനിതാപ്രതിനിധി മണികുന്തള സെൻ. സമ്മേളനനടപടികൾ നിയന്ത്രിച്ച പ്രസീഡിയത്തിലെ അംഗമായിരുന്നു അവർ. പ്രസീഡിയത്തിലെ മറ്റൊരു അംഗമായിരുന്നു പി കൃഷ്ണപിള്ള. പാർട്ടിയിൽ അംഗമായി അധികം കഴിയുന്നതിനുമുമ്പ് പ്രവിശ്യാകമ്മിറ്റിയിലേക്ക് തെരഞ്ഞെടുക്കപ്പെട്ടു. 1960കളിൽ പാർട്ടി പ്രവർത്തനങ്ങളിൽനിന്ന് വിട്ടുനിൽക്കുന്നതുവരെ പ്രവിശ്യാകമ്മിറ്റിയിൽ തുടർന്നു.

1943–ൽ കടുത്തക്ഷാമം. 35 ലക്ഷം ജനങ്ങളാണ് അതുമൂലം ചത്തൊടുങ്ങിയത്. കമ്യൂണിസ്റ്റുപാർട്ടി ദുരിതാശ്വാസപ്രവർത്തനങ്ങൾ സംഘടിപ്പിക്കുന്നതിന് മുന്നിട്ടിറങ്ങി. അതിന്റെ മുൻപന്തിയിലായിരുന്നു മണികുന്തള സെൻ. ഇതിനിടയിൽ അതിനുവേണ്ടി നിയമസഭാമന്ദിരത്തിനു മുമ്പിൽ വമ്പിച്ചൊരു മാർച്ച് സംഘടിപ്പിച്ചു. അതിനെത്തുടർന്ന് ഗവൺമെന്റ് പലേടങ്ങളിലും ന്യായവില ഷോപ്പുകൾ തുറക്കാൻ നിർബന്ധിതമായി.

ഓൾ ഇന്ത്യാ വിമൻസ് കോൺഫറൻസിനെ സാധാരണ കുടുംബങ്ങളിലെ സ്ത്രീകൾപോലും ഉൾപ്പെടുന്ന സംഘടനയാക്കി മാറ്റാനുള്ള ശ്രമം വിജയിച്ചില്ല. അത്തരമൊരു സംഘടന ഒഴിച്ചുകൂടാത്തതുമായി. ഈ സാഹചര്യത്തിലാണ് പുതിയൊരു മഹിളാസംഘടന രൂപീകരിക്കപ്പെട്ടത്– മഹിളാ ആത്മരക്ഷാ സമിതി. അതിന്റെ വൈസ്പ്രസിഡന്റായി തിരഞ്ഞെടുക്കപ്പെട്ടു. അതിന്റെ രൂപീകരണവുമായി ബന്ധപ്പെട്ട് മിക്കവാറും എല്ലാ പ്രവിശ്യകളിലും സഞ്ചരിച്ചു. മൂന്നുതരം ജോലികളാണ് സമിതി നിർവഹിച്ചത്: (1) ഫാസിസ്റ്റുവിരുദ്ധ പ്രചാരണം; (2) എല്ലാ ജാതികളിലും മതങ്ങളിലും സംഘടനകളിലുംപെട്ട സ്ത്രീകളെ ഏകോപിപ്പിക്കൽ; (3) ക്ഷാമ

ബാധിതപ്രദേശങ്ങളിൽ ദുരിതാശ്വാസപ്രവർത്തനങ്ങൾ സംഘടിപ്പിക്കൽ. ഇതിന്റെ ഭാഗമായി റിലീഫ് ക്യാമ്പുകളും ട്രെയിനിങ് സെന്ററുകളും ആരംഭിച്ചു.

മഹിളാ ആത്മരക്ഷാ സമിതിയുടെ പ്രഥമ സമ്മേളനമായപ്പോഴേക്ക് ഹിന്ദു–മുസ്ലിം സ്ത്രീകളുടെ ഒരു പൊതുവേദിയായി അതു മാറി. തൊഴിലാളി–കർഷക–ഇടത്തരം വിഭാഗങ്ങളിൽപ്പെട്ട ധാരാളം സ്ത്രീകൾ അതിൽ അണിനിരന്നു. ഉയർന്ന വർഗങ്ങളിൽപ്പെട്ട ചിലർപോലും അംഗങ്ങളാകാതിരുന്നില്ല. അതിലെ അംഗസംഖ്യ 22,000 ആയി. ഓവർ ടൗൺ ഹാളിലായിരുന്നു സമ്മേളനം. എല്ലാ ജില്ലകളിൽനിന്നുമുള്ള സ്ത്രീകൾ സന്നിഹിതരായി. ഇന്ദിരാദേവി ചൗധരാണി അധ്യക്ഷ. സമ്മേളനം വിജയിപ്പിക്കുന്നതിന് ഏറ്റവുമധികം സംഭാവന നൽകിയ നേതാവ് മണികുന്തള സെൻ. രണ്ടാം സമ്മേളനം സ്വന്തം നാടായ ബരീശാലിൽ നടന്നപ്പോൾ അത് വിജയിപ്പിക്കുന്നതിലും സുപ്രധാന പങ്കുവഹിച്ചു.

നേത്രകോണ കർഷകസമ്മേളനം പ്രസിദ്ധം. കിസാൻസഭയുടെ ചരിത്രത്തിൽ ഏറ്റവും പ്രധാനപ്പെട്ട സമ്മേളനമായിരുന്നു അത്. ആ സമ്മേളനത്തിൽ പങ്കെടുത്ത മണികുന്തള സെൻ കർഷകപ്രസ്ഥാനവുമായി ഇദംപ്രഥമമായി ബന്ധപ്പെടുകയായിരുന്നു. സമ്മേളനത്തിലെ ചർച്ചയും പ്രസംഗങ്ങളും അവർ സശ്രദ്ധം കേട്ടു. കർഷകപ്രശ്നങ്ങളും കാർഷിക പ്രശ്നങ്ങളും കർഷകപ്രസ്ഥാനത്തിന്റെ അവസ്ഥയും മനസിലാക്കാൻ അത് അവരെ സഹായിച്ചു.

മഹിളാ ആത്മരക്ഷാ സമിതിയുടെ പ്രവർത്തനങ്ങളിൽ അവർ ആകണ്ഠം മുഴുകി. അതിന്റെ മൂന്നാം സമ്മേളനം കൽക്കത്തയിൽ. വിശാലമായ യൂണിവേഴ്സിറ്റി ഇൻസ്റ്റിറ്റ്യൂട്ട് ഹാളിലായിരുന്നു സമ്മേളനം. അപ്പോഴേക്ക് സംഘടനയിലെ അംഗസംഖ്യ 50,000. തേഭാഗാസമരകാലത്ത് സമരകേന്ദ്രങ്ങളിൽ പര്യടനം നടത്തി. ഹിന്ദു–മുസ്ലിം ലഹള പൊട്ടിപ്പുറപ്പെട്ടപ്പോൾ സമുദായ സൗഹാർദത്തിന് യത്നിച്ചു. സ്വാതന്ത്ര്യലബ്ധിക്കുശേഷം ആദ്യമായി ചെയ്യേണ്ടിവന്നത് അഭയാർഥി പുനരധിവാസപ്രവർത്തനങ്ങളിൽ ഏർപ്പെടുകയായിരുന്നു. ഇന്ത്യാവിഭജനം, അവരുടെ ജന്മസ്ഥലം കിഴക്കൻ പാകിസ്ഥാന്റെ ഭാഗമാക്കി. അമ്മയും മറ്റു കുടുംബാംഗങ്ങളും കിഴക്കൻ പാകിസ്ഥാനിൽത്തന്നെ നിൽക്കാനാണ് തീരുമാനിച്ചത്. മണികുന്തള സെൻ കൽക്കത്തയിൽ താമസം തുടർന്നു.

1948–ലെ രണ്ടാം കോൺഗ്രസിനെത്തുടർന്ന് പാർട്ടി നിരോധിക്കപ്പെട്ടപ്പോൾ അറസ്റ്റിലായി. പ്രസിഡൻസി ജയിലിലാണ് പാർപ്പിച്ചത്. ജയിലിൽ വായനയും പഠനവും. മൂന്നുമാസത്തിനുശേഷം മോചിതയായി. പിന്നീട് ഒളിവിലായി പ്രവർത്തനം. ഖരഗ്പൂർ തുടങ്ങി സംസ്ഥാനത്തിന്റെ പല ഭാഗങ്ങളിലും ഒളിവുപ്രവർത്തനം നടത്തി. ഒരു വീട്ടിൽ ഒളിവിൽ കഴിയുമ്പോൾ അറസ്റ്റിലായി. റെയിൽവേ പണിമുടക്ക് വിജയിപ്പിക്കുന്നതിനുള്ള ശ്രമത്തിനിടയിലായിരുന്നു അറസ്റ്റ്.

ലതിക, പ്രതിഭ തുടങ്ങിയ നാല് മഹിളാനേതാക്കളെ 1949 ഏപ്രിൽ 7-ന് വെടിവെച്ചുകൊന്നു. തടവുകാരെ മോചിപ്പിക്കണം എന്നാവശ്യപ്പെട്ട് പ്രകടനം നടത്തുമ്പോഴായിരുന്നു വെടിവെപ്പ്. അതിൽ പ്രതിഷേധിച്ച് രാഷ്ട്രീയത്തടവുകാർ വിവിധ ജയിലുകളിൽ അടുത്തദിവസം നിരാഹാര സമരം തുടങ്ങി. ഒരുദിവസം വൈകിമാത്രം നിരാഹാരത്തിന്റെ വിവരമറിഞ്ഞതിനാൽ മണികുന്തളയും സഖാക്കളും ഒരുദിവസം വൈകിയാണ് നിരാഹാരസമരം തുടങ്ങിയത്. അത് 10 ദിവസം നീണ്ടുനിന്നു. മണികുന്തളയെ മിഡ്നാപൂരിൽനിന്ന് കൽക്കത്തയിലെ പ്രസിഡൻസി ജയിലിലേക്കു മാറ്റി. 1952 ഏപ്രിലിൽ മോചിതയായി. അതിനുശേഷം ബരീശാലിൽ പോയി അമ്മയെ കണ്ടു. ഒരുമാസത്തോളം അവിടെ ചെലവഴിച്ചു. മടങ്ങി കൽക്കത്തയിലെത്തി ഒരുമാസമായപ്പോഴേക്ക് അമ്മ അന്തരിച്ചു.

സി പി ഐ അതിന്റെ നയത്തിൽ മാറ്റം വരുത്തിയതിനെത്തുടർന്ന് പാർട്ടിയുടെമേലുള്ള നിരോധനം കോൺഗ്രസ് ഗവൺമെന്റ് പിൻവലിച്ചു. ഒന്നാം പൊതുതിരഞ്ഞെടുപ്പിൽ പങ്കെടുക്കാൻ പാർട്ടി നിശ്ചയിച്ചു. ബംഗാളിലെ കാളിഘട്ട് നിയോജകമണ്ഡലത്തിൽ മണികുന്തള സെൻ സ്ഥാനാർഥി. അവർ വിജയിയായി. നിയമസഭയിലേക്ക് മത്സരിച്ച 28 കമ്യൂണിസ്റ്റ് സ്ഥാനാർഥികളും വിജയികളായി. പാർട്ടിക്ക് 10.76 ശതമാനം വോട്ടു കിട്ടി. നിയമസഭയിൽ ഏറ്റവും വലിയ പ്രതിപക്ഷകക്ഷി സി പി ഐ. പ്രതിപക്ഷ നേതാവായി ജ്യോതിബസു തെരഞ്ഞെടുക്കപ്പെട്ടു. ഡെപ്യൂട്ടി നേതാവായി മണികുന്തള സെന്നും. അവർ ആദ്യനിയമസഭയിലെ അംഗമായിരുന്നപ്പോഴാണ് ചരിത്രപ്രധാനമായ അധ്യാപകസമരം. ആ സമരത്തോടനുബന്ധിച്ച് അറസ്റ്റിലായി. 1953 മാർച്ചിൽ ജോളി കൗളുമായി വിവാഹം. ജോളി പാർട്ടി നേതാവായിരുന്നു. തെരഞ്ഞെടുപ്പ് പ്രചാരണത്തിനിടയിലാണ് അവർ അടുത്തതും വിവാഹം കഴിക്കാൻ തീരുമാനിച്ചതും. 1957-ലെ തെരഞ്ഞെടുപ്പിൽ കാളിഘട്ടിൽനിന്നുതന്നെ വിജയിച്ചെങ്കിലും 1962-ൽ പരാജയപ്പെട്ടു.

കമ്യൂണിസ്റ്റുപാർട്ടിക്കകത്ത് അഭിപ്രായവ്യത്യാസം വളർന്നുവന്നപ്പോൾ അവർ അത്യന്തം ദുഃഖിച്ചു. പാർട്ടി പിളർന്നതിനുശേഷം പ്രവർത്തനങ്ങളിൽനിന്ന് വിട്ടുനിന്നു. മെമ്പർഷിപ്പ് പുതുക്കാത്തതിനാൽ അതു നഷ്ടമായി. ഒന്നരവർഷം ഡൽഹിയിൽ താമസിച്ചു. 1964 അവസാനം കൽക്കത്തയിൽ മടങ്ങിയെത്തി. ജോളിയും പാർട്ടിപ്രവർത്തനം മതിയാക്കി. അദ്ദേഹം പത്രപ്രവർത്തകനായി. മണികുന്തള സെൻ ഒരു കിന്റർഗാർഡനിൽ അധ്യാപികയായി ചേർന്നു. കുറച്ചുകാലം പ്രൈവറ്റ് ട്യൂട്ടറായും ജോലിനോക്കി. അവസാനകാലത്ത് ആത്മീയതയിലേക്കു മടങ്ങി. 1987 സെപ്തംബർ 11-ന് അന്തരിച്ചു.

മണികൊണ്ട സുബ്ബറാവു

1918 - 1975

ആന്ധ്രയിലെ കമ്യൂണിസ്റ്റ് പ്രസ്ഥാനത്തിന്റെ ആദ്യകാല നേതാക്കളിൽ ഒരാളായിരുന്നു മണികൊണ്ട സുബ്ബറാവു. തികച്ചും ലളിതവും നിസ്വാർഥവുമായ ജീവിതം നയിച്ച ഒരു വിപ്ലവകാരിയായിരുന്നു അദ്ദേഹം. ആ ജീവിതം അത്യന്തം മാതൃകാപരമായിരുന്നു.

1918–ൽ ജനിച്ചു. 1939–ൽ കമ്യൂണിസ്റ്റുപാർട്ടി അംഗമായി. പാർട്ടിയിൽ അംഗത്വം സ്വീകരിച്ചപ്പോൾ പാർട്ടി അദ്ദേഹത്തെ ഏൽപ്പിച്ച ജോലി കൃഷ്ണ ജില്ലയിൽ രഹസ്യപ്രവർത്തനത്തിനുള്ള സംവിധാനമുണ്ടാക്കുകയായിരുന്നു. രണ്ടാം ലോകമഹായുദ്ധത്തോട് സ്വീകരിച്ച നിലപാടിന്റെ പേരിൽ ഗവൺമെന്റ് പാർട്ടിക്കെതിരെ ആഞ്ഞടിക്കുന്ന കാലമായിരുന്നു അത്. തന്നെ ഏൽപ്പിച്ച ജോലി അദ്ദേഹം നന്നായി നിർവഹിച്ചു. അതുവഴി കൃഷ്ണ ജില്ലയിലെ ഒരു പ്രധാന നേതാവായി അദ്ദേഹം വളർന്നു.

1943–ൽ പാർട്ടി തീരുമാനപ്രകാരം അദ്ദേഹവും ഭാര്യ സത്യവതിയും തങ്ങളുടെ മുഴുവൻ സ്വത്തുക്കളും വിറ്റുകിട്ടിയ പണം പാർട്ടിക്ക് സംഭാവന നൽകി. തുടർന്ന് അവർ പാർട്ടിയുടെ മുഴുവൻസമയ പ്രവർത്തകരായി. പാർട്ടി നേതാവെന്ന നിലയിൽ സുബ്ബറാവുവും മഹിളാ നേതാവെന്ന നിലയിൽ സത്യവതിയും ഗ്രാമങ്ങളിൽ നിന്ന് ഗ്രാമങ്ങളിലേക്ക് സഞ്ചരിച്ച് പ്രവർത്തനം നടത്തി. സുബ്ബറാവുവിന്റെ അമ്മ ബുല്ലേമ്മ അവർക്ക് എല്ലാ സഹായങ്ങളും നൽകി. നേതാക്കൾക്കും പാർട്ടി ആസ്ഥാനത്തെ ജീവനക്കാർക്കും വേണ്ടി പ്രജാശക്തി നഗറിൽ ആരംഭിച്ച കമ്യൂൺ അവരാണ് നോക്കിനടത്തിയത്.

1948-ൽ സുബ്ബറാവു അറസ്റ്റിലായി. മഹാത്മാഗാന്ധി വധിക്കപ്പെട്ടതിനെത്തുടർന്ന് ആർ എസ് എസുമായുള്ള ഒരു സംഘട്ടനത്തിൽ പങ്കാളിയായി എന്നതായിരുന്നു ചാർജ്. ആറുമാസത്തെ തടവുശിക്ഷ കിട്ടി. ജയിൽ മോചിതനായപ്പോൾ ഒളിവിൽപ്പോയി പാർട്ടി പ്രവർത്തനം തുടർന്നു. തെലങ്കാനാ സമരത്തിന് നേതൃത്വം നൽകുന്നതിന്റെ പേരിൽ കോൺഗ്രസ് ഗവൺമെന്റ് കമ്യൂണിസ്റ്റുപാർട്ടിയെ നിരോധിക്കുകയും പാർട്ടിക്കെതിരെ മർദനത്തിന്റെ കെട്ടഴിച്ചുവിടുകയും ചെയ്ത കാലമായിരുന്നു അത്. അതിനിടയിലും സുബ്ബറാവുവും സത്യവതിയും തങ്ങളുടെ പ്രവർത്തനങ്ങൾക്ക് ഒരു കുറവും വരുത്തിയില്ല. 1949-ൽ അവരെ അറസ്റ്റ് ചെയ്തു. 1951 മധ്യംവരെ തടവിൽ പാർപ്പിച്ചു.

പല ജയിലുകളിലും മാറിമാറി പാർപ്പിച്ചു. ജയിലിൽ പലതരത്തിലുള്ള പീഡനങ്ങളും സഹിക്കേണ്ടിവന്നു. ജയിലിൽ ലാത്തിച്ചാർജും വെടിവെപ്പും അപ്പോൾ പതിവായിരുന്നു. 1951-ൽ ജയിൽ മോചിതനായി. അപ്പോഴാണ് മർദനവാഴ്ചക്കാലത്തെ കൃഷ്ണജില്ലയുടെ പൂർണമായ ഒരു ചിത്രം കിട്ടിയത്. 1948-നും 1951-നും ഇടയിൽ 143 നേതാക്കന്മാരും കേഡറുകളുമാണ് വധിക്കപ്പെട്ടത്. അതിന് പ്രതികാരംചെയ്യാൻ അവസരവും കാത്ത് കഴിയുകയായിരുന്നു ജില്ലയിലെ ജനങ്ങൾ. അതിനായി ആദ്യം തന്നെ ലഭിച്ച അവസരം ഉപയോഗിക്കുകയും ചെയ്തു. 1952-ൽ നടന്ന തിരഞ്ഞെടുപ്പിൽ കൃഷ്ണ ജില്ലയിൽ രണ്ടെണ്ണമൊഴികെ മറ്റെല്ലാ സീറ്റിലും പാർട്ടി സ്ഥാനാർത്ഥികൾ വിജയിച്ചു. ആ തിരഞ്ഞെടുപ്പിൽ സുബ്ബറാവുവും ഭാര്യയും കൈമെയ് മറന്ന് പ്രവർത്തിച്ചു.

1955-ലെ തിരഞ്ഞെടുപ്പിലുണ്ടായ തിരിച്ചടിയെത്തുടർന്ന് പാർട്ടി വല്ലാത്ത സാമ്പത്തിക പ്രതിസന്ധിയിലായി. മുഴുവൻസമയ പ്രവർത്തകരെ നിലനിർത്താൻ പാടുപെട്ടു. ഈ ഘട്ടത്തിലാണ് മുഴുവൻസമയ പ്രവർത്തകരുടെ എണ്ണം വെട്ടിക്കുറയ്ക്കാൻ പാർട്ടി തീരുമാനിച്ചത്. ഈ ഘട്ടത്തിലും സുബ്ബറാവുവും സത്യവതിയും തങ്ങളുടെ പ്രവർത്തനം നിർബാധം തുടർന്നു.

റിവിഷനിസത്തിന്റെ കടുത്ത ശത്രുവായിരുന്നു സുബ്ബറാവു. റിവിഷനിസത്തിനെതിരെ പാർട്ടിക്കകത്ത് നടന്ന സമരത്തിൽ അദ്ദേഹവും പങ്കാളിയായി. 1962-64 കാലത്ത് ഇന്ത്യൻ കമ്യൂണിസ്റ്റുപാർട്ടിയായും സി പി ഐ (എം) ആയും പാർട്ടിക്കകത്ത് ധ്രുവീകരണം നടന്നുകൊണ്ടിരുന്ന ഘട്ടത്തിൽ പാർട്ടിയുടെ പുനഃസംഘടനയ്ക്ക് അദ്ദേഹം ഗണ്യമായ സംഭാവനനൽകി. സി പി ഐ (എം) നിലവിൽ വന്നതുമുതൽ അന്തരിക്കുന്നതുവരെ അതിന്റെ കൃഷ്ണ ജില്ലാ സെക്രട്ടറിയായിരുന്നു. 1964-66 കാലത്ത് അദ്ദേഹവും ഭാര്യ സത്യവതിയും രാഷ്ട്രീയ തടവുകാരായി.

പാർട്ടിക്കകത്ത് കടന്നുകൂടിയ നക്സലിസം സി പി ഐ (എം) നെ ഏറ്റവും കൂടുതൽ ബാധിച്ചത് ആന്ധ്രയിൽ. ധാരാളം കേഡർമാരും നേതാക്കളും പാർട്ടിക്ക് നഷ്ടമായി. ആ ഘട്ടത്തിൽ നക്സലൈറ്റ് സ്വാധീനത്തിൽ നിന്ന് വിദ്യാർഥികളെ അകറ്റുന്നതിൽ സുബ്ബറാവു പ്രധാന പങ്കുവഹിച്ചു. പാർട്ടി പ്രവർത്തനം തുടരുന്നതിനിടയിൽ ഹൃദ്രോഗം. 1975 ജനുവരി 29-ന് അന്തരിച്ചു.

മണി സിങ്

1901 - 1991

ആയിരത്തി തൊള്ളായിരത്തി ഇരുപതുകളുടെ തുടക്കം മുതൽ ഇന്ത്യൻ സ്വാതന്ത്ര്യസമരത്തിൽ പങ്കെടുത്ത കറകളഞ്ഞ ദേശാഭിമാനി. ദേശീയ വിപ്ലവ സംഘടനയായിരുന്ന അനുശീലൻ സമിതിയിൽനിന്ന് കമ്യൂണിസ്റ്റുപാർട്ടിയിലെത്തിയ വിപ്ലവകാരി. അവിഭക്ത ബംഗാളിൽ കമ്യൂണിസ്റ്റ് പ്രസ്ഥാനം കെട്ടിപ്പടുക്കുന്നതിന് ഏറ്റവുംകൂടുതൽ സംഭാവന നൽകിയവരിൽ ഒരാൾ. മൈമൻസിങ്ങിലെ ഹജോങ്ങ് കൃഷിക്കാരുടെ സായുധസമരത്തിന് നേതൃത്വം നൽകിയ പോരാളി. ഇന്ത്യാ വിഭജനത്തിനുശേഷം കിഴക്കൻ പാകിസ്ഥാൻ (പിന്നീട് ബംഗ്ലാദേശ്) കമ്യൂണിസ്റ്റുപാർട്ടിക്ക് നേതൃത്വം നൽകി. 24 വർഷത്തെ പാകിസ്ഥാൻ ഭരണത്തിൽ 20 വർഷവും ഒളിവിൽ കഴിയേണ്ടിവന്നു. ബംഗ്ലാദേശ് വിമോചനസമരത്തിൽ സുപ്രധാന പങ്കുവഹിച്ചു.

1901 ജൂലായ് 28-ന് കൽക്കത്തയിൽ ജനിച്ചു. കുട്ടിക്കാലത്തിന്റെ ഏറിയകൂറും ചെലവഴിച്ചത് സുസാങിൽ. മൈമൻസിങ് ജില്ലയിൽ ഗാരോ കുന്നിൽ ഉത്ഭവിക്കുന്ന സോമേശ്വരി എന്ന അരുവിയുടെ കരയിലുള്ള ഗ്രാമമാണ് സുസാങ്. അതിമനോഹരമായ ഒരു ഗ്രാമം. ബന്ധുക്കളെല്ലാം ഭൂപ്രഭുക്കളും കടുത്ത യാഥാസ്ഥിതികരും. എങ്കിലും എല്ലാവരും കടുത്ത ബ്രിട്ടീഷ് വിരോധികൾ. ഗാരോ കുന്നുകൾ ബ്രിട്ടീഷുകാർ ബലം പ്രയോഗിച്ച് കൈവശപ്പെടുത്തിയതാണ് അവരുടെ ബ്രിട്ടീഷ് വിരോധത്തിന് പ്രധാന കാരണം. ബ്രിട്ടീഷുകാരെ തെമ്മാടികൾ എന്നാണ് അവർ വിളിക്കുക. തിലകനോടും സവർക്കറോടും അതിരറ്റ ബഹുമാ

നം. ബംഗാളിലെ വിപ്ലവകാരികളെപ്പറ്റി നല്ല മതിപ്പ്. ഇതൊക്കെ കുട്ടിക്കാലത്തുതന്നെ മണി സിങ്ങിൽ നല്ല സ്വാധീനം ചെലുത്തി. സാമ്രാജ്യത്വവിരുദ്ധ സമരത്തിലേക്ക് ആ ബാലൻ ആകർഷിക്കപ്പെട്ടു.

ഇതിനിടയിൽ ആയുധം ഒളിപ്പിക്കുന്നതിനുള്ള സഹായാഭ്യർഥനയുമായി പേരുകേട്ട വിപ്ലവകാരി ത്രൈലോക്യ മഹാരാജ് മൂത്തജ്യേഷ്ഠനെ സമീപിച്ചു. ആ വിവരം ബാലനറിഞ്ഞു. അപ്പോഴേക്കും നല്ലൊരു ജിംനാസ്റ്റ് ആയി മാറി ആ ബാലൻ. നല്ല ആരോഗ്യം. പ്രായത്തിൽ കവിഞ്ഞ ശരീരപുഷ്ടി. അനുശീലൻ സമിതിക്കാർ അവനെയും സമീപിച്ചു. താമസിയാതെ അതിൽ അംഗമായി. അങ്ങനെ പതിനഞ്ചോ പതിനാറോ വയസ്സ് പ്രായമായപ്പോഴേക്ക് ഇന്ത്യയുടെ മോചനത്തിനുവേണ്ടിയുള്ള വിപ്ലവസമരത്തിൽ മണിസിങ് ഭാഗഭാക്കായി.

1920-കളുടെ ആദ്യം ഗാന്ധിജിയുടെ നിസ്സഹകരണ പ്രസ്ഥാനത്തിന്റെ കാറ്റ് ആഞ്ഞുവീശി. ദേശീയ വിപ്ലവപ്രസ്ഥാനത്തിന്റെ പ്രവർത്തകനെങ്കിലും നിസ്സഹകരണപ്രസ്ഥാനം മണി സിങ്ങിനെയും സഖാക്കളെയും ആഴത്തിൽ സ്വാധീനിച്ചു. എന്നാൽ ഗാന്ധിജി ആ പ്രസ്ഥാനം ഏകപക്ഷീയമായി പിൻവലിച്ചതോടെ അദ്ദേഹത്തിലും അദ്ദേഹത്തിന്റെ സമരരീതികളിലുമുള്ള വിശ്വാസം പൂർണമായും നശിച്ചു. അതോടൊപ്പം അനുശീലൻ സമിതിയുടെ സമരരീതികളിലും സംശയം തോന്നിത്തുടങ്ങി. വെള്ളക്കാരായ ഒന്നോ രണ്ടോ ആപ്പീസർമാരെ കൊല്ലുന്നതുകൊണ്ടു മാത്രം രാജ്യത്തിന് എങ്ങനെ സ്വാതന്ത്ര്യം കിട്ടും? ഇങ്ങനെയൊരു ചിന്ത മനസ്സിനെ മഥിക്കാൻ തുടങ്ങി.

ഈ ഘട്ടത്തിലാണ് റഷ്യൻ വിപ്ലവത്തെക്കുറിച്ച് അവ്യക്തമായിട്ടാണെങ്കിലും മനസിലാക്കാൻ തുടങ്ങിയത്. വമ്പിച്ച ജനകീയ സമരത്തിലൂടെ കരുത്തുറ്റ സാർവാഴ്ച അവസാനിപ്പിക്കുക. അങ്ങനെയൊരു ജനകീയ വിപ്ലവം ഇന്ത്യയിലും സംഘടിപ്പിച്ചുകൂടേ എന്ന ചിന്ത മനസിൽ നാമ്പെടുത്തു. അതിന് ധാരാളം ജനങ്ങളെ സ്വാധീനിക്കണം. അവരെ സംഘടിപ്പിക്കണം. അതെങ്ങനെയാണ് കഴിയുക? എവിടെ നിന്നാണ് ധാരാളം ജനങ്ങളെ കിട്ടുക? ഈ ആലോചന മണി സിങ്ങിനെയും സഖാക്കളെയും എവിടെ കൊണ്ടുചെന്നെത്തിച്ചു? അദ്ദേഹം പറയട്ടെ:

> അപ്പോൾ ഹജോങ്ങുകളുടെ കാര്യം ഞങ്ങളുടെ മനസിൽ വന്നു. കുട്ടിക്കാലം മുതൽതന്നെ ഗാരോ കുന്നുകളിൽ താമസിക്കുന്ന ഗിരിവർഗ ഹജോങ്ങുകളെക്കുറിച്ചും പത്തൊമ്പതാം നൂറ്റാണ്ടിന്റെ അവസാനം ബ്രിട്ടീഷുകാർക്കും സെമിന്ദാർമാർക്കുമെതിരെ അവർ നടത്തിയ ഐതിഹാസികമായ കലാപത്തെക്കുറിച്ചുമുള്ള കഥകൾ ഞാൻ കേൾക്കുകയുണ്ടായി. തീർച്ചയായും ബ്രിട്ടീഷ് വാഴ്ചയ്ക്കെതിരെ കലാപത്തിന്റെ ഏറ്റവും നല്ല അടിസ്ഥാനം ഈ ഹജോങ്ങുകളായിരിക്കും എന്ന ആശയം എന്റെ മനസിൽ ഉദിച്ചു.

അതുകൊണ്ട് മണിസിങ്ങും രണ്ട് സഖാക്കളും സ്വന്തം ഗ്രാമത്തിൽ

നിന്ന് പത്തോ പന്ത്രണ്ടോ നാഴിക അകലെയുള്ള ഹജോങ് ഗ്രാമങ്ങളി ലേക്കു പോയി. സ്വാതന്ത്ര്യത്തെക്കുറിച്ചും വിപ്ലവത്തെക്കുറിച്ചും മൂവരും അവരോട് സംസാരിച്ചു. അപ്പോൾ തങ്ങളുടെ പ്രശ്നം ഹജോങ്ങുകൾ അവരുടെ മുന്നിൽ അവതരിപ്പിച്ചു. ആ ഗ്രാമത്തിൽ സ്കൂളുകളില്ല; സവർണ ഹിന്ദുക്കൾ അവരെ തൊട്ടുകൂടാത്തവരായി കണക്കാക്കുന്നു-ഇങ്ങനെ പോകുന്നു പരാതികൾ. ഹജോങ് പ്രദേശത്ത് സ്കൂളുകൾ ആരംഭിക്കാനുള്ള തങ്ങളുടെ ആഗ്രഹം മണിസിങ്ങും സഖാക്കളും അനുശീലൻ പാർട്ടി നേതാക്കളെ അറിയിച്ചു. പാർട്ടി അംഗങ്ങളിൽ നിന്ന് കുറച്ച് അധ്യാപകരെ അയച്ചുകൊടുക്കാൻ ആവശ്യപ്പെട്ടു. അതുപ്രകാരം പാർട്ടി കുറച്ച് അധ്യാപകരെ അയച്ചുകൊടുക്കുകയും ചെയ്തു. അവരിൽ ഒരാളായിരുന്നു പ്രഭാത് ചക്രവർത്തി. സ്കൂൾ ആരംഭിച്ചതോടെ ഹജോങ്ങുകൾക്ക് എന്തെന്നില്ലാത്ത ആഹ്ലാദം. അതോടൊപ്പം മണി സിങ്ങിലും സഖാക്കളിലും വലിയ വിശ്വാസവും. ഇത് അവരെ ആവേശഭരിതരാക്കി.

ഈ ഘട്ടത്തിലാണ് – 1925 ലോ മറ്റോ – ജില്ലാ അനുശീലൻ സമിതി നേതാക്കൾ അവർക്കൊരു സന്ദേശമയച്ചത്. വളരെ പ്രധാനപ്പെട്ട ഒരു വിപ്ലവകാരി അവരുടെ പ്രദേശത്തെത്തുന്നുണ്ട്. അയാളെ പൊലീസ് തിരഞ്ഞുകൊണ്ടിരിക്കുകയാണ്. അയാൾക്ക് താമസിക്കാനുള്ള സ്ഥലം ഏർപ്പാട് ചെയ്യണം – ഇത്രയുമാണ് സന്ദേശത്തിൽ പറഞ്ഞത്. താമസിയാതെ ആ വിപ്ലവകാരി എത്തി. അയാൾ ഗോപേൻ ചക്രവർത്തിയല്ലാതെ മറ്റാരുമായിരുന്നില്ല. അനുശീലൻ സമിതിയുടെ സംഘാടകനായ ഗോപേൻ സോവിയറ്റ് യൂണിയൻ സന്ദർശിച്ച് മടങ്ങിവന്നതേ ഉണ്ടായിരുന്നുള്ളൂ. അവർ അദ്ദേഹത്തെ ഒരു ഹജോങ് ഗ്രാമത്തിൽ പാർപ്പിച്ചു. ഗോപേൻ മോസ്കോയിൽ നിന്ന് മടങ്ങുമ്പോഴേക്ക് തികഞ്ഞ് മാർക്സിസ്റ്റ് ആയിക്കഴിഞ്ഞിരുന്നു. അദ്ദേഹവുമായി മണിസിങ്ങും സഖാക്കളും സുദീർഘമായ ചർച്ച നടത്തി. കമ്യൂണിസ്റ്റ് പ്രത്യയശാസ്ത്രത്തിന്റെ മേന്മ മണിസിങ്ങിനെയും സഖാക്കളെയും ബോധ്യപ്പെടുത്താൻ ഗോപേൻ തീവ്രശ്രമം നടത്തി. മണിസിങ്ങും സഖാക്കളും ആദ്യമാദ്യം തങ്ങളുടെ നിലപാടിൽ ഉറച്ചുനിന്നെങ്കിലും അവസാനം ഗോപേൻ ചക്രവർത്തിയുടെ വാദമുഖങ്ങൾക്കു മുന്നിൽ കീഴടങ്ങി. അവരും കമ്യൂണിസ്റ്റ് ആശയഗതിക്കാരായി പരിവർത്തിക്കപ്പെട്ടു. അപ്പോൾ അവരൊരു തീരുമാനമെടുത്തു. ആദ്യം തൊഴിലാളികൾക്കിടയിൽ പ്രവർത്തിക്കുക, അതിനുശേഷം കൃഷിക്കാർക്കിടയിലും.

ആ തീരുമാനം നടപ്പാക്കാൻ മണിസിങ് 1928-ൽ കൽക്കത്തയ്ക്ക് തിരിച്ചു. അവിടെ നിന്ന് മെറ്റിയാബുർസിലേക്ക് പോയി. പോകുന്നതിനു മുമ്പ് ധരണി ഗോസ്വാമി, നിരോദ് ചക്രവർത്തി, നളീന്ദർ സെൻ, മണി സിങ് തുടങ്ങി ഏതാനുംപേർ ചേർന്ന് അനുശീലൻ സമിതിയുമായുള്ള ബന്ധം ഔപചാരികമായി വിഛേദിക്കുകയും തങ്ങൾ മാർക്സിസ്റ്റുകാരായിത്തീർന്നെന്ന് പ്രഖ്യാപിക്കുകയും ചെയ്തു. കൽക്കത്തയുടെ പരിസരപ്രദേശത്തുള്ള മെറ്റിയാ ബുൾസ്-ഗാർഡൻ റീച്ച് പ്രദേശം ആധു

നിക ഫാക്ടറികൾ കൊണ്ട് നിറഞ്ഞതായിരുന്നു. ബിർളയുടെ കേശോറാം കോട്ടൺ മിൽസിനുള്ള ഐ ജി എൻ വർക്ഷോപ്പ്, ഗാർഡൻ റീച്ച് വർക്ഷോപ്പ്, ക്ലൈവ് ജൂട്ട് മിൽസ്, ബദർത്തല യൂണിയൻ ജൂട്ട് മിൽ, തീപ്പെട്ടി ഫാക്ടറി എന്നിവയുമുണ്ടായിരുന്നു ആ പ്രദേശത്ത്. 1928ൽ കേശോറാം മില്ലിൽ 16 ദിവസം നീണ്ടുനിന്ന വിജയകരമായ പണിമുടക്കിന് നേതൃത്വം നൽകി. 1928 മെയ് 30-ന് സ്ഥാപിച്ച ബംഗാൾ ടെക്സ്റ്റൈൽ വർക്കേഴ്സ് യൂണിയന്റെ മെറ്റിയാബുൾസിലെ ക്ലൈവ് ജൂട്ട് മില്ലിലും പണിമുടക്ക് സംഘടിപ്പിച്ചു. ഈ പണിമുടക്കിൽ ബങ്കിം മുഖർജി, ഷംസുൽ ഹുഡ, രാധാ രമൺമിത്ര എന്നിവർ സഹായത്തിനെത്തി.

1929-ൽ ബംഗാളിലെ ചണമിൽ തൊഴിലാളികൾ നടത്തിയ പൊതുപണിമുടക്ക് പ്രസിദ്ധം. ഇന്ത്യയിലെ തൊഴിലാളിവർഗ പ്രസ്ഥാനത്തിന്റെ ചരിത്രത്തിൽ തന്നെ ആ പണിമുടക്ക് ഉജ്വലമായ ഒരു അധ്യായം എഴുതിച്ചേർത്തു. പണിമുടക്കിന്റെ നേതാക്കളിലൊരാൾ മണിസിങ്. പണിമുടക്കിനോടനുബന്ധിച്ച് അറസ്റ്റിലായി. 1929-ൽ എ ഐ ടി യു സിയുടെ നാഗ്പൂർ സമ്മേളനത്തിൽ പങ്കെടുത്തു. ആ സമ്മേളനത്തിൽ വെച്ചാണ് മിതവാദികൾ ഇറങ്ങിപ്പോയി എ ഐ ടി യു സിക്ക് ബദലായി ഒരു കേന്ദ്ര ട്രേഡ്‌യൂണിയൻ രൂപീകരിച്ചത്. 1930 ആദ്യം ഐ ജി എൻ വർക്ഷോപ്പ് തൊഴിലാളികളുടെ ഒരു പണിമുടക്ക് നയിച്ചു. അതേവർഷം മെയ് 1-ന് ഗാർഡൻ റീച്ച് വർക്ഷോപ്പ് തൊഴിലാളികളുടെ പണിമുടക്കിന് നേതൃത്വം നൽകി.

1930-ൽ രാഷ്ട്രീയ-ട്രേഡ് യൂണിയൻ പ്രവർത്തനങ്ങളുടെ പേരിൽ അറസ്റ്റിലായി. അഞ്ചുവർഷം രാഷ്ട്രീയ തടവുകാരനെന്ന നിലയിൽ വിവിധ ജയിലുകളിൽ കഴിച്ചുകൂട്ടി. 1935-ൽ സ്വന്തം ഗ്രാമമായ സുസാങിലേക്ക് നാടുകടത്തി. ഗ്രാമം വിട്ടുപോകരുതെന്നായിരുന്നു കൽപ്പന. ഗ്രാമത്തിൽ കഴിയുമ്പോൾ അവിടത്തെ കൃഷിക്കാരെ സംഘടിപ്പിക്കാൻ തുടങ്ങി. ഇക്കാര്യം പൊലീസ് മണത്തറിഞ്ഞു. ഏതാനും നാളുകൾ കഴിഞ്ഞപ്പോൾ നാടുകടത്തൽ ഉത്തരവ് ലംഘിച്ചുവെന്ന പേരിൽ തടവറയിലേക്കുതന്നെ തിരിച്ചയച്ചു.

1937 അവസാനം ജയിൽ മോചിതനായി. ഉടൻ തന്നെ കമ്യൂണിസ്റ്റുപാർട്ടിയിൽ അംഗമായി. ഒരു ഭൂപ്രഭുകുടുംബത്തിൽ ജനിച്ച മണിസിങ് തന്റെ സ്വത്തെല്ലാം കർഷക പ്രസ്ഥാനത്തിനു നൽകി കൃഷിക്കാർക്കിടയിൽ പ്രവർത്തിക്കാൻ തുടങ്ങി. മൈമൻസിങ് ജില്ലയിലെ സുസാങ് സബ്ഡിവിഷനിലാണ് പ്രവർത്തനം കേന്ദ്രീകരിച്ചത്. അതിവേഗം അവിടത്തെ കൃഷിക്കാരെ സെമിന്ദാർമാരുടെ ചൂഷണത്തിനും അടിച്ചമർത്തലിനും എതിരെ തട്ടിയുണർത്തി. തുടർന്ന് എന്താണുണ്ടായതെന്ന് കമ്യൂണിസ്റ്റുപാർട്ടിയുടെ ആദ്യത്തെ മൈമൻസിങ് ജില്ലാ സെക്രട്ടറി ഖോക്കാറോയി 1946-ൽ എഴുതിയ ഒരു ലേഖനത്തിൽ പറയുന്നത് നോക്കൂ:

അദ്ദേഹത്തിന്റെ ആവേശകരമായ നേതൃത്വത്തിൽ ആ പ്രദേശത്തെ ആയിരക്കണക്കിന് ഹജാങ്-ഗാരോ-ദാലു-മുസ്ലിം കൃഷിക്കാർ ഭൂപ്രഭുക്കളുടെ അടിച്ചമർത്തലിനെതിരെ തങ്ങളുടെ തലയുയർത്തി.

കൃഷിക്കാരുടെ ഈ സമരം 'ടോങ്ക്' പ്രസ്ഥാനം എന്ന നിലയിൽ ബംഗാളിൽ പ്രസിദ്ധമായി.

കർഷക പ്രവർത്തനത്തോടൊപ്പം കോൺഗ്രസിനെ ശക്തിപ്പെടുത്തുന്നതിനും മണി സിങ് തന്റെ ഊർജം ചെലവഴിച്ചു. അദ്ദേഹത്തിന്റെ ഊർജസ്വലമായ പ്രവർത്തനത്തിന്റെ ഫലമായി മൈമൻസിങ് ജില്ലയിലെ നൂറുകണക്കിന് ഗ്രാമങ്ങളിൽ കോൺഗ്രസ് കമ്മിറ്റികൾ നിലവിൽ വന്നു.

1939-ൽ ജനങ്ങൾ അദ്ദേഹത്തെ ജില്ലാ കോൺഗ്രസ് കമ്മിറ്റി അംഗമായി തിരഞ്ഞെടുത്തു. തന്റെ സേവനങ്ങൾക്കുള്ള അംഗീകാരമെന്ന നിലയിൽ ബംഗാൾ പ്രവിശ്യാ കോൺഗ്രസ് കമ്മിറ്റിയിലേക്കും അദ്ദേഹം തിരഞ്ഞെടുക്കപ്പെട്ടു.

1939-ൽ രണ്ടാം ലോകമഹായുദ്ധം ആരംഭിച്ചപ്പോൾ യുദ്ധത്തോട് കമ്യൂണിസ്റ്റുപാർട്ടി എടുത്ത നിലപാടിന്റെ ഫലമായി 1940-ൽ രാജ്യരക്ഷാ നിയമപ്രകാരം അദ്ദേഹത്തെ അറസ്റ്റുചെയ്തു. ഏതാനും നാളുകൾ കഴിഞ്ഞപ്പോൾ വിട്ടയച്ചു.

ജയിൽ മോചിതനായി ഏതാനും മാസം കഴിഞ്ഞപ്പോൾ പൊലീസ് അദ്ദേഹത്തിനെതിരെ അറസ്റ്റ് വാറണ്ടിറക്കി. എങ്കിലും വിവരമറിഞ്ഞ ഉടൻ ഒളിവിൽ പോയി. ഒന്നരവർഷം ഒളിവിൽ കഴിഞ്ഞു. ഒളിവുജീവിതകാലത്ത് കൃഷിക്കാരെ സംഘടിപ്പിക്കുന്ന പ്രവർത്തനം തുടർന്നു. 1942-ൽ അറസ്റ്റിലായി. ജയിലിൽനിന്ന് പുറത്തുവന്ന ഉടൻ വീണ്ടും കൃഷിക്കാർക്കിടയിലേക്ക്. കൃഷിക്കാരെയാകെ തട്ടിയുണർത്തുന്നതിൽ വിജയിച്ചുവെന്നതിന്റെ തെളിവ് അഖിലേന്ത്യാ കിസാൻസഭയുടെ നേത്രകോണ സമ്മേളനത്തിന്റെ ഉജ്വലവിജയം. ആ അഖിലേന്ത്യാ സമ്മേളനത്തിന്റെ സ്വാഗതസംഘം ചെയർമാൻ മണിസിങ്. അദ്ദേഹത്തിന്റെ അസാമാന്യമായ സംഘടനാ പാടവത്തിന്റെ തെളിവുകൂടിയായിരുന്നു സമ്മേളന വിജയം.

ഇന്ത്യാ വിഭജനത്തിനുശേഷം ഇന്ത്യയിൽ കുടിയേറിപ്പാർക്കാൻ ആഗ്രഹിച്ചില്ല. സ്വന്തം ജനതയോടൊപ്പം അവരുടെ സന്തോഷത്തിലും സന്താപത്തിലും പങ്കാളിയാവാൻ തീരുമാനിച്ചു. പഴയ കിഴക്കൻ പാകിസ്ഥാനിൽ പാർട്ടി കെട്ടിപ്പടുക്കുന്ന പ്രവർത്തനത്തിൽ വ്യാപൃതനായി. പാക് കമ്യൂണിസ്റ്റുപാർട്ടിയുടെ സമുന്നത നേതാവായി. പാകിസ്ഥാനിലെ ഏകാധിപത്യവാഴ്ചയിൽ പലതരത്തിലുള്ള ദുരിതങ്ങളും കഷ്ടപ്പാടുക

ളും സഹിക്കേണ്ടിവന്നു. ബ്രിട്ടീഷ് സാമ്രാജ്യത്വത്തിനെതിരെ പോരാടിയ മണിസിങ്ങിനെപ്പോലുള്ള പോരാളികൾക്ക് പാക് ഭരണത്തിൽ സ്വാതന്ത്ര്യമെന്തെന്ന് അറിയാൻ കഴിഞ്ഞില്ല. ഇന്ത്യാവിഭജനത്തിനുശേഷം 24 വർഷമാണല്ലോ പാകിസ്ഥാന്റെ അവിഭാജ്യഭാഗമായ കിഴക്കൻ പാകിസ്ഥാൻ നിലനിന്നത്. ആ 24 വർഷത്തിൽ 20 വർഷവും മണിസിങ്ങിന് തടവറയിൽ കഴിയേണ്ടിവന്നു. അതായത് നാലുവർഷം മാത്രമേ ജനങ്ങൾക്കിടയിൽ പ്രവർത്തിക്കാൻ കഴിഞ്ഞുള്ളൂ.

ബംഗ്ലാദേശ് വിമോചനത്തിനുശേഷം സ്വതന്ത്ര ബംഗ്ലാദേശ് കൗൺസിലിന്റെ ഉപദേശകസമിതി അംഗമായി നിയോഗിക്കപ്പെട്ടു. കുറച്ചുകാലം തൽസ്ഥാനത്ത് തുടർന്നു. ജനങ്ങൾക്കിടയിൽ അവർക്കുവേണ്ടി വിശ്രമരഹിതമായി പ്രവർത്തിച്ചതിന്റെ അംഗീകാരം. 1973–ൽ ബംഗ്ലാദേശ് കമ്യൂണിസ്റ്റുപാർട്ടിയുടെ ചെയർമാനായി തിരഞ്ഞെടുക്കപ്പെട്ടു. 1983 വരെ തൽസ്ഥാനത്ത് തുടർന്നു. ഇന്ത്യാ ഉപഭൂഖണ്ഡത്തിലെ പഴക്കംചെന്ന ഈ കമ്യൂണിസ്റ്റ് നേതാവ് 1991 ജനുവരി 6–ന് അന്തരിച്ചു.

മനോരഞ്ജ്ജൻ റോയ്

1909 - 1992

ബംഗാളിൽ ദേശീയ വിപ്ലവപ്രസ്ഥാനത്തിന്റെ ഇടുങ്ങിയ പാത വിട്ട് കമ്യൂണിസ്റ്റ് പ്രസ്ഥാനത്തിന്റെ വിശാലമായ പാതയിലെത്തിച്ചേർന്ന വിപ്ലവകാരികൾ അനവധി. അക്കൂട്ടത്തിൽ ഒരാളായിരുന്നു മനോരഞ്ജ്ജൻ റോയ്. കമ്യൂണിസ്റ്റ് പ്രസ്ഥാനത്തിലെ നിസ്വാർഥവും ത്യാഗപൂർണവുമായ പ്രവർത്തനത്തിലൂടെ അദ്ദേഹം സി പി ഐ (എം) കേന്ദ്രകമ്മിറ്റി അംഗം വരെ ആയി.

1909 ഒക്ടോബറിൽ, ഇപ്പോൾ ബംഗ്ലാദേശിൽ ഉൾപ്പെട്ട ഫരീദ്പൂർ ജില്ലയിലെ കുഞ്ചോർപൂർ ഗ്രാമത്തിൽ ജനിച്ചു. പിതാവ് അശ്വനികുമാർ ഒരു ഗവൺമെന്റ് ഉദ്യോഗസ്ഥൻ. അദ്ദേഹത്തിന് ഇടയ്ക്കിടെ സ്ഥലംമാറ്റമാകും. അതുകൊണ്ട് ചട്ട്ഗ്രാം, ചിറ്റഗോങ്, ജൽപായ്ഗുരി, രംഗ്പൂർ, ഢാക്കാ, കൽക്കത്ത എന്നിങ്ങനെ പല ഇടങ്ങളിലായാണ് സ്കൂൾ വിദ്യാഭ്യാസം പൂർത്തിയാക്കിയത്.

1921–ൽ ഗാന്ധിജിയുടെ നേതൃത്വത്തിൽ ആരംഭിച്ച നിസ്സഹകരണ പ്രസ്ഥാനത്തിന്റെ കാറ്റ് രാജ്യത്തിന്റെ ഇതരഭാഗങ്ങളിലെന്നപോലെ ബംഗാളിലും ആഞ്ഞുവീശി. അപ്പോൾ ബംഗാളിന്റെ വിവിധ ഭാഗങ്ങളിൽ വമ്പിച്ച യോഗങ്ങൾ. അത്തരം യോഗങ്ങളിലൊന്നിൽ തന്റെ സുഹൃത്തിന്റെ കൂടെ മനോരഞ്ജ്ജനും പങ്കെടുത്തു. പിൽക്കാലത്ത് എത്രയോ യോഗങ്ങളുടെ സംഘാടകനായിത്തീർന്ന മനോരഞ്ജ്ജൻ പങ്കെടുത്ത ആദ്യ യോഗമായിരുന്നു അത്. അദ്ദേഹത്തിന് രാഷ്ട്രീയത്തിൽ താൽപ്പര്യം ജനിക്കുകയായിരുന്നു. അപ്പോൾ വയസ്സ് 12.

ഏതാനും നാളുകൾ പിന്നിട്ടപ്പോൾ പിതാവിനൊപ്പം ചട്ട്ഗ്രാമിലെത്തി. അവിടത്തെ കോളേജിയേറ്റ് സ്കൂളിൽ വിദ്യാർഥിയായി ചേർന്നു. ഈ ഘട്ടത്തിലുണ്ടായ ഒരു സംഭവം അദ്ദേഹത്തിന്റെ ജീവിതത്തിലെ തന്നെ ഒരു വഴിത്തിരിവായി. അസമിലെ തേയിലത്തോട്ടങ്ങളിൽ ധാരാളം തൊഴിലാളികൾ പണിയെടുക്കുന്നുണ്ടായിരുന്നു. അവർ ക്രൂരമായി ചൂഷണം ചെയ്യപ്പെട്ടു. ചൂഷണം അസഹനീയമായിത്തീർന്നപ്പോൾ അവർ തോട്ടങ്ങളിൽനിന്ന് പലായനം ചെയ്യാൻ തുടങ്ങി. ഇങ്ങനെ പലായനം ചെയ്ത തൊഴിലാളികളിൽ കുറെപ്പേർ ചട്ട്ഗ്രാമിലെ ചന്ദ്പൂർ റെയിൽവേ സ്റ്റേഷനിലെത്തി. പൊലീസ്, സ്റ്റേഷനിൽ അവരെ വളഞ്ഞിടുകയും അവർക്കു നേരെ വെടിയുണ്ട ഉതിർക്കുകയും ചെയ്തു. കുറെപ്പേർ രക്തസാക്ഷികളായി. അതിനെക്കാൾ എത്രയോ കൂടുതൽപേർക്ക് പരിക്കേറ്റു. അപ്പോൾ പരിക്കേറ്റവരെ ശുശ്രൂഷിക്കാൻ കുറെ വിദ്യാർഥികൾ മുന്നിട്ടിറങ്ങി. അതിൽ ഒരു വിദ്യാർഥിയായിരുന്നു മനോരഞ്ജൻ.

പൊലീസിന്റെ വെടിവെപ്പിൽ എങ്ങും പ്രതിഷേധം. ചട്ട്ഗ്രാമിൽ പ്രതിഷേധയോഗം ചേരാൻ ജതീന്ദ്ര മോഹൻ സെൻ ആഹ്വാനം ചെയ്തു. എന്നാൽ യോഗത്തിനുമുമ്പ് പൊലീസ് ജതീന്ദ്രമോഹനെ അറസ്റ്റുചെയ്തു. പിന്നീട് അറസ്റ്റിൽ പ്രതിഷേധമായി. പ്രതിഷേധിച്ച് ചട്ട്ഗ്രാമിൽ വിജയകരമായ ഹർത്താൽ. വിദ്യാർഥികളുടെ പഠിപ്പുമുടക്ക്. പഠിപ്പുമുടക്കിയ വിദ്യാർഥികളെ പൊലീസ് ലാത്തിച്ചാർജുചെയ്തു. മനോരഞ്ജനും ലാത്തിയടിയേറ്റു. വമ്പിച്ചൊരു പ്രതിഷേധയോഗം സംഘടിപ്പിക്കപ്പെട്ടു. മനോരഞ്ജനും യോഗത്തിനെത്തി. യോഗത്തിൽ പ്രസംഗിക്കാൻ സുഹൃത്തുക്കൾ അദ്ദേഹത്തെ നിർബന്ധിച്ചു. അങ്ങനെ ജതീന്ദ്രമോഹന്റെ അറസ്റ്റിലും ലാത്തിച്ചാർജിലും പ്രതിഷേധിച്ച് ബാലനായ മനോരഞ്ജൻ പ്രസംഗിച്ചു–ആദ്യ പ്രസംഗം. അത് അദ്ദേഹത്തിന്റെ ജീവിതത്തിൽത്തന്നെ വഴിത്തിരിവ് കുറിച്ചു.

ചട്ട്ഗ്രാമിൽനിന്ന് ഐ എസ് സിയും ബി എസ് സിയും പാസായതിനുശേഷം തുടർന്ന് പഠിക്കാൻ കൽക്കത്തയിലെത്തി. പ്രസിഡൻസി കോളേജിൽ ചേർന്നു. കൽക്കത്തയിൽ താമസം അമ്മാവന്റെ കൂടെ. അമ്മാവൻ പൊലീസ് ഇൻസ്പെക്ടർ ജനറലുടെ പേഴ്സണൽ അസിസ്റ്റന്റ്. ഇവിടെ താമസിച്ച് പഠിക്കുമ്പോൾ പൂർണേന്ദു ദസ്തിദാർ വഴി യുഗാന്തർ എന്ന വിപ്ലവ ഗ്രൂപ്പുമായി ബന്ധപ്പെട്ടു. ഉശിരന്മാരായ ചെറുപ്പക്കാർ ദേശീയ വിപ്ലവ പ്രസ്ഥാനത്തിലേക്ക് ആകർഷിക്കപ്പെട്ടുകൊണ്ടിരുന്ന കാലമായിരുന്നു അത്. മനോരഞ്ജൻ യുഗാന്തർ പ്രവർത്തകനായി. വിപ്ലവകാരികളിൽ പലരുമായി ബന്ധപ്പെട്ടു. അദ്ദേഹം അവരുടെ വൃത്തങ്ങളിൽ അറിയപ്പെടാൻ തുടങ്ങി. ചട്ട്ഗ്രാമിലെയും മറ്റും വിപ്ലവകാരികൾക്കും കിട്ടി ഈ അറിവ്.

ഇതിനിടയിൽ ആ ചെറുപ്പക്കാരന് ടൈഫോയ്ഡ് പിടിപെട്ടു. രോഗം അൽപ്പം ഭേദമായതോടെ ആരോഗ്യം വീണ്ടെടുക്കാൻ അപ്പോഴേക്കും ചിറ്റഗോങ്ങിലേക്ക് സ്ഥലംമാറ്റം കിട്ടിയ അച്ഛന്റെ അടുത്തെത്തി. അവിടെ

എത്തിയപ്പോഴേക്കും അദ്ദേഹത്തെയും പ്രതീക്ഷിച്ച് നിൽക്കുന്നുണ്ടായിരുന്നു വിപ്ലവകാരിയായ സുർജീത്സെന്നും മറ്റൊരു സുഹൃത്തും. അവരുമായി ചേർന്ന് വിപ്ലവപ്രവർത്തനങ്ങളിലേർപ്പെട്ടു. അധികം കഴിയുന്നതിനുമുമ്പ് വിപ്ലവപ്രസ്ഥാനവുമായുള്ള ബന്ധം അമ്മ മനസിലാക്കി. എന്നാൽ ഇതൊന്നും പൊലീസിന്റെ ശ്രദ്ധയിൽ പെട്ടിരുന്നില്ല. താമസിയാതെ വിപ്ലവപ്രസ്ഥാനവുമായുള്ള ബന്ധം പൊലീസിന്റെ ശ്രദ്ധയിൽ പെടുകതന്നെ ചെയ്തു. ഒരു ദിവസം വിപ്ലവകാരിയായ ചാറ്റർജിയുടെ സഹോദരിയുടെ വീട്ടിൽ പോകാനിടയായി. അത് പൊലീസിന്റെ ശ്രദ്ധയിൽപ്പെട്ടു. അതോടെ അവർ അദ്ദേഹത്തിന്റെ പ്രവർത്തനങ്ങൾ നിരീക്ഷിക്കാൻ തുടങ്ങി.

ആരോഗ്യം വീണ്ടെടുത്ത് കൽക്കത്തയിൽ മടങ്ങിയെത്തിയപ്പോഴേക്ക് വിപ്ലവപ്രസ്ഥാനവുമായുള്ള ബന്ധം ഏറെക്കുറെ പരസ്യമായിരുന്നു. അമ്മാവൻ മാത്രമല്ല, ഡി ഐ ജി പോലും ഇക്കാര്യം അറിഞ്ഞിരുന്നു. അതുകൊണ്ട് അദ്ദേഹത്തിന് അമ്മാവന്റെ വീട്ടിൽ താമസിച്ച് പഠിക്കാൻ കഴിയാതെയായി. ഈ സാഹചര്യത്തിൽ അച്ഛൻ വന്ന് അദ്ദേഹത്തെ ചിറ്റഗോങ്ങിലേക്ക് കൂട്ടിക്കൊണ്ടുപോയി. അവിടെയെത്തിയപ്പോൾ അവിടെയുള്ള വിപ്ലവകാരികളുമായും വിപ്ലവ പ്രസ്ഥാനവുമായുള്ള ബന്ധവും പുനഃസ്ഥാപിച്ചു. വിപ്ലവകാരികൾ ചിറ്റഗോങ്ങ് ആയുധശാലാ ആക്രമണത്തിന് തയ്യാറെടുപ്പ് നടത്തുകയായിരുന്നു. മനോരഞ്ജന് കിട്ടിയ നിർദേശം കഴിയുന്നത്ര ആയുധങ്ങൾ ശേഖരിക്കാനായിരുന്നു. സൂര്യസെൻ ആ ദൗത്യവുമായി അദ്ദേഹത്തെ കൽക്കത്തയിലേക്ക് അയച്ചു.

കൽക്കത്തയിൽ താമസം ഒരു ഫ്ളാറ്റിൽ അമ്മയുടെ കൂടെ. ഒരു ദിവസം പൊലീസ് വാതിൽ തള്ളിത്തുറന്ന് ഫ്ളാറ്റിന്റെ അകത്തേക്ക് പ്രവേശിച്ചു. അപ്പോൾ മനോരഞ്ജൻ വീട്ടിലുണ്ടായിരുന്നു. പൊലീസ് അദ്ദേഹത്തെ പരിശോധിച്ചു. കീശയിൽ കുറച്ചു പണം. അതെങ്ങനെ കിട്ടി എന്ന് പൊലീസിന് അറിയണം. അപ്പോൾ അമ്മ രക്ഷയ്ക്കെത്തി. സാധനങ്ങൾ വാങ്ങാൻ താനാണ് മകന് പണം നൽകിയതെന്ന് അവർ പൊലീസിനോട് പറഞ്ഞു. അപ്പോൾ മറ്റൊരു ചോദ്യമായി: എന്തുകൊണ്ട് മൂന്നുമാസത്തിലധികം കോളേജിൽ നിന്ന് വിട്ടുനിന്നു? അപ്പോഴും മകന്റെ രക്ഷയ്ക്കെത്തി അമ്മ. അവർ പറഞ്ഞു: “മകന് കടുത്ത ടൈഫോയ്ഡ് ആയിരുന്നു. അതുകൊണ്ട് ഞാനാണ് അവനോട് കോളേജിൽ പോകേണ്ടെന്ന് പറഞ്ഞത്.” അമ്മയുടെ സമർഥമായ ഇടപെടൽമൂലം മകൻ അറസ്റ്റിൽ നിന്ന് രക്ഷപ്പെട്ടു. മകൻ തന്റെ പ്രവർത്തനം തുടർന്നു.

ഒരു ദിവസം സുഹൃത്തിനോടൊപ്പം ബോംബ് നിർമിച്ചുകൊണ്ടിരിക്കുകയായിരുന്നു. അവിചാരിതമായി തീ ആളിപ്പടർന്നു. മനോരഞ്ജൻ അറസ്റ്റിലായി. കൽക്കത്തയിലെ പ്രസിഡൻസി ജയിലിൽ പാർപ്പിച്ചു. ജയിലിൽ വെച്ച് രോഗബാധിതനായി. ഡാക്ക മെഡിക്കൽ കോളേജിലേക്ക് മാറ്റി. അവിടെ കാളി ചാറ്റർജി, രാമകൃഷ്ണ മിശ്ര തുടങ്ങിയ വിപ്ലവകാരികളെ കണ്ടുമുട്ടി. ഈ വിപ്ലവകാരികളെ ഒരു പൊലീസ് ഇൻസ്പെക്ട

റുടെ നേരെ വെടിയുണ്ട ഉതിർത്തതിന്റെ പേരിൽ തൂക്കിക്കൊല്ലുകയായിരുന്നു. മിശ്ര വധിക്കപ്പെട്ടതിനുശേഷം അദ്ദേഹത്തിന്റെ ഭാര്യ ആശുപത്രിയിൽ മനോരഞ്ജനെ സന്ദർശിച്ചു. വിപ്ലവപ്രസ്ഥാനത്തിൽച്ചേർന്ന് പ്രവർത്തിക്കാൻ അവർ സന്നദ്ധത പ്രകടിപ്പിച്ചു. അതുകൊണ്ട് അവരെ സുർജീത് സെന്നിന് പരിചയപ്പെടുത്തിക്കൊണ്ടുള്ള ഒരു കത്ത് അദ്ദേഹം കൈമാറി. അങ്ങനെ അവർ വിപ്ലവപ്രവർത്തനങ്ങളിൽ പങ്കാളിയായി. ചിറ്റഗോങ്ങിലെ യൂറോപ്യൻ ക്ലബ് വിപ്ലവകാരികൾ ആക്രമിക്കുമ്പോൾ അവർക്ക് മാരകമായി പരിക്കേറ്റു.

മനോരഞ്ജനെ രാജസ്ഥാനിലെ ദേവലിക്യാമ്പിലേക്ക് മാറ്റി. അപ്പോൾ ക്യാമ്പിലെ ചൂട് 102 ഡിഗ്രി. പോരെങ്കിൽ ജലദൗർലഭ്യവും. അരിയും മീനുമാണ് ബംഗാളികളുടെ ഇഷ്ടഭക്ഷണം. അത് ഈ ക്യാമ്പിൽ ലഭിക്കുകയുമില്ല. പലർക്കും അപ്പൻഡിസൈറ്റിസിസ് രോഗം. റോയ് ചൗധരി എന്ന തടവുകാരന് ടി ബി ക്യാമ്പിലെ സാഹചര്യങ്ങളുമായി പൊരുത്തപ്പെട്ടുപോകാനാവാതെ ഒരാൾ ആത്മഹത്യ ചെയ്തു. ഈ സാഹചര്യങ്ങൾക്കെതിരെ തടവുകാർ പ്രക്ഷോഭം ആരംഭിച്ചു. പ്രക്ഷോഭത്തെയും ക്യാമ്പിലെ അവസ്ഥയെയും കുറിച്ചുള്ള വിവരങ്ങൾ ചില കൽക്കത്താ പത്രങ്ങൾ പ്രസിദ്ധീകരിച്ചു. ബംഗാളിലാകെ പ്രതിഷേധം അലയടിച്ചു. തന്മൂലം ക്യാമ്പിലെ സ്ഥിതിഗതികൾ അൽപ്പം മെച്ചപ്പെട്ടു.

ഈ ക്യാമ്പിൽ വെച്ച് മനോരഞ്ജനും സഖാക്കളും മാർക്സിസത്തിൽ ആകൃഷ്ടരായി. അവർ മാർക്സിസം–ലെനിനിസം പഠിക്കാൻ തുടങ്ങി. ക്യാമ്പിൽവെച്ച് ലഭിച്ച പുസ്തകങ്ങൾ അതിനായുപയോഗിച്ചു. ആദ്യം വായിച്ച പുസ്തകം *മൂലധനം*. മാർക്സിസം പഠിച്ചപ്പോൾ ബഹുജനങ്ങളെ അണിനിരത്തിക്കൊണ്ടുമാത്രമേ രാജ്യത്തിന്റെ സ്വാതന്ത്ര്യം നേടിയെടുക്കാൻ കഴിയൂ എന്ന് തികച്ചും ബോധ്യപ്പെട്ടു.

1937 ജൂലായിൽ അദ്ദേഹത്തെ വീണ്ടും പ്രസിഡൻസി ജയിലിലേക്കു മാറ്റി. ജയിലിൽ ഡോക്ടർ ചാറ്റർജി അദ്ദേഹത്തെ പരിശോധിച്ചു. നല്ല ചികിത്സ കിട്ടുന്ന സ്ഥലത്തേക്ക് മാറ്റാൻ അദ്ദേഹം ശുപാർശ ചെയ്തു. അതുകൊണ്ടാണ് ബാലിഗഞ്ച് പൊലീസ് സ്റ്റേഷൻ അതിർത്തിയിലെ ഒരു വീട്ടിൽ തടവുകാരനായി പാർപ്പിച്ച് ചികിത്സ ലഭ്യമാക്കി. 1938 ജനുവരിൽ വിട്ടയച്ചു.

ജയിൽ മോചിതനായ ഉടൻ മനോരഞ്ജനും സഖാക്കളും ഇന്ത്യൻ കമ്യൂണിസ്റ്റുപാർട്ടിയിൽ അംഗമായി. താമസിയാതെ അദ്ദേഹം ലേബർ പാർട്ടിയിലെത്തി. ലേബർ പാർട്ടി സമ്മേളനം നടന്നപ്പോൾ ചിലർ കമ്യൂണിസ്റ്റുപാർട്ടിയിലേക്ക് മടങ്ങാൻ താൽപ്പര്യം പ്രകടിപ്പിച്ചു. അവരിലൊരാൾ മനോരഞ്ജൻ. എങ്കിലും മടക്കയാത്ര അൽപ്പം വൈകി. വൈകിയിട്ടാണെങ്കിലും അദ്ദേഹം കമ്യൂണിസ്റ്റുപാർട്ടിയിൽ തിരിച്ചെത്തി. ജയിലിൽ നിന്ന് വന്ന ഉടൻ കുറച്ചുകാലം *ഹിന്ദുസ്ഥാൻ സ്റ്റാന്റേർഡി*ൽ പത്രപ്രവർത്തകനായി ജോലി നോക്കി.

1944–ൽ കമ്യൂണിസ്റ്റുപാർട്ടിയിൽ തിരിച്ചെത്തിയതിനുശേഷം പീപ്പിൾ

സ് റിലീഫ് കമ്മിറ്റിയിലാണ് പ്രവർത്തിച്ചത്. അടുത്തവർഷം പാർട്ടി അദ്ദേഹത്തെ ട്രേഡ്‌യൂണിയൻ രംഗത്തേക്ക് നിയോഗിച്ചു. പിന്നീട് മരണം വരെ ആ രംഗത്ത് ഉറച്ചുനിന്നു. ടിട്ടാഗഢിലാണ് ട്രേഡ്‌യൂണിയൻ പ്രവർത്തനം തുടങ്ങിയത്. ആ വർഷാവസാനം ട്രേഡ്‌യൂണിയന്റെ കേന്ദ്ര സമിതി ഓഫീസിൽ നീരദ് ചക്രവർത്തിയുടെ സഹായിയായി പ്രവർത്തനം തുടർന്നു. 1939 ഫെബ്രുവരിയിൽ എ ഐ ടി യു സിയുടെ സംസ്ഥാന സമ്മേളനം സെക്രട്ടറിമാരിൽ ഒരാളായി തിരഞ്ഞെടുത്തു. നിത്യാനന്ദ ചൗധരിയുടൊ കൂടെ വാസന്തി കോട്ടൺ മില്ലിൽ നയിച്ച ഒരു പണിമുടക്ക് പ്രസിദ്ധം. സ്വാതന്ത്ര്യലബ്ധിക്കുമുമ്പ് ആരംഭിച്ച പണിമുടക്ക് സ്വാതന്ത്ര്യലബ്ധിക്കുശേഷമാണ് അവസാനിച്ചത്.

1948-ൽ കൽക്കത്തയിൽ നടന്ന രണ്ടാം പാർട്ടി കോൺഗ്രസിനെത്തുടർന്ന് കോൺഗ്രസ് ഗവൺമെന്റ് കമ്യൂണിസ്റ്റുപാർട്ടിയെ നിരോധിച്ചു. മനോരഞ്ജൻറോയി ഒളിവിൽ പോയി. അപ്പോൾ സിലിഗുരി കേന്ദ്രമാക്കി വടക്കൻ ബംഗാളിലാണ് അദ്ദേഹം പ്രവർത്തിച്ചത്. ഡാർജിലിങ്, ജൽപായ് ഗുരി ആദിയായ സ്ഥലങ്ങളിലെ തോട്ടം തൊഴിലാളികളെ സംഘടിപ്പിക്കുന്ന പ്രവർത്തനങ്ങളിൽ അദ്ദേഹം വ്യാപൃതനായി. നേരത്തെ ഈ പ്രദേശങ്ങളിൽ തോട്ടംതൊഴിലാളികളെ സംഘടിപ്പിക്കാൻ ഡോ. ബസു ശ്രമിക്കുകയുണ്ടായി. അദ്ദേഹം തോട്ടം തൊഴിലാളികളുടെ മണ്ഡലത്തിൽ നിന്ന് ബംഗാൾ അസംബ്ലിയിലേക്ക് തിരഞ്ഞെടുക്കപ്പെടുകപോലും ചെയ്തു. ആ പദവി ഉപയോഗിച്ച് അദ്ദേഹം ട്രേഡ്‌യൂണിയൻ പ്രവർത്തനം ശക്തിപ്പെടുത്തി. എങ്കിലും ആകസ്മികമായി മരണപ്പെട്ടു. അദ്ദേഹത്തിന്റെ സ്ഥാനമാണ് മനോരഞ്ജന് ഏറ്റെടുക്കേണ്ടിയിരുന്നത്. പാർട്ടി തന്നെ ഏൽപ്പിച്ച ജോലി മനോരഞ്ജൻ നന്നായി നിറവേറ്റി.

കമ്യൂണിസ്റ്റുപാർട്ടിക്കെതിരായ നിരോധനം ഗവൺമെന്റ് പിൻവലിച്ചതിനെത്തുടർന്ന് അദ്ദേഹം ഒളിവിൽനിന്ന് പുറത്തുവന്നു. അതിനും രണ്ടു വർഷം മുമ്പ് എ ഐ ടി യു സി ബംഗാൾ ഘടകത്തിന്റെ ജനറൽ സെക്രട്ടറിയായി തിരഞ്ഞെടുക്കപ്പെട്ടിരുന്നു. 1952-ൽ നടന്ന നിയമസഭാ തിരഞ്ഞെടുപ്പിൽ ബീജാപ്പൂർ മണ്ഡലത്തിൽനിന്ന് അദ്ദേഹം തിരഞ്ഞെടുക്കപ്പെട്ടു. 1959-ൽ രാജ്യസഭാംഗമായി. റിവിഷനിസത്തിനെതിരായ സമരത്തിൽ പ്രധാന പങ്കുവഹിച്ച അദ്ദേഹം സി പി ഐ (എം) രൂപം കൊണ്ടപ്പോൾ സംസ്ഥാന കമ്മിറ്റിയിൽ അംഗമായി; 1977-ൽ സംസ്ഥാന സെക്രട്ടേറിയറ്റിലും. 1978-ൽ കേന്ദ്രകമ്മിറ്റിയിലേക്ക് തിരഞ്ഞെടുക്കപ്പെട്ടു. 1970-ൽ സി ഐ. ടി യു രൂപം കൊണ്ടതുമുതൽ അതിന്റെ അഖിലേന്ത്യാ നേതൃനിരയിലുണ്ടായിരുന്നു. അതിന്റെ ഖജാൻജിയായും വൈസ് പ്രസിഡന്റായും പ്രവർത്തിച്ചിട്ടുണ്ട്. സി ഐ ടി യു ബംഗാൾ ഘടകത്തിന്റെ ജനറൽ സെക്രട്ടറിയായും പ്രസിഡന്റായും പ്രവർത്തിക്കുകയുണ്ടായി. സ്വാതന്ത്ര്യലബ്ധിക്കു മുമ്പും സ്വാതന്ത്ര്യം ലഭിച്ചതിനുശേഷവും പലതവണ ജയിലിൽ പോവുകയുണ്ടായി. മൊത്തം 12 വർഷം ജയിലിൽ കിടന്നു. ഏതാനുംവർഷം ഒളിവിലും കഴിഞ്ഞിട്ടുണ്ട്. 1992 ജൂൺ 13-ന് അന്തരിച്ചു.

എസ് എസ് മിറാജ്കർ

1901 - 1980

ഇന്ത്യൻ കമ്യൂണിസ്റ്റ് പ്രസ്ഥാനത്തിന്റെ ആദ്യകാല നേതാക്കളിൽ ഒരാളായിരുന്നു ശാന്താറാം എസ് മിറാജ്കർ. ഇന്ത്യ കണ്ട ട്രേഡ് യൂണിയൻ നേതാക്കളിൽ പ്രമുഖൻ.

മഹാരാഷ്ട്രയിലെ ഒരു പഴയ നാട്ടുരാജ്യമായ മിറാജിൽ 1901 ൽ ജനിച്ചു. മെട്രിക്കുലേഷൻ പരീക്ഷയ്ക്ക് ഇരിക്കുന്നതിനു മുമ്പ് തന്നെ ജോലിയിൽ പ്രവേശിച്ചു. ഇംഗ്ലീഷ് നന്നായി സംസാരിക്കും. ഫ്രഞ്ചും അറിയാം. സ്കൂളിൽ രണ്ടാം ഭാഷ ഫ്രഞ്ചായിരുന്നു. അതിനാൽ ഫ്രഞ്ചുബാങ്കിൽ എളുപ്പത്തിൽ ജോലികിട്ടി.

വിദ്യാർഥി ആയിരിക്കേ തന്നെ രാഷ്ട്രീയത്തിൽ അത്യന്തം തൽപ്പരനായി. ഗാന്ധിജിയുടെ നേതൃത്വത്തിൽ നിസഹകരണ പ്രസ്ഥാനം ആരംഭിച്ചപ്പോൾ അതിൽ സജീവമായി. തന്നെയുമല്ല, സത്യഗ്രഹത്തിൽ പങ്കെടുത്ത് അറസ്റ്റ് വരിക്കുകയും ചെയ്തു. ആറുമാസത്തെ ജയിൽശിക്ഷ കിട്ടി. ബാങ്കിലെ ജോലി തുടരുമ്പോഴും ആ താൽപ്പര്യം നിലനിർത്തി. അപ്പോഴാണ് ബോംബെ പ്രവിശ്യാ കോൺഗ്രസ് കമ്മിറ്റിയിലേക്കും തിരഞ്ഞെടുക്കപ്പെട്ടത്. തന്റെ റാഡിക്കൽ ഗ്രൂപ്പിലെ ചിലരോടൊപ്പം ഡാങ്കെയുമുണ്ടായിരുന്നു കമ്മിറ്റിയിൽ. അങ്ങനെയാണ് ഡാങ്കെയുമായി പരിചയപ്പെടുന്നതും അടുക്കുന്നതും.

ഡാങ്കെ *സോഷ്യലിസ്റ്റ്* വാരിക പ്രസിദ്ധീകരിക്കാൻ തുടങ്ങിയപ്പോൾ മിറാജ്കർ അദ്ദേഹവുമായി കൂടുതൽ അടുത്തു. അദ്ദേഹം ഡാങ്കെയെ സഹായിക്കാൻ മുന്നോട്ടുവന്നു. മിറാജ്കറുമായുള്ള തന്റെ ആദ്യകൂടിക്കാഴ്ച ഡാങ്കെ രസകരമായി വിവരിച്ചിട്ടുണ്ട്. നോക്കുക.

സോഷ്യലിസ്റ്റ് വാരിക പ്രസിദ്ധീകരിക്കാൻ തുടങ്ങി രണ്ടാഴ്ച കഴിഞ്ഞപ്പോൾ ഒരു ചെറുപ്പക്കാരൻ എന്റെ വീട്ടിൽ കയറിവന്നു. എന്റെ ജോലിയിൽ ചില സഹായങ്ങളൊക്കെ ചെയ്തുതരാമെന്ന് ആ ചെറുപ്പക്കാരൻ എന്നോടു പറഞ്ഞു. ചെറുപ്പക്കാരൻ നന്നായി, വൃത്തിയായി വേഷം ധരിച്ചിരുന്നു. അയാളോടെന്തു പറയണം എന്നെനിക്കു നിശ്ചയമില്ലാതായി. എങ്കിലും എന്റെ ജോലി അയാൾക്കിഷ്ടപ്പെട്ടേക്കില്ല എന്നു ഞാൻ പറഞ്ഞു. അപ്പോൾ എന്തു ജോലിയും താൻ ചെയ്യാമെന്നായി അയാൾ. തനിക്കു ജോലി ചെയ്താൽ പ്രതിഫലമൊന്നും ആവശ്യമില്ലെന്നും തനിക്കു ഫ്രഞ്ചുബാങ്കിൽ നല്ല ശമ്പളമുള്ള ജോലിയുണ്ടെന്നും അയാൾ അറിയിച്ചു. എന്നോടൊപ്പം പ്രസിലേക്കു വരാനും വാരിക മടക്കുന്ന ജോലിയിൽ സഹായിക്കാനും ഞാൻ അയാളോടു പറഞ്ഞു. ഒരു മടിയും കൂടാതെ അന്നു മുഴുവൻ വാരിക മടക്കുന്ന ജോലിയിൽ എന്നെ സഹായിച്ചു. ആ ചെറുപ്പക്കാരനായിരുന്നു എസ് എസ് മിറാജ്കർ.

കോൺപൂർ ഗൂഢാലോചനക്കേസിനോടനുബന്ധിച്ച് ഡാങ്കെ അറസ്റ്റിലായി. അപ്പോൾ മറ്റുള്ളവരോടൊപ്പം മിറാജ്കർ ഒരു കോൺപൂർ ഡിഫൻസ് കമ്മിറ്റിയുണ്ടാക്കി. കോൺപൂർ കേസിൽ ശിക്ഷിക്കപ്പെട്ട ഡാങ്കെ തടവറയിൽ കിടക്കുമ്പോഴാണ് 1925 അവസാനം, ഇന്ത്യൻ മണ്ണിൽ ഇന്ത്യൻ കമ്യൂണിസ്റ്റ് പാർട്ടി രൂപവൽക്കരണംയോഗം കോൺപൂരിൽ നടന്നത്. കെ എൻ ജോഗ്ളേക്കറുടെയും മറ്റും കൂടെ ആ യോഗത്തിൽ പങ്കെടുത്തു. അതിനെത്തുടർന്ന് അന്ന് 125രൂപ ശമ്പളമുള്ള ജോലി രാജിവച്ചു. 1926 ൽ കമ്യൂണിസ്റ്റ് പാർട്ടി അംഗമായി.

കോൺപൂരിൽ ചേർന്ന ഇന്ത്യൻ മണ്ണിലെ ഇന്ത്യൻ കമ്യൂണിസ്റ്റ് പാർട്ടി രൂപവൽക്കരണയോഗം കമ്യൂണിസ്റ്റുകാർക്ക് പരസ്യപ്രവർത്തനം നടത്തുന്നതിനുള്ള പൊതുവേദിയെന്ന നിലയിൽ തൊഴിലാളി-കർഷക പാർട്ടി രൂപവൽക്കരിക്കാൻ തീരുമാനിച്ചു. ബോംബെയിൽ അതിനു നേതൃത്വം നൽകിയത് മിറാജ്കർ. അദ്ദേഹം പാർട്ടിയുടെ സെക്രട്ടറിയായി തിരഞ്ഞെടുക്കപ്പെട്ടു. പാർട്ടിയുടെ മുഖപത്രമെന്ന നിലയിൽ *ക്രാന്തി* വാരിക പുറത്തുവന്നു. അതിന്റെ പത്രാധിപരായി പാർട്ടി അദ്ദേഹത്തെ നിയമിച്ചു.

1927 ൽ തൊഴിലാളി കർഷക പാർട്ടി ബോംബെയിൽ മെയ്ദിനം വിപുലമായ തോതിൽ ആചരിച്ചു. അതിനോടനുബന്ധിച്ച് ഒരു വമ്പിച്ച പ്രകടനം. ലിബറൽ ട്രേഡ് യൂണിയൻ നേതാവ് എൻ എം ജോഷിയും പ്രകടനത്തിൽ പങ്കെടുത്തു. അന്നത്തെ റാലിയിലെ പ്രസംഗകരിൽ ഒരാൾ മിറാജ്കർ. മെയ്ദിനത്തോടനുബന്ധിച്ച് *ക്രാന്തി* ഒരു പ്രത്യേക പതിപ്പ് പുറത്തിറക്കി.

മിറാജ്കർ

ഇരുപതുകളുടെ ഒന്നാം പകുതി ആരംഭിച്ചപ്പോഴേക്കും ട്രേഡ് യൂണിയൻ രംഗത്ത് മിറാജ്കർ സജീവമായി. അക്കാലത്തെക്കുറിച്ച് അദ്ദേഹം എഴുതി:

> ലോട്വാല ഹോസ്റ്റലിലെ പഠനക്ലാസുകൾക്കും ചർച്ചകൾക്കും പുറമേ ബഹുജനങ്ങൾക്കിടയിൽ പാർട്ടി പ്രവർത്തിക്കാൻ തുടങ്ങി. ട്രേഡ് യൂണിയൻ പ്രവർത്തനം അതിന്റെ ആരംഭഘട്ടത്തിലായി

രുന്നു. കേവലമായ ചർച്ചകൾ കൊണ്ട് വലിയ പ്രയോജനമില്ലെന്നും തുറമുഖത്തൊഴിലാളികൾ, റെയിൽവേ തൊഴിലാളികൾ, ടെക്സ്റ്റൈൽ തൊഴിലാളികൾ, പോസ്റ്റൽ ആന്റ് ടെലഗ്രാഫ് ജീവനക്കാർ തുടങ്ങിയവർക്കിടയിലെ പ്രയോഗിക പ്രവർത്തനം അത്യന്താപേക്ഷിതമാണെന്നും ഡാങ്കെ നിർബന്ധം പിടിക്കും. വലിയ വലിയ യൂണിയനുകൾ സംഘടിപ്പിക്കണമെന്നും അവയെ എ ഐ ടി യു സിക്കു കീഴിൽ കൊണ്ടുവരണമെന്നും അദ്ദേഹം പറയും. 1927 ആയപ്പോൾ ബോംബെയിലെ വിവിധ വിഭാഗം തൊഴിലാളികൾക്കിടയിൽ ഞങ്ങൾ കുറച്ചൊക്കെ സ്വാധീനം ഉണ്ടാക്കിയെടുത്തു. മുനിസിപ്പൽ തൊഴിലാളികൾ അതിനകം ഞങ്ങളോടൊപ്പമായിക്കഴിഞ്ഞിരുന്നു. ആർ എസ് നിംബ്കാർ മുനിസിപ്പൽ വർക്കേഴ്സ് യൂണിയന്റെ ജനറൽ സെക്രട്ടറിയായി. അതിൽ എസ് എസ് ജബ്വാല വലിയ സ്വാധീനം ചെലുത്തി. ജബ്വാല അപ്പോൾ ഉശിരൻ ട്രേഡ് യൂണിയനിസ്റ്റായിരുന്നു. യൂണിയനുകൾ സംഘടിപ്പിക്കുന്നതിൽ അദ്ദേഹം നല്ല പ്രവർത്തനം കാഴ്ചവെച്ചു.

1927 ൽ ചെറുതും വലുതുമായി ധാരാളം പണിമുടക്കുകൾ നടന്നു ബോംബെയിൽ. അവയിൽ മിക്കതിലും ഏറിയോ കുറഞ്ഞോ ഉള്ള പങ്ക് മിറാജ്കർക്കുണ്ടായിരുന്നു. 1928 ൽ പണിമുടക്ക് പരമ്പരകൾ. അവയിൽ ഏറ്റവും പ്രധാനപ്പെട്ടത് ടെക്സ്റ്റൈൽ തൊഴിലാളി പണിമുടക്ക്. ആറുമാസം നീണ്ടുനിന്ന ആ പണിമുടക്കിന് നേതൃത്വം നൽകിയവരിലൊരാൾ മിറാജ്കർ. പണിമുടക്കിനിടയിലാണ് ഗിർണി കാംഗാർ യൂണിയൻ ഉയർന്നുവന്നത്. അതിന്റെ അസിസ്റ്റന്റ് സെക്രട്ടറിയായി അദ്ദേഹത്തെ തിരഞ്ഞെടുത്തു.

സൈമൺ കമ്മീഷനെതിരായ പ്രക്ഷോഭത്തിൽ പ്രധാന പങ്ക് വഹിച്ചു. അതേക്കുറിച്ച് അദ്ദേഹം എഴുതിയത് നോക്കുക:

> 1928 ഫെബ്രുവരി 3 ന് സൈമൺ കമ്മീഷൻ ഹർത്താൽ ദിനത്തിൽ ഞാൻ പങ്കെടുക്കുക മാത്രമല്ല, അത് സംഘടിപ്പിക്കുന്നതിൽ സജീവ പങ്കുവഹിക്കുകകൂടി ചെയ്തു. ഹർത്താൽ സംഘടിപ്പിക്കുന്നതിന് രൂപവൽക്കരിച്ച തൊഴിലാളി കമ്മിറ്റിയിലും ഞാനൊരംഗമായിരുന്നു. തൊഴിലാളി വർഗ പ്രദേശങ്ങളിൽനിന്ന് ലാമിംഗ്ടൺ റോഡിൽ, മുനിസിപ്പൽ ആപ്പീസിനു മുമ്പിൽ ഒരു ബഹുജനറാലി നടത്തി, സൈമൺ കമ്മീഷൻ അംഗങ്ങളുടെ ഏഴ് കോലങ്ങൾ അഗ്നിക്കിരയാക്കി.

1928 ൽ രാജ്യവ്യാപകമായി നടന്ന പണിമുടക്ക് പരമ്പരകളും സൈമൺ കമ്മീഷൻ വിരുദ്ധപ്രക്ഷോഭത്തിലെ ജനപങ്കാളിത്തവും ദേശീയാടിസ്ഥാനത്തിൽ തൊഴിലാളി–കർഷക പാർട്ടി ഏകീകരിക്കപ്പെട്ടതും ബ്രിട്ടീഷുകാരെ പരിഭ്രാന്തരാക്കി. അത് കമ്യൂണിസ്റ്റുകാരെ ആഞ്ഞടിക്കാ

1957 ൽ ഇ എം എസ് കേരള മുഖ്യമന്ത്രിയായപ്പോൾ ബോംബെ വിമാനത്താവളത്തിൽ നൽകിയ സ്വീകരണം. ഇടതുവശത്ത് ഇ എം എസിനോട് ചേർന്നു നിൽക്കുന്നത് എസ് എസ് മിറാജ്കർ, എസ് വി ഘാട്ടെ, ബി ടി ആർ എന്നിവരെയും ചിത്രത്തിൽ കാണാം.

നുള്ള തീരുമാനത്തിൽ അവരെ കൊണ്ടുചെന്നെത്തിച്ചു. അങ്ങനെയാണ് അവർ മീറത് ഗൂഢാലോചനക്കേസ് ചാർജ് ചെയ്തത്. അതിലെ പ്രതികളിലൊരാൾ മിറാജ്കർ. ആ കേസിൽ അഞ്ചുവർഷത്തെ തടവുശിക്ഷ കിട്ടി.

ജയിൽമോചിതനായ ശേഷം യൂണിയൻ രംഗത്ത് മുഴുകി. 1934 ൽ ടെക്സ്റ്റൈൽ തൊഴിലാളികളുടെ മറ്റൊരു പൊതുപണിമുടക്ക്. അതിനു നേതൃത്വം നൽകി. അതിന്റെ പേരിൽ അറസ്റ്റിലായി. മൂന്നുവർഷം തടവിൽ കിടക്കേണ്ടി വന്നു.

1938 ൽ ഫീനിക്സ് മില്ലിൽ പണിമുടക്ക്. അതിനോടനുബന്ധിച്ച് അറസ്റ്റിലായി. 1939 ൽ രണ്ടാംലോകമഹായുദ്ധം ആരംഭിച്ചപ്പോൾ ബ്രിട്ടീഷ് ഗവൺമെന്റ് കമ്യൂണിസ്റ്റുകാരെ വേട്ടയാടാൻ തുടങ്ങി. അതിൽ മിറാജ്കറും ഉൾപ്പെട്ടു. അതിനുമുമ്പ്, ബോംബെ മുനിസിപ്പൽ കൗൺസിലിലേക്കു തിരഞ്ഞെടുക്കപ്പെട്ടു. ജയിൽമോചിതനായശേഷം വീണ്ടും തൊഴിലാളികൾക്കിടയിലേക്ക്.

1946 ൽ ചരിത്രപ്രധാനമായ നാവിക കലാപം. അതിന് പിന്തുണ പ്രഖ്യാപിച്ച് ബോംബെയിൽ ഉജ്വലമായ പണിമുടക്ക്. അതിനു നേതൃത്വം നൽകിയവരിലൊരാൾ മിറാജ്കർ.

സ്വാതന്ത്ര്യലബ്ധിക്കുശേഷം 1948 ൽ, പാർട്ടിയുടെ രണ്ടാം കോൺഗ്രസ് കൽക്കത്തയിൽ. ആ കോൺഗ്രസ് അദ്ദേഹത്തെ കൺട്രോൾ കമ്മീഷൻ അംഗമായി തിരഞ്ഞെടുത്തു. കോൺഗ്രസിനു

ശേഷം പാർട്ടി നിരോധിക്കപ്പെട്ടപ്പോൾ അറസ്റ്റിലായി. രണ്ടരവർഷം തടവിൽ കിടന്നു. രാജ്യത്തിലെ വിവിധ തടവറകളിലായി മൊത്തം പത്തു വർഷം കഴിച്ചുകൂട്ടി. കുറച്ചുകാലം സി പി ഐ ബോംബെ കമ്മിറ്റിയുടെ ചെയർമാൻ ആയി പ്രവർത്തിച്ചു.

1957 ൽ എ ഐ ടി യു സി പ്രസിഡന്റായി തിരഞ്ഞെടുക്കപ്പെട്ടു. 1973 വരെ തൽസ്ഥാനത്ത് തുടർന്നു. അതിനുമുമ്പ് എ ഐ ടി യു സിയിൽ പല സ്ഥാനങ്ങളും വഹിക്കുകയുണ്ടായി. 1957 ൽ ബോംബെ മേയർ ആയി തിരഞ്ഞെടുക്കപ്പെട്ടു. 1980 ഫെബ്രുവരി 15 ന് അന്തരിച്ചു.

മീർ അബ്ദുൾ മജീദ്

1902 - 1981

ഇന്ത്യൻ കമ്യൂണിസ്റ്റ് പ്രസ്ഥാനത്തിന്റെ ആദ്യതലമുറയിൽപ്പെട്ട പ്രമുഖനായിരുന്നു മീർ അബ്ദുൾ മജീദ്. ഇന്ത്യൻ മണ്ണിൽ ഇന്ത്യൻ കമ്യൂണിസ്റ്റുപാർട്ടി രൂപംകൊണ്ടപ്പോൾ അതിന്റെ കേന്ദ്ര എക്സിക്യൂട്ടീവിലേക്ക് തിരഞ്ഞെടുക്കപ്പെട്ട അദ്ദേഹം പഞ്ചാബിലെ ട്രേഡ് യൂണിയൻ പ്രസ്ഥാനത്തിന്റെ ആദ്യപഥികരിൽ ഒരാളുമാണ്. ഇന്ത്യാ വിഭജനത്തിനുശേഷം പാകിസ്താനിലേക്കുപോയി. അവിടെ കമ്യൂണിസ്റ്റ് പാർട്ടിയുടെ സമുന്നത നേതാവായിത്തീർന്നു.

ലാഹോറിൽ ജനിച്ചു. പിതാവ് മീർ ഫെയി ബക്ഷ്. കുട്ടിക്കാലം മുതൽ രാഷ്ട്രീയത്തിൽ ആകൃഷ്ടനായി. 1920 കളുടെ ആദ്യം ഖിലാഫത്ത് പ്രസ്ഥാനത്തിന്റെ ആഹ്വാനം ചെവിക്കൊണ്ട് തുർക്കി പട്ടാളത്തിൽ ചേർന്ന് ബ്രിട്ടീഷ് സാമ്രാജ്യത്തിനെതിരെ പടവെട്ടാൻ ഇന്ത്യവിട്ടു. അഫ്ഗാനിസ്ഥാനിലെ ഭരണാധികാരികൾ മുഹാജിർമാരെ രണ്ടുകൈയും നീട്ടി സ്വീകരിക്കും എന്ന് ഖിലാഫത്ത് പ്രസ്ഥാനത്തിന്റെ നേതാക്കൾ അപ്പോൾ നിരന്തരം പ്രചരിപ്പിക്കുന്നുണ്ടായിരുന്നു. അഫ്ഗാനിസ്ഥാനിലെത്തിയപ്പോൾ സ്ഥിതിഗതികൾ അപ്പാടെ മാറിയതായി മനസിലായി. മുഹാജിർമാരെ അഫ്ഗാനിസ്ഥാനിൽ നിന്ന് പുറന്തള്ളുകയെന്ന ലക്ഷ്യത്തോടെ ആ രാജ്യത്തിലെ അധികൃതർ അവരോട് മോശമായി പെരുമാറാൻ തുടങ്ങി. ബ്രിട്ടീഷുകാർ അവിടത്തെ ഗവൺമെന്റിനുമേൽ ചെലുത്തിയ സമ്മർദമായിരുന്നു അതിന് കാരണം.

ഈ പെരുമാറ്റത്തിൽ മടുപ്പ് തോന്നിയ ചിലർ തുർക്കിയിലേക്ക്

പോയി. ഏതാനും ഡസൻ ആളുകൾ സോവിയറ്റ് യൂണിയനിലേക്കും. തങ്ങളാരാണെന്ന് സോവിയറ്റ് അധികൃതരെ അവർ ബോധ്യപ്പെടുത്തി. അതിനുശേഷം അധികൃതർ അവരെ കിഴക്കൻ രാജ്യങ്ങളിലെ അധ്വാനിക്കുന്ന ജനങ്ങൾക്കായുള്ള യൂണിവേഴ്സിറ്റിയിലേക്കയച്ചു. രണ്ട് വർഷത്തോളം അവിടെ പഠിക്കുകയും ഒക്ടോബർ വിപ്ലവം സോവിയറ്റ് ജനതയുടെ ജീവിതത്തിൽ വരുത്തിയ മാറ്റം സ്വന്തം കണ്ണുകൊണ്ട് കാണുകയും ചെയ്തപ്പോൾ അവർ ഉറച്ച വിപ്ലവകാരികളായി. അവരിൽ ചിലർ ചെമ്പടയിൽചേർന്ന് യുവസോവിയറ്റ് ഭരണകൂടത്തിന്റെ ശത്രുക്കൾക്കെതിരെ പോരാടുകയുംപോലും ചെയ്തു.

ഇതിനിടയിലാണ് താഷ്കന്ത് നഗരത്തിൽ എം എൻ റോയി മുൻകൈ എടുത്ത് ഇന്ത്യൻ കമ്യൂണിസ്റ്റുപാർട്ടി രൂപവൽക്കരിച്ചത്. അതിന്റെ ശാഖകൾ സോവിയറ്റ് യൂണിയന്റെ വിവിധ ഭാഗങ്ങളിൽ പാർക്കുന്ന ഇന്ത്യക്കാർക്കിടയിൽ രൂപംകൊണ്ടു. കിഴക്കൻ രാജ്യങ്ങളിലെ അധ്വാനിക്കുന്ന ജനങ്ങൾക്കായുള്ള യൂണിവേഴ്സിറ്റിയിലും രൂപംകൊണ്ടു ഒരു ശാഖ. മജീദ് അതിൽ അംഗമായി. മാത്രമല്ല, മോസ്കോവിൽ ഒരു മാസിക പുറത്തിറക്കുകപോലും ചെയ്തു – സമീന്താർ. പേർഷ്യൻ, ഉറുദു എന്നീ രണ്ട് ഭാഷകളിലുള്ള ആ മാസികയുടെ മാനേജിങ് എഡിറ്റർ അബ്ദുൾ മജീദ്.

കിഴക്കൻ രാജ്യങ്ങളിലെ അധ്വാനിക്കുന്നവർക്കായുള്ള യൂണിവേഴ്സിറ്റിയിലെ പഠനം പൂർത്തിയാക്കിയതിനുശേഷം അവർ ഇന്ത്യയിലേക്കു മടങ്ങാൻ തീരുമാനിച്ചു. സ്വന്തം പ്രവിശ്യയിൽ മടങ്ങിയെത്തി ബ്രിട്ടീഷ് ഭരണത്തിനെതിരായ പോരാട്ടത്തിൽ ആണ്ടിറങ്ങുകയായിരുന്നു അവരുടെ ലക്ഷ്യം. എന്നാൽ പാമീർചുരം കടന്ന് ഇന്ത്യയിൽ പ്രവേശിച്ചപ്പോഴേക്ക് ബ്രിട്ടീഷ് പൊലീസുകാർ വിരിച്ച വലയിൽ അവർ ചെന്നുപെട്ടു. പൊലീസ് അവരെ പെഷവാർ കോടതിയിൽ ഹാജരാക്കി. അവർക്കെതിരെ ഒരു ഗൂഢാലോചനക്കേസ് ചമച്ചുണ്ടാക്കി – പെഷാവാർ ഗൂഢാലോചനക്കേസ്. അതിലെ പ്രതികളിലൊരാൾ മജീദ്. മജീദിനെ രണ്ടുവർഷത്തെ കഠിനതടവിന് ശിക്ഷിച്ചു.

ശിക്ഷ കഴിഞ്ഞ് ലാഹോറിൽ തിരിച്ചെത്തിയപ്പോൾ ട്രേഡ് യൂണിയൻ രംഗത്ത് പ്രവർത്തനം തുടങ്ങി. ലാഹോറിൽ പ്രസ് തൊഴിലാളികളെ സംഘടിപ്പിച്ച് പ്രസ് വർക്കേഴ്സ് യൂണിയൻ സ്ഥാപിച്ചു. ധരിവാളിലെ വൂളൻ മിൽവർക്കേഴ്സ് യൂണിയനുമായി ബന്ധപ്പെട്ടു. വടക്കുപടിഞ്ഞാറൻ റെയിൽവേ തൊഴിലാളി യൂണിയന്റെ സംഘാടകരിലൊരാളായി. 1925 ൽ എൻ ഡബ്ലിയ്യൂ റെയിൽവേ തൊഴിലാളികളുടെ പണിമുടക്കിൽ ശ്രദ്ധേയമായ പങ്കുവഹിച്ചു. വേതനം വർധിപ്പിക്കുക, ജോലിസമയം എട്ട് മണിക്കൂറായി നിജപ്പെടുത്തുക, പിരിച്ചുവിടൽ അവസാനിപ്പിക്കുക തുടങ്ങിയവയായിരുന്നു ആവശ്യങ്ങൾ. റാവൽപ്പിണ്ടിയിൽ തുടങ്ങിയ പണിമുടക്ക് കറാച്ചിവരെ വ്യാപിച്ചു. 40,000 തൊഴിലാളികൾ അതിലുൾപ്പെട്ടു. പണിമുടക്ക് മൂന്നുമാസം നീണ്ടുനിന്നെങ്കിലും പരാജയപ്പെ

ട്ടു. രണ്ടായിരത്തിനും മൂവായിരത്തിനുമിടയിൽ തൊഴിലാളികൾ പ്രതികാര നടപടികൾക്കിരയായി. യൂണിയന്റെ അംഗീകാരം പിൻവലിക്കപ്പെട്ടു.

1927 ൽ സക്ലത്വാല ഇന്ത്യ സന്ദർശിച്ചു. ഇന്ത്യയുടെ വിവിധ ഭാഗങ്ങളിൽ പൊതുയോഗങ്ങളിൽ പ്രസംഗിച്ചു. തന്റെ പ്രസംഗങ്ങളിലൂടെ മാർക്സിസം പ്രചരിപ്പിച്ചു. ദില്ലിയിൽ അദ്ദേഹത്തിന്റെ പ്രസംഗം കേൾക്കാൻ മജീദും സോഹൻസിങ് ജോഷും പോയി. അതിനുശേഷം കോൺപൂരിൽ എ ഐ ടി യു സി സമ്മേളനത്തിൽവെച്ചും അദ്ദേഹത്തിന്റെ പ്രസംഗം കേട്ടു. ആ സമ്മേളനം സംഘടനയുടെ ഔദ്യോഗിക ഭാരവാഹികളിൽ ഒരാളായി മജീദിനെ തിരഞ്ഞെടുത്തു. മാത്രമല്ല, തൊഴിലാളികളെയും കൃഷിക്കാരെയും സംഘടിപ്പിക്കാൻ ഒരു കർഷകസമിതി രൂപവൽക്കരിച്ചു. വിവിധ പ്രവിശ്യാ പ്രതിനിധികളടങ്ങിയതായിരുന്നു കമ്മിറ്റി. മജീദ്, ചമൻലാൽ, കമൽ നാഥ് എന്നിവർ കമ്മിറ്റിയിൽ പഞ്ചാബിനെ പ്രതിനിധാനംചെയ്തു.

അതിനുമുമ്പ് ചരിത്രപ്രധാനമായ ഒരു സമ്മേളനത്തിൽ മജീദ് സംബന്ധിച്ചു. 1925 ഡിസംബറിൽ കാൺപൂരിൽ നടന്ന, ഇന്ത്യൻ മണ്ണിൽ ഇന്ത്യൻ കമ്യൂണിസ്റ്റുപാർട്ടി രൂപവൽക്കരിക്കുന്നതിനുള്ള സമ്മേളനത്തെയാണ് ഇവിടെ പരാമർശിക്കുന്നത്. സത്യഭക്തൻ വിളിച്ചുകൂട്ടിയ ആ സമ്മേളനം തിരഞ്ഞെടുത്ത കേന്ദ്ര എക്സിക്യൂട്ടീവ് കമ്മിറ്റിയിൽ ഒരംഗമായിരുന്നു മജീദ്. കമ്മിറ്റിയിൽ പഞ്ചാബിൽനിന്ന് മറ്റ് രണ്ടുപേരാണ് ഉണ്ടായിരുന്നത്. എസ് ഡി ഹസനും രാമചന്ദ്രനും.

ആ സമ്മേളത്തിന് തൊട്ടുമുമ്പ്, കൃത്യമായി പറഞ്ഞാൽ 1925 നവമ്പർ ഒന്നിന്, കൽക്കത്തയിൽ തൊഴിലാളി–കർഷക പാർട്ടി രൂപംകൊണ്ടു. പരസ്യപ്രവർത്തം നടത്തുന്നതിനുള്ള വേദിയെന്ന നിലയിൽ തൊഴിലാളി–കർഷക പാർട്ടികൾ രൂപവൽക്കരിക്കാൻ കോൺപൂർ സമ്മേളനം കമ്യൂണിസ്റ്റുകാരെ ആഹ്വാനംചെയ്തു. കൽക്കത്തയിലെ തൊഴിലാളി–കർഷക പാർട്ടിയുടെ മാതൃകയിൽ ഒരു തൊഴിലാളി–കർഷക പാർട്ടി 1927 ഫെബ്രുവരി എട്ടിന് ബോംബെയിൽ നിലവിൽവന്നു. 1927 ൽ കോൺപൂരിൽ നടന്ന എ ഐ ടി യു സി സമ്മേളനത്തിൽ പങ്കെടുക്കാനെത്തിയ സോഹൻസിങ് ജോഷും ഭാഗ്സിങ് കനേഡിയനും ബോംബെയിലെയും കൽക്കത്തയിലെയും തൊഴിലാളി–കർഷക പാർട്ടികളുടെ പ്രവർത്തനം മനസിലാക്കിയിട്ടാണ് പഞ്ചാബിലേക്ക് മടങ്ങിയത്. അതിനുശേഷം അതുപോലൊരു പാർട്ടി അവർ സ്വന്തം സംസ്ഥാനത്ത് രൂപവൽക്കരിച്ചു. അതിന്റെ പേര് കീർത്തി കിസാൻപാർട്ടി. ആ പാർട്ടിയുടെ ജോയിന്റ് സെക്രട്ടറി മജീദ്. ആ പാർട്ടി ഒരു മുഖപത്രം തുടങ്ങി–മഹനത് കഷ്. അതിനു മുൻകൈ എടുത്തത് മജീദ്. പണമില്ലാത്തതുകാരണം അധികകാലം ആ മാസികക്ക് നിലനിൽക്കാനായില്ല.

നൗജവാൻ ഭാരത് സഭയുടെ സ്ഥാപകന്മാരിൽ ഒരാൾകൂടിയായിരുന്നു മജീദ്. അതിന്റെ വൈസ് പ്രസിഡന്റായിരുന്നു അദ്ദേഹം.

1928 ഡിസംബർ 18 ന് അറസ്റ്റിലായി. ഭഗത്സിങ്, രാജഗുരു, സുഖദേവ് എന്നിവർ പൊലീസ് ഡെപ്യൂട്ടി സൂപ്രണ്ടിനെ വധിച്ചു എന്ന ആരോപണമുണ്ടായപ്പോൾ അതിൽ പങ്കുണ്ടെന്ന സംശയത്തിലാണ് മജീദിനെ അറസ്റ്റുചെയ്തത്. അതുകൊണ്ട് ആ വർഷം ഡിസംബർ 21,22,23 തീയതികളിൽ കൽക്കത്തയിൽ ചേർന്ന അഖിലേന്ത്യാ തൊഴിലാളി-കർഷക പാർട്ടി രൂപവൽക്കരണ സമ്മേളനത്തിൽ പങ്കെടുക്കാൻ കഴിഞ്ഞില്ല. കമ്യൂണിസ്റ്റുകാർ വ്യക്തിഗത ഭീകരപ്രവർത്തനങ്ങൾക്ക് എതിരാണെന്നതിനാൽ ബ്രിട്ടീഷ് ഗവൺമെന്റിന് അദ്ദേഹത്തെ അതിവേഗം മോചിപ്പിക്കേണ്ടിവന്നു.

എന്നാൽ 1929 മാർച്ചിൽ വീണ്ടും അറസ്റ്റുചെയ്തു. മീറത് ഗൂഢാലോചനക്കേസിൽ പ്രതിയാക്കിക്കൊണ്ടായിരുന്നു ഇത്തവണത്തെ അറസ്റ്റ്. വിവിധ പ്രവിശ്യകളിൽനിന്നായി മറ്റു 31 പേരെയും അറസ്റ്റുചെയ്തു. ബ്രിട്ടീഷ് സാമ്രാജ്യത്വത്തെ തുറന്നുകാട്ടാനും കമ്യൂണിസ്റ്റ് ആശയഗതി പ്രചരിപ്പിക്കാനും മജീദ് ഉൾപ്പെടെയുള്ള കേസിലെ പ്രതികൾ കോടതിയെ ഉപയോഗിച്ചു. സെൻഷസ് കോടതിയിൽ നടത്തിയ പ്രസ്താവനയിൽ കമ്യൂണിസ്റ്റ് പ്രത്യയശാസ്ത്രത്തെ പ്രതിരോധിച്ചുകൊണ്ട് മജീദ് പറഞ്ഞു:

> ഞാനൊരു കമ്യൂണിസ്റ്റാണ്. അറസ്റ്റിന് മുമ്പ് പാർട്ടി മെമ്പറായിരുന്നു. ഒരു ദിവസം തൊഴിലാളിവർഗ വിപ്ലവം ഇന്ത്യയിൽ വിജയം വരിക്കുമെന്ന് എനിക്കുറപ്പുണ്ട്. അതിന്റെ വിജയം കിടക്കുന്നത് ഒരു ദേശീയ ജനാധിപത്യ വിപ്ലവത്തിലാണ്. ഇപ്രകാരമൊരു വിപ്ലവം നടത്തുന്നതിനാണ് ഞങ്ങൾ കമ്യൂണിസ്റ്റുകാർ ശ്രമിക്കുന്നത്.

ആ ശ്രമം മജീദ് അവസാനംവരെയും നടത്തി. കമ്യൂണിസ്റ്റ് പ്രത്യയശാസ്ത്രത്തിൽ അടിയുറച്ചുനിന്നു. കേസിൽ കോടതി ഏഴുവർഷത്തെ കഠിനതടവിന് ശിക്ഷിച്ചു. ഹൈക്കോടതി ശിക്ഷ ഒരു വർഷമായി ഇളവു ചെയ്തു. അത്രയും ശിക്ഷ അതിനകം അനുഭവിച്ചു കഴിഞ്ഞതിനാൽ 1933 നവംബറിൽ വിട്ടയച്ചു.

ജയിലിൽനിന്ന് വന്നപ്പോൾ മജീദിന്റെയും സോഹൻസിങ് ജോഷിന്റെയും മുഖ്യചുമതല കീർത്തി കിസാൻസഭയും നൗജവാൻ ഭാരത്സഭയും തമ്മിലുള്ള ലയനം യാഥാർഥ്യമാക്കിത്തീർക്കുകയായിരുന്നു. ആ ദിശയിൽ അവർ വളരെയധികം മുന്നോട്ടുപോയി. 1934 ജനുവരി ഏഴിന് അമൃത്സറിൽ ഇരുസംഘടനകളുടെയും ഒരുയോഗം. രണ്ടും രണ്ട് സംഘടനകളായി നിലനിൽക്കട്ടെ. രണ്ടും സാമ്രാജ്യത്വവിരുദ്ധ ലീഗിന്റെ കൊടിക്കീഴിൽ ഒന്നിച്ചുപ്രവർത്തിക്കട്ടെ – യോഗം തീരുമാനിച്ചു. ഇതനുസരിച്ച് മജീദും സോഹൻസിങ് ജോഷും മറ്റും സാമ്രാജ്യത്വവിരുദ്ധ ലീഗ് കെട്ടിപ്പടുക്കുന്നതിൽ ആണ്ടിറങ്ങി. പ്രവിശ്യയിലെ പ്രധാനപ്പെട്ട പട്ടണങ്ങൾ സന്ദർശിച്ച് അവിടങ്ങളിലെല്ലാം ലീഗിന്റെ ഘടകങ്ങൾ രൂപവൽക്കരിച്ചു.

മൃതപ്രായമായിക്കിടന്ന ട്രേഡ് യൂണിയനുകൾ സംഘടിപ്പിച്ചു. പഞ്ചാബ് കിസാൻ ലീഗ് സംഘടിപ്പിച്ചു. അതോടെ രഹസ്യ പൊലീസുകാർ അവരെ ശ്രദ്ധിക്കാൻ തുടങ്ങി. മജീദും സോഹൻസിങ്ങും ജോഷും മറ്റും രാജ്യത്ത് ആഭ്യന്തരയുദ്ധത്തിനായി ജനങ്ങളെ പ്രേരിപ്പിക്കുകയാണെന്ന് പറഞ്ഞ് പടിഞ്ഞാറൻ പഞ്ചാബിലെ ഭൂപ്രഭുക്കൾ വലിയ ഒച്ചപ്പാടുണ്ടാക്കി.

സിവിൽ നിയമലംഘന പ്രസ്ഥാനത്തിൽ കോൺഗ്രസിന് തിരിച്ചടിയേൽക്കുകയും സോഹൻസിങ് ജോഷിനെയും അബ്ദുൾ മദജീദിനെയും പോലുള്ളവർ പൊതുജീവിതത്തിലേക്ക് മടങ്ങിവരികയും ചെയ്തതോടെ ജനങ്ങൾക്ക് കമ്യൂണിസത്തോടുള്ള ആഭിമുഖ്യം വർധിച്ചുവരികയാണ് ഉണ്ടായത്.

1934 ജൂലായിൽ ബ്രിട്ടീഷ് ഗവൺമെന്റ് സി പി ഐയെയും അതുമായി ബന്ധപ്പെട്ട സംഘടനകളെയും നിരോധിച്ചു. അതിനെത്തുടർന്ന് പഞ്ചാബ് ഗവൺമെന്റ് കമ്യൂണിസ്റ്റുപാർട്ടിയുമായി ബന്ധമുള്ള എല്ലാ സംഘടനകളെയും – പ്രത്യേകിച്ച് സാമ്രാജ്യത്വവിരുദ്ധ ലീഗിനെയും കിസാൻ ലീഗിനെയും – നിരോധിച്ചു. എങ്കിലും മജീദും അദ്ദേഹത്തിന്റെ സഹപ്രവർത്തകരും വെറുതെയിരുന്നില്ല. ഇന്ത്യാവിഭജനംവരെ പല സംഘടനകളുടെയും മറവിൽ അവർ തങ്ങളുടെ രാഷ്ട്രീയ പ്രവർത്തനം തുടർന്നു. ഇന്ത്യാ വിഭജനത്തിനുശേഷം പാകിസ്താനിലേക്ക് പോയി. 1981 നവംബർ 22 ന് അന്തരിച്ചു.

മുസഫർ അഹമ്മദ്

1899 - 1973

ഇന്ത്യൻ കമ്യൂണിസ്റ്റ് പ്രസ്ഥാനത്തിന്റെ സ്ഥാപകനേതാക്കളിൽ പ്രധാനി ആയിരുന്നു മുസഫർ അഹമ്മദ്. രാജ്യത്ത് കമ്യൂണിസ്റ്റ് പ്രസ്ഥാനം കെട്ടിപ്പടുക്കുന്നതിൽ അദ്ദേഹം നൽകിയ സംഭാവന അളവില്ലാത്തതാണ്.

ഇപ്പോൾ ബംഗ്ലാദേശിൽ ഉൾപ്പെട്ട, ബംഗാൾ ഉൾക്കടലിലെ ചെറിയൊരു ദ്വീപാണ് സാന്ദ്വിപ്. അവിടെ ഒരു പാവപ്പെട്ട മുസ്ലിം കുടുംബത്തിൽ 1899 ആഗസ്ത് 5 ന് മാതാപിതാക്കളുടെ ഇളയ സന്താനമായി മുസഫർ അഹമ്മദ് ജനിച്ചു. പിതാവ് മൻസൂർ അലി. മാതാവ് ചുനാബിബി. പിതാവ് മുക്ത്യാർഷിപ്പ് പരീക്ഷ പാസായി സാന്ദ്വിപ് കോടതിയിൽ പ്രാക്ടീസ് തുടങ്ങി. തന്റെ കൂടെ പ്രാക്ടീസ് നടത്തിയവരൊക്കെ ധാരാളം പണം സമ്പാദിക്കുകയും വമ്പിച്ച ഭൂസ്വത്തുക്കളുടെ ഉടമകളായി മാറുകയും ചെയ്തപ്പോൾ മൻസൂർ അലിക്ക് ഒന്നും സമ്പാദിക്കാൻ കഴിഞ്ഞില്ല. എന്നല്ല, ദാരിദ്ര്യത്തിൽ ജീവിതം തള്ളിനീക്കേണ്ടിവന്നു. മുസഫർ കുട്ടിയായിരിക്കുമ്പോൾ അദ്ദേഹം കോടതിയിൽ പോക്ക് മതിയാക്കി.

സാന്ദ്വിപിൽ ഒരു മുസ്ലിംകുട്ടി ആദ്യം അറബിഭാഷ പഠിക്കണം. ആ പതിവ് മുസഫറും തെറ്റിച്ചില്ല. ഇതിനിടയിൽ സാന്ദ്വിപ് മിഡിൽ ഇംഗ്ലീഷ് സ്കൂളിൽ – ആ സ്കൂളാണ് 1902 ൽ സാന്ദ്വിപ് കാർഗിൽ ഹൈസ്കൂളായി മാറിയത് – ചേർന്നെങ്കിലും തുച്ഛമായ ഫീസുപോലും കൊടുക്കാൻ കഴിയാത്തതു നിമിത്തം പഠനം ഉപേക്ഷിക്കാൻ നിർബദ്ധനായി.

സാന്ദ്വിപിൽ ധാരാളം മദ്രസകളും മൗലവിമാരും മുല്ലമാരും ഉണ്ടാ

യിരുന്നു. മദ്രസയിൽ പേർഷ്യനും അറബിയും പഠിപ്പിച്ചു. അത്തരമൊരു മദ്രസയിൽ പഠിക്കുകയെന്നുവെച്ചാൽ അതും ചെലവേറിയത്. എങ്കിലും 1905 ൽ ബാംനിയിലെ അഖ്താരിയാ മദ്രസയിൽ ചേർന്നു. അവിടെ പഠിച്ചുകൊണ്ടിരിക്കെ ഇംഗ്ലീഷ് വിദ്യാഭ്യാസം നേടണമെന്ന് കലശലായ മോഹം. ഒരു ദിവസം ആരോടും ഒന്നുംപറയാതെ സ്ഥലംവിട്ടു. എത്തിച്ചേർന്നത് അംതോളി താണയിൽപ്പെട്ട ബുറിൽചർ ഗ്രാമത്തിൽ. നേരത്തെ വീട്ടിൽവെച്ച് ബംഗാളിഭാഷ നന്നായി വശത്താക്കിയതുകൊണ്ട് അപ്പോൾ പ്രയോജനമുണ്ടായി. ഗ്രാമത്തിലെ ഒരു വീട്ടിൽ താമസിച്ച് അവിടത്തെ കുട്ടികളെ ബംഗാളി ഭാഷ പഠിപ്പിക്കാൻ അവസരംകിട്ടി. അൽപ്പം പണമുണ്ടാക്കി ബേക്കർഗഞ്ച് സ്കൂളിൽ ചേരുക എന്നതായിരുന്നു കണക്കുകൂട്ടൽ. പക്ഷേ, ഇതിനിടയിൽ, ഹൈസ്കൂളിൽ ചേർക്കാമെന്ന വ്യവസ്ഥയിൽ ചേട്ടൻ വന്ന് വീട്ടിലേക്ക് കൂട്ടിക്കൊണ്ടുപോയി. വീട്ടിലെത്തിയ ഉടൻ വിവാഹംകഴിപ്പിച്ചു. വീടുമായി അദ്ദേഹത്തെ കെട്ടിയിടുകയായിരുന്നു ഉദ്ദേശ്യം. അത് നിറവേറിയില്ല എന്നത് മറ്റൊരു കാര്യം. ചേട്ടൻ വാക്കുപാലിച്ചു. അദ്ദേഹത്തെ ഒരു സ്കൂളിൽ ചേർത്തു. അങ്ങനെ 1906 മാർച്ചിൽ, അതായത് 17 ാമത്തെ വയസിൽ മുസഫർ അഹമ്മദ് സാന്ദ്വിപ് കാർഗിൽ ഹൈസ്കൂളിലെ ഒരു താഴ്ന്ന ക്ലാസിലെ വിദ്യാർഥി ആയി. ക്ലാസിലെ മറ്റു വിദ്യാർഥികളെല്ലാം അദ്ദേഹത്തെക്കാൾ എത്രയോ ഇളയവർ. എങ്കിലും അവർ മുസഫറിനെ അംഗീകരിച്ചു. അതേക്കുറിച്ച് അദ്ദേഹം പറയുന്നതിങ്ങനെ:

തലയ്ക്ക് കിഴുക്കുതന്ന് ക്ലാസിൽനിന്ന് ഓടിക്കുന്നതിനു പകരം ക്ലാസിൽ തങ്ങളോടൊപ്പം ഇരിക്കാൻ ചെറിയ കുട്ടികൾ അനുവദിച്ചു എന്നതുതന്നെ എന്നെ സംബന്ധിച്ചിടത്തോളം വലിയ ഭാഗ്യമാണ്. അവരെക്കാൾ നന്നായി എനിക്ക് ബംഗാളി അറിയാം. അതുകൊണ്ട് തങ്ങളിൽ ഒരാളായി അവർ എന്നെ അംഗീകരിച്ചു. ഞാൻ മദ്രസയിൽ പഠിച്ചുകൊണ്ടിരുന്നപ്പോൾ ബംഗാളി പഠനം ഉപേക്ഷിച്ചില്ല. കൈയിൽ കിട്ടിയ ബംഗാളി പുസ്തകങ്ങളും ബംഗാളി ആനുകാലികങ്ങളും ഞാൻ ആർത്തിയോടെ വായിച്ചുതീർത്തു. (*ഞാനും ഇന്ത്യൻ കമ്യൂണിസ്റ്റുപാർട്ടിയും 1920 –29,* കൽക്കത്ത, 1970 പേജ് 5).

ബംഗാളി ഭാഷാപഠനം ഇംഗ്ലീഷ് പഠിക്കാൻ പ്രേരണ നൽകി. ആയിടെ മുസ്ലിം നാഗരികതയുടെ ചരിത്രം പഠിക്കാൻ അതീവ താൽപ്പര്യംതോന്നി. ആ വിഷയം സംബന്ധിച്ച് കിട്ടാവുന്ന പുസ്തകങ്ങളൊക്കെ തേടിപ്പിടിച്ച് വായിച്ചു. അപ്പോഴാണ് മനസിലായത് ഇംഗ്ലീഷ് പഠിക്കുന്നത് അതിന് വളരെയേറെ സഹായിക്കുമെന്ന്. അതോടെ സാന്ദ്വിപ് ഹൈസ്കൂളിൽനിന്ന് നൗഖാലി ജില്ലാ സ്കൂളിലേക്കു മാറി. അവിടെനിന്ന് 1913 ൽ മെട്രിക്കുലേഷൻ പരീക്ഷ പാസായി. ആ വർഷംതന്നെ ഹുഖിയിലെ മൊഹ്സിൻ കോളേജിൽ ചേർന്നു. അധികം കഴിയുന്നതിനുമുമ്പ് ഗുരുത്തമായ രോഗം. രോഗം മാറിയപ്പോൾ ആ കോളേജ് ഉപേക്ഷിച്ച് കൽക്കത്തയിലേക്ക്. ഐ എ പരീക്ഷയിൽ പരാജയപ്പെട്ടതോടെ പഠനം ഉപേക്ഷിച്ചു.

മുസഫർ മദ്രസ വിദ്യാർഥി ആയിരിക്കവേതന്നെ ബംഗാൾ ഇളകിമറിയുകയായിരുന്നു. 1905 ൽ കഴ്സൺ പ്രഭു ബംഗാളിനെ രണ്ടായി വെട്ടിമുറിച്ചു. കിഴക്കൻ ബംഗാളും പടിഞ്ഞാറൻ ബംഗാളും. ഇത് ബംഗാളിന്റെ തന്നെ ഹൃദയം രണ്ടായി വെട്ടിമുറിക്കുന്നതായാണ് ദേശീയവാദികൾ കണക്കാക്കിയത്. അതിനെതിരെ വമ്പിച്ച പ്രക്ഷോഭം പൊട്ടിപ്പുറപ്പെട്ടു. മുസ്ലിങ്ങൾ പൊതുവെ വിഭജനത്തിന് അനുകൂലമായതിനാൽ അവർ പ്രക്ഷോഭത്തിൽനിന്ന് ഒഴിഞ്ഞുനിന്നു. മുസഫറും അതിൽ പങ്കാളിയായില്ല. അദ്ദേഹം അപ്പോൾ കടുത്ത മതവിശ്വാസി ആയിരുന്നു. ദിവസവും അഞ്ചുതവണ നിസ്കരിച്ചില്ലെങ്കിലും റംസാൻ മാസം കൃത്യമായി നോമ്പുനോൽക്കും.

ക്രമേണ ദേശീയപ്രസ്ഥാനം അദ്ദേഹത്തെ ആകർഷിക്കാൻ തുടങ്ങി. വിഭജനവിരുദ്ധ പ്രക്ഷോഭത്തോടൊപ്പം ആരംഭിച്ച സ്വദേശി പ്രസ്ഥാനത്തിൽനിന്ന് അദ്ദേഹം അകന്നുനിന്നില്ല. സ്വദേശി ചരക്കുകൾ മാത്രമേ ഉപയോഗിക്കുകയുള്ളുവെന്ന് ദൃഢപ്രതിജ്ഞ ചെയ്തു. അക്കാലത്ത് ബംഗാളി യുവാക്കൾക്കിടയിൽ ഹരമായിരുന്ന ദേശീയ വിപ്ലവപ്രസ്ഥാനം അദ്ദേഹത്തിൽ സ്വാധീനം ചെലുത്തിയതേയില്ല. അതിനു കാരണം, ദേശീയ വിപ്ലവപ്രസ്ഥാനത്തിന്റെ സാമുദായിക പരിവേഷമായിരുന്നു. അദ്ദേഹം തന്നെ എഴുതി:

ഭീകരവിപ്ലവകാരികൾ ബംഗാളിൽ ഉയർന്നുവന്നത് അവിസ്മരണീയമായ ഒരു സംഭവം. അതൊരു ഭൂഗർഭപ്രസ്ഥാനമായിരുന്നു. ബംഗാൾ വിഭജനത്തിനുമുമ്പുതന്നെ ഭീകരപാർട്ടികൾ നിലവിൽ വന്നിരുന്നു.... ഈ നൂറ്റാണ്ടിന്റെ രണ്ടാം ദശകത്തിലെ എന്റെ മാനസികാവസ്ഥയും ഭീകര പ്രസ്ഥാനത്തിൽ പങ്കെടുക്കുന്നതിലെ റൊമാൻസും പരിഗണിക്കുമ്പോൾ ഭീകരവിപ്ലവച്ചേരിയിൽ അണിനിരക്കുകയെന്നത് എന്നെ സംബന്ധിച്ചിടത്തോളം അസാധ്യമായിരുന്നില്ല. എന്നാൽ അതിനുമുമ്പിൽ ചില പ്രതിബന്ധങ്ങൾ ഉണ്ടായിരുന്നു. ഭീകര വിപ്ലവകാരികൾ ആവേശമുൾക്കൊണ്ടത് ബങ്കിംചന്ദ്ര ചതോപാധ്യായയുടെ *ആനന്ദമഠ*ത്തിൽ നിന്നായിരുന്നു. ആ പുസ്തകത്തിന്റെ തുടക്കം മുതൽ ഒടുക്കംവരെ വർഗീയ വിദ്വേഷം മുറ്റിനിന്നു. (മേൽപ്പറഞ്ഞ പുസ്തകം, പേജ് 11, 12)

ആ പുസ്തകത്തിന്റെ മൗലികസന്ദേശം ഹിന്ദു പുനരുത്ഥാനത്തിനുള്ള ആഹ്വാനമാണെന്ന് ചൂണ്ടിക്കാട്ടിയതിനുശേഷം അദ്ദേഹം ഇത്രയുംകൂടി എഴുതി:

ഏകദൈവ വിശ്വാസിയായ ഒരു മുസ്ലിം യുവാവിന് ഈ പ്രാർഥന എങ്ങനെ ഉരുവിടാൻ കഴിയും? ഒരൊറ്റ ഹിന്ദു കോൺഗ്രസ് നേതാവിനും ഇതു മനസിലാക്കാൻ കഴിഞ്ഞില്ല. ബംഗാളിലെ ഭീകരവിപ്ലവ പ്രസ്ഥാനം തീർച്ചയായും ബ്രിട്ടീഷ് വിരുദ്ധമായിരുന്നു. എങ്കിലും അതൊരു ഹിന്ദു പുനരുത്ഥാനപ്രസ്ഥാനംകൂടി ആയിരുന്നു. ഹിന്ദുവാഴ്ച പുനഃസ്ഥാപിക്കുകയായിരുന്നു അതിന്റെ ലക്ഷ്യം. (മേൽപ്പറഞ്ഞ പുസ്തകം, പേജ് 12).

ഇങ്ങനെ ദേശീയ വിപ്ലവപ്രസ്ഥാനവുമായി ബന്ധപ്പെട്ടില്ലെങ്കിലും ജനങ്ങൾക്കുവേണ്ടി, സമൂഹത്തിനുവേണ്ടി, എന്തെങ്കിലും ചെയ്യണമെന്ന

ആഗ്രഹം മനസിൽ ശക്തിപ്പെട്ടു. അപ്പോൾ ബംഗീയ മുസൽമാൻ സാഹിത്യസമിതിയിൽ ചേർന്നുകൊണ്ട് തന്റെ സാമൂഹിക ജീവിതത്തിന് തുടക്കംകുറിച്ചു. പേരിന് ഒരു സാമുദായികച്ചുവ ഉണ്ടായിരുന്നെങ്കിലും ബംഗീയ മുസൽമാൻ സാഹിത്യസമിതി ഒരു സാമുദായിക സംഘടന ആയിരുന്നില്ല. മുസ്ലിം നാഗരികതയുടെ വിവിധ വശങ്ങൾ ബംഗാളികൾക്ക്, പ്രത്യേകിച്ച്, ബംഗാളി ഹിന്ദുക്കൾക്ക് വിശദീകരിച്ചു കൊടുക്കുകയായിരുന്നു അതിന്റെ ലക്ഷ്യം. അത് അന്നത്തെ പരിതഃസ്ഥിതിയിൽ – രണ്ട് സമുദായങ്ങൾ തമ്മിൽ ഒറ്റപ്പെട്ട് കിടന്നതും മുസ്ലിം ജനസാമാന്യത്തിനിടയിൽ ദേശീയപ്രസ്ഥാനത്തിന് ഒരു ചലനവും സൃഷ്ടിക്കാൻ കഴിയാതിരുന്നതുമായ അന്നത്തെ പരിതഃസ്ഥിതിയിൽ – നിസാരമല്ല. ദേശീയൈക്യം വളർത്തുന്ന ദിശയിലെ ഒരു കാൽവെപ്പായിരുന്നു അതെന്ന് ബി ടി രണദിവെ ചൂണ്ടിക്കാണിച്ചത് (*മുസഫർ അഹമ്മദിനെപ്പറ്റി* എന്ന പുസ്തകത്തിൽ) തികച്ചും ശരിയാണ്. മുസഫർ ബംഗീയ മുസൽമാൻ സാഹിത്യസമിതിയിൽ ചേരുമ്പോൾ അത് ഏറെക്കുറെ നിർജീവമായിരുന്നു. അതിന്റെ ജോയിന്റ് സെക്രട്ടറിയായി തിരഞ്ഞെടുക്കപ്പെട്ട അദ്ദേഹം അത് പുനരുജ്ജീവിപ്പിക്കുന്നതിൽ സുപ്രധാന പങ്കുവഹിച്ചു. ബംഗീയ മുസൽമാൻ സാഹിത്യപത്രിക കൃത്യമായി പുറത്തിറക്കുന്നതിന് ഗണ്യമായ സംഭാവന നൽകി.

ഇതിനിടയിൽ പല ജോലികളും നോക്കി. ഏറ്റവും കൂടുതൽ കാലം ജോലിനോക്കിയത് കൽക്കത്തയിലെ ഗവൺമെന്റ് പ്രസിൽ. അന്ന് പ്രസ് റൈറ്റേഴ്സ് ബിൽഡിങ്ങിലായിരുന്നു. അതിന്റെ ഗോഡൗണിൽ ഗുമസ്തനായിട്ടായിരുന്നു ജോലി. ശമ്പളം 30 രൂപ. ആഭ്യന്തര മന്ത്രാലയത്തിൽ 50 രൂപ ശമ്പളത്തിൽ ഒരൊറ്റമാസം വിവർത്തകനായി ജോലിചെയ്തു. ഉറുദുവിൽ നിന്ന് ബംഗാളിയിലേക്ക് ഗവൺമെന്റ് രേഖകളും മറ്റും അദ്ദേഹം വിവർത്തനം ചെയ്തു. സ്കൂൾ ഇൻസ്പെക്ടറുടെ ആപ്പീസിലും ജോലിനോക്കി, ഒരു മാസം. കോളേജ് വിദ്യഭ്യാസം നടത്തിക്കൊണ്ടിരിക്കെ ഫീസിനും ഭക്ഷണത്തിനുമുള്ള പണമുണ്ടാക്കിയത് വിദ്യാർഥികൾക്ക് ട്യൂഷൻ നൽകിയിട്ട്. ഒരു മധ്യവേനൽ അവധിക്കാലത്ത് കിദ്ദേപൂറിലെ ഒരു ജൂനിയർ മദ്രസയിൽ ഒരു മാസം പഠിപ്പിച്ചു. ടാംഗ്രയിലുള്ള കൽക്കത്ത കോർപ്പറേഷന്റെ കശാപ്പുശാലയിലും ഒരു മാസം ജോലി നോക്കി. മൃഗങ്ങളെ കശാപ്പു ചെയ്യുകയല്ല, കശാപ്പു ചെയ്യുന്നതിന് ടിക്കറ്റു നൽകുകയായിരുന്നു ജോലി. ഇപ്രകാരം പലതരം ജോലികളും ചെയ്തുകൊണ്ടാണ് പഠനം നടത്തിയതും ബംഗീയ മുസൽമാൻ സാഹിത്യസമിതിയിൽ പ്രവർത്തിച്ചതും.

1920 കളുടെ തുടക്കമായപ്പോഴേക്കും മുസഫറിന്റെ മുമ്പിൽ ഒരു പ്രശ്നം ഉയർന്നുവന്നു. ജീവിതത്തിന്റെ ലക്ഷ്യമെന്തായിരിക്കണം? സാഹിത്യം മതിയോ? രാഷ്ട്രീയം വേണോ? സാഹിത്യവും രാഷ്ട്രീയവും തമ്മിൽ വലിയ ഏറ്റുമുട്ടൽ നടന്നു മനസിൽ. അതേക്കുറിച്ച് അദ്ദേഹം എഴുതി:

സത്യംപറഞ്ഞാൽ സാഹിത്യവും രാഷ്ട്രീയവും തമ്മിൽ ഒരു വടം

വലിതന്നെ നടന്നു, എന്റെ മനസിൽ.... അവസാനം രാഷ്ട്രീയം സാഹിത്യത്തിനുമേൽ വിജയംനേടി. എന്തെങ്കിലും ഒരു ലക്ഷ്യത്തിനുവേണ്ടി ജീവിതം സമർപ്പിക്കാൻ അതിനകംതന്നെ ഞാൻ തീരുമാനമെടുത്തിരുന്നു. അതുകൊണ്ടാണ് ബംഗീയ മുസൽമാൻ സാഹിത്യസമിതിയുടെ ഒരു മുഴുവൻസമയ പ്രവർത്തകനാകാൻ എനിക്കു കഴിഞ്ഞത്. 1920 കളുടെ തുടക്കത്തിൽ രാഷ്ട്രീയം എന്റെ ജീവിതവൃത്തിയായി സ്വീകരിക്കാൻ ഞാൻ തീരുമാനിച്ചു. (*മേൽ പുസ്തകം*, പേജ് 27).

അങ്ങനെ സാഹിത്യത്തിനുമേൽ രാഷ്ട്രീയം വിജയംനേടി. അപ്പോഴേക്കും നാൽപ്പത്തി ഒൻപതാം ബംഗാളി റജിമെന്റ് പിരിച്ചുവിട്ടതിന്റെ ഫലമായി കാസി നസ്രുൽ ഇസ്ലാം കൽക്കത്തയിൽ തിരിച്ചെത്തി മുസഫറിനോടൊപ്പം താമസമാക്കി. അവർ ഇരുവരും ഒരു സായാഹ്നപത്രം പുറത്തിറക്കുന്നതിൽ എ കെ ഫസ്ലുൽ ഹക്കിനെ സഹായിച്ചു. 1920 ജൂലായ് 12 ന് ആദ്യലക്കം പുറത്തിറക്കി. പത്രത്തിന്റെ പേര് *നവയുഗം.* ഏതാനും മാസം മാത്രമേ പത്രം പുറത്തിറങ്ങിയുള്ളൂ. എങ്കിലും തൊഴിലാളി പ്രശ്നങ്ങളിലേക്ക് മുസഫറിന്റെ ശ്രദ്ധ തിരിച്ചുവിട്ടത് ഈ പത്രത്തിലെ പ്രവർത്തനമാണ്. തൊഴിലാളി കേന്ദ്രങ്ങളിൽ പോയി അവരെക്കുറിച്ച്, അവരുടെ പ്രശ്നങ്ങളെക്കുറിച്ച് പഠിച്ച് റിപ്പോർട്ടുകൾ തയ്യാറാക്കി. അവ *നവയുഗ*ത്തിൽ പ്രസിദ്ധീകരിക്കുമായിരുന്നു മുസഫർ. തൊഴിലാളികളുമായി അങ്ങനെ ആരംഭിച്ച ബന്ധം ജീവിതാന്ത്യംവരെ തുടർന്നു.

ഈ ഘട്ടത്തിൽ മാർക്സിസ്റ്റ് സാഹിത്യവും അദ്ദേഹത്തെ ആകർഷിച്ചു. 1921 ൽ അദ്ദേഹം മൂന്ന് മാർക്സിസ്റ്റ് കൃതികൾ വിലകൊടുത്തു വാങ്ങി– ഒന്ന്, *ബോൾഷെവിക്കുകൾക്ക് അധികാരം നിലനിർത്താനാകുമോ?* രണ്ട്, ലെനിൻ രചിച്ച *ഇടതുപക്ഷ കമ്യൂണിസം*, മൂന്ന് *ജനങ്ങളുടെ മാർക്സ്*. 1920 കളുടെ തുടക്കത്തിൽ തന്റെ ജീവിതലക്ഷ്യമായി രാഷ്ട്രീയം തിരഞ്ഞെടുത്ത മുസഫറിന് മാർക്സിസം പഠിക്കാൻ തുടങ്ങിയതോടെ എന്തു രാഷ്ട്രീയം എന്ന കാര്യത്തിലും സംശയമുണ്ടായില്ല. 1922 ന്റെ അവസാനം മുസഫർ അബ്ദുൾ ഹമിലിനെ കണ്ടുമുട്ടി. ഇരുവരും മാർക്സിസം പ്രചരിപ്പിക്കുകയും കമ്യൂണിസ്റ്റുപാർട്ടി കെട്ടിപ്പടുക്കുകയും ചെയ്യുന്ന പ്രവർത്തനത്തിൽ വ്യാപൃതരായി.

1922 ൽ കാസി നസ്രുൽ ഇസ്ലാം ഒരു ദ്വൈവാരിക പുറത്തിറക്കി. *ധൂമകേതു.* ഇന്ത്യയിലെ വിവിധ രാഷ്ട്രീയ പ്രശ്നങ്ങളെക്കുറിച്ച് ഒട്ടേറെ ലേഖനങ്ങൾ മുസഫർ അതിലെഴുതി; ദ്വാർപയൻ എന്ന തൂലികാനാമത്തിൽ.

1920 ഒക്ടോബർ 17 ന് പഴയ സോവിയറ്റ് യൂണിയനിലെ ഒരു ദക്ഷിണനഗരമായ താഷ്കന്റിൽ ഇന്ത്യൻ കമ്യൂണിസ്റ്റുപാർട്ടി രൂപവൽകൃതമായി. അതേവർഷം തന്നെ ഒക്ടോബർ 31 ന് ഇന്ത്യൻ തൊഴിലാളി വർഗത്തിന്റെ ആദ്യത്തെ കേന്ദ്രസംഘടനയായ എ ഐ ടി യു സിയും. തൊഴിലാളിവർഗ സമരങ്ങൾ വളരാനും ശക്തിപ്പെടാനും തുടങ്ങി. ഈ ഘട്ടത്തിൽ ഇന്ത്യയിൽ കമ്യൂണിസ്റ്റാശയങ്ങൾ പ്രചരിക്കുന്നതു തടയാൻ

ബ്രിട്ടീഷ് ഗവൺമെന്റ് എല്ലാ ശ്രമങ്ങളും നടത്തി. രാപ്പകലില്ലാതെ തന്നെ പിന്തുടർന്നുകൊണ്ടിരുന്ന ഗവൺമെന്റിന്റെ രഹസ്യാന്വേഷണ വിഭാഗത്തിന്റെ കണ്ണുവെട്ടിച്ചു വേണ്ടിയിരുന്നു കൽക്കത്തയിലും പരിസരപ്രദേശങ്ങളിലും മുസഫർ അഹമ്മദിനും സഖാക്കൾക്കും കമ്യൂണിസ്റ്റ് സാഹിത്യം പ്രചരിപ്പിക്കാൻ. *വാൻ ഗാർഡ്, അഡ്വാൻസ് ഗാർഡ്, ഇന്റർനാഷണൽ പ്രസ് കറസ്പോണ്ടൻസ്, മാസസ് ഓഫ് ഇന്ത്യ* തുടങ്ങിയ പ്രസിദ്ധീകരണങ്ങൾ അപ്പോൾ വിദേശത്തുനിന്ന് അയച്ചുകിട്ടുക പതിവായിരുന്നു.

1923 ൽ ഷൗക്കത്ത് ഉസ്മാനി മോസ്കോവിൽനിന്ന് ഇന്ത്യയിൽ മടങ്ങിയെത്തി. അദ്ദേഹം കൽക്കത്തയിൽ മുസഫർ അഹമ്മദിനെ കണ്ടു. അപ്പോഴേക്കും പരസ്യമായി പ്രവർത്തിക്കാൻ കഴിയാത്തവിധം മുസഫറിന്റെമേലുള്ള പൊലീസ് നിരീക്ഷണം ശക്തിപ്പെട്ടു. അവസാനം 1923 മേയിൽ അദ്ദേഹം അറസ്റ്റിലാവുകതന്നെ ചെയ്തു. ലാൽബസാറിൽ ഒരാഴ്ച പാർപ്പിച്ചതിനുശേഷം 1918 ലെ റഗുലേഷൻ 3 പ്രകാരം തടവറയിലേക്കു തള്ളി. ആലിപ്പൂർ ജയിൽ, ഡാക്കാ സെൻട്രൽ ജയിൽ, പ്രസിഡൻസി ജയിൽ എന്നിങ്ങനെ വിവിധ ജയിലുകളിൽ മാറ്റിമാറ്റി പാർപ്പിച്ചു.

ഇരുപതുകളുടെ തുടക്കത്തിൽ കൽക്കത്ത ഉൾപ്പെടെ ഇന്ത്യയിലെ ചില പ്രധാന നഗരങ്ങളിൽ കമ്യൂണിസ്റ്റ് ഗ്രൂപ്പുകൾ പ്രത്യക്ഷപ്പെട്ടു. ഈ ഗ്രൂപ്പുകളിലെ അംഗങ്ങളും പ്രവർത്തകരും എ ഐ ടി യു സിയിൽ ചേർന്നു പ്രവർത്തിക്കാൻ തീരുമാനിച്ചതോടെ അതിന്റെ അംഗസംഖ്യ കൂടി. അതിൽ അഫിലിയേറ്റ് ചെയ്ത യൂണിയനുകളുടെ എണ്ണം വർധിച്ചു. അതിന്റെ ആഭിമുഖ്യത്തിലുള്ള സമരങ്ങൾക്ക് ഊക്കുകൂടി. ഗവൺമെന്റ് പരിഭ്രാന്തമായി. അതിനു പിന്നിൽ കമ്യൂണിസ്റ്റുകാരുടെ കരങ്ങൾ അവർ കണ്ടെത്തി. അതിനാൽ കമ്യൂണിസത്തെ വേരോടെ പിഴുതെറിയാൻ, കമ്യൂണിസ്റ്റുകാർക്കെതിരെ ആഞ്ഞടിക്കാൻ ഗവൺമെന്റ് ദൃഢനിശ്ചയം ചെയ്തു. അവരുടെ പേരിൽ ഒരു ഗൂഢാലോചനക്കേസ് കെട്ടിച്ചമച്ചു – കോൺപൂർ ബോൾഷെവിക് ഗൂഢാലോചനക്കേസ്. സ്വാഭാവികമായും മുസഫർ അഹമ്മദ് ആ കേസിലെ പ്രതിയായി. മുസഫർ ഉൾപ്പെടെ കേസിലെ എല്ലാ പ്രതികൾക്കും നാലുവർഷത്തെ കഠിനതടവ് ശിക്ഷയായി കിട്ടി. അപ്പീൽ കൊടുത്തെങ്കിലും അലഹബാദ് ഹൈക്കോടതി അത് തള്ളിക്കളഞ്ഞു. മുസഫറിനെ ഉത്തർപ്രദേശിലെ റായ്ബറേലി ജയിലിലേക്കയച്ചു. ജയിലിൽവെച്ച് മാരകമായ ക്ഷയരോഗം പിടിപെട്ടതുമൂലം ശിക്ഷയുടെ കാലാവധി തീരുന്നതിനുമുമ്പ് അദ്ദേഹത്തെ വിട്ടയക്കാൻ ഗവൺമെന്റ് നിർബന്ധമായി. 1925 ന്റെ മധ്യം. ജയിൽമോചിതനായ അദ്ദേഹം ഏതാനും മാസങ്ങൾ അൽമോറയിൽ വിശ്രമിച്ചു. 1925 ഡിസംബർ 26 ന് കോൺപൂരിൽ സത്യഭക്തൻ വിളിച്ചുകൂട്ടിയ കമ്യൂണിസ്റ്റ് സമ്മേളനത്തിൽ മുസഫർ സംബന്ധിച്ചു. ആ യോഗമാണ് ഇന്ത്യൻ മണ്ണിൽ ഇന്ത്യൻ കമ്യൂണിസ്റ്റുപാർട്ടിക്ക് ബീജാവാപം നൽകിയത്.

1925 നവംബർ 1 ന് കൽക്കത്തയിൽ ഒരു പുതിയ പാർട്ടി നിലവിൽ വന്നു–ലേബർ സ്വരാജ് പാർട്ടി. അതിന്റെ മുഖപത്രമായിരുന്നു *ലംഗാൽ*. അതിന്റെ മുഖ്യപത്രാധിപർ കാസി നസ്രുൽ ഇസ്ലാം. കോൺപൂരിൽനിന്ന് മടങ്ങി എത്തിയ ഉടൻ മുസഫർ അഹമ്മദ് *ലംഗാൽ* നടത്തിപ്പിന്റെ ചുമതല ഏറ്റെടുത്തു. അതിന്റെ പത്രാധിപരെന്ന നിലയിൽ വീണ്ടും സജീവ വിപ്ലവരാഷ്ട്രീയ പ്രവർത്തനത്തിൽ മുഴുകി. ഈ ഘട്ടത്തിൽ സാർവദേശീയ കമ്യൂണിസ്റ്റ് സംഘടനകളുമായി ബന്ധപ്പെട്ടു. 1926 ൽ ഏപ്രിൽ 15 ന് *ലംഗാൽ* അടച്ചുപൂട്ടി. ഏതാനും മാസങ്ങൾ കഴിഞ്ഞപ്പോൾ *ഗണവാണി* എന്ന പുതിയ പേരിൽ ഈ പത്രം പ്രത്യക്ഷപ്പെട്ടു. ഇതിന്റെ പത്രാധിപർ ഗംഗാധർ വിശ്വാസ് എന്നൊരാളായിരുന്നുവെങ്കിലും എഡിറ്റിങ്ങ് ജോലി പ്രധാനമായും നിർവഹിച്ചത് മുസഫർ. മാർക്സിസ്റ്റുദർശനം, സാർവദേശീയ കമ്യൂണിസ്റ്റുപ്രസ്ഥാനം, വിപ്ലവ തൊഴിലാളിവർഗ പ്രസ്ഥാനം എന്നീ വിഷയങ്ങൾക്കാണ് *ഗണവാണി* പ്രാധാന്യം കൽപ്പിച്ചത്. 1926 ആഗസ്ത് 12 ന് ആദ്യലക്കം പുറത്തിറങ്ങി. ആ ലക്കത്തിൽ സാർവദേശീയ ഗാനത്തിന്റെ ബംഗാളി പരിഭാഷ പ്രത്യക്ഷപ്പെട്ടു. പരിഭാഷകൻ: കാസി നസ്രുൽ ഇസ്ലാം. ആ വർഷം തന്നെ ഹിന്ദു–മുസ്ലിം ലഹള പൊട്ടിപ്പുറപ്പെട്ടതിനാൽ *ഗണവാണി*യുടെ പ്രസിദ്ധീകരണം നിർത്തിവെക്കേണ്ടിവന്നു. എങ്കിലും അത് തുടർന്നു നടത്താൻ മുസഫർ തീരുമാനിച്ചു. പ്രസിദ്ധീകരണത്തിന്റെ മുഴുവൻ ഉത്തരവാദിത്തവും അദ്ദേഹം ഏറ്റെടുത്തു. അദ്ദേഹം എഡിറ്ററും പബ്ലിഷറുമായി 1927 ൽ *ഗണവാണി* പുനഃപ്രസിദ്ധീകരണം തുടങ്ങി. *കമ്യൂണിസ്റ്റു മാനിഫെസ്റ്റോ*വിന്റെ ബംഗാളി പരിഭാഷ അത് പ്രസിദ്ധീകരിച്ചു. കൃഷിക്കാരുടെ പ്രശ്നവും *ഗണവാണി*യുടെ പംക്തികളിൽ ചർച്ച ചെയ്യപ്പെട്ടു.

കൽക്കത്തയിൽ 1925 നവംബർ 1 ന് തൊഴിലാളി–കർഷകപാർട്ടി രൂപംകൊള്ളുമ്പോൾ മുസഫർ അഹമ്മദ് അൽമോറയിൽ വിശ്രമിക്കുകയായിരുന്നു. 1927 ഫെബ്രുവരിയിൽ പാർട്ടിയുടെ രണ്ടാംസമ്മേളനം കൽക്കത്തയിലെ ഇന്ത്യൻ അസോസിയേഷൻ ഹാളിൽ നടന്നു. അതിൽ മുസഫർ സംബന്ധിച്ചു. അതേവർഷം മെയ് 31 ന് കമ്യൂണിസ്റ്റുകാരുടെ ഒരു സമ്മേളനം ബോംബെയിൽ ചേർന്നു. മുസഫർ സമ്മേളനത്തിൽ പങ്കെടുത്തു. ഈ സമ്മേളനം ഒരു മാനിഫെസ്റ്റോ അംഗീകരിച്ചു. പാർട്ടിയുടെ എക്സിക്യൂട്ടീവ് കമ്മിറ്റിയിലേക്ക് മുസഫർ തിരഞ്ഞെടുക്കപ്പെട്ടു. 1927 മാർച്ചിൽ കോൺപൂരിൽ നടന്ന എ ഐ ടി യു സിയുടെ വൈസ് പ്രസിഡണ്ടായി അദ്ദേഹം തിരഞ്ഞെടുക്കപ്പെട്ടു.

1927 ഡിസംബറിൽ ഇന്ത്യൻ നാഷണൽ കോൺഗ്രസിന്റെ സമ്മേളനം മദിരാശിയിൽ. അപ്പോൾ 38 വയസുള്ള മുസഫർ അഹമ്മദും സഖാക്കളും ആ സമ്മേളനത്തിൽ പങ്കെടുത്തു. 18 വയസുകാരൻ ഇ എം എസും ആ സമ്മേളനത്തിലെ പ്രതിനിധിയായിരുന്നു. ഈ സമ്മേളനത്തിൽ തൊഴിലാളി–കർഷകപാർട്ടി കോൺസ്റ്റിറ്റ്യൂവെന്റ് അസംബ്ലിയെക്കുറിച്ച് ഒരു മാനിഫെസ്റ്റോ വിതരണംചെയ്തു.

1928 മാർച്ച് 31 ന് തൊഴിലാളി–കർഷകപാർട്ടിയുടെ മൂന്നാംസമ്മേളനം 24 പർഗാനാജില്ലയിലെ ഭാട്പാറയിൽ. ഈ സമ്മേളനം മുസഫറിനെ പാർട്ടിയുടെ ജനറൽ സെക്രട്ടറിയായി തിരഞ്ഞെടുത്തു. അഖിലേന്ത്യാടിസ്ഥാനത്തിൽ തൊഴിലാളി–കർഷകപാർട്ടി രൂപവൽക്കരിക്കണമെന്ന് തീരുമാനച്ചത് ഈ സമ്മേളനമാണ്. സമ്മേളനതീരുമാനപ്രകാരം ഈ ലക്ഷ്യത്തോടെ 1928 ഡിസംബർ 27 മുതൽ 29 വരെ ഒരു സമ്മേളനം കൽക്കത്തയിൽ സംഘടിപ്പിക്കപ്പെട്ടു. സമ്മേളനത്തിന്റെ സംഘാടകരിൽ ഒരാൾ മുസഫർ അഹമ്മദ്. ഈ സമ്മേളനസമയത്താണ് ഇന്ത്യൻ കമ്യൂണിസ്റ്റുപാർട്ടിയെ സംബന്ധിച്ച് കമ്യൂണിസ്റ്റ് ഇന്റർനാഷണലിന്റെ ആറാം കോൺഗ്രസ് കൈക്കൊണ്ട തീരുമാനം പുറത്തുവന്നത്.

ഈ സമ്മേളനത്തിനുശേഷം, 1929 ജനുവരിയിൽ, കമ്യൂണിസ്റ്റുകാരുടെ ഒരു രഹസ്യയോഗം കൽക്കത്തയിൽ ചേർന്നു. കമ്യൂണിസ്റ്റ് ഇന്റർനാഷണലിന്റെ ആറാം കോൺഗ്രസ് തീരുമാനങ്ങളും പ്രമേയങ്ങളും യോഗം ചർച്ചചെയ്തു. അണ്ടർഗ്രൗണ്ട് കമ്യൂണിസ്റ്റുപാർട്ടി പുനഃസംഘടിപ്പിച്ചു. ഈ യോഗത്തിന്റെ സംഘാടകരിലൊരാളും മുസഫറായിരുന്നു. അണ്ടർഗ്രൗണ്ട് കമ്യൂണിസ്റ്റുപാർട്ടിയുടെ എക്സിക്യൂട്ടീവ് കമ്മിറ്റിയിൽ അദ്ദേഹം അംഗമായി.

1927–29 കാലത്ത് ട്രേഡ് യൂണിയൻ രംഗത്ത് അദ്ദേഹം മുഖ്യമായും ശ്രദ്ധ പതിപ്പിച്ചു. കൽക്കത്തയിലും പരിസരപ്രദേശങ്ങളിലും നിരവധി ട്രേഡ് യൂണിയനുകൾ രൂപവൽക്കരിക്കാൻ മുൻകൈ എടുത്തു. 1927 ൽ ഖരഗ്പൂർ–ലിലുവ പ്രദേശങ്ങളിൽ നടന്ന റെയിൽവേ തൊഴിലാളി സമരങ്ങളിൽ സജീവമായി. 1928 ൽ കൽക്കത്ത കോർപ്പറേഷനിലെ 15,000 തൊഴിലാളികൾ നടത്തിയ പണിമുടക്കിന് നേതൃത്വം നൽകിയതിന്റെ പേരിൽ പ്രഭാവതി ദാസ്ഗുപ്തയോടൊപ്പം അറസ്റ്റിലായി. ബൗറിയയിലെ 15,000 ചണമിൽ തൊഴിലാളികൾ പണിമുടക്കിയപ്പോൾ തൊഴിലാളികൾക്ക് നേതൃത്വം നൽകാൻ മുൻപന്തിയിലുണ്ടായിരുന്നു. ചണമിൽ തൊളിലാളികൾ നടത്തിയ ഏറ്റവും നീണ്ട പണിമുടക്ക് എന്നാണതിനെ മുസഫർ വിശേഷിപ്പിച്ചത്. പണിമുടക്ക് നടന്നുകൊണ്ടിരുന്നപ്പോൾ ബോംബെയിലെ ഗിർണി കാംഗാർ യൂണിയൻ പണിമുടക്ക് ഫണ്ടിലേക്ക് 500 രൂപ മുസഫറിന്റെ പേർക്ക് അയച്ചുകൊടുത്തു.

1928 ൽ ചേർന്ന എ ഐ ടി യു സിയുടെ ത്ധാരിയാ സമ്മേളനവും മുസഫറിനെ സംഘടനയുടെ വൈസ് പ്രസിഡണ്ടായി തിരഞ്ഞെടുത്തു. സൈമൺ കമീഷനെതിരെ കൽക്കത്തയിലെ തൊഴിലാളികൾ നടത്തിയ പ്രകടനത്തിന് നേതൃത്വം നൽകി. കോൺഗ്രസിന്റെ ലക്ഷ്യം പൂർണ സ്വാതന്ത്ര്യമായി പ്രഖ്യാപിക്കണമെന്നാവശ്യപ്പെട്ട് അതേ വർഷം കൽക്കത്തയിലെ കോൺഗ്രസ് സമ്മേളനപ്പന്തലിലേക്ക് മാർച്ചുചെയ്ത തൊഴിലാളികളുടെ മുൻപന്തിയിൽ മുസഫറുണ്ടായിരുന്നു.

1929 ആയപ്പോഴേക്കും തൊഴിലാളിസമരങ്ങൾ ഇരമ്പിക്കയറി. കൃഷിക്കാരുടെ ജന്മിത്തവിരുദ്ധ സമരങ്ങൾ ശക്തിപ്പെടാൻ തുടങ്ങി.

ദേശീയപ്രസ്ഥാനത്തിൽ വിദ്യാർഥികളും യുവാക്കളും വളരെയധികം സജീവമായി. ഈ പശ്ചാത്തലത്തിൽ കമ്യൂണിസ്റ്റുപാർട്ടിക്കും തൊഴിലാളി-കർഷക നേതാക്കൾക്കുമെതിരെ ഒരിക്കൽക്കൂടി ആഞ്ഞടിക്കാൻ ഗവൺമെന്റ് തീരുമാനിച്ചു. അങ്ങനെയാണ് മീറത് ഗൂഢാലോചനക്കേസ് കെട്ടിച്ചമച്ചത്. കേസിലെ ഒരു പ്രതിയായിത്തീർന്നു മുസഫർ അഹമ്മദ്. കേസ് 1929 മാർച്ച് 20 മുതൽ 1933 ജനുവരി 26 വരെ നീണ്ടുനിന്നു.

കേസിലെ പ്രതികൾക്ക് കടുത്തശിക്ഷയാണ് സെഷൻസ് ജഡ്ജി നൽകിയത്. ഏറ്റവും കടുത്ത ശിക്ഷ കിട്ടിയത് മുസഫറിനുതന്നെ – ജീവപര്യന്തം നാടുകടത്തൽ. അതുവഴി കമ്യൂണിസ്റ്റുപ്രസ്ഥാനത്തിലെ പ്രമുഖനും ആദ്യപഥികനും മുസഫറാണെന്ന് സാമ്രാജ്യത്വക്കോടതി അംഗീകരിക്കുകയായിരുന്നു. ഹൈക്കോടതിയിൽ അപ്പീൽ സമർപ്പിച്ചു. എല്ലാ പ്രതികളുടെയും ശിക്ഷ ഇളവുചെയ്യപ്പെട്ടു. മുസഫറിന് മൂന്നുവർഷത്തെ കഠിനതടവ്. മീറത് കോടതിയിലെ പ്രതിക്കൂട്ടിൽനിന്ന് മുസഫറ് അഹമ്മദും സഖാക്കളും നടത്തിയ പ്രസ്താവന ഇന്ത്യയിലെ കമ്യൂണിസ്റ്റുപ്രസ്ഥാനത്തിന്റെ ചരിത്രത്തിലെ സുപ്രധാന രേഖയായി.

1931 ൽ വിചാരണ തടവുകാരനായിരിക്കെ ഏതാനും ദിവസത്തേക്ക് ചികിത്സയ്ക്കായി ജാമ്യത്തിൽ ഇറങ്ങി. *ഗണശക്തി* ആപ്പീസിലാണ് അപ്പോൾ തങ്ങിയത്. ഇവിടെ നിന്നാണ് പല പ്രസിദ്ധീകരണങ്ങളും പുറത്തിറങ്ങിയത്-*ചാസി, മസ്ദൂർ, മാർക്സ്വാദ്, ഗണശക്തി* ഇവ പുറത്തിറക്കുന്നതിൽ അബ്ദുൾ ഹലീം, സരോജ് മുഖർജി തുടങ്ങിയവർ അദ്ദേഹത്തെ സഹായിച്ചു. ജയിലിനകത്തായാലും പുറത്തായാലും മുസഫർ അവർക്ക് ആവശ്യമായ ഉപദേശങ്ങളും നിർദേശങ്ങളും നൽകി.

മീറത് ഗൂഢാലോചനക്കേസിലെ ശിക്ഷയുടെ ആദ്യഘട്ടം യു പിയിലെ നൈനിസെൻട്രൽ ജയിലിൽ കഴിച്ചുകൂട്ടി. പിന്നീട് പല ജയിലുകളിലും എല്ലാവർക്കും സി ക്ലാസാണ് നൽകിയത്. അതായത് അവർക്ക് രാഷ്ട്രീയത്തടവുകാരെന്ന പരിഗണന നൽകിയില്ലെന്നർഥം. അതിനാൽ മെച്ചപ്പെട്ട പെരുമാറ്റത്തിനും പത്രങ്ങളും എഴുതാനുള്ള സാധനങ്ങളും പുസ്തകങ്ങളും നല്ല ഭക്ഷണവും ലഭിക്കുന്നതിനും തങ്ങളെ രാഷ്ട്രീയത്തടവുകാരായി പരിഗണിക്കണമെന്നാവശ്യപ്പെട്ടും മീറത് തടവുകാർ ജയിലിൽ പലതവണ നിരാഹാരസമരം നടത്തി. അവസാനം ബി ക്ലാസ് തടവുകാരായി പരിഗണിക്കുകയെന്ന ആവശ്യം അംഗീകരിക്കേണ്ടിവന്നു.

ജയിലിൽ കടുത്ത പീഡനങ്ങളാണ് മുസഫ്ഫറിന് നേരിടേണ്ടി വന്നത്. ഡാർജിലിങ്ങ്, ബർദ്വാർ, ഹരീദ്പൂർ ജയിലുകളിൽ ഏകാന്തത്തടവുകാരനായിട്ടാണ് പാർപ്പിച്ചത്.

ശിക്ഷാവധി കഴിഞ്ഞപ്പോൾ ജയിലിൽനിന്ന് പുറത്തുവന്നു. ജയിൽമോചിതനാകേണ്ട താമസം ജന്മസ്ഥലമായ സാന്ദ്വിപ് ദ്വീപിലേക്ക് നാടുകടത്തി. ദ്വീപ് വിടാൻ പാടില്ലെന്നായിരുന്നു ഉത്തരവ്. കുറച്ചുകഴിഞ്ഞപ്പോൾ അവിടെനിന്ന് മിഡ്നാപ്പൂർ ജില്ലയിലെ സുതാഹട്ടയിലേക്ക് നാടുകടത്തി. അവസാനം 1936 ജൂൺ 24ന് മോചിപ്പിച്ചു. അതിനുശേഷം വർധിതവീര്യത്തോടെ പാർട്ടി പ്രവർത്തനത്തിൽ ആണ്ടിറങ്ങി.

മുസഫർ അഹമ്മദ് നാടുകടത്തപ്പെട്ട് സാന്ദ്വിപ് ദ്വീപിൽ കഴിയുമ്പോൾ കമ്യൂണിസ്റ്റുപാർട്ടിയുടെ ഒരു പ്ലീനം കൽക്കത്തയിൽ സംഘടിപ്പിക്കപ്പെട്ടു. ചരിത്രപ്രധാനമായ ആ പ്ലീനം ഒരു പരിപാടി അംഗീകരിച്ചു. കമ്യൂണിസ്റ്റ് ഇന്റർനാഷണലിൽ അഫിലിയേറ്റുചെയ്ത സംഘടനയെന്ന നിലയിൽ പ്രവർത്തനം തുടങ്ങി. പ്ലീനം പാർട്ടിയുടെ കേന്ദ്രകമ്മിറ്റി പുനഃസംഘടിപ്പിച്ചു. ആ കേന്ദ്രകമ്മിറ്റി ആളുകൾ മാറിക്കൊണ്ടാണെങ്കിലും 1964 വരെ തുടർന്നു. കേന്ദ്രകമ്മിറ്റിയിലേക്ക് മുസഫർ, പ്ലീനത്തിലെ തന്റെ അഭാവത്തിലും തിരഞ്ഞെടുക്കപ്പെട്ടു. പിന്നീട് നടന്ന പാർട്ടി കോൺഗ്രസുകളെല്ലാം (രണ്ടാം കോൺഗ്രസ് ഒഴികെ) അദ്ദേഹത്തെ പാർട്ടിയുടെ കേന്ദ്രകമ്മിറ്റിയിലേക്ക് തിരഞ്ഞെടുത്തു. മരണംവരെ കേന്ദ്രക്കമ്മിറ്റി മെമ്പറായി തുടർന്നു. ഇന്ത്യൻ കമ്യൂണിസ്റ്റുപാർട്ടിയുടെ കേന്ദ്രകമ്മിറ്റിയിലേക്ക് തിരഞ്ഞെടുക്കപ്പെടുന്നതിനുമുമ്പ് ഇന്ത്യൻ നാഷണൽ കോൺഗ്രസിലും ഉത്തരവാദപ്പെട്ട ചില സ്ഥാനങ്ങൾ അദ്ദേഹം വഹിച്ചു. 1922 ലെ ഗയാ സമ്മേളനം മുതൽ 1940 വരെ എ ഐ സി സി അംഗം. 1944 വരെ ബംഗാൾ പ്രവിശ്യാകമ്മിറ്റി അംഗം.

മീറത് കേസിലെ ശിക്ഷാവിധി കഴിഞ്ഞ് പുറത്തുവന്നതിനുശേഷം കർഷക പ്രസ്ഥാനം കെട്ടിപ്പടുക്കുന്നതിലാണ് ശ്രദ്ധപതിപ്പിച്ചത്. അഖിലേന്ത്യാ കിസാൻസഭ കെട്ടിപ്പടുക്കുന്നതിനു മുൻകൈ എടുത്തു. അഖിലേന്ത്യാ കിസാൻസഭയുടെ പ്രഥമസമ്മേളനം വൈസ് പ്രസിഡണ്ടായി തിരഞ്ഞെടുത്തു. പിൽക്കാലത്ത് അഖിലേന്ത്യാ കിസാൻസഭയുടെ ഒട്ടേറെ സമ്മേളനങ്ങളിൽ ആധ്യക്ഷംവഹിച്ചു. 1937 ൽ ബാങ്കുറ ജില്ലയിലെ പത്രസയാറിൽ അഖിലബംഗാൾ കിസാൻസഭയുടെ ഒന്നാം സമ്മേളനം ചേർന്നപ്പോൾ ഇന്ത്യയിലെ കൃഷിക്കാരുടെ പ്രശ്നങ്ങളെക്കുറിച്ച് പ്രസീഡിയത്തിനുവേണ്ടി മുസഫർ ഒരു രേഖ അവതരിപ്പിച്ചു. *ഇന്ത്യയിലെ കൃഷിക്കാരുടെ പ്രശ്നങ്ങൾ* എന്ന പേരിൽ അത് പുസ്തകരൂപത്തിൽ പ്രസിദ്ധീകരിക്കപ്പെട്ടു. സ്വാതന്ത്ര്യലബ്ധിക്കുശേഷവും കർഷകപ്രസ്ഥാനം കെട്ടിപ്പടുക്കുന്നതിന് ഒരു വഴികാട്ടിയായിത്തീർന്നു ആ ഗ്രന്ഥം.

1937 മുതൽ 40 വരെ തന്റെ പ്രവർത്തനമേഖല ബംഗാളിനു പുറത്തേക്ക് വ്യാപിപ്പിച്ചു. നേപ്പാളിലും ബർമയിലും കമ്യൂണിസ്റ്റുപാർട്ടി കെട്ടിപ്പടുക്കുന്നതിന് ഗണ്യമായ സംഭാവന നൽകി. ബംഗാളിൽ നടന്ന പാർട്ടി സമ്മേളനങ്ങൾ ഓരോന്നിന്റെയും വിജയത്തിനു പിന്നിൽ മുസഫറുണ്ടായിരുന്നു.

1939 സെപ്തംബറിൽ രണ്ടാം ലോകമഹായുദ്ധത്തിന്റെ തുടക്കമായി. അതോടൊപ്പം കമ്യൂണിസ്റ്റുകാർക്കെതിരെ അടിച്ചമർത്തൽ നടപടികളും ആരംഭിച്ചു. കമ്യൂണിസ്റ്റുകാരെ വ്യാപകമായി വേട്ടയാടി. രാജ്യരക്ഷാ നിയമപ്രകാരം കൽക്കത്തയിൽനിന്ന് നാടുകടത്താനുള്ള ഒരു ഉത്തരവ് 1940 ജനുവരിയിൽ കൽക്കത്ത പൊലീസ് മുസഫർ അഹമ്മദിനു നൽകി. അതനുസരിക്കാത്തതിന് ഒരുമാസം തടവിലാക്കി. ജയിൽമോ

ചിതനായപ്പോൾ വീണ്ടും നാടുകടത്താനുള്ള ഉത്തരവ്. ഇത്തവണ നവ ദ്വീപ് ടൗൺഷിപ്പിലേക്കു മാറി. അവിടെ ഒളിവുജീവിതം നയിച്ചു.

ഒളിവിൽ ഇരുന്നുകൊണ്ട് സംഘടനാപരവും പ്രചാരണപരവുമായ പ്രവർത്തനം നടത്തി. ഈ ഒളിവുജീവിതകാലത്താണ് പാർട്ടി സഖാക്കൾക്കിടയിൽ കാക്കാ ബാബു എന്ന പേരിൽ സുപരിചിതനായത്. അതു മുതൽ പാർട്ടി സഖാക്കൾക്കും സുഹൃത്തുക്കൾക്കുമിടയിൽ ആ പേരിലാണ് അറിയപ്പെട്ടത്. അപ്പോൾ അദ്ദേഹം പാർട്ടിയുടെ ബംഗാൾ സംസ്ഥാന കമ്മിറ്റി സെക്രട്ടറിയായിരുന്നു.

1942 ൽ ബ്രിട്ടീഷ് ഗവൺമെന്റ് പാർട്ടിയുടെ മേലുള്ള നിയന്ത്രണം നീക്കി നേതാക്കളിൽ മിക്കവരും ജയിൽ വിമുക്തരായി. ഈ പശ്ചാത്തലത്തിലാണ് 1943 ൽ പാർട്ടിയുടെ ഒന്നാം കോൺഗ്രസ് കൽക്കത്തയിൽ നടന്നത്. കോൺഗ്രസ് നടപടികൾ നിയന്ത്രിച്ച പ്രസീഡിയത്തിലെ ഒരു അംഗമായിരുന്നു മുസഫർ. ആ കോൺഗ്രസ് അദ്ദേഹത്തെ പാർട്ടിയുടെ കേന്ദ്രകമ്മിറ്റിയിലേക്ക് തിരഞ്ഞെടുത്തു.

1948 മാർച്ച് 25 ന് ഇന്ത്യൻ കമ്യൂണിസ്റ്റുപാർട്ടിയുടെ ബംഗാൾ ഘടകത്തെ കോൺഗ്രസ് ഗവൺമെന്റ് നിരോധിച്ചു. നിരോധനവിവരം പ്രഖ്യാപിക്കേണ്ട താമസം മുസഫർ അഹമ്മദ് അറസ്റ്റിലായി. ആറുമാസത്തിനു ശേഷം മോചിപ്പിച്ചു. പുറത്തുവന്ന ഉടൻ കരുതൽ തടങ്കൽ നിയമപ്രകാരം വീണ്ടും അറസ്റ്റിൽ.

1951 ൽ പാർട്ടിയുടെ ഒരു പ്രത്യേക സമ്മേളനം. ആ സമ്മേളനം ഒരു പരിപാടിയും നയപ്രഖ്യാപന രേഖയും അംഗീകരിച്ചു. ആസന്നമായ ഒന്നാം പൊതുതിരഞ്ഞെടുപ്പിൽ പങ്കെടുക്കാൻ തീരുമാനിച്ചു. ഈ സമ്മേളനത്തിൽ മുസഫറും പങ്കെടുത്തു. ഈ പ്രത്യേക സമ്മേളനത്തിനു ശേഷമാണ് പാർട്ടിയുടെ മേലുള്ള നിരോധനം പിൻവലിക്കപ്പെട്ടത്. 1951–52 ൽ വീണ്ടും പാർട്ടിയുടെ പശ്ചിമബംഗാൾ സംസ്ഥാനകമ്മിറ്റി സെക്രട്ടറിയായി പ്രവർത്തിച്ചു.

1952 മുതൽ 1962 വരെയുള്ള 10 വർഷത്തിനിടയിൽ ഒത്തുതീർപ്പു പ്രവണതകൾ പാർട്ടിക്കകത്ത് തലപൊക്കിയപ്പോൾ മുസഫർ അവയ്ക്കെതിരെ പോരാടി. ഇന്ത്യാ–ചൈനാ അതിർത്തി സംഘട്ടന കാലത്ത് ബൂർഷ്വാ സങ്കുചിത ദേശീയവാദത്തിന് അടിപ്പെട്ടു പോകാതെ തൊഴിലാളി സാർവദേശീയതയുടെ കൊടി ഉയർത്തിപ്പിടിച്ചു. അതിന്റെ പേരിൽ കോൺഗ്രസ് ഗവൺമെന്റ് വീണ്ടും തടവിലാക്കി. ഇത്തവണ രണ്ടുവർഷം ജയിലിൽ കിടന്നു. അങ്ങനെ മൊത്തം 20 വർഷം ജയിലിൽ കഴിച്ചുകൂട്ടി 8 വർഷം ഒളിവിലും.

തിരുത്തൽവാദത്തിനെതിരെ ഉറച്ച നിലപാട് സ്വീകരിച്ച മുസഫർ 1964 ൽ പാർട്ടിയിൽ പിളർപ്പുണ്ടായപ്പോൾ സി പി ഐ (എം) ന്റെ കൂടെ നിന്നത് സ്വാഭാവികം. 1964 ഒക്ടോബർ–നവംബറിൽ നടന്ന ഏഴാം പാർട്ടി കോൺഗ്രസ് അദ്ദേഹത്തെ സി പി ഐ (എം) കേന്ദ്രകമ്മിറ്റിയിലേക്ക് തിരഞ്ഞെടുത്തു. പാർട്ടിക്കകത്തെ ഇടതുപക്ഷ–സെക്ടേറിയൻ നക്സ

ലൈറ്റ് ഗ്രൂപ്പുകൾക്കെതിരെയും വ്യക്തവും ശക്തവുമായ നിലപാട് കൈക്കൊണ്ടു.

പാർട്ടി പ്രസിദ്ധീകരണങ്ങൾക്ക് (പത്രങ്ങളും പുസ്തകങ്ങളും ഉൾപ്പെടെ) മാർഗദർശിത്വം നൽകിയ മുസഫർ, പ്രസ്, പത്രം, പുസ്തകശാല – ഇവ മൂന്നും ഒരുനിമിഷത്തേക്കുപോലും തനിക്ക് ഉപേക്ഷിക്കാൻ കഴിയില്ല എന്ന് പറയാറുണ്ടായിരുന്നു. ഗണശക്തി പ്രസ് പടുത്തുയർത്തുന്നതിനു പിന്നിൽ അദ്ദേഹത്തിന്റെ പ്രചോദനമുണ്ട്. നാഷണൽ ബുക്ക് ഏജൻസിയുടെ സംഘാടകരിലൊരാൾ അദ്ദേഹമായിരുന്നു. *ജനയുദ്ധ ദിനപത്രം, ഗണശക്തി സായാഹ്ന പത്രം, ദേശ്ഹിതൈഷി വാരിക, നന്ദൻ–ഏക്സാതെ മാസികകൾ* – ഇവയ്ക്കെല്ലാം അദ്ദേഹം വഴികാട്ടുകയും ഉപദേശനിർദേശങ്ങൾ നൽകുകയും ചെയ്തു.

ഇന്ത്യയിലെ കർഷകപ്രശ്നം കൊടുങ്കാറ്റിന്റെ നാളുകൾ, ഇന്ത്യൻ കമ്യൂണിസ്റ്റുപ്രസ്ഥാനം: ഉദ്ഭവവും വളർച്ചയും, ഞാനും ഇന്ത്യൻ കമ്യൂണിസ്റ്റ് പാർട്ടിയും – ഇവ പ്രധാന കൃതികൾ. 1973 ഡിസംബർ 18 ന് അന്തരിച്ചു.

മുഹമ്മദ് ഇസ്മായേൽ

1910 - 1980

ബംഗാളിലെ കമ്യൂണിസ്റ്റ് പ്രസ്ഥാനത്തിന്റെയും ട്രേഡ് യൂണിയൻ പ്രസ്ഥാനത്തിന്റെയും ആദ്യപഥികരിൽ പ്രധാനി. ബംഗാളിൽ മുസഫർ അഹമ്മദ്, ബങ്കിം മുഖർജി, അബ്ദുൾ ഹലീം, സരോജ് മുഖർജി തുടങ്ങിയവരെപ്പോലെതന്നെ പ്രശസ്തനായ കമ്യൂണിസ്റ്റ് നേതാവ്. സ്വാതന്ത്ര്യസമരസേനാനി, പേരുകേട്ട പാർലമെന്റേറിയൻ.

ജനിച്ചത് യു പിയിൽ. ഉണ്ണാവാ ജില്ലയിലെ ഒരു നെയ്ത്ത് തൊഴിലാളികുടുംബത്തിൽ. ജനിച്ച തീയതി എവിടെയും രേഖപ്പെടുത്തിക്കണ്ടില്ല. ജനിച്ച വർഷം 1910. പിതാവ് കോൺപൂരിലെ ഒര നെയ്ത്ത് തൊഴിലാളി. ഇസ്മായേലിന് ഒരു വയസ് തികയുന്നതിനുമുമ്പുതന്നെ പിതാവ് മരിച്ചു. ബാല്യം മുഴുവൻ ദാരിദ്ര്യത്തിൽ കഴിച്ചുകൂട്ടി. പതിനൊന്ന് വയസായപ്പോൾ ജ്യേഷ്ഠനോടൊപ്പം ഉപജീവനമാർഗംതേടി കൽക്കത്തയിലെത്തി. അതിനുശേഷം അവിടെനിന്ന് മടങ്ങിയില്ല. മരണംവരെ കൽക്കത്തക്കാരനായി ജീവിച്ചു.

ജീവിക്കാൻ പലതരം ജോലികൾ ചെയ്യാൻ നിർബന്ധനായി. തുടക്കം കൽക്കത്തയിലെ ഒരു മോട്ടോർ വർക്ക്ഷാപ്പിൽ അപ്രന്റീസായി. കൂലിയൊന്നും കിട്ടില്ല. അതിനാൽ ഇടവേളകളിൽ തെരുവിൽ നടന്ന് സിഗരറ്റ് വിറ്റ് ഉപജീവനത്തിന് വരുമാനമുണ്ടാക്കി. ഔപചാരിക വിദ്യാഭ്യാസമൊന്നും ലഭിച്ചില്ല. വർക്ക്ഷോപ്പിൽനിന്ന് വന്നാൽ ചില സുഹൃത്തുക്കളുടെ സഹായത്തോടെ അക്ഷരങ്ങൾ പഠിക്കും. ക്രമേണ എഴുതാനും

വായിക്കാനും പഠിച്ചു. അതൊരു പുതിയ ലോകം അദ്ദേഹത്തിനു മുന്നിൽ തുറന്നു.

ഖിലാഫത്ത് പ്രസ്ഥാനവും നിസഹകരണ പ്രസ്ഥാനവും ഒന്നിച്ചു മുന്നേറിയ ഘട്ടം. യുവാക്കൾ ആ പ്രസ്ഥാനത്തിൽ ആകൃഷ്ടരായി. ബാലനായ ഇസ്മായേലിനെ ഖിലാഫത്ത് പ്രസ്ഥാനം ആകർഷിച്ചു. അതിൽ പങ്കെടുത്തുകൊണ്ട് രാഷ്ട്രീയജീവിതമാരംഭിച്ചു. 1928 ൽ ആദ്യമായി ജയിലിൽ പോയി. അതിനുശേഷം ഇടയ്ക്കിടെ അറസ്റ്റിലാവും. തൊഴിലാളി – കമ്യൂണിസ്റ്റ് പ്രസ്ഥാനത്തിൽ പങ്കെടുക്കാൻ തുടങ്ങിയതിനുശേഷം വിശേഷിച്ചും 1930 കൾ വരെ കോൺഗ്രസ് പ്രവർത്തനങ്ങളുമായി ബന്ധപ്പെട്ടു. അഖിലേന്ത്യാ കോൺഗ്രസ് കമ്മിറ്റിയിലും ബംഗാൾ പ്രവിശ്യാ കോൺഗ്രസ് കമ്മിറ്റിയിലും അംഗമായി. ചില ദേശീയ മുസ്ലിം നേതാക്കളോടൊപ്പം ചേർന്ന് കൽക്കത്തയിലെ മുസ്ലിങ്ങളെ വൻതോതിൽ സ്വാതന്ത്ര്യസമരത്തിൽ അണിനിരത്തി.

ഇതിനിടയിൽ അബ്ദുൾ ഹലീമുമായി ബന്ധപ്പെട്ടു. ആ ബന്ധം ഇസ്മായേലിനെ ട്രേഡ് യൂണിയൻ പ്രസ്ഥാനത്തിലേക്ക് നയിച്ചു. 1929 ൽ ട്രേഡ് യൂണിയനുകൾ സംഘടിപ്പിക്കാൻ തുടങ്ങി. മുഖ്യമായും ട്രാംവേ തൊഴിലാളികൾക്കിടയിലാണ് പ്രവർത്തിച്ചത്. 1933 ൽ ട്രാംവേ തൊഴിലാളികളുടെ വമ്പിച്ച പണിമുടക്ക്. അതിന് നേതൃത്വം നൽകിയവരിൽ ഒരാൾ ഇസ്മായേൽ. അപ്പോഴേക്കും ട്രേഡ് യൂണിയൻ നേതാവെന്ന നിലയിൽ പ്രശസ്തനായി.

1934 ൽ ഒരു പ്രധാന സംഭവം. കൽക്കത്ത ട്രാംവേ തൊഴിലാളികളുടെ യോഗം കൽക്കത്തയിലെ ഒരു മൈതാനത്ത്. ഒരു ബ്രിട്ടീഷ് ഉദ്യോഗസ്ഥൻ മൂക്കറ്റം മദ്യപിച്ച് യോഗസ്ഥലത്തെത്തി. അയാൾ തൊഴിലാളികൾക്കെതിരെ വായിൽതോന്നിയ തെറിയൊക്കെ വിളിച്ചുപറഞ്ഞു. എന്തു ചെയ്യണം? തൊഴിലാളികൾക്ക് ഒരു തീരുമാനത്തിലെത്താൻ കഴിഞ്ഞില്ല. പൊലീസുണ്ടായിരുന്നു സ്ഥലത്ത്. അവർ ആ ബ്രിട്ടീഷ് ഉദ്യോഗസ്ഥന്റെ തെറി ആസ്വദിക്കുകയായിരുന്നു. എന്നല്ല, അയാളെ കൈകാര്യംചെയ്യുന്നവരെ വെറുതെ വിടുകയില്ലെന്ന് ഭീഷണയും. കുറച്ചുസമയം ഇതെല്ലാം കേട്ടുനിന്ന ഇസ്മായേൽ പെട്ടെന്ന് അയാളുടെ നേരെ കുതിച്ചു. കോളറിന് പിടിച്ച് ഒരു തള്ള്. തൊഴിലാളികൾ പിന്നെ അടങ്ങിയിരുന്നില്ല. അവർ അയാളെ വളഞ്ഞു. സംഗതി പന്തിയല്ലെന്ന് മനസിലാക്കി ആ ബ്രിട്ടീഷുദ്യോഗസ്ഥൻ അവിടെനിന്ന് ഒരുവിധം രക്ഷപ്പെട്ടു. പൊലീസുകാർക്ക് അപ്പോൾ ഒന്നുംചെയ്യാൻ കഴിഞ്ഞില്ല. എല്ലാം നോക്കിനിൽക്കാനേ സാധിച്ചുള്ളു.

പക്ഷേ, അൽപ്പസമയം കഴിഞ്ഞപ്പോൾ അവർ എത്തി. സർവസന്നാഹങ്ങളോടെ. കെട്ടിച്ചമച്ച കുറ്റത്തിന്മേൽ ഇസ്മായേലിനെ അറസ്റ്റുചെയ്ത് സ്റ്റേഷനിലേക്ക് കൊണ്ടുപോയി. അവിടെനിന്ന് അരയിൽ ഒരു കയർ കൊണ്ട് ബന്ധിച്ച് നടത്തിയാണ് കോടതിയിലേക്ക് കൊണ്ടുപോയത്. സേനാപുക്കൂർ ട്രാംവെ വർക്ക്ഷോപ്പിന്റെ മുമ്പിലൂടെ.

ഈ സമയമായപ്പോഴേക്ക് കോൺഗ്രസിലുള്ള വിശ്വാസം നശിച്ചു. ഗാന്ധിജി നിയമലംഘനപ്രസ്ഥാനം നിർത്തിവെച്ചത് അതിന പ്രധാനകാരണം. ഹലീമുമായും മറ്റു കമ്യൂണിസ്റ്റ് നേതാക്കളുമായുമുള്ള പരിചയവും സോഷ്യലിസ്റ്റ് സാഹിത്യം വായിച്ചതിൽ നിന്ന് ലഭിച്ച പ്രചോദനവും ചേർന്ന് ഇസ്മായേൽ ശാസ്ത്രീയ സോഷ്യലിസ്റ്റ് ചിന്താഗതിയിൽ ആകൃഷ്ടനായി. അത് 1935 ൽ കമ്യൂണിസ്റ്റുപാർട്ടിയിൽ അംഗത്വമെടുക്കുന്നിടം വരെ കൊണ്ടുചെന്നെത്തിച്ചു. കമ്യൂണിസ്റ്റുപാർട്ടിയാവട്ടെ, ട്രേഡ് യൂണിയൻ രംഗത്തെ പ്രവർത്തനം തുടരാനാണ് നിർദേശിച്ചത്.

ട്രാംവേ തൊഴിലാളികൾക്കിടയിൽ പ്രവർത്തിച്ചുകൊണ്ടിരിക്കെ സമൂഹത്തിന്റെ ഏറ്റവും അടിത്തട്ടിൽകിടന്ന മറ്റൊരു വിഭാഗം തൊഴിലാളികളെ സംഘടിപ്പിക്കുവാൻ ശ്രമിച്ചു–ബീഡിത്തൊഴിലാളികൾ. അവരെ പല തരത്തിലും പീഡിപ്പിക്കുമായിരുന്നു പൊലീസ്. ചൂഷണത്തിൽനിന്നെന്നപോലെ ആ പീഡനത്തിൽ നിന്നുമുള്ള മോചനമായിരുന്നു ബീഡിത്തൊഴിലാളികൾക്ക് വേണ്ടിയിരുന്നത്. അവർക്ക് ആത്മവിശ്വാസവും ആത്മാഭിമാനവും നേടിക്കൊടുക്കുന്നതിൽ അദ്ദേഹം പ്രധാന പങ്കുവഹിച്ചു. ട്രാംവേ തൊഴിലാളികളിൽ ഭൂരിപക്ഷവും ഹിന്ദുക്കൾ. ബീഡിത്തൊഴിലാളികളോ ഭൂരിപക്ഷവും മുസ്ലിങ്ങൾ. ഈ രണ്ടു വിഭാഗങ്ങളെയും വർഗാടിസ്ഥാനത്തിൽ സംഘടിപ്പിച്ചപ്പോൾ അവർക്കിടയിലെ വർഗീയ വികാരം അപ്രത്യക്ഷമായി. തൊഴിലാളികൾക്കിടയിൽ ഹിന്ദു–മുസ്ലിം ഐക്യം നിലനിർത്തുന്നതിൽ ഇത് സുപ്രധാന പങ്കുവഹിച്ചു.

1937 ൽ ചണമിൽ തൊഴിലാളികളുടെ ഐതിഹാസിക പണിമുടക്ക്. അതിനെ നേരിടുന്നതിന്റെ ഭാഗമായി തൊഴിലാളി നേതാക്കൾ തൊഴിലാളികളുമായി ബന്ധപ്പെടുന്നത് തടയാൻ പൊലീസിന്റെ നീക്കം. എങ്ങും പൊലീസ്. നേതാക്കളെ കണ്ടാൽ ഉടൻ അറസ്റ്റുചെയ്യും. സ്വാഭാവികമായും ഇസ്മായേലിനെ കണ്ടാൽ പൊലീസ് വെറുതെവിടില്ല. എങ്ങനെയും തൊഴിലാളികളെ കാണണമെന്ന് അദ്ദേഹം തീരുമാനിച്ചു. അങ്ങനെ ഒരു ദിവസം വേഷംമാറി ചണമിൽ പ്രദേശത്തേക്ക് കടന്നു. പകൽ തൊഴിലാളികളുടെ ചാളകളിൽ ഒളിച്ചിരിക്കും. രാത്രി ആ പ്രദേശങ്ങളിലാകെ സഞ്ചരിക്കും. പണിമുടക്ക് തുടരാൻ തൊഴിലാളികളെ ഉപദേശിക്കും. തൊഴിലാളികളിൽ ആത്മവിശ്വാസം ജനിപ്പിക്കും. അവസാനം ഒരുദിവസം രാത്രി 50 പേരോടൊപ്പം അറസ്റ്റിലായി. ഒരു രഹസ്യയോഗം നടന്നുകൊണ്ടിരിക്കെ ഒരൊറ്റുകാരൻ പൊലീസിനെ വിവരമറിയിക്കുകയായിരുന്നു.

1939 ൽ രണ്ടാംലോകമഹായുദ്ധം ആരംഭിച്ചു. കമ്യൂണിസ്റ്റുപാർട്ടി യുദ്ധത്തിനെതിരെ തൊഴിലാളിവർഗത്തെ അണിനിരത്താൻ ശ്രമിച്ചതിന്റെ പേരിൽ ഗവൺമെന്റ് പാർട്ടിക്കെതിരെ ആഞ്ഞടിച്ചു. കമ്യൂണിസ്റ്റ് നേതാക്കളെ രാജ്യവ്യാപകമായി അറസ്റ്റുചെയ്തപ്പോൾ അതിൽ ഇസ്മായേലുംപെട്ടു. 2 വർഷം ജയിലിൽ കിടന്നു. 1942 ൽ ബ്രിട്ടീഷ് ഗവൺമെന്റ് കമ്യൂണിസ്റ്റുപാർട്ടിയുടെമേലുള്ള നിരോധനം പിൻവലിച്ചതിനെത്തുടർന്ന്

ജയിൽമോചിതനായി. ജയിലിൽനിന്ന് പുറത്തുവരുമ്പോഴേക്ക് വമ്പിച്ച മാറ്റം – ലോകത്തിലാകെയും ഇന്ത്യയിലും. എങ്ങും ഫാസിസത്തിനെതിരെ വമ്പിച്ച ജനകീയ മുന്നേറ്റം. അപ്പോൾ ജപ്പാൻ കൽക്കത്തയുടെ അടുത്തുവരെയെത്തി. ജാപ്പ് ഫാസിസത്തിനെതിരെ ട്രാംവേ തൊഴിലാളികളെയും ഇതരവിഭാഗം തൊഴിലാളികളെയും സംഘടിപ്പിക്കുന്നതിൽ ആകണ്ഠം മുഴുകി. ബോംബ് വീണ് തകർന്ന സ്ഥലങ്ങളിൽ വാർത്താവിതരണസംവിധാനം നിലനിർത്തുന്നതിനുള്ള പ്രവർത്തനത്തിൽ സഹകരിച്ചു. അതുകൊണ്ടാണ് "ഏറ്റവും വലിയ യുദ്ധകാലനേതാവ്" എന്ന് സോമനാഥ് ലാഹിരി അദ്ദേഹത്തെ വിശേഷിപ്പിച്ചത്. 1943 ൽ ബംഗാളിൽ ക്ഷാമം പടർന്നു പിടിച്ചപ്പോൾ ദുരിതാശ്വാസപ്രവർത്തനങ്ങളിൽ മുഴുകി. 1945 ൽ കൽക്കത്ത മുനിസിപ്പൽ കോർപ്പറേഷനിലേക്ക് തിരഞ്ഞെടുപ്പ്. തൊഴിലാളി മണ്ഡലത്തിൽ നിന്ന് കോർപ്പറേഷനിലേക്ക് തിരഞ്ഞെടുക്കപ്പെട്ടു.

രണ്ടാംലോകമഹായുദ്ധം അവസാനിച്ചപ്പോൾ പണിമുടക്ക് പരമ്പരകൾ. യുദ്ധകാലത്ത് വെട്ടിക്കുറച്ച വേതനവും മറ്റാനുകൂല്യങ്ങളും പുനഃസ്ഥാപിക്കുക എന്നത് പണിമുടക്കുകൾക്ക് ആസ്പദമായ കാരണം. ഗവൺമെന്റും തൊഴിലുടമകളും നടത്തിയ ആക്രമണത്തിനെതിരെ ആദ്യംതന്നെ പ്രത്യാക്രമണം നടത്തിയത് ഏറ്റവും ഉശിരന്മാരായ ട്രാംവേ തൊഴിലാളികൾ. അടിസ്ഥാനശമ്പളത്തിൽ 2 രൂപ മുതൽ 5 രൂപവരെ വർധന നേടിയെടുത്തു. ബോണസ്, ശമ്പളത്തോടുകൂടിയ അവധി എന്നീ ആവശ്യങ്ങളും ഗവൺമെന്റിനെയും തൊഴിലുടമകളെയുംകൊണ്ട് അംഗീകരിപ്പിച്ചു. "ട്രാംവേ തൊഴിലാളികളെ വിജയത്തിലേക്ക് നയിച്ചത് ഇസ്മായേലാണ്" – 1946 ൽ സോമനാഥ് ലാഹിരി എഴുതി:

> പണിമുടക്ക് നടന്നുകൊണ്ടിരിക്കെ തൊഴിലാളികളോട് ഐക്യദാർഢ്യം പ്രകടിപ്പിക്കാൻ കൽക്കത്തയിലെ ഇടത്തരക്കാരെ അദ്ദേഹം അണിനിരത്തി. ഐക്യദാർഢ്യം പ്രകടിപ്പിക്കാൻ വിദ്യാർഥികളോട് അഭ്യർഥിക്കുന്നതിനായി കോളേജുകളിൽ പോയി അവരോട് പ്രസംഗിക്കുന്നതിന് ഇസ്മായേൽ സമയം കണ്ടെത്തി. പണിമുടക്കിന് വിദ്യാർഥികളുടെ പിന്തുണ അഭ്യർഥിക്കാൻ ഒരു തൊഴിലാളി നേതാവ് കോളേജുകളിൽ പോകുന്നത് ഇന്ത്യയിലെ ട്രേഡ് യൂണിയൻ പ്രസ്ഥാനത്തിന്റെ ചരിത്രത്തിൽ ആദ്യമാണ്.

1948 ൽ ഇന്ത്യൻ കമ്യൂണിസ്റ്റുപാർട്ടിയുടെ രണ്ടാം കോൺഗ്രസ് കൽക്കത്തയിൽ. ആ കോൺഗ്രസ് ഇസ്മായേലിനെ പാർട്ടിയുടെ കേന്ദ്ര കമ്മിറ്റിയിലേക്ക് തിരഞ്ഞെടുത്തു. ഒരുവർഷം കഴിഞ്ഞപ്പോൾ ഒളിവിൽ പ്രവർത്തിക്കുകയായിരുന്ന ബംഗാൾ പ്രവിശ്യാ കമ്മിറ്റി പുനഃസംഘടിപ്പിക്കപ്പെട്ടു. പുനഃസംഘടിപ്പിക്കപ്പെട്ട കമ്മിറ്റിയുടെ സെക്രട്ടറി മുഹമ്മദ് ഇസ്മായേൽ. പാർട്ടിക്കകത്ത് പരിഷ്കരണവാദം തലപൊക്കിയപ്പോൾ അതിനെതിരായ സമരത്തിൽ പങ്കെടുത്തു. ബംഗാളിൽ സി പി ഐ (എം)

ന്റെ സ്ഥാപകനേതാക്കളിലൊരാളായി. ഏഴാംകോൺഗ്രസിന് മുന്നോടിയായി നടന്ന സംസ്ഥാനസമ്മേളനം സംസ്ഥാന സെക്രട്ടേറിയറ്റിലേക്ക് തിരഞ്ഞെടുത്തു.

എ ഐ ടി യു സി രൂപംകൊണ്ട് 15 വർഷമായപ്പോൾ അതിന്റെ പ്രവർത്തക സമിതി അംഗമായി. 1957 മുതൽ 1970 വരെ വൈസ് പ്രസിഡന്റും സി ഐ ടി യു രൂപംകൊണ്ടതുമുതൽ മരിക്കുന്നതുവരെ അതിന്റെ വൈസ് പ്രസിഡന്റും പശ്ചിമബംഗാൾ സംസ്ഥാനകമ്മിറ്റി പ്രസിഡന്റും. ഒട്ടേറെ യൂണിയനുകളുടെ ഭാരവാഹിത്വം വഹിച്ചിട്ടുണ്ട് ഇസ്മായേൽ. ട്രാംവേ വർക്കേഴ്സ് യൂണിയൻ-പിന്നീട് ട്രാംവേ വർക്കേഴ്സ് ആന്റ് എംപ്ലോയീസ് യൂണിയൻ-പ്രസിഡന്റ്, മോട്ടോർ ട്രാൻസ്പോർട്ട് വർക്കേഴ്സ് ഫെഡറേഷന്റെയും ഫ്രൂട്ട്സെല്ലേഴ്സ് യൂണിയന്റെയും പ്രസിഡന്റ്, ഓൾ ഇന്ത്യാ മോട്ടോർ ട്രാൻസ്പോർട്ട് വർക്കേഴ്സ് ഫെഡറേഷന്റെ വൈസ് പ്രസിഡന്റ്, ബസ് വർക്കേഴ്സ് യൂണിയൻ ജനറൽ സെക്രട്ടറി - ഇവ അവയിൽ ചിലതുമാത്രം. റെയിൽവേ തൊഴിലാളികളുടെയും ചണമിൽതൊഴിലാളികളുടെയും തുറമുഖതൊഴിലാളികളുടെയും സംഘടനകളുമായും സജീവബന്ധം പുലർത്തി. എന്നല്ല 22000 തൊഴിലാളികൾ ഉൾപ്പെട്ട തുറമുഖത്തൊഴിലാളി പണിമുടക്കിന് 1947 ൽ നേതൃത്വം നൽകി. 1945 ൽ കോർപ്പറേഷൻ തൊഴിലാളികളുടെ പണിമുടക്ക് നയിച്ചവരിലൊരാൾ അദ്ദേഹമായിരുന്നു.

1967 ൽ ബാരക്പൂർ മണ്ഡലത്തിൽനിന്ന് പാർലമെന്റിലേക്ക് തിരഞ്ഞെടുക്കപ്പെട്ടു. മൂന്നുതവണ പാർലമെന്റ് അംഗമായി. അവിവാഹിതനായി കഴിഞ്ഞ അദ്ദേഹം 1990 നവംബർ 14 ന് അന്തരിച്ചു.

മൊഹേന്ദ്ര

1924 - 2000

ഒരുകാലത്ത് കമ്യൂണിസ്റ്റ് പ്രസ്ഥാനത്തിന്റെ ശക്തികേന്ദ്രങ്ങളിലൊന്നായിരുന്നു മണിപ്പൂർ. അവിടെ കമ്യൂണിസ്റ്റ് പ്രസ്ഥാനത്തിന്റെ വളർച്ചയ്ക്ക് അസ്ഥിവാരമിട്ടത് ജനകീയ നേതാവ് ഇറവത് സിങ്. അദ്ദേഹത്തിന്റെ സ്വാധീനത്താൽ കമ്യൂണിസ്റ്റ് പ്രസ്ഥാനത്തിലേക്ക് എത്തിച്ചേർന്ന വിപ്ലവകാരിയായിരുന്നു മൊഹേന്ദ്ര.

1924–ൽ ജനിച്ചു. 1941–ൽ കൽക്കത്ത യൂണിവേഴ്സിറ്റിയിൽ നിന്ന് മെട്രിക്കുലേഷൻ പരീക്ഷ പാസായതിനുശേഷം ഏതാനും വർഷം അന്നത്തെ ബ്രിട്ടീഷ് ഇന്ത്യൻ പട്ടാളത്തിൽ സേവനമനുഷ്ഠിച്ചു. പട്ടാളത്തിൽനിന്ന് വിടുതൽ നേടിയതിനുശേഷം ഗുവാഹട്ടി കോട്ടൻ കോളേജിലും കൽക്കത്ത പ്രസിഡൻസി കോളേജിലും പഠിച്ചു. 1949–ൽ കൽക്കത്ത യൂണിവേഴ്സിറ്റിയിൽനിന്ന് ബിരുദമെടുത്തു. ഗുവാഹട്ടി കോളേജിൽ പഠിക്കുമ്പോൾ ഇറവത്ത് സിംഗുമായി പരിചയപ്പെട്ടു. സിൽഹട്ട് ജയിലിലെ കാലാവധി കഴിഞ്ഞതിനുശേഷം നാടുകടത്തപ്പെട്ട് കഴിയുകയായിരുന്നു അദ്ദേഹം. യുദ്ധാനന്തര വിദ്യാർഥി സമരങ്ങളുമായി അദ്ദേഹം ഗാഢബന്ധത്തിലാവുകയും മണിപ്പൂർ വിദ്യാർഥി ഫെഡറേഷന്റെ ഒരു പ്രവർത്തകനായിത്തീരുകയും ചെയ്തു.

രണ്ടാം ലോകമഹായുദ്ധത്തോട് കൈക്കൊണ്ട നിലപാടിന്റെ പേരിൽ കമ്യൂണിസ്റ്റുപാർട്ടിക്കും വിദ്യാർഥി–യുവജന നേതാക്കൾക്കും എതിരെ ഗവൺമെന്റ് ആഞ്ഞടിച്ചു. രാഷ്ട്രീയപ്രവർത്തനം തുടരാൻ മൊഹേന്ദ്രയ്ക്കും മറ്റ് യുവജന–വിദ്യാർഥി നേതാക്കൾക്കും ഒളിവിൽ പോകേ

ണ്ടിവന്നു. ഒളിവിൽ കഴിയുമ്പോൾ മണിപ്പൂരിലെ കമ്യൂണിസ്റ്റുപാർട്ടിയുടെ ഓർഗനൈസിങ് കമ്മിറ്റിയിൽ അംഗമായി.

ഒരു വിപ്ലവ യോദ്ധാവെന്ന നിലയിൽ മഹേന്ദ്ര റെഡ് ഗാർഡ് കൗൺസിലിൽ അംഗമായിരുന്നു. അന്ന് ഒളിവിൽ പ്രവർത്തിച്ച കമ്യൂണിസ്റ്റുപാർട്ടിയുടെ സായുധ വിഭാഗമായ റെഡ് ഗാർഡുകളുടെ കമാണ്ടറുമായിരുന്നു അദ്ദേഹം. 1950–ൽ അറസ്റ്റിലായി. രണ്ടുവർഷത്തെ കഠിന തടവാണ് ശിക്ഷയായി ലഭിച്ചത്.

ജയിൽ മോചിതനായതിനുശേഷവും ഗവൺമെന്റ് അദ്ദേഹത്തെ വെറുതെ വിടാൻ ഭാവമില്ലായിരുന്നു. ഒരിക്കൽക്കൂടി അറസ്റ്റ്ചെയ്ത് വിചാരണ ചെയ്തു. ഗവൺമെന്റിനെതിരെ യുദ്ധത്തിന് തയ്യാറെടുത്തുവെന്നതായിരുന്നു കുറ്റം. ഇത്തവണ 21 വർഷത്തെ കഠിന തടവിന് ശിക്ഷിച്ചു.

തടവുകാരെ പൂർണമായി ഒറ്റപ്പെടുത്തി പീഡിപ്പിക്കണം. അതിനായി അവരെ പശ്ചിമ ബംഗാളിലെ വിവിധ ജയിലുകളിലേക്ക് മാറ്റി പാർപ്പിച്ചു. മരണം ഏതാണ്ട് ഉറപ്പായ അമ്മയെ കാണുന്നതിന് മൊഹേന്ദ്ര പരോളിന് അപേക്ഷിച്ചുവെങ്കിലും അധികൃതർ അത് നിരസിച്ചു. 1955 ആഗസ്തിൽ അമ്മ മരിച്ചു. അപ്പോൾ അവരുടെ ഏക മകൻ പശ്ചിമ ബംഗാളിലെ ജയിലുകളിൽ കിടന്ന് നരകിക്കുകയായിരുന്നു.

കൽക്കത്തയിലെ ആലിപ്പൂർ ജയിലിൽ നിന്ന് 1956 ഡിസംബറിൽ മോചിതനായ മൊഹേന്ദ്ര നിരന്തരമായ രാഷ്ട്രീയ പ്രവർത്തനത്തിലേർപ്പെട്ടു. തിരക്കുപിടിച്ച രാഷ്ട്രീയ പ്രവർത്തനത്തിനിടയിലും നിയമം പഠിക്കാൻ സമയം കണ്ടെത്തി. ഗുവാഹത്തി യൂണിവേഴ്സിറ്റിയിൽ നിന്ന് നിയമബിരുദം നേടിയതിനുശേഷം അദ്ദേഹം പ്രാക്ടീസ് തുടങ്ങി. ഒരു ടേമിൽ മണിപ്പൂർ ബാർ അസോസിയേഷൻ സെക്രട്ടറി ആയിരുന്നു.

അഭിഭാഷകനായി പ്രാക്ടീസ് ചെയ്തുകൊണ്ടിരിക്കുമ്പോഴും പൊതുപ്രവർത്തനത്തിനും സമയം കണ്ടെത്തി. സി പി ഐയുടെ സംസ്ഥാന കൗൺസിലിലേക്കും എക്സിക്യൂട്ടീവ് കമ്മിറ്റിയിലേക്കും തിരഞ്ഞെടുക്കപ്പെട്ടു. മണിപ്പൂരിൽ ഇന്തോ–സോവയറ്റ് കൾച്ചറൽ സൊസൈറ്റിയുടെ സ്ഥാപക പ്രസിഡന്റായി. 1980–ൽ ഉത്തര മണിപ്പൂർ മണ്ഡലത്തിൽ നിന്ന് ലോകസഭയിലേക്ക് തിരഞ്ഞെടുക്കപ്പെട്ടു. മണിപ്പൂരി ഭാഷ ഭരണഘടനയുടെ എട്ടാം ഷെഡ്യൂളിൽ ഉൾപ്പെടുത്തിക്കിട്ടുന്നതിനായി ലോകസഭയിൽ അദ്ദേഹം പോരാടി. അവിടെയുള്ള കലാപകാരികളുയർത്തുന്ന പ്രധാനപ്പെട്ട ഒരു പ്രശ്നത്തിനുള്ള പരിഹാരമാർഗം ഇതാണ്.

ജേർണലിസത്തിന്റെ രംഗത്തും മൊഹേന്ദ്ര സംഭാവന നൽകിയിട്ടുണ്ട്. *അനൗബ മണിപ്പൂർ* അദ്ദേഹം എഡിറ്റ് ചെയ്തു. 2000 ഫെബ്രുവരി 20–ന് അദ്ദേഹം അന്തരിച്ചു.

മോട്ടൂരു ഹനുമന്തറാവു

1917 - 2001

ആന്ധ്രയിൽ കമ്യൂണിസ്റ്റ് പ്രസ്ഥാനത്തിന്റെ സ്ഥാപക നേതാക്കളിലൊരാൾ. പി സുന്ദരയ്യ, സി രാജേശ്വര റാവു തുടങ്ങിയവരോടൊപ്പം തെലങ്കാനാസമരം നയിച്ച വിപ്ലവകാരി. സൈദ്ധാന്തികൻ, പാർലമെന്റേറിയൻ.

സഖാക്കൾക്കും സുഹൃത്തുക്കൾക്കുമിടയിൽ എം എച്ച് എന്ന രണ്ടക്ഷരത്തിൽ അറിയപ്പെ മോട്ടൂരു ഹനുമന്തറാവു ഗുണ്ടൂർജില്ലയിലെ റാപെല്ലെ താലൂക്കിൽപ്പെട്ട വെള്ളാത്തുരു ഗ്രാമത്തിൽ 1917ൽ ജനിച്ചു. കൃഷ്ണാനദിക്കരയിലുള്ള ഈ ഗ്രാമത്തിലെ ഒരു ഇടത്തരം കുടുംബമായിരുന്നു അദ്ദേഹത്തിന്റേതെങ്കിലും കുടുംബം ദരിദ്ര കർഷക പദവിയിലേക്ക് തരംതാഴ്ത്തപ്പെട്ടു. രക്ഷാകർത്താക്കൾ നിരക്ഷരർ.

ദേശീയപ്രസ്ഥാനം ശക്തിപ്രാപിച്ച മുപ്പതുകളുടെ ആദ്യം സ്കൂൾ വിദ്യാർഥി. ആ ബാലനും ദേശീയപ്രസ്ഥാനത്തിന്റെ സ്വാധീനത്തിന് വിധേയനായി. ഖദർ വസ്ത്രം ധരിക്കും. ഖദർ നടന്ന് വിൽക്കും. കോൺഗ്രസിന്റെ സന്ദേശം പ്രചരിപ്പിക്കും. സ്കൂൾ കോമ്പൗണ്ടിൽ ഗാന്ധിത്തൊപ്പി ധരിക്കരുതെന്ന അധികൃതരുടെ ഉത്തരവ് ലംഘിക്കാൻ വിദ്യാർഥികൾക്ക് നേതൃത്വം നൽകി. ഭഗത്സിങ്ങിനെയും സഖാക്കളെയും തൂക്കിക്കൊന്നപ്പോൾ മറ്റു വിദ്യാർഥികളോടൊപ്പം പ്രതിഷേധിച്ചു. പൊതുപ്രവർത്തനം അൽപ്പം കൂടിപ്പോയതത് നിമിത്തം എം എച്ചും സുഹൃത്ത് കണ്ടംമ്നേനി വെങ്കട രത്നവും സ്കൂൾ ഫൈനൽ പരീക്ഷയിൽ തോറ്റു. അടുത്തവർഷം, അതായത് 1933-ൽ, പാസായി.

പല്ലികോണയിൽ സഹോദരിയുടെ വീട്ടിൽ നിന്നാണ് സ്കൂളിൽ പോ

യത്. കൃഷിപ്പണി നേരത്തെതന്നെ നന്നായി പഠിച്ചു. സ്കൂളിൽ പോകുന്നതിനുമുമ്പ്, അതിരാവിലെ, പാടത്തിറങ്ങും. വയൽ ഉഴുന്നതുൾപ്പെടെ കൃഷിപ്പണികൾ ചെയ്യും. അതിനുശേഷം കുളിച്ച് സ്കൂളിലേക്ക് തിരിക്കും. വീട്ടിലാണെങ്കിൽ ജോലിയിൽ അച്ഛനെയും സഹോദരനെയും സഹായിക്കും. അക്കാലത്ത് തൊട്ടുകൂടായ്മ വ്യാപകം. ആ അനാചാരത്തെ വളരെ ചെറിയ കുട്ടിയായിരിക്കുമ്പോൾത്തന്നെ വെറുത്തു. ഇപ്പോൾ അതിനെതിരെ ഗ്രാമങ്ങളിൽ പോയി പ്രചാരണം നടത്തും. ദളിതരെ സാമൂഹ്യജീവിതത്തിന്റെ മുഖ്യധാരയിൽ കൊണ്ടുവരാൻ ശ്രമിക്കും.

1934–ൽ ജോലിക്കുവേണ്ടി അന്വേഷണമായി. ഉറ്റബന്ധുക്കൾ ഉയർന്ന സ്ഥാനങ്ങളിലുണ്ടായിരുന്നു. കൊത്ത വെങ്കയ്യ ചൗധരി കൊല്ലേട്ടിക്കോട്ടയിൽ കാർഷികവൃത്തിയിൽ സഹായിയായി നിയമിച്ചു. പിന്നീട് ചല്ലപ്പള്ളി എസ്റ്റേറ്റിൽ ബ്രാഞ്ച് അസിസ്റ്റന്റായി നിയമിതനായി. 10 മാസം അവിടെ ജോലി ചെയ്തു. ഇതിനിടയിൽ വുയ്യുരുവിൽ ഒരു പഞ്ചസാര ഫാക്ടറി തുടങ്ങി. അവിടെ വെയിങ് ക്ലാർക്കായി ജോലി കിട്ടി. കരിമ്പിന്റെ സീസൺ അവസാനിച്ചതോടെ ജോലി നഷ്ടപ്പെട്ടു. വീണ്ടും വെങ്കയ്യ ചൗധരി കൊല്ലേട്ടിക്കോട്ടയിൽ ജോലി നൽകി.

സ്കൂൾ വിദ്യാർഥിയായിരിക്കുമ്പോൾത്തന്നെ രാഷ്ട്രീയത്തിൽ താൽപ്പര്യമുണ്ടായിരുന്നുവെന്ന് പറഞ്ഞല്ലോ. പലേടത്തുമായി ജോലിയിലേർപ്പെട്ടപ്പോഴും രാഷ്ട്രീയത്തിലെ കമ്പം അവസാനിച്ചില്ല. 1936ൽ ഗുണ്ടൂരിൽ കോൺഗ്രസ് സോഷ്യലിസ്റ്റ് പാർട്ടി സമ്മേളനം. സമ്മേളനത്തിൽ ഡാങ്കെയുടെ സാന്നിധ്യം വലിയ ആകർഷണമായിരുന്നു. അദ്ദേഹത്തിന്റെ പ്രസംഗം ചിന്തയിൽ പുതിയ വെളിച്ചം വീശി. ഗുണ്ടൂരിലും വിജയവാഡയിലും ഗുഡിവാഡയിലും നെഹ്റുവിന്റെ പ്രസംഗം. ഗുണ്ടൂരിൽ പ്രസംഗം വിവർത്തനം ചെയ്തത് സാംബമൂർത്തി. നെഹ്റുവിന്റെ പ്രസംഗത്തിൽ നിന്ന് വിവർത്തകൻ സോഷ്യലിസം എന്ന പദം ഒഴിവാക്കി. അത് എം എച്ചിന് തീരെ ഇഷ്ടപ്പെട്ടില്ല. സാംബമൂർത്തിയെ നേരിൽക്കണ്ട് തന്റെ പ്രതിഷേധം അറിയിച്ചു. നെഹ്റുവിന്റെ മൂന്ന് യോഗങ്ങളിലും പങ്കെടുത്തതിനുശേഷമാണ് കൊല്ലേട്ടിക്കോട്ടയ്ക്ക് മടങ്ങിയത്.

ചല്ലപ്പള്ളി എസ്റ്റേറ്റിൽ ജോലി ചെയ്യുമ്പോൾ മച്ചിലിപട്ടണത്തിൽ നടന്ന യുവജനസമ്മേളനത്തിൽ പങ്കെടുത്തു. സമ്മേളനത്തിൽ ബാട്ലിവാല ചെയ്ത പ്രസംഗം അതീവ ശ്രദ്ധയോടെ കേട്ടു. പോട്ടാർലങ്കയിൽ സമീൻ റയെത് സമ്മേളനത്തിലും സംബന്ധിച്ചു. ആചാര്യ രങ്കയും വെങ്കട്ടരാമ നായിഡുവുമായിരുന്നു സമ്മേളനത്തിലെ മുഖ്യാതിഥികൾ. ചലസാനി വാസുദേവ റാവുവിനെ അവിടെവച്ചാണ് ആദ്യമായി കണ്ടത്. യോഗസ്ഥലങ്ങൾ മിക്കതിലും സോഷ്യലിസ്റ്റ് സാഹിത്യങ്ങളുണ്ടാകും. അവ വിലകൊടുത്ത് വാങ്ങി വായിക്കും. *സോഷ്യലിസത്തിന്റെ ഹരിശ്രീ, അമ്മ* തുടങ്ങിയ കൃതികൾ അങ്ങനെ വാങ്ങി വായിച്ചതാണ്.

കൊല്ലേട്ടിക്കോട്ടയിൽ നിന്ന് വിജയവാഡയിലെ ആന്ധ്ര രത്നഭവനിലെത്തി. ഉദ്ദേശ്യം കോൺഗ്രസിന്റെ ഫെയ്സ്പൂർ സമ്മേളനത്തിൽ

പങ്കെടുക്കുക. കൈയിൽ, പക്ഷേ, വേണ്ടത്ര പണമില്ല. അതിനകം കോൺഗ്രസ് പ്രവർത്തകനായി മാറിയ ഉദ്ദരാജുരാമുവും അവിടെയെത്തി. അപ്പോൾ ശിവയ്യയും തുമ്മല വെങ്കട്ടരാമയ്യയും കരൂഗഡ്ഡ നാരായണ റാവുവിന്റെ തിരഞ്ഞെടുപ്പ് ക്യാമ്പയിനിൽ പങ്കെടുക്കാൻ പോകുന്നുണ്ടായിരുന്നു. അവരുടെ കൂടെ അങ്ങോട്ട് തിരിക്കാം എന്ന് എം എച്ച് തീരുമാനിച്ചു.

ഈ ഘട്ടത്തിൽ വിവാഹപ്രശ്നം ഉയർന്നു. അമ്മ അതിന് നിർബന്ധിക്കുന്നുണ്ടായിരുന്നു. വധുവിനെ താൻ കണ്ടുപിടിച്ചുകൊള്ളാം എന്നു പറഞ്ഞ് അമ്മയിൽനിന്ന് ഒഴിഞ്ഞുമാറിയതാണ്. അപ്പോഴാണ് ചല്ലപ്പള്ളി എസ്റ്റേറ്റ് മാനേജർ ജബാല പിച്ചയ്യ തന്റെ അമ്മാവന്റെ മകളെ എം എച്ച് വിവാഹം കഴിക്കണമെന്ന ആഗ്രഹം പ്രകടിപ്പിച്ചത്. ആ ആഗ്രഹം നിറവേറി. 1937 മെയ് 5-ന് ഉദയലക്ഷ്മിയുമായുള്ള വിവാഹം നടന്നു. വിവാഹം കഴിഞ്ഞ ഉടൻ പോയത് കോതപട്ടണത്തേക്ക്. അവിടെ നടന്ന രാഷ്ട്രീയ സ്കൂളിൽ പങ്കെടുത്തു. പുലുപ്പുല ശിവയ്യയായിരുന്നു പ്രിൻസിപ്പൽ. കനകല കുടുംബ റാവു, തുമ്മല വെങ്കട സുബ്ബയ്യ, കൊല്ല വെങ്കയ്യ തുടങ്ങിയവരൊക്കെയുണ്ടായിരുന്നു ക്ലാസിൽ. സജ്ജാദ് സഹീർ, ദിൻകർ മേത്ത, ഇന്ദുലാൽ യാജ്ഞിക് തുടങ്ങിയവർ അധ്യാപകരായെത്തി. പതിനഞ്ചുദിവസത്തിനുശേഷം അന്നത്തെ മദിരാശി ഗവൺമെന്റ് ക്ലാസ് നിരോധിച്ചു. ചിലർ നിരോധനം ലംഘിച്ച് അറസ്റ്റിലായി. ചിലർ അറസ്റ്റിൽനിന്ന് ഒഴിഞ്ഞുമാറി. പ്രവർത്തനം തുടർന്ന് മുമ്പോട്ടുപോകാൻ ശിവയ്യയും എം എച്ചും അവിടെനിന്ന് രക്ഷപ്പെട്ട് ഓങ്കോളിലെത്തി. അവിടെ ഒരു പൊതുയോഗം സംഘടിപ്പിച്ചു. രാഷ്ട്രീയ സ്കൂൾ നിരോധിച്ചതിനെ അപലപിച്ചു. യോഗത്തിൽ പ്രസംഗിക്കാൻ മദിരാശിയിൽനിന്ന് ശ്രീനിവാസറാവുവെത്തി.

രാഷ്ട്രീയ പ്രവർത്തനത്തിലേർപ്പെടാൻ കോളേജ് പഠനം പ്രയോജനകരമായിരിക്കുമെന്ന് കരുതി. ഫീസ് സൗജന്യവും ഹോസ്റ്റൽ സൗകര്യവുമുള്ളതിനാൽ വിഴിയ നഗരത്തിലേക്ക് പോയി. എന്നാൽ അവിടെ 30-40 ശതമാനമാളുകൾ ഫൈലേറിയയും ഹൈഡ്രോസിലും ബാധിച്ചവരാണെന്ന് കണ്ട് ഗുണ്ടൂരിലേക്ക് മടങ്ങി എ സി കോളേജിൽ ചേർന്നു. കോളേജിനോടനുബന്ധിച്ച് ഒരു കമ്മഹോസ്റ്റൽ. വെങ്കട സുബ്ബയ്യയും വൈ വി കൃഷ്ണറാവുവും പന്ത പുന്നയ്യയും മറ്റും ഹോസ്റ്റലിലെ അന്തേവാസികൾ. ഹോസ്റ്റലിലെ മിക്ക വിദ്യാർഥികൾക്കും ദേശീയപ്രസ്ഥാനത്തോട് താൽപ്പര്യം. എം സിയും കനഗല കുടുംബറാവുവും ഗംഗാധര റാവുവും മറ്റൊരു ഹോസ്റ്റലിലായിരുന്നു താമസം. ഗുണ്ടൂർ സന്ദർശനവേളയിൽ ജയപ്രകാശും ബാട്ലിവാലയും എം എച്ചിന്റെ മുറിയിലാണ് താമസിച്ചത്. ഒരു ദിവസം അർധരാത്രിയിൽ പി എസും അവിടെയെത്തി.

1937-ൽ ഡീറ്റൻഷൻ സമ്പ്രദായത്തിനെതിരെ എ സി കോളേജിലെ വിദ്യാർഥികൾ പഠിപ്പുമുടക്കി. അതിന്റെ പ്രധാന നേതാവ് എം ബി. പഠിപ്പുമുടക്ക് സംസ്ഥാനത്തൊട്ടാകെ വ്യാപിച്ചു. അതിന്റെ വിജയത്തിൽ നിസ്സാരമല്ലാത്ത പങ്ക് എം എച്ചിനുമുണ്ട്. 1938ൽ കൽക്കത്തയിൽ നടന്ന

എ ഐ എസ് എഫ് സമ്മേളനത്തിൽ പങ്കെടുത്തു. പി ബി രങ്കനേക്കറെയും വിശ്വനാഥ് മുഖർജിയെയും പരിചയപ്പെട്ടത് അവിടെ നിന്നാണ്.

1938–ലെ വേനൽക്കാലത്ത് മന്തേനപരിപാളത്ത് ശിവയ്യ ഒരു രാഷ്ട്രീയ സ്കൂൾ സംഘടിപ്പിച്ചു. സ്ഥലം കോൺഗ്രസ് എം എൽ എ അതിന് പൂർണ പിന്തുണ നൽകി. സംസ്ഥാനത്തിന്റെ എല്ലാ ഭാഗങ്ങളിൽ നിന്നും, പ്രത്യേകിച്ച് കൃഷ്ണ–ഗുണ്ടൂർ ജില്ലകളിൽ നിന്ന്, ധാരാളം പേർ സ്കൂളിൽ പങ്കെടുക്കാനെത്തി. ചിലർ ഭാര്യാസമേതരായാണ് എത്തിച്ചേർന്നത്. 1938 മെയ് 5–ന് എം ബിയുടെ വിവാഹത്തിൽ പങ്കുകൊണ്ടതിനുശേഷം എം എച്ച് ഭാര്യയോടൊപ്പം രാഷ്ട്രീയ സ്കൂളിൽ പങ്കെടുത്തു. സ്കൂളിൽ പങ്കെടുക്കുന്നതിന് ഫീസ് വേണം. എം എച്ചിന്റെ കൈയിൽ പണമില്ല. ഭാര്യയുടെ സ്വർണമോതിരം വിറ്റാണ് ഫീസ് അടച്ചത്. ദേശ്പാണ്ഡെ, ആർ ഡി ഭരദ്വാജ്, കമ്പപതി സീനിയർ തുടങ്ങിയവർ ക്ലാസെടുത്തു.

കോളേജ്പഠനം തുടരാൻ പണമില്ല. അതുകൊണ്ട് പഠനം നിർത്താൻ തീരുമാനിച്ചു. ഉപജീവനത്തിന് എന്താണ് വഴി? കുടുംബത്തിലെ തന്റെ സ്വത്ത് വിൽക്കാനും വിറ്റുകിട്ടുന്ന പണംകൊണ്ട് ഗുണ്ടൂരിൽ ഒരു ബിസിനസ് ആരംഭിക്കാനും നിശ്ചയിച്ചു. ബിസിനസിനോടൊപ്പം പാർട്ടി പ്രവർത്തനവും നടത്താം. ഓഹരി വിറ്റിട്ടും ബിസിനസിനാവശ്യമായ പണം തികഞ്ഞില്ല. അവസാനം എം ബിയുടെ സഹായത്തോടെ ഗുണ്ടൂരിൽ ഒരു സ്റ്റേഷനറിക്കട തുടങ്ങി. കടയുടെ പേര് സിറ്റി സ്റ്റുഡന്റ്സ് എംപോറിയം. ഒരുവർഷം കഴിഞ്ഞപ്പോഴേക്ക് കട പൊലീസ് നിരീക്ഷണത്തിലായി.

കട തുടങ്ങിയെങ്കിലും എം എച്ച് അതിനകത്ത് ഒതുങ്ങിക്കൂടിയില്ല. പാർട്ടി പ്രവർത്തനവുമായി ബന്ധപ്പെട്ട് ജില്ലയ്ക്കകത്ത് മാത്രമല്ല പുറത്തും പോകാൻ തുടങ്ങി. പുറത്തുപോകുമ്പോൾ കടയുടെ ചുമതല ശ്രീരാമ സുബ്ബയ്യയെയൊ മച്ചുനൻ സുബ്ബറാവുവിനെയൊ ഏൽപ്പിക്കും. 1937–ൽ അദ്ദേഹത്തിന് പാർട്ടി അംഗത്വം ലഭിച്ചു.

1939–ൽ രണ്ടാം ലോകമഹായുദ്ധം തുടങ്ങി. ബ്രിട്ടീഷ് ഗവൺമെന്റ് കമ്യൂണിസ്റ്റുപാർട്ടിക്കെതിരെ ആഞ്ഞടിച്ചപ്പോൾ എം എച്ച് ഒളിവിൽ പോയി. ഒളിവിൽ കഴിയുമ്പോൾ, 1940–ൽ അതീവ രഹസ്യമായി പാർട്ടിയുടെ ജില്ലാസമ്മേളനം. ആ സമ്മേളനം എം ബിയെ ജില്ലാ സെക്രട്ടറിയായി തിരഞ്ഞെടുത്തു. എം എച്ചിനെയും കമ്പപതി സത്യനാരായണ (സീനിയർ) യെയും ജില്ലാകമ്മിറ്റിയിലേക്ക് എടുത്തു. രണ്ടരവർഷം ഒളിവിൽ കഴിഞ്ഞു. ഒളിവുജീവിതം നയിക്കുന്നതിൽ അസമാന്യ കഴിവാണ് പ്രകടിപ്പിച്ചത്.

1942–ൽ ഒളിവിൽനിന്ന് പുറത്തുവന്നു. കോൺഗ്രസിന്റെ നേതൃത്വത്തിൽ ക്വിറ്റ് ഇന്ത്യാ സമരം തുടങ്ങി. കമ്യൂണിസ്റ്റുപാർട്ടി ആ സമരത്തിനെതിരായ നിലപാടാണ് സ്വീകരിച്ചത്. ഫാസിസത്തിനെതിരായ അണിചേരലിന് പ്രതിബന്ധമാകും എന്നതിനാലാണ് പാർട്ടി അങ്ങനെയൊരു നിലപാട് സ്വീകരിച്ചത്. അതിന്റെ പേരിൽ പാർട്ടിക്കെതിരെ വ്യാപകമായ

ആക്രമണം. ഗുണ്ടൂരിലും ഇത്തരം ആക്രമണങ്ങളുണ്ടായി. ചുമട്ടുതൊഴിലാളികളെ സംഘടിപ്പിച്ചുകൊണ്ടാണ് പാർട്ടി അതിനെ നേരിട്ടത്. അവരെ സംഘടിപ്പിക്കുന്നതിന് മുൻപന്തിയിൽ നിന്നത് എം എച്ച്.

1942–ൽ പാർട്ടിയുടെ മേലുള്ള നിരോധനം നീക്കിയ പശ്ചാത്തലത്തിൽ പാർട്ടിയുടെ ഒന്നാം കോൺഗ്രസ് ബോംബെയിൽ. അതിന്റെ മുന്നോടിയായി ആന്ധ്രാ സംസ്ഥാന സമ്മേളനം ബുധവാരത്ത്. ആ സമ്മേളനം എം എച്ചിനെ സംസ്ഥാന കമ്മിറ്റിയിലേക്കെടുത്തു. അതിനു മുമ്പുതന്നെ ഗുണ്ടൂർ ജില്ലാസമ്മേലനം ജില്ലാ സെക്രട്ടറിയായും തിരഞ്ഞെടുത്തു.

സംസ്ഥാനസമ്മേളനത്തിനുശേഷം ഒരു സംഭവമുണ്ടായി. ബുധവാരം സമ്മേളനം തിരഞ്ഞെടുത്ത കമ്മിറ്റി വിജയവാഡയിൽ ആദ്യ യോഗം ചേരുകയായിരുന്നു. അപ്പോൾ നഗരത്തിലെ ബസന്ത് റോഡിനടുത്ത് ചില റൗഡികൾ വനിതാസഖാക്കളോട് മോശമായി പെരുമാറുകയാണെന്ന വിവരംകിട്ടി. ഉടൻതന്നെ രാജേശ്വരറാവു, എം സുബ്ബറാവു, എം എച്ച് തുടങ്ങിയ സഖാക്കൾ അങ്ങോട്ട് കുതിച്ചു. അവർ റൗഡികളെ നേരിട്ടു. റൗഡികൾ ജീവനുംകൊണ്ട് ഓടി. ഇതിന്റെ തുടർച്ചയെന്നനിലയിൽ ബസന്ത് റോഡിൽ കോൺഗ്രസ്–കമ്യൂണിസ്റ്റ് സംഘട്ടനം. രണ്ട് കോൺഗ്രസ് റൗഡികൾ കൊല്ലപ്പെട്ടു. അതിന്റെപേരിൽ ചാർജ് ചെയ്യപ്പെട്ട കേസിൽ അത്‌ലുരി ശ്രീമന്നാരായണയെ തൂക്കിക്കൊല്ലാൻ വിധിച്ചു. രാജമുന്ദ്രി ജയിലിലേക്ക് കൊണ്ടുപോകുമ്പോൾ രക്ഷപ്പെട്ട് ഒളിവിൽ പോയി.

ഇങ്ങനെ പാർട്ടിക്കെതിരെ ആക്രമണം രൂക്ഷമായപ്പോൾ സംസ്ഥാന സെക്രട്ടേറിയറ്റ് ഒരു പ്രമേയം അംഗീകരിച്ചു. ആ പ്രമേയം അടിക്ക് തിരിച്ചടി നൽകുമെന്ന് മുന്നറിയിപ്പുനൽകി.

1942–45 കാലത്ത് പല രൂപത്തിലുമുള്ള ഫാസിസ്റ്റ്‌വിരുദ്ധ കാമ്പയിൻ പാർട്ടി വിപുലമായനിലയിൽ സംഘടിപ്പിച്ചു. കേഡർമാർക്ക് സ്വരക്ഷാ പരിശീലനം നൽകി. പൂഴ്ത്തിവെച്ച സാധനങ്ങൾ പുറത്തുകൊണ്ടുവന്നു. കരിഞ്ചന്തയ്ക്കെതിരെ ജനങ്ങളെ അണിനിരത്തി. യുദ്ധം കഴിഞ്ഞപ്പോഴേക്ക് വമ്പിച്ച ബഹുജനമുന്നേറ്റം. കൃഷിക്കാരുടെയും തൊഴിലെടുക്കുന്ന ഇതര വിഭാഗങ്ങളുടെയും കൂട്ടായ ബഹുജനപ്രക്ഷോഭം വളർത്തിയെടുത്ത് ബ്രിട്ടീഷ് സാമ്രാജ്യത്വത്തിനെതിരെ ആഞ്ഞടിക്കുക എന്ന പാർട്ടി നയം വിജയിപ്പിക്കാൻ എം എച്ച് മുന്നിട്ടിറങ്ങി. നിർബന്ധമായി ജോലി ചെയ്യിക്കൽ, അന്യായപ്പിരിവുകൾ, ചെറുകിട കർഷകരിൽനിന്ന് കർശനമായ ലെവിസംഭരണം എന്നിവയ്ക്കെതിരെ ഒട്ടേറെ പ്രക്ഷോഭങ്ങൾക്ക് നേതൃത്വം നൽകി.

1946–ൽ മദിരാശിയിൽ ടി പ്രകാശത്തിന്റെ നേതൃത്വത്തിലുള്ള കോൺഗ്രസ് മന്ത്രിസഭ അധികാരത്തിൽ. ആ മന്ത്രിസഭ 1947 ജനുവരി 21–ന് ഒരു ഓർഡിനൻസിറക്കി. ലക്ഷ്യം കമ്യൂണിസ്റ്റുകാരെ അടിച്ചമർത്തൽ. ഈ ഓർഡിനൻസ് ഇറക്കിയ ദിവസം കമ്യൂണിസ്റ്റുപാർട്ടിയുടെ ജില്ലാകമ്മിറ്റി യോഗം. രാജേശ്വര റാവു അതിൽ പങ്കെടുക്കുന്നുണ്ട്. അപ്പോഴാണ് കമ്യൂണിസ്റ്റ് നേതാക്കളുടെ നീക്കങ്ങൾ നിരീക്ഷിക്കാൻ നിയോഗിക്കപ്പെട്ട ഒരു

കോൺസ്റ്റബിൾ യോഗസ്ഥലത്തുവന്ന് നേതാക്കളെ മുഴുവൻ അറസ്റ്റു ചെയ്യാൻ വാറണ്ടിറക്കിയിട്ടുണ്ടെന്ന് എം എച്ചിനെ അറിയിച്ചത്. എല്ലാവരും ഉടൻ അവിടെനിന്ന് രക്ഷപ്പെട്ടുകൊള്ളണമെന്ന് അദ്ദേഹം നിർദേശിച്ചു. അത് ശരിയാണോ എന്ന് പരിശോധിക്കാനൊന്നും സമയമില്ല. യോഗ സ്ഥലം പെട്ടെന്നുതന്നെ മാറ്റി. എല്ലാവരും പുതിയ സ്ഥലത്തേക്ക് മാറി. കുറെക്കഴിഞ്ഞപ്പോഴറിഞ്ഞു, ആദ്യത്തെ യോഗസ്ഥലത്ത് വലിയ സംഘം പൊലീസുകാർ വരികയുണ്ടായെന്ന്. ശത്രുവിന്റെ കേന്ദ്രങ്ങളിലും മിത്ര ങ്ങളുണ്ടെന്ന് ബോധ്യമായി. യോഗം കഴിഞ്ഞ ഉടൻ രാജേശ്വര റാവുവും എം എച്ചും ഒളിവിൽ പോയി. 1947 ആഗസ്ത് 15 വരെ ഒളിവിൽ കഴിഞ്ഞു.

സ്വാതന്ത്ര്യലബ്ധിക്കുമുമ്പ് നിർബന്ധിത വേല, കൊടിയ ചൂഷണം, അടിച്ചമർത്തൽ തുടങ്ങിയവയ്ക്കെതിരെ തെലങ്കാനയിലെ കൃഷിക്കാർ രംഗത്തിറങ്ങി. അവർക്ക് നേതൃത്വം നൽകിയത് ആന്ധ്ര മഹാസഭ. സഭ യുടെ പിന്നിൽ കമ്യൂണിസ്റ്റുപാർട്ടി. ആ സമരം മുന്നേറിക്കൊണ്ടിരിക്കെ താമസിയാതെ രാജ്യത്തിന് സ്വാതന്ത്ര്യം ലഭിക്കും എന്ന സ്ഥിതിയായി. അപ്പോൾ സമരത്തിന്റെ ലക്ഷ്യമെന്തായിരിക്കണം എന്ന ചോദ്യത്തിന് കമ്യൂണിസ്റ്റുപാർട്ടി മറുപടി പറഞ്ഞു: ഹൈദരാബാദിനെ ഇന്ത്യൻ യൂ ണിയനിൽ ലയിപ്പിക്കാൻ നൈസാം വിസമ്മതിക്കുകയാണെങ്കിൽ ബലം പ്രയോഗിച്ച് നൈസാമിനെ കീഴടക്കി ഹൈദരാബാദിനെ ഇന്ത്യൻ യൂ ണിയന്റെ അവിഭാജ്യഭാഗമാക്കണം. ഈ നിലപാടിനോട് ഹൈദരാബാദ് സിറ്റി കമ്മിറ്റി വിയോജിച്ചു. ഇന്ത്യാ ഗവൺമെന്റ് ജന്മി-മുതലാളിമാരുടെ ഗവൺമെന്റ് ആവാൻ സാധ്യതയുള്ളതിനാലും അവർ ബ്രിട്ടീഷ് സാമ്രാ ജ്യത്വവുമായി സഖ്യത്തിലേർപ്പെടാൻ ഇടയുള്ളതുകൊണ്ടും ഹൈദരാ ബാദിനെ ഇന്ത്യൻ യൂണിയനിൽ ലയിപ്പിക്കുകയല്ല വേണ്ടതെന്നും അതി നെ ഒരു സ്വതന്ത്ര രാജ്യമാക്കി നിലനിർത്തുകയാണ് വേണ്ടതെന്നും സിറ്റി കമ്മിറ്റി അഭിപ്രായപ്പെട്ടു. നൈസാമിനെ സ്ഥാനഭ്രഷ്ടനാക്കണം എന്ന തിൽ അഭിപ്രായവ്യത്യാസമില്ല. വളരെ പ്രമുഖരായ ചില നേതാക്കൾ സിറ്റി കമ്മിറ്റിയിൽ ഉണ്ടായിരുന്നു എന്നോർക്കണം. ആന്ധ്രാ സംസ്ഥാന കമ്മിറ്റി ഹൈദരാബാദ് സിറ്റി കമ്മിറ്റിയുടെ അഭിപ്രായം പരസ്യമായി തള്ളി. അതേസമയം പുതിയ കേന്ദ്രഗവൺമെന്റ് കൃഷിക്കാരുടെ നേട്ടങ്ങൾ ഇല്ലാ താക്കാനും തച്ചമർത്താനും ശ്രമിച്ചാൽ അതിനെ ചെറുക്കണം എന്ന് ക മ്മിറ്റി തീരുമാനിച്ചു. കേന്ദ്രഗവൺമെന്റിന്റെ പട്ടാളം അതിന് തുനിഞ്ഞിറ ങ്ങിയപ്പോൾ സായുധസമരം തുടരാൻ പാർട്ടി തീരുമാനിച്ചു. ഇതു സം ബന്ധിച്ച തീരുമാനമെടുത്തത് പാർട്ടി സെക്രട്ടേറിയറ്റ്.

1948-ൽ പാർട്ടിയുടെ രണ്ടാം കോൺഗ്രസിന്റെ ഭാഗമായി ആന്ധ്രാ സംസ്ഥാന സമ്മേളനം. ആ സമ്മേളനം എം എച്ചിനെ സംസ്ഥാന സെ ക്രട്ടേറിയറ്റിലേക്ക് തിരഞ്ഞെടുത്തു. സമ്മേളനം കഴിഞ്ഞ് പുതുതായി തി രഞ്ഞെടുത്ത സെക്രട്ടേറിയറ്റിന്റെ ആദ്യ യോഗം 1948 ജനുവരി 30-ന് വി ജയവാഡയിൽ. യോഗം നടന്നുകൊണ്ടിരിക്കുമ്പോൾ ഞെട്ടിക്കുന്ന ആ വാർത്തയെത്തി-ഗാന്ധിജി വധിക്കപ്പെട്ടു. ഒരു ആർ എസ് എസുകാര

നായ ഗോഡ്സെയാണ് അദ്ദേഹത്തിന്റെ നേരെ നിറയൊഴിച്ചത്. കുറച്ചു കഴിഞ്ഞപ്പോൾ മറ്റൊരു വാർത്ത: വിജയവാഡനഗരത്തിൽ, ഗാന്ധിജി വധിക്കപ്പെട്ടതിലുള്ള ആഹ്ലാദപ്രകടനങ്ങൾ നടത്തുകയാണ് ആർ എസ് എസ്. അവർ മധുരപലഹാരങ്ങൾ വിതരണം ചെയ്യുന്നതായും അറിഞ്ഞു. സെക്രട്ടേറിയറ്റ് യോഗം നിർത്തിവെച്ചു. സെക്രട്ടേറിയറ്റിലെ ചില അംഗങ്ങൾ ആർ എസ് എസുകാരുടെ പേക്കൂത്തുകൾ കാണാൻ അങ്ങോട്ടേക്കു പോയി.

പ്രകടനം ജനങ്ങളുടെ രോഷത്തിന് തീപിടിപ്പിച്ചു. അവർ അതിനു നേരെ കല്ലെറിഞ്ഞു. അതോടെ അത് നിയന്ത്രണാതീതമായി. ആർ എസ് എസുകാരും ജനങ്ങളും ഏറ്റുമുട്ടി. ഏറ്റുമുട്ടലിൽ ഒരാൾ കൊല്ലപ്പെട്ടു. ഈ സാഹചര്യത്തിൽ ജനങ്ങളെ പ്രകോപിപ്പിച്ച പ്രകടനക്കാർക്കെതിരെ കർശനമായ നടപടി കൈക്കൊള്ളുകയാണ് ഗവൺമെന്റ് ചെയ്യേണ്ടിയിരുന്നത്. അതിനുപകരം ഗവൺമെന്റ് കമ്യൂണിസ്റ്റുകാർക്കെതിരെ തിരിഞ്ഞു. നേതാക്കളിൽ പലരെയും അറസ്റ്റ് ചെയ്തു. യോഗം നടന്ന പ്രജാശക്തി ആപ്പീസ് റെയ്ഡ് ചെയ്തു. ഇതിനിടയിൽ രാജേശ്വരറാവുവും എം എച്ചും രക്ഷപ്പെട്ടു. അറസ്റ്റ് ചെയ്തവരെ കൈക്കലൂരു ജയിലിലേക്ക് കൊണ്ടുപോയി. പ്രസാദ റാവു, മണികൊണ്ട സുബ്ബറാവു, ഗുണ്ടൂരു ബാപ്പനയ്യ, കത്രഗഡ മധുസൂദന റാവു എന്നിവർ അക്കൂട്ടത്തിലുണ്ടായിരുന്നു. അവരുടെ പേരിൽ ഒരു കള്ളക്കേസ് കെട്ടിച്ചമച്ചു.

1948–ൽ കൽക്കത്തയിൽ നടന്ന രണ്ടാം കോൺഗ്രസിൽ പങ്കെടുത്തു. എം ബിയും എം എച്ചും കൂടി കോൺഗ്രസിൽ ഒരു തീസിസ് അവതരിപ്പിച്ചു. ഇന്ത്യൻ വിപ്ലവം ചൈനീസ്‌വിപ്ലവത്തിന്റെ മാതൃകയിലായിരിക്കണമെന്നും നീണ്ടുനിൽക്കുന്ന കർഷക സായുധസമരമായിരിക്കണം ഇവിടെ നടക്കേണ്ടതെന്നും ആ തീസിസിൽ പറഞ്ഞു. പാർട്ടി കോൺഗ്രസ് കഴിഞ്ഞ് തിരിച്ചെത്തിയപ്പോൾ ഒളിവുജീവിതം തുടർന്നു. ഒളിവിൽ കഴിയുമ്പോൾ 1949 മെയ് 10–ന് അറസ്റ്റിലായി. എഡ്‌വിഡ് സബ്ജയിലിൽ 10 ദിവസം പാർപ്പിച്ചു. പിന്നീട് കടലൂർ സെൻട്രൽ ജയിലിലേക്കു മാറ്റി. 29 മാസം ആ ജയിലിലാണ് കഴിച്ചുകൂട്ടിയത്. 1949 ആഗസ്ത് 11–ന് ജയിലിൽ തടവുകാർക്കു നേരെ ലാത്തിച്ചാർജും വെടിവെപ്പും. രണ്ടുപേർ മരിച്ചു. പലർക്കും മുറിവേറ്റു. അതിൽ പ്രതിഷേധിച്ച് തടവുകാർ 28 ദിവസം നിരാഹാരസമരം നടത്തി. അതിലൊരാൾ എം എച്ച്. 1949 ഒക്ടോബർ 11–ന് വീണ്ടും ലാത്തിച്ചാർജും വെടിവെപ്പും. ഇത്തവണ പൊലീസ് സൂപ്രണ്ട് തോമസ് ആണ് അതിന് നേതൃത്വം നൽകിയത്. കമ്യൂണിസ്റ്റുകാരോട് അനുഭാവംപ്രകടിപ്പിച്ച കമ്യൂണിസ്റ്റേതര തടവുകാരെ തോമസിന്റെ നേതൃത്വത്തിൽ വാർഡർ ഒരു ദിവസം മൃഗീയമായി മർദിച്ചു. എം ആർ വെങ്കിട്ടരാമൻ, എം എച്ച് എന്നിവർ അതിൽ ശക്തിയായി പ്രതിഷേധിച്ചു. അതിനാൽ എന്തെങ്കിലും സംഭവിച്ചേക്കും എന്ന് അവർ കരുതി. പൊലീസിന്റെ നീക്കങ്ങൾ വീക്ഷിക്കാൻ കൊർത്തല സത്യനാരായണയെ ജയിൽ ഗേറ്റിലേക്ക് അയച്ചു. പെട്ടെന്ന്, യാതൊരു മുന്നറിയിപ്പും കൂടാതെ തോ

മസ് സായുധ വാർഡന്മാരുമായി വന്ന് തടുവുകാർക്കുനേരെ വെടിവെച്ചു. കർഷകനേതാവ് അനുമർലവുഡി സീതാരാമ റാവുവും വെങ്കട ജോഗയ്യയും രക്തസാക്ഷികളായി. എം ആർ വെങ്കിട്ടരാമന് മർദനമേറ്റു. അടുത്ത ദിവസമാണ് ബോധം തെളിഞ്ഞത്. അതിൽ പ്രതിഷേധിച്ച് 21 ദിവസം നിരാഹാരസമരം നടത്തി.

ജയിലിലായതിനാൽ നേരിട്ട് തെലങ്കാനാസമരം നയിക്കാൻ കഴിഞ്ഞില്ല. തെലങ്കാനാ സമരം പിൻവലിക്കാനും ഒന്നാം പൊതുതിരഞ്ഞെടുപ്പിൽ പങ്കെടുക്കാനും കമ്യൂണിസ്റ്റുപാർട്ടി തീരുമാനിച്ചു. തിരഞ്ഞെടുപ്പ് പ്രവർത്തനങ്ങളാരംഭിച്ചപ്പോൾ എം എച്ച് ജയിലിൽ. പ്രകാശം മന്ത്രിസഭയിലെ അംഗമായിരുന്ന ചന്ദ്രമൗലിക്കെതിരെ അദ്ദേഹത്തെ സ്ഥാനാർഥിയാക്കി. തിരഞ്ഞെടുപ്പിനു തൊട്ടുമുമ്പ് പരോളിൽ വിട്ടയച്ചെങ്കിലും വോട്ടർമാരെ കാണാനുള്ള സമയമുണ്ടായില്ല. എങ്കിലും പതിനായിരത്തിലധികം വോട്ടുകളുടെ ഭൂരിപക്ഷത്തോടെ വിജയിച്ചു. അതോടെ പാർലമെന്ററി പ്രവർത്തനത്തിന്റെ തുടക്കമായി. 1978 മുതൽ 1984 വരെ ലജിസ്ലേറ്റീവ് കൗൺസിൽ അംഗമായിരുന്നു. 1988 മുതൽ 1994 വരെ രാജ്യസഭാമെമ്പറും. പാർലമെന്റേറിയൻ എന്ന നിലയിൽ കഴിവ് തെളിയിച്ചു.

1953 അവസാനവും 1954 ആദ്യവുമായി മധുരയിൽ ചേർന്ന കമ്യൂണിസ്റ്റ് പാർട്ടിയുടെ മൂന്നാം കോൺഗ്രസ്, പാർട്ടിയുടെ കേന്ദ്രകമ്മിറ്റിയിലേക്ക് തിരഞ്ഞെടുത്തു. ആ കോൺഗ്രസിൽ അഭിപ്രായവ്യത്യാസം പ്രകടമായി. 1956–ൽ നലാം കോൺഗ്രസ് ആയപ്പോഴേക്ക് അത് വർധിച്ചു. വിദേശ നയരംഗത്തെന്നപോലെ ആഭ്യന്തരരംഗത്തും നെഹ്റുവിന്റെ നേതൃത്വത്തിലുള്ള ഗവൺമെന്റ് പുരോഗമന നിലപാടെടുക്കാൻ തുടങ്ങിയെന്നും അതിനാൽ ആ ഗവൺമെന്റിന് പിന്തുണ നൽകണമെന്നും വാദിക്കുന്നേടത്തോളംപോയി ഒരു വിഭാഗം. ആ വാദത്തെ നിശിതമായി എതിർത്തവരിലൊരാൾ എം എച്ച്. ആറാം കോൺഗ്രസ് ആ വാദം തള്ളിക്കളയുകയാണ് ചെയ്തത്.

എങ്കിലും ആ വാദഗതി അവതരിപ്പിച്ചവർ തങ്ങളുടെ അഭിപ്രായം ഉപേക്ഷിച്ചില്ല. അഭിപ്രായവ്യത്യാസം പിന്നീട് പടിപടിയായി മൂർഛിച്ചു. 1962–ൽ ഇന്ത്യാ–ചൈനാ അതിർത്തി സംഘട്ടനത്തിന്റേതായ സാഹചര്യത്തിൽ അത് പ്രകടമായി. 1962 നവംബർ 1–ന് നാഷണൽ കൗൺസിൽ ഒരു പ്രമേയം പാസാക്കി. ആ പ്രമേയം ചൈനയെ ആക്രമണകാരിയെന്ന നിലയിൽ അപലപിച്ചു. ആക്രമണത്തിന് തിരിച്ചടി നൽകാൻ ഗവൺമെന്റുമായി കൈകോർക്കുന്നതിന് തീരുമാനിച്ചു. നാഷണൽ കൗൺസിലിലെ 13 പേർ അതിന് ഭേദഗതി അവതരിപ്പിച്ചു. അതിർത്തിത്തർക്കം കൂടിയാലോചനയിലൂടെ പരിഹരിക്കണമെന്ന് നിർദേശിച്ചു. ഭേദഗതി നിർദേശിച്ച 13 പേരിൽ ഒരാൾ എം എച്ച്. ആ ഭേദഗതി തള്ളപ്പെട്ടുപോയി. മാത്രമല്ല, ഭേദഗതി അവതരിപ്പിച്ചവരുൾപ്പെടെ അതിലെ അഭിപ്രായവുമായി യോജിപ്പുള്ളവരെ മുഴുവൻ ഗവൺമെന്റ് വേട്ടയാടിപ്പിടിച്ച് തടവറകളിലേക്കു തള്ളി. വിയോജിപ്പുള്ള ചിലർ അറസ്റ്റിൽ പെട്ടുപോയെങ്കിലും

അവരെ താമസംവിനാ മോചിപ്പിച്ചു. 1962 നവംബർ 21–നാണ് എം എച്ചിനെ അറസ്റ്റ് ചെയ്തത്. ചഞ്ചൽ ഗുഡ ജയിലിൽ പാർപ്പിച്ചു. 1963–ൽ ജയിൽ മോചിതനായി. ഒൻപതുമാസം ജയിലിൽ കിടന്നു. പാർട്ടിക്കകത്ത് അഭിപ്രായവ്യത്യാസം ഗുരുതരമായി. അതിന്റെ മൂർധന്യഘട്ടത്തിൽ, 1964 ഏപ്രിലിൽ, നാഷണൽ കൗൺസിലിൽ നിന്ന് 32 സഖാക്കൾ ഇറങ്ങിവന്നു. അതിലൊരാൾ എം എച്ച്. ഈ 32 സഖാക്കൾ തെനാലിയിൽ വിളിച്ചുകൂട്ടിയ കൺവെൻഷൻ വിജയിപ്പിക്കുന്നതിൽ എം എച്ച് വഹിച്ച പങ്ക് നിസ്സാരമല്ല. 1964 ഒക്ടോബർ–നവംബറിൽ കൽക്കത്തയിൽ ചേർന്ന ഏഴാം പാർട്ടി കോൺഗ്രസ് സി പി ഐ (എം) ന് ജന്മം നൽകി. ആ കോൺഗ്രസ് കേന്ദ്രകമ്മിറ്റിയിലേക്ക് തിരഞ്ഞെടുത്തു. അതിന്റെ മുന്നോടിയായി നടന്ന സംസ്ഥാന സമ്മേളനം സംസ്ഥാനസെക്രട്ടറിയായും തിരഞ്ഞെടുത്തു. 1982 വരെ തൽസ്ഥാനത്ത് തുടർന്നു. 1998–ൽ കൽക്കത്തയിൽ ചേർന്ന 16–ാം കോൺഗ്രസ് പൊളിറ്റ് ബ്യൂറോ അംഗമായും തിരഞ്ഞെടുത്തു.

ഏഴാം കോൺഗ്രസ് കഴിഞ്ഞപ്പോൾ ഗവൺമെന്റ് സി പി ഐ (എം) നെതിരെ ആഞ്ഞടിച്ചു. രാജ്യത്തിന്റെ വിവിധഭാഗങ്ങളിൽ നിന്നായി നൂറുകണക്കിന് നേതാക്കളെയും പ്രവർത്തകരെയും അറസ്റ്റ് ചെയ്ത് ജയിലിലടച്ചു. എം എച്ചും അറസ്റ്റിലായി. 16 മാസം ജയിലിൽ കിടന്നു. കോൺഗ്രസ് ഭരണകാലത്ത് നാല് തവണകളിലായി നാലരവർഷം ജയിലിൽ കിടന്നു. സ്വാതന്ത്ര്യത്തിനു മുമ്പ് മൂന്നുവർഷവും സ്വാതന്ത്ര്യലബ്ധിക്കുശേഷം മൂന്നുവർഷവും ഒളിവിലും കഴിഞ്ഞു. അടിയന്തരാവസ്ഥ പ്രഖ്യാപിച്ചപ്പോൾ ഒളിവിൽ പോയി. 1977 ജനുവരി 17–നാണ് പുറത്തുവന്നത്. 1974–ലെ റെയിൽവേ പണിമുടക്കുകാലത്തും വിശാഖപട്ടണം ഉരുക്കുനിർമാണ ശാലയ്ക്കുവേണ്ടിയുള്ള പ്രക്ഷോഭകാലത്തും അറസ്റ്റിൽനിന്ന് ഒഴിഞ്ഞുമാറുകയായിരുന്നു.

സി പി ഐ (എം) രൂപംകൊണ്ടതിനുശേഷം ആന്ധ്രയിൽ അത് വളർന്നുവരാൻ തുടങ്ങി. അമ്പതുകളുടെ രണ്ടാംപകുതിയിലുണ്ടായ തകർച്ചയിൽ നിന്ന് അത് കരകയറുന്നതിന്റെ എല്ലാ ലക്ഷണങ്ങളും കണ്ടുതുടങ്ങി. അപ്പോഴേക്കും ഇടതുപക്ഷ തീവ്രവാദം പാർട്ടിക്കകത്ത് വളർന്നുവന്നു. ഈ ചിന്താഗതിക്ക് ആന്ധ്രയിൽ ധാരാളം അനുയായികളെ കിട്ടി. നാഗിറെഡ്ഡിയും പുല്ലറെഡ്ഡിയും ഡി വി റാവുവും ഈ ചിന്താഗതിക്കാർക്ക് നേതൃത്വം നൽകി. ഈ ചിന്താഗതിക്കെതിരെ അതിശക്തമായ ഒരു ആശയസമരം തന്നെ കെട്ടഴിച്ചുവിടേണ്ടിവന്നു. ആന്ധ്രാ പാർട്ടിക്കകത്തെ പ്രധാന സൈദ്ധാന്തികൻ എന്ന നിലയിൽ എം എച്ച് അതിന്റെ മുൻപന്തിയിൽ നിന്നു. തന്റെ സൈദ്ധാന്തികവും പ്രായോഗികവുമായ അറിവും കഴിവും ഈ ഘട്ടത്തിൽ എം എച്ച് ശരിക്കും കാണിച്ചു. ഇടതുപക്ഷ തീവ്രവാദികൾക്കെതിരെ അക്ഷരാർഥത്തിൽ വിശ്രമരഹിതമായ പ്രവർത്തനമാണ് നടത്തിയത്.

പാർട്ടിക്കകത്തെ വ്യതിയാനങ്ങൾ മുൻകൂട്ടി തിരിച്ചറിയാനും അതിനെതിരെ പോരാടാനുമുള്ള കഴിവ് ഒന്നുവേറെത്തന്നെ. 1987–88 കാലത്ത്

സോവിയറ്റ് കമ്യൂണിസ്റ്റുപാർട്ടിക്കകത്ത് ഗോർബചേവ് കൊണ്ടുവന്ന പരിഷ്കാരങ്ങൾ സി പി ഐ (എം) കേന്ദ്രകമ്മിറ്റി ചർച്ചയ്ക്കെടുത്തപ്പോൾ ഗോർബചേവ് മാർക്സിസത്തിൽ നിന്ന് വ്യതിചലിക്കുകയാണെന്നതിൽ എം എച്ചിന് സംശയമേതുമില്ലായിരുന്നു. ഇത് പാർട്ടി വെട്ടിത്തുറന്ന് പറയണമെന്ന അഭിപ്രായക്കാരനായിരുന്നുവത്രേ എം എച്ച്. ഇക്കാര്യം അദ്ദേഹത്തിന്റെ ചരമത്തിൽ അനുശോചിക്കാൻ ചേർന്ന യോഗത്തിൽ പ്രകാശ് കാരാട്ട് വെളിപ്പെടുത്തുകയുണ്ടായി.

ഈ സൈദ്ധാന്തികൻ ആന്ധ്രയിലെ ഇടതുപക്ഷ പത്രപ്രവർത്തനത്തിന് നൽകിയ സംഭാവന അമൂല്യം. ഇടതുപക്ഷ പത്രപ്രവർത്തനത്തിന്റെ ആദ്യപഥികനായിരുന്നു അദ്ദേഹം. 1953 മുതൽ ഒരു പതിറ്റാണ്ടുകാലം അവിഭക്ത കമ്യൂണിസ്റ്റുപാർട്ടിയുടെ മുഖപത്രമായ *വിശാലാന്ധ്ര*യുടെ പത്രാധിപർ. 1981ൽ *പ്രജാശക്തി* ദിനപത്രമാക്കി മാറ്റിയപ്പോൾ മുതൽ അതിന്റെ ചീഫ് എഡിറ്റർ. 2001 ഏപ്രിലിൽ അനാരോഗ്യംമൂലം തൽസ്ഥാനമൊഴിഞ്ഞു. *ജനശക്തി* വാരികയുടെ പത്രാധിപരായും പ്രവർത്തിച്ചിട്ടുണ്ട്.

എം എച്ച് എഴുതിയ ലേഖനങ്ങൾക്ക് കണക്കില്ല. ആന്ധ്രയിൽ ഒരുപക്ഷേ ഏറ്റവുമധികം ലഘുലേഖകളും പുസ്തകങ്ങളുമെഴുതിയത് എം എച്ച് ആയിരിക്കണം. മാർക്സിസം–ലെനിനിസത്തിന്റെ അടിസ്ഥാന പ്രമാണങ്ങൾ ജനങ്ങളിലെത്തിക്കാനും പാർട്ടിനയങ്ങൾ വിശദീകരിക്കാനും എതിരാളികളുടെ വാദമുഖങ്ങൾ ഖണ്ഡിക്കാനും ഇടത്–വലത് വ്യതിയാനങ്ങൾ തുറന്നുകാട്ടാനുമാണ് ഏറെക്കുറെ എല്ലാം എഴുതിയത്. ജി വി കൃഷ്ണറാവു റഷ്യൻ വിപ്ലവത്തെക്കുറിച്ച് ഒരു ലേഖനമെഴുതി പ്രസിദ്ധീകരിച്ചു. അതിനകത്ത് സ്റ്റാലിനെ ഇകഴ്ത്തിക്കാണിക്കുകയും ട്രോട്സ്കിയെ വാനോളം പുകഴ്ത്തുകയും ചെയ്തു. അതിനൊരു മറുപടി എഴുതി *കഗഡ* എന്ന പത്രത്തിന് അയച്ചുകൊടുത്തു. പത്രം അത് പ്രസിദ്ധീകരിച്ചു. അതാണ് ആദ്യ ലേഖനം. എഡ്ഗാർ സ്നോയുടെ *ചൈനയ്ക്കുമേൽ ചുവപ്പുതാരം* എന്ന പുസ്തകം വായിച്ചപ്പോൾ എന്തെന്നില്ലാത്ത ആവേശം. ഉടൻ അതിന്റെ രണ്ടധ്യായം വിവർത്തനം ചെയ്ത് പ്രസിദ്ധീകരിച്ചു. രണ്ടാം പഞ്ചവത്സരപദ്ധതിയെ വിമർശിച്ചുകൊണ്ട് ഒരു ലഘുലേഖ എഴുതി. അന്നാ ലൂയി സ്ട്രോങ്ങിന്റെ *സ്റ്റാലിൻ യുഗം* തർജുമ ചെയ്തു. അതിന് ദീർഘമായ ഒരു മുഖവുരയുമെഴുതി. പാർട്ടിക്കകത്ത് ഇടതുപക്ഷ ചിന്താഗതി തലപൊക്കിയപ്പോൾ *തീവ്രവാദികളുടെ പാപ്പരായ രാഷ്ട്രീയം* എന്ന പുസ്തകമെഴുതി. സാഹിത്യരംഗത്ത് വലിയൊരു വാദവിവാദം നടന്നുകൊണ്ടിരിക്കെ *സാഹിത്യരംഗത്തെ മാർക്സിസ്റ്റ് കാഴ്ചപ്പാട്* എന്ന ഗ്രന്ഥമെഴുതി. പ്രത്യേക തെലങ്കാന സംസ്ഥാനത്തിനുവേണ്ടി സമരം നടന്നുകൊണ്ടിരുന്ന അവസരത്തിൽ അതിനെ അപലപിച്ച് *വിശാലാന്ധ്ര*യിൽ *ഇരുണ്ട നിഴൽ* എഴുതി. 1970–71 കാലത്ത് ബംഗ്ലാദേശ് വിമോചനസമരവും അടിയന്തരാവസ്ഥയിൽ ഒളിവിൽ കഴിയുമ്പോൾ മൗ, ഹോ, ജൂദ് എന്നിവരുടെ ജീവചരിത്രങ്ങളും എഴുതി. തന്റെ ഓർമക്കുറിപ്പുകളും പ്രസിദ്ധീകരിച്ചിട്ടുണ്ട് എം എച്ച്.

കലാ-സാംസ്കാരിക കാര്യങ്ങളിൽ അദ്ദേഹത്തിന് വിദ്യാർഥി ജീവിതകാലം മുതൽ വലിയ താൽപ്പര്യം. അതുകൊണ്ട് ആ മുന്നണിയുടെ ചാർജ് വഹിക്കാറുണ്ടായിരുന്നത് എം എച്ച്. കോളേജിൽ പഠിക്കുമ്പോൾ രണ്ട് നാടകങ്ങളിൽ അഭിനയിച്ചു. ജർമനിയിൽ ഫാസിസ്റ്റുകളുടെ അഴിഞ്ഞാട്ടംനടക്കുമ്പോൾ ഹിറ്റ്ലറെ അപലപിക്കുന്ന ഒരു നാടകം അരങ്ങേറണമെന്ന് കമ്മ ഹോസ്റ്റലിലെ വിദ്യാർഥികൾ തീരുമാനിച്ചു. നാടകത്തിൽ ഹിറ്റ്ലറുടെ വേഷമിട്ടത് എം എച്ച്. മറ്റൊരു നാടകത്തിൽ ഒരു പ്രൊഫസറുടെ റോളിലാണ് അഭിനയിച്ചത്. 1943-ൽ പാർട്ടിയുടെ ഗുണ്ടൂർ ജില്ലാ സെക്രട്ടറിയായപ്പോൾ പ്രജാനാട്യ മണ്ഡലി രൂപീകരിക്കാൻ മുൻകൈ എടുത്തു. കലയെയും സാഹിത്യത്തെയും കമ്യൂണിസ്റ്റ് പ്രസ്ഥാനത്തിന്റെ വളർച്ചയ്ക്ക് ഉപയോഗിക്കാൻ കഴിയുമെന്ന് എം എച്ചിനോളം മനസിലാക്കിയവർ വിരളം.

ഇപ്രകാരം പല മേഖലകളിലും കൈവയ്ക്കുകയും കൈവച്ച മേഖലകളിലൊക്കെ വ്യക്തിമുദ്ര പതിപ്പിക്കുകയും ചെയ്ത ഈ വിപ്ലവകാരിയുടെ സംഭവബഹുലവും മാതൃകായോഗ്യവുമായ ജീവിതത്തിന് 2001 ജൂൺ 18-ന് തിരശീല വീണു.

ആർ ബി മോറെ

1903 - 1972

ഇന്ത്യയിൽ സാമൂഹ്യനീതിക്കുവേണ്ടിയുള്ള പോരാട്ടത്തിന്റെ ചരിത്രത്തിൽ ഏറ്റവും ഉജ്ജ്വലവും ഐതിഹാസികവുമായ ഒരു സംഭവം നടന്നിട്ട് എൺപതുവർഷത്തിലധികമായി. മഹാരാഷ്ട്രയിലെ കൊങ്കൻ മേഖലയിലെ റൈഗാഡ് ജില്ലയിൽപ്പെട്ട മഹദിൽ നടന്ന ചവ്ദാർ ലെയ്ക്ക് സത്യഗ്രഹമാണ് ഇവിടെ ഉദ്ദേശിക്കുന്നത്. 1927 മാർച്ച് 19, 20 തീയതികളിൽ നടന്ന ആ സത്യഗ്രഹത്തോടെയാണ് ആയിരക്കണക്കിന് ദളിതർക്ക് ഇദംപ്രഥമമായി ചവ്ദാർ തടാകത്തിൽനിന്ന് വെള്ളം കുടിക്കാൻ കഴിഞ്ഞത്. അതിനുമുമ്പ് നൂറ്റാണ്ടുകളായി സവർണർക്കു മാത്രമേ അതിൽനിന്ന് വെള്ളം കുടിക്കാൻ പാടുണ്ടായിരുന്നുള്ളൂ. അതേവർഷംതന്നെ ഡിസംബർ 25, 26 തീയതികളിൽ മഹദിൽ മറ്റൊരു സത്യഗ്രഹം നടന്നു. ആയിരക്കണക്കിന് ദളിതർ ബ്രാഹ്മണമേധാവിത്വത്തിന്റെയും സ്ത്രീസ്വാതന്ത്ര്യ നിഷേധത്തിന്റെയും പ്രതീകമായ *മനുസ്മൃതി* പരസ്യമായി കത്തിച്ചു. ഈ രണ്ടു സമരങ്ങളുടെയും നേതാവ് അംബേദ്കർ. ഈ രണ്ട് സമരങ്ങളോടെയാണ് സാമൂഹ്യനീതിക്കുവേണ്ടിയുള്ള സമരത്തിൽ വക്താവായി അംബേദ്കർ ഉയർന്നുവന്നത്.

ഈ രണ്ട് സമരങ്ങളുടെയും മുഖ്യ സംഘാടകൻ രാമചന്ദ്ര ബാബാജി മോറെ. 1956 ഡിസംബർ 6–ന് അംബേദ്കർ അന്തരിക്കുന്നതുവരെ അദ്ദേഹത്തിന്റെ ഏറ്റവും വിശ്വസ്തനായ സഹപ്രവർത്തകനായിരുന്നു അദ്ദേഹം. മാർക്സിസം–ലെനിനിസത്തിന്റെ സ്വാധീനം മൂലം ആർ വി മോറെ അംബേദ്കറുമായി വഴിപിരിയുകയും 1930–ൽ കമ്യൂണിസ്റ്റുപാർട്ടിയിൽ

ചേരുകയും മരണംവരെ കമ്യൂണിസ്റ്റുപ്രസ്ഥാനത്തിൽ ഉറച്ചുനിൽക്കുകയും ചെയ്തപ്പോഴും അവർ തമ്മിലുള്ള അടുപ്പം തുടർന്നു. അംബേദ്കറെ ഓർക്കുമ്പോൾ മോറെയും മോറെയെ ഓർക്കുമ്പോൾ അംബേദ്കറും ആരുടെയും സ്മരണയിൽ ഓടിയെത്തും.

പട്ടികജാതിയിൽപ്പെട്ട മഹർസമുദായത്തിൽ 1903 മാർച്ച് 1–ന് മഹദ് തഹസിലിൽപ്പെട്ട ലഡാവ്‌ലി ഗ്രാമത്തിൽ ആർ ബി മോറെ ജനിച്ചു. കുട്ടിക്കാലം മുതൽ അസ്പൃശ്യതയുടെ ക്രൂരതകൾ അദ്ദേഹത്തിന് അനുഭവിക്കേണ്ടിവന്നു. മഹദ് തഹസിലിലെ ദാസ്ഗോൺ ഗ്രാമത്തിലാണ് കുട്ടിക്കാലം ചെലവഴിച്ചത്. അവിടെ ബ്രിട്ടീഷ് പട്ടാളത്തിൽച്ചേർന്ന ദളിത് വിഭാഗത്തിൽപ്പെട്ട കുട്ടികൾക്കായി പ്രത്യേകം പ്രൈമറി സ്കൂൾ ഉണ്ടായിരുന്നു. മോറെ പ്രതിഭാശാലിയായ വിദ്യാർഥിയായിരുന്നു. പ്രൈമറി വിദ്യാഭ്യാസം പൂർത്തിയാക്കിയപ്പോൾ തുടർന്ന് പഠിക്കുന്നതിന് സ്കോളർഷിപ്പ് കിട്ടി. എന്നാൽ ദളിതനാണ് എന്ന ഒറ്റക്കാരണത്താൽ മഹദ് ഹൈസ്കൂളിൽ അദ്ദേഹത്തിന് പ്രവേശനം നിഷേധിക്കപ്പെട്ടു! അങ്ങനെ പതിനൊന്നാം വയസു മുതൽ അസ്പൃശ്യതയ്ക്കെതിരായ സമരം തുടങ്ങി.

തന്നോടു കാണിച്ച അനീതി ചൂണ്ടിക്കാട്ടി മഹദിലെ ചില സാമൂഹ്യപരിഷ്കർത്താക്കളുടെ സഹായത്തോടെ ബ്രിട്ടീഷ് ഗവൺമെന്റിനും ജില്ലാ കളക്ടർക്കും അദ്ദേഹം കത്തെഴുതി. അവയുടെ കോപ്പി പത്രങ്ങൾക്കും അയച്ചുകൊടുത്തു. ഒരു പത്രം ആ കത്ത് പ്രസിദ്ധീകരിച്ചു. അതോടെ ഗവൺമെന്റ് യന്ത്രം ഒന്ന് ചലിച്ചു. മഹദ് ഹൈസ്കൂളിൽ മോറയ്ക്ക് പ്രവേശനം കിട്ടി – സാമൂഹ്യമായ അനീതിക്കെതിരായ സമരത്തിലെ ആദ്യ വിജയം. ഈ വാർത്ത ജില്ലയിലെങ്ങും കാട്ടുതീപോലെ പരന്നു. മർദ്ദിത ദളിതസമൂഹത്തിനിടയിൽ ഈ സംഭവം ആത്മവിശ്വാസം ജനിപ്പിച്ചു.

വിദ്യാർഥി ജീവിതകാലം മുതൽ തന്റെ ചുറ്റുപാടുമുള്ള പ്രദേശങ്ങളിൽ ദളിതരോട് കാണിക്കുന്ന അനീതിക്കും അസമമായ പെരുമാറ്റത്തിനും എതിരെ മോറെ പോരാടാൻ തുടങ്ങി. പലതരം അനീതികൾക്കുമെതിരെ അദ്ദേഹം അധികൃതർക്ക് കത്തെഴുതും, ദളിതരെ സംഘടിപ്പിക്കും. അക്കാലത്ത് സവർണരോടൊപ്പം പൊതുവാഹനങ്ങളിൽ കയറി ദളിതർക്ക് യാത്രചെയ്യാൻ പാടില്ല. പൊതുസ്ഥലങ്ങളിൽ ദളിതർക്ക് പച്ചക്കറിയോ മത്സ്യമോ വിൽക്കാൻ പാടില്ല. രണ്ടിനുമെതിരെ പോരാടി അദ്ദേഹം വിജയംവരിച്ചു. അദ്ദേഹം ദളിതർക്കായി മഹദിൽ ഒരു ഹോട്ടൽ തുടങ്ങി. റിട്ടയർചെയ്ത ദളിത് പട്ടാളക്കാരും ദളിത് പ്രവർത്തകരും ഒത്തുകൂടുന്ന ഒരു സ്ഥലമായി ഈ ഹോട്ടൽ. മഹദ് സത്യഗ്രഹകാലത്ത് സമരത്തിന്റെ പ്രധാന കേന്ദ്രമായി ഈ ഹോട്ടൽ.

1923–ൽ ഒരു സാമൂഹ്യപരിഷ്കർത്താവായ സി കെ ബോലെയുടെ ശ്രമഫലമായി മുംബൈ ലെജിസ്ലേറ്റീവ് കൗൺസിൽ ഒരു പ്രമേയം പാസാക്കി. പൊതുതടാകങ്ങളും കുളങ്ങളും കിണറുകളും ധർമശാലകളും മറ്റു പൊതുസ്ഥലങ്ങളും ഇദംപ്രഥമമായി ദളിതർക്ക് തുറന്നുകൊടുത്തുകൊണ്ടുള്ളതായിരുന്നു പ്രമേയം. ഇതു സംബന്ധിച്ച വാർത്ത മോറെ പത്രങ്ങ

ളിൽ വായിച്ചു. അപ്പോൾ സ്വന്തം ഗ്രാമത്തിലും ചുറ്റുപാടിലുമുള്ള ദളിതർക്കിടയിൽ പ്രമേയത്തിൽ പറഞ്ഞ കാര്യങ്ങൾ നടപ്പാക്കിക്കിട്ടുന്നതിന് അദ്ദേഹം ഒരു ക്യാമ്പയിൻ ആരംഭിച്ചു. 1926 ഡിസംബർ 4–ന് നൂറുകണക്കിന് ദളിതർ അദ്ദേഹത്തിന്റെ നേതൃത്വത്തിൽ പോയി ക്രോതോർഡ് തടാകത്തിൽനിന്ന് വെള്ളമെടുത്ത് കുടിച്ചു. ഇത് റെയ്ഗാഡ് ജില്ലയിലാകമാനമുള്ള ദളിതർക്കിടയിൽ ഒരു പുതിയ ഉയിർത്തെഴുന്നേൽപ്പ് സൃഷ്ടിച്ചു. ദളിത പ്രക്ഷോഭത്തിന് നേതൃത്വം നൽകാൻ ഒരു സംഘടന രൂപംകൊണ്ടു– കോക്തനസ്പത മഹർ സേവാ സംഘ്. ആർ ബി മോറെ അതിന്റെ പ്രഥമ ജനറൽസെക്രട്ടറി; ബിക്കാജി ഗെയ്ക്ക്വാഡ് പ്രസിഡന്റും.

വാസ്തവത്തിൽ 1924–ലാണ് മഹദ് താലൂക്കിലെ തെരഞ്ഞെടുക്കപ്പെട്ട ദളിത്പ്രവർത്തകരുടെ പ്രഥമയോഗം മോറെ സംഘടിപ്പിച്ചത്. ജാതിഭ്രഷ്ടരുടെ ഒരു കൺവെൻഷൻ വിളിക്കാനും അതിൽ അധ്യക്ഷം വഹിക്കാൻ ഡോ. അംബേദ്കറെ ക്ഷണിക്കാനും യോഗം തീരുമാനിച്ചു. കൺവെൻഷൻ 1927 മാർച്ച് 19, 20 തീയതികളിൽ നടത്താൻ തീരുമാനമായി. ക്രോഫോർഡ് ലേക്ക് സത്യഗ്രഹത്തിന്റെ വിജയത്തോടെ കൊങ്കൻ പ്രദേശത്തെ ദളിതർക്ക് വലിയ ആത്മവിശ്വാസം – സംഘടിത സമരത്തിലൂടെ അടിസ്ഥാന മനുഷ്യാവകാശങ്ങൾ നേടിയെടുക്കാൻ കഴിയുമെന്ന ആത്മവിശ്വാസം. ഈ ആത്മവിശ്വാസത്തോടെ മഹദ് കൺവെൻഷൻ വിജയിപ്പിക്കുന്നതിനുള്ള പ്രവർത്തനങ്ങൾ തകൃതിയായി നടന്നു.

കൺവെൻഷൻ വമ്പിച്ച വിജയമായിരുന്നു. മുംബൈ, താനെ, കുളാബ, രത്നഗിരി എന്നീ നാലു ജില്ലകളിൽനിന്നായി 5000ത്തോളം ദളിതർ കൺവെൻഷനിൽ പങ്കെടുത്തു. കൺവെൻഷന്റെ പ്രധാന സംഘാടകനെന്ന നിലയിൽ ഡോ. അംബേദ്കറെയും അദ്ദേഹത്തിന്റെ സഹപ്രവർത്തകരെയും പരിചയപ്പെടുത്തിയത് ആർ ബി മോറെ. ഡോ. അംബേദ്കറുടെ പ്രസംഗം എല്ലാ രൂപങ്ങളിലുമുള്ള അടിച്ചമർത്തലുകൾക്കെതിരെയും പൊരുതാൻ ആഹ്വാനം ചെയ്യുന്നതുമായിരുന്നു. കൺവെൻഷനിൽ പങ്കെടുത്തവരെയാകെ അത് ആവേശം കൊള്ളിച്ചു. രണ്ടാംദിവസം ആയിരക്കണക്കിനു ദളിതർ ഡോ. അംബേദ്കറുടെ നേതൃത്വത്തിൽ മഹദിലെ ചാവ്ദാർ തടാകത്തിലേക്ക് മാർച്ച് ചെയ്തു; നൂറ്റാണ്ടുകൾ നീണ്ടുനിന്ന നിരോധനം ലംഘിച്ചു; തടാകത്തിൽനിന്ന് വെള്ളമെടുത്ത് കുടിച്ചു. അങ്ങനെ ദളിതരുടെ ഐതിഹാസികമായ വിമോചനസമരം ആരംഭിച്ചു.

ഈ സംഭവം അതിന്റേതായ പ്രത്യാഘാതം സൃഷ്ടിച്ചു. യാഥാസ്ഥിതികരും വിജ്ഞാനവിരോധികളുമായ സവർണർ ഒരു ക്യാമ്പെയ്ൻ അഴിച്ചുവിട്ടു: തടാകം മലിനമാക്കപ്പെട്ടിരിക്കുന്നു; ദളിതരുടെ അടുത്ത ലക്ഷ്യം മഹദിലെ വിത്താൽ ക്ഷേത്രമായിരിക്കും; അതിൽ അവർ കടന്നുകയറിയേക്കും. അനേകം സവർണർ സത്യഗ്രഹികളെ കയറി ആക്രമിച്ചു. ഒരു ലഹള പൊട്ടിപ്പുറപ്പെട്ടു. ദളിതരുടെ വീടുകളും കടകളും നശിപ്പിക്കപ്പെട്ടു. ഡോ. അംബേദ്കറുടെയും മറ്റുള്ളവരുടെയും ഇടപെടൽ മൂലം അക്രമം നിയന്ത്രണത്തിലായി. ഗവൺമെന്റിനും അധികൃതർക്കും ധാരാളം പരാ

തികൾ പോയി. അടുത്തദിവസമായപ്പോഴേക്ക് സത്യഗ്രഹത്തിന്റെയും അതിനെതിരെ നടന്ന അക്രമത്തിന്റെയും കഥകൾ രാജ്യമാകെ പടർന്നു. അതോടൊപ്പം ഡോ. അംബേദ്കറുടെ പേരും പ്രശസ്തമായി. ഈ സത്യഗ്രഹത്തിനുശേഷമാണ് ജീവിതം മുഴുവൻ അസ്പൃശ്യരുടെ മോചനത്തിനുവേണ്ടി ചെലവഴിക്കാൻ ഡോ. അംബേദ്കർ പ്രതിജ്ഞയെടുത്തത്.

മഹദ് സത്യഗ്രഹവേളയിൽ ആർ ബി മോറെയുടെ സഹായത്തോടെ *ബഹിഷ്കൃത ഭാരത്* എന്ന ഒരു പ്രസിദ്ധീകരണം പുറത്തിറക്കാൻ അംബേദ്കർ തീരുമാനിച്ചു. അത് രജിസ്ട്രർ ചെയ്യുന്നതിനുള്ള ഏർപ്പാടുണ്ടാക്കി. സത്യഗ്രഹം കഴിഞ്ഞ ഉടൻ, 1927 ഏപ്രിൽ 11-ന് *ബഹിഷ്കൃത ഭാരത*ത്തിന്റെ ആദ്യലക്കം പുറത്തിറങ്ങി. മഹദ് കൺവെൻഷന്റെ സമഗ്രമായ ഒരു റിപ്പോർട്ട് അതിലുൾപ്പെടുത്തി. ആർ വി മോറെയാണ് ആ റിപ്പോർട്ട് തയ്യാറാക്കിയത്. അതേ ലക്കത്തിൽ രണ്ടാമത്തെ മഹദ് കൺവെൻഷൻ വിളിച്ചുകൂട്ടുന്നതാണെന്ന പ്രഖ്യാപനം അദ്ദേഹം നടത്തി. ദളിത് സത്യഗ്രഹികൾക്കുനേരെ വിജ്ഞാനവിരോധികളും യാഥാസ്ഥിതികരുമായ സവർണർ നടത്തിയ ആക്രമണത്തെ അപലപിക്കാനും സാമൂഹ്യനീതിക്കുവേണ്ടിയുള്ള സമരം മുമ്പോട്ടുകൊണ്ടുപോകാനുമായിരുന്നു രണ്ടാമത്തെ കൺവെൻഷൻ.

കൺവെൻഷൻ വിജയിപ്പിക്കുന്നതിന് വിപുലമായ നിലയിൽ ക്യാമ്പെൻ സംഘടിപ്പിച്ചു. കൺവെൻഷനെതിരെ ഇത്തവണയും ആക്രമണമുണ്ടായാൽ അതിനെ ചെറുക്കാൻ മുംബൈയിൽ ദളിത് യുവാക്കളുടെ ഒരു സംഘടനയ്ക്ക് മോറെ രൂപംനൽകി. കോൺഗ്രസ് സേവാദൾ എന്ന പേരിനെ അനുകരിച്ച് അതിന് ഡോ. അംബേദ്കർ സേവാദൾ എന്ന പേരും നൽകി. എന്നാൽ ഡോ. അംബേദ്കർ ഇടപെട്ട് അതിന്റെ പേര് 'സമത സൈനിക് ദൾ' എന്നാക്കി മാറ്റി. ഈ സംഘടന രൂപീകരിക്കാൻ ബ്രിട്ടീഷ് പട്ടാളത്തിൽനിന്ന് റിട്ടയർചെയ്ത ദളിത് യുവാക്കളുടെ ഒരു ഉശിരൻ സ്ക്വാഡ് രൂപംകൊണ്ടു. ആ സ്ക്വാഡ് രണ്ടാം മഹദ് കൺവെൻഷന്റെ സന്ദേശം വ്യാപകമായി പ്രചരിപ്പിച്ചു.

രണ്ടാം മഹദ് കൺവെൻഷൻ 1927 ഡിസംബർ 25, 26 തീയതികളിലായിരുന്നു. ഇത്തവണ മഹാരാഷ്ട്രയുടെ എല്ലാ ഭാഗങ്ങളിൽനിന്നുമുള്ള ആയിരക്കണക്കിന് ദളിത സ്ത്രീ-പുരുഷന്മാർ കൺവെൻഷനിൽ സംബന്ധിച്ചു. ഇത്തവണ, പക്ഷേ, കോടതിയിൽനിന്ന് ഒരു ഉത്തരവ്—ചാവ്ദാർ തടാകത്തിൽനിന്ന് ദളിതർ വെള്ളമെടുത്ത് കുടിക്കരുത്. ഈ കോടതി ഉത്തരവ് ലംഘിക്കണമെന്ന് ആർ ബി മോറെയും ദാദാസാഹേബ് ഗെയ്ക്വാഡും അഭിപ്രായപ്പെട്ടു. നീണ്ടുനിന്ന ചർച്ചയായി. ഒടുവിൽ അങ്ങനെ ചെയ്യേണ്ടതില്ലെന്ന് തീരുമാനിച്ചു. പകരം അവിടെ തടിച്ചുകൂടിയ ആയിരക്കണക്കിന് ദളിതർ ഡോ. അംബേദ്കറുടെ നേതൃത്വത്തിൽ *മനുസ്മൃതി* പരസ്യമായി കത്തിച്ചു. നൂറ്റാണ്ടുകൾ നീണ്ടുനിന്ന സാമൂഹ്യമായ അടിച്ചമർത്തലുകൾക്കുനേരെയുള്ള ചെറുത്തുനിൽപ്പിന്റെ പ്രതീകമാണ് മനുസ്മൃതി ദഹനം. കൺവെൻഷനോടനുബന്ധിച്ച് ദളിത് സ്ത്രീ

കളുടെ ഒരു പ്രത്യേക സമ്മേളനം സംഘടിപ്പിക്കപ്പെട്ടു. സമത്വത്തെ തടഞ്ഞുനിർത്തുന്ന സാമൂഹ്യമായ അനാചാരങ്ങളുപേക്ഷിക്കാൻ അദ്ദേഹം സ്ത്രീകളെ ആഹ്വാനംചെയ്തു.

ഐതിഹാസികമായ ഈ രണ്ട് കൺവെൻഷനുകളിലൂടെയും മഹദ് സത്യഗ്രഹങ്ങളിലൂടെയുമാണ് സാമൂഹ്യനീതിക്കുവേണ്ടിയുള്ള സമരത്തിൽ ഡോ. അംബേദ്കറുടെ സ്വതന്ത്ര നേതൃത്വം ഉരുത്തിരിഞ്ഞുവന്നത്. ഈ സംഭവങ്ങളുടെ ശിൽപ്പിയും സംഘാടകനും ആർ ബി മോറെ. ദളിത് പ്രസ്ഥാനത്തിലെ ചില വിഭാഗങ്ങൾ ഈ വസ്തുത മനഃപൂർവം മറച്ചുവയ്ക്കുന്നു. രണ്ട് സത്യഗ്രഹങ്ങളിലും പങ്കെടുത്ത ദളിത് ജനസാമാന്യം അസ്പൃശ്യതയും സാമൂഹ്യ അടിച്ചമർത്തലിന്റെ എല്ലാ രൂപങ്ങളും നിർമാർജനം ചെയ്യുന്നതിന്റെ സന്ദേശം മഹാരാഷ്ട്രയിലാകെ പ്രചരിപ്പിച്ചു.

തുടർന്നുള്ള മാസങ്ങളിലും വർഷങ്ങളിലും പൊതുതടാകങ്ങളിൽ നിന്നും കിണറുകളിൽനിന്നും വെള്ളമെടുക്കുന്നതിനുള്ള അവകാശത്തിനുവേണ്ടി എണ്ണമറ്റ ഗ്രാമങ്ങളിലും പട്ടണങ്ങളിലും സത്യഗ്രഹങ്ങൾ നടന്നു. ഈ മഹദ് സത്യഗ്രഹമാണ് ഇതുപോലെതന്നെ ചരിത്രപ്രധാനമായ നാസിക്കിലെ ക്ഷേത്രപ്രവേശന സത്യഗ്രഹത്തിന് പ്രചോദനം നൽകിയത്. 1932–ലാണ് നാസിക്കിലെ കലാരാമമന്ദിറിൽ പ്രവേശിക്കുന്നതിന് സത്യഗ്രഹമാരംഭിച്ചത്. ദളിത് പ്രസ്ഥാനത്തിന്റെ മറ്റൊരു അതികായനായ കർമവീർ ദാദാസാഹേബ് ഗെയ്ക്വാഡ് ആണ് അതിന് നേതൃത്വം നൽകിയത്. ഇതേപോലെ പൂണെയിൽ പി എൻ രാജ്ഭോജ്, ശിവറാം കാംബ്ലെ എന്നിവരുടെ നേതൃത്വത്തിൽ നടന്ന പാർവതി സത്യഗ്രഹത്തിനും പ്രചോദനം ലഭിച്ചത് മഹദ് സമരത്തിൽനിന്ന്.

മഹദ് സത്യഗ്രഹം കഴിഞ്ഞ ഉടൻ, 1928–29കാലത്ത്, ആർ ബി മോറെ മുംബൈയിലെ ടെക്സ്റ്റൈൽ തൊഴിലാളികളുടെ പ്രസ്ഥാനവുമായി ബന്ധപ്പെട്ടു. അദ്ദേഹം ഗിർണി കാംഗാർ യൂണിയന്റെ സ്ഥാപകനേതാക്കളിലൊരാളായി. കമ്യൂണിസ്റ്റ് നേതൃത്വത്തിൽ ഗിർണി കാംഗാർ യൂണിയൻ ബ്രിട്ടീഷ്ഗവൺമെന്റിനും മിൽ മുതലാളിമാർക്കും എതിരെ മുംബൈയിൽ ടെക്സ്റ്റൈൽ തൊഴിലാളികളുടെ വമ്പിച്ച പണിമുടക്കുകൾ സംഘടിപ്പിച്ചു. അതേപോലെ സെമിന്ദാരിയുടെ വിനാശകരരൂപമായ ഖോത്തി സമ്പ്രദായത്തിനെതിരെ കൊങ്കൺപ്രദേശത്ത് നടന്ന കർഷകസമരങ്ങളിലും അദ്ദേഹം പങ്കാളിയായി. തൊഴിലാളിവർഗത്തിന്റെ വർഗസമരങ്ങളിലെ നേരിട്ടുള്ള പങ്കാളിത്തം അദ്ദേഹത്തിന്റെ അതേവരെയുള്ള ആശയഗതികളിലും മാറ്റംവരുത്തി.

തൊഴിലാളിസമരങ്ങളിലെ പങ്കാളിത്തത്തോടൊപ്പം അദ്ദേഹത്തിന്റെ ചിന്താഗതികളിൽ മാറ്റം വരാനിടയായതിന് മറ്റു രണ്ട് കാരണങ്ങളുണ്ട്. ഒന്ന്: മാർക്സിസത്തിന്റെ പഠനം. അക്കാലത്ത് നിരോധിക്കപ്പെട്ടിരുന്ന *കമ്യൂണിസ്റ്റ് മാനിഫെസ്റ്റോ*യും മറ്റു മാർക്സിസ്റ്റ് സാഹിത്യങ്ങളും അദ്ദേഹം തപ്പിപ്പിടിച്ച് വായിക്കാൻ തുടങ്ങി. രണ്ട്: ബി ടി രണദിവെ, എസ് വി ദേശ്പാണ്ഡെ തുടങ്ങിയ കമ്യൂണിസ്റ്റ് നേതാക്കളുമായും ആനന്ദ റാവു ചിത്രെ,

ശ്യാം റാവു പരുലേക്കർ തുടങ്ങിയ സർവന്റ്സ് ഓഫ് ഇന്ത്യാ സൊസൈറ്റിയിലെ റാഡിക്കൽ പ്രവർത്തകരുമായുള്ള ബന്ധം. മാനവരാശിയുടെ പൂർണമായ മോചനം—സാമ്പത്തികവും സാമൂഹികവും രാഷ്ട്രീയവും സാംസ്കാരികവും ആയ മോചനം—മാർക്സിസത്തിലൂടെ മാത്രമേ സാധ്യമാകൂ എന്ന് അദ്ദേഹത്തിന് പൂർണമായും ബോധ്യപ്പെട്ടു. ഡോ. അംബേദ്കറുമായി ഈ വിഷയത്തിൽ മോറെ നീണ്ടുനിന്ന ചർച്ച നടത്തി. മോറെയെ മാർക്സിസത്തിന്റേതായ പാതയിൽനിന്ന് പിന്തിരിപ്പിക്കാൻ അംബേദ്കർ ശ്രമിച്ചുനോക്കിയെങ്കിലും അതിൽ അദ്ദേഹം വിജയിച്ചില്ല. എങ്കിലും മോറെയുടെ സത്യസന്ധതയിലും ഇന്റഗ്രിറ്റിയിലും അദ്ദേഹത്തിന് അശേഷം സംശയമുണ്ടായിരുന്നില്ല. ആർ ബി മോറെ 1930-ൽ കമ്യൂണിസ്റ്റുപാർട്ടിയിൽ ചേർന്നു. കേരളത്തിൽ കമ്യൂണിസ്റ്റുപാർട്ടിയുടെ ആദ്യ ഗ്രൂപ്പ് രൂപംകൊള്ളുന്നതിനും ഏഴുവർഷം മുമ്പാണ് ഇതെന്നോർക്കുക.

1930-32-ൽ കൊങ്കൺപ്രദേശത്തെ കൃഷിക്കാർക്കിടയിൽ പ്രവർത്തിക്കുമ്പോൾ ഒരു കർഷകസംഘടന നിലവിൽവന്നു - കുലാബാ ജില്ലാ ഷേക്ദാരി സംഘ്. സംഘടനയുടെ പ്രഥമ ജനറൽ സെക്രട്ടറി മോറെ. പ്രസിഡന്റ്, പിൽക്കാലത്ത് ബോംബെയിലെ കോൺഗ്രസ് മുഖ്യമന്ത്രിയായിത്തീർന്ന ബി ജി ഖേർ. ഈ സംഘടനയുടെ നേതൃത്വത്തിൽ ശക്തമായ സമരങ്ങൾ നടന്നതുമൂലം ബ്രിട്ടീഷ് ഗവൺമെന്റ് അതിനെ നിരോധിച്ചു. മോറെയെയും മറ്റു നേതാക്കളെയും ജില്ലയിൽനിന്ന് നാടുകടത്തി. നേരത്തെ മുംബൈയിൽ തൊഴിലാളിവർഗസമരത്തിൽ പങ്കെടുത്തതിനെത്തുടർന്ന് ബ്രിട്ടീഷ് ഗവൺമെന്റ് മോറെയെ അറസ്റ്റുചെയ്തു. ഇതിൽനിന്നുള്ള ഞെട്ടൽമൂലം 50-ാം വയസിൽ അദ്ദേഹത്തിന്റെ അമ്മ നിര്യാതയായി.

1930 ഒക്ടോബറിൽ ആർ ബി മോറെ മുംബൈയിൽ ഒരു വാരിക തുടങ്ങി - *ആഹ്വാൻ*. അദ്ദേഹം അതിന്റെ പത്രാധിപർ. അതിന്റെ 2000 കോപ്പി അച്ചടിച്ച് വിൽക്കുമായിരുന്നു. 12 ലക്കം പുറത്തുവന്നപ്പോൾ ബ്രിട്ടീഷ് ഗവൺമെന്റ് അത് നിരോധിച്ചു.

കമ്യൂണിസ്റ്റുപാർട്ടിയിൽ ചേർന്നതിനുശേഷവും മോറെയും ബാബാസാഹെബ് അംബേദ്കറും തമ്മിലുള്ള പരസ്പരബഹുമാനത്തിന് ഒരു കുറവും സംഭവിച്ചില്ല. അംബേദ്കറുടെ സമരങ്ങളെക്കുറിച്ച് മോറെക്ക് നല്ല മതിപ്പായിരുന്നു. കമ്യൂണിസ്റ്റുപാർട്ടിയുടെ പ്രവർത്തനങ്ങൾക്ക് പൂരകമായിട്ടാണ് അംബേദ്കറുടെ പ്രവർത്തനങ്ങളെ അദ്ദേഹം കണ്ടത്. 1930-ൽ അംബേദ്കർ വട്ടമേശാസമ്മേളനത്തിൽ പങ്കെടുക്കാൻ ലണ്ടനിലേക്ക് തിരിക്കുന്നതിന് തൊട്ടുമുമ്പ് മുംബൈയിൽ അദ്ദേഹത്തിന് ഒരു സ്വീകരണം ഏർപ്പാടാക്കാൻ മുൻകൈയെടുത്തത് മോറെ. 1933-ൽ മുംബൈയിൽ ഒരു പൊതുസ്ഥലത്ത് ഇദംപ്രഥമമായി ഡോ. അംബേദ്കറുടെ ജന്മദിനാചരണം. ഫ്രന്റ്സ് ഓഫ് ദി സോവിയറ്റ് യൂണിയന്റെ കൊടിക്കീഴിൽ ഒരു സാംസ്കാരിക ഗ്രൂപ്പായിരുന്നു പരിപാടി സംഘടിപ്പിച്ചത്. ഈ സാംസ്കാരിക ഗ്രൂപ്പിന്റെ സ്ഥാപകൻ മോറെ. 1932-ൽ നടന്ന കലാരാമ

ക്ഷേത്രപ്രവേശന സത്യഗ്രഹത്തെക്കുറിച്ച് ഇതിനുമുമ്പ് പറഞ്ഞിട്ടുണ്ട്. സത്യഗ്രഹത്തോട് ഐക്യദാർഢ്യം പ്രകടിപ്പിച്ച് മുംബൈയിലെ തൊഴിലാളികേന്ദ്രങ്ങളിൽ മോറെ അനേകം യോഗങ്ങൾ സംഘടിപ്പിച്ചു; ഫണ്ടു ശേഖരണം നടത്തി; സത്യഗ്രഹത്തിൽ പങ്കെടുക്കാൻ ഒരു സംഘം കമ്യൂണിസ്റ്റുകാർക്ക് നേതൃത്വം നൽകി.

1937–ലെയും 1946–ലെയും തിരഞ്ഞെടുപ്പുകളിൽ തന്റെ പാർട്ടിയുടെ സ്ഥാനാർഥിയായി മോറയെ നിർത്താൻ അംബേദ്കർ തീവ്രമായി ശ്രമിച്ചു നോക്കി. ഉറച്ച കമ്യൂണിസ്റ്റ് എന്ന നിലയിൽ മോറെ ആ ക്ഷണം വിനയപൂർവം നിരസിച്ചു. എങ്കിലും അംബേദ്കറുടെ പ്രസിദ്ധീകരണങ്ങളിൽ അദ്ദേഹം എഴുതുമായിരുന്നു. അറിയപ്പെടുന്ന കമ്യൂണിസ്റ്റായിട്ടും മോറയെ തന്റെ *ജനത*യുടെ എഡിറ്റോറിയൽ ബോർഡിലെടുത്തു അംബേദ്കർ.

മോറെ ഒട്ടേറെ കർഷകസമരങ്ങൾക്ക് നേതൃത്വം നൽകുകയുണ്ടായി എന്നുപറഞ്ഞല്ലോ. ഇതാണ് മഹാരാഷ്ട്രയിലെ ചുരുക്കം കർഷക നേതാക്കളോടൊപ്പം അഖിലേന്ത്യാ കിസാൻസഭാ രൂപീകരണ സമ്മേളനത്തിൽ അദ്ദേഹത്തെ എത്തിച്ചത്. 1938–ൽ ഖോത്തി സമ്പ്രദായത്തിനെതിരെ ബോംബെ നിയമസഭയ്ക്കു മുമ്പിൽ അംബേദ്കറുടെ ഇന്റിപെന്റന്റ് ലേബർ പാർട്ടിയുടെ കൊടിക്കീഴിൽ (ഒരുവർഷം കഴിഞ്ഞ് 1939–ലാണ് ശ്യാം റാവു കമ്യൂണിസ്റ്റുപാർട്ടിയിൽ ചേർന്നത്) കൊങ്കൺപ്രദേശത്തെ കൃഷിക്കാരുടെ വമ്പിച്ചൊരു പ്രകടനം ശ്യാം റാവു പരുലേക്കർ സംഘടിപ്പിച്ചപ്പോൾ ഈ പ്രകടനത്തിൽ കമ്യൂണിസ്റ്റുകാരെക്കൂടി പങ്കെടുപ്പിക്കാൻ മുൻകൈയെടുത്തത് ആർ ബി മോറെ.

1938–ൽ കോൺഗ്രസ് മന്ത്രിസഭ ബോംബെ നിയമസഭയിൽ തൊഴിലാളിവിരുദ്ധമായ കറുത്ത ബിൽ അവതരിപ്പിച്ചപ്പോൾ അതിനെ എതിർക്കാൻ ഇന്റിപെന്റന്റ് ലേബർ പാർട്ടിയെയും കമ്യൂണിസ്റ്റുപാർട്ടിയെയും ഒന്നിച്ചു കൊണ്ടുവരുന്നതിന് മുൻകൈ എടുത്തത് ആർ ബി മോറെ. ഇതാണ് കറുത്ത ബില്ലിനെതിരെ തൊഴിലാളിവർഗത്തിന്റെ യോജിച്ച പണിമുടക്കിലേക്കു നയിച്ചത്. 1938 നവംബർ 7–ന് സി പി ഐയുടെയും ഐ പി എല്ലിന്റെയും സംയുക്താഭിമുഖ്യത്തിലായിരുന്നു വിജയകരമായ ആ പണിമുടക്ക് നടന്നത്. റെയിൽവേ തൊഴിലാളിപ്രസ്ഥാനത്തിലും മോറെ സജീവമായിരുന്നു. ഒരു ഘട്ടത്തിൽ ജി ഐ പി റെയിൽവേ വർക്കേഴ്സ് യൂണിയന്റെ സെക്രട്ടറിയായി അദ്ദേഹം പ്രവർത്തിച്ചു. മുംബൈയിലെ ക്ലാസ്–4 ജീവനക്കാരെ സംഘടിപ്പിക്കാനും മോറെ മുന്നിട്ടിറങ്ങി.

1945–ൽ പാരീസിൽ നടന്ന ഐ എൽ ഒ സമ്മേളനത്തിൽ എൻ എം ജോഷിയോടൊപ്പം പങ്കെടുത്തു. അദ്ദേഹത്തെ പ്രതിനിധിസംഘത്തിലുൾപ്പെടുത്താൻ പ്രത്യേക താൽപ്പര്യമെടുത്തത് അന്നത്തെ തൊഴിൽവകുപ്പു മന്ത്രി അംബേദ്കർ. ഈ സമ്മേളനത്തിലാണ് ദളിതർക്ക് ജോലിസംവരണം ഏർപ്പെടുത്തേണ്ടതിന്റെ ആവശ്യകത അദ്ദേഹം മുമ്പോട്ടുവച്ചത്. ഇന്ത്യൻ ഭരണഘടനയിൽ സംവരണമെന്ന തത്വം എഴുതിച്ചേർക്കുന്നതിനും അഞ്ചുവർഷം മുമ്പായിരുന്നു ഇതെന്നു വിസ്മരിക്കരുത്.

തന്റെ കുടുംബത്തിൽ മോറെ മാത്രമായിരുന്നില്ല കമ്യൂണിസ്റ്റുപാർട്ടിയിൽ പ്രവർത്തിച്ചത്. ഭാര്യ സീതാഭായി സജീവ പാർട്ടി അംഗമായിരുന്നു. മകൻ സത്യേന്ദ്ര മോറെ പിൽക്കാലത്ത് പാർട്ടി നേതാവും പാർട്ടി എം എൽ എയുമായി. മകൾ കമൽ എ ഐ എസ് എഫിൽ സജീവമായിരുന്നു. പാർട്ടിയിൽനിന്ന് പതിവായി അലവൻസ് വാങ്ങിയ മുഴുവൻസമയ പ്രവർത്തകരിലൊരാളായിരുന്നു മോറെ. ജയിൽജീവിതത്തിനു പുറമെ ഒമ്പതുവർഷം അദ്ദേഹം ഒളിവിൽക്കഴിഞ്ഞു. 1943-ൽ മുംബൈയിൽ ചേർന്ന സി പി ഐയുടെ ഒന്നാം കോൺഗ്രസ് മോറെ കുടുംബത്തെ 'കമ്യൂണിസ്റ്റ് കുടുംബ'മായി അഭിനന്ദിച്ചു.

ജാതീയമായ അടിച്ചമർത്തലിന്റെ പ്രശ്നം പാർട്ടിവേദികളിൽ നിരന്തരം അവതരിപ്പിക്കുമായിരുന്നു മോറെ. 1953-ൽ മൂന്നാം പാർട്ടി കോൺഗ്രസിനുമുമ്പ് അസ്പൃശ്യതയുടെയും ജാതിസമ്പ്രദായത്തിന്റെയും പ്രശ്നത്തിൽ ഒരു കുറിപ്പ് കൊടുത്തു. അന്നത്തെ പൊളിറ്റ് ബ്യൂറോ അത് ഗൗരവപൂർവം കണക്കിലെടുത്തു. അത് എല്ലാ സംസ്ഥാന കമ്മിറ്റികൾക്കും അഭിപ്രായത്തിനായി അയച്ചുകൊടുക്കുകയുണ്ടായി. 1957-ലും 1964-ലും അത് പുതുക്കിയെഴുതി പാർട്ടി നേതൃത്വത്തിന് അയച്ചുകൊടുത്തു. ഈ പ്രശ്നത്തെക്കുറിച്ച് ഇ എം എസ് തുടങ്ങിയ പാർട്ടി നേതാക്കളുമായി ചർച്ച നടത്തി.

മഹാരാഷ്ട്രയിൽ നടന്ന സമരങ്ങളിലെ സജീവസാന്നിധ്യമായിരുന്നു മോറെ. 1959-ലും 1964-ലും ആർ പി ഐ നേതാവ് കർമവീർ ദാദാസാഹേബ് ഗെയ്ക്വാഡിന്റെയും എസ് വി പരുലേക്കറുടെയും ഗോദാവരി പരുലേക്കറുടെയും നാനാപാട്ടീലിന്റെയും നേതൃത്വത്തിൽ ഭൂരഹിത കൃഷിക്കാരുടെ സത്യഗ്രഹം. മോറെയും അതിന്റെ മുൻപന്തിയിലുണ്ടായിരുന്നു. സത്യഗ്രഹത്തിൽ പങ്കെടുത്ത് അദ്ദേഹം അറസ്റ്റുവരിച്ചു. വളരെ വർഷങ്ങൾക്കുശേഷം ആദ്യമായിട്ടാണ് കമ്യൂണിസ്റ്റുപാർട്ടിയുടെ ചെങ്കൊടിയും റിപ്പബ്ലിക്കൻ പാർട്ടിയുടെ നീലപതാകയും ഒന്നിക്കുന്നത്.

മോറെയുടെ സത്യസന്ധവും നിസ്വാർഥവുമായ പ്രവർത്തനം പാർട്ടി സഖാക്കൾക്കും ജനങ്ങൾക്കും മോറെയെ പ്രിയങ്കരനാക്കി. മർദിത ജനവിഭാഗങ്ങളുമായുള്ള ബന്ധവും പ്രത്യയശാസ്ത്ര ദാർഢ്യവും മഹാരാഷ്ട്രയിലെ ഒട്ടേറെ ദളിത് പ്രവർത്തകരെ കമ്യൂണിസ്റ്റുപാർട്ടിയിലേക്ക് ആകർഷിച്ചു. 1964-ൽ കമ്യൂണിസ്റ്റുപാർട്ടി പിളർന്നപ്പോൾ വൈമനസ്യം കൂടാതെ സി പി ഐ (എം) ൽ ചേർന്നവരിൽ ഒരാൾ മോറെ. അദ്ദേഹം പാർട്ടി സംസ്ഥാന കമ്മിറ്റിയിലേക്ക് തിരഞ്ഞെടുക്കപ്പെട്ടു. 1965-ൽ സി പി ഐ (എം) നേതാക്കളിൽ മഹാഭൂരിപക്ഷവും ജയിലിലായപ്പോൾ അംബേദ്കറുടെ ജന്മദിനത്തിൽ 1965 ഏപ്രിൽ 14-ന് ആർ ബി മോറെ *ജീവൻ മാർഗ്* എന്ന വാരിക തുടങ്ങി. അത് മഹാരാഷ്ട്രയിൽ സി പി ഐ (എം) മുഖപത്രമായി. 1972 മെയ് 11-ന് സംഭവബഹുലമായ ആ ജീവിതത്തിന് തിരശീല വീണു.

എസ് എസ് യൂസഫ്

1909 - 1982

പൊതുജീവിതം തുടങ്ങിയത് ഇരുപതുകളുടെ അവസാനം. അതുമുതൽ 1946 വരെയുള്ള പതിനാറോ പതിനേഴോ വർഷത്തിനിടയിൽ ഇന്ത്യയിലെ 14 ജയിലുകളിൽ കിടക്കുക, 150 ൽപ്പരം തൊഴിലാളി സമരങ്ങൾക്ക് നേതൃത്വം നൽകുക, അതിന്റെ പേരിൽ ഒരു സംസ്ഥാനത്തും സ്ഥിരമായി താമസിക്കാൻ കഴിയാതാവുക, ഓരോ സംസ്ഥാനത്തുനിന്നും നാടുകടത്തപ്പെടുക, അറസ്റ്റുകളിൽനിന്നൊഴിഞ്ഞുമാറാൻ പല സംസ്ഥാനങ്ങളിലും ഒളിവിൽ കഴിയുമ്പോഴും ട്രേഡ് യൂണിയനുകൾ കെട്ടിപ്പടുക്കുക–ഇങ്ങനെയുള്ള ഒരു ട്രേഡ് യൂണിയൻ നേതാവിനെ മാത്രമേ രാജ്യം കണ്ടിട്ടുള്ളൂ - സന്ത്സിങ് യൂസഫ് അഥവാ എസ് എസ് യൂസഫ്. കോൺപൂരിലെ തൊഴിലാളികളുടെ ഇതിഹാസനായകനെന്ന നിലയിൽ അദ്ദേഹം പ്രശസ്തിനേടി.

ശരിയായ പേര് സന്ത്സിങ്. 1909 ൽ ഝലം ജില്ലയിലെ ഒരു ഗ്രാമത്തിൽ ഒരു പാവപ്പെട്ട കുടുംബത്തിൽ ജനിച്ചു. കേവലം നാലുവയസുള്ളപ്പോൾ അമ്മ മരിച്ചു. പതിനൊന്നുവയസുവരെ മുത്തശിയുടെ സംരക്ഷണയിലാണ് വളർന്നത്. ഒരു മിഡിൽ സ്കൂളിൽ അഞ്ചാംതരംവരെ പഠിച്ചു. ഒരു അധ്യാപകനോ പട്വാറിയോ ആയി കാണണമെന്ന് ഗ്രാമീണർ ആഗ്രഹിച്ചുവെങ്കിലും അമ്മാവന്റെ നിർദേശപ്രകാരം പതിനൊന്നാം വയസിൽ പഠനംനിർത്തി. അദ്ദേഹം അനന്തരവനെ എന്തെങ്കിലും കൈത്തൊഴിൽ പഠിപ്പിക്കാൻ ലാഹോറിലേക്ക് കൂട്ടിക്കൊണ്ടുപോയി.

ആറുമാസം കഴിഞ്ഞപ്പോൾ ഹാർമോണിയം നിർമിക്കുന്ന കടയിൽ

ജോലിക്കാരനായി. അതോടൊപ്പം സ്വതന്ത്രജീവിതമാരംഭിച്ചു. കട ഉടമ ഹാർമോണിയം ഉണ്ടാക്കാൻ പഠിപ്പിക്കുന്നതിനുപകരം സന്ത്സിങ്ങിനെ കൂലിക്കാരനായി ഉപയോഗിച്ചു. അതിന്റേപേരിൽ സിങ് കട ഉടമയുമായി കലഹിച്ചു. ഫലം ജോലി നഷ്ടം. തുടർന്ന് പൽപ്പൊടിയും ചിലതരം മരുന്നുകളും കൊണ്ടുനടന്നു വിൽക്കുന്ന സെയിൽസ് ബോയി ആയി ജോലി നോക്കി. പന്ത്രണ്ടാംവയസിൽ നോർത്ത് വെസ്റ്റേൺ റെയിൽവേയിലെ തീവണ്ടികളിൽ സഞ്ചരിച്ച് മരുന്നു വിൽക്കുന്ന ഒരു പയ്യൻ യാത്രക്കാരുടെ ശ്രദ്ധയിൽപ്പെട്ടു.

ഏതാനും മാസങ്ങൾ കഴിഞ്ഞപ്പോൾ ഈ ജോലിയോടും ലാഹോറിനോടുതന്നെയും വിടപറഞ്ഞു. നേരെ ദില്ലിയിലേക്കു വണ്ടികയറി. അവിടെ ഒരു 'ബിസ്കറ്റ് വാല' ആയി. ദില്ലിയിലെ തെരുവുകളിൽ നടന്ന് ബിസ്കറ്റ് വിൽപ്പനയായിരുന്നു ജോലി. ആ ജോലിയിലും ഉറച്ചുനിന്നില്ല. പതിമൂന്നുവയസു തികയുന്നതിനുമുമ്പ് ആ ജോലിയും ഉപേക്ഷിച്ച് പഞ്ചാബിലെ ലാൽമുസയിലെത്തി. അവിടെ റെയിൽവേയിൽ കൂലി ആയി. പതിനാലാം വയസിൽ ഒരു മധുരപലഹാരക്കടയിൽ പാത്രം കഴുകലായി ജോലി. പിന്നീട് ഒരു റെയിൽവേ ബാബുവിന്റെ വീട്ടിൽ പങ്ക വലിക്കുന്ന ജോലി സ്വീകരിച്ചു. അധികം കഴിയുന്നതിനുമുമ്പ് ജീവിതത്തിൽ ആദ്യമായി പണിമുടക്കി.

ജോലിയിൽനിന്ന് പിരിച്ചുവിടപ്പെട്ടപ്പോൾ ലാഹോറിൽ അഭയംപ്രാപിച്ചു. അവിടത്തെ പവർഹൗസിൽ ഒരു ജോലി തരപ്പെടുത്തി. കൂലി എന്ന നിലയിലായിരുന്നു തുടക്കം. പിന്നീട് അസിസ്റ്റന്റ് ഫിറ്ററായി പ്രമോഷൻ കിട്ടി.

അവിടെയും അസ്വസ്ഥനായി. അപ്പോൾ രാജ്യത്ത് ദേശീയസമരത്തിന്റെ അലകൾ അടിച്ചുകയറുകയായിരുന്നു. ദേശീയ വിപ്ലവപ്രസ്ഥാനവും സജീവമായിരുന്നു. അത് യുവാക്കളെയാകെ ആവേശംകൊള്ളിച്ചു. അതിൽനിന്ന് സന്ത്സിങ്ങും ഒഴിവായില്ല. അദ്ദേഹം ജീവിതത്തെ കുറേക്കൂടി ഗൗരവത്തോടെ നോക്കിക്കാണാൻ തുടങ്ങി. ചുറ്റുപാടും നടക്കുന്ന സംഗതികൾ ശരിക്കും മനസിലാക്കാൻ വായനയും പഠനവും അത്യന്താപേക്ഷിതമാണെന്ന് മനസിലായി. അതുകൊണ്ട് രാത്രി വളരെ വൈകുന്നതുവരെ സ്വയം പഠനം ആരംഭിച്ചു. ഒരു നിശാപാഠശാലയിൽ ചേർന്ന് ഗുരുമുഖി, ഉറദു, ഇംഗ്ലീഷ് എന്നീ ഭാഷകൾ വശമാക്കി. സന്ത്സിങ്ങിന്റെ സുഹൃദ്വലയത്തിൽപ്പെട്ടവരെയൊക്കെ ഇത് അത്ഭുതപ്പെടുത്തി. പഠനം അദ്ദേഹത്തിന്റെ വളർച്ചയുടെ നിയാമകശക്തിയായിത്തീർന്നു.

അസിസ്റ്റന്റ് ഫിറ്ററുടെ ജോലിമടുത്തു. ഫിറ്ററായി പ്രമോഷനുള്ള സാധ്യതയും കണ്ടില്ല. അതുകൊണ്ട് ദില്ലിയിലേക്ക് പോയി. അവിടെ ഒരു തുണിമില്ലിൽ ഫിറ്ററായി ജോലികിട്ടാൻ പ്രയാസമുണ്ടായില്ല. അപ്പോൾ 18–19 വയസ് പ്രായമായിക്കാണും. ദില്ലിയിൽവെച്ച് പത്രങ്ങളും മറ്റും വായിക്കും, അത്യാവശ്യം പുസ്തകങ്ങളും. അറിവിന്റെ ചക്രവാളം വികസ്വരമാകാൻ തുടങ്ങി. ദേശീയ വിപ്ലവപ്രസ്ഥാനത്തിലെ ചിലരുമായി ഇക്കാ

ലത്ത് പരിചയപ്പെടാനിടയായി. ആ പ്രസ്ഥാനത്തിൽ ചെറിയതോതിൽ താൽപ്പര്യം തോന്നിയെങ്കിലും അവരുടെ ആക്ഷനുകളിലൊന്നും പങ്കെടുത്തില്ല. തന്റെ മില്ലിലെ മറ്റു തൊഴിലാളികളുമായി സൗഹൃദ്യം സ്ഥാപിച്ചു. അവരുടെ വിശ്വാസം ആർജിച്ചു. അവസാനം 1928 ൽ മില്ലിലെ ആദ്യത്തെ പണിമുടക്ക് സംഘടിപ്പിച്ചു. പൊലീസിനെയും ഗുണ്ടകളെയും ഉപയോഗിച്ച് പണിമുടക്ക് തച്ചമർത്തിയെങ്കിലും തൊഴിലാളികളിൽ വർഗബോധം വളർന്നു. സന്ത്സിങ്ങിനെ ജോലിയിൽനിന്ന് പിരിച്ചുവിട്ടു. അതോടെ, ഇരുപതാം വയസിൽ, ഒരു പ്രൊഫഷണൽ വിപ്ലവകാരിയായി.

അദ്ദേഹം തൊഴിലാളികളെ സംഘടിപ്പിക്കുന്ന പ്രവർത്തനത്തിൽ ആണ്ടിറങ്ങി. വാസ്തവത്തിൽ ദില്ലിയിൽ അതിനുമുമ്പുതന്നെ ട്രേഡ് യൂണിയനുകളുണ്ടായിരുന്നു. അവ, പക്ഷേ വിപ്ലവകരമായ ആശയങ്ങളുടെയും കാഴ്ചപ്പാടുകളുടെയും അടിസ്ഥാനത്തിൽ സംഘടിപ്പിച്ചവ ആയിരുന്നില്ല. ദേശബന്ധുജിയെപ്പോലുള്ളവർ നയിച്ച പരിഷ്കരണവാദപരമായ ട്രേഡ് യൂണിയനുകളായിരുന്നു. മുതലാളിമാരുടെ താൽപ്പര്യത്തിനുവേണ്ടി അവ തൊഴിലാളി താൽപ്പര്യം ബലികഴിച്ചു. അവയിൽനിന്നൊക്കെ വ്യത്യസ്തമായ ട്രേഡ് യൂണിയൻ സംഘടിപ്പിക്കുന്നതിലാണ് സന്ത്സിങ് ഏർപ്പെട്ടത്. അസാധാരണമായ സംഘാടനശക്തിമൂലം അതിവേഗം ശക്തമായ ഒരു തൊഴിലാളി പ്രസ്ഥാനം കെട്ടിപ്പടുക്കുന്നതിൽ വിജയിച്ചു. ഈ പ്രവർത്തനത്തിനിടയിൽ ഗാന്ധിസത്തിലുള്ള വിശ്വാസത്തിന് ശരിക്കും ഇളക്കംതട്ടി. ദേശീയവിപ്ലവാശയങ്ങൾ മനസിൽ സ്ഥാനംപിടിച്ചതുമില്ല. പിന്നെയും അൽപ്പം കഴിഞ്ഞാണ് മാർക്സിസത്തെക്കുറിച്ച് വായിക്കാനും പഠിക്കാനും തുടങ്ങിയത്. ലാഹോർ ഗൂഢാലോചനക്കേസിന്റെയും മീറത് ഗൂഢാലോചനക്കേസിന്റെയും നടപടികൾ അതീവശ്രദ്ധയോടെ വായിച്ചു.

1930 ൽ ഗാന്ധിജിയുടെ നേതൃത്വത്തിൽ സിവിൽ നിയമലംഘന പ്രസ്ഥാനം തുടങ്ങി. രാജ്യത്താകെ വമ്പിച്ച മുന്നേറ്റം സന്ത്സിങ്ങും നിയമം ലംഘിച്ച് അറസ്റ്റുവരിച്ചു. ഒരുവർഷത്തെ തടവുശിക്ഷ കിട്ടി. ജയിലിൽവെച്ച് മാർക്സിസം പഠിച്ച് കമ്യൂണിസ്റ്റായി. ജയിൽമോചിതനായതിനുശേഷം ബഹാൽസിങ്ങിനോടൊപ്പം നൗജവാൻ ഭാരത്സഭയുടെ ഒരു ഘടകം ദില്ലിയിൽ രൂപവൽക്കരിച്ചു. കീർത്തികിസാൻ പാർട്ടിയിലും പ്രവർത്തിക്കാൻ തുടങ്ങി.

1931 ൽ സിവിൽ നിയലംഘന പ്രസ്ഥാനത്തിൽ പങ്കെടുത്ത് വീണ്ടും അറസ്റ്റിലായി. ഇത്തവണ ഒമ്പതുമാസത്തെ തടവുശിക്ഷ കിട്ടി. ജയിൽമോചിതനായപ്പോൾ ദില്ലിയിലെ ഒരു പ്രത്യേകഭാഗം വിട്ടുപോകരുതെന്ന കൽപ്പനകിട്ടി. താമസിയാതെ ദില്ലിയിൽനിന്നുതന്നെ നാടുകടത്തി. പഞ്ചാബിലേക്കുപോയി. അവിടെയും താമസിക്കാൻ അനുവാദം കിട്ടിയില്ല. വീണ്ടും ദില്ലിയ്ലേക്കു മടങ്ങി. 'ഭൂഗർഭ' പ്രവർത്തനം ആരംഭിച്ചു. അധികം കഴിയുന്നതിനുമുമ്പ് പൊലീസിന്റെ പിടിയിലായി. ചെങ്കോട്ടയിലാണ് പിടിച്ചിട്ടത്. ആ സമയത്ത് ചില ഗൂഢാലോചനക്കേസുകൾ

നിലവിലുണ്ടായിരുന്നു. അവയിലൊന്നിൽ പ്രതിയാക്കാൻ നോക്കി. നടന്നില്ല. അതിനാൽ മോചിപ്പിച്ചു. എങ്കിലും മണിക്കൂറുകൾക്കകം ദില്ലി വിട്ടു പോകാൻ ഉത്തരവുണ്ടായി. നേരെ ബോംബെക്ക് തിരിച്ചു. തൊഴിലാളി പ്രസ്ഥാനത്തിന്റെ ആ ഈറ്റില്ലത്തിൽ മുഹമ്മദ് ഷാഫി എന്ന പേരിൽ പ്രവർത്തനം തുടങ്ങി.

ഉറദുഭാഷ വശമുള്ളതുകൊണ്ട് ബോംബെയിലെ ഒരു മുസ്ലീം കേന്ദ്രത്തിലാണ് പ്രവർത്തിക്കാൻ നിയോഗിച്ചത്. അവിടത്തെ തൊഴിലാളികളുമായി വേഗത്തിൽ ഇഴുകിച്ചേർന്നു. പ്രവർത്തനത്തിനിടയിൽ ഒട്ടേറെ യാതനകളും കഷ്ടപ്പാടുകളും സഹിക്കേണ്ടിവന്നു. വൃത്തികെട്ട ക്വാർട്ടറുകളിൽ ഏറ്റവും ദരിദ്രരായ തൊഴിലാളികളോടൊപ്പം താമസിച്ചു; അവരോടൊപ്പം പ്രവർത്തിച്ചു. രണദിവെ, ദേശ്പാണ്ഡെ, ജംബേക്കർ തുടങ്ങിയവരോടൊപ്പം രാജ്യംകണ്ട ഏറ്റവും വലിയ ചില സമരങ്ങളിൽ തൊഴിലാളികളെ സംഘടിപ്പിക്കുകയും നയിക്കുകയും ചെയ്തു. പല ദിവസങ്ങളിലും പട്ടിണികിടക്കേണ്ടിവന്നു. അദ്ദേഹത്തിന്റെ സംഘടനാപാടവം കമ്യൂണിസ്റ്റുപാർട്ടി നേതാക്കളുടെ ശ്രദ്ധയിൽപ്പെട്ടു. സംഘടനയില്ലാത്തതോ ദുർബലമായതോ ആയ പ്രദേശങ്ങളിലേക്ക് അദ്ദേഹത്തെ അയക്കണം എന്നു തീരുമാനിച്ചു. അങ്ങനെയാണ് അഹമ്മദാബാദിലേക്കയച്ചത്.

തൊഴിലാളിയായി ജോലിയിൽ പ്രവേശിക്കുന്നതാണ് തൊഴിലാളി പ്രവർത്തനം തുടങ്ങിവെക്കാൻ ഏറ്റവും ഉത്തമം എന്ന അനുഭവത്തിലൂടെ മനസിലാക്കിയ സന്ത്സിങ് അഹമ്മദാബാദിലെത്തിയ ഉടൻ ഒരു ജോലി കണ്ടുപിടിച്ചു. പല മില്ലുകളിലും കടക്കുന്നതിനുള്ള മറയായി ജോലിയെ ഉപയോഗിച്ചു. മില്ലുകളിൽ പലതിലും രഹസ്യകമ്മിറ്റികളുണ്ടാക്കി. മാർക്സിസം പഠിപ്പിക്കാൻ സ്റ്റഡി സർക്കിളുകൾ രൂപവൽക്കരിച്ചു. ഇവിടെ യൂസഫ് എന്ന പേരിലാണ് ജോലിയിൽ പ്രവേശിച്ചതും പ്രവർത്തനം നടത്തിയതും. ആ പേരിലാണ് പിൽക്കാലത്ത് അദ്ദേഹം അറിയപ്പെട്ടതും. സ്വന്തം പേരിന്റെ ആദ്യാക്ഷരങ്ങളും അതിനോടൊപ്പം ചേർത്തു. അങ്ങനെ എസ് എസ് യൂസഫായി.

അഹമ്മദാബാദിൽ ഉറ്റ സഹപ്രവർത്തകൻ ബുഖാരി. അദ്ദേഹത്തോടൊപ്പം ഒന്നരവർഷത്തിനകം 53 വൻപണിമുടക്കുകൾ സംഘടിപ്പിച്ചു. മജൂർമഹാജൻ നേതാക്കളായ ഗുൽസാരിലാൽ നന്ദയെപ്പോലുള്ളവരെ അഹമ്മദാബാദിലെ ട്രേഡ് യൂണിയൻ രംഗത്തുനിന്ന് തുരത്തി. അവർ തൊഴിലാളികളുടെ മുമ്പിൽ വരാൻപോലും ധൈര്യം കാണിക്കാതെയായി. അഹമ്മദാബാദിൽ ശക്തമായ ഒരു ട്രേഡ് യൂണിയൻ പ്രസ്ഥാനത്തിന് അടിത്തറയിട്ടു എസ് എസ് യുസഫ്.

1934 ൽ ഗവൺമെന്റ് കമ്യൂണിസ്റ്റുപാർട്ടിയെ നിരോധിച്ചു. പാർട്ടിയുമായി ബന്ധപ്പെട്ട തൊഴിലാളി പ്രസ്ഥാനത്തിന്റെയും കർഷക പ്രസ്ഥാനത്തിന്റെയുംമേൽ ചാടിവീണു. അഹമ്മദാബാദിലെ വിപ്ലവ തൊഴിലാളി പ്രസ്ഥാനത്തെ നിർദയം തച്ചമർത്തി. യൂസഫിനെയും ബുഖാരിയെയും

പോലുള്ള നേതാക്കളെ അറസ്റ്റുചെയ്ത് ജയിലിലാക്കി. ജയിൽമോചിത നായപ്പോൾ ഗുജറാത്തും ബോംബെ പ്രസിഡൻസിയും വിട്ടുപോകാൻ യൂസഫിനോട് ആവശ്യപ്പെട്ടു.

എങ്ങോട്ടുപോകും? ഒരിക്കൽക്കൂടി ദില്ലിയിലേക്ക് പോകാം എന്നു തീരുമാനിച്ചു. അവിടെ എത്തിയപ്പോഴേക്കും ദില്ലിവിടാനുള്ള ഉത്തരവാണ് കൈയിൽ കിട്ടിയത്. നേരെ കോൺപൂരിലേക്ക് തിരിച്ചു. അന്നത്തെ ഐക്യപ്രവിശ്യയിലെ പ്രധാന വ്യവസായനഗരമായിരുന്നു കോൺപൂർ. അവിടെ ട്രേഡ് യൂണിയൻ പ്രസ്ഥാനമുണ്ടായിരുന്നു. എങ്കിലും അതിനെ അടക്കിവാണത് ഹരിഹരനാഥ്, രാജാറാം ശാസ്ത്രി തുടങ്ങിയ കരിയറി സ്റ്റുകളായിരുന്നു. അവർ ശരിക്കും തൊഴിലാളിവർഗത്തെ വഞ്ചിക്കുക യായിരുന്നു. ആർ ഡി ഭരദ്വാജ്, സന്തോഷ്ചന്ദ്രകപൂർ, അശോക്ബോസ് സോനേലാൽ എന്നിവരോടൊപ്പം യൂസഫ് ആ വർഗവഞ്ചകരെ ട്രേഡ് യൂണിയൻ രംഗത്തുനിന്ന് പുറന്തള്ളുകയും മസ്ദൂർസഭയെ രാജ്യത്താ കെയുള്ള ടെക്സ്റ്റൈൽ തൊഴിലാളികളുടെ അഭിമാനമായി വളർത്തിയെ ടുക്കുകയും ചെയ്തു.

യൂസഫും സഹപ്രവർത്തകരും എന്താണ് ചെയ്തത്? ജനാധിപ ത്യപരമായി തിരഞ്ഞെടുക്കപ്പെട്ട ശക്തമായ കമ്മിറ്റികൾ ഓരോ മില്ലിലും രൂപവൽക്കരിച്ചു. പ്രധാനപ്പെട്ട ഓരോ പ്രദേശത്തും മസ്ദൂർ സഭക്ക് ഘട കങ്ങളുണ്ടാക്കി. കോൺഗ്രസുമായി ചേർന്ന് തൊഴിലാളി പ്രക്ഷോഭങ്ങൾ നയിച്ചു.

യൂസഫിന്റെ നേതൃത്വത്തിൽ നടന്ന തൊഴിലാളിസമരങ്ങൾ ഐക്യ പ്രവിശ്യയിലാകെ വമ്പിച്ച സ്വാധീനം ചെലുത്തി. അവിടത്തെ കോൺ ഗ്രസ്-കർഷക പ്രസ്ഥാനങ്ങൾക്ക് അത് ഉശിരുപകർന്നു. 1938 മുതൽ 45 വരെ കോൺഗ്രസ് പ്രവിശ്യാ കമ്മിറ്റി അംഗമായി പ്രവർത്തിച്ചു. പാർട്ടി നിർദേശപ്രകാരം 1945 ൽ തൽസ്ഥാനം രാജിവെക്കുകയായിരുന്നു.

യൂസഫ് ചെറുതും വലുതുമായ എത്ര സമരം നയിച്ചെന്നോ എത്ര തവണ ജയിലിൽ കിടന്നെന്നോ പറയാൻ പ്രയാസം. സ്വാതന്ത്ര്യ ലബ്ധിക്കു മുമ്പുതന്നെ ചുരുങ്ങിയത് 150 പണിമുടക്കുകളെങ്കിലും നയി ച്ചുകാണണം. ഹ്രസ്വമായ കാലയളവിനുള്ളിൽ ബോംബെയിൽ 34 പണി മുടക്കുകൾ നയിച്ചുവെന്ന് കണക്കാക്കിയിട്ടുണ്ട്. അഹമ്മദാബാദിൽ 53 പണിമുടക്കുകളും. 1937 ലും 1938 ലും കോൺപൂരിലെ ടെക്സ്റ്റൈൽ തൊഴി ലാളികളുടെ രണ്ട് പൊതുപണിമുടക്കുകൾക്ക് നേതൃത്വം നൽകി. ആദ്യത്തെ പണിമുടക്കിൽ അമ്പതിനായിരത്തിലധികം തൊഴിലാളികൾ പങ്കെടുത്തു. 55 ദിവസം നീണ്ടുനിന്ന രണ്ടാമത്തെ പണിമുടക്കിൽ 20 ലക്ഷത്തിലധികം മനുഷ്യദിവസങ്ങൾ നഷ്ടമായി. 1947 ൽ വിവിധ ഫാക്ട റികളിലെ ഒന്നേകാൽ ലക്ഷം തൊഴിലാളികൾ 19 ദിവസം ജോലിക്ക് ഹാജരായില്ല. ഒരുപക്ഷേ അദ്ദേഹം നേതൃത്വം നൽകിയ ഏറ്റവും വലിയ പണിമുടക്ക് 1955 ലേതാവണം. ആ വർഷം കോൺപൂരിലെ ടെക്സ്റ്റൈൽ തൊഴിലാളികൾ 80 ദിവസം നീണ്ടുനിന്ന പണിമുടക്കാണ് നടത്തിയത്.

ആ പണിമുടക്കോടെ അദ്ദേഹം കോൺപൂരിലെ തൊഴിലാളികളുടെ വീര നായകനായി.

യുദ്ധം ആരംഭിച്ചതോടെ ഗവൺമെന്റ് തൊഴിലാളി–കമ്യൂണിസ്റ്റുപ്രസ്ഥാനങ്ങളുടെമേൽ കടുത്ത മർദനം അഴിച്ചുവിട്ടു. പാർട്ടിനേതാക്കന്മാരെ വേട്ടയാടി. അതിൽ യൂസഫുംപെട്ടത് സ്വാഭാവികം. അദ്ദേഹത്തെ അറസ്റ്റുചെയ്ത് ദേവലികൃമ്പിലേക്കയച്ചു. 1942 ലാണ് ജയിലിൽനിന്ന് മോചിപ്പിച്ചത്. വീണ്ടും കോൺപൂരിലെത്തി തൊഴിലാളികൾക്കിടയിൽ സജീവമായി. ഇക്കാലത്ത് നടത്തിയ സമരങ്ങളിലൂടെ തൊഴിലാളികൾക്ക് ക്ഷാമബത്ത നേടിക്കൊടുത്തു. മില്ലുകളിൽത്തന്നെ ധാന്യങ്ങളും തുണിയും ലഭിക്കുന്നതിന് ഏർപ്പാടാക്കി.

1943 ൽ ബോംബെയിൽ ചേർന്ന സി പി ഐയുടെ ഒന്നാം കോൺഗ്രസിലും 1948 ൽ കൽക്കത്തയിൽ ചേർന്ന രണ്ടാം കോൺഗ്രസിലും പങ്കെടുത്തു. കോൺഗ്രസ് അദ്ദേഹത്തെ കേന്ദ്രകമ്മിറ്റിയിലേക്ക് തിരഞ്ഞെടുത്തു. 1950 അവസാനം മുതൽ അൽപ്പകാലം പാർട്ടിയുടെ പൊളിറ്റ്ബ്യൂറോ അംഗമായിരുന്നു. എ ഐ ടി യു സിയിൽ പ്രമുഖസ്ഥാനങ്ങൾ വഹിച്ചിട്ടുണ്ട്. 1947 ലും 57 ലും അതിന്റെ വൈസ് പ്രസിഡന്റായി തിരഞ്ഞെടുക്കപ്പെട്ടു. 1952 ൽ മെയ്ദിനാഘോഷത്തിൽ പങ്കെടുക്കാൻ ചൈനയിലേക്ക് പോയ ട്രേഡ് യൂണിയൻ പ്രതിനിധിസംഘത്തിൽ അംഗമായിരുന്നു. പല തവണ യു പി നിയമസഭാംഗമായി തിരഞ്ഞെടുക്കപ്പെട്ടിട്ടുണ്ട്. 1982 ജൂൺ 5 ന് അന്തരിച്ചു.

പി ബി രംഗനേക്കർ

1912 - 2008

മഹാരാഷ്ട്രയിലെ ഒരു സ്വാതന്ത്ര്യസമരസേനാനിയും പ്രമുഖനായ കമ്യൂണിസ്റ്റ് നേതാവുമായിരുന്നു, പാർട്ടി സഖാക്കളും സുഹൃത്തുക്കളും സ്നേഹപൂർവം പി ബി ആർ എന്നു വിളിച്ച പാണ്ഡുരംഗ് ഭാസ്കർ രംഗനേക്കർ. വിദ്യാർഥിപ്രസ്ഥാനം സംഭാവനചെയ്ത വിപ്ലവകാരിയായിരുന്നു അദ്ദേഹം. 1912 ഡിസംബർ 18-ന് ജനിച്ച് 1932-ൽ കമ്യൂണിസ്റ്റുപാർട്ടിയിൽ അംഗമായ അദ്ദേഹം 75 വർഷത്തിലധികം അങ്ങേയറ്റം കൂറോടെ കമ്യൂണിസ്റ്റ് പ്രസ്ഥാനത്തെ സേവിച്ചു. അത് ഒരു റിക്കാർഡാണ് എന്നു പറയേണ്ടതില്ല.

കമ്യൂണിസ്റ്റുപാർട്ടിയിൽ അംഗത്വം ലഭിച്ചത് വിദ്യാർഥിയായിരുന്നപ്പോൾ. അപ്പോൾ സ്വാഭാവികമായും വിദ്യാർഥിരംഗത്ത് പ്രവർത്തിക്കാനാണ് പാർട്ടി നിയോഗിച്ചത്. 1936-ൽ അഖിലേന്ത്യാ വിദ്യാർഥി ഫെഡറേഷൻ രൂപംകൊണ്ടപ്പോൾ ബസവപുന്നയ്യയുടെയും മറ്റും കൂടെ അതിന്റെ ജോയിന്റ് സെക്രട്ടറിയായും മുംബൈ യൂണിറ്റിന്റെ സെക്രട്ടറിയായും തിരഞ്ഞെടുക്കപ്പെട്ടു. എ ഐ എസ് എഫ് *സ്റ്റുഡന്റ് കോൾ* എന്ന പേരിൽ ഒരു ജേർണൽ തുടങ്ങിയപ്പോൾ അതിന്റെ പത്രാധിപരായി നിയോഗിച്ചത് പി ബി ആറിനെ. മുംബൈയിൽനിന്ന് കൃത്യമായും ആകർഷകമായും അദ്ദേഹം അത് പുറത്തിറക്കി.

എ ഐ എസ് എഫ് ദേശീയസമരത്തിൽ വിദ്യാർഥികളെ അണിനിരത്തി. അതായിരുന്നു അതിന്റെ ലക്ഷ്യങ്ങളിലൊന്ന്. വിദ്യാർഥികളുടെ ദൈനംദിനാവശ്യങ്ങൾക്കുവേണ്ടിയുള്ള സമരങ്ങൾക്ക് അത് നേതൃത്വം നൽകി. മുംബൈയിൽ വിദ്യാർഥികളുടെ ആവശ്യങ്ങൾ നേടിയെടുക്കാൻ

നടന്ന വിദ്യാർഥിസമരങ്ങൾക്കു കണക്കില്ല. അവയിൽ ചിലതിന് പി ബി ആർ നേതൃത്വം നൽകി. അദ്ദേഹം നേതൃത്വം നൽകിയ സമരങ്ങളിലൊന്നാണ് മെട്രിക് കശാപ്പിനെതിരായ സമരം. അതിന്റെ പശ്ചാത്തലമിങ്ങനെ. 1929–ൽ ലോകമുതലാളിത്തത്തെ ബാധിച്ച വമ്പിച്ച മാന്ദ്യത്തിന്റെ ദുഷ്ഫലം ഇന്ത്യയിൽ അനുഭവപ്പെടാൻ തുടങ്ങി. തൊഴിലില്ലായ്മ കുതിച്ചുയർന്നു. തൊഴിലില്ലാത്തവർക്ക് തൊഴിൽ കണ്ടെത്തുകയെന്നത് ഗവൺമെന്റിന്റെ ഉത്തരവാദിത്വമായി. അപ്പോൾ അതിനെ നേരിടാൻ ഭരണവർഗങ്ങൾ കണ്ടുപിടിച്ച മാർഗങ്ങളിലൊന്നായിരുന്നു വിദ്യാഭ്യാസം നിയന്ത്രിച്ചുനിർത്തൽ. നിയന്ത്രിച്ചുനിർത്തുന്നതിന് കണ്ടെത്തിയ മാർഗമോ? പരീക്ഷകളിൽ വിദ്യാർഥികളെ കൂട്ടത്തോടെ തോൽപ്പിക്കുക. അങ്ങനെയാണ് 1936–ൽ മെട്രിക് പരീക്ഷാഫലത്തിൽ തിരിമറി നടത്തി 81 ശതമാനത്തെ തോൽപ്പിച്ചത്. ഉന്നതവിദ്യാഭ്യാസത്തിലേക്കുള്ള ഒഴുക്ക് നിയന്ത്രിക്കുന്നതോടൊപ്പം ജോലി നൽകുന്നതിനുള്ള ഉത്തരവാദിത്വത്തിൽനിന്ന് രക്ഷപ്പെടുക – ഇതായിരുന്നു ലക്ഷ്യം. 1936–ലെ മെട്രിക് കശാപ്പ് എന്ന പേരിലാണ് ഇത് അറിയുന്നത്. ഇതിൽ പ്രതിഷേധിച്ച് ആയിരക്കണക്കിന് 'തോറ്റ' വിദ്യാർഥികൾ എ ഐ എസ് എഫ് നേതൃത്വത്തിൽ മുംബൈ യൂണിവേഴ്സിറ്റിയിലേക്ക് പ്രകടനം നടത്തി. യൂണിവേഴ്സിറ്റി കെട്ടിടത്തിന്റെ ജനലുകളും വാതിലുകളും അടിച്ചുതകർത്തു. ആ പ്രകടനത്തിന് നേതൃത്വം നൽകിയവരിലൊരാൾ പി ബി ആർ.

വിദ്യാർഥിപ്രസ്ഥാനത്തിൽ സജീവം പങ്കെടുക്കുമ്പോൾത്തന്നെ ബോംബെ യൂണിവേഴ്സിറ്റിയിൽനിന്ന് സാമ്പത്തികശാസ്ത്രത്തിൽ ബിരുദാനന്തരബിരുദം കരസ്ഥമാക്കി. അപ്പോഴാണ് ബി ടി രണദിവെയുടെ മാർഗദർശിത്വത്തിൽ മാർക്സിസം–ലെനിനിസത്തെക്കുറിച്ച് ആഴത്തിൽ പഠിച്ചത്. അതിൽ നല്ല അവഗാഹം നേടി. അസാധാരണമായ ഓർമശക്തിയുണ്ടായിരുന്ന അദ്ദേഹത്തിന്, മാർക്സിസ്റ്റ് ക്ലാസിക്കുകളിൽനിന്ന് അനായാസം ഉദ്ധരിക്കാൻ കഴിയുമായിരുന്നു.

1946–ൽ നടന്ന നാവികകലാപം പ്രസിദ്ധം. അതിന് കമ്യൂണിസ്റ്റുപാർട്ടി പൂർണവും സജീവവുമായ പിന്തുണ നൽകി. അതോടെ സാമ്രാജ്യത്വവിരുദ്ധ സമരം അതിന്റെ ഉച്ചകോടിയിലെത്തി. നാവികകലാപത്തിന് പിന്തുണ നൽകി മുംബൈയിലെ തൊഴിലാളിവർഗം രംഗത്തുവന്നു. അതിനെ മനുഷ്യത്വരഹിതമായി അടിച്ചമർത്താൻ നോക്കി ബ്രിട്ടീഷ് ഗവൺമെന്റ്. ഏതാനും ദിവസങ്ങൾക്കകം നാന്നൂറിൽപ്പരം തൊഴിലാളികളെ അവർ വെടിവെച്ചുവീഴ്ത്തി. നാവിക കലാപത്തിന് പിന്തുണ നൽകി അഹല്യ രംഗനേക്കർ, അവരുടെ സഹോദരി കുസും രണദിവെ, കമൽ ദോണ്ടെ തുടങ്ങിയവർ പങ്കെടുത്ത ഒരു പ്രകടനത്തിനുനേരെ ബ്രിട്ടീഷ് പട്ടാളം ലക്കുംലഗാനുമില്ലാതെ വെടിവെച്ചു. കമൽദോണ്ടെ സംഭവസ്ഥലത്തുതന്നെ രക്തസാക്ഷിയായി. കുസും രണദിവെയുടെ കാലിന് വെടിയേറ്റു. അഹല്യ രംഗനേക്കർ കഷ്ടിച്ച് രക്ഷപ്പെടുകയായിരുന്നു. പി ബി ആറിനെപ്പോലുള്ള സഖാക്കൾക്ക് പരീക്ഷണഘട്ടമായിരുന്നു അത്.

സ്വാതന്ത്ര്യലബ്ധിക്കുശേഷം ഗിർണി കാംഗാർ യൂണിയന്റെ നേതൃത്വത്തിൽ മുംബൈയിൽ നടന്ന ടെക്സ്റ്റൈൽ തൊഴിലാളി സമരത്തിൽ

പി ബി ആർ പങ്കെടുത്തു. 1950-കളുടെ അവസാനം നടന്ന സംയുക്ത മഹാരാഷ്ട്രാ പ്രക്ഷോഭത്തിൽ അദ്ദേഹം ഭാഗഭാക്കായി.

1950-കളിൽ റിവിഷനിസത്തിനും 1960-കളിൽ സെക്ടേറിയനിസത്തിനും എതിരായി നടന്ന സമരത്തിൽ അദ്ദേഹം നൽകിയ സംഭാവന എടുത്തുപറയേണ്ടിയിരിക്കുന്നു. റിവിഷനിസത്തിനെതിരായ സമരം മഹാരാഷ്ട്രയെ സംബന്ധിച്ചിടത്തോളം തീക്ഷ്ണമായിരുന്നു. എസ് എ ഡാങ്കെയുടെ ശിഥിലീകരണ പ്രവർത്തനങ്ങളും കോൺഗ്രസ് ഗവൺമെന്റിന്റെ അടിച്ചമർത്തലുമായിരുന്നു അതിനു കാരണം. കോൺഗ്രസ് ഗവൺമെന്റ് പി ബി ആർ ഉൾപ്പെടെ സംസ്ഥാനത്തെ കമ്യൂണിസ്റ്റുനേതാക്കളെ രാജ്യരക്ഷാ നിയമപ്രകാരം 1962 നവംബർ 7-ന് അറസ്റ്റുചെയ്ത് മൂന്നരവർഷത്തിലധികമാണ് തടവിൽ പാർപ്പിച്ചത്. 1966 ഏപ്രിൽ 30-ന് മാത്രമേ മോചിപ്പിക്കുകയുണ്ടായുള്ളൂ.

1964-ൽ സി പി ഐ (എം) രൂപംകൊണ്ടപ്പോൾ ജയിലിലായിരുന്നെങ്കിലും അദ്ദേഹത്തെ പാർട്ടിയുടെ സംസ്ഥാന കമ്മിറ്റിയിലേക്ക് എടുത്തു. മരണംവരെ തൽസ്ഥാനത്ത് തുടർന്നു. 1972-ൽ സംസ്ഥാന സെക്രട്ടേറിയറ്റ് അംഗമായി. അനാരോഗ്യംമൂലം 2005-ൽ ഒഴിയുന്നതുവരെ 33 വർഷം സംസ്ഥാന സെക്രട്ടേറിയറ്റ് അംഗമായി പ്രവർത്തിച്ചു. ഓഫീസ് സെക്രട്ടറിയെന്ന നിലയിൽ പാർട്ടി സംസ്ഥാനസെന്ററിന്റെ ചുമതല അദ്ദേഹത്തിനായിരുന്നു. പാർട്ടിയുടെ ജില്ലാകേന്ദ്രങ്ങളുമായും ഓരോ ബഹുജന സംഘടനാ നേതൃത്വവുമായും അദ്ദേഹം നിരന്തരം ബന്ധംപുലർത്തി. സംസ്ഥാനത്തെ രാഷ്ട്രീയ സംഭവവികാസങ്ങളും പാർട്ടിയിലെ സംഭവവികാസങ്ങളും സൂക്ഷ്മതയോടെ അനുധാവനം ചെയ്തു. സംസ്ഥാന കമ്മിറ്റിയുടെയും സംസ്ഥാനസെക്രട്ടേറിയറ്റിന്റെയും യോഗങ്ങൾക്ക് അജണ്ട തയ്യാറാക്കി. പാർട്ടി തീരുമാനങ്ങളടങ്ങിയ സർക്കുലർ എല്ലാ ഭാഗങ്ങളിലും എത്തുന്നതിന് ഉറപ്പുവരുത്തി; പാർട്ടി അക്കൗണ്ടുകൾ കൃത്യമായി സൂക്ഷിച്ചു; ജില്ലകളിൽനിന്ന് വരുന്ന സഖാക്കൾക്ക് ആവശ്യമായ സഹായം നൽകി; പാർട്ടിപ്രവർത്തനം വീക്ഷിക്കാൻ ജില്ലകൾ സന്ദർശിച്ചു. ഈ ജോലികളൊക്കെ അദ്ദേഹം ശാന്തമായും ക്ഷമാപൂർവവും നിർവഹിച്ചു. കമ്യൂണിസ്റ്റ് തത്വങ്ങളും മൂല്യങ്ങളും ലംഘിക്കുന്നതിനെതിരെ വിട്ടുവീഴ്ചയില്ലാത്ത നിലപാട് സ്വീകരിച്ചു.

മുപ്പതുകളിൽ *സ്റ്റുഡന്റ് കോൾ* പുറത്തിറക്കിയ പി ബി ആർ *ജീവൻ മാർഗി*ന്റെ എഡിറ്റോറിയൽ ബോർഡംഗം എന്ന നിലയിൽ അത് പുറത്തിറക്കുന്നതിൽ ഗണ്യമായ സംഭാവന നൽകി. മൂന്ന് പതിറ്റാണ്ടിലധികം അദ്ദേഹം അതിൽ നിരന്തരം എഴുതി. *പീപ്പിൾസ് ഡമോക്രസി*യിലെ പ്രധാന ലേഖനങ്ങൾ വിവർത്തനം ചെയ്തു. ജില്ലകളിൽനിന്ന് ലഭിക്കുന്ന വാർത്തകൾ എഡിറ്റ് ചെയ്തു. പത്രത്തിൽ പേര് വരുത്താതെയാണ് അദ്ദേഹം ജോലികളെല്ലാം ചെയ്തത്.

കാൽനൂറ്റാണ്ടിലധികം പാർട്ടിയിൽ യുവജന-വിദ്യാർഥി വിഭാഗങ്ങളുടെ ചാർജ് അദ്ദേഹത്തിനായിരുന്നു. പുതിയ കേഡർമാരെ കണ്ടെത്താനും വളർത്തിയെടുക്കാനും അസാധാരണമായ താൽപ്പര്യമാണ് പ്രകടിപ്പിച്ചത്. എത്രയെത്ര കേഡർമാരെയാണ് അദ്ദേഹം വളർത്തിയെടുത്തത്! പക്വമായ 95-ാമത്തെ വയസ്സിൽ 2008 ഫെബ്രുവരി 8-ന് അദ്ദേഹം നിര്യാതനായി.

ബി ടി രണദിവെ

1904 - 1990

ഇന്ത്യൻ കമ്യൂണിസ്റ്റ് പ്രസ്ഥാനത്തിന്റെ സമുന്നത നേതാക്കളിൽ ഒരാളായിരുന്നു ബി ടി രണദിവെ. അവിഭക്ത കമ്യൂണിസ്റ്റ് പാർട്ടിയും പാർട്ടി പിളർന്നതിൽ പിന്നീട് സി പി ഐ (എം)ഉം കെട്ടിപ്പടുക്കുന്നതിന് അദ്ദേഹം നൽകിയ സംഭാവന അദ്വിതീയം. ഇന്ത്യ കണ്ട ഏറ്റവും വലിയ ട്രേഡ് യൂണിയൻ നേതാക്കളിൽ ഒരാളുമായിരുന്നു അദ്ദേഹം. ഏഴ് പതിറ്റാണ്ട് നീണ്ടുനിന്ന പൊതുജീവിതത്തിന്റെ ഉടമയായ ബി ടി ആർ മാർക്സിസ്റ്റ് സൈദ്ധാന്തികൻ എന്ന നിലയിലും പ്രശസ്തി നേടി.

ബോംബെയിലെ ദാദറിലുള്ള ധുരുവാഡിയിൽ ദാഗ്ദി ബിൽഡിങ്ങിൽ 1904 ഡിസംബർ 19 ന് ബാലചന്ദ്ര ത്രയംബക് രണദിവെ ജനിച്ചു. പിതാവ് ത്രയംബക് മോറേശ്വർ രണദിവെ. ഇന്ത്യാഗവൺമെന്റിന്റെ ആദായനികുതി വകുപ്പിലെ ഉദ്യോഗസ്ഥനായിരുന്ന അദ്ദേഹം ജനിച്ചത് ഠാണെയിലാണെങ്കിലും ഉദ്യോഗസ്ഥനായി ബോംബെയിലെത്തി. പിന്നീട് അവിടെത്തന്നെ സ്ഥിരതാമസമാക്കി. മോറേശ്വർ രണദിവെ മിതവാദിയായിരുന്നു. ബംഗാളിലെ ബ്രഹ്മസമാജിനു സമാനമായ പ്രാർഥനാസമാജിലെ അംഗമായിരുന്നു. ജാതിചിന്തകളിൽനിന്ന് വിമുക്തനായിരുന്നു. മാതാവ് യശോദാബായി. അച്ഛനെപ്പോലെ നല്ല വായനാശീലമുണ്ടായിരുന്ന മഹതി. മറാത്ത ചരിത്രമുൾപ്പെടെയുള്ള ചരിത്രഗ്രന്ഥങ്ങൾ വായിക്കുമായിരുന്നു. ബ്രിട്ടീഷ് വിരുദ്ധ വികാരം അവരിലും നിറഞ്ഞുനിന്നു. ദേശഭക്തി നിറഞ്ഞ കഥകൾ ബാലനായ രണദിവേക്ക് അവർ പറഞ്ഞുകൊടുത്തതായിരുന്നു. ഈ കഥകളും പിതാവുമായി നടക്കാറുള്ള ചർച്ചകളും

മറാത്താ ചരിത്രപഠനവും ബാലനായ രണദിവെയിൽ ബ്രിട്ടീഷ് വിരുദ്ധ വികാരം സൃഷ്ടിച്ചു.

1909–10 ൽ ബാന്ദ്രാ മുനിസിപ്പൽ പ്രൈമറി സ്കൂളിൽ പഠിച്ചതിനു ശേഷം മറ്റൊരു സ്കൂളിലേക്കു മാറി. അവിടെനിന്ന് പൂണെയിലെ നൂതൻ മറാത്തി വിദ്യാലയത്തിലെത്തി. പേര് മറാത്തി സ്കൂൾ എന്നായിരുന്നെങ്കിലും അധ്യയനമാധ്യമം ഇംഗ്ലീഷായിരുന്നു. ഇതുതന്നെയായിരുന്നു മഹാരാഷ്ട്രയിലെ മറ്റു വിദ്യാലയങ്ങളിലെയും പൊതു അവസ്ഥ. നൂതൻ മറാത്തി വിദ്യാലയത്തിൽനിന്ന് മെട്രിക്കുലേഷൻ പരീക്ഷ പാസായതിനുശേഷം 1921 ൽ പൂണെയിലെ ഫർഗുസൻ കോളേജിൽ ചേർന്നു. അടുത്തവർഷം ബോംബെയിലെ വിൽസൺ കോളേജിലേക്കു പോയി. അവിടെനിന്ന് ചരിത്രം, രാഷ്ട്രമീമാംസ, സാമ്പത്തികശാസ്ത്രം എന്നീ വിഷയങ്ങൾ പഠിച്ചു. 1925 ൽ പ്രശസ്തമായ നിലയിൽ ബി എ പാസായി. തുടർന്ന് ബിരുദാനന്തര പഠനത്തിനായി ബോംബെ സ്കൂൾ ഓഫ് എക്കണോമിക്സിൽ ചേർന്നു. 1927 ൽ എം എ പാസായി. സ്വർണമെഡലോടെ. ബോംബെ യൂണിവേഴ്സിറ്റിയിൽ സമർപ്പിച്ച 'ഇന്ത്യയിലെ ജനസംഖ്യാപ്രശ്നം' എന്ന തീസിസിനെ മുൻനിർത്തിയാണ് മാസ്റ്റേഴ്സ് ബിരുദം നൽകപ്പെട്ടത്. ജനസംഖ്യയെ സംബന്ധിച്ച മാൽതൂസിയൻ സിദ്ധാന്തത്തെ ആധാരമാക്കിയുള്ളതായിരുന്നു തീസിസിലെ നിഗമനങ്ങൾ. പിൽക്കാലത്ത് മാർക്സിസത്തെക്കുറിച്ച് പഠിച്ചപ്പോൾ ആ നിഗമനങ്ങളോട് അദ്ദേഹം വിയോജിച്ചു. ബിരുദാനന്തര ബിരുദത്തിനുശേഷം ഗവേഷണത്തിനുള്ള ഫിറോസ്ഷാമെഹ്ത്താ സ്കോളർഷിപ്പ് കിട്ടി. അതു വേണ്ടെന്നുവച്ച് രാഷ്ട്രീയത്തിലേക്ക് എടുത്തുചാടി.

കുട്ടിക്കാലം മുതൽക്കുതന്നെ ബി ടി ആറിൽ ബ്രിട്ടീഷ് വിരുദ്ധവികാരം വളർന്നുവന്നുവെന്ന് പറഞ്ഞല്ലോ. അദ്ദേഹം ഒരിക്കലും ബ്രിട്ടീഷ് സാധനങ്ങൾ വാങ്ങിയില്ല. സോപ്പ് അടക്കമുള്ള ബ്രിട്ടീഷ് സാധനങ്ങൾ പൂർണമായി ബഹിഷ്കരിച്ചു. കോളേജ് വിദ്യാഭ്യാസകാലത്തും അതിനുശേഷവും ഇന്ത്യൻ നിർമിതവസ്തുക്കൾ മാത്രം ഉപയോഗിച്ചു. ബിരുദധാരിയാകുന്നതുവരെ പാന്റ്സ് പോലും ധരിച്ചില്ല. ഗാന്ധിജി, അദ്ദേഹത്തിന്റെ പ്രസ്ഥാനമാരംഭിച്ചപ്പോൾ ബി ടി ആർ കേവലം സ്കൂൾ വിദ്യാർഥി. ക്ലാസ് ബഹിഷ്കരണത്തിലൊന്നും പങ്കെടുത്തില്ലെങ്കിലും *യങ് ഇന്ത്യ*യുടെ സ്ഥിരം വായനക്കാരനായി. ഗാന്ധിജിയുടെ നിസഹകരണ പ്രസ്ഥാനത്തിൽ ആകൃഷ്ടനായെങ്കിലും അതിലും ഭാഗഭാക്കായില്ല. നിസഹകരണ പ്രസ്ഥാനത്തിന്റെ വളർച്ചയെ തുടർന്ന് വളർന്നുവന്ന ഹിന്ദു–മുസ്ലിം ലഹളകൾ ബി ടി ആറിനെ അസ്വസ്ഥനാക്കി. ഈയവസരത്തിൽ വിദ്യാർഥികളിലും യുവാക്കളിലും പുരോഗമനപക്ഷപാതിത്വം പ്രകടമായിത്തുടങ്ങി. കോൺഗ്രസിനകത്ത് യൂത്ത്‌ലീഗുകൾ രൂപവൽക്കരിക്കപ്പെട്ടു. ഡൊമീനിയൻ പദവിക്കുപകരം പൂർണസ്വാതന്ത്ര്യം എന്ന മുദ്രാവാക്യം അവരെ ആകർഷിച്ചു. ബി ടി ആറിലും ഇതിന്റെ സ്വാധീനമുണ്ടായി. അതേക്കുറിച്ച് അദ്ദേഹം പറയുന്നത് നോക്കുക:

ഈ കാലയളവിൽ എനിക്ക് നല്ലൊരു സുഹൃത്തുണ്ടായിരുന്നു. ഡോ. അധികാരിയുടെ സഹോദരനും എന്റെ മച്ചുനിയനുമായി രുന്നു ആൾ. അദ്ദേഹവും കോളേജ് ബഹിഷ്കരണത്തിലും മറ്റും പങ്കെടുത്തു. അദ്ദേഹം ബുദ്ധിശാലിയും നല്ല വായനക്കാരനും. ഞങ്ങൾ ഒന്നിച്ച് ചർച്ച നടത്തും. മതാനുഷ്ഠാനങ്ങളുടെ നൂലാമാലകൾ വലിച്ചെറിയാതെ ഈ രാജ്യത്തിന്റെ പ്രശ്നങ്ങൾക്ക് പരിഹാരമില്ലെന്ന നിഗമനത്തിൽ ഞങ്ങളെത്തി. വർണാശ്രമം പോലുള്ള കാര്യങ്ങൾ പറയുന്ന ഗാന്ധിജി ഉൾപ്പെടെയുള്ളവരോട് ഞങ്ങൾക്ക് എതിർപ്പുതോന്നി. ട്രേഡ് യൂണിയൻ പ്രവർത്തനത്തിലേർപ്പെട്ട കമ്യൂണിസ്റ്റുകാരുമായി ബന്ധപ്പെടാൻ എന്റെ മച്ചുനിയനായ അധികാരി തന്റെ സഹോദരന് ബർലിനിൽനിന്ന് കത്തയച്ചു. അപ്പോൾ തുണിമിൽ തൊഴിലാളികളുടെ വൻപ്രക്ഷോഭങ്ങൾക്ക് ബോംബെയിൽ തുടക്കം കുറിക്കപ്പെട്ടു.

പിന്നെ താമസിച്ചില്ല. ബി ടി ആർ ട്രേഡ് യൂണിയൻ പ്രവർത്തനങ്ങളിലേക്ക് എടുത്തുചാടി. ടെക്സ്റ്റൈൽ തൊഴിലാളികൾക്കിടയിലാണ് ആദ്യം കേന്ദ്രീകരിച്ചത്. പിന്നീട് റെയിൽവേ തൊഴിലാളികൾക്കിടയിലും പ്രവർത്തനം തുടങ്ങി. ഈ ഘട്ടത്തിൽ അദ്ദേഹം കമ്യൂണിസത്തിലേക്ക് ആകർഷിക്കപ്പെട്ടു. കമ്യൂണിസത്തിലേക്ക് ആകർഷിക്കപ്പെട്ടതിന് രണ്ടു കാരണങ്ങളുണ്ട്. അവ എന്തെന്ന് അദ്ദേഹം തന്നെ പറയട്ടെ.

ഒന്നാമതായി കമ്യൂണിസ്റ്റുകാർ പൊതുപണിമുടക്കിലൂടെ സായുധമുന്നേറ്റം സംഘടിപ്പിക്കുന്നുവെന്ന ആശയം. ഗാന്ധിജിയുടെ അക്രമരാഹിത്യം നിരർഥകമാണെന്ന നിഗമനത്തിൽ അപ്പോഴേക്കും ഞങ്ങൾ ചെന്നെത്തിക്കഴിഞ്ഞിരുന്നു. പുരോഗതിക്ക് തടസമായ ഗാന്ധിജിയുടെ സമീപനം മനംമടുപ്പുളവാക്കുകയും ചെയ്തു. അതായിരുന്നു ഞങ്ങളുടെ അനുഭവം. പിതാവ് അടക്കമുള്ള എന്റെ പശ്ചാത്തലമാകട്ടെ, ജാതിയും മറ്റും അസംബന്ധമാണെന്നും അതില്ലാതാവണമെന്നുമായിരുന്നു. അങ്ങനെ ഐക്യം, സായുധമുന്നേറ്റം എന്നീ രണ്ടു കാരണങ്ങളാൽ മാത്രമാണ് കമ്യൂണിസത്തെക്കുറിച്ച് പഠിക്കുന്നതിലേക്കും യഥാർഥ ശക്തിയെന്ന നിലയിൽ ജനസാമാന്യത്തോടു പൊതുവെ അനുഭാവം പുലർത്തുന്നതിലേക്കും ഞാൻ ചെന്നെത്തിയത്. മറ്റെല്ലാം ഇതിന്റെ സംയുക്തിക പരിണാമമായി വന്നുചേർന്നതാണ്.

1926 ൽ ബോംബെയിലെ ടെക്സ്റ്റൈൽ തൊഴിലാളികൾ 6 മാസം നീണ്ടുനിന്ന പണിമുടക്ക് നടത്തി. ഐതിഹാസികമായ ആ പണിമുടക്കത്തിന് നേതൃത്വം നൽകിയവരിലൊരാൾ ബി ടി ആർ. പണിമുടക്കം അവസാനിപ്പിക്കുമ്പോഴേക്ക് ട്രേഡ് യൂണിയൻ നേതാവെന്ന നിലയിൽ അദ്ദേഹം പ്രശസ്തനായി.

കൊച്ചി കോൺഗ്രസ്: അധ്യക്ഷവേദിയിൽ ബി ടി ആർ, ബസവ പുന്നയ്യ, ഇ എം എസ്, സുന്ദരയ്യ, ജ്യോതിബസു, കെ ആർ ഗൗരിയമ്മ

ജി ഐ പി റെയിൽവേ തൊഴിലാളി യൂണിയൻ സെക്രട്ടറിയായി അദ്ദേഹം തിരഞ്ഞെടുക്കപ്പെട്ടു. യൂണിയൻ നടത്തിയ വാരികയുടെ പത്രാധിപത്യമേറ്റെടുത്തു. 1929 ൽ അറസ്റ്റിലായി. ഗവൺമെന്റിനെ എതിർക്കുകയും ഹിന്ദു-മുസ്ലിം കലാപം കുത്തിപ്പൊക്കുന്നുവെന്ന് റെയിൽവേമെൻസ് യൂണിയന്റെ മുഖപത്രത്തിൽ ഗവൺമെന്റിനെ കുറ്റപ്പെടുത്തിക്കൊണ്ടെഴുതുകയും ചെയ്തുവെന്ന പേരിലായിരുന്നു അറസ്റ്റ്. അത് രാജ്യദ്രോഹമായി കണക്കാക്കി തടവുശിക്ഷ വിധിച്ചു.

ഇതിനിടയിൽ ബ്രിട്ടീഷ് ഗവൺമെന്റ് കമ്യൂണിസ്റ്റ്-തൊഴിലാളി പ്രസ്ഥാനത്തിനെതിരെ ആഞ്ഞടിച്ചു. 1929 മാർച്ചിൽ ഇന്ത്യയുടെ വിവിധ ഭാഗങ്ങളിലുള്ള കമ്യൂണിസ്റ്റ്-തൊഴിലാളി പ്രവർത്തകരെ തെരഞ്ഞുപിടിച്ച് അറസ്റ്റു ചെയ്ത് മീറത് ഗൂഢാലോചനക്കേസ് കെട്ടിച്ചമച്ചു. അറസ്റ്റിൽനിന്ന് രക്ഷപ്പെട്ട ബി ടി ആർ ബോംബെയിലെ ഗിർണി കാംഗാർ യൂണിയന്റെ നേതൃത്വമേറ്റു. ജയിൽമോചിതനായതിനുശേഷം ടെക്സ്റ്റൈൽ തൊഴിലാളികളുടെ ചെറുതും വലുതുമായ ഒട്ടേറെ സമരങ്ങൾക്ക് നേതൃത്വം നൽകി. ബോംബെ ടെക്സ്റ്റൈൽ വ്യവസായത്തിൽ നടന്ന 35 ഭാഗിക പണിമുടക്കങ്ങളിൽ 26 എണ്ണത്തിനു നേതൃത്വം നൽകിയത് ബി ടി ആർ.

മീറത് കേസിനുശേഷം രൂപപ്പെട്ട ഐക്യം ദുർബലപ്പെടുത്താൻ ബോംബെയിൽ ഭയാനകമായ ഒരു വർഗീയലഹള സംഘടിപ്പിക്കപ്പെട്ടു.

പഥാൻ ഹുണ്ടികക്കാരുടെ പ്രശ്നത്തെച്ചൊല്ലിയായിരുന്നു ഇതിന്റെ തുടക്കം. അത് ഹിന്ദു–മുസ്ലിം ലഹളയായി രൂപാന്തരപ്പെടുകയായിരുന്നു. തൊഴിലാളി മേഖലകളിൽ ലഹള ബാധിച്ചില്ല. ആ ലഹള അവസാനിപ്പിക്കാൻ ഹിന്ദു–മുസ്ലിം ഐക്യത്തിന്റെ സന്ദേശവുമായി ബി ടി ആറും സഖാക്കളും രംഗത്തിറങ്ങി.

1930 മാർച്ചിൽ റെയിൽവേ തൊഴിലാളികളുടെ പണിമുടക്കത്തിനു നേതൃത്വം നൽകി. ചെറുപ്പക്കാരായ തൊഴിലാളികളെ ട്രേഡ് യൂണിയനുകളിൽ സംഘടിപ്പിക്കാൻ പ്രത്യേകം ശ്രദ്ധിച്ചു. 1930 ൽ യങ് വർക്കേഴ്സ് ലീഗ് രൂപീകരിച്ചു. 1931 ൽ കൽക്കത്തയിൽ നടന്ന എ ഐ ടി യു സി സമ്മേളനത്തിൽ ഗിർണി കാംഗാർ യൂണിയന്റെ പ്രതിനിധിയെന്ന നിലയിൽ പങ്കെടുത്തു. ആ സമ്മേളനത്തിൽ എ ഐ ടി യു സിക്കകത്ത് പിളർപ്പുണ്ടായി. ബി ടി ആർ, എസ് വി ദേശ്പാണ്ഡെ തുടങ്ങിയ സമാന ചിന്താഗതിക്കാർ സമ്മേളനത്തിൽനിന്ന് പുറത്തുപോവുകയും റെഡ് ട്രേഡ് യൂണിയൻ കോൺഗ്രസ് രൂപവൽക്കരിക്കുകയും ചെയ്തു. മീറത് ഗൂഢാലോചനക്കേസിൽ ശിക്ഷിക്കപ്പെട്ട് ജയിലിൽ കഴിയുന്നവർക്ക് ആർ ടി യു സി പിന്തുണ പ്രഖ്യാപിച്ചു. 1935 ൽ ആ സംഘടന എ ഐ ടി യു സിയിൽ ലയിച്ചു. സോഷ്യലിസ്റ്റു ഭരണകൂടം സ്ഥാപിക്കാൻ വർഗസമരത്തിന്റേതായ പാതയിലേക്ക് തൊഴിലാളി വർഗത്തെയാകെ കൊണ്ടുവരികയെന്ന ലക്ഷ്യത്തോടെ ട്രേഡ് യൂണിയൻ ഐക്യം ഊട്ടിയുണ്ടാക്കുകയെന്ന രാഷ്ട്രീയ ദൗത്യം അദ്ദേഹമേറ്റു. 1928–29 ൽ മറാത്തി വാരികയായ *ക്രാന്തി* അദ്ദേഹം എഡിറ്റുചെയ്തു. 1931–32 കാലത്ത് *വർക്കേഴ്സ് വീക്‌ലി* എഡിറ്റു ചെയ്തു.

മീറത് തടവുകാർ ജയിൽമോചിതരായതിനുശേഷം 1934 ൽ കമ്യൂണിസ്റ്റ് പാർട്ടിയുടെ അഖിലേന്ത്യാ കേന്ദ്രം രൂപംകൊണ്ടു. ബി ടി ആർ കേന്ദ്രകമ്മിറ്റി അംഗമായി. അക്കൊല്ലം തന്നെ അദ്ദേഹം അറസ്റ്റിലായി. രണ്ടുവർഷത്തെ കഠിനതടവിനു ശിക്ഷിച്ച് കറാച്ചി ജയിലിൽ പാർപ്പിച്ചു. ജയിൽമോചിതനായപ്പോൾ 1937 ൽ രണ്ടുവർഷത്തേക്ക് *മുംബൈ കാംഗാർ* എഡിറ്റു ചെയ്തു. 1937 ൽ തന്നെ കമ്യൂണിസ്റ്റ് പാർട്ടി ഇംഗ്ലീഷിൽ *നാഷണൽ ഫ്രണ്ട്* എന്ന പേരിൽ ഒരു വാരിക പ്രസിദ്ധീകരിച്ചുതുടങ്ങി. പി സി ജോഷി പത്രാധിപരായ ആ വാരികയുടെ പത്രാധിപസമിതിയിൽ ബി ടി ആർ ഉണ്ടായിരുന്നു.

1937 ൽ ബോംബെ പ്രവിശ്യയിൽ അധികാരത്തിൽ വന്ന കോൺഗ്രസ് ഗവൺമെന്റ് കുപ്രസിദ്ധമായ തൊഴിൽതർക്കനിയമം പാസാക്കി. അതിനെതിരെ സംഘടിപ്പിക്കപ്പെട്ട തൊഴിലാളികളുടെ യോജിച്ച സമരത്തിന് ബി ടി ആർ നേതൃത്വം നൽകി. പണിമുടക്കിനുള്ള അവകാശത്തിന്റെ കടയ്ക്കൽ കത്തിവയ്ക്കുന്ന ആ സമരത്തിൽ അംബേദ്കറും ഭാഗഭാക്കായി.

1939 ൽ രണ്ടാം ലോകമഹായുദ്ധം തുടങ്ങി. യുദ്ധത്തിനെതിരെ അണിനിരക്കാൻ കമ്യൂണിസ്റ്റ് പാർട്ടി തൊഴിലാളിവർഗത്തെ ആഹ്വാനം ചെയ്തു.

അതുപ്രകാരം ഒക്ടോബർ 2 ന് ബോംബെയിലെ തൊഴിലാളികൾ പണിമുടക്കി. അതിന് ബി ടി ആർ നേതൃത്വം നൽകി. 1940 ൽ ബോംബെയിലെ ടെക്സ്റ്റൈൽ തൊഴിലാളികളുടെ മറ്റൊരു പണിമുടക്കിന് ബി ടി ആർ നേതൃത്വം നൽകി. അക്കൊല്ലം മാർച്ച് 4ന് ആരംഭിച്ച ആ പണിമുടക്കിൽ ഒരുലക്ഷത്തിലധികം തൊഴിലാളികൾ പങ്കെടുത്തു. യുദ്ധ അലവൻസ് എന്ന നിലയിൽ 15 ശതമാനം വർധന അനുവദിക്കണമെന്നതായിരുന്നു ആവശ്യം. രാജ്യരക്ഷാനിയമപ്രകാരം ഗവൺമെന്റ് അദ്ദേഹത്തെ വീണ്ടും അറസ്റ്റ് ചെയ്തു. രണ്ടുവർഷം ദിയോളി ക്യാമ്പിൽ പാർപ്പിച്ചു. ഈ ക്യാമ്പിലിരുന്നാണ് തന്റെ പ്രസിദ്ധമായ ദിയോളി തീസിസ് അദ്ദേഹം എഴുതി തയാറാക്കിയത്. ഹിറ്റ്ലർ 1941 ജൂൺ 22ന് സോവിയറ്റ് യൂണിയനെതിരെ ആക്രമണത്തിന്റെ കുന്തമുന തിരിച്ചുവെച്ചതോടെ യുദ്ധത്തിന്റെ സ്വഭാവത്തിൽ മാറ്റം വന്നുവെന്നും സാമ്രാജ്യത്വയുദ്ധം ജനകീയയുദ്ധമായി മാറിയിരിക്കുകയാണെന്നും ആ തീസിസിൽ അദ്ദേഹമെഴുതി.

1942 ൽ കമ്യൂണിസ്റ്റ് പാർട്ടിയുടെ മേലുള്ള നിരോധനം പിൻവലിക്കപ്പെട്ടപ്പോൾ മറ്റു പല കമ്യൂണിസ്റ്റുനേതാക്കളുമെന്നപോലെ ബി ടി ആറും ജയിൽ വിമുക്തനായി. പാർട്ടി കേന്ദ്രത്തിൽ പ്രവർത്തനം കേന്ദ്രീകരിച്ചു. 1943 ൽ ബോംബെയിൽ സി പി ഐയുടെ ഒന്നാം കോൺഗ്രസ് ചേർന്നു. ആ കോൺഗ്രസിൽ ട്രേഡ് യൂണിയൻ പ്രസ്ഥാനത്തെപ്പറ്റി അദ്ദേഹം ഒരു റിപ്പോർട്ട് സമർപ്പിച്ചു. കോൺഗ്രസ് അദ്ദേഹത്തെ മൂന്നംഗ പൊളിറ്റ് ബ്യൂറോയിലേക്ക് തിരഞ്ഞെടുത്തു. ഒന്നാം കോൺഗ്രസോടെ ബി ടി ആറിന്റെ പ്രവർത്തനം ഇന്ത്യയിലാകെ വ്യാപിച്ചു.

1946 ൽ ബോംബെയിൽ ഐതിഹാസികമായ നാവിക കലാപം ബി ടി ആറിന്റെ നേതൃത്വത്തിൽ നാവിക കലാപത്തിന് പിന്തുണ നൽകിക്കൊണ്ട് ബോംബെയിലെ തൊഴിലാളികൾ വമ്പിച്ച പണിമുടക്കം നടത്തി. യുദ്ധാനന്തര ഘട്ടത്തിൽ നടന്ന ഒട്ടേറെ സാമ്രാജ്യത്വവിരുദ്ധ സമരങ്ങൾ ബി ടി ആർ നയിച്ചു.

1948 ൽ നടന്ന രണ്ടാം കോൺഗ്രസ് ബി ടി ആറിനെ പാർട്ടിയുടെ ജനറൽ സെക്രട്ടറിയായി തിരഞ്ഞെടുത്തു. കോൺഗ്രസ് കഴിയേണ്ട താമസം, വിവിധ പ്രവിശ്യകളിൽ ഗവൺമെന്റ് കമ്യൂണിസ്റ്റ് പാർട്ടിയെ നിരോധിച്ചു. ബി ടി ആറും മറ്റും ഒളിവിൽ പോയി. 1950 വരെ അദ്ദേഹം ജനറൽ സെക്രട്ടറിയായി പ്രവർത്തിച്ചു. ഈ ഘട്ടത്തിലാണ് ഗവൺമെന്റിന്റെ മൃഗീയമായ അടിച്ചമർത്തലുകൾ നേരിട്ടുകൊണ്ട് തെലങ്കാനസമരം പോലുള്ള ഫ്യൂഡൽവിരുദ്ധ സമരങ്ങൾ പാർട്ടി നയിച്ചത്.

ജനറൽ സെക്രട്ടറി സ്ഥാനം ഒഴിഞ്ഞതിനുശേഷം കൂടുതൽ പ്രവർത്തനങ്ങൾ നടത്താൻ കഴിഞ്ഞില്ല. വായനയും പഠനവുമായിരുന്നു ഇക്കാലത്ത് മുഖ്യജോലി. അമ്പതുകളുടെ രണ്ടാം പകുതിക്കുമുമ്പ് രണ്ട് പുസ്തകമെഴുതി. *ഇന്ത്യയുടെ പഞ്ചവത്സരപദ്ധതി – അത് വാഗ്ദാനം ചെയ്യുന്നതെന്ത്? ഇന്ത്യൻ സമ്പദ്വ്യവസ്ഥയിലെ പ്രതിസന്ധി*, കമ്യൂണിസ്റ്റുകാർക്കിടയിൽ മാത്രമല്ല, മറ്റു ബുദ്ധിജീവികൾക്കിടയിലും ആ രണ്ടു

പുസ്തകങ്ങളും പ്രസിദ്ധമായി. ഇതിനിടയിൽ കുറച്ചുകാലം സി പി ഐ മഹാരാഷ്ട്ര സംസ്ഥാന കമ്മിറ്റി സെക്രട്ടറിയായും പ്രവർത്തിച്ചു.

1956 ൽ പാലക്കാട് നടന്ന നാലാം പാർട്ടി കോൺഗ്രസോടെ അദ്ദേഹം വീണ്ടും നേതൃനിരയിലെത്തി. അക്കാലത്ത് പാർട്ടിയിൽ ആധിപത്യം ചെലുത്തിയവർ മുമ്പോട്ടുവെച്ച ദേശീയ ജനാധിപത്യ വിപ്ലവം എന്ന ലൈനിനെതിരെ ജനകീയ ജനാധിപത്യ വിപ്ലവത്തിന്റെ ലൈൻ അദ്ദേഹം അവതരിപ്പിച്ചു. ഈ കോൺഗ്രസ് അദ്ദേഹത്തെ കേന്ദ്രകമ്മിറ്റിയിലേക്ക് തിരഞ്ഞെടുത്തു. 1961 ൽ സി പി ഐയുടെ ആറാം കോൺഗ്രസ് വിജയവാഡയിൽ നടന്നപ്പോൾ നാഷണൽ കൗൺസിലിലെ 21 അംഗങ്ങൾക്കുവേണ്ടി അദ്ദേഹം ഒരു പ്രത്യേക രേഖ അവതരിപ്പിച്ചു. വർഗസഹകരണത്തിന്റെയും തിരുത്തൽവാദത്തിന്റെയും നയങ്ങളെ നിശിതമായി എതിർക്കുന്നതായിരുന്നു ആ രേഖ.

ഇന്ത്യാ-ചൈനാ അതിർത്തിസംഘട്ടനം പൊട്ടിപ്പുറപ്പെട്ടപ്പോൾ ബി ടി ആർ ഉറച്ച സാർവദേശീയ നിലപാട് കൈക്കൊണ്ടു. അതിന്റെ പേരിൽ ചൈനയെ അപലപിക്കാൻ അദ്ദേഹം തയാറായില്ല. മറിച്ച് അതിർത്തിത്തർക്കം സമാധാനപരമായി പരിഹരിക്കണമെന്ന് ആവശ്യപ്പെട്ടു. അതിനാൽ ആദ്യം തന്നെ തടവിലാക്കപ്പെട്ടതും ഒടുക്കം മോചിപ്പിക്കപ്പെട്ടതും അദ്ദേഹം തന്നെ.

ബി ടി ആർ ജയിലിൽ കിടക്കുമ്പോൾ കമ്യൂണിസ്റ്റ് പ്രസ്ഥാനം പിളർന്നു. 1964 ൽ കൽക്കത്തയിൽ ചേർന്ന ഏഴാം കോൺഗ്രസിൽ പങ്കെടുക്കാൻ അദ്ദേഹത്തിനു കഴിഞ്ഞില്ല. എങ്കിലും കോൺഗ്രസ് അദ്ദേഹത്തെ കേന്ദ്രകമ്മിറ്റിയിലേക്കും പൊളിറ്റ് ബ്യൂറോയിലക്കും തിരഞ്ഞെടുത്തു. ജയിലിൽ കിടന്നുകൊണ്ട് തിരുത്തൽവാദത്തിനെതിരെ ആവുംവിധത്തിൽ പോരാടി. *രണ്ടുപരിപാടികൾ – മാർക്സിസ്റ്റും റിവിഷനിസ്റ്റും* എന്ന ലേഖനപരമ്പര എഴുതിയത് ജയിലിൽ വെച്ചാണ്. അതിലൂടെ റിവിഷനിസ്റ്റ് കാഴ്ചപ്പാടിനെ അദ്ദേഹം രൂക്ഷമായി വിമർശിച്ചു. ഇന്ത്യൻ വിപ്ലവത്തെക്കുറിച്ചുള്ള സി പി ഐ (എം) കാഴ്ചപ്പാട് അവതരിപ്പിച്ചു.

ജയിലിൽനിന്ന് പുറത്തു വരുമ്പോഴേക്കും ഇടതുപക്ഷ വ്യതിയാനത്തിനെതിരായ പ്രവർത്തനങ്ങളിൽ വ്യാപൃതനാവേണ്ടിവന്നു. ആ വ്യതിയാനക്കാർ പൊതുവെ നക്സലൈറ്റുകൾ എന്ന പേരിലാണ് അറിയപ്പെട്ടത്. അവരുടെ വാദഗതികളെ ഒന്നൊന്നായി അരിഞ്ഞുവീഴ്ത്തിക്കൊണ്ട് *പീപ്പിൾസ് ഡമോക്രസിയിൽ* ഒരു ലേഖനപരമ്പര എഴുതി. സി പി ഐ (എം) നയത്തിനുപിന്നിൽ പാർട്ടി അണികളെ ഉറപ്പിച്ചു നിർത്താൻ ആ പരമ്പര സഹായിച്ചു. അക്കാലത്തെഴുതിയ ലേഖനങ്ങൾ; *റിവിഷനിസത്തിനെതിരെ ഇടതുപക്ഷ അതിസാഹസികത്വത്തിനെതിരെ* എന്നീ തലക്കെട്ടുകളോടെ രണ്ടു വാല്യങ്ങളായി പ്രസിദ്ധീകരിച്ചിട്ടുണ്ട്.

ട്രേഡ് യൂണിയൻ ഐക്യത്തിന് നിരന്തരം വാദിച്ചുപോന്ന ആളാണ് ബി ടി ആർ. എ ഐ ടി യു സിക്കകത്ത് അതിനുവേണ്ടി വലിയ സമരം തന്നെ നടത്തി. എങ്കിലും ഡാങ്കെ നേതൃത്വത്തിന് അതിൽ താൽപ്പര്യമു

ണ്ടായിരുന്നില്ല. എന്നല്ല, ഐക്യം തകർക്കുന്നതിന് ദൃഢനിശ്ചയത്തോടെ പ്രവർത്തിക്കുകയും ചെയ്തു. അതിനാൽ ഒരുതരത്തിലും അതിനകത്ത് പ്രവർത്തിക്കാൻ സാധ്യമല്ലെന്ന സ്ഥിതി സംജാതമായപ്പോഴാണ് സി ഐ ടി യു രൂപവൽക്കരിക്കാൻ മുൻകൈ എടുത്തത്. സി ഐ ടി യു രൂപവൽക്കരിച്ചപ്പോഴും ഐക്യവും സമരവും എന്ന മുദ്രാവാക്യത്തിന് ഊന്നൽ നൽകി. സി ഐ ടി യു പ്രസിഡന്റായി തിരഞ്ഞെടുക്കപ്പെട്ട ബി ടി ആർ മരണംവരെ തൽസ്ഥാനത്ത് തുടർന്നു.

1975 ൽ അടിയന്തരാവസ്ഥ പ്രഖ്യാപിക്കപ്പെട്ടപ്പോൾ ഒളിവിൽ പോയി. ഒളിവിലിരുന്നുകൊണ്ട് അമിതാധികാരവാഴ്ചയെ ചെറുക്കുന്നതിനുള്ള പാർട്ടിയുടെയും സി ഐ ടി യുവിന്റെയും പ്രവർത്തനങ്ങൾക്ക് നേതൃത്വം നൽകി.

1908 ൽ ബർദ്വാനിൽ ചേർന്ന പ്ലീനമാണ് പാർട്ടിയുടെ പ്രത്യയശാസ്ത്രപരമായ കാഴ്ചപ്പാടിന് രൂപം നൽകിയത്. ആ കാഴ്ചപ്പാട് ആവിഷ്കരിക്കുന്നതിൽ ബി ടി ആർ പ്രധാനപങ്ക് വഹിച്ചു. ആ കാഴ്ചപ്പാടിൽ ഊന്നി നിന്നുകൊണ്ട് മാർക്സിസം–ലെനിനിസത്തിൽ നിന്നുള്ള വ്യതിചലനങ്ങളെ, അത് ലോകത്തെവിടെയായാലും അദ്ദേഹം ചൂണ്ടിക്കാട്ടുകയും രൂക്ഷമായി വിമർശിക്കുകയും ചെയ്തു. എഴുപതുകളുടെ തുടക്കത്തിൽ പ്രത്യക്ഷപ്പെട്ട യൂറോ കമ്യൂണിസത്തിനെതിരെ അദ്ദേഹം ആഞ്ഞടിച്ചു. കിഴക്കൻ യൂറോപ്പിലും സോവിയറ്റ് യൂണിയനിലും സോഷ്യലിസത്തിന് താൽക്കാലിക തിരിച്ചടിയുണ്ടായപ്പോൾ അതിനെ വിശകലനം ചെയ്ത് അതിന്റെ കാരണങ്ങൾ ആദ്യംതന്നെ വിശദീകരിച്ചതിൽ പ്രധാനിയായിരുന്നു ബി ടി ആർ.

ആരോഗ്യം മോശമായിക്കൊണ്ടിരുന്നപ്പോഴും പാർട്ടി–സി ഐ ടി യു പ്രവർത്തനങ്ങൾ മുടങ്ങാതെ നടത്തി.

സി പി ഐ (എം) കേന്ദ്രകമ്മിറ്റിയുടെ മുഖപത്രമായ *പീപ്പിൾസ് ഡമോക്രസി*യുടെ പത്രാധിപരായി അദ്ദേഹം പ്രവർത്തിച്ചിട്ടുണ്ട്. പാർട്ടിയുടെ സൈദ്ധാന്തിക ത്രൈമാസികയായ *മാർക്സിസ്റ്റി*ന്റെയും പത്രാധിപരായിരുന്നു. ഒട്ടേറെ ലഘുലേഖകളും ഗ്രന്ഥങ്ങളും എഴുതി.

ജീവിതം മുഴുവൻ തൊഴിലാളി വർഗത്തിനുവേണ്ടി ഉഴിഞ്ഞുവെച്ച ആ വിപ്ലവകാരി 1990 ഏപ്രിൽ 6ന് അന്തരിച്ചു.

രണേൻ സെൻ

1909 - 2003

ബംഗാളിലെ കമ്യൂണിസ്റ്റ് പ്രസ്ഥാനത്തിന്റെ ആദ്യപഥികരിലൊരാളായിരുന്നു രണേൻ സെൻ. ട്രേഡ്‌യൂണിയൻ പ്രസ്ഥാനത്തിന്റെ പ്രമുഖ നേതാക്കളിൽ ഒരാളുമായിരുന്നു അദ്ദേഹം. പ്രഗത്ഭനായ പാർലമെന്റേറിയൻ എന്ന നിലയിലും അദ്ദേഹം തന്റെ കഴിവ് തെളിയിച്ചിട്ടുണ്ട്.

അവിഭക്ത ബംഗാളിലെ ജസ്സോർ ജില്ലയിലുൾപ്പെട്ട കാലിയാ എന്ന ഗ്രാമത്തിൽ 1909 സെപ്തംബർ 25-ന് ജനിച്ചു. വിദ്യാർഥിയായിരിക്കെ ദേശീയ പ്രസ്ഥാനത്തിൽ ആകൃഷ്ടനായി. അക്കാലത്തെ മിക്ക വിദ്യാർഥികളെയുംപോലെ ദേശീയ വിപ്ലവ പ്രസ്ഥാനത്തിലൂടെ സ്വാതന്ത്ര്യസമരത്തിൽ പങ്കാളിയായി. അന്നത്തെ പ്രധാന ദേശീയ വിപ്ലവ സംഘടനയായിരുന്നു അനുശീലൻ സമിതി. 1925-ൽ സെൻ അതിൽ അംഗമായി. കുറച്ചുകാലം ആ സമിതിയുടെ ഒളിവുപ്രവർത്തനത്തിൽ വ്യാപൃതനായി. ചില ആക്ഷനുകളിൽപ്പോലും പങ്കെടുക്കാതിരുന്നില്ല. അധികം കഴിയുന്നതിനുമുമ്പ് വ്യക്തിപരമായ സാഹസിക പ്രവർത്തനങ്ങളുടെ നിരർഥകത ബോധ്യപ്പെട്ടു.

നാഷണൽ മെഡിക്കൽ കോളേജിൽനിന്ന് എൽ എം എഫ് ഡിഗ്രി നേടി പ്രാക്ടീസ് തുടങ്ങി. കോളേജിൽ പഠിക്കുമ്പോൾ, കമ്യൂണിസ്റ്റും ബ്രിട്ടീഷ് പാർലമെന്റ് അംഗവുമായിരുന്ന ഷാപുർജി സക്ലത്‌വാലയുടെ പ്രസംഗങ്ങൾ കേൾക്കും. അബ്ദുൾ ഹലീമാണ് ആദ്യമാദ്യം പ്രസംഗങ്ങൾ കേൾക്കാൻ കൊണ്ടുപോയത്. പിന്നെപ്പിന്നെ അദ്ദേഹത്തിന്റെ പ്രസംഗമുണ്ടെന്നറിഞ്ഞാൽ മതി, പോയി കേൾക്കും. ആ പ്രസംഗങ്ങൾ ആവേശം

കൊള്ളിച്ചു. കമ്യൂണിസ്റ്റ് ആശയഗതിയിലേക്ക് അദ്ദേഹം ആകർഷിക്കപ്പെട്ടു. അധികം കഴിയുന്നതിനുമുമ്പ് പാർട്ടി അംഗമായി. ബംഗാളിൽ ആദ്യംതന്നെ കമ്യൂണിസ്റ്റായ നാലോ അഞ്ചോ പേരിൽ ഒരാളായിത്തീർന്നു.

1929-ൽ മീറത്ത് ഗൂഢാലോചനക്കേസിൽ പ്രതികളാക്കി പ്രധാന കമ്യൂണിസ്റ്റ് നേതാക്കളെയെല്ലാം തടവിലാക്കി. ബംഗാൾ കമ്യൂണിസ്റ്റു പാർട്ടി അംഗങ്ങളിൽ രണ്ടുപേർ അറസ്റ്റിൽനിന്ന് രക്ഷപ്പെട്ടു - അബ്ദുൾ ഹലീമും അബ്ദുൾ റസാഖ് ഖാനും. അവർ കമ്യൂണിസ്റ്റ് ആശയം പ്രചരിപ്പിക്കുന്നതിൽ വ്യാപൃതരായി. രണേൻ സെൻ അവരുമായി കൂടുതൽ അടുക്കുകയും അവരുടെ പ്രവർത്തനങ്ങളിൽ സഹകരിക്കുകയും ചെയ്തു.

മുപ്പതുകളുടെ ആദ്യം മുസഫർ അഹമ്മദ്, അബ്ദുൾ ഹലീം, അബ്ദുൾ റസാക്ക് ഖാൻ എന്നിവരോടൊപ്പം ഇന്ത്യൻ കമ്യൂണിസ്റ്റുപാർട്ടിയുടെ കൽക്കത്ത കമ്മിറ്റി രൂപീകരിക്കാൻ മുൻകൈയെടുത്തു. രാജ്യത്താകെയുള്ള കമ്യൂണിസ്റ്റ് ഗ്രൂപ്പുകളുടെ പ്രവർത്തനം ഏകോപിപ്പിക്കാനും കമ്യൂണിസ്റ്റുപാർട്ടിയുടെ ഒരു അഖിലേന്ത്യാ കമ്മിറ്റി രൂപീകരിക്കാനും ഈ കമ്മിറ്റി ശ്രദ്ധിക്കാതിരുന്നില്ല. ഇതു സംബന്ധിച്ച യോഗം വിളിച്ചുകൂട്ടുന്നതിനുമുമ്പുതന്നെ രണേൻ സെൻ ഉൾപ്പെടെയുള്ളവർ അറസ്റ്റിലായി.

1933 അവസാനം മീറത്ത് തടവുകാർ ഓരോരുത്തരായി പുറത്തുവരാൻ തുടങ്ങി. അപ്പോഴേക്കും സോമനാഥ് ലാഹിരിയും ധരണി ഗോസ്വാമിയും കൽക്കത്ത കമ്മിറ്റിയുമായി ബന്ധപ്പെട്ടു. ഈ കമ്മിറ്റി 1933 ഡിസംബർ അവസാനം കൽക്കത്തയിൽ കമ്യൂണിസ്റ്റുപാർട്ടിയുടെ രഹസ്യയോഗം സംഘടിപ്പിക്കാൻ മുൻകൈയെടുത്തു. മീറത്ത് കേസിലെ പ്രതികൾ അറസ്റ്റിലായതിനുശേഷം തകർന്നുപോയ കമ്യൂണിസ്റ്റുപാർട്ടി പുനഃസംഘടിപ്പിക്കുന്നതിൽ ഈ സമ്മേളനം പ്രധാന പങ്കുവഹിച്ചു. സമ്മേളനം ഒരു കേന്ദ്രകമ്മിറ്റിയെ തിരഞ്ഞെടുത്തു. അതിലെ ഒരു അംഗം രണേൻസെൻ. ഇന്ത്യൻ കമ്യൂണിസ്റ്റുപാർട്ടിക്ക് തുടർച്ചയായി പ്രവർത്തിക്കുന്ന ഒരു കേന്ദ്രകമ്മിറ്റി വന്നത് ഇവിടെ നിന്നാണ്. അക്കാലത്തെ മറ്റു കമ്യൂണിസ്റ്റുകാരെപ്പോലെ പലതവണ അറസ്റ്റിലായി. മിക്കപ്പോഴും ഒളിവിലോ ജയിലിലോ ആയിരുന്നു.

സ്വാതന്ത്ര്യലബ്ധിക്കുശേഷം പാർട്ടിയുടെ രണ്ടാം കോൺഗ്രസിനു മുന്നോടിയായി നടന്ന സംസ്ഥാനസമ്മേളനം സംസ്ഥാന സെക്രട്ടറി സ്ഥാനത്തേക്ക് തിരഞ്ഞെടുത്തു. 1951മുതൽ 1956വരെ പാർട്ടിയുടെ പൊളിറ്റ് ബ്യൂറോ അംഗമായി പ്രവർത്തിച്ചു. പാർട്ടി പിളർന്നപ്പോൾ സി പി ഐയിൽ ഉറച്ചുനിന്നു. 1969മുതൽ 1971വരെ സി പി ഐയുടെ ബംഗാൾ സംസ്ഥാന സെക്രട്ടറി.

കമ്യൂണിസ്റ്റ് പ്രവർത്തനം ആരംഭിച്ച കാലം മുതൽ ട്രേഡ് യൂണിയൻ രംഗത്ത് പ്രത്യേകം ശ്രദ്ധ പതിപ്പിച്ചു. ഒട്ടേറെ ട്രേഡ് യൂണിയനുകൾക്ക് നേതൃത്വം നൽകി. നയിച്ച തൊഴിലാളി സമരങ്ങൾക്ക് കണക്കില്ല.

എ ഐ ടി യു സിയിൽ പല സ്ഥാനങ്ങൾ വഹിച്ചു. 1972–ൽ അതിന്റെ പ്രസിഡന്റുപോലുമായി.

1952–ൽ പശ്ചിമ ബംഗാൾ നിയമസഭയിലേക്ക് തിരഞ്ഞെടുക്കപ്പെട്ടു. 1957–ലും നിയമസഭാംഗമായി. 1962ൽ ലോകസഭയിലെത്തി. 1967–ലും 1971–ലും ലോകസഭാംഗമായി തുടർന്നു. കൃതഹസ്തനായ പാർലമെന്റേറിയൻ എന്ന നിലയിൽ പ്രശസ്തി നേടി.

ആദ്യഭാര്യ ലതികാ സെൻ. ആദ്യകാല കമ്യൂണിസ്റ്റും മഹിളാ പ്രവർത്തകയുമായ അവർ 1949–ലെ ബൗബസാർ പൊലീസ് വെടിവെപ്പിൽ രക്തസാക്ഷിയായി. രണേൻ സെൻ 2003 നവംബർ 13–ന് അന്തരിച്ചു.

സി രാജേശ്വരറാവു

1914 - 1994

ക്വിറ്റ് ഇന്ത്യാ സമരത്തെ വഞ്ചിച്ചുവെന്നും രാജ്യത്തെ ബ്രിട്ടീഷു കാർക്ക് ഒറ്റുകൊടുത്തുവെന്നും ആരോപിച്ച് കമ്യൂണിസ്റ്റുകാർക്കെതിരെ കോൺഗ്രസുകാരും മറ്റും ശക്തിയായ പ്രചാരണം നടത്തുന്ന കാലം. പലേടങ്ങളിലും സാമൂഹ്യവിരുദ്ധരും അതിൽനിന്ന് മുതലെടുത്തു. സ്ത്രീകൾക്കിടയിൽ സാമൂഹ്യപരിഷ്കരണ സന്ദേശം പ്രചരിപ്പിക്കുന്ന നിരവധി സ്ക്വാഡുകൾ കമ്യൂണിസ്റ്റുപാർട്ടിയുടെ നേതൃത്വത്തിൽ ആന്ധ്രാ പ്രദേശിൽ നടത്തിയിരുന്നു. ചിലേടങ്ങളിൽ സാമൂഹികവിരുദ്ധർ, ഈ സ്ക്വാഡുകളിൽ അംഗങ്ങളായ സ്ത്രീകളെ അപമാനിക്കുകയും അവർക്കെതിരെ അപഖ്യാതി പ്രചരിപ്പിക്കുകയും അവരെ പീഡിപ്പിക്കു കയും ചെയ്യുക പതിവ്. അങ്ങനെയുള്ള ഒരു കാലഘട്ടത്തിൽ ഇന്ത്യൻ കമ്യൂണിസ്റ്റുപാർട്ടി സംസ്ഥാന കമ്മിറ്റിയുടെ ഒരു യോഗം വിജയവാഡ യിലുള്ള ശേഷാദ്രി തെരുവിൽ ആരംഭിച്ചു. യോഗം തുടങ്ങി കുറച്ചുകഴി ഞ്ഞപ്പോൾ തൊട്ടടുത്ത പാർട്ടി കേന്ദ്രത്തിൽനിന്ന് ഒരു വിവരംകിട്ടി. സാമൂ ഹികവിരുദ്ധ സംഘങ്ങളിലൊന്ന് അടുത്തൊരു സ്ഥലത്ത് സ്ത്രീകളെ പീഡിപ്പിക്കുകയും അപമാനിക്കുകയുമാണ്. യോഗം നിർത്തിവെച്ച് പാർട്ടി സെക്രട്ടറിയുടെ നേതൃത്വത്തിൽ സഖാക്കൾ സംഭവസ്ഥലത്തേക്ക് കുതി ച്ചു. അവിടെ എല്ലാവരും എത്തിയപ്പോഴേക്കും പാർട്ടി സെക്രട്ടറിയുടെ തല്ലേറ്റ് ഗുണ്ടാത്തലവൻ തറയിൽ! അയാളുടെ തലയിൽനിന്ന് രക്തം ധാരധാരയായി ഒഴുകി. ഗുണ്ടകൾ ഒന്നൊന്നായി തല്ലുംവാങ്ങി ഓടി. ഗുണ്ട കളെ നേരിടാൻ മുന്നിട്ടിറങ്ങിയ പാർട്ടി സെക്രട്ടറിയായിരുന്നു, ഒരുകാ

സി രാജശേഖര റാവു സംസാരിക്കുന്നു

ലത്ത് പാർട്ടിയുടെ ഉശിരൻ നേതാവായിരുന്ന സി രാജേശ്വരറാവു. അദ്ദേഹത്തിന്റെകൂടെ ഗുണ്ടകളെ നേരിടാൻ പോയവരിൽ എം ഹനുമന്തറാവുവും മണികൊണ്ട സുബ്ബറാവുവും മറ്റുമുണ്ടായിരുന്നു. രാജേശ്വരറാവു ആറേഴുവർഷം കഴിഞ്ഞപ്പോൾ കമ്യൂണിസ്റ്റുപാർട്ടിയുടെ ജനറൽ സെക്രട്ടറിയായി; കഷ്ടിച്ച് ഒരുവർഷം. പിൽക്കാലത്ത്, പാർട്ടി പിളർന്നപ്പോൾ ദീർഘകാലം സി പി ഐ ജനറൽ സെക്രട്ടറിയായി പ്രവർത്തിച്ചു. ഐതിഹാസികമായ തെലങ്കാന സമരത്തിന്റെ വീരനായകരിൽ ഒരാളുമായിരുന്നു അദ്ദേഹം.

ആന്ധ്രപ്രദേശിലെ കൃഷ്ണജില്ലയിലുള്ള മംഗലപുരം ഗ്രാമത്തിലെ ഒരു സമ്പന്ന കർഷകകുടുംബത്തിൽ 1914 ജൂൺ 6 ന് ചന്ദ്ര രാജേശ്വര റാവു ജനിച്ചു. മച്ചിലി പട്ടണത്തെ ഹിന്ദു ഹൈസ്കൂളിൽ സ്കൂൾ വിദ്യാഭ്യാസം പൂർത്തിയാക്കിയതിനുശേഷം ബനാറസ് ഹിന്ദു യൂണിവേഴ്സിറ്റിയിൽ ചേർന്നു. ബി എസ് സി ബിരുദം നേടുന്നതിന് മുമ്പ് ബി എച്ച് യുവിലെ പഠനം മതിയാക്കി വിശാഖപട്ടണം മെഡിക്കൽ കോളേജിലേക്ക് മാറി. മെഡിക്കൽ കോളേജിനോട് വിടപറഞ്ഞ് കമ്യൂണിസ്റ്റുപാർട്ടിയുടെ മുഴുവൻ സമയ പ്രവർത്തകനായി.

ഹൈസ്കൂളിൽ പഠിക്കുന്ന കാലത്തുതന്നെ രാഷ്ട്രീയത്തിൽ അതീവ തൽപ്പരനായിരുന്നു. സ്വാതന്ത്ര്യസമരത്തിലേക്ക് ആകർഷിക്കപ്പെട്ടു. ബി എച്ച് യുവിൽ പഠിക്കുമ്പോൾ അവിടെ നന്നായി പ്രവർത്തിച്ചു. ഒരു മാർക്സിസ്റ്റ് സ്റ്റഡി സർക്കിൾ അവിടെ പ്രവർത്തിച്ചുപോന്നു അതിൽ സജീവമായി. മഹാരാഷ്ട്രയിൽനിന്നുള്ള വിത്തൽ ചൗധരി, ഓക്ക്,

സുനിൽ ദാസ് ഗുപ്ത, രാജശേഖര റെഡ്ഡി, ചന്ദ്രശേഖർസിങ്, എസ് പി ത്രിപാഠി, നാഗിറെഡ്ഡി തുടങ്ങിയവർ സ്റ്റഡിസർക്കിളിലെ മറ്റു പ്രധാന പ്രവർത്തകർ. അവിടെ വെച്ച് 1931 ൽ കമ്യൂണിസ്റ്റുപാർട്ടിയിൽ അംഗമായി. വിശാഖപട്ടണം മെഡിക്കൽ കോളേജിൽ പഠിച്ചകാലത്ത് ട്രേഡ് യണിയനുകൾ സംഘടിപ്പിക്കുന്നതിൽ താൽപ്പര്യമെടുത്തു. മെഡിക്കൽ വിദ്യാഭ്യാസം മതിയാക്കി സ്വന്തം ജില്ലയിലേക്ക് മടങ്ങി കർഷകത്തൊഴിലാളികളെ സംഘടിപ്പിക്കുന്നതിൽ മുഴുകി.

കർഷകത്തൊഴിലാളികളെ സംഘടിപ്പിച്ച് ചല്ലപ്പള്ളി രാജ എന്ന ഭൂപ്രഭുവിനെതിരെ സമരം നടത്തിയപ്പോഴുണ്ടായ ഒരു സംഭവം ഇതിഹാസ കഥപോലെ ആന്ധ്രയിലെങ്ങും പ്രചരിച്ചു. രാജേശ്വരറാവുവിന്റെയും ബാപ്പനയ്യയുടെയും നേതൃത്വത്തിൽ പാവപ്പെട്ട കൃഷിക്കാരും കർഷകത്തൊഴിലാളികളും ചല്ലപ്പള്ളി രാജയുടെ ഭൂമിയിൽ പ്രവേശിച്ചു. അപ്പോൾ രാജയ്ക്കൊരു വാശി, തന്റെ ഭൂമിയിൽ പ്രവേശിച്ചവരെ എങ്ങനെയും അവിടെനിന്ന് പുറത്താക്കണം. അതിനായി അയാൾ ഗുണ്ടകളെ നിയോഗിച്ചു. അവർ സർവ ഒരുക്കങ്ങളുമായി സ്ഥലത്തെത്തി. ബലംപ്രയോഗിച്ച് പുറത്താക്കാനായി ശ്രമം. അപ്പോൾ രാജേശ്വരറാവുവിന്റെയും ബാപ്പനയ്യയുടെയും നേതൃത്വത്തിൽ കൃഷിക്കാർ ഗുണ്ടകളെ നേരിട്ടു. നല്ല തല്ലും വാങ്ങിയിട്ടാണ് ഗുണ്ടകൾ അവിടെനിന്ന് മടങ്ങിയത്. രാജേശ്വരറാവുവിന്റെ കൈക്കരുത്ത് അവർ മനസിലാക്കി.

സ്വന്തം ജില്ലയിൽ മടങ്ങിയെത്തി അധികം കഴിയുന്നതിന് മുമ്പ് പാർട്ടിയുടെ ജില്ലാ സെക്രട്ടറിയായി. വിശ്രമരഹിതമായ പ്രവർത്തനം കൃഷ്ണജില്ലയിലെ പാർട്ടിയെ ആന്ധ്രയിലെ ഏറ്റവും ശക്തമായ ജില്ലാ ഘടകമാക്കി മാറ്റി. തന്റെ പിതൃസ്വത്ത് വിറ്റുകിട്ടിയ തുക പാർട്ടിക്ക് നൽകി.

ആന്ധ്രാ പ്രവിശ്യയിലെ സി പി ഐയുടെ രണ്ടാം സമ്മേളനം 1938 ൽ വിജയവാഡയിലായിരുന്നു. ആ സമ്മേളനം ഏഴ് അംഗപ്രവിശ്യാകമ്മിറ്റിയിലേക്ക് തിരഞ്ഞെടുത്തു. 1943 ൽ മൂന്നാം പ്രവിശ്യാസമ്മേളനം സെക്രട്ടറിയായും തിരഞ്ഞെടുത്തു. 1948 ൽ ബുധവാരത്ത് ചേർന്ന നാലാം സമ്മേളനവും 1956 ൽ രവീന്ദ്രപാഡുവിൽ ചേർന്ന ആറാം സമ്മേളനവും സെക്രട്ടറിയായി തിരഞ്ഞെടുത്തു.

തെലങ്കാനാ പ്രദേശത്ത് സുന്ദരയ്യയോടും മറ്റുമൊപ്പം പാർട്ടി കെട്ടിപ്പടുക്കുന്നതിൽ സുപ്രധാന പങ്കുവഹിച്ചു. മംഗലഗിരി പ്രദേശത്ത് സെമിന്ദാർമാർ അതിക്രൂരമായ മർദനം കെട്ടഴിച്ചുവിട്ടു. അതിനെക്കുറിച്ച് അന്വേഷിക്കാൻ കൃഷ്ണജില്ലാ കോൺഗ്രസ് കമ്മിറ്റിയും സി എസ് പിയും നിയോഗിച്ചത് അദ്ദേഹത്തെയായിരുന്നു. അവിടെ വ്യാപകമായി സഞ്ചരിച്ച് തന്റെ ദൗത്യം നിറവേറ്റി. ആന്ധ്രമഹാസഭയിലെ ഉശിരൻ പ്രവർത്തകരുമായി ബന്ധപ്പെട്ടു. സൂര്യാപേട്ടിലും ഖമ്മത്തും പോയി. തുനികിപ്പടുവിലും കൃഷ്ണ ജില്ലയിലും ക്ലാസുകൾ സംഘടിപ്പിച്ചു. രവിനാരായണ റെഡ്ഡി, ബദ്ദാം യെല്ലാ റെഡ്ഡി തുടങ്ങിയവർ ആ ക്ലാസുകളിൽ പങ്കെടു

ത്തു. സ്കൂൾ നടത്തുന്ന സ്ഥലത്ത് പൊലീസ് റെയ്ഡ് നടത്തിയേക്കുമോ എന്ന സംശയത്തിന്മേൽ സ്കൂൾ ബൊല്ലേപ്പള്ളിയിലേക്ക് മാറ്റി. റെഡ്ഡി ഹോസ്പിറ്റലിലും ഒസ്മാനിയാ യൂണിവേഴ്സിറ്റിയിലും രാഷ്ട്രീയ സ്കൂളുകൾ സംഘടിപ്പിച്ചു. മർക്കാപുരത്തു നടന്ന ആന്ധ്രാ മഹാസഭ യുടെ ഏഴാം സമ്മേളനത്തിൽ പങ്കെടുത്തു.

1939 ൽ രണ്ടാം ലോകമഹായുദ്ധം പൊട്ടിപ്പുറപ്പെട്ടപ്പോൾ ഒളിവിൽ പോയി. 1942 ലാണ് പുറത്തുവന്നത്. ഒളിവിൽ കഴിയുമ്പോൾ സംസ്ഥാ നത്തിന്റെ വിവിധ ഭാഗങ്ങളിൽ പാർട്ടി കെട്ടിപ്പടുക്കുന്നതിൽ പ്രത്യേകം ശ്രദ്ധപതിപ്പിച്ചു. തെലങ്കാനാ സായുധ സമരത്തിന്റെ നേതൃനിരയിൽ പ്രവർത്തിച്ചു.

1947 ജനുവരി 23 ന് കൊട്ടേപേട്ടിലെ ആപ്പീസിൽ പാർട്ടിയുടെ ജില്ലാ കമ്മിറ്റിയോഗമായിരുന്നു. ജില്ലാ സെക്രട്ടറി ഹനുമന്തറാവു സംസ്ഥാന കമ്മിറ്റിയെ പ്രതിനിധാനം ചെയ്ത് രാജേശ്വരറാവു യോഗത്തിനെത്തി. യോഗം തുടങ്ങിയപ്പോഴേക്കും പാർട്ടിയോട് സ്നേഹമുണ്ടായിരുന്ന ഒരു സ്പെഷ്യൽ ബ്രാഞ്ച് കോൺസ്റ്റബിളിന്റെ സന്ദേശം ഹനുമന്തറാവുവിന് കിട്ടി. മുഖ്യമന്ത്രി ശ്രീപ്രകാശ് ഒരു ഉത്തരവിറക്കിയതായും പാർട്ടി ആപ്പീ സുകൾ റെയ്ഡ് ചെയ്യാനും പാർട്ടി നേതാക്കളെ അറസ്റ്റുചെയ്യാനും അതിൽ പറഞ്ഞതായും അറിയുന്നു എന്നത്രേ അതീവ രഹസ്യമായി ലഭിച്ച ആ സന്ദേശത്തിലെ ഉള്ളടക്കം. അതുകൊണ്ട് എല്ലാവരും ഉടൻ സ്ഥലംവിടണം എന്ന് അതിൽ നിർദേശിച്ചു. അത് ശരിയാണോ എന്ന കാര്യത്തിൽ ഉറപ്പില്ലെങ്കിലും യോഗം മറ്റൊരിടത്തേക്ക് മാറ്റി എല്ലാവരും അങ്ങോട്ടേക്ക് പോയി. അധികം കഴിയുന്നതിനുമുമ്പ് പൊലീസ് കൊട്ടേ പേട്ടിലെ ആപ്പീസ് റെയ്ഡ്ചെയ്തു. നേതാക്കൾക്കെതിരെ അറസ്റ്റുവാറ ണ്ടുണ്ടായിരുന്നു. അതിനെ തുടർന്ന് രാജേശ്വരറാവുവും ഹനുമന്തറാ വുവും മറ്റും ഒളിവിൽപ്പോയി. 1947 ആഗസ്ത് 15 വരെ ഒളിവിലായിരുന്നു. സ്വാതന്ത്ര്യലബ്ധിയെത്തുടർന്ന് പുറത്തുവന്ന് കമ്യൂണിസ്റ്റുപാർട്ടി പ്രവർത്തനത്തിലേർപ്പെട്ടു.

1948 ജനുവരി 30 ന് ആർ എസ് എസുകാരൻ ഗാന്ധിയെ വെടി വെച്ചു കൊന്നു. വിവരമറിഞ്ഞ ഉടൻ എങ്ങും ആർ എസ് എസുകാരുടെ ആഹ്ലാദപ്രകടനം. വിജയവാഡ ഉൾപ്പെടെ പലേടങ്ങളിലും മിഠായി വിത രണം ചെയ്താണ് ആഹ്ലാദം പ്രകടിപ്പിച്ചത്. ഇത് ജനങ്ങളെ അരിശം കൊള്ളിച്ചു. വിജയവാഡയിൽ സന്തോഷപ്രകടനം നടത്തുകയായിരുന്ന ഒരു സംഘം ആർ എസ് എസുകാരുടെ നേരെ അവർ കല്ലെറിഞ്ഞു. കല്ലേറ് കണ്ട് ഓടുകയായിരുന്ന ഒരു നിരപരാധി കൊല്ലപ്പെട്ടു. 'ചത്തതു കീചകനെങ്കിൽ കൊന്നത് ഭീമൻ തന്നെ' എന്ന മട്ടിൽ കൊലപാതക ക്കുറ്റം ചുമത്തിയത് കമ്യൂണിസ്റ്റുകാരുടെ മേൽ. മേൽപ്പറഞ്ഞ സംഭവം നടക്കുമ്പോൾ കമ്യൂണിസ്റ്റുപാർട്ടി സംസ്ഥാനകമ്മിറ്റിയുടെ യോഗം വിജ യവാഡയിലെ പ്രജാശക്തി ആപ്പീസിൽ നടക്കുകയായിരുന്നു. പൊലീസ് ഒരു ഗൂഢാലോചനകേസ് ചമച്ച് പൊടുന്നനെ പ്രജാശക്തി ആപ്പീസ്

വളഞ്ഞു. പലരും പൊലീസിന്റെ പിടിയിലായി. രാജേശ്വരറാവുവും ഹനുമന്തറാവുവും രക്ഷപ്പെട്ടു. അവർ ഒളിവിൽ പോയി. അപ്പോൾ തെലങ്കാന സമരം നടക്കുകയായിരുന്നു. ഒളിവിലിരുന്നുകൊണ്ട് അവരത് നയിച്ചു. പി സുന്ദരയ്യയുടെയും മറ്റും കൂടെ.

1948 ൽ ഇന്ത്യൻ കമ്യൂണിസ്റ്റുപാർട്ടിയുടെ രണ്ടാം കോൺഗ്രസ് കൽക്കത്തയിൽ നടന്നു. ജനകീയ യുദ്ധകാലത്ത് പി സി ജോഷി നേതൃത്വം സ്വീകരിച്ച വലതുപക്ഷ റിവിഷനിസ്റ്റ് നയത്തെ രണ്ടാം കോൺഗ്രസ് നിശിതമായി വിമർശിച്ചു. ജോഷിയുടെ നയത്തിനെതിരായ പോരാട്ടത്തിന് നേതൃത്വം നൽകിയത് ബി ടി രണദിവെ. രാജേശ്വരറാവു ഉൾപ്പെടെയുള്ള ആന്ധ്രാനേതൃത്വവും അതിന്റെ മുൻപന്തിയിലുണ്ടായിരുന്നു. കാരണം തെലങ്കാനാ സമരം ശക്തിപ്പെട്ടുവരികയായിരുന്നു. "തെലങ്കാനാ മാർഗം നമ്മുടെ മാർഗം" എന്ന മുദ്രാവാക്യം രണ്ടാം കോൺഗ്രസിൽ അലയടിച്ചു. പുതിയ ഭരണാധികാരികൾക്കെതിരായ സമരത്തിന്റെ മാതൃകയായി സമ്മേളന പ്രതിനിധികൾക്ക് മുമ്പിൽ തെലങ്കാനാ സമരം അവതരിപ്പിക്കപ്പെട്ടു. അതുകൊണ്ട് അഖിലേന്ത്യാ നേതൃത്വത്തിൽ ആന്ധ്രാ സഖാക്കൾക്ക് നല്ല പ്രാതിനിധ്യം കിട്ടി. രാജേശ്വരറാവുവും പി ബി യിലേക്ക് തിരഞ്ഞെടുക്കപ്പെട്ടു. 1950 മേയിൽ കേന്ദ്രകമ്മിറ്റി യോഗം ചേർന്നു. അതീവ രഹസ്യമായി. സെക്ടേറിയൻ നയം പിന്തുടർന്നതിനാൽ ബി ടി ആറിനെ ആ യോഗം ജനറൽ സെക്രട്ടറി സ്ഥാനത്തുനിന്ന് ഒഴിവാക്കി. പകരം രാജേശ്വരറാവുവിനെ ആ യോഗം ജനറൽ സെക്രട്ടറിയായി തിരഞ്ഞെടുത്തു. പുതിയ നേതൃത്വത്തിൽ അധികകാലം തുടരാനായില്ല. അവർക്കെതിരെയും അസംതൃപ്തി വ്യാപിച്ചു. ബി ടി ആർ നേതൃത്വത്തിൽനിന്ന് വ്യത്യസ്തമായിട്ടാണെങ്കിലും അവരും മറ്റൊരു സെക്ടേറിയൻ നയം പിന്തുടരുകയാണെന്ന് ആരോപിക്കപ്പെട്ടു. ചൂടുപിടിച്ച

സി രാജശേഖരറാവു, കെ ഗോവിന്ദപ്പിള്ള, എൻ ഇ ബാലറാം, ടി വി തോമസ്

ഉൾപ്പാർട്ടി സമരം നടന്നു. ഈ സാഹചര്യത്തിൽ അഭിപ്രായവ്യത്യാസം ചർച്ചചെയ്യാൻ കേന്ദ്രകമ്മിറ്റിയുടെ യോഗം വിളിച്ചു ചേർക്കപ്പെട്ടു. പാർട്ടിക്കകത്ത് മുഖ്യമായും മൂന്നു നയങ്ങൾ ഉയർന്നുവന്നു. ബി ടി ആർ നേതൃത്വം; ആന്ധ്രാ സഖാക്കൾ; അജയ്ഘോഷ്, ഡാങ്കെ, ഘാട്ടെ എന്നിവരും ഓരോ നയത്തെ പ്രതിനിധാനം ചെയ്തു. അവസാനം അഭിപ്രായവ്യത്യാസം പരിഹരിക്കാൻ ഒരു പ്രതിനിധിസംഘം മോസ്കോവിലേക്ക് പോകണമെന്ന് തീരുമാനിച്ചു. അതുപ്രകാരം മോസ്കോവിലേക്ക് പോയ നാലുപേരുള്ള പ്രതിനിധിസംഘാംഗങ്ങളിലൊരാൾ രാജേശ്വരറാവു. ഒരു കരടു പരിപാടിയുടെയും നയപ്രഖ്യാപന രേഖയുടെയും അടിസ്ഥാനത്തിൽ പാർട്ടിയിലെ എല്ലാ വിഭാഗങ്ങളുടെയും ആശയ-രാഷ്ട്രീയ ഐക്യം ഉണ്ടാക്കിയെടുക്കാൻ ആ ചർച്ച സഹായിച്ചു. മോസ്കോവിലേക്കു പോയ ആ പ്രതിനിധിസംഘം തിരച്ചെത്തിയ ഉടൻ ഒരു അഖിലേന്ത്യാ കോൺഫറൻസ് രഹസ്യമായി വിളിച്ചുകൂട്ടി. മൂന്നു ഗ്രൂപ്പുകൾക്കിടയിലെ ആശയപരവും രാഷ്ട്രീയവും സംഘടനാപരവുമായ അഭിപ്രായവ്യത്യാസങ്ങൾ ഔപചാരികമായി പരിഹരിച്ചു. അതോടൊപ്പം പാർട്ടി നേതൃത്വത്തിലുമുണ്ടായി മാറ്റം. രാജേശ്വരറാവുവിന്റെ സ്ഥാനത്ത് ജനറൽസെക്രട്ടറിയായി അജയ്ഘോഷ് തിരഞ്ഞെടുക്കപ്പെട്ടു.

അഖിലേന്ത്യാ കോൺഫറൻസ് കഴിഞ്ഞതോടെ തെലങ്കാന സമരം പിൻവലിച്ചു. ഈ വിവരം വനത്തിൽ കഴിയുന്ന സഖാക്കളെ ബോധ്യപ്പെടുത്താൻ അവിടേക്കു പോയവരിലൊരാൾ രാജേശ്വരറാവു. രണ്ടുമാസത്തോളം വനത്തിൽ കഴിഞ്ഞു. 1956 ൽ പാർട്ടിയുടെ ആന്ധ്രാപ്രദേശ് സംസ്ഥാനസെക്രട്ടറിയായി വീണ്ടും തിരഞ്ഞെടുക്കപ്പെട്ടു. 1961 വരെ തൽസ്ഥാനത്ത് തുടർന്നു. ചുരുങ്ങിയകാലത്തേക്ക് മദിരാശി ലജിസ്ലേറ്റീവ് കൗൺസിലിലേക്ക് തിരഞ്ഞെടുക്കപ്പെട്ടു. 1953 മുതൽ 1956 വരെ പൊളിറ്റ്ബ്യൂറോ മെമ്പറായി പ്രവർത്തിച്ചു. 1958 ലെ അമൃത്സർ കോൺഗ്രസ് പാർട്ടി ഭരണഘടന ഭേദഗതിചെയ്ത് പൊളിറ്റ്ബ്യൂറോ എന്ന പദവി വേണ്ടന്നുവച്ചു. അതിനുശേഷം സി പി ഐയുടെ കേന്ദ്രസെക്രട്ടേറിയറ്റ് മെമ്പറായി തുടർന്നു.

കമ്യൂണിസ്റ്റുപാർട്ടിക്കകത്ത് നടന്ന ആശയസമരത്തിൽ തിരുത്തൽവാദികളുടെ കൂടെയാണ് തുടക്കം മുതൽ രാജേശ്വരറാവുവിന്റെ സ്ഥാനം. അതിനാൽ പാർട്ടി പിളർന്നപ്പോൾ സി പി ഐക്ക് നേതൃത്വം നൽകി. ബോംബെയിൽ ചേർന്ന ആ പാർട്ടിയുടെ ഏഴാം കോൺഗ്രസ് അദ്ദേഹത്തെ ജനറൽ സെക്രട്ടറിയായി തിരഞ്ഞെടുത്തു. 1990 വരെ ആ സ്ഥാനത്തു തുടർന്നു. ആ വർഷം ആരോഗ്യപരമായ കാരണങ്ങളാൽ ജനറൽസെക്രട്ടറി സ്ഥാനമൊഴിയുകയായിരുന്നു.

1971 ൽ സി പി ഐയുടെ നേതൃത്വത്തിൽ വിലക്കയറ്റത്തിനെതിരെ പ്രക്ഷോഭം. അതിന്റെ ഭാഗമായി ബനാറസിൽ സത്യഗഹം. ആ സത്യാഗ്രഹത്തിന് നേതൃത്വം നൽകിയത് രാജേശ്വരറാവു. നൂറ്റിഅമ്പതിൽപ്പരം സഖാക്കളോടൊപ്പം അറസ്റ്റിലായി.

ഭാരതീയ ഖേത് യൂണിയന്റെ ശിൽപ്പികളിലൊരാളായിരുന്നു രാജേശ്വരറാവു. ഇന്ത്യയിലെ ഗ്രാമീണ മേഖലയെപ്പറ്റി, കാർഷിക പ്രശ്നങ്ങളെപ്പറ്റി അദ്ദേഹത്തിന് നല്ല പരിജ്ഞാനമായിരുന്നു. ഭവാനിസെൻ, വൈ വി കൃഷ്ണറാവു എന്നിവരോടൊപ്പം എഴുതിയ *ഇന്ത്യൻ കാർഷിക മേഖലയിലെ പ്രശ്നങ്ങൾ* എന്ന പുസ്തകത്തിന്റെ ആമുഖത്തിൽ പറഞ്ഞു:

> ഇന്ന് നമ്മുടെ രാജ്യത്തിന്റെ രാഷ്ട്രീയ–സാമ്പത്തിക–സാമൂഹിക ജീവിതത്തിൽ കാർഷിക പ്രശ്നത്തിന് സുപ്രധാന സ്ഥാനമുണ്ട്. കാർഷിക സംവിധാനത്തിൽ വിപ്ലവകരമായ മാറ്റുമുണ്ടാകുന്നില്ലെങ്കിൽ നമ്മുടെ ഗ്രാമീണ ജനവിഭാഗത്തിന്റെ ദുരിതങ്ങളിലും കഷ്ടപ്പാടുകളിലും സമൂലമായ മാറ്റം ഉണ്ടാകുന്നില്ലെങ്കിൽ നാനാമുഖമായ പുരോഗതിയുടെ പാതയിലൂടെ രാജ്യത്തിന് മുന്നേറാൻ കഴിയില്ല.

ഓർഡർ ഓഫ് ലെനിൻ, ഓർഡർ ഓഫ് ഫ്രന്റ്ഷിപ്പ് എമങ് പീപ്പിൾസ്, ജോർജി ദിമിത്രോവ് ഓർഡർ, സ്റ്റാർ ഓഫ് പീപ്പിൾസ് ഫ്രന്റ്ഷിപ്പ് തുടങ്ങിയ അവാർഡുകൾ അദ്ദേഹത്തിന് ലഭിച്ചിട്ടുണ്ട്. ഇവയെല്ലാം ലഭിച്ചത് കമ്യൂണിസ്റ്റുപാർട്ടി രണ്ടായതിനുശേഷം. അതിൽനിന്നുതന്നെ അവ എന്തിനാണ് നൽകിയതെന്ന് വ്യക്തം.

പി രാമചന്ദ്രൻ

1925 - 2008

ജന്മിത്തത്തിനെതിരായ സമരകേന്ദ്രമായിരുന്നുവല്ലോ വടക്കേ മലബാർ. അവിടെ നടന്ന ജന്മിത്തവിരുദ്ധ സമരങ്ങൾക്ക് കണക്കില്ല. വടക്കേ മലബാറിലെ ഓരോ ഗ്രാമത്തിനും പറയാനുണ്ടാകും ഒന്നോ അതിലധികമോ സമരങ്ങളുടെ കഥകൾ. ഈ സമരങ്ങൾക്കിടയിൽ നൂറുകണക്കിന് കള്ളക്കേസുകൾ കൃഷിക്കാരുടെയും അവർക്ക് നേതൃത്വം നൽകുന്ന കമ്യൂണിസ്റ്റ്–കർഷക നേതാക്കളുടെയും പേരിൽ അധികൃതർ കെട്ടിച്ചമച്ചു. അവരെ കോടതിയിൽ കയറ്റി പീഡിപ്പിക്കുക – അതായിരുന്നു ലക്ഷ്യം. കോടതിയിൽ കമ്യൂണിസ്റ്റുകാർക്കും കർഷകർക്കും വേണ്ടി ഹാജരാവാൻ വക്കീലന്മാർ ഭയന്നിരുന്ന കാലം. അക്കാലത്ത് നിർഭയം മുൻ പിൻ നോക്കാതെ, അവർക്കുവേണ്ടി ഹാജരാവാറുണ്ടായിരുന്ന ഒരു വക്കീലുണ്ട്– ശങ്കരമേനോൻ. പണം വാങ്ങാതെ, പലപ്പോഴും മുദ്രപ്പത്രം വാങ്ങാനും യാത്രാച്ചെലവിനും മറ്റും പണം അങ്ങോട്ട് കൊടുത്ത്, കോടതിയിൽ ഹാജരാവാറുണ്ടായിരുന്ന ശങ്കരമേനോൻ വടക്കേ മലബാറിലെ കമ്യൂണിസ്റ്റുകാർക്കിടയിൽ പ്രസിദ്ധനായി. ആ ശങ്കരമേനോന്റെ മകനായിരുന്നു സഖാക്കൾക്കും സുഹൃത്തുക്കൾക്കുമിടയിൽ പി ആർ സി എന്ന ചുരുക്കപ്പേരിൽ അറിയപ്പെട്ട പി രാമചന്ദ്രൻ. അദ്ദേഹം തനിക്ക് ലഭിക്കാമായിരുന്ന സുഖസമ്പൂർണമായ ജീവിതം ഉപേക്ഷിച്ച് വിപ്ലവത്തിന്റെ കല്ലും മുള്ളും നിറഞ്ഞ പാത സ്വീകരിച്ചു. അതിലൂടെ 83 വർഷം യാത്ര തുടർന്നു.

സി പി ഐ (എം) പൊളിറ്റ് ബ്യൂറോ അംഗം എന്ന നിലയിൽ പി ആർ സിയെ കേരളത്തിലെ കമ്യൂണിസ്റ്റുകാർ അറിയും. എന്നാൽ,

അദ്ദേഹം തലശേരിക്കാരനാണെന്ന്, പൊന്നാനിയുമായി ബന്ധമുണ്ടെന്ന് എത്രപേർ അറിയും? സാക്ഷാൽ കെ സി എസ് പണിക്കരുടെ ഇളയച്ഛന്റെ മകനാണ് പി ആർ സി എന്ന്, *പേട്രിയട്ടി*ന്റെയും *ലിങ്കി*ന്റെയും പത്രാധിപരായിരുന്ന എടത്തട്ട നാരായണന്റെ അടുത്ത ബന്ധുവാണ് പി ആർ സി എന്ന് അദ്ദേഹത്തിന്റെ ആത്മകഥയായ *എന്റെ വിപ്ലവജീവിതം* വായിക്കുമ്പോഴേ മനസിലാകൂ. പി ആർ സിയുടെ ജീവിതം സംഭവബഹുലമാണ്; യാതനകൾ നിറഞ്ഞതാണ്; ത്യാഗസമ്പൂർണമാണ്. ഒരു സംസ്ഥാനത്ത് ജനിക്കുക; മറ്റൊരു സംസ്ഥാനത്ത് പാർട്ടി പ്രവർത്തനം നടത്താൻ നിയോഗിക്കപ്പെടുക, അവിടെ പ്രവർത്തനം നടത്തി ആ സംസ്ഥാനത്തിന്റെയാകെ ആദരവും അംഗീകാരവും പിടിച്ചുപറ്റുക – അങ്ങനെയുള്ള കമ്യൂണിസ്റ്റുകാർ ചുരുക്കം. അത്തരം ചുരുക്കം കമ്യൂണിസ്റ്റുകാരിൽ ഒരാളാണ് പി ആർ സി.

പി ആർ സി 1925 ഒക്ടോബർ 30–ന് തലശേരിയിൽ ജനിച്ചു. അച്ഛൻ ശങ്കരമേനോന്റെ തറവാട് പൊന്നാനിക്കടുത്ത വെളിയങ്കോടായിരുന്നു. അതുകൊണ്ട് അവിടെയാണ് കുട്ടിക്കാലം ചെലവഴിച്ചത്. അക്കാലത്തെ വെളിയങ്കോടിന്റെയും ആ പ്രദേശത്തിന്റെയാകെയും സാമൂഹികജീവിതത്തിന്റെ ഒരു ചിത്രം പി ആർ സി ആത്മകഥയിൽ വരച്ചുകാണിക്കുന്നുണ്ട്. കട്ടപിടിച്ച ജാതിവ്യവസ്ഥ, തൊട്ടുകൂടായ്മയും തീണ്ടിക്കൂടായ്മയും. കീഴ്ജാതിക്കാരെ കാണുന്നതുപോലും പാപമായി കരുതിയ സമൂഹം. അതിനോടുള്ള പ്രതിഷേധം സാമൂഹികമായ ഉച്ചനീചത്വങ്ങൾക്കും അനീതിക്കും എതിരെ പോരാടാനുള്ള ആഗ്രഹം മനസിൽ ജനിപ്പിച്ചു. അച്ഛന് ദേശീയപ്രസ്ഥാനത്തോട് ആഭിമുഖ്യം. പുരോഗമന ആശയങ്ങളുമായി അടുപ്പം. അച്ഛന്റെ ചിന്താഗതി പി ആർ സിയെ സ്വാധീനിച്ചു.

പൊന്നാനിയിലെ പഴക്കം ചെന്ന ഹൈസ്കൂളാണ് എ വി ഹൈസ്കൂൾ. അവിടെ എട്ടാംക്ലാസ് വരെ പഠിച്ചു. വലിയമ്മ പുന്നയൂർക്കുളത്തെ എലിയങ്കാട്ട് കോവിലകത്തിലെ ഗോവിന്ദരാജ എന്ന കൊച്ചുണ്ണി രാജയെ വിവാഹം കഴിച്ചു. ആ കോവിലകത്ത് ഇടയ്ക്കൊക്കെ പോകും. ആ കോവിലകത്തുകാരും പുരോഗമന ചിന്താഗതിക്കാർ. അവിടെ ദേശീയപ്രസ്ഥാനത്തെക്കുറിച്ച് സംസാരമുണ്ടാകും. അത് പി ആർ സിയുടെ രാഷ്ട്രീയ ചിന്താഗതികളെ വികസ്വരമാക്കി. അമ്മയുടെ അമ്മ തലശേരിക്കാരി. അവർ മരിച്ചപ്പോൾ കുടുംബം അങ്ങോട്ട് താമസം മാറ്റി. അച്ഛൻ തലശേരി കോടതിയിൽ പ്രാക്ടീസ് ആരംഭിച്ചു. രാമചന്ദ്രൻ തലശേരി ബ്രണ്ണൻ ഹൈസ്കൂളിൽ ഒമ്പതാം ക്ലാസിൽ ചേർന്നു. കമ്യൂണിസത്തെക്കുറിച്ചും കമ്യൂണിസ്റ്റുപാർട്ടിയെക്കുറിച്ചും മനസിലാക്കുന്നത് തലശേരിയിൽ നിന്നാണ്. പത്താം ക്ലാസിൽ പഠിക്കുമ്പോൾ തലശേരി സ്റ്റുഡന്റ്സ് യൂണിയൻ എന്ന പേരിൽ തലശേരിയിൽ ഒരു വിദ്യാർഥി സംഘടന രൂപം കൊണ്ടു. അത് എ ഐ എസ് എഫിന്റെ ഘടകമായിരുന്നു. ആ സംഘടന വിദ്യാർഥികൾക്കുവേണ്ടി ചില മത്സരങ്ങൾ സംഘടിപ്പിച്ചു. ചില മത്സരങ്ങളിൽ പി ആർ സി വിജയിച്ചു. സമ്മാനമായി കിട്ടിയത് പുസ്തകങ്ങൾ.

അവയിൽ നെഹ്റുവിന്റെ *ഇന്ത്യ എങ്ങോട്ട്?*, ജയപ്രകാശ് നാരായണന്റെ *എന്തുകൊണ്ട് സോഷ്യലിസം?* എന്നീ പുസ്തകങ്ങളുൾപ്പെട്ടു. തന്റെ രാഷ്ട്രീയ ബോധത്തിന് അസ്തിവാരമിട്ടത് ഈ ഗ്രന്ഥങ്ങളാണെന്നത്രെ പി ആർ സി പറയുന്നത്.

കിട്ടുന്നതൊക്കെ വായിക്കുക എന്നത് കുട്ടിക്കാലംമുതൽ വളർത്തിയെടുത്ത ശീലം. മാർക്സിസ്റ്റ് സാഹിത്യവും വായിക്കാൻ തുടങ്ങി. അപ്പോൾ വിദ്യാർഥിനേതാവായിരുന്ന കല്ലാട്ട് കൃഷ്ണനും എം പത്മനാഭനും അദ്ദേഹത്തെ ചെന്നു കാണും ഇടയ്ക്കിടെ. അവർ അത്തരം പുസ്തകങ്ങൾ വായിക്കാൻ കൊടുക്കും. വായിച്ച പുസ്തകങ്ങളെക്കുറിച്ച് ചർച്ച ചെയ്യും. അങ്ങനെ രാഷ്ട്രീയ ബോധം വളരുകയായിരുന്നു. 1940–ൽ എസ് എസ് എൽ സി പരീക്ഷ പാസായി, നല്ല മാർക്കോടെ. തുടർന്ന് ബ്രണ്ണൻ കോളേജിൽ ഇന്റർമീഡിയറ്റിന് ചേർന്നു. 1941–ൽ പാർട്ടി മെമ്പറായി.

1940 സെപ്തംബർ 15–ന് പ്രതിഷേധ ദിനം. അന്ന് തലശേരി കടപ്പുറത്ത് അബുവും ചാത്തുക്കുട്ടിയും രക്തസാക്ഷികളായി. അതിൽ വിദ്യാർഥികൾക്കിടയിൽ വമ്പിച്ച പ്രതിഷേധം അലയടിച്ചു. അതിന്റെ ഒന്നാം വാർഷികത്തിൽ വിദ്യാർഥികൾ ഒരു യോഗം സംഘടിപ്പിച്ചു. ആ യോഗത്തിൽ പി ആർ സി പ്രസംഗിച്ചു. അങ്ങനെ ഒരു യോഗം സംഘടിപ്പിച്ചതിന് പാർട്ടി തങ്ങളെ അഭിനന്ദിച്ചതായി ആത്മകഥയിൽ പി ആർ സി രേഖപ്പെടുത്തി.

1942–ൽ ഇന്റർമീഡിയറ്റ് പരീക്ഷ പാസായി. ബിരുദപഠനം മദിരാശിയിലാവട്ടെ എന്ന് തീരുമാനിച്ചു. അങ്ങനെ അക്കൊല്ലം ജൂണിൽ മദിരാശി ക്രിസ്ത്യൻ കോളേജിൽ ചേർന്നു. കോളേജിൽ ഒരു പാർട്ടി സെൽ പ്രവർത്തിക്കുന്നുണ്ടായിരുന്നു. അതിൽ അംഗമായി. 1936–37 കാലത്ത് മദിരാശിയിൽ ഒരു വിദ്യാർഥി സംഘടന രൂപം കൊണ്ടു—മദ്രാസ് സ്റ്റുഡന്റ്സ് ഓർഗനൈസേഷൻ അഥവാ എം എസ് ഒ. പല ആശയഗതിക്കാരായ വിദ്യാർഥികളുടെ ഒരു പൊതുവേദിയായിരുന്നു അത്.

ഇതിനിടയിൽ അമ്മ മരിച്ചു. അതിനെത്തുടർന്ന് അച്ഛൻ പൊന്നാനിയിലേക്ക് താമസം മാറ്റി. അതിനാൽ അവധിക്കാലങ്ങളിൽ പൊന്നാനിയിൽ പോകും. അങ്ങനെ ഒരിക്കൽ പൊന്നാനിയിൽ പോയപ്പോഴറിഞ്ഞു അച്ഛൻ പാർട്ടിയുമായി ബന്ധപ്പെട്ട് പ്രവർത്തിക്കാൻ തുടങ്ങി എന്ന്. അച്ഛൻ വില്ലേജ് കർഷകസംഘത്തിന്റെ ഭാരവാഹിപോലുമായി. പൊന്നാനിയിലെത്തിയാൽ അവിടത്തെ പാർട്ടിയുമായി, പാർട്ടി സഖാക്കളുമായി ബന്ധപ്പെടും. രാഷ്ട്രീയം തലയ്ക്കു പിടിച്ചപ്പോൾ പഠിത്തത്തിൽ ശ്രദ്ധിക്കാതായി. അതുകൊണ്ട് കോളേജിൽ നിന്ന് ടി സി നൽകി പറഞ്ഞയച്ചു. മദിരാശിയിൽ താമസിച്ച് പാർട്ടി പ്രവർത്തനം നടത്തി. ബംഗാൾ ക്ഷാമകാലത്ത് ദുരിതാശ്വാസനിധിയിലേക്ക് പണവും സാധനങ്ങളും പിരിക്കുന്ന പ്രവർത്തനത്തിൽ മുഴുകി. ആദ്യമാദ്യം എം എസ് ഒയുടെ പ്രവർത്തനത്തിൽ സഹായിക്കുകയാണ് ചെയ്തതെങ്കിൽ ക്രമേണ പാർട്ടിയുടെ മുഴുവൻസമയ പ്രവർത്തകനായി. താമസം എം എസ് ഒ ഓഫീസിൽ. ഓഫീ

സിന്റെ ചുമതല നിർവഹിക്കാൻ പാർട്ടി നിർദേശിച്ചു. പിന്നീട് വിദ്യാർഥി രംഗത്ത് മുഴുവൻസമയ പ്രവർത്തകനാകണമെന്ന് നിശ്ചയിച്ചറിയിച്ചു.

വിദ്യാർഥിരംഗത്ത് പ്രവർത്തിക്കാൻ വിദ്യാർഥി ആകുന്നതാണ് നല്ലത്. അതുകൊണ്ട് വീണ്ടും കോളേജിൽ ചേർന്നു. 1946-ൽ എം എസ് ഒ സെക്രട്ടറിയായി തെരഞ്ഞെടുക്കപ്പെട്ടു. ഐ എൻ എ തടവുകാരെ വിചാരണ ചെയ്യുന്നതിനെതിരെ എ ഐ എസ് എഫ് നേതൃത്വത്തിൽ രാജ്യവ്യാപകമായി പ്രക്ഷോഭം. പലെടത്തും ലാത്തിച്ചാർജും വെടിവെപ്പും. മദിരാശിയിലെ മൗണ്ട് റോഡിൽ നിയമം ലംഘിച്ച് പ്രകടനം നടത്തിയതിന് മറ്റ് മൂന്നുപേരോടൊപ്പം അറസ്റ്റിലായി. അടുത്തദിവസം നാലുപേരെയും കോളേജിൽ നിന്ന് സസ്പെൻഡ് ചെയ്തു. സസ്പെൻഷൻ റദ്ദാക്കണമെന്ന് ആവശ്യപ്പെട്ട് വമ്പിച്ച വിദ്യാർഥി സമരം. ഈ സമരം നടക്കുന്നതിനിടയിൽ ഒരു പ്രതിനിധി സംഘത്തെയും നയിച്ച് പുന്നപ്ര-വയലാറിലേക്ക് തിരിച്ചു. പുന്നപ്ര-വയലാർ സമരത്തെത്തുടർന്ന് ആ പ്രദേശത്ത് പൊലീസിന്റെ തേർവാഴ്ച. തികച്ചും ഭീകരമായ അന്തരീക്ഷം. അതേക്കുറിച്ച് നേരിട്ട് മനസിലാക്കാൻ എം എസ് ഒ നിയോഗിച്ച സംഘത്തലവനായിരുന്നു പി ആർ സി. സംഘത്തിന് കൊച്ചി വരെ പോകാനേ കഴിഞ്ഞുള്ളൂ. അതിനപ്പുറത്തേക്ക് കടക്കാൻ കഴിഞ്ഞില്ല. തിരിച്ച് മദിരാശിയിലെത്തിയപ്പോഴും പി ആർ സിയെയും മറ്റും തിരിച്ചെടുക്കണമെന്ന് ആവശ്യപ്പെട്ട് സമരം തുടരുകയായിരുന്നു. അവസാനം സമരം വിജയിച്ചു. കോളേജിൽ പോയിത്തുടങ്ങി. അപ്പോഴാണ് 1947 ജനുവരിയിൽ, കൽക്കത്തയിൽ വിദ്യാർത്ഥികൾക്കു നേരെ വെടിവെപ്പ് നടന്നത്. അതിൽ പ്രതിഷേധിക്കാൻ മദിരാശി നഗരത്തിൽ പഠിപ്പുമുടക്ക് സംഘടിപ്പിച്ചു.

അപ്പോഴേക്കും ഗവൺമെന്റ് കമ്യൂണിസ്റ്റുകാരെ അറസ്റ്റുചെയ്യാൻ തുടങ്ങി. പി ആർ സി ഒളിവിൽ പോയി. ആദ്യത്തെ ഒളിവുജീവിതം. ഒരു മാസമായപ്പോഴേക്ക് പിടിയിലായി. മദ്രാസ് പ്രവിശ്യാ പൊതുസുരക്ഷാ നിയമപ്രകാരമായിരുന്നു അറസ്റ്റ്. വെല്ലൂർ ജയിലിലേക്ക് കൊണ്ടുപോയി. നൂറ്റമ്പതോളം നേതാക്കളുണ്ടായിരുന്നു ജയിലിൽ. എ കെ ജി, ഇ എം എസ്, എൻ കെ കൃഷ്ണൻ തുടങ്ങിയവരുമുണ്ടായിരുന്നു കൂട്ടത്തിൽ. ജയിലിലെ പ്രധാന ജോലി വായനയും പഠനവും. ജയിലിൽ കഴിയുമ്പോൾ അച്ഛൻ തലശേരിയിലേക്ക് താമസം മാറ്റി. വടക്കേ മലബാറിൽ പാർട്ടി സഖാക്കളുടെ കേസ് വാദിക്കാൻ പാർട്ടി നിർദേശപ്രകാരം അങ്ങോട്ട് പോവുകയായിരുന്നു. ആഗസ്ത് 12-ന് ജയിൽ മോചിതനായി. സ്വാതന്ത്ര്യദിനത്തിൽ താൻ പഠിച്ച കോളേജിൽ പതാക ഉയർത്തിയത് പി ആർ സി.

1947 ഡിസംബറിൽ പാർട്ടിയുടെ മദിരാശി ജില്ലാസമ്മേളനം. പി ആർ സി ജില്ലാകമ്മിറ്റിയിലേക്ക് തിരഞ്ഞെടുക്കപ്പെട്ടു. 1948-ൽ കൽക്കത്തയിൽ നടന്ന രണ്ടാം പാർട്ടികോൺഗ്രസിൽ പ്രതിനിധിയായി പങ്കെടുത്തു. കോൺഗ്രസ് കഴിഞ്ഞതിനുശേഷം അതീവരഹസ്യമായി മദിരാശിയിൽ തിരിച്ചെത്തി. റെയിൽവേ തൊഴിലാളികൾക്കിടയിൽ പ്രവർത്തിക്കുക- പാർട്ടി നിർദേശിച്ചു. വളരെ ക്ലേശകരമായ ആ ജോലി നടത്തുന്നതിനിടയിൽ

അറസ്റ്റിലായി. അദ്ദേഹത്തെ 15 ദിവസത്തേക്ക് റിമാൻഡ് ചെയ്ത് ചെങ്കൽപേട്ട ജയിലിലടച്ചു. അറസ്റ്റ് സുരക്ഷാ നിയമപ്രകാരമാണെന്ന് അറിയിച്ചു. പിന്നീട് വെല്ലൂർ ജയിലിലേക്ക് കൊണ്ടുപോയി. ജയിലിൽ നടന്ന സമരങ്ങളിൽ പങ്കാളിയായി. എട്ടുമാസം കഴിഞ്ഞപ്പോൾ വിട്ടയച്ചു. ഉടൻതന്നെ നാട്ടിൽപോയി. തിരിച്ചുവന്നപ്പോൾ ഒളിവിൽ പോകാൻ നിർദേശം കിട്ടി. ഒളിവിൽ കഴിയുമ്പോൾ അറസ്റ്റിലായി. സെയ്ദാപേട്ട് ജയിലിലടച്ചു. ജയിലിൽ ഒട്ടേറെ മർദനങ്ങളും പീഡനങ്ങളും സഹിക്കേണ്ടി വന്നു. അച്ഛൻ ജയിലിൽ ചെന്ന് കണ്ടു. അതിനുശേഷം 'ബി' ക്ലാസ് തടവുകാരൻ എന്ന പരിഗണന കിട്ടി. സെയ്ദാപേട്ടിൽ നിന്ന് മദിരാശി സെൻട്രൽ ജയിലിലേക്ക് മാറ്റി. മൂന്നുമാസം (1950 മെയ് വരെ) ജയിലിൽ കഴിഞ്ഞതിനുശേഷം ജാമ്യത്തിൽ പുറത്തിറങ്ങി. തൃശിനാപ്പള്ളി ജില്ലയിൽ പാർട്ടിയുടെ ചുമതലയേറ്റ് പ്രവർത്തിക്കണം – പാർട്ടി അതിന്റെ തീരുമാനം പി ആർ സിയെ അറിയിച്ചു.

അങ്ങനെ അമ്പതുകളുടെ ആദ്യം പി ആർ സി തൃശിനാപ്പള്ളിയിലെത്തി. പിന്നീട് അതിദീർഘകാലം അവിടെയാണ് ചെലവഴിച്ചത്, ഒരു തൃശിനാപ്പിള്ളിക്കാരനെപ്പോലെ. ആ ജില്ലയിൽ പി ആർ സി അറിയാത്ത മുക്കും മൂലയുമില്ല. നേരിട്ടറിയാത്ത പാർട്ടി കേഡർമാരില്ല. ജില്ലയിൽ സുശക്തമായ പാർട്ടി കെട്ടിപ്പടുക്കുന്നതിൽ പി ആർ സി നിർണായക പങ്ക് വഹിച്ചു.

തൃശിനാപ്പള്ളിയിൽ ധാരാളം തൊഴിലാളി സംഘടനകൾ ഉണ്ടായിരുന്നതാണ്. എന്നാൽ, 1948–50 കാലത്തെ അടിച്ചമർത്തലിന്റെ ഫലമായി അവയൊക്കെ നിർജീവമായിപ്പോയി. അവയെ പുനരുജ്ജീവിപ്പിക്കുകയാണ് ആദ്യം ചെയ്യേണ്ടിയിരുന്നത്. ആദ്യംതന്നെ തുകൽ നിർമാണ തൊഴിലാളി സംഘടന പുനഃസംഘടിപ്പിച്ചു. പി ആർ സി അതിന്റെ വൈസ് പ്രസിഡന്റായി. ഒരു ട്രേഡ് യൂണിയൻ ഭാരവാഹിത്വം ആദ്യമായി ഏറ്റെടുക്കുകയായിരുന്നു. ജില്ലയുടെ ചില ഭാഗങ്ങളിൽ പാർട്ടി ഘടകങ്ങൾ പുനരുജ്ജീവിപ്പിക്കുകയോ പുതുതായി രൂപീകരിക്കുകയോ ചെയ്തു. 1951 അവസാനം ജില്ലാസമ്മേളനം നടത്തി. അദ്ദേഹം ജില്ലാ സെക്രട്ടറിയായി തിരഞ്ഞെടുക്കപ്പെട്ടു.

പുതിയ ജില്ലാകമ്മിറ്റിക്ക് ആദ്യം തന്നെ ചെയ്യേണ്ടിയിരുന്നത് ഒന്നാമത്തെ പൊതുതിരഞ്ഞെടുപ്പിനെ നേരിടുകയായിരന്നു. പി ആർ സിയുടെ നേതൃത്വത്തിൽ ജില്ലാകമ്മിറ്റി തിരഞ്ഞെടുപ്പ് പ്രവർത്തനത്തിൽ ആണ്ടിറങ്ങി. ജില്ലയിലെ രണ്ട് നിയമസഭാ മണ്ഡലങ്ങളിലും പാർട്ടി സ്ഥാനാർഥികൾ തിരഞ്ഞെടുക്കപ്പെട്ടു. 1950–ൽ പി ആർ സി താമസിച്ച വീട് റെയ്ഡ് ചെയ്തപ്പോൾ അവിടെയുണ്ടായിരുന്ന ഒരു പെട്ടിയിൽ നിന്ന് ഏതാനും വെടിയുണ്ടകൾ കിട്ടി. അതിന്റെ പേരിൽ അപ്പോൾ ഒരു കേസ് ചാർജ് ചെയ്യുകയുണ്ടായി. ഈ ഒന്നാം പൊതുതിരഞ്ഞെടുപ്പ് കഴിഞ്ഞപ്പോൾ അധികൃതർ അത് പൊടി തട്ടിയെടുത്തു. അതിന്റെ അടിസ്ഥാനത്തിൽ 1952 ഫെബ്രുവരിയിൽ അറസ്റ്റ് ചെയ്തു. സെയ്ദാപേട്ട് ജയിലിൽ തടവു

കാരനാക്കി. കോടതിയിൽ പി ആർ സി നേരിട്ട് കേസ് വാദിച്ചു. കോടതി വെറുതെ വിട്ടു. ജയിലിൽനിന്ന് പുറത്തുവന്നതിനുശേഷം കർഷകസമര ങ്ങൾക്കും നേതൃത്വം നൽകി.

1951 മുതൽ 1957 വരെ ജില്ലയിലാകെ വ്യാപകമായ തോതിൽ തൊഴി ലാളി സംഘടനകൾ കെട്ടിപ്പടുത്തു. തൊഴിലാളി നേതാവെന്ന നിലയിൽ ഖ്യാതി നേടി. അതോടൊപ്പം പാർട്ടി സെക്രട്ടറിയെന്ന നിലയിൽ കർഷക സംഘങ്ങൾക്ക് മാർഗദർശിത്വം നൽകി. ജില്ലയിൽ പാർട്ടി സംഘടനയുടെ ശിൽപ്പിയുമായി. 1954 നവംബർ 14-ന് ജാനകിയുമായുള്ള വിവാഹം നട ന്നു. അവരും പി ആർ സിയോടൊപ്പം രാഷ്ട്രീയ പ്രവർത്തനത്തിൽ പങ്കാ ളിയായി. മൂന്നാം പാർട്ടി കോൺഗ്രസിലും പി ആർ സി പ്രതിനിധിയായി രുന്നു. നാലാം പാർട്ടി കോൺഗ്രസിന്റെ മുന്നോടിയായി 1956-ൽ ദിണ്ടു ക്കലിൽ പാർട്ടിയുടെ സംസ്ഥാന സമ്മേളനം. സംസ്ഥാന കമ്മിറ്റിയിലേക്ക് തിരഞ്ഞെടുക്കപ്പെട്ടു. ഇതിനിടയിൽ പിതാവ് മരിച്ചു. വീട്ടിൽ ധാരാളം പ്രശ്നങ്ങൾ. അവ പരിഹരിക്കാൻ നാട്ടിൽ തന്നെയുണ്ടാകണം എന്ന സ്ഥിതി. അങ്ങനെ തമിഴ്നാട് പാർട്ടിയുടെ അനുവാദത്തോടെ കേരളത്തി ലേക്ക് പോന്നു.

കേരളാ പാർട്ടിയുമായി ബന്ധപ്പെട്ടു. കണ്ണൂർ ജില്ലാകമ്മിറ്റി ഓഫീസ് പ്രവർത്തനത്തെ സഹായിക്കാൻ നിയോഗിച്ചു. അതിനുശേഷം *നവയുഗം* വാരികയിൽ സഹപത്രാധിപരായി ചേർന്നു. അപ്പോൾ പത്രാധിപർ കെ ദാമോദരൻ. അങ്ങനെ 1959-ൽ പത്രപ്രവർത്തകനായി.

വീട്ടിൽ കടുത്ത സാമ്പത്തിക പ്രയാസം. അപ്പോൾ തന്റെ ബന്ധു കൂടിയായ എടത്തട്ട നാരായണൻ *ലിങ്കി*ന്റെയും *പേട്രിയറ്റി*ന്റെയും കേരള ലേഖകനാവാൻ ക്ഷണിച്ചു. ക്ഷണം നിരസിച്ചു. മൂന്നുവർഷത്തോളം *നവ യുഗ*ത്തിൽ പ്രവർത്തിച്ചു. സാർവദേശീയരംഗമാണ് പ്രധാനമായും കൈ കാര്യം ചെയ്തത്. മലയാളത്തിലെ പ്രശസ്തരായ പല എഴുത്തുകാരു മായും പരിചയപ്പെടുന്നതിന് ഇത് അവസരം നൽകി. വീട്ടിലെ പ്രശ്നങ്ങൾ ഏറെക്കുറെ പരിഹരിച്ചതിനുശേഷം തൃശിനാപ്പള്ളിക്കു മടങ്ങി. അപ്പോ ഴേക്ക് പാർട്ടിക്കകത്ത് ആശയസമരം മൂർധന്യത്തിലെത്തി നിൽക്കുക യായിരുന്നു. പി ആർ സിയെ ജില്ലാ സെക്രട്ടേറിയറ്റിൽ ഉൾപ്പെടുത്തി. റി വിഷനിസത്തിനെതിരെ അദ്ദേഹം ഉറച്ച നിലപാട് സ്വീകരിച്ചു.

കൽക്കത്തയിൽ നടന്ന ഏഴാം പാർട്ടി കോൺഗ്രസിനു മുന്നോടി യായി തൃശിനാപ്പള്ളി ജില്ലാസമ്മേളനം നടത്തി. സെക്രട്ടറി പി ആർ സി. മധുരയിൽ നടന്ന സംസ്ഥാന സമ്മേളനം സംസ്ഥാന കമ്മിറ്റിയിലേക്ക് തിരഞ്ഞെടുത്തു. തൃശിനാപ്പള്ളി ജില്ലയിലെ പാർട്ടി നേതൃത്വം ചിലരൊഴി കെ ഒന്നടങ്കം സി പി ഐയിൽ ഉറച്ചുനിന്നു; പാർട്ടി അംഗങ്ങളിൽ ഭൂരിപ ക്ഷവും. അവശേഷിച്ചവരെ കോർത്തിണക്കി സി പി ഐ (എം) നെ ശക്തിപ്പെടുത്താൻ തുടങ്ങുന്നതിനുമുമ്പുതന്നെ അറസ്റ്റിലായി. കടലൂർ സെൻട്രൽ ജയിലിൽ പാർപ്പിച്ചു. 16 മാസത്തിനുശേഷം വിട്ടയച്ചു.

ജയിൽ മോചിതനായ ഉടൻ സംഘടന പുനഃസംഘടിപ്പിക്കുന്ന പ്ര

വർത്തനത്തിൽ മുഴുകി. വാസ്തവത്തിൽ കാര്യമായി ഒന്നുമില്ലാത്ത അവസ്ഥയിൽ നിന്ന് തുടങ്ങേണ്ടിയിരുന്നു. ചില യൂണിയനുകളുടെ ഭാരവാഹിയായി. ഡാൽമിയാ സിമന്റ് ഫാക്ടറിയിലെ സമരത്തോടനുബന്ധിച്ച് പത്തുദിവസം നിരാഹാരസമരം നടത്തി. ഇടതുപക്ഷ സെക്ടേറിയനിസത്തിനെതിരായ സമരത്തിൽ പങ്കാളിയായി.

അടിയന്തരാവസ്ഥ പ്രഖ്യാപിക്കപ്പെട്ടപ്പോൾ സംസ്ഥാനത്ത് ഡി എം കെ ഭരണം. ഡി എം കെ ഗവൺമെന്റാകട്ടെ, അടിയന്തരാവസ്ഥയ്ക്ക് എതിരായിരുന്നു. അതിനാൽ കേന്ദ്ര ഗവൺമെന്റ് എങ്ങനെയും ആ ഗവൺമെന്റിനെ പിരിച്ചുവിടും എന്ന് ഉറപ്പായിരുന്നു. അപ്പോൾ അഭൂതപൂർവമായ കടന്നാക്രമണമുണ്ടാകുമെന്ന് പാർട്ടി കണക്കുകൂട്ടി. അതിനെ നേരിടാൻ ഒരു രഹസ്യ സംവിധാനമുണ്ടാക്കി. സംസ്ഥാന കമ്മിറ്റി അംഗങ്ങളുടെ എണ്ണം കുറച്ച് കമ്മിറ്റി ചെറുതാക്കി. പത്തംഗകമ്മിറ്റിയിൽ പി ആർ സി അംഗം. 1976 ജനുവരി 30–ന് തമിഴ്നാട്ടിൽ പ്രസിഡന്റ് ഭരണം പ്രഖ്യാപിച്ചപ്പോൾ എഴുപത്തഞ്ചോളം പേർ ഒളിവിൽപ്പോയി; പി ആർ സിയും. അദ്ദേഹത്തെയും ഉമാനാഥിനെയും പിടിക്കാൻ ഒരു പ്രത്യേക സംഘം തന്നെ നിയോഗിക്കപ്പെട്ടു. വീട്ടിൽ ജപ്തി നോട്ടീസ് പതിച്ചു. പക്ഷേ, എന്തെങ്കിലും വേണ്ടേ വാടകവീട്ടിൽ നിന്ന് ജപ്തി ചെയ്തുകൊണ്ടുപോകാൻ!

ഒരു വർഷത്തിലധികം ഒളിവിൽ കഴിഞ്ഞു. വേഷം മാറി തന്റെ പ്രവർത്തനമേഖലയിൽത്തന്നെ കഴിഞ്ഞു. അടിയന്തരാവസ്ഥ പിൻവലിക്കും എന്ന് ഏതാണ്ട് ഉറപ്പായപ്പോൾ പാർട്ടി നിർദേശപ്രകാരം ഒളിവിൽ നിന്ന് പുറത്തുവന്നു. തിരഞ്ഞെടുപ്പിനെപ്പറ്റി ആലോചിക്കാൻ കളക്ടർ വിളിച്ചുകൂട്ടിയ യോഗത്തിൽ പങ്കെടുത്തു. യോഗം കഴിഞ്ഞ ഉടൻ അറസ്റ്റുചെയ്തു. എസ് പി ആപ്പീസിലെത്തിയപ്പോഴേക്കും വിട്ടയച്ചു. 1978–ൽ ജില്ലാ സെക്രട്ടറി സ്ഥാനത്തുനിന്ന് ഒഴിഞ്ഞു. ആ വർഷംതന്നെ സംസ്ഥാന സെക്രട്ടേറിയറ്റ് അംഗമായി. യുവജന–വിദ്യാർഥി രംഗത്തിന്റെ ഉത്തരവാദിത്വം അദ്ദേഹത്തെയാണ് ഏൽപ്പിച്ചത്. പിന്നെ അടിക്കടി വളർച്ചയായിരുന്നു. 1986–ൽ കേന്ദ്ര കമ്മിറ്റി സംഘത്തെയും നയിച്ച് സോവിയറ്റ് യൂണിയൻ സന്ദർശിച്ചു. 1987–ൽ ഫ്രഞ്ച് കമ്യൂണിസ്റ്റുപാർട്ടി കോൺഗ്രസിൽ സി പി ഐ (എം) സൗഹാർദ പ്രതിനിധിയെന്നനിലയിൽ പങ്കെടുത്തു. കേന്ദ്രകമ്മിറ്റി സംഘത്തെ നയിച്ച് ചൈനയിലും സന്ദർശനം നടത്തി. ശ്രീലങ്കൻ പാർട്ടി കോൺഗ്രസിലും പങ്കെടുത്തു. 13–ാം പാർട്ടി കോൺഗ്രസിനുശേഷം പി ആർ സി കേന്ദ്ര സെക്രട്ടേറിയറ്റ് അംഗമായി. 1992–ലെ 14–ാം കോൺഗ്രസ് പൊളിറ്റ് ബ്യൂറോവിലേക്ക് തെരഞ്ഞെടുത്തു. പാർട്ടി പരിപാടി പുതുക്കുന്ന കമ്മിറ്റിയിലെ അംഗമായിരുന്നു. നാലുവർഷം ജയിലിലും മൂന്നുവർഷം ഒളിവിലും കഴിഞ്ഞ പി ആർ സി 2008 ജൂലൈ 8–ന് അന്തരിച്ചു.

രാമചന്ദ്ര റാവു

1929 - 1998

കർണാടകത്തിൽ കമ്യൂണിസ്റ്റുപാർട്ടി കെട്ടിപ്പടുക്കുന്നതിൽ ഗണ്യമായ സംഭാവന നൽകിയ വിപ്ലവകാരിയായിരുന്നു, സഹപ്രവർത്തകരും നാട്ടുകാരും മാസ്റ്റർ എന്ന് ആദരവോടെ വിളിച്ച പി രാമചന്ദ്ര റാവു. ഒരു കമ്യൂണിസ്റ്റുനേതാവ് എന്നതുപോലെ നല്ലൊരു ബുദ്ധിജീവിയുമായിരുന്നു രാമചന്ദ്രറാവു. നന്നായി വായിക്കുകയും എഴുതുകയും ചെയ്യുമായിരുന്നു.

ശങ്കർ പാപ്തിമാർ നാരായണ റാവു-പുട്ടമ്മ ദമ്പതികളുടെ മകനായി മംഗലാപുരത്തെ അശോക് നഗറിൽ 1929 ഏപ്രിൽ 27-നാണ് ജനിച്ചത്. കുടുംബാംഗങ്ങൾ മിക്കവരും അധ്യാപകർ. അവരുടെ പാതതന്നെ പിന്തുടരണം എന്ന് മാസ്റ്ററും തീരുമാനിച്ചു. അങ്ങനെയാണ് ബി എസ് സി ബി ടി പാസായതിനുശേഷം റൊസാരിയോ ഹൈസ്കൂളിൽ അധ്യാപകവൃത്തിയിലേക്ക് തിരിഞ്ഞത്. കുറച്ചുവർഷം മാത്രമേ ആ ജോലിയിൽ തുടർന്നുള്ളൂവെങ്കിലും നല്ലൊരു അധ്യാപകൻ എന്ന ഖ്യാതി നേടി.

വിദ്യാർഥി ആയിരിക്കേ വിദ്യാർഥിപ്രസ്ഥാനത്തിൽ പങ്കാളിയായി. ആ പ്രസ്ഥാനത്തിലൂടെ ദേശീയ പ്രസ്ഥാനവുമായും ബന്ധപ്പെട്ടു. മദിരാശി ഗവർണർക്കെതിരെ 1940-ൽ മംഗലാപുരത്ത് വമ്പിച്ച വിദ്യാർഥി പ്രക്ഷോഭം. മാസ്റ്ററും അതിൽ പങ്കാളിയായി. പിന്നീട് പല വിദ്യാർഥി സമരങ്ങളിലും സജീവം പങ്കെടുത്തു. സംഘടനാപ്രവർത്തനം പുരോഗമന പ്രസ്ഥാനങ്ങളുമായി അടുപ്പിച്ചു. ക്രമേണ മാസ്റ്റർ കമ്യൂണിസ്റ്റായി. ട്രേഡ് യൂണിയൻ രംഗത്തേക്കും കടന്നു.

ആദ്യകാലത്ത് ശക്തമായ ഒരു ട്രേഡ്‌യൂണിയൻ പ്രസ്ഥാനമുണ്ടായിരുന്നു മംഗലാപുരത്ത്. ബീഡി, ഓട് തുടങ്ങിയ വ്യവസായങ്ങളിൽ യൂണിയൻ കെട്ടുറപ്പുള്ളതായിരുന്നു എന്നുമാത്രമല്ല, അവയുടെ ആഭിമുഖ്യത്തിൽ ഐതിഹാസികമായ പല സമരങ്ങളും നടന്നിരുന്നു. രാമചന്ദ്രറാവു ഈ യൂണിയനുകൾ കുറെക്കൂടി ശക്തിപ്പെടുത്തുന്നതിൽ ഗണ്യമായ സംഭാവന നൽകി. അദ്ദേഹം തൊഴിലാളികൾക്ക് പ്രിയങ്കരനായി. മംഗലാപുരത്ത് എ ഐ ടി യു സി നേതാക്കളിലൊരാളായി. 1960–ൽ മുഴുവൻസമയ പ്രവർത്തനത്തിലേർപ്പെടാൻ ജോലി രാജിവെച്ചു.

കുട്ടിക്കാലം മുതൽക്കേ നല്ലൊരു വായനക്കാരൻ. സ്വയം വായിച്ച് പഠിക്കുമായിരുന്ന അദ്ദേഹം പാർട്ടി പ്രവർത്തകരുടെ രാഷ്ട്രീയ വിദ്യാഭ്യാസത്തിനും പ്രാധാന്യം കൽപ്പിച്ചു. അവരെ രാഷ്ട്രീയമായി ആയുധമണിയിക്കുന്നതിൽ പ്രത്യേക ശ്രദ്ധ പതിപ്പിച്ചു. അദ്ദേഹത്തിന്റെ രാഷ്ട്രീയ ക്ലാസുകൾ പ്രസിദ്ധം. രാഷ്ട്രീയ വിദ്യാഭ്യാസം ചെയ്യിക്കുന്നതിന്റെ ഭാഗമായി ധാരാളം ലഘുലേഖകളും ലേഖനങ്ങളും എഴുതി.

തൊഴിലാളികൾക്കിടയിലെ നിരന്തരമായ പ്രവർത്തനവും മാർക്സിസം–ലെനിനിസത്തിന്റെ പഠനവും മാർക്സിസ്–ലെനിനിസത്തിൽ നിന്ന് കമ്യൂണിസ്റ്റുപാർട്ടി വ്യതിചലിക്കുന്നത് തിരിച്ചറിയാൻ അദ്ദേഹത്തെ സഹായിച്ചു. ഈ തിരിച്ചറിവാണ് റിവിഷനിസത്തിനെതിരെ പോരാടാൻ അദ്ദേഹത്തെ പ്രാപ്തനാക്കിയത്. മംഗലാപുരത്തെ പ്രശസ്തരായ കമ്യൂണിസ്റ്റുനേതാക്കൾ റിവിഷനിസ്റ്റുകളുടെ കൂടെ നിലയുറപ്പിച്ചപ്പോൾ അദ്ദേഹം അതിനെതിരെ പോരാടി. പാർട്ടി പിളർന്നപ്പോൾ അദ്ദേഹം സി പി ഐ (എം) ന്റെ കൂടെ നിന്നു. മംഗലാപുരത്തും പരിസരങ്ങളിലും സി പി ഐ (എം) കെട്ടിപ്പടുക്കുന്നതിൽ സുപ്രധാന പങ്കുവഹിച്ചു. 1967 മുതൽ 1978 വരെ പതിനൊന്നുവർഷം സി പി ഐ (എം) ദക്ഷിണകന്നഡ ജില്ലാ സെക്രട്ടറിയായിരുന്നു. ഈ സ്ഥാനം വഹിക്കുന്നതിനിടയിലാണ് സെക്ടേറിയനിസത്തിന്റെ അരങ്ങേറ്റം. റിവിഷനിസവും സെക്ടേറിയനിസവും ഒരേ നാണയത്തിന്റെ ഇരുപുറങ്ങളാണെന്ന് അറിയാമായിരുന്ന അദ്ദേഹം സെക്ടേറിയനിസത്തിനെതിരെയും പോരാടി.

മംഗലാപുരത്തെ എ ഐ ടി യു സി നേതാക്കളിൽ ഒരാളായി മാസ്റ്റർ മാറിയ കാര്യം പറഞ്ഞല്ലോ. 1970–ൽ സി ഐ ടി യു രൂപംകൊണ്ടപ്പോൾ അതിന്റെ നേതാവായി. സി ഐ ടി യു മംഗലാപുരം ജില്ലാ സെക്രട്ടറിയായി തിരഞ്ഞെടുക്കപ്പെട്ടു. തുടക്കം മുതൽ സി ഐ ടി യുവിന്റെ കേന്ദ്ര കമ്മിറ്റി അംഗവുമായിരുന്നു. 1978–ലാണ് ട്രേഡ് യൂണിയൻ ശക്തിപ്പെടുത്താൻ ബാംഗ്ലൂർ ആസ്ഥാനമായി പ്രവർത്തിക്കണമെന്ന് പാർട്ടി അദ്ദേഹത്തോട് നിർദേശിച്ചത്. അങ്ങനെ അദ്ദേഹം ബാംഗ്ലൂരിലെത്തി. താമസിയാതെ അദ്ദേഹം സി ഐ ടി യു ജനറൽ സെക്രട്ടറിയായി തിരഞ്ഞെടുക്കപ്പെട്ടു.

ഇപ്രകാരം ട്രേഡ് യൂണിയൻ രംഗത്ത് ആകണ്ഠം മുഴുകിയ ഘട്ടത്തിലാണ് കിസാൻസഭയുടെ സംസ്ഥാന പ്രസിഡന്റിനെയും ജനറൽ

സെക്രട്ടറിയെയും പുറത്താക്കേണ്ട സാഹചര്യം സംജാതമായത്. അപ്പോൾ മാസ്റ്റർ കിസാൻസഭാരംഗത്തേക്കും പ്രവർത്തനം വ്യാപിപ്പിച്ചു. സംസ്ഥാനത്തിന്റെ ഓരോ മുക്കിലും മൂലയിലും കർഷകസംഘത്തിന്റെ ഘടകങ്ങൾ രൂപീകരിക്കാനും കർഷക പ്രശ്നങ്ങളെയും കാർഷിക പ്രശ്നങ്ങളെയും ആസ്പദമാക്കി സമരങ്ങൾ വളർത്തിക്കൊണ്ടുവരാനും അക്ഷീണം പരിശ്രമിച്ചു.

1982–ൽ അദ്ദേഹം സി പി ഐ (എം) കർണാടക സംസ്ഥാന സെക്രട്ടറിയായി തിരഞ്ഞെടുക്കപ്പെട്ടു. അതേവരെ സംസ്ഥാന സെക്രട്ടറിയായിരുന്ന ഭട്ടിനെ സംഘടനാപരമായ കാരണങ്ങളാൽ തൽസ്ഥാനത്തുനിന്ന് നീക്കിയപ്പോൾ സെക്രട്ടറിസ്ഥാനം മാസ്റ്ററുടെമേൽ വന്നുവീഴുകയായിരുന്നു. പിന്നീട് 16 വർഷത്തോളം അദ്ദേഹം സെക്രട്ടറിയായി തുടർന്നു. പാർട്ടിയുടെ കേന്ദ്രകമ്മിറ്റി അംഗമായും പ്രവർത്തിച്ചു.

സംഭവബഹുലമായ രാഷ്ട്രീയ പ്രവർത്തനത്തിനിടയിൽ കുറച്ചുകാലം ഉള്ളാൾ മണ്ഡലത്തെ കർണാടക നിയമസഭയിൽ പ്രതിനിധീകരിച്ചിട്ടുണ്ട്. ലീലാവതി റാവുവാണ് ഭാര്യ. മൂന്ന് പെൺമക്കളുമുണ്ട്. 1998 സെപ്തംബർ 18–ന് അന്തരിച്ചു.

രാമദാസ്

1925 - 1985

പാർട്ടിയുടെ ആശയങ്ങൾ ജനങ്ങളിലേക്ക് എത്തിക്കുക, എതിരാളികളുടെ വിമർശനങ്ങൾക്ക് മറുപടി പറയുക - ഒരു കമ്യൂണിസ്റ്റുപാർട്ടിയെ സംബന്ധിച്ചിടത്തോളം ഇത് അത്യന്തം പ്രധാനം. ഈ ജോലിയാണ് പത്രപ്രവർത്തനത്തിലൂടെ മുഖ്യമായും കമ്യൂണിസ്റ്റുകാർ ചെയ്യുന്നത്. ഈ ജോലി സ്തുത്യർഹമാംവിധം നിർവഹിച്ച ഒരു കമ്യൂണിസ്റ്റ് നേതാവായിരുന്നു രാമദാസ് - കമ്യൂണിസ്റ്റ് പത്രപ്രവർത്തനരംഗത്തെ അതികായൻ.

പാലക്കാട്ടെ ദേശാഭിമാന പാരമ്പര്യമുള്ള ഒരു കുടുംബത്തിൽ 1925-ൽ ജനിച്ചു. അമ്മാവൻ മലബാറിലെ സമുന്നതനായ ഒരു കോൺഗ്രസ് നേതാവ്. രാജാജിയുടെ നേതൃത്വത്തിലുള്ള പ്രഥമ കോൺഗ്രസ് മന്ത്രിസഭയിലെ അംഗം. കോൺഗ്രസിൽ വലതുപക്ഷത്തായിരുന്നു അദ്ദേഹത്തിന്റെ സ്ഥാനം. ഈ കുടുംബപശ്ചാത്തലത്തിൽ വളർന്ന രാമദാസിന് കുട്ടിക്കാലം മുതൽ രാഷ്ട്രീയത്തിൽ താൽപ്പര്യമില്ലെങ്കിലേ അൽഭുതമുള്ളൂ. നാൽപ്പതുകളുടെ ആദ്യം വിദ്യാർഥിപ്രസ്ഥാനത്തിലെ പ്രവർത്തകൻ എന്ന നിലയിൽ രാഷ്ട്രീയജീവിതം തുടങ്ങി. 1942-ൽ കമ്യൂണിസ്റ്റുപാർട്ടി അംഗമായി.

രാമദാസ് കമ്യൂണിസ്റ്റുപാർട്ടിയിൽ ചേരുമ്പോൾ ഇന്ത്യൻ സ്വാതന്ത്ര്യസമരത്തെ ഫാസിസത്തിനെതിരെ ആഗോളമായി നടക്കുന്ന സമരവുമായി കണ്ണിചേർക്കാൻ ശ്രമിക്കുകയായിരുന്നു ഇന്ത്യൻ കമ്യൂണിസ്റ്റുപാർട്ടി. അതേവരെ സാമ്രാജ്യത്വയുദ്ധമായിരുന്ന രണ്ടാം ലോകമഹായുദ്ധം ജന

കീയയുദ്ധമായി മാറി എന്ന് പാർട്ടി ഖണ്ഡിതമായി അഭിപ്രായപ്പെട്ടു. അതിന്റെ പേരിൽ കടുത്ത എതിർപ്പുകൾ പാർട്ടിക്ക് നേരിടേണ്ടിവന്നു. ഈ എതിർപ്പുകളെയൊക്കെ നേരിട്ടുകൊണ്ടുതന്നെ പാർട്ടിയുടെ ആശയങ്ങൾ പ്രചരിപ്പിക്കാൻ രാമദാസ് എന്ന യുവ വിദ്യാർഥി ഊർജസ്വലമായി പ്രവർത്തിച്ചു. തൊഴിലാളിവർഗ സാർവദേശീയതയെന്ന ആശയം അദ്ദേഹം ഉയർത്തിപ്പിടിച്ചു. അങ്ങനെയായിരുന്നു രാഷ്ട്രീയരംഗത്തെ അദ്ദേഹത്തിന്റെ അരങ്ങേറ്റം.

1945-ൽ രാമദാസ് വിദ്യാഭ്യാസം പൂർത്തിയാക്കി. പത്രപ്രവർത്തനത്തിലായിരുന്നു അദ്ദേഹത്തിന് താൽപ്പര്യം. അതുകൊണ്ട് പത്രപ്രവർത്തന ജീവിതത്തിലേക്കു തിരിഞ്ഞു. *ബോംബെ ക്രോണിക്കിൾ* അന്ന് അറിയപ്പെടുന്ന പത്രം. ഏതാനുംവർഷം അതിൽ പ്രവർത്തിച്ചു. അങ്ങനെ പത്രപ്രവർത്തനത്തിൽ പരിചയം നേടി. ആ പത്രത്തിൽനിന്ന് *ഇന്ത്യൻ എക്സ്പ്രസ്സി*ലേക്ക് മാറി. ഏതാനും മാസം അതിൽ ജോലി ചെയ്തു. ബൂർഷ്വാ പത്രങ്ങളിലെ പ്രവർത്തനം അദ്ദേഹത്തെ തൃപ്തിപ്പെടുത്തിയില്ല. 1947-ൽ മുംബൈയിലെ സെൻട്രൽ പാർട്ടി പ്രസ്സിൽ അദ്ദേഹം ചേർന്നു. പാർട്ടി നേതൃത്വമാകെ ഒളിവിലോ ജയിലിലോ ആയിരുന്നപ്പോൾ *ക്രോസ്റോഡ്* വാരികയിലെയും സെൻട്രൽ പാർട്ടി ഓഫീസിലെയും പ്രധാന പ്രവർത്തകനായി. അടിച്ചമർത്തലിന്റേതായ ആ നാളുകളിൽ *ക്രോസ്റോഡ്* കൃത്യമായി പുറത്തിറക്കുന്നതിലും പാർട്ടി സംഘടനയെ സജീവമായി നിലനിർത്തുന്നതിലും അദ്ദേഹം ഗണ്യമായ സംഭാവന നൽകി. പ്രയാസകരമായ ആ നാളുകളിൽ അദ്ദേഹം നടത്തിയ സേവനം ഒരു പ്രധാന കേഡറായി അദ്ദേഹത്തെ വളർത്തി. തുടർന്നാണ് ഒന്നാം പൊതുതിരഞ്ഞെടുപ്പ് വന്നത്. ആ തിരഞ്ഞെടുപ്പ് നിയമവിധേയ പ്രവർത്തനത്തിനുള്ള വഴി തുറന്നു.

ഇതിനിടയിൽ 1950-ൽ രാമദാസിന്റെ വിവാഹം. വധു കിറ്റി ബൂലെ. കിറ്റി വിദ്യാർഥി നേതാവായിരുന്നു. പഠനം പൂർത്തിയാക്കിയപ്പോൾ അവർ അധ്യാപകവൃത്തി സ്വീകരിച്ചു. അധ്യാപികയായി ജോലി നോക്കവേ കമ്യൂണിസ്റ്റുപ്രസ്ഥാനത്തിന്റെ വളർച്ചയ്ക്ക് തന്റെ കഴിവുകൾ വിനിയോഗിച്ചു. വിവാഹാനന്തരം ഇരുവരും പാർട്ടിക്കുവേണ്ടി ഒന്നിച്ചു പ്രവർത്തിക്കാൻതുടങ്ങി. അക്കാലത്തെ അദ്ദേഹത്തിന്റെ പ്രവർത്തനത്തെക്കുറിച്ച് ഇ എം എസ് എഴുതി:

> അദ്ദേഹത്തെ ബോംബെയിൽ കണ്ടുമുട്ടി ഏതാനും മാസം കഴിഞ്ഞപ്പോൾ പാർട്ടി ആസ്ഥാനം മാറ്റി – ആദ്യം മദിരാശിയിലേക്കും പിന്നെ ദില്ലിയിലേക്കും. നേരത്തെയുള്ള *ക്രോസ്റോഡി*നു പകരം– അതൊരു പാർട്ടി അനുകൂല പത്രമായിരുന്നു – ഔദ്യോഗിക മുഖപത്രമായി *ന്യൂ ഏജ്* പുറത്തുവന്നു. അതേപേരിലുള്ള ഒരു മാസികയും പ്രസിദ്ധീകരിച്ചു. രാമദാസ് രണ്ടിലും പ്രവർത്തിച്ചു. അതുകൊണ്ട് ഞങ്ങൾ ഇരുവരും പരസ്പരം അടുത്തു – അദ്ദേഹം

വാരികയും മാസികയും എഡിറ്റ് ചെയ്യുന്ന പ്രധാനി എന്ന നിലയിലും ഞാൻ അവയിൽ സ്ഥിരം എഴുതുന്ന ആൾ എന്ന നിലയിലും. അസഫ് അലി റോഡിലുള്ള പാർട്ടിയുടെ കേന്ദ്ര ആസ്ഥാനത്താണ് ഞങ്ങൾ താമസിച്ചത്.

അവിഭക്ത കമ്യൂണിസ്റ്റുപാർട്ടിക്കകത്ത് 1955–ൽ അഭിപ്രായവ്യത്യാസം ഉടലെടുത്തല്ലോ. അപ്പോൾ റിവിഷനിസത്തിനെതിരെ പോരാടുന്നവരോടായിരുന്നു അദ്ദേഹത്തിന് അനുഭാവം. അഭിപ്രായവ്യത്യാസം ഒന്നിനൊന്ന് മൂർഛിച്ചു. പാലക്കാട്, അമൃതസർ, വിജയവാഡ കോൺഗ്രസുകളിൽ റിവിഷനിസത്തിനെതിരെ പോരാടുന്നവർക്ക് അദ്ദേഹം പിന്തുണ നൽകി. ഇന്ത്യാ–ചൈനാ അതിർത്തിസംഘട്ടനത്തിന്റെ പശ്ചാത്തലത്തിൽ സങ്കുചിത ദേശീയവാദത്തിന്റേതായ അന്തരീക്ഷം പാർട്ടി ആസ്ഥാനത്ത് വളർന്നുവന്നപ്പോൾ രാമദാസിന് ആ അന്തരീക്ഷവുമായി പൊരുത്തപ്പെട്ടുപോകാനായില്ല. അദ്ദേഹം താമസം അഖിലേന്ത്യാ കിസാൻസഭാ ഓഫീസിലേക്കു മാറ്റി. പിന്നീട് പാർട്ടി പുനഃസംഘടിപ്പിച്ചവരിൽ മിക്കവരെയും ചൈനാചാരത്വമാരോപിച്ച് 1962–ൽ ഗവൺമെന്റ് അസ്റ്റുചെയ്യുകയും പാർട്ടിയിൽ ആധിപത്യമുള്ള നേതൃത്വം അതിനെ പ്രതിരോധിക്കാതിരിക്കുകയും ചെയ്തപ്പോൾ വിവിധ ജയിലുകളിൽ കിടക്കുന്ന നേതാക്കളുമായി നിരന്തരം ബന്ധംവെച്ചത് രാമദാസ്. നേതാക്കൾ ജയിലിൽനിന്ന് വന്നപ്പോൾ പാർട്ടിയെ ഒന്നിപ്പിച്ചുനിർത്താനുള്ള എല്ലാ ശ്രമങ്ങളും പരാജയപ്പെട്ടു. പാർട്ടി പുനഃസംഘടിപ്പിക്കാനുള്ള നീക്കമായി. ആ നീക്കത്തിൽ ഏറ്റവുമധികം സഹായിച്ചവരിൽ ഒരാൾ രാമദാസാണെന്ന് ഹർകിഷൻ സിങ് സുർജീത് അനുസ്മരിച്ചിട്ടുണ്ട്.

രാമദാസിന്റെ കഴിവുകൾ ഏറ്റവും കൂടുതൽ പ്രകടമായത് പാർട്ടി രണ്ടായതിനുശേഷമാണ്. പാർട്ടിയുടെ ഏഴാം കോൺഗ്രസ് കൽക്കത്തയിൽ നടന്നു. സി പി ഐ (എം) നിലവിൽവന്നു. ആ കോൺഗ്രസ് ഒരു പരിപാടിയും അടവുനയവും അംഗീകരിച്ചു. ആ പരിപാടിയും നയവും പാർട്ടി അണികളെയും അനുഭാവികളെയും പഠിപ്പിക്കേണ്ടതുണ്ടായിരുന്നു. അപ്പോഴേക്കും, പക്ഷേ, ഗവൺമെന്റ് പാർട്ടിക്കെതിരെ ആഞ്ഞടിച്ചു. ആയിരത്തിൽപ്പരം നേതാക്കളെയും പ്രവർത്തകരെയും അറസ്റ്റു ചെയ്ത് കാരാഗൃഹത്തിലാക്കി. ഇ എം എസും ജ്യോതിബസുവും മാത്രമേ പുറത്ത് അവശേഷിച്ചുള്ളൂ. അവർക്കാണെങ്കിൽ സംഘടനാപരവും മറ്റുമായ ഭാരിച്ച ഉത്തരവാദിത്വങ്ങൾ. അപ്പോൾ അണികളെയും അനുഭാവികളെയും പഠിപ്പിക്കുകയെന്ന ഭാരം രാമദാസിന്റെ ചുമലിൽ വന്നുവീണു. ആ ചുമതല അദ്ദേഹം ഭംഗിയായി നിറവേറ്റി എന്നത് ചരിത്രം.

പാർട്ടിക്കെതിരെ ആഞ്ഞടി വന്നപ്പോൾത്തന്നെ അദ്ദേഹം ഒളിവിൽ പോയി. വിവിധ സംസ്ഥാനങ്ങളിൽ സഞ്ചരിച്ചു. സംസ്ഥാന നേതൃത്വങ്ങളുമായി ബന്ധപ്പെട്ടു. നല്ലൊരു അണ്ടർഗ്രൗണ്ട് സംവിധാനമുണ്ടാക്കി. ഇതിനൊക്കെ പുറമെ ജ്യോതിബസുവിന്റെ മാർഗനിർദേശകത്വത്തിൽ 1965 ആഗസ്തിൽ *പീപ്പിൾസ് ഡമോക്രസി* തുടങ്ങി. മരിക്കുന്നതുവരെ അതി

ന്റെ വർക്കിങ് എഡിറ്ററായിരുന്നു. അദ്ദേഹത്തിന്റെ കഴിവുകളെക്കുറിച്ചും നേതാക്കൾ ജയിലിൽ കിടക്കുന്ന കാലത്ത് അദ്ദേഹം നൽകിയ സംഭാവനയെക്കുറിച്ചും മനസിലാക്കാൻ ഇ എം എസിന്റെ താഴെ പറയുന്ന വരികൾ മതി:

> 1966 ജനുവരിയിൽ എന്റെ അറസ്റ്റിനു തൊട്ടുമുമ്പ്, 1965-ന്റെ രണ്ടാം പകുതിയിൽ ഞങ്ങൾക്ക് നേരിടേണ്ടിവന്ന സ്ഥിതിഗതികൾ വിലയിരുത്താൻ സജീവമായി പ്രവർത്തിക്കുന്ന ഏതാനും സഖാക്കളുടെ ഒരു യോഗം കൽക്കത്തയിൽ വിളിച്ചുകൂട്ടി. ജ്യോതിബസുവിന്റെ അറസ്റ്റിനുശേഷം അറിയപ്പെടുന്ന അഖിലേന്ത്യാ നേതാക്കളിൽ അവശേഷിച്ച ആളെന്ന നിലയിൽ ഇന്ത്യാ-ചൈനാ സംഘട്ടനം, ഇന്തോ-പാക് ബന്ധം, കാശ്മീർ എന്നീ പ്രശ്നങ്ങളിൽ പാർട്ടി നയത്തെ ന്യായീകരിച്ചുകൊണ്ട് അഖിലേന്ത്യാതലത്തിൽ എനിക്കൊരു ക്യാമ്പെയ്ൻ നടത്തേണ്ടിവന്നു. എന്റെ അഖിലേന്ത്യാ സന്ദർശനത്തിന്റെയും *പീപ്പിൾസ് ഡമോക്രസി*യുടെ താളുകളിലൂടെ നടത്തിയ ക്യാമ്പെയ്ന്റെയും അനുഭവങ്ങൾ ഞങ്ങൾക്ക് ക്രോഡീകരിക്കേണ്ടിയിരുന്നു. ആ അണ്ടർഗ്രൗണ്ട് യോഗത്തിനുവേണ്ടി രാഷ്ട്രീയവും സംഘടനാപരവുമായ തയാറെടുപ്പുകൾ നടത്തിയത് രാമദാസ് ആയിരുന്നു. ആ യോഗം ചർച്ചകൾക്കുശേഷം ഒരു പ്രസ്താവന അംഗീകരിച്ചു. ആ പ്രസ്താവന എന്റെ പേരിൽ പത്രങ്ങൾക്കു നൽകി. ആ അണ്ടർഗ്രൗണ്ട് യോഗം വിജയിപ്പിക്കുന്നതിൽ രാമദാസ് നടത്തിയ പ്രവർത്തനം എനിക്ക് അനുസ്മരിക്കാതിരിക്കാനാവില്ല.

നേതാക്കൾ ജയിലിൽനിന്നു പുറത്തുവന്ന് കഷ്ടിച്ച് ഒരുവർഷം കഴിഞ്ഞപ്പോൾ ഇടതുപക്ഷ സാഹസികരിൽനിന്നുള്ള ഗുരുതരമായ വെല്ലുവിളിയെ പാർട്ടിക്ക് നേരിടേണ്ടിവന്നു. അത് ചില സംസ്ഥാനങ്ങളിലെങ്കിലും നിസ്സാരമല്ലാത്ത പ്രത്യാഘാതമുണ്ടാക്കി. അവരുടെ കടന്നാക്രമണങ്ങളിൽനിന്ന് പാർട്ടിയെ രക്ഷിക്കാൻ രാമദാസ് മുൻപന്തിയിൽ നിന്നു.

1968-ൽ അദ്ദേഹം കേന്ദ്രകമ്മിറ്റിയിലേക്ക് തിരഞ്ഞെടുക്കപ്പെട്ടു. അപ്പോൾ അദ്ദേഹത്തിന്റെ ഉത്തരവാദിത്വം ഒന്നുകൂടി വർധിച്ചു. *മാർക്സിസ്റ്റ്* തുടങ്ങിയപ്പോൾ അത് പുറത്തിറക്കുന്നതിനുള്ള ഉത്തരവാദിത്വവും അദ്ദേഹത്തിന് ഏറ്റെടുക്കേണ്ടിവന്നു. ആ ഉത്തരവാദിത്വങ്ങളൊക്കെ അദ്ദേഹം നിറവേറ്റി. 1985 നവംബർ 8-ന് അന്തരിച്ചു.

പി രാമമൂർത്തി

1908 - 1987

ഇന്ത്യൻ കമ്യൂണിസ്റ്റ് പ്രസ്ഥാനത്തിന്റെ ആദ്യകാല നേതാക്കളിലൊരാളും തമിഴ്നാട്ടിൽ പാർട്ടിയുടെ സ്ഥാപകനും സ്വാതന്ത്ര്യസമരരംഗത്തെ ഉജ്ജ്വലപോരാളിയുമായിരുന്നു പി രാമമൂർത്തി. അക്ഷരാർഥത്തിൽ ത്യാഗോജ്ജ്വലമായ, വർണശബളമായ ഒരു ജീവിതത്തിന്റെ ഉടമ.

സഖാക്കൾക്കും സുഹൃത്തുക്കൾക്കുമിടയിൽ പി ആർ എന്ന രണ്ടക്ഷരത്തിൽ അറിയപ്പെട്ട പി രാമമൂർത്തി 1908 സപ്തംബർ 20 ന് ജനിച്ചു. തഞ്ചാവൂർ ജില്ലയിലെ കുംഭകോണത്തിനടുത്ത വേപ്പത്തൂർ ഗ്രാമത്തിൽ. ജന്മനാ കാലിൽ മുടന്തുണ്ടായിരുന്നു. പിതാവ് ഒരു യാഥാസ്ഥിതിക ബ്രാഹ്മണൻ. സംസ്കൃതവും വേദവും പഠിപ്പിക്കുകയായിരുന്നു മുഖ്യ ജോലി. കുട്ടിക്കാലത്ത് സംസ്കൃത പണ്ഡിതനാകുന്നതിനുള്ള അധ്യയനം പ ആറും നടത്തി. പക്ഷേ പി ആർ അങ്ങനെ ആവരുതെന്നായിരുന്നു ചരിത്രത്തിന്റെ വിധി. ഭാവി എങ്ങനെ ആയിത്തീരും എന്നതിന്റെ സൂചനകൾ കുട്ടിക്കാലം മുതൽ വ്യക്തമാവാൻ തുടങ്ങി. അനീതി എവിടെക്കണ്ടാലും ചോദ്യം ചെയ്യും. നീതിക്കുവേണ്ടി ശക്തിയുക്തം വാദിക്കും. സദാ മനുഷ്യസ്നേഹപരമായ പ്രവർത്തനങ്ങളിൽ ഏർപ്പെടും. തികഞ്ഞ ഈ മനുഷ്യസ്നേഹമാവണം ഹരിജൻ കുട്ടികളുമായി സൗഹൃദം സ്ഥാപിക്കാൻ പ്രേരണയായത്. അതിന്റെ പേരിൽ വീട്ടിൽ നിന്നുതന്നെ നേരിടേണ്ടിവന്നു. കടുത്ത എതിർപ്പ്.

ചെറുപ്പത്തിൽ തന്നെ പിതാവ് നഷ്ടപ്പെട്ടു. അതിനാൽ മുത്തച്ഛന്റെ സംരക്ഷണയിലാണ് വളർന്നത്. നാലു സഹോദരിമാരുടെ ഏക സഹോ

പി രാമമൂർത്തി, ഇ ബാലാനന്ദൻ, ഗോദാവരി പരുലേക്കർ എന്നിവർ കൊറിയൻ സന്ദർശനവേളയിൽ

ദരനായിരുന്നു പി ആർ. അതുകൊണ്ട് എല്ലാവരും വാത്സല്യവും സ്നേഹവും വാരിക്കോരി ചൊരിഞ്ഞു.

കുട്ടിയായിരിക്കെ, കുടുംബം മദിരാശിയിലേക്ക് മാറി. അതും ട്രിപ്ലിക്കെയിൻ പ്രദേശത്ത്. ദേശീയ പ്രസ്ഥാനത്തിന്റെ അലകൾ അടിച്ചുകയറാൻ തുടങ്ങിയ കാലം. പ്രമുഖരായ പല ദേശീയനേതാക്കളും ട്രിപ്ലിക്കെയിൻ പ്രദേശത്തായിരുന്നു താമസം. അവിടത്തെ ഹിന്ദു ഹൈസ്കൂ

ളിൽ ചേർന്നു. സാമ്രാജ്യത്വവിരുദ്ധ വികാരം മുറ്റിനിന്ന അന്തരീക്ഷത്തിലായിരുന്നു പഠനം. ട്രിപ്ലിക്കെയിനിലെ മറീനാ കടപ്പുറത്ത് പതിവായി കോൺഗ്രസ് യോഗങ്ങളുണ്ടാവും. പ്രസംഗം കേൾക്കാൻ മുൻനിരയിൽത്തന്നെ പി ആറും. ബാലഗംഗാധരതിലകന്റെയും ആനിബസന്റിന്റെയും പ്രസംഗങ്ങൾ കുട്ടിയെ ഏറെ ആകർഷിച്ചു. എങ്കിലും അവയുടെ അർഥം പൂർണമായും മനസിലായില്ല. ക്രമേണ ദേശാഭിമാനം ഉണർന്നു. സുബ്രഹ്മണ്യഭാരതിയുടെ ഗാനങ്ങളും കവിതകളും അതിൽ വലിയ പങ്ക് വഹിച്ചു. ഭാരതി പി ആറിന്റെ അതേ തെരുവിലായിരുന്നു താമസം.. റൗളത് നിയമത്തിനെതിരെ പ്രക്ഷോഭവും ജാലിയൻവാലാബാഗ് സംഭവവും അതിനെതിരെ രാജ്യത്താകെ വീശിയടിച്ച രോഷത്തിന്റെ കൊടുങ്കാറ്റും പി ആറിന്റെ ദേശാഭിമാനത്തെ ജ്വലിപ്പിച്ചു.

1920 സപ്തംബറിൽ ഇന്ത്യൻ നാഷണൽ കോൺഗ്രസ് സമ്മേളനം കൽക്കത്തയിൽ. ആ സമ്മേളനം ഗാന്ധിജിയുടെ മുൻകൈയോടെ നിസഹകരണ പ്രസ്ഥാനത്തിന് ആഹ്വാനം നൽകി. കോടതികളും വിദ്യാഭ്യാസ സ്ഥാപനങ്ങളും വിദേശച്ചരക്കുകളും ബഹിഷ്കരിക്കാൻ ജനങ്ങളെ ഉദ്ബോധിപ്പിച്ചു. സമരത്തിന്റെ പ്രചാരണാർഥം ഗാന്ധിജി രാജ്യവ്യാപകമായി പര്യടനം നടത്തി. പര്യടനത്തിനിടയിൽ വലിയൊരു സമ്മേളനത്തെ മറീനാ കടപ്പുറത്ത് അഭിസംബോധന ചെയ്തു. ഗാന്ധിജിയുടെ പ്രസംഗം കേൾക്കാൻ കടപ്പുറത്ത് സ്ഥാനം പിടിച്ചവരിലൊരാൾ സ്കൂൾ വിദ്യാർഥിയായ രാമമൂർത്തി. പ്രസംഗം തന്നെ ഇഷ്ടപ്പെട്ടു. അതിൽനിന്ന് ആവേശമുൾക്കൊണ്ട് സ്കൂളിനോട് വിടപറയാനും സാമ്രാജ്യത്വവിരുദ്ധ സമരത്തിൽ മുഴുകാനും തീരുമാനിച്ചു.

അതിനുശേഷം നേരെ വണ്ടി കയറി. അലഹബാദിലേക്ക് ടിക്കറ്റില്ലാത്ത യാത്ര. സ്കൂളുകളും മറ്റും ബഹിഷ്കരിക്കാനുള്ള ഗാന്ധിജിയുടെ ആഹ്വാനത്തിന്റെ പശ്ചാത്തലത്തിൽ പുരുഷോത്തംദാസ് ഠണ്ടനും പണ്ഡിറ്റ് ജവാഹർലാൽ നെഹ്റുവും അവിടെ ഒരു നാഷണൽ സ്കൂൾ ആരംഭിച്ചിരുന്നു. നെഹ്റുവിനെയും ഠണ്ടനെയും കണ്ട് പി ആർ ആ സ്കൂളിൽ വിദ്യാർഥിയായി പേര് രജിസ്റ്റർ ചെയ്തു.

സ്കൂളുകളും കോളേജുകളും ബഹിഷ്കരിക്കാനുള്ള ആഹ്വാനപ്രകാരം കോൺഗ്രസ് നേതാക്കളുടെ മുൻകൈയോടെ രാജ്യത്തിന്റെ പല ഭാഗങ്ങളിലും നാഷണൽ സ്കൂളുകളും കോളേജുകളും ആരംഭിച്ചു. ഗാന്ധിജിയുടെ സബർമതി ആശ്രമത്തിൽ ഒരു നാഷണൽ യൂണിവേഴ്സിറ്റിപോലും തുറന്നു. ഇപ്രകാരം ആരംഭിച്ച വിദ്യാഭ്യാസ സ്ഥാപനങ്ങളിൽ ഒന്നാണ് അലഹബാദിലെ നാഷണൽ സ്കൂൾ. ഇത്തരം സ്കൂളുകൾ ദേശാഭിമാനപരമായ ആശയങ്ങൾ വിദ്യാർഥികൾക്ക് പകർന്നു നൽകി. ഈ ആശയങ്ങളാൽ പ്രചോദിതനായ രാമമൂർത്തി കോൺഗ്രസിന്റെ പ്രവർത്തനങ്ങളിൽ പങ്കെടുക്കാൻ തുടങ്ങി. അപ്പോൾ അദ്ദേഹത്തിന് വയസ് പതിമൂന്ന്.

നിസഹകരണ പ്രസ്ഥാനം ഒരു കൊടുങ്കാറ്റായി രാജ്യമാകെ ആഞ്ഞു

സി ഐ ടി യുവിന്റെ ഒരു സമ്മേളനവേദിയിൽ.
ഇ ബാലാനന്ദൻ, ബി ടി ആർ, പി രാമമൂർത്തി തുടങ്ങിയവരെ കാണാം

വീശി. എല്ലാ വിഭാഗങ്ങളിലും പെട്ട ജനങ്ങൾ സമരരംഗത്തേക്കു വന്നു. ആ ഘട്ടത്തിലാണ് ചൗരിചൗര സംഭവത്തിന്റേ പേരിൽ ഗാന്ധിജി നിസഹകരണപ്രസ്ഥാനം പിൻവലിച്ചത്. രാജ്യത്തിലെ ദേശാഭിമാനികളെ മുഴുവൻ ഈ തീരുമാനം ഞെട്ടിച്ചു. സാമ്രാജ്യത്വവിരുദ്ധ പ്രസ്ഥാനത്തിന്റെ ആത്മവീര്യം പൂർണമായും നഷ്ടപ്പെട്ടു. നാഷണൽ സ്കൂൾ വിദ്യാർഥികൾക്കിടയിൽ നിരാശ പടർന്നുപിടിച്ചു. അവർ സ്കൂൾ വിടാൻ തുടങ്ങി. അലഹബാദ് സ്കൂളിലെ മിക്ക വിദ്യാർഥികളും സ്കൂളിനോട് വിടപറഞ്ഞപ്പോൾ പി ആറും അവിടത്തെ പഠനം നിർത്തി. അദ്ദേഹം. പക്ഷേ സബർമതി സ്കൂളിൽ ചേരാൻ ഗുജറാത്തിലേക്ക് പോയി. സ്കൂളിന്റെ നടത്തിപ്പുകാരൻ രാജാജി. അദ്ദേഹത്തിന്റെ ഉപദേശപ്രകാരം 1922 ൽ മദിരാശിക്ക് മടങ്ങി.

ഒരിക്കൽകൂടി ട്രിപ്ലിക്കെയിൻ സ്കൂളിൽ ചേർന്നു. അവിടെ സ്കൂൾ വിദ്യാഭ്യാസം പൂർത്തിയാക്കിയതിന് ശേഷം പ്രസിഡൻസി കോളേജിൽ ചേർന്നു. കോളേജ് വിദ്യാർഥിയായപ്പോഴും കോൺഗ്രസ് പാർട്ടി പ്രവർത്തനം തുടർന്നു. കോൺഗ്രസുകാരടങ്ങിയ സ്വരാജ് പാർട്ടിയിലും പ്രവർത്തിച്ചു. ലജിസ്ളേറ്റീവ് കൗൺസിലിലേക്ക് നടന്ന തിരഞ്ഞെടുപ്പിൽ കോൺഗ്രസിന് വേണ്ടി നടത്തിയ വോട്ടുപിടിത്തം പൊലീസിന്റെ ശ്രദ്ധയിൽപ്പെട്ടു. അവർ വിവരം കോളേജ് പ്രിൻസിപ്പലിനെ അറിയിച്ചു.

രാഷ്ട്രീയം ഉപേക്ഷിക്കുന്നില്ലെങ്കിൽ കോളേജിൽനിന്ന് പുറത്താക്കുമെന്ന് പ്രിൻസിപ്പൽ മുന്നറിയിപ്പ് നൽകി. പുറത്താക്കലിനൊന്നും കാത്തു നിൽക്കാതെ പി ആർ സ്വയം ആ കോളേജ് വിദ്യാഭ്യാസം മതിയാക്കി. 1924 ൽ നേരെ യു പി യിലേക്ക് പോയി. പണ്ഡിറ്റ് മദനമോഹനമാളവ്യ സ്ഥാപിച്ച ബനാറസ് ഹിന്ദു യൂണിവേഴ്സിറ്റിയിൽ ചേരാൻ. ഇവിടെയും സാമ്രാജ്യത്വവിരുദ്ധ സമരത്തിൽ ഊർജ്ജസ്വലരായി പ്രവർത്തിച്ചു.

1926 ൽ ലക്നോവിൽ ഭഗത്സിങ് നൗജവാൻ ഭാരത് സഭ സ്ഥാപിച്ചു. അടുത്തവർഷം പി ആർ അതുമായി ബന്ധം പുലർത്തി. ബനാറസിലും ചുറ്റുപാടും അതിന്റെ പ്രവർത്തനങ്ങളിൽ പങ്കെടുത്തു. അതേവർഷം 63 ദിവസത്തെ നിരാഹാര സമരത്തെത്തുടർന്ന് രക്തസാക്ഷിയായ ജതീൻദാസിന്റെ മൃതദേഹവും വഹിച്ചുകൊണ്ടുള്ള വണ്ടി ബനാറസ് സ്റ്റേഷൻ വഴി കൽക്കത്തക്ക് പോയി. അപ്പോൾ ജതീൻദാസിന് ആദരാഞ്ജലി അർപ്പിക്കാൻ ബനാറസ് സ്റ്റേഷനിലേക്ക് വലിയൊരു പ്രകടനം നടന്നു. അത് നയിച്ചവരിൽ ഒരാൾ പി രാമമൂർത്തി.

1927–28 കാലത്ത് സൈമൻ കമ്മീഷൻ മടങ്ങിപ്പോവുക എന്ന മുദ്രാവാക്യം രാജ്യത്തൊട്ടാകെ പ്രതിധ്വനിച്ചു. കമ്മീഷൻ പോകുന്നേടത്തൊക്കെ വമ്പിച്ച പ്രതിഷേധപ്രകടനങ്ങൾ ലക്നോവിൽ അതിശക്തമായി കരിങ്കൊടിപ്രകടനം ബനാറസിൽ അത് ആവർത്തിക്കുമോ എന്നു ഭയന്ന് കമ്മീഷൻ അംഗങ്ങളെ ബോട്ടുവഴി ഗംഗാനദിയുടെ മറുകര കടത്താൻ അധികൃതർ പരിപാടി തയ്യാറാക്കി. അവിടെയായിരുന്നു കമ്മീഷൻ അംഗങ്ങൾക്ക് താമസിക്കാൻ ഏർപ്പാട് ചെയ്തത്. വിവരമറിഞ്ഞ പി ആറും സഖാക്കളും രഹസ്യമായി 30 ചെറിയ ബോട്ടുകൾ വാകയ്ക്കെടുത്തു. നദിയുടെ പല ഭാഗങ്ങളിലായി ബോട്ടുകൾ നിലയുറപ്പിക്കാൻ ഏർപ്പാടു ചെയ്തു. കമ്മീഷൻ അംഗങ്ങളേയും വഹിച്ചുകൊണ്ടുള്ള സ്റ്റീമർ പ്രത്യക്ഷപ്പെടേണ്ട താമസം പല ഭാഗങ്ങളിലായ നിലയുറപ്പിച്ച ബോട്ടുകൾ അങ്ങോട്ടേക്കുനീങ്ങി. അതിനെ വളഞ്ഞ് കരിങ്കൊടി പ്രകടനം നടത്തി. വിജയകരമായ ഈ പരിപാടിയുടെ ,സൂത്രധാരൻ പി ആർ പൊലീസുകാരെപ്പോലും അത്ഭുതപ്പെടുത്തി ഈ സംഭവം. അവർ ആരെയും അറസ്റ്റ് ചെയ്തില്ല.

1928 ഡിസംബറിൽ കോൺഗ്രസിന്റെ ചരിത്രപ്രധാനമായ ലാഹോർ സമ്മേളനം. അതിൽ പ്രതിനിധിയെന്ന നിലയിൽ രാമമൂർത്തി പങ്കെടുത്തു. കോൺഗ്രസിന്റെ ഈ സമ്മേളനമാണ് പൂർണസ്വാതന്ത്ര്യപ്രമേയം അംഗീകരിച്ചതും ജനുവരി 26 സ്വാതന്ത്ര്യ ദിനമായി ആഘോഷിക്കാൻ ആഹ്വാനം ചെയ്തതും. (ഇപ്പോൾ ജനുവരി 26 റിപ്പബ്ളിക് ദിനമായാണ് ആഘോഷിക്കുന്നത്). ഈ കോൺഗ്രസ്സിനെത്തുടർന്നാണ് രണ്ടാം നിയമലംഘന പ്രസ്ഥാനത്തിന്റെ തുടക്കം. ഉപ്പുസത്യഗ്രഹവും വിദേശവസ്ത്രങ്ങൾ വിൽക്കുന്ന കടകൾ പിക്കറ്റുചെയ്യലുമായിരുന്നു സമരരൂപങ്ങൾ. ഈ പ്രസ്ഥാനം രാജ്യമാകെ പടർന്നു. 1930 ഏപ്രിലിൽ മറ്റു യുവസ്വാതന്ത്ര്യപ്പോരാളികളോടൊപ്പം രാമമൂർത്തി ബനാറസിലെ വിദേശത്തുണി

വിൽക്കുന്ന ഏറ്റവും വലിയ കടയുടെ മുമ്പിലേക്ക് പോയി പ്രസംഗം ആരംഭിച്ചു. ഹിന്ദിയിലുള്ള ശക്തമായ പ്രസംഗം വലിയൊരു ജനക്കൂട്ടത്തെ ആകർഷിച്ചു. പ്രസംഗത്തിന്റെ അവസാനം പോക്കറ്റിൽനിന്ന് ഒരു കഷ്ണം വിദേശത്തുണിയെടുത്ത് കത്തിച്ചു. പൊലീസ് അദ്ദേഹത്തിന്റെ മേൽ ചാടിവീണ് അറസ്റ്റ് ചെയ്തു. ബ്രിട്ടീഷുകാർ എഴുതിയുണ്ടാക്കിയ നിയമം താൻ മനഃപൂർവ്വം ലംഘിക്കുകയായിരുന്നുവെന്ന് കോടതിയിൽ അദ്ദേഹം പ്രഖ്യാപിച്ചു. കോടതി ആറ് മാസത്തെ തടവുശിക്ഷ വിധിച്ചു. അങ്ങനെ 22–ാം വയസിൽ ജയിൽ വാസത്തിന്റെ ആദ്യാനുഭവം.

ജയിൽമോചിതനായ ഉടൻ മദിരാശിക്ക് തിരിച്ചു. വീണ്ടും സാമ്രാജ്യത്വവിരുദ്ധ സമരത്തിൽ ആണ്ടിറങ്ങി. തമിഴ്നാട്ടിൽ ഉപ്പുസത്യഗ്രഹവും വിദേശ വസ്ത്രഷാപ്പ് പിക്കറ്റിങ്ങും തുടർന്നെങ്കിലും അതിന്റെ ശക്തി ക്രമേണ കുറഞ്ഞു. പി ആർ ഉൾപ്പെടെയുള്ള യുവനേതാക്കൾ സമരം ശക്തിപ്പെടുത്താൻ പുതിയ പദ്ധതികൾ ആവിഷ്കരിച്ചു. രാമമൂർത്തി സംസ്ഥാനത്തൊട്ടാകെ ചുറ്റി സഞ്ചരിച്ചു. വളണ്ടിയർമാരെ റിക്രൂട്ട് ചെയ്തു. അവരെ മദിരാശിയിലെത്തിച്ചു. മദിരാശിയിൽ അദ്ദേഹം പണം പിരിച്ചു. വളണ്ടിയർമാർക്ക് ഭക്ഷണവും താമസസൗകര്യങ്ങളും ഏർപ്പാടു ചെയ്തു. സമരത്തിന്റെ ഈ ഘട്ടത്തിൽ പൊലീസ് മൃഗീയമായ മർദനം കെട്ടഴിച്ചുവിട്ടു.

ജയപ്രകാശ് നാരായണൻ മൂന്ന് തവണ മദിരാശി സന്ദർശിച്ചു. സമരം ശക്തിപ്പെടുത്തുന്നതിനുള്ള ഉപദേശം തേടാൻ മൂന്ന് തവണയും പി ആർ അദ്ദേഹത്തെ കണ്ടു. അപ്പോഴേക്കും അദ്ദേഹത്തിന് ഒളിവിലിരുന്ന് പ്രവർത്തിക്കേണ്ടിവന്നു. 1932 ആഗസ്തിൽ മറീനാ ബീച്ചിൽ വളണ്ടിയർമാരുടെ ഒരു രഹസ്യയോഗം നടത്തിക്കൊണ്ടിരിക്കെ അദ്ദേഹം പൊലീസ് പിടിയിലായി. പൊലീസ് മർദിച്ച് കോടതിയിൽ ഹാജരാക്കി. കോടതി ആറു മാസത്തെ തടവുശിക്ഷ നൽകി. 500 രൂപ പിഴയും. പിഴ അടയ്ക്കുന്നില്ലെങ്കിൽ മൂന്ന് മാസം കൂടി ജയിലിൽ കിടക്കണം. പി ആറിനെ ആദ്യം മദിരാശി ജയിലിലും പിന്നീട് മധുര ജയിലിലും പാർപ്പിച്ചു.. മധുര ജയിലിലെ മനുഷ്യോചിതമല്ലാത്ത പരിതഃസ്ഥിതികൾക്കെതിരെ നിരാഹാരസമരം സംഘടിപ്പിക്കുന്നതിൽ മുൻപന്തിയിൽ നിന്നു.

ഗാന്ധി – ഇർവിൻ സന്ധിയെത്തുടർന്ന് ദളിതരുടെ പ്രശ്നം ഏറ്റെടുക്കേണ്ടതിന്റെ പ്രാധാന്യം ഗാന്ധിജിക്ക് ബോധ്യമായി. ഹരിജൻ സേവക് സംഘ് രൂപവൽക്കരിച്ചു. മദിരാശിയിൽ ഈ പ്രവർത്തനം ഏറ്റെടുത്തത് പി ആർ. ചേരികളിൽ സോപ്പും എണ്ണയും വിതരണം ചെയ്യുക എന്നതായിരുന്നു തുടക്കത്തിൽ 'ഹരിജൻ' പ്രവർത്തനത്തിന്റെ രൂപം. ഈ ജോലി പി ആർ അത്യന്തം ക്ഷമയോടെ നടത്തിയെങ്കിലും ഇമ്മാതിരി പ്രവർത്തനങ്ങൾ അദ്ദേഹത്തെ ആവേശം കൊള്ളിച്ചില്ല. ട്രിപ്ലിക്കെയിനിലെ പ്രസിദ്ധമായ വൈഷ്ണവക്ഷേത്രപരിസരത്തെ ചെരുപ്പുകുത്തികളെ സംഘടിപ്പിച്ച് ബ്രാഹ്മണന്മാർക്ക് മാത്രം പങ്കെടുക്കാൻ അനുവാദമുള്ള ഭജന സംഘത്തോടൊപ്പം ക്ഷേത്രപ്രദക്ഷിണം ചെയ്യിക്കുന്നതിൽ അദ്ദേഹം വിജ

യിച്ചു. ഈ സംഭവം വലിയ ഒച്ചപ്പാടുണ്ടാക്കി. ആരാധനയ്ക്കുള്ള ചില അവകാശങ്ങൾ ചെരുപ്പുകുത്തികൾക്ക് അനുവദിച്ചുകിട്ടിയെന്നതാണ് ഈ സംഭവത്തിന്റെ ഫലം. ഇമ്മാതിരി പ്രവർത്തനങ്ങൾ അനുവദിക്കരുതെന്ന് യാഥാസ്ഥിതിക ബ്രാഹ്മണനേതാക്കൾ ഗാന്ധിജിയോട് അഭ്യർഥിച്ചു. എങ്കിലും അതിൽ ഇടപെടാൻ ഗാന്ധിജി വിസമ്മതിച്ചു.

1933 ൽ കോൺഗ്രസ് നേതാക്കളെ മറ്റൊരുവട്ടം അറസ്റ്റ് ചെയ്യാൻ തുടങ്ങി. അതിനിടയിൽ കോൺഗ്രസ് സമ്മേളനം കൽക്കത്തയിൽ, അവിടെ സമ്മേളനം നിരോധിച്ചു. എങ്കിലും നിരോധനം ലംഘിച്ച് പി ആർ അതിൽ പങ്കെടുത്തു. പേരുകേട്ട സ്വാതന്ത്ര്യസമര സേനാനി നെല്ലി സെൻഗുപ്ത പോലീസ് വലയം ഭേദിച്ച് മൈതാനമധ്യത്തിൽ ത്രിവർണ പതാക ഉയർത്തി. അവിടെ അപ്പോൾ തടിച്ചുകൂടിയ വളണ്ടിയർമാരിലൊരാൾ പി ആർ. അവരെ മൃഗീയമായി ലാത്തിച്ചാർജ് നടത്തി പിരിച്ചുവിടുകയായിരുന്നു.

കൽക്കത്തയിൽ നിന്ന് മടങ്ങിവന്നതിനുശേഷം ദേശീയ സമരത്തിലെ പ്രവർത്തനം പി ആർ തുടർന്നു. ബ്രിട്ടീഷ് ഗവൺമെന്റിനെ അട്ടിമറിക്കാൻ ഗൂഢാലോചന നടത്തി എന്ന പേരിൽ ഒട്ടേറെ യുവ കോൺഗ്രസുകാർക്കെതിരെ ബ്രിട്ടീഷ് ഗവൺമെന്റ് ഒരു ഗൂഢാലോചനക്കേസ് കെട്ടിച്ചമച്ചു. 1930–31 കാലത്തെ ജയിൽജീവിതത്തിനിടയിൽ ദേശീയ വിപ്ലവകാരികളുമായി അവർ പുലർത്തിയ ബന്ധം പ്രതികൾക്ക് നൽകിയ കുറ്റപത്രത്തിൽ അടിവരയിട്ട് പറഞ്ഞു. ഈ പ്രതികളിൽ ചിലർ പിൽക്കാലത്ത് കമ്യൂണിസ്റ്റ് നേതാക്കളായി. മറ്റുള്ളവർ ഉശിരൻ കോൺഗ്രസുകാരായി തുടർന്നു. ദേശീയ വിപ്ലവകാരികളുമായി ബന്ധമുണ്ടെന്ന ആരോപണം മൂലം അവർക്ക് നിയമസഹായം നൽകാൻ മുന്നോട്ടുവന്നത് വളരെക്കുറച്ചുപേർ മാത്രം. എങ്കിലും നിയമരംഗത്തെ ചില സുഹൃത്തുക്കളുടെ സഹായത്തോടെ കേസ് നടത്തി. ഡിഫൻസ് കമ്മിറ്റി രൂപവൽക്കരിക്കുക, കേസ് നടത്താൻ പണം പിരിക്കുക, സാക്ഷികളെ ഉണ്ടാക്കുക തുടങ്ങിയ ജോലികൾ സ്വയം നിർവഹിച്ചു. പ്രതികളെ രണ്ടുവർഷം മുതൽ ആറു വർഷം വരെ തടവുശിക്ഷയ്ക്ക് വിധിച്ചു.

ആ അനുഭവം ഈ യുവപോരാളിയുടെ ജീവിതത്തിൽ ഒരു വഴിത്തിരിവ് കുറിച്ചു. ബ്രിട്ടീഷ് ഭരണത്തിനെതിരെ കലാപത്തിനിറങ്ങാൻ ആഹ്വാനം ചെയ്തുകൊണ്ട് രാജ്യദ്രോഹപരമായ പ്രസംഗം നടത്തി എന്നാരോപിച്ച് 1934 ൽ പി സുന്ദരയ്യയെ അറസ്റ്റുചെയ്തു. ദക്ഷിണേന്ത്യയിലാകെ സാമ്രാജ്യത്വവിരുദ്ധ പ്രസ്ഥാനം കെട്ടിപ്പടുക്കുന്നതിലേർപ്പെട്ടിരിക്കുകയായിരുന്നു അപ്പോൾ പി എസ്. ഈ കേസ് മദിരാശിയിൽ വിചാരണയ്ക്കു വന്നു. സുന്ദരയ്യയെ നിയമപരമായി പ്രതിരോധിക്കാൻ പി ആർ ഏർപ്പാടുണ്ടാക്കി. പി ആർ ഏർപ്പാട് ചെയ്ത അഭിഭാഷകൻമാർ തീവ്രമായി ശ്രമിച്ചിട്ടും പി എസിനെ വെറുതെ വിടുവിക്കാന് കഴിഞ്ഞില്ല. അദ്ദേഹത്തെ രണ്ടുവർഷത്തെ തടവിന് ശിക്ഷിച്ചു.

പി ആർ ആദ്യമായി കണ്ടുമുട്ടി ചർച്ച നടത്തിയ കമ്യൂണിസ്റ്റ് നേതാവ്

അമീർഹൈദർഖാൻ. ഇത് 1932 ലായിരുന്നു. ഹൈദർഖാൻ പി ആറിൽ വലിയ മതിപ്പുളവാക്കിയെങ്കിലും അദ്ദേഹവുമായി നടത്തിയ ചർച്ച പിന്നീട് തുടർന്നില്ല. കേസ് വിചാരണയ്ക്കിടയിൽ പി സുന്ദരയ്യയുമായി പലതവണ ചർച്ച നടത്താൻ ഇടയായി. അപ്പോൾ സുന്ദരയ്യ കമ്യൂണിസ്റ്റ് പാർട്ടി സംഘടിപ്പിക്കുന്നതിനുള്ള പ്രവർത്തനത്തിൽ വ്യാപൃതനായരുന്നു,. സുന്ദരയ്യയെ കണ്ടുമുട്ടിയതിനുശേഷമാണ് കമ്യൂണിസ്റ്റ് പ്രസ്ഥാനത്തിന്റെ മൗലികപരിപാടിയും നയങ്ങളും പി ആർ ശരിക്കും മനസിലാക്കിയത്. തൊഴിലാളിവർഗ പാർട്ടിയുടെ നേതൃത്വത്തിൽ തൊഴിലാളികളുടെയും കൃഷിക്കാരുടേയും വിപ്ലവുപ്രസ്ഥാനത്തിന് മാത്രമേ സാമ്രാജ്യത്വവിരുദ്ധവിപ്ലവം പൂർണമായി വിജയത്തിലെത്തിക്കാൻ കഴിയൂ എന്ന് സുന്ദരയ്യയുമായുള്ള ചർച്ച പി ആറിനെ ബോധ്യപ്പെടുത്തി. അങ്ങനെ കേരളത്തിൽ ഇ എം എസിനെ എന്നപോലെ തമിഴ്നാട്ടിൽ പി ആറിനെയും കമ്യൂണിസ്റ്റാക്കി മാറ്റുന്നതിൽ സുന്ദരയ്യ പ്രധാന പങ്ക് വഹിച്ചു.

അതേ വർഷം അതായത് 1934 ൽ പി ആർ തമിഴ്നാട് കോൺഗ്രസ് കമ്മിറ്റിയിലേക്കും അതിന്റെ പ്രവർത്തകസമിതിയിലേക്കും തിരഞ്ഞെടുക്കപ്പെട്ടു. കോൺഗ്രസിന്റെ പട്ന സമ്മേളനം കഴിഞ്ഞ ഉടൻ ഒരുപ്രത്യേക സമ്മേളനത്തിൽ വെച്ച് (1934) കോൺഗ്രസ് സോഷ്യലിസ്റ്റ് പാർട്ടി രൂപവൽക്കരിക്കപ്പെട്ടു. ഇ എം എസും കേരളത്തിൽ നിന്നുള്ള മറ്റുള്ളവരും പുതിയ പാർട്ടിയുടെ നേതൃത്വത്തിലേക്ക് വന്നു. പി ആർ സമ്മേളനത്തിൽ പങ്കെടുക്കുക മാത്രമേ ചെയ്തുള്ളു. സി എസ് പിയുടെ ബോംബെ സമ്മേളനത്തിലും പിന്നീട് മീറത് സ്മ്മേളനത്തിലും അദ്ദേഹം പങ്കെടുത്തു. അതിനുശേഷം മാത്രമാണ് തമിഴ്നാട്ടിൽ രാമമൂർത്തിയെയും ജീവാനന്ദത്തെയും ശ്രീനിവാസറാവുവിനെയും പോലുള്ള ഉശിരന്മാരായ യുവകോൺഗ്രസുകാർ കോൺഗ്രസ് സോഷ്യലിസ്റ്റ് പാർട്ടി രൂപവൽക്കരിച്ചത്.

ഈ കോൺഗ്രസ് സോഷ്യലിസ്റ്റുകാർ തൊഴിലാളിവർഗത്തെ സംഘടിപ്പിക്കാൻ തുടങ്ങി. 1936 ൽ സുന്ദരയ്യയും എസ് വി ഘാട്ടെയും ചേർന്ന് മദ്രാസ് ലേബർ പ്രൊട്ടക്ഷൻ ലീഗ് എന്നൊരു സംഘടന രൂപവൽക്കരിച്ചു. പി ആറും ട്രേഡ് യൂണിയൻ പ്രവർത്തനത്തിലേർപ്പെട്ടു. അങ്ങനെ തമിഴ്നാട് കോൺഗ്രസ് കമ്മിറ്റിയിലെ അംഗം എന്ന നിലയിൽ പ്രവർത്തിപ്പിച്ചുകൊണ്ടിരിക്കെ കോൺഗ്രസ് സോഷ്യലിസ്റ്റ് പാർട്ടി സംഘടിപ്പിക്കുന്നതിലും ട്രേഡ് യൂണിയൻ പ്രസ്ഥാനം കെട്ടിപ്പടുക്കുന്നതിലും തന്റെ സമയത്തിന്റെ ഏറിയകൂറും ചെലവഴിച്ചു. 1936 ൽ ജവഹർലാൽ നെഹ്റു തമിഴ്നാട് സന്ദർശിച്ചപ്പോൾ അദ്ദേഹത്തിന്റെ പ്രസംഗം മൊഴിമാറ്റം ചെയ്യാൻ നിയോഗിക്കപ്പെട്ടത് പി ആർ. ആദ്യയോഗം കഴിഞ്ഞപ്പോൾ തന്നെ പരിഭാഷകൻ അറസ്റ്റിലായി. കുറ്റം രാജ്യദ്രോഹകരമായ പ്രസംഗം. ഒരു വർഷത്തെ തടവുശിക്ഷ കിട്ടി. തുടർന്നുള്ള വർഷങ്ങളിൽ പി ആറും ജീവാനന്ദവും ശ്രീനിവാസറാവുവും ചേർന്ന് ഒട്ടേറെ ട്രേഡ് യൂണിയനുകൾ രൂപവൽക്കരിച്ചു. ട്രാം തൊഴിലാളികളുടെ, മധുരയിലെയും കോയമ്പത്തൂരിലെയും ടെക്സ്റ്റൈയിൽ തൊഴിലാളികളുടെ, നെല്ലിക്കുപ്പത്തെ

പഞ്ചസാര ഫാക്ടറിത്തൊഴിലാളികളുടെ യൂണിയനുകൾ. ഇക്കാലത്ത് സൗത്ത് ഇന്ത്യൻ റെയിൽവെ ലേബർ യൂണിയൻ സ്ഥാപിക്കുന്നതിന് അദ്ദേഹം മുൻകൈയെടുത്തു. തൊഴിലാളികൾക്കിടയിൽ നടത്തിയ പ്രവർത്തനത്തെ സാമ്രാജ്യത്വവിരുദ്ധസമരവുമായി കണ്ണിചേർത്തു. ഈ പ്രവർത്തനത്തിനിടയിൽ സ്വാഭാവികമായും അനേകം രാഷ്ട്രീയ പ്രവർത്തകരുമായി ബന്ധപ്പെട്ടു. ആ നിലയിൽ അദ്ദേഹം നേതൃനിരയിലേക്ക് ഉയർത്തിക്കൊണ്ടുവന്നവരാണ് എ ബാലസുബ്രഹ്മണ്യവും എം ആർ വെങ്കിട്ടരാമനും മറ്റും.

1937 ൽ തമിഴ്നാട് കോൺഗ്രസ് സമ്മേളനത്തിൽ രാമമൂർത്തി ഒരു പ്രമേയം അവതരിപ്പിച്ചു. സെമീന്ദാരി സമ്പ്രദായം അവസാനിപ്പിക്കണമെന്നും സമഗ്രമായ കാർഷിക പരിഷ്കരണം ഏർപ്പെടുത്തണമെന്നും ആവശ്യപ്പെടുന്നതായിരുന്നു പ്രമേയം. ഈ ആവശ്യങ്ങൾ കോൺഗ്രസ് സോഷ്യലിസ്റ്റ് പാർട്ടി അംഗീകരിച്ചതാണ്. അപ്പോഴേക്ക് തമിഴ്നാട് കോൺഗ്രസ് പാർട്ടിയിൽ മുപ്പതും തമിഴ്നാട്ടിൽനിന്നുള്ള എ ഐ സി സി അംഗങ്ങളിൽ മൂന്നും പേർ കോൺഗ്രസ് സോഷ്യലിസ്റ്റുകാരായിരുന്നു.

1939 ൽ രണ്ടാം ലോകമഹായുദ്ധം ആരംഭിച്ചു. അതിന്റെ പശ്ചാത്തലത്തിലും യുദ്ധം നടന്നുകൊണ്ടിരിക്കുന്നതിനിടയിലും കോൺഗ്രസിന്റെ രാംഗാർ സമ്മേളനം സാമ്രാജ്യത്വത്തിനെതിരെ ചെറിയ തോതിൽ സമരം ആരംഭിക്കാൻ തീരുമാനിച്ചു. സമ്മേളനം കഴിഞ്ഞ് മദിരാശിയിൽ തിരിച്ചെത്തിയ രാമമൂർത്തി അറസ്റ്റിലായി. കുംഭകോണത്തിനടുത്ത സ്വന്തം ഗ്രാമത്തിലേക്ക് നാടുകടത്തി.

ഈ സമയമായപ്പോഴേക്ക് സുന്ദരയ്യ ഒളിവു പ്രവർത്തനത്തിനുള്ള സംവിധാനം ഉണ്ടാക്കിയെടുക്കുന്നതിൽ വ്യാപൃതനായിരുന്നു. മദിരാശിയിൽ ഒളിപ്രവർത്തനകേന്ദ്രം സ്ഥാപിച്ചു. പി ആറിനെ നാടുകടത്തലിൽ നിന്ന് രക്ഷിക്കാൻ തീരുമാനിച്ചു. മുടന്തുണ്ടായതിനാൽ അതൊരു സാഹസകൃത്യം തന്നെയായിരുന്നു. ആ കൃത്യം വിജയപൂർവം നിർവഹിച്ചു. പി എസും പി ആറും ഒളിവിലിരുന്നുകൊണ്ട് സാമ്രാജ്യത്വവിരുദ്ധ പ്രവർത്തനങ്ങൾ സംഘടിപ്പിച്ചു. അപ്പോഴാണ് രാമമൂർത്തിയെയും എം ആർ വെങ്കിട്ടരാമനെയും മോഹൻകുമരമംഗലത്തെയും സി എസ് സുബ്രഹ്മണ്യത്തെയും ആപൽക്കാരികളായി ഗവൺമെന്റ് മുദ്രകുത്തിയത്. അവരെ അറസ്റ്റ് ചെയ്യാൻ, സഹായിക്കുന്നവർക്ക് അവാർഡും പ്രഖ്യാപിച്ചു. പ്രയാസകരമായ ഈ പരിതസ്ഥിതിയിൽ ഒളിവിലിരുന്നുകൊണ്ട് ഈ നേതാക്കൾ പാർട്ടിയും ബഹുജനസമരങ്ങളും സംഘടിപ്പിച്ചു. നിർഭാഗ്യവശാൽ 1940-ന്റെ രണ്ടാം പകുതിയിൽ ഒളിപ്രവർത്തനകേന്ദ്രം കണ്ടുപിടിക്കപ്പെട്ടു. എല്ലാ സഖാക്കളും അറസ്റ്റിലായി. അവരുടെ പേരിൽ മദിരാശി കമ്യൂണിസ്റ്റ് ഗൂഢാലോചനക്കേസ് കെട്ടിച്ചമച്ചു. പി ആറിനു പുറമേ മോഹൻ കുമരമംഗലം, സി എസ് സുബ്രഹ്മണ്യം, ആർ ഉമാനാഥ്, കെ എ കേരളീയൻ, ഹനുമന്തറാവു, സുബ്രഹ്മണ്യശർമ തുടങ്ങിയവരായിരുന്നു കേസിലെ പ്രതികൾ. ബലപ്രയോഗത്തിലൂടെ ബ്രിട്ടീഷുഗ

വൺമെന്റിനെ അട്ടിമറിക്കാൻ ശ്രമിച്ചു എന്നതായിരുന്നു അവരുടെ പേരിലുള്ള പ്രധാനചാർജ. കൊലക്കുറ്റത്തിനുള്ള ശിക്ഷപോലും നൽകാൻ കഴിയത്തക്കവിധത്തിലുള്ള ഗുരുതരമായ കുറ്റങ്ങളും അവരുടെ മേൽ ആരോപിച്ചു. ഒന്നരവർഷം നീണ്ടുനിന്ന കേസ് ഏറെ ജനശ്രദ്ധ ആകർഷിച്ചു. അഭിഭാഷകനല്ലെങ്കിലും പ്രതികൾക്കുവേണ്ടി പി ആർ കോടതിയിൽ സമർപ്പിച്ച രേഖ ചരിത്രപ്രധാനം. ഇതൊക്കെ ചെയ്തെങ്കിലും കോടതി പി ആറിനെ നാലുവർഷത്തെ കഠിനതടവിന് ശിക്ഷിച്ചു. കുമരമംഗലത്തിനും മറ്റുള്ളവർക്കും നൽകിയത് രണ്ടരവർഷത്തെ തടവുശിക്ഷ വീതം. 1942 ലാണ് ജയിൽ മോചിതനായത്.

ഈ ഘട്ടത്തിലാണ് ആഗസ്ത് 7,8 തീയതികളിൽ എ ഐ സി സിയുടെ ചരിത്രപ്രധാനമായ ബോംബെ സമ്മേളനം നടന്നതും ക്വിറ്റ് ഇന്ത്യാ പ്രമേയം പാസാക്കിയതും. പ്രമേയത്തിലെ ചില വശങ്ങളോട് കമ്യൂണിസ്റ്റുകാർക്ക് ഗുരുതരമായ അഭിപ്രായവ്യത്യാസം ഉണ്ടായി എന്നത് പ്രസിദ്ധം. എ ഐ സി സിയിലെ 12 കമ്യൂണിസ്റ്റുകാരടങ്ങിയ ഒരു സംഘത്തിനുവേണ്ടി രാമമൂർത്തി പ്രമേയത്തെക്കുറിച്ചുള്ള ചർച്ചയിൽ പങ്കെടുക്കുക മാത്രമല്ല ചില ഭേദഗതികൾ അവതരിപ്പിക്കുകപോലും ചെയ്തു. ഈ ഭേദഗതികൾ തള്ളപ്പെട്ടു പോയി. സമ്മേളന തീരുമാനപ്രകാരം കോൺഗ്രസ് സമരം തുടങ്ങി, ബ്രിട്ടീഷ് ഗവൺമെന്റാവട്ടെ, കോൺഗ്രസ് നേതാക്കളെ അറസ്റ്റ് ചെയ്യാനാരംഭിച്ചു. അപ്പോൾ അറസ്റ്റിനെതിരെ വമ്പിച്ച ബഹുജനമുന്നേറ്റം, ദേശീയനേതാക്കളെ മോചിപ്പിക്കണമെന്നും ദേശരക്ഷക്ക് ദേശീയഗവൺമെന്റ് രൂപവൽക്കരിക്കണമെന്നും ആവശ്യപ്പെട്ട് കമ്യൂണിസ്റ്റ് പാർട്ടി ആരംഭിച്ച ദേശീയ ക്യാമ്പെയിൻ വിജയിപ്പിക്കുന്നതിന് പി ആർ രംഗത്തിറങ്ങി. തമിഴിലും ഹിന്ദിയിലും ഇംഗ്ലീഷിലും ഒരു പോലെ വാഗ്മിയായ പി ആറിന്റെ ക്യാമ്പെയിൻ വ്യാപകമായി സ്വാഗതം ചെയ്യപ്പെട്ടു. പാർട്ടിയുടെ തീരുമാനപ്രകാരം ഇക്കാലത്ത് തൊഴിലാളികൾക്കിടയിൽ തീവ്രമായ പ്രവർത്തനം നടത്തി. ഇക്കാലത്തുതന്നെയാണ് തമിഴ്നാട്ടിൽ കമ്യൂണിസ്റ്റ് പാർട്ടി നല്ല നിലയിൽ സംഘടിപ്പിക്കപ്പെട്ടതും.

യുദ്ധാനന്തരം രാജ്യത്തിന്റെ മറ്റു ഭാഗങ്ങളിലെന്നപോലെ തമിഴ്നാട്ടിലും ശക്തമായ ബഹുജനമുന്നേറ്റമുണ്ടായി. എണ്ണമറ്റ പോരാട്ടങ്ങളുടെ മുൻപന്തിയിൽ നിന്നു പി ആർ. അതിൽ ഏറ്റവും ശ്രദ്ധേയമായ ഒരു സമരം 1946–47 കാലത്ത് മധുരയിലെ ഹാർവെമിൽ തൊഴിലാളികൾ നടത്തിയതാണ്. മാനേജ്മെന്റും ഗവൺമെന്റും തൊഴിലാളികൾക്ക് നേരെ കടുത്ത മർദനം കെട്ടഴിച്ചുവിട്ടു. പി ആർ ഉൾപ്പെട്ട മധുരയിലെ മിക്ക കമ്യൂണിസ്റ്റ് ട്രേഡ് യൂണിയൻ നേതാക്കളും അറസ്റ്റിലായി. അവരുടെ പേരിൽ ഒരു ഗൂഡാലോചനക്കേസ് കെട്ടിച്ചമച്ചു. നേതാക്കൾ ജയിലിലായപ്പോഴും തൊഴിലാളികൾ സമരം തുടർന്നു. മധുരയിലെ ജനങ്ങൾ അവർക്ക് സമ്പൂർണ പിന്തുണ നൽകി. ഗൂഢാലോചനക്കേസ് ഇഴഞ്ഞിഴഞ്ഞാണ് നീങ്ങിയത്. 1947 ആഗസ്ത് 15 വരെ അത് നീണ്ടു. 1947

ആഗസ്ത് 14 ന് രാത്രി 7 മണിക്ക് മജിസ്ട്രേട്ട് ജയിലിലെത്തി വിധി പ്രഖ്യാപിക്കുകയായിരുന്നു. തെളിവില്ലാത്തതിന്റെ പേരിൽ എല്ലാവരെയും വെറുതെ വിട്ടു. നേതാക്കളെ മോചിപ്പിക്കുന്ന വിവരം മധുര നഗരത്തിലാകെ പരന്നു. പതിനായിരക്കണക്കിന് തൊഴിലാളികളും മറ്റുള്ളവരും തങ്ങളുടെ പ്രിയപ്പെട്ട നേതാവിനെ സ്വീകരിക്കാൻ ജയിൽ കവാടത്തിൽ തടിച്ചുകൂടി. അങ്ങനെ കുംഭകോണത്തുനിന്നു 12–ാം വയസിൽ ദേശീയ സമത്തിലേക്കെടുത്തുചാടിയ പി ആർ കടുത്ത യാതനകളും തടവറകളും നേരിട്ടതിനുശേഷം രാജ്യം സ്വാതന്ത്ര്യം നേടുന്നതിന് മുമ്പ് സ്വന്തം സ്വാതന്ത്ര്യം നേടി.

സ്വാതന്ത്ര്യലബ്ധിക്കുശേഷം 1948 ൽ നടന്ന ഇന്ത്യൻ കമ്യൂണിസ്റ്റ് പാർട്ടിയുടെ രണ്ടാം കോൺഗ്രസിനെത്തുടർന്ന് പി ആർ ഒളിവിൽ പോയി. ഒളിവ് ജീവിതകാലത്ത് സംസ്ഥാനത്തൊട്ടാകെ സഞ്ചരിച്ച് പാർട്ടി കെട്ടിപ്പടുക്കാൻ ശ്രമിച്ചു. 1952 ൽ അറസ്റ്റിലായി. ഒളിവിൽ കഴിയവേ മദിരാശി നിയമസഭയിലേക്ക് മത്സരിച്ച് ജയിച്ച് ചരിത്രം സൃഷ്ടിച്ചു.

1953 ൽ ഇന്ത്യൻ കമ്യൂണിസ്റ്റ് പാർട്ടിയുടെ മൂന്നാം കോൺഗ്രസ് മധുരയിൽ നടന്നപ്പോൾ അത് വിജയിപ്പിക്കുന്നതിൽ പ്രധാന പങ്ക് വഹിച്ചു. ആ കോൺഗ്രസ് അദ്ദേഹത്തെ പാർട്ടിയുടെ കേന്ദ്രകമ്മിറ്റിയിലേക്കും പൊളിറ്റ് ബ്യൂറോയിലേക്കും തിരഞ്ഞെടുത്തു. അതിനു മുമ്പ് അൽപ്പ

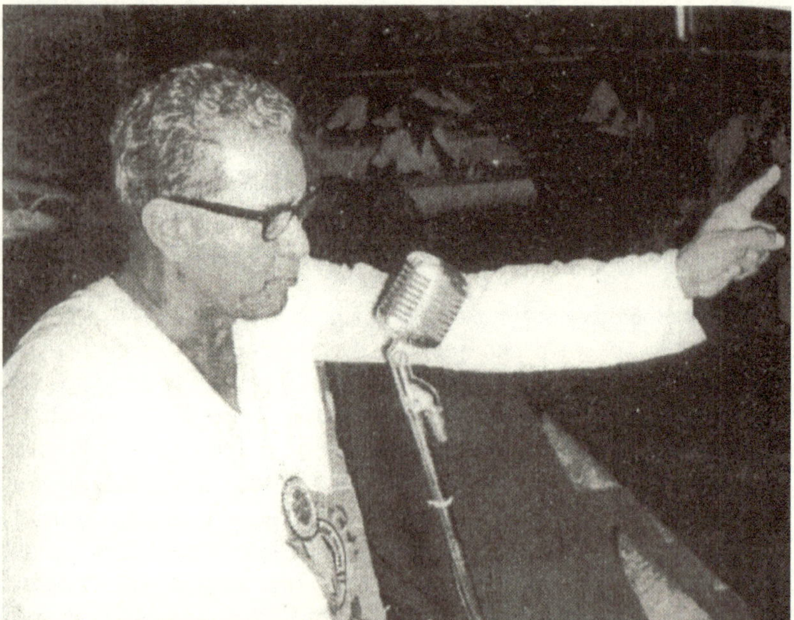

പി രാമമൂർത്തി

കാലം പാർട്ടിയുടെ സംസ്ഥാന സെക്രട്ടറിയായി പ്രവർത്തിച്ചിട്ടുണ്ട്. പാർട്ടിക്കകത്ത് റിവിഷനിസത്തിനെതിരായ പോരാട്ടത്തിന്റെ മുൻപന്തിയിൽ നിന്നു. 1940 കളിൽ തമിഴ്പത്രമായ *ജനശക്തി*യുടെ പത്രാധിപരായി പ്രവർത്തിച്ചു. 1953 മുതൽ 1956 വരെ സി പി ഐ മുഖപത്രമായ ന്യൂ ഏജന്റിന്റെ പത്രാധിപരായും പ്രവർത്തിച്ചു. ഇക്കാലത്ത് എഴുതിയ ലേഖനങ്ങൾക്ക് കണക്കില്ല. മൂർച്ചയേറിയ തൂലികയുടെ ഉടമയാണ് താനെന്ന് അദ്ദേഹം തെളിയിച്ചു. ലേഖനങ്ങൾ മാത്രമല്ല നല്ലൊരു ഗ്രന്ഥകർത്താവുമായിരുന്നു പി ആർ. സ്വാതന്ത്ര്യസമരവും ദ്രവീഡിയൻ പ്രസ്ഥാനവും അതിൽ ഏറ്റവും പ്രധാനം. ആ പുസ്തകം എല്ലാ വിഭാഗങ്ങളുടെയും പ്രശംസ പിടിച്ചു പറ്റി. ഇന്ത്യൻ സ്വാതന്ത്ര്യസമരത്തിന്റെ പ്രധാന ഘട്ടങ്ങളും ദ്രവീഡിയൻ പ്രസ്ഥാനത്തിന്റെ രൂപവൽക്കരണവും പ്രസക്തിയും പുസ്തകം പ്രതിപാദിക്കുന്നു. ഇന്ത്യൻ സ്വാതന്ത്ര്യസമരത്തിൽ കമ്യൂണിസ്റ്റ പ്രസ്ഥാനം വഹിച്ച പങ്ക് പ്രതിപാദിക്കുന്ന മറ്റൊരു പുസ്തകത്തിന്റെ കാര്യവും എടുത്തുപറയേണ്ടിയിരിക്കുന്നു.

1952 മുതൽ 1957 വരെ നിയമസഭാംഗമായി പ്രവർത്തിച്ച പി ആർ 1960 മുതൽ 1966 വരെ രാജ്യസഭാംഗമായി. 1977–83 കാലത്തും രാജ്യസഭാംഗമായി. 1967 ൽ ലോകസഭയിലും രാജ്യസഭയിലും നടത്തിയ പ്രവർത്തനങ്ങളിലൂടെ പ്രഗല്ഭനായ ഒരു പാർലമെന്റേറിയനാണ് താനെന്ന് പി ആർ തെളിയിച്ചു. പാർലമെന്റിലെ പ്രസംഗങ്ങൾ തികഞ്ഞ നിശ്ശബ്ദതയോടെയാണ് അംഗങ്ങളെല്ലാം കേട്ടിരുന്നത്.

അവിഭക്ത കമ്യൂണിസ്റ്റ് പാർട്ടിക്കകത്ത് റിവിഷനിസത്തിനെതിരായി നടന്ന സമരത്തിൽ പി ആർ വഹിച്ച പങ്ക് ചെറുതല്ല. 1964 ൽ നടന്ന ഏഴാം കോൺഗ്രസ് അദ്ദേഹത്തെ കേന്ദ്രകമ്മിറ്റിയിലേക്കും പൊളിറ്റ് ബ്യൂറോയിലേക്കും തിരഞ്ഞെടുത്തു. അങ്ങനെ സി പി ഐ(എം) ന്റെ സ്ഥാപക നേതാക്കളിലൊരാളായി. സി പി ഐ (എം) ന്റെ സി സി പൊളിറ്റ് ബ്യൂറോ മെമ്പറായി ദീർഘകാലം തുടർന്നു.

കൃതഹസ്തനായ ട്രേഡ് യൂണിയൻ നേതാവായിരുന്നു പി ആർ. അദ്ദേഹത്തിന്റെ മുഖ്യപ്രവർത്തനരംഗവും അതായിരുന്നു. എ ഐ ടി യു സിയുടെ സമുന്നത നേതാവായിരുന്ന അദ്ദേഹം ആ സംഘടന പിളരാതെ നോക്കാൻ വളരെയധികം പരിശ്രമിച്ചു. 1966 ൽ ബോംബെയിൽ നടന്ന എ ഐ ടി യു സി സമ്മേളനത്തിൽ സംഘടനയ്ക്കകത്തെ ഐക്യം നിലനിർത്താൻ സഹായിക്കുന്ന പ്രമേയം അവതരിപ്പിച്ചു. പ്രമേയം പാസായെങ്കിലും അതിലെ നിർദേശങ്ങൾ നടപ്പാക്കാൻ എ ഐ ടി യു സിയിൽ ആധിപത്യമുള്ള നേതൃത്വം തയ്യാറായില്ല. 1970 ൽ സി ഐ ടി യു രൂപം കൊണ്ടപ്പോൾ അതിന്റെ ജനറൽ സെക്രട്ടറിയായി തിരഞ്ഞെടുക്കപ്പെട്ടു. 1984 വരെ ആ സ്ഥാനത്ത് തുടർന്നു. ആ വർഷം വൈസ് പ്രസിഡന്റായി.

ട്രേഡ് യൂണിയൻ രംഗത്താണ് കേന്ദ്രീകരിച്ചതെങ്കിലും മറ്റു രംഗങ്ങളിലും പ്രവർത്തിച്ച് തന്റെ ബഹുമുഖ കഴിവുകൾ പ്രകടിപ്പിച്ചു. ഒരു

സ്പോർട്സ് പ്രേമിയായിരുന്നു പി ആർ. ക്രിക്കറ്റിൽ വല്ലാത്ത താൽപ്പര്യമായിരുന്നു.

1964 ൽ ഇന്ത്യൻ കമ്യൂണിസ്റ്റ് പാർട്ടി പിളരുകയും സി പി ഐ(എം) രൂപം കൊള്ളുകയും ചെയ്ത് അധികം കഴിയുന്നതിനുമുമ്പ് പാർട്ടി നേതാക്കളെയും പ്രധാന പ്രവർത്തകരെയും തടവിലാക്കി. പി ആറിനെയും. 16 മാസം ജയിലിൽ കിടന്നു. മൊത്തം എട്ടുവർഷം ജയിലിലും അഞ്ചുവർഷം ഒളിവിലും കഴിഞ്ഞു. 1987 ഡിസംബർ 16 ന് അന്തരിച്ചു.

രാഹുൽ സാംകൃത്യായൻ

1893 - 1963

എല്ലാത്തരം വിശേഷണങ്ങൾക്കും അതീതനായിരുന്നു രാഹുൽ സാംകൃത്യായൻ. സംസ്കൃത പണ്ഡിതൻ, ബഹുഭാഷാ പണ്ഡിതൻ, ചരിത്രകാരൻ, ജീവചരിത്രകാരൻ, ദാർശനികൻ, നാടകകൃത്ത്, സാമൂഹിക ശാസ്ത്രജ്ഞൻ, ബുദ്ധമതതത്വങ്ങളിലും തിബത്തൻ പഠനത്തിലും വിദഗ്ധൻ, വിവർത്തകൻ, സ്വാതന്ത്ര്യസമര യോദ്ധാവ്, സർവോപരി കമ്യൂണിസ്റ്റ് വിപ്ലവകാരി – ഇങ്ങനെ അക്ഷരാർഥത്തിൽ ബഹുമുഖപ്രതിഭയുടെ ഉടമയായിരുന്നു രാഹുൽ സാംകൃത്യായൻ. പ്രസിദ്ധ ചരിത്രകാരനായ കാശിപ്രസാദ് ജയ്സ്വാൾ അദ്ദേഹത്തെ ബുദ്ധനുമായിട്ടാണ് താരതമ്യപ്പെടുത്തിയത്. ബിഹാറിൽ കമ്യൂണിസ്റ്റ് പ്രസ്ഥാനത്തിന്റെ സ്ഥാപകരിലൊരാളായ രാഹുൽ സാംകൃത്യായൻ ആ സംസ്ഥാനത്തിലെ മാത്രമല്ല ഹിന്ദി സംസാരിക്കുന്ന മേഖലയിലാകെ ആദ്യകാല കമ്യൂണിസ്റ്റുകാരെ മാർക്സിസം പഠിപ്പിക്കുന്നതിൽ സുപ്രധാന പങ്കു വഹിച്ചു.

പിൽക്കാലത്ത് രാഹുൽ സാംകൃത്യായൻ എന്ന പേരിൽ പ്രസിദ്ധനായ പാണ്ഡെ 1893 ഏപ്രിൽ 9-ന് ബനാറസിനടുത്ത പഹന്ദ എന്ന ഒരു കൊച്ചുഗ്രാമത്തിൽ ജനിച്ചു. അച്ഛൻ ഗോവർധൻ പാണ്ഡെ വരുമാനം കുറഞ്ഞ, മതബോധമുള്ള ഒരു കൃഷിക്കാരൻ. അമ്മ, കുലവന്തി ദേവി. അമ്മ അവരുടെ 28-ാം വയസിലും അച്ഛൻ 45-ാം വയസിലും മരിച്ചതുകൊണ്ട് മുത്തശിയാണ് വളർത്തിയത്. അമ്മാവൻ ഒരു പട്ടാളക്കാരനായിരുന്നു; നല്ലൊരു വേട്ടക്കാരനും. വേട്ടക്കാരനെന്ന നിലയിലുള്ള അമ്മാ

വന്റെ ധീരസാഹസിക കൃത്യങ്ങളെക്കുറിച്ചുള്ള കഥകൾ അദ്ദേഹത്തിന്റെ ഭാവനയെ നിറം പിടിപ്പിച്ചു.

ബാല്യവിവാഹം അക്കാലത്ത് പതിവായിരുന്നു; ചുരുങ്ങിയത് വടക്കേ ഇന്ത്യയിലെങ്കിലും. പതിവുപ്രകാരം 11-ാം വയസിൽ രാഹുലിന്റെ വിവാഹം നടന്നു. ഭാര്യ ഒമ്പതു വയസുകാരി രാംദുലാരി. എങ്കിലും ഒരിക്കലും തന്റെ ആദ്യ ഭാര്യയെ അദ്ദേഹം കണ്ടിട്ടില്ല. ആ വിവാഹം അംഗീകരിച്ചതുമില്ല. ഇതിനിടയിൽ ഒരിക്കൽ വീട്ടിൽനിന്ന് ഒളിച്ചോടി. എന്ത് ചേതോവികാരമാണ് അതിന് പ്രേരിപ്പിച്ചതെന്ന കാര്യം അജ്ഞാതം. വീട്ടിൽ തിരിച്ചെത്തിയ ശേഷം സ്കൂൾ വിദ്യാഭ്യാസം തുടർന്നു. 14 വയസായപ്പോഴേക്കും മിഡിൽ സ്കൂൾ വിദ്യാഭ്യാസം പൂർത്തിയാക്കി. പിന്നെ ഔപചാരിക വിദ്യാഭ്യാസത്തിൽ താൽപര്യം കാണിച്ചില്ല. വീട്ടിൽ അടങ്ങിയൊതുങ്ങിക്കഴിയാൻ ഇഷ്ടപ്പെട്ടില്ല. ഒരിക്കൽകൂടി ഒളിച്ചോടി. കാൽനടയായും തീവണ്ടിയിൽ ടിക്കറ്റില്ലാതെയും യാത്ര ചെയ്ത് അവസാനം എത്തിച്ചേർന്നത് കൽക്കത്തയിൽ. നാലു മാസം അവിടെ താമസിച്ചതിന് ശേഷം നാട്ടിലേക്കു മടങ്ങി. ആ മഹാനഗരത്തിലെ തിക്കും തിരക്കും യാന്ത്രികതയും ആത്മാർഥതയില്ലായ്മയും മൂലം മനംമടുത്താണ് നാട്ടിലേക്ക് മടങ്ങിയത്. മൂന്നു മാസത്തെ കൽക്കത്താവാസം കൊണ്ട് ഒരു പ്രയോജനമുണ്ടായി. ബംഗാളിഭാഷ അൽപ്പസ്വൽപ്പം വശമായി. മറ്റൊന്നു കൂടി. ഒരു പിടി അനുഭവങ്ങൾ. 1909-ൽ വീണ്ടും കൽക്കത്തയിൽ പോയി. രണ്ട് തവണയായുള്ള കൽക്കത്താ വാസത്തിനിടയിൽ ഹൗറയിലെ ബേൺ ആന്റ് കമ്പനിയിൽ ദിവസക്കൂലിക്കാരനായി. കോളേജ് തെരുവിൽ പഴന്തുണിവിൽപ്പനക്കാരനായി. പുകയിലക്കടയിൽ സഹായിയായി, മൊറാദാബാദിൽനിന്നുള്ള ഒരു ചെറുകിട ബിസിനസുകാരന്റെ വ്യക്തിപരമായ കാര്യങ്ങൾ നോക്കി നടത്തുന്ന ആളായി.

അപ്പോഴേക്കും സന്യാസജീവിതം അദ്ദേഹത്തെ ആകർഷിച്ചു. തന്നിലേക്കു തന്നെ ഒതുങ്ങുന്ന പ്രകൃതക്കാരനായ രാഹുൽ എല്ലാ ഭൗതിക സുഖങ്ങളും കുടുംബബന്ധങ്ങളും ഉപേക്ഷിച്ചു. വിരക്തി ആ യുവാവിന്റെ മനസിനെ ആകർഷിച്ചു. സഹവാസം സന്യാസിമാരോടായി. കാൽനടയായി അയോധ്യയിലേക്കും മൊറാദാബാദിലേക്കും പോയി. ഹരിദ്വാറിലേക്ക് ടിക്കറ്റെടുക്കാതെ യാത്ര ചെയ്തു. സന്യാസി സംഘത്തോടൊപ്പമായിരുന്നു യാത്ര. യാത്രയ്ക്കിടയിൽ ഹാഷിഷ് ഉപയോഗിച്ചിരുന്നത്രേ. എങ്കിലും അതിന്റെ അടിമയായില്ല. പിൽക്കാലത്ത് ലഹരിപദാർഥങ്ങൾ ഉപയോഗിക്കുന്ന ശീലം പൂർണമായും ഉപേക്ഷിച്ചു.

പതിനേഴാം വയസിൽ ഹിമാലയസാനുക്കളിലേക്ക് യാത്ര തിരിച്ചു. ആ യാത്ര വല്ലാതെ ആകർഷിച്ചു. പിൽക്കാലത്ത് ലോകത്തിന്റെ വിവിധ ഭാഗങ്ങളിൽ സഞ്ചരിക്കുകയും കാഴ്ചകൾ പലതും കാണുകയും ചെയ്തെങ്കിലും ആദ്യത്തെ ഹിമാലയയാത്രയെക്കുറിച്ചുള്ള സ്മരണകൾ മനസിൽ മായാതെ പച്ചപിടിച്ചുകിടന്നു. ഹിമാലയം കടന്ന് വീണ്ടും യാത്ര ചെയ്യണമെന്ന മോഹമുണ്ടായിരുന്നെങ്കിലും അത് ഉപേക്ഷിക്കേണ്ടിവന്നു.

കാരണം, അന്ന് ആ പ്രദേശം നിരോധിതമേഖലയായിരുന്നു. 1910–ൽ ബനാറസിൽ തിരിച്ചെത്തി. അവിടെ ചക്രപാണി ബ്രഹ്മചാരി എന്ന സന്യാസിയുടെ മഠത്തിലാണ് താമസിച്ചത്. അവിടെവെച്ച് ലഘുകൗമുദി എന്ന സംസ്കൃതകാവ്യം പാരമ്പര്യ സമ്പ്രദായത്തിൽ പഠിക്കാനാരംഭിച്ചു. അവിടത്തെ താമസത്തിനിടയിൽ ചുനാർ, മിർസാപ്പൂർ, അലഹാബാദ് എന്നിവിടങ്ങളിൽ കാൽനടയാത്ര നടത്തി. ഈ മഠത്തിൽ വെച്ച് ധാരാളം സംസ്കൃതഗ്രന്ഥങ്ങൾ വായിച്ചുകൂട്ടി. വൈദ്യശാസ്ത്രവും ജ്യോതിശാസ്ത്രവും വ്യാകരണ ഗ്രന്ഥങ്ങളും ആയി പരിചയപ്പെട്ടു.

ബനാറസിലെ താമസത്തിനിടയിൽ പത്തൊമ്പത് വയസുകാരനായ ഈ യുവാവ് ബിഹാറിലുള്ള പരാസയിലെ ഒരു സെമീന്ദാറുടെ ശ്രദ്ധയിൽപ്പെട്ടു. തന്റെ നിയന്ത്രണത്തിലുള്ള മഠത്തിൽ പണ്ഡിറ്റ് ആയി ജോലി ചെയ്യാൻ രാഹുലിനെ അദ്ദേഹം ക്ഷണിച്ചു. രാഹുൽ ആ ക്ഷണം സ്വീകരിച്ചു. പേര് രാം ഉദാർ ദാസ് എന്നാക്കി മാറ്റി. അധികം കഴിയുന്നതിനു മുമ്പ് മഠത്തിൽ അനന്തരാവകാശിയായി അവരോധിക്കപ്പെട്ടു. അവിടത്തെ അനന്തരാവകാശി എന്ന നിലയിലുള്ള സുഖജീവിതവും മഠത്തിലെ ചടങ്ങുകളുടെ മേധാവി സ്ഥാനവും യാന്ത്രികമായ ആരാധനകളും അതിവേഗം മടുത്തു. തന്റെ ബുദ്ധിപരമായ അന്വേഷണ തൃഷ്ണയെ തൃപ്തിപ്പെടുത്താൻ അവിടത്തെ ജീവിതത്തിന് സാധ്യമാവുകയില്ലെന്ന് ബോധ്യപ്പെട്ടു. പിന്നെ താമസിച്ചില്ല, 1913 ജൂലായിൽ അവിടെനിന്ന് പലായനം ചെയ്തു. ആദ്യം ഹാജിപുരത്തെത്തി. പുരിയിൽ നിന്ന് ദക്ഷിണേന്ത്യയിലേക്ക് തിരിച്ചു. സന്യാസി എന്ന നിലയിൽ ദക്ഷിണേന്ത്യയിലെ എല്ലാ മതകേന്ദ്രങ്ങളും സന്ദർശിച്ച് രാമേശ്വരം വരെയെത്തി. പടിഞ്ഞാറൻ – മധ്യ ഇന്ത്യയിലൂടെ പരാസയിലേക്ക് മടങ്ങി. മഠത്തിന്റെ നിയുക്ത മേധാവി എന്ന നിലയിൽ ദൈനംദിന കാര്യങ്ങളുടെ ചുമതലയേറ്റു. തമിഴ്നാട്ടിലും ആന്ധ്രയിലുംവെച്ച് സംസ്കൃതവും വിവിധ ഇന്ത്യൻ ദർശനങ്ങളും ആഴത്തിൽ പഠിച്ചു.

1915 മുതൽ 1922 വരെയുള്ള കാലയളവ് അദ്ദേഹത്തിന്റെ ജീവിതത്തിലെ “വെളിച്ചത്തിന്റെ കാല”മായിരുന്നു. ഈ കാലയളവിൽ മുത്തച്ഛൻ മരിച്ചു. കുടുംബം നോക്കിനടത്തേണ്ട ചുമതല രാഹുലിനെ ഏൽപ്പിക്കണമെന്നായിരുന്നു അദ്ദേഹത്തിന്റെ ആഗ്രഹം. പക്ഷേ, രാഹുലിനെയുണ്ടോ അതിന് കിട്ടുന്നു! എല്ലാ പാരമ്പര്യങ്ങളെയും ധിക്കരിക്കാൻ തുടങ്ങി. മുസ്ലിം സുഹൃത്തുക്കളുടെ വീടുകളിൽ പോയി, മത്സ്യം പാകം ചെയ്ത് ഭക്ഷിച്ചു. ആര്യസമാജ ആശയങ്ങളടങ്ങിയ നിരവധി ഗ്രന്ഥങ്ങൾ വായിച്ചു. 1915–ന്റെ ആദ്യമാസം ആഗ്രയിൽ എത്തി. അവിടത്തെ ആര്യ–മുസാഫിർ വിദ്യാലയത്തിൽ വിദ്യാർഥിയായി. അവിടെനിന്ന് സംസ്കൃതം, അറബി, ദൈവശാസ്ത്രം, ദേശീയചരിത്രം എന്നിവയെല്ലാം പഠിച്ചു. മാത്രമല്ല, *ഖുർ ആനും ബൈബിളും* ആഴത്തിൽ പഠിച്ചു. പേർഷ്യൻ ഭാഷയും വശമാക്കി.

ഈ വിദ്യാലയത്തിലെ ഒരു അധ്യാപകന് ചില ദേശീയ വിപ്ലവ

കാരികളുമായി ബന്ധമുണ്ടായിരുന്നു. മാത്രമല്ല, അവരോട് അനുഭാവവും. അദ്ദേഹത്തിലൂടെ നിരോധിക്കപ്പെട്ട ചില പുസ്തകങ്ങളുമായി രാഹുൽ ബന്ധപ്പെട്ടു. അവരിൽനിന്ന് ബോംബുണ്ടാക്കാനുള്ള വിദ്യയും വശമാക്കി.

ഒന്നാം ലോകമഹായുദ്ധകാലത്ത് പതിവായി പത്രവായന തുടങ്ങുകയും ലോകത്തിന്റെ വിവിധ ഭാഗങ്ങളിൽ നടക്കുന്ന സംഭവങ്ങൾ ശ്രദ്ധയോടെ വീക്ഷിക്കുകയും ചെയ്തു. യുദ്ധത്തിനിടയിൽ നടന്ന റഷ്യൻ വിപ്ലവം ശ്രദ്ധയിൽപ്പെടാതിരുന്നില്ല. പണക്കാരും പാവപ്പെട്ടവരും തമ്മിലുള്ള വ്യത്യാസം ഇല്ലാതാക്കുന്ന ആ സാമൂഹിക വ്യവസ്ഥ അദ്ദേഹത്തെ ആകർഷിച്ചു. ആ വിപ്ലവത്തെക്കുറിച്ച് കൂടുതൽ പഠിച്ചപ്പോൾ വ്യക്തിപരമായ സാഹസിക പ്രവർത്തനങ്ങളുടെ പാത ശരിയല്ലെന്ന് തീർത്തും ബോധ്യമായി. ഈ ഘട്ടത്തിൽ *മാനവസമൂഹം* എന്ന പുസ്തകമെഴുതുന്നതിന് വേണ്ട വിവരങ്ങൾ ശേഖരിച്ചു. പണക്കാരും പാവപ്പെട്ടവരും തമ്മിലുള്ള അതിർവരമ്പുകൾ ഭേദിച്ചുകൊണ്ട് ചരിത്രം മുമ്പോട്ടു കുതിക്കുന്നതിനെക്കുറിച്ചായിരുന്നു പുസ്തകം. മാനവരാശിയുടെ വളർച്ചയിൽ ശാസ്ത്രം വഹിക്കാൻ പോകുന്ന പങ്കിന് അതിൽ അടിവരയിട്ടു.

ചിത്രകൂടത്തിൽവെച്ച് സംസ്കൃതത്തിൽ ഉന്നതവിദ്യാഭ്യാസം നേടി. 1920–ൽ ഹരിദ്വാറിലേക്ക് യാത്ര തിരിച്ചു; ശരിയായ സന്യാസിയുടെ വേഷത്തിൽ. അപ്പോഴേക്കും അദ്ദേഹം ബുദ്ധമതത്തിലേക്ക് ആകർഷിക്കപ്പെട്ടു കഴിഞ്ഞിരുന്നു. പല ബുദ്ധമതകേന്ദ്രങ്ങളും സന്ദർശിച്ചു. അദ്ദേഹത്തിന്റെ അഗാധമായ വിജ്ഞാനം പോയേടങ്ങളിലൊക്കെയുള്ള ബുദ്ധമതനേതാക്കളെ ആകർഷിച്ചു. എങ്കിലും ഒരു പ്രത്യേക സ്ഥലത്ത് കുറ്റിയടിച്ചു കഴിയാൻ തയ്യാറായില്ല.

നിസഹകരണ പ്രസ്ഥാനത്തിന്റെ കാറ്റ് ആഞ്ഞുവീശാൻ തുടങ്ങി. ഗ്രാമങ്ങളും നഗരങ്ങളും ഇളകിമറിഞ്ഞു. നേരത്തെതന്നെ സ്വാതന്ത്ര്യസമര പ്രസ്ഥാനത്തിൽ താൽപ്പര്യം ജനിച്ച രാഹുലിന് അടങ്ങിയിരിക്കാൻ കഴിഞ്ഞില്ല. സ്വാതന്ത്ര്യസമര പ്രസ്ഥാനത്തിൽ ആണ്ടിറങ്ങാൻ തീരുമാനിച്ചു. ആദ്യത്തെ രാഷ്ട്രീയ പ്രസംഗത്തിൽ തന്നെ നല്ലൊരു വാഗ്മി ആണെന്ന് തെളിയിച്ചു. അദേഹത്തിന്റെ പ്രസംഗങ്ങൾ കോൺഗ്രസുകാരെ ആകർഷിച്ചു. വളരെ വേഗം താലൂക്കിലെ കോൺഗ്രസുകാരുടെ അംഗീകൃത നേതാവായി. അക്കാലത്ത് തന്റെ ജില്ലയിലെ നാലു താലൂക്കുകളിൽ വലിയൊരു വെള്ളപ്പൊക്കമുണ്ടായി. രാഹുൽ സ്വയമേവ ദുരിതാശ്വാസ പ്രവർത്തനങ്ങളിൽ വ്യാപൃതനായി. വെള്ളപ്പൊക്കബാധിത പ്രദേശങ്ങളിലൊക്കെ അദ്ദേഹമെത്തി. ഈ പ്രവർത്തനം ജില്ലാ തലത്തിൽ തന്നെ അദ്ദേഹത്തിന് അംഗീകാരം നേടിക്കൊടുത്തു. രാഹുൽ കോൺഗ്രസിന്റെ ജില്ലാ നേതാവായി ഉയർന്നു. ഏക്മായിലെ ഗാന്ധിപാഠശാല കേന്ദ്രീകരിച്ച് ചർക്കാപ്രവർത്തനം ആരംഭിച്ചു. ഭോജ്പുരി ഭാഷയിൽ അനവധി പ്രസംഗങ്ങൾ നടത്തി.

നിസഹകരണ പ്രസ്ഥാനകാലത്തെ അദ്ദേഹത്തിന്റെ തീപാറുന്ന

പ്രസംഗങ്ങൾ സഹിക്കാൻ അധികാരിവർഗം തയ്യാറായില്ല. അദ്ദേഹത്തെ അറസ്റ്റ് ചെയ്ത് ആറ് മാസത്തെ തടവിന് ശിക്ഷിച്ചു. ജയിൽജീവിതത്തിൽ തീരെ മുഷിപ്പ് അനുഭവപ്പെട്ടില്ല. ഭാരതേന്ദു ഹരിശ്ചന്ദ്രയുടെ *ആന്ധേർ നഗരി* എന്ന നാടകം ജയിലിൽ അവതരിപ്പിച്ചു. ബ്രജ ഭാഷയിൽ ഒട്ടേറെ ദ്രുതകവിതകൾ രചിച്ചു. ഖുർ-ആൻ സംസ്കൃതത്തിൽ പരിഭാഷപ്പെടുത്താനാരംഭിച്ചു. ജയിൽമോചിതനായപ്പോഴേക്കും ജില്ലയിലെ ചോദ്യം ചെയ്യപ്പെടാനാവാത്ത നേതാവായി. ജില്ലാ കോൺഗ്രസ് കമ്മിറ്റി സെക്രട്ടറിയായി തിരഞ്ഞെടുക്കപ്പെട്ടു.

ഗാന്ധിജി നിസഹകരണ പ്രസ്ഥാനം പിൻവലിച്ചപ്പോൾ തീർത്തും നിരാശനായി. അപ്പോൾ സ്വരാജിസ്റ്റുകളോടായി അനുഭാവം. ജില്ലാ കോൺഗ്രസ് കമ്മിറ്റി സെക്രട്ടറി സ്ഥാനം രാജിവെച്ചെങ്കിലും 1927 ഡിസംബറിൽ ഗയയിൽ ചേർന്ന ഇന്ത്യൻ നാഷണൽ കോൺഗ്രസ് സമ്മേളനത്തിൽ പങ്കെടുത്തു. അന്യമതസ്ഥർ ബുദ്ധമതക്കാരുടെ ആരാധനാലയങ്ങൾ പിടിച്ചടക്കാൻ അപ്പോൾ ഒരു ശ്രമം നടത്തുന്നുണ്ടായിരുന്നു. അത് തടയണമെന്ന് ഗവൺമെന്റിനോട് അഭ്യർഥിക്കുന്ന ഒരു പ്രമേയം ഗയാ സമ്മേളനത്തിൽ അദ്ദേഹം അവതരിപ്പിച്ചു. സമ്മേളനം അത് അംഗീകരിക്കുകയും ചെയ്തു.

1923 മാർച്ച്-ഏപ്രിൽ മാസങ്ങളിൽ ഏതാണ്ട് ഒന്നരമാസം നേപ്പാളിൽ ചെലവഴിച്ചു. അവിടെവച്ച് ധാരാളം ബുദ്ധസന്യാസിമാരും ബുദ്ധപണ്ഡിതന്മാരും ലാമമാരുമായി ആശയവിനിമയം നടത്തി മടങ്ങിവരുമ്പോഴേക്ക് അദ്ദേഹത്തെയും പ്രതീക്ഷിച്ച് ഒരു അറസ്റ്റുവാറണ്ട്. അറസ്റ്റുചെയ്ത് രണ്ടുവർഷത്തെ തടവിന് ശിക്ഷിച്ച് ഹസാരിബാഗ് ജയിലിലേക്കയച്ചു. ജയിലിൽ വായനയോടു വായന തന്നെ. ഇത്തവണ സ്വരാജ് ശങ്കരാചാര്യർ എന്ന പേരിൽ അറിയപ്പെട്ട ഒരു ശങ്കരാചാര്യർ സഹതടവുകാരനായിരുന്നു. ഗണിതശാസ്ത്രത്തിലും ജ്യോതിശാസ്ത്രത്തിലും പ്രവീണനായിരുന്ന അദ്ദേഹത്തിൽ നിന്ന് ആ രണ്ട് ശാസ്ത്രങ്ങളും പഠിച്ചു. ഇംഗ്ലീഷ് ഭാഷയിലുള്ള പരിജ്ഞാനം വർധിപ്പിക്കണമെന്നുണ്ടായിരുന്നു രാഹുലിന്. അതുകൊണ്ട് ഏതാനും ഇംഗ്ലീഷ് നോവലുകൾ ഹിന്ദിയിലേക്ക് പരിഭാഷപ്പെടുത്താൻ ആരംഭിച്ചു. ഇക്കാലത്താണ് ഫ്രഞ്ചും അവസ്തിയും പഠിച്ചത്. ഇക്കാലത്തുതന്നെയാണ് സംസ്കൃതത്തിൽ എഴുതുന്നതിന്റെ നിരർഥകത ബോധ്യമായത്. അതുകൊണ്ട് ആശയപ്രകടനത്തിനുള്ള മാധ്യമമായി ഹിന്ദി ഉപയോഗിക്കാൻ തീരുമാനിച്ചു. ജയിലിൽ വെച്ച് *22-ാം നൂറ്റാണ്ട്* എന്ന കൃതി രാഹുൽ എഴുതി. സോവിയറ്റ് യൂണിയനെക്കുറിച്ച് വേണ്ടത്ര പരിജ്ഞാനമുണ്ടായിരുന്നില്ലെങ്കിലും ഈ പുസ്തകത്തിൽ ഒരു സോഷ്യലിസ്റ്റ് ഇന്ത്യ അദ്ദേഹം വിഭാവനം ചെയ്തു. ആ ഗ്രന്ഥം അതിവേഗം പ്രശസ്തമായി.

ജയിൽമോചിതനായതിനുശേഷം കോൺപൂർ സമ്മേളനത്തിൽ പങ്കെടുത്തു. പിന്നീട് യാത്ര തുടർന്നു. പഞ്ചാബ് ഫ്രോണ്ടിയർ, കാശ്മീർ, പടിഞ്ഞാറൻ തിബത്ത് എന്നിവിടങ്ങളിൽ സന്ദർശിച്ചു. ഒമ്പതുമാസത്തിനു

ശേഷമാണ് മടങ്ങിയെത്തിയത്. കൗൺസിൽ തിരഞ്ഞെടുപ്പിൽ രാജേന്ദ്ര പ്രസാദിനോടും മഷറുൽ ഹക്കിനോടുമൊപ്പം കോൺഗ്രസിനുവേണ്ടി ക്യാമ്പയിൻ നടത്തി. കോൺഗ്രസിന്റെ ഗുവഹാട്ടി സമ്മേളനത്തിൽ പങ്കെടുത്തു.

കൽക്കത്തയിലെ മഹാബോധി സംഘത്തിന്റെ സഹായത്തോടെ 1927–ൽ ശ്രീലങ്കയിലേക്കു പോയി. വിദ്യാലങ്കാർ പരിവേനയിൽ ചേർന്നു. അവിടെ ബുദ്ധമത ഗ്രന്ഥങ്ങളുടെ പഠനം നടത്തി. ഏഷ്യാറ്റിക് സൊസൈറ്റിയുടെ ലണ്ടൻ, ബോംബെ, ബംഗാൾ, സിലോൺ ഘടകങ്ങളുടെ ഫയലുകൾ വായിച്ച് പഠിച്ച് ഇന്ത്യയുടെ സാംസ്കാരിക ചരിത്രത്തെക്കുറിച്ചുള്ള അറിവ് വിപുലമാക്കി. ശ്രീലങ്ക വിടുന്നതിനുമുമ്പ് തന്റെ ഗുരു മഹാസ്തവീർ വിദ്യാലങ്കാർ പരിവേനക്കുവേണ്ടി ത്രിപിടകാചാര്യ എന്ന ബഹുമതി അദ്ദേഹത്തിന് നൽകി.

ബുദ്ധദർശനത്തെക്കുറിച്ചുള്ള സുപ്രധാനമായ ചില കൃതികളുടെ വിവർത്തനങ്ങൾ തിബത്തൻ–ചൈനീസ് ഭാഷകളിലുണ്ടെന്ന് ശ്രീലങ്കയിൽ വെച്ച് രാഹുൽ മനസിലാക്കി. അതുകൊണ്ട് അദ്ദേഹം തിബത്തിലേക്ക് തിരിച്ചു. പാസ്പോർട്ടൊന്നുമില്ലാതെ കാൽനടയായി, നേപ്പാൾ വഴി ചൈനയുടെ പ്രദേശത്ത് കടന്ന് ഒരു മാസത്തെ യാത്രക്കുശേഷം ലാസയിലെത്തി. കൊള്ളക്കാരുടെ വിഹാരരംഗമായ ചില പ്രദേശങ്ങളിലൂടെയുള്ള യാത്ര തികച്ചും ആപൽക്കരമായിരുന്നു. നേപ്പാളിയായി ചമഞ്ഞ് രാഹുൽ മൂന്നുവർഷം അവിടെ ചെലവഴിച്ചു. ഇതിനിടയിൽ 16,000 ഭോട്ട് പദങ്ങളും അവയുടെ നേപ്പാളിയിലും സംസ്കൃതത്തിലും ഉള്ള അർഥങ്ങളും കുറിച്ചെടുത്തു. വേറെ എങ്ങും ലഭിക്കാത്ത 'ടാംകോ' ചിത്രങ്ങളുടെ അമൂല്യപുസ്തകങ്ങൾ വാങ്ങി. 1930 ഏപ്രിൽ 24–ന് മടക്കയാത്ര തുടങ്ങി. ഒപ്പം താൻ ശേഖരിച്ച പുസ്തകങ്ങളുടെയും മറ്റ് അമൂല്യവസ്തുക്കളുടെയും ചുമടുകൾ വഹിച്ചുകൊണ്ട് 18 കുതിരകളും. 1618 വിലപ്പെട്ട കൈയെഴുത്തു ഗ്രന്ഥങ്ങളാണ് സമ്പാദിച്ചത്. അദ്ദേഹം നേരെ പോയത് ശ്രീലങ്കയിലേക്ക്. അവിടെവെച്ച് ബുദ്ധന്റെ ഒരു ജീവചരിത്രമെഴുതി. വളരെയധികം ഖ്യാതി നേടി ആ പുസ്തകം.

അപ്പോഴേക്കും ഗാന്ധിജിയുടെ നേതൃത്വത്തിൽ സിവിൽ നിയമലംഘനപ്രസ്ഥാനം തുടങ്ങി. 1930 അവസാനം ഒളിവിലിരുന്നുകൊണ്ട് അതിൽ ഭാഗഭാക്കായി. ഗാന്ധി–ഇർവിൻ സന്ധിയെത്തുടർന്ന് അത് നിർത്തിവെച്ചു. 1931–ൽ കറാച്ചി കോൺഗ്രസിൽ പങ്കെടുത്തു. രസകരമെന്നു പറയട്ടെ കാഷായവസ്ത്രവും കമണ്ഡലവും അദ്ദേഹം ഉപേക്ഷിച്ചില്ല. പക്ഷേ, ചർക്കയുമായി, ഗാന്ധിസവുമായി പൊരുത്തപ്പെട്ടു പോവാനായില്ല.

രാഹുലിന്റെ കഴിവും ബൗദ്ധികമായ ഔന്നിത്യവും മനസിലാക്കിയ സിലോൺ പ്രധാനമന്ത്രി അദ്ദേഹത്തെ ഇംഗ്ലണ്ടിലേക്കയച്ചു. ധാരാളം കമ്യൂണിസ്റ്റ് സാഹിത്യം അവിടെവെച്ച് വായിച്ചു. മാർക്സിനോടും റഷ്യൻ വിപ്ലവത്തോടും എന്തെന്നില്ലാത്ത ആദരവുതോന്നി. മാർക്സ് അന്ത്യവി

ശ്രമം കൊള്ളുന്ന ഹൈഗേറ്റ് സെമിത്തേരിയിൽ പോയി ആ ആചാര്യന്റെ സ്മരണയ്ക്ക് മുമ്പിൽ ആദരാഞ്ജലി അർപ്പിച്ചു. മാനവ നാഗരികതയുടെ വളർച്ചയിൽ ഏറ്റവുമധികം സ്വാധീനം ചെലുത്തിയ രണ്ട് വ്യക്തികളായി ബുദ്ധനെയും മാർക്സിനെയും അദ്ദേഹം കണ്ടു.

ഇംഗ്ലണ്ടിൽ നിന്ന് ഫ്രാൻസിലേക്കും ജർമനിയിലേക്കും പോയി. ഫ്രാൻസിൽ പ്രൊഫസർ സിൽവെയിൻ ലെയറെ കണ്ടുമുട്ടി. ജർമനിയിൽ ബുദ്ധമത പണ്ഡിതരുടെയും വീരേന്ദ്രനാഥ് ചതോപാധ്യയയെപ്പോലുള്ള വിപ്ലവകാരികളുടെയും സഹായത്തോടെ സോവിയറ്റ് യൂണിയനിലേക്കു പോകാൻ ഒരു ശ്രമം നടത്തി. പക്ഷേ, നടന്നില്ല. നിരാശനായിത്തീർന്ന അദ്ദേഹം ഹിറ്റ്ലർ ജർമനിയിൽ അധികാരത്തിൽ വരുന്നതിനു മുമ്പ് ശ്രീലങ്കയിലേക്ക് മടങ്ങി.

1933–ലെ വേനൽക്കാലത്ത് കാശ്മീരിലെത്തി. അവിടത്തെയും ജോലി വായനയും എഴുത്തും തന്നെ. പതിവുപോലെ ശരത്കാലത്ത് ബിഹാറിലേക്കു പോയി. ഇക്കാലത്താണ് ഏറ്റവുമധികം എഴുതിയത്. പെയിന്റിങ്ങുകളുടെ ശേഖരം പട്ന മ്യൂസിയത്തിനും പുസ്തകങ്ങൾ ബിഹാർ റിസർച്ച് സൊസൈറ്റിക്കും നൽകി. 1933–ൽ ബറോഡയിൽ ഓറിയന്റൽ സൊസൈറ്റിയുടെ ആർക്കിയോളജിക്കൽ ഡിവിഷൻ സമ്മേളനം നടന്നപ്പോൾ അതിന്റെ അധ്യക്ഷസ്ഥാനത്തേക്ക് രാഹുലിനെ തിരഞ്ഞെടുത്തു.

അദ്ദേഹം ബിഹാറിൽ കഴിയുമ്പോൾ സംസ്ഥാനത്ത് വലിയൊരു ഭൂകമ്പം ഉണ്ടായി. അത് വലിയ കെടുതികൾക്കിടയാക്കി. രാഹുൽ ദുരിതാശ്വാസ പ്രവർത്തനങ്ങളിൽ മുഴുകി. അതിനുശേഷം അദ്ദേഹം വീണ്ടും തിബത്ത് സന്ദർശിച്ചു. പ്രധാനപ്പെട്ട ചില ഗവേഷണ പ്രവർത്തനങ്ങൾ നടത്തി. 1935–ൽ ബിഹാറിൽ മടങ്ങിയെത്തി. അധികം കഴിയുന്നതിനു മുമ്പ് വീണ്ടും യാത്ര. ഇത്തവണ ബർമ, മലയ, സയാം, ജപ്പാൻ, കൊറിയ, മഞ്ചൂറിയ എന്നീ രാജ്യങ്ങൾ സന്ദർശിച്ചു. മഞ്ചൂറിയയിലൂടെ തീവണ്ടി വഴി സോവിയറ്റ് യൂണിയനിലേക്ക് പോയി. രണ്ടാഴ്ച അവിടെ ചെലവഴിച്ചു. മോസ്കോവിൽ നിന്ന് ബാക്കുവിലെത്തി അവിടത്തെ അംഗനി ക്ഷേത്രം സന്ദർശിച്ചു. അവിടെ നാഗരി ലിപിയിൽ ഉണ്ടായിരുന്ന ശിലാലിഖിതം വായിച്ചു. 1936–ൽ ഇറാൻ–ഇറാഖ് വഴി ഇന്ത്യയിലെത്തി. ഒമ്പതുമാസം നീണ്ട ഈ യാത്രയ്ക്കിടയിൽ ഒരു പുസ്തകം എഴുതുന്ന ജോലിയിൽ അദ്ദേഹം വ്യാപൃതനായി. വർഷാവസാനം ആ ദാർശനിക കൃതി വെളിച്ചം കണ്ടു. ദർശൻ ദിഗ് ദർശൻ. ഒരു ബൃഹദ് ഗ്രന്ഥമാണത്.

1937–ൽ സോവിയറ്റ് അക്കാദമിയുടെ ക്ഷണപ്രകാരം അദ്ദേഹം വീണ്ടും സോവിയറ്റ് യൂണിയനിൽ പോയി. ലെനിൻഗ്രാദിൽ വെച്ച് ഇന്തോ–തിബത്തൻ വിഭാഗത്തിന്റെ കാര്യദർശി ലോലയെ കണ്ടുമുട്ടി. അവർ തമ്മിൽ പ്രേമബന്ധം വളർന്നു. ഒടുവിൽ അവരെ വിവാഹം കഴിച്ചു. അവരിൽ അദ്ദേഹത്തിന് ഒരു പുത്രൻ പിറന്നു – ഇഗോർ.

ഇതിനിടയിൽ തിബത്തിനെക്കുറിച്ചുള്ള ഗവേഷണത്തിന് പണം

നൽകാമെന്ന് ബിഹാർ പ്രവിശ്യാ ഗവൺമെന്റ് അറിയിച്ചപ്പോൾ എന്തെന്നില്ലാത്ത ആഹ്ലാദം. ഗവേണഷണത്തിലുള്ള അടങ്ങാത്ത താൽപ്പര്യം മൂലം കുടുംബത്തിന്റെ കാര്യംപോലും കണക്കിലെടുക്കാതെ നേരെ തിബത്തിലേക്ക് പോയി. അപൂർവമായ ഒട്ടേറെ കൈയെഴുത്തുപ്രതികൾ അവിടെനിന്ന് ശേഖരിച്ചു. തുടർന്ന് കൽക്കത്തക്ക് മടങ്ങി. *സോവിയറ്റ് ഭൂമി* എന്ന വിഖ്യാത പുസ്തകം രചിച്ചു. തൊള്ളായിരത്തിലധികം പുറങ്ങളും 100 ചിത്രങ്ങളുമടങ്ങിയ പുസ്തകം.

കൽക്കത്തയിൽ മഹാബോധി സൊസൈറ്റി ആപ്പീസിലാണ് താമസിപ്പിച്ചത്. അവിടെ വെച്ച് കൽക്കത്തയിലെ കമ്യൂണിസ്റ്റ് പാർട്ടി പ്രവർത്തകനായ മഹാദേവ് സാഹ അദ്ദേഹത്തെ കണ്ടുമുട്ടി. അപ്പോൾ രാഹുൽ രാഷ്ട്രീയത്തിലൊന്നുമുണ്ടായിരുന്നില്ലെങ്കിലും ഇന്ത്യൻ കമ്യൂണിസ്റ്റ് പ്രസ്ഥാനത്തിൽ താൽപ്പര്യം കാണിച്ചു. അതുകൊണ്ട് സാഹ ഇടയ്ക്കിടെ അദ്ദേഹത്തെ കാണുകയും സൈക്ലോസ്റ്റൈൽ ചെയ്ത കമ്യൂണിസ്റ്റ് പ്രസിദ്ധീകരണങ്ങൾ അദ്ദേഹത്തിനു നൽകുകയും ചെയ്തു. അദ്ദേഹം ഓരോന്നും വായിച്ച് തിരിച്ചു നൽകും. അതിനു ശേഷം കൽക്കത്തയിൽ വെച്ചു മാത്രമല്ല പലേടങ്ങളിലും വെച്ച് – പട്ന, അലഹാബാദ്, സാരാനാഥ് തുടങ്ങിയ സ്ഥലങ്ങളിൽ വെച്ച് – അവർ കണ്ടുമുട്ടി. അതിനിടയിൽ ഒരു ദിവസം മഹാബോധി സൊസൈറ്റി ആപ്പീസിൽ വെച്ച് മുസഫർ അഹമ്മദ്, സോമനാഥ് ലാഹരി, ബങ്കിം മുഖർജി, അബ്ദുൾ ഹലീം എന്നിവരുമായി സംഭാഷണം നടത്തി. സോവിയറ്റ്നാടിന്റെ പുരോഗതിയെക്കുറിച്ച് ആ കമ്യൂണിസ്റ്റ് നേതാക്കൾ രാഹുലിൽ നിന്ന് ധാരാളം മനസിലാക്കി. രാഹുലാകട്ടെ കമ്യൂണിസ്റ്റ് പാർട്ടിയുമായി ബന്ധപ്പെട്ട് പ്രവർത്തിക്കാനും നിശ്ചയിച്ചു.

1938 ഒക്ടോബർ 5–ന് അദ്ദേഹം പട്നയിലെത്തി. ബിഹാറിന്റെ പല ഭാഗങ്ങളിലും പോയി കൃഷിക്കാരുടെ പ്രശ്നങ്ങൾ പഠിച്ചു. ബിഹാർ പ്രവിശ്യാ കോൺഗ്രസ് സമ്മേളനത്തിൽ പങ്കെടുത്തു. രാജേന്ദ്രപ്രസാദിനെ അദ്ദേഹത്തിന്റെ വസതിയിൽ സന്ദർശിച്ചു. കോൺഗ്രസ് സോഷ്യലിസ്റ്റ് പാർട്ടിയിൽ അംഗത്വമെടുക്കുകയും പ്രവിശ്യാ സി എസ് പി സമ്മേളനത്തിൽ പങ്കെടുക്കുകയും ചെയ്തു. 1939 ജനുവരിയിൽ വടക്കുപടിഞ്ഞാറൻ സറാനിൽ സഞ്ചരിച്ച് അവിടെയുള്ള കിസാൻസഭ പ്രവർത്തകരുമായി അവിടെ ആരംഭിക്കുന്ന കർഷകസമരത്തെ കുറിച്ച് ചർച്ച ചെയ്തു. അംവാറിയിൽ ഒരു വൻകിട സെമീന്ദാർക്കെതിരെ സത്യഗ്രഹമാരംഭിക്കാൻ തീരുമാനിച്ചു. അവിടെ 144 പ്രഖ്യാപിച്ചപ്പോൾ അതു ലംഘിക്കണമെന്നു തന്നെ നിശ്ചയിച്ചു. ഇതിനിടയിൽ സെമീന്ദാറുടെ ഗുണ്ടകൾ അദ്ദേഹത്തെ ആക്രമിച്ചു. 50 പ്രവർത്തകരോടൊപ്പം അദ്ദേഹം അറസ്റ്റിലായി. 6 മാസത്തെ തടവുശിക്ഷ കിട്ടി. 20 രൂപ പിഴ അടയ്ക്കാനോ അല്ലെങ്കിൽ 3 മാസം കൂടി തടവിൽ കിടക്കാനോ കോടിതിവിധിച്ചു. അദ്ദേഹത്തെ മോചിപ്പിക്കണമെന്നാവശ്യപ്പെട്ട് വിദ്യാർഥികളും മറ്റും പ്രക്ഷോഭം

തുടങ്ങി. തന്നിമിത്തം പ്രവിശ്യയിലെ കോൺഗ്രസ് ഗവൺമെന്റ് അദ്ദേഹത്തെ മോചിപ്പിച്ചു.

ജയിൽമോചിതനായ ഉടൻ പ്രവർത്തനം തുടർന്നു. കോൺഗ്രസിന്റെ പ്രവിശ്യാസമ്മേളന പ്രതിനിധിയായി എതിരില്ലാതെ തിരഞ്ഞെടുക്കപ്പെട്ടു. 1939 ഒക്ടോബർ 19–ന് സി പി ഐ യുടെ ബിഹാർ പ്രവിശ്യാ യൂണിറ്റ് മൊംഘീറിൽ ആർ ഡി ഭരദ്വാജിന്റെ സാന്നിധ്യത്തിൽ രൂപം കൊണ്ടു. രാഹുൽ പ്രവിശ്യാകമ്മിറ്റി അംഗമായി തിരഞ്ഞെടുക്കപ്പെട്ടു. 1940–ൽ പലാസയിൽ നടക്കാനിരുന്ന എ ഐ കെ എസ് സമ്മേളനത്തിൽ അധ്യക്ഷസ്ഥാനത്തേക്ക് അദ്ദേഹത്തെയാണ് തിരഞ്ഞെടുത്തത്. എന്നാൽ അതിനു തൊട്ടുമുമ്പ് നടന്ന കോൺഗ്രസിന്റെ രാംഗാർ സമ്മേളനത്തിലേക്കുള്ള യാത്രാവേളയിൽ പോലീസ് അറസ്റ്റു ചെയ്തു. ഇത്തവണ രാജ്യരക്ഷാ നിയമപ്രകാരമാണ് അറസ്റ്റു ചെയ്തത്. ഹസാരിബാഗ് സെൻട്രൽ ജയിലിലും ദേവലി ഡീറ്റൻഷൻ ക്യാമ്പിലുമായി 29 മാസം ചെലവഴിക്കേണ്ടി വന്നു. ഈ ജയിൽ ജീവിതത്തിനിടയിൽ ധാരാളം കൃതികൾ രചിച്ചു. എട്ട് നാടകങ്ങളും *വോൾഗ മുതൽ ഗംഗ വരെ* എന്ന കൃതിയും അതിലുൾപ്പെടുന്നു. *വോൾഗ മുതൽ ഗംഗവരെ* എന്ന കൃതിയുടെ ധാരാളം പതിപ്പുകൾ മലയാളത്തിൽ പുറത്തിറങ്ങിയിട്ടുണ്ട്.

ജയിൽമോചനത്തിനുശേഷം (1942–ൽ) പട്നയിലെത്തി. *ഹുങ്കാർ* എന്ന ഹിന്ദി വാരിക എഡിറ്റ് ചെയ്തു. പാർട്ടി മുഖപത്രമായ *ലോകയുദ്ധ*യുടെ പത്രാധിപസമിതിയിൽ പ്രവർത്തിച്ചു. അപ്പോൾ ഇന്ത്യൻ കമ്യൂണിസ്റ്റ് പാർട്ടിയുടെ ആസ്ഥാനം ബോംബെയിലായിരുന്നു. പാർട്ടികേന്ദ്രത്തിൽ പ്രവർത്തിക്കാൻ അദ്ദേഹത്തിനു ക്ഷണം കിട്ടി. കുറച്ചുകാലം ബോംബെയിൽ കഴിഞ്ഞതിനുശേഷം കർഷകമുന്നണിയിൽ ശ്രദ്ധ കേന്ദ്രീകരിച്ചു. പാർട്ടിയുടെയും കിസാൻസഭയുടെയും പ്രവർത്തനങ്ങളുമായി ബന്ധപ്പെട്ട് ഇന്ത്യയുടെ പല ഭാഗങ്ങളും സന്ദർശിച്ചു.

1944–ൽ ഭാര്യയെയും മകനെയും കാണാൻ ലെനിൻഗ്രാദിലേക്കു തിരിച്ചു. അവിടത്തെ യൂണിവേഴ്സിറ്റിയിൽ സംസ്കൃതം പഠിപ്പിച്ചു. സ്വയം റഷ്യൻ ഭാഷ പഠിച്ചു. തന്റെ മാസ്റ്റർപീസായി കണക്കാക്കുന്ന *മധ്യേഷ്യയുടെ ചരിത്രം* എന്ന കൃതിക്കുവേണ്ട വിവരങ്ങൾ ശേഖരിച്ചു.

1947 ആഗസ്തിൽ ഇന്ത്യയിൽ മടങ്ങിയെത്തി. അതിനുശേഷം തന്റെ സമയത്തിൽ ഏറിയ കൂറും എഴുത്തിനാണ് വിനിയോഗിച്ചത്. 1947–ൽ ഹിന്ദി സാഹിത്യസമ്മേളനത്തിന്റെ അധ്യക്ഷനായി തിരഞ്ഞെടുക്കപ്പെട്ടു. അധ്യക്ഷപ്രസംഗം വളരെയധികം വിജ്ഞാനപ്രദമായിരുന്നുവെങ്കിലും അതിനകത്ത് അൽപ്പം മുസ്ലിം വിരുദ്ധ വികാരം കലർന്നിരുന്നു. പ്രസംഗത്തിൽനിന്ന് ആ ഭാഗം ഒഴിവാക്കണമെന്ന് കമ്യൂണിസ്റ്റ് പാർട്ടി അദ്ദേഹത്തോടു പറഞ്ഞു. പ്രസംഗം പ്രതിനിധികൾക്കിടയിൽ വിതരണം ചെയ്തു കഴിഞ്ഞെന്നും അതിനാൽ അത് പിൻവലിക്കാൻ കഴിയുകയില്ലെന്നും അദ്ദേഹം ഒഴിവുകഴിവു പറഞ്ഞു. തന്നിമിത്തം അദ്ദേഹത്തെ പുറത്താക്കാൻ പാർട്ടി നിർബന്ധമായി. പാർട്ടിയിൽ നിന്ന് പുറത്താക്കപ്പെട്ട് എട്ടു

വർഷം കഴിഞ്ഞപ്പോൾ അദ്ദേഹം അന്നത്തെ പാർട്ടി ജനറൽ സെക്രട്ടറി അജയ്ഘോഷിനെ കണ്ട് തനിക്കുപറ്റിയ തെറ്റിൽ ഖേദം പ്രകടിപ്പിച്ചു. അതിനുശേഷം അദ്ദേഹത്തിന് വീണ്ടും പാർട്ടി അംഗത്വം നൽകി.

നിരന്തര സഞ്ചാരവും വിശ്രമരഹിതമായ പ്രവർത്തനങ്ങളും ആരോഗ്യനിലയെ ബാധിച്ചു. പ്രമേഹരോഗം വല്ലാതെ അലട്ടാൻ തുടങ്ങി. എങ്കിലും പഠനത്തിനും എഴുത്തിനും മുടക്കം വരുത്തിയില്ല. ജീവിതം മുമ്പോട്ടു കൊണ്ടുപോകാൻ പരസഹായം വേണമെന്ന തോന്നലായിരിക്കാം മൂന്നാമതൊരു വിവാഹം കഴിക്കണമെന്ന തോന്നൽ അദേഹത്തിലുണ്ടാക്കിയത്. 1950-ൽ കമലയെ വിവാഹം കഴിച്ചു. ആ വിവാഹത്തിൽ രണ്ട് കുട്ടികളുണ്ടായി.

1958-ൽ ചൈനയിലേക്കുപോയി. നാലുമാസം അവിടെ അധ്യാപകവൃത്തിയിലേർപ്പെട്ടു. തിരിച്ചെത്തി അധികനാൾ കഴിയുന്നതിനുമുമ്പ് ശ്രീലങ്കൻ സർവകലാശാലയിലേക്കുള്ള ക്ഷണം സ്വീകരിച്ചു. അവിടെ രണ്ടര വർഷം തത്വശാസ്ത്ര പ്രൊഫസർ എന്ന നിലയിൽ കഴിച്ചുകൂട്ടി. 1961-ൽ ഇന്ത്യയിൽ തിരിച്ചെത്തി. രോഗം മൂർച്ഛിച്ചു. ഓർമശക്തി പൂർണമായും നഷ്ടപ്പെട്ടു. വിദഗ്ധ ചികിത്സക്കായി മോസ്കോവിലേക്ക് കൊണ്ടുപോയി. ഡോക്ടർമാരുടെ ശ്രമങ്ങൾക്ക് ഓർമശക്തി തിരിച്ചുകൊണ്ടുവരാനായില്ല. 1963 ഏപ്രിൽ 14-ന് അന്തരിച്ചു.

ജീവിതാന്ത്യത്തിലാണ് ചില ബഹുമതികൾ അദ്ദേഹത്തെ തേടിയെത്തിയത്. കാശി പണ്ഡിതസഭ അദ്ദേഹത്തെ മഹാപണ്ഡിത ബിരുദം നൽകി ആദരിച്ചു. അലഹാബാദിലെ ഹിന്ദി സാഹിത്യ സമ്മേളനം സാഹിത്യ വാചസ്പതി എന്ന ബഹുമതി നൽകി. ഭഗൽപൂർ സർവകലാശാലയും ശ്രീലങ്കയിലെ വിദ്യാലങ്കാർ സർവകലാശാലയും ഓണററി ഡോക്ടറേറ്റുകൾ നൽകി. ഈ ബഹുമതികൾ എല്ലാം ലഭിച്ചതിനുശേഷമാണ് 1961-ൽ കേന്ദ്രസാഹിത്യ അക്കാദമി അവാർഡ് രാഹുലിന് നൽകിയത്. 1962-ൽ ഇന്ത്യാ ഗവൺമെന്റ് പദ്മഭൂഷൺ ബഹുമതിയും നൽകി.

രേണു ചക്രവർത്തി

1917 - 1994

ആദ്യകാല കമ്യൂണിസ്റ്റ് മഹിളാനേതാക്കളിൽ പ്രമുഖയായിരുന്നു രേണു ചക്രവർത്തി. ആദ്യ പാർലമെന്റിലെ കമ്യൂണിസ്റ്റ് ഗ്രൂപ്പിന്റെ ഡപ്യൂട്ടി ലീഡറായിരുന്നു അവർ.

1917 ഒക്ടോബർ 21–ന് കൊൽക്കത്തയിൽ ദേശീയവാദികളുടെ ഒരു കുടുംബത്തിൽ ജനിച്ചു. കൊൽക്കത്ത യൂണിവേഴ്സിറ്റിയിൽനിന്ന് ബി എ (ഓണേഴ്സ്) പരീക്ഷ മൂന്നാംറാങ്കോടെ പാസായി. തുടർന്ന് ഉപരിപഠനത്തിന് കേംബ്രിഡ്ജിലേക്കുപോയി. അവിടെ പഠിക്കുമ്പോൾ യൂറോപ്പിൽ ഫാസിസത്തിന്റെ അഴിഞ്ഞാട്ടം. അതിന്റെ വികൃതമായ മുഖം നേരിൽ കാണാൻ അവർക്ക് അവസരംലഭിച്ചു. ആയിടെ സന്ദർശിക്കാനിടയായ ആസ്ത്രിയ, ഹിറ്റ്ലറുടെ കാലിനടിയിൽപ്പെട്ട് ഞെരിഞ്ഞമരുന്നതിന് സാക്ഷിയായി. കോൺസൻട്രേഷൻ ക്യാമ്പുകളിൽ ജൂതന്മാരും കമ്യൂണിസ്റ്റുകാരും കശാപ്പുചെയ്യപ്പെടുന്ന വാർത്തകൾ ഞെട്ടലോടെ ശ്രവിച്ചു.

ഇതോടൊപ്പം ഫാസിസത്തിനെതിരായ ശക്തികളും രംഗത്തുവന്നു. ഫാസിസത്തിനെതിരെ പ്രകടനങ്ങളും യോഗങ്ങളും. അവയിൽ യുവതിയായ രേണുവും പങ്കെടുക്കാൻതുടങ്ങി. സാർവദേശീയ വിദ്യാർഥിപ്രസ്ഥാനത്തിൽ അവർ ആകൃഷ്ടയായി. 1938–ൽ അമേരിക്കൻ ഐക്യനാടുകളിൽ നടന്ന പ്രഥമ സാർവദേശീയ യുവജനസമ്മേളനത്തിൽ അവർ പ്രതിനിധിയായി പങ്കെടുത്തു. ആ സമ്മേളനത്തിൽ പങ്കെടുത്ത ഏക ഇന്ത്യൻ യുവതിയായിരുന്നു രേണു.

ഫാസിസ്റ്റുവിരുദ്ധ ക്യാമ്പെയിനിൽ പങ്കെടുക്കുന്നതോടൊപ്പം ലാസ്കിയുടെയും ജോൺ സ്റ്റ്റാച്ചിയുടെയും പ്രസംഗങ്ങൾ കേൾക്കാൻപോകും. സോഷ്യലിസത്തെക്കുറിച്ച് സ്റ്റ്റാച്ചി നടത്തിയ പ്രസംഗങ്ങൾ അവരെ ഹഠാദാകർഷിച്ചു. തൊഴിലാളികൾക്ക് സ്വന്തം അധ്വാനശക്തിയല്ലാതെ മറ്റൊന്നും വിൽക്കാനില്ലെന്ന് അതീവലളിതമായി അദ്ദേഹം വിശദീകരിക്കുന്നത് രേണുവിന്റെ ഉള്ളിൽതട്ടി. അത് അവർ ഉൽപ്പാദനോപകരണങ്ങൾ കൈവശംവയ്ക്കുന്നവർക്കു വിൽക്കുന്നു. തൊഴിലാളികൾ അവരുടെ വിയർപ്പുനൽകി സൃഷ്ടിച്ചെടുക്കുന്ന മിച്ചമൂല്യം അവർ തട്ടിപ്പറിച്ചെടുക്കുന്നു. മുതലാളിത്ത സമൂഹത്തിൽ നിലനിൽക്കുന്ന ചൂഷണത്തിന്റെ സ്വഭാവവും അതിന്റെ കാരണങ്ങളും അവർക്കു മനസിലായി. താൻ കോൺവന്റ് സ്കൂളിൽനിന്നു മനസിലാക്കിയതിനു വിരുദ്ധമായിരുന്നു ഇതെല്ലാം. അവർ സോഷ്യലിസ്റ്റ് ആശയങ്ങളിൽ ആകൃഷ്ടയാവുകയായിരുന്നു. രേണു ബ്രിട്ടീഷ് കമ്യൂണിസ്റ്റുപാർട്ടിയുമായി ബന്ധപ്പെടുകയും കമ്യൂണിസ്റ്റുപാർട്ടിയിൽ അംഗമാവുകപോലും ചെയ്തു.

നാട്ടിൽ മടങ്ങിയെത്തിയപ്പോൾ കൊൽക്കത്ത യൂണിവേഴ്സിറ്റിയിൽ അധ്യാപികയായി ചേർന്നു. എം എ ക്ലാസിലെ വിദ്യാർഥികളെ ഇംഗ്ലീഷ് പഠിപ്പിച്ചു. അധികകാലം അധ്യാപികയായി തുടർന്നില്ല. അവരുടെ ഹൃദയം രാഷ്ട്രീയത്തിനുവേണ്ടി മിടിക്കുകയായിരുന്നു. ബംഗാളിലെ അപ്പോഴത്തെ രാഷ്ട്രീയ കാലാവസ്ഥയും അതിനനുസൃതമായിരുന്നു. രാഷ്ട്രീയ തടവുകാരെ മോചിപ്പിക്കണം എന്നാവശ്യപ്പെട്ടുകൊണ്ടുള്ള വമ്പിച്ച ഒരു പ്രക്ഷോഭം ബംഗാളിൽ നടക്കുകയായിരുന്നു. അതിലേക്ക് ധാരാളം യുവതീയുവാക്കൾ ആകർഷിക്കപ്പെട്ടു. അധ്യാപകജോലി വലിച്ചെറിഞ്ഞ് രേണുവും ആ പ്രക്ഷോഭത്തിന്റെ തീച്ചൂളയിലേക്ക് എടുത്തുചാടി. 98 പ്രേംചന്ദ് ബറാൾ സ്ട്രീറ്റിൽ വനിതാ രാഷ്ട്രീയപ്രവർത്തകർക്ക് ഒരു ഓഫീസുണ്ടായിരുന്നു. അവർ അത് കേന്ദ്രീകരിച്ച് പ്രവർത്തനമാരംഭിച്ചു.

രാഷ്ട്രീയത്തടവുകാരുടെ മോചനത്തിനുവേണ്ടിയുള്ള പ്രക്ഷോഭത്തിൽ ഭാഗഭാക്കായതോടൊപ്പംതന്നെ സ്ത്രീകളെ സംഘടിപ്പിക്കുന്ന പ്രവർത്തനങ്ങളിലും വ്യാപൃതയായി. അന്ന് സ്ത്രീകൾക്കുവേണ്ടി ഒരു സംഘടന നിലവിലുണ്ടായിരുന്നു—ഓൾ ഇന്ത്യാ വിമൻസ് കോൺഫറൻസ്. ആ സംഘടന സമൂഹത്തിലെ മേലേക്കിടയിൽക്കിടക്കുന്ന സ്ത്രീകളുടെ പൊതുവേദിയായിരുന്നുവെങ്കിലും അതുമായി രേണു ബന്ധപ്പെട്ടു. വർഷങ്ങളോളം ഈ സംഘടനയുടെ ബംഗാൾ ഘടകത്തിന്റെ എക്സിക്യൂട്ടീവ് കമ്മിറ്റി അംഗമായിരുന്നു. അതിനെ സാധാരണക്കാരായ സ്ത്രീകൾക്കുകൂടി പങ്കെടുക്കാൻ കഴിയുന്ന സംഘടനയായി മാറ്റാൻ ശ്രമിച്ചെങ്കിലും നടന്നില്ല.

രാഷ്ട്രീയപ്രവർത്തനം ആരംഭിച്ച ആദ്യനാളുകളിൽ രാജ്യത്തിന്റെ പല ഭാഗങ്ങളിലും നടന്ന വിദ്യാർഥിസമ്മേളനങ്ങളിൽ അവർ പങ്കെടുത്തു. ഇംഗ്ലണ്ടിൽ പഠിച്ചുവന്നവരെന്നനിലയിൽ വിദ്യാർഥികൾക്കിടയിൽ നല്ല അംഗീകാരംകിട്ടി. 1939 ഡിസംബർ അവസാനം ഡൽഹിയിൽ എ ഐ

എസ് എഫിന്റെ ദേശീയസമ്മേളനം. ആ സമ്മേളനം ഉദ്ഘാടനം ചെയ്തത് സുഭാഷ്ചന്ദ്ര ബോസ്. രാഷ്ട്രീയത്തടവുകാരുടെ മോചനമാവശ്യപ്പെട്ട് രംഗത്തേക്കുവരാൻ ബോസ് വിദ്യാർഥികളെ ആഹ്വാനംചെയ്തു. ധാരാളം വിദ്യാർഥിനികൾ ആ ആഹ്വാനം ചെവിക്കൊണ്ടു. അവർ പ്രകടനങ്ങളും യോഗങ്ങളും നടത്തി. അവരുടെ ശക്തി തെളിയിക്കപ്പെടുകയായിരുന്നു. ഇതാണ് പെൺകുട്ടികളെ പ്രത്യേകമായി സംഘടിപ്പിക്കാൻ മുൻകൈയെടുത്തതിനു പിന്നിലെ പ്രേരകശക്തി. 1940–ൽ ലക്നൗവിൽ പെൺകുട്ടികളുടെ കൺവെൻഷൻ. ആ കൺവെൻഷനിൽ അധ്യക്ഷത വഹിച്ചത് രേണു.

1939–ൽ രണ്ടാം ലോകമഹായുദ്ധം പൊട്ടിപ്പുറപ്പെട്ടു. അപ്പോൾ മറ്റ് മഹിളാനേതാക്കളോടൊപ്പം മഹിളാ ആത്മരക്ഷാ സമിതി എന്ന പേരിൽ ഒരു സംഘടന രൂപീകരിക്കാൻ അവർ മുൻകൈയെടുത്തു. ഈ സംഘടനയുടെ ഘടകങ്ങൾ രൂപീകരിക്കാൻ ബംഗാളിന്റെ എല്ലാ ഭാഗങ്ങളിലും അവർ യാത്ര ചെയ്തു. അതിന്റെ സെക്രട്ടറിയായി തിരഞ്ഞെടുക്കപ്പെട്ടു. അതിനിടയിൽ ബംഗാൾക്ഷാമം. ലക്ഷക്കണക്കിനാളുകൾ ചത്തൊടുങ്ങാൻതുടങ്ങി. ഈ ഘട്ടത്തിലാണ് മഹിളാ ആത്മരക്ഷാ സമതി പട്ടിണിക്കാരായ 5000 സ്ത്രീകളുടെയും കുട്ടികളുടെയും ഒരു മാർച്ച് നിയമസഭാ മന്ദിരത്തിനു മുമ്പിലേക്ക് നടത്തിയത്. ആ മാർച്ചിന്റെ നേതാക്കളിലൊരാൾ രേണു. പട്ടിണിമൂലം ദുരിതമനുഭവിക്കുന്നവർക്ക് ആശ്വാസം നൽകാൻ ഇക്കാലത്ത് അവർ അവിശ്രമം പരിശ്രമിച്ചു. അതിനുമുമ്പ് 1942–ൽ പ്രശസ്ത പത്രപ്രവർത്തകൻ നിഖിൽ ചക്രവർത്തിയെ അവർ വിവാഹം കഴിച്ചു.

1946–ൽ ബംഗാളിൽ വർഗീയലഹള. അപ്പോൾ അവരും മറ്റു മഹിളാ സഖാക്കളും സമുദായ സൗഹാർദം നിലനിർത്താൻ പരിശ്രമിച്ചു; ലഹള മൂലം സർവതും നഷ്ടപ്പെട്ടവരെ പുനരധിവസിപ്പിക്കുന്ന പ്രവർത്തനങ്ങളിലേർപ്പെട്ടു. 1940–42 കാലത്ത് ബംഗാളിന്റെ അതിർത്തിവിട്ട് പോകാൻ പാടില്ലെന്നുപറഞ്ഞ് ബ്രിട്ടീഷ് ഗവൺമെന്റ് ഉത്തരവിറക്കി.

രേണു ബംഗാൾ മുഖ്യമന്ത്രിയായിരുന്ന ഡോ. ബി സി റോയിയുടെ അനന്തരവൾ. രേണുവിനെ അദ്ദേഹത്തിന് വളരെ ഇഷ്ടവുമായിരുന്നു. എങ്കിലും ഇത് കോൺഗ്രസ് പാർട്ടിയുടെ നയങ്ങളെ എതിർക്കുന്നതിൽനിന്ന് അവരെ തടഞ്ഞുനിർത്തിയില്ല. അവർ സി പി ഐക്കുവേണ്ടി നിരന്തരവും വിട്ടുവീഴ്ചകൂടാതെയും പ്രവർത്തിച്ചു. അങ്ങനെ പ്രവർത്തിക്കുന്നതിനിടയിൽ 1948–ൽ ഇന്ത്യൻ കമ്യൂണിസ്റ്റുപാർട്ടിയുടെ രണ്ടാം കോൺഗ്രസ്. കോൺഗ്രസിനെത്തുടർന്ന് കമ്യൂണിസ്റ്റുപാർട്ടി നിരോധിക്കപ്പെട്ടു. രേണുചക്രവർത്തി ഒളിവിൽപ്പോയി. വളരെയധികം കഷ്ടതകൾ നേരിട്ടുകൊണ്ട് 1951വരെ ഭൂഗർഭപ്രവർത്തനം നടത്തി. പാർട്ടിയുടെ മേലുള്ള നിരോധനം പിൻവലിക്കപ്പെട്ടപ്പോൾ പുറത്തുവന്നു.

രേണു ഒളിവിൽനിന്ന് പുറത്തുവരുമ്പോഴേക്ക് ഒന്നാം പൊതുതിരഞ്ഞെടുപ്പ്. തിരഞ്ഞെടുപ്പിൽ ബഷീർഘട്ട് മണ്ഡലത്തിൽ പാർട്ടി അവരെ

സ്ഥാനാർഥിയാക്കി നിർത്തി. അവർ വിജയിക്കുകയും ചെയ്തു. കമ്യൂണിസ്റ്റുപാർട്ടി പാർലമെന്റിലെ പ്രധാന പ്രതിപക്ഷ ഗ്രൂപ്പ്. അവരെ ആ ഗ്രൂപ്പിന്റെ ഡപ്യൂട്ടി ലീഡറായി പാർട്ടി നിശ്ചയിച്ചു. അതേ മണ്ഡലത്തിൽ നിന്ന് 1957–ലും 1962–ലും അവർ വിജയിച്ചു. പാർലമെന്റ് മെമ്പർ എന്ന നിലയിൽ അവർ തന്നായി ശോഭിച്ചു. രാഷ്ട്രീയ എതിരാളികൾപോലും അവരെ ബഹുമാനിച്ചു. പാവപ്പെട്ടവരുടെയും മർദിത ജനവിഭാഗങ്ങളുടെയും പ്രശ്നങ്ങൾ അവർ പാർലമെന്റിൽ ഉന്നയിച്ചു. സ്ത്രീകളുടെ പ്രശ്നങ്ങളിൽ പ്രത്യേകശ്രദ്ധ പതിപ്പിച്ചു.

ഒന്നും രണ്ടും പാർലമെന്റിൽ ഉയർന്നുവന്ന പ്രധാന പ്രശ്നങ്ങളായിരുന്നു ഹിന്ദു വിവാഹനിയമം, പിന്തുടർച്ചാവകാശ നിയമം, ദത്തെടുക്കൽ നിയമം തുടങ്ങിയവ പരിഷ്കരിക്കൽ. അതിനായി കൊണ്ടുവന്ന ഹിന്ദു കോഡ് ബിൽ വലിയ വിവാദവിഷയമായി. ഹിന്ദുമഹാസഭയുടെ നേതൃത്വത്തിൽ ഹിന്ദു യാഥാസ്ഥിതികരും മറ്റു യാഥാസ്ഥിതിക വിഭാഗങ്ങളും അതിനെ എതിർത്തു. അതിനെതിരെ വലിയൊരു ക്യാമ്പെയ്ൻ അഴിച്ചുവിട്ടു. എന്തിനധികം കോൺഗ്രസുകാരിൽത്തന്നെ പലരും സ്വന്തം ഗവൺമെന്റ് കൊണ്ടുവന്ന ബില്ലിനെ എതിർത്തു. ഇന്ത്യയുടെ പ്രഥമ പ്രസിഡന്റ് രാജേന്ദ്രപ്രസാദ് പോലും അതിനെ എതിർത്തവരിൽ ഉൾപ്പെടുന്നു. സ്ത്രീകളുടെ പദവി മെച്ചപ്പെട്ടുകാണണമെന്ന് ആഗ്രഹിക്കുകയും അതിനായി പ്രവർത്തിക്കുകയും ചെയ്യുന്ന ജനാധിപത്യ–പുരോഗമന ജനവിഭാഗങ്ങളുടെ മുമ്പിൽ ഇതൊരു വെല്ലുവിളിയായി.

ഈ ബില്ലിന്റെ പേരിൽ പാർലമെന്റിൽ ശക്തമായ ഒരു സമരംതന്നെ നടത്തേണ്ടിവന്നു. വനിതാ എം പിമാർ അതിന് നേതൃത്വം നൽകി. ഈ സമരത്തിൽ രേണു വഹിച്ച പങ്ക് നിസ്സാരമല്ല. കോൺഗ്രസിന്റെ വനിതാ എം പിമാരെപ്പോലും ആ സമരത്തിൽ പങ്കാളികളാക്കുക എന്നത് എളുപ്പമായിരുന്നില്ല. ഈ പ്രശ്നത്തിന്റെ പേരിൽ സ്ത്രീ–പുരുഷ എം പിമാരെ യോജിപ്പിക്കുന്നതിൽ രേണു സുപ്രധാന പങ്കുവഹിച്ചു.

അവർ തന്റെ പ്രവർത്തനം പാർലമെന്റിന്റെ നാലു ചുമരുകൾക്കകത്ത് ഒതുക്കിനിർത്തിയില്ല. പുതിയ ബില്ലുകൾക്കനുകൂലമായി വമ്പിച്ച ഒരു ക്യാമ്പെയ്ൻ ആരംഭിക്കണമെന്ന് അവർ നിർദേശിച്ചു. 1953–ൽ രൂപീകരിച്ച നാഷണൽ ഫെഡറേഷൻ ഓഫ് ഇന്ത്യൻ വിമൻ എന്ന സംഘടനയുടെ പ്രമുഖ നേതാവായിരുന്നു അവർ. ആ സംഘടനയുടെ യോഗങ്ങളിലൊന്നിൽ അങ്ങനെ ഒരു ക്യാമ്പെയ്ൻ ആരംഭിക്കണമെന്ന് അവർ ശക്തിയായി വാദിച്ചു. ആ അഭിപ്രായം അംഗീകരിക്കപ്പെട്ടു. അങ്ങനെ ആരംഭിച്ച ക്യാമ്പെയ്നിൽ അവർ സജീവം പങ്കെടുത്തു. ഒട്ടേറെ സംസ്ഥാനങ്ങൾ അതിന്റെഭാഗമായി സന്ദർശിച്ചു. അനേകം യോഗങ്ങളെ അഭിസംബോധനചെയ്തു. ഹിന്ദു കോഡ് ബില്ലിനനുകൂലമായി നാഷണൽ ഫെഡറേഷൻ ഓഫ് ഇന്ത്യൻ വിമൻ ശേഖരിച്ച 50,000 ഒപ്പുകൾ അടങ്ങിയ നിവേദനം ലോകസഭാ സ്പീക്കർക്ക് സമർപ്പിച്ചത് രേണു ചക്രവർത്തി.

നല്ലൊരു പ്രക്ഷോഭകയായിരുന്നു അവർ. അവശ്യസാധനങ്ങളുടെ വിലക്കയറ്റത്തിൽ പ്രതിഷേധിച്ച് 1958–ൽ അവർ വമ്പിച്ചൊരു പ്രകടനം നയിച്ച് അറസ്റ്റുവരിച്ചു. അവരോടൊപ്പം കർഷക–ഇടത്തരം വിഭാഗങ്ങളിൽപ്പെട്ട 900 സ്ത്രീകളും അറസ്റ്റിലായി.

നാഷണൽ ഫെഡറേഷൻ ഓഫ് ഇന്ത്യൻ വിമൻ രൂപീകരിക്കുന്നതിലും കെട്ടിപ്പടുക്കുന്നതിലും സുപ്രധാന പങ്കുവഹിച്ച രേണു ആ സംഘടനയിൽ പല ഉത്തരവാദപ്പെട്ട സ്ഥാനങ്ങളും വഹിച്ചു. ആദ്യം കുറെക്കാലം അതിന്റെ നാഷണൽ എക്സിക്യൂട്ടീവിൽ അംഗവും വൈസ് പ്രസിഡന്റുമായിരുന്ന അവർ 1963മുതൽ 1970വരെ ജനറൽ സെക്രട്ടറിയായിരുന്നു. പലവർഷം വിമൻസ് ഇന്റർനാഷണൽ ഫെഡറേഷന്റെ കൗൺസിൽ മെമ്പറായിരുന്നു.

മഹിളാരംഗത്ത് മാത്രമല്ല അവർ പ്രവർത്തിച്ചത്. ട്രേഡ് യൂണിയൻ രംഗത്തും അവർ പ്രവർത്തനം നടത്തി. യുണൈറ്റഡ് അയൺ ആന്റ് സ്റ്റീൽ വർക്കേഴ്സ് യൂണിയന്റെ വൈസ് പ്രസിഡന്റായിരുന്ന അവർ രാജ്യത്തെ ശക്തമായ ചില യൂണിയനുകളുടെ പ്രസിഡന്റായും പ്രവർത്തിച്ചിട്ടുണ്ട്. ബ്രിട്ടനിൽവെച്ച് കമ്യൂണിസ്റ്റായിത്തീർന്ന അവർ 1959മുതൽ പാർട്ടിയുടെ ദേശീയ കൗൺസിൽ അംഗം. പാർട്ടിയുടെ കേന്ദ്ര കൺട്രോൾ കമ്മീഷനിലും അംഗമായിരുന്നു.

കുറച്ചുകാലം പശ്ചിമബംഗാൾ മന്ത്രിസഭയിൽ അംഗമായിരുന്നു. ധാരാളം വായിക്കുകയും എഴുതുകയും ചെയ്യുമായിരുന്നു. പാർട്ടി ജേർണലുകളിൽ മാത്രമല്ല, മറ്റു ജേർണലുകളിലും അവർ എഴുതി. *ഇന്ത്യൻ മഹിളാപ്രസ്ഥാനത്തിൽ കമ്യൂണിസ്റ്റുകാർ* എന്ന പുസ്തകം രചിച്ചിട്ടുണ്ട്. 1940മുതൽ 1950വരെ വിവിധ വിഭാഗം സ്ത്രീകളുടെ സമരങ്ങളിൽ കമ്യൂണിസ്റ്റ് സ്ത്രീകൾ നടത്തിയ പ്രവർത്തനങ്ങളുടെ ചിത്രമാണ് ആ പുസ്തകത്തിൽ അവർ വരച്ചുകാണിക്കുന്നത്. രേണു ചക്രവർത്തിയുടെ സംഭവബഹുലമായ ജീവിതത്തിന് 1994 ഏപ്രിൽ 16–ന് തിരശീലവീണു.

രേവതി ബർമൻ

ബംഗാളിലെ കമ്യൂണിസ്റ്റ് പ്രസ്ഥാനത്തിന്റെ ചരിത്രം പ്രതിപാദിക്കുന്ന പുസ്തകങ്ങളും ലേഖനങ്ങളും ധാരാളം പുറത്തുവന്നിട്ടുണ്ട്. അവയിലൊന്നും അങ്ങനെ കാണാൻ കഴിഞ്ഞിട്ടില്ലാത്ത ഒരു പേരാണ് രേവതി ബർമൻ. എന്നാൽ അദ്ദേഹത്തെക്കുറിച്ച് സുധാംശുദാസ് ഗുപ്ത എഴുതിയത് വായിച്ചപ്പോൾ എങ്ങനെ അദ്ദേഹം തമസ്കരിക്കപ്പെട്ടു എന്ന് അത്ഭുതത്തോടെ ആലോചിച്ചുപോയി. തീർച്ചയായും ബംഗാളിലെ കമ്യൂണിസ്റ്റ് പ്രസ്ഥാനത്തിന്റെ ആദ്യപഥികരിൽ ഒരാളാണ് അദ്ദേഹം. ബംഗാളിൽ മാർക്സിസം പ്രചരിപ്പിച്ചതിൽ അദ്ദേഹം വഹിച്ച പങ്ക് നിസ്സാരമല്ല. സുധാംശുദാസ് ഗുപ്തയുടെ *ഞങ്ങൾ എങ്ങനെ കമ്യൂണിസ്റ്റായി* എന്ന പുസ്തകത്തിൽ നിന്നെടുത്ത വിവരങ്ങളാണ് ഇവിടെ കൊടുക്കുന്നത്.

കൽക്കത്ത സർവകലാശാല സംഭാവന ചെയ്ത ഏറ്റവും പ്രതിഭാശാലിയായ ഒരു വിദ്യാർഥി ആയിരുന്നു രേവതി ബർമൻ. 1922–ൽ സർവകലാശാല നടത്തിയ മെട്രിക്കുലേഷൻ പരീക്ഷയിൽ അദ്ദേഹം ഒന്നാം സ്ഥാനം നേടി. പ്രസിഡൻസി കോളേജിൽ നിന്ന് ഇന്റർ ആർട്സിൽ വിജയിച്ച അദ്ദേഹം സെന്റ് പോൾസ് കോളേജിൽ നിന്ന് ബി എ ബിരുദം കരസ്ഥമാക്കി. തുടർന്ന് ധനശാസ്ത്രത്തിൽ ബിരുദാനന്തര ബിരുദം നേടി. ദേശീയ വിപ്ലവ സംഘടനകൾ ഒട്ടേറെയുണ്ടായിരുന്നല്ലോ ബംഗാളിൽ. ധാക്കയിൽ അത്തരത്തിലുള്ള ഒന്നായിരുന്നു ശ്രീസംഘം ഗ്രൂപ്പ്. അദ്ദേഹം അതിൽ അംഗമായി. അദ്ദേഹത്തിന്റെ വിപ്ലവ പ്രവർത്തനകേന്ദ്രം കൽക്കത്ത, ബാങ്കറ, ബീർഭൂം ജില്ലകൾ. ഈ ജില്ലകളിൽ ചില ആക്ഷനുക

ളിൽപ്പോലും അദ്ദേഹം പങ്കാളിയായി.

1926–27–ൽ *സെനു* എന്ന പേരിൽ ഒരു മാസിക പുറത്തിറക്കി. ചെറുപ്പക്കാർക്കിടയിൽ ദേശാഭിമാന ബോധം ജനിപ്പിക്കുക; രാജ്യത്തിനുവേണ്ടി പോരാടാൻ അവരെ സന്നദ്ധരാക്കുക—ഇതായിരുന്നു മാസികയുടെ ലക്ഷ്യം. മാസിക മുടക്കംകൂടാതെ പ്രസിദ്ധീകരിക്കണമെന്ന് അദ്ദേഹത്തിന് നിർബന്ധമായിരുന്നു. ആ നിർബന്ധം ഒരിക്കൽ തന്റെ സ്വർണ മെഡൽ കൂടി വിൽക്കുന്നതിന് അദ്ദേഹത്തെ പ്രേരിപ്പിക്കുകപോലും ചെയ്തു. മാസികയിൽ എഴുതുന്നതു മുതൽ എല്ലാ കാര്യങ്ങളും അദ്ദേഹം ചെയ്യേണ്ടിയിരുന്നു. കുറച്ചു കഴിഞ്ഞപ്പോൾ ഭൂപേന്ദ്ര കിഷോർ രക്ഷിത് റോയ് സഹായത്തിനെത്തി.

1930–ൽ രേവതി ബർമൻ ബി സി എൽ എ പ്രകാരം അറസ്റ്റിലായി. ഇതേപോലെ പലതവണ അറസ്റ്റിലായിട്ടുണ്ട്. എട്ടുവർഷം വിവിധ ജില്ലകളിൽ കഴിയേണ്ടിവന്നു. ജയിൽ ജീവിതത്തിന്റെ അവസാനഘട്ടത്തിൽ ദേവലി ക്യാമ്പിലെത്തി. ജയിലിൽ പലതരത്തിലുള്ള പീഡനങ്ങൾക്കും ഇരയായി.

ജയിലിൽ വെറുതെ സമയം കളയുകയല്ല ചെയ്തത്. മാർക്സിസം പഠിക്കുന്നതിന് മുഴുവൻ സമയവും ചെലവഴിച്ചു. ആ വിഷയത്തെക്കുറിച്ച് കിട്ടാവുന്നത്ര പുസ്തകങ്ങൾ ശേഖരിച്ചു. മാർക്സിസത്തിൽ അവഗാഹം നേടുകയും സഹരാഷ്ട്രീയ തടവുകാരെ അത് പഠിപ്പിക്കുകയും ചെയ്തു. അദ്ദേഹം നന്നായി ക്ലാസെടുക്കും. ക്ലാസ് രസകരമായിരിക്കും. അതുകൊണ്ട് അത് കേൾക്കാൻ എല്ലാവരും ഒത്തുകൂടും. രേവതി ബർമന്റെ ജയിൽ ജീവിതത്തെക്കുറിച്ച് മുസഫർ അഹമ്മദ് എഴുതിയത് ഓർക്കുക:

> തടങ്കൽ പാളയങ്ങളിൽ കഴിയവേ ബർമൻ മാർക്സിസ്റ്റ് സാഹിത്യം ആഴത്തിൽ പഠിക്കാൻ തുടങ്ങി. ആ പഠനത്തിലൂടെ അദ്ദേഹം മാർക്സിസം അംഗീകരിക്കുകയും ജയിൽ മോചനത്തിനുശേഷം കമ്യൂണിസ്റ്റ് പാർട്ടിയിൽ ചേരാൻ തീരുമാനിക്കുകയും ചെയ്തു.

അദ്ദേഹത്തിന്റെ പഠനരീതിയെക്കുറിച്ചുകൂടി മുസഫർ അഹമ്മദ് പറയുന്നുണ്ട്. നോക്കുക:

> രേവതി ബർമൻ മാർക്സിസം ഉപരിപ്ലവമായി പഠിക്കുകയായിരുന്നില്ല. തെളിവ് അദ്ദേഹം സ്വന്തമായി സൂക്ഷിച്ച *മൂലധന*ത്തിന്റെ കോപ്പി. തന്റെ നിഗമനങ്ങളെ സാധൂകരിക്കുന്ന എന്തെങ്കിലും സംഭവം ഇന്ത്യയിലുണ്ടായാൽ ബന്ധപ്പെട്ട പേജിന്റെ മാർജിനിൽ അത് കുറിച്ചുവയ്ക്കും. മാർജിനിൽ സ്ഥലമില്ലെന്നിരിക്കട്ടെ, എങ്കിൽ വേണ്ടതൊക്കെ ഒരു കടലാസിൽ എഴുതി ആ കടലാസ് ആവശ്യമായ സ്ഥലത്ത് ഒട്ടിച്ചുവെക്കും. ആ പുസ്തകം കിട്ടിയിരുന്നെങ്കിൽ

എത്ര സമർഥനായ വിദ്യാർഥിയായിരുന്നു രേവതി ബർമനെന്ന് മനസിലാക്കാൻ സാധിക്കുമായിരുന്നു. അത് കണ്ടെത്താൻ തെരച്ചിൽ നടത്തി നോക്കിയെങ്കിലും വിഫലമായി. അത് നിർഭാഗ്യകരമായിപ്പോയി. അദ്ദേഹത്തെക്കുറിച്ച് ഓർക്കത്തക്കതായി ഇപ്പോൾ നമ്മുടെ പക്കൽ ഒന്നുമില്ല; അദ്ദേഹത്തിന്റെ ഒരു ചിത്രം പോലും.

അദ്ദേഹം വായിക്കുകയും പഠിക്കുകയും മാത്രമല്ല ചെയ്തത്. എഴുതാനും പ്ലാനിട്ടിരുന്നു. പല വിഷയങ്ങളെക്കുറിച്ചും എഴുതണമെന്നുണ്ടായിരുന്നു. അതിനായി കുറിപ്പുകളും എടുത്തുവെച്ചിരുന്നു. ബംഗാളിലെ ഭൂബന്ധങ്ങളെയും ഭൂപ്രശ്നങ്ങളെയും കുറിച്ചെഴുതാൻ കുറച്ചൊന്നുമല്ല കുറിപ്പ് എടുത്തുവച്ചത്.

ജയിൽ മോചിതനായതിനുശേഷം മറ്റു പല വിപ്ലവകാരികളെയും പോലെ അദ്ദേഹവും കമ്യൂണിസ്റ്റുപാർട്ടിയിൽ ചേർന്നു. അധികം കഴിയുന്നതിനുമുമ്പ് *കൃഷിക്കാരും ഭൂപ്രഭുവും* എന്ന അദ്ദേഹത്തിന്റെ പുസ്തകം വെളിച്ചം കണ്ടു. 1938–ൽ ബംഗാൾ കിസാൻസഭയുടെ രണ്ടാം സമ്മേളനം ഹൂഗ്ലി ജില്ലയിലെ ബാര ഗ്രാമത്തിൽ. സമ്മേളനത്തിൽ അവതരിപ്പിച്ച റിപ്പോർട്ട് എഴുതി തയ്യാറാക്കിയത് രേവതി ബർമൻ. *ഇന്ത്യയിലെ കർഷക സമരങ്ങളും കർഷക പ്രസ്ഥാനവും* എന്ന പേരിൽ അതൊരു പുസ്തകമായി പ്രസിദ്ധീകരിച്ചിട്ടുണ്ട്. 1939–ൽ പ്രവിശ്യാ കിസാൻസഭ ഫ്ളൗഡ് കമീഷന് ഒരു മെമ്മോറാണ്ടം സമർപ്പിച്ചു. അത് എഴുതി തയ്യാറാക്കിയത് രേവതി ബർമൻ.

ജയിൽ മോചിതനായ ഉടൻ നേപ്പാൾ നാഗിന്റെ സഹായത്തോടെ 'ജനസാഹിത്യ ചക്ര' എന്ന പേരിൽ ഒരു ചെറിയ പ്രസിദ്ധീകരണശാല ധാക്കയിൽ സ്ഥാപിച്ചു. നാഷണൽ ബുക്ക് ഏജൻസി സ്ഥാപിക്കുന്നതിൽ ബർമന് പങ്കുണ്ടായിരുന്നതായി മുസഫർ അഹമ്മദ് പറയുന്നുണ്ട്. നാഷണൽ ബുക്ക് ഏജൻസി എന്ന പേരുതന്നെ നിർദേശിച്ചത് അദ്ദേഹമാണത്രെ.

നിർഭാഗ്യകരമെന്നു പറയട്ടെ, രണ്ടാം ലോകമഹായുദ്ധകാലത്ത് അദ്ദേഹത്തിന് കുഷ്ഠരോഗം ബാധിച്ചു. അതിനുശേഷം അദ്ദേഹം എല്ലാവരിൽ നിന്നും അകന്നു. 1952 മെയ് 6–ന് അഗർത്തലയിൽ അന്തരിച്ചു.

വിമൽ രണദിവെ

1915 - 1999

പ്രതിക്കൂട്ടിൽ നിൽക്കുന്ന പതിനഞ്ചുവയസുകാരിയോട് ജഡ്ജിയുടെ ചോദ്യം:

പേര്?

വിമൽ സർദേസായി.

വിദേശസാധനങ്ങൾ വിൽക്കുന്ന കട പിക്കറ്റ് ചെയ്തുവോ?

ഉവ്വ്.

അത് കുറ്റമാണെന്നറിയുമോ?

നല്ലതുപോലെ അറിയാം.

ആ കുറ്റത്തിന് ശിക്ഷയുണ്ടെന്നറിയാമോ?

അതും അറിയാം.

അപ്പോൾ അറിഞ്ഞുകൊണ്ടുതന്നെയാണ് പിക്കറ്റിങ്ങിൽ പങ്കെടുത്തത് അല്ലേ?

അതെ.

മാപ്പു പറഞ്ഞാൽ ശിക്ഷയിൽനിന്ന് ഒഴിവാക്കാം. അതിന് തയാറാണോ?

അല്ല.

ജഡ്ജി ആ പതിനഞ്ചുകാരിക്ക് 6 മാസത്തെ ജയിൽശിക്ഷ വിധിച്ചു. കോൺഗ്രസിന്റെ ആഹ്വാനപ്രകാരം വിദേശസാധനങ്ങൾ വിൽക്കുന്ന കട പിക്കറ്റു ചെയ്തതിനുള്ള ശിക്ഷ. ആ ശിക്ഷ ഏറ്റുവാങ്ങിയ വിമലയാണ് പിൽക്കാലത്ത് രാഷ്ട്രീയ-ട്രേഡ് യൂണിയൻ രംഗങ്ങളിൽ പ്രസിദ്ധയായ

വിമൽ രണദിവെ. ധീരയായ ആ പെൺകുട്ടിയുടെ ആവേശം അന്തരിക്കുന്നതുവരെ ജ്വലിച്ചുനിന്നു.

1915 ൽ മഹാരാഷ്ട്രയിലെ ഷോലാപ്പൂരിൽ ഒരു ഉയർന്ന ബ്രാഹ്മണ കുടുംബത്തിൽ വിമൽ പിറന്നു. 13 വയസുള്ളപ്പോൾ പിതാവു മരിച്ചു. അതിനു ശേഷം അമ്മയുടെ സഹോദരൻ ഗണേഷ് സഖാറാം സർദേസായിയുടെ വീട്ടിലാണ് വളർന്നത്. അദ്ദേഹത്തിന്റെ മകനാണ് പിൽക്കാലത്ത് പ്രശസ്ത കമ്യൂണിസ്റ്റായി തീർന്ന എസ് ജി സർദേസായി. അദ്ദേഹത്തിന്റെ ജ്യേഷ്ഠൻ അതായത് വിമലിന്റെ മൂത്ത അമ്മാവൻ ഗോവിന്ദ സഖാറാം സർദേസായി. പ്രശസ്തനായ മറാത്താ പണ്ഡിതൻ. ജീവിതം മുഴുവൻ മറാത്താ ചരിത്രപഠനത്തിനായി ഉഴിഞ്ഞുവച്ച അദ്ദേഹം ഇന്ത്യക്കകത്തും പുറത്തും പ്രസിദ്ധി നേടി. അങ്ങനെ പണ്ഡിതന്മാരുടെ പാരമ്പര്യമുള്ള കുടുംബത്തിലാണ് വിമൽ വളർന്നത്.

അമ്മാവൻ സഖാറാം സർദേസായിയും മച്ചുനൻ എസ് ജി സർദേസായിയും രാഷ്ട്രീയത്തിൽ തൽപ്പരർ. വീട്ടിൽ എല്ലായ്പ്പോഴും രാഷ്ട്രീയ കാര്യങ്ങളെക്കുറിച്ച് ചർച്ചയുണ്ടാകും. ചെറിയകുട്ടിയായിരിക്കുമ്പോൾ തന്നെ വിമൽ താൽപ്പര്യത്തോടെ അതൊക്കെ കേൾക്കും. ക്രമേണ വിമലും രാഷ്ട്രീയത്തിൽ ആകൃഷ്ടയായി. 13-ാമത്തെ വയസിൽ കോൺഗ്രസിനു കീഴിലുള്ള സേവാദൾ വളണ്ടിയർ സംഘടനയിൽ അംഗമായി. വളണ്ടിയർ സംഘടനയുടെ നേതാവ് ലീലാ സുന്ദരയ്യയുടെ പിതാവ് സയ്യിദ്. ഈ സംഘടന രാവിലെ ആറരമുതൽ എട്ടുവരെ പ്രഭാതഭേരി നടത്തും. വിമൽ അതിൽ പങ്കെടുക്കും. പൊതുയോഗങ്ങളോടനുബന്ധിച്ച് പതാക ഉയർത്തും. ആ ചടങ്ങിലും അവർ സംബന്ധിക്കും. സ്കൂൾ ഹെഡ്മിസ്ട്രസ് കർക്കശ സ്വഭാവക്കാരിയായിരുന്നു. ഇത്തരം പരിപാടികളിൽ പങ്കെടുക്കുന്നവരെ അവർ ശിക്ഷിക്കും. സ്കൂളിൽ വെളുത്ത സാരി ധരിച്ചു പോകരുതെന്നായിരുന്നു ഹെഡ്മിസ്ട്രസിന്റെ കൽപ്പന. കാരണം വെളുത്ത സാരി ദേശാഭിമാനത്തിന്റെ പ്രതീകമായിട്ടാണ് കണക്കാക്കപ്പെട്ടത്. വെളുത്ത സാരി അന്ന് ധരിച്ചതിന്റെ പേരിൽ എത്ര തവണയാണെന്നോ വിമലിനും സുഹൃത്തുക്കൾക്കും ക്ലാസിൽനിന്ന് പുറത്തേക്ക് പോകേണ്ടി വന്നത്! ദേശീയ നേതാക്കൾ ഹർത്താലിന് ആഹ്വാനം ചെയ്യുമ്പോൾ വിമലും സുഹൃത്തുക്കളും സ്കൂളിൽ പഠിപ്പുമുടക്കം സംഘടിപ്പിക്കും. തുടർന്ന് ജാഥയായി മറ്റ് സ്കൂളുകളിലേക്ക് പോകും. ഇങ്ങനെ ദേശീയ പ്രസ്ഥാനത്തിൽ പിച്ചവച്ചു നടക്കാൻ തുടങ്ങിയ കാലത്താണ് സഹപാഠി കുസുമിനോടൊപ്പം വിദേശ വസ്ത്രഷാപ്പ് പിക്കറ്റ് ചെയ്തതും 6 മാസത്തെ തടവുശിക്ഷ കിട്ടിയതും. ശിക്ഷിച്ച ദിവസംതന്നെ പൂണെയിലെ യർവാദാ ജയിലിലേക്ക് കൊണ്ടുപോയി. അമ്മാവൻ അനന്തിരവളെ കാണാനെത്തി. അനന്തിരവളോട് കോപിച്ചില്ലെന്ന് മാത്രമല്ല, സന്തോഷം പ്രകടിപ്പിക്കുകയും ചെയ്തു.

വിമൽ തടവറയിൽ കിടക്കവേ ഗാന്ധി-ഇർവിൻ സന്ധി. നിയമലംഘന പ്രസ്ഥാനം അതിന്റെ മൂർധന്യഘട്ടത്തിലെത്തിയപ്പോഴാണ് ഈ

സന്ധിയുണ്ടായതും അതിനെ തുടർന്ന് ഗാന്ധി നിയമലംഘനപ്രസ്ഥാനം നിർത്തിവച്ചതും. അപ്പോൾ നിയമലംഘന പ്രസ്ഥാനത്തിൽ പങ്കെടുത്ത് ജയിലിൽ കിടക്കുന്നവരൊക്കെ ജയിൽമോചിതരായി. വിമലും. മറ്റെല്ലാവരെയും പോലെ കടുത്ത നിരാശയോടെയാണ് അവരും ജയിലിൽനിന്ന് പുറത്തുവന്നത്. ഗാന്ധിയും കോൺഗ്രസും സ്വാതന്ത്ര്യപ്രസ്ഥാനത്തെ വഞ്ചിച്ചുവെന്ന പ്രതീതി. ബ്രിട്ടീഷുകാരുമായി ഒത്തുതീർപ്പുണ്ടാക്കിയതിൽ എങ്ങും കടുത്ത പ്രതിഷേധം.

ഈ പ്രതിഷേധമാവണം സായുധ സമരത്തെക്കുറിച്ചുള്ള ചിന്ത അവരിൽ ജനിപ്പിച്ചത്. ഈ ചിന്ത അക്കാലത്ത് ഒരു 'വിപ്ലവകാരി'യായി അറിയപ്പെട്ട സവർക്കറുടെ അടുത്തേക്ക് വിമലിനെയും സുഹൃത്തുക്കളെയും കൊണ്ടുചെന്നെത്തിച്ചു. അപ്പോൾ അദ്ദേഹം രത്നഗിരി ജില്ലയിൽ വീട്ടുതടങ്കലിൽ കഴിയുകയായിരുന്നു. വീട്ടിലെത്തിയ വിമലിനെയും മറ്റും അദ്ദേഹം സ്വീകരിച്ചു. വിമൽ എല്ലാം വിശദീകരിക്കുകയും എന്തു ചെയ്യണമെന്നതിനെക്കുറിച്ച് ഉപദേശം ആരായുകയും ചെയ്തപ്പോൾ 'മടങ്ങിപ്പോയി സ്കൂളിൽ ചേരൂ' എന്ന് പറയുകയാണ് സവർക്കർ ചെയ്തത്. തങ്ങളൊക്കെ വീരനായകനായി കണക്കാക്കിയ ഒരാളിൽനിന്ന് ഇങ്ങനെയൊരു പ്രതികരണമുണ്ടായപ്പോൾ വിമലും കുസുമും വല്ലാതെ നിരാശരായി. അവർ പൂണെയിലേക്കു മടങ്ങി സ്കൂളിൽ ചേർന്ന് പഠനം തുടർന്നു.

നല്ല മാർക്കോടെ മെട്രിക്കുലേഷൻ പരീക്ഷ പാസായി. തുടർന്ന് കാർവെ യൂണിവേഴ്സിറ്റിയിൽ ചേർന്നു. ബിരുദം നേടിയതിനുശേഷം ഇളയ സഹോദരിയെയും അനുജനെയും നോക്കി നടത്തുന്നതിനുള്ള ഉത്തരവാദിത്വം ഏറ്റെടുത്തു. ബോംബെയിൽ ഒരു സ്കൂൾ അധ്യാപികയുടെ ജോലി സ്വീകരിച്ച് അവർ ഇരുവരെയും ആ നഗരത്തിലേക്ക് കൊണ്ടുവന്നു. ഈ ഘട്ടത്തിലാണ് അവർ കമ്യൂണിസവുമായി പരിചയപ്പെടുന്നത്. അതുമായി അവരെ ബന്ധപ്പെടുത്തിയത് അമ്മാവന്റെ മകൻ സർദേസായി. അദ്ദേഹം അപ്പോഴേക്കും അറിയപ്പെടുന്ന ഒരു കമ്യൂണിസ്റ്റായി മാറിയിരുന്നു. ദേസായി കൊടുക്കുന്ന മാർക്സിസ്റ്റ് സാഹിത്യങ്ങൾ അത്യന്തം താൽപ്പര്യത്തോടെ അവർ വായിക്കാൻ തുടങ്ങി. *എന്താണ് മാർക്സിസം* എന്ന പുസ്തകത്തിലൂടെ മാർക്സിസത്തിന്റെ അടിസ്ഥാനതത്വങ്ങൾ മനസിലാക്കി. *എങ്ങനെ നല്ല കമ്യൂണിസ്റ്റാകാം* എന്ന പുസ്തകത്തിലൂടെ ഒരു കമ്യൂണിസ്റ്റുകാരൻ എങ്ങനെയായിരിക്കുമെന്ന ചിത്രം മനസിൽ തെളിഞ്ഞു. റഷ്യൻ വിപ്ലവത്തെക്കുറിച്ച് ദേസായി നൽകിയ വിശദീകരണത്തിൽനിന്ന് സോഷ്യലിസ്റ്റ് സമൂഹത്തെക്കുറിച്ചുള്ള സങ്കൽപ്പനം മനസിൽ വളർന്നു. മാർക്സിസം അവരെ ശരിക്കും ആകർഷിച്ചു. അതോടെ രാഷ്ട്രീയ കാര്യങ്ങളിൽ കൂടുതൽ താൽപ്പര്യമെടുത്തു തുടങ്ങി. ബുഖാരി, ജംബേക്കർ, ദേശ്പാണ്ഡെ, രണദിവെ തുടങ്ങിയ കമ്യൂണിസ്റ്റ് നേതാക്കൾ വീട്ടിൽ വരും. മച്ചുനനുമായി രാഷ്ട്രീയ കാര്യങ്ങൾ സംസാരിക്കും. അതൊക്കെ വിമലും ശ്രദ്ധിക്കും. അവരെ പലതരത്തിലും സഹായിക്കും. അവർക്കുവേണ്ടി പുസ്തകങ്ങൾ ശേഖ

വിമൽ രണദിവെ അഭിനയിച്ച സിനിമയിൽ നിന്നൊരു സ്റ്റിൽ

രിക്കുക, പൊലീസിന്റെ ശ്രദ്ധയിൽ പെടാത്തവിധം അവ സൂക്ഷിക്കുക — അങ്ങനെ പലതും.

വായനയും പഠനവും എഴുതാനുള്ള പ്രേരണ നൽകി. ആയിടെ ലാപാഷനറയെക്കുറിച്ച് വായിച്ച പുസ്തകം അവരെ വല്ലാതെ ആവേശം കൊള്ളിച്ചു. ആ പുസ്തകത്തിന്റെ വെളിച്ചത്തിൽ സ്പാനിഷ് ചെറുത്തുനിൽപ്പിന്റെ ആ വീരനായികയെക്കുറിച്ച് അവർ ഒരു ലേഖനമെഴുതി — ആദ്യലേഖനം. സർദേസായിയെ കാണിച്ചതിനുശേഷം അതു പ്രസിദ്ധീകരണത്തിന് നൽകി. *സ്ത്രീ* എന്ന മറാത്തി വാരികയിൽ അതു വെളിച്ചം കണ്ടു. അവരുടെ സാർവദേശീയ ബോധത്തിന്റെയും സ്വാതന്ത്ര്യത്തിന്റെയും നീതിയുടെയും സാർവത്രികമൂല്യങ്ങളിലുള്ള വിശ്വാസത്തിന്റെയും പ്രതീകമായിരുന്നു ആ ലേഖനം. അതിനുശേഷം പല വിഷയങ്ങളെക്കുറിച്ചും ലേഖനങ്ങളെഴുതി.

ബിരുദമെടുത്തപ്പോൾ അധ്യാപകജോലിയിൽ പ്രവേശിച്ച കാര്യം പറഞ്ഞല്ലോ. ശമ്പളം കൂടുതൽ കിട്ടുന്നതിനനുസരിച്ച് പല സ്കൂളുകളിലായി മാറി മാറി ജോലിചെയ്തു. അവസാനം നാഗ്പൂരിലെത്തി. അവിടത്തേക്കുള്ള മാറ്റം ജീവിതത്തിൽത്തന്നെ ഒരു നാഴികക്കല്ലായി. അവിടെ നിന്നാണ് സുന്ദരിയായ വിമൽ ഒരു സിനിമാ നടിയായത്. ജ്യോസ്ന ബോലെ എന്നൊരു അഭിനേത്രിയുണ്ടായിരുന്നു — വിമലിന്റെ അടുത്ത കൂട്ടുകാരി. അവരാണ് വിമലിന് ഒരു ചലച്ചിത്ര നിർമാതാവിനെ പരിചയപ്പെടുത്തിയതും അവരെ ചലച്ചിത്രരംഗത്ത് എത്തിച്ചതും.

ചലച്ചിത്രനിർമാതാവ് താൻ പുതുതായി നിർമിക്കാൻ പോകുന്ന സിനിമയിൽ സാമൂഹിക പ്രവർത്തകയുടെ റോൾ അവർക്ക് വാഗ്ദാനം ചെയ്തു. കമ്യൂണിസ്റ്റ് പാർട്ടിയുമായും സഹപ്രവർത്തകരുമായും ആലോചിച്ചശേഷം ആ ഓഫർ സ്വീകരിക്കാൻ അവർ തീരുമാനിച്ചു. തുടർന്ന് ഏതാനും വർഷം അവർ അഭിനയം ജീവിതവൃത്തിയായി സ്വീകരിച്ചു. സിനിമാ നാടകരംഗങ്ങളിൽ നല്ല അഭിനേത്രിയെന്ന സ്ഥാനം നേടിയെടുത്തു. മൊത്തം ആറു ചലച്ചിത്രങ്ങളിൽ അഭിനയിച്ചു. ചലച്ചിത്രങ്ങളിലും നാടകങ്ങളിലും സ്ത്രീകൾ അഭിനയിക്കുന്നതിനെതിരെ യാഥാസ്ഥിതികർ പടവാളോങ്ങിയ കാലം. അക്കാലത്താണ് അതിനെ നേരിട്ട് അവർ അഭിനയരംഗത്തേക്ക് കടന്നത്. സ്ത്രീകൾ ഇഷ്ടമുള്ള ജോലികൾ സ്വീകരിക്കുന്നതിനെ ന്യായീകരിച്ച് ഇക്കാലത്ത് ഒരു ലേഖനമെഴുതി. അഭിനയത്തിൽനിന്ന് തനിക്കു ലഭിച്ച വരുമാനത്തിന്റെ ഒരു ഭാഗം അവർ കമ്യൂണിസ്റ്റ് പാർട്ടിക്ക് നൽകി. പാർട്ടിയോടുള്ള പ്രതിബദ്ധത വർധിച്ചു വന്നു. 1939ൽ കമ്യൂണിസ്റ്റ് പാർട്ടിയിൽ അംഗമായി. അപ്പോഴാണ് ടെക്സ്റ്റൈൽ തൊഴിലാളികളുടെ വമ്പിച്ച പണിമുടക്കുണ്ടായത്. 40 ദിവസം നീണ്ട ആ പണിമുടക്കിന്റെ വിജയത്തിനായി വിമലും രംഗത്തിറങ്ങി. ഒരു യോഗത്തിൽനിന്ന് മറ്റൊന്നിലേക്ക് സൈക്കിളിൽ യാത്രചെയ്യുന്ന വിമൽ ബോംബെയിലെ തൊഴിലാളികൾക്കിടയിൽ പ്രസിദ്ധയായി. അവർ തൊഴിലാളികളുമായി വളരെയധികം അടുത്തു. അവരുടെ ജീവിതം മനസിലാ

ക്കി. അവരിൽ ഒരാളെപ്പോലെ ജീവിക്കാൻ തുടങ്ങി. പണിമുടക്കുനേതാക്കളിലൊരാളായിരുന്ന ബി ടി രണദിവെയെ നേരത്തെ പരിചയമുണ്ടായിരുന്നെങ്കിലും അപ്പോഴാണ് അവർ തമ്മിൽ അടുത്തത്. മില്ലുകളുടെ കവാടങ്ങൾ തോറും സഞ്ചരിച്ച് തൊഴിലാളികളുടെ ദൈനംദിനപ്രവർത്തനങ്ങളെക്കുറിച്ച് ഡയറിയെഴുതാൻ അദ്ദേഹം വിമലിനോട് നിർദേശിച്ചു. അവർ ആ ജോലി നിറവേറ്റി. ഒടുവിൽ അവരിരുവരും തമ്മിലുള്ള വിവാഹം നടന്നു. അതോടെ പോരാട്ടത്തിലും ജീവിതത്തിലും അവർ ഒന്നിച്ചായി. ബി ടി ആർ അന്തരിക്കുന്നതുവരെ മാതൃകാപരമായ കുടുംബജീവിതം നയിക്കുകയും ചെയ്തു.

ഇതിനിടയിൽ നാലോ അഞ്ചോ വനിതാ പ്രവർത്തകരോടൊപ്പം ഒരു കൾച്ചറൽ സ്ക്വാഡ് രൂപവൽക്കരിച്ചു. ആ സ്ക്വാഡ് യോഗങ്ങളിൽ വിപ്ലവഗാനങ്ങൾ ആലപിക്കുക പതിവായി. താമസിയാതെ ഭർതൃസഹോദരി അഹല്യാ രംഗ്നേക്കറോടൊപ്പം മഹാരാഷ്ട്രയിൽ ആദ്യത്തെ തൊഴിലാളിവർഗ മഹിളാ സംഘടന രൂപവൽക്കരിച്ചു. പരേൽ മഹിളാ സംഘ്, വില നിയന്ത്രിക്കുക, നിയന്ത്രിത വിലയ്ക്ക് സാധനങ്ങൾ റേഷൻ കടകൾ വഴി വിതരണം ചെയ്യുക തുടങ്ങിയ ആവശ്യങ്ങൾ ഉന്നയിച്ച് പാവപ്പെട്ട സ്ത്രീകൾ നടത്തിയ സമരത്തെ സ്വാതന്ത്ര്യത്തിനുവേണ്ടിയുള്ള സമരവുമായി മഹിളാ സംഘ് കണ്ണിചേർത്തു. നാൽപ്പതുകളിൽ വിവിധ സംസ്ഥാനങ്ങളിലെ മഹിളാസംഘടനകൾ ലയിച്ചുചേർന്ന് അഖിലേന്ത്യാ മഹിളാ കോൺഫറൻസ് രൂപവൽക്കരിച്ചപ്പോൾ എ ഐ ഡബ്ല്യു സി നാഷണൽ കമ്മിറ്റിയിൽ അവർ അംഗമായി.

1939 സെപ്തംബറിൽ രണ്ടാംലോകമഹായുദ്ധം ആരംഭിച്ചു. യുദ്ധം സാമ്രാജ്യത്വയുദ്ധമാണെന്നും അതിനെതിരെ തൊഴിലാളിവർഗം അണിനിരക്കണമെന്നും കമ്യൂണിസ്റ്റ് പാർട്ടി ആഹ്വാനം ചെയ്തു. താമസിച്ചില്ല. കമ്യൂണിസ്റ്റ് പാർട്ടി നേതാക്കളെ ബ്രിട്ടീഷ് ഗവൺമെന്റ് വേട്ടയാടാൻ തുടങ്ങി. ബി ടി ആറും വിമലും ഒളിവിൽ പോയി. 1942 ൽ യുദ്ധത്തിന്റെ സ്വഭാവത്തിൽ മാറ്റം വന്നുവെന്ന് പ്രഖ്യാപിച്ചതോടെ കമ്യൂണിസ്റ്റ് പാർട്ടിയുടെ മേലുള്ള നിരോധനം ഗവൺമെന്റ് റദ്ദാക്കി. അതിനുശേഷം പാർട്ടിയുടെ ബോംബെ കമ്മിറ്റിയുടെ കീഴിൽ വിമൽ മുഴുവൻ സമയ പ്രവർത്തകനായി. മുഖ്യമായും ട്രേഡ് യൂണിയൻ രംഗത്താണ് പ്രവർത്തിച്ചത്.

1946 ൽ ചരിത്രപ്രധാനമായ നാവിക കലാപം. കലാപകാരികൾക്ക് പിന്തുണ നൽകാൻ തൊഴിലാളിവർഗം രംഗത്തിറങ്ങി. പലേടത്തും പൊലീസും തൊഴിലാളികളും ഏറ്റുമുട്ടി. അപ്പോൾ പാർട്ടി ഏൽപ്പിച്ച പല ദൗത്യങ്ങളുമായി അവർ ബോംബെയിലാകെ ഓടിനടന്നു. ഒരിക്കൽ ഒരു ഏറ്റുമുട്ടൽ രംഗത്തിലൂടെ കടന്നുപോകുമ്പോൾ കൂടെയുണ്ടായിരുന്ന സ്ത്രീക്ക് വെടിയേറ്റു. അവർ രക്തസാക്ഷിയായി. സ്വന്തം അനുജത്തിക്ക് കാലിൽ വെടിയേറ്റു. മറ്റൊരിക്കൽ ആസാദ് മൈതാനത്ത് ഒരു യോഗം

നടന്നുകൊണ്ടിരിക്കെ ജനങ്ങളുടെ നേരെ കുതിരകളെ അഴിച്ചുവിട്ടു. പലർക്കും കുതിരയുടെ ചവിട്ടേറ്റ് പരിക്കുപറ്റി. അന്നും വിമൽ കഷ്ടിച്ചു രക്ഷപ്പെടുകയായിരുന്നു.

1948 ൽ ഇന്ത്യൻ കമ്യൂണിസ്റ്റ് പാർട്ടിയുടെ രണ്ടാം കോൺഗ്രസ് കൽക്കത്തയിൽ. ആ കോൺഗ്രസ് ഒരു പൊളിറ്റിക്കൽ തീസിസ് അംഗീകരിച്ചു. രണ്ടാം കോൺഗ്രസിനു ശേഷം, പ്രത്യേകിച്ച് സ്വാതന്ത്ര്യലബ്ധിക്കുശേഷം, തുടർന്നു പോന്ന നയത്തിൽ മാറ്റം വരുത്തി. പുതിയ കേന്ദ്ര കമ്മിറ്റിയെയും ജനറൽ സെക്രട്ടറിയെയും തിരഞ്ഞെടുത്തു. പി സി ജോഷിക്കു പകരം ബി ടി ആർ ജനറൽ സെക്രട്ടറിയായി. പാർട്ടി കോൺഗ്രസ് കഴിഞ്ഞ് പ്രതിനിധികൾ അവരവരുടെ സംസ്ഥാനങ്ങളിലെത്തുന്നതിനു മുമ്പു തന്നെ പാർട്ടിക്കെതിരെ കോൺഗ്രസ് ഗവൺമെന്റ് ആഞ്ഞടിച്ചു. പല സംസ്ഥാനങ്ങളിലും പാർട്ടിയെയും ബഹുജനസംഘടനകളെയും നിരോധിച്ചു. നൂറുകണക്കിനാളുകളെ ഇന്ത്യയിലെ എല്ലാ ഭാഗത്തുനിന്നുമായി അറസ്റ്റ് ചെയ്തു. ചിലർ ഒളിവിൽ പോയി. വിമൽ രണദിവെ അറസ്റ്റിലായി. രണ്ടുവർഷം തടവിൽ കഴിയേണ്ടിവന്നു. തടവിൽ കഴിയുന്ന കാലത്ത് അഹല്യ രംഗ്നേക്കറോടൊപ്പം പൊലീസ് മർദനത്തിനെതിരെ 18 ദിവസം നിരാഹാര സമരം നടത്തി. ജയിൽ മോചനത്തിനുശേഷം തന്റെ ജീവിതത്തിലെ ഏറ്റവും പ്രയാസകരമായ നാളുകളെയാണ് അവർക്കു നേരിടേണ്ടിവന്നത്. പാർട്ടി ജനറൽ സെക്രട്ടറി സ്ഥാനത്തുനിന്ന് ബി ടി ആർ ഒഴിവാക്കപ്പെട്ടു. എന്നു മാത്രമല്ല പാർട്ടിയിൽനിന്ന് സസ്പെന്റ് ചെയ്യപ്പെടുകപോലും ചെയ്തു. രാഷ്ട്രീയമായി തികച്ചും ഒറ്റപ്പെട്ടുപോയ ഘട്ടം. സാമ്പത്തികമായും ബുദ്ധിമുട്ടിലായി. കുടുംബം നിലനിർത്താൻ അവർക്ക് ജോലി സ്വീകരിക്കേണ്ടിവന്നു. അക്കാലത്തെപ്പറ്റി വിമൽ എഴുതി:

> സി പി ഐയിലെ രാഷ്ട്രീയ അഭിപ്രായ വ്യത്യാസത്തെത്തുടർന്ന് 1951–52 കാലത്ത് അദ്ദേഹത്തിന് (ബി ടി ആറിന്) കൂടുതൽ പ്രവർത്തനം നടത്താൻ കഴിഞ്ഞില്ല. പ്രവൃത്തി നൽകാത്തതുകൊണ്ടായിരുന്നു അത്. അക്കാലത്ത് അദ്ദേഹം മുറിക്കകത്ത് ഒറ്റയ്ക്കിരുന്ന് വായിക്കും. നിത്യവൃത്തിക്കു വേണ്ടി എനിക്ക് ജോലിക്കു പോകേണ്ടി വന്നപ്പോൾ അദ്ദേഹം എന്നെയും ഉദയനെ (മകനെ)യും സഹായിച്ചു. കഷ്ടപ്പാടിന്റെ സമയത്ത് രംഗ്നേക്കറുടെ കുടുംബമാണ് ഞങ്ങളെ സഹായിച്ചത്.

തൊഴിലാളിവർഗത്തിനും വിപ്ലവത്തിനും വേണ്ടി എല്ലാ ക്ലേശങ്ങളെയും ആത്മവിശ്വാസത്തോടെ അവർ നേരിട്ടു. 1953 ലെ 3–ാം പാർട്ടി കോൺഗ്രസോടെ സ്ഥിതിഗതികൾ മാറാൻ തുടങ്ങി. വിമൽ പാർട്ടി പ്രവർത്തനത്തിൽ മുഴുകി.

1956 ൽ സംയുക്ത മഹാരാഷ്ട്രാ സമരം. വിമൽ അതിന്റെ മുൻപന്തിയിൽ നിന്നു. സമരത്തോടനുബന്ധിച്ച് അറസ്റ്റിലായി. 1962 ൽ ഇന്ത്യാ

–ചൈനാ അതിർത്തി സംഘട്ടനത്തെത്തുടർന്ന് വീണ്ടും അറസ്റ്റിൽ. 1964 വരെ ജയിലിൽ കിടന്നു.

കമ്യൂണിസ്റ്റ് പ്രസ്ഥാനത്തിനകത്ത് വളർന്നുവന്ന അഭിപ്രായ വ്യത്യാസം 1964 ൽ പാർട്ടി തന്നെ പിളരുന്നതിൽ കലാശിച്ചുവല്ലോ. അക്കൊല്ലം കൽക്കത്തയിൽ നടന്ന ഏഴാം കോൺഗ്രസിനെത്തുടർന്ന് സി പി ഐ (എം) നിലവിൽ വന്നു. വിമൽ രണദിവെ മഹാരാഷ്ട്രയിൽ സി പി ഐ (എം) കെട്ടിപ്പടുക്കുന്നതിൽ വ്യാപൃതയായി. ആ വർഷാവസാനം ഒരിക്കൽക്കൂടി അറസ്റ്റിൽ. ഇത്തവണ 16 മാസത്തെ ജയിൽവാസം. പലതവണയായി അഞ്ചുവർഷത്തോളം ജയിലിൽ കഴിഞ്ഞു. അടിയന്തരാവസ്ഥക്കാലത്ത് ബി ടി ആറിനോടൊപ്പം ഒളിവിൽ പാർത്തു.

സി പി ഐ (എം) രൂപം കൊണ്ടപ്പോൾ അതിന്റെ ആസ്ഥാനം കൽക്കത്തയിലായി. വിമൽ പാർട്ടി ആസ്ഥാനത്ത് പ്രവർത്തിക്കാൻ തുടങ്ങി. കൽക്കത്തയിൽ തൊഴിലാളി വർഗ സമരങ്ങളിൽ പങ്കെടുക്കാനാരംഭിച്ചു. സ്ത്രീകൾ ധാരാളമായി ജോലി ചെയ്യുന്ന തോട്ടം തൊഴിലാളികൾക്കിടയിലേക്ക് പ്രവർത്തനം വ്യാപിപ്പിച്ചു. ഇത് അവരുടെ ജീവിതത്തിലെ ഒരു വഴിത്തിരിവായി. തന്റെ ജീവിതത്തിന്റെ അടുത്ത നാൽപ്പതോളം വർഷം സ്ത്രീ തൊഴിലാളികളുടെ അവകാശ സമരങ്ങൾക്ക് അവർ നേതൃത്വം നൽകി.

1970 ൽ സി ഐ ടി യു രൂപംകൊണ്ടു. അതിനുശേഷം മദിരാശിയിൽ തൊഴിലെടുക്കുന്ന സ്ത്രീകളുടെ ആദ്യസമ്മേളനം വിളിച്ചുകൂട്ടാൻ അവർ മുൻകൈ എടുത്തു. തൊഴിലെടുക്കുന്ന സ്ത്രീകളുടെ ഏകോപന സമിതിയുടെ പ്രഥമ കൺവീനറായി അവർ തിരഞ്ഞെടുക്കപ്പെട്ടു. *വോയ്സ് ഓഫ് വർക്കിങ് വിമ*ന്റെയും *കാംകാജി മഹിള*യുടെയും എഡിറ്ററായി പ്രവർത്തിച്ചു. രണ്ടാമത് പറഞ്ഞത് ഹിന്ദിയിലുള്ള ദ്വൈമാസികയാണ്.

കൽക്കത്തയിൽ ഗണതാന്ത്രിക് മഹിളാ സമിതിയുടെ പ്രവർത്തനങ്ങളിൽ സജീവം പങ്കെടുത്തു. ആ പ്രവർത്തനം ഫലപ്രദമായും സജീവമായും നടത്താൻ ബംഗാളി ഭാഷ പഠിക്കുകപോലും ചെയ്തു. 1980 ൽ അഖിലേന്ത്യാ ജനാധിപത്യ മഹിളാ അസോസിയേഷന്റെ രൂപവൽക്കരണത്തിനുള്ള തയാറെടുപ്പുകൾ നടക്കുകയായിരുന്നപ്പോൾ അതിന്റെ സംഘാടക സമിതിയിലെ പ്രമുഖാംഗമായിരുന്നു വിമൽ രണദിവെ. അതിന്റെ ഭരണഘടന തയാറാക്കുന്നതിൽ സുപ്രധാനപങ്കുവഹിച്ചു. കുറേക്കാലം സംഘടനയുടെ വൈസ്പ്രസിഡന്റായി പ്രവർത്തിച്ചു. മഹിളാ അസോസിയേഷൻ സംഘടിപ്പിക്കാൻ രാജ്യത്ത് ഉടനീളം, പ്രത്യേകിച്ച് ഹിന്ദി മേഖലയിൽ, സഞ്ചരിച്ചു. വടക്കേ ഇന്ത്യയിലെ മിക്ക സംസ്ഥാനങ്ങളിലെയും സംഘാടകസമ്മേളനങ്ങളിൽ പങ്കെടുത്തു.

അംഗൻവാടി തൊഴിലാളികളുടെ അഖിലേന്ത്യാ അസോസിയേഷൻ രൂപവൽക്കരിക്കാൻ അവർ മുൻകൈ എടുത്തു. അവരുടെ സമരങ്ങൾക്ക് നേതൃത്വം നൽകി.

1973 മുതൽ സി ഐ ടി യു ജനറൽ കൗൺസിൽ അംഗമായിരുന്ന വിമൽ 1977 മുതൽ മരണം വരെ അതിന്റെ സെക്രട്ടറിമാരിലൊരാളായി പ്രവർത്തിച്ചു. 1988 ൽ തിരുവനന്തപുരത്തു ചേർന്ന സി പി ഐ (എം) പതിമൂന്നാം കോൺഗ്രസ് അവരെ കേന്ദ്രകമ്മിറ്റിയിലേക്ക് തിരഞ്ഞെടുത്തു. മരണം വരെ ആ സ്ഥാനത്ത് തുടർന്നു.

വളരെക്കാലമായി ഡൽഹി കേന്ദ്രീകരിച്ചു പ്രവർത്തിച്ചു വരികയായിരുന്ന വിമൽ കുറച്ചുകാലം രോഗബാധിതയായി കിടന്നതിനുശേഷം 1999 ജൂലായ് 24ന് അന്തരിച്ചു.

വിശ്വനാഥ മുഖർജി

1915 - 1991

ഇന്ത്യകണ്ട വിദ്യാർഥിനേതാക്കളിൽ എന്തുകൊണ്ടും ഏറ്റവും പ്രമുഖനായിരുന്നു വിശ്വനാഥ മുഖർജി. വിദ്യാർഥിപ്രസ്ഥാനത്തിലൂടെ കമ്യൂണിസ്റ്റുപാർട്ടിയിലെത്തുകയും പാർട്ടിയുടെ സമുന്നതനായ നേതാവായിത്തീരുകയും ചെയ്തു അദ്ദേഹം. ബംഗാളിൽ മാത്രമല്ല, ഒന്നിലധികം സംസ്ഥാനങ്ങളിൽ കമ്യൂണിസ്റ്റുപാർട്ടി കെട്ടിപ്പടുക്കുന്നതിൽ അദ്ദേഹം പ്രധാന പങ്കുവഹിച്ചു.

മിഡ്നാപ്പൂർജില്ലയിലെ താംലുക്കിൽ 1915–ൽ ജനിച്ചു. ദേശീയവാദികളുടെ ഒരു കുടുംബമായിരുന്നു അദ്ദേഹത്തിന്റേത്. അദ്ദേഹത്തിന്റെ ജ്യേഷ്ഠൻ അജയ് മുഖർജി പേരുകേട്ട കോൺഗ്രസ് നേതാവ്. 1942–ൽ 'താമ്രലിപ്ത ജാതീയസർക്കാർ' രൂപീകരിച്ച ഇതിഹാസ നായകനായിരുന്നു അദ്ദേഹം. അങ്ങനെയുള്ള കുടുംബത്തിലും സ്വാതന്ത്ര്യസമരകേന്ദ്രങ്ങളിലൊന്നായ മിഡ്നാപ്പൂർജില്ലയിലും പിറന്നുവീണ അദ്ദേഹം കുട്ടിക്കാലംമുതൽക്കുതന്നെ ദേശീയസമരത്തിലേക്ക് ആകർഷിക്കപ്പെട്ടു. സമരത്തിൽ പങ്കെടുത്തതിന് 1930–ൽ, അതായത് പതിനഞ്ചാമത്തെവയസിൽ, അറസ്റ്റുചെയ്യപ്പെടുകപോലും ചെയ്തു.

കോൺഗ്രസുകാരനായിട്ടാണ് തുടക്കം. കോൺഗ്രസിന്റെ സന്ദേശം ജനങ്ങൾക്കിടയിലെത്തിക്കുന്നതിൽ മുൻപന്തിയിൽനിന്നു. കോൺഗ്രസിന്റെ പ്രസിദ്ധമായ കറാച്ചിസമ്മേളനത്തിൽ പ്രതിനിധിയായി പങ്കെടുത്തു. വിദ്യാർഥിയായിരിക്കുമ്പോഴാണ് കോൺഗ്രസ് പ്രവർത്തനം നടത്തിയത് എന്ന് ഓർക്കുക.

വിദ്യാർഥിയായിരിക്കുമ്പോൾ സ്വാഭാവികമായും വിദ്യാർഥിപ്രസ്ഥാനത്തിലേക്ക് ആകർഷിക്കപ്പെട്ടു. സംഘടിത വിദ്യാർഥിപ്രസ്ഥാനം ആരംഭിക്കുന്നതിനുമുമ്പുതന്നെ ബംഗാളിലെ വിദ്യാർഥികൾ സ്വാതന്ത്ര്യസമരത്തിൽ പങ്കെടുക്കാൻ തുടങ്ങിയതാണ്. 1905-ലെ ബംഗാൾവിഭജനത്തിനെതിരായ സമരത്തിൽ അവർ നിസ്സാരമല്ലാത്ത പങ്കുവഹിച്ചു. ആ സമരത്തിനിടയിലാണ് അവർ ആന്റിസർക്കുലർ സൊസൈറ്റി രൂപീകരിച്ച് കാർലൈൽ സർക്കുലറിനെതിരെ വമ്പിച്ച സമരംനടത്തിയത്. ആ പാരമ്പര്യം മുമ്പോട്ടുകൊണ്ടുപോവുകയാണ് അഖില ബംഗാൾ സ്റ്റുഡന്റ്സ് അസോസിയേഷൻ ചെയ്തത്. ആ സംഘടന നിലവിലിരിക്കേതന്നെ വേറെചില വിദ്യാർഥിസംഘടനകളും രംഗത്തുവന്നു. അങ്ങനെയുള്ള സംഘടനകളിലൊന്നാണ് ബംഗാൾ പ്രോവിൻഷ്യൽ സ്റ്റുഡന്റ്സ് ലീഗ്. അതിന്റെ പ്രസിഡന്റ് ഹിരൺമുഖർജി. ജനറൽസെക്രട്ടറി അതിനകം വിദ്യാർഥി നേതാവ് എന്ന അംഗീകാരംനേടിയെടുത്ത വിശ്വനാഥ മുഖർജി. 1931-ൽ സംഘടിത വിദ്യാർഥിപ്രസ്ഥാനം എന്ന നിലയിൽ എ ഐ എസ് എഫ് രൂപംകൊണ്ടപ്പോൾ അദ്ദേഹം അതിന്റെ പ്രവർത്തകനായി. എ ഐ എസ് എഫിന്റെ രണ്ടാം ബംഗാൾ പ്രവിശ്യാ സമ്മേളനം കാളി മുഖർജിക്കു പകരം അദ്ദേഹത്തെ ജനറൽസെക്രട്ടറിയായി തിരഞ്ഞെടുത്തു. അദ്ദേഹത്തിന്റെ നേതൃത്വത്തിലാണ് ബംഗാളിലെ വിദ്യാർഥികൾ രാഷ്ട്രീയത്തടവുകാരെ മോചിപ്പിക്കണമെന്നാവശ്യപ്പെട്ട് 1937-ൽ വമ്പിച്ചസമരം നടത്തിയത്. അദ്ദേഹത്തിന്റെതന്നെ നേതൃത്വത്തിലാണ് കൊൽക്കത്തയിലുള്ള സ്കോട്ടിഷ് ചർച്ച് കോളേജിലെ വിദ്യാർഥികൾ കോളേജിൽ വിദ്യാർഥി യൂണിയൻ സംഘടിപ്പിച്ച് ഫെസ്റ്റിവൽ ഉൽഘാടനംചെയ്യാൻ സുഭാഷ്ചന്ദ്ര ബോസിനെ ക്ഷണിക്കുന്നതിനുള്ള അവകാശത്തിനുവേണ്ടി വിജയകരമായ പണിമുടക്കു നടത്തിയത്. രണ്ടാം ലോകമഹായുദ്ധകാലത്ത് ബ്രിട്ടീഷ് അധികൃതർ കൊണ്ടുവന്ന ഇന്ത്യൻ രാജ്യരക്ഷാനിയമത്തിനെതിരായ വിദ്യാർഥിപ്രക്ഷോഭത്തിന് നേതൃത്വംനൽകിയതും അദ്ദേഹംതന്നെ. യുദ്ധകാലത്ത് അറസ്റ്റിൽനിന്ന് ഒഴിഞ്ഞുമാറാൻ അദ്ദേഹത്തിന് ഒളിവിൽപോകേണ്ടിവന്നു. ഒളിവിലിരുന്നുകൊണ്ടാണ് ഈ പ്രക്ഷോഭം നയിച്ചത്. സുഭാഷിന്റെ ആഹ്വാനമനുസരിച്ചു കുപ്രസിദ്ധമായ ഹാൾവാൾ സ്മാരകം നീക്കം ചെയ്യണമെന്നാവശ്യപ്പെട്ട് 1940-ൽ വമ്പിച്ച വിദ്യാർഥി സമരം. അതു നയിച്ചതും മറ്റാരുമല്ല. ഇങ്ങനെ എത്രയെത്ര വിദ്യാർഥിസമരങ്ങൾക്കാണ് അദ്ദേഹം നേതൃത്വം നൽകിയത്. അദ്ദേഹം നയിച്ച സമരങ്ങളിൽ ഐ എൻ എ തടവുകാരെ വിട്ടയയ്ക്കണമെന്നാവശ്യപ്പെട്ടുകൊണ്ടുള്ള സമരം വിസ്മരിക്കാനാവില്ല. 1943-ൽ ബംഗാൾക്ഷാമകാലത്ത് ദുരിതാശ്വാസപ്രവർത്തനങ്ങൾ നടത്താൻ അദ്ദേഹം വിദ്യാർഥികൾക്ക് നേതൃത്വംനൽകി. ഒരു വിദ്യാർഥിനേതാവ് എന്നനിലയിൽ വിദ്യാർഥി പ്രസ്ഥാനചരിത്രത്തിൽ മുദ്രപതിക്കാൻ അദ്ദേഹത്തിനുകഴിഞ്ഞു.

അദ്ദേഹം വളർന്നുവന്ന ദേശീയപശ്ചാത്തലം അദ്ദേഹത്തെ കമ്യൂണിസ്റ്റുപാർട്ടിയിലെത്തിച്ചു. ബി പി എസ് എഫ് നേതാവായിരിക്കേതന്നെ

കമ്യൂണിസ്റ്റുപാർട്ടിയിൽ അംഗമായി. 1943–ൽ മുംബൈയിൽനടന്ന പാർട്ടിയുടെ ഒന്നാംകോൺഗ്രസിൽ കൊൽക്കത്തെയിൽനിന്നുള്ള പ്രതിനിധിയായെത്തി. കോൺഗ്രസ് അദ്ദേഹത്തെ പാർട്ടിയുടെ കേന്ദ്രകമ്മിറ്റിയിലേക്ക് എടുത്തു. വിദ്യാർഥിരംഗത്ത് നടത്തിയ പ്രവർത്തനങ്ങൾക്കുള്ള അംഗീകാരമായിരുന്നു അത്.

അസാധാരണമായ സംഘടനാപാടവമായിരുന്നു വിശ്വനാഥ് മുഖർജിക്ക്. ഇക്കാര്യം പാർട്ടി ജനറൽസെക്രട്ടറി പി സി ജോഷി മനസിലാക്കി. അദ്ദേഹത്തിന്റെ ആ കഴിവ് ഉപയോഗിക്കുന്നതിന് ജോഷി നിശ്ചയിച്ചു. അങ്ങനെയാണ് അസമിലും ഒറീസയിലും പാർട്ടി സംഘടിപ്പിക്കുന്നതിന് അദ്ദേഹത്തെ നിയോഗിച്ചത്. ആ രണ്ടു സംസ്ഥാനങ്ങൾക്കുംവേണ്ടിയുള്ള സി സി ആർ ആയി അദ്ദേഹത്തെ നിയമിച്ചു. ആ രണ്ടു സംസ്ഥാനങ്ങളിലെയും ഇടതുപക്ഷനേതാക്കളിൽ പലരും തങ്ങളെ രാഷ്ട്രീയത്തിൽ കൊണ്ടുവന്നത് വിശ്വനാഥ് മുഖർജിയാണെന്ന് പറയുകയോ എഴുതുകയോ ചെയ്തിട്ടുണ്ട്. അയൽസംസ്ഥാനമായ ബിഹാറിലും പാർട്ടി കെട്ടിപ്പടുക്കുന്നതിൽ അദ്ദേഹം സഹായിച്ചു.

സ്വാതന്ത്ര്യലബ്ധിക്കുശേഷം 1948–ൽ കൊൽക്കത്തെയിൽനടന്ന രണ്ടാം പാർട്ടികോൺഗ്രസ് വിജയിപ്പിക്കാൻ പരിശ്രമിച്ചു. ആ കോൺഗ്രസ് അദ്ദേഹത്തെ വീണ്ടും കേന്ദ്രകമ്മിറ്റിയിലേക്ക് തിരഞ്ഞെടുത്തു. കോൺഗ്രസിനുശേഷം പാർട്ടി നിരോധിക്കപ്പെട്ടതിനെത്തുടർന്ന് ഒളിവിൽപ്പോയി. ഒളിവിൽ കഴിയുമ്പോൾ കർഷകരംഗത്താണ് കേന്ദ്രീകരിച്ചത്. പാർട്ടി അദ്ദേഹത്തിനു നിശ്ചയിച്ച ബഹുജനമുന്നണി കിസാൻസഭ. കൃഷിക്കാർക്കിടയിലെ പ്രവർത്തനം അദ്ദേഹത്തെ കിസാൻസഭാനേതാവായി ഉയർത്തി. പിൽക്കാലത്ത് അഖിലേന്ത്യാ കിസാൻസഭയുടെ പശ്ചിമബംഗാൾ ഘടകം പ്രസിഡന്റും അഖിലേന്ത്യാ കിസാൻസഭാ വൈസ്പ്രസിഡന്റുമായി.

പാർട്ടിക്കകത്തെ ആശയസമരത്തിൽ ഔദ്യോഗികപക്ഷത്തോടൊപ്പം നിലകൊണ്ടു. പാർട്ടി പിളർന്നപ്പോൾ സി പി ഐയിൽ ഉറച്ചുനിന്നു. 1964ൽ മുംബൈയിൽ നടന്ന ഏഴാംകോൺഗ്രസ് നാഷണൽ കൗൺസിലിലേക്ക് തിരഞ്ഞെടുത്തു; 1968–ൽ പട്നയിൽ നടന്ന എട്ടാംകോൺഗ്രസ് കേന്ദ്ര എക്സിക്യൂട്ടീവ് കമ്മിറ്റിയിലേക്കും. 1988 ഏപ്രിൽവരെ സി ഇ സി അംഗം. ആ വർഷം അനാരോഗ്യംമൂലം ആ ഉത്തരവാദിത്വത്തിൽനിന്ന് ഒഴിഞ്ഞു. 1978–ൽ പശ്ചിമബംഗാൾ സംസ്ഥാനകൗൺസിൽ സെക്രട്ടറി.

1968–ൽ പശ്ചിമബംഗാൾ ലെജിസ്ലേറ്റീവ് കൗൺസിലിലേക്ക് തിരഞ്ഞെടുക്കപ്പെട്ടു. 1967ൽ സോമനാഥ് ലാഹിരിയോടൊപ്പം പ്രഥമ കോൺഗ്രസിതര മന്ത്രിസഭയിൽ അംഗമായി. 1968–ൽ ലെജിസ്ലേറ്റീവ് കൗൺസിൽ പിരിച്ചുവിട്ടതിനുശേഷം മിഡ്നാപ്പൂർ മണ്ഡലത്തിൽനിന്ന് ലെജിസ്ലേറ്റീവ് അസംബ്ലിയിലേക്ക് തിരഞ്ഞെടുക്കപ്പെട്ടു. 1977–ലും 1982–ലും 1987–ലും നിയമസഭയിൽ അംഗമായി. തുടർന്നുള്ള തിരഞ്ഞെടുപ്പുകളിൽ മത്സരിച്ചില്ല.

സമകാലീന രാഷ്ട്രീയത്തെക്കുറിച്ചും അതിന്റെ സൈദ്ധാന്തികവശങ്ങളെക്കുറിച്ചും പതിവായി എഴുതാറുണ്ടായിരുന്നു. ഭാര്യ ഗീത മുഖർജി സി പി ഐ നേതാവും എം പിയും. 1991 ഒക്ടോബർ 12–ന് അന്തരിച്ചു.

എം ആർ വെങ്കിട്ടരാമൻ

1907 - 1983

തമിഴ്നാട്ടിലെ ആദ്യകാല കമ്യൂണിസ്റ്റ് നേതാക്കളിലൊരാളായിരുന്നു എം ആർ വി എന്ന ചുരുക്കപ്പേരിൽ അറിയപ്പെട്ട എം ആർ വെങ്കിട്ടരാമൻ. ഇന്ത്യൻ കമ്യൂണിസ്റ്റ് പ്രസ്ഥാനത്തിനകത്ത പിളർപ്പുണ്ടായി സി പി ഐ(എം) രൂപം കൊണ്ടപ്പോൾ സ്വന്തം സംസ്ഥാനത്ത് അത് കെട്ടിപ്പടുക്കുന്നതിൽ ഗണ്യമായ സംഭവന നൽകി.

പേരുകേട്ട സാമൂഹ്യ പരിഷ്കർത്താക്കളുടെ ഒരു കുടുംബത്തിൽ 1907 ആഗസ്ത് 20 ന് എം ആർ വി ജനിച്ചു. പിതാവ് രാമസ്വാമി ശിവം കോയമ്പത്തൂരിലെ അഗ്രിക്കൾച്ചറൽ കോളേജ് പ്രിൻസിപ്പൽ. അക്കാലത്ത് അറിയപ്പെട്ട ഒരു കൃഷിശാസ്ത്രജ്ഞൻ. സ്കൂൾ വിദ്യാഭ്യാസം കോയമ്പത്തൂരിലും കോളേജ് വിദ്യാഭ്യാസം മദിരാശിയിലും നടത്തി. നിയമ ബിരുദം നേടിയതിനുശേഷം പ്രസിദ്ധ അഭിഭാഷകനും ദേശീയവാദിയുമായ എസ് ദൊരൈസ്വാമി അയ്യരുടെ കീഴിൽ മദിരാശി ഹൈക്കോടതിയിൽ പ്രാക്ടീസ് ആരംഭിച്ചു.

പഠനകാല്ത്ത് രാഷ്ട്രീയത്തിൽ അത്ര വലിയ താൽപ്പര്യമെടുത്തില്ല. ദേശീയ പ്രസ്ഥാനത്തിന്റെ അലകൾ മദിരാശിയിൽ അടിച്ചുകയറിയപ്പോഴും അദ്ദേഹം അതിൽനിന്നെല്ലാം അകന്നുമാറി നിന്നു. അഭിഭാഷകവൃത്തി ആരംഭിച്ചപ്പോൾ തന്റെ വക്കീലാപ്പീസിൽ ദൊരൈസ്വാമി അയ്യരെ കാണുന്നതിന് കോൺഗ്രസ് നേതാക്കളിൽ പലരും വരും. അവർ അദ്ദേഹവുമായി ചർച്ച നടത്തും. അത് എം ആർ വി ശ്രദ്ധിക്കും. ക്രമേണ എം ആർ വിക്ക് രാഷ്ട്രീയത്തിൽ താൽപ്പര്യം ജനിച്ചു. 1935–40 കാലത്ത് തൊഴി

ലാളികളുടെ ധാരാളം കേസുകൾ കൈകാര്യം ചെയ്തു. തൊഴിലാളി പ്രശ്നങ്ങൾ നന്നായി മനസ്സിലാക്കാൻ ഇത് വഴിതുറന്നു. അൽപ്പസ്വൽപ്പം രാഷ്ട്രീയ പ്രവർത്തനവും ആരംഭിച്ചു.

അക്കാലത്തെ ഒരു കോൺഗ്രസ് നേതാവായിരുന്നു ബി ശ്രീനിവാസറാവു. കോൺഗ്രസിൽതന്നെ ഇടതുപക്ഷത്തെയാണ് അദ്ദേഹം പ്രതിനിധാനം ചെയ്തത്. അദ്ദേഹം എം ആർ വിക്ക് എഴുതാനും തർജുമ ചെയ്യാനും വശമുണ്ടെന്ന് മനസിലാക്കി. അതുകൊണ്ട് *ജനശക്തി* വാരികക്കുവേണ്ടി തർജുമ ചെയ്യാൻ ചിലത് അദ്ദേഹത്തെ ഏല്പിച്ചു. അങ്ങനെയാണ് എം ആർ വിയും ശ്രീനിവാസറാവുവും തമ്മിലുള്ള അവിസ്മരണീയമായ ബന്ധത്തിന്റെ തുടക്കം. പി രാമമൂർത്തിയും എം ആർ വിയെ പോയി കാണുക പതിവായി.

അപ്പോഴേക്കും കോൺഗ്രസ് സോഷ്യലിസ്റ്റ് പാർട്ടിയുടെ ഒരു ആപ്പീസ് മദിരാശി നഗരത്തിലെ ബ്രോസ്‌വേയിൽ തുറന്നു. ഒരു ദിവസം എം ആർ വി അവിടെ പോകാനിടയായി അപ്പോഴുണ്ട് അവിടെ എ കെ ജി .കണ്ണൂരിൽ നിന്ന് പട്ടിണജാഥ നയിച്ച് മദിരാശിയിലെത്തിയതിനുശേഷം വന്നതാണ് നിക്കറും ബനിയനുമായിരുന്നു വേഷം. തലയിലൊരു തൊപ്പിയും. വേഷം കൊണ്ട് മറ്റു വളണ്ടിയർമാരിൽ നിന്നും അദ്ദേഹത്തെ തിരിച്ചറിയാനാവില്ല. എ കെ ജിയുടെ വളച്ചുകെട്ടില്ലാത്ത സംഭാഷണവും സ്നേഹം നിറഞ്ഞൊഴുകുന്ന പെരുമാറ്റവും ആരെയും ആകർഷിക്കും. അതിനകം അദ്ദേഹം വളരെയധികം പ്രസിദ്ധനായിക്കഴിഞ്ഞിരുന്നു. ശ്രീനിവാസറാവു എം ആർ വി യെ എ കെ ജിക്ക് പരിചയപ്പെടുത്തിയിരുന്നു. എ കെ ജിയുടെ മരണം വരെ നീണ്ടുനിന്ന ബന്ധം.

അതിനുശേഷം എ കെ ജി മദിരാശിയിൽ വരുമ്പോഴൊക്കെ എം ആർ വിയെ സന്ദർശിക്കും. വീട്ടിലോ വക്കീലാപ്പീസിലോ അദ്ദേഹം എത്തിയാൽ പിന്നെ എത്ര തിരക്കുപിടിച്ച് ജോലിയുണ്ടായാലും എം ആർ വി അതൊക്ക മാറ്റിവെച്ച് എ കെ ജിയുമായുള്ള സംഭഷണത്തിൽ മുഴുകും. ഇത് കോൺഗ്രസിന്റെ നേതൃത്വത്തിലുള്ള സ്വാതന്ത്ര്യപ്രസ്ഥാനത്തെപ്പറ്റ കൂടുതൽ മനസിലാക്കാനും കോൺഗ്രസ സോഷ്യലിസ്റ്റ് പാർട്ടിയെപ്പറ്റി അറിയാനും സഹായിച്ചു. കോൺഗ്രസ് സോഷ്യലിസ്റ്റുകാർ അപ്പോൾ മദിരാശിയിലെയും പരിസരങ്ങളിലെയും തൊഴിലാളികളെ സംഘടിപ്പിക്കുകയും അവരുടെ സമരങ്ങൾ നയിക്കുകയും ചെയ്യുന്നുണ്ടായിരുന്നു. തൊഴിലാളികൾക്ക് വേണ്ടി ചില കേസുകളിൽ അദ്ദേഹം ഹാജരായി,

ഇതിനിടയിലാണ് 1938 ൽ രാജപാളയത്തെ കോൺഗ്രസ് സോഷ്യലിസ്റ്റപാർട്ടി സ്മ്മേളനം നടന്നത്. ശ്രീനിവാസറാവു അദ്ദേഹത്തെ സമ്മേളനത്തിലേക്ക് ക്ഷണിച്ചു. ക്ഷണം സ്വീകരിച്ച് സമ്മേളനത്തിൽ പങ്കെടുത്തു. പ്രതിനിധിയായല്ല. നിരീക്ഷകനായി. സമ്മേളനത്തിന്റെ അധ്യക്ഷൻ എ കെ ജി ഉദ്ഘാടകൻ പി സുന്ദരയ്യ, പി രാമമൂർത്തി, ജീവാനന്ദം, ബി ശ്രീനിവാസറാവു എന്നിവരൊക്കെ സംബന്ധിച്ചുട്ടുണ്ട്. കൊച്ചുകൊച്ചു വാചകങ്ങളിൽ എ കെ ജി നടത്തിയ അധ്യക്ഷപ്രസംഗം എം ആർ വി

യുടെ ഹൃദയത്തെ ആഴത്തിൽ സ്വാധീനിച്ചു. സോഷ്യല്സ്റ്റ് പ്രസ്ഥാനത്തിൽ അദ്ദേഹത്തിന് താൽപ്പര്യമായി. ആ താൽപ്പര്യവുമായാണ് നാട്ടിലേക്ക് മടങ്ങിയത്. ക്രമേണ വക്കീൽജോലിയെക്കാൾ പ്രധാനം രാഷ്ട്രീയപ്രവർത്തനമായി.

1939 ൽ രണ്ടാം ലോകമഹായുദ്ധം തുടങ്ങി. കോൺഗ്രസ് സോഷ്യലിസ്റ്റ് പാർട്ടി യുദ്ധത്തിനെതിരായിരുന്നുവെങ്കിലും അതിനെതിരെ ജനങ്ങളെ അണിനിരത്തുന്നതിനോട് യോജിപ്പുണ്ടായിരുന്നില്ല. യുദ്ധം സാമ്രാജ്യത്വയുദ്ധമാണെന്നും അതിനാൽ അതിനെതിരെ അണിനിരക്കണമെന്നും കമ്യൂണിസ്റ്റ് പാർട്ടി ജനങ്ങളെ ആഹ്വാനം ചെയ്തു. പാർട്ടിയുടെ നിലപാടാണ് ശരി എന്ന നിഗമനത്തിൽ എം ആർ വി എത്തി. അക്കൊല്ലം കമ്യൂണിസ്റ്റ് പാർട്ടിയിൽ അംഗമായി. യുദ്ധത്തിനെതിരെ വ്യക്തമായ നിലപാടെടുക്കേണ്ട താമസം ബ്രിട്ടീഷ് ഗവൺമെന്റ് കമ്യൂണിസ്റ്റ് പാർട്ടി നേതാക്കളെയും പ്രവർത്തരരെയും വേട്ടയാടാൻ തുടങ്ങി. കുറച്ചുപേർ അറസ്റ്റിലായി. ചിലർ ഒളിവിൽ പോയി. ഒളിവിൽ പോയവരിലൊരാൾ എ കെ ജി ആ ഘട്ടത്തിൽ മദിരാശി, തഞ്ചാവൂർ, മധുര. തൃശ്ശിനാപ്പള്ള എന്നീ ജില്ലകളിൽ പാർട്ടികേഡർമാർക്ക് രാഷ്ട്രീയ വിദ്യാഭ്യാസം നൽകാൻ ക്ലാസുകൾ തുടങ്ങി. അതിന് പ്രധാന പ്രചോദനം നൽകിയത് എ കെ ജി. എം ആർ വിയും ഈ പ്രവർത്തനങ്ങളുമായി ബന്ധപ്പെട്ടു. സോഷ്യലിസത്തെക്കുറിച്ചും കമ്യൂണിസത്തെക്കുറിച്ചും തീവ്രമായ പഠനമാരംഭിച്ചു.

കോൺഗ്രസ് സോഷ്യലിസ്റ്റുകാരുമാള്ള എം ആർ വി യുടെ ബന്ധം പൊലീസിന്റെ ശ്രദ്ധയിൽപ്പെട്ടു. അവർ അദ്ദേഹത്തിന്റെ ഓരോ നീക്കവും ശ്രദ്ധിച്ചു. 1940 ആദ്യം വക്കീലാപ്പിൽവെച്ച് അറസ്റ്റ് ചെയ്തു. അപ്പോൾ അദ്ദേഹത്തിന്റെ ഭാര്യ ഗുരുതരമായ രോഗം ബാധിച്ച് കിടപ്പിലായിരുന്നു. അതുകൊണ്ട് പരോളിന് അപേക്ഷിച്ചു. അപേക്ഷയിന്മേൽ രണ്ടാഴ്ചത്തെ പരോൾ അനുവദിച്ചു. വീട്ടിലെത്തി ഭാര്യയെ കണ്ടു. അവരെ ആശ്വസിപ്പിച്ചു. അപ്പോൾ പാർട്ടിയിൽ നിന്നൊരു നിർദേശം. ജയിലിലേക്ക് തിരിച്ചുപോകാതെ യുദ്ധവിരുദ്ധ പ്രവർത്തനങ്ങൾ സംഘടിപ്പിക്കുക. ഈ വിവരമറിഞ്ഞ ഭാര്യയും അതിന് അദ്ദേഹത്തെ പ്രേരിപ്പിച്ചു. അങ്ങനെ രോഗിണിയായ ഭാര്യയെയും വിട്ട് എം ആർ വി ഒളിവിൽ പോയി. അതോടെ പതിനൊന്നു വർഷത്തെ അഭിഭാഷകനെന്ന നിലയിലുള്ള ജീവിതത്തോട് വിടപറഞ്ഞ് തികച്ചും വ്യത്യസ്തമായ ആപൽക്കരമായ ജീവിതത്തിലേക്ക് അദ്ദേഹം പ്രവേശിച്ചു. ശ്രീനിവാസറാവുവുമായി പി രാമമൂർത്തിയുമായി, എ കെ ജിയുമായി വളർന്ന ബന്ധമാണ് ജീവിതത്തിൽ ഇത്തരമൊരു വഴിത്തിരിവ് കുറിച്ചതെന്ന് അദ്ദേഹം രേഖപ്പെടുത്തിയിട്ടുണ്ട്.

ഒളിവിൽ കഴിയുമ്പോൾ മധുരയിൽ എ കെ ജിയെ കണ്ടുമുട്ടി. ഒളിവുജീവിതകാലത്ത് പാലിക്കേണ്ട ചിട്ടകളും പ്രവർത്തനരീതികളും അദ്ദേഹം എം ആർ വി ക്ക് വിശദീകരിച്ചുകൊടുത്തു. അദ്ദേഹത്തിന്റെ ഉപദേശങ്ങൾ ഒളിവുജീവിതകാലത്ത് ഏറെ സഹായകമായി. ഒന്നരവർഷം ഒളിവിൽ കഴിഞ്ഞു. അതിനിടയിൽ ഭാര്യ അന്തരിച്ചു. ഭാര്യയുടെ മൃതശരീരം ഒരു നോക്കു കാണാൻ പോലും കഴിഞ്ഞില്ല.

അപ്രതീക്ഷിതമായി അറസ്റ്റിലായി. വെല്ലൂർ ജയിലിലേക്കാണ് കൊണ്ടുപോയത്. രണ്ട് കുറ്റമാണ് ആരോപിക്കപ്പെട്ടത്. പൊലീസ് കസ്റ്റഡിയിൽനിന്ന് രക്ഷപ്പെട്ടു, യുദ്ധവിരുദ്ധ സാഹിത്യം കൈവശം വെച്ചു. കോടതി ഒന്നരവർഷത്തെ തടവുശിക്ഷ വിധിച്ചു. കോർട്ടലക്ഷ്യത്തിന് ശിക്ഷിക്കപ്പെട്ട് എ കെ ജിയും എത്തിച്ചേർന്നു വെല്ലൂർ ജയിലിൽ. അപ്പോൾ നിരവധി രാഷ്ട്രീയത്തടവുകാരുണ്ടായിരുന്നു ആ ജയിലിൽ. ശിക്ഷിക്കപ്പെട്ടവരും വിചാരണയിലിരിക്കുന്നവരും. എ കെ ജിയെയും എം ആർ വിയെയും അവരുടെ കൂടെ പാർപ്പിച്ചില്ല. മറ്റുള്ളവരിൽ നിന്ന് മാറ്റി ഒരു പ്രത്യേക ബ്ളോക്കിലാണ് പാർപ്പിച്ചത്. എ കെ ജിയുടെ കൂടെ ആദ്യമായി ജയിലിൽ കിടക്കുകയായിരുന്ന എം ആർ വി പിൽക്കാലത്ത് പല തവണ അവരിരുവരും ഒന്നിച്ച് ജയിലിൽ കിടന്നിട്ടുണ്ട്.

ജയിലധികൃതർ ഇരുവരോടും മോശമായി പെരുമാറാൻ തുടങ്ങി. അവരെ പീഡിപ്പിക്കാൻപോലും മടിച്ചില്ല. അവർക്ക് പത്രങ്ങളും പുസ്തകങ്ങളും നിഷേധിച്ചു. രാത്രിയിൽ ലോക്കപ്പ് ചെയ്യുന്നതിന് പകരം ഉച്ച തിരിയുന്നതോടെ ലോക്കപ്പ് ചെയ്യും. അതിൽ പ്രതിഷേധിക്കാൻ ഇരുവരും തീരുമാനിച്ചു. പ്രതിഷേധം പ്രകടിപ്പിക്കാൻ എ കെ ജിക്ക് രീതികൾ പലതാണ് ജയിൽവളപ്പിൽ ധാരാളം ശാഖകളോടുകൂടിയ വലിയൊരു മരമുണ്ട്. ഒരു ദിവസം ആ മരത്തിന് മുകളിൽ കയറി ഒളിച്ചിരുന്നു. വാർഡർമാർ ലോക്കപ്പ് ചെയ്യാൻവന്നപ്പോൾ എ കെ ജിയില്ല. പലേടത്തും പരതി. എ കെ ജിയെ കാണാനില്ല. അദ്ദേഹം രക്ഷപ്പെട്ടതുതന്നെ അവർ കരുതി. അവർക്കാകെ വല്ലാത്ത പരിഭ്രമം. ആളെ കണ്ടുകിട്ടിയില്ലെങ്കിൽ നഷ്ടപ്പെടുന്നത് സ്വന്തം ജോലി. അവർ എം ആർ വി യോട് എ കെ ജിയെപ്പറ്റി തിരക്കി. നിങ്ങൾ ഇങ്ങനെയൊക്കെ പെരുമാറിയാൽ എ കെ ജി എങ്ങനെ രക്ഷപ്പെടാതിരിക്കും? എം ആർ വിയുടെ പ്രതികരണം എ കെ ജിയെക്കുറിച്ചുള്ള വിവരം നൽകിയാൽ പുസ്തകങ്ങളും പത്രങ്ങളും നൽകാമെന്നും ലോക്കപ്പ് ചെയ്യുന്നത് രാത്രിയിലേക്കാക്കി മാറ്റാമെന്നും അവർ സമ്മതിച്ചു. സമ്മതം പാലിക്കും എന്ന് ഉറപ്പുവരുത്തിയതിനുശേഷം എം ആർ വി സിഗ്നൽ നൽകി. എ കെ ജിക്ക്. അപ്പോൾ അദ്ദേഹം മരത്തിൽ നിന്ന് താഴെ ഇറങ്ങിവന്നു വാർഡർമാർക്ക് ആശ്വാസമായി.

ഏതാനും മാസം കഴിഞ്ഞപ്പോൾ എം ആർ വിയെ തൃശ്ശിനാപ്പള്ളി ജയിലിലേക്ക് മാറ്റി. രാജാജി. പ്രകാശം, കേളപ്പൻ തുടങ്ങിയ കോൺഗ്രസ് നേതാക്കളും ഉണ്ടായിരുന്നു അപ്പോൾ അവിടെ. ആ ഘട്ടത്തിലാണ് തടവുകാരുടെ വിരലടയാളം എടുക്കണമെന്ന് പറഞ്ഞ് ഗവൺമെന്റ് ഒരുത്തരവിറക്കിയത്. കോണഗ്രുകാർക്ക് അതിൽ വിസമ്മതമുണ്ടായിരുന്നില്ല. എം ആർ വി വിസമ്മതിച്ചു. അപ്പോൾ വാർഡർമാർ ചേർന്ന് അദ്ദേഹത്തെ സൂപ്രണ്ടിന്റെ ആപ്പീസിലേക്ക് വലിച്ചിഴച്ചുകൊണ്ടുപോയി. പലരും ചേർന്ന് ബലം പ്രയോഗിച്ച് വിരലടയാളം എടുപ്പിക്കാൻ ശ്രമിച്ചു. അവർ അതിൽ പരാജയപ്പെട്ടു. എങ്ങനെയോ തല്ലുകൊള്ളാതെ രക്ഷപ്പെട്ടു.

ഹിറ്റ്ലർ സോവിയറ്റ് യൂണിയനെ ആക്രമിക്കുകയും യുദ്ധത്തിന്റെ

സ്വഭാവത്തിൽ മാറ്റം വരികയും ചെയ്തതോടെ കമ്യൂണിസ്റ്റ് പാർട്ടി അതിന്റെ നിലപാട് മാറ്റി. യുദ്ധം ജനകീയയുദ്ധമായി എന്ന് പ്രഖ്യാപിച്ചു. അതിനെത്തുടർന്ന് കമ്യൂണിസ്റ്റ് പാർട്ടിയുടെ മേലുള്ള നിയന്ത്രണം ബ്രിട്ടീഷ് ഗവൺമെന്റ് എടുത്തുകളഞ്ഞു. ജയിലിൽ കിടക്കുന്ന മിക്ക നേതാക്കളെയും മോചിപ്പിച്ചു. എം ആർ വി യെയും. പുതിയ സാഹചര്യത്തിൽ പാർട്ടി അതിന്റെ ഒന്നാമത്തെ കോൺഗ്രസ് ബോംബെയിൽ നടത്തി. അതിന് മുന്നോടിയായി നടന്ന സംസ്ഥാന സമ്മേളനം എം ആർ വിയെ സെക്രട്ടറിയായി തിരഞ്ഞെടുത്തു. 1948 വരെ തൽസ്ഥാനത്ത് തുടർന്നു. 1952 മുതൽ 1962 വരെ പിന്നെയും സെക്രട്ടറിയായി.

പാർട്ടി സെക്രട്ടറിയായി മൂന്ന് വർഷമായപ്പോഴേക്ക് രണ്ടാം ലോകമഹായുദ്ധത്തിന് തിരശീല വീണു. തുടർന്ന് യുദ്ധാനന്തര മുന്നേറ്റം. തമിഴ്നാട്ടിലെങ്ങും ഒട്ടേറെ സമരങ്ങൾ. തഞ്ചാവൂരിലെ കൃഷിക്കാരുടെയും കർഷകത്തൊഴിലാളികളുടെയും സമരം. റെയിൽവെ തൊഴിലാളി സമരം കോയമ്പത്തൂരിലെ ടെക്സ്റ്റൈയിൽസ് തൊഴിലാളി സമരം. ഇങ്ങനെ എത്രയെത്ര സമരങ്ങൾ. ഈ ഘട്ടത്തിൽ പാർട്ടിക്ക് സമർഥമായി നേതൃത്വം നൽകി.

സ്വാതന്ത്ര്യലബ്ധിക്കുശേഷം ഏതാനും മാസം കഴിഞ്ഞപ്പോൾ പാർട്ടിയുടെ രണ്ടാം കോൺഗ്രസ് കൽക്കത്തയിൽ. അതിനെത്തുടർന്ന് പല പ്രവിശ്യകളിലും പാർട്ടിയെയും ബഹുജനസംഘടനകളെയും നിരോധിച്ചു. പാർട്ടി നേതാക്കളെ വേട്ടയാടി. എം ആർ വി യെ അറസ്റ്റ് ചെയ്ത് വെല്ലൂർ സെൻട്രൽ ജയിലിലേക്കാണ് കൊണ്ടുപോയത്. അവിടെനിന്ന് കോയമ്പത്തൂർ ജയിലിലേക്ക് മാറ്റി. അപ്പോൾ രാജമുന്ദ്രി ജയിലിൽ നിന്ന് എ കെ ജിയും അവിടെയെത്തി. രണ്ടുപേരെയും മറ്റു തടവുകാരിൽ നിന്ന് മാറ്റിപാർപ്പിച്ചു. അവർ അതിൽ പ്രതിഷേധിച്ചു. തങ്ങളെയും മറ്റുള്ളവരോടൊപ്പം പാർപ്പിക്കണമെന്ന് ആവശ്യപ്പെട്ടു. ആ ആവശ്യം നിരസിക്കപ്പെട്ടതിനെത്തുടർന്ന് രണ്ടുപേരും നിരാഹാരസമരം തുടങ്ങി. 30 ദിവസത്തോളം നീണ്ട നിരാഹാരസമരം. എം ആർ വി ക്ക് ഇത് പുതിയൊരനുഭവം. പതിമൂന്നാമത്തെ ദിവസമായപ്പോഴേക്കും ഏതാണ്ട് അബോധാവസ്ഥയിലായി. എ കെ ജി ധൈര്യവും ആത്മവിശ്വാസവും പകർന്നു കൊടുത്തു. കടലൂരിലേക്ക് മാറ്റിയതോടെ നിരാഹാരസമരം അവസാനിപ്പിച്ചു. മൂന്നുവർഷം ആ ജയിലിൽ കഴിഞ്ഞു. അവിടെ വച്ച് കിട്ടാവുന്നത്ര മാർക്സിസ്റ്റ് ക്ലാസിക്കുകൾ വായിച്ചു. ആ ജയിലിലെ രാഷ്ട്രീയ തടവുകാർ അധികവും ആന്ധ്രയിൽനിന്നുള്ളവർ. തെലുങ്കുഭാഷ വശമുള്ളതുകൊണ്ട് ആശയവിനിമയം നടത്താൻ പ്രയാസമുണ്ടായില്ല.

1949 ൽ കടലൂർ ജയിലിൽ തുടർച്ചയായി രണ്ട് തവണ വെടിവെപ്പ്., രണ്ടാമത്തെ തവണ വെടിയുണ്ടകളിൽ നിന്ന് കഷ്ടിച്ച് രക്ഷപ്പെടുകയായിരുന്നു. രണ്ടുതവണയും വെടിവെപ്പിനെ തുടർന്ന് ഭീകരമായ ലാത്തിച്ചാർജ്. വെടിവെപ്പിനു ലാത്തിച്ചാർജ്ജിനും എതിരെ അധികൃതർക്കെതിരായി കേസ് ഫയൽചെയ്തു. കോടതി നടപടികൾ കടലൂർ ജയിലിലെ

ഭീകരത തുറന്നുകാട്ടാൻ സഹായിച്ചു. എ കെ ജി കോടതിയിൽ ഹേബിയസ് കോർപ്പസ് ഹരജി സമർപ്പിച്ചു. നിയമവിരുദ്ധമായിട്ടാണ് തന്നെ കസ്റ്റഡിയിൽ വച്ചതെന്നും അതിനാൽ ഉടനടി തന്നെ മോചിപ്പിക്കാൻ നടപടി സ്വീകരിക്കണമെന്നും കോടതിയോട് അദ്ദേഹം അഭ്യർഥിച്ചു. എ കെ ജിയെ മോചിപ്പിക്കാൻ കോടതി ഉത്തരവിട്ടു. 1951 ൽ ആദ്യം. എം ആർ വി യെയും മറ്റും മോചിപ്പുക്കുന്നതിന് അതു വഴിയൊരുക്കി.

ജയിൽ മോചിതനായ ഉടൻ ഒന്നാമത്തെ പൊതുതിരഞ്ഞെടുപ്പിൽ മുഴുകി. തിരഞ്ഞെടുപ്പ് കഴിഞ്ഞ് ഒരു വർഷമായപ്പോഴേക്ക് പാർട്ടിയുടെ മൂന്നാം കോൺഗ്രസ് മധുരയിൽ. അതിന്റെ മുന്നോടിയായി നടന്ന സംസ്ഥാന സമ്മേളനം ഒരിക്കൽകൂടി സെക്രട്ടറിയായി തിരഞ്ഞെടുത്തു. 1962 വരെ ആ സ്ഥാനത്തു തുടർന്നു. മൂന്നാം കോൺഗ്രസ് വിജയിപ്പിക്കുന്ന പ്രവർത്തനങ്ങൾക്ക് പി ആറിനോടൊപ്പം നേതൃത്വം നൽകി.

മാർക്സിസം-ലെനിനിസത്തിൽ അടിയുറച്ചുനിന്ന് എം ആർ വി വലതുപക്ഷ ഇടതുപക്ഷ വ്യതിയാനങ്ങൾക്കെതിരെ വിട്ടുവീഴ്ച കൂടാതെ പോരാടി. 1950 കളുടെ മധ്യത്തിൽ മാർക്സിസം- ലെനിനിസത്തിനെതിരെ തിരുത്തൽവാദികൾ വെല്ലുവിളി ഉയർത്തിയപ്പോൾ അവർക്കെതിരെ അദ്ദേഹം ഉറച്ച് നിലപാട് സ്വീകരിച്ചു. നാഷണൽ കൗൺസിലിൽ നിന്ന് ഇറങ്ങിപ്പോക്ക് നടത്തിയ 32 പേരിലൊരാൾ എം. ആർ വി റിവിഷനിസ്റ്റുകൾക്കെതിരെ നടത്തിയ അതേ ശക്തിയോടെതന്നെ നക്സലൈറ്റ് വ്യതിയാനത്തിനെതിരെയും പോരാടി. സി പി ഐ (എം) രൂപം കൊണ്ട് രണ്ടു മാസം തികയുന്നതിനുമുമ്പ് കോൺഗ്രസ് ഗവൺമെന്റ് പാർട്ടിക്കെതിരെ ആഞ്ഞടിച്ചു. പാർട്ടിയുടെ നേതാക്കളെയും പ്രവർത്തകരെയും അറസ്റ്റ് ചെയ്തു. കൂട്ടത്തിൽ എം ആർ വിയെയും മൊത്തം 11 വർഷം ജയിലിലും മൂന്ന് വർഷം ഒളിവിലും പ്രവർത്തിച്ചു.

കൽക്കത്തയിൽ ചേർന്ന സി പി ഐ(എം) ഏഴാം കോൺഗ്രസ് അദ്ദേഹത്തെ പാർട്ടിയുടെ കേന്ദ്രകമ്മിറ്റിയിലേക്ക് തിരഞ്ഞെടുത്തു. മരണം വരെ തൽസ്ഥാനത്ത് തുടർന്നു. ആ കോൺഗ്രസിന് മുന്നോടിയായി നടന്ന തമിഴ്നാട് സംസ്ഥാനസമ്മേളനം സംസ്ഥാന സെക്രട്ടറിയായി തിരഞ്ഞെടുത്തു. 1972 ൽ അനാരോഗ്യം മൂലം ആ സ്ഥാനത്തു നിന്ന് ഒഴിഞ്ഞു. അനവധി വർഷം പാർട്ടിയുടെ കൺട്രോൾ കമ്മീഷൻ കൺവീനറായി പ്രവർത്തിച്ചിട്ടുണ്ട്.

എം ആർ വി പാർലമെന്ററി രംഗത്തും പ്രവർത്തിച്ചിട്ടുണ്ട്. 1968 മുതൽ 1974 വരെ രാജ്യസഭാംഗമായിരുന്നു. അദ്ദേഹം ഒരു സ്പോർട്ട്സ് പ്രേമിയായിരുന്നു. വിദ്യാർഥിയായിരിക്കെ നല്ലൊരു ഫുട്ബോൾ കളിക്കാരൻ എന്ന നിലയിൽ പ്രശസ്തി നേടി. 1983 മെയ് 24 ന് അന്തരിച്ചു.

ശങ്കർദയാൽ തിവാരി

1921 - 1989

ഉത്തർപ്രദേശിലെ ആദ്യകാല കമ്യൂണിസ്റ്റ് നേതാക്കളിലൊരാളും കർഷക പ്രസ്ഥാനത്തിന്റെ തലമുതിർന്ന നേതാവും മാർക്സിസ്റ്റ്-ലെനിനിസ്റ്റ് ബുദ്ധിജീവിയുമായിരുന്നു ശങ്കർദയാൽ തിവാരി. കമ്യൂണിസ്റ്റ് പ്രസ്ഥാനം ഭിന്നിച്ച സമയത്ത് യു പിയിൽ സി പി ഐ (എം)ന്റെ കൂടെ നിലയുറപ്പിച്ച അപൂർവം കമ്യൂണിസ്റ്റ് നേതാക്കളിൽ പ്രധാനിയായിരുന്നു അദ്ദേഹം.

യു പിയിലെ ഉന്നാവ് ജില്ലയിൽപ്പെട്ട സദർ താലൂക്കിലെ ഒരു ഗ്രാമമാണ് പഹലീകല. ആ ഗ്രാമത്തിൽ 1921 ഫെബ്രുവരി ഒന്നിന് ശങ്കർദയാൽ തിവാരി ജനിച്ചു. പിതാവ് ഡോ. ആനന്ദീ ദീൻ തിവാരി. പൂർവിക സ്വത്തിന്റെ ഏക അവകാശിയായിരുന്നു പിതാവെങ്കിലും കൃഷിയിൽനിന്നുള്ള വരുമാനം കൊണ്ടുമാത്രം ജീവിതം മുമ്പോട്ടു കൊണ്ടുപോകാനാകുമായിരുന്നില്ല. അതിനാൽ മകൻ ശങ്കർദയാലിനോടൊപ്പം കൽക്കത്തയിലേക്കു പോയി. ആനന്ദീ ദീൻ തിവാരി നല്ല ഇംഗ്ലീഷ് അധ്യാപകൻ. അതുകൊണ്ട് കൽക്കത്തയിൽ വിദ്യാർഥികളെ പഠിപ്പിച്ച് ഉപജീവനം നടത്തി.

സ്വന്തം ഗ്രാമത്തിൽ ആരംഭിച്ച വിദ്യാഭ്യാസം ശങ്കർദയാൽ കൽക്കത്തയിൽ തുടർന്നു. അപ്പോൾ വിദ്യാർഥിപ്രസ്ഥാനം സജീവമായിരുന്നു കൽക്കത്തയിൽ. അഖിലേന്ത്യാ വിദ്യാർഥിഫെഡറേഷനുമായി ബന്ധപ്പെട്ടു. അതിവേഗം അതിന്റെ നേതൃത്വത്തിലേക്കുയർന്നു. വിദ്യാർഥി പ്രസ്ഥാനവുമായി ബന്ധപ്പെട്ട് പ്രവർത്തിക്കുമ്പോൾ മാർക്സിസം-ലെനിനിസ

ത്തിൽ ആകൃഷ്ടനായി. വിദ്യാഭ്യാസം പൂർത്തിയാക്കിയ ഉടൻ 1940 ൽ കമ്യൂണിസ്റ്റ് പാർട്ടിയിൽ അംഗമായി. അതേവർഷം തന്നെ പിതാവിനും ലഭിച്ചു പാർട്ടിയിൽ അംഗത്വം. കൽക്കത്തയിലെ കാലാവസ്ഥ ആനന്ദീ ദീൻ തിവാരിക്ക് പിടിച്ചില്ല. അതിനാൽ മകനോടൊപ്പം സ്വന്തം സംസ്ഥാനത്തേക്ക് മടങ്ങി. കൈയിൽ കാശൊന്നുമുണ്ടായിരുന്നില്ല. നന്നേ ക്ലേശിച്ചാണ് ഉന്നാവിലെത്തിയത്.

രണ്ടാംലോകമഹായുദ്ധം നടക്കുന്ന കാലം. കമ്യൂണിസ്റ്റ് പാർട്ടിക്കെതിരെ ഗവൺമെന്റ് ആഞ്ഞടിച്ചു. പാർട്ടി നേതാക്കളെ കൂട്ടത്തോടെ അറസ്റ്റ് ചെയ്തു. പിതാവിനെയും പുത്രനെയും ഗവൺമെന്റ് രാജ്യരക്ഷാനിയമ പ്രകാരം തടവിലാക്കി. 10 മാസമായപ്പോഴേക്ക് പിതാവ് മോചിതനായി. മകൻ ജയിലിൽത്തന്നെ കിടന്നു. 1942 ൽ മറ്റു കമ്യൂണിസ്റ്റ് തടവുകാരെ മോചിപ്പിച്ചുവെങ്കിലും തിവാരിയെ ജയിലിൽനിന്നു വിട്ടില്ല. 1944 ഫെബ്രുവരിവരെ ജയിലിൽ കഴിച്ചുകൂട്ടി. ഇതിനിടയിൽ, നീണ്ടുനിന്ന രോഗത്തെത്തുടർന്ന് പിതാവ് നിര്യാതനായി.

ഉന്നാവിൽ മടങ്ങിയെത്തിയശേഷം തിവാരി തന്റെ ജില്ലയിലെ കർഷക പ്രസ്ഥാനത്തിൽ മുഴുകി. പാർട്ടിയുടെ നിർദേശപ്രകാരമാണ് അങ്ങനെ ചെയ്തത്. ശിവകുമാർ മിശ്ര, ബഡേ സജീവൻലാൽ തുടങ്ങിയവർ കർഷകപ്രസ്ഥാനത്തിലെ സഹപ്രവർത്തകർ. യു പിയിൽ കർഷക പ്രസ്ഥാനത്തിന് തുടക്കം കുറിക്കപ്പെട്ടത് 1918 ൽ. അതിനു നേതൃത്വം നൽകിയത് മദൻമോഹൻ മാളവ്യ. ധാരാളം കോൺഗ്രസുകാർ അതിൽ പ്രവർത്തിച്ചു. ഇതേകാലത്ത് പ്രതാപ്ഗഢ് ജില്ലയിലെ ദുറേ ഗ്രാമത്തിൽ കിസാൻസഭ എന്ന പേരിൽ ഒരു സംഘടന രൂപംകൊണ്ടു. താമസിയാതെ അതിന്റെ നേതൃത്വം സുപ്രസിദ്ധ കർഷക നേതാവ് ബാബ രാമചന്ദ്ര ഏറ്റെടുത്തു. തുടർന്ന് മദൻമോഹൻ മാളവ്യയുടെ കർഷക സംഘടനയും പ്രതാപ്ഗഢ് ജില്ലയിലെ കർഷക സംഘടനയും ലയിച്ച് ഒരു സംഘടനയായി. ഈ ലയനത്തിന് മുൻകൈയെടുത്തത് ബാബ രാമചന്ദ്ര. അതിനുശേഷം ബാബയുടെ നേതൃത്വത്തിൽ അവധിന്റെ പല ഭാഗങ്ങളിലും താലൂക്ദാർമാർക്കെതിരെ വമ്പിച്ച പ്രക്ഷോഭം അലയടിച്ചു. പ്രക്ഷോഭത്തിനിടയിൽ ബാബ അറസ്റ്റിലായി. അപ്പോൾ കർഷക സംഘടന ഏതാനും കോൺഗ്രസുകാരുടെ പോക്കറ്റിലൊതുങ്ങി. 1936 ൽ ലക്നോവിൽ അഖിലേന്ത്യാ കിസാൻ സഭ രൂപംകൊണ്ടപ്പോൾ കോൺഗ്രസ് നേതാക്കൾ തങ്ങളുടെ സംഘടനയെ അതിൽ ലയിപ്പിക്കാൻ വിസമ്മതിച്ചു. ഡോ. കെ എം അഷ്റഫും സ്വാമി സഹജാനന്ദും ശ്രമിച്ചിട്ടും അതു നടന്നില്ല.

അപ്പോഴേക്ക് അഖിലേന്ത്യാ കിസാൻസഭയുടെ നേത്രകോണ സമ്മേളനം. യു പിയിൽനിന്ന് ഒരു പ്രതിനിധിസംഘം ആ സമ്മേളനത്തിനെത്തി. ആ സംഘം ശങ്കർദയാൽ തിവാരി ജനറൽ സെക്രട്ടറിയായും വാരണാസിയിലെ ശിവപൂജൻ ത്രിപാഠി പ്രസിഡന്റായും അഖിലേന്ത്യാ കിസാൻസഭയുടെ യു പി ഘടകം രൂപവൽക്കരിച്ചു. നേത്രകോണ സമ്മേ

ളനം കഴിഞ്ഞ് വന്നതിനുശേഷം സംസ്ഥാനത്തിന്റെ വിവിധ ഭാഗങ്ങളിൽ കൃഷിക്കാരെ സംഘടിപ്പിക്കാൻ തുടങ്ങി. അലിഗഢിൽ സംസ്ഥാന സമ്മേളനം വിളിച്ചുകൂട്ടി. രാജ്യത്തിന്റെ വിവിധ ഭാഗങ്ങളിൽ കർഷക സമരങ്ങളുടെ വേലിയേറ്റം. യു പിയും അതിൽനിന്നൊഴിവായില്ല. അലിഗഢ്, ഉന്നാവ്, റായ്ബറേലി, ബസ്മതി, ബല്ലിയ, ഘാസിപ്പൂർ തുടങ്ങിയ ജില്ലകളിൽ വമ്പിച്ച കർഷകമുന്നേറ്റം. ഈ സമരങ്ങൾക്കെല്ലാം സംഘടിതരൂപം നൽകുന്നതിൽ തിവാരിയുടെ നേതൃത്വത്തിൽ സംസ്ഥാന കിസാൻസഭ അതീവശ്രദ്ധ പതിപ്പിച്ചു. ഇതിനിടയിൽ പലതവണ ജയിലിൽ പോയി. ജയിലിൽ നിരാഹാരസമരം നടത്തി. ഒളിവിലും കഴിഞ്ഞു.

രണ്ടാം ലോകമഹായുദ്ധകാലത്ത് അറസ്റ്റിലായി എന്നു പറഞ്ഞല്ലോ. 1924 ഫെബ്രുവരി 28 നാണ് അറസ്റ്റിലായത്. യുദ്ധം ആരംഭിച്ച ഉടൻ അതിനെതിരെ കൃഷിക്കാരെയും ഇതര ജനവിഭാഗങ്ങളെയും അണിനിരത്തുന്നതിൽ വ്യാപൃതനായി. അതോടൊപ്പം രാഷ്ട്രീയത്തടവുകാരെ മോചിപ്പിക്കണമെന്നാവശ്യപ്പെട്ട് പാർട്ടി ആരംഭിച്ച പ്രക്ഷോഭത്തിന് നേതൃത്വം നൽകി. യു പിയിൽനിന്ന് അറസ്റ്റു ചെയ്തവരെ രാജ്യത്തിന്റെ വിവിധ ഭാഗങ്ങളിലെ ജയിലുകളിലാണ് പാർപ്പിച്ചത്. അവരെ അടിയന്തിരമായും യു പിയിലേക്കുതന്നെ മടക്കിക്കൊണ്ടുവരണമെന്ന് ആവശ്യപ്പെട്ടു. ഈ ആവശ്യത്തിന് പിന്തുണ നൽകി കാൺപൂരിൽ പണിമുടക്കുതന്നെ നടന്നു. ലാത്തിച്ചാർജുണ്ടായി. നിരവധിപേരെ അറസ്റ്റ് ചെയ്തു. ഈ സമരത്തിന്റെ മുൻപന്തിയിൽ വിദ്യാർഥികളും സ്ഥാനം പിടിച്ചു. ഈ സമരപരമ്പരകൾക്കിടയിലാണ് തിവാരി അറസ്റ്റിലായത്.

ജയിൽമോചിതനായി പുറത്തുവന്ന ഉടൻ കിസാൻസഭ-പാർട്ടി പ്രവർത്തനം പുനരാരംഭിച്ചു. അധികം കഴിയുന്നതിനുമുമ്പ് യുദ്ധം അവസാനിച്ചു. യുദ്ധകാലത്ത് സാമ്രാജ്യത്വം കെട്ടിയേൽപ്പിച്ച സാമ്പത്തിക ദുരിതങ്ങൾക്കെതിരെ, സെമിന്ദാർമാരുടെ ചൂഷണത്തിനും ഒഴിപ്പിക്കലുകൾക്കും എതിരെ വമ്പിച്ച പ്രക്ഷോഭം. ശമ്പളത്തോടുകൂടിയ വാർഷികാവധി വേണം എന്നാവശ്യപ്പെട്ട് കോൺപൂരിൽ 1946 ൽ പടുകൂറ്റൻ പ്രകടനം. പ്രകടനത്തിൽ പങ്കെടുത്ത സരസ്വതി എന്ന സ്ത്രീ പൊലീസ് വെടിവെപ്പിൽ കൊല്ലപ്പെട്ടു. അതിനുശേഷം കാൺപൂരിൽതന്നെ നീണ്ടുനിന്ന ടെക്സ്റ്റൈൽ തൊഴിലാളി സമരം. 1946 ൽ അനവധി കർഷക സമരങ്ങൾ. ഉന്നാവ്, ബസ്തി, ബല്ലിയ തുടങ്ങിയ ജില്ലകളിൽ അത് ഏറ്റവും ശക്തം. ഈ സമരങ്ങളുടെയൊക്കെ മുൻപന്തിയിൽ നിന്നു ശങ്കർ ദയാൽ തിവാരി.

സ്വാതന്ത്ര്യലബ്ധിക്കുശേഷം 1948 ൽ പാർട്ടിയുടെ രണ്ടാം കോൺഗ്രസ് കൽക്കത്തയിൽ. അതിനെത്തുടർന്ന് കോൺഗ്രസ് ഗവൺമെന്റ് കമ്യൂണിസ്റ്റ് പാർട്ടിയെ നിരോധിച്ചു. പലരെയും അറസ്റ്റ് ചെയ്തു. ചിലർ ഒളിവിൽ പോയി. ഒന്നാം പൊതു തിരഞ്ഞെടുപ്പോടെ ജയിലിൽ കഴിഞ്ഞ മിക്കവരും പുറത്തുവന്നു. ഒളിവിൽ പ്രവർത്തിച്ചവർ തെളിവിൽ വന്നു. പാർട്ടിയെയും ബഹുജനസംഘടനകളെയും സജീവ

മാക്കുന്നതിനുള്ള ശ്രമം നടന്നു. സംസ്ഥാനത്ത് കിസാൻസഭ പുനഃസംഘടിപ്പിക്കുന്നതിനുള്ള ചുമതല തിവാരിക്കായി. അതിന്റെ ഭാഗമായി സംസ്ഥാനത്തിന്റെ പല ഭാഗങ്ങളിലും പോയി. കിസാൻസഭാ പ്രവർത്തനത്തോടൊപ്പം പാർട്ടിസംഘടനയുടെ കാര്യത്തിലും താൽപ്പര്യം കാണിച്ചു. 1953 ൽ പാർട്ടി സംസ്ഥാന കമ്മിറ്റിയിലേക്ക് തിരഞ്ഞെടുക്കപ്പെട്ടു. തുടർന്ന് സംസ്ഥാന സെക്രട്ടേറിയറ്റിലേക്കും.

1954 ൽതന്നെ യു പിയിലെ പാർട്ടിക്കകത്ത് അഭിപ്രായവ്യത്യാസം വളർന്നുവരാൻ തുടങ്ങി. വർഗസഹകരണനയത്തെ 21 അംഗ സംസ്ഥാന കമ്മിറ്റിയിലെ 10 പേർ അനുകൂലിച്ചു. 11 പേർ എതിർത്തു. അങ്ങനെ കമ്മിറ്റിയിൽ ആ നയം തള്ളിപ്പോയി. റിവിഷനിസ്റ്റ് നയത്തെ എതിർത്ത 11 പേരിൽ ഒരാൾ ശങ്കർദയാൽ തിവാരി. യു പി സംസ്ഥാനകമ്മിറ്റിയിൽ തള്ളപ്പെട്ടുപോയ നയമുണ്ടല്ലോ, അതാണ് അടുത്ത ഏതാനും വർഷം പാർട്ടിക്കകത്ത് നടന്ന ചർച്ചയുടെ കേന്ദ്രബിന്ദു. ആശയരംഗത്തെ ഏറ്റുമുട്ടലിന്റെ ഒരു ഘട്ടത്തിൽ, 1964 ൽ പാർട്ടി പിളർന്നു. യു പി നേതൃത്വത്തിലെ മഹാഭൂരിപക്ഷവും 14 എം എൽ എമാരിൽ 13 പേരും സി പി ഐയിൽ ഉറച്ചുനിന്നെങ്കിലും അപ്പോൾ നാഷണൽ കൗൺസിൽ അംഗമായിരുന്ന തിവാരി വർഗ സഹകരണ നയത്തിനെതിരെ മാർക്സിസം–ലെനിനിസം കാത്തുരക്ഷിക്കുമെന്ന് പ്രഖ്യാപിച്ചവരോടൊപ്പം നിന്നു. നാഷണൽ കൗൺസിലിൽനിന്ന് ഇറങ്ങി വന്ന് പാർട്ടി പുനഃസംഘടിപ്പിക്കാൻ ആഹ്വാനം ചെയ്തവരിൽ ഒരാൾ തിവാരി.

സി പി ഐ (എം)ന് ജന്മം നൽകിയ മറ്റു നേതാക്കളോടൊപ്പം 1962 ഒക്ടോബർ 22 ന് അറസ്റ്റിലായി. 1964 ജൂണിൽ ജയിൽമോചിതനായി. ശിവവർമ്മ, പി കെ ഠണ്ഡൻ എന്നിവരോടൊപ്പം തെനാലി കൺവൻഷനിൽ പങ്കെടുത്തു. 1964 ൽ കൽക്കത്തയിൽ ചേർന്ന ഏഴാം കോൺഗ്രസ് കേന്ദ്രകമ്മിറ്റിയിലേക്ക് തിരഞ്ഞെടുത്തു. മരണം വരെ തൽസ്ഥാനത്ത് തുടർന്നു. 1968 ൽ ശങ്കർ ദയാൽ തിവാരിയെ സി പി ഐ (എം) സംസ്ഥാന സെക്രട്ടറിയായി തിരഞ്ഞെടുത്തു. പാർട്ടി കേന്ദ്രത്തിലേക്ക് അദ്ദേഹത്തിന്റെ സേവനം ഉപയോഗിക്കാൻ 1988 ൽ ആ സ്ഥാനത്തുനിന്ന് അദ്ദേഹത്തെ ഒഴിവാക്കി.

ഇവിടെ ഒരു കാര്യവും കൂടി എടുത്തുപറയേണ്ടതുണ്ട്. 1964 ൽ പാർട്ടി പിളർന്നപ്പോൾ നേതാക്കളിൽ ഏറിയകൂറും സി പി ഐയിൽ തന്നെ നിന്നുവെന്ന് പറഞ്ഞല്ലോ. തുടർന്ന് നക്സലൈറ്റ് പ്രസ്ഥാനം ആവിർഭവിച്ചപ്പോൾ യു പി യിലെ സംസ്ഥാന കമ്മിറ്റി അംഗങ്ങളിൽ ഭൂരിപക്ഷം പേരും ആ പ്രസ്ഥാനത്തിന്റെ കൂടെ പോയി. യു പിയിൽ പാർട്ടിക്കേറ്റ കനത്ത ആഘാതമായിരുന്നു അത്. ആ വ്യതിയാനത്തിനും എതിരെ തിവാരി പോരാടി.

യു പിയിൽ സി പി ഐ (എം) കെട്ടിപ്പടുക്കുന്നതിൽ മാത്രമല്ല അദ്ദേഹം മുഴുകിയത്. കർഷകപ്രസ്ഥാനം വളർത്തിയെടുക്കുന്നതിലും തന്റെ ഊർജം ചെലവഴിച്ചു. അതിനു നൽകിയ സംഭാവനയുടെ പേരിൽ

സ്വാതന്ത്ര്യലബ്ധിക്കു മുമ്പ് കേന്ദ്ര കിസാൻ കൗൺസിലിലേക്ക് തിരഞ്ഞെടുത്തു. പട്നയിൽ എ ഐ കെ എസ് സുവർണ ജൂബിലി സമ്മേളനം നടക്കുന്നതുവരെ തൽസ്ഥാനത്ത് തുടർന്നു. സംഘടനാപരമായ ഉത്തരവാദിത്വംമൂലം സി കെ സിയിൽനിന്ന് തന്നെ ഒഴിവാക്കണമെന്ന അദ്ദേഹത്തിന്റെ അഭ്യർഥന ആ സമ്മേളനം മാനിക്കുകയായിരുന്നു.

ശങ്കർദയാൽ തിവാരിയുടെ ക്ലാസുകൾ വളരെ പ്രസിദ്ധം. മാർക്സിസം-ലെനിനിസത്തിന്റെ അടിസ്ഥാന തത്വങ്ങൾ സാധാരണ കാഡർമാർക്കുപോലും എളുപ്പത്തിൽ മനസിലാകുംവിധം ക്ലാസെടുക്കാനുള്ള കഴിവ് ഒന്നുവേറെ തന്നെയായിരുന്നു. അർഥശാസ്ത്രത്തെക്കുറിച്ചുള്ള അദ്ദേഹത്തിന്റെ പുസ്തകത്തിന്റെ ഒന്നിലധികം പതിപ്പുകൾ പുറത്തിറങ്ങി.

ധാരാളം പുസ്തകങ്ങളും സമകാലീന സംഭവങ്ങളെക്കുറിച്ച് ധാരാളം ലഘുലേഖകളും എഴുതിയിട്ടുണ്ട് തിവാരി. കൂടാതെ ഒട്ടേറെ ക്ലാസിക്കുകൾ ഹിന്ദിയിലേക്ക് വിവർത്തനം ചെയ്തിട്ടുമുണ്ട്.

അമ്പത് വർഷത്തോളം നീണ്ടുനിന്ന രാഷ്ട്രീയ ജീവിതത്തിനിടയിൽ പലതവണ അറസ്റ്റിലായി. ദീർഘകാലം ഒളിവിലും കഴിയേണ്ടിവന്നു. 1989 ജനുവരി 18 ന് അന്തരിച്ചു.

വൈ ഡി ശർമ

1918 - 2004

ശക്തമായ ഒരു ട്രേഡ്‌യൂണിയൻ–കമ്യൂണിസ്റ്റുപ്രസ്ഥാനമുണ്ടായിരുന്ന പ്രദേശമാണ് ഡൽഹി. അവിടത്തെ ആദ്യകാല ട്രേഡ്‌യൂണിയൻ നേതാക്കളിലൊരാളും പാർട്ടിയുടെ സ്ഥാപക നേതാക്കളിൽ പ്രമുഖനുമായിരുന്നു യജ്ഞ ദത്ത് ശർമ അഥവാ വൈ ഡി ശർമ. ബഹാൽസിങ് കഴിഞ്ഞാൽ ഡൽഹി പാർട്ടിയിലെ ഏറ്റവും പ്രമുഖൻ അദ്ദേഹം തന്നെയായിരുന്നു.

സഖാക്കളും സുഹൃത്തുക്കളും വൈ ഡി എന്ന രണ്ടക്ഷരത്തിൽ അഭിസംബോധന ചെയ്തിരുന്ന വൈ ഡി ശർമ ഹരിയാനയിലെ റോത്തക്ക് ജില്ലയിൽപ്പെട്ട ജഖോലി ഗ്രാമത്തിൽ 1918 മാർച്ച് 1–ന് ജനിച്ചു. പിതാവ് പണ്ഡിറ്റ് മൻസാറാം ശർമ. മാതാവ് പാർവതിദേവി. ഇരുവരും വിദ്യാഭ്യാസ പ്രവർത്തകർ. പിതാവ് സോനപ്പേട്ടിൽ ഒരു സംസ്കൃത കോളേജ് തുടങ്ങിയെങ്കിൽ മാതാവ് സ്വന്തം ഗ്രാമത്തിൽ പെൺകുട്ടികൾക്കായി ഒരു സ്കൂൾ തുടങ്ങി. ഇരുവരും അവരുടെ പ്രദേശങ്ങളിലെ ജനങ്ങളുടെ സ്നേഹബഹുമാനങ്ങൾ ആർജിച്ചു.

ജഖോലിയിലെ സ്കൂളിൽ വിദ്യാഭ്യാസം തുടങ്ങിയെങ്കിലും ഡൽഹിയിലുള്ള ദരിയാഗഞ്ചിലെ രാംജ‌ബ് സ്കൂളിൽനിന്നാണ് സ്കൂൾവിദ്യാഭ്യാസം പൂർത്തിയാക്കിയത്. ജഖോലിയിൽ പഠിച്ചുകൊണ്ടിരിക്കെ, 1930–ൽ, ഡൽഹിയിലേക്ക് താമസം മാറിയതാണ് അതിനു കാരണം. ഡൽഹിയിൽ അഭിഭാഷകനായ ജ്യേഷ്ഠന്റെ കൂടെയായിരുന്നു താമസം. ജ്യേഷ്ഠൻ

കോൺഗ്രസുകാരൻ. എന്നല്ല, കോൺഗ്രസിന്റെ ബ്ലോക്ക് സെക്രട്ടറിപോലും ആയിരുന്നിട്ടുണ്ട്. ഇത് വൈ ഡിയിൽ രാഷ്ട്രീയത്തിൽ താൽപ്പര്യം ജനിക്കുന്നതിന് ഇടയാക്കി.

രാംജസ് സ്കൂളിൽ സ്കൂൾ വിദ്യാഭ്യാസത്തിന് തിരശീല വീണപ്പോൾ പ്രതിഭാശാലിയായ ഈ വിദ്യാർഥി ശ്രീറാം കോളേജിൽ ചേർന്നു. 1937–ൽ അവിടെനിന്ന് ഒന്നാം ക്ലാസോടെ ബിരുദം നേടി. തുടർന്ന് ബിരുദാനന്തര പഠനത്തിനായി സ്കോളർഷിപ്പോടെ പ്രസിദ്ധമായ സെന്റ് സ്റ്റീഫൻസ് കോളേജിൽ ചേർന്നു. 1940–ൽ സാമ്പത്തികശാസ്ത്രത്തിൽ ബിരുദാനന്തരബിരുദം കരസ്ഥമാക്കി. അങ്ങനെ ജഖോലി ഗ്രാമത്തിലെ ആദ്യത്തെ എം എക്കാരനായി. തുടർന്ന് മാതാപിതാക്കളുടെ പാത പിന്തുടർന്ന് രാംജസ് കോളേജിൽ അധ്യാപകനായി.

ശ്രീറാം കോളേജിലെ വിദ്യാർഥിയായിരിക്കുമ്പോഴാണ്, 1936–ൽ, അഖിലേന്ത്യാ വിദ്യാർഥി ഫെഡറേഷൻ ജന്മമെടുത്തത്. ആ വർഷം ആഗസ്ത് 12, 13 തീയതികളിൽ ലഖ്നൗവിൽചേർന്ന വിദ്യാർഥിസമ്മേളനം എ ഐ എസ് എഫിന് രൂപം നൽകുകയായിരുന്നു. മുഹമ്മദലി ജിന്നയുടെ അധ്യക്ഷതയിൽ നെഹ്റു ഉൽഘാടനം ചെയ്ത ആ സമ്മേളനം പുതിയ സംഘടനയുടെ ജനറൽ സെക്രട്ടറിയായി പ്രേംനാരായൺ ഭാർഗവയെ തിരഞ്ഞെടുത്തു. അപ്പോഴേക്ക് വിദ്യാർഥികൾക്കിടയിൽ പ്രശസ്തനായിക്കഴിഞ്ഞിരുന്നു വൈ ഡി. അദ്ദേഹം ശ്രീറാം കോളേജിൽ പഠിക്കുമ്പോഴാണ് വിദ്യാർഥികളുടെ പൊതുവേദിയെന്നനിലയിൽ വിദ്യാർഥി യൂണിയൻ ആരംഭിക്കുന്നത്. അദ്ദേഹം അതിന്റെ പ്രസിഡന്റായി തിരഞ്ഞെടുക്കപ്പെട്ടു. പ്രവിശ്യാതലത്തിൽ വിദ്യാർഥി യൂണിയൻ രൂപംകൊണ്ടപ്പോൾ അതിന്റെ ഉപാധ്യക്ഷനായി. ഇങ്ങനെ വിദ്യാർഥികൾക്കിടയിൽ അറിയപ്പെട്ട, രാഷ്ട്രീയത്തിൽ തൽപ്പരനായ, വൈ ഡി ലഖ്നൗ സമ്മേളനത്തിൽ പങ്കെടുത്തത് സ്വാഭാവികം. അദ്ദേഹം എ ഐ എസ് എഫ് പ്രവർത്തകനായി.

1937–ൽ എ ഐ എസ് എഫിന്റെ പ്രഥമ ഡൽഹി പ്രവിശ്യാ സമ്മേളനം വൈ ഡിയെ ജനറൽ സെക്രട്ടറിയായി തെരഞ്ഞെടുത്തു. 1941 വരെ തൽസ്ഥാനത്ത് തുടർന്നു. 1938 ജനുവരി ഒന്നുമുതൽ മൂന്നുവരെ മദിരാശിയിൽ എ ഐ എസ് എഫിന്റെ മൂന്നാം സമ്മേളനം. ആദ്യത്തെ രണ്ടു സമ്മേളനങ്ങളിലെന്നപോലെ ഈ സമ്മേളനത്തിലും വൈ ഡി ഡൽഹിയെ പ്രതിനിധീകരിച്ചു. സമ്മേളനം അദ്ദേഹത്തെ ജോയിന്റ് സെക്രട്ടറിയായി തെരഞ്ഞെടുത്തു. യു പിയിൽനിന്നുള്ള അംസാർ ഹർവാണിയായിരുന്നു ജനറൽ സെക്രട്ടറി. നന്നായി പഠിക്കും. അതോടൊപ്പം വിദ്യാർഥിപ്രവർത്തനവും നടത്തും. മധ്യപ്രദേശിൽ എ ഐ എസ് എഫ് ഘടകം കെട്ടിപ്പടുക്കാനും ശക്തിപ്പെടുത്താനും സഹായിച്ചു. 1939 ജനുവരി 1, 2 തീയതികളിൽ കൽക്കത്തയിലും 1940 ജനുവരിൽ ഡൽഹിയിലും 1940 ഡിസംബറിൽ നാഗ്പൂരിലും നടന്ന എ ഐ എസ് എഫ് സമ്മേളനങ്ങളിലും പങ്കെടുത്തു. നാഗ്പൂർ സമ്മേളനം എം ഫറൂഖിയെ ജനറൽസെക്രട്ടറിയായി തെരഞ്ഞെടുത്തു.

വിദ്യാർഥിപ്രവർത്തനം മാത്രമല്ല നടത്തിയത്. കോൺഗ്രസിന്റെ പ്രവർത്തനങ്ങളിലും ഭാഗഭാക്കായി. ഡൽഹിയിലെ കോൺഗ്രസ് ഘടകം ശക്തമായിരുന്നു. 1939-ൽ കോൺഗ്രസിന്റെ പ്രസിദ്ധമായ ത്രിപുരി സമ്മേളനം. ഡൽഹിയിലെ കോൺഗ്രസ് നേതാവ് ബഹാൽസിങ് വൈ ഡിയെ സമ്മേളനത്തിലെ നിരീക്ഷകനായി കൊണ്ടുപോയി. സമ്മേളനനടപടികൾ സശ്രദ്ധം വീക്ഷിച്ചു. സമ്മേളനത്തിൽ നടന്ന ചർച്ചകൾ താൽപ്പര്യത്തോടെ ശ്രദ്ധിച്ചു. ഈ സമ്മേളനത്തിൽവെച്ചാണ് പി സി ജോഷി, ഇസെഡ് എ അഹമ്മദ്, കെ എം അഷ്റഫ് തുടങ്ങി അക്കാലത്തെ കമ്യൂണിസ്റ്റ് നേതാക്കളുമായി പരിചയപ്പെട്ടത്. അവരുമായി ആശയവിനിമയംപോലും നടത്തി.

ത്രിപുരി സമ്മേളനത്തിന് അഞ്ചുവർഷം മുമ്പ് കോൺഗ്രസ് സോഷ്യലിസ്റ്റ് പാർട്ടി രൂപംകൊള്ളുകയുണ്ടായെങ്കിലും വളരെ വൈകി 1939-ലാണ് അതിന്റെ ഡൽഹി ഘടകം നിലവിൽവന്നത്. അതിന് രൂപംനൽകുന്നതിനുള്ള സമ്മേളനം 1939 ജൂലായിലായിരുന്നു. സമ്മേളനാധ്യക്ഷൻ എം ആർ മസാനി. സി എസ് പിയുടെ സ്ഥാപന സമ്മേളനത്തിൽ വൈ ഡി സന്നിഹിതനായി. സി എസ് പി ഘടകത്തിലെ അംഗങ്ങളെ മാർക്സിസ്റ്റ് ആശയഗതി സ്വാധീനിക്കാൻ തുടങ്ങിയിരുന്നു. അധികം കഴിയുന്നതിനു മുമ്പ് അവരിൽ ഏറിയകൂറും കമ്യൂണിസ്റ്റുകാരായി. 1939-ലാണ് ഡൽഹിയിൽ പാർട്ടിയുടെ ഒരു ഓർഗനൈസിങ് കമ്മിറ്റി നിലവിൽവന്നത്. സെക്രട്ടറി ബഹാൽസിങ്. അതിലെ ഒരു അംഗമായിരുന്നു വൈ ഡി. അങ്ങനെ വൈ ഡി ഡൽഹിയിലെ പാർട്ടി സ്ഥാപക നേതാക്കളിൽ ഒരാളായി.

1939-ൽ രണ്ടാം ലോകമഹായുദ്ധം പൊട്ടിപ്പുറപ്പെട്ടു. യുദ്ധത്തിനെതിരെ അണിനിരക്കാൻ കമ്യൂണിസ്റ്റുപാർട്ടി ആഹ്വാനംചെയ്തു. യുദ്ധം തുടങ്ങി അധികം കഴിയുന്നതിനുമുമ്പ് നാഗ്പൂരിൽ ഒരു യുദ്ധവിരുദ്ധ സമ്മേളനം. എ ഐ എസ് എഫ് പ്രതിനിധിയായി വൈ ഡിയും കമ്യൂണിസ്റ്റുപാർട്ടി പ്രതിനിധിയായി ബെഹാൽസിങും അതിൽ പങ്കെടുത്തു. 1940-ലെ സ്വാതന്ത്ര്യദിനം ഡൽഹിയിൽ യുദ്ധവിരുദ്ധദിനമായി ആചരിക്കാൻ തീരുമാനിച്ചു. അത് വിജയിപ്പിക്കുന്നതിന്റെ മുൻപന്തിയിലായിരുന്നു വൈ ഡി.

യുദ്ധവിരുദ്ധ പ്രസ്ഥാനത്തിൽ വൈ ഡി സജീവമായപ്പോൾ അദ്ദേഹം സെന്റ് സ്റ്റീഫൻസ് കോളേജിലെ വിദ്യാർഥി. അദ്ദേഹത്തിനെതിരെ ഗവൺമെന്റ് അറസ്റ്റുവാറണ്ട് ഇറക്കി. സഹോദരന്റെ വീട്ടിൽനിന്ന് അദ്ദേഹത്തെ അറസ്റ്റുചെയ്തു. യുദ്ധം തുടങ്ങിയതിൽപ്പിന്നീട് ഡൽഹിയിൽ അറസ്റ്റിലായ ആദ്യ കമ്യൂണിസ്റ്റ് വൈ ഡി. അറസ്റ്റുചെയ്തപ്പോൾ കുറെ കമ്യൂണിസ്റ്റ് സാഹിത്യവും പിടിച്ചെടുത്തു. വൈ ഡിയെ ജയിലിലടച്ചു. ജയിലിൽ വായനയും പഠനവും. ജയിലിൽക്കിടന്ന് പരീക്ഷയെഴുതി എം എ പാസായി; പ്രശസ്തമായ നിലയിൽ. ജയിലിൽനിന്ന് പുറത്തുവന്നതിനു ശേഷം രാംജസ് കോളേജിലെ അധ്യാപകനായി. നല്ല അധ്യാപകൻ എന്ന പേര് സമ്പാദിച്ചു. ധാരാളം ശിഷ്യസമ്പത്തിന്റെ ഉടമയായി.

അധ്യാപകവൃത്തിയിലേർപ്പെടുന്നതിനു തൊട്ടുമുമ്പാണ് ഗവൺമെന്റ് നെഹ്റുവിനെ അറസ്റ്റുചെയ്തത്. അറസ്റ്റിൽ എ ഐ എസ് എഫ് പ്രതിഷേധിച്ചു. തന്നെയുമല്ല, അതിൽ പ്രതിഷേധിച്ച് പഠിപ്പുമുടക്ക് സംഘടിപ്പിച്ചു. പഠിപ്പുമുടക്കിന്റെ നേതാവ് വൈ ഡി. അക്കാലത്ത് പാർട്ടി കേഡർമാർക്ക് രാഷ്ട്രീയവിദ്യാഭ്യാസം നൽകാൻ പൊളിറ്റിക്കൽ സ്കൂൾ സംഘടിപ്പിക്കുന്ന പതിവുണ്ടായിരുന്നു. അത്തരത്തിലൊരു സ്കൂൾ 1941–ൽ ഡെറാഡൂണിൽ. അതിൽ പങ്കെടുത്തു.

1941 ജൂണിൽ സോവിയറ്റ് യൂണിയൻ ആക്രമിക്കപ്പെട്ടതോടെ രണ്ടാം ലോകമഹായുദ്ധത്തിന്റെ സ്വഭാവം മാറി. സാമ്രാജ്യത്വയുദ്ധം ജനകീയ യുദ്ധമായി മാറി. സോവിയറ്റ് യൂണിയനെ സംരക്ഷിക്കുകയും പ്രതിരോധിക്കുകയും ചെയ്യുകയെന്നത് ലോകത്തെങ്ങുമുള്ള കമ്യൂണിസ്റ്റുകാരുടെയും പുരോഗമനവാദികളുടെയും കടമയായി. ഈ ഘട്ടത്തിലാണ് ഫ്രന്റ്സ് ഓഫ് ദി സോവിയറ്റ് യൂണിയൻ നിലവിൽവന്നത്. അതിന്റെ ഒരു ഘടകം ഡൽഹിയിൽ രൂപീകരിക്കാൻ വൈ ഡി മുൻകൈയെടുത്തു. 1942 ജൂണിൽ ബോംബെയിൽ കമ്യൂണിസ്റ്റുപാർട്ടി പ്ലീനം. അതിൽ അദ്ദേഹം ഡൽഹിയെ പ്രതിനിധീകരിച്ചു.

മൂന്നുവർഷം രാംജസ് കോളേജിൽ അധ്യാപകനായി ജോലിനോക്കി. അപ്പോഴാണ് കോളേജിൽനിന്ന് പുറത്താക്കിക്കൊണ്ട് ചീഫ് കമീഷണറുടെ ഉത്തരവ്. 1943 ഡിസംബറിലായിരുന്നു അത്. ഇപ്രകാരം കോളേജിൽനിന്ന് പുറത്താകുന്നതിനുമുമ്പ് കോൺഗ്രസ് ക്വിറ്റ് ഇന്ത്യാസമരം ആരംഭിച്ചു. കമ്യൂണിസ്റ്റുപാർട്ടി ക്വിറ്റ് ഇന്ത്യാസമരത്തിന് എതിരായിരുന്നുവെങ്കിലും സമരത്തോടനുബന്ധിച്ച് കോൺഗ്രസ്നേതാക്കൾ അറസ്റ്റിലായപ്പോൾ അവരെ മോചിപ്പിക്കണമെന്നാവശ്യപ്പെട്ട് പ്രക്ഷോഭമാരംഭിച്ചു. എ ഐ എസ് എഫും നേതാക്കളെ വിട്ടയക്കണമെന്നാവശ്യപ്പെട്ട് സമരം തുടങ്ങി. ഈ ആവശ്യവുമായി ചാന്ദ്നിചൗക്കിൽ പ്രകടനം. പ്രകടനം സംഘടിപ്പിച്ചവരിലൊരാൾ വൈ ഡി. പ്രകടനത്തിനു നേരെ ലാത്തിച്ചാർജും വെടിവെപ്പും നടന്നു.

1942–ൽ കമ്യൂണിസ്റ്റുപാർട്ടി അതിന്റെ നയത്തിൽ മാറ്റംവരുത്തിയതോടെ പാർട്ടിക്കെതിരായ നിരോധനം ബ്രിട്ടീഷ്ഗവൺമെന്റ് പിൻവലിച്ചു. ആ പശ്ചാത്തലത്തിൽ 1943–ൽ പാർട്ടിയുടെ ഒന്നാംകോൺഗ്രസ് ബോംബെയിൽ. ആ കോൺഗ്രസിൽ ഡൽഹിയിൽനിന്നുള്ള പ്രതിനിധിയായി വൈ ഡി പങ്കെടുത്തു. കോൺഗ്രസ് സമാപിച്ച് പിന്നെയും ഒരുവർഷം കഴിഞ്ഞപ്പോൾ ഡൽഹിയിൽ പാർട്ടിയുടെ ഒന്നാംസമ്മേളനം. സമ്മേളനം ഉൽഘാടനം ചെയ്തത് രാഹുൽസാം കൃത്യായൻ. വൈ ഡി സെക്രട്ടറിയും എം ഫറൂഖി ജോയിന്റ് സെക്രട്ടറിയുമായി തിരഞ്ഞെടുക്കപ്പെട്ടു.

വൈ ഡി ആദ്യംമുതൽ ട്രേഡ്യൂണിയൻ രംഗത്താണ് കേന്ദ്രീകരിച്ചത്. വിവിധ വിഭാഗം തൊഴിലാളികളെ സംഘടിപ്പിക്കുന്നതിൽ അദ്ദേഹം ഏർപ്പെട്ടു. 1944–ൽ പ്രവിശ്യാ ട്രേഡ് യൂണിയൻ ജനറൽ സെക്രട്ടറിയായി തെരഞ്ഞെടുക്കപ്പെട്ടു. പാർട്ടി–ട്രേഡ് യൂണിയൻ പ്രവർത്തനങ്ങളിൽ മുഴു

കിയിരിക്കെ 1948-ൽ ഡൽഹി മുനിസിപ്പാലിറ്റിയിലേക്ക് തിരഞ്ഞെടുപ്പ്. പാർട്ടി വൈ ഡിയെ ഒരു വാർഡിൽ സ്ഥാനാർഥിയായി നിർത്തി. 850 വോട്ട് കിട്ടി. ജയിച്ച കോൺഗ്രസ് സ്ഥാനാർഥിക്ക് 1400ഉം.

രണ്ടാം ലോകമഹായുദ്ധാനന്തരം രാജ്യവ്യാപകമായി പ്രക്ഷോഭം പൊട്ടിപ്പുറപ്പെട്ടല്ലോ. ഡൽഹിയിലും സമരങ്ങളുടെ വേലിയേറ്റം. സമരങ്ങളിൽ പ്രധാനപ്പെട്ട ഒന്നായിരുന്നു പോസ്റ്റൽ ജീവനക്കാരുടെ പണിമുടക്ക്. കൽക്കത്തയിലെ പോസ്റ്റൽ ജീവനക്കാർ പണിമുടക്കിയപ്പോൾ അതിനോട് അനുഭാവം പ്രകടിപ്പിച്ച് ഡൽഹിയിലും പണിമുടക്ക് സംഘടിപ്പിക്കപ്പെട്ടു. ഈ പണിമുടക്കിനോടനുബന്ധിച്ച് വൈ ഡി അറസ്റ്റിലായി. സ്വാതന്ത്ര്യലബ്ധിവരെ ജയിലിൽ.

1948-ൽ കൽക്കത്തയിൽ പാർട്ടിയുടെ രണ്ടാം കോൺഗ്രസ്. അതിനെത്തുടർന്ന് പാർട്ടി നിരോധിക്കപ്പെട്ടു. പാർട്ടിക്കെതിരെ ഗവൺമെന്റ് ആഞ്ഞടിതുടങ്ങി. അത് തുടർന്നുകൊണ്ടിരിക്കെ 1949 മാർച്ച് 9-ന് റെയിൽവേ പണിമുടക്കിന് പാർട്ടി ആഹ്വാനംനൽകി. അത് പൊളിക്കാൻ ആയിരക്കണക്കിനാളുകളെ ഗവൺമെന്റ് അറസ്റ്റുചെയ്തു. വൈ ഡിയും അറസ്റ്റിലായി. ജയിലിൽക്കിടക്കുമ്പോൾ 1949 ആഗസ്തിൽ, ഭാര്യ മരിച്ചു. അവരും പാർട്ടി അംഗം. ഇപ്റ്റ കലാകാരി. രണ്ടാഴ്ചത്തെ പരോൾ കിട്ടി. പരോളിന്റെ കാലാവധി കഴിഞ്ഞപ്പോൾ ജയിലിൽ തിരിച്ചുപോകേണ്ടതില്ലെന്ന് പാർട്ടി നിർദേശിച്ചു. അദ്ദേഹം ഒളിവിൽപ്പോയി. 1951 മാർച്ച് 20 വരെ ഒളിവിൽക്കഴിഞ്ഞു. ആ വർഷം മെയിൽ ബോംബെയിൽനടന്ന സമാധാനസമ്മേളനത്തിൽ സന്നിഹിതനായി. ബീജിങ്ങിൽനടന്ന ലോക സമാധാനസമ്മേളനത്തിലും സന്നിഹിതനായി. 1952-ലെ ഒന്നാം പൊതുതിരഞ്ഞെടുപ്പിൽ സജീവംപങ്കെടുത്തു. ഡൽഹിയിൽ യുണൈറ്റഡ് പ്രോഗ്രസീവ് ബ്ലോക്ക് രൂപീകരിച്ചാണ് പാർട്ടി മത്സരിച്ചത്.

ഡൽഹിയിലെ ആദ്യത്തെ പാർട്ടി സെക്രട്ടറിയായിരുന്നെന്ന് മുകളിൽപ്പറഞ്ഞല്ലോ. പലതവണ പാർട്ടിയുടെ കേന്ദ്രകമ്മിറ്റിയിലേക്കോ നാഷണൽ കൗൺസിലിലേക്കോ തിരഞ്ഞെടുക്കപ്പെട്ടു. പാർട്ടി പിളർന്നപ്പോൾ സി പി ഐയിൽ ഉറച്ചുനിന്നു. ആദ്യം മുതൽ പ്രത്യേകിച്ച് 1952 മുതൽ, ട്രേഡ് യൂണിയൻ രംഗത്താണ് അദ്ദേഹം കേന്ദ്രീകരിച്ചത്. പല മേഖലകളിലും ട്രേഡ് യൂണിയൻ പ്രസ്ഥാനം പടുത്തുയർത്തുന്നതിൽ അദ്ദേഹം ഗണ്യമായ സംഭാവന നൽകി. പവർ ജനറേഷൻ (എൻ ടി പി സി, എൻ എച്ച് പി സി), പെട്രോളിയം ആന്റ് ഓയിൽ (ഇന്ത്യൻ ഓയിൽ, എച്ച് പി സി, ബി പി സി, ഓയിൽ ഇന്ത്യ, ഐ ബി പി, ഒ എൻ ജി സി) ഹെവി മെഷിനറി (എ ബി ബി, വോൾട്ടാസ്, എൽ ആന്റ് ടി), ഓട്ടോമോട്ടീവ് ആന്റ് ടയേഴ്സ് (ഫയർസ്റ്റൺ, ഗുഡ് ഇയർ, ഡൺലപ്, ഇന്ത്യ ടയർ, പ്രീമിയർ ടയർ), തേയില കമ്പനികൾ (ലിപ്ടൺ, ബ്രൂക്ക് ബോണ്ട്), ഐ ഡി പി എൽ, ഐ ടി ഡി സി തുടങ്ങിയവ അദ്ദേഹത്തിന്റെ പ്രവർത്തന മേഖലകളിലുൾപ്പെട്ടു. സാർവദേശീയസമ്മേളനങ്ങളിലേക്ക് അദ്ദേഹം ഒട്ടേറെ

പ്രതിനിധിസംഘങ്ങളെ നയിച്ചു. 1973 മുതൽ 1987 വരെ അദ്ദേഹം എ ഐ ടി യു സി സെക്രട്ടറിയായിരുന്നു. പിന്നീട് വൈസ് പ്രസിഡന്റായി. എ ഐ ടി യു സിയുടെ പ്രഥമ ഡൽഹി സെക്രട്ടറിയായിരുന്നു. പിന്നീട് പ്രസിഡന്റായി. എൻ പി സി, തൊഴിലാളി വിദ്യാഭ്യാസം എന്നിവയിലെ സജീവ പങ്കാളിയായിരുന്നു. ഓയിൽ ബോർഡിലും മറ്റും അംഗമായിരുന്നിട്ടുണ്ട്.

ഈ സ്വാതന്ത്ര്യസമരസേനാനി പത്രപ്രവർത്തനത്തിലും കഴിവ് തെളിയിച്ചു. *ദേശാഭിമാനി*, *സ്വാധീനത*, *വിശാലാന്ധ്ര*, *ന്യൂ ഏജ്* എന്നിവയുടെ ലേഖകനായി പ്രവർത്തിച്ചിട്ടുണ്ട്. ആദ്യ ഭാര്യ മരിച്ചതിനുശേഷം മറ്റൊരു സ്ത്രീയെ–സരള–വിവാഹംകഴിച്ചു. മൂന്നു മക്കളുണ്ട്. 2004 ജനുവരി 11–ന് അന്തരിച്ചു.

എം ശിങ്കാരവേലു

1860 - 1946

ദക്ഷിണേന്ത്യയിലെ ആദ്യത്തെ കമ്യൂണിസ്റ്റായിരുന്നു എം ശിങ്കാരവേലു. 1920 കളുടെ തുടക്കത്തിൽത്തന്നെ സ്വയം കമ്യൂണിസ്റ്റാണെന്നു പ്രഖ്യാപിച്ചുകൊണ്ട് അന്നത്തെ മദിരാശി സംസ്ഥാനത്തിൽ തമിഴിലും ഇംഗ്ലീഷിലും അദ്ദേഹം ശാസ്ത്രീയ സോഷ്യലിസ്റ്റ് ആശയങ്ങൾ പ്രചരിപ്പിച്ചു തുടങ്ങി. അതിനുമുമ്പ് ദേശീയ പ്രസ്ഥാനത്തിലേക്ക് എടുത്തുചാടുകയും കോൺഗ്രസിന്റെ പ്രമുഖ നേതാക്കളിലൊരാളായി മാറുകയും ചെയ്തു. ഇന്ത്യയിലെ ട്രേഡ് യൂണിയൻ പ്രസ്ഥാനത്തിന്റെ ആദ്യപഥികരിലൊരാളായി കണക്കാക്കപ്പെടുന്ന ശിങ്കാരവേലുവാണ് രാജ്യത്ത് ആദ്യമായി മേയ്ദിനാചരണ പരിപാടി സംഘടിപ്പിച്ചത്.

മദിരാശി നഗരത്തിലെ കടപ്പുറത്ത് ഒരു മുക്കുവകുടുംബത്തിൽ 1860 ഫെബ്രുവരി 18 ന് ശിങ്കാരവേലു ജനിച്ചു. അദ്ദേഹത്തിന്റെ പൂർവികർ കടലിലെ കാറ്റിനോടും കോളിനോടും മല്ലടിച്ച് കട്ടമരങ്ങളിൽ ബംഗാൾ ഉൾക്കടൽ താണ്ടി ബർമയുടെ തീരംവരെ പോയി അവിടെനിന്നും അരിയും തടിയും മദിരാശിയിലേക്ക് കൊണ്ടുവരുന്നവരായിരുന്നു. അതുകൊണ്ട് കുടുംബം താരതമ്യേന സമ്പന്നമായിരുന്നു.

കൊളോണിയൽ ഭരണകാലത്ത് വിദ്യാഭ്യാസ സൗകര്യം തികച്ചും അപര്യാപ്തമായിരുന്നു. അതിനാൽ മുക്കുവ സമുദായത്തിൽപ്പെട്ട ഒരു കുട്ടിക്ക് പ്രാഥമിക വിദ്യാഭ്യാസം തന്നെ ലഭിക്കുക എളുപ്പമായിരുന്നില്ല. എങ്കിലും ശിങ്കാരവേലു പഠിച്ച് ബി എ പാസായി. പിന്നീട് നിയമബിരുദവും നേടി. നാൽപ്പത്തേഴാമത്തെ വയസിൽ മദിരാശി ഹൈക്കോടതി

യിൽ വക്കീലായി പ്രാക്ടീസ് തുടങ്ങി. അദ്ദേഹത്തിന് ധാരാളം കേസുകൾ കിട്ടിയിരുന്നു.

അതിവേഗം ശിങ്കാരവേലു ശ്രദ്ധേയനായി. അദ്ദേഹത്തിന്റെ ശ്രദ്ധ സാമൂഹികക്ഷേമ പ്രവർത്തനങ്ങളിലേക്കു തിരിഞ്ഞു. ഒന്നാം ലോക മഹായുദ്ധം ആരംഭിക്കുന്നതിനുമുമ്പ് ലോക ബുദ്ധമത സമ്മേളനത്തിൽ പങ്കെടുക്കാൻ ലണ്ടനിൽപ്പോയി. തികച്ചും വിപ്ലവാത്മകമായ ആശയങ്ങളോടെയാണ് ഇന്ത്യയിലേക്ക് മടങ്ങിയത്. മദിരാശിയിൽ തിരിച്ചെത്തിയതിനു ശേഷം ദേശീയ പ്രസ്ഥാനത്തിൽ പങ്കെടുക്കാൻ തുടങ്ങി. ജാലിയൻവാലാബാഗ് കൂട്ടക്കൊലയെക്കുറിച്ച് പത്രങ്ങളിൽനിന്ന് വായിച്ചറിഞ്ഞപ്പോൾ അതിനെ അപലപിക്കാൻ മദിരാശിയിൽ ഒട്ടേറെ യോഗങ്ങൾ സംഘടിപ്പിച്ചു. ബ്രിട്ടീഷ് സാമ്രാജ്യത്വവാദികൾക്കെതിരെ സമരംചെയ്യാൻ ജനങ്ങളെ ആഹ്വാനംചെയ്തു. ടി വി കല്യാണസുന്ദരം, വി ചക്കരച്ചെട്ടിയാർ എന്നിവരോടൊപ്പം ചേർന്നും തമിഴ്നാട് കോൺഗ്രസ് കമ്മിറ്റിയുമായി സഹകരിച്ചും മദിരാശിയിൽ വിജയപൂർവം ഒരു രാഷ്ട്രീയ പൊതുപണിമുടക്ക് സംഘടിപ്പിച്ചു.

ഗാന്ധിജിയുടെ നേതൃത്വത്തിൽ ആരംഭിച്ച നിസഹകരണ പ്രസ്ഥാനത്തിൽ സജീവം പങ്കെടുത്തു. മദിരാശിയിലെ ട്രിപ്ലിക്കെയിൻ കടപ്പുറത്ത് നടന്ന ഒരു വലിയ യോഗത്തിൽ വെച്ച് തന്റെ ഗൗൺ കത്തിച്ചു. കോടതിയിൽ പോക്ക് മതിയാക്കി. നിസഹകരണ പ്രസ്ഥാനകാലത്ത് സംസ്ഥാനത്തുടനീളം പ്രസംഗിച്ച് ആ പ്രസ്ഥാനത്തിൽ പങ്കെടുക്കാൻ ജനങ്ങളെ ഉദ്ബോധിപ്പിച്ചു. യോഗങ്ങളുടെ വിവരങ്ങൾ ശേഖരിക്കാൻ ഹിന്ദു പത്രാധിപർ ഇടയ്ക്കിടെ അദ്ദേഹത്തെ വീട്ടിൽച്ചെന്ന് കാണുമായിരുന്നത്രേ.

തന്റെ കാലത്തെ തൊഴിലാളി പ്രസ്ഥാനത്തിന്റെ കാര്യത്തിലും അദ്ദേഹം ശ്രദ്ധിച്ചുതുടങ്ങി. ഇന്ത്യയിലെ ലക്ഷണമൊത്ത ആദ്യത്തെ ട്രേഡ് യൂണിയനായിരുന്നല്ലോ മദിരാശി ലേബർ യൂണിയൻ. 1918 ഏപ്രിൽ 27 ന് രൂപംകൊണ്ടതുമുതൽ ബക്കിങ്ഹാം ആന്റ് കർണാട്ടിക് മില്ലിലെ ടെക്സ്റ്റൈൽ തൊഴിലാളികളും ചൂളൈ മിൽസിലെ തൊഴിലാളികളും ഐതിഹാസികമായ സമരങ്ങൾ ഒട്ടേറെ നടത്തി. 1921 ആഗസ്ത് 29 ന് പണിമുടക്ക് നടത്തുകയായിരുന്ന ബി ആന്റ് സി മിൽ തൊഴിലാളികളുടെ നേരെ മദിരാശി പൊലീസ് നിറയൊഴിച്ചു. ഏഴു തൊഴിലാളികൾ മരിച്ചു. അവരുടെ ശവശരീരവും വഹിച്ചുകൊണ്ട് നടന്ന വിലാപയാത്രയിൽ ആയിരക്കണക്കിന് തൊഴിലാളികൾ പങ്കെടുത്തു. വിലാപയാത്രക്ക് നേതൃത്വം നൽകിയത് ശിങ്കാരവേലുവായിരുന്നു.

1926 ലെ ട്രേഡ് യൂണിയൻ നിയമത്തിലേക്ക് നയിച്ച പ്രക്ഷോഭത്തിൽ അദ്ദേഹം സുപ്രധാന പങ്കുവഹിച്ചു. 1921 ജൂൺ – ഒക്ടോബറിൽ ബി ആന്റ് സി മില്ലിൽ ഒരു പണിമുടക്ക് നടന്നു. പണിമുടക്കുമൂലം തങ്ങൾക്കുണ്ടായ നഷ്ടം ബി പി വാഡിയ ഉൾപ്പെടെ ഒമ്പത് ട്രേഡ് യൂണിയൻ നേതാക്കളിൽനിന്ന് ഈടാക്കിത്തരണമെന്ന് പറഞ്ഞ് മാനേജുമെന്റ് കോട

തിയെ സമീപിച്ചു. കോടതി മാനേജുമെന്റിന് അനുകൂലമായി വിധിപറഞ്ഞു. ഇത് ട്രേഡ് യൂണിയൻ പ്രസ്ഥാനത്തിനെതിരായ ഒരു വെല്ലുവിളിയായി. ഈ വിധിക്കെതിരെ വമ്പിച്ച പ്രക്ഷോഭം തുടങ്ങി. പ്രശ്നം ശിങ്കാരവേലു ബ്രിട്ടീഷ് കമ്യൂണിസ്റ്റ് എം പി സക്ളത്‌വാലയുടെ ശ്രദ്ധയിൽപ്പെടുത്തി. അവസാനം 1921 ൽ കേന്ദ്രനിയമ നിർമാണസഭയിൽ എൻ എം ജോഷി ഒരു ബില്ല് കൊണ്ടുവന്നു. ആ ബില്ല് പാസായി നിയമമായത് 1926 ൽ മാത്രം. എങ്കിലും അതൊരു വലിയ വിജയമായിരുന്നു.

1922 അവസാനം ഗയയിൽ ഇന്ത്യൻ നാഷണൽ കോൺഗ്രസിന്റെ സമ്മേളനം ചേർന്നു. തമിഴ്നാട്ടിൽനിന്നുള്ള എ ഐ സി സി മെമ്പർ എന്ന നിലയിൽ ശിങ്കാരവേലു ആ സമ്മേളനത്തിൽ പങ്കെടുത്തു. അവിടെ അദ്ദേഹം കോൺഗ്രസിന്റെ ലക്ഷ്യം പരിപൂർണ സ്വാതന്ത്ര്യമായി പ്രഖ്യാപിക്കണമെന്നാവശ്യപ്പെട്ട് പ്രമേയം അവതരിപ്പിക്കുക മാത്രമല്ല, പ്രമേയം അവതരിപ്പിച്ചുകൊണ്ട് സംസാരിക്കവെ താനൊരു കമ്യൂണിസ്റ്റാണെന്ന് പരസ്യമായി പ്രഖ്യാപിക്കുകകൂടി ചെയ്തു. സമ്മേളന പ്രതിനിധികളിൽ പലരെയും അത്ഭുതപ്പെടുത്തിയ ആ പ്രസംഗത്തിലെ ഒരു ഭാഗമിതാ:

> ഒരു സഹപ്രവർത്തകനെന്ന നിലയിൽ നിങ്ങൾക്കുവേണ്ടി സംസാരിക്കാനാണ് ഞാൻ നിങ്ങളുടെ മുമ്പിൽ ഇന്നു നിൽക്കുന്നത്. ലോകമെങ്ങും വലിയ താൽപ്പര്യമുണർത്തിയ കമ്യൂണിസ്റ്റുകാരുടെ മഹത്തായ സാർവദേശീയ സംഘടനയുടെ പ്രതിനിധിയായിട്ടാണ് ഞാൻ നിങ്ങളുടെ മുമ്പിൽ വന്നത്.
>
> ലോകത്തിലെ തൊഴിലാളികൾക്ക് കമ്യൂണിസം നൽകുന്ന മഹത്തായ സന്ദേശം നിങ്ങൾക്കും നൽകാനായിട്ടാണ് ഞാൻ വന്നത്. നിങ്ങൾക്ക് സ്വാതന്ത്ര്യവും ഭക്ഷണവും വസ്ത്രവും വീടും നേടിയെടുക്കുന്നതിൽ തൽപ്പരരായ ലോകത്തിലെ തൊഴിലാളികളുടെയും സോവിയറ്റ് റഷ്യയിലെയും ജർമനിയിലെയും മറ്റും കമ്യൂണിസ്റ്റുകാരുടെയും ആശംസകൾ നിങ്ങൾക്ക് അർപ്പിക്കാനാണ് ഞാനിന്ന് നിങ്ങളുടെ മുമ്പിൽ നിൽക്കുന്നത്.

ഇപ്രകാരം താനൊരു കമ്യൂണിസ്റ്റാണെന്നു പ്രഖ്യാപിച്ച ശിങ്കാരവേലു ചൗരിചൗര സംഭവത്തെത്തുടർന്ന് ഗാന്ധിജി നിസഹകരണപ്രസ്ഥാനം പിൻവലിച്ചതിനെ അതിനിശിതമായി വിമർശിച്ചു. ആ നടപടിയെ ഒരു ദുരന്തമായിട്ടാണ് അദ്ദേഹം ചിത്രീകരിച്ചത്.

ശിങ്കാരവേലുവിന്റെയും മറ്റും സമ്മർദത്തിന്റെ ഫലമായി തൊഴിലാളികളെ സംഘടിപ്പിക്കാൻ എ ഐ ടി യു സിയെ സഹായിക്കുന്നതിന് ഗയാ സമ്മേളനം തീരുമാനിച്ചു. അതിനായി ഒരു ആറംഗ കമ്മിറ്റിയെ നിയോഗിച്ചു. കമ്മിറ്റിയിലെ ഒരു അംഗമായിരുന്നു ശിങ്കാരവേലു.

സോഷ്യലിസത്തിലും ലോകതൊഴിലാളിവർഗ പ്രസ്ഥാനത്തിലും താൽപ്പര്യം ജനിച്ച ശിങ്കാരവേലു എം എൻ റോയിയുമായും അദ്ദേഹ

ത്തിലൂടെ കോമിന്റേണുമായും ബന്ധപ്പെട്ടു. മാത്രമല്ല, രാജ്യത്തിന്റെ വിവിധ ഭാഗങ്ങളിലെ കമ്യൂണിസ്റ്റ് ഗ്രൂപ്പുകളുമായും ബന്ധംപുലർത്തി. മദിരാശിയിൽ ലേബർ-കിസാൻ പാർട്ടി രൂപവൽക്കരിച്ചു. അതിനെ അഖിലേന്ത്യാ സംഘടനയായി പരിവർത്തിപ്പിക്കുന്നതിനും ശ്രമിച്ചു. 1923 ഏപ്രിൽ അവസാനം നിർദിഷ്ട പാർട്ടിയുടെ (ലേബർ കിസാൻപാർട്ടി ഓഫ് ഹിന്ദുസ്ഥാൻ) ഒരു മാനിഫെസ്റ്റോ പുറത്തിറക്കി. താൻ ബന്ധപ്പെട്ട കമ്യൂണിസ്റ്റുകാർക്കെല്ലാം അതിന്റെ കോപ്പി അയച്ചുകൊടുത്തു. പാർട്ടിയുടെ തത്വങ്ങൾ, പാർട്ടി ചെയ്യാനുദ്ദേശിക്കുന്ന കാര്യങ്ങൾ എന്നിവ അതിൽ വിശദീകരിച്ചു.

ഇന്ത്യയിൽ ആദ്യമായി മേയ്ദിനാചരണത്തിന് മുൻകൈ എടുത്തത് ശിങ്കാരവേലുവാണ്. 1923 ലെ മേയ് ദിനത്തിൽ തന്റെ വീട്ടിനുമുകളിൽ അദ്ദേഹം ചെങ്കൊടി ഉയർത്തി. മകളുടെ ചുവന്ന സാരിയിൽനിന്ന് ചീന്തിയെടുത്ത തുണിയാണ് കൊടിയായി ഉപയോഗിച്ചത്. അന്ന് മദിരാശി നഗരത്തിൽ രണ്ടു യോഗവും അദ്ദേഹം സംഘടിപ്പിച്ചു.

രാജ്യത്തിന്റെ വിവിധ ഭാഗങ്ങളിൽ വളർന്നുകൊണ്ടിരുന്ന കമ്യൂണിസ്റ്റ് ഗ്രൂപ്പുകളെ മുളയിൽത്തന്നെ നുള്ളിക്കളയാൻ ബ്രിട്ടീഷ് ഗവൺമെന്റ് കോൺപൂർ ഗൂഢാലോചനക്കേസ് കെട്ടിച്ചമച്ചു. ശിങ്കാരവേലുവിനെ അവർ അതിലെ പ്രതിയാക്കി. ഗുരുതരമായ രോഗം ബാധിച്ചതിനാൽ അദ്ദേഹത്തെ അവസാനം കേസിൽനിന്ന് ഒഴിവാക്കുകയായിരുന്നു. 1925 ഡിസംബർ അവസാനം കോൺപൂരിൽ ചേർന്ന കമ്യൂണിസ്റ്റുകാരുടെ സമ്മേളനത്തിൽ അധ്യക്ഷത വഹിച്ചത് ശിങ്കാരവേലു. ഈ സമ്മേളനമാണ് ഇന്ത്യൻ മണ്ണിൽ ആദ്യമായി ഇന്ത്യൻ കമ്യൂണിസ്റ്റുപാർട്ടി രൂപവൽക്കരിച്ചത്.

ഇ വി രാമസ്വാമി നായ്ക്കർ 1925 ൽ “സ്വയം മര്യാദ പ്രസ്ഥാനം” ആരംഭിച്ചു. കോൺഗ്രസിൽ ബ്രാഹ്മണാധിപത്യമാണെന്നു പറഞ്ഞ് അക്കൊല്ലം കോൺഗ്രസിന്റെ തമിഴ്നാട് പ്രവിശ്യാ സമ്മേളനത്തിൽനിന്ന് അദ്ദേഹം ഇറങ്ങിപ്പോക്കു നടത്തി. ഇറങ്ങിപ്പോക്കിൽ ശിങ്കാരവേലുവും പങ്കെടുത്തു. ഈ പ്രസ്ഥാനം പിന്നീട് സ്വയംമര്യാദ സോഷ്യലിസ്റ്റ് പാർട്ടിയായി രൂപാന്തരപ്പെട്ടു. രാമസ്വാമി 1932 ൽ സോവിയറ്റ് യൂണിയൻ സന്ദർശിച്ചു. അവിടെനിന്ന് മടങ്ങിവന്നപ്പോൾ ഒരു സ്വയം മര്യാദ സോഷ്യലിസ്റ്റ് കൺവൻഷൻ വിളിച്ചുകൂട്ടാൻ ശിങ്കാരവേലു അദ്ദേഹത്തോട് അഭ്യർഥിച്ചു. 1932 ഡിസംബർ 28, 29 തീയതികളിൽ ഈറോഡിൽ നടന്ന കൺവൻഷനിൽ ഇരുവരും സജീവം പങ്കെടുത്തു. ഇന്ത്യക്ക് പരിപൂർണ സ്വാതന്ത്ര്യം അനുവദിക്കണമെന്നും ബാങ്കുകളും റെയിൽവേയും ഭൂമിയും മറ്റും ദേശസാൽക്കരിക്കണമെന്നും ആവശ്യപ്പെടുന്ന പ്രമേയങ്ങൾ കൺവൻഷൻ അംഗീകരിച്ചു. ഈ കൺവൻഷനുശേഷം അതിന്റെ തീരുമാനങ്ങൾ വിശദീകരിച്ചുകൊണ്ട് ശിങ്കാരവേലുവും രാമസ്വാമിയും ജീവാനന്ദവും മറ്റും തമിഴ്നാട്ടിലാകെ അനവധി യോഗങ്ങളിൽ പ്രസംഗിച്ചു. *കുടി അരശു* എന്ന പേരിൽ പാർട്ടി ഒരു യുക്തിവാദി മാസിക പുറത്തിറ

ക്കി. മാസികയിൽ ശിങ്കാരവേലു ധാരാളം ലേഖനങ്ങളെഴുതി. കമ്യൂണിസ്റ്റ് മാനിഫെസ്റ്റോവിന്റെ ചില ഭാഗങ്ങൾ ഈ മാസിക തുടർച്ചയായി പ്രസിദ്ധീകരിക്കുകയുണ്ടായി.

1927 ഡിസംബറിൽ മദിരാശിയിൽ നടന്ന ഇന്ത്യൻ നാഷണൽ കോൺഗ്രസ് സമ്മേളനം വളരെയധികം പ്രസിദ്ധമാണ്. രാഷ്ട്രീയത്തടവുകാരെ വിട്ടയക്കുക, സൈമൺ കമ്മീഷൻ ബഹിഷ്ക്കരിക്കുക തുടങ്ങിയ ആവശ്യങ്ങളടങ്ങിയ പ്രമേയം അംഗീകരിച്ചതും കാകോരി രക്തസാക്ഷികൾക്ക് ആദരാഞ്ജലി അർപ്പിച്ചതും ഈ സമ്മേളനമാണ്. ഈ പ്രമേയങ്ങൾ സമ്മേളനത്തെക്കൊണ്ട് അംഗീകരിപ്പിച്ചതിൽ ഇടതുപക്ഷ-കമ്യൂണിസ്റ്റുനേതാക്കൾ സുപ്രധാന പങ്കുവഹിച്ചു. സമ്മേളനത്തിൽ പങ്കെടുക്കാനെത്തിച്ചേർന്ന എസി വി ഘാട്ടെ, കെ എൻ ജോഗ്ളേക്കർ, ധരണി ഗോസ്വാമി തുടങ്ങിയവർ താമസിച്ചതും കൂടിയാലോചനകൾക്കുള്ള വേദിയായി ഉപയോഗിച്ചതും ശിങ്കാരവേലുവിന്റെ വസതി ആയിരുന്നു.

1927 – 28 കാലത്ത് ജാംഷെഡ്പൂരിലെ ടാറ്റാ അയൺ ആന്റ് സ്റ്റീൽ കമ്പനിയിൽ ഒട്ടേറെ ഉശിരൻ സമരങ്ങൾ നടന്നു. ഈ സമരങ്ങൾക്ക് ശിങ്കാരവേലുവും മുകുന്ദലാൽ സർക്കാരും ഉപദേശ നിർദേശങ്ങൾ നൽകി. ജാംഷെഡ്പൂരിൽനിന്ന് മദിരാശിയിൽ മടങ്ങിയെത്തിയ ശിങ്കാരവേലു ദക്ഷിണേന്ത്യൻ റെയിൽവേ പണിമുടക്കിനു നേതൃത്വം നൽകി. വേതനം വർധിപ്പിക്കുക, വർക് ഷോപ്പുകൾ മാറ്റിക്കൊണ്ടു പോകരുത്, പിരിച്ചുവിട്ട 5000 തൊഴിലാളികളെ തിരിച്ചെടുക്കുക എന്നീ ആവശ്യങ്ങളുന്നയിച്ചുകൊണ്ട് നടന്ന പണിമുടക്ക് ഐതിഹാസികമായിരുന്നു. തീവണ്ടികളൊന്നും ദിവസങ്ങളോളം ഓടിയില്ല. തൊഴിലാളികളുടെ ആത്മവീര്യം ഉയർന്നുനിന്നു. ശിങ്കാരവേലു ഉൾപ്പെടെ പണിമുടക്കുനേതാക്കൾ അറസ്റ്റിലായി.

1935–36 ശിങ്കാരവേലു *നവലോകം* എന്ന പേരിൽ മദിരാശിയിൽനിന്ന് ഒരു മാസിക പുറത്തിറക്കി. ശിങ്കാരവേലു, ജീവാനന്ദം, എ എസ് കെ അയ്യങ്കാർ തുടങ്ങിയവർ അതിൽ സ്ഥിരമായി ലേഖനങ്ങളെഴുതി. അതു നടത്താൻ ധനസഹായം നൽകിയത് ടി എൻ രാമചന്ദ്രൻ ആയിരുന്നു. സാമ്പത്തികപ്രയാസംമൂലം 1936 ൽ മാസിക മുടങ്ങി. *നവലോക*ത്തിൽ ശിങ്കാരവേലു എഴുതിയ ലേഖനങ്ങൾ പിൽക്കാലത്ത് പുസ്തകരൂപത്തിൽ പ്രസിദ്ധീകരിക്കപ്പെട്ടിട്ടുണ്ട്. സ്വയം മര്യാദ സോഷ്യലിസ്റ്റുകാരെ കമ്യൂണിസ്റ്റുപാർട്ടിയിൽ എത്തിക്കുന്നതിൽ നവലോകം സുപ്രധാന പങ്കുവഹിച്ചു. ആ സോഷ്യലിസ്റ്റുകാരുടെ ഒരു സമ്മേളനം 1936 ൽ തൃശ്ശിനാപ്പള്ളിയിൽ ചേരുകയും അവരിൽ മിക്കവരും ഇന്ത്യൻ കമ്യൂണിസ്റ്റുപാർട്ടിയിൽ ചേരാൻ തീരുമാനിക്കുകയുമായിരുന്നു. 1943 ൽ സി പി ഐ നിരോധിക്കപ്പെട്ടിരുന്നതിനാൽ അവർ കോൺഗ്രസ് സോഷ്യലിസ്റ്റ് പാർട്ടിയിൽ പരസ്യമായി പ്രവർത്തിച്ചു. സാമ്രാജ്യത്വവിരുദ്ധരെയും സോഷ്യലിസ്റ്റ് ആശയഗതിക്കാരായ തൊഴിലാളികളെയും യുവാക്കളെയും വിദ്യാർഥികളെയും

സ്വയംമര്യാദ പാർട്ടിയിൽനിന്ന് സി എസ് പിയിലേക്കും കമ്യൂണിസ്റ്റുപാർട്ടിയിലേക്കും കൊണ്ടുവരുന്നതിൽ ശിങ്കാരവേലു നല്ല പങ്കുവഹിച്ചു.

ജീവിതത്തിന്റെ അവസാനകാലത്തുപോലും പൊതുപ്രവർത്തനങ്ങളിൽനിന്ന് അദ്ദേഹം വിട്ടുനിന്നില്ല. വിദ്യുച്ഛക്തി ജീവനക്കാരുടെയും ട്രാംവേ തൊഴിലാളികളുടെയും സംഘടനകൾക്ക് ദൈനംദിന സഹായങ്ങൾ നൽകി. എൺപതിനോടടുത്ത പ്രായത്തിലും പലവിഭാഗം തൊഴിലാളികളും തങ്ങളുടെ സംഘടനകളുടെ ഭാരവാഹിയായിരിക്കാൻ അഭ്യർഥിച്ചുകൊണ്ട് അദ്ദേഹത്തെ സമീപിച്ചു. 1938 മാർച്ച് 27 ന് മദ്രാസ് ട്രേഡ് യൂണിയൻ കോൺഗ്രസിന്റെയും കോൺഗ്രസ് സോഷ്യലിസ്റ്റ് പാർട്ടിയുടെയും മദ്രാസ് പ്രസ് ലേബർ യൂണിയന്റെയും സംയുക്താഭിമുഖ്യത്തിൽ നടന്ന ഒരു റാലിയിൽ അധ്യക്ഷത ലവഹിച്ചു. തന്റെ പ്രസംഗത്തിൽ സി പി ഐയുടെ മേലുള്ള നിരോധനം റദ്ദാക്കണമെന്ന് ആവശ്യപ്പെട്ടു.

1939 ൽ രണ്ടാം ലോകമഹായുദ്ധം പൊട്ടിപ്പുറപ്പെട്ടപ്പോൾ യുദ്ധത്തിനെതിരെ മരിദാശിയിൽ ഒട്ടേറെ യോഗങ്ങൾ കമ്യൂണിസ്റ്റുപാർട്ടി സംഘടിപ്പിച്ചു. ആ യോഗങ്ങളിൽ സാമ്രാജ്യത്വവിരുദ്ധ–യുദ്ധവിരുദ്ധ പ്രസംഗങ്ങൾ ധാരാളം നടന്നിരുന്നു. അതിനാൽ ശ്രീനിവാസറാവു, പി ജീവാനന്ദം തുടങ്ങിയ നേതാക്കളെല്ലാം അറസ്റ്റിലായി. ഈ ഘട്ടത്തിൽ പ്രസ് തൊഴിലാളികൾ അദ്ദേഹത്തെ സമീപിക്കുകയും തങ്ങളുടെ ഒരു യോഗത്തിൽ അധ്യക്ഷനാവാൻ ക്ഷണിക്കുകയും ചെയ്തു. ആ അഭ്യർഥന സ്വീകരിച്ച അദ്ദേഹം തന്റെ അധ്യക്ഷപ്രസംഗത്തിൽ കമ്യൂണിസ്റ്റുനേതാക്കളെ മോചിപ്പിക്കണമെന്ന് ആവശ്യപ്പെട്ടു. അടിച്ചമർത്തലുകൾക്കിടയിൽ തൊഴിലാളികൾക്ക് ആത്മവിശ്വാസം പകർന്നുകൊടുക്കുന്നതായിരുന്നു ആ പ്രസംഗം.

1925 ൽ മദ്രാസ് കോർപ്പറേഷനിലേക്കു തിരഞ്ഞെടുക്കപ്പെട്ട ശിങ്കരവേലു നഗരവാസികളുടെ ജീവിതം മെച്ചപ്പെടുത്തുന്നതിന് തീവ്രമായി യത്നിച്ചു. 1927 ൽ ബ്രിട്ടീഷ് കമ്യൂണിസ്റ്റ് നേതാവും ബ്രിട്ടീഷ് പാർലമെന്റ് അംഗവുമായ സക്ലത്‌വാല മദിരാശി നഗരം സന്ദർശിച്ചപ്പോൾ നഗരസഭയുടെ വകയായി അദ്ദേഹത്തിന് ഒരു പൗരസ്വീകരണം നൽകി. അതിനു മുൻകൈ എടുത്തത് ശിങ്കാരവേലു. ഇന്ത്യൻ നാഷണൽ കോൺഗ്രസിന്റെ സമ്മേളനം അതേവർഷം മദിരാശിയിൽ നടന്നപ്പോൾ അതിനാവശ്യമായ സൗകര്യങ്ങൾ ഏർപ്പെടുത്തിക്കൊടുക്കുന്നതിന് അദ്ദേഹം നഗരസഭയെ പ്രേരിപ്പിച്ചു.

കുടി അരശു, നവലോകം, ജനശക്തി തുടങ്ങിയ പ്രസിദ്ധീകരണങ്ങളിൽ അദ്ദേഹം എഴുതിക്കൂട്ടിയ ലേഖനങ്ങൾക്ക് കണക്കില്ല. ജാതി, മതം, അന്ധവിശ്വാസങ്ങൾ എന്നിവക്കെതിരെ തൂലിക ചലിപ്പിച്ചു. *സ്വരാജ് ആർക്കുവേണ്ടി, സ്വദേശിമിത്രം* തുടങ്ങിയ പുസ്തകങ്ങൾ രചിച്ചിട്ടുണ്ട്.

1946 ഫെബ്രുവരി 11 ന് മദിരാശി നഗരത്തിൽ വെച്ച് അന്തരിച്ചു.

ശിവവർമ

1904 - 1997

ദേശീയ വിപ്ലവ പ്രസ്ഥാനത്തിൽനിന്ന് കമ്യൂണിസ്റ്റ് പ്രസ്ഥാനത്തിലേക്ക് കടന്നുവരുകയും കമ്യൂണിസ്റ്റ് പ്രസ്ഥാനത്തിന്റെ ആദ്യപഥികരിൽ ഒരാളായിത്തീരുകയും ചെയ്ത വിപ്ലവകാരിയായിരുന്നു ശിവവർമ. ജീവിതാന്ത്യം വരെ മനസിൽ വിപ്ലവജ്വാല കെടാതെ സൂക്ഷിച്ച ശിവവർമ രണ്ടാം ലാഹോർ ഗൂഢാലോചനക്കേസിൽ ജീവപര്യന്തം തടവിനു ശിക്ഷിക്കപ്പെട്ടു. ജയിൽമോചനത്തിനുശേഷം കമ്യൂണിസ്റ്റ് പ്രസ്ഥാനം കെട്ടിപ്പടുക്കുന്നതിൽ മുഴുകി.

ഉത്തർപ്രദേശിലെ ഹർദോയി ജില്ലയിൽ 1904 ഫെബ്രുവരി 9 ന് ജനിച്ചു. ജനനം ഒരു സാധാരണ കർഷകകുടുംബത്തിൽ. അച്ഛൻ കൻഹയ്യാലാൽ വർമ. കവിയും വൈദ്യനുമായിരുന്ന കൻഹയ്യാലാലിന് മക്കൾക്ക് ഉന്നതവിദ്യാഭ്യാസം നൽകാനോ അവരിൽ സ്വാധീനം ചെലുത്താനോ കഴിഞ്ഞില്ല. ശിവവർമയുടെ കാര്യത്തിൽ ഏറെ താൽപ്പര്യം കാണിച്ചത് അച്ഛന്റെ സഹോദരൻ ബൽദേവ് പ്രസാദ് വർമ്മ. ശിവവർമ്മയും സഹോദരങ്ങളും അദ്ദേഹത്തെ അത്യന്തം സ്നേഹിക്കുകയും ബഹുമാനിക്കുകയും ചെയ്തു. ഹർദോയിയിലെ ഒരു ഡിവിഷന്റെ സെമീന്ദാറും അഞ്ചു ഗ്രാമങ്ങളുടെ തലവനുമായിരുന്നു ഖതേലി ഗ്രാമക്കാരനായ പ്രസാദ് വർമ്മ. ആയോധനകലയിലും വിജ്ഞാനം ആർജിക്കുന്നതിലും ഒരുപോലെ തൽപ്പരൻ. ആയുധങ്ങൾ ശേഖരിച്ചു കൂട്ടിയപോലെതന്നെ സാഹിത്യം, ചരിത്രം തുടങ്ങിയ വിവിധ വിഷയങ്ങളെക്കുറിച്ചുള്ള പുസ്തകങ്ങളും വാങ്ങിക്കൂട്ടി. പുരോഗമന ചിന്താഗതിക്കാരനും ദേശഭക്തനുമാ

പണ്ഡിറ്റ് കിശോരിലാൽ, ആത്മാറാം, അജയ് ഘോഷ്, ശിവവർമ എന്നിവർ

യിരുന്നു. തന്നെയുമല്ല, മറ്റുള്ളവരിൽ ദേശാഭിമാനം വളർത്തിയെടുക്കുക തന്റെ ലക്ഷ്യമായി അദ്ദേഹം കണക്കാക്കി. ആ ലക്ഷ്യത്തോടെ തന്റെ ഗ്രാമത്തിൽ ആഴ്ചയിൽ രണ്ടുദിവസം യോഗങ്ങൾ വിളിച്ചുകൂട്ടും. അവിടെ നടക്കുന്ന ചർച്ചകൾ ബാലനായ ശിവവർമ്മയും ശ്രദ്ധിക്കും. അതിനാൽ ആ ബാലനിൽ ദേശാഭിമാനബോധം വളർന്നത് തികച്ചും സ്വാഭാവികം.

ശിവവർമ്മയിൽ ദേശാഭിമാനം വളർന്നുവന്നതിനോടൊപ്പം വായിക്കാനും ചുറ്റും നടക്കുന്ന കാര്യങ്ങൾ മനസിലാക്കാനും ഉള്ള താൽപ്പര്യം വളർന്നു. സമപ്രായക്കാരായ കുട്ടികളോടൊപ്പം ഓടിച്ചാടി നടക്കുന്നതിനുപകരം തന്റെ സമയത്തിന്റെ ഏറിയകൂറും ചിറ്റപ്പന്റെ ലൈബ്രറിയിൽ കഴിച്ചുകൂട്ടി. ആ ലൈബ്രറിയിലുണ്ടായിരുന്ന *രാമായണം, മഹാഭാരതം,* രവീന്ദ്രനാഥ ടാഗോറിന്റെ കൃതികൾ, ദ്വിജേന്ദ്രലാൽ റോയിയുടെ നാടകങ്ങൾ, ശരച്ചന്ദ്രന്റെ നോവലുകളും കഥകളും തുടങ്ങിയവ വായിച്ചു. ഹിന്ദി പത്രമായ *പ്രതാപി*ന്റെ സ്ഥിരം വായനക്കാരനായി.

1914 ൽ ഒന്നാം ലോകമഹായുദ്ധം തുടങ്ങി. അക്കാലത്ത് ശിവവർമ്മ ഗ്രാമം വിട്ട് ഹർദോയി നഗരത്തിലേക്ക് പോന്നു. *പ്രതാപ്* പത്രം കുറേക്കൂടി ശ്രദ്ധയോടെ വായിക്കാനാരംഭിച്ചു. അങ്ങനെ ദേശീയ പ്രസ്ഥാനത്തിന്റെ ഗതിവിഗതികൾ മനസിലാക്കി. ബ്രിട്ടീഷ് ഭരണത്തിന്റെ കടുത്ത വിരോധിയായി. ആയിടെ ഒരുദിവസം സ്കൂളിൽ പോയപ്പോൾ സ്കൂളിന്റെ ഗേറ്റിൽ രണ്ട് നോട്ടീസുകൾ പതിപ്പിച്ചിരിക്കുന്നു. രക്തസാക്ഷി രാമപ്രസാദ് ബിസ്മിലിന്റെ അനുയായികളായിരുന്നു അതു പതിച്ചത്. ബ്രിട്ടീഷ് ഭരണത്തെ ഇന്ത്യയിൽനിന്ന് തുരത്താൻ ആഹ്വാനം ചെയ്യുന്നതായിരുന്നു നോട്ടീസ്. അതിലൊരെണ്ണം ഇളക്കിയെടുത്ത് പുസ്തകത്തിനുള്ളിൽവെച്ച് വീട്ടിലേക്കു മടങ്ങി. വിവരം മൂത്തജ്യേഷ്ഠൻ ശിവനാരായണൻ വഴി വീട്ടിലറിച്ചു. വീട്ടുകാർ ശിവവർമ്മയെ ശകാരിക്കുകയും ഉപദേശിക്കുകയും അവസാനം നോട്ടീസ് നശിപ്പിക്കുകയും ചെയ്തെങ്കിലും അദ്ദേഹത്തിൽ അഗാധമായ സ്വാധീനം ചെലുത്തി. പോരെങ്കിൽ ബിസ്മിൽ എഴുതിയ *അമേരിക്കയ്ക്ക് എങ്ങനെ സ്വാതന്ത്ര്യം കിട്ടി* എന്ന പുസ്തകം വായിച്ച് ആവേശംകൊണ്ട സമയവുമായിരുന്നു അത്.

അതിനുശേഷമായിരുന്നു ജാലിയൻവാലാബാഗ് സംഭവം. അതിൽ പ്രതിഷേധിച്ച് ഒരുദിവസത്തെ ഹർത്താലിന് മഹാത്മാഗാന്ധി ആഹ്വാനം ചെയ്തു. ഹർദോയി നഗരത്തിൽ ഹർത്താൽ ബന്ദായി മാറി. ഇതും ശിവവർമ്മയെ സ്വാധീനിച്ചു. യുദ്ധം നടന്നുകൊണ്ടിരുന്നതിനിടയിൽ റഷ്യയിൽ വിപ്ലവം വിജയക്കൊടി നാട്ടി. അതേക്കുറിച്ച് ധാരാളം വാർത്തകളും ലേഖനങ്ങളും *പ്രതാപ്* പ്രസിദ്ധീകരിച്ചു. അവയെല്ലാം അതീവ താൽപ്പര്യത്തോടെ വായിച്ചു.

ഗാന്ധിജിയുടെ നേതൃത്വത്തിൽ നിസഹകരണപ്രസ്ഥാനം ആരംഭിച്ചു. അപ്പോൾ ശിവവർമ്മ എട്ടാംക്ലാസ് വിദ്യാർഥി മാത്രമല്ല, കോൺഗ്രസിലെ അംഗവും. സ്കൂൾ വിട്ട് വന്നാൽ കോൺഗ്രസിന്റെ സന്ദേശം പ്രചരിപ്പിക്കുന്നതിൽ മുഴുകും. ഇതിനിടയിൽ ജ്യേഷ്ഠൻ ശിവനാരായണൻ

പഠിത്തം ഉപേക്ഷിച്ച് കോൺഗ്രസിന്റെ മുഴുവൻ സമയ പ്രവർത്തകനായി. “എന്നെ പിടിക്കുകയാണെങ്കിൽ എന്റെ സ്ഥാനം നീ ഏറ്റെടുക്കണം.” നിസഹകരണ പ്രസ്ഥാനത്തിലേക്ക് എടുത്തുചാടുന്നതിനു മുമ്പ് കൊച്ചനിയൻ ജ്യേഷ്ഠന്റെ നിർദേശം. അനുജൻ ആ നിർദേശം പാലിച്ചു. രണ്ടു മാസത്തിനകം ശിവനാരായണൻ പിടിയിലായി. ശിവവർമ്മ പഠിത്തം നിർത്തി രാഷ്ട്രീയത്തിലേക്കിറങ്ങി. അപ്പോഴേക്ക് കോൺഗ്രസിന്റെ ഒന്നാം നിര നേതാക്കളിൽ പലരും ജയിലിൽ. പുറത്തുള്ളവർ പലരും സ്വന്തം തടി കേടാവാതെ സൂക്ഷിക്കാൻ പിന്നോക്കം വലിഞ്ഞു. ആ ഘട്ടത്തിൽ കോൺഗ്രസിന്റെ ജില്ലാ സെക്രട്ടറിസ്ഥാനം ശിവവർമ്മ ഏറ്റു. ജില്ല മുഴുവൻ സഞ്ചരിച്ചു. പൊതുയോഗങ്ങളിലും പ്രവർത്തകയോഗങ്ങളിലും പങ്കെടുത്തു. പ്രവർത്തനത്തിന് ആവശ്യമായ പണം പിരിച്ചുണ്ടാക്കി. ഉയർന്ന കോൺഗ്രസ് നേതാക്കളിൽ പലരും മാപ്പെഴുതിക്കൊടുത്ത് പുറത്തുവന്ന് വീടുകളിൽ ചടഞ്ഞുകൂടാൻ തുടങ്ങിയത് ശിവവർമ്മയ്ക്ക് കനത്ത ആഘാതമായി. ചൗരിചൗരാ സംഭവത്തെ തുടർന്ന് ഗാന്ധിജി നിസഹകരണ പ്രസ്ഥാനം പിൻവലിച്ചപ്പോൾ ആഘാതം പതിന്മടങ്ങായി. കോൺഗ്രസിൽ തുടരുന്നതിലുള്ള താൽപ്പര്യം നശിച്ചു. എങ്കിലും ജ്യേഷ്ഠൻ ജയിൽമോചിതനായി പുറത്തുവരുന്നതുവരെ കോൺഗ്രസിൽത്തന്നെ തുടരാൻ നിശ്ചയിച്ചു.

നിസഹകരണ പ്രസ്ഥാനം നടന്നുകൊണ്ടിരിക്കെത്തന്നെ ഐക്യ പ്രവിശ്യയിലെ മറ്റു ഭാഗങ്ങളിലെന്നപോലെ ഹാർദോയിയിലും കൃഷിക്കാരുടെ ‘എകാ’ പ്രക്ഷോഭം. കൃഷിക്കാർ സഹായത്തിനായി കോൺഗ്രസ് നേതാക്കളെ സമീപിച്ചുനോക്കി. സഹായത്തിനെത്തിയത് ശിവവർമ്മ മാത്രം. ആ പ്രക്ഷോഭം കൃഷിക്കാർ സെമിന്ദാർമാരെയും പട്വാരികളെയും ഭൂപ്രഭുക്കളെയും ബഹിഷ്കരിക്കുന്നേടത്തോളം വളർന്നു. എന്നിട്ടും അവർക്ക് സഹായം നൽകാനോ അടിച്ചമർത്തലിനെ അപലപിക്കാനോ കോൺഗ്രസ് നേതൃത്വം തയാറായില്ല. കോൺഗ്രസിന്റെ തനിനിറം മനസിലാക്കാൻ ഇത് ശിവവർമ്മയെ സഹായിച്ചു. എങ്ങനെയെങ്കിലും കോൺഗ്രസിൽനിന്ന് പുറത്തു കടക്കണമെന്ന് അദ്ദേഹം തീരുമാനിച്ചു. ജ്യേഷ്ഠൻ ജയിലിൽനിന്ന് പുറത്തുവന്ന ഉടൻ കോൺഗ്രസുമായുള്ള ബന്ധം വിഛേദിച്ചു.

താമസിയാതെ പഠനം പുനരാരംഭിച്ചു. ഈ സമയത്താണ് അദ്ദേഹം ഗയാപ്രസാദ് ബ്രഹ്മചാരിയുമായി പരിചയപ്പെട്ടത്. അദ്ദേഹം ശിവവർമ്മയ്ക്ക് ദേശീയ വിപ്ലവപ്രസ്ഥാനവുമായി ബന്ധപ്പെട്ട സാഹിത്യം വായിക്കാൻ കൊടുത്തു. ആ വഴിയിലൂടെ സഞ്ചരിക്കാൻ പ്രേരിപ്പിച്ചു. സ്കൂളിൽ മടങ്ങിയെത്തിയ ശിവവർമ്മ ആര്യകുമാർ സഭയുടെ സെക്രട്ടറിയായി. ഈ സഭയിലെ ചുറുചുറുക്കുള്ള പ്രവർത്തകരുമായി ചേർന്ന് ഹർദോയിയിൽ ഒരു വിപ്ലവഗ്രൂപ്പ് സംഘടിപ്പിച്ചു. അഖിലേന്ത്യാതലത്തിലോ പ്രാദേശിക തലത്തിലോ പ്രവർത്തിക്കുന്ന ഒരു സംഘടനയുമായും ആ ഗ്രൂപ്പിന് ബന്ധമുണ്ടായിരുന്നില്ല. ആ ഗ്രൂപ്പ് രൂപംകൊണ്ടതി

നുശേഷം അദ്ദേഹം ജയ്ദേവ് കപൂറിനെ സ്വന്തം ഗ്രാമത്തിലേക്ക് കൂട്ടിക്കൊണ്ടുപോയി. അതിനുശേഷം ഹൈസ്കൂൾ വിദ്യാഭ്യാസം പൂർത്തിയാക്കി ശിവവർമ്മ ഡി എ വി കോളേജിൽ ചേരാൻ കോൺപൂരിലേക്ക് പോയി.

ഗാന്ധിജി നിസഹകരണ പ്രസ്ഥാനം നിർത്തിവെച്ചപ്പോൾ യുവാക്കളാകെ നിരാശരായി. "ഒരു വർഷത്തിനകം സ്വരാജ്' എന്ന ഗാന്ധിജിയുടെ പരീക്ഷണത്തിൽ പങ്കാളികളാകാൻ തങ്ങളുടെ പ്രവർത്തനങ്ങൾ നിർത്തിവെച്ച ആദ്യ തലമുറയിൽപ്പെട്ട ദേശീയ വിപ്ലവകാരികൾ ഇപ്പോൾ പുനഃസംഘടിക്കാൻ തുടങ്ങി. ഉത്തർപ്രദേശിലും നടന്നു ഈ പ്രക്രിയ. ഒന്നാം ലാഹോർ ഗൂഢാലോചനക്കേസിൽ ജീവപര്യന്തം നാടുകടത്തലിന് ശിക്ഷിക്കപ്പെടുകയും ഒന്നാം ലോകമഹായുദ്ധത്തെത്തുടർന്ന് പൊതുമാപ്പ് ലഭിച്ച് പുറത്തുവരികയും ചെയ്ത സചീന്ദ്രനാഥ് സന്യാൽ ഒരു ചെറുസംഘം യുവാക്കളെ വിളിച്ചുകൂട്ടി. 1925 ൽ ഹിന്ദുസ്ഥാൻ റിപ്പബ്ലിക്കൻ അസോസിയേഷൻ (എച്ച് ആർ എ) രൂപവൽക്കരിച്ചു. കോൺപൂരിൽ ഈ രഹസ്യ സംഘടനയിൽ അംഗമായ ഒരു വിദ്യാർഥി ശിവവർമ്മ. എന്നാൽ കാകോരി ഗൂഢാലോചനക്കേസിനെത്തുടർന്ന് ഈ സംഘടന താറുമാറായി. മിക്ക നേതാക്കൾക്കും മരണശിക്ഷയോ ജീവപര്യന്തം തടവോ കിട്ടി.

അതിനെത്തുടർന്ന് അധികം കഴിയുന്നതിനുമുമ്പ് പഞ്ചാബിൽ എച്ച് ആർ എയുടെ പ്രധാന നേതാവായിരുന്ന ഭഗത്സിങ്ങിനെ കണ്ടുമുട്ടി. ശിവവർമ്മയും ജയദേവ് കപൂറും കോൺപൂരിലെ ഡി എ വി കോളേജ് ഹോസ്റ്റലിലായിരുന്നു താമസം. ഒരുദിവസം ദില്ലിയിലെ ഒരു സുഹൃത്തിൽനിന്ന് ശിവവർമ്മയ്ക്ക് ഒരു കത്ത്: പഞ്ചാബിൽനിന്ന് ഒരു യുവാവ് കോൺപൂരിൽ വരുന്നുണ്ട്; താങ്കളെയും ജയദേവിനെയും കാണുകയാണ് ഉദ്ദേശ്യം. അതുകൊണ്ട്, വരുന്ന ആളെ സ്വീകരിക്കാൻ ഒരുക്കങ്ങൾ നടത്തി. എല്ലാ വിപ്ലവ സാഹിത്യങ്ങളും മുറിയിൽനിന്ന് നീക്കി. അപരിചിതനായ പഞ്ചാബിയോട് ഒന്നും വെളിപ്പെടുത്തരുതെന്നും ശട്ടം കെട്ടി എന്നാൽ ആദ്യസന്ദർശനത്തിൽ തന്നെ ഇരുവരും ഭഗത്സിങ്ങിന്റെ 'മായാജാല'ത്തിൽ വീണുപോയി. ഒരാഴ്ചയോളം ഭഗത്സിങ് അവരുടെകൂടെ താമസിച്ചു. രാഷ്ട്രീയ കാര്യങ്ങൾ ചർച്ചചെയ്യാനും പുസ്തകങ്ങൾ വായിച്ചുകൂട്ടാനുമാണ് ഈ ഒരാഴ്ച അദ്ദേഹം ചെലവഴിച്ചത്. ഈ യാത്രയ്ക്ക് വ്യക്തമായ ഒരു ഉദ്ദേശ്യമുണ്ടായിരുന്നു. കാകോരി കേസിലെ പ്രതിയായ രാമപ്രസാദ് ബിസ്മിലിനെ ജയിൽ വിമുക്തനാക്കാൻ പരിപാടികൾ ആവിഷ്കരിക്കുക. അതിനായി കോൺപൂരിലെ വിപ്ലവകാരികളെ വിളിച്ചുകൂട്ടി. ആ യോഗം ആവിഷ്കരിച്ച പരിപാടികൾ വിജയിപ്പിക്കാൻ കഴിഞ്ഞില്. മറ്റൊരു വിപ്ലവകാരിയായ ജോഗേഷ് ചാറ്റർജിയെ മോചിപ്പിക്കാനുള്ള പദ്ധതിയും അലസിപ്പോയി. ഈ പരിപാടി നടന്നില്ലെന്നു മാത്രമല്ല, ശിവവർമ്മയും വിജയകുമാർ സിഹനയും രഹസ്യപൊലീസിന്റെ നോട്ടപ്പുള്ളികളാവുകയും ചെയ്തു. ഉടൻ അറസ്റ്റുചെയ്യപ്പെടാൻ ഇടയുണ്ടെന്ന വിവരം

ലഭിച്ചതിനെത്തുടർന്ന് അവരും മറ്റു സഖാക്കളും കോൺപൂർ വിട്ട് പഞ്ചാബിലേക്ക് കടന്നു. താമസിയാതെ ഒളിവിൽ പോയി.

പഞ്ചാബിൽ സുഖദേവിനൊപ്പമാണ് താമസിച്ചത്. ഇവിടെവച്ചാണ് കുറെക്കൂടി വ്യക്തവും മൂർത്തവുമായ പരിപാടിയുടെ അടിസ്ഥാനത്തിൽ എച്ച് ആർ എയ്ക്ക് പുതുജീവൻ നൽകുകയെന്ന നിർദേശം ഭഗത്സിങ് അവതരിപ്പിച്ചതും എല്ലാവരും അംഗീകരിച്ചതും. ഈ നിർദേശം പ്രായോഗികമാക്കുന്നതിന് വിവിധ പ്രവിശ്യകളിലെ വിപ്ലവകാരികളെ ബന്ധപ്പെടാൻ ഓരോരുത്തരെ ചുമതലപ്പെടുത്തി. ബംഗാളിന്റെ ചുമതല ശിവവർമ്മയ്ക്ക്. ഈ ദൗത്യവുമായി അദ്ദേഹം ബംഗാളിലേക്കു പോയി.

അവസാനം 1928 സെപ്തംബർ 8, 9 തീയതികളിൽ ദില്ലിയിൽ യോഗം നടന്നു. പഞ്ചാബ്, ദില്ലി, ബിഹാർ എന്നിവിടങ്ങളിൽനിന്ന് രണ്ട് വീതവും രാജസ്ഥാനിൽനിന്ന് ഒരാളും യു പിയിൽനിന്ന് അഞ്ചുപേരും യോഗത്തിൽ പങ്കെടുത്തു. ഭഗത്സിങ് പഞ്ചാബിനെയും ശിവവർമ്മ യു പിയെയും പ്രതിനിധാനം ചെയ്തു. ബംഗാൾ വിപ്ലവകാരികളിൽ ഏറിയകൂറും ജയിലിലായിരുന്നു. അതിനാൽ അവിടെനിന്ന് ആരും എത്തിയില്ല. വേറെ ചിലർ, ഭഗത്സിങ്ങിന്റെയും സഖാക്കളുടെയും സോഷ്യലിസ്റ്റ് വിശ്വാസപ്രമാണവുമായും സംഘടനാതത്വങ്ങളുമായും യോജിപ്പില്ലാത്തതിനാൽ, യോഗത്തിൽനിന്ന് വിട്ടുനിന്നു. സുരക്ഷാ പ്രശ്നം മൂലം ചന്ദ്രശേഖർ ആസാദിന് ദില്ലിയിലെത്താൻ കഴിഞ്ഞില്ല. ഭഗത്സിങ് അധ്യക്ഷനായി. സംഘടനയെ *ഹിന്ദുസ്ഥാൻ സോഷ്യലിസ്റ്റ് റിപ്പബ്ലിക്കൻ അസോസിയേഷൻ* എന്ന് പുനർനാമകരണം ചെയ്യാൻ തീരുമാനിച്ചു. ഈ മാറ്റത്തെക്കുറിച്ച് പിൽക്കാലത്ത് ശിവവർമ എഴുതി:

> ഇതിനർഥം ഞങ്ങൾ മാർക്സിസമോ സോഷ്യലിസത്തിന്റെ ശാസ്ത്രീയതത്വങ്ങളോ മനസിലാക്കി എന്നല്ല, സോഷ്യലിസത്തിലേക്കുള്ള ഞങ്ങളുടെ ആദ്യകാൽവെപ്പ് മാത്രമായിരുന്നു ഇത്. സമൂഹത്തിന്റെ വർഗാടിസ്ഥാനം ഞങ്ങൾ മനസിലാക്കി. ഞങ്ങളുടെ ലക്ഷ്യം ഒരു തൊഴിലാളി–കർഷക ഭരണകൂടം സ്ഥാപിക്കുകയായിരുന്നു. ആ ലക്ഷ്യം എങ്ങനെ സാക്ഷാൽക്കരിക്കും എന്ന കാര്യം അപ്പോഴും ഞങ്ങൾക്ക് വ്യക്തമായിരുന്നില്ല.

സംഘടനയെ ജനാധിപത്യവൽക്കരിക്കുക എന്നതായിരുന്നു രണ്ടാമത്തെ പ്രധാനപ്പെട്ട തീരുമാനം. അതേവരെ മിക്ക വിപ്ലവഗ്രൂപ്പുകളെയും നയിച്ചത് വ്യക്തിപ്രഭാവമുള്ള കരുത്തനായ ഒരു നേതാവായിരുന്നു. ആ നേതാവ് സുപ്രധാനമായ എല്ലാ തീരുമാനങ്ങളും കൈക്കൊള്ളും. എച്ച് എസ് ആർ എ അതിൽനിന്ന് വ്യത്യസ്തമായിരുന്നു. കൂട്ടായി തീരുമാനമെടുക്കുന്നതിൽ അത് വിശ്വസിച്ചു. ഭഗത്സിങ്ങിന്റെ നിർദേശപ്രകാരം ഒരു കേന്ദ്രകമ്മിറ്റി രൂപവൽക്കരിച്ചു. അതിനാണ് തീരുമാനമെടുക്കാൻ പരമമായ അധികാരം. സുഖദേവ് (പഞ്ചാബ്), ഫണീന്ദ്രഘോഷ് (ബിഹാർ), ശിവവർമ്മ (യു പി), കുന്ദൻലാൽ (രാജസ്ഥാൻ), ഭഗത്സിങ്,

വിജയകുമാർ സിഹ്ന, ചന്ദ്രശേഖർ ആസാദ് എന്നിവരായിരുന്നു കേന്ദ്രക മ്മിറ്റി അംഗങ്ങൾ. പ്രചാരണം, അന്തർസംസ്ഥാന ഏകോപനം എന്നിവ യുടെ ചുമതല ഭഗത്സിങ്ങിനും വിജയ്കുമാർ സിഹ്നയ്ക്കുമായിരുന്നു.

പ്രധാനപ്പെട്ട മറ്റൊരു തീരുമാനം കൂടി എച്ച് എസ് ആർ എ കൈക്കൊണ്ടു. വ്യക്തികളെ കൊന്നുതള്ളുക എന്ന ആശയത്തിൽ ഉറ ച്ചുനിൽക്കുമ്പോൾത്തന്നെ ലക്ഷ്യം കുറേക്കൂടി വിപുലീകരിക്കുക. ശിവ വർമ്മയുടെ വാക്കുകളിൽ:

> ഭഗത്സിങ്ങിനുമുമ്പ് പൊതുജനങ്ങൾ പൊതുവെ വിപ്ലവകാരികളെ അഭിനന്ദിക്കും. അവർ ധൈര്യശാലികളാണ്, ത്യാഗികളാണ് എന്നൊക്കെ പറയും. എന്നാൽ വിപ്ലവകാരികളുടെ പ്രവർത്തന ങ്ങളുമായി സ്വയം ബന്ധപ്പെടാൻ അവർ തയാറായില്ല. അതു കൊണ്ട് ഭഗത്സിങ് മറ്റൊരു നയം നടപ്പാക്കി. മേലിൽ ജനങ്ങളു മായി നേരിട്ട് ബന്ധമുള്ള 'ആക്ഷനുകൾ' മാത്രമേ ഏറ്റെടുക്കുക യുള്ളൂ.

സാണ്ടേഴ്സ് വധവും അസംബ്ലി ബോംബ് കേസും ഈ വിഭാഗ ത്തിലാണ് പെടുന്നത്. 1928 ൽ സൈമൺ കമീഷന്റെ ഇന്ത്യാ സന്ദർശന ത്തിൽ വമ്പിച്ച പ്രതിഷേധം. കമീഷൻ ലാഹോറിലേക്ക് പോയപ്പോൾ ഒരു ബാങ്ക് കൊള്ള ചെയ്യുക എന്ന ലക്ഷ്യത്തോടെ എച്ച് എസ് ആർ എയിലെ ചില അംഗങ്ങൾ അവിടെ എത്തിയിരുന്നു. "സൈമൺ മടങ്ങി പ്പോകുക" എന്ന് ഉറക്കെ വിളിച്ചു പറഞ്ഞുകൊണ്ടുള്ള ഒരു പ്രകടന ത്തിന് ലാഹോറിൽ ലാലാ ലജ്പത്റായ് നേതൃത്വം നൽകി. പ്രകടനത്തെ ക്രൂരമായി ലാത്തിച്ചാർജ് ചെയ്തു. പൊലീസ് ഡെപ്യൂട്ടി സൂപ്രണ്ട് സാണ്ടേഴ്സ് ലജ്പത്റായിയെ ക്രൂരമായി മർദിച്ചു. അതുമൂലം 1928 നവം ബർ 19 ന് അദ്ദേഹം അന്തരിച്ചു. കൃത്യം ഒരുമാസം കഴിഞ്ഞപ്പോൾ സാണ്ടേഴ്സിനെ വധിച്ചുകൊണ്ട് ഭഗത്സിങ്ങും രാജഗുരുവും അതിന് പകരം വീട്ടി. വധത്തിനുശേഷം അവർ ലാഹോറിൽനിന്ന് രക്ഷപ്പെട്ടു. ലജ്പത്റായ് വിപ്ലവകാരികളുടെ സുഹൃത്തായിരുന്നില്ല. അദ്ദേഹത്തിന്റെ പ്രത്യയശാസ്ത്രവുമായി അവർ വിയോജിച്ചു. 'എങ്കിലും' ശിവവർമ്മ എഴുതി.

> ദേശീയ പ്രസ്ഥാനത്തിന്റെ നേതാക്കളിൽ ഒരാളായിട്ടാണ് ഇന്ത്യ ക്കുപുറത്ത് ലാലാ ലജ്പത്റായി അറിയപ്പെട്ടത്. അതിനാൽ അദ്ദേ ഹത്തിനു നേരെയുണ്ടാകുന്ന ഓരോ കൈയേറ്റവും ഇന്ത്യൻ ദേശീ യതയ്ക്കുനേരെ ഉണ്ടാകുന്ന കൈയേറ്റമാണ്. അതനുവദിക്കാൻ പാടില്ല. അതിന് മറുപടി നൽകാൻ ഞങ്ങൾ തീരുമാനിച്ചു.

സാണ്ടേഴ്സിനെ വധിച്ചതുകൊണ്ടുമാത്രം അവരുടെ പ്രതികാരാഗ്നി കെട്ടടങ്ങിയില്ല. കേന്ദ്ര അസംബ്ലിയിൽ ബോംബെറിയാൻ അവർ തീരു മാനിച്ചു. ഭീകരപ്രവർത്തനങ്ങളെ ബഹുജനപ്രസ്ഥാനവുമായി ബന്ധിപ്പി

ക്കുക എന്ന ലക്ഷ്യത്തോടെയാണ് ഈ പരിപാടി ആസൂത്രണം ചെയ്തത്. കേന്ദ്ര അസംബ്ലി തൊഴിൽ തർക്ക ബില്ലും പൊതുസുരക്ഷാ ബില്ലും ചർച്ച ചെയ്യാനിരിക്കുകയായിരുന്നു. വളർന്നുവരുന്ന തൊഴിലാളി പ്രസ്ഥാനത്തെ ചതച്ചരയ്ക്കുകയായിരുന്നു ബില്ലുകളുടെ ലക്ഷ്യം. ബില്ലുകൾ പാസായില്ലെങ്കിൽ താൻ ഒരു ഓർഡിനൻസ് ഇറക്കുമെന്ന് വൈസ്രോയി മുൻകൂട്ടിതന്നെ പ്രഖ്യാപിച്ചു. ശിവവർമ്മ പിൽക്കാലത്ത് എഴുതി:

> ഈ രണ്ട് ബില്ലുകളും പാസാകണമെങ്കിൽ അത് പാർലമെന്റിന്റെ വോട്ടിലൂടെ ആയിക്കൂടെന്ന് അവസാനം ഞങ്ങൾ തീരുമാനിച്ചു. തീർച്ചയായും ഭഗത്സിങ്ങിന്റെ മുൻകൈയോടെയായിരുന്നു തീരുമാനം. വോട്ടിങ് പ്രഖ്യാപിക്കുന്ന ഉടൻ അസംബ്ലിയിൽ ബോംബെറിയണം. അപ്പോൾ ആരത് ചെയ്യണം എന്ന പ്രശ്നമുയർന്നു. ഭഗത്സിങ്ങാണെങ്കിൽ അദ്ദേഹം അറസ്റ്റ് ചെയ്യപ്പെടുമെന്നും വധശിക്ഷയ്ക്കു വിധിക്കപ്പെടുമെന്നും തീർച്ച. കാരണം, സാണ്ടേഴ്സ് വധക്കേസിൽ പൊലീസ് അദ്ദേഹത്തെ അന്വേഷിച്ചുകൊണ്ടിരിക്കുകയായിരുന്നു. തുടർന്ന്, വിജയ്കുമാർ സിഹ വേണോ, ബി കെ ദത്ത് വേണോ, ജയ്ദേവ് കപൂർ വേണോ, ശിവവർമ്മ വേണോ — ഇങ്ങനെ ഓരോരുത്തരുടെയും കാര്യം അളന്നും തൂക്കിയും നോക്കി.

തന്നെ അതിന് നിയോഗിക്കണമെന്ന് ഭഗത്സിങ് ശഠിച്ചു. കീഴടങ്ങിക്കഴിഞ്ഞാൽ വിചാരണവേളയിൽ വിപ്ലവകാരികളുടെ ലക്ഷ്യം ഏറ്റവും നന്നായി അവതരിപ്പിക്കാൻ തനിക്കാണ് കഴിയുക എന്നതാണ് അതിന് അദ്ദേഹം പറഞ്ഞ ന്യായം. ആദ്യം അത് എല്ലാവരും തള്ളിക്കളഞ്ഞു. അടുത്ത ദിവസം ലാഹോറിൽനിന്ന് സുഖദേവ് എത്തി. അദ്ദേഹം ഭഗത്സിങ്ങിന് അനുകൂലമായ നിലപാടെടുത്തു. അതേക്കുറിച്ച് ശിവവർമ്മ എഴുതിയത് നോക്കുക:

> സുഖദേവ് പറഞ്ഞു, “ലക്ഷ്യം നിറവേറ്റാൻ കഴിയില്ലെങ്കിൽ രണ്ടുപേരെ കൊലയ്ക്ക് കൊടുക്കുന്നതുകൊണ്ട് എന്താണ് പ്രയോജനം? രണ്ടാളുകൾ പോകുന്നു, ബോംബെറിയുന്നു. ഒന്നുകിൽ മറ്റുള്ളവരോടൊപ്പം അവർ രക്ഷപ്പെടുകയും എന്തിനാണ് ബോംബെറിഞ്ഞതെന്ന കാര്യം ജനങ്ങൾ അറിയാതിരിക്കുകയും ചെയ്യുന്നു. അല്ലെങ്കിൽ അവർക്ക് കീഴടങ്ങുകയും എന്തിനാണ് തങ്ങൾ ബോംബെറിഞ്ഞതെന്ന കാര്യം കോടതിമുമ്പാകെ വിശദീകരിക്കാനാവാതെ പോവുകയും ചെയ്യുന്നു. ഈ ജോലി ഭഗത്സിങ്ങിന് മാത്രമേ ചെയ്യാനാവൂ.

അവസാനം സുഖദേവിന്റെ അഭിപ്രായം കേന്ദ്രകമ്മിറ്റി ശരിവെച്ചു. മുൻകൂട്ടി ആസൂത്രണം ചെയ്തതുപോലെ ബോംബെറിഞ്ഞതിനുശേഷം

ഭഗത്സിങ് കീഴടങ്ങി. തന്റെ പ്രത്യയശാസ്ത്രമെന്തെന്നും വിപ്ലവം എന്നതുകൊണ്ട് താനെന്താണ് അർഥമാക്കുന്നതെന്നും വിശദീകരിച്ചുകൊണ്ട് അദ്ദേഹം കോടതിയിൽ പ്രസ്താവന നൽകി.

വിപ്ലവകാരികളുടെ ആസ്ഥാനം നേരത്തെ സഹാറൺപൂരിലേക്ക് മാറ്റിയിരുന്നു. 'ആക്ഷൻ' കഴിഞ്ഞയുടൻ ശിവവർമ്മയും ഗയാപ്രസാദും അവിടെ മടങ്ങിയെത്തി. അവിടെ സ്ഥാപിച്ച ബോംബു ഫാക്ടറി നന്നായി നടത്താനുള്ള ചുമതലയേറ്റു. ഡെറാഡൂണിൽ മൃഗയാവിനോദത്തിനു വരുന്ന ഗവർണർ ജനറലിനെ കൊല്ലുന്ന കാര്യം ആലോചിച്ചെങ്കിലും ചന്ദ്രശേഖർ ആസാദ് അതിന് അനുമതി നൽകിയില്ല. 1929 മേയിൽ ശിവവർമ്മ അറസ്റ്റിലായി. രണ്ടാം ലാഹോർ ഗൂഢാലോചനക്കേസിൽ ഭഗത്സിങ്ങിനോടൊപ്പം അദ്ദേഹത്തെ വിചാരണ ചെയ്തു. 1929 ജൂലായ് 10 നാണ് കോടതിയിൽ വിചാരണ ആരംഭിച്ചത്. കേസിനെ എങ്ങനെ സമീപിക്കണമെന്ന് പ്രതികൾ കൂട്ടായി ആലോചിച്ചു. ഭഗത്സിങ്ങിന്റെ നിർദേശപ്രകാരം പ്രതികൾ മൂന്നു ഗ്രൂപ്പുകളായി പിരിഞ്ഞു. ആദ്യ ഗ്രൂപ്പിലെ അംഗങ്ങൾ തങ്ങളുടെ കേസ് വാദിക്കാൻ അഭിഭാഷകനെ നിയോഗിക്കും. രണ്ടാം ഗ്രൂപ്പിലെ അംഗങ്ങൾ കോടതിയുടെ ഓരോ നടപടിക്രമത്തെയും ഇഞ്ചിഞ്ചായി വെല്ലുവിളിക്കും. മൂന്നാം ഗ്രൂപ്പുകാർ തങ്ങൾക്കുവേണ്ടി സ്വയം വാദിക്കും. ഭഗത്സിങ്ങ്, സുഖദേവ്, രാജഗുരു, ശിവവർമ്മ, ജയദേവ് കപൂർ, വിജയ്കുമാർ സിൻഹ, കമൽനാഥ് തിവാരി, സുരേന്ദ്രനാഥ് പാണ്ഡെ എന്നിവർ ഉൾപ്പെട്ടതായിരുന്നു മൂന്നാംഗ്രൂപ്പ്. ഭഗത്സിങ്ങിന്റെ ഗ്രൂപ്പിലെ അംഗമായിരുന്ന അജയ്ഘോഷിന്റെ അഭിപ്രായത്തിൽ "വിചാരണവേളയിൽ ശിവവർമ്മ ശ്രദ്ധേയമായ കഴിവ് പ്രകടിപ്പിച്ചു." ഘോഷ് എഴുതി:

> ഞങ്ങളിൽ ചിലരിൽനിന്ന് വ്യത്യസ്തമായി അദ്ദേഹം കോടതി നടപടികൾ ശ്രദ്ധാപൂർവം വീക്ഷിക്കുകയും പ്രോസിക്യൂഷൻ സാക്ഷികളെ ശരിക്കും എതിർവിസ്താരം നടത്തുകയും ചെയ്തു. തന്റെ എതിർവിസ്താരത്തിലൂടെ പലപ്പോഴും അവരുടെ തെളിവുകളെ അദ്ദേഹം പിച്ചിച്ചീന്തി. പ്രോസിക്യൂഷൻ സാക്ഷികളെ ചോദ്യം ചോദിച്ച് വെള്ളം കുടിപ്പിക്കുക മാത്രമല്ല അവരെക്കൊണ്ട് പരസ്പരവിരുദ്ധമായ കാര്യങ്ങൾ പറയിച്ച് പലപ്പോഴും കോടതിയിൽ ചിരി പടർത്തുകയും ചെയ്തു.

ഒക്ടോബറിൽ വിചാരണ അവസാനിച്ചു. ശിവവർമ്മയെ ജീവപര്യന്തം നാടുകടത്തലിനു ശിക്ഷിച്ചു. അദ്ദേഹത്തെ ആദ്യം രാജമുന്ദ്രി ജയിലിലേക്കയച്ചു. അവിടെനിന്ന് ആന്തമാനിലെ കുപ്രസിദ്ധമായ സെല്ലുലാർ ജയിലിലേക്കും. അവിടെനിന്ന് ആർക്കും അവരവരുടെ നാടുകളിലേക്ക് തിരിച്ചെത്താൻ കഴിയുകയില്ലെന്നായിരുന്നു ബ്രിട്ടീഷുകാരുടെ കണക്കുകൂട്ടൽ.

ലാഹോർ കേസ് അവസാനിക്കുന്നതിനുമുമ്പ് പ്രതികൾ ജയിൽ പരി

ഷ്കരണം ആവശ്യപ്പെട്ട് നീണ്ടുനിന്ന നിരാഹാരസമരം നടത്തി. വാസ്തവത്തിൽ അതും പുതിയ രൂപത്തിലുള്ള സാമ്രാജ്യത്വവിരുദ്ധ സമരം ആയിരുന്നു. നിരാഹാര സമരം 63 ദിവസം പിന്നിട്ടതിനുശേഷം ജതീൻദാസ് രക്തസാക്ഷിയായി. ഒരു നിരാഹാര സമരത്തിനിടയിൽ ശിവവർമ്മ തന്നെ മരണത്തെ മുഖാമുഖം കണ്ടതാണ്.

വിവിധ ജയിലുകളിൽവെച്ചും ആന്തമാനിൽവെച്ചും ഈ യുവവിപ്ലവകാരികളിൽ ബൗദ്ധികമായി വമ്പിച്ച പരിവർത്തനം നടന്നു. വാസ്തവത്തിൽ ഈ പ്രക്രിയയ്ക്ക് തുടക്കം കുറിച്ചതും നേതൃത്വം നൽകിയതും ഭഗത്സിങ്ങായിരുന്നു. നിരന്തരമായ പഠനവും ചർച്ചയും ആത്മപരിശോധനയും വിപ്ലവപ്രസ്ഥാനത്തെക്കുറിച്ചുള്ള വിലയിരുത്തലും ജയിലിനകത്തും തുടർന്നു. അവസാനം അനേകം ഇന്ത്യൻ വിപ്ലവകാരികൾ മാർക്സിസം-ലെനിനിസത്തിൽ ആകർഷിക്കപ്പെട്ടു. ഈ പ്രക്രിയ അതിന്റെ ഉച്ചകോടിയിലെത്തിയത് ആന്തമാനിലാണ്. അവിടെ തടവുകാർ ഒരു പുതിയ സംഘടന രൂപവൽക്കരിച്ചു - കമ്യൂണിസ്റ്റ് കൺസോളിഡേഷൻ. ഏതാനും ഡസൻ ആളുകളൊഴികെ അഞ്ഞൂറിലധികം പേർ അതിലെ അംഗങ്ങളായി. ഈ കൺസോളിഡേഷൻ രൂപവൽക്കരണത്തിൽ ശിവവർമ്മ പ്രധാന പങ്ക് വഹിച്ചു. അതിന്റെ മുഖപത്രമെന്ന നിലയിൽ *ദി കോൾ* എന്ന കൈയെഴുത്ത് മാസിക തുടങ്ങി. അത് മാർക്സിസ്റ്റ് ആശയങ്ങൾ പ്രചരിപ്പിച്ചു. കൺസോളിഡേഷൻ ഇന്ത്യൻ കമ്യൂണിസ്റ്റ് പാർട്ടിയോട് ആഭിമുഖ്യം പ്രഖ്യാപിച്ചു.

1937 ൽ വിവിധ പ്രവിശ്യകളിൽ കോൺഗ്രസ് ഗവൺമെന്റുകൾ അധികാരത്തിൽ വന്നു. ആന്തമാനിലെ തടവുകാരെ രാജ്യത്തിനകത്തേക്ക് കൊണ്ടുവരണം എന്നാവശ്യപ്പെട്ട് വമ്പിച്ച പ്രക്ഷോഭം ഉയർന്നു. അതിനുമുമ്പിൽ മുട്ടുമടക്കേണ്ടിവന്ന ബ്രിട്ടീഷ് ഭരണാധികാരികൾ ശിവവർമ്മയെ അലഹാബാദിലെ നൈനി ജയിലിലേക്കു മാറ്റി. അദ്ദേഹത്തെയും സഖാക്കളെയും ജയിൽ വിമുക്തരാക്കിയത്, പക്ഷേ, 1946 ൽ. അപ്പോൾ ജയിൽ വിമുക്തരാക്കിയതിന് ഒരു കാരണമുണ്ട്. പഞ്ചാബിൽ ആയിടെ യൂണിയനിസ്റ്റ് പാർട്ടിയും ലീഗും ചേർന്നുള്ള ഒരു കൂട്ടുകക്ഷി മന്ത്രിസഭ അധികാരത്തിൽ വന്നു. 1945 അവസാനമായപ്പോൾ ഈ ഐക്യം തകർന്നു. അതിനാൽ തങ്ങളുടെ ഭരണം നിലനിർത്താൻ കോൺഗ്രസിനെ യൂണിയനിസ്റ്റ് പാർട്ടി മന്ത്രിസഭയിലേക്ക് ക്ഷണിച്ചു. ഈ അവരം ഉപയോഗിച്ച് തങ്ങളുടെ പ്രതിഛായ വർധിപ്പിക്കാൻ കോൺഗ്രസ് നടത്തിയ ശ്രമത്തിന്റെ ഫലമായിരുന്നു ശിവവർമ്മയുടെയും മറ്റും മോചനം.

ജയിൽ വിമുക്തനായ ശിവവർമ്മ കൂടുതൽ ഊർജ്വസ്വലതയോടെ ബഹുജനപ്രസ്ഥാനം കെട്ടിപ്പടുക്കുന്നതിലും ബഹുജനസമരങ്ങൾ നയിക്കുന്നതിലും ആണ്ടിറങ്ങി. 1948 ൽ കമ്യൂണിസ്റ്റ് പാർട്ടിയുടെ യു പി സംസ്ഥാന സെക്രട്ടറിയായി തിരഞ്ഞെടുക്കപ്പെട്ടു.

ഉജ്വലമായ തെലങ്കാന സായുധ സമരം കൊടുമുടിയിലെത്തിയ

കാലമായിരുന്നു അത്. രാജ്യത്താകമാനം കോൺഗ്രസ് അഴിച്ചുവിട്ട മർദ നങ്ങളെ പാർട്ടിക്കു നേരിടേണ്ടിവന്നു. അക്കാലത്ത് പാർട്ടിയുടെ യു പി ഘടകം ശക്തമായിരുന്നു. കമ്യൂണിസ്റ്റ് പ്രസ്ഥാനത്തെ മുളയിൽതന്നെ നുള്ളിക്കളയാൻ ബ്രിട്ടീഷുകാർ രണ്ട് കമ്യൂണിസ്റ്റ് ഗൂഢാലോചനക്കേസു കൾ കെട്ടിച്ചമച്ചത് ഈ സംസ്ഥാനത്താണ്. കോൺപൂർ തൊഴിലാളി പ്രസ്ഥാനത്തിന്റെ ശക്തികേന്ദ്രമായിരുന്നെങ്കിൽ ഘാസിപ്പൂറും അസാം ഗാറും മറ്റും കർഷകപ്രസ്ഥാനത്തിന്റെ ശക്തികേന്ദ്രങ്ങളായിരുന്നു. അതു കൊണ്ട് പാർട്ടിയുടെ യു പി ഘടകം കടന്നാക്രമണത്തിന് ഇരയാക്കപ്പെ ട്ടത് സ്വാഭാവികം. ആ പരീക്ഷണഘട്ടത്തിൽ പാർട്ടിയെ വിജയപൂർവം നയിച്ച് സംഘടനാപരമായ തന്റെ വൈദഗ്ധ്യം അദ്ദേഹം തെളിയിച്ചു. 1948 ൽ അദ്ദേഹത്തെ കോൺഗ്രസ് ഗവൺമെന്റ് ആദ്യമായി അറസ്റ്റ് ചെയ്തു. 1951 വരെ ജയിലിൽ കിടന്നു. 1962 ലും 1965 ലും അറസ്റ്റിലായി.

പാർട്ടി പരിപാടിയെ സംബന്ധിച്ച്, ഇന്ത്യൻ വിപ്ലവതന്ത്രത്തെ സംബ ന്ധിച്ച് 1951 ൽ പാർട്ടിക്കകത്ത് ശക്തമായ ഉൾപ്പാർട്ടി സമരം. അതിനെ ത്തുടർന്ന് യു പി സംസ്ഥാന സെക്രട്ടറി സ്ഥാനത്തുനിന്ന് അദ്ദേഹത്തെ നീക്കം ചെയ്തു. എങ്കിലും തന്നെ ഏൽപ്പിച്ച ചുമതലകൾ നിറവേറ്റി ക്കൊണ്ട് അദ്ദേഹം പാർട്ടിയിൽ തുടർന്നു. അമ്പതുകളുടെ മധ്യത്തിൽ ഹിന്ദിയിലെ ഒരു പുരോഗമന സാഹിത്യമാസികയായ *നായപഥ്* എഡിറ്റ് ചെയ്തു. അതിനു പിന്നിൽ ധാരാളം ഹിന്ദി എഴുത്തുകാരെ അണിനിര ത്തി. വിവിധ കാലങ്ങളിൽ പാർട്ടിയുടെ ഹിന്ദിയിലുള്ള മുഖപത്രങ്ങളായ *നയാ സവരയും ലോക് ലഹറും* അദ്ദേഹം എഡിറ്റ് ചെയ്യുകയുണ്ടായി.

ഇന്ത്യൻ കമ്യൂണിസ്റ്റ് പ്രസ്ഥാനത്തിനകത്ത് നടന്ന ആശയസമര ത്തിൽ തിരുത്തൽവാദത്തിനെതിരെ ഉറച്ച നിലപാട് സ്വീകരിച്ചു. പാർട്ടി രണ്ടായപ്പോൾ സി പി ഐ (എം)ന്റെ കൂടെനിന്നു. പാർട്ടിയുടെ സംസ്ഥാന സെക്രട്ടേറിയറ്റിലേക്കും തിരഞ്ഞെടുക്കപ്പെട്ടു. വർഷങ്ങളോളം പാർട്ടിയുടെ കോൺപൂർ ജില്ലാസെക്രട്ടറിയായി തുടർന്നു. 1997 ജനുവരി 10 ന് അന്തരിച്ചു.

ഹിന്ദിയിലെ നല്ലൊരു എഴുത്തുകാരനായിരുന്നു ശിവവർമ്മ. മാർക്സിസം-ലെനിനിസം അതീവ ലളിതമായി പരിചയപ്പെടുത്തുന്ന അദ്ദേഹത്തിന്റെ മാർക്സിസ്റ്റ് പഠനാവലി പ്രസിദ്ധം. ഈ പരമ്പരയിൽ പന്ത്രണ്ട് പുസ്തകങ്ങൾ പ്രസിദ്ധീകരിച്ചു. അവയുടെ ദശലക്ഷക്കണെ ക്കിന് കോപ്പികളാണ് വിറ്റഴിഞ്ഞത്. മറ്റു ഭാഷകളിലും അവയുടെ വിവർത്തനം പുറത്തുവന്നിട്ടുണ്ട്. അദ്ദേഹത്തിന്റെ ഏറ്റവും പ്രസിദ്ധമായ പുസ്തകം *സുസ്മരണകൾ. ഭഗത്സിങ്ങിന്റെ തെരഞ്ഞെടുത്ത കൃതി കൾ* അദ്ദേഹമാണ് എഡിറ്റ് ചെയ്തത്. ഹിന്ദിയിൽ വിവർത്തനം ചെയ്ത *മൗ സെ ദോങ്ങിന്റെ തെരഞ്ഞെടുത്ത കൃതികൾ* എഡിറ്റ് ചെയ്തതും അദ്ദേഹം തന്നെ.

എൻ സി ശേഖർ

1904 - 1986

കേരളത്തിലെ കമ്യൂണിസ്റ്റ് പ്രസ്ഥാനത്തിന്റെ സ്ഥാപക നേതാക്കളിലൊരാളായിരുന്നു എൻ സി ശേഖർ. 1937–ൽ കോഴിക്കോട് രൂപം കൊണ്ട പ്രഥമ കമ്യൂണിസ്റ്റ് ഗ്രൂപ്പിൽ അദ്ദേഹം അംഗമായിരുന്നു. അതിനുമുമ്പ് 1931–ൽ തിരുവനന്തപുരത്ത് രൂപംകൊണ്ട കമ്യൂണിസ്റ്റ് ലീഗിലും അദ്ദേഹം അംഗമായിരുന്നു. 1960–കളുടെ ആദ്യപകുതി വരെ അദ്ദേഹം രാഷ്ട്രീയരംഗത്ത് നിറഞ്ഞുനിന്നു.

നാരായണപിള്ള ചന്ദ്രശേഖരപിള്ളയെന്ന എൻ സി ശേഖർ 1904 ജൂലായ് 2–ന് തിരുവനന്തപുരത്തിനടുത്ത് വെങ്ങാനൂരിൽ ജനിച്ചു. അച്ഛൻ തികഞ്ഞ യാഥാസ്ഥിതികനായിരുന്ന വില്ലേജ് അധികാരി നാരായണപിള്ള. അമ്മ ജാനകി. അന്നത്തെ പതിവനുസരിച്ച് വീടിന് തൊട്ടടുത്തുള്ള കുടിപ്പള്ളിക്കൂടത്തിൽ നാലാം വയസിൽ എഴുത്തിനിരുത്തി. നാലാം ക്ലാസിൽ പഠിക്കുമ്പോൾ ഇംഗ്ലീഷ് സ്കൂളിൽ ചേരാൻ മോഹം. ആ ക്ലാസിൽ ജയിച്ചപ്പോൾ ആഗ്രഹിച്ചതുപോലെ ബാലരാമപുരം ഇംഗ്ലീഷ് മിഡിൽസ്കൂളിൽ ചേർന്നു. അവിടെനിന്ന് നെയ്യാറ്റിൻകര ഇംഗ്ലീഷ് ഹൈസ്കൂളിലേക്ക് മാറി.

നെയ്യാറ്റിൻകരയിൽ പഠിക്കുമ്പോൾ ദേശീയ സ്വാതന്ത്ര്യപ്രസ്ഥാനവും ഇന്ത്യൻ നാഷണൽ കോൺഗ്രസും ഗാന്ധിയും അദ്ദേഹത്തെ വല്ലാതെ ആകർഷിച്ചു. സ്വാതന്ത്ര്യസമരത്തിന്റെ ഗതിവിഗതികൾ സസൂക്ഷ്മം വീക്ഷിച്ചു. നെയ്യാറ്റിൻകര സ്കൂൾ വിടുന്നതിനു മുമ്പുതന്നെ രഹസ്യമായി ബാലരാമപുരം സ്വരാജ് ആശ്രമത്തിൽ അംഗമായി ചേർന്നു. മിക്ക ദി

വസവും ആശ്രമത്തിൽ പോകും. തക്ലിയിൽ നൂൽനൂൽക്കും. ആശ്രമത്തിൽ ചേർന്നതിനുശേഷം 1921–ൽ കോൺഗ്രസിൽ അംഗത്വമെടുത്തു. ഹൈസ്കൂൾ വിദ്യാഭ്യാസത്തിന്റെ തുടർച്ചയായി ഒന്നു രണ്ടു വർഷം തിരുവനന്തപുരത്തെ സനാതന ഇൻസ്റ്റിറ്റ്യൂട്ട് ഓഫ് കൊമേഴ്സിൽ പഠിച്ചു. പഠിക്കുന്നകാലത്തുതന്നെ പൊതുപ്രവർത്തനം ജീവിതലക്ഷ്യമായി സ്വീകരിച്ചു. അതിനാൽ അമ്മാതിരി പ്രവർത്തനങ്ങൾ നടത്താൻ കിട്ടുന്ന ഒരവസരവും പാഴാക്കിയില്ല. 1924–26 കാലത്ത് വെങ്ങാനൂരിലെ സഹോദരസമാജം നടത്തിയ സാമൂഹിക–സാംസ്കാരിക–വിദ്യാഭ്യാസ പ്രവർത്തനങ്ങളുമായി ബന്ധപ്പെട്ടു. ബാലരാമപുരം ശ്രീചിത്തിരതിരുനാൾ ലൈബ്രറി ആന്റ് റീഡിംഗ് റൂമിന്റെ സെക്രട്ടറിയായി പ്രവർത്തിച്ചു, 1933–34 കാലത്ത്.

1920–22–ൽ ഖാദി–ഹരിജനോദ്ധാരണ പ്രവർത്തനങ്ങളിലേർപ്പെട്ടു. 1930–ൽ സിവിൽ നിയമലംഘന പ്രസ്ഥാനത്തിൽ പങ്കെടുക്കാൻ തിരുവനന്തപുരത്ത് 25 പേരടങ്ങിയ ഒരു ജാഥ അന്ന് കെ പി സി സി ആസ്ഥാനമായിരുന്ന കോഴിക്കോട്ടേക്ക് തിരിച്ചു. ജാഥാക്യാപ്ടൻ പൊന്നറ ശ്രീധർ. വഴിനീളെ സ്വീകരണങ്ങൾ ഏറ്റുവാങ്ങി നീങ്ങിയ ജാഥയിലെ ഒരംഗം എൻ സി. നിയമലംഘനപ്രസ്ഥാനത്തിൽ പങ്കെടുത്ത് അറസ്റ്റിലായി. ആറുമാസത്തെ തടവുശിക്ഷ കിട്ടി. ആദ്യം ഏതാനും ദിവസം തലശേരി സബ്ജയിലിൽ കിടന്നതിനുശേഷം കണ്ണൂർ സെൻട്രൽ ജയിലിലെത്തി. അപ്പോൾ കണ്ണൂർ സെൻട്രൽ ജയിലിൽ ഭഗത്സിങിന്റെ ഏതാനും സഹപ്രവർത്തകരുണ്ടായിരുന്നു. അവരുമായി നിരന്തരം ചർച്ച നടത്തി. അപ്പോൾ ജയിലിൽ മറ്റൊരു തടവുകാരനെത്തി – ബാട്ലിവാല. അദ്ദേഹം ഇന്ത്യയിൽ കമ്യൂണിസ്റ്റ് പ്രസ്ഥാനം കെട്ടിപ്പടുക്കുന്ന പ്രവർത്തനത്തിൽ മുഴുകിയിരിക്കെ അറസ്റ്റിലായി ജയിലിൽ എത്തിയതാണ്. ജയിലിൽ വരുമ്പോൾ വായിക്കാനായി കുറെ സോഷ്യലിസ്റ്റ് സാഹിത്യവും അദ്ദേഹം കൊണ്ടുവന്നിരുന്നു. അദ്ദേഹവുമായി പരിചയപ്പെട്ട എൻ സി അദ്ദേഹത്തിൽ നിന്ന് സോഷ്യലിസ്റ്റ് കൃതികൾ വാങ്ങി വായിക്കാൻ തുടങ്ങി. ഇത് എൻ സിയുടെ ചിന്താഗതിയെത്തന്നെ മാറ്റിമറിച്ചു. അക്കാലത്ത് ജയിലിലെ സ്ഥിതി വളരെ ശോചനീയമായിരുന്നു. ആ സ്ഥിതിയിൽ മാറ്റം വരുത്തണം എന്നാവശ്യപ്പെട്ട് ഏതാനും രാഷ്ട്രീയ തടവുകാർ നിരാഹാരസമരം നടത്തി. അതിലൊരാൾ എൻ സി. 1931 ജനുവരിയിൽ ജയിൽ മോചിതനായി.

തികഞ്ഞ വിപ്ലവകാരിയായാണ് എൻ സി ജയിലിൽനിന്ന് പുറത്തിറങ്ങിയത്. അദ്ദേഹം നേരെ നാട്ടിലേക്ക് തിരിച്ചു. ജയിൽ മോചിതനായി ഏതാനും ദിവസം കഴിയുമ്പോഴേക്ക് ഗാന്ധി–ഇർവിൻ സന്ധി. അതിനെത്തുടർന്ന് രാഷ്ട്രീയ അന്തരീക്ഷം തണുക്കുമെന്ന് പ്രതീക്ഷിച്ചെങ്കിലും അതുണ്ടായില്ല. വിവിധ രാഷ്ട്രീയസമരങ്ങളിൽ ഏർപ്പെട്ട് അറസ്റ്റിലായവർ ജയിലിൽക്കിടന്ന് നരകിച്ചു. ഭഗത്സിങ്, രാജ്ഗുരു, സുഖദേവ് എന്നിവരുടെ വധശിക്ഷ ജീവപര്യന്തം തടവുശിക്ഷയായി മാറ്റണമെന്നാവശ്യപ്പെട്ട് പ്രക്ഷോഭമുയർന്നു. ഈ ആവശ്യം ഗാന്ധി ബ്രിട്ടീഷുകാരുടെ മുമ്പിൽ അവതരിപ്പിക്കുമെന്ന് ജനങ്ങൾ പ്രതീക്ഷിച്ചു. പ്രതീക്ഷ അസ്ഥാനത്തായി.

1931 മാർച്ച് 23-ന് ആ മൂന്ന് വിപ്ലവകാരികളെ ബ്രിട്ടീഷ് ഗവൺമെന്റ് തൂക്കിക്കൊന്നു. ഇന്ത്യൻ ഉപഭൂഖണ്ഡമാകെ ഇളകിമറിഞ്ഞു. തിരുവനന്തപുരത്തെ കോൺഗ്രസ് കമ്മിറ്റി മൗനം ദീക്ഷിച്ചെങ്കിലും 24-ന് ഒരു പ്രതിഷേധപ്രകടനവും യോഗവും സംഘടിപ്പിക്കപ്പെട്ടു. അതിന് മുൻകൈയെടുത്തവരിൽ ഒരാൾ എൻ സി. എൻ പി കുരുക്കളും പൊന്നറ ശ്രീധറും ആർ അയ്യപ്പനും മറ്റു ചിലർ.

അക്കാലത്ത് സത്യഗ്രഹത്തിൽ പങ്കെടുത്ത് അറസ്റ്റ് വരിച്ചതിനുശേഷം നാട്ടിൽ തിരിച്ചെത്തുന്നവർക്ക് വൻ സ്വീകരണങ്ങൾ സംഘടിപ്പിക്കാറുണ്ടായിരുന്നു. എൻ സിക്കും ലഭിച്ചു, കണ്ണൂരിൽ നിന്ന് തിരിച്ചെത്തിയപ്പോൾ ബാലരാമപുരത്ത് ഒരു ഗംഭീര സ്വീകരണം. സ്വീകരണം നൽകിയവരിൽ അധികവും യുവാക്കൾ. പഴയ കോൺഗ്രസുകാരുമുണ്ടായിരുന്നു കൂട്ടത്തിൽ. നാട്ടിലെത്തിയ എൻ സി ആദ്യം ചെയ്തത് ബാലരാമപുരത്ത് ഒരു യൂത്ത് ലീഗ് സംഘടിപ്പിക്കുകയായിരുന്നു. അദ്ദേഹത്തിന്റെ സതീർഥ്യരും സ്നേഹിതരുമാണ് അതിൽ ആദ്യം ചേർന്നത്-നാൽപ്പതിലധകം പേർ. സത്യഗ്രഹരംഗത്തും ജയിൽ ജീവിതത്തിലും ഉണ്ടായ അനുഭവങ്ങൾ എൻ സി അവർക്ക് വിശദീകരിച്ചുകൊടുത്തു. ബാലരാമപുരത്ത് യൂത്ത് ലീഗ് രൂപംകൊണ്ട് ഏതാനും മാസം കഴിഞ്ഞപ്പോഴേക്കും – കൃത്യമായി പറഞ്ഞാൽ 1931 ആഗസ്തിൽ – തിരുവിതാംകൂർ യൂത്ത് ലീഗ് രൂപംകൊണ്ടു. ഇതു സംബന്ധിച്ച യോഗം തിരുവനന്തപുരം ഓവർബ്രിഡ്ജിന് സമീപമുണ്ടായിരുന്ന സെൻട്രൽ കോ-ഓപ്പറേറ്റീവ് ബാങ്ക് കെട്ടിടത്തിന്റെ മുകളിലത്തെ നിലയിലാണ് കൂടിയത്. യോഗത്തിൽ നൂറിലധികം യുവാക്കൾ പങ്കെടുത്തു. നാഗർഗോവിൽ, നെയ്യാറ്റിൻകര, ആറ്റിങ്ങൽ, നെടുമങ്ങാട് എന്നീ സ്ഥലങ്ങളിൽനിന്ന് വന്നവരും കൂട്ടത്തിലുണ്ടായിരുന്നു. ഈ യോഗം സംഘടിപ്പിച്ചവരിലൊരാൾ എൻ സി. യോഗത്തിൽ രൂപംകൊണ്ട അഖില തിരുവിതാംകൂർ യൂത്ത് ലീഗ് തിരുവിതാംകൂറിന്റെ ചരിത്രത്തിൽ ഉജ്വലമായ അധ്യായങ്ങൾ എഴുതിച്ചേർത്തു.

ഇതിനിടയിൽ കമ്യൂണിസ്റ്റ് യൂത്ത് ലീഗ് എന്ന രഹസ്യസംഘടന ജന്മമെടുത്തു. പൊന്നറ ശ്രീധർ, എൻ പി കുരുക്കൾ, തിരുവട്ടാർ താണുപിള്ള, ശിവശങ്കരപ്പിള്ള, ആർ പി അയ്യർ, തൈക്കാട് ഭാസ്കരൻ, എൻ സി ശേഖർ എന്നീ ഏഴുപേരായിരുന്നു അതിലെ അംഗങ്ങൾ. മാർക്സിസത്തെക്കുറിച്ചും ഒക്ടോബർ സോഷ്യലിസ്റ്റ് വിപ്ലവത്തെക്കുറിച്ചുമുള്ള അറിവും ഇന്ത്യൻ പരിതഃസ്ഥിതിയിൽ റഷ്യയിലേതുപോലെ ഒരു വിപ്ലവം അനിവാര്യമാണെന്ന ഉറച്ച വിശ്വാസവുമാണ് ഇങ്ങനെയൊരു സംഘടന രൂപീകരിക്കാൻ തങ്ങളെ പ്രേരിപ്പിച്ചതെന്ന് എൻ സി രേഖപ്പെടുത്തി. അന്ന് ഇന്ത്യൻ കമ്യൂണിസ്റ്റുപാർട്ടി നിലവിലുണ്ടായിരുന്നുവെങ്കിലും അതുമായി പക്ഷേ, ലീഗ് ബന്ധം വെച്ചില്ല. മീറത്ത് ഗൂഢാലോചനക്കേസിലെ പ്രതികൾ കോടതിയിൽ സമർപ്പിച്ച പ്രസ്താവനയുടെ ചില ഭാഗങ്ങൾ മലയാളത്തിലേക്ക് വിവർത്തനം ചെയ്ത് പ്രസിദ്ധീകരിക്കുക; തിരുവനന്തപുരത്തെ പ്രസ് തൊഴിലാളികളെ സംഘടിപ്പിക്കുക – ഇതിൽ ലീഗിന്റെ

പ്രവർത്തനം ഒതുങ്ങി. മാത്രമല്ല, തിരുവനന്തപുരത്ത് മാത്രമായി അതിന്റെ പ്രവർത്തനം പരിമിതപ്പെടുത്തുകയും ചെയ്തു. അങ്ങനെ ചെയ്തില്ലായിരുന്നെങ്കിൽ കേരളത്തിലെ കമ്യൂണിസ്റ്റ് പ്രസ്ഥാനത്തിന്റെ സ്ഥാപന വർഷമായി 1931 കണക്കാക്കപ്പെടുമായിരുന്നു.

ഈ ഘട്ടത്തിൽ ചാലയിൽ വിദേശവസ്ത്ര ഷാപ്പുകൾ പിക്കറ്റ് ചെയ്യുന്ന പരിപാടി നടക്കുകയായിരുന്നു. യൂത്ത് ലീഗ് ആ പരിപാടിയിൽ സജീവം പങ്കെടുത്തു. യൂത്ത് ലീഗുകാർ വിദേശവസ്ത്ര ഷാപ്പുകൾ പിക്കറ്റ് ചെയ്യാൻ തുടങ്ങിയതോടെ ആ പരിപാടി ഫലപ്രദമായി. വിദേശവസ്ത്രങ്ങൾ വിൽക്കുന്ന കടകളിൽ ആളുകൾ കയറാതായി. ഗുണ്ടകളെ ഉപയോഗിച്ച് പിക്കറ്റിങ്ങ് പൊളിക്കാൻ നോക്കിയിട്ടും നടന്നില്ല. പിക്കറ്റിങ്ങിൽ പങ്കെടുത്ത എൻ സി അറസ്റ്റിലായി. ഒരുമാസത്തെ ശിക്ഷ കിട്ടി.

1934–ൽ കോൺഗ്രസ് സോഷ്യലിസ്റ്റുപാർട്ടി രൂപംകൊണ്ടു. അതിന്റെ നേതാവായ പി കൃഷ്ണപിള്ള തിരുവനന്തപുരത്തെത്തി എൻ സി, പൊന്നറ തുടങ്ങിയവരുമായി ബന്ധപ്പെട്ടു. സി എസ് പിയുമായി യോജിച്ച് പ്രവർത്തിക്കാൻ അവരോട് അദ്ദേഹം അഭ്യർഥിച്ചു. അങ്ങനെ കൃഷ്ണപിള്ളയുടെ പ്രേരണയാൽ എൻ സി കോൺഗ്രസ് സോഷ്യലിസ്റ്റുപാർട്ടിയിൽ ചേരുകയും കൃഷ്ണപിള്ളയുടെ നിർദേശപ്രകാരം പ്രവർത്തനകേന്ദ്രം കോഴിക്കോട്ടേക്ക് മാറ്റുകയും ചെയ്തു. ട്രേഡ്‌യൂണിയൻ കെട്ടിപ്പടുക്കാനുള്ള ചുമതലയാണ് സി എസ് പി, എൻ സിയെ ഏൽപ്പിച്ചത്.

സി എസ് പി തന്നെ ഏൽപ്പിച്ച ചുമതല എൻ സി വിജയപൂർവം നിറവേറ്റി. കോഴിക്കോടും പരിസരപ്രദേശങ്ങളിലും ഒന്നിനു പുറകെ മറ്റൊന്നായി യൂണിയനുകൾ ഉയർന്നുവന്നു. തിരുവണ്ണൂർ കോട്ടൺമിൽ വർക്കേഴ്സ് യൂണിയൻ, നെയ്ത്ത് തൊഴിലാളി യൂണിയൻ, റിക്ഷാ തൊഴിലാളി യൂണിയൻ, ഹാർബർ വർക്കേഴ്സ് യൂണിയൻ, കല്ലായി സോമിൽ വർക്കേഴ്സ് യൂണിയൻ ഇവ സംഘടിപ്പിക്കുന്നതിൽ എൻ സി മുൻകൈയെടുത്തു. 23 യൂണിയനുകളുടെ ആഭിമുഖ്യത്തിൽ ഒട്ടേറെ സമരങ്ങളും നടന്നു. 1935–ൽ കോഴിക്കോട്ട് അഖിലകേരളാടിസ്ഥാനത്തിൽ ട്രേഡ് യൂണിയനുകളുടെ സമ്മേളനം. അഖില കേരള ട്രേഡ് യൂണിയൻ സംഘടന നിലവിൽവന്നു. 1939മുതൽ 1954വരെ അതിന്റെ സെക്രട്ടറിയായി എൻ സി പ്രവർത്തിച്ചു. 1936–ൽ മുംബൈയിൽ നടന്ന എ ഐ ടി യു സി സമ്മേളനത്തിൽ കോഴിക്കോട് കോട്ടൺമിൽ തൊഴിലാളി യൂണിയനെ എൻ സി പ്രതിനിധീകരിച്ചു. കേരളത്തിൽ നിന്ന് സമ്മേളനത്തിൽ പങ്കെടുത്ത ഒരേയൊരു പ്രതിനിധിയും എൻ സിയായിരുന്നു. 1937മുതൽ എ ഐ ടി യു സി ജനറൽ കൗൺസിൽ അംഗം. 1943–ൽ അതിന്റെ പ്രവർത്തകസമിതിയിൽ. 1960വരെ തൽസ്ഥാനത്ത് തുടർന്നു.

ഇതിനിടയിൽ ചരിത്രപ്രധാനമായ ഒരു സംഭവം. ദക്ഷിണേന്ത്യയിൽ കമ്യൂണിസ്റ്റുപാർട്ടി രൂപീകരിക്കാൻ നിയുക്തനായ പി സുന്ദരയ്യ ഇടയ്ക്കിടെ കേരളത്തിൽ വരുമായിരുന്നു; സി എസ് പി നേതാക്കളെ കണ്ട് സംസാരിക്കാൻ. ചിലപ്പോൾ സി പി ഐയുടെ കേന്ദ്രകമ്മിറ്റി അംഗം എസ്

വി ഘാട്ടെയും ഇവിടെ വരാറുണ്ടായിരുന്നു. 1937 ജൂലായ് മാസത്തിൽ ഘാട്ടെ കോഴക്കോട്ടെത്തി. ഒരുദിവസം രാത്രി സി എസ് പി നേതാക്കളായ നാലുപേർ ഘാട്ടെയുടെ സാന്നിധ്യത്തിൽ ആ നഗരത്തിലെ ഒരു പീടികയുടെ മുകളിൽ ഒത്തുകൂടി. ആ യോഗമാണ് കേരളത്തിൽ ആദ്യമായി ഒരു കമ്യൂണിസ്റ്റ് ഗ്രൂപ്പ് രൂപീകരിച്ചത്. അങ്ങനെ കമ്യൂണിസ്റ്റ് ഗ്രൂപ്പ് രൂപീകരിച്ച ആ വർഷത്തെ, കേരളത്തിലെ കമ്യൂണിസ്റ്റ് പ്രസ്ഥാനത്തിന്റെ സ്ഥാപക വർഷമായി കണക്കാക്കുന്നു. അന്നത്തെ ആ യോഗത്തിൽ പങ്കെടുത്ത നാലുപേരിൽ ഒരാൾ എൻ സി. അങ്ങനെ എൻ സി കേരളത്തിലെ കമ്യൂണിസ്റ്റ് പ്രസ്ഥാനത്തിന്റെ സ്ഥാപക നേതാക്കളിൽ ഒരാളായി. മറ്റു മൂന്നുപേർ പി കൃഷ്ണപിള്ള, ഇ എം എസ്, കെ ദാമോദരൻ.

1938–ൽ തിരുവിതാംകൂറിൽ സ്റ്റേറ്റ് കോൺഗ്രസ് രൂപംകൊണ്ടു. നിവർത്തന പ്രസ്ഥാനത്തിന് രൂപം നൽകിയ സംയുക്ത രാഷ്ട്രീസഭയും ദേശീയവാദികളായ കോൺഗ്രസുകാരും ചേർന്ന് രൂപീകരിച്ചതായിരുന്നു ആ സംഘടന. അതിന്റെ ആഭിമുഖ്യത്തിൽ ഉത്തരവാദഭരണത്തിനുവേണ്ടി പ്രക്ഷോഭം തുടങ്ങി. പ്രക്ഷോഭത്തെ അടിച്ചമർത്താൻ ശ്രമിക്കുകയായിരുന്നു ദിവാൻ സർ സി പി. ആ ഘട്ടത്തിൽ കോഴിക്കോട്ടുനിന്ന് എൻ സി തിരുവിതാംകൂറിലെത്തി. ആ പ്രക്ഷോഭത്തിൽ ആകണ്ഠം മുഴുകി. അതിന്റെ പേരിൽ 1000 രൂപ പിഴ അടയ്ക്കാനും ഒരുകൊല്ലം ഏഴു മാസം തടവിനും ശിക്ഷിച്ചു. ശിക്ഷാവധി കഴിഞ്ഞ് പുറത്തുവന്നപ്പോൾ പാർട്ടി കെട്ടിപ്പടുക്കാൻ അദ്ദേഹത്തെ കോയമ്പത്തൂരിലേക്ക് നിയോഗിച്ചു. അവിടെ മുഖ്യമായും ടെക്സ്റ്റൈൽ തൊഴിലാളികൾക്കിടയിലാണ് പ്രവർത്തിച്ചത്. അവിടത്തെ പ്രവർത്തനത്തിനിടയിൽ അറസ്റ്റിലായി. അദ്ദേഹത്തെ കോയമ്പത്തൂർ ഗൂഢാലോചനക്കേസിലെ പ്രതിയാക്കി. രണ്ടു വർഷത്തെ ജയിൽശിക്ഷ കിട്ടി. ശിക്ഷാവധി കഴിഞ്ഞപ്പോൾ കേരളത്തിലേക്ക് മടങ്ങി.

1943 ജനുവരി ഒന്നിന് എൻ സിയുടെ വിവാഹം. ഭാര്യ എടയത്ത് ജാനകി.

മലബാറിൽ കോളറയും വസൂരിയും പടർന്നുപിടിച്ചപ്പോൾ എൻ സി ദുരിതാശ്വാസ പ്രവർത്തനങ്ങളിൽ മുന്നിട്ടിറങ്ങി. 1945–ൽ കൊച്ചി തുറമുഖപ്രദേശത്തെ ജോലിയില്ലാത്ത തൊഴിലാളികൾക്കുവേണ്ടി ദുരിതാശ്വാസപ്രവർത്തനങ്ങൾ സംഘടിപ്പിച്ചു. 1947 ജനുവരിയിൽ മംഗലാപുരത്ത് അറസ്റ്റിലായി. തടങ്കൽത്തടവുകാരനായി ജയിലിലേക്ക് അയച്ചു. ആ വർഷം ആഗസ്ത് വരെ തടവിൽ. ജയിൽ മോചിതനായ ഉടൻ ഒളിവിൽ പോയി. 1949–ൽ ഇന്ത്യൻ കമ്യൂണിസ്റ്റുപാർട്ടിയുടെ രണ്ടാം കോൺഗ്രസിൽ (കൽക്കത്ത) പങ്കെടുത്ത് ഒളിവിൽ കഴിഞ്ഞു. 1952വരെ ഒളിവിലായിരുന്നു. അണ്ടർഗ്രൗണ്ട് പാർട്ടിക്ക് നേതൃത്വം നൽകിയ ചതുർമൂർത്തികളിൽ ഒരാൾ എൻ സി. പി കൃഷ്ണപിള്ള, ഇ എം എസ്, കെ സി ജോർജ് എന്നിവരായരുന്നു മറ്റു മൂന്നുപേർ. 1952 മാർച്ചിൽ കോഴിക്കോട് മുതലക്കുളം മൈതാനിയിലെ ഒരു ബഹുജനറാലിയിൽ പ്രത്യക്ഷപ്പെട്ടുകൊ

ണ്ടാണ് ഒളിവുജീവിതത്തിന് വിരാമമിട്ടത്.

1954–ൽ എൻ സി രാജ്യസഭയിലേക്ക് തെരഞ്ഞെടുക്കപ്പെട്ടു. ആറു വർഷം രാജ്യസഭാംഗം എന്ന നിലയിൽ പ്രവർത്തിച്ചു. 1960–ൽ പാർട്ടിയിൽ നിന്ന് സസ്പെൻഡ് ചെയ്യപ്പെട്ടു. 1964–ൽ പാർട്ടി പിളർന്നപ്പോൾ സി പി ഐ (എം) ന്റെ കൂടെയായി. ആ വർഷാവസാനം സി പി ഐ (എം) നേതാക്കളെയും പ്രവർത്തകരെയും കോൺഗ്രസ് ഗവൺമെന്റ് വേട്ടയാടിയപ്പോൾ അതിൽ എൻ സിയും പെട്ടു. 16 മാസം ജയിലിൽ കിടന്നു. ജയിൽ മോചിതനായതിനുശേഷം അധികകാലം പാർട്ടിയിൽ തുടർന്നില്ല. 1967–ൽ സി പി ഐ (എം) ൽ നിന്ന് പുറത്താക്കപ്പെട്ടു. കുറച്ചുകാലം നക്സലൈറ്റുകളുമായി ബന്ധപ്പെട്ടെങ്കിലും അതിവേഗം ആ ബന്ധം മതിയാക്കി. അവസാനകാലത്ത് പല കാര്യങ്ങളിലും സി പി ഐ (എം)വുമായി ബന്ധം പുലർത്തി. 1985–ൽ നണിയൂരിൽ കർഷകസംഘത്തിന്റെ 50–ാം വാർഷികം ആഘോഷിച്ചപ്പോൾ ആഘോഷപരിപാടികളിൽ എൻ സിയുമുണ്ടായിരുന്നു. ആ പരിപാടിയിൽ പങ്കെടുത്ത് ഹൃദയസ്പർശിയായ ഒരു പ്രസംഗം നടത്തി.

നല്ല വായനക്കാരനായിരുന്നു എൻ സി. ധാരാളം എഴുതിയിട്ടുണ്ട്. ഇന്ത്യൻ കമ്യൂണിസ്റ്റ് പ്രസ്ഥാനത്തിനകത്ത് തിരുത്തൽവാദത്തിനെതിരെ ശക്തിയായ സമരം നടക്കുമ്പോഴാണ് *ചിന്ത വാരിക* തുടങ്ങിയത്. അതിനകത്ത് 'പ്രഭാശങ്കർ, ബോംബെ' എന്ന പേരിൽ ധാരാളം ലേഖനങ്ങൾ അദ്ദേഹം എഴുതി. 1965–66കാലത്ത് ജയിലിൽ നിന്ന് *ചിന്ത*യ്ക്ക് ധാരാളം ലേഖനങ്ങൾ എഴുതി. കൊച്ചിൻ ഹാർബർ പ്രദേശത്തെ തൊഴിലില്ലായ്മയെക്കുറിച്ച് ഒരു ലഘുലേഖ 'പതിനായിരം കുടുംബങ്ങൾ പെരുവഴിയിൽ' എന്ന പേരിലെഴുതി. 'കേരളത്തിൽ വിദേശമൂലധനം' എന്ന പേരിലുമെഴുതി ഒരു ലഘുലേഖ. *മാർക്സും ട്രേഡ് യൂണിയനുകളും* എന്ന പുസ്തകം ആദ്യമായി മലയാളത്തിലേക്ക് പരിഭാഷപ്പെടുത്തിയത് എൻ സി. അദ്ദേഹം അന്തരിച്ചപ്പോൾ അദ്ദേഹത്തിന്റെ ഏക സമ്പാദ്യമായ പുസ്തകങ്ങൾ മുഴുവൻ അദ്ദേഹത്തിന്റെ ഭാര്യ ജാനകി ഏടത്തി പാർട്ടിക്ക് സംഭാവന നൽകി.

1986 ഡിസംബർ 3–ന് അന്തരിച്ചു.

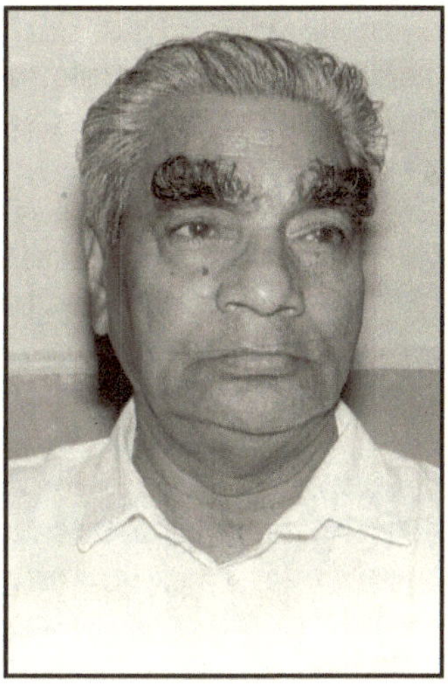

ശൈലൻദാസ് ഗുപ്ത

1920 - 2001

ബംഗാളിലെ ആദ്യകാല കമ്യൂണിസ്റ്റ് നേതാക്കളിൽ ഒരാളായിരുന്നു ശൈലൻദാസ് ഗുപ്ത. പ്രമോദ്ദാസ് ഗുപ്ത അന്തരിച്ചപ്പോൾ ഇനി ആരാകും പാർട്ടി സെക്രട്ടറിയെന്ന ചോദ്യമുയർന്നപ്പോൾ അതിന് സി പി ഐ (എം) സംസ്ഥാന കമ്മിറ്റി അതിവേഗം മറുപടി കണ്ടെത്തി, സരോജ് മുഖർജി. അതുപോലെ സരോജ് മുഖർജി അന്തരിച്ചപ്പോൾ പുതിയൊരു സെക്രട്ടറിയെ തെരഞ്ഞെടുക്കാൻ അധികം ആലോചിക്കേണ്ടിവന്നില്ല. ശൈലൻദാസ് ഗുപ്ത ഐകകണ്ഠ്യേന ആ സ്ഥാനത്തേക്ക് നിർദേശിക്കപ്പെട്ടു. സംസ്ഥാനത്തെ പ്രധാനപ്പെട്ട എല്ലാ കേഡർമാരെയും അറിയാവുന്ന മികച്ച സംഘാടകനായതുകൊണ്ട് പാർട്ടി സംസ്ഥാന സെക്രട്ടറി സ്ഥാനത്തേക്ക് അപ്പോൾ മറ്റൊരാളെക്കുറിച്ച് ആലോചിക്കേണ്ടിവന്നില്ല. സംസ്ഥാന ഗവൺമെന്റിനെ നയിക്കുന്ന ഇടതുപക്ഷ മുന്നണിയുടെ കൺവീനറായും അദ്ദേഹം തെരഞ്ഞെടുക്കപ്പെട്ടു. ലളിതജീവിതത്തിലൂടെ, അർപ്പണബോധത്തിലൂടെ, വിനയാന്വിതമായ പെരുമാറ്റത്തിലൂടെ എല്ലാവർക്കും പ്രിയങ്കരനായ ശൈലൻദാ പാർട്ടി സെക്രട്ടറിയും ഇടതുപക്ഷമുന്നണി കൺവീനറുമായപ്പോൾ രാഷ്ട്രീയവൃത്തങ്ങൾ പൊതുവെ അതിനെ സ്വാഗതം ചെയ്തു.

ബംഗാൾ ഉൾക്കടലിനോട് ചേർന്നുകിടക്കുന്ന, ഇപ്പോൾ ബംഗ്ലാദേശിലുൾപ്പെട്ട ഒരു ജില്ലയാണ് ബരിശാൽ. ആ ജില്ലയിലെ ഒരു കൊച്ചു ഗ്രാമമാണ് ബ്യൂഖീർ. ആ ഗ്രാമത്തിൽ 1920 ഒക്ടോബർ 24-ന് ശൈലൻദാസ് ജനിച്ചു. ദേശീയപ്രസ്ഥാനത്തിന്റെ കാറ്റ് ആഞ്ഞുവീശിയ ഒരു ജില്ല

യാണ് ബരിശാൽ. ദേശീയ വിപ്ലവപ്രസ്ഥാനത്തിന്റെ ശക്തികേന്ദ്രവും. അനവധി പേരുകേട്ട ദേശീയ വിപ്ലവകാരികളെ സംഭാവന ചെയ്തിട്ടുണ്ട് ആ ജില്ല. യുവാക്കളിൽ പലരും ദേശീയ വിപ്ലവപ്രസ്ഥാനത്തിൽ ആകൃഷ്ട രായി. ശൈലൻദാ സ്വന്തം ഗ്രാമത്തിലും ബരിശാൽ പട്ടണത്തിലുമായാണ് വിദ്യാഭ്യാസം നടത്തിയത്. 1938–ൽ മെട്രിക്കുലേഷൻ പൂർത്തിയാക്കി. വിദ്യാർഥിയായിരിക്കുമ്പോൾത്തന്നെ രാഷ്ട്രീയത്തിൽ ആകൃഷ്ടനായി.

1934–35 ആയപ്പോഴേക്കും കമ്യൂണിസ്റ്റ് ആശയഗതി ബരിശാലിൽ പ്രചരിക്കാൻ തുടങ്ങി. എങ്കിലും ഒരു കമ്യൂണിസ്റ്റുപാർട്ടി അവിടെ രൂപം കൊണ്ടില്ല. ശൈലൻദാ മാർക്സിസത്തിൽ ആകൃഷ്ടനായി. ജില്ലയിലെ പലരെയും ആ ചിന്താഗതിയിലേക്ക് കൊണ്ടുവരുന്നതിൽ പ്രധാന പങ്കു വഹിച്ചു. പിൽക്കാലത്ത് സംസ്ഥാനത്തെ പ്രധാന കമ്യൂണിസ്റ്റ് നേതാവായി ഉയർന്ന മനോരഞ്ജൻ റോയിയെ കമ്യൂണിസ്റ്റാക്കിയത് അദ്ദേഹമാണ്. ബരിശാലിൽ പാർട്ടി രൂപീകരിക്കാനുള്ള ശ്രമം ആദ്യം വേണ്ടത്ര വിജയിച്ചില്ല. മുസഫർ അഹമ്മദിന്റെയും സോമനാഥ ലാഹിരിയുടെയും ശ്രമഫലമായി 1938–ൽ പാർട്ടിയുടെ ഒരു ജില്ലാഘടകം ബരിശാലിൽ രൂപം കൊണ്ടു. സെക്രട്ടറി നിരൺഘോഷ്. അടുത്തവർഷം ശൈലൻദാസ് പാർട്ടി മെമ്പറായി.

1943–ലെ ബംഗാൾ ക്ഷാമകാലത്ത് അദ്ദേഹത്തിന്റെ കുടുംബം കൊൽക്കത്തെയിൽ കുടിയേറി. അതിനിടയിൽ വസൂരിരോഗം പിടിപെട്ട് അമ്മ അന്തരിച്ചു. കൊൽക്കത്തെയിൽ ഉപജീവനത്തിനായി സെൻട്രൽ ടെലിഗ്രാഫിൽ ഒരു ജോലി സമ്പാദിച്ചു. പിന്നീട് കൊൽക്കത്ത പോർട്ട് കമീഷണറുടെ ആപ്പീസിലേക്കു മാറി. ഇക്കാലത്താണ് മുസഫർ അഹമ്മദ്, അബ്ദുൾ ഹലീം തുടങ്ങിയ പാർട്ടി നേതാക്കളുമായി അടുത്തത്. ജോലി ചെയ്യുമ്പോൾത്തന്നെ കൊൽക്കത്തെയിൽ പാർട്ടി പ്രവർത്തനവും നടത്തി. പാർട്ടി നിർദേശപ്രകാരം 1944–ൽ ജോലി ഉപേക്ഷിച്ച് പാർട്ടിയുടെ മുഴുവൻസമയ പ്രവർത്തകനായി.

1948–ൽ കൊൽക്കത്തെയിൽ നടന്ന രണ്ടാം കോൺഗ്രസിനെത്തുടർന്ന് ഗവൺമെന്റ് കമ്യൂണിസ്റ്റുപാർട്ടിയെ നിരോധിച്ചു. അപ്പോൾ കേന്ദ്രകമ്മിറ്റിയുടെ ചില ഉത്തരവാദിത്തങ്ങൾ അദ്ദേഹത്തിന് നിറവേറ്റേണ്ടിവന്നു. 1951–ൽ നിരോധനം നീക്കുന്നതുവരെ അദ്ദേഹം അത് ഭംഗിയായി നിറവേറ്റുകയും ചെയ്തു. ഒളിവിലിരുന്നുകൊണ്ടാണ് അക്കാലത്ത് പ്രവർത്തനങ്ങൾക്ക് നേതൃത്വം നൽകിയത്. 1958–ൽ അമൃത്സർ കോൺഗ്രസിനു മുന്നോടിയായി നടന്ന സംസ്ഥാന സമ്മേളനം അദ്ദേഹത്തെ പാർട്ടി സംസ്ഥാന കമ്മിറ്റിയിലേക്ക് തെരഞ്ഞെടുത്തു. പാർട്ടിക്കകത്ത് റിവിഷനിസത്തിനെതിരെ നടന്ന പോരാട്ടത്തിൽ പ്രധാന പങ്ക് വഹിച്ചു, മാർക്സിസം–ലെനിനിസത്തിൽ അവഗാഹം നേടിയ ഈ വിപ്ലവകാരി.

1964–ൽ പാർട്ടിക്കകത്ത് പിളർപ്പുണ്ടായപ്പോൾ ശൈലൻദാ സി പി ഐ (എം) ന്റെ കൂടെ നിന്നു. സി പി ഐ (എം) കേന്ദ്രകമ്മിറ്റി ആപ്പീസ് കൊൽക്കത്തെയിലാണ് തുറന്നത്. ആപ്പീസ് പ്രവർത്തനം സംഘടിപ്പിക്കു

ന്നതിൽ പ്രധാന പങ്കുവഹിച്ചത് ശൈലൻദാ. കേന്ദ്രകമ്മിറ്റി ആപ്പീസ് ഡൽഹിയിലേക്ക് മാറ്റിയതിനുശേഷം പശ്ചിമ ബംഗാൾ സംസ്ഥാന കമ്മിറ്റി ആപ്പീസിന്റെ ചുമതലയേറ്റു. 1978-ൽ സംസ്ഥാന കമ്മിറ്റിയിലേക്ക് തെര ഞ്ഞെടുക്കപ്പെട്ടു. 1982-ൽ സെക്രട്ടേറിയറ്റ് അംഗമായി. സരോജ് മുഖർജി യുടെ മരണത്തെത്തുടർന്ന് 1990-ൽ സംസ്ഥാന സെക്രട്ടറിയായും തെര ഞ്ഞെടുക്കപ്പെട്ടു. അതേവർഷം തന്നെ കേന്ദ്രകമ്മിറ്റിയിലേക്കും അടുത്ത വർഷം പൊളിറ്റ് ബ്യൂറോയിലേക്കും തെരഞ്ഞെടുക്കപ്പെട്ടു. സംസ്ഥാന സെക്രട്ടറിയെന്ന നിലയിൽ പടിഞ്ഞാറൻ ബംഗാളിൽ സി പി ഐ (എം) നെ ശക്തിപ്പെടുത്തുന്നതിൽ സ്തുത്യർഹമായ പങ്കു വഹിച്ച ശൈലൻദാ 1998-ൽ അനാരോഗ്യം മൂലം സെക്രട്ടറി സ്ഥാനം ഒഴിഞ്ഞെങ്കിലും ഇടതു പക്ഷമുന്നണി കൺവീനർ സ്ഥാനത്ത് തുടർന്നു. 2001 ജൂലായ് 10-ന് അന്തരിച്ചു.

ശ്യാംറാവു പരുലേക്കർ

1902 - 1965

പരിഷ്കാരണവാദപരമായ ചിന്താഗതി വച്ചുപുലർത്തിയ സർവ ൻസ് ഓഫ് ഇന്ത്യാ സൊസൈറ്റിയിൽനിന്ന് കമ്യൂണിസ്റ്റ് പ്രസ്ഥാനത്തി ലേക്ക് കടന്നെത്തിയ ശ്യാംറാവു പരുലേക്കറുടെ കഥ ഹൃദയസ്പർശിയും ആവേശകരവുമാണ്. മഹാരാഷ്ട്രയിൽ കമ്യൂണിസ്റ്റ് പ്രസ്ഥാനവും കർഷ കപ്രസ്ഥാനവും കെട്ടിപ്പടുക്കുന്നതിൽ സഹധർമിണി ഗോദാവരിയോ ടൊപ്പം അദ്ദേഹം സുപ്രധാന പങ്ക് വഹിച്ചു.

ഇപ്പോൾ കർണാടക സംസ്ഥാനത്തിൽപ്പെട്ട ബീജാപ്പൂരിലെ ഒരു ഭൂപ്രഭു കുടുംബത്തിൽ 1902 ഒക്ടോബർ 2 ന് ജനിച്ചു. പിതാവ് ജില്ലാ ജഡ്ജി. രാജകുടുംബത്തിന് പലപ്പോഴും അദ്ദേഹത്തിന്റെ സേവനം ആവ ശ്യമായി വന്നു. ക്രമേണ അദ്ദേഹം ബീജാപ്പൂരിലെ ദിവാനായി. ശ്യാംറാവും ബീജാപ്പൂരിൽ ആദ്യകാല വിദ്യാഭ്യാസം നടത്തിയശേഷം ഉപരിപഠനത്തിനായി ബോംബെയിലേക്ക് പോയി. ഫിലോസഫിയിൽ ഒന്നാം ക്ലാസോടെ മാസ്റ്റേഴ്സ് ബിരുദം കരസ്ഥമാക്കി. ആ വിഷയത്തിൽ ഒന്നാം ക്ലാസോടെ പാസാവുകയെന്നത് വലിയൊരു സംഭവമായിരുന്നു. നിയമപഠനത്തിനായി മകൻ ലണ്ടനിലേക്ക് പോകണമെന്നായിരുന്നു പിതാ വിന്റെ ആഗ്രഹം. എന്നാൽ ശ്യാംറാവുവിൽ അപ്പോഴേക്കും ദേശീയ ബോധം നിറഞ്ഞുകവിഞ്ഞിരുന്നു.

ഇംഗ്ലണ്ടിൽ പോകാൻ വിസമ്മതിച്ച അദ്ദേഹം ബോംബെയിൽനിന്നു തന്നെ നിയമബിരുദം നേടി. 1927 ൽ സർവൻസ് ഓഫ് ഇന്ത്യാ സൊസൈ റ്റിയിൽ അംഗമായി. ചെറിയൊരു വേതനംപറ്റി അതിന്റെ മുഴുവൻ സമയ

പ്രവർത്തകനുമായി. 1905 ൽ ഗോപാലകൃഷ്ണഗോഖലെ സ്ഥാപിച്ചതായിരുന്നു സർവൻസ് ഓഫ് ഇന്ത്യാ സൊസൈറ്റി. സ്ഥാപകനെപ്പോലെ തന്നെ അത് ഒരു മിതവാദസംഘടനയായിരുന്നു. ദേശാഭിമാനം സംഘടനയുടെ മുഖമുദ്രയുമായിരുന്നു. സർവൻസ് ഓഫ് ഇന്ത്യാ സൊസൈറ്റിക്ക് ഒരു ട്രേഡ് യൂണിയൻ വിഭാഗമുണ്ടായിരുന്നു. എൻ എം ജോഷി അതിന്റെ തലവൻ. അങ്ങനെ സർവൻസ് ഓഫ് ഇന്ത്യാ സൊസൈറ്റിയിലൂടെ തൊഴിലാളികളുമായി ബന്ധപ്പെട്ടു. 1928 ൽ ചരിത്രപ്രധാനമായ ടെക്സ്റ്റൈൽ തൊഴിലാളി പണിമുടക്കുമായി ബന്ധപ്പെട്ടെങ്കിലും ഒരു പണിമുടക്കിന് നേതൃത്വം നൽകിയത് 1932 ലാണ്. നാലുമാസം നീണ്ടുനിന്ന കുർളയിലെ ടെക്സ്റ്റൈൽ തൊഴിലാളി പണിമുടക്ക് വിജയിച്ചില്ല. മാനേജ്മെന്റ് മിൽ ലോക്കൗട്ട് ചെയ്തു. പണിമുടക്കുവേളയിൽ രാത്രിയും പകലും എത്രയോ യോഗങ്ങളിൽ പ്രസംഗിച്ചു. എന്ത് വിഷമവും നേരിടാൻ സന്നദ്ധത പ്രകടിപ്പിച്ചു. അപ്പോൾ കമ്യൂണിസ്റ്റ് പാർട്ടിയുമായി അടുത്തു കഴിഞ്ഞിരുന്നില്ല. എങ്കിലും പണിമുടക്ക് വിജയിപ്പിക്കാൻ സി പി ഐയുടെ സഹായം തേടി. പണിമുടക്കിന് നേതൃത്വം നൽകിയതിന്റെ പേരിൽ ജയിൽശിക്ഷ അനുഭവിച്ചു.

സർവൻസ് ഓഫ് ഇന്ത്യാ സൊസൈറ്റിയിലെ മിതവാദികൾക്കിടയിൽ പരിഭ്രാന്തിയായി. ഉശിരൻ പ്രവർത്തനങ്ങൾ ഉപേക്ഷിക്കാൻ അവർ അദ്ദേഹത്തിന്റെ മേൽ സമ്മർദം ചെലുത്തി. പക്ഷേ, പരുലേക്കറുടെ ജ്വലിക്കുന്ന വിപ്ലവാവേശം തണുപ്പിക്കാൻ അവർക്കായില്ല. അതിനകം മാർക്സിസം പഠിക്കാൻ തുടങ്ങി. അതുകൊണ്ടുതന്നെ സ്വതന്ത്രമായി നിഗമനത്തിലെത്തി. വിപ്ലവരാഷ്ട്രീയവും സാമ്രാജ്യത്വവിരുദ്ധ രാഷ്ട്രീയവും തൊഴിലാളികൾക്കിടയിൽ പ്രചരിപ്പിക്കാൻ തുടങ്ങി. സാമ്പത്തിക മാത്രവാദത്തിന്റെ ചട്ടക്കൂട് തകർക്കാൻ അത് അവരെ സഹായിച്ചു.

സമ്മർദങ്ങളെയും ഭീഷണികളെയും നേരിട്ടുകൊണ്ട് തൊഴിലാളിവർഗ പ്രവർത്തനം തുടർന്നു. ഒട്ടേറെ ട്രേഡ് യൂണിയനുകളും തൊഴിലാളിവർഗ സംഘടനകളും രൂപവൽക്കരിച്ചു. നാവിക തൊഴിലാളികളെ സംഘടിപ്പിച്ചു. അതിന്റെ പേരിൽ വാടകഗുണ്ടകളുമായി ഏറ്റുമുട്ടുക പോലും ചെയ്തു. 1933–34 കാലത്ത് ബോംബെയിൽ തൊഴിലില്ലായ്മ വ്യാപകമായി. അപ്പോൾ തൊഴിലാളികളുടെ അസോസിയേഷൻ രൂപവൽക്കരിച്ചു.

ടെക്സ്റ്റൈൽ തൊഴിലാളികൾക്കിടയിൽ പ്രവർത്തനം ആരംഭിക്കുകയും നാവിക തൊഴിലാളികളെ സംഘടിപ്പിക്കുകയും ചെയ്ത ശ്യാംറാവു ബോംബെയിലെ തുകൽ തൊഴിലാളികളെയും സംഘടിപ്പിച്ചു. തുടർന്ന് അംബർനാഥിലും താനെയിലും തൊഴിലാളികളെ യൂണിയനുകളിൽ കൊണ്ടുവരുന്നതിന് സഹായകമായി പ്രവർത്തനകേന്ദ്രം അവിടേക്ക് മാറ്റി. അംബർനാഥിൽ അനവധി പണിമുടക്കുകൾക്ക് നേതൃത്വം നൽകി. അതിൽ ഏറ്റവും പ്രധാനപ്പെട്ടത് വിംകൊ മാച്ച് ഫാക്ടറിയിലെ പണിമുടക്ക്. 1936 ൽ നടന്ന ആ പണിമുടക്ക് ആറുമാസത്തിലധികം നീണ്ടു.

പണിമുടക്ക് അടിച്ചമർത്തുകയായിരുന്നു. ഒട്ടേറെ തൊഴിലാളികളുടെ മേൽ മാനേജ്മെന്റ് പ്രതികാരനടപടികൾ സ്വീകരിച്ചു. പ്രതികാരനടപടികൾക്ക് ഇരയായവരിൽ പലരും കർഷകകുടുംബങ്ങളിൽ ജനിച്ചവരായിരുന്നു. അവർ കല്യാൺ, മൂർബാദ്, ഷഹാപ്പൂർ തുടങ്ങി തൊട്ടടുത്ത താലൂക്കുകളിൽ കൃഷിക്കാരെ സംഘടിപ്പിച്ചു.

ഭൂപ്രഭുക്കളുടെ ചൂഷണത്തിനും അടിച്ചമർത്തലിനും എതിരെ 1973 –79 കാലത്ത് അനവധി സമരങ്ങൾ നടന്നു. അവയിൽ ഏറ്റവും പ്രധാനം കള്ളത്തൂക്കത്തിനും അളവിനും എതിരായി നടത്തിയ സമരമായിരന്നു. സമരം വിജയകരമായി പര്യവസാനിച്ചു. അതോടെ അത് മറ്റ് പ്രദേശങ്ങളിലേക്കും വ്യാപിച്ചു. കല്യാണിലും മൂർബാദിലും ആയിരക്കണക്കിന് കൃഷിക്കാർ പങ്കെടുത്ത കൺവൻഷനുകൾ നടന്നു. ശ്യാംറാവുവിന്റെ നേതൃത്വത്തിൽ ശേത്കാരി സംഘ് എന്ന സംഘടന രൂപംകൊണ്ടു.

1930 കളുടെ മധ്യത്തിൽ ഡോ ബി ആർ അംബേദ്കർ സ്ഥാപിച്ച ഇന്റിപെന്റന്റ് ലേബർ പാർട്ടി (ഐ എൽ പി)യിൽ അംഗമായി. കുറച്ചു കാലം അതിന്റെ സെക്രട്ടറിയായി പ്രവർത്തിച്ചു. ഇത് ജാതിവിരുദ്ധ സമരത്തിലേക്ക് ശ്യാംറാവുവിനെ കൊണ്ടെത്തിച്ചു. പിന്നീട് രാഷ്ട്രീയമായ അഭിപ്രായ വ്യത്യാസങ്ങളുണ്ടായെങ്കിലും അംബേദ്കറുമായുള്ള ബന്ധം അവസാനം വരെ നല്ലനിലയിൽ തുടർന്നു. 1937 ൽ ഐ എൽ പി സ്ഥാനാർഥിയായി രത്നഗിരി ജില്ലയിൽനിന്ന് ബോംബെ നിയമസഭയിലേക്ക് തിരഞ്ഞെടുക്കപ്പെട്ടു. തൊഴിലാളികളുടെയും കൃഷിക്കാരുടെയും മറ്റു മർദിത ജനവിഭാഗങ്ങളുടെയും താൽപ്പര്യത്തിനുവേണ്ടി നിയമസഭയിൽ വാദിച്ചു.

'ഖോതി' എന്ന പേരിൽ അറിയുന്ന ഭൂപ്രഭുസമ്പ്രദായം അവസാനിപ്പിക്കണം എന്നാവശ്യപ്പെട്ട് ബോംബെ നിയമസഭയിൽ ശ്യാംറാവു ഒരു ബിൽ അവതരിപ്പിച്ചു. കൊങ്കൺ പ്രദേശത്ത് ആ സമ്പ്രദായം വ്യാപകമായിരുന്നു. ശ്യാംറാവു അവതരിപ്പിച്ച ബില്ലിന് പിന്തുണ പ്രഖ്യാപിച്ച് 1938 ൽ 8000 കൃഷിക്കാർ നിയമസഭയുടെ മുമ്പിൽ പ്രകടനം നടത്തി. പ്രകടനത്തിൽ പങ്കെടുത്ത കൃഷിക്കാർ രത്നഗിരി ജില്ലയിൽനിന്ന് ബോട്ടിൽ കടൽമാർഗം ബോംബെയിലേക്ക് പോവുകയായിരുന്നു. സമരത്തിന്റെ ഫലമായി അവസാനം ഖോതി സമ്പ്രദായം അവസാനിപ്പിക്കപ്പെട്ടു.

1935 ജൂലായിൽ നടന്ന ഐ എൽ ഒയുടെ ലോക തൊഴിലാളി സമ്മേളനത്തിൽ ഇന്ത്യൻ തൊഴിലാളികളുടെ പ്രതിനിധിയെന്ന നിലയിൽ ശ്യാംറാവു പങ്കെടുത്തു. ഇന്ത്യയിലെ തൊഴിലാളിവർഗിന്റെ പരമദയനീയമായ അവസ്ഥയുടെ ചിത്രം അവതരിപ്പിച്ചുകൊണ്ട് അവിടെ അദ്ദേഹം ഉജ്വലമായ ഒരു പ്രസംഗം ചെയ്തു. പ്രസംഗത്തിന്റെ ചില ഭാഗങ്ങൾ തന്റെ ക്ലാസിക് കൃതിയായ *ഇന്ത്യ ടുഡെ*യുടെ രണ്ടാം പതിപ്പിൽ രജനി പാംദത്ത് ഉദ്ധരിച്ചിട്ടുണ്ട്.

1939 മെയ് 24ന് ശ്യാംറാവു പരുലേക്കർ ഗോദാവരി ഗോഖലെയെ

വിവാഹം കഴിച്ചു. 25 വർഷത്തിലധികം നീണ്ടുനിന്ന രാഷ്ട്രീയവും വ്യക്തിപരവുമായ പാർട്ണർഷിപ്പിന്റെ തുടക്കം. ഗോദാവരിയും അപ്പോൾ സർവൻസ് ഓഫ് ഇന്ത്യാ സൊസൈറ്റിയിൽ പ്രവർത്തിക്കുന്നുണ്ടായിരുന്നു.

അപ്പോഴേക്കും തങ്ങളുടെ സമ്പന്നമായ അനുഭവങ്ങളിലൂടെ, പഠനത്തിലൂടെ സ്വായത്തമാക്കിയ ആശയങ്ങളുടെ സംഘർഷങ്ങളും സംഘട്ടനങ്ങളും ശ്യാംറാവുവിന്റെയും ഗോദാവരിയുടെയും മനസിൽ നടന്നുകൊണ്ടിരിക്കുകയായിരുന്നു. സർവൻസ് ഓഫ് ഇന്ത്യാ സൊസൈറ്റിയുടെയും ഇന്റിപെന്റന്റ് ലേബർ പാർട്ടിയുടെയും പരിമിതികൾ അവർക്ക് ബോധ്യമായി. തങ്ങൾ ആഗ്രഹിക്കുന്ന സമൂലമായ മാറ്റം വരുത്തുന്നതിന് ഇവയിലൂടെ സാധിക്കുകയില്ലെന്ന നിഗമനത്തിൽ അവരെത്തി. നേരത്തെതന്നെ അവർ മാർക്സിസം പഠിക്കാൻ തുടങ്ങിയിരുന്നു. അതിന്റെ വെളിച്ചത്തിൽ സ്വന്തം വർഗസമരാനുഭവങ്ങൾ പരിശോധിച്ചുനോക്കി. ആ പ്രക്രിയ 1938-39 കാലത്ത് അവരെ കമ്യൂണിസ്റ്റ് പാർട്ടിയുമായി അടുപ്പിച്ചു. രണ്ടാം ലോകമഹായുദ്ധം ആരംഭിച്ചതോടെ ആ പ്രക്രിയ പൂർത്തിയായി.

യുദ്ധം തുടങ്ങിയതോടെ സർവൻസ് ഓഫ് ഇന്ത്യാ സൊസൈറ്റിക്കകത്ത് കടുത്ത ആശയസമരം. അത് സംഘടനയെ ഗുരുതരമായ പ്രതിസന്ധിയിൽ എത്തിച്ചു. അതിനെക്കുറിച്ച് സവിസ്തരം പ്രതിപാദിക്കുന്നുണ്ട്. 1972 ൽ വി ബി കാർണിക് പ്രസിദ്ധീകരിച്ച എൻ എം ജോഷിയുടെ ജീവചരിത്രത്തിൽ. പ്രസക്തഭാഗം ഉദ്ധരിക്കട്ടെ:

> ആ ഘട്ടത്തിൽ അരഡസൻ ആളുകൾക്ക് സൊസൈറ്റിയിൽ പുതുതായി അംഗത്വം നൽകി. സാമൂഹിക-സാമ്പത്തിക-രാഷ്ട്രീയ മേഖലകളിൽ ഉശിരൻ നയം പിന്തുടരണമെന്ന അഭിപ്രായക്കാരായിരുന്നു ഈ ചെറുപ്പക്കാർ. അവർ പഴയതും മിതവാദപരവും ഭരണഘടനാപരവുമായ മാർഗത്തിൽ വിശ്വസിച്ചില്ല. സൊസൈറ്റി കാലഹരണപ്പെട്ട അതിന്റെ പാത ഉപേക്ഷിക്കണമെന്നും കാലത്തിനൊത്ത് നീങ്ങണമെന്നും രാജ്യത്ത് വളർന്നുവരുന്ന ബഹുജനസമരങ്ങളിൽ പങ്കെടുക്കണമെന്നുമായിരുന്നു അവരുടെ അഭിപ്രായം. അവരിൽ ഏറ്റവും ഉശിരനായ, ഊർജസ്വലനായ ചെറുപ്പക്കാരനായിരുന്നു എസ് വി പരുലേക്കർ. പിന്നീട് അദ്ദേഹം കമ്യൂണിസ്റ്റ് പാർട്ടിയിലും കുറേക്കൂടി കഴിഞ്ഞപ്പോൾ അതിനേക്കാൾ സമരോത്സുകമായ മാർക്സിസ്റ്റ് കമ്യൂണിസ്റ്റ് പാർട്ടിയിലും അംഗമായി. ട്രേഡ് യൂണിയൻ-കർഷക പ്രസ്ഥാനങ്ങളിൽ അദ്ദേഹം സജീവമായി. സൊസൈറ്റിയുടെ അംഗീകൃത വീക്ഷണത്തിൽനിന്ന് വ്യത്യസ്തമായിരുന്നു അദ്ദേഹത്തിന്റെ സാമൂഹിക-രാഷ്ട്രീയ വീക്ഷണങ്ങൾ. ജോഷിയുടെ ശുപാർശ പ്രകാരം സൊസൈറ്റിയിൽ അംഗത്വം നൽകുകയും പിൽക്കാലത്ത് പരുലേക്കറെ വിവാഹം

> കഴിക്കുകയും ഇടതുപക്ഷ കമ്യൂണിസ്റ്റ് പ്രസ്ഥാനത്തിൽ അദ്ദേഹത്തോടൊപ്പം സജീവമാവുകയും ചെയ്ത മിസ് ഗോദാവരി ഗോഖലെയെപ്പോലുള്ള ചില യുവ അംഗങ്ങൾ സൊസൈറ്റിയുടെ വ്യവസ്ഥാപിത പാരമ്പര്യത്തിന് അനുസൃതമായിട്ടല്ലാതെ തങ്ങളുടെ പ്രവർത്തനം നടത്തുന്നുണ്ടായിരുന്നു.

ജീവചരിത്രത്തിലെ ഈ ഭാഗത്തുതന്നെ അംബർനാഥിലെ വിംകൊ ഫാക്ടറി തൊഴിലാളികളെ അഭിസംബോധന ചെയ്തുകൊണ്ട് ശ്യാംറാവു നടത്തിയ പ്രസംഗത്തിൽനിന്ന് ഒരു ഭാഗം കൊടുത്തിട്ടുണ്ട്. ആ പ്രസംഗം പ്രാദേശിക കോൺഗ്രസ് നേതാക്കളെ ചൊടിപ്പിക്കുകയും പ്രകോപിതരാക്കുകയും ചെയ്തു, അവർ ഇക്കാര്യത്തെക്കുറിച്ച് മഹാത്മാഗാന്ധിക്ക് ആക്ഷേപം ബോധിപ്പിച്ചു. ശ്യാംറാവു കൃത്യമായി എന്താണ് പറഞ്ഞത് എന്നതിനെക്കുറിച്ച് തനിക്ക് റിപ്പോർട്ട് സമർപ്പിക്കാൻ മഹാത്മാഗാന്ധി എൻ എം ജോഷിക്കെഴുതി. 1938 ഡിസംബർ നാലിന് ആ കത്തിന് എൻ എം ജോഷി നീണ്ട ഒരു മറുപടി എഴുതി. ആ മറുപടി പൂർണമായും തന്റെ പുസ്തകത്തിൽ കാർണിക് എടുത്തുചേർത്തിട്ടുണ്ട്. അതിൽ ജോഷി ശ്യാംറാവുവിനെ ന്യായീകരിച്ചു എന്നുമാത്രമല്ല അദ്ദേഹത്തിനെതിരെ ആക്ഷേപം ബോധിപ്പിച്ച കോൺഗ്രസ് നേതാക്കളെ തുറന്നുകാട്ടുകകൂടി ചെയ്തു.

രണ്ടാം ലോകമഹായുദ്ധം പൊട്ടിപ്പുറപ്പെട്ടപ്പോൾ സർവൻസ് ഓഫ് ഇന്ത്യാ സൊസൈറ്റിക്കകത്ത് മൂന്നു തരത്തിലുള്ള അഭിപ്രായങ്ങൾ ഉയർന്നുവന്നു. ബ്രിട്ടീഷുകാരുടെ യുദ്ധയത്നങ്ങൾക്ക് നിരുപാധിക പിന്തുണ നൽകണം എന്നതായിരുന്നു ഒരു അഭിപ്രായം. വി എസ് ശ്രീനിവാസശാസ്ത്രി, എച്ച് എൻ കുൻസ്റു തുടങ്ങിയ സമുന്നത നേതാക്കളുടെ അഭിപ്രായം ഇതായിരുന്നു. സോപാധിക പിന്തുണ നൽകണം എന്ന രണ്ടാമത്തെ അഭിപ്രായത്തിന്റെ കൂടെയായിരുന്നു എൻ എം ജോഷി. പരുലേക്കറും മറ്റും യുദ്ധത്തെ അതിനിശിതമായി എതിർക്കണമെന്ന മൂന്നാമത്തെ അഭിപ്രായം പ്രകടിപ്പിച്ചു.

വിശ്വസ്തരായ ചില ആളുകൾക്കുമാത്രം നൽകാനായി ഒരു കത്ത് മൂന്നാമത് പറഞ്ഞ വിഭാഗത്തിൽപ്പെട്ട ആളുകൾ 1939 സെപ്തംബർ 18ന് എഴുതി തയാറാക്കി. പരുലേക്കർമാരും മറ്റു മൂന്നുപേരുമാണ് അതിൽ ഒപ്പിട്ടത്. ആ കത്ത് തയാറാക്കിയത് ശ്യാംറാവു ആയിരിക്കണം. തികഞ്ഞ വ്യക്തതയോടെ അതിലെഴുതി:

> യുദ്ധത്തിൽ ബ്രിട്ടൻ ഉൾപ്പെട്ടിട്ടുണ്ട്. നമ്മുടെ ദേശീയ താൽപ്പര്യങ്ങൾ ബ്രിട്ടന്റെ താൽപ്പര്യങ്ങൾക്ക് എതിരാണ്... ചൂഷകരും ചൂഷിതരും തമ്മിലുള്ള ബന്ധമാണ് അവരും നമ്മളും തമ്മിലുള്ളത്. നാം ബ്രിട്ടന് കൊടുക്കുന്ന ഏതൊരു പിന്തുണയുടെയും ഫലം ചൂഷകരുടെ കരങ്ങൾ ശക്തിപ്പെടുത്തുക തന്നെ ചെയ്യും. രാഷ്ട്രത്തിന്റെ ചരിത്രത്തിൽ ഇതുപോലുള്ള പ്രതിസന്ധികൾ അപൂർവ

> മായിരിക്കും. അങ്ങനെയുള്ള പ്രതിസന്ധിയിൽനിന്ന് മുതലെടുപ്പ് നടത്താതിരിക്കുക എന്നതിനർഥം, പ്രാഥമികമായും പ്രധാനപ്പെട്ട നമ്മുടെ ദേശീയ താൽപ്പര്യങ്ങളെ വഞ്ചിക്കുക എന്നായിരിക്കും. അതുകൊണ്ട് യുദ്ധത്തോടുള്ള നമ്മുടെ സമീപനം വിട്ടുവീഴ്ചയില്ലാത്ത എതിർപ്പിന്റേതായിരിക്കണമെന്ന് ഞങ്ങൾ വിചാരിക്കുന്നു. അതിനാൽ ബ്രിട്ടന് ഏത് തരത്തിലുള്ള സഹായവും നൽകുകയെന്ന നയത്തിനെതിരെ നാം നിരന്തരം പ്രക്ഷോഭവും പ്രചാരണം നടത്തണം. പോളണ്ടിലെ ജനങ്ങളോടാണ് നമ്മുടെ അനുഭാവം മുഴുവൻ. ജർമനിയെ എതിർക്കുന്നതുപോലെതന്നെ നാം ബ്രിട്ടനെയും എതിർക്കും.

സാമ്രാജ്യത്വയുദ്ധത്തോട് എതിർപ്പ് പ്രകടിപ്പിച്ചുകൊണ്ട് കത്ത് വിതരണം ചെയ്യുകയെന്നതിൽ മാത്രം ശ്യാംറാവുവും സഹധർമിണിയും ഒതുങ്ങിനിന്നില്ല. അവർ യുദ്ധവിരുദ്ധ ക്യാമ്പെയിനിൽ ആണ്ടിറങ്ങി. പല സ്ഥലങ്ങളും സന്ദർശിച്ചു. ചൂഷണവും അനീതിയും അടിച്ചമർത്തലും തുറന്നുകാട്ടി. കമ്യൂണിസ്റ്റ് പാർട്ടി നേതാക്കളോടൊപ്പം ബോംബെയിൽ ആദ്യത്തെ യുദ്ധവിരുദ്ധ പണിമുടക്ക് സംഘടിപ്പിക്കുന്നതിനെ സഹായിച്ചു.

1940 മാർച്ച് 3 ന് വർധിച്ച ക്ഷാമബത്തയ്ക്കുവേണ്ടി ബോംബെയിലെ തൊഴിലാളികൾ പണിമുടക്കി. ഒരാഴ്ചയ്ക്കകം ബി ടി രണദിവെ, എസ് എ ഡാങ്കെ, എസ് എസ് മിറാജ്കർ തുടങ്ങിയ പ്രമുഖ കമ്യൂണിസ്റ്റ് തൊഴിലാളി നേതാക്കൾ അറസ്റ്റിലായി. ഒരാഴ്ച കഴിഞ്ഞപ്പോൾ ശ്യാംറാവുവും മറ്റുനേതാക്കളും യുദ്ധവിരുദ്ധ പ്രസംഗങ്ങൾ നടത്തിയതിന്റെ പേരിൽ അറസ്റ്റ് ചെയ്യപ്പെട്ടു. രണ്ടുവർഷം ജയിലിൽ കിടക്കേണ്ടിവന്നു.

പരുലേക്കർമാർ അറസ്റ്റിലായതോടെ സർവൻസ് ഓഫ് ഇന്ത്യാ സൊസൈറ്റിയിലെ മിതവാദി നേതാക്കൾ അവർക്കെതിരെ ചാടിവീണു. സൊസൈറ്റിയിൽ അവർക്കുള്ള അംഗത്വം റദ്ദാക്കി. അവരുടെ കൂടെനിന്ന എൻ എം ജോഷിയെയും സൊസൈറ്റിയിൽ നിന്നൊഴിവാക്കി. അങ്ങനെ ശ്യാംറാവുവിന്റെ ജീവിതത്തിലെ ഒരു അധ്യായത്തിന് തിരശീല വീണു.

ജയിൽ മോചിതനായ ഉടൻ കമ്യൂണിസ്റ്റ് പാർട്ടിയിൽ അംഗത്വം സ്വീകരിച്ചു. സമ്പന്നമായ അനുഭവം. മാർക്സിസം–ലെനിനിസത്തിൽ അതിനകം നേടിയ പാണ്ഡിത്യം – ഇവ കാരണം പാർട്ടിയിൽ ചേർന്നയുടൻ അതിന്റെ നേതൃനിരയിലെത്തി. അസാധാരണമായ കാര്യശേഷിയോടും കറകളഞ്ഞ അർപ്പണബോധത്തോടും പാർട്ടി ഏൽപ്പിച്ച ഭാരിച്ച ഉത്തരവാദിത്തം നിറവേറ്റി. ജയിലിൽനിന്ന് പുറത്തുവന്ന് പാർട്ടി അംഗത്വം സ്വീകരിച്ച് ഉടൻ സംഘടനാകാര്യത്തിലാണ് ശ്രദ്ധ പതിപ്പിച്ചത്. റിപ്പോർട്ടുകളും ലഘുലേഖകളുമെഴുതി. സൈദ്ധാന്തിക പ്രശ്നങ്ങൾ ചർച്ച ചെയ്തു. മഹാരാഷ്ട്രയിൽ കമ്യൂണിസ്റ്റ് പാർട്ടിയുടെ അടിത്തറ ശക്തിപ്പെടുത്താൻ തന്റെ സ്വാധീനം ഉപയോഗിച്ചു. അദ്ദേഹത്തിന്റെ ശ്രമ

ഫലമായി അംബർനാഥിലും മറ്റു സ്ഥലങ്ങളിലും പാർട്ടിയുടെ ശക്തമായ ഘടകങ്ങൾ രൂപംകൊണ്ടു.

താമസിയാതെ അദ്ദേഹവും ഗോദാവരിയും കൃഷിക്കാരെ സംഘടിപ്പിക്കുന്ന പ്രവർത്തനത്തിൽ വ്യാപൃതരായി. ജീവിതത്തിലെ അവശേഷിച്ച കാലം മുഴുവൻ കർഷകരംഗത്ത് പ്രവർത്തിച്ചു. അഖിലേന്ത്യാ കിസാൻസഭ ശ്യാംറാവുവിനെ മഹാരാഷ്ട്രയിലെ അതിന്റെ സംഘാടകനായി നിശ്ചയിച്ചു. 1944 മാർച്ചിൽ വിജയവാഡയിൽ ചേർന്ന കിസാൻ സഭാ സമ്മേളനത്തിൽ പരുലേക്കർമാർ സംബന്ധിച്ചു. അവിടെവെച്ച് പി സുന്ദരയ്യ, എം ബസവപുന്നയ്യ തുടങ്ങിയവരെ കണ്ടുമുട്ടി. ജീവിതാവസാനം വരെ അവരുമായുള്ള ഉറ്റബന്ധം നിലനിർത്തി. മഹാരാഷ്ട്ര കിസാൻസഭയുടെ ആദ്യസമ്മേളനം നടത്താൻ വിജയവാഡയിൽ വെച്ചു തന്നെ അവർ തീരുമാനിച്ചു.

അങ്ങനെ 1945 ജനുവരി 12 ന് മഹാരാഷ്ട്ര കിസാൻസഭയുടെ സ്ഥാപക സമ്മേളനം ഠാണ ജില്ലയിലെ തിത്വാലയിൽ നടന്നു. സംസ്ഥാനത്തിന്റെ എല്ലാ ഭാഗങ്ങളിൽനിന്നുമായി 7000 പ്രതിനിധികൾ പങ്കെടുത്തു. പി സുന്ദരയ്യ, പി കൃഷ്ണപിള്ള, ബി ടി രണദിവെ, എം എ റസൂൽ, സർദാർ തേജാസിങ്, എൻ എം ജോഷി തുടങ്ങി അതികായർ സംബന്ധിച്ചു. ശ്യാംറാവുവിനെ ജനറൽ സെക്രട്ടറിയായും ഗോദാവരിയെ ജോയിന്റ് സെക്രട്ടറിയായും തിരഞ്ഞെടുത്തു.

സമ്മേളന പ്രചാരണ പ്രവർത്തനങ്ങൾക്കിടയിലാണ് ശ്യാംറാവു താനെ ജില്ലയിലെ ആദിവാസി കേന്ദ്രം ആദ്യമായി സന്ദർശിക്കാനിടയായത്. ഇവിടത്തെ പ്രധാനപ്പെട്ട ഗിരിവർഗ വിഭാഗം വർളികൾ എന്ന പേരിലറിയപ്പെടുന്നു. ഒരു നൂറ്റാണ്ടോളം ഇവർക്ക് ഭൂപ്രഭുക്കളിൽനിന്ന് നേരിടേണ്ടിവന്ന ചൂഷണത്തിന്റെയും അടിച്ചമർത്തലിന്റെയും കഥ ശ്യാംറാവുവിന്റെ ഹൃദയത്തെ വല്ലാതെ സ്പർശിച്ചു. അവരുടെ ദയനീയ സ്ഥിതിക്ക് പരിഹാരം കാണാൻ പരിശ്രമിക്കുമെന്ന് പ്രതിജ്ഞയെടുത്തുകൊണ്ടാണ് അവിടെനിന്ന് മടങ്ങിയത്. ഈ പ്രദേശത്തുനിന്ന് 15 ഗിരിവർഗ പ്രതിനിധികൾ തിത്വാല സമ്മേളനത്തിൽ പങ്കെടുത്തു. അവരിലൊരാൾ തങ്ങളുടെ പരിതാപകരമായ സ്ഥിതി തങ്ങളുടേതായ ശൈലിയിൽ വിവരിച്ചപ്പോൾ പ്രതിനിധികളാകെ ഞെട്ടിത്തരിച്ചുപോയി. സമ്മേളനത്തിൽനിന്ന് ആവേശമുൾക്കൊണ്ട ആദിവാസി പ്രതിനിധികൾ ചെങ്കൊടിയുമേന്തിയാണ് മടങ്ങിയത്. തങ്ങളുടെ പ്രദേശത്തുവന്ന് തങ്ങളുടെ സമരത്തെ സഹായിക്കാൻ കിസാൻസഭാ പ്രവർത്തകരെ അവർ ക്ഷണിച്ചു.

ശ്യാംറാവുവും ഗോദാവരിയും ആ പ്രദേശത്തിന്റെ ഓരോ മുക്കിലും മൂലയിലും സഞ്ചരിച്ചു. അവരുടെ കൂടെ താമസിച്ചു. അവരുണ്ടാക്കിയ ഭക്ഷണം കഴിച്ചു. അവരിൽ ഒരാളെപ്പോലെ ജീവിച്ചു. അവരുടെ സുഖങ്ങളിലും ദുഃഖങ്ങളിലും പങ്കുകൊണ്ടു. 1945 മെയ് 23 ന് ഉംബർഗോൺ താലൂക്കിലെ സാരി വില്ലേജിൽ അയ്യായിരത്തിൽപ്പരം ആദിവാസികൾ – അവരിൽ 500ൽപ്പരം പേർ സ്ത്രീകളായിരുന്നു – പങ്കെടുത്ത ഒരു സമ്മേ

ളനം വിളിച്ചുകൂട്ടി. ശ്യാംറാവുവും ഗോദാവരിയും സമ്മേളനത്തിൽ പ്രസം ഗിച്ചു. സമ്മേളനം വിട്ടുവീഴ്ചയില്ലാത്ത പോരാട്ടത്തിന് ആഹ്വാനം നൽകി. അങ്ങനെ ഒരു നൂറ്റാണ്ട് നീണ്ട അടിമത്തത്തിനും അടിമവേലയ്ക്കും കാട ടിമത്തത്തിനും വർധിച്ച പാട്ടത്തിനും സർവോപരി മനുഷ്യത്വരഹിതമായ അടിച്ചമർത്തലിനും ചൂഷണത്തിനും എതിരെ വർളി ആദിവാസികളുടെ സമരം തുടങ്ങി. 1945 ൽ ആരംഭിച്ച സമരത്തിന്റെ ഒന്നാംഘട്ടം 1947 ൽ വിജയപൂർവം പര്യവസാനിച്ചു. 1945–46 ഘട്ടത്തിൽ ബ്രിട്ടീഷ് ഗവൺമെന്റും 1946–47 ഘട്ടത്തിൽ കോൺഗ്രസിന്റെ ഇടക്കാലവ ഗവൺമെന്റും അതിനെതിരെ മർദനം അഴിച്ചുവിട്ടു. അങ്ങനെ സ്വാതന്ത്ര്യ ലബ്ധിക്കുമുമ്പുതന്നെ ചൂഷകവർഗങ്ങളുടെ രാഷ്ട്രീയ ഏജന്റ് എന്ന നിലയിൽ കോൺഗ്രസ് അതിന്റെ തനിനിറം പുറത്തുകാട്ടി.

1947 ൽ ആദിവാസി സമരത്തിന്റെ ഒന്നാംഘട്ടം വിജയത്തിലെത്താ റായപ്പോൾ സമരത്തെക്കുറിച്ച് ശ്യാംറാവു ഇംഗ്ലീഷിൽ ഒരു പുസ്തകമെ ഴുതി – *ആദിവാസികളുടെ സമരം.* താൻതന്നെ സമരത്തിന്റെ പ്രധാന നേതാക്കളിലൊരാളായിരുന്നെങ്കിലും പുരോഗമന ചരിത്രകാരന്റെ വസ്തു നിഷ്ഠവീക്ഷണത്തോടെ സമരത്തെയാകെ അദ്ദേഹം വിശകലനം ചെയ്തു. പിൽക്കാലത്ത് ഗോദാവരിയുമെഴുതി. ആ സമരത്തെക്കുറിച്ച് ഒരു പുസ്തകം — *മനുഷ്യരുണരുമ്പോൾ.*

1948 ൽ ഇന്ത്യൻ കമ്യൂണിസ്റ്റ് പാർട്ടിയുടെ രണ്ടാമത്തെ കോൺഗ്രസ്. അതിനെത്തുടർന്ന് കോൺഗ്രസ് ഗവൺമെന്റ് പാർട്ടിയെ നിരോധിച്ചു. ശ്യാംറാവു ഒളിവിൽപ്പോയി. ഗോദാവരിയും. അടുത്ത മൂന്നുവർഷം ഒളി വിലിരുന്നുകൊണ്ട് പാർട്ടിയെ നയിച്ചു. ഏറ്റവും വലിയ പരീക്ഷണഘട്ട മായിരുന്നു അത്. ആ ഘട്ടത്തിൽ വർളി പ്രദേശത്തെ പാർട്ടിയെയാകെ ഗവൺമെന്റ് തച്ചമർത്തി. 1951 ൽ പരുലേക്കർ ദമ്പതികൾ അറസ്റ്റിലായി. അവരുടെ അസാന്നിധ്യത്തിൽ പാർട്ടിക്കകത്തെ പരിഷ്കരണവാദികൾ അവർക്കെതിരെ ഒരു തുറന്ന യുദ്ധം തന്നെ നടത്തിയതായി ബി ടി രണ ദിവെ അദ്ദേഹത്തെ അനുസ്മരിച്ചുകൊണ്ടെഴുതിയ ലേഖനത്തിൽ വെളി പ്പെടുത്തി. 1952 ലെ തിരഞ്ഞെടുപ്പിൽ അവർ അദ്ദേഹത്തെ സ്ഥാനാർഥി യാക്കാൻപോലും തയാറായില്ല. രണ്ടുവർഷത്തെ ജയിൽവാസത്തിനു ശേഷം പുറത്തുവന്ന ശ്യാംറാവുവും ഗോദാവരിയും ആദിവാസികൾക്കും കൃഷിക്കാർക്കുമിടയിലെ പ്രവർത്തനം തുടർന്നു.

1955 ജൂലായ്–ആഗസ്ത് മാസങ്ങളിൽ പോർത്തുഗീസ് കോളനിയായ ദാദ്ര–നാഗർഹവേലി മോചിപ്പിക്കുന്നതിൽ കമ്യൂണിസ്റ്റ് പാർട്ടിയുടെ നേതൃ ത്വത്തിൽ വർളികൾ സുപ്രധാന പങ്കുവഹിച്ചു. ദാദ്ര–നാഗർഹവേലിയിലെ വർളികൾ ഇന്ത്യൻ ഭാഗത്തെ വർളികളുടെ സമരത്തിൽനിന്ന് ആവേശ മുൾക്കൊണ്ട് പരുലേക്കർമാരുടെ നിർദേശാനുസരണം പോർത്തുഗീസു കാർക്കെതിരെ സമരത്തിന് ഇറങ്ങുകയായിരുന്നു. അവസാനം പോർത്തു ഗീസുകാർ ഇന്ത്യാ ഗവൺമെന്റിന് കീഴടങ്ങി. അതോടൊപ്പം അവിടെ കർഷകസമരവും നടന്നു. ആ പ്രദേശത്തേക്ക് കടക്കാൻ പരുലേക്കർമാരെ

അനുവദിച്ചില്ല. എങ്കിലും വർളി സ്ക്വാഡുകൾ രഹസ്യമായി നുഴഞ്ഞു കയറി അവിടെ കർഷകസമരം സംഘടിപ്പിച്ചു.

1957 ലെ തിരഞ്ഞെടുപ്പിൽ ഠാണ ജില്ലയിൽനിന്ന് ശ്യാംറാവും പാർലമെന്റിലേക്ക് മത്സരിച്ചു. വമ്പിച്ച ഭൂരിപക്ഷത്തോടെ വിജയിച്ചു. അതിന് തൊട്ടുമുമ്പ് ഭാഷാടിസ്ഥാനത്തിൽ സംസ്ഥാനങ്ങൾ പുനഃസംഘടിപ്പിക്കണം എന്നാവശ്യപ്പെട്ടുകൊണ്ടുള്ള ജനാധിപത്യപരമായ സമരത്തിന്റെ ഭാഗമായി സംയുക്ത മഹാരാഷ്ട്രയ്ക്കുവേണ്ടിയുള്ള വമ്പിച്ച പ്രക്ഷോഭം നടന്നു. അത് നയിച്ചവരിലൊരാൾ ശ്യാംറാവു. അതിന്റെ പേരിൽ ഒരുവർഷത്തെ തടവുശിക്ഷ അനുഭവിക്കേണ്ടിവന്നു. വാസ്തവത്തിൽ 1957 ലെ തിരഞ്ഞെടുപ്പു വിജയത്തിൽ ഈ സമരത്തിലെ പങ്കാളിത്തം സുപ്രധാന പങ്കുവഹിച്ചു.

1957 മുതൽ 1961 വരെ പാർലമെന്റ് അംഗമായി. അപ്പോൾ കമ്യൂണിസ്റ്റുകാരൻ എങ്ങനെ പാർലമെന്റിനെ ഉപയോഗിക്കണമെന്ന കാര്യം മറന്നില്ല. ബഹുജനസമരങ്ങളുടെ കാര്യം വിസ്മരിച്ചില്ല. അംബർനാഥിലെയും കല്യാണിലെയും തൊഴിലാളികൾക്കും ഠാണയിലെ വർളികൾക്കും നേതൃത്വം നൽകി അടിപതറാതെ അവർക്കൊപ്പം നിന്നു.

1950 കളുടെ രണ്ടാം പകുതിയിലും 60കളുടെ ആദ്യവും ഇന്ത്യൻ കമ്യൂണിസ്റ്റ് പ്രസ്ഥാനത്തിനകത്ത് കടുത്ത അഭിപ്രായ വ്യത്യാസമുണ്ടായി. വാസ്തവത്തിൽ അതിനുമുമ്പുതന്നെ റിവിഷനിസ്റ്റ് ഡാങ്കെ നേതൃത്വത്തിന്റെ നിരന്തരമായ എതിർപ്പിനെ താനെ ജില്ലയിലെ പാർട്ടിക്ക് നേരിടേണ്ടിവന്നു. ആദിവാസി സഖാക്കളുടെ മെമ്പർഷിപ്പിന്റെ എണ്ണം ശരിയാണോ എന്നു പരിശോധിക്കാൻ ഡാങ്കെ നേതൃത്വം ഒരു കമ്മീഷനെ നിയമിക്കുന്നേടത്തോളം പോയി.

മാർക്സിസം-ലെനിനിസം ഉയർത്തിപ്പിടിച്ചുകൊണ്ട് പരിഷ്കരണവാദത്തിനും തിരുത്തൽവാദത്തിനുമെതിരെ വിട്ടുവീഴ്ച കൂടാതെ പോരാടിയപ്പോൾ മഹാരാഷ്ട്രയിലെ അവസരവാദികൾ അദ്ദേഹത്തിനെതിരെ തിരിഞ്ഞു. വിജയവാഡാ കോൺഗ്രസിൽ അദ്ദേഹത്തെ നാഷണൽ കൗൺസിലിൽനിന്നു പുറത്തുനിർത്താൻ പോലും തീവ്രശ്രമം നടത്തി. മഹാരാഷ്ട്രാ പ്രതിനിധികളിൽ ഭൂരിപക്ഷവും തിരുത്തൽവാദികളുടെ കൂടെയായിരുന്നു. പരുലേക്കറുടെ പേര് നാഷണൽ കൗൺസിലിലേക്ക് അവർ നിർദേശിച്ചില്ല. എങ്കിലും നാഷണൽ കൗൺസിലിലേക്ക് തിരഞ്ഞെടുക്കപ്പെട്ടു.

തൊഴിലാളിവർഗ സാർവദേശീയത്വം അദ്ദേഹം എല്ലായ്പ്പോഴും മുറുകെപ്പിടിച്ചു. സ്റ്റാലിന്റെ ചില തെറ്റുകളെ സോവിയറ്റ് പാർട്ടി നേതൃത്വം വിമർശിക്കേണ്ട താമസം, മഹാരാഷ്ട്രാ പാർട്ടിയിലെ അവസരവാദികൾ തൊഴിലാളിവർഗ സർവാധിപത്യം എന്ന സങ്കൽപ്പനം പാടെ ഉപേക്ഷിക്കണമെന്ന് വാദിച്ചു. ഹംഗറിയിൽ പ്രതിവിപ്ലവത്തെ അടിച്ചമർത്താൻ സോവിയറ്റ് ചെമ്പട പ്രവേശിച്ചപ്പോഴും അവരുടെ ഈ അവസരവാദം പ്രകടമായി. അവർ ചെമ്പടയെ ഹംഗറിയിൽനിന്ന് പിൻവലിക്കണമെന്നാ

വശ്യപ്പെട്ടു. ആ അവസരവാദികൾക്കെതിരെ ശ്യാംറാവു വ്യക്തമായ നിലപാടെടുത്തു.

1962 ഒക്ടോബർ തികഞ്ഞ പരീക്ഷണഘട്ടത്തിന് സാക്ഷ്യം വഹിച്ചു. ഇന്ത്യാ-ചൈനാ അതിർത്തിത്തർക്കപ്രശ്നത്തിൽ തിരുത്തൽവാദികൾ തികച്ചും സങ്കുചിത ദേശീയവാദപരമായ നിലപാട് സ്വീകരിച്ചു. അപ്പോൾ ഇരുരാജ്യങ്ങളിലെയും ജനങ്ങൾക്ക് തങ്ങളുടെ ശക്തി മുഴുവൻ സമാധാനത്തിനും ജനാധിപത്യത്തിനും സോഷ്യലിസത്തിനും ഉപയോഗിക്കാൻ കഴിയത്തക്കവിധം തർക്കം സമാധാനപരമായി പരിഹരിക്കണമെന്ന ആവശ്യത്തിന്റെ കൂടെ അദ്ദേഹം നിലയുറപ്പിച്ചു. അതിന്റെ പേരിൽ 1962 നവംബർ 7ന് അറസ്റ്റിലായി. മറ്റുള്ളവരെ മോചിപ്പിച്ചതിനു ശേഷവും ബി ടി ആർ തുടങ്ങിയവരോടൊപ്പം ജയിലിൽത്തന്നെ പാർപ്പിച്ചു. അതിനാൽ കൽക്കത്തയിൽ നടന്ന ഏഴാം പാർട്ടി കോൺഗ്രസിൽ പങ്കെടുക്കാൻ കഴിഞ്ഞില്ല. എങ്കിലും തന്റെ അഭാവത്തിൽ അദ്ദേഹത്തെ സി പി ഐ (എം) കേന്ദ്രകമ്മിറ്റിയിലേക്ക് എടുത്തു.

പാർട്ടിയിലും തൊഴിലാളി-കർഷക പ്രസ്ഥാനങ്ങളിലും സുപ്രധാന സ്ഥാനം വഹിച്ചിട്ടുണ്ട്. 1948 ൽ കൽക്കത്തയിൽ നടന്ന പാർട്ടി കോൺഗ്രസ് കേന്ദ്രകമ്മിറ്റിയിലേക്ക് തിരഞ്ഞെടുത്തു. 1958 ലെ അമൃത്സർ കോൺഗ്രസ് നാഷണൽ കൗൺസിലിലേക്കും എ ഐ ടി യു സിയുടെ അസിസ്റ്റന്റ് സെക്രട്ടറിയായും കിസാൻസഭയുടെ മഹാരാഷ്ട്ര സെക്രട്ടറിയായും പ്രവർത്തിക്കുകയുണ്ടായി.

അദ്ദേഹത്തിന് പക്ഷേ, സി പി ഐ (എം) കെട്ടിപ്പടുക്കുന്ന പ്രവർത്തനത്തിലേർപ്പെടാൻ കഴിഞ്ഞില്ല. കാരണം, ജയിലിൽനിന്ന് പുറത്തുവരാൻ സാധിച്ചില്ല. അതിനുമുമ്പ്, 1965 ആഗസ്ത് 3ന് ജയിലിൽവെച്ച് ഹൃദയസ്തംഭനം മൂലം നിര്യാതനായി.

ബി ശ്രീനിവാസ റാവു

1907 - 1961

തമിഴ്നാട്ടിൽ കമ്യൂണിസ്റ്റ്–കർഷകപ്രസ്ഥാനങ്ങളുടെ സ്ഥാപക നേതാക്കളിൽ ഒരാളായിരുന്നു ശ്രീനിവാസ റാവു. സ്വാതന്ത്ര്യസമരത്തിലും സുപ്രധാന പങ്കുവഹിച്ചു.

പാർട്ടി വൃത്തങ്ങളിലും തമിഴ്നാട്ടിലും ബി എസ് ആർ എന്ന മൂന്നക്ഷരത്തിൽ അറിയപ്പെട്ട ബി ശ്രീനിവാസ റാവു 1907 ഏപ്രിൽ 10–ന് ഇപ്പോഴത്തെ കർണാടക സംസ്ഥാനത്തിൽപ്പെട്ട ബഡകരയിൽ ജനിച്ചു. ബഡകര അപ്പോൾ മദിരാശി സംസ്ഥാനത്തിൽപ്പെട്ട സ്ഥലം. പിതാവ്: രാമചന്ദ്രറാവു. ബി എസ് ആർ ബാംഗ്ലൂരിൽ ഇന്റർമീഡിയറ്റിന് പഠിച്ചു. അദ്ദേഹത്തിന്റെ ആദ്യകാല ജീവിതം ആരും രേഖപ്പെടുത്തിയിട്ടില്ല. 1930മുതലുള്ള ജീവിതത്തെക്കുറിച്ച് മാത്രമേ ലോകം അറിയൂ.

1930–ൽ ശ്രീനിവാസ റാവു മദിരാശിയിലെത്തി. വിദേശവസ്ത്രഷോപ്പ് ബഹിഷ്കരണ പരിപാടിയിൽ സജീവമായി – ഇപ്പോൾ ചൈന ബസാർ എന്ന പേരിലറിയുന്ന ജോർജ് ടൗൺ പ്രദേശത്ത് പ്രസിദ്ധമായ ഒരു വിദേശ വസ്ത്രഷോപ്പ് അദ്ദേഹം പിക്കറ്റുചെയ്തു. പിക്കിറ്റിങ്ങിനിടയിൽ പൊലീസ് അതിഭീകരമായി മർദിച്ചു. അദ്ദേഹം ബോധരഹിതനായി. ബി എസ് ആറിന്റെ അവസ്ഥയിൽ അനുഭാവം തോന്നിയ ഒരു കുടുംബം ഏതാനും ദിവസം അദ്ദേഹത്തിന് അഭയം നൽകി. ടി പ്രകാശത്തിന്റെ നേതൃത്വത്തിൽ നടന്ന ഉപ്പുസത്യഗ്രഹത്തിൽ ബുളുമ്പു സാംബമൂർത്തി, കാസാ സുബ്ബറാവു, ദുർഗാ ബായി തുടങ്ങിയവരോടൊപ്പം അരോഗദൃഢഗാത്രനായ

അദ്ദേഹവും പങ്കാളിയായി. അക്കാലത്തെക്കുറിച്ച് അദ്ദേഹത്തിന്റെ സഹ പ്രവർത്തകനായിരുന്ന എസ് സുബ്രഹ്മണ്യ ശർമ എഴുതി:

> വിദേശവസ്ത്ര ബഹിഷ്കരണത്തിൽ ചൈനാ ബസാറിലുള്ള കടകളെ സഖാവ് ഒറ്റയ്ക്കുനിന്ന് വീണ്ടും വീണ്ടും പിക്കറ്റ് ചെയ്യാറുണ്ടായിരുന്നു. പൊലീസ് കമീഷണർ കണ്ണിങ്ങാം സായ്പിന്റെ പൈശാചികമായ മർദനത്തിന്റെ കാലമായിരുന്നു അത്. വീണ്ടുംവീണ്ടും ലാത്തിയടി കൊണ്ട് തലയിൽ നിന്നും രക്തം ധാരധാരയായി ഒഴുകും. രക്തം അൽപ്പം നിന്നാൽ ബി എസ് ആർ വീണ്ടും വന്ന് പിക്കറ്റുചെയ്യും. ഇങ്ങനെ അവസാനം വരെ മൃഗീയമായ മർദനത്തിനുപോലും വഴങ്ങിക്കൊടുക്കാത്ത ധീരസേനാനിയായിരുന്നു സഖാവ്.

അദ്ദേഹം തമിഴ്നാട്ടിലെത്തിയ വർഷം തന്നെ നിയമലംഘനപ്രസ്ഥാനത്തിൽ പങ്കെടുത്ത് അറസ്റ്റിലായി. ജയിലിൽവെച്ച് ദേശീയ നേതാക്കളുമായി അടുപ്പത്തിലായി. ജയിലിൽ ശ്രീനിവാസറാവുവിന്റെ ജീവിതത്തിൽ ത്തന്നെ വഴിത്തിരിവ് കുറിച്ച ഒരു സമാഗമം നടന്നു – അമീർ ഹൈദർ ഖാനുമായുള്ള സമാഗമം. ദക്ഷിണേന്ത്യയിൽ കമ്യൂണിസ്റ്റുപാർട്ടി പ്രവർത്തനം പ്രഖ്യാപിക്കുകയെന്ന ലക്ഷ്യത്തോടെ മദിരാശിയിൽ എത്തിയതായിരുന്നു അദ്ദേഹം. അവിടത്തെ പ്രവർത്തനത്തിനിടയിൽ അറസ്റ്റിലായി ജയിലിൽ എത്തിയതാണ്. ബി എസ് ആറിൽ ഹൈദർ ഖാൻ ആദ്യം വലിയ മതിപ്പൊന്നും ഉളവാക്കിയില്ല. ഹൈദർഖാനിൽനിന്ന് കാര്യമായി ഒന്നും പഠിക്കാനില്ലെന്ന മനോഭാവമായിരുന്നു അദ്ദേഹത്തിന്. താനൊരു ഉശിരൻ ദേശീയവാദി; രാഷ്ട്രീയത്തെക്കുറിച്ച് തനിക്ക് നന്നായി അറിയാം– ഇതായിരുന്നു അദ്ദേഹത്തിന്റെ അഭിമാനം. എന്നാൽ ഹൈദർഖാൻ നൽകിയ *കമ്യൂണിസ്റ്റ് മാനിഫെസ്റ്റോ* വായിക്കുകയും അതേക്കുറിച്ച് അദ്ദേഹവുമായി ചർച്ച നടത്തുകയും ചെയ്തതോടെ ശ്രീനിവാസ റാവുവിന്റെ മനോഭാവം പാടെ മാറി. തന്റെ അജ്ഞതയെക്കുറിച്ച് അപ്പോഴാണ് അദ്ദേഹത്തിന് ബോധ്യമായത്. അദ്ദേഹം വിനയത്തോടെ ഹൈദർഖാനെ സമീപിക്കാനും അദ്ദേഹത്തിൽനിന്ന് കമ്യൂണിസത്തെക്കുറിച്ചും കമ്യൂണിസ്റ്റ് പാർട്ടിയെക്കുറിച്ചും മനസിലാക്കാനും തുടങ്ങി. അദ്ദേഹത്തിൽനിന്ന് മനസിലാക്കിയ കാര്യങ്ങൾ കുറച്ചൊന്നുമല്ല. അതുകൊണ്ടാണ് അമീർ ഹൈദർഖാനെ തന്റെ ആദ്യത്തെ രാഷ്ട്രീയ ഗുരുവായി ശ്രീനിവാസ റാവു വിശേഷിപ്പിച്ചത്.

1932–ൽ ജയിലിൽനിന്ന് പുറത്തുവന്നപ്പോഴേക്കും അദ്ദേഹം ആളാകെ മാറിയിരുന്നു. സോഷ്യലിസ്റ്റ്–കമ്യൂണിസ്റ്റ് ആശയങ്ങളോട് കടുത്ത അനുഭാവം. ഈ അനുഭാവം തൊഴിലാളികളെ സംഘടിപ്പിക്കുന്നതിന് അദ്ദേഹത്തെ പ്രേരിപ്പിച്ചു. വിവിധവിഭാഗം തൊഴിലാളികളെ സംഘടിപ്പിക്കുന്നതിൽ അദ്ദേഹം മുഴുകി. അപ്പോഴേക്കും കോൺഗ്രസ് സോ

ഷ്യലിസ്റ്റുപാർട്ടിയുടെ പിറവിയായി. അദ്ദേഹം അതിന്റെ സെക്രട്ടറിയായി തിരഞ്ഞെടുക്കപ്പെട്ടു. സി എസ് പിയുടെ പ്രവർത്തനം നടത്തവേ തന്നെ കോൺഗ്രസ് പ്രവർത്തനവും തുടർന്നു. ക്രമേണ പി രാമമൂർത്തി, ജീവാനന്ദം, എ എസ് കെ അയ്യങ്കാർ തുടങ്ങിയവരോടൊപ്പം കമ്യൂണിസ്റ്റായി.

1936–ൽ എസ് വി ഘാട്ടെ മദിരാശിയിലെത്തി. ബോംബെ പ്രസിഡൻസിയിൽ നിന്ന് നാടുകടത്തപ്പെട്ടതിനെത്തുടർന്നാണ് അദ്ദേഹം ഇവിടെ എത്തിയത്. അപ്പോൾ സുന്ദരയ്യയുമുണ്ടായിരുന്നു മദിരാശിയിൽ. ശ്രീനിവാസറാവുവിനെ കാണണമെന്ന് സുന്ദരയ്യ നിർദേശിച്ചു. ശ്രീനിവാസറാവു, എച്ച് ഡി രാജ നടത്തിയ *ന്യൂ ഏജ്* മാസികയുടെ ആപ്പീസിലായിരുന്നു താമസം. അവിടെപ്പോയി ശ്രീനിവാസറാവുവിനെ കണ്ടു. ആ കൂടിക്കാഴ്ചയെക്കുറിച്ച് ഘാട്ടെ എഴുതി:

> കൊണ്ടിച്ചെട്ടി തെരുവിലുള്ള *ന്യൂ ഏജ്* ആപ്പീസിലെ ഒരു ചെറിയ മുറിയിൽ വെച്ചാണ് ഞാൻ ബി എസ് ആറിനെ ആദ്യമായി കണ്ടത്. ഒരു സാധാരണ മനുഷ്യനായിട്ടാണ്, താൻ ചെയ്യേണ്ട പ്രവൃത്തിയിൽ സദാ ജാഗരൂകനായ ഒരാളായിട്ടാണ്, എനിക്ക് അദ്ദേഹത്തെപ്പറ്റി തോന്നിയത്.... കമ്യൂണിസ്റ്റുപാർട്ടിയുടെ രോമാഞ്ചജനകമായ ആദ്യകാല ചരിത്രത്തെപ്പറ്റി ഓർക്കുമ്പോൾ, തമിഴ്നാട്ടിനെ സംബന്ധിച്ചിടത്തോളം, ശ്രീനിവാസറാവുവിന്റെ പേരും രൂപവുമാണ് ആദ്യമായി എന്റെ ഓർമയിൽ വരുന്നത്.

സോഷ്യലിസ്റ്റ്–കമ്യൂണിസ്റ്റ് ആശയങ്ങൾ പ്രചരിപ്പിക്കാൻ ചില പ്രസിദ്ധീകരണങ്ങൾ ആരംഭിക്കണമെന്ന് കമ്യൂണിസ്റ്റുപാർട്ടി തീരുമാനിച്ചു. *ന്യൂ ഏജ്* എന്ന പേരിൽ ഒരു ഇംഗ്ലീഷ് മാസികയും അത് അച്ചടിക്കാൻ ഒരു പ്രസും തുടങ്ങി. പ്രസിൽനിന്ന് തമിഴിൽ *ജനശക്തി* എന്ന ഒരു വാരികയും അച്ചടിച്ചിറക്കി. പ്രസിന്റെ മാനേജർ ശ്രീനിവാസ റാവു. പ്രസ് കാര്യക്ഷമമായി നടത്തിക്കൊണ്ടുപോകുന്നതിൽ അദ്ദേഹം വഹിച്ച പങ്ക് നിസ്സാരമല്ല. ഒരു കമ്യൂണിസ്റ്റ് പ്രസ് എങ്ങനെ നടത്തിക്കൊണ്ടു പോകണം എന്നതിന്റെ മാതൃക കാണിച്ചു ശ്രീനിവാസ റാവു.

പ്രസ് നടത്തുന്നതോടൊപ്പം തൊഴിലാളി–പാർട്ടി പ്രവർത്തനം തുടർന്നു. പി രാമമൂർത്തി, ജീവാനന്ദം തുടങ്ങിയവരോടൊപ്പം പ്രസ് വർക്കേഴ്സ് യൂണിയൻ, ടോഡി ടേപ്പേഴ്സ് യൂണിയൻ, ട്രാം വർക്കേഴ്സ് യൂണിയൻ, സ്നഫ് വർക്കേഴ്സ് യൂണിയൻ തുടങ്ങിയവ സംഘടിപ്പിച്ചു. മാത്രമല്ല, ഒട്ടേറെ സമരങ്ങൾക്കും നേതൃത്വം നൽകി. അങ്ങനെ നേതൃത്വം നൽകിയ ഒരു സമരമായിരുന്നു *ദിനമണി*യിൽ നടന്നത്. *ദിനമണി* രാമനാഥ് ഗോയങ്കയുടെ ഉടമസ്ഥതയിലുള്ള പത്രം. പത്രാധിപർ പ്രസിദ്ധ പത്രപ്രവർത്തകനായ ചൊക്കലിംഗം. പത്രം അച്ചടിക്കുന്ന പ്രസിലെ തൊഴിലാളികൾ പണിമുടക്കി. പണിമുടക്ക് നീണ്ടുനിന്നു. പണിമുടക്കിനിടയിൽ ശ്രീനിവാസ റാവു അറസ്റ്റിലായി. ഏതാനും മാസങ്ങൾക്കുശേഷ

മാണ് ജയിൽ മോചിതനായത്.

1939–ൽ രണ്ടാം ലോകമഹായുദ്ധത്തിന് തിരശീല ഉയർന്നപ്പോൾ യുദ്ധത്തിനെതിരെ ധാരാളം ലേഖനങ്ങളെഴുതി. യുദ്ധം കോളനികൾ പുനർവിഭജിക്കുന്നതിനുവേണ്ടി ആകയാൽ അതിനെതിരെ അണിനിരക്കാൻ ആഹ്വാനം ചെയ്യുന്നതായിരുന്നു ലേഖനങ്ങളെല്ലാം. അതിന്റെ പേരിൽ 1940–ൽ അധികാരികൾ അദ്ദേഹത്തെ അറസ്റ്റ് ചെയ്തു. 1942വരെ തടവിൽ പാർപ്പിച്ചു. 1942–ൽ സി പി ഐയുടെ മേലുള്ള നിരോധനം അധികാരികൾ നീക്കിയപ്പോൾ അദ്ദേഹം മോചിപ്പിക്കപ്പെട്ടു. പിന്നീട് തമിഴ്നാട്ടിൽ പാർട്ടി കേന്ദ്രം സംഘടിപ്പിക്കുന്ന പ്രവർത്തനത്തിൽ മുഴുകി.

നിരോധനം നീക്കിയതിനുശേഷം പാർട്ടിയുടെ സംഘടനാ കാര്യങ്ങൾ ചർച്ച ചെയ്യുന്നതിനും ഭാവിപരിപാടികൾ ആവിഷ്കരിക്കുന്നതിനുമായി തൃശ്ശിനാപ്പള്ളിയിൽ ഒരു യോഗം. ആ യോഗത്തിൽ സുന്ദരയ്യ പങ്കെടുത്തു. തമിഴ്നാട്ടിൽ ട്രേഡ് യൂണിയൻ പ്രസ്ഥാനം കെട്ടിപ്പടുക്കുന്നതോടൊപ്പം കേരളത്തിലെയും ആന്ധ്രയിലെയും പോലെ ഒരു കർഷക പ്രസ്ഥാനവും കെട്ടിപ്പടുക്കണം – സുന്ദരയ്യ നിർദേശിച്ചു. നാട്ടിൻപുറത്ത് കർഷകപ്രസ്ഥാനം സംഘടിപ്പിച്ചില്ലെങ്കിൽ കമ്യൂണിസ്റ്റ് പ്രസ്ഥാനവും ജനാധിപത്യ പ്രസ്ഥാനവും ശക്തിപ്പെടുകയില്ലെന്ന് അദ്ദേഹം ചൂണ്ടിക്കാണിച്ചു. കർഷകപ്രസ്ഥാനം കെട്ടിപ്പടുക്കാനുള്ള ചുമതല ശ്രീനിവാസറാവു ഏറ്റു. അദ്ദേഹം 1943മുതൽ 1955വരെ തഞ്ചാവൂർ, തൃശ്ശിനാപ്പള്ളി, മധുര, തിരുനെൽവേലി, തെക്കൻ ആർക്കാട് എന്നീ ജില്ലകളിൽ കർഷക പ്രസ്ഥാനം കെട്ടിപ്പടുക്കുന്നതിന് നേതൃത്വം നൽകി. അക്കാലത്ത് നടത്തിയ പ്രവർത്തനങ്ങളുടെ ഒരു ചിത്രം എസ് സുബ്രഹ്മണ്യശർമ നൽകുന്നത് നോക്കുക:

> ഗ്രാമംതോറും തുണിസഞ്ചിയുമായി പോവുക, പ്രവർത്തകന്മാരെ കണ്ടുപിടിക്കുക, കർഷകത്തൊഴിലാളികളുടെ വീടുകളിൽ ചെന്ന് അവരുടെ പ്രശ്നങ്ങൾ നേരിട്ട് പരിഹരിക്കുക, അവർക്ക് മാർഗനിർദേശം നൽകുക, പ്രാദേശിക യോഗങ്ങൾ ചേർന്ന് പ്രാദേശികാവശ്യങ്ങൾക്ക് രൂപം നൽകുക – ഇത്തരം പ്രവർത്തനങ്ങൾ ഇടവിടാതെ നിരന്തരം നടത്തി. കുടിയാന്മാരുടെയും കർഷകത്തൊഴിലാളികളുടെയും സമരങ്ങൾക്ക് നേരിട്ട് നേതൃത്വം നൽകി. ഹരിജനങ്ങളായ കർഷകത്തൊഴിലാളികളുടെയും സവർണ ഹിന്ദു കൃഷിക്കാരുടെയും ഇടയിൽ നിലനിന്ന അകൽച്ചയും പരസ്പര വൈരവും ദൂരീകരിക്കേണ്ടത് ഭൂവുടമ സമ്പ്രദായത്തിനെതിരായും മിറാസ്ദാർമാർക്കെതിരായുമുള്ള സമരം വിജയിപ്പിക്കുന്നതിന് മുന്നുപാധിയാണെന്നു മനസിലാക്കി അതിനായി യത്നിച്ചു.

അങ്ങനെ ഒരു ഘട്ടത്തിൽ അതിശക്തമായ ഒരു കർഷക പ്രസ്ഥാനം തമിഴ്നാട്ടിൽ വളർന്നുവന്നു. അതിന്റെ ശിൽപ്പി ശ്രീനിവാസ റാവു.

തഞ്ചാവൂരിൽ അദ്ദേഹം ഒരു ഇതിഹാസപുരുഷൻ തന്നെയായി മാറി.

1946മുതൽ 1947വരെ തമിഴ്നാട്ടിൽ പാർട്ടിയുടെമേൽ കടുത്ത അടിച്ചമർത്തൽ. അദ്ദേഹം ഒളിവിൽപ്പോയി കിസാൻസഭാ പ്രവർത്തനവും പാർട്ടി പ്രവർത്തനവും നടത്തി. കിസാൻസഭയ്ക്കും കർഷകസംഘത്തിനും വേണ്ടി ഒട്ടേറെ കേഡർമാരെ ഈ ഘട്ടത്തിൽ വാർത്തെടുത്തു.

1948–ൽ നടന്ന രണ്ടാം പാർട്ടികോൺഗ്രസിനെത്തുടർന്ന് പാർട്ടി നിരോധിക്കപ്പെട്ടപ്പോഴും അദ്ദേഹം ഒളിവിൽപ്പോയി. ഒളിവിൽ കഴിയവെ പാർട്ടിയും കിസാൻസഭയും കെട്ടിപ്പടുക്കാൻ മുൻകൈയെടുത്തു. 1952–ൽ ഒളിവിൽനിന്ന് പുറത്തുവന്നപ്പോൾ പാർട്ടിയും കിസാൻസഭയും പുനഃസംഘടിപ്പിക്കുന്നതിലേർപ്പെട്ടു. 1952മുതൽ 1957വരെ കർഷകപ്രശ്നം സംബന്ധിച്ച് ഒട്ടേറെ പുസ്തകങ്ങളെഴുതി. അക്ഷരാർഥത്തിൽ അദ്ദേഹം തമിഴ്നാട്ടിലെ കർഷകപ്രസ്ഥാനത്തിന്റെ ശിൽപ്പി. 1943മുതൽ 1958വരെ തമിഴ്നാട് കിസാൻസഭയുടെ ജനറൽ സെക്രട്ടറിയായിരുന്നു. 1958മുതൽ 1961വരെ പ്രസിഡന്റും. ഈ സഭയുടെ ആഭിമുഖ്യത്തിൽ 1961–ൽ രണ്ട് കാൽനട ജാഥകൾ. ഒരെണ്ണം കന്യാകുമാരിയിൽനിന്നും മറ്റൊരെണ്ണം കോയമ്പത്തൂരിൽ നിന്നും പ്രയാണമാരംഭിച്ചു. കോയമ്പത്തൂർ ജാഥയുടെ ക്യാപ്ടർ ശ്രീനിവാസ റാവു. ഈ ജാഥ 300 മൈൽ യാത്ര ചെയ്യുകയുണ്ടായി. 21 ദിവസം നൂറുകണക്കിന് ഗ്രാമങ്ങളിലൂടെ അത് സഞ്ചരിച്ചു.

ഒന്നരവർഷം നീണ്ടുനിന്ന ക്യാമ്പയിനുശേഷം 1961 ആഗസ്തിൽ കലക്ടറേറ്റുകൾ, താലൂക്ക് ഓഫീസുകൾ എന്നിവ കൃഷിക്കാർ പിക്കറ്റ് ചെയ്തു. മദിരാശിയിലെ പരിധിനിർണയ ബില്ലിൽ കൃഷിക്കാർക്കനുകൂലമായ മാറ്റം വരുത്തണം എന്നായിരുന്നു ആവശ്യം. പതിനാറായിരത്തിലധികം കൃഷിക്കാരും കർഷകത്തൊഴിലാളികളും പിക്കറ്റ് ചെയ്ത് ജയിലിൽ പോയി. ശ്രീനിവാസ റാവു ഓരോ കേന്ദ്രത്തിലും പോയി സത്യഗ്രഹികൾക്ക് ആവേശം പകർന്നു. സമരത്തെ സംബന്ധിച്ച് ഒരു പ്രസ്താവനയിൽ അദ്ദേഹം പറഞ്ഞു:

> 1930–കളിലെ പിക്കറ്റിങ്ങിൽ ഞാൻ പങ്കെടുത്തിരുന്നു. എന്നാൽ 1961–ൽ തികച്ചും ഒരു പുതിയ തലമുറയെയാണ് ഞാൻ കണ്ടത്. കൃഷിക്കാരും കർഷകത്തൊഴിലാളികളുമായ ചെറുപ്പക്കാർ പൊലീസിന്റെ മൃഗീയതകളെ നേരിട്ടുകൊണ്ടാണ് പിക്കറ്റിങ്ങിൽ പങ്കെടുത്തത്. ഇത് ഞങ്ങൾക്ക് ഭാവിയെക്കുറിച്ച് ശുഭപ്രതീക്ഷ നൽകുന്നു. ഞങ്ങളുടെ ജീവിതം നിഷ്ഫലമായില്ല. പൊലീസിന്റെ ലാത്തിയെ നേരിട്ട് സന്തോഷത്തോടെ ജയിലിൽ പോകാൻ തയ്യാറായ ഈ ചെറുപ്പക്കാരുടെ പേരിൽ നമുക്ക് അഭിമാനിക്കാം. സമരം വമ്പിച്ച വിജയമാണ്.

തിരക്കുപിടിച്ച രാഷ്ട്രീയ ജീവിതത്തിനിടയിൽ 1952–ൽ അദ്ദേഹം വിവാഹിതനായി. വധു: സേലം ജില്ലയിൽ നിന്നുള്ള നാച്ചിയാരമ്മാൾ.

അത് ഒരു മിശ്രവിവാഹം. ഈ വിവാഹത്തെ നാച്ചിയാരമ്മാളുടെ കുടുംബവും പാർട്ടിയിൽത്തന്നെ ചില സഖാക്കളും ആദ്യം എതിർത്തുവെങ്കിലും അവർ സംതൃപ്തമായ കുടുംബജീവിതം നയിച്ചു. നാച്ചിയാരമ്മാൾ മദിരാശി കോർപ്പറേഷൻ സ്കൂളിലെ അധ്യാപികയായിരുന്നു. അവർക്ക് ഒരു ആൺകുട്ടിയും രണ്ട് പെൺകുട്ടികളും പിറന്നു.

കർണാടകത്തിൽ നിന്നുവന്ന് തമിഴ്നാട്ടുകാരനായി മാറിയ ബി എസ് ആർ മുപ്പതുവർഷം തമിഴ്നാട്ടിൽ കമ്യൂണിസ്റ്റ്-കർഷകപ്രസ്ഥാനങ്ങൾ കെട്ടിപ്പടുക്കുന്നതിന് അഹോരാത്രം പ്രവർത്തിച്ചു. ആദ്യത്തെ കമ്യൂണിസ്റ്റ് പത്രത്തിന്റെയും പ്രസിന്റെയും മാനേജരായിരുന്ന അദ്ദേഹം അവസാനം വരെ പാർട്ടി പ്രസിദ്ധീകരണങ്ങളുമായുള്ള ബന്ധം നിലനിർത്തി. ന്യൂ സെഞ്ചുറി ബുക്ക് ഹൗസിന്റെയും ജനശക്തി പ്രൈവറ്റ് ലിമിറ്റഡ് കമ്പനിയുടെയും ഡയറക്ടർ ബോർഡിലെ പ്രധാന അംഗമായിരുന്നു അദ്ദേഹം. തമിഴ്നാട്ടിലെ കമ്യൂണിസ്റ്റ് പ്രസ്ഥാനത്തിന്റെ സ്ഥാപക നേതാക്കളിൽ ഒരാളായിരുന്ന ബി എസ് ആർ പല പാർട്ടിസ്ഥാനങ്ങളും വഹിച്ചു. സംസ്ഥാന എക്സിക്യൂട്ടീവിലും സെക്രട്ടേറിയറ്റിലും ദേശീയ കൗൺസിലിലും അംഗമായിരുന്നു. ഒരു ആസ്ത്മാ രോഗിയായിരുന്ന അദ്ദേഹം 1961 സെപ്തംബർ 30-ന് അന്തരിച്ചു.

ഷിയോപത് സിങ്

1929 - 2006

കമ്യൂണിസ്റ്റുപ്രസ്ഥാനത്തിന് താരതമ്യേന വളരെയധികം ശക്തി കുറഞ്ഞ സംസ്ഥാനമാണ് രാജസ്ഥാൻ–കമ്യൂണിസ്റ്റുപ്രസ്ഥാനത്തിന്റെ ഒരു മരുഭൂമി. എങ്കിലും മരുഭൂമിയിലെ മരുപ്പച്ചകൾ പോലെ പാർട്ടിക്ക് സ്വാധീനമുള്ള ചില കേന്ദ്രങ്ങളുണ്ട്. അങ്ങനെയുള്ള കേന്ദ്രങ്ങളിലൊന്നാണ് ഗംഗാനഗർ ജില്ല. ആ ജില്ലയിൽ പ്രസ്ഥാനം വളർത്തിയെടുത്തതിൽ പ്രമുഖ പങ്കുവഹിച്ച ആളെന്ന നിലയിലാണ്, പ്രസ്ഥാനത്തിലേക്ക് കടന്നുവന്നത് അമ്പതുകളുടെ അവസാനമായിട്ടുപോലും ഷിയോപത് സിങിനെ ആദ്യപഥികരുടെ കൂട്ടത്തിലുൾപ്പെടുത്തി ഇവിടെ പരിചയപ്പെടുത്തുന്നത്.

മക്കസർ ഷിയോപത് സിങ് 1929 ഡിസംബർ 29–ന് ഗംഗാനഗർ ജില്ലയിലെ ലഖഹക്കം ഗ്രാമത്തിൽ ജനിച്ചു. പിതാവ് ചൗധരി ഹരിറാം. 1977–80–ൽ ബിക്കാനീറിൽനിന്നുള്ള എം പിയായിരുന്നു അദ്ദേഹം; ഒരു ധനികകൃഷിക്കാരൻ. അമ്മ പ്രമീളാദേവി. ലഖഹക്കം ഗ്രാമത്തിൽനിന്ന് സ്കൂൾ വിദ്യാഭ്യാസം. ഹിസ്സാറിലെ പഞ്ചാബ് യൂണിവേഴ്സിറ്റിയിൽ നിന്ന് മെട്രിക്കുലേഷൻ പാസായി. വിദ്യാർഥിജീവിതകാലത്ത് നല്ല അത്‌ലറ്റായിരുന്നു. കബഡിയും ഫുട്ബോളും വോളീബോളും കളിക്കും. വിദ്യാർഥികൾക്കിടയിൽ 'പോപ്പുലർ' ആയിരുന്നു.

ഷിയോപത് സിങിനെ കോൺഗ്രസ്‌വിരുദ്ധ–ജനസംഘംവിരുദ്ധ ആശയങ്ങൾ കുട്ടിക്കാലം മുതലേ സ്വാധീനിച്ചു. ജീവിതം മുഴുവൻ തൊഴിലാളികൾക്കും കൃഷിക്കാർക്കും മറ്റധ്വാനിക്കുന്ന ജനവിഭാഗങ്ങൾക്കും

വേണ്ടി ചെലവഴിച്ചു. സമരങ്ങളുടെ തീച്ചൂളയിലൂടെയാണ് അദ്ദേഹം വളർന്നുവന്നത്. വാസ്തവത്തിൽ സമരങ്ങളുടെ പര്യായമായിരുന്നു അദ്ദേഹം എന്നുതന്നെ പറയാം. ഇത് അദ്ദേഹത്തെ ജനങ്ങളുടെ പ്രിയങ്കരനാക്കി. അഞ്ചുപതിറ്റാണ്ട് നീണ്ടുനിന്ന രാഷ്ട്രീയ ജീവിതത്തിനിടയിൽ ഷിയോപത് സിങ് നടത്തിയ സമരങ്ങൾക്ക് കണക്കില്ല. 1958-ലാണ് ആ സമര ജീവിതത്തിന്റെ തുടക്കം. ആ വർഷം ഭക്രാ കനാൽ പടിഞ്ഞാറൻ രാജസ്ഥാനിലെത്തി. ആ പ്രദേശങ്ങളിൽ കൃഷി നടത്താമെന്നായി. കനാലിനോട് തൊട്ടുകിടക്കുന്ന പ്രദേശങ്ങൾ ഭൂരഹിതർക്കിടയിൽ വിതരണം ചെയ്യുന്നതിനുപകരം ലേലം ചെയ്യാൻ ഗവൺമെന്റ് തീരുമാനിച്ചു. ഇത് ഭൂരഹിത കൃഷിക്കാരെ രോഷാകുലരാക്കി. ഭൂമി തങ്ങൾക്കിടയിൽ വിതരണം ചെയ്യണമെന്നാവശ്യപ്പെട്ട് അവർ പ്രക്ഷോഭം തുടങ്ങി. ആ പ്രക്ഷോഭത്തിന് ഷിയോപത് നേതൃത്വം നൽകി. പ്രക്ഷോഭം വ്യാപകവും തീക്ഷ്ണവുമായിരുന്നു. അതിനെ തച്ചമർത്താൻനോക്കി ഗവൺമെന്റ്. അഞ്ഞൂറോളമാളുകളെ മൂന്നുവർഷത്തെ വീതം കഠിനതടവിന് ശിക്ഷിച്ചു. ഷിയോപത്തിനെയും അറസ്റ്റുചെയ്ത് മൂന്നുമാസം ബിക്കാനീർ തടവിൽ പാർപ്പിച്ചു. ഈ ജയിലിൽ വെച്ച് കമ്യൂണിസ്റ്റുകാരുമായി ബന്ധപ്പെടാനിടയായി. മാർക്സിസ്റ്റ് കൃതികൾ വായിക്കാൻ തുടങ്ങിയതും ഈ ഘട്ടത്തിൽ ത്തന്നെ. കമ്യൂണിസ്റ്റ് ആശയഗതി അദ്ദേഹത്തെ ആകർഷിക്കുകയായിരുന്നു. 1960-ൽ കമ്യൂണിസ്റ്റുപാർട്ടിയിൽ അംഗമായി.

1962-ൽ കർദാറാം എന്ന ഒരു ദളിതൻ പൊലീസ് കസ്റ്റഡിയിൽ നിര്യാതനായി. ഈ സംഭവം സംസ്ഥാനത്തൊട്ടാകെ വലിയ ഒച്ചപ്പാടുണ്ടാക്കി. അയാളുടെ മൃതദേഹവും വഹിച്ച് 600 കിലോമീറ്റർ യാത്രചെയ്ത് ജയ്പൂരിൽ നിയമസഭാ മന്ദിരത്തിൽ ബലംപ്രയോഗിച്ച് പ്രവേശിച്ചു. കുറ്റക്കാരനായ പൊലീസ് ഉദ്യോഗസ്ഥനെ ശിക്ഷിക്കുന്നതുവരെ ഷിയോപത് അടങ്ങിയിരുന്നില്ല.

1968-ൽ സംസ്ഥാനത്ത് കടുത്ത ക്ഷാമം. കൃഷിക്കാരും കന്നുകാലികളും ചത്തൊടുങ്ങാൻ തുടങ്ങി. അപ്പോൾ സൂറത്ഗഢ് കൃഷിയിടത്തിലേക്ക് ആയിരക്കണക്കിന് കൃഷിക്കാരെയും ലക്ഷക്കണക്കിന് കന്നുകാലികളെയും അദ്ദേഹം നയിച്ചു. ദുരിതാശ്വാസപ്രവർത്തനങ്ങൾ സംഘടിപ്പിക്കാൻ ഇത് ഗവൺമെന്റിനെ പ്രേരിപ്പിച്ചു.

1970-ൽ രാജസ്ഥാൻ കനാൽപ്രശ്നം മുൻപന്തിയിൽ വന്നു. കനാലിന്റെ തൊട്ടുകിടക്കുന്ന പ്രദേശങ്ങൾ ഗവൺമെന്റിന് ലേലം ചെയ്യണം. കൃഷിക്കാർ അതിനെ എതിർത്തതോടെ അത് വലിയൊരു പ്രക്ഷോഭത്തിന് തിരികൊളുത്തി. പതിനഞ്ച് കൃഷിക്കാർ രക്തസാക്ഷികളായി. ഇരുപതിനായിരം കൃഷിക്കാർ അറസ്റ്റിലായി. ഷിയോപതിന്റെ കുടുംബാംഗങ്ങളെ മുഴുവൻ തടവറയിലേക്കു തള്ളി. പ്രക്ഷോഭത്തിൽ അഖിലേന്ത്യാ കിസാൻസഭാ പ്രസിഡന്റ് എ കെ ജി ഇടപെട്ടു. അദ്ദേഹം സമരകേന്ദ്രങ്ങൾ സന്ദർശിച്ചു. സുഖാദിയാ ഗവൺമെന്റിന് കൃഷിക്കാരുടെ മുമ്പിൽ മുട്ടുമടക്കേണ്ടിവന്നു. ഭൂമിയുടെ ലേലം നിർത്തി. തന്നെയുമല്ല, ഭൂമി ഭൂ

രഹിതർക്കിടയിൽ വിതരണം ചെയ്തു. ഭൂനികുതി ഗണ്യമായി വെട്ടിച്ചുരുക്കി; വിദ്യുച്ഛക്തി നിരക്കിലും വെള്ളക്കരത്തിലും കുറവുവരുത്തി. ഒരു ലക്ഷം കൃഷിക്കാർക്കാണ് വിതരണം ചെയ്ത ഭൂമി ലഭിച്ചത്. പാവപ്പെട്ട കൃഷിക്കാർ തങ്ങൾക്കു ലഭിച്ച ഭൂമിയിൽ കഠിനമായി അധ്വാനിച്ചു. അത് ഈ പ്രദേശത്ത് കാർഷികോൽപ്പാദനം ഗണ്യമായി വർധിപ്പിക്കുന്നതിന് ഇടയാക്കി. ഗംഗാനഗർ ജില്ല കാർഷികോൽപ്പാദനത്തിന് പ്രസിദ്ധം.

ഈ സമരത്തിനുശേഷം 18 വർഷം കഴിഞ്ഞപ്പോൾ മറ്റൊരു സമരത്തിന് അദ്ദേഹം നേതൃത്വം നൽകി. കടത്തിൽ മുങ്ങിക്കുളിച്ച കൃഷിക്കാർ കാർഷികവായ്പകൾ റദ്ദാക്കണം എന്നാവശ്യപ്പെട്ട് 1988–ൽ നടത്തിയ പ്രക്ഷോഭമാണ് ഇവിടെ പരാമർശിക്കുന്നത്. 1993–ൽ ഗംഗാനഗർ നദിയിലെ വെള്ളപ്പൊക്കം മൂലം കൃഷി നശിച്ചപ്പോൾ കാർഷിക കടങ്ങൾ എഴുതിത്തള്ളണം എന്നാവശ്യപ്പെട്ട് പ്രക്ഷോഭം നയിച്ചു. ഗംഗാ കനാലിലെ വെള്ളം വിതരണം ചെയ്യുന്ന പ്രശ്നത്തിന്റെ പേരിൽ വിജയകരമായ പ്രക്ഷോഭത്തിന് നേതൃത്വം നൽകി. സിക്കാറിലെ കിസാൻ ഹോസ്റ്റലിൽ നടന്ന വെടിവെപ്പിൽ കണാരം എന്നൊരു സഖാവ് രക്തസാക്ഷിയായി. വെടിവെപ്പിൽ പ്രതിഷേധിച്ച് പ്രക്ഷോഭം നടത്തി. 1997–ൽ വിദ്യുഛക്തി വിതരണപ്രശ്നത്തിൽ ജയ്പ്പൂരിലെ സെക്രട്ടേറിയറ്റിലേക്ക് ഒരു ജാഥ സംഘടിപ്പിച്ചു. രണ്ടായിരാമാണ്ടിൽ ഒരുലക്ഷം കൃഷിക്കാരെ അണിനിരത്തി നിയമസഭ വളഞ്ഞു.

2004–05–ൽ ഷിയോപത് സംഘടിപ്പിച്ച ഇന്ദിരാഗാന്ധി കനാൽ പ്രോജക്ടിന്റെ ആദ്യഘട്ട പ്രക്ഷോഭം വിസ്മരിക്കാൻ കഴിയില്ല. ആറ് കൃഷിക്കാരാണ് ആ പ്രക്ഷോഭത്തിൽ രക്തസാക്ഷികളായത്. ആയിരത്തിലധികം കൃഷിക്കാർ തടവറകൾക്കകത്തായി. 2005 സെപ്തംബർ ഒന്നുമുതൽ എട്ടുവരെ ജയ്പ്പൂരിൽ വൈദ്യുതി നിരക്ക് വർധിപ്പിച്ചതിനെതിരെ ഐതിഹാസികമായ അഖണ്ഡ സത്യഗ്രഹം. അത് വിജയിപ്പിക്കുന്നതിൽ ഷിയോപത് സിങ് മുൻപന്തിയിലുണ്ടായിരുന്നു എന്നു പറയേണ്ടതില്ല. ഗംഗാനഗർ ജില്ലയ്ക്കകത്തും പുറത്തും നടന്ന മറ്റു സമരങ്ങളിലും അദ്ദേഹം സുപ്രധാന പങ്കു വഹിച്ചു. ബഹുജനസമരങ്ങൾ നയിച്ച് 1960–ലും 1965–ലും 1970–ലും 1975–ലും മറ്റു പല അവസരങ്ങളിലും അദ്ദേഹം ജയിലിൽപ്പോയി. സമരങ്ങളുടെ തീച്ചൂളയിലൂടെ ഉരുകിത്തെളിഞ്ഞുവന്ന ഷിയോപത് സിങ് നല്ല ബഹുജനപിൻബലമുള്ള നേതാവായി.

1960–ലാണ് കമ്യൂണിസ്റ്റുപാർട്ടിയിൽ അംഗമായത് എന്നു പറഞ്ഞല്ലോ. ആ വർഷംതന്നെ അദ്ദേഹം സംസ്ഥാന കമ്മിറ്റി അംഗമായി. 1964വരെ അവിഭക്ത കമ്യൂണിസ്റ്റുപാർട്ടിയുടെ സംസ്ഥാന കമ്മിറ്റി അംഗമായി തുടർന്നു. 1964–ൽ പാർട്ടി പിളർന്നപ്പോൾ സി പി ഐ (എം) ന്റെ കൂടെ നിന്നു. സി പി ഐ (എം) സംസ്ഥാന സെക്രട്ടേറിയറ്റിലേക്ക് തിരഞ്ഞെടുക്കപ്പെട്ടു. മരണംവരെ തൽസ്ഥാനത്ത് തുടർന്നു. പാർട്ടി രണ്ടായപ്പോൾ ഗവൺമെന്റ് സി പി ഐ (എം) നെതിരെ ആഞ്ഞടിച്ച് നേതാക്കളെയും പ്രവർത്തകരെയും തടവറയിലാക്കിയപ്പോൾ രാജസ്ഥാനിൽനിന്ന് ഷിയോപ

തിനെ അറസ്റ്റു ചെയ്ത് ഒന്നരവർഷം തടവിലാക്കി. അടിയന്തരാവസ്ഥ ക്കാലത്തും അദ്ദേഹത്തെ വെറുതെ വിട്ടില്ല. ഒന്നരവർഷമാണ് അപ്പോൾ ജയിലിൽ പാർപ്പിച്ചത്. സ്വയം ഒരു കൃഷിക്കാരനായ, തുടക്കം മുതൽ കൃഷിക്കാർക്കിടയിൽ പ്രവർത്തിച്ച ഷിയോപത് രാജസ്ഥാൻ കണ്ട ഏറ്റവും വലിയ കർഷക നേതാക്കളിൽ ഒരാളായിരുന്നു. രണ്ടു പതിറ്റാണ്ടോളം രാജസ്ഥാൻ കിസാൻസഭയുടെ ജനറൽ സെക്രട്ടറിയായി പ്രവർത്തിച്ചു. 2005-ൽ ചേർന്ന അഖിലേന്ത്യാ കിസാൻസഭാ സമ്മേളനം അദ്ദേഹത്തെ സംഘടനയുടെ വൈസ്പ്രസിഡന്റായി തെരഞ്ഞെടുത്തു.

ഷിയോപത് സിങ് നല്ല അംഗീകാരവും ബഹുജനപിന്തുണയുമുള്ള നേതാവായിരുന്നു. ഈ ബഹുജനപിന്തുണ പഞ്ചായത്തു മുതൽ ലോക സഭയിലേക്കുവരെ വിജയിക്കുന്നതിന് ഇടയാക്കി. 1955-ൽ മക്കസാർ ഗ്രാമ പഞ്ചായത്തിന്റെ സർപഞ്ച് ആയി. 1957-ലും 1962-ലും 1977-ലും 1985-ലും രാജസ്ഥാൻ നിയമസഭാംഗമായി. 1957-ൽ സ്വതന്ത്രനായിട്ടാണ് മത്സരിച്ച് ജയിച്ചതെങ്കിൽ പിന്നീട് അവിഭക്ത കമ്യൂണിസ്റ്റുപാർട്ടിയുടെയോ സി പി ഐ (എം) ന്റെയോ സ്ഥാനാർഥിയായിട്ടാണ് വിജയിച്ചത്. 1989-ൽ ബിക്കാ നീർ മണ്ഡലത്തിൽ നിന്ന് ലോകസഭയിലേക്ക് തിരഞ്ഞെടുക്കപ്പെട്ടു.

പല ഗവൺമെന്റ് കമ്മിറ്റികളിലും അംഗമായിരുന്നിട്ടുണ്ട്. അവ എന്തൊക്കെയെന്ന് നോക്കുക: 13 വർഷം രാജസ്ഥാൻ നിയമസഭയിലെ പെറ്റീഷൻ കമ്മിറ്റി അംഗം; 1990-ൽ ഔദ്യോഗിക ഭാഷാകമ്മിറ്റി അംഗം; അതേവർഷംതന്നെ കൃഷിമന്ത്രാലയത്തിന്റെ കൺസൾട്ടേറ്റീവ് കമ്മിറ്റി അംഗം. ഇങ്ങനെ പല നിലകളിൽ ജനങ്ങളെ സേവിച്ച ഷിയോപത് 2006 മാർച്ച് 26-ന് അന്തരിച്ചു.

സജ്ജാദ് സഹീർ

1905 - 1973

കമ്യൂണിസ്റ്റ് പ്രസ്ഥാനത്തിന്റെയും പുരോഗമന സാഹിത്യ പ്രസ്ഥാനത്തിന്റെയും ആദ്യകാല നേതാക്കളിലൊരാളായിരുന്നു സജ്ജാദ് സഹീർ. ഉറുദു സാഹിത്യത്തിൽ പുരോഗമനവാദികളായ എഴുത്തുകാരുടെ ഒരു നിരതന്നെ സൃഷ്ടിച്ചതിൽ അദ്ദേഹത്തിന്റെ പങ്ക് സുപ്രധാനം. സാഹിത്യത്തിന്റെ പല മേഖലകളിലും കൈവെച്ച പേരുകേട്ട എഴുത്തുകാരൻകൂടിയായിരുന്നു അദ്ദേഹം. സഖാക്കളും സുഹൃത്തുക്കളും 'ബന്നെ' എന്നാണ് അദ്ദേഹത്തെ വിളിച്ചത്.

1905 നവംബർ അഞ്ചിന് ലക്നോവിൽ ജനിച്ചു. പിതാവ് സർ വസീർ ഹസൻ. ലക്നോവിലെ അഭിഭാഷകൻ. അദ്ദേഹത്തിന്റെ വീട് ജോൺപ്പൂർ ജില്ലയിലെ കലാമ്പൂരിൽ. മാതാവ് സക്കീനത്-ഉലൂ- ഫാത്തിമ. തികഞ്ഞ സംസ്കാരസമ്പന്ന. തന്റെ പ്രദേശത്ത് പർദ ഉപേക്ഷിച്ച ആദ്യത്തെ ഉന്നതകുലജാത. ഗ്രാമീണർ അവരെ സുക്കൻ ബീവി എന്നു വിളിച്ചു. ഇടത്തരക്കാരുമായിട്ടല്ല, മറിച്ച്, സാധാരണക്കാരുമായിട്ട് ഇടപഴകുന്നതിനായിരുന്നു അവർക്ക് താൽപ്പര്യം. അവർ അവരുടെ നാടൻഭാഷയിൽ അവരോട് സംസാരിക്കും. അവരുടെ അഞ്ചു മക്കളിൽ നാലാമത്തേതായിരുന്നു ബന്നെ. ആ മകനോടായിരുന്നു അവർക്ക് ഏറ്റവുമധികം ഇഷ്ടവും.

കുട്ടിക്കാലത്ത് കഥകൾ കേൾക്കാൻ ബന്നെക്ക് വല്ലാത്ത താൽപ്പര്യമായിരുന്നു. അച്ഛനിൽനിന്നും അമ്മയിൽനിന്നും മാത്രമല്ല, വീട്ടുജോലിക്കാരിൽനിന്നുവരെ കഥകൾ കേട്ടു. യക്ഷിക്കഥയായാലും പ്രേതങ്ങളുടെയോ പിശാചുക്കളുടെയോ കഥയായാലും എല്ലാം കാതുകൂർപ്പിച്ച്

കേൾക്കും. കഥ കേൾക്കാൻ കുട്ടിക്കാലം മുതൽ കാണിച്ച കൊതിയാവണം പിൽക്കാലത്ത് കഥകളെഴുതാൻ അദ്ദേഹത്തിന് പ്രചോദനം നൽകിയത്.

പിതാവ് അഭിഭാഷകൻ മാത്രമായിരുന്നില്ല. രാഷ്ട്രീയത്തിൽ തൽപ്പരൻ കൂടിയായിരുന്നു. കൃത്യമായി പത്രങ്ങളും രാഷ്ട്രീയ ഗ്രന്ഥങ്ങളും വായിക്കുമായിരുന്ന അദ്ദേഹം രാഷ്ട്രീയനേതാക്കളുമായി ഉറ്റബന്ധം പുലർത്തി. അതുകൊണ്ട് നഗരത്തിലെ രാഷ്ട്രീയ നേതാക്കൾ ഇടയ്ക്കിടെ വീട്ടിൽ വരും. അദ്ദേഹവുമായി രാഷ്ട്രീയചർച്ചകൾ നടത്തും. ഇത് നേതാക്കളെ കാണാനും അവർ പിതാവുമായി രാഷ്ട്രീയകാര്യങ്ങൾ സംസാരിക്കുന്നത് കേൾക്കാനും കുട്ടിക്കാലം മുതൽ ബന്നെക്ക് അവസരമൊരുക്കി.

അഞ്ചുവയസായപ്പോൾ ഒരു മൗലവിയുടെ കീഴിൽ അറബി പഠിക്കാൻ തുടങ്ങി. മൂന്നുവർഷത്തോളം വീട്ടിലിരുന്ന് ആ ഭാഷ പഠിച്ചു. പുറമെ ഉറുദു, പാർസി എന്നീ ഭാഷകളും *ഖുർ ആനും* ഉരുവിട്ട് പഠിച്ചു. അതിരാവിലെ എഴുന്നേറ്റ് മൗലവിയുടെ അടുത്ത് പഠിക്കാൻ പോകും. വലിയ ഇഷ്ടമുണ്ടായിട്ടല്ല. മാതാപിതാക്കളുടെ നിർബന്ധം മൂലം. അത് വലിയ ശിക്ഷയായിട്ടാണ് ബന്നെ കണക്കാക്കിയത്. മൗലവിയെ മനസിൽ ശപിച്ചുകൊണ്ട് പഠിക്കാൻ പോകും.

അക്കാലത്ത് ലക്നോവിൽ പ്രസിദ്ധമായിരുന്നു ഗവൺമെന്റ് ജൂബിലി സ്കൂൾ. ഒമ്പതാം വയസിൽ, 1914 ൽ ആ സ്കൂളിലെ അഞ്ചാം ക്ലാസിൽ ചേർന്നു. അപ്പോഴേക്കും പഠിപ്പിലായി താൽപ്പര്യം. കളിയിലും വല്ലാത്ത കമ്പം. മറ്റു കുട്ടികളോടൊപ്പം ഹോക്കിയും ഫുട്ബോളും കളിക്കും. അമ്മയുടെ കണ്ണുവെട്ടിച്ചുവേണം കളിക്കാൻ. കാരണം, ലക്നോവിലെ കുട്ടികളുടെകൂടെ കളിക്കുന്നത് അവർ തീരെ ഇഷ്ടപ്പെട്ടില്ല. അവിടത്തെ കുട്ടികളെ ഒന്നിനും കൊള്ളരുതാത്തവരായിട്ടാണ് അവർ കണക്കാക്കിയത്.

കുട്ടിക്കാലം മുതൽ സാഹിത്യത്തിൽ എന്തെന്നില്ലാത്ത താൽപ്പര്യം. 12–13 വയസായപ്പോഴേക്കും കിട്ടാവുന്ന ഉറുദു കവിതകളൊക്കെ വായിച്ചുതീർത്തു. മുഹറം വലിയ ആഘോഷം. അപ്പോൾ ബന്നെ നൈനിറ്റാളിലായിരിക്കും. മനോഹരമായ പ്രകൃതിദൃശ്യങ്ങൾ കണ്ടും സമപ്രായക്കാരോടൊപ്പം കളിച്ചും സമയം ചെലവഴിക്കും. മുഹറം കാലത്ത് നൈനിറ്റാളിൽ പോകാൻ കാരണമുണ്ട്. അത് അമ്മയുടെ സ്ഥലം. അവർക്ക് സ്വന്തം ഗ്രാമത്തിൽ മുഹറം ആഘോഷിക്കാനാണ് താൽപ്പര്യം. അവിടത്തെ ജോലിക്കാർക്കൊക്കെ അവർ വരുമ്പോൾ ബഹുസന്തോഷം. ഏറെ സന്തോഷം അവരുടെ കുട്ടികൾ, അവർക്കൊക്കെ മധുരപലഹാരങ്ങളും വസ്ത്രങ്ങളും നൽകും. അവരോടൊപ്പം ബന്നെ കളിക്കുന്നതിൽ സുക്കൻബീവിക്ക് വിരോധമില്ല. എവിടെ പോകുമ്പോഴും നാലുവയസ്സ് കൂടുതലുള്ള ജ്യേഷ്ഠൻ ഹുസൈൻ സഹീർ കൂടെയുണ്ടാകും. ചേട്ടനായിരുന്നു വലിയ കൂട്ടുകാരൻ. എന്നാൽ ചേട്ടനുമായി ചിലപ്പോൾ വഴക്കു

ണ്ടാക്കിയെന്നിരിക്കും. അപ്പോൾ അമ്മ ഇടപെടും.

ഒന്നാംലോകയുദ്ധത്തിന്റെ നാളുകൾ. ഉദ്യോഗസ്ഥന്മാർ തരംകിട്ടുമ്പോഴെല്ലാം യജമാനഭക്തി പ്രകടിപ്പിക്കും. യുദ്ധച്ചെലവിലേക്ക് സർവമാർഗങ്ങളുമുപയോഗിച്ച് ജനങ്ങളെ പിഴിയും. ദേശഭക്തനായ അച്ഛന്റെ മകൻ അതിനെച്ചൊല്ലി സ്കൂൾ ഹെഡ്മാസ്റ്ററുമായി ഒരിക്കൽ വഴക്കുണ്ടാക്കി. പിതാവിന്റെ പക്കൽ പണമുണ്ട്. അതിൽനിന്ന് കുറച്ചുപണം രാജ്യരക്ഷാഫണ്ടിലേക്ക് വാങ്ങിത്തന്നുകൂടെ? ഒരുദിവസം ബന്നെയോട് ഹെഡ്മാസ്റ്റർ ചോദിച്ചു. അപ്പോൾ എടുത്തടിച്ചതുപോലെ മറുപടി വന്നു. അതിന് അച്ഛൻ ആദായനികുതിയും നൽകുന്നുണ്ട്. അന്ന് ബന്നെക്ക് 11 വയസായിരുന്നു എന്ന് ഓർക്കണം! ബന്നെയുടെ ഈ നിലപാട് മറ്റുകുട്ടികൾക്കും പ്രയോജനമായി. അധികം കുട്ടികളും ഫണ്ടുനൽകുന്നതിൽനിന്ന് ഒഴിഞ്ഞുമാറി.

1916. ഇന്ത്യാചരിത്രത്തിലെ സുപ്രധാനവർഷം. ആ വർഷമാണ് ലക്നോവിൽ ഇന്ത്യൻ നാഷണൽ കോൺഗ്രസ് സമ്മേളനം നടന്നത്. അനേകവർഷത്തെ ജയിൽവാസത്തിനുശേഷം ബാലഗംഗാധര തിലകൻ ആ സമ്മേളനത്തിൽ പങ്കെടുക്കാനെത്തി. തിലകന് ഉജ്വല സ്വീകരണം. അച്ഛന്റെ കൂടെപോയി ആ സ്വീകരണം കണ്ടെ ബന്നെയ്ക്ക് അടക്കാനാവാത്ത ആവേശം. ആ സമ്മേളനത്തിലാണ് മുസ്ലിംലീഗും കോൺഗ്രസും തമ്മിൽ ഒരു കരാർ ഉണ്ടാക്കിയത്. ആ കരാർ അനുസരിച്ച് മുസ്ലിങ്ങൾക്ക് പ്രത്യേക നിയോജകമണ്ഡലം അനുവദിച്ച തീരുമാനം കോൺഗ്രസ് അംഗീകരിക്കും. ലീഗും കോൺഗ്രസും ഒന്നിച്ച് പ്രവർത്തിക്കും. അന്നത്തെ ലീഗ് ജനറൽ സെക്രട്ടറി സയ്യദ് വസീർ ഹസനും മിസിസ് നായിഡു, മൗലാനാ മുഹമ്മദലി, മൗലാനാ ആസാദ് തുടങ്ങിയ നേതാക്കളും ബന്നെയുടെ വീട്ടിൽവന്നു. 11 വയസുകാരനായ ആ ബാലൻ തന്റെ കുഞ്ഞിക്കണ്ണുകൾകൊണ്ട് നേതാക്കളെയെല്ലാം കണ്ടു. ബന്നെയെ രാഷ്ട്രീയത്തിലേക്ക് ആകർഷിച്ചതിൽ ഈ സമ്മേളനത്തിന് പങ്കുണ്ട്.

സമ്മേളനത്തിനുശേഷം മുടങ്ങാതെ പത്രംവായന തുടങ്ങി. രാജ്യത്തിനകത്തും പുറത്തും നടക്കുന്ന സംഭവങ്ങൾ സൂക്ഷ്മമായി ശ്രദ്ധിച്ചു. അപ്പോഴേക്കും ലക്നോവിൽനിന്ന് *സത്യാഗ്ര* പുറത്തിറങ്ങി. അതും വായിക്കും. പബ്ലിക് ലൈബ്രറിയിൽ *മോഡേൺ റിവ്യൂ* കണ്ടു. അത് അതീവ താൽപ്പര്യത്തോടെ മറിച്ചുനോക്കി. അതിൽ റഷ്യൻ വിപ്ലവത്തെക്കുറിച്ച് ഒരു ലേഖനം. അതിൽനിന്നാണ് ആദ്യമായി റഷ്യൻ വിപ്ലവത്തെക്കുറിച്ച് മനസിലാക്കിയത്. വിപ്ലവം എന്ന പദംതന്നെ വളരെയധികം ഇഷ്ടപ്പെട്ടു. കാലം മാറിയതനുസരിച്ച് കാഴ്ചപ്പാടുകളും വിശാലമായി.

1920 ൽ മുസ്ലിങ്ങളുടെ പുണ്യസ്ഥലമായ കർബല സന്ദർശിക്കാൻ അച്ഛനും അമ്മയും തീരുമാനിച്ചു. കൂടെ മക്കളെയും കൊണ്ടുപോകാനും. കർബല ഇറാനിലാണ്. ഇന്ത്യക്ക് പുറത്തുള്ള ഒരു രാജ്യത്ത് പോകുന്നുവെന്നറിഞ്ഞപ്പോൾത്തന്നെ ബന്നെയ്ക്ക് സന്തോഷം. പിന്നെ പോകാനുള്ള ഒരുക്കമായി. ട്രെയിനിൽ ബോംബെ വരെ. അവിടന്നങ്ങോട്ട് കപ്പ

ലിൽ – ഇതായിരുന്നു യാത്രാപരിപാടി. ബോംബെയിൽ കടലും കപ്പലും കണ്ട് ആഹ്ലാദംകൊണ്ട് തുള്ളിച്ചാടി. ഇറാനിലെത്തിയപ്പോഴേക്കും അവിടെ പുതിയൊരു ഗവൺമെന്റ്. ആ രാജ്യത്തെ കാഴ്ചകളെല്ലാം കണ്ടു.

കർബലയിൽനിന്ന് മടങ്ങിവന്നതിനുശേഷം പഠിത്തത്തിൽ മുഴുകി. 1921 ൽ രണ്ടാംക്ലാസോടെ മെട്രിക്കുലേഷൻ പരീക്ഷ പാസായി. നിസഹകരണപ്രസ്ഥാനം അലയടിച്ചുയർന്ന കാലം. അതിൽ താൽപ്പര്യം ജനിക്കുകയും അതിന്റെ ഗതിവിഗതികൾ ശ്രദ്ധിക്കുകയും ചെയ്തെങ്കിലും പഠിത്തം ഉപേക്ഷിച്ചില്ല. അതിൽ നേരിട്ട് പങ്കെടുക്കുകയും ചെയ്തില്ല. അതിന് പ്രേരിപ്പിക്കാനോ വഴികാട്ടാനോ ആരെങ്കിലും ഉണ്ടായിരുന്നെങ്കിൽ അതിൽ പങ്കെടുത്തേനെ. 1922 ൽ ചരിത്രം, ഇംഗ്ലീഷ് സാഹിത്യം, പേർഷ്യൻ എന്നീ വിഷയങ്ങളെടുത്ത് ക്രിസ്ത്യൻ കോളേജിൽ പഠനം തുടർന്നു. അപ്പോൾ പിതാവ് അവധിലെ ജഡ്ജി. ക്രിസ്ത്യൻ കോളേജിൽ ചേർന്നപ്പോഴും രാഷ്ട്രീയത്തിലുള്ള താൽപ്പര്യം ഉപേക്ഷിച്ചില്ല. രംഗ അയ്യർ, ഹർക്കൺനാഥ്മിശ്ര തുടങ്ങിയവരുടെ പ്രസംഗം കേൾക്കാൻ പോകും. അപ്പോഴേക്കും ഖദർ ധരിക്കാൻ തുടങ്ങി. മെത്തയിലുറങ്ങുന്നത് നിർത്തി. ഉറക്കം വെറും പലകക്കട്ടിലിലാക്കി. ഗോമാംസം ഭക്ഷിക്കാതായി. മൂന്നുമാസത്തോളം തുടർച്ചയായി *ഖുർ ആൻ* പാരായണം ചെയ്തു. മകന് എന്തോ മനോരോഗം പിടിപെട്ടതായി മാതാപിതാക്കൾ കരുതി. എങ്കിലും ബന്നെയോട് ഒന്നും ചോദിച്ചില്ല. ബന്നെയുടെ 'സന്യാസം' പ്രസിദ്ധമായി.

1923–24 കാലത്ത് ഇംഗ്ലീഷ്–ഫ്രഞ്ച് എഴുത്തുകാരുടെ കൃതികൾ ധാരാളം വായിച്ചു. അനത്തോൾ ഫ്രാൻസ്, റസൽ എന്നിവർ ആഴത്തിൽ സ്വാധീനിച്ചു. റസലിന്റെ കൃതികൾ വായിച്ച് നിരീശ്വരനായി. എഫ് എ പാസായതിനുശേഷം 1924 ൽ ലക്നോ യൂണിവേഴ്സിറ്റിയിൽ ബി എയ്ക്ക് ചേർന്നു. ചരിത്രം, അർഥശാസ്ത്രം, ഇംഗ്ലീഷ് എന്നിവ ഐച്ഛികവിഷയങ്ങൾ. കോൺപൂർ ഗൂഢാലോചനക്കേസ് നടക്കുന്ന കാലമായിരുന്നു അത്. റഷ്യ, ലെനിൻ, മോസ്കോ തുടങ്ങിയ പേരുകൾ കൂടുതൽ കേട്ടു തുടങ്ങി. റഷ്യൻ വിപ്ലവത്തെക്കുറിച്ച് കൂടുതൽ അറിയാനുള്ള ജിജ്ഞാസ വർധിച്ചു. റഷ്യയെക്കുറിച്ച് കിട്ടാവുന്നത്ര പുസ്തകങ്ങൾ തേടിപ്പിടിച്ച് വായിച്ചു. കിട്ടിയ പുസ്തകങ്ങളധികവും റഷ്യൻ വിരോധികൾ എഴുതിയത്.

പരീക്ഷ അടുത്തപ്പോൾ കടുത്ത രോഗം. ശരിക്ക് പഠിക്കാൻ കഴിഞ്ഞില്ല. എങ്കിലും ഒരുവർഷം നഷ്ടപ്പെടുത്തരുതല്ലോ എന്നു കരുതി പരീക്ഷയെഴുതി. പരീക്ഷയിൽ പാസായി. പക്ഷേ, മൂന്നാംക്ലാസ് മാത്രം. നല്ല മാർക്ക് ലഭിക്കുമായിരുന്ന ബന്നെയ്ക്ക് മൂന്നാംക്ലാസ്കൊണ്ട് തൃപ്തിപ്പെടേണ്ടിവന്നു. തുടർന്ന് ഒരു വർഷം വീട്ടിലിരിക്കാനും നിർബന്ധിതനായി. രോഗത്തിന്റെ പിടിയിൽനിന്ന് പൂർണമായി മോചിതനാവാത്തതുമൂലം.

1927 ൽ ഉപരിപഠനാർഥം ഇംഗ്ലണ്ടിലേക്ക് തിരിച്ചു. യാത്രയിൽ ആദ്യം

എത്തിയത് ഫ്രാൻസിൽ. ആ രാജ്യം ശരിക്കും ഇഷ്ടപ്പെട്ടു. ഡോക്ടറായിരുന്ന ജ്യേഷ്ഠൻ അപ്പോൾ ഗവേഷണപ്രവർത്തനങ്ങളുമായ ജർമനിയിൽ കഴിയുകയായിരുന്നു. അദ്ദേഹം പാരീസിൽവന്ന് അനുജനെ കണ്ടു. രണ്ടുമൂന്നുദിവസം പാരീസിൽ കാഴ്ചകൾ കണ്ട് കറങ്ങി നടന്നു. അവിടെനിന്ന് ലണ്ടനിലേക്ക് തിരിച്ചു. ലണ്ടനിൽ രണ്ടോ മൂന്നോ ദിവസം താമസിച്ചതിനുശേഷം ഓക്സ്ഫോർഡിലേക്ക് പോയി. ആധുനികചരിത്രം, അർഥശാസ്ത്രം, രാഷ്ട്രവിജ്ഞാനീയം എന്നിവ ഐച്ഛികവിഷയങ്ങളായെടുത്ത് അവിടെ ചേർന്നു.

ഓക്സ്ഫോർഡിൽ ചേർന്ന് അധികം കഴിയുന്നതിനുമുമ്പ് മാരകമായ ക്ഷയരോഗം പിടികൂടി. ചികത്സയ്ക്കായി സ്വിറ്റ്സർലന്റിലെ ഒരു സാനിറ്റോറിയത്തിലേക്ക് പോയി. ഒരുവർഷം സാനിറ്റോറിയത്തിൽ കിടന്നു. ഈ ഒരുവർഷം പാഴാക്കിയില്ല. ഫ്രഞ്ചുഭാഷയും സാഹിത്യവും പഠിച്ചു. റഷ്യയെക്കുറിച്ചും കമ്യൂണിസത്തെക്കുറിച്ചും ധാരാളം പുസ്തകങ്ങൾ വായിച്ചു. സാനിറ്റോറിയത്തിലെ ഉദാരമതിയായ ഡോക്ടറുടെ സന്മനസ്സ് കാരണം ആദ്യമായി ഒരു സോവിയറ്റ് ചലച്ചിത്രം കാണാനിടയായി.

ആരോഗ്യം വീണ്ടെടുത്ത് 1928 ൽ ഓക്സ്ഫോർഡിൽ തിരിച്ചെത്തിയപ്പോഴേക്ക് ബന്നെ തികഞ്ഞ കമ്യൂണിസ്റ്റ് ചിന്താഗതിക്കാരനായി. ബ്രിട്ടീഷ് പാർലമെന്റിലെ കമ്യൂണിസ്റ്റ് എം പി സക്ലത്വാലയെ കണ്ട് പരിചയപ്പെട്ടു. മഹമൂദ് സഫർ അപ്പോൾ ഓക്സ്ഫോർഡിലുണ്ടായിരുന്നു. സമാനചിന്താഗതിക്കാരനായ അദ്ദേഹവുമായി ഗാഢബന്ധത്തിലായി. അതിനാൽ ഏകാന്തത അനുഭവപ്പെട്ടതേയില്ല.

അക്കാലത്ത് കെ എം അഷ്റഫ്, ഡോ. സെഡ് എ അഹമ്മദ് തുടങ്ങിയ ധാരാളം കമ്യൂണിസ്റ്റ് ചിന്താഗതിക്കാർ ഇംഗ്ലണ്ടിൽ പഠിക്കുന്നുണ്ടായിരുന്നു. അവരുടെ വൃത്തത്തിൽ ബന്നെയും ചെന്നുചേർന്നു. ഓക്സ്ഫോർഡിലെ ഇന്ത്യൻവിദ്യാർഥികളുടെ സംഘടനയായ മജ്ലിസിന്റെ പ്രതിനിധിയായി ഫ്രാങ്ക്ഫർത്തിൽ നടന്ന സാമ്രാജ്യത്വവിരുദ്ധ ലീഗിന്റെ സമ്മേളനത്തിൽ പങ്കെടുത്തു. സമ്മേളനത്തിൽ സോവിയറ്റ് പ്രതിനിധിയെ കാണാൻ അവസരം കിട്ടി. ഇന്ത്യയെക്കുറിച്ചുള്ള വിവരങ്ങൾ സോവിയറ്റ് പ്രതിനിധികൾ ആരാഞ്ഞു. സ്വാതന്ത്ര്യസമരത്തോട് തങ്ങൾക്കുള്ള അനുഭാവം അവർ പ്രകടിപ്പിച്ചു. 1932 ൽ ഓക്സ്ഫോർഡിൽനിന്ന് ബി എ പാസായി. നേരത്തെ ലക്നോ യൂണിവേഴ്സിറ്റിയിൽനിന്നും ഡിഗ്രി എടുത്തിരുന്നു.

ഓക്സ്ഫോർഡിൽനിന്ന് ഡിഗ്രിയെടുത്തതിനുശേഷം ഡന്മാർക്ക്, ജർമനി, ആസ്ട്രിയ, ഇറ്റലി എന്നീ രാജ്യങ്ങൾ സന്ദർശിച്ച് ഇന്ത്യയിൽ മടങ്ങിയെത്തി. അദ്ദേഹം നേരത്തെതന്നെ എഴുതിത്തുടങ്ങിയിരുന്നു. സ്വിറ്റ്സർലന്റിൽ കഴിയുന്ന കാലത്താണ് *അംഗാരേ* (തീപ്പൊരി) എഴുതിയത്. ഇന്ത്യയിലെത്തിയശേഷം പ്രസിദ്ധീകരിച്ചു. അത് ചൂടപ്പംപോലെ വിറ്റഴിഞ്ഞു. ഇത് ബന്നെയുടെ ആദ്യകൃതിയായിരുന്നില്ല. *അംഗാരേക്ക്* മുമ്പ് 1925–26 കാലത്ത് അദ്ദേഹത്തിന്റെ ധാരാളം കഥകൾ സമാനയിൽ

പ്രസിദ്ധീകരിച്ചിരുന്നു.

ഇന്ത്യയിൽ ആറുമാസം താമസിച്ചതിനുശേഷം ബാരിസ്റ്റർ പരീക്ഷയ്ക്ക് പഠിക്കാൻ ഇംഗ്ലണ്ടിലേക്ക് തിരിച്ചുപോയി. അക്കാലത്ത് രാഷ്ട്രീയകാര്യങ്ങളിൽ കൂടുതൽ ശ്രദ്ധിച്ചു. തൊഴിലാളി യോഗങ്ങളിൽ കൃത്യമായി പങ്കെടുക്കും. ഇന്ത്യയിലെ ദേശീയനേതാക്കൾ ലണ്ടനിൽവന്ന് പ്രസംഗിക്കുമ്പോൾ അവരുടെ പ്രസംഗം കേൾക്കാൻ പോകും. വട്ടമേശ സമ്മേളനത്തിൽ പങ്കെടുക്കാൻ ഗാന്ധിജി ലണ്ടനിലെത്തിയപ്പോൾ അദ്ദേഹത്തെ ചെന്നുകണ്ട് സംസാരിച്ചു. നേരത്തെ ഇന്ത്യൻ വിദ്യാർഥികളുടെ പ്രസിദ്ധീകരണമായ *ഭാരതി*ന്റെ എഡിറ്ററായി പ്രവർത്തിച്ചിട്ടുണ്ട്. ഇപ്പോൾ *ന്യൂ ഭാരത്* എന്ന ത്രൈമാസികയുടെ പത്രാധിപരായി. നിയമവിദ്യാർഥിയായിരുന്നെങ്കിലും കൂടുതൽ സമയവും ചെലവഴിച്ചത് രാഷ്ട്രീയകാര്യങ്ങൾക്ക്. റാൾഫ് ഫോക്സ്, ഡേവിഡ് ഗസ്റ്റ് എന്നിവർ അടുത്ത സുഹൃത്തുക്കളായി. അവരോടൊപ്പം ധാരാളം സമയം ചെലവഴിച്ചു.

1935 ൽ ബാരിസ്റ്റർ പരീക്ഷ പാസായി. ആ വർഷം ഡിസംബറിൽ ഇന്ത്യയിലേക്ക് മടങ്ങി. മകൻ നല്ല ഉദ്യോഗം സ്വീകരിച്ച് സുഖസമ്പൂർണമായ ജീവിതം നയിക്കണമെന്ന് മാതാപിതാക്കൾ ആഗ്രഹിച്ചു. അലഹബാദ് ഹൈക്കോടതിയിൽ പ്രാക്ടീസ് തുടങ്ങിയപ്പോഴും ആശ്വസിച്ചു. ആ രംഗത്ത് മകൻ ശോഭിക്കുമെന്ന് അവർ പ്രതീക്ഷിച്ചു. പക്ഷേ, മകന് കോടതിക്കാര്യങ്ങളിൽ കേന്ദ്രീകരിക്കാൻ സമയമില്ല. സമയത്തിന്റെ ഏറിയകൂറും രാഷ്ട്രീയപ്രവർത്തനത്തിനുപോയി. കോൺഗ്രസിന്റെ സജീവ പ്രവർത്തകനായി. രണ്ടുവർഷം അലഹാബാദ് നഗരത്തിലെ കോൺഗ്രസ് കമ്മിറ്റി സെക്രട്ടറി. അലഹാബാദിൽ എ ഐ സി സി സെക്രട്ടേറിയറ്റിന്റെ ചുമതലയേൽപ്പിക്കാൻ മൂന്ന് ഒന്നാംതരം ബുദ്ധിജീവികളെ നെഹ്റു കണ്ടെത്തി. അതിൽ ഒരാൾ സജ്ജാദ് സഹീർ. തന്നെ ഏൽപ്പിച്ച ജോലി നന്നായി ചെയ്തു. പ്രവിശ്യാ കോൺഗ്രസ് കമ്മിറ്റിയിലേക്കും തിരഞ്ഞെടുക്കപ്പെട്ടു.

കോൺഗ്രസിന്റെ നയങ്ങളുമായി പൊരുത്തപ്പെട്ടു പോകാനായില്ല. കോൺഗ്രസ് സോഷ്യലിസ്റ്റ് പാർട്ടി രൂപംകൊണ്ടപ്പോൾ അതിൽ അംഗമായി. ഇംഗ്ലണ്ടിലായിരുന്നപ്പോൾ ബ്രിട്ടീഷ് കമ്യൂണിസ്റ്റ് പാർട്ടിയുമായി ബന്ധം പുലർത്തി. ഇന്ത്യയിലെത്തിയപ്പോഴേക്കും കമ്യൂണിസ്റ്റ് പാർട്ടി നിയമവിരുദ്ധം. എങ്കിലും നിയമവിരുദ്ധ പാർട്ടിയിൽ അംഗമായി. അതിൽ അംഗമായിക്കൊണ്ടുതന്നെ കോൺഗ്രസിലും കോൺഗ്രസ് സോഷ്യലിസ്റ്റ് പാർട്ടിയിലും പ്രവർത്തിക്കുകയായിരുന്നു.

അലഹാബാദിൽ രാഷ്ട്രീയ പ്രവർത്തനം തുടങ്ങി. അധികം കഴിയുന്നതിനുമുമ്പ് *ന്യൂ ഭാരത്* എന്ന ഹിന്ദി വാരിക തുടങ്ങി. അതിന്റെ എല്ലാ ലക്കങ്ങളിലും എഴുതും. *ബീമാർ* എന്ന നാടകമെഴുതിയത് ഇക്കാലത്താണ്. എഴുത്തുകാരനെന്ന നിലയിലും ബന്നെ അറിയപ്പെട്ടു. 1936 ൽ ലക്നോവിൽ പുരോഗമനവാദികളായ എഴുത്തുകാരുടെ സമ്മേളനം. പ്രേംചന്ദിന്റെ അധ്യക്ഷതയിൽ ചേർന്ന ആ സമ്മേളനം വിളിച്ചുകൂട്ടിയ

വരിൽ ഒരാൾ ബന്നെ. ആ സമ്മേളനമാണ് അഖിലേന്ത്യാതലത്തിൽ പുരോഗമന സാഹിത്യ സംഘടന രൂപവൽക്കരിക്കാൻ തീരുമാനിച്ചത്. സംഘടനയുടെ സെക്രട്ടറി ബന്നെ. അതിനുശേഷം രാജ്യത്തിന്റെ പല ഭാഗങ്ങളിലും പുരോഗമന സാഹിത്യസംഘടനയുടെ പ്രവർത്തനവുമായി ബന്ധപ്പെട്ട് സഞ്ചരിച്ചു. മാത്രമല്ല, പാർട്ടി ക്ലാസെടുക്കുന്നതിനും പല ഭാഗങ്ങളിലും പോയി. 1937 ൽ ആന്ധ്രാപ്രദേശിലെ കോട്ടപട്ടണത്തിൽ സംഘടിപ്പിച്ച പാർട്ടിക്ലാസിൽ ഏറ്റവും മെച്ചം ബന്നെയുടേത് എന്ന് സി രാജേശ്വരറാവു രേഖപ്പെടുത്തി.

1938 ൽ വിവാഹം. വധു റസിയ. വിദ്യാസമ്പന്നയും ഉറുദു എഴുത്തുകാരിയും. ജീവിതത്തിലെ എല്ലാ പരീക്ഷണഘട്ടങ്ങളിലും അവർ അദ്ദേഹത്തോടൊപ്പം നിന്നു. പിൽക്കാലത്ത് അവരും പാർട്ടിഅംഗമായി. വിവാഹത്തിനുശേഷം അലഹാബാദിൽനിന്ന് ഒന്നാംക്ലാസോടെ എം എ പാസായി.

1939 ൽ രണ്ടാംലോകമഹായുദ്ധം ആരംഭിക്കുന്നതിനുമുമ്പ്, ഇന്ത്യൻ കമ്യൂണിസ്റ്റ് പാർട്ടിയുടെ പൊളിറ്റ് ബ്യൂറോ ഒരു ചുമതലയേൽപ്പിച്ചു. ആയിടെ ദില്ലിയിൽ രൂപവൽക്കരിച്ച കമ്യൂണിസ്റ്റ് പാർട്ടിയുടെ ഘടകത്തിന് സഹായവും മാർഗദർശനവും നൽകുക. ആ ജോലി നിർവഹിച്ചുകൊണ്ട് ഏതാനും മാസങ്ങൾ ദില്ലിയിൽ താമസിച്ചു. യുദ്ധമാരംഭിച്ച് അധികം കഴിയുന്നതിനുമുമ്പ് അറസ്റ്റിലായി. യുദ്ധത്തിന്റെ സ്വഭാവത്തിൽ മാറ്റം വന്നതിനെത്തുടർന്ന് കമ്യൂണിസ്റ്റ് പാർട്ടിയുടെമേലുള്ള നിരോധനം പിൻവലിച്ചപ്പോൾ, 1942 ൽ ജയിലിൽനിന്ന് പുറത്തുവന്നു. വീണ്ടും രാഷ്ട്രീയപ്രവർത്തനത്തിൽ മുഴുകി. 1943 ൽ ഇന്ത്യൻ കമ്യൂണിസ്റ്റ് പാർട്ടിയുടെ ആദ്യത്തെ കോൺഗ്രസ് ബോംബെയിൽ. അതിൽ പങ്കെടുത്തു. പാർട്ടിയുടെ കേന്ദ്ര കമ്മിറ്റിയിലേക്ക് തിരഞ്ഞെടുക്കപ്പെട്ടു. അതിനുശേഷം ബോംബെയിലെ പാർട്ടി ആസ്ഥാനം കേന്ദ്രീകരിച്ച് പ്രവർത്തനം തുടങ്ങി.

പുതിയ സാഹചര്യത്തിൽ ഉറുദുവിൽ പാർട്ടി ഒരു കേന്ദ്ര മുഖപത്രം തുടങ്ങി – *ക്വാമിജങ്.* അതിന്റെ പത്രാധിപരായി നിയോഗിക്കപ്പെട്ടത് സജ്ജാദ് സഹീർ. അദ്ദേഹത്തിന്റെ പത്രാധിപത്യത്തിൽ ഉറുദു ജേണലിസത്തിൽ ലളിതമായ രാഷ്ട്രീയ ഭാഷയ്ക്കും ശൈലിക്കും ഒരു പുതിയ പാരമ്പര്യംതന്നെ സൃഷ്ടിച്ചു *ക്വാമി ജങ്.* മൗലാനാ ആസാദ്, മൗലാനാ സഫർ അലി ഖാൻ, മൗലാനാ മൊഹമ്മൂദ് അലി എന്നിവർ കഴിഞ്ഞ നൂറ്റാണ്ടിന്റെ ആദ്യം ഉർദു ജേണലിസത്തിൽ തുടങ്ങിവച്ച സമ്പന്നമായ സാമ്രാജ്യത്വവിരുദ്ധ പാരമ്പര്യം അത് മുമ്പോട്ടുകൊണ്ടുപോയി. തന്നെയുമല്ല. അതിന് പുതിയ രൂപവും ഉള്ളടക്കവും നൽകുകകൂടി ചെയ്തു. കുറച്ചുകഴിഞ്ഞപ്പോൾ ഡോ. കെ. എം. അഷ്റഫും പാർട്ടി ആസ്ഥാനത്തെത്തി *ക്വാമിജങ്ങിൽ* സ്ഥിരമായി എഴുതിത്തുടങ്ങി.

ഒട്ടേറെ ഉറുദു എഴുത്തുകാരെ ബന്നെ ആവേശം കൊള്ളിച്ചു. അവരിൽ ചിലർ വിപ്ലവപ്രവർത്തനം തൊഴിലായി സ്വീകരിച്ചു. പുരോഗമനവാദികൾ പൊതുവെയും കമ്യൂണിസ്റ്റുകാർ വിശേഷിച്ചും ഉറുദു സാഹി

ത്യത്തെ അഗാധമായി സ്വാധീനിച്ച കാലമായിരുന്നു അത്.

ഈ ഘട്ടത്തിൽ ഹിന്ദു–മുസ്ലിം പ്രശ്നത്തിന് പുതിയ മാനം കൈവന്നു. പാകിസ്താൻ മുദ്രാവാക്യം മുസ്ലിം ജനസാമാന്യത്തെ ആകർഷിച്ചു. നമ്മുടെ ദേശീയ വിമോചനപ്രസ്ഥാനത്തിന്റെയും അതിന്റെ ബൂർഷ്വാ നേതൃത്വത്തിന്റെയും ഗുരുതരമായി പരാജയം മൂലമാണ് ഹിന്ദു–മുസ്ലിം പ്രശ്നം പരിഹരിക്കാപ്പെടാതെ പോയത്. ഈ പശ്ചാത്തലത്തിലാണ് സാമ്രാജ്യത്വത്തിനെതിരെ കോൺഗ്രസ്–ലീഗ് ഐക്യം എന്ന മുദ്രാവാക്യം കമ്യൂണിസ്റ്റ് പാർട്ടി മുമ്പോട്ടുവെച്ചത്. നമ്മുടെ രാജ്യത്തിന്റെ സ്വാതന്ത്ര്യത്തിനുവേണ്ടിയുള്ള സമരത്തിൽ ഹിന്ദു–മുസ്ലിം ഐക്യം ഊട്ടിയുണ്ടാക്കുന്നതിന് അത് അത്യന്താപേക്ഷിതമാണെന്ന് പാർട്ടി ചൂണ്ടിക്കാട്ടി. മുസ്ലിം ജനസാമാന്യത്തിനിടയിൽ ഈ ആശയമെത്തിക്കുന്നതിൽ *ക്വാമി ജങ്* പ്രധാന പങ്കുവഹിച്ചു.

1947 ൽ രാജ്യം രണ്ടായി വിഭജിക്കപ്പെടുകതന്നെ ചെയ്തു. പാകിസ്താനിൽ കമ്യൂണിസ്റ്റ് പാർട്ടി സംഘടിപ്പിക്കാൻ അങ്ങോട്ടുപോകാനാണ് അദ്ദേഹം തീരുമാനിച്ചത്. വിഭജനത്തെയും കലാപത്തെയും തുടർന്ന് അതാകെ ഛിന്നഭിന്നമായി പോയിരുന്നു. ഭാര്യയെയും കുട്ടികളെയും ഇന്ത്യയിൽ തന്നെ നിർത്തി ബന്നെ പാകിസ്താനിലേക്ക് പോയി. പാർട്ടിക്കും വിപ്ലവത്തിനും വേണ്ടിയുള്ള ത്യാഗം. അവിടെ പാർട്ടി ജനറൽ സെക്രട്ടറിയായി തിരഞ്ഞെടുക്കപ്പെട്ടു. ആ നിലയിൽ പാർട്ടി പ്രവർത്തനത്തിന് നേതൃത്വം നൽകിക്കൊണ്ടിരിക്കെ അറസ്റ്റിലായി. റാവൽപിണ്ടി ഗൂഢാലോചനക്കേസ് കെട്ടിച്ചമച്ച പാകിസ്താൻ ഗവൺമെന്റ് ബന്നെയെയും ഫൈസ് അഹമ്മദ് ഫൈസിനെയും ചില സൈനികോദ്യോഗസ്ഥരെയും കേസിൽ ഉൾപ്പെടുത്തി. കേസിലെ പ്രതികൾക്ക് വധശിക്ഷ നൽകാനാണ് പബ്ലിക് പ്രോസിക്യൂട്ടർ കോടതിയോട് ആവശ്യപ്പെട്ടത്. ബന്നെയെ കോടതി ജീവപര്യന്തം തടവിന് ശിക്ഷിച്ചു.

അനവധി വർഷത്തെ ജയിൽ ജീവിതത്തിനുശേഷം ഇന്ത്യയിൽ മടങ്ങിയെത്തി. ഇവിടെ അടങ്ങിയിരുന്നില്ല. വീണ്ടും പാർട്ടി പ്രവർത്തനം. അതിനിടയിൽ 1973 സെപ്തംബർ 13 ന് അന്തരിച്ചു. അദ്ദേഹത്തിന്റെ ശവസംസ്കാരച്ചടങ്ങിനുശേഷം ചേർന്ന അനുസ്മരണയോഗത്തിൽ ഫൈസ് അഹമ്മദ് ഫൈസ് പറഞ്ഞു:

> ആത്മാർഥതയായിരുന്നു അദ്ദേഹത്തിന്റെ മൗലികമായ വിശ്വാസ പ്രമാണം – സുഹൃത്തുക്കളോട് ആത്മാർഥത, സഹപ്രവർത്തകരോടും ജനങ്ങളുടെ താൽപ്പര്യങ്ങളോടും അവരുടെ പ്രസ്ഥാനങ്ങളോടും ആത്മാർഥത. അവസാനശ്വാസം വരെ ഈ ആത്മാർഥത പുലർത്തിക്കൊണ്ട് അദ്ദേഹം ജീവിച്ചു.

സതീഷ് പക്രാസി

1893 - 1973

ദേശീയ വിപ്ലവപ്രസ്ഥാനത്തിൽ നിന്ന് കമ്യൂണിസ്റ്റ് പ്രസ്ഥാനത്തിലേക്ക് കടന്നു വന്ന മറ്റൊരു വിപ്ലവകാരിയാണ് സതീഷ് പക്രാസി. കേരളീയർ അത്രയധികം കേട്ടറിഞ്ഞിട്ടില്ലാത്ത ഒരു വിപ്ലവകാരി. 80 വർഷം ജീവിച്ചതിൽ 32 വർഷം തടവറകളിലും 11 വർഷം ഒളിവിലും കഴിഞ്ഞ വിപ്ലവകാരിയാണ് സതീഷ് പക്രാസി. ബംഗാളിൽ കമ്യൂണിസ്റ്റ് പ്രസ്ഥാനം കെട്ടിപ്പടുക്കുന്നതിൽ സതീഷ് പക്രാസിയും സുപ്രധാന പങ്ക് വഹിച്ചു.

ധാക്കാ ജില്ലയിലെ അത്രയൊന്നും അറിയപ്പെടാത്ത ഒരു ഗ്രാമമാണ് മാധബ്ദി. ആ ഗ്രാമത്തിൽ 1893 ഡിസംബറിൽ സതീഷ് പക്രാസി ജനിച്ചു. അദ്ദേഹത്തിന്റെ കുട്ടിക്കാലത്ത് ബംഗാളിലെ രാഷ്ട്രീയരംഗം അത്യന്തം പ്രക്ഷുബ്ധം. സ്വദേശി പ്രസ്ഥാനം ശക്തിപ്രാപിക്കുന്ന കാലം. ബംഗാളിനെ വിഭജിക്കുവാനുള്ള കഴ്സൺ പ്രഭുവിന്റെ നീക്കത്തിനെതിരെ ജീവിതത്തിന്റെ നാനാതുറകളിലും പെട്ട ആളുകൾ മുമ്പോട്ടു വന്നു.തന്റെ പ്രായത്തിലുള്ള മറ്റു പല കുട്ടികളെയും പോലെ ആ സമരത്തിൽ നിന്ന് സതീഷും ആവേശം ഉൾക്കൊണ്ടു. ആ ബാലനും സമരത്തിന്റെ തീച്ചൂളയിലേക്ക് എടുത്തുചാടി. ഇത് അധികാരികളുടെ അപ്രീതിക്ക് ഇടയാക്കി. 13-ാമത്തെ വയസിൽ സ്കൂളിൽ നിന്ന് ആ ബാലനെ പിടിച്ചുകൊണ്ടു പോയി.

പുളിൻദാസിനെ കണ്ടുമുട്ടിയതോടെയാണ് ആ ബാലന്റെ വിപ്ലവ ജീവിതം ആരംഭിച്ചത്. അക്കാലത്തെ പേരുകേട്ട ദേശീയ വിപ്ലവസംഘടനയായ അനുശീലൻ സമിതിയുടെ സമുന്നത നേതാവായിരുന്ന

പുളിൻദാസ്. 14–ാമത്തെ വയസിൽ സതീഷ് അതിൽ അംഗമായി. താമസിയാതെ അതിന്റെ നേതൃത്വത്തിലേക്കും ഉയർന്നു. നേതാക്കളുടെ ചാഞ്ചാട്ടവും നിഷ്ക്രിയത്വവും അതിലെ യുവ അംഗങ്ങളിൽ മനം മടപ്പുളവാക്കി. അവർ നേതൃത്വത്തിനെതിരെ കലാപം കൂട്ടി. കലാപ സംഘം എന്ന പേരിലാണ് അവർ അറിയപ്പെട്ടത്. ആ സംഘത്തിലെ ഒരംഗമായിരുന്ന സതീഷ് പക്രാസി.

1911 ൽ ഒരു രഹസ്യസങ്കേതത്തിൽ നിന്ന് ആയുധമെടുത്തുകൊണ്ടുവരുന്നതിനുള്ള ചുമതല അദ്ദേഹമേറ്റു. ആയുധവുമായി വരുമ്പോൾ അപ്രതീക്ഷിതമായി പൊലീസ് പിടിയിലായി. നാരായൺഗഞ്ച് ജയിലിൽ കൊണ്ടുപോയി തള്ളി. അവിടെവെച്ച് അതിഭീകരമായി മർദിച്ചു. അധികാരികൾ ആഗ്രഹിച്ചതുപോലെ രഹസ്യസങ്കേതത്തെക്കുറിച്ചുള്ള വിവരങ്ങൾ നൽകാനോ കുറ്റസമ്മതം നടത്താനോ സതീഷ് തയ്യാറായില്ല. അതിന്റെ പേരിൽ പിന്നെയും മർദനം. കുറെ ദിവസം കള്ളന്മാരുടെയും കൊലപാതകികളുടെയും ഒപ്പം പാർപ്പിച്ചു. അതുകൊണ്ടെന്നും അധികൃതർ ഉദ്ദേശിച്ച ഫലമുണ്ടായില്ല.ജയിലിൽ പുളിൻദാസിനെ കണ്ടുമുട്ടി. അവിടെ വെച്ച് തന്റെ രാഷ്ട്രീയ ഗുരുവിൽ നിന്ന് പല പാഠങ്ങളും പഠിച്ചു. ജയിലിൽ വെറുതെയിരുന്നില്ല. രാഷ്ട്രീയവിജ്ഞാനീയം, അർത്ഥശാസ്ത്രം തുടങ്ങി പല വിഷയങ്ങളെക്കുറിച്ചുമുള്ള ധാരാളം പുസ്തകങ്ങൾ വായിച്ചു. അങ്ങനെ അറിവിന്റെ ചക്രവാളം വികസ്വരമാക്കി. എന്നു മാത്രമല്ല, വിപ്ലവപ്രസ്ഥാനത്തിലും വിപ്ലവാദർശങ്ങളിലുമുള്ള വിശ്വാസം ദൃഢീകരിക്കുകയും ചെയ്തു.

1912 ൽ ജയിൽ വിമുക്തനായി. വിപ്ലവകാരികളായ യുവാക്കളെ സംഘടിപ്പിക്കുന്നതിനും തദ്വാരാ ആക്ഷനുകൾ ആസൂത്രണം ചെയ്ത് നടപ്പാക്കുന്നതിനും കൽക്കത്തയ്ക്ക് പോയി. അവിടെ ബ്രിട്ടീഷ് ഭകരണത്തിനെതിരായി പലതരം സാഹിത്യങ്ങളും രഹസ്യമായി പ്രചരിപ്പിക്കുന്നതിൽ മുഴുകി. ഇതിനിടയിലാണ് ഇന്ത്യയുടെ തലസ്ഥാനം കൽക്കത്തയിൽ നിന്ന് ദില്ലിയിലേക്ക് മാറ്റിയത്. അതുമായി ബന്ധപ്പെട്ട് വൈസ്റോയി ഹാർഡിങ് പ്രഭുവിനുനേരെ ബോംബേറ്. അതിന്റെപേരിൽ ദില്ലി ഗൂഢാലോചനക്കേസ് കെട്ടിച്ചമയ്ക്കപ്പെട്ടു. സതീഷിനെ അധികാരികൾ ആ കേസിലെ പ്രതിയാക്കി. അറസ്റ്റ് വാറണ്ടുമിറക്കി. അദ്ദേഹം ഒളിവിൽ പോയി. ഒളിവിലിരുന്നുകൊണ്ട് പ്രവർത്തനം തുടർന്നു. രണ്ടു വർഷം കഴിഞ്ഞപ്പോൾ 1914 ൽ ഗുരുതരമായി പരുക്കേറ്റു. കുപ്രസിദ്ധ പൊലീസ് ആപ്പീസർ ബസന്ത് ചതോപാധ്യായയുടെ നേരം ബോംബെറിഞ്ഞപ്പോൾ അതിന്റെ ചീളുകൾ തെറിച്ചാണ് പരുക്കേറ്റത്. അവിടെ നിന്ന് രക്ഷപ്പെട്ട് രാജഹാഷിയിലേക്കും തുടർന്ന് ധാക്കയിലേക്കും പോയി.

1917 ആയപ്പോഴേക്കും ധാക്കയിൽ പൊലീസ് റെയ്ഡുകളും അതിക്രമങ്ങളും വർധിച്ചു. നളിനി ബാഗ്ചിയോടും മറ്റു സഖാക്കളോടുമൊപ്പം ഗുവാഹട്ടിയിലേക്ക് പോകാൻ നിർബന്ധിതനായ. അവിടെയിരുന്നുകൊണ്ട് ബംഗാളിലെ വിപ്ലവപ്രവർത്തനങ്ങൾക്ക് നേതൃത്വം നൽകി. ഒരു

ദിവസം രാത്രി അവരുടെ ഒളിസങ്കേതം പൊലീസ് വളഞ്ഞു. സതീഷും മറ്റ് ആറുപേരും തൊട്ടടുത്തുള്ള കുന്നിലേക്ക് രക്ഷപ്പെട്ടു. അവിടെയിരുന്ന് റിവോൾവറും പിസ്റ്റളും ഉപയോഗിച്ച് പൊലീസിനെ നേരിട്ടു. അവസാനം വിപ്ലവകാരികളിൽ അഞ്ചുപേർ പിടിയിലായി. സതീഷും ബാഗ്ചിയും കൽക്കത്തയിലേക്ക് രക്ഷപ്പെട്ടു. ഗുവാഹട്ടിയിൽ നിന്ന് കൽക്കത്ത വരെ കാൽനടയായി സഞ്ചരിക്കുകയായിരുന്നുവത്രേ.

കൽക്കത്തയിലെത്തിയതിനുശേഷം 1918 വരെ ഒളിവിൽ തന്നെ കഴിഞ്ഞു. 1914 ൽ തുടങ്ങിയതാണ് ഈ ഒളിവുജീവിതമെന്നോർക്കുക. ഈ നാലു വർഷത്തെ ഒളിവുജീവിതത്തിനിടയിൽ രാജ്യത്തിന്റെ പല ഭാഗങ്ങളും സന്ദർശിച്ചു. വിപ്ലവഗ്രൂപ്പുകൾ സംഘടിപ്പിച്ച് അവയെ നയിച്ചു. വിപ്ലവസാഹിത്യം പ്രചരിപ്പിച്ചു. ഈ ഘട്ടത്തിൽ പലതരം ദുരിതങ്ങളും കഷ്ടപ്പാടുകളും അനുഭവിക്കേണ്ടിവന്നു. എങ്കിലും വിപ്ലവത്തോടുള്ള കൂറിലും അതിലുള്ള വിശ്വാസത്തിലും ഒരു കുറവും സംഭവിച്ചില്ല. ലളിതവും മാതൃകാപരവുമായ ജീവിതം നയിച്ചു.

കൽക്കത്ത ഹൈക്കോടതിയുടെ മുമ്പിൽ വെച്ച് 1918 മാർച്ചിൽ അറസ്റ്റിലായി. ഡെപ്യൂട്ടി പൊലീസ് കമ്മീഷണറുടെ ആപ്പീസിലേക്ക് കൊണ്ടുപോയി. അടിവസ്ത്രം ഒഴികെ ബാക്കിയെല്ലാം ഊരിക്കളഞ്ഞു. അഞ്ചുദിവസം തുടർച്ചയായി ഒരു കസേരയിലിരുത്തി. ഒരോ ദിവസവും നൽകിയത് രണ്ട് കപ്പ് ചായ മാത്രം. കണ്ണുകൾ താനേ അടഞ്ഞുപോകുമ്പോൾ തലമുടി പിടിച്ചുവലിച്ച് ഉണർത്തും. അഞ്ചുദിവസം ഇപ്രകാരം ക്രൂരമായി പെരുമാറിയതിനുശേഷം കൽക്കത്തയിലെ പ്രസിഡൻസി ജയിലിലേയ്ക്ക് മാറ്റി. 44-ാം നമ്പർ സെല്ലിൽ അടച്ചു.

പ്രസിഡൻസി ജയിലിൽ കൈയാമം വച്ച് രാജഷാഹി ജയിലിലേക്ക് കൊണ്ടുപോയി. മൂന്നു വർഷം അവിടെ പാർപ്പിച്ചു. 1921 ൽ മോചിപ്പിച്ചു. പുറത്തുവന്നതിനുശേഷം വിദേശത്തു പോകാൻ ശ്രമം നടത്തി. അതിനിടയിൽ പിടിയിലായി. ഇത്തവണ വിചാരണയൊന്നും കൂടാതെ മറ്റൊരു അഞ്ച് വർഷം ജയിലിൽ കിടക്കേണ്ടിവന്നു. ഇക്കാലത്ത് പല ജയിലുകളിലായി മാറി മാറി താമസിപ്പിച്ചു. ഈ പ്രക്രിയയിൽ ഗണേഷ് ഘോഷ്, നിരഞ്ജൻ സെൻ, സൂര്യസെൻ തുടങ്ങി പല വിപ്ലവകാരികളെയും കണ്ടുമുട്ടാനിടയായി. യർവാദാ ജയിലിൽ നിന്ന് 1928 ൽ മോചിപ്പിച്ചു.

പുറം ലോകത്തെത്തി പ്രവർത്തനം പുനരാരംഭിച്ചു. അതിനിടയിലാണ് മുസഫർ അഹമ്മദിനെ കണ്ടുമുട്ടിയത്. പ്രമോദ് ദാസ് ഗുപ്തയെയും പരിചയപ്പെടാനിടയായി. ഇരുവരുമായി ഉറ്റബന്ധം സ്ഥാപിച്ചു.

1929 ഡിസംബർ 19 ന് കൽക്കത്തയിലുള്ള മെചബസാർ തെരുവിലെ ഒരു വീട് പോലീസ് പരിശോധിച്ച് സതീഷ് പക്രാസി, നിരഞ്ജൻ സെൻ, രമേഷ് ബിശ്വാസ് എന്നിവരെ അറസ്റ്റ് ചെയ്തു. ആ വീട്ടിൽ നിന്ന് പ്രധാനപ്പെട്ട ചില രേഖകൾ കൈക്കലാക്കി. മേൽവിലാസങ്ങൾ ശേഖരിച്ചു. റിവോൾവറുകൾ കണ്ടെടുത്തു. ബോംബുകൾ നിർമിക്കുന്നതിനുള്ള സാധനങ്ങൾ പിടിച്ചെടുത്തു. അറസ്റ്റുചെയ്ത വിപ്ലവകാരികളെ

ഒരു ഗൂഢാലോചന കേസിലുൾപ്പെടുത്തി– മെചബസാർ ഗൂഢാലോചനക്കേസ്. സതീഷ് പക്രാസിയെയും നിരഞ്ജൻ സെന്നിനെയും ആറു വർഷത്തേക്ക് ആന്തമാനിലേക്ക് നാടുകടത്താൻ വിധിച്ചു. അങ്ങോട്ടയയ്ക്കുന്നതിനുമുമ്പ് സതീഷ് പക്രാസിയെ ആലിപ്പൂർ സെൻട്രൽ ജയിലിലേക്ക് കൊണ്ടുപോയി. ആ ജയിലിൽ മൂന്നു വർഷം കഴിച്ചുകൂട്ടി. അതിനുശേഷം രാജഷാഹി ജയിലിലും തുടർന്ന് ഹസാരിബാഗ് ജയിലിലും കുറച്ചുനാൾ പാർപ്പിച്ചു. ഹസാരി ബാഗിൽ നിന്നാണ് ആന്തമാനിലേക്ക് കൊണ്ടുപോയത്. നാലു വർഷത്തോളം അവിടത്തെ ജയിലിൽ കിടന്ന് നരകിച്ചു. ആലിപ്പൂർ ജയിലിൽ വച്ചാണ് അബ്ദുൾ ഹലീം, സരോജ് മുഖർജി, ഷംസുൽ ഹുഡ എന്നിവരെ കണ്ടുമുട്ടിയത്. അബ്ദുൾ ഹലീം മാർക്സിസം – ലെനിനിസത്തിന്റെ പാതയിലേക്ക് അദ്ദേഹത്തിന്റെ ശ്രദ്ധ തിരിച്ചുവിട്ടു. ഹലീം പുറത്തുനിന്ന് മാർക്സിസ്റ്റ് സാഹിത്യം രഹസ്യ മാർഗങ്ങളിലൂടെ ജയിലിൽ വരുത്തും. അവ സതീഷ് ഉൾപ്പെടെയുള്ള സഹതടവുകാർക്ക് വായിക്കാൻ കൊടുക്കും. കമ്യൂണിസ്റ്റാവാൻ തനിക്ക് പ്രചോദനം ലഭിച്ചത് ആലിപ്പൂർ ജയിലിൽ വച്ചാണെന്ന് സതീഷ് രേഖപ്പെടുത്തിയിട്ടുണ്ട്.

സതീഷ് പക്രാസിയുടെ വിപ്ലവജീവിതത്തിലെ ഒരു ഘട്ടം മെചാബസാർ ഗൂഢാലോചനക്കേസോടെ അവസാനിച്ചു. അതേവരെ 'ഭീകരവാദി'യായ ദേശാഭിമാനിയായിരുന്നു. സായുധസമരത്തിലൂടെ ബ്രിട്ടീഷുകാരെ ഇന്ത്യയിൽ നിന്ന കെട്ടുകെട്ടിക്കണം എന്നതിലപ്പുറം മറ്റൊരു ചിന്തയുമുണ്ടായിരുന്നില്ല. സ്വാതന്ത്ര്യം ലഭിച്ചുകഴിഞ്ഞാൽ മാതൃരാജ്യത്തിന്റെ ഭാവി എന്തായിരിക്കണം എന്നതിനെ സംബന്ധിച്ച് ആലോചിക്കുകപോലുമുണ്ടായില്ല. വാസ്തവത്തിൽ ആദ്യകാല വിപ്ലവകാരികളിൽ ചിലർ കരുതിയത് ഇന്ത്യയിൽ ബ്രിട്ടീഷ് വാഴ്ച അവസാനിച്ചുകഴിഞ്ഞാൽ ജനങ്ങൾക്ക് സന്തോഷവും ഐശ്വര്യവുമുണ്ടാകുമെന്നാണ്. ജനങ്ങളിൽ മഹാഭൂരിപക്ഷത്തിനും സമത്വവും സന്തോഷവും കൈവരിക്കാൻ കഴിയുന്നതിലാണ് യഥാർഥസ്വാതന്ത്ര്യം കിടക്കുന്നത് എന്ന് മറ്റുചിലർ കരുതി. രാജ്യത്തിന്റെ മോചനത്തിനുവേണ്ടി പൊരുതാൻ എല്ലാവരും തയാറായി. എന്നാൽ ഈ പോരാട്ടത്തിൽ ആരൊക്കെ എന്തു ലക്ഷ്യത്തിനുവേണ്ടി എങ്ങനെ പങ്കെടുക്കും എന്ന് അവർക്ക് വ്യക്തതയുണ്ടായിരുന്നില്ല. സ്വാതന്ത്ര്യം ലഭിച്ചുകഴിഞ്ഞാൽ രാജ്യം ആരുടെ കൈകളിൽ എത്തിച്ചേരും എന്നതിനെ സംബന്ധിച്ചും അവർ അജ്ഞരായിരുന്നു. വർഗബന്ധങ്ങളെയും വർഗസമരത്തെയും കുറിച്ച് അറിവില്ലാത്തതിനാൽ ഇതൊക്കെ സ്വാഭാവികം.

ആന്തമാൻ സെല്ലുലാർ ജയിലിൽ ഡോ. നാരായൺ റോയിയുടെ നേതൃത്വത്തിൽ നടന്ന രാഷ്ട്രീയ ക്ലാസുകളിലും ചർച്ചകളിലും സതീഷ് കൃത്യമായി പങ്കെടുക്കും. ഒരു യുവവിദ്യാർഥിയുടെ ഔത്സുക്യത്തോടെയും ജിജ്ഞാസയോടെ മാർക്സിസ്റ്റ് സാഹിത്യം വായിക്കും. ഇതെല്ലാം അദ്ദേഹത്തിന്റെ വീക്ഷണത്തിൽ മൗലികമായ മാറ്റം വരുത്തി. മനുഷ്യന്റെ

യഥാർഥ മോചനം മാർക്സിസം- ലെനിനിസത്തിലൂടെ മാത്രം സാധിക്കും എന്ന നിഗമനത്തിൽ ചെന്നെത്തി. അങ്ങനെ സതീഷ് മാർക്സിസ്റ്റായി. അന്ത്യം വരെ ആ ആശയം മുറുകെപ്പിടിക്കുകയും ചെയ്തു. ജയിലിലെ കമ്യൂണിസ്റ്റ് ഗ്രൂപ്പിൽ അംഗമായി.

ജയിൽ മോചിതനായപ്പോൾ സതീഷ് പക്രാസി കമ്യൂണിസ്റ്റ് പാർട്ടിയിൽ ചേർന്നു. ഡാക്കയിൽ പാർട്ടി പ്രവർത്തനം ആരംഭിച്ചു. തുടർന്ന് പാർട്ടി പ്രവിശ്യാ കമ്മിറ്റിയുടെ നിർദേശാനുസരണം പ്രവർത്തനം കൽക്കത്തയിലേക്ക് മാറ്റി. സ്വാതന്ത്ര്യലബ്ധിക്കുശേഷം കോൺഗ്രസ് ഗവൺമെന്റ് കമ്യൂണിസ്റ്റ് പാർട്ടിയെ നിരോധിച്ചപ്പോൾ അദ്ദേഹം അറസ്റ്റിലായി. 1952 വരെ ജയിലിൽ കിടന്നു. ജയിൽ മോചിതനായപ്പോൾ വീണ്ടും പ്രവർത്തനത്തിൽ മുഴുകി. ഇന്ത്യൻ കമ്യൂണിസ്റ്റ് പ്രസ്ഥാനത്തിനകത്തു നടന്ന ആശയ സമരത്തിൽ തിരുത്തൽ വാദത്തിനെതിരെ ഉറച്ച നിലപാടെടുത്തു. 1964 ൽ പാർട്ടി പിളർന്നപ്പോൾ എവിടെ നിൽക്കണം എന്ന് ആ വിപ്ലവകാരിക്ക് സംശയം ഉണ്ടായില്ല.ഏഴാം പാർട്ടി കോൺഗ്രസിനു മുന്നോടിയായി നടന്ന പശ്ചിമബംഗാൾ സംസ്ഥാന സമ്മേളനം അദ്ദേഹത്തെ സി പി ഐ (എം) സംസ്ഥാന കമ്മിറ്റിയിലേക്ക് തിരഞ്ഞെടുത്തു. ഏഴാം പാർട്ടി കോൺഗ്രസ് കഴിഞ്ഞ് രണ്ടുമാസം പിന്നിട്ടപ്പോൾ ഗവൺമെന്റ് സി പി ഐ (എം) നെതിരെ ആഞ്ഞടിച്ചു. പാർട്ടിയുടെ നേതാക്കളെയും പ്രധാന പ്രവർത്തകരെയും അറസ്റ്റ് ചെയ്ത് ജയിലിലാക്കി. അവരുടെ മേൽ ആരോപിച്ച കുറ്റം ചൈനാചാരത്വം. തന്റെ യൗവ്വനം സ്വാതന്ത്ര്യത്തിനുവേണ്ടി ഹോമിച്ച സതീഷ് പക്രാസിയെയും ചൈനാചാരത്വമാരോപിച്ച് അറസ്റ്റ് ചെയ്തു. 16 മാസം ജയിലിൽ കിടക്കേണ്ടിവന്നു. 1973 ഡിസംബറിൽ അന്തരിച്ചു. ആ വിപ്ലവകാരി കാലയവനികക്കുള്ളിൽ മറഞ്ഞദിവസം ഈ ഗ്രന്ഥകർത്താവ് കൽക്കത്തയിലുണ്ടായിരുന്നു. അദ്ദേഹത്തെ പരിചയപ്പെടാൻ കഴിഞ്ഞില്ലെങ്കിലും അദ്ദേഹത്തിന്റെ മൃതശരീരത്തിൽ എസ് എഫ് ഐ കേന്ദ്ര എക്സിക്യൂട്ടീവ് കമ്മിറ്റിയിക്കുവേണ്ടി പുഷ്പചക്രമർപ്പിച്ചു. ജീവിതത്തിലെ അവിസ്മരണീയമായ ഒരു മുഹൂർത്തം.

സത്വന്ത് സിങ്

1918 - 1991

പഞ്ചാബിൽ കമ്യൂണിസ്റ്റുപ്രസ്ഥാനം കെട്ടിപ്പടുക്കുന്നതിൽ സുപ്രധാന പങ്കുവഹിച്ച വിപ്ലവകാരിയായിരുന്നു സത്വന്ത് സിങ്. സി പി ഐ (എം) ന്റെ ആദ്യ സംസ്ഥാന സെക്രട്ടറിയുമായിരുന്നു അദ്ദേഹം.

അകാലി പ്രസ്ഥാനത്തിലെ അതികായനായിരുന്ന മാസ്റ്റർ താരാസിങ്ങിന്റെ അമ്മാവന്റെ മകനായിരുന്നു സത്വന്ത് സിങ്. 1918–ൽ ജനിച്ചു. നിരഞ്ജൻ സെൻ എന്ന പേരിൽ അറിയപ്പെട്ട അദ്ദേഹത്തിന്റെ പിതാവ് അകാലിപ്രസ്ഥാനത്തിലെ പ്രമുഖനായിരുന്നു. 1925–ൽ അകാലി പ്രക്ഷോഭത്തിന് തിരശീല വീണപ്പോൾ പുരോഗമനവീക്ഷണക്കാരായ ഗാന്ധിയന്മാരുടെ കൂടെച്ചേർന്നു അദ്ദേഹം. നേരത്തെ അമൃതസറിലെ ഖൽസ കോളേജിൽ ശാസ്ത്രാധ്യാപകനായിരുന്ന നിരഞ്ജൻ സിങ് പിന്നീട് ലാഹോറിൽ സിഖ് നാഷണൽ കോളേജ് സ്ഥാപിച്ചു. ആ കോളേജ് ദേശാഭിമാനികളുടെ ഒരു കേന്ദ്രമായി. ദേശീയപ്രസ്ഥാനത്തിനുവേണ്ടി അർപ്പണബോധത്തോടെ പ്രവർത്തിക്കാൻ ഡസൻകണക്കിന് വിദ്യാർഥികൾക്ക് നാഷണൽ കോളേജും അതിന്റെ സ്ഥാപകനും ആവേശം പകർന്നു.

ഇത്തരമൊരു പശ്ചാത്തലത്തിൽ ജനിച്ചുവളർന്ന സത്വന്ത് സ്വാതന്ത്ര്യസമരത്തിന്റെ തീച്ചൂളയിലേക്ക് എടുത്തുചാടിയത് സ്വാഭാവികം. മുപ്പതുകളിൽ വിദ്യാർഥിയെന്ന നിലയിൽ എ ഐ എസ് എഫ് പ്രവർത്തകനായി. ആദ്യഘട്ടത്തിൽ വിദ്യാർഥിപ്രസ്ഥാനം കെട്ടിപ്പടുക്കുന്നതിൽ ഗണ്യമായ സംഭാവന നൽകി. സയൻസിൽ ബിരുദാനന്തരബിരുദം കരസ്ഥമാ

ക്കിയ അദ്ദേഹം വിദ്യാർഥിപ്രസ്ഥാനത്തിലെ പ്രവർത്തനത്തിനിടയിൽ മാർക്സിസം–ലെനിനിസം ഗൗരവപൂർവം പഠിച്ചു. 1939–ൽ കമ്യൂണിസ്റ്റുപാർട്ടിയിൽ ചേർന്നു. സത്വന്തിന്റെ പിതാവും ഹർകിഷൻ സിങ് സുർജീത്തും വളരെ അടുത്ത സുഹൃത്തുക്കളായിരുന്നു. അതുകൊണ്ടാവണം സത്വന്തും സുർജീത്തും തമ്മിൽ വളരെ അടുത്തു.

രണ്ടാം ലോകമഹായുദ്ധം തുടങ്ങിയപ്പോൾ ബ്രിട്ടീഷ് ഗവൺമെന്റ് കമ്യൂണിസ്റ്റുപാർട്ടിയെ നിരോധിച്ചു. സത്വന്ത് സിങ് ഒളിവിൽപ്പോയി. ഇക്കാലത്താണ് അദ്ദേഹത്തിന്റെ അസാധാരണമായ കഴിവുകൾ വ്യക്തമായത്. ഒന്നാംതരം സംഘാടകനാണ് താനെന്ന് അദ്ദേഹം തെളിയിച്ചു. ലാഹോറിൽ നന്നായി പ്രവർത്തിക്കുന്ന ഒരു ഒളിവുസംവിധാനമുണ്ടാക്കിയത് സത്വന്ത്. അദ്ദേഹം ലാഹോറിൽ പാർട്ടിയുടെ മുഴുവൻസമയ പ്രവർത്തകനായി. ഇക്കാലത്ത് അദ്ദേഹം വീട് ഉപേക്ഷിച്ച് പാർട്ടി ഓഫീസിൽ താമസമാക്കി. മരണംവരെ ഓഫീസിൽ തന്നെ താമസിച്ചു. അതിവേഗം അദ്ദേഹം പാർട്ടിയുടെ ലാഹോർ ജില്ലാകമ്മിറ്റി സെക്രട്ടറിയായി.

പാർട്ടിയിലേക്ക് വിദ്യാർഥികളെ റിക്രൂട്ടുചെയ്യേണ്ടതിന്റെ പ്രാധാന്യം അദ്ദേഹം തിരിച്ചറിഞ്ഞു. ധാരാളം വിദ്യാർഥികളെ പ്രസ്ഥാനത്തിലേക്ക് കൊണ്ടുവന്നു. ഇത് ലാഹോറിലെ രാഷ്ട്രീയാന്തരീക്ഷത്തിൽ വലിയ പ്രത്യാഘാതമുണ്ടാക്കി. പാർട്ടി ആസ്ഥാനം ജലന്ധറിലേക്ക് മാറ്റിയപ്പോൾ അദ്ദേഹത്തെ സംസ്ഥാന കമ്മിറ്റിയിലേക്ക് എടുത്തു. അപ്പോൾത്തന്നെ ഏൽപ്പിച്ച ചുമതകൾ ഊർജസ്വലതയോടെ നടപ്പാക്കി. സംസ്ഥാനത്തിന്റെ പല ഭാഗങ്ങളിലും കൃഷിക്കാരുടെ പ്രക്ഷോഭങ്ങൾ സംഘടിപ്പിച്ചു. ഈ പ്രക്ഷോഭണങ്ങൾക്കിടയിൽ പലതവണ അറസ്റ്റിലായി. അഞ്ചുവർഷത്തിലധികം വിവിധ ജയിലുകളിൽ കിടന്നിട്ടുണ്ട്. അതിനെക്കാൾ കൂടുതൽ കാലം ഒളിവിലും കഴിഞ്ഞു.

ധാരാളം സുഹൃത്തുക്കളും ആരാധകരുമുണ്ടായിരുന്നു സത്വന്തിന്. എങ്കിലും ഏറ്റവും കൂടുതൽ അടുപ്പം ദേശ്‌രാജ് ഛദ്ദയുമായിട്ടായിരുന്നു. പഞ്ചാബിൽ ഇപ്പോഴും പാർട്ടിക്ക് സ്വാധീനമുള്ള ജില്ലയാണ് സംഗ്രൂർ. അകാലി–പ്രജാമണ്ഡൽ പ്രക്ഷോഭങ്ങളുടെ ഉത്തമ പാരമ്പര്യങ്ങളെയാണ് ആ ജില്ല പ്രതിനിധീകരിക്കുന്നത്. ആ ജില്ലയിലെ സ്വാധീനത്തിന് പാർട്ടി സത്വന്തിനോട് കടപ്പെട്ടിരിക്കുന്നു. അദ്ദേഹത്തിന്റെ ഉജ്വല സംഭാവനയുടെ ഫലമായിട്ടാണ് മേൽപ്പറഞ്ഞ രണ്ട് പ്രക്ഷോഭങ്ങൾ സംഗ്രൂറിൽ ഉച്ചകോടിയിലെത്തിയത്. സംഗ്രൂറിലെ ഗ്രാമഗ്രാമാന്തരങ്ങളിൽ മാത്രമല്ല, അമൃതസറിലെയും ഗുരുദാസ്പൂരിലെയും ഗ്രാമങ്ങളിലും ആ പേര് അറിയപ്പെട്ടു. അവിടങ്ങളിലൊക്കെ അദ്ദേഹം പാർട്ടി പ്രവർത്തനം നടത്തി.

ലളിതവും അനാർഭാടവുമായ ജീവിതമാണ് സത്വന്ത് നയിച്ചത്. അദ്ദേഹത്തിന് ആവശ്യങ്ങൾ കുറവായിരുന്നു. ആഢംബരങ്ങളുടെയോ സുഖസൗകര്യങ്ങളുടെയോ പിറകെ പോയില്ല. ദീർഘദൂരം കാൽനട

യായോ സൈക്കിളിലോ സഞ്ചരിക്കും. എവിടെ എത്തിയാലും പാർട്ടി ഓഫീസുകളിൽ താമസിക്കും. സഖാക്കളുടെ പ്രയാസങ്ങൾ നേരിട്ട് മനസിലാക്കും.

പാർട്ടിക്കകത്തുതന്നെ ആശയസമരത്തിൽ റിവിഷനിസത്തിനെതിരെ വിട്ടുവീഴ്ചയില്ലാത്ത നിലപാട് സ്വീകരിച്ചു. സി പി ഐ (എം) രൂപം കൊണ്ടപ്പോൾ പഞ്ചാബ് സംസ്ഥാന കമ്മിറ്റിയുടെ ചുമതല അദ്ദേഹത്തെ ഏൽപ്പിച്ചു. 1969–ൽ ഔപചാരികമായി സെക്രട്ടറി സ്ഥാനത്തേക്ക് തെരഞ്ഞെടുത്തു. അനാരോഗ്യംമൂലം ഒഴിയുന്നതുവരെ രണ്ടുപതിറ്റാണ്ടുകാലം തൽസ്ഥാനത്ത് തുടർന്നു. എറണാകുളത്തു ചേർന്ന എട്ടാം കോൺഗ്രസ് അദ്ദേഹത്തെ കേന്ദ്രകമ്മിറ്റിയിലേക്ക് തിരഞ്ഞെടുത്തു. മരണംവരെ കേന്ദ്രകമ്മിറ്റിയിൽ തുടർന്നു.

നിസ്വാർഥവും അർപ്പണബോധത്തോടെയും ഉള്ള പ്രവർത്തനത്തിലൂടെ പാർട്ടി അംഗങ്ങളുടെയും അനുഭാവികളുടെയും മാത്രമല്ല, രാഷ്ട്രീയ എതിരാളികളുടെപോലും ആദരം പിടിച്ചുപറ്റി. വിഘടനവാദികൾക്കും വിഭജനവാദികൾക്കുമെതിരെ അതിശക്തമായ നിലപാടെടുത്ത അദ്ദേഹം ദേശീയ ഐക്യത്തിന്റെ കൊടിക്കൂറ ഉയർത്തിപ്പിടിച്ചു. 1991 ജൂലായ് 21–ന് 73–ാം വയസിൽ നിര്യാതനായി.

സരോജ് മുഖർജി

1911 - 1990

ഏഴു പതിറ്റാണ്ടു കാലത്തെ സംഭവബഹുലമായ ജീവിതത്തിനിടയിൽ ബംഗാളികളുടെ മനസിൽ സ്ഥിരപ്രതിഷ്ഠനേടിയ സരോജ് മുഖർജി ബർദ്വാൻ ജില്ലയിലെ ബഹാദൂർപൂർ ഗ്രാമത്തിൽ 1911 ജനുവരി 14 ന് ജനിച്ചു. അച്ഛൻ ഗവൺമെന്റ് സ്കൂൾ അധ്യാപകനായിരുന്നു. ത്രിലോചൻ മുഖർജി. അമ്മ ഇന്ദുമതീദേവി. വിവേകാനന്ദന്റെ ആശയങ്ങളിൽ ആകൃഷ്ടനായ പിതാവ് മകന്റെ വിദ്യാഭ്യാസത്തിൽ അത്യന്തം ശ്രദ്ധിച്ചു. ബർദ്വാൻ മുനിസിപ്പൽ ഹൈസ്കൂളിൽ സ്കൂൾ വിദ്യാഭ്യാസം പൂർത്തിയാക്കി.

സ്കൂൾ വിദ്യാർഥി ആയിരിക്കെ തന്നെ ദേശീയ പ്രസ്ഥാനത്തിൽ ആകൃഷ്ടനായി 1924 ൽ. അതായത് 13 ാമത്തെ വയസിൽ. കോൺഗ്രസിൽ അംഗമായി. ജുഗാന്തർ വിപ്ലവഗ്രൂപ്പുമായി ബന്ധപ്പെട്ടു.

1928 ൽ മെട്രിക്കുലേഷൻ പരീക്ഷ പാസായി. തുടർന്ന് സെറാമ്പൂർ ബാപ്റ്റിസ്റ്റ് മിഷൻ കോളേജിൽ ചേർന്നു. സയൻസ് പഠിക്കുന്നതിലുള്ള താൽപ്പര്യമാണ് അദ്ദേഹത്തെ സെറാമ്പൂരിൽ കൊണ്ടുചെന്നെത്തിച്ചത്. അതിന് പ്രചോദനവും സഹായവും നൽകിയതാവട്ടെ, ജ്യേഷ്ഠത്തി ദുർഗാ ബാലാദേവിയും. ഇവിടെ പഠിക്കുന്ന കാലത്ത് ദേശീയപ്രസ്ഥാനത്തിലും വിപ്ലവപ്രസ്ഥാനത്തിലും കൂടുതൽ സജീവമായി. പ്രമുഖ കോൺഗ്രസ് നേതാക്കളുമായി പരിചയപ്പെടുന്നതിന് അവസരം കിട്ടി. സുകുമാർ റോയ് സീനിയറായിരുന്നു. അതുല്യഘോഷ്, പഞ്ചാനൻബസു തുടങ്ങിയ നേതാക്കളുമായി പരിചയത്തിലായി. എന്നുമാത്രമല്ല അവരുടെ വീടുകളിലെ

സരോജ് മുഖർജി ജ്യോതിബസുവിനോടൊപ്പം

ഒരു നിത്യസന്ദർശകനുമായി. ഇതിനിടയിൽ പിതാവ് മരിച്ചു. അമ്മ കൽക്കത്തയിൽ മുത്തച്ഛന്റെ വീട്ടിലേക്ക് താമസംമാറ്റി. അതുകൊണ്ട് ആഴ്ചയിൽ രണ്ടുദിവസം സെറാമ്പൂരിൽനിന്ന് കൽക്കത്തയിലേക്ക് പോകും. ഈ യാത്ര കുറേക്കൂടി നേതാക്കളെ പരിചയപ്പെടുന്നതിനും പല സംഭവങ്ങൾക്കും സാക്ഷ്യം വഹിക്കുന്നതിനും ഇടയാക്കി.

ബ്രിട്ടീഷ് പാർലമെന്റിലേക്ക് തിരഞ്ഞെടുക്കപ്പെട്ട സക്ലത്വാല എന്ന കമ്യൂണിസ്റ്റ് നേതാവ് 1928 ൽ ഇന്ത്യയിൽ നടത്തിയ സന്ദർശനം ഒരു പ്രധാന സംഭവമായിരുന്നു. സക്ലത്വാല കൽക്കത്തയിലെത്തിയപ്പോൾ അദ്ദേഹത്തെ പോയി കണ്ടു. അക്കൊല്ലംതന്നെ സൈമൺ കമ്മീഷനെതിരെ കൽക്കത്തയിൽ നടന്ന പ്രകടനത്തിൽ പങ്കെടുത്തു. 1928 ൽ കൽക്കത്തയിൽ നടന്ന തൊഴിലാളി–കർഷക പാർട്ടിയുടെ പ്രഥമ അഖിലേന്ത്യാ സമ്മേളനം കാണാൻ പോയി. ആ വർഷം നടന്ന മറ്റൊരു പ്രധാന സംഭവമായിരുന്നു ഇന്ത്യൻ നാഷണൽ കോൺഗ്രസിന്റെ കൽക്കത്ത സമ്മേളനം. ആ സമ്മേളനത്തിൽ പ്രതിനിധിയായിത്തന്നെ പങ്കെടുത്തു.

1928–29 കാലത്ത് സായുധസമരത്തിന് വിപ്ലവകാരികൾ തയാറെടുക്കുകയായിരുന്നു. ആയുധശേഖരണവും പരിശീലനവും മുറയ്ക്കു നടന്നു. ജുഗാന്തർ ഗ്രൂപ്പുമായി ബന്ധമുണ്ടായിരുന്ന സരോജ് മുഖർജിക്കും കിട്ടി ആയുധപരിശീലനം നടത്താനുള്ള നിർദേശം. ബർദ്വാനിലെ മയൂർമഹൽ പൂന്തോട്ടത്തിൽ പിസ്റ്റളും റിവോൾവറും പ്രയോഗിക്കാൻ ദിവസങ്ങളോളം പരിശീലനം നേടി. അതോടൊപ്പം ഹൂഗ്ലിയിലും ബർദ്വാനിലും കോൺഗ്രസിന്റെ കൊടിക്കീഴിൽ ധാരാളം യോഗങ്ങൾ സംഘടിപ്പിച്ചു.

1920 കളുടെ അവസാനം ബർദ്വാൻ ജില്ലയിൽ കടുത്ത വരൾച്ച. ജനങ്ങളാകെ ദുരിതത്തിന്റെ പിടിയിൽ. സരോജ്മുഖർജിയും ബിനോയ് ചൗധരിയും ദുരിതാശ്വാസ പ്രവർത്തനങ്ങളിലേർപ്പെട്ടു. അപ്പോഴാണ് പേരുകേട്ട ഒരു നാടകസംഘം നാടകാവതരണത്തിനായി ജില്ലയിലെത്തിയത്. ജനങ്ങൾ കടുത്ത ദുരിതം അനുഭവിക്കുമ്പോൾ ജില്ലയിൽ നാടകമവതരിപ്പിക്കുന്നത് ശരിയായ നടപടിയല്ലെന്ന് അവർക്കു തോന്നി. നാടകമവതരിപ്പിക്കരുതെന്ന് നാടകസംഘത്തോട് അഭ്യർഥിച്ചെങ്കിലും സംഘം അതിനു വിസമ്മതിച്ചു. അതിനാൽ സരോജ് മുഖർജിയും ബിനോയ് ചൗധരിയും പണം ദുർവ്യയം ചെയ്യരുതെന്ന് ജനങ്ങളോട് അഭ്യർഥിച്ചു. പിക്കറ്റിങ് സംഘടിപ്പിച്ചു. അപ്പോൾ സംഘം അവരെ ഒരു പാഠം പഠിപ്പിക്കണമെന്ന് നിശ്ചയിച്ച് സൗജന്യമായി പാസുകൾ വിതരണം ചെയ്തു. എങ്കിലും സരോജ് മുഖർജിയുടെയും മറ്റും പ്രതിഷേധം തുടർന്നു.

1930 ൽ ഗാന്ധിജി നിയമലംഘനപ്രസ്ഥാനം ആരംഭിച്ചു. എങ്ങും ഉപ്പുനിയമലംഘനം. ആയിടെ ഇന്റർമീഡിയറ്റ് സെക്കന്ററി സർട്ടിഫിക്കറ്റ് (ഐ എസ് സി) പരീക്ഷ എഴുതിയ സരോജ് മുഖർജിയും ആ സമരത്തിന്റെ തീച്ചൂളയിലേക്ക് എടുത്തു ചാടി. കൽക്കത്തയിൽനിന്ന് ബർദ്വാനിലേക്ക് നിയമവിരുദ്ധമായി ഉപ്പു വാങ്ങക്കൊണ്ടുവരും. അത് ചെറിയ ചെറിയ പാക്കറ്റുകളിലാക്കും. തുടർന്ന് വീടുകളിലും കടകളിലും കയറി

യിറങ്ങി വിൽപ്പന നടത്തും. ഇതു കാണാൻ ആയിരക്കണക്കിനാളുകൾ തടിച്ചുകൂടും. ഈ നിയമലംഘനത്തിനിടയിൽ അറസ്റ്റിലായി – ആദ്യത്തെ അറസ്റ്റും ജയിൽവാസവും. അസൻസോൾ ജയിലിലേക്കാണ് കൊണ്ടുപോയത്. 144 ാം വകുപ്പ് ലംഘിച്ചു, ദേശവിരുദ്ധ പ്രസംഗം നടത്തി തുടങ്ങിയവയായിരുന്നു ആരോപിക്കപ്പെട്ട കുറ്റം. കോടതി ഒരു വർഷത്തെ തടവുശിക്ഷ നൽകി. വിദ്യാസമ്പന്നനും ബ്രാഹ്മണനും ആയതിനാൽ ഒന്നാംക്ലാസ് നൽകണമെന്ന് മജിസ്ട്രേട്ട് നിർദേശിച്ചു. സാധാരണ തടവുകാരോടൊപ്പം കഴിയാനാണ് താൻ ആഗ്രഹിക്കുന്നതെന്നു പറഞ്ഞെങ്കിലും അധികൃതർ അത് കണക്കിലെടുത്തില്ല. അസൻസോൾ, ബർദ്വാൻ, ഡംഡം എന്നീ ജയിലുകളിലായി ശിക്ഷ അനുഭവിച്ചു.

ജയിലിൽ നൃത്ത–സംഗീത–നാടക പ്രേമികളുടെ ഒരു സംഘംതന്നെയുണ്ടായിരുന്നു. സംഘം വൈകുന്നേരങ്ങളിൽ ഒത്തുകൂടും. അവർ ഒരിക്കൽ ബങ്കിംചന്ദ്ര ചാറ്റർജിയുടെ *ആനന്ദമഠം* എന്ന നോവൽ നാടകരൂപത്തിൽ അവതരിപ്പിച്ചു. സരോജ് മുഖർജിയും ബങ്കിം മുഖർജിയും അതിൽ അഭിനയിച്ചു. ബങ്കിം മുഖർജി സന്യാസിയുടെ വേഷത്തിൽ ഏറെ ശോഭിക്കുകയുണ്ടായത്രെ. സാഹിത്യചർച്ച, ചതുരംഗകളി, ചീട്ടുകളി, ഇങ്ങനെയാണ് ജയിലിൽ ദിവസങ്ങൾ തള്ളിനീക്കിയത്. ഒപ്പം വായനയും. ഇപ്രകാരം ദിവസങ്ങൾ തള്ളിനീക്കുന്നതിനിടയിൽ ഐ എസ് സി പരീക്ഷയുടെ ഫലമറിഞ്ഞു. ജ്യേഷ്ഠൻ ശൈലജാകാന്ത് മുഖർജി ഒരു പുസ്തകത്തിനകത്ത് ചെറിയ അക്ഷരത്തിൽ പരീക്ഷാഫലമെഴുതി ആ പുസ്തകം ജയിലിലെത്തിക്കുകയായിരുന്നു.

1931 ഫെബ്രുവരിയിൽ ജയിൽമോചിതനായി. ജയിലിൽനിന്ന് പുറത്തുവന്നപ്പോൾ രാഷ്ട്രീയ പ്രവർത്തനത്തോടൊപ്പം പഠനവും തുടരണമെന്ന് തീരുമാനിച്ചു. സ്വദേശിപ്രക്ഷോഭത്തിൽ പങ്കെടുക്കുന്ന വിദ്യാർഥികൾക്ക് കൽക്കത്തയിലെ വിദ്യാസാഗർ കോളേജിലും ബംഗവാസി കോളേജിലും മാത്രമേ പ്രവേശനമുണ്ടായിരുന്നുള്ളു. അതുകൊണ്ട് രണ്ടാമത് പറഞ്ഞ കോളേജിൽ ചേർന്നു. അവിടെനിന്ന് ബി എ പാസായത്, ഡിസ്റ്റിങ്ഷനോടെ.

1931 ൽ ഇന്ത്യൻ നാഷണൽ കോൺഗ്രസിന്റെ കറാച്ചി സമ്മേളനത്തിൽ പ്രതിനിധിയായി പങ്കെടുത്തു. ഏതാനും ദിവസം ബോംബെയിൽ തങ്ങിയതിനുശേഷം കൽക്കത്തയിൽ തിരിച്ചെത്തി. തികച്ചും അസന്തുഷ്ടനായിട്ടായിരുന്നു തിരിച്ചുവരവ്. ഗാന്ധിജി, ഇർവിൻ പ്രഭുവുമായി ഉണ്ടാക്കിയ കരാറായിരുന്നു അസന്തുഷ്ടിക്കു കാരണം. ഏതാനും മാസം കഴിഞ്ഞപ്പോൾ കോൺഗ്രസിന്റെ ബർദ്വാൻ ജില്ലാ രാഷ്ട്രീയസമ്മേളനം. സരോജ് മുഖർജിയും ബിനോയ് ചൗധരിയും മറ്റും ചേർന്ന് കരാറിനെ എതിർക്കുന്ന ഒരു പ്രമേയം സമ്മേളനത്തിൽ അവതരിപ്പിച്ചു. ഭൂരിപക്ഷത്തോടെ അത് പാസായി. ഈ സമ്മേളനത്തിനുശേഷം അൽപ്പം കഴിഞ്ഞപ്പോൾ ബർദ്വാൻ ഡിവിഷൻ സോഷ്യലിസ്റ്റ് സമ്മേളനം വിളിച്ചുകൂട്ടി. ഈ സമ്മേളനത്തിൽ സരോജ് മുഖർജി നേതൃത്വപരമായ പങ്കുവഹിച്ചു.

സരോജ് മുഖർജി (വലത്തേയറ്റത്ത് വാച്ചിൽ നോക്കുന്നത്) ജ്യോതി ബസു, അനിൽ ബിശ്വാസ്, സുഭാഷ് ചക്രവർത്തി തുടങ്ങിയവർ

ആദ്യത്തെ ജയിൽവാസത്തിനുമുമ്പു തന്നെ രവീന്ദ്രനാഥ ടാഗോറിന്റെ അനുജൻ ഭൂപേന്ദ്രനാഥ്ദത്തുമായി സരോജ് മുഖർജി ബന്ധപ്പെട്ടിരുന്നു. സോഷ്യലിസത്തെക്കുറിച്ചും കമ്യൂണിസത്തെക്കുറിച്ചും ആദ്യമായി കേട്ടത് അദ്ദേഹത്തിൽനിന്നാണ്. കൽക്കത്തയിൽ പോകുമ്പോഴൊക്കെ സരോജ്, ദത്തിനെ സന്ദർശിക്കും. അദ്ദേഹവുമായി ദീർഘനേരം സംസാരിക്കും. സോഷ്യലിസത്തെയും കമ്യൂണിസത്തെയുംകുറച്ച് മനസിലാക്കാൻ മുസഫർ അഹമ്മദിനെയും അബ്ദുൾ ഹലീമിനെയും ചെന്നു കാണാൻ നിർദേശിച്ചു. അവരുമായുള്ള കൂടിക്കാഴ്ച സരോജ് മുഖർജിയുടെ ജീവിതത്തിൽ വഴിത്തിരിവ് കുറിച്ചു. അതിനു മുമ്പുതന്നെ കോൺഗ്രസിന്റെ ഒത്തുതീർപ്പ് – കീഴടങ്ങൽ നയങ്ങളിൽ നിരാശനായി ത്തീർന്നിരുന്നു സരോജ്. മാത്രമല്ല, മീറത് ഗൂഢാലോചനക്കേസിന്റെ വിചാരണയെക്കുറിച്ചുള്ള വാർത്തകൾ കോളേജ് ലൈബ്രറിയിലും റെയിൽവേ സ്റ്റേഷൻ ലൈബ്രറിയിലും വരുത്തിയ ഹിന്ദു പത്രത്തിൽനിന്ന് വായിക്കാൻ കഴിഞ്ഞതോടെ സോഷ്യലിസ്റ്റ് ആശയഗതി അദ്ദേഹത്തെ ആകർഷിച്ചിരുന്നു. മുസഫറുമായും അബ്ദുൾ ഹലീമുമായും പരിചയപ്പെടുകയും അവരുമായി സംസാരിക്കുകയും ചെയ്തതോടെ കമ്യൂ

ണിസ്റ്റുപാർട്ടിയുമായി ബന്ധപ്പെടാൻ സരോജ് തീരുമാനിച്ചു. 1921 ജൂണിൽ ബംഗാളിലെ ആദ്യത്തെ കമ്യൂണിസ്റ്റ് ഗ്രൂപ്പ് രൂപംകൊണ്ടിരുന്നു.

ജയിലിൽനിന്നു വന്ന് പഠനം തുടരുന്നതിനുമുമ്പ് ബർദ്വാൻ ഗ്രൂപ്പ് എന്ന പേരിൽ ഒരു സംഘമുണ്ടാക്കി. ബിനോയ് ചൗധരിയും മറ്റും അതിലെ അംഗങ്ങളായിരുന്നു. അവർ *സാമ്യ* എന്ന പേരിൽ കല്ലച്ചിൽ ഒരു പത്രം ഇറക്കി. അപ്പോൾ കുച്പുത് ഗ്രാമത്തിലെ പ്രൈമറി സ്കൂൾ ഹൈസ്കൂളായി ഉയർത്തി. സരോജും ബിനോയിയും അൽപ്പകാലം അവിടെ അധ്യാപകരായി ജോലിനോക്കി. സ്കൂളിനടുത്ത ഒരു പീടികയുടെ മുകളിലായിരുന്നു താമസം. താമസസ്ഥലത്തിന് 'സാമ്യവാസ്' എന്ന് പേരിട്ടു. ഇവിടെ ന്നിന്നായിരുന്നു *സാമ്യ* പുറത്തിറക്കിയത്. കൈത്തോക്കും ബോംബും മറ്റും സാമ്യവാസിൽ സൂക്ഷിച്ചു. അവയുടെ ചുമതല ബിനോയിക്കായിരുന്നു. സാമ്യയിൽ നല്ല ലേഖനങ്ങൾ പ്രസിദ്ധീകരിക്കും. ലേഖനങ്ങൾ ശേഖരിക്കാനായി കൽക്കത്തക്ക് പോകും. കോൺഗ്രസ് ആപ്പീസിൽ നിന്നാണ് അത് സൈക്ലോസ്റ്റൈൽ ചെയ്തെടുക്കുക.

സാമ്യവാസിൽ താമസിക്കുന്ന അവസരത്തിൽ മൂന്നുതരം ജോലികൾ ചെയ്തു. ഒന്ന്, തോക്കും ബോംബും ഉപയോഗിക്കാൻ പരിശീലിക്കുക. രണ്ട്, കോൺഗ്രസിന്റെ സാമൂഹിക സേവന പരിപാടികളിൽ പങ്കാളികളാവുക. മൂന്ന് കമ്യൂണിസ്റ്റ് ആശയഗതി പ്രചരിപ്പിക്കുക.

ആയിടെ അബ്ദുൾ ഹലീമിനെ കണ്ടപ്പോൾ കൃഷിക്കാരെയോ, തൊഴിലാളികളെയോ സംഘടിപ്പിക്കുന്ന പ്രവർത്തനങ്ങളിലേർപ്പെടാൻ നിർദേശിച്ചു. വായിക്കേണ്ട പുസ്തകങ്ങൾ ശുപാർശചെയ്തു. ഹലീമിന്റെ നിർദേശം മാനിച്ച് കർഷകരെ സംഘടിപ്പിക്കാനാണ് സരോജ് തീരുമാനിച്ചത്. അങ്ങനെ ബർദ്വാനിൽ കർഷക സമിതിയുണ്ടാക്കി രമേന്ദ്ര സുന്ദർ ചൗധരി പ്രസിഡന്റ്, ഹേലാറാം ചാറ്റർജി സെക്രട്ടറി. സമിതിക്ക് ഒരു ആപ്പീസും തുറന്നു.

ബർദ്വാൻഗ്രൂപ്പിലെ അംഗങ്ങൾ മുഴുവൻ കമ്യൂണിസ്റ്റുപാർട്ടിയിൽ ചേരാൻ തീരുമാനിച്ചു. ഈ തീരുമാനം കൽക്കത്തയിൽ ചെന്ന് മുസഫർ അഹമ്മദിനെ അറിയിച്ചു. ഗ്രൂപ്പിനെ ആ നിലയിൽ പാർട്ടിയിലേക്ക് എടുക്കില്ലെന്നും ഓരോരുത്തരെയായി പാർട്ടിയിൽ ചേർക്കാമെന്നും മുസഫർ അഹമ്മദ് പറഞ്ഞു. മടങ്ങിയെത്തിയപ്പോൾ ഉടൻ ഇക്കാര്യം ഗ്രൂപ്പിലെ മറ്റ് അംഗങ്ങളുമായി ചർച്ചചെയ്തു. ഇതിന്റെ അടിസ്ഥാനത്തിൽ സരോജ് മുഖർജി പാർട്ടിയിൽ ചേർന്നു. 1930 സെപ്തംബർ 30 ന്, അബ്ദുൾഹലീമും സോമനാഥ് ലാഹിരിയുമാണ് അദ്ദേഹത്തിന് പാർട്ടി മെമ്പർഷിപ്പ് കൊടുക്കാൻ ശുപാർശചെയ്തത്. അതിനുമുമ്പ്, പാർട്ടിയിൽ ചേർന്നവർ മുസഫർ അഹമ്മേദ്. അബ്ദുൾ ഹലീം, അവനി ചൗധരി, അഖിൽ ബാന്ദോപാധ്യായ, രണേൻ സെൻ, രമേൻ ബസു, കുത്ബുദ്ദീൻ അഹമ്മദ്, സോമനാഥ് ലാഹിരി. പാർട്ടി അംഗത്വംകിട്ടി ഏതാനും ദിവസം കഴിഞ്ഞപ്പോൾ നാലുപേരെ ചേർച്ച് ഒരു വിദ്യാർഥി സെൽ ഉണ്ടാക്കി. സരോജ്, ധീരേൻ,

രമേൻ, ജഗജിത് സർക്കാർ എന്നിവരായിരുന്നു ആ നാലുപേർ. സെക്രട്ടറി സരോജ്. കമ്യൂണിസ്റ്റ് ഛാത്രലിഗ് സംഘടിപ്പിക്കുക, മീററ്റ് കേസ് നടത്താൻ പണം പിരിക്കുക എന്നിവയായിരുന്നു അദ്ദേഹത്തെ ഏൽപ്പിച്ച ജോലികൾ. 1932 ആദ്യം ഛാത്രലീഗ് സ്ഥാപിച്ചു. ജഗജിത് സർക്കാർ സെക്രട്ടറി.

കമ്യൂണിസ്റ്റുപാർട്ടിയിൽ ചേർന്നപ്പോൾ തൊഴിലാളികൾക്കിടയിൽ പ്രവർത്തിക്കാനുള്ള ചുമതല കിട്ടി. അങ്ങനെ ഈസ്റ്റ് ബംഗാൾ റെയിൽവേ വർക്കേഴ്സ് യൂണിയനിൽ സജീവമായി. അക്കാലത്ത് പകൽ വിദ്യാർഥികൾക്കിടയിൽ പ്രവർത്തനം നടത്തും. വൈകുന്നേരമായാൽ റെയിൽവേ തൊഴിലാളികൾക്കിടയിലും. റെഡ് ട്രേഡ് യൂണിയൻ കോൺഗ്രസിന്റെ ജാംഷെഡ്പൂർ യോഗം അദ്ദേഹത്തെ അതിന്റെ പ്രവർത്തക സമിതിയിലേക്കെടുത്തു. ട്രേഡ് യൂണിയൻ പ്രവർത്തനം ഫലപ്രദമായി നടത്താൻ ഹിന്ദിയും ഉർദുവും പഠിക്കണം. കാരണം, ആ രണ്ട് ഭാഷകളും സംസാരിക്കുന്ന തൊഴിലാളികൾ ധാരാളമുണ്ടായിരുന്നു. അതുകൊണ്ട് ആ രണ്ട് ഭാഷകളും വശമാക്കി.

കൽക്കത്തയിൽ തൊഴിലാളി-വിദ്യാർഥി പ്രവർത്തനത്തിൽ മുഴുകിയിരിക്കെ അദ്ദേഹത്തെ അറസ്റ്റുചെയ്ത് ബർദ്വാൻ ജയിലിലേക്കു കൊണ്ടുപോയി. കുപ്രസിദ്ധമായ ബർദ്വാൻ ഗൂഢാലോചനക്കേസിൽ പ്രതിയാക്കി. മറ്റൊരു പ്രതി ഹരേകൃഷ്ണ കോനാർ. ബിനോയ് ചൗധരിയെ പൊലീസ് പിടികൂടാൻ ശ്രമിച്ചപ്പോൾ റിവോൾവറിൽനിന്ന് നിറയൊഴിച്ച് അദ്ദേഹം രക്ഷപ്പെട്ടു. എങ്കിലും അദ്ദേഹത്തെ കേസിലെ പ്രതിയാക്കുക തന്നെ ചെയ്തു. ഒരു സ്പെഷൽ ട്രൈബ്യൂണലാണ് കേസ് വിചാരണ ചെയ്തത്. ജാമ്യംകിട്ടാൻ ശ്രമിച്ചുനോക്കി. നടന്നില്ല. ജാമ്യാപേക്ഷയുമായി ഹൈക്കോടതിയെ സമീപിച്ചു. അവിടെനിന്ന് ജാമ്യം അനുവദിച്ചുകിട്ടി. അപ്പോഴേക്കും മാസം ആറ് കഴിഞ്ഞിരുന്നു. താമസിയാതെ തെളിവില്ലെന്ന കാരണത്താൽ സരോജിനെ വെറുതെവിട്ടു. കോനാർക്ക് അഞ്ച് വർഷത്തെ കഠിനതടവ്. അദ്ദേഹത്തെ ആലിപ്പൂർ സെൻട്രൽ ജയിലിലേക്കയച്ചു.

1933 ൽ ആരംഭിച്ച രണ്ടാം നിയമലംഘന പ്രസ്ഥാനവും ഗാന്ധിജി നിർത്തിവെച്ചുവല്ലോ. അതിൽ യുവാക്കൾക്കാകെ കടുത്ത രോഷം. 1934 ൽ കോൺഗ്രസിന്റെ ഒത്തുതീർപ്പ് നയത്തിനെതിരെ വിവിധ ഗ്രൂപ്പുകളുടെ പ്രതിനിധികൾ ഒത്തുകൂടി. ആ യോഗം ഗാന്ധി ബഹിഷ്ക്കരണ കമ്മിറ്റി രൂപവൽക്കരിച്ചു. സരോജ് മുഖർജി സെക്രട്ടറി. ഗാന്ധിവിരുദ്ധ പ്രോക്ഷോഭത്തിന്റെ മറവിൽ എല്ലാ ഗ്രൂപ്പുകളിലുംപെട്ട നേതാക്കളെ അറസ്റ്റുചെയ്ത് തടവറകളിലാക്കി. ഗാന്ധി ബഹിഷ്കരണ കമ്മിറ്റി ഹാജ്റാ പാർക്കിലെ കോൺഗ്രസ് യോഗം അലങ്കോലപ്പെടുത്തിയെന്ന് പറഞ്ഞ് സരോജിനെയും രണേൻ സെന്നിനെയും അറസ്റ്റുചെയ്തു. 11 പേർക്ക് മൂന്നുമാസം വീതം കഠിനതടവ്. അക്കൂട്ടത്തിൽ സരോജുംപെട്ടു. ജയിലിൽനിന്ന് പുറത്തുവന്നതിനുശേഷം ഷഹീദ് മിനാറിലെ ഒരു പൊതുയോഗത്തിൽ രാജ്യ

ദ്രോഹപരമായ പ്രസംഗം നടത്തി എന്ന പേരുപറഞ്ഞ് ഒരു കേസ് ചാർജ് ചെയ്തു. കേസിൽ കിട്ടിയ ശിക്ഷ ഒരുവർഷത്തെ കഠിനതടവ്.

ഗാന്ധി ബഹിഷ്കരണ കമ്മിറ്റിയുടെ പേരിൽ കൽക്കത്തയിലെ ആൽബർട്ട് ഹാളിൽ ഒരു യോഗം. ഗാന്ധിസത്തിനെതിരെ യോഗത്തിൽ രൂക്ഷമായ വിമർശനം. രാഷ്ട്രീയ തടവുകാരെ മോചിപ്പിക്കണമെന്ന ആവശ്യത്തിന് സാർവത്രികമായ പിന്തുണ, യോഗത്തിൽ രഹസ്യപൊലീസുകാരുമെത്തി. രണേൻ സെന്നും മറ്റും അവരുമായി ഇടഞ്ഞു. ബങ്കിം മുഖർജിയായിരുന്നു അധ്യക്ഷൻ. ഹലീമും കമൽ സർക്കാരും ലേബർ പാർട്ടിക്കാരും യോഗത്തിൽ സജീവമായി പങ്കെടുത്തു. പൊലീസുകാരുമായി വാക്കുതർക്കവും ചെറിയതോതിൽ ഉന്തും തള്ളും നടന്നപ്പോൾ പൊലീസ് യോഗം നിയമവിരുദ്ധമായി പ്രഖ്യാപിച്ചു. എങ്കിലും അത് തുടർന്നു. അടുത്ത ദിവസം ഏതാനും പേർക്കെതിരെ അറസ്റ്റുവാറണ്ട്. ആൽബർട്ട് ഹാൾ കേസ്' എന്ന പേരിൽ ഒരു കേസും. കേസിൽ സരോജ് ഒരു പ്രതി. തെളിവില്ലെന്ന കാരണത്താൽ കേസ് തള്ളി.

*ഗണശക്തി*യിൽ ലെനിനെക്കുറിച്ച് ലേഖനം എഴുതിയതിന്റെ പേരിൽ ഒരു കേസ്. അപ്പോൾ ബി എസ് സി ഓണേഴ്സ് പരീക്ഷക്ക് എഴുതുകയായിരുന്നു. തിയറി കഴിഞ്ഞു. പ്രാക്ടിക്കൽ ബാക്കി. പരീക്ഷ എഴുതി പുറത്തുവന്നപ്പോൾ അറസ്റ്റുചെയ്തു. ജാമ്യത്തിലിറങ്ങി. കേസിൽ ഒന്നരവർഷത്തെ തടവുശിക്ഷ. ഈ കേസിനോടൊപ്പം രാജ്യദ്രോഹപ്രസംഗം നടത്തിയതിന് മറ്റൊരു കേസ്. ഹദുവ മൈതാനത്ത് തൊഴിൽരഹിതർ സംഘടിപ്പിച്ച ഒരു പൊതുസമ്മേളനത്തിൽ ബ്രിട്ടീഷ് ഗവൺമെന്റിനെ നിശിതമായി വിമർശിക്കുകയും ബ്രിട്ടീഷ് ഭരണത്തെ കടപുഴക്കിയെറിയാൻ യുവജനങ്ങളെ ഉദ്ബോധിപ്പിക്കുകയും ചെയ്തതായിരുന്നു രാജ്യദ്രോഹ കുറ്റം. ഈ കുറ്റത്തിന് ഒന്നരവർഷത്തെ തടവുശിക്ഷ. ശിക്ഷ രണ്ടും ഒന്നിച്ച് അനുഭവിച്ചാൽ മതി എന്നു വിധിച്ചതിനാൽ ഒന്നര വർഷമാണ് ജയിലിൽ കിടക്കേണ്ടിവന്നത്.

ഈ ജയിൽശിക്ഷ അനുഭവിച്ചുകൊണ്ടിരിക്കെ സരോജ് അടക്കമുള്ള തടവുകാർ ക്രൂരമായ മർദനത്തിനിരയായി. തോക്കിൻപാത്തികൊണ്ടുള്ള അടിയേറ്റ് സരോജിന്റെ മുതുകിന്റെ ഇടതുവശത്തായി ആഴത്തിൽ മുറിവുണ്ടായി. ഈ ജയിൽ മർദനം വലിയ ഒച്ചപ്പാടുണ്ടാക്കി. ബ്രിട്ടീഷ് കമ്യൂണിസ്റ്റ് അംഗം ഗാലേക്കർ പ്രശ്നം ഹൗസ് ഓഫ് കോമൺസിൽ അവതരിപ്പിക്കുകപോലുമുണ്ടായി. സ്വാതന്ത്ര്യത്തിനു മുമ്പും പിമ്പുമായി സരോജിന് പതിനൊന്ന് വർഷവും എട്ട് മാസവും ജയിലിൽ കഴിയേണ്ടിവന്നു. മൂന്നുവർഷം ഒളിവിലും.

ഒന്നരവർഷത്തെ തടവുശിക്ഷ കഴിഞ്ഞ് പുറത്തിറങ്ങിയ ഉടൻ വീണ്ടും അറസ്റ്റ് ചെയ്തു. 1938 വരെ കരുതൽ തടങ്കലിൽ വെച്ചു. ജയിൽ മോചിതനായ ഉടൻ റെയിൽവെ യൂണിയൻ പ്രവർത്തനം തുടർന്നു. അപ്പോഴേക്കും റെയിൽവേ തൊഴിലാളികൾക്കിടയിൽ പ്രവർത്തിക്കാൻ ഭവാനി സെന്നും എത്തി. 1938 ൽ ജയിലിൽനിന്ന് പുറത്തുവന്നപ്പോൾ

'ബന്തിമുക്തി' പ്രക്ഷോഭം. ബംഗാൾ പി സി സിയുടെ ബന്തിമുക്തി സബ്കമ്മിറ്റിയിലേക്ക് സരോജിനെയും നിരഞ്ജൻ സെൻ ഗുപ്തയെയും എടുത്തു. ഈ കമ്മിറ്റി 1938 ആഗസ്ത് 28 ന് തൊഴിലാളി-കർഷകമേഖലകളിൽ ബന്തിമുക്തി ദിനം ആചരിച്ചു.

1939 ൽ രണ്ടാം ലോകമഹായുദ്ധം പൊട്ടിപ്പുറപ്പെട്ടതിനെ തുടർന്ന് ഒളിവിൽപ്പോയ സരോജ് 1942 ൽ പാർട്ടിയുടെ മേലുള്ള നിരോധനം പിൻവലിക്കപ്പെട്ടതോടെ പുറത്തുവന്നു. ആ വർഷം കനക് മുഖർജിയെ വിവാഹം കഴിച്ചു.

കമ്യൂണിസ്റ്റുപാർട്ടിയിൽ അംഗമായതിനുശേഷം സരോജ് പടിപടിയായി പാർട്ടിയുടെ നേതൃത്വത്തിലേക്ക് ഉയർന്നു. 1939 മുതൽ 1943 വരെ പാർട്ടിയുടെ ജില്ലാകമ്മിറ്റി സെക്രട്ടറി. 1943 മുതൽ 1962 വരെ പാർട്ടിയുടെ ബംഗാൾ സംസ്ഥാന എക്സിക്യൂട്ടീവ് അംഗം. 1961 മുതൽ 1964 വരെ സി പി ഐ നാഷണൽ കൗൺസിൽ അംഗം. 1953 ൽ അഖിലേന്ത്യാ കിസാൻസഭ പ്രവർത്തകസമിതി അംഗം. വർഗസഹകരണ നയത്തിനെതിരെ അവിഭക്ത കമ്യൂണിസ്റ്റുപാർട്ടിക്കകത്ത് സമരം ആരംഭിച്ചപ്പോൾ സരോജ് മുഖർജിയും ആ സമരത്തിൽ പങ്കെടുത്തു. 1964 ൽ നാഷണൽ കൗൺസിലിൽനിന്ന് ഇറങ്ങിവന്നവരിൽ ഒരാൾ സരോജ്. 1964 ഒക്ടോബർ 31 മുതൽ നവംബർ 7 വരെ കൽക്കത്തയിൽ നടന്ന 7 ാം കോൺഗ്രസ് അദ്ദേഹത്തെ കേന്ദ്രകമ്മിറ്റിയിലേക്ക് തിരഞ്ഞെടുത്തു. പന്ത്രണ്ടാം കോൺഗ്രസ് മുതൽ പൊളിറ്റ് ബ്യൂറോ അംഗം. ബംഗാളിലെ കമ്യൂണിസ്റ്റ് പ്രസ്ഥാനത്തിന്റെ ശിൽപ്പികളിൽ ഒരാളായിരുന്ന പ്രമോദ് ദാസ് ഗുപ്ത അന്തരിച്ചപ്പോൾ അദ്ദേഹത്തിന്റെ പിൻഗാമി ആരായിരിക്കണം എന്നതിനെ സംബന്ധിച്ച് ആർക്കും രണ്ട് അഭിപ്രായമുണ്ടായില്ല. സരോജ് മുഖർജി മരണംവരെ ബംഗാളിലെ പാർട്ടിയെ നയിച്ചു. സംസ്ഥാനത്തെ ഇടതുപക്ഷ മുന്നണിയുടെ ചെയർമാനായും പ്രവർത്തിച്ചു.

1964 ൽ സി പി ഐ (എം) രൂപവൽക്കരിച്ചപ്പോൾ അതിന് ഒട്ടേറെ ആശയ-രാഷ്ട്രീയ പ്രശ്നങ്ങളെ നേരിടേണ്ടിവന്നു. ഇന്ത്യൻ കമ്യൂണിസ്റ്റ് പ്രസ്ഥാനത്തിനകത്ത് റിവിഷനിസത്തിനെതിരെ നടത്തിയ പോരാട്ടം ചെറുതായിരുന്നില്ല. സി പി ഐ (എം) രൂപവൽക്കരിച്ച് രണ്ടുവർഷം കഴിഞ്ഞപ്പോൾ ഇടതുപക്ഷ സാഹസികതത്വത്തിന്റേതായ (നക്സലിസം) പ്രശ്നത്തെ പാർട്ടിക്ക് നേരിടേണ്ടിവന്നു. ആ ആശയസംഹിത ഒട്ടേറെ നേതാക്കളെയും കേഡർമാരെയും വഴിതെറ്റിച്ചു. സി പി എസ് യുവിന്റെയും സി പി സിയുടെയും എതിർപ്പിനെയും പാർട്ടിക്ക് നേരിടേണ്ടിവന്നു. മാർക്സിസം-ലെനിനിസത്തിന്റെ അടിസ്ഥാനതത്വങ്ങളിൽ അടിയുറച്ചു നിന്നതിന്റെ ഫലമായി വലതുപക്ഷ-ഇടതുപക്ഷ വ്യതിയാനങ്ങൾക്കെതിരെ പോരാടാനും ലോക കമ്യൂണിസ്റ്റ് പ്രസ്ഥാനത്തിലെ പ്രധാനപ്പെട്ട രണ്ടു പാർട്ടികളിൽനിന്നുള്ള ഒറ്റപ്പെടലിനെ മുറിച്ചുകടക്കാനും പാർട്ടിയെ ഏകീകരിക്കാനും സി പി ഐ (എം) ന് കഴിഞ്ഞു. ഈ പ്രക്രിയയിൽ സരോജ് മുഖർജി നൽകിയ സംഭാവന നിസാരമല്ല.

സരോജ് മുഖർജി പാർലമെന്ററി രംഗത്തും പ്രവർത്തിച്ചിട്ടുണ്ട്. 1971 ലെ തിരഞ്ഞെടുപ്പിൽ കാട്‌വാ മണ്ഡലത്തിൽനിന്ന് ലോകസഭയിലേക്ക് മത്സരിച്ച് ജയിച്ചു. 1977 ൽ മത്സരിച്ചില്ല. എന്തായിരുന്നു കാരണം? ജ്യോതി ബസു പറയട്ടെ.

> അക്കാലത്ത് പാർട്ടി സംഘടനയ്ക്ക് അദ്ദേഹത്തിന്റെ സേവനം അത്യാവശ്യമായിരുന്നു. പാർട്ടി സംഘടനയ്ക്കുവേണ്ടി കൂടുതൽ സമയം ചെലവഴിക്കണമെന്ന് ഞങ്ങൾ അദ്ദേഹത്തോട് പറഞ്ഞു.

മാർക്സിസ്റ്റ് ജേണലുകളുമായും പത്രങ്ങളുമായുമുള്ള അദ്ദേഹത്തിന്റെ ബന്ധം ദശകങ്ങളോളം നീണ്ടുനിന്നു. 1934 ൽ *ഗണശക്തി* ആരംഭിച്ചതോടെയായിരുന്നു അതിന്റെ തുടക്കം. അതിന്റെ പത്രാധിപർ സരോജ്. പബ്ലിഷർ മനോരഞ്ജൻ റോയ്. അതിനകത്ത് ലെനിനെക്കുറിച്ച് ഒരു ലേഖനമെഴുതിയതിന്റെ പേരിൽ അദ്ദേഹം ശിക്ഷിക്കപ്പെട്ട കാര്യം നേരത്തെ പരാമർശിച്ചുവല്ലോ. റോസാനാ ഹിന്ദ് പബ്ലിഷിങ് കമ്പനിയുമായി കുറച്ചുകാലം ബന്ധപ്പെട്ടു. 1956 മതുൽ 1962 വരെ *സ്വാധീനത* ദിനപത്രത്തിന്റെ പത്രാധിപരായിരുന്നു. 1964 ൽ ഗണശക്തി വാരികയുടെ പത്രാധിപരായി. 1967 മുതൽ ഗണശക്തി ദിനപത്രത്തിന്റെ പത്രാധിപരും. മരണസമയത്ത് ഗണശക്തി പത്രത്തിന്റെ ചീഫ് എഡിറ്ററും. മാർക്സ്‌വാദി പഥിന്റെ പത്രാധിപരുമായിരുന്നു.

ചെറുപ്പം മുതലേ സരോജ് മുഖർജി എഴുതാൻ തുടങ്ങിയതാണ്. അതിന്റെ ആദ്യപാഠങ്ങൾ കിട്ടിയത് സ്വന്തം അധ്യാപകരിൽനിന്നുതന്നെ. വിവേകാനന്ദൻ, വിദ്യാസാഗർ, രാജാ റാം മോഹൻറോയ് തുടങ്ങിയവരുടെ ജന്മദിനങ്ങൾ വരുമ്പോൾ അധ്യാപകർ അവരെക്കുറിച്ചെഴുതാൻ കുട്ടികളോട് പറയും. അപ്രകാരം സരോജ് എഴുതിയ ചില പ്രബന്ധങ്ങൾ അധ്യാപകരുടെപോലും പ്രശംസക്ക് പാത്രമായി. ആദ്യകാലത്ത് കവിതകൾ എഴുതുകയുണ്ടായി. പിൽക്കാലത്ത് അദ്ദേഹം ധാരാളം എഴുതി. ഒട്ടേറെ ഗ്രന്ഥങ്ങൾ രചിച്ചു. *ട്രേഡ് യൂണിയനിസത്തിന്റെ എ ബി സി, സ്വാതന്ത്ര്യസമരം*, റംഗ്പൂരിലെ പോരാട്ടം, കഴിഞ്ഞകാല കഥകൾ (രണ്ട് വാല്യങ്ങളിലായി) എന്നിവ അവയിൽ എടുത്തുപറയേണ്ടതാണ്. മുസഫർ അഹമ്മദിനെയും അബ്ദുൾ ഹലീമിനെയും കുറിച്ചുള്ള ഒരു ലഘുജീവിത ചരിത്രഗ്രന്ഥവും പ്രസിദ്ധീകരിച്ചിട്ടുണ്ട്. ആനുകാലിക സംഭവവികാസങ്ങളെക്കുറിച്ചെഴുതിയ ലഘുലേഖകൾ അനവധിയാണ്.

1990 ഫെബ്രുവരി 10 ന് അന്തരിച്ചു.

എസ് ജി സർദേസായി

1907 - 1996

ശ്രീനിവാസ് ഗണേഷ് സർദേസായി 1907 മാർച്ച് 3 ന് ഷോലാപ്പൂരിൽ ജനിച്ചു. പിതാവ് ഗണേഷ് സഖാറാം സർദേസായി — മറാത്താ ചരിത്രപണ്ഡിതൻ ഗോവിന്ദ് സഖാറാം സർദേസായിയുടെ അനുജൻ. മാതാവ് ഇന്ദിര (കിർലോസ്കർ). മകനെ പ്രസവിച്ച് അധികം കഴിയുന്നതിനുമുമ്പ് അവർ ക്ഷയരോഗബാധിതയാവുകയും 1911 ൽ നിര്യാതയാവുകയും ചെയ്തു. അതിനുശേഷം വലിയച്ഛന്റെ സംരക്ഷണയിലാണ് വളർന്നത്. ഗോവിന്ദ് സഖാറാം സർദേസായി അഞ്ചു സഹോദരന്മാരിൽ മൂത്ത ആൾ. കുടുംബത്തലവൻ. കുടുംബത്തെ മുഴുവൻ ഒന്നിപ്പിച്ചു നിർത്തേണ്ടത് തന്റെ കടമയായി അദ്ദേഹം കണക്കാക്കി. അതുകൊണ്ട് ബറോഡാ രാജകുമാരിയുടെ ട്യൂട്ടറായി ജോലി ചെയ്യുമ്പോൾ അഞ്ചു സഹോദരന്മാരുടെയും കുട്ടികളെ തന്റെ വീട്ടിൽ പാർപ്പിച്ചു. കുട്ടികളെ പഠിപ്പിക്കാൻ അധ്യാപകരുണ്ടായിരുന്നെങ്കിലും അവരുടെ വിദ്യാഭ്യാസകാര്യത്തിൽ അദ്ദേഹം പ്രത്യേക ശ്രദ്ധ പതിപ്പിച്ചു. അദ്ദേഹവും പഠിപ്പിക്കുമായിരുന്നു അവരെ. 13-ാമത്തെ വയസുവരെ ശ്രീനിവാസ് വീട്ടിൽ നിന്നു തന്നെയാണ് വിദ്യ അഭ്യസിച്ചത്. അപ്പോഴേക്കും മറാത്തി, ഇംഗ്ലീഷ്, സംസ്കൃതം എന്നീ ഭാഷകൾ പ്രത്യേകിച്ചും ഇംഗ്ലീഷ്, പഠിക്കുന്നതിൽ അതീവ താൽപ്പര്യം പ്രകടിപ്പിച്ചു. ഫോട്ടോഗ്രാഫിയിൽ വലിയ കമ്പം. അതും സ്റ്റാമ്പ് ശേഖരണവുമായിരുന്നു പ്രധാനപ്പെട്ട ഹോബികൾ. സ്കൗട്ട് പ്രസ്ഥാനത്തിലും തൽപ്പരനായിരുന്നു. പ്രഥമശുശ്രൂഷയും പഠിച്ചുവെച്ചു.

1920 ൽ 13–ാമത്തെ വയസിൽ, ശ്രീനിവാസ് ബറോഡ സ്കൂളിൽ ചേർന്നു. 1922 ആയപ്പോഴേക്ക് മെട്രിക്കുലേഷൻ പരീക്ഷയ്ക്കു പഠിക്കേണ്ട മുഴുവൻ വിഷയങ്ങളും പഠിച്ചു. എങ്കിലും അക്കാലത്ത് മെട്രിക്കുലേഷൻ പരീക്ഷ എഴുതുന്നതിനാവശ്യമായ വയസ്സ് തികയാത്തതുകൊണ്ട് ഒരു വർഷം കൂടി കാത്തിരിക്കേണ്ടി വന്നു പരീക്ഷയെഴുതാൻ. 1923 ൽ പരീക്ഷ പാസായി. പൊതുവെ കുട്ടികൾ മനഃപാഠം പഠിച്ച് പരീക്ഷയെഴുതുകയായിരുന്നു പതിവ്. എന്നാൽ ശ്രീനിവാസ് ആവട്ടെ, യഥാർഥ വിജ്ഞാനം ആർജിക്കുന്നതിൽ പ്രത്യേകം ശ്രദ്ധിച്ചു. സ്കൂളിൽ പഠിക്കാൻ നിർദേശിച്ച പുസ്തകങ്ങൾക്കു പുറമേ ധാരാളം പുസ്തകങ്ങൾ ആ ബാലൻ വായിച്ചു.

1923 ൽ സാംഗ്ലി കോളേജിൽ ചേർന്നു. ഗണിതശാസ്ത്രം, ഊർജതന്ത്രം, ഇംഗ്ലീഷ്, സംസ്കൃതം എന്നിവയായിരുന്നു പഠിക്കേണ്ട വിഷയങ്ങൾ. ഒരുവർഷത്തിനകം ഇതല്ല താൻ പഠിക്കേണ്ടി വിഷയങ്ങൾ എന്നു തീരുമാനിച്ചു. അതുകൊണ്ട് ബോംബെയിൽ പോയി ബോംബെ കോളേജ് ഓഫ് കൊമേഴ്സിൽ ചേർന്നു. ഇത്തവണം അദ്ദേഹം തെരഞ്ഞെടുത്ത വിഷയങ്ങൾ ഇക്കണോമിക്സ്, അക്കൗണ്ടിങ്, കമേഴ്സ്യൽ, ജോഗ്രഫി, ഇംഗ്ലീഷ്. കോളേജിൽ പഠിക്കാൻ നിർദേശിക്കപ്പെട്ട വിഷയങ്ങൾക്കു പുറമേ ശ്രീനിവാസിന് താൽപ്പര്യമുള്ള വിഷയങ്ങൾ വേറെയുമുണ്ടായിരുന്നു. ഇന്ത്യൻ ദർശനത്തെക്കുറിച്ചുള്ള പുസ്തകങ്ങളും വിവേകാനന്ദന്റെയും രാമതീർഥന്റെയും കൃതികളും ആർത്തിയോടെ വായിച്ചു. കോളേജിൽ നടന്ന ഡിബേറ്റുകളിൽ സജീവം പങ്കെടുത്തു. കോളേജ് മാസികയുടെ പത്രാധിപരായി. പലപ്പോഴും അതിൽ എഴുതി. 1927 ൽ ബി കോം പരീക്ഷ പാസായി. അക്കൊല്ലം അലഹബാദ് യൂണിവേഴ്സിറ്റിയിൽ എം കോമിനു ചേർന്നു.

കോമേഴ്സിൽ ബിരുദാനന്തരബിരുദം നേടുന്നതിനാണ് അലഹാബാദിൽ എത്തിയതെങ്കിലും അവിടെവെച്ച് അദ്ദേഹത്തിന്റെ ജീവിതത്തിന്റെ തന്നെ ഗതി മാറി. 1928 ൽ യൂണിവേഴ്സിറ്റി വിദ്യാർഥി ആയിരിക്കെ സർതേജ് ബഹാദൂർ സപ്രുവിന്റെ പ്രൈവറ്റ് സെക്രട്ടറിയും പൊളിറ്റിക്കൽ അസിസ്റ്റന്റുമായി. മാത്രമല്ല അതേവർഷം തന്നെ അലഹാബാദ് യൂണിവേഴ്സിറ്റിയിലെ അത്യന്തം പ്രതിഭാശാലിയായ മറ്റൊരു വിദ്യാർഥി പുരൺചന്ദ് ജോഷിയുമായി പരിചയത്തിലായി. അപ്പോൾ പി സി ജോഷി യൂത്ത് ലീഗ് പ്രവർത്തനവും മാർക്സിസ്റ്റ് പ്രചാരണവും ഊർജിതമായി നടത്തുകയായിരുന്നു. താമസിയാതെ സർദേസായിയും ഈ പ്രവർത്തനങ്ങളിൽ വ്യാപൃതനായി. റഷ്യൻ വിപ്ലവത്തെക്കുറിച്ചും മാർക്സിസത്തെക്കുറിച്ചും കിട്ടാവുന്ന പുസ്തകങ്ങളൊക്കെ തേടിപ്പിടിച്ച് വായിച്ചു. ദാർശനിക പഠനത്തിലുള്ള ദാഹം ദർശനത്തെക്കുറിച്ചുള്ള മാർക്സിസ്റ്റ് കൃതികൾ ശമിപ്പിച്ചു. തന്റെ പ്രവർത്തനശേഷി യുവജനപ്രസ്ഥാനത്തിലേക്കു തിരിച്ചുവിട്ടു. സർദേസായി കോൺഗ്രസിനോട് അനുഭാവം പ്രകടിപ്പിച്ചു. സർതേജുമായുള്ള ഉറ്റബന്ധം അദ്ദേഹത്തെ വിമോചനത്തിനുള്ള

നിർജീവ ലിബറലിസത്തിന്റേതായ രാഷ്ട്രീയത്തിന്റെ വിമർശകനാക്കി മാറ്റി.

കോമേഴ്സ് ക്ലാസുകളിൽപ്പോലും സർദേസായി മാർക്സിസ്റ്റ് വീക്ഷണം പ്രകടിപ്പിച്ചു. തന്റെ വീക്ഷണത്തിൽ ഉറച്ചുനിന്നാൽ അദ്ദേഹത്തിന് എം കോം ഡിഗ്രി കിട്ടാൻ പ്രയാസമായിരിക്കുമെന്ന് അദ്ദേഹത്തിന്റെ അധ്യാപകർ മുന്നറിയിപ്പു നൽകി.

1929 ൽ അലഹാബാദിൽ പി സി ജോഷി അറസ്റ്റിലായി. അദ്ദേഹം പ്രസിദ്ധമായ മീറത് ഗൂഢാലോചനക്കേസിലെ പ്രതിയായി. അപ്പോൾ ധൃതിപിടിച്ച് യൂണിവേഴ്സിറ്റിയോട് വിടപറയാൻ സർദേസായി ആഗ്രഹിച്ചില്ല. 6 മാസം കൂടി അവിടെ പഠനം തുടർന്നു. എങ്കിലും സജീവരാഷ്ട്രീയത്തിൽ ഇടപെടണമെന്ന ആഗ്രഹം എം കോം കോഴ്സ് പൂർത്തിയാക്കുന്നതിൽനിന്ന് അദ്ദേഹത്തെ വിലക്കി. അലഹബാദിനോട് വിടപറഞ്ഞ് ബോംബെക്ക് തിരിച്ചു. അപ്പോൾ അവിടെ തൊഴിലാളികളുടെ ഒരു പൊതുപണിമുടക്ക് അവസാനിച്ചിട്ടേ ഉണ്ടായിരുന്നുള്ളൂ. സർദേസായി ബി ടി രണദിവെയുമായും എസ് വി ദേശ്പാണ്ഡെയുമായും ബന്ധം വെച്ചു. അവരുടെ നിർദേശപ്രകാരം ജി ഐ പി റെയിൽവേ വർക്കേഴ്സ് യൂണിയനിൽ പ്രവർത്തനമാരംഭിച്ചു. തൊഴിലാളികളുടെ ന്യായമായ ആവശ്യങ്ങൾ അംഗീകരിക്കാൻ റെയിൽവേ കമ്പനികൾ വിസമ്മതിച്ചപ്പോൾ 1930 ൽ ഒരു പണിമുടക്കിലേക്കു നീങ്ങാൻ ജി ഐ പി റെയിൽവേ തൊഴിലാളികൾ നിർബന്ധരായി. ടി യു സെന്ററിൽനിന്നുള്ള ചാർജുകാരനെന്ന നിലയിൽ സർദേസായി മൻമടിലേക്കു പോയി. ഒന്നരമാസം അവിടെ പ്രവർത്തിച്ചു. ചില ഗുമസ്തന്മാരുൾപ്പെടെ രണ്ടായിരം തൊഴിലാളികൾ പണിമുടക്കി. അതേവരെ തൊഴിലാളി വർഗ രാഷ്ട്രീയത്തെക്കുറിച്ച് പുസ്തകങ്ങളിൽ വായിച്ചതേ ഉണ്ടായിരുന്നുള്ളൂ. സർദേസായി ഇപ്പോൾ യഥാർഥ ജീവിതത്തിൽ അതിനെ മുഖാമുഖം കാണുകയാണ്. സ്ത്രീതൊഴിലാളികൾ പുരുഷ തൊഴിലാളികളുടെ പിറകിലായില്ല. ജി ഐ പി റെയിൽവേ അപ്പോൾ സ്വകാര്യ വ്യക്തികളുടെ കൈകളിലായിരുന്നു. ഉപജീവനത്തിനുവേണ്ടിയായിരുന്നു തൊഴിലാളികളുടെ പോരാട്ടം. ഇത് തികച്ചും ഒരു സാമ്പത്തികമാത്രസമരം. പൊലീസ് മാനേജ്മെന്റിന്റെ സഹായത്തിനെത്തി. തൊഴിലാളികളെ മർദിക്കാൻ തുടങ്ങി. തങ്ങളുടെ പണിമുടക്ക് അപ്പത്തിനുവേണ്ടിയാണെന്നതുപോലെ രാഷ്ട്രീയ സമരവുമാണെന്ന് തൊഴിലാളികൾക്ക് ബോധ്യമായി. പൊലീസ് മർദനം തീക്ഷ്ണമായതിനോടൊപ്പം തൊഴിലാളികളുടെ രാഷ്ട്രീയബോധവും വളർന്നു.

പണിമുടക്ക് അവസാനിച്ചപ്പോൾ ബോംബെക്ക് മടങ്ങി. അത് ഉപ്പു സത്യഗ്രഹത്തിന്റെ കാലം. ബോംബെയിലെ കമ്യൂണിസ്റ്റുകാർ അതിൽ പങ്കെടുക്കാൻ ആഗ്രഹിച്ചില്ല. അതിന്റെ അർഥം സർദേസായിക്ക് മനസിലായില്ല. ആ നയത്തെ അദ്ദേഹം വിമർശിച്ചു. തന്നെയുമല്ല അതിൽ പങ്കെടുക്കാൻ ആഗ്രഹം പ്രകടിപ്പിക്കുകയും ചെയ്തു. അദ്ദേഹം അഹമ്മദ്ന

സർ ദേശായി

ഗറിൽ വന്ന് സത്യഗ്രഹത്തിൽ പങ്കെടുത്തു. കൃഷിക്കാരെയും അതിലേക്ക് ആകർഷിക്കാൻ അതിയായി ആഗ്രഹിച്ചു. അദ്ദേഹത്തെ അറസ്റ്റുചെയ്ത് 18 മാസത്തെ തടവുശിക്ഷയ്ക്ക് വിധിച്ചു. അടുത്ത ഒമ്പതോ പത്തോ മാസം യർവാദാ ജയിലിലോ നാസിക് ജയിലിലോ കഴിച്ചുകൂട്ടി. ഗാന്ധി–ഇർവിൻ സന്ധിയെത്തുടർന്ന് ജയിൽ മോചിതനായി. അതിനുശേഷം ജി ഐ പി റെയിൽവേ തൊഴിലാളികളുടെ *റെയിൽവേ വർക്കർ* എന്ന ഒരു വാരിക എഡിറ്റ് ചെയ്യാൻ തുടങ്ങി. അദ്ദേഹത്തിന്റെ മേൽനോട്ടത്തിൽ *റെയിൽവേ മസ്ദൂർ* എന്ന ഹിന്ദിവാരികയും പ്രസിദ്ധീകരിക്കപ്പെട്ടു.

1932 ൽ ഒളിവിൽ പോകേണ്ടിവന്നു. അപ്പോൾ പാർട്ടി പ്രവർത്തനവുമായി ബന്ധപ്പെട്ട് കോൺപൂരിലേക്ക് പോയി. അവിടെ അറസ്റ്റിലായി. കോൺപൂരിലെ തന്നെ ജയിലിൽ പാർപ്പിച്ചു. ഏഴെട്ടുമാസം കഴിഞ്ഞതിനുശേഷം മോചിപ്പിച്ചു. ഈ ജയിലിൽ കിടക്കുമ്പോൾ മറ്റു തടവുകാരുടെ കൂട്ടത്തിൽ അജയ്ഘോഷിനെ കണ്ടുമുട്ടി. അജയ് ഘോഷ് കമ്യൂണിസ്റ്റുകാരെക്കുറിച്ചും അവരുടെ പ്രവർത്തനങ്ങളെക്കുറിച്ചും വിശദമായി മനസിലാക്കിയത് ദേസായിയിൽനിന്ന്.

1933–34 കാലത്ത് ബോംബെയിൽ തൊഴിലാളി സമരപരമ്പരകൾ. 1933 ൽ മാത്രം 20 ൽ കുറയാത്ത പണിമുടക്കുകൾ നടന്നു. തൊഴിലാളി പ്രസ്ഥാനത്തിനകത്തെ ഭിന്നിപ്പിനെ ഉപയോഗിച്ച് 1929–33 കാലത്തെ സാമ്പത്തികക്കുഴപ്പത്തിന്റെ ഭാരം തൊഴിലാളികളുടെമേൽ പല രൂപത്തിലും അടിച്ചേൽപ്പിക്കുന്നതിനെതിരായിട്ടായിരുന്നു സമരം. ഈ സമരത്തിന് നേതൃത്വം നൽകിയവരിലൊരാൾ സർദേസായി. ഒരു മില്ലിലോ ഒന്നിലധികം മില്ലുകളിലോ പ്രത്യേകം പ്രത്യേകം നടന്ന പണിമുടക്കുകൾ ക്രമേണ ഒരു പൊതുപണിമുടക്കിന്റെ ഭാഗമായി. 1934 ഏപ്രിലിൽ നടന്ന ആ പൊതുപണിമുടക്കുമായി ബന്ധപ്പെട്ട് മേയിൽ ദേസായി അറസ്റ്റിലായി. രണ്ടുവർഷത്തെ തടവുശിക്ഷ കിട്ടി. താനെ ജയിലിലാണ് പാർപ്പിച്ചത്. ഈ സമയം മാർക്സിസം പഠിപ്പിക്കുന്നതിനാണ് ദേസായി ചെലവഴിച്ചത്. ചില അടിസ്ഥാന മാർക്സിസ്റ്റ് ഗ്രന്ഥങ്ങൾ മറാത്തിയിലേക്ക് പരിഭാഷപ്പെടുത്തുകയും ചെയ്തു.

1936 ൽ ജയിലിൽനിന്ന് പുറത്തുവരുമ്പോഴേക്ക് കമ്യൂണിസ്റ്റ് പാർട്ടി കുറേക്കൂടി ശക്തിപ്പെടുകയും സുസംഘടിതമാവുകയും ചെയ്തു. സർദേസായി സി പി ഐക്കുവേണ്ടി കോൺഗ്രസ് സോഷ്യലിസ്റ്റ് പാർട്ടിയുമായി ബന്ധപ്പെട്ടു. അപ്പോഴേക്കും തിരഞ്ഞെടുപ്പ് അടുത്തുവരികയായിരുന്നു. ഷോലാപ്പൂർ നിയോജകമണ്ഡലത്തിൽ പാർട്ടി സ്ഥാനാർഥിയെ നിർത്തി. അവിടെ പ്രാബല്യത്തിലിരുന്ന പട്ടാളഭരണം പാർട്ടിയുടെ പ്രവർത്തനം അസാധ്യമാക്കി. എങ്കിലും തിരഞ്ഞെടുപ്പു പ്രവർത്തനത്തിന് നേതൃത്വം നൽകാൻ പാർട്ടി സർദേസായിയെ നിയോഗിച്ചു. പൊലീസിനെ, പട്ടാളത്തെ, മില്ലുടമകളുടെ ഗുണ്ടകളെ എല്ലാം നേരിട്ടുകൊണ്ട് ദേസായി പാർട്ടി പ്രവർത്തനത്തിന് നേതൃത്വം നൽകി. ഫലം, 11,000 വോട്ടുകളുടെ ഭൂരിപക്ഷത്തിന് പാർട്ടി സ്ഥാനാർഥി ജയിച്ചു.

അതിനുശേഷം തൊഴിലാളികൾക്കിടയിൽ പ്രവർത്തിക്കാൻ അദ്ദേഹം ഷോലാപ്പൂരിൽ സ്ഥിരതാമസമാക്കി. മഹാരാഷ്ട്രയുടെ ഇതര ഭാഗങ്ങളിൽ പോകാറുണ്ടായിരുന്നുവെങ്കിലും പ്രധാന പ്രവർത്തനരംഗം ഷോലാപ്പൂരായി മാറി. ആ നഗരത്തിൽ 1300–1400 ബീഡിത്തൊഴിലാളികളുണ്ടായിരുന്നു. അവരിൽ ഏതാണ്ട് പകുതിയും സ്ത്രീകൾ. ബീഡിത്തൊഴിലാളികൾക്ക് തുച്ഛമായ കൂലി മാത്രമേ ലഭിച്ചിരുന്നുള്ളൂ. ദേസായിയുടെ ഇളയ സഹോദരി മീനാക്ഷി അവർക്കിടയിൽ സജീവം പ്രവർത്തിച്ചു. തൊഴിലാളികൾ പണിമുടക്കി. ദേസായി അതിന് നേതൃത്വം നൽകി. തൊഴിലുടമകൾക്ക് തൊഴിലാളികളുടെ ആവശ്യങ്ങൾ അംഗീകരിക്കേണ്ടിവന്നു.

ഷോലാപ്പൂരിലെ തൊഴിലാളികൾക്കിടയിൽ നടത്തിയ ഒരു വർഷത്തെ പ്രവർത്തനത്തിനിടയിൽ അവർക്കിടയിൽ വലിയ മുന്നേറ്റമുണ്ടായി. ബംഗാളിലെ രാഷ്ട്രീയത്തടവുകാർ രണ്ടാംവട്ടം നിരാഹാരം തുടങ്ങിയപ്പോൾ അവരോട് അനുഭാവം പ്രകടിപ്പിച്ച് ഷോലാപ്പൂരിലെ തൊഴിലാളികൾ ഒരു ദിവസം പണിമുടക്കി. ഇത് തികച്ചും രാഷ്ട്രീയ പണിമുടക്കം. ഇങ്ങനെയൊരു പണിമുടക്കം നടത്തത്തക്ക നിലയിൽ ഷോലാപ്പൂരിലെ തൊഴിലാളികളുടെ രാഷ്ട്രീയബോധം ഉയർത്തിയതിൽ സർദേസായിയുടെ പങ്ക് നിസ്സാരമല്ല.

ഷോലാപ്പൂരിൽ അദ്ദേഹം യോഗങ്ങളും സ്റ്റഡി സർക്കിളുകളും സംഘടിപ്പിച്ചതിനു പുറമേ മറാത്തി വാരികയായ *ഏക്ജൂതും* (ഐക്യം) എഡിറ്റ് ചെയ്തു. 1938 ജനുവരിയിൽ നടന്ന പണിമുടക്കിനോട് അനുബന്ധിച്ച് തികച്ചും കെട്ടിച്ചമച്ച കുറ്റങ്ങളുടെ അടിസ്ഥാനത്തിൽ ദേസായി അറസ്റ്റുചെയ്തു. കോടതി 9 മാസത്തെ തടവുശിക്ഷ വിധിച്ചു. ബീജാപ്പൂർ, യർവാദാ ജയിലുകളിലാണ് ഈ ശിക്ഷ അനുഭവിച്ചത്. നാടോടി വർഗത്തിൽപ്പെട്ട (ആ വർഗം അന്ന് 'ക്രിമിനൽ വർഗം' എന്ന പേരിലാണ് അറിയപ്പെട്ടത്) ഒരു സഖാവിനെ ബീജാപ്പൂർ ജയിലിൽ ചൂരൽകൊണ്ട് പ്രഹരിച്ചതിനെതിരെ ജയിലിൽ 10 ദിവസം നീണ്ടുനിന്ന നിരാഹാരസമരം നടത്തി. ചൂരൽ പ്രയോഗം നടത്തിയവർക്കെതിരെ നടപടി സ്വീകരിക്കാമെന്ന് കെ എം മുൻഷി നൽകിയ ഉറപ്പിനെത്തുടർന്നാണ് നിരാഹാര സമരം പിൻവലിച്ചത്. വാഗ്ദാനം പാലിക്കാൻ മുൻഷി തയാറായില്ല. അതിനാൽ മറ്റൊരു 18 ദിവസം വീണ്ടും നിരാഹാരസമരം നടത്തി.

1938 നവംബറിൽ മോചിപ്പിച്ചു. ബോംബെ പ്രൊവിൻഷ്യൽ കോൺഗ്രസ് കമ്മിറ്റിയിലേക്കും അഖിലേന്ത്യാ കോൺഗ്രസ് കമ്മിറ്റിയിലേക്കും തിരഞ്ഞെടുക്കപ്പെട്ടു.

1939 ൽ കോൺഗ്രസിന്റെ ത്രിപുരി, കൽക്കത്ത സമ്മേളനങ്ങളിൽ പങ്കെടുത്തു. രണ്ട് സമ്മേളനങ്ങളിലും നടത്തിയ പ്രസംഗങ്ങൾ പ്രതിനിധികളുടെ ശ്രദ്ധ ആകർഷിച്ചു. രാഷ്ട്രീയ എതിരാളികൾ പോലും അദ്ദേഹത്തെ അഭിനന്ദിച്ചു. 1939 ൽ രണ്ടാം ലോകമഹായുദ്ധം പൊട്ടിപ്പുറപ്പെട്ടപ്പോൾ അറസ്റ്റുചെയ്യാൻ ഇടയുണ്ടായിരുന്നു. അതുകൊണ്ട് അക്കൊല്ലം ഒക്ടോബറിൽ മൂന്നോ നാലോ ആഴ്ച ഒളിവിൽ പോയി. 1940 ൽ ഷോലാ

പ്പൂരിലെ തൊഴിലാളികൾ വിലക്കയറ്റത്തിനെതിരെയും ക്ഷാമബത്തക്കു വേണ്ടിയും പണിമുടക്കി. അപ്പോൾ സർദേസായി അവർക്ക് നേതൃത്വം നൽകാനെത്തി. വേതനത്തിൽ 10 ശതമാനം വർധന അനുവദിക്കാനും സാധനവിലവർധനയ്ക്ക് ആനുപാതികമായി ക്ഷാമബത്ത നൽകുന്നതാണെന്ന് സമ്മതിക്കാനും മില്ലുടമകൾ നിർബദ്ധരായി.

1949 മാർച്ചിൽ കമ്യൂണിസ്റ്റുകാരെ കൂട്ടത്തോടെ അറസ്റ്റു ചെയ്യാൻ തുടങ്ങി. സർദേസായി ഒളിവിൽ പോയി. 1949 നവംബറിൽ അറസ്റ്റിലായി. നാസിക് ജയിലിൽ പാർപ്പിച്ചു. ഒന്നരവർഷം ജയിലിൽ കഴിഞ്ഞു. 1942 ജൂലായ് മാസത്തിൽ മോചിപ്പിച്ചു.

1942 ആഗസ്തിൽ ബോംബെയിൽ ചേർന്ന എ ഐ സി സി സമ്മേളനത്തിൽ പ്രസംഗിച്ചു. കമ്യൂണിസ്റ്റ് ഗ്രൂപ്പിന്റെ നേതാവെന്ന നിലയിലായിരുന്നു പ്രസംഗം. കോൺഗ്രസ്–മുസ്ലിംലീഗ് ഐക്യത്തിനുവേണ്ടി വാദിച്ചു. സപ്തംബറിൽ മഹാരാഷ്ട്രയിലെ പ്രവർത്തനം മതിയാക്കി, പാർട്ടി സെന്ററിൽ പ്രവർത്തിക്കാൻ പാർട്ടി നിർദേശിച്ചു. അതിന്റെ ഭാഗമായി ഐക്യപ്രവിശ്യയിലും ബിഹാറിലും മറ്റും സഞ്ചരിച്ചു. സഖാക്കൾക്ക് രാഷ്ട്രീയ വിദ്യാഭ്യാസം നൽകുകയെന്ന ചുമതല നിറവേറ്റി.

1943 ൽ പാർട്ടിയുടെ ഒന്നാംകോൺഗ്രസ് ബോംബെയിൽ നടന്നു. 16,000 പാർട്ടി മെമ്പർമാരെ പ്രതിനിധാനം ചെയ്ത് 139 പ്രതിനിധികൾ കോൺഗ്രസിൽ പങ്കെടുത്തു. കോൺഗ്രസ് സർദേസായിയെ കേന്ദ്രകമ്മിറ്റിയിലേക്ക് തിരഞ്ഞെടുത്തു. അതിനുശേഷം 1982 ൽ അനാരോഗ്യം മൂലം ഒഴിയുന്നതുവരെ അദ്ദേഹം സി പി ഐയുടെ എൻ സി (നാഷണൽ കൗൺസിൽ) അംഗമായിരുന്നു. രാജ്യദ്രോഹം മുതലായി വിവിധ ആരോപണങ്ങൾക്കിരയായി ആറുവർഷത്തിലധികം തടവിൽ കിടന്നു. സ്വാതന്ത്ര്യലബ്ധിക്കുശേഷവും ജയിലിലും ഒളിവിലുമായി കഴിയേണ്ടി വന്നു. പാർട്ടി പിളർന്നപ്പോൾ സി പി ഐയിൽ ഉറച്ചുനിന്ന സർദേസായി ആ പാർട്ടിയുടെ സെക്രട്ടേറിയറ്റ് അംഗം, കൺട്രോൾ കമ്മീഷൻ ചെയർമാൻ, രാജ്യസഭാംഗം തുടങ്ങിയ നിലകളിൽ പ്രവർത്തിച്ചു. ഒട്ടേറെ സാർവദേശീയ കമ്യൂണിസ്റ്റ് സമ്മേളനങ്ങളിൽ പങ്കെടുത്തിട്ടുണ്ട്.

സി പി ഐക്കകത്തുതന്നെ കുറേക്കൂടി വലതുപക്ഷ നിലപാടെടുത്ത ദേസായിക്ക് സി പി ഐയുടെ രാഷ്ട്രീയ നിലപാടിനെക്കാൾ അടുപ്പം ഡാങ്കെയുടെ രാഷ്ട്രീയനിലപാടിനോടായിരുന്നു. എങ്കിലും ദാർശനിക പ്രശ്നങ്ങളിൽ ഡാങ്കെയെ നിശിതമായി എതിർക്കാനും മടിച്ചില്ല. രാഷ്ട്രീയവും സാംസ്കാരികവും ദാർശനികവുമായ വിഷയങ്ങളെ അധികരിച്ച് ലേഖനങ്ങളും പ്രബന്ധങ്ങളും മാത്രമല്ല ലഘുലേഖകളും പുസ്തകങ്ങളും എഴുതി. *പുരോഗതിയും യാഥാസ്ഥിതിക ചിന്തയും പ്രാചീന ഭാരതത്തിൽ* പ്രധാനകൃതി.

1996 നവംബർ 18 ന് അന്തരിച്ചു.

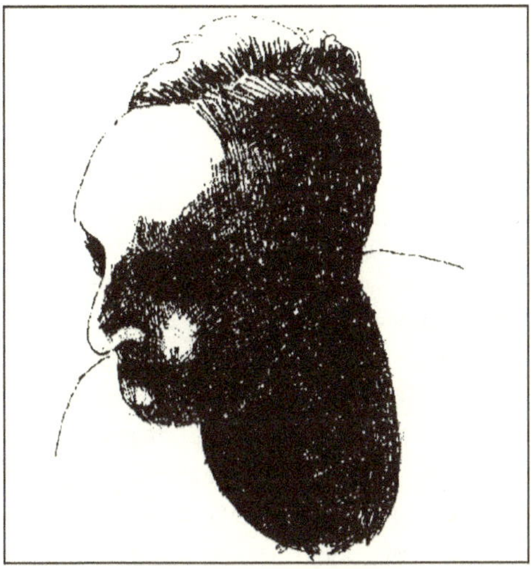

സുകുമാർ സെൻഗുപ്ത

1913 - 1993

കമ്യൂണിസ്റ്റ് പാർട്ടി ഓഫ് ഇന്ത്യ (മാർക്സിസ്റ്റ്) ന് ഏറ്റവുമധികം ശക്തിയും സ്വാധീനവുമുള്ള സംസ്ഥാനങ്ങളിലൊന്നാണ് പശ്ചിമബംഗാൾ. ആ സംസ്ഥാനത്തെ ഏറ്റവും വലിയ ജില്ലയാണ് ചെങ്കോട്ടയായി അറിയപ്പെടുന്ന മിഡ്നാപ്പൂർ. ഒരു കാലത്ത് ഫ്യൂഡലിസത്തിന്റെ ശക്തി കേന്ദ്രമായിരുന്ന ഈ ജില്ലയെ കമ്യൂണിസ്റ്റ് പ്രസ്ഥാനത്തിന്റെ നെടുങ്കോട്ടയാക്കി മാറ്റിയതിൽ ഏറ്റവും പ്രധാന പങ്കുവഹിച്ച വിപ്ലവകാരിയായിരുന്നു സുകുമാർ സെൻഗുപ്ത. 80 വർഷം ജീവിച്ചതിൽ 19 വർഷവും ഒമ്പതുമാസവും ജയിലിലും 13 വർഷം ഒളിവിലും കഴിഞ്ഞു ഈ വിപ്ലവകാരി.

വാരണാസിക്ക് അടുത്ത ഒരു കൊച്ചു ഗ്രാമമാണ് നിനഹാൽ. ആ ഗ്രാമത്തിൽ 1913 നവംബർ 5 ന് സുകുമാർ സെൻഗുപ്ത ജനിച്ചു. അച്ഛൻ ചാരുചന്ദ്ര സെൻഗുപ്ത. അദ്ദേഹം ബീഹാറിലെ കാർഷിക ഗവേഷണ ഇൻസ്റ്റിറ്റ്യൂട്ടിൽ ഉദ്യോഗസ്ഥൻ. അമ്മ വിഭാമണി സെൻഗുപ്ത. സ്വന്തം ഗ്രാമത്തിൽ നിന്ന് പ്രാഥമിക വിദ്യാഭ്യാസം നേടിയതിനുശേഷം സമസ്തിപൂരിൽ നിന്ന് മെട്രിക്കുലേഷൻ പരീക്ഷ പാസായി. തുടർന്ന് ഇൻർമീഡിയറ്റ് പഠിക്കാൻ മിഡ്നാപ്പൂരിലെത്തി. അവിടെ കേന്ദ്രഗവൺമെന്റ് ഉദ്യോഗസ്ഥനായിരുന്നു അമ്മാവൻ ഉപേന്ദ്രനാഥ് സെൻഗുപ്ത. അദ്ദേഹത്തിന്റെ വീട്ടിൽ താമസിച്ച് പഠിക്കാനുള്ള സാഹചര്യം മുൻനിർത്തിയാണ് മിഡ്നാപ്പൂരിൽ വന്നത്. അമ്മാമൻ തികഞ്ഞ ദേശാഭിമാനിയും കോൺഗ്രസ് അനുഭാവിയും. വീട്ടിൽ അദ്ദേഹം രാഷ്ട്രീയ കാര്യങ്ങൾ സംസാരിക്കും. ചില രാഷ്ട്രീയ നേതാക്കളും വീട്ടിൽ വരും. ഇത് സ്വാതന്ത്ര്യസമര പ്രസ്ഥാന

വുമായി അടുക്കാൻ സുകുമാർ സെൻഗുപ്തയ്ക്ക് ഉത്തേജനം നൽകി.

ദേശീയ വിപ്ലവപ്രസ്ഥാനം അത്യന്തം സജീവമായിരുന്നു മിഡ്നാപ്പൂരിൽ. കോളേജ് വിദ്യാർഥികളെ ആ പ്രസ്ഥാനം വളരെയധികം ആകർഷിച്ചു. മിഡ്നാപ്പൂരിൽ ഇന്റർമീഡിയറ്റിന് പഠിക്കുന്ന സുകുമാർ സെൻകുമാർ ഗുപ്തയും അതിൽ നിന്ന് ഒഴിവായില്ല. അദ്ദേഹം ആ പ്രസ്ഥാനവുമായി ബന്ധപ്പെട്ടു എന്നു മാത്രമല്ല അതിന്റെ നേതൃത്വത്തിൽ നടന്ന പല ആക്ഷനുകളിലും പങ്കെടുക്കുകയും ചെയ്തു. അതിനാൽ കൃത്യമായി കോളേജിൽ പോകാൻ സാധിച്ചില്ല. തന്നെയുമല്ല പലപ്പോഴും ഒളിവിൽ പോകാൻ നിർബന്ധിതനാവുകയും ചെയ്തു.

1930, 31, 32 എന്നീ വർഷങ്ങളിൽ മിഡ്നാപ്പൂരിലെത്തിയ മൂന്നു ജില്ലാ മജിസ്ട്രേട്ടുമാരെ വിപ്ലവകാരികൾ വെടിവെച്ചു കൊന്നു. അതിന്റെ പേരിൽ ബ്രജ്കിശോർ ചക്രവർത്തി, റാം കിശോർ റായ്, നിർമൽ ഘോഷ് എന്നീ മൂന്നു പേരെ ബ്രിട്ടീഷ് ഗവൺമെന്റ് തൂക്കിക്കൊന്നു. ബാർസിനെ വധിച്ച കേസിൽ കോടതി സുകുമാർ സെൻ ഗുപ്തയെ ജീവപര്യന്തം തടവിനു ശിക്ഷിച്ചു. അങ്ങനെ 1935 ൽ അതായത് 20–ാമത്തെ വയസിൽ ജീവപര്യന്തം ശിക്ഷ അനുഭവിക്കാൻ തുടങ്ങി.

ആദ്യത്തെ ഒരു വർഷം ധാക്കാ സെൻട്രൽ ജയിലിൽ പാർപ്പിച്ചു. അവിടെ നിന്ന് ആലിപ്പൂർ സെൻട്രൽ ജയിലേക്ക് മാറ്റി. അതിനുശേഷം 1935 ൽ 'മഹാരാജ' എന്ന കപ്പലിൽ ആന്തമാനിലെ സെല്ലുലാർ എന്ന ജയിലിലേക്കയച്ചു. അവിടെ പേരുകേട്ട വിപ്ലവകാരി ഡോ നാരായൺ

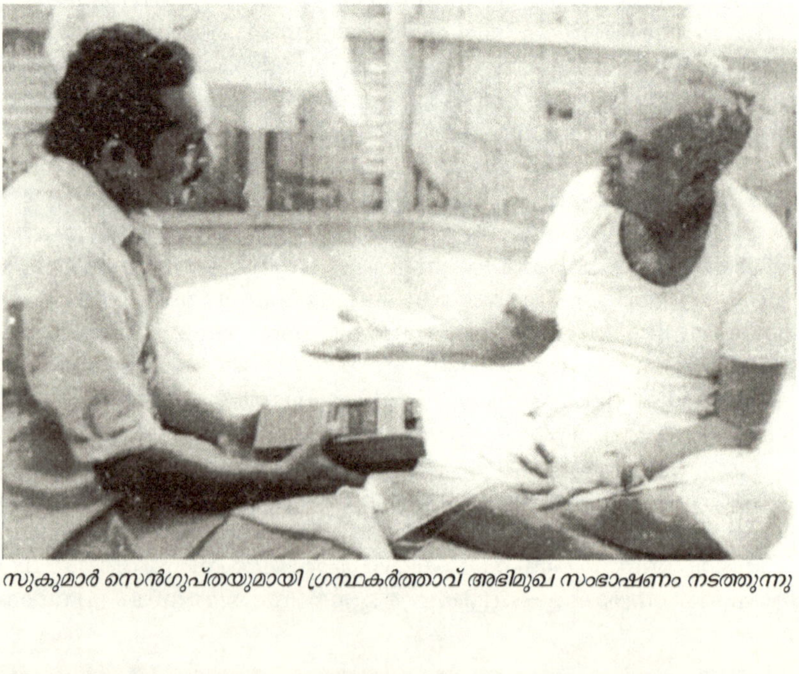

സുകുമാർ സെൻഗുപ്തയുമായി ഗ്രന്ഥകർത്താവ് അഭിമുഖ സംഭാഷണം നടത്തുന്നു

റോയിയും മറ്റും തടവുശിക്ഷ അനുഭവിക്കുന്നുണ്ടായിരുന്നു. ടെഗാർട്ടിനെ ആക്രമിച്ചു എന്നതിന്റെ പേരിൽ തടവുശിക്ഷ വിധിക്കപ്പെട്ടതിനുശേഷം അദ്ദേഹം അൽപ്പകാലം മഹാരാഷ്ട്രയിലെ യർവാദാ ജയിലിൽ കിടക്കാനിടയായി. അപ്പോൾ കോൺഗ്രസ് സോഷ്യലിസ്റ്റ് പാർട്ടിയുടെ ചില നേതാക്കളുമായി ബന്ധപ്പെട്ടു. ആ ബന്ധം വഴി സോഷ്യലിസത്തെക്കുറിച്ചു പഠിക്കുകയും ആ സിദ്ധാന്തത്തിൽ ആകൃഷ്ടനായിത്തീരുകയും ചെയ്തു.

യർവാദാ ജയിൽവാസത്തിനുശേഷം ആന്തമാനിലേക്ക് മാറ്റപ്പെട്ട നാരായൺ റോയ് അവിടെയും സോഷ്യലിസത്തെക്കുറിച്ചുള്ള പഠനം തുടർന്നു. സോഷ്യലിസത്തിനു മാത്രമേ രാജ്യത്തെ വൈദേശികാധിപത്യത്തിൽ നിന്ന് മോചിപ്പിക്കാനും ജനങ്ങളെ ചൂഷണ മുക്തമായ ഒരു സാമൂഹിക വ്യവസ്ഥയിലേക്ക് നയിക്കാനും കഴിയൂ എന്നും അതിന് ഭീകര പ്രസ്ഥാനത്തിന്റേതായ ഇടുങ്ങിയ പാത ഉപേക്ഷിക്കേണ്ടതാണെന്നുമുള്ള നിഗമനത്തിൽ അദ്ദേഹം ചെന്നെത്തി. തുടർന്ന് ജയിലിലെ സഹ തടവുകാരെ സോഷ്യലിസത്തെക്കുറിച്ച് പഠിപ്പിക്കാനാരംഭിച്ചു. അതിനു ഫലമുണ്ടായി. ആന്തമാൻ ജയിലിലെ രാഷ്ട്രീയ തടവുകാരിൽ സുകുമാർസെൻഗുപ്ത ഉൾപ്പെടെ ഏറെപ്പേർ കമ്യൂണിസ്റ്റുകാരായി.

1935 ലെ ഇന്ത്യാ ആക്ട് പ്രകാരം 1937 ൽ രാജ്യത്തെ വിവിധ പ്രവിശ്യകളിലേക്ക് തിരഞ്ഞെടുപ്പു നടന്നു. തിരഞ്ഞെടുപ്പിൽ കോൺഗ്രസിന് തകർപ്പൻ ജയം. കോൺഗ്രസ് നേതൃത്വത്തിലുള്ള മന്ത്രിസഭകൾ വിവിധ പ്രവിശ്യകളിൽ അധികാരത്തിൽ വന്നു. ഈ സാഹചര്യത്തിൽ തങ്ങളെ നാട്ടിലേക്ക് അയക്കണമെന്ന് പറഞ്ഞ് ആന്തമാനിലെ മുഴുവൻ തടവുകാരും പ്രക്ഷോഭം തുടങ്ങി. അതിന്റെ ഒരു ഘട്ടത്തിൽ അവർ 37 ദിവസം നീണ്ടു നിന്ന നിരാഹാര സമരം നടത്തി. രാജ്യത്തിനകത്ത് പ്രത്യേകിച്ചും ബംഗാളിൽ ആ സമരത്തിന് പിന്തുണപ്രഖ്യാപിച്ചു വമ്പിച്ച സമരം. വിദ്യാർഥികൾ അതിന്റെ മുൻപന്തിയിൽ നിന്നു. അതിനെ തുടർന്ന് ആന്തമാനിൽ നിന്ന് രാഷ്ട്രീയത്തടവുകാരെ മടക്കി അയക്കാൻ തുടങ്ങി. 1938 ജനുവരി 18 ന് രാഷ്ട്രീയത്തടവുകാരുടെ അവസാന സംഘവും ഇന്ത്യയിലേക്ക് തിരിച്ചു. ഗണേശ് ഘോഷും സുകുമാർ സെൻഗുപ്തയും മറ്റും അക്കൂട്ടത്തിലായിരുന്നു. അവരെ കൽക്കത്തിയിലെ ആലിപ്പൂർ സെൻട്രൽ ജയിലിൽ അടച്ചു.

രാഷ്ട്രീയത്തടവുകാരെ മുഴുവൻ വിട്ടയയ്ക്കണമെന്നാവശ്യപ്പെട്ട് 1946 ൽ ബംഗാളിൽ വീണ്ടും ശക്തമായ പ്രക്ഷോഭം. അതിനെ തുടർന്ന് മുഴുവൻ രാഷ്ട്രീയത്തടവുകാരെയും മോചിപ്പിക്കാൻ ഗവൺമെന്റ് നിർബന്ധിതമായി. ജയിൽ മോചിതനായ ശേഷം മിഡ്നാപ്പൂരിലും പരിസരങ്ങളിലും പാർട്ടിയും കർഷകസമരങ്ങളും വളർത്തിയെടുക്കുന്നതിൽ മുഴുകി. 1938 ൽ ജയിലിലെ കമ്യൂണിസ്റ്റ് കൺസോളിഡേഷനിൽ അംഗമായ അദ്ദേഹം 1946 ൽ ജയിലിനു പുറത്ത് പാർട്ടി അംഗത്വം സ്വീകരിച്ചു. 1948 ൽ കോൺഗ്രസ് ഗവൺമെന്റ് കമ്യൂണിസ്റ്റ് പാർട്ടിയെ നിരോധിച്ചപ്പോൾ

സുകുമാർ സെൻഗുപ്ത അറസ്റ്റിലായി. 1951 വരെ ജയിലിൽ കഴിഞ്ഞു. കോൺഗ്രസ് ഗവൺമെന്റിനു കീഴിൽ പിന്നെയും പല തവണ അറസ്റ്റിലായി. 1962 ൽ ഇന്ത്യാ ചൈന അതിർത്തി സംഘട്ടനത്തെ തുടർന്ന് കുറച്ചുകാലം ജയിലിൽ കിടന്നു. 1956 ൽ 16 മാസം കാരാഗൃഹത്തിനകത്തായി. അടിയന്തരാവസ്ഥക്കാലത്ത് ഒളിവിൽ പോകേണ്ടിവന്നു.

1948 മുതൽ 1951 വരെ അവിഭക്ത കമ്യൂണിസ്റ്റ് പാർട്ടിയുടെ മിഡ്നാപ്പൂർ ജില്ലാ സെക്രട്ടറി. സംസ്ഥാന കമ്മിറ്റിയിലും അംഗമായി. പാർട്ടിക്കകത്ത് തിരുത്തൽവാദത്തിനെതിരായ സമരത്തിൽ പ്രധാന പങ്ക് വഹിച്ചു. പാർട്ടി പിളർന്നപ്പോൾ സി പി ഐ (എം) മിഡ്നാപ്പൂർ ജില്ലാ സെക്രട്ടറിയായി തിരഞ്ഞെടുക്കപ്പെട്ടു. 1992 ൽ അനാരോഗ്യം മൂലം ജില്ലാ സെക്രട്ടറി സ്ഥാനമൊഴിഞ്ഞ അദ്ദേഹം പാർട്ടിയുടെ സംസ്ഥാന കമ്മിറ്റി അംഗമായി തുടർന്നു. നക്സലിസത്തിനെതിരായ പോരാട്ടത്തിലും അദ്ദേഹം വഹിച്ച പങ്ക് സുപ്രധാനം. സാക്ഷരതാ പ്രസ്ഥാനത്തിലും സ്പോർട്സിലും അതീവ താൽപ്പര്യം പ്രകടിപ്പിച്ച ഈ വിപ്ലവകാരി അക്ഷരാർഥത്തിൽ ജീവിതം മുഴുവൻ കമ്യൂണിസ്റ്റ് പ്രസ്ഥാനത്തിനും തൊഴിലാളിവർഗ മോചനത്തിനും വേണ്ടി അർപ്പിച്ചു. അവിവാഹിതനായി, പാർട്ടി ആപ്പീസിൽത്തന്നെ താമസിച്ച സുകുമാർ സെൻഗുപ്ത 1993 സെപ്തംബർ 16 ന് അന്തരിച്ചു.

സുധാംശുദാസ് ഗുപ്ത

1912 - 2003

പല ധാരകൾ ചേർന്ന മഹാപ്രവാഹമാണ് ബംഗാളിലെ കമ്യൂണിസ്റ്റ് പ്രസ്ഥാനം. ആ ധാരകളിൽ ഏറ്റവു പ്രധാനപ്പെട്ടതാണ് ദേശീയ വിപ്ലവ പ്രസ്ഥാനത്തിന്റേത്. ബംഗാളിൽ കമ്യൂണിസ്റ്റ് പ്രസ്ഥാനം കെട്ടിപ്പടുക്കുകയും വളർത്തിയെടുക്കുകയും ചെയ്തതിൽ നിർണായക പങ്കാണ് ദേശീയ വിപ്ലവ കാരികൾ വഹിച്ചത്. ദേശീയ വിപ്ലവകാരികളിൽ പ്രമുഖനായിരുന്നു സു ധാംശുദാസ് ഗുപ്ത. ദേശീയ വിപ്ലവകാരി എന്ന നിലയിലും മാർക്സിസ്റ്റ് സൈദ്ധാന്തികൻ എന്ന നിലയിലും ബംഗാളികൾക്ക് സുപരിചിതനും എല്ലാ രാഷ്ട്രീയപ്പാർട്ടികളിലും പെട്ടവർക്ക് ആദരണീയനുമായിരുന്നു അദ്ദേഹം.

അവിഭക്ത ബംഗാളിൽ കമ്യൂണിസ്റ്റ് പ്രസ്ഥാനത്തിന്റെ ശക്തികേ ന്ദ്രമായി വളർന്ന ജില്ലയാണ് ബരിശാൽ. ഇപ്പോൾ ബംഗ്ലാദേശിൽ ഉൾ പ്പെട്ട ആ ജില്ലയിൽ ആദ്യകാലത്ത് കമ്യൂണിസ്റ്റ് നേതാക്കളുടെ ഒരു നിര തന്നെയുണ്ടായിരുന്നു. ആ ജില്ലയിലെ ബെനിപീഥ് എന്ന സ്ഥലത്താണ് പിൽക്കാലത്ത് കമ്യൂണിസ്റ്റ് നേതൃനിരയിലെത്തിയ സുധാംശുദാസ് ഗുപ്ത 1912ൽ ജനിച്ചത്. സ്വദേശി പ്രസ്ഥാനത്തിന്റെ ശക്തികേന്ദ്രങ്ങളിൽ ഒന്നാ യിരുന്ന ബരിശാലിലെ യുവാക്കളിൽ ദേശീയബോധം തട്ടിയുണർത്തു ന്നതിൽ തരുൺസംഘ് ലൈബ്രറി വഹിച്ച പങ്ക് ഉജ്വലം. 1924-ൽ റുണുദാസ് ഗുപ്തയും ബിമലേന്ദു സെൻ ഗുപ്തയും മുൻകൈയെടുത്ത് രൂപീകരി ച്ചതായിരുന്നു ലൈബ്രറി. തുടക്കം മുതൽ ആ ലൈബ്രറിയിലെ സ്ഥിരം സന്ദർശകനായിരുന്നു സുധാംശു. അദ്ദേഹത്തിൽ ദേശീയ ബോധവും വിപ്ലവബോധവും ജനിപ്പിച്ചതിൽ ഈ ലൈബ്രറി വഹിച്ച പങ്ക് അദ്വിതീയം.

സ്കൂളിൽ പഠിച്ചുകൊണ്ടിരിക്കുമ്പോൾത്തന്നെ ദേശീയ വിപ്ലവപ്രസ്ഥാനത്തിൽ ആകൃഷ്ടനാവുകയും ചില വിപ്ലവ ഗ്രൂപ്പുകളുമായി ബന്ധപ്പെടുകയും ചെയ്തു. നിയമവിരുദ്ധ ലഘുലേഖകളും പുസ്തകങ്ങളും ആർത്തിയോടെ വായിച്ചു. അപ്പോൾ ആക്ഷനുകളിലൊന്നും പ്രത്യക്ഷത്തിൽ പങ്കെടുത്തില്ല. പഠനത്തിൽ കേന്ദ്രീകരിച്ചു. തന്നിമിത്തം 1927-ൽ മെട്രിക്കുലേഷൻ പരീക്ഷ നല്ല നിലയിൽ പാസായി. തുടർന്ന് ബരിശാലിലെ ബി എം കോളേജിൽ ഐ എസ് സിക്ക് ചേർന്നു. അതേ ക്ലാസിൽ തന്നെ മറ്റൊരു വിപ്ലവകാരി - പന്നലാൽ ഗുപ്ത - വന്നുചേർന്നു. അദ്ദേഹം പ്രമോദ് ദാസ് ഗുപ്തയുടെ പിതാവ് മോട്ടിലാൽ ദാസ് ഗുപ്തയുടെ അനന്തരവനായിരുന്നു. അപ്പോൾ ബരിശാലിൽ ഡോക്ടറായി പ്രാക്ടീസ് നടത്തുകയായിരുന്നു മോട്ടിലാൽ.

അക്കാലത്ത് ബംഗാളിലെ യുവാക്കളുടെ ആവേശമായിരുന്നു നിരഞ്ജൻ സെൻ ഗുപ്ത. 1927 ആഗസ്ത്-സെപ്തംബർ മാസങ്ങളിൽ അദ്ദേഹം ബരിശാൽ ജയിലിൽ ഉണ്ടായിരുന്നു. ജയിലിൽനിന്ന് പരോളിലിറങ്ങിയപ്പോൾ അദ്ദേഹത്തെ ചെന്നു കണ്ടു; അദ്ദേഹവുമായി സംസാരിച്ചു. ആ വ്യക്തിത്വത്തിൽ വല്ലാതെ ആകർഷിക്കപ്പെട്ടു; അദ്ദേഹം ചില പുസ്തകങ്ങൾ വായിക്കാൻ നിർദേശിച്ചു. ആ പുസ്തകങ്ങൾ തേടിപ്പിടിച്ച് ഒന്നൊന്നായി വായിച്ചുതീർത്തു.

ബി എം കോളേജിൽനിന്ന് ഐ എസ് സി പാസായ സുധാംശു ദാസ് 1929-ൽ കാർമൈക്കൽ മെഡിക്കൽ കോളേജിൽ (ഇപ്പോഴത്തെ ആർജി കാർ മെഡിക്കൽ കോളേജ്) ചേർന്നു. അവിടെ പഠിച്ചുകൊണ്ടിരിക്കുമ്പോൾ മെചു ബസാർ ഗൂഢാലോചനക്കേസിൽ പ്രതിയാക്കപ്പെട്ടു. 1929 ഡിസംബർ 20-ന് അതിരാവിലെ മെചു ബസാറിലെ കലാബഗാൻ ബസ്തിയിലുള്ള ഒരു വീട്ടിൽ നിന്ന് നിരഞ്ജൻ സെൻ ഗുപ്ത, സതീഷ് പക്രാസി, രമൺ ബിശ്വാസ് എന്നിവരെ പൊലീസ് അറസ്റ്റ് ചെയ്തു. അന്നേദിവസം മൈമൻസിങ്ങിൽനിന്ന് ആ വീട്ടിലെത്തിയ സുധാംശുദായെയും ബോംബ് സഹിതം അറസ്റ്റുചെയ്തു. ഈ അറസ്റ്റോടെ ഒരു സംഘം ചെറുപ്പക്കാർ ആക്ഷന് തയ്യാറെടുക്കുകയാണെന്ന് വ്യക്തമായി. ആ ചെറുപ്പക്കാരെ പിടികൂടാൻ പൊലീസ് പരക്കം പാഞ്ഞു. 1930 ജനുവരി അവസാനം ബോംബ് നിർമിക്കുന്ന രണ്ട് ഫാക്ടറികൾ കണ്ടെത്തി. കുറെപ്പേരെ കസ്റ്റഡിയിലെടുത്തു. സത്യബ്രത സെന്നുമുണ്ടായിുന്നു കൂട്ടത്തിൽ. അദ്ദേഹത്തിന്റെ ഹോസ്റ്റൽമുറിയിൽനിന്ന് ബോംബ് നിർമിക്കുന്നതിനുള്ള സാധനങ്ങൾ കണ്ടെടുത്തു. 1930 ഫെബ്രുവരിയിൽ അവരെയെല്ലാം പ്രതികളാക്കി ബ്രിട്ടീഷ് ഗവൺമെന്റ് ഒരു കേസ് ഫയൽ ചെയ്തു - മെചു ബസാർ ബോംബ് കേസ്. പ്രതികൾ 23 ചെറുപ്പക്കാർ. അവരിൽ ഒരാളായിരുന്നു സുധാംശു ദാസ് ഗുപ്ത.

അദ്ദേഹത്തെയും മറ്റു പ്രതികളെയും ആലിപ്പൂർ ജയിലിലാണ് പാർപ്പിച്ചത്. അപ്പോൾ പുറത്ത് വലിയൊരു സമരം - കാളവണ്ടിക്കാരുടെ പണിമുടക്ക്. 1930 മെയ് ഒന്നിന് നടന്ന ചരിത്രം സൃഷ്ടിച്ച ആ പണിമുട

ക്കിനോടനുബന്ധിച്ച് അബ്ദുൾ ഹലീമിനെ അറസ്റ്റുചെയ്തു. അദ്ദേഹത്തെയും കൊണ്ടുവന്നു ആലിപ്പൂർ ജയിലിൽ. അസുഖം ബാധിച്ച അദ്ദേഹത്തെ ജയിൽ ആശുപത്രിയിലാക്കി. അപ്പോൾ ദിവസവും സുധാംശുദാ അദ്ദേഹത്തെ ചെന്നു കാണും. അദ്ദേഹവുമായി ആശയവിനിമയം നടത്തും. ഇത് സുധാംശുദായുടെയും സഹതടവുകാരുടെയും ചിന്താഗതിയിൽ വിപ്ലവകരമായ മാറ്റം വരുത്തി.

1930 ജൂൺ 14-ന് മെചു ബസാർ ബോംബ് കേസ് വിധി പറഞ്ഞു. കുറെപ്പേരെ വെറുതെ വിട്ടു. വിട്ടയച്ചവരെ, പക്ഷേ ഏതാനും ദിവസം കഴിഞ്ഞപ്പോൾ ബി എൽ എ പ്രകാരം വീണ്ടും അറസ്റ്റ് ചെയ്തു. നിരഞ്ജൻ സെന്നിന് 10 വർഷം തടവുശിക്ഷ. സതീഷ് ദായ്ക്ക് ഏഴുവർഷം. സുധാംശുദായ്ക്ക് 5 വർഷത്തെ കഠിന തടവ്.

ആദ്യം ആലിപ്പൂർ ജയിലിലേക്ക് കൊണ്ടുപോയി. ഒരുമാസം അവിടെ പാർപ്പിച്ചതിനുശേഷം ജൂലൈ 14-ന് ജസോറിലേക്കു മാറ്റി. കഠിന തടവായതുകൊണ്ട് ജയിലിൽ ജോലി ചെയ്യണം. ചർക്കയിൽ നൂൽ നൂൽക്കുക - അതായിരുന്നു അദ്ദേഹത്തിനു കിട്ടിയ ജോലി. വൈകുന്നേരം വരെ ആ ജോലി ചെയ്യും. പിന്നെ വായനയും ചർച്ചകളും. ജസോറിൽനിന്ന് ഢാക്ക ജയിലിലേക്ക് മാറ്റി. ഒന്നരവർഷം അവിടെ ചെലവഴിച്ചു. ഢാക്ക ജയിലിൽ വെച്ച് എഴുതിത്തുടങ്ങി. ജയിലിൽ ഒരു കൈയെഴുത്ത് മാസിക ആരംഭിച്ചു - *ചിറ്റേ ഫോട്ട* (ഒരു തുണ്ട്). പത്രാധിപർ സുധാംശുദാ. പത്രപ്രവർത്തനരംഗത്തെ അരങ്ങേറ്റം. ആ മാസിക എട്ടുമാസം മുടക്കം കൂടാതെ പുറത്തിറക്കി. അത് പുറത്തിറക്കുന്നതിൽ പ്രധാന പങ്കു വഹിച്ച നിശാകാന്തിനെ ആന്തമാനിലേക്ക് നാടുകടത്തിയതോടെ അതിന്റെ പ്രസിദ്ധീകരണം മുടങ്ങി. 1932 ഡിസംബറിൽ സുധാംശുദായ്ക്കും ആന്തമാനിലേക്ക് പോകേണ്ടിവന്നു. ആന്തമാനിലേക്ക് അയയ്ക്കുന്നതിന്റെ മുന്നോടിയായി ഡിസംബർ മൂന്നാം വാരത്തിൽ ആലിപ്പൂർ ജയിലിലെത്തിച്ചു.

ആന്തമാനിലും ജോലി ചെയ്യണം. വൈകുന്നേരം നാലുമണിയാകുമ്പോഴേക്കും ചകിരിനാരുകൊണ്ട് രണ്ടു റാത്തൽ വീതം ചകിരി പിരിച്ചെടുക്കണം. വൈകുന്നേരം ജയിലർ വന്ന് തൂക്കി നോക്കും. 1933 ജനുവരിയിൽ *നിർബന്ധിത* (പ്രവാസികൾ) എന്ന കൈയെഴുത്തു മാസിക പുറത്തിറക്കി. മാർക്സിന്റെ ചരമദിനത്തിൽ സുധാംശുദാ അതിൽ മാർക്സിനെപ്പറ്റി ഒരു ലേഖനമെഴുതി.

ഇതിനിടയിൽ കുപ്രസിദ്ധമായ ദൽഹൗസി സ്ക്വയർ ബോംബ് കേസ്. അതിനോടനുബന്ധിച്ച് നാരായൺ ദാ, ഡോ. ഭൂപാൽ ബോസ് തുടങ്ങിയവർ അറസ്റ്റിലായി. അവരും ശിക്ഷിക്കപ്പെട്ട് ആന്തമാനിലെത്തി. താമസിയാതെ ജയിലിലെ ശോചനീയാവസ്ഥയ്ക്കും മോശമായ പെരുമാറ്റത്തിനും എതിരെ 46 ദിവസം നീണ്ടുനിന്ന നിരാഹാരസമരം. 1930-ൽ ആലിപ്പൂർ ജയിലിൽ ഏഴുദിവസത്തെ നിരാഹാരം നടത്തി പരിചയമുള്ള സുധാംശുദായും അതിൽ ഭാഗഭാക്കായി. നിരാഹാരസമരത്തിനുശേഷം കയർ പിരിക്കുന്ന ജോലി ചെയ്യേണ്ടിവന്നില്ല. ജയിലിലെ പ്രസിൽ ജോലി കിട്ടി.

ഗൗരവപൂർണമായ രാഷ്ട്രീയ ലേഖനങ്ങൾ പ്രസിദ്ധീകരിക്കാൻ

കാലാപാനി എന്ന പേരിൽ മറ്റൊരു കയ്യെഴുത്തു മാസിക തുടങ്ങി – പകുതി ഇംഗ്ലീഷിലും പകുതി ബംഗാളിയിലും. മറ്റൊരു വാർഡിലെ തടവുകാർ *പ്രദോഷ്* തുടങ്ങി. മെചെ ബസാർ ബോംബ് കേസിൽ അഞ്ചു വർഷത്തെ തടവുശിക്ഷയാണല്ലോ കിട്ടിയത്. അതുപ്രകാരം 1934 ഒക്ടോബർ 9–ന് മോചിതനാകണം. അതിനുമുമ്പ് 1934 ആഗസ്ത് 16–ന് ആന്തമാനിൽ നിന്ന് ആലിപ്പൂർ ജയിലിലെത്തിക്കപ്പെട്ടു. അബ്ദുൾ ഹലീമിന്റെ നിർദേശപ്രകാരം നാരായണൻദാ ആന്തമാനിലെ സെല്ലുലാർ ജയിലിൽ കമ്യൂണിസ്റ്റ് കൺസോളിഡേഷൻ ആരംഭിച്ചു. അതിൽ സുധാംശുദാസ് അംഗമായി. ജയിലിൽവെച്ച് മാർക്സിസത്തെക്കുറിച്ച് ധാരാളം കൃതികൾ വായിച്ചു പഠിച്ചു.

ഒക്ടോബർ 9 വരെ ആലിപ്പൂർ ജയിലിൽ. ജയിലിൽ *ബോൾഷെവിക്* എന്ന പേരിൽ കൈയെഴുത്തു മാസിക തുടങ്ങി. ഒക്ടോബർ 9–ന് ജയിൽ മോചനത്തിനുള്ള രേഖകളിൽ ഒപ്പുവെക്കുമ്പോഴേക്കും ബി സി എൽ എ പ്രകാരം വീണ്ടും അറസ്റ്റിലായി. ഏതാനും ദിവസം കഴിഞ്ഞപ്പോൾ പ്രസിഡൻസി ജയിലിലേക്ക് മാറ്റി. സത്യബ്രത സെന്നിന്റെ സെല്ലിൽത്തന്നെ പാർപ്പിച്ചു. പ്രസിഡൻസി ജയിലിൽ കഴിയുമ്പോൾ 1934 നവംബർ 1–ന് പാബ്ന ജില്ലയിലെ സൈന്തിയ ഗ്രാമത്തിലേക്ക് നാടുകടത്തി. ഏതാനും ദിവസം പാബ്നയിൽ തങ്ങിയതിനുശേഷമാണ് സൈന്തിയയിലെത്തിയത്. 1934 നവംബർ 9 മുതൽ 1935 ജനുവരി വരെ അവിടെ കഴിച്ചുകൂട്ടി. ഫെബ്രുവരി 9–ന് മോചനത്തിനുള്ള ഉത്തരവ് കിട്ടി. അന്നുതന്നെ പാബ്നയ്ക്ക് തിരിച്ചു. രാത്രി അവിടെ തങ്ങി. അടുത്തദിവസം ബരീശാലിലേക്ക് പുറപ്പെട്ടു.

ഫെബ്രുവരി 11–ന് ബരീശാലിലെത്തിയപ്പോൾ എന്തു ചെയ്യണം എന്നായി ആലോചന. പഠനം തുടരാൻ തീരുമാനിച്ചു. മാർച്ച് മധ്യമായപ്പോഴേക്ക് ബി എം കോളേജിലെ വിദ്യാർഥിയായി. ചരിത്രവും ധനശാസ്ത്രവും വിഷയം. കൽക്കത്തെയിൽ ബരീശാലിൽ നിന്നുള്ള ചെറുപ്പക്കാരെ ചേർത്ത് ഒരു ഗ്രൂപ്പ് രൂപീകരിച്ചു. ബിരൺ റോയ്, പ്രമത സെൻ, മണികുന്തള സെൻ തുടങ്ങിയവർ അംഗങ്ങൾ. അവർ കൽക്കത്തെയിലെ വിവിധ മാർക്സിസ്റ്റ് ഗ്രൂപ്പുകളുമായി ബന്ധം പുലർത്തി. ആനുകാലിക രാഷ്ട്രീയ സ്ഥിതിഗതികളെക്കുറിച്ചും പ്രത്യയശാസ്ത്ര പ്രശ്നങ്ങളെക്കുറിച്ചും ചർച്ച നടത്തി. ബരീശാൽ ഗ്രൂപ്പ് സൗമ്യേന്ദ്രനാഥ് ടാഗോറിന്റെ ഗ്രൂപ്പിൽ ചേർന്നു. ടാഗോറിന്റെ ഗ്രൂപ്പ് ഒരു പത്രം നടത്തിയിരുന്നു – *ഗണബാണി*. അതിനാൽ ആ ഗ്രൂപ്പ് ഗണബാണി ഗ്രൂപ്പ് എന്ന പേരിൽ അറിയപ്പെട്ടു. 1935 ആഗസ്തിൽ ഒരു ദിവസം ആ ഗ്രൂപ്പിന്റെ വിപുലീകൃത യോഗം കൽക്കത്തെയിൽ. അതിന്റെ കോമിന്റൺ വിരുദ്ധ നിലപാടുകൾ സുധാംശുവിന് ഇഷ്ടപ്പെട്ടില്ല. അവരുമായി ഒത്തുപോകാൻ സാധ്യമല്ലെന്ന് ബോധ്യമായി. ഇന്റർനാഷണലുമായി ബന്ധം സ്ഥാപിച്ച ഗ്രൂപ്പുമായി അടുക്കാൻ തീരുമാനിച്ചു. എങ്കിലും 1935 മധ്യം മുതൽ 1936 മധ്യം വരെ മിണ്ടാതിരുന്നു.

1936–ൽ ഡിസ്റ്റിങ്ഷനോടെ ബി എ പാസായി. തുടർന്ന് കൽക്കത്ത

യൂണിവേഴ്സിറ്റിയിൽ എം എയ്ക്ക് ചേർന്നു. വിഷയം ചരിത്രം. ചരിത്രാധ്യാപകനോ, പ്രശസ്തനായ പ്രൊ. സുശോഭൻ സർക്കാർ. ഈ ഘട്ടത്തിൽ രണേൻ സെന്നുമായി നിരന്തരം ബന്ധപ്പെട്ടു. അതിനെത്തുടർന്ന് ഗണബാണി ഗ്രൂപ്പുമായുള്ള ബന്ധം വിച്ഛേദിക്കാൻ ബരീശാൽ ഗ്രൂപ്പ് തീരുമാനിച്ചു. ആ ഗ്രൂപ്പിലെ അംഗങ്ങളെ എങ്ങനെയാണ് കമ്യൂണിസ്റ്റുപാർട്ടിയിലെടുക്കുക? പ്രശ്നമായി. അപ്പോൾ ശർമ എന്ന പേരിൽ പി സി ജോഷി കൽക്കത്തയിൽ ഒളിവിൽ കഴിയുകയായിരുന്നു. 1936 ആഗസ്തിലോ സെപ്തംബറിലോ ആയിരിക്കണം അദ്ദേഹത്തെ ചെന്നുകണ്ടു. ഗണബാണി ഗ്രൂപ്പിന്റെ തീരുമാനം അദ്ദേഹത്തെ അറിയിച്ചതിനുശേഷം പൂജാ അവധിക്ക് നാട്ടിലേക്കു മടങ്ങി. അവധി കഴിഞ്ഞ് തിരിച്ചുവന്നതിനുശേഷം കൃത്യമായി ക്ലാസിൽ ഹാജരായിത്തുടങ്ങി.

ക്ലാസിൽ കൃത്യമായി ഹാജരാകുമെങ്കിലും പാർട്ടി നേതാക്കളുമായുള്ള ബന്ധം തുടർന്നു. രണേൻ സെന്നിനെ ചെന്നു കാണും. പൊലീസ് നിരീക്ഷണം ഒഴിവാക്കുന്നതിന് അദ്ദേഹം അപ്പോൾ പ്രാക്ടീസ് നടത്തുന്നുണ്ടായിരുന്നു. ഡിസ്പെൻസറിയുടെ പേര് സുരുചി ഫാർമസി. അമ്മയുടെ പേരാണ് ഡിസ്പെൻസറിക്ക് നൽകിയത്. ഫാർമസി പാർട്ടിയുടെ ബന്ധപ്പെടൽ കേന്ദ്രങ്ങളിലൊന്നായിരുന്നു. 1936 ഡിസംബറിൽ ബരീശാൽ ഗ്രൂപ്പിൽപ്പെട്ട അംഗങ്ങൾക്കെല്ലാം പാർട്ടി അംഗത്വം കിട്ടി. അപ്പോൾ സംസ്ഥാന സെക്രട്ടറി ഗോപേൻ ചക്രവർത്തി. താമസിയാതെ ബരീശാൽ ജില്ലാകമ്മിറ്റി രൂപംകൊണ്ടു.

പരീക്ഷയുടെ തിരക്കു കാരണം 1938 ആദ്യം ശരിക്ക് പ്രവർത്തനം നടത്താൻ കഴിഞ്ഞില്ല. 1938 മധ്യത്തിൽ പരീക്ഷയെഴുതി. പ്രശസ്തമായ വിജയം നേടി. ഇതിനിടയിൽ ഒരു പുസ്തകം പ്രസിദ്ധീകരിച്ചു–*വിപ്ലവ ചൈന*. അത് തന്റെ ഗുരുനാഥൻ കൂടിയായ ചരിത്രപണ്ഡിതൻ സുശോഭൻ സർക്കാർ നിരൂപണം ചെയ്തു. അതിൽ അദ്ദേഹം എഴുതി: "കൽക്കത്ത യൂണിവേഴ്സിറ്റി സംഭാവന ചെയ്ത ശ്രദ്ധേയനായ ഒരു പണ്ഡിതനാണ് ഗ്രന്ഥകാരൻ."

പരീക്ഷയിൽ ജയിച്ചപ്പോൾ പുതിയൊരു പ്രശ്നം. എന്തു ചെയ്യണം. രാഷ്ട്രീയ പ്രവർത്തനം തുടരണമെന്നുതന്നെ ദൃഢനിശ്ചയം ചെയ്തു. അപ്പോഴും ഒരു പ്രശ്നം: എങ്ങനെ ഉപജീവനം നടത്തും? അവസാനം ട്യൂഷനെടുത്ത് പണമുണ്ടാക്കാൻ തീരുമാനിച്ചു. ആഴ്ചയിൽ മൂന്നുദിവസം എം എക്കും ബി എക്കും പഠിക്കുന്ന വിദ്യാർഥികൾക്ക് ട്യൂഷനെടുക്കും. തനിക്കു മാത്രമല്ല മറ്റു മൂന്നു സഖാക്കൾക്കും മെസ്സിൽ പണം നൽകുന്നതിനുള്ള വരുമാനം അങ്ങനെ അദ്ദേഹമുണ്ടാക്കി.

ഈ ഘട്ടത്തിൽ, അതായത്, 1938–ൽ ട്രാംവെ യൂണിയൻ പുനഃസംഘടിപ്പിക്കുന്നതിനുള്ള ഉത്തരവാദിത്തം പാർട്ടി അദ്ദേഹത്തെ ഏൽപ്പിച്ചു. അതൊരു ക്ലേശകരമായ ജോലി ആയിരുന്നു. അതേക്കുറിച്ച് അദ്ദേഹം എഴുതി:

> ഞങ്ങൾക്ക് കിദ്ദേപ്പൂർ, കാളിഘട്ട്, പാർക് സർക്കസ്, സോനാപുക്കൂർ, രാജാബസാർ, ബെൽഗാച്ചിയ, ഹൗറയിലെ ബന്തുഘട്ട എന്നി

> വിടങ്ങളിലേക്ക് പോകേണ്ടിവന്നു. ഓരോ സെക്ഷനിലും ഞങ്ങൾ ദിവസേന ഗേറ്റ് യോഗങ്ങൾ നടത്തും. ബുള്ളറ്റിനുകൾ വിതരണം ചെയ്യും. ട്രാംവെ തൊഴിലാളികളുടെ വീട് സന്ദർശിക്കും.

യൂണിയൻ പുനഃസംഘടിപ്പിക്കുക മാത്രമായിരുന്നില്ല ജോലി. പിന്നെയോ? തൊഴിലാളികൾക്ക് രാഷ്ട്രീയ വിദ്യാഭ്യാസവും നൽകണം. അതിന് ക്ലാസുകൾ സംഘടിപ്പിച്ചു. പല വിഷയങ്ങളെക്കുറിച്ചും ക്ലാസുകളെടുത്തു. ധാരാളം എഴുതാൻ തുടങ്ങിയതും ഇക്കാലത്താണ്. 1939-ന്റെ തുടക്കത്തിൽ *അമൃത ബസാർ പത്രിക*യിൽ എഴുതിത്തുടങ്ങി. അതേവർഷം തന്നെ അബ്ദുൾ ഹലീമിന്റെ പത്രാധിപത്യത്തിൽ *ആഗേചലോ* പ്രസിദ്ധീകരിച്ചുതുടങ്ങി. അതിൽ കർഷക പേജ് കൈകാര്യം ചെയ്തത് സുധാംശുദാ. ഇക്കാലത്ത് പാർട്ടി ലേബർ ആന്റ് പെസന്റ് ബ്യൂറോ സംഘടിപ്പിച്ചു. സെക്രട്ടറിയായി അദ്ദേഹത്തെ നിശ്ചയിച്ചു. അന്ന് പാർട്ടി സെക്രട്ടറിയായിരുന്ന നൃപൻ ചക്രവർത്തിയുമായി ബന്ധപ്പെട്ട് പ്രവർത്തനം നടത്തി.

രണ്ടാം ലോകമഹായുദ്ധകാലത്ത് ഒളിവിലിരുന്ന് പാർട്ടി പ്രവർത്തനം നടത്തി. 1942-ൽ പാർട്ടി നിയമവിധേയമാക്കപ്പെട്ടതിനുശേഷം പ്രധാനമായും ആശയരംഗത്താണ് പ്രവർത്തിച്ചത്. അതേ പ്രവർത്തനം സ്വാതന്ത്ര്യലബ്ധിക്കുശേഷവും തുടർന്നു. പാർട്ടി ക്ലാസ് നടത്തുന്നതിൽ വിദഗ്ധനായിരുന്നു അദ്ദേഹം. എഴുത്തുകാരനെന്ന നിലയിലും പേരെടുത്തു. പാർട്ടിക്കകത്ത് റിവിഷനിസം കടന്നുവന്നപ്പോൾ അതിനെതിരായ പോരാട്ടത്തിന്റെ മുൻപന്തിയിലായിരുന്നു ഈ വിപ്ലവകാരി. നക്സലിസത്തിനെതിരായ പോരാട്ടത്തിലും സുപ്രധാന പങ്കുവഹിച്ചു. സി പി ഐ (എം) പശ്ചിമ ബംഗാൾ സംസ്ഥാന കമ്മിറ്റിയുടെ താത്വിക വാരികയായ *ദേശ് ഹിതൈഷി*യുടെ പത്രാധിപരായിരുന്നു. അതിൽ അദ്ദേഹം എഴുതിയ താത്വിക ലേഖനങ്ങൾക്ക് കണക്കില്ല. ദീർഘകാലം സി പി ഐ (എം) സംസ്ഥാന കമ്മിറ്റി അംഗമായിരുന്ന അദ്ദേഹം കുറച്ചുകാലം സെക്രട്ടേറിയറ്റ് അംഗമായും പ്രവർത്തിച്ചിട്ടുണ്ട്.

ധാരാളം കൃതികളും രചിച്ചു. 1976-ൽ *കമ്യൂണിസ്റ്റ് മാനിഫെസ്റ്റോ*വിനെക്കുറിച്ച് എഴുതിയ പുസ്തകം പ്രസിദ്ധം. ദേശീയ വിപ്ലവകാരികൾ എങ്ങനെയാണ് കമ്യൂണിസ്റ്റുകാരായി മാറിയത് എന്നതിനെ സംബന്ധിച്ച് അദ്ദേഹമെഴുതിയ ആത്മകഥാപരമായ പുസ്തകം *ഞങ്ങളെങ്ങനെ കമ്യൂണിസ്റ്റായി* എന്ന ശീർഷകത്തിൽ ഈ ഗ്രന്ഥകർത്താവ് വിവർത്തനം ചെയ്ത് ചിന്ത പബ്ലിഷേഴ്സ് പ്രസിദ്ധീകരിച്ചിട്ടുണ്ട്. ആ പുസ്തകത്തിന്റെ കോപ്പി അയച്ചുകൊടുത്തപ്പോൾ അതിൽ ആഹ്ലാദം പ്രകടിപ്പിച്ചും ഈ ഗ്രന്ഥകർത്താവിനെ അഭിനന്ദിച്ചും സാമാന്യം ദീർഘമായ ഒരു കത്ത് അദ്ദേഹം എഴുതുകയുണ്ടായി. കത്തിൽ, തർജുമ ചെയ്യാൻ പറ്റിയ തന്റെ രണ്ട് ബംഗാളി പുസ്തകങ്ങളുടെ പേര് അദ്ദേഹം നിർദേശിച്ചു. ആ വിപ്ലവകാരി 2003 മെയ് 10-ന് അന്തരിച്ചു.

പി സുന്ദരയ്യ

1913 - 1985

ഇന്ത്യയിൽ കമ്യൂണിസ്റ്റ് നേതാക്കൾ അനവധി. എങ്കിലും സായുധസമരത്തിന് നേതൃത്വം നൽകിയ നേതാക്കൾ അംഗുലീപരിമിതം. അങ്ങനെയുള്ള നേതാക്കളിൽ പ്രമുഖനായിരുന്നു പുച്ചലപ്പള്ളി സുന്ദരയ്യ - ഐതിഹാസികമായ തെലങ്കാനാ സമരത്തിനു നേതൃത്വം നൽകിയ പോരാളി. ഏറ്റവുമധികം ജനപ്രീതി നേടിയ കമ്യൂണിസ്റ്റ് നേതാവ്. ദക്ഷിണേന്ത്യയിലെ കമ്യൂണിസ്റ്റ് പ്രസ്ഥാനത്തിന്റെ പ്രധാന സംഘാടകൻ, മാർക്സിസം - ലെനിനിസത്തിലുള്ള അഗാധ പരിജ്ഞാനവും ഒരു പ്രൊഫഷണൽ വിപ്ലവകാരിക്കുണ്ടാവേണ്ട സംഘാടന സാമർഥ്യവും ഒത്തിണങ്ങിയ. ലക്ഷണം തികഞ്ഞ കമ്യൂണിസ്റ്റ് .

1913 ൽ ആന്ധ്രപ്രദേശിലെ നെല്ലൂർ ജില്ലയിൽ കോവൂർ താലൂക്കിൽ പി സുന്ദരയ്യ ജനിച്ചു. മുഴുവൻ പേര് സുന്ദരരാമറെഡ്ഡി. സഖാക്കൾക്കും സുഹൃത്തുക്കൾക്കുമിടയിൽ പി എസ് എന്ന രണ്ടക്ഷരത്തിൽ അറിയപ്പെട്ടു. കനിഗിരി റിസർവോയറിന്റെ കിഴക്കുഭാഗത്തുള്ള കനാലിന്റെ പരിസരത്തായിരുന്നു പി എസിന്റെ ഗ്രാമവും കൃഷിസ്ഥലവും. ആ ഗ്രാമത്തിലെ ഏറ്റവും വലിയ കർഷക കുടുംബമായിരുന്നു അദ്ദേഹത്തിന്റേത്. പുച്ചലപ്പള്ളി തറവാട് അക്കാലത്ത് പേരും പെരുമയും ആർജിച്ചു. പിതാവ് : പുച്ചലപ്പള്ളി വെങ്കിട്ടരാമ റെഡ്ഡി. മാതാവ്: ശേഷമ്മ. വെങ്കിട്ടരാമ റെഡ്ഡിയുടെ രണ്ടാം ഭാര്യയായിരുന്നു ശേഷമ്മ. സുന്ദരയ്യക്ക് 6 വയസുള്ളപ്പോൾ പിതാവ് അന്തരിച്ചു.

സ്വന്തം ഗ്രാമത്തിലെ സ്കൂളിൽ വിദ്യാഭ്യാസം ആരംഭിച്ചു. രണ്ടു

വർഷം അവിടെ പഠിച്ചപ്പോൾ പഠിപ്പിക്കേണ്ട ചുമതല കർണൂൽ ജില്ലാ മുൻസിഫ് ആയിരുന്ന അളിയൻ ഏറ്റെടുത്തു. അദ്ദേഹത്തിന് തിരുവള്ളൂരിലേക്ക് സ്ഥലംമാറ്റമായപ്പോൾ പി എസിനെയും കൂടെക്കൊണ്ടുപോയി. അവിടത്തെ റസ്ലർ ഹൈസ്കൂളിൽ മൂന്നാംക്ലാസിൽ ചേർത്തു. അഞ്ചാം ക്ലാസുവരെ അവിടെ പഠിച്ചു. ആറാംക്ലാസിൽ പഠിച്ചത് ഏലൂരിലുള്ള ഹൈസ്കൂളിൽ. അതിനുശേഷം രണ്ടുവർഷം പഠിച്ചത് രാജമുന്ദ്രിയിൽ. അളിയന് സ്ഥലംമാറ്റം കിട്ടുന്നതനുസരിച്ച് സുന്ദരയ്യയുടെ സ്കൂളുകളും മാറി.

സ്കൂൾ വിദ്യാഭ്യാസകാലത്തുതന്നെ തെലുങ്കും ഇംഗ്ലീഷും നന്നായി പഠിച്ചു. രണ്ടു ഭാഷകളിലുമുള്ള പുസ്തകങ്ങൾ വായിക്കുക പതിവാക്കി. കിട്ടുന്നതെന്തും വായിക്കും. മിക്ക തെലുങ്കുനോവലുകളും വായിച്ചു തീർത്തു. ചരിത്രഗ്രന്ഥങ്ങളോട് വല്ലാത്ത കമ്പം. ആത്മകഥകളും ജീവചരിത്രങ്ങളും തേടിപ്പിടിച്ച് വായിച്ചു. ക്രമേണ ഗാന്ധിജിയുടെ *യംഗ് ഇന്ത്യയും ഹിന്ദുവും* വായിച്ചുതുടങ്ങി. രാഷ്ട്രീയത്തിൽ താൽപ്പര്യം ജനിച്ചു. എങ്കിലും അൽപ്പം കഴിഞ്ഞാണ് അതിൽ ആണ്ടിറങ്ങിയത്. 1928 ൽ സൈമൺ കമ്മീഷൻ ബഹിഷ്ക്കരണം നടക്കുമ്പോൾ പത്താം ക്ലാസ് വിദ്യാർഥി. സൈമൺ കമ്മീഷനോടുള്ള പ്രതിഷേധം പ്രകടിപ്പിക്കാൻ ക്ലാസ് ബഹിഷ്ക്കരിക്കണമെന്ന ആഹ്വാനമുണ്ടായില്ലെങ്കിലും സുന്ദരയ്യ ക്ലാസിൽ ഹാജരായില്ല. 1928 ൽ ഗാന്ധിജി തന്റെ ഗ്രാമത്തിനു തൊട്ടടുത്തുള്ള വല്ലപ്പാട് ആശ്രമം സന്ദർശിച്ചപ്പോൾ കുറേ ചെറുപ്പക്കാരെയും സംഘടിപ്പിച്ച് അദ്ദേഹം ഗാന്ധിജിയെ കാണാൻ പോയി.

1929 ൽ, അതായത് 16 ാമത്തെ വയസിൽ, മദിരാശിയിലെ പ്രസിദ്ധമായ ലയോള കോളേജിൽ ഇന്റർമീഡിയറ്റിനു ചേർന്നു. താമസിയാതെ ആന്ധ്രയിൽനിന്നുള്ള ഒരുസംഘം വിദ്യാർഥികളോടൊപ്പം സോദരസമിതിയിൽ അംഗമായി. സാമൂഹികരംഗത്തെ അനാരോഗ്യ–അനാശാസ്യ പ്രവണതകൾക്കെതിരെ പോരാടിക്കൊണ്ടിരുന്ന ഒരു സംഘടനയായിരുന്നു സോദരസമിതി. സമിതിയിലെ അംഗങ്ങൾ ജീവിതത്തെ അത്യന്തം ഗൗരവത്തോടെ സമീപിച്ചു. സാമൂഹികരംഗത്തെ എല്ലാ വൃത്തികേടുകളും ആന്ധ്രയുടെ പിന്നോക്കാവസ്ഥയും അവസാനിച്ചു കാണാൻ അവർ ആഗ്രഹിച്ചു. രാഷ്ട്രീയ പഠനത്തിൽ അവർ ആകണ്ഠം മുഴുകി. അവധിക്കാലത്ത് സ്വന്തം ഗ്രാമങ്ങളിലെ കൃഷിക്കാരെ സഹായിച്ചു.

സോഷ്യലിസ്റ്റ് ആശയഗതിയുമായി അവർ ബന്ധപ്പെട്ടു. എച്ച് ജി രാജയാണ് സോഷ്യലിസ്റ്റ് സാഹിത്യം വായിക്കാൻ കൊടുത്തത്. രാജ അപ്പോൾ യൂത്ത് ലീഗ് അംഗം. കോളേജിലും രൂപംകൊണ്ടു യൂത്ത് ലീഗ് ഘടകം. അതിന്റെ ആഭിമുഖ്യത്തിൽ കോളേജ് ഹോസ്റ്റലിൽ സംഘടിപ്പിച്ച യോഗത്തിൽ പങ്കെടുത്ത് രാജ പ്രസംഗിച്ചു. എന്താണ് കമ്യൂണിസം എന്നതായിരുന്നു പ്രസംഗവിഷയം. അദ്ദേഹം സുന്ദരയ്യക്കും സഖാക്കൾക്കും കമ്യൂണിസ്റ്റ് മാനിഫെസ്റ്റോ വായിക്കാൻ കൊടുത്തു. അത് സുന്ദരയ്യയെ വല്ലാതെ സ്വാധീനിച്ചു. മറ്റൊരു പുസ്തകവും തന്നെ ഇത്ര

യേറെ സ്വാധീനിച്ചിട്ടില്ലെന്ന് അദ്ദേഹംതന്നെ പറഞ്ഞിട്ടുണ്ട്.

ഭഗത്സിങ്ങും സഖാക്കളും കേന്ദ്രനിയമ നിർമാണസഭയിൽ ബോംബെറിഞ്ഞ വാർത്ത ആവേശത്തോടെ വായിച്ചു. മീററ്റ് ഗൂഢാലോചനക്കേസിനെക്കുറിച്ച് പത്രങ്ങളിൽ വല്ലപ്പോഴും അപ്രധാനമായി വരാറുള്ള വാർത്തകളും അതീവ താൽപ്പര്യത്തോടെ വായിച്ചു. 1930 ജനുവരി 26 ന് നടന്ന പൂർണസ്വാതന്ത്ര്യദിനാചരണത്തിൽ പങ്കെടുത്തു. ലയോള കോളേജിൽ നിന്ന് 200 വിദ്യാർഥികൾ ദേശീയ പതാകയുമേന്തി ട്രിപ്ലിക്കേനിൽ മാർച്ചുചെയ്തെത്തി ദിനാചരണ പരിപാടിയിൽ പങ്കെടുക്കുകയായിരുന്നു. അതിനുശേഷം കോളേജിലും ഹോസ്റ്റലിലും ലഘുലേഖകൾ, നോട്ടീസുകൾ, സാഹിത്യ ഗ്രന്ഥങ്ങൾ എന്നിവ വിതരണം ചെയ്യുന്നതിൽ വ്യാപൃതനായി.

കോൺഗ്രസിന്റെ പ്രവർത്തനം അനുദിനം ശക്തിപ്പെട്ടുവരികയായിരുന്നു. സുന്ദരയ്യക്ക് അടങ്ങിയിരിക്കാൻ കഴിഞ്ഞില്ല. ഗ്രാമപ്രദേശങ്ങളിൽ പോയി കൃഷിക്കാരെയും കർഷകതൊഴിലാളികളെയും സംഘടിപ്പിക്കണമെന്ന് തീരുമാനിച്ചു. കോളേജ് വിദ്യാഭ്യാസം പൂർത്തിയാക്കുന്നതിനു മുമ്പുതന്നെ അങ്ങനെ ചെയ്യണമെന്ന് ആഗ്രഹിച്ചു. എങ്കിലും വീട്ടുകാരുടെയും അധ്യാപകരുടെയും സമ്മർദത്തിനുവഴങ്ങി പഠിച്ചിടത്തോളം പരീക്ഷയെഴുതി നാട്ടിലേക്കു മടങ്ങി.

നാട്ടിലെ കർഷകത്തൊഴിലാളികളെ സംഘടിപ്പിക്കാൻ രംഗത്തിറങ്ങി. കർഷകത്തൊഴിലാളികളിൽ അധികവും തീണ്ടൽ ജാതിക്കാർ. അവർ കൂലികൾ എന്നപേരിലാണ് അറിയപ്പെട്ടത്. താമസം ഗ്രാമപ്രാന്തങ്ങളിലെ ചാളകളിൽ. അവർക്ക് പൊതുവഴികളിലൂടെ നടക്കാൻ അനുവാദമില്ല, പൊതുകിണറുകളിൽനിന്ന് വെള്ളം കോരിക്കൂടാ, വിദ്യാലയങ്ങളുടെ പടി കടന്നുകൂടാ. അവരുടെ സാമൂഹികവും സാമ്പത്തികവുമായ അവശതകൾ പരിഹരിക്കുന്നതിന് ഒട്ടേറെ സമരങ്ങൾക്ക് നേതൃത്വം നൽകി പി എസ്. ആന്ധ്രയിലെ പേരുകേട്ട കവിയും സാമൂഹികപരിഷ്കർത്താവുമായിരുന്ന വാമനന്റെ ജന്മദിനത്തിൽ, വളരെയധികം എതിർപ്പുകൾ നേരിട്ട്, പന്തിഭോജനം സംഘടിപ്പിച്ചു. അതിൽ പങ്കെടുക്കുന്നതിൽനിന്ന് പാവപ്പെട്ട കർഷകത്തൊഴിലാളികളെ കർഷക പ്രമാണിമാർ വിലക്കി. പങ്കെടുത്താൽ ഭവിഷ്യത്ത് ഗുരുതരമായിരിക്കുമെന്ന് പറഞ്ഞ് ഭീഷണപ്പെടുത്തി. ഭയന്നുവിറച്ച കർഷകത്തൊഴിലാളികൾ പന്തിഭോജനത്തിൽ പങ്കെടുത്തില്ല. ഗാന്ധിജിയുടെ ആദർശങ്ങളിൽ പ്രചോദിതനായ സുന്ദരയ്യ, അതിൽ പ്രതിഷേധിച്ച് രണ്ടുദിവസം നിരാഹാരസമരം നടത്തി. അത് അവരിൽ മാറ്റത്തിന്റെ ചിന്തയുണർത്തി.

1930 ഏപ്രിലിൽ സിവിൽനിയമലംഘന പ്രസ്ഥാനത്തിൽ പങ്കെടുക്കാൻ കോൺഗ്രസിന്റെ ആഹ്വാനം സുന്ദരയ്യയും സോദരസമിതിയിലെ സഖാക്കളും ചെവിക്കൊണ്ടു. പടിഞ്ഞാറൻ ഗോദാവരിയിലെ സത്യാഗ്രഹക്യാമ്പിൽ അവരെല്ലാം ഒത്തുകൂടി. അച്ചടക്കവും സംഘടനാശേഷിയും കഠിനയത്നവും ക്യാമ്പംഗങ്ങൾക്കിടയിലും നേതാക്കൾക്കിടയിലും പി

എസിനെ ശ്രദ്ധേയനാക്കി. ക്യാമ്പിന്റെ ഫിസിക്കൽ ഇൻസ്ട്രക്ടറായി അദ്ദേഹം നിയമിതനായി. മറ്റു ചില ക്യാമ്പുകളിലും അദ്ദേഹത്തിനു പോകേണ്ടിവന്നു.

ഇതിനിടയിൽ കോൺഗ്രസിന്റെ നേതൃത്വത്തിൽ മദ്യനിരോധനപ്രസ്ഥാനം ആരംഭിച്ചു. ആ പ്രസ്ഥാനത്തിൽ പി എസ് സജീവമായി. തന്റെ പ്രദേശത്തും ചുറ്റുപാടും ആ പ്രസ്ഥാനത്തിന്റെ നേതൃത്വം സുന്ദരയ്യക്കായിരുന്നു. മദ്യനിരോധന പ്രസ്ഥാനത്തിന്റെ ഭാഗമായി ചെത്തുന്ന പനകളുടെ കുലകളും പട്ടകളും അരിയുക. കള്ളുഷാപ്പുകൾ പിക്കറ്റു ചെയ്യുക തുടങ്ങിയ പ്രവർത്തനങ്ങൾക്ക് നേതൃത്വം നൽകുക മാത്രമല്ല, അവയിൽ സജീവം പങ്കെടുക്കുകകൂടി ചെയ്തു. ഈ പ്രവർത്തനങ്ങളിൽ ഏർപ്പെട്ടിരിക്കെ 1930 ജൂണിൽ അറസ്റ്റിലായി. രണ്ടുവർഷത്തെ കഠിനതടവിനു ശിക്ഷിക്കപ്പെട്ടു. പ്രായപൂർത്തിയാവാത്തതുകാരണം ദുർഗുണ പരിഹാര പാഠശാലയിലേക്കാണ് അയച്ചത്. അപ്പോഴേക്കും സുന്ദരയ്യയിലെ നേതൃത്വശേഷി അത്യന്തം പ്രകടമായി. രാഷ്ട്രീയത്തടവുകാരോടുള്ള മോശമായ പെരുമാറ്റത്തിനെതിരെ രണ്ടു തവണ നിരാഹാരസമരം നടത്തി. ഗാന്ധി–ഇർവിൻ സന്ധി ഒപ്പുവെക്കപ്പെട്ടതോടെ സ്വതന്ത്രനായി.

ഗാന്ധിജി നിയമലംഘന പ്രസ്ഥാനം നിർത്തിവെച്ചതോടെ ചെറുപ്പക്കാർ ആകെ നിരാശരായി. ഈ പശ്ചാത്തലത്തിൽ പഠനം തുടരാനാണ് പി എസ് തീരുമാനിച്ചത്. നേരെ ബാംഗ്ലൂരിലേക്കു പോയി. അവിടെ രണ്ടാം വർഷ ഇന്റർമീഡിയറ്റിനു പ്രവേശനം കിട്ടാൻ വിഷമമുണ്ടായില്ല. ചിട്ടയായ പഠനത്തിൽ മുഴുകിക്കഴിയുമ്പോൾ അമീർ ഹൈദർഖാനെ കണ്ടുമുട്ടി. പിന്നീട് പഠനത്തിൽ അത്ര താൽപ്പര്യം തോന്നിയില്ല. അവസാനം ബാംഗ്ലൂരിനോടു വിടപറഞ്ഞ് നാട്ടിലെത്തി. 1931 ഡിസംബർ മുതൽ 1932 മേയ് വരെ നാട്ടിൽത്തന്നെ കഴിച്ചുകൂട്ടി.

ഇത്തവണ സാമൂഹിക പ്രവർത്തനങ്ങൾ സംഘടിപ്പിക്കുന്നതിൽ പ്രത്യേക താൽപ്പര്യം കാട്ടി. ഗ്രാമത്തിൽ നല്ലൊരു ലൈബ്രറി തുടങ്ങി. ഗ്രാമത്തിലെ കച്ചവടക്കാർ പാവപ്പെട്ടവരെ പിഴിയുന്നത് അവസാനിപ്പിക്കാൻ സഹകരണ സംഘത്തിന്റെ മാതൃകയിൽ ഒരു വിൽപ്പനശാല തുറന്നു. യുവജനസംഘം പ്രവർത്തകരെ വിളിച്ചുകൂട്ടി ക്ലാസെടുത്തു. നെല്ലൂരിലെ ദേശീയ വിപ്ലവസംഘടനയുമായും കോൺഗ്രസ് പ്രവർത്തകരുമായും ബന്ധപ്പെട്ടു. കർഷകത്തൊഴിലാളികളുടെ കുട്ടികൾക്കുവേണ്ടി പ്രാഥമിക വിദ്യാലയങ്ങൾ തുടങ്ങി. ഒരു പ്രാഥമിക ചികിത്സാകേന്ദ്രവും സ്ഥാപിച്ചു. ഇത്തരം പ്രവർത്തനങ്ങളിലൂടെ ഗ്രാമത്തിലും പരിസരപ്രദേശങ്ങളിലുമുള്ള ജനങ്ങളുടെ ആദരവും വിശ്വാസവും ആർജിച്ചു.

ഇർവിൻ പ്രഭുവുമായി ഒരു സന്ധിയിൽ ഒപ്പുവെച്ച് നിയമലംഘന പ്രസ്ഥാനം നിർത്തിവെച്ചതോടെ ഗാന്ധിയൻ മാർഗത്തിൽ വിശ്വാസം നശിച്ച ഒരു സംഘം ചെറുപ്പക്കാർ തീവ്രവാദികളായി മാറാൻ തുടങ്ങി. അവരെ അതിൽനിന്നു പിന്തിരിപ്പിക്കാനും ജനകീയ സമരങ്ങളുടെയും ജനക്ഷേമകരമായ പ്രവർത്തനങ്ങളുടെയും പാതയിലേക്ക് തിരിച്ചുവി

ടാനും സുന്ദരയ്യ ശ്രമിച്ചു. അതേസമയം കോൺഗ്രസിന്റെ പോക്കിൽ മനം മടുത്ത് 1932 ൽ പുനരാരംഭിച്ച നിയമലംഘന പ്രസ്ഥാനത്തിൽ സ്വയം പങ്കെടുത്തതുമില്ല. ഈ ഘട്ടത്തിൽ രണ്ട് മാർക്സിസ്റ്റ് ക്ലാസിക്കുകൾ തെലുങ്കിലേക്ക് മൊഴിമാറ്റം ചെയ്തു – *കമ്യൂണിസ്റ്റ് മാനിഫെസ്റ്റോയും ഭരണകൂടവും വിപ്ലവവും.*

ഇതിനിടയിൽ അയിത്തത്തിനെതിരായ ക്യാമ്പെയ്ൻ നടത്തിക്കൊണ്ട് ഗാന്ധിജി ആന്ധ്രപ്രദേശിൽ ഒരു പര്യടനംനടത്തി. പര്യടനത്തിന്റെ ഭാഗമായി നെല്ലൂരും സന്ദർശിച്ചു. നെല്ലൂർസന്ദർശനം അലങ്കോലപ്പെടുത്താനും ഹരിജനങ്ങളുടെ ക്ഷേത്രപ്രവേശനം തടയാനും കർഷകപ്രമാണിമാരും ജസ്റ്റിസ് പാർട്ടിക്കാരും അരയും തലയും മുറുക്കി രംഗത്തിറങ്ങി. അപ്പോൾ സന്ദർശനം വിജയിപ്പിക്കാൻ സുന്ദരയ്യയുടെയും സഖാക്കളുടെയും സഹായംതേടി, സ്ഥലത്തെ കോൺഗ്രസുകാർ. സുന്ദരയ്യയുടെ നേതൃത്വത്തിലുള്ള യുവജനസംഘം വളണ്ടിയർമാർ പ്രമാണിമാരെയും അവരുടെ ഗുണ്ടാസംഘത്തെയും നേരിടാൻ മുമ്പോട്ടുവന്നു. അതോടെ ഗാന്ധിജിയുടെ പര്യടനവും പൊതുയോഗവും വിജയകരമായി പര്യവസാനിച്ചു. ഇതുപോലെ മദിരാശിയിൽ നെഹ്റുവിന്റെ പര്യടനവും യോഗവും കലക്കാൻ ഒരു ഗൂഢാലോചന. അപ്പോൾ മദിരാശിയിലുണ്ടായിരുന്ന സുന്ദരയ്യ ഒരു സംഘം വിദ്യാർഥികളെയും തൊഴിലാളികളെയും സംഘടിപ്പിച്ച് അത് പൊളിച്ചു. അതോടെ കോൺഗ്രസുകാർക്കിടയിൽ സുന്ദരയ്യയെപ്പറ്റിയുള്ള മതിപ്പ് കുറേക്കൂടി വർധിച്ചു.

മീറത് ഗൂഢാലോചനക്കേസ് ഇന്ത്യൻ ദേശീയപ്രസ്ഥാനത്തിനകത്ത് ഒരു പുതിയ വീക്ഷണവും ശക്തിയും വളർന്നുവരികയാണെന്ന് സുന്ദരയ്യയെപ്പോലുള്ള ഉശിരന്മാരും ദേശാഭിമാനികളുമായ യുവാക്കളെ ബോധ്യപ്പെടുത്തി. ജനങ്ങളോടുള്ള അതിരറ്റ സ്നേഹം, സ്വാതന്ത്ര്യാഭിവാഞ്ഛ, കഠിനമായി ജോലിചെയ്യുന്നതിനുള്ള സന്നദ്ധത, മാർക്സിസത്തെക്കുറിച്ചുള്ള പരിജ്ഞാനം – ഇതെല്ലാം സുന്ദരയ്യയെ കമ്യൂണിസ്റ്റുപാർട്ടിയിലെത്തിച്ചു. 1932 ൽ പാർട്ടിയിൽ അംഗമായി. 1934 ൽ ആന്ധ്രയിൽ കമ്യൂണിസ്റ്റുപാർട്ടിയുടെ ആദ്യഘടകം സ്ഥാപിക്കുന്നതിനു നേതൃത്വം നൽകി. അടുത്തവർഷം പാർട്ടിയുടെ കേന്ദ്രകമ്മിറ്റി അംഗമായി. ആന്ധ്ര, തമിഴ്നാട്, കേരള, കർണാടകം എന്നീ സംസ്ഥാനങ്ങളിൽ പാർട്ടി സംഘടിപ്പിക്കുന്നതിന്റെ ചുമതലയേറ്റു.

അപ്പോഴേക്കും കോൺഗ്രസ് സോഷ്യലിസ്റ്റ് പാർട്ടി രൂപവൽകൃതമായി. ഗാന്ധിജി നിയമലംഘനപ്രസ്ഥാനം നിർത്തിവെച്ചതിൽ നിരാശരായിത്തീർന്ന യുവകോൺഗ്രസുകാരാണ് സി എസ് പി രൂപവൽക്കരിച്ചത്. സുന്ദരയ്യയും സഖാക്കളും ആദ്യം അതിൽ ചേർന്നില്ല. കോൺഗ്രസ് സോഷ്യലിസ്റ്റ് പാർട്ടി ഒരു സോഷ്യലിസ്റ്റ് പാർട്ടി അല്ലെന്നും കോൺഗ്രസിൽ നിൽക്കുന്നതോടൊപ്പം അതിൽ പ്രവർത്തിച്ചതുകൊണ്ട് കാര്യമില്ലെന്നും പറഞ്ഞ് രജനി പാംദത്ത് എഴുതിയ ഒരു ലേഖനമാണ് ഇങ്ങനെയൊരു നിലപാടെടുക്കാൻ പ്രേരിപ്പിച്ചത്.

ഇതിനിടയിൽ മറ്റൊരു തീരുമാനം പാർട്ടി എടുത്തു. പാർട്ടി പ്രവർത്തകർ കോൺഗ്രസിൽനിന്ന് പുറത്തുവരണം. അതുകൊണ്ട് പാർട്ടി പ്രവർത്തകരും അനുഭാവികളും കോൺഗ്രസുമായുള്ള ബന്ധം വിച്ഛേദിച്ചു. എങ്കിലും കോൺഗ്രസ് പ്രവർത്തകരുമായുള്ള വ്യക്തിബന്ധം നിലനിർത്തി. ഏതാനും മാസം കഴിഞ്ഞപ്പോൾ പാർട്ടി തീരുമാനം മാറ്റി. പാർട്ടി അംഗത്വം നിലനിർത്തിക്കൊണ്ടുതന്നെ കോൺഗ്രസിലും കോൺഗ്രസ് സോഷ്യലിസ്റ്റ് പാർട്ടിയിലും ചേർന്നു പ്രവർത്തിക്കണം എന്നു തീരുമാനിച്ചു. അതുവഴി കോൺഗ്രസിനെ ഒരു സാമ്രാജ്യത്വ വിരുദ്ധ സംഘടനയാക്കി മാറ്റണം എന്ന് പാർട്ടി ആഹ്വാനം നൽകി. അതുപ്രകാരം 1936 ൽ കോൺഗ്രസിൽ ചേർന്നു. തുടർന്ന് സി എസ് പിയിലും സി എസ് പിയുടെ സംസ്ഥാന സെക്രട്ടറിയായി തിരഞ്ഞെടുക്കപ്പെട്ടു.

1936 ൽ സോഷ്യലിസ്റ്റുകാർക്കും കമ്യൂണിസ്റ്റുകാർക്കും ഇടതുപക്ഷ കോൺഗ്രസുകാർക്കും കൃഷിക്കാർക്കിടയിൽ ഒരു സ്വതന്ത്രസംഘടന രൂപവൽക്കരിക്കേണ്ട ആവശ്യകത ബോധ്യമായി. അതിനെത്തുടർന്ന് ആ വർഷം അഖിലേന്ത്യാ കിസാൻസഭ രൂപവൽക്കരിച്ചു. അതിന്റെ സ്ഥാപകനേതാക്കളിലൊരാളായിരുന്നു പി എസ്. കുറച്ചുകാലം അതിന്റെ ജോയിന്റ് സെക്രട്ടറിയായും പ്രവർത്തിച്ചു. ഇന്ത്യയുടെ വിവിധ ഭാഗങ്ങളിലെ കാർഷിക ബന്ധങ്ങളെക്കുറിച്ചും കാർഷിക പ്രശ്നങ്ങളെക്കുറിച്ചും ഇത്ര ആഴത്തിൽ പഠിച്ച നേതാക്കൾ അത്യപൂർവമായിരിക്കും. മാർക്സിസ്റ്റ് വീക്ഷണത്തോടെ കിസാൻസഭയിൽ പ്രവർത്തിച്ചുകൊണ്ടിരിക്കെ കാർഷിക വിപ്ലവത്തിൽ കർഷകത്തൊഴിലാളികളുടെ വിപ്ലവകരമായ പങ്ക് മനസിലാക്കാൻ അദ്ദേഹത്തിനു കഴിഞ്ഞു. രാജ്യത്ത് കർഷകത്തൊഴിലാളികളുടേതായ ഒരു പ്രത്യേക സംഘടന രൂപവൽക്കരിച്ച ആദ്യപഥികനായിരുന്നു പി എസ്. അദ്ദേഹത്തിന്റെ നേതൃത്വത്തിൽ ഇഛാപുരത്തുനിന്ന് മദിരാശിയിലേക്ക് തിരിച്ച കർഷക മാർച്ച് പ്രസിദ്ധം. 525 ഗ്രാമങ്ങളിലൂടെ 1500 നാഴിക സഞ്ചരിച്ചാണ് മാർച്ച് മദിരാശിയിലെത്തിയത്.

കോൺഗ്രസ് മന്ത്രിസഭ അധികാരത്തിൽ ഇരുന്നപ്പോൾ ആന്ധ്രയിലെ സെമിന്ദാരി സമ്പ്രദായത്തെക്കുറിച്ച് അന്വേഷിക്കാൻ പ്രകാശം ചെയർമാനായി ഒരു കമ്മിറ്റി രൂപവൽക്കരിച്ചു. സെമിന്ദാരി സമ്പ്രദായം പൂർണമായി അവസാനിപ്പിക്കണം എന്നാവശ്യപ്പെട്ട് പ്രകാശം കമ്മീഷനുമുമ്പാകെ പി എസിന്റെ നേതൃത്വത്തിൽ ഒരു നിവേദനം സമർപ്പിച്ചു. കാളിപട്ടണത്തും മുനാശാലയിലും മണ്ടാസയിലും സെമിന്ദാർമാരുടെയും പൊലീസിന്റെയും തേർവാഴ്ചക്കെതിരെ വമ്പിച്ച പ്രക്ഷോഭം നയിച്ചു.

സുന്ദരയ്യയുടെ പ്രവർത്തനങ്ങൾ കൃഷിക്കാരുടെയും സാധാരണ കോൺഗ്രസുകാരുടെയും സ്നേഹാദരങ്ങൾ പിടിച്ചുപറ്റി. പക്ഷെ കോൺഗ്രസ് ഹൈക്കമാണ്ട് അംഗം ഡോ. പട്ടാഭി സീതാരാമയ്യക്ക് ഇതൊന്നും തീരെ ഇഷ്ടപ്പെട്ടില്ല. കോൺഗ്രസിന്റെ നേതൃപദവികളിലേക്ക് മത്സരിക്കുന്നതിൽനിന്ന് സുന്ദരയ്യയെ അദ്ദേഹം വിലക്കി. എന്താണ് കാരണമെന്നല്ലേ? അദ്ദേഹം അക്രമത്തിൽ വിശ്വസിക്കുന്നു! ഈ പ്രശ്നം

കോൺഗ്രസ് പ്രവർത്തകസമിതിയുടെ മുമ്പിലെത്തി. പട്ടാഭിയുടെ വിലക്ക് സമിതി റദ്ദാക്കി. സുന്ദരയ്യ സംഘടനാ തിരഞ്ഞെടുപ്പിൽ മത്സരിച്ചപ്പോൾ രണ്ടുതവണ അദ്ദേഹത്തെ എ ഐ സി സി യിലേക്ക് തിരഞ്ഞെടുത്തു കൊണ്ടാണ് സാധാരണ കോൺഗ്രസുകാർ പട്ടാഭിയോടുള്ള രോഷവും സുന്ദരയ്യയോടുള്ള സ്നേഹവും പ്രകടിപ്പിച്ചത്. അതേവർഷം അതായത് 1938 – 39 ൽ അഖിലേന്ത്യാ കിസാൻസഭയുടെ കേന്ദ്രകിസാൻ കൗൺസി ലിലേക്കും അദ്ദേഹം തിരഞ്ഞെടുക്കപ്പെട്ടു.

1939 ൽ ആരംഭിച്ച രണ്ടാംലോകമഹായുദ്ധത്തിന്റെ ആദ്യഘട്ടത്തിൽ പാർട്ടിയുടെ മുഖപത്രമായ *സ്വതന്ത്രഭാരതം* നിയമവിരുദ്ധമായി പുറത്തി റക്കി. നിയമവിരുദ്ധമായ വിപ്ലവപ്രവർത്തനത്തെ നിയമവിധേയമായ ബഹുജനസമരങ്ങളുമായി കൂട്ടിയിണക്കി. മൂന്നുവർഷം പിടികൊടുക്കാതെ പ്രവർത്തിച്ചു. 1942 ൽ പാർട്ടിയുടെ മേലുള്ള നിരോധനം നീക്കിയതിനെ ത്തുടർന്ന് ഒളിവിൽനിന്ന് പുറത്തുവന്നു. പാർട്ടിയുടെ കേന്ദ്രകമ്മിറ്റി ആപ്പീ സിനുവേണ്ട സംവിധാനമുണ്ടാക്കൽ, പത്രപ്രചാരണം, എന്നിവയുടെ ചുമ തലയേറ്റു. താമസം ബോംബെയിലേക്കു മാറ്റി. *ന്യൂ ഏജ്* പുറത്തിറക്കാൻ ഏർപ്പാടുണ്ടാക്കി. ഇന്ത്യയിലേക്ക് ജപ്പാൻ വരികയാണെങ്കിൽ സ്വയം രക്ഷ ക്കായി ദേശവ്യാപകമായ ഗറില്ലാ ദളങ്ങൾ രൂപവൽക്കരിക്കാൻ പാർട്ടി തീരുമാനിച്ചു. ഗറില്ലാദളങ്ങൾക്ക് പരിശീലനം നൽകേണ്ട ചുമതലയും സുന്ദരയ്യക്കായി. ആന്ധ്രാസഖാക്കളുമായി ചേർന്ന് *പ്രജാശക്തി* എന്നൊരു വാരിക ആരംഭിച്ചു. ആന്ധ്രയിൽ സാംസ്കാരിക രംഗത്തുനടന്ന മികച്ച പ്രകടനങ്ങൾക്ക് നേതൃത്വം നൽകി.

രണ്ടാം ലോകമഹായുദ്ധത്തിന്റെ രണ്ടാംഘട്ടത്തിൽ സോവിയറ്റ് യൂണിയൻ ആക്രമിക്കപ്പെട്ടതിനെത്തുടർന്ന് ആ സംഭവവികാസത്തെ എങ്ങനെ വിലയിരുത്തണം എന്നതിനെക്കുറിച്ച് പാർട്ടിക്കകത്ത് രൂക്ഷ മായ അഭിപ്രായവ്യത്യാസം. ഈ ഘട്ടത്തിൽ പി എസിനെ പാർട്ടിയുടെ പൊളിറ്റ് ബ്യൂറോയിലേക്ക് എടുത്തു. അതിനുമുമ്പ് സാമ്രാജ്യത്വയുദ്ധം ജനകീയയുദ്ധമായി മാറി എന്നു വിലയിരുത്തിയതിനെ തുടർന്ന് പാർട്ടി യുടെമേലുള്ള നിരോധനം ബ്രിട്ടീഷ് ഗവൺമെന്റ് നീക്കി. സുന്ദരയ്യ ഒളി വിൽനിന്ന് പുറത്തുവന്നു. 1943 ൽ ബോംബെയിൽ ചേർന്ന സി പി ഐയുടെ ഒന്നാം കോൺഗസ് അദ്ദേഹത്തെ കേന്ദ്രകമ്മിറ്റിയിലേക്കെടു ത്തു. 1943 ൽ ലൈലയുമായുള്ള അദ്ദേഹത്തിന്റെ വിവാഹവും നടന്നു.

ഫാസിസത്തിനുമേൽ കൈവരിച്ച ഐതിഹാസിക വിജയത്തോടെ സോഷ്യലിസ്റ്റ് ചേരി ഉയർന്നു. അപ്പോൾ ഇന്ത്യൻജനതയുടെ യുദ്ധാന ന്തര മുന്നേറ്റത്തിന് നേതൃത്വം കൊടുക്കുകയെന്ന കടമ പാർട്ടിക്ക് ഏറ്റെ ടുക്കേണ്ടിവന്നു. ഈ ഘട്ടത്തിൽ ബസവപുന്നയ്യ, രാജേശ്വരറാവു തുട ങ്ങിയവരോടൊപ്പം ഫ്യൂഡൽ പ്രഭുക്കൾക്കും അവരുടെ രക്ഷകർത്താവ് നൈസാമിനും എതിരായ തെലങ്കാന കൃഷിക്കാരുടെ ചെറുത്തുനിൽപ്പിന് നേതൃത്വം നൽകി. ഐതിഹാസികമായ തെലങ്കാനാസായുധ പോരാട്ടം ഇന്ത്യൻ കർഷകപ്രസ്ഥാന ചരിത്രത്തിലെ തിളങ്ങുന്ന ഏടായി.

ഇന്ത്യൻ വിപ്ലവത്തിന്റെ തന്ത്രത്തെയും അടവുകളെയും സംബന്ധിച്ച ഒട്ടേറെ സൈദ്ധാന്തിക പ്രശ്നങ്ങൾ തെലങ്കാനാ സായുധ പോരാട്ടമുയർത്തി. നാലഞ്ചുകൊല്ലം നീണ്ടുനിന്ന ആ പോരാട്ടത്തിന് നേതൃത്വം നൽകുക മാത്രമല്ല, പോരാളികളുടെ സന്തോഷത്തിലും ദുഃഖത്തിലും ഒരുപോലെ പങ്കാളിയാവുകകൂടി ചെയ്തു. തെലങ്കാനയിലെ ധീരോദാത്തരായ ജനത നൈസാമിന്റെ പട്ടാളക്കാരെയും റസാക്കന്മാരുടെ ഗുണ്ടകളെയും മാത്രമല്ല, ഇന്ത്യൻ പട്ടാളക്കാരെയും നേരിട്ടു.

സമരം മുമ്പോട്ടു കൊണ്ടുപോകാൻ കഴിയാത്ത സ്ഥിതിയായി. എങ്ങനെ, എപ്പോൾ സമരത്തിൽനിന്ന് പിൻവാങ്ങണമെന്ന പ്രശ്നമുയർന്നു. ഏറ്റവും കുറഞ്ഞ നഷ്ടം സഹിച്ചുകൊണ്ടു വേണമല്ലോ പിൻവാങ്ങാൻ. ഇവിടെ പി എസും, എം ബിയും അവരുടെ കഴിവു മുഴുവൻ പ്രകടിപ്പിച്ചു. മൂർത്തമായ പരിതഃസ്ഥിതികൾ കണക്കിലെടുത്ത് പിൻവാങ്ങലിനുള്ള ഒരു മാർഗം അവർ കണ്ടെത്തി. സായുധ പോരാളികളുമായി കൂടിയാലോചിക്കാതെ, അവരുടെ അനുമതി വാങ്ങാതെ സമരം പിൻവലിക്കാൻ കഴിയില്ല. അതിനു പറ്റിയ ആൾ സുന്ദരയ്യ അല്ലാതെ മറ്റാരുമായിരുന്നില്ല.

തെലങ്കാനാസമരം പിൻവലിച്ചതിനുശേഷം പാർലമെന്ററി പ്രവർത്തനത്തിന്റെ ഘട്ടമായി. ആ ഘട്ടത്തിൽ തെലങ്കാനാ സമരനേട്ടങ്ങൾ ഉറപ്പിച്ചു നിർത്തുന്നതിനുകൂടി പാർലമെന്ററിവേദി ഉപയോഗിക്കേണ്ടിയിരുന്നു. ആന്ധ്രയിൽ പാർട്ടിക്ക് 17 സീറ്റ് കിട്ടി. ഒന്നാം പാർലമെന്റിൽ ഏറ്റവും വലിയ ഒറ്റകക്ഷിയായി ഉയരുന്നതിന് ഇത് കമ്യൂണിസ്റ്റുപാർട്ടിയെ സഹായിച്ചു.

പാർട്ടി നിയമവിരുദ്ധ പ്രവർത്തനം തുടങ്ങി. ആസ്ഥാനം ദില്ലിയിലേക്കു മാറ്റി. പാർലമെന്റിലെ പ്രവർത്തനം സംഘടിപ്പിച്ചു. മദിരാശി നിയമസഭയിൽനിന്ന് രാജ്യസഭയിലേക്ക് തിരഞ്ഞെടുക്കപ്പെട്ട പി എസ് പാർട്ടിയുടെ പാർലമെന്ററി ഗ്രൂപ്പ് നേതാവായി. 1955 ൽ രാജ്യസഭയിലെ അംഗത്വം രാജിവെക്കുന്നതുവരെ ആ ഉത്തരവാദിത്വം നിറവേറ്റി.

1954 ൽ ആന്ധ്രപ്രദേശിനെ മദിരാശി പ്രസിഡൻസിയിൽനിന്നു വേർപെടുത്തി ഒരു പ്രത്യേക സംസ്ഥാനം രൂപവൽക്കരിച്ചു. അടുത്ത വർഷം ആന്ധ്രാ നിയമസഭയിലേക്കു നടന്ന തിരഞ്ഞെടുപ്പിൽ കോൺഗ്രസിനെതിരെ വലിയ വെല്ലുവിളി ഉയർത്തി. തിരഞ്ഞെടുപ്പിൽ പാർട്ടിക്ക് ലഭിച്ചത് കുറഞ്ഞ സീറ്റുകൾ മാത്രം. അതേസമയം 5 കോടി ആളുകൾ 34 ശതമാനം – പാർട്ടിക്ക് വോട്ടുചെയ്തു. നൂറോളം മണ്ഡലങ്ങളിൽ പാർട്ടിക്ക് 47 ശതമാനം വോട്ടുകിട്ടി.

ഇതോടെ പാർട്ടിയുടെ ചരിത്രത്തിൽ ഒരു പുതിയ അധ്യായത്തിന്റെ തുടക്കമായി. തിരഞ്ഞെടുപ്പിലെ തിരിച്ചടി കോൺഗ്രസുമായി വർഗസഹകരണനയം തുടങ്ങുന്നതിന് പാർട്ടിക്കുള്ളിലെ ഒരു വിഭാഗത്തെ പ്രേരിപ്പിച്ചു. 1957 ജൂണിൽ ചേർന്ന കേന്ദ്രകമ്മിറ്റിയിൽ ഈ പുതിയ നയത്തിനെതിരെ പി എസും എം ബിയും ഹനുമന്തറാവുവും മറ്റും ശക്തമായ

സമരം നടത്തി. അതിനെതിരെ ഒരു രേഖ തന്നെ അവർ അവതരിപ്പിച്ചു. 8 മാസത്തോളം ആ രേഖയെക്കുറിച്ച് ചർച്ച നടന്നു.

ആശയരംഗത്തെ ഈ സമരമാണ് സംഘടനാരംഗത്തേക്കും കടന്ന് അവസാനം 1964 ൽ പാർട്ടി പിളരുന്നതിൽ ചെന്നു കലാശിച്ചത്. പിളർപ്പിനുശേഷം നടന്ന പാർട്ടിയുടെ ഏഴാം കോൺഗ്രസ് പി എസിനെ സി പി ഐ (എം) ജനറൽ സെക്രട്ടറിയായി തിരഞ്ഞെടുത്തു. വലതുപക്ഷ റിവിഷനിസത്തിനെതിരായ സമരം തുടർന്നുകൊണ്ടിരിക്കെ തന്നെ ഇടതുപക്ഷ സാഹസികരുടെ വെല്ലുവിളിയെയും സി പി ഐ (എം) നു നേരിടേണ്ടിവന്നു. ആന്ധ്രയിലെ പാർട്ടിക്ക് അത് കനത്ത ആഘാതമാണ് ഏൽപ്പിച്ചത്. പാർട്ടിയുടെ നല്ലൊരുഭാഗം നേതാക്കളും കേഡർമാരും അവരുടെ കൂടെപ്പോയി. അവർ ഉയർത്തിയ വെല്ലുവിളി നേരിട്ടുകൊണ്ട് ആന്ധ്രയിൽ സി പി ഐ (എം) വളർത്തിയെടുക്കാൻ പി എസ് തീവ്രമായി യത്നിച്ചു.

1952 ൽ രാജ്യസഭാംഗമായി തിരഞ്ഞെടുക്കപ്പെട്ട കാര്യം നേരത്തെ പരാമർശിച്ചല്ലോ. 1955 ൽ ആന്ധ്രാനിയമസഭയിലേക്ക് തിരഞ്ഞെടുക്കപ്പെട്ട കാര്യവും പരാമർശിച്ചു. ആ വർഷംമുതൽ 1972 വരെ എല്ലാ നിയമസഭാ തിരഞ്ഞെടുപ്പുകളിലും വിജയിച്ചു. സി പി ഐ ഗ്രൂപ്പിന്റെയും പാർട്ടി പിളർന്നതിൽ പിന്നീട് സി പി ഐ (എം) ഗ്രൂപ്പിന്റെയും നേതാവായിരുന്നു. 1972 മുതൽ തിരഞ്ഞെടുപ്പിൽ മത്സരിച്ചില്ല.

1963 മുതൽ ആരോഗ്യം മോശമായി വരികയായിരുന്നു. ചികിത്സക്കായി മോസ്കോവിൽ പോയി. അവിടെവെച്ച് ഓപ്പറേഷൻ നടത്തി. അതിന്റെ ഫലമായി പിന്നെയും 22 വർഷം പ്രവർത്തനം നടത്താൻ കഴിഞ്ഞു. അക്ഷരാർഥത്തിൽ വിശ്രമരഹിതമായ പ്രവർത്തനം. 1981 മുതൽ ആരോഗ്യം അതിവേഗം മോശമായി. 1985 മെയ് 19 ന് അന്തരിച്ചു.

സുനിൽ മുഖർജി

1914 - 1992

അവിഭക്ത കമ്യൂണിസ്റ്റ് പാർട്ടി ഏറ്റവും ശക്തമായി വളർന്നുവന്ന സംസ്ഥാനങ്ങളിലൊന്നാണ് ബിഹാർ; ഇന്ന് സ്ഥിതി വ്യത്യസ്തമാണെങ്കിലും. ആ സംസ്ഥാനത്തിലെ കമ്യൂണിസ്റ്റ് പാർട്ടിയുടെ സ്ഥാപക സെക്രട്ടറിയായിരുന്നു സുനിൽ മുഖർജി. ദേശീയ വിപ്ലവപ്രസ്ഥാനത്തിലൂടെ കമ്യൂണിസ്റ്റ് പ്രസ്ഥാനത്തിലെത്തി.

1914 നവംബർ 16–ന് ഭഗൽപൂരിൽ ജനിച്ചു. മുങ്കേർ എന്ന പട്ടണത്തിലെ ഗവൺമെന്റ് വക്കീലായിരുന്നു പിതാവ് നിരപാദ മുഖർജി. പിതാവ് മകനെ 1920–ൽ മുങ്കേർ ജില്ലാ സ്കൂളിൽ നാലാം ക്ലാസിൽ ചേർത്തു. മകന് നല്ല വിദ്യാഭ്യാസം നൽകണമെന്ന് പിതാവ് ആഗ്രഹിച്ചു. ഗവൺമെന്റ് വക്കീലായിരുന്നതിനാൽ നിരപാദ മുഖർജിക്ക് ഗവൺമെന്റു കേസുകൾ നടത്തേണ്ടി വന്നു. ക്രമേണ തന്റെ അനുജനെപ്പോലെ അദ്ദേഹവും കോൺഗ്രസിലെത്തി. തന്നെയുമല്ല നല്ല ഗാന്ധിയൻ ആയിത്തീർന്ന അദ്ദേഹം സ്വാതന്ത്ര്യസമരത്തിലും പങ്കെടുത്തു. സ്വാതന്ത്ര്യലബ്ധിക്കു ശേഷം ബിഹാറിൽ രൂപംകൊണ്ട പ്രഥമ കോൺഗ്രസ് മന്ത്രിസഭയിൽ അംഗമായിത്തീരുകയും ചെയ്തു അദേഹം.

അമ്മ ബങ്കിംചന്ദ്ര ചതോപാധ്യായയുടെ അനന്തിരവൾ. അപ്പൂപ്പൻ ജില്ലാ മജിസ്ട്രേറ്റ് കോടതിയിലെ ഒരു ഉയർന്ന ഉദ്യോഗസ്ഥൻ. കുടുംബത്തിന്റെ രാഷ്ട്രീയ പശ്ചാത്തലം സുനിൽമുഖർജിയിൽ വേണ്ടുവോളം സ്വാധീനം ചെലുത്തി. സ്കൂളിൽ പഠിക്കുമ്പോൾ സ്വാതന്ത്ര്യസമരത്തിൽ ആകൃഷ്ടനായി.

1920-ലാണല്ലോ സ്കൂളിൽ ചേർന്നത്. അപ്പോൾ നിസഹകരണ പ്രസ്ഥാനത്തിന്റെ കാറ്റ് രാജ്യമാകെ വീശിയടിക്കുകയായിരുന്നു. ആ പ്രസ്ഥാനം അതിന്റെ ഉച്ചകോടിയിലെത്തിയപ്പോൾ ഗാന്ധിജി അത് ഏകപക്ഷീയമായി പിൻവലിച്ചു. രാജ്യത്തെ ജനങ്ങളെ പ്രത്യേകിച്ച് യുവാക്കളെ അത് അത്യന്തം നിരാശരാക്കി. സ്വാതന്ത്ര്യത്തിനായി അവർ പുതിയ മാർഗങ്ങൾ ആരായാൻ തുടങ്ങി. ആ ഘട്ടത്തിലാണ് തീർത്തും നിരാശനായ സുനിൽമുഖർജി തോക്കും ബോംബുമായി രാജ്യത്തെ മോചിപ്പിക്കുന്നതിനുള്ള സമരത്തിന്റെ പാതയിലേക്ക് ഇറങ്ങിച്ചെന്നത്. അക്കാലത്തെ ഒരു പ്രധാന ദേശീയ വിപ്ലവസംഘടനയായിരുന്ന യുഗാന്തർ പാർട്ടിയിൽ അംഗമായി. ആ പാർട്ടിയുടെ നേതാവ് ശ്യാമപദ് മജുംദാറെ ഇടയ്ക്കിടെ സന്ദർശിക്കും. മുങ്കേറിലെ യുഗാന്തർ പാർട്ടിയുടെ പ്രധാനികളായിരുന്നു വിനോദ് ബിഹാരി മുഖർജി, അനിൽ മൊയ്ത്ര,, ജ്ഞാന വികാസ് മൊയ്ത്ര, ജാലാസിങ് തുടങ്ങിയവർ. അവരെയും ഇടയ്ക്കിടെ കാണും.

യുഗാന്തർ പാർട്ടിയിലെ പ്രധാന പ്രവർത്തകനായിരിക്കുമ്പോൾ തന്നെ കോൺഗ്രസിലും അംഗമായി. രഹസ്യപ്രവർത്തനത്തിനുള്ള മറയായി ഉപയോഗിക്കാനായിരുന്നു കോൺഗ്രസിലെ അംഗത്വം. 1932 വരെ ഇപ്രകാരം രഹസ്യപ്രവർത്തനം നടത്തി. മുങ്കേർ ജില്ലയിൽ ഗംഗനദിയുടെ വടക്കുമാറി ഗോഗരി എന്ന സ്ഥലത്ത് ഒരു രഹസ്യ പ്രസ് നടത്തുന്നതിന്റെ ചുമതലയേറ്റു. ആ പ്രസിൽ നിന്ന് ധാരാളം നോട്ടീസുകളും ലഘുലേഖകളും അച്ചടിച്ചിറക്കി. 1932-ൽ കൽക്കത്തയിൽ അറസ്റ്റിലായി. നിയമവിരുദ്ധമായി ആയുധങ്ങൾ കൈവശം വെക്കുകയും ഗവൺമെന്റിനെതിരെ ഗൂഢാലോചന നടത്തുകയും ചെയ്തു എന്നതായിരുന്നു കുറ്റം. വിചാരണ കൂടാതെ 6 വർഷം തടവിൽ വെച്ചു. പശ്ചിമ ബംഗാളിലെ ബെരാംപൂർ ക്യാമ്പിൽ കഴിയുമ്പോൾ മാർക്സിസത്തെക്കുറിച്ചുള്ള ചില പുസ്തകങ്ങൾ വായിച്ചു. വിവിധ ജയിലുകളിൽ കഴിയുന്ന കാലത്ത് കമ്യൂണിസ്റ്റ് നേതാക്കളെ കാണുകയും ചർച്ച നടത്തുകയും ചെയ്തത് ഇതിനുപുറമെ. അദ്ദേഹത്തെ മാർക്സിസം ആകർഷിച്ചു. ജയിലിൽ നിന്ന് പുറത്തു കടന്നാൽ കമ്യൂണിസ്റ്റ് പാർട്ടിക്കുവേണ്ടി പ്രവർത്തിക്കണമെന്ന തീരുമാനത്തിലെത്തി. ആ തീരുമാനത്തോടെ ജയിൽ വിമുക്തനായപ്പോഴേക്ക് ബംഗാൾ വിടാൻ കൽപ്പന. നേരെ പട്നയ്ക്ക് മടങ്ങി. അവിടെ ഒരു കോളേജിൽ ചേർന്നു. സംസ്ഥാനത്ത് എ ഐ എസ് എഫിന്റെ പ്രധാന സംഘാടകനായി.

1939-ലെ വിജയദശമിനാളിൽ (ഒക്ടോബർ 20) ഇരുട്ടിന്റെ മറവിൽ മുങ്കേർ പട്ടണത്തിന് സമീപത്തിലൂടെ ഒഴുകുന്ന ഗംഗനദിക്കരയിലെ ഒരു കൊച്ചുവീട്ടിൽ 15 ഓളം വിപ്ലവകാരികൾ ഒത്തുചേർന്നു. ബിഹാറിൽ കമ്യൂണിസ്റ്റ് പാർട്ടിയുടെ ഒരു ഘടകം രൂപവൽക്കരിക്കുകയായിരുന്നു ലക്ഷ്യം. അന്ന് പാർട്ടി നിരോധിക്കപ്പെട്ടിരുന്നു. കമ്യൂണിസ്റ്റുകാർ എന്ന് സംശയിക്കുന്നവർ പോലും സൂക്ഷ്മനിരീക്ഷണത്തിലായി. അതിനാൽ യോഗം

അതീവരഹസ്യമായി നടത്തേണ്ടി വന്നു. പാർട്ടി കേന്ദ്രകമ്മിറ്റിക്കുവേണ്ടി ആർ ഡി ഭരദ്വാജ് പങ്കെടുത്തു. 19 പേർക്ക് പാർട്ടി അംഗത്വം നൽകി. 5 പേരടങ്ങിയ സംസ്ഥാന കമ്മിറ്റി രൂപവൽക്കരിച്ചു. സുനിൽ മുഖർജി, രാഹുൽ സാംകൃത്യായൻ, അലി അഷ്റഫ്, ജ്ഞാൻ വികാസ് മൊയ്ത്ര, വിനോദ് മുഖർജി എന്നിവരായിരുന്നു സംസ്ഥാന കമ്മിറ്റി അംഗങ്ങൾ, സെക്രട്ടറി സുനിൽ മുഖർജി. യോഗം പൂർണ അംഗത്വം നൽകിയവർ ഇവരൊക്കെ: സുനിൽ മുഖർജി, രാഹുൽ സാംകൃത്യായൻ, അലി അഷ്റഫ്, ജ്ഞാൻ വികാസ് മൊയ്ത്ര, വിനോദ് മുഖർജി, അനിൽ മൊയ്ത്ര, രത്തൻ റോയ്, വിശ്വനാഥ് മത്തൂർ, ഹീരാലാൽ പാലിത്, പൃഥിരാജ് സിങ്, ശിവബച്ചൻ സിങ്, ശ്യാമൾ കിശോർ ഝാ. കേൻഡിഡേറ്റ് മെമ്പർമാർ: രാസ് ബിഹാരി സിങ്, ബാങ്കേബിഹാരി മിത്ര, വിശ്വവികാസ് മൊയ്ത്ര.

കമ്യൂണിസ്റ്റ് പാർട്ടി രൂപവൽക്കരണത്തിനു തൊട്ടുമുമ്പ് രണ്ടാംലോക മഹായുദ്ധം ആരംഭിച്ചു. യുദ്ധത്തിനെതിരെ ജനങ്ങളെ അണിനിരത്താൻ കമ്യൂണിസ്റ്റ് പാർട്ടി ശ്രമം ആരംഭിച്ചതോടെ പാർട്ടിക്കെതിരെ ഗവൺമെന്റ് ആഞ്ഞടിച്ചു. പാർട്ടി നേതാക്കളെ കൂട്ടത്തോടെ അറസ്റ്റു ചെയ്യാൻ തുടങ്ങി. 1940–ലെ രാംഗാർ കോൺഗ്രസ് വേളയിൽ രാജ്യരക്ഷാ നിയമപ്രകാരം അറസ്റ്റിലായി. ദേവലി ക്യാമ്പിൽ പാർപ്പിച്ചു. ജയിലിൽ വായനയും പഠനവും. 1942–ൽ മാത്രമാണ് മോചിപ്പിച്ചത്. തുടർന്ന് കമ്യൂണിസ്റ്റ് പാർട്ടി കെട്ടിപ്പടുക്കുന്ന പ്രവർത്തനത്തിൽ മുഴുകി. 1950 വരെ പാർട്ടിയുടെ സംസ്ഥാന സെക്രട്ടറി.

1948–ൽ രണ്ടാം പാർട്ടി കോൺഗ്രസ് കൽക്കത്തയിൽ. സായുധ വിപ്ലവത്തിലൂടെ കോൺഗ്രസ് ഗവൺമെന്റിനെ പുറന്തള്ളുകയെന്ന മുദ്രാവാക്യം മുമ്പോട്ടു വെച്ചതിനെത്തുടർന്ന് പാർട്ടിക്കെതിരെ കോൺഗ്രസ് ഗവൺമെന്റ് കടന്നാക്രമണം ആരംഭിച്ചു. പല പ്രവിശ്യകളിലും കമ്യൂണിസ്റ്റ് പാർട്ടിയെ നിരോധിച്ചു. ബിഹാറിൽ ഔപചാരികമായി നിരോധനം ഏർപ്പെടുത്തിയില്ലെങ്കിലും അടിച്ചമർത്തൽ ഭീകരമായിരുന്നു. പാർട്ടി നേതാക്കൾക്കെല്ലാമെതിരായി അറസ്റ്റുവാറണ്ട്. പാർട്ടി ആപ്പീസും ജനശക്തി ആപ്പീസും സീൽ ചെയ്തു. സുനിൽ മുഖർജി ഒളിവിൽ പോയി. പിടിച്ച് കൊടുക്കുന്നവർക്ക് 10,000 രൂപ ഇനാം പ്രഖ്യാപിച്ചു. പക്ഷേ ജനങ്ങൾ അദ്ദേഹത്തെ സംരക്ഷിച്ചു. ബ്രിട്ടീഷ് ഭരണകാലത്തും കോൺഗ്രസ് ഭരണകാലത്തുമായി 4 വർഷം ഒളിവിൽ കഴിഞ്ഞു; 10 വർഷം ജയിലിലും.

പാർട്ടിയുടെ സ്ഥാപനം മുതൽ ഒരു പതിറ്റാണ്ടിലധികം സംസ്ഥാന പാർട്ടി സെക്രട്ടറി ആയിരുന്നുവെന്ന് പറഞ്ഞല്ലോ. 1948–ലെ രണ്ടാം കോൺഗ്രസ് പാർട്ടിയുടെ കേന്ദ്രകമ്മിറ്റിയിലേക്ക് തിരഞ്ഞെടുത്തു. 1958–ലെ അഞ്ചാം കോൺഗ്രസ് നാഷണൽ കൗൺസിലിലേക്കും. പാർട്ടിക്കകത്ത് നടന്ന ആശയസമരത്തിൽ തികഞ്ഞ വലതുപക്ഷ നിലപാട് സ്വീകരിച്ചു. പാർട്ടി ഭിന്നിച്ചപ്പോൾ സി പി ഐ യിൽ ഉറച്ചുനിന്നത് സ്വാഭാവികം. ബിഹാറിലെ പ്രധാന നേതാക്കളെല്ലാം (ഗണേഷ് ശങ്കർ വിദ്യാർഥിയെപോലെ അപൂർവം ചിലർ ഒഴികെ) സി പി ഐ യിൽ നിന്നു; അണി

സോഹൻ സിങ്ങ് ജോഷ് പ്രസംഗിക്കുന്നു
വേദിയിൽ സുനിൽ മുഖർജി (ആദ്യ വരിയിൽ ഇടത്തേ അറ്റം), ഭവാനി സെൻ
സെഡ് എ അഹമ്മദ് തുടങ്ങിയവർ

കളിൽ മഹാഭൂരിപക്ഷവും. എന്നാൽ ക്രമേണ സി പി ഐ ക്ഷീണിക്കാൻ തുടങ്ങി. അതുകൊണ്ടാവണം 1978-ൽ അദ്ദേഹത്തെ വീണ്ടും സെക്രട്ടറിയാക്കി. 1984 വരെ തൽസ്ഥാനത്തു തുടർന്നു. അതുകൊണ്ടൊന്നും മേൽപറഞ്ഞ പ്രക്രിയ തടഞ്ഞുനിർത്താനായില്ല എന്നതു മറ്റൊരു കാര്യം. 1978 മുതൽ 1987 വരെ സെൻട്രൽ എക്സിക്യൂട്ടീവ് അംഗം. രോഗബാധിതനായതിനെത്തുടർന്ന് ആ പദവിയിൽ നിന്ന് ഒഴിയുകയായിരുന്നു.

ദീർഘകാലത്തെ നിയമസഭാ പ്രവർത്തന പാരമ്പര്യമുണ്ടായിരുന്നു സുനിൽ മുഖർജിക്ക്. 1962-ൽ ജാംഷെഡ്പൂരിൽ നിന്ന് ബിഹാർ നിയമസഭയിലേക്ക് തിരഞ്ഞെടുക്കപ്പെട്ടു; 1969-ൽ ബിഹാർ വിധാൻ പരിഷത്തിലേക്കും. അതേവർഷം തന്നെ പട്നാ വെസ്റ്റ് മണ്ഡലത്തിൽ മത്സരിച്ചു വിജയിച്ചു. 1972-ലും അതേ നിയോജക മണ്ഡലത്തെ നിയമസഭയിൽ പ്രതിനിധാനം ചെയ്തു. 1972 മുതൽ 1975 വരെ പ്രതിപക്ഷനേതാവ്. 1992 മാർച്ച് 30-ന് അന്തരിച്ചു.

വി സുബ്ബയ്യ

1911 - 1993

ഫ്രഞ്ചിന്ത്യൻ കമ്യൂണിസ്റ്റ് പാർട്ടിയുടെ ഉന്നതശീർഷനായ നേതാവും ഫ്രഞ്ച് കൊളോണിയൽ നുകത്തിൽ നിന്ന് സ്വാതന്ത്ര്യം നേടുന്നതിനായി പോണ്ടിച്ചേരിയിലെ ജനങ്ങൾ നടത്തിയ ഐതിഹാസിക സമരത്തിന്റെ നായകനുമായിരുന്നു വി സുബ്ബയ്യ. ഫ്രഞ്ചിന്ത്യൻ പ്രദേശങ്ങളെ പ്രതിനിധാനം ചെയ്ത് ഫ്രഞ്ച് ദേശീയ അസംബ്ലിയിലെ അംഗമായിരുന്നിട്ടുണ്ട് അദ്ദേഹം.

1911 ഫെബ്രുവരി 7–ന് ഒരു ഇടത്തരം കുടുംബത്തിൽ വരദരാജലു സുബ്ബയ്യ ജനിച്ചു. പിതാവ് ബിസിനസുകാരൻ. മുത്തച്ഛൻ കോട്ടൈകുപ്പത്ത് പൊലീസ് ആപ്പീസർ. പെറ്റിറ്റ് സെമിനാരി എന്ന മിഷനറി സ്ഥാപനത്തിൽ 1917–ൽ വിദ്യാഭ്യാസത്തിന് തുടക്കം കുറിച്ചു. 1923 വരെ അവിടെ പഠിച്ചു. ആ വർഷം തേഡ്ഫോം കഴിഞ്ഞപ്പോൾ പോണ്ടിച്ചേരിയിലെ കാൽവെ കോളേജിൽ ചേർന്നു. 1928 വരെ അവിടെ പഠിച്ചു. അവിടെ പഠിച്ചുകൊണ്ടിരുന്ന കാലത്ത് തമിഴ്നാടിന്റെ തെക്കൻ ജില്ലകളിൽ ഗാന്ധിജി സന്ദർശനം നടത്തുന്നുണ്ടായിരുന്നു. അതിന്റെ ഭാഗമായി 1927 സപ്തംബർ 8–ന് കടലൂരിലും ഗാന്ധിജിക്ക് ഒരു സ്വീകരണം. വിവരമറിഞ്ഞ സുബ്ബയ്യക്ക് അദ്ദേഹത്തെ കാണണമെന്ന് മോഹം. രണ്ടു സഹപാഠികളുടെ കൂടെ സൈക്കിളിൽ കടലൂരിൽ പോയി. ഗാന്ധിജിയെ കണ്ടു. ജീവിതത്തിൽ ഒരു വലിയ കാര്യം ചെയ്ത സംതൃപ്തി. അത് രാഷ്ട്രീയത്തിലുള്ള താൽപ്പര്യം വർധിപ്പിച്ചു.

1927–ൽ തന്നെ ഇന്ത്യൻ നാഷണൽ കോൺഗ്രസ് സമ്മേളനം മദി

രാശിയിൽ. ആ സമ്മേളനവും കാണാൻ പോകണമെന്ന് മോഹം. അമ്മയോട് സമ്മതം ചോദിച്ചപ്പോൾ പതിനാറുവയസുകാരൻ പയ്യനെ ഒറ്റക്ക് മദിരാശിയിലേക്ക് അയക്കാൻ മടി. മദിരാശിയിലെ പച്ചയ്യപ്പാസ് കോളേജുവിദ്യാർഥിയായിരുന്ന സുഹൃത്തിന്റെ കൂടെപോകാൻ അമ്മ സമ്മതം മൂളി. അങ്ങനെ സമ്മേളനം തുടങ്ങുന്ന ദിവസം മദിരാശിയിലെത്തി. സമ്മേളനാധ്യക്ഷൻ ഡോ അൻസാരി, അക്കാലത്തെ യുവാക്കളുടെ ആരാധനാപാത്രമായിരുന്ന നെഹ്റു തുടങ്ങിയവരെ അടുത്തുനിന്നു കണ്ടു. ആ സമ്മേളനത്തിലാണ് നെഹ്റു പൂർണസ്വാതന്ത്ര്യ പ്രമേയം അവതരിപ്പിച്ചത്. സാമ്രാജ്യത്വ നുകത്തിൽ നിന്ന് രാജ്യത്തെ മോചിപ്പിക്കുന്നതിനുള്ള സമരത്തിൽ പങ്കെടുക്കണമെന്ന ആഗ്രഹം മനസിൽ ജനിച്ചു.

അടുത്ത വർഷം റഷ്യയെക്കുറിച്ചുള്ള നെഹ്റുവിന്റെ പുസ്തകം വന്നു. ഒരു പുതിയ വെളിച്ചം, ഒരു പുതിയ പരിപ്രേക്ഷ്യം, വ്യക്തമായ ദിശാബോധം, സ്വാതന്ത്ര്യം നേടിയാൽ ഇന്ത്യ എങ്ങനെയായിരിക്കണമെന്നതിനെ സംബന്ധിച്ച കാഴ്ചപ്പാട്. റഷ്യൻ വിപ്ലവത്തെക്കുറിച്ചും മറ്റു രാജ്യങ്ങളിലെ വിപ്ലവങ്ങളെക്കുറിച്ചുമുള്ള പുസ്തകങ്ങൾ ധാരാളം വായിച്ചു. സമൂഹത്തിലെ അനീതികൾക്കെതിരെ പ്രതികരിക്കുന്നതിനുള്ള ബോധം വളർന്നു.

കാൽവെ കോളേജിൽ ആറാം ഫോറം വിദ്യാർഥിയായിരിക്കെ 1928–ൽ ഉജ്വലമായ ഒരു പഠിപ്പുമുടക്ക്. കോളേജിലെ വിദ്യാർഥികൾക്ക് മെട്രിക്കുലേഷൻ പരീക്ഷ എഴുതേണ്ടിയിരുന്നത് മദിരാശി യൂണിവേഴ്സിറ്റിയിൽ. അതിന് വിദ്യാർഥികളെ തയ്യാറെടുപ്പിക്കുന്ന അധ്യാപകന്മാർ വേണ്ടത്ര പരിശീലനം ലഭിക്കാത്തവരും അതിനാൽ തന്നെ യോഗ്യതയില്ലാത്തവരും. ഇതിനെതിരെ നല്ല പരിശീലനം ലഭിച്ച അധ്യാപകരെ പഠിപ്പിക്കാൻ നിയോഗിക്കണമെന്നാവശ്യപ്പെട്ടായിരുന്നു പഠിപ്പുമുടക്ക്. അതു മൂന്നാഴ്ച നീണ്ടു. അന്നത്തെ വിദ്യാഭ്യാസ ഡയറക്ടർ അന്വേഷണം നടത്തി. വിദ്യാർഥികളുടെ ആവശ്യം അംഗീകരിക്കുന്നതിനുപകരം സുബ്ബയ്യ ഉൾപ്പെടെ ആറ് വിദ്യാർഥികളെ ആറു മാസത്തേക്ക് സസ്പെൻഡ് ചെയ്യാൻ ശുപാർശ ചെയ്യുകയായിരുന്നു അദ്ദേഹം. മറ്റ് 21 വിദ്യാർഥികളെ ഓരോ മാസത്തേക്കു സസ്പെൻഡു ചെയ്യാനും ശുപാർശ ചെയ്തു. സുബ്ബയ്യ മുൻകൈയെടുത്ത് സസ്പെൻഡ് ചെയ്യപ്പെട്ട വിദ്യാർഥികളുടെ രക്ഷാകർത്താക്കളെ സംഘടിപ്പിച്ച് ഒരു രക്ഷാകർതൃ സമിതിയുണ്ടാക്കി. സസ്പെൻഷൻ റദാക്കണമെന്നാവശ്യപ്പെട്ട് വിദ്യാർഥികളും രക്ഷാകർതൃ സമിതിയും പ്രക്ഷോഭം നടത്തി. അതിന്റെ ഫലമായി അധികൃതർ സസ്പെൻഷൻ റദ്ദാക്കാൻ നിർബന്ധിതമായി. ഈ പഠിപ്പുമുടക്കിലൂടെ സുബ്ബയ്യ 'അപകടകാരി'യാണ് എന്ന് ഫ്രഞ്ച് പൊലീസ് കണ്ടു. അതോടെ അദ്ദേഹം അവരുടെ സൂക്ഷ്മ നിരീക്ഷണത്തിലായി. അദ്ദേഹമാവട്ടെ പ്രക്ഷോഭത്തിൽ തോളുരുമ്മിനിന്ന വിദ്യാർഥികളുമായി ഉറ്റബന്ധം നിലനിർത്തി. അവരിൽ പലരും പിന്നീട് പൊതുപ്രവർത്തനത്തിൽ സുബ്ബയ്യയുടെ സഹായികളായി.

1928 ഫെബ്രുവരിയിൽ സൈമൺ കമ്മീഷൻ മദിരാശി സന്ദർശിച്ചു. കമ്മീഷനെതിരെ വമ്പിച്ച കരിങ്കൊടി പ്രകടനം. പ്രകടനത്തിനുനേരെ ലാത്തിച്ചാർജും വെടിവെപ്പും. അതേവർഷം ദക്ഷിണ റെയിൽവേയിൽ ഐതിഹാസിക പണിമുടക്ക്. പണിമുടക്കിന് നേതൃത്വം നൽകിയ ശിങ്കാരുവേലു അറസ്റ്റിലായി. ഈ സംഭവവികാസങ്ങളെല്ലാം സുബ്ബയ്യ ശ്രദ്ധിക്കുന്നുണ്ടായിരുന്നു.

1929–ൽ മ്യൂചൽ ബ്രദർഹുഡ് അസോസിയേഷൻ എന്ന പേരിൽ വിദ്യാർഥികൾക്കിടയിൽ ഒരു ലിറ്റററി ഡിബേറ്റിങ് സൊസൈറ്റി രൂപവൽക്കരിച്ചു; 1930–ൽ യൂത്ത് ലീഗും. 1931–ൽ കാൽവെ കോളേജിലെ ആദ്യത്തെ ഓൾഡ് ബോയ്സ് അസോസിയേഷൻ സ്ഥാപിച്ചു. അതിനിടയിൽ സ്വയം മര്യാദാ പ്രസ്ഥാനവുമായി ബന്ധപ്പെട്ടു. അതിന്റെ സാഹിത്യങ്ങൾ വായിച്ചു. യുക്തിവാദത്തെക്കുറിച്ചുള്ള പുസ്തകങ്ങളും ധാരാളം വായിച്ചു.

മെട്രിക്കുലേഷൻ പരീക്ഷ പാസായപ്പോൾ മദിരാശിയിലെ കോളേജിൽ ചേർന്നു പഠിക്കണമെന്നായിരുന്നു മോഹം. അത് നിറവേറിയില്ല. കാരണം അമ്മയും അമ്മാവന്മാരും മദിരാശിയിൽ അയച്ച് പഠിപ്പിക്കുന്നതിന് എതിരായിരുന്നു. മദിരാശിയിൽ എന്തെങ്കിലും ജോലി തരപ്പെടുത്തുന്നതിനെക്കുറിച്ച് അവർ ആലോചിച്ചു. ജോലി സമ്പാദിക്കുന്നതിനെക്കാൾ നല്ലത് സ്വാതന്ത്ര്യസമരത്തിൽ ആണ്ടിറങ്ങുന്നതാണെന്നായി സുബ്ബയ്യ. അദ്ദേഹം അങ്ങനെതന്നെ ചെയ്തു. ജോലി അന്വേഷിക്കാനെന്ന വ്യാജേന മദിരാശിയിൽപോയി നിയമലംഘന പ്രസ്ഥാനത്തിൽ പങ്കുകൊണ്ടു. രോഗമാണെന്നു പറഞ്ഞ് ടെലഗ്രാം അടിച്ച് അമ്മ മകനെ പോണ്ടിച്ചേരിയിലേക്ക് തിരിച്ചുവിളിച്ചു.

1930 അവസാനം പോണ്ടിച്ചേരിയിൽ മടങ്ങിയെത്തി. അവിടെ ഫ്രഞ്ചിന്ത്യൻ യൂത്ത് ലീഗ് രൂപവൽക്കരിച്ചു. അത് പിന്നീട് രജിസ്റ്റർ ചെയ്തു. ധാരാളം യുവാക്കൾ അതിൽ അംഗങ്ങളായി. കോളേജിലെ വിദ്യാർഥി സമരത്തിൽ പങ്കെടുത്തവരിൽ അധികവും ഈ സംഘടനയിൽ ചേർന്നു. 1931–ൽ ആദ്യത്തെ യുവജനസമ്മേളനം; 1932–ൽ രണ്ടാമത്തെയും. ഡോ പി വരദരാജലുനായിഡു, ടി പി മീനാക്ഷീ സുന്ദരംപിള്ള, ജെ എസ് കണ്ണപ്പൻ, കോതനായകി, ഡോ സി നടേശ മുതലിയാർ തുടങ്ങിയവർ ഈ സമ്മേളനങ്ങളിൽ സംബന്ധിച്ചു. ഇതേകാലത്ത് പോണ്ടിച്ചേരി ടൗണിലെ മഹാത്മാഗാന്ധി റോഡിൽ ചില യുവാക്കൾ രാമകൃഷ്ണ റീഡിങ്റൂം ആരംഭിച്ചു. യുവാക്കളിലധികവും തൊഴിലാളി വർഗകുടുംബങ്ങളിൽപ്പെട്ടവർ. ഏറെനാൾ കഴിയുന്നതിനുമുമ്പ് സുബ്ബയ്യ അതിന്റെ പ്രസിഡണ്ടായി. ഈ റീഡിങ്റൂം അംഗങ്ങൾ ജനാധിപത്യാവകാശങ്ങൾക്കുവേണ്ടി വിട്ടുവീഴ്ച കൂടാതെ പോരാടുന്ന പോരാളികളായി. അവരിൽ പലരും 1930 മുതൽ നടന്ന എല്ലാ സാമ്രാജ്യവിരുദ്ധ സമരങ്ങളിലും സജീവം പങ്കെടുത്തിട്ടുണ്ട്.

1931–ൽ ഒരു ജോലി സമ്പാദിച്ചു. മദിരാശി ആസ്ഥാനമായുള്ള സ്റ്റാർ

ഓഫ് ഇന്ത്യാ ഇൻഷ്വറൻസ് കമ്പനിയുടെ പോണ്ടിച്ചേരി ബ്രാഞ്ച് മാനേജർ. രാഷ്ട്രീയ പ്രവർത്തനം തുടരുന്നതിനുള്ള ഒരു മറയായി ആ ജോലി ഉപയോഗിച്ചു. പല ജനവിഭാഗങ്ങൾക്കുമിടയിൽ സുഹൃത്തുക്കളെ ഉണ്ടാക്കിയെടുക്കാൻ അതുവഴി കഴിഞ്ഞു. ഹെഡ് ആപ്പീസിലേക്കെന്നും മറ്റും പറഞ്ഞ് ഇടയ്ക്കിടെ മദിരാശിക്കു പോകും. രാഷ്ട്രീയ നേതാക്കളെ കാണും. അവരുമായി സംസാരിക്കും. ദേശീയ സമരത്തിന്റെ ഗതിവിഗതികൾ മനസിലാക്കും. അക്കാലത്തെ പ്രസിദ്ധമായ ഒരു തമിഴ്വാരികയായിരുന്നു *സ്വാതന്ത്ര്യസംഘം.* ദേശീയവികാരം ഉണർത്തിവിടുന്നതിൽ പ്രധാന പങ്കുവഹിച്ച വാരിക. ദേശീയ സമരത്തെക്കുറിച്ചും ദേശീയനേതാക്കളുടെ അറസ്റ്റിനെക്കുറിച്ചുമുള്ള വാർത്തകൾ അതിൽമുടങ്ങാതെ വരും. ആ വാരിക വായിക്കും. അതിന്റെ പത്രാധിപന്മാരെ കാണും. രാഷ്ട്രീയ ലേഖനങ്ങളും സാമ്പത്തിക കാര്യങ്ങളെക്കുറിച്ചുള്ള ലേഖനങ്ങളും പ്രസിദ്ധീകരിക്കാറുള്ള *ഗാന്ധി* എന്ന മറ്റൊരു തമിഴ് വാരികയും കൃത്യമായി വായിക്കും. മഹാകവി സുബ്രഹ്മണ്യ ഭാരതിയുടെ ഉറ്റസഹായി പത്രാധിപരായുള്ള *മണിക്കൊടി* വാരികയുടെയും സ്ഥിരം വായനക്കാരനായി. ഈ വായനയും ചർച്ചയും ദേശീയസമരം എവിടംവരെ എത്തിനിൽക്കുന്നു എന്നു മനസിലാക്കാൻ സഹായിച്ചു.

ഇക്കാലത്ത് അഖിലേന്ത്യാ ഹരിജൻ സേവക് സംഘ് രൂപം കൊണ്ടു. സെക്രട്ടറി തക്കർ ബാവ. ഡോ. ടി എസ് രാജൻ തമിഴ്നാട്ടിൽ അതിന്റെ ഒരു ഘടകം രൂപവൽക്കരിച്ചു. അദേഹം തന്നെ അതിന്റെ പ്രസിഡണ്ട്. തമിഴ്നാട് ഹരിജൻ സേവക് സംഘിന്റെ ഒരു ഘടകം പോണ്ടിച്ചേരിയിൽ ആരംഭിച്ചു. സെക്രട്ടറി സുബ്ബയ്യ. കാരക്കലും ആരംഭിച്ചു ഒരു ഘടകം. ദക്ഷിണേന്ത്യൻ പര്യടനം നടത്തുകയായിരുന്ന ഗാന്ധിജി കുനൂരിലെത്തിയപ്പോൾ അദേഹം കാണാൻ പോയി; 1934 ഫെബ്രുവരിയിൽ. ഫെബ്രുവരി 17–ന് ഗാന്ധിജിയെ പോണ്ടിച്ചേരിയിൽ കൊണ്ടുവന്നു. ഹരിജനങ്ങൾക്കിടയിൽ നടത്തിയ പ്രവർത്തനം ചേരികളിലെ ജീവിതം എന്തെന്നു പഠിപ്പിച്ചു.

1932–നെ തുടർന്നുള്ള വർഷങ്ങളിൽ സാമൂഹിക–രാഷ്ട്രീയ പ്രവർത്തനങ്ങളിൽ ആണ്ടിറങ്ങി. *സാമ്യവാദി* എന്ന ശീർഷകത്തിൽ ഇക്കാലത്തൊരു പുസ്തകമെഴുതി. അതിൽ സായുധസമരത്തിനുവേണ്ടി വാദിച്ചു. *സാമ്യവാദി* സുഹൃത്തുക്കളെക്കൊണ്ടു വായിപ്പിച്ചു. ദേശീയ വിപ്ലവപ്രസ്ഥാനത്തിലേക്ക് തിരിഞ്ഞ ചിലരെ കണ്ടു. വെല്ലൂർ ജയിലിലെ രാഷ്ട്രീയ തടവുകാരുമായി ബന്ധം സ്ഥാപിച്ചു.

1934 ജൂലായിൽ കമ്യൂണിസ്റ്റ് പാർട്ടി സംഘടിപ്പിക്കുകയെന്ന ലക്ഷ്യത്തോടെ അമീർഹൈദർഖാൻ മദിരാശിയിലെത്തി. ശങ്കർ എന്ന പേരിൽ അദ്ദേഹം അപ്പോൾ ഒളിവിൽ കഴിയുകയായിരുന്നു. അദ്ദേഹത്തെ ചെന്നു കാണും. ദക്ഷിണേന്ത്യയിൽ പാർട്ടി കെട്ടിപ്പടുക്കാൻ ചുമതലയുള്ള പി സുന്ദരയ്യയും ഇടയ്ക്കിടെ മദിരാശിയിൽ വരും. അപ്പോൾ അദ്ദേഹത്തെയും ചെന്നുകാണും. അവർ മാർക്സിസ്റ്റ് സാഹിത്യം വായിക്കാൻ കൊടുക്കും.

അവ താൽപ്പര്യപൂർവം വായിക്കും. ഇത് അദ്ദേഹത്തിന്റെ ജീവിതത്തിൽ വഴിത്തിരിവ് കുറിച്ചു. അദ്ദേഹം എഴുതി:

> അധഃസ്ഥിതരായ അധ്വാനിക്കുന്ന ജനലക്ഷങ്ങളുടെ സാമൂഹിക –സാമ്പത്തിക പരിതഃസ്ഥിതിയിൽ പരിവർത്തനം വരുത്തുന്നതിനുള്ള ഒരേയൊരു പാത അവരെ ട്രേഡ് യൂണിയനുകളിൽ സംഘടിപ്പിക്കുകയും ചൂഷണത്തിനും മർദനത്തിനും എതിരെ വർഗസമരം നടത്തുകയുമാണെന്ന വിശ്വാസം മാർക്സിസ്റ്റ് സാഹിത്യപഠനം എന്നിൽ രൂഢമൂലമാക്കി. അതിനുശേഷം പോണ്ടിച്ചേരിയിലെ ടെക്സ്റ്റൈൽസ് തൊഴിലാളികളെ സംഘടിപ്പിക്കുകയെന്ന കടമ നിറവേറ്റുന്നതിൽ ഏർപ്പെട്ടു. ഹരിജൻ സേവക് സംഘിന്റെ പ്രവർത്തനത്തിലൂടെ അവരുമായി ഞാൻ നേരത്തെ ഉറ്റബന്ധം സ്ഥാപിച്ചിരുന്നു.

മദിരാശിയിൽ വരദമുത്തിയപ്പൻ തെരുവിൽ സുന്ദരയ്യ ലേബർ പ്രൊട്ടക്ഷൻ ലീഗ് സ്ഥാപിച്ചു. മദിരാശിയിലെ ആദ്യകാല ട്രേഡ് യൂണിയനുകളിലൊന്ന്. എങ്ങനെയാണ് ട്രേഡ് യൂണിയൻ സംഘടിപ്പിക്കേണ്ടതെന്ന് സുന്ദരയ്യയോടു ചോദിച്ചു മനസിലാക്കി. 1934 ജൂലായ് മുതൽ പോണ്ടിച്ചേരിയിൽ ട്രേഡ് യൂണിയനുകൾ സംഘടിപ്പിക്കാൻ ശ്രമം തുടങ്ങി. ആറു മാസമെടുത്തു തൊഴിലാളികളെ ഒരു സംഘടനിൽ കൊണ്ടുവരാൻ. 1934 ജൂണിൽ *സ്വാതന്ത്ര്യം* എന്ന മാസിക തുടങ്ങിയിരുന്നു. ധാരാളം പേരുകേട്ട എഴുത്തുകാരുടെ സൃഷ്ടികൾ അതിൽ പ്രസിദ്ധം ചെയ്തു. വിപ്ലവപരമായ ആശയങ്ങൾ പ്രചരിപ്പിക്കുന്ന മാസികയെന്ന നിലയിൽ അതിവേഗം അത് പ്രസിദ്ധമായി. അതിന്റെ പ്രചാരം 8000 കോപ്പിയിലെത്തി. അത് ബ്രിട്ടീഷ് ഇന്ത്യയിൽ കടത്തുന്നത് നിരോധിച്ചു. രണ്ടാം ലക്കം കണ്ടുകെട്ടുക പോലും ചെയ്തു. 1935 ജനുവരി മുതൽ അതു വാരികയാക്കി.

ഇക്കാലത്ത് ഫ്രഞ്ച് തൊഴിലാളി സംഘടനയുമായി സുബ്ബയ്യ ബന്ധപ്പെട്ടു. തുടർന്ന് സാവന മില്ലിൽ പണിമുടക്ക്. തൊഴിലുടമകൾ മുട്ടുകുത്തി. 1935 ഫെബ്രുവരി 4 മുതൽ ഏപ്രിൽ 29 വരെ നീണ്ടുനിന്നതിനുശേഷമാണ് പണിമുടക്ക് അവസാനിച്ചത്. ചില ആവശ്യങ്ങൾ തൊഴിലുടമകൾ അംഗീകരിച്ചു. ഈ പണിമുടക്ക് നടക്കുന്നതിനിടയിൽ വി വി ഗിരി തുടങ്ങി അക്കാലത്തെ പ്രമുഖ ട്രേഡ് യൂണിയൻ നേതാക്കളുമായി ബന്ധപ്പെട്ടു. പണിമുടക്ക് പോണ്ടിച്ചേരിയിലെ വിവിധ മില്ലുകളിലെ തൊഴിലാളികളെ തട്ടിയുണർത്തി. മറ്റു രണ്ടു മില്ലുകളിലെ തൊഴിലാളികളും സംഘടിച്ചു. അപ്പോൾ തൊഴിലാളി സംഘടനകളെ മുളയിൽതന്നെ നുള്ളിക്കളയണമെന്ന ലക്ഷ്യത്തോടെ യൂണിയൻ രൂപവൽക്കരിക്കാൻ മുൻകൈ എടുത്തവർക്കെതിരെ ശിക്ഷാനടപടി. അതിനെതിരെ പണിമുടക്ക്, ശിക്ഷാനടപടികൾ റദ്ദാക്കാൻ മാനേജ്മെന്റ് നിർബദ്ധമായി.

1937 ആഗസ്തിൽ പ്രമുഖ വ്യക്തികളുടെയും വിവിധ സംഘടനാ പ്രതിനിധികളുടെയും ഒരു യോഗം സുബ്ബയ്യ വിളിച്ചുകൂട്ടി. ഫ്രഞ്ചിന്ത്യ

യിൽ ഒരു രാഷ്ട്രീയ സംഘടന രൂപവൽക്കരിക്കുക ലക്ഷ്യം. വ്യക്തമായ കർമപരിപാടികളോടെ മഹാജനസഭ രൂപം കൊണ്ടത് അങ്ങനെയാണ്. യൂത്ത് ലീഗ് ഉൾപ്പെടെയുള്ള സംഘടനകൾ സഭയുമായി ബന്ധപ്പെട്ടു. കാരക്കലിലെ ദേശീയ നേതാക്കളും മഹാജനസഭയിൽ ചേർന്നു. 1937 ആഗസ്തിൽ സംഘടിപ്പിച്ച ഉദ്ഘാടന സമ്മേളനത്തിൽ ആയിരക്കണക്കിനാളുകൾ പങ്കെടുത്തു. സമ്മേളനം ഒരു പരിപാടി അംഗീകരിച്ചു. അത് ഭാവിപ്രവർത്തനത്തിന് വഴികാട്ടിയായി.

ഇന്ത്യൻ നാഷണൽ കോൺഗ്രസിന്റെ ഹരിപുര സമ്മേളനത്തിൽ പങ്കെടുത്തു. പി ജീവാനന്ദം, സി പി ഇളങ്കോ തുടങ്ങിയ സി എസ് പി നേതാക്കളുടെ കൂടെയാണ് മദിരാശിയിൽ നിന്ന് ഹരിപുരയിലേക്ക് പോയത്. മദിരാശിയിൽ അപ്പോൾ കോൺഗ്രസ് മന്ത്രിസഭ. പല സംസ്ഥാനങ്ങളിൽനിന്നുമുള്ള കോൺഗ്രസ് നേതാക്കളുമായി അടുക്കാൻ അവസരം ലഭിച്ചു. കമ്യൂണിസ്റ്റ് നേതാക്കളെയും പരിചയപ്പെട്ടു. അവരിൽ പലരുമായും ദീർഘസമയം ആശയവിനിമയം നടത്തുകയും ചെയ്തു. അവരുമായി പിന്നെയും ചർച്ച നടത്തണമെന്ന് മോഹം.

അങ്ങനെയാണ്, ഹരിപുര സമ്മേളനത്തിനുശേഷം, 1938 ഫെബ്രുവരി ആദ്യം, ബോംബെയിലേക്ക് പോയത്. മൂന്നുദിവസം അവിടെ തങ്ങി. എ ഐ ടി യു സിയുടെയും സി പി ഐ യുടെയും ഒട്ടേറെ നേതാക്കളെ കണ്ടു. എൻ എം ജോഷിയുമായി ചർച്ച നടത്തി. ഗിർണികാംഗർ യൂണിയൻ ആപ്പീസ് സന്ദർശിച്ചു. ബോംബെയിൽ നിന്ന് മംഗലാപുരം വഴി മാഹിയിലെത്തി. അവിടെ വമ്പിച്ച പൗരസ്വീകരണം. മഹാജനസഭയുടെ ഒരു ഘടകം മാഹിയിൽ രൂപവൽകരിച്ചു. ഐ കെ കുമാരൻ പ്രസിഡണ്ട്, സി ഇ ഭരതൻ സെക്രട്ടറി. പോണ്ടിച്ചേരിയിൽ തിരിച്ചെത്തിയപ്പോഴേക്കും ദേശീയസമരം ശക്തി പ്രാപിച്ചു.

പോണ്ടിച്ചേരിയിൽ ദേശീയസമരത്തിന്റെ അലകൾ അടിച്ചുകയറിക്കൊണ്ടിരുന്നപ്പോൾ, ഫ്രാൻസിൽ നാസി അനുകൂലശക്തികൾക്ക് മേൽകൈ കിട്ടി. 1938 ആദ്യം ജനകീയ ഗവൺമെന്റ് രാജിവെക്കാൻ നിർബദ്ധമായി. റാഡിക്കൽ സോഷ്യലിസ്റ്റ് പാർട്ടി അധികാരത്തിലെത്തി. ഹിറ്റ്ലർ അനുകൂലി ദെലാദിയർ ആയിരുന്നു അതിന്റെ നേതാവ്. 1938 ഏപ്രിൽ 16-ന് ദെലാദിയർ പ്രധാനമന്ത്രിയായി സ്ഥാനമേറ്റു. പാർലമെന്റിലെ ഭൂരിപക്ഷം അയാൾക്ക് അനുകൂലമായി നീങ്ങി. ഏകാധിപത്യവാഴ്ച അടിച്ചേൽപ്പിക്കാനുള്ള അവസരം അയാൾക്ക് തുറന്നുകിട്ടി. ആ അവസരം ഉപയോഗിക്കുകയും ചെയ്തു.

ഇത് മൃഗീയമായ അടിച്ചമർത്തലിന്റേതായ പാത പിന്തുടരാൻ ഫ്രഞ്ച് കോളനിയിലെ ഗവർണർമാർക്ക് പ്രചോദനമായി. ഈ അവസരം ഉപയോഗിച്ച് പോണ്ടിച്ചേരി ഗവർണർ പൊതുയോഗങ്ങൾ നിരോധിച്ചു. പത്രങ്ങൾ സെൻസർഷിപ്പ് ഏർപ്പെടുത്തി. ഇന്തോ ചൈനയിൽ ദേശീയ വിമോചനസമരത്തെ അടിച്ചമർത്താൻ അയച്ച ഒരു മിലിറ്ററി റെജിമെന്റിനെ അവിടെനിന്ന് പിൻവലിച്ച് 1938 മേയിൽ പോണ്ടിച്ചേരിയിലേക്ക് അയച്ചു

ദെലാദിയർ ഗവൺമെന്റ്. ആ പട്ടാളത്തെക്കൂടി ഉപയോഗിച്ചാണ് ദേശീയ സമരത്തെ നേരിട്ടത്. നിലവിലുള്ള മുൻസിപ്പൽ കമ്മീഷനുകൾ ഗവർണർ പിരിച്ചുവിട്ടു. സമരത്തിന് നേതൃത്വം നൽകുന്ന വളണ്ടിയർസംഘം നേതാവ് വി രാമനാഥനെ പോണ്ടിച്ചേരിയിൽ നിന്നു പുറത്താക്കി. 1937–ൽ മെയ്ദിനം അവധിയായി പ്രഖ്യാപിച്ചുകൊണ്ടെടുത്ത തീരുമാനം റദ്ദാക്കി. അതിൽ പ്രതിഷേധിച്ച് നോട്ടീസുകൾ വിതരണം ചെയ്ത സുബ്ബയ്യ യെയും സംഘത്തെയും അറസ്റ്റു ചെയ്ത് വിട്ടയച്ചു. സ്വാതന്ത്ര്യവും സുഹാദി വർധിനിയും നിരോധിച്ചു. ജനങ്ങൾക്കെതിരെ സമൂഹവിരുദ്ധരെ സംഘടിപ്പിച്ചു. ഗുണ്ടകളെ സംഘടിപ്പിക്കുന്നതിലും മർദനം കെട്ടഴിച്ചു വിടുന്നതിലും പ്രതിഷേധിച്ച് മുത്തയ്യാൽപേട്ട് പൊലീസ് സ്റ്റേഷനുമുമ്പിൽ വമ്പിച്ച പ്രകടനം. അതിനുനേരെ പൊലീസ് വെടിവെച്ചു. രണ്ടു യുവാക്കൾ മരിച്ചു.

അപ്പോഴേക്കും സുബ്ബയ്യക്ക് അറസ്റ്റുവാറണ്ട്. പോണ്ടിച്ചേരിയിൽ നിന്ന് പുറത്തുകടന്നു. മദിരാശിയിലെ പല സ്ഥലങ്ങളുമായി താമസിച്ചു. അതിനിടയിൽ പോണ്ടിച്ചേരിയിലെ സ്ഥിതിഗതികളെ സംബന്ധിച്ച് വിശദമായ ഒരു റിപ്പോർട്ട് ഫ്രഞ്ച് കമ്യൂണിസ്റ്റ് പാർട്ടിക്ക് അയച്ചു. ഡിസംബർ 22– ന് അപ്രതീക്ഷിതമായി അറസ്റ്റിലായി. 1939 ജനുവരിയിൽ പോണ്ടിച്ചേരിയിലേക്ക് കൊണ്ടുപോയി. അവിടത്തെ ജയിലിൽ അടച്ചു. ജയിലിലെ സെല്ലുകൾ കുതിരലായം പോലെ ആയിരുന്നു; ജയിലധികൃതരുടെ പെരുമാറ്റം മൃഗീയവും. അവസാനം ജയിലിലെ മോശമായ അവസ്ഥക്കെതിരെ നിരാഹാരസമരം തുടങ്ങി. 350 സഹതടവുകാരും ഒപ്പം കൂടി. ഒരാഴ്ചക്കകം ആവശ്യങ്ങൾ അംഗീകരിക്കാമെന്നു പറഞ്ഞപ്പോൾ സമരം പിൻവലിച്ചു.

രാഷ്ട്രീയ പരിതഃസ്ഥിതിയിൽ മാറ്റം വന്നത് പോണ്ടിച്ചേരിയിൽ പ്രതിഫലിച്ചു. രാഷ്ട്രീയത്തടവുകാരെ വിട്ടയച്ചു. 1939 ജൂൺ 11–ന് സുബ്ബയ്യ പുറത്തിറങ്ങി. പോണ്ടിച്ചേരിയിൽ നിന്ന് പുറത്തുപോയവർ നാട്ടിലേക്ക് മടങ്ങി. സുബ്ബയ്യ വീണ്ടും പ്രവർത്തനനിരതനായി. മറ്റു നേതാക്കളോടൊപ്പം ഗ്രാമങ്ങൾതോറും സഞ്ചരിച്ചു. ജയിൽമോചിതരായ എല്ലാവരെയും നേരിൽ കണ്ടു.

രണ്ടാം ലോകമഹായുദ്ധം പൊട്ടിപ്പുറപ്പെട്ടപ്പോൾ യുദ്ധത്തിനെതിരെ അണിനിരക്കാൻ കമ്യൂണിസ്റ്റ് പാർട്ടിയുടെ ആഹ്വാനം. അമീർ ഹൈദർഖാനുമായും പി സുന്ദരയ്യയുമായും ബന്ധപ്പെട്ടതിനുശേഷം 1934 ജൂലായ് മുതൽ കമ്യൂണിസ്റ്റ് പാർട്ടി അംഗമായ വി സുബ്ബയ്യ (അക്കാര്യം അപ്പോഴും വെളിപ്പെടുത്തിയില്ല) യുദ്ധത്തിനെതിരെ തൊഴിലാളികളെയും ഇതര ജന വിഭാഗങ്ങളെയും അണിനിരത്തുന്നതിൽ ഏർപ്പെട്ടു. അദ്ദേഹം മദിരാശി പ്രവിശ്യയിൽ കടക്കുന്നതിന് വിലക്ക്. എങ്കിലും സൗത്ത് ആർക്കാട്, തഞ്ചാവൂർ തുടങ്ങിയ ജില്ലകളിൽ യുവാക്കളുടെ ധാരാളം യോഗങ്ങളിൽ പങ്കെടുത്തു. 1941 ജനുവരിയിൽ തഞ്ചാവൂരിൽ അറസ്റ്റിലായി. വെല്ലൂർ ജയിലിലേക്ക് കൊണ്ടുപോയി. 400 കമ്യൂണിസ്റ്റ് തടവുകാരുണ്ടായിരുന്നു അപ്പോൾ ജയിലിൽ. അവർ അവിടെ കമ്യൂൺ ജീവിതമാണ് നയിച്ചത്.

ജയിലിൽ തടവുകാരുടെ ആവശ്യങ്ങൾ ഉന്നയിച്ച് നടന്ന നിരാഹാരസമരത്തിൽ പങ്കെടുത്തു. 19 ദിവസം നീണ്ട സമരം. യുദ്ധത്തിന്റെ സ്വഭാവത്തിൽ മാറ്റം വന്നുവെന്ന് കമ്യൂണിസ്റ്റ് പാർട്ടി പ്രഖ്യാപിച്ചതോടെ കമ്യൂണിസ്റ്റ് തടവുകാരെ മോചിപ്പിക്കാൻ തുടങ്ങി. 1942 സപ്തംബർ 11-ന് സുബ്ബയ്യ മോചിതനായി.

പോണ്ടിച്ചേരിയിൽ തിരിച്ചെത്തിയശേഷം കമ്യൂണിസ്റ്റ് പാർട്ടി കെട്ടിപ്പടുക്കുന്ന പ്രവർത്തനമാരംഭിച്ചു. ആ വർഷം തന്നെ ഫ്രഞ്ചിന്ത്യൻ കമ്യൂണിസ്റ്റ് പാർട്ടി രൂപവൽക്കരിച്ചു. പാർട്ടിയുടെ നേതൃത്വത്തിൽ ഫാസിസ്റ്റ് വിരുദ്ധ ക്യാമ്പെയ്‌ൻ നടത്തി. അത് ഫ്രഞ്ചിന്ത്യൻ ഗവൺമെന്റിന് ഇഷ്ടപ്പെട്ടില്ല. സുബ്ബയ്യയെ പോണ്ടിച്ചേരിയിൽ നിന്ന് പുറത്താക്കി. 1944 ജൂലായിൽ കാരയ്ക്കൽ, മാഹി, യാനം, ചന്ദ്രനഗർ എന്നിവിടങ്ങളിൽ പ്രവേശിക്കുന്നത് വിലക്കി. എങ്കിലും പോണ്ടിച്ചേരിയിൽ വലിയൊരു ഫാസിസ്റ്റ് വിരുദ്ധ സമ്മേളനം നടന്നു. 1945 വരെ ഒളിവിൽ കഴിഞ്ഞു. ഫ്രഞ്ച്, ബ്രിട്ടീഷ് പൊലീസുകാർ ഒരുപോലെ അദ്ദേഹത്തിനുവേണ്ടി വല വീശി.

1945-ൽ കമ്യൂണിസ്റ്റ് പാർട്ടി മുൻകൈ എടുത്ത് ദേശീയ ജനാധിപത്യമുന്നണി രൂപവൽക്കരിച്ചു. ഒരു രാഷ്ട്രീയ കാര്യപരിപാടി തയ്യാറാക്കി. നാസി അധിനിവേശത്തിൽനിന്ന് ഫ്രാൻസ് മോചിതമായി. പുതിയ സ്ഥിതിവിശേഷം സംജാതമായി. ഈയൊരു പശ്ചാത്തലത്തിലാണ് ദേശീയ ജനാധിപത്യമുന്നണി ഉയർന്നുവന്നത്.

1945-ൽ ഫ്രാൻസ് മോചനം പ്രഖ്യാപിച്ച ഉടൻ ചെറുത്തുനിൽപ്പുപ്രസ്ഥാനത്തിൽ നേതൃത്വപരമായ പങ്കുവഹിച്ച രാഷ്ട്രീയ പാർട്ടികൾ ഭരണഘടനാ നിർമാണസമിതി രൂപവൽക്കരിച്ചു. ഫ്രഞ്ച് റിപ്പബ്ലിക്കിനുവേണ്ടി ഒരു ഭരണഘടന എഴുതിയുണ്ടാക്കി. സ്ത്രീകൾക്കും പുരുഷൻമാർക്കും പ്രായപൂർത്തി വോട്ടവകാശം അംഗീകരിച്ചു. അതിന്റെ കോളനികളും ജനാധിപത്യ സ്ഥാപനങ്ങൾ പുനഃസ്ഥാപിച്ചു. മുൻസിപ്പാലിറ്റികളിലേക്കും നിയമസഭകളിലേക്കും പാർലമെന്റിലേക്കും തിരഞ്ഞെടുപ്പു നടത്തി. ഫ്രഞ്ചിന്ത്യയിലും നടന്നു തിരഞ്ഞെടുപ്പ്. ഇവിടത്തെ തിരഞ്ഞെടുപ്പ് 1946 ജനുവരി 26-ന്. തിരഞ്ഞെടുപ്പിൽ ദേശീയ ജനാധിപത്യ മുന്നണി തൂത്തുവാരി. ഉപരിസഭയിലേക്കുള്ള രണ്ടു സീറ്റുകളും മുന്നണിക്ക്. ഒന്നിൽ നിന്നു ജയിച്ചത് സുബ്ബയ്യ. അങ്ങനെ അദ്ദേഹം ഫ്രഞ്ച് പാർലമെന്റ് അംഗമായി.

മുന്നണി ശക്തി പ്രാപിക്കുന്നതിൽ പരിഭ്രാന്തരായിത്തീർന്ന ഫ്രഞ്ചു ഭരണാധികാരികൾ അതിനകത്ത് ഭിന്നിപ്പുണ്ടാക്കാൻ കിണഞ്ഞു പരിശ്രമിച്ചു. അതിൽ വിജയിക്കുകയും ചെയ്തു. ഫ്രഞ്ച് സോഷ്യലിസ്റ്റ് പാർട്ടിയുടെ ഒരു ഘടകം പോണ്ടിച്ചേരിയിൽ രൂപം കൊണ്ടു - ഫ്രഞ്ചിന്ത്യൻ സോഷ്യലിസ്റ്റ് പാർട്ടി. 1947-ൽ ബ്രിട്ടീഷ് ഇന്ത്യക്ക് സ്വാതന്ത്ര്യം കിട്ടിയപ്പോൾ ഫ്രഞ്ചിന്ത്യക്ക് സ്വാതന്ത്ര്യം അനുവദിക്കണമെന്നാവശ്യപ്പെട്ട് കമ്യൂണിസ്റ്റ് പാർട്ടി പ്രക്ഷോഭമാരംഭിച്ചു. സുബ്ബയ്യ അതിനായി ഫ്രഞ്ചു പാർലമെണ്ടിൽ ശക്തിയായി വാദിച്ചു. ഇവിടെ ആരംഭിച്ച പ്രക്ഷോഭം ക്രൂരമായി മർദിച്ചൊതുക്കാനാണ് ഗവർണർ മുതിർന്നത്. 1948-ൽ സുബ്ബയ്യയെ അറ

സ്റ്റുചെയ്യാൻ വേണ്ടി വാറണ്ട് ഇറക്കി. 1951 ലാണത് പിൻവലിച്ചത്. 1951 മുതൽ ഫ്രഞ്ചധീനപ്രദേശങ്ങളുടെ മോചനത്തിനായുള്ള സമരം പൂർവാധികം ശക്തിയോടെ സുബ്ബയ്യ നയിച്ചു. ആ സമരത്തിന് പിന്തുണ നൽകുകയും ഫ്രഞ്ചിന്ത്യയുടെ മോചനത്തിന് വാദിക്കുകയും ചെയ്ത തമിഴ് വാരികയായിരുന്നു *സ്വാതന്ത്ര്യം.* അതിർത്തി പ്രദേശത്തുനിന്ന് സുബ്ബയ്യ അത് പുറത്തിറക്കുകയായിരുന്നു. അതിർത്തി പ്രദേശത്ത് പാർത്തുകൊണ്ടാണ് അദ്ദേഹം സമരത്തിന് നേതൃത്വം നൽകിയത്. നിയമപരമായ അധികാരക്കൈമാറ്റത്തിന് ഒരാഴ്ചമുമ്പ്, 1954 നവംബർ ഒന്നിന്, അദ്ദേഹം പോണ്ടിച്ചേരിയിൽ പ്രവേശിച്ചു.

ഫ്രഞ്ച് കൊളോണിയലിസ്റ്റുകൾ ഇന്ത്യയിലെ തങ്ങളുടെ ഔട്ട്പോസ്റ്റുകളിൽ നിന്ന് പിൻവാങ്ങിയശേഷം പോണ്ടിച്ചേരിയിൽ പുതുതായി രൂപവൽക്കരിച്ച അസംബ്ലിയിലേക്ക് തിരഞ്ഞെടുപ്പ് നടന്നു. കമ്യൂണിസ്റ്റ് പാർട്ടി ഭൂരിപക്ഷത്തിനടുത്തെത്തി. സുബ്ബയ്യ പ്രതിപക്ഷ നേതാവായി. പിന്നീട് പലതവണ പ്രതിപക്ഷ നേതാവായിരുന്നിട്ടുണ്ട്. 1965–66–ൽ പബ്ലിക് അക്കൗണ്ട്സ് കമ്മിറ്റി ചെയർമാൻ. 1969 മുതൽ 1973 വരെ ഡി എം കെ–സി പി ഐ കൂട്ടുകക്ഷി ഗവൺമെന്റിൽ കൃഷി മന്ത്രി.

പോണ്ടിച്ചേരിയിൽ കമ്യൂണിസ്റ്റ് പ്രസ്ഥാനത്തിന്റെ സ്ഥാപകനേതാവായിരുന്ന സുബ്ബയ്യ 1952–54 കാലത്ത് തമിഴ്നാട് കമ്യൂണിസ്റ്റ് പാർട്ടി സെക്രട്ടറിയായി പ്രവർത്തിച്ചു. 1957 മുതൽ എ ഐ ടി യു സി പ്രവർത്തക സമിതി അംഗം, ഇന്ത്യൻ കമ്യൂണിസ്റ്റ് പ്രസ്ഥാനത്തിനകത്ത് പിളർപ്പുണ്ടായപ്പോൾ സി പി ഐ യിൽ ഉറച്ചുനിന്ന സുബ്ബയ്യ ദീർഘകാലം സി പി ഐ ദേശീയ കൗൺസിൽ അംഗമായിരുന്നു. പലതവണ സി പി ഐയുടെ കേന്ദ്ര കൺട്രോൾ കമ്മീഷൻ അംഗമായും തിരഞ്ഞെടുക്കപ്പെട്ടിട്ടുണ്ട്. ന്യൂസെഞ്ചറി ബുക്ക് ഹൗസിന്റെ ചെയർമാൻ ആയിരുന്നു. 1993 ഒക്ടോബർ 12–ന് അന്തരിച്ചു.

സുബോധ് റോയ്

1916 - 2006

ഇന്ത്യയിലെ സ്വാതന്ത്ര്യസമരത്തിന്റെ പല ധാരകളിൽ ഒന്നായിരുന്നുവല്ലോ ദേശീയ വിപ്ലവപ്രസ്ഥാനം. തോക്കും ബോംബുമുപയോഗിച്ച് രാജ്യത്തിന്റെ സ്വാതന്ത്ര്യം നേടിയെടുക്കുകയെന്നതായിരുന്നു ആ പ്രസ്ഥാനത്തിന്റെ ലക്ഷ്യം. അതിന്റെ നേതൃത്വത്തിൽ രാജ്യത്തിന്റെ പല ഭാഗങ്ങളിലായി നടന്ന ആക്ഷനുകൾക്ക് കണക്കില്ല. ആ ആക്ഷനുകളുടെ പരമ്പരയിലെ ഏറ്റവും പ്രധാനപ്പെട്ടതും ഒടുവിലത്തതുമായിരുന്നു ചിറ്റഗോങ് ആയുധശാലാക്രമണം. അതിൽ പങ്കെടുത്ത രണ്ട് വിപ്ലവകാരികളെ *ആദ്യപഥികരിൽ* പരിചയപ്പെടുത്തുകയുണ്ടായി. മറ്റൊരു വിപ്ലവകാരിയെ ഇവിടെ പരിചയപ്പെടുത്തുന്നു– സുബോധ് റോയ്. ആയുധശാലാക്രമണത്തിൽ പങ്കെടുത്ത ഏറ്റവും പ്രായംകുറഞ്ഞ വിപ്ലവകാരിയായിരുന്നു അദ്ദേഹം – പന്ത്രണ്ടുവർഷം ജയിലിലും മൂന്നുവർഷം ഒളിവിലും കഴിഞ്ഞ വിപ്ലവകാരി.

ഇപ്പോൾ ബംഗ്ലാദേശിലുൾപ്പെട്ട ചിറ്റഗോങ് നഗരത്തിൽ 1916–ൽ ജനിച്ചു. പിതാവ് ആർ സി റോയി ആ നഗരത്തിലെ നല്ല പ്രാക്ടീസുള്ള അഭിഭാഷകനും വലിയൊരു സെമിന്ദാരുമായിരുന്നു. അവർക്ക് നോവാപ്പാറ ഗ്രാമത്തിൽ ഒരു വീടുണ്ടായിരുന്നു. ആ ഗ്രാമവാസിയായിരുന്നു ചിറ്റഗോങ് ആയുധശാലാക്രമണത്തിലെ വീരനായകൻ സൂര്യസെൻ. റോയിക്ക് ദേശീയപ്രസ്ഥാനത്തോട് അനുഭാവമുണ്ടായിരുന്നെങ്കിലും അതിൽ അശേഷം പങ്കെടുക്കുകയുണ്ടായില്ല. എന്നല്ല, ഖദർ ധരിക്കുകപോലുമുണ്ടായില്ല. മാതാവ് സരജു റോയി. അവർ കേവലം ഒരു വീട്ടമ്മ. രക്ഷാകർത്താക്ക

ളിലോ കുടുംബത്തിലോ ആരുംതന്നെ രാഷ്ട്രീയത്തിൽ തൽപ്പരരായിരുന്നില്ല. അതുകൊണ്ട് സുബോധ് റോയ് വിപ്ലവപ്രസ്ഥാനത്തിൽ സജീവമായി പങ്കെടുക്കാൻ തുടങ്ങിയപ്പോൾ എല്ലാവരും അത്ഭുതപ്പെട്ടു.

ചിറ്റഗോങ് മുനിസിപ്പൽ ഹൈസ്കൂളിലാണ് അദ്ദേഹം പഠിച്ചത്. പ്രതിഭാശാലിയായ വിദ്യാർഥിയായിരുന്നു എല്ലാവരും ജുങ്കു എന്ന ഓമനപ്പേരിൽ വിളിച്ച സുബോധ് റോയ്. എല്ലാ ക്ലാസിലും ഒന്നാം റാങ്ക് കിട്ടിയ വിദ്യാർഥി. പഠനത്തിൽ തിളങ്ങിയാൽ ഉപരിപഠനത്തിന് ഇംഗ്ലണ്ടിലേക്കയയ്ക്കാം- പിതാവ് വാഗ്ദാനം നൽകി. ജുങ്കു തെരഞ്ഞെടുത്തത്, പക്ഷേ, മറ്റൊരു മാർഗം. നന്നേ ചെറിയ ക്ലാസിൽ പഠിക്കുമ്പോൾത്തന്നെ വിപ്ലവപ്രസ്ഥാനത്തെക്കുറിച്ച് കേൾക്കുകയും അതിൽ ആവേശം കൊള്ളുകയും ചെയ്തു. അദ്ദേഹത്തെ വിപ്ലവപ്രസ്ഥാനവുമായി അടുപ്പിച്ചത് നിർമൽ സെൻ.

നിർമൽ സെൻ പേരുകേട്ട വിപ്ലവകാരിയായിരുന്നു. അദ്ദേഹവും സഹപ്രവർത്തകരും ഖുദിറാം ബോസിന്റെ ആത്മകഥയും കക്കോറി രക്തസാക്ഷികളെക്കുറിച്ചുള്ള പുസ്തകവും നിരോധിക്കപ്പെട്ട മറ്റു പുസ്തകങ്ങളും ജുങ്കുവിന് വായിക്കാൻ കൊടുക്കും. അത് ആ ബാലനെ ആവേശം കൊള്ളിച്ചു. സ്വാമി വിവേകാനന്ദന്റെ കൃതികൾ ആ ബാലനിൽ സ്വാധീനം ചെലുത്തി. ഐറിഷ് റിപ്പബ്ലിക്കൻ പട്ടാളത്തിന്റെ ചരിത്രം കോരിത്തരിപ്പിച്ചു. ഗ്രാമത്തിൽ പോകുമ്പോൾ സൂര്യസെന്നിനെ കാണും. അദ്ദേഹം നല്ല മതിപ്പുളവാക്കി. അദ്ദേഹം ചിറ്റഗോങ് ജില്ലാ കോൺഗ്രസ് കമ്മിറ്റി സെക്രട്ടറികൂടിയായിരുന്നു. അതുകൊണ്ട് കോൺഗ്രസിന്റെ വളണ്ടിയർ സംഘത്തിൽ ജുങ്കുവിനെ അംഗമാക്കി. വാസ്തവത്തിൽ സൂര്യസെൻ മാത്രമല്ല, ചിറ്റഗോങ് ആയുധശാലാക്രമണത്തിൽ പങ്കെടുത്ത മറ്റു ചിലരും കോൺഗ്രസിലെ അംഗങ്ങളോ പ്രവർത്തകരോ ആയിരുന്നു. ഗണേശ് ഘോഷും അംബികാ ചക്രവർത്തിയും ഉദാഹരണം. ഗണേശ് ഘോഷ് സൂര്യസെന്നിനോടൊപ്പം 1928-ൽ കൽക്കത്തയിൽനടന്ന കോൺഗ്രസ് സമ്മേളനത്തിൽ പങ്കെടുത്തിട്ടുണ്ട്. കോൺഗ്രസിന്റെ വളണ്ടിയർകോറിൽ മേജറുടെ പദവിയായിരുന്നു ഗണേഷ് ഘോഷിന്. ചിറ്റഗോങിൽ ആനന്ദ് സിങും ഗണേശ് ഘോഷും നടത്തിയ ഒരു ക്ലബ് ഉണ്ടായിരുന്നു- സാദർഘട്ട് ക്ലബ്. സുബോധ് റോയ് അതിലെ അംഗമായി.

സൂര്യസെന്നും സഖാക്കളും ചിറ്റഗോങിലെ ആയുധപ്പുര ആക്രമിക്കാൻ തീരുമാനിച്ചു. ആയുധപ്പുരയിലെ ആയുധങ്ങൾ കൈക്കലാക്കുക; അവ ഉപയോഗിച്ച് ബ്രിട്ടീഷുകാർക്കെതിരെ പോരാടുക- വിപ്ലവകാരികൾ ദൃഢവ്രതമെടുത്തു. "ബ്രിട്ടീഷുകാർ ഇന്ത്യയിൽനിന്ന് കെട്ടുകെട്ടട്ടെ. രാജ്യം ആര്, എങ്ങനെ ഭരിക്കണമെന്ന് ഇന്ത്യക്കാർ തീരുമാനിക്കട്ടെ"- വിപ്ലവകാരികൾ പ്രഖ്യാപിച്ചു. ഈ പ്രഖ്യാപനം നടത്തുമ്പോൾ, ആയുധശാലാക്രമണം ആസൂത്രണം ചെയ്യുമ്പോൾ സുബോധ് റോയ് പത്താം ക്ലാസ് വിദ്യാർഥി (പിന്നീട് ജയിലിൽവെച്ച് ഉന്നതവിദ്യാഭ്യാസം നേടി). സൂര്യസെൻ നേതൃത്വം നൽകിയ സംഘടനയിൽ 500-600 ആളുകളു

ണ്ടായിരുന്നു. എങ്കിലും ആയുധശാലാക്രമണത്തിൽ പങ്കെടുക്കാൻ തിരഞ്ഞെടുത്തത് 60 പേരെ. അതിൽ 14 വയസുകാരനായ ജുങ്കുവുമുൾപ്പെട്ടു.

ചിറ്റഗോങ് പട്ടണത്തിലെ പൊലീസ് ലൈനിൽ ആക്രമണം നടത്തുന്നതിനുള്ള സംഘത്തിലാണ് ജുങ്കു നിയോഗിക്കപ്പെട്ടത്. വിപ്ലവകാരികൾ തയ്യാറാക്കിയ പദ്ധതിപ്രകാരം എല്ലാവരും ഖാക്കി യൂണിഫോം ധരിക്കണം. വിപ്ലവകാരികളെ രണ്ടു സംഘങ്ങളായി തിരിക്കും– അഡ്വാൻസ് ഗ്രൂപ്പും സപ്പോർട്ടിങ് ഗ്രൂപ്പും. അഡ്വാൻസ് ഗ്രൂപ്പിൽ ആറ്–ഏഴു പേരുണ്ടാകും. ഗണേശ് ഘോഷും അനന്തസിങ്ങും മറ്റും ആ ഗ്രൂപ്പിലായിരുന്നു; ജുങ്കു സപ്പോർട്ടിങ് ഗ്രൂപ്പിലും. അഡ്വാൻസ് ഗ്രൂപ്പ് കാവൽക്കാരെ മറികടന്ന് ആയുധപ്പുരയിൽ പ്രവേശിച്ചു. താമസിയാതെ സപ്പോർട്ടിങ് ഗ്രൂപ്പും എത്തി. അവർ എടുക്കാവുന്ന ആയുധങ്ങൾ എടുത്തു. ബാക്കിയുള്ളവ ശത്രു ഉപയോഗിക്കാതിരിക്കാൻ കത്തിച്ചുകളഞ്ഞു. ആയുധങ്ങൾ കത്തിക്കാനുള്ള ശ്രമത്തിനിടയിൽ ഹിമാംശുവിന് ഗുരുതരമായ പൊള്ളലേറ്റു. വേദനകൊണ്ട് പുളയുന്ന ഹിമാശംവിന്റെ ശബ്ദം അവിടെങ്ങും മാറ്റൊലികൊണ്ടു. ഗണേശ് ഘോഷ് ഉൾപ്പെടെ നാല് സഖാക്കൾ ഹിമാംശുവിനെയുംകൊണ്ട് ഒരു കാറിൽ പട്ടണത്തിലേക്ക് തിരിച്ചു. അദ്ദേഹത്തെ ഒരു ആശുപത്രിയിലാക്കി എത്രയും പെട്ടെന്ന് തിരിച്ചുവരാനായിരുന്നു പരിപാടി. ഇതൊന്നും മാസ്റ്റർ ദാ അറിയുന്നുണ്ടായിരുന്നില്ല. ഗണേശ് ഘോഷും അനന്തസിങ്ങും അരമണിക്കൂറിനകം പൊലീസ് ലൈനിൽ തിരിച്ചെത്തിയില്ല. പൊലീസാണെങ്കിൽ അതിനകം തങ്ങളുടെ തോക്കുകൾ വിപ്ലവകാരികൾക്കെതിരെ തിരിച്ചുവെച്ചു. അടുത്തുള്ള ഒരു വാട്ടർ ടാങ്കിന്റെ മുകളിലായിരുന്നു പൊലീസ് സ്ഥാനമുറപ്പിച്ചത്. വിപ്ലവകാരികൾ പൊലീസിന്റെ വെടിയുണ്ടകൾക്ക് തങ്ങളുടെ റൈഫിളുകൾകൊണ്ട് മറുപടി പറഞ്ഞു. ആ സ്ഥലം സുരക്ഷിതമല്ലെന്ന് വിപ്ലവകാരികൾക്ക് ബോധ്യമായി. അവർ അടുത്തുള്ള മലമുകളിലേക്ക് പിൻവാങ്ങി.

വിപ്ലവകാരികൾ മലമുകളിലേക്ക് പിൻവാങ്ങിയതിന്റെ മൂന്നാം ദിവസം ജലാലാബാദ് യുദ്ധം നടന്നു. അതിൽ 12 വിപ്ലവകാരികൾ രക്തസാക്ഷികളായി. ശത്രുപക്ഷത്തിനും സംഭവിച്ചു കനത്തനഷ്ടം. ഫ്രഞ്ച് ചന്ദൻനഗറിൽ പൊലീസുമായുള്ള ഏറ്റുമുട്ടലിനിടയിൽ ഗണേശ് ഘോഷും ലോക്നാഥ് ബാലും മറ്റും അറസ്റ്റിലായി. അവരെ അതികഠിനമായി മർദിച്ചു. പൊലീസും പട്ടാളവും ജലാലാബാദ് മല വളഞ്ഞു. രാത്രി മലയിൽനിന്ന് പിൻവാങ്ങിയ വിപ്ലവകാരികൾ ജുങ്കുവിന്റെ നോവപ്പാറയിലുള്ള വീട്ടിൽ അഭയംതേടി. വീട്ടിൽ കാവൽക്കാരൻ മാത്രമേ ഉണ്ടായിരുന്നുള്ളൂ. 24 മണിക്കൂർ ആ വീട്ടിൽ തങ്ങി.

അടുത്തദിവസം രാത്രി ആ വീട്ടിൽനിന്ന് പോകുന്നതിനുമുമ്പ് ഒരു ചർച്ച. ഇനി എന്തു ചെയ്യണം? ഒരു ചെറിയ കുട്ടിയായ ജുങ്കുവിനെ തങ്ങളുടെ കൂടെ കൊണ്ടുപോകുന്നത് ആശാസ്യമല്ലെന്നായിരുന്നു സൂര്യസെന്നിന്റെ നിലപാട്. പിടികൂടിയാൽ വധിക്കപ്പെട്ടതുതന്നെ. ഒരു കുട്ടിയെങ്കിലും രക്ഷപ്പെടട്ടെ – അദ്ദേഹം കരുതിയിരിക്കണം. കുട്ടി സമ്പന്നകുടും

ബത്തിലെ അംഗവും അഭിഭാഷകന്റെ മകനുമാകയാൽ പൊലീസ് പിടിയിൽപ്പെട്ടാലും രക്ഷപ്പെടാനുള്ള സാധ്യതയുണ്ട് – സൂര്യസെൻ കണക്കുകൂട്ടിയിരിക്കാനിടയുണ്ട്. അതുകൊണ്ട് ജുങ്കുവിനോട് വീട്ടിൽപോകാൻ അദ്ദേഹം ഉപദേശിച്ചു. ഉപദേശം നിർബന്ധമായി മാറിയപ്പോൾ പൊട്ടിക്കരഞ്ഞുകൊണ്ട് ജുങ്കു അവരോട് വിടവാങ്ങി. അടുത്തദിവസം രാവിലെ ജുങ്കു വീട്ടിലേക്കു മടങ്ങി. വീട്ടിലെത്തിയ വിവരം പൊലീസ് അറിഞ്ഞു. അവർ വീട്ടിലെത്തി പിതാവിന്റെ അറിവോടെ അറസ്റ്റുചെയ്ത് കൊണ്ടുപോയി. ആയുധശാലാക്രമണത്തെക്കുറിച്ച് ജുങ്കുവിൽനിന്ന് എന്തെങ്കിലും വിവരം ലഭിക്കാൻ പൊലീസ് പഠിച്ച പതിനെട്ടടവും പയറ്റി. വല്ലാതെ മർദിച്ചു. പക്ഷേ, ഒരു വിപ്ലവകാരിക്ക് ചേർന്നവിധം ഒരു വിവരവും വെളിപ്പെടുത്താൻ ജുങ്കു തയ്യാറായില്ല. രണ്ടു മൂന്ന് ദിവസത്തിനുശേഷം ആയുധശാലാക്രമണക്കേസിലെ മറ്റുള്ളവരോടൊപ്പം അദ്ദേഹത്തെ ജയിലിലാക്കി. ഗണേഷ് ഘോഷ്, അനന്തസിങ്, ജുങ്കു തുടങ്ങിയവർ ജയിലിൽ കിടക്കുമ്പോൾ ജയിൽതകർത്ത് അവരെ രക്ഷിക്കാൻ സൂര്യസെൻ പദ്ധതി തയ്യാറാക്കി. ഒരേസമയം കോടതിയും മറ്റു പ്രധാന കെട്ടിടങ്ങളും ഡയനാമിറ്റ് വെച്ച് തകർക്കാനും പരിപാടിയിട്ടു. പതിനൊന്നാം മണിക്കൂറിൽ ആ പരിപാടി അലസിപ്പോയി. ചില സഖാക്കൾ അതിന്റെപേരിൽ അറസ്റ്റിലായി. ഡയനാമിറ്റ് ഗൂഢാലോചനക്കേസ് ചാർജുചെയ്യപ്പെട്ടു.

ആയുധശാലാ ആക്രമണക്കേസ് വിധിപറയുമ്പോൾ ജുങ്കുവിന് വയസ്സ് 16. അദ്ദേഹമുൾപ്പെടെ 12 പേരെ ജീവപര്യന്തം നാടുകടത്താനാണ് ശിക്ഷിച്ചത്. അതുപ്രകാരം ഒന്നാംലോകമഹായുദ്ധത്തിനുശേഷം ബംഗാളിൽനിന്ന് ആന്തമാനിലേക്കുള്ള ആദ്യസംഘം രാഷ്ട്രീയത്തടവുകാരിൽ ജുങ്കുവുമുൾപ്പെട്ടു. ജയിലിൽ പലതരം പീഡനങ്ങളും സഹിക്കേണ്ടിവന്നു. 1937–ൽ അവിടെ നടന്ന നീണ്ടുനിന്ന നിരാഹാരസമരത്തിൽ പങ്കാളിയായി. ജയിലിൽ രാഷ്ട്രീയത്തടവുകാർ ഒത്തുകൂടും; രാഷ്ട്രീയ ചർച്ചകൾ നടത്തും; കൂട്ടായി വായിക്കും. വായിക്കാൻ *കമ്യൂണിസ്റ്റ് മാനിഫെസ്റ്റോ*, *ഭരണകൂടവും വിപ്ലവവും* തുടങ്ങിയ ചില മാർക്സിസ്റ്റ് ക്ലാസിക്കുകളും മാർക്സിസത്തെക്കുറിച്ചുള്ള ഗ്രന്ഥങ്ങളും കിട്ടി. അതവരുടെ ചിന്താഗതിയെ ഇളക്കിമറിച്ചു. അവർ മാർക്സിസത്തിൽ ആകൃഷ്ടരായി. അവർ ജയിലിൽ ഒരു കമ്യൂണിസ്റ്റ് കൺസോളിഡേഷൻ രൂപീകരിച്ചു. ആ പ്രക്രിയയെക്കുറിച്ച് അദ്ദേഹം പറഞ്ഞത് നോക്കുക:

> പ്രധാനപ്പെട്ട ചിറ്റഗോങ് ഗ്രൂപ്പിൽ ആയുധശാലാക്രമണക്കേസിൽ ജീവപര്യന്തം തടവിന് ശിക്ഷിക്കപ്പെട്ട ഞങ്ങൾ പന്ത്രണ്ടുപേരും മറ്റു പല കേസുകളിലുമായി ദീർഘകാലങ്ങളിലേക്ക് ശിക്ഷിക്കപ്പെട്ട എട്ടു പത്തുപേരുമാണ് ഉണ്ടായിരുന്നത്. സൂര്യസെൻ ഗ്രൂപ്പിൽനിന്നുള്ള ഞങ്ങൾ ഇരുപതുപേർക്കു പുറമെ അനുശീലൻ ഗ്രൂപ്പിൽ നിന്നുള്ള അഞ്ചാറുപേരും ഉണ്ടായിരുന്നു. ഞങ്ങൾ ഇരുപതുപേരിൽ പതിനെട്ടുപേർ കമ്യൂണിസ്റ്റ് കൺസോളിഡേഷനിൽ ചേർന്നു.

ആയുധശാലാക്രമണക്കേസ് വിധിപറയുമ്പോൾ ജുങ്കു യുവത്വത്തിലേക്കുപോലും കാലെടുത്തുവെച്ചിട്ടില്ലെന്ന് പറഞ്ഞുവല്ലോ. എന്നിട്ടും മറ്റുള്ളവരോടൊപ്പം ജുങ്കുവിനെയും നാടുകടത്താൻ ശിക്ഷിച്ചു. എങ്കിലും ട്രിബ്യൂണൽ അതിന്റെ വിധിയിൽ പറഞ്ഞു: സുകേന്ദു ദസ്തിദാർ, ഫക്കീർ സെൻ, രൺബീർ ദാസ്ഗുപ്ത, സുബോധ് റോയ് എന്നിവർ വഴിതെറ്റിക്കപ്പെട്ട സ്കൂൾ കുട്ടികൾ. ഗവൺമെന്റ് ആഗ്രഹിക്കുകയാണെങ്കിൽ മറ്റൊരിക്കൽ അവർക്ക് മാപ്പ് നൽകാവുന്നതാണ്. ഈ ഒരു പഴുത് സുബോധ് റോയിയുടെ കാര്യത്തിൽ ഉപയോഗിച്ചിട്ടുണ്ട്. 1937-ലെ തിരഞ്ഞെടുപ്പിനെത്തുടർന്ന് പുതിയൊരു പ്രവിശ്യാഗവൺമെന്റ് അധികാരത്തിൽവന്നപ്പോൾ മുകളിൽപ്പറഞ്ഞ നാലുപേരിൽ ആദ്യത്തെ മൂന്നുപേരെ മോചിപ്പിച്ചു. സുബോധ് റോയ് ജയിലിൽത്തന്നെ. 1939-ൽ അദ്ദേഹത്തെ ബംഗാളിലേക്ക് കൊണ്ടുവന്ന് അവിടത്തെ ഒരു ജയിലിൽ പാർപ്പിച്ചു. അപ്പോൾ രക്ഷാകർത്താക്കളും അഭ്യുദയകാംക്ഷികളും ട്രിബ്യൂണലിന്റെ വിധിയിലെ പഴുത് ചൂണ്ടിക്കാണിച്ച് ഗവൺമെന്റിനെ സമീപിക്കുകയും സ്വാധീനിക്കുകയും ചെയ്തു. അവസാനം 1939-ൽ അദ്ദേഹം മോചിതനായി.

ജയിൽമോചിതനായ ഉടൻ കമ്യൂണിസ്റ്റുപാർട്ടിയിൽ ചേർന്നു. പിന്നെയോ? അദ്ദേഹം പറയട്ടെ:

> ഒറ്റദിവസം മാത്രമേ ഞാൻ വീട്ടിലുണ്ടായിരുന്നുള്ളൂ. അതിനുശേഷം ഒളിവിൽപ്പോയി. കാരണം, പാർട്ടി നിരോധിക്കപ്പെട്ടിരിക്കുകയായിരുന്നു. കൂടാതെ, പാർട്ടി യുദ്ധവിരുദ്ധ ക്യാമ്പൈനിൽ ഏർപ്പെട്ടിരിക്കുകയായിരുന്നു.

1942 മധ്യംവരെ ഒളിവിൽപ്രവർത്തിച്ചു. പൊലീസിന് അദ്ദേഹത്തെ പിടികൂടാൻ കഴിഞ്ഞില്ല. പാർട്ടി അതിന്റെ നയം മാറ്റുകയും അതിന്റെമേലുള്ള നിരോധനം ഗവൺമെന്റ് പിൻവലിക്കുകയും ചെയ്തപ്പോൾ സ്വയം പുറത്തുവന്നു. 1942-44 കാലത്ത് ജാപ്പ്വിരുദ്ധ പ്രചാരണം നടത്താൻ അദ്ദേഹത്തെ ചിറ്റഗോങിലേക്ക് അയച്ചു. അദ്ദേഹം ബർമ അതിർത്തിവരെയെത്തി. അപ്പോൾ ബർമയിൽ ഒരു വർഗീയലഹളയ്ക്ക് സാക്ഷിയായി. അറാക്കന്മാരും റോഹാംഗി ഗ്രൂപ്പുകാരും മലമുകളിലും താഴ്വരകളിലും ഏറ്റുമുട്ടി. കൊളോണിയൽവിരുദ്ധ ചെറുത്തുനിൽപ്പ് സംഘടിപ്പിക്കാൻ അറാക്കൻ കമ്യൂണിസ്റ്റുപാർട്ടിക്ക് ഇത് അൽപ്പംപോലും അവസരം നൽകിയില്ല.

ബംഗാളിൽ തിരിച്ചെത്തിയപ്പോൾ അവിഭക്ത കമ്യൂണിസ്റ്റുപാർട്ടിയുടെ പ്രവിശ്യാ കമ്മിറ്റി ഓഫീസിൽ ഓഫീസ് സെക്രട്ടറിയായി പ്രവർത്തനം തുടങ്ങി. സ്വാതന്ത്ര്യലബ്ധിക്കുശേഷവും ആ പ്രവർത്തനം തുടർന്നു. അങ്ങനെ പ്രവർത്തിച്ചുകൊണ്ടിരിക്കെ ആയിരുന്നു കൽക്കത്തയിൽ പാർട്ടിയുടെ രണ്ടാംകോൺഗ്രസ്. അതിൽ പ്രതിനിധിയായിരുന്നു. കോൺഗ്രസിനുശേഷം പാർട്ടി നിരോധിക്കപ്പെട്ടപ്പോൾ അറസ്റ്റിലായി. 1950ൽ മോ

ചിപ്പിക്കപ്പെട്ടു. വീണ്ടും പ്രവിശ്യാകമ്മിറ്റി ഓഫീസിൽ ഓഫീസ് സെക്രട്ടറിയുടെ ചാർജെടുത്തു. പാർട്ടി രണ്ടായപ്പോൾ സി പി ഐ (എം) ന്റെ കൂടെ നിന്നു. അപ്പോഴും ഓഫീസ് സെക്രട്ടറിസ്ഥാനം തുടർന്നു. പാർട്ടി സംസ്ഥാന കമ്മിറ്റിയിലും അംഗമായിരുന്നിട്ടുണ്ട്.

മുസഫർ അഹമ്മദിനെപ്പോലുള്ള കമ്യൂണിസ്റ്റുപ്രസ്ഥാനത്തിന്റെ ആദ്യപഥികർ ആർക്കൈവ്സിൽനിന്ന് പാർട്ടി ചരിത്രം സംബന്ധിച്ച രേഖകൾ കണ്ടെത്താൻ അദ്ദേഹത്തെ ചുമതലപ്പെടുത്തി. രണ്ടുവർഷം അതിനായി കഠിനയത്നം നടത്തി. അതിന്റെ ഫലം മൂന്ന് സഞ്ചികകളായുള്ള *കമ്യൂണിസം ഇന്ത്യയിൽ: പ്രസിദ്ധീകരിക്കപ്പെടാത്ത രേഖകൾ*. പിന്നീട് സോവിയറ്റ് ആർക്കൈവ്സിലും പോയി പ്രവർത്തിച്ചു. സാധാരണ ഗവേഷകർക്ക് ലഭിക്കാത്ത ഫയലുകളും രേഖകളും അദ്ദേഹത്തിനു തുറന്നുകിട്ടി. അങ്ങനെ അവസരം ലഭിച്ച ആദ്യത്തെ ഇന്ത്യൻ കമ്യൂണിസ്റ്റ് അദ്ദേഹമായിരുന്നു. 2006 ആഗസ്ത് 27–ന് അന്തരിച്ചു.

സൂര്യനാരായണ റാവു

1924 - 2002

കർണാടക സംസ്ഥാനത്തെ തലമുതിർന്ന കമ്യൂണിസ്റ്റ്-ട്രേഡ് യൂണിയൻ നേതാവായിരുന്നു സൂര്യനാരായണ റാവു. കർണാടകത്തിൽ പൊതുവെയും ബാംഗ്ലൂരിൽ വിശേഷിച്ചും അനവധി തൊഴിലാളിസമരങ്ങൾ നയിച്ചുകൊണ്ട് എല്ലാവിഭാഗം തൊഴിലാളികളുടെയും പ്രിയങ്കരനായിത്തീർന്ന അദ്ദേഹം രാഷ്ട്രീയ എതിരാളികളുടെപോലും സ്നേഹബഹുമാനങ്ങൾ പിടിച്ചുപറ്റി.

സഖാക്കളും സുഹൃത്തുക്കളും സൂരി എന്ന് സ്നേഹപൂർവം വിളിച്ച സൂര്യനാരായണ റാവു 1924 ആഗസ്ത് 24-ന് ഹാസ്സൻ ജില്ലയിലെ അറക്കൽഗുഡി പട്ടണത്തിൽ ജനിച്ചു. അച്ഛൻ ഒരു ചെറുകിട വ്യവസായിയായ സ്വാമി റാവു. അമ്മ ചെന്നമ്മ. വിദ്യാർഥിപ്രസ്ഥാനത്തിലൂടെ പൊതുരംഗത്തെത്തി. വിദ്യാർഥി ഫെഡറേഷന്റെ പ്രമുഖ നേതാവായി. പരേതനായ എം എസ് കൃഷ്ണനോടൊപ്പം സംസ്ഥാനത്ത് ഫെഡറേഷന് നേതൃത്വം നൽകി. പത്താംതരം വിദ്യാർഥിയായിരിക്കെ, 1942-ൽ, ക്വിറ്റ് ഇന്ത്യാസമരത്തിൽ പങ്കെടുത്ത് അറസ്റ്റുവരിച്ചു. 18മാസത്തെ ജയിൽ ശിക്ഷ കിട്ടി. സ്കൂൾ വിദ്യാഭ്യാസം പൂർത്തിയാക്കിയതിനുശേഷം ഹിന്ദുസ്ഥാൻ എയർക്രാഫ്റ്റ്സിൽ ജോലിക്കു ചേർന്നെങ്കിലും 1946-ൽ ജോലി രാജിവെച്ചു. ഇതിനിടയിൽ ഈ ചെറുപ്പക്കാരന്റെ ഊർജസ്വലതയും അർപ്പണബോധവും പ്രതിബദ്ധതയും കണ്ട കോൺഗ്രസിന്റെ അന്നത്തെ കർണാടക സംസ്ഥാന പ്രസിഡന്റ് താൽക്കറെ സുബ്രഹ്മണ്യ അദ്ദേഹത്തെ കോൺഗ്രസിലേക്ക് ക്ഷണിച്ചു. സൂരി തെരഞ്ഞെടുത്തത്, പക്ഷെ,

മറ്റൊരു പാത.

ബോംബെയിൽ പഠിക്കാൻ പോയ എൻ എൽ ഉപാധ്യായ അവിടെ വച്ച് കമ്യൂണിസ്റ്റുപാർട്ടിയിൽ അംഗമായി. പാർട്ടി നിർദേശപ്രകാരം കർണാടകത്തിൽ പാർട്ടി കെട്ടിപ്പടുക്കാൻ 1942 അവസാനം അങ്ങോട്ടു മടങ്ങി. അദ്ദേഹം വിദ്യാർഥികളെ സംഘടിപ്പിക്കുന്നതിന് മുൻഗണന നൽകി. വിദ്യാർഥിരംഗത്തുനിന്ന് വളർത്തിയെടുക്കുന്ന കേഡർമാരെ ഭാവിയിൽ പാർട്ടി കെട്ടിപ്പടുക്കാനുപയോഗിക്കാം – അദ്ദേഹം കണക്കുകൂട്ടി. അദ്ദേഹമാണ് സൂരിയെ കമ്യൂണിസ്റ്റുപാർട്ടിയിലേക്ക് റിക്രൂട്ടുചെയ്തത്. 1946ൽ അദ്ദേഹം പാർട്ടി അംഗമായി.

പ്രധാനമന്ത്രിയുടെ ഉപദേശകനായിരുന്ന എച്ച് വൈ ശാരദപ്രസാദിനോടൊപ്പം കർണാടകത്തിലെ രാജവാഴ്ചയ്ക്കെതിരെ സൂരി ഉത്തരവാദഭരണത്തിനുവേണ്ടിയുള്ള സമരത്തിന് നേതൃത്വം നൽകി. അദ്ദേഹത്തിന്റെ നടപടി രാജഭരണത്തിന്റെ രോഷം ക്ഷണിച്ചുവരുത്തി. 1948–ൽ മൂന്നുമാസം ഒളിവിൽപ്പോകേണ്ടിവന്നു.

അപ്പോഴേക്കും കമ്യൂണിസ്റ്റുപാർട്ടി നിരോധിക്കപ്പെട്ടു. സൂരി ഒളിവിൽപ്പോയി. ഇക്കാലത്താണ് തൊഴിലാളിരംഗത്ത് പ്രവർത്തനം തുടങ്ങിയത്. മരിക്കുന്നതുവരെ ആ പ്രവർത്തനം തുടരുകയുംചെയ്തു. ആദ്യം റെയിൽവേ തൊഴിലാളിരംഗത്ത് പ്രവർത്തനം തുടങ്ങിയ സൂരി ക്രമേണ മറ്റു തൊഴിലാളികളുടെ ഇടയിലേക്കും പ്രവർത്തനം വ്യാപിപ്പിക്കുകയായിരുന്നു. പഞ്ചസാരമിൽ തൊഴിലാളികൾ പണിമുടക്കിയപ്പോൾ അതിന് നേതൃത്വം നൽകി അറസ്റ്റിലായി.

ഒളിവുജീവിതത്തിന്റെയും അവിശ്രമപ്രവർത്തനത്തിന്റെയും ഫലമായി ശ്വാസകോശരോഗം ബാധിച്ചു. ബാംഗ്ലൂരിൽ ചികിത്സ. അത് തുടർന്നുകൊണ്ടിരിക്കെ 1951–ൽ ആ നഗരത്തിൽ ട്രേഡ്യൂണിയൻ പ്രവർത്തനത്തിൽ സജീവമായി. ആദ്യം ടെക്സ്റ്റൈൽ തൊഴിലാളികളെ സംഘടിപ്പിക്കുന്ന ദൗത്യം ഏറ്റു. മൈസൂർ സിൽക്ക്, മിനർവ മിൽസ്, റാംകുമാർ മിൽസ്, കൃഷ്ണ മിൽസ് എന്നിവിടങ്ങളിൽ തൊഴിലാളികളെ സംഘടിപ്പിച്ച് കൊടിയ ചൂഷണങ്ങൾക്കെതിരായ സമരത്തിന് നേതൃത്വം നൽകി.

1951–ൽ പാർട്ടിയുടെ ബാംഗ്ലൂർ ജില്ലാകമ്മിറ്റി അംഗമായി; താമസിയാതെ ജില്ലാ സെക്രട്ടറിയും. പാർട്ടിക്കകത്ത് നടന്ന ആശയസമരത്തിൽ എൻ എൽ ഉപാധ്യായയുടെ കൂടെ റിവിഷനിസത്തിനെതിരെ ശക്തമായ നിലപാടെടുത്തു. 1964–ൽ നടന്ന തെനാലി കൺവെൻഷനിൽ കർണാടകത്തെ പ്രതിനിധീകരിച്ചു. ആ കൺവെൻഷനാണല്ലോ സി പി ഐ (എം) രൂപീകരിക്കാൻ തീരുമാനിച്ചത്. അദ്ദേഹം കർണാടകത്തിൽ സി പി ഐ (എം) നേതാവായി. പാർട്ടിയിൽ പല പദവികളും വഹിച്ചു. 1998–ൽ പാർട്ടിയുടെ കർണാടക സംസ്ഥാന സെക്രട്ടറിയായി. മരണംവരെ ആ ഉത്തരവാദിത്തം നിറവേറ്റി. കേന്ദ്ര കൺട്രോൾ കമീഷൻ അംഗമായി പ്രവർത്തിച്ച സൂരി കേന്ദ്രകമ്മിറ്റി അംഗവുമായി.

സൂരി കർണാടകത്തിലെ തൊഴിലാളിവർഗത്തെ സംഘടിപ്പിച്ചു. സി

ഐ ടി യു കർണാടകഘടകം പ്രസിഡന്റും അഖിലേന്ത്യാ വൈസ് പ്രസിഡന്റുമായിരുന്നു. മൂന്നു പതിറ്റാണ്ടിലേറെ ബാംഗ്ലൂരും ചുറ്റുപാടുമുള്ള വ്യവസായകേന്ദ്രങ്ങളിൽ സൂരിുടെ നേതൃത്വമോ സാന്നിധ്യമോ ഇല്ലാതെ ഒരു പണിമുടക്കും നടന്നിട്ടില്ലെന്നു പറയാം. 1967–ൽ റാംകുമാർ മില്ലിലെ തൊഴിലാളികളുടെയും ഹോട്ടൽ തൊഴിലാളികളുടെയും പണിമുടക്കിന് സൂരി നേതൃത്വം നൽകി. 1979–ൽ എം ഐ സി സി ജീവനക്കാരുടെ മൂന്നുമാസം നീണ്ടുനിന്ന പണിമുടക്ക് നയിച്ചു. 1980–ൽ ഐ ടി സി തൊഴിലാളികളുടെ മൂന്നുമാസം നീണ്ടുനിന്ന പണിമുടക്കും നയിച്ചു. 1991–ൽ എസ്കോർട്ട് തൊഴിലാളികളുടെ 75 ദിവസം നീണ്ടുനിന്ന പണിമുടക്കിന് നേതൃത്വം നൽകിയതും മറ്റാരുമായിരുന്നില്ല. എൽ ആന്റ് ടി തൊഴിലാളികളുടെ മഹത്തായ പണിമുടക്ക് നയിച്ചതും അദ്ദേഹംതന്നെ. ആഗോളവൽക്കരണത്തിന്റെ പ്രത്യാഘാതങ്ങൾക്കെതിരെ ബാംഗ്ലൂരിലും പരിസരങ്ങളിലുമുള്ള പൊതുമേഖലാ തൊഴിലാളികളെ സംഘടിപ്പിച്ച് സമരങ്ങൾ നയിക്കുന്നതിനിടയിലാണ് 2002 ജൂലായ് 1–ന് മരണം അദ്ദേഹത്തെ തട്ടിയെടുത്തത്.

സൂരി കർണാടക നിയമസഭാംഗമായിരുന്നിട്ടുണ്ട്. 1983–ലാണ് വരതൂർ മണ്ഡലത്തിൽനിന്ന് അദ്ദേഹം തിരഞ്ഞെടുക്കപ്പെട്ടത്. നല്ലൊരു നിയമസഭാ സാമാജികനാണ് താനെന്ന് അദ്ദേഹം തെളിയിച്ചുകാട്ടി.

1975–ൽ ഇന്ദിരാഗാന്ധിയുടെ അടിയന്തരാവസ്ഥയെ എതിർത്തു. അടിയന്തരാവസ്ഥാഭരണത്തിന്റെ അതിക്രമങ്ങൾക്കെതിരെ തൊഴിലാളികളെ സംഘടിപ്പിച്ചു. അതിന്റെ പേരിൽ അറസ്റ്റിലായി.

ചൈന, ഫ്രാൻസ്, സോവിയറ്റ് യൂണിയൻ, ദക്ഷിണ കൊറിയ എന്നീ രാജ്യങ്ങളിൽ നടന്ന വിവിധ സാർവദേശീയ കൺവെൻഷനുകളിൽ സൂരി സംബന്ധിച്ചിട്ടുണ്ട്. അതിലൂടെ ആർജിച്ച അനുഭവത്തിന്റെ വെളിച്ചത്തിൽ കർണാടകത്തിലെ തൊഴിലാളികളെ പഠിപ്പിക്കാൻ നോക്കി.

ആറുപതിറ്റാണ്ട് നീണ്ടുനിന്ന പൊതുപ്രവർത്തനത്തിനിടയിൽ ആറുവർഷത്തോളം വിവിധ ജയിലുകളിലായി കഴിഞ്ഞു. പലതവണ ഒളിവുജീവിതവും നയിക്കേണ്ടിവന്നു.

സൂര്യവതി മണികൊണ്ട

1923 - 1993

ആന്ധ്രയിലെ മഹിളാ–കമ്യൂണിസ്റ്റ് നേതാക്കളിലൊരാൾ. ഐതിഹാസികമായ തെലങ്കാന സായുധ സമരത്തിൽ ഉജ്വല പങ്കുവഹിച്ചു. പാർലമെന്ററി പ്രവർത്തനങ്ങളിലും വ്യക്തിമുദ്ര പതിപ്പിച്ചു.

കൃഷ്ണ ജില്ലയിൽ ഉൾപ്പെട്ട ഗണ്ണാവരത്തെ ഇന്ദുപ്പള്ളി ഗ്രാമത്തിൽ 1923 ൽ ജനിച്ചു. പിതാവ് കോഗന്തി പുന്നയ്യ. മാതാവ് ബ്രഹ്മരംഭ. കത്തീർ ഗ്രാമത്തിലെ ഗോപാലറാവു–രജരത്നമ്മ ദമ്പതികളുടെ വീട്ടിലാണ് വളർന്നതും അവിടെനിന്നാണ് പഠിച്ചതും. കടിയാല ഗോപാലറാവു അമ്മയുടെ സഹോദരൻ. അദ്ദേഹത്തിന് കുട്ടികളുണ്ടായിരുന്നില്ല. രണ്ട് കുടംബവും അമിതമായ സ്നേഹവാത്സല്യങ്ങൾ ചൊരിഞ്ഞുകൊണ്ട് വളർത്തി. 1937 ൽ അതായത് 14 മത്തെ വയസിൽ, നന്ദമൂരുവിലെ മണികൊണ്ട സുബ്ബറാവുവുമായുള്ള വിവാഹം നടന്നു. റാവു അവരുടെ ഒരു ബന്ധുവായിരുന്നു. അക്കാലത്ത് ബാല്യവിവാഹം പതിവായിരുന്നു.

കോൺഗ്രസ് സോഷ്യലിസ്റ്റ് പാർട്ടി രൂപംകൊണ്ട കാലം. സോഷ്യലിസ്റ്റ് ആശയഗതി പതുക്കെ പ്രചരിക്കാൻ തുടങ്ങി. ഗോപാലറാവു ആ ആശയങ്ങളിൽ ആകൃഷ്ടനായി. തന്റെ ഗ്രാമത്തിൽ പലതവണ രാഷ്ട്രീയ ക്ലാസുകൾ സംഘടിപ്പിക്കാൻ അദ്ദേഹം മുൻകൈ എടുത്തു. ചില ക്ലാസുകളിൽ പങ്കെടുത്തത് സി രാജേശ്വരറാവു. റാവു കുടുംബം കാട്ടൂരിലേക്ക് താമസം മാറ്റിയതിനുശേഷം – പിൽക്കാലത്ത് ആന്ധ്രയിലെ മോസ്കോ എന്ന പേരിലാണ് കാട്ടൂർ അറിയപ്പെട്ടത് – അവിടെ സ്ത്രീകൾക്കുവേണ്ടി ഒരു പ്രത്യേക ക്ലാസ് സംഘടിപ്പിച്ചു. പതിനഞ്ചോളം സ്ത്രീകൾ പങ്കെടു

ത്തു. കൂട്ടത്തിൽ സൂര്യവതിയും. രാജേശ്വരറാവു, ഗോപാലറാവു എന്നിവരാണ് ക്ലാസുകളെടുത്തത്. ഈ ക്ലാസിനുശേഷം സ്ത്രീകളുടെ ഒരു യോഗം. അതിൽനിന്ന് ആവേശമുൾക്കൊണ്ട് സ്ത്രീകൾക്കിടയിൽ പ്രവർത്തിക്കാൻ തീരുമാനിച്ചു. അന്നുതന്നെ ഇതുപോലെ തീരുമാനമെടുത്ത മറ്റൊരു സ്ത്രീയുണ്ട് – നാഗമല്ല നാഗേശ്വരമ്മ. അവരും പിൽക്കാലത്ത് മഹിളാ നേതാവെന്ന നിലയിൽ പ്രശസ്തി നേടി. സോഷ്യലിസ്റ്റ് ആശയങ്ങളാൽ പ്രചോദിതനായ സുബ്ബറാവു ഇരുവർക്കും പ്രചോദനം നൽകി.

1937 – 38 കാലത്ത് വല്ലഭനേനി സീതാമഹാലക്ഷ്മി ഈസ്റ്റ് കൃഷ്ണാ മഹിളാസംഘം സംഘടിപ്പിച്ചു. അവർ കോൺഗ്രസുകാരി. എങ്കിലും സീതാ മഹാലക്ഷ്മിയോടൊപ്പം ഗ്രാമങ്ങളിൽ ഒട്ടേറെ യോഗങ്ങൾ സംഘടിപ്പിച്ചു. നേരത്തെ യോഗത്തിൽ സംസാരിച്ച് പരിചയമില്ല. എന്നല്ല വീടിന്റെ നാലുചുമരുകൾക്കകത്ത് ഒതുങ്ങിക്കഴിയുകയായിരുന്നു. കുടുംബത്തിലെ പുരുഷന്മാരുമായിപ്പോലും സ്വതന്ത്രമായി സംസാരിക്കാൻ അനുവാദമില്ല. അതിനാൽ ആദ്യമാദ്യം എല്ലാ കമ്മിറ്റി യോഗങ്ങളിലും സീതാമഹാലക്ഷ്മി സംസാരിക്കും. ക്രമേണ പൊതുയോഗങ്ങളിൽ സംസാരിക്കാൻ ധൈര്യം കിട്ടി. ഗോപാലറാവുവും സുബ്ബറാവുവും അതിന് പ്രചോദനം നൽകി. ഒരുദിവസം അവരിരുവരും സൂര്യവതിയോട് പറഞ്ഞു: സീതാമഹാലക്ഷ്മിയോടൊപ്പം പല യോഗങ്ങളിലും പങ്കെടുത്ത് പരിചയംനേടിയത് നന്നായി. അവർ, പക്ഷെ കോൺഗ്രസുകാരിയാണ്. അവർ ആ സംഘടനയുടെ ആശയങ്ങൾ മാത്രമേ പ്രചരിപ്പിക്കൂ. നമുക്കത് പോരാ. നിങ്ങൾ സോഷ്യലിസ്റ്റ് ആശയങ്ങൾ പ്രചരിപ്പിക്കണം. ആ ആശയങ്ങൾ പ്രായോഗികമാക്കുന്നതിലൂടെ മാത്രമേ സ്ത്രീകളുടെ പൂർണമോചനം സാധ്യമാകൂ എന്ന് അവരെ ബോധ്യപ്പെടുത്തണം.

അതിനുശേഷം ഗണ്ണാവരത്തിനടുത്ത ആത്തേക്കൂർ ഗ്രാമത്തിൽ സ്ത്രീകളുടെ ഒരു യോഗം വിളിച്ചുകൂട്ടി. ശിശുവിവാഹത്തിനെതിരെയും സ്ത്രീ വിദ്യാഭ്യാസത്തിന്റെ പ്രാധാന്യം വിശദീകരിച്ചും ആ യോഗത്തിൽ സംസാരിച്ചു. സ്വാതന്ത്ര്യസമരത്തിൽ പങ്കെടുക്കുന്നതിന്റെ ആവശ്യകതയും പ്രാധാന്യവും ചൂണ്ടിക്കാട്ടി. ആദ്യമാദ്യം സ്ത്രീകളെ സംഘടിപ്പിക്കുമ്പോൾ ഉയർന്നുവരുമായിരുന്ന പരിഹാസത്തിൽ പൊതിഞ്ഞ ചില ചോദ്യങ്ങളുണ്ട്. “നിങ്ങൾക്ക് ഭർത്താക്കന്മാരില്ലേ? പുരുഷന്മാരെപ്പോലെ സ്ത്രീകൾ യോഗം നടത്തുന്നത് ശരിയാണോ? സ്ത്രീകൾ വീട്ടിൽനിന്ന് പുറത്തു കടക്കാമോ? കുട്ടികളെയും ഭർത്താവിനെയും ശുശ്രൂഷിക്കുകയല്ലേ ചെയ്യേണ്ടത്?” ഇത്തരം ചോദ്യങ്ങളൊക്കെ അന്നത്തെ നിലയിൽ സ്വാഭാവികം. അത്തരമൊരു സാഹചര്യമാണ് അന്ന് നിലവിലിരുന്നത്. വീട്ടിൽനിന്ന് പുറത്തുപോകാൻ സ്ത്രീകൾക്ക് അനുവാദമില്ല. ശൈശവ വിവാഹത്തിനുവേണ്ടി സ്ത്രീകളെ വൃദ്ധന്മാർക്ക് വിവാഹംകഴിച്ചു കൊടുക്കുന്നത് പതിവ്. വിധവാ വിവാഹം അനുവദനീയമല്ല. പെൺകുട്ടികളെ വിദ്യാലയങ്ങളിൽ അയക്കുന്നതുപോലും അത്യപൂർവം. തികഞ്ഞ യാഥാ

സ്ഥിതിക ചിന്ത സമൂഹത്തിൽ ആധിപത്യം ചെലുത്തി.

അത്തരമൊരു സാഹചര്യത്തിൽ സ്ത്രീകളെ സംഘടിപ്പിക്കാൻ മുതിരുമ്പോൾ അപഖ്യാതികൾ കേൾക്കേണ്ടിവരിക സ്വാഭാവികം. ചിലപ്പോൾ പുളിച്ച തെറിതന്നെയും കേൾക്കേണ്ടിവരും. അപൂർവ സന്ദർഭങ്ങളിൽ കൈയേറ്റംപോലും നേരിടേണ്ടി വരും. ഇത്തരം കാര്യങ്ങൾ ഭർത്താവ് സുബ്ബറാവുവിന്റെ ശ്രദ്ധയിൽപ്പെടുത്തുമ്പോൾ അദ്ദേഹം പറയും. "നോക്കൂ ഇതെല്ലാം ചെറിയ കാര്യം. നമ്മുടെ ചരിത്രത്തിൽ സാമൂഹ്യപരിഷ്കർത്താക്കൾക്കുപോലും നേരിടേണ്ടി വന്നിട്ടുണ്ട് ഇതിനേക്കാളൊക്കെ വലിയ പ്രയാസങ്ങൾ. വീരശലിംഗം ഉദാഹരണം. അദ്ദേഹത്തെ കൊല്ലാൻപോലും ശ്രമിച്ചിട്ടുണ്ട് യാഥാസ്ഥിതികർ. എന്നിട്ടും തന്റെ ദൗത്യത്തിൽനിന്ന് ആർക്കും അദ്ദേഹത്തെ പിൻതിരിപ്പിക്കാൻ കഴിഞ്ഞില്ല. ജീവിതം മുഴുവൻ അദ്ദേഹം സ്ത്രീവിമോചനത്തിനുവേണ്ടി പ്രവർത്തിച്ചു.

1942 ൽ ഗണ്ണാവാരം ഗ്രാമത്തിൽ കൃഷ്ണ ജില്ലയിലെ മഹിളകളുടെ സമ്മേളനം വിളിച്ചുകൂട്ടി. ജില്ലാ മഹിളാസംഘം സെക്രട്ടറിയായി അവർ തിരഞ്ഞെടുക്കപ്പെട്ടു. സൂര്യവതിയും രാജേശ്വരമ്മയും ആ വർഷം കമ്യൂണിസ്റ്റുപാർട്ടി അംഗങ്ങളായി. ഒരിക്കൽ സൂര്യവതിയും രാജേശ്വരമ്മയും ഗണ്ണാവരം എന്ന ഗ്രാമത്തിൽ യോഗം സംഘടിപ്പിക്കാൻ പോയി. സ്ത്രീകളെക്കണ്ട് സംസാരിച്ചപ്പോൾ പ്രതികരണം മോശമായിരുന്നു. "ഓ നടക്കുന്നു സ്ത്രീകളെ സംഘടിപ്പിക്കാൻ. നിങ്ങൾക്കൊന്നും ഭർത്താക്കന്മാരില്ലേ? അവർക്കൊന്നും സമയാസമയം ഭക്ഷണം വച്ചുവിളമ്പണ്ടേ? അതൊന്നും ചെയ്യാതെ വിധവകൾക്ക് ഭർത്താക്കന്മാരെ കണ്ടുപിടിക്കാൻ ശ്രമിക്കുന്നു!" ഈ പ്രതികരണമൊന്നും നിശ്ചയദാർഢ്യത്തോടെ ഇറങ്ങിത്തിരിച്ച സൂര്യവതിയെയോ രാജേശ്വരമ്മയെയോ പിന്തിരിപ്പിച്ചില്ല. ഗ്രാമത്തിലെ പുരോഗമനവാദികളും ഉശിരന്മാരുമായ സഖാക്കളുടെ സഹായത്തോടെ യോഗം സംഘടിപ്പിക്കുകതന്നെ ചെയ്തു. സ്ത്രീകൾ വിദ്യ അഭ്യസിക്കുകയും ബോധവതികളായിത്തീരുകയും ചെയ്യുമ്പോൾ കുടുംബത്തിലെ ദൈനംദിന ഉത്തരവാദിത്വങ്ങൾപോലും അവർക്ക് നന്നായി ചെയ്യാൻ കഴിയുമെന്ന് സൂര്യവതി യോഗത്തിൽ പങ്കെടുത്തവരോട് പറഞ്ഞു. സ്ത്രീകൾക്ക് സ്വത്തവകാശം ലഭിക്കേണ്ടതിന്റെ പ്രാധാന്യം അവർക്ക് വിശദീകരിച്ചുകൊടുത്തു. കുട്ടികൾക്ക് – ആൺകുട്ടികളായാലും പെൺകുട്ടികളായാലും വിദ്യാഭ്യാസം നൽകേണ്ടതിന്റെ പ്രാധാന്യത്തിലേക്ക് അവരുടെ ശ്രദ്ധക്ഷണിച്ചു. ആ യോഗത്തിൽ പങ്കെടുത്തവർക്ക് വലിയ ആവേശമായി. പിന്നീട് അവർ തന്നെ സൂര്യവതിയെയും രാജേശ്വരമ്മയെയും മറ്റു വീടുകളിൽ കൂട്ടിക്കൊണ്ടുപോയി സ്ത്രീകളെ പരിചയപ്പെടുത്താൻ തുടങ്ങി.

അക്കാലത്തുണ്ടായ മറ്റൊരു സംഭവം രാജേശ്വരമ്മ അനുസ്മരിക്കുന്നത് നോക്കുക:

> തട്വച്ചി എന്ന ഗ്രാമത്തിൽ വീരശലിംഗത്തിന്റെ ആശയങ്ങളിൽ പ്രചോദിതനായിത്തീർന്ന ഒരാൾ തന്റെ വിധവയായ പെൺകുട്ടിയെ

ഒരു യുവാവിന് വിവാഹം കഴിച്ചുകൊടുക്കാൻ തീരുമാനിച്ചു. വിവാഹച്ചടങ്ങിൽ സംബന്ധിക്കാൻ അദ്ദേഹം ഞങ്ങളെ ക്ഷണിച്ചു. സൂര്യവതിയും ഞാനും മറ്റു 13 പേരോടൊപ്പം അവിടെ പോയി. ഞങ്ങളെ മർദിക്കാൻ വലിയ വടികളുമായി ഏതാനും യാഥാസ്ഥിതികർ അവിടെ വന്നു. നാഗല്ല സരസ്വതിയും ഘണ്ഡനഞ്ചരമ്മയും കടിയലബുല്ലമ്മയും അവരെ നേരിടാൻ തയാറെടുത്തു. സംഗതി പന്തിയല്ലെന്നു കണ്ട് യാഥാസ്ഥിതികർ സ്ഥലംവിട്ടു. ഇങ്ങനെ എത്രയെത്ര സംഭവങ്ങൾ!

സ്ത്രീകൾക്കിടയിൽ എങ്ങനെ പ്രവർത്തിക്കണം എന്നതിനെപ്പറ്റിപ്പോലും ഒരിക്കൽ പാർട്ടിയിൽനിന്ന് നിർദേശംകിട്ടി. അതിനിടയാക്കിയ ഒരു സംഭവമുണ്ടായി. ഒരിക്കൽ ഒരു ഗ്രാമത്തിൽ പോകുമ്പോൾ ചിലർ സ്വന്തം ഗ്രാമത്തിൽ നിന്നുണ്ടാക്കിച്ച ഒരു പ്രത്യേകതരം കർണാഭരണം ധരിച്ചിരുന്നു. അവർ പോയ ഗ്രാമത്തിലെ പല സ്ത്രീകൾക്കും അതിഷ്ടപ്പെട്ടു. എവിടെനിന്നാണ് അതുണ്ടാക്കിയതെന്ന് അവർക്കറിയണം. സൂര്യവതി സ്ഥലം പറഞ്ഞുകൊടുത്തു. പല സ്ത്രീകളും അവിടെ പോയി അത്തരം ആഭരണം ഉണ്ടാക്കിച്ച് ധരിച്ചു. ഈ വിവരം പാർട്ടിയുടെ ശ്രദ്ധയിൽപ്പെട്ടു. മേലിൽ പ്രവർത്തനത്തിന് പോകുമ്പോൾ അങ്ങനെയുള്ള ആഭരണങ്ങളോ വിലകൂടിയ സാരികളോ ധരിക്കാൻ പാടില്ലെന്നും സാധാരണ സ്ത്രീകളെപ്പോലുള്ള വേഷവിധാനങ്ങളെ പാടുള്ളൂവെന്നും പാർട്ടി നിർദേശിച്ചു. സൂര്യവതി തന്റെ വിവാഹസാരി ഉൾപ്പെടെ വിലകൂടിയ സാരികളെല്ലാം വിറ്റു. സമ്പന്ന കുടുംബമായിരുന്നു സൂര്യവതിയുടെതും ഭർത്താവിന്റെതും. ഇരുവരും 1943 ൽ തങ്ങളുടെ സ്വത്ത് വിറ്റ് ആ പണം പാർട്ടിക്ക് സംഭാവന നൽകി.

1947 ൽ ആന്ധ്രാ മഹിളാ സംഘത്തിന്റെ ഒന്നാം സമ്മേളനം. അതിന്റെ സെക്രട്ടറിയായി തിരഞ്ഞെടുക്കപ്പെട്ടു. അതിനുശേഷം മരിക്കുന്നതുവരെ സംസ്ഥാന സെക്രട്ടറിയോ പ്രസിഡന്റോ ആയി പ്രവർത്തിച്ചു. അടുത്തവർഷം മഹിളാ സംഘത്തിന്റെ രണ്ടാം സമ്മേളനം വിജയവാഡയിൽ നടക്കാനിരിക്കുകയായിരുന്നു. ആ ഘട്ടത്തിൽ മഹിളാസംഘത്തിന്റെ മുഖപത്രം ആന്ധ്രവനിതാ മാസിക ഗവൺമെന്റ് നിരോധിച്ചു. അതേ ഘട്ടത്തിൽ തന്നെ പ്രജാശക്തി വാരികയും ഗവൺമെന്റ് നിരോധിച്ചു. രണ്ടിന്റെയുംമേലുള്ള നിരോധനം പിൻവലിക്കണമെന്നാവശ്യപ്പെട്ട് സ്ത്രീകൾ വലിയൊരു പ്രകടനംനടത്തി. പ്രകടനത്തിനു നേരെ പൊലീസ് ലാത്തിച്ചാർജ് നടത്തി. ടിയർഗ്യാസും പ്രയോഗിച്ചു. സൂര്യവതിയുടെ അമ്മയും പ്രകടനത്തിൽ പങ്കെടുത്തിരുന്നു. അവരെ എല്ലാവരും അമ്മയെന്നാണ് വിളിച്ചിരുന്നത്. പ്രകടനത്തിൽ പങ്കെടുത്ത മറ്റൊരു സ്ത്രീയാണ് ദ്രോണാവലി അനസൂയ. അവർ പ്രസവിച്ചിട്ട് അന്നേക്ക് 16 ദിവസമായതേയുള്ളൂ. വീട്ടിൽ വന്ന അതിഥികളുടെ കൈയിൽ കുട്ടിയെയും ഏൽപ്പിച്ച് പ്രകടനത്തിൽ പങ്കെടുക്കാനെത്തിയതാണ്. 80 ഓളം പേരെ അറസ്റ്റ് ചെയ്തതിൽ അവരുംപെട്ടു. ജയിലിൽ കുട്ടിയെ മുലയൂ

ട്ടാൻ കഴിയാത്തതുമൂലമുള്ള അസുഖം ബാധിച്ചു. മൂന്നുദിവസം കഴിഞ്ഞാണ് മോചിപ്പിച്ചത്. കോടതിയിൽ ഹാജരാക്കിയ സൂര്യവതിയെ മോചിപ്പിക്കാതെ രാഷ്ട്രീയത്തടവുകാരിയാക്കി ജയിലിലേക്കുതന്നെ കൊണ്ടുപോയി. ജയിലിൽ രണ്ടുതവണ നിരാഹാരസമരം നടത്തി. രണ്ടും ജയിലിലെ ശോചനീയ സ്ഥിതിക്കെതിരെ. ആദ്യത്തെ നിരാഹാരസമരം 17 ദിവസം നീണ്ടു. രണ്ടാമത്തേത് 20 ദിവസവും.

1946 ൽ ഐതിഹാസികമായ തെലങ്കാന സമരം. ആ സമരത്തിൽ ഭർത്താവും അവരും പങ്കെടുത്തു. അക്കാലത്ത് വിവരിക്കാനാവാത്ത പ്രയാസങ്ങളാണ് ഇരുവർക്കും നേരിടേണ്ടിവന്നത്. ആ സമരത്തിന്റെയും തീച്ചൂളയിലൂടെ ഉരുകിത്തെളിഞ്ഞു വന്ന വിപ്ലവകാരിയായിരുന്നു സൂര്യവതി.

പൊതുപ്രവർത്തനങ്ങളിലൂടെ ജനങ്ങളുടെ വിപുലവിഭാഗങ്ങളുമായി ബന്ധപ്പെട്ടു. അവരുടെ നേതാവായി ഉയർന്നു. പിൽക്കാലത്ത് നന്ദമുരു പഞ്ചായത്ത് സർപഞ്ച് ആയി തിരഞ്ഞെടുക്കപ്പെട്ടു. കിട്ടൂർ പഞ്ചായത്ത് സർപഞ്ച് ആയി രാജേശ്വരമ്മയും. ജനപ്രതിനിധികളെന്ന നിലയിൽ നന്നായി പ്രവർത്തിക്കാൻ കഴിയുമെന്ന് ഇരുവരും തെളിയിച്ചു. അക്കാലത്ത് കാട്ടൂർ ഗ്രാമത്തിൽ 13 സ്ത്രീകൾ പാർട്ടി അംഗങ്ങളായി. അവരുടെ ഭർത്താക്കന്മാർ ഒരുതരത്തിലും പാർട്ടിയുമായി ബന്ധപ്പെട്ടില്ലെങ്കിലും. 1958 ൽ ലജിസ്ലേറ്റീവ് കൗൺസിലിലേക്ക് തിരഞ്ഞെടുക്കപ്പെട്ടു. 6 വർഷം അതിൽ അംഗമായി. 1987 ൽ മണ്ഡൽ പ്രജാപരിഷത് ചെയർപേഴ്സണായി. വികസന പ്രവർത്തനങ്ങളിൽ ഏറ്റവും നല്ല മണ്ഡൽ പഞ്ചായത്ത് എന്ന അംഗീകാരംനേടി.

അവിഭക്ത കമ്യൂണിസ്റ്റുപാർട്ടിയുടെ സംസ്ഥാന കൗൺസിൽ അംഗമായിരുന്ന സൂര്യവതി പാർട്ടിക്കകത്ത് ആശയപരമായ അഭിപ്രായവ്യത്യാസം ആരംഭിച്ചപ്പോൾ അവരും ഭർത്താവ് സുബ്ബറാവുവും റിവിഷനിസത്തിനെതിരെ ഉറച്ച നിലപാടെടുത്തു. പാർട്ടി രണ്ടായപ്പോൾ സി പി ഐ (എം) ന്റെ കൂടെ നിന്നു. ഇരുവരും. സി പി ഐ (എം) സംസ്ഥാന കമ്മിറ്റിയിലേക്ക് ഇരുവരും തിരഞ്ഞെടുക്കപ്പെട്ടു. സി പി ഐ (എം) രൂപം കൊണ്ട് രണ്ടുമാസത്തിനകം ഗവൺമെന്റ് പാർട്ടിക്കെതിരെ ആഞ്ഞടിച്ചു. പാർട്ടി നേതാക്കളെയും പ്രധാന പ്രവർത്തകരെയും രാജവ്യാപകമായി വേട്ടയാടി. സൂര്യവതിയും ഭർത്താവും അറസ്റ്റിലായി. പാർട്ടിക്കകത്ത് തീവ്രവാദ ചിന്താഗതി വളർന്നു വന്നപ്പോഴും സൂര്യവതി അതിനെതിരായ നിലപാട് സ്വീകരിച്ചു. 1993 ജൂലായ് 4 ന് അന്തരിച്ചു.

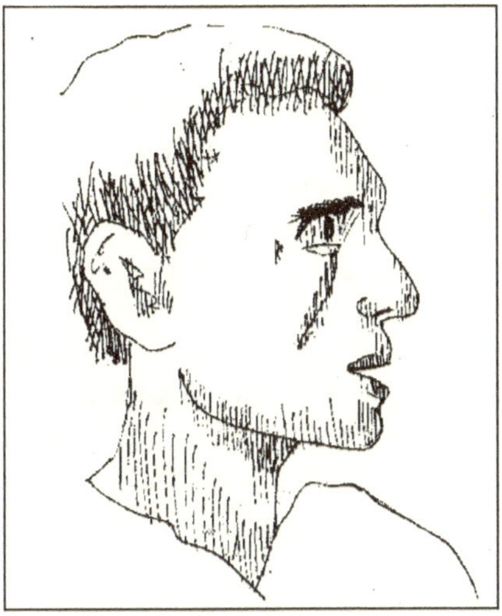

സോമനാഥ് ലാഹിരി

1909 - 1984

ഇന്ത്യയിലെ ആദ്യ തലമുറയിൽപെട്ട കമ്യൂണിസ്റ്റ് നേതാക്കളിൽ ഒരാൾ. ബംഗാളിലെ ട്രേഡ് യൂണിയൻ പ്രസ്ഥാനത്തിന്റെ ആദ്യകാല നേതാക്കളിൽ പ്രമുഖൻ. താത്വികവിദഗ്ധനും എഴുത്തുകാരനും. ഭരണ ഘടനാനിർമാണ സഭയിലെ ഏക കമ്യൂണിസ്റ്റ് അംഗം. ബംഗാളിൽ ഇട തുപക്ഷ മുന്നണി ഗവൺമെന്റിലെ മന്ത്രി. ഇങ്ങനെ പല നിലകളിലും അറിയപ്പെട്ട കമ്യൂണിസ്റ്റായിരുന്ന സോമനാഥ് ലാഹിരി. കമ്യൂണിസ്റ്റ് പ്രസ്ഥാനത്തിലെ ആശയസമരത്തിൽ തികഞ്ഞ വലതുപക്ഷ നിലപാ ടാണ് സ്വീകരിച്ചത്. അതുകൊണ്ട് പാർട്ടി രണ്ടായപ്പോൾ സ്വാഭാവിക മായു സി പി ഐ യിൽ ഉറച്ചുനിന്നു.

ഇരുപതാം നൂറ്റാണ്ടിന്റെ തുടക്കത്തിൽ ബംഗാളിലെ ചെറിയൊരു പട്ടണമായിരുന്നു കൃഷ്ണനഗർ. ആ പട്ടണത്തിൽ 1909 സപ്തംബർ ഒന്നിന് സോമനാഥ് ജനിച്ചു. പിതാവ് സുരേന്ദ്രമോഹൻ ലാഹിരി. അദ്ദേഹം കൽക്കത്തയിലെ ഒരു കമ്പനിയിൽ ഉദ്യോഗസ്ഥൻ. മാതാവ് നിർമലാ ബാലാദേവി. പിതാവ് ബ്രാഹ്മണനായിരുന്നുവെങ്കിലും ബ്രാഹ്മണരുടെ പലതരം ആചാരങ്ങളിലും അനുഷ്ഠാനങ്ങളിലും വിശ്വസിച്ചില്ല. അതു കൊണ്ട് മകൻ അന്ധവിശ്വാസങ്ങളിലോ അനാചാരങ്ങളിലോ അശേഷം കുടുങ്ങിക്കിടന്നില്ല. ആചാരക്കെട്ടുകളിൽ നിന്നെല്ലാം വിമുക്തി നേടി. സ്വത ന്ത്രമായി ചിന്തിക്കുന്നതിനുള്ള അവസരം ആ ബാലന്റെ മുമ്പിൽ തുറ ന്നുകിടന്നു.

കുട്ടിക്കാലം മുതൽ സന്യാസിമാരോട് വെറുപ്പായിരുന്നു. അതിനൊരു

കാരണമുണ്ട്. മൂന്നു വയസായപ്പോൾ താമസം മുത്തച്ഛന്റെ വീട്ടിൽ. അവിടെ അച്ഛന്റെ, സന്യാസിയായി തീർന്ന മൂത്ത ജ്യേഷ്ഠൻ ഇടയ്ക്കിടെ വരും. അദ്ദേഹം കുട്ടികളെ പേടിപ്പിക്കും. അദ്ദേഹം വരുന്നുണ്ടെന്ന് അറിയുമ്പോൾ തന്നെ കുട്ടികൾക്ക് പേടിയാണ്. ഇത് ബാലനായ സോമനാഥിൽ എല്ലാ സന്യാസിമാരോടും വെറുപ്പ് ജനിപ്പിച്ചു.

കുട്ടിക്കാലം മുതൽ തന്നെ സോമനാഥ് അനാരോഗ്യവാൻ. വീട്ടിൽ മൂന്നു സഹോദരന്മാരും മൂന്നു സഹോദരിമാരും ഉണ്ടായിരുന്നു. സാധാരണ നിലയിൽ ആ ബാലൻ അവരുടെകൂടെ ഓടിച്ചാടിക്കളിക്കേണ്ടതാണ്. പക്ഷേ അനാരോഗ്യം അതിന് അനുവദിച്ചില്ല. എങ്കിലും കഥ കേൾക്കുന്നതിൽ വലിയ താൽപ്പര്യം. യക്ഷിക്കഥയായാലും പിശാചിന്റെ കഥയായാലും താൽപ്പര്യപൂർവം കേട്ടിരിക്കും. കുട്ടിക്കാലം മുതലേ മറ്റൊരു ശീലം വളർന്നു. വായന. അക്ഷരങ്ങൾ കൂട്ടിവായിക്കാൻ പഠിച്ചതോടെ വായനയും ആരംഭിച്ചുവെന്നു പറയാം. അക്ഷരങ്ങളോടുള്ള സ്നേഹം സോമനാഥിനെ പുസ്തകപ്പുഴുവാക്കി.

രണ്ടുവർഷം കൃഷ്ണനഗറിലെ സ്കൂളിൽ പഠിച്ചു. അപ്പോഴേക്ക് കൃഷ്ണനഗറിലാകെ മലേറിയ പടർന്നുപിടിച്ചു. സോമനാഥിനെപ്പോലൊരു അനാരോഗ്യവാൻ അവിടെ താമസിക്കുന്നത് അപകടകരമാണെന്ന് രക്ഷിതാക്കൾ കരുതി. അതുകൊണ്ട് നാദിയാ ജില്ലയിലെ മറ്റൊരു ചെറുപട്ടണമായ ശാന്തിപ്പൂരിലേക്ക് മകനെ അയച്ചു. ചിറ്റപ്പൻ അവിടെ ഒരു ഡോക്ടറായിരുന്നു. അദ്ദേഹത്തിന്റെ കൂടെ താമസിച്ച് അവിടത്തെ സ്കൂളിൽ പഠിച്ചു. 1916 മുതൽ 1920 വരെ നാലുവർഷമാണ് ശാന്തിപ്പൂരിൽ പഠിച്ചത്. അക്കാലത്ത് ബംഗാളി സാഹിത്യത്തിൽ അതീവ താൽപ്പര്യം. പാഠപുസ്തകങ്ങൾക്കു പുറമെ ബംഗാളി കഥകളും നോവലുകളും കവിതകളും ധാരാളം വായിച്ചു. ബങ്കിംചന്ദ്ര ചാറ്റർജിയുടെ എല്ലാ കൃതികളും വായിച്ചുതീർത്തു. പരന്ന ഈ വായന എഴുതാൻ പ്രേരണ നൽകി. ആദ്യം കൈവെച്ചത് ചെറുകഥയുടെ മേഖലയിൽ. ധാരാളം ചെറുകഥകൾ എഴുതി. അവയിൽ ചിലത് സ്കൂൾ മാസികകളിൽ അച്ചടിച്ചുവന്നു. പിൽക്കാലത്ത് ചെറുകഥകൾ സമാഹരിച്ച് ഒരു പുസ്തകം പുറത്തിറക്കി.

ശാന്തിപ്പൂരിലെ സ്കൂളിൽ പഠിക്കുമ്പോൾ ഒന്നാം ലോകമഹായുദ്ധം നടന്നുകൊണ്ടിരിക്കുകയായിരുന്നു. യുദ്ധവാർത്തകൾ ആർത്തിയോടെ വായിക്കും. അതു സംബന്ധിച്ചുവരുന്ന ഒറ്റവാർത്തപോലും കണ്ണിൽ പെടാതെ പോവില്ല. ജർമനിക്കുണ്ടാവുന്ന ഓരോ വിജയത്തിലും സന്തോഷിക്കും. യുദ്ധം കഴിഞ്ഞതിനുശേഷം റൗളത് നിയമം വന്നു. അതിനെത്തുടർന്ന് ജാലിയൻവാലാ സംഭവമുണ്ടായി. 1920 അവസാനം നിസഹകരണ പ്രസ്ഥാനമാരംഭിക്കാൻ ഇന്ത്യൻ നാഷണൽ കോൺഗ്രസിന്റെയും അതിന്റെ പരമോന്നതനേതാവ് ഗാന്ധിജിയുടെയും ആഹ്വാനം. നിസഹകരണ പ്രസ്ഥാനത്തിന്റെ അലകൾ രാജ്യത്താകെ അടിച്ചുകയറി. ശാന്തിപ്പൂരും അതിൽ നിന്നൊഴിവായില്ല. സോമനാഥിന്റെ സ്കൂളിനെയും ബാധിച്ചു, ആ പ്രസ്ഥാനം. സ്കൂളിൽ പഠിപ്പുമുടക്ക്. അതുമൂലം സ്കൂൾ രണ്ടു

മാസത്തോളം അടഞ്ഞുകിടന്നു. പഠിപ്പുമുടക്കിൽ സോമനാഥും ഭാഗഭാക്കായി. ഒരു ദിവസം ഏതാനും കുട്ടികളെ പൊലീസ് പിടികൂടി. സോമനാഥുമുണ്ടായിരുന്നു കൂട്ടത്തിൽ. നന്നേ ചെറിയ കുട്ടിയായതിനാൽ നല്ല രണ്ടു കിഴുക്കു കൊടുത്തു വിട്ടയച്ചു.

മകന് പഠിത്തത്തിൽ താൽപ്പര്യം കുറഞ്ഞു വരികയാണോ എന്ന് പിതാവിനു സംശയം. അതിനാൽ 1920 ൽ കൽക്കത്തയിലെ ഒരു സ്കൂളിലേക്ക് മാറ്റി. അവിടെ എട്ടാം ക്ലാസിലാണ് ചേർത്തത്. അക്കാലത്ത് ഡബിൾപ്രമോഷനും മറ്റും നിലവിലുള്ളതുകൊണ്ടാണ് നല്ല ബുദ്ധിശാലിയായ മകനെ 11–ാം വയസിൽ എട്ടാം ക്ലാസിൽ ചേർക്കാൻ കഴിഞ്ഞത്. അവിടെ നിന്ന് 1924 ൽ ഒന്നാം ക്ലാസോടെ മെട്രിക്കുലേഷൻ പരീക്ഷ പാസായി. അപ്പോഴേക്ക് ഇംഗ്ലീഷ് സാഹിത്യത്തിലും നല്ല പ്രാവീണ്യം നേടി. ഗണിതശാസ്ത്രമൊഴികെ മറ്റെല്ലാ വിഷയങ്ങളും ഇഷ്ടപ്പെട്ടു.

മെട്രിക്കുലേഷൻ പരീക്ഷ പാസായതിനുശേഷം സിറ്റി കോളേജിൽ ചേർന്നു. ഊർജതന്ത്രം, രസതന്ത്രം, ഗണിതശാസ്ത്രം എന്നിവയായിരുന്നു ഐച്ഛിക വിഷയങ്ങൾ. കടുത്തരോഗം മൂലം 1928 ൽ ബി എസ് സി പരീക്ഷയെഴുതാൻ കഴിഞ്ഞില്ല. അടുത്ത വർഷം ബി എസ് സി പാസായി.

അതിനുമുമ്പ് ഒരു പ്രധാന സംഭവം നടന്നു. ശാന്തിപ്പൂരിലെ സ്കൂളിൽ പഠിക്കുന്ന കാലത്ത് നിസഹകരണ പ്രസ്ഥാനത്തിന്റെ ഭാഗമായി പഠിപ്പു മുടക്കിലും മറ്റും പങ്കുകൊണ്ടെങ്കിലും കൽക്കത്തയിലേക്ക് മാറിയതിനുശേഷം അത്തരം പ്രവർത്തനങ്ങളിൽ നിന്നെല്ലാം വിട്ടുനിൽക്കുകയായിരുന്നു. എന്നാൽ രോഗം മൂലം ബി എസ് സി പരീക്ഷയെഴുതാൻ കഴിയാതെ വീട്ടിൽ കഴിയുന്ന കാലത്ത് രാഷ്ട്രീയത്തിൽ വീണ്ടും താൽപ്പര്യം. അങ്ങനെയാണ് കൽക്കത്തയിൽ ഇന്ത്യൻ നാഷണൽ കോൺഗ്രസിന്റെ ചരിത്രപ്രധാനമായ സമ്മേളനം നടന്നപ്പോൾ അതിൽ നിരീക്ഷകനായി പങ്കെടുത്തത്. ആ സമ്മേളനപ്പന്തലിലേക്ക് മാർച്ചു ചെയ്തെത്തിയ 50,000 തൊഴിലാളികളുടെ പ്രകടനം അദ്ദേഹത്തിൽ മതിപ്പുളവാക്കി. അതിന്റെ സംഘാടകരിലൊരാളായ ബങ്കിം മുഖർജിയുടെ പ്രസംഗം ആവേശം കൊള്ളിച്ചു. തൊഴിലാളി പ്രസ്ഥാനത്തിൽ താൽപ്പര്യം ജനിച്ചത് ഇവിടെ നിന്നാണ്. അപ്പോൾ, പക്ഷേ, തൊഴിലാളികൾക്കിടയിൽ പ്രവർത്തനം നടത്താൻ ഇറങ്ങിത്തിരിച്ചില്ല.

സോമനാഥിന്റെ ഒരു ബന്ധു ജർമനിയിൽ പഠിക്കുന്നുണ്ടായിരുന്നു. അദ്ദേഹം ഇടയ്ക്കിടെ സോമനാഥിനെഴുതും. അങ്ങനെയുള്ള എഴുത്തുകളിലൊന്നിൽ നിന്നാണ് മാർക്സിന്റെ പേര് ആദ്യമായി കേട്ടത്. മാർക്സിന്റെ പേരു കേട്ടതോടെ അദ്ദേഹത്തെക്കുറിച്ച് അറിയാൻ താൽപ്പര്യം. അതിനുള്ള ശ്രമങ്ങൾ തുടങ്ങി. രണ്ടുമൂന്ന് പുസ്തകങ്ങൾ സമ്പാദിച്ച് അതിവേഗം വായിച്ചുതീർത്തു. പരീക്ഷ കഴിഞ്ഞതിനു ശേഷം കുടുംബത്തിലെ നാലഞ്ച് യുവാക്കളോടൊപ്പം ഒന്നിച്ചിരുന്ന് മാർക്സിന്റെ ഗ്രന്ഥങ്ങൾ വായിച്ചു. ചർച്ചചെയ്തു. അപ്പോൾ അവർക്കെല്ലാം ഒരു ആഗ്രഹം

– ഒരു കൈയെഴുത്തു മാസിക പ്രസിദ്ധീകരിക്കണം. അങ്ങനെ സംവാദം തുടങ്ങി. അതിൽ ലേഖനങ്ങൾക്കും കഥകൾക്കും പുറമെ കവിതകളുമെഴുതി. ലേഖനങ്ങൾ എഴുതാൻ പിന്നെയും കുറേ വായിച്ചു. സംവാദിൽ മാർക്സിസത്തെക്കുറിച്ചുപോലും എഴുതി ഒരു ലേഖനം.

1929–ൽ ബി എസ് സി പാസായതിനുശേഷം പ്രസിഡൻസി കോളേജിൽ എം എസ് സി ക്കു ചേർന്നു. അധികം കഴിയുന്നതിനുമുമ്പ് ദേശീയ പ്രസ്ഥാനം ശക്തിപ്രാപിച്ചു. പ്രസ്ഥാനത്തിന്റെ കാറ്റ് രാജ്യമാകെ വീശിയടിക്കാൻ തുടങ്ങി. ആ ഘട്ടത്തിൽ വിദ്യാഭ്യാസം തുടരുന്നത് പന്തിയല്ലെന്ന് തോന്നി. കോളേജിനോട് വിട പറഞ്ഞ് കൽക്കത്തയിൽ തന്നെ ഒരു കമ്പനിയിൽ കെമിസ്റ്റായി ജോലി സ്വീകരിച്ചു. കമ്പനിക്കടുത്തായിരുന്നു ബംഗാൾ കെമിക്കൽസിന്റെ ഒരു ഫാക്ടറി. അവിടെ സോമനാഥിന്റെ വലിയച്ഛന്റെ മകൻ ജോലി ചെയ്യുന്നുണ്ടായിരുന്നു. ഏതാണ്ട് സമപ്രായക്കാർ. അയാളും ഒരു കെമിസ്റ്റ്. ബൂട്ട് പോളീഷിന് നൈട്രോബെൻസീൻ അത്യന്താപേക്ഷിതം. അക്കാലത്ത് കമ്പോളത്തിൽ അതിന് നല്ല ഡിമാന്റ്. ബംഗാൾ കെമിക്കൽസിൽ അതിന് ധാരാളം ഓർഡറുകൾ വന്നുകൊണ്ടിരുന്നു. ഡിമാന്റ് അനുസരിച്ച് സപ്ലൈ ചെയ്യാൻ നൈട്രോബെൻസീൻ ഇല്ല, ആവശ്യമായത്ര ഉൽപ്പാദിപ്പിക്കാൻ യന്ത്രസാമഗ്രികളും. എങ്കിലും ഉള്ള ഉപകരണങ്ങൾ വെച്ച് കൂടുതൽ ഉൽപ്പാദനം നടത്താൻ തൊളിലുടമകൾ ജീവനക്കാരെ നിർബന്ധിക്കും. നൈട്രോബെൻസീൻ ഒരു വിഷം. അത് ശരീരത്തിൽ കടന്നാൽ അപകടകരം. കൂടുതൽ ഉൽപ്പാദിപ്പിക്കുന്തോറും ശ്വാസോഛ്വാസത്തിലൂടെ അത് ശരീരത്തിലേക്ക് കടക്കും. അത് പ്രതിരോധിക്കാനുള്ള സംവിധാനവുമില്ല. ഒരു ദിവസം അത് ഉൽപ്പാദിപ്പിക്കുന്ന ഒരു ഉപകരണം പൊട്ടി. അന്ന് ഇരുവരും വീട്ടിലേക്ക് പോകാനിരുന്നതായിരുന്നു. വഴിയിൽ ചിറ്റപ്പന്റെ മകന് തലചുറ്റൽ. ഉടൻ ആശുപത്രിയിൽ പ്രവേശിപ്പിച്ചു. ഡോക്ടർമാർ കിണഞ്ഞു ശ്രമിച്ചെങ്കിലും ജീവൻ രക്ഷിക്കാനായില്ല. ഇത് സോമനാഥിന് കനത്ത ആഘാതമായി. തൊഴിലുടമകളാണ് മരണത്തിന് ഉത്തരവാദിയെന്ന് അദ്ദേഹത്തിന് ബോധ്യമായി. മുതലാളിമാരോടും മുതലാളിത്തത്തോടുമുള്ള വെറുപ്പ് മനസിൽ വളർന്നുവന്നത് അങ്ങനെയാണ്.

ഈ ഘട്ടത്തിലാണ് ഡോ ഭൂപേന്ദ്രനാഥ് ദത്തിന്റെ അടുത്തുപോയത്. അത് ജീവിതത്തിലെ തന്നെ ഒരു വഴിത്തിരിവുമായി. മുതലാളിത്തത്തെ പിഴുതെറിയണമെങ്കിൽ തൊഴിലാളികളെ സംഘടിപ്പിക്കണമെന്ന് മനസിലായി. അങ്ങനെ ചെയ്യാൻ ദത്ത് അദ്ദേഹത്തെ ഉപദേശിച്ചു. ജോലി രാജിവെച്ച് തൊഴിലാളി രംഗത്തേക്ക് കടക്കാൻ തീരുമാനിച്ചതിന്റെ പശ്ചാത്തലം ഇതാണ്. അങ്ങനെയൊരു തീരുമാനം എടുത്തപ്പോൾ നേരത്തെ തന്നോടൊപ്പം നിന്ന കുടുംബത്തിലെ യുവാക്കളും സുഹൃത്തുക്കളും "അപകടം പിടിച്ച ആ പണി"ക്ക് തയ്യാറായില്ല. അതുകൊണ്ട് ഒറ്റയ്ക്കുതന്നെ തൊഴിലാളികളുടെ ഇടയിലേക്ക് ഇറങ്ങിത്തിരിക്കേണ്ടിവന്നു.

ഇതിനിടയിൽ, 1930 ൽ കറാച്ചിയിൽ കോൺഗ്രസ് സമേളനം. സമ്മേ

ളനത്തിൽ പ്രതിനിധിയായി സംബന്ധിച്ചു. ഭഗത്സിങ്ങിനെയും മറ്റും തൂക്കിക്കൊന്നതിൽ പ്രതിഷേധിച്ച് കറാച്ചിയിലെ തുറമുഖത്തൊഴിലാളികൾ നടത്തിയ പ്രകടനത്തിൽ സുഹൃത്ത് അബ്ദുൾ മോമിനോടൊപ്പം പങ്കെടുത്തു. അപ്പോഴേക്കും സോമനാഥ് ആളാകെ മാറി.

സിയാൽദായിൽ റെയിൽവേ തൊഴിലാളികൾക്ക് ഇടയിലാണ് ആദ്യമായി തൊഴിലാളി പ്രവർത്തനമാരംഭിച്ചത്. താമസിയാതെ ഈസ്റ്റേൺ ബംഗാൾ റെയിൽവേ വർക്കേഴ്സ് യൂണിയൻ സ്ഥാപിച്ചു. കൽക്കത്ത, ഹൂഗ്ലി, ഹൗറ തുടങ്ങിയ തൊഴിലാളി കേന്ദ്രങ്ങളിൽ വ്യാപകമായി സഞ്ചരിച്ചു. സോമനാഥിന്റെ ആത്മവിശ്വാസം വർധിച്ചു. ഈ സമയമായപ്പോഴേക്ക് അബ്ദുൾ ഹലീം ജയിൽ വിമുക്തനായി കൽക്കത്തയിലെത്തി. ഇരുവരും ഇടയ്ക്കിടെ കണ്ടുമുട്ടും, ചർച്ചചെയ്യും. 1931 ൽ കമ്യൂണിസ്റ്റ് പാർട്ടിയുടെ കൽക്കത്ത കമ്മിറ്റി രൂപംകൊണ്ടു. അബ്ദുൾ ഹലീമിന്റെ നേതൃത്വത്തിൽ, ഏഴ് പേരാണ് കമ്മിറ്റിയിലുണ്ടായിരുന്നത്. ഏതാനും മാസം കഴിഞ്ഞപ്പോൾ സോമനാഥ് ലാഹിരി അതിൽ അംഗമായി. ഈ ഘട്ടത്തിലാണ് *ഛാസി മസ്ദൂർ* എന്ന വാരിക തുടങ്ങിയത്. സോമനാഥ് അതിൽ ലേഖനങ്ങളെഴുതി. ഗവൺമെന്റിന് വാരികയുടെ പ്രസിദ്ധീകരണം ഇഷ്ടപ്പെട്ടില്ല. അത് നിരോധിച്ചു. 1932–33 കാലത്ത് *ദിൻ മസ്ദൂർ* എന്ന വാരിക പുറത്തിറക്കി. ഇടയ്ക്കിടെ ധാരാളം ലഘുലേഖകളും എഴുതി. *സംവാദിൽ* വന്ന ലേഖനങ്ങളെല്ലാം സമാഹരിച്ച് *സാമ്യവാദ്* എന്ന പേരിൽ ഒരു പുസ്തകം പുറത്തിറക്കി. ഏതാനും ദിവസങ്ങൾക്കകം അത് കണ്ടുകെട്ടി. ലെനിന്റെ *ഭരണകൂടവും വിപ്ലവവും* എന്ന പുസ്തകം ബംഗാളിയിലേക്ക് മൊഴിമാറ്റം നടത്തി. വിവിധ പ്രസിദ്ധീകരണങ്ങൾക്കായി എഴുതുക, അതുകഴിഞ്ഞാൽ ട്രേഡ് യൂണിയൻ പ്രവർത്തനം നടത്തുക–ഇതായിരുന്നു അപ്പോഴത്തെ പതിവ്. അതിവേഗം ട്രേഡ് യൂണിയൻ നേതാവ് എന്ന നിലയിൽ പ്രസിദ്ധനായി. 1931 ൽ കൽക്കത്തയിൽ നടന്ന എ ഐ ടി യു സി സമ്മേളനത്തിൽ പങ്കെടുത്തു. ആ സമ്മേളനത്തിൽ വെച്ച് എ ഐ ടി യു സിക്കകത്തൊരു പിളർപ്പുണ്ടായി. റെഡ് ട്രേഡ് യൂണിയൻ കോൺഗ്രസ് നിലവിൽ വന്നു. സോമനാഥ് അതിന്റെ ബംഗാൾ ഘടകം സെക്രട്ടറിയായി.

1933 ൽ മീറത്ത് ഗൂഢാലോചനക്കേസിൽ വിധി വന്നു. ഇക്കാലത്ത് *ഇന്ത്യൻ വിപ്ലവവും നമ്മുടെ കടമകളും* എന്നൊരു പുസ്തകം പുറത്തിറക്കി. മീറത്ത് ഗൂഢാലോചനക്കേസിലെ പ്രതികൾ പുറത്തുവന്നതോടെ കൽക്കത്തയിൽ കമ്യൂണിസ്റ്റ് പാർട്ടിയുടെ ഒരു രഹസ്യയോഗം. ആ യോഗം ഒരു കേന്ദ്രകമ്മിറ്റി രൂപവൽക്കരിച്ചു. ആ കമിറ്റിയിലെ ഒരു അംഗം സോമനാഥ് ലാഹിരി. ആ കമ്മിറ്റി 1943 വരെ തുടർന്നു. ആ വർഷം നടന്ന ഒന്നാം പാർട്ടി കോൺഗ്രസോടെയാണ് കമ്മിറ്റി മാറിയത്.

അങ്ങനെയൊരു കമ്മിറ്റി നിലവിൽ വരികയും സോമനാഥ് അതിൽ അംഗമാവുകയും ചെയ്യുന്നതിനുമുമ്പുതന്നെ തൊഴിലാളികളുടെ ക്ഷണപ്രകാരം ജാംഷെഡ്പൂരിലേക്കുപോയി. അപ്പോൾതന്നെ അതൊരു തൊഴി

ലാളി കേന്ദ്രമായിരുന്നു. ധാരാളം തൊഴിലാളികൾ അവിടെയുള്ള വിവിധ തൊഴിൽശാലകളിൽ പണിയെടുത്തിരുന്നു. അവരെ സംഘടിപ്പിക്കുക അത്ര എളുപ്പമായിരുന്നില്ല. അവരെ സംഘടിപ്പിക്കുന്നത് തടയാൻ തൊഴിലുടമകൾ ഗുണ്ടകളെ നിയോഗിക്കും. അത് ഭയന്ന് ആരും യൂണിയനുണ്ടാക്കാൻ മുമ്പോട്ടുവരില്ല. എങ്കിലും സോമനാഥ് അക്കാര്യത്തിൽ വിജയിച്ചു. തൊഴിലാളി യൂണിയൻ രൂപവൽക്കരിച്ചു. തൊഴിലാളികൾക്കിടയിൽ പുതിയ ഉണർവുണ്ടാക്കി. അതിനിടയിൽ അദ്ദേഹത്തിനും ഏൽക്കേണ്ടിവന്നു ഗുണ്ടാമർദനം. അതുകൊണ്ടൊന്നും കുലുങ്ങിയില്ല. കൽക്കത്തിയിൽ താമസിച്ച് ഇടയ്ക്കിടെ ജാംഷെഡ്പൂരിൽ പോയി അവിടെ യൂണിയനുണ്ടാക്കുകയായിരുന്നു. ജാംഷെഡ്പൂരിൽ *ജംഗി മസ്ദൂർ* (ഉശിരൻ തൊഴിലാളി) എന്നൊരു ഹിന്ദി വാരിക പുറത്തിറക്കി. താമസിയാതെ ബ്രിട്ടീഷ് ഗവൺമെന്റ് അത് നിരോധിച്ചു.

1934 ൽ രണേൻ സെൻ, അബ്ദുൾ ഹലീം എന്നിവരോടൊപ്പം കൽക്കത്തയിലും ചുറ്റുപാടുമുള്ള വ്യവസായകേന്ദ്രങ്ങളിൽ നിരവധി യോഗങ്ങൾ നടത്തി. അതേവർഷം ഒട്ടേറെ തൊഴിലാളി സമരങ്ങൾക്ക് നേതൃത്വവും നൽകി. തൊട്ടുമുമ്പത്തെ വർഷമാണ് ആദ്യമായി അറസ്റ്റിലായത്. തൊഴിലാളികളെ അടിച്ചമർത്തുന്നതിൽ പ്രതിഷേധിക്കാൻ ആഹ്വാനം ചെയ്ത് നോട്ടീസ് ഇറക്കിയതിനായിരുന്നു അറസ്റ്റ്. ആ വർഷം രണ്ടുതവണ കൂടി അറസ്റ്റിലായി. 1934 മധ്യത്തിലാണ് പുറത്തിറങ്ങിയത്. അപ്പോഴേക്ക് ഗവൺമെന്റ് കമ്യൂണിസ്റ്റ് പാർട്ടിക്കെതിരെ ഒരിക്കൽകൂടി ആഞ്ഞടിക്കാൻ തയ്യാറെടുക്കുകയായിരുന്നു. 1934 ജൂലായിൽ കമ്യൂണിസ്റ്റ് പാർട്ടിയെ നിരോധിച്ചു. അപ്പോൾ പാർട്ടിയുടെ ഭൂഗർഭകേന്ദ്രം കെട്ടിപ്പടുക്കാൻ മുമ്പോട്ടുവന്നവരിൽ പ്രധാനി സോമനാഥ്. 1934 ഫെബ്രുവരിയിൽ പാർട്ടി മുഖപത്രമെന്ന നിലയിൽ *മാർക്സിസ്റ്റ്* ആരംഭിച്ചിരുന്നു. നിരോധനത്തിനുശേഷവും അതിന്റെ പ്രസിദ്ധീകരണം തുടർന്നു. അതിൽ ലേഖനങ്ങളെഴുതി. പാർട്ടി നിർദേശപ്രകാരം ആ സ്ഥാനത്ത് പ്രവർത്തിക്കാൻ ബോംബെക്ക് പോയി. അപ്പോഴേക്ക് ജോഷിയും അധികാരിയും അറസ്റ്റിലായി. മിറാജ്കർ പാർട്ടി സെക്രട്ടറിയായി. അദ്ദേഹം റഷ്യയിൽ പോകാൻ സിംഗപ്പൂരിലെത്തി. അവിടെവെച്ച് അറസ്റ്റിലായി. ബോംബെയിൽ തിരിച്ചെത്തിയ ഉടൻ ഒളിവിൽ പോയി. സോമനാഥ് ലാഹിരി സെക്രട്ടറിയായി. തുടർന്ന് നാലുമാസം ഒളിവിലിരുന്ന് പാർട്ടിക്ക് നേതൃത്വം നൽകി. 1936 ജനുവരിയിൽ അറസ്റ്റിലായി. രണ്ടുവർഷത്തെ തടവിനു ശിക്ഷിക്കപ്പെട്ട് യർവാദാ ജയിലിലെത്തി. അവിടെനിന്നു കൊണ്ടുപോയി കുപ്രസിദ്ധമായ ലാഹോർ ഫോർട്ടിൽ പാർപ്പിച്ചു.

പുതിയ ഭരണഘടനയുടെ കീഴിൽ 1937-ൽ ഇന്ത്യയിലെ വിവിധ പ്രവിശ്യകളിൽ തിരഞ്ഞെടുപ്പ്. പല പ്രവിശ്യകളിലും കോൺഗ്രസ് മന്ത്രിസഭകൾ അധികാരത്തിൽ വന്നു. രാഷ്ട്രീയത്തടവുകാരിൽ മഹാഭൂരിപക്ഷത്തെയും വിട്ടയച്ചു. കമ്യൂണിസ്റ്റ് ആണെന്നതിന്റെ പേരിൽ സോമനാഥിനെ ജയിലിൽതന്നെ പാർപ്പിച്ചു. ശക്തിയായ സമ്മർദത്തെത്തുടർന്ന്

1938 മാർച്ച് 1 ന് മോചിപ്പിച്ചു.

ജയിൽമോചനത്തിനുശേഷം ട്രേഡ് യൂണിയൻ രംഗത്ത് വീണ്ടും സജീവമായി. അതോടൊപ്പം കോൺഗ്രസിനകത്തും. കോൺഗ്രസിൽ ചേർന്ന് ആ സംഘടനയെ സാമ്രാജ്യത്വ വിരുദ്ധസമരത്തിന്റെ ഐക്യമുന്നണിയാക്കി മാറ്റാൻ കമ്യൂണിസ്റ്റ് പാർട്ടി ആഹ്വാനം ചെയ്തിരുന്നു. ദത്ത് -ബ്രാഡ്‌ലി തീസീസ് മുമ്പോട്ടുവെച്ച മൂർത്തമായ നിർദേശത്തിന്റെ അടിസ്ഥാനത്തിൽ കൈക്കൊണ്ടതായിരുന്നു ആ തീരുമാനം. 1938 ലും 1939ലും ബംഗാൾ പി സി സി എക്സിക്യൂട്ടീവ് കമ്മിറ്റി അംഗമായി തിരഞ്ഞെടുക്കപ്പെട്ടു. 1938–39 കാലത്താണ് ബംഗാളിൽ നിന്നുള്ള അഖിലേന്ത്യാ കോൺഗ്രസ് കമ്മിറ്റി അംഗമായതും. അക്കാലത്ത് സുഭാഷ് ചന്ദ്രബോസ് തന്റെ വലംകൈയായിട്ടാണ് സോമനാഥിനെ കണക്കാക്കിയത്. 1939 ൽ രണ്ടാം ലോകമഹായുദ്ധം തുടങ്ങി. യുദ്ധത്തിനെതിരെ ജനങ്ങളെ അണിനിരത്തുന്ന നിലപാടാണ് കമ്യൂണിസ്റ്റ് പാർട്ടി സ്വീകരിച്ചത്. അതിനാൽ 1940 ആദ്യം ബംഗാളിലെ കമ്യൂണിസ്റ്റുകാരെ ഒറ്റപ്പെടുത്തി ആക്രമണത്തിന് ഇരയാക്കി. അതേസമയം കോൺഗ്രസ്–ഫോർവേഡ് ബ്ലോക്ക് നേതാക്കൾ സർവതന്ത്ര സ്വതന്ത്രർ. ഈ ഘട്ടത്തിൽ സോമനാഥ്, മുസഫർ അഹമ്മദ്, ഭവാനി സെൻ തുടങ്ങിയവരെ കൽക്കത്തയിൽ നിന്ന് പുറത്താക്കാൻ അധികൃതർ ഉത്തരവിറക്കി. സോമനാഥ് ആ ഉത്തരവ് ലംഘിച്ച് ജയിലിൽപോയി. ഒരു മാസത്തെ ജയിൽവാസം. ജയിലിൽ നിന്ന് പുറത്തുവന്നപ്പോൾ വീണ്ടും പഴയ ഉത്തരവ്. നേരേ സ്വന്തം ജില്ലയിലേക്ക് പോയി. ഒരു മാസത്തിനുശേഷം അവിടെനിന്നും പുറത്താക്കി. അവസാനം 1940 ജൂണിൽ ഒളിവിൽ പോയി. ഒളിവിൽ ഇരുന്നുകൊണ്ട് ബംഗാളിൽ ബോൾഷെവിക് പുറത്തിറക്കി. 1942 ആഗസ്തിൽ അറസ്റ്റ് വാറണ്ട് പിൻവലിക്കപ്പെട്ടതിനെത്തുടർന്ന് പുറത്തുവന്നു. ഒരു മാസം കഴിഞ്ഞപ്പോൾ ബേലയെ വിവാഹം കഴിച്ചു.

1943 ൽ ഇന്ത്യൻ കമ്യൂണിസ്റ്റ് പാർട്ടിയുടെ ഒന്നാം കോൺഗ്രസ് ബോംബെയിൽ. ആ കോൺഗ്രസിൽ പങ്കെടുത്തു. കോൺഗ്രസ് കേന്ദ്ര കമ്മിറ്റിയിലേക്ക് തിരഞ്ഞെടുത്തു. 1943 ൽ എ ഐ ടി യു സി യുടെ നാഗ്പൂർ സമ്മേളനത്തിൽ സംബന്ധിച്ചു. മഹാത്മാഗാന്ധിയെയും മറ്റു രാഷ്ട്രീയത്തടവുകാരെയും മോചിപ്പിക്കണം എന്നാവശ്യപ്പെട്ട് സമ്മേളനത്തിൽ പ്രമേയം അവതരിപ്പിച്ചു. അടിയന്തരമായും അധികാരം കൈമാറണമെന്നും പ്രമേയത്തിൽ ആവശ്യപ്പെട്ടു.

1946 ൽ പ്രശസ്തനായ തൊഴിലാളി നേതാവെന്ന നിലയിൽ മുഹമ്മദ് ഇസ്മായേലിനോടൊപ്പം കൽക്കത്ത കോർപ്പറേഷനിലേക്ക് മത്സരിച്ചു. അത്യന്തം പരിമിതമായ വോട്ടവകാശത്തിന്റെ അടിസ്ഥാനത്തിലായിരുന്നു തിരഞ്ഞെടുപ്പ്. എങ്കിലും 10,000 വോട്ടോടെ തിരഞ്ഞെടുക്കപ്പെട്ടു. എതിർ സ്ഥാനാർഥിക്ക് കിട്ടിയത് 2,000 വോട്ട് മാത്രം. ഇസ്മായേലും വിജയിച്ചു. ഇദംപ്രഥമമായി കമ്യൂണിസ്റ്റുകാർ കോർപ്പറേഷനിലേക്ക് തിരഞ്ഞെടുക്കപ്പെടുകയായിരുന്നു. 1945 ൽ കോർപ്പറേഷൻ തൊഴിലാളിക

ളുടെ വിജയകരമായ പണിമുടക്കിനും നേതൃത്വം നൽകി. കോൺഗ്രസിന്റെ ഒരു തൊഴിലാളി നേതാവ്, തൊഴിലാളികളുടെ ആവശ്യങ്ങളിൽ ഒന്നുപോലും അംഗീകരിച്ചുകിട്ടുന്നതിനുമുമ്പ് പണിമുടക്ക് ഒത്തുതീർപ്പാക്കി. സോമനാഥിന്റെ നേതൃത്വത്തിൽ പണിമുടക്ക് തുടർന്നു. വേതനത്തിൽ വർധന അനുവദിച്ചുകിട്ടയതിനുശേഷം മാത്രമേ പണിമുടക്ക് പിൻവലിച്ചുള്ളൂ.

1945 ൽ ബംഗാളിലെ പാർട്ടി ബംഗാളിയിൽ ഒരു പത്രം തുടങ്ങി – സ്വാധീനത. അതിന്റെ സ്ഥാപക പത്രാധിപർ സോമനാഥ്. പത്രത്തിൽ അദ്ദേഹം കൈകാര്യം ചെയ്ത കോളം കമ്യൂണിസ്റ്റ് പത്രപ്രവർത്തനത്തിന് മാതൃക. 1948 വരെ പത്രത്തിന്റെ പ്രസിദ്ധീകരണം തുടർന്നു. 1949 ൽ പാർട്ടിയുടെ രണ്ടാം കോൺഗ്രസ് കൽക്കത്തയിൽ. ആ കോൺഗ്രസ് അദ്ദേഹത്തെ കേന്ദ്രകമ്മിറ്റിയിലേക്കും പൊളിറ്റ് ബ്യൂറോയിലേക്കും തിരഞ്ഞെടുത്തു. കോൺഗ്രസ് കഴിഞ്ഞ ഉടൻ ഗവൺമെന്റ് കമ്യൂണിസ്റ്റ് പാർട്ടിയെ നിരോധിച്ചു. തുടർന്ന് ഒളിവിൽ പോയി.

രണ്ടാം ലോകമഹായുദ്ധം 1945 ൽ അവസാനിച്ചു. രാജ്യത്താകെ വമ്പിച്ച ജനകീയ മുന്നേറ്റം. അതിന്റെ പശ്ചാത്തലത്തിലാണ് കേന്ദ്ര നിയമനിർമാണസഭയിലേക്ക് തിരഞ്ഞെടുപ്പ് നടന്നത്. കമ്യൂണിസ്റ്റ് പാർട്ടി സ്ഥാനാർഥിയായി സോമനാഥ് ലാഹിരി മത്സരിച്ചു ജയിച്ചു. നിയമനിർമാണസഭയെ ഭരണഘടനാ നിർമാണസമിതിയായി പരിവർത്തിച്ചപ്പോൾ അതിലെ അംഗമായി. സ്വാതന്ത്ര്യലബ്ധിക്കു ശേഷം ട്രാംവേ തൊഴിലാളികൾക്കിടയിൽ പ്രവർത്തനം തുടർന്നു.

1957 ൽ ബംഗാൾ നിയമസഭയിലേക്ക് തിരഞ്ഞെടുക്കപ്പെട്ടു. അതിനുശേഷം 1977 വരെ നിയമസഭാംഗം. 1967 ലെ ആദ്യത്തെ ഐക്യമുന്നണി ഗവൺമെന്റിൽ തദ്ദേശസ്വയംഭരണ മന്ത്രി. 1969 ലെ രണ്ടാം ഐക്യമുന്നണി ഗവൺമെന്റിലും അതേ വകുപ്പു തന്നെ കൈകാര്യം ചെയ്തു. 1984 ഒക്ടോബർ 19 ന് അന്തരിച്ചു.

സോഹൻസിങ് ജോഷ്

1898 - 1982

ഇന്ത്യൻ കമ്യൂണിസ്റ്റ് പ്രസ്ഥാനത്തിന്റെ ആദ്യപഥികരിൽ ഒരാളും കറകളഞ്ഞ ദേശാഭിമാനിയും പഞ്ചാബി–ഉറുദു ഭാഷകളിലെ അറിയപ്പെടുന്ന എഴുത്തുകാരനുമായിരുന്നു സോഹൻസിങ് ജോഷ്. ജോഷ്ജി എന്നാണ് എല്ലാവരും അദ്ദേഹത്തെ സ്നേഹപൂർവം വിളിച്ചിരുന്നത്.

1898 നവമ്പറിൽ അമൃത്സർ ജില്ലയിലെ ചേതൻപുര ഗ്രാമത്തിൽ ഒരു ഇടത്തരം കർഷക കുടുംബത്തിൽ ജനിച്ചു. ഗ്രാമത്തിൽ തന്നെയുള്ള സ്കൂളിൽ, വിദ്യാഭ്യാസം പൂർത്തിയാക്കിയതിനുശേഷം അമൃത്സർ കോളേജിൽ ചേർന്നു. സാമ്പത്തിക വിഷമതകൾ മൂലം കോളേജ് വിദ്യാഭ്യാസം പൂർത്തിയാക്കാൻ കഴിഞ്ഞില്ല.

സാമ്പത്തികമായി പിതാവിനെ സഹായിക്കാൻ കഴിയത്തക്കവിധം ഒരു ജോലി സമ്പാദിക്കാമെന്ന ലക്ഷ്യത്തോടെ വീടുവിട്ട് പലതരം ജോലികൾചെയ്തു. ഒരു ഇലക്ട്രീഷ്യന്റെ സഹായി ആയി. ഒന്നാം ലോകമഹായുദ്ധകാലത്ത് ബോംബെ ഗവൺമെന്റിന്റെ സെൻസസ് ഡിപ്പാർട്ടുമെന്റിൽ ഗുമസ്തനായി. ഇടയ്ക്ക് പട്ടാളത്തിൽ ചേർന്നു പിരിഞ്ഞു. അധ്യാപകനായും ജോലിനോക്കി.

അധ്യാപകവൃത്തിയിലേർപ്പെട്ട കാലത്ത് അകാലിപ്രസ്ഥാനം അതിന്റെ ഉച്ചകോടിയിലെത്തിയിരുന്നു. ഗുരുദ്വാരകൾ നിയന്ത്രിച്ചുപോന്ന മഹന്തുക്കൾക്കു നേരെയായിരുന്നു സമരത്തിന്റെ കുന്തമുന. ബ്രിട്ടീഷ് കൊളോണിയലിസ്റ്റുകളുടെ പാവകളായിരുന്നു അവർ. ഗുരുദ്വാരകളുടെ വരുമാനം മുഴുവൻ തട്ടിയെടുത്ത് അവർ സുഖസമ്പൂർണമായ ജീവിതം

നയിച്ചു. അവരുടെ പിടിയിൽനിന്ന് ഗുരുദ്വാരകൾ മോചിപ്പിക്കുന്നതിനായിരുന്നു അകാലികളുടെ പ്രക്ഷോഭം. സോഹൻസിങ് ജോഷിനെ ഈ പ്രസ്ഥാനം ആകർഷിച്ചു. വാസ്തവത്തിൽ ദി അകാലി എന്ന പത്രത്തിലൂടെയാണ് പ്രസ്ഥാനവുമായി ബന്ധപ്പെട്ടത്. അന്നത്തെ തലമുറയിൽപ്പെട്ട അകാലികളുടെ മത–രാഷ്ട്രീയബോധം കരുപ്പിടിപ്പിച്ചെടുക്കുന്നതിൽ ഈ പത്രം വഹിച്ച പങ്ക് ചെറുതല്ല.

ജോഷ് അകാലിപ്രസ്ഥാനത്തിൽ ആകണ്ഠം മുഴുകി. അതിവേഗം സിഖ് ജനതയുടെ വിശ്വാസമാർജിക്കുകയും അവരുടെ നേതാവായി ഉയരുകയും ചെയ്തു. ശിരോമണി അകാലിദളിന്റെ ജനറൽ സെക്രട്ടറി ആയി തിരഞ്ഞെടുക്കപ്പെട്ടു. ഈ പ്രക്ഷോഭത്തിൽ പങ്കെടുത്തതിന്റെ പേരിൽ രണ്ടുതവണ അറസ്റ്റിലായി. പ്രക്ഷോഭത്തിന് വമ്പിച്ച രാഷ്ട്രീയ പ്രാധാന്യമുണ്ട്. അതിനെക്കുറിച്ച് ജോഷ് എഴുതി:

> ഈ സമരം സിഖ് സമുദായത്തിനകത്ത് പരിവർത്തനം വരുത്തി. സമരങ്ങളുടെ അവസാനം സിഖുകാർ പഴയതുപോലെ ആയിരുന്നില്ല. അകാലി സമരങ്ങൾ അവരെ ദേശാഭിമാനികളായ പോരാളികളാക്കി മാറ്റി. ബ്രിട്ടീഷുകാരോടുള്ള കൂറിന്റെ നുകം അവർ വലിച്ചെറിഞ്ഞു. തങ്ങളുടെ രാജ്യത്തിന്റെ മോചനത്തിനായി പോരാടുന്ന ദേശാഭിമാനികളുടെ പക്ഷത്ത് അവർ നിലയുറപ്പിച്ചു.

ആ പ്രക്ഷോഭവുമായി ബന്ധപ്പെട്ടപ്പോൾ ഒരു കാര്യം ജോഷിക്ക് ബോധ്യമായി. മഹന്തുക്കൾക്ക് പിന്തുണ നൽകുന്നത് ബ്രിട്ടീഷ് ഭരണമാണ്. അവരുടെ പിന്തുണയില്ലെങ്കിൽ സുഖലോലുപന്മാരായ മഹന്തുക്കൾക്ക് ഗുരുദ്വാരകളുടെ സമ്പത്ത് ഊറ്റിക്കുടിക്കാൻ കഴിയില്ല. അതിനാൽ മഹന്തുക്കൾക്കെതിരായ സമരത്തെ ബ്രിട്ടീഷുഭരണത്തിനെതിരായ സമരവുമായി കണ്ണിചേർക്കണം. ഈ കാഴ്ചപ്പാടോടെ ദേശീയപ്രസ്ഥാനത്തിലും പങ്കെടുക്കാൻ തുടങ്ങി. നിസഹകരണ പ്രസ്ഥാനത്തിൽ പങ്കെടുത്ത് അറസ്റ്റുവരിച്ചു. കോടതിയിലെ വിചാരണവേളയിൽ അധികൃതരുമായി സഹകരിക്കാൻ വിസമ്മതിച്ചു. “ഞാൻ വിനീതനായ ഒരു നിസഹകരണ പ്രസ്ഥാനക്കാരൻ. അതുകൊണ്ട് ചോദിക്കുന്ന ചോദ്യങ്ങൾക്കൊന്നും ഉത്തരം പറയാൻ ഞാനാഗ്രഹിക്കുന്നില്ല.” അദ്ദേഹം പറഞ്ഞു.

ജയിൽ ജീവിതത്തിനിടയിൽ രാഷ്ട്രീയ ചിന്താഗതിയിലാകെ മാറ്റം വന്നു. മറ്റു രാഷ്ട്രീയത്തടവുകാരുമായി നിരന്തരം നടത്തിയ ചർച്ച. രാഷ്ട്രീയ കൃതികളുടെ ആഴത്തിലുള്ള പഠനം – ഇതാണ് ആ മാറ്റത്തിനു വഴിവെച്ചത്. ടി സ്പ്രെഡ്ലിങ് എഴുതിയ *സ്വാതന്ത്ര്യവും ഇച്ഛാനുസരണം പ്രവർത്തിക്കുന്നവരും* എന്ന പുസ്തകവും *അമേരിക്കൻ വിപ്ലവം, അമേരിക്കൻ ഭരണഘടന* എന്നീ പുസ്തകങ്ങളും അദ്ദേഹത്തെ വളരെയധികം സ്വാധീനിച്ചു. അങ്ങനെ അകാലി പ്രസ്ഥാനത്തിലെ പങ്കാളിത്തം, അതിനു പിന്തുണ സമാഹരിക്കാൻ സിഖ് ജനസാമാന്യത്തെ അണിനിരത്താൻ നടത്തിയ തീവ്രശ്രമം, വിപ്ലവസാഹിത്യപഠനം– ഇവ അദ്ദേഹത്തിന്റെ

സോഹൻ സിങ്ങ് ജോഷി

വീക്ഷണത്തിൽ പ്രകടമായ മാറ്റംവരുത്തി. തന്റെ ആത്മകഥയിൽ അദ്ദേഹം ഇക്കാര്യം അടിവരയിട്ടു പറഞ്ഞിട്ടുണ്ട്.

ജയിൽമോചിതനായി അധികം കഴിയുന്നതിനുമുമ്പ് അകാലി പ്രക്ഷോഭത്തിൽ പങ്കെടുക്കുന്നതിന് തടവുശിക്ഷ കിട്ടി. മൂന്നുവർഷത്തെ കഠിനതടവ്. ജയിലിൽ വെച്ച് ഗദർ പാർട്ടിയുടെ സ്ഥാപകനേതാക്കളിലൊരാളായ ഭായി സന്തോക് സിങ്ങുമായി അടുത്തു. ക്രമേണ വിപ്ലവപരമായ ആശയങ്ങളിൽ ആകൃഷ്ടനായി. സോഷ്യലിസ്റ്റ് ആശയങ്ങളുമായി

പരിചയപ്പെട്ടു. ജയിലിൽനിന്ന് പുറത്തുവന്നപ്പോൾ സന്തോക്സിങ് ആരംഭിച്ച *കീർത്തി* (തൊഴിലാളി)യുടെ പത്രാധിപരായി. പഞ്ചാബിലെ സോഷ്യലിസ്റ്റ് പ്രസ്ഥാനത്തിന്റെ ആദ്യ മുഖപത്രമായിരുന്നു അത്.

അധ്വാനിക്കുന്ന ജനവിഭാഗങ്ങൾക്കുവേണ്ടിയുള്ള ഒരു ഉശിരൻ മാസികയായി മാറി കീർത്തി. റുകുദിൻ, സ്വതന്ത്രസിങ് എന്നിങ്ങനെയുള്ള തൂലികാനാമങ്ങളിൽ ധാരാളം ലേഖനങ്ങൾ അതിൽ അദ്ദേഹമെഴുതി. *കീർത്തി*യിലെ സഹപ്രവർത്തകനായിരുന്നു ഭഗത്സിങ്. ആ വിപ്ലവകാരിയും സഖാക്കളും സ്ഥാപിച്ച നൗജവാൻ ഭാരത്സഭ എന്ന ഉശിരൻ യുവജന സംഘടനയിൽ അദ്ദേഹവും അംഗമായി. മാത്രമല്ല അതിന്റെ പ്രവർത്തനങ്ങളിൽ സജീവം പങ്കെടുത്തു. നൗജവാൻ ഭാരത്സഭയുടെ രണ്ടാം സമ്മേളനത്തിൽ അധ്യക്ഷനായിരുന്നു സോഹൻസിങ് ജോഷ്.

അതിനുമുമ്പ്, കൃത്യമായി പറഞ്ഞാൽ 1925 ഡിസംബറിൽ, ഇന്ത്യൻ മണ്ണിൽ ഇന്ത്യൻ കമ്യൂണിസ്റ്റുപാർട്ടി രൂപവൽക്കൃതമായി. ഔപചാരികമായി നിരോധിച്ചില്ലെങ്കിലും കമ്യൂണിസ്റ്റുകാർക്ക് പരസ്യപ്രവർത്തനം നടത്താൻ കഴിയുമായിരുന്നില്ല. അതുകൊണ്ട് പരസ്യപ്രവർത്തനം നടത്തുന്നതിന് ഒരു വേദിയുണ്ടാക്കാൻ കമ്യൂണിസ്റ്റുകാർ തീരുമാനിച്ചു. അങ്ങനെയാണ് വിവിധ സംസ്ഥാനങ്ങളിൽ തൊഴിലാളി–കർഷക പാർട്ടി രൂപമെടുക്കാൻ തുടങ്ങിയത്. ആയിടെ, കമ്യൂണിസ്റ്റുപാർട്ടിയിൽ അംഗമായ സോഹൻസിങ് ജോഷ് താൻ തന്നെ മുൻകൈ എടുത്ത് രൂപവൽക്കരിച്ച കീർത്തി കിസാൻ പാർട്ടിയുടെ പേര് തൊഴിലാളി–കർഷക പാർട്ടി എന്നാക്കി മാറ്റി, അതിന് നേതൃത്വം നൽകി. 1928 ൽ വിവിധ പ്രവിശ്യകളിലെ തൊഴിലാളി–കർഷക പാർട്ടി പ്രതിനിധികൾ കൽക്കത്തയിൽ സമ്മേളിച്ച് അഖിലേന്ത്യാ തൊഴിലാളി–കർഷക പാർട്ടി രൂപവൽക്കരിച്ചു. ജോഷ് പാർട്ടിയുടെ പ്രസിഡന്റായി തിരഞ്ഞെടുക്കപ്പെട്ടു. അധ്യക്ഷ പ്രസംഗത്തിൽ ഒരു വിപ്ലവത്തിന്റെ അനിവാര്യതയ്ക്ക് അടിവരയിട്ടു. അതിനുമാത്രമേ രാജ്യത്തിന് യഥാർഥത്തിലുള്ള സ്വാതന്ത്ര്യം നേടിത്തരാൻ കഴിയൂ എന്നായിരുന്നു അദ്ദേഹത്തിന്റെ അഭിപ്രായം.

ആ സമ്മേളനം അവസാനിച്ച് അധികം കഴിയുന്നതിനുമുമ്പ് കമ്യൂണിസ്റ്റുപാർട്ടിക്കെതിരെ ബ്രിട്ടീഷ് ഗവൺമെന്റ് ആഞ്ഞടിച്ചു. കമ്യൂണിസ്റ്റ്–തൊഴിലാളി നേതാക്കളെയും പ്രധാന പ്രവർത്തകരെയും അറസ്റ്റുചെയ്ത് മീറത് ഗൂഢാലോചനക്കേസിൽ പ്രതികളാക്കി. സ്വാഭാവികമായും അതിൽ സോഹൻസിങ് ജോഷും ഉൾപ്പെട്ടു. മീറത് കേസിലെ കമ്യൂണിസ്റ്റുകാരായ പ്രതികൾ തയാറാക്കിയ രേഖ പ്രസിദ്ധം. അധികാരിയുടെയും മറ്റുംകൂടെ ചേർന്ന് അത് തയാറാക്കുന്നതിൽ സുപ്രധാന പങ്കുവഹിച്ചു. മീറത് ഗൂഢാലോചനക്കേസ് മൂന്നവർഷത്തിലധികം നീണ്ടുനിന്നു. ജോഷിനെ കോടതി 7 വർഷത്തെ കഠിനതടവിനു ശിക്ഷിച്ചു. ബഹുജനപ്രക്ഷോഭത്തിന്റെയും ഹൈക്കോടതിയിലെ അപ്പീലിന്റെയും ഫലമായി ശിക്ഷ ഒരു വർഷമായി ഇളവുചെയ്തുകിട്ടി. അതിനാൽ 1933 നവംബറിൽ മോചിതനായി.

ജയിലിൽ കിടക്കുമ്പോൾ പുറത്ത് പല കാരണങ്ങളാൽ പാർട്ടിയിൽ ഒട്ടേറെ പ്രശ്നങ്ങൾ. അഭിപ്രായവ്യത്യാസങ്ങളും ഉണ്ടായി. അന്നത്തെ നിലപാടുകൾ കാരണം 1930–32 കാലത്തെ ജനകീയ മുന്നേറ്റത്തിൽ കാര്യമായ പങ്കുവഹിക്കാൻ കഴിയാതെപോയി. ജയിൽ മോചിതനായ ഉടൻ, 1933 ഡിസംബറിൽ കൽക്കത്തയിൽ നടന്ന പാർട്ടിയുടെ രഹസ്യസമ്മേളനത്തിൽ പങ്കെടുത്തു. തുടർന്ന് പഞ്ചാബിൽ പാർട്ടി കെട്ടിപ്പടുക്കുന്ന പ്രവർത്തനത്തിൽ ആകണ്ഠം മുഴുകി. 1935 ലെ ഇന്ത്യാ ആക്ട് പ്രകാരം 1937 ൽ വിവിധ പ്രവിശ്യകളിൽ തിരഞ്ഞെടുപ്പ്. സ്വന്തം ജില്ലയിൽ കമ്യൂണിസ്റ്റുപാർട്ടി സ്ഥാനാർഥിയായി മത്സരിച്ചു. എതിർസ്ഥാനാർഥി യൂണിയനിസ്റ്റ് പാർട്ടിക്കാരൻ സർദാർ രഘുവീർ സിങ്ങ്. അയാൾ ധനികനായ ഒരു പ്രഭു. തിരഞ്ഞെടുപ്പിൽ ജയിക്കാൻ പണം വാരിക്കോരി ചെലവഴിച്ചു. എന്നിട്ടും ഭൂരിപക്ഷത്തോടെ ജോഷ് ജയിച്ചു. ജോഷിന്റെ പെട്ടി പൊട്ടിച്ചപ്പോൾ അതിൽ നോട്ടുകളും നാണയങ്ങളും! പണം ജോഷിന്റെ തിരഞ്ഞെടുപ്പു ഫണ്ടിലേക്ക് പോകുമെന്നു കരുതി പാവപ്പെട്ട വോട്ടർമാർ ബാലറ്റ് പേപ്പറിനോടൊപ്പം പെട്ടിയിൽ നിക്ഷേപിച്ചതായിരുന്നു നോട്ടുകളും നാണയങ്ങളും. ജോഷിൽ ജനങ്ങൾക്കുണ്ടായിരുന്ന വിശ്വാസമാണ് അത് പ്രകടമാക്കിയത്.

നിയമസഭയിൽ യൂണിയനിസ്റ്റുകളുടെ തനിനിറം തുറന്നുകാട്ടി. തന്മൂലം ഭരണകക്ഷി അദ്ദേഹത്തെ ശരിക്കും ഭയന്നു. രണ്ടാം ലോകമഹായുദ്ധം പൊട്ടിപ്പുറപ്പെട്ടതിനുശേഷം 1940 ജൂണിൽ രാജ്യരക്ഷാനിയമപ്രകാരം അറസ്റ്റിലായി. കമ്യൂണിസ്റ്റ് എം എൽ എ ആയിരിക്കവെതന്നെ, കോൺഗ്രസിന്റെ പ്രവിശ്യാകമ്മിറ്റി ജനറൽ സെക്രട്ടറിയായി തിരഞ്ഞെടുക്കപ്പെട്ടു.

1941 ജൂണിൽ സോവിയറ്റ് യൂണിയൻ ആക്രമിക്കപ്പെടുകയും ഇന്ത്യൻ കമ്യൂണിസ്റ്റുപാർട്ടി രണ്ടാം ലോകമഹായുദ്ധത്തോടുള്ള അതിന്റെ നിലപാടിൽ മാറ്റം വരുത്തുകയും ചെയ്തതിനുശേഷം ബ്രിട്ടീഷ് ഗവൺമെന്റ് സി പി ഐയുടെ മേലുണ്ടായിരുന്ന നിരോധനം പിൻവലിച്ചു. അതിനെത്തുടർന്ന് മറ്റ് കമ്യൂണിസ്റ്റുകാരോടൊപ്പം സോഹൻസിങ് ജോഷും ജയിൽവിമുക്തനായി. 1943 ൽ ബോംബെയിൽ ചേർന്ന പാർട്ടിയുടെ ഒന്നാം കോൺഗ്രസിൽ പങ്കെടുത്തു. തുടർന്ന് വീണ്ടും ജനങ്ങളുടെ ഇടയിലേക്കിറങ്ങി.

1948 ൽ കൽക്കത്തയിൽ നടന്ന സി പി യുടെ രണ്ടാം കോൺഗ്രസിനുശേഷം ഇന്ത്യാ ഗവൺമെന്റ് പാർട്ടിയെ നിരോധിച്ചു. രാജ്യത്തിന്റെ വിവിധ ഭാഗങ്ങളിൽ പാർട്ടി നേതാക്കളെ വേട്ടയാടി. അതിൽ ജോഷും ഉൾപ്പെട്ടു. 1948–50 കാലത്ത് യോൾ (Yole) ജയിലിൽ കഴിഞ്ഞു. ഇന്ത്യാ–ചൈനാ അതിർത്തിത്തർക്കത്തിന്റെ പശ്ചാത്തലത്തിൽ കമ്യൂണിസ്റ്റ് നേതാക്കളെ അറസ്റ്റുചെയ്തപ്പോൾ അതിൽനിന്ന് ജോഷിനെയും ഒഴിവാക്കിയില്ല. അങ്ങനെ ബ്രിട്ടീഷ് ഭരണകാലത്തും കോൺഗ്രസ് ഭരണകാലത്തുമായി നിരവധി വർഷം ജയിലിൽ കിടന്നു.

ഇന്ത്യൻ കമ്യൂണിസ്റ്റുപാർട്ടിയിൽ പല സ്ഥാനങ്ങളും വഹിച്ചു. അവിഭക്ത കമ്യൂണിസ്റ്റുപാർട്ടിയുടെ പഞ്ചാബ് സംസ്ഥാന സെക്രട്ടറിയായും കേന്ദ്രകമ്മിറ്റി അംഗമായും പ്രവർത്തിച്ചു. പാർട്ടി പിളർന്നതിനുശേഷം 1964 മുതൽ 1968 വരെ സി പി ഐയുടെ കേന്ദ്ര എക്സിക്യൂട്ടീവ് അംഗം. 1971 മുതൽ 85 വരെ കേന്ദ്രകൺട്രോൾ കമ്മീഷൻ ചെയർമാൻ. 1975 മുതൽ 82 വരെ കൺട്രോൾ കമ്മീഷൻ അംഗം. ആ സ്ഥാനത്ത് തുടരവെ ആണ് 1982 ജൂലായ് 29 ന് 84–ാം വയസിൽ അന്തരിച്ചത്.

ഇംഗ്ലീഷ്, പഞ്ചാബി, ഉറുദു എന്നീ ഭാഷകളിൽ ധാരാളം പുസ്തകങ്ങളും ലഘുലേഖകളും എഴുതി. 200 പേജുള്ള ആത്മകഥയും എഴുതിയിട്ടുണ്ട്. ഇംഗ്ലീഷിൽ, ധാരാളം കവിതകളെഴുതിയ ജോഷ് പഞ്ചാബിലെ അറിയപ്പെടുന്ന കവിയാണ്. *ജങ് ഇ ആസാദി, കിസാൻ, നവാൻ, സമാന* എന്നിവയുടെ പത്രാധിപത്യം വഹിച്ചു. *കീർത്തി*യുടെ പത്രാധിപത്യം ഇതിന് പുറമെയാണ്. സോവിയറ്റ് ലാൻഡ് അവാർഡ്, പഞ്ചാബ് സാഹിത്യ അക്കാദമി എന്നിവയിൽനിന്നു ലഭിച്ച തുക ഉപയോഗിച്ച് വീടിനോടു ചേർന്ന് രണ്ടുമുറി പണിതു. ആ മുറികളിൽ ഒരു ലൈബ്രറി സ്ഥാപിച്ചു. ലൈബ്രറിയുടെ പേര് പുസ്തകക്ഷേത്രം. അത് ചേതൻപുരയിലെ ജനങ്ങൾക്ക് സമർപ്പിച്ചു.

ഹരേകൃഷ്ണ കോനാർ

1915 - 1974

ദേശീയവിപ്ലവപ്രസ്ഥാനത്തിൽനിന്ന് കമ്യൂണിസ്റ്റ് പ്രസ്ഥാനത്തിലേക്ക് കടന്നുവന്ന വിപ്ലവകാരികളിൽ ഒരാളായിരുന്നു ഹരേകൃഷ്ണ കോനാർ. ബംഗാളിൽ പൊതുവെയും ബർദ്വാൻ ജില്ലയിൽ വിശേഷിച്ചും കമ്യൂണിസ്റ്റ് പ്രസ്ഥാനം കെട്ടിപ്പടുക്കുന്നതിൽ അദ്ദേഹം സുപ്രധാന പങ്കു വഹിച്ചു. കർഷക നേതാവെന്ന നിലയിലും ഭരണാധികാരി എന്ന നിലയിലും പ്രശസ്തിനേടി.

ബർദ്വാൻ ജില്ലയിൽപ്പെട്ട റൈനയിലെ കമഗാറിയാ ഗ്രാമത്തിൽ ശരത്ചന്ദ്ര കോനാറുടെയും സത്യബാലദേവിയുടെയും മകനായി 1915 ആഗസ്ത് 5 ന് ജനിച്ചു. സ്വന്തം ഗ്രാമത്തിൽ പ്രാഥമിക വിദ്യാഭ്യാസം നടത്തി. സ്കൂളിൽ പഠിക്കുമ്പോൾ തന്നെ ദേശീയ പ്രസ്ഥാനത്തിൽ ആകൃഷ്ടനായി. അക്കാലത്തെ പല ബംഗാളി യുവാക്കളെയുംപോലെ ദേശീയ വിപ്ലവപ്രസ്ഥാനത്തോടായിരുന്നു ഏറെ ഇഷ്ടം. എങ്കിലും മേമാരി ഹൈസ്കൂളിൽ ഒമ്പതാം ക്ലാസിൽ പഠിക്കുമ്പോൾ സിവിൽ നിയമലംഘനപ്രസ്ഥാനത്തിൽ പങ്കെടുത്തു. അപ്പോൾ പ്രായം 15 വയസ് ആയതേ ഉള്ളൂ എന്നോർക്കുക. 15–ാം വയസിൽ 6 മാസത്തെ തടവു ശിക്ഷ കിട്ടി.

നിയമലംഘന പ്രസ്ഥാനത്തിൽ പങ്കെടുക്കുന്നതിനുമുമ്പ് രസകരമായ ഒരു സംഭവമുണ്ടായി. ഹരേകൃഷ്ണ നിയമലംഘനപ്രസ്ഥാനത്തിൽ പങ്കെടുക്കാൻ സത്യഗ്രഹ ക്യാമ്പിൽ എത്തിയിരിക്കുകയാണെന്ന് എങ്ങനെയോ പിതാവിന് വിവരംകിട്ടി. അദ്ദേഹം ഉടൻ ക്യാമ്പിലേക്ക് തിരിച്ചു.

മകനെ ബലംപ്രയോഗിച്ച് വീട്ടിലേക്ക് പിടിച്ചുകൊണ്ടുപോയി. പഠിത്തത്തിൽ ശ്രദ്ധ കേന്ദ്രീകരിക്കാൻ ഉപദേശിച്ചു. ദേശസ്നേഹപ്രചോദിതനായ ഹരേകൃഷ്ണന് വീട്ടിൽ അടങ്ങിയിരിക്കാൻ കഴിഞ്ഞില്ല. രണ്ടോ മൂന്നോ ദിവസത്തിനകം ക്യാമ്പിൽ മടങ്ങിയെത്തി. നിയമം ലംഘിച്ച് അറസ്റ്റുവരിക്കുകയും ചെയ്തു. ജയിലിൽവെച്ച് ഒട്ടേറെ ദേശീയ വിപ്ലവകാരികളുമായി ബന്ധപ്പെട്ടു. ആ പ്രസ്ഥാനത്തിൽ ചേരാൻ തന്നെ തീരുമാനിച്ചു.

1931 ൽ കോൺഗ്രസിനകത്തെ ഉശിരൻ വിപ്ലവകാരികൾ ചന്ദൻനഗറിൽ ഒരു സമ്മേളനംനടത്തി. എല്ലാ വിപ്ലവഗ്രൂപ്പുകളെയും ലയിപ്പിച്ച് ഇന്ത്യൻ സോഷ്യലിസ്റ്റ് റവല്യൂഷണറി പാർട്ടി രൂപവൽക്കരിക്കാൻ ആ സമ്മേളനം തീരുമാനിച്ചു. താമസിയാതെ പാർട്ടിയുടെ പേര് ഇന്ത്യൻ പ്രോലിറ്റേറിയൻ റവലൂഷണറി പാർട്ടി (ഐ പി ആർ പി) എന്നാക്കി മാറ്റി. ജയിൽവിമുക്തനായ കോനാർ ആ പാർട്ടിയുമായി ബന്ധപ്പെട്ടു. പാർട്ടി ഒരു മുഖപത്രം പുറത്തിറക്കി – *ഗണനായക്*. ഐ പി ആർ പി വിമർശനവും സഹകരണവും എന്ന നയമാണ് കമ്യൂണിസ്റ്റുപാർട്ടിയുടെ അപ്പോഴത്തെ കൽക്കത്ത കമ്മിറ്റിയോടു സ്വീകരിച്ചത്.

പാർട്ടി പ്രവർത്തനം മുമ്പോട്ടു കൊണ്ടുപോകുന്നതിന് വല്ലാത്ത സാമ്പത്തിക ഞെരുക്കം. അതാണ് രാഷ്ട്രീയക്കവർച്ചകൾ നടത്തുന്നതിന് ആ പാർട്ടിയെ പ്രേരിപ്പിച്ചത്. അങ്ങനെ നടന്ന കവർച്ചകളിലൊന്ന് ബെഗൂത്ത് ഗ്രാമത്തിലായിരുന്നു. മേമാരി പൊലീസ് സ്റ്റേഷൻ അതിർത്തിയിൽപ്പെട്ട ആ ഗ്രാമത്തിൽ നടന്ന കവർച്ചയിൽ കോനാറും പങ്കെടുത്തു. സംഭവസ്ഥലത്തുവെച്ചുതന്നെ അറസ്റ്റിലായി. ആ കവർച്ചക്കേസിലെ പ്രതിയെന്ന നിലയിൽ 6 വർഷത്തെ കഠിനതടവിന് ശിക്ഷിക്കപ്പെട്ടു. 1932 സെപ്തംബറിലായിരുന്നു കേസിന്റെ വിധി. വിധി പ്രഖ്യാപിക്കപ്പെട്ട ഉടൻ ആന്തമാനിലേക്കയച്ചു.

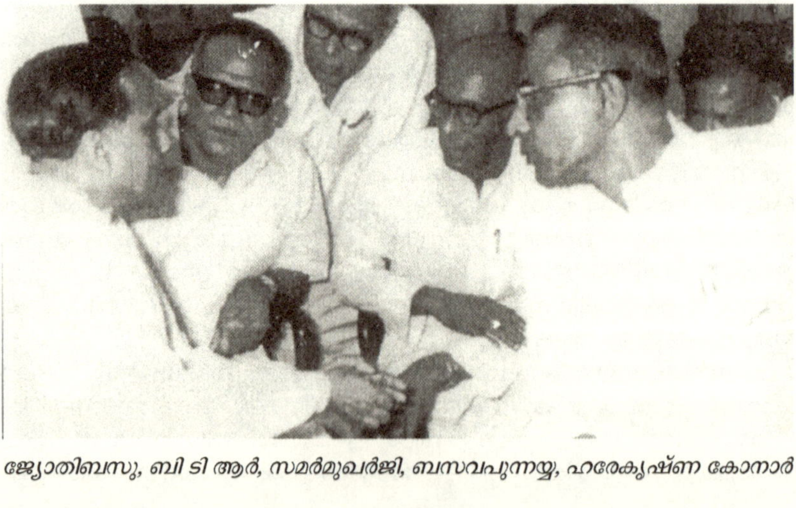

ജ്യോതിബസു, ബി ടി ആർ, സമർമുഖർജി, ബസവപുന്നയ്യ, ഹരേകൃഷ്ണ കോനാർ

അപ്പോൾ ആന്തമാനിലെ തടവറയിൽ നിരവധി വിപ്ലവകാരികളുണ്ടായിരുന്നു. ചിറ്റഗോങ് ആയുധശാലാക്രമണത്തിൽ പങ്കെടുത്തവരുൾപ്പെടെ, കൂട്ടത്തിൽ നാരായൺ റോയിയും സതീഷ് പക്രാസിയും. ആ തടവറയിൽവെച്ച് മറ്റു വിപ്ലവകാരികളെപ്പോലെ കോനാറും ധാരാളം മാർക്സിസ്റ്റ് ഗ്രന്ഥങ്ങൾ വായിച്ചു. സഹതടവുകാരുമായി ചർച്ചകൾ നടത്തി. മാർക്സിസത്തെക്കുറിച്ച് നാരായൺ റോയി എടുത്ത ക്ലാസുകളിൽ പങ്കെടുത്തു. അങ്ങനെ മാർക്സിസത്തിൽ ആകൃഷ്ടനായി. തന്നെയുമല്ല, ജയിലിലെ കമ്യൂണിസ്റ്റ് ഗ്രൂപ്പിൽ അംഗത്വം സ്വീകരിച്ചു. ജയിലിൽനിന്ന് പുറത്തിറങ്ങിയാൽ കമ്യൂണിസ്റ്റ് പാർട്ടിക്കുവേണ്ടി പ്രവർത്തിക്കണം എന്നു തീരുമാനിച്ചു.

ജയിൽ വിമുക്തനായ ഉടൻ, 1938 ൽ കമ്യൂണിസ്റ്റുപാർട്ടിയിൽ അംഗമായി. തുടർന്ന് സരോജ് മുഖർജിയുടെ കൂടെ സിയാൽദയിലെ റെയിൽവേ ജീവനക്കാർക്കിടയിൽ പ്രവർത്തനമാരംഭിച്ചു. അപ്പോഴേക്കും ജയിലിൽനിന്ന് പുറത്തുവന്ന ബിനോയ് ചൗധരി സിയാൽദയിലെത്തി കോനാറെ കണ്ടു. താൻ അസൻസോൾ പ്രദേശത്ത് ട്രേഡ് യൂണിയൻ പ്രവർത്തനം നടത്താനാണ് ഉദ്ദേശിക്കുന്നതെന്നും ആ പ്രവർത്തനം ആരംഭിച്ചുകഴിഞ്ഞാൽ കോനാർ അങ്ങോട്ടേക്കു ചെല്ലണമെന്നും ബിനോയ് ചൗധരി അദ്ദേഹത്തോട് പറഞ്ഞു. അതേവരെ റെയിൽവേ ജീവനക്കാർക്കിടയിലെ പ്രവർത്തനം തുടരാൻ നിർദേശിച്ചു.

അധികം കഴിയുന്നതിനുമുമ്പ് റാണിഗഞ്ചിലെ പേപ്പർമിൽ തൊഴിലാളികൾ ഉജ്വലമായ ഒരു പണിമുടക്ക് ആരംഭിച്ചു. ഏതാണ്ട് അതേ സമയത്തുതന്നെ ദാമോദർ കനാലിലെ വെള്ളം ഉപയോഗിക്കുന്ന കൃഷിക്കാർ വെള്ളക്കരത്തിനെതിരെ വമ്പിച്ചൊരു പ്രക്ഷോഭം തുടങ്ങി. കോനാർ സ്വന്തം ജില്ലയായ ബർദ്വാനിലേക്ക് മടങ്ങി. അവിടെ കൃഷിക്കാരുടെ പ്രക്ഷോഭത്തിന് നേതൃത്വം നൽകി. രണ്ടാം ലോകമഹായുദ്ധം ആരംഭിച്ചപ്പോൾ ഒളിവിൽ പോയി. അപ്പോൾ മറ്റു പലരെയുംപോലെ ബിനോയ് ചൗധരിയും ഒളിവിൽ പോയി. അസൻസോൾ മേഖലയുടെ ഏറെക്കുറെ മധ്യത്തിൽ കിടക്കുന്ന നിയാമത്പൂരിൽ രഹസ്യമായി താമസിച്ച് തൊഴിലാളി–കമ്യൂണിസ്റ്റുപാർട്ടി പ്രവർത്തനം തുടരണമെന്നായിരുന്നു അദ്ദേഹത്തിന്റെ ആഗ്രഹം. ഒരു സുഹൃത്തിന്റെ സഹായത്തോടെ അവിടെ ഒരു മുറിയും വാടകയ്ക്കെടുത്തു. അതേ മുറിയിൽ കോനാറെയും താമസിപ്പിക്കാൻ തീരുമാനിച്ചു. അങ്ങനെ അദ്ദേഹത്തെയുംകൂട്ടി രാത്രിവണ്ടിയിൽ അവിടേക്ക് യാത്രതിരിച്ചു. അതിരാവിലെ നിയാമത്പൂരിൽ വണ്ടിയിറങ്ങി വാടകമുറി ലക്ഷ്യമാക്കി നടന്നു. വഴിയിൽ കോനാർ ഒരു ചെറിയ ചായക്കടയുടെ മുമ്പിൽ നിന്നു; ചായ കുടിക്കാൻ. ബിനോയ് ചൗധരിക്ക് അതിഷ്ടപ്പെട്ടില്ലെങ്കിലും ചായ കുടിക്കാതെ മുമ്പോട്ടു നീങ്ങാൻ കഴിയില്ലെന്നായി. അപ്പോഴേക്കും നാലഞ്ച് ലോക്കൽ പൊലീസുകാർ കട വളഞ്ഞ് അവരെ സ്റ്റേഷനിലേക്ക് കൂട്ടിക്കൊണ്ടുപോയി. രണ്ടുപേരെയും തിരിച്ചറിഞ്ഞ പൊലീസുകാർ 48 മണിക്കൂറിനകം ബർദ്വാൻ ജില്ല വിടാൻ

അവർക്ക് ഉത്തരവു നൽകി.

ഇരുവരും കൽക്കത്തക്ക് തിരിച്ചു. ബിനോയ് ചൗധരിയെ ഖരഗ്പൂരിലേക്കയയ്ക്കാൻ പാർട്ടി നിശ്ചയിച്ചു. കോനാറെ കുറച്ചുകാലത്തേക്ക് കൽക്കത്തയിൽതന്നെ നിർത്താനും ആവശ്യമായ ഒരുക്കങ്ങളൊക്കെ നടത്തിയതിനുശേഷം അസൻസോൾ പ്രദേശത്തേക്ക് അയയ്ക്കാനും നിശ്ചയിച്ചു. ഏതാനും ആഴ്ചകൾ പിന്നിട്ടപ്പോൾ ബിനോയ് ചൗധരി ഝാരിയയിലെത്തി. കൽക്കരിത്തൊഴിലാളികൾക്കിടയിൽ പ്രവർത്തിക്കാൻ അദ്ദേഹം കോനാറെയും ഭാര്യാസമേതം അവിടെ വരുത്തി. അങ്ങനെ കോനാർ കൽക്കരിത്തൊഴിലാളികൾക്കിടയിൽ പ്രവർത്തനം തുടങ്ങി. താമസിയാതെ അവർ നിർഷപ്രദേശത്തേക്ക് മാറി. അപ്പോഴേക്കും നിർഷയിൽ അവർക്ക് വീട് വാടകക്കെടുത്തു കൊടുത്ത ആൾ, ലോക്കൽ പൊലീസുകാർ അവരെ നിരീക്ഷിക്കാൻ തുടങ്ങിയ വിവരം ബിനോയ് ചൗധരിയെ അറിയിച്ചു. കഴിയുന്നതും വേഗം ആ സ്ഥലം വിടുന്നതാണ് നല്ലതെന്ന് ഉപദേശിച്ചു. അതാണ് നല്ലതെന്ന് അദ്ദേഹത്തിനും തോന്നി. തുടർന്ന് മാറിമാറി പലയിടങ്ങളിലായി താമസിച്ച് ബിനോയ് ചൗധരിയും കോനാറും ട്രേഡ് യൂണിയൻ പ്രവർത്തനവും പാർട്ടി പ്രവർത്തനവും നടത്തി.

അജയ്ബണ്ട് നന്നാക്കണം എന്ന് ആവശ്യപ്പെട്ടുകൊണ്ടുള്ള പ്രക്ഷോഭത്തിന്റെ രണ്ടാംഘട്ടം സംഘടിപ്പിക്കുകയും നയിക്കുകയും ചെയ്തവരിലൊരാൾ ഹരേകൃഷ്ണ കോനാർ. 1948 വരെ അദ്ദേഹം കമ്യൂണിസ്റ്റുപാർട്ടിയുടെയും കിസാൻസഭയുടെയും ബർദ്വാൻ ജില്ലയിലെ പ്രമുഖ നേതാവ്. 1948 ൽ നടന്ന രണ്ടാംപാർട്ടി കോൺഗ്രസിനെത്തുടർന്ന് പാർട്ടി നിരോധിക്കപ്പെട്ടപ്പോൾ അറസ്റ്റിലായി. മൂന്നുമാസത്തിനുശേഷം പുറത്തുവന്നു. ഉടൻ ഒളിവിൽ പോയി. 1951 വരെ ഒളിവിലിരുന്നുകൊണ്ട് കൃഷിക്കാരെ സംഘടിപ്പിച്ചു. പാർട്ടി സംഘടിപ്പിക്കുന്നതിലും ശക്തിപ്പെടുത്തുന്നതിലും ഏർപ്പെട്ടു. 1952 ൽ നടന്ന തിരഞ്ഞെടുപ്പിൽ നിയമസഭയിലേക്ക് മത്സരിച്ച് ജയിച്ചു.

1954 ൽ പശ്ചിമബംഗാൾ കിസാൻസഭാ സെക്രട്ടറിയായി തെരഞ്ഞെടുക്കപ്പെട്ടു. കമ്യൂണിസ്റ്റുപാർട്ടിയുടെ സംസ്ഥാന കമ്മിറ്റിയിലേക്കും കേന്ദ്ര കിസാൻ കൗൺസിലിലേക്കും തിരഞ്ഞെടുക്കപ്പെട്ടത് 1957 ലായിരുന്നു. 1958 ൽ അമൃതസറിൽ ചേർന്ന പാർട്ടി കോൺഗ്രസ് അതിന്റെ നാഷണൽ കൗൺസിലിലേക്കും എക്സിക്യൂട്ടീവിലേക്കും തിരഞ്ഞെടുത്തു.

1957 ൽ മേമരി–കുൽന നിയോജക മണ്ഡലത്തിൽനിന്ന് പശ്ചിമബംഗാൾ നിയമസഭയിലേക്ക് തിരഞ്ഞെടുക്കപ്പെട്ട അദ്ദേഹം 1962 ലും 1971 ലും അതേ നിയോജകമണ്ഡലത്തെ നിയമസഭയിൽ പ്രതിനിധാനംചെയ്തു. 1967 ൽ അധികാരത്തിൽ വന്ന ആദ്യത്തെ ഐക്യമുന്നണി മന്ത്രിസഭയിൽ റവന്യൂവകുപ്പ് മന്ത്രിയായി. റവന്യൂ മന്ത്രി കോനാറെക്കുറിച്ച്, അദ്ദേഹത്തിന്റെ കീഴിൽ ഉദ്യോഗസ്ഥനായിരുന്ന ഐ എ എസുകാരൻ ഡി ബന്ദ്യോപാധ്യായ എഴുതിയത് നോക്കുക:

> നേരത്തെ നൈസർഗിക വ്യക്തിപ്രഭാവമുള്ള, എല്ലാ അർഥങ്ങളിലും ഒരു വിപ്ലവകാരിയായിരുന്ന ഹരേകൃഷ്ണ കോനാറുടെ കീഴിൽ ഞാൻ അൽപ്പകാലം പ്രവർത്തിക്കാനിടയായി. അടവുപരമായ കാരണങ്ങളാൽ പാർലമെന്ററിപാത അദ്ദേഹം തിരഞ്ഞെടുത്തതാണ്. ഒരിക്കലും വിപ്ലവപരമായ വികാരം അദ്ദേഹത്തിൽനിന്ന് വിട്ടുമാറിയില്ല. പശ്ചിമബംഗാളിൽ രണ്ടുതവണയായി ഹ്രസ്വകാലം അധികാരത്തിലിരുന്ന ഐക്യമുന്നണി ഗവൺമെന്റുകളുടെ കാലത്ത് അദ്ദേഹത്തിന്റെ നേതൃത്വത്തിൽ 1967 നും 1970 നുമിടയിൽ പരിധിയിലും കവിഞ്ഞ 10 ലക്ഷത്തോളം ഏക്കർ നല്ല കൃഷിഭൂമി നിയമപരമായ പ്രക്രിയയിലൂടെ ഗവൺമെന്റിൽ നിക്ഷിപ്തമാക്കി. ഇത് പശ്ചിമബംഗാളിലെ ഭൂപ്രഭുക്കന്മാരുടെ സാമ്പത്തിക നട്ടെല്ലും സമൂഹത്തിൽ അവർക്കുള്ള സ്ഥാനവും തകർത്തുകളഞ്ഞു. ഇതായിരുന്നു പശ്ചിമ ബംഗാളിലെ ഭൂപരിഷ്കരണത്തിന്റെ ആദ്യത്തെയും ഒരർഥത്തിൽ പ്രമുഖവുമായ ഘട്ടം. നാട്ടിൻപുറങ്ങളിൽ കൂടുതൽ സമത്വാധിഷ്ഠിതമായ ഒരു സാമ്പത്തിക-സാമൂഹികക്രമം ആരംഭിക്കുന്നതിന് അത് സഹായിച്ചു. (*മെയിൻസ്ട്രീം*, 2000 മെയ് 13)

കോനാർ തുടങ്ങിവെച്ച ഭൂപരിഷ്കരണ നടപടികൾ മുമ്പോട്ടു കൊണ്ടുപോവുകയാണ് ബിനോയ് ചൗധരി ചെയ്തതെന്ന് അദ്ദേഹത്തിനുകീഴിൽ ഭൂപരിഷ്കരണ കമ്മീഷണറായിരുന്ന ഡി ബന്ദ്യോപാധ്യായ മേൽപ്പറഞ്ഞ ലേഖനത്തിൽ എഴുതി.

കമ്യൂണിസ്റ്റ് പ്രസ്ഥാനത്തിനകത്ത് തിരുത്തൽവാദത്തിനെതിരെ നടന്ന പോരാട്ടത്തിൽ കോനാർ സുപ്രധാന പങ്കുവഹിച്ചു. ഇന്ത്യാ-ചൈനാ അതിർത്തിത്തർക്കം സമാധാനപരമായി പരിഹരിക്കണമെന്നതായിരുന്നു അദ്ദേഹത്തിന്റെ നിലപാട്. അതിന്റെ പേരിൽ 1962 നവംബറിൽ രാജ്യരക്ഷാ നിയമപ്രകാരം അറസ്റ്റിലായി. ഒരുവർഷം കഴിഞ്ഞ് മോചിതനായെങ്കിലും അതേ നിയമമനുസരിച്ച് 1964 ഒക്ടോബർ വീണ്ടും അറസ്റ്റു ചെയ്തു. ഇത്തവണത്തെ അറസ്റ്റിന് മറ്റൊരു ലക്ഷ്യമുണ്ടായിരുന്നു. കൽക്കത്തയിൽ നടക്കാനിരുന്ന സി പി ഐ (എം) ഏഴാം കോൺഗ്രസ് പൊളിക്കുക. അതിൽ ഗവൺമെന്റ് വിജയിച്ചില്ലെന്നു മാത്രമല്ല, കോൺഗ്രസ് വിജയപൂർവം സമാപിക്കുകതന്നെ ചെയ്തു. കോൺഗ്രസ് കഴിഞ്ഞതിനുശേഷവും കോനാറെ വിട്ടയച്ചില്ല. ഒന്നരവർഷം ജയിലിൽത്തന്നെ പാർപ്പിച്ചു. അദ്ദേഹത്തിന്റെ അഭാവത്തിൽ സി പി ഐ (എം) ഏഴാം കോൺഗ്രസ് അദ്ദേഹത്തെ പാർട്ടിയുടെ കേന്ദ്രകമ്മിറ്റിയിലേക്ക് തിരഞ്ഞെടുത്തു.

ഒന്നരവർഷത്തെ ജയിൽ ജീവിതത്തിനുശേഷം പുറത്തുവരുമ്പോഴേക്കും നാലാം പൊതുതെരഞ്ഞെടുപ്പിന്റെ കേളികൊട്ട്. ആ തിരഞ്ഞെടുപ്പിൽ കൈമെയ് മറന്ന് പ്രവർത്തിച്ചു. തിരഞ്ഞെടുപ്പിനെത്തുടർന്ന്

ഒന്നാം ഐക്യമുന്നണി ഗവൺമെന്റ് അധികാരത്തിൽ വന്നു. ആ ഗവൺമെന്റിന്റെ കാലത്താണ് നക്സലൈറ്റുകളുടെയും നക്സലിസത്തിന്റെയും ആവിർഭാവം. സായുധവിപ്ലവമുദ്രാവാക്യം ഉയർത്തിയ അതിസാഹസികന്മാർക്കെതിരായ ആശയപ്രചാരണത്തിലും അതുവഴി പാർട്ടിയെ രക്ഷിക്കുന്നതിലും പ്രധാന പങ്കു വഹിച്ചു. അതിസാഹസികന്മാരെ തുറന്നുകാട്ടിക്കൊണ്ട് അദ്ദേഹം എഴുതിയ ലേഖനത്തിൽ നിന്ന് ഒരു ഭാഗം ഉദ്ധരിക്കട്ടെ:

> പാർലമെന്റിലൂടെ മൗലികമായ സാമൂഹിക പരിവർത്തനം വരുത്താമെന്ന് പ്രചരിപ്പിച്ച് തിരുത്തൽവാദികളും അവസരവാദികളും ഭരണവർഗത്തെ സഹായിക്കുമ്പോൾ വിപ്ലവ വായാടിത്തത്തിന്റെ മറവിൽ വിപ്ലവസമരത്തെ അട്ടിമറിച്ചുകൊണ്ട് മറ്റൊരുവിധത്തിൽ ഭരണവർഗത്തെ സഹായിക്കുകയാണ് അതിസാഹസികന്മാരായ വിപ്ലവകാരികൾ ചെയ്യുന്നതെന്ന് ലെനിൻ പറഞ്ഞത് എത്ര ശരിയാണ്! (തെരഞ്ഞെടുത്ത ലേഖനങ്ങൾ, ഹരേകൃഷ്ണ കോനാർ)

കൊച്ചി കോൺഗ്രസും (1968) മധുര കോൺഗ്രസും (1972) പാർട്ടിയുടെ കേന്ദ്രകമ്മിറ്റിയിലേക്ക് തിരഞ്ഞെടുത്തു. 1969 ൽ അഖിലേന്ത്യാ കിസാൻസഭ ജനറൽ സെക്രട്ടറിയായി. മാരകമായ ക്യാൻസർ രോഗം ബാധിച്ച് അന്ത്യശ്വാസം വലിക്കുന്നതുവരെ (1974 ജൂലായ് 23) അദ്ദേഹം ആ സ്ഥാനത്ത് തുടർന്നു.

മികച്ച സംഘാടകൻ, കഴിവുറ്റ പ്രക്ഷോഭകൻ, ഉജ്ജ്വലവാഗ്മി, താത്വിക വിദഗ്ധൻ, കൃതഹസ്തനായ എഴുത്തുകാരൻ. ശക്തനായ പാർലമെന്റേറിയൻ – ഇങ്ങനെ വിവിധ നിലകളിൽ കോനാർ അറിയപ്പെട്ടു. അദ്ദേഹത്തിന്റെ തെരഞ്ഞെടുത്ത ലേഖനങ്ങൾ 1978 ൽ ചിന്ത പബ്ലിഷേഴ്സ് മലയാളത്തിൽ പുറത്തിറക്കി.

ഹർകിഷൻ സിങ് സുർജീത്

1916 - 2008

സ്വാതന്ത്ര്യസമരം കൊടുമ്പിരിക്കൊള്ളുന്ന കാലം. രാജ്യത്തിന്റെ ഇതരഭാഗങ്ങളെന്നപോലെ പഞ്ചാബും ഇളകിമറിയുകയായിരുന്നു. ഭഗത് സിങിനെയും രാജഗുരുവിനെയുംപോലുള്ള ഉശിരൻ ദേശീയ വിപ്ലവകാരികളുടെ രക്തസാക്ഷിത്വം രാജ്യമെമ്പാടുമുള്ള യുവഹൃദയങ്ങളിൽ ആവേശത്തിന്റെയും പ്രതികാരത്തിന്റെയും അഗ്നി ജ്വലിപ്പിച്ചു. കൊച്ചുകുട്ടികളിൽ പോലും ദേശാഭിമാനബോധം കത്തിപ്പടർന്നു. അക്കാലത്ത് ഹോഷിയാർപൂരിലെ ഡപ്യൂട്ടി കമീഷണറാപ്പീസിൽ ഒരു വീരസാഹസിക കൃത്യം നടന്നു. ഓഫീസ് കെട്ടിടത്തിന് മുകളിലേക്ക് പതിനഞ്ചുകാരനായ ഒരു ബാലൻ വലിഞ്ഞുകയറി. എന്താണ് സംഭവിക്കുകയെന്ന് നോക്കിനിൽക്കുകയായിരുന്നു ഒരു സംഘം പൊലീസുകാർ. ബാലൻ ഓഫീസിനുമുകളിൽ ഉയർത്തിയിരുന്ന യൂണിയൻ ജാക്ക് വലിച്ചുതാഴ്ത്തി പകരം അവിടെയൊരു ത്രിവർണ പതാക ഉയർത്തി. ഇത് പൊലീസുകാർക്ക് സഹിക്കാവുന്നതിലും അപ്പുറമായിരുന്നു. അവർ ബാലനെ ലാക്കാക്കി വെടിയുണ്ട ഉതിർത്തു. ഭാഗ്യത്തിന് ഒന്നും ദേഹത്തു കൊണ്ടില്ല. രണ്ട് വെടിയുണ്ടകൾ തൊട്ടുതൊട്ടില്ല എന്ന മട്ടിൽ കടന്നുപോയി. അവസാനം അവർ ആ ധീരനായ ചുണക്കുട്ടനെ പിടികൂടി കോടതിയിൽ ഹാജരാക്കി. കോടതി ഒരുവർഷത്തെ ശിക്ഷ വിധിക്കുമ്പോൾ നിരാശയോടെ ജഡ്ജിയെ നോക്കി ബാലൻ ചോദിച്ചു: "ഒരുവർഷം മാത്രമേയുള്ളോ? എനിക്ക് മുഴുവൻ ശിക്ഷയും വേണം." പ്രായപൂർത്തിയെത്താത്തത് നിമിത്തം നാലു

വർഷത്തെ ശിക്ഷ ഒരു വർഷമായി ചുരുക്കുകയായിരുന്നു. ജയിലിൽ ബാലന്റെ പെരുമാറ്റം കൊണ്ട് അധികൃതർ പൊറുതിമുട്ടി. അവനെ അവർ ലാഹോറിലെ ദുർഗുണപരിഹാര പാഠശാലയിലേക്കയച്ചു. ഇന്ത്യയിൽ നിന്ന് ബ്രിട്ടീഷ് സാമ്രാജ്യത്വത്തെ കെട്ടുകെട്ടിക്കുക മാത്രമല്ല, തൊഴിലാളിവർഗനേതൃത്വത്തിലുള്ള ഒരു ഗവൺമെന്റിനെ അതിനുപകരം വെക്കുകകൂടി ചെയ്യാൻ ദൃഢപ്രതിജ്ഞയെടുത്ത യുവ കമ്യൂണിസ്റ്റായിട്ടാണ് ആ ബാലൻ പുറത്തുവന്നത്. ആ യുവ കമ്യൂണിസ്റ്റ് മറ്റാരുമല്ല. സി പി ഐ (എം) പതിനാലാം കോൺഗ്രസ് പാർട്ടി ജനറൽ സെക്രട്ടറിയായി തിരഞ്ഞെടുത്ത ഹർകിഷൻസിങ്ങ് സുർജീത്.

ജലന്ധർ ജില്ലയിലെ ഒരു കൊച്ചുഗ്രാമമാണ് റൂപോവാൽ. നമ്മുടെ കല്യാശേരിയെയും അന്തിക്കാടിനെയും പോലെ രാഷ്ട്രീയ പ്രബുദ്ധമായ ഒരു ഗ്രാമം. കോൺഗ്രസ് നേതാക്കളും അകാലിനേതാക്കളും സദാ വന്നും പോയും കൊണ്ടിരിക്കുന്ന ഒരു ഗ്രാമം. സ്വാതന്ത്ര്യസമരത്തിന്റെ അലകൾ അടിച്ചുകയറിയിരുന്ന ലക്ഷണമൊത്ത ഒരു നാട്ടിൻപുറം. അവിടെ ഒരു ഇടത്തരം ജാട്ട് കർഷക കുടുംബത്തിൽ 1916 മാർച്ച് 26-ന് ഹർകിഷൻ സിങ് ജനിച്ചു. ആ ജാട്ട് കൃഷീവലപുത്രന്റെ ശരിയായ പേര് അതാണെങ്കിലും സുർജീത് എന്ന നാമം പിൽക്കാലത്ത് അതിനോടൊപ്പം പതിഞ്ഞുപോയി. താൻ കവിതയെഴുതിയിരുന്ന കാലത്ത് അദ്ദേഹം ഉപയോഗിച്ച തൂലികാനാമമായിരുന്നു അത്. ഇപ്പോൾ ശരിയായ പേരിനെക്കാളും അദ്ദേഹം അറിയപ്പെടുന്നത് ആ ചുരുക്കപ്പേരിലാണ്. എങ്കിലും അത് തൂലികാനാമമാണെന്നോ അദ്ദേഹം കവിത എഴുതുമായിരുന്നെന്നോ അധികമാർക്കും അറിഞ്ഞുകൂടാ. പഞ്ചാബിലും ഉറുദുവിലും അദ്ദേഹമെഴുതിയിരുന്ന കവിതകൾ വൃത്തനിബദ്ധമോ അല്ലെങ്കിൽ സാഹിത്യത്തമ്പുരാക്കന്മാരുടെ അംഗീകാരം പിടിച്ചുപറ്റിയതോ ആയിരുന്നില്ല. നേരെമറിച്ച്, സാക്ഷാൽ പടപ്പാട്ടുകളായിരുന്നു. സ്വാതന്ത്ര്യസമരത്തിലേക്ക് എടുത്തുചാടാൻ ജനങ്ങൾക്ക് ആവേശം പകർന്ന പാട്ടുകൾ. അവയിൽ ചിലതെങ്കിലും പാടിപ്പതിഞ്ഞവയത്രേ.

സ്വന്തം ഗ്രാമം എന്നപോലെതന്നെ സ്വന്തം വീടും രാഷ്ട്രീയ പ്രബുദ്ധമായിരുന്നു. അച്ഛൻ ഹർണാംസിങ് ബാസി ജാലിയൻവാലാ കൂട്ടക്കൊലയ്ക്കുശേഷം പട്ടാളത്തിൽനിന്ന് പിരിഞ്ഞ് സ്വാതന്ത്ര്യപ്രസ്ഥാനത്തിൽ ആണ്ടിറങ്ങിയ ആളായിരുന്നു. കോൺഗ്രസിലും അകാലിദളിലും പ്രവർത്തിച്ചശേഷം കമ്യൂണിസ്റ്റ് ആശയ സ്വാധീനത്തിൽപ്പെട്ട അദ്ദേഹം, പഞ്ചാബിലെ ആദ്യകാല കമ്യൂണിസ്റ്റുകാരിൽ ഒരാളായിരുന്നു. കോൺഗ്രസ്നേതാക്കളും അകാലി നേതാക്കളും വീട്ടിലെ നിത്യസന്ദർശകരായിരുന്നു. ഈ അന്തരീക്ഷത്തിൽ വളർന്ന ഹർകിഷൻസിങിന് നന്നേ കുട്ടിക്കാലം മുതൽ രാഷ്ട്രീയത്തിൽ താൽപ്പര്യം ജനിച്ചതിൽ അൽഭുതമില്ല. വിവിധ രാഷ്ട്രീയകക്ഷി നേതാക്കളുമായി അടുത്ത് പരിചയപ്പെടാൻ അദ്ദേഹത്തിന് അക്കാലത്ത് അവസരം ലഭിച്ചു. പിൽക്കാലത്ത് അത് വ

ലിയൊരു മുതൽക്കൂട്ടായിത്തീർന്നു. ആശയപരമായ അഭിപ്രായവ്യത്യാസങ്ങൾക്കുപരിയായി ഈടുറ്റ വ്യക്തിബന്ധം നിലനിർത്താൻ ഇത് കുറച്ചൊന്നുമല്ല അദ്ദേഹത്തെ സഹായിച്ചത്. അദ്ദേഹം തന്നെ ചൂണ്ടിക്കാണിച്ചതുപോലെ, "പല കോൺഗ്രസ് നേതാക്കളും ഞാൻ ആ പാർട്ടിയിലായിരുന്നപ്പോൾ എന്റെ ജൂനിയർമാരായിരുന്നു. അവർക്ക് ഇന്ന് എന്റെ നിലപാടെന്തെന്നറിയാം. അതുകൊണ്ടാണ് അവരുമായി എനിക്ക് നല്ല ബന്ധം പുലർത്താൻ കഴിയുന്നത്."

ഇത്തരം വ്യക്തിബന്ധങ്ങൾ, പക്ഷേ, തന്റെ ആശയങ്ങൾക്കും ആദർശങ്ങൾക്കും മുന്നിൽ വിലങ്ങുതടിയായിത്തീരാൻ ഒരിക്കലും അദ്ദേഹം അനുവദിച്ചിട്ടില്ല. തന്റെ ആശയങ്ങളിലും അഭിപ്രായങ്ങളിലും എല്ലായ്പ്പോഴും അദ്ദേഹം ഉറച്ചുനിന്നു. ഒരു ഉദാഹരണം നോക്കുക: തന്റെ യൗവനകാലത്ത് നെഹ്റു അദ്ദേഹത്തിന്റെ ഒരു വീരനായകനായിരുന്നു. മറ്റാരിൽ നിന്നും കിട്ടിയതിനെക്കാൾ കൂടുതൽ സോഷ്യലിസ്റ്റാശയം തനിക്ക് കിട്ടിയത് നെഹ്റുവിൽ നിന്നാണെന്ന് അദ്ദേഹം സമ്മതിച്ചിട്ടുണ്ട്. നെഹ്റുവിന് ഈ റൂപോൽവാൽക്കാരൻ യുവാവിനെ നന്നേ ഇഷ്ടമായിരുന്നു. ഹർകിഷൻസിങ് ഒരു യുവ കമ്യൂണിസ്റ്റായതിനുശേഷവും അതിൽ കുറവൊന്നുമുണ്ടായില്ല. പഞ്ചാബിൽ സുർജീത് സംഘടിപ്പിക്കുന്ന യോഗങ്ങളിൽ പ്രസംഗിക്കുന്നതിൽനിന്ന് നെഹ്റുവിനെ എ ഐ സി സി വിലക്കി. ചെങ്കൊടിയുമേന്തി നടക്കുന്ന ചെറുപ്പക്കാരൻ സംഘടിപ്പിക്കുന്ന യോഗത്തിൽ ഒരു കോൺഗ്രസ് നേതാവ് പ്രസംഗിക്കുകയോ? എ ഐ സി സി നേതൃത്വത്തിന് അത് സഹിക്കാൻ കഴിഞ്ഞില്ല. പക്ഷേ ആ വിലക്ക് നെഹ്റു തള്ളിക്കളഞ്ഞു. സുർജീത്തിനോടൊപ്പം അദ്ദേഹം പഞ്ചാബിൽ സഞ്ചരിച്ചു. ഒട്ടേറെ യോഗങ്ങളിൽ പ്രസംഗിച്ചു. സുർജീത്തിന്റെ വീട്ടിൽനിന്ന് ഭക്ഷണവും കഴിച്ചു. ഈ പ്രസംഗപര്യടനത്തിനിടയിൽ ഉണ്ടായ ഒരു സംഭവം ഹർകിഷൻസിങിന്റെ സ്വഭാവവും നെഹ്റുവിനോട് അദ്ദേഹത്തിനുണ്ടായിരുന്ന പ്രതിപത്തിയും വ്യക്തമാക്കുന്നു.

റൂപോവാലിൽ എത്തുന്ന നെഹ്രുവിന് പ്രസംഗിക്കാൻ അവിടത്തെ ഒരു മൈതാനം ഏർപ്പാട് ചെയ്യാമെന്നായിരുന്നു കരുതിയത്. പക്ഷേ അവിടെ പ്രസംഗിക്കുന്നതിന് അധികൃതർ അനുമതി നിഷേധിച്ചു. പ്രസംഗവേദിയൊരുക്കാൻ അടുത്തെങ്ങും സ്ഥലം കിട്ടിയതുമില്ല. ഹർകിഷൻസിങ് അധികം ആലോചിച്ചില്ല. തന്റെ കുടുംബവക ഗോതമ്പുപാടം വിളഞ്ഞു നിൽക്കുകയായിരുന്നു. അധികദിവസം കഴിയുന്നതിനുമുമ്പ് അത് കൊയ്തെടുക്കാം. അതിനു കാത്തുനിൽക്കാനുണ്ടോ സമയം. പാടത്തിന് തീയിട്ടു. അവിടെ യോഗം നടത്തുകയും ചെയ്തു. എത്രപേർ തയ്യാറാകും ഇങ്ങനെയൊരു കൃത്യത്തിന്—ഇപ്രകാരം നെഹ്റുവിനോട് അതിരറ്റ സ്നേഹബഹുമാനങ്ങൾ കാട്ടിയ ഹർകിഷൻസിങ് സ്വാതന്ത്ര്യലബ്ധിക്കുശേഷം നെഹ്റുവിന്റെ പോക്കിൽ അസംതൃപ്തനായി. അദ്ദേഹത്തിന്റെ നയങ്ങളെ നിശിതമായി വിമർശിച്ചു. നെഹ്റുവിന്റെയും അദ്ദേഹം

നയിക്കുന്ന കോൺഗ്രസിന്റെയും വർഗസ്വഭാവം തുറന്നുകാട്ടി. കോൺഗ്രസ് ഗവൺമെന്റിനെതിരെ ഒട്ടേറെ പ്രക്ഷോഭങ്ങൾക്ക് നേതൃത്വം നൽകി. അതിന്റെ പേരിൽ നെഹ്റുവിന്റെ ഭരണകാലത്തുതന്നെ കാരാഗൃഹത്തിൽ കഴിയേണ്ടിവന്നു.

കാരാഗൃഹത്തിൽ കഴിയുക ആ വിപ്ലവകാരിക്ക് പുതുമയുള്ള കാര്യമല്ല. ആദ്യത്തെ ജയിൽവാസത്തെക്കുറിച്ച് നേരത്തെ പറഞ്ഞല്ലോ. പിന്നീട് ജയിലിൽക്കിടന്നത് 1940–ലാണ്. അതിന്റെ തലേക്കൊല്ലം രണ്ടാം ലോകമഹായുദ്ധം പൊട്ടിപ്പുറപ്പെട്ടു. സാമ്രാജ്യത്വരാജ്യങ്ങൾ തമ്മിൽ കോളനികൾ പുനർവിഭജനം നടത്തുന്ന ആ യുദ്ധത്തിൽ താൽപ്പര്യമെടുക്കേണ്ടതില്ലെന്ന് കമ്യൂണിസ്റ്റുപാർട്ടി അഭിപ്രായപ്പെട്ടു. യുദ്ധത്തിനെതിരെ അണിനിരക്കാൻ പാർട്ടി ജനങ്ങളെ ആഹ്വാനം ചെയ്തു. അതിനുവേണ്ടിയുള്ള പ്രവർത്തനത്തിൽ ആണ്ടിറങ്ങുകയും ചെയ്തു. ബ്രിട്ടീഷ് ഭരണാധികാരികൾ കമ്യൂണിസ്റ്റുകാർക്കെതിരെ ആഞ്ഞടിച്ചു. കമ്യൂണിസ്റ്റുകാരെ രാജ്യവ്യാപകമായി വേട്ടയാടി. അതിൽനിന്ന് രക്ഷപ്പെടാൻ ചിലർ ഒളിവിൽ പോയി. അക്കൂട്ടത്തിൽ ഒരാളായിരുന്നു സുർജീത്തും. എങ്കിലും 1940 ഡിസംബറിൽ അറസ്റ്റിലായി. ഒരു യാത്രയ്ക്കിടയിൽ പൊലീസിന്റെ പിടിയിൽ അകപ്പെടുകയായിരുന്നു.

1942 ജൂണിൽ ഹിറ്റ്ലറുടെ നേതൃത്വത്തിലുള്ള സൈന്യം സോവിയറ്റ് യൂണിയനുനേരെ ആക്രമണം അഴിച്ചുവിട്ടതോടെ യുദ്ധത്തിന്റെ സ്വഭാവത്തിന് മാറ്റം വന്നു. സാമ്രാജ്യത്വയുദ്ധം ജനകീയ യുദ്ധമായി മാറിയിരിക്കുന്നു–കമ്യൂണിസ്റ്റുപാർട്ടി പ്രഖ്യാപിച്ചു. ലോകത്തിലെ പ്രഥമ സോഷ്യലിസ്റ്റ് രാഷ്ട്രത്തെ രക്ഷിക്കേണ്ടത് കമ്യൂണിസ്റ്റുകാരുടെയും പുരോഗമനവാദികളുടെയും കടമയാണെന്ന് കമ്യൂണിസ്റ്റുപാർട്ടി അർഥശങ്കയ്ക്കിടയില്ലാത്തവിധം വ്യക്തമാക്കി. ഈ നയമാറ്റത്തെത്തുടർന്ന് കമ്യൂണിസ്റ്റുപാർട്ടിയുടെ മേലുള്ള നിരോധനം ബ്രിട്ടീഷ് ഗവൺമെന്റ് പിൻവലിച്ചു. പാർട്ടിക്ക് പരസ്യപ്രവർത്തനം നടത്താമെന്നായി. പാർട്ടിനേതാക്കളെ ഒന്നൊന്നായി മോചിപ്പിച്ചു. പക്ഷേ അങ്ങേയറ്റം അപകടകാരിയായി കരുതിയ സുർജീത്തിനെ ജയിൽ വിമുക്തനാക്കാൻ അധികൃതർ തയ്യാറായില്ല. പകരം അദ്ദേഹത്തെ ക്രൂരമായി പീഡിപ്പിച്ചു. ഒരു യാത്രയ്ക്കിടയിൽ അറസ്റ്റു ചെയ്ത സുർജീത്തിനെ ഒരു റെയിൽവേ സ്റ്റേഷനിൽ നിന്നും എവിടേക്കെന്നറിയാതെ കൊണ്ടുപോവുകയായിരുന്നു. കൊണ്ടുചെന്ന് തള്ളിയത് ഡൽഹിയിലെ ചെങ്കോട്ടയിൽ. കാറ്റും വെളിച്ചവും കടക്കാത്ത കിണറുമാതിരിയുള്ള ഒരു നിലവറയ്ക്കുള്ളിൽ മൂന്നുമാസം പാർപ്പിച്ചു. ഇരുട്ടറയിൽനിന്ന് നീക്കി ഉടൻ ചികിത്സ നൽകുന്നില്ലെങ്കിൽ തങ്ങളുടെ ജയിൽപ്പുള്ളി ജീവിതം മുഴുവൻ അന്ധനായി കഴിയേണ്ടിവരുമെന്ന് ജയിൽ ഡോക്ടർ വിധിച്ചതിനെത്തുടർന്ന് അദ്ദേഹത്തെ പുറത്തിറക്കാൻ ജയിൽ അധികൃതർ നിർബന്ധിതരായി. പിന്നീട് വെളിച്ചം കടക്കുന്ന ജയിലിൽ നാലു വർഷത്തോളം കഴിച്ചുകൂട്ടി. അതുകൊണ്ട് 1943–ൽ ചേർന്ന കമ്യൂണി

സ്റ്റുപാർട്ടിയുടെ ഒന്നാം കോൺഗ്രസിൽ പങ്കെടുക്കാൻ കഴിഞ്ഞില്ല.

എന്നിട്ടും ജയിൽജീവിതത്തിന് തിരശീല വീണില്ല. സ്വാതന്ത്ര്യലബ്ധിക്കുശേഷം രണ്ടുതവണ സാമാന്യം ദീർഘകാലം ജയിലിൽ കിടക്കേണ്ടിവന്നു—1962–ലും 1965–ലും. ഇന്ത്യാ–ചൈനാ അതിർത്തി സംഘട്ടനത്തെത്തുടർന്നായിരുന്നു 1962–ലെ അറസ്റ്റെങ്കിൽ ഇന്ത്യൻ കമ്യൂണിസ്റ്റുപാർട്ടി പിറന്ന പശ്ചാത്തലത്തിൽ ചൈനാചാരത്വം ആരോപിച്ചായിരുന്നു 1965–ലെ അറസ്റ്റ്. 1965–ൽ കേരളത്തിൽ പാർട്ടിയുടെ പി ബി യോഗത്തിൽ പങ്കെടുക്കാൻ വന്നപ്പോൾ തൃശ്ശൂർ വെച്ചാണ് അറസ്റ്റ് ചെയ്തത്. ആദ്യം ഏതാനും നാളുകൾ വിയ്യൂർ സെൻട്രൽ ജയിലിലാണ് പാർപ്പിച്ചത്. സ്വാതന്ത്ര്യലബ്ധിക്കുശേഷം ഈ രണ്ട് അറസ്റ്റിനു പുറമെ നാലുവർഷം ഒളിവിൽ കഴിഞ്ഞിട്ടുണ്ട്. 1948–മുതൽ 1952–വരെ കമ്യൂണിസ്റ്റുപാർട്ടിയെ നിയമവിരുദ്ധമാക്കിയതിനെത്തുടർന്നായിരുന്നു നാലുവർഷത്തെ ഈ ഒളിവുജീവിതം. അങ്ങനെ ആറുപതിറ്റാണ്ടിലേറെ നീണ്ടുനിന്ന പൊതുജീവിതത്തിനിടയിൽ പത്തുവർഷം ജയിലിലും എട്ടുവർഷം ഒളിവിലും കഴിച്ചുകൂട്ടി. ഇപ്രകാരം നീണ്ട പീഡാനുഭവങ്ങളുടെ, സമരങ്ങളുടെ, തീച്ചൂളയിലൂടെ ഉരുകിത്തെളിഞ്ഞ ഒരു വിപ്ലവകാരിയാണ് സുർജീത്. അക്ഷരാർഥത്തിൽത്തന്നെ ഒരു വിപ്ലവകാരി.

പതിനഞ്ചാം വയസിലായിരുന്നുവല്ലോ സുർജീത്തിന്റെ ആദ്യ അറസ്റ്റ്. ആദ്യം ജയിലിലും പിന്നെ ദുർഗുണ പരിഹാരപാഠശാലയിലും എത്തിച്ചേർന്നതിനുശേഷം കിട്ടുന്നതൊക്കെ വായിച്ചു. വായന ആ ബാലന് ഒരു ഹരമായി. നേരത്തെ ഭഗത്സിങ്ങിന്റെ നൗജവാൻ ഭാരത് സഭയിൽ അംഗമായിച്ചേരുകയും ഉശിരൻ ദേശീയ വിപ്ലവകാരികളിൽനിന്ന് ആവേശം ഉൾക്കൊള്ളുകയും ചെയ്തിരുന്നുവെങ്കിലും ഈ വായനയും തടവറ ബന്ധങ്ങളും അദ്ദേഹത്തെ കമ്യൂണിസ്റ്റ് ആശയങ്ങളിലേക്ക് ആകർഷിച്ചു. പുറംലോകത്തേക്ക് കടന്നാൽ കമ്യൂണിസ്റ്റുപാർട്ടി കെട്ടിപ്പടുക്കുന്ന പ്രവർത്തനത്തിലേർപ്പെടണമെന്ന് തീരുമാനിച്ചു.

വാസ്തവത്തിൽ, സുർജീത് ദുർഗുണപരിഹാര പാഠശാലയിൽ കഴിയുമ്പോൾ പഞ്ചാബിൽ കമ്യൂണിസ്റ്റുപാർട്ടി സ്ഥാപിക്കപ്പെട്ടിരുന്നില്ല. കമ്യൂണിസ്റ്റ് ആശയങ്ങളിൽ വിശ്വസിച്ചിരുന്നവരും ഗുലാം ഹുസൈന്റെ നേതൃത്വത്തിലുള്ള കമ്യൂണിസ്റ്റ് ഗ്രൂപ്പും ഉൾപ്പെടെ ചില ഗ്രൂപ്പുകളും ഉണ്ടായിരുന്നുവെന്നു മാത്രം. ഇവരൊക്കെ 1927–ൽ രൂപംകൊണ്ട കർഷക ത്തൊഴിലാളി പാർട്ടിയിൽ സജീവമായിരുന്നു. മാത്രമല്ല 1926–ൽ ഭായി സന്തോക് സിങ്ങിന്റെ പത്രാധിപത്യത്തിലാരംഭിച്ച *കീർത്തി* മാസികയുമായി ബന്ധപ്പെട്ട് പ്രവർത്തിക്കുകയും ചെയ്തുകൊണ്ടിരുന്നു. അവരിൽ ചിലർ ഇന്ത്യൻ മണ്ണിൽ ഇന്ത്യൻ കമ്യൂണിസ്റ്റുപാർട്ടി രൂപീകരിച്ച 1925–ലെ കാൺപൂർ സമ്മേളനത്തിൽ പങ്കെടുക്കുകപോലുമുണ്ടായി. എങ്കിലും സുർജീത് ജയിൽ മോചിതനായതിനുശേഷമാണ് പാർട്ടി ഔപചാരികമായി രൂപംകൊണ്ടത്. ജാലിയൻവാലാബാഗിന്റെ ഒരു മൂലയിൽ ഈ ഉദ്ദേശ്യാർ

ഥം യോഗം വിളിച്ചുകൂട്ടിയത് സോഹൻസിങ് ജോഷ് ആയിരുന്നു. പതിനഞ്ചോളം പേർ പങ്കെടുത്ത ആ യോഗത്തിൽ സോഹൻസിങ് ജോഷ്, സുർജീത് എന്നിവർക്കു പുറമെ ഫിറോസുദ്ദീൻ മൻസൂർ, ഹൗജഫുല്ലർ, അർജുൻസിങ് ശർഗജ് തുടങ്ങിയവരുൾപ്പെടുന്നു. അങ്ങനെ സുർജീത് പഞ്ചാബിലെ പാർട്ടിയുടെ സ്ഥാപക നേതാക്കളിലൊരാളായിത്തീർന്നു.

1934–ൽ ബ്രിട്ടീഷ് ഗവൺമെന്റ് കമ്യൂണിസ്റ്റുപാർട്ടിയെ നിരോധിച്ചു. അതുകൊണ്ട് രൂപീകരണം മുതൽ ഒളിവിലിരുന്നുകൊണ്ട് വേണമായിരുന്നു കമ്യൂണിസ്റ്റുപാർട്ടിക്ക് പ്രവർത്തിക്കാൻ. 1935–ൽ കോൺഗ്രസ് സോഷ്യലിസ്റ്റുപാർട്ടി രൂപംകൊണ്ടപ്പോൾ കമ്യൂണിസ്റ്റുകാർ അതിൽ ചേർന്ന് പ്രവർത്തിക്കാൻ തുടങ്ങി. സുർജീത്തും സി എസ് പി പ്രവർത്തകനായി. അദ്ദേഹം കൃഷിക്കാർക്കിടയിലാണ് മുഖ്യമായും തന്റെ പ്രവർത്തനം കേന്ദ്രീകരിച്ചത്. അതിനാൽ കർഷകനേതാവെന്ന നിലയിലും അദ്ദേഹം പ്രസിദ്ധനായി. കർഷകരംഗത്തെ പ്രവർത്തനം സുർജീത് മരണംവരെ തുടർന്നു. കിസാൻസഭയുടെ അഖിലേന്ത്യാ പ്രസിഡന്റായിരുന്നു.

1944–ൽ ജയിൽമോചിതനായി വന്നതിനുശേഷമാണ് സുർജീത് പ്രവർത്തനം പഞ്ചാബിലേക്ക് വ്യാപിപ്പിച്ചത്. ലാഹോർ കേന്ദ്രമാക്കി അദ്ദേഹം പ്രവർത്തനം ഊർജിതമായി നടത്തി. അപ്പോഴേക്കും തേജാസിങ് സ്വതന്ത്രൻ, സോഹൻസിങ് ജോഷ്, ഡോ. ഭാഗത്സിങ് തുടങ്ങിയവർ അവിടം കേന്ദ്രമാക്കി പ്രവർത്തനം തുടങ്ങിക്കഴിഞ്ഞിരുന്നു. എങ്കിലും അവർക്കിടയിൽ തലയെടുപ്പുള്ള നേതാവായി മാറിയിരുന്നു അദ്ദേഹം. പിന്നെയും രണ്ടു പതിറ്റാണ്ടു കഴിഞ്ഞപ്പോൾ അദ്ദേഹത്തിന്റെ പ്രവർത്തനകേന്ദ്രം മാറി. ഡൽഹി കേന്ദ്രീകരിച്ച് ഇന്ത്യയിലാകെയും, പ്രത്യേകിച്ച് ഹിന്ദിമേഖലയിലും അദ്ദേഹം അവിശ്രമം പ്രവർത്തനം തുടർന്നു.

1942–ലെ ക്വിറ്റ് ഇന്ത്യ സമരത്തോടെ കമ്യൂണിസ്റ്റുപാർട്ടി സ്വീകരിച്ച നിലപാട് സ്വാതന്ത്ര്യസമരത്തിന്റെ മുഖ്യധാരയിൽ നിന്ന് കമ്യൂണിസ്റ്റുകാരെ അകറ്റി. എങ്കിലും യുദ്ധാനന്തര മുന്നേറ്റത്തിന്റെ മുൻപന്തിയിൽ കമ്യൂണിസ്റ്റുകാർ സ്ഥാനം പിടിച്ചു. 'ഐ എൻ എ തടവുകാരെ വിട്ടയയ്ക്കുക' എന്ന മുദ്രാവാക്യത്തിന്റെ രൂപത്തിലാണ് യുദ്ധാനന്തര മുന്നേറ്റം പ്രത്യക്ഷപ്പെട്ടത്. അതിനോട് നാട്ടുരാജ്യങ്ങളിലെ ഉത്തരവാദ ഭരണത്തിനുവേണ്ടിയുള്ള പ്രക്ഷോഭങ്ങളുമായി കണ്ണിചേർത്തു. അതോടെ അലയടിച്ചുയർന്ന ആ പ്രക്ഷോഭത്തിന് സുർജീത് നേതൃത്വം നൽകി. ഇന്ത്യാവിഭജനത്തെത്തുടർന്ന് അഭയാർഥികളുടെ പുനരധിവാസത്തിൽ ശ്രദ്ധകേന്ദ്രീകരിച്ചു. ഭൂമി വിതരണം ചെയ്യണമെന്നാവശ്യപ്പെട്ട് ഇക്കാലത്ത് സംസ്ഥാനത്തിന്റെ വിവിധ ഭാഗങ്ങളിൽ നടന്ന ഫ്യൂഡൽവിരുദ്ധസമരങ്ങളുമായി പുനരധിവാസ പ്രവർത്തനങ്ങൾ സംയോജിപ്പിച്ചു.

1948–ൽ കൽക്കത്തയിൽ രണ്ടാം പാർട്ടി കോൺഗ്രസ് കഴിഞ്ഞയുടനെ സുർജീത് ഒളിവിൽ പോയി. അക്കാലത്ത് ഫിറോസ്പൂർ ജില്ലയിലെ

പെപ്സു മേഖലയിലും ഹോഷിയാർപൂരിലെ ഉത്തം താലൂക്കിലും കാഗ്രാ ജില്ലയിലും മറ്റു പല സ്ഥലങ്ങളിലും ഭൂസമരങ്ങൾ സംഘടിപ്പിക്കപ്പെട്ടു. ആ സമരഭൂമികളിലൂടെ കൃഷിക്കാർക്ക് ആവേശവും ആത്മവിശ്വാസവും പകർന്നുകൊണ്ട് അദ്ദേഹം സഞ്ചരിച്ചു. ഈ സമരങ്ങളിൽ പലതും സായുധസമരത്തിന്റെ രൂപം കൈക്കൊണ്ടു എന്ന് ഓർക്കണം. 1958 മുതൽ മൂന്നു വർഷം അഭിവൃദ്ധി നികുതിക്കെതിരായി നടന്ന ഉജ്വല കർഷകസമരത്തിനും സുർജീത് നേതൃത്വം നൽകി. സമരത്തിന്റെ ഫലമായി കർഷകരിൽനിന്ന് ഈടാക്കിയ 142 കോടി രൂപ ഗവൺമെന്റ് തിരിച്ചുനൽകേണ്ടിവന്നു.

പഞ്ചാബിലെ പാർട്ടിയുടെ സ്ഥാപക നേതാക്കളിലൊരാളായ സുർജീത് 1950മുതൽ 1964വരെ പാർട്ടി സംസ്ഥാന സെക്രട്ടറിയായി പ്രവർത്തിച്ചു. 1953–ൽ സി പി ഐയുടെ പൊളിറ്റ് ബ്യൂറോ അംഗമായി. പാർട്ടിക്കകത്ത് തിരുത്തൽവാദത്തിനെതിരെ നടന്ന പോരാട്ടത്തിൽ സുർജീത് മുൻപന്തിയിലായിരുന്നു. പാർട്ടി പിളർന്നപ്പോൾ സി പി ഐ (എം) കെട്ടിപ്പടുക്കുന്നതിന് നേതൃത്വം നൽകി. ഏഴാം പാർട്ടി കോൺഗ്രസ് മുതൽ സി പി ഐ (എം) പൊളിറ്റ് ബ്യൂറോ അംഗം. 1992മുതൽ 2005വരെ ജനറൽ സെക്രട്ടറി.

സുർജീത്തിന് മെട്രിക്കുലേഷനപ്പുറം ഔപചാരിക വിദ്യാഭ്യാസം നേടാൻ കഴിഞ്ഞില്ല. ഭഗത്സിങിനെ തൂക്കിക്കൊന്നതിൽ പ്രതിഷേധിക്കാൻ ചേർന്ന യോഗത്തിൽ പങ്കെടുത്തതിന്റെ പേരിൽ വിദ്യാലയത്തിൽ നിന്ന് പുറത്താക്കപ്പെട്ടതിനുശേഷം സ്വയം വായിച്ചും പഠിച്ചും എഴുത്തുകാരനും പത്രപ്രവർത്തകനും പ്രത്യയശാസ്ത്രവിദഗ്ധനും ഒക്കെയായി മാറുകയായിരുന്നു. 1938–39കാലത്ത് ഉർദു മാസികയായ *ചിങ്കാരി* സഹറൺപൂരിൽ നിന്ന് അദ്ദേഹം പുറത്തിറക്കി. പഞ്ചാബിൽ നിന്ന് നാടുകടത്തപ്പെട്ട് സഹറാൻപൂരിൽ കഴിയുമ്പോഴായിരുന്നു അത്. ഹിന്ദിയിലും ഉറുദുവിലും പ്രസിദ്ധീകരിക്കുന്ന സി പി ഐ (എം) വാരികയായ *ലോക് ലഹറി*ന്റെ പത്രാധിപരായും പ്രവർത്തിച്ചിട്ടുണ്ട്. പഞ്ചാബ് കാര്യ വിദഗ്ധനായി അറിയപ്പെടുന്ന സുർജീത് പഞ്ചാബ് പ്രശ്നത്തെക്കുറിച്ച് ഒരു ബൃഹദ് ഗ്രന്ഥം എഴുതിയിട്ടുണ്ട്. അദ്ദേഹം ഇന്ത്യയിലെ കാർഷിക പ്രശ്നങ്ങളെക്കുറിച്ച് എഴുതിയ ലേഖനങ്ങളുടെ ഒരു സമാഹാരം *ചിന്ത പബ്ലിഷേഴ്സ്* മലയാളത്തിൽ പുറത്തിറക്കി. മാർക്സിസ്റ്റ് അർഥശാസ്ത്രത്തെക്കുറിച്ചും മാർക്സിസ്റ്റ് ദർശനത്തെക്കുറിച്ചും അദ്ദേഹം ഹിന്ദിയിൽ പുസ്തകങ്ങൾ എഴുതിയിട്ടുണ്ട്. ഒട്ടേറെ ലഘുലേഖകളുടെ കർത്താവ് കൂടിയാണദ്ദേഹം.

പാർലമെന്റേറിയൻ എന്ന നിലയിലും സുർജീത് പ്രസിദ്ധനാണ്. 1953മുതൽ 1957വരെ പഞ്ചാബ് നിയമസഭാംഗമായിരുന്നു. 1977മുതൽ 1992 വരെ രാജ്യസഭാംഗവും. രാഷ്ട്രീയ പ്രതിയോഗികളുമായിപ്പോലും വ്യക്തിബന്ധം പുലർത്തുന്ന സുർജീത്തിന് മറ്റാരെക്കാളും വലിയൊരു സുഹൃദ്

വലയമുണ്ടായിരുന്നു.

1935–ൽ വിവാഹിതനായി. ഭാര്യ പ്രീതം കൗർ. രാഷ്ട്രീയ പ്രവർത്തനവും ഒളിവുജീവിതവുമായി നടന്ന സുർജീത്തിന് വിവാഹത്തിന്റെ ആദ്യത്തെ പത്തുവർഷങ്ങളിൽ അഞ്ചുദിവസം മാത്രമേ ഭാര്യയോടൊന്നിച്ച് കഴിയാനായിട്ടുള്ളൂ. സുർജീത്തിനോടൊപ്പം പല സമരങ്ങളിലും പ്രീതം കൗറും പങ്കെടുത്തിട്ടുണ്ട്. 2008 ആഗസ്ത് 1–ന് അന്തരിച്ചു.

ഹാജ്റാ ബീഗം

1910 - 2003

ഇന്ത്യയിലെ ആദ്യകാല മഹിളാ നേതാക്കളിൽ പ്രമുഖയായിരുന്നു ഹാജ്റാ ബീഗം. സ്ത്രീകളെ കമ്യൂണിസ്റ്റുപാർട്ടിയിലേക്ക് കൊണ്ടുവരുന്നതിൽ അവർ പ്രധാന പങ്കുവഹിച്ചു.

ഉത്തർപ്രദേശിലെ സഹറൺപൂരിലെ ഒരു സമ്പന്ന കുടുംബത്തിൽ 1910 ഡിസംബർ 10-ന് ജനിച്ചു. അക്കാലത്ത് പെൺകുട്ടികൾ സ്കൂളുകളിൽ പോകുന്ന പതിവില്ല. അതുകൊണ്ട് ഒമ്പത് വയസ്സുവരെ ഹാജ്റ വീട്ടിൽവെച്ച് ഉറുദു, പേർഷ്യൻ, ഇംഗ്ലീഷ് എന്നീ ഭാഷകൾ പഠിച്ചു. വീട്ടുകാർ വിദ്യാഭ്യാസപ്രേമികളും വിദ്യാഭ്യാസത്തിന്റെ പ്രാധാന്യം അറിയുന്ന ഉൽപ്പതിഷ്ണുക്കളും. അവർ മക്കളെ വിദ്യാഭ്യാസം ചെയ്യിക്കാൻ തീരുമാനിച്ചു. അവരെ ലാഹോറിലെ ക്വീൻസ് മേരി കോളേജിൽ ചേർത്തു.

കോളേജിൽ പുതിയ അന്തരീക്ഷം. നവാബ് കുടുംബങ്ങളിൽ നിന്നുള്ള പെൺകുട്ടികൾ അവിടെ പഠിക്കുന്നുണ്ട്. അവർ കോളേജിൽ വരുന്നത് തങ്ങളുടെ പൊങ്ങച്ചം കാണിക്കാൻ. തങ്ങളുടെ വിലകൂടിയ വസ്ത്രങ്ങളും ആഭരണങ്ങളും മറ്റുള്ളവരെ കാണിക്കാൻ. ഇതൊന്നും ഹാജ്റ ഇഷ്ടപ്പെട്ടില്ല. അവർ അതിനതിരെ തുറന്നടിച്ചു. ഇത് ആ പെൺകുട്ടികളുടെ രോഷം ക്ഷണിച്ചുവരുത്തി. 1926-ൽ അവിടെനിന്ന് മെട്രിക്കുലേഷൻ പരീക്ഷ പാസായി.

അതിനും രണ്ടുവർഷം മുമ്പ് നടന്ന ഒരു സംഭവം അവരുടെ മനസിൽ പച്ചപിടിച്ചുകിടന്നു. അന്ന് അവർ ഒമ്പതാം ക്ലാസ് വിദ്യാർഥിനി. അപ്പോൾ ഒരു സോവിയറ്റ് വനിതയുടെ പ്രസംഗം കേൾക്കാനിടയായി,

തികഞ്ഞ ബോൾഷെവിക് വിരുദ്ധ പ്രസംഗം. ബോൾഷെവിക്കുകാർ വൃദ്ധരെയും സ്ത്രീകളെയും കൊന്നൊടുക്കാൻ മടിക്കുകയില്ലെന്നും അവരുടെ ആക്രമണത്തിനിരയായ തന്റെ മാതാവ് അതിന് തെളിവാണെന്നും തട്ടിവിട്ടു. അച്ഛൻ എങ്ങനെയോ തന്നെയുംകൊണ്ട് രക്ഷപ്പെടുകയായിരുന്നുവെന്ന് ശ്രോതാക്കളെ വിശ്വസിപ്പിക്കാൻ അവർ കിണഞ്ഞു ശ്രമിച്ചു. അവർ പറഞ്ഞത് ശരിയാണോ? മറ്റു കുട്ടികളിൽ പലരും അത് വിശ്വസിച്ചെങ്കിലും അവർ അത് മുഴുവൻ വിഴുങ്ങാൻ തയ്യാറായില്ല. അവരിൽ കടുത്ത സംശയം – ഇപ്പറഞ്ഞത് ശരിയാണോ? ആ സംശയം പിന്നീടാണ് ദൂരീകരിക്കപ്പെട്ടത്.

കോളേജിൽ ഒരു ഈദിന് അവധി നൽകിയില്ല. ഹിന്ദുക്കളുടെയും ക്രിസ്ത്യാനികളുടെയും വിശേഷദിവസങ്ങളിൽ അവധി നൽകാമെങ്കിൽ മുസ്ലിങ്ങളുടെ വിശേഷദിവസത്തിന് അവധി നൽകിക്കൂടേ? ഹാജ്റയുടെ നേതൃത്വത്തിൽ കുട്ടികൾ സത്യഗ്രഹം നടത്തി. സവർണ ഹിന്ദുക്കളുടെ നിയന്ത്രണത്തിലുള്ള ഭരണസമിതിക്കെതിരെ പ്രത്യേക ഭോജനാലയം വേണമെന്നാവശ്യപ്പെട്ട് സിഖ് വിദ്യാർഥികൾ നടത്തിയ പ്രക്ഷോഭത്തിന്റെയും മുൻനിരയിൽ ഹാജ്റയുണ്ടായിരുന്നു.

മെട്രിക്കുലേഷൻ പരീക്ഷ പാസാകുന്നതിനുമുമ്പ് അമ്മ മരിച്ചു. കുറച്ചുനാൾ കഴിഞ്ഞപ്പോൾ ഇളയമ്മയും. വീട്ടിൽ സംരക്ഷണത്തിന് ആരുമില്ല. ഹാജ്റയ്ക്കു താഴെ മൂന്ന് ചെറിയ പെൺകുട്ടികളും കൊച്ചനിയനും. ഇവരുടെ സംരക്ഷണം ഹാജ്റയുടെ ചുമലിലായി. തുടർവിദ്യാഭ്യാസമെന്ന ചിന്തതന്നെ ഹാജ്റയ്ക്ക് ഉപേക്ഷിക്കേണ്ടിവന്നു. പലപ്പോഴും പിതാവിനോടൊപ്പം ബലിയയിലും ബുലന്ദ്ശഹറിലും താമസിക്കേണ്ടിവന്നു. ഹാജ്റയുടെ പുരോഗമനവീക്ഷണവും സ്ത്രീ സ്വാതന്ത്ര്യബോധവും ബന്ധുക്കളായ ബീഗങ്ങളിൽ കൗതുകമുണർത്തി. അവർ അവൾക്ക് ഒരു പേര് നൽകി – മഹിളാ നേതാവ് എന്ന അർഥം വരുന്ന 'ഹിമായതുൻ-നിസ'. കോളേജ് പഠനം ഉപേക്ഷിച്ച് രണ്ടുവർഷം വീട്ടിലിരുന്ന് പാർസി പഠിച്ചു. *ഇമ്മത്ത്*, *തഹസീബ്* എന്നീ പത്രങ്ങളിൽ സ്ത്രീകളുടെ പദവിയെയും അവകാശങ്ങളെയും കുറിച്ചെഴുതി.

രാജ്യത്താകെ ശക്തിപ്പെട്ടുവന്ന സ്വാതന്ത്ര്യസമരത്തെക്കുറിച്ചുള്ള ചിന്ത മനസിൽ കടന്നുവന്നതേയില്ല. മനസിനെ മഥിച്ചത് സ്ത്രീ സ്വാതന്ത്ര്യത്തെക്കുറിച്ചുള്ള ചിന്ത. അപ്പോഴും ദൈവവിശ്വാസമോ മതബോധമോ വിട്ടുപിരിഞ്ഞിരുന്നില്ല. എങ്കിലും പർദ ഉപേക്ഷിച്ചു.

ഇളയമ്മ മരിക്കുന്നതിനുമുമ്പ് ഹാജ്റയുടെ വിവാഹം നിശ്ചയിച്ചുറപ്പിച്ചിരുന്നു. ബന്ധുവായ അബ്ദുൾ ജമീൽഖാനുമായുള്ള വിവാഹത്തിന് ഹാജ്റയുടെ സമ്മതമൊന്നും അവർ തേടിയില്ല. സ്വതന്ത്രചിന്താഗതിയും സാഹിത്യവാസനയുമുള്ള അബ്ദുൾ ജമീൽഖാൻ അന്ന് ഡെപ്യൂട്ടി പൊലീസ് സൂപ്രണ്ടായിരുന്നു. 1928-ലായിരുന്നു വിവാഹം-മെട്രിക്കുലേഷൻ പാസായി രണ്ടുവർഷം കഴിഞ്ഞപ്പോൾ. ബന്ധുക്കളായതുകൊണ്ട് ഇരുവരും നേരത്തെ പരിചിതർ. വിവാഹത്തിന് തലകുനിച്ചുനിൽക്കാൻ അവർ നിർബന്ധിക്കപ്പെടുകയായിരുന്നു. 1931-ൽ അവർക്കൊരു പുത്രനുണ്ടായി.

ഹാജ്റയുടെ അമ്മാവന്റെ മകൻ മുഹമ്മദ് ജാഫർ ഏഴുവർഷത്തിനു ശേഷം വിദ്യാഭ്യാസം കഴിഞ്ഞ് നാട്ടിൽ മടങ്ങിയെത്തിയത് ആയിടെയായിരുന്നു. ബോംബെയിൽ കപ്പലിറങ്ങിയ മുഹമ്മദ് നേരെ പോയത് കറാച്ചി കോൺഗ്രസിലേക്ക്. ഹാജ്റയ്ക്ക് പുത്രനുണ്ടായ വിവരമറിഞ്ഞ് കാണാൻ ലക്നൗവിലെത്തി. വേഷം ഖദർ ദോത്തിയും കുർത്തയും ഗാന്ധിത്തൊപ്പിയും. മുഹമ്മദിനെ കണ്ട് എല്ലാവരും അമ്പരന്നു. അമ്മ പൊട്ടിക്കരഞ്ഞു. ഖദർവേഷധാരിയായ ആ ചെറുപ്പക്കാരന് ഇംഗ്ലണ്ടിൽ പോയതോടെ ഭ്രാന്ത് പിടിപെട്ടോ എന്നുപോലും അവർ ഭയപ്പെട്ടു.

രണ്ടുമാസത്തോളം മുഹമ്മദ് ആ തറവാട്ടിൽ താമസിച്ചു. അത് ഹാജ്റയിലും ആ വീട്ടിലും ഒരുപാട് മാറ്റങ്ങളുണ്ടാക്കി. അമ്മാവന്റെ മകനാണെങ്കിലും പൊലീസ് ആപ്പീസറുടെ ഭാര്യയായ ഹാജ്റയോട് കൂടുതൽ സംസാരിക്കാനുള്ള ധൈര്യം മുഹമ്മദിന് ഇല്ലായിരുന്നു. എങ്കിലും ഭാരതത്തിന്റെ പാരതന്ത്ര്യം, സ്ത്രീകളുടെ ദയനീയാവസ്ഥ എന്നിവ അവരുടെ സംസാര വിഷയങ്ങളാകാതിരുന്നില്ല. ഗോർക്കിയുടെ പുസ്തകങ്ങളും മറ്റും അവർ മുഹമ്മദിൽ നിന്ന് വാങ്ങി വായിച്ചു. അവരിൽ ദേശാഭിമാനബോധമുണർന്നു. പൊലീസ് ആപ്പീസറുടെ ഭാര്യ ഖദർ ഉടുക്കാനും ചെരിപ്പ് ധരിക്കാനും തുടങ്ങി. ക്രമേണ അവർക്ക് സ്വന്തം ജീവിതത്തോട് തന്നെ വിരക്തി തോന്നിത്തുടങ്ങി.

ഹാജ്റ തിരികെ റായ്ബറേലിയിൽ ഭർത്താവിന്റെ അടുത്തെത്തുമ്പോഴേക്കും മാറ്റങ്ങൾ പലതുണ്ടായി. അത് 1931-ാമാണ്ട്. രാജ്യത്താകെ നിയമലംഘനപ്രസ്ഥാനത്തിന്റെ കൊടുങ്കാറ്റ്. തികച്ചും പ്രക്ഷുബ്ധമായ അന്തരീക്ഷം. മീററ്റ് ഗൂഢാലോചനക്കേസിന്റെ വിചാരണ നടക്കുകയായിരുന്നു. നിയമലംഘനപ്രസ്ഥാനത്തെയും മീററ്റ് ഗൂഢാലോചനക്കേസിനെയും കുറിച്ചുള്ള വിവരങ്ങൾ അവർക്ക് ലഭിച്ചുകൊണ്ടിരുന്നു. അപ്പോഴേക്കും ഇംഗ്ലണ്ടിൽ പഠിച്ച് എഞ്ചിനീയറായിത്തീർന്ന സഹോദരൻ നാട്ടിൽ തിരിച്ചെത്തി. അദ്ദേഹവും മുഹമ്മദുമായുള്ള രാഷ്ട്രീയ ചർച്ചകൾ അവർ താൽപ്പര്യപൂർവം ശ്രദ്ധിച്ചു. ഇതിനിടയിൽ അവർ കേട്ടു, മീററ്റ് ഗൂഢാലോചനക്കേസിലെ ഒരു പ്രതിയുമായി തന്റെ ഒരു കൂട്ടുകാരിയുടെ വിവാഹം നടന്നെന്ന്. കേസിലെ പ്രതികളോട് ഹാജ്റയിൽ സഹാനുഭൂതി വളർന്നുവരികയായിരുന്നു. പൊതുപ്രവർത്തനരംഗത്തേക്ക് കുതിക്കാൻ മനസ് വെമ്പി. അങ്ങനെ പൊതുരംഗത്തേക്ക് എടുത്തുചാടിയപ്പോഴാകട്ടെ, വീട്ടിൽ കടുത്ത സംഘർഷം. ഇതൊന്നുമായി ഒരു തരത്തിലും പൊരുത്തപ്പെടുന്ന ആളായിരുന്നില്ല ഭർത്താവ്. അതുകൊണ്ട് വീട്ടിൽ കലഹം. അവസാനം അവരുടെ ബന്ധം വിവാഹമോചനത്തിൽ ചെന്നെത്തി. ഇത് കുടുംബത്തിൽ വലിയ പ്രശ്നങ്ങൾ സൃഷ്ടിച്ചു. ഒരു സഹോദരനൊഴികെ കുടുംബത്തിലെ മറ്റെല്ലാവരും ഹാജ്റയ്ക്ക് എതിരായി. അതായത് കുടുംബത്തിൽ അവർ ഒറ്റപ്പെട്ടുപോയെന്നർഥം. എങ്കിലും ഹാജ്റ ആത്മവിശ്വാസം കൈവെടിഞ്ഞില്ല. കുറച്ചുനാൾ അലിഗഢ് സ്കൂളിൽ പഠിപ്പിച്ചു. അധ്യാപനത്തിൽ തൽപ്പരയായ അവർ മോണ്ടി

സോറി വിദ്യാഭ്യാസ സമ്പ്രദായം സ്വായത്തമാക്കുന്നതിന് ഇംഗ്ലണ്ടിലേക്ക് പോകാനുറച്ചു.

അപ്പോഴേക്ക് മകന് രണ്ടുവയസ്. കൈയിലുണ്ടായിരുന്ന ആഭരണങ്ങളിൽ കുറെ വിറ്റ് ആ പണവുമായി മകനെയും കൂട്ടി ഇംഗ്ലണ്ടിലേക്ക് തിരിച്ചു. ഇംഗ്ലണ്ടിൽ ചില ഇന്ത്യൻ വിദ്യാർഥികളെ കണ്ടുമുട്ടി. അവർ രാഷ്ട്രീയത്തിൽ തൽപ്പരർ. എന്നല്ല, പുരോഗമനചിന്താഗതിക്കാർ. അവരിൽ ചിലരിലൂടെ ബ്രിട്ടീഷ് കമ്യൂണിസ്റ്റ് നേതാക്കളുമായി പരിചയപ്പെട്ടു. അപ്പോൾ ഫാസിസത്തിനെതിരായ വികാരം കൊടുമുടിയിലെത്തി നിൽക്കുകയായിരുന്നു. മാർക്സിസ്റ്റ് വിരുദ്ധ സമരത്തിൽ അവരും സജീവമായി. 1934–ൽ യുദ്ധത്തിനും ഫാസിസത്തിനും എതിരായ സാർവദേശീയ കൂട്ടായ്മയിൽ പങ്കാളിയായി. 1935–ൽ സോവിയറ്റ് യൂണിയൻ സന്ദർശിക്കാനിടയായി. അത് ആ രാജ്യത്തെയും സോഷ്യലിസത്തെയും പറ്റി എന്തെന്നില്ലാത്ത മതിപ്പ് സൃഷ്ടിച്ചു.

ആ വർഷംതന്നെ ഇന്ത്യയിലേക്ക് മടങ്ങി. അപ്പോഴേക്ക് അവർ കമ്യൂണിസ്റ്റുപാർട്ടിയിൽ അംഗമായിക്കഴിഞ്ഞിരുന്നു. ലഖ്നൗവിലെ ഒരു ഗേൾസ് സ്കൂളിൽ അധ്യാപികയായി ചേർന്നു. ആ സ്കൂളിൽ അധ്യാപനം തുടരുമ്പോൾതന്നെ ഇന്ത്യൻ കമ്യൂണിസ്റ്റുപാർട്ടിയുടെ ഒളിവുസംവിധാനവുമായി ബന്ധപ്പെട്ടു. അപ്പോൾ പാർട്ടി ജനറൽ സെക്രട്ടറി പി സി ജോഷി ഒളിവിലായിരുന്നു. അദ്ദേഹത്തിന്റെ മുഖ്യ കൊറിയർ ആയി പ്രവർത്തിച്ചു ഹാജ്റ.

അവർ ഇന്ത്യയിൽ മടങ്ങിയെത്തി ഒരു വർഷമായപ്പോഴാണ് ലഖ്നൗവിൽ പുരോഗമന സാഹിത്യസമ്മേളനത്തിന്റെ ഒരുക്കങ്ങൾ. സജ്ജാദ് സഹീർ, ഡോ. റഷീദ് ജഹാൻ, ഡോ. അലീം തുടങ്ങിയവർ സമ്മേളനം വിജയിപ്പിക്കുന്നതിനുള്ള പ്രവർത്തനങ്ങളിൽ മുഴുകിയിരിക്കുകയായിരുന്നു. ആ സമ്മേളനവിജയത്തിനായി ഹാജ്റയും പ്രവർത്തിച്ചു.

ഇതിനിടയിൽ ഇംഗ്ലണ്ടിൽവെച്ച് പരിചയപ്പെട്ട സെഡ് എ അഹമ്മദുമായി അടുത്തു. ആ അടുപ്പം ഇരുവരുടെയും വിവാഹത്തിൽ ചെന്നെത്തി. അപ്പോൾ അഹമ്മദ് സിന്ധിൽ ഒരു കോളേജിൽ പ്രിൻസിപ്പൽ ആയി ജോലി നോക്കുകയായിരുന്നു. ഇരുവരും ജോലി രാജിവച്ച് മുഴുവൻസമയ പ്രവർത്തകരാകാൻ പാർട്ടി നിർദേശിച്ചു. ഇരുവരും നിർദേശം സ്വീകരിച്ചു. ഹാജ്റ യു പിയിൽ പാർട്ടിയുടെ ഒരു ജില്ലാ സെക്രട്ടറിയായി. അങ്ങനെ ഇന്ത്യയിൽ ജില്ലാ സെക്രട്ടറിയാകുന്ന ആദ്യ വനിത അവരായിരിക്കണം. അവർ പോട്ടർമാരെ സംഘടിപ്പിച്ച് അവരുടെ യൂണിയൻ നേതാവായി. കിസാൻസഭയുടെ പ്രസിദ്ധീകരണത്തിന്റെ സംയുക്ത എഡിറ്റർ എന്ന ചുമതലയേറ്റു. *പ്രഭ* എന്ന പേരിൽ ഒരു ഹിന്ദി മാസിക പുറത്തിറക്കി.

കോൺഗ്രസ് സോഷ്യലിസ്റ്റുപാർട്ടി രൂപംകൊണ്ടപ്പോൾ അതിൽ അംഗമായി. അന്നത്തെ കോൺഗ്രസ് പ്രസിഡന്റ് ജവാഹർലാൽ നെഹ്റുവിനു കീഴിൽ ബഹുജനസമ്പർക്ക പരിപാടിയിൽ പങ്കുകൊണ്ടു. സി എസ് പിയിലായിരിക്കെ കമ്യൂണിസ്റ്റുപാർട്ടി പ്രവർത്തനത്തിന് മുടക്കം വരുത്തി

യില്ല. ആർ ഡി ഭരദ്വാജിനോടൊപ്പം കിഴക്കൻ യു പിയിലെ പാർട്ടി പ്രവർത്തനം ഏകോപിപ്പിച്ചു. കമ്യൂണിസ്റ്റുപാർട്ടി സി എസ് പി വിടാൻ തീരുമാനിച്ചപ്പോൾ ഹാജ്റാ ബീഗവും അതിൽ നിന്ന് പുറത്തുവന്നു.

കിസാൻസഭയിലും ട്രേഡ് യൂണിയനിലും സജീവമായതിനോടൊപ്പം 1940 മുതൽ മഹിളാരംഗത്തേക്കും ശ്രദ്ധ തിരിച്ചു. അക്കൊല്ലം അഖിലേന്ത്യാ വിമൻസ് കോൺഫറൻസിൽ അംഗമായി. ആ സംഘടനയുടെ ഓർഗനൈസിങ് സെക്രട്ടറി പോലുമായി. അതിന്റെ മുഖപത്രമായ *രോഷ്നി* എഡിറ്റ് ചെയ്തു. ഉറുദുഭാഷ നല്ല വശമുള്ളതിനാൽ ഉറുദുവിലെ പാർട്ടി മുഖപത്രമായ *ക്വാമി ജംഗിൽ* തുടർച്ചയായി എഴുതി. രണ്ടാം കോൺഗ്രസിനെത്തുടർന്ന് 1949–ൽ അറസ്റ്റിലായി. അഞ്ചുമാസം ലഖ്നൗ ജയിലിൽ കിടന്നു. മോചനത്തിനുശേഷം ഒളിവുപ്രവർത്തനം.

പാർട്ടിയുടെമേലുള്ള നിരോധനം പിൻവലിച്ചതിനുശേഷം പല മേഖലകളിലും പ്രവർത്തിച്ചു. 1952–ൽ വിയന്നയിൽ നടന്ന ലോക സമാധാന സമ്മേളനത്തിൽ പങ്കെടുത്തു. തിരിച്ചുവന്നപ്പോൾ മഹിളാരംഗത്തായി പ്രത്യേക ശ്രദ്ധ. 1953–ൽ കോപ്പൻഹേഗനിൽ നടന്ന സ്ത്രീകളുടെ ലോക കോൺഗ്രസിൽ ജീവിതത്തിന്റെ നാനാതുറകളിലും പെട്ട പല ചിന്താഗതിക്കാരായ ഇന്ത്യൻ വനിതകളുടെ ഒരു പ്രതിനിധിസംഘത്തെ നയിച്ചു. സമ്മേളനത്തിൽ ഒരു പ്രതിനിധി സംഘത്തെ അയയ്ക്കാൻ രൂപീകരിച്ച ഏകോപനസമിതി കൽക്കത്തയിൽ മഹിളകളുടെ ഒരു സമ്മേളനം വിളിച്ചുകൂട്ടി. ആ സമ്മേളനമാണ് 1954–ൽ നാഷണൽ ഫെഡറേഷൻ ഓഫ് ഇന്ത്യൻ വിമൻ രൂപീകരിച്ചത്. ഹാജ്റ അതിന്റെ സെക്രട്ടറിയായി തിരഞ്ഞെടുക്കപ്പെട്ടു. 1962വരെ തൽസ്ഥാനത്ത് തുടർന്നു. തുടർന്ന് വൈസ് പ്രസിഡന്റായി. ഈ സംഘടനാ പ്രവർത്തനവുമായി ബന്ധപ്പെട്ട് അവർ രാജ്യത്താകെ സഞ്ചരിച്ചു; സ്ത്രീ പ്രശ്നങ്ങളെ സംബന്ധിച്ച് ധാരാളം ലഘുലേഖകളെഴുതി.

രണ്ടുതവണ സി പി ഐ കൺട്രോൾ കമീഷൻ അംഗമായിരുന്നു. പാർട്ടിയുടെ ഉറുദുവിലുള്ള താത്വികമാസികയുടെ പത്രാധിപസമിതിയിൽ അംഗമായിരുന്നു. ഡോ. അഹമ്മദിന്റെ മരണശേഷം താമസം മകളുടെ കൂടെയാക്കി. 2003 ജനുവരി 20–ന് അന്തരിച്ചു.

ഹിജാം ഇറവത് സിങ്

1896 - 1951

ഇന്ത്യയുടെ വടക്കുകിഴക്കൻ ഭാഗത്ത് സ്ഥിതിചെയ്യുന്ന വളരെ ചെറിയ ഒരു സംസ്ഥാനമാണ് മണിപ്പൂർ. നാൽപ്പതുകളുടെ അവസാനത്തിലും അമ്പതുകളുടെ ആദ്യത്തിലുമായി കമ്യൂണിസ്റ്റ് പ്രസ്ഥാനം വളരെയധികം വളർച്ച പ്രാപിച്ച ഒരു സംസ്ഥാനമായിരുന്നു അത്. അവിടത്തെ കമ്യൂണിസ്റ്റ് പ്രസ്ഥാനത്തിന്റെ സ്ഥാപക നേതാവായിരുന്നു ഹിജാം ഇറവത് സിങ്. അക്ഷരാർഥത്തിൽ ബഹുമുഖ വ്യക്തിത്വത്തിന്റെ ഉടമ. ഇന്ത്യയിലെ ഒന്നും രണ്ടും തലമുറകളിൽപ്പെട്ട കമ്യൂണിസ്റ്റ് നേതാക്കൾക്കിടയിൽ അദ്ദേഹത്തെപ്പോലെ പല മേഖലയിലും കൈവെക്കുകയും അവിടെയെല്ലാം അസാധാരണമായ കഴിവ് പ്രകടിപ്പിക്കുകയും ചെയ്ത മറ്റൊരു നേതാവ് ഉണ്ടെന്നു തോന്നുന്നില്ല. അദ്ദേഹം മണിപ്പൂരിലെ നവോത്ഥാന നായകനായിരുന്നു. സാമൂഹ്യ പരിഷ്കർത്താവായിരുന്നു. മജിസ്ട്രേട്ടായിരുന്നു. പ്രക്ഷോഭകാരിയും കവിയും നോവലിസ്റ്റുമായിരുന്നു. ചിത്രകാരനും സംഗീതജ്ഞനും നർത്തകനും അഭിനേതാവും പത്രപ്രവർത്തകനും ഹോക്കി-ബാഡ്മിന്റൺ - പോളോ കളിക്കാരനും മണിപ്പൂരി സാഹിത്യപരിഷത്തിന്റെ സ്ഥാപകനുമായിരുന്നു. ഇത്രയും മേഖലകളിൽ വ്യക്തിമുദ്ര പതിച്ച കമ്യൂണിസ്റ്റ് നേതാവ് വേറെ ആരുണ്ട്?

1896 സെപ്തംബർ 30 ന് ഒയിനാം ലെയിഖായിൽ ഹിജാം ഇറവത് സിങ് ജനിച്ചു. അങ്ങേയറ്റം പാവപ്പെട്ട കുടുംബത്തിലായിരുന്നു ജനനം. ഇറവത് കുട്ടിയായിരിക്കുമ്പോൾ തന്നെ പിതാവ് ഹിജാം ഇബുൻഗോഹാൽസിങ് മരിച്ചു. മാതാവ് തംബാൽ ഗംഭിദേവി - തികച്ചും നിരു

ത്തരവാദിയായ സ്ത്രീ. മകന്റെ കാര്യത്തിൽ അവർ ശ്രദ്ധിച്ചതേയില്ല. അമ്മായി സൗഗായ്ജാം ഓങ്ബി ഇബറൻദേവിയുടെ സംരക്ഷണത്തിലാണ് വളർന്നത്. അവരുടെയും സാമ്പത്തികനില മോശമായിരുന്നു.

കടുത്ത ദാരിദ്ര്യം മൂലം അമ്മായിക്ക് ഇറവത്തിന് വിദ്യാഭ്യാസം നൽകാനുള്ള ശേഷിയുണ്ടായിരുന്നില്ല. എങ്കിലും ആരുടെയെല്ലാമോ സഹായംമൂലം ജോൺസ്റ്റൺ സ്കൂളിൽ ചേർന്നു. 1914 വരെ മണിപ്പൂരിൽ മൂന്ന് മിഡിൽ സ്കൂൾ മാത്രമേ ഉണ്ടായിരുന്നുള്ളൂ. അതിലൊന്നായിരുന്നു ഇംഫാലിലെ ജോൺസ്റ്റൺ സ്കൂൾ. സ്കൂളിൽ പഠിക്കുമ്പോൾതന്നെ നേതൃശേഷി പ്രകടമാക്കി. കുട്ടികളെ സംഘടിപ്പിച്ച് ബാലസംഘമുണ്ടാക്കി. വിദ്യാർഥികളുടെ ആദ്യത്തെ പഠിപ്പുമുടക്കമായിരുന്നു ഇത്. ഈ സ്കൂളിൽ ഏഴാം ക്ലാസുവരെ പഠിച്ചു.

ഇറവത് പഠിക്കാൻ മിടുക്കൻ. എല്ലാവർക്കും ഇഷ്ടപ്പെട്ട വിദ്യാർഥി. അതിനാൽ തുടർന്ന് പഠിക്കാൻ ഡാക്കയിലെ ചില ബന്ധുക്കളുടെ അടുത്തേക്കയച്ചു, അമ്മായി. 1913 ൽ 17 വയസുള്ളപ്പോൾ, സുഹൃത്ത് സൗഗൈജാം സൊമരേന്ദ്രസിങ്ങിനോടൊപ്പമാണ് ഡാക്കയിലേക്കു പോയത്. അവിടെയുള്ള ബന്ധുക്കൾക്കും ഇറവത്തിനെ സഹായിക്കാനുള്ള സാമ്പത്തികശേഷി ഇല്ലായിരുന്നു. അതുകൊണ്ട് പലതരം ജോലികൾ ചെയ്ത് പണമുണ്ടാക്കിയാണ് പഠിച്ചത്. വിദ്യാർഥികളുടെ മെസ്സിൽ പാചകക്കാരനായിപ്പോലും ജോലി ചെയ്തു. ധാക്കയിൽ ഒമ്പതാംക്ലാസ് വരെ പഠിച്ചു. സാമ്പത്തിക പ്രയാസങ്ങൾമൂലം പഠനം തൽക്കാലത്തേക്ക് നിർത്തി നാട്ടിലേക്ക് മടങ്ങി. 1915 ആദ്യം ത്രിപുരയിൽ പോയി. ഏതാനും മാസം അവിടെ അലഞ്ഞുതിരിഞ്ഞ ശേഷം മണിപ്പൂരിലേക്ക് തിരിച്ചു. ഹോക്കിയിലും ബാഡ്മിന്റണിലും പോളോവിലും കഴിവുകൾ തെളിയിച്ചു ഇറവത് മണിപ്പൂർ രാജാവിന്റെ ഹോക്കിടീമിലേക്ക് തിരഞ്ഞെടുക്കപ്പെട്ടു. ഇത് ആ യുവാവ് രാജാവിന്റെ ശ്രദ്ധയിൽപ്പെടാനിടയായി. ഇറവത്തിന്റെ വിദ്യാഭ്യാസ ചെലവു മുഴുവൻ കൊട്ടാരത്തിൽനിന്ന് വഹിക്കാമെന്ന് സമ്മതിച്ച് അദ്ദേഹത്തെ പഠിക്കാൻ കൽക്കത്തയിലേക്ക് അയച്ചു. ഏതാനും വർഷം കഴിഞ്ഞപ്പോൾ ഇറവത്തിന്റെ പേരും പ്രശസ്തിയും കഴിവും മനസിലാക്കിയ രാജാവ് ജ്യേഷ്ഠന്റെ മകൾ രാജകുമാരി ഖോംദോൻസഹദേവിയെ അദ്ദേഹത്തിന് വിവാഹം കഴിച്ചുകൊടുത്തു.

നിസഹകരണ പ്രസ്ഥാനത്തിന്റെ കാറ്റ് ആഞ്ഞുവീശിക്കൊണ്ടിരിക്കെ ആണ് ഇറവത് പഠിക്കാനായി കൽക്കത്തയിൽ കാലുകുത്തുന്നത്. തികച്ചും പ്രക്ഷുബ്ധമായ ആ നാളുകളിൽ പ്രസ്ഥാനത്തിന്റെ ഗതിവിഗതികൾ ശ്രദ്ധിക്കാതിരിക്കാനായില്ല. നിസഹകരണ പ്രസ്ഥാനത്തിൽ താൽപ്പര്യം ജനിച്ചു. 1922 ൽ ഒരു ദിവസം ഗാന്ധിജി കൽക്കത്തയിലൊരു യോഗത്തിൽ പ്രസംഗിക്കുന്നുണ്ടെന്നറിഞ്ഞു. പ്രസംഗം കേൾക്കാൻ പോയി. അതൊരു പുതിയ അനുഭവമായി. ദേശാഭിമാനം ജ്വലിച്ചു. അത് ജിവിതത്തിൽതന്നെ വഴിത്തിരിവും കുറിച്ചു.

കടുത്ത ദേശീയവാദിയായിട്ടാണ് മണിപ്പൂരിൽ തിരിച്ചെത്തിയത്. ഖദർ

ധരിക്കാൻ തുടങ്ങി. മണിപ്പൂരിൽ ആദ്യമായി ഖദർ ധരിച്ച ആൾ എന്ന പേരും കിട്ടി. ദേശാഭിമാനബോധവും മർദിത ജനവിഭാഗങ്ങൾക്കുവേണ്ടിയുള്ള സ്വതന്ത്രപ്രവർത്തനവും മഹാരാജാവിന്റെ ബ്രിട്ടീഷ് രാഷ്ട്രീയ ഏജന്റിന്റെയും ഫ്യൂഡൽ പ്രഭുക്കളുടെയും എതിർപ്പ് ക്ഷണിച്ചു വരുത്തി. മൂന്ന് വർഷത്തേക്ക് സമൂഹ ബഹിഷ്കരണം പ്രഖ്യാപിച്ചു. എങ്കിലും 1930 ൽ മജിസ്ട്രേട്ടായി നിയമിതനായി. അതുവഴി അദ്ദേഹത്തെ നിയന്ത്രിച്ചു നിർത്താം എന്നായിരുന്നു രാജാവിന്റെ കണക്കുകൂട്ടൽ. മണിപ്പൂരിൽ മജിസ്ട്രേട്ടിന്റേത് വളരെ വലിയ പദവി. 25 രൂപ ശമ്പളം. രാജകുമാരിയെ നോക്കാൻ ഭൃത്യൻമാർ. ആകപ്പാടെ നോക്കുമ്പോൾ സുഖലോലുപനായി കഴിയാം. എങ്കിലും മറ്റു മജിസ്ത്രേട്ടുമാരിൽനിന്ന് അദ്ദേഹം തികച്ചും വ്യത്യസ്തത പുലർത്തി. നിയമവും നിയമശാസ്ത്രവും മിനക്കെട്ടിരുന്ന് പഠിച്ചു. 1933 ൽ നിയമശാസ്ത്രത്തിൽ ഒരു പുസ്തകം പോലും പ്രസിദ്ധീകരിച്ചു. എല്ലായ്പ്പോഴും അനീതിക്കും അസമത്വത്തിനുമെതിരായ നിലപാടെടുത്തു. സാധാരണ ജനങ്ങളുമായി ഇടപഴകി. അവരുടെ പ്രശ്നങ്ങൾ പഠിച്ചു. അവരുടെ സാമൂഹിക സാമ്പത്തിക ഉന്നമനത്തിനായി ഒരു ക്യാംപയിൻ സംഘടിപ്പിച്ചു. സ്കൂൾ വിദ്യാഭ്യാസകാലത്തെ വിഷമം നിറഞ്ഞ നാളുകളെക്കുറിച്ചോർത്തു. മണിപ്പൂരിൽ വിദ്യാഭ്യാസം വ്യാപിപ്പിക്കുന്നതിനുള്ള പ്രവർത്തനങ്ങൾ നടത്തി. സംസ്ഥാനത്തിന്റെ എല്ലാ ഭാഗങ്ങളിലും പ്രൈമറി വിദ്യാലയങ്ങൾ ഉയർന്നു. ഉദ്യോഗസ്ഥന്മാരിൽ പലർക്കും അതിഷ്ടമായില്ലെങ്കിലും ഇംഫാലിൽ ഒരു ഹൈസ്കൂളും ആരംഭിച്ചു.

മുപ്പതുകളുടെ ആദ്യം ശ്രദ്ധ സാഹിത്യരംഗത്തേക്ക് തിരിഞ്ഞു. *സൈദംസൈറംഗ്* എന്നൊരു പുസ്തകമെഴുതി. ഗവൺമെന്റ് അത് അഞ്ചാം ക്ലസ് വിദ്യാർഥികൾക്കുള്ള പുസ്തകമാക്കി. യഗൈറോൾ എന്ന മാസിക മുപ്പതുകളിൽ മണിപ്പൂരി സാഹിത്യത്തിന് ഗണ്യമായ സംഭാവനയാണ് നൽകിയത്. ആ മാസിക ഇറവത്തിന്റെ *മോഹിനി* എന്ന നോവൽ ഖണ്ഡശഃ പ്രസിദ്ധം ചെയ്തു. വലിയ സാഹിത്യ മേന്മയുണ്ടായിരുന്നില്ലെങ്കിൽകൂടി ആദ്യകാല നോവലുകളിലൊന്നെന്ന സ്ഥാനം മണിപ്പൂരി സാഹിത്യത്തിൽ അതിനുണ്ട്. ഇറവത് കവിതകളും ഗാനങ്ങളുമെഴുതി. മുപ്പതുകളിൽ ഒട്ടേറെ സാഹിത്യസമ്മേളനങ്ങൾ സംഘടിപ്പിച്ചു. 1935 ൽ മണിപ്പൂരി സാഹിത്യപരിഷത്ത് രൂപവൽക്കരിക്കുന്നതിൽ മുൻകൈ എടുത്തു. 1937 ലും 1938 ലും അതിന്റെ ജനറൽ സെക്രട്ടറിയായി പ്രവർത്തിച്ചു.

അറിയപ്പെട്ട ഒരു നടനായിരുന്നു ഇറവത്. മുപ്പതുകളിൽ ഒട്ടേറെ നാടകങ്ങളിൽ അഭിനയിച്ചു. നാടകങ്ങൾ ഡയറക്ട് ചെയ്തു. കുറേക്കാലം നാടകട്രൂപ്പുതന്നെയുണ്ടായിരുന്നു. നല്ലൊരു സംഗീതജ്ഞനായിരുന്ന അദ്ദേഹത്തന്റെ ദേശഭക്തി ഗാനങ്ങൾ മുഴങ്ങാത്ത വീടുകൾ മണിപ്പൂരിലുണ്ടായിരുന്നില്ല. നല്ലൊരു ചിത്രകാരനായിരുന്നു. നൃത്തത്തിലും വല്ലാത്ത കമ്പം. ഒരു സമ്മേളനത്തിൽ സംഘനൃത്തം നടന്നുക്കൊണ്ടി

രിക്കെ അദ്ദേഹം സ്റ്റേജിൽ കയറി അവരോടൊപ്പം നൃത്തം ചെയ്ത് പല രെയും അദ്ഭുതപ്പെടുത്തിയത് അദ്ദേഹത്തിന്റെ ഒരു ജീവചരിത്രകാരൻ രേഖപ്പെടുത്തിയിട്ടുണ്ട്. "മണിപ്പൂരികളുടെ രക്തത്തിൽ അലിഞ്ഞുചേർന്ന താണ് നൃത്തം." അദ്ദേഹം പറയുമായിരുന്നു. മണിപ്പൂരിലാകെ അറിയ പ്പെട്ട ഒരു സ്പോർട്സ്മാനായിരുന്നു ഇറവത്. മണിപ്പൂരി സ്പോർട്സ് അസോസിയേഷന്റെ സ്ഥാപകന്മാരിലൊരാളായിരുന്നു അദ്ദേഹം. പരമ്പ രാഗതമായ ആയോധനകലക്ക് ഇറവത് ഉത്തേജനം നൽകി.

മജിസ്ട്രേട്ടായിരിക്കെ സാധാരണക്കാരുടെ ഉന്നമനത്തിനായി അദ്ദേഹം പ്രവർത്തിക്കുകയുണ്ടായി എന്ന് പറഞ്ഞല്ലോ. സംസ്ഥാനത്ത് വൻതോതിൽ പരിഷ്കരണമുണ്ടാവണമെങ്കിൽ മണിപ്പൂരികളെയെല്ലാം യോജിപ്പിക്കുന്ന ഒരു സംഘടന ആവശ്യമാണെന്ന് അദ്ദേഹത്തിന് ബോധ്യ മായി. നിഖിൽ മണിപ്പൂരി മഹാസഭ രൂപവൽക്കരിക്കാൻ മുൻകൈയെ ടുത്തത് അങ്ങനെയാണ്. തുടക്കത്തിൽ സംഘടനയുടെ പേര് നിഖിൽ ഹിന്ദു മണിപ്പൂരി മഹാസഭ എന്നായിരുന്നു. മണിപ്പൂരിനകത്തും പുറ ത്തുള്ള മണിപ്പൂരികളെ ഹിന്ദുമതത്തിന്റെ അടിസ്ഥാനത്തിൽ ഏകീകരി ക്കുകയെന്നതായിരുന്നു അതിന്റെ ലക്ഷ്യം. തുടക്കത്തിൽ അങ്ങനെയൊരു ലക്ഷ്യപ്രഖ്യാപനം നടത്തിക്കൊണ്ടേ അതിന് പ്രവർത്തിക്കാൻ കഴിയു മായിരുന്നുള്ളൂ. അതിന് രാജാവിന്റെ അനുഗ്രഹാശിസുകളുമുണ്ടായിരു ന്നു. 1938 ആയപ്പോഴേക്ക് മാറിവന്ന രാഷ്ട്രീയ പരിതഃസ്ഥിതികളാലും ഇറവത്തിന്റെ സ്വാധീനം മൂലവും ഹിന്ദു എന്ന പദം പേരിൽനിന്ന് ഒഴി വാക്കുകയായിരുന്നു. സംഘടനയുടെ ഉള്ളടക്കത്തിലും വന്നു വലിയ മാറ്റം.

മഹാരാജാവിന്റെ അധ്യക്ഷതയിലും അദ്ദേഹത്തന്റെ കീഴിലും പ്രവർത്തിച്ച ഒരു മത സംഘടനയായിരുന്നു ബ്രാഹ്മണസഭ. ഈ സഭയ്ക്ക് അങ്ങേയറ്റത്തെ പിന്തിരിപ്പൻ സ്വഭാവം. പുരോഗമന ചിന്താഗ തിക്കാർക്ക് അത് ഏകപക്ഷീയമായി ഭ്രഷ്ട് കൽപ്പിക്കുമായിരുന്നു. ഇറ വത് അതിനെതിരെ ശബ്ദമുയർത്തി. ജനങ്ങളെ അണിനിരത്തി. 3000 ആളുകളെ പങ്കെടുപ്പിച്ചുകൊണ്ട് ബ്രാഹ്മണസഭയുടെ കള്ളക്കളികൾ പൊളിച്ചു. ഈ നടപടി രാജാവിനെ ചോദ്യം ചെയ്യുന്നതിന് തുല്യമായി. മണിപ്പൂരിന്റെ ചരിത്രത്തിൽ ആദ്യമായിട്ടാണ് ഇങ്ങനെയൊരു സംഭവമു ണ്ടാകുന്നത്.

ജനകീയ താൽപ്പര്യങ്ങളുയർത്തിപ്പിടിച്ച്, അനീതികൾ തുറന്നുകാട്ടി ഇറവത് ആരംഭിച്ച ക്യാമ്പെയ്ൻ അതിവേഗം ശക്തിപ്രാപിച്ചു. 1937 ൽ മണ്ടാലെ (മ്യാൻമർ) യിൽ ചേർന്ന നിഖിൽ ഹിന്ദു മണിപ്പൂരി മഹാസഭ സമ്മേളനം സംഘടനയുടെ വൈസ് പ്രസിഡന്റായി അദ്ദേഹത്തെ തെര ഞ്ഞെടുത്തു. അതേവർഷം അസം പ്രവിശ്യാ രാഷ്ട്രീയ സമ്മേളനത്തിൽ പങ്കെടുത്തു. ബ്രിട്ടീഷ് രാഷ്ട്രീയ ഏജന്റിന്റെ ആധിപത്യത്തിൽ മണി പ്പൂർ നാട്ടുരാജ്യത്തിലെ ഭരണത്തിന്റെ പിന്തിരിപ്പൻ സ്വഭാവം നാട്ടുരാജ്യ ത്തിന് പുറത്തുള്ളവരുടെ മുമ്പിൽ അദ്ദേഹം തുറന്നുകാട്ടി. പ്രായപൂർത്തി

വോട്ടവാകാശത്തിന് വേണ്ടി ആദ്യത്തെ രാഷ്ട്രീയ ക്യാമ്പെന് ഈ രാഷ്ട്രീയ സമ്മേളനത്തോടെ തുടക്കമായി. പ്രസ്തുത ആവശ്യം ഉന്നയിച്ച് ഒരു മെമ്മോറാണ്ടം തയ്യാറാക്കി. 4000 ഒപ്പു ശേഖരിച്ച് അത് രാജാവിന് സമർപ്പിച്ചു. അതിന് ശേഷം ചേർന്ന മണിപ്പൂർ മഹാസഭാ സമ്മേളനം അദ്ദേഹത്തെ പ്രസിഡന്റായി തെരഞ്ഞെടുത്തു. മഹാരാജാവിന്റെ സ്ഥാനാർഥിയെ 700 വോട്ടിന് തോൽപ്പിച്ചാണ് അദ്ദേഹം വിജയിച്ചത്.

മണിപ്പൂരി മഹാസഭ ഇറവത്തിന്റെ നേതൃത്വത്തിൽ യഥാർഥ ജനകീയ സംഘടനയായി മാറാൻ തുടങ്ങി. അതിന്റ ലക്ഷ്യം മണിപ്പൂരികളുടെ സ്വാതന്ത്ര്യമായി. സ്വാഭാവികമായും അതിനോടുള്ള രാജാവിന്റെ എതിർപ്പ് ഒന്നിനൊന്ന് വർധിച്ചു. ബ്രിട്ടീഷ് രാഷ്ട്രീയ ഏജന്റിന്റെ പ്രേരണയാൽ ഉദ്യോഗസ്ഥന്മാർ മഹാസഭയിൽ ചേരുന്നതിനെ ഫ്യൂഡൽ കോടതി വിലക്കി.

ഇതിനിടയിൽ ഇറവത്തിനെ കള്ളക്കേസിൽ കുടുക്കാൻ രാഷ്ട്രീയ ഏജന്റ് ഒരു വിഫലശ്രമം നടത്തി. അപ്പോഴേക്കും ഓരോ പ്രശ്നത്തിലും അധികാരികളുമായി ഏറ്റുമുട്ടേണ്ടിവരും എന്ന സ്ഥിതിയായി. അതുകൊണ്ട് ഗവൺമെന്റ് സർവീസിൽനിന്നും രാജിവച്ച് ജനസേവനത്തിനായി മുഴുവൻ സമയവും ചെലവഴിക്കാൻ തീരുമാനിച്ചു. പ്രായപൂർത്തി വോട്ടവകാശത്തിന് വേണ്ടിയുള്ള സമരം ശക്തിപ്പെട്ടു. എങ്ങും പുതിയ ഉണർവ്. ഖദറും ഗാന്ധിത്തൊപ്പിയും ദേശീയപാതകയും മണിപ്പൂരികൾക്ക് സുപരിചിതമായി.

മണിപ്പൂരിന് പുറത്ത് ആയിരക്കണക്കിന് മണിപ്പൂരികൾ താമസിക്കുന്നുണ്ട്. അവരെ സംഘടിപ്പിക്കേണ്ട ആവശ്യകത ബോധ്യപ്പെട്ടു. ഈ ലക്ഷ്യത്തോടെ 1938 ൽ കച്ചാർ സന്ദർശിച്ചു. പ്രാദേശിക കോൺഗ്രസ് സംഘടനയുമായി സഹകരിച്ച് പ്രവർത്തിക്കാൻ മണിപ്പൂരികളെയും ആഹ്വാനം ചെയ്തു.

ഇറവത് കച്ചാറിൽ സന്ദർശനം നടത്തിക്കൊണ്ടിരിക്കെ കുത്തകകളും ഊഹക്കച്ചവടക്കാരും മണിപ്പൂരിൽ നിന്ന് അരി കയറ്റുമതി ചെയ്യാൻ തുടങ്ങി. അഴിമതിയിൽ മുങ്ങിക്കുളിച്ച ഉദ്യോഗസ്ഥർ അതിന് കൂട്ടിനിന്നു. ഫലം ഭക്ഷ്യദൗർലഭ്യവും പട്ടിണിയും. മഹാസഭയുടെ നേതൃത്വത്തിൽ അതിനെതിരെ പ്രതിഷേധപ്രകടനങ്ങൾ നടന്നു. സത്യഗ്രഹമാരംഭിച്ചു. അരി കയറ്റുമതി തടയണമെന്നാവശ്യപ്പെട്ട് സ്ത്രീകൾ രാജാവിന് നിവേദനം നടത്തി. നിവേദനവുമായിച്ചെന്ന സ്ത്രീകൾക്ക് നേരെ മൃഗീയമായ മർദനം അഴിച്ചുവിട്ടു. അവർക്കെതിരെ ബയണറ്റും പ്രയോഗിച്ചു. നൂറിൽപ്പരം സ്ത്രീകൾക്ക് പരിക്കേറ്റു. മണിപ്പൂരാകെ പ്രതിഷേധം കൊണ്ട് ഇളകിമറിഞ്ഞു.

വിവരമറിഞ്ഞപ്പോൾ ഇറവത് മണിപ്പൂരിലേക്ക് മടങ്ങി. നേരെ ആശുപത്രിയിൽ പോയി മുറിവേറ്റവരെ കണ്ടു. അദ്ദേഹത്തിന്റെ സാന്നിധ്യം ജനങ്ങളെ ആവേശം കൊള്ളിച്ചു. പ്രക്ഷോഭത്തിന് അദ്ദേഹം സംഘടിത രൂപം നൽകി. ഇംഫാലിലെത്തിയ ദിവസംതന്നെ 4000 വളണ്ടിയർമാരെ

സംഘടിപ്പിച്ചു. അരി കയറ്റിക്കൊണ്ടുപോകുന്നത് തടയാൻ അവരെ ട്രങ്ക്റോഡ് പിക്കറ്റു ചെയ്യാൻ അണിനിരത്തി. അതോടൊപ്പം മണിപ്പൂരിൽ പോലീസ് അതിക്രമങ്ങൾ നടക്കുന്നില്ലെന്ന രാഷ്ട്രീയ ഏജന്റിന്റെ കള്ള പ്രചാരണം അദ്ദേഹം തുറന്നുകാട്ടി. അതിനായി കൽക്കത്ത പത്രങ്ങൾക്ക് വസ്തുതകൾ അയച്ചുകൊടുത്തു. പ്രക്ഷോഭം കൂടുതൽ ശക്തിപ്പെട്ട തോടെ അരി കയറ്റുമതിനിരോധിക്കാൻ രാജഭരണം നിർബന്ധിതമായി. ഈ പ്രക്ഷോഭം അവിലാൽ അഥവാ വനിതായുദ്ധം എന്ന പേരിലാണ് അറിയുന്നത്.

ഈ യുദ്ധം നടന്നുകൊണ്ടിരിക്കെ മറ്റൊരു പ്രധാന സംഭവമുണ്ടായി. നിഖിൽ മണിപ്പൂർ മഹാസഭ ചാഞ്ചാട്ടം തുടങ്ങി. അപ്പോൾ ഇറവത്തും സഹപ്രവർത്തകരും പ്രജാമണ്ഡൽ രൂപവൽക്കരിച്ചു. കൂടുതൽ വിപ്ലവ കരമായ പരിപാടികളോടെ, മണിപ്പൂരിലെ ജനങ്ങളുടെ പ്രസ്ഥാനത്തെ പുറത്തുള്ള ജനാധിപത്യ പ്രസ്ഥാനവുമായി കണ്ണചേർത്തു. അതുവഴി കോൺഗ്രസിന്റെ പിൻതുണ ആർജിച്ചു. അരി കയറ്റുമതി നിരോധിച്ച തിന് ശേഷം പുതിയ മുദ്രാവാക്യങ്ങളുമായി പ്രക്ഷോഭം കൂടുതൽ ഉയർന്ന തലത്തിലേക്ക് നീങ്ങി. വിദേശവസ്ത്ര ബഹിഷ്കരണം തുടങ്ങി. മണിപ്പൂരിലാകെ ഹർത്താൽ. ജനങ്ങൾ വനനികുതി നൽകിയില്ല. കടുത്ത മർദനത്തെയും ആയിരങ്ങളുടെ അറസ്റ്റിനെയും നേരിട്ടുകൊണ്ടാണിതൊക്കെ നടന്നത്.

1939 ഡിസംബറിൽ രാജ്യദ്രോഹക്കുറ്റം ചുമത്തി ഇറവത്തിനെ അറസ്റ്റ് ചെയ്തു. അദ്ദേഹത്തെ അടച്ചിട്ട ജയിലിന്റെ ഗേറ്റ് ആയിരങ്ങളുടെ തീർഥാടനകേന്ദ്രമായി. കേസിന്റെ വിധി പറയുന്ന ദിവസം 6000 ആളുകളാണ് കോടതിയുടെ മുമ്പിൽ തടിച്ചുകൂടിയത്. ഇറവത്തിനെ മൂന്ന് വർഷത്തെ കഠിനതടവിന് ശിക്ഷിച്ച വിവരമറിഞ്ഞ് ജനങ്ങൾ രോഷാകുലരായി. വിധിക്കെതിരെ മണിപ്പൂരിലെങ്ങും വമ്പിച്ച പ്രകടനം. അധികാരികൾ പരിഭ്രാന്തരായി. ഇംഫാലിൽ 144 പ്രഖ്യാപിച്ചു. ഇറവത്തിനെ സിൽഹട്ടിലേക്ക് മാറ്റി. മണിപ്പൂരിൽ അടിച്ചമർത്തൽ തീക്ഷ്ണമാക്കി.

ജയിലിൽ ബിരേഷ് മിശ്ര ജ്യോതിർമയി നന്ദി,അചിന്ത്യ ഭട്ടാചാര്യ തുടങ്ങിയ കമ്യൂണിസ്റ്റ് നേതാക്കളെ കണ്ടുമുട്ടി. അവരുമായി നിരന്തരം ചർച്ച നടത്തി. അവർ നൽകിയ മാർക്സിസ്റ്റ് ഗ്രന്ഥങ്ങൾ താൽപര്യപൂർവം വായിച്ചു. ജനങ്ങളോടുള്ള അതിരറ്റ സ്നേഹവും ഇച്ഛാശക്തിയും മാർക്സിസ്റ്റ് സാഹിത്യപഠനവും അദ്ദേഹത്തെ കമ്യൂണിസത്തിലേക്ക് ആകർഷിച്ചു.

1943 ൽ ജയിലിൽ നിന്ന് പുറത്തുവന്നു. അപ്പോഴേക്ക് ഇറവത് ഉറച്ച കമ്യൂണിസ്റ്റായിക്കഴിഞ്ഞിരുന്നു. അദ്ദേഹം മണിപ്പൂരിൽ പ്രവേശിക്കുന്നത് വിലക്കി. സുർമാവാലിയിലേക്ക് പോയി. അവിടെ കർഷകപ്രസ്ഥാനം കെട്ടിപ്പടുക്കുന്നതിൽ മുഴുകി. പഞ്ചാബിലെ ഭക്നയിൽ ചേർന്ന അഖിലേന്ത്യാ കിസാൻസഭാ സമ്മേളനത്തിലെ പ്രതിനിധിയായിരുന്നു. അക്കൊല്ലം തന്നെ ബോംബെയിൽ ചേർന്ന സി പി ഐയുടെ ഒന്നാം കോൺഗ്ര

സിൽ മണിപ്പൂരിലെ ജനങ്ങളുടെ സൗഹാർദ പ്രതിനിധിയായി പങ്കെടുത്തു.കോൺഗ്രസ് പ്രതിനിധികളെ അഭിസംബോധന ചെയ്യവെ കമ്യൂണിസ്റ്റ് പാർട്ടിയിൽ ചേരാനുള്ള തീരുമാനം പ്രഖ്യാപിച്ചു.

പാർട്ടി കോൺഗ്രസ് കഴിഞ്ഞ് കച്ചാറിൽ തിരിച്ചെത്തി. കൃഷിക്കാർക്ക് ഇടയിലെ പ്രവർത്തനം തുടർന്നു. അപ്പോഴേക്ക് ജാപ്പ് ആക്രമണകാരികൾ മണിപ്പൂരിന് നേരെ ഭീഷണിയുയർത്തി. ഈ സാഹചര്യത്തിൽ ജാപ്പ്സേനയെ ചെറുക്കാൻ മണിപ്പൂരിൽ പ്രവേശിക്കുന്നതിന് അനുവാദം ചോദിച്ചു. അധികാരികൾ അനുവദിക്കുകയാണെങ്കിൽ അതിനായി 20,000 പേരടങ്ങിയ ഒരു ഗറില്ലാസൈന്യം രൂപവൽക്കരിക്കാമെന്ന് അദ്ദേഹം മണിപ്പൂരികളെ ആഹ്വാനം ചെയ്തു. ഇതു സംബന്ധിച്ച അദ്ദേഹത്തിന്റെ പ്രസ്താവന ഗവൺമെന്റ് ലോകമൊട്ടുക്കും പ്രക്ഷേപണം ചെയ്തു. കൂടുതൽ ഭക്ഷ്യധാന്യങ്ങൾ ഉൽപ്പാദിപ്പിക്കാൻ കച്ചാറിലെ കൃഷിക്കാരെ ആഹ്വാനം ചെയ്യുന്നതിനിടയിൽ, ജാപ്പ് വിരുദ്ധ ചെറുത്തുനിൽപ്പ് നടത്താൻ ജനങ്ങളെ ഉദ്ബാധിപ്പിക്കുന്നതിനിടയിൽ, ഇറവത്തിനെ അറസ്റ്റ് ചെയ്യാൻ ഗവൺമെന്റ് വാറണ്ടിറക്കി. അദ്ദേഹം ഒളിവിൽ പോയി. എങ്കിലും 1944 സപ്തംബറിൽ അറസ്റ്റിലായി. നാല് മാസം കഴിഞ്ഞപ്പോൾ മോചിപ്പിക്കപ്പെട്ടു.

അപ്പോഴേക്കും ആരോഗ്യനില വളരെയധികം മോശമായി. എങ്കിലും ജയിൽ മോചിതനായപ്പോൾ കച്ചാർ മണിപ്പൂർ കൃഷിക്കാർക്കിടയിൽ സജീവമായ പ്രവർത്തനമാരംഭിച്ചു. അതിനിടയിൽ കിസാൻസഭയുടെ സുർമാവാലി ഘടകത്തിന്റെ പ്രസിഡന്റായി തെരഞ്ഞെടുക്കപ്പെട്ടു. കച്ചാർ മേഖലയിലെ മണിപ്പൂരികളുടെ ദേശാഭിമാനബോധവും വിപ്ലവബോധവും അദ്ദേഹം ജ്വലിപ്പിച്ചു. അവരിൽ അമ്പതുപേർ പാർട്ടി അംഗങ്ങളായി. പാർട്ടി അംഗങ്ങളിൽ തന്നെ 10 പേർ മുഴുവൻ സമയപ്രവർത്തകരും. കച്ചാറിലെ 6000 മണിപ്പൂരി കൃഷിക്കാരിൽ 3000 പേരും കിസാൻ സഭയിലെ അംഗങ്ങളായി. 1945 ൽ അഖിലേന്ത്യാ കിസാൻസഭയുടെ പ്രസിദ്ധമായ നേത്രകോൺ സമ്മേളനം. അതിൽ സുർമാവാലി കിസാൻസഭയെ പ്രതിനിധാനം ചെയ്ത ഇറവത്ത് പകൽ സമ്മേളന നടപടികളിൽ സജീവമായി പങ്കെടുക്കും. രാത്രിയിൽ തന്റെ ട്രൂപ്പിനോടൊപ്പം കലാപരിപാടികൾ അവതരിപ്പിക്കും. സമ്മേളനം അദ്ദേഹത്തെ കേന്ദ്രകിസാൻ കൗൺസിലിലേക്ക് തിരഞ്ഞെടുത്തു.

1946 ആദ്യം നിയമസഭാ തിരഞ്ഞെടുപ്പ്. സുർമാവാലിയിൽ കമ്യൂണിസ്റ്റ് പാർട്ടി നാല് സ്ഥാനാർഥികളെ നിർത്തി. അവരിലൊരാൾ ഇറവത്ത്. സിൽച്ചാർ പൊതു മണ്ഡലത്തിലാണ് മത്സരിച്ചത്. മുൻകേന്ദ്രമന്ത്രി സന്തോഷ് മോഗൻദേവിന്റെ പിതാവ് സതീന്ദ്രമോഹൻദേവായിരുന്നു എതിർ സ്ഥാനാർഥി. കമ്യൂണിസ്റ്റ് സ്ഥാനാർഥികളിൽ ഏറ്റവും കൂടുതൽ വോട്ടുകിട്ടിയെങ്കിലും വിജയിച്ചില്ല.

1946 ൽ ഇറവത്തിന്റെമേലുള്ള നിയന്ത്രണത്തിൽ അയവുവരുത്തി. അങ്ങനെ മണിപ്പൂരിൽ കടന്നപ്പോൾ വീരോചിതമായ വരവേൽപ്പ്.

അദ്ദേഹം അടങ്ങിയിരുന്നില്ല. മണിപ്പൂർ കിസാൻസഭയുടെ രണ്ടാംസമ്മേളനം നാംബോലിൽ വിളിച്ചുകൂട്ടി. ഇറവത്ത് മുമ്പോട്ടുവച്ച ഒട്ടേറെ ആവശ്യങ്ങൾ സമ്മേളനം ചർച്ച ചെയ്തു. അതിനുശേഷം പ്രായപൂർത്തി വോട്ടവകാശം ഉറപ്പാക്കുക. ഗ്രാമപഞ്ചായത്തുകൾ സ്ഥാപിക്കുക. മെഡിക്കൽ സൗകര്യം ഏർപ്പെടുത്തുക, പ്രൈമറി തലംവരെ സൗജന്യവും നിർബന്ധിതവുമായ വിദ്യാഭ്യാസം നടപ്പാക്കുക, കൃഷിഭൂമി കൃഷിക്കാരനു നൽകുക. ഭുനികുതി 50 ശതമാനം വെട്ടിക്കുറക്കുക എന്നീ ആവശ്യങ്ങൾ അടങ്ങിയ പ്രമേയങ്ങൾ പാസാക്കി. ഈ ആവശ്യങ്ങൾ നേടിയെടുക്കാൻ പ്രക്ഷോഭം ഊർജിതപ്പെടുത്തണമെന്ന് തീരുമാനിച്ചു.

കുന്നിൻപുറങ്ങളിലെയും സമതലങ്ങളിലെയും ജനങ്ങളുടെ ഐക്യം ഊട്ടിയുറപ്പിക്കാൻ ഇരുവിഭാഗങ്ങളിലെയും 9 സംഘടനകളുടെ യോഗം 1947 നവംബർ 30 ന് ഇറത്തുവിളിച്ചുകൂട്ടി. രണ്ടുവിഭാഗങ്ങളിലെയും പൊതു ആവശ്യങ്ങൾക്കുവേണ്ടി സമരം നടത്താൻ ഒരു കമ്മിറ്റി രൂപവൽക്കരിച്ചു.

ബ്രിട്ടീഷ് ഏജന്റ് പിയേഴ്സണും മണിപ്പൂർ ദർബാർ പ്രസിഡന്റും മണിപ്പൂരിനുവേണ്ടി ഒരുഭരണഘടന എഴുതിയുണ്ടാക്കാൻ തയ്യാറെടുപ്പുകൾ നടത്തി. ബ്രിട്ടീഷുകാർ മണിപ്പൂർ വിടുമ്പോൾ സ്വതന്ത്രമണിപ്പൂരിൽ ഒരു ഉത്തരവാദ ഗവൺമെന്റ് സ്ഥാപിക്കുകയെന്നതായിരുന്നു അതിനു പിന്നിലെ ലക്ഷ്യം. ഈ നീക്കം ജനാധിപത്യവിരുദ്ധമായതിനാൽ കമ്യൂണിസ്റ്റ് പാർട്ടിയും കർഷകസംഘവും അതിനെ എതിർത്തു. എങ്കിലും മണിപ്പൂർ രാജാവിന് സമ്പൂർണമായ അധികാരം നൽകുന്ന ഭരണഘടനാബില്ല 1947 ൽ പാസായി.

1948 ൽ മണിപ്പൂർ നിയമസഭയിലേക്കുള്ള തിരഞ്ഞെടുപ്പിൽ പാർട്ടിയുടെയും കിസാൻസഭയുടെയും 23 സ്ഥാനാർഥികൾ മത്സരിച്ചു. അവരിലൊരാൾ ഇറവത്ത്. അദ്ദേഹം ഉൾപ്പെടെ 5 പേർ തിരഞ്ഞെടുക്കപ്പെട്ടു. 53 അംഗ നിയമസഭയിൽ ആർക്കും കേവല ഭുരിപക്ഷം കിട്ടിയില്ല. അതുകൊണ്ട് ഒരു കെയർടേക്കർ ഗവൺമെന്റ് രൂപവൽക്കരിച്ചു.

ഈ ഘട്ടത്തിൽ മണിപ്പൂരിലെ സ്ഥിതിഗതികൾ മോശമായി വരികയായിരുന്നു. മണിപ്പൂർ, കച്ചാർ, ലൂഷായി മലകൾ, ത്രിപുര എന്നിവ ചേർന്ന് പൂർവാഞ്ചൽ പ്രദേശ് രൂപവൽക്കരിക്കാൻ സർദാർ പട്ടേലിന്റെ നിർദേശം വന്നു. ഇറവത്തും കമ്യൂണിസ്റ്റ് പാർട്ടിയും അതിനെ നിശിതമായി എതിർത്തു. അതിനെതിരെ ജനങ്ങളെ സംഘടിപ്പിച്ചു. അതിനാൽ ഇറവത്തിന്റെ നേതൃത്വത്തിലുള്ള സംഘടനകളെയെല്ലാം നിരോധിച്ചു. ഈ ഘട്ടത്തിലാണ് ബോകുൽ സെക്രട്ടറിയായി കമ്യൂണിസ്റ്റ് പാർട്ടിയുടെ മണിപ്പൂർ ഘടകം രൂപവൽക്കരിച്ചത്. അതേ വർഷം റോജോയിൽ നടന്ന കർഷകസമ്മേളനത്തിൽ ബോകുലിനോടൊപ്പം പങ്കെടുത്തു. കമ്യൂണിസ്റ്റ് പാർട്ടിയുടെ അസം പ്രവിശ്യാസമ്മേളനത്തിലും പങ്കെടുത്തു. അസമിൽനിന്നുള്ള പ്രതിനിധിയെന്ന നിലയിൽ കൽക്കത്തയിൽ നടന്ന രണ്ടാം പാർട്ടി കോൺഗ്രസിൽ സംബന്ധിച്ചു.

1948 സപ്തംബർ 21 ന് എം ഡി യു ഹാളിൽ വമ്പിച്ച പ്രതിഷേധ

യോഗം. പ്രജാമണ്ഡലവും കിസാൻസഭയുമാണ് അത് വിളിച്ചുകൂട്ടിയത്. പൂർവാഞ്ചൽ പ്രദേഷ് രൂപവൽക്കരിക്കാനുള്ള നീക്കത്തിൽ പ്രതിഷേധിക്കുകയായിരുന്നു ഉദ്ദേശ്യം. മണിപ്പൂരിന്റെ വിവിധ ഭാഗങ്ങളിൽ നിന്ന് ആളുകൾ സംഘം സംഘമായി യോഗസ്ഥലത്തേക്ക് വന്നുകൊണ്ടിരുന്നു. പുങ്ദോങ്ബാം പ്രദേശത്തുനിന്ന് വരികയായിരുന്ന സംഘം അപ്രതീക്ഷിതമായി പൊലീസുമായി ഏറ്റുമുട്ടാനിടയായി. സംഭവത്തിൽ ഒ സി നരേൻബാബു കൊല്ലപ്പെട്ടു.

ഇറവത്തിനെ അറസ്റ്റ് ചെയ്യാൻ കെയർടേക്കർ ഗവൺമെന്റ് ഉത്തരവിട്ടു. അദ്ദേഹം ഒളിവിൽ പോയി. ബർമയിലെ തങ്ബോ ഗ്രാമത്തിൽ ഒളിവിൽ കഴിയവെ, 1951 സപ്തംബർ 26 ന് അന്തരിച്ചു.

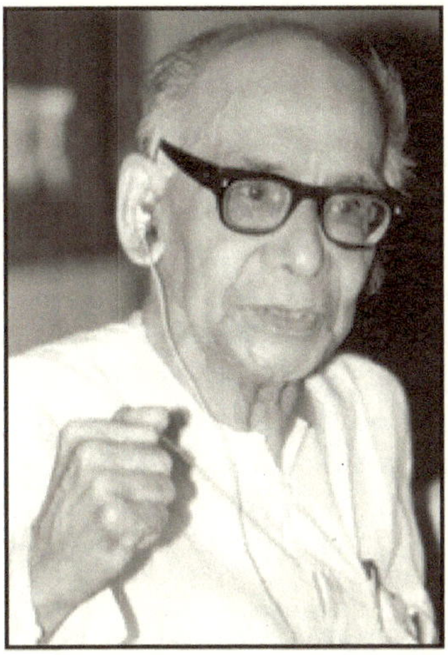

ഹിരൺ മുഖർജി

1907 - 2004

ഇന്ത്യയിലെ കമ്യൂണിസ്റ്റ് പ്രസ്ഥാനം സംഭാവനചെയ്ത പാർലമെന്റേറിയന്മാരിൽ ഏറ്റവും പ്രമുഖനായിരുന്നു ഹിരൺ മുഖർജി. ഗ്രന്ഥകാരൻ, വാഗ്മി എന്നീ നിലകളിലും അദ്ദേഹം പ്രശസ്തി നേടി. അവസാന നിമിഷംവരെയും മാർക്സിസത്തിന്റെ അജയ്യതയിൽ അദ്ദേഹം വിശ്വാസമർപ്പിച്ചു. സിദ്ധാന്തം മുറുകെപ്പിടിക്കേണ്ടതിന്റെ ആവശ്യകത നിരന്തരം ഓർമിപ്പിച്ചു.

ഹീരേന്ദ്രനാഥ് മുഖർജി എന്ന ഹിരൺ മുഖർജി 1907 നവംബർ 23-ന് കൽക്കത്തയിലെ ഒരു ഇടത്തരം കുടുംബത്തിൽ ജനിച്ചു. അച്ഛൻ സുപണ്ഡിത് സചീന്ദ്ര മുഖർജി. അമ്മ പ്രഫുല്ല നവനീ ദേവി. അവരുടെ പത്തുമക്കളിൽ നാലാമനായിരുന്നു ഹിരൺ. പഠിത്തത്തിൽ അതിസമർഥനായിരുന്നു. 1922-ൽ മെട്രിക്കുലേഷൻ പരീക്ഷ പ്രശസ്തമായ നിലയിൽ പാസായി. തുടർന്ന് കൽക്കത്തയിലെ പ്രസിദ്ധമായ പ്രസിഡൻസി കോളേജിൽ ചേർന്നു. 1928-ൽ സ്വർണമെഡലോടെ എം എ പാസായി. ഉപരിപഠനത്തിന് ഇംഗ്ലണ്ടിലേക്കു പോയി. ഓക്സ്ഫോർഡ് യൂണിവേഴ്സിറ്റിയിൽ നിന്ന് മോഡേൺ ഹിസ്റ്ററിയിൽ ഡിലിറ്റ് ബിരുദം കരസ്ഥമാക്കി.

ഹിരൺ ഓക്സ്ഫോർഡിൽ പഠിക്കുമ്പോൾ യൂറോപ്പിലെ രാഷ്ട്രീയരംഗം പ്രക്ഷുബ്ധമായിരുന്നു. ഇറ്റലിയിൽ ഫാസിസ്റ്റ് മുസോളിനി അധികാരം പിടിച്ചടക്കി. ക്രമേണ അബിസീനിയയും വരുതിയിലാക്കി. ജർമനിയുടെ നിയന്ത്രണം കൈക്കലാക്കിയ ഹിറ്റ്ലർ ലോകത്തെയാകെ കാൽക്കീഴിൽ കൊണ്ടുവരുന്നതിനുള്ള തന്ത്രങ്ങൾ മെനയുന്നുണ്ടായിരുന്നു.

മറുവശത്ത് റഷ്യ അതിന്റെ പഞ്ചവത്സരപദ്ധതിയിലൂടെ ഫാസിസത്തെ നേരിടാൻ തയ്യാറെടുപ്പ് നടത്തുകയായിരുന്നു. ജപ്പാനാകട്ടെ ചൈനയ്ക്കെതിരെ ആക്രമണം നടത്തി.

ഇംഗ്ലണ്ടിലെ എല്ലാ യൂണിവേഴ്സിറ്റികളിലും രാഷ്ട്രീയം ചൂടുപിടിച്ച ചർച്ചാവിഷയമായി. ഫാസിസ്റ്റ് വിരുദ്ധ പ്രസംഗങ്ങളിലൂടെ പ്രൊ. ഹരോൾഡ് ലാസ്കി വമ്പിച്ച ജനക്കൂട്ടത്തെ ആകർഷിച്ചു. ഹിരൺ മുഖർജിയും സജ്ജാദ് സാഹീറും ഇസഡ് എ അഹമ്മദും നിഹാരേന്ദു ദത്ത് മജുംദാറും മറ്റും ഫാസിസ്റ്റ് വിരുദ്ധ ആശയങ്ങളാൽ ആകർഷിക്കപ്പെട്ടു. അവർ ലണ്ടനിലെ പുരോഗമനശക്തികളോടൊപ്പം ചേർന്ന് ഫാസിസ്റ്റ് വിരുദ്ധ പ്രവർത്തനങ്ങളിലേർപ്പെട്ടു. രജനി പാംദത്ത് ഉൾപ്പെടെ ബ്രിട്ടീഷ് കമ്യൂണിസ്റ്റ് നേതാക്കളുടെയും പരിചയത്തിലായി. സോഷ്യലിസ്റ്റ്-കമ്യൂണിസ്റ്റ് സാഹിത്യങ്ങൾ ആഴത്തിൽ പഠിച്ച് സോഷ്യലിസ്റ്റ് ചിന്താഗതിക്കാരനായിട്ടാണ് മേൽപ്പറഞ്ഞ ഇന്ത്യൻ വിദ്യാർഥികളോടൊപ്പം ഹിരൺ മുഖർജി ഇന്ത്യയിലേക്ക് മടങ്ങിയത്.

ഇന്ത്യയിൽ മടങ്ങിയെത്തിയപ്പോൾ ഡോ. എസ് രാധാകൃഷ്ണന്റെ ക്ഷണമനുസരിച്ച് ആന്ധ്രാ സർവകലാശാലയിൽ അധ്യാപകനായി. രണ്ടു വർഷത്തിനകം കൽക്കത്തയിൽ തിരിച്ചെത്തി കുടുംബ വ്യവസായത്തിൽ പങ്കുചേർന്നു. അത് തനിക്ക് പറ്റിയ പണിയല്ലെന്ന് തോന്നിയ ഉടൻ കൽക്കത്തയിലെ റിപ്പൺകോളേജിൽ അധ്യാപകനായി ജോലി സ്വീകരിച്ചു. അവിടത്തെ ചരിത്രവിഭാഗം മേധാവിയായി. 1940-ൽ കൽക്കത്ത സർവകലാശാലയിൽ അധ്യാപകനായി.

കൽക്കത്തയിൽ പഠിക്കുമ്പോൾത്തന്നെ രാഷ്ട്രീയത്തിൽ ആകൃഷ്ടനായിരുന്നു. ലണ്ടനിൽ നിന്ന് സോഷ്യലിസ്റ്റ് ചിന്താഗതിക്കാരനായി ഇന്ത്യയിൽ മടങ്ങിയെത്തിയതിനുശേഷം രാഷ്ട്രീയത്തിൽ ഇടപെടാൻ തുടങ്ങി. 1936-ൽ ഇന്ത്യൻ കമ്യൂണിസ്റ്റുപാർട്ടി അംഗമായി. അതേവർഷം കൽക്കത്തയിൽ നടന്ന വിദ്യാർഥി സമ്മേളനം പ്രസിദ്ധം. ആ സമ്മേളനത്തിന്റെ അധ്യക്ഷനായിരുന്നു അദ്ദേഹം. 1938-ൽ എ ഐ എസ് എഫ് സമ്മേളനം നാഗ്പ്പൂരിൽ. ആ സമ്മേളനത്തിലും അദ്ദേഹം അധ്യക്ഷത വഹിച്ചു.

കമ്യൂണിസ്റ്റുപാർട്ടിയിൽ അംഗമായിരിക്കെ കോൺഗ്രസ് സോഷ്യലിസ്റ്റുപാർട്ടിയുടെയും പ്രവർത്തകനായി. 1938-ൽ സി എസ് പിയുടെ കൽക്കത്ത ജില്ലാകമ്മിറ്റി സെക്രട്ടറിയായി തിരഞ്ഞെടുക്കപ്പെട്ടു. ആ വർഷംതന്നെ പശ്ചിമ ബംഗാൾ കോൺഗ്രസ് കമ്മിറ്റി ജോയിന്റ് സെക്രട്ടറിയായി. 1938-39-ൽ എ ഐ സി സി അംഗമായിരുന്നു. 1939-ൽ രണ്ടാം ലോകമഹായുദ്ധം ആരംഭിച്ചപ്പോൾ കമ്യൂണിസ്റ്റുപാർട്ടി യുദ്ധത്തിനെതിരെ ജനങ്ങളെ അണിനിരത്തുന്ന പ്രവർത്തനത്തിലേർപ്പെട്ടു. അതുകൊണ്ട് ബ്രിട്ടീഷ് ഗവൺമെന്റ് കമ്യൂണിസ്റ്റുപാർട്ടിക്കെതിരെ ആഞ്ഞടിച്ചു. കമ്യൂണിസ്റ്റ് നേതാക്കന്മാരെ വേട്ടയാടാൻ തുടങ്ങി. അതിനകം കമ്യൂണിസ്റ്റായി അറിയപ്പെട്ട ഹിരൺ മുഖർജിയെ 1940-ൽ അറസ്റ്റുചെയ്തു. ഒരു വർഷത്തലധികം തടവിൽ പാർപ്പിച്ചു.

രണ്ടാം ലോകമഹായുദ്ധത്തിന്റെ ഒരു ഘട്ടത്തിൽ ഹിറ്റ്ലർ സോവിയറ്റ് യൂണിയനെതിരെ തിരിഞ്ഞു. യുദ്ധത്തിന്റെ സ്വഭാവം മാറി. യുദ്ധം ജനകീയ യുദ്ധമായി മാറിയെന്ന് കമ്മ്യൂണിസ്റ്റുപാർട്ടി വിലയിരുത്തി. അതിനെത്തുടർന്ന് പാർട്ടിയുടെമേലുള്ള നിരോധനം ഗവൺമെന്റ് നീക്കി. ഈയൊരു പശ്ചാത്തലത്തിൽ ഇന്ത്യൻ കമ്മ്യൂണിസ്റ്റുപാർട്ടിയുടെ ഒന്നാം കോൺഗ്രസ് ബോംബെയിൽ നടന്നു. ആ കോൺഗ്രസിലെ പ്രതിനിധിയായിരുന്നു ഹിരൺ മുഖർജി. 1946-ൽ ബംഗാളിൽ വർഗീയ ലഹള. അതിനെതിരെ പോരാടി. 1947-ൽ സി പി ഐയുടെ പ്രവിശ്യാ കമ്മിറ്റി അംഗമായി. 1949-ൽ നടന്ന രണ്ടാം കോൺഗ്രസിനെത്തുടർന്ന് ഇന്ത്യൻ കമ്മ്യൂണിസ്റ്റുപാർട്ടിയെ കോൺഗ്രസ് ഗവൺമെന്റ് നിരോധിച്ചു. പാർട്ടി നേതാക്കളെ രാജ്യവ്യാപകമായി അറസ്റ്റുചെയ്തു. ഹിരൺ മുഖർജിയും അറസ്റ്റിലായി.

1958-ൽ അമൃതസറിൽ നടന്ന അഞ്ചാം പാർട്ടി കോൺഗ്രസിൽ വച്ച് നാഷണൽ കൗൺസിലിലേക്ക് തെരഞ്ഞെടുക്കപ്പെട്ടു. 1964-ൽ പാർട്ടി പിളർന്നപ്പോൾ സി പി ഐയിൽ തന്നെ നിന്ന അദ്ദേഹം 1968വരെ ദേശീയ കൗൺസിൽ അംഗമായിത്തുടർന്നു. പാർട്ടി പിളർന്നതിനുശേഷം സി പി ഐ (എം) ലെ തന്റെ പഴയ സഖാക്കളുമായി ഉറ്റബന്ധം പുലർത്തി. ചിലപ്പോഴെങ്കിലും സി പി ഐയിൽനിന്ന് വ്യത്യസ്തമായി സ്വതന്ത്രമായ അഭിപ്രായപ്രകടനം നടത്തി.

പുരോഗമന സാഹിത്യസംഘടനയുടെ സ്ഥാപക നേതാക്കളിലൊരാളായിരുന്നു പ്രൊ. മുഖർജി. ഫ്രണ്ട്സ് ഓഫ് ദി സോവിയറ്റ് യൂണിയൻ, ഇപ്റ്റ എന്നിവയുടെയും സ്ഥാപകനേതാവായിരുന്നു. പ്രമുഖ ട്രേഡ്യൂണിയൻ നേതാവുമായിരുന്നു അദ്ദേഹം. ബംഗാൾ പ്രോവിൻഷ്യൽ ട്രേഡ്യൂണിയൻ കോൺഗ്രസിന്റെ വൈസ്പ്രസിഡന്റായിരുന്നു.

1952, 1957, 1962, 1967, 1971 എന്നീ വർഷങ്ങളിൽ ലോകസഭയിലേക്ക് തിരഞ്ഞെടുക്കപ്പെട്ടു. 1952 മുതൽ 1964 വരെ സി പി ഐ പാർലമെന്ററി പാർട്ടിയുടെ ഡപ്യൂട്ടി ലീഡറായിരുന്നു. 1964 മുതൽ 1967 വരെ ലീഡറും. പാർലമെന്റ് അംഗം എന്ന നിലയിൽ അത്യന്തം പ്രശസ്തനായി. ഇന്ത്യൻ പാർലമെന്റ് കണ്ട ഏറ്റവും പ്രഗത്ഭനായ പാർലമെന്റ് അംഗമായിരുന്നു അദ്ദേഹം. 1978 മുതൽ 1982 വരെ ബ്യൂറോ ഓഫ് പാർലമെന്ററി സ്റ്റഡീസ് ആന്റ് ട്രെയിനിങിന്റെ ഓണററി അഡ്വൈസറായിരുന്നു അദ്ദേഹം. പല പാർലമെന്ററി കമ്മിറ്റികൾക്കും നേതൃത്വം നൽകിയിട്ടുണ്ട്. രണ്ടുതവണ പബ്ലിക് അക്കൗണ്ട്സ് കമ്മിറ്റി ചെയർമാനായിരുന്നു.

മുഖർജി നല്ലൊരു വിദ്യാഭ്യാസ വിചക്ഷണനായിരുന്നു. കൽക്കത്ത യൂണിവേഴ്സിറ്റി സെനറ്റിലെ അംഗമായിരുന്ന അദ്ദേഹം ആസൂത്രണ കമീഷനിലെ എഡ്യൂക്കേഷൻ പാനലിലെ ഒരു അംഗമായിരുന്നു. ഓൾ ഇന്ത്യാ സ്പോർട്സ് കൗൺസിലിലും അംഗമായിരുന്നു. ഗാന്ധി സെന്റിനറി കമ്മിറ്റിയിലെ അംഗവും ജവഹർലാൽ നെഹ്റു-ലാൽ ബഹദൂർ ശാസ്ത്രി മെമ്മോറിയൽ ട്രസ്റ്റുകളിൽ അംഗവുമായിരുന്നു.

ഒന്നാംതരം എഴുത്തുകാരനായിരുന്നു ഹിരൺ മുഖർജി. ഇംഗ്ലീഷിലും ബംഗാളിയിലും കാവ്യാത്മകമായ ശൈലിയിലെഴുതി കൃതഹസ്തനായ എഴുത്തുകാരനെന്നും അസമാന്യ പണ്ഡിതനെന്നുമുള്ള ഖ്യാതി നേടി. നൂറിലധികം പുസ്തകങ്ങൾ രചിച്ചു; ആയിരക്കണക്കിന് ലേഖനങ്ങളും. 1938–ൽ എഴുതിയ *സോഷ്യലിസത്തിന് ഒരു മുഖവുര* ആദ്യപുസ്തകം. *ദി ജന്റിൽ കൊളോസസ്, ഇന്ത്യ സ്ട്രഗിൾ ഫോർ ഫ്രീഡം, അണ്ടർ മാർക്സിസ്റ്റ് ബാനർ, പോർട്രെയിറ്റ് ഓഫ് പാർലമെന്റ്, ദി സ്റ്റാലിൻ ലഗസി* തുടങ്ങിയവ പുസ്തകങ്ങളിൽ ചിലത്. സുഭാഷ് ചന്ദ്രബോസ്, സ്വാമി വിവേകാനന്ദൻ, രവീന്ദ്രനാഥ ടാഗോർ എന്നിവരെപ്പറ്റിയുള്ള പഠനങ്ങൾ പ്രസിദ്ധീകരിച്ചിട്ടുണ്ട്.

ഇന്ത്യയിലും വിദേശത്തുമുള്ള നിരവധി സർവകലാശാലകളിൽ പ്രഭാഷണം നടത്തി. മൂന്ന് സർവകലാശാലകൾ ഓണററി ഡോക്ടറേറ്റ് നൽകി. പത്മഭൂഷൺ, പത്മവിഭൂഷൺ എന്നീ ബഹുമതികൾ നൽകി രാഷ്ട്രം ആദരിച്ചു.

പശ്ചാത്തപിക്കാത്ത കമ്യൂണിസ്റ്റ് എന്ന് തന്നെ സ്വയം വിശേഷിപ്പിച്ച പ്രതിഭാശാലിയായ ആ വിപ്ലവകാരി 2004 ജൂലായ് 30–ന് അന്തരിച്ചു.

റബിൻ സെൻ

1924 - 1995

അർപ്പണബോധമുള്ള കമ്യൂണിസ്റ്റും സ്വാതന്ത്ര്യസമര സേനാനിയും തൊഴിലാളിവർഗത്തിനുവേണ്ടി ജീവിതം ഉഴിഞ്ഞുവച്ച നേതാവുമായിരുന്നു റബിൻ സെൻ. രണ്ടുതവണ പാർലമെന്റ് അംഗവുമായിരുന്നിട്ടുണ്ട്.

ഇപ്പോൾ ബംഗ്ലാദേശിലുൾപ്പെട്ട ഖുൽന ജില്ലയിലെ സെൻഹാട്ടി ഗ്രാമത്തിൽ 1924-ൽ ജനിച്ചു. ഉയർന്ന ഇടത്തരക്കാരും താഴ്ന്ന ഇടത്തരക്കാരും ധാരാളമുള്ള ഒരു പ്രദേശം. ആ പ്രദേശത്തെ ഹൈസ്കൂളിൽ സ്കൂൾ വിദ്യാഭ്യാസം പൂർത്തിയാക്കി. സംസ്കാരസമ്പന്നമായ ഒരു ഗ്രാമമായിരുന്നു സെൻഹാട്ടി. വിപ്ലവകാരികളുടെ, സ്വാതന്ത്ര്യസമര സേനാനികളുടെ, വിദ്യാഭ്യാസ വിദഗ്ധരുടെ ഗ്രാമം. കുട്ടിക്കാലത്തും വിദ്യാർഥി ജീവിതത്തിന്റെ ആദ്യകാലത്തും കവി നസ്രുൽ ഇസ്ലാം, നാടകക്കാരൻ സച്ചിൻ സെൻഗുപ്ത, ആചാര്യ പി സി റോയ്, രജനീകാന്ത റോയ്, രാമാനന്ദ ചതോപാധ്യായ, ശ്യാമചരൺ സെൻ, അതുൽ സെൻ തുടങ്ങിയ ദേശാഭിമാനികളെ കാണുകയോ കേൾക്കുകയോ ചെയ്തു.

സ്കൂൾ വിദ്യാർഥിയായിരിക്കെത്തന്നെ സ്വാതന്ത്ര്യസമരത്തിൽ ഭാഗഭാക്കായി. തിരഞ്ഞെടുപ്പിൽ കൃഷക്ക് പ്രജാ പാർട്ടിക്കുവേണ്ടി പ്രചാരണം നടത്തി.

1937-38-ൽ പത്താം ക്ലാസിലായിരുന്നു. ടെസ്റ്റ് പരീക്ഷ പാസായി. 1938 മാർച്ചിൽ മെട്രിക്ക് പരീക്ഷ എഴുതി. പരീക്ഷയിൽ വിജയിച്ച വിവരം പുറത്തുവന്നത് 1938 ജൂണിൽ. 1938-ൽ മെട്രിക്കുലേഷൻ പരീക്ഷ പാസായതിനുശേഷം ഡംഡമിലെ ബംഗബാസി കോളേജിൽ ചേർന്നു. അവിടെ

വിദ്യാർഥിപ്രസ്ഥാനത്തിൽ സജീവമായി. അക്കാലത്ത് രാഷ്ട്രീയ തടവുകാരെ മോചിപ്പിക്കണം എന്നാവശ്യപ്പെട്ട് വിദ്യാർഥി ഫെഡറേഷന്റെ നേതൃത്വത്തിൽ ബംഗാളിലാകെ ശക്തമായ ഒരു ക്യാമ്പെയ്ൻ നടക്കുന്നുണ്ടായിരുന്നു. ആ ക്യാമ്പയിനിൽ ഭാഗഭാക്കായി.

1939–ൽ രണ്ടാം ലോകമഹായുദ്ധം പൊട്ടിപ്പുറപ്പെട്ടു. രാഷ്ട്രീയരംഗത്ത് തികഞ്ഞ പ്രക്ഷുബ്ധാവസ്ഥ. കോൺഗ്രസിനകത്ത് ഗാന്ധിജി ഒരു വശത്തും സുഭാഷ്ചന്ദ്ര ബോസ് മറുവശത്തുമായി രാഷ്ട്രീയമായ കടുത്ത ഏറ്റുമുട്ടൽ. 1940 മാർച്ചിൽ ബിഹാറിലെ രാംഗാറിൽ കോൺഗ്രസ് അതിന്റെ സമ്മേളനം പ്രഖ്യാപിച്ചു. അതേസ്ഥലത്ത് അതേ തീയതിയിൽ ഒരു എതിർസമ്മേളനം സുഭാഷ്ചന്ദ്ര ബോസും വിളിച്ചുകൂട്ടി. പ്രക്ഷുബ്ധമായ ഈ അന്തരീക്ഷത്തിൽ ബങ്കിം മുഖർജി, നിഹാരേന്ദു ദത്ത്മജുംദാർ, ബിമൽ പ്രതിഭാദേവി, ശിശിർ റോയ്, സുധാറോയ് തുടങ്ങിയവരുടെ പ്രസ്ഥാനങ്ങൾക്ക് അദ്ദേഹം ചെവി കൊടുത്തു. അവസാനം കൽക്കത്തയിൽ നിന്ന് 250 മൈൽ അകലെയുള്ള രാംഗാറിൽ സുഭാഷ്ചന്ദ്ര ബോസ് വിളിച്ചുകൂട്ടിയ സമ്മേളനത്തിൽ കാൽനടയായി പോകാൻ തീരുമാനിച്ചു! അദ്ദേഹവും സുഹൃത്ത് ഷാജഹാനും രാംഗാറിലേക്ക് തിരിച്ചു. കോളേജിൽ അടയ്ക്കാൻ വെച്ച ട്യൂഷൻ ഫീസ് വഴിച്ചെലവിന് ഉപയോഗിച്ചു. ആരെയും അറിയിക്കാതെ ഇരുവരും കൽക്കത്ത വിട്ടെങ്കിലും രണ്ടാം ദിവസം സുഹൃത്ത് യാത്ര ഉപേക്ഷിച്ചു. ദിവസം ശരാശരി 25–30 മൈൽ യാത്ര ചെയ്ത് പത്തുദിവസം കൊണ്ട് രാംഗാറിലെത്തി. രാത്രി റെയിൽവേ പ്ലാറ്റ്ഫോമുകളിലും റെയിൽവേ ഗോഡൗണുകളിലും ചായക്കടകളിലെ ബെഞ്ചിന്മേലുമാണ് കിടന്നുറങ്ങിയത്. മറ്റൊരു ഷെൽട്ടറും കിട്ടാത്ത അവസരത്തിൽ മരത്തിനു കീഴിലും കിടന്നുറങ്ങി. റൊട്ടിയും ബിസ്കറ്റും മറ്റുമായിരുന്നു ഭക്ഷണം. ചന്ദ്രാപുരയിൽ നിന്ന് റാഞ്ച് റോഡ് സ്റ്റേഷനിലെത്തിയപ്പോൾ ഹിംസ്രജന്തുക്കളുള്ള ഒരു ഘോരവനത്തിലൂടെ സഞ്ചരിക്കേണ്ടിയിരുന്നു. യാത്രയുടെ അവസാനമായപ്പോഴേക്ക് കൈയിലുള്ള പണമെല്ലാം തീർന്നു. അതുകൊണ്ട് അവസാനദിവസം പച്ചവെള്ളം കുടിച്ച് വിശപ്പടക്കേണ്ടിവന്നു.

രാംഗാറിലെത്തിയപ്പോൾ ഭക്ഷണത്തിനായി ഒരു ഹോട്ടലിൽ മൂന്നു ദിവസം ജോലിക്കു നിന്നു. തനിക്ക് എന്തെങ്കിലും ജോലി തരണമെന്ന് വളണ്ടിയർ ക്യാപ്ടനോട് അപേക്ഷിച്ചെങ്കിലും കൽക്കത്തയിലെയോ ബംഗാളിലെയോ നേതാക്കളിൽനിന്നുള്ള പരിചയപ്പെടുത്തൽ കത്ത് ഹാജരാക്കാൻ കഴിയാത്തതിനാൽ അപേക്ഷ നിരസിക്കപ്പെട്ടു. അപ്പോഴാണ് താൻ ജോലി ചെയ്യുന്ന ഹോട്ടലിൽ ഭക്ഷണം കഴിക്കാൻ ശിശിർ റോയ് കയറിവന്നത്. അദ്ദേഹം സെന്നിനെ വളണ്ടിയർ ക്യാപ്ടന് പരിചയപ്പെടുത്തി. അങ്ങനെ യുവാവായ സെൻ സമ്മേളന വളണ്ടിയറായി.

രണ്ട് സമ്മേളനങ്ങളും രാഷ്ട്രീയ സ്ഥിതിഗതികളും അടവുനയവും ചർച്ച ചെയ്തു. രണ്ടിടത്തും നടന്ന വാദവിവാദങ്ങൾ സെൻ താൽപ്പര്യപൂർവം ശ്രദ്ധിച്ചു. എല്ലാം കേട്ടുകഴിഞ്ഞപ്പോൾ മനസിൽ പല സംശയ

ങ്ങളും വൈരുധ്യങ്ങളും. ആ സംശയങ്ങളോടെയും വൈരുധ്യങ്ങളോടെയും കൽക്കത്തയിലേക്ക് മടങ്ങി. മടക്കം സമ്മേളന സംഘാടകർ വാങ്ങിക്കൊടുത്ത ടിക്കറ്റുമായി തീവണ്ടിയിൽ.

രാംഗാറിൽ നിന്ന് മടങ്ങിവന്നതിനുശേഷം കൽക്കത്തയിലുള്ള ഫോർഡിസ് ലെയിൻ ഓഫീസിലെ കമ്യൂണിസ്റ്റ് നേതാക്കളുമായി കൂടുതൽ അടുത്തു. അതോടൊപ്പം എ ബി റെയിൽ റോഡ് വർക്കേഴ്സ് യൂണിയന്റെ സൗത്ത് സിന്ധി ഹെഡ്ക്വാർട്ടേഴ്സുമായി ബന്ധപ്പെട്ടു. കമ്യൂണിസ്റ്റ് ദേശീയ വിപ്ലവനേതാക്കളുടെ കൊറിയറായും ഇക്കാലത്ത് പ്രവർത്തിച്ചു.

1941 ജൂണിൽ സോവിയറ്റ് യൂണിയൻ ആക്രമിക്കപ്പെട്ടതിനെത്തുടർന്ന് യുദ്ധത്തിന്റെ സ്വഭാവത്തിൽ മാറ്റം വന്നുവെന്നും യുദ്ധം ജനകീയ യുദ്ധമായി മാറിയെന്നുമുള്ള വിദ്യാർഥി ഫെഡറേഷന്റെയും കമ്യൂണിസ്റ്റുപാർട്ടിയുടെയും വിലയിരുത്തലിനോട് സെന്നിന് യോജിക്കാൻ കഴിഞ്ഞില്ല. അദ്ദേഹം ഫോർവേർഡ് ബ്ലോക്കിന്റെ സോഷ്യലിസ്റ്റ് റിപ്പബ്ലിക്കൻ ആർമിയിൽ ചേർന്നു. കൽക്കത്ത വിടാൻ നിർബന്ധിതനായ അദ്ദേഹം തേയിലത്തോട്ടത്തിൽ അമ്മാവന്റെ കൂടെ കൂടി. ക്വിറ്റ് ഇന്ത്യാ സമരത്തിൽ പങ്കെടുത്തു. കൽക്കത്തയിൽ മടങ്ങിയെത്തി സൈന്യത്തിൽ ചേരാൻ ഒരു വിഫലശ്രമം നടത്തി. അവസാനം റോയൽ എയർഫോഴ്സിലേക്ക് അദ്ദേഹം റിക്രൂട്ട് ചെയ്യപ്പെട്ടു. അതോടെ രാഷ്ട്രീയ പ്രവർത്തനത്തിൽ ഒരു പുതിയ അധ്യായത്തിന്റെ തുടക്കമായി.

എയർഫോഴ്സിലെ പരിശീലനത്തിന്റെയും സേവനത്തിന്റെയും ഭാഗമായി സെന്നിന് പലേടത്തും സഞ്ചരിക്കേണ്ടിവന്നു. അതിനിടയിൽ ദേശാഭിമാനികളായ പട്ടാളക്കാരുടെയും ഓഫീസർമാരുടെയും ചെറു ചെറു സംഘങ്ങളുമായി അദ്ദേഹം അതീവ രഹസ്യമായി ബന്ധപ്പെട്ടു. അവരിൽ ചിലർക്ക് ബ്രിട്ടീഷ് ഓഫീസർമാരിൽ നിന്ന് വിവേചനവും മോശമായ പെരുമാറ്റവും നേരിടേണ്ടിവന്നു. അത് അവർക്കിടയിൽ അസ്വാസ്ഥ്യം വളർന്നുവരുന്നതിനിടയാക്കി. ക്രമേണ സായുധസേനയുടെ എല്ലാ ബ്രാഞ്ചുകളിലേക്കും അസംതൃപ്തി പടർന്നു. ചെമ്പടയുടെ മുമ്പിൽ ബർളിൻ വീണെന്ന വാർത്ത എത്തിയപ്പോൾ അസ്വാസ്ഥ്യം മൂർധന്യത്തിലെത്തി.

ഐ എൻ എ ഓഫീസർമാർക്ക് നൽകിയ കടുത്ത ശിക്ഷയിലും അതിൽ പ്രതിഷേധിച്ച ജനങ്ങൾക്കെതിരെ നിറയൊഴിച്ച അധികൃതരുടെ നടപടിയിലും പ്രതിഷേധിക്കാൻ സെന്നും സുഹൃത്തുക്കളും പരേഡും പതാക ഉയർത്തൽ ചടങ്ങും ബഹിഷ്കരിച്ചു. അതുപോലെ ചെയ്യാൻ മറ്റു ക്യാമ്പുകളിലുള്ളവരെ പ്രേരിപ്പിച്ചു. ജോർഹട്ടിലെ സേനയെ മുഴുവൻ അവിടെനിന്ന് മാറ്റി. അവരെ ബോംബെയിലേക്കാണ് അയച്ചത്. അവർ ബോംബെയിലെത്തുമ്പോഴേക്ക് അവിടെ നാവിക കലാപത്തിന് അരങ്ങൊരുങ്ങി. അതിവേഗം നാവികകലാപം പടർന്നുപിടിച്ചു. ബ്രിട്ടീഷുകാരുടെ പടക്കപ്പലിന്റെ മുകളിൽനിന്ന് കലാപകാരികൾ യൂണിയൻ ജാക്ക് വലിച്ച് താഴ്ത്തുകയും പകരം ത്രിവർണ പതാകയും ഹരിത പതാകയും ചെങ്കൊടിയും ഉയർത്തുകയും ചെയ്തു. രാജ്യത്താകമാനമുള്ള ജനങ്ങൾ,

പ്രത്യേകിച്ച് ബോംബെയിലെ ജനങ്ങൾ, നാവികർക്ക് പിന്തുണ നൽകി. ഐക്യദാർഢ്യ പ്രകടനത്തിനു നേരെ വെടിവച്ചതിന്റെ ഫലമായി 200-ലധികം പേർ കൊല്ലപ്പെട്ടു. എയർഫോഴ്സിൽ നിന്നും ആർമിയിൽ നിന്നുമുള്ള ഇന്ത്യൻ പട്ടാളക്കാർ ആസൂത്രിത നിലയിൽ ആയുധങ്ങളുമായി ബോംബെയിലേക്ക് നീങ്ങാൻ തീരുമാനിച്ചു. അക്കൂട്ടത്തിൽ റബിൻ സെന്നുമുണ്ടായിരുന്നു. അവസാനം പല കാരണങ്ങളാൽ അവർ കീഴടങ്ങാൻ നിർബന്ധിതരായി.

മറ്റുള്ളവരോടൊപ്പം സെൻ അറസ്റ്റിലായി. അദ്ദേഹത്തെ തടവിലാക്കി. ബ്രിട്ടീഷ് സാമ്രാജ്യത്വത്തിനെതിരെ കലാപംനടത്തിയതിന്റെ പേരിൽ പട്ടാളക്കോടതി മാർച്ച് ആദ്യവാരം അവരെ വിചാരണ ചെയ്തു. 100 ദിവസം സൈനിക തടവിൽ കഴിഞ്ഞതിനുശേഷം അവരെ മോചിപ്പിച്ചു.

കൽക്കത്തയിൽ മടങ്ങിയെത്തിയ സെൻ ട്രേഡ്യൂണിയൻ പ്രവർത്തനങ്ങളിൽ ആണ്ടിറങ്ങി. ആദ്യം എക്സ് സർവീസുകാരുടെ ലീഗ് സംഘടിപ്പിച്ചു. പിന്നീട് പോസ്റ്റൽ ഡിപ്പാർട്ടുമെന്റിലേക്ക് ശ്രദ്ധ തിരിച്ചു. ടിറ്റാഗാർ പേപ്പർ മിൽ തൊഴിലാളികൾക്കിടയിലും പ്രവർത്തിച്ചു. 1946 ജൂലായ് 29-ന് ആ മില്ലിൽ ഒരു പണിമുടക്ക് സംഘടിപ്പിച്ചു.

സ്വാതന്ത്ര്യലബ്ധിക്കുശേഷം റാണിഗഞ്ച്, ബാങ്കുറ, അസൻസോൾ, ദുർഗാപൂർ തുടങ്ങിയ വ്യവസായ കേന്ദ്രങ്ങളിൽ ചെങ്കൊടി യൂണിയനുകൾ രൂപീകരിക്കുന്നതിന് തൊഴിലാളികളെ ആകർഷിക്കാൻ കഴിഞ്ഞു. സെൻ 1953-ൽ അവിഭക്ത കമ്യൂണിസ്റ്റുപാർട്ടിയിൽ ചേർന്നു. ഇന്ത്യാ-ചൈനാ അതിർത്തി സംഘട്ടനത്തിന്റെ പശ്ചാത്തലത്തിൽ അറസ്റ്റിലായി. പലതവണ പല തൊഴിലാളിസമരങ്ങളോടും അനുബന്ധിച്ച് അറസ്റ്റിലായിട്ടുണ്ട്.

1971-ലും 1977-ലും ലോകസഭയിലേക്ക് തിരഞ്ഞെടുക്കപ്പെട്ടു. 1977 മുതൽ 1991 വരെ സി പി ഐ (എം) ബർദ്വാൻ ജില്ലാ സെക്രട്ടറിയായി പ്രവർത്തിച്ചു. 1968-ൽ സംസ്ഥാന കമ്മിറ്റിയിലേക്ക് തിരഞ്ഞെടുക്കപ്പെട്ട അദ്ദേഹം 1988 മുതൽ സംസ്ഥാന സെക്രട്ടേറിയറ്റ് അംഗമായി. 1992ൽ പാർട്ടിയുടെ കേന്ദ്ര കൺട്രോൾ കമീഷൻ അംഗമായി തിരഞ്ഞെടുക്കപ്പെട്ടു. 1995 ജനുവരി 19-ന് അന്തരിക്കുമ്പോൾ സി ഐ ടി യു വൈസ് പ്രസിഡന്റായിരുന്നു.

എം എൻ റോയി

1887 - 1954

ദേശീയ വിപ്ലവപ്രസ്ഥാനത്തിലൂടെ കമ്യൂണിസ്റ്റ് പ്രസ്ഥാനത്തിലേക്കു കടന്നുവന്ന് ഇന്ത്യൻ കമ്യൂണിസ്റ്റുപാർട്ടി രൂപവൽക്കരിക്കുന്നതിന് മുൻകൈ എടുത്ത് അവസാനം ആ പാർട്ടിയുടെ എതിരാളിയായി മാറിയ കഥയാണ് എം എൻ റോയിയുടേത്. സംഭവബഹുലമായ 67 വർഷത്തെ ജീവിതത്തിനിടയിൽ ചിന്തകൻ, പത്രപ്രവർത്തകൻ, ട്രേഡ് യൂണിയൻ നേതാവ്, സംഘാടകൻ, സാഹസികനായ വിപ്ലവകാരി എന്നിങ്ങനെ പല നിലകളിലും അദ്ദേഹം പ്രശസ്തി നേടി. റാഡിക്കൽ ഹ്യൂമനിസം എന്നൊരു ആശയത്തിന്റെ ഉപജ്ഞാതാവായി റോയി അറിയപ്പെടുന്നു.

ബംഗാളിലെ 24 പർഗാനാ ജില്ലയിലെ അർബേലിയയിൽ നരേന്ദ്രനാഥ് ഭട്ടാചാര്യ എന്ന മാനവേന്ദ്രനാഥ് റോയി (എം എൻ റോയി) 1887 മാർച്ച് 21 ന് ജനിച്ചു. പിതാവ് ദീനബന്ധു ഭട്ടാചാര്യ. അമ്മ ബസന്തകുമാരി. പിതാവ് സംസ്കൃത പണ്ഡിതൻ. അമ്മാവൻ വിപ്ലവകാരി. അച്ഛനിൽനിന്ന് ലഭിച്ച സംസ്കൃത വിദ്യാഭ്യാസം ഇന്ത്യൻ ദർശനത്തിൽ താൽപ്പര്യം ജനിപ്പിക്കാൻ സഹായിച്ചു. അമ്മാവൻ ശിവനാഥ് ശാസ്ത്രി ബ്രഹ്മസമാജ അംഗവും 19 ാം നൂറ്റാണ്ടിന്റെ അവസാനകാലത്ത് പൂണൂൽ പൊട്ടിച്ചെറിഞ്ഞ ആദ്യബംഗാളി ബ്രാഹ്മണരിൽ ഒരാളും. ബംഗാളിൽ ആദ്യമായി രൂപംകൊണ്ട ദേശീയ വിപ്ലവസംഘടനയിൽ അംഗവുമായിരുന്നു അദ്ദേഹം. അങ്ങനെ വിജ്ഞാനവും വിപ്ലവബോധവും പാരമ്പര്യമായിത്തന്നെ ലഭിച്ച റോയി രണ്ടും പൂർണമായി ഉൾക്കൊണ്ട് വളർന്നു. ശിവനാരായണ സ്വാമി കുട്ടിക്കാലത്ത് റോയിയിൽ വളരെയധികം സ്വാധീനം

ചെലുത്തിയ മറ്റൊരു വ്യക്തി. ജാതിക്കും അന്ധവിശ്വാസങ്ങൾക്കും എതിരെ പ്രചാരണ പ്രവർത്തനങ്ങളിൽ ഏർപ്പെട്ട സ്വാമി ദേശീയതയുടെ ബാലപാഠങ്ങൾ റോയിക്ക് പകർന്നുകൊടുത്തു.

അർബേലിയയിൽ സ്കൂൾ വിദ്യാർഥി ആയിരിക്കെത്തന്നെ സ്വാതന്ത്ര്യസമരത്തിൽ ആകൃഷ്ടനായി. കഴിഞ്ഞ നൂറ്റാണ്ടിന്റെ ആദ്യം ബംഗാളിൽ ഒട്ടേറെ ദേശീയ വിപ്ലവ സംഘടനകൾ ഉയർന്നുവന്നു. അതിൽ വളരെ പ്രസിദ്ധമായ ഒന്നായിരുന്നു അനുശീലൻസമിതി. തോക്കും ബോംബും ഉപയോഗിച്ചുള്ള പ്രവർത്തനങ്ങളിലൂടെ മാത്രമേ ബ്രിട്ടീഷുകാരെ ഇന്ത്യയിൽനിന്ന് കെട്ടുകെട്ടിക്കാൻ കഴിയുകയുള്ളു എന്ന നിഗമനത്തിൽ റോയി എത്തി. അതിനാൽ ആ സമിതിയുമായി ബന്ധപ്പെട്ടു. അസാമാന്യമായ പ്രായോഗിക ബുദ്ധിയും ആളുകളെ ആകർഷിക്കാനുള്ള അനന്യസാധാരണമായ കഴിവും കിടയറ്റ സംഘടനാപാടവവും വഴി അതിവേഗം അതിന്റെ നേതൃനിരയിലേക്ക് ഉയർന്നു. ഒട്ടേറെ ആക്ഷനുകൾക്ക് നേതൃത്വം നൽകി.

1914 ൽ ഒന്നാം ലോകമഹായുദ്ധം തുടങ്ങി. അപ്പോൾ ബ്രിട്ടീഷുകാരെ ഇന്ത്യയിൽനിന്നു തുരത്താൻ ജർമനിയുടെ സഹായം തേടുന്നത് ഉചിതമായിരിക്കുമെന്ന് തോന്നി. അതിനുള്ള ശ്രമം ആരംഭിച്ചു. കൽക്കത്തയിലുള്ള ജർമൻ കൗൺസിൽ ജനറലുമായി പലവട്ടം ചർച്ചകൾ നടത്തി. അതിന്റെ അടിസ്ഥാനത്തിൽ ആയുധങ്ങൾ ശേഖരിക്കാൻ ജക്കാർത്തയിലേക്കു പോയി. അവിടെനിന്ന് ആയുധങ്ങളും പണവുമായി ഇന്ത്യയിൽ മടങ്ങിയെത്തി. ഇതിനിടയിൽ റോയിയുടെ ദൗത്യവും വിപ്ലവകാരികളുടെ പദ്ധതിയും ബ്രിട്ടീഷ് ഗവൺമെന്റ് മണത്തറിഞ്ഞു. അവർ ഒരു ഗൂഢാലോചനക്കേസ് കെട്ടിച്ചമച്ചു – ഇന്തോ–ജർമൻ ഗൂഢാലോചനക്കേസ്. അതിലെ ഒരു പ്രതിയായി എം എൻ റോയി. അതുകൊണ്ട് ഒളിവിലിരുന്ന് പ്രവർത്തനം ആരംഭിച്ചു. അങ്ങനെ ഒളിവിൽ കഴിയവെ സായുധസമരം സംഘടിപ്പിക്കുവാൻ കൂടുതൽ ആയുധങ്ങൾ ശേഖരിക്കുകയെന്ന ലക്ഷ്യത്തോടെ ഇന്ത്യയിൽനിന്ന് പുറത്തുകടക്കാൻ തീരുമാനിച്ചു. ഇന്തോനേഷ്യ, മലയ, ചൈന, ജപ്പാൻ, കൊറിയ തുടങ്ങിയ രാജ്യങ്ങൾ സന്ദർശിച്ചതിനുശേഷം അമേരിക്കയിലെ കാലിഫോർണിയയിലെത്തി. അവിടെനിന്ന് ദേശീയ വിപ്ലവപ്രസ്ഥാനത്തിലെ തന്റെ സഹപ്രവർത്തകനായിരുന്ന ഹുദുഗോപാൽ മുഖോപാധ്യായയുടെ സഹോദരൻ ധനഗോപാൽ മുഖോപാധ്യായയെക്കാണാൻ സ്റ്റാൻഫോർഡ് യൂണിവേഴ്സിറ്റിയിലേക്കുപോയി. ധനഗോപാൽ അവിടെ അധ്യാപകൻ. റോയിക്ക് കുറച്ചുദിവസം അവിടെ തങ്ങണം. റോയി ഇന്തോ–ജർമൻ ഗൂഢാലോചനക്കേസിലെ പ്രതി ആകയാൽ പൊലീസ് അന്വേഷിക്കാനിടയുണ്ട്. അതുകൊണ്ട് അദ്ദേഹത്തിന്റെ പേരൊന്ന് മാറ്റണം എന്ന് ധനഗോപാൽ നിർദേശിച്ചു. അങ്ങനെ നരേന്ദ്രനാഥ് ഭട്ടാചാര്യ മാനവേന്ദ്രനാഥ് റോയി ആയി. പിൽക്കാലത്ത് ആ പേരിൽ അദ്ദേഹം അറിയപ്പെട്ടു. ധനഗോപാൽ മുഖോപാധ്യായയുടെ കൂടെ താമസിക്കുമ്പോൾ സ്റ്റാൻഫോർഡ്

യൂണിവേഴ്സിറ്റിയിൽ എം എക്ക് പഠിക്കുന്ന സുന്ദരിയും അതീവ ബുദ്ധി ശാലിനിയുമായ എവ്‌ലിൻ ട്രന്റുമായി റോയി പ്രണയത്തിലായി. എവ്‌ലിന്റെ വീട്ടുകാരുടെ എതിർപ്പ് വകവെക്കാതെ അവരെ വിവാഹം കഴിച്ച് ന്യൂയോർക്കിലേക്കു തിരിച്ചു. പൊലീസ് നിരന്തരം അദ്ദേഹത്തെ പിന്തു ടർന്നു. ശല്യം സഹിക്കവയ്യാതെ മെക്സിക്കോവിലേക്ക് പോയി. എവ്‌ലിൻ അദ്ദേഹത്തെ അനുഗമിച്ചു.

മെക്സിക്കോവിലേക്ക് തിരിക്കുന്നതിനുമുമ്പ് ന്യൂയോർക്കിൽ തങ്ങി യപ്പോൾ ആയിടെ അവിടെ എത്തിച്ചേർന്ന ലാലാ ലജ്പത് റോയിയു മായി പരിചയപ്പെട്ടു. അദ്ദേഹത്തിന്റെ സഹായത്തോടെ കാൾ മാർക്സിന്റെയും മറ്റു സോഷ്യലിസ്റ്റ് ചിന്തകരുടെയും ഗ്രന്ഥങ്ങൾ ആഴ ത്തിൽ പഠിച്ചു. ആ ആശയങ്ങൾ അദ്ദേഹത്തെ എന്തെന്നില്ലാതെ സ്വാധീ നിച്ചു. മെക്സിക്കോവിലെത്തിയപ്പോഴേക്കും ആവേശകരമായ ഒരു വാർത്ത കിട്ടി. ഒക്ടോബർ വിപ്ലവം വിജയശ്രീലാളിതമായിരിക്കുന്നു. ഉടൻതന്നെ അദ്ദേഹം മെക്സിക്കൻ സോഷ്യലിസ്റ്റ് പാർട്ടിയിൽ അംഗ മായി. താമസിയാതെ 1918 ൽ, അതിനെ ഒരു ബഹുജനപാർട്ടിയായി രൂപാ ന്തരപ്പെടുത്താൻ തീരുമാനിച്ചപ്പോൾ അതിന്റെ ജനറൽ സെക്രട്ടറിയായി തിരഞ്ഞെടുക്കപ്പെട്ടു.

1919 ൽ റോയിക്ക് ഒരു പുതിയ സുഹൃത്തിനെ കിട്ടി – ബറോഡിൻ, ലെനിന്റെ അടുത്ത സഹപ്രവർത്തകൻ. അവർ തമ്മിൽ നിരന്തരം ചർച്ച കൾ, ഫലമോ? മെക്സിക്കൻ സോഷ്യലിസ്റ്റുപാർട്ടി കമ്യൂണിസ്റ്റുപാർട്ടി യായി രൂപാന്തരപ്പെട്ടു. 1939 ൽ കേരളത്തിലെ കോൺഗ്രസ് സോഷ്യലി സ്റ്റുപാർട്ടി ഘടകം ഒന്നടങ്കം ഇന്ത്യൻ കമ്യൂണിസ്റ്റുപാർട്ടിയിൽ ലയിച്ചതു പോലെ. അങ്ങനെ റോയി മെക്സിക്കൻ കമ്യൂണിസ്റ്റുപാർട്ടിയുടെ സ്ഥാപ കനേതാക്കളിൽ ഒരാളായി. ബറോഡിൻ അദ്ദേഹത്തെ കമ്യൂണിസ്റ്റ് ഇന്റർനാഷണലുമായി ബന്ധപ്പെടുത്തി. റോയിയെക്കുറിച്ചുള്ള സകല വിവരങ്ങളും ബറോഡിൻ മോസ്കോവിലെത്തിച്ചു.

1920 ജൂലായ് 19 മുതൽ ആഗസ്ത് 7 വരെ കമ്യൂണിസ്റ്റ് ഇന്റർനാഷ ണലിന്റെ രണ്ടാം കോൺഗ്രസ് മോസ്കോവിൽ നടക്കാനിരിക്കുകയായി രുന്നു. ബറോഡിൻ വഴി ഇന്റർനാഷണൽ റോയിയെ മോസ്കോവിലേക്കു ക്ഷണിച്ചു. മെക്സിക്കൻ കമ്യൂണിസ്റ്റുപാർട്ടി മോസ്കോ കോൺഗ്രസി ലേക്ക് തങ്ങളുടെ പ്രതിനിധിയായി റോയിയെ തിരഞ്ഞെടുത്തു. അങ്ങനെ ആ പാർട്ടിയുടെ പ്രതിനിധിയെന്ന നിലയിൽ റോയി ഇന്റർനാഷണലിന്റെ രണ്ടാം കോൺഗ്രസിൽ സംബന്ധിച്ചു. അവിടെ അദ്ദേഹത്തിന് ഗംഭീര സ്വീകരണം ലഭിച്ചു. മെക്സിക്കൻ കമ്യൂണിസ്റ്റുപാർട്ടിയുടെ പ്രതിനിധി എന്നതിൽ ഉപരി ഇന്ത്യൻ വിപ്ലവകാരിയെന്ന നിലയിലാണ് റോയിക്ക് ഈ സ്വീകരണം ലഭിച്ചത്.

മെക്സിക്കോവിൽനിന്ന് പല യൂറോപ്യൻ രാജ്യങ്ങളിലൂടെ മോസ്കോവിലേക്ക് പോയി. ഇടയ്ക്ക് ബർലിനിൽ തങ്ങി. അവിടത്തെ താമസത്തിനിടയിൽ ജർമനിയിലെയും മറ്റു യൂറോപ്യൻ രാജ്യങ്ങളി

ലെയും വിപ്ലവകാരികളുമായും വിപ്ലവപ്രസ്ഥാനങ്ങളുമായും ബന്ധപ്പെട്ടു. ബന്ധം ക്രമേണ അടുത്ത പരിചയമായി. തിരുവിതാകൂർകാരനായ ചെമ്പകരാമൻപിള്ള, സരോജിനി നായിഡുവിന്റെ സഹോദരൻ വീരേന്ദ്രനാഥ് ചതോപാധ്യായ തുടങ്ങിയ ഇന്ത്യൻ വിപ്ലവകാരികളുമായി അടുത്ത് ഇടപഴകി.

ഇന്റർനാഷണലിന്റെ രണ്ടാം കോൺഗ്രസ് കഴിഞ്ഞപ്പോൾ മെക്സിക്കോവിലേക്കു മടങ്ങേണ്ടതില്ലെന്നു തീരുമാനിച്ചു. ഇന്ത്യൻ വിപ്ലവത്തെക്കുറിച്ചായി ചിന്ത. മോസ്കോവിൽനിന്ന് കുറെ ആയുധങ്ങളുമായി താഷ്കണ്ടിലേക്കു തിരിച്ചു. തുർക്കിസ്താനിൽ ഒരു ഇന്ത്യൻ വിമോചന സേന രൂപവൽക്കരിക്കാനായിരുന്നു ആലോചന. ഇന്ത്യയിൽനിന്ന് അവിടെ എത്തിച്ചേർന്ന മുഹാജിർമാരെ സംഘടിപ്പിച്ചാൽ ആ ലക്ഷ്യം കൈവരിക്കാം – അദ്ദേഹം കണക്കുകൂട്ടി. പക്ഷേ, ആ കണക്കുകൂട്ടൽ വിജയിച്ചില്ല. എങ്കിലും ചരിത്രപ്രധാനമായ ഒരു സംഗതി നടന്നു – ഇന്ത്യൻ കമ്യൂണിസ്റ്റുപാർട്ടിയുടെ രൂപവൽക്കരണം. 1920 ഒക്ടോബർ 17 ന് ഇതു സംബന്ധിച്ച ഒരു യോഗം റോയി താഷ്കണ്ടിൽ വിളിച്ചുകൂട്ടി. റോയിയും ഭാര്യ എവ്‌ലിൻ റോയിയും ഉൾപ്പെടെ 7 പേർ പങ്കെടുത്ത ആ യോഗം ഇന്ത്യൻ കമ്യൂണിസ്റ്റുപാർട്ടി രൂപവൽക്കരിക്കാൻ തീരുമാനിച്ചു. ഉടൻതന്നെ കമ്യൂണിസ്റ്റ് ഇന്റർനാഷണൽ അതിന് പരിമിതമായ അംഗീകാരവും നൽകി. ആ യോഗം ചേർന്ന ദിവസമാണ് ഇന്ത്യൻ കമ്യൂണിസ്റ്റുപാർട്ടിയുടെ സ്ഥാപകദിനമായി സി പി ഐ (എം) കണക്കാക്കുന്നത്. ആ നിലയിൽ ആരെങ്കിലും ഒരാളെ ഇന്ത്യൻ കമ്യൂണിസ്റ്റ് പ്രസ്ഥാനത്തിന്റെ സ്ഥാപകനേതാവായി കണക്കാക്കുമെങ്കിൽ അത് എം എൻ റോയിയാണ്.

ഇന്ത്യൻ കമ്യൂണിസ്റ്റുപാർട്ടിയുടെ ആ സ്ഥാപകയോഗം പാർട്ടിയുടെ പ്രവർത്തനം ഇന്ത്യയ്ക്കു പുറത്തു താമസിക്കുന്ന ഇന്ത്യൻ വിപ്ലവകാരികൾക്കിടയിലേക്ക് വ്യാപിപ്പിക്കണമെന്ന് തീരുമാനിച്ചു. ആ തീരുമാനം നടപ്പാക്കുന്നതിന്റെ ഭാഗമായി റോയി ബർലിനിലേക്കു പോയി. അവിടെയിരുന്നുകൊണ്ട് ഇന്ത്യയിൽ കമ്യൂണിസ്റ്റ് പ്രസ്ഥാനം വളർത്തിയെടുക്കുന്ന പ്രവർത്തനത്തിൽ വ്യാപൃതനായി. ആദ്യകാലത്ത് അതിന് സഹായിക്കുന്ന ഏറ്റവും പ്രധാനപ്പെട്ട ഘടകം ആശയപ്രചാരണമായിരുന്നു. അതു ലക്ഷ്യമാക്കി ഇംഗ്ലീഷിൽ ഒരു ദ്വൈവാരിക തുടങ്ങി – Vanguard of the Indian Independence. ആദ്യലക്കം 1922 മേയ് 15 ന് പുറത്തിറങ്ങി. പത്രാധിപർ: എം എൻ റോയി. അതിന്റെ കോപ്പികൾ ഇന്ത്യയുടെ പല ഭാഗങ്ങളിലുമുള്ള വിപ്ലവകാരികളുടെ പേരിൽ അയച്ചുകൊടുത്തു. ഇന്ത്യയിൽ പലർക്കും അത് കിട്ടിത്തുടങ്ങി. അത് പൊലീസിന്റെയും ശ്രദ്ധയിൽപ്പെട്ടു. സോഷ്യലിസ്റ്റ് ആശയഗതി ഇന്ത്യയിൽ പ്രചരിക്കരുതെന്നാഗ്രഹിച്ച ബ്രിട്ടീഷ് ഗവൺമെന്റിന്റെ പൊലീസുകാർ കഴിയുന്നതും ആ പ്രസിദ്ധീകരണം പിടിടിച്ചെടുക്കാൻ തുടങ്ങി. അപ്പോൾ ഇന്ത്യയിൽനിന്നു കിട്ടിയ നിർദേശാനുസരണം ദ്വൈവാരികയുടെ പേര് Advance Guard എന്നാക്കി

എം എൻ റോയിയും ഭാര്യയും

മാറ്റി. പിന്നെയും പേരുമാറ്റി - Masses of India. ആദ്യതലമുറയിൽപ്പെട്ട കമ്യൂണിസ്റ്റുകാരെ സോഷ്യലിസ്റ്റ് ആശയം പഠിപ്പിക്കുന്നതിന് ഈ പ്രസിദ്ധീകരണങ്ങൾ നൽകിയ സംഭാവന അമൂല്യമാണ്.

ഇന്ത്യയിലെ വിപ്ലവകാരികൾക്കിടയിൽ സോഷ്യലിസ്റ്റ് ആശയഗതി പ്രചരിപ്പിക്കുന്നതിൽ മാത്രം റോയിയുടെ പ്രവർത്തനം ഒതുങ്ങിനിന്നില്ല. 1920 കളുടെ തുടക്കത്തിൽ പരസ്പരം അറിയാതെയും ബന്ധമില്ലാതെയും ഇന്ത്യയുടെ ചില പ്രധാന നഗരങ്ങളിൽ കമ്യൂണിസ്റ്റുഗ്രൂപ്പുകൾ ഉയർന്നുവന്നപ്പോൾ അവയെ, അവയിലെ പ്രവർത്തകരെ, പരസ്പരം ബന്ധപ്പെടുത്തുന്ന കണ്ണിയായി റോയി പ്രവർത്തിച്ചു. ഡാങ്കെയെയും ഡാങ്കെയുടെ ഗ്രൂപ്പിനെയും കുറിച്ച് താൻ അറിയുന്നത് എം എൻ റോയി വഴിയാണെന്ന് മുസഫർ അഹമ്മദ് രേഖപ്പെടുത്തിയിട്ടുണ്ട്.

ഇന്ത്യയിലെ ശൈശവ ദശയിലുള്ള ട്രേഡ് യൂണിയൻ പ്രസ്ഥാനത്തിനും റോയി മാർഗദർശനം നൽകി. പ്രസ്ഥാനത്തിന്റെ ഗതിവിഗതികൾ സസൂക്ഷ്മം വീക്ഷിച്ച റോയിയുടെ ശ്രദ്ധയിൽപ്പെടാതെപോയ ഒരൊറ്റ ട്രേഡ് യൂണിയൻ സമരവും 1920 കളിൽ നടന്നിട്ടില്ല. ഇവിടത്തെ തൊഴിൽപ്രശ്നങ്ങളെ സംബന്ധിച്ചും തൊഴിലാളി സമരങ്ങളെ സംബന്ധിച്ചും *Vanguard* ലും *Imprecor* ലും എഴുതിയ ലേഖനങ്ങൾക്ക് കണക്കില്ല. 1930 ഏപ്രിൽ മാസത്തെ *ലേബർ ഗസറ്റിൽ* വന്ന ഒരു ലേഖനം 1924 ലെ തൊഴിൽ തർക്കങ്ങളെക്കുറിച്ച് പരാമർശിക്കവേ ഇന്ത്യയിലെ തൊഴിലാളിവർഗ പ്രസ്ഥാനത്തിന്റെ നേതാക്കൾക്ക് റോയി നൽകിയ ഒരു ഉപദേശം പരാമർശിച്ചിട്ടുണ്ട്. ആ ഉപദേശം, ഇങ്ങനെ: ''ദേശീയ വിമോചനത്തിന്റെ രാഷ്ട്രീയ പ്രശ്നം ഇന്ത്യൻ തൊഴിലാളി വർഗത്തിന് എല്ലായ്പ്പോഴും ഉൽക്കണ്ഠയുള്ള ആദ്യത്തെ പ്രശ്നമാവണം.'' ബ്രിട്ടനിലെയും ഇന്ത്യയിലെയും തൊഴിലാളി വർഗത്തിന്റെ താൽപ്പര്യങ്ങൾ പരസ്പരം ബന്ധപ്പെട്ടതാണെന്ന് അദ്ദേഹം ചൂണ്ടിക്കാട്ടി.

ഇപ്രകാരം ഇന്ത്യയിലെ കമ്യൂണിസ്റ്റ്–തൊഴിലാളി പ്രസ്ഥാനത്തിന്റെ ആദ്യകാല വളർച്ചയിൽ റോയി ഗണ്യമായ സംഭാവന നൽകി. അതുകൊണ്ടാണ് ഇന്ത്യയിൽ വളർന്നുവരാൻ തുടങ്ങിയ കമ്യൂണിസ്റ്റുപ്രസ്ഥാനത്തെ മുളയിൽത്തന്നെ നുള്ളിക്കളയണമെന്ന ലക്ഷ്യത്തോടെ ബ്രിട്ടീഷ് ഗവൺമെന്റ് കോൺപൂർ ഗൂഢാലോചനക്കേസ് കെട്ടിച്ചമച്ചപ്പോൾ അതിലൊരു പ്രതിയായി അവർ റോയിയെ ഉൾപ്പെടുത്തിയത്. യൂറോപ്പിലായതിനാൽ അദ്ദേഹത്തെ കോടതിയിൽ ഹാജരാക്കാൻ കഴിഞ്ഞില്ല. ഹാജരാക്കിയിരുന്നുവെങ്കിൽ അദ്ദേഹത്തിനും കിട്ടിയേനെ ഡാങ്കെയെയും മുസഫർ അഹമ്മദിനെയുംപോലെ നാലു വർഷത്തെ തടവുശിക്ഷ.

ബർലിനിൽ ഇരുന്നുകൊണ്ട് അദ്ദേഹം ചെയ്ത മറ്റൊരു കാര്യമുണ്ട്. 1922 ൽ നടന്ന ഇന്ത്യൻ നാഷണൽ കോൺഗ്രസിന്റെ ഗയാ സമ്മേളനത്തിൽ പങ്കെടുത്ത പ്രതിനിധികൾക്കിടയിൽ വിതരണം ചെയ്യാൻ ഒരു പരിപാടി തയ്യാറാക്കി അയച്ചുകൊടുത്തു. ''ഇന്ത്യൻ കമ്യൂണിസ്റ്റുപാർട്ടിയുടെ പ്രഥമപരിപാടി'' എന്നാണ് അതിനെ മുസഫർ അഹമ്മദ് വിശേഷി

പ്പിച്ചത്. മുസഫർ അഹമ്മദ് ഇത്രയുംകൂടി പറഞ്ഞു: "ആ പരിപാടി ഇന്ത്യൻ രാഷ്ട്രീയത്തിലെ പുതിയ ഒരു അനുഭവമായിരുന്നു. ഇന്ത്യയിലെ ജനസാമാന്യത്തിന്റെ ആവശ്യങ്ങൾ ഇപ്രകാരം ഇതിനു മുമ്പൊരിക്കലും അവതരിപ്പിക്കപ്പെട്ടിട്ടില്ല." ആ പരിപാടിയെ സംബന്ധിച്ച് 1922 ഡിസംബർ 22 ന്റെ *ആനന്ദ് ബസാർ പത്രിക*യിൽ വന്ന വാർത്ത ഇപ്രകാരമായിരുന്നു:

സംഘടിത വിപ്ലവത്തിലൂടെ ബ്രിട്ടീഷ് സാമ്രാജ്യത്തിൽനിന്ന് ഇന്ത്യയെ വേർപെടുത്താൻ പരിപാടി വിഭാവനം ചെയ്യുന്നു. പരമാധികാര സഭയെന്ന നിലയിൽ ദേശീയ അസംബ്ലി സ്ഥാപിക്കുന്നതിനും ഭൂപ്രഭുത്വം അവസാനിപ്പിക്കുന്നതിനും എസ്റ്റേറ്റുകൾ കണ്ടുകെട്ടുന്നതിനും പൊതുജനാരോഗ്യ സ്ഥാപനങ്ങൾ ദേശസാൽക്കരിക്കുന്നതിനും മിനിമം വേതനത്തിനും എട്ടുമണിക്കൂർ ജോലിക്കും തൊഴിലാളികളുടെ അവകാശങ്ങൾ സംരക്ഷിക്കാൻ തൊഴിലാളി കൗൺസിലുകൾക്കും വേണ്ടി അത് വാദിക്കുന്നു.

ഇന്ത്യയെ സംബന്ധിച്ച് എത്ര ആഴത്തിലും സൂക്ഷ്മമായും അദ്ദേഹം പഠിക്കുകയുണ്ടായി എന്നതിന് ഏറ്റവും നല്ല തെളിവ് ഈ പരിപാടിയാണ്.

കമ്യൂണിസ്റ്റ് ഇന്റർനാഷണലിന്റെ രണ്ടാം കോൺഗ്രസിൽ റോയി പങ്കെടുത്ത കാര്യം നേരത്തെ പറഞ്ഞല്ലോ. ആ കോൺഗ്രസിൽ ലെനിനും റോയിയും തമ്മിൽ കൊളോണിയൽ പ്രശ്നത്തിൽ ഉണ്ടായ അഭിപ്രായ വ്യത്യാസത്തിന്റെ കാതൽ എന്താണെന്ന് നോക്കാം.

ബൂർഷ്വാദേശീയ പ്രസ്ഥാനവും ദേശീയ വിപ്ലവപ്രസ്ഥാനവും തമ്മിൽ ഒരു വ്യത്യാസം. ദേശീയ വിപ്ലവത്തിന്റെ ശക്തികളെ വളർത്തി ശക്തിപ്പെടുത്തുകയാണ് കമ്യൂണിസ്റ്റുകാരുടെ കടമ. എന്നാൽ ദേശീയ വിപ്ലവത്തിന്റെയും ബൂർഷ്വാ ദേശീയതയുടെയും ശക്തികൾ അന്യോന്യം കെട്ടുപിണഞ്ഞ് കിടക്കുന്നതിനാൽ കമ്യൂണിസ്റ്റുകാർ ബൂർഷ്വാ ദേശീയ പ്രസ്ഥാനത്തിനകത്ത് ഒരു സ്വതന്ത്രവിപ്ലവശക്തിയെന്ന നിലയിൽ പ്രവർത്തിക്കണം. ബൂർഷ്വാദേശീയതയുടെ എല്ലാ രൂപഭേദങ്ങളെയും നിർഭയം തുറന്നുകാട്ടുമ്പോൾത്തന്നെ സാമ്രാജ്യാധിപത്യത്തിനെതിരായി ബൂർഷ്വാ ദേശീയപ്രസ്ഥാനം നടത്തുന്ന സമരത്തിന് കമ്യൂണിസ്റ്റുകാർ സർവവിധ സഹായങ്ങളും നൽകണം – ഇതായിരുന്നു ലെനിന്റെ കാഴ്ചപ്പാട്.

ഈ കാഴ്ചപ്പാടിനെയാണ് എം എൻ റോയി വെല്ലുവിളിച്ചത്. ബൂർഷ്വാ ദേശീയ പ്രസ്ഥാനത്തിൽനിന്ന് പൂർണമായും മാറിനിന്നുകൊണ്ട് തൊഴിലാളികളുടെയും കൃഷിക്കാരുടെയും സോവിയറ്റുകൾ രൂപവൽക്കരിക്കണമെന്നത്രേ അദ്ദേഹം അഭിപ്രായപ്പെട്ടത്. ഈ അഭിപ്രായവ്യത്യാസം വളർന്നുവന്നപ്പോൾ, അതിന്റെ ഒരു ഘട്ടത്തിൽ (1929 ൽ) റോയി കമ്യൂണിസ്റ്റ് ഇന്റർനാഷണലിൽനിന്ന് പുറന്തള്ളപ്പെട്ടു.

കമ്യൂണിസ്റ്റ് ഇന്റർനാഷണലിൽനിന്ന് പുറന്തള്ളപ്പെട്ടതിനുശേഷം

റോയി നാട്ടിൽ തിരിച്ചെത്തി. ഉടൻതന്നെ അറസ്റ്റിലായി. 1936 ൽ മാത്രമേ മോചിപ്പിച്ചുള്ളൂ. ജയിൽ മോചിതനായ ഉടൻ എ ഐ ടി യു സിക്കകത്ത് പ്രവർത്തിക്കാൻ തുടങ്ങി. റോയിയുടെ അനുയായികൾ ബോംബെയിലെയും കൽക്കത്തയിലെയും ഒട്ടേറെ യൂണിയനുകൾ നിയന്ത്രണത്തിലാക്കി. 1929 ലും 1931 ലും പിളർന്ന എ ഐ ടി യു സി 1940 ആയപ്പോഴേക്ക് യോജിച്ചെങ്കിലും രണ്ടാം ലോകമഹായുദ്ധത്തിന്റെ പശ്ചാത്തലത്തിൽ നടന്ന അതിന്റെ ബോംബെ സമ്മേളനത്തിൽനിന്ന്, യുദ്ധയത്നങ്ങൾക്കുള്ള പിന്തുണയുടെ പ്രശ്നത്തിൽ ഒരു വിഭാഗം ഇറങ്ങിപ്പോയി. അവരിൽ വി ബി കാർണിക്, മണിബെൻകാര തുടങ്ങിയവരോടൊപ്പം എം എൻ റോയിയും ഉണ്ടായിരുന്നു. അവർ ഇന്ത്യൻ ഫെഡറേഷൻ ഓഫ് ലേബർ രൂപവൽക്കരിച്ചു. എം എൻ റോയി അതിന്റെ ജനറൽ സെക്രട്ടറിയായി.

ഇതിനിടയിൽ റോയി ഇന്ത്യൻ നാഷണൽ കോൺഗ്രസിൽ ചേർന്നു. കോൺഗ്രസിനുകൂടി പങ്കുള്ള വിപുലമായ ഒരു സാമ്രാജ്യത്വവിരുദ്ധ മുന്നണിക്കെതിരായ നിലപാടെടുത്ത ആളാണ് ആ പാർട്ടിയിൽ ചേരാൻ മടികാണിക്കാതിരുന്നത് എന്നോർക്കുക. കോൺഗ്രസിൽ സജീവമായി പ്രവർത്തിച്ചു. 1940 ൽ കോൺഗ്രസ് പ്രസിഡണ്ട് സ്ഥാനത്തേക്ക് മത്സരിച്ചു പരാജയപ്പെട്ടു. അഭിപ്രായവ്യത്യാസത്തെത്തുടർന്ന് കോൺഗ്രസുമായി ബന്ധം വിഛേദിച്ചു. തുടർന്ന് റാഡിക്കൽ ഡമോക്രാറ്റിക്ക് പാർട്ടിക്ക് രൂപംനൽകി. റാഡിക്കൽ ഹ്യൂമനിസത്തിന്റെ ഉപജ്ഞാതാവായി.

1941 ൽ തന്റെ ആസ്ഥാനം കൽക്കത്തയിലേക്ക് മാറ്റി. ബംഗാളിൽ ഭരണകക്ഷിയായ മുസ്ലിംലീഗുമായി കൂട്ടുകൂടി. അന്നത്തെ മുഖ്യമന്ത്രിയും തൊഴിൽ മന്ത്രിയുമായ എച്ച് എസ് സുഹൃവർദിയുമായി അടുപ്പത്തിലായി. റോയിയുടെ പ്രവർത്തനങ്ങളെ അദ്ദേഹം ശ്ലാഘിച്ചു. സുഹൃവർദിയുടെ നാഷണൽ ചേംബർ ഓഫ് ലേബറുമായി ബന്ധം സ്ഥാപിച്ചു. നാഷണൽ ചേംബർ ഓഫ് ലേബർ കൽക്കത്തയിലും പരിസരങ്ങളിലുമുള്ള മുസ്ലിം തൊഴിലാളികൾക്കിടയിൽ കുറെ സ്വാധീനമുണ്ടാക്കി. അതുമായി തത്വദീക്ഷയില്ലാത്ത സഖ്യമുണ്ടാക്കിയ റോയിക്കും തൊഴിലാളികൾക്കിടയിൽ പിടിച്ചുനിൽക്കാൻ കഴിഞ്ഞു.

യുദ്ധകാലയത്നങ്ങളെ പിന്തുണച്ചതിനാൽ ബ്രിട്ടീഷ് ഗവൺമെന്റിൽനിന്ന് ധാരാളം പണംകിട്ടി. പണിമുടക്ക് ഒഴിവാക്കാനും ഉൽപ്പാദനം വർധിപ്പിക്കാനും തീവ്രമായ പ്രചാരണം നടത്തി. എങ്കിലും ഫെഡറേഷന് പ്രതിമാസം 13,000 രൂപ ഗ്രാന്റായി കിട്ടിയിരുന്നു എന്ന വാർത്ത സെൻട്രൽ ലജിസ്ലേറ്റീവ് അസംബ്ലിയിൽ വെളിവാക്കപ്പെട്ടപ്പോൾ ആ സംഘടന തകർച്ചയിലേക്കു നീങ്ങി. പല യൂണിയനുകളും അതിൽനിന്ന് പിരിഞ്ഞുപോയി. അവശേഷിച്ചവർ 1948 ൽ ഹിന്ദ് മസ്ദൂർ പഞ്ചായത്തിൽ ചേർന്നു.

1954 ൽ റോയി അന്തരിച്ചു.

www.ingramcontent.com/pod-product-compliance
Lightning Source LLC
LaVergne TN
LVHW042300051026
849519LV00012B/1201